ENGLISH-KANNADA DICTIONARY

ಇಂಗ್ಲಿಷ್ - ಕನ್ನಡ ಡಿಕ್ಷನರಿ

ENGLISH-KANNADA DICTIONARY

ಇಂಗ್ಲಿಷ್ - ಕನ್ನಡ ಡಿಕ್ಷನರಿ

By

F. ZIEGLER

SIXTH EDITION, REVISED AND CONSIDERABLY ENLARGED

CHRISTANUJA WATSA

GYAN

ISBN : 978-81-212-9066-1 (HB)

First Published in 1929

Published, 2018

Published by

Gyan Publishing House
5, Ansari Road
Daryaganj, New Delhi-110002
Phone: 011-47034999, 9811692060
www.gyanbooks.com
E-mail: books@gyanbooks.com

Printed at: G. Print Process, Delhi.

PREFACE TO THE SIXTH EDITION

Before sending this to he press every endeavour has been made to increase the usefulness by introducing a large number of English words in current use and giving their equivalents, particularly scientific terms. New words that are added in the current edition number a little over 2500 and a large number of idioms and phrases in common use with appropriate Kanarese equivalents have been tacked on to words thereby increasing the usefulness of the book. In order to facilitate the work of finding out the connection between the words, grouping has been introduced; words and forms derived from the same word will be seen together. Thus it was not only convenient to trace the connection of the various derivatives of words, but also the matter was much compressed and the otherwise go-to-waste space is utilized. But for this device the additions alone would have covered another 125 pages or more. In doing so, we have followed Chambers's Twentieth Century Dictionary. This arrangement has helped to increase the number of words in the book without appreciably swelling the bulk.

It is earnestly expected that the generous public will accord this edition the same patronage as was accorded to its predecessors. Any suggestions for further improvement will be thankfully received and will be attended to in the next edition.

Mangalore, August 1929.

PUBLISHERS
B. M. PRESS AND BOOK DEPOT
MANGALORE.

PREFACE TO THE SECOND EDITION

Twelve years have elapsed since the first edition of this School Dictionary appeared, having been compiled by the Rev. M. Th. Walz of the Basel Mission, Mr. Christanuja Watsa, tutor of the Theological Seminary at Mangalore, and myself. It had been chiefly designed for the use of Kanarese students of the English language, especially of boys of first and second grade Anglo-Vernacular Schools, and therefore a moderate size and consequent cheapness had to be aimed at. The book is, however, used not only by Kanarese students of English, but by English and other European students of Kanarese also. It has, therefore, been our endeavour to make this second edition as useful as possible for either kind of students. With this view it has been greatly enlarged and, we trust, materially improved. For the additions and changes introduced in this second edition, the undersigned only is responsible; but he gratefully acknowledges the assistance derived from the hints given him by natives as well as Europeans. following are some of the additions and improvements made:

1. A great many new words have been added, such as a vast number of adverbs ending in *ly*, nouns ending in *-ness*, adjectives ending in *-less*, and words beginning with *re-* and *un-*. These words had been omitted in the first edition, it being thought easy for a native Kanarese student to form their Kanarese meanings from the corresponding primitive words that were to be found in the Dictionary. With this view several rules for the formation of those meanings had been given in the introduction; but in this edition all the words in common use having been added, the rules are no longer required.

2. Many new meanings of words and new phrases have also been added, and where a word or phrase has several meanings, these have been numbered in order to enable the student to distinguish between words that are only *synonyms* of the same meaning and between different *meanings* of a word. The English synonyms that have been added in parenthesis, wherever it was thought necessary, will, we hope, greatly assist the European student in finding out the proper Kanarese for the English word.

3. To show the use of Kanarese words, many examples are given, especially with words of frequent occurrence. As an instance, see the words *to be, to bear, for, in, to take.* The way of constructing sentences being so widely different in the two languages, examples are indispensable, and will, no doubt, be appreciated accordingly.

4. With a view to increase the usefulness of the book for school boys, the abbreviations used in the first edition for the words *noun (s.), transitive (a.)* and *intransitive (n.)* have been substituted by *n.*, *t.*, *i.* respectively, these being more common; the letters *r.* or *ir.* have been added after each English verb to show whether it is regular or irregular, and irregular forms have been added in parenthesis.

It has been our endeavour, as much as possible, to give genuine Kanarese words and phrases, though in many cases we have been obliged to give Sanskrit or even Hindustani words, these being used exclusively or, at least, better known than the corresponding Kanarese ones, but even where good Kanarese words could be adduced, we have rarely omitted to add Sanskrit synonyms to a moderate extent, the use of Sanskrit words being still considered by many as an indispensable attribute of good Kanarese style. Words of Hindustani, Mahratti or English origin have been marked with inverted commas (" ").

The Kanarese language, as used by the people of different districts, being not uniform, it has here and there been unavoidable to give words and phrases which are, perhaps, not used in some part of the Kanarese country, though very common in another part. This should be borne in mind in the perusal of this Dictionary.

In conclusion we beg to say that no one can feel better than ourselves how far from perfection this book is even in this new edition; but we have done our best and shall be thankful for any hint or contribution that may be given us with a view towards the enhancement of the usefulness of the book.

Dharwar, 17th December 1888. **F. Ziegler.**

PREFACE TO THE FIFTH EDITION

The printing of this new edition has been taken advantage of to introduce much useful new matter, which enlarges the scope of the Dictionary and improves its utility. The new words—apart from phrases and expressions given both under already existing words and the new ones—that are added in this edition, number a little over 1800, of which about 1000 words have been added by Mr. Beierbach and the rest by me. Besides giving meanings to the new words and expressions, many new synonyms and meanings are added to the words already existing. The meanings of several of the prefixes newly given in this Dictionary will enable the students to find out the meanings of many words with the said prefixes which are not given in it.

As the use of certain Kanarese words is restricted to one or the other of the districts in which the Kanarese language prevails, such words are used by marking them with *My.*, *S.M.*, *S. C.*, and *N.C.*, i.e. Mysore, South Mahratta, South Kanara, and North Kanara respectively. In cases of plants, their botanical names have been added, which will, we believe, prove helpful to students of botany using this work.

In spite of so much new matter that has been added, the bulk of the work has not grown to the same extent as might have been expected. The available space in the body of the book has been utilized, as far as possible, to keep the size within limits.

It is trusted that the public will kindly accord the same patronage to this edition as has been accorded to its predecessors.

Mangalore, September 1919. **Chr. Watsa.**

SOME PRELIMINARY REMARKS

A. On the Pronunciation of English Words.

ಇಂಗ್ಲಿಷ್ ಶಬ್ದಗಳ ಉಚ್ಚಾರಣೆಯ ವಿಷಯವು.

In preparing the English part of this Dictionary it has been our special aim to mark and to divide the words so as to show the exact *pronunciation*, and where the pronunciation has come into conflict with the rules of orthography, we have preferred to sacrifice the latter to the former. We only regret that space has not permitted re-spelling each word for the sake of pronunciation, instead of showing the pronunciation in the word itself. A key to the pronunciation being printed at the bottom of each page, we need only add a few remarks:

1. The final e is never pronounced unless marked thus: ē.

2. The pronunciation of the long ā before r, as well as that of e̱ in "the̱re, whe̱re, the̱ir, he̱ir", *etc.* is different from that of ā in fāte or e̱ in pre̱y. resembling the sound of ಏ in the Kanarese word ಬೇಡ.

3. Where one letter only of an improper diphthong or of a triphthong is marked, it is to be taken as representing the sound of the combination, and the vowel or vowels which are not marked, are to be regarded as silent; as in tēar (=tēr) ಕಣ್ಣೀರು, teār (=tār) ಹರಿ.

4. Ce, ci, sci, se, si, ti before a vowel are generally pronounced like sh, e or i being silent; where, however, e or i is to be sounded, the combination (ce, ci, *etc.)* is separated from the following vowel by a hyphen; thus: "Con'science" is pronounced "con'shens", but "Con-sci-en'tious" is pronounced "con-shi-en'shus".

ಈ ನಿಘಂಟಿನ ಇಂಗ್ಲೀಷ್ ಭಾಗವನ್ನು ರಚಿಸುವದರಲ್ಲಿ ಈಗಿನ ಉಚ್ಚಾರಣೆಗೆ ಅನುಸಾರವಾಗಿ ಶಬ್ದಾಕ್ಷರಗಳನ್ನು ವಿಂಗಡಿಸಿ, ಸ್ವರಭಾರವನ್ನು ಸಂಕೇತ ಚಿಹ್ನೆಗಳಿಂದ ಸೂಚಿಸಬೇಕೆಂಬದೇ ರಚಕರ ಮುಖ್ಯ ಉದ್ದೇಶವಾಗಿತ್ತು. ಹೀಗಿದ್ದದರಿಂದ ವರ್ಣಲಿಪಿಕ್ರಮದಿಂದ ಶುದ್ಧೋಚ್ಚಾರಣೆಗೆ ವಿಘ್ನವು ಬರುವಂತೆ ಕಂಡಲ್ಲಿ ವರ್ಣಲಿಪಿಕ್ರಮದ ವಿಚಾರಕ್ಕಿಂತ ಉಚ್ಚಾರಣೆಯ ವಿಚಾರಕ್ಕೆ ಹೆಚ್ಚಿನ ಲಕ್ಷ್ಯವಿಟ್ಟದ್ದು ಸಹಜವಾಯಿತು. ಉಚ್ಚಾರಸೂಚಕವಾದ ಚಿಹ್ನೆಗಳ ಅಭಿಪ್ರಾಯವನ್ನು ಕುರಿತು ಒಂದೊಂದು ಪುಟದ ಅಡಿಯಲ್ಲಿ ಟಿಪ್ಪಣಿ ಕೊಟ್ಟಿರುವ ಕಾರಣ ಬೇರೆ ವಿಚಾರದ ಕೆಲವು ಸೂಚನೆಗಳನ್ನು ಮಾತ್ರ ಇಲ್ಲಿ ಕೊಡತಕ್ಕದ್ದು:

೧. ಶಬ್ದಾಂತ್ಯದಲ್ಲಿ ಬರುವ e ಕಾರ ಉಚ್ಚಾರವಾಗದು; ಅದನ್ನು ಉಚ್ಚರಿಸಬೇಕಾದಲ್ಲಿ ē ಎಂಬ ರೂಪವಾಗಿ ಕಾಣಿಸಿರುತ್ತದೆ.

೨. r ಕಾರದ ಪೂರ್ವದಲ್ಲಿ ಬರುವ ದೀರ್ಘ ā ಕಾರ ಮತ್ತು the̱re, whe̱re, the̱ir, he̱ir ಮುಂತಾದ ಶಬ್ದಗಳ ಮಧ್ಯಾಕ್ಷರವಾದ e̱ ಕಾರ ಎಂಬೀ ಅಕ್ಷರಗಳ ಉಚ್ಚಾರಕ್ಕೂ, fāte ಎಂಬ ಶಬ್ದದಲ್ಲಿಯ ā ಕಾರದ ಉಚ್ಚಾರಕ್ಕೂ ಹೆಚ್ಚುಕಡಿಮೆಯದೆ. "ಬೇಡ" ಎಂಬ ಶಬ್ದದಲ್ಲಿ ಕೇಳಿಸುವ ಏ ಸ್ವರ ಉಚ್ಚಾರಣೆಯಾಗುವಂತೆ ಅವನ್ನು ಉಚ್ಚರಿಸಬೇಕು.

೩. ಒಂದು ಶಬ್ದದಲ್ಲಿರುವ ದ್ವಿಸ್ವರ ಅಥವಾ ತ್ರಿಸ್ವರಗಳಲ್ಲಿ ಒಂದಕ್ಕೆ ಮಾತ್ರ ಉಚ್ಚಾರಚಿಹ್ನೆ ಇದ್ದರೆ, ಅದು ಆ ಪೂರ್ಣ ಸ್ವರಗಳ ಉಚ್ಚಾರವೆಂತಲೂ, ಚಿಹ್ನೆ ಇಲ್ಲದ ಸ್ವರಕ್ಕೆ ಇಲ್ಲವೆ ಸ್ವರಗಳಿಗೆ ಲೋಪವೆಂತಲೂ ಎಣಿಸತಕ್ಕದ್ದು. ಉದಾ: tēar (=tēr) ಕಣ್ಣೀರು, teār (=tār) ಹರಿ.

೪. ಯಾವದೊಂದು ಸ್ವರದ ಪೂರ್ವದಲ್ಲಿ ಬರುವ ce, ci, sci, se, si, ti ಎಂಬಿವುಗಳ ಉಚ್ಚಾರಣೆ ವಾಡಿಕೆಯಾಗಿ sh ಎಂಬದಾಗಿ, ಅವುಗಳ e ಕಾರ ಅಥವಾ i ಕಾರ ಉಚ್ಚಾರಕ್ಕೆ ಬರುವದಿಲ್ಲ. ಪರಂತು ಅಂಥಾ e ಕಾರ ಅಥವಾ i ಕಾರ ಉಚ್ಚರಿಸಬೇಕಾದಲ್ಲಿ (ce, ci ಎಂಬೀ ತರದ) ಅಕ್ಷರಗಣವು (-) ಚಿಕ್ಕ ಗೀಟಿನಿಂದ ಪ್ರತ್ಯೇಕಿಸೋಣಾಗಿದೆ. ಹ್ಯಾಗಂದರೆ: Con'science ಎಂಬದು con'shens ಎಂತ ಉಚ್ಚರಿಸೋಣಾಗುತ್ತದೆ; ಆದರೆ Con-sci-en'tious ಎಂಬದರ ಉಚ್ಚಾರ con-shi-en'shus ಎಂತಾಗಿದೆ.

5. The pronunciation of derivatives is generally not given, as it may be inferred from that of the root-words, *e. g.* see the word "form".

೫. ಮೂಲ ಶಬ್ದಗಳಿಂದ ಸಹಜವಾಗಿ ಸಾಧಿತವಾದ ಶಬ್ದಗಳ ಉಚ್ಚಾರಣೆಯನ್ನು ಆಯಾ ಮೂಲ ಶಬ್ದವನ್ನೇ ನೋಡಿ ಗೊತ್ತುಮಾಡಬಹುದಾದ ಕಾರಣ ಅಂಥವುಗಳ ಉಚ್ಚಾರಣೆಯನ್ನು ಪ್ರತ್ಯೇಕವಾಗಿ ಕಾಣಿಸಲಿಲ್ಲ. ದೃಷ್ಟಾಂತಕ್ಕಾಗಿ form ಎಂಬ ಶಬ್ದವನ್ನು ಕುರಿತು ನೋಡು.

B. Abbreviations used in this Work.

ಈ ಪುಸ್ತಕದಲ್ಲಿ ಉಪಯೋಗವಾದ ಸಂಕೇತಾಕ್ಷರಗಳು.

a.=adjective ಗುಣವಾಚಕವಿಶೇಷಣ.
abbr.=abbreviated ಸಂಕ್ಷೇಪವಾದ ಅಥವಾ ಸಂಕ್ಷೇಪವಾಗಿ.
acc.=account ಜಮಾಖರ್ಚಿನ ಲೆಕ್ಕ.
ad.=adverb ಕ್ರಿಯಾವಿಶೇಷಣಾವ್ಯಯ.
anat.=anatomy ಶರೀರಶಾಸ್ತ್ರ.
arch.=architecture ಶಿಲ್ಪಶಾಸ್ತ್ರ.
arith.=arithmetic ಅಂಕಗಣಿತವಿದ್ಯೆ.
astr.=astronomy ಜ್ಯೋತಿಷ್ಯಶಾಸ್ತ್ರ.
aux.v.=auxiliary verb ಸಹಾಯಕ್ರಿಯಾಪದ.
Bad.=Badaga dialect ಬಡಗ ಭಾಷೆ.
bot.=botany ಸಸ್ಯಶಾಸ್ತ್ರ.
c. a.=*(cum accusativo)* with the accusative case ದ್ವಿತೀಯೆಯ ಮುಂದೆ.*
c. d.=*(cum dativo)* with the dative case ಚತುರ್ಥಿಯ ಮುಂದೆ.*
cf.=*(confer)* compare ಸರಿ ನೋಡು.
Cg.=Coorg ಕೊಡಗು.
c. g.=*(cum genitivo)* with the genitive case ಷಷ್ಠಿಯ ಮುಂದೆ.*
c. i.=*(cum instrumentali)* with the instrumental case ತೃತೀಯೆಯ ಮುಂದೆ.*
c. l.=*(cum locativo)* with the locative case ಸಪ್ತಮಿಯ ಮುಂದೆ.*
c. n.=*(cum nominativo)* with the nominative case ಕರ್ತೃವಿನ ಮುಂದೆ.*
(*ಅಂದರೆ ಆಯಾ ಸಂಕೇತಾಕ್ಷರವಿರುವ ಕ್ರಿಯಾಪದವು ಅಥವಾ ವಿಶೇಷಣವು ಅಥವಾ ಉಪಸರ್ಗಾವ್ಯಯವು ವಾಕ್ಯದಲ್ಲಿ ಆಯಾ ವಿಭಕ್ತಿಯ ಮುಂದೆ ಬರತಕ್ಕದ್ದು.)
chem.=chemistry ರಸಾಯನಶಾಸ್ತ್ರ.
coll.=colloquial ಗ್ರಂಥದಲ್ಲಿ ಅಪರೂಪವಾಗಿದ್ದು ಸಂಭಾಷಣೆಯಲ್ಲಿ ರೂಢಿಯಾದ ಶಬ್ದ.
com.=commerce ವ್ಯಾಪಾರ.
comp. or *cpds.*=compound word *or* words ಸಮಾಸಪದ ಅಥವಾ ಸಮಾಸಪದಗಳು.
conj.=conjunction ಸಮುಚ್ಚಯಕಾವ್ಯಯ.
constr.=constructed ವಾಕ್ಯರಚನೆಯಾಗುವ.
contr.=contraction ಸಂಕ್ಷೇಪ.
corrup.=corruption ತದ್ಭವ.
dim.=diminutive ಅಲ್ಪನಾಮ.
Eng. ch.=English Church.
e. g.=*(exempli gratia)* for example ಉದಾಹರಣೆ, ಹ್ಯಾಗಂದರೆ.
etc. or *&c.*=*(et cetera)* and so on ಇತ್ಯಾದಿ.
f.=feminine ಸ್ತ್ರೀಲಿಂಗ.
fig.=figurative meaning ರೂಪಕಾರ್ಥ.
Fr.=French ಫ್ರೆಂಚ ಭಾಷೆ.
geog.=geography ಭೂಗೋಳಶಾಸ್ತ್ರ.
geol.=geology ಭೂರಚನಶಾಸ್ತ್ರ.
geom.=geometry ರೇಖಾಗಣಿತ.
Gk.=Greek ಗ್ರೀಕ ಭಾಷೆ.
gram.=grammar ವ್ಯಾಕರಣ.
i. e.=*(id est)* that is ಅಂದರೆ.
imp.=imperative mood ವಿಧಿರೂಪ.
int.=interjection ಭಾವಬೋಧಕನಿಪಾತ.
inter.=interrogative *or* interrogatively ಪ್ರಶ್ನಾರ್ಥಕ ಅಥವಾ ಪ್ರಶ್ನಾರ್ಥಕವಾಗಿ.
ir.=irregular ವಿಕೃತಕ್ರಿಯಾಪದ.
L.=Linné.
Lat.=Latin ಲತೀನ ಭಾಷೆ.
log.=logic ತರ್ಕಶಾಸ್ತ್ರ.
math.=mathematics ಗಣಿತವಿದ್ಯೆ.
med.=medicine ವೈದ್ಯಶಾಸ್ತ್ರ.
mil.=military science ಶಸ್ತ್ರವಿದ್ಯೆ.
mus.=music ಗಾಯನಶಾಸ್ತ್ರ.
My.=Mysore ಮೈಸೂರು ರಾಜ್ಯದಲ್ಲಿ ರೂಢಿಯಾದ ಶಬ್ದ.
n.=noun ನಾಮಪದ.
nat. phil.=natural philosophy ಪದಾರ್ಥವಿಜ್ಞಾನಶಾಸ್ತ್ರ.
naut=nautical science ನಾವಿಕವಿದ್ಯೆ.
N. C.=North Canara ಉತ್ತರ ಕನ್ನಡ ಸೀಮೆಯಲ್ಲಿ ರೂಢಿಯಾದ ಶಬ್ದ.
off.=official ಕಚೇರಿಯ ಶಬ್ದ.
p. a.=participial adjective ಕೃದ್ವಾಚಕ ವಿಶೇಷಣ.

pass.=passive voice ಕರ್ಮಣಿಪ್ರಯೋಗ.
pers.=person ಪುರುಷ.
phys.=physical science ಪದಾರ್ಥವಿಜ್ಞಾನಶಾಸ್ತ್ರ.
phys. geog.=physical geography ಪ್ರಕೃತ್ಯರ್ಥಕ ಭೂವರ್ಣನೆ.
physio=physiology ಪ್ರಾಣಿಗುಣಧರ್ಮಶಾಸ್ತ್ರ.
pl.=plural ಬಹುವಚನ.
poet.=poetical ಕಾವ್ಯರಸಪೂರ್ಣ.
poss.=possessive ಷಷ್ಠಿ.
pp.=past participle ಭೂತಕೃದ್ವಾಚಿ ಅಥವಾ ಭೂತನ್ಯೂನ.
pr.=pronounce, ... ಎಂತ ಉಚ್ಚರಿಸು.
ಇದು ಮುಖ್ಯವಾಗಿ ವಿಕೃತಕ್ರಿಯಾಪದಗಳ ವಿಕಾರವಾದ ಕೃದ್ವಾಚಿ, ಭೂತಕಾಲರೂಪಗಳ ಉಚ್ಚಾರವನ್ನು ಕಾಣಿಸುವದು. *r.* (regular) ಎಂಬ ಸಂಕೇತಾಕ್ಷರದ ಮುಂದೆ ಬಂದಲ್ಲಿ, ಅದು ಆಯಾ ಕ್ರಿಯಾಪದದ ಕೃದ್ವಾಚಿ ಭೂತಕಾಲಗಳ ರೂಪಗಳ ಉಚ್ಚಾರವನ್ನು ತೋರಿಸುವದು.
pref.=prefix ಉಪಸರ್ಗ.
prep.=preposition ಉಪಸರ್ಗಾವ್ಯಯ.
pron.=pronoun ಸರ್ವನಾಮ.
pt.=past tense ಭೂತಕಾಲ.
q. v.=(*quod vide*) which see ಅದನ್ನು ನೋಡು.
r.=regular ಯಥಾವಿಧಿಕ್ರಿಯಾಪದ.
refl.=reflexive ಆತ್ಮಾರ್ಥಕ.
rel.=relative *or* relatively ಪೂರ್ವಸಂಬಂಧಾರ್ಥಕ ಅಥವಾ ಪೂರ್ವಸಂಬಂಧಾರ್ಥವಾಗಿ.
rhet=rhetoric ಅಲಂಕಾರಶಾಸ್ತ್ರ.
Rom. Cath. or *R. C.*=Roman Catholic ರೋಮನ್ ಕಥೋಲಿಕ ಮತಸಂಬಂಧ.
Sans.=Sanskrit ಸಂಸ್ಕೃತ ಶಬ್ದ.
sing.=singular ಏಕವಚನ.
sl.=slang ಕಾಡು ಭಾಷೆ, ಗ್ರಾಮ್ಯ ಶಬ್ದ.
S. C.=South Canara ದಕ್ಷಿಣ ಕನ್ನಡ ಸೀಮೆಯಲ್ಲಿ ರೂಢಿಯಾದ ಶಬ್ದ.
S. M.=South Mahratta ದಕ್ಷಿಣ ಮಹಾರಾಷ್ಟ್ರ ಸೀಮೆಯಲ್ಲಿ ರೂಢಿಯಾದ ಶಬ್ದ.
surg.=surgery ಶಸ್ತ್ರವೈದ್ಯಶಾಸ್ತ್ರ.
surv.=surveying ಪೈಮಾಶಿಯ ವಿದ್ಯೆ, ಮೋಜಣಿ.
theol.=theology ದೇವಜ್ಞಾನಶಾಸ್ತ್ರ.
trig.=trigonometry ತ್ರಿಕೋಣಮಿತಿ.
U. S.=United States ಅಮೇರಿಕದ ಸಂಯುಕ್ತ ಸಂಸ್ಥಾನಗಳು.
vet.=veterinary ಪಶುವೈದ್ಯಸಂಬಂಧ.
v. i.=verb intransitive ಅಕರ್ಮಕಕ್ರಿಯಾಪದ.
v. t.=verb transitive ಸಕರ್ಮಕಕ್ರಿಯಾಪದ.
vulg.=vulgar ಗ್ರಾಮ್ಯಶಬ್ದ.
zool.=zoology ಪ್ರಾಣಿಶಾಸ್ತ್ರ.

Dots....signify that a word or several words not mentioned before are to be supplied, *e. g.*, under the 2nd, 3rd, and 4th heads of the article on the word *With* we find...ಲ್ಲಿ, ...ಇಂದ, ...ಗೆ, ...ಕ್ಕೆ; here some noun or other is understood; *as:* ಪೂರ್ವಿಕರಲ್ಲಿ, ಸಂತೋಷದಿಂದ, ಅವನಿಗೆ, ಇದಕ್ಕೆ.

A *dash* (—) occurring in a phrase or sentence shows that some Kanarese word previously mentioned, is understood. Thus under head 6 of the article on the word *For* we meet with the following—ನನ್ನ ಅಣ್ಣನೆಂತ ಮಾಡಿದ್ದೆ,— —ತಿಳುಕೊಂಡೆ. Here the words ನನ್ನ ಅಣ್ಣನೆಂತ are understood in the second sentence, thus: ನನ್ನ ಅಣ್ಣನೆಂತ ತಿಳುಕೊಂಡೆ.

In the case of the repetition of an English word its first letter only is given, *e. g.* Ant, *n.* ಇರುವೆ; white a. (=ant) ಗೆದ್ದಲು; red a. (=ant) ಕೆಂಪಿರುವೆ.

Regarding words between quotation marks ("...") see Preface, p. V.

ಚುಕ್ಕೆಗಳು....ಇರುವಲ್ಲಿ ಒಂದೆರಡು ಶಬ್ದಗಳನ್ನು ಭಾವಿಸಿಕೊಳ್ಳತಕ್ಕದ್ದೆಂಬ ಅಭಿಪ್ರಾಯ. ಉದಾ: With ಎಂಬ ಶಬ್ದದ 2. 3. 4. ಈ ಅಂಕೆಗಳ ಕೆಳಗೆ ...ಲ್ಲಿ, ...ಇಂದ, ...ಗೆ, ...ಕ್ಕೆ ಈ ಪ್ರಕಾರವಿರುವ ಸಂಕೇತಾಕ್ಷರಗಳು ಕಾಣಿಸುತ್ತವೆ. ಇಲ್ಲಿ ಯಾವದೊಂದು ನಾಮಪದವನ್ನು ಭಾವಿಸಿಕೊಳ್ಳತಕ್ಕದ್ದು. ಹ್ಯಾಗಂದರೆ: ಪೂರ್ವಿಕರಲ್ಲಿ, ಸಂತೋಷದಿಂದ, ಅವನಿಗೆ, ಇದಕ್ಕೆ.

ಒಂದು ವಾಕ್ಯದಲ್ಲಿ ಆಗಲಿ ವಾಕ್ಯಾಂಗದಲ್ಲಿ ಆಗಲಿ ಒಂದು ಗೀಟು (—) ಇರುವಲ್ಲಿ, ಅದರ ಹಿಂದೆ ಬಂದ ಶಬ್ದವನ್ನು ಸೇರಿಸಿ ಓದತಕ್ಕದ್ದು. ಉದಾ: For ಎಂಬ ಶಬ್ದದ 6 ಎಂಬ ಅಂಕೆಯ ಮುಂದೆ ಕಾಣಿಸುವದೇನಂದರೆ "ನನ್ನ ಅಣ್ಣನೆಂತ ಮಾಡಿದ್ದೆ, — —ತಿಳುಕೊಂಡೆ". ಇಲ್ಲಿ ಎರಡನೇ ವಾಕ್ಯದಲ್ಲಾದರೂ "ನನ್ನ ಅಣ್ಣನೆಂತ" ಎಂಬ ಶಬ್ದಗಳನ್ನು ಸೇರಿಸಿ ಓದತಕ್ಕದ್ದು, ಹ್ಯಾಗಂದರೆ "ನನ್ನ ಅಣ್ಣನೆಂತ ತಿಳುಕೊಂಡೆ".

ಒಂದು ಇಂಗ್ಲಿಷ್ ಶಬ್ದವು ಎರಡು ಮೂರಾವರ್ತಿ ಸಂಭವಿಸುವಲ್ಲಿ ಅದರ ಮೊದಲನೇ ಅಕ್ಷರವನ್ನು ಮಾತ್ರ ಕಾಣಿಸೋಣವಾಯಿತು, ಉದಾ: Ant, *n.* ಇರುವೆ; white a. (=ant) ಗೆದ್ದಲು; red a. (=ant) ಕೆಂಪಿರುವೆ.

"..." ಗುರುತುಗಳ ನಡುವೆ ಛಾಪಿಸಿರುವ ಶಬ್ದಗಳು ಕನ್ನಡ ಶಬ್ದಗಳಲ್ಲವೆಂತ ನೆನಸಬೇಕು.

English-Kannada Dictionary

ಇಂಗ್ಲಿಷ್-ಕನ್ನಡ ಡಿಕ್ಷನರಿ

A

A, *n.* ಇಂಗ್ಲಿಷ ವರ್ಣಮಾಲೆಯ ಪ್ರಥಮ ಅಕ್ಷರ.

A, *(mus.)* ಸಪ್ತಸ್ವರಗಳಲ್ಲಿ ಆರನೇದು, "ಧ".

A, An, *ind. art.* ಒಬ್ಬ, ಒಂದು. A ಎಂಬದು ವ್ಯಂಜನದಿಂದ ಆರಂಭಿಸುವ ಶಬ್ದಗಳ ಮುಂದೂ An ಎಂಬದು ಸ್ವರದಿಂದ ಆರಂಭಿಸುವ ಶಬ್ದಗಳ ಮುಂದೂ ಉಪಯೋಗವಾಗುವದು.

A, *prep.* on ಎಂಬ ಅರ್ಥದಲ್ಲಿ ನಾಮಪದಗಳೊಂದಿಗೆ: *a*-shore, *a*-foot, *a*-field, now-*a*-days, twice-*a*-day; *verbal nouns* ಗಳೊಂದಿಗೂ ಅದೇ ಅರ್ಥದಲ್ಲಿ: *a*-doing, *a*-building, *a*-begging, *a*-ringing; of ಎಂಬ ಅರ್ಥದಲ್ಲಿ: Thomas-*a*-Becket, Thomas-*a*-Kempis.

A, *(Gk.)* ನಿಷೇಧಾರ್ಥದಲ್ಲಿ: *a*-thiest, a. pathy,

A, Ab-, *pref.* -ಯಿಂದ, ದೂರದಲ್ಲಿ, ಆಚೆ, ಇಂದ, ಬಿಟ್ಟು, ತ್ಯಜಿಸಿ.

A-back', *ad.* ಹಿಂದಕ್ಕೆ; be taken a. ಚಕಿತನಾಗು.

Ab'a-cus, *n*, ಲೆಕ್ಕ ಕಲಿಸುವ ಗುಂಡುಮಣೆಚೌಕ.

Abaft', *prep.* ಹಿಂದುಗಡೆ.

A-ban'dŏn, *v.t.r.* ಬಿಟ್ಟುಬಿಡು, ವರ್ಜಿಸು, ಬಿಟ್ಟುಕೊಡು, ತ್ಯಜಿಸು; 2. *refl.* ಒಳಗಾಗು, ಕೆಡು. -ed, *p.a.* ಬಹಳ ಕೆಟ್ಟ, ಭ್ರಷ್ಟ, ದುಷ್ಟ, ಲಂಡ, ವಿಷಯಾಂಧ; a. to vice ದುರ್ವ್ಯಸನಗಳಲ್ಲಿ ನಿಮಗ್ನನಾಗುವುದು. **A-ban'dŏn-ment**, *n.* ಬಿಟ್ಟುಬಿಡೋಣ, ಪರಿತ್ಯಾಗ.

A-bāse', *v.t.r.* (*pr.* -bāst') ತಗ್ಗಿಸು, ಮಾನಭಂಗ ಪಡಿಸು. -ment, *n.* ತಗ್ಗಿಸುವುದು, ಮಾನಭಂಗ.

A-bash', *v.i.r.* (*pr.* -basht') ನಾಚಿಕೆಯಿಂದ ಗಾಬರಿಯಾಗು. -ed, *p. a.* ನಾಚಿಕೆಪಟ್ಟ.

A-bāte', *v.t.r.* ಕಡಿಮೆ ಮಾಡು. *v.i.* ಕಡಿಮೆಯಾಗು, ಮಟ್ಟಾಗು, ಹಿಮ್ಮೆಟ್ಟು. -ed, *p.a.* ಕಮ್ಮಿಯಾದ. **A-bāte'ment**, *n.* ಹಿಮ್ಮೆಟ್ಟುವುದು, ಕಡಿಮೆ ಮಾಡುವುದು; 2. ಕಡಿಮೆ ಆಗುವುದು, ಉತಾರು, ಒರವು.

Ab'ba, *n.* ಅಪ್ಪಾ.

Ab'ba-cy, *n.* ಮಠಾಧಿಪತ್ಯ.

Ab'bey (-bi), *n.* ಕ್ರೈಸ್ತ ಸನ್ಯಾಸಿಮಠ; 2. ಮಠದ ದೇವಾಲಯ.

Ab'bŏt, *n.* ಮಠಪತಿ, ಮಹಂತ. **Ab'bess**, *fem. n.* ಸ್ತ್ರೀಮಠದ ಹಿರಿಯ ಸನ್ಯಾಸಿನಿ, ಯಜಮಾನಿ.

Ab-brē'vi-āte, *v.t.r.* ಸಂಕ್ಷೇಪಿಸು. **Ab-brē-vi-ā'tiŏn**, *n.* ಸಂಕ್ಷೇಪ, ಸಂಕೇತಾಕ್ಷರ.

Ab'di-cāte, *v.t. & i.r.* ಬಿಟ್ಟುಗೊಡು; 2. ಅಧಿಕಾರ ಬಿಟ್ಟುಕೊಡು, ರಾಜೀನಾಮೆ ಕೊಡು. **Ab-di-cā'tiŏn**, *n.* ಅಧಿಕಾರಪರಿತ್ಯಾಗ.

Ab-dō'men, *n.* ಹೊಟ್ಟೆ, ಕಿಬ್ಬೊಟ್ಟೆ. **Ab-dom'i-nal**, *a.* ಹೊಟ್ಟೆಯ.

Ab-duct', *v.t.r.* ಕದ್ದುಕೊಳ್ಳು, ಅಪಹರಿಸು.

Ab-duc'tiŏn, *n.* ಮಗು ಅಥವಾ ಹೆಂಗಸನ್ನು ಬಲಾತ್ಕಾರದಿಂದ ಅಥವಾ ವಂಚಿಸಿ ಕೊಂಡುಹೋಗುವುದು, ಕಳವು, ಅಪಹಾರ.

A-bed', *ad.* ಹಾಸಿಗೆಯ ಮೇಲೆ.

Ab-er'rant, *a.* ಮಾರ್ಗತಪ್ಪಿದ. **Ab-er-rā'-tiŏn**, *n.* ಅಲೆತ, ಭ್ರಮಣ; mental a. ಚಿತ್ತವಿಭ್ರಮಣ.

A-bet', *v.t.r.* (-bet'ted), (ಕೆಟ್ಟದ್ದಕ್ಕೆ) ನೆರವಾಗು, ಸಹಾಯ ಮಾಡು, ದುರ್ಬೋಧನೆ—. **A-bet'ment**, *n.* ದುರ್ಬೋಧನೆ, "ಮದ್ದತು". **A-bet'tŏr**, *n.* ನೆರವಾದವ, ಮದ್ದತುಗಾರ, ಪುಸ್ತಿಕೊಟ್ಟವ, ದುಷ್ಪ್ರೇರಕ.

A-bey'ance (-bā'ans), *n.* ಸದ್ಯಕ್ಕೆ ನಿಲ್ಲುವುದು, —ನಿಲ್ಲಿಸುವುದು, "ತಹಕೂಫ್;" 2. ಅಮಾನತು.

Ab-hor', *v.t.r.* (-horred') ಅಸಹ್ಯಿಸು, ಹೇಸು, *e.d.* **Ab-hor'rence**, *n.* ಅಸಹ್ಯ. **Ab-hor'-rent**, *a.* ಅಸಹ್ಯಕರ, ಹೇಯ.

A-bīde', *v.i.ir.* (-bōde', -bōde') ಇರು, ನೆಲಸಿಕೊಂಡಿರು, ವಾಸವಾಗಿರು. *v.t.* ದಾರೀ ನೋಡು; 2. ತಾಳು; a. by ಅಂಗೀಕರಿಸು. **A-bīd'ance**, *n.* ನೆಲೆ ನಿಲ್ಲುವಿಕೆ.

Ab'i-gāil, *n.* ಸೈರಂಧ್ರಿ, ದಾಸಿ.

Ab'ject, *a.* ನೀಚ, ಹೀನ.

Ab-jure', *v.t.r.* ಪ್ರಮಾಣಪೂರ್ವಕವಾಗಿ ವಿಸರ್ಜಿಸು, ಬಿಟ್ಟುಬಿಡು. **Ab-ju-rā'tiŏn**, *n.* ಪ್ರಮಾಣಪೂರ್ವಕವಾದ ವಿಸರ್ಜನೆ.

Ab-lac-tā'tiŏn, *n.* ಮೊಲೆ ಬಿಡಿಸೋಣ.

Ab-lā'tiŏn, *n.* ಮಳೆಯಿಂದ ಶಿಲೆಗಳು ಸವೆಯುವಿಕೆ.

Ab'la-tive, *n.* ಪಂಚಮೀವಿಭಕ್ತಿ, ಅಪಾದಾನ—.

A-blāze', *ad.* ಉರಿ ಎದ್ದು, ಹೊಳಪೇರಿ.

Ā'ble, *a.* ತಕ್ಕ, ಸಮರ್ಥ, ಯೋಗ್ಯ, ಜಾಣ; a.-bodied, *a.* ಪುಷ್ಟ, ಗಟ್ಟಿಮುಟ್ಟು, ಒಡ್ಡಾಳು. **A-bil'i-ty**, *n.* ಸಾಮರ್ಥ್ಯ, ಶಕ್ತಿ, ಜಾಣತನ; *pl.* ಬುದ್ಧಿ, ಶಕ್ತಿ.

Ab-lu'tiŏn, *n.* ಸ್ನಾನ, ಮಜ್ಜನ, ಜಳಕ; a. with one's clothes on ಸಚೇಲಸ್ನಾನ.

Ab'ne-gāte, *v.t.r.* ಅಲ್ಲಗಳೆ, ನಿರಾಕರಿಸು. **Ab'ne-gā'tiŏn**, *n.* ನಿರಾಕರಣೆ.

Ab-nor'mal, **Ab-nor'mŏus**, *a.* ವಿಪರೀತ, ಹದ ತಪ್ಪಿದ, ಅಕ್ರಮದ, ವಿಕಾರವಾದ. **Ab-nor'mi-ty**, *n.* ವೈಪರೀತ್ಯ, ವಿಕಾರಸ್ವರೂಪ.

A-bōard' (-bōrd'), *ad.* ಹಡಗಿನಲ್ಲಿ.

A-bode', *n.* ಇರುವಿಕೆ, ವಾಸ; 2. ಮನೆ, ವಾಸಸ್ಥಳ, ವಸ್ತಿ; *also p.p. of* Abide.

Ab-ol'ish, *v.t.r.* (*pr.* -isht) ನಿಲ್ಲಿಸಿಬಿಡು, ತೆಗೆದುಹಾಕು, "ಮೊಕೂಫು" ಮಾಡು, ತಳ್ಳಿಹಾಕು.

Ab-ō-li'tiŏn (-li'shun), *n.* ನಿಲ್ಲಿಸಿಬಿಡೋಣ, ತೆಗೆದುಹಾಕೋಣ, "ಮೊಕೂಫು", "ರದ್ದು". -ist, *n.* ರದ್ದುಪಡಿಸುವವನು, ಗುಲಾಮತನವನ್ನು ನಿಲ್ಲಿಸಿಬಿಡುವುದನ್ನು ಸಾಧಿಸುವವನು.

Ab-om'i-nāte, *v.t.r.* ಅಸಹ್ಯಿಸು, ರೋಸು. -na-ble, *a.* ಅಸಹ್ಯಕರ. **Ab-om-i-nā'tiŏn**, *n.* ಅಸಹ್ಯಿಸುವಿಕೆ, ಹೇಸಿಕೆ; 2. ಅಸಹ್ಯ.

Ab-ō-riġ'i-nal, *a.* ಪೂರ್ವ, ಅನಾದಿ, ಮೂಲ.

Ab-ō-riġ'i-nēs, *n.pl.* ಮೂಲನಿವಾಸಿಗಳು.

Ab-or'tiŏn, *n.* ಹಲಿವಿಳಿವಿಕೆ, ಹಲಿವಿಳಿಯುವುದು, ಗರ್ಭಸ್ರಾವ, ಗರ್ಭಭೇದನ; 2. ವ್ಯರ್ಥವಾದದ್ದು. **Ab-or'tive**, *a.* ಅಕಾಲದ; 2. ವ್ಯರ್ಥ, ನಿರರ್ಥಕ; 3. ಹಲಿವಿಳಿಸುವ (ಔಷಧ).

Ab-ound', *v.i.r.* ಪ್ರಬಲವಾಗಿರು, ಹೆಚ್ಚಾಗಿರು; a. in, a. with ತುಂಬಿರು, ತೀವು.

A-bout', *prep.* & *ad.* ಸುತ್ತು; 2. ಇತ್ತತ್ತ; 3. ಸುಮಾರು, "ಅಜಮಾಸ್"; 4. ...ಲ್ಲಿ, ಕುರಿತು; he was a. to go ಹೋಗುವವನಿದ್ದನು, ಹೋಗುವುದರಲ್ಲಿದ್ದನು; come a. ಸಂಭವಿಸು; bring a. ಸಂಭವಿಸುವಂತೆ ಮಾಡು, ನೆರವೇರಿಸು; go a. ಪ್ರಯತ್ನಮಾಡು, ಮಾಡಲಿಕ್ಕೆ ನೋಡು.

A-bŏve', *prep.* ಮೇಲೆ; 2. ಮೀರಿ; 3. ಹೆಚ್ಚು. *ad.* ಮೇಲೆ; 2. ಮೇಲಿನ; 3. ಮೇಲೆ ಹೇಳಿದ; a. all ಮುಖ್ಯವಾಗಿ; a. board ಠಕ್ಕಿಲ್ಲದೆ.

Ab-rā'de, *v.t.r.* ತಿಕ್ಕು, ಕೆರಕೊಳ್ಳು, ಸವಿಸು. **Ab-rā'sion** (-'zhun), *n.* ಚರ್ಮಗೀರಿ ಆದ ಗಾಯ.

A-breast' (-brest'), *ad.* ಜೋಡಿಲೆ, ಅಕ್ಕಸಾಲಾಗಿ, ವರಸೆಯಾಗಿ.

Ab-ridġe' (-rij'), *v.t.r.* ಸಂಕ್ಷೇಪಿಸು, ಸಾರಾಂಶ ತೆಗೆ, ಸಂಗ್ರಹಿಸು. **Ab-ridġ'ment**, *n.* ಸಂಕ್ಷೇಪ, ಸಾರಾಂಶ.

A-broach' (-brōsh'), *a.* & *ad.* ತೂತಾದ, ತೆರೆದ, ತೂತಾಗಿ; to set a. ಪೀಪಕ್ಕೆ ತೂತು ತೆಗೆ.

A-broad' (-brad'), *ad.* ವಿಸ್ತಾರವಾಗಿ; 2. ಹೊರಗೆ, ಹೊರಬಳಿ; 3. ಪರದೇಶದಲ್ಲಿ, ಪರದೇಶಕ್ಕೆ; 4. ಬೈಲಿಗೆ.

Ab'ro-gāte, *v.t.r.* ತೆಗೆದುಹಾಕು, "ರದ್ದು" ಮಾಡು. **Ab-ro-gā'tiŏn**, *n.* ತೆಗೆದುಹಾಕುವುದು, "ರದ್ದು" ಮಾಡುವಿಕೆ.

Ab-rupt', *a.* ಕಡಿದಾದ; 2. ಆಕಸ್ಮಿಕ; 3. ಅಸಂಬದ್ಧ; 4. ಮರ್ಯಾದೆಯಿಲ್ಲದ, ಭಿಡೆಯಿಲ್ಲ

ದ (manner). -ly, *ad.* ಒಮ್ಮಿಂದೊಮ್ಮೆ, ಫಕ್ಕನೆ, ಮರ್ಯಾದೆಗೆಟ್ಟು, ಅವಸರಕ್ಕೆ ಬಿದ್ದು, ಧೂರ್ತತೆಯಿಂದ, ಅವಶಾತ್ತಾಗಿ. **Ab-rup'tiŏn, Ab-rup't-ness,** *n.* ಕಡುದು; 2. ಆಕಸ್ಮಿಕತೆ; a. of manner ಅಮರ್ಯಾದೆ, ಅವಮರ್ಯಾದೆ, ಧೂರ್ತತೆ.

Abrus precatorius, *n.* ಗುಲಗುಂಜ.

Abs'cess, *n.* ಹುಣ್ಣು, ವ್ರಣ; axillary a. ಹರಿಬಾವು; a. in the heel ಕಲ್ಲೊತ್ತು.

Ab-scind', *v. t. r.* ಕಡಿ, ಛೇದಿಸು. **Ab-scis'-sion (-sizh'-),** *n.* ಛೇದನೆ, ಕತ್ತರಿಸುವಿಕೆ.

Ab-scond', *v. i. r.* ತಲೆತಪ್ಪಿಸಿಕೊಳ್ಳು, "ಫರಾರಿ" ಯಾಗು; 2. ಅಡಗಿಕೊಳ್ಳು.

Abs'ence, *n.* ಇಲ್ಲದಿರೋಣ, "ಗೈರುಹಾಜರು"; ಪರೋಕ್ಷ; 2. ಉಳಿಕೆ, ಉಳಿ; 3. ವಿರಹವೇದನೆ, —ತಾಪ; a day of a. ಕೊರೆದಿನ; in the a. of ಇಲ್ಲದೆ ಇರುವುದರಿಂದ, ಇಲ್ಲದಾಗ; put down as a. ಉಳಿಹಾಕು.

Ab-sent', *v. t. r.* a. one's self ಬಾರದೆ ಇರು; he absented himself ಅವನು ಬರಲಿಲ್ಲ. **Abs'ent,** *a.* ಬಾರದ, "ಗೈರುಹಾಜರಾದ"; 2. a.-minded ಮನಸ್ಸು ಕೊಡದ, ಅನ್ಯಮನಸ್ಕನಾದ. [ವವನು.

Ab-sen-tēe', *n.* ಬಾರದವನು, ಗೈರುಹಾಜರಾಗಿರು

Ab'sinth, *n.* ವತ್ಸನಾಭಿಯ ದ್ರಾವಕ, ಅತಿ ಕಹಿಯಾದ ಪಾನ.

Ab'sō-lute, *a.* ಸಂಪೂರ್ಣ, ಕೇವಲ; 2. ಮಿತಿಯಿಲ್ಲದ; 3. ನಿರಂಕುಶ, ಅಂಕೆಯಿಲ್ಲದ, ನಿರುಪಾಧಿಕ; 4. ಶುದ್ಧ (alcohol), *etc.*; 5. ಅಸಂಬದ್ಧ. -ly, *ad.* ಹ್ಯಾಗಾದರೂ, ಅಗದಿ, ಕೇವಲ; 2. ಸಂಬಂಧವಿಲ್ಲದೆ; 3. ಅಂಕೆಯಿಲ್ಲದೆ.

Ab-so-lu'tiŏn, *n.* ಬಿಡುಗಡೆ, "ಖುಲಾಸ"; 2. ಕ್ಷಮೆ, ವಿಮೋಚನೆ, ಪಾಪವಿಮೋಚನ, ಪಾಪಕ್ಷಮಾಪಣ, *(Rom. Cath.)* ಬಂಧಮೋಕ್ಷಪಾಚಣ. **Ab-solve',** *v. t. r.* ಬಿಡಿಸು, ಕ್ಷಮಿಸು, ವಿಮೋಚಿಸು.

Ab-so-lut-ism, *n.* ನಿರಂಕುಶಪ್ರಭುತ್ವ.

Ab-sorb', *v. t. r.* ಹೀರಿಕೊಳ್ಳು; 2. ಹಿಡಿ, ಸೇರಿಸಿಕೊಳ್ಳು, ಇಂಗು; to be absorbed ಶೋಷಿಸಿಕೊಳ್ಳು; to be absorbed in ಮಗ್ನನಾಗಿರು. -ent, *a.* & *n.* ಹೀರಿಕೊಳ್ಳುವ. **Ab-sorp'-tiŏn,** *n.* ಹೀರಿಕೆ; 2. ಶೋಷಣ, ಕಾಣದೆ ಹೋಗುವುದು; 3. ತತ್ಪರತೆ, ತಲ್ಲೀನವಾಗೋಣ.

Abs-tāin' from, *v. t. r.* ಮಾಡದಿರು, ಬಳಸದಿರು, ಬಿಡು; he abstains from meat ಅವನು ಮಾಂಸ ಉಣ್ಣುವುದಿಲ್ಲ; a. from drinking ಮದ್ಯಪಾನವನ್ನು ವರ್ಜಿಸು, ಕುಡಿಯಬೇಡ. **Abs-ten'tiŏn,** *n.* ವರ್ಜನೆ, ಲಂಘನೆ. **Abs'-tin-ence,** *n.* ಹೊಟ್ಟೆ ಕಟ್ಟುವುದು, ವರ್ಜನೆ, ಮಿತಾನುಭೋಗ, ವೈರಾಗ್ಯ; total a. ಮದ್ಯಪಾನ ಪೂರ್ಣವಾಗಿ ಬಿಡುವುದು.

Abs-tē'mi-ŏus, Abs'tin-ent, *a.* ಬಾಯಿಕಟ್ಟುವಂಥ, ಹೊಟ್ಟೆ—, ಕಡಿಮೆ ಉಂಡು ಕುಡಿಯುವಂಥ, ಪಥ್ಯಾಶಿ, ಮಿತಾಹಾರಿಯಾದ.

Abs-tĕr'ġent, *a.* ಶುಚೀಕರಣ ಗುಣವುಳ್ಳ.

Abs'tract, *n.* ಸಾರಾಂಶ, ಭಾವ; *(off.)* "ಗೋಷ್ವಾರೆ"; in the a. ಸಂಬಂಧವಿಲ್ಲದೆ. *a.* ಪ್ರತ್ಯೇಕ; 2. ಅಗಾಧ, ಗೂಢ; a. noun *(grm.)* ಭಾವವಾಚಕ. *v. t. r.* ಪ್ರತ್ಯೇಕಿಸು; 2. ಸಂಗ್ರಹಿಸು, ಸಂಕ್ಷೇಪಿಸು; 3. ಕದ್ದುಕೊಳ್ಳು, ಅಪಹರಿಸು. **Abs-trac'tiŏn,** *n.* ಪ್ರತ್ಯೇಕಿಸುವಿಕೆ; 2. ವೈರಾಗ್ಯ, ಉಪಾದಾನ; 3. ಕಳವು, ಅಪಹಾರ.

Abs-truse', *a.* ಗೂಢ, ಗುಪ್ತ, ಅಗಾಧ, ಗಹನ.

Ab-surd' (-sĕrd'), *a.* ತಿಳಿಗೇಡಿತನದ, ಹುಚ್ಚು, ಅನರ್ಥಕ, ಮತಿಹೀನ, ವಿಪರೀತ, ಅಸಂಗತ. **Ab-sur'di-ty,** *n.* ತಿಳಿಗೇಡಿತನ, ಹುಚ್ಚುತನ; 2. ಮತಿಹೀನ ಮಾತು, ವಿಪರೀತ—.

Ab-un'dance, *n.* ಹೆಚ್ಚು, ರಾಶಿ, ಪುಷ್ಕಲ; a. of ಬಹಳ, ಯಥೇಷ್ಟ, ಕೊಳ್ಳೆಕೊಳ್ಳೆ; **Ab-un'-dânt,** *a.* ಬಹಳ, ಶಾನೆ, ತುಂಬ, ಧಾರಾಳ.

Ab-ūse', *n.* ದುಷ್ಪ್ರಯೋಗ; 2. ಕೆಟ್ಟ ನಡತೆ; 3. ನಿಂದೆ, ಬೈಗಳು. *v. t. r.* ದುರುಪಯೋಗ ಮಾಡು, ಕೆಡಿಸು; 2. ಜರಿ, ಬೈ, ನಿಂದಿಸು, ಹಳಿ. **Ab-ū'sive,** *a.* ಬೈಯುವ, ನಿಂದಿಸುವ.

A-but' *v. i. r.* (-butted), ಅತುಕೊಳ್ಳು. -ment, *n.* ಪಕ್ಕೆದಿಮ್ಮೆ *(My.)*, ಕಮಾನಿನ ಪಾಯ.

A-byss', *n.* ಡೊಂಗರ, ಅಗಾಧ; 2. ಪಾತಾಳ.

A-cā'ci-a, *n.* *(Acacia arabica, Willd.)* ಜಾಲೀಗಿಡ, ಕರಿಜಾಲೀಮರ *(My.)*, brown-barked a. *(A. catechu, Willd.)* ಕಗ್ಗಲೀಮರ *(My.)*; ಕಾಚು—, ಖದಿರ—, ತರೆ—; soap nut a. *(A. concinna, D. C.)* ಸೀಗೇಮೆಳೆ, —ಬಳ್ಳಿ; *(A. eburnia, Willd.)* ತಂಬತ್ತಿ ಜಾಲಿ; fragrant a. *(A. Fornesiana)* ಕಸ್ತೂರಿಜಾಲಿ *(My.)*, ಪೀಕ್ ಜಾಲಿ *(S. M.)*, ಸಣ್ಣ—, ಕಿರಿ—; *(A. letronum, Willd.)* ದೊಣ್ಣೆಮುಳ್ಳಿನ ಜಾಲಿ, ಹೊಡೆ—; panicled a. *(A. leucophlea)* ಬಿಳೀ ಜಾಲಿ; white-barked a. *(A. suma,*

Kurz.) ಮುಗುಳಿ ಮರ; *(A. sundra, D. C.)* ಕೆಂಪು ಖೈರದ ಜಾಲಿ, ಶಮೆ, ತರೇದ ಗಿಡ.

A-ca'de-my, *n* ವಿದ್ಯಾಶಾಲೆ; 2. ಪಂಡಿತಸಂಘ. **A-ca-de-mic'ian,** *n.* ಪಂಡಿತಸಂಘಸ್ಥ.

A-car'pous, *a. (bot.)* ಫಲ ಹುಟ್ಟಿಸದ.

Ac-cēde' to, *v. i. r.* ಒಪ್ಪಿಕೊಳ್ಳು, ಸಮ್ಮತಿಸು; ಸೇರು. **-ed,** *p. a.* ಸಮ್ಮತಿಸಿದ, ಒಪ್ಪಿದ.

Ac-cel'ĕr-āte, *v. t. r.* ಅತ್ತರ ಮಾಡಿಸು, ತ್ವರೆ ಪಡಿಸು. **Ac-cel-ĕr-ā'tiǒn,** *n.* ವೇಗ ಹೆಚ್ಚಾಗುವುದು, ವೇಗವರ್ಧನೆ.

Ac'cent, *n.* ಸ್ವರ, ಸ್ವರಭಾರ; 2. ಉಚ್ಚಾರಣೆ; 3. ಉಚ್ಚಾರಣಚಿಹ್ನೆ; 4. ನುಡಿ; to read with full a. ಬಾಯಿಹಿಡಿದೋದು, ಬಾಯಿತುಂಬ ಓದು; in sweet a.s ಮಧುರಸ್ವರದಿಂದ. **Ac-cent', Ac-cen'tū-āte,** *v. t. r.* ಒತ್ತಿ ಹೇಳು; 2. ಉಚ್ಚಾರಣಚಿಹ್ನೆ ಹಾಕು. **Ac-cen-tū-ā'tion,** *n.* ಸ್ವರವಿಶೇಷ; 2. ಉಚ್ಚಾರಣಚಿಹ್ನೆ ಹಾಕೋಣ.

Ac-cept', *v. t. r.* ತಕ್ಕೊಳ್ಳು; 2. ಅಂಗೀಕರಿಸು, ಸ್ವೀಕರಿಸು; 3. ಒಪ್ಪಿಕೊಳ್ಳು; 4. ಓಡಿ (ಹುಂಡಿ ಮುಂ.), ಅಂಗೀಕರಿಸಿ ದಸ್ಕತು ಮಾಡು. **-a-ble,** *a.* ಒಪ್ಪುವ, ಇಷ್ಟ, ಅನುಕೂಲ, ಹಿತ. **-a-bil'i-ty, -a-ble-ness,** *n.* ಒಪ್ಪುವಿಕೆ, ಇಷ್ಟತೆ, ಅನುಕೂಲತೆ, ಉಪಯುಕ್ತತೆ. **Ac-cept'ance,** *n.* ಮೆಚ್ಚಿಗೆ, ಸಮ್ಮತಿ, ಅಂಗೀಕಾರ; 2. ಹಿಡಿಯೋಣ. **Ac-cep-tā'tiǒn,** *n.* ಸ್ವೀಕಾರ, ಪರಿಗ್ರಹ; 2. ರೂಢಿಯಾದ ಅರ್ಥ. **Ac-cept'or,** *n.* ಹುಂಡಿ ಅಂಗೀಕರಿಸಿದವನು.

Ac-cess', Ac'cess, *n.* ದರ್ಶನ, ಪ್ರವೇಶ; 2. ಸೇರುವ ಅಪ್ಪಣೆ; 3. ದಾರಿ; 4. ಭೇಟಿ. **Ac-cess'i-ble,** *a.* ಸೇರಬಹುದಾದ, ಸುಲಭ, ಹೋಗಗೊಡುವ; 2. ಬಳಿಕೆಯ; he is a. to every one ಅವನು ಸರ್ವರಿಗೂ ಮಾತಾಡ ಸಿಗುವನು. **Ac-ces'siǒn,** *n.* ಸೇರಿಕೆ; 2. ವೃದ್ಧಿ, ಕೂಡಿದ್ದು; 3. ಪಟ್ಟಕ್ಕೆ ಬರುವುದು.

Ac'ces-sar-y, -sor-y, *a.* ಜತೆಯಾಗುವ, ಸೇರುವ, ದುರ್ಮಾರ್ಗಕ್ಕೆ ಸಹಾಯವಾಗಿರುವ. *n.* ಸಂಗಡಿಗ, ಸಹಕಾರಿ, ಪಾಲುಗಾರ. ಜತೆಗಾರ. *pl.* ಉಪಸಾಮಗ್ರಿಗಳು.

Ac'ci-dence, *n. (gram.)* ಶಬ್ದಖಂಡ.

Ac'ci-dent, *n.* ಸಂಗತಿ; 2. ಆಕಸ್ಮಿಕ ಅಪಾಯ, ಅಪಾಯ, ಕಷ್ಟಾದಿಗಳ ಸಂಭವ, ಆಪತ್ತು, ಅವಘಾತ; by a. ಆಕಸ್ಮಾತ್ತಾಗಿ, ದೈವಯೋಗದಿಂದ. **Ac-ci-dent'al,** *a.* ಆಕಸ್ಮಿಕ, ದೈವಯೋಗದಿಂದಾದ; 2. ವಿಶಲ್ಪ; **-ly,** *ad.* ತನ್ನಷ್ಟಕ್ಕೆ, ಆಕಸ್ಮಾತ್ತಾಗಿ

Ac-cip'i-tĕr, *n.* ಗಿಡಗದಂಥ ಘಾತುಕಪಕ್ಷಿ.

Ac-cip'i-tral, *a.* ಗಿಡಗದಂಥಾ, ಹರತಿನ್ನುವ.

Ac-claim', *v. t. r.* ಹೊಗಳು, ಪ್ರಶಂಸಿಸು, ಜಯಘೋಷಮಾಡು. **Ac-cla-mā'tiǒn,** *n.* ಜಯಧ್ವನಿ, "ಶಾಭಾಸು", ಉಗ್ಗಡಣೆ, ಜಯಕಾರ.

Ac-cli-māte, ma-tīze, *v. t. & i.* ಪಳಗಿಸು. ಹವೆ ಒಗ್ಗುವಂತೆ ಮಾಡು. **-mā'tiǒn,** *n.* ಪಳಗಿಸುವಿಕೆ, **Ac-cli-mati-zā'tion.** *n.* ಪಳಗಿಸುವಿಕೆ.

Ac-cliv'i-ty, *n.* ದಿನ್ನೆ, ಏರು, ದಿಬ್ಬ, ತವರು.

Ac-com'mō-dāte, *v. t. r.* ಅನುಕೂಲಿಸು, ಅನುಗೊಳಿಸು; 2. ವಸತಿ ಮಾಡು; 3. ಧನಸಹಾಯ ಮಾಡು. **Ac-com-mō-dā'tiǒn,** *n.* ಅನುಕೂಲವಾಗುವುದು, ಒಪ್ಪುವಿಕೆ, ಹಿತ; 2. ವಸತಿ; 3. ಸಹಾಯ. **-bill,** *n.* ಪ್ರತಿಫಲವಿಲ್ಲದೆ ದಸ್ಕತು ಮಾಡಿದ ಹುಂಡಿ.

Ac-cǒm'pan-i-ment, *n.* ಜೊತೆಗಾರಿಕೆ; 2. ಸಂಗಡ ಇರುವಂಥಾದ್ದು, ಸಾಂಗತ್ಯ. **Ac-com'-pan-ist,** *n.* ಸಂಗೀತಗಾರ, ಬಾರಿಸುವವ.

Ac-cǒm'pa-ny, *v. t. r.* (-nied) ಒಡಗೂಡಿ ಹೋಗು, ಸಂಗಡ ಇರು.

Ac-com'plice (-plis), *n.* ಸಹಾಪರಾಧಿ.

Ac-com'plish, *v. t. r. (pr.* -'plisht) ನೆರವೇರಿಸು, ಕೊನೆಗಾಣಿಸು, ಸಾಧಿಸು, ಈಡೇರಿಸು. **-ed,** *a.* ಸಂಪೂರ್ಣ, ಸಿದ್ಧ, ಪರಿಣತ, ಮುಗಿಸಲ್ಪಟ್ಟ, ನೆರವೇರಿಸಲ್ಪಟ್ಟ, ಪ್ರವೀಣ. **Ac-com'plish-ment,** *n.* ಸಾಧನೆ, ಸಿದ್ಧಿ; 2. ಸುಶಿಕ್ಷೆ, ವಿದ್ಯೆ, ವ್ಯುತ್ಪತ್ತಿ.

Ac-cord' (-kard'), *v. i. r.* ಒಡಂಬಡು. *v. t. r.* ಅನುಕೂಲಿಸು; 2. ಕೊಡು. *n.* ಐಕ್ಯ, ಹೊಂದಿಕೆ. **-ance,** *n.* ಅನುಸರಣ, ಒಪ್ಪಿಕೆ. **Ac-cord'-ing,** *a. & prep.* ಪ್ರಕಾರ *e. g.,* ಸರಿಯಾಗಿ *e. d.* **-ly,** *ad.* ಹಾಗೆ, ಅದರಂತೆ.

Ac-cor'di-on. *n.* ರಾಗಮಾಲಿಕೆ. [ಡಿಸು.

Ac-cost', *v. t. r.* ಒಬ್ಬನನ್ನು ಕರೆದು ಮಾತಾಡಿಸು.

Ac-couche'ment (-kush'mong), *n.* ಪ್ರಸವ, ಬಿಸಲು, ಸೂತಿಕೆ, ಹೆರಿಗೆ. **Ac-cou-cheur' (-shĕr'),** *n.* ಪ್ರಸೂತಿಕಾರ. **Ac-cou-cheuse (-shez)** *(fem.),* *n.* ಸೂಲಗಿತ್ತಿ.

Ac-count', *n.* ಲೆಕ್ಕ; 2. "ಜಮಾಖರ್ಚು"; an a. current in a person's name ಖಾತೆ *(S. C.)*; ಉಚಾಪತಿ ಲೆಕ್ಕ *(Banking),* 3. ಕಾರಣ; 4. ವೃತ್ತಾಂತ, ಗೌರವ, ವಿಶೇಷತ್ವ; men of a. ದೊಡ್ಡವರು, ವಿಶೇಷ ಮನುಷ್ಯರು; it is of no a. ಚಿಂತೆ ಇಲ್ಲ, ದೊಡ್ಡ ಮಾತಲ್ಲ; to take into a. ಗಣನೆಗೆ ತರು, to turn to a. ಕೆಲಸಕ್ಕೆ ಹಚ್ಚು, ಲಾಭಕ್ಕೆ ಹಚ್ಚಿಕೊಳ್ಳು; to keep

ಹ.s ಆಪಾಯ ವೆಚ್ಚ ಬರೆ; gone to his a. ಸತ್ತುಹೋದ; the great a. ಮಹಾ ನ್ಯಾಯ ವಿಚಾರಣೆ; on a. of ಕಾರಣದಿಂದ, ನಿಮಿತ್ತ ವಾಗಿ. *v. t. & i. r.* ಎಣಿಸು; 2. "ಜವಾಬು" ಕೊಡು; a. for ಕಾರಣ ತೋರಿಸು. -a-ble, *a.* ಉತ್ತರವಾದಿ, "ಜವಾಬ್ದಾರ". Ac-count'-ant, *n.* "ಗುಮಾಸ್ತ", ಶಾನಭೋಗ.

Ac-cou'tre (-ku'tĕr), *v. t. r.* ಸವರಿಸಿಕೊಡು *c. d.*, "ಮುಸ್ತೇಬು" ಮಾಡು, "ಮುಸ್ತೈದು" ಕೊಡು *c. d.*, ಅರಿವೆಗಿರಿವೆ ಕೊಡು *c. d.* -ed, *p. a.* ಯುದ್ಧ ಸನ್ನದ್ಧನಾಗಿ. Ac-coū'tre-ments, *n. pl.* ಶಸ್ತ್ರಾಸ್ತ್ರ, "ಮುಸ್ತೈದೆ", ಅರಿವೆ ಗಿರಿವೆ.

Ac-cred'it, *v. t. r.* ನಂಬು; 2. ರಾಯಭಾರಿ ಯಾಗಿ ನೇಮಿಸು. a.ed agent ಅಧಿಕಾರ ಹೊಂದಿದ ಮುತಾಲಿಕ.

Ac-crēte', *v.t. & i.r.* ಬೆಳೆ, ಕೂಡಿ ಬೆಳೆದುಬರು. Ac-crē-tiŏn, *n.* ವೃದ್ಧಿ, ಬೆಳವಿಗೆ.

Ac-crue', *v.i.r.* ಉಂಟಾಗು, ಹುಟ್ಟಿಬರು.

Ac-cūm'ū-lāte, *v. t. r.* ಸಂಚಿಸು, ಕೂಡಿಸಿಡು, ರಾಶಿ ಹಾಕು. *v.i.* ರಾಶಿಯಾಗು. Ac-cūm'ū-lā-tiŏn, *n.* ರಾಶಿ, ಸಂಚಿಕೆ. Ac-cūm'ū-lā-tive, *a.* ಕೂಡಿಸಿಡುವಂಥಾ; ಸಂಚಿತ. 2. ರಾಶಿಯಾಗುವಂಥಾ. Ac-cūm'ū-lā-tŏr, *n.* ರಾಶಿಹಾಕುವವ.

Ac'cū-ra-cy, *n.* ಸರಿಯಾಗಿರುವಿಕೆ, ಅಚ್ಚುಕಟ್ಟು ತನ; with a. ಅಚ್ಚುಕಟ್ಟಾಗಿ. Ac'cū-rāte, *a.* ಸರಿಯಾದ, ತಪ್ಪಿಲ್ಲದ, ಎಳ್ಳಷ್ಟು ಬಿಡದ. Ac'cū-rāte-ly, *ad.* ನೆಟ್ಟಗೆ, ತಪ್ಪಿಲ್ಲದೆ.

Ac-curse' (-kĕrs'), *v.t.r.* *(pr.* -kĕrst') ಶಪಿಸು. Ac-curs-ed', *a.* ಶಪಿಸಲ್ಪಟ್ಟ, ಶಾಪ ಗ್ರಸ್ತ. ನಿರ್ಭಾಗ್ಯ; 2. ಅಸಹ್ಯಕರ.

Ac-cūse', *v. t. r.* ತಪ್ಪುಹೊರಿಸು, ಆಪಾದಿಸು. Ac-cūsed, *n.* ತಪ್ಪಿತಸ್ಥ, ಅಪರಾಧಿ, ಆಪಾದಿತ. Ac-cūs'ā-tiŏn, *n.* ತಪ್ಪುಹೊರಿಸೋಣ, ಆಪಾ ದನೆ *(S. C.)*, ದೋಷಾರೋಪ, "ಫಿರ್ಯಾದಿ"; false a. ಇಲ್ಲದ ದೋಷಾರೋಪ. Ac-cū-sa'tory, *a.* ತಪ್ಪುಹೊರಿಸುವ.

Ac-cū'sā-tive, *n. (grm.)* ದ್ವಿತೀಯೆ, ದ್ವಿತೀ ಯಾವಿಭಕ್ತಿ, ಕರ್ಮವಿಭಕ್ತಿ.

Ac-cus'tŏm, *v. ref. r.* ಅಭ್ಯಾಸ ಮಾಡು, ರೂಢಿ ಮಾಡು. *v. t.* . . .ಕ್ಕೆ ರೂಢಿ ಕೆಡವು, ಅಭ್ಯಾಸ ಮಾಡಿಸು.

Āce, *n.* ಪಗಡೆ, "ಇಸ್ಪೇಟಿನಲ್ಲಿ ಎಕ್ಕ", "ಆಸು" *(My.)*.

A-ce'pha-lŏus, *a.* ತಲೆ ಇಲ್ಲದ.

A-cerb', *a.* ಕಹಿ, ನಿಷ್ಠುರ. -i-ty, *n.* ಕಹಿ; 2. ನಿಷ್ಠುರತ್ವ, ಕ್ರೌರ್ಯ.

A-ce'tic, Ace'tŏus, A-ces'cent, *a.* ಹುಳಿ. A-ce's-cence, *n.* ಹುಳಿ. A-ce'ti-fȳ, *v. t. & i. r.* ಹುಳಿ ಮಾಡು, ಹುಳಿ ಆಗು.

Āche (āk), *n.* ನೋವು, ನೋತ, ಬೇನೆ, ಶೂಲೆ. *v. i. r. (pr.* ākt) ನೋಯು.

A-chē'ni-um, A-chēne', *n. (bot.)* ಅಮೃತ ಫಲ (ಕುಸುಬಿ ಬೀಜ ಅಥವಾ ಆಲದ ಮರದ ಬೀ ಜ, ಈ ಮೊದಲಾದ ಬೀಜಗಳಂಥಾದ್ದು).

A-chiēve', *v. t. r.* ಸಾಧಿಸು, ಪೂರಯಿಸು. -ment, *n.* ಸಾಧನೆ, ಕಾರ್ಯಸಿದ್ಧಿ; 2. ಪರಾ ಕ್ರಮ ಕಾರ್ಯ.

A-chla-my'deous, *a. (bot.)* ಅಕುಸುಮ.

A-chrom-a'tic, *a.* ಬಣ್ಣ ಇಲ್ಲದ.

Ac'id, *a.* ಹುಳಿ, ಆಮ್ಲ. -i-ty, *n.* ಹುಳಿ; 2. ನಿಷ್ಠುರತೆ; a. of the stomach ಆಮ್ಲಪೈತ್ಯ.

A-cid'ū-lāte, *v. t. r.* ಬಂದಿಷ್ಟು ಹುಳಿಯಾಗಿ ಮಾಡು.

Ac-knowl'edġe (-nol'ej), *v. t. r.* ತಿಳು ಕೊಳ್ಳು; 2. ಹೌದನ್ನು *c. d.*, ಒಪ್ಪಿಕೊಳ್ಳು; 3. ಅಂಗೀಕರಿಸು (*as* a deed); 4. ನೆನಸು, ಉಪಕಾರ ನೆನಸು; a. receipt of a letter ಸಿಕ್ಕಿತೆಂತ ಹೇಳು, — ತಿಳಿಸು. Ac-knowl'-edġed, *a.* ಸರ್ವಸಮ್ಮತವಾಗಿ, ಪ್ರಸಿದ್ಧ. Ac-knowl'edġ-ment, -edġe-ment, *n.* ಒಪ್ಪಿ ಕೊಳ್ಳೋಣ, ವಿಜ್ಞಾಪನ; 2. ಅಂಗೀಕಾರ; 3. "ರಶೀದಿ", ಪಾವತಿ; 4. ಕೃತಜ್ಞತೆ.

Ac'mē, *n.* ತುಟ್ಟತುದಿ, ಪರಿಪಕ್ವ, ಶಿಖರ.

Ac'ō-lȳte, *n.* ಹಸ್ತಕ, ಸಹಾಯಕ, ಶಿಷ್ಯ.

Ac'ō-nīte, *n. (Aconitum ferox, Wall.)* ವತ್ಸನಾಭಿ.

A'corn, *n.* ಓಕ್ ಎಂಬ ಮರದ ಕಾಯಿ.

A-cou'stics, *n. pl.* ಧ್ವನಿಗತಿಶಾಸ್ತ್ರ.

Ac-quāint', *v.t.r.* ತಿಳಿಸು; *pass.* ತಿಳುಕೊಳ್ಳು. -ed with, *pp. & a.* ಪರಿಚಿತಿಯಾದ, ಬಲ್ಲ; a man a. with ಬಲ್ಲವ, ಪರಿಚಿತಿಯವ. Ac-quāint'ance, *n.* ತಿಳುವಳಿಕೆ, ಪರಿಚಿತಿ; 2. ಪರಿಚಿತಿಯವ, ಗುರುತಿನವ.

Ac-qui-esce' (-kwi-es') in, *v.i.r.* *(pr.* -est') ಸಮ್ಮತಿಸು, ಒಪ್ಪು, ಒಡಂಬಡು. Ac-qui-es'cence, *n.* ಸಮ್ಮತಿ, ಒಪ್ಪಿಗೆ, ಒಡಂ ಬಡಿಕೆ.

Ac-quīre', *v.t.r.* ಸಂಪಾದಿಸಿಕೊಳ್ಳು, ಗಳಿಸು. -ment, *n.* ಸಂಪಾದನೆ ಮಾಡುವುದು; 2. ವಿದ್ಯಾ ಸಂಪತ್ತು, ವ್ಯುತ್ಪತ್ತಿ; self-acquired ಸ್ವಾರ್ಜಿತ.

Ac-qui-si'tiŏn, (-zish'un), *n.* ಸಂಪಾದ್ಯ, ಲಾಭ, ಪ್ರಾಪ್ತಿ,

Ac-quit', *v.t.r.* (-quit'ted) ತಪ್ಪಿಲ್ಲವೆಂದು ತೀರ್ಪು ಮಾಡು, ಬಿಡಿಸು. *v.i.* ನಿರ್ವಹಿಸು, ವರ್ತಿಸು. **-tal,** *n.* ತಪ್ಪಿಲ್ಲವೆಂದು ತೀರ್ಪು ಮಾಡೋಣ, —ಬಿಟ್ಟುಬಿಡೋಣ. **Ac-quit'-tance,** *n.* ಸಾಲಾ ಬಿಡೋಣ, ಋಣ ವಿಮೋಚನೆ; deed of a. ಸಲ್ಲುಚೀಟು, "ರಶೀದಿ".

Ā'cre (ā'kĕr), *n.* ४० ಗುಂಟೇ ಭೂಮಿ (४८४० ಚಚ್ಚೌಕ ಗಜ), ೧೦೦ ಸೆಂಟ್ಸು, ಎಕರೆ; **-āġe,** *n*, ಎಕರೆ ವಿಸ್ತೀರ್ಣ. **Ā'cred,** *a.* ಭೂಸ್ಥಿತಿಯುಳ್ಳ.

Ac'rid, *a.* ಖಾರ, ತೀಕ್ಷ್ಣ; 2. ನಿಷ್ಠುರ, ಪರುಷ. **-ness, -i-ty,** *n.* ಖಾರ, ತೀಕ್ಷ್ಣತೆ, ಒಗರು.

Ac'ri-mon-y, *n.* ಖಾರ, ತೀಕ್ಷ್ಣತೆ; 2. ಕಠಿಣತ್ವ. **-moni-ŏus,** *a.* ಖಾರ, ಕಠಿಣ, ತೀಕ್ಷ್ಣ, ಕಠೋರ.

Ac'rita, *n. pl.* *(zool.)* ನರಮಂಡಲವಿಲ್ಲದ ಪ್ರಾಣಿಗಳು.

Ac'ri-tūde, *n.* ಕಹಿ, ಒಗರು, ಖಾರ.

Ac'rō-bat, *n.* ದೊಂಬ, "ಪಯಿಲವಾನ".

A-cross, *ad. & prep.* ಅಡ್ಡವಾಗಿ, ದಾಟಿ.

A-cros'tic, *n.* ಒಂದು ತರಧ ಚಕ್ರಬಂಧ ಒಗಟು.

Act, *n.* ಮಾಡೋಣ, ಕೆಲಸ, ಕ್ರಿಯೆ; 2. "ಕಾಯಿದೆ", ಕಾನೂನು; 3. (ನಾಟಕದಲ್ಲಿ) ಅಂಕ; 4. ಕರ್ಮವಿಧಿ. *v.t.r.* ನಡಿಸು; 2. ಸೋಗು ತೆಗೆದುಕೊಳ್ಳು, ನಟಿಸು; 3. ಠಕ್ಕು ಮಾಡು, ಠಕಾಯಿಸು, —ತೋರಿಸು. *v.i.* ಹತ್ತು (as a medicine); 2. ಮಾಡು; 3. ನುಡಿ; a. up to ಖರೆ ಮಾಡು, ನೆರವೇರಿಸು; a. for "ಬದಲಿ" ಕೆಲಸ ಮಾಡು. **-iṅg,** *a.* ಬದಲಿ. *n.* ಕಾರ್ಯ, ನಟನೆ. **Ac'tŏr,** *n.* ಮಾಡುವವ; 2. ನಾಟ್ಯಗಾರ, ಆಟಗಾರ, ನಟ. **Ac'tress,** *n.* ನಟಿ.

Ac'tiŏn, *n.* ಮಾಡಿದ್ದು, ಚರ್ಯೆ, ನಡತೆ, ಕ್ರಿಯೆ; 2. ವ್ಯಾಪಾರ; 3. ವ್ಯವಹಾರ, ದಾವೆ; 4. ಯುದ್ಧ; 5. ಚೇಷ್ಟೆ, ಅಭಿನಯ. **-a-ble,** *a.* ವ್ಯವಹರಣೆಗೆ ತಕ್ಕ.

Ac'tive, *a.* ಮಾಡುವ, ನಡಿಸುವ; 2. ಚುರುಕು, ಚಟುವಟಿಕೆಯ, ಆಸಕ್ತ; 3. *(gram.)* ಸಕರ್ಮಕ, ಕರ್ತರಿಪ್ರಯೋಗದ. **Ac'tiv-i-ty,** *n.* ಚಟುವಟಿಕೆ, ಚುರುಕು, ಜಾಗ್ರತೆ, ಆಸಕ್ತಿ, ಕರ್ತೃತ್ವ.

Ac'tū-al, *a.* ನಿಜವಾದ, "ಐನ್", ಪ್ರತ್ಯಕ್ಷ; a. possession ಕೈವಶ. **-ly,** *ad.* ಕಾರ್ಯಾರ್ಥದಲ್ಲಿ, ಪ್ರತ್ಯಕ್ಷವಾಗಿ, **Ac'tū-al'i-ty,** *n.* ಸತ್ಯತ್ವ, ಯಥಾಸ್ಥಿತಿ.

Ac'tū-ar-y, *n.* ಕರಣೀಕ, ಲೇಖಕ, ವಿಮೆಯ ದರಗಳನ್ನು ನಿರ್ಣಯಿಸುವ ತಜ್ಞ.

Ac'tū-āte, *v.t.r.* ಪ್ರೇರೇಪಿಸು, ಪ್ರೇರಿಸು; ನಡಿಸು. **Ac'tū-ātiŏn,** *n.* ಪ್ರೇರಣೆ.

A-cū'i-ty, *n.* ತೀಕ್ಷ್ಣತೆ.

A-cū'men, *n.* ಕುಶಾಗ್ರಬುದ್ಧಿ, ಸೂಕ್ಷ್ಮಬುದ್ಧಿ. **A-cū'mi-nāte,** *v. t. r.* ಮೊನೆಮಾಡು.

A-cūte', *a.* ಮೊನೆಯಾದ; 2. ಕ್ರೂರ; 3. ಚುರುಕು; 4. ಸೂಕ್ಷ್ಮ, ತೀಕ್ಷ್ಣ; a. angle ಲಘುಕೋಣ, ನ್ಯೂನ—. **-ness,** *n.* ಚುರುಕು; 2. ಸೂಕ್ಷ್ಮತೆ, ತೀಕ್ಷ್ಣತೆ.

Ad-, *pref.* ...ಕ್ಕೆ, ...ಗೆ *c.d.*

Ad'āġe, *n.* ಸಾಮತಿ, ಗಾದೆ.

A-dā'ġi-ō, *n. & ad. (mus.)* ವಿಳಂಬಿತ, ಸಾವಕಾಶವಾಗಿ.

Ad'am, *n.* ಆದಿಮನುಷ್ಯನ ಹೆಸರು.

Ad'a-mant, *n.* ವಜ್ರ, ಹೀರ. **Ad'a-man'tine** (-tin), *a.* ವಜ್ರದಂಥಾ, ವಜ್ರದಷ್ಟುಗಟ್ಟಿ, ಅಭೇದ್ಯ.

Ad'am's-ap'ple, *n.* ಗಂಟ್ಲುಮಣಿ.

Ad-apt', *v.t.r.* ಹೊಂದಿಸು, ಹೊಂದಿಕೆ ಮಾಡು, ಸರಿಪಡಿಸು, ಸರಿಮಾಡು. **-ā'tiŏn,** *n.* ಹೊಂದಿಕೆ, ಸರಿಯಾಗೋಣ.

Add, *v.t.r.* ಕೂಡಿಸು, ಸೇರಿಸು. **Ad-di'tiŏn** (-dish'un), *n.* ಕೂಡಿಸುವಿಕೆ, ಠವಣೆ, ಸಂಕಲನ "ಬೇರೀಜು", "ತೇರೀಜು". **Ad-di'tiŏn-al,** *a.* ಅಧಿಕ ಹೆಚ್ಚಿಗೆ.

Ad-den'dum, *n.* ಪರಿಶಿಷ್ಟ. *pl.* Addenda.

Ad'dĕr, *n.* ಬಿರಿಹಾವು, ಕತ್ರಿಹಾವು.

Ad-dict', *v. refl. r.* ತನ್ನನ್ನು ಒಪ್ಪಿಸಿಕೊಡು, ಮುಳುಗಿಹೋಗು, ನಿಮಗ್ನನಾಗು; he is addicted to drunkenness ಅವನು ಕುಡಿಯುವ ವ್ಯಸನದಲ್ಲಿ ಬಿದ್ದಿದ್ದಾನೆ, ಪ್ರವರ್ತಕನಾಗಿದ್ದಾನೆ. **Ad-dic'ted-ness,** *n.* ಪ್ರವರ್ತನೆ, ಲೋಲುಪ್ತಿ.

Ad'dle, *v.t.* ಗಲಿಬಿಲಿಮಾಡು. *a.* ಖಾಲಿ, ಬರಿಯ; ಗಲಿಬಿಲಿಯಾದ. **Ad'dled,** *a.* ಕೊಳತುಹೋದ.

Ad-dress', *n.* ಭಾಷಣ, ಪ್ರಸಂಗ; 2. ಬಿನ್ನಹ; 3. ಮಾನಪತ್ರ; 4. ಮಾತಾಡಿಸುವ ತರ; 5. ಜಾಣತನ; a. of a letter ವಿಳಾಸ, ಒಕ್ಕಣೆ. *v. t. r.* *(pr. -drest')* ಮಾತಾಡಿಸು, ಸಂಬೋಧಿಸು; 2. ಹೇಳಿಕೊಳ್ಳು *c.d.;* 3. ಪ್ರಸಂಗ ಮಾಡು, ಭಾಷಣ—; 4. ಅರ್ಜಿ ಬರಕೊಳ್ಳು *c.d.;* 5. ಮೇಲ್ವಿಳಾಸ ಬರೆ *c.d.* **-ee',** *n.* ಪತ್ರಹೊಂದುವವ, ವಿಳಾಸದಾರ. **Ad-dress'es,** *n. pl.* ಪ್ರೇಮಸಲ್ಲಾಪ.

Ad-dūce', *v.t.r.* *(pr. -dūst')* ತಂದುಕೊಡು; 2. ಉದಹರಿಸು; 3. ತೋರಿಸು. a. proof ರುಜುಪಡಿಸು. **Ad-duc'tiŏn,** *n.* ಎಳೆಯುವಿಕೆ.

Ad'en-oids, *n.* ಮೂಗಿನೊಳಗಿನ ಶ್ಲೇಷ್ಮ ತ್ವಚೆ.

Ad-ept', *a.* ನಿಪುಣ, ಗಟ್ಟಿಗ, ಜಾಣ, ಸಮರ್ಥ.

Ad'e-quāte, *a.* ತಕ್ಕ, ಸರಿ, ಈಡಾದ, ಸಾಕಷ್ಟು. -ly, *ad.* ಸರಿಯಾಗಿ, ತಕ್ಕಂತೆ.

Ad-hēre', *v. i. r.* ಅಂಟಿಕೊಳ್ಳು, ಹತ್ತಿಕೊಳ್ಳು, ಮೆತ್ತು; 2. ಅವಲಂಬಿಸು, ಕೂಡು. Ad-hē'r-ence, *n.* ಅಂಟಿಕೊಂಡಿರುವುದು, ಹತ್ತಿಕೊಳ್ಳೋಣ; 2. ಅವಲಂಬನೆ, ಅನುಸರಣೆ. Ad-hē'r-ent, *n.* ಕಡೆಯವ, ಪರಿವಾರದವ, ಅನುವರ್ತಿ, ಅವಲಂಬಿ, ಆಶ್ರಿತ, ಅನುಯಾಯಿ. *a.* ಅನುವರ್ತಿಸುವ, ಅಂಟಿಕೊಳ್ಳುವ.

Ad-hē'sion (-zhun), *n.* ಅಂಟುವಿಕೆ, ಹತ್ತುವಿಕೆ, ತಾಕಿಕೆ, ಜೋಡಿಕೆ, ಕಟ್ಟಿಕೊಳ್ಳುವಿಕೆ. Ad-hē'sive, *a.* ಅಂಟಿಕೊಳ್ಳುವ, ಹತ್ತುವ, ಜಿಗಟಾದ.

A-dieū' (-dū'), *n.* & *ad.* ಸ್ವಸ್ತಿವಾಚನ, ಹೋಗಿ ಬರುತ್ತೇನೆಂದು ಅಪ್ಪಣೆ ಈಸಿಕೊಳ್ಳುವುದು.

Ad in-fi-ni'tum, ad. ನಿರಂತರವಾಗಿ, ಅಂತ್ಯವಿಲ್ಲದೆ.

Ad in'ter-im, ad. ಅಷ್ಟರೊಳಗೆ, ತನ್ಮಧ್ಯೆ.

Ad'i-pōse, *a.* ಕೊಬ್ಬಿದ, ಪುಷ್ಟಿಯಾದ.

Ad-jā'cent, *a.* ಹತ್ತರದ, ಒತ್ತಿನ, ಹೊದ್ದಿನ, ತಾಕುವ, ಹೊಂದಿಕೆಯಾದ.

Ad'jec-tive, *n.* ವಿಶೇಷಣ, ನಾಮವಿಶೇಷಣ, ಗುಣವಾಚಕ.

Ad-join', *v. i. r.* ಅಂಚು ಹತ್ತು, ಒತ್ತಿನಲ್ಲಿರು, ಹೊಂದಿಕೆಯಾಗಿರು, ಪಕ್ಕದಲ್ಲಿರು, ಸೇರಿಕೆಯಾಗಿರು.

Ad-jōurn' (-jĕrn'), *v. i. r.* ತತ್ಕಾಲಕ್ಕೆ ನಿಲ್ಲಿಸು, "ಮೊಕೂಫು" ಮಾಡು, "ತಹಕೂಫ್" ಮಾಡು. -ment, *n.* ನಿಲ್ಲಿಸುವಿಕೆ, ನಿಲುಗಡೆ, "ಮೊಕೂಫು".

Ad-judge' (-juj'), *v. t. r.* ತೀರ್ಪು ಮಾಡು, ನಿರ್ಣಯಿಸು, ವಿಧಿಸು, "ಫೈಸಲು" ಮಾಡು. Ad-ju'di-cāte, *v. t. r.* ಇತ್ಯರ್ಥ ಮಾಡು, ತೀರ್ಪು ಹೇಳು. Ad-ju'di-cā'tiōn, *n.* ತೀರ್ಪು, ಫೈಸಲು.

Ad'junct, *n.* ಸಂಬಂಧ, ಜೊತೆಯವ; 2. ವಿಶೇಷಣ. *a.* ಸಂಬಂಧಿಸಿದ.

Ad-jure', *v. t. r.* ಆಣೆ ಇಡು *v. d.* Ad-ju-rā'tiōn, *n.* ಆಣೆ; 2. ಆಣೆ ಇಡೋಣ, ಆಣೆ ಭಾಷೆ.

Ad-just', *v. t. r.* ಸರಿ ಮಾಡು, ಕ್ರಮ ಪಡಿಸು, ತೀರಿಸು; 2. "ರಾಜಿ" ಪಡಿಸು. a. accounts ಲೆಕ್ಕತಾಳೆಮಾಡು. -ment, *n.* ತೀರ್ಪು, ಸಂಧಾನ.

Ad'ju-tant, *n.* ಸೇನಾಮುಖ್ಯಸ್ಥನ ಹಸ್ತಕ, ಮುತ್ಸದ್ದಿ. a. crane, ಹದ್ದಿನ ಸ್ವಭಾವದ ದೊಡ್ಡ ಬಕ.

Ad'ju-vant, *a.* & *n.* ಸಹಾಯಕ, ಅನುಕೂಲದ.

Ad libitum, ad. ಮನಸ್ಸು ಬಂದ ಹಾಗೆ, ಮನಸ್ವಿಯಾಗಿ.

Ad-mea'sure (-mezhu'r), *v. t. r.* ಉದ್ದಗಲ ತಾರತಮ್ಯ ನೋಡು.

Ad-min'is-tĕr, *v. t. r.* ಆಡಳಿತೆ ನಡಿಸು, ಆಡಳಿಸು; 2. (ಪ್ರಮಾಣ) ಮಾಡಿಸು; 3. ಕೊಡು. Ad-min-is-trā'tiōn, *n.* ಆಡಳಿತೆ, ರಾಜ್ಯಪರಿಪಾಲನೆ, ಕಾರುಭಾರು; 2. ಸರಕಾರ; 3. ಪಾರುಪತ್ಯ; 4. ಹಂಚಿಸೋಣ. Ad-min'is-trā-tive, *a.* ಆಡಳಿತೆಯ, ಕಾರ್ಯಭಾರಿಕ. Ad-min-is-trā'tor, *n.* ಆಡಳಿತೆ ನೋಡುವವ, ನಡಿಸುವವ, "ಕಾರುಭಾರಿ", ಪಾರುಪತ್ಯಗಾರ.

Ad-min-is-trā'trīx, *n.* ಆಡಳಿತೆದಾರಳು.

Ad'mi ral, *n.* ನೌಕಾಸೇನಾಪತಿ. -ty, *n.* ನೌಕಾಸೇನಾಧಿಪತ್ಯ.

Ad-mīre', *v. t.* & *i. r.* ಮೆಚ್ಚು, ಆಶ್ಚರ್ಯಪಡು. Ad'mi-ra-ble, *a.* ಮೆಚ್ಚತಕ್ಕ, ಆಶ್ಚರ್ಯಕರ, ವಿಚಿತ್ರ, ಚಮತ್ಕಾರವಾದ, ಶ್ಲಾಘ್ಯ. Ad-mi-rā'tiōn, *n.* ಆಶ್ಚರ್ಯ, ಮೆಚ್ಚಿಕೆ.

Ad-mit', *v. t. r.* (-mit'ted) ಒಪ್ಪಿಕೊಳ್ಳು; 2. ಒಳಗೆ ಬರಲಿಕ್ಕೆ ಅಪ್ಪಣೆ ಕೊಡು, ಸೇರಿಸಿಕೊಳ್ಳು, ದಾಖಲು ಮಾಡು. -tance, *n.* ಸೇರಿಸಿಕೊಳ್ಳೋಣ, ಪ್ರವೇಶ. Ad-mis-si-bil'i-ty, *n.* ಅಂಗೀಕರ್ತೃತ್ವ, ಯೋಗ್ಯತೆ. Ad-mis'-si-ble, *a.* ಒಪ್ಪಿಕೊಳ್ಳತಕ್ಕ, ಅಂಗೀಕರಿಸತಕ್ಕ. Ad-mis'-siōn (-mish'un), *n.* ಅಂಗೀಕಾರ, ಒಪ್ಪಿತ, ಸಮ್ಮತಿ, ಸೇರಿಸಿಕೊಳ್ಳೋಣ.

Ad-mix', *v. t. r.* (*pr.* -mixt') ಬೆರಿಸು, ಮಿಶ್ರ ಮಾಡು, ಕೂಡಿಸು. -tūre, *n.* ಕಲಬೆರಿಕೆ, ಮಿಶ್ರ ಪದಾರ್ಥ.

Ad-mon'ish, *v. t. r.* (*pr.* -'isht) ಬುದ್ಧಿ ಹೇಳು, ಎಚ್ಚರಿಸು, ಉದ್ಬೋಧಿಸು. Ad-mō-ni'tiōn (-nish'un), *n.* ಬುದ್ಧಿವಾದ, ಎಚ್ಚರಿಕೇ ಮಾತು, ಉದ್ಬೋಧನೆ. Ad-mōn'i-tōr-y. *a.* ಬುದ್ಧಿ ಹೇಳುವ, ಬೋಧಿಸುವ.

Ad nauseum, ad. ಅಸಹ್ಯ ಉಂಟಾಗುವ ವರೆಗೆ.

Ad'noun, *n.* ನಾಮವಿಶೇಷಣ.

A-dō', *n.* ಗಡಿಬಿಡಿ, ಕೆಲಸ, ಪ್ರಯಾಸ, ಬಿರಿಗುಲ್ಲು.

Ad-ō-lesc'ent (-lesent), *a.* ಯೌವನಾವಸ್ಥೆಯ, ಯೌವನವಂತ. Ad-ō-lesc'ence, *n.* ಪ್ರಾಯ ಪ್ರಬುದ್ಧತೆ, ತಾರುಣ್ಯ.

A-don'is. *n.* ಬೆಡಗ, ಕಾಮನಂತೆ ಸುಂದರ ಪುರುಷ.

A'don-īze, *v. refl. r.* ಅಲಂಕರಿಸಿಕೊಳ್ಳು.

Ad-opt', *v. t. r.* ತೆಗೆದುಕೊಳ್ಳು, ಸ್ವೀಕರಿಸಿಕೊಳ್ಳು; 2. ದತ್ತಕ ಮಾಡಿಕೊಳ್ಳು, ದತ್ತಕ್ಕೆ ತಕ್ಕೊಳ್ಳು; 3. ಅನುಸರಿಸು. Ad-op'tiōn, *n.*

ಸ್ವೀಕಾರ, ದತ್ತಸ್ವೀಕಾರ. Adopt'ive, *a.* ಸ್ವೀಕರಿಸುವ.

Ad-ōre', *v.t.r.* ಭಜಿಸು, ವಂದಿಸು, ಅರ್ಚಿಸು, ನಮಸ್ಕಾರ ಮಾಡು, ಅತಿಶಯವಾಗಿ ಪ್ರೀತಿಸು *c.d.* Ad-ōr'a-ble, *a.* ಭಜಿಸತಕ್ಕ, ಪೂಜ್ಯ. Ad-ō-rā'tiŏn, *n.* ಭಜನೆ, ವಂದನೆ, ಅರ್ಚನೆ.

Ad-orn' (-dạrn'), *v.t.r.* ಅಲಂಕರಿಸು, ಶೃಂಗರಿಸು. -ment, *n.* ಅಲಂಕರಣ, ಶೃಂಗಾರ.

A-drift', *ad.* ತೇಲಾಡುತ್ತಾ, ಸೆಳಕೊಂಡು ಹೋಗುತ್ತಾ, ಬಡಿಸಿಕೊಂಡು ಹೋಗುತ್ತಾ, ನಿರಾಧಾರವಾಗಿ.

A-droit', *a.* ಚಮತ್ಕಾರವುಳ್ಳ, ಜಾಣ, ತಂತ್ರವುಳ್ಳ. -ness, *n.* ಚಮತ್ಕಾರ, ತಂತ್ರ, ಜಾಣತನ, ಚತುರತೆ.

A-drȳ', *ad.* ಒಣಗಿ, ನೀರಡಿಕೆಯಾಗಿ.

Ad-ū-lā'te, *v.t.r.* ಪುಸಲಾಯಿಸು. Ad-ū-lā'tiŏn, *n.* ಇಚ್ಚಕ, ಮುಖಸ್ತುತಿ, ಪುಸಲಾಯಿಕೆ, ಪುಸಲಾಯಿಸುವಿಕೆ. Ad-ū-lā'tŏr, *n.* ಇಚ್ಚಕ, ಪುಸಲಾಯಿಸುವವ.

A-dult', *a.* ಬೆಳೆದ, ಪ್ರಾಯ ಬಂದ, ಪ್ರಾಯಭರಿತ. *n.* ದೊಡ್ಡವ, ದೊಡ್ಡವಳು, ಪ್ರಾಯ ಬಂದಾಕೆ.

A-dul'tėr-āte, *v.t.r.* ಬೆರಿಸು, ಕೆಡಿಸು, ಕಲಬೆರಿಕೆ ಮಾಡು. A-dul-tĕr-ā'tiŏn, *n.* ಬೆರಿಕೆ, ಕೆಡಿಸುವಿಕೆ.

A-dul'tĕr-ĕr, *n.* ಹಾದರಿಗ, ವ್ಯಭಿಚಾರಿ. A-dul'tĕr-ess, *n.* ಹಾದರಗಿತ್ತಿ, ವ್ಯಭಿಚಾರಿಣಿ, ಸೆರಗುಮಾಸಿದವಳು. A-dul'tĕr-y, *n.* ಹಾದರ, ವ್ಯಭಿಚಾರ, ಪಾರದಾರ. A-dul'tĕr-ŏus, *a.* ವ್ಯಭಿಚಾರದ, ಹಾದರತನದ.

Ad-um'brāte, *v.t.r.* ಬರೆ ಛಾಯಾರೂಪವಾಗಿ ತೋರಿಸು.

Ad valorem, *a.* & *ad.* ಸರಕಿನ ಮೌಲ್ಯದಂತೆ.

Ad-vance', -ment, *n.* ಮುಂದರಿಯೋಣ, ಮುಂದಾಗೋಣ, ಸಾಗುವಿಕೆ; 2. ಹೆಚ್ಚೋಣ, ವೃದ್ಧಿ, ಏಳಿಗೆ; 3. ಮುಂಗಡ, ಮೂಬದಲು, "ತಕಾವಿ", "ಅಗಾವು"; to have in a. ಮೂಬದಲಿರು. *v.t.r.* (*pr.* -vanst') ಮುಂದರಿಸು, ಸಾಗಿಸು; 2. ಹೆಚ್ಚಿಸು, ಏರಿಸು; 3. ಮುಂದಿಡು, ಹೇಳಿಕೊಳ್ಳು; 4. ಮುಂಗಡಕೊಡು, ಮೂಬದಲು—, "ತಕಾವಿ"—, "ಅಗಾವು"— *v.i.r.* ಮುಂದಕ್ಕೆ ನಡೆ, ಮುಂದರಿ; 2. ಸಾಗು, ಹೆಚ್ಚು; 3. ಏಳು, ದೊಡ್ಡಸ್ತಿಕೆಗೆ ಬರು; a. on ...ಮೇಲೆ ಸಾಗಿಬರು, ...ಹೋಗು.

Ad-van'tāge, *n.* ಅನುಕೂಲ, ಹಿತ, ಪ್ರಯೋಜನ, ಲಾಭ, ಆದಾಯ, *as*, he sold it with a. ಲಾಭ ಮಾಡಿಕೊಂಡು ಅದನ್ನು ಮಾರಿದ; 2. ಅನುಕೂಲತೆ, ಸಮಯ, *as*, he watched his a. ಸಮಯ ನೋಡಿಕೊಂಡ; 3. ಮೇಲಾಗೋಣ, *as*, this man has the a. of me ಇವನು ನನಗೆ ಮೇಲುಕೈಯಾಗಿದ್ದಾನೆ, —ಮೇಲ್ಪಟ್ಟವನಾಗಿದ್ದಾನೆ; he took a. of my ignorance ನಾನು ಅರಿಯದವನೆಂತ ಕಂಡು ನನಗೆ ಮೋಸ ಮಾಡಿದ. -ŏus, *a.* ಪ್ರಯೋಜನಕರ, ಹಿತ, ಹಿತಕರ, ಅನುಕೂಲ.

Ad'vent, *n.* ಬರುವಿಕೆ, ಆಗಮನ; 2. ಯೇಸು ಕ್ರಿಸ್ತನ ಜನ್ಮದಿನದ ಮುಂಚಿನ ನಾಲ್ಕು ಆದಿತ್ಯವಾರಗಳ ಕಾಲ.

Ad-vent'i-tiŏus, *a.* ಹೆಚ್ಚಿನ; 2. ಸಂಘಟಿಸಿದ, ತಟಸ್ಥವಾದ, ಹೊರಗಿನಿಂದ ಸಂಭವಿಸಿದ, ಆಕಸ್ಮಿಕ.

Ad-ven'tūre, *n.* ದೈವಯೋಗ; 2. ಸಾಹಸಕಾರ್ಯ. Ad-ven'tū-rĕr, *n.* ಧೈರ್ಯವಂತ, ಸಾಹಸಗಾರ; 2. ಬಂದದ್ದು ಬರಲೆಂದು ಕಾರ್ಯನಡಿಸುವವ, ಅದೃಷ್ಟ ಪರೀಕ್ಷೆ ಮಾಡಲೆಂದು ದುಡುಕುವವ. Ad-ven'tū-rŏus, *a.* ಸಾಹಸವುಳ್ಳ, ಧೈರ್ಯವುಳ್ಳ; 2. ಗಂಡಾಂತರವುಳ್ಳ.

Ad'vĕrb, *n.* ಕ್ರಿಯಾವಿಶೇಷಣ.

Ad'vĕrse, *a.* ವಿರೋಧ, ಪ್ರತಿಕೂಲ. -sar-y, *n.* ವಿರೋಧಿ, ಎದುರಾಳಿ, ಹಗೆಯವ; the a. ಸೈತಾನನು. Ad-ver'sa-tive, *a.* ವಿರೋಧಪರ. Ad-ver'si-ty, -ness, *n.* ಕಷ್ಟ, ವಿಪತ್ತು, ದೌರ್ಭಾಗ್ಯ.

Ad-vĕrt', *v.i.r.* ಮನಸ್ಸು ಕೊಡು *c.d.*, ...ಮೇಲೆ ಮನಸ್ಸಿಡು, ಲಕ್ಷ್ಯಕ್ಕೆ ತರು *c.a.*

Ad-vĕr'tence, *n.* ಲಕ್ಷ್ಯ, ಮನಸ್ಸು ಕೊಡೋಣ, ಗಮನ. Ad-ver'tent, *a.* ಮನಸ್ಸು ಕೊಡುವ.

Ad-vĕr-tīṣe', *v.t.r.* ಪ್ರಸಿದ್ಧ ಮಾಡು, ತಿಳಿಸು; 2. ಪ್ರಕಟಿಸು, "ಜಾಹೀರು" ಮಾಡು, ಸಾರು. Ad-ver'tīṣ-ĕr, ಪ್ರಕಟಿಸುವವ. Ad-ver-tiṣe-ment (-tiz-), *n.* ಪ್ರಸಿದ್ಧ ಪತ್ರಿಕೆ, "ಇಸ್ತಿಹಾರನಾಮೆ", "ಜಾಹೀರುಪತ್ರ".

Ad-vīce', *n.* ಬುದ್ಧಿಮಾತು, ಆಲೋಚನೆ, ಸಲಹೆ; 2. ಸುದ್ದಿ, ವರ್ತಮಾನ, ಸಮಾಚಾರ; take a. ಮತ್ತೊಬ್ಬರ ಆಲೋಚನೆ ಕೇಳು.

Ad-vīṣe', *v.t.r.* ಬುದ್ಧಿಹೇಳು, ಆಲೋಚನೆ ಹೇಳಿಕೊಡು; 2. ತಿಳಿಸು. Ad-vī-ṣ'a-ble, *a.* ತಕ್ಕ ಯುಕ್ತ, ಉಚಿತ. Ad-vīṣed, *a.* ಆಲೋಚನಾಪೂರ್ವಕವಾದ. Ad-vī-ṣ'ŏr, *n.* ಆಲೋಚನೆ ಹೇಳುವವ, *as*, legal a. ವಕೀಲ; medical a. ವೈದ್ಯ. Ad-vī-ṣ'o-ry, *a.* ಸಲಹೆ ಕೊಡುವ.

Ad'vo-cāte, *n.* "ವಕೀಲ", ಕಾರ್ಯಕರ್ತ; 2. ವಾದಿಸುವವ. *v.t.r.* ವಕೀಲನಾಗಿ ವಾದಿಸು, ಪಕ್ಷವಾಗಿ ಮಾತಾಡು, ಕಾರ್ಯಕರ್ತನಾಗಿ—.

Ad'vo-ca-cy, *n.* ವಕೀಲತನ, ಕಾರ್ಯ ಕರ್ತೃತ್ವ.
Ad'y-tum, *n.* ಗರ್ಭಗೃಹ, ಗರ್ಭಗುಡಿ.
Adz, Adze, *n.* ಬಾಚಿ, ಕೈ ಬಾಚಿ.
Æ'gis, *n.* ಢಾಲು, ಗುರಾಣಿ; 2. ರಕ್ಷಣೆ.
Ægle marmelos, *n.* ಬಿಲ್ವಮರ
Æō'li-an, *a.* ವಾಯುದೇವತೆಯ; a. harp [ತಂತಿವಾದ್ಯ.
Æ'on, *n.* ಯುಗ, ಕಲ್ಪ.
Ā'ĕr-āte, *v. t. r.* ಗಾಳಿ ಕೂಡಿಸು, —ಮಿಶ್ರಣ ಮಾಡು *c. d.;* 2. ಅಂಗಾರದ್ರಾವಕ ಮಿಶ್ರಣ ಮಾಡು *c. d.;* aerated waters ಅಂಗಾರ ದ್ರಾವಕ ಮಿಶ್ರವಾದ ನೀರು, "ಸೋಡ ವಾಟರ್".
Ā-ē'ri-al, *a.* ಗಾಳಿಯ, ವಾಯವೀಯ, ಆಕಾಶ ದಲ್ಲಿರುವ; 2. ಎತ್ತರ, ಉನ್ನತ; a. region ಅಂತರ್ಮಧ್ಯ; a. devil ಅಂತರಪಿಶಾಚಿ. **Ā'eri-form**, *a.* ವಾಯುರೂಪದ. **Ā'er-i-fȳ**, *v. t. r.* (-fīed, *pr.* -fīd) ಗಾಳಿಯಾಗ ಮಾಡು, ಗಾಳಿಗೆ ಬದಲಿಸು; 2. ಗಾಳಿಗೆ, ಮಿಶ್ರಣ ಮಾಡು. **Ā-er-i-fi-cā'tiŏn**, *n.* ವಾಯು ವಾಗಿ ಮಾರ್ಪಡಿಸೋಣ, —ಮಿಶ್ರ ಮಾಡೋಣ.
Ā-ē'rie (*or* ā'ri), *n.* ಗೂಡು, ಹದ್ದಿನ ಗೂಡು, ಗಿಡಗದ ಗೂಡು.
Ā'er-ō-līte, *n.* ಆಕಾಶದಿಂದ ಬಿದ್ದ ಕಲ್ಲು.
Ā'er-o-man-cy, *n.* ಕಣಿಹೇಳುವಿಕೆ.
Ā'er-ō-naut (-nat), *n.* ಆಕಾಶಗಮನ ಮಾಡು ವವ, ವೈಮಾನಿಕ. **Ā'er-ā-naut'ics**, *n. pl.* ಆಕಾಶಗಮನವಿದ್ಯೆ.
Ā'er-ō-plāne, *n.* ವಾಯುವಿಮಾನ.
Æs'the-tic (ēz'thē-tik), *a.* ಸುಂದರ, ರಸಿಕ.
Æs'the-tics, *n. pl.* ಸೌಂದರ್ಯವನ್ನು ಕುರಿತ ಶಾಸ್ತ್ರ, ಲಲಿತಕಲಾವಿದ್ಯೆ.
Æs'ti-vāte, *v. i. r.* ವಸಂತ ಕಳೆ.
A-fār', *ad.* ದೂರ; from a. ದೂರದಿಂದ. a. off ದೂರ, ದೂರದಲ್ಲ.
A-fēard' (-fērd'), *a.* ಅಂಜುವ, ಭಯ ಪಡುವ, ಹೆದರುವ; be not a. ಅಂಜಬೇಡ; he was a. ಹೆದರಿದ.
Af'fa-ble, *a.* ವಿನಯವಾದ, ನಮ್ರಭಾವವುಳ್ಳ. **Af-fa-bil'i-ty**, *n.* ವಿನಯ, ನಮ್ರತೆ. **Af'fa-bly**, *ad.* ವಿನಯದಿಂದ, ನಮ್ರತೆಯಿಂದ.
Af-fāir', *n.* ಕಾರ್ಯ, ಸಂಗತಿ; 2. ಕದನ; a. of honour ದ್ವಂದ್ವಯುದ್ಧ; domestic affairs ಗ್ರಹಕೃತ್ಯದ; affairs of state ರಾಜ್ಯ ಕಾರ್ಯಗಳು.
Af-fect', *v. t. r.* ತಾಕು, ಹತ್ತು; 2. ಮನಸ್ಸಿಗೆ ಹತ್ತು, —ನಾಟು, ಮನಸ್ಸು ಕರಗಿಸು; 3. ಪ್ರೀತಿಮಾಡು *c. d.*, ಸ್ನೇಹಿಸು; 4. ಮನ ವೊಲಿಸು *c. d.;* 5. ಹಾನಿಮಾಡು. ***pass.*** **to be affected to, towards** ಒಲಿ; 6. ಆಶಿಸು; 7. ಜಂಬ ತೋರಿಸು, ಠಕ್ಕು ಮಾಡು, ಸೋಗು ತೆಗೆದುಕೊಳ್ಳು *e. g.* to a. ignorance ಅರಿ ಯದವನ ಹಾಗೆ ಸೋಗುಮಾಡು. **-ā'tiŏn**, *n.* ಒಯ್ಯಾರ, ಡಂಬ, ಜಂಬ. **Af-fect'ed**, *pp. & a.* ಸೋಗಿನ, ಒಯ್ಯಾರದ; 2. ಹೆಸರಿಗೆ ಮಾತ್ರ ತೋರಿಸಿದ, ಸೋಗು ತೆಗೆದುಕೊಂಡ, ಕಪಟವಾದ; 3. ಹಾನಿ ಮಾಡಲ್ಪಟ್ಟ.
Af'fec'tiŏn, *n.* ಪ್ರೀತಿ, ಇಷ್ಟ, ಒಲುವು, ಒಲುಮೆ, ಮಮತೆ. **-āte**, *a.* ಸಂಪ್ರೀತಿಯುಳ್ಳ, ವಾತ್ಸಲ್ಯವುಳ್ಳ.
Af-fi'ance, *v. t. r.* (*pr.* -anst) ಮದುವೆ ನಿಶ್ಚ ಯ ಮಾಡು *c. d.*, ಗೊತ್ತು ಮಾಡು *c. d.*, ವಿವಾಹಕ್ಕೆ ನೇಮಕ—; 2. ಮಾತು ಕೊಡು, ವಚನ—. *n.* ಮದುವೆಯ ಗೊತ್ತು, ನಿಶ್ಚಿ ತಾರ್ಥ; 2. ನಂಬಿಕೆ. **Af-fi'anceē**, *n.* ಮದು ವೆಯಾಗುವುದಾಗಿ ಮಾತು ಕೊಟ್ಟವಳು.
Af-fi-dā'vit, *n.* ಪ್ರಮಾಣವಾಙ್ಮೂಲ, "ಜಬಾನಿ"; ಪ್ರಮಾಣಪತ್ರ (*S. C.*).
Af-fil'i-āte, *v. t. r.* ಸ್ವೀಕರಿಸು, ಸಂಯೋಜಿಸು, ಸಭೆಗೆ ಸೇರಿಸು. **Af-fil-i-ā'tiŏn**, *n.* ದತ್ತಸ್ವೀ ಕಾರ.
Af-fī'ned, *a.* ನೆಂಟ, ಸಂಬಂಧವುಳ್ಳ, ಸಂಬಂಧಿಕ. **Af'fin-i-ty**, *n.* ನೆಂಟಸ್ತಿಕೆ, ಬಂಧುತ್ವ, ಬೀಯ್ಗ ತನ, ಬೀಗತನ; 2. ಸಂಬಂಧ.
Af-fīrm', *v. t. r.* ಹೌದನ್ನು, ಖಂಡಿತವಾಗಿ ಹೇಳು, ಊರಿಸಿ ಹೇಳು, 2. ಸ್ಥಾಪಿಸು, ಗಟ್ಟಿ ಮಾಡು. **-ā'tiŏn**, *n.* ಹೌದನ್ನುವ ಮಾತು; 2. ಸ್ಥಾಪನೆ, ಪ್ರಮಾಣಪತ್ರಿಕೆ. **Af-fīrm'a-tive**, *a.* ಒಪ್ಪುವ, ಪ್ರಾಮಾಣಿಕ, ಸ್ಥಾಪಕಾರ್ಥಕ.
Af'fix, *n.* ಪ್ರತ್ಯಯ. **Af-fix'**, *v. t. r.* (*pr.* -fixt) ಹಚ್ಚು, ಅಂಟಿಸು, ಕೂಡಿಸು.
Af-flict', *v. t. r.* ಕುಗ್ಗಬಡಿ, ಕುಗ್ಗಿಸು, ಕಷ್ಟ ಪಡಿಸು, ಉಪದ್ರವಪಡಿಸು, ದುಃಖಪಡಿಸು. ***pass.*** ಕುಗ್ಗಿರು, ದುಃಖದಿಂದಿರು. **Af-flic'tiŏn**, *n.* ಕಷ್ಟ, ದುಃಖ, ಉಮ್ಮಳ, ವೇಧೆ, ಹೊದಕುಳಿ; to sink under a. ಕುಂದು, ಕಂದಿಕುಂದು. **Af'flic'tive**, *a.* ಕುಗ್ಗಿಸುವ, ದುಃಖ ಪಡಿಸುವ.
Af'flu-ence, *n.* ಪ್ರವಾಹ; 2. ಬಹಳ ಐಶ್ವರ್ಯ, ಸಂಪತ್ತು, ಸೌಭಾಗ್ಯ. **Af'flu-ent**, *a.* ಕಟ್ಟಿಲ್ಲದೆ ಹರಿಯುವಂಥಾ; 2. ಧನಾಢ್ಯ, ಧನ್ಯ, ಐಶ್ವರ್ಯ ವುಳ್ಳ. *n.* ಉಪನದಿ. **Af'flux**, *n.* ಹರಿತ, ಪ್ರವಾಹ.
Af-fōrd', *v. t. r.* ಕೊಡು, ಹುಟ್ಟಿಸಿಕೊಡು, ಪೂರಯಿಸು, ನಿರ್ವಹಿಸು; a. to buy ಕೊಂಡು ಕೊಳ್ಳಲು ಶಕ್ತನಾಗು.

Af-for'est, *v. t. r.* ಕಾಡು ಬೆಳಿಸು. **-ā'tiŏn,** *n.* ಕಾಡಾಗಿ ಬೆಳಿಸುವಿಕೆ.

Af'fran-chīse, *v. t. r.* ದಾಸತ್ವದಿಂದ ಇಲ್ಲವೆ ಹಂಗಿನಿಂದ ಬಿಡುಗಡೆ ಮಾಡು.

Af-frāy' (-frā'), *n.* ಜಗಳಾಟ, ಕಲಹ.

Af-frīght' (-frīt'), *v. t. r.* ಭಯಪಡಿಸು, ಬೆದರಿಸು, ಹೆದರಿಸು.

Af-frŏnt', *v. t. r.* ಕಾಲುಕೆದರಿಸು, ಕೆಣಕು, ಸಿಟ್ಟಿಗೆಬ್ಬಿಸು. *n.* ಅವಮಾನ, ತಿರಸ್ಕಾರ.

Af-fūse', *v. t. r.* ಸುರಿಸು, ಹಣಿಸು, ಹೊಯ್ಯು. **Af-fū'siŏn,** *n.* ಹೊಯ್ಯುವಿಕೆ, ಅಭಿಷೇಕ.

A-field', *ad.* ಹೊಲದಲ್ಲಿ, ಹೊಲಕ್ಕೆ, ಹೊರಗೆ.

A-flōat' (-flōt), *ad.* ತೇಲುತ್ತಾ, ಮೋದಂಡ; rumour is a. ಸುದ್ದಿ ಹೊರಟಿದೆ.

A-foot', *ad.* ಕಾಲುನಡಿಗೆಯಿಂದ, ಪಾದಚಾರಿಯಾಗಿ.

A-fōre, *ad.* ಮುಂಚೆ, ಮುಂದೆ, ಪ್ರಾಕು.

A-fōre'hand, *ad.* ಮುಂದಾಗಿ, ಮುಂಚೆ. *a.* ಸಿದ್ಧ, "ತಯಾರು".

A-fōre'tīme, *ad.* ಮೊದಲು, ಮುಂಚೆ.

A fortiori, *ad.* ಈ ಬಲವಾದ ಕಾರಣದಿಂದ.

A-frāid', *a.* ಅಂಜುವ, ಭಯಪಡುವ; he is a. ಅಂಜುತ್ತಾನೆ, ಅವನು ಹೆದರುತ್ತಾನೆ be not a. ಹೆದರಬೇಡ, ಅಂಜಬೇಡ.

A-fresh', *a.* ತಿರಿಗಿ, ಮತ್ತು, ಹೊಸದಾಗಿ.

Af'ric, Af'ri-can, *a.* ಅಫ್ರಿಕ ಖಂಡದ. *n.* ಆಫ್ರಿಕ ಖಂಡದವ.

Af'ri-kan-dĕr, *n.* ಅಫ್ರಿಕದ ಡಚ್ಚ ವಂಶಸ್ಥನು.

A'frŏnt, *ad.* ಎದುರಾಗಿ, ಅಭಿಮುಖವಾಗಿ.

Aft, *ad.* ಹಡಗದ ಹಿಂಭಾಗದಲ್ಲಿ. *a.* ಹಡಗದ ಹಿಂಭಾಗದಲ್ಲಿಯ.

Af'tĕr, *a.* ಮುಂದಿನ, ತರುವಾಯದ, ಹಿಂದಗಡೆಯ. *ad.* ತರುವಾಯ. *prep.* ಹಿಂದೆ; 2. ಮೇಲೆ, ತರುವಾಯ, ಬಳಿಕ; 3. ಅಂತೆ, ಪ್ರಕಾರ; 4. ವಿಷಯ *e.g.*. ಕುರಿತು *c.a.* a.-ages ಅನಂತರದ ಕಾಲ; a. all ಕಟ್ಟಕಡೆಗೆ. a.-bīrth, *n.* ಗರ್ಭವೇಷ್ಟನ, ಮಾಸ, ಕಸ, ಮಾಯೆ, ಉಲ್ಬ. a.-glōw (-glō), *n.* ಸಂಜೆಯ ಬೆಳಕು. a.-grass=a.-math, *n.* ಕೊಯಿದ ಮೇಲೆ ಬೆಳೆದ ಹುಲ್ಲು. a.-hours, *n. pl.* ಕೆಲಸದ ನಿಯಮಿತ ತಾಸು ಮುಗಿದ ತರುವಾಯ. a.-noon, *n.* ಮಧ್ಯಾಹ್ನದ ಮೇಲೆ, —ಮೇಲಿನ ವೇಳೆ, ಇಳಿಹೊತ್ತು. a.-thought (-that), *n.* ಪುನರಾಲೋಚನೆ, ಕಾರ್ಯವಾದ ತರುವಾಯದ ಆಲೋಚನೆ. a.-ward, a.-wards (-wĕrdz), *ad.* ತರುವಾಯ, ಅನಂತರ, ಹಿಂದುಗಡೆ, ಬಳಿಕ.

A-gain' (-gen'), *ad.* ಮತ್ತೂ, ತಿರಿ, ಇನ್ನೊಂದು ಸಾರಿ, "ವಾಪಸು"; a. and a. ತಿರಿತಿರಿಗಿ, ಪದೇಪದೆ, ಬಾರಿಬಾರಿಗೆ.

A-gainst' (-genst'), *prep.* ಎದುರಿಗೆ, ಎದುರಾಗಿ; 2. ವಿರೋಧವಾಗಿ, ಮೇಲೆ; 3. ಮುಂಚೆ.

A-gāpe', *ad.* ಕಕ್ಕಾಬಿಕ್ಕಿಯಾಗಿ, ಬೆರಗಾಗಿ, ಬೆಚ್ಚಿಬೆರಗಾಗಿ.

A-g'ā-pē, *n.* ಪ್ರೀತಿಭೋಜನ.

Ag'ā-ric, *n.* ನಾಯಿಕೊಡೆ. [ರತ್ನ.

Ag'āte, *n.* ನಾನಾ ಬಣ್ಣದ ಒಂದು ರತ್ನ, "ಅಕಿಕ"

Ag'āve, *n.* (*Agave americana*) ಕಲ್ನಾರು, ದೆವ್ವದಾಳೆ, ರಾಕ್ಷಸ—, ಕತ್ತಾಳೆ (*My.*).

A-gā'ze (-gāzd), *ad. see* Aghast.

Āġe, *n.* ಪ್ರಾಯ, ವಯಸ್ಸು; 2. ಮುದಿಪ್ರಾಯ; 3. ಆಯುಷ್ಯ; 4. ಕಾಲ, ಯುಗ; 5. ವಂಶ; of a. ಪ್ರಾಯ ಬಂದ; he is of a. ಅವನಿಗೆ ಪ್ರಾಯ ಬಂದದೆ; he is under a. ಪ್ರಾಯಕ್ಕೆ ಬಾರದವನು; a.-worn ಮುಪ್ಪಿನಿಂದ ಕ್ಷೀಣವಾದ, ಜರಾಜರ್ಜರಿತ. **Ā'ġed,** *a.* ಮುದಿ, ಪ್ರಾಯಸಂದ, ವೃದ್ಧ; 2. ಇಂತಿಷ್ಟು ವರ್ಷದ, *as*, a. forty years ನಾಲ್ವತ್ತು ವರ್ಷದವ (—ದಾಕೆ).

Aġen'da, *n.* ಒಂದು ಸಭೆಯಲ್ಲಿ ನಡೆಯತಕ್ಕ ಕೆಲಸದ ವಿವರ, ಸೂಚೀಪತ್ರ; 2. "ಯಾದಿ" ಪುಸ್ತಕ.

Ā'ġent, *n.* ಮಾಡುವವ, ಕರ್ತ; 2. ಕಾರ್ಯಸ್ಥ, ಮುತಾಲಿಕ, ಪಾರುಪತ್ಯಗಾರ, "ಮೊಕ್ತಿಯಾರ್". **A'ġen-cy,** *n.* ಮಾಡೋಣ, ಕರ್ತೃತ್ವ; 2. ಪಾರುಪತ್ಯ, "ವಕಾಲತು".

Ag-glom'ĕr-āte, *v. t. r.* ಏಕಪಿಂಡ ಮಾಡು. *a.* ಏಕಪಿಂಡವಾದ.

Ag-glu̧t'i-nāte, *v. t. r.* ಹಚ್ಚು, ಅಂಟಿಕ್ಕು, ಅಂಟಿಸು. **Ag-glu̧t-i-nā'tiŏn,** *n.* ಹಚ್ಚುವುದು, ಅಂಟಿಸುವುದು. **Ag-glu̧t-i-na'tive,** *a.* ಹಚ್ಚುವ, ಅಂಟಿಸುವ.

Ag'gran-dīse, *v. t. r.* ದೊಡ್ಡದಾಗ ಮಾಡು, ಹೆಚ್ಚಿಸು, ಅಭಿವೃದ್ಧಿ ಪಡಿಸು. **-ment,** *n.* ಹೆಚ್ಚಿಸೋಣ, ಬೆಳಸೋಣ; 2. ದೊಡ್ಡಸ್ತಿಕೆ, ಏಳಿಗೆ.

Ag'gra-vāte, *v. t. r.* ಹೆಚ್ಚಿಸು, ದೊಡ್ಡದು ಮಾಡು; 2. ಅತಿವರ್ಣಿಸು; 3. ಕೆಣಕು, ಸಿಟ್ಟೆಬ್ಬಿಸು. **Ag-gra-vā'tiŏn,** *n.* ಅತಿವರ್ಣನೆ, ವೃದ್ಧಿಸೋಣ, ದೊಡ್ಡದು ಮಾಡೋಣ.

Ag'gre-gāte, *n.* ಒಟ್ಟುಗಟ್ಟು, ಒಟ್ಟು, ಸಮೂಹ. *v. t. & i. r.* ಏಕತ್ರಪಡಿಸು, ಏಕತ್ರ ಆಗು.

Ag-gress', *v. t. r.* (*pr.* -grest') ಮೇಲ್ಬೀಳು, ಅಡುರು, ದುಡುಕು ಮಾಡು. **Ag-gres'siŏn** (-gresh'un), *n.* ದಾಳಿ, ಮೇಲೆ ಬೀಳುವುದು, "ದೌಡು" ಮಾಡುವುದು. **Ag-gres'sive,** *a.*

ಜಗಳ ತೆಗೆಯುವ, ಮೇಲೆ ಬೀಳುವ. Ag-gres'sŏr, *n.* ಮೊದಲೇ ಕತ್ತಿಮಾತು ಕೊಟ್ಟು ಯುದ್ಧಕ್ಕೆ ಹೊರಡುವವ, ಮೇಲೆ ಬೀಳುವವ, ಜಗಳ ತೆಗೆಯುವವ, ಕಲಹಕಂಟಕ.

Ag-griēve', *v.t.r.* ದುಃಖಪಡಿಸು. *v.i.* ದುಃಖಿಸು. Ag-griev'ed, *ad.* ದುಃಖ ಹೊಂದಿದ, ನಷ್ಟ ಹೊಂದಿದ.

A-ghast' (-gast'), *ad.* ಬೆಪ್ಪಾಗಿ, ಬೆಚ್ಚಿಬಿದ್ದು, ಗಾಬರಿಯಾಗಿ; stand a. with fear ಹೆದರಿ ಬೆರಗಾಗಿ ನಿಲ್ಲು.

Aǵile (aj'il), *a.* ತೀವ್ರ, ಲಘು, ಚಪಲ. Aǵ-il'i-ty, *n.* ತೀವ್ರತೆ, ಲಘುತ್ವ, ಚಪಲತ್ವ.

Ā'ǵi-ō, *n.* ವಟ್ಟ. -tāǵe, *n.* ಹಣ ವಟಾಯಿ ಸುವಿಕೆ, ಸಾಟಿವ್ಯಾಪಾರ.

Aǵ'i-tāte, *v.t.r.* ಅಲ್ಲಾಡಿಸು; 2. ಕಳವಳಿಸು, ಎದೆಗುದಿಸು, ಚಳವಳ ಎಬ್ಬಿಸು. *pass.* ಎದೆಗುದಿಪಡು, ಕಳವಳಪಡು. Aǵi-tā'tiŏn, *n.* ಕಳವಳ, ಉದ್ವೇಗ, ಕ್ಷೋಭೆ, ಚಳವಳ. Aǵ'i-tā-tive, Aǵ'i-tā'tiṅg, *a.* ಕಳವಳಪಡಿಸುವ. Aǵ'i-ta-to, *ad.* *(mus.)* ಗದ್ಗದಸ್ವರದಿಂದ. Aǵ'i-tā-tŏr, *n.* ಪ್ರೇರೇಪಿಸುವವ, ರೇಗಿಸುವವ, ಎಬ್ಬಿಸುವವ, ಕಲಹಕಂಟಕ.

A-glow' (-glo'), *ad.* ಸಿಗಿನಿಗಿಯಾಗಿ, ಪ್ರಕಾಶಮಾನವಾಗಿ.

Ag'nāil, *n.* ಉಗುರುಸುತ್ತು.

Ag'nāte, *a.* ವಂಶಸ್ಥ, ಸಂಬಂಧಿಕ, ಜ್ಞಾತಿ. Ag-nā'tiŏn, *n.* ಸಂಬಂಧ, ವಂಶ, ಜ್ಞಾತಿತ್ವ.

Ag-nō'men, *n.* ಅಡ್ಡಹೆಸರು.

Ag-nos'tic, *n.* ನಾಸ್ತಿಕ ಮತದವನು, ದೇವರಿಲ್ಲವೆಂದು ವಾದಿಸುವವನು.

A-gō', *ad.* ಹಿಂದೆ; a year a. ಒಂದು ವರ್ಷದ ಹಿಂದೆ, —ಕೆಳಗೆ.

A-gog', *ad.* ಲವಲವಿಕೆಯಿಂದ, ಆತುರದಿಂದ.

A-go'iṅg, *ad.* ನಡೆಯುತ್ತಾ; set a. ನಡೆಯಲಿಕ್ಕೆ ಹಚ್ಚು, ನಡಿಸು.

Ag'ō-nīse, *v.t. & i.r.* ಅತಿಸಂಕಟಪಡಿಸು; ಪ್ರಾಣಸಂಕಟದಲ್ಲಿರು.

Ag'ō-nist, *n.* ಪ್ರತಿಸ್ಪರ್ಧಿ. -ic, *a.* ಪ್ರತಿಸ್ಪರ್ಧಿಸುವ. Ag'o-nism, *n.* ಪಂತದ ಕುಸ್ತಿ.

Ag'ō-ny, *n.* ಪ್ರಾಣಸಂಕಟ, ಅತಿವೇದನೆ, ಯಾತನೆ.

A-grā'ri-an, *a.* ಹೊಲಸಂಬಂಧ, ಭೂಸಂಬಂಧದ.

A-grēe', *v.i.r.* ಒಪ್ಪಿಗೆಯಾಗು, ತಾಳೆಬೀಳು; 2. a. to ಒಪ್ಪು, ಒಪ್ಪಿಕೊಳ್ಳು, ಸಮ್ಮತಿಸು; 3. a. with ಒಡಂಬಡು, "ಕರಾರು" ಮಾಡು; 4. (things) ಒಪ್ಪು; 5. (food, *etc.*) ಆಗು, ಒಗ್ಗು. -a-ble, *a.* ಒಪ್ಪುವ; 2. ಇಂಪಾದ, ಮನೋಹರ; 3. ಪ್ರಕಾರವಾದ, *n.* -a-ble-ness. A-grēe'-a-bly, *ad.* ಇಂಪಾಗಿ, ಮನೋಹರವಾಗಿ; 2. ಪ್ರಕಾರವಾಗಿ, ಅನುಸಾರವಾಗಿ. A-grēe'ment, *n.* ತಾಳೆ, ಒಕ್ಕಟ್ಟು; 2. ಅನುಮತಿ, ಒಡಂಬಡಿಕೆ; 3. ಒಪ್ಪಂದ, "ಕರಾರು", "ಕಬುಲಾಯಿತಿ"; a written a. ಕಟ್ಟಡಕ *(My.)*.

Ag'ri-cul-tūre, *n.* ವ್ಯವಸಾಯ, ಕೃಷಿ, ಅರಂಬ, ಸಾಗುವಳಿ, ಹೊಲಮನೇ ಕೆಲಸ, ಸೇದ್ಯ. Ag'ri-cul-tū-ral, *a.* ಹೊಲಮನೆ ಮಾಡುವ; 2. ವ್ಯವಸಾಯ ಸಂಬಂಧ; a. class ಒಕ್ಕಲಿಗರು, "ರೈತರು". Ag'ri-cul-tū-rist, *n.* ಒಕ್ಕಲಿಗ, ಅರಂಬಗಾರ, "ರೈತ", ಕೃಷಿಕ.

Agrō'nō-my, *n.* ಕೃಷಿಕರ್ಮ.

A-ground', *ad.* ನೆಲಹತ್ತಿ, ದಡಕ್ಕೆ ತಾಕಿ.

Ā'gūe (ā'gū), *n.* ಚಳಿಜ್ವರ, ಕಂಪಜ್ವರ; a. cake ಜ್ವರಗಡ್ಡೆ. *v.t.r.* ಚಳಿಜ್ವರದಿಂದ ನಡುಗಿಸು.

Äh (ä), *int.* ಅಃ! ಆಹಹಾ! ಹಾ, ಅಕಟಾ!

A-hä', *int.* ಆಹಹಾ, "ಶಾಬಾಸ್"; 2. ಛೀ! 3. ಅಬಾ!

A-head' (-hed'), *ad.* ಮುಂದಾಗಿ.

A-heap', *ad.* ರಾಶಿಯಾಗಿ, ಸಗಟು.

A-hoy', *int.* ಒಹೊಯ್ (ನಾವಿಕರ ಕರೆ).

Āid, *n.* ನೆರವು, ಸಹಾಯ, ಬೆಂಬಲ, ಬೆನ್ನಾಸರೆ, "ಕುಮಕು". *v.t.r.* ನೆರವಾಗು, ಸಹಾಯ ಮಾಡು *c.d.*, ಒತ್ತಾಸೆ ಮಾಡು *c.d.* -ance, *n.* ಸಾಹಾಯ್ಯ. Aid-fụl, *a.* ಸಾಹಾಯ್ಯಪರ.

Āid-de-camp (ād'de-koṅg), *n.* ಸೇನಾಮುಖ್ಯಸ್ಥನ ಹಸ್ತಕ. Aids-de-camp, *pl.*

Āi-grette (Āgret), *n.* ತುರಾಯಿ.

Ail, *v.t.r.* ಅಸ್ವಸ್ಥವಾಗಿರು, ಅಸೌಖ್ಯವಾಗಿರು; he is ailing ಅವನ ಮೈಯಲ್ಲಿ ನೆಟ್ಟಗಿಲ್ಲ; ಅವನಿಗೆ ಅಸ್ವಸ್ಥ. *v.t.r.* ಕಷ್ಟಕೊಡು *c.d.;* what ails you? ನಿನಗೇನು ಬೇನೆ? ನಿನಗೇನಾಗಿದೆ? -ment, *n.* ಜಾಡ್ಯ, ಜಡ್ಡು, ಅಸ್ವಸ್ಥ, ಕಾಯಿಲೆ.

Āim, *n.* ಗುರಿ, ಚೂಟಿ, ಉದ್ದೇಶ; a. taken when firing a gun ಕಣ್ಣೂಟಿ, ನೋಟ. *v.t. & i.r.* ಗುರಿ ನೋಡು, ಗುರಿ ಇಡು, ಯತ್ನ ಮಾಡು, ಉದ್ದೇಶಿಸು. -less, *a.* ಗೊತ್ತುಗುರಿಯಿಲ್ಲದ, ಗೊತ್ತುಗೆಟ್ಟ.

Āir, *n.* ಗಾಳಿ, ವಾಯು, ಹವ; take the a. ಹವ ತಕ್ಕೊಳ್ಳು, ಅಡ್ಡಾಡು; 2. ಬೈಲು, ಪ್ರಕಟಣೆ; take a. ಹೊರಬೀಳು, ಬೈಲಿಗೆ—, ಹುಲುಬು; 3. ರಾಗ, ದಾಟಿ; 4. ಠೀವಿ, ಮುಖಭಾವ, ತರ; 5. *pl.* ಜಂಬ, ಒಯ್ಯಾರ, ಹೋಕೆ. *v.t.r.* ಗಾಳಿಗಾರಿಸು, ಗಾಳಿಗೆ ಹಾಕು, ಬೆಳಕಿಗೆ ಮಾಡು.

Fāte, fat, fär, fạll, whạt; mē, met, prẹy, hẽr; pīne, pin, marīne, bĩrd; nōte, not, möve, dŏve; tūne, tub, rụde, pụll: drȳ, body; fool, bo̤ok; oil; boy; pound; now.

Āir'craft, *n.* ವಾಯುನಾವೆ. Āir'ed, *a.* ಒಣಗಿಸಲ್ಪಟ್ಟ. Āir'i-ly, *ad.* ಉಲ್ಲಾಸದಿಂದ, ಗೆಲವಿನಿಂದ. Āir'i-ness, *n.* ಗಾಳಿಗೆ ಗುರಿಯಾಗಿರುವದು, ತಂಗಾಳಿಯುಳ್ಳದ್ದು; 2. ಉಲ್ಲಾಸ, ಗೆಲವು. Āir'iṅg, *n.* ಹವ ತಕ್ಕೊಳ್ಳೋಣ, ವಿಹಾರ, ಸವಾರಿ, ಗಾಳಿಗಾರಿಸೋಣ. Āir'gun, *n.* ಪೆಟ್ಲಿನಳಿಗೆ. Āir'hole, *n.* ಗಾಳಿಗಂಡಿ. Āir'pump, *n.* ವಾತಾಕರ್ಷಕ ಯಂತ್ರ. Āir'-shaft, *n.* ಗನಿಗಳಲ್ಲಿಯ ಗಾಳಿಗಂಡಿ. Āir'-ship, *n.* ವಿಮಾನ. Āir'tīght (-tīt), *a.* ಗಾಳಿ ಸೇರದಂತೆ ಬಿಗಿಯಾದ. Āir'y, *a.* ತಂಪಾದ, ಗಾಳಿ ಹೋಗಲಿಕ್ಕೂ ಬರಲಿಕ್ಕೂ ತಕ್ಕ, ಗಾಳಿ ಆಡುವ, ಎತ್ತರವಾದ; 2. ಉಲ್ಲಾಸವುಳ್ಳ; 3. ವ್ಯರ್ಥ.

Aīsle (īl), *n.* ಮನೆಯ ಬಾಜು, —ಸಾಲು; 2. ದೇವಾಲಯದ ಪಾರ್ಶ್ವ, —ಪಡಸಾಲೆ.

A-jär', *ad.* ಅರ್ಧ ತೆರೆದು; leave the door a. ಬಾಗಲು ವಾರೆ ಮಾಡಿಬಿಡು.

A-kim'bō, *ad.* ಟೊಂಕದ ಮೇಲೆ ಕೈ ಇಟ್ಟು.

A-kin', *a.* ರಕ್ತಸಂಬಂಧವಾದ, ಸಮಾನಲಕ್ಷಣವುಳ್ಳ.

A-la, (Fr.) prep. ಪ್ರಕಾರ; *a la mode* ಪದ್ಧತ್ಯನುಸಾರ.

Al-a-bas'tĕr, *n.* ಚಂದ್ರಕಾಂತ.

A-lack', -a-dāy, *int.* ಅಕಟಾ!

A-lac'ri-ty, *n.* ಚಟುವಟಿಕೆ, ಕುತೂಹಲ, ಉಲ್ಲಾಸ, "ಹುಷಾರು".

A-laṅg'ī-um, *n.* Sage-leaved a. *(Alangium Lamarckii, Thwaites)* ಅಂಕೋಲೆಮರ.

A-lärm', *n.* ಎಚ್ಚರಿಸೋಣ; 2. ಗುಲ್ಲು, ಗುಬಾರು; 3. ಭಯ, ಕಕ್ಕಾಬಿಕ್ಕಿ, ಅವಾಂತರ. *v. t. r.* ಎಚ್ಚರಿಸು; 2. ಬೆದರಿಸು; 3. ಗುಲ್ಲು ಎಬ್ಬಿಸು, ಗುಬಾರು ಹುಟ್ಟಿಸು; 4.=alarum, *q. v.* -ist, *n.* ವೃಥಾ ಗುಲ್ಲೆಬ್ಬಿಸುವವ.

A-lar'um clock, *n.* ಎಚ್ಚರಿಸುವ ಘಡಿಯಾರ.

Al'a-ry, *a.* ರೆಕ್ಕೆಯಿರುವ.

A-las', *int.* ಅಯ್ಯೋ! ಹಾ! ಅಕಟಾ! a. for them ಅಯ್ಯೋ ಅವರ ಗತಿ ಏನೆಂದು ಹೇಳಲಿ!

Ā'lāte, A'lāt-ed, *a. (bots.)* ರೆಕ್ಕೆಯುಳ್ಳ.

Al'ba-tross, *n.* ಶಾಂತಸಾಗರದ ತೀರದಲ್ಲಿ ವಾಸಿಸುವ ದೊಡ್ಡ ಕಡಲುಕೋಳಿ.

Al'bē-it, *ad. & conj.* ...ರೂ, ಇದ್ದರೂ, ಆದಾಗ್ಯೂ.

Al-bī'no, *n.* ಶ್ವೇತವರ್ಣಿ, ಪಾಂಡುವರ್ಣಿ, ಶುಕ್ಲಕುಷ್ಠರೋಗವುಳ್ಳವ.

Al'bi-ŏn, *n.* ಇಂಗ್ಲಾಂಡಿನ ಮುಂಚಿನ ಹೆಸರು, ಕಾವ್ಯಗಳಲ್ಲಿ ಇದೇ ಪ್ರಯೋಗ.

Al-biz'zi-a, *n. see* Sirissa tree.

Al-bū'go, *n.* ಕಣ್ಣುಗುಡ್ಡೆ ನಲ್ಲಾಗುವ ಹೂವು.

Al'bum, *n.* ಸ್ನೇಹಿತರ ಕೈಬರಹವನ್ನು ಬರಿಸಿಕೊಂಡು ಇಲ್ಲವೆ ಚಿತ್ರಗಳನ್ನು ಇಟ್ಟುಕೊಳ್ಳುವ ನೆನಪಿನ ಪುಸ್ತಕ.

Al-bū'men, *n. (bot.)* ಲೋಳೆ.

Al'ehe-mist, *n.* ರಸಾಯನಜ್ಞ. Al'ehe-my, *n.* ರಸಾಯನವಿದ್ಯೆ; 2. ಕಿಮಿಯಾ, ಚಿನ್ನ ಮಾಡುವ ವಿದ್ಯೆ.

Al'cō-hol, *n.* ಸಾರಾಯಿ (ಸೆರೆ), ಮದ್ಯಾರ್ಕ. -ism, *n.* ಮದ್ಯಾರ್ಕದ ವಿಪಾಕ.

Al'cōve, *n.* (ಗೋಡೆಯಲ್ಲಿ) ಮಾಡ, ಗೂಡು, ತೋಟಗಳಲ್ಲಿರುವ ಶೃಂಗಾರ ಮಂಟಪ.

Al-deb'a-ran, *n. (astr.)* ರೋಹಿಣೀ ನಕ್ಷತ್ರ.

Äl'dĕr, *n.* "ಅಲ್ನ"ವೆಂಬ ಮರ.

Äl'dĕr-man, *n.* ಗವುಡ, ಹೆಗ್ಗಡೆ, ಊರಿನ ಮುಖ್ಯಸ್ಥ.

Āle, *n.* ಜವೆಗೋದಿಯಿಂದ ಮಾಡಿದ ಮದ್ಯ, ಹೆಂಡ; a.-house, *n.* ಹೆಂಡದಂಗಡಿ; a.-wife, *n.* ಹೆಂಡ ಮಾರುವವಳು.

A-lĕrt', *a.* ಎಚ್ಚರಿಕೆಯ, ಜಾಗರೂಕ; 2. ಚಟುವಟಿಕೆಯ, ತೀಕ್ಷ್ಣವಾದ, "ಹುಷಾರಾದ"; to be upon the a. ಎಚ್ಚರಿಕೆಯಾಗಿರು, ನಿಗರಿ ನಿಲ್ಲು.

Al-ex-an'dri-an laurel, *n. (Calophyllum inophyllum, L.)* ಸುರಹೊನ್ನೆ ಮರ *(My.)*, ಊಮ ಗಿಡ, ಊಮ ಮರ *(S. M.)*.

Āl-fres'co, *ad.* ಹೊರವಾಡದಲ್ಲಿ, ಹೊಸ ಸಾರಣೆಯ ಮೇಲೆ. [ಪಾಚಿ.

Al'ga', *n. pl.* (Algæ) *sing.* ಶೈವಾಲ, ಸಮುದ್ರ

Al'ġe-bra, *n.* ಬೀಜಗಣಿತ, ಅಕ್ಷರಗಣಿತ.

Ā'li-as, *ad.* ಯಾನೆ.

Al'ib-ī, *ad. & n.* ಬೇರೆ ಕಡೆಯಲ್ಲಿ, ತಕ್ಸೀರು ನಡೆದಾಗ ತಾನು ಬೇರೆ ಕಡೆಯಲ್ಲಿದ್ದೆನೆಂಬ ಸಾಧನೆ.

Āl'ien (āl'yen), *n.* ಅನ್ಯ, ಪರದೇಶಸ್ಥ. -able, *a.* ಪರಾಧೀನವಾಗತಕ್ಕ. -āte, *v. t. r.* ಸ್ನೇಹ ತಪ್ಪಿಸು, ಮನಮುರಿ, ಮನಸು ಒಡಿಸು; 2. ಹೊರಗೆ ಕೊಡು, ಪರಾಧೀನ ಮಾಡು. -ā'tion, *n.* ಪರಾಧೀನವಾಗುವುದು, ಅನ್ಯವಾಗುವುದು; 2. ಮನಮುರಿಯೋಣ; 3. ಹುಚ್ಚು.

A'lif'ĕr-ŏus, *a.* ರೆಕ್ಕೆಗಳುಳ್ಳ.

A-līgn' (-līn'), *v. t. r.* ಸಾಲಿಗೆ ತರು, ಸಾಲಾಗಿರಿಸು, ಸಮರೇಖೆಯಲ್ಲಿರಿಸು.

A-līght' (-līt'), *v. t. r.* ಇಳಿ, ಎರಗು.

A-līke', *a.* ಒಂದೇ ಸಮ. *ad.* ಸಮಾನವಾಗಿ, ಒಂದೇ ಪ್ರಕಾರ; all a. ಸರ್ವರೂ ಒಂದೇ ಪ್ರಕಾರ.

C *as* **k; c** *as* **s; ch** *as* **sh; g** *as in* **get; ġ** *as* **j; ṅ** *nasal, as in* **aṅger; ṣ** *as* **z; th** *as in* **thou; x̱** *as* **gz; ce, ci, si** *and* **ti** *before a vowel as* **sh: ocean, action.**

Al'i-ment, *n.* ಆಹಾರ, ಗ್ರಾಸ, ಪೋಷಣೆ. —al. -ar-y, *a.* ಆಹಾರಸಂಬಂಧವಾದ, ಪೋಷಿಸುವ.

Al'i-mon-y, *n.* ಜೀವನಾಂಶ, "ಪೋಟಿಗೆ".

Al'i-quānt, *a.* ಸರಿಯಾಗಿ ವಿಭಾಗವಾಗದ.

Al'i-quot, *a.* ಸರಿಯಾಗಿ ವಿಭಾಗಿಸುವ.

A-līve' *a.* ಸಜೀವವಾದ, ಜೀವನಿಂದಿರುವ, ಚೈತನ್ಯವುಳ್ಳ, ಚುರುಕಾದ, "ಹುಷಾರು"; to be a. ಜೀವದಿಂದಿರು.

A-liz'a-rin, *n.* ಕೆಂಪು ಬಣ್ಣ.

Al'ka-hest, *n.* ಎಲ್ಲಾ ಪದಾರ್ಥಗಳನ್ನು ಕರಗಿಸುವ ವಸ್ತು.

Al'ka-li (*or* -lī), *n.* ಯೋಗವಾಹಿ, ಕ್ಷಾರ.

All, *a.* & *ad.* ಎಲ್ಲಾ, ಸಕಲ, ಇರುವಷ್ಟು, ಪೂರಾ ವತ್ತು; a. in. a. ಸರ್ವಸ್ವವು; a. along ನಿರಂತರವಾಗಿ; a. hail ಶುಭವಾಗಲಿ! a. soul's day, ಸಮಸ್ತ ಸತ್ತವರ ದಿನ (ಕಥೋಲಿಕರ ಹಬ್ಬ).

Al-lay' (-lā'), *v. t. r.* ಸಮಾಧಾನ ಪಡಿಸು; 2. ಅಣಗಿಸು (ಅಡಗಿಸು), ಉಪಶಮಿಸು, ಕಡಿಮೆ ಮಾಡು. -ment, *n.* ತಗ್ಗಿಸುವಿಕೆ.

Al-leġe', *v. t. r.* ಹೇಳು, ಖಂಡಿತವಾಗಿ ಹೇಳು; 2. ನೆವ ಹೇಳು. Al-le-gā'tiŏn, *n.* ಖಂಡಿತವಾಗಿ ಹೇಳೋಣ; 2. ಹೇಳಿಕೆ; 3. ನೆವ.

Al-lē'ġiance (-jans), *n.* ರಾಜನಿಗೆ ಮಾಡತಕ್ಕ ಭಕ್ತಿ, ಪ್ರಜಾಧರ್ಮ, ವಿಧೇಯತೆ, ಶ್ರದ್ಧೆ, ಆಜ್ಞಾಧಾರಕತ್ವ.

Al-le-gor'ic, -i-cal, *a.* ಉಪಮಾರೂಪವಾದ.

Al'le-gor-y, *n.* ಉಪಮೆ, ರೂಪಕ. Al'le-go-rīse, *v. t. r.* ಸಾಮ್ಯವಾಗಿ ಹೇಳು. Al'le-gŏr-ist, *n.* ಸಾಮ್ಯರೂಪವಾಗಿ ಬರೆಯುವವನು.

Al-lē'grō, *a.* (*mus.*) ದ್ರುತ. *ad.* ಚುರುಕಾಗಿ, ಉಲ್ಲಾಸವಾಗಿ.

Al-le-lu'iah, *n.* *see* Halleluiah.

Al-lē'vi-āte, *v.t.r.* ಹಗುರ ಮಾಡು, ಶಮನ—. Al-lē'vi-ā-tiŏn, *n.* ಉಪಶಮನ.

Al'ley (-li), *n.* ತೋಟದಲ್ಲಿಯ ದಾರಿ, ಉಸನದ ಮಾರ್ಗ; 2. ಸಂದು, ಸಂದಿ, ಓಣಿ. blind a. ಮುಂದರಿಸದ ದಾರಿ, ಓಣಿ.

Al-lī'ance, *n.* ಒಕ್ಕಟ್ಟು, ಒಪ್ಪಂದ, ಒಡಂಬಡಿಕೆ, 2. ಬೀಗತನ.

Al-līed, *a.* ಕೂಡಿಕೊಂಡ; a. powers or allies ಮಿತ್ರರಾಗಿ ಕೂಡಿಕೊಂಡ ರಾಜರು. ಮಿತ್ರರು, ಸುಹೃದ್ರಾಜರು.

Al-li-gā'tŏr, *n.* ಮೊಸಳೆ, ನೆಗಳು.

Al-li-gā'tiŏn. *n.* ಗಣಿತಶಾಸ್ತ್ರದಲ್ಲಿ ಒಂದು ಸೂತ್ರ.

Al-lit'ĕr-āte. *v. i. r.* ಒಂದೇ ಅಕ್ಷರದಿಂದಾರಂಭಿಸು. Al-lit-ĕr-ā'tiŏn, *n.* ಪ್ರಾಸ. ಅನುಪ್ರಾಸ, ಯಮಕ.

Al-lō-cāte, *v. t. r.* ಹಂಚಿಹಾಕು, ವಿನಿಯೋಜಿಸು.

Al-lō-cā'tiŏn, *n.* ವಿನಿಯೋಗ, ಹಂಚುವಿಕೆ.

Al-lō-cū'tiŏn, *n.* ಸಂಬೋಧನೆ, ಪ್ರಸಂಗ.

Al-lō'di-um, *n.* ಸ್ವತಂತ್ರವಾಗಿ ಅನುಭವಿಸುವ ಆಸ್ತಿ, ಮಿರಾಸಿ ಆಸ್ತಿ.

Al-lop'a-thy, *n.* ಚಿಕಿತ್ಸಾವಿಶೇಷ, ರೋಗ ಕಾರಣಕ್ಕೆ ವಿರೋಧ ಸ್ಥಿತಿಯನ್ನು ಉಂಟುಮಾಡುವ ವಿಧದ ಚಿಕಿತ್ಸಾಕ್ರಮ.

Al-lot', *v. t. r.* (-lot'ted) ಹಂಚಿಕೊಡು, ಪಾಲಿಡು. -ment, *n.* ಹಂಚುವದು, ಪಾಲು.

Al-low', *v. t. r.* ಕೊಡು, ಕೊಡಿಸು; to a. to happen ಆಗಗೊಡು, ಆಗಗೊಡಿಸು; 2. ಒಪ್ಪಿಕೊಳ್ಳು *v. d.*; 3. ಬಿಡು; 4. ಅಪ್ಪಣೆಕೊಡು. -a-ble, *a.* ನ್ಯಾಯವಾದ, ಒಪ್ಪಿಕೊಳ್ಳತಕ್ಕ. -ance, *n.* ಅಪ್ಪಣೆ; 2. ಭತ್ತೆ; 3. ಹೊಟ್ಟೆಗೆ ಕೊಟ್ಟದ್ದು, "ಪೋಟಿಗೆ"; 4. ಕಡಿಮೆ ಮಾಡೋಣ, ಬಿಟ್ಟುಬಿಡೋಣ; a. of grain given to hereditary village servants ಆಯ.

Al-loy', *n.* "ಕಚ್ಚಾ" ಲೋಹ, ಕಂದು; 2. ಕಲಬೆರಿಕೆ; 3. ಉತ್ತಾರ, ಮಟ್ಟಾಗೋಣ. *v. t. r.* "ಕಚ್ಚಾ" ಮಾಡು, ಬೆರಿಕೆ—; 2. ಸುಮಾರು ಮಾಡು, ಕಡಿಮೆ—, ಕೆಡಿಸು.

Al-lūde' to, *v. i. r.* ಸೂಚಿಸು. Al-lū'siŏn (-lū'zhun), *n.* ಸೂಚನೆ.

Al-lūre', *v. t. r.* ಆಶೆ ಪಡಿಸು, ಆಶೆ ತೋರಿಸಿ ಒಳಕೊಳ್ಳು, ವಿಲೋಭಿಸು, ಮೋಹಗೊಳಿಸು, ಮರುಳುಗೊಳಿಸು. Al-lū-ring, Al-lūre-ment, *n.* ಮರುಳುಗೊಳಿಸೋಣ. ವಿಲೋಭನ, ಮೋಹಗೊಳಿಸುವುದು.

Al-lū'vi-al, *a.* ಸಿಹಿನೀರಿನ ಪ್ರವಾಹದಿಂದುಂಟಾದ; a. soil ಒಂಡು. ಜಲಪ್ರವಾಹದಿಂದ ಉಂಟಾದ ನೆಲ. Al-lū'vi-um, *n.* ಸಿಹಿನೀರಿನ ಪ್ರವಾಹದಿಂದುಂಟಾದ ನೆಲ, ಒಂಡು, ರ್‍ಯಾವಿ. Al'lū-via, *n. pl.*

Al lȳ', *n.* ಮಿತ್ರ, ಸಹಾಯಕ. *v. t. r.* ಕೂಡಿಸು, ಬೀಗತನ ಮಾಡು; allied to ಮಿತ್ರನಾದ, ಕೂಡಿರುವ, ಸಂಬಂಧವಾದ.

Äl'ma-nac, *n.* ಪಂಚಾಂಗ.

Al'ma ma'ter (L.), *n.* ವಿದ್ಯೆಕಲಿತ ಕಲಾಶಾಲೆ. ಅಥವಾ ಸರ್ವ ಕಲಾಶಾಲೆ.

Al-mīght'y (-mīt'i), *n.* ಸರ್ವಶಕ್ತ, —ತ್ವಾನ್.

Al'mī-rah, *n.* ಅಲ್ಮಾರು, "ಕಪಾಟು".

Äl'mŏnd (ä'mund), *n.* (fruit of *Prunus*

amygdalus, Baill.) ಬಾದಾಮಿ; country a. tree (*Terminalia catappa*) ಕಾಡು ಬಾದಾಮಿ ಮರ.

Äl'mŏnds, *n. pl. see* Tonsil.

Al'mŏn-ĕr, *n.* ದಾನಧರ್ಮ ಕೊಡುವ ಉದ್ಯೋಗದವ.

Al'mōst, *ad.* ಸ್ವಲ್ಪ ಕಡಿಮೆಯಾಗಿ, —ತಪ್ಪಿ, ಬಹಳ ಮಾಡಿ.

Älms (ämz), *n.* ಭಿಕ್ಷೆ, ದಾನಧರ್ಮ. a'. house, *n.* ಧರ್ಮಸಾಲೆ, ಭಿಕ್ಷಾಗೃಹ.

Al'ōe (al'ō), *n.* (*Aloe litoralis, L.*) ಲೋಳೆಸರ. American a. *see* Agave. A-. wood, *n.* (*Aquilaria Agallocha, Roxb.*) ಅಗರು.

A-loft', *ad.* ಮೇಲೆ, ಉನ್ನತದಲ್ಲಿ.

A-lōne', *a.* ಒಬ್ಬನೇ, ಒಂದೇ, ಏಕಾಕಿ; let a. ಅಂತಿರಲಿ; let him a. ಅವನನ್ನು ಬಿಡು, ಅವನಿಗೆ ಉಪದ್ರವ ಕೊಡಬೇಡ, ಅವನ ಗೋಜಿಗೆ ಹೋಗಬೇಡ.

A-loṅg', *ad.* ಉದ್ದಕ್ಕೆ; ೨. ಮುಂದಕ್ಕೆ; 3. ಕೂಡ, ಸಂಗಡ, ಒಂದಿಗೆ; a. of ದೆಸೆಯಿಂದ; all a. ದಾರಿಯೆಲ್ಲ. *prep.* ಹೊಂದಿ; a. the way ದಾರಿಗುಂಟ, —ಹಿಡಿದು.

A-loof', *ad.* ದೂರ.

Al-o-pē'ci-a, *n.* ತರಟು, ಬೋಳ (ತಲೆ).

A-loud', *ad.* ಗಟ್ಟಿಯಾಗಿ, ಗಟ್ಟಿಸಿ, ಧ್ವನಿಮಾಡಿ.

Alp, *n.* ಪರ್ವತಶಿಖರ, ಪರ್ವತದ ಪಾರ್ಶ್ವಗಳಲ್ಲಿರುವ ಹಸುರುಗಾವಲು.

Al-pac'a, *n.* ಪೇರುದೇಶದ ಕುರಿಯುಣ್ಣೆಯ ಬಟ್ಟೆ.

Al'pha (al'fa), *n.* ಗ್ರೀಕ ಅಕ್ಷರಮಾಲೆಯ ಪ್ರಥಮಾಕ್ಷರ "ಅ"; ೨. ಆರಂಭ, ಆದಿ.

Al'pha-bet (al'fa-), *n.* ಓನಾಮ, ವರ್ಣಮಾಲೆ, ಅಕ್ಷರಮಾಲೆ, ವರ್ಣಮಾತೃಕೆ. **Al'pha-bet'ic, -bet'i-cal**, *a.* ಅಕ್ಷರಮಾಲೆಯ ಅಕ್ಷರಕ್ರಮದ, ಅಕ್ಷರಾನುಕ್ರಮದ.

Al'pīne (*or* -pin), *a.* ಆಲ್ಪ್ಸ್ ಪರ್ವತಗಳ; ೨. ಬಹಳ ಎತ್ತರವಾದ ಪರ್ವತಗಳ; 3. ಬಹಳ ಎತ್ತರದ.

Al-read'y (-red'i), *ad.* ಆಗಲೇ, ಮೊದಲೇ.

Al'san-di-bēan, *n.* (*Vigna Catjang, Endl.*) ಅಲಸಂದಿಬಳ್ಳಿ.

Al'sō, *ad.* or *conj.* ಹಾಗೂ, ಸುದಾ, ಸಹ, ಕೂಡಾ, ಸಹಿತ.

Alt, *n.* (*mus.*) ತಾರಕ (ಸ್ವರ).

Al'tāir, *n.* (*astr.*) ಶ್ರವಣಾನಕ್ಷತ್ರ.

Al'tar, *n.* ಬಲಿಪೀಠ, ಯಜ್ಞವೇದಿ.

Al'tĕr, *v.t.r.* ತಿದ್ದು, ಬೇರೆ ಮಾಡು, ಮಾರ್ಪಡಿಸು; ೨. ಬದಲಿಸು. *v.i.* ಬೇರೆಯಾಗು, ಬದಲಾಗು. -ā'tiŏn, *n.* ತಿದ್ದೋಣ; ೨. ಬದಲು ಮಾಡೋಣ, ಅದಲುಬದಲು. **Al'tĕr-a-tive**, *a.* ಶಕ್ತಿ ಕೊಡುವ ಔಷಧ.

Al'tĕr-cāte, *v.i.r.* ಚರ್ಚಿಸು, ಹೋರಾಡು, ವಾಗ್ವಾದ ಮಾಡು. **Al-tĕr-cā'tiŏn**, *n.* ಹಾಕ್ಯಾಟ, ಲಟಾಪಟಿ, ವಾಗ್ವಾದ, ವಿವಾದ.

Al'tĕr-nāte, *a.* ಒಂದು ಬಿಟ್ಟು ಮತ್ತೊಂದು; ೨. (*bot.*) ಚದರಿದ; 3. (*geom.*) ವ್ಯುತ್ಕ್ರಮ. *v.t.* & *i.r.* ಸರ್ತಿಯ ಮೇಲೆ ಮಾಡು, ಒಂತಿನ ಮೇರೆಗೆ ಆಗು. -ly, *ad.* ಸರ್ತಿಯ ಮೇಲೆ. **Al-tĕr-nā'tiŏn**, *n.* ಒಂತು, ಸರ್ತಿ. **Al-tĕr'nā-tive**, *n.* ಎರಡರಲ್ಲಿ ಒಂದು; there is no a. ಒಂದಲ್ಲದೆ ಮತ್ತೊಂದಿಲ್ಲ, ನಿರ್ವಾಹವಿಲ್ಲ, ಗತ್ಯಂತರವಿಲ್ಲ.

Al-though' (ạl-thō'), *ad.* ....ರೂ, ಆದರೂ, ಆದಾಗ್ಯೂ.

Al-tim'e-tĕr, *n.* ಎತ್ತರವನ್ನು ಅಳೆಯುವ ಯಂತ್ರ.

Al-tis'ō-nant, *a.* ದೊಡ್ಡ ಧ್ವನಿಯುಳ್ಳ, ಜಂಬವಾದ.

Al'ti-tūde, *n.* ಎತ್ತರ, ಉನ್ನತ, ಉತ್ಸೇಧ; ೨. (*geom.*) ಲಂಬ, ಅಡ್ಡ—, ಲಂಬೋನ್ನತಿ; (*astr.*) ಉನ್ನತಿ.

Al-tō-geth'ĕr, *ad.* ಎಲ್ಲಾ, ಒಟ್ಟಾಗಿ, ಒಟ್ಟಿಗೆ, ಸಂಪೂರ್ಣವಾಗಿ, ಕೇವಲ.

Al'trụ-ism, *n.* ಪರಹಿತಾರ್ಥ ಪ್ರವರ್ತನೆ.

Al'um, *n.* ಪಟಿಕ, ಪಟಿಗ, ಪಟಿಕಾರ.

A-lū-min'i-um, *n.* ಬಿಳೀವರ್ಣದ ಹಗುರ ಲೋಹ.

A-lum'nus, *n.* ಶಾಲೆಯ ವಿದ್ಯಾರ್ಥಿ. *pl.* Alum'nī, ವಿದ್ಯಾರ್ಥಿಗಳು.

Al'wāy, Al'wāys (-wāz), *ad.* ಯಾವಾಗಲು, ಎಡೆಬಿಡದೆ, ಸರ್ವದಾ.

A. M. (*abbr. of* ante meridiem) ಮಧ್ಯಾಹ್ನದ ಮುಂಚೆ, ಪೂರ್ವಾಹ್ಣ ಅಂದರೆ ಮಧ್ಯರಾತ್ರಿ ಹಿಡಿದು ಮಧ್ಯಾಹ್ನದ ವರೆಗಿನ ಹೊತ್ತು.

Am. (*1st pers. sing. Pres. of* to be) *v.i.ir.* (wạs, bēen) ಇರುತ್ತೇನೆ.

A-māin', *ad.* ಬಲವತ್ತರವಾಗಿ.

A-mal'gam, *n.* ರಸಮಿಶ್ರ, ಪಾದರಸ ಮಿಶ್ರವಾದ ಲೋಹ. **A-mal'ga-māte**, *v.t.r.* ಪಾದರಸ ಮಿಶ್ರಮಾಡು *c.d.*; ೨. ಕಲಬೆರಿಕೆ ಮಾಡು, ಮಿಶ್ರ—, ಕೂಡಿಸು. *v.i.* ಕಲಬೆರಿಕೆಯಾಗು, ಕೂಡು. **A-mal-ga-mā'tiŏn**, *n.* ರಸಮಿಶ್ರ ಮಾಡೋಣ; ೨. ಬೆರಿಸೋಣ, ಮಿಶ್ರಣ.

A-man-ū-en'sis, *n.* "ಮುನಿಷಿ", "ಗುಮಾಸ್ತ", "ಕಾರಕೂನ".

Am'a-ranth, *n.* (*Amarantus gangeticus, L.*) ದಂಟುಸೊಪ್ಪು (*My.*); two varieties ಬಿಳೀ ದಂಟು, ಕೆಂಪು ದಂಟು, ಹರಿವೇಸೊಪ್ಪು, ಹರಿವೇಪಲ್ಯ (*S. M.*); (*Amarantus mangostanus, L.*) ಚಿಕ್ಕರಿವೆಸೊಪ್ಪು (*My.*); ಕೀರಗಸಾಲೆ, ಕಿರ್ಕಸಾಲೆ (*S. M.*); (*A. paniculatus, L.*) ಕೀಳು ಹರಿವೆ ಕಿರೇಸೊಪ್ಪು (*S. M.*); (*A. spinosus, L.*) ಮುಳ್ಳು ದಂಟು (*My.*); ಮುಳ್ಳುಹರಿವೆ (*S. M.*); globe amaranth (*Gomphrena globosa, L.*) ಅಡಿಕೇಹೂ (*S. M.*); ರುದ್ರಾಕ್ಷಿ ಹೂ (*My.*).

A-mar-yl'lis, *n.* ವಿಷಮುಂಗುಲಿ.

A-mass', *v. t. r.* (*pr.* -mast') ಕೂಡಿಸಿಡು, ಸಂಚಯಿಸು, ಪುಂಜಿಸು.

Am-a-teur' (-tēr'), *n.* ಮೋಜಿಗೆ ವಿದ್ಯಾಭ್ಯಾಸ ಮಾಡುವವ. **Am'a-tor-y**, *a.* ಮೋಹದ, 2. ಮೋಹ ಹುಟ್ಟಿಸುವ.

A-māze', *v. t. r.* ಭ್ರಮ ಪಡಿಸು, ಬೆರಗುಗೊಳಿಸು. **-ment**, *n.* ಭ್ರಮೆ, ಬೆರಗು, ಬೆಬ್ಬುಳು, ವಿಸ್ಮಯ. **A-mā'ziṅg-ly**, *ad.* ಆಶ್ಚರ್ಯಕರವಾಗಿ, ಬಹಳವಾಗಿ.

Am'a-zon, *n.* ಪೌರುಷವುಳ್ಳ ಸ್ತ್ರೀ.

Am'bār-i fibre, *see* (Deckanee) Hemp ಪುಂಡ್ರಿಕೆನಾರು.

Am-bas'sa-dor, *n.* ನಿಯೋಗಿ, ರಾಯಭಾರಿ.

Am'bĕr, *n.* ಹಾಲಮಡ್ಡಿ, ತೃಣಗ್ರಾಹಿ, ಶಿಲಾಬಾಳ.

Am'bĕr-grĭs, *n.* ಪನ್ನಂಬರ.

Am-bi-dex'tĕr, *n.* ಎರಡು ಕೈಗಳಿಂದ ಸದರವಾಗಿ ಕೆಲಸ ಮಾಡುವವ. **Am-bi-dex'trŏus**, *a.* ಎರಡು ಕೈಗಳನ್ನು ಸರಿಯಾಗಿ ಉಪಯೋಗಿಸುವ; 2. ಮೋಸ ಮಾಡುವ, ವಂಚಿಸುವ.

Am'bi-ent, *a.* ಎಲ್ಲ ಕಡೆಯಲ್ಲಿ ವ್ಯಾಪಿಸಿರುವ, ಸುತ್ತಿರುವ.

Am-bi-gū'i-ty, *n.* ದ್ವಯಾರ್ಥ, ಗೋಪ್ಯಾರ್ಥ, ಗೂಢಾರ್ಥ. **Am-big'ū-ŏus**, *a.* ಗೂಢಾರ್ಥದ, ಗುಂಭಿತಾರ್ಥವುಳ್ಳ. **Am-bi-gū-ŏus-ly**, *ad.* ಗುಂಭಾರ್ಥವಾಗಿ, ಎರಡು ಅರ್ಥವಾಗಿ. **Am-bi-gū'ŏus-ness**, *n.* ಸಂದಿಗ್ಧತೆ, ದ್ವಂದ್ವಾರ್ಥತೆ.

Am-bil'o-ġy, *n.* ದ್ವಂದ್ವಾರ್ಥ ಪ್ರಸಂಗ.

Am'bit, *n.* ವಠಾರ, ವಲಯ.

Am-bi'tiŏn (-bish'un), *n.* ಮಹತ್ಕಾಂಕ್ಷೆ, ಮಾನಾಭಿಲಾಷೆ. **Am-bi'tiŏus** (-bish'us), *a.* ಮಾನಾದಿಗಳ ಮೇಲೆ ಆತುರ ಪಡುವ, ಮಹತ್ಕಾಂಕ್ಷೆಯುಳ್ಳ, ಅಭಿಮಾನವಂತ.

Am'ble, *n.* ನಡಿಗೆ, ಕುದುರೆಯ "ಜಲ್ದ" ನಡಿಗೆ. *v. i.* "ಕದಮ್" ನಡೆ.

Am-brō'ṣi-a, *n.* ಅಮೃತ. **-al**, *a.* ಅಮೃತ ಪ್ರಾಯವಾದ.

Am'bū-lance, *n.* ರಣರಂಗದಲ್ಲಿಯ "ಆಸ್ಪತ್ರಿ". **Am'bū-lant**, *n.* ಚಲಿಸುವ. **Am-bū-lā'tiŏn**, *n.* ಚಲಿಸುವಿಕೆ. **Am'bū-lā-tŏry**, *a.* ಚಲನಾತ್ಮಕ, ಚರಿಸುವ.

Am'bus-cāde, Am'bụsh, *n.* ಹೊಂಚಿಕೊಳ್ಳುವದು; 2. ಹೊಂಚು ಜಾಗ. *v. t. r.* ...ಸಲುವಾಗಿ ಹೊಂಚಿಕೊಳ್ಳು.

A-mēer, *n.* ಅಮೀರ, ದೊರೆ.

A-mēl'io-rāte (-mēl'yo-), *v. t. r.* ಸುಧಾರಿಸು, ನೆಟ್ಟಗೆ ಮಾಡು, ವಾಸಿ—. *v. i.* ಲೇಸಾಗು, ನೆಟ್ಟಗಾಗು. **A-mēl-io-rā'tiŏn**, *n.* ಸುಧಾರಿಕೆ, ವಾಸಿಯಾಗುವುದು, ಲೇಸಾಗುವುದು.

Ā-men' *or* ä-men', *interj.* ಹಾಗಾಗಲಿ, ತಥಾಸ್ತು; 2. ನಿಶ್ಚಯವಾಗಿ.

A-mē'na-ble, *a.* "ಜವಾಬುದಾರ", ಉತ್ತರವಾದಿ; 2. ಮಾತು ಕೇಳುವ, ವಿಧೇಯ. **A-mēn-ā-bil'ity, -able-ness**, *n.* ಜವಾಬುದಾರಿಕೆ, ಉತ್ತರವಾದಿತ್ವ.

A-mend', *v. t.* & *i. r.* ತಿದ್ದು, ನೆಟ್ಟಗೆ ಮಾಡು; ನೆಟ್ಟಗಾಗು, ಗುಣವಾಗು. **-'ment**, *n.* ತಿದ್ದುವಿಕೆ, ತಿದ್ದುಪಾಟು; 2. ನೆಟ್ಟಗಾಗೋಣ, ಮಾರ್ಗಕ್ಕೆ ಬರೋಣ.

A-mendṣ', *n.* ತೆತ್ತ "ಲುಕಸಾನು", ಬದಲಿಗೆ ಕೊಟ್ಟದ್ದು; to make a. "ಲುಕಸಾನು" ಕೊಡು

A-men'i-ty, *n.* ರಮ್ಯತ್ವ, ರಂಜಕತ್ವ, ಸೌಂದರ್ಯ.

A-mĕrce', *v. t. r.* ದಂಡವಿಧಿಸು, ಜುರುಮಾನೆ—.

A-mer'iea-niṣm, *n.* ಅಮೇರಿಕದ ರೀತಿ.

Am'e-thyst, *n.* ವೈಡೂರ್ಯ ರತ್ನ.

Ām'i-a-ble, *a.* ಪ್ರಿಯಕರ, ಪ್ರೀತಿಗೆ ತಕ್ಕ, ರಮ್ಯ, ಸೊಗಸಿನ, ಇಷ್ಟ. **Āmi-a-bil'i-ty, -ness**, *n.* ಸರಸತೆ, ಸುಶೀಲತೆ. **Ām'i-a-bly**, *ad.* ಪ್ರಿಯಕರವಾಗಿ, ಸುಶೀಲತೆಯಿಂದ.

Am'i-ea-ble, *a.* ಸ್ನೇಹಭಾವವುಳ್ಳ, ಸಮಾಧಾನವುಳ್ಳ. **Am-i-ea-bly**, *ad.* ಸ್ನೇಹಭಾವದಿಂದ.

Ā-mid', A-midst', *prep.* ನಡುವೆ.

A-mid'ships, *ad.* ಹಡಗದ ನಡುಭಾಗದೊಳಗೆ.

A-miss', *ad.* ತಪ್ಪಾಗಿ.

Am'i-ty, *n.* ಪ್ರೀತಿ, ಸ್ನೇಹ, ಅನ್ಯೋನ್ಯ.

Am-mō'ni-a, *n.* ಅಮ್ಮೋನ್ಯ, ಮೂತ್ರಲವಣ.

Am-mū-ni'tiŏn (-nish'un), *n.* ರಸ್ತು, ಮದ್ದು, ಗುಂಡು ಮುಂತಾದ್ದು, "ಬಾರೂದು" (*S. C.*).

Am-nē'si-a, *n.* ವಿಸ್ಮರಣೆ.

Am'nes-ty, *n.* ರಾಜದ್ರೋಹಾದಿಗಳ ಕ್ಷಮೆ.

A-mŏṅg', A-mŏṅgst', *prep.* ಒಳಗೆ, ಮಧ್ಯ; a. them ಅವರಲ್ಲಿ.

Am'o-rist, -ro'so, *n.* ಒಲಿದವನು, ಮೋಹಿಸುವವನು. Am'o-rŏus, *a.* ಕಾಮವುಳ್ಳ, ಮೋಹಿತ; a. sport ಕೇಳಿವಿಲಾಸ. Am'o-rŏus-ly, *ad.* ಮೋಹದಿಂದ.

A-mor'phŏus, *a.* ಆಕಾರವಿಲ್ಲದ, ರೂಪವಿಲ್ಲದ.

A-mor-ti-s̱ā'tiŏn, *n.* ಸಾಲ ಸಲ್ಲಿಸುವುದು.

A-mount', *n.* ಒಟ್ಟು, ಮೊಬಲಗು. *v. i. r.* ಏರು; ೨. ಆಗು, *as*, his property may a. to 1000 rupees ಅವನ ಆಸ್ತಿ ೧೦೦೦ ರೂಪಾಯಿ ಆಗಿದ್ದೀತು.

A-mōur' (-moor), *n.* ಉಪವರರ ಪ್ರಣಯಗೋಷ್ಠಿ; ೨. ಕುಹಕ, ತಂತ್ರ.

Am-phib'i-ŏus (-fib'i-us), *a.* ನೀರಿನಲ್ಲೂ ಭೂಮಿಯಲ್ಲೂ ಬದುಕುವ ದ್ವಿಚರ, ಭೂಜಲಚರ. -phib'i-um (-fib'i-), *n.* (*pl.* Am-phib'i-a), ದ್ವಿಚರ, ಭೂಜಲಚರ, ಸರ್ಪಮೂಸ ಜಂತು.

Am-phi-thē'a-tre (-fi-thē'a-tĕr), *n.* ಚಕ್ರಾಕಾರವಾದ ಅಥವಾ ಅರ್ಧಚಂದ್ರಾಕಾರವಾದ ನಾಟಕಶಾಲೆ; ಅದರ ನಡುವೆ ಇರುವ ರಂಗಸ್ಥಳದಿಂದ ಸುತ್ತಲೂ ಪಾವಟಿಗೆಗಳು ಒಂದರ ಮೇಲೊಂದು ಜನರು ಕೂಡ್ರುವ ಹಾಗೆ ಏರುತ್ತವೆ.

Am'ple, *a.* ತುಂಬ, ಹೇರಳ, ವಿಸ್ತಾರವಾದ, ಧಾರಾಳ. -ness, *n.* ವಿಸ್ತಾರ. Am-pli-fi-cā'tiŏn, *n.* ಹೆಚ್ಚಿಸೋಣ; ೨. ವಿಸ್ತಾರ; 3. ಪ್ರವಂಚನ. Am'pli-fȳ, *v. t. r.* (-fied) ವಿಸ್ತರಿಸು, ಬೆಳಿಸು, ಹೆಚ್ಚಿಸು. Am'pli-tūde, *n.* ದೊಡ್ಡಸ್ತಿಕೆ, ವಿಸ್ತಾರ, ಬಾಹುಲ್ಯ, ಸರಿ ಪೂರ್ವ ಮತ್ತು ಪಶ್ಚಿಮಗಳಲ್ಲಿ ಉದಯಿಸಿ ಕಂತುವ ಬದಲಾಗಿ ಆ ಸ್ಥಾನಗಳಿಂದ ದೂರವಾಗಿ ಆಗುವ ಉದಯಾಸ್ತದ ಅಂತರ. Am'ply, *ad.* ಬಹಳವಾಗಿ, ಹೇರಳವಾಗಿ, ಪುಷ್ಕಲವಾಗಿ, ವೆಗ್ಗಳವಾಗಿ.

Am'pū-tāte, *v. t. r.* ಕೊಯಿದುಹಾಕು, ಅಂಗಚ್ಛೇದ ಮಾಡು. Am-pū-tā'tiŏn, *n.* ಕೊಯ್ಯುವಿಕೆ, ಅಂಗಚ್ಛೇದ.

A-muck', *n.* ನರಹತ್ಯಕ್ಕೆಳಸುವುದು; to run a. ನರಹತ್ಯ ಮಾಡುವ ಭ್ರಾಂತಿ ಹಿಡಿದು ಓಡ್ಯಾಡು.

Am'ū-let, *n.* ಯಂತ್ರ, ತಾಯಿತಿ, ತಾಯತ.

A-mūs̱e', *v. t. r.* ವಿನೋದಿಸು, ಖುಷಾಲು ಪಡಿಸು; ೨. ಹೊತ್ತು ಕಳೆ. -'ment, *n.* ವಿನೋದ, ಖುಷಾಲು, ಚಲ್ಲಾಟ.

An, *a.* ಒಬ್ಬ, ಒಂದು; *see* A.

Äna, *n. pl.* ಪ್ರಸಿದ್ಧಪುರುಷರು ನುಡಿದ ವಾಕ್ಯಗಳು.

Än-a-bapt'is̱m, *n.* ಪುನಃಸ್ನಾನಕರಣ. Än-a-bapt'ist, *n.* ಪುನಃಸ್ನಾನಕಾರಕ.

An-ach'rō-nis̱m, *n.* ಕಾಲಗಣನದೋಷ, ಒಂದು ಕಾಲದಲ್ಲಿ ನಡೆದುದನ್ನು ಇನ್ನೊಂದು ಕಾಲದಲ್ಲಿ ನಡೆಯಿತೆಂದು ತಪ್ಪಾಗಿ ಹೇಳುವುದು.

An-a-co-lū'thŏn, *n.* ವಾಕ್ಯಾನ್ವಯಭಂಗ.

An-æ'mi-a (-ē'mi-), *n.* (*med.*) ರಕ್ತಕೊರತೆ, ರಕ್ತಕಾಮಲೆ (*S. C.*).

An-æs-thet'ic, *a.* ನೋವು ಕೊಲ್ಲುವ.

An'a-gram, *n.* ಒಂದು ಶಬ್ದದಲ್ಲಿಯ ಅಕ್ಷರಗಳನ್ನು ಹಿಂದುಮುಂದು ಮಾಡುವುದರಿಂದ ಹುಟ್ಟುವ ಶಬ್ದ. An'a-gram'măt'ic, -al, *a.* Ana-gram'ma-tīs̱e, *v. t. r.* ಅಕ್ಷರಗಳನ್ನು ಹಿಂದುಮುಂದು ಮಾಡಿ ಹೊಸ ಶಬ್ದ ಮಾಡು. An'a-gram'ma-tist, *n.* — — ಮಾಡುವವ.

An'a-graph, *n.* ವ್ಯಾಖ್ಯಾನ.

A-nal'o-ġy, *n.* ಸಾಮ್ಯ, ಸಾದೃಶ್ಯ. A-na'-lōgue, *n.* ಸಾದೃಶ್ಯ, ಉಪಮಾನ. A-na'l-ŏġ'i-cal, -ō-gŏus, *a.* ಹೋಲುವ, ಸಾಮ್ಯವಾದ, ಸಮ.

An'a-lȳs̱e, *v. t. r.* ಭೇದ ಮಾಡು, ವಿಚ್ಛೇದಿಸು, ಪರಿಚ್ಛೇದಿಸು; (*chem.*) ಪೃಥಕ್ಕರಣ ಮಾಡು. An-āl'ys-is, *n.* ಭೇದ, ವಿಚ್ಛೇದ; (*gram.*) ಪದಚ್ಛೇದ, ವಾಕ್ಯಚ್ಛೇದ, ವಾಕ್ಯವಿಭಜನ; (*chem.*) ಪೃಥಕ್ಕರಣ. An-aly-ti'-cal, *a.* ಶಬ್ದ ಶಬ್ದ ವಿಂಗಡಿಸುವ, ಪೃಥಕ್ಕರಿಸುವ, ಭೇದಿಸುವ.

An-an'as, *n.* (*Ananas sativus*) ಪರಂಗಿಹಲಸಿನ ಹಣ್ಣು, ನೆಲಹಲಸು, ಅನನಾಸು.

An'a-pæst, *n.* ಎರಡು ಲಘು, ಒಂದು ಗುರು ಗಣಗಳುಳ್ಳ ಒಂದು ಪದ್ಯ.

An'ar-chy (-ki), *n.* ಅನಾಯಕರಾಜ್ಯ, ಅನಾಯಕ ಸ್ಥಿತಿ, ಗಲಿಬಿಲಿ, ರಾಯರು ಸತ್ತ ಹಾವಳಿ. An'ar-chist, *n.* ರಾಜಕಂಟಕ.

An-ath'e-ma, *n.* ಶಾಪ, ಬಹಿಷ್ಕಾರ. -tīs̱e, *v. t. r.* ಶಪಿಸು.

A-nat'o-my, *n.* ಅಂಗಪರೀಕ್ಷೆ, ಅಂಗಶೋಧನವಿದ್ಯೆ, ಶರೀರಶಾಸ್ತ್ರ. Ana-tom'i-cal, *a.* ಅಂಗಶೋಧನವಿದ್ಯೆಯ, ಶರೀರರಚನೆಯ ವಿಷಯವಾದ. Anat'o-mīs̱e, *v. t. r.* ಅಂಗಶೋಧಿಸು, ಶರೀರರಚನೆ ವಿಚಾರಿಸಿ ಕಾಣಿಸು. A-nat'o-mist, *n.* ಅಂಗಶೋಧಕ, ಅಂಗಚ್ಛೇದನ ವಿಮರ್ಶಕ.

An'ces-tŏr, *n.* ಹಿರಿಯ, ಪೂರ್ವಿಕ, ಪಿತೃ. An'-ces-tral, *a.* ಪೂರ್ವಿಕ, ಹಿರಿಯರಿಂದ ಬಂದ; a. property ಪಿತ್ರಾರ್ಜಿತ. An'ces-try, *n.* ವಂಶ, ಪಿತ್ರಾವಳಿ, ಪಿತೃವಂಶ.

An'chor, *n.* ಲಂಗರು, ನಂಗರು, *v. t.* & *i. r.* ಲಂಗರು ಹಾಕು. -age, *n.* ಲಂಗರು ಹಾಕುವ ಸ್ಥಳ, ರೇವು; 2. (duty) "ಲಂಗರು ರುಸುಮು".

An'cho-ret, -rite, *n.* ವಾನಪ್ರಸ್ಥ, ವನವಾಸಿ.

An'cho'vy, *n.* ಸಣ್ಣ ಜಾತಿಯ ಮೀನು.

An'cient (-shent), *n.* ಪೂರ್ವಿಕ; 2. ನಿಶಾನಿ ಹಿಡಿಯುವವ, ಪತಾಕಿ—. *a.* ಪ್ರಾಚೀನ, ಪುರಾತನ, ಹಿಂದೆ ಇದ್ದ, ಹಳೇ. -ry, *n.* ಪುರಾತನತ್ವ.

An'cil-lar-y, *a.* ಅಧೀನ, ವಿಧೇಯ.

And, *conj.* ಮತ್ತು, ಇಲ್ಲದೆ, -ಊ.

An-dan'te, *a.* & *n.* ಸಾವಧಾನ.

An-droe'cium (-rē-), *n.* *(bot.)* ಹೂವಿನ ಕೇಸರಗಳ ಗುಂಪು. [ಪೂ ಉಳ್ಳ.

An-drog'y-nous, *a.* ಪುರುಷಲಿಂಗವೂ ಸ್ತ್ರೀಲಿಂಗ

An'ec-dōte, *n.* ಸಣ್ಣ ಕಥೆ, ಕಥಾನಕ.

Ane'mo-graph, *n.* ವಾಯುವಿನ ದಿಕ್ಕನ್ನೂ ರಭಸವನ್ನೂ ಕಾಗದದ ಮೇಲೆ ಬರೆದು ತೋರಿಸುವ ಯಂತ್ರ.

A-ne-mo'mē-tĕr, *n.* ವಾಯುವೇಗಮಾಪಕ.

A-nem'ō-scope, *n.* ಗಾಳಿಯ ದಿಕ್ಕು ತೋರಿಸುವ ಯಂತ್ರ.

A-nent', *prep.* ಕುರಿತು.

An-e'roid, *n.* ಪಾದರಸದ ಸಹಾಯವಿಲ್ಲದೆ ವಾಯುಪೀಡನವನ್ನು ಅಳೆಯುವ ಯಂತ್ರ.

An'eū-rism, *n.* ರಕ್ತನಾಳಗಳು ರಕ್ತತುಂಬಿ ಉಬ್ಬಿಕೊಳ್ಳುವ ರೋಗ.

A-new (-nū'), *ad.* ಹೊಸದಾಗಿ, ಮತ್ತೂ, ಇನ್ನೊಮ್ಮೆ, ಬೇರೆ ತರವಾಗಿ. [ಸಿಕ್ಕು.

An-frac-tūos'i-ty, *n.* ಸುತ್ತರಿಯುವದು; 2.

Ān'gel, *n.* ದೇವದೂತ. An'gel'ic, -gel'i-cal, *a.* ದೇವದೂತರ, ದಿವ್ಯ.

Aṅ'gĕr, *n.* ಕೋಪ, ಸಿಟ್ಟು, ಮುನಿಸು; the a. to abate ಕೋಪ ಉಡುಗು, —ಆರು; to restrain a. ಕೋಪ ತಡೆದುಕೊಳ್ಳು,—ನುಂಗಿಕೊಳ್ಳು. Aṅ'gry, *a.* ಸಿಟ್ಟಾದ, ಸಿಟ್ಟಿನ, ಕೋಪಗೊಂಡ; he is a. ಸಿಟ್ಟಾಗಿದ್ದಾನೆ, ಅವನಿಗೆ ಸಿಟ್ಟದೆ.

An-gī'na, *n.* ಎದೆಗುಂಡಿಗೆ ರೋಗದಿಂದ ಉಂಟಾಗುವ ಉಬ್ಬಸ.

Aṅ'gle, *n.* ಮೂಲೆ, ಕೋನ, ಕೋಣ. *v. i. r.* ಗಾಳ ಹಾಕು. *v. t.* ಯುಕ್ತಿಯಿಂದ ಒಲಿಸಿಕೊಳ್ಳು. *n.* (fishing) ಗಾಳ, ಗಾಣ.

Aṅg'li-can, *n.* ಆಂಗ್ಲಿಕಾನ (ಸಭೆಯ).

Aṅ'glo, *pref.* ಇಂಗ್ಲಿಷ; a.-Saxon ಆಂಗ್ಲೋ ಸಾಕ್ಸನ್; a.-vernacular ಇಂಗ್ಲಿಷೂ ದೇಶಭಾಷೆಯೂ ಕೂಡಿದ.

Aṅ'glo-mān'i-a, *n.* ಇಂಗ್ಲಿಷರ ಪರಿಪಾಠ ಪದ್ಧತಿ ಇತ್ಯಾದಿಗಳನ್ನು ಮೆಚ್ಚುವುದು, ಶ್ಲಾಘಿಸುವುದು.

Aṅ'glo-phō'bia, *n.* ಇಂಗ್ಲಿಷರ ಪರಿಪಾಠ ಪದ್ಧತಿ ಇತ್ಯಾದಿಗಳನ್ನು ದ್ವೇಷಿಸುವುದು, ಹೀನಯಿಸುವುದು.

Aṅ'guish, *n.* ವೇದನೆ, ವ್ಯಸನ, ಸಂಕಟ, ಮನೋವ್ಯಾಧಿ.

Aṅ'gū-lar, *a.* ಮೂಲೆಗಳುಳ್ಳ; 2. ಕೋಣದ; 3. ದಾಂಡಿಗ.

An'il, *n.* ನೀಲಿ ಗಿಡ. [ಮುಪ್ಪು.

An'īle, *a.* ಮುದಿ, ಮುಪ್ಪಿನ. Ani-l'i-ty, *n.*

An'i-line, *n.* ನೀಲಿಯಿಂದಲೂ ಕಲ್ಲಿದ್ದಲಿನ ತಾರಿನಿಂದಲೂ ಉಂಟಾಗುವ ರಂಗು.

An-i-mad-vĕrt', *v. i. r.* ಲಕ್ಷ್ಯವಿಡು *c. d.;* a. on ತಪ್ಪು ಹಿಡಿ, ಆಕ್ಷೇಪಿಸು. An-i-mad-vĕr'siŏn, *n.* ಆಕ್ಷೇಪಣೆ, ಶಿಕ್ಷೆ, ವಾಗ್ದಂಡನೆ.

An'i-mal, *n.* ಜೀವಿ, ಪ್ರಾಣಿ, ಜಂತು; *a.* ಪ್ರಾಣಿಗಳ, ಪ್ರಾಣಿಜ; 2. ದೇಹಸಂಬಂಧವಾದ; a. food ಮಾಂಸಾಹಾರ; a. kingdom ಪ್ರಾಣಿಕೋಟಿ; a. spirits ಜೀವ, ಚೈತನ್ಯ.

An-i-mal'cūle, *n.* ಕಣ್ಣಿಗೆ ಕಾಣದಷ್ಟು ಸೂಕ್ಷ್ಮ ಪ್ರಾಣಿ, ಅಣುಪ್ರಾಣಿ.

An'i-ma-lism, *n.* ಪಶುತ್ವ, ಪಶುತ್ವದ ಚಟುವಟಿಕೆ.

An'i-māte, *v. t. r.* ಜೀವ ಕೊಡು *c. d.*, ಬದುಕಿಸು; 2. ಉತ್ತೇಜನ ಕೊಡು *c. d.*, ಪ್ರೇರೇಪಿಸು, ಹುರಿದುಂಬಿಸು. An'i-mā-ted, *a.* ಪ್ರಾಣವುಳ್ಳ, ಚೈತನ್ಯವುಳ್ಳ, ಹುರಿದುಂಬಿದ. An'i-mā-tiŏn, *n.* ಚೈತನ್ಯ; 2. ಉತ್ತೇಜನ.

An'im-ism, *n.* ಅಚೇತನ ಪದಾರ್ಥಗಳಿಗೂ ಪ್ರಾಕೃತಿಕ ದೃಶ್ಯಮಾನಕ್ಕೂ ಜೀವಾತ್ಮಾರೋಪಣೆ ಮಾಡುವ ಮತ.

An-i-mos'i-ty, *n.* ಹಗೆ, ಮತ್ಸರ, ದ್ವೇಷ, ಕೋಪಾಗ್ನಿ, ವಿರೋಧ.

An'i-mus, *n.* ಉದ್ದೇಶ, ಮನಸ್ಸು; 2. ಚೈತನ್ಯ; *a. mundi* ಜಗದಂತರ್ಯಾಮಿ.

An'ise (-is), *n.* *(Pimpinella Anisum, L.)* "ಸೋಪು", "ಬಡೇಸೋಪು".

Aṅ'kĕr, *n.* ಹತ್ತು ಗೆಲನು ಹಿಡಿಯುವ ಪೀಪಾಯಿ.

Aṅ'kle, *n.* ಹರಡು, ಹಣ್ಣು, ಗಿರಿಗೆ.

Aṅ'klet, *n.* ಕಾಲ್ಬಳೆ, ಕಾಲಗಡಗ, ಅಂದುಗ, ಅಂದುಗೆ, ಮಂಜೀರ.

An'na, *n.* ಆಣೆ, ರೂಪಾಯಿಯ $\frac{1}{16}$ನೇ ಅಂಶ.

An'nals, *n. pl.* ಚರಿತ್ರೆ, ಇತಿಹಾಸ, ಸಂವತ್ಸರ ಚರ್ಯೆ. An'na-list, *n.* ಚರಿತ್ರಗಾರ.

An-nat'tō, *n.* *(Bixa Orellana, L.)* ಭಂಗಾರಕಾಯಿ ಮರ *(S. C.)*, ರಂಗುಮಾಲೆ ಗಿಡ *(My.)*, ಕೇಸರಿ *(S. M.)*.

An-nēal′ (-nēl′), *v. t. r.* ಕಾಪಿಸಿಂದ ಹದ ಮಾಡು, ಹದವಾಗಿ ಕಾಸು.

An-nel′i-da, *n.* ಕೆಂಪು ರಕ್ತದ ಹರಿದಾಡುವ ಹುಳುಗಳ ವರ್ಗ.

An-nex′, *v. t. r.* (pr. -nekst′) ಹಚ್ಚು; 2. ಕೂಡಿಸು, ಕೂಡಿಸಿಕೊಳ್ಳು, ಸೇರಿಸು, ಜಂಟಿಸು. -ā′tiŏn, *n.* ಸೇರಿಸೋಣ.

An-nī′hi-lāte, *v. t. r.* ನಾಶನ ಮಾಡು, ನಿರ್ಮೂಲ ಮಾಡು. **An-nī-hi-lā′tiŏn**, *n.* ಸಂಹಾರ, ನಾಶನ; 2. ಅಭಾವ.

An-ni-vĕr′sar-y, *n.* ಪ್ರತಿ ಸಂವತ್ಸರ ನಡೆಯುವ ಕ್ರಿಯೆ, ಕರ್ಮ; a. of birth ವರ್ಧಂತಿ; a. of death ಪಿತೃತಿಥಿ.

An′no Dom′ini *(abbr. A.D.)*, *n.* ಕ್ರಿಸ್ತಶಕ.

An′nō-tāte, *v. t. & i. r.* ಟೀಕು ಬರೆ, ಟಿಪ್ಪಣಿ ಹಾಕು, ವ್ಯಾಖ್ಯಾನಿಸು. **An-nō-tā′tiŏn**, *n.* ಟಿಪ್ಪಣಿ, ವ್ಯಾಖ್ಯಾನ. **An-nō-ta′tŏr**, *n.* ವ್ಯಾಖ್ಯಾನ ಬರೆಯುವವ, ಟಿಪ್ಪಣಿಗಾರ.

An-nounce′, *v. t. r. (pr.* -nounst′) ತಿಳಿಸು, ಸಾರು, "ಜಾಹೀರು" ಮಾಡು, ಪ್ರಕಟಿಸು. -ment, *n.* ಸಾರುವುದು, ಪ್ರಕಟಣೆ, "ಇಸ್ತಿಹಾರುನಾಮೆ", ಜಾಹೀರಾತು.

An-noy′, *v. t. r.* ಕಟಿಕಟಿ ಮಾಡು *c. d.*, ತೊಂದರೆ ಕೊಡು, ಪೀಡಿಸು. -ance, *n.* ಕಟಿಕಟಿ, ತೊಂದರೆ, ಕಿರುಕುಳ; 2. ಬಂಡಾಟ, ಜಂಜಾಟ.

An′nū-al, *a.* ವರ್ಷಗಟ್ಲೆಯ, ವಾರ್ಷಿಕ. *n.* ವಾರ್ಷಿಕ ಪತ್ರ, —ಪುಸ್ತಕ; 2. ವಾರ್ಷಿಕ ಗಿಡ. -ly, *ad.* ವರ್ಷವರ್ಷ, ವರ್ಷಗಟ್ಲೆ, ವರ್ಷಂಪ್ರತಿ.

An-nū′i-ty, *n.* ವರ್ಷಾಶನ. **An-nu′i-tant**, *n.* ವರ್ಷಾಶನವನ್ನು ಹೊಂದುವವ.

An-nul′, *v. t. r.* (-nulled′) ತೆಗೆದುಹಾಕು, "ರದ್ಬು"ಮಾಡು, ವಜಾಮಾಡು. **An-nul′ment**, *n.* ರದ್ದು ಮಾಡುವಿಕೆ, ವಜಾ.

An′nū-lar, -lary, *a.* ವರ್ತುಲಾಕಾರದ, ವೃತ್ತಾಕಾರವಾದ; a. eclipse ಕಂಕಣಗ್ರಹಣ.

An′nu-lāte, *a.* ಉಂಗುರಗಳುಳ್ಳ.

An′nū-let, *n.* ಚಿಕ್ಕ ಉಂಗುರ.

An-nun′ci-āte, *v.t.r.* ಸಾರಿ ತಿಳಿಸು. **An-nun-ci-ā′tiŏn**, *n.* ಸಾರುವುದು, ಪ್ರಕಟಣೆ.

An′ō-dȳne, *n.* ನೋವು ನಿಲ್ಲಿಸುವ ಔಷಧ.

A-noint′, *v. t. r.* ಪೂಸು; ಅಭಿಷೇಕ ಮಾಡು, ಅನುಲೇಪಿಸು. -ed, *a.* ಮೂರ್ಧಾಭಿಷಿಕ್ತ. **A-noint′ment**, *n.* ಮೂರ್ಧಾಭಿಷೇಕ.

A-nom′a-ly, *n.* ವ್ಯತಿಕ್ರಮ, ಅಕ್ರಮ. **A-nom′-a-lŏus**, *a.* ಅಕ್ರಮದ, ಕ್ರಮ ತಪ್ಪಿದ. **A-nom′-a-lŏus-ly**, *ad.* ಕ್ರಮ ತಪ್ಪಿ.

A-non′, *ad.* ಈ ಕ್ಷಣ, ಸಂಗಡಲೇ; 2. ಮತ್ತೂ; ever and a. ಆಗಾಗ್ಗೆ, ಬಾರಿಬಾರಿಗೆ.

A-non′y-mŏus, *a.* ಹೆಸರಿಲ್ಲದ, ಅನಾಮಕ; a. letter ಮೂಕಪತ್ರ, ತಳ್ಳಿಕಾಗದ, ವಾರೋಲೆ. -ly, *ad.* ಹೆಸರು ಹಾಕದೆ.

A-nos′mi-a, *n.* ಮೂಗು ಕಟ್ಟುವುದು, ಘ್ರಾಣೇಂದ್ರಿಯದ ಶಕ್ತಿ ಬಿದ್ದುಹೋಗುವುದು.

An-ŏth′ĕr, *a.* ಇನ್ನೊಂದು, ಇನ್ನೊಬ್ಬ; 2. ಬೇರೊಂದು, ಬೇರೊಬ್ಬ; one a. ಒಬ್ಬರನ್ನೊಬ್ಬರು.

An′swĕr (an′sĕr), *n.* ಉತ್ತರ, "ಜವಾಬು". *v. t. & i. r.* ಉತ್ತರ ಕೊಡು; 2. ಸರಿಬೀಳು, ಸರಿಬರು. -able, *a.* ಉತ್ತರವಾದಿ, ಜವಾಬುದಾರ.

Ant, *n.* ಇರುವೆ; white a. ಗೆದ್ದಲು; red a. ಕೆಂಪಿರುವೆ, ಕೆಂಜಿಗ; large black a. ಕಟ್ಟಿರುವೆ.

An-tag′ō-nism, *n.* ಎದುರಾಟ, ವಿರೋಧ. **An-tag′ō-nist**, *n.* ಎದುರಾಳಿ, ವಿರೋಧಿ.

Ant-ärc′tic, *a.* ದಕ್ಷಿಣಾಗ್ರದ, ದಕ್ಷಿಣಧ್ರುವದ ಕಡೆಯ.

An-tā′rēs, *n. (astr.)* ಜ್ಯೇಷ್ಠಾನಕ್ಷತ್ರ.

An′te, *pref.* ಮುಂಚೆ, ಹಿಂದೆ, ಪೂರ್ವದಲ್ಲಿ.

An-te-cē′dent, *a.* ಹಿಂದಿನ, ಮೊದಲಿನ, ಮುಂಚಿನ.

An′te-chām-bĕr, *n.* ಕೈಸಾಲೆ, ಮುಂದಿನ ಕೊಠಡಿ.

An′te-date, *v.t.r.* ಹಿಂದಣ ತಾರೀಕು ಬರೆ.

An-te-di-lu′vi-an, *a.* ಜಲಪ್ರಳಯಕ್ಕೆ ಮುಂಚಿನ.

An′te-lōpe, *n.* *(Antelope bezoartica)* ಜಿಂಕೆ, ಚಿಗರಿ, ಎರಳೆ, ಹರಿಣ; four-horned a. *(Tetraceros quadricornis)* ಕೊಂಡಕುರಿ, ಕೊಂಡಿಗುರಿ.

An-te-me-rid′i-an *(abbr. A. M.)*, *a.* ಮಧ್ಯಾಹ್ನಕ್ಕೆ ಮುಂಚಿನ.

An-te-mun′dāne, *a.* ಪ್ರಪಂಚಸೃಷ್ಟಿಯ ಮೊದಲು.

An-te-nā′tal, *a.* ಜನ್ಮವೆತ್ತುವ ಮೊದಲಿನ, ಗರ್ಭದಿಂದಲೇ.

An-ten′næ, *n. pl.* ಹುಳಗಳ ಮೀಸೆ.

An-te-pen-ult′ -pen-ul′ti-māte, *a. & n.* ಎರಡು ಬಿಟ್ಟು ಕಡೇದು.

An-te-prand′i-al, *a.* ಊತಣಕ್ಕೆ ಮುಂಚಿನ.

An-tē′ri-ŏr, *a.* ಮುಂದಿನ, ಮೊದಲಿನ, ಪೂರ್ವದ.

Ant-hēl′i-on (-yun), *n.* ಮೋಡಗಳ ಮೇಲೆ ಪ್ರತಿಫಲಿಸಿದ ಪ್ರಕಾಶಮಾನವಾದ ಉಂಗುರ.

An-thel-min′tic, *a.* ಉದರಕ್ರಿಮಿನಾಶಕ.

An′them, *n.* ಕೀರ್ತನೆ.

An′thĕr, *n. (bot.)* ಪುಷ್ಪರೇಣುಕೋಶಾಂಕ.

Ant′hill, *n.* ಇರಿವೆಗೂಡು, ಹುತ್ತ.

C *as* k; c *as* s; ch *as* sh; g *as in* get; ġ *as* j; ṅ *nasal, as in* anger; s̤ *as* z; th *as in* thou; x̤ *as* gz; ce, ci, si *and* ti *before a vowel as* sh: ocean, action.

An-thol'ō-ġy, *n.* ಕಾವ್ಯಸಂಗ್ರಹ, —ಮಾಲೆ.

An-thrac'ite, *n.* ಒಂದು ಬಗೆಯ ಕಲ್ಲಿದ್ದಲು.

An'thrax, *n.* ಗಂಟ್ಲು ಕಟ್ಟುರೋಗ, ಮೆಟ್ರಿಕಟ್ಟು (ದನಕುರಿಗಳಿಗೆ).

An-thrō-pol'ō-ġy, *n.* ಮನುಷ್ಯವರ್ಣನಶಾಸ್ತ್ರ.

An-thrō-pō-mor'phism (-fizm), *n.* ಪರಮಾತ್ಮನಿಗೆ ಮನುಷ್ಯಭಾವಾರೋಪಣೆ ಮಾಡುವದು.

An-thro-poph'aġi, *n. pl.* ನರಭಕ್ಷಕರು, ರಾಕ್ಷಸರು. **An-thro-poph'aġy**, *n.* ನರಭಕ್ಷಣೆ.

An'ti, *pref.* ವಿರೋಧ, ಪ್ರತಿಕೂಲ; 2. ಬದಲು.

Ān-ti-bil'i-ōus, *a.* ಪಿತ್ತಹರ.

An'tic, *a.* ವಿಕಾರವಾದ, ಮಂಗತನದ. *n.* ಚೇಷ್ಟೆಗಾರ; 2. ಚೇಷ್ಟೆ.

An'ti-christ, *n.* ಕ್ರಿಸ್ತನ ವಿರೋಧಿ.

An-tic'i-pāte, *v. t. r.* ಎದುರು ನೋಡು *c. d.*, ಹಾದಿ ಕಟ್ಟು *c. d.*; 2. ಮುಂದಾಗಿ ಗ್ರಹಿಸು, —ಭಾವಿಸು, —ಅನುಭವಿಸು; 3. ಮುಕ್ಕಟ್ಟು ತಕ್ಕೊಳ್ಳು. **An-tic-i-pā'tiŏn**, *n.* ಎದುರು ನೋಡುವದು, ಮುಂದಾಗಿ ಗ್ರಹಿಸುವದು, ನಿರೀಕ್ಷೆ.

An'ti-clī-max, *n.* ಭಾವಗಳ ಮಹತ್ವವು ಕಡಿಮೆ ಕಡಿಮೆಯಾಗುವ ವಾಕ್ಯಾಲಂಕಾರ.

An'ti-dōte, *n.* ವಿಷಹರ, ವಿಷಘ್ನ, ವಿಷ ಇಳಿಸುವ ಔಷಧ, ಉತಾರು, ಕಟ್ಟುಮದ್ದು *(S. C.)*.

An'ti-mon-y, *n.* ಅಂಜನಕಲ್ಲು, "ಸುರುಮ".

An-ti'nom-y, *n.* ಉಭಯವಿರೋಧ.

An-tip'a-thy, *n.* ಹಗೆ, ಸ್ವಾಭಾವಿಕ ದ್ವೇಷ, ವಿರೋಧ, ವೈರ.

An-ti-phlog-ist'ic, *a.* ಉರಿ ಉಪಶಮನ. *n.* ಉರಿ ಉಪಶಮನ ಔಷಧ.

An-tip'ō-dēs, *n. pl.* ಪರಸ್ಪರಪಾದಾಭಿಮುಖವಾದ ಜನರು, ಎದುರಡಿಯವರು.

An-ti-quā'ri-an, An'ti-qua-ry, *n.* ಪ್ರಾಚೀನ ನಾಣ್ಯ ಶಿಲ್ಪಾದಿಗಳ ವಿಚಾರ ಮಾಡುವವ, ಪ್ರಾಚೀನ ವಸ್ತುಗಳ ಸಂಗ್ರಹ ಮಾಡುವವ.

An'ti-quāte, *v. t. r.* ಹಳೇದನ್ನಾಗಿ ಮಾಡು, ರೂಢಿಗೆಡಿಸು. **An'ti-quā-ted**, *p. a.* ಹಳೇದಾದ, ರೂಢಿಗೆಟ್ಟ.

An-tīque' (-tēk), *a.* ಹಳೇ, ಪ್ರಾಚೀನ. **An-tiq'ui-ty (-tik'wi-)**, *n.* ಪೂರ್ವಕಾಲ, ಪ್ರಾಚೀನತೆ. **An-tiq'ui-ties**, *n. pl.* ಪ್ರಾಚೀನ ಉಳುಹುಗಳು, ಪದಾರ್ಥಗಳು. [ವಾದ.

An-ti-scrip'tū-ral, *a.* ವೇದಾಗಮಕ್ಕೆ ವಿರೋಧ

An-ti-sep'tic, *a.* ಪೂತಿನಾಶಕ, ಕೊಳೆಯದಂತೆ ಮಾಡುವ. *n.* ಮಾಂಸ ಕೊಳೆತು ಕೀವಾಗದಂತೆ ಮಾಡುವ ಔಷಧ.

An-ti-sō'cial, *a.* ಸಹವಾಸವಿನಾಶಕವಾದ.

An-ti-th'e-sis, *n.* ವಿರೋಧಾಲಂಕಾರ, ವಿರೋಧ, ವ್ಯತ್ಯಾಸ.

An'ti-trāde, *n.* ವಾಣಿಜ್ಯ ಪ್ರತಿಕೂಲ ಮಾರುತ.

An'ti-tȳpe, *n.* ಪ್ರತಿಗುರುತು.

Ant'lĕr, *n.* ಸಾರಂಗದ ಕೊಂಬು, ಕವಲಾದ ಕೋಡು.

An-to-no-mā'sia, *n.* ಹೆಸರಿನ ಬದಲಾಗಿ ಅಧಿಕಾರವನ್ನು ಹೇಳುವ ಅಲಂಕಾರ.

An'tre, *n.* ಗುಹೆ, ಗವಿ.

Ā'nus, *n.* ಪುಕುಳಿ, ಮುಕುಳಿ, ಗುದ, ಅಪಾನ, ತಿಕ. **An'al**, *a.* ಗುದದ್ವಾರಕ್ಕೆ ಸಂಬಂಧಪಟ್ಟ.

An'vil, *n.* ಅಡಿಗಲ್ಲು, ಬಡಿಗಲ್ಲು, ಅಡ್ಡಾಗಣೆ, ಪಟ್ಟಿಡೆ; on the a. ವಿಚಾರದಲ್ಲಿದೆ.

An-xī'e-ty (an-zi'e-), *n.* ಹಲುಬುವಿಕೆ, ಚಿಂತೆ, ಎಣಿಕೆ, ವ್ಯಾಕುಲ. **An'xiŏus (ank'shus)**, *a.* ಹಲುಬುವ, ಚಿಂತಾಪರ, ವ್ಯಾಕುಲಿತ; be a. ಹಲುಬು.

A'ny (en'ny), *a.* ಯಾವನಾದರೂ, ಯಾವಳಾದರೂ, ಯಾವದಾದರೂ; a. more ಇನ್ನೂ, ಇನ್ನು ಹೆಚ್ಚು; a. one ಯಾವನಾದರೂ, ಯಾವದಾದರೂ; a. place ಯಾವ ಸ್ಥಳವಾದರೂ; at a. p. ಎಲ್ಲ್ಯಾದರೂ; a.thing ಏನಾದರೂ; above a.thing ಎಲ್ಲಕ್ಕಿಂತ ಮುಂದಾಗಿ, ಮುಖ್ಯವಾಗಿ; a. time ಯಾವಾಗಲಾದರೂ, ಯಾವ ವೇಳೆಯಾದರೂ; not a. ಯಾರೂ ಇಲ್ಲ, ಯಾವದೂ—. *pron.* ಯಾವನೊಬ್ಬ, ಯಾವದೊಂದು. *ad.* ಏನಾದರೂ, ಇನ್ನು: *as*, is he a. better ಅವನಿಗೇನಾದರೂ ಗುಣವಾಯಿತೋ? a. further ಇನ್ನು ಮುಂದೆ; a. longer ಇನ್ನು, ಇನ್ನು ಹೆಚ್ಚು ದಿವಸ.

A'ny-bod-y, *n.* ಯಾರಾದರೂ, ಯಾವನೂ, ಒಬ್ಬನು; two or three anybodies ಸಾಮಾನ್ಯರು. [ಗಾದರೂ.

A'ny-how, -way, -wīse, *ad.* ಅಂತೂ, ಹ್ಯಾಗಾದರೂ.

A'ny-where (-hwār), *ad.* ಎಲ್ಲ್ಯಾದರೂ.

Ā'o-rist, *n. & a.* ಅನಿಶ್ಚಿತಕಾಲ.

Ā-or'ta, *n.* ಶುದ್ಧರಕ್ತದ ಮೂಲನಾಡಿ.

A-pāce', *ad.* ಬೇಗ, ಬೇಗನೆ, ಬಡಬಡ.

Ap'a-nāġe, Ap'pan-āġe *n.* ಚಿಕ್ಕಮಕ್ಕಳ ಪೋಷಣೆಗೆ ಅರಸರಿಂದ ಬಿಡೋಣಾದ ಭೂಮಿಗಳು.

A-pärt', *ad.* ಬೇರೆ, ಪ್ರತ್ಯೇಕ, ಅನ್ಯಥಾ; 2. ಬೇರೆ ಬೇರೆ. **-ment**, *n.* ಕೊಠಡಿ, ಕೋಣೆ, ಮನೆ, ಅರೆ.

Ap'a-thy, *n.* ನಿಶ್ಚಿಂತೆ, ಜಾಡ್ಯ, ಶುಂಭತನ, ಸುಂದು, ಉದಾಸೀನತ್ವ. **Ap-a-thet'ic, -'i-cal**, *a.* ನಿಶ್ಚಿಂತ, ಮಂದ, ಜಡ, ಶುಂಭ, ಸುಂದು.

Āpe, *n.* ಬಾಲವಿಲ್ಲದ ಕೋತಿ, ಮಂಗ. *v. t. r. (pr.* āpt) ಅಣಕಿಸು; 2. ಅನುಸರಿಸು, ಅನುಕರಿಸು, ನಟಿಸು; play the a. ಮಂಗಾಟ ಮಾಡು. **Ā-pĕr'y**, *n.* ಮಂಗಚೇಷ್ಟೆ. **Ā'pish**, *a.* ಕೋತಿಚೇಷ್ಟೆಯ, ಮಂಗತನದ.

A-pep'sy, *n.* ಜೀರ್ಣಶಕ್ತಿದೌರ್ಬಲ್ಯ.

A-per'i-ent, *n.* ಭೇದಿಯ ಔಷಧ, ವಿರೇಚಕ.

Ap'ĕr-tūre, *n.* ತೂತು, ರಂಧ್ರ, ಬಿರುಕು, ಕಿಂಡಿ.

A-pet'al-ŏus, *a.* ನಿಷ್ಪತ್ರ, ರೇಕುಗಳಿಲ್ಲದ (ಪುಷ್ಪ).

Ā'pex, *n.* ತುದಿ, ಕೊನೆ, ಶಿಖರ.

A-phā'si-a, *n.* ಮೆದುಳಿಗೆ ಪೆಟ್ಟು ತಗಲಿ ನಾಲಿಗೆ ಬಿದ್ದುಹೋಗುವುದು.

A-phĕl'iŏn, *n.* ಸೂರ್ಯಾಪಕೃಷ್ಟ, ಗ್ರಹಪಥದಲ್ಲಿ ಸೂರ್ಯನಿಂದ ಅತಿದೂರವಾದ ಭಾಗ.

Ā'phis, *n.* ಮರಹೇನು.

A-phō'ni-a, **Aph'ŏn-y**, *n.* ಗಂಟಲು ಬಿದ್ದುಹೋಗುವುದು. [ವಚನ.

Aph'o-rism (af'o-), *n.* ಸೂತ್ರ, ಚೂರ್ಣಿಕೆ,

Aph-rō-dis'i-ac (af-rō-), *n.* ಮದನಕಾಮೇಶ್ವರೀ ಲೇಹ, ವೀರ್ಯವೃದ್ಧಿಕರ ಔಷಧ.

A-phyl'lŏus, *a.* ಅಪರ್ಣ.

Ā'pi-ar-y, *n.* ಜೇನುಹುಳದ ಸಲುವಾಗಿ ಮಾಡಿದ ಮನೆ, ಜೇನುಹುಳದ ಮನೆ.

Ā'pi-cul-tūre, *n.* ಜೇನುನೊಣ ಸಾಕುವುದು.

A-piēce' (-pēs'), *ad.* ಒಂದೊಂದಕ್ಕೆ, ಒಬ್ಬೊಬ್ಬರಿಗೆ.

A-pit'pat, *ad.* ಪಟಪಟನೆ; my heart went a. at hearing the news ಆ ಸುದ್ದಿಯನ್ನು ಕೇಳಿ ನನ್ನ ಗುಂಡಿಗೆ ದಡದಡ ಹೊಡೆಯಿತು.

A-pnœ'a (-nēa), *n.* ಶ್ವಾಸನಿರೋಧ, ಉಸಿರಾಟ ನಿಂತು ಹೋಗೋಣ.

A-pō, *pref.* .... ಇಂದ, ಅಪ.

A-po'ca-lypse (-lips), *n.* ಪ್ರಕಟನೆ ಎಂಬ ಗ್ರಂಥ. **A-po-ca-lyp'tic**, **-'ti-cal**, *a.* ಪ್ರಕಟಣೆಯ, ಪ್ರಕಟಣೆಯ ಸಂಬಂಧ.

Apoc'ŏpe, *n.* ಶಬ್ದಾಂತ್ಯ ಅಕ್ಷರ ಲೋಪ.

A-po'cry-pha (-rif-a), *n.* ದೇವೋಕ್ತವಲ್ಲದ ಶಾಸ್ತ್ರ. **A-po'cry-phal** (-fal), *a.* ದೇವೋಕ್ತವಲ್ಲದ ಶಾಸ್ತ್ರದ; 2. ಕಲ್ಪಿತ, ಸುಳ್ಳು.

A-po-deic'tic, *a.* ಸ್ಪಷ್ಟ, ಸ್ಥಾಪಿತ.

A-po'do-sis, *n. (gram.)* ಸಮಾಪಕವಾಕ್ಯ.

Ap'ŏ-ġee, *n. (astr.)* ಭೂಮಿಯ ಅಪಕರ್ಷಣ.

Ap'ol-lo, *n.* ಗ್ರೀಕ್ ಮತ್ತು ರೋಮಾಯರ ಸಾಹಿತ್ಯ, ಸಂಗೀತ, ಚಿತ್ರವಿದ್ಯಾಧಿದೇವತೆ; 2. ಸೂರ್ಯ.

A-po'lŏ-ġy, *n.* ನೆವ, ಅನುನಯ; 2. ದೋಷನಿವಾರಣೆ, ಸಮಾಧಾನ, ತಪ್ಪು ಒಪ್ಪಿಕೊಳ್ಳುವಿಕೆ, ಕ್ಷಮೆ. **A-po-lō-ġet'ic**, **A-po-lō-ġet'-ical**, *a.* ರಕ್ಷಿಸಿಕೊಳ್ಳುವ, ದೋಷನಿವಾರಣೆ ಮಾಡುವ. **A-po-lō-ġet'ics**, *n. pl.* ಪ್ರತಿವಾದವಿದ್ಯೆ. **A-po'lŏ-ġīse**, *v. i. r.* ಕ್ಷಮೆ ಬೇಡು. **A-po-lō-ġist**, *n.* ಧರ್ಮಪ್ರತಿಪಾದಕ.

Ap'o-logue, *n.* ನೀತಿಕಥೆ, ಉಪಕಥೆ.

Ap'ŏ-phthegm, *n. see* Apothegm.

Ap'ŏ-plex-y (-plek-si), *n.* ಅನ್ತರ್ಗರಿಬೇನೆ, ರುದ್ರವಾಯು, ಕ್ಷಿಪ್ರಸನ್ನಿ. **Ap'ŏ-plec'tic**, *a.* ಕ್ಷಿಪ್ರಸನ್ನಿಕರ.

A-pos'tāte, *n.* ಸ್ವಮತತ್ಯಾಗಿ, ಧರ್ಮತ್ಯಾಗಿ, ಸ್ವಧರ್ಮಭ್ರಷ್ಟ. **A-pos'ta-sy**, **-cy**, *n.* ಸ್ವಮತ ಪರಿತ್ಯಾಗ, ಧರ್ಮಭ್ರಷ್ಟತೆ. **A-pos'ta-tīse**, *v. i. r.* ಸ್ವಮತ ಬಿಟ್ಟುಬಿಡು.

A-pos'tle (-pos'sl), *n.* ದೂತನು, ಪ್ರೇಷಿತನು, ಯೇಸು ಕ್ರಿಸ್ತನ ಪ್ರಥಮ ಶಿಷ್ಯರಲ್ಲೊಬ್ಬನು, "ಅಪೊಸ್ತಲನು". **A-pos'tol-āte**, **A-pos'tle-ship**, *n.* ಅಪೊಸ್ತಲತನ; ನಾಯಕತ್ವ. **A-pos-tŏl'ic**, **A-pos'tŏl-i-cal**, *a.* ಪ್ರೇಷಿತರ, ಅಪೊಸ್ತಲರ, ಅಪೊಸ್ತಲರ ಕಾಲದ.

A-pos'trō-phē (-fē), *n.* ಅಕ್ಷರಲೋಪದ ಗುರುತು ('); 2. ಸಂಬೋಧನೆ. **A-pos'trō-phīse** (-fīz), *v. t. r.* ಭಾಷಣೆ ಮಾಡು *c. d.*, ಸಂಬೋಧಿಸು; 2. ಅಕ್ಷರ ಲೋಪ ಮಾಡು; 3. ಅಕ್ಷರಲೋಪದ ಗುರುತು ಹಾಕು.

A-poth'e-car-y, *n.* ಔಷಧ ಮಾರುವವ.

Ap'ŏ-thegm (-them), *n.* ಕಾರಿಕೆ, ಚೂರ್ಣಿಕೆ.

Ap-o-thē'ŏ-sis, *n.* ದೇವತ್ವಪ್ರತಿಷ್ಠಾಪನೆ.

Ap-pal', **-pall'**, *v. t. r.* ಬೆದರಿಸು, ದಿಗಿಲು ಪಡಿಸು. [ಗಳು.

Ap-pa-rā'tus, *n.* ಸಾಮಾನುಗಳು, ಉಪಕರಣ

Ap-par'el, *n.* ಉಡುಪು, ವಸ್ತ್ರಾಲಂಕಾರ, "ಪೋಷಾಕು". *v. t. r.* ತೊಡಿಸು, ಅಲಂಕರಿಸು.

Ap-pā'rent, *a.* ಕಾಣುವಂಥಾ; 2. ಸ್ಪಷ್ಟ; 3. ಕಣ್ಣಿಗೆ ಕಂಡರೂ, ನಿಜವಲ್ಲದ, ಅವಾಸ್ತವ್ಯ; heir a. ಯುವರಾಜ; *(astr.)* a. place ಸ್ಫುಟ, ಸ್ಫುಟಸ್ಥಾನ. **-ly**, *ad.* ಕಣ್ಣಾರೆ; 2. ಕಾಣುವಂತೆ, ಹೊರಗೆ, ತೋರಿಕೆಯ ಪ್ರಕಾರ.

Ap-pa-ri'tiŏn (-rish'un), *n.* ಕಾಣಿಸಿಕೊಳ್ಳೋಣ, ಕಣ್ಣಿಗೆ ಕಾಣಿಸುವುದು; 2. ಕಣ್ಣಿಗೆ ಕಂಡದ್ದು; 3. ಭೂತ, ಪ್ರೇತ, ದೆವ್ವ.

Ap-pēal' (-pēl'), *n.* ಮೇಲಿನ ನ್ಯಾಯಸ್ಥಾನಕ್ಕೆ ಹೇಳಿಕೊಳ್ಳುವುದು, "ಅರ್ಜಿ", "ಅಪ್ಪೀಲು". *v. t. & i. r.* ಮೊರೆ ಇಡು, ಹೇಳಿಕೊಳ್ಳು. **Ap-pel'-lant**, *n.* "ಅಪ್ಪೀಲುವಾದಿ", "ಅಪ್ಪೀಲಾಂಟು". **Ap-pel'lāte**, *a.* ಅಪ್ಪೀಲು ವಿಚಾರಿಸುವ.

C *as* k; c *as* s; ch *as* sh; g *as in* get; ġ *as* j; ṅ *nasal, as in* aṅger; ş *as* z; th *as in* thou; x̱ *as* gz; ce, ci, si *and* ti *before a vowel as* sh: ocean, action.

Ap-pēar′ (-pēr′), *v. i. r.* ಕಾಣು, ಮೈದೋರು, ಕಂಗೊಳಿಸು, ಪ್ರತ್ಯಕ್ಷವಾಗು; 2. ಬರು, ಹಾಜರಾಗು; a. in public ತಲೆ ತೋರಿಸು. -ance, *n.* ತೋರಿಕೆ, ಕಾಣಿಸುವಿಕೆ; 2. ರೂಪು; 3. "ಹಾಜರಾತಿ"; make a. ಮೋರೆ ತೋರಿಸು; to save appearances ಡಂಬಕ್ಕಾಗಿ (ಮಾಡು).

Ap-pēase′ (-pēz′), *v. t. r.* ಶಾಂತ ಪಡಿಸು; to a. anger ಮುನಿಸು ಅಣಗಿಸು. -ment, *n.* ಶಾಂತ ಪಡಿಸುವಿಕೆ.

Ap-pel-lā′tiŏn, *n.* ನಾಮ, ಹೆಸರು. Ap-pel′-lā-tive, *a.* ರೂಢ. *n.* ರೂಢನಾಮ.

Ap-pend′, *v.t.r.* ಸೇರಿಸು, ಹಚ್ಚು, ಕೂಡಿಸು. Ap-pen′dāge, -′dix, *n.* ಶೇಷ, ಪರಿಶಿಷ್ಟ, ಉಪಭಾಗ, ಉಪಾಂಗ. Ap-pen′dant, *a.* ಒಳಪಟ್ಟ.

Ap-pĕr-tāin′, *v. i. r.* ಸೇರಿರು, ಸಂಬಂಧಿಸಿರು; it appertains to me ಅದು ನನ್ನದು.

Ap′pe-tence, -tency, *n.* ಕಾಮನೆ, ಲಾಲಸೆ. Ap′pe-tent, *a.* ಆಶಿಸುವ, ಬಯಸುವ.

Ap′pe-tīte, *n.* ಹಸಿವೆ, ಬುಭುಕ್ಷೆ; 2. ಆಶೆ; he has no a. ಅವನಿಗೆ ಅನ್ನ ರುಚಿಹತ್ತುವದಿಲ್ಲ, ಹಸಿವೆ ಇಲ್ಲ; to restrain the a. ಬಾಯಿ ಕಟ್ಟು, ಹಸಿವೆ ಕಟ್ಟಿಕೊಳ್ಳು. Ap′pe-ti-tive, *a.* ಕ್ಷುಧಾಕರ. Ap′pe-tīze, *v. t. r.* ಅನ್ನಕ್ಕೆ ರುಚಿಕೊಡು.

Ap-plaud′ (-plad′), *v. t. r.* ಹೊಗಳು, ಪ್ರಶಂಸಿಸು, ಕೊಂಡಾಡು; 2. ಚಪ್ಪಳಿಟ್ಟು ಹೊಗಳು, ಭೂಷಿಸು. Ap-plause′ (-plaz′), *n.* ಹೊಗಳಿಕೆ, ಸ್ತೋತ್ರ.

Ap′ple, *n.* ಸೇವು ಹಣ್ಣು; a. tree (*Pyrus Malus, L.*) ಸೇವುಗಿಡ; a. of the throat ಗಂಟಲು ಮಣಿ; a. of discord ಜಗಳದ ಬೀಜ; a. of the eye ಕಣ್ಣುಗುಡ್ಡೆ, ಕನೀನಿಕೆ.

Ap-plȳ′, *v. t. r.* (-plīed′) ಹಚ್ಚು; 2. ಪ್ರಯೋಗಿಸು; 3. ಬಿನ್ನಹ ಮಾಡು; 4. ಕೊಡು, ಮನಸ್ಸಿಡು. *v. i.* ಹತ್ತು, ಸರಿ ಬೀಳು; 2. ಹೇಳಿಕೊಳ್ಳು, ಬೇಡಿ—. Ap-plī′ance, *n.* ಉಪಕರಣ, ಸಾಧನ. Ap-pli-ca-bil′i-ty, *n.* ಉಪಯುಕ್ತತ್ವ. Ap′pli-ca-ble, *a.* ತಕ್ಕ, ಯುಕ್ತ, ಉಪಯೋಗಿಸತಕ್ಕ. Ap′pli-cant, *n.* ಬಿನ್ನಹಗಾರ, ಅರ್ಜಿದಾರ, ಮನವಿದಾರ. Ap-pli-cā′-tiŏn, *n.* ಹಚ್ಚೋಣ, ಇಡೋಣ; 2. ಬಿನ್ನಹ, ಮನವಿ; 3. ಮನಸ್ಸು ಕೊಡೋಣ; 4. ಪ್ರಯೋಗ.

Ap-point′, *v. t. r.* ನೇಮಿಸು, ನಿಶ್ಚಯಿಸು, "ಮೊಕರೂರು" ಮಾಡು; 2. ಪೂರಯಿಸಿ ಕೊಡು, ಹವಣಿಸು. Ap-point′ment, *n.* ನೇಮಕ, ಉದ್ಯೋಗ.

Ap-pōr′tiŏn, *v. t. r.* ಹಂಚಿಕೊಡು. -ment, *n.* ಪಾಲು ಹಂಚಿಕೆ, ಹಂಚಿ ಹಾಕುವಿಕೆ.

Ap′pōse, *v. t.* ಹಚ್ಚು, ಅಂಟಿಸು, ಹೊಂದಿಡು.

Ap′pō-site, *a.* ಉಪಯುಕ್ತ, ಸಮಂಜಸ. Ap-pō-si′tiŏn (-zish′un), *n.* ಕೂಡಿಸೋಣ, ಸೇರಿಕೆ; 2. ನಾಮಪದವನ್ನು ವಿಶೇಷಿಸುವ ನಾಮಪದ (ಎರಡು ನಾಮಪದಗಳು ಒಂದೇ ವಿಭಕ್ತಿಯಾಗಿದ್ದರೆ, ವಿಶೇಷಿಸುವ ನಾಮಪದಕ್ಕೆ apposition ಎಂದು ಹೆಸರು).

Ap-prāise′, *v. t. r.* ಬೆಲೆ ಕಟ್ಟು, "ಕಿಮ್ಮತ್ತು" ಕಟ್ಟು. -ment, *n.* "ಕಿಮ್ಮತ್ತು" ಕಟ್ಟುವಿಕೆ. -ĕr, *n.* ಮೌಲ್ಯನಿರೂಪಕ, ತುಲಾಧಾರಿ.

Ap-prē′ci-āte, *v. t. r.* ಎಣಿಸು, ಗಣನೆಗೆ ತರು, ತಕ್ಕ "ಕಿಮ್ಮತ್ತು" ಕಟ್ಟು, ಗುಣಗ್ರಾಹ್ಯ ಮಾಡು. Ap-prec′i-able, *a.* ಗಣನೀಯ, ಗಣ್ಯ. Ap-prē-ci-ā′tiŏn, *n.* ಗಣನೆ, ಎಣಿಕೆ, ತಕ್ಕ "ಕಿಮ್ಮತ್ತು" ಕಟ್ಟೋಣ.

Ap-pre-hend′, *v. i. r.* ಹಿಡಿ, ಬಂಧಿಸು; 2. ತಿಳುಕೊಳ್ಳು; 3. ಹೆದರು; 4. ಸಂಶಯ ಪಡು, ಶಂಕೆ—. Ap-pre-hen′sible, *a.* ಇಂದ್ರಿಯಗ್ರಾಹ್ಯ. Ap-pre-hen′siŏn, *n.* ಹಿಡಿಯುವಿಕೆ; 2. ತಿಳಿಯುವಿಕೆ; 3. ಶಂಕೆ, ಸಂಶಯ; 4. ಭಯ, ತ್ರಾಸ, ದಿಗಿಲು. Ap-pre-hen′sive, *a.* ಭಯವುಳ್ಳ, ಅನುಮಾನವುಳ್ಳ, ಶಂಕೆಯುಳ್ಳ; 2. *see* Apprehensible.

Ap-pren′tice, *n.* ಕೆಲಸ ಕಲಿತುಕೊಳ್ಳುವವ, ಉದ್ಯೋಗ—, ಉಮೇದ್ವಾರ, ಶಿಷ್ಯ. *v.t.r.* ಕೆಲಸಕ್ಕೆ ತಕ್ಕೊಳ್ಳು. -ship, *n.* ಉದ್ಯೋಗ ಕಲಿತುಕೊಳ್ಳುವುದು, —ಕಲಿತುಕೊಳ್ಳುವವನ ಸ್ಥಿತಿ.

Ap-prīse′ of, *v. t. r.* ತಿಳಿಸು, ಸುದ್ದಿ ತಿಳಿಸು.

Ap-prōach′ (-prōch′), *v. t. & i. r.* (*pr.* -prōcht′) ಹತ್ತರ ಸೇರು, ಸಮೀಪಿಸು. *n.* ಸಮೀಪಿಸೋಣ; 2. ಮಾರ್ಗ, ದ್ವಾರ.

Ap-pro-bā′te, *v.t.r.* ಮಂಜೂರುಮಾಡು. Ap-prō-bā′tiŏn, *n.* ಮೆಚ್ಚುವಿಕೆ, ಸಮ್ಮತಿ, ಮಂಜೂರು. Ap′prō-bā-tor-y, *a.* ಸಮ್ಮತಿ ಪಡುವ.

Ap-prō′pri-āte, *v. t. r* ತನ್ನದೆಂತ ತಕ್ಕೊಳ್ಳು. —ಸ್ವೀಕರಿಸು; 2. ಹಚ್ಚು, ನೇಮಿಸು, *as,* to a. a piece of ground for a garden ಒಂದು ಜಾಗವನ್ನು ತೋಟಕ್ಕೆಂತ ವಿನಿಯೋಗಿಸು, —ಹಚ್ಚು, —ಇಟ್ಟುಕೊಳ್ಳು. *a.* ತಕ್ಕ, ಯೋಗ್ಯ. Ap-prō-pri-ā′tiŏn, *n.* ಹಚ್ಚೋಣ *c. d.*, ನೇಮಿಸೋಣ *c. d.*; 2. ಸ್ವೀಕಾರ ಮಾಡೋಣ. Ap-prō′pri-āt-ed, *a.* ನಿಯಮಿಸಲ್ಪಟ್ಟ, ಏರ್ಪಡಿಸಲ್ಪಟ್ಟ.

Ap-prō′val, *n.* *see* Approbation.

Ap-pröve', *v. t. r.* ಮೆಚ್ಚು *c. a.*, ಒಪ್ಪಿಕೊಳ್ಳು *c. d.*, ಸಮ್ಮತಿಸು *c. d.*, ಮಂಜೂರು ಮಾಡು. Ap-prö'vĕr, *n.* "ಮಾಫಿ" ಸಾಕ್ಷಿ. Ap-prö'-viṅg, *a.* ಸಮ್ಮತಿಸುವ. Ap-prö'viṅg-ly, *ad.* ಒಪ್ಪಿಕೊಳ್ಳುತ್ತಾ, ಸಮ್ಮತಿಸುತ್ತಾ.

Ap-prox'i-māte, *v. t. r.* ಹತ್ತರ ಸೇರು, ಸಮೀಪಿಸು. *a.* ಸಮೀಪ. -ly, *ad.* ಸಮೀಪವಾಗಿ; 2. ಹೆಚ್ಚುಕಡಿಮೆಯಾಗಿ. Ap-prox-i-mā'-tiŏn, *n.* ಸಮೀಪಿಸೋಣ, ಹತ್ತರ ಬರುವಿಕೆ.

Ap-pur'te-nance, *n.* ಉಪಭಾಗ.

Ā'pri-cot, *n.* (fruit of *Prunus armeniaca. L.*) ಜಲ್ದರು ಹಣ್ಣು, "ಮಿಷಿಮಿಷಿ".

Ā'pril, *n.* (ಪಾಶ್ಚಾತ್ಯಕಾಲ ಗಣನೆಯಲ್ಲಿ) ನಾಲ್ಕನೇ ತಿಂಗಳು.

A'pri-o-ri, (L.) ಕಾರಣದಿಂದ ಕಾರ್ಯವನ್ನು ವಾದಿಸುವುದು.

Ā'pron, *n.* ಬಟ್ಟೆ ಕೊಳೆಯದ ಹಾಗೆ ಕಟ್ಟಿಕೊಳ್ಳುವ ಕರವಸ್ತ್ರ, ಕ್ರೈಸ್ತಪಾದ್ರಿಗಳ ಪೋಷಾಕು.

Ap-rō-pōs' (-pō'), *ad.* ಯುಕ್ತವಾಗಿ, ಒಪ್ಪವಾಗಿ.

Apt, *a.* ತಕ್ಕ, ಯುಕ್ತ, ಉಚಿತ. -'ly, *ad.* ತಕ್ಕದಾಗಿ, ಠೀಕಾಗಿ. Apt'ness, Ap'ti-tūde, *n.* ತಕ್ಕದ್ದಾಗಿರೋಣ, ಯೋಗ್ಯತೆ; 2. ಬುದ್ಧಿ, ಚುರುಕುಬುದ್ಧಿ.

Ā'qua, *n.* ನೀರು.

Ā'qua-for'tis, *n.* ಪೆಟ್ಲುಪ್ಪು ದ್ರಾವಕ.

Ā'qua-ma-rīne', *n.* ನೀಲ ಬೆರಿಕೆಯಾದ ಹಸುರು ಬಣ್ಣ, ನೀಲ ಬೆರೆತ ಪಚ್ಚೆರತ್ನ, ನೀಲ ಮರಕತ.

A'qua-rē'gia, *n.* ಭಂಗಾರವನ್ನು ಕರಗಿಸುವ ಒಂದು ವಿಧದ ದ್ರಾವಕ.

A'qua-relle'(-rel), *n.* ಒಂದುವಿಧದ ಬಣ್ಣಗಾರಿಕೆ.

A-quā'ri-um, *n.* ಜಲಜಂತುಗಳನ್ನು ಸಾಕುವ ಕಾಜಿನ ಪಾತ್ರೆ, —ಹೌಜ, ಕೌದ.

A-quā'ri-us, *n. (astr.)* ಕುಂಭರಾಶಿ.

A-quat'ic, *a.* ನೀರಲ್ಲಿ ಹುಟ್ಟಿದಂಥಾ, —ಬದುಕುವಂಥಾ, ನೀರಿನ, ಜಲಸಂಬಂಧವಾದ.

Aq'ue-duct (ak'we-), *n.* ಕಾಲಿವೆ, ಕಾವಲಿ.

Ā'que-ŏus, *a.* ಜಲೀಯ.

Aq'ui-līne (*or* -lin), *a.* ಪಕ್ಷಿನ; 2. ಗಿಣಿಮೂಗಿನಂತಿರುವ; a. nose ಗಿಣಿಮೂಗು.

Ā'rab, *n.* ಅರಬಿ; street a. ಬೀದಿಪೋರ, ಬೇವಾರಿಸ್ ಹುಡುಗ. Ar'a-bic, *a.* ಅರಬೀಯ; gum a. ಅರಬಿ ಗೋಂದು; a. numerals ಇಂಗ್ಲಿಷ ಲಿಪಿಯ ಅಂಕೆಗಳು. Ar-ab'i-an, *n.* ಅರೇಬಿಯದವನು.

Ar'a-ble, *a.* ಸಾಗುವಳಿಗೆ ತಕ್ಕ, ಉಳುತರ.

A-ra-mā'ic, *a.* ಸುರಿಯ ಭಾಷೆಯ.

Är'bi-tĕr, *n.* ಮಧ್ಯವರ್ತಿ, ಪಂಚಾಯತ. Är'bi-trar-y, *a.* ಮನಸ್ಸು ಬಂದ ಹಾಗಿರುವ, ಮನಸ್ಸು ಬಂದ ಹಾಗೆ ಮಾಡುವ, ಸ್ವತಂತ್ರವಾದ; 2. (government) ಸ್ವೇಚ್ಛೆಯ, ನಿರಂಕುಶ. Är'bi-tra-ri-ness, *n.* ನಿರಂಕುಶತ್ವ, ಮನಸ್ಸು ಬಂದಂತೆ ಮಾಡುವುದು. Är-bi-trā'te, *v. t. r.* ಪಂಚಾಯತಿಯಿಂದ ತೀರ್ಪು ಮಾಡು. Är-bi-trā'-tiŏn, *n.* ಪಂಚಾಯತಿ ತೀರ್ಪು ಮಾಡುವುದು, ಮಧ್ಯಸ್ತಿಕೆ, "ಪಂಚಾಯತಿ". Är-bi-trā'tŏr, *n.* ಮಧ್ಯವರ್ತಿ, ಪಂಚಾಯತ. Är-bi-trā'-trix, Är'bi-tress, *n. fem.* ಪಂಚಾಯತಳು.

Är'bŏr, -bŏur, *n.* ಚಕ್ರ ತಿರುಗುವ ಕದಿರು; 2. ಲತಾಗೃಹ, ಪರ್ಣಶಾಲೆ, ಲತಾಮಂಟಪ, ನಿಕುಂಜ, ತೋಪು. Är'bŏured (-bĕrd), *a.* ಪರ್ಣಶಾಲೆಯುಳ್ಳ.

Är-bor'eal, Ar-bor'e-ŏus, *a.* ವೃಕ್ಷಗಳ ಹಾಗಿರುವ, ವೃಕ್ಷಗಳಲ್ಲಿರುವ, ಮರದ್ದು, ಮರಗಳಿಗೆ ಸಂಬಂಧವಾದದ್ದು.

Är'bor-i-cul-tūre, *n.* ವೃಕ್ಷವ್ಯವಸಾಯ.

Ärc, *n.* ಅರ್ಧಚಂದ್ರಾಕೃತಿ, ಕಮಾನಿನಂತೆ ಕಟ್ಟಿರುವ ದಾರಿ; 2. *(geom.)* ವೃತ್ತಖಂಡ.

Är-cāde', *n.* ಕಂಬಗಳ ಸಾಲು, ಸಾಲುಕಂಬ.

Är-cā'di-an, *a.* ಪಶುಪಾಲ್ಯದ, ಹಳ್ಳಿಯ.

Är-cā'num, *n.* ರಹಸ್ಯ, ರಹಸ್ಯವಾದ ಮದ್ದು.

Ärch, *n.* ಕಮಾನು. *v. t. r.* ಕಮಾನು ಕಟ್ಟು. *a.* ಚಮತ್ಕಾರದ, ಯುಕ್ತಿಯ; 2. ಕುಚೋದ್ಯದ; 3. ಠಕ್ಕಿನ. -'ly, *ad.* ಚಮತ್ಕಾರವಾಗಿ, ಯುಕ್ತಿಯಿಂದ; 2. ಚೇಷ್ಟೆಗಾಗಿ, ಕುಚೋದ್ಯದಿಂದ; 3. ಠಕ್ಕಿನಿಂದ. Ärch'ness, *n.* ಚುರುಕುಬುದ್ಧಿ, ಚಮತ್ಕಾರ, ಯುಕ್ತಿ.

Ärch (*Pr.* ärch *before consonants*, ärk *before vowels, except* ärch-en'e-my), *a. pref.* ಶ್ರೇಷ್ಠ, ಮುಖ್ಯ, ಪ್ರಧಾನ.

Är-chæo'loġy, *n.* ಪುರಾತನ ವಸ್ತುಶೋಧನ ಶಾಸ್ತ್ರ.

Är-chā'ic, *a.* ಪುರಾತನ, ಆರ್ಷ, ಈಗ ಬಳಕೆಯಲ್ಲಿಲ್ಲದ.

Ärch-ān'ġel (ärk-), *n.* ಪ್ರಧಾನ ದೇವದೂತ.

Ärch-bish'op, *n.* ಪ್ರಧಾನ ಗುರು, "ಮೇತ್ರಾಣಿ".

Ärch-dūke, *n.* ಆಸ್ಟ್ರಿಯದ ರಾಜಕುಮಾರ.

Ärch-en'e-my, *n.* ಮುಖ್ಯ ವೈರಿ, ಸೈತಾನ.

Ärch'ĕr, *n.* ಬಿಲ್ಲುಗಾರ. -y, *n.* ಧನುರ್ವಿದ್ಯೆ, ಬಿಲ್ಲುಗಾರತನ.

Är-chi-pel'a-gō (är-ki-), *n.* ಅನೇಕ ದ್ವೀಪಗಳಿರುವ ಗ್ರೀಕ ಸಮುದ್ರ; 2. ನಡುಗಡ್ಡೆಗಳ ಗುಂಪು, ದ್ವೀಪಸಮುದಾಯ.

Är'chi-tect, *n.* ಶಿಲ್ಪಿ, ಶಿಲ್ಪಶಾಸ್ತ್ರ ಬಲ್ಲವ; the a. of the gods ವಿಶ್ವಕರ್ಮ. **Är'chi-tec'-tū-ral**, *a.* ಶಿಲ್ಪಶಾಸ್ತ್ರದ; 2. ಶಿಲ್ಪಶಾಸ್ತ್ರಕ್ಕೆ ಒಪ್ಪುವಂಥ. **Är-chi-tec'tūre**, *n.* ಶಿಲ್ಪಶಾಸ್ತ್ರ, ವಾಸ್ತುಶಾಸ್ತ್ರ.

Är'chi-trāve, *n.* ಬೋದಿಗೆ, ಕಂಕಣಬೋದಿಗೆ.

Är'chīves (är'kīvz) *n. pl.* ಪ್ರಾಚೀನ "ದಸ್ತಾವೇಜುಗಳು", "ದಫ್ತರಖಾನೆ". **Är'chi-vist**, *n.* "ದಫ್ತರಖಾನೆ ರಖವಾಲದಾರ".

Äre'tic, *a.* ಉತ್ತರಾಗ್ರದ, ಉತ್ತರಧ್ರುವದ ಕಡೆಯ.

Ärc-tū'rus, *n. (astr.)* ಸ್ವಾತೀನಕ್ಷತ್ರ.

Är'cū-āte, *a.* ವಕ್ರ, ಬೊಗ್ಗಿದ.

Är'den-cy, *n.* ಚುರುಕು, ಉದ್ರೇಕ, ಆತುರ. **Är'dent**, *a.* ಚುರುಕಾದ, ಆತುರವುಳ್ಳ, ಕಠಿಣ (fever); a. spirits ದ್ರಾವಕ. **Är'dent-ly**, *ad.* ಚುರುಕಾಗಿ, ಆತುರದಿಂದ. **Ar'dŏur** (-dẽr), *n.* ತೀಕ್ಷ್ಣ, ಚುರುಕು, ಉದ್ರೇಕ.

Är'dū-ŏus, *a.* ಕಷ್ಟವಾದ, ಪ್ರಯಾಸವಾದ, ಬಿಗಿ. -ness, *n.* ಕಷ್ಟ, ಪ್ರಯಾಸ.

Äre, *n.* ೧೦೦ ಚೌರಸ ಮೀಟರು.

Äre, *v. i. 3rd pers. pl. of the verb* to be, ಇರುತ್ತಾರೆ, ಇರುತ್ತವೆ, ಇವೆ, ಅವೆ.

Ā're-a, *n.* ಬೈಲುಸ್ಥಳ, ವಿಸ್ತೀರ್ಣ, ಚದರ; 2. ಕ್ಷೇತ್ರಫಲ.

Ar'e-ca, *n.* ಅಡಕೆ ಮರ; a. nut ಅಡಿಕೆ.

Ār'e-fȳ, *v. t. r.* ಒಣಗಿಸು.

A-rē'na, *n.* ರಂಗಸ್ಥಳ, ಮಲ್ಲಯುದ್ಧರಂಗ.

A-re-na'ce-ŏus, *a.* ಉಸುಬಿನಿಂದ ತುಂಬಿದ, ಉಸುಬಿನಂತಹ.

A-re-ō'la, *n.* ಎಲೆಗಳ ನರಗಳ ನಡುವಿನ ಪ್ರದೇಶ, ಎಲೆಯ ನರಗಳ ಕೇಂದ್ರಸ್ಥಾನ.

A-reŏ'pa-gus, *n.* ಅಥೇನೆಯ ಒಂದು ಗುಡ್ಡ.

Är'ġent, *a.* ಬೆಳ್ಳಿಯ, ಧಾವಲ್ಯವಾದ. **Ar'ġen-tīne**, *a.* ಬೆಳ್ಳಿಯ.

Är'ġil, *n.* ಕುಂಬಾರನ ಮಣ್ಣು. **Är'ġil-lā'-ceŏus** (-shus), *a.* ಕುಂಬಾರನ ಮಣ್ಣುಳ್ಳ, ಮೃತ್ತಿಕೆಯ.

Ar'gŏn, *n.* ವಾಯುಮಂಡಲದಲ್ಲಿರುವ ಒಂದು ಜಡವಾಯು.

Ar'got, *n.* ಮೋಟಿ ಭಾಷೆ, ಗ್ರಾಮ್ಯ ಭಾಷೆ.

Är'gūe (-gū), *v. t. r.* ತರ್ಕಿಸು, ವಾದಿಸು. -ment, *n.* ನ್ಯಾಯ, ಕಾರಣ, ಯುಕ್ತಿಪ್ರಮಾಣ; 2. ಸಾರಾಂಶ. **Är-gū-men-tā'tiŏn**, *n.* ತರ್ಕ. **Är-gū-men-tā'tive**, *a.* ಚರ್ಚಾಸತಕ್ಕ.

Är'gus, *n.* ನೂರು ಕಣ್ಣುಳ್ಳ ಕಲ್ಪಿತ ಜೀವಿ. a.-eyed ಯಾವದಾದರೂ ತಪ್ಪಿಹೋಗದ ದೃಷ್ಟಿ, ಸೂಕ್ಷ್ಮದೃಷ್ಟಿ.

Är'gūte, *a.* ತೀವ್ರಬುದ್ಧಿಯ, ತಾರಸ್ವರದ.

Ar'id, *a.* ಒಣ, ಶುಷ್ಕ, ಬೆಂಗಾರು. -'i-ty, **Ar'id-ness**, *n.* ಅರಬು, ಬತ್ತುವಿಕೆ, ಆರಿಕೆ, ಒಣಗಿರೋಣ.

Ār'i-ēs, *n. (astr.)* ಮೇಷರಾಶಿ.

A-rīght' (-rīt), *ad.* ಸರಿಯಾಗಿ, ಚೆನ್ನಾಗಿ.

A-rīse' (-rōse', -risen', *pr.* -risn'), *v. i. ir.* ಏಳು, ಏರು.

A-ris'tate, *a. (bot.)* ಊಬುಳ್ಳ.

Ar-is-toc'ra-cy, *n.* ಕುಲೀನ ಮನುಷ್ಯರು ಆಳುವ ರಾಜ್ಯ, ಶ್ರೀಮಂತರ ಅಧಿಕಾರ, ಶ್ರೀಮಂತ ಸತ್ತೆ. **Ar-is'to-crat**, *n.* ಶ್ರೀಮಂತರ ಪಕ್ಷದವ; 2. ಗರ್ವಿಷ್ಠ. **Ar-is-to-cra'tic**, -'i-cal, *a.* ಶ್ರೀಮಂತರ.

A-rith'me-tic, *n.* ಗಣಿತ, ಅಂಕಗಣಿತ, ಲೆಕ್ಕ. **Ar-ith-met'i-cal**, *a.* ಗಣಿತಶಾಸ್ತ್ರದ, ಲೆಕ್ಕದ. **A-rith-me-tic'ian** (-tish'an), *n.* ಗಣಿತಶಾಸ್ತ್ರಜ್ಞ.

Ärk, *n.* ಪೆಟ್ಟಿಗೆ; 2. ನೋಹನ ಹಡಗ; a. of the covenant ಸಾಕ್ಷಿಪೆಟ್ಟಿಗೆ.

Ärm, *n.* ಕೈ, ತೋಳು, ಬಾಹು; upper part of the a. ರಟ್ಟೆ; fore-a. ಮುಂಗೈ; 2. (of a tree) ಕೊಂಬೆ, ಟೊಂಗಿ; 3. (of the sea, *etc.*) ಶಾಖೆ; 4. ಬಲ; secular a. ಸರಕಾರ; 5. ಆಯುಧ. *v. t. r.* ಆಯುಧ ಕೊಡು *c. d.*, ಮುಸ್ತೈದೆ ಮಾಡು. *v. i.* ಆಯುಧ ಹಿಡಿ, ಯುದ್ಧಕ್ಕೆ ಸನ್ನಾಹ ಮಾಡಿಕೊಳ್ಳು. **Ärms**, *n. pl.* ಆಯುಧಗಳು, "ಹತ್ಯಾರ", ಶಸ್ತ್ರಾಸ್ತ್ರ; coat of a. ವಂಶದ ಬಿರುದು, ಬಿರುದಿನ "ಮೊಹರು"; a. of the balance ತಕ್ಕಡಿ ಕೋಲಿನ ಇಕ್ಕಡೆಗಳು; arm-in-arm ಭುಜಕ್ಕೆ ಭುಜವನ್ನು ಅನಿಸಿ; infant-in-arms ಕೈಕೂಸು; take up arms ಯುದ್ಧ ಸನ್ನದ್ಧನಾಗು, ದಂಗೆಯೇಳು; lay down arms ಶಸ್ತ್ರಗಳನ್ನು ಒಪ್ಪಿಸಿ ಶರಣಾಗತನಾಗು; to keep at arm's length ದೂರವಿರಿಸು; to be in arms ಯುದ್ಧಕ್ಕೆ ಎದ್ದಿರು; to be under arms ಯುದ್ಧಕ್ಕೆ ಸನ್ನದ್ಧವಾಗಿರು; to arms! ಯುದ್ಧಕ್ಕೇಳಿರಿ!

Är-mā'da, *n.* ನೌಕಾಸೇನೆ, ನೌಕಾಬಲ, 2. ಗತಕಾಲದಲ್ಲಿ ಇಸ್ಪಿಯಲ್ಲಿ ಇಂಗ್ಲಾಂಡದ ಮೇಲೆ ಬಂದ ಸ್ಪೇನದೇಶದ ನೌಕಾಸೇನೆ.

Är'ma-dil-lō, *n.* ಚಿಪ್ಪು ಹಂದಿ.

Är'ma-ment, *n.* ಯುದ್ಧಸನ್ನಾಹ; 2. ಯುದ್ಧಸೇನೆ.

Är'mā-tūre, *n.* ಕವಚ, ಮೈ ಜೋಡು.

Ärmed (ärmd), *a.* ಆಯುಧಸ್ಥ, ಆಯುಧಪಾಣಿ.

Ärmē'ni-an, *n.* ಅರ್ಮೀನಿಯದವ, — ಭಾಷೆ.

Ärm'fụl, *n.* ಒಂದು ತಬ್ಬು.
Ärm'hōle, *n. see* Armpit.
Är-mil'la, *n.* ಕೈ ಕಡಗ. Är'mil-lary, *a.* ಕಡಗದಂತೆ ದುಂಡಾದ.
Är'mis-tice, *n.* ತತ್ಕಾಲಕ್ಕೆ ಯುದ್ಧ ನಿಲ್ಲಿಸೋಣ, ಯುದ್ಧವಿರತಿ.
Ärm'let, *n.* ಕೈಕಡಗ.
Är-mō'ri-al signs, A. bearing, *n.* ವಂಶದ ಬಿರುದು, ಬಿರುದಿನ ಮೊಹರು.
Är'mŏur, Är'mŏr, *n.* ಕವಚ, "ಚಿಲಖತು, ಚಿಲಕತ್ತು"; 2. ಹಡಗದ ಹೊರಮೈಗೆ ಹಚ್ಚಿದ ಕಬ್ಬಿಣದ ತಗಡು, ನೌಕಾಕವಚ. Är'mŏur-ėr, *n.* ಆಯುಧಗಳನ್ನು ಮಾಡುವವ. Är'-mou-ry, *n.* ಆಯುಧಶಾಲೆ.
Ärm'pit, *n.* ಕಂಕುಳ, ಬಾಹುಮೂಲ.
Är'my, *n.* ದಂಡು, ಪಡೆ, ಸೇನೆ, ದಳ; a standing a. ಶಾಶ್ವತ ಸೈನ್ಯ.
Är'ni-ca, *n.* ಒಂದು ಔಷಧ.
Ar-ō'ma, *n.* ಸುವಾಸನೆ, ಪರಿಮಳ. Ar-ō-mat'ic, *n.* ಸುಗಂಧದ್ರವ್ಯ, —ಜೀನಸು. *a.* ಸುಗಂಧದ.
A-round', *ad.* & *prep.* ಸುತ್ತು, ಸುತ್ತಲು.
A-rouṣe', *v. t. r.* ಎಬ್ಬಿಸು; 2. ಪ್ರೇರೇಪಿಸು, ಹುರಿದುಂಬಿಸು.
Är'que-bus, *n.* ಪೂರ್ವಕಾಲದ ಚಿಕ್ಕ ತುಪಾಕಿ.
Ar'rack, *n.* ಸಾರಾಯಿ, ಸೆರೆ.
Ar-rāign' (-rān'), *v. t. r.* ತಪ್ಪು ಹೊರಿಸು; 2. ವಿಚಾರಣೆಗೆ ಒಯ್ಯು. -ment, *n.* ತಪ್ಪು ಹೊರಿಸುವಿಕೆ.
Ar-rānġe', *v. t. r.* ಸವರಿಸು, ಕ್ರಮಪಡಿಸು; 2. "ತಯಾರು" ಮಾಡು. -ment, *n.* ಕ್ರಮ, ಸಂವರಣೆ, ವ್ಯವಸ್ಥೆ.
Ar'rant, *a.* ನೀಚಕೃತ್ಯದಲ್ಲಿ ಪ್ರಸಿದ್ಧ, ಅಧಮ, ಮಹಾ, ಕೇವಲ, ಕಡು; a. knave ಮಹಾ ಕೆಟ್ಟವ, ಲಂಡ, ಪಾಜಿ. *Also* Errant.
Ar-rāy' (-rā'), *n.* ಉಡುಪು, "ಪೋಷಾಕು"; 2. (for battle) ವ್ಯೂಹ; a. in lines ದಂಡವ್ಯೂಹ; a. in columns ಭೋಗವ್ಯೂಹ. *v. t. r.* ತೊಡಿಸು, "ಪೋಷಾಕು" ಹಾಕು *c. d.;* 2. ವ್ಯೂಹಕಟ್ಟು. [ನಿಂದಾಯ.
Ar-rēarṣ' (-rērz'), *n. pl.* ಬಾಕಿ, ನಿಲವು,
Ar-rest' *v. t. r.* ತಡೆ, ನಿಲ್ಲಿಸು; 2. ಹಿಡಿ, ಸರಕಾರಿ ಪರವಾನಿಗಿಯಿಂದ ಹಿಡಿ, "ಕೈದು" ಮಾಡು; a. the eye ಕಣ್ಣಿಗೆ ಬೀಳು; a. the attention ಲಕ್ಷ್ಯಕ್ಕೆ ಬರು. *n.* ಕೈದು. Ar-rest'ed, *p. a.* ತಡೆದ, ಆತಂಕಿಸಲ್ಪಟ್ಟ, ಲಕ್ಷ್ಯಕ್ಕೆ ಬಂದ.

Ar-rīve', *v. i. r.* ಬರು, ಮುಟ್ಟು ತಲಪು. Ar-rīved, *a.* ತಲಪಿದ. Ar-rī'val, *n.* ಬರೋಣ, ಬರವು, ಮುಟ್ಟುವುದು, ತಲಪುವಿಕೆ.
Ar'rō-gāte, *v. i. r.* ಅಹಂಕಾರದಿಂದ ಕೇಳು, ತಕ್ಕೊಳ್ಳು, ಬಡಾಯಿಗೆ ವಹಿಸು, ಮೇಲೆ ಹಾಕಿಕೊಳ್ಳು. Ar'ro-gance, *n.* ತಲೆಗೊಬ್ಬು, ಸೊಕ್ಕು, ಅಹಂಕಾರ, ದರ್ಪ, ಹಮ್ಮುಬಿಮ್ಮು. Ar'ro-gant, *a.* ತಲೆಗೊಬ್ಬಿನ ಗರ್ವವುಳ್ಳ, ಸೊಕ್ಕಿನ, ಡೌಲು ಕೊಚ್ಚುವ.
Ar'rōw (ar'rō), *n.* ಅಂಬು, ಬಾಣ. [ಕೀರು.
Ar'rōw-root, *n.* ಕೂವೆಹಿಟ್ಟು, ತವಕೀಲು, ತಬ
Ärse, *n.* ಕುಂಡೆ, ತಿಕ. Ärs'y-ver'sy, *ad.* ಹಿಂಬದಿ ಮುಂದಾಗಿ.
Är'se-nal, *n.* ಆಯುಧಶಾಲೆ, ತುಬಾಕೀಖಾನೆ, ಬಾರೂದುಖಾನೆ. ["ಸುಂಬಳಖಾರ".
Är'se-nic, *n.* ಪಾಷಾಣ, ಶಂಖಪಾಷಾಣ, ಇಲಿ—,
Är'son, *n.* ಮನೆಗೆ ಕಿಚ್ಚು ಹಚ್ಚುವ ಪಾತಕ.
Ärt, *v. i. 2nd pers. sing. of the verb* to be ಇರುತ್ತೀ.
Ärt, *n.* ಚಮತ್ಕಾರ; 2. ವಿದ್ಯೆ, ಕಲಾಕೌಶಲ್ಯ; 3. ಯುಕ್ತಿ; black art ಮಂತ್ರ ಮೋಡಿ; fine arts ಲಲಿತ ಕಲೆಗಳು, ಚಿತ್ರಕಾವ್ಯ, ಶಿಲ್ಪ, ಸಂಗೀತ ಇತ್ಯಾದಿ. Ärt'fụl, *a.* ತಂತ್ರವುಳ್ಳ, ಕುಯುಕ್ತಿಯುಳ್ಳ. -ness, *n.* ಕಪಟ, ವಂಚನೆ. Ärt'less, *a.* ಕಪಟವಿಲ್ಲದ; 2. ಚಮತ್ಕಾರವರಿಯದ. Ärt'less-ness, *n.* ನಿಷ್ಕಪಟತ್ವ.
Är'tĕr-y, *n.* ನಾಡಿ, ಶುದ್ಧರಕ್ತವಾಹಿನಿ, ನರ. Är-tē'ri'al, *a.* ಶುದ್ಧರಕ್ತನಾಡಿಯ; 2. ಶುದ್ಧ (blood); 3. *(fig.)* ದೊಡ್ಡ ದೊಡ್ಡ ನದಿಗಳ.
Är'tĕr-ī-tis, *n.* ಶುದ್ಧರಕ್ತನಾಡಿ ಬೀಗಿಕೊಳ್ಳುವಿಕೆ.
Är-tē'ṣi-an (-tē'zhi-an), *a.* ನೆಲದಲ್ಲಿ ಕೊರೆದು ಮಾಡಿದ (ಬಾವಿ).
Är-thrī'tis, *n.* ಸಂಧಿವಾತ.
Är'ti-chōke, *n.* ತಿನ್ನುವ ಗೆಡ್ಡೆಗಳುಳ್ಳ ಸೂರ್ಯಕಾಂತಿಯ ವರ್ಗಕ್ಕೆ ಸೇರಿದ ಗಿಡ.
Är'ti-cle, *n.* ಪದಾರ್ಥ, ಸರಕು, "ಸಾಮಾನು", 2. ನಿಬಂಧನೆ; 3. *(gram.)* ಉಪಪದ.
Är-tic'ū-lāte, *v. t. r.* ಸ್ಪಷ್ಟವಾಗಿ ಉಚ್ಚರಿಸು. *a.* ಸ್ಪಷ್ಟ; 2. ಕೀಲುಕೀಲುಳ್ಳ, ಸಂದುಳ್ಳ, ಸಂದು ಕಟ್ಟುಳ್ಳ. *n.* ಸಂದುಕಟ್ಟುಳ್ಳ ಜಂತು, ಹುಳ. -ly, *ad.* ಒಂದೊಂದಾಗಿ, ವಿವರವಾಗಿ; 2. ಸ್ಪಷ್ಟವಾಗಿ. Är-tic-ū-lā'tiŏn, *n.* ಉಚ್ಚಾರಣೆ; 2. ಕೀಲು, ಸಂಧಿ, ಸಂದು.
Är'ti-fice, *n.* ಚಮತ್ಕಾರ, ತಂತ್ರ, ಉಪಾಯ, ಯುಕ್ತಿ, ಕೃತ್ರಿಮ. Är-tif'i-cĕr, *n.* ಶಿಲ್ಪಿ, ಯುಕ್ತಿಶಾಲಿ.

Är-ti-fi'cial (-fish'al), *a.* ಮನುಷ್ಯರು ಮಾಡಿದ; a. gem ಅಡಿಗೆಕಲ್ಲು *(My.)*; 2. ಕಲ್ಪಿತವಾದ, ಕೃತಕ; 3. ಸೋಗಿನ.

Är-til'lĕr-y, *n.* "ಫಿರಂಗಿ", "ತೋಫು"; 2. ಗೋಲಂದಾಜರು. Ar-til'lĕr-ist, *n.* ಗೋಲಂದಾಜ.

Är'ti-san, *n.* ಶಿಲ್ಪಿಗಾರ, ಪಾಂಚಾಳ.

Är'tist, *n.* ಚಿತ್ರಗಾರ, ಶಿಲ್ಪಿ, ಗಾಯಕ; 2. ಚಿತ್ರಗಾರರ ಶಿರೋಮಣಿ, ಶಿಲ್ಪಿಗಳ—. Är-tis'tic, -'ti-cal, *a.* ಚಮತ್ಕಾರದ; 2. ವಿದ್ಯಾನುಗುಣ.

Ā'rum, *n.* Egyptian A. *(Arum colocasia, L.)* ಕೆಸು, ಶ್ಯಾವಿಗಡ್ಡೆ.

Ār'yan, *a.* & *n.* ಆರ್ಯ.

As, *ad.* & *conj.* ಹಾಗೆ: do as I tell you ನಾ ಹೇಳುವ ಹಾಗೆ ಮಾಡು; 2. ಆಗ: he trembled as he spoke ಮಾತಾಡುವಾಗ ನಡುಗುತ್ತಿದ್ದ; 3. ಅಂದರೆ: as a king he is great ಅರಸನಂದರೆ ಅವನು ದೊಡ್ಡವನು; 4. ಕಾರಣ: as he cannot come ಅವನು ಬರಲಾಗದ ಕಾರಣ; 5. ಅಷ್ಟು: as bright as the sun ಸೂರ್ಯನಷ್ಟು ಪ್ರಕಾಶವುಳ್ಳ; as many as you want ನಿನಗೆ ಬೇಕಾದಷ್ಟು; as much as I can ನನ್ನಿಂದಾಗುವಷ್ಟು; 6. ಎಂಬಂತೆ: as if he were a king ತಾನು ಅರಸನೆಂಬಂತೆ; as for me, as to me ನನಗಾದರೆ; as it were ಎಂಬಂತೆ, ಒಂದು ಪ್ರಕಾರವಾಗಿ; as well ಸಹ; as yet ಈ ವರೆಗೆ.

As-a-fœt'i-da (-fet'i-), As-sa-, *n.* (a gum-resin got from *Ferula foetida, Reg.*) ಹಿಂಗು, ಇಂಗು.

As-bes'tos, As-bes'tus, *n.* (a fibrous mineral) ಕಲ್ನಾರು. As-bes'tine (-tin), *a.* ಕಲ್ನಾರಿನಂಥ, ಸುಡದಂಥ.

As'car-is, *n. pl.* As-car'i-dēs *(A. lumbricoides, L.)* ಹೊಟ್ಟೆಯೊಳಗಿನ ಜಂತು, a minute kind of a. *(A. vermicularis, L.)* ಕಿಲಿಬಿ ಹುಳ.

As-cend', *v. t.* & *i. r.* ಏರು, ಹತ್ತು. As-cen'-dant, -cen'dent, *a.* ಮೂಡುವ; 2. ಶ್ರೇಷ್ಠ, ಉತ್ತಮ. *n.* ಶ್ರೇಷ್ಠತೆ, ಅಧಿಕಾರ. As-cen'dency, *n.* ಮೇಲು, ಏಳಿಗೆ, ಪ್ರಾಬಲ್ಯ, ಅಧಿಕಾರ: he has the a. over me ಅವನು ನನಗಿಂತ ಶ್ರೇಷ್ಠನು, ಅವನು ನನಗೆ ಮೇಲಾಗಿದ್ದಾನೆ; to be in the a. ಶ್ರೇಷ್ಠನಾಗಿರು, ಅಧಿಕಾರದಲ್ಲಿರು. As-cen'siŏn, *n.* ಏರುವದು, ಆರೋಹಣ; *(astr.)* right a. ವಿಷುವಂಶ; oblique a. ಲಗ್ನ; a. day ಕ್ರಿಸ್ತನ ದಿವಾರೋಹಣ ದಿನ.

As-cent', *n.* ಏರುವುದು; 2. ದಿನ್ನೆ, ಏರು, ದಿಬ್ಬ, ತೆಂಬು.

As-cĕr-tāin', *v. t. r.* ತಿಳುಕೊಳ್ಳು, ನಿಶ್ಚಯಿಸಿಕೊಳ್ಳು, ಗೊತ್ತುಹಚ್ಚು. -ment, *n.* ನೆಲವರತಿಳಿಯುವಿಕೆ.

As-cet'ic, *a.* & *n.* ಸನ್ಯಾಸಿ, ವಿರಕ್ತ, ವೈರಾಗಿ. As-cet'i-cism, *n.* ವೈರಾಗ್ಯ, ತಪಶ್ಚರ್ಯೆ.

As-cī'tēs, *n. pl.* ಮಹೋದರ.

Asclepias acida, n. ಸೋಮಲತೆ.

Asclepias gigantea, n. ಎಕ್ಕೆಗಿಡ.

As-crībe', *v. t. r.* ಎಣಿಸು, ಹೊರಿಸು, ಆರೋಪಿಸು; a. to...ಲ್ಲಿ ಇರುತ್ತದೆಂತ ಹೇಳು: *as,* we a. perfection to God ದೇವರಲ್ಲಿ ಸಂಪೂರ್ಣತೆ ಇರುತ್ತದೆಂತ ಹೇಳುತ್ತೇವೆ. As-crip'tiŏn, *n.* ಆರೋಪಣೆ.

A-sep'tic, *a.* ಕೊಳೆಯದ, ರಕ್ತದಲ್ಲಿ ವಿಷವೇರದ.

A-sex'ū-al, *a.* ನಪುಂಸಕ.

Ash, *n.* ವಿಲಾಯತಿಯಲ್ಲಿ ಬೆಳೆಯುವ ಒಂದು ತರದ ಕಾಡು ಮರ. Ashen, *a.* ಆಶ್ ಮರದ; 2. ಬೂದು ಬಣ್ಣದ, ಕಂದು—.

A-shāmed' (-shāmd'), *a.* ನಾಚಿಕೊಂಡ; to be a. ನಾಚಿಕೊಳ್ಳು, ಹೇವರಿಸಿಕೊಳ್ಳು; to be a. of...ಗೆ (...ಕ್ಕೆ) ನಾಚಿಕೊಳ್ಳು.

Ash'es, *n. pl.* ಬೂದಿ, ಭಸ್ಮ; a. of trees (used as lime) ಸುಣ್ಣ; a. of a lamp-wick ಕುಡಿಕರಕು.

A-shōre', *ad.* ದಡದಲ್ಲಿ, ತೀರದಲ್ಲಿ, ದಂಡೆಯಲ್ಲಿ; 2. ದಡಕ್ಕೆ, ದಂಡೆಗೆ.

Ash-Wednes'dāy, *n.* ಕ್ರಿಸ್ತೀಯ ಉಪೋಷ್ಯದ ಮೊದಲನೇ ದಿನ.

Ash'y, *a.* ಬೂದಿಯ, ಬೂದಿಯ ಹಾಗಿರುವ; an a. face ಸಪ್ಪನ್ನ ಮೋರೆ.

Ā-si-at'ic, *a.* ಆಸ್ಯಾಖಂಡದ.

A-sīde', *ad.* ಕಡೆಗೆ, ಅತ್ತಕಡೆಗೆ, ಬೇರೆ, ಒತ್ತಟ್ಟಿಗೆ: to go a. ಓರೆಯಾಗಿ ಹೋಗು; to set a. ತೆಗೆದು ಹಾಕು.

As'i-nīne, As'i-nar-y, *a.* ಕತ್ತೆಯ, ಕತ್ತೆಯಂಥ, ಕೇವಲ ದಡ್ಡ.

Ȧsk, *v. t. r.* *(pr.* askt) ಕೇಳು, ಬೇಡು.

As-kance', As-kant', As-kēw' (-kū'), *ad.* ಓರೆಗಣ್ಣಿನಿಂದ, ಸಂಶಯದಿಂದ.

A-slant', *ad,* ಓರೆಯಾಗಿ.

A-slēep', *ad.* ನಿದ್ರೆಯಾಗಿ, ನಿದ್ರೆ ಹತ್ತಿ; to fall a. ನಿದ್ರೆ ಹತ್ತು, —ಬರು.

A-slōpe', *ad.* ಇಳಿವಾರೆಯಾಗಿ, ಇಳಿಜಾರಾಗಿ.

A-sō'ca tree, *n.* *(Saraca indica, L.)* ಅಶೋಕ ಮರ.

Asp, Asp'ic, *n.* ಒಂದು ಜಾತಿ ವಿಷಸರ್ಪ.

As-par'a-gus, *n.* *(A. sarmentosus)* ಹಲವು ಮಕ್ಕಳ ಬಳ್ಳಿ, ಸೀಬಿರಿ ಬೇರು, ಆಷಾಡಿ, ಶತಾವರಿ; *(A. officinalis)* ವಿಲಾಯತಿ ಆಷಾಡಿ ಗಿಡ.

As-pect, *n.* ನೋಟ, ದೃಷ್ಟಿ; 2. ಮೋರೆ, ಮುಖ; 3. ತೋರಿಕೆ, ತೋಚಿಕೆ.

As'pen, Asp, *n.* ಸ್ಫುರಿತಪತ್ರಿ, ವಿಲಾಯತಿಯಲ್ಲಿ ಬೆಳೆಯುವ ಕಾಡುಮರ (ಅದರ ಎಲೆ ಅರಳೀ ಎಲೆಯಂತೆ ಯಾವಾಗಲೂ ಕಂಪಿಸುವಂಥಾದ್ದು).

As-pĕr'i-ty, *n.* ಹುರಬರಕು, ಕೊರಡುಮೊರಡು; 2. ಕಠಿಣತ್ವ, ನಿಷ್ಠುರ, ಒರಟುತನ.

As-pĕrse', *v. t. r.* (*pr.* -pĕrst') ಚಾಡಿ ಹೇಳು, ದೂರು. **As-pĕr'siŏn,** *n.* ಚಾಡಿ, ದೂರು, ದೂಷಣೆ, ದೂರಾಟ.

As-phalt', -phal'tum, ■ ಕಲ್ಲರಗು.

As-phyx'i-a, As-phyx'y (-fik'si), *n.* ಉಸಿರು ಕಟ್ಟುವುದು, ನಾಳಿಸ್ತಂಭ, ಮೂರ್ಛೆ, ಬವಳಿ.

As-pī'rant, As-pī'rĕr. *n.* ಅತ್ಯಾಶೆಗಾರ; 2. ಉಮೇದವಾರ.

As'pi-rāte, *n.* ಮಹಾಪ್ರಾಣ. *v. t. r.* ಮಹಾಪ್ರಾಣದಂತೆ ಉಚ್ಚರಿಸು. **As-pi-rā'tiŏn,** *n.* ಮಹಾಪ್ರಾಣ; 2. ಆಶೆ, ಹುಮ್ಮಸ; 3. ಮಾನೋತ್ಸಾಹ. **As-pīre',** *v. t. r.* (ದೊಡ್ಡದಕ್ಕೆ) ಆಶೆ ಮಾಡು, ಅಪೇಕ್ಷಿಸು.

A-squint', *ad.* ಮೆಳ್ಳೆಗಣ್ಣಾಗಿ, ಮಾಲುಗಣ್ಣಾಗಿ.

Ass, *n.* ಕತ್ತೆ; 2. ಮೂರ್ಖ, ದಡ್ಡ.

As-sāil', *v. t. r.* ಮೇಲೆ ಬೀಳು, ಅಡರು—, ಮೈಮೇಲೆ ಬರು, ಆಕ್ರಮಿಸು; 2. ಹಲ್ಲಾ ಮಾಡು. **-'a-ble,** *a.* ಮೇಲೆ ಬೀಳಲಿಕ್ಕೆ ತಕ್ಕ, ಆಕ್ರಮಿಸತಕ್ಕ. **As-sāil'ant,** *n.* ಮೇಲೆ ಬೀಳುವವ; 2. ದೂರುವವ, ವೈರಿ.

As-sas'sin, *n.* ಮೋಸದಿಂದ, ರಹಸ್ಯವಾಗಿ ಕೊಲ್ಲುವವ, ಗುಪ್ತಮಾರಕ, ಗುಪ್ತಘಾತಕ, "ಖೂನಿಯವ". **As-sas'si-nāte,** *v. t. r.* ಮೋಸದಿಂದ ಕೊಲ್ಲು, ಘಾತ ಮಾಡು, "ಖೂನಿ" ಮಾಡು. **As-sas-si-nā'tiŏn,** *n.* ರಹಸ್ಯವಾಗಿ ಕೊಲ್ಲೋಣ, ಘಾತ, "ಖೂನಿ".

As-sault' (-salt'), *n.* ಮೇಲೆ ಬೀಳೋಣ, ಧಾಳಿ; 2. ಹಲ್ಲಾ. *v. t. r.* ಮೇಲೆ ಬೀಳು, ಧಾಳಿಹೊಡಿ, ಆಕ್ರಮಿಸು.

As-sāy' (-sā'), *v. t. r.* ಶೋಧಿಸು, ಒರೆದು ನೋಡು, ಪರೀಕ್ಷಿಸು. *v. i.* ಪ್ರಯತ್ನ ಮಾಡಿ ನೋಡು. *n.* ಪರೀಕ್ಷೆ, ಪರಿಶೋಧನೆ. **As-sāy'ĕr,** *n.* ಲೋಹಶೋಧಕ.

As'se-gāi (-gā), *n.* ಆಫ್ರಿಕದ ನಿಗ್ರೋಜನರ ಈಟಿ.

As-sem'ble, *v. t. r.* ಗುಂಪು ಕೂಡಿಸು. *v. i.* ಒಟ್ಟುಗೂಡು, ಸಭೆ ನೆರೆ. **As-sem'blāge,** *n.* ಕೂಟ, ಗುಂಪು, ಕೂಡುವಳಿ, ನೆರೆದಸಭೆ. **As-sem'bly,** *n.* ಸಂಘ, ಸಭೆ, ಸದಸ್ಸು, ತಿಂತಿಣಿ, ನೆರವಿ.

As-sent', *n.* ಒಪ್ಪುವಿಕೆ, ಸಮ್ಮತಿ. *v. i. r.* ಒಪ್ಪು, ಸಮ್ಮತಿಸು.

As-sĕrt'. *v. t. r.* ಖಂಡಿತವಾಗಿ ಹೇಳು, ಗಟ್ಟಿಯಾಗಿ ಹೇಳು. **As-sĕr'tiŏn,** *n.* ಖಂಡಿತವಾದ ಮಾತು.

As-sess', *v. t. r.* (*pr.* -sest') ಕಂದಾಯ ಹಾಕು, ತೆರಿಗೆ ಕಟ್ಟು, "ಜಮಾಬಂದಿ" ಮಾಡು, ಬೆಲೆಕಟ್ಟು. **As-ses'sa-ble,** *a.* ತೆರಿಗೆ ಕಟ್ಟತಕ್ಕ, "ಜಮಾಬಂದಿ" ಮಾಡತಕ್ಕ. **As-sess'ment,** *n.* ಕಂದಾಯ, ತೀರ್ವೆ, ತೆರಿಗೆ, "ಜಮಾಬಂದಿ". **As-ses'sŏr,** *n.* ತೆರಿಗೆ ಕಟ್ಟುವವ; 2. ನ್ಯಾಯಸ್ಥಾನದ ಸಹಾಯಕ.

As'sets, *n. pl.* ಸಾಲಸೋಲ ತೀರಿಸಲಿಕ್ಕೆ ಬರುವ ಆಸ್ತಿ, —ಬದುಕು, ಸತ್ತವನ "ಜಿಂದಿಗೆ".

As-sev'ĕr-āte, *v. t. r.* ಶಪಥಪೂರ್ವಕವಾಗಿ ಹೇಳು, ಒಟ್ಟಿಟ್ಟುಕೊಳ್ಳು. **As-sev-ĕr-ā'tiŏn,** *n.* ಆಣೆ, ಶಪಥ, ಸೂರುಳು.

As-si-dū'i-ty, *n.* ಜಾಗ್ರತೆ, ಶ್ರದ್ಧೆ. **As-sid'ū-ŏus,** *a.* ಜಾಗರೂಕ, ಶ್ರದ್ಧೆಯುಳ್ಳ.

As-sīgn' (-sīn), *v. t. r.* ನೇಮಿಸು; 2. ಬರಕೊಡು, ಒಪ್ಪಿಸಿಕೊಡು, ಪರಭಾರೆ ಮಾಡು, ಹವಾಲೆ ಹೇಳು. *n.* ಹವಾಲೆ ಪಡೆದವ. **As-sīgn'a-ble,** *a.* ಒಪ್ಪಿಸತಕ್ಕ, ನೇಮಿಸತಕ್ಕ, ಹವಾಲೆ ಹೇಳತಕ್ಕ. **As-sig-nā'tiŏn,** *n.* ನೇಮಿಸೋಣ, ಗೊತ್ತು; 2. ಸಂಕೇತ. **As-sig-nēe** (-si-nē), *n.* ಹವಾಲೆ ಹೇಳಿಸಿಕೊಂಡವ, —ಪಡೆದವ; 2. ಏನಾದರೂ ಮಾಡುವುದಕ್ಕೆ ಹಕ್ಕು ಪಡೆದವ, — —ನೇಮಕವಾದವ; official a. ಸರಕಾರದಿಂದ ಹವಾಲೆಯ ಅಧಿಕಾರ ಪಡೆದ ಉದ್ಯೋಗಸ್ಥ. **As-sīgn'ment,** *n.* ನೇಮಿಸುವಿಕೆ; 2. ಒಪ್ಪಿಸಿಕೊಡೋಣ, ಪರಭಾರಿ; 3. ವಾರಸಪತ್ರ; 4. (order for money) ತನಖೆ *(My.)*; a. of a debt ಸಾಲದ ಹವಾಲೆ.

As-sim'i-lāte, *v. t. r.* ಹೋಲಿಸು, ಜೀರ್ಣ ಮಾಡು, ಸಜಾತಿ ಮಾಡು. *v. i.* ಸಮಾನವಾಗು, ಜೀರ್ಣವಾಗು. **As-sim'i-lā'tiŏn,** *n.* ಸಮ ಮಾಡುವುದು, ಸಜಾತಿ ಮಾಡೋಣ, ಜೀರ್ಣ—. **As-sim-i-lā'tive,** *a.* ಸದೃಶವಾಗಿ ಮಾಡುವ.

As-sist', *v. t. & i. r.* ನೆರವಾಗು, ಸಹಾಯ ಮಾಡು. **As-sis'tance,** *n.* ಸಾಹಾಯ್ಯ, ಒತ್ತಾಸೆ; he ran to my a. ನನಗೆ ನೆರವಾಗಲಿಕ್ಕೆ ಓಡಿ ಬಂದ, ನನಗೆ ಸಹಾಯ ಮಾಡಲಿಕ್ಕೆ ಓಡಿ ಬಂದ. **As-sis'tant,** *n.* ನೆರವಾದವ, ಸಹಾಯಕ.

As-sīze', *n.* ನ್ಯಾಯಸಭೆ, "ಅದಾಲತು"; 2. "ಸಿರಖುನಾಮೆ"; *pl.* ಇಂಗ್ಲಾಂಡ ದೇಶದ ಜಿಲ್ಲೆ ಜಿಲ್ಲೆಯಲ್ಲಿ ಆಗಾಗ್ಗೆ ಕೂಡ್ರುವ ನ್ಯಾಯಸಭೆ.

As-sō'ci-āte, *n.* ಸಂಗಡಿಗ, ಸಂಗಾತಿ, ಸಂಗತಿಯವ, ಜೊತೆಗಾರ. *v. i. r.* ಕೂಡು, ಸಹವಾಸ ಮಾಡು, ಜೋಲಿ ಬರು, ಸಂಗತಿ ಮಾಡು. **As-sō'ci-able**, *a.* ಜನಪ್ರಿಯ. **As-sō-ci-ā'tiōn**, *n.* ಜೋಲಿ, ಸಂಗತಿ, ಸಹವಾಸ; 2. ಕೂಟ, ಸಂಘ, ಮಂಡಲಿ.

As'son-ance, *n.* ಸ್ವರಸಾಮ್ಯ.

As-sort', *v. t. r.* ಆರಿಸಿಡು, ಬಗೆಬಗೆಯಾಗಿ ವಿಂಗಡಿಸು, ಜಾತಿವಾರು ಮಾಡು. *v. i.* ಸರಿ ಬೀಳು, ಒಪ್ಪು. **-ment**, *n.* ಆರಿಸಿಡೋಣ, ಬಗೆಬಗೆಯಾಗಿ ವಿಂಗಡಿಸೋಣ; 2. ತರತರದ ಜಿನಸುಗಳು, ತರಾವಳಿ ಮಾಲು.

As-suāġe' (-swāj'), *v. t. r.* ಸುಧಾರಿಸು, ಶಾಂತಪಡಿಸು, ಕಡಿಮೆ ಮಾಡು. **-ment**, *n.* ಶಮನ, ತಮ್ಮಣಿ. **As-suāġ'ĕr**, *n.* ಶಾಂತ ಪಡಿಸುವವನು. **As-suā'sive**, *a.* ಶಾಂತ ಪಡಿಸುವ.

As-sūme', *v. t. r.* ತಕ್ಕೊಳ್ಳು, ಧರಿಸು, ವಹಿಸು; 2. ನಂಬು, ಪ್ರಮಾಣವಿಲ್ಲದೆ ನೆನಸು, ಊಹಿಸು; 3. ಸೋಗು ಮಾಡು *e. g.* *v. i.* ಸೊಕ್ಕು ಮಾಡು, ಗರ್ವ—. **As-sū'miṅg**, *a.* ಗರ್ವಿತ, ಹಮ್ಮಿನ.

As-sump'tiōn (-sum'shun), *n.* ವಹಿಸಿಕೊಳ್ಳುವುದು, ಪ್ರಮಾಣವಿಲ್ಲದೆ ನಂಬೋಣ.

As-sure' (-shur'), *v. t. r.* ಗಟ್ಟಿಮುಟ್ಟು ಹೇಳು, ನಂಬಿಕೆ ಕೊಡು, "ಖಾತ್ರಿ" ಹೇಳು, ಒಡಂಬಡಿಕೆ ಹೇಳು. **As-su'rance** (-'rans), *n.* ನಿಶ್ಚಯ ಹೇಳೋಣ; 2. ನಿಶ್ಚಯ, "ಖಾತ್ರಿ", ಭರವಸ, ದೃಢ, ಧೈರ್ಯ; 3. ಸೊಕ್ಕು, ತಲೆಗೊಬ್ಬು.

As-sur'ġēnt, *a.* ಮೂಡುವ, ಉದಯಿಸುವ, ಏರುವ.

As'tĕr, *n.* ಗೊಂಡೆ ಹೂವಿನಂತೆ ಉದ್ದ ಎಸಳುಗಳಿರುವ ಒಂದು ವಿಧದ ಹೂವು.

As'tĕr-isk, *n.* (*) ಚುಕ್ಕಿ, ನಕ್ಷತ್ರಾಕೃತಿ.

As'tĕr-ism, *n.* *** ನಕ್ಷತ್ರಗಳ ಗುಂಪು.

A-stĕrn', *ad.* ಹಡಗಿನ ಹಿಂಭಾಗದಲ್ಲಿ.

As'tĕr-oid, *n.* ಮಂಗಳ, ಬೃಹಸ್ಪತಿ ಈ ಎರಡು ಗ್ರಹಗಳ ನಡುವೆ ಸೂರ್ಯನ ಸುತ್ತಲು ತಿರುಗಾಡುವ ಸಣ್ಣ ಸಣ್ಣ ಗ್ರಹಗಳಲ್ಲೊಂದು, ಕಿರಿಗ್ರಹ, ಸೂಕ್ಷ್ಮಗ್ರಹ, ಲಘುಗ್ರಹ.

Asth'ma (ast'ma), *n.* ಉಬ್ಬಸ, ದಮ್ಮು, ಶ್ವಾಸ ಕಾಸ, ಗೂರು, ಗೂರಲು, ಗೂರುಬ್ಬಸ; **a.-plant**, *see* Rabbit-weed. **Asth-mat'ic, -mat'i-cal**, *a.* ಉಬ್ಬಸವುಳ್ಳ, ದಮ್ಮುಳ್ಳ.

As-tig'mā-tism, *n.* ದೃಷ್ಟಿನ್ಯೂನತೆ.

A-stīr', *ad.* ಎಚ್ಚರವಾಗಿ.

As-ton'ish, *v. t. r.* (*pr.* -isht) ಸೋಜಿಗಪಡಿಸು, ಆಶ್ಚರ್ಯ—, ವಿಸ್ಮಯ—, ಭ್ರಮಿಸು; *pass.* ಸೋಜಿಗ ಪಡು, ಆಶ್ಚರ್ಯ—, ಭ್ರಮೆಗೊಳ್ಳು, ಬೆರಗಾಗು, ಮೂಗಿನ ಮೇಲೆ ಬೆರಳಿಡು. **-iṅg**, *a.* ಸೋಜಿಗದ, ಆಶ್ಚರ್ಯವಾದ, ಅದ್ಭುತವಾದ. **As-ton'ish-ment**, *n.* ಸೋಜಿಗ, ಆಶ್ಚರ್ಯ, ವಿಸ್ಮಯ, ಬೆರಗು.

As-tound', *v. t. r.* ದಿಗ್ಭ್ರಮೆ ಪಡಿಸು, ಬೆರಗುಗೊಳಿಸು. **-'ment**, *n.* ದಿಗ್ಭ್ರಮೆ, ನಿಬ್ಬೆರಗು.

As-trad'dle, *ad.* ಕಾಲು ಅಗಲ ಮಾಡಿಕೊಂಡು.

As'tral, *a.* ನಾಕ್ಷತ್ರಿಕ; **a. spirits** ನಕ್ಷತ್ರವಾಸಿಗಳು; **a. body** ಸೂಕ್ಷ್ಮಶರೀರ; **a. lamp** ನೆರಳು ಕೊಡದ ದೀಪ. [ಬಿಟ್ಟು.

A-strāy' (-strā'), *ad.* ಹಾದಿ ತಪ್ಪಿ, ಸನ್ಮಾರ್ಗ

A-strīde', *ad.* ಪಂಗಡಿಕೆಯಾಗಿ, ಜಾಪು ಹಾಕಿಕೊಂಡು, ಬೀಪು—.

As-trin'ġe, *v. t. r.* ಹೊಟ್ಟೆಕಟ್ಟು.

As-trin'ġen-cy, *n.* ಒಗರು, ಸ್ತಂಭಕಗುಣ, ಕಸರು. **As-trin'ġent**, *a.* ಒಗರಾದ, ಸ್ತಂಭಕ.

As'tro-lābe, *n.* ಸೂರ್ಯ ನಕ್ಷತ್ರಾದಿಗಳ ಉನ್ನತಗಳನ್ನು ಅಳೆಯುವ ಯಂತ್ರ.

As-trol'o-ġy, *n.* ಫಲಜ್ಯೋತಿಷ. **As-trol'ō-ġĕr**, *n.* ಜೋಯಿಸ, ಫಲಶಾಸ್ತ್ರಜ್ಞ, ನಿಮಿತ್ತಜ್ಞ. **As-trō-lōġ'i-cal**, *a.* ಫಲಜ್ಯೋತಿಷ ಶಾಸ್ತ್ರದ.

As-tron'ō-my, *n.* ಸಿದ್ಧಾಂತಶಾಸ್ತ್ರ, ಖಗೋಳವಿದ್ಯೆ, ನಕ್ಷತ್ರವಿದ್ಯೆ. **As-tron'ō-mĕr**, *n.* ಸಿದ್ಧಾಂತಿ. **As-trō-nom'ic, -'i-cal**, *a.* ಸಿದ್ಧಾಂತದ, ಸಿದ್ಧಾಂತಶಾಸ್ತ್ರದ.

A-strut', *ad.* ಅಹಂಕಾರವಾಗಿ.

As-tūte', *a.* ಗಟ್ಟಿಗ, ಚುರುಕುಬುದ್ಧಿಯುಳ್ಳ, ಜಾಣ. **-'ly**, *ad.* ತೀಕ್ಷ್ಣ ಬುದ್ಧಿಯಿಂದ, ಜಾಣತನದಿಂದ. **As-tūte'ness**, *n.* ಗಟ್ಟಿಗತನ, ಚುರುಕುಬುದ್ಧಿ, ತೀಕ್ಷ್ಣ—, ಜಾಣತನ.

A-sun'dĕr, *ad.* ಬೇರೆಬೇರೆಯಾಗಿ, ಎರಡು ತುಂಡಾಗಿ, ಇಬ್ಭಾಗವಾಗಿ.

A-sym-met'ri-cal, *a.* ಸರಿಯಾಗಿಲ್ಲದ, ಎರಡು ಹೋಳು ಹೊಂದಿಕೆಯಿಲ್ಲದ.

As'ymp-tōte, *n.* *(math.)* ಒಂದು ವರ್ತುಲ ಖಂಡಕ್ಕೆ ಎಷ್ಟು ಸಮೀಪಿಸಿದಾಗ್ಯೂ ಅದನ್ನು ಮುಟ್ಟಲಾರದ ರೇಖೆ.

Asyn'de-ton, *n.* ಸಮುಚ್ಚಾಯಕಗಳನ್ನು ಬಿಟ್ಟು ವಾಕ್ಯರಚನೆಯನ್ನು ಮಾಡುವ ಅಲಂಕಾರ.

A-sȳ'lum, *n.* ಆಶ್ರಯ; 2. ಅನಾಥಗೃಹ, ಧರ್ಮಶಾಲೆ.

At, *prep.* (place, time, means, employment) ...ಅಲ್ಲಿ; *as*, at home ಮನೆಯಲ್ಲಿ; at night ರಾತ್ರಿಯಲ್ಲಿ; at work ಕೆಲಸದಲ್ಲಿ; 2. (condition) ..ಆಗಿ, ..ಇಂದ: *as*, at peace ಸಮಾಧಾನವಾಗಿ; at ease ಸುಖದಿಂದ, ಸುಖವಾಗಿ; at leisure ಕೆಲಸ ಇಲ್ಲದಾಗ, ವೇಳೆ ಇದ್ದಾಗ, ತೀರಿಕೆಯಾಗಿ; 3. (cause, means, way) ..ಇಂದ: at his command ಅವನ ಅಪ್ಪಣೆಯಿಂದ; he got in at the window ಕಿಟಿಕಿಯಿಂದ ನೊಕ್ಕ; 4. (occasion, effect) they laughed at him ಅವನನ್ನು ನೋಡಿ ನಕ್ಕರು; at this sight ಇದನ್ನು ಕಂಡು, —ಕಂಡಾಗ; at this news ಈ ಸುದ್ದಿ ಕೇಳಿ, —ಕೇಳಿದಾಗ; 5. (direction) ಅನ್ನು, ...ಗೆ, ...ಕಡೆಗೆ: *as*, to look at ...ಕಡೆಗೆ ನೋಡು, ...ನ್ನು ನೋಡು; aim at ...ಕ್ಕೆ ಗುರಿ ಇಡು; at all: *as*, not at all ಇಲ್ಲವೇ ಇಲ್ಲ; nothing at all ಏನೂ ಇಲ್ಲ; at all events ಹ್ಯಾಗಾದರೂ, ಏನಾದರೂ ಆಗಲಿ; it is at an end ತೀರಿತು; at first ಮೊದಲು; at the very first ಮುಟ್ಟಮೊದಲು; at last, at length ಕಡೆಗೆ, ಕಟ್ಟಕಡೆಗೆ; at least ಹ್ಯಾಗೂ, ಕನಿಷ್ಟಪಕ್ಷದಲ್ಲಿ; at once ಒಮ್ಮಿಂದೊಮ್ಮೆ; at times ಒಮ್ಮೊಮ್ಮೆ, ಆಗಾಗ್ಗೆ.

At'a-vism, *n.* ತಂದೆತಾಯಿಗಳಿಗಿಂತ ಹೆಚ್ಚಾಗಿ ತಾತಮುತ್ತಾತರನ್ನು ಹೋಲುವಿಕೆ.

Ā'thē-ism, *n.* ನಾಸ್ತಿಕಮತ, ನಿರೀಶ್ವರವಾದ, ಚಾರ್ವಾಕ ಮತ. A'thē-ist, *n.* ನಾಸ್ತಿಕ. Ā-thē-ist'ic, -i-cal, *a.* ನಾಸ್ತಿಕತ್ವದ.

Ath-e-næ'um, *n.* ವ್ಯಾಖ್ಯಾನಮಂದಿರ, ವಾಙ್ಮಯ ಮಂದಿರ. [ನೀರಡಿಕೆಯಾದ.

A-thīrst', *a.* ಬಾಯಾರಿಕೆಯುಳ್ಳ, ದಾಹವುಳ್ಳ,

Ath'lēte, *n.* ಕುಸ್ತಿಯವ, ಮಲ್ಲ, ಜಟ್ಟಿ. Ath-let'ic, *a.* ಬಲವುಳ್ಳ, ಬಲಿಷ್ಠರ; 2. ಕಸರತುಸಂಬಂಧವಾದ, ಗರಡಿಸಾಧಕದ.

At-home', *n.* ಆಗತಸ್ವಾಗತ, ಊಟಉಪಚಾರ.

A-thwart', *ad.* ಅಡ್ಡವಾಗಿ, ವ್ಯತ್ಯಸ್ತವಾಗಿ.

At-lan'tic, *a.* ಅತ್ಲಂತಿಕ.

At'las, *n.* ಭೂಗೋಳಪಟಗಳ ಪುಸ್ತಕ, ನಕಾಶದ ಪುಸ್ತಕ; 2. ಭೂಮಿಯ ಆಧಾರಸ್ತಂಭವೆಂದು ಭಾವಿಸುವ ಗ್ರೀಕ ದೇವತೆ; 3. ಲಿಬಿಯಾ ಪ್ರಾಂತದ ಒಂದು ಬೆಟ್ಟದ ಹೆಸರು.

At'mos-phēre (-fēr), *n.* ಆಕಾಶ, ವಾಯುಮಂಡಲ, ವಾತಾವರಣ; 2. ವಿಹಾಯಸ. At'mos-phĕr'ic, -'i-cal, *a.* ಗಾಳಿಯ, ಗಾಳಿಯಲ್ಲಿರುವ; 2. ಆಕಾಶದ.

A-toll', *n.* ಮಧ್ಯೆ ನೀರನ್ನು ಒಳಕೊಂಡಿರುವ ಉಂಗುರಾಕಾರದ ಹವಳದ ಗಡ್ಡೆಗಳ ದ್ವೀಪ.

At'om, *n.* ಅಣು, ಪರಮಾಣು, ಅಣುರೇಣು. A-tom'-ic, -'i-cal, *a.* ಅಣುಮಯ, ಅಣುವಿನ, ಅಣುವಿನಷ್ಟು ಸಣ್ಣ. At'om-ism, *n.* ಪರಮಾಣುವಾದ. At'om-ist, *n.* ಪರಮಾಣುವಾದಿ. At'om-īze, *v.t.* ಅಣುಕರಿಸು.

A-tōne', *v.t. & i.r.* ಪ್ರಾಯಶ್ಚಿತ್ತ ಸಲ್ಲಿಸು, ಪ್ರಾಯಶ್ಚಿತ್ತವಿಡು, ಈಡು ಕೊಡು; 2. ಪ್ರಾಯಶ್ಚಿತ್ತವಾಗು, ಪರಿಹಾರ ಮಾಡಿ ಸಮದಾಯಿಸು. A-tōne'ment, *n.* ಒಂದಾಗೋಣ, ರಾಜಿ; 2. ಪ್ರಾಯಶ್ಚಿತ್ತ, ಪಾಪನಿವೃತ್ತಿ.

A-ton'ic, *a.* ಸ್ವರಭಾರವಿಲ್ಲದ.

A-top', *ad.* ತುದಿಯಲ್ಲಿ, ಕೊನೆಯಲ್ಲಿ.

A-trō'ciŏus, *a.* ಕಡು ಕೆಟ್ಟ, ದುರುಳ, ದುರುಳತನದ, ದುರ್ಮಾರ್ಗತನದ, ಅತಿಕ್ರೂರ. -ly, *ad.* ದುಷ್ಟತನದಿಂದ, ಬಹು ಕ್ರೂರವಾಗಿ. A-trō'ciŏus-ness, A-troc'i-ty, *n.* ದುರುಳತನ, ಅತಿ ದುರ್ಮಾರ್ಗತ್ವ, ದುಷ್ಕರ್ಮ.

At'rō-phy (-fi), *n.* ಕೃಶರೋಗ, ಮೈ ಒಣಗುವದು, ಕ್ಷಯ.

At'rō-pine (-pin), *n.* ಕಂಟಕಾರಿಕೆ ಎಂಬ ಗಿಡದಿಂದ ತಯಾರಿಸುವ ವಿಷದ್ರವ್ಯ.

At-tach', *v.t.r.* (*pr.* -tacht') ಹಚ್ಚು, ಕೂಡಿಸು, ಅಂಟಿಸು; 2. "ಜಪ್ತಿ" ಮಾಡು; to be attached to ಪ್ರೀತಿ ಮಾಡು, ಹೊಂದಿರು *c. d.* At-tach'ment, *n.* ಹೊಂದಿಕೆ, ಅಕ್ಕರೆ, ಸ್ನೇಹ; 2. (*law*) "ಜಪ್ತಿ".

At-ta-chē' (-ta-shā'), *n.* ರಾಯಭಾರಿಯ ಹಸ್ತಕ.

At-tack', *n.* ಅಡರು, ಮೇಲೆ ಬೀಳುವುದು, ಹಲ್ಲಾ, ಅಭಿಯೋಗ; he had an a. of fever ಅವನಿಗೆ ಜ್ವರ ಬಂತು. *v.t.r.* (*pr.* -takt') ಹಿಡಿ; 2. ಎಗರು, ಎರಗು, ಮೇಲೆ ಬೀಳು, ಮೈಮೇಲೆ ಬರು, ಎದುರಿಸು, ಹಲ್ಲಾ ಮಾಡು.

At-tāin', *v.i.r.* ಮುಟ್ಟು. *v.t.* ಸಾಧಿಸು, ಹೊಂದು, ಕೊನೆಗಾಣಿಸು, ಸಂಪಾದಿಸು, ...ಕ್ಕೆ ಮುಟ್ಟು. -a-ble, *a.* ದೊರಕಿಸತಕ್ಕ, ಪ್ರಾಪ್ಯ. At-tain'ment, *n.* ಸಂಪಾದ್ಯ, ಸಾಹಸದಿಂದ ಮುಟ್ಟುವಿಕೆ; 2. ಯಾವದೊಂದು ವಿದ್ಯೆಯಲ್ಲಿ ಪಾರಂಗತನಾಗಿರುವುದು.

At-tāin'dĕr, *n.* ಮರಣದಂಡನೆಯ ವಿಪಾಕ, ರಾಜದ್ರೋಹಕ್ಕೋಸ್ಕರ ಬಹಿಷ್ಕಾರ.

At'tar (*or* ot'tō) of roses, *n.* ಗುಲಾಬಿ ಎಣ್ಣೆ, ಅತ್ತರು.

At-tem'pĕr, *v. t. r.* ಹಾಳತದಲ್ಲಿ ಕಲಬೆರಸು.

At-tempt' (-temt'), *n.* ಪ್ರಯತ್ನ, ಎತ್ತುಗಡೆ. *v. t. r.* ಪ್ರಯತ್ನ ಮಾಡಿ ನೋಡು. -able, *a.* ಪ್ರಯತ್ನಿಸತಕ್ಕ.

At-tend' to, *v. i. r.* ಕಿವಿಗೊಡು, ಮನಸ್ಸು ಕೊಡು, ಮನ ಒಡ್ಡು, ಲಕ್ಷ್ಯ ಕೊಡು, ತತ್ಪರನಾಗು; a. on ಹಾಜರಾಗು, ಶುಶ್ರೂಷೆ ಮಾಡು, ಸೇವೆ—; a. on (the sick) ಪರಾಮ್ಮರಿಸು, ಜೋಪಾನ ಮಾಡು. *v. t.* ಸೇವಿಸು, ಪರಾಮ್ಮರಿಸು; 2. ಅನುಸರಿಸು, ಸಂಗಡ ಇರು, ಆರಯಿಕೆ ಮಾಡು. At-ten'dance, *n.* ಮನಸ್ಸು ಕೊಡೋಣ; 2. ಇರುವುದು, ಹಾಜರಿ; 3. ಸೇವೆ, ಪರಿಚರ್ಯೆ. At-ten'dant, *n.* ಸೇವಕ, ಊಳಿಗದವ, ಪರಿಚಾರಕ, ಪರಿವಾರಜನ. *a.* ಪರಿವಾರದ, ಸಂಗಡ ಇರುವ. At tend'er, *n.* ಆಜ್ಞಾಧಾರಕ, ಸೇವಕ; 2. ಸಂಗಡಿಗ.

At-ten'tiŏn, *n.* ಮನಸ್ಸಿಡೋಣ, ಗಮನ, ಕಿವಿಕೊಡೋಣ, ಲಕ್ಷ್ಯ. *int.* ಕೇಳಿರಿ! ಪರಾಕು! At-ten'tive, *a.* ಜಾಗರೂಕ, ಮನ ಒಡ್ಡಿ ಕೇಳುವ, ಮನಸ್ಸು ಕೊಡುವ, ತತ್ಪರ. At-ten'tive-ly, *ad.* ತತ್ಪರನಾಗಿ, ಲಕ್ಷ್ಯಗೊಟ್ಟು.

At-ten'ū-āte, *v. t. r.* ತೆಳ್ಳಗೆ ಮಾಡು, ಅಳ್ಳಕ—; 2. ಸಣ್ಣದು ಮಾಡು. At-ten-ū-ā'tiŏn, *n.* ತೆಳ್ಳಗೆ ಮಾಡೋಣ.

At-test', *v. t. r.* ಸಾಕ್ಷಿ ಕೊಡು, ಪ್ರಮಾಣ ಮಾಡು. At-tes-tā'tiŏn, *n.* ಸಾಕ್ಷ್ಯ, ಪ್ರಮಾಣವಚನ. At-test'ed, *a.* ಸಾಕ್ಷಿಯುಳ್ಳ, ಪ್ರಮಾಣವಾಗಿ ಹೇಳಲ್ಪಟ್ಟ.

At'tic, *a.* ಅಥೇನ್ಯರ; 2. ಸರಸ. *n.* ಮೇಗಿನ ಅಂತಸ್ತು, ಮೇಲು ಉಪ್ಪರಿಗೆಯ ಚಿಕ್ಕ ಕೋಣೆ.

At-tīre', *n.* ಉಡಿಗೆತೊಡಿಗೆ, ಪೋಷಾಕ, ದುಸ್ತು. *v. t. r.* ತೊಡಿಸು, ಅಲಂಕರಿಸು.

At'ti-tūde, *n.* ಇದ್ದ ರೀತಿ, ಅಭಿನಯ. At-ti-tūd'in-īse, *v. t. r.* ಅಭಿನಯಿಸು.

At-tŏr'ney (-tĕr'ni), *n.* "ವಕೀಲ", "ಮೊಕ್ತಿಯಾರ"; power of a. "ಮೊಕ್ತಿಯಾರನಾಮೆ", ಅಧಿಕಾರಪತ್ರ.

At-tract', *v. t. r.* ಎಳಕೊಳ್ಳು, ಆಕರ್ಷಿಸು; 2. ಮನ ಒಲಿಸು, ಮನಸ್ಸನ್ನು ಎಳಕೊಳ್ಳು, ಮೋಹಗೊಳಿಸು; a. the eye ಕಂಗೊಳಿಸು. At-trac'tiŏn, *n.* ಎಳೆಯುವಿಕೆ, ಆಕರ್ಷಣೆ, ಮೋಹನ. At-trac'tive, *a.* ಎಳೆಯುವ, ಮನೋಹರ, ಮೋಹಕ. At-trac'tive-ly, *ad.* ಮನೋಹರವಾಗಿ. At-trac'tive-ness, *n.* ರಮ್ಯತೆ, ಮನೋರಂಜನೆ.

At'tri-būte, *n.* ಲಕ್ಷಣ, ಗುಣ; 2. ವಿಶೇಷಣ. At-trib'ute, *v. t. r.* ಹೊರಿಸು, ಮೇಲೆ ಹಾಕು, ಆರೋಪಿಸು, ಒಬ್ಬನಲ್ಲಿರುತ್ತದೆಂತ ಹೇಳು. At-trib'ū-ta-ble, *a.* ಹತ್ತತಕ್ಕ, ಆರೋಪಿಸತಕ್ಕ, ಹೊರಿಸತಕ್ಕ, ವಿಶೇಷಿಸತಕ್ಕ. At-trib'ū-tive, *a.* ಆರೋಪ್ಯ.

At-trīte', *a.* ತಿಕ್ಕಾಟದಿಂದ ಸವೆದ. At-tri'tiŏn, *n.* ತಿಕ್ಕಾಟ, ಮುಸಗು.

At-tūne' *v. t. r.* ಸ್ವರ ಹೊಂದಿಸು, ಶ್ರುತಿ ಕೂಡಿಸು.

Au'burn, *a.* ಕಂದು ಬಣ್ಣದ, ಕಪಿಶ ವರ್ಣದ.

Auc'tiŏn, *n.* ಲೈಲಾವು, ಏಲಮ್, ಲಿಲಾವು. Auc'tiŏn-ary, *a.* ಏಲಮಿನ, ಹರಾಜಿನ. Auc-tiŏn-ēer', *n.* ಏಲಮ್ ಹಾಕುವವ. ಏಲಮ್‌ಗಾರ.

Au-dā'ciŏus (-shus), *a.* ಭಯ ದಾಕ್ಷಿಣ್ಯಗಳಿಲ್ಲದ, ಧೈರ್ಯವುಳ್ಳ, ದಿಟ್ಟ, ಲಜ್ಜಾಹೀನ. -ly, *ad.* ಬಹು ಧೈರ್ಯವಾಗಿ, ದಿಟ್ಟತನದಿಂದ. Au-dā'ciŏus-ness, Au-dac'i-ty, *n.* ಧೈರ್ಯ, ದಿಟ್ಟತನ, ನಾಚಿಕೆಗೇಡಿತನ, ಎದೆಕೊಬ್ಬು.

Au'di-ble, *a.* ಕೇಳಿಸುವಂಥ, ಕೇಳ ಕೂಡುವ. Au'di-bly, *ad.* ಕೇಳಿಸುವಂತೆ. Au'di-ence, *n.* ಕೇಳುವಿಕೆ, ಕಿವಿ; 2. ದರ್ಶನ, ಭೇಟಿ; 3. ಕೇಳುವವರ ಗುಂಪು, ಕೇಳುವ ಸಭೆ.

Au'dit, *v. t. r* ಲೆಕ್ಕಪತ್ರ ತಾಳೆನೋಡು, "ದಾಖಲೆ" ನೋಡು. *n.* "ದಾಖಲೆ". -ŏr, *n.* ಕೇಳುವವ; 2. ಲೆಕ್ಕಪತ್ರ ತಾಳೆನೋಡುವವ. Au'di-tress, *n.* (*fem.*) ಲೆಕ್ಕ ತನಿಖಿ ಮಾಡುವವಳು. Au'di-tŏr-y, *a.* ಶ್ರವಣೇಂದ್ರಿಯದ, —ವುಳ್ಳ. *n.* ಕೇಳುವವರ ಸಂಘ.

Au-di-tō'ri-um, *n.* ಶ್ರೋತ್ರಮಂದಿರ, ಶ್ರೋತೃಮಂಡಲ.

Au-gē'an, *a.* ಕಸವುಳ್ಳ, ಹೊಲಸಾದ.

Au'gĕr, *n.* ಹಿಡಿಸರಳು, "ಬೈರಿಗೆ", "ಬೈರಂಗಿ".

Aught (at), *n.* ಏನಾದರೂ; not a. ಏನಿಲ್ಲ; for a. we know ನಮಗೆ ತಿಳಿದ ಮಟ್ಟಿಗೆ.

Aug-ment', *v. t. r.* ಹೆಚ್ಚಿಸು, ವೃದ್ಧಿ ಮಾಡು. *v. i.* ಹೆಚ್ಚಾಗು. *n.* ವೃದ್ಧಿ; 2. ಉಪಸರ್ಗ, ಆಗಮ. Aug-men-tā'tiŏn, *n.* ಅಭಿವೃದ್ಧಿ, ಹೆಚ್ಚಿಕೆ, ಹೆಚ್ಚುವಳಿ.

Au'gur, *v. t. r.* ಶಕುನ ಹೇಳು. *n.* ಶಕುನಫಲ ಹೇಳುವವನು, ಶಕುನಗಾರ, ನೋಟಗಾರ. Au'gū-ry, *n.* ಶಕುನ, ಶಕುನಶಾಸ್ತ್ರ.

Au'gust, *n.* ಎಂಟನೇ ತಿಂಗಳು.

Au-gust', *a.* ಮಹಿಮೆಯುಳ್ಳ, ಘನವುಳ್ಳ, ಪ್ರತಾಪವುಳ್ಳ. Au-gust'ness, *n.* ಮಹಿಮೆ, ಘನ, ಪ್ರತಾಪ.

Au-lā'ri-an, *n.* ವಿದ್ಯಾಸಭೆಗೆ ಸೇರಿದವ, ಸಭಿಕ.

Au'lic, *a.* ರಾಜಸ್ಥಾನಕ್ಕೆ ಸಂಬಂಧಪಟ್ಟ.

Äunt (änt), *n.* (one's mother's sister) ದೊಡ್ಡವ್ವ, ದೊಡ್ಡ ತಾಯಿ, ದೊಡ್ಡಮ್ಮ, ಚಿಕ್ಕವ್ವ, ಚಿಕ್ಕ ತಾಯಿ, ಚಿಕ್ಕಮ್ಮ; 2. (one's father's sister) ಸೋದರತ್ತೆ, ಅತ್ತೆ.

A̤u'ral, *a.* ಶ್ರವಣೇಂದ್ರಿಯ ಸಂಬಂಧ.

Au-rē'ola, Au're-ole, *n.* ಪರಿಶುದ್ಧಾತ್ಮರ ತಲೆಯಲ್ಲಿರುವ ಕಿರೀಟ.

A̤u'ric, *a.* ಚಿನ್ನದ.

A̤u'ri-cle, *n.* ಕಿವಿ; 2. ಹೃದಯದ ಮೇಗಿನ ಕೋಶಗಳಲ್ಲಿ ಒಂದು. A̤u-ric'ū-lar, *a.* ಶ್ರೌತ್ರ, ಕಿವಿಯಲ್ಲಿ ಹೇಳಿದ, ಕರ್ಣಗೋಚರವಾದ; a. confession ಪಾಪನಿವೇದನ (*Rom. Cath.*). [ಸಿಕ್ಕುವ.

A̤u-rif'ĕr-ŏus, *a.* ಬಂಗಾರವುಳ್ಳ, ಬಂಗಾರ

A̤u-rī'ga, *n.* ಉತ್ತರತಾರಾರಾಶಿ.

A̤ur'ist, *n.* ಕರ್ಣಚಿಕಿತ್ಸೆಯಲ್ಲಿ ನಿಪುಣ.

A̤u-rō'ra, *n.* ಅರುಣ, ಅರುಣೋದಯ.

A̤u-rō'ra aus-trā'lis, *n.* ದಕ್ಷಿಣಧ್ರುವಾರುಣ ವೆಂಬ ಜ್ಯೋತಿ.

A̤u-rō'ra bor-ē-ā'lis, *n.* ಉತ್ತರಧ್ರುವಾರುಣ ವೆಂಬ ಜ್ಯೋತಿ.

Au'rum, *n.* ಚಿನ್ನ.

A̤us-cul-tā'tiŏn, *n.* ಕಿವಿ ಇಕ್ಕಿ ಶ್ವಾಸಕೋಶಾದಿ ಅಂಗಗಳನ್ನು ಪರಿಶೋಧಿಸುವದು.

A̤u'spic-es, *n. pl.* ಶಕುನ; 2. ಆಶ್ರಯ, ಶರಣ. A̤u'spi-ciŏus (-shus), *a.* ಶುಭ, ಮಂಗಲ; a. ceremony ಶುಭಪ್ರಸ್ತ, ಶುಭ ಪ್ರಯೋಜನ.

A̤us-tēre' (-tēr'), *a.* ನಿಷ್ಠುರ, ಕಠಿಣ. A̤us-ter'i-ty, *n.* ಕಾಠಿಣ್ಯ, ನಿಷ್ಠುರತೆ. A̤us-tĕr'i-ties, *n. pl.* ತಪಶ್ಚರ್ಯೆ, ದೇಹದಂಡನೆ.

A̤us'tral, *a.* ದಕ್ಷಿಣ ದಿಕ್ಕಿನ.

Au-then'tic, *a.* ನಿಜ, ಪ್ರಮಾಣಿಸಿದ, ಭರವಸಯೋಗ್ಯ. A̤u-then'ti-cāte, *v. t. r.* ನಿಜವೆಂತ ಪ್ರಮಾಣಿಸಿಕೊಡು, ಭರವಸಯೋಗ್ಯವೆಂದು ಸಿದ್ಧಾಂತ ಮಾಡು. A̤u-then-ti-cā'-tiŏn, *n.* ನಿಜಪಡಿಸುವಿಕೆ. A̤u-then-tic'i-ty, *n.* ಪ್ರಾಮಾಣ್ಯ, ಭರವಸ, ಯೋಗ್ಯತೆ.

A̤u'thŏr, *n.* ಕರ್ತೃ, ಕರ್ತ; 2. ಗ್ರಂಥಕಾರ, ಗ್ರಂಥಕರ್ತ, ಕೃತಿನಾಯಕ, ಕೃತಿಪತಿ. -ess, *n. fem.* ಗ್ರಂಥಕರ್ತಳು. Au'thŏr-ship, *n.* ಕರ್ತೃತ್ವ; 2. ಗ್ರಂಥಕಾರಿಕೆ.

A̤u'thō-rīse, *v. t. r.* ಅಧಿಕಾರ ಕೊಡು, "ಮೊಕ್ತಿಯಾರಿ" ಕೊಡು; 2. ರೂಢಿ ಮಾಡು. A̤u-thor'i-ta-tive, *a.* ಅಧಿಕಾರವುಳ್ಳ, ಪ್ರಮಾಣವಾದ. A̤u-thŏr'i-ta-tive-ly, *ad.* ಅಧಿಕಾರದಿಂದ. A̤u-thŏr'i-ty, *n.* ಅಂಕೆ, ಅಧಿಕಾರ; 2. ಪ್ರಮಾಣ, ಗೌರವ. A̤u-thŏr'i-ties, *n. pl.* ಅಧಿಕಾರಸ್ಥರು.

A̤u-tō-bī-og'ra-phy (-fi), *n.* ಸ್ವಚರಿತ್ರ.

A̤u-toch'thon (a̤-tok'thon), *n.* ಭೂಪುತ್ರ, ಮೂಲದವ, ಮೂಲನಿವಾಸಿ.

A̤u-toc'ra-cy, *n.* ನಿರಂಕುಶಪ್ರಭುತ್ವ, ಸ್ವಾಧಿಪತ್ಯ, ಅನಿಯಂತ್ರಿತ ಶಾಸನ. A̤u-toc'rat, *n.* ನಿರಂಕುಶಪ್ರಭು, ಸಮ್ರಾಜ. A̤u-tō-cra'tic, -'i-cal, *a.* ನಿರಂಕುಶಪ್ರಭುತ್ವದ.

A̤u'tō-graph (-graf), *n.* ಸ್ವಹಸ್ತಬರಹ, ರುಜು. A̤u'tō-gra-phy, *n.* ಸ್ವಲಿಖಿತ.

A̤u-tō-mat'ic, *a.* ಸ್ವಯಂಚಾಲಕ.

A̤u-tom'a-tŏn, *n.* ಸೂತ್ರದ ಗೊಂಬೆ ಇತ್ಯಾದಿ.

A̤u-ton'ō-my, *n.* ಸ್ವಯಂ ಶಾಸನಾಧಿಕಾರ, ಸ್ವರಾಜ್ಯಭಾರ, ಸ್ವಾತಂತ್ರ್ಯ.

A̤u'tumn (a̤'tum), *n.* ಶರತ್ಕಾಲ, ಶರದೃತು. A̤u'tum-nal, *a.* ಶರತ್ಕಾಲದ.

A̤ux-il'i-a-ry (a̤g-zil'i-), *a.* ಸಹಾಯಕ. A̤ux-il'i-a-ries, *n. pl.* ಸಹಾಯಕ ಸೈನ್ಯ.

A-vāil', *n.* ಪ್ರಯೋಜನ, ಫಲ. *v.i.r.* ಪ್ರಯೋಜನವಾಗು, ಕೆಲಸಕ್ಕೆ ಬರು. -'a-ble, *a.* ಉಪಯೋಗಿಸತಕ್ಕ, ಉಪಯೋಗವುಳ್ಳ, ಯುಕ್ತ.

Av'a-lanche (-lansh), *n.* ಹಿಮಾಚಲಗಳಿಂದ ಜಾರಿ ಬೀಳುವ ಮಹಾ ಹಿಮರಾಶಿ.

A-vant'guard, *n.* ಸೇನೆಯ ಮುಂಭಾಗ, ದಂಡಿನ ಮುಂದಿನ ಪಹರೆ.

Av'a-rice (-ris), *n.* ದ್ರವ್ಯಾಶೆ, ಲೋಭ, ಗಂಟಾಶೆ, ಕೃಪಣತ್ವ. A-va-ri'ciŏus (-rish'us), *a.* ದ್ರವ್ಯಾಶೆಯ, ಲೋಭತ್ವವುಳ್ಳ, ಜೀನ, ಜಿಪುಣ, ಕೃಪಣ. Av-a-ri'ciŏus-ly, *ad.* ಲೋಭದಿಂದ, ದ್ರವ್ಯಾಶೆಯಿಂದ, ಕೃಪಣತ್ವದಿಂದ.

A-va̤unt', *int.* ಹೋಗು! ನಡೆ!

Ā've, *int. & n.* ಶುಭವಾಗಲಿ!

A-venġe', *v.t.r.* ...ತಿಸ್ಕರ ಮುಯ್ಯಿಗೆ ಮುಯ್ಯಿ ಕೊಡು, ಮುಯ್ಯಿ ತೀರಿಸು, ಮಾಡಿದವನಿಗೆ ಮಾಡಿ ತೀರಿಸು, ಪ್ರತೀಕಾರ ಮಾಡು, ಸೇಡು ತೀರಿಸು, —ಹಾಸು. -ment, *n.* ವೈರಶುದ್ಧಿ, ಪ್ರತೀಕಾರ. A-ven-ġĕr, *n.* ಮುಯ್ಯಿಗೆ ಮುಯ್ಯಿ ಕೊಡುವವ, ಸೇಡು ತೀರಿಸುವವ, —ಹಾಸುವವ.

Av'e-nūe (-nū), *n.* ದಾರಿ; 2. ಸಾಲುಮರ, ಇಕ್ಕಡೆಯಲ್ಲಿ ಮರಗಳು ಸಾಲುಸಾಲಾಗಿ ಇರುವ ರಾಜಮಾರ್ಗ; 3. ಬೀದಿ.

A-vĕr', *v. i. r.* (-vĕrred') ದೃಢವಾಗಿ ಹೇಳು, ಗಟ್ಟಿಯಾಗಿ ಹೇಳು. -ment, *n.* ದೃಢಪಡಿಸುವುದು.

C *as* k; c *as* s; ch *as* sh; g *as in* get; ġ *as* j; ṅ *nasal, as in* anger; s̱ *as* z; th *as in* thou; x̱ *as* gz; ce, ci, si *and* ti *before a vowel as* sh: ocean, action.

Av'ĕr-āġe, *n.* ಸರಾಸರಿ. *v. t. r.* ಸರಾಸರಿ ಮಾಡು.

A-vĕrse', *a.* ಸಮ್ಮತಿ ಇಲ್ಲದ, ಪ್ರತಿಕೂಲ, ವಿರುದ್ಧ. **A-vėr'siŏn**, *n.* ಅಸಹ್ಯ, ವೈರ.

A-vĕrt', *v. t. r.* ತಪ್ಪಿಸು, ನಿವಾರಿಸು.

Ā'vi-an, *a.* ಪಕ್ಷಿಜಾತಿಯ.

Ā'vi-ar-y, *n.* ಪಕ್ಷಿಪಂಜರ.

A'vi-a-tŏr, *n.* ವಿಮಾನಗಾಮಿ.

Ā'vi-cul-tūre, *n.* ಪಕ್ಷಿಪಾಲನೆ.

Av'id, *a.* ಲೋಲುಪ, ಆಶಾಗ್ರಸ್ತ. **A-vid'i-ty**, *n.* ಅತ್ಯಾಶೆ, ಕಾಂಕ್ಷೆ, ಲೋಲುಪ್ತಿ, ಆತುರ.

Av-ō-cā'tiŏn, *n.* ಜಂಬರ, ಕೆಲಸ, ವೃತ್ತಿ.

A-void', *v. t. r.* ತಪ್ಪಿಸಿಕೊಳ್ಳು, ಜರಿ, ಪರಿಹರಿಸಿಕೊಳ್ಳು. **A-void'a-ble**, *a.* ತಪ್ಪಿಸಿಕೊಳ್ಳತಕ್ಕ, ನಿವಾರಿಸತಕ್ಕ. **A-void'ance**, *n.* ತಪ್ಪಿಸಿಕೊಳ್ಳೋಣ; 2. ಬರೇದಾಗೋಣ.

Av-oir-dū-pois' (-ĕr-dū-), *n.* ಅಂಗಡೀತೂಕ, ರಾತಲಿಗೆ ೪೦ ತೊಲೀ ಮೇರೆಗೆ ಎಣಿಸುವ ತೂಕ.

A-vouch', *v. t. r.* '(*pr.* -voucht') ಖಂಡಿತವಾಗಿ ಹೇಳು. -'**ment**, *n.* ಕಂಠೋಕ್ತ.

A-vow', *v. t. r.* ಹೇಳು, ಒಪ್ಪಿಕೊಳ್ಳು, ಯಥಾರ್ಥವಾಗಿ ಹೇಳು, ವಿಖ್ಯಾಪಿಸು. -'**al**, *n.* ಹೇಳೋಣ, ಯಥಾರ್ಥವಾಗಿ ಹೇಳೋಣ, ಇದ್ದ ಹಾಗೆ—, ವಿಖ್ಯಾಪನೆ. **A-vow'ed**, *a.* ನಿಜವಾಗಿ ಒಪ್ಪಿಕೊಂಡ. **A-vow'ed-ly**, *ad.* ಯಥಾರ್ಥವಾಗ ಒಪ್ಪಿಕೊಳ್ಳುತ್ತಾ.

A-wāit', *v. t. r.* ಕಾದುಕೊಂಡಿರು, ಎದುರು ನೋಡು, ಹಾದಿ ನೋಡು.

A-wāke', *v. t. r.* & *ir.* (-wōke', -wāked', *pr.* -wākt') ಎಬ್ಬಿಸು, ಎಚ್ಚರಿಸು. *v. i.* ಎಚ್ಚರವಾಗು, ಎಚ್ಚರಿಕೆಯಾಗು. *a.* ಎಚ್ಚರವಾದ, ಎಚ್ಚರಿಕೆಯಾದ. **A-wāk'en**, *v. t.* & *i. r.* *the same as* Awake. **A-wāk'en-ing**, *n.* ಜಾಗರಣೆ; 2. ಜಾಗೃತಿ.

A-wạnt'iṅg. *a.* ಅಗತ್ಯ, ಬೇಕಾದ; 2. ಪ್ರಮುಖ್ಯ.

A-wạrd', *v. t. r.* ಕೊಡಿಸು, ತೀರ್ಪುಮಾಡಿ ಕೊಡಿಸು, "ಫೈಸಲು"—. *n.* ತೀರ್ಪು, "ಫೈಸಲು".

A-wāre', *a.* ತಿಳಿದ, ಅರಿತ, ಎಚ್ಚರಿಕೆಯಾದ; I am a. ನನಗೆ ತಿಳಿದದೆ, —ಗೊತ್ತದೆ.

A-wāy' (-wā'), *ad.* ದೂರ; go a. ಹೋಗಿಬಿಡು; throw a. ಒಕ್ಕೊಡು, ಚೆಲ್ಲಿಬಿಡು, ಬಿಸಾಟುಬಿಡು; make a. with ಕೊಲ್ಲು, ನಾಶನ ಮಾಡು; a. with fear ಭಯ ಬಿಡು!

Ạwe (ạ), *n.* ಭಯ, ಭೀತಿ, ಅಂಜಿಕೆ; a.-struck ಭಯಭೀತ; stand in a. ಭಯಪಡು; keep in a. ಭಯದಲ್ಲಿರಿಸು. *v. t. r.* ಭಯ ಹುಟ್ಟಿಸು. **Ạw'fụl**, *a.* ಭಯಂಕರ, ಅಘೋರ, ವಿಸ್ಮಯಾಕುಲ, ದಾರುಣ. **Ạw'fụl-ly**, *ad.* ಭಯಂಕರವಾಗಿ, ಘೋರವಾಗಿ; 2. *(coll.)* ಬಹಳವಾಗಿ, ಬಹು.

A-whīle', *ad.* ತುಸ ಹೊತ್ತು, ಒಂದಿಷ್ಟು.

Ạwk'ward (ạk'wĕrd), *a.* ಕೈಲಾಗದ, ವಿರೂಪ, ಯದ್ವಾತದ್ವಾ. -**ness**, *n.* ಒರಟುತನ, ದಡ್ಡತನ, ವೈರೂಪ್ಯ.

Ạwl (ạl), *n.* ಮೊಚ್ಚೆಗಾರರ ಉಳಿ, ಶಲಾಕೆ, ಚೇಣ.

Ạwl'a trēe, *n.* *(Phyllanthus emblica, L.)* ನೆಲ್ಲಿಮರ.

Ạwn (ạn), *n.* ಊಬು, ಗೂಗು, ಶೂಕ, ಸುಂಕು, ಬತ್ತದ ಮುಳ್ಳು. **Ạwned** (ạnd), *a.* ಊಬುಳ್ಳ.

Ạwn'iṅg, *n.* ಮೇಲುಕಟ್ಟು, ಮೇಲಾರ, ಗುಡಾರ.

A-wōke', *pt. of* Awake.

A-wrȳ' (a-rī'), *ad.* ಸೊಟ್ಟು, ಡೊಂಕು, ಸೊಟ್ಟಾಮೊಟ್ಟ, ಅಂಕುಡೊಂಕು; to look a. ಓರೆಕಣ್ಣಿನಿಂದ ನೋಡು.

Axe, *n.* ಕೊಡ್ಲಿ; a.-head ತುಮ್ಮಾರಿ, ತುಂಬಾರಿ.

Ax'il, Ax'il-la (ak'sil-), *n.* *(anat.)* ಕಂಕುಳು, ಬಾಹುಮೂಲ; 2. *(bot.)* ಪತ್ರವು ಗಿಡದಿಂದ ಹುಟ್ಟುವ ಸ್ಥಳ, ಗ್ರೀವ.

Ax'i-ŏm (ak'si-), *n.* ಸಿದ್ಧಾಂತ, ಪ್ರತ್ಯಕ್ಷಪ್ರಮಾಣ. **Ax-i-ō-măt'ic**, *a.* ಸಿದ್ಧಾಂತಿಕ.

Ax'is (ak'sis), *n.* ಅಚ್ಚು, ಅಕ್ಷ; 2. ಗರ್ಭಸೂತ್ರ.

Ax'le (ak'sl), **Ax'le-trēe**, *n.* ಅಚ್ಚು, ಬಂಡಿಯ ಅಚ್ಚು.

Āy, Āye (ā), *ad.* ಹೌದು.

Ā'yah (ā'ya), *n.* ದಾದಿ.

Āye (ā), *ad.* ಯಾವಾಗಲೂ; for a. ಎಂದೆಂದಿಗೂ.

Ay'ry, *n.* ಹದ್ದಿನ ಗೂಡು. *Also* Ey'ry.

Azimuth *n.* *(astr.)*

A-zōt'e, *n.* ಕ್ಷಾರಜನಕ.

Ā'zụre (-zhụr), *a.* ಆಕಾಶವರ್ಣದ, ನೀಲ, "ಅಸ್ಮಾನಿ", ಮೇಘಶ್ಯಾಮ.

Az'y-mous, *a.* ಹುಳಿಯಿಲ್ಲದ.

B

B *(mus.)* ಸಪ್ತಸ್ವರಗಳಲ್ಲಿ ಏಳನೇದು, "ನಿ".
Bäa, *n.* ಕುರಿ ಅರಚುವದು.
Bä'al, *n.* ಬಾಳ್ ದೇವತೆ.
Bab'ble, *v. i. r.* ತೊದಲು ಮಾತಾಡು; 2. ಹರಟೆ ಬಡಿ, ಮಾತು ಕೊಚ್ಚು, ರಗಳೆ ಹಚ್ಚು; 3. ಘೋರನ್ನು, ಗುಳುಗುಳನ್ನು (as a brook). *n.* ತೊದಲು ಮಾತು; 2. ಹರಟೆ, ರಗಳೆ.
Bab'blĕr, *n.* ಒದರಬಡಕ, ರಗಳೆಗಾರ.
Bābe, *n.* ಕೂಸು, ಶಿಶು, ಕಂದ, ಕಂದವ್ವ, ಅಮ್ಮಣ್ಣಿ.
Bā'bel, *n.* ಗಲಿಬಿಲಿ, ಸಂದಡಿ.
Bāb'oo (Bäbu), *n.* ಬಾಬು, ಶ್ರೀಮಾನ್ (ಬಂಗಾಳದಲ್ಲಿ).
Ba'bool (-bul), *n.* *(Acacia arabica)* ಜಾಲೀ [ಗಿಡ.
Ba-boon' (bụn), *n.* ಆಫ್ರಿಕದ ಒಂದು ಜಾತೀ ದೊಡ್ಡ ಮಂಗ.
Bā'by, *n. see* Babe. Bab'ish, *a.* ಮಕ್ಕಳಾಟಿಕೆಯ.
Bac-ca-laur'ē-āte, *n.* ವಿದ್ಯಾಬಿರುದು.
Bac'cha-nal, -nā'li-an, *n.* ಕುಡಕ, ಕುಡಿಕ, ಮದ್ಯಪಾನಿ *see* Bacchus. *a.* ಮದ್ಯಪಾನಾಸಕ್ತ. Bac'cha-nā'lia, *n. pl.* ಕುಡಿಕರ ಕೋಲಾಹಲ.
Bach'e-lŏr, *n.* ಮದುವೆ ಆಗದವ, ಬ್ರಹ್ಮಚಾರಿ, ಒಂಟಿಗ, ಏಕೋಭಾಯಿ; B. of Arts ಕಲಾನಿಪುಣ; B. of Divinity ದೇವಜ್ಞಾನನಿಪುಣ; B. of Science ಶಾಸ್ತ್ರನಿಪುಣ.
Bac'chus, *n.* ದ್ರಾಕ್ಷಾರಸ ದೇವತೆ.
Ba-cil'la-ry, *a.* ಅಣುಕೀಟಕಗಳ.
Ba-cil'lus, *n.* (*pl.* -illī) ಅಂಟುರೋಗದ ಅಣುಜೀವಿಗಳು.
Back, *n.* ಬೆನ್ನು; 2. ಹಿಂಭಾಗ; 3. ಆಚೇ ಮೈ, ಹಿಂದಿನ ಮೈ. *ad.* ಹಿಂದಕ್ಕೆ, ಹಿಂದೆ; 2. ತಿರಿಗಿ, "ವಾಪಸು"; keep b. ತಡೆ, ಅಡ್ಡಿಮಾಡು *c. d.* *a.* ಹಿಂದಿನ, ದೂರದ. *v. t. r.* (*pr.* bakt) ಹತ್ತು (a horse, *etc.*); 2. ಬೆನ್ನು ಕಟ್ಟು *e. g.*, ಸಹಾಯ ಮಾಡು *c. d.* *v. i.* ಹಿಂಜರಿ, ಹಿಂದಕ್ಕೆ ಸರಿ. B.-'bīte, *v. t. ir.* (-bit, -bit'ten) ಚಾಡಿಹೇಳು, ಬಿಟ್ಟಾಡು, ಹಿಂದಾಡು. B.-'bī-tĕr, *n.* ಚಾಡೀಖೋರ, ದೂಷಕ. B.-bī-tińg, *n.* ಚಾಡಿ, ಕೊಂಡೆಯ. B.-'bōne, *n.* ಬೆನ್ನೆಲುಬು, ಬೆನ್ನಹುರಿ, ಮಟ್ಟೆಲುಬು; 2. ಸ್ಥೈರ್ಯ, ಮನೋನಿರ್ಧಾರ. B.-'dōor (-dōr), *n.* ಹಿತ್ತಲಬಾಗಲು, ಹಿಂಬಾಗಲು. *a.* ಗುಟ್ಟಿನ, ಕಳ್ಳತನದ. B.-'ground, *n.* ಹಿಂದಿನ ಜಾಗ; 2. ನೆರಳು, ಅಪ್ರಸಿದ್ಧಿ; in the b. ಅತ್ತತ್ತ. B.-'hand, *n.* ಎಡಕ್ಕೆ ಚಾಚಿದ ಬರಹ. *a.* ಓರೆ, ಒಳದು, ವಕ್ರ. B.-ness, *n.* ಹಿಂದಿರುವುದು; 2. ಅರೆಮನಸ್ಸು, ಮಂದತನ, ಆಲಸ್ಯ. B.-'room, *n.* ಒಳಗಿನ ಕೋಣೆ. B.-'sīde, *n.* ಹಿಂದಿನ ಮೈ, ಹಿಂಬದಿ, ಹಿಂಭಾಗ; b.-side of a house ಮನೆಯ ಹಿಂಕಟ್ಟು, ಹಿಂಗಟ್ಟು. B.-'slīde, *v. i. ir.* (-slid, -slid'-den) ಹಿಂಜರಿ; 2. ಸನ್ಮಾರ್ಗ ಬಿಡು. B.-ĕr, *n.* ಸನ್ಮಾರ್ಗ ಬಿಡುವವನು. B.-'ward (-wĕrd), *a.* ಕೈಲಾಗದ. ಆಲಸ್ಯದ, ಹಿಂದುಳಿದ. B.-'ward (-wĕrd). -'wards, *ad.* (with the back first) ಹಿಂಬರಿಕೆ; 2. (towards the back) ಹಿಂದಕ್ಕೆ; 3. on the b.-wards ಅಂಗಾತ; 4. ಕೆಟ್ಟು. *e. g.* this business has gone b. ಈ ಉದ್ಯೋಗ ಕೆಟ್ಟದೆ. B.-'ward-ness, *n.* ಹಿಂದುಳಿಗುವುದು; 2. ಅರೆಮನಸ್ಸು, ಮಂದತನ, ಆಲಸ್ಯ. B.-'wa-tĕr, *n.* ಕಾರಿ, ಖಾರಿ. B.-'way. *n.* ಅಷ್ಟ ಹಾದಿ. B.-yard', *n.* ಹಿತ್ತಲು.
Back-gam'mon, *n.* ವಿಲಾಯತಿ ಪಗಡೆಯಾಟ.
Bā'cŏn (ba'kn), *n.* ಒಣಗಿದ ಹಂದಿಮಾಂಸ, ಹೊಗೆಯಲ್ಲಿ ಆರಿದ—.
Bac-tē'ri-um, *n.* (*pl.* -tē'ri-a) ಪರಮಾಣುರೂಪ ಪ್ರಾಣಿ.
Bad, *a.* ಕೆಟ್ಟ; b. bargain ನಷ್ಟವುಳ್ಳ ವ್ಯಾಪಾರ, ನಿಷ್ಪ್ರಯೋಜನವಾದ ಏರ್ಪಾಡು; b. coin ಕೆಟ್ಟ ನಾಣ್ಯ, ಸಮಾಜಕ್ಕೆ ಯೋಗ್ಯನಲ್ಲದವ, ದುರ್ಮಾರ್ಗಿ; b. debt ಮುಣುಗಿದ ಸಾಲ, ಬೂಡಿ; b. health ಜಡ್ಡು, ಜಾಡ್ಯ; b. temper ಸಿಟ್ಟು, ದುರಾಗ್ರಹ; (character) ದುರ್ಮಾರ್ಗ, ದುರ್ಮಾರ್ಗಿ; b. taste ವಿರಸ, ಅಯೋಗ್ಯ; go to b. ದುರ್ದಶೆಗೆ ಹೋಗು; he was very b. yesterday ಅವನ ಆಪತ್ತು ನಿನ್ನೆ ಕಠಿಣವಾಗಿತ್ತು; I want it badly ನನಗೆ ಅದು ಅಗತ್ಯ ಬೇಕಾಗಿದೆ. Bad'ly, *ad.* ಕೆಟ್ಟದಾಗಿ, ಕೆಟ್ಟ ರೀತಿಯಿಂದ; 2. (unskilfully) ಅಡ್ಡಾತಿಡ್ಡಿಯಾಗಿ; 3. (grievously) ಕ್ರೂರವಾಗಿ, ಘೋರವಾಗಿ. Bad'ness, *n.* ಕೆಟ್ಟತನ; 2. ಕೆಟ್ಟ ರೀತಿ; 3. ಕೀಳು ತರ.
Bade (bad), *pt. of* Bid.

Badġe (baj), *n.* ಗುರುತು, ಚಿಹ್ನೆ, ಬಿರುದು, ಬಾಹುಲಿ; marriage-b. ಐರದಾಳೆ, ಮಂಗಳಸೂತ್ರ.

Badġ'ĕr (baj'ĕr), *n.* ನೆಲಗರಡಿ. *v. t.* ಕಾಡು, ಪೀಡಿಸು; 2. ಸಾಧಿಸಿ ಬೆನ್ನಟ್ಟು.

Ba'di-näġe (-näzh), *n.* ಅಣಕ, ಗೇಲಿ, ಅಪಹಾಸ್ಯ.

Bad'min-tŏn, *n.* ಒಂದು ವಿಧದ ಸೂಲುಚೆಂಡಾಟ.

Bāel fruit, *n.* ಬಿಲ್ವಪತ್ರೆ ಕಾಯಿ; b. tree *(Aegle Marmelos, Cor.)* ಬಿಲ್ವಪತ್ರೆ ಮರ.

Baf'fle, *v. t. r.* ಮೋಸ ಮಾಡು, ಠಕ್ಕು—, ಗಾಬರಿ—; 2. ಕೆಡಿಸಿಬಿಡು, ತಪ್ಪಿಸು, ವ್ಯರ್ಥವಮಾಡು; 3. ತಪ್ಪಿಸಿಕೊಳ್ಳು; his purpose was baffled ಅವನ ಪ್ರಯತ್ನ ಸಾಗಲಿಲ್ಲ, —ವ್ಯರ್ಥವಾಯಿತು.

Bag, *n.* ಚೀಲ, ಸಂಚಿ; 2. ಕೋಶ; travelling b. ವಾಟಿಚೀಲ, ವಟ್ಟಿಚೀಲ, ಬೇಟೆಗಾರನ ಕೊಳ್ಳೆ. *v. t.* ಚೀಲದಲ್ಲಿಡು, ಭದ್ರಮಾಡು. -'giṅg, *n.* ಗೋಣಿ.

Bag-a-telle' (-tel'), *n.* ಚಿಲ್ಲರೆ ಸಂಗತಿ, ಒರೆಯಗುಲ್ಲು, ಒಂದು ಬಗೆಯ ಗೋಳಿಯಾಟ.

Bag'gāġe, *n.* ಸಾಮಾನು; 2. ಕೈಲಾಗದ ಹೆಣ್ಣು, —ಹೆಂಗಸು.

Bagn'iō (ban'yō), *n.* ಬಚ್ಚಲುಮನೆ; 2. ಸೆರೆಮನೆ; 3. ವೇಶ್ಯಾಗೃಹ.

Bag'pīpe, *n.* ತಿದಿಗೊಳಲು, ಉಪ್ಪಂಗ.

Bäh, *int.* ಅಬ್ಬಬ್ಬಾ ಎಂದು ಧಿಕ್ಕಾರದ ಮಾತು.

Ba-had'ụr, *n.* ಬಹದ್ದೂರ, ಗೌರವದ ಬಿರುದು.

Bāil, *n.* ಹೊಣೆ, ಜಾಮೀನು, ಆಧಾರ; 2. ಹೊಣೆಗಾರ. *v. t. r.* ಹೊಣೆಯಾಗಿ ಬಿಡಿಸು; 2. ಹೊಣೆ ತಕ್ಕೊಂಡು ಬಿಡಿಸು; 3. ನೀರು ತುಂಬಿ ಚೆಲ್ಲು, ತೋಡಿ ತೆಗೆ. -'a-ble, *a.* ಜಾಮೀನಿನ ಮೇಲೆ ಬಿಡತಕ್ಕ. Bāilēe', *n.* ಸರಕಿನ ಮಾರಿಫತ್ತು ಉಳ್ಳವ.

Bāil'iff, *n.* ಕೋರ್ಟಿನ ಪೇದೆ, ಸ್ಯಾದೆ, ಭೂಸ್ಥಿತಿಮುಂತಾದ್ದರ ವಿಚಾರಕರ್ತ, ಪಾರುಪತ್ಯಗಾರ, ಮನೆಗಾರ.

Bāirn, *n.* ಮಗು.

Bāit, *n.* ಎರೆ, ಗಾಳದಹುಳ, ಮಚ್ಚು; 2. ಪ್ರಲೋಭನ, ಮೋಸದಿಂದ ಆಕರ್ಷಿಸುವಂಥಾದ್ದು; 3. ಬುತ್ತಿ; 4. ಮಜಲು ನಡೆದ ಮೇಲೆ ಪ್ರಾಣಿಗಳಿಗೆ ಕೊಡುವ ಮೇವು. *v. t. r.* ಎರೆ ಇಡು; 2. ಮೇವು ಹಾಕು *c. d.;* 3. ರೆಕ್ಕೆ ಎತ್ತಿಹಾರು.

Bāize, *n.* ಒಂದು ತರದ ಉರುಟು ಉಣ್ಣೇ ವಸ್ತ್ರ, ಪಟ್ಟು.

Bāke, *v. t. r.* (*pr.* bākt) ಸೆಕೆಯಲ್ಲಿ ಬೇಯಿಸು, ಸುಡು; 2. (by the heat of the sun) ಒಣಗಿಸು; 3. ಗಟ್ಟಿ ಮಾಡು. *v. i.* ರೊಟ್ಟಿ ಸುಡು; 2. ಬೇಯು; 3. ಗಟ್ಟಿಯಾಗು. -'house, Bā'kĕr-y, *n.* ರೊಟ್ಟಿ ಸುಡುವ ಮನೆ. Bā'kĕr, *n.* ರೊಟ್ಟಿ ಮಾಡುವವ, ರೊಟ್ಟಿಗಾರ.

Bak'shīs, Bak'sheesh, Back'sheesh, *n.* ಇನಾಮು.

Bal'ance, *n.* ತ್ರಾಸು, ತಕ್ಕಡಿ; 2. (b. of an account) ನಿಲವು *(S. C.)*, "ಬಾಕಿ", ಶಿಲುಕು; b. sheet "ಅಡಾವಾ", ವಜಾವಟ್ಟಿ, ಆದಾಯ ವೆಚ್ಚದ ಲೆಕ್ಕಪಟ್ಟಿ; b. due "ಜಾತಾಬಾಕಿ"; former b. ಪ್ರಾಕು "ಬಾಕಿ", ಹಿಂದಿನ ಬಾಕಿ; 3. ತೂಕ ಮಾಪೋಣ; 4. ಸಮತೂಕ; 5. ಘಡಿಯಾರದ ಸಮತೋಲನ ಶಂಕು; 6. (-Libra. *astr.*) ತುಲಾರಾಶಿ; to keep one's b. ಜೋಲಿ ಹಿಡಿ; to lose b. ...ಜೋಲಿ ಹೋಗು. *v. t. r.* (*pr.* bal'anst) ತೂಕ ಮಾಡು; 2. ಲೆಕ್ಕ ಬಗೆಹರಿಸು.

Bal'cō-ny, *n.* ಪ್ರಗ್ರೀವ, ಕೈಸಾಲೆ, ಕಡೆಗಟ್ಟು *(S. C.)*, ಮೊಗಸಾಲೆಯ ಉಪ್ಪರಿಗೆ.

Bạld, *a.* ಪಟ್ಟೆತಲೆಯ, ಬೋಳ—; 2. ಅಲಂಕಾರವಿಲ್ಲದ; b. head ಖಲ್ವಾಟ. Bạld'ness, *n.* ಬೋಳು, ತರಟು.

Bal'da-chin, *n.* ಸಿಂಹಾಸನದ ಮೇಲಣ ದೊಡ್ಡ ಸತ್ತಿಗೆ.

Bạl'dĕr-dash, *n.* ಗೊತ್ತುಗುರಿಯಿಲ್ಲದ ಪಟ್ಟಂಗ, ತುದಿಮೊದಲಿಲ್ಲದ ಮಾತು, ಕೆಟ್ಟ ಭಾಷೆ.

Bạl'dric, *n.* ದವಾಲಿ, ಕತ್ತಿ, ತುತೂರಿ ಇತ್ಯಾದಿ ತೂಗುವ ಪಟ್ಟಿ.

Bāle, *n.* ಅಂಡಿಗೆ, ಗಂಟು; 2. ಕೇಡಕು, ವಿಪತ್ತು, ದುಃಖ. *v. t. r.* ಗಂಟು ಕಟ್ಟು. 2. (-bail) ನೀರು ತುಂಬಿ ಚೆಲ್ಲು. -'fụl, *a.* ಕೇಡಕಾದ, ವ್ಯಸನಕರ, ನಷ್ಟಕರ.

Ba-leen', *n.* ತಿಮಿಂಗಿಲದ ಎಲುಬು.

Bạlk (bạk), *v. t. r.* (*pr.* bakt) ತಪ್ಪಿಸು, ವ್ಯರ್ಥ ಮಾಡು. *n.* ಆಶಾಭಂಗ; 2. ತೊಲೆ.

Bạll, *n.* ಗುಂಡು; 2. ಚೆಂಡು; 3. ನಾಟ್ಯ.

Bal'lad, *n.* ಪದ, ಲಾವಣಿ ಪದ.

Bal'last, *n.* ಹಡಗದ ವಾಸರ ಕಟ್ಟಲಿಕ್ಕೆ ಹೇರಿ ದಂಥಾ ವಜ್ಜೆ, "ಸಿಲೀಮು", ಭರಾವಣಿ *(S. C.)*.

Bal'let, *n.* ನಾಟಕದಲ್ಲಿಯ ನಾಟ್ಯ.

Bal-loon', *n.* ನಡೆಮಾಡು, ಆಕಾಶಯಾನ, ವಿಮಾನ.

Bal'lot, *n.* ಸಮ್ಮತಿ ಚೀಟು, "ಓಟಿನ" ಚೀಟು. *v. t. r.* ಚೀಟಿನ ಮುಖಾಂತರ ಸಮ್ಮತಿ ಕೊಡು.

Bälm (bäm), *n.* "ಮುಲಾಮ್", "ಮುಲಾಮ್", ಸುಗಂಧತೈಲ, ಉಪಶಮನಕ ಔಷಧ; 2. b. of

Gilead (resin of *Balsamodendron Opobalsamum, Kunth.*) "ಬಲಸಾನ್". -'y, *a.* ಪರಿಮಳವುಳ್ಳ, ಸುಗಂಧದ, ಸುವಾಸಿಕ, ಉಪಶಮನ ಪಡಿಸುವ. Bälm'i-ly, *ad.* ಸುಗಂಧದಿಂದ, ಉಪಶಮನ ಪಡಿಸುವ ರೀತಿಯಿಂದ.

Bal'sam, *n.* ಸುಗಂಧದ ತೈಲ, *see also* Balm 2.

Bal'sam, Bal'sa-mine, *n.* Garden B. (*Impatiens Balsamina, L.*) ಬಸವನಪಾದದ ಹೂವು (*S. M.*), ಕರ್ಣಕುಂಡಲ ಗಿಡ (*My.*), (*I. Mysorensis, Roth.*) ಕಾಡು ಕರ್ಣ ಕುಂಡಲ ಗಿಡ (*My.*).

Bal'us-tĕr, *n.* ಗರದಿ, ಚಿಕ್ಕ ಕಂಬಗಳ ಸಾಲು, ಊಜ.

Bal'us-träde, *n.* ಊಜ, ಕಟಾಂಜನ, ಕಟಕಟೆ.

Bam-boo', *n.* (*Bambusa arundinacea, Retz.*) ಬಿದುರು; thin b. ಸೀಬು; basket-maker's b. ಮೇದಾರಗಳ; very thick b. ತವಿಗೆ; boarspear or male b. (*Bambusa stricta, Roxb.*) ಗಂಡು ಬಿದುರು; a b. whistling in the wind ಕೀಚಕ. Bam'boo-man'na, *n.* ಬಿದುರಕ್ಕಿ, ಬಿದುರುಪ್ಪು, ಬಿದುರು ಸುಣ್ಣ, ತವಕ್ಷೀರ.

Bam-boo'zle, *v. t. r.* ವಂಚಿಸು, ಅಟಮರಿಸು. -ment, *n.* ಹರವಂಚು, ಅಟಮರಿಸುವಿಕೆ.

Ban, *n.* ಆಜ್ಞೆ, ರಾಜಾಜ್ಞೆ; 2. ಬಹಿಷ್ಕಾರಾಜ್ಞೆ, ಶಾಪ. Bans, Banns, *pl.* ಲಗ್ನದ "ಜಾಹೀರುನಾಮೆ", ವಿವಾಹನಿರ್ಣಯವನ್ನು ದೇವಾಲಯದಲ್ಲಿ ಸಾರೋಣ. *v. t.* (*pt. & pp.* banned) ಬಹಿಷ್ಕಾರಾಜ್ಞೆ ಕೊಡು *c. d.*, ಶಪಿಸು.

Ban'al, *a.* ಬಳಕೆಯ, ಕಾಲಕಸದ, ನೀಚ. Ba-nal'i-ty, *n.* ಪಡಪೋಸಿತನ, ಕಾಲಕಸ.

Ba-nän'a, *n.* ನೈಂದ್ರಬಾಳೆ, ಚಂದ್ರಬಾಳೆ.

Band, *n.* ನಡುಕಟ್ಟು; 2. ಗುಂಪು; 3. ಮೇಳ, ಬಜಂತ್ರಿಯವರು. *v. t.* ಕಟ್ಟು, ಗುಂಪುಕೂಡು.

Ban'däge, *n.* ಗಾಯದ ಕಟ್ಟು, ಗಾಯ ಕಟ್ಟುವ ಪಟ್ಟಿ. *v. t. r.* ಕಟ್ಟು.

Ban'de-rōl, Ban'de-rōle, *n.* ಪತಾಕೆ, ಟೆಕ್ಕೆ.

Ban'di-coot-rat, *n.* (*Mus Bandicoota*) ಹೆಗ್ಗಣ.

Ban'dit, *n.* ಹಾದಿಬಡಕ, ಕಳ್ಳ, ಚೋರ, ಠಕ್ಕ (*pl.* Ban'dits *or* ban-ditt'i).

Ban'dog, *n.* ದೊಡ್ಡ ಬೇಟೆನಾಯಿ.

Ban-do-leer', Ban-do-lier, *n.* ಕೋವಿಮದ್ದು ಹಾಕುವ ತೊಗಲ ಚೀಲ.

Ban'dy, *v. t. r.* (ban'died, *pr.* -'did) ಅತ್ತಿಂದಿತ್ತ ಇತ್ತಿಂದತ್ತ ಹೊಡೆ; b. hasty words ಹಾಕ್ಯಾಡು. *n.* ಬಂಡಿ, ಗಾಡಿ. B. -legged (-legd), *a.* ದೊಡ್ಡಿಕಾಲಿನ, ಕೋಡು ಗಾಲಿನ, ಬಂಕಣಗಾಲಿನ.

Bāne, *n.* ಕೆಟ್ಟ ವಿಷ; 2. ನಾಶ, ಕೆಡಕು. -'ful, *a.* ವಿಷವುಳ್ಳ; 2. ನಾಶಕರ, ಘಾತಕ; b. advise ದುರ್ಬೋಧನೆ.

Bang, *v. t. r.* ಗುದ್ದು, ಹೊಡೆ, ದಢಲ್ಲನೆ ಹಾಕು. *n.* ಪೆಟ್ಟು, ದೆಬ್ಬೆ. *ad. & int.* ದಢಂ ಎಂದು.

Bang, Bangue (bang), *n.* ಬಂಗಿ, ಗಾಂಜ.

Ban'gle, *n.* ಬಳೆ, ಕಡಗ.

Ban'ian (yan), *n.* ಬಣಜಿಗ, ವೈಶ್ಯ; 2. ಬಳ ಅಂಗಿ.

Ban'ian tree, Ban'yan tree, *n.* (*Ficus Bengalensis, L.*; *F. indica, L.*) ಆಲದ ಮರ, ಗೋಳಿ—, ವಟ; pendent roots of the b. ಬೀಳಲು.

Ban'ish, *v. t. r.* (*pr.* -isht) ಗಡೀಪಾರು ಮಾಡು, ಗಡೀ ದಾಟಿಸು; *pass.* ಗಡೀ ದಾಟಿ ಹೋಗು. -ment, *n.* ಗಡೀಪಾರು.

Ban'is-tĕr, *n.* ಏಣಿ ಹತ್ತುವುದಕ್ಕೆ ಕೈಗೆ ಆಧಾರ.

Ban'jō, *n.* ತಂತಿವಾದ್ಯ.

Bank, *n.* ದಡ, ದಂಡೆ, ಕಟ್ಟೆ, ಬಂಡಿ; b. of a tank ಏರಿ; 2. "ಸರಾಫಖಾನೆ", ಹುಂಡಿಸಾಲೆ, ನಿಧಿ (*My.*). *v. t. r.* (*pr.* bankt) ಕಟ್ಟೆ ಕಟ್ಟು. -'ĕr, *n.* ಸಾವುಕಾರ, "ಸರಾಫ". -'ing, *n.* ಸಾವುಕಾರಿ ಕೆಲಸ. Bank'bill, -'nōte, *n.* ಹುಂಡಿ. Bank'rupt, *n.* ದಿವಾಳಿಕೋರ, "ನಾದಾರು". *a.* ದಿವಾಳಿ ತೆಗೆದ. Bank'rupt-cy, *n.* ದಿವಾಳಿ, "ನಾದಾರಿ".

Ban'nĕr, *n.* ನಿಶಾನಿ, ಧ್ವಜ, ಕೊಡಿ.

Ban'quet, *n.* ಔತಣ, ಮೇಜವಾನಿ, ಪ್ರಸ್ತ.

Ban'tam, *n.* ಒಂದು ತರದ ಸಣ್ಣ ಕೋಳಿ.

Ban'tĕr, *v. i. r.* ಹಾಸ್ಯ ಮಾಡು, ಚೋದ್ಯ—, ನಗಚಾಟಿಗೆ—, ಚೇಷ್ಟೆ—. *n.* ಹಾಸ್ಯ, ಕುಚೋದ್ಯ, ನಗಚಾಟಿಗೆ, ಎಗತಾಳಿ. Ban'tĕr-ĕr, *n.* ಹಾಸ್ಯಗಾರ, ನಗಚಾಟಿಗೆಯವ.

Bant'ling, *n.* ಕೂಸು, ಮಗು.

Ban'tu, *a. & n.* ದಕ್ಷಿಣ ಆಫ್ರಿಕದ ಕುಲಗಳು.

Bā'o-bab, *n.* (*Adansonia digitata, L.*) ಮಗಿಮಾವು, ಬ್ರಹ್ಮಾಮ್ಲಿಕೆ.

Bap-tise', *v. t. r.* ಜ್ಞಾನಸ್ನಾನ ಕೊಡು *c. d.* Bap'tism, *n.* ಜ್ಞಾನಸ್ನಾನ, ಕ್ರೈಸ್ತಸ್ನಾನ. Bap-tis'mal, *a.* ಕ್ರೈಸ್ತ ಸ್ನಾನಸಂಬಂಧದ. Bap'tist, *n.* "ಬಪ್ತಿಸ್ತನು". Bap'tis-tĕr-y, *n.* ಕ್ರೈಸ್ತ ದೇವಾಲಯಗಳಲ್ಲಿ ಸ್ನಾನಾಲಯ.

Bär, *n.* ಅಡ್ಡಮರ, ಅಗಣಿ, ಅಗಳಿ, ಸರಗಳಿ, ಲಾಳವಿಂಡಿಗೆ, ಲಾಳಮುಂಡಿಗೆ; b. of iron ಸರಳು,

ಕಂಬಿ; b. of some other metal ಗಟ್ಟಿ; 2. ಅಡ್ಡಿ; 3. (at the mouth of a river, *etc.*) ಉಸುಬಿನ ಒಟ್ಟು, —ಒಟ್ಟಿಲ, ಅಳುವೆ; 4. (in court) ಆರೋಪಿಯರ ಸ್ಥಳ, ವಕೀಲರು ಕೂಡ್ರುವ ಸ್ಥಳ; 5. "ವಕೀಲರು"; 6. ನ್ಯಾಯ ಸ್ಥಾನ; 7. ಸಾರಾಯಿ ಅಂಗಡಿಗಾರನ ಮೇಜು; 8. (in music) ತಾಳರೇಖೆ. *v. t. r.* (barred, *pr.* bard) ಅಡ್ಡಮರ ಹಾಕು, ಅಗಣಿ ಹಾಕು; 2. ಅಡ್ಡಿ ಮಾಡು.

Bärb, *n.* ಮುಳ್ಳು; 2. ಗರಿಯ ರೋಮ; 3. ಹುಳದ ಗಡ್ಡದಂತಹ ಕೂದಲು; 4. ಬಾಣದ ಒಳಬಾಗಿದ ತುದಿ. **Bärb'ed-wire**, *n.* ಅಡ್ಡ ಮುಳ್ಳುಗಳುಳ್ಳ ಬೇಲಿ ಸರಿಗೆ.

Bär'ba-can, -bi-can, *n.* ಕೋಟೆ, ಬುರುಜು, ಕೋಟೆಕೊತ್ತಳ.

Bär-bā'ri-an, *n.* ಕಿರಾತ, ನಾಗರಿಕತ್ವವಿಲ್ಲದವ, ಕಾಡು ಮನುಷ್ಯ, ಅಡನಾಡಿ, ನಿಷಾಧ. *a.* ಕಾಡು ಜನರ, ಕಾಡ; 2. ಕ್ರೂರ. *also* Barbaric. **Bär'bar-ism**, *n.* ಮಿಶ್ರ ಭಾಷೆ, ಮೂಳ ಭಾಷೆ, ಅಡನಾಡಿ ಭಾಷೆ; 2. ಪಾಮರತ್ವ, ಕಾಡು ಸ್ಥಿತಿ, ಅಡನಾಡಿತನ. **Bär-bar'i-ty**, *n.* ಕ್ರೂರತ್ವ, ಕಿರಾತತ್ವ. **Bär'ba-rous**, *a.* ಕ್ರೂರ, ಪಾಮರ, ಅಸಭ್ಯ. **Bär'ba-rous-ly**, *ad.* ಕ್ರೂರವಾಗಿ.

Bär'be-cue, *n.* ಕೊಯ್ಯದೆ ಬೇಸಿದ ಪೂರಾ ಹಂದಿ.

Bär'bēr, *n.* ಕೆಲಸಿಗ, ಕ್ಷೌರಕ, ನಾಯಿಂದ, ನಾದಿಗ, ನಾವಲಿಗ, ನಾಪಿತ, ಹಜಾಮ.

Bär'bēr-ry, *n.* ಒಂದು ಜಾತಿಯ ಕಾಡು ಹಣ್ಣು.

Bärd, *n.* ಕವಿ, ಮಾಗಧ.

Bāre, *a.* ಬತ್ತಲೆ; 2. ಬರೀ; b. falsehood ಶುದ್ಧ ಸುಳ್ಳು. *v. t. r.* ಬರೇದುಮಾಡು, ನಗ್ನ—; b. the head ಟೊಪ್ಪಿಗೆ ತೆಗೆ, ಮುಂಡಾಸ—; 2. ತೆರೆ. **B.-fāced'** (-fāst'), *a.* ನಾಚಿಕೆ ಇಲ್ಲದ, ನಾಚಿಕೆಗೆಟ್ಟ; a b. man ನಾಚಿಕೆಗೇಡಿ. **B.-foot**, *ad.* ಬರಿಗಾಲಿನ. **B.-headed**, *ad.* ತಲೆಬಿಟ್ಟು, ಮುಸುಕಿಲ್ಲದೆ. **Bāre'ly**, *ad.* ಬರೇ, ಮಾತ್ರ, ಪ್ರಯಾಸದಿಂದ. **Bāre'ness**, *n.* ದಿಗಂಬರತ್ವ; 2. ಬಡತನ.

Bär'gain (-gen), *n.* ವ್ಯಾಪಾರ, "ಕರಾರು". *v. t. r.* ವ್ಯಾಪಾರ ಮಾಡು, "ಕರಾರು" ಮಾಡು. into the b. ಕೊಸರು, ಕುಸುರಿ; make the best of a bad b. ನಷ್ಟ ಹಸನು ಮಾಡಿಕೊಳ್ಳು. **Bär'gain-ēr**, *n.* ಒಪ್ಪಂದ ಮಾಡುವವ. **Bär-gain-ēe'**, *n.* ಸೊತ್ತನ್ನು ಕೊಂಡುಕೊಳ್ಳುವದಕ್ಕೆ ಒಪ್ಪಿದವ.

Bärge, *n.* ದೋಣಿ, ವಿಹಾರಕ್ಕಾಗಿ ಉಪಯೋಗಿಸುವ [ದೋಣಿ.

Bärk, *n.* ನಾರು; 2. ತೋಟೆ, ತೊಗಟೆ, ತಿಗುಡು, ಚಕ್ಕೆ.

Bärk, Bärque, *n.* ಮೂರು ಕೂವೆಮರಗಳ ಹಡಗ.

Bärk, *v. i. r.* (*pr.* bärkt) ಬೊಗಳು. *n.* ಬೊಗಳುವಿಕೆ.

Bär'ley (-li), *n.* (*Hordeum vulgare, L.*) ಜವೆಗೋಧಿ, ಯವ.

Bärm, *n.* ಸುರಾಮಂಡ, ಹೆಂಡದ ನೊರೆ, ಹೆಪ್ಪು. **Bärm'y**, *a.* ಹುಳಿ.

Bär'māid, *n.* (ಸಾರಾಯಿ ಅಂಗಡಿಯಲ್ಲಿ) ಸಾರಾಯಿ ಹನಿಸುವ ತೊತ್ತು.

Bär'me-cīde, *a.* ಕಾಲ್ಪನಿಕ.

Bärn, *n.* ಉಗ್ರಾಣ, ಕಣಜ, ಹಗೇವು.

Bär'na-cle, *n.* ಬಂಡೆಗಳಿಗೂ ನಾವೆಯ ಬುಡಕ್ಕೂ ಅಂಟಿಕೊಳ್ಳುವ ಮೋಳಿ; 2. ಬೆನ್ನು ಬಿಡದವ; 3. ಧ್ರುವಪ್ರದೇಶದ ಜಾತು; 4. ಕುದುರೆಗೆ ಲಾಳ ಕಟ್ಟುವಾಗ ಸುಮ್ಮನಿರುವಂತೆ ಮೂಗಿಗೆ ಒತ್ತಿ ಹಿಡಿಯುವ ಇಕ್ಕುಳ. **Bär'na-cles**, *n. pl.* ಕನ್ನಡಕ.

Ba-rom'e-tēr, *n.* ವಾಯುಪೀಡನಮಾಪಕ. **Bar-o-met'ric, -'ric-al**, *a.* ವಾಯುಮಾಪಕ ಯಂತ್ರದ.

Bar'on, *n.* "ಜಹಗೀರುದಾರ", ಇಂಗ್ಲಾಂಡದ ಶ್ರೀಮಂತ. **-āge**, *n.* "ಜಹಗೀರುದಾರರ" ಸಮುದಾಯ; 2. "ಜಹಗೀರುದಾರನ" ಬಿರುದು; 3. "ಜಹಗೀರು". **Bar'on-ess**, *n.* "ಬಾರನ್" ಎಂಬ ಶ್ರೀಮಂತನ ಸ್ತ್ರೀ. **Bar'on-et**, *n.* ಇಂಗ್ಲಾಂಡ ಶ್ರೀಮಂತರಲ್ಲಿ ಕೀಳು ತರದವ (ಇವರು Upper House ಎಂಬ ರಾಜಸಭೆಯಲ್ಲಿ ಕೂಡ್ರತಕ್ಕವರಲ್ಲ). **Bar'on-et-cy**, *n.* "ಬಾರನೆಟ್" ಎಂಬ ಶ್ರೀಮಂತನ ಬಿರುದು. **Bar'on-y**, *n.* "ಬಾರನನ" ಅಧಿಕಾರ.

Ba-rōque', *a.* ಅಕಟವಿಕಟ, ವಿರೂಪ.

Bärque, *n.* *see* Bark.

Bar'rack, *n.* ದಂಡಿನವರ ಸಾಲುಮನೆ.

Bar'rage, *n.* ಆಣೆಕಟ್ಟು. [ನಳಿಗೆ.

Bar'rel, *n.* ಪೀಪಾಯಿ; 2. ಕೊಳವೆ, ಕೊಳವಿ

Bar'ren, *a.* ಗೊಡ್ಡು, ಬಂಜೆ, "ಬಂಜರು"; 2. ಹುರುಳಿಲ್ಲದ, ಅನರ್ಥ. **-ness**, *n.* ಗೊಡ್ಡುತನ.

Bar'ri-cāde, *n.* ಅಡ್ಡಕಟ್ಟಿಕೆ, ಆಳಿವೇರಿ; 2. ಅಡ್ಡಿ. *v. t. r.* ಅಡ್ಡಗಟ್ಟು, ಹಾದಿಕಟ್ಟು.

Bar'ri-ēr, *n.* ಬೇಲಿ, ಆಳಿವೇರಿ; 2. ಮೇರೆಯ ದುರ್ಗ; 3. ಅಡ್ಡಿ; 4. ಅಡ್ಡಮರ, ಮೇರೆ.

Bär'ring, *prep.* ಹೊರತು, ವಿನಾ.

Bar'ris-tēr, *n.* ಮೇಲ್‌ದರ್ಜೆಯ ವಕೀಲ.

Bar'rōw (-rō), *n.* ಕೈಬಂಡಿ; 2. ದಿನ್ನೆ.
Bär'ta-vil-le, *n.* ಚಕೋರ ಪಕ್ಷಿ.
Bär'tĕr, *n.* ಸಾಟಿ, ಅದಲುಬದಲು. *v. t. r.* ಸಾಟಿ ಮಾಡು.
Bar'y-tōne, *n.* & *a.* ಪಂಚಮ ಸ್ವರದ.
Ba-sal, *a.* ಅಸ್ತಿವಾರದ.
Ba-salt', *n.* ಕೃಷ್ಣಶಿಲೆ ಎಂಬ ಕರೇ ಕಲ್ಲು.
Bas'an, *n.* ಹದಮಾಡಿದ ಕುರಿತೊಗಲು.
Bāse, *a.* ನೀಚ, ಲುಚ್ಚ, ಹಲಿಕೀ; a b. man ನೀಚನು, ಲುಚ್ಚನು; B.-born, *n.* ಬಡತನದಲ್ಲಿ ಹುಟ್ಟಿದವ, ಜಾರಜಾತ. Bāse'ly, *ad.* ನೀಚವಾಗಿ. Bāse'ness, *n.* ನೀಚತ್ವ, ಲುಚ್ಚ ತನ, ಲುಚ್ಚಗಿರಿ.
Bāse, *n.* ಬುಡ, ತಳ; 2. ಸುಣ್ಣಪಾದ, ಗದ್ದಿಗೆ ಕಲ್ಲು, ಅಸ್ತಿವಾರ; 3. ಆಧಾರ; 4. *(geom.)* ತಳರೇಖೆ; 5. *(mus.) see* Bass. -'ment, *n. (arch.)* ಪಂಚಾಂಗ *(S. C.)*, ಮನೆತಳ.
Bash, *v. t.* ನೆಲಕ್ಕಪ್ಪಳಿಸು. -'ful, *a.* ನಾಚಿಕೆ ಯುಳ್ಳ, ಭಿಡೆಯುಳ್ಳ. Bash'ful-ness, *n.* ನಾಚಿಕೆ, ಲಜ್ಜಾಶೀಲ, ಭಿಡೆಯ, ಸಿಗ್ಗು.
Bā'sic, *a. see* Basal.
Bas'il, *n.* Holy b. *or* purple-stalked b. *(Ocymum sanctum)* ತುಲಸಿ ಗಿಡ, ತುಳ ಸಿ—; a raised place or ground for h. b. ತುಳಸಿಕಟ್ಟೆ, ವೃಂದಾವನ; sweet b. *(Ocymum basilicum)* ಕಾಮುಕಸ್ತೂರಿ, ಕಮ್ಮ ಗಗ್ರಿ, ಕಮ್ಮಗಗ್ಗರೆ; *(O. canum, Sims.)* ನಾಯಿತುಲಸಿ ಗಿಡ; 2. *see* Basan.
Ba-sil'i-ca, *n.* ಮಹಾಮಂದಿರ, ಹರ್ಮ್ಯ.
Bas'il-isk, *n.* ಪುರಾಣಗಳಲ್ಲಿ ಹೇಳಿದ ಬರೇ ದೃಷ್ಟಿ ಯಿಂದಲೆ ಅಥವಾ ಉಸುರಿನಿಂದಲೆ ವಿಷ ಎರಚಿ ಕೊಲ್ಲುವ ಕಾಳಸರ್ಪ.
Bā'sin (bā'sn), *n.* ತಾಂಬಾಣ, ತಾಂಬಾಳ, ಬೋ ಗುಣಿ; 2. ಹೊಂಡ, ಕೆರೆ, ಕೊಲ್ಲಿ; 3. ತಟ್ಟೆಗಳು; 4. ಹಡಗು ನಿಲ್ಲುವ ರೇವು; 5. ನದಿಯ ನೀರು ಹರಿಯುವ ಹಳ್ಳಪ್ರದೇಶ.
Ba'sis *n. see* Base, *pl.* Bases.
Bask, *v.t.r.* (*pr.* baskt) ಬಿಸಿಲು ಕಾಸಿಕೊಳ್ಳು.
Bas'ket, *n.* ಪುಟ್ಟಿ, ಗೂಡೆ, ಮುಂಕ್ರಿ; a large b. ಹೆಡಿಗೆ, ಹೆಳಿಗೆ, ಜಲ್ಲೆ; a large b. for storing corn ಗಳಿಗೆ; B.-mā-kĕr, *n.* ಮೇದ.
Bas-re-lief' (bä-re-lēf'), Bass- (bäs-), *n.* ಕೊರೆದ ಕೆತ್ತಿಗೆ (ನಕ್ಷೆ).
Bāss, *n.* ಗಾಯನದಲ್ಲಿ ನೀಚ ಸ್ವರ, ಮಂದ್ರ, ಗಂಭೀರ ಸ್ವರ; 2. ಸೀನೀರಿನ ಮೀನು; 3. *same as* Bast.

Bassia latifolia, n. ಇಪ್ಪೆಮರ.
Bas-si-net', *n.* ತೊಟ್ಟಿಲು.
Bast, *n.* ಮರದ ಒಳಚಕ್ಕೆ.
Bas'tard, *n.* ಇಟ್ಟುಕೊಂಡವಳ ಮಗ, ಸೂಳೇ ಮಗ, ಕುಂಡ. 2. ಕೃತಕ, ಮಾಯಕ.
Bas'tard san'dal *(Erythroxylon monogynum, Roxb.)*, *n.* ದೇವದಾರು ಮರ.
Bas'tard tēak *(Butea frondosa, Roxb.)*, *n.* ಮುತ್ತುಗ ಮರ *(My. & S. C.)*, ಮುತ್ತಲದ ಗಿಡ *(S. M.)*.
Bāste, *v. t. r.* ಎಳೆ ಹಾಕು, "ಟಾಕ" ಹಾಕು, "ಟಾಕಾ"—; 2. ದೊಣ್ಣೆಯಿಂದ ಹೊಡೆ.
Bas'tïle, *n.* ಪಾರೀಸಿನ ಸೆರೆಮನೆ.
Bas-til-le', *n.* ಕಿಲ್ಲೆ.
Bas-ti-nāde', Bas-ti-nā'dō, *v. t. r.* ಬೆತ್ತ ದಿಂದ ಅಂಗಾಲಿಗೆ ಹೊಡೆ.
Bast'iŏn, *n.* ಬುರುಜು, ಕೊತ್ತಳ, ಹುಡೆ.
Bat, *n.* ಕಣ್ಣಕಪ್ಪಡಿ, ಕನಕವಡಿ, ಗಬ್ಬಿಲ, ಬಾವಲಿ: 2. ಚೆಂಡಾಟದ ಕೋಲು.
Ba-tä'tas, *n.* ಗೆಣಸು. [ತಂಡ.
Batch (bach), *n.* ಬಚ್ಚಿ, ಒಮ್ಮೆ ಆದದ್ದು; 2.
Bāte, *v. t. r. see* Abate.
Bāth, *n.* ಜಳಕ, ಸ್ನಾನ; 2. ಬಚ್ಚಲು, ಬಚ್ಚಲು ಮನೆ. Bāth'room, *n.* ಬಚ್ಚಲಮನೆ.
Bāthe, *v. i. & refl. r.* ಸ್ನಾನ ಮಾಡು, ಮೀ ಯು, ಜಳಕ ಮಾಡು; 2. (b. one's self with warm water after anointing with oil) ಎರಕೊಳ್ಳು; b. with one's clothes on ಸಚೇಲಸ್ನಾನ ಮಾಡು; b. partially over the body only ಕಂಠಸ್ನಾನ ಮಾಡು; 3. ತೋಯಿಸಿಕೊಳ್ಳು. *v. t.* ಸ್ನಾನ ಮಾಡಿಸು *c. d.*, ತೊಳೆ; 2. ತೋಯಿಸು.
Bā'thos, *n.* ಕಾವ್ಯರಸಾಭಾಸ ಅಂದರೆ ಘನವಾದ ದ್ದನ್ನು ನೀಚವಾಗಿ ವರ್ಣಿಸುವುದು.
Bā'ting, *prep.* ಹೊರತು *c. g.*, ಅಲ್ಲದೆ *c. n.*
Ba-tïste' (-tēst'), *n.* ಸೂಕ್ಷ್ಮವಾದ ನಾರಿನ ಬಟ್ಟೆ (ಇದು ಫ್ರಾನ್ಸ್ ದೇಶದಲ್ಲಿ ತಯಾರಾಗುತ್ತದೆ).
Bä'ton, *n.* ಲಾಟಿ, ಯಷ್ಟಿ, ಪೋಲೀಸಿನವರ ದೊಣ್ಣೆ, ಬಡಿಗೆ, ಸೇನಾಧಿಪತಿಯ ವೇತ್ರ, ದಂಡ.
Bat-rā'chi-an, *a.* ಕಪ್ಪೆಗಳ ಜಾತಿಯ.
Bat'ta, *n.* ಬತ್ಯ, ಭತ್ತೆ; (in kind) ಪಡಿಜೀತ.
Bat-tal'ion (-tal'yon), *n.* 500-800 ವರೆಗೆ ಸಿಪಾಯರಿರುವ ಕಾಲ್ಬಲ, ಪಟಾಲಮು. Bat-tä'lia, *n. pl.* ಸೇನಾವಿನ್ಯಾಸ.
Bat'ten (bat'n), *n.* ಹಲಿಗೆ; b. door ತುಂಡು ಹಲಿಗೆಗಳನ್ನು ಚೌಕದಲ್ಲಿ ಜೋಡಿಸಿ ಮಾಡಿದ ಕದ.

Bat'ten (bat'n), *v. i. r.* ತಿಂದು ಸೊಕ್ಕು.

Bat'ter, *v. t. r.* ಹೊಡೆ, ಬಡಿ. Bat'tĕred, *pp. a.* ಕುಂದಿದ, ಉಡುಗಿದ, ಅದರುವ. Bat'tĕr-ing-ram, *n.* ಗೋಡೆಗಳನ್ನು ಹೊಡೆದು ಹಾಕುವ ಯಂತ್ರ.

Bat'tĕr-y, *n.* ಫಿರಂಗಿಗಳ ತಂಡ, —ಸಾಲು, "ಮೋರ್ಚಾ", "ಮೋರ್ಜಾ", "ಮೊಹರ್ಚೆ"; 2. ವಿದ್ಯುತ್‌ಪ್ರವಾಹ ಉಂಟುಮಾಡುವ ಸಾಧನ; 3. ಮೇಲೆ ಬಿದ್ದು ಹೊಡೆಯುವುದು.

Bat'tle, *n.* ಯುದ್ಧ, ಕದನ, ಕಾಳಗ. *v. t. r.* ಯುದ್ಧ ಮಾಡು, ಕಾದಾಡು, ಕೈಗಲೆಯು. B.-ar-ray, *n.* ಯುದ್ಧಸನ್ನಾಹ, ವ್ಯೂಹ. B.-axe, *n.* ಚಾಪುಕೊಡ್ಲಿ, ಚಾವಗೊಡ್ಲಿ, ಚಂಡಾಯುಧ. B.-field, *n.* ರಣರಂಗ. B.-ment, *n.* ಕೋಟೆ, ತೆನೆ, ಜೇರಗಿಂಡಿ, ಜೇರಗಂಡಿ. B.-ship, *n.* ಯುದ್ಧನಾವೆ.

Bat-tol'o-gy, *n.* ಹೇಳಿದ್ದನ್ನೇ ಹೇಳುವದು, ಕಿಸ್ಬಾಬಿಯಿದಾಸನ ಹಾಡು, ಪುನರುಕ್ತಿ.

Bau'ble, Baw'ble, *n.* ಮೋಜಿನ ಜಿನಸು, ನಿಷ್ಪ್ರಯೋಜಕವಾದ ಚಮಕಿನ ವಸ್ತು.

Baulk (bawk), *v. t. r. see* Balk.

Bav'in, *n.* ಕೊಳ್ಳಿ, ಕಟ್ಟಿಗೆ.

Bawd, *n.* "ಕುಂಟಣಗಿತ್ತಿ", "ಕುಂಟ್ಲಗಿತ್ತಿ", "ಕುಟ್ನಿಣಿ". Baw'dry, *n.* ಬಂಡುತನ. Baw'dy, *a.* ಬಂಡು, ಅಚ್ಚಾವಿಚ್ಚಿ.

Bawl, *v. i. r.* ಕೂಗು, ಬೊಬ್ಬಿಡು, ಒದರು.

Bāy, *n.* ಕೊಲ್ಲಿ, ಆಖಾತ, ಉಪಸಾಗರ; 2. ಕಲ್ಲು ಕಂಬಗಳ ನಡುವೆ ಇರುವ ಗೋಡೆಯ ಅಂಶ; 3. ಬೇಟೆನಾಯಿಗಳ ಬೊಗಳುವಿಕೆ. *a.* ಕೆಂಚ, ಪಾಟಲವರ್ಣದ, ಜರದಾ (ಕುದುರೆ).

Bāy, *v. t. & i.* (ಬೇಟೆಗೆ) ಬೊಗಳು. *n.* ಮುತ್ತಿಗೆ; keep at b. ಮುತ್ತಿಕೊಳ್ಳು, ಸಮೀಪ ಬರಗೊಡದಿರು; be kept at b. ಮುತ್ತಿಸಿಕೊಳ್ಳು; stand at b. ಎದುರು ನಿಲ್ಲು.

Bāy'on-et, *n.* ಸನೀನು. *v. t. r.* ಸನೀನಿನಿಂದ ತಿವಿಯು.

Ba-zäar', *n.* ಪೇಟೆ, "ಬಾಜಾರು".

B. C. (Before Christ), *ad.* ಕ್ರಿಸ್ತಶಕಕ್ಕೆ ಪೂರ್ವ.

Bdel'li-um (del'li-), *n.* Indian b. (gum of *Balsamodendron Mukul, Hook.*) ಗುಗ್ಗುಳ.

Bē, *v. i. ir.* (was, bēen) ಇರು; 2. when used as a copula, the verb *to be* is *(a)* in the present tense generally omitted or translated with ಆಗಿರು: *as,* he is a hero ಅವನು ಪರಾಕ್ರಮಶಾಲಿ; he is very strong ಅವನು ಬಲಿಷ್ಠ; he is kind ಅವನು ಒಳ್ಳೆಯವನು; this is nice ಇದು ಚಲೋದು; the flower is white ಹೂವು ಬಿಳುಪಾಗಿದೆ; be ready ತಯಾರಾಗಿರು; *(b)* in the past tense ಆಗಿರು is used: *as,* he was a hero ಅವನು ಪರಾಕ್ರಮಶಾಲಿಯಾಗಿದ್ದನು; the room was very cold ಆ ಕೋಣೆ ಬಹಳ ತಂಪಾಗಿತ್ತು; *(c)* in the future ಆಗು only is used: *as,* he will be king ಅವನು ಅರಸನಾಗುವನು; it will be useless ವ್ಯರ್ಥವಾದೀತು.

Bēach (bēch), *n.* ತೀರ, ದಡ, ದಂಡೆ; 2. ಮುಖ್ಯವಾಗಿ ಉಸುಬಿನ ದಂಡೆ, ಹರಳುಳ್ಳ ದಂಡೆ. *v. t. r.* ಹಡಗು ಅಥವಾ ದೋಣಿಯನ್ನು ದಂಡೆಗೆ ಹೊಂದಿಸು.

Bea'con (bē'kn), *n.* ಗುರುತಿಗಾಗಿ ಹಚ್ಚಿದ ಬೆಂಕಿ; 2. ಹಡಗ ನಡಿಸುವವರಿಗೆ ದಾರಿ ತೋರಿಸುವ ಗುರುತು; 3. ಭಯಸೂಚಕ ಚಿಹ್ನೆ, ದೀಪಸ್ತಂಭ.

Bēad (bēd), *n.* ಮಣಿ, ಹರಳು, ತುಳಸಿಮಣಿ, ರುದ್ರಾಕ್ಷಿ. Bēads'man, *n.* ಪರರಿಗಾಗಿ ಜಪ ಮಾಡುವವ.

Bēa'dle, *n.* ಹರಿಕಾರ, "ಜವಾನ", ಓಲೆಕಾರ.

Bēad-trēe, *n.* *(Melia Azedarach, L.)* ಅರೆಬೇವು, ಗರಡ—, ತುರಕ—, ಹುಚ್ಚು—, ಬೆಟ್ಟದ—.

Bēa'gle, *n.* ಒಂದು ಜಾತಿಯ ಬೇಟೆನಾಯಿ.

Bēak (bēk), *n.* ಚಂಚು, ಚುಂಚು, ಪಕ್ಷಿ ಮೂಗು, ಮೋತಿ. Bēaked (bēkt), *p. a.* ಚುಂಚುಳ್ಳ, ಮೂಗುಳ್ಳ; 2. ಮೊನೆಯಾದ. [ಪಾತ್ರೆ.

Bēak'ĕr, *n.* ಸೊಂಡಿಯುಳ್ಳ ಕುಡಿಯುವ ಗಾಜಿನ

Bēam (bēm), *n.* ತೊಲೆ, ದೂಲ *(My.)*; b. of a cart ಉದ್ದಿಗೆ; b. of a loom ಕುಂಟೆ; b. of a plough ಈಸು; b. of a balance ದಂಡಿಗೆ, ಚಿಂತಾಲ, ಕಂಬಿ; b. of the sun, *etc.* ಕಿರಣ, ರಶ್ಮಿ. *v. i. r.* ಪ್ರಕಾಶಿಸು, ಹೊಳೆ. Bēam'y, *a.* ಬೆಳಗುವ, ಪ್ರಕಾಶಮಾನ.

Bēan (bēn), *n.* *(Dolichos Lablab, L.)* ಅವರೆ, ಮಾಷ; b. feast ಧನಿ ಕೊಡುವ ಊಟ.

Beār (bār), *n.* ಕರಡಿ. -ish, *a.* ಕರಡಿಯ ಗುಣವುಳ್ಳ, ದೊಂಡಿಗ.

Beār, *v. t. ir.* *(pt.* bōre, *formerly* bāre, *pp.* bōrne *or* born, *pr.* barn; born *is only used in the sense of* "brought forth", *see* 12 *below)* ಹೊರು, ಹೊತ್ತುಕೊಳ್ಳು; 2. (carry) ಹೊತ್ತುಕೊಂಡು ಹೋ

ಗು, ಒಯ್ಯು; 3. (exercise) ನಡಿಸು; b. sway ಅಧಿಕಾರ ನಡಿಸು, ಆಳು; 4. (wear, possess) ಧರಿಸು, ಇರು *c. d.;* 5. (entertain) ಮಾಡು; b. malice ಹೊಟ್ಟೇಕಿಚ್ಚು ಮಾಡು; 6. (endure) ತಾಳು, ಸೈರಿಸು, ತಡೆ; 7. (exhibit) ಕೊಡು, ಹೇಳು; b. witness ಸಾಕ್ಷಿ ಹೇಳು; 8. (carry on) ನಡಿಸು; 9. *refl.* ನಡೆ; he bore himself well ಚನ್ನಾಗಿ ನಡಕೊಂಡ; 10. (b. company) ಜತೆಯಾಗಿರು; 11. (produce, as fruit) ಫಲಿಸು; 12. (bring forth, as children) ಹೆರು, ಹಡೆ; *pass.* to be born ಹುಟ್ಟು; b. down ಸೋಲಿಸು, ಕುಗ್ಗಬಡಿ, ಫಕ್ಕನೆ ಇಳಿಯು, ಹಾರಿಬಂದು ಹಿಡಿ; b. hard ಕಠಿನವಾಗಿ ನಡಿಸು; b. in mind ನೆನಪು ಮಾಡು, ಸ್ಮರಿಸು; b. out ನಿಜವೆಂದು ತೋರಿಸು *c. d.*, ಬೆನ್ನು ಕಟ್ಟು *c. g.;* b. off ತಟ್ಟಿಕೊಳ್ಳು, ತಡೆ; b. up ಎದೆಗೊಳಿಸು.—*v.i.ir.* ಫಲಫಲಿಸು; 2. (b. hard upon or on) ಹತ್ತಿಕ್ಕು, ಕಷ್ಟ ಕೊಡು *c. d.;* 3. (take effect) ಹತ್ತು, ಸಾಧಿಸು; 4. ಇರು: *as,* the island bears north ಆ ದ್ವೀಪ ಉತ್ತರ ಕಡೆಗಿರುತ್ತದೆ; 5. (b. on, b. upon) (relate) ಸಂಬಂಧವಿರು; how does your answer b. on my question? ನಿನ್ನ ಉತ್ತರಕ್ಕೂ ನನ್ನ ಪ್ರಶ್ನೆಗೂ ಏನು ಸಂಬಂಧ? b. against ಮೈಮೇಲೆ ಬರು; b. down upon *(naut.)* ...ಕಡೆಗೆ ನಡೆ, ...ಬರು *c. g.;* b. in with *(naut.)* ...ಕಡೆಗೆ ನಡೆ *c. g.;* b. off *(naut.)* ಬಿಟ್ಟು ಹೋಗು; b. up ತಾಳಿಕೊಳ್ಳು; ಸೈರಿಸು, ಎದೆಗೊಂಡಿರು; b. upon ಗುರಿಯಿಡು; b. with ತಾಳಿಕೊಳ್ಳು. Beār'-a-ble, *a.* ಹೊರಲಾಗುವ; 2. ಸೈರಿಸಕೂಡುವ. Beār'ĕr, *n.* ಹೊರುವವನು, ಒಯ್ಯುವವನು. Beār'ing, *n.* ಚರ್ಯೆ, ತರ, ನಡತೆ; 2. ದಿಕ್ಕು; 3. ಯಂತ್ರಗಳಲ್ಲಿ ಒಂದಕ್ಕೊಂದು ತಿಕ್ಕಿ ಚಲಿಸುವ ಭಾಗ. *a.* ಹೊತ್ತಿರುವ, *(postal)* ಅಂಚೆಹಾಸಲು ವಿಳಾಸದಾರನು ತೆರಬೇಕಾದ (ಪತ್ರ).

Bēard (bērd), *n.* ಗಡ್ಡ, ದಾಡಿ; to b. a man ಮುಖಾಮುಖಿ ಎದುರಿಸು; a thin b. ಕೂಡುಗಡ್ಡ; a large b. ಬದರಿಗಡ್ಡ; a b. like a goat's ಹೋತಗಡ್ಡ; let the b. grow ಗಡ್ಡ ಬಿಡು, —ಬೆಳಿಸು. Bēard'less, *a.* ಗಡ್ಡಮೀಸೆ ಇಲ್ಲದ, ತೂಬರ.

Bēast (bēst), *n.* ಮೃಗ, ಪಶು; b. of a man ನರಪಶು, ಪುರುಷಪಶು, ಕ್ರೂರ ಮನುಷ್ಯ. -li-ness, *n.* ಪಶುಭಾವ, ಉಚ್ಚತನ, ಮಲಿನತ್ವ, ಛೀಮಾರಿತನ. Bēast'ly, *a.* ಪಶುಪ್ರಾಯದ ಕಾಮೋದ್ರೇಕವುಳ್ಳ, ಮಲಿನ, ಹೊಲಸು.

Bēat (bēt), *v. t. ir.* (bēat, bēat'en) ಹೊಡೆ, ಬಡಿ, ತಳಿಸು; b. earth to harden it ನೆಲ ಗಟ್ಟಣೆ ಮಾಡು, ನೆಲ ಪೆಟ್ಟನೆ—; b. down prices ಬೆಲೆ ತಗ್ಗಿಸು; b. time ತಾಳ ಹೊಡೆ; 2. ಸೋಲಿಸು, ಜಯಿಸು; b. off ಹೊಡೆದೋಡಿಸು; b. a return ಯುದ್ಧದಲ್ಲಿ ಕಾಲು ಹಿಂತೆಗೆ; b. about the bush ಬೇಕಾದ್ದನ್ನು ಹೇಳದೆ ಸುಮ್ಮನೆ ಹೊತ್ತುಕಳೆಯು. Bēat'ĕr, *n.* ಹೊಡೆಯುವವನು; 2. ಬೇಟೆಯನ್ನು ಎಬ್ಬಿಸಲಿಕ್ಕೆ ಮುಂದೆ ಹೋಗುವವನು; gold b. ಚಿನ್ನದ ರೇಕುಗಳನ್ನು ಮಾಡುವವನು; cotton b. ಪಿಂಜಾರನು; rice b. ಒನಿಕೆ. Bēat'ing, *n.* ಹೊಡೆಯೋಣ, ಬಡಿಯೋಣ, ಜೋಲು; b. of the heart ಎದೆ ಹಾರೋಣ.

Bēat, *n.* ಪಹರೆಯವನ ಗಸ್ತಿ; 2. ಬಡಿತ, ಸ್ಫುರಣ.

Bē-at'i-fy̆. *v. t. r.* (-fīed) ಭಾಗ್ಯವುಳ್ಳವನೆಂದೆಣಿಸು, ಭಾಗ್ಯವುಳ್ಳದ್ದೆಂದೆಣಿಸು; 2. ಭಾಗ್ಯವುಳ್ಳವನನ್ನು, *etc.* Bēa-ti-f'ic, *a.* ಭಾಗ್ಯಕರ, ಸುಖಕರ. Bē-ati-fi-cā'tiŏn, *n.* ದಿವ್ಯಾನಂದ.

Bē-at'i-tūde, *n.* ಮೋಕ್ಷ, ನಿಃಶ್ರೇಯಸ, ಮೋಕ್ಷಾನಂದ, ಮಹಾನಂದ.

Beau (bō), *n.* ಸೊಗಸುಗಾರ, ಸೆಡಕಿನವ, ಮೋಜುಗಾರ, ಬೆಡಗುಗಾರ; b. ideal ಸೊಬಗಿನ ಗನಿ.

Beaū'ty (bū-), *n.* ಅಂದ, ಚಂದ, ಚಲುವಿಕೆ, ಸೌಂದರ್ಯ, ಲಾವಣ್ಯ, ಸೊಂಪು. Beau'te-ŏus, Beaū'ti-fu̥l, *a.* ಸುಂದರ, ಚೆಲೋ, ರಮ್ಯ. Beaū'ti-fu̥l-ly, *ad.* ಚಂದವಾಗಿ, ಸುಂದರವಾಗಿ. Beaū'ti-fy̆, *v. t. r.* (-fīed) ಅಲಂಕರಿಸು, ಶೃಂಗರಿಸು, ಚಂದಗಾಣಿಸು.

Bēa'vĕr (bē-), *n.* ನೀರುನಾಯಿ; 2. ನೀರುನಾಯಿಯ ತೊಗಲು; 3. ನೀರುನಾಯಿ ತೊಗಲಿನಿಂದ ಮಾಡಿದ ಟೊಪ್ಪಿಗೆ.

Bēa'vĕr (bē-), *n.* ಮುಖರಕ್ಷೆ, ಇದು ಶಿರಸ್ತ್ರಾಣದ ಮುಂಭಾಗ.

Be-cālm' (-käm'), *v. t. r.* ಶಾಂತ ಪಡಿಸು; b. a. ship ಗಾಳಿ ಬೀಸದೆ ನಿಲ್ಲಿಸು; *pass.* ಗಾಳಿ ಇಲ್ಲದೆ ನಿಲ್ಲು.

Be-cau̥se' (-kaz'), *conj.* ಯಾಕಂದರೆ, ಆದ್ದರಿಂದ, ಕಾರಣ; he did not come b. he was afraid ಅವನು ಅಂಜಿದ ಕಾರಣ ಬರಲಿಲ್ಲ; b. of, *prep.* ನಿಮಿತ್ತ, ಕಾರಣ, ಓಸ್ಕರ, ದೆಸೆಯಿಂದ.

C as k; c *as* s; ch *as* sh; g *as in* get; g *as* j: ñ *nasal, as in* anger; s *as* z; th *as in* thou; x *as* gz: ce, ci, si *and* ti *before a vowel as* sh: ocean, action.

Be-chärm′, *v. t. r.* ಮಂಕುಮಾಡು, ಮರುಳು ಗೊಳಿಸು.

Beck, *n.* ಕೈಸನ್ನೆ, ಕಣ್ಣುಸನ್ನೆ; 2. ಸಣ್ಣ ಹಳ್ಳ.

Beck, Beck′on (bek′n), *v. i. r.* ಕೈಸನ್ನೆ ಮಾಡು, ಕಣ್ಣುಸನ್ನೆ—. *v. t.* ಸನ್ನೆ ಮಾಡಿ ಕರೆ.

Be-cloud′, *v. t. r.* ಮೋಡ ಮುಸುಕು, ಮೊಬ್ಬು ಮಾಡು, ಕತ್ತಲಿಸು.

Be-cŏme′ (-kum′), *v. t. r.* (-cāme′, -cŏme′) ತಕ್ಕದ್ದಾಗಿರು *c. d.*; ಒಪ್ಪು *c. d.* *v. i.* ಆಗು; what has b. of him? ಅವನು ಏನಾದ? **Be-cŏm′ing**, *a.* ತಕ್ಕ, ಯುಕ್ತ, ಒಪ್ಪುವ. **-ly**, *ad.* ಯುಕ್ತವಾಗಿ, ಒಪ್ಪುವಂತೆ.

Bed, *n.* ಹಾಸಿಗೆ, ಶಯನ; go to b. ಮಲಗು, ಪವಡಿಸು; to make one's bed ಹಾಸಿಕೊಳ್ಳು; brought to b. ಹಡೆ; die in b. ಸ್ವಾಭಾವಿಕ ಮರಣಹೊಂದು; take to b. ಅಸ್ವಸ್ಥವಾಗು; b. of coal, iron, *etc.* ಥರ, ಕಟ್ಟು; b. of a garden ಮಡಿ; b. of oysters ಸಿಂಪುಗಟ್ಟು; b. of sugar-cane ಪಡ, ಬೋದು; b. of a river ನದಿಯ ಒಡಲು, —ಸರವು, —ತಳ. **B.′chām-bĕr**, *n.* ಮಲಗುವ ಕೋಣೆ. **B.′clothes**, *n.* ಹಾಸಿಗೆ ಬಟ್ಟೆ. **B.-fel-low**, *n.* ಒಂದೇ ಹಾಸಿಗೆಯ ಮೇಲೆ ಒಟ್ಟಿಗೆ ಮಲಗಿಕೊಳ್ಳುವವನು. **B.-rid, B.-rid-den** (-dn), *a.* ಹಾಸಿಗೆ ಹಿಡಿದ, ನೆಲ ಹಿಡಿದ, ಹಾಸಿಗೆ ಬಿಡದ. **B.′room**, *n.* ಮಲಗುವ ಕೋಣೆ. **B.′sōre**, *n.* ಹಾಸಿಗೆ ಹಿಡಿದು ಮಲಗಿದವನಿಗೆ ಬರುವ ವ್ರಣ. **B.′spread**, *n.* ಹಚ್ಚಡ, ಕವುದಿ. **B.′stead** (-sted), *n.* ಮಂಚ, ಪಲ್ಲಂಗ. **B.′tīme**, *n.* ಮಲಗುವ ಹೊತ್ತು. **Bed′ding**, *n.* ಹಾಸಿಗೆ, "ಬಿಛಾನ".

Be-dab′ble, *v. t.* ಕಲಂಕಿತಮಾಡು.

Be-daub′ (-dab′), *v. t. r.* ಬಳಿ, ಸಾರಿಸು, ಮಾಸು.

Be-deck′, *v. t. r.* (*pr.* -dekt′) ಅಲಂಕರಿಸು, ಶೃಂಗರಿಸು.

Be-dev′il, *v. t. r.* ಅಸ್ತವ್ಯಸ್ತಪಡಿಸು. **-ment**, *n.* ಭೂತಾವೇಶ, ಹುಚ್ಚುಭ್ರಮೆ.

Be-dew′ (-dū′), *v. t. r.* ನೆನೆಸು, ಒದ್ದೆಮಾಡು.

Be-dīght′, *a.* ಶೃಂಗರಿಸಿದ.

Be-dim′, *v. t. r.* (-dimmed′, *pr.* -dimd′) ಮೊಬ್ಬು ಮಾಡು.

Be-diz′en (-diz′n), *v.t.r.* ಮಿತಿಮೀರಿ ಶೃಂಗರಿಸು.

Bed′lam, *n.* ಹುಚ್ಚರ ಆಸ್ಪತ್ರೆ. **Bed′lam-īte**, *n.* ಹುಚ್ಚ, ಸನ್ನಿಹಿಡಿದವ.

Bed′ou-in (bed′u-in), *n.* ಪಶುಪಾಲಕರಾಗಿ ಸಂಚರಿಸುವ ಅರಬಿಯವರಲ್ಲೊಬ್ಬನು, ಸಂಚರಿಸುವ ಅರಬಿ ಮನುಷ್ಯನು, ಅರಬಿ ಗೊಲ್ಲನು, ಬದ್ದು.

Be-drab′bled, *a.* ಮಳೆನೀರಿನಿಂದಲೂ ಕೆಸರಿನಿಂದಲೂ ಮಾಸಿದ, ಮೈಲಿಗೆಯ.

Be-drench′, *v. t. r.* ಒದ್ದೆಮಾಡು.

Be-dust, *v. t. r.* ದೂಳು ಮುಚ್ಚು.

Bēe (bē), *n.* ಜೇನುಹುಳ; the large, black b. ತುಂಬಿ, ಗುಂಗಿ, ಭ್ರಮರ; b. in one's bonnet ಯಾವುದೊಂದು ವಿಷಯದಲ್ಲಿ ಹಿಡಿದ ಭ್ರಮೆ. **Bēe′hīve**, *n.* ಜೇನಗೂಡು, ಜೇನ ಹುಟ್ಟು.

Bēech, *n.* (*Fagus silvatica*) ಒಂದು ತರದ ಕಾಡುಮರ, ವಿಲಾಯತಿ ಹುಲಿಗಿಲೀಮರ; Indian b. (*Pongamia glabra*) ಹೊಂಗೇ ಮರ, ಹುಲಿಗಿಲೀ—, ತಮಾಲವೃಕ್ಷ. **Bēech′en**, *a.* ಬೀಚ್ ಮರದ.

Bēef, *n.* ದನದ ಮಾಂಸ, ದೊಡ್ಡ—, ಹಿರೇ—. **Beeves**, *n. pl.* of Beef. **Bēef′steak**, *n.* ಬೇಸಿದ ಗೋಮಾಂಸದ ತುಂಡು. **Bēef′tea**, *n.* ಮಾಂಸಸಾರ. **Bēef′-wit-ted**, *a.* ಮಂದಬುದ್ಧಿಯ, ಮದಗ. **Bēef′y**, *a.* ಕಸುವುಳ್ಳ, ಗಟ್ಟಿ.

Bēel′ze-bub (biĕlzĭ-), *n.* ಪಿಶಾಚಿ, ದುಸ್ಸ್ವಾನ, ದುಷ್ಟ ಆತ್ಮ.

Bēen, *pp. of* Be.

Bēer, *n.* ಒಂದು ತರದ ಮದ್ಯ, ಹೆಂಡ, "ಬೀರು".

Bēest′ings, *n. pl.* ಮಡಿ ಹಾಲು, ಗಿಣ್ಣದ—, ಪೀಯೂಷ.

Bēet, *n.* ಗಾಜಿನ ಗಡ್ಡೆ.

Bēet′le, *n.* ರೆಕ್ಕೆಹುಳ, ಕುರುವಾಯಿ.

Bēet′le, *n.* ದೊಡ್ಡ ಕೊಡತಿಗೆ. *v. t.* ಕೊಡತಿಗೆಯಿಂದ ಬಡಿ.

Be-fall′, *v. i. ir.* (-fell′, -fall′en, *pr.* fal′n) ಸಂಭವಿಸು *c. d.*, ಆಗು *c. d.*, ತಟ್ಟು *c. d.*, ಒದಗಿ ಬರು *c. d.* **-ing**, *n.* ಆಗುಹೋಗು, ತಾಗುದಟ್ಟು.

Be-fit′, *v. t. r.* (-fit′ted) ಒಪ್ಪು *c. d.*, ತಕ್ಕದ್ದಾಗಿರು *c. d.*, ಯೋಗ್ಯವಾಗಿರು *c. d.*

Be-fool′, *v. t. r.* ಮರುಳುಗೊಳಿಸು; 2. ಮೋಸ ಮಾಡು *c. d.*

Be-fōre′, *prep.* (space) ಮುಂದೆ, ಮುಂದುಗಡೆ; 2. (time) ಮುಂಚೆ, ಮೊದಲು; 3. (in presence of) ಸನ್ನಿಧಿಯಲ್ಲಿ, ಮುಂದೆ, ಸಮಕ್ಷ. *ad.* ಮುಂದಾಗಿ, ಪೂರ್ವದಲ್ಲಿ, ಮೊದಲೇ.

Be-fōre'hand, *ad.* ಮುಂಚಿತವಾಗಿ, ಮುಂಚಿತಾಗಲೇ, ಮುಂದಾಗಿಯೇ. Be-fōre'tīme, *ad.* ಹಿಂದಕ್ಕೆ.

Be-foul', *v. t. r.* ಕೆಡಿಸು, ಹೊಲೆಗಲಸು.

Be-friend' (-frend'), *v. t. r.* ಸ್ನೇಹಿತನಾಗು; 2. ಸಹಾಯ ಮಾಡು *c. d.*, ಬೆನ್ನಾಸರಾಗು *c. d.*

Be-fringe, *v. t. r.* ಜಾಲರು ಕಟ್ಟಿ ಅಲಂಕರಿಸು.

Beg, *v. t. r.* (begged, *pr.* begd) ಬೇಡಿಕೊಳ್ಳು, ಪ್ರಾರ್ಥಿಸು; b. leave ಅಪ್ಪಣೆ ಕೇಳು; b. pardon ಕ್ಷಮೆ ಬೇಡು; b. the question ತರ್ಕದಲ್ಲಿ ಪ್ರಮಾಣಿಸಬೇಕಾದ ವಿಷಯವನ್ನು ಪ್ರಮಾಣಿಸದೆ ನಿಜವೆಂದು ವಾದಿಸುವುದು. *v. i.* ಭಿಕ್ಷೆ ಬೇಡು, ಭಿಕ್ಷೆಗೆ ತಿರುಗು. Beg'ging, *n.* ಭಿಕ್ಷೆಗೆ ತಿರುಗೋಣ, ಯಾಚನೆ, ತಿರಿಕೆ.

Be-gad', *int.* (By God ಎಂಬುದರ ಅಪಭ್ರಷ್ಟ) ದೇವರಾಣೆ!

Be-get', *v. t. ir.* (-got', -got'ten, *pr.* -got'n) ಹುಟ್ಟಿಸು, ಹಡೆ. Be-get'tĕr, *n.* ಹುಟ್ಟಿಸುವವನ, ಹೆತ್ತವ.

Beg'gar (-gĕr), *n.* ತಿರಕ, ಭಿಕ್ಷು, ಭಿಕ್ಷುಕ, ಭಿಕ್ಷಗಾರ. *v. t. r.* ಹಾಳು ಮಾಡು, ದರಿದ್ರನಾಗ ಮಾಡು; 2. ಮೀರು; to b. description ವರ್ಣನಾತೀತವಾಗಿರು. -li-ness, *n.* ನೀಚತ್ವ, ದರಿದ್ರತ್ವ. Beg'gar-ly, *a.* ದರಿದ್ರ, ಭಿಕಾರಿ, ನೀಚ. Beg'gar-y, *n.* ಬಡತನ, ಕೇವಲ ದರಿದ್ರತ್ವ.

Bē-gin', *v. t. ir.* (-gan', -gun') ಆರಂಭಿಸು, ತೊಡಗು, ಮೊದಲುಗೊಳ್ಳು, —ಮಾಡು; to b. with ಪ್ರಥಮತಃ, ಮೊತ್ತಮೊದಲು. *v. i.* ಹತ್ತು, ಆರಂಭವಾಗು. Be-gin'nĕr, *n.* ಆರಂಭಿಸುವವ, ಹೊಸಬ. Be-gin'ning, *n.* ಆರಂಭ, ಆದಿ, "ಸುರು".

Be-gīrd', *v. t. ir.* (-gīrt' *or* -gīrd'ed, -gīrt') ನಡು ಕಟ್ಟು *c. g.*, ಸುತ್ತು ಹಾಕು *c. g.*

Be-gōne', *int.* ನಡೆ! ಹೋಗು!

Be-grīme', *v. t. r.* ಮಾಸು.

Be-grudge' (-gruj'), *v. i. r.* ...ಸಲವಾಗಿ ಹೊಟ್ಟೇಕಿಚ್ಚು ಮಾಡು *c. g.*, ...ಸಲವಾಗಿ ಗುಣು ಗುಟ್ಟು *c. g.*

Be-guīle' (-gīl'), *v. t. r.* ಮೋಸಮಾಡು *c. d.*, ಮರುಳುಗೊಳಿಸು; b. the time ಹೊತ್ತು ಕಳೆ. -ment, *n.* ಮೋಸ, "ಠಕ್ಕು", ವಂಚನೆ.

Bē'gum, *n.* ಬೇಗಮು, ರಾಜಮನೆತನದ ಶ್ರೀಮಂತೆ.

Be-hälf' (-häf'), *n.* in *or* on b. of ...ಆಗಿ, ಸಲವಾಗಿ, ದೆಸೆಯಿಂದ, ಓಸ್ಕರ, ಪರವಾಗಿ; on my b. ನನ್ನ ಸಲವಾಗಿ.

Be-hāve', *v. i. r.* ನಡಕೊಳ್ಳು, ಪ್ರವರ್ತಿಸು. Be-hāv'iour (-yĕr), *n.* ನಡತೆ, ವರ್ತನೆ, ನಡವಳಿಕೆ.

Be-head' (-hed'), *v. t. r.* ತಲೆಹೊಯ್ಯು, ತಲೆ ಹೊಡೆ, ಶಿರಚ್ಛೇದನ ಮಾಡು.

Be-hest', *n.* ಅಪ್ಪಣೆ, ಆಜ್ಞೆ, ಆಣತಿ.

Be-hīnd', *prep.* ಹಿಂದೆ; 2. ...ಕ್ಕಿಂತ ಕಡಿಮೆ. *ad.* ಹಿಂದೆ; 2. ಹಿಂದಕ್ಕೆ; 3. ಉಳಿದು, ಹಿಂದುಳಿದು; go b. one's words ಮಾತಿನ ಗುಟ್ಟನ್ನು ತಿಳಿಯ ಯತ್ನಿಸು; b. his back ಪರೋಕ್ಷದಲ್ಲಿ; b. the scenes ಗುಟ್ಟಿನಿಂದ; b. time ಕಾಲತಪ್ಪಿ ಹಿಂದೆ ಬಿದ್ದು. -hand, *a. & ad.* ಹಿಂದಕ್ಕುಳಿದು; 2. ಖರ್ಚಿಗೆ ಸಾಲದೆ.

Be-hōld', *v. t. ir.* (-held', -held') ನೋಡು, ದೃಷ್ಟಿಸು. *int.* ಇಗೋ! ಇದೋ! ಕಾಣು! Be-hōld'en, *p. a.* ಹಂಗಿನಲ್ಲಿರುವಂಥ; I am b. to you ನಾನು ನಿಮ್ಮ ಹಂಗಿನವನು. Be-hōld'ĕr, *n.* ನೋಡುವವ.

Be-hoof', *n.* ಪ್ರಯೋಜನ, ಆದಾಯ.

Be-hoove', Be-hōve', *v. t. r.* ತಕ್ಕದ್ದಾಗಿರು, ಯೋಗ್ಯವಿರು; it behoves you ನಿನಗೆ ತಕ್ಕದ್ದು.

Bē'ing, *n.* ಇರುವಿಕೆ, ಸತ್ವ; 2. ವಸ್ತು; 3. ಜೀವಿ.

Bel, *n.* ಬಿಲ್ವಪತ್ರ ಮರ.

Be-lā'bŏur, *v. t. r.* ತಳಿಸು, ಚನ್ನಾಗಿ "ಲಗಾಯಿಸು", ಪ್ರಹರಿಸು.

Be-lā'ted, *a.* ತಡವಾದ, ಕತ್ತಲಾದ.

Be-laud' (-lad'), *v. t. r.* ಹೊಗಳು.

Belch, *n.* (*pr.* belsht) ತೇಗು, ಡೇಗು, ಡರಕ. *v. i. r.* ತೇಗು ಬರು, ಡೇಗು, ಡರಕ ಹೊಡೆ; 2. ಕಾರು; 3. ಜ್ವಾಲಾಮುಖಿಯ ಬಾಯಿಯಿಂದ ಉರಿಯನ್ನು ಕಾರು; b. with a noise ಥಲ್ರನೆ ತೇಗು.

Bel'chĕr, *n.* ಕೊರಳ ಬಟ್ಟೆ.

Bel'dam, -dāme, *n.* ಕುರೂಪ ಮುದುಕಿ, ಮೂಳಿ.

Be-lēa'guĕr (-lē'gĕr), *v. t. r.* ಮುತ್ತಿಗೆ ಹಾಕು.

Bel'fry, *n.* ಘಂಟೆಗೋಪುರ, —ಮನೆ.

Bēl'ial, *n.* ದೆವ್ವ, ಪೀತು.

Be-līe', *v. t. r.* ಸುಳ್ಳೆಂತ ತೋರಿಸು, ಸುಳ್ಳು ಮಾಡು; 2. (ಒಬ್ಬನ ವಿಷಯ) ಸುಳ್ಳು ಹೇಳು; 3. ಚಾಡಿ ಹೇಳು.

Be-liēf', *n.* ನಂಬಿಕೆ, ವಿಶ್ವಾಸ; the b. ಅಪೊಸ್ತಲ ವಿಶ್ವಾಸ ಪ್ರಮಾಣ. Be-liēve', *v. t. & i. r.* ನಂಬು, ವಿಶ್ವಾಸಿಸು, ನೆಚ್ಚು. Be-liēv'ĕr, *n.* ನಂಬುವವನು, ವಿಶ್ವಾಸಿ.

Be-līke′, *ad.* ಒಂದು ವೇಳೆ.

Be-lit′tle, *v. t. r.* ಅಲ್ಪೀಕರಿಸು.

Bell, *n.* ಘಂಟೆ; bear the b. ಪ್ರಮುಖನಾಗಿರು; sound of a b. ಘಂಟಾನಾದ.

Bel′la-don-na, *n.* ಕಂಟಕಾರಿಕಾ ಗಿಡ.

Belle (bel), *n.* ಮೋಜುಗಾರ್ತಿ, ಚೆಲುವೆ.

Belles-lett′res (bel-let′r), *n. pl.* ಸಾಹಿತ್ಯ, ವಾಙ್ಮಯ. Bel-let′rist, *n.* ಸಾಹಿತ್ಯಗ್ರಂಥಾಭ್ಯಾಸಿ. Bel-let-ris′tic, *a.* ಸಾಹಿತ್ಯಗ್ರಂಥಾಭ್ಯಾಸಿಕ.

Bel′li-cōse, -cōus, *a.* ಜಗಳಗಂಟ. Bel-li-cos′ity, *n.* ಜಗಳಗಂಟತನ.

Bel-lig′ĕr-ent, *a.* ಯುದ್ಧ ಮಾಡುವ.

Bell′-met-al, *n.* ಕಂಚು.

Bel′low (-lō), *v. i. r.* ಡುರಕಿ ಹಾಕು, — ಹೊಡೆ; 2. ಕೂಗು, ಒದರು; 3. ಗರ್ಜಿಸು, ಘೋಷಿಸು.

Bel′lōws (-lōz), *n.* ತಿದಿ; forge b. ಕೊಲಿಮೆ ತಿತ್ತಿ; to blow the b. ತಿದಿ ಊದು, — ಒತ್ತು.

Bel′ly, *n.* ಹೊಟ್ಟೆ, ಉದರ; a large b. ದೋಣಿಹೊಟ್ಟೆ. B.-ache, *n.* ಹೊಟ್ಟೆ ನೋವು. Bel′ly-ful, *a.* ಹೊಟ್ಟೆ ತುಂಬ, ಉದರಪೂರ್ತಿ. Bel′ly-pinched, *a.* ಹೊಟ್ಟೆಕಡಿಯುವ, ಹೊಟ್ಟೆಗೆ ಸಾಕಷ್ಟಿಲ್ಲದ.

Be-long′, *v. i. r.* ಹೊಂದಿರು, ಸೇರು; it belongs to me ಅದು ನನ್ನದು; he belongs to Hubli ಅವನು ಹುಬ್ಬಳ್ಳಿಯವನು. -ings, *n. pl.* ಇದ್ದದ್ದು ಬದ್ದದ್ದು, ಸ್ವತ್ತು.

Be-lŏv′ed, *a.* ಪ್ರಿಯ, ಇಷ್ಟ, ಜೀವದ, ಪ್ರೀತಿಪಾತ್ರ; a b. friend ಜೀವದ ಗೆಳೆಯ.

Be-lōw′ (-lō′), *prep.* ಕೆಳಗೆ; 2. ಅಯೋಗ್ಯ. *ad.* ಕೆಳಗೆ; 2. ಪೃಥ್ವಿಯಲ್ಲಿ; 3. ಪಾತಾಳದಲ್ಲಿ; 4. ಕೆಳತರಗತಿಯ.

Belt, *n.* ನಡುಕಟ್ಟು, ಡಾಬು, ಉಡಿದಾರ; b. of calms *(geogr.)* ಶಾಂತವಲಯ. Belt′ed, *a.* ನಡುಕಟ್ಟುಳ್ಳ.

Bel′ve-dēre, *n.* ಎತ್ತರಿಸಿದ ಕಟ್ಟೆ.

Be-mīre′, *v. t.* ಕೆಸರು ಸಿಡಿಸು, ಬುರುದೆ ಮಾಡು.

Be-mōan′ (-mōn′), *v. t. r.* ...ಸಲವಾಗಿ ಅಳು *e. g.*, ...ಮರುಗು *e. g.*, ...ಗೋಳಾಡು *e. g.*

Be-mūse′, *v. t. r.* ಬುದ್ಧಿ ಮಂಕುಮಾಡು.

Ben, *n.* ಪರ್ವತ.

Bench, *n.* ಮಣೆ, ಅಡ್ಡಣಿಗೆ, ಕಾಲಟ್ಟ; 2. ನ್ಯಾಯಾಸನ; 3. ನ್ಯಾಯಾಧಿಪತಿಗಳು; full b. ಎಲ್ಲಾ ನ್ಯಾಯಾಧಿಪತಿಗಳುಳ್ಳ ನ್ಯಾಯಾಸನ. -′ĕr, *n.* ಧರ್ಮಶಾಸ್ತ್ರಪಾಠಶಾಲೆಯಲ್ಲಿ ಮುಖ್ಯ ವಿದ್ಯಾರ್ಥಿ.

Bend, *v. t. ir.* (bent, bent) ಬೊಗ್ಗಿಸು, ಮಣಿಸು. *v. i.* ಬಗ್ಗು, ಬಾಗು, ಮಣಿ; b. on ಮನಸ್ಸಿಡು, ಒಲಿ; *pass.* ಆಶಿಸು, ಆತುರನಾಗಿರು: *as*, he is bent on going to Bombay ಮುಂಬಯಿಗೆ ಹೋಗಲಿಕ್ಕೆ ಬಹಳ ಆಶಿಸುತ್ತಾನೆ. *n.* ಬಾಗು. -ing, *n.* ಬಾಗು, ಡೊಂಕು. *a.* ಬಾಗುವ, ಡೊಂಕಾದ.

Be-nēath′ (-nēth′), *prep.* ಕೆಳಗೆ, ಅಡಿಯಲ್ಲಿ; b. contempt ತಿರಸ್ಕರಿಸಲಿಕ್ಕೆ ಬಾರದ, ತಿರಸ್ಕರಿಸಲಿಕ್ಕೆ ಹೀನ; b. you ನಿನಗೆ ಅಯೋಗ್ಯ.

Ben′e-dick, Ben′e-dict, *n.* ಹೊಸ ಮದುಮಗ, ನವವರ.

Ben-e-dic′tine, *n.* ಯತಿವರ್ಗದವನು.

Ben-e-dic′tiŏn, *n.* ಆಶೀರ್ವಾದ, ಹರಕೆ, ನಾಂದಿ. Ben-e-dic′tŏry, *a.* ಆಶೀರ್ವದಿಸುವ.

Ben-e-fac′tiŏn, *n.* ಉಪಕಾರ, ಧರ್ಮ. Ben-e-fac′tŏr, *n.* ಉಪಕಾರಿ, ಧರ್ಮಿಷ್ಠ.

Ben′e-fice, *n.* ಗುಡೀಮಾನ್ಯ, ಗುರುದಕ್ಷಿಣೆ. Ben′e-fi-cence, *n.* ಉಪಕಾರ, ದಯೆ, ಪರೋಪಕಾರ. Ben′e-fi-cent, *a.* ಉಪಕಾರಿಯಾದ, ಉದಾರವಾದ. Ben-e-fi′ci-al (-fish′al), *a.* ಆದಾಯಕರ, ಪ್ರಯೋಜನಕರ. Bene-fi-ci′-ary, *n.* ದಾನ ಹೊಂದಿದವನು; 2. ಗುಡೀಮಾನ್ಯವನ್ನು ಅನುಭವಿಸುವವನು.

Ben′e-fit, *n.* ಉಪಕಾರ, ಪ್ರಯೋಜನ, ಫಲ. *v. t. & i. r.* ಪ್ರಯೋಜನವಾಗು.

Be-nev′ō-lence, *n.* ಧರ್ಮಗುಣ, ಔದಾರ್ಯ, ದೊಡ್ಡ ಮನಸ್ಸು; 2. ಉಪಕಾರ. Be-nev′ō-lent, *a.* ದಯವುಳ್ಳ, ಧರ್ಮಿಷ್ಠ.

Beng, *n.* *(Cannabis Sativa)* ಬಂಗಿ.

Be-nīght′ (-nīt′), *v. t. r.* ಕತ್ತಲೆ ಮುಸುಕು; 2. ಅಜ್ಞಾನವೆಂಬ ಕತ್ತಲೆ ಮುಚ್ಚು; *pass.* ಅಜ್ಞಾನದಲ್ಲಿ ಮುಳುಗಿರು. -ed, *pp. a.* ಅಜ್ಞಾನ ಮುಸುಕಿದ.

Be-nīgn′ (-nīn′), *a.* ದಯಾಳು, ಕರುಣವುಳ್ಳ, ಒಳ್ಳೆ. -ly, *ad.* ದಯೆಯಿಂದ, ಕೃಪೆಯಿಂದ. Be-nig′ni-ty, *n.* ಕೃಪೆ, ಸದ್ಗುಣ, ಕಾರುಣ್ಯ. Be-nig′nant, *a.* ದಯೆಯುಳ್ಳ.

Ben′i-sŏn, *n.* ಹರಕೆ; 2. ಆಶೀರ್ವಾದ.

Ben′ja-min, *n.* ಮುದ್ದು ಕಂದ.

Ben′ja-min, Ben-zoin′ (*or* -zo′in), *n.* resin of *(Styrax Benzoin, Dryandi)* ಲೋಬಾನ. Ben-zo′ic, *a.* ಸಾಂಬ್ರಾಣಿಯ.

Bent, *n.* ಬಾಗು; 2. ಇಚ್ಛೆ, ಮನದೆರಕ, ಆಸಕ್ತಿ; to the top of one's b. ಯಥೇಷ್ಟವಾಗಿ.

Be-numb′ (-num′), *v. t. r.* ಸುಂದು ಹಿಡಿಸು,

ಮರ ಕಟ್ಟು, ಮಬ್ಬು ಹಿಡಿಸು, ಸ್ತಬ್ಧ ಮಾಡು; *pass.* ಜುಮ್ ಹಿಡಿ, ತಿಮುರು ಹಿಡಿ, ಜೋಮ್ ಹಿಡಿ.

Be-quēath′ (-quēth′), *v. t. r.* ಮೃತಿಪತ್ರದ ಮೂಲಕ ಬರಕೊಡು, ಆಸ್ತಿ ದತ್ತವಾಗಿ ಬರಕೊಡು.

Be-quest′, *n.* ಬರಕೊಟ್ಟ ಆಸ್ತಿ, —ಬದುಕು.

Be-rēave′ (-rēv′), *v. t. r.* ಅನಾಧಾರ ಮಾಡು, ...ಇಂದ ಕಸುಕೊಳ್ಳು, ಇಲ್ಲಪಡಿಸು. -ment, *n.* ವಿಹೀನತೆ, ವಿಯೋಗ.

Ber′i-ber-i, *n.* ಜಲೋದರದಂಥಾ ರೋಗ.

Ber′ry, *n.* *(bot.)* ಕಾಯಿ, ಗೊರಟು, ಗುಲಿಫಲ.

Ber-sagli-e̱′ri (bār-sal-yā′rē), *n. pl.* ಬೇಗನೇ ಗುಂಡು ಹೊಡೆಯುವ ಇಟಲಿ ಸೈನ್ಯದವರು.

Bĕrth, *n.* ಹಡಗವು ಬಂದರದಲ್ಲಿ ನಿಲ್ಲುವ ಜಾಗ; 2. ಹಡಗದವರು ಮಲಗುವ ಜಾಗ; 3. ಉದ್ಯೋಗ; give wide b. to ದೂರವಿರಿಸು.

Ber′yl, *n.* ಪಚ್ಚೆ ರತ್ನ.

Be-scrib′ble, *v. t. r.* ಯದ್ವಾತದ್ವಾ ಗೀಚು.

Be-sēech′, *v. t. ir.* (*pt. & pp.* besought′. *pr.* -sa̤t′) ಬೇಡಿಕೊಳ್ಳು, ಎರೆ.

Be-sēem′, *v. t. r.* ಸರಿಯಾಗಿರು *c. d.*, ತಕ್ಕದ್ದಾಗಿರು *c. d.* -iṅg, *a.* ತಕ್ಕ.

Be-set′, *v. t. ir.* (-set′, -set′) ಮುಕ್ಕುರಿಕೊಳ್ಳು, ಸುತ್ತಿಕೊಳ್ಳು, ಮುತ್ತಿಗೆ ಹಾಕು, ಹೊಡೆಯಬೇಕೆಂದು ಹಾದಿಯಲ್ಲಿ ಠಕ್ಕಿಸಿ ಕೂತಿರು. Be-set′tiṅg, *p. a.* ರೂಢಿ ಬಿದ್ದ; b. sin ಬಳಿಕೆಯಾದ, ರೂಢಿಯಾದ ದುರ್ವ್ಯಸನ, —ಪಾಪ.

Be-shrew′, *v. t. r.* ಶಾಪವಿಡು, ಶಪಿಸು; b. him! ಅವನಿಗೆ ಪಿಡಗ ಹತ್ತಲಿ!

Be-sīde′, *prep.* ಹತ್ತರ; 2. ಹೊರಗೆ; he is b. himself ಅವನು ಮರುಳಾಗಿದ್ದಾನೆ, ಅವನಿಗೆ ಸ್ವಲ್ಪವಿಲ್ಲ, ಬುದ್ಧಿಭ್ರಮೆಯಾಗಿದೆ.

Be-sīde̱s′, *prep.* ಅಲ್ಲದೆ, ಹೊರತಾಗಿ, ವಿನಾಯಿಸಿ, ಶಿವಾಯಿ. *ad.* ಅದಲ್ಲದೆ.

Be-siēġe′ (-sēj′), *v. t. r.* ಮುತ್ತು, ಮುತ್ತಿಗೆ ಹಾಕು *c. d.* Be-siē′ġĕr. *n.* ಮುತ್ತಿಗೆ ಹಾಕುವವ.

Be-smēar′ (-smēr′), *v. t. r.* ಪೂಸು, ಸಾರಿಸು, ಬಳಿಯು; 2. ಮಾಸು.

Be-smĭrc̄h′, *v. t. r.* ರೂಪುಗೆಡಿಸು, ಮಾಸು.

Bē′ṣŏm, *n.* ಕಸಬರಿಕೆ, ಕಸಪಾರಿಕೆ.

Be-sot′, *v. t. r.* (-sot′ted) ಅಮಲು ಮಾಡು, ಹುಚ್ಚನಾಗ ಮಾಡು, ಅರುವು ಹಾರಿಸು, ಎಚ್ಚರ ದಪ್ಪಿಸು.

Be-sought′ (-sa̤t′), *pt. & pp.* of Beseech.

Be-spat′tĕr, *v. t. r.* (ಮೇಲೆ) ರಾಡಿ ಸಿಂಪಡಿಸು, ಸಿಡಿಸು *c. g.*; 2. ಬಯ್ಯು.

Be-spēak′ (-spēk′), *v. t. ir.* (-spōke′. -spō′ken) ಗೊತ್ತುಮಾಡಿಕೊಳ್ಳು, ಮುಂದಾಗಿ ತೋರಿಸು, —ಸೂಚಿಸು.

Be-spriṅ′kle, *v. t. r.* ....ಮೇಲೆ ಚಿಮಿಕಿಸು *c. g.*, ಸಿಮ್ಮಡಿಸು, ಸಿಂಪಡಿಸು,

Be-sput′tĕr, *v. t. r.* ಹನಿಹನಿ ಬೀಳುವಂತೆ ಉಗುಳು.

Best, *a.* ಅತಿ ಉತ್ತಮ, ಉತ್ಕೃಷ್ಟ. *n.* ಕೈಲಾದಷ್ಟು; at b. ಬಹಳ ಮಾಡಿ, ಬಹಳಾದರೆ; to make the b. of ಕೈಲಾದಷ್ಟು ಉಪಯೋಗಿಸಿಕೊಳ್ಳು, ಕೈಲಾದಷ್ಟು ಸುಧಾರಿಸಿಕೊಳ್ಳು. *ad.* ಹೆಚ್ಚಾಗಿ: *as,* he loves his brother b. ತನ್ನಣ್ಣನನ್ನು ಎಲ್ಲರಿಗಿಂತ ಹೆಚ್ಚಾಗಿ ಪ್ರೀತಿ ಮಾಡುತ್ತಾನೆ; b. foot fore-most ಅತಿ ವೇಗದಿಂದ; do one's b. ಕೈಲಾದಷ್ಟು ಮಾಡು; have the b. of it ಗೆಲ್ಲು, ಜಯಿಸು.

Be-stead′ (-sted′), *v.t. & i. ir.* (-stead′ed. *pp.* -stead′. sted′) ಸಫಲವಾಗು, ನೆರವಾಗು.

Be-sted′, *p. a.* ವಿದ್ಯಮಾನ.

Best′i-al, *a.* Best-i-al′i-ty, *n.* *see* Beastly, Beastliness.

Be-stĭr′, *v. i. r.* (-stĭrred′, *pr.* -stĕrd′) ಪ್ರವೃತ್ತನಾಗು; b. one's self ತ್ವರೆ ಪಡು, ಜಾಗ್ರತೆ ಪಡು, ಹುಷಾರಾಗು.

Be-stōw′ (-stō′), *v. t. r.* ಇಡು, ಇಟ್ಟುಕೊಳ್ಳು; 2. ಹಚ್ಚು *c. d.*, ಪ್ರಯೋಗಿಸು *c. d.*; 3. b. on, b. upon ಕೊಡು *c. d.*, ದಯೆಪಾಲಿಸು *c. d.* Be-stōw′al, *n.* ಕೊಡೋಣ, ದಾನ. Be-stōw′ĕr, *n.* ದಾನ ಕೊಡುವವ, ತ್ಯಾಗಿ.

Be-strew′ (-stru̱′), *v. t. ir.* (-strewed′, -strewn′, -strown′) ಚಲ್ಲು, ಚಿಮಿಕಿಸು.

Be-strīde′, *v. t. ir.* (-strid, -strōde′, -stridd′en *or* -strid′) ಹತ್ತು, ದಾಟು.

Bet, *v. t. r.* (bet′ted), or *ir.* (bet, bet) ಪಂತ ಕಟ್ಟು, ಜೂಜು ಹಾಕು. *n.* ಪಂತ, ಜೂಜು.

Be-tāke′, *v. refl. ir.* (-to̤ok′, -tā′ken) (to a place) ಹೋಗು *c. d.*; 2. (to a thing) ಹೋಗು *c. d.*, ಕೈಹಾಕು *c. d.*; 3. (for protection) ಆಶ್ರಯ ಮಾಡಿಕೊಳ್ಳು *c. a.*, (to some act) he betook himself to flight ಓಡಿ ಹೋದ, ಕಾಲಿಗೆ ಬುದ್ಧಿ ಹೇಳಿದ, ಕಂಬಿ ಕಿತ್ತ; they betook themselves to arms ಯುದ್ಧ ಮಾಡಲಿಕ್ಕೆ ಎದ್ದರು.

Be-tel′gēuze, *n.* *(astr.)* ಆದ್ರ್ರಾನಕ್ಷತ್ರ.

Bē'tel (bē'tl), *n.* ಎಲೆ ಅಡಿಕೆ, ವೀಳ್ಯ, ವೀಳ್ಯದೆಲೆ, ತಾಂಬೂಲ; B.-nut, *n.* ಅಡಿಕೆ. B.-nut palm, *n.* *(Areca catechu, L.)* ಅಡಿಕೆಮರ, —ಗಿಡ. B.-vine, *n.* ವೀಳ್ಯದೆಲೆ ಬಳ್ಳಿ.

Be'thel, *n.* ಮಂದಿರ, ಪುಣ್ಯಕ್ಷೇತ್ರ.

Be-think', *v. refl. ir.* (-thought', -thought' *pr.* -that') ವಿಚಾರಿಸಿ ನೋಡು, ನೆನಸು, ನೆನಪು ಮಾಡು, ಚಿಂತೆ ಪಡು.

Be-tīde' (-tīd'), *v. t.* & *i. r.* & *ir.* ಸಂಭವಿಸು, ಆಗು; woe b. him ಅವನಿಗೆ ಕಷ್ಟ ಉಂಟಾಗಲಿ!

Be-tīmes' (-tīmz'), *ad.* ತಕ್ಕ ಕಾಲದಲ್ಲಿ, ಬೇಗನೆ, ಹೊತ್ತುಂಟ್ಲೆ.

Be-tō'ken, *v. t. r.* ಸೂಚಿಸು.

Be-trāy', *v. t. r.* ಮೋಸದಿಂದ ಹಿಡಕೊಡು; 2. ವಿಶ್ವಾಸಘಾತ ಮಾಡು *c. d.;* 3. ತೋರಿಸು; 4. ಮೋಸ ಮಾಡು. Be-trāy'al, *n.* ಹಿಡಕೊಡೋಣ; 2. ತೋರಿಸೋಣ; 3. ವಿಶ್ವಾಸಘಾತ. Be-trāy'ĕr, *n.* ದ್ರೋಹಿ, ವಿಶ್ವಾಸಘಾತಕ.

Be-troth', *v. t. r.* (*pr.* -trotht') (ಮದಿವೆ) ನಿಶ್ಚಯ ಮಾಡು, ಗೊತ್ತು—; he was betrothed ಅವನಿಗೆ ಹೆಣ್ಣು ನಿಶ್ಚಯ ಮಾಡಿದರು; she was betrothed to one ಆಕೆಯನ್ನು ಒಬ್ಬನಿಗೆ ನಿಶ್ಚಯ ಮಾಡಿದರು. Be-troth'al, -ment, *n.* (ಮದಿವೆ) ನಿಶ್ಚಯ ಮಾಡೋಣ, ನಿಶ್ಚಿತಾರ್ಥ, ನಿಶ್ಚಯಕಾರ್ಯ, ಗೊತ್ತು, ನಿಶ್ಚಯ ತಾಂಬೂಲ.

Bet'tĕr, *a.* ...ಕ್ಕೆ (...ಗೆ), ...ಕ್ಕಿಂತ (...ಗಿಂತ) ಒಳ್ಳೇ, ಚೆಲೋ, ಗುಣ, ಉತ್ತಮ, ಲೇಸು, ವಾಸಿ; he is b. than I ಅವನು ನನಗಿಂತ ಒಳ್ಳೆಯವನು; this is b. than that ಇದು ಅದಕ್ಕಿಂತ (ಅದಕ್ಕೆ) ಒಳ್ಳೇದು, —ಚಲೋದು, ಇದೇ ಉತ್ತಮ; 2. (in health) ಗುಣ: he is b. ಸ್ವಲ್ಪ ಗುಣವಾಯಿತು; he is b. off than I ಅವನು ನನಗಿಂತ ಸಂಪತ್ತುಳ್ಳವನು. *n.* ಜಯ: to get the b. of ...ನ್ನು ಸೋಲಿಸು, ಜಯಿಸು; 2. ಉತ್ತಮ ಸ್ಥಿತಿ; a change for the b. ಗುಣವಾಗೋಣ, ಏಳಿಗೆ, ವೃದ್ಧಿ; *pl.* ಉತ್ತಮರು: his betters ಅವನಿಗಿಂತ ಒಳ್ಳೆಯವರು, —ದೊಡ್ಡವರು, ಅವನ ಹಿರಿಯರು. *ad.* ..ಗಿಂತ ಉತ್ತಮವಾಗಿ, —ಚನ್ನಾಗಿ: you know it b. than he ಅವನಿಗಿಂತ ನಿನಗೆ ಚನ್ನಾಗಿ ಗೊತ್ತದೆ; you had b. do it now ಅದನ್ನು ನೀನು ಈಗಲೇ ಮಾಡಿದರೆ ಉತ್ತಮ; 2. ಹೆಚ್ಚಾಗಿ. *v.t.r.* ಮತ್ತೂ ಉತ್ತಮ ಮಾಡು, ಗುಣ ಮಾಡು, ಸುಧಾರಿಸು. Bet'tĕr-ment, *n.* ಪುರೋವೃದ್ಧಿ.

Bet'tĕr, -tŏr, *n.* ಪಂತವಾಡುವವ.

Be-twēen', Be-twixt', *prep.* ಮಧ್ಯೇ, ನಡುವೆ, ಒಳಗೆ; b. ourselves ನಮ್ಮನಮ್ಮೊಳಗೆ; far b. ದೂರದೂರ.

Bev'el, *n.* ಉಪ್ಪಾರನು ಮೂಲೆಗಳನ್ನು ಜೋಡಿಸುವ ಉಪಕರಣ. *v. t.* & *i. r.* (-lled) ಇಳಿಜಾರು ಮಾಡು.

Bev'ĕr-āġe, *n.* ಪಾನಕ, ಬಾಯಾರು.

Bev'y, *n.* ಪಕ್ಷಿಗುಂಪು, ಗುಂಪು.

Be-wāil', *v.t.r.* ...ಸಲವಾಗಿ ಗೋಳಾಡು *c. g.;* —ಪ್ರಲಾಪ ಮಾಡು *c. g.*

Be-wāre', *v. i. r.* ಜಾಗ್ರತೆಯಾಗಿರು, ಎಚ್ಚರಿಕೆಯಾಗಿರು; b. of thieves ಕಳ್ಳರಿದ್ದಾರೆ ಎಚ್ಚರಿಕೆ!

Be-wil'dĕr, *v. t. r.* ಗಾಬರಿ ಮಾಡು, ತಬ್ಬಿಬ್ಬು ಮಾಡು, ಕಂಗೆಡಿಸು; *pass.* he was bewildered ಅವನು ಕಂಗೆಟ್ಟ, —ತಬ್ಬಿಬ್ಬಾದ, ಗಾಬರಿಯಾದ, ತಲ್ಲಣಗೊಂಡ. -ment, *n.* ಗಾಬರಿ, ಬೇಳುವೆ.

Be-witch' (-wich'), *v. t. r.* (*pr.* -wicht') ಮನರಂಜಿಸು; 2. ಮರುಳುಗೊಳಿಸು, ಮಂಕು ಮಾಡು, ಮಾಟ ಮಾಡು. -iṅg-ly, *ad.* ಮನೋಹರವಾಗಿ. Be-witch'ment, *n.* ಮರುಳು ಮಾಡುವುದು, ಮನೋಹರತ್ವ.

Be-wrāy' (be-rā'), *v. t. r.* ಅನಿಚ್ಛೆಯಿಂದ ಹೊರಗೆಡವು, —ಬಹಿರಂಗ ಪಡಿಸು.

Bey (bā), *n.* ತುರ್ಕರಲ್ಲಿಯ ಒಬ್ಬ ದೊರೆ, —ಸುಬೇದಾರ.

Be-yond', *prep.* ಆಚೆ, ಅತ್ತಕಡೆ.

Bez'el, *n.* ಉಂಗುರದ ಗೂಡು, ಕುಂದಣ.

Be'zoar, *n.* ಸರ್ಪಮಣಿ, ವಿಷಹಾರಿ, ಗೋರೋಚನ.

Bhaṅg, *n.* ಬಂಗಿ.

Bi-, *or* Bī, Bis, *pref.* (*in Sanskr.* dvi) ದ್ವಿ.

Bī-an'nual, *a.* ವರ್ಷಕ್ಕೆರಡಾವರ್ತಿಯ.

Bī'as, *n.* ಒಲಿಯುವಿಕೆ, ಪಕ್ಷಪಾತ. *v. t. r.* ಪಕ್ಷ ಹಿಡಿಸು, ಒಲಿಸು.

Bib, *v. t. r.* (bibbed) ಸೀಪಿ ಕುಡಿ, ತುಟಿಯಿಂದ ಕುಡಿ. *n.* ಮಗುವಿನ ಬಟ್ಟೆ ಮೈಲಿಗೆಯಾಗದಂತೆ ಕುತ್ತಿಗೆಗೆ ಕಟ್ಟುವ ವಸ್ತ್ರ. -'bĕr, *n.* ಕುಡಿಕ.

Bī'ble, *n.* ಕ್ರೈಸ್ತರ ಸತ್ಯವೇದ, ದೇವರ ವಾಕ್ಯ.

Bib'li-cal, *a.* ಸತ್ಯವೇದದ, ಸತ್ಯವೇದೋಕ್ತ.

Bib-li-og'ra-phy (-fi), *n.* ಗ್ರಂಥವಿದ್ಯಾಶಾಸ್ತ್ರ. Bib-li-og'ra-phĕr, *n.* ಗ್ರಂಥಗಳನ್ನು ಬರೆಯುವವನು.

Bib-lio-mān'ia, *n.* ಗ್ರಂಥಸಂಗ್ರಹಾತುರತ್ವ.

Bib-liop'eġy, *n.* ಪುಸ್ತಕಗಳನ್ನು ಕಟ್ಟುವ ವಿದ್ಯೆ.

Bib-li-o'pōle, Bib-liop'o-list, *n.* ಪುಸ್ತಕ ವ್ಯಾಪಾರಿ.
Bib-li-o-the'ca, *n.* ಪುಸ್ತಕಭಂಡಾರ.
Bib'ū-lŏus, *a.* ಕುಡಿಯುವ, ಹೀರುವ.
Bī-cen'ten-ar-y, *n.* ಇನ್ನೂರು ವರ್ಷದ ಕಾಲ.
Bī'ceps, *n. pl.* ರಟ್ಟೆಯ ಸ್ನಾಯು.
Bī-cip'i-tal, Bī-cip'i-tŏus, *a.* ಎರಡು ತಲೆಗಳುಳ್ಳ.
Bick'ẽr, *v. i.* ಕಡದಾಡು, ಮೊರೆಯು, (rain) ಧಡಧಡ ಸುರಿ, (fire) ಝುಗ್ಗನ್ನು.
Bī-cus'pid, *a.* ಎರಡು ಮೊನೆಯುಳ್ಳ.
Bī'cy-cle, *n.* ದ್ವಿಚಕ್ರ.
Bid, *v. t. ir.* (bade, *pr.* bad, bidd'en, *pr.* bid'n; *also* bid, bid) (ಇಂತಿಷ್ಟಕ್ಕೆ) ಬೇಡು, ಕೇಳು; what did he bid ಎಷ್ಟಕ್ಕೆ ಬೇಡಿದ? ಎಷ್ಟಕ್ಕೆ ಕೇಳಿದ? ಎಷ್ಟು ಹೇಳಿದ? 2. ಹೇಳು; to b. good morning ಸಲಾಮ್ ಕೊಡು, ಶರಣು ಮಾಡು; to b. farewell ಅಪ್ಪಣೆ ತಕ್ಕೊಳ್ಳು, ಬಿಟ್ಟು ಹೋಗು; 3. ಅಪ್ಪಣೆ ಮಾಡು; 4. (ಊಟಕ್ಕೆ) ಹೇಳು; to b. fair ಭರವಸ ಹುಟ್ಟಿಸು, ಆಶೆ ಹುಟ್ಟಿಸು. *n.* ಬೇಡೋಣ, "ವಾರು" *(S. C.)*. **Bid'dẽr,** *n.* (ಇಂತಿಷ್ಟಕ್ಕೆ) ಬೇಡುವವ, ಕೇಳುವವ. **Bid'ding,** *n.* ಅಪ್ಪಣೆ, ಕರೆ; 2. ಏಲಮಿನಲ್ಲಿ ಬೇಡೋಣ, ಕೇಳೋಣ, ಕೇಳಿದ ಕಿಮ್ಮತ್ತು, ಬೇಡಿದ ಬೆಲೆ, "ವಾರು".
Bīde, *v. i. see* Abide; b. one's time ಒಳ್ಳೆ ವೇಳೆ ಕಾದಿರು.
Bī-en'ni-al, *a.* ಎರಡು ವರ್ಷಕ್ಕೊಮ್ಮೆ ಸಂಭವಿಸುವ, ಎರಡು ವರ್ಷಕ್ಕಿರುವ.
Biẽr (bẽr), *n.* ಚಟ್ಟ, ಸಿದಿಗೆ, ಸೇದಿಗೆ.
Biẽst'ings, *n. pl.* ಗಿಣ್ಣಹಾಲು; *same as* Beestings.
Bī-fur'cāte, *v. t. & i. r.* ಕವಲು ಮಾಡು, ಎರಡು ಶಾಖೆ ಮಾಡು. *a.* ಕವಲು, ದ್ವಿಶಾಖ. **Bī-fur-cā'tiŏn,** *n.* ದ್ವಿಧಾಕರಣ, ಎರಡಾಗಿ ವಿಭೇದಿಸಿದ್ದು.
Big, *a.* ದೊಡ್ಡ, ಕೊಬ್ಬಿದ, ಗಡತರ, ಗರ್ಭಧರಿಸಿದ. **Big'ness,** *n.* ದಪ್ಪ, ದೊಡ್ಡತನ, ಗಾತ್ರ. **Big'wig,** *n. (coll.)* ದೊಡ್ಡ ಮನುಷ್ಯ.
Big'am-ist, *n.* ಇಬ್ಬರು ಹೆಂಡರುಳ್ಳವನು, ಇಬ್ಬರು ಗಂಡಂದಿರುಳ್ಳವಳು. **Big'am-y,** *n.* ಇಬ್ಬರು ಹೆಂಡರನ್ನು ಅಥವಾ ಇಬ್ಬರು ಗಂಡರನ್ನು ಮದುವೆ ಮಾಡಿಕೊಳ್ಳೋಣ.
Bīght (bīt), *n.* ಕೊಲ್ಲಿ; 2. ಆಖಾತ.
Big'ot, *n.* ಮತಾಭಿಮಾನಿ, ಮತಭ್ರಾಂತ; **Big'ot-ry,** *n.* ಮತಾಭಿಮಾನ, ಮತಭ್ರಾಂತಿ, ಅಂಧಭಕ್ತಿ.
Bīke, *n. (coll. abbr. for* Bicycle) ದ್ವಿಚಕ್ರ, "ಬಾಯ್‌ಸಿಕಲ್".
Bī-lat'er-al, *a.* ಇತ್ತಟ್ಟಿನ, ಇತ್ತಟ್ಟಿಗೆ ಸಾಧಕಬಾಧಕವಾದ.
Bil'ber-ry, *n.* ಒಂದು ಜಾತಿ ಹಣ್ಣು.
Bīl'bō, *n.* ಕತ್ತಿ (ಸ್ಪೇನದೇಶದ). **Bil'bōes (-bōz),** *n. pl.* ಕೋಳಮರ, ಕೋಳದಂಡ.
Bile, *n.* ಪಿತ್ತ. **Bil'iŏus (-yus),** *a.* ಪಿತ್ತವುಳ್ಳ, ಪೈತ್ಯದೇಹಿ. **-ness,** *n.* ಪೈತ್ಯ.
Bilge, *n.* ಪೀಪಾಯಿ ಹೊಟ್ಟೆ, ಹಡಗಿನ ತಳದ ಅಡ್ಡಹಲಿಗೆ. **B.-wa̤t'ẽr,** *n.* ಗಮ್ಮತ ನೀರು.
Bilk, *v. t. r.* ಜಾರುಪಾಟಮಾಡು, ವಂಚಿಸು.
Bill, *n.* ಹುಂಡಿ; 2. "ಯಾದಿ" ಕಾಗದ; 3. ಸಾಮಾನಿನ ಲೆಕ್ಕದಪಟ್ಟಿ; 4. "ಕಾಯಿದೆಯ ಮಸೂದೆ", —ಸುಳುಹು; 5. (b. of a bird) ಚುಂಚ, ಚಂಚು, ಚಂಚುಪುಟ, ಪಕ್ಷಿಯ ಮೂಗು, ಕೊಕ್ಕು, ಚುಳ್ಳಿ; b. of exchange ಹುಂಡಿ ಚೀಟು, ಹವಾಲೆ; b. of fare ಒದಗಿಸಿದ ಊಟ ಉಪಚಾರದ ತಪಸೀಲು ಪಟ್ಟಿ; b. of health ಆರೋಗ್ಯದ ಸರ್ಟಿಫಿಕೇಟು; b. of lading ಸರಕು ಕೈವಶ ಬಂದದ್ದಕ್ಕೆ ಹಡಗಿನ ಯಜಮಾನನ ಪಾವತಿ. **B.-pōst'ẽr,** *n.* ಪ್ರಕಟಣೆಗಳನ್ನು ಹಚ್ಚುವವ.
Bil'let, *n.* ಚೀಟು, ಸಣ್ಣ ಕಾಗದ, ಸೈನ್ಯದವರಿಗೆ ಆಶ್ರಯ ಕೊಡಲಿಕ್ಕೆ ಬರೆದ ಚೀಟು; 2. ಕೊರಡು.
Bil-let-doux' (bil-lā-du̦'), *n.* ಪ್ರೇಮಲಿಖಿತ.
Bill'ho̤ok, *n.* ಕೊಯ್‌ಗತ್ತಿ, ಕೊಡಗುಕತ್ತಿ.
Bill'iards, *n.* ಜಂತದ ಗುಂಡಿನ ಆಟ.
Bil'lings-gāte, *n.* ಕೊಳಕು ಮಾತು, ಬಂಡು ಮಾತು, ಬೈಮಾತು.
Bil'liŏn, *n.* ಲಕ್ಷ ಕೋಟಿ, ಮಹಾಪದ್ಮ, ೧,೦೦೦,೦೦೦,೦೦೦,೦೦೦.
Bil'lōw (-lō), *n.* ದೊಡ್ಡ ತೆರೆ.
Bil'ly-gōat, *n.* ಗಂಡು ಆಡು.
Bī-men'sal, *a.* ಎರಡು ತಿಂಗಳಿಗೊಮ್ಮೆ ಸಂಭವಿಸುವ.
Bī-met'al-lism, *n.* ಚಿನ್ನ ಬೆಳ್ಳಿಯ ಪರಸ್ಪರ ಒಂದೇ ಧಾರಣೆಯ ಮೇಲೆ ನಾಣ್ಯಗಳು ಪ್ರಚಲಿತವಾಗಬೇಕೆಂಬ ಮತ.
Bī-mŏnth'ly, *a.* ಮಾಸಕ್ಕೆರಡಾವರ್ತಿಯ.
Bin (*originally* Ben), *n.* ಪೆಟ್ಟಿಗೆ, ಖಾನೆ, ಪತ್ತಾಯ *(S. C.)*.
Bin, *n.* .....ಮಗ.
Bin'a-cle, *n. same as* Binnacle, *q. v.*

Bī'nar-y, *a.* ಜೋಡುಜೋಡಾದ.

Bī'nāte, *a.* ಜೋಡಾಗಿ ಬೆಳೆಯುವ.

Bīnd, *v. t. ir.* (bound, bound) ಕಟ್ಟು, ಬಿಗಿ; 2. ಬದ್ಧಿಸು; 3. "ಕರಾರು" ಮಾಡು, "ಕರಾರು ನಾಮೆ" ತಕ್ಕೊಳ್ಳು. -ēr, *n.* ಪುಸ್ತಕ ಕಟ್ಟುವವ; 2. ಕಟ್ಟು. **Bīnd'ing**, *a.* ಕಟ್ಟುವಂಥಾ; 2. ಬಂಧಕ; 3. ಅವಶ್ಯಕ. *n.* ಪುಸ್ತಕದ "ಬೈಂಡು".

Bīnd'wēed, *n.* (*Convolvulus arvensis, L.*) ನರಂಜಬಳ್ಳಿ (*My.*), ಹಸರಾಣಿಬಳ್ಳಿ (*S. M.*).

Bīne, *n.* ಹಂಬು.

Bin'na-cle, *n.* ಹೋಕಾಯಂತ್ರದ ಮನೆ.

Bīn-oc'ūl-ar, *a. & n.* ಎರಡು ಕಣ್ಣಿನ ದುರ್ಬೀನು.

Bī-nom'i-al, *a.* ಬೀಜಗಣಿತದಲ್ಲಿ ಎರಡು ಅಂಗಗಳುಳ್ಳ ಪರಿಮಾಣ.

Bī-og'ra-phēr (-fēr), *n.* ಜನಚರಿತ್ರಕರ್ತ. **Bī-og'ra-phy** (-fi), *n.* ಜನಚರಿತ್ರೆ, ಜೀವನ ವೃತ್ತಾಂತ. **Bī-og'ra-phic, -al**, *a.* ಜನಚರಿತ್ರಸಂಬಂಧವಾದ.

Bī-ol'o-ġy, *n.* ಪ್ರಾಣಿಶಾಸ್ತ್ರ.

Bī'o-scōpe, *n.* ಚಲಚ್ಚಿತ್ರಪ್ರದರ್ಶನ.

Bī-pärt'īte, *a.* ಇತ್ತಂಡದವರು ಸೇರಿದ.

Bī'ped, *a.* ಎರಡು ಕಾಲುಳ್ಳ, ದ್ವಿಪದಿ.

Bī'plāne, *n.* ವಾಯುವಿಮಾನ.

Bī-pō'lar, *a.* ಎರಡು ಕೊನೆಗಳುಳ್ಳ.

Bī-quad'rāte, *n.* ಗಣಿತದಲ್ಲಿ ಒಂದು ಸಂಖ್ಯೆಯ ವರ್ಗದ ವರ್ಗ.

Bīrch, *n.* ತಂಪು ದೇಶಗಳಲ್ಲಿ ಬೆಳೆಯುವಂಥ ಬಿಳೀ ತೊಗಟೆಯ ಕಾಡು ಮರ. *v. t.* "ಬರ್ಚ್"ಕಡ್ಡಿಯಿಂದ ತಳಿಸು, ಏಟುಕೊಡು.

Bīrd, *n.* ಪಕ್ಷಿ, ಹಕ್ಕಿ; **B.'-fan'cier**, *n.* ಹಕ್ಕಿಗಳನ್ನು ಸಾಕುವವ. **B.'līme**, *n.* ಜಿಗಟು, ಜಗುರಂಟು, ಪಕ್ಷಿಗಳನ್ನು ಹಿಡಿಯುವ ಅರಳಿಯಂಟು; b. of paradise ಸುಂದರ ಪಕ್ಷಿಜಾತಿ; b. of passage ಸಂಚಾರಕಪಕ್ಷಿ, ಪ್ರವಾಸಿ; b. of prey ಕ್ರವ್ಯಾದಪಕ್ಷಿ. **B.'-wit-ted**, *a.* ಚಂಚಲಬುದ್ಧಿಯ. Jail-bird ಆಗಾಗ ಬಂದೀಖಾನೆಗೆ ಸೇರುವಂಥವನು. **Bīrd's-eȳe view**, *n.* ದಿಗ್ದರ್ಶನ, ಸ್ಥೂಲದರ್ಶಕ.

Bīrth, *n.* ಜನ್ಮ, ಜನನ; 2. ವಂಶ; by birth ಹುಟ್ಟು: *as*, he is a Jew by b. ಅವನು ಹುಟ್ಟು ಯೆಹೂದಿ. **B.'-dāy**, *n.* ಹುಟ್ಟಿದ ದಿನ, ಜನ್ಮದಿನ, ಜಯಂತಿ. **B.'-märk**, *n.* ಹುಟ್ಟು ಮಚ್ಚೆ. **B.'-plāce**, *n.* ಹುಟ್ಟಿಡೆ, ಹುಟ್ಟೂರು. **B.-'rīght**(-rīt), *n.* ಜನ್ಮಹಕ್ಕು, ಜ್ಯೇಷ್ಠಭಾಗ.

Bīrth'wōrt, *n.* Indian b. (*Aristolochia indica, L.*) ಈಶ್ವರೀಬೇರು (*My.*), ಈಶ್ವರ ಬಳ್ಳಿ (*S. C.*), ಗೋಪಾಲಪುಟ್ಟಿ ತೊಪ್ಪಲು (*S. M.*)

Bis, *ad.* (*mu s.*) ಎರಡಾವರ್ತಿ.

Bis'cuit (-kit), *n.* "ಬಿಸ್ಕತ್ತು".

Bī-sect', *v. t. r.* ಸರಿಯಾಗಿ ಎರಡು ಭಾಗ ಮಾಡು, ದ್ವಿಭಾಗಿಸು. **Bī-sec'tiōn**, *n.* ದ್ವಿಭಾಗಿಸೋಣ.

Bish'op, *n.* ಅಧ್ಯಕ್ಷ, "ಬಿಷಪ", ಕ್ರೈಸ್ತ ಪ್ರಧಾನ ಗುರು; 2. (ಚತುರಂಗದ ಆಟದಲ್ಲಿ) ರಥ, ಒಂಟೆ. **Bish'op-ric**, *n.* (ಒಂದು ತುಕಡಿಗೆ) ಅಧ್ಯಕ್ಷತ್ವ.

Bish'op's-wēed, *n.* (*Carum copticum, Benth.*) ಓಮು, ಅಜಾಮುಲ ಗಿಡ, "ಅಜವಾನ".

Biṣ'muth, *n.* ತವರದಂಥ ಒಂದು ತರದ ಲೋಹ.

Bī'ṣon, *n.* (*Gavoeus gaurus*) ಕಾಟಿ, ಅಡವಿ ಕೋಣ, ಕಾಡಕೋಣ.

Bis'tre (-tēr), *n.* ಇಲ್ಲಣದ ರಂಗು (ಕಪಿಲ).

Bī-sul'cōus, *a.* ದನಗಳಂತೆ ಸೀಳಿದ ಪಾದಗಳುಳ್ಳ.

Bit, *n.* ಒಂದು ತುತ್ತು, ಚೂರು, ತುಂಡು, ಒಂದಿಷ್ಟು; 2. ಲಗಾಮು; b. of a drill ಉಳಿ; a b. of one's mind ಕಂಠೋಕ್ತವಾಗಿ ನುಡಿದ ಮನೋಗತ; not a b. better ಲೇಶವೂ ಉತ್ತಮವಲ್ಲ; b. by b. ಕೊಂಚಕೊಂಚವಾಗಿ.

Bitch (bich), *n.* ಹೆಣ್ಣುನಾಯಿ, ಹೆಣ್ಣುತೋಳ, ಹೆಣ್ಣುನರಿ; 2. ಸೂಳೆ (ತಾತ್ಸಾರದಿಂದ ಹೇಳುವಾಗ).

Bīte, *v. t. ir.* (bit, bit'ten, *or* bit) ಕಡಿ, ಕಚ್ಚು. *n.* ಕಡಿತ, ಕಚ್ಚೋಣ; 2. (the wound made by biting) ಕಚ್ಚಿದ ಗಾಯ; b. of an insect ಹುಳ ಕಡದದ್ದು, ಹುಳದ ಕಡತ; mark from the b. of an insect ಗಾದರಿ; 3. ತುತ್ತು.

Bit'stock, *n.* ಹಿಡಿಕೆ.

Bit'tēr, *a.* ಕಹಿ, ತಿಕ್ತ; 2. ಕಠಿಣ, ಕಡು; 3. ದುಃಖಕರ; to the b. end ಕಟ್ಟಕೊನೆ; b. cup ದುರ್ದಶೆ. -ly, *ad.* ಬಹಳವಾಗಿ; 2. ಕ್ರೂರವಾಗಿ; 3. ದುಃಖಕರವಾಗಿ. **Bit'ter-ness**, *n.* ಕಹಿ, ತಿಕ್ತ; 2. ನಿಷ್ಠುರತೆ, ಕಠಿಣತ್ವ.

Bit'tērn, *n.* ಬಕದಂಥ ಜಲಪಕ್ಷಿ.

Bi-tū'men, *n.* ಮಣ್ಣುತೈಲ, ಶಿಲಾಜತು.

Bī'valve, *a.* ಎರಡು ಕದ-ಮುಚ್ಚಳಗಳುಳ್ಳ.

Biv'ou-ac (biv'ụ-ak), *n.* ಸೈನ್ಯದ ಹಂಗಾಮಿ ಪಾಳೆಯ. *v.i.r.* (*pr.* -akt) ಪಾಳೆಯ ಹೊಡೆ.

Bī'wēek-ly, *a.* ಹಪ್ತೆಗೆರಡಾವರ್ತಿಯ.

Bi-zärre' (bi-zär'), *a.* ವಿಲಕ್ಷಣ, ವಿಪರೀತ.

Blab', *v. t. & i. r.* ಗಳಹು, ಗುಟ್ಟು, ಹರಟು. *n.* ಹರಟೆ, ಪಟ್ಟಂಗ. **Blab'bĕr**, *n.* ಬಾಯಿಬಡಕ.

Black, *a.* ಕರೀ; 2. ದುಷ್ಟ. *n.* ಕಪ್ಪು, ಕರಿದು, ಹಬಸಿ. *v. t. r.* (*pr.* blakt) ಕರ್ರಗೆ ಮಾಡು; b. books ಅಪರಾಧಿಗಳ ಅಥವಾ ಗುಮಾನಿಗಳ ಹೆಸರು ವಿವರ ಇರತಕ್ಕ ಪುಸ್ತಕಗಳು. **B.-cap**, *n.* ಮರಣ ಶಿಕ್ಷೆಯನ್ನು ವಿಧಿಸುವ ನ್ಯಾಯಾಧಿಪತಿಯು ಧರಿಸುವ ಟೊಪ್ಪಿ. **B. death** 1349ರಲ್ಲಿ ಇಂಗ್ಲಂಡದಲ್ಲಿ ಆದ ಪ್ಲೇಗ್. **B.-eye**, *n*, ಗಾಯ ಹೊಂದಿದ ಕಣ್ಣು. **B.-lĭst**, *n.* ಗುಮಾನಿ ಪಟ್ಟಿ. **B.-sheep**, *n.* ದುರ್ವರ್ತನೆಯವ. **Black'en**, *v. t. r.* ಕರ್ರಗೆ ಮಾಡು. *v. i.* ಕರ್ರಗಾಗು. **Black'ish**, *a.* ಕರೇ ಬಣ್ಣದ ಮೇಲೆ ಇರುವ, ನಸುಗರದಿನ, ಕಪ್ಪಿನ. **Black'ness**, *n.* ಕಪ್ಪು.

Black'a-moor, *n.* ಹಬಸಿಯವ, ಕಾಫರಿ.

Black-ärt, *n.* ಕುಟ್ಟಿಚಾತನ ವಿದ್ಯೆ, ಮಂತ್ರ ಮೋಡಿ.

Black'guärd (-gärd), *n.* ನೀಚ, ತುಂಟ, "ಲುಚ್ಚ". **Black'guärd-ism**, *n.* ನೀಚತನ, "ಲುಚ್ಚತನ".

Black'-lead (-led), *n.* ಕಪ್ಪು ಸೀಸ.

Black'māil, *n.* ದರೋಡೆಯವರಿಗೆ ತೆರುವ ಲಂಚ.

Black'smith, *n.* ಕಮ್ಮಾರ.

Black'wọọd, *n.* *see* Cabinet Rosewood.

Blad'dĕr, *n.* ಉಚ್ಚೇ ಚೀಲ, ಉಚ್ಚೇ ಬುರುಡೆ, ಮೂತ್ರಕೋಶ; 2. ಗುಳ್ಳೆ.

Blāde, *n.* (of grass) ಗರಿ; 2. (of a sword, knife, *etc.*) ಅಲಗು; 3. "ಹುಷಾರು" ಮನುಷ್ಯ.

Blāin, *n.* ಉರಿಯುವ ಹುಣ್ಣು.

Blāme, *n.* ದೂರು, ದೂಷಣೆ, ತಪ್ಪು, ನಿಂದೆ. *v. t. r.* ತಪ್ಪು ಹೊರಿಸು, ಆಕ್ಷೇಪಿಸು, ಕುಂದಿಡು. **Blā'ma-ble**, *a.* ತಪ್ಪುಳ್ಳ, ನಿಂದ್ಯ. **Blāme'fụl**, *a.* ನಿಂದೆ ಹೊರಿಸತಕ್ಕ. **Blāme'less**, *a.* ತಪ್ಪಿಲ್ಲದ, ನಿರಪರಾಧಿ. **Blāme'worthy**, *a.* ನಿಂದಾಯೋಗ್ಯ.

Blanch, *v. t. r.* (*pr.* blansht) ಕಳೆಗುಂದಿಸು (cheeks); 2. (almonds) ಸುಲಿ; 3. ಬೆಳ್ಳಗೆ ಮಾಡು, ಮಡಿ—; 4. (give a favourable appearance) ಬಣ್ಣ ಹಾಕು *c. d.*; 5. ಅಲಕ್ಷ್ಯ ಮಾಡು; 6. ತಪ್ಪಿಸಿಕೊಳ್ಳು. *v. i.* ಕಳೆಗುಂದು, ನಿಸ್ತೇಜವಾಗು, ಬಿಳುಪಾಗು. **-'ing**, *n.* ಬೆಳಗಿಸೋಣ; 2. ಕಲಾಯ ಮಾಡೋಣ. [ವಾದ.

Bland, *a.* ಮೆತ್ತಣ, ಮೃದು; 2. ಶಾಂತ, ನಿಧಾನ

Blan'dish, *v. t. & i. r.* (*pr.* -disht) ಆದರಿಸು, ನಿವರು, ನೇವರಿಸು, ಲಾಲಿಸು. **-ment**, *n.* ಒಳ್ಳೇ ಮಾತು, ಸೀ ಮಾತು, ಮೋರೇ ಮೇಲೆ ಕೈಯೆಳೆಯೋಣ, ಸೋಕುಬೇಟೆ.

Blank, *a.* ಬಿಳೀ; 2. ತಬ್ಬಿಬ್ಬಾದ, ಗಾಬರಿಯಾದ; 3. ಬರೀ, ಬರೆಯದ, ಖಾಲಿ; 4. ಹುಸಿ, ಶೂನ್ಯ; b. verse ಪ್ರಾಸರಹಿತ ಕಾವ್ಯ. **Blank'ly**, *ad.* ತಬ್ಬಿಬ್ಬಾಗಿ, ಗಾಬರಿಯಾಗಿ; 2. ಬರಿದಾಗಿ.

Blank'et, *n.* ಚಾಡಿ, ಕಂಬಳಿ; a worn out black b. ಕೋರಿ; a wet b. ಸಂತೋಷವನ್ನು ಣಗಿಸುವ ಕಾರ್ಯ, ಸಂಭಾಷಣೆ ಅಣಗಿಸುವವ.

Blāre, *v. i. r.* ಗರ್ಜಿಸು.

Blar'ney (-ni), *n.* ಇಚ್ಚಕನುಡಿ, ಮೋಸದ ಮುಖಸ್ತುತಿ.

Blas-phēme' (-fēm'), *v. t. & i. r.* ದೇವದೂಷಣೆ ಮಾಡು, ದೂಷಿಸು. **Blas-phēm'ĕr**, *n.* ದೂಷಣೆ ಮಾಡುವವ. **Blas-phe'mŏus**, *a.* ದೇವದೂಷಕ. **Blas-phe'mŏus-ly**, *ad.* ದೇವದೂಷಣೆಯಾಗಿ. **Blas'phem-y**. *n.* ದೇವದೂಷಣೆ, ಪರಮೇಶ್ವರನಿಂದೆ.

Blast, *n.* (ಒಂದು) ಬೀಸು, ಗಾಳಿಯ ಹೊಡತ; 2. ಕೊಂಬಿನ ಧ್ವನಿ; 3. ವಿಷಮ ಗಾಳಿ, ಕೆಟ್ಟ ಗಾಳಿ, ಸಸ್ಯಾದಿಗಳ ಕಾಡಿಗೆ ರೋಗ. *v. t. r.* ಕೆಡಿಸು, ಕಂದಿಸು; (b. hopes) ನಿರಾಶೆ ಪಡಿಸು; 2. ಕುಂದಿಸು, ಕುಗ್ಗಿಸು, ಅಳಿಸು; (by gun-powder) ತುಪಾಕಿಮದ್ದು ಸುಟ್ಟು ಕಲ್ಲು ಬಂಡೆ ಒಡೆಯು.

Blā'tant, *a.* ಘೋಷಿಸುವ, ಒದರಾಡುವ, ಅರಚುವ.

Blat'tĕr, *v. i. r.* ಹೆಚ್ಚು ಮಾತಾಡು, ಬಡಬಡಿಸು.

Blāze, *v. i. r.* ಉರಿ, ಧಗಧಗ ಉರಿ, ಜ್ವಲಿಸು. *v. t. r.* ಸಾರಿ ಹೇಳು, ಸುದ್ದಿ ಮಾಡು. *n.* ಉರಿ, ಜ್ವಾಲೆ.

Blāz'ĕr. *n.* ವಿಹಾರಕ್ಕಾಗಿ ದೋಣಿ ನಡಿಸುವಾಗ ಅಥವಾ ಆಟವಾಡುವಾಗ ಧರಿಸುವ ಬಗೆಬಗೆಯ ಬಣ್ಣದ ತುಂಡಂಗಿ.

Blā'zon (blā'zn), *v. i. r.* ಬಯಲು ಮಾಡು, ಬಹಿರಂಗ—, ಪ್ರಸಿದ್ಧ—; 2. ಶೃಂಗರಿಸು; 3. ವಂಶಬಿರುದನ್ನು ಟೀಕಿಸು. *n.* ವಂಶಬಿರುದು; 2. ವಂಶಬಿರುದಿನ ವಿದ್ಯೆ; 3. ಡಂಬ. **Blāz'onry**, *n.* ವಂಶಾವಳಿ ಇತ್ಯಾದಿಗಳನ್ನು ವರ್ಣಿಸುವ ವಿದ್ಯೆ.

Blēach (blēch), *v. t. r.* (*pr.* blēcht) ಬೆಳ್ಳಗೆ ಮಾಡು, ಚಲವೆ ಮಾಡು. *v. i.* ಬಿಳುಪಾಗು.

Blēak (blēk), *a.* ವರ್ಣಹೀನ, ಬರಿದು; 2. ತಣ್ಣಗೆ, ಚಳಿಯ, ಶೀತ. **-'ness**, *n.* ಅತಿ ಶೀತ.

Blēar (blēr), **Blēared** (blērd), *a.* ಪಿಸರುಗಣ್ಣಿನ, ಪಿಚ್ಚು—, ಚಿಲ್ಲ—.

Blēat (blēt), *v. t. r.* (ಕುರಿ) ಒದರು, (ಕುರಿ) ಕೂಗು, ಅರಚು. *n.* ಕುರಿಯ ಕೂಗು.

C *as* k; c *as* s; ch *as* sh; g *as in* get; g *as* j; ṅ *nasal, as in* anger; s *as* z: th *as in* thou; x *as* gz; ce, ci, si *and* ti *before a vowel as* sh: ocean, action.

Blēed, *v. i. ir.* (bled, bled) ರಕ್ತ ಸುರಿ, b. from the nose ಮೂಗು ಒಡಿ, —ಬಿಚ್ಚು; he is bleeding from the nose ಅವನ ಮೂಗು ಒಡೆಯಿತು. *v. t.* ರಕ್ತ ತೆಗೆ. 2. ಬಲಾತ್ಕರಿಸಿ ಹಣ ಕಿತ್ತುಕೊಳ್ಳು.

Blem'ish, *n.* ಕುಂದು, ದೋಷ, ಕಲೆ, ಕಳಂಕ. *v. t. r.* (*pr.* -isht) ಊನ ಮಾಡು, ಕುಂದು ಹಾಕು.

Blench, *v. i. r.* (*pr.* blencht) ಹಿಂಜರಿ. *v. t.* ಗಾಬರಿ ಮಾಡು.

Blend, *v. t. r.* ಕಲಬೆರಿಕೆ ಮಾಡು, ಮಿಶ್ರ—. *v. i.* ಮಿಶ್ರವಾಗು, ಕೂಡು. *n.* ಮಿಶ್ರ.

Bless, *v. t. r.* (*pr.* blest) ಆಶೀರ್ವದಿಸು, ಹರಸು; 2. (praise) ಕೊಂಡಾಡು, ಸ್ತುತಿಸು, ಸಾಡಿ ಹರಸು; b. me, b. my soul ಏನಾಶ್ಚರ್ಯವಿದು! ದೊಡ್ಡ ಆಶ್ಚರ್ಯವಲ್ಲ! Bles'sed, Blest, *a.* ಶುಭ, ಸುಖದ, ಮಂಗಲಾತ್ಮ; 2. ಸ್ವರ್ಗೀಯ, ದಿವ್ಯ. Bles'sed-ly, *ad.* ಸುಖವಾಗಿ. Bles'sed-ness, *n.* ಭಾಗ್ಯ, ಮಂಗಲ ಪದವಿ, ಪರಲೋಕ ಸುಖ, ನಿಃಶ್ರೇಯಸ; 2. ದೇವಾನುಗ್ರಹ. Bles'sing, *n.* ಆಶೀರ್ವಾದ; 2. ಅನುಗ್ರಹ; 3. ದಾನ, ವರ.

Bleth'ĕr, *v. i. r.* ಹರಟೆ ಕೊಚ್ಚು.

Blew (blu), *pt. of* Blow.

Blīght (blīt), *v. t. r.* ಕೆಡಿಸು, ಕಂದಿಸು, *n.* ಕೆಡಕು, ನಾಶ; 2. (b. of corn) ಕಾಡಿಗೆ.

Blīnd, *a.* ಕುರುಡ; 2. ಬುದ್ಧಿಗೇಡಿ, ವಿವೇಕಹೀನನಾದ; 3. ತಿಳಿಯದ, ಗುಪ್ತ; b. path ಕತ್ತಲು ದಾರಿ; b. wrath ಅವಿವೇಕದ ಸಿಟ್ಟು; be b. to a thing ಕಂಡು ಕಾಣದಂತಿರು; one born b. ಜನ್ಮಾಂಧ, ಹುಟ್ಟುಕುರುಡ. *v. t. r.* ಕುರುಡು ಮಾಡು; 2. ಕತ್ತಲೆ ಮಾಡು; 3. ಕಂಗೆಡಿಸು. *n.* ತೆರೆ, ಪರದೆ, ಚಾಟು, ಅರಚಾಟು, ಚೀಕು. B.'fōld, *v. t. r.* ಕಣ್ಣುಕಟ್ಟು. Blind-man's-buff, *n.* ಕಣ್ಣಾಟ, ಕಣ್ಣುಮುಚ್ಚಾಲೆ ಆಟ. Blind'ness, *n.* ಕುರುಡತನ; 2. ಅಜ್ಞಾನ, ಅವಿವೇಕ, ಬುದ್ಧಿಗೇಡಿತನ.

Blink, *v. t. r.* (*pr.* blinkt) ಕಣ್ಣು ಚಿವುಟು; 2. ಮಿಟಮಿಟಿ ನೋಡು, ಮಿಕಮಿಕ ನೋಡು; 3. ಕಣ್ಣಿಗೆ ಬೀಳದಂತೆ ಮಾಡು. *n.* ಕಣ್ಣು ಚಿವುಟುವುದು, ಕಣ್ಣು ಮಿಳಿಕಿಸುವುದು. Blink'ĕrs, *n. pl.* ಕುದುರೆಗೆ ಕಟ್ಟುವ ಕಣ್ಣುಮರೆ, ಮೊಳವಾದ, ಮಳಾಡ ಜನ್ನಿ, ಕಣ್ಣುಕಪ್ಪಡ.

Bliss, *n.* ಪರಮ ಸುಖ, ದಿವ್ಯಾನಂದ. Bliss'ful, *a.* ಆನಂದಕರ, ಪರಮಸುಖಪ್ರದ.

Blis'tĕr, *n.* ಗುಳ್ಳೆ, ಬೊಕ್ಕೆ; 2. ಗುಳ್ಳೆ ಎಬ್ಬಿಸುವ ಔಷಧ, ಕೇರು. *v. t. r.* ಗುಳ್ಳೆ ಎಬ್ಬಿಸು; 2. ಕೇರು ಹಚ್ಚು. *v. i.* ಗುಳ್ಳೆ ಏಳು. Blis'tĕr-y, *a.* ಗುಳ್ಳೆಗುಳ್ಳೆಯಾದ.

Blīthe, -'sōme, *a.* ಉಲ್ಲಾಸವುಳ್ಳ, ಸಂತೋಷವುಳ್ಳ. Blīthe'ness, *n.* ಉಲ್ಲಾಸ. Blīthe'ly, *ad.* ಉಲ್ಲಾಸದಿಂದ, ಸಂತೋಷವಾಗಿ.

Bliz'zard, *n.* ಕಣ್ಣು ಕಟ್ಟುವ ಹಿಮದ ಬಿರುಗಾಳಿ.

Blōat (blōt), *v. t. r.* ಉಬ್ಬಿಸು, ಬಾಯಿಸು. *v. i.* ಉಬ್ಬು, ಬಾಯು, ಬೀಗು. -ed, *a.* ಬೀಗಿದ, ಉಬ್ಬಿದ. Blōat'ĕr, *n.* ತುಸು ಹೊಗೆಯಲ್ಲಾರಿದ ಮೀನು.

Blob, *n.* ತಟುಕು, ಬಿಂದು. 2. ಸೊನ್ನೆ.

Blob'bĕr-lip, *n.* ಜೋಲು ತುಟಿ, ಜೋಲ್ದುಟಿ, ಹಂದಿ ತುಟಿ.

Block, *n.* ಕೊರಡು, ದಿಮ್ಮಿ: chip of old b. ತಂದೆಯ ಯಥಾಪ್ರತಿ; 2. ಬಂಡೆಯ ತುಂಡು; 3. ಅಭ್ಯಂತರ; 4. ಅಪರಾಧಿಯ ತಲೆ ಕಡಿಯುವ ಕೊರಡು; 5. ಸಾಲು ಮನೆ; 6. (pulley block) ಕಪ್ಪಿ; b. of houses ಮನೆಗಳ ಸಾಲು. *v. t. r.* (*pr.* blokt) ಹಾದಿಕಟ್ಟು, ಅಡ್ಡಕಟ್ಟು. B.-head (-hed), *n.* ದಡ್ಡ, ಮದದ, ಹೆಡ್ಡ. B.'-house, *n.* ಮುಂಡಿಗೆಕೋಟೆ. Block'ish, *a.* ದಡ್ಡ, ಮಂದಬುದ್ಧಿಯುಳ್ಳ, ಮದದ.

Bloc-kāde', *n.* ಮುತ್ತಿಗೆ, ಹಾದಿ ಮುಚ್ಚೋಣ. *v. t. r.* ಮುತ್ತಿಗೆ ಹಾಕು.

Blōke, *n.* ಆಳು.

Blonde (blond), *n.* ಗೌರಾಂಗ.

Blŏod (blud), *n.* ರಕ್ತ; 2. ಜಾತಿ, ವಂಶ; in hot b. ಕೋಪಾವೇಶದಿಂದ; bad b. ದ್ವೇಷ; in cold b. ಆಗ್ರಹವಿಲ್ಲದೆ; his b. boils ಅವನಿಗೆ ಕೆಂಡದಂಥಾ ಸಿಟ್ಟು ಬರುತ್ತದೆ; b. was up ಸಿಡುಕೇರಿತು; B.'-heat, *n.* ನೆತ್ತರಿನ ಬಿಸಿ (98.4°F.) B.'-horse, *n.* ಜಾತ್ಯಶ್ವ, ತೇಜಿ; b.hound ವಾಸನೆಯಿಂದ ಪತ್ತೆ ಹಿಡಿಯುವ ನಾಯಿ. Blŏod'i-ly, *ad.* ಕ್ರೂರವಾಗಿ. Blŏod'i-ness, ಕ್ರೂರತ್ವ. Blŏod'less, *a.* ರಕ್ತವಿಲ್ಲದ; 2. ಕೊಲೆಯಿಲ್ಲದ; 3. ಚೈತನ್ಯವಿಲ್ಲದ, ಪುಕ್ಕ. Blŏod'-let'ting, *n.* ರಕ್ತ ತೆಗೆಯುವಿಕೆ. Blŏod'-re-lā'tiŏn, *n.* ರಕ್ತಸಂಬಂಧಿ. Blŏod-roy'al, *a.* ರಾಜಕುಲದ. Blŏod'shed, *n.* ರಕ್ತ ಚೆಲ್ಲುವಿಕೆ, ಕೊಲೆ. Blŏod'shot, *a.* ಕೆಂಪೊರೆದ. Blŏod'shot-eye *n.* ಕೆರಳಿದ ಕಣ್ಣು, ರಕ್ತಾಕ್ಷಿ. Blood'-stone, *n.* ಜುಜುಕಲ್ಲು. Blŏod'-suck-ĕr, *n.* ಓತಿ, ಹೆಂಟೆಗೊದ್ದ; 2. ಘಾತಕ. Blŏod'-thīrst-y, *a.* ರಕ್ತಪ್ರಿಯ, ಘಾತಕ, ಹಿಂಸಕ,

ಕ್ರೂರ. Blŏod'-ves-sel, *n.* ರಕ್ತನಾಡಿ, ನರ. Blŏod'y, *a.* ರಕ್ತಮಯ, ಕೆಂಪೇರಿದ; 2. ಕ್ರೂರ; 3. ಅತೀವ.

Bloom, *v. i. r.* ಹೂವಾಗು, ಅರಳು, ನಳನಳಿಸು. *n.* ಹೂವು, ಪುಷ್ಪ. -'ing, *a.* ಅರಳುವ; 2. ಯೌವನವಂತ; 3. ದಾಂಡಿಗ. Bloom'y, *a.* ಅರಳಿದ, ಹೂವುಳ್ಳ; 2. ಪುಷ್ಪದಂತಿರುವ, ಚೈತನ್ಯವುಳ್ಳ.

Blos'sŏm, *n.* ಹೂವು, ಪುಷ್ಪ. *v. i. r.* ಹೂವಾಗು, ಅರಳು.

Blot, *n.* ಚುತ್ತು, ಕಲೆ; 2. ಕುಂದು. *v. t. r.* (blot'ted) ಚುತ್ತು ಮಾಡು; 2. ಕುಂದು ಹಾಕು; b. out ಅಳಿಸು. Blot'ting-paper, *n.* ಮಸಿ ಹೀರುವ ಕಾಗದ.

Blotch (bloch), *n.* ಪೊಡವೆ, ಚುಬ್ಬೆ, ವಾಳ.

Blouse, *n.* ಹೆಂಗಸರ ಸಡಲಿರುವ ಮೇಲುಹೊದಿಕೆ.

Blōw (blō), *n.* ದೆಬ್ಬೆ, ಏಟು, ಲತ್ತೆ, ಪೆಟ್ಟು; at a b. ಒಮ್ಮೆಲೆ, ಒಂದೇ ಪೆಟ್ಟಿಗೆ; to come to blows ಗುದ್ದಾಟ್ಯದಲಿಕ್ಕೆ ಹತ್ತು, ಯುದ್ಧ ತೊಡಗು. *v. i. ir.* (blew, blōwn, *pr.* blu, blōn) (ಗಾಳಿ) ಬೀಸು; 2. ತೇಕು; 3. ಅರಳು. *v. t.* (fire, *etc.*) ಊದು; 2. ಹೊಡಕೊಂಡು ಹೋಗು; 3. (an instrument) ಊದು; 4. ಬೈಲಿಗೆ ಹಾಕು; b. the nose ಮೂಗು ಸೀದು; b. one's trumpet ಆತ್ಮಶ್ಲಾಘನೆ ಮಾಡು; b. out ಆರಿಸಿಬಿಡು; b. over ತೇಲಿ ಹೋಗು, ಅಪಾಯ ಮಾಡದೆ ದಾಟಿಹೋಗು; b. up ಉಸಲು ತುಂಬು, ಉಬ್ಬಿಸು, ಹಾರಿಸು; b. upon ಕೆಡಿಸು. Blōw'y, *a.* ಗಾಳಿ ಬಡಿಯುವ.

Blub'bĕr, *n.* ಮೀನ ಕೊಬ್ಬು, —ಎಣ್ಣೆ; 2. ಬೊಕ್ಕೆ. *v. i.* ಸುಮಿಸುಮಿದು ಅಳು, ಮುಖ ಊದುವಂತೆ ಅಳು.

Blud'ġeŏn (blud'jun), *n.* ದೊಣ್ಣೆ, ಟೊಣಪೆ.

Blue, *n.* ನೀಲಬಣ್ಣ. *a.* ನೀಲವರ್ಣದ. B. blŏod, *n.* ಕುಲೀನ. B.'-bŏok, *n.* ರಾಜತಂತ್ರಲಿಖಿತಗಳಿರುವ ಪುಸ್ತಕ. B.'-jack'et, *n.* ಕಲಾಸಿ. B. lip, *n.* ದಪ್ಪ ತುಟಿ. B.'-oint'ment, B.'-pill, *n.* ಪಾದರಸ ಮಿಶ್ರಿತ ಮಾತ್ರೆ, —ಮುಲಾಮು, —ಮಲಾಮು. B. -stock'ing, *n.* ವಿದ್ಯಾಗರ್ವಿತೆ. B.-stōne, *n. see* Vitriol. B. wat'ĕr, *n.* ಸಮುದ್ರ. Blu'ish, *a.* ನಡು ನೀಲಬಣ್ಣದ, ನೀಲಬಣ್ಣದ ಮೇಲಿನ.

Bluff, *a.* ದಾಂಡಿಗ; 2. ದಾಷ್ಟೀಕ; 3. ನಿಷ್ಕಪಟ; 4. ಕಡಿದಾದ; b. off ಹೊರಕೈಲಿ ಹೊಡೆ, ಠಕ್ಕಿನಿಂದ ಎದುರುಕಡೆಯ ಗುಟ್ಟನ್ನು ಹೊರಕೆಡಹು. Bluff'-ness, *n.* ದಾಂಡಿಗತನ; 2. ದಾಷ್ಟೀಕತನ.

Blun'dĕr *n.* ತಪ್ಪು. *v. t. r.* ತಪ್ಪು ಮಾಡು. -ĕr, *n.* ತಪ್ಪುವವ. Blun'dĕr-ing, *a.* ತಪ್ಪುವ.

Blun'dĕr-buss, *n.* ಸಣ್ಣ ತೋಫು.

Blunt, *a.* ಹದವಿಲ್ಲದ, ಮೊಂಡ, ಬಡ್ಡು, 2. ಮಂದಮತಿಯುಳ್ಳ, ಮೊರಟು, ಭಿಡೆಯಿಲ್ಲದ. -ly, *ad.* ಭಿಡೆಯಿಲ್ಲದೆ. Blunt'ness, *n.* ಮೊಂಡತನ.

Blur, *n. see* Blot.

Blurt out, *v. t. r.* ವಿಚಾರವಿಲ್ಲದೆ ಹರಟು, ಹುಲುಬಿಸು.

Blush, *v. i. r.* (*pr.* blusht) ಕೆಂಪಗಾಗು, ನಸುಗೆಂಪಾಗು; 2. ನಾಚಿಕೊಳ್ಳು, ಹೇವರಿಸಿಕೊಳ್ಳು, ಲಜ್ಜಿತನಾಗು. *n.* ನಸುಗೆಂಪು; 2. ನಾಚಿಕೆ, ಹೇವರಿಕೆ, ಲಜ್ಜೆ, ಮೈಚಳಿ; 3. (sudden appearance) ಸುಳುವು, ಕಣ್ಣುಸುಳುವು, ಕಣ್ಣು ಜಾಡೆ; at the first b. ಮೊದಲನೇ ಸಾರಿ ಕಣ್ಣರಿಕೆಯಾಗುವಾಗ್ಗೆ; put to the b. ನಾಚಿಕೆ ಪಡಿಸು. -ing, *a.* ನಾಚಿಕೆ ಪಡುವ.

Blus'tĕr, *n.* ಗರ್ಜನೆ, ಘೋಷ, ಹೆಮ್ಮೆಮಾತಿನ ಗದ್ದಲ; 2. "ಬಡಾಯಿ", ಜಲ್ಲಿ, ದಾಷ್ಟೀಕ. *v. t. & i. r.* ಒದರು, ಗಲಗಲ ಮಾತಾಡು, ಕಾಲಾಡಿಸಿ ಮಾತಾಡು, ಜಲ್ಲಿಕೊಚ್ಚು, ಗಡಿಬಿಡಿ ಮಾಡು, ದಾಷ್ಟೀಕ—. -ing, *n.* ಘೋಷ, ಗರ್ಜನೆ; 2. "ಬಡಾಯಿ".

Bōa, *n.* (*Boa constrictor*) ದಾಸರಹಾವು, ಹೆಬ್ಬಾವು; 2. ಯುರೋಪಿನ ಸ್ತ್ರೀಯರು ಕುತ್ತಿಗೆಗೆ ಸುತ್ತಿಕೊಳ್ಳುವ ರೋಮದ ಮಾಲೆ.

Bōar (bōr), *n.* ಗಂಡು ಹಂದಿ; wild b. (*Sus indicus*) ಕಾಡಹಂದಿ.

Bōard (bōrd), *n.* ಹಲಿಗೆ; 2. ಊಟ; 3. ಸಭೆ. 4. ರಟ್ಟು. *pl.* ನಾಟಕರಂಗ. *v. t. r.* ಹಲಿಗೆ ಹಾಸು *c. d.*; 2. ಅಟ್ಟು ಹಾಕು, ಅಟ್ಟಿಕ್ಕು, ಊಟ ಕೊಡು; 3. ಊಟಕ್ಕೆ ಇಡು; 4. ಹಡಗ ವೇರು; overboard ಹಡಗದಿಂದ ಸಮುದ್ರಕ್ಕೆ (ಬೀಳು). Bōard'ĕr, *n.* ಖರ್ಚಿಗೆ ಕೊಟ್ಟು ಒಬ್ಬನಲ್ಲಿ ಊಟಕ್ಕಿರುವವನು. Bōard'ing-house, -school, *n.* ಅನ್ನವೂ ಬಿಡಾರವೂ ವಿದ್ಯೆಯೂ ಸಿಕ್ಕುವ ಶಾಲೆ, ಅನ್ನಹಾಕುವ ವಿದ್ಯಾಶಾಲೆ. Bōard'-wages, *n.* ಊಟಕ್ಕೆ ಕೊಡುವ ಖರ್ಚು.

Bōast (bōst), *n.* ಜಂಬ, ಬಡಿವಾರ, "ಬಡಾಯಿ". *v. i. r.* "ಬಡಾಯಿ" ಹೇಳು, ಹೊಗಳಿಕೊಳ್ಳು. -ĕr, *n.* ಜೊಳ್ಳುಬುಕ್ಕ, "ಬಡಾಯಿಗಾರ", ಬಡಿವಾರದವ, ಬುರುಡೆಮಲ್ಲ. Bōast'ful, *a.* ಬಡಿವಾರದ, "ಬಡಾಯಿಯ", ಜಲ್ಲಿಕೊಚ್ಚುವ,

ಹೆಗ್ಗಳಿಕೆ ಹೇಳುವ. **Bōast'ing**, *n.* "ಬಡಾಯಿ", ಜಂಬ, ಜೊಳ್ಳು, ಹರಟೆ. *a.* ಜಂಬಕೊಚ್ಚುವ. **Bōast'ing-ly**, *ad.* "ಬಡಾಯಿ"ಯಾಗಿ, ಜಂಬವಾಗಿ.

Boat (bōt), *n.* ದೋಣಿ, ನಾವೆ, ಓಡ; a large b. ಮಂಜ; a round wicker-b. ಹರಗೋಲು; in the same b. ಸಮಾನ ಕಷ್ಟ ಸಂಕಷ್ಟಗಳುಳ್ಳ. **Bōat'ing**, *n.* ದೋಣಿ ನಡಿಸೋಣ, ವಿಹಾರಕ್ಕಾಗಿ ದೋಣಿಯಲ್ಲಿ ಜಲಸಂಚಾರ ಮಾಡುವದು, ಅಂಬಿಗರ ಕೆಲಸ. **Bōat'man**, *n.* ಅಂಬಿಗ, ದೋಣಿಗಾರ.

Bōat'swain (bōt'swān), *n.* ಹಡಗಿನಲ್ಲಿ ದೋಣಿ ಮತ್ತು ಹಾಯಿಗಳನ್ನು ನೋಡಿಕೊಳ್ಳುವ ಚಿಕ್ಕ ಅಧಿಕಾರಿ.

Bob, *n.* (ear-ring) ಒಂಟೆ, ಬುಲಾಕು; 2. ತೂಗುವ ಗುಂಡು; 3. ದೆಬ್ಬೆ; 4. ಪರಿಹಾಸ್ಯ; 5. ಪೌಂಡಿನ 1/20ನೇ ಅಂಶದ ಬೆಳ್ಳೀನಾಣ್ಯ, "ಶಿಲ್ಲಿಂಗು". *v. t. r.* ಹಿಂದಕ್ಕೂ ಮುಂದಕ್ಕೂ ಸರಿ, ತೂಗಾಡು. -tail, *n.* ಕತ್ತರಿಸಿದ ಬಾಲ.

Bob, Bob'by, *n.* ಪೋಲೀಸಿನವ; Robert (Sir Robert Peel) ಎಂಬ ಹೆಸರಿನ ಸಂಕ್ಷಿಪ್ತ ರೂಪ.

Bob'bĕr-y, *n.* ಕಲಹ, ಜಗಳಾಟ, ಗಲಭೆ.

Bob'bin, *n.* ಗಣೆ, ಕಂಡಿಕೆ, ನೂಲಿನ ಉಂಡೆ.

Bōde, *v. t. r.* ಮುಂದಾಗಿ ಸೂಚಿಸು. *v. i.* ಅಶುಭಸೂಚಕವಾಗಿರು. -'ful, *a.* ಶಕುನಪರವಾದ, —ಸೂಚಕ. **Bōde'ment**, *n.* ಶಕುನ, ಕಣಿ, ಕಾಲಜ್ಞಾನ.

Bod'ice, *n.* ಕುಪ್ಪಸ, ರವಿಕೆ, ರವಕೆ.

Bod'kin, *n.* ದಬ್ಬಣ, ದಾರ ಅಥವಾ ಲಾಡಿ ಪೋಣಿಸುವ ಮೊಂಡ ದಬ್ಬಣ.

Bod'y, *n.* ಮೈ, ಶರೀರ, ದೇಹ; 2. ಮುಖ್ಯ ಭಾಗ; 3. ಮನುಷ್ಯ; 4. ಸಮುದಾಯ, ಸಂಗ್ರಹ; 5. ಸಭೆ; 6. ವಸ್ತು; the gross b. ಸ್ಥೂಲಶರೀರ; the atomic b. ಸೂಕ್ಷ್ಮ ಶರೀರ; the archetype b. ಲಿಂಗಶರೀರ; a metallic b. ಒಂದು ಲೋಹ; heavenly b. ಸೂರ್ಯಚಂದ್ರ ನಕ್ಷತ್ರಾದಿಗಳು. *v. t. r.* ಆಕಾರ ಕೊಡು, ರೂಪ ಕೊಡು. **B.-guärd**, *n.* ಮೈಗಾವಲು, ಬೆಂಗಾವಲು. **B.-pol'i-tic**, *n.* ರಾಜ್ಯ. **B.-sĕr-vant**, *n.* ಪರಿಚಾರಕ. **Bod'ied (bod'id)**, *a.* ಮೈಯುಳ್ಳ, ಶರೀರವುಳ್ಳ; able-b. ಪುಷ್ಟಿ ಮೈಯುಳ್ಳ, ಗಟ್ಟಿ ಮೈಯುಳ್ಳ. **Bod'i-ly**, *a.* ಶಾರೀರಿಕ. *ad.* ಸಂಪೂರ್ಣವಾಗಿ; 2. ಮೂರ್ತಿಮತ್ತಾಗಿ.

Bog, *n.* ಜವುಗು ನೆಲ, ಅಳ್ಳ ನೆಲ, ಕೆಸರು ಭೂಮಿ, ಕೊಳಚೆ ಭೂಮಿ, ಬುರುದೆ ನೆಲ; b. house ಪಾಯಿಖಾನೆ. **Bog'gy**, *a.* ಜವುಗುಳ್ಳ, ಕೆಸರುಳ್ಳ, ಹುದಲುಳ್ಳ.

Bŏg'ie, Bŏg'ey, Bŏg'y, *n.* ಕೊಂತಿ, ದೆವ್ವ.

Bŏg'ie, Bŏg'ey, *n.* ನಾಲ್ಕು ಚಕ್ರದ ಬಂಡಿ, ಬಗ್ಗಿ.

Bō'gle, *n.* ಪೇತು, ದೆವ್ವ.

Bō'gus, *a.* ಠಕಾರಿ.

Bo-hē'mian, *n.* ಶಿಷ್ಟಾಚಾರವರಿಯದವ.

Boil, *v. i. r.* (water) ಕುದಿ; 2. ಕಾಯು; 3. (rice, *etc.* in water) ಬೇಯು; b. away ಕುಂದಿ ಹೋಗು; b. over ಉಕ್ಕಿ ಬರು. *v. t.* (water) ಕುದಿಸು, ಕಾಸು, ಎಸರಿಗಿಡು; 2. (rice, meat, *etc.*) ಕುದಿಸು, ಬೇಯಿಸು. **Boil'ĕr**, *n.* ಘಡಾಯಿ, ಕೊಪ್ಪರಿಗೆ, ಉಗಿಯಂತ್ರದಲ್ಲಿ ಉಗಿಯಾಗುವ ಹಂಡೆ. **Boil'ing**, *n.* ಕುದಿ, ಕುದಿಸೋಣ. **B.-point**, *n.* ಕುದಿ ಬರುವ ಮಿತಿ.

Boil, *n.* ಕುರು, ಕುರ.

Bois'tĕr-ōus, *a.* ಗರ್ಜಿಸುವ, ಒದರುವ, ಪ್ರಚಂಡ, ಗಡಿಬಿಡಿಯ. -ly, *ad.* ಗಡಿಬಿಡಿಯಾಗಿ. **Bois'tĕr-ōus-ness**, *n.* ಗರ್ಜನೆ, ಗಡಿಬಿಡಿ.

Bōld, *a.* ಧೈರ್ಯವುಳ್ಳ, ದಿಟ್ಟ, ಹೆದರದ. -ly, *ad.* ಧೈರ್ಯವಾಗಿ, ದಿಟ್ಟವಾಗಿ. **Bōld'ness**, *n.* ಧೈರ್ಯ, ಶೂರತ್ವ, ದಿಟ್ಟತನ.

Bōle, *n.* ಮರದ ಬಡ್ಡಿ (ಬೊಡ್ಡಿ), ಬುಡ; 2. ಬಂಕಮಣ್ಣು.

Bō'līde, *n.* ಅಗ್ನಿಗೋಳ, ಬೀಳುವ ನಕ್ಷತ್ರ.

Boll, *n.* ದುಂಡಗಾದ ಬೀಜಕೋಶ. *v. i. r.* ಬೀಜವಾಗು.

Boll'ard, *n.* ಹಡಗುಗಳಲ್ಲಿ ಹಗ್ಗ ಸುತ್ತಿ ಬಿಗಿಯಲಿಕ್ಕೆ ಇರುವ ಕಂಬ.

Bōl'stĕr, *n.* ತಲೆದಿಂಬು, ತಲೆಗಿಂಬು, ಲೋಡು. **B. up**, *v. t.* ಆನಿಸು, ಒರಗಿಸು.

Bōlt, *n.* ಅಗಳಿ, ಚೀಪು *(S. C.)*; 2. ಬಾಣ; 3. ಸಿಡಿಲು; b. from the blue ಆಕಸ್ಮಿಕ, ಭಯಂಕರ ವರ್ತಮಾನ. *v. t. r.* ಅಗಳಿ ಹಾಕು; 2. ಗವಕ್ಕನೆ ನುಂಗಿಬಿಡು. *v. i.* ಹಾರಿ ಬರು; 2. ಬಿರ್ರನೆ ಓಡು; 3. ಹಾರಿ ಬೀಳು; 4. ಅಗಳಿ ಹಾಕು. -up'rīght, *ad.* ನೆಟ್ಟಗೆ.

Bō'lus, *n.* ಗುಳಿಗೆ, ಮಾತ್ರೆ.

Bomb (bom), Bomb'shell, *n.* ಮದ್ದು ತುಂಬಿದ ಫಿರಂಗೀ ಗುಂಡು, ಗರ್ಭಸಾಟಿ.

Bom-bärd', *v. t. r.* ಫಿರಂಗಿಯುದ್ಧ ಮಾಡು. **Bom-bär-diēr'**, *n.* ಬೊಂಬಿನಿಂದ ಗುಂಡು ಸುಡುವವ. **Bom-bärd'ment**, *n.* ಫಿರಂಗಿ ಯುದ್ಧ.

Bŏm'bast, Bŏm'bas-try, *n.* ಜಲ್ಲೀಮಾತು, ಡಂಬದ ಮಾತು, ಪನ್ನಿ, ವಾಗಾಡಂಬರ. **Bŏm-bas'tic,** *a.* ಡಂಬದ, ಜಂಬದ.

Boṅ (boṅg), *a.* ಒಳ್ಳೆ. **Boṅ accord (boṅg-),** *n.* ಹಿತ, ಪ್ರೀತಿ, ಐಕ್ಯ. **Boṅ mot (boṅg mo),** *n.* ಸರಸೋಕ್ತಿ, ಮಾರ್ಮಿಕ ಉಕ್ತಿ. **Boṅ toṅ (boṅg toṅg),** *n.* ಶಿಷ್ಟಾಚಾರ.

Bō'na-fī'de, *a.* ಯಥಾರ್ಥ, ವಿಶ್ವಾಸಯೋಗ್ಯ.

Boṅ'boṅ (boṅg'boṅg), *n.* ಮಿಠಾಯಿ.

Bond, *n.* ಕಟ್ಟು, ಕರಾರುಪತ್ರ, "ಮುಚ್ಚಳಿಕೆ"; 2. ಬೇಡಿ; 3. ಹಂಗು; bonded warehouse ಸುಂಕ ತೆತ್ತು ಸರಕು ಒಪ್ಪಿಸಿಕೊಳ್ಳುವ ವರೆಗೆ ಭದ್ರವಾಗಿರಿಸುವ ಸುಂಕದ ಕಟ್ಟೆ.

Bond, *a.* ದಾಸತ್ವದಲ್ಲಿರುವ. **Bond'āge,** *n.* ದಾಸತ್ವ, ಗುಲಾಮತನ. **Bond'māid,** *n.* ದಾಸಿ, ಬಾಂದಿ, ಚೇಟಿ. **Bond'man, -sĕr-vant,** *n.* ದಾಸ, ಕೊಂಡಾಳು. **Bonds'man,** *n.* ಹೊಣೆಗಾರ, ಜಾಮೀನು.

Bōne, *n.* ಎಲುಬು, ಅಸ್ಥಿ, ಮೂಳೆ; b. of contention ಜಗಳದ ಬುಡ; bones were laid ದೇಹವನ್ನು ಹುಗಿದಿತ್ತು; bred in the b. ಹುಟ್ಟುಗುಣವಾಗಿ ಬಂದ; make no bones ಹಿಂದೆ ಮುಂದೆ ನೋಡದಿರು. **B.-set'tĕr,** *n.* ಮುರಿದ ಅಥವಾ ಕೀಲು ತಪ್ಪಿದ ಎಲುಬುಗಳನ್ನು ಸರಿಮಾಡುವ ವೈದ್ಯ. **Bōne'-less,** *a.* ಎಲುಬಿಲ್ಲದ. **Bō'ny,** *a.* ಅಸ್ಥಿಮಯ; 2. ಜೋಡೆಲುಬಿನ; 3. ಶಕ್ತಿಯುಳ್ಳ.

Bon'fīre, *n.* ಕೊಂಡದ ಬೆಂಕಿ, ಜಯದ ಬೆಂಕಿ, ದೀಪೋತ್ಸವ, ಜಯೋತ್ಸವಸೂಚಕವಾದ ಬೆಂಕಿ.

Bonne, *n.* ದಾದಿತೊತ್ತು.

Bon'net, *n.* ಕುಲಾಯಿ, ಹೆಂಗಸರ ಟೊಪ್ಪಿಗೆ. **Bon'net-ed,** *a.* ಕುಲಾಯಿ ಹಾಕಿಕೊಂಡ, ಟೊಪ್ಪಿಗೆ—.

Bon'ny, *a.* ಸುಂದರ, ಸೊಗಸಾದ; 2. ಪುಷ್ಟ; 3. ಉಲ್ಲಾಸವುಳ್ಳ.

Bō'nus, *n.* "ಮುನಾಫೆ", ಹಂಚೋಣ; 2. "ಇನಾಮು".

Bonze, *n.* ಬೌದ್ಧ ಪುರೋಹಿತ.

Boo, *v. t.* ಹೀಹೀಕರಿಸು.

Boo'by, *n.* ದಡ್ಡ, ಮಡಗ, ಹೆಡ್ಡ.

Boo'dle (bu̥-), *n.* ಮೊತ್ತ.

Boo'hoo, *n.* ಗೋಳೋ ಎನ್ನು.

Bo̤ok, *n.* ಪುಸ್ತಕ, ವಹಿ. *v. t. r.* (*pr.* **bo̤okt**) (ಪುಸ್ತಕದಲ್ಲಿ) ಬರೆದಿಡು, "ದಾಖಲು" ಮಾಡು. **-'bīnd-ĕr,** *n.* ಪುಸ್ತಕ ಕಟ್ಟುವವನು. **Bo̤ok'-cāse,** *n.* ಪುಸ್ತಕಗಳನ್ನು ಇಡುವ ಪೆಟ್ಟಿಗೆ. **Bo̤ok'ish,** *a.* ಪುಸ್ತಕಗಳ ಭ್ರಾಂತಿಯುಳ್ಳ. **Bo̤ok'-kēep-ĕr,** *n.* ಲೆಕ್ಕವಿಡುವವನು, "ಗುಮಾಸ್ತ", "ದಫ್ತರನಿಶಿ". **Bo̤ok'-kēep-iṅg,** *n.* ಲೆಕ್ಕವಿಡುವ ರೀತಿ; 2. "ಜಮಾಖರ್ಚು" ಬರೆಯೋಣ. **Bo̤ok'-lēarn-iṅg,** *n.* ಪುಸ್ತಕಸ್ಥ ವಿದ್ಯೆ. **Bo̤ok'let,** *n.* ಚಿಕ್ಕ ಪುಸ್ತಕ. **Bo̤ok'-māte,** *n.* ಒಟ್ಟಿಗೆ ಕಲಿತವ. **Bo̤ok'-rack,** *n.* ವ್ಯಾಸಪೀಠ. **Bo̤ok'sel-lĕr,** *n.* ಪುಸ್ತಕ ಮಾರುವವನು. **Bo̤ok'wŏrm,** *n.* ಪುಸ್ತಕ ಕೀಟ; 2. ಹೆಚ್ಚು ಓದುವವ.

Boom, *n.* ಗಣೆ; 2. ಅಡ್ಡಮರ; 3. ಡಮ್ ಅನ್ನುವ ಪೊಳ್ಳು ಧ್ವನಿ. *v. i. r.* ಡಮ್‌ಡಮ್ ಅನ್ನು.

Boom'ĕr-aṅg (bŏm'ĕr-aṅg), *n.* ಆಸ್ಟ್ರೇಲಿಯದವರ ಸೊಟ್ಟ ಮರದ ಆಯುಧ.

Boon, *n.* "ಇನಾಮು", ವರ; 2. ಉಪಕಾರ, ಪ್ರಸಾದ. *a.* ಉಲ್ಲಾಸವುಳ್ಳ, ದಯವುಳ್ಳ, ಪ್ರಸನ್ನ.

Boor, *n.* ಮರ್ಯಾದೆಯಿಲ್ಲದವ, ಹಳ್ಳಿಯವ. **Boor'ish,** *a.* ಮರ್ಯಾದೆಯಿಲ್ಲದ, ಹಳ್ಳಿಗಾಡಿನ, ಗ್ರಾಮ್ಯ, ಅಸಭ್ಯ. **Boor'ish-ness,** *n.* ಮಡ್ಡತನ, ಒರಟುತನ.

Böose, *n.* ದನದ ಕೊಟ್ಟಿಗೆ.

Böose, Bouse, Booze *v. t. r.* ಅಧಿಕವಾಗಿ ಕುಡಿ. **Boos'ĕr,** *n.* ಕುಡುಕ. **Boos'y,** *a.* ಅಮಲಾದ.

Boot, *n.* ಪಾದರಕ್ಷೆ, ಮೊಚ್ಚೆ; 2. ಲಾಭ, ಆದಾಯ; to boot ಹೆಚ್ಚಿಗೆ; it boots little ಹೆಚ್ಚು ಪ್ರಯೋಜನವಿಲ್ಲ; boot is on the other leg ಸತ್ಯಾಂಶವು ಬೇರೆಯಾಗಿದೆ. **Boot'ed,** *a.* ಮೊಚ್ಚೆ ಧರಿಸಿದ. **Boot'-jack,** *n.* ಮೋಚ್ಚೆ ಹಾಕಿಕೊಳ್ಳುವದಕ್ಕೆ ತೆಗೆಯಲಿಕ್ಕೆ ಉಪಯೋಗಿಸುವ ಲೋಹದ ವ ಕೊಂಬಿನ ಉಪಕರಣ. **Boot'-lace,** *n.* ಮೊಚ್ಚೆ ಬಿಗಿಯುವ ಲಾಡಿ. **Boot tree** ಬೂಟ್ಸುಗಳನ್ನು ಮಾಡುವಲ್ಲಿ ಉಪಯೋಗಿಸುವ ಪಾದದ ಆಕೃತಿಯ ಮರದ ತುಂಡು. **Boot'-less,** *a.* ನಿಷ್ಪ್ರಯೋಜನವಾದ, ಅಸರ್ಥ.

Booth, *n.* ಬಿಡಾರ, ಚಪ್ಪರ, ಹಂಗಾಮಿ ಅಂಗಡಿ.

Boot'y, *n.* ಸುಲಿಗೆ, ಕೊಳ್ಳೆ, ಸೂರೆ ಮಾಡಿದ ಸೊತ್ತು.

Bō'-pēep, *n.* ಒಂದು ವಿಧದ ಮಕ್ಕಳಾಟ.

Bō'rax, *n.* ಬಿಳಗಾರ, ಬೆಳುಗಾರ, ಟಂಕಣ.

Bŏr'del, *n.* ಸೂಳೆಯರ ಮನೆ.

Bor'dĕr (ba̤r'dĕr), *n.* ಅಂಚು, ಸೆರಗು, ಪ್ರಾಂತ. *v. i. r.* ಹೊಂದಿಕೆಯಾಗಿರು; 2. ಕಂಬಿ ಹಾಕು. **-ĕr,** *n.* ಮೇರೆಯಲ್ಲಿರುವವ. **Bor'dĕr-iṅg,** *a.* ಅಂಚಿನಲ್ಲಿರುವ.

Bōre, *v. t. r.* ಕೊರೆ, ತೂತು ಸರಿ, —ಕೆಡವು; 2. (pearls, *etc.*) ಬೆಜ್ಜಾ ಹಾಕು; 3. ಬೇಸರ ಗೊಳಿಸು. *n.* ವೆಜ್ಜ, ರಂಧ್ರ, ತೂತು; 2. (b. of a gun) ತೂಬು; 3. ಬೇಸರಗೊಳಿಸು ವಂಥಾದ್ದು, ಬೇಸರಿಕೆಯುವ. -ĕr, *n.* ವೆಜ್ಜ ಕೊರೆಯುವವ; 2. ಬೈರಿಗೆ; 3. ಕಾಫಿ ಗಿಡ ಗಳಿಗೆ ತೂತು ಕೊರೆದು ನಾಶಪಡಿಸುವ ಹುಳ.

Bōre, *n.* ಸಮುದ್ರದಿಂದ ನದಿಗೆ ಬರುವ ಭಾರಿ ನೆರೆ.

Bō-re'as, *n.* ಉತ್ತರಗಾಳಿ; 2. ಅದರ ಅಧಿಷ್ಠಾನ ದೇವತೆ. Bōr'eal, *a.* ಉತ್ತರಗಾಳಿಯು.

Bōre'dom, *n.* ಕಾಟ.

Born, *pp.* of Bear & *a.* b. poet ವರಕವಿ; b. soldier ಹುಟ್ಟು ಸಿಪಾಯಿ.

Borne, *pp.* of Bear ಒಯ್ಯು.

Bŏr'ōugh (bur'ō), *n.* ಪೇಟೆ ಪೇಟೆಯಿರುವ [ಊರು.

Bor'rōw (-rō), *v. t. r.* ಸಾಲ ತೆಗೆದುಕೊಳ್ಳು, ಕಡ—, ಕೈಗಡ—, ಎರವು—. -ĕr, *n.* ಸಾಲ ತೆಗೆದುಕೊಳ್ಳುವವ, ಎರವು—.

Bos'cāge, *n.* ಮರಮಟ್ಟಿನ ರಾಶಿ.

Bosh, *n.* (*sl.*) ಹುಸಿ ಮಾತು, ಫಟಪೋಸಿ ಗಪ್ಪಿ.

Bosk, *n.* ಪೊದೆ. Bos'ky, *a.* ಪೊದೆಯುಳ್ಳ.

Bŏs'ŏm, *a.* ಎದೆ; 2. ಮನಸ್ಸು; 3. ಬಳಿ. *v. t. r.* ಮನಸ್ಸಿನಲ್ಲಿಡು; 2. ಅಡಗಿಸಿಕೊಳ್ಳು; a b. friend ಪ್ರಾಣಾಪ್ತ, ಜೀವದ ಗೆಳೆಯ.

Boss, *n.* ಚೆಂಡಮೊಳೆ, ಹೆಡೆಮೊಳೆ. *v. t. r.* (*pr.* bost) ಚೆಂಡಮೊಳೆ ಹಾಕು.

Boss, *n.* (*sl.*) ಧನಿ, ಒಡೆಯ. *v. t.* ಕಾರ್ಯ ನಡಿಸು; b. the show ಸಾಹಸಕಾರ್ಯದಲ್ಲಿ ಮುಂದಾಗು.

Bots, Botts, *n. pl.* ಕುದುರೆಯ ಹೊಟ್ಟೆಯಲ್ಲಾಗುವ ಹುಳ; 2. ಅದರಿಂದ ಉಂಟಾಗಿರುವ ವ್ಯಾಧಿ.

Bot'a-ny, *n.* ವನಸ್ಪತಿವಿದ್ಯೆ, ಸಸ್ಯಶಾಸ್ತ್ರ. Bō-tan'ic, -cal, *a.* ಸಸ್ಯವಿದ್ಯೆಯ ಸಂಬಂಧವಾದ. Bot'a-nīse, *v. i. r.* ಪುಷ್ಪಮೂಲಿಕಾದಿಗಳನ್ನರಸು, ಸಸ್ಯಶೋಧ ಮಾಡು. Bot'a-nist, *n.* ಪುಷ್ಪಮೂಲಿಕಾ ವಿದ್ವಾಂಸ.

Botch (boch), *n.* ಕುರು; 2. ತೇಪೆ; 3. ಅಡ್ಡಾತಿಡ್ಡಿ ಕೆಲಸ. *v. t. r.* (*pr.* bocht) ಅಡ್ಡಾತಿಡ್ಡಿ ತೇಪೆ ಹಾಕು; 2. ಅಡ್ಡಾತಿಡ್ಡಿ ಮಾಡು. -ĕr, *n.* ತೇಪೆ ಹಾಕಿ ಹೊಲಿಯುವವ; 2. ಪಟಪೋಸಿ ಕೆಲಸ ಮಾಡುವವ.

Bōth, *n.* ಇಬ್ಬರು, ಎರಡು, ಉಭಯ. *conj.* ...ಊ: *as*, both you and I ನೀನೂ ನಾನೂ.

Both'ĕr, *n.* ತೊಂದರೆ, ಕಾಟ. *v. t. r.* ತೊಂದರೆ ಕೊಡು *c. d.*, ಕಾಡು. Both-ĕr-ā'tion, *n.* ಬಂದಾಟ, ತೊಂದರೆ.

Bot'tle, *n.* ಹುಲ್ಲಿನ ಸೂಡು.

Bot'tle, *n.* ಕುಪ್ಪಿ, ಸೀಸೆ; to be fond of the b. ಸಾರಾಯಿ ರುಚಿ ಹತ್ತಿರು; skin b. ಬುದ್ದಲಿ. *v. t. r.* ಸೀಸೆಯಲ್ಲಿ ತುಂಬಿಸು; b. up ಅಡಗಿಸು. Bot'tle-bīrd, *n.* ಗೀಜಗ. B.-green, *n.* ಕಪ್ಪು ಹಸುರು. Bot'tle-gōurd, *n. see* Gourd.

Bot'tom, *n.* ತಳ, ಅಡಿ, ಬುಡ; to be at the b. of ಮೂಲಕಾರಣನಾಗಿರು; go to the b. ಮುಳುಗು; 2. ಬೈಲು; 3. ಹಡಗ; 4. ಗಸಿ, ಮಡ್ಡಿ; from top to b. ಆಮೂಲಾಗ್ರವಾಗಿ; broad b. ಒಳ್ಳೇ ಆಧಾರವುಳ್ಳ. Bot'tom-less, *a.* ನೆಲೆಗಾಣದ, ನೆಲೆಯಿಲ್ಲದ, ಅತಲಸ್ಪರ್ಶವಾದ, ಕೂರ್ಮಗತಿ. Bot'tom-ry, *n.* ಹಡಗವನ್ನು ಈಡು ಕೊಟ್ಟು ಸಾಲ ಕೊಳ್ಳುವುದು.

Boud'oir (bụd'wor), *n.* ಸ್ತ್ರೀಯರ ಅಂತರಂಗದ ಕೋಣೆ.

Bough (bou), *n.* ಕೊಂಬೆ, ರೆಂಬೆ, ಟೊಂಗಿ.

Bought (bạt), *pt. & pp. of* Buy.

Bōuil'lŏn (bōl'yóńg), *n.* ಸಾರು.

Bōul'dĕr (bōl-), *n.* ಗುಂಡುಕಲ್ಲು, ದುಂಡಿ.

Bou'levard (bụ'lvahr), *n.* ಇಕ್ಕೆಡೆಯಲ್ಲಿ ಸಾಲುಮರವಿದ್ದ ಮಾರ್ಗ.

Boul'tĕr, *n.* ಉದ್ದ ಮೀನಗಾಳ.

Bounce, *v. i. r.* (*pr.* bounst) ಛಕ್ಕನೆ ಹಾರು, ಚಟ್ಟನೆ ಹಾರು. *v. t.* ತಗಲಿಸು, ಬಡಾಯಿ ಹೇಳು. *n.* ಚಟ್ಟನೆ ಹಾರೋಣ; 2. ಪೆಟ್ಟು; 3. ಸುಳ್ಳು.

Bound, *n.* ಮೇರೆ, ಪ್ರಾಂತ; 2. ಹಾರಿಕೆ; keep within b.s ಮಿತಸ್ಥನಾಗಿರು. *a.* b. for, b. to ಹೋಗುವ, ನೇಮಕವಾದ; b. for Bombay ಮುಂಬಯಿಗೆ ಹೋಗತಕ್ಕ, —ಹೋಗುವ; he is b. to succeed ಅವನ ಕೆಲಸ ಕೈಸಾಗುವುದು ದಿಟ. *v. t. r.* ಮೇರೆ ಹಾಕು; 2. ಹಾರು, ಟಗಿ, ಜಗಿ; a man of bounded views ಅಲ್ಪಮತಿಯ ಮನುಷ್ಯ. -less, *a.* ಮೇರೆ ಇಲ್ಲದ, ಅಮಿತ, ಅಪಾರ. Bound'less-ness, *n.* ಅಪಾರತೆ, ಅಮಿತಿ. Boun'dar-y (-dĕr-i), *n.* ಸರಹದ್ದು, ಚತುರ್ಗಡಿ, ಮೇರೆ. Bound'en, *a.* ಅವಶ್ಯ, ಹಂಗಿನ; b. duty ಕರ್ತವ್ಯಧರ್ಮ.

Boun'te-ŏus (-ti-us), Boun'ti-fụl, *a.* ಉದಾರ, ದೊಡ್ಡ ಮನಸ್ಸಿನ. Boun'te-ŏus-ness, Boun'ti-fụl-ness, *n.* ಔದಾರ್ಯ, ದೊಡ್ಡ ಮನಸ್ಸು. Boun'ty, *n.* ಉದಾರತ್ವ, ಉಪಕಾರ.

Bou'quet (bụ'kā), *n.* ಹೂವಿನ ಚೆಂಡು, ತುರಾಯಿ; 2. ಸುವಾಸನೆ; 3. ಶ್ಲಾದಂಡೆ.

Bour'dŏn, *n.* ರಾಗಮಾಲಿಕೆಯ ಗುಡಿ.

Bŏur'geois (boor'zhwah), *n.* ಪಟ್ಟಣಿಗ, ಸಾಮಾನ್ಯ; 2. ಸಣ್ಣ ತರದ ಅಚ್ಚು ಹಾಕುವ ಮೊಳೆ.

Bourn, *n.* ಸಣ್ಣ ಹಳ್ಳ, ಎಲ್ಲೆ ಸರಹದ್ದು.

Bourse (burs), *n.* ಹರದರು ಸಾಟಿಗೆ ಕೂಡಿ ಬರುವ ಸ್ಥಳ.

Bouse (buz), *v. t. r.* ಧಾರಾಳ ಕುಡಿ.

Bout, *n.* ಸುತ್ತು, ಎತ್ತುಗಡೆ; drinking b. ಕುಡಿಕತನದ ಭ್ರಮೆ; wrestling b. ಮಲ್ಲಯುದ್ಧದ ನೋಟ.

Bō'vīne, *a.* ಗೋಸಂಬಂಧ, ಗವ್ಯ.

Bōw (bō), *n.* ಬಿಲ್ಲು, ಬಾಗು; have two strings to one's b. ಎರಡು ಉಪಾಯವುಳ್ಳವನಾಗಿರು.

Bow (bou), *v. t. r.* ಬಾಗು, ಬೊಗ್ಗಿಸು. *v. i.* ಬೊಗ್ಗು, ಎರಗು, ನಮಸ್ಕರಿಸು, ತಲೆಬಾಗಿಸು; bowed down with age ಮುಪ್ಪಿನಿಂದ ಮೈ ಬೊಗ್ಗಿದ, ಬೆನ್ನು ಮುರಿದ. *n.* ಶರಣ, ವಂದನೆ, ನಮಸ್ಕಾರ; 2. ಹಡಗದ ಮುಂಭಾಗ; draw the long b. ಅತಿಶಯೋಕ್ತಿಯಿಂದ ಹೇಳು; saddle b. ಕುದುರೆ ಬಾಲದ ಕೂದಲಿನಿಂದ ಕಟ್ಟಿದ ಫಿಟಿಲ್ ಬಾರಿಸುವ ಕೋಲು. -legged, *a.* ಆಟ್ಟೆಕಾಲಿನ. -man, *n.* ಅಂಬುಗಾರ, ಬಿಲ್ಲುಗಾರ. Bow'shot, *n.* ಬಿಲ್ಲೆಸೆಯುವಷ್ಟು ದೂರ. Bow'string, *n.* ಬಿಲ್ಲಿನ ನಾರಿ, ಸಿಂಜಿನಿ. Bow'yer, *n.* ಬಿಲ್ಲುಗಳನ್ನು ಮಾಡುವವ.

Bow'els, *n. pl.* ಕರುಳು, ಅಂತ್ರ; 2. ಒಳಭಾಗ, ಹೊಟ್ಟೆ; 3. ಕರುಣ.

Bow'er (bour), *n.* ಲತಾಗೃಹ, ಪುಷ್ಪಮಂಟಪ.

Bōwl (bōl), *n.* ಬಟ್ಟಲು, ಬೋಗುಣಿ; 2. ಗುಂಡು, ಚೆಂಡು. Bowl'ing, *n.* ಕ್ರಿಕೆಟಿನಲ್ಲಿ ಚೆಂಡು ಎಸೆಯುವುದು.

Bōwl'dĕr, *n.* see Boulder.

Bow'sprit, *n.* ನಾವೆಯ ಹೊರ ಚಾಚಿದ ಕಚ್ಚಿನ ಸರಳು.

Bōw'string hemp, *n.* *(Sanseviera zeylanica, Rosc.)* ಮಂಜ, ಮಂಜಿಯ ನಾರು.

Bow-vow', *n.* ನಾಯಿ ಕೂಗು.

Box, *n.* ಪೆಟ್ಟಿಗೆ, ಸಂದೂಕ; small b. ಡಬ್ಬಿ, ಕರಡಿಗೆ, ಭರಣಿ; 2. ಸಣ್ಣ ಮನೆ, ಗುಡಸಲು; 3. ಬಂಡಿಯಲ್ಲಿ ಬಂಡಿಯವ ಕೂಡ್ರುವ ಭಾಗ; 4. ಕೆನ್ನೆಗೆ ಹೊಡೆದ ಪೆಟ್ಟು.

Box, *n.* ಒಂದು ತರದ ಗಿಡ; China b. *(Murraya exotica, L.)* ಅಂಗಾರಕನ ಗಿಡ.

Box, *v. i. r.* (*pr.* boxt) ಗುದ್ದಾಡು, ಮಲ್ಲಯುದ್ಧ ಮಾಡು. *v. t.* ಪೆಟ್ಟಿಗೆಯಲ್ಲಿ ಮುಚ್ಚು; 2. ಗುದ್ದು ಹೊಡೆ. Box'ĕr, *n.* ಗುದ್ದಾಡುವವನು, ಜಟ್ಟಿ, ಮಲ್ಲ. Box'ing, *n.* ಮುಷ್ಟಿಯುದ್ಧ.

Box'ing-day, *n.* ಕ್ರಿಸ್ತಜಯಂತಿಯಾಗಿ ಮೊದಲನೆ ವಾರ.

Boy, *n.* ಗಂಡುಕೂಸು, ಹುಡುಗ. Boy'hood, *n.* ಚಿಕ್ಕತನ. Boy'ish, *a.* ಹುಡುಗಾಟಿಕೆಯ. Boy'ish-ness, *n.* ಹುಡುಗತನ, ಹುಡುಗಾಟಿಕೆ.

Boy'cott, *v. t. r.* ದಬಾವಣೆ ಮಾಡು; 2. ಬಹಿಷ್ಕರಿಸು.

Brab'ble, *v. i. r.* ಜಗಳವಾಡು.

Brāce, *n.* ಕಟ್ಟು; 2. ಜೋಡು; 3. (of a building) ಕಂಕಣಕಟ್ಟಿಗೆ; 4. ಬಿಗಿ; *pl.* (straps to sustain pantaloons) ಇಜಾರನ್ನು ಹೆಗಲಿಗೆ ತೂಗುವ ಲಾಡಿ. *v. t. r.* (*pr.* brāst) ಬಿಗಿಯಾಗಿ ಕಟ್ಟು, ಬಲಕೊಡು *c. d.* -let, *n.* ಕಡಗ, ಬಳೆ, ಕಂಕಣ, ತೋಳು ಸರಿಗೆ. Brā'cĕr, *n.* ನಡುಕಟ್ಟು. Brāc'ing, *a.* ಬಲಕರ, ಆರೋಗ್ಯಕರ; 2. ಬಿಗು.

Bra'chi-al, *a.* ತೋಳಿನ.

Brack'et, *n.* "ಕಂಸ", ಆವರಣ; 2. *(arch.)* ಮದನಕೈ.

Brack'ish, *a.* ಉಪ್ಪಾದ, ಸೌಳು, ಉಪ್ಪು ಹತ್ತುವ.

Bract, *n.* *(bot.)* ಛದ.

Brad, *n.* ಸಣ್ಣ ಮೊಳೆ, ಆಣಿ.

Brag, *v.i.r.* (bragged) ಬಡಿವಾರ ಮಾಡು, "ಬಡಾಯಿ" ಕೊಚ್ಚು, ಜಲ್ಲಿ ಕೊಚ್ಚು. *n.* ಬಡಿವಾರ, "ಬಡಾಯಿ", ಜಲ್ಲಿ. -gärt, -gĕr, *n.* ಬಡಿವಾರದವ, "ಬಡಾಯಿಖೋರ", ಜಂಬಗಾರ.

Brag-ga-dō'ci-ō (-shi-o), *n.* ಪನ್ನಿ ಕೊಚ್ಚುವವ.

Brahma, *n.* ತ್ರಿಮೂರ್ತಿಗಳಲ್ಲಿ ಮೊದಲನೆಯವನಾದ ಬ್ರಹ್ಮನು.

Brāid, *v. t. r.* ಹಣೆ, ಅಲ್ಲು, ಹೆರಳು ಹಾಕು, ಹೆಳಲು—. *n.* ಹೆಣಿಗೆ, ಅಲ್ಲಣ; 2. (of hair) ಜಟೆ, ಜಡೆ, ಹೆರಳು, ಹೆಳಲು, ವೇಣಿ.

Braille, *n.* ಕುರುಡರು ಓದತಕ್ಕ ಬರಹ.

Brāin, *n.* ತಲೇ ಮೆದುಳು, ಮಸ್ತಿಷ್ಕ; 2. ಬುದ್ಧಿ. cudgel one's brains ಆಲೋಚನೆಯಿಂದ ತಲೆ ಕರಡು ಮಾಡಿಕೊಳ್ಳು; have something on the brains ಭ್ರಮೆ ಕಟ್ಟಿಕೊಳ್ಳು; turn one's brains ಗರ್ವಿಷ್ಠನಾಗು. Brāin'-fē-vĕr, *n.* ಸನ್ನಿ. Brāin'less, *a.* ಬುದ್ಧಿಯಿಲ್ಲದ. Brāin'pan, *n.* ತಲೆಬುರುಡೆ. Brāin'y, *a.* ವಿಚಕ್ಷಣ, ಸಮರ್ಥ.

Brāise, *v. t. r.* ಬೇಯಿಸು.

Brāke, *n.* ಪೊದೆ, ಪೊದರು.

Brāke, *n.* ಚಕ್ಕಡಿಯ ತಿರುಪು; brakeman ತಿರು ಹಾಕುವವ; brake-van ತಿರುಪು ಪ್ರಯೋಗಿಸುವ ಗಾಡಿ.

Brāke, *v. t. r.* ಜಜ್ಜು, ಜಪ್ಪು.

Bram'ble, *n.* ಒಂದು ತರದ ಮುಳ್ಳು ಗಿಡ.

Bran, *n.* ತವುಡು, ಹೊಟ್ಟು.

Bran-new, *a. see* Brand-new.

Branch, *v. i. r.* (*pr.* brancht) ಕೊಂಬೆ ಬಿಡು, ಎಸಳೊಡೆ; b. off ಒಡೆ. *n.* ಕೊಂಬೆ, ಟೊಂಗೆ, ಶಾಖೆ; a forked b. ಟಿಸಿಲು, ಕವಲು; main b. ಹೆಗ್ಗೊಂಬೆ. -'less, *a.* ಕೊಂಬೆ ಇಲ್ಲದ. Branch'y, *a.* ಕೊಂಬೆಗಳುಳ್ಳ.

Brand, *n.* ಕೊಳ್ಳಿ; 2. ಮುದ್ರೆ, ಬರೆ; b.-new ಪೂರ್ಣ ಹೊಸದು.

Brand, *v. t. r.* ಬರೆ ಹಾಕು, "ಡಾಗು"—(*My., S. C.*); 2. ದೂಷಿಸು. [ಬೀಸು.

Bran'dish, *v. t. r.* (*pr.* -disht) ಝಳಪಿಸು,

Bran'dy, *n.* ದ್ರಾಕ್ಷಾರಸದಿಂದ ಮಾಡಿದ ಸಾರಾಯಿ, ಸೆರೆ.

Bran'gle, *n.* ಕಲಹ, ವಿವಾದ. *v. t. r.* ಕಲಹ ಮಾಡು.

Brā'si-ĕr, *n.* ಕಂಚುಗಾರ; 2. ಅಗ್ಗಿಷ್ಟಿಕೆ, ಅಗ್ಗಿಟಿಗೆ; *also* Brazier.

Brass, *n.* ಹಿತ್ತಾಳಿ; b. farthing ಚಿಕ್ಕಾಸು. Bras'sy, *a.* ಹಿತ್ತಾಳಿಯ, ಹಿತ್ತಾಳಿಯಂಥ, ಹಿತ್ತಾಳಿ ಬಣ್ಣದ.

Bras-sard' *n.* ತೋಳಿನಲ್ಲಿ ಧರಿಸಿಕೊಳ್ಳುವ ಹಿತ್ತಾಳಿ ಬಿಲ್ಲೆ.

Bra'ssage (-ĭj), *n.* ಟಂಕಸಾಲೆಗೆ ನಾಣ್ಯ ಮುದ್ರಿಸಲಿಕ್ಕೆ ತೆರುವ ಹಣ.

Brass'bēet-le (-bēt-l), *n.* ಜೀರಂಗಿ ಹುಳ.

Brat, *n.* ಪೋರ.

Bra-va'do, *n.* ಬಡಿವಾರ, "ಬಡಾಯಿ".

Brāve, *a.* ಧೈರ್ಯವುಳ್ಳ, ಶೂರ, ಕಲಿ. *v. t. r.* ಕೆಣಕು; 2. ಎದೆಗೊಟ್ಟು ನಿಲ್ಲು *c. d.*, ಶೌರ್ಯ ತೋರಿಸು *c. d.*; 3. ನಿಲ್ಲು. Brā'vĕr-y, *n.* ಧೈರ್ಯ, ಧೃತಿ, ಪರಾಕ್ರಮ, ಕಲಿತನ; 2. ಶೃಂಗಾರ.

Brä'vō, *int.* ಭಲರೆ! ಭಾಪುರೆ! ಶಹಬಾಸು! *n.* ಗುಪ್ತಘಾತಕ.

Brawl, *v. i. r.* ಜಗಳ ಮಾಡು; 2. ಬಯ್ಯು, ಬಾಯಿಮಾಡು, ಕೆಲೆಯು. *n.* ಜಗಳ, ಕದನ; 2. ಗದ್ದಲ. Brawl'ĕr, *n.* ಜಗಳಗಂಟ, ಕದನ ಬಡಕ.

Brawn, *n.* ಪುಷ್ಟಿ; 2. ಶರೀರಬಲ, ಕಸುವು; 3. ಬಾವು, ಸಂಧಿಮಾಂಸ (ಉಪ್ಪುಹಾಕಿದ). Brawn'y, *a.* ಕೊಬ್ಬಿದ, ಸೊಕ್ಕಿದ, ಕಂಡ ತುಂಬಿದ, ಬಡ್ಡಿಸ, ಬಡ್ಡಾದ.

Brāy, *v. i. r.* ಕತ್ತೆಯಂತೆ ಒದರು. *v. t.* ಕುಟ್ಟು. *n.* ಕತ್ತೇ ಧ್ವನಿ.

Brāze, *v. t. r.* ಹಿತ್ತಾಳಿ ಟಂಕಣದಿಂದ ಬೆಸೆ, ಹಿತ್ತಾಳಿ ಹಚ್ಚು; 2. ಗಟ್ಟಿ ಮಾಡು. Brā'zen, *a.* ಹಿತ್ತಾಳೆಯ; 2. ಲಜ್ಜಾಹೀನ.

Brā'zi-ĕr, *n. see* Brasier.

Brēach (brēch), *n.* ಒಡೆದುಹಾಕೋಣ; 2. ಕಂಡಿ, ಬಿರುಕು, ಬೋಕು; 3. ಮುರಿಯೋಣ, ಭಂಗ, ವಿಘಾರುವುದು (of promise, *etc.*).

Bread (bred), *n.* ರೊಟ್ಟಿ, ಅನ್ನ, ಕೂಳು, ಬಿಕ್ಕರಿ; b.-winner ದುಡಿಯುವವ, ಕುಟುಂಬ ಪಾಲಕ; b.-stuffs ರೊಟ್ಟಿ ಮಾಡುವ ಧಾನ್ಯ ದವಸ; b. and wine ರಾತ್ರಿಭೋಜನ; daily b. ದಿನದ ಪಡಿ; know which way one's b. is bettered ಯಾವ ಕಡೆಗೆ ಒಬ್ಬನಿಗೆ ಸಲಹೆ ಸಿಕ್ಕೀತು ಎಂದು ನೋಡು. Bread'less, *a.* ಅನ್ನಾನ್ನ ಗತಿ.

Bread'fruit tree, *n.* ದೀವಿಹಲಸಿನ ಮರ.

Breadth (bredth), *n.* ಅಗಲ, ಅಡ್ಡಗಲ; b.-ways ಅಡ್ಡಗಲಕ್ಕೆ.

Breāk, *v. t. ir.* (brōke, brō'ken), (a rope, chain, *etc.*) ಹರಿ; 2. (a vessel, *etc.*) ತುಂಡುತುಂಡು ಮಾಡು, ಒಡೆ; 3. (a stick, *etc.*) ಮುರಿ; 4. (the law) ಮೀರು; 5. (a promise) ತಪ್ಪಿಸು; 6. (a person) ಬಲ ಕಡಿಮೆ ಮಾಡು; 7. (a horse, *etc.*) ಸಾಧು ಮಾಡು, ಪಳಗಿಸು; 8. (will, resistance, rebellion) ಮುರಿ; b. fast ಉಣ್ಣು, ಫಲಾಹಾರ ತಿನ್ನು; b. ground ಭೂಮಿ ಕೊಚ್ಚು, —ಅಗೆ; b. the heart ಎದೆ ಒಡೆ; *pass.* ಎದೆ ಒಡೆದುಕೊಳ್ಳು, ಹೊಟ್ಟೆಬೇನೆ ಹಚ್ಚಿಕೊಳ್ಳು; b. a house ಕನ್ನ ಕೊರೆ; b. the ice ಹಿಗ್ಗು ಜಯಿಸು; b. in ಒಡೆ, ಒಳನುಗ್ಗು; (horse) ಸಾಧು ಮಾಡು, ತಿದ್ದು; b. the jail ಬಂದೀಖಾನೆಯಿಂದ ತಪ್ಪಿಸಿಕೊಳ್ಳು; b. the neck ಗೋಣು ಮುರಿ; b. of ಬಿಡಿಸು; b. off ಮುರಿ, ಮುರಿದುಕೊಳ್ಳು, ಹರಕೊಳ್ಳು; b. open ಒಡೆದು ತೆರೆ; b. out ಒಡೆದು ತೆಗೆ; b. up ಬಿಚ್ಚು, ಕೊಚ್ಚು, ನಿಲ್ಲಿಸು; b. the ranks ದಂಡು ಬಿಡು; b. sleep ನಿದ್ರೆಗೆಡು; b. store ಜೀನಸು ಹಿರಿ; b. wind ಹೂಸು ಬಿಡು; b. with ಜಗಳವಾಡಿ ಅಗಲು. *v. i.* ಹರಿ, ಒಡೆ, ಮುರಿ (*see the v. t.*); 2. (the day to b.) ಬೆಳಗಾ

ಗು, ಮೂಡಲುಹರು; 3. ಫಕ್ಕನೆ ಬರು; 4. (a person) ಬಲಹೀನನಾಗು; b. away ಕೊಸರಿಕೊಳ್ಳು, ತಪ್ಪಿಸಿಕೊಳ್ಳು; b. down ಮುರಿದುಬೀಳು, ಸಿಂತುಬಿಡು, ಬಿಟ್ಟುಕೊಡು; b. forth ಮೂಡು, ಪ್ರತ್ಯಕ್ಷವಾಗು, ಫಕ್ಕನೆ ಕೇಳಿಸು; b. in. ಹೋಗು, ಕರೆಯದೆ ಬರು, ನಡುವೆ—. b. loose ಕೊಸರಿಕೊಳ್ಳು, ಬಿಚ್ಚಿಕೊಳ್ಳು, ಬೀದಿ ಬೀಳು, ತಪ್ಪಿಸಿಕೊಳ್ಳು; b. out ಕಾಣಿಸು, ಹೊರ ಬೀಳು; b. up ಬಿಚ್ಚಿಹೋಗು, ತುಂಡುತುಂಡಾಗು; b. with ಸ್ನೇಹ ಬಿಡು.

Breāk, *n.* ಒಡಕು, ಕಂಡಿ, ಗೀಟು; b. of day ಅರುಣೋದಯ, ಮೂಡಲುಹರಿಯೋಣ; at b. of day ನಸುಕಿನಲ್ಲಿ, ಬೆಳಿಗ್ಗೆ, ಮುಂಜಾನೆ; a b. in the rainy season ಹೊರಪು, ತೆರಪು. -'āġe, *n.* ಒಡಕು. -down, *n.* ಬೀಳುವುದು; 2. ಬಿರುಕು; 3. ಕಾರ್ಯ ಕೆಡುವುದು. -ĕr. *n.* ಒಡೆಯುವವನು, ಮುರಿಯುವವನು; *pl.* ಉಕ್ಕುವ ತೆರೆಗಳು. -'fast. *n.* "ನ್ಯಹಾರೀ", ಫಲಾಹಾರ, "ನಾಷ್ಟ". *v. i. r.* ಫಲಾಹಾರ ತಿನ್ನು, "ನಾಷ್ಟ" ಮಾಡು. -'neck, *a.* ಗೋಣುಮುರಿಯುವ; 2. ಗಂಡಾಂತರವುಳ್ಳ. -up. *n.* ವಿಯೋಗ, ಅಗಲಿಕೆ. -wạ'tĕr, *n.* ಅಣೆಕಟ್ಟು.

Breast (brest), *n.* ಎದೆ; 2. ಮೊಲೆ, ಸ್ತನ; b.-high ಎದೆಮಟ್ಟ; to make clean b. of ಒಡಲೊಳಗಿದ್ದದ್ದೆಲ್ಲಾ ಹೇಳು, ತಪ್ಪು ಒಪ್ಪಿಕೊಳ್ಳು. *v. t. r.* ಎದುರಿಸು. B.-bōne, *n.* ಎದೆಯ ಎಲುಬು. B.-plāte, *n.* ಪದಕ, ಎದೆಕವಚ.

Breath (breth), *n.* ಶ್ವಾಸ, ಉಸುರು, ವಾಯು ಚಲನೆ; 2. ಜೀವ; 3. ಒಂದು ಕ್ಷಣ; the drawing in of b. ಪೂರಕ; the retention of b. ಕುಂಭಕ; the blowing out of b. ರೇಚಕ; below one's b. ಪಿಸು ಮಾತಿನಿಂದ; hold one's b. ಉಸುರು ಕಟ್ಟಿಕೊಳ್ಳು (ಭಯದಿಂದ); take b. ವಿಶ್ರಾಂತಿ ತಗೆದುಕೊಳ್ಳು; out of b. ಆಸಪ್ರಾಸವಾಗಿ; waste b. ನಿರರ್ಥಕವಾಗಿ ಮಾತಾಡು. Breath'less (breth'-les), *a.* ಉಸುರುಗಟ್ಟಿದ; 2. ಉಸುರಿಲ್ಲದ, ಸತ್ತ.

Brēathe (brēth), *v. i. r.* ಉಸುರಾಡಿಸು; 2. ವಿಶ್ರಮಿಸಿಕೊಳ್ಳು; 3. ಸೇರು, ಹಾಯು. *v. t. r.* ಶ್ವಾಸ ಬಿಡು; 2. ಜೀವಿಸು; 3. ಮೆಲ್ಲಗೆ ಹೇಳು; 4. ದಣುವು ಆರಿಸು; he breathed his last ಅವನು ಸತ್ತ, —ತೀರಿಕೊಂಡ. Brēath'ing, *n.* ಉಸುರಾಡಿಸೋಣ, ಶ್ವಾಸ ಬಿಡೋಣ; 2. ಬೀಸೋಣ; 3. ಉಚ್ಚಾರಣೆ, ನುಡಿ; 4. ಭಾವಚಿತ್ರ; b. prayer ರಹಸ್ಯ ಪ್ರಾರ್ಥನೆ.

Brēech. *n.* ಹಿಂಭಾಗ; 2. ಕೋವಿಯ ಹಿಂಭಾಗ, ಕಿವಿ.

Brēech'es. *n. pl.* ಗುಡಿಗಿ, ಗುತಿಗಿ ಚಣ್ಣ, ಚಲ್ಲಣ.

Brēech'ings. *n. pl.* ಫಿರಂಗಿಗಳನ್ನು ಹಡಗಕ್ಕೆ ಕಟ್ಟುವ ಹಗ್ಗಗಳು.

Brēed. *v. t. ir.* (bred, bred) ಹುಟ್ಟಿಸು; 2. ಸಾಕು, ಸಲಹು; 3. ಕಲಿಸು. *v. i.* ಹುಟ್ಟು. *n.* ಜಾತಿ, ವಂಶ; pure b. ಅಚ್ಚವಳಿ, "ತೇಟ್" ಜಾತಿ. -ing. *n.* ಸಾಕೋಣ, ಪಾಲನೆ, ಶಿಕ್ಷಣೆ; 2. ಉತ್ಪಾದನ, ಪೀಳಿಗೆ ಹೆಚ್ಚಿಸುವುದು; cross-b. ವರ್ಣಸಾಂಕರ್ಯದ ಪೀಳಿಗೆ; 3. ವಿದ್ಯಾಭ್ಯಾಸ; 4. ಮರ್ಯಾದೆ.

Brēeze, *n.* ತಂಗಾಳಿ, ಮಂದವಾಯು, ಮಂದಮಾರುತ; 2. *(sl.)* ಜಗಳ. Brēez'y, *a.* ತಂಗಾಳಿಯುಳ್ಳ.

Breth'ren, *n. pl.* ಸಹೋದರರು.

Brev'et, *n.* ಅಧಿಕಾರ ಪತ್ರ (ಸೈನ್ಯದ ಹುದ್ದೆಯ).

Brē'vi-ar-y (-ĕr-i), *n.* ಸಾರಾಂಶ; 2. ರೋಮನ್ ಕಥೋಲಿಕರ ಸಂಧ್ಯಾವಂದನದ ಪುಸ್ತಕ.

Brēv-iĕr', *n.* ಎಂಟು ಪೈಂಟಿನ ಮೊಳೆ ಅಕ್ಷರ.

Brev'it-y, *n.* ಸಂಕ್ಷೇಪ; 2. ಅಲ್ಪ ಕಾಲ.

Brew (brụ). *v. t. r.* ಕಾಸು; 2. "ತಯಾರು" ಮಾಡು; 3. ಯೋಚಿಸು. -'āġe, *n.* ಕಾಸಿ ತಯಾರು ಮಾಡಿದ ಸರಾಯಿ. Brew'ĕr, *n.* "ಬೀರ್" ಎಂಬ ಮದ್ಯವನ್ನು ಕಾಸುವವನು. Brew'ĕr-y, *n.* "ಬೀರ್" ಎಂಬ ಮದ್ಯ ಕಾಸುವ ಮನೆ.

Brī'ar, *n. see* Brier.

Brībe, *n.* ಲಂಚ; 2. ವಿಲೋಭನ; a man who takes b.s ಲಂಚಗುಳಿ, ಲಂಚಖೋರ. *v. t. & i. r.* ಲಂಚ ಕೊಡು, ಲಂಚ ಹಾಕು. Brīb'ĕr-y, *n.* ಲಂಚಗಾರಿಕೆ, ಲಂಚಖೋರತನ.

Brie'à-brac, *n.* ವಿಚಿತ್ರ ವಸ್ತು, ಹಳೆ ಒಡವೆಗಳು.

Brick, *n.* ಇಟ್ಟಿಗೆ, ಇಟ್ಟಂಗಿ. *v. t. r.* (*pr.* brikt) ಇಟ್ಟಿಗೆ ಹಾಸು *c. d.* -'bat, *n.* ಇಟ್ಟಿಗೆ ತುಂಡು. -'kiln (-kil), *n.* ಇಟ್ಟಿಗೆ ಸುಡುವ ಗೂಡು. -'lāy-ĕr, *n.* ಗಾರೆಯವನು, ಉಪ್ಪಾರ, ಕಾಮಾಟಿಗ, ಲೆಪ್ಪಗಾರ.

Brīd'al, *a.* ಮದಲಗಿತ್ತಿಯ, ಮದುಮಗಳ; 2. ಲಗ್ನಸಂಬಂಧವಾದ. *n.* ಮದುವೆ.

Brīde, *n.* ಮದಲಗಿತ್ತಿ, ಮದುಮಗಳು, ವಧು. Brīde'groom, *n.* ಮದುಮಗ, ಮದುವಣಿಗ, ಮದಲಿಗ, ಮದಲಿಂಗ, ವರ.

Brīde'maid, Brīde's'māid, *n.* ಮದುಮಗಳ ಗೆಳತಿ. Brīde'man, Brīde's'man, *n.* ಮದುಮಗನ ಗೆಳೆಯ.

Brīde'well, *n.* ಕಾರಾಗೃಹ.

Bridge (brij), *n.* ಸೇತು, ಸಂಕ, "ಪೂಲು"; 2. *(mus.)* ಕುದುರೆ. **Bridge'-head**, *n.* ಸಂಕ ಬಲಕಾಯಿಸುವುದಕ್ಕೆ ಕಟ್ಟಿದ ಕೋಟೆ.

Brī'dle, *n.* ಲಗಾಮು, ಕಡಿವಾಣ, ಮೂಗುದಾರ, ಮೂಗುದಾಣ; 2. ಅಂಕೆ. *v. t. r.* ಲಗಾಮು ಹಾಕು, ಕಡಿವಾಣ ಹಾಕು *c. d.*; 2. ಅಂಕೆ ಯಲ್ಲಿಡು. [ದಾರಿ.

Brī'dle-pāth, *n.* ಸವಾರರು ಹೋಗುವ ಕಿರು

Briēf, *n.* ಚೀಟು, ಯಾದಿ; hold a b. for ಪ್ರತಿವಾದ ಮಾಡು.

Briēf, *a.* ತುಸುವೇಳೆಯ, ಸಣ್ಣ, ಸಂಕ್ಷೇಪವಾದ, ಕ್ಲುಪ್ತ; be b. ಸಂಕ್ಷಿಪ್ತವಾಗಿ ಹೇಳು. Brev'it-y, *n.* *q. v.* **Briēf'ly**, *ad.* ಸಂಕ್ಷೇಪವಾಗಿ. **Briēf'ness**, *n.* ಸಂಕ್ಷೇಪ.

Brī'ēr, *n.* sweet b., wild b. ಗುಲಾಬಿ ಗಿಡದ ಎರಡು ಜಾತಿ; brier in Hebr. vi, 8. *(Tribulus terrestris, L.)* ನೆಗ್ಗಿಲುಮುಳ್ಳು.

Brig, **Brig'an-tīne** (-tīn), *n.* ಎರಡು ಕೂವೆ ಮರವಿರುವ ಹಾಯಿ ಹಡಗ.

Bri-gāde', *n.* ಸೇನಾಭಾಗ. **Bri-ga-diēr'** (-dēr'), *n.* ಸೈನ್ಯಾಧಿಪತಿ, "ಬ್ರಿಗೇಡೀರ್" ಸಾಹೇಬ.

Brig'and, *n.* ಸುಲುಕೊಳ್ಳುವವನು, ದಾರಿಬಡಿಕ, "ಚೋರ".

Brīght (brīt), *a.* ಥಳಗುಟ್ಟುವ, ಮಿಂಚುವ, ಪ್ರಕಾಶವುಳ್ಳ; 2. ಪ್ರಸಿದ್ಧ; 3. ಮನೋಹರ, ರಮ್ಯ; 4. ತೈಲಬುದ್ಧಿಯುಳ್ಳ; 5. ವ್ಯಕ್ತ, ಪರಿಷ್ಕಾರವಾದ. -en, *v. t. r.* ಬೆಳಕಾಗ ಮಾಡು, ಹೊಳಪು—, ಬೆಳಗು, ಪ್ರಕಾಶಿಸ ಮಾಡು; 2. ಶೋಭಿಸ ಮಾಡು. *v. i.* ಬೆಳಕಾಗು, ಹೊಳಪಾಗು, ಮಿಂಚು ಬಿಡು; 2. ಶುಭವಾಗು. -'ly, *ad.* ತಳತಳನೆ, ಮಿಣುಕುಮಿಣುಕು, ಝಗಝಗ; 2. ಪ್ರಕಾಶವಾಗಿ; 3. ಶೋಭಿಸುವಂತೆ. -'ness, *n.* ಕಾಂತಿ, ಕಳೆ, ಹೊಳಪು; 2. ಬುದ್ಧಿಸೂಕ್ಷ್ಮತೆ.

Brīght's dis-ease', *n.* ಅಶ್ಮರಿರೋಗ.

Brill'iance, **Brill'ian-cy**, *n.* ಮಿಂಚು, ಪ್ರಕಾಶ, ಕಾಂತಿ, ತೇಜಸ್ಸು, ಥಳಥಳ.

Brill'iant (bril'yant), *a.* ಝಗಝಗ ಮಿಂಚುವ, ಪ್ರಕಾಶಿಸುವ. *n.* ಉತ್ತಮ ವಜ್ರ.

Brim, *n.* ಅಂಚು, ಕಂಠ. **Brim'ful**, *a.* ಸೂಸು ತುಂಬ, ಸೂಸುಮಟ್ಟ, ಭರಪೂರ.

Brim'mēr, *n.* ತುಂಬಿದ ಪಾತ್ರ.

Brim'stōne, *n.* ಗಂಧಕ.

Brin'ded, **Brin'dled**, *a.* ಬಣ್ಣಬಣ್ಣದ ಪಟ್ಟೆಗಳುಳ್ಳ.

Brīne, *n.* ಉಪ್ಪು ನೀರು; 2. ಸಮುದ್ರ; 3. ಕಣ್ಣೀರು. **Brīn'ish**, *a.* ಕೊಂಚ ಉಪ್ಪಾದ. **Brīn'y**, *a.* ಉಪ್ಪಾದ, ಕ್ಷಾರ.

Bring, *v. t. ir.* (brought, brought, *pr.* brat) ತರು; (a thing) ತರು, ತಗೆದುಕೊಂಡು ಬರು; (seize) ಹಿಡಿದುಕೊಂಡು ಬರು, ಹಿಡಿದು ತರು; (call) ಕರಕೊಂಡು ಬರು, ಕರತರು; 2. (procure) ಒದಗಿಸಿಕೊಡು, ಬರಮಾಡು, ಪ್ರಾಪ್ತಿಯಾಗುವಂತೆ ಮಾಡು; 3. ಪ್ರೇರೇಪಿಸು; b. one's self to ಮನಸ್ಸು ಮಾಡಿಕೊಳ್ಳು, ರೂಢಿ ಮಾಡಿಕೊಳ್ಳು; 4. ಒಯ್ಯು; b. back ಎಚ್ಚರ ಹುಟ್ಟಿಸು; b. destruction ನಾಶನ ಮಾಡು, ಹಾಳು—; b. about ಸಾಧಿಸು, ಪೂರಯಿಸು, ಕೈಗೂಡಮಾಡು; b. down ಕಡಿಮೆ ಮಾಡು, ಗಾಯಪಡಿಸು, ಕೊಲ್ಲು, (pride) ತಗ್ಗಿಸು, ಇಳಿಸು; b. into the world, b. forth ಹುಟ್ಟಿಸು, ಹೆರು, ಹಡೆ, ಈಯು, (fruit) ಫಲಿಸು, (flowers, *etc.*) ಬಿಡು; ಬೈಲಿಗೆ ತರು, ಹುಲುಬಿಸು; b. forward ಸಾಗಿಸು, ಹೆಚ್ಚಿಸು, ಎತ್ತಿ ತೋರಿಸು, ಮುಂದಿನ ಪುಟಕ್ಕೆ ವರ್ಗಾಯಿಸು, ತೋರಿಸು; b. home to ಒಪ್ಪಿತಗೊಳಿಸು; b. in ಒಳಗೆ ತರು, ಕೂಡಿಸು, ಪ್ರಾಪ್ತಿಸು, ಆದಾಯ ಮಾಡು, ಅಣಗಿಸು, ಅಧೀನ ಮಾಡಿಕೊಳ್ಳು; b. off ಒಯ್ಯು, ಬಿಡಿಸು, ಬಿಡುಗಡೆಯಾಗುವಂತೆ ಮಾಡು, ಯಶಸ್ವಿಯಾಗ ಮಾಡು; b. on ತೊಡಗಿಸು, ಆರಂಭಿಸು, ಹುಟ್ಟಿಸು; b. out ಹೊರಗೆ ತರು, ಬೈಲಿಗೆ ತರು, ಹುಲುಬಿಸು; b. over ದಾಟಿಸು, ಒಲಿಸಿಕೊಳ್ಳು; b. round ಚೇತರಿಸುವಂತೆ ಮಾಡು; b. to pass ಸಂಭವಿಸುವಂತೆ ಮಾಡು; b. to ತೀರುಗೊಳಿಸು, ಚೇತನಗೊಳಿಸು; b. to light ಹೊರಪಡಿಸು; *(naut.)* ನಿಲ್ಲಿಸು; b. under ತಗ್ಗಿಸು, ಅಣಗಿಸು, ಅಧೀನ ಮಾಡಿಕೊಳ್ಳು; b. up ಸಾಕು, ಸಾಕಿ ಸಲಹು, ಪೋಷಿಸು, ಹಡಗನ್ನು ಲಂಗರು ಹಾಕಿ ನಿಲ್ಲಿಸು; b. up the rear ಕೊನೆಯಲ್ಲಿ ಬರು.

Brin'jal, *n.* ಬದನೇ ಕಾಯಿ.

Brin-jar'ry, *n.* ಲಂಬಾಣಿ (—ಡಿ).

Brink, *n.* ದಡ, ದಂಡೆ, ಅಂಚು, ಅರಗು; on the b. of grave ಸಾಯಲಾಗಿರುವ.

Brisk, *a.* ಚುರುಕಾದ, "ಹುಷಾರಾದ"; b. pace ತೀವ್ರನಡೆ; b. trade ಚುರುಕು ವ್ಯಾಪಾರ. -'ly, *ad.* ಚುರುಕಾಗಿ, ಚಟುವಟಿಕೆಯಿಂದ. Brisk'ness, *n.* ಚುರುಕು, ಉಲ್ಲಾಸ, ಚಟುವಟಿಕೆ, "ಹುಷಾರಿ".

Bris'ket, *n.* ಮೃಗದ ಎದೆ, —ಎದೆ ಮಾಂಸ.

Bris'tle (bris'sl), *n.* ವರಾಹಕೇಶ, ಬಿರಸು ಕೂದಲು. **Bris'tly**, *a.* ಬಿರುಸಾದ ಕೂದ ಲುಳ್ಳ. **B. up**, *v. t. r.* ಸಿಟ್ಟಿಗೆ ನಿಲ್ಲು.

Bris'tol paper, *n.* ಚಿತ್ರ ಬರೆಯುವ ದಳವಾದ ಕಾಗದ; b. stone ಬ್ರಿಸ್ಟಲಿನಲ್ಲಿ ಸಿಕ್ಕುವ ಸ್ಫಟಿಕ.

Brit'āin, *n.* "ಬ್ರಿಟನು". **Bri-tan'nic**, *a.* "ಬ್ರಿಟನಿಗೆ" ಸಂಬಂಧಪಟ್ಟ. **Brit'on**, *n.* "ಬ್ರಿಟ ನಿನವ".

Bri'tish, *a.* "ಇಂಗ್ಲಿಷ್" ದೇಶದ, "ಬ್ರಿಟಿಷ್". **Bri'tish-ēr**, *n.* "ಬ್ರಿಟನ" ದೇಶಸ್ಥ. **Bri'tish-ism**, *n.* "ಬ್ರಿಟಿಷ" ಭಾಷಾರೀತಿ.

Brit'tle, *a.* ಬಿಟ್ಟಿ, ಪೆಳಸು, ಪೆಡಸು, ಕ್ಷಣಭಂಗುರ, ಬಗು ಒಡೆಯುವ. **-ness**, *n.* ಪೆಡಸುತನ, ಗರುಗು, ಬಿಟ್ಟಿ.

Brīze (brēze), *n.* ತೊಣಚಿ.

Brōach, *n.* ಶಲಾಕೆ, ದಬ್ಬಣ; 2. ಕೊಂಡಿ. *v. t. r.* (*pr.* brōcht) ತಿವಿ, ಚುಚ್ಚು; 2. (stores) ತೆರೆ, ಹಿರಿ; 3. ಬೈಲಿಗೆ ಹಾಕು, ಬಹಿ ರಂಗ ಮಾಡು, ಹೇಳು. to b. a subject ಒಂದು ವಿಷಯವನ್ನು ಪ್ರಸ್ತಾಪಿಸು.

Broad, *a.* ಅಗಲವಾದ, ವಿಶಾಲವಾದ; b. day-light ಹಾಡೆ ಹಗಲು. **-en**, *v. t.* ಅಗಲ ಮಾಡು. **Broad'ly**, *ad.* ವಿಶಾಲವಾಗಿ, ಅಗಲವಾಗಿ. **Broad'cast**, *v. t. r.* ಚಲ್ಲಾಡು, ಪಸರಿಸು. *a.* ಚಲ್ಲಿಕೆ ಮಾಡಿದ, ಪಸರಾಯಿಸಿದ. *ad.* ವಿಸ್ತಾರವಾಗಿ. **Broad'cloth**, *n.* ಸಕ ಲಾತಿ, ಬನಾತು. **Broad'sīde**, *n.* ಹಡಗದ ಒಂದು ಪಕ್ಕೆಯ ಎಲ್ಲಾ ತೋಫುಗಳನ್ನು ಒಮ್ಮೆ ಲೆ ಹಾರಿಸೋಣ. **Broad'wīse**, *ad.* ಅಡ್ಡವಾಗಿ.

Brob'ding-nag, *n.* "ಗಲ್ಲಿವರ್ಸ್ ಟ್ರೇವಲ್ಸ್" ಎಂಬು ದರಲ್ಲಿ ಹೇಳಿದ ರಾಕ್ಷಸ ದೇಶ. **-ian**, *n.* ರಾಕ್ಷ ಸನು.

Brō-cāde', *n.* ಜರತಾರಿ, ಕಿನಕಾಬು.

Brō'cāge, *n. see* Brokerage.

Brō'chure (-shur), *n.* ವಹಿ, ಚಿಕ್ಕ ಪುಸ್ತಕ, ಪತ್ರಕ.

Brock, *n.* ನೆಲಗರಡಿ; 2. ಮುಗ್ಗಲಗೇಡಿ.

Brōgue (brōg), *n.* ಎಕ್ಕಡ; 2. ಗ್ರಾಮ್ಯಮಾತು.

Broi'dēr, *v. t. r. see* Embroider.

Broil, *n.* ಕಲಹ, ಜಗಳ, ಬಂಡಣ. *v. t. & i. r.* ಸುಡು, ಬೇಯಿಸು. **Broil'ēr**, *n.* ಮಾಂಸ ವನ್ನು ಸುಡುವವ.

Bro'kāge, *same as* Brokerage.

Brō'ken, *pp. of* Break ಒಡೆದ, ಮುರಿದ, ಚೂರುಚೂರಾದ; 2. ಬಲಹೀನ, ಹೆಳವ; 3. (spirit, *etc.*) ಸಣ್ಣ; b.-hearted ಖಿನ್ನ; 4. (English, *etc.*) ತೊದಲು, ತಬ್ಬಿಬ್ಬು.

Brō'kēr, *n.* "ದಲ್ಲಾಳಿ", "ದಲಾಲಿ".

Brō'kēr-āge, *n.* "ದಲ್ಲಾಳಿಯ" ಕೆಲಸ; 2. ತರ ಗು, "ದಲ್ಲಾಳಿಯ ದಸ್ತೂರಿ", "ದಲ್ಲಾಳಿ".

Broṅ'chiæ, *n. pl.* ಶ್ವಾಸನಾಳಗಳು. **Broṅchi'-al**, **Broṅch'ic**, *a.* ಶ್ವಾಸನಾಳಗಳಿಗೆ ಸಂಬಂಧ ಪಟ್ಟ. **Broṅchī'tis**, *n.* ಶೀತದಿಂದ ಉಬ್ಬುಸದ ಗಂಟಲು ರೋಗ.

Brōnze, *n.* ಕಂಚು ೮ ಪಾಲು ತಾಮ್ರ ೧ ಪಾಲು ತವರದ ಮಿಶ್ರಲೋಹ; 2. ಕಂಚಿನ ಸಾಮಾನು; 3. ಧಿಟ್ಟತನ.

Brōoch (brōch), *n.* ಪದಕ, ಕೊಂಡಿ.

Brood, *n.* ಮರಿಗಳು, ಮಕ್ಕಳುಮರಿ; 2. ಸಂ ತಾನ, ವಂಶ; 3. ಕೋಳಿಮರಿಗಳ ಹಿಂಡು. *v. i. r.* ಹೊದಗು, ಕಾವಿಗೆ ಕೂಡ್ರು; 2. ಚಿಂತೆ ಮಾಡು, ಮರುಗು, ಗೇನಿಸು.

Brook, *n.* ಹಳ್ಳ, ಕಾಲುವೆ. *v. i. r.* (*pr.* brookt) ತಾಳು, ಸಹಿಸು.

Broom, *n.* ಕಸಬರಿಗೆ, ಹಿಡಿಕುಂಟಿ, ಹಿಡಿಗಲು; new b. ದೋಷಗಳನ್ನು ತಿದ್ದಲಿಕ್ಕೆ ಳಸುವ ಹೊಸ ಉದ್ಯೋಗಸ್ಥ. **Broom'stick**, *n.* ಕಸಬರಿ ಗೆಯ ಕೋಲು, — ಹಿಡಿ.

Broth, *n.* ಮಾಂಸ ಸಾರು, ಅಂಬ್ರಿ, ಕಷಾಯ.

Broth'el, *n.* ಸೂಳೇ ಮನೆ, ವೇಶ್ಯೆ—.

Brŏth'ĕr, *n.* ಒಡಹುಟ್ಟಿದವನು, ಸಹೋದರ; elder b. ಅಣ್ಣ; younger b. ತಮ್ಮ; brothers ಅಣ್ಣತಮ್ಮಂದಿರು, ಸಹೋದರರು; brethren ಸಹೋದರರು, ಜತೆಗಾರರು; b. german ಖಾಸ ಅಣ್ಣ, ತಮ್ಮ; b. Jonathan ಅಮೇರಿಕದವನು (ಸರಸದ ಮಾತು). **Brŏth'ĕr-hood**, *n.* ಸಹೋದರತ್ವ; 2. ಮಂಡಲಿ, ಒಕ್ಕಟ್ಟು. **Brŏth'ĕr-ly**, *a.* ಸಹೋದರರ, ಸಹೋದರ ಭಾವದ; 2. ಮಮತೆಯ, ಪ್ರೀತಿಯ.

Brŏth'ĕr-in-law, *n.* wife's brother, husband's brother, sister's husband: (younger) ಮೈದುನ, (elder) ಭಾವ; wife's sister's husband ಸಡ್ಡಕ.

Brough'am (brụ'am), *n.* ಸಾರಟು.

Brought (brạt), *pt. & pp. of* Bring.

Brow, *n.* ಹುಬ್ಬು, ಹಣೆ; 2. ಮುಖಭಾವ, "ಚ ಹಾರೆ"; 3. ಶಿಖರ, ಮೋಕು; knit one's b. ಹುಬ್ಬು ಗಂಟುಹಾಕು; live by the sweat of one's b. ಕಾಯಕಷ್ಟನಿಂದ ಜೀವಿಸು.

Brow'bēat (-bēt), *v. t. ir.* (-bēat, bēat'en) ಹಾಯಿಬಡಿ, ಗದರಿಸು, ಬೆದರಿಸು.

Brown, *a.* ಕಂದುಬಣ್ಣದ, ಕಪಿಶ.
Brown'-stud-y, *n.* ಅತಿಧ್ಯಾನ, ತಲ್ಲೀನತೆ.
Browse, *v. t.* & *i. r.* ಎಳೆ ಚಿಗುರು ಮೇಯು.
Bru'in, *n.* ಕರಡಿ.
Bruise (brūz), *n.* ದೆಬ್ಬೆ, ಜಜ್ಜುವಿಕೆ, ಗಿಜಿಗಿಜಿ, ಜಜ್ಜಿದ ಗಾಯ, ಸರುಕು. *v. t. r.* ಜಜ್ಜು, ಸರುಕು.
Bru'it, *n.* ಸುದ್ದಿ. *v. t. r.* ಸುದ್ದಿ ಎಬ್ಬಿಸು.
Bru'mous, *a.* ಮಂಜಿನ, ಚಳಿಗಾಲದ.
Bru-nette' (-net') *n.* ಕರ್ರಗಿರುವ ಸ್ತ್ರೀ, ಕರ್ರಗಿನಾಕೆ, ಕರಿಗಿ.
Brunt, *n.* ದೆಬ್ಬೆ, ಹೊಡೆತ, ಪೆಟ್ಟು.
Brush, *n.* ವರಾಹಕೂರ್ಚಕ, ಕೂರ್ಚಿಕೆ, ವರಾಹಕೇಶ, ಕುಂಚ, b. used by weavers ಕುಂಚಿಗೆ; a small b. "ಕಲಮು"; 2. ಕದನ, ಜಟಾಪಟಿ. *v. t. r.* (*pr.* brusht) ವರಾಹಕೂರ್ಚದಿಂದ ಒರಸು, ವೇಗವಾಗಿ ಹಾದು ಹೋಗು.
Brush'wood, *n.* ಪೊದೆ, ಮುಳ್ಳುಕಂಟಿ. [ಳುವ.
Brusque (brusk), *a.* ದುಡುಕಿನ, ತಟ್ಟನೆ ಹೇ
Brute, *n.* ಮೃಗ, ಪಶು. *a.* ಪಶುಪ್ರಾಯವಾದ, ಬುದ್ಧಿ ಇಲ್ಲದ, ಪಾಮರ. **Bru'tal**, *a.* ಪಶುಭಾವದ, ಕ್ರೂರ, ನಿಷ್ಠುರ. **-'i-ty**, *n.* ಪಶುಭಾವ, ಕ್ರೂರತನ, ಕರುಣೆ ಲಜ್ಜೆ ಇಲ್ಲದಿರೋಣ. **Bru'tish**, *a.* ಮೃಗಭಾವದ, ಕ್ರೂರ, ನಿರ್ದಯವುಳ್ಳ.
Bub'ble, *n.* ಗುಳ್ಳೆ, ಬುದ್ಬುದ. *v. i. r.* ಗುಳ್ಳೆ ಏಳು; 2. ಘಡಘಡ ಹರಿ; b. up with heat ಬಿಸಿಗುದಿ; to make b. (ನೀರು) ಮರಳಿಸು.
Bū'bō, *n.* (*pl.* Bubōes) ತೊಡೆವಾಳೆ, ಉಡುಚು. **Bū-bon'ic**, *a.* ಗುಳ್ಳೆ ಬರುವ.
Buc-ca-nēer', **-nēir'**, *n.* ಸಮುದ್ರಚೋರ.
Buck, *v. t. r.* ಉಬ್ಬಿಗೆ ಹಾಕು (as dirty linen), b. up ಅವಸರ ಮಾಡು, ಚಟುವಟಿಕೆ ತೋರು, ಉಲ್ಲಾಸಭರಿತನಾಗಿರು. *n.* ಬಟ್ಟೆ ತೊಳೆಯುವ ಭಸ್ಮಜಲ.
Buck, *n.* ಹೋತ, ಗೋತು; 2. ಟಗರು; 3. ಗಂಡೆರಳೆ; 4. ಗಂಡು ಮೊಲ; 5. ಸೊಗಸುಗಾರ; black b. *see* Antelope.
Buc'ket, *n.* ತೊಟ್ಟಿ; (earthen) ಬಾನಿ. (wooden) ಮರಿಗೆ; kick the b. ಮಡಿಯು.
Buc'ket, *v. i.* & *t. r.* ತೀವ್ರ ಸವಾರಿ ಮಾಡು, ತೊಳಸು.
Buc'kle, *n.* ಕೊಂಡಿ. *v. t.* ಕೊಳ್ಳಿಸು, ಸವಣಿಸು.
Buc'klĕr, *n.* ಗುರಾಣಿ, ಡಾಲು.
Buck'ram, *n.* ಮಯಣ ಹಚ್ಚಿ ಬಿರುಸಾಗಿ ಮಾಡಿದ ದೊರಗು ಅರಿವೆ.
Buck'skin, *n.* ಕೃಷ್ಣಮೃಗದ ಚರ್ಮ.
Bū-col'ic, *a.* ಕುರುಬರ, ಪಶುಪಾಲಕರ.
Bud, *n.* ಮೊಗ್ಗೆ, ಚಿಗುರು, ಅಂಕುರ; leaf-b. ಪಲ್ಲವ. *v. i. r.* (bud'ded) ಮೊಗ್ಗೆ ಬಿಡು, ಚಿಗಿ, ಚಿಗುರು; 2. ಎಳೇದಾಗಿರು.
Bud'dhism, *n.* ಬುದ್ಧಮತ. **Bud'dhist**, *n.* ಬೌದ್ಧ.
Budge, *v. i. r.* ಸ್ವಲ್ಪ ಚಲನೆ ಮಾಡು.
Budge, *n.* ಕುರಿತೊಗಲು.
Budg'et (buj'et), *n.* ಜಮಾಖರ್ಚಿನ ಅಂದಾಜಿನ ಪಟ್ಟಿ. 2. ಚೀಲ, ಜೋಳಿಗೆ, ಮೂಟೆ.
Buff, *n.* ಕೋಣದ ತೊಗಲು. *a.* ಪಳದಿ.
Buf'fa-lō, *n.* (*Bubalus bos*) she-b. ಎಮ್ಮೆ; superior kind of she-b. ಸರಳೆಮ್ಮೆ; he-b. ಕೋಣ; buffalo-race ಕಂಬಳ.
Buf'fa-lō-head-grass, *n.* (*Dactyloctenium ægyptiacum, Willd.*) ಕೋಣನ ತಲೆ ಹುಲ್ಲು.
Buf'fĕr, *n.* ರೈಲುಬಂಡಿಗಳಲ್ಲಿ ಧಕ್ಕೆಯ ಬಾಧಕವನ್ನು ನಿವಾರಿಸುವ ಸಾಧನ; b. state ವೈರತ್ವದ ಸಂಭವ ತಪ್ಪಿಸುವ ತಟಸ್ಥ ರಾಜ್ಯ.
Buf'fĕr, *n.* (*sl.*) ಹಳಬನು, ಮುದಿಯ, ಅವಿವೇಕಿ.
Buf'fet, *v. t. r.* ಗುದ್ದು, ಅಂಗೈಗಳಿಂದ ಹೊಡೆ; 2. ಅಲೆಗಳನ್ನು ಅಂಗೈಗಳಿಂದ ಹಿಂದಕ್ಕೆ ತಳ್ಳು. *n.* ಗುದ್ದು, ಪೆಟ್ಟು; 2. ಕೊಪ್ಪರಿಗೆ; 3. ಪಾತ್ರೆಗಳನ್ನಿಡುವ ಅಲಮಾರು.
Buf-foon', *n.* ಹಾಸ್ಯಗಾರ, ವಿಕಟಕವಿ; (in plays) ವಿದೂಷಕ, ಹನುಮನಾಯಕ, ಕೋಡಂಗಿ. **Buf-foon'ĕr-y**, *n.* ಹಾಸ್ಯ, ಕುಚೇಷ್ಟೆ.
Bug, *n.* ತಗಣೆ, ತಿವಣೆ.
Bug'bear (-bār), *n.* ಗುಮ್ಮ, ಬೌ, ದೆವ್ವ.
Bug'gy, *n.* ಒಂದು ತರದ ಕುದುರೆಗಾಡಿ.
Bū'gle, **-horn**, *n.* ತುತೂರಿ, ಕಹಳೆ.
Build (bild), *v. t. ir.* (built, built) ಕಟ್ಟು; 2. ಸ್ಥಾಪಿಸು. *v. i.* b. on, b. upon ಭರವಸವಿಡು, ನೆಚ್ಚು, ಆಧರಿಸು; a powerfully built man ಬಿಡ್ಡಾಳು; b. castles in the air ಗಾಳಿಯಲ್ಲಿ ಗೋಪುರಗಳನ್ನು ಕಟ್ಟುವುದು, ನಿರರ್ಥಕವಾದ ಆಲೋಚನೆಯನ್ನು ಮಾಡುವುದು. *n.* ಕಟ್ಟಿದ ರೀತಿ, ಆಕಾರ, ಮೈಕಟ್ಟು. **Buil'dĕr**. *n.* ಕಟ್ಟುವವನು; 2. ಸ್ಥಪತಿ, ಸ್ಥಾಪಕ. **Build'ing**, *n.* ಕಟ್ಟೋಣ, ಶಿಲ್ಪ; 2. ಮನೆ, ಮನೆಗಿನೆ, "ಇಮಾರತು", ಕಟ್ಟಡ, ಕಟ್ಟಣ (*My., S. C.*).
Bulb, *n.* ಕಂದ, ಗಡ್ಡೆ; 2. ಬುರುಡೆ. **Bulb'-ous**, *a.* ಕಂದ, ಗಡ್ಡೆ ಇರುವಂಥ, ದುಂಡಾದ.

Bul'bul, *n.* ಕೋಟ್ಟುಗ, ಪಿಕಲಕ್ಕಿ.

Bulge, *v. i. r.* ಉಬ್ಬು, ಹೊರಗೆ ಹಾಯು. *n.* ಪೀಪಾಯಿಯ ಉಬ್ಬು, —ಹೊಟ್ಟೆ.

Bul'im-y, *n.* ರೋಗಸಂಬಂಧ ಹಸಿವೆ, ಮನದ ಎಳಸು; (*fig.*) ಓಪಾಳಿತನ.

Bulk, *n.* ಅಳತೆ, ಪ್ರಮಾಣ; 2. ಮುಖ್ಯ ಭಾಗ. **Bulk'head**, *n.* ಹಡಗಿನ ಕೋಣೆಗಳ ಮಧ್ಯದ ಭಿತ್ತಿ. **Bul'ki-ness**, *n.* ಗಾತ್ರ, ಸ್ಥೂಲತೆ, ದಪ್ಪ. **Bul'ky**, *a.* ಒಡ್ಡಾದ, ದಪ್ಪವಾದ, ಗಾತ್ರವಾದ, ಗಡತರ, ದೊಡ್ಡ.

Bull, *n.* ಹೋರಿ, ಗೂಳಿ; 2. ವೃಷಭರಾಶಿ; a b. for breeding ಕಟ್ಟುಗೂಳಿ; a b. taught to dance ಗಂಗೆತ್ತು; (*fig.*) b. in a china shop ಅವಿಚಾರಿಯಾದ ನಾಶಕ; take b. by horns ಪ್ರಯಾಸವನ್ನು ಒಗೆಪರಿ; **Bull-bait'ing**, *n.* ಗೂಳಿಗೆ ಕೆರಳಿಸಿ ಅಂಕಕ್ಕೆ ತರುವುದು, ಗೂಳಿಅಂಕ. **Bull'dog**, *n.* ದೊಡ್ಡ ತಲೆಯ ಜಾತಿಯ ಬಲಿಷ್ಠ ನಾಯಿ. **Bull'fight**, *n.* ಹೋರಿ ಕಾಳಗ. **Bull'frog**, *n.* ಮಂಡೆ ಕಪ್ಪೆ. **Bull'-head-ed**, *a.* ಹಟಮಾರಿಯಾದ, ಮೊಂಡ. **Bull's-eye**, *n.* ಗವಾಕ್ಷ, ನೋಟ ವಿಡುವ ಗುರುತು, ಪೋಲಿಸಿನವರ ಲಾಂದರ.

Bull, *n.* ಪೋಪನ ಅಜ್ಞಾಪತ್ರ, ಶ್ರೀಮುಖ; 2. ಅಸಂಗತ ಮಾತು, ತಪ್ಪು.

Bul'let, *n.* ಗುಂಡು.

Bul'le-tin, *n.* ಪ್ರಸಿದ್ಧ ಪತ್ರಿಕೆ.

Bull'-finch, *n.* ಗುಬ್ಬಿಯ ಜಾತಿಗೆ ಸೇರಿದ ಪಕ್ಷಿ.

Bull'ion (-yun), *n.* ಬೆಳ್ಳಿ ಬಂಗಾರದ ಗಟ್ಟಿ.

Bull'ock, *n.* ಎತ್ತು.

Bull'ock's-heart, *n.* (fruit of *Anona reticulata*) ರಾಮಫಲ.

Bul'ly, *n.* ಬಾಯಿಬಡಕ, ಜಗಳಗಂಟ, ಬುರುಡೆ ಮಲ್ಲ. *v. t. r.* (-lied, *pr.* -lid) ಬಾಯಿ ಬಡಿ, ಒದರಿ ಬೆದರಿಸು.

Bul'rush, *n.* ಆಪು, ಗಲಗು.

Bul'wark (-wĕrk), *n.* ಕೊತ್ತಳ, ಬುರುಜು; 2. ಆಶ್ರಯ.

Bum, *n.* ಕುಂಡೆ.

Bum'ble, *n.* ಹರಿಕಾರ, ಓಲೆಕಾರ, ಜವಾನ. -bee, *n.* ಮಲ್ಲಣೆ, ದೊಡ್ಡ ಜೇನುಹುಳ.

Bump, *n.* ಬಾವು; 2. ದೊಡ್ಡ ಪೆಟ್ಟು.

Bum'pĕr, *n.* ಸೂಸುದುಂಬಿದ ಪಾತ್ರೆ; a b. crop ದಂಡಿ ಬೆಳೆ, ತುಂಬಾ—.

Bump'kin (bum'kin), *n.* ಹೆಡ್ಡ, ಪಾಮರ.

Bump'tious, *a.* ಕಡದಾಡುವ, ಅಧಿಕರಿಸುವ.

Bump'y, *a.* ಎತ್ತರತಗ್ಗಾದ.

Bun, Bunn, *n.* ಸವಿ ರೊಟ್ಟಿ; 2. ಆಲು; 3. ಮೊಲ.

Bunch, *n.* ಗೊನೆ, ಗೊಂಚಲು, ಜೊಂಪ, ಹೂವಿನ ಗುತ್ತಿ; a small b. ಜಣೆಗೆ. **Bunchy**, *a.* ಗೊಂಚಲಾದ.

Bund, *n.* (ಕೆರೆಯ) ಕಟ್ಟೆ. [ಮಟ್ಟಿಕಟ್ಟು.

Bun'dle, *n.* ಗಂಟು, ಹೊರೆ, ಕಟ್ಟು, ಮೊಟ್ಟೆ. *v. t.*

Bung, *n.* ಬಿರಡೆ. *v. t.* ಬಿರಡೆ ಒತ್ತಿ ಮುಚ್ಚು; (*sl.*) ಎಸೆ.

Bun'ga-low, *n.* ಬಂಗ್ಲೆ.

Bun'gle, *v. t. r.* ಅಡ್ಡಾತಿಡ್ಡಿ ಮಾಡು.

Bung'lĕr, *n.* ಅಬಂದರೆ ಮಾಡುವವನು.

Bun'gling, *p. a.* ಅಡ್ಡಾತಿಡ್ಡಿ, ಹೆಂಗಾಟಪೆಂಗಾಟ.

Bunk, *n.* ಮಲಗುವ ಕೋಣೆ.

Bunk'ĕr, *n.* (ಹಡಗದಲ್ಲಿ) ಕಲ್ಲಿದ್ದಲಿನ ಬಾನಿ.

Bunt'ĕr, *n.* ತೊತ್ತು.

Bunt'ing, *n.* ಒಂದು ಜಾತಿ ಪಕ್ಷಿ; 2. ಬಾವಟೆ ಗಳಿಗೆ ಉಪಯೋಗಿಸುವ ಬಟ್ಟೆ.

Buoy (bōy), *n.* (ಲಂಗರು, ಬಂಡೆ ಮುಂತಾದವು ಗಳನ್ನು ತೋರಿಸುವುದಕ್ಕೆ) ತೇಲುವ ಗುರುತು. **Buoy'an-cy**, *n.* ತೇಲಿಕೆ; 2. ಚುರುಕುತನ, ಉತ್ಸಾಹ. **Buoy'ant**, *a.* ತೇಲುವಂಥ.

Bur, Burr, *n.* ಮುಳ್ಳುಗಿಡ.

Bur'ble, *v. i.* ಸಿಟ್ಟು ಅಥವಾ ಸಂತೋಷ ಉಕ್ಕೇರು.

Bur'den, *n.* ಹೊರೆ, ಒಜ್ಜೆ, ಭಾರ; 2. ಒಂದು ಹಡಗದ ಒಜ್ಜೆ; 3. ಪಲ್ಲವಿ; 4. ಮುಖ್ಯ ವಿಷಯ. *v. t. r.* ಭಾರ ಹೊರಿಸು *e. d.*, ...ಮೇಲೆ ಒಜ್ಜೆ ಹಾಕು; 2. ಕಾಡಿಸು. -some, *a.* ಭಾರವಾದ, ಶ್ರಮಕರ, ಪ್ರಯಾಸದ.

Bur'dock, *n.* ಅಂಟಿರಿಕೆ.

Bū-reau' (bū-rō'), *n.* ಕೂತು ಬರೆಯುವ ಮೇಜು, "ಆಲಮಾರು"; 2. "ಕಚೇರಿ"; 3. ಇಲಾಖೆ. *pl.* Bureaux.

Bū-reauc'ra-cy (-rok'ra-), *n.* ರಾಜನು ನೇಮಿಸಿದ ಪದಸ್ಥರು ರಾಜ್ಯಭಾರ ಮಾಡುವುದು, ಅಧಿಕಾರಿ ವರ್ಗದ ಶಾಸನ, —ಸತ್ತೆ.

Būre'tte *n.* ತೆಲುವದಾರ್ಥಗಳ ಅಳತೆಯ ನಳಿಗೆ.

Bur'gess, Bur'ghĕr (bĕr'gĕr) *n.* ಗೃಹಸ್ಥ, ನಗರವಾಸಿ.

Burgh, *n.* *the same as* Borough.

Bur'gle, *v. i.* ಕನ್ನಕೊರೆದು ಕದಿ. **Burg'lar (-lĕr)**, *n.* ಕನ್ನಗಳ್ಳ, ಕಂಡಿಗಳ್ಳ. **Burg'lar-y**, *n.* ಕನ್ನಗಳ್ಳತನ, ಕನ್ನಗಳವು.

Burg'o-mas'ter, *n.* ಪಟ್ಟಣದ ಮೆಜಿಸ್ಟ್ರೇಟನು, ನಗರಾಧ್ಯಕ್ಷ.

Bur'i-al (ber'i-al), *n.* ಹೂಣಿಡೋಣ, ಹುಗಿವಿ

ಹೋಣ, -ದಹನ, ಭೂಸ್ಥಾಪನೆ. **Bur'i-al-ground.** *n.* ಗೋರಿಸ್ಥಳ, ಪಿತೃವನ, ಸುಡುಗಾಡು, ರುದ್ರಭೂಮಿ, ಮಸಣವಟ್ಟಿಗೆ.

Bū'rin. *n.* ಉಳಿ, ಕೆತ್ತಿಗೇ ಮೊಳೆ.

Burke, *v. t. r.* ಬಾಯಿಮುಚ್ಚಿಸು, ಸುದ್ದಿಯಾಗದಂತೆ ಮಾಡು.

Bur-lesque' (-lesk'). *n.* ಚೇಷ್ಟೆ ಪರಿಹಾಸ, ಎಕ್ಕತಾಳಿ, ಪ್ರಹಸನ, ನಕಲಿ. *a.* ನಗಿಸುವಂಥ, ಪರಿಹಾಸ್ಯಕರ, ನಗುಚೇಷ್ಟೆಯ.

Bur'ly, *a.* ದಪ್ಪ, ಗಡತರ, ಪುಷ್ಟಿಯಾದ. ಡೊಳ್ಳಿನ.

Burn, *v. t. r.* ಸುಡು; b. one's boats ಒಂದೇ ಪಕ್ಷವನ್ನು ಹಿಡಿಯುವುದಾಗಿ ನಿಶ್ಚಯಿಸು; b. one's self ಸುಟ್ಟುಕೊಳ್ಳು; *pass.* ಸುಟ್ಟುಹೋಗು, ಹೊತ್ತಿಹೋಗು; b. up. ಸುಟ್ಟುಬಿಡು; 2. (rice, *etc.* in cooking) ಹೊತ್ತಿಸು; 3. (animals) ಬರೇ ಹಾಕು; b. candle at both ends ಹದ ತಪ್ಪಿ ವ್ಯಯಮಾಡು. *v. i.* ಉರಿ; 2. (food in cooking) ಹೊತ್ತು; 3. (with anger) ಉರಿ, ಬೆಂಕಿಯಾಗಿರು; 4. (with expectation, desire, *etc.*) ಆಪೇಕ್ಷಿಸು, ಆತುರನಾಗಿರು; b. with lust ಕಾಮಾತುರನಾಗಿರು; *(fig.)* b. one's fingers, get one's fingers burned ಪರಕಾರ್ಯಕ್ಕೆ ಸೇರಿ ಅಪಕೀರ್ತಿ ಕೇಳು. *n.* ಸುಡೋಣ; 2. ಸುಟ್ಟಗಾಯ. **Burn'iṅg,** *a.* ಸುಡುವ; b. question ಬಲವಾಗಿ ಚರ್ಚಿಸಲ್ಪಡುವ ಮತ್ತು ಸರ್ವರ ಬಾಯಿಯಲ್ಲಿಯೂ ಇರುವ ವಿಷಯ.

Burn'iṅg-glass, *n.* ಸೂರ್ಯಕಾಂತ ಕನ್ನಡಿ, ಭೂತಗನ್ನಡಿ.

Bur'nish, *v. t. r.* (*pr.* -nisht) ಒಪ್ಪ ಹಾಕು, ಬೆಳಗು, ಸಿಕಿಲು ಮಾಡು; burnishing sand ಒಪ್ಪಹೊಯಿಗೆ. **Bur'nish-ĕr,** *n.* ಸಿಕಲಿಗಾರ; 2. (tool of a goldsmith) ಒಪ್ಪಕಟ್ಟಿ.

Burnt-of'fer-iṅg, *n.* ಹೋಮದ ಆಹುತಿ.

Bur'rōw (-rō), *n.* ಬಿಲ, ಹೋರು, ಗುದ್ದು. *v. t. r.* ಗುದ್ದು ಕೆದರು, ಬಿಲ ಕೊರೆ.

Bur'sar, *n.* ಭಂಡಾರಿ, ಖಜಾನಚಿ, ಬೊಕ್ಕಸದವ.

Burst, *v. i. ir.* (burst, burst) ಬಿರಿ, ಒಡೆ, ಒಡಕೊಳ್ಳು; b. away ಕೊಸರಿಕೊಳ್ಳು, ತಪ್ಪಿಸಿಕೊಳ್ಳು; b. forth, ಹೊರಬೀಳು, ಮೂಡು; b. into ಹೋಗು, ಫಕ್ಕನೆ—; b. into tears ಅಳತೊಡಗು; b. out ಹೊರಬೀಳು, ಆರಂಭವಾಗು; b. upon ಮೇಲೆ ಬೀಳು *e. g.,* b. through ಫಕ್ಕನೆ ಹಾಯು, —ದಾಟು. *v. t.* ಒಡೆ, ಒಡಿಸು.

Bur'then (bér'thn), *n.* *see* Burden.

Bur'y (bĕr'i). *v. t. r.* (bur'ied. *pr.* ber'id) ಹೂಣಿಡು, ಹೂಳಿಡು. ಹುಗಿದಿಡು, ಅಡಗಿಸು, ಮರೆಸು.

Bush, *n.* ಮೆಳೆ, ಹೊದರು, ಪೊದೆ. ಕಂಟಿ; 2. ಅಡವಿ; 3. ಯಂತ್ರದ ಅಚ್ಚಿನ ತೂತಿಗೆ ಲೋಹ ಬಳೆಯುವಿಕೆ; to beat about the b. ಮೆತ್ತಗೆ ಪ್ರಸ್ತಾಪಿಸು, ನೆಟ್ಟಗೆ ಹೇಳದೆ ದ್ರಾವಿಡ ಪ್ರಾಣಾಯಾಮ ಮಾಡು. **Bush'y,** *a.* ಹೊದರುಳ್ಳ, ಜುಡುಪಾದ.

Bush'el, *n.* ಧಾನ್ಯದ ಅಳತೆ, (ಹೆಚ್ಚುಕಡಿಮೆ ನಾಲ್ಕು ಚಿಟ್ಟಿ, 8 ಗೆಲನು); not hide candle under b. ಸತ್ಯವನ್ನು ಪ್ರಕಾಶ ಪಡಿಸು.

Bush'man, *n.* ಕಾಡುಮನುಷ್ಯ, ಮಲೆಕುಡಿಯ.

Bus̱'i-ly (biz'i-li), *ad.* ಜಾಗ್ರತೆಯಾಗಿ; b. engaged ಬಹಳ ಕೆಲಸದಲ್ಲಿರುವಂಥಾ; he is b. engaged ಬಹಳ ಕೆಲಸದಲ್ಲಿರುತ್ತಾನೆ.

Bus̱'iness (biz'nes), *n.* ಕೆಲಸ, ಕಾರ್ಯ, ಉದ್ಯೋಗ, ವ್ಯಾಪಾರ, mind your own b. ನಿನ್ನ ಕೆಲಸ ನೋಡು, ಇಲ್ಲಿಂದ ತೊಲಗು. -like, *a.* ಕ್ರಮಯುಕ್ತ, ತುರ್ತಾದ.

Busk, *v. t. & i. r.* (*pr.* buskt) ಸಿದ್ಧ ಮಾಡು. "ತಯಾರು"—.

Busk, *n.* ಸ್ತ್ರೀಯರು ನಡುವಿಗೆ ಕಟ್ಟಿಕೊಳ್ಳುವ ಮೀನಿನ ಎಲುಬಿನ ಅಥವಾ ಉಕ್ಕಿನ ದಬ್ಬೆ.

Bus'kin, *n.* ಮೊಣಕಾಲು ಮಟ್ಟಿನ ಪಾಪೋಸು. **Bus'kin-ed,** *a.* ಬೂಟ್ಸು ಹಾಕಿಕೊಂಡ.

Buss, *n.* ಮುದ್ದು, ಮುತ್ತು. *v. t. r.* ಮುದ್ದಿಡು.

Buss, *n.* ಮೀನು ಹಿಡಿಯುವವರ ದೋಣಿ. Omnibus ಇಪ್ಪತ್ತು ಮಂದಿ ಕೂತುಕೊಳ್ಳುವ ಕೂಲಿ ಬಂಡಿ.

Bust, *n.* ಮನುಷ್ಯನ ತಲೆ ಭುಜ ಎದೆ ಮಾತ್ರ ತೋರಿಸುವ ಪ್ರತಿಮೆ, ಮೊಂಡ ಪ್ರತಿಮೆ.

Bus'tard, *n.* Indian b. *(Eupodotis edwardii)* ಎರಲದ್ದು ಹಕ್ಕಿ.

Bus'tle (bus'sl), *n.* ಗಡಿಬಿಡಿ, ಸಂದಣಿ. *v. i. r.* ಗಡಿಬಿಡಿಯಾಗು, ಅವಸರವಾಗು.

Bus̱'y (biz'i), *a.* ಕೆಲಸದಲ್ಲಿರುವ; 2. ಲಘುತರವುಳ್ಳ. *v. t. & i. r.* (-ied) ಕೆಲಸದಲ್ಲಿಡು; *refl.* ಕೆಲಸದಲ್ಲಿರು.

Bus̱'y-bod-y (biz'i-), *n.* ಗದ್ದಲದವ, ಗೊಂದಲದವ, ತನಗೆ ಬೇಕಿಲ್ಲದವುಗಳಲ್ಲಿ ಕೈಹಾಕುವವ.

But, *conj. & prep.* ಆದರೆ; 2. (except) ಹೊರತು: *as,* all b. one ಒಬ್ಬನ ಹೊರತು ಉಳಿದವರೆಲ್ಲರು; who did it b. you? ನೀನಲ್ಲದೆ ಮತ್ತ್ಯಾರು ಮಾಡಿದರು? b. for ಇಲ್ಲದಿದ್ದರೆ: *as,* b. for me he would have died ನಾನಿಲ್ಲವಿದ್ದರೆ ಸಾಯುತ್ತಿದ್ದ; b. for my coming, *etc.* ನಾನು ಬಾರದಿದ್ದರೆ; 3. (save that, unless) b. *or* b. that ಇಲ್ಲವಿದ್ದರೆ; 4. (otherwise than that) he cannot b. go ಅವನು ಹೋಗದೆ ಏನು ಮಾಡುವನು? 5. (only) ಮಾತ್ರ, ಅಷ್ಟೆ; give me b. one ಒಂದೇ ಮಾತ್ರ ಕೊಡು; if they kill us we shall b. die ಅವರು ನಮ್ಮನ್ನು ಕೊಂದರೆ ಸಾಯುತ್ತೇವಷ್ಟೆ.

Butch'er (buch'ĕr), *n.* ಕಸಾಯಿ, ಕಟಿಕ, ಕಟುಗ. *v. t. r.* ಕೊಲ್ಲು, "ಖೂನಿ" ಮಾಡು. b.'s shop ಕಟಿಕನ ಕಾರ್ಖಾನೆ, —ಅಂಗಡಿ. **Butch'ĕr-y**, *n.* ಕಟಿಕತನ; 2. ಸಂಹಾರ.

But'ler, *n.* ಉಗ್ರಾಣಿಕ, ಮುಖ್ಯ ಚಾಕರಿಯವ, "ಬಟ್ಲರು", ಆಹಾರ ಬಡಿಸುವವ.

Butt, *n.* ಬುಡ; 2. ಗುರಿ; 3. ಡಿಕ್ಕಿ; 4. ತುಪಾಕಿ ಕುಂದ; 5. ಸಾರಾಯಿಯ ಪೀಪಾಯಿ. *v. t. & i. r.* ಹಾಯು, ಇರಿ, ಡಿಕ್ಕಿಕೊಡು; b. one another ಹಾಯಾಡು.

But'tĕr, *n.* ಬೆಣ್ಣೆ; clarified b. ತುಪ್ಪ. *v. t. r.* ಬೆಣ್ಣೆ ಸವರು, —ತೊಡೆ; 2. ಮುಖಸ್ತುತಿ ಮಾಡು. -milk, *n.* ಮಜ್ಜಿಗೆ, ತಕ್ರ, ಶಿವಪಾನ, ಮೋರು. -wife, *n.* ಗೊಲ್ಲರವಳು, ಬೆಣ್ಣೆ ಮಾರುವವಳು.

But'tĕr-flȳ, *n.* ಪಾತ್ರಗಿತ್ತಿ, ಪತಂಗಹುಳ.

But'tĕr-tree, *n. see* Mahwa-tree.

But'tĕr-y, *n.* ಉಗ್ರಾಣ, ಅರೆ. *a.* ಬೆಣ್ಣೆಯ ಹಾಗಿರುವ.

But'tocks, *n. pl.* ಕುಂಡೆ, ಪಿಕ.

But'ton (but'tn), *n.* ಬಿರಡೆ, "ಗುಂಡಿ". *v. t. r.* ಗುಂಡಿ ತಗಲಿಸು *c. d.*, ಬಿರಡೆ ಹಾಕು *c. d.*

But'ton-flow-er, *n.* (*Spilanthus acmella, L.*) ಹೆಮ್ಮುಗಳು (*S. M.*); (*Sp. A. var. calva, Clarke*) ಸಣ್ಣ ವನಮುಗುಳಿ ಗಿಡ (*My.*). [ಹೂವು.

But'ton-hōle, *n.* ಗುಬ್ಬಿಯ ವೆಜ್ಜ, ಆದರಲ್ಲಿಡುವ

But'tress, *n.* ಮುಟ್ಟುಗೋಡೆ, ಆನುಕಂಬ, ಪುಸ್ತಿ, "ಪುಸ್ತಬಂದಿ" (*My.*); stone b. ಕಲ್ಲುದುವ್ವ.

Butt'shaft, *n.* ಅಂಬು.

Bux'ŏm, *a.* ಉಲ್ಲಾಸಕರ, ದುಂಡಾಗಿ, ಚೆಲ್ವ; 2. ಚುರುಕಾದ, ಚಿಗಿರಿಮಿಂಡಿಯಾದ; 3. ಅಧೀನ. -ness, *n.* ಉಲ್ಲಾಸ, ಚೆಲ್ವಿಕೆ, ಚುರುಕು, ಚಿಗಿರಿಮಿಂಡಿತನ. -ly, *ad.* ಉಲ್ಲಾಸವಾಗಿ.

Buȳ (bī), *v. t. ir.* (bought, bought, *pr.* bạt) ಕೊಂಡುಕೊಳ್ಳು ಕ್ರಯಕ್ಕೆ ತೆಗೆದುಕೊಳ್ಳು. to b. over a witness ಸಾಕ್ಷಿಯನ್ನು ಲಂಚ ಕೊಟ್ಟು ಒಳಪಡಿಸಿಕೊಳ್ಳು. **Buȳ'er**, *n.* ಕೊಂಡುಕೊಳ್ಳುವವನು, ಗಿರಾಕಿ.

Buzz, *n.* ಝೇಂಕಾರ, ಗುಜುಗುಜು ಮಾತಾಡುವುದು, ತಳಮಳ. *v. t. r.* ಝೇಂಕರಿಸು.

Buz'zard *n.* ಮೂಢನು, ಜಡನು. *a.* ಬುದ್ಧಿಯಿಲ್ಲದ, ವಿವೇಕವಿಲ್ಲದ.

Bȳ, *prep.* (near) ಹತ್ತರ, ಸಮೀಪ; 2. (on) ...ಲ್ಲಿ, ಮಾರ್ಗವಾಗಿ: *as*, by sea ಸಮುದ್ರಮಾರ್ಗವಾಗಿ, ಸಮುದ್ರದಲ್ಲಿ; 3. (with, through, by means of) ...ಇಂದ: *as*, by fire ಬೆಂಕಿಯಿಂದ; swear by one's son ಮಗನಾಣೆ ಇಡು; (according to): sell by the yard ವಾರು ವಾರು ಮಾರು; sell by the hundred ನೂರುಗಟ್ಟಲೆ ಮಾರು; (to the extent of): larger by one half ಅರ್ಧ ಹೆಚ್ಚು; (not later than): by two o'clock ಎರಡು ಘಂಟೆಗೆ; by this time ಇಷ್ಟು ಹೊತ್ತಿಗೆ; (during): by day ಹಗಲಲ್ಲಿ, ದಿವಾ; by night ರಾತ್ರಿಯಲ್ಲಿ, ನಕ್ತಂ; (before long): by and by ಈಗಲೇ; *this is often expressed by the present tense alone: as*, I shall come by and by ಕ್ರಮೇಣ ಬರುತ್ತೇನೆ; I shall come immediately ಬಂದೆ, ಈಗಲೇ ಬಂದೆ; (alone): by one's self ಒಬ್ಬನಾಗಿ, ಒಂಟಿಗನಾಗಿ; he lives by himself ತನ್ನ ಪಕ್ಕಕ್ಕೆ ತಾನಿರುತ್ತಾನೆ, ಒಂಟಿಗನಾಗಿರುತ್ತಾನೆ; (succession): one by one ಒಬ್ಬೊಬ್ಬನಾಗಿ, ಒಂದೊಂದಾಗಿ; day by day ದಿನದಿನ; come by ಹೊಂದು, ಸಿಕ್ಕು *c. d.*: *as*, how did you come by this? ಇದು ನಿನಗೆ ಹ್ಯಾಗೆ ಸಿಕ್ಕಿತು? set by ಬೆಲೆ ಕಟ್ಟು *c. d.*, ಲಕ್ಷಿಸು; stand by ಬೆನ್ನು ಕಟ್ಟು *c. g.*, ಸಹಾಯವಾಗು *c. g.*: twenty feet by forty ಇಪ್ಪತ್ತು ಫೂಟ್ ಅಗಲ, ನಾಲ್ವತ್ತು ಫೂಟ್ ಉದ್ದ; (introducing digression): by the by, by the way ಅದಿರಲಿ! (ಹೊಸ ಪ್ರಸ್ತಾಪವೆತ್ತೋಣ).

Bȳe-bȳe! *int.* ಜೋ ಜೋ!

Bȳe-end, *n.* ಕಳ್ಳಯುಕ್ತಿ; 2. ಸ್ವಲಾಭ; 3. ಗುಟ್ಟಿನ ಉದ್ದೇಶ.

Bȳ'gone, *a.* ಹೋದ, ಕಳೆದ, ಗತಿಸಿದ. *n.* ಹೋದದ್ದು; let bygones be bygones ಹೋದದ್ದು ಹೋಗಲಿ.

Bȳ-lane, *n.* ಗೊಂದಿ.

Bȳ'law, Bȳe'-law, *n.* ಒಳನಿಬಂಧನೆ, ಸ್ವಂತನಿಬಂಧನೆ.

Bȳ'nāme, *n.* ಅಡ್ಡಹೆಸರು, ಉಪನಾಮ, ಹಾಸ್ಯದ ಹೆಸರು.
Bȳ'pāth, *n.* ಅಡ್ಡಹಾದಿ, ಒಳಹಾದಿ.
Bȳ'pro-duct, *n.* ಅಡ್ಡ ಉತ್ಪತ್ತಿ.
Bȳ'stand-ėr, *n.* ಹತ್ತರ ನಿಂತವನು.
By'wāy (-wā), *n.* ಅಡ್ಡಹಾದಿ, ಕಳ್ಳಹಾದಿ.
Bȳ'word, *n.* ಗಾದೆ, ನಾಮತಿ, ನಾಣ್ಣುಡಿ.

C

C *(mus.)* ಸಪ್ತಸ್ವರಗಳಲ್ಲಿ ಮೊದಲನೇದು, "ಸ".
C.=Centigrade, *q. v.*
C (abbr. of centum). 100; CC=200; XC=90; CI=101.
Că'a-ba (Kä'a-), *n.* ಮಕ್ಕದಲ್ಲಿ ಮುಸಲ್ಮಾನರ ಪರಿಶುದ್ಧ ಕಲ್ಲು ಇರುವ ಕಟ್ಟಡ.
Cab, *n.* ಬಂಡಿ, ರಥ.
Ca-bal', *n.* ಒಳಸಂಚು, "ಫಿತೂರಿ" ಕೂಟ. *v. i.r.* (-balled') ಸಂಚು ನಡಿಸು, "ಫಿತೂರಿ"ಯಾಗು. **Ca-bal'ler**, *n.* ಸಂಚುಗಾರ.
Cab'a-la, *n.* ಯೆಹೂದಿ ಗುರುಗಳ ಅಂತರ್ಲಿಪಿ ಟೀಕು; 2. ರಹಸ್ಯವಿದ್ಯೆ.
Cab'al-līne, *a.* ಕುದುರೆ ಸಂಬಂಧ.
Cab'bāġe, *n.* *(Brassica oleracia, L.)* "ಕೋಸು" ಪಲ್ಯ, ಕೋವೀಸು—. *v. t. r.* ಅಪಹರಿಸು.
Cab'by, *n.* *(coll.)* ಬಂಡಿ ಹೊಡಿಸುವವ. [ಸಲು.
Cab'in, *n.* ಹಡಗಿನ ಕೋಠಡಿ, ತಂಬು; 2. ಗುಡಿ
Cab'i-net, *n.* ಕೋಣೆ, ಕೋಠಡಿ; 2. ಮಂತ್ರಿಗಳ ಸಭೆ; 3. ಕಾಸಿಗಳುಳ್ಳ ಪೆಟ್ಟಿಗೆ. **-mā'kėr**, *n.* ಮರದ ಪೆಟ್ಟಿಗೆ ಕಪಾಟುಗಳನ್ನು ಮಾಡುವವ.
Cab'i-net-rōse'wood, *n.* *(Dalbergia Sissoo, Roxb.)* ಶಿಸ್ಸ ಜಾಗೆ ಮರ, ಅಗುರು—, ಬಿರಡಿ—, ಇಬಡಿ—, ಇರುಗುಂಡಿ ಮಾವು; *(D. latifolia, Roxb.)* ಬೀಟಿ ಮರ; *(D. lanceolaria, L.)* ಕಾಸಗಿನ ಮರ; *(D. paniculata)* ಪಚ್ಚರಿ ಮರ.
Cā'ble, *n.* ಲಂಗರಿನ ಹಗ್ಗ; 2. ಸಮುದ್ರದಲ್ಲಿರಿಸಿದ ತಂತಿಟಪ್ಪಾಲಿನ ಕಬ್ಬಿಣದ ಹಗ್ಗ. *v. t. r.* ಹಗ್ಗ ಕಟ್ಟು. **Cā'ble-gram**, *n.* ಕಡಲ ತಂತಿ ವಾರ್ತೆ.
Cab-oo'se, *n.* (ನಾವೆಯಲ್ಲಿ) ಅಡಿಗೆಕೋಣೆ.
Ca-cā'o (*or* ka-kā'o), *n.* ಒಂದು ತರದ ಮರ (ಅದರಿಂದ "ಚಕ್ಲೇಟು" ಮಾಡುತ್ತಾರೆ), "ಚಕ್ಲೇಟು" ಮರ; *see* Chocolate.
Ca-chex'ia, Ca-chex'y, *n.* ಸನ್ನಿಪಾತ.
Cach-in-nā'tion, *n.* ಅ ಟ್ಟಹಾಸ, ಗಟ್ಟಿಯಾಗಿ ನಗುವಿಕೆ.
Cac'kle, *v. i. r.* ಕೊಕ್ಕೊಕ್ಕನ್ನು; 2. ಕೇಕೇ ಹಾಕಿ ನಗು; 3. ಹರಟೆ ಬಡಿ.
Caco-, *pref.* ಕೆಟ್ಟ, ಅಪನಾದಿ; caco'graphy ಕೆಟ್ಟಬರಹ; caco'logy ಕೆಟ್ಟನುಡಿ; caco'phony ಗೊಗ್ಗರಧ್ವನಿ.
Cac'tus, *n.* *(Opuntia Dillenii, O. Ficus indica, etc.)* ಮುಳ್ಳುಗಳ್ಳಿ, ಪಪ್ಪಳ್ಳಿ, ಎಲೆಗಳ್ಳಿ, ಪಾಪಾಸ್‌ಕಳ್ಳಿ.
Căd, *n.* ಗಾಂಪನು, ಮೂಢ.
Ca-das'tral-sur-vey, *n.* ತೆರಿಗೆ ನಿರ್ಣಯಿಸುವ ಬಗ್ಗೆ ಪೈಮಾಶಿ.
Ca-dav'ėr-ous, *a.* ಹೆಣದಂಥ, ಹೀರಿಬಿಟ್ಟಂತೆ ತೋರುವ.
Cad'dy, *n.* ಚಹಾ ಹಾಕುವ ಡಬ್ಬಿ, ಸಣ್ಣ ಪೆಟ್ಟಿಗೆ.
Cā'dence, *n.* ಮುಕ್ತಾಯ, ಬೀಳುವಿಕೆ. **Cād'-ent**, *a.* ಬೀಳುವ.
Ca-det', *n.* ದಂಡಿನಲ್ಲಿ "ಉಮೇದವಾರನು".
Cadġ'ėr, *n.* ಹೊತ್ತು ಮಾರುವವ.
Cād'jan, *n.* ತ್ರಿತಾಳೆ, ತಾಳೆವಾಲೆ.
Ca'dre (kah'dr), *n.* ಚೌಕಟ್ಟು; 2. ಸ್ಥಿರಸ್ಥಾಪನೆ, ಸಿಬಂದಿಯ ವರ್ಗೀಕರಣದ ರಚನೆ.
Ca-dū'cē-us, *n.* ದೇವದೂತನ ದಂಡವಿಶೇಷ.
Ca-du'ci-ty, *n.* ಉದುರುವಿಕೆ.
Cæ'cum, *n.* ದೊಡ್ಡ ಕರುಳಿನ ಆದಿಭಾಗ.
Cæ'sar, *n.* "ಸೀಜರ್" ಎಂಬ ರೋಮಾಯ ದೊರೆ; c. operation ಶಿಶುವನ್ನು ಗರ್ಭದಿಂದ ಹೊರಕ್ಕೆ ತೆಗೆಯುವ ಶಸ್ತ್ರವಿದ್ಯೆ.
Cæ-sū'ra (se-zū'ra), *n.* ಯತಿ.
Caf'fē-ine, *n.* ಕಾಫಿಯಲ್ಲಿರುವ ಅಮಲಿನ ದ್ರಾವಕ.
Caf'tan, *n.* ಕವಡಿ.
Cag, *n.* ಚಿಕ್ಕ ಪೀಪಾಯಿ; *same as* Kag.

Cāge, *n.* ಪಂಜರ. *v. t. r.* ಪಂಜರದಲ್ಲಿಡು.

Cain, *n.* ಭ್ರಾತೃನಾಶಕ, ಕೊಲೆಪಾತಕಿ.

Cāirn (kārn), *n.* ಕಲ್ಲುಗಳ ರಾಶಿ, ಕಲ್ಲುಪ್ಪೆ.

Cāirn-gorm′, *n.* ಹಳದಿ ಅಥವಾ ಕಿತ್ತಳೆ ಬಣ್ಣದ ರತ್ನ, ಗೋಮೇಧಿಕ.

Cais′son (Kās′on), *n.* ತುಪಾಕಿ ಮದ್ದು ಗುಂಡು ತುಂಬಿರುವ ಪೆಟ್ಟಿಗೆ.

Cai′tiff, *n. & a.* ನೀಚ.

Caj′an-us, *n. see* Pigeon-pea.

Ca-jōle′, *v. t. r.* ಪುಸಲಾಯಿಸು, ಉಬ್ಬಿಸು, ಇಚ್ಛಕವಾಡು, ಆಟಮರಿಸು. **Ca-jō′lĕr-y**, *n.* ಪುಸಲಾಯಿಸುವಿಕೆ, ವಂಚನೆ, ಉಬ್ಬಿಸೋಣ.

Cāke, *n.* ಹೋಳಿಗೆ, ಒಬ್ಬಟ್ಟು, ದೋಸೆ; c. of soap ಸಾಬೂನು ಗಟ್ಟಿ; *(fig.)* take the c. ಬಿರುದು ಒಯ್ಯು; you cannot eat your c. and have it ಅಸಾಧ್ಯವನ್ನು ಸಾಧಿಸು. *v. i. r.* ಗಟ್ಟಿ ಮುದ್ದೆಯಾಗು.

Cal′a-bash, *n.* ಸೋರೆಬುರುಡೆ, ಚಿಪ್ಪು.

Cal′am-bac, *n. see* Aloe-wood.

Cal′a-mine, *n.* ಸತುವಿನ ಅದುರು, ಮೈಲತುತ್ತು.

Ca-lam′i-ty, *n.* ಆಪತ್ತು, ಉಪಹತಿ; public c. ಜನಾಪತ್ತು. **Ca-lam′i-tŏus**, *a.* ದುಃಖಕರ, ಆಪತ್ತಿನ. -ly, *ad.* ದುಃಖಕರವಾಗಿ.

Cal′a-mus, *n.* ಬಜೆ, ದಂಟು.

Cal-ca′re-ŏus, *a.* ಸುಣ್ಣದ, ಸುಣ್ಣದ ಕಲ್ಲಿನಂಥ; c. spar, *see* Calcite.

Cal-ce-do′ny, **Chal-ce-do′ny**, *n.* ಕೆಂಪು [ಸ್ಫಟಿಕ.

Cal′ci-fy, *v. t. & i. r.* ಸುಣ್ಣ ಮಾಡು, ಗಟ್ಟಿಗೊಳಿಸು.

Cal-ci-nate, *v. t. r.* ಭಸ್ಮ ಮಾಡು. **Cal-ci-nā′tiŏn**, *n.* ಭಸ್ಮವಾಗುವಿಕೆ.

Cal′cīne *or* **Cal-cine′**, *v. t. r.* ಭಸ್ಮ ಮಾಡು. *v. i.* ಭಸ್ಮವಾಗು.

Cal′cīte, *or* **Calc′spär**, *a.* ರಂಗೋಲಿಯ ಹರಳು, —ಪಳಿಕ.

Cal′cium, *n.* ಸುಣ್ಣದಲ್ಲಿರುವ ಹಳದಿ ಬಣ್ಣದ ಮೂಲ ಲೋಹ.

Calc′-sin-tĕr, *n.* ಸುಣ್ಣದ ಹರಳು.

Cal′cū-lāte, *v. t. & i. r.* ಲೆಕ್ಕ ಮಾಡು, ಎಣಿಸು, ಯೋಚಿಸು, ಊಹಿಸು. **Cal′cū-la-ble**, *a.* ಗಣ್ಯ, ಗಣನೀಯ. **Cal-cū-lā′tiŏn**, *n.* ಎಣಿಕೆ, ಊಹೆ, ಲೆಕ್ಕ, ಗಣಿತ. **Cal-cū-lā′tŏr**, *n.* ಎಣಿಕೆಗಾರ, ಗಣಕ.

Cal′cu-lŏus, *a.* ಕಲ್ಲಿನಂತೆ ಗಟ್ಟಿಯಾದ.

Cal′cū-lus, *n.* ಮೂತ್ರಕೃಚ್ಛ್ರ, ಕಲ್ಲು; 2. *(math.)* ಬೀಜಗಣಿತದಲ್ಲಿ ಒಂದು ವಿಧದ ಲೆಕ್ಕ.

Cal′dron, *n.* ಕಡಾಯಿ, ಕಟಾಹ, ಹಂಡೆ.

Cal-e-dō′ni-an, *n.* ಸ್ಕೊಟ್ಲಾಂಡಿನವ.

Cale′fȳ, *v. i. r.* ಬಿಸಿಯಾಗು, ಕಾಯು. **Cale-fac′tiŏn**, *n.* ಕಾಸುವುದು.

Cal′en-dar (-dĕr), *n.* ದಿನವಹಿ, ಪಂಚಾಂಗ.

Cal′en-dĕr. *n.* ಪಾರ್ಸಿ ಸನ್ಯಾಸಿ; 2. ವಸ್ತ್ರಗಳನ್ನು ಒತ್ತಿ ನುಣುಪೂ ಹೊಳಪೂ ಮಾಡುವ ಕಾದ ಅಚ್ಚು; 3. ವಸ್ತ್ರಗಳನ್ನು ನುಣುಪು ಮಾಡುವವನು. *v. t. r.* ನುಣುಪಾಗುವಂತೆ ಕಾದ ಅಚ್ಚಿನಲ್ಲಿ ಒತ್ತು.

Cal′ends, *n. pl.* ರೋಮನರಲ್ಲಿ ತಿಂಗಳ ಆದಿ; greek c. ಎಂದಿಗೂ ಇಲ್ಲ.

Cālf (kāf), *n.* ಕರು; a bull c. ಹೋರಿ ಕರು; ಆನೆ ಮರಿ; 2. ಮೀನಖಂಡ, ಕಣೆಗಾಲು, ಕಾಣೆಗಾಲು; calves ಕರುಗಳು.

Cal′i-ban. *n.* ಪಶುಪ್ರಾಯನಾದ ಮನುಷ್ಯ.

Cal′i-bĕr, **Cal′i-bre**, *n.* ತುಪಾಕಿ ಬಾಯಿಯ ವ್ಯಾಸ; 2. ಬುದ್ಧಿ ಪರಿಮಾಣ, ಬುದ್ಧಿ ಸಾಮರ್ಥ್ಯ.

Cal′ice, *n. see* Chalice.

Cal′i-cō, *n.* ಬಿಳೀ ಅರಿವೆ, —ಬಟ್ಟೆ; 2. ಚೀಟು, ಚೀಟಿನ ಅರಿವೆ.

Calig′ra-phy, *n. see* Calligraphy.

Cal′i-pers, *n. pl.* ವ್ಯಾಸವನ್ನು ಅಳೆಯುವ ಕೈವಾರ.

Ca′liph (-lif), *n.* ಮಹಮ್ಮದನ ಉತ್ತರಾಧಿಕಾರಿ, ["ಕಲೀಫ"

Call, *v. t. r.* ಕರೆ; 2. ಹೆಸರಿಡು, ಅನ್ನು; what do you c. this? ಇದಕ್ಕೇನನ್ನುತ್ತೀ? what is this called? ಇದರ ಹೆಸರೇನು? ಇದಕ್ಕೇನನ್ನುತ್ತಾರೆ? c. back ತೆಗೆದುಹಾಕು, ಹಿಂದಕ್ಕೆ ಕರೆ; c. for ತಕ್ಕದಿರು *c. d.: as*, this calls for punishment ಇದಕ್ಕೆ ಶಿಕ್ಷೆ ಕೊಡ ತಕ್ಕದ್ದು; c. forth ಎಬ್ಬಿಸು; c. in ಕೂಡಿಸು, (ಸಾಲ) ತೀರಿಸಿಕೊಳ್ಳು; c. off ಕರಕೊಂಡು ಹೋಗು, ಮನಸ್ಸು ತಿರುಗಿಸು; c. of nature ಜಲಬಾಧೆ, ಮಲಬಾಧೆ; c. out ಕೆಣಕು, ಯುದ್ಧಕ್ಕೆ ಕರೆ, ಯುದ್ಧಕ್ಕೆಬ್ಬಿಸು; c. over ಓದು; c. up (gather) ತಂದುಕೊಳ್ಳು; *as*, courage; ತರು: *as*, a bill; c. to mind ನೆನಪಿಗೆ ತರು. *v. i. r.* ಕೂಗು, ಒದರು; c. on, c. upon ದರ್ಶನ ತೆಗೆದುಕೊಳ್ಳು, "ಭೆಟ್ಟಿ"—; 2. (solicit payment) "ವರಾತ" ಮಾಡು, "ತಗಾದೆ"—; 3. (ask for) ಕೇಳು, ಅಪ್ಪಣೆ ಮಾಡು; 4. (pray to) ಬೇಡಿಕೊಳ್ಳು, ಪ್ರಾರ್ಥನೆ ಮಾಡು *c. d.* *n.* •ಕರೆಯೋಣ, ಕರೆ; 2. ಕೆಲಸ, ಆದ ಅಪ್ಪಣೆ; 3. ದರ್ಶನ, "ಭೇಟಿ", "ಭೆಟ್ಟಿ". **Cal′ler**, *n.* ಕಾಣಲು ಬರು

ವವ. Cal'ling, *n.* ಕರೆಯುವಿಕೆ; ೨. ಕಸಬು, ಉದ್ಯೋಗ, ಮಣಿಹ.

Cal-lig'ra-phy (-fi), *n.* ಸುಂದರ ಲಿಪಿ.

Cal-lis-then'ics, *n. pl.* ಹೆಣ್ಣುಮಕ್ಕಳ ವ್ಯಾಯಾಮ.

Cal'lous, *a.* ಜಡ್ಡು ಹಿಡಿದ, ಮರಗಟ್ಟಿದ, ದಡ್ಡು ಗಟ್ಟಿದ, —ಬಿದ್ದ; ೨. ಮೊಂಡ ಕಲ್ಲಿನಂತಿರುವ, ಕಲ್ಲಾದ, ಕಠಿಣ. Cal'lous-ness, Cal-los'i-ty, *n.* ಜಡ್ಡು, ದಡ್ಡು, ಮೈ ಮರಗಟ್ಟೋಣ; ೨. ಕಲ್ಲಿನಂತಿರೋಣ, ಕಠಿಣತ್ವ. [ರಹಿತ.

Cal'low (-lō), *a.* ತುಪ್ಪಳ ಹುಟ್ಟದ, ಅನುಭವ

Cälm (käm), *a.* ನಿಧಾನದ, ಶಾಂತ. *v. i. & r.* ಸಮಾಧಾನ ಪಡಿಸು, ಸುಮ್ಮನಿರಿಸು, ಸಂತಯಿಸು. *n.* ಶಾಂತ, ನಿಧಾನ, ಉಪಶಮನ. -ly, *ad.* ಶಾಂತವಾಗಿ. Cälm'ness, *n.* ಶಾಂತಿ, ಉಪಶಮನ, ನಿಧಾನ.

Cal'ō-mel, *n.* ರಸಕರ್ಪೂರ.

Ca-lor'ic, *n.* ಉಷ್ಣ.

Cal-ott'e, *n.* ಪತ್ತತೊಪ್ಪಿ.

Cal'um-ny, *n.* ದುರ್ವಾದ, ಅಪದೂರು, ನಿಂದೆ, ಚಾಡಿ. Ca-lum'ni-āte, *v. t. r.* ...ಮೇಲೆ ಚಾಡಿಹೇಳು, ...ಅಪದೂರು ತರು, ಸುಳ್ಳಾಗಿ ದೂರು, ಹೆಸರು ಕೆಡಿಸು *c. d.*, ದೂಷಿಸು. Ca-lum'ni-ā-tor, *n.* ಚಾಡಿಖೋರ, ಅಪದೂರು ತರುವವ, —ಹೊರಿಸುವವ. Ca-lum'ni-ous, *a.* ಚಾಡಿಯ, ಅಪದೂರುಳ್ಳ, ಹೆಸರು ಕೆಡಿಸುವ.

Cal'va-ry, *n.* ಯೇಸು ಕ್ರಿಸ್ತನನ್ನು ಶಿಲುಬೆಗೆ ಹಾಕಿದ ಗುಡ್ಡ, ಕಪಾಲಗುಡ್ಡ. [ಹಾಕು.

Cälve (käv), *v. i. r.* ಈ, ಈಯು, ಈನು, ಕರ

Calx, *n.* ಭಸ್ಮ. Calcēs *or* Calxes, *pl.*

Cā'lyx *n.* ಪುಷ್ಪಪುಟ, ಪುಷ್ಪಪಾತ್ರೆ. [ಗಳು.

Cam, *n.* ಯಂತ್ರದಲ್ಲಿ ತಿರುಗುವ ಚಕ್ರದ ಹಲ್ಲು

Cam-a-rad'er-ie, *n.* ನೆಚ್ಚಿಕೆ, ಭ್ರಾತೃತ್ವ.

Cam-ar-il'la, *n.* ಒಳಸಂಚು ನಡಿಸುವಂಥ ಮಂಡಲಿ.

Cam'bium, *n.* *(bot.)* ಮರಕ್ಕೂ ಚಕ್ಕೆಗೂ ನಡುವೆ ಇರುವ ಅರೆಯರೆಯಾದ ಪದರು.

Cam'bric, *n.* ಒಂದು ಬಿಳೀ ನಾರಿನ ವಸ್ತ್ರ.

Cāme, *pt. of* Come.

Cam'el, *n.* ಒಂಟೆ; *c.* driver, cameleer "ಸಾರವಾನ". Cam'el-ry, *n.* ಒಂಟೆಗಳ ಪಡೆ.

Ca-mē'le-on, *n. see* Chameleon.

Cam-el'ō-pard (-pĕrd), *n.* ಜಿರಾಫೆಯೆಂಬ ಮೃಗ.

Ca'mera, *n.* ನ್ಯಾಯಾಧೀಶನ ಕೋಣೆ; ೨. ಛಾಯಾ ಚಿತ್ರದ ಸಾಮಾಗ್ರಿ.

Cam'ō-mīle, *n.* ಔಷಧಕ್ಕೆ ಬರುವ ಒಂದು ಜಾತಿಯ ಪುಷ್ಪ, ವಿಲಾಯತಿ ಶಾವಂತಿಗೆ.

Camp, *n.* ದಂಡು ಇಳಕೊಂಡ ಸ್ಥಳ, "ಛಾವಣಿ", ಪಾಳೆಯ, ಪಾಳ್ಯ. *v. t. r.* ಇಳುಕೊಳ್ಳು, ಮೊಕ್ಕಾಮು ಮಾಡು.

Cam-pāign' (-pān'), *n.* ದೊಡ್ಡ ಬೈಲು; ೨. ದಂಡು ಯುದ್ಧಕ್ಕೆ ಹೋದ ಸಮಯ, ಚಳವಳ. -ĕr, *n.* ದಂಡಯಾತ್ರೆ ಮಾಡುವವ.

Cam-pes'tral, *a.* ಹೊಲಗಳಲ್ಲಿ ಬೆಳೆಯುವ.

Cam'phor (-for), *n.* ಕರ್ಪೂರ, ಕಪ್ಪುರ. -āte, *v. t. r.* ಕರ್ಪೂರಮಯ ಮಾಡು.

Can, *n.* ಬಟ್ಟು, ತಂಬಿಗೆ, ಕರಡಿಗೆ.

Can, *v. i. ir.* (could, *pr.* kud), ಕೂಡು, ಸಮರ್ಥನಾಗಿರು, ಬಲ್ಲ, ಬರು; I c. do it ಅದನ್ನು ಮಾಡಬಲ್ಲೆ, ಅದು ನನಗೆ ಮಾಡಲಿಕ್ಕೆ ಬರುತ್ತದೆ, —ಮಾಡಲಿಕ್ಕಾಗುತ್ತದೆ, —ಕೂಡುತ್ತದೆ; I cannot do it ಇದನ್ನು ಮಾಡಲಾರೆ, —ನಾನು ಮಾಡಕೂಡದು, ಇದು ನನ್ನಿಂದಾಗುವದಿಲ್ಲ; it cannot be said ಅನ್ನುವ ಹಾಗಿಲ್ಲ; I cannot but do it ಅದನ್ನು ಮಾಡದೆ ಇರಲಾರೆ, —ಏನು ಮಾಡುವೆನು.

Ca-naill'e, *n.* ನೀಚರು, ಕ್ಷುದ್ರರು.

Ca-nal', *n.* ಕಾಲುವೆ, ಪ್ರಣಾಲಿ.

Ca-närd', *n.* ಅಬದ್ಧ ಕಥೆ, ಸುಳ್ಳು ವರದಿ.

Can-a-rēse', *a. see* Kanarese.

Ca-nā'ry, *n.* ಕೆನೇರಿ ದ್ವೀಪದ ಸರಾಯಿ; ೨. ಕೆನೇರಿ ದ್ವೀಪದ ಗಾಯನಪಕ್ಷಿ.

Can'cel, *v. t. r.* (can'celled) ತೆಗೆದುಹಾಕು, "ರದ್ದು" ಮಾಡು.

Can'cĕr, *n.* ಸೂಡಿ, ಏಡಿಹುಣ್ಣು, ಅರ್ಬುದರೋಗ; ೨. ಏಡಿ; 3. *(astr.)* ಕರ್ಕಾಟಕ ರಾಶಿ. Can'cĕr-ous, *a.* ವ್ರಣದ, ವ್ರಣಿತ.

Can'dent, *a.* ಉರಿಯಿಂದ ಪ್ರಕಾಶಮಾನವಾದ.

Can-de-la'brum, *n.* ದೊಡ್ಡ ಸಮೆ, ಮಯಣಬತ್ತಿ ಉರಿಸುವ ದೀಪಸ್ತಂಭ.

Can'did, *a.* ನಿಷ್ಕಪಟ, ಸರಳ, ಖಡಾಖಡಿ. -ly, *ad.* ನಿಷ್ಕಪಟವಾಗಿ. -ness, *n.* ನಿಜತ್ವ.

Can'di-dāte, *n.* "ಉಮೇದವಾರ".

Can'di-ed, *a.* ಸಕ್ಕರೆಯಲ್ಲಿಟ್ಟ.

Can'dle, *n.* ಮೇಣದ ಬತ್ತಿ. -līght (-līt), *n.* ಮೇಣದ ಬತ್ತಿಯ ದೀಪದ ಬೆಳಕು. -stick, *n.* ದೀಪಸ್ತಂಭ, ಸಮೆ, ದೀಪದ ಗುಡ್ಡ.

Can'dour (-dĕr), *n.* ಸರಳಭಾವ, ನಿಷ್ಕಪಟ.

Can'dy, *n.* ಸ್ಫಟಿಕರೂಪವಾದ ಸಕ್ಕರೆಯ ಖಂಡ, ಉಪಲೆ; ೨. ಸಕ್ಕರೆಯಲ್ಲಿಟ್ಟ ವಸ್ತು.

Cāne, *n.* ಬೆತ್ತ. *v. t. r.* ಬೆತ್ತದಿಂದ ಹೊಡೆ, ಉತ್ತೇ ಹಾಕು; 2. ಬೆತ್ತಾ ಹೆಣೆ.

Cā-nīne', *a.* ನಾಯಿಯ, ನಾಯಿಸ್ವಭಾವದ; c. tooth ಕೋರೆ ಹಲ್ಲು.

Can'is-tĕr, *n.* ತಬ್ಬಿ.

Can'kĕr, *n.* ವ್ರಣ, ಕೊಳಕು ಹುಣ್ಣು, ಪಡಿ ಹುಣ್ಣು. *v. t. r.* ಹುಳದಂತೆ ತಿನ್ನು, ಕಿಲುಬಿನಂತೆ—, ಜೀವ—. **Can'kĕr-ŏus,** *a.* ಜೀವ ತಿನ್ನುವಂಥ, ಕೆಡಕು.

Can'na, *n.* ಬಾಳೆಯಂತಹ ಮತ್ತು ಬಗೆಬಗೆಯ ಬಣ್ಣದ ಹೂಗಳುಳ್ಳ ಚಿಕ್ಕ ಗಿಡ.

Can'ni-bal, *n.* ನರಭಕ್ಷಕ, ಪುರುಷಾದನು, ರಾಕ್ಷಸ. **Can'ni-bal-ism,** *n.* ನರಭಕ್ಷಣೆ.

Can'non, *n.* "ಫಿರಂಗಿ", "ತೋಫು". -āde, *v. t. r.* ಫಿರಂಗಿಯಿಂದ ಹೊಡೆ. *n.* ಫಿರಂಗಿ ಯುದ್ಧ. -bōne, *n.* ಕಣಕಾಲು. **Can'non-ēer,** *n.* ಫಿರಂಗಿಗಳನ್ನು ಸುಡುವವನು.

Can'not, *v. i. see* Can.

Can'ny, *a.* ಜಾಣ, ಬುದ್ಧಿವಂತಿಕೆಯ, ಸಹಜ, ಸಾಧು.

Ca-nōe' (-nų'), *n.* ದೋಣಿ, ಡೋಣಿ.

Can'on, *n.* ಖಟ್ಲೆ, "ಕಾನೂನು", ಶಾಸ್ತ್ರ; 2. ಕ್ರೈಸ್ತಧರ್ಮಶಾಸ್ತ್ರಸಂಗ್ರಹ; 3. ಪುರೋಹಿತ. **Ca-non'i-cal,** *a.* ಶಾಸ್ತ್ರೋಕ್ತ, ಶಾಸ್ತ್ರಾನುಸಾರವಾದ, ಯಥಾಶಾಸ್ತ್ರ; c. books ಕ್ರೈಸ್ತಧರ್ಮಶಾಸ್ತ್ರಸಂಗ್ರಹದ ಗ್ರಂಥ. **Can-on'i-cals,** *n. pl.* ಪಾದ್ರಿಗಳು ಉದ್ಯೋಗ ನಡಿಸುವಾಗ ಹಾಕಿಕೊಳ್ಳುವ ದುಸ್ತು. **Can-on-i-sā'tiŏn,** *n.* ಅರ್ಚಶಿಷ್ಟನೆಂತ ನಿರ್ಣಯಿಸೋಣ. **Can'on-īse,** *v. t. r.* ಒಬ್ಬನನ್ನು ಅರ್ಚಶಿಷ್ಟನೆಂತ ನಿರ್ಣಯಿಸು. **Can'on-ry, -ship,** *n.* ಪುರೋಹಿತನ ಉದ್ಯೋಗ.

Ca-nō'pus, *n.* *(astr.)* ಅಗಸ್ತ್ಯನಕ್ಷತ್ರ.

Can'ō-py, *n.* ಛತ್ರ, ಸಿಂಹಾಸನ ಗದ್ದಿಗೆ ಮುಂತಾದವುಗಳನ್ನು ಮುಚ್ಚುವ ಅಲಂಕಾರ ಗವಸಣಿಕೆ, ಮಂಚದ ಪರದೆ.

Ca-nō'rŏus, *a.* ಇಂಪು ಧ್ವನಿಯ.

Cant, *n.* ಪರಿಭಾಷೆ, ಅಪಶಬ್ದ; 2. ಕಪಟ, ಸೋಗಿನ ಮಾತು. *v. i.* ಸೋಗಿನ ಸ್ವರದಿಂದ ಮಾತಾಡು.

Cant, *n.* ಏಲಂ, ಹರಾಜು.

Cant, *v. t. r.* ಎಗರಿಸು, ಹಾರಿಸು.

Can't, *contr. for* Cannot.

Can-tab. *n.* ಕೇಂಬ್ರಿಜ್ ಯುನಿವರ್ಸಿಟಿಯಲ್ಲಿ ವಿದ್ವಾಂಸಪಟ್ಟ ಹೊಂದಿದಾತ.

Can-tan'kĕr-ŏus (-tang'-), *a.* ಗಯ್ಯಾಳಿ, ಕಲಹಕಂಟಕ.

Can-tä'ta, *n.* ಗಂಭೀರಗಾನ.

Can-tēen', *n.* ಸಿಪಾಯರ ತತ್ರಾಣಿ, —ಹೂಜೆ; 2. ಫೌಜಿನ ಸಂಗಡ ಇರುವ ಅಂಗಡಿ.

Can'tĕr, *n.* ಕುದುರೇ ಓಟ. *v. i. r.* ಕುಪ್ಪು.

Can'tĕr, *n.* ಪಿತ್ತಲಾಟ ಮಾಡುವವನು.

Can'ti-cle, *n.* ಗೀತ, ಪದ.

Can'tō, *n.* ಆಶ್ವಾಸ, ಕಾಂಡ; Cantos, *pl.*

Can'ton, *n.* ಪರಗಣೆ, ತಾಲೂಕು. *v. t. r.* ಸಣ್ಣ ಭಾಗಗಳಾಗಿ ವಿಭಾಗಿಸು. **Can'ton-ment,** *n.* ದಂಡು ಇಳಿದಿರುವ ಸ್ಥಳ, "ಛಾವಣಿ".

Can'vas, *n.* ತಟ್ಟು, ಕಿಂತಾನು, ಉರುಟು ನಾರಿನ ವಸ್ತ್ರ, ದಪ್ಪವಾದ ಬಟ್ಟೆ; 2. ನಾವೆಯ ಚಾಪೆಗಳು.

Can'vass, *v. t. r.* ಪರೀಕ್ಷಿಸು; 2. ಗ್ರಾಹಕರನ್ನು ಅರಸು; 3. ...ವಿಷಯ ತರ್ಕ ಮಾಡು. *n.* ಪರೀಕ್ಷೆ, ತರ್ಕ. **Can'vass-ĕr,** *n,* ಜನರ ಸಮ್ಮತಿಯನ್ನು ಪ್ರಾರ್ಥಿಸುವವನು.

Can-zo-net', *n.* ತುಂಡುಪದ.

Caoụt'choục (kų'chụk), *n.* ಒಂದು ತರದ ಅಂಟು, "ರಬ್ಬರ್".

Cap, *n.* ಕುಲಾವಿ, ಟೋಪಿ, ಟೊಪ್ಪಿಗೆ, ತುದಿ; 2. (of a gun) "ಕೇಪು"; 3. ಶಿರೋಮಣಿ; 4. ಶಿಖರ; c. in hand ದೈನ್ಯದಿಂದ ಬೇಡಿ; c. fits ಹೇಳಿದ ಮಾತು ಒಪ್ಪುತ್ತದೆ; set one's c. at ಆಕರ್ಷಿಸಲು ಯತ್ನಿಸು; 5. (a ferrule) ಅಣಸು, ಕಟ್ಟು. *v. t. r.* (capped, *pr.* kapt) ತುದಿಮುಚ್ಚು; 2. ತುದಿ ಮುಟ್ಟಿಸು, ಅಣಸ ಹಾಕು.

Cā'pa-ble, *a.* ಸಮರ್ಥ, ಯೋಗ್ಯ, ತಕ್ಕ. **Cā'pa-bil'i-ty,** *n.* ಅಳವು, ತ್ರಾಣ, ಸಾಮರ್ಥ್ಯ, ಜಾಣತನ.

Ca-pā'ciŏus (-shus), *a.* ಅಗಲ, ವಿಶಾಲ, ಇಂಬು; 2. ಔದಾರ್ಯವುಳ್ಳ. -ly, *ad.* ವಿಶಾಲವಾಗಿ. **Ca-pac'i-ty,** *n.* ಅಳವು, ಮಟ್ಟು, ಹಿಡಿಸುವಿಕೆ, ಒಡಲು, ವಿಸ್ತಾರ; 2. ಸಾಮರ್ಥ್ಯ; 3. ಉದ್ಯೋಗ. **Ca-pac'i-tāte,** *v. t. r.* ಸಾಮರ್ಥ್ಯ ಪಡಿಸು, ಯೋಗ್ಯ ಮಾಡು.

Cap-a-pīe, *ad.* ಮೈಯೆಲ್ಲಾ, ಆಮೂಲಾಗ್ರ.

Ca-par'i-sŏn, *n.* ಕುದುರೆಯ ಜೂಲುಗಳು.

Cāpe, *n.* ಅಗ್ರ, ಭೂಶಿರ, ಕೊನೆ; 2. ತೋಳಿಲ್ಲದ ನಿಲುವಂಗಿ.

Cāpe goose'ber-ry, *n. see* Gooseberry.

Capel'la, *n.* *(astr.)* ಬ್ರಹ್ಮಹೃದಯ.

Cā'pĕr, *n.* ಹಾರಿಕೆ, ಹಾರಾಟ, ನೆಗೆದಾಟ. *v. i. r.* ಹಾರ್ಯಾಡು, ಕುಣಿದಾಡು.

Cā'pi-as, *n.* ಒಬ್ಬನನ್ನು ಹಿಡಿಯುವದಕ್ಕೆ ವಾರಾಂಟು, ಅಧಿಕಾರಪತ್ರಿಕೆ.

C *as* k; c *as* s; ch *as* sh; g *as in* get; ġ *as* j; ṅ *nasal, as in* anger; s *as* z; th *as in* thou; x *as* gz; ce, ci, si *and* ti *before a vowel as* sh: ocean, action.

Cap'il'la-ment, *n.* ಸಣ್ಣ ದಾರ.

Cap'il-lar-y, *a.* ರೋಮದ ಹಾಗೆ ಇರುವ, ಸಣ್ಣ, ಸೂಕ್ಷ್ಮ. *n.* ಕೂದಲಿನಷ್ಟು ಜನುಗಾದ ಕೊಳವೆ, ಕೇಶರೂಪನಾಳಿಕೆ; c. attraction ಕೇಶಾಕರ್ಷಣಶಕ್ತಿ.

Cap'i-tal, *a.* ಶ್ರೇಷ್ಠ, ಮುಖ್ಯ; c. letter ದೊಡ್ಡಕ್ಷರ.

Cap'i-tal, *n.* ರಾಜಧಾನಿ; 2. (stock) ಬಂಡವಾಳ, ನೀವಿ, ಮೊದಲು; 3. (of a pillar) ಹಣೆಮಣೆ, ಹಲಿಗೆಸಿಂಬಿ (*Cg.*); dead c. ವಿನಿಯೋಗಿಸದೆ ಇಟ್ಟ ದ್ರವ್ಯ; c. punishment ದೇಹಾಂತ ದಂಡನೆ. **Cap'i-tal-īse**, *v. t. r.* ಉತ್ಪತ್ತಿಯ ಮೇಲಿಂದ ಬೆಲೆ ಕಟ್ಟು. **Cap'i-tal-ist**, *n.* ಧನಿಕ, ಸಾವಕಾರ. **Cap'i-tal-ly**, *ad.* ಶಿರಚ್ಛೇದನಾರ್ಹವಾಗಿ.

Cap-i-tā'tiōn, *n.* ಜನಸಂಖ್ಯೆ ತೆಗೆಯೋಣ; 2. ತಲೇತೆರಿಗೆ.

Cap'i-tol, *n.* ರೋಮ್ ಪಟ್ಟಣದಲ್ಲಿ ಒಂದು ದೇವಸ್ಥಾನ; 2. ಕೋಟೆ.

Ca-pit'ū-lāte, *v. t. r.* ಒಪ್ಪಂದ ಮಾಡು, ಕೌಲಿಗಿಳಿ. **Ca-pit-ū-lā'tiōn**, *n.* ಒಪ್ಪಂದ, "ಕೌಲು"; 2. ರಾಜಿನಾಮೆ.

Cap'no-man-cy, *n.* ಧೂಮಶಕುನ.

Cā'pon, *n.* ಬೀಜ ತೆಗೆದ ಹುಂಜ.

Ca-po'te, *n.* ಸಿಪಾಯಿಯ ಡವುರಂಗಿ.

Ca-prīce', *n.* ಚಿತ್ತಪಲ್ಲಟ, ಚಪಲಚಿತ್ತ. **Ca-pri'ciōus**, *a.* ಚಪಲಚಿತ್ತವುಳ್ಳ, ಚಂಚಲ. -**ly**, *ad.* ಚಂಚಲವಾಗಿ. **Ca-pri'ciōus-ness**, *n.* ಬುದ್ಧಿಚಾಂಚಲ್ಯ.

Cap'ri-corn (-karn), *n.* (*astr.*) ಮಕರರಾಶಿ.

Cap'rine, *a.* ಆಡಿನಂಥಾ.

Cap'ri-ōle, *n.* ನಾಟ್ಯದಲ್ಲಿ ಕುಣಿಯುವಿಕೆ.

Cap'si-cum, *n.* ಮೆಣಸಿನ ಕಾಯಿ.

Cap-sīze', *v. t. r.* ಹೊರಳಿಸು, ಬುಡ ಮೇಲೆ ಮಾಡು, ಕವಚಿ ಹಾಕು. *v. i. r.* ಹೊರಳಿ ಬೀಳು, ಕವಿಚಿ—, ಅಡಿಮೇಲಾಗು.

Cap'stan, *n.* ಹಡಗಿನಲ್ಲಿ ಲಂಗರ ಅಥವಾ ಭಾರವಾದ ವಸ್ತುವನ್ನು ಮೇಲಕ್ಕೆಳೆಯುವ ಯಂತ್ರ.

Cap'sūle, *n.* (*bot.*) ಬೀಜಕೋಶ, ಕೋಶಫಲ, ಬುಡ್ಡಿ; 2. (percussion cap) "ಕೇಪು". **Cap'sū-lar**, *a.* ಕೋಶವತ್ತಾದ.

Cap'tāin, *n.* ದಂಡಿನ ಅಧಿಕಾರಸ್ಥ; 2. ಹಡಗಿನ ಯಜಮಾನ, "ತಂಡೇಲ"; 3. ನಾಯಕ.

Cap'tīle, *n.* ತಲೆಓಡ, ತಲೆಹಂಚು.

Cap'tiōn, *n.* ಹಿಡಿದುಕೊಳ್ಳುವುದು; 2. ಅಧ್ಯಾಯದ ಶಿರನಾಮೆ, ಲೇಖನದ ಶಿರನಾಮೆ.

Cap'tiōus, *a.* ಸೇರಿಕೆಯಿಲ್ಲದ, ದೋಷ ಹಿಡಿಯುವ, ಜಗಳಗಂಟ. -**ly**, *ad.* ಸೇರಿಕೆಯಿಲ್ಲದೆ, ಜಗಳಗಂಟನಾಗಿ. **Cap'tiōus-ness**, *n.* ಜಗಳಗಂಟಿತನ, ದೋಷ ಹಿಡಿಯುವುದು.

Cap'ti-vāte, *v. t. r.* ಮನೋರಂಜಿಸು, ವಶೀಕರಿಸು, ಒಲಿಸು. **Cap'ti-vā-ting**, *a.* ಮನೋಹರ, ವಶೀಕರಿಸುವ, ಒಲಿಸಿಕೊಳ್ಳುವ, ಮನ ಸೂರೆಗೊಳ್ಳುವ.

Cap'tive, *n.* ಕೈಸೆರೆಯವನು, ಸೆರೆ ಸಿಕ್ಕಿದವನು; 2. ವಶೀಕರಿಸಲ್ಪಟ್ಟವನು. **Cap-tiv'i-ty**, *n.* ಸೆರೆ, ಬಂಧನ, ದಾಸತ್ವ.

Cap'tor, *n.* ಸೆರೆ ಹಿಡಿದವನು. **Cap'tūre**. *v. t. r.* ಸೆರೆ ಹಿಡಿ; *pass.* ಸೆರೆಸಿಕ್ಕು. *n.* ಸೆರೆ ಹಿಡಿಯೋಣ; 2. ಕೊಳ್ಳೆ.

Cār, *n.* ತೇರು, ರಥ; 2. "ಕೃಷ್ಣೀ ಬಂಡಿ"; c.-festival ತೇರಾಟ, ರಥೋತ್ಸವ; 3. (northern cars) ಸಪ್ತರ್ಷಿನಕ್ಷತ್ರಗಳು.

Cār'a-bīne, Cār'bīne, *n.* ರಾಹುತರ ಕಿರಿದು ತುಪಾಕಿ. **Car-a-bin-ēer'**, *n.* ಸಿಪಾಯಿ.

Ca-rafe', *n.* ನೀರಿನ ಸೀಸೆ.

Car-an'das, *n.* (*Carissa Carandas, L.*) ಕೊರಿಂಡ ಗಿಡ (*My.*), ಕವಳೇಕಾಯಿ ಗಿಡ.

Car'at, *n.* ಅಕ್ಕಸಾಲೆಯರ ಒಂದು ತೂಕ (ಹೆಚ್ಚು ಕಡಿಮೆ ಎಲ್ಲಿ ಗುಂಜಿ ಅಥವಾ ೬ ವೀಸ); 2. ಇಪ್ಪತ್ತನಾಲ್ಕು ಅಂಶದಲ್ಲಿ ಒಂದು.

Car'a-van, *n.* ಯಾತ್ರಿಗಾರರ ಅಥವಾ ಕೂಡ ಪಯಣ ಮಾಡುವ ವ್ಯಾಪಾರಸ್ಥರ ಗುಂಪು, ಬೀಡಿಕೆ. -**'sar-y**, *n.* ಬಿಡಾರ, ಧರ್ಮಶಾಲೆ, ಸತ್ರ, ಛತ್ರ.

Car'a-wāy (-wā), *n.* (*Carum carui, L.*) ಸಾಜೀರಿಗೆ, ಸೋಪು (*My.*).

Cār'bō-lic acid, *n.* ಸುಂಕು ನಿವಾರಿಸುವ ದ್ರಾವಕ.

Cār'bon, *n.* ಇದ್ದಲಿಯ ಧಾತು, ಅಂಗಾರ. **Car'-bo-nāte**, *n.* ಅಂಗಾರದ್ರಾವಕ ಕೂಡಿರುವಂಥಾದ್ದು; c. of lead "ಸಫೇತಾ"; c. of potash ಮರದ ಉಪ್ಪು; c. of soda ಸಜ್ಜೀಕಾರ. *v. t.* ಅಂಗಾರಾಮ್ಲವಾಯುವನ್ನು ಕೂಡಿಸು. **Cār-bon'ic**, *a.* ಅಂಗಾರಕ; c. acid ಅಂಗಾರದ್ರಾವಕ, ಅಂಗಾರಾಮ್ಲ. **Cār-bō-nif'ĕr-ōus**, *a.* ಕಲ್ಲಿದ್ದಲಿಯುಳ್ಳ, ಕಲ್ಲಿದ್ದಲಿ ಹುಟ್ಟಿಸುವಂಥ. **Cār'bo-nīze**, *v. t.* ಅಂಗಾರ ಮಾಡು.

Cār'boy, *n.* "ಅಗಪಾನಿ" ಇತ್ಯಾದಿ ಹಾಕುವ ಒಂದು ದೊಡ್ಡ ಬುಡ್ಡಿ, ಹೂಜೆ, ಬೆತ್ತದ ಹೆಣಿಗೆಯ ಹೊದಿಕೆಯಿರುವ ಒಂದು ದೊಡ್ಡ ಸೀಸೆ.

Cār'bun-cle, *n.* ಮಾಣಿಕ್ಯ, ಕೆಂಪು; 2. ರಾಜಹುರು, ಅರಸುಹುಣ್ಣು, ಬೆನ್ನುಬೇತಾಳ.

Căr'ca-net, *n.* ಕಂಠಭೂಷಣ.

Căr'cass, Căr'case, *n.* ಹೆಣ, ಶವ, ಹಪ್ಪು; 2. ಅರ್ಧ ಮುಗಿಸಿಬಿಟ್ಟ ಮನೆ.

Cärd, *n.* ದಪ್ಪ ಕಾಗದ, ರಟ್ಟು, ಚೀಟು; 2. "ಗಂಜೀಫಿನ ವರಖು", "ಇಸ್ಪೀಟಿನ—"; 3. ಉಣ್ಣೀ ಹಣಿಗೆ; *pl.* "ಗಂಜೀಫು", "ಇಸ್ಪೀಟು"; house of cards ಭದ್ರತೆಯಿಲ್ಲದ ಯೋಜನೆ, ರಚನೆ; to play at c.s ಗಂಜೀಫಾಡು; throw up one's cards ತನ್ನ ಆಲೋಚನೆಯನ್ನು ಬಯಲಿಗಿಡು; on the cards ಸಂಭವನೀಯ; cards up one's sleeve ಗೋಪ್ಯವಾಗಿಟ್ಟಿರುವ ಆಲೋಚನೆ; 4. ಇಸ್ತಿಹಾರು, ಪ್ರಕಟಣೆ. **Cärd'-bōard**, *n.* ರಟ್ಟು.

Cärd, *v. t. r.* ಹಣಿಗೆಯಿಂದ ಬಾಚು, ಉಣ್ಣೆ ಬಿಡಿಸು, ಎಕ್ಕು. **Cärd'ĕr**, *n.* ಉಣ್ಣೆ ಬಿಡಿಸಿ ಹಸನು ಮಾಡುವವ.

Căr'da-mom, *n.* *(Elettaria cardamomum, Maton.)* ಏಲಕ್ಕಿ.

Căr'di-ac, *a.* ಉತ್ತೇಜಕ; 2. ಗುಂಡಿಗೆಸಂಬಂಧವಾದ.

Căr'di-nal, *a.* ಪ್ರಧಾನ, ಮುಖ್ಯ; c. number ಸಂಖ್ಯಾವಾಚಕ; c. points ಅಷ್ಟದಿಕ್ಕುಗಳು. *n.* *(Rom. C.)* ಪ್ರಧಾನ ಗುರು, ಪೋಪನ ಮಂತ್ರಿ; 2. ಹೆಂಗಸರ ಅಂಗಿ.

Cāre, *n.* ಪರಾಮ್ಮರಿಕೆ, ಜೋಕೆ; 2. ಜಾಗ್ರತೆ, ಎಚ್ಚರಿಕೆ, ಚಿಂತೆ, ಹಂಬಲ, ಹಂಬಲಿಕೆ; to take c. ಎಚ್ಚರಿಕೆಯಿಂದಿರು; to take c. of ಪರಾಮ್ಮರಿಸು, ಜೋಪಾನ ಮಾಡು, ಆಲಯಿಸು.

Cāre for, *v. t. r.* ಚಿಂತಿಸು, ಜತನದಲ್ಲಿಡು, ಗಣನೆಗೆ ತರು, ಲಕ್ಷ್ಯವಿಡು; I don't c. ನನಗೆ ಚಿಂತೆ ಇಲ್ಲ; I don't c. to have it ನನಗೆ ಬೇಕಾಗುವುದಿಲ್ಲ; take c. *imp.* ಎಚ್ಚರಿಕೆ! ಜೋಕೆ, ಜೋಕೆ! **Cāre'fụl**, *a.* ಚಿಂತೆಯುಳ್ಳ, ಜಾಗ್ರತೆಯುಳ್ಳ, ಜತನವುಳ್ಳ. -fụl-ly, *ad.* ಜಾಗ್ರತೆಯಾಗಿ, ಎಳ್ಳಷ್ಟು ಬಿಡದೆ. -fụl-ness, *n.* ಜಾಗ್ರತೆ, ಜೋಕೆ, ಜತನ. **Cāre'less**, *a.* ಎಚ್ಚರಗೇಡಿ, ಎಚ್ಚರಿಕೆಯಿಲ್ಲದ, ಅಜಾಗರೂಕ, ಉದಾಸೀನ. -less-ness, *n.* ಎಚ್ಚರಗೇಡಿತನ, ಅಸಡ್ಡೆ, ಅಜಾಗರೂಕತೆ, "ಫಡಪೋಸಿ". **Cāre'tāk-ĕr**, *n.* (ಮನೆಯ) ದೇಖರೇಖಿ ನೋಡುವವ. **Cāre'-worn**, *a.* ಚಿಂತೆಯಿಂದ ಸೊರಗಿದ.

Ca-rẹen', *v. t.* ನಾವೆ ತೊಳೆಯುವುದಕ್ಕೆ ವಾರೆ ಮಾಡಿಸು, "ಜೋಪಟ್ಟು" ಮಾಡು. *n.* ವಾರೆಯಾಗಿರಿಸಿದ ಹಡಗದ ಬದಿ.

Ca-rēer', *n.* ಓಟ, ನಡತೆ, ಗತಿ, ವ್ಯಾಪ್ತಿ; 2. ಜೀವನ ದಾರಿ.

Ca-ress', *v. t. r.* (*pr.* carest') ಮುಂಡಾಡು, ನೇವರಿಸು, ಲಾಲಿಸು, ಉಪಲಾಲಿಸು, ಮೋಹಿಸು. *n.* ಮುಂಡು, ಲಾಲನೆ; 2. ಪ್ರೀತಿಪೂರ್ವಕವಾದ ಆಲಿಂಗನ.

Cā'ret, *n.* ಹಂಸಪಾದ, ∧ ಗುರುತು.

Căr'gō, *n.* ಹಡಗಿನ ಸರಕುಗಳು. **Car'gō-es**, *n. pl.*

Car'i-cā-tūre, *n.* ಹಾಸ್ಯಕರ ಚಿತ್ರ, ಹಾಸ್ಯಕರ ವರ್ಣನೆ, ನಕಲಿ.

Cā'ri-ēs, *n.* ಹಲ್ಲು ಅಥವಾ ಎಲುಬು ಕೊಳೆಯುವುದು. **Cā'ri-ŏus**, *a.* ಹುಳುಕು, ಹುಳುಕಾದ.

Cärk'iṅg, *a.* ವ್ಯಸನಕಾರಕ.

Cārl(e), *n.* ಹಳ್ಳಿಗಾಡಿನವ.

Car'me-lite, *n.* ಒಂದು ಯತಿವರ್ಗದವ; 2. ಬೂದಿಬಣ್ಣದ ಉತ್ತಮ ಉಣ್ಣೀ ವಸ್ತ್ರ.

Căr-min'a-tive, *a.* ಉದರವಾಯುಹರ. *n.* ವಾಯುಹರ ಔಷಧ.

Căr'mīne, *n.* ಕಿರಿಮಂಜಿಯೆಂಬ ಕೆಂಪು ಬಣ್ಣ.

Căr'nāġe, *n.* ಕೊಲೆ, ಸಂಹಾರ, ಹತಾಹತಿ.

Căr'nal, *a.* ವಿಷಯಲಂಪಟ, ಕಾಮಾಸಕ್ತ. **Căr'nal-ist**, *n.* ಇಂದ್ರಿಯ ಸುಖಾಸಕ್ತ. **Căr-nal'i-ty**, *n.* ಅಂಗಭೋಗ, ವಿಷಯಾಭಿಲಾಷೆ. **Căr'nal-ly**, *ad.* ಕಾಮದಿಂದ.

Cär'nā-tiŏn, *n.* ಮಾಂಸದ ಬಣ್ಣ.

Căr-nēl'i-an, *n.* ಮುದ್ರೆ ಉಂಗುರಗಳಿಗೆ ಹಾಕುವ ಕೆಂಪು ಕಲ್ಲು.

Car'ni-val, *n.* ರೋಮನ್ ಕಥೋಲಿಕರ ಒಂದು [ಉತ್ಸವ.

Car'ni-vōre, *n.* ಮಾಂಸಾಹಾರಿ. **Căr-niv'ŏ-rŏus**, *a.* (animals) ಮಾಂಸಭಕ್ಷಕ, ಮಾಂಸಾದ, ಮಾಂಸಾಹಾರಿ, ಕ್ರವ್ಯಾದ.

Car'ol, *n.* ಪದ, ಗೀತ; 2. ಕೀರ್ತನೆ, ಹಾಡು.

Ca-rot'id, *n.* ಕತ್ತಿನಲ್ಲಿರುವ ಶುದ್ಧರಕ್ತವಾಹಿನಿ.

Ca-rouṣe', *v. t. r.* ಸುರಾಪಾನ ಮಾಡು, ಹೆಂಡ ಕುಡಿದು ದುಂದು ಮಾಡು. **Ca-rou'ṣal**, *n.* "ಕುಶಾಲು" ಮಾಡುವುದು, ಔತಣ, ತುಂಬ ಸುರಾಪಾನ.

Cärp, *n.* ಪುರಿಯೊಲಿ ಮೀನು *(S. C.)*.

Cärp at, *v. t. r.* (*pr.* cärpt) ತಪ್ಪು ಹಿಡಿ, ದುರಾಕ್ಷೇಪಣೆ ಮಾಡು, ಕಟಿಪಿಟಿ ಮಾಡು.

Căr'pel, *n.* *(bot.)* ಫಲಕ, ಫಲದಳ.

Căr'pen-tĕr, *n.* ಬಡಿಗೆಯವನು, ಬಡಾಯಿ. **Căr'pen-try**, *n.* ಬಡಿಗೆಕೆಲಸ, ಮರಗೆಲಸ.

Căr'pet, *n.* "ಜಮಖಾನೆ", ರತ್ನಗಂಬಳಿ, ತಿವಾಸಿ; -bag, *n.* ಪ್ರಯಾಣಿಕರ ಚೀಲ. -knight, *n.* ಯುದ್ಧವೆಂಬುದನ್ನು ಅರಿಯದ ಶೂರ. **Căr'pet-iṅg**, *n.* "ಜಮಖಾನೆ"ಗಳು.

Căr'pus, *n.* ಮಣಿಗಂಟಿನ ಎಂಟು ಎಲುಬುಗಳು.

Căr'riage (kar'ij), *n.* ಒಯ್ಯೋಣ; 2. ಬಂಡಿ, ಗಾಡಿ, ರಥ, ವಾಹನ, ಯಾನ; 3. ನಡತೆ; water c. ದೋಣಿ.

Căr'ri-ĕr, *n.* ಹೊರುವವ, ಒಯ್ಯುವವ, ವಾಹಕ.

Căr'ri-ŏn, *n.* ಸತ್ತು ಕೊಳತ ಮೃಗದ ಮಾಂಸ, ಕೊಳಕ ಮಾಂಸ.

Car-ron-āde', *n.* ಚಿಕ್ಕ ಫಿರಂಗಿ.

Car'rot, *n.* ಗಜ್ಜರಿ *(S. M.)*, ಗಾಜರ ಗಡ್ಡೆ *(My.)*.

Car'rots, *n. pl.* ಕೆಂಚುಗೂದಲು.

Car'rot-y, *a.* ಅರಸಿನಕೆಂಪು.

Car-rōw', *n.* ಜೂಜಾಡುವವನು.

Car'ry, *v. t. r.* (-ried) ತಕ್ಕೊಂಡು ಹೋಗು, ಒಯ್ಯು; 2. ಎತ್ತಿ ಒಯ್ಯು; 3. ಸಾಧಿಸು; 4. ಯುದ್ಧ ಮಾಡಿ ತೆಗೆದುಕೊಳ್ಳು; *refl.* ನಡ ಕೊಳ್ಳು; c. all before one, c. the day ಜಯಶಾಲಿಯಾಗು; c. off ಕೊಲ್ಲು; c. on ನಡಿಸು, ಸಾಗಿಸು; c. through ಪಾರು ಮಾಡು; c. out ಕೊನೆಗಾಣಿಸು, ಪೂರಯಿಸು, ತೀರಿಸು, ಸಾಧಿಸು; c. tales ಚಾಡಿ ಹೇಳು; *(naut.)* c. away ಮುರಿದುಹಾಕು, ಹತೋಟಿಗೆ ತಪ್ಪು.

Cārt, *n.* ಬಂಡಿ, ಗಾಡಿ, ಚಕ್ಕಡಿ. **Cār'tāġe**, *n.* ಬಂಡಿಬಾಡಿಗೆ. **Cār'tĕr**, *n.* ಬಂಡಿಗಾರ, ಬಂಡಿ ಹೊಡೆಯುವವ. **Cārt'-lōad**, *n.* ಬಂಡಿ, ಬಂಡಿ ಹೇರು. **Cārt'-rut**, *n.* ಬಂಡಿಜಾಡು.

Cārte-blanche' (kärt-blańsh'), *n.* ಕೆಳಗೆ ಒಪ್ಪಿತ ಬರೆದ ಆಲೀಖಪತ್ರ, ಇಷ್ಟಬಂದಂತೆ ವರಾಡ ಲಿಕ್ಕೆ ಕೊಟ್ಟ ಅಧಿಕಾರಪತ್ರ.

Cārte-de-vi-şite' (-vi-zit'), *n.* ಸಣ್ಣ ರಟ್ಟಿಗೆ ಅಂಟಿಸಿದ ಭಾವಚಿತ್ರ.

Căr'tel, *n.* ಯುದ್ಧದಲ್ಲಿ ಉಭಯ ಪಕ್ಷದವರು ಹಿಡಿದವರನ್ನು ಬಿಡುಗಡೆಮಾಡುವ ಒಪ್ಪಂದ; 2. ದ್ವಂದ್ವಯುದ್ಧಕ್ಕೆ ಆಮಂತ್ರಣ.

Căr'til-āġe, *n.* ಎಳೆಯೆಲುಬು, ಕೋಮಲಾಸ್ಥಿ. **Căr-ti-laġ'i-nous**, *a.* ಎಳೆ ಎಲುಬಿನಿಂದ ಕೂಡಿರುವ.

Căr-toon', *n.* ರಾಜಕೀಯ ಪತ್ರಿಕೆಗಳಲ್ಲಿ ವಿನೋದ ಕರವಾಗಿ ನಕಲಿಮಾಡುವ ಚಿತ್ರಪಟ.

Căr-touche' (-tush'), *n.* ರಸವಿನ ಪೆಟ್ಟಿಗೆ, ಮದ್ದುಗುಂಡಿನ ತೋಟೆ.

Căr'tridġe (-trij), *n.* ಮದ್ದಿನ ತೋಟೆ. -box, *n.* ತುಪಾಕಿಯ ರಸ್ತು. -paper, *n.* ರಟ್ಟು ಕಾಗದ. [ರಿಜಿಸ್ಟ್ರಿ.

Căr'tū-lar-y, *n.* ಕ್ರೈಸ್ತ ಸನ್ಯಾಸಿ ಮಠದಲ್ಲಿಯ

Cārt'wrīght (-rīt), *n.* ಬಂಡಿ ಮಾಡುವವನು.

Căr'un-cle, *n.* ಮಾಂಸದ ವಾಳ.

Cārve, *v. t. r.* ಕೆತ್ತು, ಚಿತ್ರಕೆತ್ತು; 2. ಮಾಂಸ ಚೂರು ಮಾಡು, ಎಡೆ ನೀಡು, ಎಡೆ ಮಾಡು. **Cār'vĕr**, *n.* ಕೆತ್ತುವವ. **Cār'viṅg**, *n.* ಕೆತ್ತುವುದು, ಕೆತ್ತನೆ; 2. ಕೆತ್ತಿದ ಚಿತ್ರ.

Cas-cāde', *n.* ದಬದಬಿ, ಜೋಗು, ಅಬ್ಬಿ.

Cāse, *n.* ಗವಸಣಿಗೆ; 2. ಪೆಟ್ಟಿಗೆ; 3. ಸ್ಥಿತಿ, ವಿದ್ಯಮಾನ; 4. ಸಂಗತಿ, ಕಾರ್ಯ, ಕೆಲಸ; in c. of ಸಂದರ್ಭದಲ್ಲಿ; 5. ಪಕ್ಷ; 6. *(gram.)* ವಿಭಕ್ತಿ; 7. ಅಕ್ಷರಗಳನ್ನಿಡುವ ಪೆಟ್ಟಿಗೆ. *v. t. r.* (*pr.* kāst) ಗವಸಣಿಗೆ ಹಾಕು, ಹೊದ ಗಿಸು, ಪೆಟ್ಟಿಗೆಯಲ್ಲಿ ಮುಚ್ಚು. **Case-hārd'-ened**, *a.* ಹದ ಮಾಡಿದ; 2. *(fig.)* ನಾಚಿ ಕೆಗೆಟ್ಟ.

Cā'se-in, *n.* ಹಾಲುಗಿಣ್ಣಿನ ಸತ್ವ. **Cā'se-ous**, *a.* ಗಿಣ್ಣಿನಂತಿರುವ.

Cā'se-māte, *n.* ಕೋಟೆಗೋಡೆಯ ಅರೆ.

Cāse'ment, *n.* ಕಿಟಿಕಿಯ ಕನ್ನಡಿ ಚೌಕ.

Cash, *n.* ರೊಕ್ಕ, ನಗದು, "ರೋಖ್". *v. t. r.* (*pr.* kasht) "ವಟಾಯಿಸು" (as a currency note). **Cash'-bo̤ok**, *n.* ಜಮಾಖರ್ಚಿನ ಪುಸ್ತಕ, "ರೋಜುಕಿರ್ದಿ". **Cash'-in-hand**, *n. (acc).* ಸಿಲುಕು ಬಾಕಿ. **Cash'-kēep-ĕr**, *n.* "ಖಜಾನದಾರ", "ಸರಾಫ".

Ca-shew'-nut (-shu̇'-), *n.* (seed of *Anacardium occidentale, L.*) ಗೇರುಬೀಜ, ಗೋಡಂಬೆ, ಗೋವೆ ಬೀಜ, ತುರುಕರ ಗೇರು *(My.)*.

Ca-shiēr' (-shēr'), *n. see* Cash-keeper.

Ca-shiēr' (-shēr'), *v. t. r.* ಕೆಲಸವಿಂದ ತೆಗೆ, "ಬರತರಫ" ಮಾಡು.

Cash'mēre, *n.* ಉಣ್ಣೆ ಶಾಲು.

Ca-si'no (-sē-), *n.* ವಾದ್ಯಗಾನಮಂದಿರ.

Cask, *n.* "ಪೀಪಾಯಿ".

Cask'et, *n.* ಒಡವೆಗಳನ್ನಿಡುವ ಸಣ್ಣ ಪೆಟ್ಟಿಗೆ, ಡಬ್ಬಿ, ಭರಣಿ.

Casque (kask), *n.* ಶಿರಸ್ತ್ರಾಣ.

Cas-sa'tiŏn, *n.* ರದ್ದು ಮಾಡುವುದು.

Cas'sa-va, *n.* *(Jatropha manihot, L.)* ಕಳಿಗಳ ಗಿಡ; 2. ಕಳಿಗಳ ಗಿಡದ ಗಡ್ಡೆಯಿಂದ ಮಾಡಿದ ಹಿಟ್ಟು.

Cas'si-a, *n.* Fœtid c. *(Cassia tora, L.)* ತಗಚೆ, ಗಂಡುತಗಿಸೆ ಗಿಡ *(My.)*, ತಗರಿಸ್ಯನ ಗಿಡ *(S. M.)*; tanner's c. *(Cassia auriculata, L.)* ಒಳ್ಳೇತಂಗಡಿ ಗಿಡ *(My.)*, ಆವ

ರಿಕೆ ಗಿಡ *(S. C.)*, ಹೊನ್ನಾವರಿಕೆ ಗಿಡ *(S. M.)*; *C. Fistula, see* Indian **Laburnum.**

Cas'sock, *n.* (ಪಾದ್ರಿಗಳ) ನಿಲುವಂಗಿ.

Cas'so-wa-ry, *n.* ಉಷ್ಟ್ರಪಕ್ಷಿಯಂಥಾ ಒಂದು ದೊಡ್ಡ ಪಕ್ಷಿ.

Cast *or* **Cäst,** *v. t. ir.* (cast, cast) ಒಗೆ, ಹಾಕು; 2. ಒಕ್ಕೊಡು; 3. ಎಣಿಸು, ಗಣನೆ ಮಾಡು; 4. ಎರಕ ಹೊಯ್ಯು; 5. ತಳ್ಳಿ ಹಾಕು; **c. anchor** ಲಂಗರು ಬಿಡು, — ಹಾಕು; **c. ashore** ದಡದ ಮೇಲೆ ಬಂದು ಬೀಳು; **c. away** ಚೆಲ್ಲು, ಬಿಸಾಡು, ಒಕ್ಕೊಡು, ಹಡಗ ಒಡಿ; **c. down** ಎದೆಗುಂದಿಸು; **to be c. down** ಎದೆಗುಂದು; **c. dice** ಪಗಡೆಯಾಡು; **c. lots** ಚೀಟು ತೆಗೆ; **c. net** ಬಲೆ ಹಾಕು; **c. in one's teeth** ಪಚಾರಿಸು; **c. an eye** ದೃಷ್ಟಿ ಇಡು; **c. a spell on** ಮಂತ್ರಿಸು; **c. off** ಬಿಟ್ಟುಬಿಡು; **c. out** ಹೊರಗೆ ಹಾಕು. ನುಡಿ; **c. up** ಎಣಿಕೆ ಮಾಡು, ವಾಂತಿ ಮಾಡು; **c. iron** ಬೀಡು. *v. i.* ಮನಸ್ಸಿನಲ್ಲಿ ವಿಚಾರಿಸು.

Cast, *n.* ಹಾಕೋಣ, ಒಗೆಯೋಣ; 2. ಎರಕ ಹೊಯ್ಯೋಣ; 3. ಅಚ್ಚು; 4. ಕಡೆಗಣ್ಣ ನೋಟ; 5. ಲಕ್ಷಣ; 6. ಬಿಸಾಟ ವಸ್ತು. **Cast'ing,** *n.* ಎರಕ ಹೊಯ್ಯೋಣ, ಎರಕದ ಕೆಲಸ; **c. vote** ಅಗ್ರಸ್ಥರ ಸಮ್ಮತಿ. **Cast'ŏr,** *n.* ಎರಕ ಹೊಯ್ಯುವವ.

Cas'ta-net, *n. (mus.)* ಚಿಟಿಕೆ.

Cast'a-wāy, *n.* ಭ್ರಷ್ಟ, ಕೆಟ್ಟವ, ನಿವಾಳಿಸಿಬಿಟ್ಟವ.

Caste, *n.* ಜಾತಿ, ಕುಲ; **amalgamation of castes** ಜಾತಿಸಂಕರ, ವರ್ಣಸಂಕರ.

Cas'tel-la-ted, *a.* ಬುರುಜಿನ ರೀತಿಯಾಗಿ ಕಟ್ಟಿ [ರುವ.

Cast'ĕr, *n.* ಎಸೆಯುವವನು; 2. ಡಬ್ಬಿ, ಭರಣಿ.

Cas'ti-gāte, *v. t. r.* ಶಿಕ್ಷಿಸು, ದಂಡಿಸು. **Cas-ti-gā'tiŏn,** *n.* ಶಿಕ್ಷೆ, ಹೊಡೆಯೋಣ.

Cas'tle (kas'sl), *n.* ಕೋಟೆ, ದುರ್ಗ; 2. ಅರಮನೆ; **castles in the air** ಮನೋರಾಜ್ಯ.

Cas'tor-oil, *n.* ಹರಳೆಣ್ಣೆ, ಔಡ್ಲೆಣ್ಣೆ. **C. plant,** *n. (Ricinus communis, L.)* ಔಡ್ಲ ಗಿಡ, ಹರಳು ಗಿಡ, ಏರಂಡ.

Cas-tra-mē-tā'tiŏn, *n.* ಸೈನ್ಯ ಇಳುಕೊಳ್ಳಲಿಕ್ಕೆ ಸ್ಥಳವನ್ನು ನಿಶ್ಚಯಿಸುವುದು.

Cas'trāte, *v. t. r.* ಬೀಜ ಹೊಡೆ, ಬೀಜ ತೆಗೆ, ತರಡು ಒಡಿ, ಕಸಿ ಮಾಡು. **Cas-trā'tion,** *n.* ಕಸಿ ಮಾಡುವಿಕೆ.

Caṣ'ū-al (-*zh*- or -*z*-), *a.* ಆಕಸ್ಮಿಕ, ಕ್ರಮ ತಪ್ಪಿ ಬರುವ, ನೈಮಿತ್ತಿಕ. **Caṣ'ū-al-ly,** *ad.* ಆಕಸ್ಮಿಕವಾಗಿ. **Caṣ'ū-al-ty,** *n.* ಅಕಸ್ಮಾತ್ ಸಂಭವಿಸುವ ಸಂಗತಿ, ಅಪಾಯ; **c. list** ಯುದ್ಧದಲ್ಲಿ ಸತ್ತುಹೋದ ಇಲ್ಲವೆ ಗಾಯ ಹೊಂದಿದ ಸಿಪಾಯರ ಪಟ್ಟಿ.

Cas-ū-ar-ī'na, *n. (C. equisetifolia. Forst.)* ಕೇಸರಿಕೆ ಮರ *(My.)*, ಚಬುಕು ಮರ *(S. C.)*, ಸರವಿನ ಗಿಡ *(S. M.)*, ಗಾಳಿ ಮರ *(N. C.)*.

Caṣ'ū-ist, *n.* ಕಾರ್ಯಾಕಾರ್ಯ ವಿವೇಕಿ, ದೋಷಾದೋಷ —. **Caṣ'ū-ist-ry,** *n.* ಕಾರ್ಯಾಕಾರ್ಯ ವಿವೇಚನೆಯ ಶಾಸ್ತ್ರ.

Casus belli, ಯುದ್ಧದ ಕಾರಣ.

Cat, *n.* ಬೆಕ್ಕು, ಕೊತ್ತಿ; **civet c.** ಪುಣುಗಿನ ಬೆಕ್ಕು; **jungle c.** *(Felis chaus)* ಕಾಡ ಬೆಕ್ಕು; **pole c.** ಜವ್ವಾದಿ ಬೆಕ್ಕು; **toddy c.** *(Paradoxurus niger)* ಮರಬೆಕ್ಕು, ಮಂಟಿ ಬೆಕ್ಕು; **tom-c., male c.** ಬಾವುಗ; **c. and dog life** ನಿರಂತರ ಜಗಳ; **rain cats and dogs** ಜಡಿ ಮಳೆ ಸುರಿಸು; **fight like Kilkenny cats** ಪರಸ್ಪರ ವಿನಾಶಮಾಡುವ ವರೆಗೆ ಜಗಳವಾಡು; **cat's eye** ಬೆಕ್ಕಿನ ಕಣ್ಣಿನಂತಿರುವ ರತ್ನ; **c.-eyed** ಬೆಕ್ಕಿನ ಕಣ್ಣುಳ್ಳ.

Cat'a-clyṣm, *n.* ಜಲೌಘ, ಜಲಪ್ರಳಯ; ರಾಜ್ಯಕ್ರಾಂತಿ, ಸಮಾಜಕ್ರಾಂತಿ.

Cat'a-comb (-kom), *n.* ಹೆಣವಿಡುವ ಗವಿ.

Cat'a-lep-sy, *n.* ಮೂರ್ಛೆರೋಗ.

Cat'a-logue (-log), *n.* ಜಾಬಿತ-ಪಟ್ಟಿ, ಯಾದಿ.

Cat-a-ma-ran', *n.* ತೆಪ್ಪ, ಕಟ್ಟುಮರ; 2. ಜಗಳಗಂಟಿ ಹೆಂಗಸು.

Cat'a-mīte, *n.* ಗುದಮೈಥುನ ಮಾಡಿಸಿಕೊಳ್ಳುವವನು, ಪೀಠಮರ್ದನ.

Cat'a-pult, *n.* ಸಣ್ಣ ಕವಣೆ.

Cat'a-ract, *n.* ದಬದಬಿ, ಜೋಗು; 2. ಕಣ್ಣುಪರೆ.

Ca-tärrh' (ka-tär'), *n.* ನೆಗಡಿ, ಶೈತ್ಯ.

Ca-tas'trōphe (-fe), *n.* ನಾಶನ, ಪ್ರಲಯ, ವಿಪತ್ಕರ, ಕಡೇ ಫಲ; 2. ನಾಟಕಾಂತ್ಯವು.

Catch (kăch), *v. t. ir.* (caught, caught, *pr.* kat) ಹಿಡಿ; 2. ಹತ್ತು (as fire); 3. ಮನರಂಜಿಸು; 4. (a disease) ಹತ್ತು; **he caught the measles** ಅವನಿಗೆ ಗೋಬ್ಬರ (ಗೋವರ, ಕೋರಾ) ಹತ್ತಿತು. *v. i.* ಸಿಕ್ಕಿಬೀಳು; 2. ತಾಗು, ಸೋಕು; **c. on** ಮಾನ್ಯವಾಗು. *n.* ಹಿಡಿಯೋಣ; 2. ಲಾಭ. **Catch'ing,** *a.* ಹತ್ತುವ, ಅಂಟುವ. **Catch'ment-basin,** *n.* ನೀರು ನಿಲ್ಲಿಸಲಿಕ್ಕೆ ಮಾಡಿದ ಸ್ಥಳ. **Catch'-pen-ny,** *n.* ಬರೇ ದುಡ್ಡಿಗಾಗಿ ಮುದ್ರಿಸಿದ

ಪುಸ್ತಕ. **Catch'word**, *n.* ಮನಸ್ಸನ್ನು ಆಕರ್ಷಿಸಲಿಕ್ಕೆ ಇಡುವ ಶಬ್ದ. **Catch'y**, *a.* ಚಿಕ್ಕ, ಬೇಗ ಹಿಡಿಯತಕ್ಕ.

Cat-e-chet'i-cal (-ket'i-), *a.* ಪ್ರಶ್ನೋತ್ತರ ರೂಪವಾದ. **Cat'e-chīse** (-kīz), *v. t. r.* ಪ್ರಶ್ನೋತ್ತರದಿಂದ ಉಪದೇಶಿಸು. **Cat'e-chism** (-kizm), *n.* ಪ್ರಶ್ನೋತ್ತರ ಪುಸ್ತಕ. **Cat'e-chist** (-kist), *n.* ಪ್ರಶ್ನೋತ್ತರರೂಪವಾಗಿ ಉಪದೇಶಿಸುವವ; 2. ಉಪದೇಶಕ, ಉಪದೇಶಿ.

Cat'e-chu, *n.* ಕಾಚು, ಖದಿರ ಮರದ ಸೊನೆ *(Acacia Catechu, Willd.* ಈ ಗಿಡದಿಂದ ಹುಟ್ಟುವದು*)*.

Cat-e-chu'men (-kū-), *n.* ಕ್ರೈಸ್ತಧರ್ಮದ ಮೂಲತತ್ವಗಳನ್ನು ಕಲಿಯುವವನು.

Cat'e-gor-y, *n.* ತರ, ಕ್ರಮ; 2. ಪದವಿ, ಸ್ಥಿತಿ. **Cat'e-gor'i-cal**, *a.* ಸ್ಪಷ್ಟ, ಖಂಡಿತ, ನಿಶ್ಚಯಾತ್ಮಕ.

Cat'e-na-ry, *n.* ಸರಪಣಿ. **Cat'e-nā'ri-an**, *a.* ಸರಪಣಿಯಂಥ.

Cā'tėr, *v. i. r.* ಆಹಾರವನ್ನು ಪೂರಯಿಸಿಕೊಡು. **Ca'tėr-ėr**, *n.* ಆಹಾರ ಪೂರಯಿಸಿಕೊಡುವವನು.

Cat'ėr-pil-lar (-lėr), *n.* ಕಂಬಳಿಹುಳ, ಕೋರಿಹುಳ, ಕೀಟ.

Cātes, *n. pl.* ಸೊಗಸಾದ ಆಹಾರ.

Cat'gut, *n.* ಕರುಳಿನಿಂದ ಮಾಡಿದ ತಂತಿ, ಬೀವು.

Ca-thär'tic, -al, *a.* ಉದರ ಶುದ್ಧ ಮಾಡುವ, ಜುಲಾಬು ಮಾಡುವ.

Ca-thē'dral, *n.* ಬಿಶೋಪನ ಸಿಂಹಾಸನವಿರುವ ಶ್ರೇಷ್ಠ ದೇವಾಲಯ.

Cath'e-tėr. *n.* ಮೂತ್ರಕಟ್ಟು ಪರಿಹರಿಸಿ ಮೂತ್ರ ಮಾಡಿಸುವ ನಳಿಗೆ.

Cath'o-lic, *a.* ಸರ್ವಸಾಮಾನ್ಯವಾದ; 2. ರೋಮನ್ ಕಥೋಲಿಕ. *n.* ರೋಮನ್ ಮತಸ್ಥ. **Cath'o-li-cism**, *n.* ರೋಮನ್ ಕಥೋಲಿಕ ಮತ.

Cat'kin, *n. (bot.)* ಕಲಾಪ.

Cat-o'nīne-tāils, *n. pl.* ಕೊರಡೆ, ಕಸೆಕೋಲು.

Cat's-paw, *n.* ಹಂಗಾಳು; to make a c. of ತನ್ನ ನೀಚಕೃತ್ಯವನ್ನು ಮಾಡಲಿಕ್ಕೆ ಇತರರನ್ನು ಪ್ರೇರೇಪಿಸು.

Cat'tle. *n.* ದನ, ದನಕರ. -pound, *n.* ಕೊಂಡವಾಡ, ದೊಡ್ಡಿ.

Cau'cus, *n.* ಒಳಕೂಟ, ಪಕ್ಷಭೇದ.

Cau'dal, *a.* ಬಾಲದ.

Cau'dle, *n.* ಬಾಣಂತಿ ಕಾರ.

Caul, *n.* ಸ್ತ್ರೀಯರ ಟೋಪಿ; 2. ಗರ್ಭದ ಸುತ್ತಲಿನ ಚೀಲ, ಕಸ.

Caul'dron, *n.* see **Caldron**.

Caul'i-flow-er, *n.* ಒಂದು ಬಗೆ ಕೋಸು ಗಡ್ಡೆ.

Caulk, *v. t. r.* ಹಡಗಿನ ಸಂದು ಮುಚ್ಚು.

Cause (kaz), *n.* ಕಾರಣ, ಮೂಲ, ನಿಮಿತ್ತ, ಹೇತು, "ಸಬಬು"; 2. ವ್ಯಾಜ್ಯ; 3. ಪಕ್ಷ. *v. t. r.* ಉಂಟುಮಾಡು, ಕಾರಣವಾಗು *c. d.;* c. to be done ಮಾಡಿಸು. **Caus'al** (kaz'al), *a.* ಕಾರಣ ತೋರಿಸುವಂಥ. *n.* ಕಾರಣಾರ್ಥ ಶಬ್ದ. **Cau-sā'tiŏn**, *n.* ಕಾರಣಕಾರ್ಯ, ಸಂಬಂಧ. **Cau'sa-tive**, *a.* ಕಾರಣಾರ್ಥಕ, ಪ್ರೇರಣಾರ್ಥಕ. **Cause'less**, *a.* ನಿಷ್ಕಾರಣವಾದ, ನಿರ್ನಿಮಿತ್ತ, ಅಹೇತುಕ. **Cau'sėr**, *n.* ಕರ್ತ, ಮಾಡಿಸುವವನು.

Cause'wāy (-wā), **Cau'sey** (ka'zi), *n.* ಒಡ್ಡಿನ ಮೇಲೆ ಮಣ್ಣು ತುಂಬಿಸಿ ಹಾಯುವ ದಾರಿ.

Caus'tic, *n.* ದಾಹಕ ಔಷಧ. *a.* ಸುಡುವಂಥಾ; 2. ಮನಸ್ಸಿಗೆ ತಾಗುವ, —ಹತ್ತುವ, —ಚುಚ್ಚುವ; lunar c. ಕಾಡಿಖಾರ.

Cau'tėr-īse, *v. t. r.* ಬರೆ ಹಾಕು, ಸುಡು. **Cau'tėr-y**, *n.* ಬರೆ, ಚಟಿಕೆ, ಚಟಕಿ.

Cau'tiŏn, *n.* ಎಚ್ಚರಿಕೆ, ಜೋಕೆ; 2. ಎಚ್ಚರಿಕೆಯ ಮಾತು, ಬುದ್ಧೀ ಮಾತು. *v. t. r.* ಎಚ್ಚರಿಸು, ಜಾಗ್ರತೆ ಪಡಿಸು. **Cau'tiŏn-ar-y**, *a.* ಎಚ್ಚರಿಸುವ. **Cau'tiŏus** (ka'shus), *a.* ಎಚ್ಚರಿಕೆಯುಳ್ಳ, ಜಾಗ್ರತೆಯುಳ್ಳ, "ಹುಷಾರ". **Cau'tiŏus-ly**, *ad.* ಎಚ್ಚರಿಕೆಯಿಂದ, ಜಾಗ್ರತೆಯಾಗಿ. **Cau'tiŏus-ness**, *n.* ಜಾಗ್ರತೆ, ಎಚ್ಚರಿಕೆ.

Cav'al-cāde, *n.* ರಾಹುತರ ಮೆರವಣಿಗೆ, ಕುದುರೇ ಮೇಲಿನ ಮೆರವಣಿಗೆ.

Cav-a-liēr' (-lēr'), *n.* ಕುದುರೆಸವಾರ; 2. ಉಲ್ಲಾಸದ ಮನುಷ್ಯ, ಸೊಗಸುಗಾರ.

Cav'al-ry, *n.* ಸವಾರರ ಸೈನ್ಯ, ರಾಹುತರು, ಕುದುರೆಬಲ.

Cāve, **Cav'ėrn**, *n.* ಗವಿ, ಗುಹೆ. *v. t.* ಗವಿ ಮಾಡು. *v. i.* ಗವಿಯಲ್ಲಿ ವಾಸಿಸು.

Cā've-at, *n.* ಎಚ್ಚರ ಕೊಡುವ ಮಾತು.

Cav'en-dish, *n.* ಗುಡಾಕು.

Ca-vi-are', *n.* ಉಪ್ಪು ಮೀನು.

Cav'il, *n.* ವಾಗ್ವಾದ, ದುರಾಕ್ಷೇಪ, ವಿತಂಡ. *v.t.r.* (-illed) ಕಾರಣವಿಲ್ಲದೆ ದೋಷ ಕಂಡುಕೊಳ್ಳು, ತರ್ಕಿಸು, ತಕರಾರು ಮಾಡು. **Cav'il-lėr**, *n.* ದುರಾಕ್ಷೇಪಣೆಗಾರ, ವಿತಂಡವಾದಿ.

Cav'i-ty, *n.* ಟೊಳ್ಳು, ಡೊಳ್ಳು, ಪೊಳ್ಳು; 2. ತಗ್ಗು.

Caw (ka̤), *v. i. r.* ಕಾಗೆಯಂತೆ ಕೂಗು. *n.* ಕಾಗೆಯ ಕೂಗು.

Caw'nie, *n.* (a land measure of 6400 square yards) ಕಾಣಿ. [ಕಾಯಿ.

Cā-yenne' (-yen') pep'për, *n.* ಮೆಣಸಿನ

Cay'man, *n.* ದೊಡ್ಡ ಮೊಸಳೆ.

Cēase (sēs), *v. i. r.* (*pr.* sēst) ನಿಂತುಹೋಗು, ಕಟ್ಟಾಗು, ಮುಗಿ, ನಿಲ್ಲು. *v. t.* ನಿಲ್ಲಿಸು, ಮುಗಿಸು, ಬಿಡು. Cēase'less, *a.* ಎಡೆಬಿಡದ, ತೆರಪಿಲ್ಲದ, ಎಡೆವರಿಯದ. Cēas'iṅg, *n.* ನಿಲುಕಡೆ, ತೆರಪು.

Cē'ci-ty, *n.* ಅಂಧತ್ವ.

Cē'dar, *n.* ದೇವದಾರು ಮರ.

Cēde, *v. t. r.* ಒಪ್ಪಿಸು, ಕೊಟ್ಟುಬಿಡು. Cēded, *a.* ಒಪ್ಪಿಸಲ್ಪಟ್ಟ.

Cēi'ba, *n. see* Cotton tree.

Cēil (sēl), *v. t. r.* ಒಳಮಾಳಿಗೆ ಮಾಡು. Cēil'iṅg, *n.* ಒಳಮಾಳಿಗೆ, ಅಟ್ಟ, ಚತ್ತು.

Cĕl'an-dīne, *n.* ಅರಸಿನ ಬಣ್ಣದ ಹೂಗಿಡ.

Cel'e-brant, *n.* ವೈದಿಕಸಂಸ್ಕಾರ ಮಾಡುವವ, ಪುರೋಹಿತ.

Cel'e-brāte, *v. t. r.* ಸ್ತುತಿಸು, ಆಚರಿಸು. Cel'e-brā-ted, *a.* ಪ್ರಖ್ಯಾತ; a c. person ಹೆಸರುಗೊಂಡವ, ಹೆಸರುವಾಸಿ. Cel-e-brā'tiŏn, *n.* ಆಚರಣೆ, ಕೊಂಡಾಡುವಿಕೆ, ಪ್ರತಿಷ್ಠೆ. Ce-leb'ri-ty, *n.* ಪ್ರಖ್ಯಾತಿ, ಕೀರ್ತಿ; 2. ಹೆಸರುಗೊಂಡವನು.

Ce-ler'i-ty, *n.* ತೀವ್ರ, ವೇಗ.

Ce'ler-y, *n.* ಒಂದು ಗಿಡ

Ce-le'ste, *a.* ಆಕಾಶದ, ಆಕಾಶವರ್ಣದ, "ಆಸ್ಮಾನಿ".

Ce-lest'ial (-yal). *a.* ಸ್ವರ್ಗೀಯ, ದಿವ್ಯ; 2. ಆಕಾಶದ; the c. empire ಚೀನ ಸಾಮ್ರಾಜ್ಯ.

Cel'i-ba-cy, *n.* ಬ್ರಹ್ಮಚರ್ಯ, ಮದುವೆಯಿಲ್ಲದ ಸ್ಥಿತಿ; vow of c. ಬ್ರಹ್ಮಚರ್ಯವ್ರತ. Cel'i-bāte, *n.* ಕುಮಾರವ್ರತಸ್ಥ, ಬ್ರಹ್ಮಚಾರಿ.

Cell, *n.* ಸಣ್ಣ ಕೋಣೆ, ಮನೆ; 2. ಎಜ್ಜ; 3. *(bot.)* ಅರೆ, ಅಣುಕೋಶ, ಅಂಕಣ. Cel'lū-lăr, *a.* ಅರೆಯುರೆಯಾಗಿರುವ; 2. ಎಜ್ಜ ಎಜ್ಜವುಳ್ಳ.

Cel'lar, *n.* ನೆಲಮನೆ.

Celt, Kelt, *n.* ಕೆಲ್ತರೆಂಬ ಒಂದು ಪ್ರಾಚೀನ ಜನಾಂಗದವ (ಇವರಿಂದ ಐಯರಲಾಂಡ, ವೇಲ್ಸ್, ಉತ್ತರ ಸ್ಕಾಟಲಾಂಡ ಈ ದೇಶದ ನಿವಾಸಿಗಳು ಹುಟ್ಟಿದ್ದಾರೆ).

Ce-ment', *n.* ಗಾರೆ, ಗಚ್ಚು; a c. used in securing an idol ಅಷ್ಟಬಂಧ, ಅಷ್ಟಕವರ್ಗ. *v. t. r.* ಗಾರೆ (ಗಚ್ಚು) ಹಾಕಿ ಕೂಡಿಸು; 2. ಹತ್ತಿಸು, ಹೊಂದಿಸು. Cem-en-tā'tiŏn, *n.* ಕೂಡಿಸುವಿಕೆ, ಹೊಂದಿಸುವಿಕೆ.

Cem'e-tĕr-y, *n.* ಪಿತೃವನ, ಗೋರಿಸ್ಥಳ, ಮಸಣ, ಕಾಡುಪುರ.

Cen'o-bīte, *n.* ಸನ್ಯಾಸಿ.

Cen'ō-tāph, *n.* ಮರ್ಯಾದೆನಿಮಿತ್ತ ಕಟ್ಟಿದ ಬರಿಗೋರಿ.

Cen'se, *v. t. r.* ಧೂಪಹಾಕು. Cen'sĕr, *n.* ಧೂಪ ಹಾಕುವ (ನುಡುವ) ಪಾತ್ರೆ.

Cen'sor, *n.* ಆಕ್ಷೇಪಕ, ಖಂಡಿಸುವವ. Cen-sō'ri-al, *a.* ಧರ್ಮಕರ್ತನ. Cen-sō'riŏus, *a.* ವಾಗ್ದಂಡನೆಯುಳ್ಳ, ಆಕ್ಷೇಪಿಸುವ, ತಪ್ಪು ಹಿಡಿಯತಕ್ಕ. Cen-sō'ri-ŏus-ness, *n.* ಆಕ್ಷೇಪ ನಿಂದಿಸುವ ಸ್ವಭಾವ.

Cen'su̥re, *n.* ವಾಗ್ದಂಡನೆ. *v. t. r.* ತಪ್ಪು ಹಿಡಿ. Cen'su̥r-a-ble, *a.* ನಿಂದ್ಯ, ಆಕ್ಷೇಪಣೆಗೆ ಯೋಗ್ಯ.

Cen'sus, *n.* "ಖಾನೆಸುಮಾರೀ" ಲೆಕ್ಕ, ಪ್ರಜಾಗಣನೆ. Cen'sūal, *a.* ಪ್ರಜಾಗಣನೆಯ.

Cent, *n.* ನೂರು; per cent ದರ ನೂರಕ್ಕೆ, "ಶೇಕಡಾ".

Cen'ten-ar-y, *n.* ಶತಕ, ಶತಮಾನ. *a.* ನೂರು ವರ್ಷಕ್ಕೊಮ್ಮೆ ಸಂಭವಿಸುವ. Cen-tē-nā'ri-an, *n.* ನೂರು ವರ್ಷದವನು.

Cen-ten'ni-al, *a.* ನೂರು ವರ್ಷದ; 2. ನೂರು ವರ್ಷಕ್ಕೊಮ್ಮೆ ಆಗುವ.

Cen'tĕr-iṅg, *n.* ಸರಕಟ್ಟು.

Cen-te'si-mal, *a.* ಶತಾಂಶ.

Cen'ti-grāde, *a.* ನೂರು ಭಾಗ (100°)ಗಳುಳ್ಳ; c. thermometer ನೂರು ಅಂಶಗಳುಳ್ಳ ಉಷ್ಣಮಾಪಕ.

Cen'ti-pēde, Cen'ti-pēd, *n.* ಶತಪದಿ. ಜರಿ, ಚೆಟ್ಟಿಬೆನಕ.

Cen'tre (tĕr), *n.* *(geom.)* ಮಧ್ಯ ಬಿಂದು, ಕೇಂದ್ರ; 2. ನಡುವೆ, ನಟ್ಟನಡುವೆ. *v. i. r.* ಮಧ್ಯದಲ್ಲಿರು, ಒಂದೇ ಸ್ಥಳಕ್ಕೆ ಕೂಡು. Cen'tral, *a.* ಮಧ್ಯದ, ನಡುವಿನ. Cen-tral-i-s̤ā'tiŏn, *n.* ಒಂದೇ ಸ್ಥಳಕ್ಕೆ ಕೂಡಿಸುವುದು, ಕೇಂದ್ರೀಕರಣ. Cen'tral-īs̤e, *v.t.r.* ಒಂದೇ ಸ್ಥಳಕ್ಕೆ ಕೂಡಿಸು. Cen'tri-cal, *a.* ನಡುವಿನ.

Cen-trif'ū-gal, *a.* ಮಧ್ಯದಿಂದ ದೂರ ಹೋಗುವಂಥ, ಮಧ್ಯೋತ್ಸಾರಿ.

Cen-trip'e-tal, *a.* ಮಧ್ಯದ ಕಡೆಗೆ ಬರುವಂಥ, ಮಧ್ಯಾಭಿಗಾಮಿ.

Cen'tū-ple, *a.* ನೂರರಷ್ಟಾದ.

Cen'tū-ry, *n.* ಶತಮಾನ, ಶತವರ್ಷ. **Cen-tū'-ri-on**, *n.* ಪೂರ್ವಿಕ ರೋಮಾಯರ ದಳವಾಯಿ, ಶತಾಧಿಪತಿ.

Ce-phal'ic, *a.* ಶಿರಸ್ಸಿಗೆ ಸಂಬಂಧಪಟ್ಟ.

Ce-ra'mic, *a.* ಕುಂಬಾರಿಕೆಯ.

Cē'rāte, *n.* ಮಲಾಮ, ಮುಲಾಮು.

Cer'be-rus, *n.* ನರಕದ್ವಾರವನ್ನು ಕಾಯುವ ತ್ರಿಶಿರ ಶುನಕ.

Cē're-al, *a.* ಧಾನ್ಯದ. *n.* ಧಾನ್ಯ, ದವಸ.

Cer-e-bel'lum, *n.* ಹಿಂದಿನ ಚಿಕ್ಕ ಮೆದುಳು.

Cer'e-bral, *a.* ಮಸ್ತಿಷ್ಕದ.

Cer'e-brum, *n.* ಜ್ಞಾನೇಂದ್ರಿಯ, ಮುಂದಿನ ದೊಡ್ಡ ಮೆದುಳು.

Cere'cloth, Cere'ment, *n.* ಪ್ರೇತ ವಸ್ತ್ರ, ಮೇಣದ ಬಟ್ಟೆ.

Cer'e-mon-y, *n.* ಆಚಾರ, ನೇಮ, ವಿಧಾನ; 2. ಮರ್ಯಾದೆ, ಉತ್ತರಕ್ರಿಯೆಗಳು; 3. ಪ್ರಸ್ತ; without c. ಉಪಚಾರವಿಲ್ಲದೆ; stand on c.s ರೀತಿ ಪದ್ಧತಿಗಳಿಗೆ ಪ್ರಾಶಸ್ತ್ಯ ಕೊಡು; master of c.s ದರ್ಶನದ ವಿಚಾರ ತಕ್ಕೊಳ್ಳುವವನು. **Cer-e-mō'ni-al**, *a.* ಸಂಸ್ಕಾರ ಸಂಬಂಧ. *n.* ಸಂಸ್ಕಾರವಿಧಾನ, ವಿಧಿ. **Cer-e-mō'ni-ōus**, *a.* ಸಂಸ್ಕಾರಸಂಬಂಧ; 2. ಆಚಾರ ಪೂರ್ವಕ; 3. ವಿನಯವಾದ. -ly, *ad.* ವಿನಯವಾಗಿ.

Cĕr'tāin, *a.* ನಿಶ್ಚಯವಾದ, ನಿಜ, ಖಂಡಿತವಾದ; 2. ಗೊತ್ತುಮಾಡಿದ, ನೇಮಕವಾದ; know for c. ಖಂಡಿತ ತಿಳಿದಿರು; 3. ಒಬ್ಬಾನೊಬ್ಬ, ಒಂದಾನೊಂದು, ಕೆಲವೊಂದು, "ಫಲಾನಿ". **Cĕr'tāin-ty**, *n.* ನಿಜ, ನಿಶ್ಚಯ, ಸತ್ಯ, ಗೊತ್ತು, ನಿಜಸ್ಥಿತಿ.

Cĕr'ti-fȳ, *v. t. r.* (-fīed) ತಿಳಿಸು, ನಿಶ್ಚಯಪಡಿಸು, ದೃಢ—. **Cĕr-tif'i-cāte**, *n.* ಯೋಗ್ಯತಾಪತ್ರಿಕೆ, ನಿರ್ಣಯಪತ್ರಿಕೆ. **Cĕr-ti-fi-cā'-tiŏn**, *n.* ಸತ್ಯಪಡಿಸುವಿಕೆ, ದೃಢೀಕರಣ.

Cĕr'ti-tūde, *n.* ನಿಶ್ಚಯ, ದಿಟ, ನಿಷ್ಕರ್ಷ.

Cĕ-ru'lē-an, *a.* ಆಕಾಶವರ್ಣದ, ನೀಲ.

Cer-ū'men, *n.* ಕರ್ಣಮಲ, ತೂಕ್ಕೆ.

Ce'rūse, *n.* ಸತುಭಸ್ಮ.

Cer'vi-cal, *a.* ಕುತ್ತಿಗೆಗೆ ಸಂಬಂಧಪಟ್ಟ.

Ces'pi-tose, Ces'pi-tōus, *a.* ಹುಲ್ಲು ಬೆಳೆದಿರುವ.

Cess, *n.* ತೆರಿಗೆ, ಕಂದಾಯ. *v. t. r.* ತೆರಿಗೆ ಹಾಕು.

Ces-sā'tiŏn, *n.* ನಿಲವು, ನಿಂತುಹೋಗೋಣ, ತೆರಪು, ನಿಲುಗಡೆ.

Ces'siŏn, *n.* ಒಪ್ಪಿಸುವಿಕೆ, *from* Cēde.

Cess'pool, *n. see* Sesspool.

Ces'tus, *n.* ಮದುವೆಕಾಲದಲ್ಲಿ ಕೊಡುವ ನಡುಕಟ್ಟು.

Chāfe, *v. t. r.* ತಿಕ್ಕಿ ಬೆಚ್ಚಗೆ ಮಾಡು, ತೀಯು; 2. ಸಿಟ್ಟಿಗೆಬ್ಬಿಸು, ರೇಗಿಸು, ಕಂಗಾಲಿಗೆಬ್ಬಿಸು; 3. ತಿಕ್ಕಾಡಿಸು. *v. i.* ಸಿಟ್ಟಾಗು, ಬೆಂಕಿಯಾಗು; 2. ತಿಕ್ಕಾಡು. **Chā'fĕr**, *n.* ತಿಕ್ಕುವವ.

Chā'fĕr, *n.* ಕೀಟಭೇದ.

Chaff, *n.* ಹೊಟ್ಟು; c. of paddy ಗೊಳಲಿ, ಗೊಳ್ಳೆ, ಕೊಬ್ಬಟ್ಟು. **Chaff'y**, *a.* ಹೊಟ್ಟಿನಂಥ.

Chaff, *n.* ಹರಟೆ, ನಗಚಾಟಿಗೇ ಮಾತು. *v. t. r.* ತಮಾಷೆ ಮಾಡು, ಹಾಸ್ಯ ಮಾಡು *(coll.)*.

Chaf'fĕr, *v. t. r.* ಕ್ರಯದಲ್ಲಿ ಕಸಾಕಸಿ ಮಾಡು.

Chāf'ing-dish, *n.* ಕುಂಪಟೆ, ಕುಪ್ಪಡಿಗೆ.

Cha-grīn', *v. t. r.* ವ್ಯಸನ ಪಡಿಸು, ರೇಗಿಸು. *n.* ವ್ಯಥೆ, ಬೇಸರ, ವೈಮನಸ್ಯ.

Chāin, *n.* ಸರಪಣಿ, ಸಂಕೋಲೆ, ಬೇಡಿ; 2. ಪರಂಪರೆ, ಸಾಲು. *v. t. r.* ಸಂಕೋಲೆಯಿಂದ ಕಟ್ಟು; c. shot ಜಂಟಿ ಗುಂಡು; put in c. ಬೇಡಿ ಹಾಕು.

Chāir, *n.* "ಕುರ್ಚಿ"; 2. ನ್ಯಾಯಾಧಿಪತಿಯ ಸ್ಥಾನ; 3. ಶಾಸ್ತ್ರ ಪಂಡಿತನು. **Chāir'man**, *n.* ಸಭಾನಾಯಕ, ಅಗ್ರಸ್ಥ.

Chāise (shāz), *n.* ಕುದುರೇ ಬಂಡಿ.

Chal'ce-do-ny, *n.* ಸ್ಫಟಿಕವಿಶೇಷ.

Chal-cŏg'ra-phy, *n.* ತಾಮ್ರ ವ ಹಿತ್ತಾಳೆಯ ಮೇಲೆ ಕೆತ್ತುವ ವಿದ್ಯೆ.

Chal'drŏn, *n.* ಇದ್ದಲಿನ ಅಳತೆಮಾನ, ೩೬ ಬುಶ್ಶಲ್.

Cha'let (sha'lā), *n.* ಕಾಷ್ಠಮಂದಿರ, ಕಟ್ಟಿಗೆಯ ಮನೆ; 2. ರಸ್ತೆಗಳಲ್ಲಿ ದಾರಿಗರಿಗೆ ಕಟ್ಟಿಸಿದ ಪಾಯಖಾನೆ.

Chal'ice, *n.* ಬಟ್ಟಲು, ಕಲಶ, ಪಂಚಪಾತ್ರೆ.

Chalk (chak), *n.* ಸೀಮೆಸುಣ್ಣ, ವಿಲಾಯತಿ ಸುಣ್ಣ, ಖಡು. **Chalk'y**, *a.* ಬಿಳುಪಾದ.

Chal'la, *n.* *(Asparagus racemosus, Willd.)* ಬುಚ್ಚಗೆಗಡ್ಡೆ *(My.)*, ಆಹಾರಿ... ಬಳ್ಳಿ, ಶತಮೂಲಿ—; *(Asparagus sarmentosus, Willd.)* ಹಲವುಮಕ್ಕಳತಾ... ಬಳ್ಳಿ, ಶೀಬರಿ—, ಶಹಾವಲಿ—, ಆಹೇರು—.

Chal'lenge, *n.* ಜಗಳಕ್ಕೆ ಕರೆಯುವುದು, ದ್ವಂದ್ವ ಯುದ್ಧಕ್ಕೆ ಕರೆಯುವುದು, ಸಡ್ಡು ಹೊಡೆಯೋಣ. *v. t. r.* ಜಗಳಕ್ಕೆ ಕರೆ, ಸಡ್ಡು ಹೊಡೆ, ಮೀಸೆ ಕಟ್ಟು, ದಾಹಪ್ಪಳಿಸು, ತೊಡೆತಟ್ಟು. **Chal'leng-ĕr**, *n.* ಜಗಳಕ್ಕೆ ಕರೆಯುವವನು.

Cha-lyb'e-āte, *a.* ಕಬ್ಬಿಣವುಳ್ಳ.

Chām'āde', *n.* ರಾಜಪ್ರಸ್ತಾಪಕ್ಕಾಗಿ ಭೇರಿ ಹೊಡೆಯುವುದು.

Chām'bĕr, *n.* ಕೋಣೆ, ಉಪ್ಪರಿಗೆಯ ಕೋಣೆ, ಮಲಗುವ ಕೋಣೆ, "ಕೊಠಡಿ", ಅರೆ; 2. ನ್ಯಾಯಾಧಿಪತಿಯ ಕಚೇರಿ, ಕಚೇರಿ, ಸಭೆ; c. of commerce ಹರದರ ಮಂಡಲಿ; c. of agriculture ಕೃಷಿಕಮಂಡಲಿ; c. practice ಮನೆಯಲ್ಲಿ ಶಾಸ್ತ್ರನಿನ ಅನುಭವವನ್ನು ಹೇಳುವುದು. Chām'-bĕr-lāin, *n.* ಸೆಜ್ಜೆವಳ, ರಾಜಗೃಹದ ಪಾರುಪತ್ಯಗಾರ. Chām'bĕr-māid, *n.* ಸೆಜ್ಜೆವಳತಿ.

Cha-mē'le-on, *n.* ಊಸರುಳ್ಳಿ, ಓತಿಕಾಟ, ತೊಂಡೆ.

Cha'mois (sha'moi), *n.* ತುರ್ಕಸ್ಥಾನದಲ್ಲಿರುವ ಮೇಕೆ.

Cham'ō-mīle, *n.* (*Anthemis nobilis, L.*) ಸೀಮೆ ಶಾವಂತಿಗೆ, ಚಾಮುಂಡೆ ಗಿಡ.

Champ, *v. t. r.* (*pr.* champt) ಕಚ್ಚು, ಕಡಿ. *n.* ಹೊಲ.

Cham-pāgne' (sham-pān'), *n.* ದ್ರಾಕ್ಷಾಮದ್ಯ.

Cham-pāign' (sham-pān'), *n.* ಬೈಲು, ಮೈದಾನ. *a.* ಬೈಲಾದ.

Cham'pĕr-ty, *n.* ಮತ್ತೊಬ್ಬನ ವ್ಯಾಜ್ಯವನ್ನು ಕೊಂಡುಕೊಂಡು ತಾನು ಖರ್ಚಿಕ್ಕಿ ವ್ಯಾಜ್ಯ ಮಾಡುವುದು.

Cham'pi-ŏn, *n.* ಬಂಟ, ವೀರ, ಪರಾಕ್ರಮಿ; 2. ಜಟ್ಟಿ, ಮಲ್ಲ; 3. ರಕ್ಷಕ.

Chance, *n.* ದೈವಘಟನೆ, ದೈವಯೋಗ, ಸಂದು ಕಟ್ಟು; by c. ದೈವಯೋಗದಿಂದ; c. companion ದೈವವಶಾತ್ ಕಲೆತ ಸಂಗಾತಿ. *v. i. r.* (*pr.* chanst) ದೈವಯೋಗದಿಂದ ಸಂಭವಿಸು, ಒದಗಿ ಬರು.

Chan'cel, *n.* ಗರ್ಭಗೃಹ, ಪ್ರಸಂಗಪೀಠವಿರುವ ಭಾಗ.

Chan'cel-lĕry, -lŏry, *n.* ಮಂತ್ರಿಯ ಆಸ್ಥಾನ.

Chan'cel-lŏr, *n.* ಮಂತ್ರಿ, ಪ್ರಧಾನ, ನ್ಯಾಯಾಧಿಪತಿ, ಮುಖ್ಯಸ್ಥ.

Chance'-med-ley, *n.* ಯದೃಚ್ಛೆಯಾ ಘಟಿಸಿದ ನರಹತ್ಯ.

Chan'cĕr-y, *n.* ಪ್ರಧಾನ ನ್ಯಾಯಸಭೆ.

Chan'cre, *n.* ಮೇಹದ ಹುಣ್ಣು.

Chan-de-liēr', *n.* ಸಮೆ, ಮಯಣದ ಬತ್ತಿಯ ದೀಪಸ್ತಂಭ. Chand'lĕr, *n.* ಮೇಣದ ಬತ್ತಿ ಮಾಡುವವ, — ಮಾರುವವ; 2. ಅಂಗಡಿಗಾರ.

Chānge, *n.* ಬದಲು, ಮಾರ್ಪಾಟ, ಪಲ್ಲಟ; 2. ಚಿಂಗಡಿ, ರೊಕ್ಕ; c. of raiment ದುಸ್ತು. *v. t. r.* ಬದಲಿಸು, ಪಲ್ಲಟಿಸು, ಮಾರ್ಪಡಿಸು; c. a coin ಮುರಿಸು, ವಟಾಯಿಸು; to c. a stone into bread ಕಲ್ಲೊಯ್ದು ರೊಟ್ಟೀ ಮಾಡು; to c. colour ಭಯ ಲಜ್ಜಾದಿಗಳಿಂದ ಮುಖ ಕಪ್ಪಾಗು. *v. i.* ಬದಲಾಗು, ಮಾರ್ಪಡು, ಪಲ್ಲಟವಾಗು, ಒಂದು ಹೋಗಿ ಇನ್ನೊಂದು ಆಗು. Chānge'a-ble, *a.* ಚಂಚಲ, ಅಸ್ಥಿರ, ಹೋಯಿದಾಡುವ. Chānge'a-ble-ness, *n.* ಚಂಚಲತ್ವ. Chānge'less, *a.* ಬದಲಾಗದ, ಶಾಶ್ವತ. Chān'gĕr, *n.* ಬದಲಿಸುವವ; 2. "ಸರಾಫನು".

Chan'nel, *n.* ಕಾಲಿವೆ, ಹರಣಿ; a branch c. in gardens or rice-fields ಪಿಕ್ಕಲು; a feeding c. of a tank ಕಟ್ಟುಕಾಲಿವೆ; 2. (of a river) ಒಡಲು, ಪಾತ್ರೆ, ಸರವು; 3. (of the sea) ಜಲಸಂಧು; 4. (*fig.*) ಮಾರ್ಗ, ದ್ವಾರ.

Chant, *n.* ಗೀತ, ಗಾಯನಸ್ವರದಿಂದ ಹೇಳುವುದು. *v. i. r.* ಹಾಡು. *v. t.* ಹಾಡಿ ಹರಸು. Chant'ĕr, *n.* ಹಾಡುವವ, ಗಾಯಕ. Chant'-ing, *n.* ಹಾಡಿಕೆ, ಗಾನ.

Chant'i-clēer, *n.* ಹುಂಜ (ಕಾವ್ಯದಲ್ಲಿ ಬರುವ ಮಾತು).

Chant'ry, *n.* ಚಿಕ್ಕ ದೇವಾಲಯ.

Cha'os, *n.* ಸೃಷ್ಟಿಗೆ ಪೂರ್ವ ಪಂಚಭೂತಗಳು ಮಿಶ್ರವಾಗಿದ್ದ ಸ್ಥಿತಿ, ಗಲಿಬಿಲಿ, ಅವ್ಯಕ್ತ. Chā-ot'ic, *a.* ಗಲಿಬಿಲಿಯಾದ, ಮಿಶ್ರ.

Chap, *n.* ಬಿರುಕು, ಸೀಳು. *v. t. r.* (chapped, *pr.* chapt) ಬಿರಿಯುವಂತೆ ಮಾಡು, ಸೀಳು.

Chap, *n.* ಮನುಷ್ಯ, ಹುಡುಗ, ಆಳು.

Chap, Chop, *n.* (ಮೃಗಗಳ) ದವಡೆ. Chaps. *n. pl.* ದವಡೆಗಳು.

Chāpe, *n.* ಕೊಂಡಿ.

Chap'el, *n.* ಸಣ್ಣ ದೇವಾಲಯ, ಗುಡಿ.

Chap'ĕr-ŏn (-ong), *n.* ಒಂದು ತರದ ಟೋಪಿ; 2. ಪಾಲಿಕೆ, ಪಾಲಕಳು.

Chap-fallen, *see* Chop-fallen.

Chap'i-tĕr, *n.* ಕಂಬದ ತಲೆ.

Chap'lāin, *n.* ಸರಕಾರಿ ಪಾದ್ರಿ.

Chap'let, *n.* ದಂಡೆ, ಹಾರ, ಪುಷ್ಪಮಾಲೆ; 2. ಜಪಮಾಲೆ; 3. ಚಿಕ್ಕ ದೇವಾಲಯ.

Chap'man, *n.* ವ್ಯಾಪಾರಿ, ಕೊಂಡು ಮಾರುವವ.

Chap'tĕr, *n.* ಸಂಧಿ, ಅಧ್ಯಾಯ; 2. ಒಂದು ದೇವಾಲಯದ ಪಾದ್ರಿಗಳ ಸಭೆ; 3. ಸಭೆ.

Chăr, *v. t. r.* (chărred, *pr.* chărd) ಇದ್ದಲಿ ಸುಡು; 2. ಕಟಿ.

Chăr, Chāre, *n.* ದಿನದ ಕೆಲಸ. *v. t. r.* ಮಾಡು, ಚೂರುಪಾರು ಕೆಲಸ ಮಾಡು. *v. i.* ದಿನಗೂಲಿ ಕೆಲಸ ಮಾಡು.

Char'ac-tĕr, *n.* ಚಿಹ್ನೆ, ಅಕ್ಷರ; 2. ಸ್ವಭಾವ, ಲಕ್ಷಣ, ಗುಣ; 3. ಹೆಸರು; I know your c. ನಿನ್ನ ಸ್ವರೂಪವೆಲ್ಲಾ ಬಲ್ಲೆ. Char'ac-tĕr-īse, *v. t. r.* ಗುಣಲಕ್ಷಣ ವಿವರಿಸು, ಗುಣಭೇದ ತೋರಿಸು. Char-ac-tĕr-is'tic, *n.* ಗುರುತು, ಖೂನ, ಲಕ್ಷಣ, ವಿಶೇಷ. Char-ac-tĕr-is'tic, -'ti-cal, *a.* ವಿಶೇಷ, ಉಚಿತ. Char-ac-tĕr-is'ti-cal-ly, *ad.* ಸ್ವಭಾವ ಕಾಣುವಂತೆ.

Cha-rā'de (sha-räd), *n.* ಒಗಟು, ಪ್ರಹೇಲಿಕೆ.

Chär'cōal (-kōl), *n.* ಇದ್ದಲಿ.

Chär'cōal tree, *n.* (*Trema orientalis, Blume*) ಗೋಕರ್ಣ ಮರ (*My.*).

Chärge, *n.* ವಶ, ಪಾರುಪತ್ಯ, "ಹವಾಲೆ"; give in c. "ಹವಾಲೆ" ಮಾಡು; (a child) ಉಡಿ ಕಟ್ಟು; 2. (command) ಅಪ್ಪಣೆ, ಆಜ್ಞೆ; 3. (debit, costs) ಖರ್ಚು; 4. (accusation) ತಪ್ಪು ಹೊರಿಸೋಣ, ಆರೋಪ; to lay to one's c. ಒಬ್ಬರ ಪದರಿಗೆ ಹಾಕು; 5. "ತುಬಾಕಿ ಬಾರು"; 6. (attack) ಮೇಲೆ ಬೀಳುವುದು, ಅಭಿಯೋಗ. *v. t. r.* ಹೊರಿಸು; 2. "ಹವಾಲೆ" ಮಾಡು; 3. ದೋಷ ಹೊರಿಸು; 4. ಅಪ್ಪಣೆ ಮಾಡು, ಆಜ್ಞಾಪಿಸು; 5. ಮೇಲೆ ಬೀಳು; 6. "ಬಾರು" ಮಾಡು; 7. ವಿದ್ಯುಚ್ಛಕ್ತಿಯಿಂದ ತುಂಬು. Chärge'a-ble, *a.* ಹೊರಿಸತಕ್ಕ, ಆರೋಪಿಸತಕ್ಕ.

Charge'-d'af-faires (Sharzha'-d'af-fār). *n.* ರಾಯಭಾರಿಯ ಹಸ್ತಕ.

Chär'gĕr, *n.* ಕಾಳಗದ ಕುದುರೆ; 2. ಹರಿವಾಣ.

Char'i-ot, *n.* ಬಂಡಿ, ರಥ, ವಿಮಾನ, ದೇವಯಾನ. Char-i-o-tēer', *n.* ಸಾರಥಿ.

Char'i-ty, *n.* ಪ್ರೀತಿ; 2. ದಾನಧರ್ಮ; 3. ಔದಾರ್ಯ, ಧರ್ಮಕೃತ್ಯ; sister of c. ಪರೋಪಕಾರ ದೀಕ್ಷೆಯನ್ನು ಕೈಕೊಂಡ ಸ್ತ್ರೀ; c. box ಭಿಕ್ಷಾಪಾತ್ರೆ. Char'i-ta-ble, *a.* ದಯಾಳು, ಧರ್ಮಿಷ್ಠ, ಪರೋಪಕಾರಿ. Char'i-ta-ble-ness, *n.* ದಯಾರಸತ್ವ, ದಾತೃತ್ವ.

Chär'i-vär'i, *n.* ಮನೆಯ ಮುಂದೆ ಪರಿಹಾಸ್ಯಕ್ಕಾಗಿ ಪಾತ್ರೆಗಳ ಹರಿವಾಣಗಳ ಮೇಲೆ ಬಡಿದು ಎಬ್ಬಿಸುವ ಗುಲ್ಲು; 2. ವಿನೋದಕರ ಪತ್ರಿಕೆ.

Chär'la-tan, *n.* ಕೇವಲ ಪಟ್ಟಿಂಗಿ, ಮಾತಿನ ಮಲ್ಲಯ್ಯ, ಬೂಟಕ ವೈದ್ಯನು.

Charles's Wāin, *n.* ಸಪ್ತರ್ಷಿ ನಕ್ಷತ್ರಗಳು.

Chärm, *n.* ಮಂತ್ರ, ಯಂತ್ರ, ರಕ್ಷೆ, ತಾಯಿತ; 2. ರಮಣೀಯತೆ, ಸೊಗಸು. *v. t. & i. r.* ಕಟ್ಟು, ಕಣ್ಣುಕಟ್ಟು, ತಡೆ—, ಮಂತ್ರಿಸು; 2. (allay) ತಂಪು ಮಾಡು, ತಣ್ಣಗೆ—, ಸಂತಯಿಸು; 3. (fascinate, attract) ಸೊಗಸು ಕಾಣು *c. d.*, ಸೊಗಯಿಸು, ಒಲಿಸಿಸು, ಒಲಿಸು, ಮರುಳು ಮಾಡು, ಮನರಂಜಿಸು. Chär'mĕr, *n.* ತಡೆಗಾರ, ಮಂತ್ರವಾದಿ, ಮಾಂತ್ರಿಕ; 2. ಮೋಹಕ. Chärm'fụl, *a.* ಬಹು ಮನೋಹರ. Chär'miṅg, *a.* ಮನೋರಂಜಕ, ರಮಣೀಯ.

Chär'nel-house, *n.* ಸತ್ತವರ ಎಲುಬುಗಳನ್ನು ಇಟ್ಟುಕೊಳ್ಳುವ ಮನೆ.

Chär'poy, *n.* (*Hindust, charpai*=4 feet) ಹೊರಸು, ಹಗುರ ಮಂಚ.

Chärt, *n.* ಪಟ್ಟಿ; 2. ಸಮುದ್ರದ "ನಕ್ಷೆ", "ನಕಾಶೆ".

Chär'tĕr, *n.* ರಾಜಕರಾರು, ಶಾಸನ, "ಸನದು", ವಿಶೇಷ ಅಧಿಕಾರ; 2. (of a vessel) "ಆಟೋಟ್". Chärt-ist, *n.* ರಾಜ್ಯ ಪರಿಪಾಲನೆಯಲ್ಲಿ ಹೊಸ ಏರ್ಪಾಟಾಗಬೇಕೆಂದು ಕೋರುವವನು.

Chār'-wōm-an, *n.* ಕೂಲಿಯಾಕೆ, ಕೂಲಿಕಾತಿ.

Chār'y of, *a.* ಜಾಗ್ರತೆಯುಳ್ಳ, ಮೈತುಂಬ ಎಚ್ಚರವುಳ್ಳ. Chār'i-ly, *ad.* ಜಾಗ್ರತೆಯಾಗಿ, ಎಚ್ಚರಿಕೆಯಿಂದ.

Chāse, *v. t. r.* (*pr.* chāst) ಬೇಟೆಯಾಡು, ಬೆನ್ನಟ್ಟಿ ಓಡಿಸು, ಬೆನ್ನುಹತ್ತಿ ಓಡಿಸು, ಎಬ್ಬಟ್ಟು. *n.* ಬೆನ್ನಟ್ಟುವುದು, ಬೇಟೆ, "ಶಿಕಾರಿ"; 2. ಉಪವನ; 3. ಛಾಪಿಸುವವರು ಉಪಯೋಗಿಸುವ ಚೌಕಟ್ಟು; to give c. ಓಡಿಸು, ಬೆರಸು.

Chasm (kazm), *n.* ಬಿರುಕು, ಹೊನ್ನಾರ, ಕೊರಕಲ, ಸರಕು, ಕೊಳ್ಳ.

Chāste, *a.* ಕಾಮರಹಿತ, ಕೌಪೀನಶುದ್ಧ, ಪತಿವ್ರತ ಅಥವಾ ಪತ್ನೀವ್ರತಧರ್ಮವುಳ್ಳ; to be c. ಕಚ್ಚೆ ಬಿಗಿ. Chāste'ly, *ad.* ಶುದ್ಧವಾಗಿ, ಕೌಪೀನ ಶುದ್ಧಿಯಿಂದ. Chāste'ness, *n.* ನಿರ್ಮಲತೆ, ಶುದ್ಧಿ, ಕೌಪೀನ ಶುದ್ಧಿ. Chas'ti-ty, *n.* ಶುದ್ಧತ್ವ, ಪಾತಿವ್ರತ್ಯ, ಸತೀತ್ವ, ಚಾರಿತ್ರ; 2. ಭಾಷೆಯ ಶುದ್ಧಿ; to restrain one's c. ನಡು ಕಟ್ಟಿಕೊಂಡಿರು. Chās'ten (chās'n), *v. t. r.* ಶಿಕ್ಷಿಸು, ದಂಡಿಸು, ತಿದ್ದು.

Chāste tree, *n.* (*Vitex negundo, L.*) ನೆಕ್ಕಿಲುಗಿಡ (*My.*), ಲಕ್ಕಿ—, ಕರ್ಲಕ್ಕಿ— (*S.M.*).

Chas-tīse', *v. t. r.* ಹೊಡೆ, ಶಿಕ್ಷಿಸು, ತಾಡಿಸು. Chas-tīse'ment, *n.* ದಂಡನೆ, ಶಿಕ್ಷೆ, ತಾಡನೆ.

Cha'sū-ble (tsha'zū-ble). *n.* ಕಥೋಲಿಕರ ಪ್ರಿಯರು ಶಾಸ್ತ್ರ ಹೇಳುವಾಗ ಹಾಕುವ ಅಂಗಿ.

Chat, *n.* ಪಟ್ಟಂಗ, ಹರಟೆ, ಸಲ್ಲಾಪ. *v. t. r.* (chat'ted) ಹರಟೇ ಬಡಿ, ಪಟ್ಟಂಗ ಬಡಿ. Chat'ty, *a.* ವಾಚಾಲಕ, ವಾಚಾಲ, ಮಾತುಬಡಕ.

Chā-teau' (shā-tō'), *n.* ಅರಮನೆ.

Chāt'tels (-tls), *n.* "ಚರಜಂದಿಗೆ", ಸರಕು.

Chat'tĕr, *v. i. r.* ವಟವಟ ಅನ್ನು; 2. (to prate) ಹರಟೇ ಬಡಿ, ವಟವಟ ಮಾತಾಡು; 3. ಕಟಗುಡು (as teeth when one shivers). **Chat'tĕr-ĕr,** *n.* ಪಟ್ಟಿಂಗಿ, ಮಾತುಗಾರಿಕೆಯವ, ರಗಳೆ ಹಚ್ಚುವವ.

Chauf'feur (shō'fer), *n.* ಮೋಟರ್ ಸಾರಥಿ, ರಥಿಕ.

Chau'vi-nism, *n.* ಅಳತೆಗೆಟ್ಟ ಸ್ವದೇಶಾಭಿಮಾನ.

Chēap (chēp), *a.* ಅಗ್ಗವಾದ, ಅಗ್ಗ, ಉಣಾಕಿ; 2. ಸಾಧಾರಣ, ಹಲಕಿ. **Chēap'en** (chē'pn), *v. t. r.* ಕ್ರಯ ಮಾಡು, ಧಾರಣೆ ಮಾಡು; 2. ಅಗ್ಗ ಮಾಡು, ಧಾರಣೆ ಇಳಿಸು, ಅಗ್ಗವಾಗಿ ಕೊಳ್ಳು. **Chēap'ly,** *ad.* ಅಗ್ಗವಾಗಿ, ಬೆಲೆಚಾರಿಯಾಗಿ. **Chēap'ness,** *n.* ಅಗ್ಗ, ಅಗ್ಗಪಾಡು.

Chēat (chēt), *v. t. r.* ಮೋಸ ಮಾಡು, ದಗೆ ಮಾಡು. *n.* ಮೋಸ; 2. ಮೋಸಗಾರ, ಠಕ್ಕ. **Chēat'ĕr,** *n.* ಮೋಸಗಾರ, ಧೂರ್ತ, ಕವಡಗಂಟಕ, ತಗಲು. **Chēat'iṅg,** *n.* ದಗಾಮುಚಿ, ವಂಚನೆ, ಕವಡಗಂಟಕತನ.

Check, *n.* ಅಡ್ಡಿ, ಅಂಕೆ, ಬಿಗಿ ಹಿಡಿಯೋಣ; 2. ಹುಂಡಿಕಾಗದ; 3. ಚೌಕಿನೇಯಿಗೆಯ ಅರಿವೆ, "ಚೆಕ್ಕು"; 4. (in chess-playing) ಶಹಾ; 5. ಗುರುತು, ಗುರುತಿನ ಚೀಟು; 6. ಗದರಣೆ, ನಿಗ್ರಹ. *v. t. r.* (*pr.* chekt) ಅಡ್ಡಿ ಮಾಡು, ಬಿಗಿ ಹಿಡಿ; 2. ಗದರಿಸು; 3. (*acc.*) ತಾಳೆ ನೋಡು, "ಮೊಕಾಬಿಲೆ" ಮಾಡು. **Check'er,** *n.* ಅಡ್ಡಿಮಾಡುವವ, ಗದರಿಸುವವ. **Cheek'-māte,** *n.* (ಚತುರಂಗದಲ್ಲಿ) ಶಹಾ, ಕಟ್ಟರಸು, ಅಪಜಯ.

Check'ĕr, *v. t. r.* ಚಿಕ್ಕಚಿಕ್ಕ ಮಾಡು, ವಿಚಿತ್ರ ಮಾಡು. *n.* ಚಿಕ್ಕ ಮಾಡುವವ. **Cheek'ĕred** (-ĕrd), *a.* ಚಿಕ್ಕಚಿಕ್ಕಯಾದ, ಪೊಪ್ಪಳಿಯಾದ, ವಿಚಿತ್ರವಾದ.

Chēek, *n.* ಗಲ್ಲ, ಕೆನ್ನೆ; a c. puffed out ಉಬ್ಬುಗಲ್ಲ.

Chēek, *n.* ಗರ್ವದ ಮಾತು. **Chēek'y,** *a.* ಗರ್ವ ಮಾತಾಡುವ.

Chēep, *v. t. r.* (*pr.* chēpt) ಕೀಚುಕೀಚನ್ನು.

Chēer, *n.* ಉಲ್ಲಾಸ, "ಶಾಬಾಸು"; 2. ಔತಣ; to give cheers ಜಯ ಜಯಕಾರ ಮಾಡು. *v. t. r.* ಸಂತೋಷ ಪಡಿಸು, ಧೈರ್ಯಕೊಡು, ಆದರಿಸು. *v. i.* ಆನಂದವಾಗು, ಸಂತೋಷ ಪಡು, ಧೈರ್ಯಗೊಳ್ಳು. **Chēer'er,** *n.* ಉಲ್ಲಾಸಕಾರಿ. **Chēer'fụl,** *a.* ಸಂತೋಷವುಳ್ಳ, ಪ್ರಸನ್ನವದನವುಳ್ಳ, ನಗೆಮೋರೆಯ. **Chēer'fụl-ly** *ad.* ಸಂತೋಷದಿಂದ. **Chēer'fụl-ness,** *n.* ಸಂತೋಷ, ಆನಂದಭಾವ, ಆನಂದವೃತ್ತಿ. **Chēer'-i-ly,** *ad.* ಸಂತೋಷದಿಂದ. **Chēer'less,** *a.* ಸಂತೋಷವಿಲ್ಲದ, ದುಃಖಕರ. **Chēer'y,** *a.* ಉಲ್ಲಾಸವುಳ್ಳ, ನಗೆಮೋರೆಯುಳ್ಳ, ಆನಂದ ಕೊಡುವಂಥ; be of good cheer ಧೈರ್ಯ ಪಡು; the fewer the better cheer ಜನ ಕಡಿಮೆಯಾದಷ್ಟು ತಿಂಡೀ ಸುಖ.

Chēese, *n.* ಗಿಣ್ಣು ಹಾಲುಗಟ್ಟೆ; c. paring ಅತಿ ಲೋಭದ; c. parings ಉಣಾಕಿ, ಸಿಳ್ಳಿ ಮಿಳ್ಳಿ; c. monger ಗಿಣ್ಣು ಮಾರುವವ. **Chēe'sy,** *a.* ಗಿಣ್ಣಿನಂಥಾ.

Chēese, *n.* (from *Hindust*, "*chiz*") ಅಗತ್ಯದ ವಸ್ತು; that is the c. ಅದೇ ಬೇಕಾದ ಒಡನೆ.

Chēe'tah, *n.* *see* Leopard.

Chef, *n.* ಹಿರಿಯ ಬಬ್ಬರ್ಚಿ, ಅಡಿಗೆ ಭಟ್ಟ.

Chei-rop'tĕr (kī-), *n.* ಅಂಗುಲಿಪಕ್ಷಕ ಪ್ರಾಣಿ, ಕಣ್ಣುಕಪ್ಪಟೆ ಜಾತಿಯ ಪ್ರಾಣಿ. **Chei-rop'tĕra.** *pl.* ಅಂಗುಲಿಪಕ್ಷಕ ಪ್ರಾಣಿಗಳು. **Chei-rop'-tĕr-ŏus** (kī-), *a.* ಅಂಗುಲಿಪಕ್ಷಕ.

Chem'i-cal, *a.* ರಸಾಯನವಿದ್ಯೆಗೆ ಸಂಬಂಧವಾದ, ರಸಾಯನವಿದ್ಯೆಯಿಂದ ಮಾಡಿದ; c. action ರಸಾಯನವ್ಯಾಪಾರ; c. agent ರಸಾಯನ ದ್ರವ್ಯ. **Chem'ist,** *n.* ರಸಾಯನಶಾಸ್ತ್ರಜ್ಞ. **Chem'is-try,** *n.* ರಸಾಯನಶಾಸ್ತ್ರ, ರಸಾಯನ ವಿದ್ಯೆ.

Chemise' (shĭmēz'), *n.* ರವಕೆ.

Cheque, *n.* *see* Check.

Cher'ish, *v. t. r.* (*pr.* -isht) ಸಾಕು, ಪಾಲನೆ ಮಾಡು; 2. ಪ್ರಿಯವೆಂದೆಣಿಸು, ಒಲಿಪಾಡಿಸು, ಮನಸ್ಸಿನೊಳಗಿಟ್ಟುಕೊಳ್ಳು. -ed, *a.* ಸಾಕಲ್ಪಟ್ಟ. **Cher'ish-ĕr,** *n.* ಪೋಷಕ, ಪಾಲಕ. **Cher'ish-iṅg,** *n.* ಪೋಷಣೆ, ಪ್ರೋತ್ಸಾಹ ಪಡಿಸುವಿಕೆ.

Che-root', *n.* ಚುರುಟು, ಚುಟ್ಟ, ಹೊಗೆಬತ್ತಿ.

Cher'ry, *n.* ಗಿಲಾಸ ಹಣ್ಣು. *a.* ಕೆಂಪು.

Cher'sō-nēse, *n.* ಅರ್ಧದ್ವೀಪ.

Cher'ub, *n.* ದೇವದೂತರ ಒಂದು ವರ್ಗ; 2. ಸುಂದರ ಹುಡುಗ. **Cherubim,** *pl.*

Chess, *n.* ಚತುರಂಗ; c. board ಚತುರಂಗ ಹಲಿಗೆ.

Chest, *n.* ಪೆಟ್ಟಿಗೆ, ಪೆಟಾರಿ; 2. ಎದೆ, ವಕ್ಷಸ್ಥಳ. **Chest'ed,** *a.* ಎದೆಯುಳ್ಳ.

Chest'nut (ches'nut), *n.* ಅಡಿಕೆ ತರದ ಕಂದು ಬಣ್ಣದ ಒಂದು ಕಾಯಿ, ಗೂರ.

Che-val'-glass, *n.* ನಿಲುಗನ್ನಡಿ.

Chev-a-lie'r, *n.* ಸವಾರ, ಸರದಾರ; 2. ಧೈರ್ಯಶಾಲಿ.

Che'vi-ot, *n.* ಉಣ್ಣೆ ಬಟ್ಟೆ.

Chev'y, *v. t. see* Chivy.

Chew (chu), *v. i. r.* ತಿನ್ನು, ಅಗಿ, ಮೆಲ್ಲು, ಜಗಿ; 2. ಹಲುಬು, ಚಿಂತಿಸುತ್ತಿರು; to c. the cud, *see* Cud.

Chic, *n.* ಚಾತುರ್ಯ, ಶೈಲಿ.

Chi-cāne', Chi-cān'ēr-y, *n.* ತಂತ್ರ, ಕುಯುಕ್ತಿ, ಆಟಮಟ. *v. i. r.* ಮೋಸ ಮಾಡು.

Chick, Chick'en, Chick'ling, *n.* ಕೋಳೀಮರಿ. Chick'en-heärt-ed, *a.* ಹೇಡಿಯಾದ, ಪುಕ್ಕ. Chick'en-pox, *n.* ಗಣಜಿಲೆ, ಸೀತಾಳ.

Chic'cory, Chic'ory, *n.* ಕಾಫಿಹುಡಿಯೊಂದಿಗೆ ಮಿಶ್ರಮಾಡುವ ಹುಡಿಯನ್ನು ತಯಾರಿಸುವ ನೀಲ ಬಣ್ಣದ ಹೂವಿನ ಗಿಡ.

Chīde, *v. t. ir.* (chid, chid *or* chid'den) ಗದ್ದಿಸು, ಗದರಿಸು, ಸಿಟ್ಟು ಮಾಡು *c. d.* Chīd'ēr, *n.* ಗದರಿಸುವವನು. Chīd'ing, *n.* ವಾಗ್ದಂಡನೆ.

Chiēf, *n.* ಮುಖ್ಯಸ್ಥ, ಅಧಿಪತಿ; 2. ಪಾಳೆಗಾರ, ಹೆಗ್ಗಡೆ. *a.* ಮುಖ್ಯ, ಪ್ರಧಾನ, ಶ್ರೇಷ್ಠ, ಮೇಟಿ. Chiēf'ly, *ad.* ಮುಖ್ಯವಾಗಿ. Chiēf'tāin, *n.* ಸರದಾರ, ಸೇನಾಪತಿ, ಪಾಳೆಗಾರ.

Chil'blāin, *n.* ಚಳಿಯಿಂದ ಕೈಕಾಲು ಒಡೆಯುವುದು, ಕಾಲಹುಗುಳು.

Chīld, *n.* ಕೂಸು, ಮಗು, ಶಿಶು; 2. ಹುಡುಗ, ಹುಡುಗಿ; 3. ವಂಶದವ; to be with c. ಬಸುರಾಗಿರು; a c. in arms ಕೊಂಕುಳ ಕೂಸು, ಉಡಿಲುಕೂಸು. Chīld'-bear-ing, *n.* ಗರ್ಭಧಾರಣೆ; a woman past c. ಪುಷ್ಪಹೀನೆ. Chīld'bed, *n.* ಬಾಣಂತಿತನ, ಹೆರಿಗೆ. Chīld'-bīrth, *n.* ಹೆರಿಗೆ, ಪ್ರಸವ; pains of c. ಬೇನೆ. Chīld'hood, *n.* ಬಾಲ್ಯ, ಚಿಕ್ಕತನ, ಪೋರತನ, ಹುಡುಗತನ. Chīld'ish, *a.* ಬಾಲಪ್ರಾಯದ, ಹುಡುಗಾಟದ, ಪೋರತನದ; 2. ಅಲ್ಪ; c. sport ಬಾಲಲೀಲೆ. Chīld'ish-ly, *ad.* ಹುಡುಗಾಟವಾಗಿ, ಪೋರತನದಿಂದ. Chīld'-ish-ness, *n.* ಮಕ್ಕಳ ತರ, ಹುಡುಗಬುದ್ಧಿ, ಪೋರತನ, ಹುಡುಗತನ, ಮಕ್ಕಳಾಟಿಕೆ. Chīld'-less, *a.* ಮಕ್ಕಳಿಲ್ಲದ. Chīld'līke, *a.* ಹುಡುಗರಂಥ, ಬಾಲಕರಿಗೆ ಯೋಗ್ಯವಾದ, ನಮ್ರ; child's play ಅತಿ ಸುಲಭ ಕಾರ್ಯ. Chil'-dren, *n. pl.* ಮಕ್ಕಳು, ವಂಶದವರು.

Chill, *a.* ತಂಪಾದ, ತಣ್ಣಗಿರುವ, ಥಂಡಿ ಹಿಡಿದ; 2. ಪ್ರೀತಿಯಿಲ್ಲದ; 3. ಧೈರ್ಯವಿಲ್ಲದ, ಎದೆಗುಂದಿದ. *n.* ಸೆಗಡಿ, ತಂಪು, ಥಂಡಿ, ಚಳಿ. *v. t. r.* ತಂಪು ಮಾಡು, ತಣ್ಣಗೆ ಮಾಡು, ಥಂಡಿ ಹತ್ತಿಸು. Chil'li-ness, *n.* ಥಂಡಿ, ಶೀತ. Chil'ly, *a.* ಥಂಡಿಯಾದ, ಶೀತಲ, ಚಳಿಯಿಂದ ನಡುಗುವ.

Chil'li, *n.* (*pl.* chil'lies) ಮೆಣಸಿನಕಾಯಿ (the pod of *Capsicum annuum); com-mon c. (Capsicum frutescens, L.)* ಹೊಲದ ಮೆಣಸಿನ ಗಿಡ; bird's-eye c. *(C. minimum, Roxb.)* ಫರಂಗಿ ಮೆಣಸಿನ ಗಿಡ.

Chīme, *n.* ಘಂಟೆಗಳ ಏಕನಾದ; 2. ವಾದ್ಯಗಳ—; 3. ಏಕತಾಳ. *v. i. r.* ಏಕತಾಳವಾಗಿರು, ಮೇಳವಾಗಿರು, ಧ್ವನಿಗೂಡು.

Chīme, Chīmb, *n.* ಪೀಪಾಯಿಯ ದಂಡೆ.

Chi-mē'ra, *n.* ವ್ಯರ್ಥಾಲೋಚನೆ, ವ್ಯರ್ಥಕಲ್ಪನೆ, ಮನೋರಾಜ್ಯ. Chi-mēr'i-cal, *a.* ಬರೀ ಕಾಲ್ಪನಿಕ, ಅಸಂಭಾವ್ಯ, ಮನೋರಾಜ್ಯದ, ವ್ಯರ್ಥ.

Chim'ney (-ni), *n.* ಹೊಗೆ ಹೋಗುವ ದಾರಿ, ಚಿಕ್ಕುಮಾಳಿಗೆ; 2. ದೀಪದ ಮೇಲಿಡುವ ಗಾಜಿನ ನಳಿಗೆ.

Chim'pan-zēe, *n.* ಮನುಷ್ಯಾಕಾರದ ಮರ್ಕಟ.

Chin, *n.* ಗದ್ದ *(S. M.)*, ಚಿವುಕ, ಚುಬುಕ.

Chī'na, *n.* ಚೀನೀ ಮಣ್ಣಿನ ಪಾತ್ರೆ, "ಪಿಂಗಾಣಿ" ಪಾತ್ರೆ; c. ink ಮೇಳ; C. rose *(Hibiscus rosa sinensis)* ದಾಸಾಳದ ಹೂವು *(My.)*.

Chin'cough (-kof), *n.* ನಾಯಿಕೆಮ್ಮು.

Chīne, *n.* ಬೆನ್ನೆಲುಬು, ಬೆನ್ನಹುರಿ.

Chī-nēse', *a.* ಚೀನ ದೇಶದ, ಚೀನೀ. *n.* ಚೀನಿಯವ; 2. ಚೀನಿ ಭಾಷೆ.

Chiṅk, *v. i. r.* (*pr.* chiṅkt) ಗಿಲಗಿಲನ್ನು, ಝಣಗುಡು.

Chiṅk, *n.* ಬಿರುಕು, ಒಡಕು. *v. i.* ಒಡೆ, ಬಿರಿ. Chiṅk'y, *a.* ಬಿರುಕುಗಳುಳ್ಳ.

Chintz (chints), *n.* ಚೀಟು, ಚೀಟಿನ ಬಟ್ಟೆ, —ಅರಿವೆ.

Chip, *n.* ಚಕ್ಕೆ. *v. t. r.* (chipped, *pr.* chipt) ಚಕ್ಕೆ ಎಬ್ಬಿಸು, ಕೆತ್ತು; c. of the old block ತಂದೆಯಂಥಾ ಮಗ.

Chī-rā'gra, *n.* ಹಸ್ತವಾಯು.

Chi-ret'ta, *n.* *(Swertia Chirata, Ham.)* ಚಿರ್ಯಾತ, ಕಿರಿಯಾತು; *(Andrographis paniculata, Ness.)* ನೆಲಬೇವು, ಊರಕಿರಿಯಾತು.

Chī-rog'ra-phy, *n.* ಕೈಬರಹ.

Chī-rol'o-ġy, *n.* ಕೈಬೆರಳುಗಳಿಂದ ಸಂಭಾಷಣೆ ಮಾಡುವ ವಿದ್ಯೆ.

Chī'rō-man-cy, *n.* ಹಸ್ತಸಾಮುದ್ರಿಕೆ ಹೇಳೋಣ, ಹಸ್ತಸಾಮುದ್ರಿಕೆ. **Chī'rō-man-cẽr**, *n.* ಹಸ್ತಸಾಮುದ್ರಿಕೆ ಹೇಳುವವನು.

Chĭrp, Chĭr'rup, *v. i. r.* (*pr.* chẽrpt) ಕೀಚುಕೀಚು ಅನ್ನು, ಚಿಂವುಚಿಂವು ಅನ್ನು, ಚಿಂವುಗುಡು, ಝೇಂಕರಿಸು. **Chĭrp'y**, *a.* ಉಲ್ಲಾಸಿ, ಉಲ್ಲಾಸದ.

Chis'el, *n.* ಉಳಿ; a smith's or goldsmith's c. ಚಾಣ, ಚೇಣ; a carver's c. ಕೆತ್ತಿಗೆ ಬೋಳೆ, ಚೀರಣ. *v. t. r.* ಕೆತ್ತು. [ಚೀಟು.

Chit, *n.* ಮಗು, ಕೂಸು, ಹುಡುಗ, ಹುಡುಗಿ; 2.

Chit'chat, *n.* ಹರಟೆ, ಬರಿಮಾತು, ಗಪ್ಪಿ, ಪಟ್ಟಂಗ.

Chī'tin, *n.* ಕುರುವಾಡಿ ಮುಂತಾದವುಗಳ ಹೊದಿಕೆಯುಂಟಾಗುವ ಕೊಂಬಿನಂತಹ ವಸ್ತು.

Chit'tẽr-lings, *n. pl.* ಆಹಾರ ಯೋಗ್ಯವಾದ ಜಂತುಗಳ ಚಿಕ್ಕ ಕರುಳುಗಳು.

Chiv'al-ry, *n.* ಕುದುರೆಸವಾರರು; 2. ಸರದಾರ, ಬಹದೂರ; 3. ಸರದಾರರ ಪದ್ಧತಿ; 4. ದೀನರಕ್ಷಣೆ, ಶೂರತ್ವ. **Chiv'al-rous**, *a.* ಶೌರ್ಯವುಳ್ಳ, ಪರಾಕ್ರಮವುಳ್ಳ, ಮರ್ಯಾದೆಯುಳ್ಳ.

Chīves, *n. pl.* ಕೇಸರ, ಕಿಂಜಲ್ಕ; 2. ಒಂದು ತರದ ಸೀರುಳ್ಳಿ.

Chi-vy, *v. t.* ಬೆನ್ನಟ್ಟು.

Chlō'rine, *n.* ಹರಿತ್ಸೀತ, ಹಳದಿ ಹಸುರು ಬಣ್ಣದ ದುರ್ವಾಸನೆಯುಳ್ಳ ವಾಯು.

Chlor'o-form (-fårm), *n.* ಸ್ಮೃತಿಹರಿಸುವ ಔಷಧ, ಪ್ರಜ್ಞೆ ತಪ್ಪಿಸುವ —. [ಹರಿತ್ತು.

Chlor'o-phyll, *n.* ಎಲೆಗಳ ಹಸುರು ಭಾಗ, ಪತ್ರ

Chlo-rō'sis, *n.* ಮದುವೆಯಿಲ್ಲದ ಹೆಂಗಸರ ವಿರಹತಾಪ, — — ಜ್ವರ.

Chock, *n.* ತೀಲು. *v. t. r.* ಬಿಗಿಯು, ಬಿಗಿಸು. *ad.* ಬಿಗಿಯಾಗಿ. -full, *a.* ತುಂಬಿತುಳುಕುವ.

Choc'ō-lāte, *n.* "ಚಕ್ಲೇಟ್" ಬೀಜದಿಂದ ಮಾಡಿದ ತಿಂಡಿ; 2. "ಚಕ್ಲೇಟ್" ಮಿಠಾಯಿಂದಾದ ಕಷಾಯ.

Choice, *n.* ಆರಿಸಿಕೊಳ್ಳುವುದು; 2. "ಖುಷಿ"; 3. ಆರಿಸಿಕೊಂಡದ್ದು; 4. ಉತ್ತಮಾಂಶವು. *a.* ಉತ್ತಮ, ಅಮೂಲ್ಯ, ವರ; Hobson's c. ಕೊಟ್ಟದ್ದನ್ನು ನಿರುಪಾಯವಾಗಿ ಅಂಗೀಕರಿಸುವುದು. **Choice'ly**, *ad.* ಅಮೂಲ್ಯವಾಗಿ. **Choice'ness**, *n.* ಶ್ರೇಷ್ಠತ್ವ.

Choir (kwīr), *n.* ಗಾಯಕರ ಕೂಟ, ಮೇಳ; 2. ದೇವಾಲಯದಲ್ಲಿ ಗಾಯಕ ಕೂಟದವರಿರುವ ಸ್ಥಳ.

Chōke, *v. t. r.* (*pr.* chōkt) ಉಸುರುಕಟ್ಟಿಸು, ಕುತ್ತಿಗೆ ಹಿಸುಕು; 2. ಹಾದಿಕಟ್ಟು, ಅಣಗಿಸು, ಅಡ್ಡಿಮಾಡು, ಮುಚ್ಚು. *v. i. r.* ಉಸುರು ಕಟ್ಟು; 2. ಅಣಗು, ಅಡ್ಡಿಯಾಗು *e. d.*

Chol'ẽr, *n.* ಪಿತ್ತ; 2. ಸಿಟ್ಟು, ಕೋಪ. **Chol'ẽr-ic**, *a.* ಪಿತ್ತ ತುಂಬಿದ, ಪಿತ್ತಪ್ರಕೃತಿಯ; 2. ಸಿಟ್ಟಿನ, ಕೋಪವುಳ್ಳ.

Chol'ẽr-a, *n.* ಮಾರಿರೋಗ, ದುರ್ಗೀಬೇನೆ, ವಾಂತಿಭೇದಿ, ಪಟಕಿಬೇನೆ.

Chōl'try, *n.* ಧರ್ಮಶಾಲೆ, ಛತ್ರ.

Choose, *v. t. ir.* (chōse, chō̱s'en) ಆರಿಸಿಕೊಳ್ಳು, ಆಯು.

Chop, *v. t. r.* (chopped, *pr.* chopt) ಕಡಿ, ಹೆಚ್ಚು, ಕೊಚ್ಚು; c. up ಬಕಬಕನೆ ತಿನ್ನು; chopping knife ಈಳಿಗೆ; chopping board ಈಳಿಗೇ ಮಣೆ, ಹೆಚ್ಚುವ ಹಲಗೆ. *n.* ತುಂಡು, ಚೂರು; 2. "ಲೈಸನ್ಸು", "ಪರ್ಮಿಟು", "ಪಾಸ್‌ಪೋರ್ಟು", ಸರಕಿನ ಗುರುತು (ಹಿಂದುಸ್ಥಾನ ಮತ್ತು ಚೀನ ದೇಶಗಳಲ್ಲಿ).

Chop, *v. t. r.* ಚಂಚಲವಾಗು, ಬದಲಾಯಿಸು.

Chop, *v. i. r.* ಫಕ್ಕನೆ ಹಿಡಿ, ಹೊಡೆ; 2. ಮಾತು ಕಟ್ಟು.

Chop'-fal-len, *a.* ಕುಗ್ಗಿದ, ದೀನ.

Chop'pẽr, *n.* ಕೊಡಲಿ; 2. ಕಡಿಯುವವನು.

Chop'-sticks, *n. pl.* ಚೀನಿಯವ ಉಣ್ಣುವಾಗ್ಗೆ ಆಹಾರವನ್ನು ಬಾಯಿಗೆ ತಕ್ಕೊಳ್ಳುವುದಕ್ಕೆ ಉಪಯೋಗಿಸುವ ಕಡ್ಡಿ.

Chor'al, *a.* ಸಂಗೀತಮಂಡಲಿ ಹಾಡುವ.

Chord (kård), *n.* ತಂತಿ; 2. (*geom.*) ಜ್ಯಾ; (*phys.*) spinal c. ಕಶೇರುಕಾರಜ್ಜು; touch the right c. ಉದ್ರೇಕಿಸು.

Chō-rē'a, *n.* ಅಂತರಾಯಾಮ ರೋಗ.

Chō-ri-am'bus, *n.* ಛಂದಸ್ಸಿನಲ್ಲಿ ನಾಲ್ಕು ಅಕ್ಷರದ ಚರಣ.

Chō'ri-on, *n.* ಗರ್ಭದ ಹೊರ ಕವಚ.

Chō'rist, Chŏr'is-tẽr, *n.* ಸಂಗೀತಗಾರ, ಮೇಳದವನು.

Cho-rŏg'ra-phy, *n.* ದೇಶದ ಅತಿ ಸಂಕ್ಷೇಪ ವಿವರಣೆ. [ಮೇಳ.

Chō'rus, *n.* ಪಲ್ಲವಿ; 2. ಸಂಗೀತಗಾರರ ಕೂಟ,

Chō̱s'en (chōz'n), *pp. & a.* ಒಪ್ಪುವಂಥ, ಉತ್ಕೃಷ್ಟ, ಉತ್ತಮ, ವರ; *see* Choose.

Chōul'try, *n. see* Choltry.

Chouse, *v. t. r.* ವಂಚಿಸು, ಠಕ್ಕಿಸು.

Chow'-chow, *n.* ಚೀನಿ ಮಿಠಾಯಿ; 2. ಕಲಸು ಮೇಲೋಗರ.

Chow'lēe, *n.* (*Cyamopsis psoralioides*, *D. C.*) ಚವಳಿ ಗಿಡ.

Chow'ry, *n.* ಚಾಮರ.

Chres-to'ma-thy, *n.* ಮಧುರ ವಚನಸಂಗ್ರಹ.

Chrism, *n.* ಪವಿತ್ರ ತೈಲ.

Chrīst, *n.* ಅಭಿಷಿಕ್ತನು, ಕ್ರಿಸ್ತನು. Chris'ten (kris'n), *v. t. r.* ಜ್ಞಾನಸ್ನಾನ ಕೊಡು; 2. ಹೆಸರಿಡು. Chris'ten-dŏm, *n.* ಇಡೀ ಕ್ರೈಸ್ತ ದೇಶವು; 2. ಸರ್ವ ಕ್ರೈಸ್ತ ಜನರು. Christ'ian (krist'yan), *n.* ಕ್ರೈಸ್ತನು. *a.* ಕ್ರೈಸ್ತ. Christ'ian-īse, *v. t. r.* ಕ್ರೈಸ್ತ ಧರ್ಮಕ್ಕೆ ಸೇರಿಸು; 2. ಕ್ರೈಸ್ತ ಧರ್ಮ ಬೋಧ ನೆಯನ್ನು ನಲಿಗೊಳಿಸು. Chris-ti-an'i-ty, *n.* ಕ್ರೈಸ್ತ ಧರ್ಮ.

Christ'mas (kris'mas), *n.* ಕ್ರಿಸ್ತನ ಜನ್ಮದಿನ, ೨೫ನೇ ದಶಂಬರ; -box ಕ್ರಿಸ್ಮಸ್ ದಿನ ಕೊಡುವ ದಾನದ ಪೆಟ್ಟಿ.

Chro-mat'ic, *a.*, Chro'mo-, *pref.* ಬಣ್ಣ ವುಳ್ಳ. Chro-mat'ics, *n.* ವರ್ಣಶಾಸ್ತ್ರ.

Chron'ic. Chron'i-cal, *a.* ಕಾಲಾನುಸಾರ ವಾದ; 2. ಚಿರಕಾಲವಿರುವ, ಬಹುಕಾಲದ.

Chron'i-cle, *n.* ಕಾಲಕ್ರಮಾನುಸಾರವಾದ ಇತಿ ಹಾಸ, ಚರಿತ್ರೆ, ದಿನಚರ್ಯ. *v. t. r.* ಇತಿಹಾಸ ದಲ್ಲಿ ಬರೆಯು.

Chro-nol'o-ġy, *n.* ಕಾಲಗಣನವಿದ್ಯೆ. Chro-nol'o-ġĕr, Chro-nol'o-ġist, *n.* ಕಾಲ ಗಣನವಿದ್ಯೆ ಬಲ್ಲವನು. Chron-o-loġ'i-cal, *a.* ಕಾಲಾನುಸಾರವಾದ.

Chro-nom'e-tĕr. *n.* ಕಾಲಮಾಪಕಯಂತ್ರ, ಗಡಿಯಾರ.

Chrys'alis, *n.* ಹುಳದ ಕೋಶಸ್ಥಿತಿ.

Chry-san'the-mum, *n.* (*Ch. indicum*, *L.*) ಸೇವಂತಿಗೆ ಗಿಡ, ಶಾವಂತಿಗೆ—.

Chrys'ō-līte, *n.* ಗೋಮೇಧಿಕ.

Chrys'o-prāse, *n.* ನೈಹೂರ್ಯ.

Chub, *n.* ಪುಷ್ಟ ಸಿಹಿನೀರ್ಮೀನು. Chub'by, *a.* ದುಂಡು, ಗಡತರ, ಪುಷ್ಟ. Chub'-fāced (-fāst), *a.* ಗಡತರ ಮೋರೆಯ.

Chuck, *n.* ಹೇಂಟೆಯ ಕೂಗು, ಕುಕುಕುಕು. *v. t. r.* ಮುದ್ದಾಡಿಸಲಿಕ್ಕೆ ಗಡ್ಡದ ಮೇಲೆ ತಟ್ಟು; 2. ಪುಟ ಹಾರಿಸು; 3. ಕೋಳಿಯಂತೆ ಶಬ್ದ ಮಾಡಿ ಅದನ್ನು ಕರೆಯು.

Chuck, *n.* ಮುದ್ದಿನಿಂದ ಗಡ್ಡದ ಮೇಲೆ ತಟ್ಟುವ ಸಣ್ಣ ಪೆಟ್ಟು. *v. t.* ಎರಚು, ಒಕ್ಕೊಡು; c. up ಹೊಲಸೆಂದು ಬಿಸಾಡು; c. out ಹೊರಗೆ ಹಾಕು; c. up the sponge ಕಾದಾಡುವುದನ್ನು ನಿಲ್ಲಿಸು.

Chuck'-fär-thiṅg, *n.* ದುಡ್ಡಾಟ.

Chu'ckle, *v. i. r.* ಗಂಟಲಲ್ಲಿ ನಗು, ಕೊಕ್ಕರಿಸು, ಮನದೊಳಗೆ ಹಿಗ್ಗು; c.-head ಮಡ್ಡ.

Chuff. *n.* ಒರಟು ಮನುಷ್ಯನು, ಹೆಡ್ಡ.

Chum, *n.* ಗೆಳೆಯ, ಸಂಗಾತಿ. *v. i.* ಒಂದೇ ಕೋಣೆಯಲ್ಲಿರು. Chum'mĕry, *n.* ಮಿತ್ರ ಮಂಡಲಿ.

Chump, *n.* ಮರದ ತುಂಡು.

Chu-nam', *n.* ಸುಣ್ಣ.

Chuṅk, *n.* ದಪ್ಪ ಮುದ್ದೆ.

Church, *n.* ದೇವಾಲಯ; 2. ಕ್ರೈಸ್ತ ಸಭೆ; High c. ಉಚ್ಚಸ್ಥಾನ ಸಭೆ; Low c. ಸಾಮಾನ್ಯ ಸಭೆ. -man, *n.* ವೈದಿಕನು. -wär-den (-dn), *n.* ದೇವಾಲಯದ ಪಾರುಪತ್ಯಗಾರ. Church'-yärd. *n.* ದೇವಾಲಯದ ಸುತ್ತಲಿರುವ ಪಿತೃವನ.

Churl, *n.* ಹಳ್ಳಿಯವ; 2. ಮರ್ಯಾದಾಹೀನ, ಮರ್ಯಾದೆಗೇಡಿ; 3. ಲೋಭಿ, ಜೀನ, ಕೃಪಣ. Churl'ish, *a.* ಮರ್ಯಾದೆ ಇಲ್ಲದ; 2. ಲೋಭ ವುಳ್ಳ, ಜೀನ, ಕೃಪಣ.

Churn. *n.* ಮೊಸರು ಕಡೆಯುವ ಪಾತ್ರೆ, ಮಜ್ಜಿಗೆ ಗಡಿಗೆ. *v. t. r.* ಮೊಸರು ಕಡೆ, ಮಥಿಸು. Churn'staff, Churn'iṅg-stick, *n.* ಕಡೆ ಗೋಲು. Churn'iṅg-striṅg, *n.* ಕಡೆಗೋ ಲಿನ ಹಗ್ಗ.

Chut'ney, *n.* ಚಟ್ನಿ.

Chȳle (kīl), *n.* ಪಿತ್ತ ಮತ್ತು ಮೇದೋಜೀರಕ ರಸಗಳಿಂದ ಮಾರ್ಪಟ್ಟ ಅನ್ನರಸ.

Chȳme (kīm), *n.* ಜಠರರಸದಿಂದ ಮಾರ್ಪಟ್ಟ ಅನ್ನರಸ.

Ci-cā'da, *n.* ತಿತ್ತಿರಿ ಹುಳ.

Cic'a-trice, Cic'a-trix, *n.* ಹುಣ್ಣಿನ ಕಲೆ, ಗಾಯದ ಕಲೆ, ಕಚ್ಚು. Cic'a-trīze, *v. t.* & *ir.* ಮಾಯು.

Ci-ce-ro'nē (tshi-tsh-rō'ni), *n.* ಒಂದು ಸ್ಥಳ ಮಹಾತ್ಮ್ಯವನ್ನು ತೋರಿಸುವವ.

Cī'dĕr, *n.* ಸೇವು ಹಣ್ಣಿನ ರಸ, ಹೆಂಡ. [ಮಾಜಿ.

Ci-de'vant (sē-de-voṅg), *a.* ಮುಂಚಿನ,

Ci-gär', *n.* ಚುತ್ತ, ಚುರುಟು, ಹೊಗೆಸುತ್ತು; to smoke a c. ಚುರುಟು ಸೇದು. Cig-a-rette' (-ret'), *n.* ವೀಡಿ (*S. C.*), ಹೊಗೆಸುತ್ತು.

Cil'ia, *n. pl.* ಕಣ್ಣಿವೆ, ನೇತ್ರಪಕ್ಷ್ಮ, ಸೂಕ್ಷ್ಮ ಜಂತು ಗಳಲ್ಲಿ ಸೂಲಿಗೆಗಳಂತಿರುವ ಚಲನಾಂಗಗಳು.

Cim'e-tĕr, *n. see* Scimeter.

Cim-mĕ'ri-an, *a.* ಗಾಢಾಂಧಕಾರದ.

Ciṅ-chō'na, *n.* ಕ್ವಿನೀನೆಂಬ ಜ್ವರದ ಮದ್ದು ತಯಾ ರಿಸುವ ಮರ.

Cinc'tūre, *n.* ಡಟ್ಟಿ, ನಡುಕಟ್ಟು.

Cin'dĕr, *n.* ಇದ್ದಲಿ; 2. ಕೆಂಡ, ತನಿಗೆಂಡ.

Cine-ma'to-graph, *see* Kinematograph.

Ci'ne-ra-ry, *a.* ಭಸ್ಮದ.

Cin'na-bär, *n.* ಇಂಗಲೀಕ, ರಸಸಿಂದೂರ.

Cin'na-mon, *n.* ಲವಂಗಪಟ್ಟೆ, ಲವಂಗಚಕ್ಕೆ, ದಾಲಚಿನ್ನಿ (bark of *Cinnamomum zeylanicum, Breyn.* and of *C. Tamala. Nees*).

Ci'on, *n.* ಮೊಳಕೆ.

Cī'phĕr (-fĕr), *n.* ಸೊನ್ನೆ, ಪೂಜ್ಯ; 2. ಹುರುಳಿಲ್ಲದವನು, ನಿಷ್ಪ್ರಯೋಜಕ; 3. ಗೂಢ ಲಿಪಿ. *v. t. r.* ಲೆಕ್ಕ ಮಾಡು, ಗಣಿತಾಭ್ಯಾಸ ಮಾಡು. *v. i.* ಗೂಢ ಲಿಪಿಯಿಂದ ಬರೆ.

Cĭr'ca, *prep.* ಸುತ್ತ.

Cĭr-ce', *n.* ಮಂತ್ರಶಾಸ್ತ್ರಾಧಿದೇವತೆ.

Cĭr'cle, *n.* ಮಂಡಲ, ವರ್ತುಲ, ವೃತ್ತ, ಗೋಳ; 2. ಪ್ರದೇಶ; 3. ವರ್ಗ, ಮಂಡಲಿ. *v. t. r.* ಸುತ್ತು, ಪ್ರದಕ್ಷಿಣ ತಿರುಗು, ಸುತ್ತು ತಿರುಗು. **Cĭr'clet**, *n.* ಚಕ್ರ, ಕಿರೀಟ.

Cĭr'cuit, (-kit), *n.* ಸುತ್ತು ತಿರುಗುವುದು, ಸುತ್ತುವಿಕೆ; 2. ದೇಶಾಟನ, ನಾಡಸಂಚಾರ, ನ್ಯಾಯಾಧೀಶರ ಸಂಚಾರ. **Cĭr-cū'i-tous**, *a.* ಸುತ್ತಾದ, ಡೊಂಕಾದ, ನೆಟ್ಟಗಲ್ಲದ, ಬಳಸು.

Cĭr'cū-lar (-lĕr), *a.* ದುಂಡು, ಮಂಡಲಾಕಾರದ, ಉರುಟಾದ; 2. ಸರ್ವರಿಗೆ ಓದಲಿಕ್ಕೆ ಕಳುಹಿಸಿದ. *n.* ಅನೇಕರಿಗೆ ಓದಲಿಕ್ಕೆ ಕಳುಹಿಸಿದ ಪತ್ರ, ಪರಿಕ್ರಮಣಪತ್ರ, ಜಾಹೀರಾತು, ಪ್ರಸಿದ್ಧ ಪತ್ರಿಕೆ.

Cĭr'cū-lāte, *v. i. r.* ಪ್ರದಕ್ಷಿಣೆ ಮಾಡಿಸು, ಸುತ್ತು ತಿರುಗಾಡು; 2. ಸುಳಿ, ಸುಳಿದಾಡು (as air). *v. t.* ತಿರುಗಾಡಿಸು, ಪ್ರಸಿದ್ಧ ಮಾಡು, ಪ್ರಚುರಪಡಿಸು. **Cĭr-cū-lā'tion**, *n.* ತಿರುಗಾಡುವಿಕೆ, ಭ್ರಮಣೆ, ಸುಳಿದಾಟ; 2. ಪ್ರಸಿದ್ಧಿ; c. of blood ಮೈಯಲ್ಲಿ ರಕ್ತಹರಿದಾಡೋಣ, ರಕ್ತಾಭಿಸರಣ, ರುಧಿರಾಭಿಸರಣ. **Cĭr-cū-lā'tor**, *n.* ಎಲ್ಲರಿಗೂ ತಿಳಿಸುವವ.

Cĭrcum-, *pref.* ಸುತ್ತಾದ.

Cĭr-cum-am'bi-ent, *a.* ಸುತ್ತಲಿನ.

Cĭr-cum-am'bū-lāte, *v. t. r.* ಪ್ರದಕ್ಷಿಣ ಮಾಡು, ಬಲಿ ಬರು.

Cĭr'cum-cīṣe, *v. t. r.* ಸುನ್ನತಿ ಮಾಡು. **Cĭr'cum-cīṣĕr**, *n.* ಸುನ್ನತಿ ಮಾಡುವವ. **Cĭr-cum-ci'ṣion (-sizh'un)**, *n.* ಸುನ್ನತಿ.

Cĭr-cum'fĕr-ence, *n.* ಸುತ್ತು, ಸುಲುವಾರ, "ಘೇರು", ಪರಿಧಿ; 2. ಸುತ್ತಳತೆ.

Cĭr'cum-flex, *n.* ವ್ಯಂಜನಗಳ ಮೇಲೆ ಬರೆಯುವ ಉಚ್ಚಾರಣೆಸಂಜ್ಞೆ.

Cĭr-cum'flu-ent, *a.* ಸುತ್ತು ಹರಿಯುವ.

Cĭr-cum-fū'ṣion (-zhun), *n.* ಸುತ್ತಲು ಹಂಯೋಣ.

Cĭr-cum-ġȳ'rāte, *v. t. r.* ಸುತ್ತು ತಿರುಗು.

Cĭr-cum-jā'cent, *a.* ಸುತ್ತಲು ಇರುವ, ನೆರೆಹೊರೆಯ.

Cĭr-cum-lō-cū'tion, *n.* ಒಂದೆರಡು ಶಬ್ದದಿಂದಾಗುವ ಅರ್ಥವನ್ನು ಅನೇಕ ಶಬ್ದಗಳಿಂದ ಹೇಳುವುದು, ಸುತ್ತು ಮಾತು, ಮಾತುಗಳಲ್ಲಿ "ದ್ರಾವಿಡ ಪ್ರಾಣಾಯಾಮ" ಮಾಡು; 2. ತಪ್ಪಿಸಿ ಮಾತಾಡೋಣ. **Cĭr-cum-loc'ū-tor-y**, *a.* ಅನೇಕ ಶಬ್ದಗಳುಳ್ಳ; 2. ತಪ್ಪಿಸಿ ಮಾತಾಡುವಂಥ.

Cĭr-cum-me-ri'dian, *a.* ಮಧ್ಯಾಹ್ನರೇಖೆಯ.

Cĭr-cum-nav'i-gāte, *v. t. r.* ಹಡಗದಲ್ಲಿ ಕೂತು ಭೂಪ್ರದಕ್ಷಿಣ ಮಾಡು. **Cĭr-cum-nav-i-gā'tion**, *n.* ಹಡಗದ ಭೂಪ್ರದಕ್ಷಿಣ.

Cĭr-cum-oc'ūl-ar, *a.* ಕಣ್ಣ ಸುತ್ತಲಿರುವ.

Cĭr-cum-pō'lar, *a.* ಧ್ರುವದ ಸುತ್ತಲಿರುವ.

Cĭr-cum-scrībe', *v. t. r.* ನಿಬಂಧನೆ ಮಾಡು, ಕಟ್ಟು ಮಾಡು. **Cĭr-cum-scrip'tion**, *n.* ಮೇರೆಯುಳ್ಳದ್ದು; 2. ನಾಣ್ಯದ ಲಿಪಿ.

Cĭr-cum-so'lar, *a.* ಸೂರ್ಯನ ಸುತ್ತಲು ಸಮೀಪದಲ್ಲಿ ಸುತ್ತುವ.

Cĭr'cum-spect, *a.* ಅತಿಜಾಗರೂಕ, ಎಚ್ಚರವುಳ್ಳ. **Cĭr'cum-spec'tion**, *n.* ಅತಿಜಾಗರೂಕತೆ, ಎಚ್ಚರಿಕೆ, ಅಪ್ರಮಾದ.

Cĭr'cum-stance, *n.* ಸಂಗತಿ, ಪೂರ್ವೋತ್ತರ, ವಿದ್ಯಮಾನ, ಹದನು; by force of c. ವಿದ್ಯಮಾನದ ಬಲುಮೆಯಿಂದ; *pl.* ಸಂಗತಿಗಳು, ಅವಸ್ಥೆ, ಸ್ಥಿತಿ; bad c. ಬಡತನ, ದುರ್ದಶೆ. **Cĭr-cum-stan'tial (-shal)**, *a.* ವಿದ್ಯಮಾನದ; 2. ಆಕಸ್ಮಿಕವಾದ; 3. ವಿವರವಾದ. **Cĭr-cum-stan-tial'i-ty**, *n.* ಕೂಲಂಕಷ. **Cĭr-cum-stan'ti-āte (-shi-āt)**, *v. t. r.* ಸವಿಸ್ತಾರವಾಗಿ ಹೇಳು, ವಿಸ್ತರಿಸು.

Cĭr-cum-val'lāte, *v. t. r.* ಸುತ್ತು ಗೋಡೆ ಹಾಕು. **Cĭr-cum-val-lā'tion**, *n.* ಪ್ರಾಕಾರ, ಕೋಟೆ.

Cĭr-cum-vent', *v. t. r.* ಮೋಸ ಮಾಡು, ಟೊಪ್ಪಿಗೆ ಹಾಕು. **Cĭr-cum-ven'tion**, *n.* ಮೋಸ, ದಗೆ.

Cĭr-cum-vōlve', *v. t. r.* ಸುತ್ತು ತಿರುಗಿಸು.

Cĭr'cus, *n.* ಕಸರತ್ತು ಮತ್ತು ಕುದುರೆ ಮುಂ. ಮೃಗಗಳ ಆಟದ ರಂಗಸ್ಥಳ.

Cir'rus, *n.* (ಸಸ್ಯ) ಕುಡಿ, ಲತಾಪ್ರತಾನ; 2. (ಪ್ರಾಣಿ) ನೂಲೆಳೆಗಳಂತಿರುವ ಕಾಲುಗಳು; 3. ನೂಲೆಳೆಗಳಂತೆ ರೇಖೆಗಳಿಂದ ಕೂಡಿದ ಮೋಡ.

Cis-al'pine (-pin), *a.* ಆಲ್ಪ್ಸ್ ಪರ್ವತಗಳ ಇತ್ತಣ, ಅಂದರೆ ದಕ್ಷಿಣದ.

Cist, *n.* ಕಲ್ಲು ಪೆಟ್ಟಿಗೆ.

Cis-tĕrn, *n.* ನೀರಿನ ತೊಟ್ಟಿ, ಹೌಜ, ಕೊಳ.

Cit'a-del, *n.* ದುರ್ಗ, ಕೋಟೆ, "ಕಿಲ್ಲೆ".

Cīte, *v. t.* ಉದಾಹರಿಸು; 2. ಅಧಿಕಾರದಿಂದ ಕರಿಸು; 3. ಗ್ರಂಥಾದಿಗಳಿಂದ ವಾಕ್ಯದೃಷ್ಟಾಂತ ಕೊಡು, ಎತ್ತಿ ಹೇಳು. **Cī-tā'tiŏn,** *n.* ಸಾಜ ರಾಗಬೇಕೆಂಬ ಹುಕುಮು; 2. ಉದಾಹರಣೆ, ವಾಕ್ಯದೃಷ್ಟಾಂತ ಕೊಡೋಣ. **Cī-tā'tŏr,** *n.* ಸಾಕ್ಷಿ ಸಮ್ಮನು ಮಾಡಿಸುವವ.

Cit'i-zen, *n.* ಪಟ್ಟಣಿಗ, ಪಟ್ಣಗೃಹಸ್ಥ, ನಗರವಾಸಿ, ಪೌರಜನ. **-ship,** *n.* ಪಟ್ಣವಾಸದ ಹಕ್ಕು; 2. ಪಟ್ಣವಾಸಿಗಳಿಗೆ ಇರುವ ಸ್ವತಂತ್ರ.

Cit'ron, *n.* (*Citrus medica, L.*) ಮಾದಳ, ಮಾದವಾಳ (*My.*), ಮಾತುಲಂಗ, ಮಹಾಫಲ. **Ci'tric,** *a.* ಮಾತುಲಂಗದ; **c. acid** ಮಾದಳದ ಆಮ್ಲ. **Ci'trine,** *a.* ಲಿಂಬೆ ಅಥವಾ ಮಾದಳ ರಂಗಿನ.

Cit-ro-nel'la, *n.* (*Andropogon Nardus, L.*) ಗಂಡಹಂಚಿಕಡ್ಡಿ.

Cit'y, *n.* ಪಟ್ಣ, "ಶಹರು"; **c. of God, eternal city** ಪರದೈಸು. *a.* ಪಟ್ಣದ, "ಶಹರಿನ".

Cīve, *n.* ಈರುಳ್ಳಿ.

Civ'et, *n.* (*Viverricula malaccensis, Blyth.*) ಪುಣುಗು, ಜವ್ವಾಜ, ಕೊತ್ತಿ. **-cat.** *n.* ಪುಣುಗುಬೆಕ್ಕು.

Civ'ic, *a.* ಪಟ್ಣದ, "ಶಹರಿನ"; **c. crown** ಒಬ್ಬ ಗೃಹಸ್ಥನ ಜೀವವನ್ನು ರಕ್ಷಿಸಿದವನಿಗೆ ರೋಮ ಪುರದವರು ಕೊಟ್ಟಂಥ ಬಿರುದಿನ ಮಾಲೆ.

Civ'il, *a.* ಪಟ್ಣಸಂಬಂಧವಾದ, ಜನಸಂಬಂಧವಾದ, "ಮುಲ್ಕಿ, ಮೂಲಖಿ", "ದಿವಾಣಿ"; 2. ನಾಗರಿಕ, ಸಭ್ಯ, ಮರ್ಯಾದೆಯುಳ್ಳ; **c. law** "ದಿವಾಣಿ ಕಾಯಿದೆ", ರಾಜ್ಯನ್ಯಾಯ, ಪ್ರಜಾಧರ್ಮ; **c. list** ಅರಮನೆಯ ಖರ್ಚು; **c. war** ಒಂದು ರಾಜ್ಯದವರು ತಮ್ಮತಮ್ಮೊಳಗೆ ಮಾಡುವ ಯುದ್ಧ, ಸ್ವರಾಷ್ಟ್ರಕಲಹ. **Cīvil'ly,** *ad.* ಸನ್ಮರ್ಯಾದೆಯಿಂದ. **Ci-vil'i-an,** *n.* ರಾಜ್ಯದ "ಕಾಯಿದೆ" ಬಲ್ಲವ, ರಾಜ್ಯದ ಪಾರುಪತ್ಯ ನೋಡುವ ಉದ್ಯೋಗಸ್ಥನು. **Ci-vil'i-ty,** *n.* ಸಭ್ಯತೆ, ಮರ್ಯಾದೆ, ಬಹುಮಾನಿಕೆ.

Civ'i-līṣe, *v. t. r.* ನಾಗರಿಕತ್ವಕ್ಕೆ ನಡಿಸು, ಸನ್ಮಾರ್ಗಕ್ಕೆ ತರು, ಸುಧಾರಿಸು. **Civ-i-lī-ṣā'tiŏn,** *n.* ತಿದ್ದುಪಾಟು, ನಾಗರಿಕತ್ವ, ಸುಶಿಕ್ಷಾಸ್ಥಿತಿ, ಸುಧಾರಣೆ.

Clack, *n.* ಗಳಗಳ, ಕಟಕಟ, ಮಿಾಡಮಿಾಡ. *v. i. r.* (*pr.* klakt) ಗಳಗಳನ್ನು, ಕಟ್‌ಕಟ್ ಅನ್ನು; 2. ಲೊಡಲೊಡ ಮಾತಾಡು.

Clad, *pp. of* Clothe; **snow c.** ಹಿಮಾಚ್ಛಾದಿತವಾದ, ಮಂಜು ಕವಿದಿರುವ.

Clāim, *n.* "ಹಕ್ಕು", "ವಾರಸು", "ದಾವೆ". *v. t. r.* ಹಕ್ಕಿನಿಂದ ಕೇಳು, ತನ್ನದೆಂತ ಬೆಸಗೊಳ್ಳು.

Clāim'ant, Claim'ĕr, *n.* "ದಾವೇದಾರ". "ತಗಾದೆಯವ", "ವಾರಸದಾರ", ಹಕ್ಕುದಾರ.

Clāir-voy'ance, *n.* ದೃಗಿಂದ್ರಿಯಕ್ಕೆ ಗೋಚರವಾಗದ ವಸ್ತುವನ್ನು ಕಾಣುವ ವಿದ್ಯೆ, ಇಂದ್ರಜಾಲ, ಕಣ್ಣುಕಟ್ಟುವ ವಿದ್ಯೆ. **Clāir-voy'ănt,** *a.* ಜ್ಞಾನದೃಷ್ಟಿಯುಳ್ಳ. *n.* ಜ್ಞಾನದೃಷ್ಟಿಯುಳ್ಳವನು.

Clăm, *n.* ಕಪ್ಪೆಚಿಪ್ಪು.

Clam, *v. t. r.* (clammed) ಜಿಗಟು ಹಚ್ಚು. **Clam'mi-ness,** *n.* ಜಿಗಟು. **Clam'my,** *a.* ಜಿಗಟುಳ್ಳ.

Clam'bĕr, *v. t. r.* ಹತ್ತು, ಏರು.

Clam'ŏur, *n.* ಕಲಕಲ ಧ್ವನಿ, ಒದರಾಟ, ಗದ್ದಲ, ರವಳಿ, ಸಂದಣಿ. *v. i. r.* ಕೂಗು, ಒದರು; 2. ಗಂಟುಬೀಳು. **Clam'o-rŏus,** *a.* ಕೂಗುವ, ಅರಚುವ, ಒದರಾಡುವಂಥ, ಗದ್ದಲ ಮಾಡುವಂಥ. **Clam'o-rŏus-ness,** *n.* ಕೂಗು, ಸಂದಣಿ, ಗದ್ದಲ.

Clamp, *v. t. r.* (*pr.* klampt) ಬಂಧಿಸು, ಕಟ್ಟು. *n.* ಬಂಧ, ಪೆಟ್ಟಿಗೆ ಮುಂತಾದವುಗಳ ಮೂಲೆಗೆ ಎರಡು ಬದಿಗಳನ್ನು ಜೋಡಿಸುವ ಮರದ ವ ಲೋಹದ ತಗಡು, ಕಟ್ಟು; **c. for hand torture** ಚಿಪ್ಪಳ.

Clan, *n.* ಗೋತ್ರ, ಪಣ. **Clan'ship,** *n.* ಕುಲಸಂಬಂಧವಾದ ಒಗ್ಗಟ್ಟು. **Clans'man.** *n.* ಕುಲಸ್ಥನು, ಗೋತ್ರದವನು.

Clan-des'tine, *a.* ರಹಸ್ಯ, ಗುಪ್ತ, ಕದ್ದು ಮಾಡಿದ.

Claṅg, Claṅk, *n.* ಘಣಿಲು, ಘಣಿಲೆನ್ನುವ ಶಬ್ದವು. **Claṅ'gŏur,** *n.* ಕರ್ಣಕಠೋರ ಧ್ವನಿ.

Clap, *v. t. & i. r.* (clapped. *pr.* klapt) ತಟ್ಟು, ಬಡಿ, ಚಪ್ಪಾಳೆ ಬಡಿ. *n.* ಬಡಿತ, ತಟ್ಟು, ಪೆಟ್ಟು, ಚಪ್ಪಾಳೆ; **a c. of thunder** ಸಿಡ್ಲು.

Clap'pĕr, *n.* ಗಂಟೆಯ ನಾಲಿಗೆ; 2. ಚಪ್ಪಾಳೆ ಬಡಿಯುವವನು, ಹಕ್ಕಿಗಳನ್ನು ಓಡಿಸಲಿಕ್ಕೆ ಶಬ್ದ ಮಾಡುವ ಸೀಳಿದ ಬಿದುರಿನ ಕಡಗೋಲು.

Clap'trap, *n.* ಹೆಗ್ಗಳಿಕೆಗಳಿಸುವ ಯುಕ್ತಿ.

Clar'et, *n.* ಫ್ರೆಂಚ್ ವೈನ್.

Clar'i-fȳ, *v. t. r.* (-fīed) ತೇರಿಸು, ಶೋಧಿಸು, ಹಸನ ಮಾಡು, ಸ್ವಚ್ಛ—, ಸೋಸು; *pass.* ತೇರಗಟ್ಟು, ತೇರಾಗಿರು.

Clar'i-on, *n.* ತುತೂರಿ, ಕಹಳೆ.

Clar'i-o-net, **Clar'i-net**, *n.* ಒಂದು ವಿಧದ ಮುಖವಾದ್ಯ.

Clash, *v. t. r.* (*pr.* klasht) ತಟ್ಟು; 2. ಥಣ ಥಣನ್ನು; 3. ಅಡ್ಡ ಬರು, ವಿರುದ್ಧವಾಗಿರು. *n.* ತಟ್ಟುವುದು: 2. ವಿರೋಧ.

Clasp, *n.* ಕೊಂಡಿ; 2. ತೆಕ್ಕೆ, ಆಲಿಂಗನೆ. *v. t. r.* (*pr.* klaspt) ಕೈಕೈ ಹಿಡಿ, ಆಲಿಂಗನೆ ಮಾಡು, ತೆಕ್ಕೆ ಹಾಯು; he clasped him in his arms ಅವನ ತೆಕ್ಕೆ ಬಿದ್ದ, — —ಹಾದ, ಬಿಗಿದು ಅಪ್ಪಿದ.

Clasp'ĕr, *n.* ಗಿಡದ ಹಂಬು.

Class, *n.* ವರ್ಗ, ಜಾತಿ. *v. t. r.* (*pr.* clast) ವರ್ಗದಲ್ಲಿ ಸೇರಿಸು, ವರ್ಗೀಕರಿಸು. **Clas'sic**, **Clas'si-cal**, *a.* ಶ್ರೇಷ್ಠ ವರ್ಗದ, ಉತ್ತಮ ಗ್ರಂಥಕರ್ತರ; 2. ಗ್ರೀಕ ಲತೀನ ಜನರ, — —ಗ್ರಂಥಕರ್ತರ; 3. ಶುದ್ಧ, ಸಾಧು, ಸಂಸ್ಕೃತ.

Clas'sic, *n.* ಉತ್ತಮ ತರದ ಗ್ರಂಥ (ಮುಖ್ಯವಾಗಿ ಗ್ರೀಕ ಲತೀನರದು).

Clas'si-fȳ, *v. t. r.* (-fīed) ವರ್ಗ ಮಾಡು, "ವಿಲೇವಾರಿ" ಮಾಡು. **Clas-si-fi-cā'tiŏn**, *n.* ವರ್ಗ ಮಾಡುವುದು, "ವಿಲೇವಾರಿ", "ವಿಲಾವರಿ".

Clat'tĕr, *n.* ಘಟ್‌ಘಟ್ಟೆನ್ನುವ ಶಬ್ದ, ಝಣಝಣನ್ನುವ ಶಬ್ದ. *v. i. r.* ಘಟ್‌ಘಟ್ಟೆನ್ನು; 2. ಗಲಗಲ ಮಾತಾಡು.

Clause (klaz), *n.* ಮಾತು, "ಕಲಂ", ವಾಕ್ಯಾಂಗ.

Clav'i-cle (-kl), ಸುತಾಟಿಯೆಲುಬು, ಮೆಟ್ರೆಲುಬು, ಜತ್ರು, ಕುತ್ತಿಗೆಯ ಕೆಳಗಿನ ಅಡ್ಡೆಲುಬು.

Claw (kla), *n.* ಉಗುರು, ನಖ; 2. (*bot.*) (stalk of petal) ಡಂಕು. *v. t. r.* ಚಿವುರು, ಪರಕ್ಕನೆ ಹರಕೊಳ್ಳು; 2. ತುರಿಸು; 3. ಇಚ್ಛಕ ಮಾಡು.

Clāy (klā), *n.* ಆವೆಮಣ್ಣು, ಅರಲು, ಕುಂಬಾರನ ಮಣ್ಣು, ಜಿಗಟು ಮಣ್ಣು, ಮೃತ್ತಿಕೆ. **Clāy'ey** (klā'i), *a.* ಕುಂಬಾರನ ಮಣ್ಣುಳ್ಳ, ಮೃತ್ತಿಕೆಯ.

Clāy'more, *n.* ದೊಡ್ಡ ಖಡ್ಗ.

Clēan (klēn), *a.* ಶುಚಿ, ನಿರ್ಮಲ, ಶುದ್ಧ, ಹಸನ, ಮಡಿ. *ad.* ನುಣ್ಣಗೆ, ಶುದ್ಧವಾಗಿ, ಪೂರ್ಣವಾಗಿ. *v. t. r.* ಶುಚಿ ಮಾಡು, ನಿರ್ಮಲ—, "ಸಾಫು"—, ಹಸನ—. **Clēan'ĕr**, *n.* ತೊಳೆಯುವವನು. **Clēan'ing**, *n.* ಶುದ್ಧತೆ, ಚೊಕ್ಕಟ, ಶುಚಿಮಾಡೋಣ. **Clean'li-ness** (klen-), **Clēan'ness** (klēn-), *n.* ಶುಚಿ, ಹಸನ, ಚೊಕ್ಕಟ. **Clean'ly** (klen-), *a.* ಶುಚಿಯಾದ, ಶುಚಿಯಿಂದಿರುವಂಥ. *ad.* ಶುಚಿಯಾಗಿ, ಹಸನವಾಗಿ, ನಿರ್ಮಲವಾಗಿ, ಮಡಿಯಾಗಿ.

Cleanse (klenz), *v. t. r.* ಬೆಳ್ಳಗೆ ಮಾಡು, ಸ್ವಚ್ಛ ಮಾಡು, "ಸಾಫು" ಮಾಡು, ದೋಷದಿಂದ ಬಿಡಿಸು.

Clēan-shāv'en, *a.* ನುಣ್ಣ ಕ್ಷೌರ ಮಾಡಿದ.

Clēar (klēr), *a.* ತಿಳಿ, ಸ್ವಚ್ಛ, ಪ್ರಸನ್ನ, ನಿರ್ಮಲ, ನಿಚ್ಚಳ; 2. ಸ್ಪಷ್ಟ; 3. ಸರಿಯಾದ, "ಬರಾಬರಿ"; keep one's self c. of ದೂರ ಪರಿಹರಿಸಿಕೊಳ್ಳು, ಹತ್ತರ ಬರಗೊಡದಿರು. *v. t. r.* ಹಸನ ಮಾಡು, ಶುದ್ಧ—; 2. ಸ್ಪಷ್ಟ ಮಾಡು; 3. (the voice) ಕೇಕರಿಸು; 4. ತಿಳಿ ಮಾಡು, ನಿರ್ಮಲ—; 5. ನಿರ್ದೋಷಿ ಎಂತ ತೋರಿಸು; 6. (a hedge, ditch, *etc.*) ಹಾರು, ಹಾಯು; 7. ಲಾಭ ಮಾಡಿಕೊಳ್ಳು; 8. (a debt) ತೀರಿಸು, ಸಲ್ಲಿಸು. *v. i. r.* ನಿರ್ಮಲವಾಗು; (the sky after a rain) ಮಳೆ ಬೆಳಗು, ಹೊಳಪಾಗು; (water) ತಿಳಿ, ತಿಳಿಗಟ್ಟು; c. decks for action ಯುದ್ಧ ಸನ್ನದ್ಧನಾಗು; c. out ಹೋಗಿಬಿಡು; c. away ತೆಗೆ. **Clēar'ance**, *n.* ಹಡಗದವರಿಗೆ ಸುಂಕದ ಕಟ್ಟೆಯಿಂದ ಸಿಕ್ಕುವ ರಹದಾರಿ; 2. ಲಾಭ; c. sale ಹಳೆ ಮಾಲುಗಳನ್ನು ಪೂರ ಏಲಂ ಹಾಕಿ ಮಾರಿಬಿಡುವುದು. **Clēar'ly**, *ad.* ಸ್ಪಷ್ಟವಾಗಿ, ನಿಚ್ಚಳವಾಗಿ. **Clēar'ness**, *n.* ತಿಳಿ, ಸ್ವಚ್ಛತೆ, ನಿರ್ಮಲತ್ವ.

Clēave (klēv), *v. t. & i. r. & ir.* (cleft, clāve, *or* clōve; cleft, *or* clōven) ಒಡೆ, ಸೀಳು, ಬಿರಿ. **Clēav'āge**, *n.* ಬಿರುಕು. **Clēav'ĕr**, *n.* ಕೊಡಗತ್ತಿ.

Clēave to, *v. i. r.* or *ir.* (clāve, clēaved) ಹತ್ತಿಕೊಳ್ಳು, ಅಂಟಿಕೊಳ್ಳು, ಪ್ರೀತಿಯಿಂದ ಹತ್ತಿಕೊಳ್ಳು.

Clef, *n.* (*mus.*) ಸಂಗೀತಶಾಸ್ತ್ರದಲ್ಲಿ ಒಂದು ಸಂಕೇತ.

Cleft, *n.* ಬಿರುಕು, ಸಂದು, ಸೀಳು, ಪಡೆ.

Cleft, *pp. of* Cleave 1.

Clem'ent, *a.* ದಯೆಯುಳ್ಳ, ಸೌಮ್ಯ, ಶಾಂತ. **Clem'en-cy**, *n.* ಕೃಪೆ, ದಯೆ, ಕರುಣೆ, ಕ್ಷಮಾಶೀಲ. **Clem'ent-ly**; *ad.* ಕೃಪೆಯಿಂದ.

Clench, *v. t.* *see* Clinch.

Clēpe, *v. t.* (Clēped. Clept) ಹೆಸರಿಟ್ಟು ಕೂಗು.

Clep'sy-dra, *n.* ಘಟಿ, ಕಪಾಲಯಂತ್ರ, ನೀರಿನ ಗಡಿಯಾಳ.

Clĕr'ġy *n.* ದೀಕ್ಷೆ ಹೊಂದಿದ ಕ್ರೈಸ್ತಧರ್ಮೋಪದೇಶಕರ ಮಂಡಲಿ, ವೈದಿಕಮಂಡಲಿ, ಪಾದ್ರಿಗಳು. **Cler'ġy-man**, *n.* ದೀಕ್ಷೆ ಹೊಂದಿದ ಕ್ರೈಸ್ತ ಧರ್ಮೋಪದೇಶಕ, ಪಾದ್ರಿ. **Cler'i-eal**, *a.* ಕ್ರೈಸ್ತಧರ್ಮೋಪದೇಶಕರ.

Clerk (klärk), *n.* ಧರ್ಮೋಪದೇಶಕನ ಸಹಾಯಕ; 2. ಕರಣೀಕ, "ಗುಮಾಸ್ತ", ಶಾನಭೋಗ. **Cler'i-eal**, *a.* "ಗುಮಾಸ್ತ"ನಿಗೆ ಸಂಬಂಧಿಸಿದ; c. duties ಬರಹನ್ನ ಕೆಲಸ; c. error ಕೈತಪ್ಪು.

Clev'ĕr, *a.* ಗಟ್ಟಿಗ, ಜಾಣ, ಚತುರ, ಸುಟಿ; 2. ಒಪ್ಪುವ, ಸುಂದರ, ತಕ್ಕ. **Clev'ĕr-ness**, *n.* ಗಟ್ಟಿಗತನ, ಜಾಣತನ, ಚಾತುರ್ಯ.

Clew (klu), *n.* ನೂಲಿನ ಉಂಡೆ; 2. ಗೂಢ ಕಾರ್ಯಗಳಲ್ಲಿ ದಾರಿತೋರಿಸುವಂಥಾದ್ದು, "ಪತ್ತೆ".

Clī'ché (klē'shā), *n.* ಚಿತ್ರ ಕೆಲಸದ ತಾಂಬಾಣ; 2. ಕೆತ್ತಿದ ಚಿತ್ರದ ಯಥಾಪ್ರತಿ.

Click, *v. i. r.* (*pr.* klikt) ಕಿಣಿಕಿಣಿ ಅನ್ನು, ಟಿಕಟಿಕ ಅನ್ನು.

Clī'ent, *n.* ಆಶ್ರಿತ, ಗಿರಾಕಿ, ವಕೀಲನನ್ನು ಇರಿಸಿಕೊಂಡ ಕಕ್ಷಿಗಾರ, ವಕೀಲನ "ಆಸಾಮಿ". **-ship**, *n.* ಕಕ್ಷಿಗಾರನಾಗುವಿಕೆ, ಆಶ್ರಿತನ ಸ್ಥಿತಿ. **Clī'-en-tēle**, *n.* ಹಂಗಾಳು, ಗಿರಾಕಿ.

Cliff, *n.* ಎತ್ತರವಾದ ಬಂಡೆ, ಪ್ರಪಾತ.

Clī-mae-tĕr'ie, *a.* ಸಂದುಕಟ್ಟಿನ. *n.* ಸಂದುಕಟ್ಟು ವೇಳೆ.

Clī'māte, *n.* ಹವೆ, ವಾಯುಗುಣ; 2. ಪ್ರದೇಶ. **Clī'mat-ie**, *a.* ಭೂಗುಣದ. **Clī'ma-tīse**=Acclamatise. **Clī-ma-tol'o-ġy**, *n.* ಭೂಗುಣವನ್ನು ಶೋಧಿಸುವ ಶಾಸ್ತ್ರ.

Clī'max, *n.* ಉತ್ತರೋತ್ತರವೃದ್ಧಿ, ಪರಮಾವಧಿ; 2. ಸಾರಾಲಂಕಾರ; 3. ಅತ್ಯುನ್ನತ ಸ್ಥಿತಿ.

Clīmb (klīm), *v. t. r.* ಹತ್ತು, ಪ್ರಯಾಸದಿಂದ ಏರು. **Clīmb'ĕr** (klīm'ĕr), *n.* ಹತ್ತುವವ; 2. ಬಳ್ಳಿ, ಹಂಬು.

Clīme, *n.* ದೇಶ, ಪ್ರದೇಶ.

Clinch *v. t. r.* (*pr.* klinsht) ಮುಷ್ಟಿಯಲ್ಲಿ ಹಿಡಿ, ಬಿಗಿ ಹಿಡಿ; 2. ಮೊಳೆ ಕಟ್ಟಿಹಾಕು, ಗಟ್ಟಿ ಮಾಡು, ದೃಢ ಪಡಿಸು. *n.* ಬಿಗಿ ಹಿಡಿಯುವುದು; 2. ದ್ವ್ಯರ್ಥದ ಮಾತು.

Cliṅg, *v. t. ir.* (eluṅg, eluṅg) ಗಟ್ಟಿಯಾಗಿ ಹಿಡುಕೊಂಡಿರು, ಅಂಟಿಕೊಂಡಿರು, ಅಪ್ಪಿಕೊಂಡಿರು.

Clin'ie-al, *a.* ರೋಗಪೀಡಿತರ ಹಾಸಿಗೆಯ.

Cliṅk, *v. t. & i. r.* (*pr.* kliṅkt) ಗಣಗಣಿಸು, ಟಿಂಗುಟಿಂಗೆನ್ನು. *n.* ಗಣಗಣ ಶಬ್ದ.

Cliṅk, *n.* ಸೆರೆ, ಪಹರೆ.

Cliṅ'kĕr, *n.* ಗಟ್ಟಿ ಇಟ್ಟಿಗೆ.

Clip, *v. t. r.* (elipped, *pr.* klipt) ಕತ್ತರಿಸು, ಕಡಿ. **Clip'pĕr**, *n.* ಕತ್ತರಿಸುವವ; 2. ಒಂದು ತರದ ತೀವ್ರ ಹಡಗು. **Clip'piṅg**, *n.* ಕತ್ತರಿಸುವುದು, ಕತ್ತರಿಸಿದ್ದು.

Clīque (klēk), *n.* ಪಕ್ಷ, ಸಂಗಡ.

Clōak (klōk), *n.* ಗೋಟು, ಕುಂಚಿಗೆ, ದುಪ್ಪಟಿ, ಗೊಂಗಡಿ, ನಿಲುವಂಗಿ; 2. ವೇಷ; 3. ನೆವನ. *v. t. r.* (*pr.* klōkt) ಹೊದಿಸು; 2. ಬಚ್ಚಿಡು, ಮರೆ ಮಾಡು.

Clock, *n.* ಗಡಿಯಾರ; what o'clock is it? ಎಷ್ಟು ಘಂಟೆ? like c.-work ಸುಸೂತ್ರವಾಗಿ, ಯಂತ್ರದಂತೆ. **Clock'wīse**, *ad.* ಪ್ರದಕ್ಷಿಣವಾಗಿ; anti-clockwise ಅಪ್ರದಕ್ಷಿಣವಾಗಿ.

Clock, *n.* ರೆಕ್ಕೆಹುಳು.

Clod, *n.* ಹೆಂಟೆ; 2. ಭೂಮಿ, ಮಣ್ಣು; 3. ದೇಹ; 4. ಹೆಡ್ಡ; be in c. ಬೆಟ್ಟೇಳು. **Clod'hop-pĕr, -pāte, -poll**, *n.* ಹಳ್ಳಿಯವ, ಹೆಡ್ಡ.

Clog, *v. t. r.* (elogged) ಅಡ್ಡಿಮಾಡು, ತೊಡಕು—; 2. ಮುಚ್ಚು. *v. i.* ಅಂಟಿಕೊಳ್ಳು, ವಿಘ್ನಪಡು. *n.* ಭಾರ, ಅಡ್ಡಿ; 2. (of cattle) ಗುದ್ದಿ, ದಡಿ, ಕೊರಡು; 3. ಪಾವುಗೆ. **Clog'gy**, *a.* ಮುದ್ದೆಯಾದ, ಚಿಕ್ಕಣ.

Cloi'stĕr, *n.* ಮಠ, ಸನ್ಯಾಸಿಮಠ.

Clōṣe, *n.* ಅಂತ್ಯ, ಸಮಾಪ್ತಿ. *a.* ಮುಚ್ಚಿದ, ಬಿಗಿಯಾದ; 2. ಅಡವು, ದಟ್ಟ, ನಿಬಿಡ, ಒತ್ತೊತ್ತಾದ; c. to ನಿಕಟ, ಹತ್ತರ; 3. ಜಾಗ್ರತೆಯಾದ; c. air, c. weather ಉಮರು (ಉಮಲು), ಸೆಕೆ; c. man ಗುಮ್ಮನಗುಸುಕ, ಗುಟ್ಟಿನವ, ಲೋಭಿ, ಜೀನ; c. friendship ಸಲಿಗೆ; c. siege ಜೋರು ಮುತ್ತಿಗೆ; c. translation ಯಥಾಮೂಲ ಭಾಷಾಂತರ; a c. shave (*fig.*) ಕಾಕತಾಳೀಯ ತಪ್ಪುವುದು. *v. t. r.* ಮುಚ್ಚು; 2. ಮುಗಿಸು; 3. ಕವಿ. *v. i.* ಮುಚ್ಚಿಕೊಳ್ಳು, ಮುಚ್ಚು; 2. ಮುಗಿ; c. on, c. upon ಒಡಂಬಡು; c. with ಒಡಂಬಡು, ಒಪ್ಪಂದ ಮಾಡು, ಕೈಗೆ ಕೈ ಹತ್ತು. **Clōse'-fist-ed, c.-hand-ed**, *a.* ಲೋಭಿ, ಜೀನ; he is very c. ಅವನ ಕೈ ಬಹಳ ಹಿಡತ, — — ಬಿಗಿ. **Clōse'ly**, *ad.* ಸಮೀಪವಾಗಿ, ಹತ್ತರ; 2. ಬಿಗಿಯಾಗಿ; 3. ಯಥಾಪ್ರಕಾರ. **Clōse'-ness**, *n.* ಸಮೀಪವಿರುವುದು, ಹತ್ತರವಿರುವುದು; 2. ಉಮರು, ಸೆಕೆ; 3. ಗುಟ್ಟು; 4. ಸಲಿಗೆ; 5. ಜೀನತನ; 6. ನಿಕಟ ಸಂಬಂಧ.

Cloṣ'et, *n.* ಏಕಾಂತ ಕೊಠಡಿ, ಕಿರುಮನೆ.

Clō'sūre, *n.* ಮುಚ್ಚುವುದು, ಮುಚ್ಚಳ; 2. ಸಮಾಪ್ತಿ.

Clot, *n.* ಮುದ್ದೆ, (of blood) ಕರಣೆ. *v. i. r.* ಹೆಪ್ಪುಗಟ್ಟು. **Clot'ty**, *a.* ಮುದ್ದೆಮುದ್ದೆಯಾದ, ಹೆಂಟೆಹೆಂಟೆಯಾದ.

Cloth, *n.* ಬಟ್ಟೆ, ಅರಿವೆ, ಜವಳಿ, ವಸ್ತ್ರ; 2. ಪಾದ್ರಿಜನ. **Clōthe**, *v. t. r.* ತೊಡಿಸು, ಅರಿವೇ ಹಾಕು. **Clōthes** (klōthz), *n. pl.* ಉಡಿಗೆತೊಡಿಗೆ, ಅರಿವೆ-ಅಂಚಡಿ, ಹೊದಿಕೆ, ವಸ್ತ್ರ, "ದುಸ್ತು"; bed-c. ಹಚ್ಚಡ, ದುಪ್ಪಟಿ. **Clōthes'-horse, -screen**, *n.* ನೆಲೆಗಣೆ. **Clōth'i-ĕr**, *n.* ಜವಳಿಯವ, ಬಟ್ಟೆಮಾರುವವ, ಅರಿವೆ—. **Clōth'ing**, *n.* ಉಡಿಗೆತೊಡಿಗೆ, ವಸ್ತ್ರ.

Cloud, *n.* ಮೇಘ, ಮೋಡ, ಕತ್ತಲೆ; the gathering of the clouds ಮೇಘಾಡಂಬರ, ಮೇಘಾವರಣ; the region of the c.s ಮೇಘಮಂಡಲ. *v. i. r.* ಮೋಡ ಮುಚ್ಚಿಕೊಳ್ಳು; 2. ಮಬ್ಬಾಗು, ಕತ್ತಲಾಗು. **Cloud'i-ness**, *n.* ಮಬ್ಬು, ಮೋಡ, ಮುಚ್ಚಿಕೊಂಡಿರುವುದು. **Cloud'less**, *a.* ಮೋಡವಿಲ್ಲದ, ಮಬ್ಬಿಲ್ಲದ. **Cloud'y**, *a.* ಮೋಡ ತುಂಬಿದ, ಮಬ್ಬಾದ.

Clough (kluf), *n.* ಕೊಳ್ಳ, ಸರು, ಕಂದರ.

Clout, *n.* ತೇಪೆ, ಕೈಪ; 2. ಗುರಿಯಿಟ್ಟು ಹೊಡೆಯುವ ಗುರ್ತು. *v. t. r.* ತೇಪೆ ಹಚ್ಚು, —ಹಾಕು; 2. ಹೊಡೆ.

Clōve, *n.* ಲವಂಗ.

Clōv'en (klōv'n), *a.* ಒಡದ, ಸೀಳಿದ; c. hoofs ಜೋಡು ಕೊಳಗ; show the c. hoof ಮನಸ್ಸಿನ ದುರಾಗ್ರಹವನ್ನು ಬಯಲಿಗಿಡು; *see* Cleave.

Clō'vĕr, *n.* ಹುರುಳಿಯಂಥ ಮೇವಿನ ಗಿಡ, ಚೆಂಡಲಬು; *cf.* Lucern.

Clown, *n.* ಹೆಡ್ಡ, ಮೂಢ, ದಾಂಡಿಗ, ಕೊಡ್ಡ, ಹಳ್ಳೀ ಕೆಂಚ; 2. ಚೇಷ್ಟೆಗಾರ. **Clown'ish**, *a.* ಹೆಡ್ಡ, ಮುಟ್ಠಾಳ, ದಾಂಡಿಗ.

Cloy, *v. t. r.* ತುಂಬಿಸು; 2. ಓಕರಿಕೆ ಬರುವ ಹಾಗೆ ಉಣ್ಣಿಸು; 3. ಬೇಸರಗೊಳಿಸು.

Club, *n.* ದೊಣ್ಣೆ, ಲಟ್ಟ; c. law ಬಲಾತ್ಕಾರ; 2. ಮಂಡಲಿ, ಕೂಟ. *v. i. r.* (clubbed, *pr.* klubd) ಮಂಡಲಿಯಾಗಿ ಕೂಡು. *v. t.* ಕೂಡಿಸು.

Club'-rush, *n.* (*Scripus mucronaptus*, *L.*) ಹೊಮ್ಮುಗಳಿಹುಲ್ಲು.

Cluck, *v. i. r.* ಹೇಂಟೆಯಂತೆ ಕೂಗು.

Clue, *n. see* Clew. [ಪೊದೆ, ತೋಪು.

Clump, *n.* ಮರದ ಕೊರಡು, ಕೊಡ್ಡ; 2. ಮೆಳೆ,

Clum'sy, *a.* ಲಟ್ಟ, ಮಡ್ಡ, ಹೆಬಗ, ಗಡತರ; 2. ಅಸಡ್ಡಾಳ, ಯದ್ವಾತದ್ವಾ ಮಾಡಿದ, ಕೊಕ್ಕರಿಬಿಕ್ಕರಿ. **Clum'si-ly**, *ad.* ಯದ್ವಾತದ್ವವಾಗಿ. **Clum'si-ness**, *n.* ದಾಂಡಿಗತನ, ಲಟ್ಟತನ.

Clung, *see* Cling.

Clus'tĕr, *n.* ಗೊಂಚಲು, ಗುಂಪು, ರಾಶಿ; a c. of blossoms ತಳಿರುಗೊಂಚಲು. *v. t. & i. r.* ಗೊಂಚಲಾಗು, ಗೊಂಚಲಾಗಿ ಕೂಡು, ಕೂಡಿಕೊಳ್ಳು.

Clutch (kluch), *v. t. r.* (*pr.* klucht) ಬಿಮ್ಮನೆ ಹಿಡಿ, ಗಟ್ಟಿಯಾಗಿ ಹಿಡಿ, ಬಿಗಿ ಹಿಡಿ. *n.* ಹಿಡಿಕೆ. **Clutch'es**, *n. pl.* ಪಕ್ಷಿ ಉಗುರು.

Clut'tĕr, *n.* ಗಲಿಬಿಲಿ, ಗದ್ದಲ.

Clys'tĕr, *n.* "ಪಿಚಕಾರಿ"ಯಿಂದ ಬಿಡುವ ಔಷಧ; c.-pipe "ಪಿಚಕಾರಿ".

Co-, com-, con- (col-, cor-), *pref.* (*Sans.* ಸಮ್) ಕೂಡ, ಒಟ್ಟಿಗೆ, ಪೂರ್ಣವಾಗಿ.

Cōach, *n.* ಬಂಡಿ; 2. ಪರೀಕ್ಷೆಗೆ ವಿದ್ಯೆ ಕಲಿಸುವ ಉಪಾಧ್ಯಾಯನು. *v. t. r.* ಪರೀಕ್ಷೆಗಾಗಿ ಪಾಠ ಹೇಳಿಕೊಡು. **Cōach'-box**, *n.* ಬಂಡಿಗಾರನು ಕುಳಿತುಕೊಳ್ಳುವ ಸ್ಥಾನ. **Cōach'man**, *n.* ಬಂಡಿಗಾರ, ಸಾರಥಿ.

Cō-ad-ju'tant, Co-ad-ju'tor, *n.* ಸಹಾಯಕ, ಒತ್ತಾಸೆಯವ.

Cō-ag'ū-lāte, *v. t. r.* ಹೆರಿಸು, ಹೆಪ್ಪಾಗ ಮಾಡು. *v. i.* ಹೆಪ್ಪಾಗು, ಹೆರು, ಹೆಪ್ಪುಗಟ್ಟು; 2. (blood under the skin after a bruise) ಮೋದು ಗಟ್ಟು, (ರಕ್ತ) ಮಂಜುಗಟ್ಟು. **Cō-ag-ū-lā'tiŏn**, *n.* ಹೆಪ್ಪಾಗೋಣ; 2. (of blood) ಮೋದು, (ರಕ್ತ) ಮಂಜುಗಟ್ಟೋಣ. **Cō-ag'ū-lum**, *n.* ಹೆಪ್ಪುಗಟ್ಟಿದ್ದು, ಮೊಸರು.

Cōal (kōl), *n.* ಮಣ್ಣಿದ್ದಲು, ಕಲ್ಲಿದ್ದಲು (—ಲಿ); live c. ಕೆಂಡ, ನಿಗಿನಿಗಿ ಕೆಂಡ; c. field ಕಲ್ಲಿದ್ದಲಿರುವ ಪ್ರದೇಶ; (*fig.*) to carry coals ಅಪಮಾನ ಪಡು; to carry coals to Newcastle ವ್ಯರ್ಥ ಕೆಲಸ ಮಾಡು, ಕಮ್ಮಾರಸಾಲೆಗೆ ಸೂಜಿ ಒಯ್ಯು; to haul over the coals ಬಯ್ಯು, ಗದರಿಸು. *v. t. r.* ಇದ್ದಲಿಸುಡು; 2. ಕಲ್ಲಿದ್ದಲು ತುಂಬು. *v. i.* ಕಲ್ಲಿದ್ದಲು ತುಂಬಿಕೊಳ್ಳು; c.-mine, -pit ಕಲ್ಲಿದ್ದಲಿನ ಖನಿ.

Cō-a-lesce' (-les), *v. i. r.* (*pr.* -lest') ಕೂಡಿ ಒಂದಾಗು. **Cō-a-les'cence**, *n.* ಕೂಡುವಿಕೆ, ಸಂಯೋಗ. **Cō-a-les'cent**, *a.* ಒಂದಾಗುವ, ಐಕ್ಯವಾಗುವ, ಕೂಡಿದ. **Cō-a-li'tiŏn**, *n.* ಕೂಡುವಿಕೆ, ಒಡಂಬಡಿಕೆ.

Cōarse (kōrs), *a.* ದಪ್ಪ, ಉರುಟು, ದೊರಗು, ಸ್ಥೂಲ; 2. ಮರ್ಯಾದೆಗೇಡಿ, ಅಸಭ್ಯ. **Cōarse'-ness**, *n.* ದಪ್ಪತನ, ಉರುಟು, ದೊರಗು, ಸ್ಥೂಲತೆ; 2. ಮರ್ಯಾದಾಹೀನತ್ವ.

Cōast (kōst), *n.* ಸಮುದ್ರತೀರ, ಸಮುದ್ರದಂಡೆ, "ಕಿನಾರೆ". *v. t. r.* ತೀರದಲ್ಲಿ ಹಡಗ ನಡಿಸು, ಅದೇ ದೇಶದಲ್ಲಿ ಬಂದರಬಂದರಕ್ಕೆ ಹಡಗ ನಡಿಸು. **Cōast'ĕr**, *n.* ದಡದಲ್ಲಿ ಹಡಗ ನಡಿಸುವವ; 2. ದಡದಲ್ಲೇ ನಡೆಯುವ ಹಡಗ. **Cōast'līne**, *n.* ಕರೆ, ಕರಾವಳಿ.

Cōat (kōt), *n.* ಅಂಗಿ, ಜೋಗೆ; 2. ಹೊದಿಕೆ. *v. t. r.* ಅಂಗಿ ತೊಡಿಸು; 2. ಹಚ್ಚು, ಮುಚ್ಚು; c. of arms ಅಂಕಿಸಿದ ಬಿರುದು; c. of mail ಉಕ್ಕಿನ ಕವಚ; c. of paint ಬಣ್ಣದ ಲೇಪನ; c. of tin ಕಲಾಯಿ; great c. "ಕೋಟು", ನಿಲುವಂಗಿ; redcoat ಬ್ರಿಟಿಷ ಸಿಪಾಯಿ; turn c. ಪಕ್ಷ ಬದಲಾಯಿಸು; wear the king's c. ಸಿಪಾಯಿಯಾಗು. **Cōat'ing**, *n.* ಗವಸಣಿಗೆ, ಹೊದಿಕೆ; 2. ವಸ್ತ್ರ, ಅರಿವೆ.

Cōax (kōks), *v. t. r.* (*pr.* kōkst) ಇಚ್ಚಕ ಮಾಡು, ಪುಸಲಾಯಿಸು, ನಂಬಿಸು, ಬುಲ್ಲಯಿಸು. ಉಬ್ಬಿಸು. **Cōax'ĕr**, *n.* ಇಚ್ಚಕ. **Cōax'-ing**, *n.* ಕುಶಾಮತ್ತು. **Cōax'ing-ly**, *ad.* ಇಚ್ಚಕದಿಂದ, ಮೆಚ್ಚಿಸುವಂತೆ.

Cob, *n.* ತಲೆ; 2. ಮುದ್ದೆ; 3. ಮೆತ್ತಿಗೇ ಅರಲು, ಗಿಲಾಯದ ಅರಲು; 4. ಬಲವಾದ ಟಾಕಣ; 5. ಜಾಡಬುಡ; 6. ಗಂಡು ಹಂಸ.

Cō'balt, *n.* ಒಂದು ತರದ ಲೋಹ.

Cob'ble, *v. t. r.* "ದುರುಸ್ತು" ಮಾಡು, ಮೆಟ್ಟು ಹೊಲಿ, ಜೋಡು ಹೊಲಿ; 2. ಅಡ್ಡಾತಿಡ್ಡಿ ಮಾಡು. **Cob'blĕr**, *n.* ಮಾದಿಗ, ಮೊಚ್ಚೆಗಾರ, ಮೋಚಿ, ಸಮಗಾರ.

Co'ble, *n.* ಮೀನು ಹಿಡಿಯುವ ಸಣ್ಣ ದೋಣಿ.

Cō'bra, Cō'bra da ca-pel'lō, *n.* ನಾಗರ ಹಾವು.

Cob'web, *n.* ಜಾಡಹುಳದ ಗೂಡು, ಜಾಡನ ಬಲೆ; blow away the c.s ಗಾಳಿ ತಕ್ಕೊಳ್ಳು.

Co-caï'ne, *n.* ವೇದನನಾಶಕ ಮೂಲಿಕೆ.

Coc'cō, *n.* *see* Taro.

Coc'cū-lus In'di-cus seed, *n.* (*Anamirta cocculus*) ಕಾಕಮಾರಿ ಬೀಜ, ಕಾಗಿಮಾರಿ—.

Coch'i-nēal (-nēl), *n.* (*Coccus cacti*) ಕಿರಿ ಮಂಜಿ.

Cock, *n.* ಹುಂಜ; 2. (weather c.) ನಿಶಾನಿ (ಇದಕ್ಕೆ ಹುಂಜದ ರೂಪ ಕೊಟ್ಟು ಗಾಳಿಯ ದಿಕ್ಕು ತೋರಿಸುವಂತೆ ಮನೆಯ ಶಿಖರದ ಮೇಲೆ ಇಡು ತ್ತಾರೆ). ಚಪಲಚಿತ್ತ; 3. (a spout) ದಬ್ಬಣ, ಬಿರಡ; 4. (of a gun) ಚಾಪು, ತುಪಾಕಿಯ ಕುದುರೆ; 5. (a small heap of hay) ಹುಲ್ಲಿನ ಕುಪ್ಪೆ; 6. (of a balance) ತ್ರಾಸಿನ ಮುಳ್ಳು; 7. ನಿಗರಿಕೆ; c.-crow(ing) ನಸುಕು, ಕೋಳಿ ಕೂಗುವ ವೇಳೆ; c. and bull story ಅಸಂಗತವಾದ ಸುಳ್ಳು ಕಥೆ; c. of the school ಶಾಲಾ ಹುಡುಗರ ಹಿರೆಮಣಿ, ಮುಖಂಡ; that c. won't fight ಆ ಉಪಾಯವು ಫಲಿಸದು; first c. ಮುಂಗೋಳಿ; c.-fighting ಕೋಳಿ ಕಾಳಗ. *v. t. r.* ನಿಗರಿಸು; 2. (a gun) ಚಾಪು ಬಿಗಿ; 3. (hay) ಕುಪ್ಪೆ ಹಾಕು. **Cock'pit**, *n.* ಕೋಳಿಪಡೆಯ ಕಣ.

Coc-kāde', *n.* ಬಿರುದಿನ ಗೊಂಡೆ, ತುರಾಯಿ.

Cock-a-hoop', *a.* ಹರ್ಷಿತ, ಜಯಘೋಷಿ.

Cock-a-too', *n.* ಬಿಳೀ ಗಿಣಿ.

Cock'a-trice, *n.* ಒಂದು ಕಲ್ಪಿತ ಸರ್ಪ (ಅದರ ದೃಷ್ಟಿ ಕೊಲ್ಲುವುದಂತೆ); 2. ಕ್ರೂರನು.

Cock'chā-fĕr, *n.* ಒಂದು ಜಾತಿಯ ಹಾರುವ ಕುರುವಾಯಿ.

Co'cke-rel, *n.* ಎಳೆಹುಂಜ; 2. ಪುಕ್ಕ.

Cock'-horse, *n.* ಮಕ್ಕಳಾಡುವ ಮರಕುದುರೆ. *ad.* a-cock-horse, ಮರಕುದುರೆಯೇರಿ.

Co'ckle, *n.* ನಳ್ಳಿ, ಮೋಳಿ; 2. ಚಪ್ಪಟೆ ದೋಣಿ; 3. ಕಾಗದದ ಸುಕ್ಕು.

Cock'ney (-ni), *n.* ಪುಕ್ಕನು; 2. ಲಂಡನ್ ಪಟ್ಣದವ (ತುಚ್ಛ ಮಾಡುವ ಮಾತು).

Cock'rōach (-rōch), *n.* ಜೊಂಡಿಗ, ಜರಡೆ, ಆತೆಹುಳ, ಚೀಕುರುವಾಯಿ, ಅಕ್ಕಳೆ.

Cocks'cōmb (-kōm), *n.* common c. (*Celosia cristata, L.*) ಕಲ್ಲಿಗೆ ಹೂ (*S. M.*); silver-spiked c. (*Celosia argentea, L.*) ಹೊನ್ನಿಪಲ್ಯ (*S. M.*), ಹಣ್ಣೆ—, ಅಣ್ಣೆಸೊಪ್ಪು (*My.*); *see* Coxcomb.

Cock'sūre, *a.* ನಿಘಂಟು, ಬದ್ಧ, ದೃಢ ನಂಬಿಕೆಯುಳ್ಳ.

Cock'swain, Cox'wain, *n.* ದೋಣಿಯ ತಾಂಡೇಲ.

Cock'tail, *n.* ಸಾಮಾನ್ಯ ತರದ ಜೂಜಿನ ಕುದುರೆ; 2. ಒಂದು ಬಗೆಯ ಕುರುವಾಯಿ; 3. ಅಮೇರಿಕದಲ್ಲಿ ಉಪಯೋಗಿಸುವ ಒಂದು ಬಗೆಯ ಮಾದಕ ಪಾನ.

Cō-cōa-nut (kō'kō-), *n.* ತೆಂಗಿನ ಕಾಯಿ; c. kernel ಕೊಬ್ಬರಿ; c. fibre ಕಾತಿ, ತೆಂಗಿನ ನಾರು; a green c. ಸೀಯಾಳ. **Cō-cōa-tree** (kō'kō-), *n.* ತೆಂಗಿನ ಮರ.

Cō'cōa, *n.* ಕೊವೆಗಿಡ.

Cō-coon', *n.* ರೇಶಿಮೆಹುಳದ ಗೂಡು, —ಕೋಶ.

Coc'tiŏn, *n.* ಕುದಿಸುವಿಕೆ, ಕೀಸುವಿಕೆ.

Cō'cum, *n. see* Kokam butter.

Cod, *n.* ಒಂದು ತರದ ಮೀನು; 2. ಕಾಯಿ, ಸಿಂಬಿ.

Cod'dle, *v. t. r.* ಮಮತೆಯಿಂದ ಆರೈಕೆ ನೋಡು.

Cōde, *n.* ಧರ್ಮಶಾಸ್ತ್ರ, "ಕಾನೂನು", "ಕಾಯಿದೆ" ಗಳ ಸಂಗ್ರಹ. **Cōd'i-fȳ**, *v. t. r.* (-fīed) "ಕಾಯಿದೆ"ಗಳ ಸಂಗ್ರಹ ಮಾಡು. **Cōd'i-fi-cā-tiŏn**, *n.* ಕಾನೂನುಗಳ ಸಂಗ್ರಹ ಮಾಡುವುದು.

Cōd'ġĕr, *n.* ಲೋಭಿ.

Cod'i-cil, *n.* ಮರಣಶಾಸನದ ಪುರವಣಿ, ಮೃತಿ ಪತ್ರದ "ತಾಜಾಕಲಂ".

Cod'-liv-ĕr-oil, *n.* ಮೀನಿನ ಎಣ್ಣೆ, ಮೀನದ—.

Cō-ef-fi'cient (-fish'ent), *n.* ಸಹಕಾರಿ, *(math.)* ಗುಣಕಸಂಖ್ಯೆ.

Coe'lebs, *n.* ಮದುವೆಯಾಗದವನು.

Cō-ē'qual, *a.* ಸರಿಸಮಾನ, ಸರಾಸರಿ. *n.* ಸರಿ ಸಮಾನನು.

Cō'ĕrce', *v. t. r.* (*pr.* -ĕrst') ಬಲಾತ್ಕಾರ ಮಾಡು, ಬಲವಂತ ಮಾಡು. **Cō-ĕr'ciŏn**, *n.* ಬಲಾತ್ಕಾರ, ಬಲೋದ್ಬಂದಿ, ನಿರ್ಬಂಧ. **Cō-ĕr'-cive**, *a.* ನಿರ್ಬಂಧ, ಬಲವಂತ.

Cō-es-sen'tial, *a.* ಸಮತತ್ವವುಳ್ಳ, ಸಮಭಾವ [ವುಳ್ಳ.

Cō-ē-tĕr'nal, *a.* ಸಮನಿತ್ಯತ್ವವುಳ್ಳ.

Cō-ē'val, *a.* ಸಮವಯಸ್ಕ, ಅದೇ ಕಾಲದ, ಸಮ ಕಾಲೀನ.

Cō-ex̱-ist', *v. i. r.* ಮತ್ತೊಬ್ಬರ ಸಂಗಡ ಒಂದೇ ಕಾಲದಲ್ಲಿರು. **Cō-ex̱-ist'ence**, *n.* ಏಕ ಕಾಲದಲ್ಲಿರೋಣ, ಸಹಜೀವನ. **Cō-ex̱-ist'-ent**, *a.* ಏಕಕಾಲಿಕ, ಸಹಜೀವಿ.

Cō-ex-ten'sive, *a.* ಸಮವಿಸ್ತಾರವುಳ್ಳ.

Cof'fēe, *n.* (the bean) "ಕಾಫಿ" ಬೀಜ, ಬೂಂದು ಬೀಜ; 2. (the beverage) ಕಾಫಿ ನೀರು; 3. (the tree) *(Coffea arabica, L.)* ಕಾಫಿ ಗಿಡ.

Cof'fĕr, *n.* ಹಣದ ಪೆಟ್ಟಿಗೆ, —ಸಂದೂಕ; 2. ದ್ರವ್ಯ, ಖಜಾನೆ.

Cof'fin, *n.* ಶವದ ಪೆಟ್ಟಿಗೆ, ಹೆಣದ—.

Cog, *n.* ಚಕ್ರದ ಹಲ್ಲು; 2. ಸಣ್ಣ ದೋಣಿ. **Cog'whēel**, *n.* ಹಲ್ಲುಚಕ್ರ.

Cog, *v. t. r.* ಪುಸಲಾಯಿಸು, ಪಗಡೆಯಾಟದಲ್ಲಿ ಕುಯುಕ್ತಿಯಿಂದ ಮೋಸಮಾಡು.

Cō'ġent, *a.* ಬಲವಾದ, ಖಚಿತವಾಗುವ, ಎದುರಿಸ ಕೂಡದ, ಅಗತ್ಯ. **Cō'ġen-cy**, *n.* ಬಲ, ದೃಢ, ಅಗತ್ಯ. **Cō'ġent-ly**, *ad.* ದೃಢವಾಗಿ.

Coġ'i-tāte, *v. i. r.* ಯೋಚಿಸು, ಚಿಂತಿಸು. **Coġ'i-tā-ble**, *a.* ಚಿಂತಿಸತಕ್ಕ. **Cōġ-i-tā'-tiŏn**, *n.* ಯೋಚನೆ, ಚಿಂತೆ.

Cōg'nac (kō'nyak), *n.* ಒಂದು ತರದ ಉತ್ತಮ ಸಾರಾಯಿ, — —ಸರೆ, ಫ್ರೆಂಚ ಬ್ರಾಂಡಿ.

Cog'nāte, *a.* ಸಂಬಂಧವುಳ್ಳ, ಸಹಜಾತ, ಸಮಾನ. **Cog-nā'tiŏn**, *n.* ಬಂಧುತ್ವ, ಸಮಾನತ್ವ.

Cog'ni-s̱a-ble (*or* kon'i-), *a.* ತಿಳಿಯತಕ್ಕ, ವಿಚಾರಿಸತಕ್ಕ. **Cog'ni-s̱ance** (*or* kon'i-), *n.* ತಿಳುವಿಕೆ, ಜ್ಞಾನ, ವಿಚಾರ. **Cog'ni-s̱ant** (*or* kon'i-) of, *a.* ತಿಳಿಯುವ, ಅರಿತಂಥ. **Cog-ni'tiŏn** (-nish'un), *n.* ಅರಿವು, ಜ್ಞಾನ.

Cog-nō'men, Cog-nom-i-nā'tiŏn, *n.* ವಂಶದ ಹೆಸರು, ಉಪನಾಮ, ಅಡ್ಡ ಹೆಸರು.

Cō-hab'it, *v. t. r.* ಸಹವಾಸ ಮಾಡು; 2. ಗಂಡಹೆಂಡರಂತೆ ಸಹವಾಸ ಮಾಡು. **Cō-hab-i-tā'tiŏn**, *n.* ಸಹವಾಸ; 2. ಗಂಡಹೆಂಡರ ಸಹವಾಸ.

Cō-heir' (-âr), *n.* ಸಹಬಾಧ್ಯಸ್ಥ, ದಾಯಾದಿ.

Cō-here', *v. t. r.* ಹತ್ತಿರು, ಅಂಟಿಕೊಳ್ಳು, ಸಂಯುಕ್ತವಾಗು, ವ್ಯವಸ್ಥೆಯಿಂದ ಹೊಂದಿಕೆಯಾಗಿರು. **Cō-hē'rence**, *n.* ಹೊಂದಿಕೆ, ಸಂಬಂಧ, ಸಂಯೋಗ. **Cō-hē'rent**, *a.* ಸಂಬಂಧಿಸಿದ, ಸಂಯುಕ್ತ, ಹೊಂದಿಕೆಯಾದ. -ly, *ad.* ಅಂಟಿಕೊಂಡಿರುವುದಾಗಿ, ಸಂಯುಕ್ತವಾಗಿ. **Cō-hē'-s̱iŏn** (-'zhun), *n.* ಸಂಬಂಧ; 2. ಅಂಟಿಕೊಂಡಿರೋಣ, ಸ್ನೇಹಾಕರ್ಷಣ. **Cō-hē's̱ive**, *a.* ಅಂಟಿಕೊಳ್ಳುವ, ಸ್ನಿಗ್ಧ.

Co-ho-bā'tiŏn, *n.* ಪುನಃ ಭಟ್ಟಿ ಇಳಿಸೋಣ.

Cō'hort, *n.* ಸಿಪಾಯಿಗಳ ತಂಡ, ಸೇನಾವಿಭಾಗ.

Coign, *n*, ಮೂಲೆ; c. of vantage ನೋಟ ಚೆನ್ನಾಗಿ ಸಿಗುವ ಸ್ಥಳ.

Coil, *v. t. r.* ಸಿಂಬಿ ಮಾಡು, ಸುರಳಿ ಸುತ್ತು. *n.* ಸುರಳಿ, ಸಿಂಬಿ; 2. ಗದ್ದಲ; 3. ತೊಂದರೆ.

Coin, *n.* ನಾಣ್ಯ; pay one back in his own c. ಸರಿಗೆ ಸರಿ ಸಲ್ಲಿಸು, ಸರಿಮುರಿಕೊಡು. *v. t. r.* ನಾಣ್ಯ ಮಾಡು; 2. ರಚಿಸು, ಕಲ್ಪಿಸು. **Coin'-āġe, Coin'iṅg**, *n.* ನಾಣ್ಯ ಮಾಡೋಣ; 2. ನಾಣ್ಯಗಿಣ್ಯ; 3. ಕಲ್ಪನೆ.

Cō-in-cīde', *v. i. r.* ಸರಿ ಬೀಳು, ಒಂದಕ್ಕೊಂದು ಒಪ್ಪು, ತಾರ್ಕಣೆಯಾಗು. **Cō-in'ci-dence** *n.* ಸರಿಬೀಳುವಿಕೆ, ಒಪ್ಪುವಿಕೆ, ತಾರ್ಕಣೆ. **Cō in'ci-dent**, *a.* ಸರಿಬೀಳುವ.

Coir, *n.* ತೆಂಗಿನ ನಾರು, ಕತ್ತ.

Coi'tiŏn, *n.* ಸಂಯೋಗ; 2. ರತಿ, ಸಂಗಮ.

Cōke, *n.* ಅರೆಗಾವಾದ ಕಲ್ಲಿದ್ದಲಿ.

C *as* k; c *as* s; ch *as* sh; g *as in* get; ġ *as* j; ṅ *nasal, as in* aṅger; s̱ *as* z; th *as in* thou; x̱ *as* gz; ce, ci, si *and* ti *before a vowel as* sh: ocean, action.

Cŏl'an-dĕr, *n.* ಸಾಣಿಗೆ, ಜರಡಿ. **Co-lā'tiŏn**, *n.* ಶೋಧಿಸುವಿಕೆ.

Cōld, *n.* ತಂಡಿ, ಚಳಿ, ಶೀತ; 2. ನೆಗಡಿ; to catch c. ನೆಗಡಿ ಬರು; he has caught a c. ಅವನಿಗೆ ನೆಗಡಿ ಬಂತು, — — ಹಾಯಿತು; left out in the c. ಆರೈಕೆ ಮಾಡದ. *a.* ತಣ್ಣಗಿನ, ತಣ್ಣಗಾದ, ಚಳಿಯುಳ್ಳ; 2. ಉದಾಸೀನದ; 3. ಕಾಮರಹಿತ, ಮೋಹವಿಲ್ಲದ; in c. blood ಕರುಣೆಯಿಲ್ಲದೆ; c. shoulder ತಾತ್ಸಾರ, ತಿರಸ್ಕಾರ; c. season ಮಂಜುಗಾಲ; throw c. water on ಉತ್ಸಾಹ ಭಂಗಮಾಡು. **Cōld'-blood-ed** (-blud-), **Cōld'-heart-ed**, *a.* ಕರುಣೆಯಿಲ್ಲದ. **Cōld'ness**, *n.* ಶೈತ್ಯ, ತಂಪು, ತಂಡಿ; 2. ಔದಾಸೀನ್ಯ.

Cōle, **Cole'wort**, *n.* ಒಂದು ಜಾತಿ ಕೋಸು ಪಲ್ಲೆ.

Col'ic, *n.* ಉದರಶೂಲೆ, ಹೊಟ್ಟೆನೋವು. **Col'ick-y**, *a.* ಹೊಟ್ಟೆನೋವುಳ್ಳ.

Col-la'bor-āte, *v. i. r.* ಸಹಪ್ರವರ್ತಿಸು. **Col-lab-o-rā'tiŏn**, *n.* ಸಹಪ್ರವೃತ್ತಿ.

Col-lapse', *v. t. r.* (*pr.* -lapst') ಒಮ್ಮಿಂದೊಮ್ಮೆ ಬಿದ್ದುಹೋಗು, ಮುದುಡಿಹೋಗು. **Col-laps'i-ble**, *a.* ಮಡಿಯುವಂಥ.

Col'lar (-lĕr), *n.* ಕೊರಳುಪಟ್ಟಿ, ಕಂಠಭೂಷೆ, ಕಂಠಾಭರಣ. *v. t.* r. ಕುತ್ತಿಗೆ ಹಿಡಿ. **Col'lar-bēam**, *n.* ಅಡ್ಡಕತ್ತರಿ, ಕತ್ತರಿ (*S. C.*). **Col'lar-bōne**, *n. see* Clavicle.

Col'lāte', *v. t. r.* ಸರಿ ನೋಡು, ತಾಳೆ ನೋಡು, ಕೂಡಿಸಿಡು. **Col-lā'tiŏn**, *n.* ಸರಿನೋಡುವುದು, "ಮೋಕಾಬಿಲೆ"; 2. ಫಲಾಹಾರ. **Col-lā'tŏr**, *n.* ಸರಿನೋಡುವವ, "ಮೋಕಾಬಿಲೆ" ಮಾಡುವವ.

Col-lat'ĕr-al, *a.* ಬಾಜುಬಾಜಿಗೆ ತಾಗುವಂಥ, ಉತ್ತರವಿರುವ; 2. ಸಂಬಂಧಕಾರಕ; c. relations ಸಗೋತ್ರದವರು, ದಾಯಾದಿಗಳು.

Col'lēague (-lēg), *n.* ಸಹೋದ್ಯೋಗಸ್ಥ, ಜತೆ ಕೆಲಸದವ.

Col'lect, *n.* ಸಂಕ್ಷೇಪ ಪ್ರಾರ್ಥನೆ.

Col-lect', *v. t. r.* ಕೂಡಿಸು, ಸಂಗ್ರಹಿಸು; (an army) ದಂಡು ಕಟ್ಟು; 2. ತರ್ಕ ಕಟ್ಟು, ನೆನಸು; c. one's self ತಳಾರಿಸಿಕೊಳ್ಳು, ಸಂಪ್ರಾಣಿಸಿಕೊಳ್ಳು, ಸಮಾಧಾನ ಮಾಡಿಕೊಳ್ಳು. *v. i. r.* ಕೂಡು, ಒಟ್ಟಾಗು. **Col-lec'ted**, *a.* ಭಯಾದಿಗಳನ್ನು ನೀಗಿ ತಪ್ಪರಿಸಿಕೊಂಡ, ಸಮಾಧಾನವುಳ್ಳ. **Col-lec'ted-ness**, *n.* ದೃಢ, ಸಮಾಧಾನ. **Col-lec'tiŏn**, *n.* ಕೂಡಿಸುವುದು; 2. ಒಟ್ಟಿಲ, ಸಮೂಹ; 3. "ವಸೂಲು", ವಂತಿಗೆ, "ಜಮೆ", ಸಂಗ್ರಹ; 4. ಪಟ್ಟಿ. **Col-lec'tive**, *a.* ಸಮುದಾಯಿಕ, ಒಂದುಗೂಡಿದ; c. noun ಸಂಘವಾಚಕನಾಮ; c. fruit (*bot.*) ಸಮಾಸಿಕ ಫಲ. **Col-lec'tŏr**, *n.* ಕೂಡಿಸುವವ, ಜಮೆ ಮಾಡುವವ; 2. "ಕಲೆಕ್ಟರ್". **Col-lec'tŏr-āte**, *n.* "ಜಿಲ್ಲಾ", "ತುಕಡಿ". **Col-lec'tŏr-ship**, *n.* "ವಸೂಲಾಯತೀ ಹುದ್ದೆ", "ತುಕಡೀ" ಅಧಿಕಾರ.

Col'lege, *n.* ವಿದ್ಯಾಶಾಲೆ. **Col-lē'gi-an**, *n.* ವಿದ್ಯಾಶಾಲೆಯಲ್ಲಿರುವವ; 2. ಸಹವಿದ್ಯಾರ್ಥಿ. **Col-lē'gi-āte**, *a.* ವಿದ್ಯಾಖಾತೆಯ.

Col-līde' with, *v. i. r.* ಒಂದಕ್ಕೊಂದು ತಗಲು, ಬಡಿದಾಡು. **Col-li'siŏn** (-lizh'un), *n.* ತಗಲುವಿಕೆ, ಬಡಿದಾಟ, ಸಂಘರ್ಷಣೆ.

Coll'iĕr (kol'yĕr), *n.* ಕಲ್ಲಿದ್ದಲು ಅಗಿಯುವವ; 2. ಕಲ್ಲಿದ್ದಲ ವರ್ತಕ; 3. ಕಲ್ಲಿದ್ದಲ ಹಡಗ. **Coll'iĕr-y**, *n.* ಕಲ್ಲಿದ್ದಲಿನ ಖನಿ, —ವ್ಯಾಪಾರ.

Col'lō-cāte, *v. t. r.* ಕ್ರಮದಲ್ಲಿಡು. **Col-lō-cā'tiŏn**, *n.* ಕ್ರಮದಲ್ಲಿಡುವುದು.

Col'lō-quy, *n.* ಸಂಭಾಷಣೆ, ಸಲ್ಲಾಪ. **Col-lō-cū'tŏr**, *n.* ಸಂಭಾಷಿ. **Col-lō'qui-al**, *a.* ಸಂಭಾಷಣೆಯ, ರೂಢಿಯಾದ.

Col-lude', *v. i. r.* ಒಳಸಂಚು ಮಾಡು. **Col-lu'siŏn** (-zhun), *n.* ಒಳಸಂಚು (*S. C.*), ಕಪಟ (*S. M.*), ಮೋಸ, ತಕ್ಕ, "ದಗೆ". **Col-lu'sive**, *a.* ಒಳಸಂಚಿನ, ವಂಚನೆಯುಳ್ಳ, ಕೃತ್ರಿಮವಾದ. -**ly**, *ad.* ಒಳಸಂಚು ಮೂಲಕವಾಗಿ.

Col-lyr'i-um, *n.* ಅಂಜನ, ಕಾಡಿಗೆ.

Col'ō-cynth, *n.* (*Citrullus colocynthis*) ಹಾವುಮೆಕ್ಕೆ ಬಳ್ಳಿ, ದೊಡ್ಡ ಹಾಲ್ಮಕ್ಕಿ ಬಳ್ಳಿ (*My.*).

Cō'lon, *n.* ಅಪೂರ್ಣ ವಿರಾಮಚಿಹ್ನೆ (:), ಗೂಢಕ ಚಿಹ್ನೆ; 2. ದೊಡ್ಡ ಕರುಳು.

Co'lo-nel (kĕr'nel), *n.* ಪಟ್ಟಾಳದ ಅಧಿಪತಿ, "ಕರ್ನೆಲ್". [ಕಂಬ.

Col-on-nāde', *n.* ಕಂಬದ ಸಾಲು, ಸಾಲು

Col'o-ny, *n.* ವಸ್ತಿ, ವಸಾಹತ, ಗುಡಿಕಟ್ಟು. **Co-lō'ni-al**, *a.* ವಸಾಹತಸಂಬಂಧವಾದ. **Col-o-nī-sā'tiŏn**, *n.* ವಸ್ತಿಯಾಗುವಿಕೆ. **Col'o-nīse**, *v. t. r.* ವಸ್ತಿ ಮಾಡು, ವಸಾಹತಮಾಡು. **Col'o-nist**, *n.* ಸ್ವದೇಶ ಬಿಟ್ಟು ಅನ್ಯದೇಶದಲ್ಲಿ ನೆಲೆಗೊಂಡವ.

Col'o-phon (-fon), *n.* ಗ್ರಂಥವನ್ನು ಬರೆದ ಸಂವತ್ಸರ ಮಾಸಾದಿ ಸೂಚನೆ.

Ꞓŏl-ŏri′fic, *a.* ಬಣ್ಣ ಕೊಡುವ, ಬಣ್ಣ ಅದ್ದಿದ.

Ꞓo-los′sus, *n.* ಒಂದು ದೊಡ್ಡ ಪ್ರತಿಮೆ. **Ꞓo-los′sal**, *a.* ಬಹಳ ದೊಡ್ಡ.

Ꞓo-los′trum, *n.* ಮಡಿಹಾಲು, ಗಿಣ್ಣದ ಹಾಲು.

Ꞓŏl′ŏur, *n.* ಬಣ್ಣ, ರಂಗು; ೨. ವೇಷ, ನೆವ; 3. ತರ; *pl.* "ನಿಶಾನಿ". *v.t.r.* ಬಣ್ಣ ಹಾಕು; nail c.s to mast ಹಟ ಹಿಡಿ; show one's c.s ನಿಜಸ್ವರೂಪ ತೋರಿಸು. **Ꞓŏl′ŏur-able**, *a.* ನೆವವುಳ್ಳ; ೨. ಶೃಂಗರಿಸಿದ. **Ꞓŏl′ŏur-blīnd**, *a.* ನಾನಾ ವರ್ಣಗಳನ್ನು ವಿವರಿಸಿ ತಿಳಿಯಲಾರದ ದೃಷ್ಟಿಮಂದ. **Ꞓŏl′ŏured (-ĕrd)**, *a.* ಬಣ್ಣದ; c. people ಕರೇ ಜನರು. **Ꞓŏl′ŏur-less**, *a.* ಬಣ್ಣವಿಲ್ಲದ.

Ꞓōl′pōr-teur (-tĕr), *n.* ಮನೆಮನೆಗೆ ಕೊಂಡು ಹೋಗಿ ಪುಸ್ತಕಗಳನ್ನು ಮಾರುವವ, ಧರ್ಮಸಂಬಂಧದ ಪುಸ್ತಕಗಳನ್ನು — —. **Ꞓōl′pōr-tāġe**, *n.* ಪುಸ್ತಕಮಾರಾಟ.

Ꞓōlt, *n.* ಕುದುರೇ ಮರಿ. **Ꞓōl′tish**, *a.* ತುಂಟ.

Ꞓōl′tĕr, *n.* ನೇಗಿಲ ಗುಳ.

Ꞓol′umn (-um), *n.* ದುಂಡು ಕಂಬ; ೨. ಸ್ತಂಭಾಕಾರ ವಸ್ತು; 3. ಸಿಪಾಯರ ಸಾಲು; 4. ಪಾನಿನ ಭಾಗ —ಖಾನಿ.

Ꞓō′ma, *n.* ಮೋಹಾಲಸ್ಯ, ಮೂರ್ಛೆ. **Ꞓom′a-tōṣe**, *n.* ನಿದ್ರಾಲಸ, ಮೂರ್ಛಿತ.

Ꞓō′māte, *n.* ಜತೆಗಾರ.

Ꞓōmb (kōm), *n.* ಆಣಿಗೆ, ಹಣಿಗೆ, ಬಾಚಣಿಗೆ; (narrow with long teeth) ಸೀರಣಿಗೆ; ೨. ಹುಂಜದ ಜುಟ್ಟು; 3. (honeycomb) ಜೇನುತೊಟ್ಟಿ, —ಕೊಡ; 4. (loom) ತಟ್ಟು. *v.t.r.* ಬಾಚು, ಹಿಕ್ಕು.

Ꞓŏm′bat, *v. i. & i. r.* ಕಾದಾಡು, ಯುದ್ಧಮಾಡು, ವಿರೋಧಿಸು. *n.* ಯುದ್ಧ, ಜಗಳ; single c. ದ್ವಂದ್ವಕಾಳಗ. **Ꞓŏm′ba-tant**, *n.* ಯುದ್ಧ ಮಾಡುವವ, ಮಲ್ಲ, ವೀರ, ಕಾದಾಳು. **Ꞓom′bat-ive**, *a.* ಜಗಳಗಂಟಿಯಾದ.

Ꞓom-bīne′, *v.t.r.* ಜೋಡಿಸು, ಒಂದಾಗಿ ಕೂಡಿಸು. *v.i.* ಕೂಡು, ಒಂದಾಗು. **Ꞓom-bi-nā′-tiŏn**, *n.* ಸಂಯೋಗ, ಸೇರಿಕೆ, ಸಮ್ಮೇಳನ, ಸಂಧಿ.

Ꞓom-bus′ti-ble, *a.* ಬೇಗ ಬೆಂಕಿ ಹತ್ತಿಕೊಳ್ಳುವ, ಉರಿಯತಕ್ಕ, ಸುಡತಕ್ಕ, ದಹ್ಯ, ಜ್ವಾಲಾಗ್ರಾಹಿ; ೨. ಮುಂಗೋಪಿ. **Ꞓom-bus-ti-bil′i-ty**, *n.* ಉರಿಯುವ ಗುಣ, ಬೇಗ ಬೆಂಕಿ ಹತ್ತಿಕೊಳ್ಳುವ ಗುಣ, ದಹ್ಯತ್ವ. **Ꞓom-bus′tiŏn**, *n.* ಉಷ್ಣವಿಕಸನ, ದಹನ, ಅಗ್ನಿನಾಶ.

Ꞓŏme, *v. i. ir.* (cāme, ꞓŏme) ಬರು; ೨. ತಲಪು, ಮುಟ್ಟು; 3. ಸಂಭವಿಸು; to come (*as*, times to c.) ಮುಂದಿನ, ಬರುವ; c. about ಆಗು, ಸಂಭವಿಸು, ತಿರುಗು; c. after ಹಿಂದೆ ಬರು, ಈಸಿಕೊಳ್ಳಲಿಕ್ಕೆ ಬರು, ...ರ ಸಲುವಾಗಿ ಬರು; c. at ಮುಟ್ಟು, ಕವಿ; c. away ಬಿಟ್ಟುಬರು; c. by ಹೊಂದು, ದೊರಕಿಸಿಕೊಳ್ಳು; c. down ಪರಂಪರೆ ಬರು, ತಗ್ಗಿಸಲ್ಪಡು; c. down upon ಗದರಿಸು; c. down with ಸಲಾಯಿಸು; c. forward ಮುಂದೆ ಬರು; c. home ಹತ್ತು, ಮನಸಿಗೆ ಹತ್ತು, —ತಾಗು, (ಲಂಗರ) ಬಿಚ್ಚು; c. in ಒಡಂಬಡು, ರೂಢಿಯಾಗು; c. in for ಪಾಲು ಬೇಡು; c. into world ಜನನಕ್ಕೆ ಬರು; c. near ಸರಿಬೀಳು; c. of ...ಇಂದ ಹುಟ್ಟು, ಹುಟ್ಟಿರು; c. of with ಕೂಡು; c. off ತಪ್ಪಿಸಿಕೊಳ್ಳು, ಪಾರಾಗು, ಸಂಭವಿಸು; c. on ಮುಂದರಿ, ಮುಂದಕ್ಕೆ ಸಾಗು; c. out ಬೈಲಿಗೆ ಬರು, ಫಲವಾಗು; c. out with ಅನ್ನು, ಉಸುರು; c. over (ಒಂದು ಸ್ಥಳ ಅಥವಾ ಪಕ್ಷದಿಂದ ಮತ್ತೊಂದಕ್ಕೆ) ಬರು, ಭೆಟ್ಟಿ ಇಳಿ; c. short ಕಡಿಮೆಯಾಗು, ತಪ್ಪು; c. to ಒಡಂಬಡು, (ಇಂತಿಷ್ಟು) ಆಗು, ಮೂರ್ಛೆತಿಳಿ, ಚೇತರಿಸಿಕೊಳ್ಳು; c. to an end ಅಂತ್ಯವಾಗು; c. to a point ಮೊನಚಾಗಿ ಬರು; c. to light ಬಹಿರಂಗವಾಗು; c. to blows ಅಡಿತಡಿಮಾಡು, ಹೊಡದಾಡಿಕೊಳ್ಳು; c. to pass ಆಗು, ಸಂಭವಿಸು; c. up ಒಟ್ಟಿಗೆ ಬರು, ಸಮೀಪಿಸು; c. upon ಮೇಲೆ ಬೀಳು. **Ꞓŏm′iṅg**, *prep.* ಬರುತ್ತಾ. *n.* ಬರುವಿಕೆ, ಆಗಮನ, ಬರವು.

Ꞓom′e-dy, *n.* ಹಾಸ್ಯರಸದ ನಾಟಕ. **Ꞓom-ē′di-an**, *n.* ನಾಟಕಗಾರ.

Ꞓŏme′ly, *a.* ಸುಂದರ, ಅಂದವಾದ, ಯೋಗ್ಯ. **Ꞓŏme′li-ness**, *n.* ಸೊಗಸು, ಅಂದ, ಚೆಲುವು, ಲಾವಣ್ಯ.

Ꞓŏm-es′ti-bles, *n. pl.* ತಿನಿಸು.

Ꞓom′et. *n.* ಬಾಲನಕ್ಷತ್ರ, ಬಾಲಚುಕ್ಕಿ, ಧೂಮಕೇತು, ತೋಕೆ ಚುಕ್ಕಿ.

Ꞓŏm′fit, *n.* ಮಿಠಾಯಿ.

Ꞓŏm′fŏrt (-fĕrt), *n.* ಸಮಾಧಾನ, ಆದರಣೆ, ಸುಖ. *v.t.r.* ಸಂತವಿಸು, ಸಮಜಾಯಿಸು, ಸಮಾಧಾನ ಹೇಳು *c. d.*, ಆದರಿಸು, ಸುಧಾರಿಸು. **Ꞓŏm′fŏrt-a-ble**, *a.* ಸುಖದ, ಸುಖವಾದ, ಆದರಣೆಯುಳ್ಳ, ಸ್ವಸ್ಥ. **Ꞓŏm′fŏrt-er**, *n.* ಸಮಾಧಾನ ಪಡಿಸುವವ, ಸಂತಯಿಸುವವ; ೨. ಪವಿತ್ರಾತ್ಮ; 3. ಕೊರಳಿಗೆ ಸುತ್ತಿಕೊಳ್ಳುವ ಉಣ್ಣೆಯ ವಸ್ತ್ರ. **Ꞓŏm′fŏrt-less**, *a.* ಆದರಣೆಯಿಲ್ಲದ, ಸುಖವಿಲ್ಲದ.

Com'ic, Com'i-cal, *a.* ಹಾಸ್ಯರಸವುಳ್ಳ, ಹಾಸ್ಯಕರ, ಚೋದ್ಯ, ನಗಚೇಷ್ಟೆಯ. **Com-i-cal'i-ty,** *n.* ಹಾಸ್ಯಕರವಾಗಿರುವಂಥಾದ್ದು, ನಗಚೇಷ್ಟೆ. **Com'i-cal-ly,** *ad.* ಹಾಸ್ಯಕರವಾಗಿ, ವಿಕಾರವಾಗಿ.

Cŏm'i-ty, *n.* ಮರ್ಯಾದೆ, ಸಭ್ಯಸ್ತಿಕೆ.

Com'ma, *n.* ಅಲ್ಪವಿರಾಮಚಿಹ್ನೆ (,).

Com-mand' *or* **-mänd',** *n.* ಅಪ್ಪಣೆ; 2. ಅಧಿಕಾರ. *v. i. r.* ಆಜ್ಞಾಪಿಸು, ಅಪ್ಪಣೆ ಕೊಡು; 2. ಅಧಿಕಾರ ನಡಿಸು; to c. respect ಸದ್ವರ್ತನೆಯಿಂದ ಸನ್ಮಾನ್ಯನಾಗು. **Com-man-dant',** *n.* "ಫೌಜಿನ" ಅಧಿಕಾರಿ, "ಕಿಲ್ಲೇದಾರ". **Com-man'dĕr,** *n.* "ಫೌಜಿನ" ಅಧಿಪತಿ; 2. ಹಡಗದ ಮುಖ್ಯಸ್ಥ. **Com-man'dĕr-in-chief,** *n.* ಶಿರಃಸೇನಾನಿ, ಸರ್ವಸೈನ್ಯಾಧಿಪತಿ. **Com-mand'iṅg,** *a.* ಅಧಿಕಾರವುಳ್ಳ, ಮೇಲಿರುವಂಥ, ಸಂಭಾವಿತ. **Com-mand'ment,** *n.* ಆಜ್ಞೆ, ಅಪ್ಪಣೆ, ಅಣತಿ.

Com-man-dēer', *v. t. r.* ಬಿಟ್ಟಿಗೆ ಹಿಡಿ; 2. ಸರಕಾರಿ ಚಾಕರಿಗೆ ತಕ್ಕೊಳ್ಳು.

Com-man'do, *n.* ದಳಭಾಗ, ಸೈನ್ಯಾಂಗ.

Com-mem'ō-rāte, *v. t. r.* ಸ್ಮರಣೋತ್ಸವ ಮಾಡು, ನೆನಪಿಗಾಗಿ ಆಚರಿಸು. **Com-mem-ō-rā'tiŏn,** *n.* ಸ್ಮರಣೋತ್ಸವ. **Com-mem'-ō-ra-tive, -ra-tŏr-y,** *a.* ನೆನಪಿಗೆ ತರುವಂಥ, ಸ್ಮಾರಕ.

Com-mence', *v. t. r.* (*pr.* -menst') ಪ್ರಾರಂಭಿಸು, ಎಸಗು, ಆರಂಭ ಮಾಡು. *v. i.* ಆರಂಭವಾಗು, ಸುರುವಾಗು, ತೊಡಗು. **Com-mence'ment,** *n.* ಆರಂಭ, ಆದಿ, ಚೂಣಿ.

Com-mend', *v. t. r.* ಒಪ್ಪಿಸಿಕೊಡು; 2. ಕೊಂಡಾಡು, ಹೊಗಳು; 3. "ಶಿಫಾರಸು" ಮಾಡು; 4. ನೆನಪಿಗೆ ತರು. **Com-men'da-ble,** *a.* ಹೊಗಳತಕ್ಕ, ಕೊಂಡಾಡತಕ್ಕ, "ಶಿಫಾರಸು" ಮಾಡತಕ್ಕ. **Com-men'da-bly,** *ad.* ಹೊಗಳತಕ್ಕ ರೀತಿಯಿಂದ, ಹೊಗಳುವ ಹಾಗೆ. **Com-men-dā'tiŏn,** *n.* ಹೊಗಳಿಕೆ, ಸ್ತುತಿ; 2. ಪ್ರೀತಿಯ ವರ್ತಮಾನ. **Com-men'dā-tŏr-y,** *a.* ಕೊಂಡಾಡುವ, ಸ್ತುತಿ ಮಾಡುವ, "ಶಿಫಾರಸಿನ".

Com-men'sū-ra-ble, *a.* ಒಂದೇ ಅಳತೆಯಿಂದ ಅಳತೆ ಮಾಡತಕ್ಕ; 2. ಒಂದೇ ಸಂಖ್ಯೆಯಿಂದ ಭಾಗ ಹೋಗುವಂಥ. **Com-men'sū-rāte,** *a.* ಸಮಾನ ಪರಿಮಾಣವುಳ್ಳ. **Com-men-sū-rā'tiŏn,** *n.* ಸಮಾನ ಅಳತೆ, — ಪರಿಮಾಣವುಳ್ಳದ್ದಾಗಿರೋಣ.

Com-ment', *v. t. r.* ವಿವರಿಸು, ಟೀಕಿಸು. **Com'ment,** *n.* ಟೀಕು, ವಿವರ. **Com'men-tar-y,** *n.* ಟೀಕು, ವ್ಯಾಖ್ಯಾನ, ಭಾಷ್ಯ. **Com-men'tā-tŏr,** *n.* ಟೀಕುಗಾರ, ಭಾಷ್ಯಗಾರ, ವ್ಯಾಖ್ಯಾನಿ.

Com'mĕrce, *n.* ವ್ಯಾಪಾರ; 2. ಲೋಕಸಂಸರ್ಗ, ಪ್ರಪಂಚ, "ವಹಿವಾಟು". **Com-mĕr'cial,** *a.* ವ್ಯಾಪಾರದ, ವ್ಯಾಪಾರ ನಡಿಸುವ. **Com-mĕr'-cial-ly,** *ad.* ವ್ಯಾಪಾರಸಂಬಂಧವಾಗಿ, ವ್ಯಾಪಾರ ರೀತಿಯಿಂದ.

Com-miṅ'gle, *v. i. r.* ಕಲಬೆರಿಕೆಯಾಗು, ಮಿಶ್ರವಾಗು.

Com-mis̱'ĕr-āte, *v. t. r.* ಕನಿಕರಿಸು, ಕರುಣಪಡು, ಸಹತಾಪಗೊಳ್ಳು *c. d.* **Com-mis̱-ĕr-ā'tiŏn,** *n.* ಕನಿಕರ, ಸಹತಾಪ.

Com'mis-sar-y, *n.* ದಂಡಿನ "ಮೋತೀಖಾನೆ" ಬಕ್ಷಿ, "ಮೊಕ್ತಿಯಾರ" ಪಡೆದವನು. **Com-mis-sā'ri-at,** *n.* ದಂಡಿಗೆ "ಸರಬರಾಯಿ" ಮಾಡುವ "ಹುದ್ದೆ".

Com-mis'siŏn (-mish'un), *n.* ಮಾಡೋಣ; 2. "ಮೊಕ್ತಿಯಾರನಾಮೆ"; 3. ಅಧಿಕಾರ; 4. "ಪಂಚಾಯತಿ"; 5. "ಹವಾಲೆ"; 6. "ದಲಾಲಿ". *v. t. r.* ಅಧಿಕಾರ ಕೊಡು, "ಹವಾಲೆ" ಮಾಡು; 2. "ಮೊಕ್ತಿಯಾರಿ" ಕೊಟ್ಟು ಕಳುಹಿಸು. **Com-mis'siŏn-ĕr,** *n.* "ಮೊಕ್ತಿಯಾರ"; 2. ಅಧಿಕಾರಸ್ಥ.

Com-mit', *v. t. r.* (-mit'ted) ಮಾಡು; c. to ಕೈಯಲ್ಲೊಪ್ಪಿಸು, "ಹವಾಲೆ" ಮಾಡು, ಒಪ್ಪಿಸಿಕೊಡು; 2. ಗಂಡಾಂತರಕ್ಕೆ ಗುರಿಮಾಡು; c. to memory ಬಾಯಿಪಾಠ ಮಾಡು.

Com-mit'ment, Com-mit'tal, *n.* ಸೆರೆಯಲ್ಲಿ ಇಡುವದು; 2. ಮಾಡೋಣ. **Com-mit'tēe,** *n.* ಅಧಿಕಾರಸಭೆ; 2. "ಪಂಚಾಯತ" ಸಭೆ; 3. ನಾಯಕಸಭೆ. **Com-mit'tĕr,** *n.* ಮಾಡುವವ.

Com-mix', *v. t. r.* ಮಿಶ್ರಮಾಡು, ಕಲಸು.

Com-mix'tūre, *n.* ಬೆರಿಕೆ, ಮಿಶ್ರಣ.

Com-mode', *n.* ಶೌಚಾಸನ; 2. ಕಣಕಣಗಳಿರುವ ಪೆಟ್ಟಿಗೆ, "ಬ್ಯೂರೊ". **Com-mō'di-ŏus,** *a.* ತಕ್ಕ, ಅನುಕೂಲ, ಉಪಯುಕ್ತ, ಅಚ್ಚುಕಟ್ಟಾದ.

Com-mod'i-ty, *n.* ಜಿನಸು, ಜೀನಸು, ದಿನಸು, ಸರಕು.

Com'mō-dōre, *n.* ನೌಕಾಸೇನಾಭಾಗದ ನಾಯಕ.

Com'mŏn, *a.* ವಾಡಿಕೆಯಾದ, ಸಾಧಾರಣ, ಸಮಾನ, ಹುದುವಿನ, ಸಾರ್ವಜನಿಕ; very c. ಕಾಲಕಸ; c. gender ಪುಂಸ್ತ್ರೀಲಿಂಗ; c. measure ಅಪವರ್ತನ; greatest c. measure ಮಹತ್ತಮ ಅಪವರ್ತನ, ದೃಢಭಾಜಕ; c.

multiple ಅಪವರ್ತ್ಯ; least c. measure ಲಘುತಮ ಅಪವರ್ತ್ಯ; c. noun ರೂಢನಾಮ; c. sense ಬುದ್ಧಿ, ವಿವೇಕ. *n.* ಮೈದಾನು, ತುರುಮಂದಿ. **Ꞓom'mon-al-ty**, *n.* ಸಾಧಾರಣ ಜನರು. **Ꞓom'mon-ĕr**, *n.* ಸಾಮಾನ್ಯನು; 2. "ಪಾರ್ಲಿಮೆಂಟ್" ಎಂಬ ಸಭೆಯ ಕೀಳ್ಮನೆಯವ. **Ꞓom'mons**, *n. pl.* "ಪಾರ್ಲಿಮೆಂಟ್" ಎಂಬ ರಾಜಸಭೆಯ ಕೀಳ್ಮನೆ ಅಂದರೆ ಪ್ರಜೆಗಳು ನೇಮಿಸಿದ ಪ್ರತಿನಿಧಿಗಳು; short c.s ಕಡಿಮೆ ಆಹಾರ.

Ꞓom'mŏn-plāce, *a.* ಕೇವಲ ಸಾಧಾರಣ, ಹೊಸದೂ ವಿಶೇಷವೂ ಅಲ್ಲದ.

Ꞓom'mŏn-wealth (-welth), *n.* ಪ್ರಜಾಪ್ರಭುತ್ವ, ಜನನಾಯಕರಾಜ್ಯ.

Ꞓom-mō'tiŏn, *n.* ಕಲಹ; 2. ಗಾಬರಿ, ಕಳವಳ.

Ꞓom-mūne', *v. i. r.* (with) ...ನ್ನು ಮಾತಾಡಿಸು, ಕೂಡ ಸಂಭಾಷಣೆ ಮಾಡು, ಸ್ನೇಹಭಾವದಿಂದ ಮಾತಾಡು; 2. ಕರ್ತನ ಭೋಜನ ಹೊಂದು. **Ꞓom'mūne**, *n.* ಸಮಾಜ, ಸಭೆ, ಪ್ರಜೆ. **Ꞓom-mū'nal**, *a.* ಸಾಮಾಜಿಕ. **Ꞓom'mū-nal-ism**, *n.* ಸಂಘಶಾಸನ ಕಾಂಕ್ಷೆ.

Ꞓom-mū'ni-ēāte (to), *v. t. r.* ತಿಳಿಸು; 2. ಕೊಡು. *v. i. r.* ಕರ್ತನ ಭೋಜನ ಹೊಂದು; c. with ಪಾಲು ತಕ್ಕೊಳ್ಳು; 2. ಸಂಸರ್ಗದಲ್ಲಿರು, ಮಾತಾಡು, "ವಹಿವಾಟು" ಮಾಡು. **Ꞓom-mū'ni-ea-ble**, *a.* ಹೇಳತಕ್ಕ, ತಿಳಿಸತಕ್ಕ; 2. ಕೊಡತಕ್ಕ. **Ꞓom-mū'ni-eant**, *n.* ಕರ್ತನ ಭೋಜನ ಹೊಂದುವವ. **Ꞓom-mū-ni-eā'tiŏn**, *n.* ತಿಳಿಸೋಣ, ಸಂಭಾಷಣೆ, "ವಹಿವಾಟು", ಸಂಸರ್ಗ; 2. ಮಾರ್ಗ; 3. ಸುದ್ದಿ. **Ꞓom-mū'ni-eā-tive**, *a.* ಸರಳ, ಮರ್ಮವಿಲ್ಲದ, ಒಡಕಬಾಯಿಯುಳ್ಳ.

Ꞓom-mūn'iŏn (-yan), *n.* ಬಳಿಕೆ, ಹೊಕ್ಕುಬಳಿಕೆ, ಐಕ್ಯ; 2. ಭಕ್ತರ ಐಕ್ಯ; 3. ಮತಭೇದ; 4. ಕರ್ತನ ಭೋಜನದ ಆಚರಣೆ.

Ꞓom-mū-ni'qué, *n.* ಸಮಾಚಾರ, ತಿಳಿಸೋಣ.

Ꞓom'mū-nism, *n.* ಆಸ್ತಿಪಾಸ್ತಿ ಸರಿ ಹಸುಗೆಯಿಂದ ಅನುಭವಿಸಬೇಕೆಂಬ ಮತ.

Ꞓom-mū'ni-ty, *n.* ಸಂಗಬಳಿಕೆ; 2. ಸಭೆ, ಒಂದೇ ಜಾತಿಯವರು; 3. ಪ್ರಜೆ.

Ꞓom-mūte', *v. t. r.* ಬದಲಾಯಿಸು, ಬದಲಿಸು. **Ꞓom-mū'ta-ble**, *a.* ಅದಲುಬದಲು ಮಾಡತಕ್ಕ, ಬದಲಾಯಿಸತಕ್ಕ. **Ꞓom-mū-tā'tiŏn**, *n.* ಬದಲಾಯಿಸುವಿಕೆ; 2. ದೊಡ್ಡ ಶಿಕ್ಷೆ ತೆಗೆದು ಅಲ್ಪ ಶಿಕ್ಷೆ ಕೊಡುವುದು.

Ꞓom'paet, *n.* ಒಡಂಬಡಿಕೆ, "ಕರಾರು".

Ꞓom-paet', *a.* ಗಟ್ಟಿಯಾದ, ಅಚ್ಚುಕಟ್ಟಾದ; 2. ಸಂಕ್ಷೇಪ. *v. t. r.* ಗಟ್ಟಿ ಮಾಡು, ಅಮರಿಸು. **Ꞓom-paet'ness**, *n.* ಅಚ್ಚುಕಟ್ಟು.

Ꞓom-pan'iŏn, *n.* ಜೊತೆಗಾರ, ಸಂಗಾತಿ, ಸಂಗಡಿಗ. **Ꞓom-pan'iŏn-able**, *a.* ಸಲಿಗೆಯುಳ್ಳ, ಸಂಗತಿ ಮಾಡತಕ್ಕ. **Ꞓom-pan'iŏn-ship**, *n.* ಸಹವಾಸ, ಜೊತೆ, "ಬಿರಾದಾರಿ". **Companion-way**, *n.* ಹಡಗಿನ ಅಂತಸ್ತಿನಿಂದ ಕೋಠಡಿಗೆ ಹೋಗುವ ಸೋಪಾನ.

Ꞓŏm'pa-ny, *n.* ಸಹವಾಸ; 2. ಸಮೂಹ, ಗುಂಪು, ಸಭೆ; 3. ವ್ಯಾಪಾರಸ್ಥರ ಮಂಡಲಿ; 4. ದಂಡಿನ ಒಂದು ಭಾಗ; bear c. ಸಂಗಡ ಇರು, ಸಂಗಡ ಹೋಗು.

Ꞓom-pāre', *v. t. r.* (to) ಹೋಲಿಸು, ಸಾಮ್ಯ ಮಾಡು; (with) ಸರಿ ಹಚ್ಚಿ ನೋಡು. *v. i.* ಹೋಲು, ಈಡಾಗು: this garden is not to be compared to that ಈ ತೋಟ ಅದರ ಮುಂದೆ ಜಕ್ಕಸಿತು. **Ꞓom'par-a-ble**, *a.* ಸಮ, ಈಡು; 2. ಉಪಮಾನ ಮಾಡತಕ್ಕ. **Ꞓom-par'a-tive**, *a.* ಸರಿ ನೋಡಿ ನಿಶ್ಚಯಿಸಿದ; 2. ಸರಿ ನೋಡುವಂಥ; c. degree *(gram.)* ಮಧ್ಯಮತರ. **Ꞓom-par'i-son**, *n.* ಸರಿ ನೋಡೋಣ, ಸಾಮ್ಯ, ಉಪಮೆ; beyond all c. ಉಪಮಾತೀತ, ಅನುಪಮ.

Ꞓom-pärt', *v. t. r.* ವಿಭಾಗಿಸು. **Ꞓom-pärt'-ment**, *n.* ಭಾಗ, ಅಂಕಣ.

Ꞓŏm'pass, *v. t. r.* (*pr.* -'past) ಸುತ್ತಿಕೊಳ್ಳು, ಪ್ರದಕ್ಷಿಣೆ ಮಾಡು; 2. ಮುತ್ತಿಗೆ ಹಾಕು *c. d.*; 3. ಹೊಂದು, ಪಡಕೊಳ್ಳು. *n.* ಸುತ್ತು; 2. ಮೇರೆ; 3. ಇಂಬು, ಸ್ಥಳ, ವಿಸ್ತಾರ; mariner's c. ದಿಕ್ಚಕ್ರ, ನೋಕಾಯಂತ್ರ; *pl.* (-es) a pair of compasses ಕೈವಾರ.

Ꞓom-pas'siŏn (-pash'un), *n.* ಕನಿಕರ, ಕರುಣೆ, ಕಕ್ಕಲಾತೆ, ಕಕ್ಕುಲತೆ. **Ꞓom-pas'siŏn-āte**, *a.* ಕನಿಕರವುಳ್ಳ, ಕರುಣೆಯುಳ್ಳ, ಕಕ್ಕುಲತೆಯುಳ್ಳ; a c. person ಕಾರುಣ್ಯಮೂರ್ತಿ. *v. t. r.* ಕನಿಕರಿಸು, ಕರುಣಿಸು.

Ꞓom-pat'i-ble, *a.* (with) ತಕ್ಕ, ಸರಿಯಾದ, ಯೋಗ್ಯ, ಉಪಯುಕ್ತ. **Ꞓom-pat-i-bil'i-ty**, *n.* ಹೊಂದಿಕೆ, ಯೋಗ್ಯತೆ, ಉಪಯುಕ್ತತ್ವ. **Ꞓom-pat'i-bly**, *ad.* ಯೋಗ್ಯವಾಗಿ.

Ꞓom-pā'tri-ot, *n.* ಸ್ವದೇಶಸ್ಥ.

Ꞓom-pēer', *n.* ಸರಿ ಆಳು, ಸಮಾನಸ್ಕಂಧ, ಈಡು, ಸಂಗಡಿಗ, ಜತೆಗಾರ.

Ꞓom-pel', *v. t. r.* (-pelled') ಬಲವಂತ ಮಾಡು, ನಿರ್ಬಂಧಿಸು, ಜಯಿಸು.

Ꞓom'pend, Ꞓom-pen'di-um, *n.* ಸಂಕ್ಷೇಪ,

ಅಡಕ, ಸಾರಸಂಗ್ರಹವು, ಸಾರಾಂಶ. **Com-pen′-di-ŏus**, *a.* ಸಂಕ್ಷೇಪವಾದ, ಸಾರಸಂಗ್ರಹವಾದ.

Com-pen′sāte, *v. t. r.* ತೆರು, ಬದಲುಕೊಡು, ಸರಿಗೆ ಸರಿ ಮಾಡು, ಈಡು ಕೊಡು; 2. ಈಡಾಗು. **Com-pen-sā′tiŏn**, *n.* ಈಡು, ಪ್ರತಿಫಲ.

Com-pēte′, *v. t. r.* ಮೇಲಾಡು, ಪೋಟಾಪೋಟಿ ಮಾಡು, ಸ್ಪರ್ಧಿಸು, ಹುರುಡಿಸು. **Com-pe-ti′tiŏn** (-tish′un), *n.* ಹಣಗಾಡುವುದು, ಅಹಂಪೂರ್ವಿಕೆ, ಪೋಟಿ, ಹುರುಡು, ಸ್ಪರ್ಧೆ, ಮೇಲಾಟ; to enter into c. ಹಣಗಾಡು. **Com-pet′-i-tŏr**, *n.* ಪೋಟಿಗಾರ, ಹುರುಡುಗಾರ, ಸ್ಪರ್ಧೆ ಮಾಡುವವ.

Com′pe-tence, -ten-cy, *n.* ಯೋಗ್ಯತೆ, "ಲಾಯಖಿ"; 2. ಕಾಲಕ್ಷೇಪಕ್ಕೆ ಸಾಕಷ್ಟು ಬದುಕು. **Com′pe-tent**, *a.* ಯೋಗ್ಯ, ತಕ್ಕ, ತಕ್ಕಷ್ಟು, ಅರ್ಹ, ಸಾಕಷ್ಟು.

Com-pīle′, *v. t. r.* ಅನೇಕ ಗ್ರಂಥಗಳಿಂದ ಸಂಗ್ರಹಿಸಿ ಬರೆ. **Com-pi-lā′tiŏn**, *n.* ಸಂಗ್ರಹ. **Com-pī′lĕr**, *n.* ಸಂಗ್ರಹಿಸಿ ಬರೆದವ. **Com′-pīled**, *a.* ಸಂಗ್ರಹಿಸಿದ.

Com-plā′cence, -plā′cen-cy, *n.* ಪ್ರಸನ್ನತೆ, ಸಭ್ಯತೆ; 2. ಸುಖ, ಸಂತೋಷ. **Com-plā′-cent**, *a.* ಪ್ರಸನ್ನ, ಮೆಚ್ಚಿದ, ಸಂತುಷ್ಟ.

Com-plāin′, *v. t. r.* (...ಸಲುವಾಗಿ) ಶೋಕ ಮಾಡು, ದುಃಖ ತೋರಿಸು. *v. i. r.* (of) ಗುಣುಗುಟ್ಟು; 2. ದೋಷ ಆರೋಪಿಸು, "ಫಿರ್ಯಾದಿ" ಮಾಡು, ದೂರು. **Com-plāin′-ant**, *n.* ವಾದಿ, "ಫಿರ್ಯಾದಿದಾರ", "ಮುದ್ದಯಿ". **Com-plāint′**, *n.* ಗುಣುಗುಟ್ಟುವಿಕೆ, ದುಃಖ; 2. ರೋಗ, ಬೇನೆ; 3. "ಫಿರ್ಯಾದಿ".

Com-plāi-ṣance′ (*or* com′-), *n.* ದಾಕ್ಷಿಣ್ಯ, ಉಪಚಾರ, ಒಲುಮೆ. **Com-plāi-ṣant′**, *a.* ಉಪಚಾರವುಳ್ಳ, ಸಭ್ಯ, ದಾಕ್ಷಿಣ್ಯವುಳ್ಳ, ಒಲವಿನ. **Com-plāi-ṣant′ly**, *ad.* ಸಭ್ಯತೆಯಿಂದ, ಉಪಚಾರದಿಂದ.

Com′ple-ment, *n.* ಪೂರ್ತಿ, ಸಂಪೂರ್ಣತೆ, ಪುರವಣಿ; 2. *(geom.)* ಪೂರಕ. *v. t.* ಪೂರ್ತಿಸು. **Com-ple-men′tary**, *a.* ಪ್ರಪೂರಕ, ಪೂರ್ತಿಕರ.

Com-plēte′ (-plēt′), *a.* ಸಂಪೂರ್ಣ, ಸಾದ್ಯಂತ, ಅಪೂಟ. *v. t. r.* ಸಂಪೂರ್ಣ ಮಾಡು, ಪೂರಯಿಸು, ನೆರವೇರಿಸು. **Com-plē′tiŏn**, *n.* ತೀರುಗಡೆ, ಸಂಪೂರ್ಣತೆ, ಈಡೇರುವಿಕೆ, ನೆರವೇರುವಿಕೆ; 2. *(mus.)* ಮುಕ್ತಾಯ.

Com′plex, *a.* ಅನೇಕ ಭಾಗವುಳ್ಳ, ಸಂಕೀರ್ಣ, ಗೊಂದಲದ, ತೊಡಕಾದ. **Com-plex′i-ty, -plex′ness**, *n.* ಸಂಕೀರ್ಣತೆ, ಸಮ್ಮಿಶ್ರತ್ವ; 2. ಗೊಂದಲ, ತೊಡಕು.

Com-plex′iŏn (-plek′shun), *n.* ಕಲಬೆರಿಕೆ; 2. ಮುಖಛ್ಛಾಯೆ, ಮೈಬಣ್ಣ.

Com-plī′ance, *n.* ಒಪ್ಪಿಕೊಳ್ಳೋಣ, ಸಮ್ಮತಿ; 2. ಅನುಕೂಲತೆ, ವಶವಾಗುವ ಸ್ವಭಾವ, ವಿನಯ. **Com-plī′ant**, *a.* ಅನುಕೂಲಿಸುವ; 2. ವಿಧೇಯವಾದ, ವಿನಯವಾದ.

Com′pli-cāte, *v. t. r.* ಗೊಂದಲದಲ್ಲಿ ಹಾಕು, ಗೊಂದಲಾಗ ಮಾಡು, ಗಲಿಬಿಲಿ ಮಾಡು. *a.* ಗೊಂದಲದ, ತೊಡಕಾದ. **Com′pli-ca-cy.** *n.* ಗೊಂದಲ. **Com-pli-cā′tiŏn.** *n.* ಗೊಂದಲ, ತೊಡಕು.

Com′plice, *n. see* Accomplice. **Com-plic′i-ty**, *n.* ಕೂಡ ಅಪರಾಧಿಯಾಗಿರುವುದು, ಸಂಚಿನಲ್ಲಿರೋಣ.

Com′pli-ment, *n.* ಉಪಚಾರದ ಮಾತು, ಆದರದ ಮಾತು, ಸಲಾಮು, ವಂದನೆ: an idle c. ಬಾಯುಪಚಾರ, ಶುಷ್ಕೋಪಚಾರ. *v. t. r.* ಆದರದಿಂದ ಮಾತಾಡು, ಸ್ತುತಿಸು, ಇಚ್ಛಕವಾಡು. **Com-pli-men′tal**, *a.* ಉಪಚಾರದ, ಇಚ್ಛಕದ. **Com-pli-men′tar-y**, *a.* ಆದರಸತ್ಕಾರವುಳ್ಳ, ಉಪಚಾರವುಳ್ಳ.

Com-plot′, *v. t. r.* (-plot′ted) ಒಳಸಂಚು ಮಾಡು, "ಫಿತೂರಿ"—. **Com′plot**, *n.* ಒಳಸಂಚು, "ಫಿತೂರಿ".

Com-plȳ′ with, *v. i. r.* (-plīed′) ಸಮ್ಮತಿಸು, ಒಪ್ಪಿಕೊಳ್ಳು *c. d.* **Com-plī′ĕr**, *n.* ಸಮ್ಮತಿಸುವವನು.

Com-pō′nent, *a.* ಸೇರಿರುವ. *n.* ಸೇರಿರುವ ಅಂಶ, ಘಟಕತ್ವ, ಅವಯವ.

Com-port′, *v. t. r.* ನಡಕೊಳ್ಳು, ವರ್ತನೆಮಾಡು. *v. i.* (with) ಒಪ್ಪು, ಹೊಂದಿಕೆಯಾಗು. **Com-port′ment**, *n.* ನಡವಳಿಕೆ.

Com-pōṣe′, *v. t. r.* ಕೂಡಿಸು. *pass.* ಕೂಡು, ಉಂಟಾಗು; 2. ರಚಿಸು, ಕವಿತ್ವ ಮಾಡು; 3. ಸುಧಾರಿಸು, ಬಗೆಹರಿಸು; 4. ಅಚ್ಚುಮೊಳೆ ಜೋಡಿಸು. **Com-pō′ṣĕr**, *n.* ಮಾಡುವವ, ರಚನೆಗಾರ.

Com-pōṣed′ (-pōzd′), *a.* ಶಾಂತ, ಸ್ವಸ್ಥ. **Com-pō′ṣed-ly**, *ad.* ಸಮಾಧಾನವಾಗಿ, ಶಾಂತವಾಗಿ, **Com-pō′ṣed-ness**, *n.* ಶಾಂತಿ, ಸಮಾಧಾನ.

Com-po′ṣite, *a.* ಅನೇಕ ಅಂಶಗಳಿಂದ ಮಾಡಿದ. **Com-pō-ṣi′tiŏn**, *n.* ಮಿಶ್ರತೆ; 2. ರಚನೆ, ಪ್ರಬಂಧ; musical c. ಕೃತಿ; 3. *(gram.)* ಸಮಾಸ.

Com-pŏs'i-tŏr, *n.* ಅಚ್ಚುಮೊಳೆ ಕೂಡಿಸುವವ.

Compos mentis, a. ಸ್ಥಿರ ಬುದ್ಧಿಯ.

Com'post, *n.* ಗೊಬ್ಬರ ಬೆರಿಕೆ, ಮಿಶ್ರ.

Com-pō'sure (-zhur), *n.* ಶಾಂತಿ, ಸಮಾಧಾನ, ಸ್ವಸ್ಥತೆ, ಮನಃಸ್ವಾಸ್ಥ್ಯ.

Com-po-tā'tiŏn, *n.* ಕೂಡಾ ಕುಡಿಯುವಿಕೆ.

Com'pound, *n.* ಕಲಬೆರಿಕೆ; 2. *(gram.)* ಸಮಾಸಪದ; 3. ವಟಾರ, ಆವರಣ, ಅಂಗಳ. *a.* ಕಲಬೆರಿಕೆಯಾದ, ಮಿಶ್ರವಾದ, ಸಂಯುಕ್ತ; c. flower *(bot.)* ಸಂಯುಕ್ತ ಪುಷ್ಪ; c. interest ಬಡ್ಡಿಗೆ ಬಡ್ಡಿ, ಚಕ್ರಬಡ್ಡಿ. c. leaf *(bot.)* ಅವಯವಿಪತ್ರ; c. microscope ಜೋಡುಗನ್ನಡಿಯ ಭೂತಗನ್ನಡಿ. Com-pound', *v. t. r.* ಕಲಸು, ಬೆರಸು; 2. ಬಗೆಹರಿಸು. *v. i.* ಒಡಂಬಡು, "ರಾಜಿ"ಯಾಗು. Com'pound-ĕr, *n.* ಔಷಧ ಮಿಶ್ರಮಾಡುವವನು.

Com-pre-hend', *v. t. r.* ಹಿಡಿ, ಅಡಗಿಸಿಕೊಳ್ಳು; 2. ಗ್ರಹಿಸು, ತಿಳಿದುಕೊಳ್ಳು. Com-pre-hen'si-ble, *a.* ತಿಳಿದುಕೊಳ್ಳತಕ್ಕ, ಗ್ರಾಹ್ಯ. Com-pre-hen'siŏn, *n.* ಹಿಡಿಯೋಣ; 2. ತಿಳಿದುಕೊಳ್ಳೋಣ, ತಿಳಿಯುವಿಕೆ. Com-pre-hen'sive, *a.* ಬಹಳ ಹಿಡಿಯುವಂಥ; 2. ಅನೇಕ ಸಂಗತಿಗಳನ್ನು ಒಮ್ಮೆಲೆ ಗ್ರಹಿಸುವ, ಬಹುಗ್ರಾಹಿ. Com-pre-hen'sive-ly, *ad.* ಬಹಳ ಹಿಡಿಯುವಂತೆ.

Com-press', *v. t. r.* (*pr.* -prest') ಒತ್ತು, ಹಿಸಕು, ಅಡಗಿಸು. Com-pres'si-ble, *a.* ಒತ್ತತಕ್ಕ, ಸಂಕೋಚ್ಯ, ಆಕುಂಚಿತವಾಗುವಂಥ; 2. ಅಡಗಿಸತಕ್ಕ. Com-pres'siŏn (-presh'-un), *n.* ಒತ್ತುವಿಕೆ, ಅಡಗುವಿಕೆ, ಆಕುಂಚನ.

Com-prīse', *v. t. r.* ಅಡಗಿಸಿಕೊಳ್ಳು, ಹಿಡಿ, ಗರ್ಭೀಕರಿಸು. Com-prī'sal, *n.* ಅಡಕ.

Com'prō-mīse, *n.* ಒಡಂಬಡಿಕೆ, "ರಾಜಿ", *v. t. r.* ಬಗೆಹರಿಸು, "ರಾಜಿ"ಯಿಂದ ತೀರಿಸು.

Comp-trōl' (kon-trōl'), *v. t. r. see* Control. Comp-trōl'lĕr, *n.* ಕಾರ್ಯಸ್ಥನು; *see* Controller.

Com-pul'siŏn, *n.* ಬಲಾತ್ಕಾರ, ಬಲೋದ್ಬಂಧಿ. Com-pul'sive, Com-pul'sŏr-y, *a.* ಬಲಾತ್ಕರಿಸುವ, ಬಲೋದ್ಬಂಧಿಯುಳ್ಳ, ನಿರ್ಬಂಧಿಸುವ.

Com-punc'tiŏn, *n.* ಮನೋದುಃಖ, ಪಶ್ಚಾತ್ತಾಪ, ಮನಸ್ತಾಪ. Com-punc'tiŏus, *a.* ಪಶ್ಚಾತ್ತಾಪಪಡುವ, ಪರಿತಾಪವುಳ್ಳ.

Com-pūte', *v. t. r.* ಎಣಿಸು, ಲೆಕ್ಕ ಮಾಡು. Com-pū'ta-ble, *a.* ಎಣಿಸತಕ್ಕ, ಲೆಕ್ಕಮಾಡತಕ್ಕ. Com-pū-tā'tiŏn, *n.* ಎಣಿಕೆ, ಲೆಕ್ಕ.

Com'rāde, *n.* ಜತೆಗಾರ, ಸಂಗಡಿಗ, ಸಂಗಾತಿ.

Con, Conn, *v. t.* ಧ್ಯಾನಿಸು; 2. (a lesson) ಬಾಯಿಪಾಠ ಮಾಡು, ಹೇಳಿಕೊಳ್ಳು; 3. ನಾವೆ ನಡಿಸು.

Con, *pref.* ಕೂಡಾ.

Con, *abbr. of* Contra, ಎದುರಾಗಿ; pro and con (for and against) ಅನುಕೂಲ ಮತ್ತು ಪ್ರತಿಕೂಲ.

Con-cam'ĕr-āte, *v. t. r.* ಕಮಾನು ಮಾಡು.

Con-cat'e-nāte, *v. t. r.* ಮಾಲಿಕೆಯಾಗಿ ಜೋಡಿಸು. Con-cat'e-nated, *a.* ಸರಪಣಿಯಂತೆ ಜೋಡಿಸಿದ. Con-cat-e-nā'tiŏn, *n.* ಸರಪಣಿ, ಪರಂಪರೆ, ಮಾಲಿಕೆ.

Con'cāve, *a.* ಒಳಗಡೆ ಬಾಗಿರುವಂಥ, ಒಳಬಾಗಾದ, ಗೋಳಾಂತರದ. *n.* ಡೊಗರು. Con-cav'i-ty, *n.* ಒಳಬಾಗು, ಗೋಳಾಂತರ.

Con-cēal (-cēl'), *v. t. r.* ಬಚ್ಚಿಡು, ಕಣ್ಣಿಗೆ ಮರೆ ಮಾಡಿ ಇಡು, ಮಾಜು, ಮುಚ್ಚು. Con-cēal'ment, *n.* ಬಚ್ಚಿಡುವುದು, ಅಡಗುವಿಕೆ; 2. ಅಂತರಂಗ; 3. ಮರೆ.

Con-cēde', *v. t. r.* ಒಡಂಬಡು, ಒಪ್ಪಿಕೊಳ್ಳು.

Con-cēit', *n.* ಕಲ್ಪನೆ, ಊಹೆ; 2. ಸೊಕ್ಕು, ಅಹಂಕಾರ, ಅಹಮ್ಮತಿ. Con-cēit'ed, *a.* ಅಹಂಕಾರವುಳ್ಳ, ಅಭಿಮಾನವುಳ್ಳ, ಸೊಕ್ಕಿನ; a c. person ಅಹಂಭಾವಿ. Con-cēit'ed-ness, *n.* ಹೆಮ್ಮೆ, ಹಿರಿಯತನ, ಅಭಿಮಾನ, ಸೊಕ್ಕು, ಅಹಂಭಾವ.

Con-cēive', *v. t. r.* ಭಾವಿಸು, ಮನಸ್ಸಿನಲ್ಲಿ ಕಲ್ಪಿಸಿಕೊಳ್ಳು, ಗ್ರಹಿಸು. *v. i.* ಊಹಿಸು, ಗ್ರಹಿಸು. Con-cēiv'a-ble, *a.* ಭಾವಿಸತಕ್ಕ, ಊಹಿಸತಕ್ಕ, ಊಹ್ಯ.

Con-cēive', *v. t.* ಗರ್ಭಧರಿಸು. *v. i.* ಗರ್ಭಿಣಿಯಾಗು. Con-cep'tiŏn, *n.* ಬಸುರಾಗೋಣ, ಗರ್ಭಧಾರಣೆ, ಗರ್ಭೋತ್ಪತ್ತಿ; 2. ಕಲ್ಪನೆ, ಭಾವನೆ.

Con-cen'trāte *or* con'-, *v. t. r.* ಒಂದು ಗೂಡಿಸು, ಕೇಂದ್ರೀಕರಿಸು. Con-cen-trā'tiŏn, *n.* ಒಂದಾಗಿ ಕೂಡೋಣ, ಕೂಡಿಸುವಿಕೆ; 2. (of the mind) ಏಕಾಗ್ರತೆ.

Con-cĕrn', *v. t. r.* ಹತ್ತು, ತಾಕು, ಸಂಬಂಧಿಸು, ವಿಶೇಷವಾಗಿರು; c. one's self about, be concerned about ...ವಿಷಯ ಚಿಂತೆ ಮಾಡು, ಲಕ್ಷ್ಯಕ್ಕೆ ತರು, ಹಲುಬು; what does it c. you? ನಿನಗೇನದರ ಚಿಂತೆ? —ಗೊಡವೆ? —ಸಂಬಂಧ? *n.* ಕಾರ್ಯ, ಕೆಲಸ; 2. ಭಾರ, ವಿಶೇಷ; 3. ಚಿಂತೆ, ಸಂಬಂಧ; 4. ಮಂಡಲಿಯ ಅಂಗಡಿ,

ವ್ಯಾಪಾರ; one's own c. ಸ್ವಯಂಪ್ರಯೋಜನ. Con-cĕrn'ing, *prep.* ಕುರಿತು *c. a.*, ವಿಷಯ *c. g.* Con-cĕrn'ment, *n.* ಕಾರ್ಯ.

Con'cĕrt, *n.* ಒಕ್ಕಟ್ಟು; 2. ಮೇಳ, ವಾದ್ಯ. Con-cĕrt', *v. t. r.* ಒಡಂಬಡು; 2. ಗೊತ್ತು ಮಾಡು, ಉಪಾಯ ಮಾಡು, ಹಂಚಿಕೆ ಮಾಡು.

Con-cĕr-tī'na, *n.* ಒಂದು ರಾಗಮಾಲಿಕೆ, ವಾದ್ಯ.

Con-ces'siŏn (-sesh'un), *n.* ಒಪ್ಪಿಕೊಳ್ಳೋಣ, "ಕಬೂಲಾಗೋಣ"; 2. ರಿಯಾಯಿತಿ; *from* Concede.

Conch, *n.* ಶಂಖ; a c. winding to the right ಬಲಮುರಿಶಂಖ; a c. winding to the left ಎಡಮುರಿ—. Con-choid'al, *a.* ಶಂಖಾಕಾರವುಳ್ಳ. Con-chol'o-gist, *n.* ಶಂಖಪರೀಕ್ಷೆ ತಿಳಿದವನು.

Con-cil'iar, -iar-y, *a.* ಮಂತ್ರಿಸಭೆಯ.

Con-cil'i-āte, *v. t. r.* ಒಲಿಸಿಕೊಳ್ಳು, ಅನುಕೂಲ ಮಾಡು, ಸಮಾಧಾನ ಪಡಿಸು. Con-cil-i-ā'tiŏn, *n.* ಸಮಾಧಾನ, ಸಂಧಾನ, ಸಾಮ. Con-cil'i-ā-tŏr-y, *a.* ಸಮಾಧಾನಭಾವದ, ಸಾಮಭಾವದ.

Con-cīse', *a.* ಸಂಕ್ಷೇಪವಾದ, ಕ್ಲುಪ್ತ. Con-cīse'ment, -ness, *n.* ಸಂಕ್ಷೇಪ.

Con-cis'iŏn (-zh'un), *n.* ಸಂಛೇದನೆ.

Con'clāve, *n.* ಪೋಪನನ್ನು ಆರಿಸಿಕೊಳ್ಳುವ ಸಭೆ; 2. ಇವರ ಆಲೋಚನೆಯ ಕೋಣೆ.

Con-clude', *v. t. r.* ಮುಗಿಸು, ತೀರಿಸು, ಕಡೆ ಮಾಡು; 2. ಕಾರಣದ ಮೇಲೆ ನಿಶ್ಚಯಿಸು, ತರ್ಕಿಸು, ಅನುಮಾನಿಸು, ನಿಶ್ಚಯಿಸು. Con-clu'siŏn (-zhun), *n.* ತೀರುವಿಕೆ, ಮುಕ್ತಾಯ, ಸಮಾಪ್ತಿ; 2. ಕಾರಣದ ಮೇಲೆ ನಿಶ್ಚಯಿಸೋಣ, ಅನುಮಾನ, ನಿರ್ಣಯ; a rash c. ಅವಿಚಾರಿತ ನಿರ್ಣಯ. Con-clu'sive, *a.* ನಿಶ್ಚಯವಾದ, ಸಿದ್ಧಾಂತಪ್ರತಿಪಾದಕ.

Con-coct', *v. t. r.* ಜೀರ್ಣ ಮಾಡು; 2. ಮಾಗಿಸು; 3. ಕಲ್ಪಿಸು. Con-coc'tiŏn, *n.* ಪಕ್ವ; 2. ಜೀರ್ಣ; 3. ಕಲ್ಪನೆ.

Con-com'i-tant, *a.* ಸಂಯುಕ್ತ, ಸಹಿತ, ಸಮೇತ. *n.* ಅನುಸರಿಸಿರುವವನು; 2. ಅನುಸರಿಸುವಂಥಾದ್ದು.

Con'cord (-'kard), *n.* ಒಕ್ಕಟ್ಟು, ಐಕ್ಯ, ಅನುಕೂಲತೆ; 2. *(gram.)* ಶಬ್ದಗಳ ಹೊಂದಿಕೆ, ಅನ್ವಯ. Con-cor'dance, *n.* ಅನುಕ್ರಮಣಿಕಾಗ್ರಂಥ; c. in music ಸಮನ್ವಯ, ಲಯ; 2. ಐಕಮತ್ಯ, ಹೊಂದಿಕೆ. Con-cor'dant, *a.* ಅನುಕೂಲ, ಅನುಗುಣ, ಸಮ.

Con-cor'dat, *n.* ಒಪ್ಪಂದ, "ಕರಾರು".

Con'course (-kōrs), *n.* ಕೂಡಿಬರೋಣ; 2. ಸಂಘ, ಗುಂಪು, ಗೊಂದಣ, ಗೋಂದಲ, ವರಿಸೆ, ಜಂಗುಳಿ. [ಮನ.

Con-cre-mā'tiŏn, *n.* ಸಹದಹನ; 2. ಸಹಗ

Con'crēte, *a.* ಹೆಪ್ಪಾದ, ವಾಸ್ತವಿಕ; c. noun ವಸ್ತುವಾಚಕ. *n.* ವಸ್ತು; 2. ಸಂಮಿಶ್ರವಸ್ತು; 3. ಜಲ್ಲಿ ಮರಳು ಸುಣ್ಣ ಕಲಬೆರಿಕೆ. Con-crēte', *v. i. r.* ಹೆಪ್ಪಾಗು, ಗಟ್ಟಿಯಾಗು. Con-crē'tiŏn, *n.* ಹೆಪ್ಪಾಗೋಣ, ಗಟ್ಟಿಯಾಗೋಣ; 2. ಹೆಪ್ಪು, ಮುದ್ದೆ.

Con'cū-bīne, *n.* ಇಟ್ಟುಕೊಂಡವಳು, ಉಪಪತ್ನಿ, ಮಿಂಡಿ; king's c. ಬಂಗಾರದವಳು. Con-cū'bi-nāge, *n.* ಸ್ತ್ರೀ ಇಟ್ಟುಕೊಂಡಿರೋಣ.

Con-cū'pis-cence, *n.* ಕಾಮವಿಕಾರ, ವಿಷಯಲಂಪಟ್ಯ, ದುಷ್ಕಾಮನೆ. Con-cū'pis-cent, *a.* ಕಾಮಿ, ವಿಷಯಲಂಪಟ.

Con-cur', *v. i. r.* (-curred', *pr.* -kĕrd') ಒಪ್ಪು, ಸಮ್ಮತಿಸು. Con-cur'rence, *n.* ಅನುಕೂಲತೆ, ಸಮ್ಮತಿ. Con-cur'rent, *a.* ಅನುಕೂಲ, ಕೂಡಿದ.

Con-cuss', *v. t. r.* ಬಲವಾಗಿ ಅಲುಗಿಸು; 2. ಹೆದರಿಸು. Con-cus'siŏn (-kush'un), *n.* ಪೆಟ್ಟು, ಕಂಪನೆ, ಅದರು.

Con-demn' (-dem'), *v. i. r.* ತಪ್ಪೆಂದು ಹೇಳು, ತಪ್ಪು ಹೊರಿಸು; 2. ಶಿಕ್ಷೆ ವಿಧಿಸು; 3. ಕೆಲಸಕ್ಕೆ ಬಾರದ್ದೆಂದು ತೀರಿಸು. Con-dem-nā'tiŏn, *n.* ಶಿಕ್ಷಾವಿಧಿ, ತಪ್ಪು ಹೊರಿಸೋಣ. Con-dem'-nā-tŏr-y, *a.* ತಪ್ಪು ಹೊರಿಸುವ, ಶಿಕ್ಷೆ ವಿಧಿಸುವ. Con'demned, *p. a.* ಶಿಕ್ಷೆ ವಿಧಿಸಲ್ಪಟ್ಟ.

Con-den-sā'tiŏn, *n.* ಹೆಪ್ಪುಗೊಳ್ಳೋಣ, ಗಟ್ಟಿಯಾಗುವುದು; (of vapours) ಘನೀಭವನ. Con-dense', *v. t. r.* (*pr.* -denst') ನಿಕಟ ಮಾಡು, ಸಂಕ್ಷೇಪಿಸು; 2. ವಾಯುರೂಪದ ಪದಾರ್ಥಗಳನ್ನು ಅಥವಾ ದ್ರವಾದಿಗಳನ್ನು ಘನರೂಪಕ್ಕೆ ತರು, ಘನೀಭವಿಸು. *v. i.* ನಿಕಟವಾಗು, ಹೆಪ್ಪುಗಟ್ಟು, ಘನವಾಗು, ದಪ್ಪವಾಗು, ಗಟ್ಟಿಯಾಗು. Con-densed', *p. a.* ಘನೀಭವಿಸಿದ, ಸಂಕ್ಷೇಪವಾದ. Con-den'sĕr, *n.* ಘನೀಭವಿಸುವ ಯಂತ್ರ.

Con-de-scend' (-send'), *v. t. r.* ತನ್ನನ್ನು ತಗ್ಗಿಸಿಕೊಳ್ಳು, ದಯೆತೋರಿಸು, ನಿಗರ್ವಿಯಾಗು. Con-de-scend'ing-ly, *ad.* ನಮ್ರತೆಯಿಂದ. Con-de-scen'siŏn, *n.* ದಯ, ನಿಗರ್ವ, ನಮ್ರತೆ.

Con-dīgn' (-dīn'), *a.* ತಕ್ಕ, ಯುಕ್ತ, ಯೋಗ್ಯ (*commonly used with the word* punishment). [ಮೇಲೋಗರ.

Con'di-ment, *n.* ಚಟ್ನಿ, ಕಾರ ಮುಂತಾದ್ದು,

Con-di'tion (-dish'un), *n.* ಸ್ಥಿತಿ, ವಿದ್ಯಮಾನ, ಇರವು; 2. ಶರ್ತ, ಕರಾರು; 3. ದೇಹಸ್ಥಿತಿ, ಮನೋಭಾವ; 4. (rank in society) ದರ್ಜೆ, ವರ್ಗ, ತರ. **Con-di'tiŏn-al,** *a.* ಸೋಪಾಧಿಕವಾದ; 2. ಶರ್ತ ಪ್ರಕಾರವಾದ, ಕರಾರಿನ ಮೇಲಿನ, ಪಕ್ಷಾರ್ಥದ. **Con-di'-tiŏn-al-ly,** *ad.* ಶರ್ತಿನ ಮೇಲೆ.

Con-dōle' with, *v. i. r.* ಪರರ ದುಃಖಕ್ಕೆ ದುಃಖ ತೋರಿಸು, ದುಃಖದಲ್ಲಿರುವವರನ್ನು ಮಾತಾಡಿಸು. **Con-dō'la-tō-ry,** *a.* ಸಹಶೋಕ ತೋರಿಸುವ. **Con-dō'lence,** *n.* ಅನುತಾಪ, ದುಃಖದಲ್ಲಿರುವವರನ್ನು ಮಾತಾಡಿಸೋಣ, ಒಗಪು.

Con-dōne', *v. t. r.* ಮನ್ನಿಸು. **Con-do-nā'tiŏn,** *n.* ಪರಿಹಾರ, ಮನ್ನಿಸುವಿಕೆ.

Con'dor, *n.* ದಕ್ಷಿಣ ಅಮೇರಿಕದಲ್ಲಿರುವ ದೊಡ್ಡ ಹದ್ದು.

Con-dūce', *v. i. r.* (*pr.* -dūst') ಉಪಯೋಗವಾಗು, ಸಹಾಯಕವಾಗು, ನೆರವಾಗು. **Con-dū'cive,** *a.* ಪ್ರಯೋಜಕ, ಸಹಾಯಕ.

Con'duct, *n.* ನಡಿಸೋಣ; 2. ನಡತೆ, ಚಾಳಿ, ಚರ್ಯೆ, ಆಚಾರ; 3. "ರಹದಾರಿ". **Con-duct',** *v. t. r,* ನಡಿಸು, ದಾರಿ ತೋರಿಸು. *v. i.* ನಡಕೊಳ್ಳು. **Con-duc'tive,** *a.* ವಹಿಸುವಂಥ. **Con-duc'tór,** *n.* ಹಾದಿ ತೋರಿಸುವವ, ನಡಿಸುವವ; 2. (*nat. phil.*) ವಾಹಕ, c. of electricity ವಿದ್ಯುದ್ವಾಹಕ; c. of heat ಉಷ್ಣವಾಹಕ.

Cŏn'duit *or* **Con'-** (-dit), *n.* ಒಯ್ಯುವಂಥಾದ್ದು; 2. ಕಾರಂಜಿ, ಕಾಲಿವೆ, ಜಲಮಾರ್ಗ, ನಳ (ನಲ್ಲಾ).

Cōne, *n.* ಬೊಗರಿಯಾಕಾರ; 2. (*geom.*) ಶಂಕು.

Con'essi bärk, *n.* (*Holarrhena antidysenterica, Wall.*) ಕೊಡಸಿಗೆ ಗಿಡದ ತೊಗಟೆ.

Cō'ney, *n. see* Cony.

Con-fab'ū-lāte, *v. t. r.* ಸಂಭಾಷಣೆ ಮಾಡು. **Con-fab-ū-lā'tiŏn,** *n.* ಸಲ್ಲಾಪ, ಮಿತ್ರಾಲಾಪ.

Con'fect, Con-fec'tiŏn, *n.* ಮಿಠಾಯಿ, "ಹಲವಾ". **Con-fec'tiŏn-ary,** *n.* ಮಿಠಾಯಿಗಾರ. **Con-fec'tiŏn-ĕr,** *n.* ಮಿಠಾಯಿಗಾರ, ಶೇವಡಿಗಾರ, "ಹಲವಾಯಿ". -ery, *n.* ಮಿಠಾಯಿಗಳು; 2. ಮಿಠಾಯಿ ಅಂಗಡಿ.

Con-fed'ĕr-āte, *v. t. r.* ಒಪ್ಪಂದ ಮಾಡು, ಒಪ್ಪಂದದಲ್ಲಿ ಸೇರು. *n.* ಕಕ್ಷಿಗಾರ, ಒಡಂಬಡಿಕಸ್ಥ. **Con-fed'ĕr-a-cy,** *n.* ಸಮಾಖ್ಯೆ, ಒಪ್ಪಂದ. **Con-fed-ĕr-ā'tiŏn,** *n.* ಒಕ್ಕಟ್ಟು, ಸಂಧಿ, ಸಂಧಾನ.

Con-fĕr' on, c. upon, *v. t. r.* (-fĕrred', *pr.* -fĕrd') ಕೊಡು, ದಯೆಪಾಲಿಸು. *v. i.* ...ಕೂಡ ಮಾತಾಡು, ಸಮ ನೋಡು. **Con'fĕr-ence,** *n.* ಸಂಭಾಷಣೆ, ಆಲೋಚನೆ, ಗೋಷ್ಠಿ; 2. ಆಲೋಚನೆಗೋಸ್ಕರ ಕೂಡಿಬರೋಣ.

Con-fess', *v. t. r.* (*pr.* -fest') ಹೇಳು, ಹೇಳಿಕೊಳ್ಳು, ಒಪ್ಪಿಕೊಳ್ಳು, ಹೌದೆನ್ನು, ವಿಖ್ಯಾಪಿಸು; 2. ನಂಬುತ್ತೇನೆಂತ ಅರಿಕೆ ಮಾಡು; 3. ಪಾಪ ಒಪ್ಪಿಕೊಂಡು ಹೇಳಿಕೊಳ್ಳು; 4. ಪಾಪದ ಅರಿಕೆ ಕೇಳು, ಪಾಪ ನಿವೇದಿಸು. **Con-fes'sed-ly,** *ad.* ಅರಿಕೆಯಾದಂತೆ, ವಿಖ್ಯಾಪಿತವಾದಂತೆ; 2. ಸಂಶಯವಿಲ್ಲದೆ. **Con-fes'siŏn** (-fesh'un), *n.* ಒಪ್ಪಿಕೊಳ್ಳುವಿಕೆ, ಹೌದೆನ್ನುವಿಕೆ, ಅರಿಕೆ, ವಿಖ್ಯಾಪನ; auricular c. ಪಾಪಸಂಕೀರ್ತನ (*R. C.*). **Con-fes'siŏn-al,** -'siŏn-ar-y, *n.* ರೋಮನ್ ಪಾದ್ರಿಯು ಪಾಪದ ಅರಿಕೆ ಕೇಳುವ ಪೀಠ. **Con-fes'sor,** *n.* ಪಾಪದ ಅರಿಕೆ ಮಾಡುವವ; 2. ಪಾಪದ ಅರಿಕೆ ಕೇಳುವ ಪಾದ್ರಿ, ನಿವೇದನಶ್ರೋತೃ; 3. ತನ್ನ ವಿಶ್ವಾಸವನ್ನು ಅರಿಕೆ ಮಾಡಿದವ.

Con-fīde' in, *v. i. r.* ಭರವಸವಿಡು, ನಂಬಿಕೆ ಇಡು, ನೆಚ್ಚು. **Con-fīde',** *v. t. r.* ಭರವಸದಿಂದ ಒಪ್ಪಿಸಿಕೊಡು. **Con-fi-dant',** *f.* -dante', *n.* ಸಖಿ, ಆಪ್ತಸ್ನೇಹಿತ. **Con'fi-dence,** *n.* ನಂಬಿಕೆ, ಭರವಸ, ದಿಟ್ಟತನ. **Con'fi-dent,** *a.* ನಂಬಿಕೆಯುಳ್ಳ, ನಿರ್ಭಯ, ದಿಟ್ಟ. *n. see* Confidant. **Con-fi-den'-tial,** *a.* ಆಪ್ತ, ನಂಬಿಗಸ್ತ, ವಿಶ್ವಾಸದಿಂದ ಹೇಳಿದ, ಗುಪ್ತ. **Con'fi-dent-ly,** *ad.* ನಿಶ್ಚಯವಾಗಿ, ಧೈರ್ಯವಾಗಿ.

Con-fig-ū-rā'tiŏn, *n.* ರೂಪ, ಆಕೃತಿ. **Con-fig'ure** (-ur), *v. t. r.* ರೂಪಿಸು.

Con-fīne', *v. t. r.* ಪ್ರತಿಬಂಧ ಮಾಡು, ಕಾವಲಲ್ಲಿಡು, ಸೆರೆಮನೆಯಲ್ಲಿ ಹಾಕು; be confined ಪ್ರಸೂತೆಯಾಗಿರು, ಹಡೆ, (to bed) ಹಾಸಿಗೆ ಹಿಡಿದಿರು. **Con-fīne'ment,** *n.* ಪ್ರತಿಬಂಧ; 2. ಕಾವಲಿ, "ಕೈದು"; 3. ಬಾಣಂತಿತನ, ಪ್ರಸೂತಿ, ಪ್ರಸವ.

Con'fīnes (-fīnz), *n. pl.* ಮೇರೆ, ಪ್ರಾಂತ, ಎಲ್ಲೆಕಟ್ಟು, ಸರಹದ್ದು,

Con-fīrm', *v. t. r.* ನಿಶ್ಚಯಿಸು, ಸ್ಥಾಪಿಸು,

"ಕಾಯಂ" ಮಾಡು. **Con-fīrm'a-ble,** *a.* ಸ್ಥಿರ ಮಾಡತಕ್ಕ. **Con-fīr-mā'tiŏn,** *n.* ಸ್ಥಾಪಿಸುವಿಕೆ, ಸ್ಥಿರ ಪಡಿಸೋಣ; 2. ದೃಢೀಕರಣ, ಮುದ್ರಾಂಕನ; 3. *(R. C.)* ಭದ್ರವಾದ ಅಭ್ಯಂಗ. **Con-fīrm'a-tŏr-y,** *a.* ಬಲಪಡಿಸುವ, ಸ್ಥಿರಮಾಡುವ.

Con-fis'cāte, *v. t. r.* "ಜಪ್ತಿ" ಮಾಡು, ಮುಟ್ಟುಗೋಳು ಹಾಕು, ಮುದ್ರಾಪಣೆ—. **Con-fis-cā'tiŏn,** *n.* ಮುಟ್ಟುಗೋಳು, "ಜಪ್ತಿ". **Con-fis'cā-tŏr-y,** *a.* ಜಪ್ತಿ ಮಾಡುವ.

Con-fla-grā'tiŏn, *n.* ದೊಡ್ಡ ಕಿಚ್ಚು, ಮಹಾ ಬೆಂಕಿ, ಅಗ್ನಿಪ್ರಲಯ.

Con'flict, *n.* ಸಂಘರ್ಷ, ಹೋರಾಟ, ಜಗಳ. **Con-flict',** *v. t. r.* ಸಂಘರ್ಷಿಸು, ಜಗಳಾಡು, ವಿರೋಧಿಸು.

Con'flu-ence, *n.* ನದಿಗಳ ಸಂಗಮ; 2. ಕೂಟ, ಸಮೂಹ. **Con'flu-ent,** *a.* ಸಂಗಮವಾಗುವ, ಕೂಡಿ ಹರಿಯುವ. *n.* ಸಣ್ಣ ಹೊಳೆ. **Con'-flux,** *n.* ಪ್ರವಾಹಗಳ ಸಂಗಮ; 2. ಮಹಾ ಸಮೂಹ.

Con-form' (-fa̤rm') to, *v. t. r.* ಅನುರೂಪಿಸು, ಸಮಾನ ಮಾಡು, ಸರಿಬೀಳ ಮಾಡು.

Con-form' to, c. with, *v. i. r.* ಸರಿ ಬೀಳು *c. d.*, ಅನುಸರಿಸು; 2. ವಿಧೇಯನಾಗು *c. d.* **Con-form'a-ble,** *a.* ಸರಿ, ಸಮಾನ, ಅನುಗುಣವಾದ, ಅನುರೂಪವಾದ, ಹೋಲುವ, ಒಪ್ಪುವ; 2. ವಿಧೇಯ, ಅನುವರ್ತಿಸುವ. **Con-form'-a-bly,** *ad.* ಸರಿಯಾಗಿ. **Con-for-mā'tiŏn,** *n.* ಒಪ್ಪಿಗೆ, ಹೊಂದಿಕೆ, ಅನುರೂಪ, ಹೊಂದುವಳಿಕೆ; 2. ಆಕಾರ. **Con-form'ist,** *n.* ಇಂಗ್ಲಾಂಡದಲ್ಲಿಯ ರಾಜಸ್ಥಾಪಿತ ಧರ್ಮಾನುಸಾರವಾಗಿ ನಡೆಯುವವನು. **Con-form'i-ty,** *n.* ಅನುವರ್ತನೆ, ಅನುರೂಪ.

Con-found', *v. t. r.* ಮಿಶ್ರ ಮಾಡು, ಗಲಿಬಿಲಿ ಮಾಡು; 2. ಗಾಬರಿ ಮಾಡು, ಬೆದರಿಸು; 3. ಹಾವಳಿ ಮಾಡು, ನಾಶ—. **Confound it!** *int.* ಹಾಳಾಗಲಿ!

Con-fra-tĕr'ni-ty, *n.* ಸಹೋದರಸಂಘ.

Con-frŏnt', *v. t. r.* ಸಮಕ್ಷ ನಿಲ್ಲು, ಎದುರಿಸು, ಮುಖಾಮುಖಿ ಮಾಡಿಸು, ಮುಖತಾರ್ಕಣೆ ಮಾಡು; 2. ಎದುರುಬದುರಿಟ್ಟು ಪರೀಕ್ಷಿಸು. **Con-fron-tā'tiŏn,** *n.* ಎದುರಿಸುವಿಕೆ.

Con-fūse', *v. t. r.* ಗಲಿಬಿಲಿ ಮಾಡು, ಮಿಶ್ರ ಮಾಡು; 2. ಗಾಬರಿ ಮಾಡು, ಕಂಗೆಡಿಸು; **be confused** ಕಂಗೆಡು. **Con-fū'siŏn,** *n.* ಗಲಿಬಿಲಿ, ಗಾಬರಿ, ಕಂಗೆಡಿಕೆ.

Con-fūte', *v. t. r.* ಬಾಯಿ ಕಟ್ಟು, ತಪ್ಪೆಂದು ತೋರಿಸು, ಖಂಡಿಸು. **Con-fū-tā'tiŏn,** *n.* ಖಂಡನೆ, ಆಕ್ಷೇಪ.

Con'ġé (koṅ'zhā), *n.* ಸ್ವಸ್ತಿವಚನ, ಅಪ್ಪಣೆ; 2. ತಳ್ಳುಪಡಿ.

Con-ġēal' (-jēl'), *v. i. r.* ಹೆರು, ಹೆಪ್ಪಾಗು, ಗಟ್ಟಿಗೊಳ್ಳು. *v. t.* ಹೆಪ್ಪುಗೊಳಿಸು. **Con-ġēal'ment, Con-ġe-lā'tiŏn,** *n.* ಹೆಪ್ಪುಗೊಳ್ಳೋಣ, ಹೆಪ್ಪುಗಟ್ಟೋಣ.

Con-ġē'ni-al, *a.* ಏಕಸ್ವಭಾವದ, ಸಮಾನ, ಸ್ವಭಾವಾನುಸಾರವಾದ, ಹಿತಾವಹ. **Con-ġē-ni-al'-i-ty,** *n.* ಸಮಾನತ್ವ.

Con-ġen'i-tal, *a.* ಒಡಹುಟ್ಟಿದ, ಹುಟ್ಟಿನಿಂದಿರುವ.

Con-ġē'ri-ēs, *n. pl.* ಸಮುದಾಯ, ರಾಶಿ.

Con-ġest', *v. t. r.* ರಾಶಿ ಮಾಡು. **Con-ġest'-ed,** *a.* ನೆತ್ತರು ಗಟ್ಟಿಕಟ್ಟಿದ; 2. ಜನವಸ್ತಿ ನಿಬಿಡವಾದ. **Con-ġes'tiŏn (-jest'yun),** *n.* ರಕ್ತವೇರೋಣ, ಮೈಯಲ್ಲಿ ರಕ್ತ ಗಡ್ಡೆ ಕಟ್ಟೋಣ; 2. ಕೀವುಗಡ್ಡೆ.

Coṅ-glom'ĕr-āte, *a.* ಪೆಂಟೆಗಟ್ಟಿದ, ಅಡೆಗಟ್ಟಿದ; 2. ಗುಂಪು ಕೂಡಿದ. *v. t. r.* ಪೆಂಟೆಮಾಡು. *n.* ಸಂಗ್ರಹ; 2. ಗುಂಪು; 3. *(geol.)* ಹರಳುಗಳು ಪೆಂಟೆಗಟ್ಟಿ ಆದ ಕಲ್ಲು ಅಥವಾ ಶಿಲೆ.

Coṅ-glū'ti-nāte, *v. t. r.* ವಜ್ರದಿಂದ ಅಂಟಿಸು.

Coṅ-grat'ū-lāte, *v. t. r.* ಪರರಿಗೆ ಶುಭೋದಯವಾದದ್ದಕ್ಕಾಗಿ ತನಗೆ ಆನಂದವಾಯಿತೆಂದು ಹೇಳು, ಇಂಥಾವಿನ್ನೂ ಹತ್ತೆಂಟಾಗಲಿ ಅನ್ನು. **Coṅ-grat-ū-lā'tiŏn,** *n.* (ಪರರಿಗೆ ಆದ ಶುಭ ಕಾಲದಲ್ಲಿ ಹೇಳಿದ) ಆನಂದದ ಮಾತು, ಮಂಗಳಾಶಾಸನ, ಪ್ರತಿನಂದನ. **Coṅ-grat'ū-lā-tŏr-y,** *a.* ಅಭಿನಂದಕ, ಧನ್ಯವಾದಸೂಚಕ.

Coṅ'gre-gāte, *v. i. r.* ಗುಂಪು ಕೂಡು, ನೆರೆ. **Coṅ-gre-gā'tiŏn,** *n.* ಸಮುದಾಯ, ಸಭೆ, ಸಮಾಜ, ನೆರವಿ; 2. ದೇವಾರಾಧನೆಗೆ ಕೂಡಿದ ಮಂಡಲಿ. **Coṅ-gre-gā'tiŏn-al,** *a.* ಸಭಾಸಂಬಂಧವಾದ. [ಸಭೆ.

Coṅ'gress, *n.* ಸಭೆ; 2. ರಾಜಸಭೆ, ಪ್ರತಿನಿಧಿಗಳ

Coṅ'gru-ent, *a.* ಒಪ್ಪುವ, ತಕ್ಕ, ಹೊಂದಿಕೆಯಾದ. **Coṅ-gru̇'i-ty,** *n.* ಹೊಂದಿಕೆ, ಯೋಗ್ಯತೆ. **Coṅ-gru̇'ŏus,** *a.* ಹೊಂದಿಕೆಯಾದ, ಯೋಗ್ಯ, ತಕ್ಕ, ಸಂಗತ.

Con'ic, Con'i-cal, *a.* ಬೊಗರಿಯಾಕಾರದ, ಗೂಟಾಕಾರದ, ಶಂಕಿನ, ಶಂಕ್ವಾಕೃತಿಯ.

Con-jec'tūre, *n.* ಊಹೆ. *v. i. r.* ಊಹಿಸು, ಊಹೆ ಕಟ್ಟು. **Con-jec'tū-ra-ble,** *a.* ಊ

ಹಿಸತಕ್ಕ, ಊಹ್ಯ, ಭಾವ್ಯ. Con-jec'tū-ral, *a.* ಊಹಿಂಸಿದ.

Con-join', *v. t. r.* ಕೂಡಿಸು, ಜೋಡಿಸು. **Con-joint'ly**, *ad.* ಕೂಡಿ, ಜೋಡಾಗಿ.

Con'ju-gal, *a.* ಗಂಡಹೆಂಡಿರ, ವೈವಾಹಿಕ, ದಾಂಪತ್ಯದ; c. love ದಂಪತಿಪ್ರೇಮ.

Con'ju-gāte, *v. t. r. (gram.)* ಕ್ರಿಯಾಪದ ನಡಿಸು, ಕ್ರಿಯಾಪದರೂಪ ಸಿಷ್ಪತ್ತಿ ಮಾಡು. **Cŏn-ju-gā'tiŏn**, *n.* ಕ್ರಿಯಾಪದ ನಡಿಸುವುದು, ಕ್ರಿಯಾಮಾಲೆ.

Con-junct', *a.* ಕೂಡಿದ, ಸೇರಿದ. **Con-junc'tiŏn**, *n.* ಸೇರಿಕೆ, ಜೋಡಿಸುವಿಕೆ; 2. *(astr.)* ಗ್ರಹಕೂಟ, ಸ್ಪರ್ಶಕಾಲ, ಯೋಗ; 3. *(gram.)* ಸಮುಚ್ಚಯಕಾವ್ಯಯ. **Con-junct'ly**, *ad. see* Conjointly. **Con-junc'tūre**, *n.* ಸಂಯೋಗ; 2. ಸಮಯ, ಸಂಧಿ.

Cŏn-jūre', *v. t. r.* ಆಣೆ ಇಡು; 2. ಆಣೆ ಹಾಕಿ ಹೇಳು, ಖಂಡಿತವಾಗಿ ಅಪ್ಪಣೆ ಕೊಡು; 3. ಸರಗೊಡ್ಡಿ ಬೇಡಿಕೊಳ್ಳು. **Cŏn-jū-rā'tiŏn**, *n.* ಆಣೆ ಇಡೋಣ; 2. ಗಾರುಡ ವಿದ್ಯೆ, ಮಂತ್ರ.

Cŏn'jure (-jĕr), *v. t. r.* ಮಾಟ ಮಾಡು; c. up ಮಂತ್ರದಿಂದ ಎಬ್ಬಿಸು, ಸುಮ್ಮನೆ ಎಬ್ಬಿಸು. **Cŏn'jur-er**, *n.* ಗಾರಡಿಗಾರ, ಗಾರಡಿಗ, ಮಂತ್ರವಾದಿ, ಜಾದೂ ಮಾಡುವವನು. **Con-ju'rŏr**, *n.* ಪಂಚಾಯತರಲ್ಲಿ ಒಬ್ಬನು.

Con-nāte, *a.* ಸಹಜ; 2. ಕೂಡಾ ಹುಟ್ಟಿದ.

Con-nect', *v. t. r.* ಕೂಡಿಸು, ಜೋಡಿಸು, ಸಂಬಂಧಿಸು. **Con-nec'tiŏn**, *n.* ಜೋಲಿ, ಸೇರಿಕೆ, ಸಂಬಂಧ, ಗೊಡವೆ, ಗೋಜು; 2. ಬಂಧುತ್ವ, ಬೀಗತನ; 3. ಮಂಡಲಿ. **Con-nec'tive**, *a.* ಸೇರಿಸುವ, ಜೋಡಿಸುವ.

Con'ning-tow-ĕr, *n.* ಗುಂಡು ತಗಲದ ಗೂಡು (ಆರ್ಕಾಟಿಗೆ).

Con-nīve' at, *v. i. r.* ಕಂಡೂ ಕಾಣದ ಹಾಗಿರು, ಕಣ್ಣು ಮುಚ್ಚಿಕೊಂಡು ಹೋಗು, ಅರಿಯದವನಂತೆ ಇರು. **Con-nī'vance**, *n.* ಕಂಡೂ ಕಾಣದ ಹಾಗಿರೋಣ, ಅರಿಯದವನಂತೆ ಇರೋಣ.

Con'nois-sĕur (kon'nis-sĕr), *n.* ಬಲ್ಲವ, ನಿಪುಣ; a c. at eating ಊಟ ಬಲ್ಲವ; a c. at speaking ಮಾತು ಬಲ್ಲವ.

Con-nōte', *v. t.* ಅರ್ಥಕೊಡು. **Con-nō-tā'tiŏn**, *n.* ಅರ್ಥಸಂಬಂಧ.

Con-nū'bi-al, *a.* ಮದುವೇ ಸಂಬಂಧ, ವೈವಾಹಿಕ, ದಾಂಪತ್ಯ, ಗಂಡಹೆಂಡರ; c. fidelity ಪಾತಿವ್ರತ್ಯ.

Con'quĕr (-kĕr), *v. t. r.* ಜಯಿಸು, ಗೆಲ್ಲು, ಸೋಲಿಸು; 2. (a country, town, *etc.*) ಹಿಡಕೊಳ್ಳು, ಕೈವಶ ಮಾಡಿಕೊಳ್ಳು; 3. (by moral or mental power) ಒಲಿಸಿಕೊಳ್ಳು, ನಿಭಾಯಿಸಿಕೊಂಡು ಹೋಗು, ಪಾರಾಗು; 4. ಪಡಕೊಳ್ಳು. **Con'quĕr-ŏr**, *n.* ಗೆದ್ದವ, ಜಯಶಾಲಿ. **Con'quest**, *n.* ಜಯ; 2. ಗೆದ್ದ ವಸ್ತು; 3. ಪಡಕೊಳ್ಳೋಣ.

Con-san-guin'e-ŏus (-gwin'i-us), *a.* ರಕ್ತಸಂಬಂಧವುಳ್ಳ, ಒಂದೇ ಪೂರ್ವಜರಿಂದ ಹುಟ್ಟಿದ. **Con-san-guin'i-ty**, *n.* ರಕ್ತಸಂಬಂಧ, ಸಗೋತ್ರತ್ವ, ಅಂಗಬಾಧ್ಯ, ದಾವಿ.

Con'science (-shens), *n.* ಮನಸ್ಸಾಕ್ಷಿ, ಮನೋದೇವತೆ, ಮನವರಿಕೆ, ಮನಸ್ಸಿನ ಸದ್ವಿವೇಕ, ಅಂತಃಕರಣ, ಅಂತರಾತ್ಮಸಾಕ್ಷಿ, ಗೂಢಸಾಕ್ಷಿ; accusation of c. ಎದೆ ಒಡಕೊಳ್ಳುವುದು; his c. accuses him, his c. pricks him ಅವನ ಎದೆ ಒಡಕೊಳ್ಳುತ್ತದೆ; he has no c. ಅವನ ಎದೆ ಒಡಕೊಳ್ಳುವುದಿಲ್ಲ; a tender c. ಮೆತ್ತಾನ ಮನಸ್ಸು. **Con-sci-en'tiŏus**, *a.* ಸಾತ್ವಿಕ, ಪ್ರಾಮಾಣಿಕ. **Con-sci-en'tiŏus-ness**, *n.* ಪ್ರಾಮಾಣಿಕತ್ವ.

Con'sciŏus (-shus), *a.* ಬೋಧವುಳ್ಳ, ಅರುವುಳ್ಳ. **Con'sciŏus-ness**, *n.* ಸ್ವಬೋಧ, ಅರುವು, ಸ್ವಪ್ರಜ್ಞತೆ.

Con-scrībe', *v. t.* ನಿರ್ಬಂಧದ ಮೇರೆಗೆ ಪಟ್ಟಿಯಲ್ಲಿ ಹೆಸರು ಬರೆ. **Con'script**, *a.* ನಿರ್ಬಂಧದ ಮೇರೆಗೆ ಪಟ್ಟಿಯಲ್ಲಿ ಹೆಸರು ಬರೆದಿರುವ. *n.* ದಂಡಿನಲ್ಲಿ ಸೇರುವುದಕ್ಕೆ ನಿರ್ಬಂಧಿಸಲ್ಪಟ್ಟವ. **Con-scrip'tiŏn**, *n.* ನಿರ್ಬಂಧದ ಮೇರೆಗೆ ಹೆಸರು ಬರೆಯುವಿಕೆ.

Con'se-crāte, *v. t. r.* ಪ್ರತಿಷ್ಠೆ ಮಾಡು, ದೀಕ್ಷೆ ಮಾಡು, ಪವಿತ್ರ ಕಾರ್ಯಕ್ಕೆ ಪ್ರತ್ಯೇಕಿಸಿಡು, ಮೀಸಲಾಗ ಮಾಡು, ಮೀಸಲು ಕಟ್ಟು. *a.* ಪವಿತ್ರ ಕಾರ್ಯಕ್ಕೆ ಪ್ರತ್ಯೇಕವಾಗಿಟ್ಟ. **Con-se-crā'tiŏn**, *n.* ಪ್ರತಿಷ್ಠೆ, ದೀಕ್ಷೆ, ಮೀಸಲಾಗ ಮಾಡೋಣ; c. of a priest ಗುರು ಪಟ್ಟಾಭಿಷೇಕ, ಹಸ್ತಮಸ್ತಕದೀಕ್ಷೆ.

Con-se-cū'tiŏn, *n.* ಸಿಗಮನ. **Con-sec'ū-tive**, *a.* ಒಂದರ ಹಿಂದೆ ಒಂದು ಇರುವ, ಅನುಕ್ರಮದ, ಪಾಂಕ್ತ. **Con-sec'ū-tive-ly**, *ad.* ಒಂದರ ಹಿಂದೊಂದು.

Con-sen'sus, *n.* ಏಕವಾಕ್ಯತೆ, ಸಮ್ಮತಿ.

Con-sent', *n.* ಒಪ್ಪಿಕೆ, ಸಮ್ಮತಿ, ಅನುಮತಿ. *v. i. r.* ಒಪ್ಪಿಕೊಳ್ಳು, ಸಮ್ಮತಿಸು, ಅನುಮತಿ ತೋರಿಸು. **Con-sen'ti-ent**, *a.* ಒಪ್ಪುವ.

Ȼ as k; *c as* s; *ch as* sh; *g as in* get; *ġ as* j; *ṅ nasal. as in* anger; *ş as* z; *th as in* thou; *x̧ as* gz; ce, ci, si *and* ti *before a vowel as* sh: ocean, action.

Con-sen-tā'ne-ŏus, *a.* ಒಪ್ಪಿಕೆಯಾದ, ಅನುಸಾರವಾದ.

Con'se-quence, *n.* ಕಾರ್ಯಫಲ, ಫಲ; in c. of ಕಾರಣದಿಂದ; of c. ವಿಶೇಷ, ಭಾರೀ. Con'se-quent to, c. on, *a.* ಫಲವಾಗಿ ಬಂದ, ಪ್ರಯುಕ್ತ; c. on his death ಅವನು ಸತ್ತದ್ದರಿಂದ, ಅವನು ಸತ್ತ ಮೇಲೆ. *n.* ಕಾರ್ಯ, ಫಲಿತಾರ್ಥ. Con-se-quen'tial, *a.* ಫಲವಾದ; 2. ಹಮ್ಮುಳ್ಳ, ಸೊಕ್ಕಿನ, "ದಿಮಾಕದ". Con'se-quent-ly, *ad.* ಆದಕಾರಣ, ಆದದರಿಂದ.

Con-sĕrve', *v. t. r.* ಕಾಪಾಡು, ಕಾಯು; 2. ಜೇನಿನಲ್ಲಿ ಅಥವಾ ಸಕ್ಕರೆಯಲ್ಲಿ ಬಾಳಕ ಮಾಡು. Con'sĕrve, *n.* ಮುರಬ್ಬ, ಸಕ್ಕರೇ ಬಾಳಕ. Con-sĕr'van-cy, *n.* ಅಧಿಕಾರಸ್ಥರು ಕಾಡು ಇತ್ಯಾದಿಗಳನ್ನು ಕಾದಿಡುವುದು. Con-sĕr-vā'tiŏn, *n.* ಕಾಪಾಡುವಿಕೆ. Con-sĕr'va-tişm, *n.* ಹಿರಿಯರ ಮಾರ್ಗ ಹೊಂದಿಕೊಂಡಿರೋಣ. Con-sĕr'va-tive, Con-sĕr'va-tŏr-y, *a.* ಕಾಪಾಡುವ, ಕಾಯುವ, ಹಿರಿಯರ ಮಾರ್ಗಕ್ಕೆ ಹೊಂದಿಕೊಂಡಿರುವಂಥ. Con'sĕr-vā-tŏr, *n.* ಕಾಯುವವ, ಸಂರಕ್ಷಕ. Con-sĕr'va-tŏr-y, *n.* ಹೂವಿನ ಗಿಡ ಮುಂತಾದವುಗಳನ್ನು ಇಟ್ಟುಕೊಳ್ಳುವ ಮನೆ, ಪುಷ್ಪಗೃಹ. *a.* ಕಾಪಾಡುವ, ಕಾಯುವ.

Con-sid'ĕr, *v. t. r.* ಆಲೋಚಿಸು, ಯೋಚಿಸು, ವಿಚಾರಿಸು, ಪರಿಭಾವಿಸು. Con-sid'ĕr-a-ble, *a.* ಘನ, ಮಾನ್ಯ; 2. ತಕ್ಕಷ್ಟು, ಬಹಳ. Con-sid'ĕr-a-bly, *ad.* ತಕ್ಕಷ್ಟಾಗಿ, ಬಹಳವಾಗಿ. Con-sid'ĕr-āte, *a.* ವಿವೇಕವುಳ್ಳ, ವಿಚಾರವುಳ್ಳ, ನಿಧಾನಸ್ಥ. Con-sid'ĕr-āte-ly, *ad.* ವಿಚಾರದಿಂದ, ನಿಧಾನವಾಗಿ. Con-sid-ĕr-ā'tiŏn, *n.* ಆಲೋಚನೆ, ಯೋಚನೆ, ವಿಚಾರ; 2. ಮಾನ, ಮರ್ಯಾದೆ; 3. ಕಾರಣ; 4. (law) ಅರ್ಥ.

Con-sīgn' (-sīn), *v. t. r.* ಕೊಟ್ಟುಬಿಡು, ವಶಮಾಡಿಕೊಡು, ಬರಕೊಡು. Con-sig-nā'tiŏn, *n.* ಹವಾಲೆ ಮಾಡುವಿಕೆ; to the c. of ...ಗೆ ಹವಾಲೆ ಮಾಡಿದ. Con-sīgn-ēe' (-sī-nē'), *n.* ಒಪ್ಪಿಸಿಕೊಂಡವ, ಬರಿಸಿಕೊಂಡವ. Con-sīgn'ment (-sīn'-), *n.* ಒಪ್ಪಿಸುವಿಕೆ, ಬರಕೊಡೋಣ; 2. *(com.)* ಕಳುಹಿಸಿಕೊಟ್ಟ ಸರಕು. Con-sīgn'ŏr, *n.* ಸರಕುಗಳನ್ನು ಒಪ್ಪಿಸಿಕೊಡುವವನು.

Con-sist', *v. i. r.* ಇರು, ಉಂಟಾಗಿರು; c. with ಒಪ್ಪು, ಸರಿಬೀಳು; the earth is believed by the Hindus to c. of five elements ಭೂಮಿಯು ಪಂಚಭೂತಗಳಿಂದುಂಟಾಗಿದೆಂತ ಹಿಂದೂ ಜನರು ನಂಬುತ್ತಾರೆ; sin consists in disobedience to the law of God ದೇವರಾಜ್ಞೆ ಮೀರುವದೇ ಪಾಪ. Con-sis'tence, Con-sis'ten-cy, *n.* ಏಕರೀತಿ, ಹೊಂದಿಕೆ, ಸ್ಥಿರಭಾವ, ಏಕನಿಷ್ಠೆ. Con-sis'tent, *a.* ಅನುಗುಣ, ಸ್ಥಿರ. Con-sis'tent-ly, *ad.* ಹೊಂದಿಕೆಯಾಗಿ, ಸ್ಥಿರವಾಗಿ. Con-sis'tŏr-y, *n.* ಧರ್ಮಸಂಬಂಧ ಕಾರ್ಯಗಳನ್ನು ವಿಚಾರಿಸುವ ವೈದಿಕ ಸಭೆ.

Con-sōle, *v. t. r.* ಸಮಜಾಯಿಸು, ಸಮಾಧಾನ ಹೇಳು, ಆದರ ಕೊಡು, ಸಂತಯಿಸು. Con-sō'la-ble, *a.* ಮನಸ್ಸಮಾಧಾನ ಹೊಂದತಕ್ಕ, ಆದರಣೆಗೆ ಯುಕ್ತ. Con-sō-lā'tiŏn, *n.* ಸಮಾಧಾನ, ದುಃಖಶಾಂತಿ, ಆದರಣೆ, ಆಶ್ವಾಸ, ದುಃಖೋಪಶಮನ. Con-sol'a-tŏr-y, *a.* ಉಪಶಮನಕರ, ಸಂತಯಿಸುವ, ಆದರ ಕೊಡುವ.

Con-sol'i-dāte, *v. t. r.* ಕಟ್ಟು, ಗಟ್ಟಿಮಾಡು. Con-sol-i-dā'tiŏn, *n.* ಗಟ್ಟಿಯಾಗುವುದು, ಸ್ಥಿರಪಡಿಸುವುದು.

Con-sols', *n. pl.* ಸರಕಾರಕ್ಕೆ ಸಾಲಾ ಕೊಟ್ಟಿರುವ ಹಣಗಳು.

Con'sō-nance, *n.* ಹೊಂದಿಕೆ, ಅನುಕೂಲತ್ವ, ಒಪ್ಪಿಗೆ, *(mus.)* ಏಕತಾಳ. Con'so-nant, *a.* ತಕ್ಕ, ಒಪ್ಪುವ, ಅನುಕೂಲ. *n. (gram.)* ವ್ಯಂಜನ.

Con'sort, *n.* ಜೊತೆಗಾರ; 2. ಗಂಡ ಅಥವಾ ಹೆಂಡತಿ; prince c. ಆಳುವ ರಾಣಿಯ ಪತಿ; queen c. ಪಟ್ಟದರಸಿ, ಪಟ್ಟಮಹಿಷಿ. Con-sort', *v. i. r.* ಸಂಗಾತಿಯಾಗು.

Con-spec'tus, *n.* ಸಮಷ್ಟಿದರ್ಶನ.

Con-spic'ū-ŏus, *a.* ಕಾಣಿಸುವ, ದೃಷ್ಟಿಗೋಚರ; 2. ಸ್ಪಷ್ಟ; 3. ವಿಶೇಷ, ಕೀರ್ತಿಗೊಂಡ. Con-spic'ū-ŏus-ness, Con-spi-cū'ity, *n.* ಕಾಣುವಂಥಾದ್ದು, ದೃಷ್ಟಿಗೋಚರವಾಗಿರೋಣ; 2. ಕೀರ್ತಿ, ಖ್ಯಾತಿ.

Con-spīre', *v. i. r.* ಒಳಸಂಚು ಮಾಡು. Con-spir'a-cy, *n.* ಒಳಸಂಚು, "ಫಿತೂರಿ", "ಮಸಲತು." Con-spir'a-tŏr, *n.* ಒಳಸಂಚಿನವ, "ಫಿತೂರಿದಾರ".

Con'sta-ble, *n.* ತಳವಾರ, ತಲಾರಿ, ಊರುಗಾವಲದವ; 2. ಪೊಲೀಸಿನವ. Con-stab'ū-lar-y, *n.* ತಳವಾರರ ವ್ಯೂಹ.

Con'stan-cy, *n.* ದೃಢ, ಸ್ಥಿರತ್ವ, ಅಚಂಚಲತ್ವ, ಏಕನಿಷ್ಠೆ. Con'stant, *a.* ದೃಢ, ಅಚಂಚಲ, ಸ್ಥಿರ. *n.* ಸ್ಥಿರವಾದದ್ದು; 2. ಸ್ಥಿರ ಪರಿಮಾಣ.

Con'stant-ly, *ad.* ಸ್ಥಿರವಾಗಿ; 2. ಯಾವಾಗಲು.

Con-stel-lā'tiŏn, *n.* ನಕ್ಷತ್ರರಾಶಿ, ಉಡುಗಣ, ರಾಶಿಪುಂಜ.

Con-stĕr-nā'tiŏn, *n.* ಬೆರಗು, ಭಯ, ಬೆಬ್ಬರ, ಗಾಬರಿ.

Con'sti-pāte, *v. t. r.* ಮಲಬದ್ಧ ಮಾಡು. Con-sti-pā'ted, *a.* ಮಲಬದ್ಧ. Con-sti-pā'tiŏn, *n.* ಮಲಬದ್ಧತೆ.

Con'sti-tūte, *v. t. r.* ಸ್ಥಾಪಿಸು, ರೂಪಿಸು; 2. ಉಂಟಾಗಿರು; 3. ನೇಮಿಸು. Con-stit'ū-en-cy, *n.* ಪ್ರತಿನಿಧಿಯನ್ನು ಆರಿಸಿಕೊಳ್ಳುವವರ ಸಮೂಹ. Con-stit'ū-ent, *a.* ಅವಯವವಾದ, ಅಂಶವಾದ, ಮೂಲಭೂತ, ಮುಖ್ಯಾಂಶವಾಗಿರುವ; 2. ಆರಿಸಿ ನೇಮಿಸುವ ಅಧಿಕಾರವುಳ್ಳ. *n.* ಅವಯವವಾಗಿರುವ ವಸ್ತು, ಘಟಕಾವಯವ; 2. ನೇಮಿಸುವವನು, ಆರಿಸಿಕೊಳ್ಳುವವನು. Con-sti-tū'tiŏn, *n.* ಸ್ಥಾಪಿಸೋಣ; 2. ದೇಹಸ್ಥಿತಿ, ದೇಹಧರ್ಮ, ದೇಹಪ್ರಕೃತಿ; 3. ಕಾಯಿದೆ, ರಾಜಶಾಸನ, ರಾಜನಿಯಮ. Con-sti-tū'tiŏn-al, *a.* ಪ್ರಕೃತಿಸಂಬಂಧ; 2. ರಾಜಶಾಸನಾನುಸಾರವಾದ, ನಿಯಮಿತ. Con-sti-tū'tiŏn-al-ly, *ad.* ಸ್ವಭಾವದಿಂದ; 2. ರಾಜಶಾಸನಾನುಸಾರವಾಗಿ. Con-sti-tū'tiŏn-al-ist, *n.* ರಾಜಶಾಸನಾನುಸಾರವಾಗಿ ನಡೆಯುವವನು.

Con-strāin', *v. t. r.* ಬಂಧಿಸು, ಇರಿಕಿಸು, ಬಿಗಿಮಾಡು; 2. ಬಲವಂತ ಮಾಡು. Con-strāint', *n.* ಬಲಾತ್ಕಾರ, ಅಗತ್ಯ, ನಿರ್ಬಂಧ.

Con-strict', *v. t. r.* ಬಿಗಿ, ಬಂಧಿಸು, ಇರಿಕಿಸು. Con-stric'tiŏn, *n.* ಸಂಕ್ಷೇಪ, ಸಂಗ್ರಹ, ಕಟ್ಟು. Con-stric'tŏr, *n.* ಬಂಧಿಸುವವನು.

Con-struct', *v. t. r.* ಕಟ್ಟು; 2. ರಚಿಸು, ಕಲ್ಪಿಸು. Con-struc'tiŏn, *n.* ಕಟ್ಟುವಿಕೆ, ನಿರ್ಮಾಣ; 2. ರಚನೆ, ರೂಪಿಸೋಣ; 3. ಅರ್ಥ ಕಟ್ಟೋಣ; 4. *(gram.)* ಅನ್ವಯ. Con-struc'tive, *a.* ರಚಿಸುವಂಥ, ರಚಿಸುವ ಶಕ್ತಿಯುಳ್ಳ; 2. ಊಹೆ ಕಟ್ಟುವಂಥ. -ly, *ad.* ಫಲಿತಾರ್ಥವಾಗಿ.

Con'strue, *v. t. r.* ಅನ್ವಯಿಸು; 2. ಭಾಷಾಂತರ ಮಾಡು, ಅರ್ಥ ಮಾಡು; to c. actions wrongly ಒಬ್ಬರ ಕೃತ್ಯವನ್ನು ಅನ್ಯಥಾ ಗ್ರಹಿಸು.

Con-stū-prāte', *v. t. r.* ಕೆಡಿಸು, ಹಟ ಸಂಭೋಗ ಮಾಡು.

Con-sub-stan'tial, *a.* ಸಮ ವಸ್ತುವಾಗಿರುವ, ಏಕೀಭವಿಸಿದ.

Con'sue-tūde (-swĭ-), *n.* ಶಿಷ್ಟಾಚಾರ, ಹೊಕ್ಕು ಬಳಿಕೆ. Con-sue-tū'di-na-ry, *a.* ಶಿಷ್ಟಾಚಾರದ.

Con'sul, *n.* ಮಂತ್ರಿ, ರಾಯಭಾರಿ; 2. ಸ್ವದೇಶಸ್ಥರಿಗೆ ಪರದೇಶದಲ್ಲಿ ಸಹಾಯವಮಾಡತಕ್ಕ "ಸರಕಾರಿ ವಕೀಲನು". Con'sū-lar, *a.* "ಕನ್ಸಲ್" ಉದ್ಯೋಗದ. Con'sū-lāte, Con'sul-ship, *n.* "ಕನ್ಸಲ್" ಹುದ್ದೆ.

Con-sult', *v. t. r.* ಆಲೋಚನೆ ಕೇಳು, ವಿಚಾರಣೆ ಮಾಡು. *v. i.* ಆಲೋಚಿಸಿಕೊಳ್ಳು. Con-sul-tā'tion, *n.* ಆಲೋಚನೆ ಮಾಡೋಣ; 2. ಆಲೋಚನಾಸಭೆ. Con-sul'tĕr, *n.* ಆಲೋಚನೆ ಕೇಳುವವನು.

Con-sūme', *v. t. r.* ನಾಶ ಮಾಡು; 2. ತಿಂದುಬಿಡು, ಖರ್ಚು ಮಾಡು. *pass.* ಸುಟ್ಟುಹೋಗು; 2. ಖರ್ಚಾಗು, ತಿಂದುಹೋಗು. Con-sū'ma-ble, *a.* ನಾಶವಾಗುವಂಥ, ಖರ್ಚಾಗುವಂಥ, ಭಕ್ಷ್ಯ. Con-sū'mĕr, *n.* ಹಾಳು ಮಾಡುವವ, ಖರ್ಚುಗಾರ.

Con'sum-māte, *v. t. r.* ನೆರವೇರಿಸು, ಪೂರ್ತಿ ಮಾಡು. Con-sum'māte, *a.* ಸಂಪೂರ್ಣ, ಕೇವಲ. Con-sum-mā'tiŏn, *n.* ಸಂಪೂರ್ಣತೆ, ಸಮಾಪ್ತಿ, ಅಂತ್ಯ, ಪರ್ಯವಸಾನ, ಮುಕ್ತಾಯ.

Con-sump'tion (-sum'shun), *n.* ನಾಶ, ಕ್ಷಯ, ಖರ್ಚು; 2. ಕ್ಷಯರೋಗ, ರೋಗರಾಜ. Con-sump'tive, *a.* ಖರ್ಚು ಮಾಡುವ, ಹಾಳುಮಾಡುವ; 2. ಕ್ಷಯರೋಗ ಹಿಡಿದ.

Con'tact, *n.* ಮುಟ್ಟೋಣ, ತಗಲುವಿಕೆ, ಸ್ಪರ್ಶ, ಸಂಪರ್ಕ; to come into c. ಗೊಡವೆಗೆ ಬರು.

Con-tā'giŏn (-jun), *n.* ರೋಗದ ಸುಂಕು, —ಸೋಕು. Con-tā'giŏus (-jus), *a.* ಹತ್ತುವ, ಅಂಟುವ, ಸೋಕುವ, ಸೋಂಕುವ; c. disease ಸಾಂಕ್ರಾಮಿಕ ರೋಗ, ಸೋಂಕುವ ರೋಗ, ಸುಂಕುರೋಗ. Con-tā'giŏus-ness, *n.* ಸುಂಕುವ ಗುಣ. [ಅಡಗಿರು.

Con-tāin', *v. t. r.* ಹಿಡಿ, ಗರ್ಭೀಕರಿಸು. *pass.*

Con-tam'i-nāte, *v. t. r.* ಮಾಸು, ಮೈಲಿಗೆ ಮಾಡು, ಹೊಲೆ ಮಾಡು, ಕಳಂಕ ಮಾಡು, ಕೆಡಿಸು. *a.* ಮಾಸಿದ, ಕುಂದು ಹತ್ತಿದ, ಕಲೆ ಕೂತ, ಅಪವಿತ್ರ. Con-tam-i-nā'tiŏn, *n.* ಹೊಲೆ, ಮಲಿನತ್ವ, ಕೆಡಿಸೋಣ, ಕಲೆ.

Con-temn' (-tem'), *v. t. r.* ತಾತ್ಸಾರ ಮಾಡು, ತುಚ್ಛ ಮಾಡು, ಉಪೇಕ್ಷಿಸು.

Con'tem-plāte, *v. t. r.* ಧ್ಯಾನಿಸು. Con-tem-plā'tiŏn, *n.* ಅನುಧ್ಯಾನ. Con-tem'pla-tive, *a.* ಧ್ಯಾನನಿಮಗ್ನ, ಧ್ಯಾನಶೀಲ.

Con-tem-pō-rā'ne-ŏus (-rā'ni-), *a.* ಅದೇ ಕಾಲದ, ಸಮಕಾಲೀಯ. **Con-tem'pō-rar-y** (-rĕr-), *a.* ಅದೇ ಕಾಲದ, ಸಹಕಾಲಿಕ. *n.* ಅದೇ ಕಾಲದವ, ಸಹಕಾಲಿಕನು.

Con-tempt' (-temt'), *n.* ತಿರಸ್ಕಾರ, ತಾತ್ಸಾರ, ಉಪೇಕ್ಷೆ, ಅಸಡ್ಡೆ, ತುಚ್ಛೀಕಾರ, ಅನಾದರಣೆ, ಅವಮನ್ನಣೆ. **Con-temp'ti-ble**, *a.* ತಿರಸ್ಕರಿಸತಕ್ಕ, ತುಚ್ಛ, ಅಲ್ಪ. **Con-temp'ti-bly**, *ad.* ನೀಚವಾಗಿ. **Con-temp'tū-ŏus**, *a.* ಅವಮಾನದ, ತಿರಸ್ಕಾರವಾದ, ಗರ್ವವುಳ್ಳ.

Con-tend', *v. i. r.* ಹೋರಾಡು, ಜಗಳಾಡು, ವಾದಿಸು. **Con-ten'dĕr**, *n.* ಹೋರಾಡುವವ, ಪ್ರತ್ಯರ್ಥಿ. **Con-ten'tiŏn**, *n.* ಜಗಳ, ಹೋರಾಟ, ಹಾಕ್ಯಾಟ, a bone of c. ಜಗಳದ ಕಾರಣ, ಜಗಳದ ಬುಡ. **Con-ten'tiŏus** (-shus), *a.* ಕಲಹಪ್ರಿಯ, ಜಗಳಗಂಟ. **-ly**, *ad.* ಕಲಹಪ್ರಿಯವಾಗಿ.

Con-tent', *a.* ತೃಪ್ತ, ಸಂತುಷ್ಟ. *n.* ಇದ್ದ ಸ್ಥಿತಿಯಲ್ಲಿ ಸಂತೃಪ್ತನಾಗಿರೋಣ, ಸಂತುಷ್ಟಿ. *v.t.r.* ತೃಪ್ತಿ ಪಡಿಸು, "ಖುಷಿ" ಮಾಡು, ಸಂತೋಷಪಡಿಸು; to one's heart's c. ಮನವಾರೆ. **Con-tent'ed-ly**, *ad.* ತೃಪ್ತಿಯಾಗಿ, ಸಮಾಧಾನವಾಗಿ. **Con-tent'ed-ness**, *n.* ತೃಪ್ತಿ, ಸಮ್ಮತಿ. **Con-tent'ment**, *n.* ತೃಪ್ತಿ, ಸಂತೋಷ. **Con-tents'** *or* **Con'tents**, *n. pl.* ಅಡಕವು, ಒಳಗಿರುವಂಥಾದ್ದು, ಸಾರಾಂಶ, ಅನುಕ್ರಮಣಿಕೆ.

Con'test, *n.* ಹೋರಾಟ, ಜಗಳ, ವಿವಾದ; severe c. ಹಾನಾಹಾನಿ ಜಗಳ. **Con-test'**, *v. t. r.* ಎದುರಿಸು, ವಿರೋಧಿಸು. 2. ...ವಿಷಯ ಜಗಳಾಡು. *v. i.* (c. with) ಹೋರಾಡು, ಜಗಳಾಡು. **Con-tes-tā'tiŏn**, *n.* ವಿವಾದ.

Con'text, *n.* ಅನ್ವಯ, ವಾಕ್ಯದ ಪೂರ್ವಾಪರ ಸಂಬಂಧ, ಔಚಿತ್ಯ. **Con'tex-tūre**, *n.* ಹೆಣೆಯುವಿಕೆ, ನೇಯಿಗೆ.

Con-ti-gū'i-ty, **Con-tig'ū-ŏus-ness**, *n.* ಸಮೀಪ, ಹೊಂದಿಕೆ. **Con-tig'ū-ŏus**, *a.* ಸೇರಿರುವ, ಹತ್ತಿರುವ, ಹೊಂದಿಕೆಯಾದ. **-ly**, *ad.* ಸಮೀಪವಾಗಿ.

Con'ti-nence', **-nen-cy**, *n.* ಆತ್ಮಸಂಯಮನ, ಬ್ರಹ್ಮಚರ್ಯ, ವೈರಾಗ್ಯ. **Con'ti-nent**, *a.* ಜಿತೇಂದ್ರಿಯ, ನಿಯತೇಂದ್ರಿಯ, ವೈರಾಗ್ಯವುಳ್ಳ. *n.* ಭೂವಿಶಾಲ, ಭೂಖಂಡ; 2. ಇಂಗ್ಲಾಂಡ ಬಿಟ್ಟು ಉಳಿದ ಯುರೋಪ ಖಂಡ. **Con-ti-nen'tal**, *a.* ಭೂಖಂಡದ, ಭೂವಿಶಾಲಸಂಬಂಧವಾದ; 2. ಇಂಗ್ಲಾಂಡ ಬಿಟ್ಟು ಉಳಿದ ಯುರೋಪಿನ.

Con-tin'ġence, **-ġen-cy**, *n.* ದೈವಗತಿ, ದೈವಯೋಗ, ಒದಗಿಬಂದದ್ದು. **Con-tin'ġent**, *a.* ದೈವಘಟನೆಯಿಂದ ಸಂಭವಿಸುವ, ಆಕಸ್ಮಾತ್ತಾದ; c. expenses ಸಾದಿಲವಾರು ಖರ್ಚು; c. charge ಸಾದಿಲವಾರು. *n.* ದೈವಯೋಗದಿಂದ ಸಂಭವಿಸುವಂಥಾದ್ದು; 2. ಪಾಲು, ಅಂಶ, "ಹಿಸ್ಸೆ". **-ly**, *ad.* ಆಕಸ್ಮಾತ್ತಾಗಿ.

Con-tin'ūe, *v. i. r.* ಇರು, ನೆಲೆಯಾಗಿರು, ಸ್ಥಿರವಾಗಿರು; 2. ಸಾಗು, ಬಾಳು. *v. t. r.* ನಡಿಸಿಕೊಂಡು ಬರು, ಮುಂದರಿಸು, ಸಾಗಿಸು. **Con-tin'ū-al**, *a.* ನಿರಂತರ, ಎಡೆಬಿಡದ, ತೆರಪಿಲ್ಲದ, ಅನವರತ. **Con-tin'ū-al-ly**, *ad.* ಬೈತಂಕ, ಎಡೆವರಿಯದೆ. **Con-tin'ū-ance**, *n.* ಸ್ಥಿರತ್ವ, ನೆಲೆಯಾಗುವಿಕೆ; 2. ಮುಂದರಿಸೋಣ, ಸಾಗುವಿಕೆ, ಅಧ್ಯವಸಾಯ. **Con-tin-ū-ā'tiŏn**, *n.* ಮುಂದರಿಸುವುದು, ಮುಂದೆ ಸಾಗುವುದು, (of a series) ಪುರವಣಿ. **Con-ti-nū'i-ty**, *n.* ನಿಲ್ಲದೆ ನಡೆಯೋಣ, ಎಡೆಬಿಡದ ಸಂಬಂಧವು. **Con-tin'ū-ŏus**, *a.* ಎಡೆಬಿಡದ, ಪಾರಂಪರ್ಯ, ಅಖಂಡ, ತೆರಪಿಲ್ಲದ, ಎಡೆವರಿಯದ.

Con-tort' *v. t. r.* ಹೊಸೆ, ಹುರಿ ಮಾಡು, ಮುರಿಗೆ ತಿರುವು. **Con-tor'tiŏn**, *n.* ತಿರುಹು, ಹುರಿ, ಕಿವಿಚಿಕೊಂಡ ಮೋರೆ, ವಟ್ಟೆ, ಸೊಟ್ಟ ಮೋರೆ.

Con-tour' (-tụr' *or* -'tụr), *n.* ಗುರುತು, ಛಾಯೆ, ಸುಳುವು.

Con'tra, *pref.* ಎದುರು, ವಿರೋಧ.

Con'tra-band, *n.* ಕಾಯಿದೆಗೆ ವಿರೋಧವಾದ ವ್ಯಾಪಾರ, — — ಸರಕು, ಕಳ್ಳವ್ಯಾಪಾರ. *a.* ಕಾಯಿದೆಗೆ ವಿರೋಧವಾದ, ಕಳ್ಳ. **Con'tra-band-ist**, *n.* ಕಳ್ಳ ಹರದ.

Con'tract, *n.* ಗುತ್ತಿಗೆ, ಒಡಂಬಡಿಕೆ, "ಕರಾರು", "ಇಜಾರೆ"; labour c. ಗೇಮೆ "ಕರಾರು" *(S.C.)*; 2. ಕರಾರುಪತ್ರ.

Con-tract', *v. t. r.* ಕುಂಗಿಸು, ಕುಗ್ಗಿಸು, ಕಡಿಮೆ ಮಾಡು, ಸಂಕೋಚ ಮಾಡು; 2. ಮಾಡಿಕೊಳ್ಳು; 3. (marriage) ಮದುವೆಯಾಗು; 4. (peace) ಸಮಾಧಾನ ಮಾಡು; c. a treaty ಒಪ್ಪಂದ ಮಾಡು; 5. *(gram.)* ಸಂಧಿ ಮಾಡು. *v. i.* ಮುದುರಿಕೊಳ್ಳು, ಕುಂಗು, ಕಮ್ಮಿಯಾಗು, ಅಕ್ಕುಳಿಸು, ಸಂಕೋಚವಾಗು; 2. ಗುತ್ತಿಗೆ ಹಿಡಿ. **Con-tract'ed-ness**, *n.* ಮುದುರಿಕೆ; 2. ನೀಚತನ. **Con-tract'ti-ble**, *a.* ಮುದುರಿಕೊಳ್ಳುವಂಥ, ಸಂಕೋಚವಾಗುವಂಥ. **Con-trac-ti-bil'i-ty**, *n.* ಸಂಕೋಚತ್ವ. **Con-trac'tiŏn**, *n.* ಮುದುರಿಕೊಳ್ಳುವುದು, ಸಂ

ಕೋಚ, ಆಕುಂಚನ, ಸಂಕ್ಷೇಪ; 2. (*gram.*) ಸಂಧಿ. **Con-trac'tŏr**, *n.* ಗುತ್ತಿಗೆದಾರ.

Con'tra-dance, *n.* ನಾಟ್ಯವಿಶೇಷ. *Same as* Country-dance.

Con-tra-dict', *v. t. r.* ಬಾಯಿಬಡಿ, ಅಲ್ಲವೆನ್ನು, ಎದುರಾಯಿಸು, ಎದುರ್ಖಂಡಿಸು; 2. ವಿಪರೀತವಾಗಿರು, ಅಡ್ಡಬರು. **Con-tra-dic'tiŏn**, *n.* ವಿರೋಧ ಮಾತು, ಅಡ್ಡ ಮಾತು; 2. ವಿಪರ್ಯಾಸ, ಅಕಟವಿಕಟ ಮಾತು, ವಿಸಂವಾದ, ವಿಸಂಗತ. **Con-tra-dic'tŏr-y**, *a.* ವಿರುದ್ಧ; 2. ವಿಪರೀತ, ಅಕಟವಿಕಟ, ಅಸಂಗತ.

Con'tra-ry, *a.* ಪ್ರತಿಕೂಲ, ವಿರೋಧವಾದ; on the c. ಹಾಗಲ್ಲದೆ, ಅತ್ತಕಡೆಯಲ್ಲಿ. **Con'-tra-ries**, *n. pl.* ವಿರುದ್ಧ ವಾಕ್ಯಗಳು. **Con-tra-rī'e-ty** (-ī-ti), *n.* ವಿಪರೀತ, ಅಸಂಗತಿ. **Con'tra-ri-ly**, **Con'tra-ri-wīṣe**, *ad.* ಅದಲ್ಲದೆ, ಇದಲ್ಲದೆ; 2. ವಿರೋಧವಾಗಿ, ಪ್ರತಿಯಾಗಿ, ವಿರುದ್ಧಭಾವದಿಂದ.

Con'trast, *n.* ಹೆಚ್ಚುಕಡಿಮೆ, ಭೇದ, ಅಂತರ. **Con-trast'**, *v. t. r.* ಸರಿನೋಡು, ಗುಣಾವಗುಣ ತೋರಿಸು, ಎದುರುಬದುರಿಡು. *v. i.* ಬೇರೆ ಕಾಣು, ಭಿನ್ನಭಾವದಿಂದ ತೋರು.

Con-tra-vēne' (-vēn'), *v. t. r.* ಎದುರಿಸು, ಅಡ್ಡಿಮಾಡು, ಪ್ರತಿಕೂಲಿಸು. **Con-tra-ven'-tiŏn**, *n.* ಎದುರಿಸುವಿಕೆ, ತಡೆ, ಅಡ್ಡಿ, ವಿರೋಧ.

Con-trib'ūte, *v. t. r.* ವಂತಿಗೆಯಾಗಿ ಕೊಡು, ಪಾಲುಕೊಡು, ಪಟ್ಟಿಕೊಡು, ಲೇಖನಕೊಡು. *v. i.* ಪಾಲುಕೊಡು, ಸಹಾಯ ಕೊಡು. **Con-trib'ū-tar-y**, *a.* ಕಪ್ಪ ಕೊಡುವಂಥ; c. river ಉಪನದಿ, ಹೊಳೆ. **Con-tri-bū'tiŏn**, *n.* ವಂತಿಗೆ, ಪಟ್ಟೀಹಣ, ಸಹಾಯ. **Con-trib'ū-tŏr**, *n.* ಸಹಾಯಗಾರ, ಪಟ್ಟೀ ಕೊಡುವವ. **Con-trib'ū-tŏr-y**, **Con-trib'ū-tive**, *a.* ಸಹಾಯಕರ, ಅನುಕೂಲ, ಒದಗುವ.

Con'trīte, *a.* ದುಃಖಾಕ್ರಾಂತ, ಪಶ್ಚಾತ್ತಾಪವುಳ್ಳ. **Con-tri'tiŏn**, *n.* ಅನುತಾಪ, ಪಶ್ಚಾತ್ತಾಪ.

Con-trīve', *v. t. & i. r.* ಹಂಚಿಗೆ ಮಾಡು, ಹರುವು—, ಉಪಾಯ—, ಕಲ್ಪಿಸು, ಸಾಧಿಸು. **Con-trī'va-ble**, *a.* ಕಲ್ಪಿಸತಕ್ಕ, ಯುಕ್ತಿಮಾಡತಕ್ಕ. **Con-trī'vance**, *n.* ಹಂಚಿಕೆ, ಹರುವು, ಉಪಾಯ, ಯುಕ್ತಿ, ವಯಿನ. **Con-trī'vĕr**, *n.* ಉಪಾಯಶಾಲಿ, ಯುಕ್ತಿವಂತ, ವಯಿನಗಾರ.

Con-trōl', *n.* ಮೇಲ್ವಿಚಾರಣೆ, ಅಧಿಕಾರ, ಅಂಕೆ, ಆಟೋಪ. *v. t. r.* (-trōlled') ಮೇಲ್ವಿಚಾರಣೆ ನಡಿಸು, ಅಧಿಕಾರ ನಡಿಸು, ಕೈವಶ ಮಾಡು. **Con-trōl'la-ble**, *a.* ಅಂಕೆಯಲ್ಲಿರುವಂಥ, ಅಣಗಿಸತಕ್ಕ, ವಶ ಮಾಡಿಕೊಳ್ಳತಕ್ಕ. **Con-trōl'ler**, *n.* ಅಧಿಕಾರವುಳ್ಳವ, ಮೇಲ್ವಿಚಾರಕ.

Con'tro-vĕrt, *v. t. r.* ತರ್ಕಿಸು, ವಾದಿಸು. **Con-tro-vĕr'sial** (-'shal), *a.* ತರ್ಕಸಂಬಂಧ, ಚರ್ಚಾಸ್ಪದ. **Con-tro-vĕr'sial-ist**, *n.* ತಾರ್ಕಿಕ, ವಾಗ್ವಾದಿ. **Con'tro-vĕr-sy**, *n.* ತರ್ಕ, ವಿವಾದ, ವಾಗ್ವಾದ; religious c. ಸಮಯ ವಾದ. **Con-tro-vĕr'ti-ble**, *a.* ತರ್ಕ ಮಾಡತಕ್ಕ, ವಿವಾದಾಸ್ಪದವಾದ. **Con'-tro-vĕr-tist**, *n.* ವಾಗ್ವಾದಿ, ತಾರ್ಕಿಕ.

Con-tū-mā'ciŏus, *a.* ಹಟಮಾರಿ, ಹಟವಾದಿ, ಛಲವಾದಿ, ಶಠ, ಮೊಂಡ; be c. ಮೊಂಡಬೀಳು, —ಹಾಕಿಕೊಳ್ಳು; 2. ನ್ಯಾಯಾಧಿಕಾರವನ್ನು ಹಟದಿಂದ ಅಲಕ್ಷ್ಯ ಮಾಡುವ. **Con'tū-ma-cy**, *n.* ಮೂರ್ಖತ್ವ, ಛಲ; 2. ನ್ಯಾಯಾಧಿಕಾರಕ್ಕೆ ಅಲಕ್ಷ್ಯ ಮಾಡೋಣ.

Con'tū-mel-y, *n.* ನಿಂದೆ, ತಾತ್ಸಾರ. **Con-tū-mē'li-ŏus**, *a.* ತಾತ್ಸಾರದ, ತುಚ್ಛ ಮಾಡುವಂಥ.

Con-tūṣe', *v. t. r.* ನಜ್ಜುಗುಜ್ಜು ಮಾಡು, ಜಜ್ಜು, ಗುದ್ದಿ ಒಳಗೇ ಹಣ್ಣು ಮಾಡು, ಜಜ್ಜಿ — —. **Con-tū'ṣiŏn** (-zhun), *n.* ಜಜ್ಜುವಿಕೆ.

Cō-nun'drum, *n.* ಪ್ರಹೇಲಿಕೆ, ಒಗಟು.

Con-va-lesce' (-les'), *v. i. r.* (*pr.* -lest') ರೋಗ ತೀರು, —ವಾಸಿಯಾಗು, ಗುಣವಾಗು. **Con-va-les'cence**, *n.* ರೋಗ ತೀರೋಣ, —ವಾಸಿಯಾಗೋಣ, ಕ್ಷೇಮ ಹೊಂದುವುದು, ಗುಣವಾಗೋಣ. **Con-va-les'cent**, *a.* ಕ್ಷೇಮವಾಗುವ, ಗುಣವಾಗುವ; to be c. ರೋಗ ತೀರು, ಲಘುಮಾನವಾಗಿರು.

Con-vēne', *v. t. r.* ಕರೆದು ಕೂಡಿಸು, ಕರಿಸು. *v. i.* ಕೂಡಿ ಬರು. **Con-vē'nĕr**, *n.* ಸಭೆಯನ್ನು ಆಮಂತ್ರಿಸುವವ.

Con-vē'ni-ence, -en-cy, *n.* ಅಚ್ಚುಕಟ್ಟು, ಅನುವು, ಅನುಕೂಲ, ಸಂದರ್ಭ; 2. ಸುಖ. **Con-vē'ni-ent**, *a.* ತಕ್ಕ, ಅಚ್ಚುಕಟ್ಟಾದ, ಯೋಗ್ಯ, ಪ್ರಶಸ್ತ, ಅನುಕೂಲ; 2. ಸುಖಕರ, ಹಿತ. -ly, *ad.* ಸುಖಕರವಾಗಿ, ಅನುಕೂಲವಾಗಿ.

Con'vent, *n.* ಸನ್ಯಾಸಿಮಠ. **Con-ven'tū-al**, *a.* ಸನ್ಯಾಸಿಮಠಸಂಬಂಧ.

Con-ven'ti-cle, *n.* ಕೂಟ, ದೇವಾರಾಧನೆಗೆ ನೆರೆದ ಕೂಟ.

Con-ven'tiŏn, *n.* ಕೂಡಿಬರೋಣ; 2. ಪದ್ಧತಿ, "ರಿವಾಜು"; 3. ಸಭೆ; 4. "ಕರಾರು", ಒಪ್ಪಂದ. **Con-ven'tiŏn-al**, *a.* ಒಪ್ಪಂದದ, "ಕರಾರಿನ"; 2. "ರಿವಾಜಿನ". **Con-ven'tiŏn-al-ly**, *ad.*

ಪದ್ಧತಿಯ ಪ್ರಕಾರ; 2. ಒಪ್ಪಿಕೊಂಡು. **Con-ven-tiön-al'i-ty**, *n.* ಸಂಕೇತ, ಒಬ್ಬರ ಕಲ್ಪನೆ.

Con-vĕrge', *v. i. r.* ಒತ್ತಟ್ಟಿಗೆ ಕೂಡು, ನಡುವೆ ಕೂಡು, ಮಧ್ಯದ ಕಡೆಗೆ ಬಾಗು. **Con-vĕr'-gence, -gen-cy**, *n.* ಒತ್ತಟ್ಟಿಗೆ ಸೇರೋಣ, ಏಕಕೇಂದ್ರಾಭಿಮುಖತೆ. **Con-vĕr'gent**, *a.* ಒಂದು ಕಡೆಗೆ ಕೂಡುವ, ಏಕಕೇಂದ್ರಾಭಿಮುಖ.

Con-vĕrse', *v. t. r.* (*pr.* -vĕrst') *c.* with ಬಳಿಕೆ ಮಾಡು *c. g.*, ಸಂಸರ್ಗ — *c. g.*; 2. ಸಂಭಾಷಣೆ ಮಾಡು, ಮಾತಾಡು. **Con'-vĕrse**, *n.* ಬಳಿಕೆ, ಸಂಸರ್ಗ, ಪರಿಚಯ; 2. ಸಂಭಾಷಣೆ. **Con-vĕr'sa-ble**, *a.* ಮಾತಿಗೆ ಬೀಳುವ, ಚೆನ್ನಾಗಿ ಮಾತಾಡುವ, ಸಲಿಗೆಯುಳ್ಳ. **Con'vĕr-sance, -san-cy**, *n.* ಪ್ರವೀಣತೆ, ಪರಿಚಯ, ಸಲಿಗೆ. **Con'vĕr-sant**, *a.* ಬಲ್ಲಂಥ, ನಿಪುಣ; 2. ಸಲಿಗೆಯಾದ, ಪರಿಚಿತಿಯುಳ್ಳ. **Con-vĕr-sā'tiön**, *n.* ಸಲ್ಲಾಪ, ಸಂಭಾಷಣೆ; 2. ಜೋಲಿ, ಬಳಿಕೆ; 3. ನಡತೆ (Phil. i, 27). **Con-vĕr-sā'tiön-al**, *a.* ಸಂಭಾಷಣೆ ಸಂಬಂಧ.

Con-vĕr-sā-zi-ō'ne (-sat-zi-o'ne), *n.* ವಿಜ್ಞಾನವಿಷಯಕ ಸಂವಾದ.

Con'vĕrt, *n.* ಮತಾಂತರ ಮಾಡಿದವ, ಪರಮತಾವಲಂಬಿ. **Con-vĕrt'**, *v. t. r.* ಮಾಡು, ತಿರುಗಿಸು, ರೂಪಾಂತರ ಮಾಡು; 2. ಮತಾಂತರ ಮಾಡಿಸು; 3. ಸನ್ಮಾರ್ಗಕ್ಕೆ ತಿರುಗಿಸು, ಮಾನಸಾಂತರ ಪಡಿಸು. **Con'verse**, *n.* ಉಪರಾಟಿ ಸಿದ್ಧಾಂತ. *a.* ತಿರಿಗಿಸಿದ, ಹಿಂದೆ ಮುಂದೆ ಮಾಡಿದ, ವ್ಯತ್ಕ್ರಮ. **Con'vĕrse-ly**, *ad.* ಪ್ರತಿಕೂಲವಾಗಿ. **Con-vĕr'sion**, *n.* ಆಗೋಣ, ಬದಲಾಗೋಣ, ರೂಪಾಂತರ; 2. ಮತಾಂತರ; 3. ಪಾಪದ ಮಾರ್ಗ ಬಿಟ್ಟು ಸನ್ಮಾರ್ಗಕ್ಕೆ ತಿರುಗೋಣ, ಮಾನಸಾಂತರ. **Con-vĕr'ti-ble**, *a.* ಬದಲಾಗುವಂಥ, ರೂಪಾಂತರವಾಗುವಂಥ. **Con-vĕr-ti-bil'i-ty**, *n.* ರೂಪಾಂತರವಾಗತಕ್ಕ ಗುಣ.

Con'vex, *a.* ಬುಗುಟಿಯಾಕಾರದ, ಉಬ್ಬಿದ, ಬಾಹ್ಯಗೋಳ. **Cŏn-vex'i-ty**, *n.* ಬಾಹ್ಯಗೋಳತೆ, ಉಬ್ಬು, ಬುಗುಟಿ. **Con-vex'ō-con'cave**, *a.* ಬಟ್ಟಲಿನ ಆಕಾರದ.

Con-vey' (-vā'), *v. t. r.* ತೆಗೆದುಕೊಂಡು ಹೋಗು, ಒಯ್ಯು; 2. ವಶಕ್ಕೆ ಕೊಡು, ಒಪ್ಪಿಸಿಕೊಡು; 3. ತಿಳಿಸು. **Con-vey'ance**, *n.* ಒಯ್ಯೋಣ, "ರವಾನೆ"; 2. "ಸವಾರಿ", ವಾಹನ, ಯಾನ; 3. ಸ್ವತ್ತನ್ನು ಪರಾಧಾರೆ ಮಾಡುವ ಸಾಧನ. **Con-vey'an-cĕr**, *n.* ಕ್ರಯಚೀಟು ಇತ್ಯಾದಿ ಬರೆಯುವವ.

Con'vict, *n.* ಅಪರಾಧಿ, ಕೈದಿಯವ, ಅಪಾದಿತ. **Con-vict'**, *v. t. r.* ತಪ್ಪು "ಸಾಬೀತು" ಮಾಡು; 2. ಮನಗಾಣುವಂತೆ ತೋರಿಸು. **Con-vic'-tiön**, *n.* ತಪ್ಪು ಸ್ಥಾಪನೆ, ತಪ್ಪು "ಸಾಬೀತು" ಮಾಡೋಣ; 2. ಮನವರಿಕೆ, ಮನಗಂಡ ಮಾತು; a settled c. ಪರಿಪಕ್ವವಾದ ತಿಳಿವು, ದೃಢನಿಶ್ಚಯ. **Con-vic'tive**, *a.* ತಪ್ಪು ಹೊರಿಸುವ.

Con-vince', *v. t. r.* (*pr.* -vinst') ದೃಷ್ಟಾಂತಗಳಿಂದ ತೋರಿಸು, ಮನಗಾಣಿಸು, "ಖಾತ್ರೀ" ಮಾಡಿಕೊಡು. **Con-vin-ci'ble**, *a.* ಮನಗಾಣಿಸತಕ್ಕ. **Con-vin'cing-ly**, *ad.* ನಿಶ್ಚಯವಾಗಿ, ನಂಬುವ ಹಾಗೆ.

Con-viv'i-al, *a.* "ಮೇಜುವಾನಿಕೆಯ", ಔತಣ ಸಂಬಂಧ. **Con-viv-i-al'i-ty**, *n.* ಮೇಜುವಾನಿಯಲ್ಲಿ ಮಾಡುವ ವಿನೋದ.

Con-vōke', *v. t. r.* (*pr.* -vōkt') ಸಭೆ ಕೂಡಿಸು, — ಕರಿಸು. **Con-vō-cā'tiön**, *n.* ಕರಿಸೋಣ; 2. ಸಭೆ, ಕೂಟ, ಪರಿಷತ್ತು, ಸಮಿತಿ.

Con-volve', *v. t. r.* ಸುರುಳಿ ಮಾಡು, ಮುರಿಗೆ ತಿರುವು; 2. ಮೈ ಒಡಮುರಿ. **Con'vo-lū-ted**, *a.* ಸುರುಳಿಸುತ್ತಿದ. **Con-vo-lū'tiön**, *n.* ಮಡಿಕೆ.

Con'voy, *n.* ಕಾವಲಿ, ಮೈಗಾವಲು; 2. ರಸ್ತು. **Con-voy'**, *v. t. r.* ಮೈಗಾವಲಾಗಿ ಕರಕೊಂಡು ಹೋಗು.

Con-vulse', *v. t. r.* (*pr.* -vulst') ಒದ್ದಾಡಿಸು, ತರತರಿಸು, ಸೆಟಿಸು, ವಟ್ಟಿ ಹಿಡಿಸು. *pass.* ಒದ್ದಾಡು. **Con-vul'siön**, *n.* ಸೆಟೆಬೀನೆ, ವಟ್ಟಿ, ಕಂಪ, ಬಾಲಗ್ರಹ. **Con-vul'siöns**, *n. pl.* ಸನ್ನಿರೋಗ. **Con-vul'sive**, *a.* ಒದ್ದಾಡುವ, ಸೆಟಿಸುವ.

Cō'ny, *n.* ಒಂದು ವಿಧದ ಮೊಲ; 2. ಹುಚ್ಚನು. **Cō'ny-catch**, *v. t. r.* ಮೋಸ ಮಾಡು.

Coo, *v. i. r.* ಗೂ ಗೂ ಅನ್ನು, ಗುಬಾಳಿಸು.

Cook, *n.* ಅಡಿಗೆಯವ, ಸ್ವಯಂಪಾಕಿ, ಬಾಣಸಿಗ, ಸೂದ; *fem.* ಬೋನಗಿತ್ತಿ, ಓಗರಗಿತ್ತಿ. *v. t. r.* (*pr.* kukt) ಅಡಿಗೆ ಮಾಡು, ಅಡು; cooked food ಅಟ್ಟಡಿಗೆ. **Cook'ĕr-y**, *n.* ಅಡಿಗೆ, ಪಾಕವಿದ್ಯೆ; a work on c. ಸೂಪಶಾಸ್ತ್ರ. **Cook'-maid**, *n.* ಅಡಿಗೆ ಮಾಡುವವಳು. **Cook'-room**, *n.* ಅಡಿಗೇಮನೆ, ಪಾಕಶಾಲೆ, "ಕುಶಿನಿ" ಮನೆ.

Cool, *a.* ತಂಪಾದ, ತಣ್ಣಗಾದ; 2. ಶಾಂತ, ಉದಾಸೀನ *v. t. r.* ತಂಪು ಮಾಡು, ಆರಿಸು, ಬಿಸಿಯಾರಿಸು; 2. ಶಾಂತ ಮಾಡು. *v. i.* ತಂಪಾಗು,

ಆರು; 2. ಶಾಂತವಾಗು. *n.* ತಂಪು, ಥಂಡಿ, ತಣುಪು. Cool'ĕr, *n.* ಸೆಕೆ ಆರಿಸುವಂಥಾದ್ದು, ತಂಪು ಮಾಡುವಂಥಾದ್ದು; 2. ತಂಪು ಮಾಡುವ ಪಾತ್ರೆ. Cool'ly, *ad.* ತಂಪಾಗಿ; 2. ಶಾಂತವಾಗಿ. Cool'ness, *n.* ತಂಪು; 2. ಶಮೆ, ಶಾಂತಿ.

Coop, *n.* ಪೀಪಾಯಿ, ಕೋಳೀ ಹಾಕುವ ಮರದ ಗೂಡು. *v.t.r.* (*pr.* kupt) c. up, c. in, ಗೂಡಿನಲ್ಲಿ ಮುಚ್ಚಿ ಹಾಕು, ಮುಚ್ಚಿ ಬಿಡು. Coop'ĕr, *n.* ಪೀಪಾಯಿ ಮಾಡುವವ. Coop'ĕr-āge, *n.* ಪೀಪಾಯಿ ಮಾಡುವವನ ಕೂಲಿ; 2. ಪೀಪಾಯಿ ಮಾಡುವ ಸ್ಥಳ; 3. ಪೀಪಾಯಿ ತೆರಿಗೆ.

Cō-op'ĕr-āte, *v.i.r.* ಮತ್ತೊಬ್ಬನ ಸಂಗಡ ಕೆಲಸ ಮಾಡು, ಕೂಡ ಯತ್ನಿಸು, ಸಹಾಯಮಾಡು. ಸಹಕಾರಿಯಾಗು. Cō-op-ĕr-ā'tiŏn, *n.* ಸಹಪ್ರವೃತ್ತಿ, ಸಹಾಯ, ಸಹಯತ್ನ, ಸಹಕಾರ. Cō-op'er-ā-tive, *a.* ಸಹಾಯಕ, ಸಹಕಾರಿಯಾದ; c. society ಸಹಕಾರ ಸಂಘ. Cō-op'ĕr-ā-tŏr, *n.* ಕೂಡ ಕೆಲಸ ಮಾಡುವವ, ಸಹಕಾರಿ.

Co-opt', *v.t.r.* ಆರಿಸು, ಆಯು. Co-op-tā'tiŏn, *n.* ಆಯುವಿಕೆ, ಪರಿಗಣನೆ.

Cō-or'di-nāte, *a.* ಸಮಸ್ಥಾನವುಳ್ಳ, ಸರಿಸಮಾನ; 2. (*gram.*) ಸಮಾನಾಧಿಕರಣ. Cō-or-di-nā'tiŏn, *n.* ಸರಿಸಮಾನತ್ವ; 2. (*gram.*) ಸಮಾನಾಧಿಕರಣ.

Coot, *n.* ದಡ್ಡನು.

Cō'pal, *n.* ಧೂಪದ ಮರದ ಧೂಪ; Indian c. tree (*Vateria indica, L.*) ಧೂಪದ ಮರ.

Cō-pär'cen-ĕr, *n.* ಸಮಪಾಲುಳ್ಳವ. ಪಾಲುಗಾರ, ದಾಯಾದಿ. Cō-pär'ce-nary, *n.* ಭಾಗಸ್ಥನಾಗಿರುವಿಕೆ. Cō-pär'ce-ny, *n.* ಭಾಗ, ಪಾಲು.

Cō-pärt'nĕr, *n.* ಪಾಲುಗಾರ, ವ್ಯಾಪಾರದ ಸಂಗಡಿಗ. Cō-pärt'ner-ship, *n.* ಪಾಲುಗಾರಿಕೆ.

Cōpe, *v.i.r.* (*pr.* kōpt) ಎದುರಾಡು, ಹೋರಾಡು, ಈಡಾಗು, ಹೆಣಗಾಡು; 2. ಚಾವಣಿ ಹಾಕು. *n.* ದವುರಂಗಿ, ಹೊದಿಕೆ; 2. ಶಿರಸ್ತ್ರಾಣ. Cō'piṅg, *n.* ಕುಂಬೆ, ಗೋಡೆಯ ಇಳಿಜಾರ ಭಾಗ.

Cō-pĕr'ni-can system, *n.* ಪೃಥ್ವಿ ಮೊದಲಾದ ಗ್ರಹಗಳು ಸೂರ್ಯನ ಸುತ್ತಲು ತಿರುಗುತ್ತವೆಂಬ ಮತ.

Cō'pi-ŏus, *a.* ಬಹಳ, ಪುಷ್ಕಳ, ಹೇರಳ, ಪ್ರಚುರ. Cō'pi-ŏus-ness, *n.* ಬಹುತ್ವ, ಪ್ರಾಚುರ್ಯ.

Cop'pĕr, *n.* ತಾಮ್ರ. *v.t.r.* ತಾಮ್ರದ ತಗಡು ಹೊಡೆ *c.d.* Cop'pĕr-fāced (-fāst). *a.* ತಾಮ್ರ ಹೊದಗಿಸಿದ. Cop'per-ish, *a.* *see* Coppery. Cop'pĕr-plāte, *n.* ತಾಮ್ರದ ತಗಡು. Cop'pĕr-smith, *n.* ತಂಬು ಕುಟಿಗ, ತಾಂಬಟಿಕಾರ, ಕಂಚುಗಾರ, ತಾಮ್ರಕುಟ್ಟಿಕ. Cop'pĕr sul'phāte, *n.* ಮಯ್ಲು ತುತ್ತು, ತುತ್ಥ. Cop'pĕr-y, *a.* ತಾಮ್ರಮಿಶ್ರಿತ, ತಾಮ್ರದಂಥಾ, ತಾಮ್ರದಿಂದ ಮಾಡಿದ.

Cop'per-as, *n.* ಹಿರಾಕಸು, ಹಿರೇಕಸ.

Cop'pice, Copse, *n.* ಪೊದೆ ಕಂಟಿಗಳುಳ್ಳ ಅಡವಿ.

Cō'pra, *n.* ಕೊಬ್ಬರಿ.

Cop'ū-la, *n.* ಆಖ್ಯೆಯನ್ನು ಆಖ್ಯಾತಕ್ಕೆ ಕೂಡಿಸುವ ಶಬ್ದ; 2. ಅಸ್ಥಿಬಂಧನ. Cop'ū-lāte, *v.i.r.* ಸಂಭೋಗಿಸು. Cop-ū-lā'tiŏn, *n.* ಸಂಯೋಗ, ರತಿ. Cop'ū-lā-tive, *a.* ಕೂಡಿಸುವಂಥಾ; 2. (*gram.*) ಸಮುಚ್ಚಯಾರ್ಥಕ.

Cop'y, *v.t.r.* (cop'ied) "ನಕಲು" ಮಾಡು, ಪ್ರತಿ ತೆಗೆ; 2. ಕಂಡು ಮಾಡು. *n.* "ನಕಲು", ಪ್ರತಿ, ಪುಸ್ತಿಕೆ, ಮಾದರಿ; certified c. "ಮಂಜೂರ ನಕಲು"; fair c. "ತಾಜಾ ನಕಲು", ಶುದ್ಧಪ್ರತಿ; true c. ಯಥಾಪ್ರತಿ. —"ನಕಲು". Cop'y-iṅg-press, *n.* ಒತ್ತಿ "ನಕಲು" ಮಾಡುವ ಯಂತ್ರ. Cop'y-ist, *n.* ಪ್ರತಿ ರಚಿಸುವವ, "ನಕಲು" ಮಾಡುವವ, "ನಕಲ್‌ನವೀಸ". Cop'y-rīght (-rīt), *n.* ಗ್ರಂಥ ಛಾಪಿಸಿ ಪ್ರಕಟಿಸಿ ಮಾರುವುದಕ್ಕೆ ಗ್ರಂಥಕರ್ತನಿಗೆ ಮಾತ್ರವೇ ಇರುವ ಹಕ್ಕು.

Cō-quet' (-ket'). *v.t.* & *i.r.* (-quet'ted) ಮುರುಕ ಮಾಡು, ವಿಲೋಭಿಸು, ಅಭಿನಯ ತೋರಿಸು. Coqu'et-ry (kok'et-), *n* ಬೆಡಗು, ಒನಪು, ಒಯ್ಯಾರ, ಅಭಿನಯ, ಮುರುಕು, ಮುಕುರ. Cō-quette' (-ket'), -quet. *n.* ಒಯ್ಯಾರೆ, ಬೆಡಗಿ, ಬೆಡಗಿನವಳು, ಮೋಹಿಸಿ, ಮೋಜಿನವಳು, ಒಲಪುಗಾತಿ. Cō-quet'tish, *a.* ಒಯ್ಯಾರದ.

Cor'al, *n.* ಹವಳ, ಪ್ರವಾಲ; c.-island ಹವಳ ಬಳ್ಳಿಗಳಿಂದ ನಿರ್ಮಿತವಾದ ದ್ವೀಪ. Cor'al-line, *a.* ಪ್ರವಾಲಮಯ, ಹವಳದಂಥ.

Cor'al trēe, *n.* (*Erythrina indica*) ಪೊಂಗರ ಮರ, ಹೊಂಗರ—, ಹಾಲಿವಾಣದ—, ವಾರ್ಜಿಪೆ— (*My.*).

Cor'ban, *n.* ಭಿಕ್ಷಾಪಾತ್ರೆ, ಕಾಣಿಕೆಪೆಟ್ಟಿಗೆ.

Cor'bie, *n.* ಕಾಗೆ.

Cord, *n.* ಹಗ್ಗ, ದಾರ, ನುಲಿ, ಹುರಿ, ಸರಿಗೆ; the c. put through the nose of an ox ಮೂಗುದಾಣ; 2. ಪಾಶ. *v.t.r.* ದಾರದಿಂದ ಕಟ್ಟು. Cor'dāġe, *n.* ಹಗ್ಗಗಳು, ಹಗ್ಗಗಿಗ್ಗ.

Ȼ *as* k; c *as* s; ch *as* sh; g *as in* get; ġ *as* j; ṅ *nasal, as in* anger; ṡ *as* z; th *as in* thou; x *as* gz; ce, ci, si *and* ti *before a vowel as* sh: ocean, action.

Cor'dāte, *a.* ಹೃದಯಾಕೃತಿಯ.

Cor-de-liēr', *n.* ಸನ್ಯಾಸಿ.

Cor'di-al, *a.* ಮನಃಪೂರ್ವಕವಾದ, ವಾತ್ಸಲ್ಯವುಳ್ಳ; 2. ಬಲವರ್ಧಕ. *n.* ಪುಷ್ಟಿಕರ ತೇಜೋವರ್ಧಕ ಔಷಧ ಇತ್ಯಾದಿ. **-ly**, *ad.* ಮನಃಪೂರ್ವಕವಾಗಿ. **Cor-di-al'i-ty**, *n.* ನಿಷ್ಕಪಟ ಪ್ರೀತಿ, ಮಮತೆ.

Cōr'dīte, *n.* ಹೊಗೆಯಿಲ್ಲದ ಕರೀಮದ್ದು.

Cor'don, *n.* ಸಿಪಾಯರ ಮುತ್ತಿಗೆಯ ಸಾಲು ಠಾಣೆಗಳು.

Cor'dō-van. Cord'wain, *n.* ಹದ ಮಾಡಿದ ಆಡಿನ ತೊಗಲು. **Cord'wain-ĕr**, *n.* ಜೋಡು ಹೊಲಿಯುವವನು.

Cōre, *n.* ಒಳಭಾಗ, ಗರ್ಭ; 2. ಹೃದಯ; c. wood ಕೆಚ್ಚು.

Cō-rē'ġent, *n.* ಸಹರಾಜ.

Co-ri-a'ceŏus, *a.* ಚರ್ಮಮಯ, ಚರ್ಮದಹಾಗಿರುವ.

Cor-i-an'dĕr, *n.* (*Coriandrum sativum, L.*) ಕೊತ್ತುಂಬರಿ ಬೀಜ, ಕೊತ್ತುಂಬರಿ—, ಆವೀಜ ಬೀಜ.

Cō-rī'văl, *n.* ಹುರುಡು ಮಾಡುವವನು.

Cork, *n.* ಬೆಂಡು, ಬಿರಡೆ, ದಿಬ್ಬಣ. *v.t.r.* (*pr.* korkt) ಬಿರಡೆ ಹಾಕು, ಬೆಂಡು—.

Cork tree, *n.* Indian c. t. (*Millingtonia hortensis, L. F.*) ಬಿರಟು ಮರ.

Cor'mo-rant, *n.* ಒಂದು ಜಾತಿಯ ಸಮುದ್ರ ಪಕ್ಷಿ.

Corn, *n.* ಕಾಳು, ಧಾನ್ಯ, ದವಸ; rank c. ರಸ ಧಾನ್ಯ; meagre c. ನೀರಸಧಾನ್ಯ; dirt in c. ದಸಿಕೆ. **Cor'ny**, *a.* ಕಾಳುಳ್ಳ.

Corn, *n.* ದಪ್ಪ, ಆಣಿ.

Cor'nea, *n.* ಕಣ್ಣುಪರೆ.

Cor'nel, *n.* ಒಂದು ಬಗೆಯ ಫಲವೃಕ್ಷ.

Cor'nĕr, *n.* ಮೂಲೆ, ಕೋಣ, ಕೋನ; 2. ದಿಕ್ಕು; c. of the mouth ಕಟವಾಯಿ; c. stone ಮೂಲೆಕಲ್ಲು. **Cor'nĕr-wīse**, *ad.* ಮೂಲೆಯಿಂದ ಮೂಲೆಗೆ.

Cor'net, *n.* ತುತೂರಿ; 2. ಕುದುರೆಸವಾರರಲ್ಲಿ ನಿಶಾನಿ ಹಿಡಿಯುವವ.

Cor'nice, *n.* ಚಪ್ಪೆ, ಚಡಿ, ಕಂಕಣ, ಲೋವೆ, ಕಪೋತ (*My.*).

Cor-nū'ted, *a.* ಕೊಂಬುಳ್ಳ.

Co-rol'la, *n.* ಹೂವಿನ ಎಸಳುಗಳು, ಕುಸುಮ.

Cor-ol'lar-y, *n.* ಒಂದು ಗೋಷ್ಠಿಯಿಂದ ಸಿದ್ಧವಾದ ಮತ್ತೊಂದು ಗೋಷ್ಠಿ, ಅನುಮಾನ.

Co-rō'na, *n.* (*astr.*) ಚಂದ್ರಪರಿಧಿ.

Cor-ō-nā'tiŏn, *n.* ಪಟ್ಟಾಭಿಷೇಕ, ರಾಜಾಭಿಷೇಕ.

Cor'ō-nĕr, *n.* ದುರ್ಮರಣದ ವಿಚಾರಣಾಧಿಕಾರಸ್ಥ.

Cor'o-net, *n.* ಚಿಕ್ಕ ಕಿರೀಟ, ಶಿರೋಭೂಷಣ.

Cor'pō-ral, *a.* ಶರೀರದ, ಶರೀರಸಂಬಂಧವಾದ. **Cor-pō're-al (-ri-al)**, *a.* ಶರೀರವುಳ್ಳ, ದೈಹಿಕ, ಅನಾತ್ಮಿಕ, ಮರ್ತ್ಯ.

Cor'pō-ral, *n.* ದಂಡಿನಲ್ಲಿ ಒಬ್ಬ ನಾಯಕ.

Cor'pō-rāte, *a.* ಸರಕಾರದಿಂದ ಶಾಸನ ಪಡೆಕೊಂಡು ಸಂಘವಾದಂಥ. **Cor-pō-rā'tiŏn**, *n.* ಸರಕಾರದ ಶಾಸನ ಪಡೆಕೊಂಡ ಸಂಘ.

Cōrps (kōr), *n.* ಸೇನಾಂಗವು.

Corpse (korps), *n.* ಹೆಣ, ಶವ.

Cor'pū-lence. Cor'pū-len-cy, *n.* ಕಾಯಪುಷ್ಟಿ, ಸ್ಥೂಲತೆ. **Cor'pū-lent**, *a.* ತೋರ, ಸ್ಥೂಲ, ಮಾಂಸಲ, ಪುಷ್ಟ, ಗಡತರ.

Cor'puscle, *n.* ಅಣು, ಕಣ. **Cor-pus'cū-lar**, *a.* ಅಣುಮಾತ್ರವಾದ.

Cor-rect', *v.t.r.* ನೆಟ್ಟಗೆ ಮಾಡು, ತಿದ್ದು, ಶಿಕ್ಷಿಸು. *a.* ಸರಿಯಾದ, ನೆಟ್ಟಗಾದ, ತಪ್ಪಿಲ್ಲದ, ಶುದ್ಧ (spelling. note, *etc.*). **Cor-rec'tiŏn**, *n.* ತಿದ್ದುಪಡಿ, ತಿದ್ದುಪಾಟು, ಶಿಕ್ಷೆ, ತಪ್ಪು ತಿದ್ದಿದ್ದು. **Cor-rec'tive**, *a.* ನೆಟ್ಟಗೆ ಮಾಡುವ, ತಿದ್ದುವಂಥಾ, ತಿದ್ದ ಶಕ್ತ. *n.* ತಿದ್ದುವಂಥಾದ್ದು. **Cor-rect'ness**, *n.* ಶುದ್ಧತೆ, ನೀತಿ. **Cor-rec'tŏr**, *n.* ತಿದ್ದುವವ, ಶಿಕ್ಷಿಸುವವ; proof c. ಛಾಪಿಸುವಾಗ ತಪ್ಪು ತಿದ್ದಿ ಕೊಡುವವ.

Cor-re-lāte, *v.i.* & *t.r.* ಪರಸ್ಪರ ಸಂಬಂಧಿಸು. **Cor-rel'a-tive**, *a.* ಪರಸ್ಪರ ಸಂಬಂಧವುಳ್ಳ. *n.* ಪರಸ್ಪರ ಸಂಬಂಧ.

Cor're-spond to, *v.i.r.* ತಕ್ಕದ್ದಾಗಿರು, ಒಪ್ಪು, ಸರಿಬೀಳು; c. with ಕಾಗದಪತ್ರಗಳ ವ್ಯವಹಾರ ನಡಿಸು. **Cor-re-spon'dence**, *n.* ಒಪ್ಪಿಕೆ, ತಾಳ; 2. ಕಾಗದಪತ್ರ, ಪತ್ರವ್ಯವಹಾರ. **Cor-re-spon'dent**, *a.* ಸರಿಯಾದ, ಒಪ್ಪುವ, ತಾಳೆಯಾಗಿರುವ. *n.* ಕಾಗದ ಬರೆಯುವವ, ಪತ್ರವ್ಯವಹಾರಿ, ಬಾತಮಿದಾರ.

Cor'ri-dor, *n.* ಮನೆಯ ಹಜಿ; 2. ಮನೆಯ ಸುತ್ತೂ ಇರುವ ತಾವಾರ.

Cor-ri-ġen'dä, *n.pl.* ಪುಸ್ತಕದಲ್ಲಿ ತಿದ್ದತಕ್ಕ ತಪ್ಪುಗಳು, ಶುದ್ಧಪತ್ರಿಕೆ. **Cor-ri-ġend-um**, *sing.*

Cor'ri-ġent, *n.* (*med.*) ಮೇಲ್ಪುಡಿ.

Cor'ri-ġi-ble, *a.* ನೆಟ್ಟಗೆ ಮಾಡತಕ್ಕ, ತಿದ್ದತಕ್ಕ, ಶಿಕ್ಷಾಯೋಗ್ಯ.

Cor-rob'ō-rāte, *v.t.r.* ...ಕ್ಕೆ ತಾಳೆ ಬೀಳು, ದೃಢಪಡಿಸು, ಬಲಪಡಿಸು. **Cor-rob'ō-rant**.

a. ಬಲವರ್ಧಕವಾದ, ದೃಢಮಾಡುವ. Cor-rob-ō-rā'tiōn, *n.* ತಾಳಿ, ದೃಢ ಪಡಿಸುವುದು, ಬಲ ಪಡಿಸುವುದು.

Cor-rōde', *v. t. r.* ಕ್ರಮೇಣ ತಿಂದುಬಿಡು, ಸವೆ, ಜಂಗು ಹಿಡಿ. Cor-rō'sion, *n.* ಕ್ರಮೇಣ ತಿಂದು ಬಿಡುವಿಕೆ Cor-rō'sive, *a.* ಕ್ರಮೇಣ ತಿಂದುಬಿಡುವ, ಹುಳದಂತೆ ತಿನ್ನುವ, ಸವಿಸುವ; c. sublimate ಸವೀರ. *n.* ತಿಂದು ಬಿಡುವ ವಸ್ತು.

Cor'ru-gāte, *v. i.* & *t. r.* ಮಡಿಸು. Cor-ru-gā'tiōn, *n.* ಮಡಿತೆಮಡಿತೆ ಮಾಡುವುದು, ಮಡತೆ.

Cor-rupt', *v. t. r.* ಕೆಡಿಸು, ಕೊಳಿಸು; 2. ನೀಚ ಮಾಡು. *v. i.* ಕೆಡು, ಕೊಳೆ, ಕೆಟ್ಟುಹೋಗು. *a.* ಕೆಟ್ಟ, ಕೊಳತ; 2. ಭ್ರಷ್ಟ, ನೀಚ. Cor-rup'tĕr, *n.* ಕೆಡಿಸುವವ, ಕೆಡಕ. Cor-rup-ti-bil'i-ty, *n.* ಲಯ, ವಿನಾಶತ್ವ. Cor-rup'ti-ble, *a.* ಲಯವಾಗುವ, ಕೆಟ್ಟುಹೋಗುವ, ನಶ್ವರ. Cor-rup'tiōn, *n.* ಕೆಟ್ಟು ಹೋಗೋಣ, ಕೊಳೆಯೋಣ; 2. ಭ್ರಷ್ಟತ್ವ, ಲಂಚ ತಿನ್ನುವಿಕೆ, ಲಂಚಖೋರತನ. Cor-rup'tive, *a.* ಕೆಡಿಸುವಂಥಾ. Cor-rupt'-ness, *n.* ಕೊಳೆ; 2. ಕೆಟ್ಟತನ, ದುರ್ಮಾರ್ಗತ್ವ.

Cor-sā'ge (-sah'zh), *n.* ರವಕೆ, ಕುಪ್ಪಸ.

Cor'sāir (-sār), *n.* ಸಮುದ್ರಚೋರ; 2. ಸಮುದ್ರಕಳ್ಳರ ಹಡಗು.

Corse'let, *n.* ಎದೆಕವಚ.

Cor'set, *n.* ಕುಪ್ಪಸ, ರವಕೆ.

Cor'tege (-tāzh), *n.* ಪರಿವಾರ, ಮೆರವಣಿಗೆ.

Cor'tes, *n. pl.* ಸ್ಪೇನ್ ಪೋರ್ಚುಗಲ್ ದೇಶಗಳ ರಾಜಸಭೆ.

Cor'tex, *n.* ಚಕ್ಕೆ, ಹೊರಮೈ. Cor'tic-al, *a.* ಚಕ್ಕೆಯ.

Co-run'dum, *n.* ಕುರಂದ ಕಲ್ಲು, ಕುರಂಜ.

Co'rus-cāte, *v. t. r.* ಹೊಳೆಯು. Cor-us'cant, *a.* ಮಿಂಚುವ, ಹೊಳೆಯುವ. Cor-us-cā'tiōn, *n.* ಮಿಂಚುವುದು.

Cor-vette', *n.* ಯುದ್ಧನಾವೆ.

Cor'vīne, *a.* ಕಾಗೆ ಜಾತಿಯ.

Cor-y-phæ'us, *n.* (ನಾಟಕದಲ್ಲಿ) ಮುಖ್ಯ ನಾಯಕನು.

Cō'sīne, *n. (math.)* ಕೋಟಿ.

Cos-met'ic, *a.* ಕಾಂತಿವರ್ಧಕ, ಮುಖಚ್ಛಾಯೆಯನ್ನು ಹೆಚ್ಚಿಸುವ. *n.* ಅಂಗರಾಗ.

Cos'mic, Cos'mi-cal, *a.* ವಿಶ್ವದ, ವಿಶ್ವ ಸಂಬಂಧ.

Cos-mog'o-ny, *n.* ಜಗದುತ್ಪತ್ತಿ.

Cos-mog'ra-phy (-fi), *n.* ಜಗತ್ತಿನ ವರ್ಣನೆ.

Cos-mol'o-gy, *n.* ವಿಶ್ವಶಾಸ್ತ್ರ.

Cos-mop'ō-līte, Cos-mō-pol'i-tan, *n.* ಜಗದ್ವ್ಯಾಪಿ, ಸರ್ವರಲ್ಲಿ ಸಮದರ್ಶಿಯು

Cos'mos, *n.* ಜಗತ್ತು, ಸೃಷ್ಟಿಸಂಬಂಧ ಸಿದ್ಧಾಂತ, ಸೃಷ್ಟಿವಿದ್ಯೆ.

Cos'sack, *n.* (ರಶಿಯದ) ತುರುಕ ಜನಾಂಗ.

Cos'set, *n.* ಮುದ್ದಿನ ಕುರಿಮರಿ.

Cost, *n.* ಕ್ರಯ, ಬೆಲೆ, ಖರ್ಚು. *v. t. ir.* (cost, cost) ಖರ್ಚಾಗು, ಕ್ರಯವಾಗು, ಖರ್ಚು ಹಿಡಿ; what did this c.? ಇದಕ್ಕೆ ಷ್ಟು ಖರ್ಚಾಯಿತು? ಇದರ ಕ್ರಯವೇನಿತ್ತು? ಇದನ್ನು ಮಾಡಿಸಲಿಕ್ಕೆ ಎಷ್ಟು ಹಿಡಿಯಿತು? c. price ಅಸಲು, ಮುಟ್ಟುವಳಿ. Cost'li-ness, *n.* ಬಹು ಬೆಲೆ, ಬಹು ಖರ್ಚು. Cost'ly, *a.* ಬಹು ಬೆಲೆಯುಳ್ಳ, ಬಹು ಖರ್ಚುಳ್ಳ, ಊಚು.

Cos'tal, *a.* ಪಾರ್ಶ್ವದ, ಮಗ್ಗುಲಿನ.

Cos'tĕr-mōn-gĕr, *n.* ಹಣ್ಣು ಕಾಯಿ ಮಾರುವವ, "ಬಾಗವಾನ".

Cos'tive, *a.* ಮಲಬದ್ಧ, ಕರುಳುಬಂಧ. Cos'-tive-ness, *n.* ಮಲಬದ್ಧಿಕೆ, ಬದ್ಧಕೋಷ್ಠ.

Cos-tūme' *or* Cos'tūme, *n.* ವೇಷ, ವಸ್ತ್ರಧಾರಣೆಯ ರೀತಿ, ಉಡಿಗೆತೊಡಿಗೆ.

Cō'sy, *a.* ಆರಾಮಕರ, ನೊಚ್ಚಗಾದ.

Cot, Cōte, Cot'tāge (-tij), *n.* ಗುಡಿಸಲು; 2. ದೊಡ್ಡಿ. Cot'tāg-ĕr, *n.* ಗುಡಿಸಲಿನಲ್ಲಿ ವಾಸ ಮಾಡುವವ.

Cot, *n.* ಮಂಚ, ತೊಟ್ಲು.

Cō-tan'gent, *n. (math.)* ಕೋಟಿಸ್ಪರ್ಶ.

Cō-tem-po-rā'ne-ōus, *a.* -tem'po-rar-y, *n. see* Contemporaneous, ಸಮಕಾಲೀಯವಾದ, ಅದೇ ಕಾಲದವ, ಸಮಕಾಲಿಕನು.

Cō'tĕr-iē, *n.* ಸಂಘ, ಮೇಳನ, ಸ್ನೇಹಿತರ ಸಭೆ.

Cot-ill'ion, *n.* ನರ್ತನೆ.

Cot'-quēan, *n.* ಮನೆಯಲ್ಲಿ ಹೆಂಗಸರ ಕೆಲಸ ಮಾಡುವವ.

Cott'on (kot'n), *n.* Indian c. *(Gossypium herbaceum, L.)* ಹತ್ತಿ; ginned c. ಅರಳೆ; American c. *(Gossypium barbadense, L.)* ವಿಲಾಯತಿ ಹತ್ತಿ; tree-c. *(Goss. arboreum, L.)* ಕರಿ ಅರಳೆ, ಅಂಜಿಗಿಡ *(My.)*. Cott'on tree, *n.* red c. t. *(Bombax malabaricum, D. C.)* ಕೆಂಪು ಬೂರುಗ ಮರ, ಎಲವ—; white c. t. *(Eriodendron anfractuosum, D. C.)*

ಬಿಳೇ ಬೂರುಗ ಮರ, ಬೂರ್ಲಹತ್ತಿ. **Cot'ton-y**, *a.* ಮೃದುವಾದ.

Cot-y-le'don, *n.* *(bot.)* ಬೀಜಪತ್ರ.

Couch, *n.* ಮಂಚ, ಹಾಸಿಗೆ, ಪಲ್ಲಂಗು, ಪಲ್ಯಂಕ. *v.t.r.* (*pr.* koucht) ಮಲಗಿಸು, ಹಾಸು; 2. *refl.* ಮಲಗು, ಮಲಗಿಕೊಳ್ಳು; 3. ಸಾಡಿ. *v.i.* ಮಲಗು. **Couch'ant**, *a.* ಅಂಗಾತ ಮಲಗಿದ.

Cough (kŏf), *n.* ಕೆಮ್ಮು, ಕೆಮ್ಮಲು. *v.i.r.* (*pr.* koft) ಕೆಮ್ಮು.

Cou-lisse' (koo-lēs'), *n.* (ನಾಟಕದಲ್ಲಿ) ಒಂದು ನೋಟ.

Coun'cil, *n.* ಆಲೋಚನಾಸಭೆ. **Coun'cil-lŏr**, *n.* ಸಾಮಾಜಿಕ, ಆಲೋಚನಾ ಸಭೆಯವ.

Coun'sel, *n.* ಆಲೋಚನೆ, ವಿಚಾರ; 2. ಬುದ್ಧಿ ಮಾತು, ಉಪದೇಶ, ಸಂಕಲ್ಪ; 3. ವಕೀಲ. *v.t.r.* ಆಲೋಚನೆ ಹೇಳು, ಬುದ್ಧಿ ಹೇಳು. **Coun'sel-lŏr**, *n.* ಆಲೋಚನೆ ಹೇಳುವವ; 2. ಮಂತ್ರಿ, ಅಮಾತ್ಯ; 3. ವಕೀಲ.

Count, *v.t.r.* ಲೆಕ್ಕ ಮಾಡು, ಎಣಿಸು. *v.i.* ಲೆಕ್ಕಕ್ಕೆ ಸತ್ತು; c. on, c. upon ಭರವಸ ಮಾಡಿಕೊಳ್ಳು. *n.* ಲೆಕ್ಕ, ಎಣಿಕೆ. **Coun'tĕr**, *n.* ಹಣ ಲೆಕ್ಕ ಮಾಡುವ ಮೇಜು, ಅಂಗಡೀ ಹುಂಡ.

Count, *n.* ಪ್ರಭು, ದೇಸಾಯಿ.

Coun'te-nance, *n.* ಮುಖಭಾವ, ಮುಖ; 2. ಆಸ್ಪದ, ಆಶ್ರಯ, ಕಟಾಕ್ಷ. *v.t.r.* (*pr.* -nanst) ಕಟಾಕ್ಷಿಸು, ಆಸ್ಪದ ಕೊಡು *c.d.*

Coun'tĕr, *ad.* ವಿರೋಧವಾಗಿ, ಎದುರಾಗಿ.

Coun-tĕr-act', *v.t.r.* ಪ್ರತಿಕೂಲಿಸು, ಅಟಂಕಿಸು, ಎದುರಿಸು. **Coun-tĕr-ac'tiŏn**, *n.* ಪ್ರತಿಕ್ರಿಯೆ, ಪ್ರತಿಕಾರ, ಎದುರಿಸೋಣ.

Coun-tĕr-bal'ance, *v.t.r.* ...ಕ್ಕೆ ಈಡು ತೂಗು. *n.* ಈಡುತೂಕ, ಸಮತೂಕ, ವಾಸರ ಕಟ್ಟಿದ ಪಜ್ಜೆ.

Coun'tĕr-chārm, *n.* ಪ್ರತಿಮಂತ್ರ, ಉತಾರ ಮಾಡುವ ಮಂತ್ರ.

Coun'tĕr-clāim, *n.* ಎದುರುದಾವೆ.

Coun'tĕr-dēed, *n.* ವಿರುದ್ಧ ಕತಬೆ.

Coun'tĕr-ev-i-dence, *n.* ಎದುರುಸಾಕ್ಷಿ.

Coun'tĕr-feit (-fit), *a.* ಸುಳ್ಳು, ಕಪಟ, ಕಳ್ಳ, ಕಳವೆ; c. friendship ಕಪಟಸ್ನೇಹ; c. coin ಕಳ್ಳನಾಣ್ಯ, ಕಳವಿಹಣ. *v.t.r.* ಅನುಕರಿಸು, ಸೋಗು ಹಾಕು *c.g.*, 2. ಸುಳ್ಳು ಪ್ರತಿ ತೆಗೆ, ಕಳ್ಳ——. *n.* ಮೋಸಗಾರ, ಠಕ್ಕ; 2. ಠಕ್ಕಿಸುವದಕ್ಕೆ ಮಾಡಿದ ಹೋಲಿಕೆಯ ವಸ್ತು; 3. ಹೋಲಿಕೆ, ಪ್ರತಿರೂಪ.

Coun'tĕr-foil, *n.* ಹುಂಡೀಚೀಟಿನ ಇತ್ತಣ ಭಾಗ.

Coun'tĕr-mand, *v.t.r.* ಮುಂಚಿನ ಅಪ್ಪಣೆ ಮಾರ್ಪಡಿಸು, ಬೇರೆ ಅಪ್ಪಣೆ ಕೊಡು.

Coun'tĕr-märch, *n.* ಹಿಂದಿರುಗುವುದು. *v.t.r.* (*pr.* -märcht) ಹಿಂದಿರುಗು.

Coun'tĕr-mīne, *n.* ಪ್ರತಿಸುರಂಗ. *v.t.r.* ಪ್ರತಿಸುರಂಗ ಮಾಡು.

Coun'tĕr-pāne, *n.* ಹಚ್ಚಡ, ಕವದಿ, "ಪಲಂಗ ಪೋಸ್".

Coun'tĕr-pärt, *n.* ಪ್ರತಿರೂಪ, ಪ್ರತಿಮೆ, ಎರಡನೆ ಪ್ರತಿ; c. of a deed ಎದುರುನುಡಿ *(S. C.)*. ಎದುರುಚೀಟು.

Coun'tĕr-pär-ty, *n.* ಪ್ರತಿಪಕ್ಷ.

Coun'tĕr-poise, *n.* ವಾಸರ ಕಟ್ಟಿದ ಪಜ್ಜೆ, ಈಡು, ಬಾರದಾನು *(S. C.)*.

Coun'tĕr-poi-son, *n.* ವಿಷಮುರಿಯುವ ಮದ್ದು.

Coun'tĕr-sīgn (-sīn), *v.t.r.* ಒಬ್ಬನು ದಸ್ಕತು ಹಾಕಿದ್ದಕ್ಕೆ ಮತ್ತೊಂದು ದಸ್ಕತು ಹಾಕು. *n.* ಮತ್ತೊಂದು ದಸ್ಕತು.

Coun'tĕr-vail, *v.t.r.* ಸರಿ ಹೋಗು, ಈಡಾಗು.

Count'ess, *n.* ಪ್ರಭುವಿನ ಭಾರ್ಯೆ.

Count'ing-house, -room, *n.* ವ್ಯಾಪಾರಸ್ಥರು ಕಾಗದಪತ್ರ ಲೆಕ್ಕ ಮುಂತಾದ್ದು ಇಡುವ ಮನೆ, "ಹಿಸಾಬಖಾನೆ", "ದಫ್ತರಖಾನೆ".

Count'less, *a.* ಲೆಕ್ಕವಿಲ್ಲದಷ್ಟು, ಅಸಂಖ್ಯ, ಅಗಣ್ಯ.

Cŏun'try (kun-), *n.* ದೇಶ, ಸ್ವದೇಶ, ನಾಡು; the c. ಹಳ್ಳಿವಾಡ, ಗ್ರಾಮಾಂತರ.

Cŏun'try almond, *see* **Almond.**

Cŏun'try gooseberry tree, *n.* *(Cicca disticha, L.)* ಅರನೆಲ್ಲಿಮರ *(S. C.)*, ಕಿರುನೆಲ್ಲಿ— *(My.)*, ರಾಯರ ನೆಲ್ಲಿ— *(S. M.)*.

Cŏun'try-grēen, *n.* *(Amaranthus oleraceus, Roxb.)* ಹರಿವೇ ಸೊಪ್ಪು.

Cŏun'try-man, *n.* ದೇಶಸ್ಥ, ಸ್ವದೇಶಸ್ಥ; 2. ಹಳ್ಳಿಯವ.

Coun'ty, *n.* ಪರಗಣೆ, ಜಿಲ್ಲಾ, ದೇಸಾಯಿಗೆ ಸೇರಿದ ಭೂಮಿ, ನಾಡು.

Coup (ku), *n.* ಜಯಪ್ರದವಾದ ಯುಕ್ತಿ; coup d'etat ರಾಜ್ಯಾಡಳಿತದಲ್ಲಿ ಕ್ರಾಂತಿಕಾರಕ ಬದಲಾವಣೆ; coup de grace ಕೊನೆಯ ಏಟು, ಕೊನೆಯ ಪರಿಣಾಮ.

Cŏup'le (kup'l), *n.* ಜೋಡು, ಎರಡು; 2. ಗಂಡ ಹೆಂಡತಿ, ದಂಪತಿಗಳು. *v.t.r.* ಜತೆ ಮಾಡು, ಜೋಡಿಸು, ಮದುವೆ ಮಾಡು *c.d.* **Cŏup'let**, *n.* ದ್ವಿಪದಿ; 2. ಜತೆ, ಜೋಡು. **Cŏup'ling**, *n.* ಜೋಡಿಸೋಣ.

Cou̦'poṅ (ku̦'poṅg), *n.* ಬಡ್ಡಿಯ ಹಕ್ಕು ತೋರಿಸುವ ಹುಂಡಿ ಕಾಗದದ ಭಾಗ.

Cŏur'aġe (kur'ij), *n.* ಧೈರ್ಯ, ಗುಂಡಿಗೆ, ಕಲಿತನ; take c. ಎದೆಗೊಳ್ಳು, ಧೈರ್ಯಗೊಳ್ಳು. **Cŏur-ā'ġeŏus (-ā'jus)**, *a.* ಧೈರ್ಯವುಳ್ಳ; c. man ಗುಂಡಿಗೆಯವನು, ಎದೆಗಾರ.

Cour'i-ĕr, (ku̦r'i-), *n.* ಚಾರನು, "ಹರಕಾರ", ದೂತ; 2. ವರ್ತಮಾನಪತ್ರಿಕೆ.

Cōurse (kōrs), *n.* ಓಟ, ಗತಿ; 2. ಮಾರ್ಗ, ದಿಕ್ಕು; 3. ಕ್ರಮ, ಅನುಕ್ರಮ; 4. ನಡತೆ; 5. ಪರ್ಯಾಯ. *pl.* (the menses) ಹೆಂಗಸರ ಋತುಕಾಲ. *v. t. r.* (*pr.* kōrst) ಹಿಂದಟ್ಟು, ಬೇಟೆಯಾಡು, ಓಡಿಸು. *v. i.* ಓಡು. **Cōur'sĕr**, *n.* ಬೇಟೆಗಾರ; 2. ಓಡುವ ಕುದುರೆ.

Cōurt (kōrt), *n.* ಅಂಗಳ; 2. ಅರಮನೆ; 3. ರಾಜನ ಪರಿವಾರ, "ದರಬಾರ"; 4. ನ್ಯಾಯಸ್ಥಾನ, "ಕೋರ್ಟು". 5. ಮುಖಸ್ತುತಿ; 6. ಅನುಸರಣೆ. *v. t. r.* ಒಲಿಸಿಕೊಳ್ಳು, ಮೆಚ್ಚಿಸು, ಬೋಳಯಿಸು; 2. (ಮದುವೆಗಾಗಿ) ಮೆಚ್ಚಿಕೆ ಮಾಡು, ಪ್ರೀತಿ ಪಡಕೊಳ್ಳು; 3. ಸಾಧಿಸು. **Cōurt'eŏus (kurt'yus)**, *a.* ಸಭ್ಯ, ಮರ್ಯಾದೆಯುಳ್ಳ. **Cōurt'eŏus-ness (kurt'yus-)**, *n.* ಮರ್ಯಾದೆ, ಸುಜನತೆ, ವಿನಯ.

Cōur'te-san (kōrt- *or* kurt'-), *n.* ಸೂಳೆ, ವೇಶ್ಯೆ, ವಾರಸ್ತ್ರೀ, ವಾರಾಂಗನೆ.

Cŏur'te-sy (kĕr'te-), *n.* ಉಪಚಾರ, ಮರ್ಯಾದೆ, ಆದರೋಪಚಾರಕ್ರಿಯೆ, ವಂದನೆ.

Cōurt'iĕr (kōrt'yĕr), *n.* ಅರಮನೆಯವ, ರಾಜನ ಪರಿವಾರದವ.

Cōurt'li-ness, *n.* ಮರ್ಯಾದೆ, ನಾಗರಿಕತೆ, ಸೊಗಸು. **Cōurt'ly**, *a.* ಶಿಷ್ಟ, ಮರ್ಯಾದಸ್ಥ; 2. ಸ್ತುತಿ ಮಾಡುವ, ಇಚ್ಛಕವಾಡುವ.

Cōurt-mär'tial, *n.* ದಂಡಿನ ನ್ಯಾಯಸಭೆ.

Cōurt'ship, *n.* ಸ್ತ್ರೀಮೆಚ್ಚಿಸೋಣ, ಪರಿಸೋಣ; 2. ಸಭ್ಯತೆ, ಉಪಚಾರ.

Cōurt'yärd, *n.* ಅಂಗಳ, ಅಂಗಣ; the open c. within a square building ತೊಟ್ಟಿ ಅಂಗಣ.

Cous̱'in (kuz'n), *n.* ಚಿಕ್ಕಪ್ಪನ ಮಗನು, —ಮಗಳು, ದೊಡ್ಡಪ್ಪನ—, ಚಿಕ್ಕವ್ವನ—, ಸೋದರಮಾವನ—, ಸೋದರತ್ತೆಯ—, ದಾಯಾದಿ; a father's brother's son is generally called ಅಣ್ಣ *or* ತಮ್ಮ; c. german ಜ್ಞಾತಿ.

Cove, *n.* ಸಣ್ಣ ಕೊಲ್ಲಿ; 2. ಮರೆಯಾದ ಸ್ಥಳ.

Cŏv'e-nant, *n.* ಒಡಂಬಡಿಕೆ, ಒಪ್ಪಂದ, ಕರಾರು ಪತ್ರ. *v. i. r.* ಕರಾರು ಮಾಡಿಕೊಡು.

Cŏv'en-try, *n.* ಒಂದು ಪಟ್ಟಣ; send person to C. ಸಂಗತಿ ತೊರೆಯು.

Cŏv'ĕr, *n.* ಮುಚ್ಚಳ, "ಫರದೆ"; 2. ಮರೆ, ಚಾಟು; 3. ಹೊದರು, ಪೊದೆ. *v. t. r.* ಮುಚ್ಚು; ಹೊದಗಿಸು, ಮರೆಮಾಡು; 2. ಆಸರೆ ಕೊಡು; 3. ಸಾಲು; **Cŏv'ered**, *pp. a.* ಹೊದ್ದಿಸಿದ. **Cŏv'ĕr-iṅg**, *n.* ಮುಚ್ಚೋಣ; 2. ಮುಚ್ಚಳ, ಮುಚ್ಚಿಗೆ; 3. ಹೊದಿಕೆ, ಆಚ್ಛಾದನ. **Cŏv'ĕr-let**, *n.* ಕವದಿ, "ಪಲಂಗಪೋಷ್", ದುಪ್ಪಟಿ.

Cŏv'ĕrt, *n.* ಮರೆ, ಆಸರೆ. *a.* ಮರೆಯಾದ, ಗುಪ್ತ, ಮುಚ್ಚಿದ, ಆಶ್ರಯದಲ್ಲಿರುವ, ಚಾಟಾದ. **Cŏv'ĕr-tūre**, *n.* ಮರೆ, ಆಸರೆ.

Cŏv'et, *v. t. r.* ಬಯಸು, ಆಶಿಸು, ದುರಾಶೆಪಡು. **Cŏv'e-tŏus**, *a.* ಲೋಭಿ, ಜಿಪುಣ, ಕೃಪಣ, ಆಶೆಮಾರಿ, ಆಸೆಬುರಕ. **Cŏv'e-tŏus-ly**, *ad.* ದ್ರವ್ಯಾಶೆಯಿಂದ, ಅತ್ಯಾಶೆಯಿಂದ. **Cŏv'e-tŏus-ness**, *n.* ಲೋಭ, ದ್ರವ್ಯಾಶೆ, ಲೋಲುಪ್ತಿ.

Cŏv'ey (kuv'i), *n.* ಹಕ್ಕಿಯ ಮರಿಗಳು; 2. ಕುಲ, ಕುಟುಂಬ.

Cov'in, *n.* ಒಳಸಂಚು.

Cow, *n.* ಆಕಳು, ದನ, ಹಸು; a superior kind of c. ನೈಚಕೆ; a c. that has calved ಕಂದಿ; a c. that calves annually ವರುಷಗಂದಿ, ಒಕ್ಕಂದಿ. **Cow'duṅg**, *n.* ಸಗಣಿ, ಸೆಗಣಿ, ಗೋಮಯ; cakes of dried c. ಕುರುಳು, ಕುಳ್ಳು, ಬೆರಣಿ. **Cow'hĕrd**, *n.* ಗೊಲ್ಲ. **Cow'house**, *n.* ಆಕಳ ದೊಡ್ಡಿ, ಹಟ್ಟಿ, ದನದ ಹಕ್ಕೆ. **Cow'lēech**, *n.* ದನಗಳ ವೈದ್ಯ. **Cow'pox**, *n.* ಹಸುವಿನ ಮೈಲಿ.

Cow, *v. t. r.* ಬೆದರಿಸು.

Cow'ard (-ĕrd), *n.* ಹೇಡಿ, ಪುಕ್ಕ, ಹಂದ. **Cow'-ar-dice (-dis)**, **Cow'ard-li-ness**, *n.* ಹೇಡಿತನ, ಪುಕ್ಕತನ. **Cow'ard-ly**, *a.* ಹೇಡಿ, ಪುಕ್ಕ, ನೀಚ. *ad.* ಹೇಡಿಯಾಗಿ, ನೀಚವಾಗಿ.

Cow'ĕr, *v. i. r.* ಬೊಗ್ಗು, ಭಯದಿಂದ ಬೊಗ್ಗಿಕೊಳ್ಳು.

Cow'hāġe, *n.* *see* Cowitch.

Cow'itch, *n.* (*Mucuna pruriens, D. C.*) ತುರಚಿ ಬಳ್ಳಿ, ನಸುಗುನ್ನಿ ಬಳ್ಳಿ, ಕಾಡವರೆ.

Cowl, *n.* ಸನ್ಯಾಸಿಯ ಕುಂಚಿಗೆ. **Cowled (kowld)**, *a.* ಕುಂಚಿಗೆ ಹಾಕಿಕೊಂಡ. **Cowl'-staff**, *n.* ಕಾವಡಿಕೋಲು.

Cow'ry, *n.* ಕೌಡಿ, ಕವಡಿ.

Cow'slip, *n.* ಒಂದು ತರದ ಪರಿಮಳದ ಹೂವು.

Cox'cōmb (-kōm), *n.* ಜಂಬಗಾರ, ದಾಂಭಿಕ,

ಬೆಡಗಿನವ; 2. *(Celosia cristata)* ಕಲ್ಲಿಗೆ ಹೂ *(S. M.)*. **Cox-com'bi-cal**, *a.* ಹುಚ್ಚು ಬಡಾಯಿಯ, ಬೆಡಗಿನ, ಒಯ್ಯಾರದ.

Coy, *a.* ಅರೆಮರೆಯಾದ, ಸಭಾಕಂಪವುಳ್ಳ, ಲಜ್ಜೆಯುಳ್ಳ, ನಾಚುವ. *v. i. r.* ಲಜ್ಜೆ ಪಡು, ಅರೆ ಮರೆಯಾಗು. **Coy'ly**, *ad.* ಅರೆಮರೆಯಾಗಿ. **Coy'ness**, *n.* ನಾಚಿಕೆ, ಲಜ್ಜೆ, ಅರೆಮರೆ.

Cōz, *n.* *Abbr. of* Cousin.

Cōze, *n.* ಪಟಿಂಗ.

Cöz'en (kuz'n), *v. t. r.* ಠಕ್ಕು ಹಚ್ಚು, ಟೊಪ್ಪಿಗೆ ಹಾಕು, ಪುಸಲಾಯಿಸು. **Cöz'en-ĕr**, *n.* ಮೋಸಗಾರ.

Co'zy, Cosy, *a.* ಹರಟುವ.

Crab, *n.* ಏಡಿ; 2. ಕೋಪಿಷ್ಠ; 3. ಕರ್ಕಾಟಕ ರಾಶಿ; 4. ಭಾರದ ವಸ್ತುಗಳನ್ನು ಎತ್ತಿಕೊಳ್ಳುವ ಯಂತ್ರ. **Crab'bed**, *a.* ಸಿಟ್ಟಿನ, ಕೋಪವುಳ್ಳ, ಸೇರಿಕೆ ಇಲ್ಲದಂಥ, ಅರುಚಿಯುಳ್ಳ, ತೊಂದರೆಯಾದ.

Crack, *n.* ಸೀಳು, ಒಡಕು, ಬಿರುಕು, ಆಣೆ; 2. ಪುಸುಕ್ಕನ್ನುವ ಸಪ್ಪಳ, ಬಳ್ಳನ್ನುವ—; 3. ಹುಚ್ಚು; 4. ಹುಚ್ಚನು; 5. ಬಡಿವಾರ; 6. ಬಡಿವಾರದವ. **Crack**, *v. t. r. (pr.* krakt) ಸೀಳ ಮಾಡು, ಒಡಿ; 2. ಹುಚ್ಚು ಹಿಡಿಸು. *pass.* ಹುಚ್ಚು ಹಿಡಿ, ಸನ್ನಿ ಹಿಡಿ, ಬಡಬಡಿಸು; 3. (a whip, *etc.*) ಚಟಿ, ಛಟ್ಟೆನ್ನಿಸು; 4. (a joke) ಹೇಳಿ ಬಿಡು. *v. i.* ಸೀಳು, (wood, *etc.*) ಆಣಿಸು, ಆಣೆಬಿಡು; 2. ಹಾಳಾಗು; 3. ಛಟಲ್ ಅನ್ನು. **Crack'-brāined (-brand)**, *a.* ಹುಚ್ಚು ಬುದ್ಧಿ ಭ್ರಮೆಯುಳ್ಳ, ಮರುಳಾದ. **Crack'ĕr**, *n.* ಬಡಾಯಿಖೋರ; 2. ಪಟಾಕಿ. **Cracks'-man**, *n.* ಕಳ್ಳ. **Cra'ck-y**, *a.* ಬಿರುಕು ಬಿಟ್ಟ.

Cra'ckle, *v. i. r.* ಛಟಛಟವೆನ್ನು.

Crā'dle, *n.* ತೊಟ್ಟಿಲು; 2. ಚಿಕ್ಕತನ. *v. t. r.* ತೊಟ್ಟಿಲು ತೂಗು, ತೊಟ್ಟಿಲಲ್ಲಿ ಮಲಗಿಸು; 2. ಪೋಷಿಸು, ಸಾಕು.

Craft, *n.* ಕಸಬು, ಕೆಲಸ; 2. ತಂತ್ರ, ಯುಕ್ತಿ; 3. ಚಿಕ್ಕ ಹಡಗು, ನಗ. **Craf'ti-ly**, *ad.* ಕುಯುಕ್ತಿಯಿಂದ. **Craf'ti-ness**, *n.* ಕುಯುಕ್ತಿ, ತಂತ್ರ. **Crafts'man**, *n.* ಕಸಬುದಾರ, ವಯಿನಗಾರ. **Craf'ty**, *a.* ತಂತ್ರವುಳ್ಳ, ಕಪಟಿ, ಧೂರ್ತ, ವಯಿನವುಳ್ಳ.

Crag, *n.* ಗುಡ್ಡ, ಸೂಚಾದ ಬಂಡೆ, ಬಂಡೆ. **Crag'-ged, Crag'gy**, *a.* ಬಂಡೆಬಂಡೆಗಳುಳ್ಳ, ತಗ್ಗು ಎತ್ತರವುಳ್ಳ, ದೊರಗಾದ, ಕೊರಕಲು. **Crag'gi-ness**, *n.* ಕೊರಕಲಾಗಿರುವಿಕೆ. **Crags'man**, *n.* ಬಂಡೆ ಏರುವವ.

Cram, *v. t. r.* (crammed) ತುರುಕು, ಜಜ್ಜು, ಒತ್ತಿ ತುಂಬಿಸು, ಮಿತಿಮೀರಿ ತಿನ್ನಿಸು, —ಉಣ್ಣಿಸು. *v. i.* ಅಳತೆಗೆಟ್ಟು ತಿನ್ನು, —ಉಣ್ಣು, ಕೂಳು ಹೊಡೆ, ಕೂಳು ಜಡಿ; 2. (ಪರೀಕ್ಷೆ ಕೊಡುವುದಕ್ಕೆ) ತ್ವರೆಯಾಗಿ ಓದಿಕೊಂಡು ಸಿದ್ಧ ಮಾಡು, ಜಡತ ಮಾಡು. *n.* ತ್ವರೆಯಾಗಿ ಓದಿ ಕಲಿತ ವಿದ್ಯೆ; 2. ಸುಳ್ಳು.

Cramp, *n.* ಅಡ್ಡಿ; 2. ಉಳುಕು, ಸುಳುಕು, ಚಳಕು, ಒಟ್ಟೆ, ವಟ್ಟೆ; 3. ರಿಗ್ಗಿ; 4. ಕಬ್ಬಿಣದ ಕಟ್ಟು, ಬಂಧ. *v. t. r. (pr.* krampt) ಅಡ್ಡಿ ಮಾಡು; 2. ಉಳುಕು ಹಿಡಿಸು, ವಟ್ಟೆ—; 3. ರಿಗ್ಗಿ ಕಟ್ಟು. **Cramped**, *a.* ಉಳುಕು ಹಿಡಿದ. ಸಂಕುಚಿತವಾದ.

Crāne, *n.* ಬಕ, ಕೊಕ್ಕರೆ; the Demoiselle c. ಕೊರಕಂಚೆ, ಕ್ರೌಂಚ; 2. ಭಾರ ಎತ್ತುವ ಯಂತ್ರ; 3. ವಕ್ರನಾಡಿ.

Crā-ni-ol'o-ġy, *n.* ಕಪಾಲಸಾಮುದ್ರಿಕೆ. **Crā-ni-ol'o-ġist**, *n.* ಕಪಾಲಶಾಸ್ತ್ರಜ್ಞನು.

Crā'ni-um, *n.* ತಲೆಬುರುಡೆ, ಕಪಾಲ.

Craṅk, *n.* ರಾಟೆಯ ಕೈ; 2. ಗಡಿಯಾರದಲ್ಲಿ ಚಕ್ರದ ಹಲ್ಲು. *a.* ಮರೆಮಾಡುವ, ಮಾತು ತಿರುಗಿಸುವ. **Craṅk'y**, *a.* ಸಂಕಟದ, ಅದುರುವ. ವಿಲಕ್ಷಣ.

Cran'ny, *n.* ಸಂದು, ಬಿರುಕು.

Crāpe, *n.* ಊಚುತರದ ಕರೇ ರೇಶ್ಮೆವಸ್ತ್ರ.

Crap'ū-lence, *n.* ಮಧುಪಾನದ ಸೇವನೆಯಿಂದ ಬಂದ ಜಾಡ್ಯ.

Crash, *n.* ಕಳಕಳ ಅನ್ನುವ ಶಬ್ದ, ದಢಲ್ ಅನ್ನುವ—; to fall with a c. ದಢಲ್ಲನೆ ಬೀಳು, ಕಳಕಳ ಮುರಿದು ಬೀಳು. *v. t. r.* ಅಪ್ಪಳಿಸು, ಕಳಕ್ಕನೆ ಮುರಿ. *v. i. r.* ಢಡಲ್ ಎಂದು ಶಬ್ದವಾಗು.

Crass, *a.* ಸ್ಥೂಲ, ಮೋದಂಡ, ಮಂದ ಬುದ್ಧಿಯ. **Crass'i-tude**, *n.* ಮಾಂದ್ಯ, ಸ್ಥೂಲತ್ವ.

Crāte, *n.* ಹೇಳಿಗೆ, ಪೆಟಾರಿ.

Crā'tĕr, *n.* ಜ್ವಾಲಾಮುಖಿ ಪರ್ವತದ ಬಾಯಿ, —ಸುರಂಗ; 2. ಜ್ವಾಲಾಮುಖಿ.

Crāunch (krānsh), *v. t. r. (pr.* krānsht) ಕಟಕಟನೆ ತಿನ್ನು; *same as* "Crunch" *q. v.*

Cra'vat, *n.* ಕೊರಳಿಗೆ ಸುತ್ತುವ ಅರಿವೆ, ಕಂಠರಕ್ಷೆ, ಕಂಠಭೂಷೆ.

Crāve, *v. t. r.* ಬೇಡಿಕೊಳ್ಳು, ಅಪೇಕ್ಷಿಸು, ಬಯಸು. **Crāv'iṅg**, *n.* ಆಶೆ, ಬಯಕೆ, ಕೋರಿಕೆ, ಅಪೇಕ್ಷೆ.

Crā'ven, *n.* ಪುಕ್ಕ; cry c. ನಾ ಸೋತೆ ಅನ್ನು.

Craw, *n.* ಪಕ್ಷಿಗಳ ಹೊಟ್ಟೆ.

Fāte, fat, fär, fall, what; mē, met, prey, hër; pīne, pin, marïne, bïrd; nōte, not, möve, döve; tūne, tub, rude, pull; drȳ, body; fool, book; oil; boy; pound; now

Crạw'fish (krạ-), Crāy'fish, *n.* ಉದ್ದ ಏಡಿ.
Crạwl (krạl), *v. i. r.* ದೇಕು, ಹರಿದಾಡು; 2. ಅಂಬೆಗಾಲಿಕ್ಕಿ ನಡೆ, ಅಂಬೆಗಾಲು ಹಚ್ಚಿ ನಡೆ.
Crā'yon, *n.* ಚಿತ್ರ ಬರೆಯುವ ಕಡ್ಡಿ. *v. t. r.* ಚಿತ್ರ ಬರೆ.
Crāze, *v. t. r.* ಒಡಿ, ಪುಡಿಪುಡಿ ಮಾಡು; 2. ಮರುಳು ಮಾಡು. Crā'zi-ness, *n.* ಹುಚ್ಚುತನ, ಸನ್ನಿ. Crā'zy, *a.* ಒಡದ; 2. ಹುಚ್ಚು, ತಿಳಿಗೇಡಿ.
Crēak (krēk), *v. i. r. (pr.* krēkt) ಗೀಜು, ಕಿರ‍್ರೆನ್ನು, ಕಿರ‍್ರಗುಟ್ಟು.
Crēam (krēm), *n.* ಹಾಲಿನ ಕೆನೆ; 2. ಸತ್ವಾಂಶ, ಸಾರ. *v. i. r.* ಕೆನೆಗಟ್ಟು. *v. t. r.* ಕೆನೆ ಗಟ್ಟಿಸು. *(fig.)* ಸಾರಸಂಗ್ರಹ ಮಾಡು. Crēam'ĕr-y, *n.* ಹೈನದ ಅಂಗಡಿ. Crēam'-fāced (-fāst), *a.* ಪುಕ್ಕ. Crēam'-lāid, *a.* ಕೆನೆಯ ಬಣ್ಣದ (ಕಾಗದ). Crēam'y, *a.* ಕೆನೆಯಂಥಾ, ಕೆನೆ ತುಂಬಿದ.
Crēase (krēs), *n.* ಮಡಿಚುವದರಿಂದಾದ ಗೆರೆ, ಮಡಿಕೆ, ಗಳಿಗೆ; 2. ಕಠಾರಿ. *v. t. r. (pr.* krēst) ಮಡಿಚು, ಗಳಿಗೆ ಮಾಡು.
Crē'at, *n. see* Chiretta.
Crē-āte', *v. t. r.* ನಿರ್ಮಿಸು, ಉಂಟುಮಾಡು; 2. ಮಾಡು, ನೇಮಿಸು. Crē-ā'tiŏn, *n.* ಉತ್ಪತ್ತಿ, ಸೃಷ್ಟಿ, ನಿರ್ಮಾಣ; 2. ನೇಮಿಸುವಿಕೆ. Crē-ā'tive, *a.* ಸೃಷ್ಟಿಸುವ, ಉತ್ಪಾದಕ. Crē-ā'tŏr, *n.* ಸೃಷ್ಟಿಕರ್ತ, ನಿರ್ಮಾಣಕರ್ತ, ದೇವರು. Crēa'tūre (krē'chụr), *n.* ಸೃಷ್ಟಿವಸ್ತು; 2. ಜಂತು; 3. ಪ್ರಾಣಿ; 4. ಆಶ್ರಿತ, ಉಪಜೀವಿ.
Crèche (krāsh), *n.* ಬಾಲರ ಪಾಲನಾಲಯ.
Crē'dence, *n.* ನಂಬಿಕೆ, ವಿಶ್ವಾಸ, ಭರವಸ. Crē-den'dā, *n. pl.* ವಿಶ್ವಾಸವಿಷಯ, ಶ್ರದ್ಧಾವಿಷಯ. Crē-den'tial, *a.* ವಿಶ್ವಾಸಪಾತ್ರವಾದ. Crē-den'tialṣ (-shalz), *n. pl.* "ಶಿಫಾರಸು" ಕಾಗದ, ಯೋಗ್ಯತಾಪತ್ರ.
Cred-i-bil'i-ty, *n.* ಪ್ರಾಮಾಣ್ಯ, ಸತ್ಯತೆ. Cred'i-ble, *a.* ಸತ್ಯವೆಂದು ನಂಬತಕ್ಕ, ನಂಬುವಂಥ, ವಿಶ್ವಸನೀಯ. Cred'i-bly, *ad.* ನಂಬುವಂತೆ.
Cred'it, *n.* ನಂಬಿಕೆ, ಶ್ರದ್ಧೆ, ಕೀರ್ತಿ, ಪತ್ತು; he lost his c. ಜನರೊಳಗೆ ಅವನ ಪತ್ತು ಹಾರಿತು; 2. *(acc.)* ಜಮೆ; 3. ಉದ್ದರಿ; give on c. ಉದ್ದರಿ ಕೊಡು; dealings on c. ಉದ್ದರಿ, ಉಚ್ಚಾಪತಿ *(My.)*; bring c., do c. ಬಹುಮಾನ ತರು. *v. t. r.* ನಂಬು, ನೆಚ್ಚು; 2. *(acc.)* ಜಮೆ ಹಿಡಿ. Cred'i-ta-ble, *a.* ಹೆಸರುಗೊಂಡ, ಘನ, ಉತ್ತಮ. ಸಂಭಾವಿತ. Cred'i-ta-bly, *ad.* ಮಾನವಾಗಿ, ಘನವಾಗಿ, ಚೆನ್ನಾಗಿ. Cred'i-tŏr, *n.* ಸಾಲ ಕೊಟ್ಟವ, ಸಾವಕಾರ.
Cre-dū'li-ty, Cred'ū-lŏus-ness, *n.* ವಿಚಾರವಿಲ್ಲದೆ ನಂಬುವುದು, ಬೋಳೆತನ, ಕಿವಿಮರುಳು. Cred'ū-lŏus, *a.* ವಿಚಾರವಿಲ್ಲದೆ ನಂಬುವ, ಬೋಳೆ.
Crēed, *n.* ಶ್ರದ್ಧಾವಿಷಯಗಳ ಸಂಕ್ಷೇಪ, ಮತ. 2. ಧರ್ಮದ ಸಾರಾಂಶ, ವಿಶ್ವಾಸಪ್ರಮಾಣ.
Crēek, *n.* ಸಮುದ್ರದ ಕೊಲ್ಲಿ; 2. ಹಳ್ಳ.
Crēep, *v. i. ir.* (crept, crept) ದೇಕು, ಹರಿ, ಹರಿದಾಡು; 2. ಮೆಲ್ಲಗೆ ನಡೆ; 3. ಇಚ್ಛಕ ಮಾಡು; c. in ತಿಳಿಯದ ಹಾಗೆ ಒಳ ಸೇರು, ಕಳ್ಳತನದಿಂದ ಹೋಗು; a creeping sensation (as of fleas) ಗುಳುಗುಳು ಅನ್ನುವುದು. Crēep'ĕr, *n.* ಬಳ್ಳಿ, ಹಂಬು, ಲತೆ.
Crēese, *n.* ಮಲೆಯದ ಕಠಾರಿ.
Cre-māte', *v. t. r.* ಸುಡು, ಹೆಣ ಸುಡು. Cre-mā'tiŏn, *n.* ಸುಡುವುದು; 2. ಹೆಣ ಸುಡುವುದು, ಶವದಹನ, ಅಂತ್ಯೇಷ್ಟಿ. Cre-ma-tŏr'ium, Cre'ma-to-ry, *n.* ಶವದಹನಾಗಾರ.
Cre-nāte', *a.* ದಂತಾಕಾರ ಅಂಚುಳ್ಳ.
Crē'o-sote, *n.* ವಿಷಹಾರಕ ನಿರ್ವರ್ಣತೈಲರಸ.
Crep-i-tā'te, *n.* ಪಟಪಟ ಶಬ್ದ ಮಾಡಿ ಒಡೆಯು. Crep-i-tā'tiŏn, *n.* ಪಟಪಟ ಶಬ್ದ.
Cre-pus'cu-lar, *a.* ತ್ರಿಸಂಧ್ಯಾಪ್ರಕಾಶದ, ಅವಿಕಸಿತ. [ಹ.
Cresc-en'do (kresh-), *ad.* ಪುರೋಗತಿ, ಆರೋ
Cres'cent, *a.* ಬೆಳೆಯುವ, ವರ್ಧಮಾನವಾಗುವ. *n.* ಬಿದಿಗೆ ಚಂದ್ರ; 2. ಅರ್ಧ ಚಂದ್ರಾಕೃತಿ (ಈ ಚಿಹ್ನವು ತುರ್ಕಿ ಸರಕಾರದ ಧ್ವಜದ ಮೇಲೆ ಅದೆ); 3. ತುರ್ಕಿ ಧ್ವಜ; 4. ತುರ್ಕಿ ರಾಜ್ಯ.
Cress, *n.* "ಹಲೀಮ" ಪಲ್ಯ; garden c. *(Lepidium sativum, L.)* ಕುರ್ಟಿಗೆ ಸೊಪ್ಪು.
Cres'set, *n.* ಗುಡ್ಡದ ಮೇಲೆ ಇಟ್ಟ ದೊಡ್ಡ ದೀಪ.
Crest, *n.* ಜುಟ್ಟು, ಹೆಡೆ; 2. ತುರಾಯಿ; 3. ಗರ್ವ; 4. ತುದಿ, ಪರ್ವತಶಿಖರ. Crest'-fạl-len (-fạl'n), *a.* ಕುಗ್ಗಿದ, ಅಧೀರ.
Crē-tā'ceous (-shus), *a.* ಸುಣ್ಣಮಯವಾದ.
Crē'tin, *n.* ಕುರೂಪಿ ಮಂಕು (ಆಲ್ಪ್ಸ್ ಪರ್ವತದ ಸಮೀಪ).
Crev'ice, *n.* ಬಿರುಕು, ಬೀಡಿ.
Crew (krụ), *n.* ಗುಂಪು ಸಮೂಹ; 2. ಹಡಗಿನ ಆಳುಗಳು, ಕಲಾಸಿಗಳು.

Crew'el, *n.* ಕಂಬಳಿದಾರ.

Crib, *n.* ಗೋದಲಿ; 2. ಹಟ್ಟಿ; 3. ತೊಟ್ಟಿಲು; 4. ಗುಡಿಸಲು. *v. t. r.* ಅಪಹರಿಸು; 2. ಮುಚ್ಚಿಹಾಕು.

Crib'ble, *n.* ಜಲ್ಲಡಿ.

Crick, *n.* ಕತ್ತುನೋವು.

Crick'et, *n.* ಜಟ್ಟೆ, ಝಿಲ್ಲಿಕೆ, ಚಿಮ್ಮಂಡಿ; 2. ಚೆಂಡಾಟ. *v.i.r.* ಚೆಂಡಾಡು. Crick'et-ĕr, *n.* ಚೆಂಡಾಡುವವ.

Crī'ĕr, *n.* ಕೂಗುವವ, ಡಂಗುರು ಹೊಡೆಯುವವ, *same as* "Cryer".

Crīme, *n.* ಅಪರಾಧ, ತಪ್ಪು, "ತಕ್ಸೀರು". Crim'i-nal, *n.* ಅಪರಾಧಸ್ಥ, "ಕೈದಿಯವ". *a.* ಅಪರಾಧವುಳ್ಳ, *(law)* "ಫೌಜ್ದಾರಿ"; *c.* proceeding "ಫೌಜ್ದಾರಿ" ಖಟ್ಲೆ. Crim-i-nal'i-ty, *n.* ದೋಷ, ದುಷ್ಟತ್ವ, ಅಪರಾಧ. Crim'i-nal-ly, *ad.* ದುರುಳವಾಗಿ, ಅಪರಾಧವಾಗಿ. Crim'i-nāte, *v.t.r.* ತಪ್ಪು ಹೊರಿಸು, ಅಪರಾಧ ಆರೋಪಿಸು. Crim-i-nā'tiŏn, *n.* ದೋಷಾರೋಪಣೆ.

Crimp, *v. t. r.* (*pr.* krimpt) ನಿರಿಗೆ ಕಟ್ಟು; 2. ಜವಟಿ ಹಿಡಿ; 3. ಠಕ್ಕಿಸಿ ಬಿಟ್ಟೀ ಹಿಡಿ.

Crim'ple, *v. t. r.* ಮಡಿಸು, ಮುದುಡಿಸು.

Crim'son (-zn), *n.* ರಕ್ತವರ್ಣ, ಕುಂಕುಮ ಬಣ್ಣ. *a.* ರಕ್ತವರ್ಣದ, ಕುಂಕುಮಬಣ್ಣದ. *v. t. & i. r.* ಕೆಂಪು ಮಾಡು, ಕೆಂಪಾಗು.

Cringe, *v. t. r.* ಮುದುರು. *v. i.* ಮುದುರಿಕೊಳ್ಳು, ಇಚ್ಚಕವಾಡು, ನೀಚ ವಿನಯ ತೋರಿಸು.

Crī'nite, *a.* ಕೂದಲಿನ ಹಾಗಿರುವ.

Criń'kle, *v. t. r.* ಮುರಿಗೆಮುರಿಗೆ ಮಾಡು. *v. i.* ಮುರಿಗೆಮುರಿಗೆಯಾಗು. *n.* ಮುರಿಗೆ, ಮಡತೆ.

Crip'ple, *n.* ಹೆಳವ, ಕುಂಟ, ಅಂಗಹೀನ. *v. t. r.* ಕುಂಟಿಸು, ಹೆಳವಾಗ ಮಾಡು; 2. ಬಲಹೀನ ಮಾಡು, ನಿರುಪಯುಕ್ತ—.

Crī'sis, *n.* ಗಂಡಸಮಯ, ಸಂದು, ಸಂದುಕಟ್ಟು, ಕುತ್ತ, ರೋಗದ ಕುತ್ತ.

Crisp, *a.* ಉಂಗುರಗೂದಲುಳ್ಳ; 2. ಹಾವು ಮುರಿಯಾದ; 3. ಪೆಡಸು, ಬಿರಸು; 4. ಮಿದುವು, ಬಾಯಲ್ಲಿ ಕರಗುವಷ್ಟು ಮಿದುವು; 5. (of liquors) ಚುಟಿ, ಚುರುಕು. *v. t. r.* (*pr.* krispt) ಕುರುಳು ಮಾಡು, ಸುರಳಿ ಮಾಡು; 2. ಗರಕು ಮಾಡು. Crisp'ly, *ad.* ಗುರಕಾಗಿ, ಪೆಡಸಾಗಿ, ಮಿದುವಾಗಿ. Crisp'ness, *n.* ಕರಕರ ಅನ್ನುವುದು; 2. ಪೆಡಸು, ಬಿರಸು; 3. ಮಿದುವು; 4. ಗರಕು. Cris'pate, *a.* ಪೆಡಸಾದ, ಬಿರುಸಾದ, ಮಿದುವಾದ. Cris-pā'tiŏn, *n.* ಕುರುಳಾಗುವುದು.

Cris'pin, *n.* ಜೋಡು ಹೊಲಿಯುವವನು.

Crī-tē'ri-on, *n.* ಪ್ರಮಾಣ, ನ್ಯಾಯಸೂಚಕ, ನ್ಯಾಯಲಕ್ಷಣ; 2. ಒರೆಗಲ್ಲು.

Crit'ic, *n.* ಗುಣದೋಷಪರೀಕ್ಷಕ, ಶೋಧನೆ ಮಾಡುವವ, ದೋಷ ಹಿಡಿಯುವವ; 2. ಗುಣದೋಷಪರೀಕ್ಷೆ ಮಾಡುವ ವಿದ್ಯೆ. Crit'i-cal, *a.* ಸೂಕ್ಷ್ಮವಿಚಾರಿ, ವಿಚಾರಪೂರ್ವಕ; 2. ಸಂದುಕಟ್ಟಿನ. Crit'i-cal-ly, *ad.* ವಿಚಾರಪೂರ್ವಕವಾಗಿ. Crit'i-cīse, *v. t. r.* ಗುಣದೋಷ ತೋರಿಸು, ಖಂಡಿಸು, ಆಕ್ಷೇಪಿಸು. Crit'i-cism, *n.* ಗುಣದೋಷಪರೀಕ್ಷೆ, ಗುಣದೋಷ ವಿವೇಚನೆ, ಖಂಡನೆ. Cri-tīque' (-tēk), *n.* ಗುಣದೋಷಪರೀಕ್ಷೆ.

Crōak (krōk), *v. i. r.* (*pr.* krōkt) ಕಾಗೆಯಂತೆ ಒದರು, ಕಪ್ಪೆಯಂತೆ—. *n.* ಕಾಗೆಯ ಅಥವಾ ಕಪ್ಪೆಯ ಕೂಗು. Croa'kĕr, *n.* ದುಃಶಕುನಗಾರ.

Crō'chet (-shĭ), *n.* ಕಸೂತಿ.

Crock, *n.* ಮಣ್ಣುಮಡಿಕೆ, ಬೋಕಿ. Crock'ĕr-y, *n.* ಮಣ್ಣಿನ ಪಾತ್ರೆಗಳು, ಗಡಿಗೆ ಮಡಿಕೆ, ಮಡಿಕೆಕುಡಿಕೆ, ಪಿಂಗಾಣಿ ಪಾತ್ರೆಗಳು.

Crōc'ō-dīle, *n.* ಮೊಸಳೆ, ನೆಗಳು, ನಕ್ರ; c. tears ಮೋಗರಿಯ ಕಣ್ಣೀರು, ಕೃತಕವ್ಯಸನ, ಸುಳ್ಳು ಅಳುವು.

Crō'cus, *n.* *(C. sativus, L.)* ಕುಂಕುಮ ಹೂವು, ಕೇಸರಿ; Indian C. *(Kæmpferia rotunda)* ನೆಲಸಂಪಿಗೆ ಗಿಡ.

Crœ'sus, *n.* ಕುಬೇರ, ಧನವತಿ.

Croft, *n.* ಸಣ್ಣ ಹೊಲ.

Crōne, *n.* ಮುದುಕಿ, ಜಬ್ಬಿ.

Crō'ny, *n.* ಗೆಳೆಯ, ಸಲಿಗೆಯವ.

Crook, *n.* ಕೊಕ್ಕೆ, ದೋಟಿ; 2. ತಳೆ ಬಾಗಿದ ಕೋಲು; 3. ಯುಕ್ತಿ; by hook or by c. ಹ್ಯಾಗಾದರೂ, ಯುಕ್ತಿಪ್ರಯುಕ್ತಿಗಳಿಂದ. *v.t.r.* (*pr.* krukt) ಬಗ್ಗಿಸು. *v. i.* ಬಾಗು. Crook'-back, *n.* ಡೂಗ, ಗೂನುಳ್ಳವ. Crook'ed, *a.* ಡೊಂಕಾದ, ಓರೆಯಾದ. Crook'ed-ly, *ad.* ಸೊಟ್ಟಗಾಗಿ. Crook'ed-ness, *n.* ಡೊಂಕು, ಕುರೂಪ, ಕುಟಿಲತನ, ವಕ್ರತ್ವ.

Crop, *n.* ಕೂದಲ ಕತ್ತರಿಸುವಿಕೆ; 2. ಪಕ್ಷಿಗಳಲ್ಲಿ ಆಹಾರಸಂಗ್ರಹವಾಗುವ ಸ್ಥಾನ.

Crop, *n.* ಬೆಳೆ, ಪೈರು; the earlier c. ಮುಂಗಾರೆ, —ಪೈರು; the later c. ಹಿಂಗಾರೆ,

—ಪೈರು; the first c. ಕಾರ್ತಿ; the second c. ಸುಗ್ಗಿ; the third c. ಕೊಳಕೆ *(C.)*. *v.t.r.* (*pr.* kropt) ಕೊಯ್ಯು, ಕತ್ತರಿಸು; 2. ಮೇಯು; 3. ಬೆಳಸು. *v.i.* c. out ಕಾಣಿಸು, ಮೂಡು, ಉಬ್ಬಿಬರು. Crop′-sick. *a.* ಅತಿ ಆಹಾರದಿಂದ ವಾಕರಿಕೆಯುಳ್ಳ.

Crō′quet. *n.* ಮೈದಾನದಲ್ಲಿ ಮರದ ಚೆಂಡುಗಳನ್ನು ಮರದ ಚಮ್ಮಟಿಗೆಗಳಿಂದ ಹೊಡೆದೋಡಿಸುವ ಆಟ.

Crōze. *n.* ಕೋಟಿ. [ಮುದ್ರೆಗೋಲು.

Crō′si-ĕr. Crō′zi-ĕr. *n.* ಧರ್ಮಾಧ್ಯಕ್ಷನ ಕ್ರೂಜೆ

Cross. *n.* ಕತ್ತರಿ; 2. ಸಿಲುಬೆ, "ಕ್ರೂಜೆ"; 3. ಕ್ರೈಸ್ತಧರ್ಮ; 4. ದುಷ್ಟು; 5. ಉಪದ್ರವ, ಶ್ರಮ; 6. ಕತ್ತರೀಗುರುತು, ಹಂಸಪಾದ; 7. ಬೆರಿಕೆ; to take up the c. ಉಪದ್ರವ ತಾಳಿಕೊಳ್ಳು, ಶ್ರಮ ತಾಳು. *a.* ಅಡ್ಡ, ಪ್ರತಿಕೂಲ, ವಿಪರೀತ; c. person ಸಿಟ್ಟಿನವ. *v.t.r.* (*pr.* krost) ಅಡ್ಡವಾಗಿರು *c.d.*. ಅಡ್ಡಹಾಕು; 2. ಅಡ್ಡಬೆಲೆ; 3. ಅಡ್ಡ ಹಾಯು, ದಾಟು, ದಾಟಿಹೋಗು; 4. ಅಡ್ಡಗಟ್ಟು *c. d.*. ಅಡ್ಡಿಮಾಡು *c. d.*. ಅಭ್ಯಂತರಿಸು; c. one's self ಕ್ರೂಜೇ ಗುರುತು ಹಾಕಿಕೊಳ್ಳು. *v.i.* ಅಡ್ಡವಾಗಿರು; 2. ದಾಟು, ಉತ್ತರಿಸು; 3. ಬೆರಿಕೆಯಾಗು. Cross′-bēam. *n.* ತೊಲೆ, ಅಡ್ಡತೊಲೆ; double c. ಕಡೆಕಟ್ಟು. Cross′-bōw (-bō). *n.* ಸಿರ್ತುಕೋಲಿಗೆ ಕೂಡ್ರಿಸಿದ ಬಿಲ್ಲು. Cross-ex-am-in-ā′tiŏn. *n.* ಅಡ್ಡಪರೀಕ್ಷೆ, ಅಡ್ಡ "ಸವಾಲು", "ಘಾಟಿ ಸವಾಲು". Cross′-ex-am-ine. *v.t.r.* ಅಡ್ಡಪರೀಕ್ಷೆ ಮಾಡು, ಅಡ್ಡ "ಸವಾಲು" ಮಾಡು, "ಘಾಟಿ ಸವಾಲು" ಮಾಡು. Cross′-grāined (-grānd). *a.* ಏಟ್ಟಿ, ಮೂರ್ಖ. Cross′-legged (-legd). *a.* ಚಕ್ಕಳಮುಕ್ಕಳಿ ಹಾಕಿಕೊಂಡು ಕೂತ, ಚಕ್ಕಳಮುಕ್ಕಳ—, ಪದ್ಮಾಸನ ಹಾಕಿ ಕೂತ. Cross′ly. *ad.* ಕೋಪವಾಗಿ. Cross′ness, *n.* ಸಿಟ್ಟು, ಉರಿಮೋರಿತನ, ಸಿಡುಮೋರಿತನ. Cross′-quest-iŏn (-quest′yun), *v.t.r.* "ಘಾಟಿ ಸವಾಲು" ಮಾಡು, ಅಡ್ಡ "ಸವಾಲು"—. Cross-stitch, *n.* ಅಡ್ಡ ಹೊಲಿಗೆ. Cross′wāy (-wā), *n.* ಅಡ್ಡದಾರಿ. Cross′wīse, *ad.* ಅಡ್ಡವಾಗಿ.

Crotch′et (kroch′et), *n.* ಕವಲುಗಟ್ಟಿಗೆ; 2. ಭ್ರಮೆ, ಮನಶ್ಚಾಂಚಲ್ಯ; 3. ಕುಂಡಲೀಕರಣ, [ ] ಈ ಗುರುತು. Crotch′et-y, *a.* ವಿಲಕ್ಷಣ.

Cro′ton, *n.* *(Croton tiglium, L.)* ಜಾಪಾಳದ ಗಿಡ, ನೇಪಾಳದ—, ನೇರ್ವಾಳದ—; c. oil ಜಾಪಾಳದ ಎಣ್ಣೆ.

Crouch, *v.i.r.* (*pr.* kroucht) ಬೊಗ್ಗಿಕೊಳ್ಳು, ಜಪ್ಪಿಸಿಕೊಳ್ಳು; 2. (to c. from fear, to fawn) ಕುಕ್ಕುರಿಸು, ಕುಕ್ಕುರಿಕೊಳ್ಳು.

Croup (krup), *n.* ಕುದುರೆಯ ಪಿರ್ರೆ, ಜೀನಿನ ಹಿಂಭಾಗ.

Croup, *n.* ಶ್ವಾಸನಾಳ ಕಟ್ಟುವಿಕೆ.

Crōw (krō), *n.* ಕಾಗೆ; 2. ಕಬ್ಬಿಣದ ಹಾರೆ; 3. ಕೋಳಿಯ ಕೂಗು. *v.i.ir.* (crew, *pr.* kru, *or* crōwed. crōwed *or* crōwn) (ಕೋಳಿ) ಕೂಗು; 2. ಹೊಗಳಿಕೊಳ್ಳು, ಬಡಾಯಿ ಕೊಚ್ಚು; white c. ಅಪರೂಪ ವಸ್ತು; have a c. to pluck with him ತಪ್ಪು ಹುಡುಕು; as the c. flies ನೇರಾಗಿ. Crōw′-bär. *n.* ಹಾರೆ, ಗಡಾರಿ, ಕಬ್ಬಿಣದ ಸನ್ನೆಕೋಲು, (ಸೊನ್ನೆ—); a burglar's c. ಕನ್ನಗತ್ತರಿ. Crōw′-bill. *n.* ಗುಂಡುಗಳನ್ನು ಮಾಂಸದಿಂದ ಕೀಳುವ ಚಿಮಟ; Crow's′-foot, *n.* ಮುಪ್ಪಿನ ಸುಕ್ಕುಸಿರಿಗೆ. Crōw′pheas-ant (krō′fezant), *n.* *(Centropus phyrropterus)* ಸಂಬಾರಕಾಗೆ. Crōw-quill. *n.* ಸಪೂರವಾದ ಉಕ್ಕಿನ ಮೊನೆ (ಬರೆಯುವುದಕ್ಕೆ).

Crowd, *n.* ದಟ್ಟಣೆ, ಗುಂಪು, ಸಂದಣಿ; 2. ಕೀಳಮಂದಿ, ನೀಚ ಜನ. *v.t.r.* ತುರುಕು, ನೂಕು. *pass.* ಸಂದಣಿಸು, ಸಂದಣಿಯಾಗು, ಸಂಕೀರ್ಣವಾಗು, ನೂಕಿಸಿಕೊಂಡಿರು, ನೂಕಿಸಿಕೊಂಡು ಹೋಗು; I am much crowded ನನಗೆ ಬಹಳ ಇಕ್ಕಟ್ಟಾಗಿದೆ. *v.i.* ಗುಂಪುಗುಂಪಾಗಿ ಕೂಡು, —ಇರು, ನೂಕಿಸಿಕೊಂಡು ಬರು. Crowd′ed, *a.* ಗುಂಪಾಗಿರುವ.

Crown. *n.* ಮುಡಿ, ಕಿರೀಟ, ಮುಕುಟ; 2. ರಾಜ್ಯಾಧಿಕಾರ; 3. the c. ಅರಸನು; 4. ಶ್ರೇಷ್ಠ, ಅಗ್ರ, ಸಂಪೂರ್ತಿ; 5. ತುದಿ; c. of the head ನಡುನೆತ್ತಿ; 6. ಅಜಮಾಸ್ ಮೂರೂವರೆ ರೂಪಾಯಿ ಬಾಳುವ ಒಂದು ಇಂಗ್ಲಿಷ ನಾಣ್ಯ. *v.t.r.* ಪಟ್ಟಾಭಿಷೇಕ ಮಾಡು, ಪಟ್ಟ ಕಟ್ಟು; 2. ಬಹುಮಾನ ಕೊಡು; c. with ಬಹುಮಾನವಾಗಿ ಕೊಡು; 3. ತುದಿಯಾಗಿರು; 4. ಮುಗಿಸು, ಸಿದ್ಧಿಗೆ ತರು, ಸಾರ್ಥಕ ಮಾಡು. Crown′-land, *n.* ಪಣ್ಯ, ಪಣ್ಣೆಯ *(Cg.)*. Crown′-prince, *n.* ಯುವರಾಜ.

Crụ′ci-al, *a.* ಖಂಡಿತ, ನಿಶ್ಚಿತ; 2. ಸಿಲುಬೆಯಾಕೃತಿ.

Crụ′ci-ble. *n.* ಮೂಸೆ, ಕುಲಿಮೆ, ಮುಸಿ, ಕೋವೆ.

Crụ′ci-fȳ, *v.t.r.* (-fīed) ಕ್ರೂಜೆಯಲ್ಲಿ ಜಡಿ; 2. ಕೊಲ್ಲು, ಜಯಿಸು, ದಮನ ಮಾಡು. Crụ′ci-fix, *n.* ಕ್ರೂಜೆಗೆ ಜಡಿದ ಕ್ರಿಸ್ತನ ರೂಪ

—ಮೂಣಿ. Cru-ci-fix'iŏn (-fik'shun), *n.* ಕ್ರೂಜೆಗೆ ಹಾಕೋಣ; 2. ಕ್ರೂಜೇ ಮೇಲಣ ಮರಣ; 3. ಪ್ರಾಣಾಂತ ಯಾತನೆ. Cru'ci-form, *a.* ಕ್ರೂಜೆಯಾಕಾರದ, ಕತ್ತರಿಯಾಕಾರದ.

Crude, *a.* ಮೂಲ, ಹಸೀ; 2. ಮಾಗದಂಥ, "ಕಚ್ಚಾ"; 3. ಅಜೀರ್ಣ, ಅಪೂರ್ಣ, ಅಶಿಕ್ಷಿತ; c. form *(gram.)* ಪ್ರಕೃತಿರೂಪ. Crude'-ness, Cru'di-ty, *n.* ಹಸರು, ಅಪಕ್ವತೆ.

Cru'el, *a.* ಕ್ರೂರ, ನಿರ್ದಯ, ನಿಷ್ಠುರ, ದುಃಖದಾಯಕ; a c. deed ಅಸುರಕೃತ್ಯ. -ly, *ad.* ಕ್ರೂರವಾಗಿ, ನಿರ್ದಯಾತ್ಮಕವಾಗಿ. Cru'el-ty, *n.* ಕ್ರೂರತನ, ನಿರ್ದಯತ್ವ, ಕರ್ಕಶತನ.

Cru'et, *n.* ಗಾಜಿನ ಸಣ್ಣ ಕಂಸೆ.

Cruise (kruz), *v. i. r.* ಸಮುದ್ರಸಂಚಾರ ಮಾಡು, ಸಮುದ್ರಪ್ರಯಾಣ ಮಾಡು. *n.* ಸಮುದ್ರಸಂಚಾರ. Crui'sĕr, *n.* ಸಮುದ್ರಸಂಚಾರ ಮಾಡುವವ; 2. ಸಮುದ್ರಸಂಚಾರ ಮಾಡುವ ಹಡಗ.

Crumb, Crum, *n.* ರೊಟ್ಟಿಯ ಪುಡಿ, ಕಣ; 2. ಎಂಜಲು.

Crum'ble, *v. t. r.* ಚೂರುಮಾಡು, ಪುಡಿಪುಡಿ ಮಾಡು. *v. i.* ಚೂರಾಗು, ಪುಡಿಪುಡಿಯಾಗು; 2. ಹಾಳಾಗು. Crum'bling, *a.* ಪುಡಿಪುಡಿಯಾಗಿ ಉದುರುವ.

Crump, *a.* ಸೊಟ್ಟ, ಸಿರಿಗೆ ಕಟ್ಟಿದ.

Crump'et, *n.* ದೋಸೆ.

Crum'ple, *v. t. r.* ನಲುಚು, ಕಿವಚು.

Crunch, *v. t. r.* ಅಗೆ, ಜಗಿ.

Crup'pĕr, *n.* ಬಾಲದ ಪಟ್ಟಿ.

Cru'ral, *a.* ಕಾಲಿನ.

Cru-sāde', *n.* ಧರ್ಮಯುದ್ಧ. Cru-sād'ĕr, *n.* ಧರ್ಮಯುದ್ಧ ಮಾಡುವವ.

Cruse, *n.* ಸಣ್ಣ ಕುಪ್ಪಿ, ಸೀಸೆ, ಕುಡಿಕೆ.

Cru'set, *n.* ಮೂಸೆ.

Crush, *v. t. r.* ನಜ್ಜುಗುಜ್ಜು ಮಾಡು, ಜಜ್ಜು, ಪಿಚಕ್ಕಂತ ಹಿಸುಕು, ಪಟ್ಟಂತ ಒಡಿ, ಗಿಜಿಗಿಜಿ ಮಾಡು; 2. ಕುಗ್ಗು, ಕುಗ್ಗಬಡಿ, ಜಯಿಸು.

Crust, *n.* ಹಪ್ಪಳ, ರೊಟ್ಟಿಯ ತಿಗಡೆ; 2. ತೊಗಟೆ, ಸಿಪ್ಪೆ; the earth's c. ಭೂಪೃಷ್ಠ. Crus-tā'ceŏus, *a.* ಹಪ್ಪಳವುಳ್ಳ, ದಪ್ಪ ಚರ್ಮದ. Crust'i-ly, *ad.* ಮೂರ್ಖವಾಗಿ, ಕೋಪವಾಗಿ. Crust'i-ness, *n.* ಮೂರ್ಖತನ, ಕೋಪ. Crus'ty, *a.* ತಿಗಡೆಯಂತೆ; 2. ಮುಂಗೋಪವುಳ್ಳ. [ಕೋಲು.

Crutch (kruch), *n.* ಊರುಗೋಲು, ಆನಿಕೆ

Crux, *n.* ಸಂಕಟಕಾರ್ಯ.

Crȳ, *v. i. r.* (crīed) ಕೂಗು, ಗಟ್ಟಿಯಾಗಿ ಹೇಳು, ಬಾಯಿಬಿಡು, ಒದರು; 2. ಅಳು; c. out ಚೀರು, ಬಾಯಿಬಿಡು; c. out against ಗುಣುಗುಟ್ಟು *v. d.;* c. to ಮೊರೆ ಇಡು *c. d.;* ಬೇಡಿಕೊಳ್ಳು *c. d.* — *v. t.* c. down ಉದಾಸೀನ ಮಾಡು, ಭಂಗ ಪಡಿಸು; c. up ಹೊಗಳು; I c. you mercy ಕರುಣೆ ಮಾಡಿ ಎಂದು ಬೇಡಿದೆ, ಬಾಯಲ್ಲಿ ಬೆರಳು ಹಾಕಿದೆ. Crȳ, *n.* (*pl.* crīes) ಕೂಗು, ಬೊಬ್ಬೆ; 2. ಡಂಗುರ. Crȳ'ĕr, *n. see* Crier. Crȳ'ing, *a.* ಘೋರ, ಭಾರಿ, ಮಹತ್ತಾದ.

Crypt, *n.* ಗವಿ; 2. ಹೂಳಿಡಲಿಕ್ಕೆ ದೇವಾಲಯದ ಕೆಳಗೆ ಇರುವ ನೆಲಮನೆ; 3. ಅಂತರಂಗ ಸ್ಥಳ. Cryp'tic, -al, *a.* ರಹಸ್ಯವಾದ.

Cryp'to-gam, *n.* ಗುಹ್ಯಪುಷ್ಪಿ. Cryp-to-gam'ic, Cryp-to'gam-ŏus, *a.* ಗುಹ್ಯಪುಷ್ಪಿಯಾದ.

Cryp'tō-gram, *n.* ಗೂಢಲಿಪಿ.

Crys'tal, *n.* ಸ್ಫಟಿಕ, ಬಿಲಾಪರ; 2. ಸ್ಫಟಿಕದಂಥಾ ಪದಾರ್ಥ. *a.* ಸ್ಫಟಿಕಮಯ; 2. ನಿರ್ಮಲ, ಸ್ವಚ್ಛ; c. palace ಸ್ಫಟಿಕಮಂದಿರ. Crys'tal-line, *a.* ಸ್ಫಟಿಕದ; 2. ಹಳಹಳಕಾದ, ಕಣಗಳುಳ್ಳ; 3. ಸ್ವಚ್ಛ. Crys-tal-li-sā'tiŏn *or* -zā'tiŏn, *n.* ಸ್ಫಟಿಕದ ಹಾಗೆ ಆಗುವುದು. Crys'tal-līse *or* -līze, *v. t. & i. r.* ಸ್ಫಟಿಕದ ಹಾಗೆ ಮಾಡು, —ಆಗು, ಹರಳುಳ್ಳದ್ದಾಗು; Crys'tal-līsed, *pp. a.* ಹರಳುಳ್ಳ, ಹಳಹಳಕಾದ. [ಇತ್ಯಾದಿ.

Cub, *n.* ಕರಡಿಮರಿ, ಹುಲಿಮರಿ, ಸಿಂಹದ ಮರಿ

Cūbe, *n.* ಘನ; *(geom.)* ಘನಾಕೃತಿ; c. root ಘನಮೂಲ. Cū'bāge, *n.* ಘನಮೂಲಶೋಧನೆ. Cū'bic, Cū'bi-cal, *a.* ಘನ; c. measure ಘನಫಲ. Cū'bi-form, *a.* ಘನಾಕೃತಿಯ.

Cū'beb, *n.* *(Piper Cubeba, Lin.)* ಗಂಧಮೆಣಸು, ಬಾಲ ...

Cū'bi-cle, *n.* ಮಲಗುವ ಕೋಣೆ.

Cū'bit, *n.* ಮೊಳ, ಹಸ್ತ; 2. (from the elbow to the closed fist) ಗುದ್ದು ಮೊಳ. Cū'bit-al, *a.* ಮೊಳದ.

Cuck'old, *n.* ಜಾರೆಯ ಗಂಡ; 2. ಶೈಲೂಷ. Cuck'old-ly, *a.* ಅಧಮ.

Cuc'koo, *n.* ಕೋಗಿಲೆ, ಪಿಕ.

Cū'cum-bĕr, *n.* *(Cucumis sativus, L.)* ಸವತೆಕಾಯಿ, ಸವುತೆ—.

Cud, *n.* ಪರಂಪರ ಹರಕೊಂಡು ನುಂಗಿದ್ದು, ಚರ್ವಣ ಆಹಾರ; to chew the c. ನೆಮರು ಹಾಕು, ಮಲಕು ಹಾಕು, ಮಲಕಾಡಿಸು, ಗುಮುರು *(C.)*.

Cud'dle, *n.* ಅಪ್ಪು, ತಬ್ಬಿಕೊಳ್ಳು.

Cudg'el (kuj'el), *n.* ಸೋಂಟೆ, ಡೊಣ್ಣೆ, ಬೊಣಪೆ. *v. t. r.* ಸೋಂಟೆಯಿಂದ ಬಡಿ.

Cūe, *n.* ಬಾಲ; 2. ಜುಟ್ಟು, ಜುಟ್ಟು, ಚೆಂಡಿಕೆ; 3. ಸೂಚನೆ.

Cuff, *n.* ಪೆಟ್ಟು. *v. i. r.* (*pr.* kuft) ಗುದ್ದು, ಫಟ್ಟನೆ ಬಡಿ, ಚಪ್ಪನೆ ಬಡಿ. **Cuf'fing**, *n.* ಕೈದುಡುಕು, ಅಡಿತನ, ಗುದ್ದಿಗೆ ಗುದ್ದು, ಗುದ್ದ್ಯಾಟ.

Cui-rass' (kwi-ras'), *n.* ವಾರ್ಕವಚ, ಕವಚ. **Cui-ras-siēr'**, *n.* ಕವಚಧಾರಿ.

Cui-sīne' (kwi-zēn'), *n.* ಪಾಕವಿಧ.

Cū'li-nar-y, *a.* ಅಡಿಗೆಮನೆಯ, ಅಡಿಗೇ ಸಂಬಂಧದ.

Cull, *v. t. r.* ಆದುಕೊಳ್ಳು, ಆರಿಸಿಕೊಳ್ಳು. **Cull'ing**, *n.* ಆರಿಸಿ ತೆಗೆದುಕೊಂಡ ವಸ್ತು.

Cul'len-dĕr, *n.* ಜಲ್ಲಡೆ.

Cul'liŏn (kul'yun), *n.* ಚಂಡಾಲ, ನೀಚ.

Cul'ly, *n.* ಮೋಸಹೋದವ, ಭೋಳೆ ಮನುಷ್ಯ, ದಡ್ಡ.

Culm, *n.* *(bot.)* ಕಾಂಡ.

Cul'mi-nāte, *v. i. r.* ಉಚ್ಚವಾಗು, ಮಧ್ಯಾಹ್ನವಾಗು; 2. ಉನ್ನತವಾಗು, ತುದಿಗೆ ಬರು. **Cul-mi-nā'tiŏn**, *n.* ಉಚ್ಚವಾಗೋಣ; 2. ಉನ್ನತವಾಗೋಣ, ತುದಿಗೆ ಬರೋಣ; *(astr.)* ಉನ್ನತಿ.

Cul'pa-ble, *a.* ಅಪರಾಧವುಳ್ಳ, ತಪ್ಪುಳ್ಳ. **Cul-pa-bil'i-ty**, *n.* ತಪ್ಪು, ದೋಷ.

Cul'prit, *n.* ಅಪರಾಧಿ, "ಕೈದಿಯವ", ತಪ್ಪಿತಸ್ಥ.

Cult, *n.* ಪೂಜಾಪದ್ಧತಿ.

Cul'ti-vāte, *v. t. r.* (till) ಸಾಗುವಳಿ ಮಾಡು, ಹಸನ—; 2. (foster) ಅನುಪಾಲನೆ ಮಾಡು; (science) ಅಭ್ಯಾಸ ಮಾಡು; 3. (raise) ಬೆಳೆಸಿಕೊಳ್ಳು. **Cul-ti-vā'tiŏn**, *n.* ಸಾಗುವಳಿ, ಆರಂಬ; 2. ಸುಕೃತ; 3. ಅಭ್ಯಾಸ. **Cul'ti-vā-tŏr**, *n.* ಒಕ್ಕಲಿಗ, ಕೃಷಿಕ, ಕೃಷೀವಲ, "ರೈತ"; *pl.* ಒಕ್ಕಲುಮಕ್ಕಳು.

Cul'tūre, *n.* ಕೃಷಿ, ಸಾಗುವಳಿ; 2. ಮನಸ್ಸನ್ನು ಸುಧಾರಿಸುವುದು. *v.t.r.* ವ್ಯವಸಾಯ ಮಾಡು.

Cul'vĕr, *n.* ಪಾರಿವಾಳ.

Cul'vĕrt, *n.* ನೆಲದಡಿಯ ಚರಂಡಿ.

Cum'bĕr, *v. t. r.* ಭಾರವಾಗಿರು *c. d.*, ವಜ್ಜೆ ಹೊರಿಸು *c.d.*; ತೊಂದರೆ ಪಡಿಸು. **Cum'bĕr-sŏme**, **Cum'brŏus**, *a.* ಭಾರವಾದ, ಪ್ರತಿಬಂಧವಾಗಿರುವ; 2. ತೊಂದರೆ ಕೊಡುವ, ಕರಕರೆ ಕೊಡುವ. **Cum'brance**, *n.* ಪ್ರತಿಬಂಧ, ಅಭ್ಯಂತರ, ತೊಂದರೆ.

Cum'in-sēed, **Cum'min-** *n.* *(Cuminum Cyminum)* ಜೀರಿಗೆ; black c. *(Nigella sativa, L.)* ಕರೇಜೀರಿಗೆ.

Cū'mū-lāte, *v. t. r.* **Cū-mū-la'tiŏn**, *n.* *see* Accumulate, *etc.* **Cū'mū-lā-tive**, *a.* ರಾಶಿಯಾದ, ಹೆಚ್ಚೆಚ್ಚಾಗುವಂಥ. **Cū'mū-lus**, *n.* ರಾಶಿ, ಹಾಸುಮೋಡ.

Cū-nē'i-form, *a.* ಬೆಣೆಯಾಕಾರದ, ಬಾಣದ ತುದಿಯಂಥ.

Cun'ning, *a.* ಚತುರ, ಕುಶಲ; 2. ಕುಯುಕ್ತಿಯುಳ್ಳ, ತಂತ್ರವುಳ್ಳ; 3. ಚಮತ್ಕಾರದ. *n.* ಉಪಾಯ, ತಂತ್ರ; 2. ಚಾತುರ್ಯ. **Cun'ning-ly**, *ad.* ಉಪಾಯವಾಗಿ.

Cup, *n.* ಬಟ್ಟಲು; 2. ಬಟ್ಟಲು ತುಂಬ ಹಾಕಿದ ಕುಡಿಯುವ ವಸ್ತು; a c. made of a folded leaf ಪತ್ರಪುಟ, ದೊನ್ನೆ; 3. ದಶಾ, ಭಾಗ; a bitter c. ಕಷ್ಟಸಂಕಟ; his c. was full ಸಾಕೆಂಬುವಷ್ಟು ಪಡಕೊಂಡ. **Cup'beār-ĕr**, *n.* ಪಾನದಾಯಕ. **Cup'bōard** (kub'bŏrd), *n.* ಖಾನೆ; ಅಥವಾ ಗೂಡುಗಳುಳ್ಳ ನಿಲುವು, ಸಂದೂಕ, ಕಪಾಟ, "ಅಲಮಾರು", ಮಾಡ.

Cū'pel, *n.* ಮೂಸೆ.

Cū'pid, *n.* ಮನ್ಮಥ, ಕಾಮ. **Cū-pid'i-ty**, *n.* ಆತ್ಯಾಶೆ, ಲೋಭ, ಕಾಮ.

Cū'po-la, *n.* ಗುಮಟ.

Cur, *n.* ಊಡಕ ನಾಯಿ, ಕೆಟ್ಟ ನಾಯಿ.

Cū'rā-cy, *n.* ಪಾದ್ರಿಯ ವೃತ್ತಿ, —ಅಧಿಕಾರ. **Cū'rāte**, *n.* ಪಾದ್ರಿ, ಪ್ರಾಣಪರಾಮರ್ಶಕ.

Cū-rā'tor, *n.* ಮೇಲುವಿಚಾರಕ, ಪಾರುಪತ್ಯಗಾರ, ಆಡಳಿತೆಯವ.

Curb, *n.* ತಡೆ, ಅಡಕು. *v. t. r.* ತಡೆ ಮಾಡು, ಅಡಗಿಸು, ಒಳಗೆ ಮಾಡಿಕೊಳ್ಳು.

Curd, *n.* ಮೊಸರು; a vessel for c. ಮೊಸರುಸೋರೆ, ಕುಡಿಕೆ. **Cur'dle**, *v. i. r.* ಹೆರು, ಹೆಪ್ಪುಗೊಳ್ಳು. *v. t. r.* ಹೆಪ್ಪಿಡು. **Cur'dy**, *a.* ಹೆಪ್ಪುಗೊಂಡ.

Cūre, *v. t. r.* ಸ್ವಸ್ಥ ಮಾಡು, ವಾಸಿ—, ಗುಣ—. **Cū'ra-ble**, *a.* ಸ್ವಸ್ಥವಾಗುವ, ಗುಣವಾಗುವ, ಸಾಧ್ಯ (ರೋಗ). *n.* ಚಿಕಿತ್ಸೆ, ವೈದ್ಯ; 2. ರೋಗಶಾಂತಿ. **Cū'rā-tive**, *a.* ಸ್ವಸ್ಥ ಮಾಡುವ, ವಾಸಿ—. **Cūr'a-tōry**, *a.* ಗುಣಮಾಡುವಂಥಾ. **Cūre'less**, *a.* ವಾಸಿಯಾಗದ.

Cur'few, *n.* ಸಾಯಂಕಾಲದ ಘಂಟೆ, ಲಕ್ಷಣ.

Cūr'ia, *n.* ರೋಮನ್ ವೃದ್ಧಸಂಘಾಲಯ; 2. ನ್ಯಾಯಸ್ಥಾನ; 3. ಪೋಪನ ಆಸ್ಥಾನ. **Cūr'-ial**, *a.* ಪೋಪನ ಆಸ್ಥಾನದ.

Cūr'io, *n.* ಚಮತ್ಕಾರಿಕ ಒಡವೆ.

Cū-ri-os'i-ty, *n.* ಪರಿಶೋಧಕಬುದ್ಧಿ, ನೋಡ ಬೇಕೆಂಬ ಆಶೆ; 2. ಕೌತುಕ, ಚಮತ್ಕಾರ, ವಿಚಿತ್ರ ಗಚ್ಚರಿ. **Cū'ri-ōus**, *a.* (scrupulous) ಜಾಗರೂಕ, "ನಾಜೂಕು"; 2. (artfully made) ಅಚ್ಚುಕಟ್ಟಾದ, ಚಮತ್ಕಾರದ; 3. (inquisitive) ಪರಿಶೋಧಕಬುದ್ಧಿಯುಳ್ಳ, ಜಿಜ್ಞಾಸು; 4. (singular) ಆಶ್ಚರ್ಯದ, ಅಪೂರ್ವದ, ವಿಪರೀತ. **Cū'ri-ōus-ly**, *ad.* ಜಾಗ್ರತೆಯಾಗಿ; 2. ಚಮತ್ಕಾರವಾಗಿ; 3. ಶೋಧಕಬುದ್ಧಿಯಿಂದ; 4. ಆಶ್ಚರ್ಯವಾಗಿ.

Curl, *n.* ಕುರುಳು, ಉಂಗುರಗೂದಲು, ಅಲಕ, ಕುಟಿಲಕುಂತಲ, ಚೂರ್ಣಕುಂತಲ. *v. t. r.* ಉಂಗುರಗೂದಲು ಮಾಡು, ಸುರುಳಿ ಸುತ್ತು. **Cur'ly**, *a.* ಉಂಗುರಗೂದಲುಳ್ಳ.

Cur'lew (kĕr'lu), *n.* ಕೊಂಚೆ ಹಕ್ಕಿ, ಕ್ರೌಂಚ, ಕೀಚಕ್ಕಿ.

Cur-mud'geon, *n.* ಜಿಪುಣ, ಜೀನ.

Cur'rant, *n.* ದ್ವೀಪದ್ರಾಕ್ಷೆ.

Cur'rent, *a.* ಓಡುವ, ಹರಿಯುವ; 2. ಈಗ ನಡೆಯುವ; 3. ಪ್ರಸಿದ್ಧ; 4. ಚಲಾವಣೆಯಾಗುವ, ಸಲ್ಲುವಂಥ; c. account ಉಚಾಪತಿ ಲೆಕ್ಕ; c. hand ಮೋಡಿ ಅಕ್ಷರ. *n.* ಸೆಳವು, ಸೆಳೆತ, ಹೊಯಿಲು, ಪ್ರವಾಹ. **Cur'ren-cy**, *n.* ಸಲ್ಲುವುದು, ರೂಢಿ, ಚಲಾವಣೆ; c. note "ನೋಟು".

Cur'ri-cle, *n.* ಜೋಡು ಕುದುರೆ ಕಟ್ಟುವ ರಥ.

Cur-ric'ū-lum, *n.* ಓಟದ ರಂಗಭೂಮಿ; 2. ವಿದ್ಯಾಭ್ಯಾಸದ ಕ್ರಮ.

Cur'rish, *a.* ನಾಯಿಸ್ವಭಾವವುಳ್ಳ, ಜಗಳಗಂಟಿ; 2. ಕ್ರೂರ.

Cur'ry, *n.* ಪದಾರ್ಥ, ಮೇಲೋಗರ; c. powder ಸಂಬಾರದ ಹುಡಿ.

Cur'ry, *v. t. r.* (cur'ried) (ತೊಗಲು) ಹದ ಮಾಡು, ಕರಿಜಾಸು; 2. (a horse) "ಮಾಲಿಷ್" ಮಾಡು; c. favour with ಮೆಚ್ಚಿಸು. **Cur'ri-ĕr**, *n.* ಚರ್ಮ ಹದಮಾಡುವವ, ತೊಗಲಿಗೆ ಬಣ್ಣ ಹಚ್ಚುವವ. **Cur'ry-cōmb** (-kōm), *n.* "ಖರಾರಾ", ಕೆರಪ, ಗೊರಪ.

Cur'ry-lēaf tree, *n.* (*Murraya Kœnigii, Spreng.*) ಕರಿಬೇವಿನ ಗಿಡ.

Curse, *n.* ಶಾಪ; 2. ಹಾವಳಿ, ಕೇಡಕು. *v. t. r.* (*pr.* kĕrst) ಶಪಿಸು. 2. ಪೀಡಿಸು, ಬಾಧಿಸು **Cur'sed**, *a.* (*pr.* kĕrst) ಶಪಿತ, ಶಾಪಯೋಗ್ಯ; 2. ಕೇಡಕಾದ, ಅಸಹ್ಯ.

Cur'sive, *a.* ಮೋಡಿಯ; c. writing ಮೋಡಿ ಬರಹ.

Cur'sŏr-y, *a.* ಉತಾವಳಿಯಿಂದಾದ, ಗಡಗಡನೆ ಮಾಡಿದ, ವಿಚಾರವಿಲ್ಲದ, ಜಾಗ್ರತೆಯಿಲ್ಲದ.

Curt, *a.* ಸಂಕ್ಷೇಪವಾದ. **Curt'ly**, *ad.* ಸಂಕ್ಷೇಪವಾಗಿ.

Cur-tāil' (-tāl'), *v. t. r.* ತುದಿ ಕಡಿ, ಇಳಿಸು, ಕಮ್ಮಿ ಮಾಡು, ಸಂಕ್ಷೇಪ ಮಾಡು.

Cur'tain (kĕr'tin), *n.* ತೆರೆ, "ಪರದೆ"; a c. lecture ಹೆಂಡತಿ ಗಂಡನಿಗೆ ಹೇಳಿದ ಗದರಿಕೆ; draw a c. ತೆರೆಪಟ ಇಳಿಸು, ಹೇಳದೆ ಬಿಡು.

Cur'tsy, **Cur'tsey**, *n.* ವಂದನೆ.

Curve, *n.* ಬಾಗು, ವಕ್ರ, ಚಾಪ. *v. i. r.* ಬಾಗು. **Cur'va-tūre**, *n.* ಬಾಗು, ವಕ್ರ. **Curved** (kĕrvd), *p. a.* ದುಂಡಗಿನ.

Cur'vet, *n.* ಕುದುರೆಯ ಹಾರಿಕೆ, ಎಗರುವುದು. *v. i. r.* ಹಾರು, ಕುಣಿ, ಎಗರು.

Cur-vi-lin'e-al, -ar, *a.* ಬೊಗ್ಗಿದ, ವಕ್ರರೇಖಾರೂಪ.

Cus'cus grass, *n.* (*Andropogon muricatus, Retz.*) ಉಶೀರ ಹುಲ್ಲು, ಬಾಳದ—, ಲಾವಂಚ, ಕಸುವು —, ಗಂಡು ಗಂಜಲಗರಿಕೆ — (*My.*).

Cus-cū'ta, *n.* ಆಕಾಶವಲ್ಲಿ.

Cush'iŏn (kush'un), *n.* (to sit *or* lean upon) ಗದ್ದಿಗೆ, ಲೋಡು. *v. t. r.* ಮೆತ್ತೆ ಹಾಕು; 2. ಮುಚ್ಚಿಡು.

Cus'tard (-tĕrd), *n.* ಒಂದು ತರದ ಗಿಣ್ಣು (ಹಾಲು, ಮೊಟ್ಟೆ, ಸಕ್ಕರೆ ಕೂಡಿಸಿ ಮಾಡಿದ್ದು).

Cus'tard-ap-ple, *n.* (fruit of *Anona squamosa*) ಸೀತಾಫಲ, ಅಮೃತ— (*S. C.*), ದುರಂಜ— (*My.*).

Cus'to-dy, *n.* ಕಾಯೋಣ, ಕಾವಲು, ಪಹರೆ, ಸೆರೆ. **Cus-tō'di-an**, *n.* ಮೇಲುವಿಚಾರಕ.

Cus'tŏm, *n.* (usage) ಮರ್ಯಾದೆ, ವಾಡಿಕೆ, ದೇಶವ್ಯವಹಾರ, ಪದ್ಧತಿ; 2. *pl.* (tax) ಸುಂಕ, ಆದಾಯ (*My.*); 3. ಗಿರಾಕಿ. **Cus'tŏm-a-ble**, *a.* ಸಾಧಾರಣ, ರೂಢಿಯಾದ; 2. ಸುಂಕ ಕೊಡತಕ್ಕಂಥ. **Cus'tŏm-ar-y** (-ĕr-i), *a.* ವಾಡಿಕೆಯಾದ, ಸಂಪ್ರದಾಯದ ಪ್ರಕಾರವಾದ. **Cus'tŏm-ĕr**, *n.* ಗಿರಾಕಿ.

Cus'tŏm-house, *n.* ಸುಂಕದ ಕಟ್ಟೆ, "ಸಾಯರ" ಚಾವಡಿ, ಜಕಾತಿಕಟ್ಟೆ.

Cut, *n.* ಕಡಿತ, ಕಚ್ಚು, ಗಾಯ; 2. ಮನಸ್ಸು ನೋಯಿಸೋಣ; 3. ಕಾಲಿವೆ; 4. ಕೋತ (ಕೊಯಿತ); 5. ತುಂಡು; 6. ಚಿತ್ರ; 7. ಕತ್ತರಿಸುವ ರೀತಿ, "ತಿಸ್ತು", ಮಾದರಿ; a short c. ಹತ್ತರ ದಾರಿ.

Cut, *v. t. ir.* (cut, cut) ಕೊಯ್ಯು, ಕಡಿ; (with scissors) ಕತ್ತರಿಸು; 2. (carve) ಕೆತ್ತು; 3. (the mind) ಚುಚ್ಚು; 4. *(geom.)* ಕತ್ತರಿಸು, ಛೇದಿಸು; c. a figure ದೊಡ್ಡಸ್ತಿಕೆಗೆ ಬರು; c. a joke ಸರಸವಾಡು; c. a person ಕಂಡು ಕಾಣದ ಹಾಗೆ ಮಾಡು; c. and dry ತಯಾರು ಮಾಡಿಟ್ಟ; c. coat according to cloth ಹಾಸಿಗೆಗೆ ಸರಿಯಾಗಿ ಕಾಲು ನೀಡು; c. down ಕಡಿ, ನಾಚಿಸು, ಜರೆ, ಕಡಿಮೆ ಮಾಡು; c. off ಕಡಿ, ಕೊಯ್ಯು, ಕೊಲ್ಲು; c. off provisions ಕಾಳುಕಡಿ ಬರುವುದನ್ನು ಕಟ್ಟು ಮಾಡು; c. off a route ದಾರಿ ಕಟ್ಟು; c. off with a shilling ತನ್ನ ಉತ್ತರಾಧಿಕಾರಿಗೆ ಚಿಕ್ಕಾಸು ಕೊಡಕೂಡದೆ ಇರು; c. one's stick ಪಾರಿಜಿಡು; c. out ರೂಪಿಸು, ಹಿಂದಕ್ಕೆ ಹಾಕು, ಗೆಲ್ಲು; c. short ಬಾಯಿ ಕಟ್ಟು, ಕಡಿಮೆ ಮಾಡು; c. up ತುಂಡು ತುಂಡು ಮಾಡು, ಹೆಚ್ಚು, ನಿರ್ಮೂಲ ಮಾಡು; c. the teeth ಹಲ್ಲು ಬರು. **Cut'purse**, *n.* ಗಂಟುಕಳ್ಳ, ಗಂಟೀಚೌರ್ಯ. **Cut'tĕr**, *n.* ಕಡಿಯುವವ; 2. ಕತ್ತಿ; 3. ಮುಂದಿನ ಹಲ್ಲು; 4. ಒಂದು ತರದ ದೋಣಿ, —ಹಡಗ; stone-c. ಕಲ್ಲು ಕುಟಿಗ. **Cut'thrōat (-thrōt)**, *n.* ಕುತ್ತಿಗೆ ಕೊಯ್ಯುವವ, ಕೊರಳುಕೊಯಿಕ, "ಖೂನಿಖೋರ". **Cut'ting**, *n.* ಕೊಯಿತ, ಕೊಯ್ಯೋಣ, ಕಡಿಯೋಣ; 2. "ಕಸಿ"; 3. ಕಾಲಿವೆ ಕಡಿದ ಡೊಗರು.

Cū-tā'nē-ŏus, *a.* ತೊಗಲಿನ, ಚರ್ಮಸಂಬಂಧವಾದ. **Cū'ti-cle**, *n.* ಮೇಲಿನ ತೆಳ್ಳಗಾದ ತೊಗಲು, —ಚರ್ಮ.

Cut'lass, *n.* ಬಾಗಿರುವ ಖಡ್ಗ.

Cut'lĕr, *n.* ಕತ್ತಿ ಮಾಡುವವ. **Cut'lĕr-y**, *n.* ಕತ್ತಿ ಕತ್ತರಿ ಮುಂತಾದ್ದು ಮಾಡುವ ಕೆಲಸ.

Cut'let, *n.* ಮಸಾಲೆ ಹಾಕಿ ಅಡಿಗೆ ಮಾಡಿದ ಮಾಂಸದ ಕರಣೆ, "ಕಟ್ಲೀಸು".

Cut'tle-fish, *n.* ಸಮುದ್ರದ ನೊರೆ, ಕಡಲ್ಕಾಲಗೆ.

Cȳa'nic, *a.* ನೀಲ.

Cȳ'cas, *n.* *(C. circinalis)* ಗೊಡ್ಡು ಈಚಲು ಮರ *(My.)*.

Cȳ'cle, *n.* ಚಕ್ರ; 2. ಸಂವತ್ಸರಚಕ್ರ, ಕಾಲಚಕ್ರ. **Cȳ'clic, Cȳ'cli-cal**, *a.* ಚಕ್ರದ, ಚಕ್ರದಲ್ಲಿ ತಿರುಗಾಡುವಂಥ.

Cȳ'cloid, *n.* ಬಹುಶಃ ಗೋಲಾಕಾರ.

Cȳ'clōne, *n.* ಚಕ್ರವಾತ, ಸುಳಿಗಾಳಿ.

Cȳ'clop, *n.* ಏಕಾಕ್ಷ, ಒಕ್ಕಣ್ಣ.

Cȳ-clō-pē'di-a, *n.* ವಿದ್ಯಾಮಾಲೆ, ವಿದ್ಯಾಚಕ್ರ, ಸರ್ವವಿದ್ಯಾಸಂಗ್ರಹ ಪುಸ್ತಕ. **Cȳ-clō-pe'dic, -al**, *a.* ಸರ್ವವಿದ್ಯಾಸಂಗ್ರಹದ. **Cȳ-clō-pe'dist**, *n.* ಸರ್ವವಿದ್ಯಾಸಂಗ್ರಹವನ್ನು ಬರೆದವ.

Cȳ'clō-stȳle, *n.* ಲೇಖನ ಮುದ್ರಾಂಕಿತ ಮಾಡುವ ಸಾಮಗ್ರಿ.

Cyg'net, *n.* ಹಂಸದ ಮರಿ.

Cyl'in-dĕr, *n.* ದುಂಡು, "ಸಿಲಿಂದರ", ಶಂಖಾಕಾರ. **Cy-lin'dric, -dri-cal**, *a.* ದುಂಡು, ಶಂಖಾಕಾರದ.

Cym'bal, *n.* ಕೈತಾಳ.

Cyn'ic, *a.* ಸಿಟ್ಟಿನ, ಸಿಡುಮೋರೆಯ, ಸೇರಿಕೆಯಿಲ್ಲದ, ನಿರ್ದಯದ; 2. ಕುಚೇಷ್ಟೆಯುಳ್ಳ. **Cyn'i-cal-ly**, *ad.* ಸೇರಿಕೆಯಿಲ್ಲದೆ, ಸಿಡುಮೋರೆಯಿಂದ.

Cȳ'no-ṣūre, *n.* ಧ್ರುವರಾಶಿ; 2. ಚಿತ್ತಾಕರ್ಷಕ.

Cȳphĕr (-fĕr), *n. see* Cipher.

Cȳ'press, *n.* ತುರಾಯಿ ವೃಕ್ಷ.

Czär (zär), *n.* ಮಹಾರಾಜ. (ರುಸ್ಯ ಮಹಾರಾಜನ ನಾಮಧೇಯವು.)

Czär-ī'na (zär-), *n.* ರುಸ್ಯ ಮಹಾರಾಣಿಯ ನಾಮಧೇಯವು

Czär'o-witz (-vits *or* -vitch), *n.* ರುಸ್ಯ ಮಹಾರಾಜನ ಜ್ಯೇಷ್ಠ ಪುತ್ರ, ರುಸ್ಯದ ಯುವರಾಜ.

Czech (tshek), *n.* ಬೊಹಿಮಿಯದವನು.

D

D (*mus.*) ಸಪ್ತಸ್ವರಗಳಲ್ಲಿ ಎರಡನೇದು, "ರಿ".

D = 500; XD = 490.

D. (= died) ಇಂಥಿಂಥ ಇಸವಿಯಲ್ಲಿ (ತಾರೀಕಿನಲ್ಲಿ) ಸತ್ತನು, —ಳು, *as* d. 1879 ರಲ್ಲಿ ಸತ್ತನು; 2. d. (=dated, in letters) ತಾರೀಕಿನ; 3. d. (=penny, from the Latin *denarius.*) ಒಂದು ಆಣೆ ಬೆಲೆಯ ಇಂಗ್ಲಿಷ್ ನಾಣ್ಯ.

Dab, *n.* ಚಪ್ಪಳಿ, ಹಗುರ ಪೆಟ್ಟು, ಹಗುರ ತಿವಾತ; 2. ಮೆತ್ತನ ಉಂಡೆ. *v. t. r.* (dabbed, *pr.* dabd) ಚಪ್ಪರಿಸು, ತಟ್ಟು, ಯಾವುದೊಂದು ಮೆತ್ತನ ಅಥವಾ ಹಸಿ ವಸ್ತುವಿನಿಂದ ಮೆಲ್ಲಗೆ ಹೊಡೆ.

Dab'ble, *v. i. r.* ನೀರಿನಲ್ಲಿ ಆಡು, ರಾಡಿಯಲ್ಲಿ ಆಡು, ನೀರಿನಲ್ಲಿ ಕೈಹಾಕಿ ಉಗ್ಗ್ಯಾಡು; 2. ಕೈ ಹಾಕು, ಇಲ್ಲಿಷ್ಟು ಅಲ್ಲಿಷ್ಟು ಮಾಡು. *v. t.* ಚಿಮಿಕಿಸು, ತೋಯಿಸು, ತ್ಯಾವ ಮಾಡು; 2. ಅಡ್ಡತಿಡ್ಡಿ ಮಾಡು. Dab'blĕr, *n.* ಅಬಂದರೆಯುವ, ದ್ರಾಬೆಯವ, ತ್ಯಾರಿಗೆ ತ್ಯಾರಿ ಮಾಡುವವ; 2. ಕಂಡ ಕೆಲಸದಲ್ಲಿ ಕೈ ಹಾಕುವವ.

Da ca'po (mus.) ಬುಡದಿಂದ ತಿರಿಗಿ ಹಾಡು.

Dac'oit, *n. see* Dakoit.

Dac'tyl, *n.* ಭಗಣ, ಶಶಾಂಕಗಣ, (— ◡ ◡).

Dad, Dad'dy, *n.* ತಂದೆ, ಅಪ್ಪ (ಚಿಕ್ಕ ಮಕ್ಕಳು ಪ್ರಯೋಗಿಸುವ ಮಾತು).

Dæ'dal, Dæ-dā'li-an (de-), *a.* ಚಿತ್ರವಾದ, ಚಮತ್ಕಾರವಾದ.

Daf'fō-dil, *n.* ಹಳದಿ ಬಣ್ಣದ ಒಂದು ಹೂವು.

Daft, *a.* ಬುದ್ಧಿ ಇಲ್ಲದ, ಅಜಾಗರೂಕ.

Dag'gĕr, *n.* ಕಠಾರಿ. 2. "†" ಈ ಗುರುತು. *v. t. r.* ಕಠಾರಿಯಿಂದ ತಿವಿಯು.

Dag'gle, *v. t. r.* ನೆನಸು, ಕೊಳೆಮಾಡು. *n. i.* ಬುರುದೆಯಲ್ಲಿ ಓಡು.

Dāh'li-a (dā'li-a), *n.* "ಡೇಲಿಯ" ಹೂವು.

Dai'ly, *a.* ದಿನದಿನದ, ದಿನಗಟ್ಲೆಯ, ದಿನಂಪ್ರತಿಯ. *ad.* ದಿನಾಲು, ದಿನದಿನಕ್ಕೆ.

Dāin'ty, *a.* ರುಚಿಕರ, ಸರಸ, ಸವಿ; 2. ಕೋಮಲ, ಮೃದು; 3. ಸೊಗಸಿನ, "ನಾಜೂಕು". *n.* ರುಚಿಯುಳ್ಳ ಭೋಜನ, ಮೃಷ್ಟಾನ್ನ, ರುಚಿರ. Dāin'ti-ly, *ad.* ಸವಿಯಾಗಿ; 2. ಕೋಮಲವಾಗಿ; 3. "ನಾಜೂಕಾಗಿ"; 4. ಸೊಗಸಾಗಿ. Dāin'ti-ness, *n.* ರುಚಿ; 2. ಕೋಮಲತೆ; 3. "ನಾಜೂಕು" 4. ಸೊಗಸು, ಒಯ್ಯಾರ.

Dāi'ry, *n.* ಹಾಲು ಮೊಸರು ಮುಂತಾದ್ದು ಇಟ್ಟುಕೊಳ್ಳುವ ಮನೆ, ಹೈನದ ಮನೆ. Dāi'ry-māid, *n.* ಗೌಳಿಗಿತ್ತಿ.

Dā'is, *n.* ವೇದಿಕೆ.

Dāi'sy, *n.* ಒಂದು ತರದ ಸಣ್ಣ ಅಡವಿ ಹೂ.

Dak, dak, *n.* Dawk, *q. v.*

Dak'oit, *n.* ಮಾರ್ಗಬಡಿಯುವವ, ಸುಲಿಗೆ ಮಾಡುವವ, "ದರೋಡೆಚೋರ", ಪಂಜುಗಳ್ಳ. Da-koi'ty, *n.* ಸುಲಿಗೆ, ದರೋಡೆಕಳವು *(S. C.)*, "ಡಕಾಯಿತಿ", "ಡಾಕಾಯಿತಿ" *(My.)*.

Dāle, *n.* ಕಣಿವೆ, ತಗ್ಗು, ಹಳ್ಳ.

Dal'ly, *v. i. r.* (-lied) ಆಟ ಮಾಡು, ಹೊತ್ತು ಕಳೆ, ವಿಲಾಸ ಮಾಡು. Dal'li-ance, *n.* ಆಟ, ವಿಲಾಸ, ವಿಷಯಕ್ರೀಡೆ.

Dal-ma'tic, *n.* ರೇಶಿಮೆ ಉದ್ದಂಗಿ.

Dal'ton-ism, *n.* ಬಣ್ಣ ಕುರುಡು.

Dam, *n.* (ಮೃಗಾದಿಗಳ) ತಾಯಿ.

Dam, *n.* ಕಟ್ಟೆ, ಆಣೆ, ಆಣೆಕಟ್ಟು, ಒಡ್ಡು, ಏರಿ, ಸೇತುವೆ. *v. t. r.* (dammed, *pr.* damd) ಆಣೆ ಕಟ್ಟು, ಕಟ್ಟೆ—, ಒಡ್ಡು—, ತಡೆ—.

Dam'āge, *n.* ನಷ್ಟ, "ಲುಕ್ಸಾನು", "ಕರಾಬು". *pl.* ನಷ್ಟದ ಪರಿಹಾರದ್ರವ್ಯ. *v. t. r.* ಕೆಡಿಸು, ಮುಕ್ಕು ಮಾಡು, ನಷ್ಟ ಪಡಿಸು, "ಲುಕ್ಸಾನು" ಮಾಡು. *v. i.* ನಷ್ಟವಾಗು. Dam'āged, *pp. of* Damage ಮುಕ್ಕಾದ, ಕೆಟ್ಟ, ನಷ್ಟಪಟ್ಟ. ["ಡಮಾಸು".

Dam'ask, *n.* ಒಂದು ವಿಧದ ಬುಟ್ಟೆದಾರ ವಸ್ತ್ರ,

Dāme, *n.* ಘನವುಳ್ಳ ಸ್ತ್ರೀ, ಗೃಹಿಣಿ; 2. ಬಾಲಕ ಶಾಲೆಯ ಶಿಕ್ಷಕಳು.

Dam'mar, -ma-rā, *n.* black d. (resin obtained from *Canarium strictum, Roxb.)* ಡಾಂಬರ; sal d. (from *Shorea robusta, Gært.)* ರಾಳ; white d. (from *Vateria indica, L.)* ಧೂಪದ ಮರದ ಧೂಪ.

Damn (dam), *v. t. r.* (*pr.* damd) ಶಿಕ್ಷೆ ವಿಧಿಸು, ಮರಣದಂಡನೆ—; 2. ನರಕದಂಡ ವಿಧಿಸು. Dam'na-ble, *a.* ಶಿಕ್ಷೆಗೆ ಯೋಗ್ಯ, ದಂಡಕ್ಕೆ ಪಾತ್ರ. Dam-nā'tiŏn, *n.* ಆಜ್ಞಾನಿರ್ಣಯ, ಶಿಕ್ಷಾವಿಧಿ, ನಿತ್ಯದಂಡನೆ, ನರಕದಂಡನೆ. Damned (*pr.* damd, *in serious discourse:* dam'ned), *p. a.* ನರಕಕ್ಕೆ ಗುರಿಯಾದ; 2. *(vulg.)* ಅಸಹ್ಯ, ಹೇಸಿ, ಖೋಡಿ. Dam'ni-fȳ, *v. t. r.* ನಷ್ಟ ಪಡಿಸು. Dam'niṅg

(-mni-, -mi-), *n.* ಶಪಿಸುವುದು. *a.* ಶಪಿಸುವ, *as*, d. evidence ಅಪರಾಧಕರ ಪುರಾವೆ.

Damp, *n.* ಒದ್ದೆ, ತ್ಯಾವ. *a.* ಒದ್ದೆ, ತ್ಯಾವವಾದ. *v. t. r.* (*pr.* dampt) ನೆನೆಸು, ತಣ್ಣಗೆ ಮಾಡು; 2. ಕುಗ್ಗಿಸು, ಧೈರ್ಯ ಕುಂದಿಸು. **Damp'en**, *v. t.* ತ್ಯಾವ ಮಾಡು, —ವಾಗು. **Damp'ĕr**, *n.* ತ್ಯಾವ ಪಡಿಸುವ ವಸ್ತು. **Damp'ness**, *n.* ತ್ಯಾವ.

Dam'sel, *n.* ಕನ್ನಿಕೆ, ತರುಣಿ.

Dam'son, *n.* ಕರಿದ್ರಾಕ್ಷಿ.

Dance, *n.* ಕುಣಿಯುವುದು, ನಾಟ್ಯ, ನೃತ್ಯ. *v. i. r.* (*pr.* danst) ನಾಟ್ಯವಾಡು, ಹಾರ್‍ಯಾಡು, ಕುಣಿದಾಡು. **Dan'cĕr**, *n.* ನರ್ತನಗಾರ, ನರ್ತಕ, ನಾಟ್ಯಗಾರ. **Dan'cing**, *n.* ನರ್ತನ, ಆಟ, ಕುಣಿತ. **Dan'cing girl**, *n.* ನರ್ತಕಿ, ನಾಯಕಸಾನಿ, ತಾಫೆದವಳು.

Dan-de-lī'on, *n.* ಹಳದಿ ಬಣ್ಣದ ಒಂದು ತರದ ಹೂವು (ಶಾವಂತಿಗೆ ಹಾಗೆ ಇರುತ್ತದೆ).

Dan'dle, *v. t. r.* (ಕೂಸುಗಳನ್ನು) ಆಡಿಸು, ಕುಣಿಸು, ಲಾಲಿಸು.

Dan'driff, **Dan'druff**, *n.* ಅಗರು, ಹಗರು, ಅಮರು, ಹೊಟ್ಟುತಲೆ, ತಲೆಯ ಮೇಲಿನ ಹೊಟ್ಟು, ಹೆಡಸು.

Dan'dy, *n.* ಸೊಗಸುಗಾರ, ಕುಪಾಲುಗಾಗ, ಶೃಂಗಾರಪುರುಷ, ಮೋಜುಗಾರ, ಒಲವುಗಾರ.

Dāne, *n.* "ದೆನ್‌ಮಾರ್ಕ್" ದೇಶದವ. **Dā'nish**, *a.* "ದೆನ್‌ಮಾರ್ಕ್" ದೇಶದ, —ಜನರ, —ಭಾಷೆಯ.

Dāṅ'ġĕr, *n.* ಕುತ್ತು, ಗಂಡಾಂತರ, ಅಪಾಯ, ಭಯ, ಕಂಟಕ, ಮೋಸ; d. of life ಪ್ರಾಣಕಂಟಕ; d. from thieves ಚೋರಕಂಟಕ; d. from fire ಅಗ್ನಿಕಂಟಕ. **Dāṅ'ġĕr-ŏus**, *a.* ಗಂಡಾಂತರವುಳ್ಳ, ಅಪಾಯಕರ, ಪ್ರಾಣಸಂಕಟವುಳ್ಳ.

Daṅ'gle, *v. i. r.* ಜೋತಾಡು, ನೇತಾಡು; 2. ಹಿಂಬಾಲ ಹೋಗು. *v. t. r.* ಜೋತಾಡಿಸು. **Daṅ'glĕr**, *n.* ಸ್ತ್ರೀಲೋಲ.

Daṅk, *a.* ಹಸಿ, ತ್ಯಾವವುಳ್ಳ.

Dap, *v. i. & t. r.* ಗಾಳಹಾಕು, ಪುಟಾರಿಸು; 2. ಅದ್ದು.

Dap'pĕr, *a.* ಚಿಕ್ಕ, ಚುರುಕು.

Dap'ple, *a.* ಚಿಕ್ಕಿಚಿಕ್ಕಿಯಾದ, ಚಿತ್ರವಿಚಿತ್ರ, ಹಂಡಬಂಡ *(S. M.)*, ಮಂಗಳ *(S. C.)*. *v. t. r.* ಚಿಕ್ಕಿಚಿಕ್ಕಿ ಮಾಡು.

Dare, *v. i. r.* or *ir.* (durst, dared) ತಲೆಗೊಡು, ಧೈರ್ಯ ಮಾಡು, ಸಾಹಸ—. *v. t. r.* ದುಡುಕು, ಕೆಣಕು, ಮಿಾಸೆ ಹುರಿಮಾಡು. **Da'ring**, *a.* ಎದೆಗಾರ, ಧೈರ್ಯವುಳ್ಳ. *n.* ಸಾಹಸ, ಧೈರ್ಯ. **Da'ring-ly**, *ad.* ಧೈರ್ಯದಿಂದ.

Därk, *a.* ಕತ್ತಲೆಯ, ಮಬ್ಬು; 2. ಕಪ್ಪು, ಕರಿ, ಕರ್‍ರಗಿರುವ, ಮಸಕು; 3. ಕಂಡು ಕಾಣದ, ಗೂಢ; 4. ಮೂಢ, ಅಜ್ಞಾನದ; 5. ದುಷ್ಟ; 6. ಅಶುಭ; 7. ದುರ್ಮುಖ, ಮುಖರ. *n.* ಕತ್ತಲೆ, ಮಬ್ಬು, ಅಂಧಕಾರ; 2. ಮೂಢತ್ವ, ಅಜ್ಞಾನ. **Därk'en**, *v. t. r.* ಕತ್ತಲೆ ಮಾಡು; 2. (the sight) ಮಂದ ಮಾಡು; 3. (render ignorant) ಮೂಢ ಮಾಡು, ಕಂಗೆಡಿಸು; 4. (obscure) ಗೂಢ ಮಾಡು; 5. (cast a gloom upon) ಅಶುಭ ಮಾಡು; 6. (sully) ಮಾಸು. *v. i.* ಮಬ್ಬಾಗು, ಮಂದವಾಗು. **Därk'ish**, *a.* ಮೊಬ್ಬು, ಮಬ್ಬು. **Därk'ly**, *ad.* ಮಬ್ಬಾಗಿ; 2. ಮಂದವಾಗಿ; 3. ಗೂಢವಾಗಿ; 4. ಅಶುಭವಾಗಿ; 5. ಸಂಶಯಕರವಾಗಿ. **Därk'ness**, *n.* ಕಾವಳ, ಕತ್ತಲೆ, ಮಬ್ಬು, ಅಂಧಕಾರ; 2. ಗುಟ್ಟು; 3. ಅಜ್ಞಾನ, 4. ಗೂಢಾರ್ಥ. **Därk'sŏme**, *a. see* Dark.

Där'liṅg, *n.* ಅರಗಿಳಿ, ಪ್ರಿಯನು, ಮುದ್ದು ಮಗು. *a.* ಮುದ್ದು, ಅತಿ ಪ್ರಿಯ, ಅಮ್ಮಣ್ಣಿ.

Därn, *v. i. r.* ಎಳೀ ತುಂಬು, ರಫು ಮಾಡು, ರಾಪು—.

Därt, *n.* ಈಟಿ, ಬರ್ಚಿ. *v. t. r.* ಎಸೆ, ಬಗಿ, ಹೊಡೆ, ಬಿಸಾಡು; 2. ಕೆಡವು, (as rays) ಕಳುಹು. *v. i.* ಬಗ್ಗನೆ ಎದ್ದು ಹಾರು, ಅರಬಡಿಸಿ ಓಡು.

Dash, *v. t. r.* (*pr.* dasht) ಅಪ್ಪಳಿಸು, ತಗಲಿಸು; 2. (break) ಒಡಿ, ದಡಲ್ಲೆಂತ ಒಡಿ; 3. (ruin) ನಿರಾಶೆ ಮಾಡು, ಹಾಳು—; 4. (abash) ಕುಗ್ಗಿಸು, ಮುಖಭಂಗಿಸು; 5. (mix) ಕಲಸು, ಬೆರಸು; d. off ಬೇಗನೇ ಬರೆದು ಬಿಡು; d. out (erase) ಅಳಿಸಿಬಿಡು, ಅಳಕಿಸು, ಚಿತ್ತು ಹಾಕು, ಕಾಟು—. *v. i.* ಅಪ್ಪಳಿಸು, ಜಿರ್‍ರನೆ ಹಾಯು. *n.* ಅಪ್ಪಳಿಸೋಣ, ಬಡಿಯೋಣ, ಪೆಟ್ಟು; 2. ಅಡ್ಡಿ, ನಿರಾಶೆ; 3. ಕಲಬೆರಿಸೋಣ, ಮಿಶ್ರಣ; 4. ಹಾರಿಬೀಳೋಣ; 5. ಸಾಹಸ; 6. ಗೀಟು, ಗೆರೆ (—). **Dash'iṅg**, *a.* ಸಾಹಸದ; d. fellow ಸಾಹಸಗಾರ.

Das'tard (-tĕrd), *n. & a.* ಹೇಡಿ, ಪುಕ್ಕ. **Das'tard-ly**, *a.* ಹೇಡಿ, ಪುಕ್ಕ.

Dā'ta, *n. pl.* ಮೂಲ ಸಿದ್ಧಾಂತ.

Dāte, *n.* "ತಾರೀಕು"; 2. ಕಾಲ, ವೇಳೆ. *v. t. r.* "ತಾರೀಕು" ಹಾಕು; 2. ಕಾಲ ನೇಮಿಸು, —ಲೆಕ್ಕಿಸು. D. from, *v. i.* ಆರಂಭವಾಗು.

Dāted, *pp. a.* Dāte'less, *a.* ತೇದಿಯಿಲ್ಲದ, ತಾರೀಕಿಲ್ಲದ.

Dāte, *n.* ಖರ್ಜೂರ; unripe dried d. ಕಾರೀಕ, ಉತ್ತುತ್ತೆ; d.-palm *(Phœnix dactylifera, L.)* ಖರ್ಜೂರ ಮರ; wild d. palm *(Phœnix sylvestris, Roxb.)* ಈಚಲು ಮರ *(My.)*, ಈಚಲ ಗಿಡ *(S. M.)*; Chinese d., *see* Jujube.

Dā'tive, *n.* ಚತುರ್ಥೀವಿಭಕ್ತಿ, ಸಂಪ್ರದಾನ.

Dā'tum, *n. pl.* Data, *q. v.*

Daub (dab), *v. t. r.* ಬಳಿ, ಬೊಳಿ, ಪೂಸು, ಸಾರಿಸು. *n.* ಸಾರಣೆ, ಲೇಪ.

Daub'ĕr, Daub'stĕr, *n.* ಉಡಾಳ ಬಣ್ಣಗಾರ,

Daugh'tĕr (da'tĕr), *n.* ಮಗಳು, ಕುಮಾರ್ತೆ. Daugh'tĕr-in-law (-la), *n.* ಸೊಸೆ.

Daunt (dant), *v. t. r.* ಹೆದರಿಸು, ಬೆದರಿಸು, ಭಯ ಪಡಿಸು. Daunt'less, *a.* ಹೆದರದಂಥ, ನಿರ್ಭಯವಾದ, ಧೈರ್ಯದ. Daunt'less-ly, *ad.* ಹೆದರದೆ.

Dau'phin (da'fin), *n.* "ಫ್ರೆಂಚ" ಅರಸನ ಚೊಚ್ಚಲ ಮಗ.

Da'vit, *n.* ಲಂಗರು ಎಳೆಯುವ ಯಂತ್ರ.

Daw (da), *n.* ಮಂಡೆ ಕಾಗೆ.

Daw'dle (da'dl), *v. i. r.* ವ್ಯರ್ಥವಾಗಿ ಹೊತ್ತುಕಳೆ, ಕಾಲಹರಣ ಮಾಡು. Daw'dlĕr, *n.* ಮೈಗಳ್ಳ.

Dawk, dak, *n.* ಅಂಚೆ; 2. ಡಾಕ; d. bungalow ಮುಸಾಫರಿ ಬಂಗಲೆ.

Dawn (dan), *v. i. r.* ಅರುಣೋದಯವಾಗು, ಮೂಡಲುಹರಿ, ಬೆಳಗಾಗು. *n.* ಅರುಣೋದಯ, ನಸಿಕು; at d. ನಸಿಕಲೆ.

Dāy (dā), *n.* ಹಗಲು; 2. ದಿವಸ, ದಿನ, "ರೋಜು"; 3. ಜಯ; d. after the fair ಅಟ್ಟ ಮೇಲೆ ಒಲೆ ಉರಿಯುವುದು. better days ಸೌಭಾಗ್ಯದ ದಿನಗಳು; birthday ಜನ್ಮತಿಥಿ; d. by d. ದಿನ ಹೋಗುತ್ತ; a d. of the week ವಾರ; every dog has his d. ಒಂದು ಅತ್ತೆಯ ಕಾಲ, ಒಂದು ಸೊಸೆಯ ಕಾಲ; these are evil days ಈಗಿನ ದಿನಮಾನ ಕೆಟ್ಟದ್ದು; the first d., Lord's d. ಆದಿತ್ಯವಾರ; the last d. ಅಂತಿಮ ದಿನ; one of these days ಸದ್ಯದಲ್ಲಿಯೆ; the other d. ಇತ್ತೀಚೆಗೆ; sufficient for the d. is the evil thereof ಮುಂದೇನಾದೀತೆಂದು ಈಗ ಕಲ್ಪನೆ ಮಾಡುವ ಅಗತ್ಯ ಇಲ್ಲ, ಇದ್ದದ್ದೆ ಸಾಕು; *(astr.)* solar d. ಸಾವನ, ತೇದಿ; to win the d. ಗೆಲುಕ್ಕೆಯಾಗು. Dāy'bo̤ok, *n.* ದಿನವಹಿ, ದಿನಚರ್ಯೆ; 2. *(acc.)* "ಕಿರ್ದಿ", "ರೋಜ್‌ಕಿರ್ದಿ" *(N. C., S. M.)*, ಊಳಿಗ *(S. C.)*, "ಖರ್ಡಾ". Dāy'brēak, *n.* ಬೆಳಗಿನ ಜಾವ, ಅರುಣೋದಯ; at d. ಬೆಳಗಮುಂಜಾನೆ. Dāy'-drēam (-drēm), *n.* ಮನೋರಾಜ್ಯ. Dāy'-lā-bo̤ur-ĕr (-bĕr-), *n.* ಕೂಲಿಯವ, ಕೂಲಿಯಾಳು. Dāy'līght (-līt), *n.* ಹಗಲು; in broad d. ಹಾಡೆಹಗಲಲ್ಲಿ. Dāys'man, *n.* ಪಂಚಾಯತನು. Dāy'spriṅg, *n.* ಅರುಣೋದಯ. Dāy'stär, *n.* ಉದಯನಕ್ಷತ್ರ, ಶುಕ್ರ; 2. ಸೂರ್ಯ. Dāy'tīme, *n.* ಹಗಲು ವೇಳೆ, ಹಗಲು ಹೊತ್ತು.

Dāze, *v. t. r.* ಕಣ್ಣು ಕುಗ್ಗಿಸು; 2. ಗಾಬರಿಮಾಡು.

Daz'zle, *v. t. r.* ಕಣ್ಣು ಕುಕ್ಕಿಸು; *pass.* ಕಣ್ಣು ಕುಕ್ಕು. Daz'zliṅg-ly, *ad.* ಥಳಥಳನೆ.

D. D. (*abbr. of* Doctor of Divinity) ದೇವಜ್ಞಾನ ಪಾರಂಗತನು.

Dēa'con (dē'kn), *n.* ಉಪಪ್ರಸಂಗಿ; 2. ಕ್ರೈಸ್ತಬೋಧಕನ ಸಹಾಯಕ. Dēa'con-ess, *n.* ಕ್ರೈಸ್ತಸಭೆಯ ಸೇವಕಿ.

Dead (ded), *a.* ಸತ್ತ; 2. ನಿರ್ಜೀವ; 3. ಜಡ, ಮಂದ; 4. ನಿಷ್ಫಲ; d. ahead ಎದುರು ಬೀಸುವ; d.-drunk ಅಮಲಿನಿಂದ ಎಚ್ಚರಿಲ್ಲದ; d. language ರೂಢಿಯಲ್ಲಿಲ್ಲದ ಭಾಷೆ; d.-letter ವಿಳಾಸ ಪತ್ತೆಹತ್ತದ ಪತ್ರ; ಮನ್ನಿಸದೆ ಇರುವಂಥಾದ್ದು, ರೂಢಿಯಲ್ಲಿಲ್ಲದಂಥಾದ್ದು; d.-level ಸರಿಸಮಾನತ್ವ; d.-lock ನಿಂತುಹೋಗೋಣ, ಕಟ್ಟಾಗೋಣ; d.-loss ನಷ್ಟ; d.-march ಶ್ಮಶಾನಕಾರ್ಯದಲ್ಲಿ ಬಾರಿಸುವ ವಾದ್ಯ; d.-weight ಅತಿಭಾರ. Dead (ded), *n.* ಬಹು ಶಾಂತ ಕಾಲ; d. of night ಸರವತ್ತು, ಅಪರಾತ್ರಿ; the d. ಸತ್ತವರು, ಪ್ರೇತರು. Dead'en (ded'n), *v. t. r.* ಕುಂದಿಸು, ಮಂದಮಾಡು; 2. ಸಪ್ಪಗೆ ಮಾಡು; 3. ಸಡಲಿಸು. Dead'ly (ded'li), *a.* ಮರಣಕರ, ಪ್ರಾಣಘಾತಕ; d. hatred ಕಡು ದ್ವೇಷ, ಬದ್ಧವೈರ. Dead'-lift, *n.* ದುರವಸ್ಥೆ, ಎತ್ತಲಾರದ ಭಾರ. Dead'ness (ded'nes), *n.* ನಿಶ್ಚೇತನ್ಯ, ಸತ್ತಸ್ಥಿತಿ; 2. ಮಂದತ್ವ; 3. ಉದಾಸೀನತ್ವ.

Deaf (def), *a.* ಕಿವಡ; ಕೇಳಮನಸ್ಸಿಲ್ಲದ; turn a d. ear to ಕಿವಿಯ ಮೇಲೆ ತಕ್ಕೊಳ್ಳದಿರು. Deaf'en (def'n), *v. t. r.* ಕಿವಡನಾಗ ಮಾಡು, ಕಿವಿಗಡಚಿಕ್ಕಿಸು, ಕಿವಿಗಡಚು ಹಾಕಿಸು. Deaf'ness (def'nes), *n.* ಕಿವಡತನ.

Dēal (dēl), *n.* ಭಾಗ, ಪರಿಮಾಣ, ಬಟ್ಟು; a

great d. ಬಹಳ. *v. t. ir.* (dealt, dealt, *pr.* delt) ಹಂಚಿಕೊಡು. *v. i.* ವ್ಯಾಪಾರ ಮಾಡು; 2. ವಹಿವಾಟು ಮಾಡು; 3. ನಡ ಕೊಳ್ಳು; 4. ಎದುರು ನಿಲ್ಲು; d. by ನಡಿಸು; d. well by ಒಳ್ಳೇದು ಮಾಡು, ಚೆನ್ನಾಗಿ ನಡಿಸು; d. in ವರ್ತಿಸು; d. with ನಡಿಸು, ಮಾಡು *c. d.* Dēal, *n.* ಹಲಿಗೆ; d.-wood ಭದ್ರ ದಾರುವಿನ ಕಟ್ಟಿಗೆ, ಕರ್ಪೂರದ ಕಟ್ಟಿಗೆ. Dēal′-ĕr, *n.* ವ್ಯಾಪಾರಸ್ಥ, ಸಾವಕಾರ, ವಿಕ್ರಯಿ. Dēal′iṅg, *n.* ನಡತೆ, ಕೊಡುಕೊಳೆ, ವಹಿವಾಟು; money dealings ಲೆಕ್ಕಾಚಾರ.

Dēan (dēn), *n.* ಪಾದ್ರಿಗಳ ಮುಖ್ಯಸ್ಥ; 2. ವಿದ್ಯಾ ಶಾಲೆಯ ಮುಖ್ಯಸ್ಥ. Dēa′ne-ry, *n.* ಡೀನನ ಸ್ಥಾನ, —ಮನೆ.

Dēar (dēr), *a.* ತುಟ್ಟಿ; 2. ಪ್ರಿಯ; dear as life ಪ್ರಾಣಪದಕವಾದ. *n.* ಪ್ರಿಯನು, ಸಖಿ. Dēar′ly, *ad.* ತುಟ್ಟಿಯಾಗಿ, ಬಹಳವಾಗಿ, ಬೆಲೆ ಹೆಚ್ಚಾಗಿ; 2. ಪ್ರೀತಿಯಾಗಿ; to love d. ಬಹಳ ಪ್ರೀತಿ ಮಾಡು. Dēar′ness, *n.* ತುಟ್ಟಿ ಧಾರಣೆ, ತಗ್ಗು *(My.)*; 2. ಮಮತೆ. Dĕarth (dĕrth), *n.* ತುಟ್ಟಿ, ದುರ್ಭಿಕ್ಷೆ, ಬರ.

Death (deth), *n.* ಸಾವು, ಮೃತಿ, ಮರಣ; 2. ನಷ್ಟ; 3. ಸಾಯುವ ರೀತಿ; to be the d. of ಮರಣದ ಕಾರಣವಾಗು, ಜೀವ ತಿನ್ನು; be at d.'s door ಅತ್ಯಾಸನ್ನನಾಗಿರು, ಕಂಠಗತ ಪ್ರಾಣವಾಗಿರು; put to d. ಪ್ರಾಣಾಂತ್ಯದಂಡನೆ ಮಾಡು. Death′-bed, *n.* ಸಾಯುವಾಗ ಮಲಗಿದ್ದ ಹಾಸಿಗೆ; 2. ಮರಣಕಾಲ, ದೇಹಾವ ಸಾನ. Death′-bell, *n.* ಸತ್ತದ್ದನ್ನು ತಿಳಿ ಸುವ ಗಂಟೆ. Death′blōw, *n.* ಪ್ರಾಣಾಂತಿಕ ಪೆಟ್ಟು. Death′less, *a.* ಅಮರ್ತ್ಯ, ಸಾವಿ ಲ್ಲದ. Death′-līke, *a.* ಮೃತಪ್ರಾಯ ವಾದ, ಸತ್ತ ಹಾಗಿರುವ. Death′-war-rant, *n.* ಅಪರಾಧಿಯನ್ನು ಪಾಶಿಗೆ ಹಾಕುವ ಆಜ್ಞೆ. Death′-watch, *n.* ಒಂದು ಜಾತಿಯ ಹುಳ.

De-bär′, *v. t. r.* (bärred′) ಅಡ್ಡ ಕಟ್ಟು *c.d.*, ಅಡ್ಡಿ ಮಾಡು, "ಹರಕತ್ತು" ಮಾಡು.

De-bärk′, *v. t. & i. r.* (*pr.* -bärkt′) ಹಡಗಿ ನಿಂದ ಇಳಿಸು, —ಇಳಿ. De-bär-kā′tiŏn, *n.* ಹಡಗಿನಿಂದ ಇಳಿಸುವುದು.

De-bāse′ *or* -bāṣe′, *v.t.r.* (*pr.* -bāsd′) ಮಾ ನಭಂಗ ಮಾಡು, ಹೀನ—. De-bāse′ment, *n.* ಕೆಡಿಸುವುದು; 2. ಕೆಡುವಿಕೆ, ಮಾನಭಂಗ.

De-bāte′, *n.* ತರ್ಕ, ವಾಗ್ವಾದ. *v. t. & i. r.* ವಿವಾದಿಸು, ತರ್ಕಿಸು, ಚರ್ಚಿಸು. De-bā′ta-ble, *a.* ವಿವಾದಾಸ್ಪದವಾದ.

De-bauch′ (-bach′), *v.t.r.* (*pr.* -bacht′) ಕೆಡಿಸು, ಭ್ರಷ್ಟಮಾಡು. *n.* ದುಂಡುತನ, ಕುಡಿಕ ತನ, ಪಟಿಂಗತನ, ವಿಷಯಲಂಪಟ, ಪೋಕರಿತನ. Deb-au-chēe′ (-ō-shē′), *n.* ಪೋಕರಿ, ಪಟಿಂಗ. De-bauch′ĕr-y, *n.* ಕೆಡಿಸೋಣ; 2. ಬಂಡುತನ, ಕಾಮಭಾವ, ಪಟಿಂಗತನ, ಹೊೇಕೆ, ಪೋಕರಿತನ.

De-ben′tūre, *n.* ಸಾಲಪತ್ರ.

De-bil′i-tāte, *v. t. r.* ಬಲಹೀನ ಮಾಡು, ಅಶ ಕ್ತ ಮಾಡು, ಧಾತು ಕುಂದಿಸು. De-bil′i-ty, *n.* ಬಲಹೀನತ್ವ, ಅಶಕ್ತಿ, "ಹೈರಾಣ".

Deb′it, *n.* ಖರ್ಚು. *v. t. r.* ಖರ್ಚಿಗೆ "ದಾಖಲು" ಮಾಡು, ಸಾಲದಲ್ಲಿ ಬರೆ.

Deb-ō-nāir′, *a.* ಮರ್ಯಾದೆಯುಳ್ಳ, ಸರಸವಾದ.

De-bouch′ (-bush′), *v. t. r.* ಕಣಿವೆಯಿಂದ ಹೊರ ಹೊರಡು.

Deb′ris (deb′rē), *n.* ಕಟ್ಟಡ ಮೊದಲಾದ್ದು ಮುರಿದುಬಿದ್ದ ರಾಶಿ, ಭಗ್ನಾವಶೇಷ.

Debt (det), *n.* ಸಾಲ, ಕಡ; 2. ತಪ್ಪು; bad d. ಕೈಲಾಸಕಡ, ಮುಳುಗಿದ ಸಾಲ; be over head and ears in d. ಸಾಲದಲ್ಲಿ ಮುಣುಗಿ ಹೋಗಿರು. Debt′ŏr, *n.* ಸಾಲಗಾರ, ಕಡ ಗಾರ, ಸಾಲಗುಳಿ.

Début′ (debö′), *n.* ತೊಡಕ, ಚೂಣಿ, ಪ್ರಾರಂಭ.

Deca-, *pref.* ಹತ್ತು.

Dec′āde, *n.* ದಶಕ, ಹತ್ತು ವರ್ಷ, ದಶಾಬ್ದ.

De-cā′dence, *n.* ಕ್ಷಯ, ಹಾಳಾಗೋಣ.

De′ca-gon, *n.* ದಶಕೋಣಾಕೃತಿ.

Dec′a-logue (-log), *n.* (ದೇವರು ಸೀನಾಯಿ ಬೆಟ್ಟದಲ್ಲಿ ಮೋಶೆಗೆ ಕೊಟ್ಟ) ದಶಾಜ್ಞೆಗಳು.

De-camp′, *v. i. r.* (*pr.* -kamt′) "ಕೂಚು" ಮಾಡು, ಫಕ್ಕನೆ ಹೋಗಿಬಿಡು, ತಲೆ ತಪ್ಪಿಸಿ ಹೋಗು. De-camp′ment, *n.* "ಕೂಚು".

De-cant′, *v. t. r.* ಬಸುಕೊಳ್ಳು, ಬಸಿ, ಹೊಯ್ಯು, ಹನಿಸು. De-can′tĕr, *n.* ಸೀಸೆ.

De-cap′i-tāte, *v. t. r.* ತಲೆ ಹೊಯ್ಯು, ತಲೆ ಹೊಡೆ, ಶಿರಶ್ಛೇದ ಮಾಡು. De-cap-i-tā′-tiŏn, *n.* ತಲೆ ಬೊಡೆಯೋಣ.

De-cay′ (-kā′), *n.* ಕ್ಷಯ, ಹಾಳು, ನಾಶನ. *v. i. r.* ಹಾಳಾಗು, ಕೆಡು, ಹುಳಿ, ಕ್ಷಯವಾಗು.

De-cēase′ (-sēs′), *n.* ಸಾವು, ಮರಣ, ಮೃತ್ಯು. *v. i. r.* ಸಾಯು, ತೀರಿಕೊಳ್ಳು; deceased ಮೃತಪಟ್ಟ, ಸಂದುಹೋದ.

De-cēit′ (-sēt′), *n.* ಠಕ್ಕು, ವಂಚನೆ, ಮೋಸ, ಕಪಟ, "ದಗಲಬಾಜಿ". De-cēit′ful, *a.* ಠಕ್ಕ, ಕಪಟವುಳ್ಳ, "ದಗಲಬಾಜಿಯ". De-cēit′ful-ness, *n.* ಠಕ್ಕುತನ, ವಂಚನೆ, "ದಗಲಬಾಜತನ".

De-cēive (-sēv'), *v. t. r.* ಆಟಮಟಿಸು, ಠಕ್ಕಿಸು, ಮೋಸ ಮಾಡು *c. d.*, ಕಣ್ಣುಕಟ್ಟು *c. g.*, ವಂಚಿಸು, ಆಶಾಭಂಗ ಮಾಡು. De-cēiv'ā-ble, *a.* ಮೋಸ ಹೋಗುವ, ಮೋಸಗೊಳ್ಳುವಂಥ, ಭೋಳೆ. De-cēiv'ēr, *n.* ಠಕ್ಕ, ಮೋಸಗಾರ, ವಂಚಕ.

De-cem'bēr, *n.* ಪಾಶ್ಚಾತ್ಯಕಾಲಗಣನೆಯಲ್ಲಿ ಕಡೇ ತಿಂಗಳು.

Dē'cen-cy, *n.* ಮರ್ಯಾದೆ, ಯೋಗ್ಯತೆ, ಶಿಷ್ಟತೆ.

De-cen'nar-y (-nēr-), De-cen'ni-um, *n.* ಹತ್ತು ವರ್ಷ. De-cen'ni-al, *a.* ಹತ್ತು ವರ್ಷದ, ಹತ್ತು ವರ್ಷಕ್ಕೊಮ್ಮೆ ಸಂಭವಿಸುವ.

Dē'cent, *a.* ಯೋಗ್ಯವಾದ, ಒಪ್ಪಾದ, ಸಂಭಾವಿತ, ಸಭ್ಯ, ತಕ್ಕಷ್ಟು, ಸಾಕಷ್ಟು. Dē'cent-ly, *ad.* ಯೋಗ್ಯವಾಗಿ, ತಕ್ಕಂತೆ.

De-cen-tral'ī̱se, *v. t. r.* ಮಧ್ಯದಲ್ಲಿ ಒಂದುಗೂಡುವುದನ್ನು ತಪ್ಪಿಸು. Dē-cen-tra-lī-s̱ā'-tiōn, *n.* ಸ್ಥಳಿಕ ಅಧಿಕಾರ ಕೊಡುವುದು.

De-cep'tiōn, *n.* ಠಕ್ಕು, ವಂಚನೆ, ಮೋಸ, ಆಟಮಟಿ, ಕಣ್ಣುಕಟ್ಟೋಣ. De-cep'ti-ble, *a.* ವಂಚಿಸತಕ್ಕ. De-cep'ti-bil-i-ty, *n.* ವಂಚಿಸಲ್ಪಡುವಿಕೆ. De-cep'tive, *a.* ಮೋಸ ಮಾಡುವಂಥ, ವಂಚಿಸುವಂಥ.

De-chärm', *v. t. r.* ಮಂತ್ರ ಉತಾರು ಮಾಡು.

Deci'-, *pref.* ಹತ್ತನೇ ಅಂಶ.

De-cīde', *v. t. r.* ಬಗೆಹರಿಸು, ತೀರಿಸು, ನಿಶ್ಚಯಿಸು, ಠರಾಯಿಸು, "ಫೈಸಲು" ಮಾಡು. De-cī'ded, *a.* ಸ್ಪಷ್ಟ, ನಿಸ್ಸಂಶಯವಾದ, ದೃಢ, ನಿಶ್ಚಯವುಳ್ಳ, ಖಂಡಿತ. De-cī'dēr, *n.* ತೀರ್ಪು ಮಾಡುವವ. De-ci̱si'ōn, *n.* ತೀರ್ಪು, ನಿಷ್ಕರ್ಷೆ, "ಫೈಸಲು", ದೃಢಸಂಕಲ್ಪ, "ಠರಾವು"; arrive at a d. ತೀರ್ಮಾನ ಮಾಡು. De-cī's̱ive, *a.* ನಿರ್ಣಯದ, ಖಂಡಿತ, ತೀರ್ಮಾನದ, ಕಡೇ—; 2. ದೃಢ.

De-cid'ū-ōus, *a.* ಉದುರಿ ಬೀಳುವಂಥ, ಪ್ರನರ್ಣ (leaves, *etc.*); 2. ಎಲೆ ಉದುರಿಸುವಂಥ (trees).

Dec'i-mal, *n.* ದಶಾಂಶ. *a.* ದಶಾಂಶದ.

Dec'i-māte, *v. t. r.* ಹತ್ತನೆ ಭಾಗ ತಕ್ಕೊಳ್ಳು; 2. ಹತ್ತು ಮಂದಿಯಲ್ಲಿ ಒಬ್ಬನಿಗೆ ಮರಣಶಿಕ್ಷೆ ಮಾಡು; 3. ಹಾಳು ಮಾಡು.

De-cī'phēr (-sī'fēr), *v. t. r.* (ಗೂಢ ಲಿಪಿಯ) ಅರ್ಥ ಹಚ್ಚಿಕೊಳ್ಳು; 2. ಟೀಕಿಸು.

Deck, *n.* ಹಡಗಿನ ಅಂತಸ್ತು. *v. t. r.* ಮುಚ್ಚು, ಅಲಂಕರಿಸು, ಶೃಂಗರಿಸು.

De-clāim', *v. t. r.* ಅಲಂಕಾರಯುಕ್ತ ಭಾಷಣ ಮಾಡು, ಪ್ರಸಂಗ ಮಾಡು. De-clāim'ēr, *n.* ಅಲಂಕಾರಯುಕ್ತ ಭಾಷಣ ಮಾಡುವವ, ಪ್ರಸಂಗಿ. De-cla-mā'tiōn, *n.* ಅಲಂಕಾರಯುಕ್ತ ಭಾಷಣ, ಪ್ರಸಂಗ. De-clam'a-tōr-y, *a.* ಅಲಂಕಾರಯುಕ್ತ; 2. ಹುರುಳಿಲ್ಲದ.

De-clāre', *v. t. r.* ಅರಿಕೆ ಮಾಡು, ತಿಳಿಸು, ಪ್ರಸಿದ್ಧಿ ಮಾಡು, ದೃಢವಾಗಿ ಹೇಳು; d. one's self ಮನಸ್ಸು ಬಿಚ್ಚು. *v. t. r.* ಪ್ರಸಿದ್ಧಿ ಮಾಡು; d. for ಪಕ್ಷ ಹಿಡಿ, ಕಡೆಯಾಗು. Dec-la-rā'tiōn, *n.* ಅರಿಕೆ ಮಾಡೋಣ; 2. ಪ್ರಕಟನೆ; 3. ಪ್ರಸಿದ್ಧಿಪತ್ರ. Dec-la-ra'tōr-y, *a.* ಪ್ರಕಟಿಸುವ, ತಿಳಿಯಪಡಿಸುವ.

De-clīne', *v. i. r.* ಬಾಗು, ಬೊಗ್ಗು; 2. ಇಳಿತರವಾಗು, ಹಾಳಾಗು, ಕ್ಷಯವಾಗು, ಕುಂಗು, ಕುಂದು; 3. ಬೇಡನ್ನು, ಒಲ್ಲೆನ್ನು; (the day) ಇಳಿವತ್ತಾಗು; d. from ಒಲೆ, ಬಿಡು. *v. t. r.* ಬೊಗ್ಗಿಸು; 2. ತಳ್ಳು, ಬೇಡೆಂತ ಹೇಳು, ಒಲ್ಲೆನ್ನು; 3. *(gram.)* ನಾಮವಿಭಕ್ತಿ ನಡಿಸು. *n.* ಇಳಿತರ, ಇಳಿವತ್ತು; 2. ಕ್ಷಯ; 3. *(med.)* ರೋಗ ಉತಾರಾಗುವ ಕಾಲ; 4. ಕ್ಷಯರೋಗ. De-clen'siōn. *n.* ಇಳುಕಲು; 2. ಹಾಳಾಗೋಣ, ಕ್ಷಯ; 3. ಬೇಡನ್ನುವುದು; 4. *(gram.)* ವಿಭಕ್ತಿರೂಪಮಾಲೆ. De-clī'na-ble, *a.* ವಿಭಕ್ತಿರೂಪ ಮಾಡತಕ್ಕ. Dec-li-nā'tiōn, *n.* ಬಾಗು; 2. ಹಾಳಾಗೋಣ; 3. ಒಲೆಯೋಣ; 4. *(astr.)* ಕ್ರಾಂತಿ.

De-cliv'i-ty, *n.* ಇಳಿಜಾರು, ಇಳವಾರೆ, ಇಳುಕಲು.

De-coct', *v. t. r.* ಕುದಿಸು, ಬೇಯಿಸು; 2. ಕಷಾಯ ಮಾಡು; 3. ಜೀರ್ಣಿಸು. De-coc'-tiōn, *n.* ಬೇಯಿಸೋಣ, ಪಾಕ ಮಾಡೋಣ; 2. *(med.)* ಕಷಾಯ, ಕ್ವಾಥ.

De-col'lāte, *v. t. r.* ತಲೆ ಕೊಯ್ಯು.

Dē-com-pō̱se', *v. t. & i. r.* ಬಿಚ್ಚು, ಉಚ್ಚು; 2. ಕೊಳೆ, ಹುಳಿ, ಹುಳತುಹೋಗು; 3. (stones, *etc.*) ಸವೆದುಹೋಗು. Dē-com-pō-s̱i'tiōn, *n.* ಬಿಚ್ಚುವುದು; 2. ಕೊಳಕು, ಹುಳುಕು, ನಾಶ.

Dec'ō-rāte, *v. t. r.* ಶೃಂಗರಿಸು, ಅಲಂಕರಿಸು, ಚಂದಗಾಣಿಸು; 2. ಬಿರುದು ಕೊಡು *c. d.* Dec-ō-rā'tiōn, *n.* ಶೃಂಗಾರ, ಭೂಷಣ, ಅಲಂಕಾರ; 2. ಬಿರುದು. Dec'ō-ra-tive, *a.* ಶೃಂಗರಿಸುವ, ಭೂಷಣವಾದ.

De-cō'rōus *or* Dec'ō-rōus, *a.* ಯೋಗ್ಯ, ತಕ್ಕ, ಉಚಿತ, ಮರ್ಯಾದೆಯ. De-cō'rum, *n.* ಮರ್ಯಾದೆ, ಶಿಷ್ಟಾಚಾರ, ವಿನಯ, ಸಭ್ಯರೀತಿ.

De-coy′, *n.* ಬಲೆ, ಉರ್ಲು; d. powder ಮಂಕು ಬೂದಿ. *v. t. r.* ಬಲೆಯಲ್ಲಿ ಹಿಡಿ, ಆಶೆ ತೋರಿಸಿ ಹಿಡಿ, ಮರುಳುಗೊಳಿಸು, ಮಂಕು ಮಾಡು, ಹಸಿಹಿಂಡು, ಮಚ್ಚು ಮಾಡು.

De-crēase′ (-krēs′), *v. t. r.* (*pr.* -krēst′) ಕಡಿಮೆ ಮಾಡು. *v. i.* ಕಡಿಮೆಯಾಗು, ಮಟ್ಟಾಗು. *n.* ಕಡಿಮೆಯಾಗೋಣ.

De-crēe′, *n.* ಅಪ್ಪಣೆ, ಆಜ್ಞೆ, "ಹುಕುಂ"; 2. ತೀರ್ಪು, "ಫೈಸಲುನಾಮೆ"; 3. ದೇವರ ಚಿತ್ತ. *v. t. r.* ತೀರ್ಪು ಮಾಡು, ಠರಾಯಿಸು; 2. ಅಪ್ಪಣೆ ಮಾಡು, "ಹುಕುಂ" ಕೊಡು.

Dec′re-ment, *n.* ನಷ್ಟ, ತೇಮಾನ.

De-crep′it, *a.* ಮುಪ್ಪಾದ, ಮುಪ್ಪಿನಿಂದ ಸೋತ. De-crep′i-tūde, *n.* ಮುಪ್ಪು.

De-crep′i-tāte, *v. t. r.* ಹುರಿಯು. *v. i. r.* ಬೊರುಗುಟಾಗು. De-crep-i-tā′tiŏn, *n.* ಹುರಿಯೋಣ.

De-cre′scent, *a.* ಕ್ಷಯಚಂದ್ರನ.

De-crē′tal, *n.* ಆಜ್ಞೆ, "ಹುಕುಂ"; 2. ಪೋಪನ ಕಡೆಯಿಂದ ಹೊರಟ ರಾಯಸಗಳ ಸಂಗ್ರಹ.

De-crȳ′, *v. t. r.* (-crīed) ಬಯ್ಯು, ನಿಂದಿಸು, ಅಪವಾದ ಹೇಳು. De-crī′al, *n.* ಅಪವಾದ.

De-cum′bence, *n.* ಶಯನ.

De′cūple, *a. & n.* ಹತ್ತು ಮಡಿ.

De-cuss′ate, *a.* "X" ಆಕೃತಿಯ; (*bot.*) ಎದುರೆದುರು ಎರಡು ಅಂಕುರದ.

Ded′i-cāte, *v. t. r.* ಮೀಸಲಾಗ ಮಾಡು, ಪ್ರತಿಷ್ಠೆ ಮಾಡು, ಒಪ್ಪಿಸಿ ಕೊಡು; 2. (a book) ಮುದ್ರಿಕೆ ಹಾಕು, ಅಂಕಿತ ಹಾಕು. Ded-i-cā′tiŏn, *n.* ಸಮರ್ಪಣೆ; 2. (of a book) ಮುದ್ರಿಕೆಪದ, ಅಂಕಿತ; 3. ಪ್ರತಿಷ್ಠೆ. Ded′i-cā-tŏr-y, *a.* ಪ್ರತಿಷ್ಠೆ ಮಾಡುವಂಥ; 2. ಮುದ್ರಿಕೆ ಮಾಡುವಂಥ, ಅಂಕಿತ—.

De-dūce′, *v. t. r.* (*pr.* -dūst′) ಅನುಮಾನಿಸು, ಅನುಮೇಯಿಸು, ಕಾರಣದಿಂದ ನಿಶ್ಚಯಿಸಿಕೊಳ್ಳು, ಊಹಿಸು. De-dūce′ment, *n.* ಅನುಮೇಯ, ಊಹೆ. De-dū′ci-ble, *a.* ಅನುಮೇಯಿಸ ತಕ್ಕ, ಊಹಿಸತಕ್ಕ.

De-duct′, *v. t. r.* ಕಳೆ, "ವಜಾ" ಮಾಡು; 2. (pay) ಮುರಕೊಳ್ಳು. De-duc′tiŏn, *n.* ಅನುಮಾನ; 2. ಕಳೆಯೋಣ, "ವಜಾ", "ವಜಾ ಬಾಕಿ"; 3. ಮುರಕೊಳ್ಳೋಣ. De-duc′tive, *a.* ಅನುಮಿತಿಕಾರಕ.

Dēed, *n.* ಕೆಲಸ, ಕ್ರಿಯೆ, ಕಾರ್ಯ, ಗೇಮೆ; 2. ಶಾಸನ, ಪತ್ರ, "ಖತ್ತು", "ಕತಬಿ"; deeds of a former birth ಪೂರ್ವಸಂಚಿತಕರ್ಮ.

Dēem, *v. t. r.* ನೆನಸು, ಎಣಿಸು, ಅನ್ನು.

Dēep, *a.* (water, *etc.*) ಆಳ, ಗುಂಡಿ, ಉದ್ದ; head d. ತಲೆಮಟ್ಟು; knee-d. ಮೊಣಕಾಲು ಮಟ್ಟು,—ಉದ್ದ; 2. (far backwards) ಉದ್ದ, ಅಗಲ; drawn up six d. ಒಂದರ ಹಿಂದೆ ಒಂದಾಗಿ 6 ಸಾಲುಗಳುಳ್ಳ; 3. (low) ತಗ್ಗಾದ; 4. (profound) ಗುಟ್ಟಿನ, ಗೂಢ, ಅಗಾಧ, ಮರ್ಮದ; 5. (penetrating, *as* a man) ಜಾಣ, ಚತುರ, ಬಲ್ಲ; 6. (thorough, great) ಕಡು, ಜೋರು, ಮಹಾ; 7. (sleep, darkness) ಗಾಢ; 8. (abject, *as* poverty) ನೀಚ; 9. (intense, *as* colour) ಅಚ್ಚ; 10. (tone, voice) ಗಂಭೀರ. *ad.* (=deeply, *q. v.*) d.-rooted ಬೇರೂರಿದ. *n.* ಅಗಾಧ; 2. ಸಮುದ್ರ; 3. ಗುಟ್ಟು; 4. ನಡುವೆ. Dēep′en (dēp′n), *v. t. r.* ಆಳ ಮಾಡು, ತಗ್ಗು—; 2. ಹೆಚ್ಚಿಸು; 3. (a sound) ಗಂಭೀರ ಮಾಡು. Dēep′ly, *ad.* ಕೆಳಗಾಗಿ; 2. ಆಳವಾಗಿ; 3. ಬಹಳವಾಗಿ; 4. ಗಂಭೀರವಾಗಿ; 5. ಗೂಢವಾಗಿ. Dēep′ness, Depth, *n.* ಆಳ; 2. ಗಾಂಭೀರ್ಯ; 3. ಗೂಢತೆ, *etc.*

Dēer, *n.* ಸಾರಂಗ; barking d., Muntjak d., rib-faced d., (*Cervulus aureus*) ಅಡವಿ ಕುರಿ; mouse d. (*Meminna indica*) ಪಿಸಾಯಿ; the spotted d. (*Axis maculatus*) ಚುಕ್ಕಮಿಗ, ಸಾರಂಗ.

De-fāce′, *v. t. r.* (*pr.* -fāst′) ವಿರೂಪಮಾಡು, ಕೆಡಿಸು; 2. ಒರಸು, ಅಳಿಸು. De-fāce′ment, *n.* ಕೆಡಿಸುವಿಕೆ; 2. ಅಳಿಸಿಬಿಡುವಿಕೆ.

De facto, ನಿಜವಾಗಿ.

Dē′fal-cāte, *v. i. r.* ತಟವಟಮಾಡು. De-fal-cā′tiŏn, *n.* ಕಮ್ಮಿ, ಕೊರತೆ; 2. ವಂಚನೆ.

De-fāme′, *v. t. r.* ...ವಿಷಯ ಚಾಡಿ ಹೇಳು *e.g.*, ಹೆಸರು ಕೆಡಿಸು *e. g.*, ನಿಂದಿಸು, ಹಳಿ. Def-a-mā′tiŏn, *n.* ಚಾಡಿ, ಅಪವಾದ, ಮಾನನಷ್ಟ. De-fam′a-tŏr-y, *a.* ಅವಮಾನಕರ, ನಿಂದೆಯುಳ್ಳ, ಚಾಡಿಯ.

De-fault′ (-falt′), *n.* ತಪ್ಪು, ಅಪರಾಧ; 2. ಕೊರತೆ, ಇಲ್ಲದಿರೋಣ; in d. of ... ಇಲ್ಲದ್ದರಿಂದ; 3. (law) "ಗೈರಹಾಜರು". De-fault′ĕr, *n.* ತಪ್ಪುಗಾರ, ಅಪರಾಧಿ; 2. ಬಾಕಿದಾರ; 3. ಗೈರಹಾಜರಿದ್ದವ.

De-fēa′sance (-fēz-), *n.* ಅತಂತ್ರಕರಣ. De-fēa′si-ble (-fēz-), *a.* ಕೋಳುಮಾಡತಕ್ಕ.

De-fēat′ (-fēt′), *n.* ಸೋಲು, ಸೋಲುವಿಕೆ, ಅಪಜಯ. *v. t. r.* ಸೋಲಿಸು, ಜಯಿಸು.

De-fēa'tūre, *n.* ಕುರುಹು ಅಳಿಸುವಿಕೆ.

De-fe'cāte, *v. t. r.* ನಿರ್ಮಲಮಾಡು. De-fe-cā'tiŏn, *n.* ನಿರ್ಮಲಮಾಡುವಿಕೆ.

De-fect', *n.* ಕೊರತೆ, ಕಡಿಮೆ; 2. ಕುಂದು, ಊನ, ಹೋಕು. De-fec'tiŏn, *n.* ಋಣಗೇಡಿತನ; 2. ಸ್ವಾಮಿದ್ರೋಹ; 3. ಸ್ವಮತಪರಿತ್ಯಾಗ; 4. ತಿರುಗಿಬೀಳೋಣ. De-fec'tive, *a.* ಕಮ್ಮಿಯಾದ, ಕೊರತೆಯುಳ್ಳ, ಊನ; d. verb ಊನಕ್ರಿಯಾಪದ.

De-fence', *n.* ಕಾಯೋಣ, ರಕ್ಷಣೆ, "ಬಚಾವು"; 2. ಮರೆ, ಆಶ್ರಯ ಆಸರೆ; 3. ಪ್ರತಿವಾದ, ಉತ್ತರವಾದ; defences of a fort ಕೋಟೆಯ ಕೊತ್ತಳಗಳು. De-fence'less, *a.* ಆಶ್ರಯವಿಲ್ಲದ, ದಿಕ್ಕಿಲ್ಲದ.

De-fend', *v. t. r.* ಕಾಪಾಡು, "ಬಚಾವು" ಮಾಡು, ಮೇಲ್ಕಟ್ಟು, ಬೆನ್ನುಕಟ್ಟು. De-fen'dant, *n.* ರಕ್ಷಣೆ ಮಾಡುವವ; 2. ಪ್ರತಿವಾದಿ, ಎದುರುವಾದಿ, "ಮುದ್ದೈಯಲೆ", ಅಪರಾಧಿ. De-fen'dĕr, *n.* ಕಾಯುವವವ, ರಕ್ಷಕ, ಪಾಲಕ, ಆಶ್ರಯದಾಯಕ, "ವಕೀಲ". De-fen'si-ble, *a.* ಕಾಯತಕ್ಕ, ರಕ್ಷಣೆ ಮಾಡತಕ್ಕ. Defen'sive, *a.* ರಕ್ಷಿಸುವಂಥ, "ಬಚಾವಿನ" ಕೆಲಸದ. *n.* ರಕ್ಷಣೆ, "ಬಚಾವು".

De-fĕr', *v. t. r.* (-fĕrred') ಜೋಲಿ ಹಾಕು, ಮುಂದಕ್ಕೆ ನೂಕಿಸು, ನಿಲ್ಲಿಸಿಡು.

De-fĕr', *v. t. r.* ತಡ ಮಾಡು, ಹೊತ್ತು ಕಳೆ; 2. ಭಿಡೆಯಿಂದ ಒಪ್ಪಿಕೊಳ್ಳು, ಒಳಗಾಗು. Def'ĕr-ence, *n.* ದಾಕ್ಷಿಣ್ಯ, ಮರ್ಯಾದೆ, ಮಾನ, ಮನ್ನಣೆ, ಭಿಡೆ, ಲಕ್ಷ್ಯ. Def-ĕr-en'tial (-en'shal), *a.* ಭಿಡೆಯುಳ್ಳ, ಮರ್ಯಾದೆಯುಳ್ಳ. Def-ĕr-en'tial-ly, *ad.* ಭಿಡೆಯಿಂದ, ವಿನಯದಿಂದ, ಮರ್ಯಾದೆಯಿಂದ.

De-fī'ance, *n.* ಕೆಣಕೋಣ, ಕಾಲು ಕೆದರೋಣ, ಜರೆವಮಾಡಿಸಿಕೊಂಡು ಅಣ್ಣೋಣ, ಅಲಕ್ಷ್ಯ, to set at d. ಎದುರಿಸು, ಪ್ರತಿಭಟಿಸು. De-fī'ant, *a.* ಕೆಣಕುವಂಥ, ಧೈರ್ಯವುಳ್ಳ, ಗರ್ವವುಳ್ಳ.

De-fi'cience, De-fi'cien-cy (-fish'en-), *n.* ಕಡಿಮೆ, ಕೊರತೆ, ನ್ಯೂನತೆ. De-fi'cient (-fish'ent), *a.* ಕಡಿಮೆಯಾದ, ಅಪೂರ್ಣ, ಕೊರತೆಯುಳ್ಳ. Def'i-cit, *n.* ಕಮ್ಮಿ, ನಷ್ಟ, ತೇಮಾನ.

De-fīle', *v. t. r.* ಮಾಸು, ಮೈಲಿಗೆ ಮಾಡು, ಕಲಕು ಮಾಡು, ಕಲಂಕ ಹಚ್ಚು; 2. ಕೆಡಿಸು, ಭ್ರಷ್ಟ ಮಾಡು, ಅಪವಿತ್ರ—, ಹೊಲೆ—. De-fīle'ment, *n.* ಮೈಲಿಗೆ, ಮುಟ್ಟುಚಟ್ಟು, ಭ್ರಷ್ಟತೆ, ಸೂತಕ; d. from the death of a relative ಮೃತಾಶೌಚ, ಕ್ಷಯಸೂತಕ; d. from childbirth ಜಾತಾಶೌಚ, ವೃದ್ಧಿಸೂತಕ.

De-fīle' *or* Dē'fīle, *n.* ಸಾಲಾಸಾಲು ಕೂಚು ಮಾಡುವದು; 2. ಇಕ್ಕಟ್ಟಾದ ಕಣಿವೆ.

De-fīne', *v. t. r.* ಮೇರೆ ಹಾಕು, ನಿಶ್ಚಯಿಸು, ನಿರ್ದೇಶಿಸು; 2. ಸ್ಪಷ್ಟವಾಗಿ ತೋರಿಸು; 3. ಅರ್ಥ ವಿವರಿಸು. De-fī'na-ble, *a.* ವಿವರಿಸತಕ್ಕಂಥ, ನಿಶ್ಚಯಿಸತಕ್ಕಂಥ. Def'i-nite (-nit), *a.* ಮೇರೆಯುಳ್ಳ; 2. ಸ್ಪಷ್ಟ; 3. ನಿಶ್ಚಯವಾದ. Def-i-ni'tiŏn, *n.* ಗುಣಲಕ್ಷಣ ನಿರೂಪಣ, ವಿವರಣೆ, ಶಬ್ದಾರ್ಥನಿರೂಪಣ; 2. *(geom., geogr., etc.)* ವ್ಯಾಖ್ಯೆ, ಅರ್ಥ ವಿವರಣೆ. De-fin'i-tive, *a.* ಖಚಿತ, ನಿಶ್ಚಯ ಖಚಿತ.

De-flā'te, *v. t. r.* ಒಳಗೆ ತುಂಬಿಸಿದ ಗಾಳಿಯನ್ನು ಹೊರಬಿಟ್ಟು ಖಾಲಿಮಾಡು, ಬರಿದಾಗಿ ಮಾಡು.

Def'la-grāte, *v. i. r.* ಫಕ್ಕನೆ ಪ್ರಜ್ವಲಿಸು.

De-flect', *v. i. r.* ಬಾಗು, ಅತ್ತ ತಿರುಗು, ಒಲೆ, ಮಾರ್ಗ ಬಿಡು. De-flec'tiŏn, *n.* ಅಡ್ಡ ತಿರುಗುವುದು, ಅಡ್ಡಾಟ.

De-flower', De-flour', *v. t. r.* ಹೂವುಕೀಳು.

De-fō-li-ā'tiŏn, *n.* ಎಲೆ ಉದುರೋಣ.

De-form' (-farm'), *v. t. r.* ಕುರೂಪ ಮಾಡು, ರೂಪ ಕೆಡಿಸು; 2. ಅಪಮಾನ ಪಡಿಸು. De-for-mā'tiŏn, *n.* ಕುರೂಪ, ರೂಪುಗೇಡು. De-formed' (*pr.* -farmd'), *a.* ವಿಕಾರ, ಕುರೂಪ, ಅಂಗವಿಕಲ, ರೂಪಹೀನ. De-for'mi-ty, *n.* ವಿಕಾರ, ಕುರೂಪ, ಅಂಗವೈಕಲ್ಯ, ದೋಷ, ಐಬು.

De-fraud' (-frad'), *v. t. r.* ಥಪಾಯಿಸು, ಅಟಮರಿಸು, ಮೋಸ ಮಾಡು *c. d.;* d. a creditor of his debt ಸಾಲ ಮುಳುಗಿಸು. De-frau'dĕr, *n.* ಮೋಸಗಾರ, "ತಗಲು" ಮಾಡುವವ, "ತಗಲ್ಯ".

De-frāy' (-frā'), *v. t. r.* ಸಲ್ಲಿಸು, ಖರ್ಚು ಕೊಡು, ವೆಚ್ಚ ಕೊಡು.

Deft, *a.* ಚತುರ, ಜಾಣ.

De-funct', *a.* ಕಾಲಕಂಡ, ಸತ್ತ, ಮೃತ.

De-fȳ', *v. t. r.* (-fīed') ಅಹಂಭಾವದಿಂದ ಯುದ್ಧಕ್ಕೆ ಕರೆ, ತಿರಸ್ಕರಿಸು, ಅಸಡ್ಡೆ ಮಾಡು.

De-ġen'ĕr-āte, *a.* ಕೆಟ್ಟ, ನೀಚವಾದ, ಅಧಮ. *v. i. r.* ಕೆಟ್ಟುಹೋಗು. De-ġen'ĕr-a-cy, *n.* ಜಾತಿ ಕೆಡುವುದು; 2. ಹೀನತ್ವ, ಭ್ರಷ್ಟ, ದುರ್ಗುಣ. De-ġen-er-ā'tiŏn, *n.* ಹೀನವಾಗುವುದು.

Deg-lu-ti'tiŏn, *n.* ನುಂಗುವ ಶಕ್ತಿ.

De-grāde′, *v. t. r.* ತಗ್ಗಿಸು, ನೀಚ ಮಾಡು; 2. ಬಹಿಷ್ಕರಿಸು, ಕಮ್ಮಿ ದರ್ಜೆಗೆ ಹಾಕು. Deg-ra-dā′tiŏn, *n.* ಕಮ್ಮಿ ದರ್ಜೆಗೆ ಹಾಕೋಣ, ಬಹಿಷ್ಕಾರ; 2. ಅಪಮಾನ, ಮಾನಭಂಗ.

De-grēe′, *n.* ಮೆಟ್ಟು, ತರ; a high d. ಬಹಳ; a high d. of heat ಬಹಳ ಕಾವು; a higher d. ಹೆಚ್ಚು; in the highest d. ಅತಿ, ಅತಿಶಯವಾಗಿ; in such a d., in that d. ಇಷ್ಟು, ಅಷ್ಟು; in some d. ಸ್ವಲ್ಪ; 2. ಪದವಿ, "ದರ್ಜೆ"; men of high d. ದೊಡ್ಡವರು, ಶ್ರೀಮಂತರು; 3. ವಿದ್ಯಾಶಾಲೆಗಳಲ್ಲಿ ಸಿಕ್ಕುವ ಪದವಿ, ಪಂಡಿತಪದವಿ; 4. *(geom.)* ಅಂಶ; by degrees ಬರಬರುತ್ತಾ; to a d. ಬಹಳೇ.

Dē-hisc′ent, *a.* *(bot.)* ಹಣ್ಣಾಗಿ ಒಡೆಯುವ.

Dē′i-fȳ, *v. t. r.* (-fīed) ದೈವೀಕರಿಸು, ದೇವಪದ ಕೊಡು. Dē-i-fi-cā′tiŏn, *n.* ದೈವೀಕರಣ, ದೇವತ್ವವನ್ನು ಕಲ್ಪಿಸೋಣ. Dē′i-form (-fąrm), *a.* ದೇವರೂಪಿ, ದೇವಾಕಾರಿ.

Dęign (dān), *v. t. & i. r.* ದಯೆ ಪಾಲಿಸು, ದಯೆ ಮಾಡು.

Dē′ist, *n.* ಈಶ್ವರವಾದಿ, ನಿಶ್ಶಾಸ್ತ್ರವಾದಿ. Dē′işm, *n.* ಈಶ್ವರವಾದವು, ನಿಶ್ಶಾಸ್ತ್ರವಾದವು. Dē-is′-tic, -is′ti-cal, *a.* ನಿಶ್ಶಾಸ್ತ್ರವಾದದ.

Dē′i-ty, *n.* ದೇವತೆ; 2. ದೈವತ್ವ, ದೇವತ್ವ; the d. ದೇವರು.

De-ject′, *v. t. r.* ದುಃಖಗೊಳಿಸು, ಖಿನ್ನ ಮಾಡು, ಧೈರ್ಯಗುಂದಿಸು. De-jec′ted, *a.* ಖಿನ್ನ, ದುಃಖಿತ, ಎದೆ ಒಡದ, ಧೈರ್ಯಗುಂದಿದ; d. fāce ಬಾಡಿದ ಮುಖ; he is d. ಅವನು ಸಪ್ಪಗೆ ಇದ್ದಾನೆ; d. countenance ಮೊಬ್ಬು ಮೋರೆ. De-jec′tiŏn, *n.* ಎದೆ ಒಡದಿರೋಣ, ವಿಷಾದ, ವ್ಯಸನ, ಉದಾಸೀನತ್ವ, ಜೋಲುಮುಖ.

De jure, ನ್ಯಾಯತಃ, ಕಾಯಿದೆಶೀರ.

De-lāte′, *v. t. r.* ದೂರು ಹೇಳು.

De-lāy′ (-lā′), *n.* ತಡ, ಆಲಸ್ಯ, ತಾಮಸ. *v. t. & i. r.* ತಡ ಮಾಡು, ಆಲಸ್ಯ—, ವಿಲಂಬ—, ಹೊತ್ತು ಕಳೆಯು.

Del′e-ble, Del′i-ble, *a.* ತೊಡೆಯತಕ್ಕ.

De-lec′ta-ble, *a.* ಮನೋಹರ, ರಮಣೀಯ. De-lec-tā′tiŏn, *n.* ಆನಂದ, ಸಂಭ್ರಮ.

De-le′ctus, *n.* ಚೂರ್ಣಿಕಾಸಮುಚ್ಚಯ, ಪದ್ಯಸಾರ.

Del′e-gāte, *n.* ರಾಯಭಾರಿ, ಪ್ರತಿನಿಧಿ. *v. t. r.* ಪ್ರತಿನಿಧಿಯಾಗಿ ಕಳುಹಿಸು, ರಾಯಭಾರಿಯಾಗಿ—. De-le-gā′tiŏn, *n.* ಪ್ರತಿನಿಧಿಪ್ರೇಷಣ.

De-lēte′, *v. t. r.* ಅಳಿಸು, ಅಳಿಕಿಸು, ಚಿತ್ತು ಮಾಡು, ಹೊಡೆ, ಕಾಟು ಹಾಕು.

Del-e-tē′ri-ŏus, *a.* ಘಾತಕ, ಕೆಡುಕಾದ, ಪ್ರಾಣನಾಶಕ, ವಿಷವುಳ್ಳ.

Delf, Delft′ware, *n.* ಪಿಂಗಾಣಿ ಸಾಮಾನು.

De-lib′ĕr-āte, *v. t. r.* ಹಿಂದುಮುಂದು ನೋಡು, ವಿಚಾರಿಸಿಕೊಳ್ಳು, ತೂಕ ಮಾಡು. *a.* ವಿಚಾರವಂತ, ವಿಚಾರಪೂರ್ವಕವಾದ. De-lib′ĕr-āte-ly, *ad.* ವಿಚಾರದಿಂದ, ಹಿಂದುಮುಂದು ನೋಡಿ, ಬುದ್ಧಿಪೂರ್ವಕವಾಗಿ. De-lib-ĕr-ā′tiŏn, *n.* ವಿಚಾರ, ಯೋಚನೆ. De-lib′ĕr-a-tive, *a.* ವಿಚಾರ ಮಾಡುವ, ವಿಚಾರಿಸುವಂಥ.

Del′i-ca-cy, *n.* (of food) ರುಚಿ, ಸವಿ; 2. (of form, *etc.*) ಕೋಮಲತೆ, ಇಂಪು, ದುರ್ಬಲ, ನಾಜೂಕು; 3. (of behaviour) ವಿನಯ; 4. (luxuriousness) ಸುಖಭೋಗಾಸಕ್ತಿ; 5. (dainty) ಪಕ್ವಾನ್ನ, ಸವಿ ಊಟ, ಮೃಷ್ಟಾನ್ನ. Del′i-cāte, *a.* (luxurious) ಇಷ್ಟಭೋಗದ, ಸುಖಭೋಗಾಸಕ್ತ; 2. (tasteful) ಸವಿ, ರುಚಿಕರ; 3. (pleasing to the ear, nose) ಇಂಪಾದ, ಮಧುರ; 4. (fine) ನಯ, ಸೂಕ್ಷ್ಮ; 5. (smooth) ನುಣ್ಣಗಾದ; 6. (soft and fair, *as* the skin) ಕೋಮಲ; 7. (gentle, refined) ನಯ, ಮರ್ಯಾದಾಶೀಲ; 8. (frail) ಬಲಹೀನ, "ನಾಜೂಕು"; 9. (nice, critical) ಸೂಕ್ಷ್ಮ.

De-li′ciŏus (-shus), *a.* ಮಧುರ, ರುಚಿಕರ, ಇಂಪಾದ. De-li′ciŏus-ness, *n.* ಆನಂದ.

De-lict′, *n.* ಕಾನೂನು ಮಿಾರುವುದು.

De-līght′ (-līt′), *n.* ಆನಂದ, ಮನೋವಿಲಾಸ, ಸಂತೋಷ, ನಲವು. *v. i. r.* ಸಂತೋಷಿಸು, ಹರ್ಷಿಸು. *v. t.* ಸಂತೋಷ ಕೊಡು *c.d.*, ಮೆಚ್ಚಿಸು, ಒಲಿಸು. De-līght′fųl (-līt-), *a.* ಸಂತೋಷಕರ, ರಮಣೀಯ, ಇಷ್ಟ, ಇಂಪಾದ. De-līght′fųl-ness, *n.* ಸಂತೋಷ.

De-lim′it, *v. t.* ಗಡಿವಾಳ ನೇಮಿಸು.

De-lin′e-āte (-i-āt), *v. i. r.* ನಕ್ಷೆ ಬರೆ, ನಕಾಶೆ—; 2. ವರ್ಣನೆ ಮಾಡು. De-lin-e-ā′tiŏn, *n.* ಚಿತ್ರ, ನಕ್ಷೆ; 2. ವರ್ಣನೆ.

De-liṅ′quen-cy, *n.* ತಪ್ಪು, "ತಕ್ಸೀರು". De-liṅ′quent, *n.* ತಪ್ಪುಗಾರ, ಅಪರಾಧಿ, ತಪ್ಪಿತಸ್ಥ, ತಪ್ಪುಗ.

De-lir′i-ŏus, *a.* ಬಡಬಡಿಸುವ, ಸ್ಮರಣೆ ತಪ್ಪಿದ, ಚಿತ್ತವಿಭ್ರಮವುಳ್ಳ; d. fever ಬಗುಳುಸನ್ನಿ. De-lir′i-um, *n.* ಬಡಬಡಿಸೋಣ, ಚಿತ್ತವಿಭ್ರಮ, ಸ್ಮರಣೆ ತಪ್ಪುವುದು.

De-liv'ĕr, *v. t. r.* ಬಿಡುಗಡೆಮಾಡು, ಮುಕ್ತ—; 2. ಕೈಯಲ್ಲಿ ಕೊಡು, ಒಪ್ಪಿಸಿಕೊಡು, ಕೈಯೆತ್ತಿ ಕೊಡು, ಕೈವರ್ತಿಸು, ಕೈಗೊಳಿಸು; 3. ನುಡಿ, ತಿಳಿಸು; 4. ಕೊಡು; *pass.* ಹೆರು, ಹಡೆ, ಹೆರಿಗೆಯಾಗು, ಪ್ರಸೂತೆಯಾಗು. De-liv'ĕr-ance, *n.* ಬಿಡುಗಡೆ, ಮುಕ್ತಿ; 2. ಹಡೆಯೋಣ, ಪ್ರಸವ; 3. ನುಡಿಯೋಣ. De-liv'ĕr-ĕr, *n.* ಬಿಡುಗಡೆ ಮಾಡುವವ, ರಕ್ಷಕ, ವಿಮೋಚಕ. De-liv'ĕr-y, *n.* ಬಿಡುಗಡೆ, ವಿಮೋಚನೆ; 2. ಒಪ್ಪಿಸುವಿಕೆ; 3. ಹಡೆಯೋಣ, ಪ್ರಸವ; 4. ಭಾಷಣಕ್ರಮ, ವಾಗ್ಧಾಟಿ.

Dell, *n.* ಕಿರಿತಾಳ್ಪರೆ, ನಿಮ್ನಪ್ರದೇಶ.

Del'tā, *n.* ನದಿಯ ಮುಖದಲ್ಲಿ ಉಂಟಾದ ಮುಮ್ಮೂಲೆಯ ಭೂಮಿ.

De-lūde', *v. t. r.* ಮರುಳು ಮಾಡು, ಭ್ರಮೆಗೊಳಿಸು; 2. ಮೋಸ ಮಾಡು, ನಿಷ್ಫಲ ಮಾಡು. De-lū'dĕr, *n.* ಮೋಸಗಾರ, ವಂಚಕ, "ದಗಾಖೋರ". De-lū'sion, *n.* ಮರುಳು, ಮೋಸ, ಭ್ರಮೆ, ಭ್ರಾಂತಿ. De-lū'sive, De-lū'sŏr-y, *a.* ಮರುಳುಗೊಳಿಸುವಂಥ, ಮೋಸಮಾಡುವಂಥ, ಭ್ರಮೆ ಪಡಿಸುವಂಥ. De-lū'sive-ly, *ad.* ಮೋಸವಾಗಿ, ಭ್ರಮೆಯಾಗಿ. [ಮುಚ್ಚು.

Del'ūge, *n.* ಜಲಪ್ರಲಯ. *v. t. r.* ಮುಣುಗಿಸು,

Delve, *v. t.* & *i. r.* ಅಗೆ, ತೋಡು.

Dem'a-gogue (-gog), *n.* ಜನರನ್ನು ಎಬ್ಬಿಸುವವ, ಜನಪ್ರೇರೇಪಕ, ಚಳವಳಗಾರ.

De-mand', *n.* ಕೇಳಿಕೊಳ್ಳೋಣ; 2. ಅಪ್ಪಣೆ; 3. ಪ್ರಶ್ನೆ; 4. ಗರಜು, ಗಿರಾಕಿ; d. for payment ವರಾತ, "ತಗಾದೆ". *v. t. r.* ಕೇಳಿಕೊಳ್ಳು; d. payment ವರಾತ ಮಾಡು, "ತಗಾದೆ"—; 2. ಅಪ್ಪಣೆ ಮಾಡು; 3. ಪ್ರಶ್ನೆ ಕೇಳು; 4. ಬೇಕಾಗು: *as*, the case demands great care ಈ ಕಾರ್ಯಕ್ಕೆ ಬಹಳ ಜಾಗ್ರತೆ ಬೇಕಾಗುತ್ತದೆ; in d. *as*, this article is in great d. ಈ ಜೀನಸನ್ನು ಬಹಳ ಕೇಳುತ್ತಾರೆ; on d. ಕೇಳಿದಾಗ. De-man'da-ble, *a.* ಬೆಲೆಗೆ ಕೇಳತಕ್ಕ. De-man'dant, *n.* ವಾದಿ.

Dē-mär'cāte, *v. t. r.* ಮೇರೆಹಾಕು. Dē-mär-cā'tion *or*-kā'tion, *n.* ಮೇರೆ ನೇಮಿಸೋಣ.

De-mēan' (-mēn'), *v. refl.* ನಡಕೊಳ್ಳು. De-mēan'ŏur, *n.* ನಡತೆ, ಪ್ರವರ್ತನೆ.

De-men'cy, *n.* ಮರುಳು.

De-men-tā'tion, De-men'tia (-sha), *n.* ಮನಶ್ಚಾಂಚಲ್ಯ, ಭ್ರಾಂತಿ. De-men'ted, *a.* ಮರುಳಾದ, ಹುಚ್ಚ, ಬುದ್ಧಿ ಸ್ವಾಧೀನವಿಲ್ಲದ.

De-mer'it, *n.* ತಪ್ಪು, ದೋಷ, ಅಪರಾಧ, ಅಯೋಗ್ಯತೆ.

De-mēsne' (-mēne'), De'main, *n.* ಭೂಸ್ಥಿತಿ, ಉದ್ಯಾನವನ; 2. ಸ್ವಂತ ವಶದಲ್ಲಿರಿಸಿ ಗೇಯುವ ಭೂಮಿ.

Dem'i-, *pref.* ಅರೆ, ಅರ್ಧ.

Dem'i-god, *n.* (ಅರ್ಧದೇವ), ದೇವತೆ, ದೇವಯೋನಿ, ಸುರ.

Dem'i-rap, *n.* ಗರತಿಯೋ ವ್ಯಭಿಚಾರಿಣಿಯೋ ಎಂಬ ಅನುಮಾನಕ್ಕಾಸ್ಪದವಾದ ಸ್ತ್ರೀ.

De-mīse', *n.* ರಾಜನ ಮರಣ, ದೊಡ್ಡ ಮನುಷ್ಯನ ಮರಣ, ನಿರ್ಯಾಣ. *v. t. r.* ಮರಣಶಾಸನದಿಂದ ಬರಕೊಡು.

De-mis'sion (-mishun), *n.* ಪರಿತ್ಯಜನ.

Dem'i-urge, *n.* ವಿಶ್ವಕರ್ಮ [ಮಾಡು.

Dē-mō'bil-īse, *v. t. r.* ಫೌಜು ಬರಖಾಸ್ತು

De-mo'cra-cy, *n.* ಪ್ರಜಾಪ್ರಭುತ್ವ, ಪ್ರಜಾಧಿಪತ್ಯ, ಪ್ರಜಾಸತ್ತೆ. Dem'o-crat, *n.* ಪ್ರಜಾಪ್ರಭುತ್ವ ಪಕ್ಷದವ. Dem-o-crat'ic, -crat'i-cal, *a.* ಪ್ರಜೆ ಆಳುವ, ಪ್ರಜೆ ಆಳಬೇಕನ್ನುವ.

De-mol'ish, *v. t. r.* (*pr.* -isht) ಹಾಳುಗೆಡವು, ಕೆಡಿಸು, ನೆಲಸವು ಮಾಡು. Dem-o-li'tion, *n.* ಹಾಳುಮಾಡೋಣ.

Dē'mon, *n.* ಭೂತ, ಪಿಶಾಚಿ, ಅಸುರ. De-mō'ni-ac, Dem-ō-nī'a-cal, *a.* ದೆವ್ವಸಂಬಂಧ, ಪೈಶಾಚ, ಭೂತದ, ಭಯಂಕರ, ಭೂತ ಹಿಡಿದ, ಆಸುರೀ; d. possession ಪಿಶಾಚಾವೇಶ, ಭೂತಾವೇಶ. *n.* ಭೂತ ಹಿಡಿದ ಮನುಷ್ಯ, ದೆವ್ವ ಹಿಡಿದವ, ಗರಹಿಡಿದವ, ಗರಾ ಬಡೆದವ. Dē'monism, De-mon-ol'a-try, *n.* ಭೂತಾರಾಧನೆ. De-mo-nol'o-ġy, *n.* ಭೂತವಿಷಯಕ ವಿದ್ಯೆ,

De-mon'strāte (*or* de'mon-), *v. t. r.* ತೋರಿಸು, ಸಿದ್ಧಾಂತ ಮಾಡು. De-mon'stra-ble, *a.* ಸಿದ್ಧಾಂತವಾಗುವಂಥ, ಪ್ರಮಾಣವಾಗುವಂಥ, ತೋರಿಸತಕ್ಕಂಥ. De-mon'strant, *n.* ಪ್ರದರ್ಶಕ. Dem-on-strā'tion, *n.* ತೋರಿಸೋಣ, ಸಿದ್ಧಾಂತ, ಪ್ರಮಾಣ ದೃಷ್ಟಾಂತ; a public d. ಬಹಿರಂಗ ಪ್ರದರ್ಶನ. De-mon'stra-tive, *a.* ತೋರಿಸುವಂಥ, ಪ್ರದರ್ಶಕ, ಸಿದ್ಧಾಂತ ಮಾಡುವಂಥ; 2. ನಿಷ್ಕಪಟ; d. pronoun ನಿದರ್ಶಕಸರ್ವನಾಮ. Dem-on-strā'tŏr *or* -tĕr, *n.* ದೃಷ್ಟಾಂತ ಪಡಿಸುವವ, ತೋರಿಸುವವ, ಉಪಶಿಕ್ಷಕ.

De-mor'al-īse, *v. t. r.* ನೀತಿಗೆಡಿಸು, ದುರಾಚಾರ ಮಾಡು; *pass.* ನೀತಿಗೇಡಿಯಾಗು. De-mor-al-īs-ā'tion, *n.* ನೀತಿಗೆಡಿಸೋಣ.

De-mul'cent, *a.* ಆಶ್ವಾಸಕರ; 2. ಮೃದು ಮಾಡುವ.

De-mur', *v. i. r.* (-murred') ಹಿಂದೆ ಮುಂದೆ ನೋಡು, ಅನುಮಾನ ಮಾಡು, ಸಂಶಯ ಪಡು, ನಿಲ್ಲಿಸು. *n.* ಸಂದೇಹ, ಅನುಮಾನ. **De-murr'age**, *n.* ಗಡು ಮೀರಿ ವಸ್ತು ಒಡವೆ ಇಟ್ಟುಕೊಂಡದ್ದಕ್ಕೆ ಕೊಡುವ ದಂಡ. **De-mur'rer**, *n.* ಆಲಸ್ಯಮಾಡುವವ.

De-mūre', *a.* ಗಂಭೀರ, ಮುಂದಾಕ್ಷವುಳ್ಳ; 2. ಹೊರಗೆ ಮರ್ಯಾದೆ ತೋರಿಸುವಂಥ. **De-mūre'ness**, *n.* ಗಾಂಭೀರ್ಯ, ಮುಂದಾಕ್ಷ; 2. ಹೊರಗಿನ ಮರ್ಯಾದೆ.

De-my', *n.* ಕಾಗದದ ಒಂದು ಅಳತೆಮಾನ; $17\frac{1}{2} \times 22\frac{1}{2}$ ಇಂಚು ವಿಸ್ತಾರ.

Den, *n.* ಗವಿ, ಗುಹೆ.

Dē-na'tiŏn-al-ise (-nash-), *v. t. r.* ಒಬ್ಬನ ಜನಾಂಗಿಕ ಸ್ಥಿತಿ ಪಲ್ಲಟಿಸು.

Dē-na'tūr-al-ise (-natchra-), *v. t. r.* ಸ್ವಾಭಾವ್ಯ ಹಕ್ಕು (ಪದವಿ) ಅಪಹರಿಸು.

Dē'neb, *n.* ಉತ್ತರಾನಕ್ಷತ್ರ.

Deńg'ue (deńg'gā), *n.* ಕೆಟ್ಟಜ್ವರ.

De-nī'a-ble, *a.* ನಿಷೇಧಿಸತಕ್ಕ, ಅಲ್ಲಗಳೆಯತಕ್ಕ, ಅಲ್ಲನ್ನುವಂಥ. **De-nī'al**, *n.* ನಿಷೇಧ, ನಿರಸನ, ಬೊಂಕುವಿಕೆ, ಅಲ್ಲಗಳೆಯುವುದು. **De-nī'ĕr**, *n.* ಬೊಂಕುವವ, ಅಲ್ಲನ್ನುವವ.

De-nig-rā'tiŏn, *n.* ಕಪ್ಪು ಮಾಡುವಿಕೆ, ಕಪ್ಪಾಗುವಿಕೆ.

Den'i-zen, *n.* ಪಟ್ಟವಾಸದ ಹಕ್ಕು ಪಡಕೊಂಡವ, ನಿವಾಸಿ, ವಾಸಿ.

De-nom'i-nāte, *v. t. r.* ಹೆಸರಿಡು. **De-nom-i-nā'tiŏn**, *n.* ಹೆಸರಿಡೋಣ; 2. ನಾಮ; 3. ತರ, ಮತ. **De-nom'i-nā-tŏr**, *n.* ಹೆಸರಿಡುವವ; 2. *(arith.)* ಛೇದವು.

De-nōte', *v. i. r.* ತೋರಿಸು, ಸೂಚಿಸು, ಗುರುತಾಗಿರು. **Dē-no-tā'tiŏn**, *n.* ಸಂಕೇತ; 2. ವಿಖ್ಯಾಪನೆ. **De-nōte'ment**, *n.* ಸೂಚನೆ.

Dé-nōue'ment (dā-nōō'mońg), *n.* ನಾಟಕಾಂತ್ಯ.

De-nounce', *v. t. r.* (*pr.* -nounst') ಪ್ರಸಿದ್ಧಿ ಮಾಡು, ಸಾರು; 2. ಚಾಡಿ ಹೇಳು, ತಪ್ಪು ಹೊರಿಸು, ದೂರು. **De-nounce'ment**, *n.* ಪ್ರಕಟನೆ; 2. ದೂರು.

De novo, ಪುನಃ, ಹೊಸದಾಗಿ.

Dense, *a.* ದಟ್ಟ, ಸಾಂದ್ರ, (foliage) ಜುಡುಪಾದ, (seed in sowing, rain, *etc.*) ಅಡಪಾದ, (air, darkness, *etc.*) ನಿಬಿಡ, ಜೀರು.

Dense'ly, *ad.* ನಿಬಿಡವಾಗಿ, ದಟ್ಟವಾಗಿ. **Den'si-ty, Dense'ness**, *n.* ದಟ್ಟ, ಜುಡುಪು, ಅಡವು, ನಿಬಿಡ; 2. (of solid bodies) ಸಾಂದ್ರತೆ.

Dent, *v. t.* ನಗ್ಗು. *n.* ಡೆಬ್ಬೆಗುರುತು.

Den'tal, *a.* ಹಲ್ಲಿನ ಸಂಬಂಧ, ದಂತ್ಯ; d. letter, **den'tal**, *n.* ದಂತ್ಯವರ್ಣ. **Den'tāte**, *a.* *(bot. & zool.)* ಹಲ್ಲುಳ್ಳ. **Den'ti-frice**, *n.* ಹಲ್ಪಿಟ್ಟು. **Den'tine** (-tin), *n.* ದಂತ್ಯ. **Den'tist**, *n.* ಹಲ್ಲಿನ ವೈದ್ಯನು, ಹಲ್ಲು ಹಾಕುವವನು. **Den-ti'tiŏn**, *n.* ಹಲ್ಲುಬರೋಣ.

De-nūde', *v. t. r.* ಬರೇದು ಮಾಡು, ಬತ್ತಲೆ—. **Den-ṻ-dā'tiŏn**, *n.* ನಗ್ನಪಡಿಸುವಿಕೆ.

De-nun-ci-ā'tiŏn, *n.* ಪ್ರಕಟಿಸೋಣ; 2. ಕ್ಷುದ್ರ ದೂರು.

De-nȳ', *v t. r.* (-nīed') (a thing) ಅಲ್ಲನ್ನು ಅಲ್ಲಗಳೆ; 2. ಒಲ್ಲೆನ್ನು; 3. ಕೊಡುವದಿಲ್ಲ ಅನ್ನು, ಕೊಡದಿರು; 4. (a person) ಬಿಟ್ಟಾಡು, ಅವನ ಕಡೆಯವನಲ್ಲವೆಂದು ಹೇಳಿಬಿಡು; there is no denying ಯಾರೂ ಅಲ್ಲವೆನ್ನರು.

Dēō-där', *n.* ದೇವದಾರು.

Dē-on-tol'ō-ġy, *n.* ನೀತಿಶಾಸ್ತ್ರ.

Deo-volente (Latin, *abbr.* D. V.) ದೇವರ ಚಿತ್ತವಿದ್ದರೆ, ಅಭ್ಯಂತರವಿಲ್ಲದಿದ್ದರೆ.

De-pärt', *v. i. r.* ಬಿಟ್ಟುಹೋಗು, ಹೊರಟು—; ತೊಲಗಿ—, ತೆರಳು; 2. ಸಾಯು. **De-pärt'ed**, *a.* ಮೃತ, ತೀರಿಕೊಂಡ. **De-pär'tūre**, *n.* ಬಿಟ್ಟುಹೋಗೋಣ, ಹೊರಡೋಣ; 2. ತೊಲಗೋಣ; 3. ಮರಣ; make a new d. ಸನ್ಮಾರ್ಗಕ್ಕೆ ಬರುವವನಾಗು.

De-pärt'ment, *n.* ಭಾಗ, "ಇಲಾಖೆ"; 2. ವಿಷಯ; 3. "ಖಾತೆ". -al, *a.* ಭಾಗದ, ಖಾತೆಯ.

De-pend' (on, upon), *v. i. r.* ತೂಗಾಡು, ಅವಲಂಬಿಸು; 2. ಅನುಮಾನದಲ್ಲಿರು; 3. (trust) ನಂಬು, ಭರವಸವಿಡು; 4. ...ಮೇಲೆ, ...ಹಾಗೆ ಇರು; this matter depends on you ಈ ಮಾತು ನಿನ್ನ ಕಡೆಗಿದೆ, —ನಿನ್ನ ಮೇಲೆ ಅವಲಂಬಿಸಿ ಅದೆ; in Egypt the crops depend on the inundation of the Nile ಐಗುಪ್ತ ದೇಶದಲ್ಲಿ ಬೆಳೆಯು ನೈಲುನದಿ ಉಬ್ಬಿಬಂದ ಹಾಗೆ ಇರುತ್ತದೆ; — — — ಉಬ್ಬೋಣದರ ಮೇಲೆ ಇರುತ್ತದೆ; this young man entirely depends on his father ಈ ಯೌವನಸ್ಥನು ಪೂರ್ಣವಾಗಿ ತಂದೆಗೆ ಬೆನ್ನುಬಿದ್ದಿದ್ದಾನೆ. **De-pen'dant**, *n.* *see* Dependent. **De-pen'dence**, *n.* ತೂಗ-

ವುದು; 2. ಅಧೀನತೆ; 3. ಪರಾಧೀನತೆ; 4. ಭರವಸ; 5. ಆಶ್ರಯ; inter-d. ವ್ಯಪೇಕ್ಷೆ, ಅನ್ಯೋನ್ಯಾಶ್ರಯ. De-pen'den-cy, n. ಅಧೀನತೆ; 2. ಒಳಗಾಗಿರುವಂಥಾದ್ದು; 3. ಅಧೀನ ದೇಶ, ಆಶ್ರಿತ ರಾಜ್ಯ. De-pen'dent, a. ತೂಗಾಡುವ, ಜೋತಾಡುವ; 2. ಪರತಂತ್ರ, ಪರಾಧೀನ, ಆಶ್ರಯಿ. n. ಪರಿವಾರಜನ, ಬೆನ್ನುಬಿದ್ದವ; 2. ಒಂದು ಗೋಷ್ಠಿಯಿಂದ ಸಿದ್ಧವಾದ ಎರಡನೇ ಗೋಷ್ಠಿ, ಫಲ.

De-pict', v. i. r. ಚಿತ್ರ ಬರೆದು ತೋರಿಸು, ನಕ್ಷೆ ಬರೆ; 2. ವರ್ಣನೆ ಮಾಡು.

De-plēte', v. t. r. ಖಾಲಿ ಮಾಡು. De-plē'tiŏn, n. ತೆರಪು ಮಾಡುವುದು.

De-plōre', v. t. r. ಶೋಕಿಸು, ಅಳು, ಕಣ್ಣೀರಿಡು, ಮರಗು. De-plō'ra-ble, a. ದುಃಖಕರ, ಶೋಕಿಸತಕ್ಕ, ಅಳತಕ್ಕ, ವಿಪತ್ತುಳ್ಳ, ವಿಪತ್ತಿನ.

De-plūme', v. t. r. ಗರಿ ಕಿತ್ತುಹಾಕು.

De-pōne', v. t. r. ಮಡಗು, ಮಡಗಿಡು, ಅಡವಿಡು; 2. ಸಾಕ್ಷಿ ಹೇಳು. De-pō'nent, n. ಸಾಕ್ಷಿ, ವಾಗ್ಮೂಲಗಾರ, (gram.) ಕರ್ಮಣಿ ಪದರೂಪವಾಗಿ ಕರ್ತರಿ ಪ್ರಯೋಗದ ಕ್ರಿಯೆ.

De-pop'ū-lāte, v. t. r. ಹಾಳು ಮಾಡು, ಜನವಳಿಸು. De-pop-ū-lā'tiŏn, n. ಪ್ರಜಾನಾಶನ, ಜನದಳಿವು, ಜನನಾಶ.

De-pōrt', v. t. r. ಗಡಿಪಾರ ಮಾಡು, ಟಾಪಿಗೆ ಹಾಕು; d. one's self ನಡಕೊಳ್ಳು. De-pōrt-ā'tiŏn, n. ಗಡಿಪಾರು. De-pōrt'ment, n. ನಡತೆ, ಚರ್ಯೆ, ವರ್ತನೆ.

De-pōse', v. t. r. ರಾಜಪದಭ್ರಷ್ಟ ಮಾಡು, ಸಿಂಹಾಸನದಿಂದ ತೆಗೆದುಹಾಕು, ಛತ್ರಭಂಗ ಪಡಿಸು; 2. ಕೆಲಸದಿಂದ ತೆಗೆ; 3. ಸಾಕ್ಷಿಹೇಳು, ನುಡಿ. v. i. r. ವಾಗ್ಮೂಲ ಬರಕೊಡು, ಸಾಕ್ಷಿ ಹೇಳು.

De-pos'it, v. t. r. ಇಡು, ಇಕ್ಕು; 2. ಇಟ್ಟುಕೊಳ್ಳು; 3. "ಅಮಾನತ" ಇಡು; 4. (ಹಣ) ಒಬ್ಬನ ತಾಬೆಯಲ್ಲಿಡು. n. ಇಡೋಣ, "ಅಮಾನತು", ಅಡವು, ನ್ಯಾಸ, "ಠೇವಣಾತಿ"; 2. (of the water) ರ್ಯಾವಿ, ಒಂಡು; return of a d. ಪ್ರತ್ಯರ್ಪಣೆ, ಪ್ರತಿದಾನ. De-pos'i-tar-y (-tĕr-), n, "ಅಮಾನತದಾರ". De-pos'i-tŏr, n. ಠೇವಣಾತಿ ಇಡುವವನು. De-pos'i-tŏr-y, n. ಇಡುವ ಸ್ಥಳ, ಕೋಠಿ, ಉಗ್ರಾಣ.

De-pō-si'tiŏn, n. ತೆಗೆದುಹಾಕೋಣ, "ಬರತರಫು"; 2. ವಾಗ್ಮೂಲ, ಸಾಕ್ಷಿ, "ಕೈಫೀತು"; 3. ರ್ಯಾವಿ.

De-pōt' (-pō' or dep'ō), n. ಕೋಠಿ, ಉಗ್ರಾಣ; 2. "ಲಷ್ಕರಿನ" ಕೋಠಿ, —ಛಾವಣಿ.

De-prāve', v. t. r. ಕೆಡಿಸು, ನೀಚ ಮಾಡು, ಭ್ರಷ್ಟ ಮಾಡು. Dep-ra-vā'tiŏn, n. ಕೆಡಿಸುವಿಕೆ, ಭ್ರಷ್ಟ ಮಾಡೋಣ. De-prav'i-ty, n. ಕೆಟ್ಟತನ, ದುಷ್ಟತನ, ಭ್ರಷ್ಟತ್ವ, ಅಧರ್ಮ.

Dep're-cāte, v. t. r. ಬೇಡೆಂತ ಹೇಳಿಕೊಳ್ಳು, ಮೊರೆ ಇಡು, ಪರಿಹಾರವನ್ನು ಅಪೇಕ್ಷಿಸು. Dep-re-cā'tiŏn, n. ಬೇಡೆಂತ ಹೇಳಿಕೊಳ್ಳೋಣ, ದುಃಖ ಪರಿಹಾರವಾಗಬೇಕೆಂಬ ಪ್ರಾರ್ಥನೆ; 2. ಕ್ಷಮೆ ಬೇಡಿಕೊಳ್ಳುವುದು. Dep're-ca-tŏry, a. ಕ್ಷಮೆ ಬೇಡುವ.

De-prē'ci-āte (-shi-), v. i. r. ಕಡಿಮೆ ಬೆಲೆ ಕಟ್ಟು, ಕುಂದಿಡು, ಉಸಾಕಿ ಎಂತ ಹೇಳು. De-prē-ci-ā'tiŏn (-ēsi-, -ēshi-), n. ಅಪಕರ್ಷಣೆ.

Dep're-dāte, v. t. r. ಕೊಳ್ಳೆ ಇಡು, ಸೂರೆ ಮಾಡು, ಸುಲುಕೊಳ್ಳು. Dep-re-dā'tiŏn, n. ಕೊಳ್ಳೆ, ಸೂರೆ, ಸುಲಿಗೆ. Dep're-dā-tŏr, n. ಕೊಳ್ಳೆಗಾರ, ಲೂಟಿಗಾರ, ಕಾಟಕನು.

De-press', v. t. r. (pr. -prest') ಇಳಿಸು; 2. ಅಣಗಿಸು, ಕುಂದಿಸು, ಅಮುಕು; 3. ಗರ್ವ ಇಳಿಸು, ಧೈರ್ಯಗುಂದಿಸು; 4. (trade) ಮಂದ ಮಾಡು, ಅಗ್ಗ ಮಾಡು. De-pres'siŏn, n. ಹೊಂಡ ಬೀಳುವುದು, ಕುಸಿ—; 2. ತಗ್ಗು; 3. ಅಣಗುವಿಕೆ, ಕುಂಗುವಿಕೆ; 4. ಸೊಕ್ಕು ಮುರಿಯೋಣ; 5. ಖಿನ್ನತೆ.

De-prīve' of, v. t. r. ...ಇಂದ ಕಸಕೊಳ್ಳು, ತಪ್ಪಿಸು; 2. ಚಾಕರಿಯಿಂದ ತೆಗೆ. Dep-ri-vā'tiŏn, n. ಕಸಕೊಳ್ಳೋಣ; 2. ನಷ್ಟ; 3. "ಚಾಕರಿ" ತೆಗೆಯುವುದು.

Depth, n. ಆಳ, ಉದ್ದ; 2. ಗುಟ್ಟು, ಗೂಢತೆ; 3. ನಡುವೆ; 4. ಸಮುದ್ರ.

De-pūte', v. t. r. ದೂತನಾ(ರಾ)ಗಿ ಕಳುಹಿಸು, ಪ್ರತಿನಿಧಿಯಾಗಿ(ಗಳಾಗಿ) ಕಳುಹಿಸು. Dep-ū-tā'tiŏn, n. ದೂತರನ್ನು ನೇಮಿಸಿ ಕಳುಹಿಸುವುದು; 2. ದೂತ(ರು), ಪ್ರತಿನಿಧಿ(ಗಳು).

Dep'ū-ty, n. ಗುಮಾಸ್ತ, ಪ್ರತಿನಿಧಿ, ಸಹಾಯಕ.

De-rac'in-āte, v. t. r. ಬೇರುದರಿಸಿ ಕೀಳು,

De-rail', v. t. r. ಗಾಡಿ ಕಂಬಿಯಿಂದ ಹೊರಳಿಸು.

De-rānge', v. t. r. ಗಲಿಬಿಲಿ ಮಾಡು; d. a man ಕಳವಳಗೊಳಿಸು, ಮರುಳುಗೊಳಿಸು, ಸನ್ನಿಹಿಡಿಸು. De-rānge'ment, n. ಗಲಿಬಿಲಿ, ಕ್ರಮಭಂಗ; 2. ಕಳವಳ, ಸನ್ನಿ.

Der'by (där-), n. ವಾರ್ಷಿಕ ಕುದುರೆ ಕಂಬಳ.

De're-lict, a. ತೊರೆದ, ಬೇವಾರಿಸು. n. ಬಿಟ್ಟ

ಹಡಗು. **Der-e-lic'tiŏn,** *n.* ಬಿಟ್ಟುಬಿಡೋಣ, ಪರಿತ್ಯಾಗ, ವಿಸರ್ಜನೆ.

De-rīde', *v.t. r.* ನಕಲಿ ಮಾಡು, ನಗಚಾಟಿಗೆ—, ಹಾಸ್ಯ—, "ಮಷ್ಕಿರಿ"—. **De-ri̤si'ŏn** (-rizh'-un), *n.* ನಕಲಿ, ನಗಚಾಟಿಗೆ, ಹಾಸ್ಯ, "ಮಷ್ಕಿರಿ", ಚಕ್ಕಂದ, ಕುಚೋದ್ಯ. **De-rī'si̤ve,** *a.* ಹಾಸ್ಯಕರ, ಕುಚೋದ್ಯಕರ.

De-rīve', *v. t. r.* ಹೊಂದು, ದೊರಕಿಸಿಕೊಳ್ಳು, ತಂದುಕೊಳ್ಳು; 2. ಮೂಲವನ್ನು ಶೋಧಿಸಿ ತೆಗೆ. *v. i. r.* ಹುಟ್ಟು, ಉದ್ಭವಿಸು. **Der-i-vā'tiŏn,** *n.* ಉತ್ಪತ್ತಿ, ಹುಟ್ಟು, ಮೂಲ ಶೋಧಿಸುವುದು. **De-riv'a-tive,** *a.* ಮತ್ತೊಬ್ಬರಿಂದ ಸಿಕ್ಕಿದ, ಅನ್ಯಪ್ರಾಪ್ತ, ಹುಟ್ಟಿದ. *n. (gram.)* ಸಾಧಿತ ಶಬ್ದ, ವ್ಯುತ್ಪನ್ನ ಶಬ್ದ.

Derm, Der'mis, *n.* ಚರ್ಮ. **Der'mic,** *a.* ಚರ್ಮದ. **Der'mal,** *a.* ಚರ್ಮಸಂಬಂಧವಾದ

Dĕr'ō-gāte, *v. t. r.* "ರದ್ದು" ಮಾಡು; 2. ಕುಂದಿಡು, "ಹಲ್ಕಿ" ಮಾಡು. **Dĕr-ō-gā'tiŏn,** *n.* ಹಾನಿ, ಕುಂದು, ವಶಾನನಷ್ಟ. **De-rog'a-tŏr-y,** *a.* ಹಾನಿಕರ, ಹೆಸರು ಕೆಡಿಸುವಂಥ, ಕುಂದಿಡುವಂಥ.

Dĕrth, *n. same as* **Dearth.**

Dĕr'vish, *n.* ತುರ್ಕಸನ್ಯಾಸಿ, ಭಿಕ್ಷುಕ, "ಫಕೀರ",

Des-cant', *v.i.* ವ್ಯಾಖ್ಯಾನ ಮಾಡು; 2. ಹೊಗಳು. **Des'cant,** *n.* ಪದ, ರಾಗ; 2. ಪ್ರಸಂಗ.

De-scend', *v. t. & i. r.* ಇಳಿ; 2. ದೌಡು ಮಾಡು; 3. ತನ್ನನ್ನು ತಗ್ಗಿಸಿಕೊಳ್ಳು; 4. ಉದ್ಭವಿಸು, ಪರಂಪರೆಯಾಗಿ ಬರು; d. on ಎರಗು, ಮೇಲೆ ಬೀಳು. **De-scen'dant,** *n.* ಸಂತತಿಯವ; *pl.* ಸಂತತಿ, ಪುತ್ರಪೌತ್ರಾದಿಗಳು. **De-scen'dent,** *a.* ವಂಶದಲ್ಲಿ ಹುಟ್ಟಿದ. **De-scent',** *n.* ಇಳಿಕೆ, ಇಳಿಜಾರು; 2. ಆಕ್ರಮಣ, ದೌಡು; 3. ವಂಶ, ವಂಶಪರಂಪರೆ, ಸಂತತಿ.

De-scrībe', *v. t. r.* ಬರೆ; 2. ವರ್ಣಿಸು, ವಿವರಿಸು. **De-scrip'tiŏn,** *n.* ವಿವರ, ವರ್ಣನೆ; 2. ತರ, ವರ್ಗ. **De-scrip'tive,** *a.* ವಿವರಿಸುವಂಥ, ವರ್ಣನೆಯುಳ್ಳ.

De-scrȳ', *v. t. r.* (-scrīed') ಕಾಣು; 2. ಪಾಳತಿ ನೋಡು.

Des'e-crāte, *v. t. r.* ಅಶುದ್ಧ ಮಾಡು, ಭ್ರಷ್ಟ ಮಾಡು. **Des-e-crā'tiŏn,** *n.* ಭ್ರಷ್ಟ ಮಾಡೋಣ.

De-s̤ĕrt', *n.* ತಕ್ಕದ್ದು, ಯೋಗ್ಯತೆ. [ಗಾಡು.

Des̤'ĕrt, *n.* ಅರಣ್ಯ, ಮರುಭೂಮಿ, ಮಳಲು

De-s̤ĕrt', *v. t. & i. r.* ಬಿಟ್ಟುಬಿಡು, ಕೈಬಿಡು, "ಫರಾರಿ"ಯಾಗು. **De-s̤ĕrt'ĕr,** *n.* "ಫರಾರಿ", ಕೆಲಸ ಬಿಟ್ಟುಹೋದವ, "ಫಿತೂರಿ"ಯವ. **De-s̤ĕr'tiŏn,** *n.* "ಫರಾರಿ"ಯಾಗುವುದು, ಕೈಬಿಡುವುದು, "ಫಿತೂರಿ".

De-s̤ĕrve', *v. t. r.* ತಕ್ಕವನಾಗು *c. d.*, ಯೋಗ್ಯನಾಗು *c. d.*, ಪಾತ್ರನಾಗು *c. d.* **De-s̤ĕrved'** (-zĕrvd'), *a.* ತಕ್ಕ, ಯೋಗ್ಯ. **De's̤ĕrv-iṅg,** *a.* ಯೋಗ್ಯ, ಪಾತ್ರ.

Des-ha-bille', *n.* ಸಾದಾ ಉಡುಪು.

De-sic'cant, *n.* ವ್ರಣ ಆರುವ ಮದ್ದು. **De-sic'-cāte,** *v. t. r.* (ಹಾಲು) ಶುಷ್ಕಕರಿಸು. **Des-ic-cā'tiŏn,** *n.* ಉಚ್ಛೋಷಣ.

De-sid'ĕr-āte, *v. t. r.* ಅಗತ್ಯವೆಂದು ಬಯಸು. **De-sid-ĕr-ā'tum,** *n.* ಬೇಕಾದದ್ದು, ಗರಜು ಅಭೀಷ್ಟ, ಕೊರತೆ.

De-sīgn' (-sīn' *or* -zīn'), *n.* ನಕ್ಷೆ (ನಕಾಶೆ); 2. ಉದ್ದೇಶ. *v. t. r.* ನಕ್ಷೆ (ನಕಾಶ) ಬರೆ; 2. ವರ್ಣಿಸು; 3. ನೇಮಿಸು; 4. ಉದ್ದೇಶಿಸು. **Des'ig-nāte,** *v. t. r.* ನೇಮಿಸು, ನಿಶ್ಚಯಿಸು, ತೋರಿಸು. *a.* ನೇಮಕ ಪಟ್ಟ, ನಿಶ್ಚಿತ. **De-sig-nā'tiŏn,** *n.* ತೋರಿಸುವುದು; 2. ಹೆಸರು; 3. ನೇಮಕ; 4. ಅರ್ಥ; 5. ವಿಲಾಸ. **Des'ig-na-tive,** *a.* ಗುರುತು ತೋರಿಸುವ. **De-sīgn'ed-ly** (-sīn'ed-), *ad.* ಬೇಕೆಂತ. **De-sīgn'ĕr** (-sīn-), *n.* ಯುಕ್ತಿಶಾಲಿ, "ಬೇತಗಾರ". **De-sīgn'iṅg** (-sīn-), *a.* ಕುಯುಕ್ತಿಯುಳ್ಳ, ಕಪಟವುಳ್ಳ.

De-s̤īre', *n.* ಹವಣಿಕೆ, ಬಯಕೆ, ಲವಲವಿಕೆ, ಅಪೇಕ್ಷೆ, ಆಶೆ; 2. "ವಿನಂತಿ"; 3. ಇಷ್ಟಾರ್ಥ; 4. ಮೋಹ; free from d. ನಿಸ್ಪೃಹ, ನಿಷ್ಕಾಮ. *v. t. r.* ಬಯಸು, ಇಚ್ಛಯಿಸು, ಆಶಿಸು; 2. ಹೇಳು, ಬೇಡಿಕೊಳ್ಳು. **De-s̤ī'ra-ble,** *a.* ಅಪೇಕ್ಷಿಸತಕ್ಕ, ಪ್ರಿಯ, ಇಷ್ಟ. **De-s̤ī'rŏus,** *a.* ಇಚ್ಛೆಯುಳ್ಳ, ಆಶೆಯುಳ್ಳ, ಕಾಂಕ್ಷೆಯುಳ್ಳ.

De-sist' (from), *v. i. r.* ಬಿಟ್ಟುಬಿಡು, ದೂರವಾಗು, ನಿಲ್ಲಿಸು, ಕೈ ಹಿಂದೆಳೆ.

Desk, *n.* ಇಳಿಜಾರಿನ ಮೇಜು, ಕೂತು ಬರೆಯುವ ಮೇಜು; 2. ಬರಹದ ಉದ್ಯೋಗ.

Des'ō-lāte, *a.* ಹಾಳಾದ, ನಾಶನವಾದ; 2. ಏಕಾಂತ. *v. t. r.* ನಾಶನ ಮಾಡು, ಹಾಳು ಮಾಡು, ನಿರ್ಜನ ಮಾಡು. **Des'ō-lat-ed,** *pp. a.* ಹಾಳುಮಾಡಲ್ಪಟ್ಟ. **Des-ō-lā'tiŏn,** *n.* ಹಾಳು, ಹಾವಳಿ, ನಾಶ, ನಿರ್ಧೂಮಧಾಮ; 2. ಹಾಳಾದ ಸ್ಥಳ, ಹಾಳು ಬೀಳು.

De-spāir', *n.* ಎದೆ ಒಡೆಯೋಣ, ನಿರಾಶೆ, ಆಶಾಭಂಗ. *v. i. r.* ಎದೆ ಒಡೆ, ನಿರಾಶೆಯಾಗು, ಆಶೆ ಬಿಡು.

De-spatch' (-spach'), *v. t. r.* (*pr.* -spacht') ಕಳುಹಿಸು, ರವಾನಿಸು; 2. ಕೊಲ್ಲು. *n.* ಕಳುಹಿಸುವುದು, "ರವಾನೆ"; 2. ತ್ವರೆ, ತೀವ್ರ; 3. "ಮುದ್ದಾಮು" ಕಳುಹಿಸಿದ ಕಾಗದ.

Des-pĕr-ā'dō, *n.* ಪ್ರಾಣದ ಪರವೆ ಇಲ್ಲದ ಮನುಷ್ಯ.

Des'pĕr-āte, *a.* ನಿರ್ವಾಹವಿಲ್ಲದ ನಿರುಪಾಯದ; 2. ಜೀವದಾಶೆ ಬಿಟ್ಟ. **Des-pĕr-ā'tiŏn,** *n.* ನಿರಾಶೆ, ಆಶೆ ಬಿಡುವುದು.

Des'pi-ca-ble, *a.* ತುಚ್ಛ, ನೀಚ, ಧಿಕ್ಕರಿಸತಕ್ಕ, ಅಧಮ.

De-spīse', *v. t. r.* ಜರೆ, ಜರೆದುಬಿಡು, ತಾತ್ಸಾರ ಮಾಡು, ತಿರಸ್ಕಾರ—.

De-spīte', *n.* ದ್ವೇಷ, ಹಗೆ, ವಿರೋಧ, ಪ್ರತೀಕಾರ; d. of ವಿರೋಧಿಸುತ್ತಾ, ಎದುರು ನಿಂತು. **De-spīte'ful,** *a.* ದ್ವೇಷವುಳ್ಳ, ಹಗೆಯುಳ್ಳ.

De-spoil', *v. t. r.* ಸುಲುಕೊಳ್ಳು, ಸೂರೆ ಮಾಡು, ಅಪಹರಿಸು. **De-spō-li-ā'tiŏn, De-spoil'-ment,** *n.* ಸುಲಿಗೆ, ಸೂರೆ, "ಲೂಟಿ", ಕೊಳ್ಳೆ.

De-spond', *v. i. r.* ಎದೆ ಒಡೆ, ಆಶೆ ಬಿಡು, ನಿರಾಶೆಯಾಗು, ಧೈರ್ಯ ಬಿಡು. **De-spon'den-cy,** *n.* ನಿರಾಶೆ, ಎದೆ ಒಡೆಯೋಣ, ಅಧೈರ್ಯ, ವಿಷಾದ. **De-spon'dent,** *a.* ನಿರಾಶೆಯುಳ್ಳ, ಧೈರ್ಯ ಕೆಟ್ಟ, ಎದೆ ಒಡದ. **De-spon'diṅg-ly,** *ad.* ಎದೆ ಒಡದು, ನಿರಾಶೆಯಾಗಿ.

Des'pot, *n.* ಅಶಾಧಿಪತಿ, ನಿರಂಕುಶಪ್ರಭು; 2. ಕ್ರೂರ ರೀತಿಯಿಂದ ರಾಜ್ಯವಾಳುವವ, ಕ್ರೂರ ರಾಜ. **Des-pot'ic,** *a.* ನಿರಂಕುಶವಾದ, "ಜುಲುಮೆಯ"; 2. ಕ್ರೂರ. **Des'po-tiṣm,** *n.* ನಿರಂಕುಶಪ್ರಭುತ್ವ, "ಜುಲುಮೆ", ಅಶಾಧಿಪತ್ಯ; 2. ಕ್ರೂರತ್ವ.

Deṣ-ṣērt', *n.* ಊಟದ ಮೇಲಿನ ಫಲಾಹಾರ.

Des'tine, *v. t. r.* ಮುಂಚೆಯೇ ಗೊತ್ತುಮಾಡು, ನೇಮಿಸು. **Des-ti-nā'tiŏn,** *n.* ನೇಮಿಸೋಣ, ಗೊತ್ತು ಮಾಡೋಣ; 2. ಉದ್ದೇಶ, ಗುರಿ; 3. ಉದ್ದೇಶಿಸಿದ ಸ್ಥಳ, ಹೋಗುವ "ಟಿಕಾಣಿ". **Des'ti-ny,** *n.* ಅದೃಷ್ಟ, ವಿಧಿ, ದೆಸೆ, ದೈವಯೋಗ.

Des'ti-tūte of, *a.* ಇಲ್ಲದ, ರಹಿತ, ಹೀನ; a d. person ದರಿದ್ರ, ಅನಾಥ, ದಿಕ್ಕಿಲ್ಲದವ. **Des-ti-tū'tiŏn,** *n.* ಬಡತನ, ದರಿದ್ರತ್ವ, ದಿಕ್ಕಿಲ್ಲದ ಸ್ಥಿತಿ, ಕಂಗಾಲತನ.

De-stroy', *v. t. r.* ಮುರಿಯಬಡಿ, ಹಾಳುಮಾಡು, ಕೆಡಿಸಿಬಿಡು; 2. ನಾಶ ಮಾಡು; 3. ಕೊಲ್ಲು, ಸಂಹರಿಸು. **De-stroȳ'ĕr,** *n.* ನಾಶನ ಮಾಡುವವ, ಸಂಹಾರಕ, ಅಂತಕ.

De-struc'tiŏn, *n.* ಹಾಳು, ಮುಳುವು, ನಾಶನ, ಸಂಹಾರ, ಪ್ರಲಯ; entire d. ಬೇರುಗೊಲೆ, ಮೂಲನಾಶ. **De-struc'tive,** *a.* ಕೆಡಿಸುವಂಥ, ಮುಳುಗಿಸುವಂಥ, ನಾಶಕರ. **De-struc'tive-ly,** *ad.* ನಾಶಕರವಾಗಿ, ಕೆಡಕ ರೀತಿಯಿಂದ. **De-struc'tive-ness,** *n.* ಸಂಹಾರಕತ್ವ, ನಾಶ ಮಾಡುವ ಶಕ್ತಿ.

Des'uē-tūde (des'wē-tūd), *n.* ಖಿಲ, ರೂಢಿಯನ್ನು ತೊರೆದು ಬಿಡುವುದು.

Des'ul-tŏr-y, *a.* ನಿಲಗಡೆ ಇಲ್ಲದ, ಕ್ರಮವಿಲ್ಲದ, ಅಕಟವಿಕಟ, ಕಂಡಾಬಟ್ಟೆ. **Des'ul-tŏr-i-ly,** *ad.* ಕ್ರಮವಿಲ್ಲದೆ, ಶಿಥಿಲವಾಗಿ.

De-tach', *v. t. r.* ಬೇರೆ ಮಾಡು, ಎಂಗಡಿಸು, ಪ್ರತ್ಯೇಕ ಮಾಡು, **De-tached'** (-tacht'), *p. a.* ಬೇರೆಬೇರೆ ಮಾಡಿದ, ಎಂಗಡಿಸಿದ, ವಿಯುಕ್ತ. **De-tach'ment,** *n.* ದಳಭಾಗ, "ತುಕಡಿ"; 2. ಅನ್ಯರ ಅಭಿಮತಕ್ಕೆ ಒಳಗಾಗದ ಸ್ವಾತಂತ್ರ್ಯ.

Dē'tāil, *n.* ಸಣ್ಣ ಸಣ್ಣ ಭಾಗಗಳು; 2. "ತಪಶೀಲು", ವಿವರ, ಸವಿಸ್ತಾರ; in d. ಸಣ್ಣದಾಗಿ, ವಿವರ ವಿವರವಾಗಿ, ಕೂಲಂಕಷವಾಗಿ, ಒಂದೊಂದಾಗಿ. **De-tāil',** *v. t. r.* ವಿವರಿಸು, ಸವಿಸ್ತಾರವಾಗಿ ಹೇಳು. **Dē'tāils,** *n. pl.* ವಿವರಗಳು.

De-tāin', *v. t. r.* ಹಿಡಿದುಕೊಳ್ಳು; 2. ತಡೆ, ತಡಿಸು, ಅಡ್ಡಿ ಮಾಡು, ಅಭ್ಯಂತರಿಸು; 3. ಕಾವಲಲ್ಲಿಡು. **De-tāin'ĕr,** *n.* ತಡೆ ಮಾಡುವವ; 2. (*law*) ಬೇರೆಯವರದನ್ನು ಬಲಾತ್ಕಾರದಿಂದ ಇಟ್ಟುಕೊಳ್ಳುವುದು. **De-tāin'ment, Deten'tiŏn,** *n.* ಹಿಡಿದುಕೊಳ್ಳೋಣ, ತಡೆ, ಅಡ್ಡಿ, ಆತಂಕ; 2. ಕಾವಲಲ್ಲಿಡೋಣ, ಕಾವಲು.

De-tect', *v. t. r.* ಗೊತ್ತುಹಚ್ಚು, ಸುಳ್ಳುಹಚ್ಚು, ಕಂಡುಹಿಡಿ, ಬೈಲಿಗೆ ತರು, ಪ್ರಕಟಕ್ಕೆ ತರು, "ಪತ್ತೆ" ಹಚ್ಚು. **De-tec'tiŏn,** *n.* ಗೊತ್ತುಹಚ್ಚೋಣ, ಸುಳ್ಳುಹಚ್ಚೋಣ, ಕಂಡುಹಿಡಿಯುವುದು, "ಪತ್ತೆ" ಹಚ್ಚೋಣ, "ತಲಾಸಿ" (*S. C.*). **De-tec'tive,** *a.* ಗೊತ್ತುಹಚ್ಚುವಂಥ, ಬೈಲಿಗೆ ತರತಕ್ಕ, ಕಂಡುಹಿಡಿಯುವುದರಲ್ಲಿ "ಹುಷಾರಿ", "ಪತ್ತೆ" ಹಚ್ಚುವ. *n.* "ಪತ್ತೆದಾರ", "ಪೈಗಸ್ತಿ" (*My.*).

De-tĕr', *v. t. r.* (-terred') ಬೆದರಿಸು, ಅಡ್ಡಿ ಮಾಡು, ಅತಂಕಿಸು. **De-tĕr'ment,** *n.* ಅಡ್ಡಿ, ಆತಂಕ, ಭಯ.

De-tĕrġe', *v. t. r.* ಶುದ್ಧಿಮಾಡು. **De-tĕr'ġent,** *n.* ಶುದ್ಧಿಮಾಡುವ ವಸ್ತು.

De-tē'ri-ō-rāte, *v. t. r.* ಕೆಡಿಸು. *v. i.* ಕೆಟ್ಟು ಹೋಗು, ಅವಗುಣವಾಗು. **De-tē-ri-ō-rā'tiŏn,** *n.* ಕೆಟ್ಟುಹೋಗೋಣ, ಅವಗುಣವಾಗೋಣ.

De-tĕr′mine, *v. t. r.* ಗೊತ್ತಿಗೆ ಹಚ್ಚು, ನಿಷ್ಕರ್ಷಿಸು; ನಿಶ್ಚಯಿಸು, ಮಟ್ಟುಮಾಡು. *v. i.* ನಿಶ್ಚಯಿಸಿಕೊಳ್ಳು. **De-tĕr′min-a-ble,** *a.* ಗೊತ್ತಿಗೆ ಬರುವಂಥ, ನಿಶ್ಚಯಿಸಲಿಕ್ಕೆ ಕೂಡುವಂಥ, ನಿರ್ಣಯಿಸತಕ್ಕ. **De-tĕr′min-āte,** *a.* ಗೊತ್ತುಮಾಡಿದ, ನಿಶ್ಚಯಿಸಿದ; 2. ಖಚಿತ, ಮಟ್ಟಾದ; 3. ಅಚಂಚಲ. **De-tĕr-mi-nā′tiŏn,** *n.* ನಿಶ್ಚಯ; 2. ಮುಗಿಸೋಣ; 3. ತೀರ್ಪು, ನಿರ್ಣಯ; 4. ನಿರ್ಧಾರ, ಗಟ್ಟಿ ಮನಸ್ಸು.

De-ter′rent, *a.* ಜಹಾಸಕ, ಹೇಯವೆನಿಸುವ, ಉತ್ಸಾಹವನ್ನು ತಗ್ಗಿಸುವ.

De-tĕr′sive, *a.* ಶುಚೀಕರಿಸುವ.

De-test′, *v. t. r.* ಹೇಸು, ಅಸಹ್ಯಿಸು, ದ್ವೇಷಿಸು. **De-tes′ta-ble,** *a.* ಅಸಹ್ಯ, ದ್ವೇಷ್ಯ. **De-tes′ta-bly,** *ad.* ಹೇಸುತ್ತಾ; 2. ಅಸಹ್ಯಕರವಾಗಿ. **De-tes-tā′tiŏn,** *n.* ಹೇಸುವಿಕೆ, ಅಸಹ್ಯ; 2. ದ್ವೇಷ.

De-thrōne′, *v. t. r.* ದೊರೆತನ ತೆಗೆದುಹಾಕು, ಸಿಂಹಾಸನದಿಂದ ತೆಗೆದುಹಾಕು, ಪಟ್ಟದಿಂದ ತಳ್ಳು. **De-thrōne′ment,** *n.* ಸಿಂಹಾಸನಭ್ರಷ್ಟತೆ, ರಾಜ್ಯಭ್ರಂಶ.

Det′i-nue, *n.* ಹಿಡಿದುಕೊಳ್ಳೋಣ; action of d. ಅನ್ಯಾಯವಾಗಿಟ್ಟುಕೊಂಡದ್ದು ಪಡಕೊಳ್ಳಲು ತಂದ ದಾವೆ.

Det′ō-nāte, *v. i. r.* ಹೊಟ್ಟು. *v. t. r.* ಸುರಂಗ ಹಾರಿಸು. **Det-ō-nā′tiŏn,** *n.* ಫಟ್ಟೆಂತ ಒಡೆದುಕೊಳ್ಳೋಣ.

De-tŏur′ (-tu̥r′), *n.* ಸುತ್ತುದಾರಿ.

De-tract′, *v. t. r.* ದೂರು, ಅಪಕೀರ್ತಿ ಪಡಿಸು. **De-trac′tiŏn,** *n.* ಮಾನಹಾನಿ, ನಿಂದೆ, ಅಪಕೀರ್ತಿ. **De-trac′tŏr-y,** *a.* ದೂರುವಂಥ, ಅಪಕೀರ್ತಿಕರ, ಮಾನಹಾನಿ ಮಾಡುವ.

De-trāin, *v. t.* ರೈಲು ಬಂಡಿಯಿಂದ ಇಳಿಸು.

Det′ri-ment, *n.* ಹಾನಿ, ಕೇಡು, ನಷ್ಟ. **Det-ri-men′tal,** *a.* ಕೆಡಕಾದ, ಹಾನಿಕರ, ನಷ್ಟಕರ.

De-tri′tiŏn, *n.* ಸವೆಯುವಿಕೆ.

De-tru̥de′, *v. t. r.* ಕೆಳದೊಬ್ಬು.

Deuce, *n.* ಮಾರಿ, ಪಿಡಗ; 2. ಇಸ್ಪೀಟು ಪಗಡೆಯಾಟಗಳಲ್ಲಿ ದುಕ್ಕ; d. a bit ಅಲ್ಲವೇ ಅಲ್ಲ.

Deū-tĕr-og′a-my, *n.* ದ್ವಿತೀಯ ವಿವಾಹ.

Deū-tĕr-on′o-my (dū-), *n.* ಮೋಶೆಯ ಐದನೇ ಗ್ರಂಥ, ಧರ್ಮೋಪದೇಶಕಾಂಡ.

Dē-vap-ō-rā′tiŏn, *n.* ಉಗಿ ನೀರಾಗುವುದು.

Dev′as-tāte, *v. t. r.* ಹಾಳು ಮಾಡು, ನಾಶಮಾಡು. **Dev-as-tā′tiŏn,** *n.* ಹಾಳು, ನಾಶನ.

De-vel′op, *v. t. r.* (*pr.* -vel′opt) ಬಿಚ್ಚು; 2. ಮೆಲ್ಲಮೆಲ್ಲಗೆ ಬೈಲಿಗೆ ತರು; 3. ವಿಕಸಿತಮಾಡು. *v. i.* ಬೆಳೆ, ಬೆಳೆಯುತ್ತಾ ಬೆಳೆಯುತ್ತಾ ಸಂಪೂರ್ಣವಾಗು. **De-vel′op-ment,** *n.* ಬೆಳೆಯುವಿಕೆ, ವಿಕಾಸ, ಉತ್ತರೋತ್ತರ ವೃದ್ಧಿ, ಪರಿಪೂರ್ತಿ.

Dē′vi-āte, *v. i. r.* ಒಲೆ, ದಾರಿ ಬಿಡು, ಮಾರ್ಗ ಬಿಡು; 2. ತಪ್ಪು, ಅಡ್ಡಾಡಿ ಕೆಲಸ ಮಾಡು. **Dē-vi-ā′tiŏn,** *n.* ಒಲೆಯೋಣ, ತಪ್ಪುವಿಕೆ; 2. ಅಡ್ಡಾಡಿ ಕೆಲಸ, ತಪ್ಪು.

De-vīce′, *n.* ಹಂಚಿಕೆ, ಉಪಾಯ, ಯುಕ್ತಿ, ಚೂಟಿ; 2. ಕಲ್ಪನೆ; 3. ಮುದ್ರೆ.

Dev′il (dev′l), *n.* ಪಿಶಾಚಿ, ಸೈತಾನ, ದುಷ್ಟ ಆತ್ಮ, "ದುಷ್ಟಾತ್ಮನ"; 2. ಅತಿ ದುಷ್ಟ ಮನುಷ್ಯ. **Dev′il-ish,** *a.* ಭೂತದಂಥ, ಪೈಶಾಚ; 2. ಬಹು ದುಷ್ಟ, ಅಧಮಾಧಮ. **Dev′il-ry,** *n.* ಪಿಶಾಚಕೃತ್ಯ.

Dev′il's cla̤w, *n.* (*Martynia diandra, Glox.*) ಚೇಳಿನ ಕೊಂಡಿಯ ಗಿಡ.

Dē′vi-ŏus, *a.* ಸೊಟ್ಟಾದ, ಅಡ್ಡಮಾರ್ಗದ, ತಪ್ಪಾದ.

De-vī̱se′, *v. t. r.* ಕಲ್ಪಿಸು, ಉಪಾಯ ಮಾಡು, ಯುಕ್ತಿ ತೆಗೆ, ಹಂಚಿಕೆ ಮಾಡು.

De-void′ of, *a.* ಏನಿಲ್ಲದ, ಹೀನ, ರಹಿತ.

Dev-oir′ (dev-wa̤wr′), *n.* ಉಪಚಾರ.

De-volve′ on, d. upon, *v. i. r.* ಹೊರಳು, ಬೀಳು, ಪ್ರಾಪ್ತವಾಗು. *v. t.* ಕೊಡು *c.d.*, ಒಪ್ಪಿಸು *c. d.* **Dev-ō-lu̥′tiŏn,** *n.* ಹೊರಳುವುದು, ಪ್ರಾಪ್ತವಾಗುವುದು; 2. ಅಧಿಕಾರ ಕೈವರ್ತಿಸುವುದು, ಕೆಳಗಿನ ಅಧಿಕಾರಿಗಳಿಗೆ ಒಪ್ಪಿಸಿ ಕೊಡುವುದು.

De-vōte′, *v. t. r.* ಮೀಸಲು ಮಾಡು, ಅರ್ಪಿಸು, ಒಪ್ಪಿಸು. *pass. & refl.* ಲವಲವಿಕೆಯುಳ್ಳವನಾಗು: *as*, he has devoted himself to study ಅವನಿಗೆ ವಿದ್ಯೆ ಕಲಿಯಬೇಕೆಂಬ ಲವಲವಿಕೆ ಬಹಳವದೆ: he is devoted to his friends ತನ್ನ ಸ್ನೇಹಿತರ ಮೇಲೆ ಅವನಿಗೆ ಬಹಳ ಲವಲವಿಕೆ. **De-vō′ted,** *a.* ಒಪ್ಪಿಸಿದ; 2. ಆಸಕ್ತ, ನಿರತ, ಲವಲವಿಕೆಯುಳ್ಳ; 3. ದೃಢಭಕ್ತಿಯುಳ್ಳ, ತತ್ಪರ. **De-vō′ted-ness,** *n.* ಲವಲವಿಕೆ, ಆಸಕ್ತಿ, ದೃಢಭಕ್ತಿ, ನಿಷ್ಠೆ, ಪರಾಯಣ. **Dev′ō-tēe,** *n.* ಬೈರಾಗಿ, ಜೋಗಿ, ಅತಿಭಕ್ತ. **De-vō′tiŏn,** *n.* ಮೀಸಲಾಗ ಮಾಡೋಣ; 2. (to God) ಭಕ್ತಿ, ಶ್ರದ್ಧೆ; 3. (to a person) ಪ್ರೀತಿ, ಅನುರಕ್ತಿ; 4. (to a thing) ಲವಲವಿಕೆ, ಶ್ರದ್ಧೆ: **De-vō′tiŏn-al,** *a.* ಭಕ್ತಿಸಂಬಂಧದ, ಭಕ್ತಿಕೆಲಸದ, ಭಕ್ತಿಪೂರ್ವಕ.

De-vour′, *v. t. r.* ಭಕ್ಷಿಸು, ಹರಕೊಂಡು ತಿನ್ನು,

ಗಬಗಬ ತಿನ್ನು. De-vour'ĕr, *n.* ಭಕ್ಷಕ, ಹೊಟ್ಟೆಬಾಕ, ಗಬಗಬ ತಿನ್ನುವವ.

De-vout', *a.* ಭಕ್ತಿಯುಳ್ಳ, ಭಕ್ತಿಶೀಲ, ಮನಃಪೂರ್ವಕ. De-vout'ness, *n.* ಭಕ್ತಿಭಾವ, ಪರಮಾರ್ಥಬುದ್ಧಿ.

Dew (dū), *n.* ಇಬ್ಬನಿ, ಮಂಜು. *v. t. r.* ಒದ್ದೆ ಮಾಡು, ನೆನಸು. Dew'-drop, *n.* ಮಂಜಿನ ಹನಿ. Dew'-lap, *n.* ಗಂಗೆತೊಗಲು, ಗಂಗೆದೊವಲು, ಕಂಬಲ. Dew'-point, *n.* *(phy. geog.)* ಇಬ್ಬನಿಯ ಪರಿಮಾಣ, ಮಂಜಿನ—. Dew'y, *a.* ಮಂಜು ತುಂಬಿದ, ಮಂಜಿನಿಂದ ತ್ಯಾವವಾದ, ಮಂಜಿನ, ಮಂಜಿನ ಹನಿಗಳಂಥ.

Dex'tĕr (dek'stĕr), *a.* ಬಲಗಡೆಯ. Dex-tĕr'i-ty, *n.* ಚಮತ್ಕಾರ, ಹಸ್ತಕೌಶಲ್ಯ, ಜಾಣತನ, ದಕ್ಷತೆ, ಕೈಚಳಕ. Dex'tĕr-ŏus, *a.* ಜಾಣ, ಚುರುಕಿನ, ಕೈಗಾರ.

Dhow (dow), *n.* ಅರಬಿಗಳ ಬಗಲೆ.

Di-, *pref.* ವಿಂಗಡಿಸಿ, ಭೇದಿಸಿ; 2. ಇಮ್ಮಡಿ, ದುಪ್ಪಟ.

Dia-, *pref.* ಮುಖಾಂತರ, ಮೂಲಕ.

Dī-a-bē'tēs, *n.* *(med.)* ಬಹುಮೂತ್ರ. Dī-a-bet'ic, *a.* ಮೂತ್ರರೋಗವುಳ್ಳ.

Dī-ab'lĕr-iē, *n.* ಪಿಶಾಚವಿದ್ಯೆ; 2. ಹರಾಮತನ.

Dī-a-bol'ic, -bol'i-cal, *a. see* Devilish.

Dī-a-crit'ic, -al, *a.* ಭೇದ ತೋರಿಸುವ.

Dī'a-dem, *n.* ಮುಡಿ, ಕಿರೀಟ, ಮಕುಟ; 2. ಅರಸುತನ.

Dī-æ're-sis, *n.* ಸ್ವರ ಉಚ್ಚಾರಣೆ ಗುರುತು.

Dī-ag-nō'sis, *n.* ರೋಗಲಕ್ಷಣ, ರೋಗಪರೀಕ್ಷೆ. Dī-ag-nos'tic, *n.* ಪಾಧ್ಯಲಕ್ಷಣ, ರೋಗದ ಗುರುತು. *a.* ರೋಗಲಕ್ಷಣವುಳ್ಳ.

Dī-ag'o-nal, *n.* ಮೂಲೆಯಿಂದ ಅದರೆದುರಿನ ಮೂಲೆಗೆ ಕೊರೆದ ಗೆರೆ, ಕರ್ಣ. *a.* ಮೂಲೆಯಿಂದ ಎದುರುಮೂಲೆಗೆ ಗೀಚಿದ. Dī-ag'o-nal-ly, *ad.* ಮೂಲೆಯಿಂದ ಮೂಲೆಗೆ.

Dī'a-gram, *n.* *(geom.)* ಸಿದ್ಧಾಂತ ಆಕೃತಿ, ಯಂತ್ರ. [ಯಂತ್ರ.

Dī'al, *n.* ಗಡಿಯಾರದ ಮುಖಬಿಲ್ಲೆ; 2. ಛಾಯಾ

Dī'a-lect, *n.* ಭಾಷೆ, ಭಾಷಾಭೇದ, ನಾಡುಭಾಷೆ. Dī'a-lec-tic, -al, *a.* ಭಾಷೆಯ. Dī-a-lec-ti'cian, *n.* ತಾರ್ಕಿಕನು. Dī-a-lec'-tics, *n. pl.* ತರ್ಕವಿದ್ಯೆ, ನ್ಯಾಯ.

Dī'a-logue (-log), *n.* ಸಂಭಾಷಣೆ, ಸಂವಾದ.

Dī-am'e-tĕr, *n.* ವ್ಯಾಸ, ಮಧ್ಯರೇಖೆ, ಅಷ್ಟಳತೆ. Dī-a-met'ri-c, -al, *a.* ವ್ಯಾಸದ, ಎದುರಾದ. Dī-a-met'ri-cal-ly, *ad.* ಎದುರುಬದರಾಗಿ.

Dī'a-mŏnd, *n.* ವಜ್ರ.

Dī-aph'a-nŏus (-af'a-), *a.* ಪಾರದರ್ಶಕ, ಸ್ವಚ್ಛ.

Dī-ā-phō-ret'ic (-fō-), *a.* ಬೆವರು ಹುಟ್ಟಿಸುವ. *n.* ಬೆವರು ಹುಟ್ಟಿಸುವ ಔಷಧ.

Dī'a-phragm (-fram), *n.* ಕರುಳುಪರೆ, ಹೃತ್ಪಟಲ.

Dī'ar-chy, *n.* ಇಬ್ಬರು ಮುಖ್ಯಾಧಿಕಾರವನ್ನು ಒಟ್ಟಿಗೆ ವಹಿಸಿ ಆಳುವುದು.

Dī-ar-rhœ'a (-rē'a), *n.* ಹೊಟ್ಟೆ ಹಾಡಿಸುವುದು, ಅತಿಸಾರ; be seized with d. ಉಚ್ಚಾಟ ಹಿಡಿ.

Dī'a-ry, *n.* ದಿನವಹಿ, ದಿನಚರ್ಯೆ.

Dī-a-ton'ic, *a.* *(mus.)* ಸಪ್ತಸ್ವರದ; d. scale ಸಪ್ತಸ್ವರ.

Dī'a-trībe, *n.* ದೀರ್ಘ ವಾಚಾಟ.

Dib'ble, *v. t. r.* ಅಗಿ, ಕೆದರು. *n.* ಮೊನೆ ಗುದ್ದಲಿ.

Dīce, *n. pl. see* Die iii. *v. i. r.* (*pr.* dīst) ನೆತ್ತವಾಡು, ಲೆತ್ತವಾಡು, ಪಗಡೆಯಾಡು.

Dī-ceph'a-lŏus, *a.* ಎರಡು ತಲೆಗಳುಳ್ಳ.

Dick'ens, *n.* ದೆವ್ವ.

Dī-cot-y-lē'don, *n.* ದ್ವಿಬೀಜಪತ್ರಗಳುಳ್ಳ ಸಸಿ.

Dic'tāte, *n.* ಆಜ್ಞೆ. *v. t. r.* ಅಪ್ಪಣೆ ಕೊಡು, ಆಜ್ಞಾಪಿಸು; 2. ಹೇಳಿ ಬರಿಸು, ಶುದ್ಧ ಬರಿಸು. Dic-tā'tiŏn, *n.* ಹೇಳಿ ಬರಿಸುವುದು, ಶುದ್ಧ ಬರಿಸೋಣ. Dic-tā'tŏr, *n.* ಅಪ್ಪಣೆ ಮಾಡುವವ; 2. ಸರ್ವಾಧಿಕಾರಿ. Dic-ta-tō'ri-al, *a.* ಸರ್ವಾಧಿಕಾರದ, ಅಹಂಕಾರಿಯಾದ, Dic-ta-tō'ri-al-ly, *ad.* ಅಧಿಕಾರದಿಂದ; 2. ಖಡಾಖಡಿಯಾಗಿ.

Dic'tiŏn, *n.* ಮಾತಿನ ತರ, ಲೇಖನಪದ್ಧತಿ, ವಾಕ್ಸರಣಿ.

Dic'tiŏn-ar-y (-ĕr-), *n.* ನಿಘಂಟು, ಕೋಶ.

Dic'tum, *n.* ನುಡಿ, ಪ್ರಮಾಣವಾಕ್ಯ, ಸೊಲ್ಲು; *pl.* Dicta.

Di-dac'tic, *a.* ಉಪದೇಶದ, ಉಪದೇಶಾತ್ಮಕ.

Dīe, *v. i. r.* ಸಾಯು, ತೀರಿಕೊಳ್ಳು, ಮೃತಪಡು, ಕಣ್ಣುಮುಚ್ಚು; (he died ಅವ ಗೋತಾ ಹಾಕಿದ, *slang*); d. a beggar ಬಿಕ್ಕೆಗೆ ಬಿದ್ದು ಸಾಯು; d. a glorious death ಘನವಾದ ಮರಣಪಡು; d. in harness ಉದ್ಯೋಗದಲ್ಲಿರುತ್ತಾ ಸಾಯು; to be dying for ಅತ್ಯಂತ ಲವಲವಿಸು.

Dīe, *n.* ಅಚ್ಚು; 2. ನಾಣ್ಯಗಳ ಮೊಹರು.

Dīe, *n.* (*pl.* dīce) ನೆತ್ತ, ಲೆತ್ತ.

Dī'ĕr, *n.* ಬಣ್ಣಗಾರ, "ರಂಗಾರಿ", ಗುಡಿಗಾರ.

Dī'et, *n.* ರಾಜ್ಯಸಭೆ, ರಾಜ್ಯಸದಸ್ಸು.

Dī'et, *n.* ಊಟ; 2. *(med.)* ಪಥ್ಯ. Dī'e-tar-y (-tĕr-i), *a.* ಪಥ್ಯಸಂಬಂಧವಾದ. *n.* ಪಥ್ಯಕ್ರಮ; 2. ಧರ್ಮಶಾಲೆ ಸೆರೆಮನೆಗಳಲ್ಲಿ ಸಿಕ್ಕುವ ಅಳತೇ ಊಟ. Dī-e-tet'ic, -i-cal, *a.* ಪಥ್ಯಸಂಬಂಧವಾದ.

Dif'fĕr, *v. i. r.* (from) ಬೇರೆಯಾಗಿರು, ವ್ಯತ್ಯಾಸವಾಗಿರು, ಹೆಚ್ಚುಕಡಿಮೆಯಾಗು, ಒಪ್ಪದೆ ಇರು; star differs from star ನಕ್ಷತ್ರವು ನಕ್ಷತ್ರದಿಂದ ವ್ಯತಿರಿಕ್ತವಾಗಿದೆ; 2. ವೈಮನಸ್ಯ ಉಂಟಾಗಿರು. Dif'fĕr-ence, *n.* ಹೆಚ್ಚುಕಡಿಮೆ, ನ್ಯೂನಾತಿರೇಕ, ಭೇದ, ವ್ಯತ್ಯಾಸ; 2. ಅಸಮಾಧಾನ. Dif'fĕr-ent, *a.* ಬೇರೆ, ಹೆಚ್ಚುಕಡಿಮೆಯಾದ; 2. ಬೇರೆ ಬೇರೆ, ನಾನಾ, ಬಗೆಬಗೆಯಾದ, ವಿಜಾತೀಯ. Dif-fĕr-en'tial, *a.* ವ್ಯತ್ಯಾಸವನ್ನು ತೋರಿಸುವ. Dif-fĕr-en'ti-āte, *v. t. & i. r.* ವ್ಯತ್ಯಾಸವನ್ನು ತೋರಿಸು, ಬೇರೆಯಾಗಿರು. Dif'fĕr-ent-ly, *ad.* ಬೇರೆಯಾಗಿ; 2. ಬೇರೆಬೇರೆಯಾಗಿ, ತರತರವಾಗಿ.

Dif'fi-cult, *a.* ಬಿಗಿ, ಬಿಕ್ಕಟ್ಟಿನ, ಕಷ್ಟಕರ, ಕಠಿಣ, ಶ್ರಮೆ ಕೊಡುವ, ಪ್ರಯಾಸದ, ದುರ್ಘಟ. Dif'fi-cul-ty, *n.* ಬಿಕ್ಕಟ್ಟು, ಎಡರು, ಎಡಚು, ಕಷ್ಟ, ಕಾಠಿಣ್ಯ, ಗೂಢತೆ, ಪ್ರಯಾಸ; 2. ಅಡಚಣೆ, ಸಂಕಟ.

Dif'fi-dence, *n.* ಸಂಶಯ, ಶಂಕೆ, ಭೀಡೆ, ಸಂಕೋಚ. Dif'fi-dent, *a.* ಅವಿಶ್ವಾಸಿ, ಶಂಕಾಶೀಲ, ಸಂಕೋಚವುಳ್ಳ, ಸಂಶಯಪ್ರಾಣಿ, ಭಿಡೆಯ. Dif'fi-dent-ly, *ad.* ನಂಬದೆ, ಸಂಶಯವಾಗಿ.

Dif-fūse', *v. t. r.* ಸುರಿಸು, ಹರಿಯ ಮಾಡು, ಎಸ್ತರಿಸು, ಪ್ರಸಿದ್ಧಿ ಮಾಡು. *a.* ವಿಸ್ತಾರವಾದ, ಪಸರಿಸಿದ. Dif-fūse'ness, Dif-fū'sive-ness, *n.* ವ್ಯಾಪಕತ್ವ, ವಿಸ್ತಾರ; 2. (of style) ವಾಗ್ವಿಸ್ತರ. Dif-fū'sion, *n.* ಹಬ್ಬೋಣ, ವ್ಯಾಪನ, ಪಸರಿಸೋಣ, ವಿಸ್ತಾರ; 2. (of gases) ಅಭಿವ್ಯಾಪಕ ಗುಣ. Dif-fū'sive, *a.* ಹಬ್ಬುವ, ವಿಸ್ತರಿಸುವ, ಪಸರಿಸುವ, ವ್ಯಾಪಕ.

Dig, *v. t. & i. r.* or *ir.* (dug, dug) ಅಗೆ, ತೋಡು. Dig'gĕr, *n.* ಅಗೆಯುವವನು; 2. ಬಂಗಾರವನ್ನು ಹುಡುಕುವವನು.

Dig'a-my, *n. see* Bigamy.

Di-ġest', *v. t. r.* ರಚಿಸು, ಕ್ರಮಕ್ರಮವಾಗಿಡು; 2. ಜೀರ್ಣ ಮಾಡು; 3. ಚೆನ್ನಾಗಿ ಗ್ರಹಿಸಿಕೊಳ್ಳು; 4. ತಾಳಿಕೊಳ್ಳು. *pass. & v. i.* ಜೀರ್ಣವಾಗು, ಪಚನವಾಗು, ದಕ್ಕು. Dī'ġest, *n.* ಸ್ಮೃತಿ, ನೀತಿಶಾಸ್ತ್ರ, ಸಂಹಿತೆ, ಸಂಗ್ರಹ. Di-ġes'ti-ble, *a.* ಜೀರ್ಣವಾಗುವಂಥ, ಪಚನವಾಗುವಂಥ. Di-ġes'tiŏn (-stshun), *n.* ಜೀರ್ಣ, ಪಚನ. Di-ġes'tive, *a.* ಜೀರ್ಣ ಮಾಡುವಂಥ, ಪಚನ ಮಾಡುವಂಥ; d. organs ಪಚಕಾವಯವಗಳು; d. power ಅಗ್ನಿಬಲ, ಜಠರಾಗ್ನಿ.

Dīght (dīt), *v. t.* ಉಡಿಸು, ತೊಡಿಸು.

Diġ'it, *n.* ಒಂದು ಬೊಟ್ಟಿನ ಅಳತೆ; 2. ಅಂಕೆ; 3. *(astr.)* ಸೂರ್ಯಕಲೆ, ಚಂದ್ರಕಲೆ.

Dig'lot, *n.* ಎರಡು ಭಾಷಾ ಗ್ರಂಥ.

Dig'ni-fȳ, *v. t. r.* (-fīed) ದೊಡ್ಡವನಾಗ ಮಾಡು, ಘನ ಪಡಿಸು, ಗೌರವ ಪಡಿಸು. Dig-ni-fi-cā'tiŏn, *n.* ಘನ ಪಡಿಸುವಿಕೆ.

Dig'ni-ty, *n.* ದೊಡ್ಡಸ್ತಿಕೆ, ಯೋಗ್ಯತೆ, ಘನತೆ, ಮಹಿಮೆ, ಪ್ರತಾಪ. Dig'ni-tar-y (-tĕr-), *n.* ದೊಡ್ಡ ಪದವಿಯ ಧರ್ಮೋಪದೇಶಕ, ಅಧಿಕಾರಿ.

Di-gress', *v. t. r.* (*pr.* -grest') ಸಂಗತಿ ಬಿಟ್ಟು ಮಾತಾಡು, ಅಡ್ಡ ಮಾತಾಡು; 2. ಸನ್ಮಾರ್ಗದಿಂದ ತೊಲಗು, ಅಡ್ಡಾಡಿ ಕೆಲಸ ಮಾಡು. Di-gres'siŏn (-gresh'un), *n.* ಬಿಡಿಮಾತು, ಅಡ್ಡಮಾತು, ಉಪಕಥೆ; 2. ಅಡ್ಡಾಡಿ ಕೆಲಸ.

Dīke, Dȳke, *n.* ಒಡ್ಡು, ಅಣೆ, ಅಣೆಕಟ್ಟು, ಕಟ್ಟೆ, (of a tank) ಏರಿ.

Di-lap'i-dāte, *v. t. r.* ಹಾಳು ಮಾಡು. *pass. & v. i.* ಹಾಳಾಗು. Di-lap-i-dā'tiŏn, *n.* ಹಾಳಾಗುವಿಕೆ.

Dī-lāte', *v. t. r.* ವಿಸ್ತಾರ ಮಾಡು, ದೊಡ್ಡದು—, ಪಸರಿಸು. *v. i.* ಉಬ್ಬು, ಅರಳು, ವಿಸ್ತಾರವಾಗು. Dil-ā'tiŏn, Dil-a-tā'tiŏn, *n.* ಉಬ್ಬುವುದು, ವಿಸ್ತಾರ, ವಿಶಾಲ.

Dil'a-tŏr-y, *a.* ಆಲಸ್ಯದ, ಸುಸ್ತಿಯುಳ್ಳ.

Dī-lem'ma, *n.* ಉಪಾಯ ತೋರದ ಬಿಕ್ಕಟ್ಟು, ಸಿಕಲಾಟ, ವಿಷಮ, ಧರ್ಮಸಂಕಟ, ಉಭಯಸಂಕಟ.

Dil-et-tan'tĕ, *n.* ಕಲಾವಿದ, ಮೋಜಗೆ ವಿದ್ಯಾಭ್ಯಾಸ ಮಾಡುವವ; 2. ಅಲ್ಪಜ್ಞಾನಿ.

Dil'i-ġence, *n.* ಜಾಗ್ರತೆ, ಚುರುಕು, ಪ್ರಯತ್ನ, ಪರಿಶ್ರಮ. Dil'i-ġent, *a.* ಕೆಲಸ ಮಾಡುವ, ಜಾಗ್ರತೆಯುಳ್ಳ, ಉದ್ಯೋಗಿ, ಆಸಕ್ತ, ತತ್ಪರ.

Dill, *n.* *(Peucedanum graveolens, Benth.)* ಸಬ್ಬಸಿಗೆ ಪಲ್ಯ; 2. ಸಬ್ಬಸಿಗೆ ಬೀಜ.

Dil'ly-dal-ly, *v. i.* ಓಲಾಡು, ಚಂಚಲಪಡು; 2. ಸುಮ್ಮನೆ ಹೊತ್ತುಕಳೆ.

Dī-lūte', *v. t. r.* ತೆಳುವು ಮಾಡು, ತೆಳ್ಳಗೆ—ಅಳ್ಳಕ—; 2. ನಿಸ್ಸತ್ವ ಮಾಡು. Dī-lū'tiŏn, *n.* ತೆಳುವು ಮಾಡುವುದು, ಅಳ್ಳಕ—.

Di-lū'vi-al, Di-lū'vi-an, *a.* ಜಲಪ್ರಳಯ ಸಂಬಂಧವಾದ, ಜಲಪ್ರಳಯದಿಂದುಂಟಾದ.

Dim, *v. t. r.* (dimmed) ಮಬ್ಬು ಮಾಡು, ಮಂಜು—, ಕತ್ತಲೆ ಕವಿ, ಮಂದ ಮಾಡು. *a.* ಮಬ್ಬಾದ, ಕತ್ತಲಾದ, ಮಂದ; **d. sight** ಮಂದದೃಷ್ಟಿ, ಮಂಜುಗಣ್ಣು. Dim'ness, *n.* ಕತ್ತಲು, ಮಂದದೃಷ್ಟಿ, ಮಂಜು.

Di-men'siŏn, *n.* ಅಳತೆ, ಉದ್ದಗಲ, ಪರಿಮಾಣ.

Di-min'ish, *v. i. r.* (*pr.* -isht) ಕಡಿಮೆ ಮಾಡು, "ವಜಾ" ಮಾಡು.

Dim-i-nū'tiŏn, *n.* ಕಡಿಮೆ ಮಾಡುವುದು, ಕಡಿಮೆ ಯಾಗುವುದು, "ಉತಾರು"; 2. ಅಪಮಾನ, ಮಾನಹಾನಿ. Di-min'ū-tive, *a.* ಚಿಕ್ಕ, ಕಿರಿ, ಸಣ್ಣ; d. noun ಹ್ರಸ್ವಾರ್ಥಕನಾಮಪದ.

Dim'i-ty, *n.* ಒಂದು ತರದ ಅರಿವೆ, "ಡಿಮಿಟಿ".

Dim'ple, *n.* ಗದ್ದದ ಕುಣಿ, ಕೆನ್ನೆಗುಣಿ, ಗಲ್ಲತಗ್ಗು.

Din, *n.* ಗದ್ದಲ, ಗೌಜಿ. *v. t. r.* (dinned) ಗದ್ದಲ ಮಾಡು, ಗೌಜಿ—, ಗಡದು ಹಾಕು, ಗಡಚು ಹಾಕು.

Din'di-ga, *n.* (*Anogeissus latifolia, Wall.*) ದಿಂಡಿಗ ಮರ, ದಿಂಡಲ—.

Dīne, *v. t. r.* ಭೋಜನ ಮಾಡು, ಮಧ್ಯಾಹ್ನದ ಊಟ ಮಾಡು. Din'nĕr, *n.* ಮಧ್ಯಾಹ್ನದ ಊಟ, ಊಟ. Din'nĕr-less, *a.* ಊಟ ವಿಲ್ಲದ. Din'nĕr-out, *n.* ಉಂಡೋಡಿಗ.

Diṅg'-doṅg, *n.* ಘಂಟಾನಾದ, ಘಣಘಣಿಲು.

Diṅ'gle-daṅ-gle, *ad.* ತೂಗಾಡುವ, ಸಡಿಲು.

Din'ġy, *a.* ಮಬ್ಬಾದ, ಕಪ್ಪಾದ, ಮಾಸಿದ, ಕೊಳಕಾದ. Din'ġi-ness, *n.* ಮಬ್ಬು, ಮಾಸು.

Dint, *n.* ಪೆಟ್ಟು, ಕಚ್ಚು, ಒತ್ತರ; by d. of ...ಇಂದ, ಮುಖಾಂತರ. *v. t. r.* ಕಚ್ಚು ಮಾಡು, ತಗ್ಗು ಬೀಳಿಸು.

Dī'o-cēse (-sēs), *n.* ಬಿಶೋಪನ ಅಧಿಕಾರದ ಕೆಳಗಣ ಪ್ರದೇಶ. Dī-oc'e-san, Dī'o-cē-san, *n.* ಅಧ್ಯಕ್ಷನು.

Dip, *v. t. r.* (dipped, *pr.* dipt) ಅದ್ದು, ಮುಳುಗಿಸು; 2. ತೋಡಿ ತೆಗೆ. *v. t.* ಮುಳುಗು; 2. ಸ್ವಲ್ಪವಾಗಿ ನೋಡು; 3. ಇಳಿಜಾರಾಗು.

Diph-thē'ria, Diph-ther-ī'tis, *n.* ಕಂಠ ರೋಗ. [ಸಂಧಿಸ್ವರ.

Diph'thoṅg (dip'- *or* dif'-), *n.* ದ್ವಿಸ್ವರ,

Di-plō'ma, *n.* ಯೋಗ್ಯತಾಪತ್ರಿಕೆ, ಅಧಿಕಾರ, ಹಕ್ಕು, ಪದವಿ ಇತ್ಯಾದಿಗಳ ಸನದು, ಶಾಸನ.

Di-plō'ma-cy, *n.* ರಾಯಭಾರಿವ್ಯವಹಾರಚಾತುರ್ಯ; 2. ಒಂದು ರಾಜ್ಯದ ದರಬಾರಿನಲ್ಲಿರುವ ಪರರಾಜ್ಯದ "ವಕೀಲತನ", ರಾಜ್ಯತಂತ್ರ. Dip-lō-mat'ic, *a.* ಪರರಾಜ್ಯದ "ವಕೀಲಿ" ಸಂಬಂಧವಾದ. *n.* ಪರರಾಜ್ಯದ ದರಬಾರಿಗೆ ಹೋದ "ವಕೀಲ". Dip-lō'ma-tist, *n.* ರಾಜ್ಯದ "ವಕೀಲಿ" ಕೆಲಸದಲ್ಲಿ ನಿಪುಣ, ರಾಜ್ಯಕಾರ್ಯಕುಶಲ.

Dip'tĕr-ŏus, *a.* ಎರಡು ಪಕ್ಕಗಳುಳ್ಳ.

Dīre, Dīre'fụl, *a.* ಬಹಳ ಕೆಟ್ಟ, ಅತಿ ಭಯಂಕರ, ಘೋರ.

Di-rect', *v. t. r.* ಗುರಿ ಇಡು; 2. ನಡಿಸು; 3. ದಾರಿ ತೋರಿಸು; 4. ಅಪ್ಪಣೆ ಕೊಡು; d. a letter ಮೇಲ್ವಿಳಾಸ ಬರೆ. *a.* ನೆಟ್ಟನ, ನೀಟು; 2. ನಿಷ್ಕಪಟ; 3. ಸ್ಪಷ್ಟ. Di-rec'tion, *n.* ಗುರಿ ಇಡೋಣ; 2. ನಡಿಸೋಣ; 3. ದಿಕ್ಕು, ಕಡೆ; 4. ಅಪ್ಪಣೆ, "ಆಟೋಪು"; d. of a letter ಮೇಲ್ವಿಳಾಸ. Di-rect'ly, *ad.* ನೆಟ್ಟಗೆ, ಸಂಗಡಲೇ. Di-rect'ness, *n.* ನೆಟ್ಟಗೆ, ನೀಟು; 2. ಚುರುಕು, ಖಡಾಖಡಿ. Di-rec'tŏr, *n.* ನಡಿಸುವವ, ಆಡಳಿತೆಗಾರ, ಮಂತ್ರಿ, ಮೇಲ್ವಿಚಾರಕ. Di-rec'tŏr-y, *n.* ಅರ್ಚನ ಪದ್ಧತಿಗ್ರಂಥ; 2. ಮೇಲ್ವಿಳಾಸಗಳ ಪುಸ್ತಕ.

Dīre'ly, Dīre'fụl-ly, *ad.* ಭಯಂಕರವಾಗಿ, ಕೊಳಕಾದ. Dīre'ness, *n.* ಭಯಂಕರತ್ವ.

Dĩrġe, *n.* ಶೋಕಗೀತ, ದುಃಖದ ಹಾಡು.

Dir'iġ-i-ble, *a.* ನಡಿಸತಕ್ಕ. *n.* ಬೇಕಾದ ದಿಕ್ಕಿಗೆ ನಡಿಸುವಂಥ ಆಕಾಶಯಾನ, ವಿಮಾನ.

Dĩrk, *n.* ಕಠಾರಿ.

Dĩrt, *n.* ಮೈಲಿಗೆ, ಹೊಲಸು, ಮಾಸು, ಕಸಕಡ್ಡಿ. *v. t. r.* ಮೈಲಿಗೆ ಮಾಡು, ಮಾಸು. Dĩr'ti-ly, *ad.* ಮೈಲಿಗೆಯಾಗಿ. Dĩr'ti-ness, *n.* ಹೊಲಸು, ಮಾಸು, ಕೊಳೆ, ರೋತೆ, ಮಲಿನತ್ವ. Dĩr'ty, *a.* ಮೈಲಿಗೆಯಾದ, ಹೊಲಸಾದ, ಕಸಮಾಳ, ಕಸವಾಳಿ, ಮಲಿನ. *v. t. & i. r.* (-tied, *pr.* -tid) ಮಾಸು.

Dis-, *pref.* ಇಕ್ಕಡಿಯಾಗಿ, ಭಿನ್ನವಾಗಿ.

Dis-ā'ble, *v. t. r.* ಬಲಹೀನ ಮಾಡು, ಅಶಕ್ತ ಮಾಡು, ಕೆಲಸಕ್ಕೆ ಬಾರದ ಹಾಗೆ ಮಾಡು. Dis-a-bil'i-ty, *n.* ಬಲಹೀನತ್ವ, ದೌರ್ಬಲ್ಯ, ನಿತ್ರಾಣ.

Dis-a-būse', *v. t. r.* ಮೋಸ ತಿಳಿಸು, ಮೋಸ ಪರಿಹರಿಸು, ಎಚ್ಚರ ಕೊಡು.

Dis-ac-cord', *n.* ಅಸಮ್ಮತಿ, ಹೆಚ್ಚುಕಡಿಮೆ.

Dis-ad-van'tāġe, *n.* ಅಡ್ಡಿ, ಅಡಚಣೆ, ನಷ್ಟ, ಪ್ರತಿಕೂಲತೆ. Dis-ad-van-tā'ġeŏus (-jus), *a.* ಅನನುಕೂಲ, ಅಹಿತ.

Dis-af-fect', *v. t. r.* ಮನಸ್ಸು ಒಡಿಸು, ಅಪ್ರೀತಿ ಹುಟ್ಟಿಸು, ಸ್ನೇಹ ಕೆಡಿಸು. Dis-af-fec'ted, *a.* ಮನಸ್ಸು ಒಡದ, ಸ್ನೇಹವಿಲ್ಲದ. Dis-af-fec'tiŏn, *n.* ಅಪ್ರೀತಿ, ಅಸಮಾಧಾನ.

Dis-af-firm′, *v. t. r.* ಅಲ್ಲೆನ್ನು, ಇಲ್ಲೆನ್ನು, ರದ್ದು ಮಾಡು.

Dis-a-grēe with, *v. i. r.* ಹೆಚ್ಚುಕಡಿಮೆಯಾಗು, ಒಡಂಬಡದೆ ಇರು, ಸರಿಬೀಳದಿರು. **Dis-a-grēe′a-ble**, *a.* ಸೇರದಂಥಾ, ಸರಿ ಬೀಳದ, ಅಪ್ರಿಯ, ಬೇಸರದ. **Dis-a-grēe-a-ble-ness**, *n.* ಅಸಮ್ಮತಿ, ಅಪ್ರೀತಿ. **Dis-a-grēe-ment**, *n.* ಹೆಚ್ಚುಕಡಿಮೆ, ಅಸಮ್ಮತಿ, ಅಸಮಾಧಾನ, ವೈಮನಸ್ಯ, ಜಗಳ.

Dis-al-lōw′, *v. t. r.* ಒಪ್ಪದಿರು, ಸಮ್ಮತಿಸದಿರು, ಅಪ್ಪಣೆ ಕೊಡದಿರು, ಆಗದೆಂತ ಹೇಳು. **Dis-al-low′ance**, *n.* ಅಸಮ್ಮತಿ, "ನಾಕಬೂಲಿ", ಅನಂಗೀಕಾರ.

Dis-an-nul′, *v. t. r.* (-nulled′, *pr.* -nuld′) ರದ್ದು ಮಾಡು, ತೆಗೆದುಹಾಕು.

Dis-ap-pēar′ (-pēr′), *v. t. r.* ಕಾಣದೆ ಹೋಗು, ಹಿಂಗು, ಅದೃಶ್ಯವಾಗು. **Dis-ap-pēar′ance**, *n.* ಕಾಣದೆ ಹೋಗುವುದು, ಅದೃಶ್ಯವಾಗೋಣ, ಅಂತರ್ಧಾನ, ತಿರೋಧಾನ.

Dis-ap-point′, *v. t. r.* ನಂಬಿಕೆ ತಪ್ಪಿಸು, ಆಶಾಭಂಗ ಮಾಡು, ಮನಗುಂದಿಸು, ನಿರರ್ಥಕ ಮಾಡು. **Dis-ap-point′ment**, *n.* ನಿರಾಶೆ, ಆಶಾಭಂಗ.

Dis-ap-prōve′, *v. t. r.* ಮೆಚ್ಚದಿರು, ಅಸಮ್ಮತಿಪಡು, "ನಾಮಂಜೂರು" ಮಾಡು. **Dis-ap-prō-bā′tiōn**, **Dis-ap-prō′val**, *n.* ಒಪ್ಪದಿರೋಣ, ಅಸಮ್ಮತಿ, ಅಸಮರ್ಪಕ.

Dis-ärm′, *v. t. r.* ಹತ್ಯಾರು ತೆಗೆದುಹಾಕು, ನಿರಾಯುಧರಾಗಿ ಮಾಡು; 2. ಉತಾರ ಮಾಡು. **Dis-arm′a-ment**, *n.* ಆಯುಧ ತೆಗೆದುಹಾಕಿಸೋಣ, ದಂಡನ್ನು ಕಳುಹಿಸಿಬಿಡೋಣ, ಸೈನ್ಯ "ಬರತರಫು" ಮಾಡೋಣ.

Dis-ar-rāy′ (-rā′), *v. t. r.* ತಾರುಮಾರು ಮಾಡು, ವ್ಯೂಹ ಕೆಡಿಸು; 2. ...ಯಿಂದ ವಸ್ತ್ರ ತೆಗೆದುಹಾಕು.

Dis-as′tĕr, *n.* ಕೇಡು, ಜಿಷ್ಟ, ಉಪಹತಿ, ದುರ್ದಶೆ, ಅನರ್ಥ. **Dis-as′trŏus**, *a.* ಕೆಡಕಾದ, ಆಪತ್ತುಳ್ಳ, ಅಶುಭ, ನಷ್ಟಕರ.

Dis-a-vow′, *v. t. r.* ಇಲ್ಲೆನ್ನು, ಅಲ್ಲೆನ್ನು, ಅಲ್ಲಗಳೆ, ನಿರಸಿಸು. **Dis-a-vow′al**, *n.* ಇಲ್ಲೆನ್ನುವಿಕೆ, ಅಲ್ಲೆನ್ನುವುದು, ಅಲ್ಲಗಳೆಯುವುದು, "ನಾಕಬೂಲಿ", ನಿರಸನ. [ಮುರಿದುಬಿಡು.

Dis-band′, *v. t. r.* ಸೈನ್ಯ "ಬರತರಫು" ಮಾಡು,

Dis-be-liēf′ (-lēf′), *n.* ನಂಬದಿರೋಣ, ಅವಿಶ್ವಾಸ. **Dis-be-liēve′** (-lēv′), *v. t. r.* ನಂಬದೆ ಇರು. **Dis-be-liēv′ĕr**, *n.* ನಂಬದವ, ಅವಿಶ್ವಾಸಿ.

Dis-bur′den (-bur′dn), *v. t. r.* ಹೊರೆ ಇಳಿಸು, ಹಗುರ ಮಾಡು; d. one's mind ಮನೋಗತವನ್ನು ಪರನಿಗೆ ಅರುಹು.

Dis-burse′ (-bĕrs′), *v. t. r.* (*pr.* -bĕrst′) ವೆಚ್ಚ ಮಾಡು, ಖರ್ಚು ಮಾಡು. **Dis-burse′-ment**, *n.* ವೆಚ್ಚ, ಖರ್ಚು.

Disc, *n.* *see* **Disk.**

Dis-cärd′, *v. t. r.* ತಳ್ಳಿಬಿಡು, ಒಕ್ಕೊಡು, ವಿಸರ್ಜಿಸು, "ಬರತರಫು" ಮಾಡು.

Dis-cĕrn′ (-zĕrn′), *v. t. r.* ಸ್ಪಷ್ಟ ನೋಡು, ಭೇದ ನೋಡು, ವಿವೇಕಿಸು, ವಿಶೇಷಿಸು, ತಿಳುಕೊಳ್ಳು. **Dis-cĕrn′i-ble** (-zĕrn′i-), *a.* ಸ್ಪಷ್ಟವಾದ, ವಿಶೇಷಿಸತಕ್ಕ, ನಿಶ್ಚಲ. **Dis-cĕrn′-ing** (-zĕrn-), *a.* ವಿವೇಕಿ, ಮರ್ಮಜ್ಞ, ವಿವೇಚಿಸುವ. **Dis-cĕrn′ment** (-zĕrn-), *n.* ವಿವೇಕ.

Dis-chärge′, *v. t. r.* ಹೊರೆ ಇಳಿಸು, ಬಿಡಿಸು; 2. (a gun, an arrow) ಹೊಡೆ; 3. (a servant, *etc.*) ಕಳುಹಿಸಿಬಿಡು, "ಬರತರಫು" ಮಾಡು; 4. (a debt) ತೀರಿಸು; 5. (a duty) ಮಾಡು, ತೀರಿಸು; 6. (a prisoner) ಬಿಡಿಸು. *n.* ಇಳಿಸುವುದು, ಬಿಡಿಸೋಣ, *etc.*

Dis-cī′ple, *n.* ಶಿಷ್ಯ, ವಿದ್ಯಾರ್ಥಿ, ಜಿಜ್ಞಾಸು, ಕರಕಮಲಸಂಜಾತ. **Dis-cī′ple-ship**, *n.* ಶಿಷ್ಯತ್ವ.

Dis′ci-pline. *v. t. r.* ತಿದ್ದುಪಾಟು ಮಾಡು, ಶಿಕ್ಷಿಸು; 2. (soldiers) ಕವಾಯತು ಕಲಿಸು. *n.* ತಿದ್ದುಪಾಟು, ಶಿಕ್ಷಣೆ; 2. (of soldiers) ಕವಾಯತು; 3. ವಿದ್ಯೆ. **Dis-ci-plin-ā′ri-an**, *n.* ಶಿಕ್ಷಾಸಕ್ತ; 2. ಶಾಲೆಯನ್ನು ಖಂಡಿತ ಕ್ರಮದಿಂದ ನಡಿಸುವ ಶಿಕ್ಷಕ. **Dis′ci-plin-ary**, *a.* ತಿದ್ದುಪಾಟಿನ ಸಂಬಂಧ, ಶಿಕ್ಷಣ ಹೆಚ್ಚಿಸುವ.

Dis-clāim′, *v. t. r.* ನನ್ನದಲ್ಲವೆನ್ನು, ಅಲ್ಲಗಳೆ, ಬಿಟ್ಟುಬಿಡು; 2. ಒಪ್ಪಿಕೊಳ್ಳದಿರು *c. d.* **Dis-clāim′ĕr**, *n.* ನನ್ನದಲ್ಲ ಅಂಬುವವ; 2. ಅನ್ನುವಿಕೆ.

Dis-clōse′, *v.t.r.* ತೆರೆ, ಬಿಚ್ಚು, ಪ್ರಕಟ ಮಾಡು, ಹುಲುಬಿಸು. **Dis-clō′sure**, *n.* ಬಿಚ್ಚೋಣ, ಪ್ರಕಟ ಮಾಡುವುದು, ಬೈಲಿಗೆ ತರೋಣ.

Dis-cŏl′our, *v. t. r.* ಬಣ್ಣಗೆಡಿಸು, ಮಾಸು. **Dis-cŏl-ŏr-ā′tiōn**, *n.* ಬಣ್ಣಗೆಡಿಸೋಣ, ಮಾಸುವಿಕೆ.

Dis-cŏm′fit, *v. t. r.* ಸೋಲಿಸು, ಗೆಲ್ಲು, ಜಯಿಸು; 2. ಎದೆ ಒಡಿಸು. *n.* ಸೋಲು, ಅಪಜಯ. **Dis-cŏm′fit-ūre**, *n.* ಸೋಲ್ಮಿಕೆ, ಅಪಜಯ; 2. ಗಾಬರಿ. [ಕರಕರೆ.

Dis-cŏm′fŏrt, *n.* ಅಸೌಖ್ಯ, ಅಸಮಾಧಾನ,

Dis-cŏm-mōde', *v. t. r.* ಅನನುಕೂಲಮಾಡು.

Dis-com-pōse', *v. t. r.* ಕಲಕು, ಗಲಿಬಿಲಿ ಮಾಡು; 2. ಕಳವಳ ಪಡಿಸು. Dis-com-pō'-sure, *n.* ಗಲಿಬಿಲಿ; 2. ಕಳವಳ, ಅಸಮಾಧಾನ.

Dis-con-cĕrt', *v. t. r.* ಕಂಗೆಡಿಸು, ನಿರರ್ಥಕ ಮಾಡು.

Dis-con-form'i-ty (-farm-), *n.* ಹೆಚ್ಚು ಕಡಿಮೆ, ಅಸಮಾನತ್ವ, ವಿಪರೀತ, ವಿರೋಧ. [ವ್ಯತ್ಯಾಸ.

Dis-cŏn-gru'i-ty, *n.* ಹೆಚ್ಚುಕಡಿಮೆ, ವಿಪರೀತ,

Dis-con-nect', *v. t. r.* ಬಿಚ್ಚು, ಉಚ್ಚು, ಸಂಬಂಧ ಮುರಿ. Dis-con-nex'iŏn, Dis-con-nec'tiŏn, *n.* ಸಂಬಂಧಹಾನಿ, ಅಸಂಯೋಗ.

Dis-con'sō-lāte, *a.* ಆದರಣೆ ಇಲ್ಲದ, ದುಃಖಾಕ್ರಾಂತ.

Dis-con-tent', *n.* ಅತೃಪ್ತಿ, ಅಸಂತುಷ್ಟಿ, ಅಸಮಾಧಾನ, ನಾಖುಷಿ. Dis-con-tent', -tent'ed, *a.* ತೃಪ್ತಿ ಇಲ್ಲದ, ಅಸಂತುಷ್ಟ, ವಿತುಷ್ಟ. Dis-con-tent'ed-ness, -tent'-ment, *n.* ಅಸಂತುಷ್ಟಿ, ಅಸಮಾಧಾನ.

Dis-con-tin'ūe, *v. t. r.* ನಿಲ್ಲಿಸು, "ಮೋಖೂಫು" ಮಾಡು, ಬಿಟ್ಟುಬಿಡು. *v. i.* ನಿಂತುಹೋಗು. Dis-con-tin'ū-ance, *n.* ತೆರಪು, ನಿಲ್ಲಿಸುವಿಕೆ, "ಮೋಖೂಫು", ಬಿಟ್ಟುಬಿಡೋಣ.

Dis'cord (-kard), *n.* ಹೆಚ್ಚುಕಡಿಮೆ, ಭೇದಬುದ್ಧಿ, ವೈಮನಸ್ಯ, ವಿರೋಧ. *v. i.* ಜಗಳವಾಡು, ಭೇದಬುದ್ಧಿ ಮಾಡು. Dis-cor'dance, -'dan-cy, *n.* ವಿರೋಧ, ಅಸಂಗತ; 2. (in music) ಅವಲಯ, ಅಪಸ್ವರ. Dis-cor'dant, *a.* ಸರಿಬೀಳದ, ಹೊಂದಿಕೆ ಇಲ್ಲದ, ಅಪಸ್ವರದ.

Dis'count, *n.* ಕಸರು, ವಟ್ಟ, ಉತ್ತಾರ. Dis-count', *v. t. r.* ವಟ್ಟಾ ತೆಗೆ, ಉತ್ತಾರ—; 2. ಹುಂಡಿಗೆ ಹಣ ಕೊಡು.

Dis-coun'te-nance, *v. t. r.* ಲಜ್ಜೆ ಪಡಿಸು, ಮುಖಭಂಗ ಮಾಡು, ಆಸ್ಪದ ಕೊಡದಿರು, ಅಧೈರ್ಯ ಪಡಿಸು. *n.* ಉಪೇಕ್ಷೆ, ವಿಮುಖತೆ.

Dis-cŏur'āġe, *v. t. r.* ಅಧೈರ್ಯ ಪಡಿಸು, ಧೈರ್ಯ ಕುಂದಿಸು; 2. ಬೇಡನ್ನು, ಅಡ್ಡಿ ಮಾಡು. *pass.* ಜರಿಜರಿತಾಗಿ ಹೋಗು. Dis-cŏur'-āġe-ment, *n.* ಅಧೈರ್ಯ, ಧೈರ್ಯಗುಂದಿಕೆ; 2. ತಡೆ, ಅಡ್ಡಿ.

Dis-cōurse' (-kōrs'), *n.* ಪ್ರಸಂಗ, ಸಂಭಾಷಣೆ, ಸಲ್ಲಾಪ, ಗೋಷ್ಟಿ, ಕಥಾಸಂಸ್ತವ. *v. t. r.* (*pr.* -kōrst) ಪ್ರಸಂಗ ಮಾಡು, ಸಂಭಾಷಣೆ ಮಾಡು.

Dis-cōurt'eŏus (-kōrt'yus), *a.* ಮರ್ಯಾದೆಗೇಡಿ. Dis-cŏur'te-sy (-kĕr'ti-), *n.* ಅಮರ್ಯಾದೆ.

Dis-cŏv'ĕr, *v. t. r.* ಮುಚ್ಚಳ ತೆಗೆ, ಬಿಚ್ಚು ತೆರೆದಿಡು, ತೋರಿಸು; 2. ಬಯಲಿಗೆ ತರು, ಹುಲುಬಿಸು; 3. ಕಂಡುಕೊಳ್ಳು, ಹುಡುಕಿ ತೆಗೆ, ಶೋಧಿಸಿ—. Dis-cŏv'ĕr-a-ble, *a.* ಕಾಣಿಸುವಂಥ, ಗೋಚರವಾಗುವಂಥ. Dis-cŏv'ĕr-ĕr, *n.* ಕಂಡುಕೊಂಡವ, ಹೊರಪಡಿಸುವವ, ನಿರೂಪಕ. Dis-cŏv'ĕr-y, *n.* ತೆರೆದಿಡುವುದು, ಹುಡುಕಿ ತೆಗೆಯೋಣ, ಕಂಡುಕೊಳ್ಳೋಣ; 2. ಕಂಡುಕೊಂಡದ್ದು, ಹುಡುಕಿ ತೆಗೆದದ್ದು.

Dis-cred'it, *v. t. r.* ನಂಬದೆ ಇರು, ವಿಶ್ವಾಸಿಸದಿರು; 2. ಮಾನಭಂಗ ಮಾಡು, ಕುಂದಿಡು. *n.* ಕುಂದು, ಅಪಮಾನ; 2. ಅಪನಂಬಿಕೆ. Dis-cred'it-a-ble, *a.* ಅಪಕೀರ್ತಿಕರ, ನಾಚಿಕೆಯ.

Dis-crēet', *a.* ವಿವೇಕವುಳ್ಳ, ಬುದ್ಧಿಯುಳ್ಳ, ಹಿಂದುಮುಂದು ನೋಡಿ ಮಾಡುವಂಥ, Dis-crēet'ness, *n. see* Discretion.

Dis-crep'ance, -crep'an-cy, *n.* ಹೆಚ್ಚು ಕಡಿಮೆ, ವ್ಯತ್ಯಾಸ, "ತಫಾವತು". Dis-crep'-ant, *a.* ಹೆಚ್ಚುಕಡಿಮೆಯಾದ, ಭೇದವಾದ, "ತಫಾವತಿನ".

Dis'crēte, *a.* ಭಿನ್ನಭಿನ್ನ; 2. ಭಾವಿತ, ಗೂಢ. Dis-cre'tiŏn (-kresh'un), *n.* ವಿವೇಕ, ಬುದ್ಧಿ, ಸ್ವತಂತ್ರ, "ಖುಷಿ"; reach the years of d. ಬುದ್ಧಿಬಲ್ಲವನಾಗು, ಪ್ರಾಯಸಮರ್ಥನಾಗು. Dis-cre'tiŏn-ar-y (-kresh'un-ĕr-), *a.* ತನಗೆ ತಿಳಿದಂತೆ ನಡಕೊಳ್ಳುವಂಥ, ಸ್ವೇಚ್ಛೆಯ, ಕಟ್ಟಿಲ್ಲದ.

Dis-crim'i-nāte, *v. t. r.* ವಿಂಗಡಿಸು, ವಿಶೇಷಿಸು, ಭೇದ ತಿಳುಕೊಳ್ಳು. Dis-crim'i-nā'-tiŏn, *n.* ವಿವೇಕ, ಭೇದ ತಿಳುಕೊಳ್ಳುವುದು, ವಿಶೇಷಿಸೋಣ. Dis-crim'i-nā-tive, *a.* ವಿಶೇಷಿಸುವಂಥ, ವಿವೇಕವುಳ್ಳ.

Dis-crown', *v. t. r.* ಪಟ್ಟದಿಂದ ತಳ್ಳು, ಛತ್ರಭಂಗ ಪಡಿಸು.

Dis-cum'bĕr, *v. t. r., see* Disencumber.

Dis-cur'siŏn (-kĕr-), *n.* ವಿಸ್ತಾರವಾಗಿ ಹೇಳುವುದು, ವಾದ, ಬಿಡಿ ಮಾತು. Dis-cur'sive, *a.* ವಿಸ್ತಾರವಾದ. Dis-cur'sŏr-y, *a.* ವಾದದ, ವಾದಾತ್ಮಕ.

Dis'cus, *n.* ಚಕ್ರಾಯುಧ.

Dis-cuss', *v. t. & i. r.* (*pr.* -kust') ....ರ ವಿಷಯ ಮಾತಾಡು, ವಿಮರ್ಶಿಸು, ತರ್ಕಿಸು. Dis-cus'siŏn (-kush'un), *n.* ವಿಮರ್ಶೆ, ತರ್ಕ.

Dis-dāin', *v. t. r.* ಜರಿದುಬಿಡು, ತುಚ್ಛವೆಂದೆಣಿಸು, ತಿರಸ್ಕರಿಸು, ಅಸಡ್ಡೆ ಮಾಡು. *n.* ಅಸಡ್ಡೆ, ಧಿಕ್ಕಾರ.

Dis-dāin'fụl, *a.* ಅಸಡ್ಡೆ ಮಾಡುವ, ತುಚ್ಛೀಕರಿಸುವ.

Dis-ēaṣe' (-ēz'), *n.* ರೋಗ, ವ್ಯಾಧಿ, ವಿಕಾರ. Dis-ēaṣed' (-ēzd'), *a.* ರೋಗವುಳ್ಳ, ರೋಗಗ್ರಸ್ತ.

Dis-em-bärk', *v. i. r.* (*pr.* -bärkt) ಹಡಗದಿಂದ ಇಳಿ. *v. t.* ಹಡಗದಿಂದ ಇಳಿಸು. Dis-em-bär-kā'tiȯn, *n.* ಹಡಗದಿಂದ ಇಳಿಯೋಣ; 2. ಹಡಗದಿಂದ ಇಳಿಸೋಣ.

Dis-embar'rass, *v. t. r.* ಸಿಕ್ಕು ಪರಿಹರಿಸು.

Dis-em-bod'y, *v. t. r.* (-bod'ied) ಶರೀರದಿಂದ ಬಿಡುಗಡೆ ಮಾಡು, ವಿದೇಹಿ ಮಾಡು; 2. "ಪಟ್ಟಾಳ" ದಿಂದ "ಬರತರಫು" ಮಾಡು.

Dis-em-bōgue' (-bōg'), *v. t. & i. r.* (ನೀರನ್ನು) ಸಮುದ್ರಕ್ಕೆ ಬಿಡು, —ಕೂಡು, ಕಾರು.

Dis-em-bow'el, *v. t. r.* ಕರುಳು ತೆಗೆ.

Dis-em-broil', *v.t.r.* (ಗಲಿಬಿಲಿಯಿಂದ) ಬಿಡಿಸು.

Dis-en-chant', *v.t.r.* ಮಂತ್ರ ಉತಾರುಮಾಡು, ಮಂತ್ರ ತಡೆ. Dis-en-chant'ment, *n.* ಮಂತ್ರ ಉತಾರು ಮಾಡೋಣ.

Dis-en-cum'bĕr, *v. t. r.* ಹಗುರ ಮಾಡು, ಅಭ್ಯಂತರ ಪರಿಹರಿಸು, ತೊಂದರೆ ಬಿಡಿಸು. Dis-en-cum'brance, *n.* ಸಂಕಟನಿವಾರಣೆ, ನಿಶ್ಚಿಂತೆ. [ಹರಿಸು.

Dis-en-dow', *v. t. r.* ಉಂಬಳಿಮಾನ್ಯ ಅಪ

Dis-eṅ-gāġe', *v. t. r.* ಬಿಡಿಸು, ಬಿಡು; d. one's self ಕೊಸರಿಕೊಳ್ಳು. Dis-eṅ-gāġed' (-gājd'), *p. a.* ಸಾವಕಾಶವುಳ್ಳ, ಕೆಲಸವಿಲ್ಲದಿರುವ. ನಿರ್ಬಂಧನೆಯಿಲ್ಲದ. Dis-eṅ-gāġe'ment, *n.* ಬಿಡುಗಡೆ, ಸಾವಕಾಶ.

Dis-en-taṅ'gle, *v. t. r.* ಬಿಡಿಸು, ತೊಡಕು ಬಿಡಿಸು; d. one's self ಕೊಸರಿಕೊಳ್ಳು.

Dis-en-thrạl', *v. t. r.* ದಾಸತ್ವದಿಂದ ಬಿಡಿಸು.

Dis-en-tōmb', *v. t. r.* ಸಮಾಧಿಸ್ಥಳದಿಂದ (ಹೂತಸ್ಥಳದಿಂದ) ದೇಹವನ್ನು ಹೊರತೆಗೆಯು.

Dis-es-tēem', *n.* ಅಲಕ್ಷ್ಯ, ಅಪಮಾನ. *v. t. r.* ಅಲಕ್ಷ್ಯ ಮಾಡು, ಅಪಮಾನ ಮಾಡು.

Dis-fā'vȯur, *n.* ನಿಗ್ರಹ, ನಿರ್ದಯ, ಸಿಟ್ಟು.

Dis-fig'ūre, *v. t. r.* ಕುರೂಪ ಮಾಡು. Dis-fig-ū-rā'tiȯn, *n.* ಕುರೂಪ ಮಾಡುವುದು, ರೂಪ ಕೆಡಿಸೋಣ.

Dis-fran'chīṣe, *v. t. r.* ಅಧಿಕಾರ ತೆಗೆದುಹಾಕು, ಅಬಾಧ್ಯ ಮಾಡು, ಬಾಧಿಸು, ಸನದು ಕಸಕೊಳ್ಳು.

Dis-gorġe', *v. t. & i. r.* ಕಕ್ಕು, ಕಾರು, ವಾಂತಿ ಮಾಡು; 2. ಹಿಂದೆ ಕೊಡು, "ವಾಪಸು" —.

Dis-grāce', *n.* ಅಪಮಾನ, ಮಾನಭಂಗ, ಲಾಘವ, ಹೀನಾಯ. *v. t. r.* (*pr.*-grāst') ಅಪಮಾನ ಮಾಡು, ಭಂಗ ಪಡಿಸು, "ಅಬ್ರು" ತೆಗೆ. Dis-grāce'fụl, *a.* ನಾಚಿಕೆಯ, ಅಪಮಾನದ, ನಿಂದ್ಯ.

Dis-guīṣe' (-gīz'), *n.* ಸೋಗು, ವೇಷ, ಮಾರುವೇಷ. *v. t. r.* ವೇಷ ಹಾಕಿಕೊಳ್ಳು, ರೂಪ ಬದಲಿಸು, ಕಪಟರೂಪ ತಕ್ಕೊಳ್ಳು.

Dis-gust', *n.* ಬೇಸರ, ಹೇಸಿಕೆ, ಅಸಹ್ಯ; to express d. ಥೂಯೆನ್ನು. *v. t. r.* ಅಸಹ್ಯಪಡಿಸು, ಬೇಸರಗೊಳಿಸು. Dis-gust'fụl, Dis-gust'iṅg, *a.* ಬೇಸರದ, ಅಸಹ್ಯಕರ; a disgusting man ರೋಸುಬುಡಿಕ, ಹೇಸಿ.

Dish, *n.* ತಬಕು, ಹರಿವಾಣ, ಪರಾತ; 2. ಪರಾತದಲ್ಲಿ ಬಡಿಸಿದ ಅನ್ನ, ಅಡಿಗೆ, ಎಡೆ; wooden d. ಬಟ್ಟಲು; wooden d. with a handle ಕೈಬಟ್ಟಲು. *v. t. & i. r.* ಪರಾತದಲ್ಲಿ ಬಡಿಸು, (*fig.*); d. up ಆಕರ್ಷಕವಾಗಿ ಯುಕ್ತಿವಾದ ಮಾಡು, ಎದುರುಪಕ್ಷ ಸೋಲಿಸು.

Dis'ha-bille (dis'a-bēl), *n.* ಬರಿಮೈ, ಮೇಲಣ ಉಡಿಕೆ ತೆಗೆದದ್ದು.

Dis-här'mo-ny, *n.* ಅಪಸ್ವರ, ಅವಲಯ; 2. ಅಸಮ್ಮತಿ, ವೈಮನಸ್ಯ. Dis-här-mō'ni-ȯus, *a.* ಅಪಸ್ವರವುಳ್ಳ

Dis-heärt'en (-härt'en), *v. t. r.* ಎದೆಗುಂದಿಸು, ಎದೆ ಒಡಿಸು.

Di-shev'el, *v. t. r.* ತಲೆ ಕೂದಲು ಕೆದರು. Di-shev'elled (-eld), *a.* ಕೆದರಿದ ಕೂದಲುಳ್ಳ, ಬಿದುದಲೆಯ.

Dis-hon'est (-on'est), *a.* ಕಳ್ಳಬುದ್ಧಿಯುಳ್ಳ, ನಂಬಿಕೆಯಿಲ್ಲದ, ಅಪ್ರಮಾಣಿಕ, "ತಗಲುಬೋರ". Dis-hon'es-ty (-on'es-), *n.* "ತಗಲು"ಗುಣ, ಅಪ್ರಮಾಣಿಕತೆ.

Dis-hon'ȯur (-on'ĕr), *n.* ಅಪಮಾನ, ಅಪ್ರತಿಷ್ಠೆ, ಕುಂದು. *v. t. r.* ಅಪಮಾನ ಮಾಡು, ಕಳಂಕ ಹಚ್ಚು, ಕುಂದು ತರು. Dis-hon'ȯur-a-ble (-on'ĕr-), *a.* ಅಪಮಾನವಾದ, ಅಪವಾದಕ್ಕೆ ತಕ್ಕ, ಅಪಕೀರ್ತ್ಯ. -a-bly, *ad.* ಮಾನಹೀನವಾಗಿ, ಅಯೋಗ್ಯವಾಗಿ.

Dis-il-lū'ṣiȯn, *v. t. r.* ನಿರ್ಮಾಯೆ ಪಡಿಸು.

Dis-in-clīne', *v. t. r.* ಮನಸ್ಸು ಒಡಿ, ಬೇಸರಗೊಳಿಸು. Dis-in-cli-nā'tiȯn, *n.* ಬೇಸರ, ಉಪೇಕ್ಷೆ, ವೈಮನಸ್ಯ.

Dis-in-fect', *v. t. r.* ರೋಗದ ಸುಂಕು (ಸೋಕು) ಹೋಗಲಾಡಿಸು.

Dis-in-ġe-nū'i-ty, Dis-in-ġen'ū-ȯus-ness,

n. ಠಕ್ಕು, ಕಪಟ, ವಂಚನೆ. **Dis-in-ġen'ū-ŏus,** *a.* ಠಕ್ಕುಳ್ಳ, ಕಪಟವಾದ, ಅಧಮ, ನೀಚ.

Dis-in-her'it, *v. t. r.* ಬಾಧ್ಯತೆ ತಪ್ಪಿಸು, ಹಕ್ಕಿನಿಂದ ತೆಗೆದುಹಾಕು, ಅಬಾಧ್ಯ ಮಾಡು.

Dis-in'te-grāte, *v. t. & i. r.* ಭಾಗ ವಿಭಾಗಗಳಾಗಿ ವಿಂಗಡಿಸು.

Dis-in-tĕr', *v. t. r.* (-tĕrred') ಸಮಾಧಿಯಿಂದ ತೆಗೆ, ತೋಡಿ ತೆಗೆ, ಬೈಲಿಗೆ ತರು. **Dis-in-tĕr'ment,** *n.* ಹೂಳಿದ ಹೆಣವನ್ನು ತೋಡಿ ಎತ್ತೋಣ.

Dis-in'tĕr-es-ted, *a.* ಸ್ವಾರ್ಥವಿಲ್ಲದ, ನಿರ್ಲೋಭಿ, ಅಸ್ವಾರ್ಥಬುದ್ಧಿಯುಳ್ಳ. **Dis-in'tĕr-est-ed-ness,** *n.* ಅಸ್ವಾರ್ಥ.

Dis-in-thrąl, *v. t. r. see* Disenthral.

Disjecta membra ಚೂರುಗಳು ಹರಡಿಬಿದ್ದ ದೇಹ ಭಾಗಗಳು.

Dis-join', *v. t. r.* ಅಗಲಿಸು, ಬಿಚ್ಚು, ಉಚ್ಚು, ವಿಯೋಗ ಮಾಡು.

Dis-joint', *v. t. r.* ಕೀಲು ತಪ್ಪಿಸು, ಉಳುಕಿಸು, ಬಿಚ್ಚು. **Dis-joint'ed,** *a.* ಅಗಲಿಸಿದ, ಕೀಲು ತಪ್ಪಿದ, ಬಿಚ್ಚಿದ.

Dis-junct', *a.* ಬಿಚ್ಚಿದ, ವಿಯುಕ್ತ. **Dis-junc'-tiŏn,** *n.* ಬಿಚ್ಚೋಣ, ಅಗಲಿಸುವಿಕೆ, ವಿಯೋಗ. **Dis-junc'tive,** *a.* ಅಗಲಿಸುವ, ಭೇದಕ; 2. *(gram.)* ಇದಿರಿಸುವಂಥ. *n.* ವಿಕಲ್ಪಕಾವ್ಯಯ.

Disk, *n.* ಬಿಂಬ, ಮಂಡಲ; 2. ಚಕ್ರಾಯುಧ.

Dis-līke', *n.* ಅಪ್ರೀತಿ, ಅರುಚಿ, ನಿಗ್ರಹ, ದ್ವೇಷ. *v. t. r.* (*pr.* -līkt') ಅಸಹ್ಯಿಸು, ದ್ವೇಷ ಮಾಡು; I d. him ಅವನು ನನಗೆ ಆಗುವುದಿಲ್ಲ.

Dis'lō-cāte, *v. t. r.* ಕೀಲು ತಪ್ಪಿಸು, ಸ್ಥಳ ತಪ್ಪಿಸು. **Dis-lō-cā'tiŏn,** *n.* ಕೀಲು ತಪ್ಪಿಸೋಣ.

Dis-lodġe' (-loj'), *v. t. r.* ಸರಿಸು, ನೂಕಿಸು, ಆಶ್ರಯಸ್ಥಳದಿಂದ ಓಡಿಸು.

Dis-loy'al, *a.* ರಾಜದ್ರೋಹಿಯಾದ, ರಾಜಭಕ್ತಿ ಇಲ್ಲದ, "ನಿಮ್ಮಕ್ಹರಾಮ"; a d. woman ಅಸತಿ, ಕಾಲಾಟದವಳು. **Dis-loy'al-ty,** *n.* ರಾಜದ್ರೋಹ, ರಾಜಭಕ್ತಿಹೀನತೆ.

Diṣ'mal, *a.* ಕತ್ತಲಾದ; 2. ದುಃಖಕರ, ಅಘೋರ, ಭಯಂಕರ.

Dis-man'tle, *v. t. r.* ವಸ್ತ್ರ ತೆಗೆ; 2. ಹಾಳು ಮಾಡು, ಬಿಚ್ಚು, ಭಿನ್ನಮಾಡು.

Dis-mast', *v. t. r.* ಹಡಗದ ಕಂಬ ಮುರಿದು [ಹಾಕು.

Dis-māy' (-mā'), *n.* ದಿಗಿಲು, ದಿಂಗು, ಗಾಬರಿ, ಭಯ. *v. t. r.* ಹೆದರಿಸು, ಭಯಪಡಿಸು, ಅಂಜಿಸು.

Dis-mem'bĕr, *v. t. r.* ಭಿನ್ನ ಮಾಡು, ಛಿನ್ನಾಭಿನ್ನ ಮಾಡು. **Dis-mem'bĕr-ment,** *n.* ತುಂಡುತುಂಡು ಮಾಡೋಣ.

Dis-miss', *v. t. r.* (*pr.* -mist') ಬಿಡು, ಕಳುಹಿಸಿಬಿಡು, ಅಪ್ಪಣೆಕೊಡು; 2. (a petition, *etc.*) ತಳ್ಳಿಬಿಡು, "ಬರತರಫ್" ಮಾಡು; 3. (an assembly) ಮುರಿ. **Dis-mis'sal, Dis-mis'siŏn,** *n.* ತಳ್ಳುವಡಿ, ಕಳುಹಿಸಿಬಿಡುವಿಕೆ, "ಬರತರಫ್".

Dis-mount', *v. t. r.* ತಳ್ಳಿಬಿಡು, ಕುದುರೆಯಿಂದ ದೊಬ್ಬಿಹಾಕು; 2. (cannon) ಫಿರಂಗಿಯನ್ನು ಗಾಡಿಯಿಂದ ಕೆಳಗೆ ಹಾಕು. *v. i. r.* ಇಳಿ, ಕುದುರೆಯಿಂದಿಳಿ.

Dis-ō-bē'di-ence, *n.* ಮೀರಿ ನಡೆಯುವುದು, ಅವಿಧೇಯತ್ವ. **Dis-ō-bē'di-ent,** *a.* ಮಾತು ಕೇಳದ, ಒಟ್ಟೆ, ಅವಿಧೇಯ, ಅಪ್ಪಣೆ ಮೀರುವ, ದುರ್ವಿನೀತ. **Dis-ō-bey'** (-bā'), *v. t. r.* ಅಪ್ಪಣೆ ಮೀರು, ಅವಿಧೇಯನಾಗಿರು.

Dis-ō-blīġe', *v. t. r.* ಅಪಕಾರ ಮಾಡು, ನಿರ್ದಯ ಮಾಡು, ದಾಕ್ಷಿಣ್ಯ ಮಾಡದಿರು. **Dis-ō-blī'ġiṅg,** *a.* ದಯೆ ಇಲ್ಲದ, ದಾಕ್ಷಿಣ್ಯವಿಲ್ಲದ; a d. person ಅಪಕಾರಿ, ಮಂದಿ ಬೇಕಾಗದವ.

Dis-or'dĕr, *n.* ತಾರುಮಾರು, ಗಲಿಬಿಲಿ, ಅಕ್ರಮ; 2. ರೋಗ. *v. t. r.* ತಾರುಮಾರು ಮಾಡು; 2. ರೋಗ ಹುಟ್ಟಿಸು; 3. ಬುದ್ಧಿಭ್ರಾಂತ ಮಾಡು. **Dis-or'dĕr-ly,** *a.* ಅಕ್ರಮವಾದ, ಅಸ್ತವ್ಯಸ್ತ, ಎತ್ತಾರಪತ್ತಾರ ಇರುವ, ಪುಂಡತನದ.

Dis-or'gan-īṣe, *v. t. r.* ಕ್ರಮ ಕೆಡಿಸು, ಹೊಂದಿಕೆ ತಪ್ಪಿಸು, ತಾರುಮಾರು ಮಾಡು. **Dis-or-gan-i-ṣā'tiŏn,** *n.* ತಾರುಮಾರು, ಕ್ರಮಭಂಗ.

Dis-ōwn' (-ōn'), *v. t. r.* ತನ್ನದಲ್ಲವೆನ್ನು.

Dis-par'āġe, *v. t. r.* ತುಚ್ಛ ಮಾಡು, ಹೀನಯಿಸು, ಜರೆ, ತಿರಸ್ಕರಿಸು, ಹೀನಾಯ ಮಾಡು. **Dis-par'āġe-ment,** *n.* ಕುಂದು, ಅಪಮಾನ, ಮಾನಹಾನಿ, ತಿರಸ್ಕಾರ, ಹೀನಾಯ. **Dis-par'ā-ġiṅg-ly,** *ad.* ತಿರಸ್ಕರಿಸುತ್ತ, ತುಚ್ಛಮಾಡುತ್ತ.

Dis-par'i-ty, *n.* ಹೆಚ್ಚುಕಡಿಮೆ, ಅಸಮಾನತೆ, ತಾರತಮ್ಯ, "ಫರಕು".

Dis-pas'siŏn-āte, *a.* ನಿಧಾನ, ವೀತರಾಗ, ರಾಗದ್ವೇಷವಿಲ್ಲದ, ಶಾಂತವಾದ.

Dis-patch', *v. t. r. see* Despatch.

Dis-pel', *v. t. r.* (-pelled', *pr.* -peld') ಚದರಿಸು, ಓಡಿಸು, ದೂರ ಮಾಡು, ಪರಿಹರಿಸು.

Dis-pen'sar-y,. *n.* ಔಷಧಶಾಲೆ, "ಆಸ್ಪತ್ರಿ", "ದವಾಖಾನೆ".

Dis-pense', *v. t. r.* (*pr.* -penst') ಹಂಚಿ ಕೊಡು, ವಿಭಾಗಿಸು; 2. (a law) ನಡಿಸು. *v. i.* d. with ಬಿಡು. Dis-pen-sā'tiǒn, *n.* ಹಂಚಿಕೆ; 2. ದೇವರು ಮನುಷ್ಯರಿಗೆ ಹಂಚಿದ ಸುಖದುಃಖಗಳು, ಈಶ್ವರಾಜ್ಞೆ; 3. "ಮಾಫು", ಕ್ಷಮೆ. Dis-pen'sěr, *n.* ಹಂಚಿಕೊಡುವವ.

Dis-pēo'ple (-pē'pl), *v. t. r.* ನಿರ್ಜನ ಮಾಡು, ಜನವಳಿಸು *e. g.*

Dis-pěrse', *v. t. r.* (*pr.* -pěrst') ಚದರಿಸು. *v. i.* ಚದರಿಹೋಗು. Dis-pěr'siǒn, *n.* ಚದರಿಸುವಿಕೆ, ಚದರಿಕೆ; 2. (of the rays of light) ಪೃಥಕ್ಕರಣ.

Di-spir'it, *v. t. r.* ಮನಗುಂದಿಸು, ಅಧೈರ್ಯ ಪಡಿಸು.

Dis-plāce', *v. t. r.* (*pr.* -plāst') ಸ್ಥಳ ತಪ್ಪಿಸು, ಸ್ಥಳದಿಂದ ತೆಗೆದುಹಾಕು, ನೂಕಿಸು; 2. ಅಧಿಕಾರ ತಪ್ಪಿಸು. Dis-plāce'ment, *n.* ಸ್ಥಳದಿಂದ ತೆಗೆದುಹಾಕೋಣ, 2. ಅನ್ಯ ವಸ್ತು ತಂದಿಡೋಣ, ಸ್ಥಾನಾಂತರ.

Dis-plāy' (-plā'), *v. t. r.* ತೋರಿಸು; 2. ಡಂಬ ತೋರಿಸು. *n.* ತೋರಿಸುವಿಕೆ; 2. ಡಂಬ, ಸೋಗು, ಸಡಗರ.

Dis-plēase' (-plēz'), *v. t. r.* ಅಸಂತೋಷ ಪಡಿಸು, ಸಿಟ್ಟಿಗೆಬ್ಬಿಸು. ಬೇಸರ ಪಡಿಸು. Dis-pleas'ure (-plezh'ur), *n.* ಕಂಗಾಲು, ಸಿಟ್ಟು, "ನಾಖುಷಿ", ಕಿನಿಸು.

Dis-pōrt', *v. i. r.* ಆಡು, ವಿನೋದಿಸು, ಅಡ್ಡಿ ಯಿಲ್ಲದೆ ಬೆಳೆ. *n.* ಆಟ; 2. "ತಮಾಷೆ".

Dis-pōse', *v. t. r.* ಹಂಚು; 2. ಕ್ರಮವಾಗಿಡು, ಏರ್ಪಡಿಸು; 3. ಹಚ್ಚು; 4. ಮನಸ್ಸು ಒಲಿಸು; 5. ಪ್ರೇರೇಪಿಸು; d. of ಖರ್ಚು ಮಾಡು, ಮಾರಿ ಬಿಡು, ಕೊಟ್ಟುಬಿಡು, ಗೊತ್ತಿಗೆ ತರು; to be disposed ಮನಸ್ಸಾಗಿರು. Dis-pō'sal, *n.* ಸರಿಯಾಗೋಣ, ಕೊಡೋಣ, "ಮಾರಿಫತ್ತು"; at my d., in my d. ನನ್ನ ವಶದಲ್ಲಿ. Dis-pō'sěr, *n.* ಕೊಡುವವ, ದಾತ; 2. ನಡಿಸು ವವ. Dis-pō-si'tiǒn (-zish'un), *n.* ರಚನೆ, ಕ್ರಮ, ಸೇನಾವ್ಯೂಹರಚನೆ; 2. ಮನಸ್ಸು, ಗುಣ, ಭಾವ. Dis-pō'sure, *n.* *see* Disposal.

Dis-pōs-sess' (-zes'), *v. t. r.* (*pr.* -zest') ಸ್ವಾಧೀನ ತಪ್ಪಿಸು, ಅಬಾಧ್ಯ ಮಾಡು, ಹೊರಗೆ ಹಾಕು.

Dis-prāise', *n.* ನಿಂದೆ, ದೂರಾಟ, ಕುಂದು, ಅಪ ವಾದ. *v. t. r.* ನಿಂದಿಸು.

Dis-proof', *n.* ಅಪ್ರಮಾಣ, ಖಂಡನೆ.

Dis-pro-pōr'tiǒn, *n.* ಹೆಚ್ಚುಕಡಿಮೆ, ವ್ಯತ್ಯಾಸ, ಹೊಂದಿಕೆಯಿಲ್ಲದಿರುವಿಕೆ. Dis-pro-pōr'tiǒn-al, -pro-pōr'tiǒn-āte, *a.* ಹೆಚ್ಚು ಕಡಿಮೆಯಾದ, ಸರಿ ಬೀಳದ.

Dis-prōve', *v. t. r.* ತಪ್ಪೆಂದು ತೋರಿಸು, ಖಂಡಿಸು, "ಬೇರುಜು" ಮಾಡು.

Dis-pūte', *v. t. r.* ತರ್ಕಿಸು, ವಾದಿಸು. *n.* ತಂಟೆ, ವಿವಾದ, ವಾಗ್ವಾದ, ವ್ಯಾಜ್ಯ; beyond d. ನಿರಾಕ್ಷೇಪವಾಗಿ. Dis'pū-ta-ble, *a.* ವಿವಾದಾಸ್ಪದವಾದ, ಅನುಮಾನವುಳ್ಳ. Dis'pū-tant, *n.* ವಾದಿಸುವವ, ತರ್ಕಿಸುವವ. Dis-pū-tā'tiǒn, *n.* ತರ್ಕ, ವಾದ. Dis-pū-tā'tiǒus, *a.* ವಾದೇಚ್ಛೆಯುಳ್ಳ, ವಾದವಾಡುವ. Dis-pū'těr, *n.* ತರ್ಕಿ, ವಾಗ್ವಾದಿ, ತಾರ್ಕಿಕನು.

Dis-qual'i-fȳ, *v. t. r.* (-fīed) ಅಯೋಗ್ಯ ಮಾಡು, ಅನರ್ಹ ಮಾಡು. Dis-qual-i-fi-cā'tiǒn, *n.* ಅಯೋಗ್ಯತೆ, ಅನರ್ಹತೆ.

Dis-quī'et, *v. t. r.* ಕಾಡು, ಕಳವಳಗೊಳಿಸು, ವ್ಯಾಕುಲಗೊಳಿಸು. Dis-quī'et, Dis-quī'e-tūde, *n.* ಅಸಮಾಧಾನ, ಅಶಾಂತಿ, ಮನಸ್ತಾಪ.

Dis-qui-si'tiǒn, *n.* ವಿಚಾರ, ಪರೀಕ್ಷೆ; 2. ಪ್ರಬಂಧ, ಪ್ರಸಂಗ.

Dis-re-gärd', *n.* ಅಲಕ್ಷ್ಯ, ಅನಾದರ, ಅಸಡ್ಡೆ. *v. t. r.* ಅಲಕ್ಷ್ಯ ಮಾಡು, ಉಪೇಕ್ಷೆ ಮಾಡು. Dis-re-gärd'ful, *a.* ಅಲಕ್ಷ್ಯ ಮಾಡುವ, ಉಪೇಕ್ಷಿಸುವ, ದಾಕ್ಷಿಣ್ಯಗೇಡಿ.

Dis-rel'ish, *n.* ಅರುಚಿ. *v. t. r.* (*pr.* -isht) ಅರೋಚಕ ಮಾಡು; I d. this ಇದು ನನಗೆ ರುಚಿ ಹತ್ತುವುದಿಲ್ಲ.

Dis-re-pāir', *n.* ಹರಕುಮುರುಕು, ಕಗ್ಗಳ.

Dis-re-pūte', *n.* ಅಪಕೀರ್ತಿ, "ಬೇಅಬರು". Dis-rep'ū-ta-ble, *a.* ಹೆಸರು ಕೆಟ್ಟ; ಹಲಕ, ಮಾನಹಾನಿಕರ, ಛೀಮಾರಿ.

Dis-re-spect', *n.* ಅವಮಾನ, ಅಮರ್ಯಾದೆ. *v. t. r.* ಅನಾದರಣೆ ಮಾಡು, ತಾತ್ಸಾರ ಮಾಡು. Dis-re-spect'ful, *a.* ಮರ್ಯಾದೆ ಇಲ್ಲದ, ಅಪಮಾನದ, "ಬೇಅದಬಿನ", ಮಾನವರ್ಜಿತ.

Dis-rōbe', *v. t. r.* ಅರಿವೆ ತೆಗೆ, ನಗ್ನ ಮಾಡು.

Dis-root', *v. t. r.* ಬೇರುಸಮೇತ ಕೀಳು.

Dis-rupt', *v. t. r.* ಚೂರುಚೂರಾಗಿ ಒಡೆಯು. Dis-rup'tiǒn, *n.* ಒಡಕು, ಸೀಳಿಕೆ; 2. ಧಕ್ಕಿ, ಭಂಗ.

Dis-sat-is-fac'tiǒn, *n.* ಬೇಸರ, ಅಸಂತೃಪ್ತಿ, ಅಸಮಾಧಾನ, ನಾಖುಷಿ. Dis-sat-is-fac'-

---

tŏr-y, *a.* ಸೇರದಂಥಾ, ಅಸಮಾಧಾನವಾದ. Dis-sat'is-fȳ, *v. t. r.* (-fīed) ಅಸಂತುಷ್ಟ ಮಾಡು, ನೋಯಿಸು.

Dis-sect', *v. t. r.* ತುಂಡುತುಂಡಾಗಿ ಕೊಯ್ಯು; 2. ಪರೀಕ್ಷೆಗೋಸ್ಕರ ಕೊಯಿದು ನೋಡು. Dis-sec'tiŏn, *n.* ಅಂಗಾಂಗವಾಗಿ ಕೊಯ್ಯುವುದು, ಶರೀರ ಕೊಯಿದು ನೋಡುವುದು; 2. ಸೂಕ್ಷ್ಮ ಪರೀಕ್ಷೆ. Dis-sec'tŏr, *n.* ಶರೀರವನ್ನು ಕೊಯಿದು ಪರಿಶೋಧಿಸುವವ.

Dis-sem'ble, *v. t. & i. r.* ಕಪಟ ಮಾಡು, ಕಪಟದಿಂದ ಮರೆ ಮಾಡು, ಠಕ್ಕು ಮಾಡು, ವಂಚಿಸು. Dis-sem'blĕr, *n.* ಠಕ್ಕ, ಕಪಟಿ, ವೇಷಧಾರಿ.

Dis-sem'i-nāte, *v. t. r.* ಬಿತ್ತು, ಪಸರಿಸು, ಹರಡಿಹಾಕು, ಹರವು. Dis-sem-i-nā'tiŏn, *n.* ಹರಡಿಹಾಕೋಣ, ಹರವಿಕೆ.

Dis-sent', *v. t. r.* ಒಪ್ಪದಿರು, ಸಮ್ಮತಿಸದೆ ಇರು; 2. ರಾಜಸ್ಥಾಪಿತ ಮತಕ್ಕೆ ಒಪ್ಪದಿರು. *n.* ಅಸಮ್ಮತಿ, ಭೇದಬುದ್ಧಿ; 2. ಮತಭೇದ. Dis-sen'tĕr, *n.* ಒಪ್ಪದವ; 2. ವಿಮತಸ್ಥ, ಅಸಮ್ಮತಕ, ಭಿನ್ನಮತಾವಲಂಬಿ. Dis-sen'siŏn, *n.* ಭೇದಬುದ್ಧಿ, ಛಿದ್ರ, ಜಗಳ, ಕಲಹ, ಅಂತಃಕಲಹ. Dis-sen'ti-ent (-shi-, -shnt), *a.* ಸಮ್ಮತಿಸದ. *n.* ಸಮ್ಮತಿಸದವ, ಒಪ್ಪದವ.

Dis-sep'i-ment, *n. (bot.)* ಭಿತ್ತಿ.

Dis-sĕr-tā'tiŏn, *n.* ತರ್ಕ, ವಿವರಣೆ; 2. ಟೀಕೆ; 3. ಪ್ರಬಂಧ.

Dis-sĕrve', *v. t. r.* ನಷ್ಟಪಡಿಸು; 2. ಅಪಕಾರ ಮಾಡು. Dis-sĕr'vice, *n.* ಅಪಕಾರ.

Dis-sev'ĕr, *v. t. r.* ಎರಡಾಗಿ ವಿಭಾಗಿಸು, ಅಗಲಿಸು, ಹೋಳು ಮಾಡು.

Dis-sim'i-lar (-ler), *a.* ಸರಿಯಲ್ಲದ, ಅಸಮಾನ, ಒಪ್ಪದ. Dis-sim-i-lar'i-ty, Dis-si-mil'i-tūde, *n.* ಹೆಚ್ಚುಕಡಿಮೆ, ಅಸಮಾನತ್ವ, ಭೇದ.

Dis-sim-ū-lā'tiŏn, *n.* ಕಪಟ, ಠಕ್ಕು, ಒಳಗೊಂದು ಹೊರಗೊಂದು.

Dis'si-pāte, *v. t. r.* ಚದರಿಸು, ಚಲ್ಲು; 2. ಹೋಗಲಾಡಿಸು, ಕಳೆದುಬಿಡು; 3. ಧಾಮಧೂಮ ಖರ್ಚು ಮಾಡು. *pass.* ಹೋಗಲಾಡು. *v. i.* ಚದರು, ದುಂದುತನ ಮಾಡು. Dis'si-pā-ted, *a.* ಹೋಗಲಾಡಿಸಿದ, ಕಾಕಭಾಜನವಾದ; 2. ದುಂದು, ದುರ್ವ್ಯಸನಿ, ಪೋಕರಿ, ವಿಷಯಲಂಪಟ, ಪಟಿಂಗ. Dis-si-pā'tiŏn, *n.* ಹೋಗಲಾಡಿಸೋಣ, ಚದರಿಕೆ; 2. ಪೋಕರಿತನ, ದುರಾಚಾರ, ದುಂದುತನ, ಪಟಿಂಗತನ.

Dis-sō'cial, *a.* ಸ್ನೇಹವಿಲ್ಲದ, ಸ್ವಾರ್ಥದ, ಮಂದಿಬೇಡಾದ.

Dis-sō'ci-āte, *v. t. r.* ಅಗಲಿಸು, ಪ್ರತ್ಯೇಕಿಸು. Dis-sō-ci-ā'tiŏn, *n.* ಅಗಲಿಸುವಿಕೆ, ವಿಯೋಗ, ಭೇದ.

Dis'sol-ū-ble, *a.* ಕರಗುವಂಥ, ದ್ರವಿಸುವ; 2. ಅಗಲುವಂಥ.

Dis'sō-lūte, *a.* ಪಟಿಂಗ, ಪೋಕರಿಯಾದ, ವ್ಯಸನಿ, "ಲುಚ್ಚ". Dis'sō-lūte-ly, *ad.* ಕಾಮಾತುರವಾಗಿ, ಪಟಿಂಗತನದಿಂದ. Dis'sō-lūte-ness, *n.* ಪಟಿಂಗತನ, ಪೋಕರಿತನ, "ಲುಚ್ಚತನ".

Dis-sō-lū'tiŏn, *n.* ಕರಗುವಿಕೆ; 2. ಮರಣ, ನಾಶ; 3. ಸಭೆ ಮುರಿಯೋಣ; d. of partnership "ಪಾರಿಖತ್ತು"; d. of marriage "ಪಾರಿಖತ್ತು", ಸ್ತ್ರೀಪರಿತ್ಯಾಗ.

Dis-solve', *v. t. r.* ಕರಗಿಸು; 2. ಮುರಿ. Dis-sol'vent, *n.* ಕರಗಿಸುವಂಥಾ ಜಿನಸು, ದ್ರಾವಕ ಪದಾರ್ಥ. *a.* ಕರಗಿಸುವಂಥ. Dis-sol'va-ble, *a. see* Dissoluble.

Dis'so-nance *n.* ಹೆಚ್ಚುಕಡಿಮೆ, ಭೇದ; 2. ಅಪಸ್ವರ, ಕೂಡದ ಸ್ವರ. Dis'so-nant, *a.* ಒಪ್ಪದಂಥ, ಹೊಂದಿಕೆ ಇಲ್ಲದ, ಪರಸ್ಪರ ವಿರುದ್ಧ.

Dis-suāde' (-swād'), *v. t. r.* ಮಾಡಬೇಡನ್ನು, ಮನಸ್ಸು ತಿರಿಗಿಸು, ಅಡ್ಡಿ ಮಾಡು. Dis-suā'siŏn (-swā'zhun), *n.* ಮಾಡದ ಹಾಗೆ ಪ್ರೇರೇಪಿಸುವುದು, ಮನಸ್ಸು ತಿರಿಗಿಸೋಣ. Dis-suā'sive (-swā'siv), *a.* ಬೇಡನ್ನುವ.

Dis-syl-lab'ic, *a.* ಎರಡಕ್ಷರದ. Dis-syl'-la-ble, *n.* ಎರಡಕ್ಷರವುಳ್ಳ ಶಬ್ದ.

Dis'taff, *n.* ಹಂಜಿ ಸುತ್ತಿದ ಕೋಲು, ಚರ್ಕ.

Dis'tance, *n.* ದೂರ, ಅಂತರ; 2. ಭಿಡೆ, ಮನ್ನಣೆ; d. of a call ಕೂಗಳತೆ, ಕೂಗು; d. of a horn's sound ಕೊಂಬಳತೆ, ಕೊಂಬುಕಣ್ಣೆ; d. of a stone's throw ಕೈಗಲ್ಲಳತೆ. Dis-tant, *a.* ದೂರವಾದ; d. relations ದಾಯಾದಿಗಳು, ದೂರದ ನೆಂಟರು.

Dis-tāste', *n.* ಅರುಚಿ, ಅಸಹ್ಯ; 2. ಬೇಸರ. Dis-tāste'ful, *a.* ಅರೋಚಕ, ಅಸಹ್ಯಕರ.

Dis-tem'pĕr, *n.* ರೋಗ; 2. ದುಃಸ್ವಭಾವ; 3. ಗಲಾಟೆ, ಸಂದಡಿ.

Dis-tend', *v. t. r.* ಹಿಗ್ಗಿಸು, ವಿಸ್ತಾರ ಮಾಡು, ಉಬ್ಬಿಸು. *v. i.* ಉಬ್ಬು, ಹಿಗ್ಗು. Dis-ten'-siŏn *or* -tiŏn, *n.* ಉಬ್ಬು, ಬಾವು, ಅಳತೆ, ವಿಸ್ತಾರ.

Dis'tich (-tik), *n.* ಶ್ಲೋಕ, ದ್ವಿಪದಿ.

Dis-til', *v. t. r.* (-stilled) ಉದುರಿಸು,

"ಭಟ್ಟಿ" ಇಳಿಸು. *v. i.* ಉದುರು. **Dis-til-lā'tiŏn**, *n.* "ಭಟ್ಟಿ" ಇಡೋಣ, —ಇಳಿಸೋಣ. **Dis-til'lĕr**, *n.* "ಭಟ್ಟಿ" ಕಟ್ಟುವವ, "ಕಲಾಲಿ". **Dis-til'lĕr-y**, *n.* ಸರಾಯಿ ಮುಂತಾದ್ದನ್ನು "ಭಟ್ಟಿ" ಇಳಿಸುವ "ಕಾರಖಾನೆ", "ಕಲಾಲಿಖಾನೆ".

Dis-tinct', *a.* ಬೇರೆಬೇರೆಯಾದ, ಒಡೆದ, ವಿಂಗಡವಾದ; 2. ಸ್ಪಷ್ಟವಾದ. **Dis-tinc'tiŏn**, *n.* ವಿಶೇಷಿಸೋಣ, ವಿಶೇಷ; 2. ಭೇದ, ತಾರತಮ್ಯ; 3. ಶ್ರೇಷ್ಠತ್ವ. **Dis-tinc'tive**, *a.* ಭೇದ ತೋರಿಸುವ, ವಿಶೇಷ. **Dis-tinct'ly**, *ad.* ಸ್ಪಷ್ಟವಾಗಿ, ನಿಚ್ಚಳವಾಗಿ, ಒಡೆದು; to appear d. ಒಡೆದು ಕಾಣಿಸು; read d. ಅಕ್ಷರವಿಡಿದೋದು. **Dis-tinct'ness**, *n.* ಸ್ಪಷ್ಟತೆ, ನಿಚ್ಚಳ.

Dis-tin'guish, *v. t. r.* (*pr.* -gwisht) ಸುಳುವು ಹಿಡಿ, ತಿಳುಕೊಳ್ಳು; 2. ವಿಶೇಷಿಸು, ಭೇದ ಮಾಡು; 3. ಹೆಸರಿಗೆ ತರು, ಪ್ರಸಿದ್ಧಿಗೆ ತರು. *pass.* & *v. i.* ಪ್ರಖ್ಯಾತಿ ಹೊಂದು. **Dis-tin'guish-a-ble**, *a.* ಸ್ಪಷ್ಟ. **Dis-tin'guish-ed** (-gwisht), *a.* ಪ್ರಸಿದ್ಧಿ ಹೊಂದಿದ, ಪ್ರಖ್ಯಾತ, ಉತ್ತಮ. **Dis-tin'guish-ing**, *a.* ವಿಶೇಷವಾದ; 2. ಕೀರ್ತಿ ಪಡಿಸುವ.

Dis-tort', *v.t.r.* (ಮೋರೆ) ಕಿವಚಿಕೊಳ್ಳು, ಹಿಂಡು; 2. ಡೊಂಕು ಅರ್ಥ ಮಾಡು, ಅಪಾರ್ಥಮಾಡು. **Dis-tor'tiŏn**, *n.* ಕಿವಚಿದ ಮೋರೆ, ಹಿಂಡುವಿಕೆ, ವಿಕಾರ. **Dis-tōr'tiŏn-ist**, *n.* ಅಂಗವಿಕಾರ ಮಾಡುವವನು.

Dis-tract', *v. t. r.* ಗಾಬರಿ ಮಾಡು, ಕಂಗೆಡಿಸು, ಬುದ್ಧಿಭ್ರಂಶ ಮಾಡು, ಕಳವಳಪಡಿಸು. **Dis-trac'ted**, *a.* ಕಂಗೆಟ್ಟ, ಗಾಬರಿಯಾದ, ಬುದ್ಧಿಭ್ರಂಶವಾದ. **Dis-trac'ted-ly**, *ad.* ಗಾಬರಿಯಾಗಿ, ಹುಚ್ಚಾಗಿ. **Dis-trac'tiŏn**, *n.* ಗಾಬರಿ, ಭ್ರಮೆ, ಕಲಹ, ಕಳವಳ.

Dis-trāin', *v. t. r.* "ಜಪ್ತಿ" ಮಾಡು. **Dis-trāint'**, *n.* "ಜಪ್ತಿ".

Dis-trāught' (-trat'), *a.* ಕ್ಷೋಭೆಗೊಂಡ.

Dis-tress', *n.* ಅತಿ ದುಃಖ, ಕಷ್ಟ, ಸಂಕಟ, ಇಕ್ಕಟ್ಟು, *v. t. r.* ಉಪದ್ರವ ಪಡಿಸು, ಸಂಕಟಪಡಿಸು, ಪೇಚಾಡಿಸು, ದುಃಖ ಕೊಡು. **Dis-tressed'** (-trest'), *p. a.* ದುಃಖಿ, ಶ್ರಮಿ, ಸಂಕಟದಲ್ಲಿರುವಂಥ. **Dis-tress'ful**, *a.* ಉಪದ್ರವ ಪಡಿಸುವ, ದುಃಖಕರವಾದ, ದುಃಖದ, ಅರಿಷ್ಟವಾದ. **Dis'tress'ing-ly**, *ad.* ದುಃಖಕರವಾಗಿ.

Dis-trib'ūte, *v. t. r.* ಹಂಚಿ ಕೊಡು, ಬಗೆಬಗೆಯಾಗಿಡು. **Dis-trib'ū-tĕr**, *n.* ಹಂಚಿ ಕೊಡುವವ. **Dis-tri-bū'tiŏn**, *n.* ಹಂಚಿ ಕೊಡೋಣ, ಹಂಚಿಕೆ, "ಬಟವಾಡೆ"; 2. ದಾನಧರ್ಮ. **Dis-trib'ū-tive**, *a.* ಹಂಚುವಂಥ, ಪಾಲು ಮಾಡಿಕೊಡುವಂಥ.

Dis'trict, *n.* ಗಡಿ, "ತುಕಡಿ", "ಜಿಲ್ಲಾ".

Dis-trust', *n.* ಅಪನಂಬಿಕೆ, ಅಭರವಸ, "ಗುಮಾನಿ", ಸಂಶಯ. *v. t. r.* ನಂಬದೆ ಇರು, ಸಂಶಯ ಮಾಡು, "ಗುಮಾನಿ"—, "ಗುಮಾನಿ" ಹಿಡಿ. **Dis-trust'ful**, *a.* ಅಪನಂಬಿಕೆಯುಳ್ಳ, ಸಂಶಯ ಪಡುವ.

Dis-turb', *v. t. r.* ಗಲಿಬಿಲಿ ಮಾಡು, ತೊಂದರೆ ಪಡಿಸು, ಪೀಡಿಸು. *pass.* ತತ್ತರಿಸು. **Dis-tur'bance**, *n.* ಕಟಿಪಿಟಿ, ಅವಾಂತರ, ಗಲಿಬಿಲಿ, ತೊಂದರೆ. **Dis-tur'bĕr**, *n.* ಗಲಿಬಿಲಿ ಮಾಡುವವ, ತೊಂದರೆ ಪಡಿಸುವವ.

Dis-ūn'iŏn (-yun), *n.* ಅಗಲುವಿಕೆ, ವಿಯೋಗ, ಭೇದ.

Dis-ū-nīte', *v. t. r.* ಅಗಲಿಸು; 2. ವೈಮನಸ್ಯ ಹುಟ್ಟಿಸು, ಭೇದಹುಟ್ಟಿಸು. *pass.* ಭೇದನವಾಗು.

Dis-ūse', *n.* ಅಪ್ರಯೋಗ, ಅನಭ್ಯಾಸ; fallen into d. ಲುಪ್ತಪ್ರಯೋಗವಾದ. **Dis-ūse'**, *v. t. r.* ಪ್ರಯೋಗಿಸದಿರು, ಅಭ್ಯಾಸ ಬಿಡು, ರೂಢಿ ಇಲ್ಲವಾಗ ಮಾಡು.

Ditch (dich), *n.* (fort-d.) ಕಂದಕ, ಅಗಳತೆ, ಅಗಳು; 2. ಕಾಲಿವೆ. *v. t. r.* ಕಂದಕ ಅಗೆ, —ತೋಡು. **Ditch'ĕr**, *n.* ಕಾಲಿವೆ ಮಾಡುವವನು.

Dith-y-ramb' (-ram), *n.* ದಂಡಕ, ಸುರಾದೇವತೆಯ ಪ್ರೀತ್ಯರ್ಥವಾದ ಹಾಡು.

Dit'tō, *n.* ಅದೇ, "ಸದರಹು", "ಸದರಿ".

Dit'ty, *n.* ಪದ, ಗೀತ.

Dī-ū-ret'ic, *a.* ಮೂತ್ರವರ್ಧಕ.

Dī-ur'nal, *a.* ಹಗಲಿನ, ಅನುದಿನದ, ದಿನದ; d. motion ದಿನದ ಗತಿ; d. circle ಅಹೋರಾತ್ರ ವೃತ್ತ.

Di-van', *n.* (ತುರ್ಕರಾಜ್ಯದ) ಮಂತ್ರಿಸಭೆ, ಆಲೋಚನಾಸಭೆ; 2. ಕೂಡ್ರುವ ಕೋಣೆ; 3. ಮಂಚ.

Dī-vār'i-cāte, *v.i.r.* ದ್ವಿಶಾಖೆಯಾಗು, ಕವಲು ಒಡೆ.

Dīve, *v.i.r.* ನೀರಿನಲ್ಲಿ ಮುಣುಗು; d. to the bottom ತಳಮುಟ್ಟ ಮುಣುಗು; 2. (ಒಂದು ಕೆಲಸದಲ್ಲಿ) ಮುಣುಗು; 2. ಸಮೂಲಾಗ್ರವಾಗಿ ಪರಿಶೋಧಿಸು. **Dī'vĕr**, *n.* ಮುಣುಗುವವ; 2. ನೀರುಕೋಗಿಲೆ. **Dī'ving**, *n.* ಮುಳುಗುವಿಕೆ; d.-bell ಮುಳುಗುವ ಘಂಟೆ.

Di-vĕrge', *v. t. r.* (ಒಂದು ಮಧ್ಯದಿಂದ) ಪ್ರಸರಿಸು, ಒಂದರಿಂದ ಇನ್ನೊಂದು ದೂರವಾಗುತ್ತ

ಅಗಲು. Di-vĕr′ġence, *n.* ಪ್ರಸರ. Di-vĕr′ġent, *a.* ಪ್ರಸರಿಸುವ, ಒಂದಕ್ಕೊಂದು ದೂರಕ್ಕೆ ವ್ಯಾಪಿಸುವ.

Dī′vĕrs̤, *a.* ಕೆಲವು, ನಾನಾ; 2. ವಿಚಿತ್ರ.

Dī-vĕrse′, *a.* ಬಗೆಬಗೆಯಾದ, ವಿವಿಧ, ತರತರದ.

Di-vĕr′si-fȳ, *v. i. r.* (-fīed) ಬಗೆಬಗೆಯಾಗಿ ಮಾಡು, ನಾನಾ ವಿಧ ಮಾಡು, ಚಿತ್ರವಿಚಿತ್ರವಮಾಡು. Di-vĕr-si-fi-cā′tiŏn, *n.* ಬಗೆಬಗೆ, ನಾನಾ ಬಗೆ; 2. ಚಿತ್ರವಿಚಿತ್ರತೆ.

Di-vĕr′siŏn, *n.* ತಿರುಗುವಿಕೆ; 2. ಆಟ, ವಿನೋದ, "ಗಮ್ಮತ್ತು".

Di-vĕr′si-ty, *n.* ತರತರ, ನಾನಾ ವಿಧ, ಭೇದ, ಅನೇಕ ಪ್ರಕಾರ.

Di-vĕrt′, *v. t. r.* (from) ...ಇಂದ ತಿರುಗಿಸು, ಬಾಗಿಸು; 2. ಆಡಿಸು, ವಿನೋದಪಡಿಸು, ಹೊತ್ತು ಕಳೆ.

Di-vēs̤, *n.* ಧನಿಕನು.

Di-vest′ of, *v. t. r.* (ಒಬ್ಬನಿಂದ) ಕಸುಕೊಳ್ಳು, ತೆಗೆದುಹಾಕು, ಅಪಹರಿಸು.

Di-vīde′, *v. t. r.* ಭಾಗಿಸು, ವಿಂಗಡಿಸು, ಹಂಚಿಕೊಡು; d. in two ಹೋಳು ಮಾಡು. *v. i. r.* ವಿಭಾಗವಾಗು, ಅಗಲು, ಮಿತ್ರತ್ವ ಮುರಿ, ಭೇದವಾಗು. Div′i-dend, *n.* ಪಾಲು, "ಹಿಂಸೆ"; *(arith.)* ಭಾಜ್ಯ.

Di-vīne′, *a.* ದೇವರ, ದಿವ್ಯ. *v. t. r.* ಭವಿಷ್ಯ ಹೇಳು. *v. i.* ಶಕುನ ಹೇಳು, ಜ್ಯೋತಿಷ—; 2. ಊಹೆ ಕಟ್ಟು. *n.* ಕ್ರೈಸ್ತಧರ್ಮೋಪದೇಶಕ, ಸತ್ಯವೇದ ಶಾಸ್ತ್ರಿ, ದೈವಿಕ, ವೇದಮೂರ್ತಿ. Di-vīne′ly, *ad.* ದೇವರಿಂದ; 2. ದಿವ್ಯವಾಗಿ. Di-vī′nĕr, *n.* ಶಕುನ ಹೇಳುವವ. Div-i-nā′tiŏn, *n.* ಕಾಲಜ್ಞಾನ, ಕಣಿ ಹೇಳೋಣ, ಶಕುನ ಹೇಳೋಣ. Di-vin′i-ty, *n.* ದೈವತ್ವ, ದೇವರು, ದೇವತೆ; 2. ದೇವಜ್ಞಾನಶಾಸ್ತ್ರ.

Di-vis̤-i-bil′i-ty, *n.* ಭಾಗಯೋಗ್ಯತೆ, ವಿಭಾಜ್ಯತ್ವ. Di-vis̤′i-ble, *a.* ವಿಭಾಗಿಸತಕ್ಕ, ಭಾಜ್ಯ. Di-vi′s̤iŏn (-vizh′un), *n.* ಹಂಚಿಕೆ, ವಿಭಾಗಿಸುವಿಕೆ; 2. ಭಾಗ, ವರ್ಗ, ಭೇದ; d. of a taluk ಹೋಬಳಿ *(My.)*, "ಮಾಗಣಿ"; 3. ಭಾಗಾಕಾರ. Di-vī′s̤ŏr, *n.* ಭಾಜಕ.

Di-vōrce′, *n.* ಸ್ತ್ರೀಪರಿತ್ಯಾಗ, "ಪಾರಿಖತ್ತು". *v. t. r.* (*pr.* -vōrst′) ಸ್ತ್ರೀಪರಿತ್ಯಾಗ ಮಾಡು, ತ್ಯಾಗಪತ್ರ ಕೊಡು *c.d.;* a divorced wife ಅಧಿವಿನ್ನೆ.

Di-vulġe′, *v. t. r.* ಹುಲುಬಿಸು, ಬೈಲಿಗೆ ತರು, ಪ್ರಕಟ ಮಾಡು, ಪ್ರಸಿದ್ಧ ಮಾಡು.

Diz′en, *v. t. r.* ಶೃಂಗರಿಸು.

Diz′zy, *a.* ತಲೆ ತಿರುಗುವ, ತಲೆ ತಿರುಗಿಸುವ, ಕಣ್ಣು ತಿರುಗುವ; I am d. ನನಗೆ ತಲೆ ಸುತ್ತುತ್ತದೆ, ಕಣ್ಣು ಕತ್ತಲೆ ಬರುತ್ತದೆ. Diz′zi-ness, *n.* ತಲೆ ತಿರುಗುವುದು, ಕಣ್ಣು ತಿರುಗೋಣ.

Dō, *n.* *(mus.)* ಸರಳೆಯಲ್ಲಿ ಮೊದಲನೇ ಸ್ವರ, "ಸ".

Dö, *v. t. ir.* (did, dŏne, *pr.* dun) ಮಾಡು, ತೀರಿಸು, ಸಿದ್ಧ ಮಾಡು; do away with ತೆಗೆದುಹಾಕು; do off ತೆಗೆ; do on ತೊಟ್ಟುಕೊಳ್ಳು, ಹಾಕಿಕೊಳ್ಳು; do one's best ತನ್ನಿಂದಾಗುವಷ್ಟುಮಾಡು; do over ಮತ್ತೊಮ್ಮೆ ಮಾಡು; do up ಕಟ್ಟು; do with ಮಾಡು; *as,* what will you do with this? ಇದನ್ನು ತಕ್ಕೊಂಡು ಏನು ಮಾಡುತ್ತೀ? or ಇದನ್ನು ಕೊಂಡುಕೊಂಡು——? what will you do with me? ನನ್ನನ್ನು ಕರಕೊಂಡು ಏನು ಮಾಡುತ್ತೀ? (a wife) ನನ್ನನ್ನು ಕಟ್ಟಿಕೊಂಡು——? what have I to do with you? ನಿನ್ನ ಗೊಡವೆ ನನಗೆ ಯಾಕೆ? *v. i.* ಮಾಡು, ನಡೆ; 2. ಇರು; how do you do? ಹ್ಯಾಗಿರುತ್ತೀರಿ? ಕ್ಷೇಮವೇ? ಒಳ್ಳೆತಾಗಿದ್ದೀರೇ? 3. ಆಗು, ಬರು; this will do ಇದು ಬಂದೀತು, ಆದೀತು; I can do without it ಇದು ನನಗೆ ಬೇಕಾಗಿಲ್ಲ; I have done ನನ್ನದಾಯಿತು, ತೀರಿತು; I have done with it ಇದರ ಗೊಡವೆ ನನಗಿನ್ನು ಬೇಡ. Dö′ĕr, *n.* ಮಾಡುವವ.

Do. *abbr.* of Ditto, *q. v.*

Dōat (dōt), *v. i. see* Dote.

Doc′ile *or* Dō′cīle, *a.* ಕಲಿಸತಕ್ಕ, ಸಾಧು, ವಿಧೇಯ, ಕೇಳುವ. Dō-cil′i-ty, *n.* ಸಾಧುಗುಣ, ಶಿಕ್ಷಾಶೀಲತ್ವ, ವಿಧೇಯತ್ವ, ಗುರುಶಿಷ್ಯನ್ಯಾಯ.

Dock, *n.* ಹಡಗ ಕಟ್ಟುವ "ಕಾರಖಾನೆ", —ನೆಟ್ಟಗೆ ಮಾಡುವ ಸ್ಥಳ; 2. ಹಡಗುಸರಕು ಹೇರಿಸಿ ಇಳಿಸುವ ಸ್ಥಳ, "ಗೋದಿ"; 3. ಕೋರ್ಟಿನಲ್ಲಿ ಕೈದಿಗಳು ನಿಲ್ಲುವ ಸ್ಥಳ. *v. t. r.* (*pr.* dokt) ಕಡಿದುಬಿಡು, ಕತ್ತರಿಸಿಬಿಡು; 2. ಹಡಗನ್ನು "ಗೋದಿ"ಯಲ್ಲಿ ಇಡು. Dock′yārd, *n.* ಹಡಗಿನ ಸಾಮಾನು ಇಡುವ ಕೋಠಿ.

Dock′et, *n.* ಸೂಚನೆಚೀಟು, "ಯಾದಾಸ್ತು", "ಖತಾಯತಿ". *v. t. r.* ಸಾರಾಂಶ ಬರೆ.

Doc′tŏr, *n.* ಪಂಡಿತ, ಶಾಸ್ತ್ರಿ, ವಿದ್ವಾಂಸ; 2. ವೈದ್ಯ. *v. t. & i. r.* ಚಿಕಿತ್ಸೆ ಮಾಡು.

Doc′trine, *n.* ಉಪದೇಶ, ಬೋಧನೆ; 2. ಮತ, ಸಿದ್ಧಾಂತ; 3. ವಿದ್ಯೆ. Doc′tri-nal, *a.* ಉಪದೇಶಸಂಬಂಧ, ಮತಸಂಬಂಧ. Doc-tri-nā′-rian, *n.* ಪಂಡಿತಮಾನಿ, ಅಹಂವಾದಿ.

Doc'ū-ment, *n.* ಕಾಗದಪತ್ರ, "ದಸ್ತಾವೇಜು", "ಕತಬಿ", ಸಾಧನ. **Doc-ū-men'tal, -men'-tar-y** (-tĕr-i), *a.* ಕಾಗದಪತ್ರದ, ಸಾಧನ ಸಂಬಂಧವಾದ; d. evidence ಲೇಖ್ಯಪ್ರಮಾಣ.

Dod'dĕr, *n.* *(Cassytha filiformis, L.)* ಆಕಾಶವಳ್ಳಿ.

Dod'dĕr, *v. i.* ನಡುಗು.

Dō-de'ca-gon, *n.* ದ್ವಾದಶ ಪಕ್ಷ, ಹನ್ನೆರಡು ಬದಿಗಳುಳ್ಳ ಆಕಾರ.

Dodġe (doj), *v. t. r.* ತಪ್ಪಿಸಿಕೊಳ್ಳು. *v. i.* ಹಾರಿಬೀಳು; 2. ಕುಯುಕ್ತಿ ನಡಿಸು. *n.* ಯುಕ್ತಿ.

Dō-do'næ-a (-ni-a) **vis-cō'sa**, *n.* ಬನದು ರುಬಿ, ಬಂದರಿಕೆ ಗಿಡ *(S.M.)*, ಬಂದಾರೆ ಗಿಡ, ಬೆದ್ನಿಕೆ.-*(My.)*.

Dōe (dō), *n.* ಹುಲ್ಲೆ, ಹೆಣ್ಣು ಚಿಗರಿ.

Doff (do off), *v. t. r.* *(pr.* doft) ತೆಗೆ, ಕಳೆ.

Dog, *n.* ನಾಯಿ, ಶುನಕ, ಶ್ವಾನ; wild d. *(Cuon rutilans)* ಕಾಡುನಾಯಿ, ಚೀರ—; sea d. ತುಫಾನನ್ನು ಸೂಚಿಸಿ ದಿಗಂತದಲ್ಲಿ ಕಾಣುವ ಪ್ರಕಾಶ; every d. has his day ಒಂದು ಅತ್ತೆಯ ಕಾಲ,ಒಂದು ಸೊಸೆಯ ಕಾಲ; love me love my d. ನನ್ನ ಗೆಳೆಯರೆಲ್ಲರನ್ನು ಪ್ರೀತಿಸು; rain cats and dogs ಜಡಿಮಳೆ ಸುರಿಯು; die a dog's death ನಿರ್ಗತಿಕನಾಗಿ ಸಾಯು; help a lame d. over the stile ಆಪತ್ಕಾಲಕ್ಕೆ ನೆರವಾಗು; lead a dog's life ಕಷ್ಟದಿಂದ ಜೀವನವನ್ನು ಕಳೆ; give d. ill name and hang him ದೋಷಾರೋಪಮಾಡಿ ಕೆಡಿಸು; let sleeping dogs lie ಗೊಡವೆಗೆ ಹೋಗಬೇಡ; d. in the manger ತನಗೆ ಬೇಡ, ಪರರಿಗೆ ಕೊಡ; to set on a d. ಹುಚೋ ಬಿಡು, ಛೂ ಎನ್ನು,—ಬಿಡು; to go to the dogs ಹಾಳಾಗು, ನಾಶಹೊಂದು; throw to the dogs ಬಿಸಾಡಿಬಿಡು, ನಾಶ ಮಾಡು. *v. t. r.* (dogged) ಬೆನ್ನಟ್ಟು, ಬೆನ್ನು ಹತ್ತು. **Dog'-chēap** (-chēp), *a.* ನಾಯಿಸಂತೆ, ದುಡ್ಡಿಗೆ ಪಂಟೇರು. **Dog'-fish**, *n.* ಒಂದು ಬಗೆಯ ಹುಲಿ ಮೀನು, *(S. C.)* ಬಲ್ಯಾರು; **Dog'-fox**, *n.* ಗಂಡುನರಿ. **Dog'-flȳ**, *n.* ನಾಯಿತೊಣಚಿ, —ತೊನಸಿ. **Dog'ged**, *a.* ಹಟಮಾರಿ, ಉರಿಮಾರಿ. **Dog'-gish**, *a.* ನಾಯಿಯ ಸ್ವಭಾವದ, ಕೆಟ್ಟ—, ನಾಯಿತನದ. **Dog'ṣ'-ēar**, *n.* ಪುಸ್ತಕದ ಪಾನಿನ ತುದಿಗಳು ಸುರಳಿಯಾಗಿರುವುದು, ನಾಯಿಕಿವಿ. **Dog'slēep**, *n.* ನಾಯಿನಿದ್ರೆ, ಕಳ್ಳನಿದ್ರೆ, ಲಘುನಿದ್ರೆ. **Dog'stär**, *n.* *(astr.)* ಲುಬ್ಧಕತಾರೆ. **Dog'days**, *n. pl.* ವರ್ಷದ ಅತೀ ಉಷ್ಣದ ದಿನಗಳು.

Doġe, *n.* ವೇನಿಸಿನ ದಂಡಾಧಿಕಾರಿ.

Dog'gĕr-el, *n.* ಛಂದೋಭಂಗ, ಲಾವಣಿಪದ.

Dog'ma, *n.* ಮತ, ಸೂತ್ರ; 2. ವಿಶ್ವಾಸಬೋಧನಾಂಶ, ಸಿದ್ಧಾಂತ. **Dog-mat'ic, -mat'i-cal**, *a.* ಮತಸಂಬಂಧವಾದ; 2. ಸಪ್ರಮಾಣ, ಖಂಡಿತ, ಖಡಾಖಡಿ. **Dog-mat'ics**, *n. pl.* ವಿಶ್ವಾಸಬೋಧೆ. **Dog'ma-tīṣe**, *v.i.r.* ಮತಛಲದಿಂದ ಸ್ಥಾಪಿಸು. **Dog'ma-tiṣm**, *n.* ಹಟವಾದ, ಮತಾಭಿಮಾನ. **Dog'ma-tist**, *n.* ಮತಛಲವಾದಿ, ಸಿದ್ಧಾಂತಿ.

Dō'iṅgṣ, *n. pl.* ಕೆಲಸ, ಕೃತ್ಯಗಳು; 2. ನಡತೆ.

Dol'drums, *n.pl.* be in d. ಉದಾಸೀನನಾಗಿರು.

Dōle, *n.* ಹಂಚಿಕೆ, ಪಾಲು. *v. t. r.* ಹಂಚು.

Dōle, *n.* ದುಃಖ. **Dōle'fụl, Dōle'sŏme**, *a.* ದುಃಖದ, ದುಃಖವುಳ್ಳ, ವ್ಯಸನಕರ. **Dōle'-fụl-ly**, *ad.* ದುಃಖಕರವಾಗಿ. **Dole'fụl-ness**, *n.* ವ್ಯಸನ, ದುಃಖ.

Doll, *n.* ಮಕ್ಕಳು ಆಡುವ ಬೊಂಬೆ, ಗೊಂಬೆ, ಪುತ್ಥಳಿ.

Dol'lar (-lĕr), *n.* ಅಮೇರಿಕ ದೇಶದಲ್ಲಿಯ ನಾಣ್ಯ (ಸುಮಾರು ಮೂರು ರೂಪಾಯಿ).

Dō'lŏur, *n.* ದುಃಖ, ವ್ಯಸನ. **Dol'o-rŏus**, *a.* ದುಃಖಕರವಾದ.

Dol'phin (-fin), *n.* ಹಂದಿಮೀನು.

Dōlt, *n.* ಹೆಡ್ಡ, ದಡ್ಡ "ಟೊಣಪ". **Dōlt'ish**, *a.* ಹೆಡ್ಡ, ದಡ್ಡ, ಮಂದ.

Dō-māin' (-mān'), *n.* ರಾಜ್ಯ, ಅಧಿಕಾರ; 2. ಸ್ವಕ್ಷೇತ್ರ, ಪದವಿ, ಆಸ್ತಿ.

Dōme, *n.* ಮಹಾಮಂದಿರ, ಗುಮಟ.

Dō-mes'tic, *a.* ಮನೆಯ, ಗೃಹ್ಯಕ, ಸಂಸಾರದ, 2. ಸಾಧು. *n.* ಮನೇ ಆಳು, ಊಳಿಗದವ, "ಚಾಕರ". **Dō-mes'ti-cāte**, *v. t. r.* ಮನೆಯ ಅಭ್ಯಾಸ ಮಾಡಿಸು, ಸಾಧು ಮಾಡು, ಪಳಗಿಸು. **Dō-mes'ti-cā-ted**, *a.* ಸಾಧುವಾದ, ಸಾಕಿದ, ಪಳಗಿಸಿದ. **Do-mes-tic'i-ty**, *n.* ಗೃಹಜೀವನ.

Dom'i-cīle *or* **-cile**, *n.* ಮನೆ. **Do-mi-cil'-i-āte**, *v. t. & i. r.* ನೆಲಸು, ವಾಸಿಸು.

Dom'i-nant, *a.* ಆಳುವ, ಪ್ರಬಲವಾದ, ಪ್ರಧಾನ.

Dom'i-nāte, *v. t. r.* ಆಳು, ಅಧಿಕಾರ ನಡಿಸು. **Dom-i-nā'tiŏn**, *n.* ಅಧಿಕಾರ, ಪ್ರಭುತ್ವ, ಆಧಿಪತ್ಯ.

Dom-i-neer', *v. t. r.* "ಜರಬು" ಮಾಡು, ಉದ್ದಂಡವಾಗಿ ಆಳು.

Dō-min'i-cal, *a.* ಆದಿತ್ಯವಾರ ತೋರಿಸುವ, ಆದಿತ್ಯವಾರದ; 2. ಕರ್ತನು ಹೇಳಿದ.

Do-min'iŏn, *n.* ಆಳಿಕೆ, ರಾಜ್ಯ, ರಾಜ್ಯಭಾರ, ದೊರೆತನ.

Don (do on), *v.t.r.* (donned) ಹಾಕಿಕೊಳ್ಳು, ತೊಟ್ಟುಕೊಳ್ಳು.

Don, *n.* ಸ್ಪೇನ್ ದೇಶದ ಬಿರುದು,—ನಾಮಧಾರಿ, ಅಯ್ಯ.

Dō-nā'tiŏn, *n.* ಕೊಡೋಣ, ದಾನ, ಧರ್ಮ. **Don'ā-tive**, *a.* ಮಾನ್ಯ. **Dō-nēe'**, *n.* ಈಸಿಕೊಳ್ಳುವವ, —ಕೊಂಡವ. **Dō'nor**, *n.* ಕೊಡುವವ, ದಾತ.

Dŏn'jon, *n. see* Dungeon.

Doń'key (-ki), *n.* ಕತ್ತೆ; 2. ದಡ್ಡ.

Doo'lie, -ly, *n.* "ಡೋಲಿ".

Doom, *v.t.r.* ಶಿಕ್ಷೆ ವಿಧಿಸು, ದಂಡಕಟ್ಟು, ನೇಮಿಸು. *n.* ಶಿಕ್ಷೆಯ ವಿಧಿ, ಆಜ್ಞೆ, ಶಿಕ್ಷೆ. **Dooms'-dāy**, *n.* ಶಿಕ್ಷೆ ಠರಾಯಿಸುವ ಕಾಲ; 2. ಲೋಕದ ನ್ಯಾಯತೀರಿಕೆ ದಿನ, ಕಲ್ಪಾಂತ. **Dooms'-man**, *n.* ನ್ಯಾಯಾಧಿಪತಿ.

Dōor (dōr), *n.* ಬಾಗಲು, ದ್ವಾರ; the d. flew open ಬಾಗಲು ತೆರೆದುಹೋಯಿತು; leaf of a d. ಕದ; in-doors ಮನೆಯೊಳಗೆ; out of doors ಹೊರಗೆ; next d. to ಸಮೀಪ, "ಲಗತ"; at death's d. ಮರಣಕಾಲ ಸಮೀಪಿಸಿದ. **Dōor'-cāse, Dōor'-frāme**, *n.* "ಚೌಕಟ್ಟು", ಬಾಗಲ ನಿಲವು. **Dōor'kēep-ĕr**, *n.* ಬಾಗಲು ಕಾಯುವವ, ದ್ವಾರಪಾಲಕ. **Dōor'-step**, *n.* ಅರುಗುಗಲ್ಲು. **Dōor'wāy** (-wā), *n.* ದ್ವಾರ, ಕದಚಾಟು.

Dor'cas, *n.* ಬಡವರಿಗೆ ವಸ್ತ್ರದಾನ ಮಾಡುವ ಸ್ತ್ರೀಸಭೆ.

Dor'ic, *a.* ಡೋರಿಸ್ ಸೀಮೆಯ.

Dor'mant, *a.* ನಿದ್ದೆಹೋದ, ನಿದ್ರಿತ; 2. ಶಾಂತ; 3. ಅಪ್ರಕಟ. **Dor'mi-tŏr-y**, *n.* ಮಲಗುವ ಮನೆ, ಶಯನಗೃಹ.

Dor'sal, *a.* ಬೆನ್ನಿನ, ಪೃಷ್ಠಭಾಗದ.

Dōse, *n.* ಸಾರಿಸಾರಿಗೆ ತಕ್ಕೊಳ್ಳತಕ್ಕ ಔಷಧ, ಮಾತ್ರೆ. *v.t.r.* (*pr.* dōst) ಪರಿಮಾಣದಿಂದ ಔಷಧ ಕೊಡು, ಮಾತ್ರೆಕೊಡು.

Dos'si-ĕr, *n.* ಪೂರ್ವಲೇಖ.

Dot, *n.* ಸೊನ್ನೆ, "ಟಿಮ್ಕಿ". *v.t.r.* (dot'ted) ಸೊನ್ನೆ ಹಾಕು, ಚಿಕ್ಕಿಚಿಕ್ಕಿ ಮಾಡು; dot the "i"s and cross the "t"s ತಪಶೀಲನ್ನು ಕೊಡು.

Dō-tā'tiŏn, *n.* ವರದಕ್ಷಿಣೆ.

Dōte, *v.i.r.* ಅರುವುಮರುವಾಗು; d. on ಹುಚ್ಚು ಪ್ರೀತಿ ಮಾಡು. **Dō'tāge**, *n.* (ಮುಪ್ಪಿನ) ಅರುವುಮರುವು, ಮತಿಭ್ರಾಂತಿ. **Dō'tārd** (-tĕrd), *n.* ಅರುವುಮರುವಾದವ. **Dō'tiṅg-ly**, *ad.* ಮರುಳಾಗಿ.

Doub-grass (dub-), *n. see* Hariali-grass.

Dŏub'le (dub'l), *a.* ಎರಡು, ಇಮ್ಮಡಿಯ, ಜೋಡು; 2. ಚಂಚಲ; 3. ಕಪಟವುಳ್ಳ. *n.* ಇಮ್ಮಡಿ, ಎರಡಷ್ಟು, "ದುಬಾರಿ". *v.t.r.* ಇಮ್ಮಡಿ ಮಾಡು, ಜೋಡಿಸು, ಮಡಿಸು; 2. ಸುತ್ತು ಹಾಯು. *v.i.* ಇಮ್ಮಡಿಯಾಗು. **Dŏub'le-dēal-ĕr** (-dēl-), *n.* ಮೋಸಗಾರ, ಕಪಟಿ. **Dŏub'le-edġed**, *a.* ಇಬ್ಬಾಯಿಯಾದ. **Dŏub'le-fāced** (-fāst), *a.* ಎರಡು ಮುಖವುಳ್ಳ, ಎರಡು ಭಾವವುಳ್ಳ, ಕಪಟವುಳ್ಳ. **Dŏub'-le-mīnd-ed**, *a.* ಚಂಚಲ, ಚಪಲಚಿತ್ತ, ದ್ವ್ಯಾರ್ಥ. **Dŏub'le-tŏṅgued** (-tuṅgd), *a.* ಎರಡು ನಾಲಿಗೆಯ, ಕಪಟವುಳ್ಳ, ಇಬ್ಬಂದಿ. **Dŏub'ly**, *ad.* ಇಮ್ಮಡಿಯಾಗಿ, ಎರಡಷ್ಟು.

Dŏub'let, *n.* "ಕುಡತಿ", ಒಳಂಗಿ.

Doubt (dout), *n.* ಅನುಮಾನ, ಸಂಶಯ, ಸಂದೇಹ; the benefit of d. ಅನುಮಾನದ ಫಲ (*S. C.*). *v.t.r.* ಸಂಶಯ ಪಡು, ಭಯ ಪಡು. **Doubt'fụl**, *a.* ಅನುಮಾನದ, ಅನುಮಾನಕರ; 2. ಮೋದಂಡ, ಸಂದೇಹಕರ, ಸಂಶಯಾಸ್ಪದ; 3. ಅನಿಶ್ಚಯವಾದ, ಅಂಜುವ. **Doubt'fụl-ness**, *n.* ಸಂಶಯ, ಅನುಮಾನ. **Doubt'-iṅg-ly**, *ad.* ಸಂಶಯದಿಂದ, ಅನುಮಾನಿಸಿ. **Doubt'less**, *ad.* ಸಂಶಯವಿಲ್ಲದೆ, ಸಂದೇಹವಿಲ್ಲದೆ, ನಿಸ್ಸಂದೇಹವಾಗಿ.

Doụce, *a.* (dōos) ಶಾಂತ, ಸ್ತಿಮಿತ.

Dou-ceur' (dụ-sĕr'), *n.* ಬಹುಮಾನ, ಲಂಚ.

Douĉhe (dōosh), *n.* ನೀರಿನ ಧಾರೆ ಹಿಡಿಯುವುದು.

Dōugh (dō), *n.* ಕಣಕ, ನಾದಿದ ಹಿಟ್ಟು, ಹಸಿಹಿಟ್ಟು. **Dōugh'y** (dō'i), *a.* ಕಣಕದ ಹಾಗಿರುವ, ಮೆತ್ತನ.

Dough'ty (dou'ti), *a.* ಧೈರ್ಯವುಳ್ಳ, ವೀರನಾದ.

Dour, *a.* ನಿಷ್ಠುರ, ಒರಟುತನವುಳ್ಳ.

Douse, *v.t.r.* ಪಟವಿಳಿಸು; 2. ಬೆಳಕು ನಂದಿಸು.

Dŏve, *n.* ಪಾರಿವಾಳ, ಪಾರಿವ, ಕಪೋತ. **Dŏve'-cot**, *n.* ಪಾರಿವಾಳದ ಗೂಡು.

Dŏve'tāil, *n.* "ಚಡಿ", ಕೂಲು, ಪಡವು. *v.t.r.* ಕೂಲು ಮಾಡಿ ಕೂಡಿಸು.

Dow, *n. see* Dhow.

Dow'a-ġĕr, *n.* ಆಸ್ತಿ (ಪದವಿ)ಯಿದ್ದಂಥ ವಿಧವೆ; queen d. ಹಿಂದಿನ ಅರಸನ ವಿಧವೆ.

Dow'dy, *a.* ಮುಗ್ಗಲಗೇಡಿ.

Dow'el, -pin, *n.* ದುರಾಕಿ ಮೊಳೆ. *v.t.r.* ದುರಾಕಿ ಮೊಳೆ ಹಾಕಿ ಜೋಡಿಸು.

Dow'ĕr, Dow'ry, *n.* ಬಲುವಳಿ, ಸ್ತ್ರೀಧನ; 2. ಉಡುಗೆರೆ, ವರ.

Down, *n.* ತುಪ್ಪಳ, ತುಪ್ಪಟ, ಹಂಸತೂಲ; 2. ಮೈದಾನ; 3. ಉಸುಬಿನ ದಿನ್ನೆ. **Down'y,** *a.* ತುಪ್ಪಟದ ಹಾಗಿರುವ, ತುಪ್ಪಳದ.

Down, *ad.* & *prep.* ಕೆಳಗೆ. *v. t.* ಇತು, ಬಿಸಾಡು, ಕೆಳಗೆ ಬೀಳಿಸು. be d. upon ಮೇಲೆ ಬೀಳು; bread is d. ಅಗ್ಗವಾಗಿದೆ; get d. ಕೆಳಗೆ ಇಳಿ. ship, sun, etc. goes d. ಮುಳುಗುತ್ತದೆ, ಕಂತುತ್ತಾನೆ; pay d. ಕೂಡಲೇ ತೆತ್ತುಬಿಡು; run d. ಅಡ್ಡಕಟ್ಟಿ ಎದುರಿಸು; d. tools ಮುಷ್ಕರ ಹಿಡಿ; d. with fever ಜ್ವರದಲ್ಲಿ ಬೀಳು; d. at heel ದೀನಾವಸ್ಥೆಗೆ ಬರು. **Down'-east,** *a.* ಖಿನ್ನನಾದ, ಅಧೋಮುಖ, ಲಜ್ಜಿತ. **Down'fall,** *n.* ಕೆಳಗೆ ಬೀಳೋಣ, ಪತನ; 2. ಪರಾಜಯ, ನಾಶ. **Down'-heărted,** *ad.* ಅಧೀರನಾದ. **Down'hill,** *n.* ಇಳಿತ. **Down'pour,** *n.* ಜಡಿಮಳೆ. **Dōwn'rīght (-rīt),** *a.* ನಿಷ್ಕಪಟ; 2. ಕೇವಲ, ಶುದ್ಧ. **Down'-stāirs,** *a.* ಮಾಳಿಗೆಯ ಕೆಳಗಣ. **Down'-stream,** *ad.* ಹೊಳೆಯ ಕೆಳಗೆ. **Down'-throw,** *n.* ಅಪ್ಪಳಿಕೆ. **Down'trāin,** *n.* ನಾವು ಇದ್ದಲ್ಲಿಂದ ದೂರ ಹೋಗುವ ರೈಲುಬಂಡಿ. **Down'-trod-den,** *a.* ಕಾಲಿನಿಂದ ತುಳಿದ, ತಗ್ಗಿಸಿ ಇಟ್ಟ. **Down'-ward** *or* **-wards (-wĕrdz),** *ad.* ಕೆಳಗೆ. *a.* ಕೆಳಗಿನ; 2. ಇಳಿಯುವ; 2. ಪರಂಪರೆಯ.

Dow'ry, *n.* ಸ್ತ್ರೀಧನ.

Dox-ol'o-ġy, *n.* ದೇವರ ಸ್ತೋತ್ರಗೀತ.

Dox'y, *n.* ಮಿಂಡಿ, ಸೂಳೆ, ಬಜಾರಿ.

Dōy'en, *n.* ಮುಖ್ಯ ರಾಯಭಾರಿ.

Dōze, *n.* ತೂಕಡಿಕೆ. *v. t. r.* ತೂಕಡಿಸು. **Dō'zy,** *a.* ತೂಕಡಿಕೆಯುಳ್ಳ, ನಿದ್ರಾಲು.

Dŏz'en (duz'n), *n.* & *a.* ಹನ್ನೆರಡು, "ದರ್ಜನ್"; talk nineteen to the d. ಎಡೆಬಿಡದೆ ಮಾತಾಡು.

Dr. *abbr.* of Doctor, *q. v.*; 2. *abbr.* of Debtor, *q. v.*

Drab, *a.* "ಖಾಕಿ" ಬಣ್ಣದ. *n.* "ಖಾಕಿ" ಬಣ್ಣದ ಉಣ್ಣೆಯ ವಸ್ತ್ರ.

Drab, *n.* ಬಜಾರಿ, ಸೂಳೆ.

Drab'ble, *v. t. & i. r.* ಕೆಸರು ಸಿಡಿಸು.

Drachm (dram), *n. see* Dram.

Draff, *n.* ಮುಸರೇ ನೀರು, ಕಲಗಚ್ಚು, ಎಂಜಲು.

Draft, *n.* (*see* Draught) ಎಳೆಯೋಣ; 2. ಹುಂಡಿ; 3. ಪಟ, ನಕ್ಷೆ (ನಕಾಶೆ); 4. ಚಿತ್ತು "ನಕಲು", "ಕರಡು". 5. ಬೇರೆ ಬೇರೆ ಕೆಲಸಗಳಿಗಾಗಿ ದೊಡ್ಡ ಗುಂಪಿನಿಂದ ಪ್ರತ್ಯೇಕಿಸಲ್ಪಟ್ಟವರು. **Drafts'man,** *n. see* Draughtsman.

Drag, *v. t.r.* (dragged) ಎಳಕೊಂಡು ಹೋಗು, ಜಗ್ಗು; 2. ದೋಣಿ ಹೊಡೆ, ಗುರ—; 3. (life, days, *etc.*) ಕಷ್ಟದಿಂದ ಕಳೆ, —ಹಾಕು. *v. i.* ಎಳಿಸಿಕೊಂಡು ಹೋಗು; 2. ಎಳಕೋತ (ಕೊಳ್ಳುತ್ತ) ನಡೆ. *n.* ಪಾತಾಳಗರಡಿ; 2. *see* Dragnet; 3. ಅಭ್ಯಂತರ. **Drag'-net,** *n.* ಎಳಕೊಂಡು ಹೋಗುವ ದೊಡ್ಡ ಬಲೆ.

Drag'gle, *v. t. r.* ನೆಲದಲ್ಲಿ ಳೆದಾಡಿಸು.

Drag'o-man, *n.* ದ್ವಿಭಾಷಿ, ದುಬಾಸಿ.

Drag'on, *n.* ಕಲ್ಪಿತ ರೆಕ್ಕೆಯ ಹಾವು, ಘಟಸರ್ಪ; (*in Scrip.*) ಪಿಶಾಚನು; dragon's blood ಹಿರಾಡಕ.

Dra-goon', *n.* ರಾಹುತ.

Drāin, *n.* ಬಚ್ಚಲುಹರಿ, ಸಡುವು, ತೋಡು, ತೂಬು, ಜಲದಾರಿ, ಕಡಗು (*My.*). *v. t. r.* ಬಸಿ, ಕುಂದಿಸು, ಖರ್ಚು ಮಾಡು. **Drāin'-āġe,** *n.* ನೀರು ಹರಿದುಹೋಗುವುದು.

Drāke, *n.* ಗಂಡು ಬಾತು; ducks and drakes, *see* Duck.

Dram, *n.* 1/8 ಅಥವಾ 1/16 ತೊಲೆಯ ತೂಕ; 2. ಸ್ವಲ್ಪ, ತುಸು; 3. (ಸಾರಾಯಿಯ) ಒಂದು ಗುಟುಕು.

Drăm'a, *n* ನಾಟಕ. **Dra-mat'ic, -mat'i-cal,** *a.* ನಾಟಕಸಂಬಂಧವಾದ, d. language ನಾಟ್ಯೋಕ್ತಿ. **Dram'a-tīse,** *v. t. r.* ನಾಟಕ ರಚಿಸು. **Dram'a-tist,** *n.* ನಾಟಕಕವಿ.

Drape, *v. t. r.* ವಸ್ತ್ರದಿಂದ ಶೃಂಗರಿಸು. **Drā'-pĕr,** *n.* ಜವಳಿವರ್ತಕ, ವಸ್ತ್ರ ಮಾರುವವ. **Drā'pĕr-y,** *n.* ಜವಳಿ, ವಸ್ತ್ರ; 2. ಜವಳಿ ವ್ಯಾಪಾರ.

Dras'tic, *a.* ಕಟು, ಬಲವುಳ್ಳ, ಚುರುಕಾದ. *n.* ವಿರೇಚನ ಔಷಧ, "ಜುಲಾಬು".

Draught (draft), *n.* ಎಳೆಯುವಿಕೆ; 2. ಕುಡಿತ, ಗುಟುಕು; 3. ಒಂದು ಬಲೆಯಲ್ಲಿ ಸಿಕ್ಕಿದ ಮೀನುಗಳು; 4. ಹಡಗ ಹಾಯತಕ್ಕ ನೀರಿನ ಆಳ; 5. ದಂಡಿನ ಭಾಗ; 6. ನಕ್ಷೆ; 7. ವರ್ಣನೆ; 8. ಹುಂಡಿ; 9. ಗಾಳಿ; *see* Draft. **Draughts,** *n. pl.* ಚತುರಂಗದಂಥ ಒಂದು ಆಟ.

Draughts'man (drafts-), *n.* ನಕ್ಷೆ (ನಕಾಶೆ) ಬರೆಯುವವ, ಚಿತ್ರಗಾರ.

Draw (dra), *v. t. ir.* (drew, drawn, *pr.* drụ, dran) ಎಳೆ, ಸೆಳೆ, ಜಗ್ಗು, (as an ox) ಎಳೆ, (as a magnet) ಆಕರ್ಷಿಸು; 2. ಎಳಕೊಳ್ಳು, ಬಲಿಸಿಕೊಳ್ಳು, ವಿಲೋಭಿಸು; 3. (a sword) ಈಳು, ಹಿರಿ; 4. (water of a well) ಸೇದು, ಜಗ್ಗು, ಕಪಲಿ ಹೊಡೆ; 5. (blood) ತೆಗೆ, ಹೊಡೆ; 6. (milk from the breast) ಕುಡಿ, ಹೀರಿಕೊಳ್ಳು; 7. (a fowl, a criminal) ಕರಳು ತೆಗೆ *e. g.;* 8. (lines) ಬರೆ, ಗೀಚು, ಕೊರೆ; d. back ಹಿಂತೆಗೆ; d. breath ಶ್ವಾಸ ಬಿಡು, ಉಸುರಾಡಿಸು; d. in ಎಳಕೊಳ್ಳು, ಕೂಡಿಸಿಕೊಳ್ಳು, ಒಲಿಸಿಕೊಳ್ಳು, ಮರುಳು ಮಾಡಿಕೊಳ್ಳು; d. off ತೆಗೆ; d. out ಬೆಳೆಸು, ವಿಸ್ತರಿಸು, ಎಳೆದಾಡು; d. picture ಚಿತ್ರ ಬರೆ; d. up ಬರಕೊಳ್ಳು, ವ್ಯೂಹಕಟ್ಟು; d. wire ತಂತಿ ಎಳೆ, ಕಂಬಿ—; drawn battle ಸೋಲು ಗೇಲು ಸರಿಯಾದ ಯುದ್ಧ; drawn game ಸರಿ ಸಾಟಿ, ಸಂಪಾಟಿ. *v. i.* (chimneys, *etc.*) ಗಾಳಿ ಆಡಗೊಡಿಸು; 2. ಚಿತ್ರಾಬರೆ; 3. ಸರಿ; d. back, d. off ಹಿಂದಕ್ಕೆ ಸರಿ, ಹಿಂಜರಿ; d. near ಸಮೀಪಿಸು; d. on ಮುಂದಕ್ಕೆ ಸರಿ, ಮುಂದರಿ; ...ನ ಮೇಲೆ ಹುಂಡಿ ಕೊಡು. *n.* ಎಳೆಯುವಿಕೆ, ಉಳುಕು; 2. ಸಮಾನತ್ವ, ಸರಿ ಸಾಟಿ; 3. ಚೀಟಾಟ. Draw′-back, *n.* ಅಡ್ಡಿ, ಕೊರತೆ, ಕುಂದು. Draw′-bridge, *n.* ತೆರೆಯಲೂ ಮುಚ್ಚಲೂ ತಕ್ಕ ಸಂಕ. Draw′ee, *n.* ಹುಂಡಿ ತೆರತಕ್ಕ ಹರದನು. Draw′ĕr, *n.* ಸೆಳೆಪೆಟ್ಟಿಗೆ, "ದರಾವು", ಮೇಜಿನ ಕಾನಿ. 2. ಹುಂಡೀ ಬರೆಯುವವ. Draw′ers (dra′rs), *n. pl.* ಇಜಾರು, ಚಲ್ಲಣ. Draw′-ing, *n.* ಪಟ, ಚಿತ್ರ, ನಕಾಶೆ; 2. ಪಟ ಬರೆಯೋಣ. Draw′ing-room, *n.* ಭೇಟಿ ತಕ್ಕೊಳ್ಳುವ ಕೋಣೆ, ಕೂಡ್ರುವ ಕೋಣೆ. Draw′-plāte, *n.* ಕಂಬಚ್ಚು. Draw′-well, *n.* ಸೇದುವ ಬಾವಿ.

Drawl (dral), *v. t. r.* ಗೊಣಗಾಡು, ಎಳೆದು ಮಾತಾಡು, ಎಳೆದು ಓದು. *n.* ಎಳೆದು ಮಾತಾಡುವುದು.

Drāy (drā), *n.* ಸಾಮಾನುಬಂಡಿ, ಚಕ್ಕಡಿ.

Dread (dred), *n.* ಹದರಿಕೆ, ಅಂಜಿಕೆ, ಭಯ, "ಘಾಲುಮೇಲು"; 2. "ಅದಬು". *v. t. r.* ಅಂಜು, ಭಯ ಪಡು *e. d.* *a.* ಭಯಂಕರ; 2. ಪೂಜ್ಯ. Dread′ful, *a.* ಭಯಂಕರ, ಭೀಕರ. Dread′less, *a.* ನಿರ್ಭಯವಾದ, ನಿರ್ಭೀತ.

Dread′naught, -nought (-nat), *n.* ಸಮರ ನಾವೆ.

Drēam (drēm), *n.* ಕನಸು, ಸ್ವಪ್ನ; 2. ವ್ಯರ್ಥ ಮನೋರಥ, ಕಲ್ಪನೆ. *v.i.r.* or *ir.* (dreamt dreamt, *pr.* dremt) ಕನಸು ಕಾಣು, ಕನಸು ಬೀಳು; he dreamt ಅವನು ಕನಸು ಕಂಡ, ಅವನಿಗೆ ಕನಸು ಬಿತ್ತು; 2. ಊಹಿಸು. *v. t.* ಕನಸಿನಲ್ಲಿ ಕಾಣು; d. away, d. out, d. through ಭ್ರಾಂತಿಯಿಂದ ಕಳೆ, ಸುಸ್ತಿಯಿಂದ ಕಳೆ. Drēam′ĕr, *n.* ಕನಸು ಕಂಡವ, ಸ್ವಪ್ನಾಳು. Drēam′ĕr-y, *n.* ಸ್ವಪ್ನಾವಸ್ಥೆ. Drēam′-ful, *a.* ಸ್ವಪ್ನಮಯ. Drēam′ing-ly, *ad.* ಆಲಸ್ಯವಾಗಿ. Drēam′less, *a.* ನಿಃಸ್ವಪ್ನ. Drēam′y, *a.* ಕನಸಿನಂಥಾ, ವ್ಯರ್ಥ, ಸ್ವಪ್ನಾಳು.

Drēar (drēr), Drēar′y, *a.* ದುಃಖವುಳ್ಳ, ಖೇದವುಳ್ಳ, ಖಿನ್ನ; 2. ಘೋರ, ಭಯಂಕರ. Drēar′i-ness, ಭಯಂಕರತ್ವ.

Dredge (drej), *n.* ಪಾತಾಳಗರಡಿ.

Dregs, *n. pl.* ಗಸಿ, ಕಸರು, ಮಡ್ಡಿ.

Drench, *v. t. r.* (*pr.* drencht) ಕುಡಿಸು; 2. ಚೆನ್ನಾಗಿ ತೋಯಿಸು. *n.* ಕುಡಿಯುವುದು.

Dress, *n.* ಉಡಿಗೆ, ಉಡಿಗೆತೊಡಿಗೆ, ಉಡುಗರೆ, ಉಡುಪು, ವಸ್ತ್ರ. *v. i. r.* (*pr.* drest) ಉಟ್ಟುಕೊಳ್ಳು, ತೊಟ್ಟುಕೊಳ್ಳು, ವಸ್ತ್ರಾದಿ ಹಾಕಿಕೊಳ್ಳು. *v. t.* ನೆಟ್ಟಗೆ ಮಾಡು, —ಸಿಂಗ್ರಿಸು; 2. (a wound) ಮಲಾಮು ಹಾಕು; 3. (cotton) ಎಕ್ಕು; 4. (leather) ಕರಿಹಾಸು, ಹದ ಮಾಡು; 5. ತಯಾರು ಮಾಡು. ಸಿದ್ಧ—; 6. ಉಡಿಸು, ತೊಡಿಸು, ಶೃಂಗರಿಸು; 7. (a millstone) ಹೊಳೆ ಹೊಯ್ಯು. Dres′sĕr, *n.* ತೊಡಿಸುವವ; 2. ವೈದ್ಯಸಹಾಯಕ, "ಡ್ರೆಸ್ಸರ್". Dres′sing, *n.* ವಸ್ತ್ರ, ದುಸ್ತು; 2. ತಯಾರು ಮಾಡೋಣ; d.-room ವಸ್ತ್ರ ಉಟ್ಟುಕೊಳ್ಳುವ ಕೋಣೆ. Dres′sy, *a.* ಸೊಗಸಿನ.

Drib′ble, *v. i. r.* ತಟತಟ ಬೀಳು; 2. ಜೊಲ್ಲು ಸುರಿ. Drib′blet, *n.* ಸಣ್ಣ ರಾಶಿ, ಸಣ್ಣ "ರಕಮು".

Drift, *n.* ಗಾಳಿಯಿಂದ ಹೊಡಕೊಂಡು ಬಂದದ್ದು, ನೀರಿನಿಂದ——; 2. ಪ್ರೇರೇಪಣೆ; 3. ತಾತ್ಪರ್ಯ. *v. t. r.* ಬಡಕೊಂಡು ಹೋಗು, ರಾಶಿ ಮಾಡು. *v. i.* ಬಡಿಸಿಕೊಂಡು ಹೋಗು.

Drill, *n.* ಹಿಡಿಸರಳು, ಹಿಡಿಸಾಲ, "ಬೈರಿಗೆ"; 2. ಕವಾಯತು; d. plough ಕೂರಿಗೆ. *v.t.r.* ಹಿಡಿಸಾಲದಿಂದ ತೂತು ಸರಿ, ಬೈರಿಗೆಯಿಂದ——; 2. ಸಾಲಾಗಿ ಬಿತ್ತು; 3. ಕವಾಯತು ಕಲಿಸು; 4. ಘೋರಬಿಟ್ಟು ಕಲಿಸು, ಕಷ್ಟ ಪಟ್ಟು—, ಕಟಿದು ಕಟಿದು—.

Drill, *n.* ವಸ್ತ್ರಭೇದ.

Drink, *n.* ಕುಡಿಯುವ ಜೀನಸು, ಪಾನ, ಬಾಯಾರು, ಆಸರೆ. *v. t. ir.* (drank, drunk) ಕುಡಿ, ಪಾನ ಮಾಡು; d. to excess ಮೂಗಿನ ವರೆಗೆ ಕುಡಿ; d. to ಕ್ಷೇಮವಚನ ನುಡಿ; d. oneself to death ಕುಡಿದು ಸಾಯು.

Driṅk'a-ble, *a.* ಕುಡಿಯತಕ್ಕ. **Driṅk'ĕr**, *n.* ಕುಡಿಯುವವ, ಕುಡಕ. **Driṅk'iṅg**, *n.* ಕುಡಿಯುವಿಕೆ, ಪಾನ; d. water ಕುಡಿನೀರು.

Drip, *v. i. r.* (dripped, *pr.* dript) ತಟತಟಕಾಗಿ ಬೀಳು, ತಟತಟಬೀಳು, ಸೋರು. *v. t.* ತಟತಟಕಾಗಿ ಬೀಳಿಸು. **Drip'piṅg**, *n.* ಹನಿ; 2. ಮಾಂಸದ ಚರ್ಬಿ.

Drīve, *v. t. r.* (drōve, driv'en) ನೂಕಿಸು, ತಳ್ಳು, ದೊಬ್ಬು, (d. in as a nail) ಜಡಿ; 2. ಅಟ್ಟು, ಓಡಿಸು, ಹೊಡೆ, ಎಬ್ಬು. *v. i.* ಅಟ್ಟು, ಹೊಡಕೊಂಡು ಹೋಗು; 3. ಬಂಡಿಯಲ್ಲಿ ಸವಾರಿ ಮಾಡು; **4.** ಯತ್ನ ಮಾಡು; d. mad ಹುಚ್ಚನಾಗಿ ಮಾಡು; d. quill ಬರಹದ ಕೆಲಸ ಮಾಡು; **d. a good bargain** ಒಳ್ಳೆ ವ್ಯಾಪಾರ ಮಾಡು; what is he driving at? ಅವನ ಉದ್ದೇಶವೇನು? *n.* ಬಂಡೀಸವಾರಿ; 2. ಸವಾರಿ ಮಾಡುವ ಸ್ಥಳ. **Drīv'ĕr**, *n.* ಸಾರಥಿ, ಬಂಡೀ ಹೊಡೆಯುವವ, ಬಂಡಿಬೋವ.

Driv'el, *v. i. r.* (driv'elled, *pr.* driv'ld) ಜೊಲ್ಲು ಸುರಿ. *n.* ಜೊಲ್ಲು; 2. ಹರಟೇ ಮಾತು. **Driv'el-lĕr**, *n.* ಜೊಲ್ಲುಬುರುಕ, ಹರಟುವವ.

Driz'zle (driz'l), *n.* ಜನುಗು ಮಳೆ. *v. t. r.* ಹನಿ ಮಳೆ ಸುರಿ, ಹನಿಯು.

Drōll, *a.* ಹಾಸ್ಯಕರ, ನಗತಕ್ಕ. *n.* ಹಾಸ್ಯಗಾರ, ನಗಚೇಷ್ಟೆಯವ, ವಿನೋದಿ. *v. i. r.* ಹಾಸ್ಯ ಮಾಡು. **Drōl'lĕr-y**, *n.* ನಗಚೇಷ್ಟೆ, ಹಾಸ್ಯ.

Drŏm'e-dar-y, *n.* ಎರಡು ಗೂನಿನ ಒಂಟೆ, ಸಾಂಡ.

Drōne, *n.* ಗಂಡು ಜೇನುನೊಣ; 2. ಬರಗುಡುವ ಶಬ್ದ; 3. ಮೈಗಳ್ಳ, ಸೋಮಾರಿ; 4. *(mus.)* ಶ್ರುತಿ (ಸುತಿ); d.-player ಶ್ರುತಿಗಾರ, ಶ್ರುತಿ (ಸುತಿ) ಹಿಡಿಯುವವ. **Drō'nish**, *a.* ಮೈಗಳ್ಳ, ಸೋಮಾರಿಯಾದ, ಜಾಡ್ಯವಾದ.

Droṅ'go, *n.* **Malabar Racket-tail D.** *(Edolius malabaricus)* ಭೀಮರಾಜವೆಂಬ ಹಕ್ಕಿ.

Droop, *v. i. r.* (*pr.* drupt) ಬಾಡು, ಕುಗ್ಗು, ಕ್ಷೀಣವಾಗು, ಸೊರಗು.

Drop, *n.* ಬೊಟ್ಟು, ಬಿಂದು, ಹನಿ, ತಟಕು. *v. t. r.* (dropped, *pr.* dropt) ಬೊಟ್ಟುಬೊಟ್ಟಾಗಿ ಬೀಳಿಸು, ಉದುರಿಸು, ಬಿಡು; 2. ಸೂಚಿಸು, ಇಳಿಸು. *v. i.* ಬೊಟ್ಟುಬೊಟ್ಟಾಗಿ, ಬೀಳು, ತಟತಟ ಬೀಳು, ಉದುರು; 2. ಸಾಯು; 3. ನಿಂತು ಹೋಗು. **Drop'-cŭrtāin**, *n.* ತೆರೆಪಟ. **Drop'piṅg**, *n.* ಸೋರುವುದು, ಹನಿಹನಿಯಾಗಿ ಬೀಳುವುದು, ಉದುರೋಣ, ತಟಕು. *a.* ಬೀಳುವ. **Drop'-scene**, *n.* (ನಾಟಕದ) ಅಂತಿಮ ನೋಟ.

Drop'sy, *n.* ಜಲೋದರ, ಮಹೋದರ, ಜಠರಾಮಯ, ಶೋಫ. **Drop'si-cal**, *a.* ಜಲೋದರ ರೋಗ ಸಂಬಂಧವಾದ.

Dross, *n.* ಕಿಟ್ಟ, ಕಸ. **Dros'si-ness**, *n.* ಕಲ್ಮಷ, ಅಶುಚಿ. **Dros'sy**, *a.* ಕಲ್ಮಷವುಳ್ಳ, ಅಶುದ್ಧ.

Drought (drout), *n.* ಬತ್ತೋಣ, ಅನಾವೃಷ್ಟಿ, ಬರ; 2. ನೀರಡಿಕೆ; 3. ಕೊರತೆ.

Drōve, *n.* ಮಂದೆ, ಹಿಂಡು, ಜನಸಮೂಹ. **Drō'vĕr**, *n.* ಗೊಲ್ಲ, ದನಗಾವಿ, ಬೇಡಿಕೆಯವ.

Drōve, *pt. of* **Drive.**

Drown, *v. t. r.* ಮುಣುಗಿಸು, ಮುಣುಗಿಸಿ ಕೊಲ್ಲು; 2. (ಶಬ್ದ ಇತ್ಯಾದಿ) ಕೇಳದ ಹಾಗೆ ಮಾಡು. *v. i. r.* ಮುಣುಗಿ ಸಾಯು.

Drowse, *v. i. r.* ತೂಕಡಿಸು. *v. t.* ತೂಕಡಿಕೆ ಹುಟ್ಟಿಸು. **Drow'si-ly**, *ad.* ಸುಸ್ತಿಯಾಗಿ. **Drow'si-ness**, *n.* ತೂಕಡಿಕೆ, ಸುಸ್ತಿ, ನಿದ್ರೆಯ ಮೊಬ್ಬು. **Drow'sy**, *a.* ತೂಕಡಿಕೆಯುಳ್ಳ, ನಿದ್ರಾಳು, ಸುಸ್ತಿಯುಳ್ಳ; become d. ತೂಕಡಿಕೆ ಹತ್ತು, ಕಣ್ಣು ಕೂರು.

Drub, *n.* ಪೆಟ್ಟು, "ದೆಬ್ಬೆ". *v. t. r.* (drubbed, *pr.* drubd) ಬೆತ್ತದಿಂದ ಹೊಡೆ. **Drub'biṅg**, *n.* ಹೊಡತ.

Drudġe (druj), *n.* "ಗುಲಾಮ," ಕಠಿಣ ಕಷ್ಟ ಮಾಡುವವ. *v. t. r.* "ಗುಲಾಮ"ಕೆಲಸ ಮಾಡು, ತೊತ್ತುಕೆಲಸ ಮಾಡು, ಕಷ್ಟಪಡು. **Drudġ'ĕr-y** (druj'ĕr-y), *n.* "ಗುಲಾಮ" ಕೆಲಸ, ನೀಚ ಕೆಲಸ, ಕೋಟಲೆ, ಕತ್ತೆದುಡಿಕೆ.

Drug, *n.* ಔಷಧ, ದ್ರವ್ಯ, ಮೂಲಿಕೆ, ಗಂಧಸರಕು; 2. ಮಾರದೆ ಬಿದ್ದ ಸರಕು (a d. in the market). *v. t. r.* (drugged) ಮದ್ದು ಕೊಡು, ಔಷಧ ಕೊಡು. **Drug'gist**, *n.* ಔಷಧ ಮಾಡುವವ, —ಮಾರುವವ, ಗಂಧಿಗ.

Drü'id, *n.* ಪ್ರಾಚೀನ ಬ್ರಿಟನ "ಗೋಲ" ಜನಾಂಗಗಳವರ ಉಪಾಧ್ಯಾಯ.

Drum, *n.* (small, cask-shaped) ಮದ್ದಲೆ, (ಮಲ್ಲಿ), ಡಬ್ಬು, ಮೃದಂಗ, (cup-shaped) ಕರಡೆ; (a beggar's d.) ಚಕ್ರವಾದ್ಯ; (a common soldier's d.) ತಂಬೂರಿ, ಡೋಲು; (a large shepherd's d.) ಡೊಳ್ಳು; (a large kettle-d.) ಭೇರಿ, ನಗಾರಿ; 2. *(anat.)* ಗರ್ಭಶ್ರವಣ; 3. ಗೋಲಸ್ತಂಭ. *v. i. r.* (drummed, *pr.* drumd) ತಂಬೂರಿ ಮುಂತಾದ್ದು ಬಾರಿಸು; 2. ಬಾರಿಸು; 3. ಡಂಗರ ಹೊಡೆ. *v. t.* ಬಾರಿಸು; d. out ಡಂಗರ ಹೊಡೆದು ಹೊರಗೆ ಹಾಕು; d. up ಡಂಗರ ಹೊಡೆದು ಕೂಡಿಸು. **Drum'-**

head, *n.* ತಂಬೂರಿಯ ಚರ್ಮ. Drum'mer, *n.* ತಂಬೂರಿ ಬಾರಿಸುವವ. Drum'stick, *n.* ನಗಾರಿಕೋಲು. ಗುಣುಕು, ಗುಣಿ; 2. *(bot.)* ನುಗ್ಗೇಕಾಯಿ.

Drunk, *a.* ಕುಡಿದ, ಅಮಲುಹತ್ತಿದ. Drunk'-ard (-ĕrd), *n.* ಕುಡಿಕ, ಮದ್ಯಪಾನಿ. Drunk'-en, *a.* ಕುಡಿದ, ಅಮಲುಹತ್ತಿದ, ಮತ್ತೇರಿದ. Drunk'en-ness, *n.* ಅಮಲು, ಮತ್ತೇರುವಿಕೆ.

Drupe, *n.* *(bot.)* ಮಾವಿನ ಹಣ್ಣಿನಂತೆ ಅಥವಾ ಬಾರೇ ಕಾಯಂತೆ ಇರುವ ಫಲ, ಅಷ್ಟಿಫಲ.

Drȳ, *a.* ಬತ್ತಿದ, ಒಣಗಿದ, ಮಳೆ ಇಲ್ಲದ; 2. ಹಾಲು ಹಿಂಡದ, ಬಚ್ಚ, ಬರಡ, ಬಡ್ಡ; 3. ನೀರಡಿಕೆಯುಳ್ಳ; 4. ನಿಸ್ಸಾರವಾದ; d. land (in cultivation) "ಖುಷ್ಕಿ", ಬೆಟ್ಟು. *v. t. r.* (dried) ಒಣಗಿಸು, ಬತ್ತಿಸು, ಆರಿಸು. *v. i.* ಒಣಗು, ಬತ್ತು, ಆರು. Drȳ'ness, *n.* ಬತ್ತಿದ್ದು, ಒಣಗೋಣ, ಬರಡುತನ, ಹೊರಪು. Drȳ'-nurse (-nĕrs), *n.* ದಾದಿ, ಆಯಾ. Drȳ'-shod, *ad.* ಪಾದ ನೆನೆಯದೆ.

Dū'al, *a.* ಇಬ್ಬರ, ಎರಡು ಸೂಚಿಸುವ. *n.* *(gram.)* ದ್ವಿವಚನ. Dū'al-ism, *n.* ದ್ವೈತವಾದ. Dū-al'i-ty, *n.* ಉಭಯತೆ.

Dub, *n.* ನೀರಿನ ಹೊಂಡ. [ಕೊಡು.

Dub, *v. t. r.* (dubbed, *pr.* dubd) ಬಿರುದು

Dub'bĕr, *n.* ದಬಡೆ, ಸಿದ್ದಿಗೆ.

Dū'bi-ous, *a.* ಸಂದೇಹವುಳ್ಳ, ಸಂಶಯಹುಟ್ಟಿಸುವ. Dū'bi-ous-ly, *ad.* ಸಂದೇಹವಾಗಿ, ಸಂಶಯವಾಗಿ. Dū'bi-ous-ness, *n.* ಸಂದೇಹ.

Dū-bi-tā'tion, *n.* ಸಂಶಯ, ಅನುಮಾನ.

Dū'cal, *a.* (*see* Duke) ಡ್ಯೂಕ್ ಶ್ರೀಮಂತನಿಗೆ ಸಂಬಂಧವಾದ.

Duc'at, *n.* (ಮೊದಲು ಡ್ಯೂಕ್ ದೊರೆ ಮಾಡಿಸಿದ) ಒಂದು ನಾಣ್ಯ (ಬೆಳ್ಳಿಯದು ಸುಮಾರು ಎರಡೂವರೆ ರೂಪಾಯಿ ಬೆಲೆದ್ದು, ಬಂಗಾರದ್ದು ಅದರ ಇಮ್ಮಡಿ).

Duch'y, *n.* "ಡ್ಯೂಕ್" ದೊರೆಯ ದೇಶ. Duch'-ess, *n.* ಡ್ಯೂಕ್ ದೊರೆಸಾನಿ.

Duck, *n.* ಬಾತು, ಹೆಣ್ಣು ಬಾತು; Brahmani d., *see* Sheldrake: wild d. ತಾಡಗ್ಯಾ; to make ducks and drakes ನೀರಲ್ಲಿ ರೊಟ್ಟೀಯಾಟ ಮಾಡು; he played at ducks and drakes with his money ತನ್ನ ದುಡ್ಡನ್ನು ಕೈಗೆ ಬಂದ ಹಾಗೆ ಹಾಳು ಮಾಡಿದನು, — — ಹುಣಿಸಿಪಕ್ಕ ಮಾಡಿಬಿಟ್ಟನು. *v.i.r.* (*pr.* dukt) ಮುಣುಗು. *v. t.* ಮುಣುಗಿಸಿ ತೆಗೆ. Duck'ling, *n.* ಬಾತುಮರಿ.

Duck's'-meat (-mēt), **Duck'-wēed**, *n.* *(Lemna globosa, Roxb.)* ಅಂತರಗಂಗೆ.

Duct, *n.* ಕೊಳವೆ, ನಳಿಗೆ, ನಲ; lactiferous d. *(anat.)* ದುಗ್ಧವಾಹಿನಿ.

Duc'tile, *a.* ಮೆತ್ತಾನ, ಮಿದುವು, ಮೃದು, ಸರಿಗೆಯಾಗಿ ಮಾಡಲು ಬರುವ; 2. ಸಾಧು, ವಿಧೇಯ. Duc-til'i-ty, *n.* ಮೆತ್ತಗಾಗಿರೋಣ, ಮೃದುತ್ವ, ನಾರಾಗಿರುವುದು.

Dudg'eon, *n.* ಸಿಟ್ಟು, ಕೋಪ; 2. ಕಠಾರಿ.

Dūe, *a.* ತಕ್ಕ, ಕೊಡತಕ್ಕ, ಸಲ್ಲತಕ್ಕ, ಬರತಕ್ಕ; this accident is d. to your negligence ಈ ವಿಪತ್ತು ನಿನ್ನ ಅಜಾಗ್ರತೆಯಿಂದ ಬಂತು. *ad.* ನೆಟ್ಟಗೆ, ಸೀದಾ, ಒಡನೆ. *n.* ತಕ್ಕದ್ದು, ಸಲ್ಲತಕ್ಕದ್ದು, ಬರತಕ್ಕದ್ದು, ಸುಂಕ, ತೆರಿಗೆ, ಕಪ್ಪ. Dū'-ly, *ad.* ತಕ್ಕ ಹಾಗೆ, "ಬರಾಬರಿ", ತಕ್ಕ ವೇಳೆಗೆ.

Dū'el, *n.* ದ್ವಂದ್ವಯುದ್ಧ. Dū'el-list, *n.* ದ್ವಂದ್ವಯುದ್ಧಗಾರ.

Dū-en'na, *n.* ಯಜಮಾನಿ. [ಕೃತಿ.

Dū-et', *n.* ಇಬ್ಬರು ಹಾಡುವ ಇಲ್ಲವೆ ಬಾರಿಸುವ

Duf'fĕr, *n.* ಕೋರಿಸೆಟ್ಟಿ, ಕಳ್ಳ ವ್ಯಾಪಾರಿ, ಠಕ್ಕ, ಮಂದ ಬುದ್ಧಿಯವ.

Dug, *n.* ಮೊಲೆ, ಕೆಚ್ಚಲು.

Dug, *pt. of* Dig. Dug'out, *n.* ನೆಲದಡಿಯಲ್ಲಿ ಮಾಡಿದ ಇಕ್ಕೆ; 2. ಬೊಡ್ಡಿಯಿಂದ ಮಾಡಿದ ದೋಣಿ.

Dūke, *n.* ಸರದಾರ, ಇಂಗ್ಲಾಂಡಿನ ಶ್ರೀಮಂತರಲ್ಲಿ ಮೊದಲನೇ ತರದವ, ಕೆಲವು ವಿಲಾಯತಿ ದೇಶಗಳಲ್ಲಿ ಅರಸೆಂಬ ಬಿರುದಿಲ್ಲದ ದೊರೆ. Dūke'-dom, *n.* ಡ್ಯೂಕನ ಅಧಿಕಾರ, — ರಾಜ್ಯ, — ಕಿತಾಬು.

Dul'cet, *a.* ಸೀ, ಮಧುರ, ಇಂಪಾದ. Dul'ci-fȳ, *v. t. r.* (-fīed) ಸೀ ಮಾಡು, ಸವಿ—

Dul'ci-mĕr, *n.* ಸಿತಾರ, ತಂಬೂರಿ.

Dull, *a.* ಮೊಂಡ, ಮಂದ, ಸುಸ್ತಿಗಳುಳ್ಳ, ಸಂತೋಷವಿಲ್ಲದ. *v. t. r.* ಮಂದ ಮಾಡು. Dul'-lard (-lĕrd), *n.* ದಡ್ಡ. Dull'-head (-hed), *n.* ಪೆದ್ದ, ದಡ್ಡ. Dul'ness, *n.* ದಡ್ಡತನ, ಮಂದಮು, ಮಂದತ್ವ.

Dūma, *n.* ರುಶ್ಯದ ರಾಜಸಭೆ.

Dumb (dum), *a.* ಮೂಕ, ಮೊನ್ನ; 2. ಸುಮ್ಮಗಿರುವಂಥ, ನಿಶ್ಶಬ್ದ, ಮೌನವಾದ. Dumb'-bell, *n.* ಮುದ್ಗರ. Dumb'-bells, *n. pl.* ಭಾರವಾದ ತಲೆಗಳುಳ್ಳ ಸಪೂರವಾದ ಕಬ್ಬಿಣದ ಮುದ್ಗರ. Dumb-found', -'dĕr, *v. t. r.* ಕಂಗೆಡಿಸು. Dumb'ness, *n.* ಮೂಕತನ, ಮೌನತೆ. Dumb'-shōw, *n.* ಸನ್ನೆ ಮಾತುಕಥೆ.

Dum'my, *n.* ಮೂಕನು. *a.* ಆಟದ, ಸುಳ್ಳು, ಕಪಟ, ಕೃತಕ; 2. ಹೋಲುವ.

Dump, *n.* ಕುಳ್ಳ ತೋರ ವಸ್ತು, ಸಣ್ಣ ನಾಣ್ಯ, ಗಿಡ್ಡನು. *v. t. r.* ಕ್ರಯ ತಗ್ಗಿಸಿ ಮಾರು, ಬೀಳಿಸು. **Dum'py**, *a.* ಗಿಡ್ಡಾದ.

Dum'pling, *n.* ಉಂಡೆ, ಹಿಟ್ಟಿನುಂಡೆ.

Dumps, *n. pl.* ದುಃಖ, ವ್ಯಸನ, ಕರಕರೆ.

Dun, *v.t.r.* (dunned, *pr.* dund) ಸಾಲಕ್ಕಾಗಿ ಉಪದ್ರವ ಕೊಡು *c. d.*, ಕಕುಲತೆ ಪಡಿಸು, "ವರಾತ" ಮಾಡು, "ತಗಾದೆ" ಮಾಡು. *a.* ಕಂದಿ ಬಣ್ಣದ, ಪಿಂಗಲ ವರ್ಣದ. *n.* ಉಪದ್ರವ ಕೊಡುವವ, "ತಗಾದೆದಾರ"; 2. "ತಗಾದೆ".

Dunce, *n.* ಹೆಡ್ಡ, ಮೂಢ.

Dun'dĕr-head, *n.* ಹೆಡ್ಡ.

Dūne, *n.* ಸಮುದ್ರದಂಡೆಯ ಉಸುಬಿನ ದಿನ್ನೆ.

Duṅg, *n.* ಸಗಣಿ, ಸೆಗಣಿ, ಲದ್ದಿ, ಹೇಲು, ಗೊಬ್ಬರ; d. of birds ರೆಟ್ಟೆ, ವಿಷ್ಠೆ. *v. t. r.* ಗೊಬ್ಬರ ಹಾಕು. **Duṅg'hill**, *n.* ತಿಪ್ಪೆ; 2. ನೀಚ ಸ್ಥಿತಿ.

Dun'ġeŏn (-jun), *n.* ಕತ್ತಲೇ ಕೋಣೆ; 2. ಭದ್ರವಾದ ಸೆರೆಮನೆ, ನೆಲಮಾಳಿಗೆಯಲ್ಲಿರುವ—. *v. t. r.* ಸೆರೆಮನೆಯಲ್ಲಿಡು, ಮುಚ್ಚು.

Dū-o-dec'i-mal, *n.* ದ್ವಾದಶಾಂಶ. **Dū-o-dec'i-mō**, *a.* ಹನ್ನೆರಡು ಮಡಿಕೆಗಳುಳ್ಳ.

Dūpe, *n.* ಮರುಳಾದವ, ಮೋಸಗೊಂಡವ. *v. t. r.* ಮೋಸಗೊಳಿಸು, ಮಂಕುಮಾಡು, ಇಂಗಿಹಚ್ಚು. **Dū'piṅg**, *n.* ಮೋಸ, ಠಕ್ಕು.

Dū'pli-eāte, *a.* ಇಮ್ಮಡಿ, ಇಮ್ಮಡಿ "ನಕಲು", ದ್ವಿಗುಣ, ದುಪ್ಪಟ. *n.* ಪ್ರತಿ "ನಕಲು". *v. t. r.* ಇಮ್ಮಡಿ ಮಾಡು; 2. ದ್ವಿಪ್ರತಿ ಮಾಡು.

Dū-plic'i-ty, *n.* ಕಪಟ, ಮೋಸ, ಎರಡು ಮಾತು, ಎರಡು ನಾಲಿಗೆ, ಇಬ್ಬಾಯಿಯು.

Dū-ra-bil'i-ty, **Dū'ra-ble-ness**, *n.* ತಡೆಯೋಣ, ಬಾಳಿಕೆ, ಸಿಲಗಡೆ, ಸ್ಥಿರತ್ವ, ನಿಭಾವನೆ. **Dū'ra-ble**, *a.* ಗಟ್ಟಿ, ಬಾಳುವ, ಶಾಶ್ವತ, ಸ್ಥಿರ, ನಿಭಾಯಿಸುವ. **Dū'ra-bly**, *ad.* ಗಟ್ಟಿಯಾಗಿ, ಶಾಶ್ವತವಾಗಿ. **Dū'ra-cy**, **Dū'rance**, *n.* ಕಾವಲಿ, "ಕೈದು", ಪಹರೆ. **Dū-rā'tiŏn**, *n.* ಕಾಲ, ಕಾಲಪರಿಮಾಣ, ಇರುವಿಕೆ.

Dur'bar, *n.* "ದರಬಾರು".

Dū'ress, *n.* "ಮೊಹಸಲಿ", ನಿರ್ಬಂಧ.

Dū'riṅg, *prep.* ....ಲ್ಲಿ, ಒಳಗೆ, ಇರಲಾಗಿ.

Durst, *pt. of* Dare.

Dusk, *n.* ಮುಂಗತ್ತಲು, ನಸುಗತ್ತಲು, ಮಸಕು. *a.* ಮುಂಗತ್ತಲಾದ, ಮಸಕಾದ. **Dus'ki-ly**, *ad.* ಮೊಬ್ಬಾಗಿ. **Dus'ki-ness**, *n.* ಮೊಬ್ಬು, ಮಸಕು. **Dus'kish**, *a.* ಮೊಬ್ಬಾದ. **Dus'ky**, *a.* ಮೊಬ್ಬಾದ, ಮಸಕಾದ, ಧೂಸರ ವರ್ಣದ.

Dust, *n.* ದೂಳು, ಮಣ್ಣು; throw d. in one's eyes ಒಬ್ಬರ ಕಣ್ಣು ಕಟ್ಟುವದು. *v.t.r.* ದೂಳು ಒರಸು *c. g.* —ಚಿಮಿಕಿಸು. **Dus'tĕr**, *n.* ದೂಳು ತೆಗೆಯುವ ಬಟ್ಟೆ. **Dus'ty**. *a.* ದೂಳು ಕೂತ, —ತುಂಬಿದ, ದೂಳಿನ ಬಣ್ಣದ, ಕಂದಿ.

Dutch, *n.* ಹಾಲಂಡ್ ದೇಶದ ಜನರು, —ಭಾಷೆ.

Dū'ty, *n.* ಮಾಡತಕ್ಕದ್ದು, ಹಂಗು, ಕರ್ತವ್ಯ, ಕರ್ಮ, ಧರ್ಮ; 2. ಕೆಲಸ; 3. ವಂದನೆ; 4. ಸುಂಕ. **Dū'te-ŏus**, **Dū'ti-fụl**, *a.* ಒಳ್ಳೇ, ವಿಧೇಯ, ಆಜ್ಞಾಧಾರಕ, ಸೇವಾತತ್ಪರ; d. wife ಪತಿವ್ರತೆ, ಗರತಿ, ಸತಿ, ಸಾಧ್ವಿ. **Dū'ti-ful-ness**, *n.* ವಿಧೇಯತೆ, ಆಜ್ಞಾನುವರ್ತನೆ.

D. V. *abbr. of* Deo volente, *q. v.*

Dwạrf, *n.* ಗಿಡ್ಡ, ಮುಡ್ಡ, ಗುಜ್ಜಾರಿ, ಕುಳ್ಳ. *a.* ಗಿಡ್ಡಾದ. *v. t. r.* (*pr.* dwạrft) ಬೆಳೆಯದ ಹಾಗೆ ಮಾಡು, ಕುಳ್ಳ ಮಾಡು, ಕಟ್ರು ಬೀಳಿಸು. **Dwạr'fish**, *a.* ಗಿಡ್ಡ, ಕುಳ್ಳ, ಬಹು ಚಿಕ್ಕ.

Dwell, *v. i. r.* ಇರು, ವಾಸ ಮಾಡು, ಒಕ್ಕಲಿರು, ನೆಲಸು, ನೆಲಗೈಯು; d. on ಒಂದೇ ಪ್ರಸ್ತಾಪವನ್ನು ಮುಂದೆ ನಡಿಸು, ವಿವರವಾಗಿ ಹೇಳು. **Dwel'lĕr**, *n.* ಇರುವವ, ವಾಸಸ್ಥ, ನಿವಾಸಿ. **Dwel'liṅg**, *n.* ವಾಸ, ವಾಸಸ್ಥಾನ, ಮನೆ, ಇಕ್ಕೆ, ವಸತಿ. **Dwel'liṅg-house**, *n.* ಮನೆ.

Dwin'dle, *v. i. r.* ಸಣ್ಣದಾಗು, ಕಡಿಮೆಯಾಗು, ಸೊರಗು, ಕ್ಷೀಣಿಸು.

Dȳe (dī), *v.t.r.* (dȳed) ಬಣ್ಣಾ ಎದ್ದು (ಅದ್ದು), ಬಣ್ಣಾ ಹಚ್ಚು *c. d.* *n.* ಬಣ್ಣ. **Dȳe'iṅg**, *n.* ಬಣ್ಣಾ ಹಾಕುವ ಕಸಬು, ಅದ್ದಣ. **Dȳ'ĕr**, *n.* ಬಣ್ಣಗಾರ; indigo d. ನೀಲಗಾರ.

Dȳ'iṅg, *a.* ಸಾಯುವಂಥ, ನಾಶವಾಗುವಂಥ, ಪ್ರಾಣಾಂತಿಕ, ಮರಣೋನ್ಮುಖ, ಅತ್ಯವಸ್ಥ; 2. ಸಾಯುವ ಮುಂಚೆ ಹೇಳಿದ.

Dȳke, *n. see* Dīke.

Dȳ-nam'ics, *n. pl.* ಪದಾರ್ಥಶಕ್ತಿಶಾಸ್ತ್ರ.

Dȳ'na-mīte, *n.* ಸಿಡಿಮದ್ದು.

Dȳ'na-mo, *n.* ವಿದ್ಯುದ್ಯಂತ್ರ.

Dȳn'as-ty, *n.* ರಾಜವಂಶ, ರಾಜವಂಶಾವಳಿ.

Dys̱'en-tĕr-y, *n.* ರಕ್ತಾತಿಸಾರ, ರಕ್ತಹೋಗುವುದು, ಬಟ್ಟೆ, ಆಮಶಂಕೆ (*My.*).

Dys-pep'si-a, **Dys-pep'sy**, *n.* ಅಜೀರ್ಣ, ಅಗ್ನಿಮಾಂದ್ಯ, ಕಟ್ರಿ (*My.*). **Dys-pep'tic**, *a.* ಅಜೀರ್ಣವಾದ. *n.* ಅಜೀರ್ಣ ರೋಗವುಳ್ಳವನು.

Dys'ū-ria, **Dys-ū-ry**, *n.* ಉರಿ, ಉಚ್ಚೆ, ಮೂತ್ರಕೃಚ್ಛ್ರ. **Dys'ū-ric**, *a.* ಮೂತ್ರಕೃಚ್ಛ್ರದ.

E

E *(mus.)* ಸಪ್ತಸ್ವರಗಳಲ್ಲಿ ಮೂರನೇದು, "ಗ".

E., *abbr. from* East, *q.v.*

E., *prep. the same as* Ex.

E. E., *abbr. from* Errors excepted, ತಪ್ಪುಗಳು ಇಲ್ಲದಿದ್ದರೆ.

Ēach (ēch), *n.* ಒಬ್ಬೊಬ್ಬ, ಒಂದೊಂದು. *a. & ad.* ಪ್ರತಿ ಒಬ್ಬ, ಪ್ರತಿ ಒಂದು, ಒಬ್ಬೊಬ್ಬನಿಗೆ, ಒಂದೊಂದಕ್ಕೆ, ತಲೆಗೆ; e. other ಒಬ್ಬರನ್ನೊಬ್ಬರು, ಒಬ್ಬರಿಗೊಬ್ಬರು.

Ēa'gĕr (ē'gĕr), *a.* ಲವಲವಿಕೆಯುಳ್ಳ, ಆತುರವುಳ್ಳ, ಅತಿ ಆಶೆಯುಳ್ಳ, ಉತ್ಸುಕ; to be e. ಅಡರಾಸು. Ēa'gĕr-ly, *ad.* ಅಭಿಲಾಷೆಯಾಗಿ, ತವಕದಿಂದ, ಕುತೂಹಲದಿಂದ, ಆತುರದಿಂದ. Ēa'gĕr-ness, *n.* ಆತುರ, ಅತ್ಯಾಶೆ, ಹೌಸ.

Ēa'gle (ĕ'gl), *n.* ಗರುಡಪಕ್ಷಿ, ರಣಹದ್ದು.

Ēa'glet, *n.* ಗರುಡನ ಮರಿ, ಹದ್ದಿನ ಮರಿ.

Ēa'gle-wọọd, *n.*, *see* Aloewood.

Ēar (ēr), *n.* ಕಿವಿ, ಕರ್ಣ; set people by the ears ಮಂದಿಯಲ್ಲಿ ಜಗಳಾಟ ಹುಟ್ಟಿಸು, ಕಡ್ಡಿ ಇಕ್ಕು. Ēar'less, *a.* ಕಿವಿಯಿಲ್ಲದ. Ēar'lock, *n.* ಕುರುಳು, "ಜುಲುಪೆ", "ಜುಲಿಪೆ". Ēar'-riṅg, *n.* ಮುರುವು, ಒಂಟಿಮುರುವು, ಓಲೆ, ಕುಂಡಲ; the drop of an e. ಜುಮುಕಿ. Ēar'-shot, *n.* ಕೇಳಿಸುವಷ್ಟು ದೂರ. Ēar'-wax, *n.* ಕೂಕಣಿ, ಕೂಗಣೆ, ಕೂಗಟಿ, ಗುಗ್ಗೆ. Ēar'-wig, *n.* ತಗಣೆಗಂಡವೆಂಬ ಹುಳ.

Ēar (of corn), *n.* ಹೊಡೆ, ತೆನೆ; tender e. ಹಾಲದೆನೆ; an e. from which the grains have been removed ಕಂಕಿ. *v.t.r.* ತೆನೆಯಾಗು, ಹೊಡೆಗೆ ಬರು.

Ĕarl (ĕrl), *n.* ಪ್ರಭು; 2. ಇಂಗ್ಲಾಂಡಿನ ಶ್ರೀಮಂತರಲ್ಲಿ ಮೂರನೆ ತರದವ. Ĕarl'dŏm, *n.* ಅರ್ಲಪ್ರಭುವಿನ ಬಿರುದು,— "ಜಹಗೀರು".

Ĕar'ly (ĕr'li), *a.* ಮುಂದಾದ, ಹೊತ್ತಿಗೆ ಮುಂಚೆ ಆದ, "ಹಂಗಾಮಿನ", ಮುಂಚಿನ, ಬೇಗ ಬಂದ; e. age, e. youth ಚಿಕ್ಕ ಪ್ರಾಯ, ಎಳೆ—; e. hours ನಸುಕು, ಬೆಳಗುಮುಂಜಾನೆ; e. times ಪ್ರಾಚೀನ, ಪೂರ್ವಕಾಲ. *ad.* ಬೇಗನೇ; 2. ಹೊತ್ತಾರೆ, ಹೊತ್ತುಂಟೆಲ್ಲೆ; 3. ಚಿಕ್ಕ ಪ್ರಾಯದಲ್ಲಿ.

Ĕarn, *v.t.r.* ದುಡುಕೊಳ್ಳು, ಸಂಪಾದಿಸಿಕೊಳ್ಳು, ಗಳಿಸು. Ĕarn'iṅg, *n.* ಸಂಪಾದನೆ, ಕೂಲಿ, ದುಡಿತ.

Ĕarn'est, *a.* ಮನಃಪೂರ್ವಕ, ಆಸಕ್ತಿಯುಳ್ಳ. Ĕarn'est, Ĕarn'est-ness, *n.* ಪೂರ್ಣ ಮನಸ್ಸು, ಯಥಾರ್ಥತೆ, ಅತ್ಯಾಸಕ್ತಿ. Ĕarn'est-ly, *ad.* ಮನಃಪೂರ್ವಕವಾಗಿ.

Ĕarn'est, *n.* ಸಂಚಕಾರ.

Ĕarth (ĕrth), *n.* ನೆಲ, ಪೃಥ್ವಿ, ಭೂಮಿ, ಜಗತ್ತು; 2. ಮಣ್ಣು. *v.t.r.* (*pr.* ĕrtht) ಮಣ್ಣಿನಲ್ಲಿ ಹೂಣಿಡು, ಹುಗಿ. *v.i.* ಭೂಮಿಯಲ್ಲಿ ಅಡಗಿಕೊಳ್ಳು. Ĕarth'-born, *a.* ಭೂಮಿಯಲ್ಲಿ ಹುಟ್ಟಿದ. Ĕarth'en (ĕrth'n), *a.* ಮಣ್ಣಿನ, ಮಣ್ಣಿನಿಂದ ಮಾಡಿದ, ಮೃಣ್ಮಯ. -ware, *n.* ಮಣ್ಣಿನ ಪಾತ್ರೆಗಳು. Ĕarthi-ness, *n.* ಮಣ್ಣಾಗಿರುವುದು, ಸ್ಥೂಲತೆ. Ĕarth'ly, *a.* ಭೂಸಂಬಂಧವಾದ, ಪ್ರಪಂಚದ, ದೈಹಿಕ, ನೀಚ. Ĕarth'ly-mind-ed, *a.* ಸಂಸಾರನಿಮಗ್ನ, ಪ್ರಪಂಚಭಾವವುಳ್ಳ, ಲೋಕಾಸಕ್ತ. Ĕarth'-quāke, *n.* ಭೂಕಂಪ, ನೆಲಗುಡುಗು. Earth-work, *n.* ಮಣ್ಣು ಕೆಲಸ. Ĕarth'wŏrm. *n.* ಭೂನಾಗ, ಮಳೆಹುಳ, ನಕ್ಕುಳು; 2. ನೀಚ, ಲೋಭಿ. Ĕarth'y, *a.* ಮಣ್ಣಿನ; 2. ಐಹಿಕ; ಸಂಸಾರಿಕ; 3. ಸ್ಥೂಲ.

Ĕarth'-nut, *n.* *(Arachis hypogæa)* ನೆಲಗಡ್ಲೆ, ಬೇರುಗಡ್ಲೆ.

Ēaṣe (ēz), *n.* ವಿಶ್ರಾಂತಿ, ಸುಖ, ಸುಲಭತ್ವ, ಅನಾಯಾಸ. *v.t.r.* ಹಗುರ ಮಾಡು, ವಿಶ್ರಾಂತಿ ಕೊಡು *e.d.*, ಶಮನ ಮಾಡು, ಭಾರವಿಳಿಸು; be at e. ಸ್ವಸ್ಥ ಇರು; stand at e. ದೇಹ ನಿರಾಯಾಸವಾಗಿ ನಿಲ್ಲು; easing nature ಗುರುಶಂಕೆ. Ēaṣe'ment (ēz'-), *n.* ಉಪಶಮನ; 2. *(law)* ಮಾಮೂಲ ಹಕ್ಕು *(S. C.)*, ವಹಿವಾಟದ ಹಕ್ಕು *(N. C.)*. Ea'ṣi-ly, *ad.* ಹಗುರಾಗಿ, ಸುಲಭವಾಗಿ. Ēa'ṣi-ness, *n.* ಹಗುರ, ಸರಾಗ, ಸುಲಭ, ಸೌಖ್ಯ. Ēa'ṣy (ē'zi), *a.* ಸುಖವುಳ್ಳ, ಸ್ವಸ್ಥ, ಸುಸೂತ್ರ, ಹಗುರ, ಸುಲಭವಾದ, ಸುಳುವಾದ.

Ēa'ṣel, *n.* ಚಿತ್ರಾದಿಗಳ ಮರಚೌಕ.

Ēast (ēst), *n.* ಮೂಡಲು, ಪೂರ್ವದಿಕ್ಕು, ಪೂರ್ವದೇಶ. *a.* ಪೂರ್ವದಿಕ್ಕಿನ, ಮೂಡಣ. Ēas'tĕr-ly, *a.* ಪೂರ್ವದಿಕ್ಕಿನ, ಪೂರ್ವದಿಂದ ಬಂದ, —ಬರುವ. Ēast'ĕrn, *a.* ಮೂಡಣ, ಪೂರ್ವದಿಕ್ಕಿನ, ಪೂರ್ವದಿಕ್ಕಿಗೆ ಹೋಗುವ. Ēast'ward, *ad.* ಮೂಡಣ ಕಡೆ, ಮೂಡಲಾಗೆ.

Ēas'tĕr, *n.* ಕ್ರಿಸ್ತನ ಪುನರುತ್ಥಾನದ ಹಬ್ಬ.

Ēat (ēt), *v. t. ir.* (āte, ēat'en, *pr.* ĕt'n) ತಿನ್ನು, ಉಣ್ಣು, ಭೋಜನ ಮಾಡು; to e. greedily ಗಪಗಪ ತಿನ್ನು; to e. one's words ಆಡಿದ ಮಾತು ಅಲ್ಲವೆನ್ನು. **Ēat'a-ble**, *a.* ತಿನ್ನತಕ್ಕ. *n.* ತಿಂಬುಂಬುವ ಪದಾರ್ಥ, ತಿನ್ನುವ ಭಕ್ಷ್ಯ, ತಿನಸು. **Ēat'ĕr**, *n.* ಉಣ್ಣುವವ, ಭಕ್ಷಕ.

Ēau-de-Cō-logne' (ō-de-kō-lōn'), *n.* ಪರಿಮಳ ನೀರು, ಗಂಧೋದಕ.

Ēaves (ēvz), *n. pl.* ಸೂರು, ಮುಂಜೂರು *(My., Cg.)*, ಮನೆಯ ಮಾಡಿನ ಕೆಳಭಾಗ. **Ēaves'drop**, *n.* ಮಾಡಿನಿಂದ ಸುರಿಯುವ ನೀರು. *v. i.* ಸೂರಾನಿಸು. **Ēaves'drop-pĕr**, *n.* ಸೂರಾನಿಸುವವ; 2. ತೋಚಿಕೊಂಡು ಗುಟ್ಟಿನ ಮಾತುಗಳನ್ನು ಕೇಳುವವ.

Ebb, *n.* ಇಳಿತ; e. and flow ಭರತ ಇಳಿತ, ಏರಿಳಿತ. 2. ಕ್ಷಯ. *v. i. r.* (ebbed) ನೀರಿಳಿ; 2. ಕ್ಷಯವಾಗು.

Ebon locks, *n.* ಕಪ್ಪು ಕುರುಳು.

Eb'on-y, *n.* *(Diospyros Ebenum, and D. melanoxylon)* ಕರಿಮರ, ಅಬನಾಸಿ, ಬಿಲಾರದ ಮರ, ಬಾಳೆಮರ *(My.)*; mountain e. *(Bauhinia acuminata, L.)* ಬಿಳೀ ಮಂದಾರ *(S.M.)*, ಬಿಳಿ ಕಂಚಿವಾಳದ ಮರ *(My.)*; *(B. variegata, L.)* ಕೆಂಪು ಮಂದಾರ *(S. C.)*, ಮರಕಂಚಾಳ; *(B. tomentosa, L.)* ವನಸಂಪಿಗೆ ಗಿಡ. *(My.)*.

Ē-brī'e-ty, *n.* ಅಮಲು. **Ē'brious**, *a.* ಅಮಲುಖೋರ.

E-bul'lient, *a.* ಉಕ್ಕುವ. **Eb-ul-li'tiŏn** (-lish'un), *n.* ಉಕ್ಕುವಿಕೆ.

Ec-cen'tric, -al, *a.* ವಿಕಾರವಾದ, ವಿಲಕ್ಷಣವುಳ್ಳ, ವಿಪರೀತ, ವಿಷಮಬುದ್ಧಿಯುಳ್ಳ. **Ec-cen-tric'i-ty**, *n.* *(astr. & geom.)* ವಿಷಮ ಕೇಂದ್ರ; 2. ವಿಕಾರಗುಣ, ವಿಪರೀತ ಗುಣ, ಹೋಳಿ, ಲೋಕಕ್ಕೆ ಹೊರತಾದ ನಡತೆ.

Ec-chy-mō'sis, *n.* *(med.)* ಕಂದಕಲೆ.

Ec-clē-si-as'tic, -as'tic-al, *a.* ಕ್ರೈಸ್ತಸಭೆಯ ಸಂಬಂಧವಾದ, ಕ್ರೈಸ್ತಧರ್ಮದ, ಮತಕ. **Ec-clē-si-as'tic**, *n.* ಧರ್ಮೋಪದೇಶಕ, ಪಾದರಿ.

Ech'ō (ek'ō), *n.* ಪ್ರತಿಧ್ವನಿ, ಮಾರ್ಧ್ವನಿ, ಮಾದನಿ. *v. t. & i.* ಪ್ರತಿಧ್ವನಿಯಾಗು, ಪ್ರತಿಧ್ವನಿಗೊಳ್ಳು, ಮಾದನಿಗೊಳ್ಳು; 2. ಉತ್ತರ ಕೊಡು.

E-clāt' (e-klā'), *n.* ಪ್ರಖ್ಯಾತಿ, ಶೋಭೆ, ಕೀರ್ತಿ.

Ec-lec'tic, *a.* ಆರಿಸಿಕೊಂಡ, ವಿಮರ್ಶಿಸುವ.

Ec-lipse', *n.* ಗ್ರಹಣ; annular e. ಕಂಕಣ ಗ್ರಹಣ; partial e. ಅಪೂರ್ಣಗ್ರಹಣ, ಖಂಡ—, ಪಾರ್ಶ್ವ—; total e. ಪೂರ್ಣಗ್ರಹಣ, ಸರ್ವ—; e. below the horizon ಪಾತಾಳಗ್ರಹಣ. *v. t. r.* ಗ್ರಹಣ ಹಿಡಿ; 2. ಹಿಂದೆ ಮಾಡು, ಜರಿ. *v. i.* ಗ್ರಹಣವಾಗು, ತೇಜಕ್ಷಯವಾಗು.

Ec-lip'tic, *n.* ಕ್ರಾಂತಿವೀಥಿ. *a.* ಕ್ರಾಂತಿವೀಥಿಯ.

Ec'lōgue (-lōg), *n.* ಗೋಪಿಕಾಗೀತದಂಥ ಒಂದು ಕಾವ್ಯ.

E-con'ō-my, *n.* ಮನೆವಾರ್ತೆ, ಮಿತವ್ಯಯ ನಿರ್ವಾಹಕ್ರಮ. **Ec-o-nom'ic, Ec-o-nom'i-cal**, *a.* ಎಚ್ಚರದಿಂದ ಖರ್ಚು ಮಾಡುವಂಥ, ಮಿತವ್ಯಯ—; 2. ಮನೆವಾರ್ತೆಯ. **E-co-nom'ics**, *n.* ಮನೆವಾರ್ತೆ. **E-con'ō-mīse**, *v. t. r.* ಮಿತಿಯಿಂದ ವೆಚ್ಚಮಾಡು. **Econ'ō-mist**, *n.* ಮಿತಿಯಿಂದ ಖರ್ಚು ಮಾಡುವವ, ಅರ್ಥಶಾಸ್ತ್ರಜ್ಞ.

Ec'sta-sy, *n.* ಸಂಭ್ರಮ, ಆತ್ಮಾನಂದ, ಪರವಶತೆ. **Ec'stat-ic**, *a.* ಸಂಭ್ರಮವಾದ, ಆನಂದಭರಿತವಾದ.

Ec-ū-men'ic, *a.* ಸಾರ್ವಜನಿಕ, ಸರ್ವಸಭೆಯ.

Ec'ze-ma, *n.* ಚರ್ಮರೋಗ, ಹುರಿಗಜ್ಜಿ.

E-dā'ciŏus, *a.* ತಿನ್ನಾಳಿ.

Ed'dy, *n.* ಸುಳಿ, ತಿರುಗಣೆಮಡ, ಆವರ್ತ. *a.* ಸುತ್ತು ತಿರುಗುವ. *v. i. r.* ಸುಳಿಯಂತೆ ತಿರುಗು.

Ē'den, *n.* ಏದೆನ್ ತೋಟ; 2. ಸುಖಸ್ಥಾನ, ಸೌಖ್ಯಮನೆ.

E-den'tāte, *n.* ದಂತಹೀನ ಮೃಗ.

Edġe (ej), *n.* ಕತ್ತಿಬಾಯಿ, ಧಾರೆ; 2. ಅಂಚು, ಏಣು; 3. ಉಗ್ರ; on the e. of the crowd ಜನಸಮೂಹದ ಹೊರಗೆ. *v. t. r.* *(pr.* ejd*)* ಮಸೆ, ಹರತ ಮಾಡು, ಹದನ—, ಕಿನಾರೆ ಇಡು; to set on e. ಹಲ್ಲು ಚಳಿಯುವಂತೆ ಮಾಡು; my teeth are set on e. ನನ್ನ ಹಲ್ಲು ಚಳಿಯುತ್ತವೆ. **Edġe'less**, *a.* ಮೊನೆಯಿಲ್ಲದ, ಮೊಂಡ. **Edġ'iṅg**, *n.* ಕರೆ, "ಕಲಾಬತು".

Ed'i-ble, *a.* ತಿನ್ನತಕ್ಕ, ತಿನ್ನುವಂಥ, ಭಕ್ಷ್ಯ.

Ē'dict, *n.* ಆಜ್ಞೆ, ರಾಜಾಜ್ಞೆ, "ಹುಕುಂ", ಶಾಸನ.

Ed'i-fȳ, *v. t. r.* (-fied) ನೀತಿ ಸ್ಥಾಪಿಸು, ಪರಮಾರ್ಥಜ್ಞಾನ ವೃದ್ಧಿಪಡಿಸು; *(in Scrip.)* ಕಟ್ಟು, ಭಕ್ತಿವೃದ್ಧಿಮಾಡು. **Ed-i-fi-cā'tiŏn**, *n.* ಸದ್ಗುಣವೃದ್ಧಿ, ಜ್ಞಾನಾಭಿವೃದ್ಧಿ, ನಿಷ್ಠೆ; *(in Scrip.)* ಕಟ್ಟುವಿಕೆ, ಭಕ್ತಿವೃದ್ಧಿ.

Ed'i-fice, *n.* ದೊಡ್ಡ ಮನೆ, ದಿವ್ಯ ಭವನ.

Ed'it, *v. t. r.* ಗ್ರಂಥಾದಿಗಳನ್ನು ಪ್ರಕಟಿಸು; —ತಿದ್ದಿ ಛಾಪೆಗೆ ಸಿದ್ಧ ಮಾಡು. **Ed'it-iṅg**,

---

C *as* k; c *as* s; ch *as* sh; g *as in* get; ġ *as* j; ṅ *nasal, as in* aṅger; s̤ *as* z; **th** *as in* thou; x̤ *as* gz; ce, ci, si *and* ti *before a vowel as* sh: ocean, action.

n. ಗ್ರಂಥಪ್ರಕಟನೆ, ಛಾಪೆ. **E-di'tiŏn (-dish'-un),** *n.* ಒಂದೊಂದು ಸಾರಿಗೆ ಛಾಪಿಸಿದ ಒಂದು ಗ್ರಂಥದ ಎಲ್ಲಾ ಪ್ರತಿಗಳು; 2. ಛಾಪೆ, ಮುದ್ರಾವರ್ತನೆ. **Ed'i-tŏr,** *n.* ಗ್ರಂಥ ಪ್ರಕಟಿಸಿದವ, ಗ್ರಂಥಪ್ರಕಾಶಕ. **Ed-i-tō'ri-al,** *a.* ಗ್ರಂಥ ಪ್ರಕಟಿಸಿದವನ; 2. ಗ್ರಂಥಪ್ರಕಾಶಕನು ಬರದ. **Ed'i-tŏr-ship,** *n.* ಗ್ರಂಥ ಪ್ರಕಟಿಸಿದವನ ಉದ್ಯೋಗ; 2. ಗ್ರಂಥ ಪ್ರಕಟನೆ.

Ed'ū-cate, *v. t. r.* ತಿದ್ದು, ಸುಶಿಕ್ಷಿತ ಮಾಡು, ವಿದ್ಯಾಭ್ಯಾಸ ಮಾಡಿಸು, ಕಲಿಸು. **Ed'ū-cā-ted,** *a.* ಶಿಕ್ಷಿತ, ವ್ಯುತ್ಪನ್ನ. **Ed-ū-cā'tiŏn,** *n.* ವಿದ್ಯಾಭ್ಯಾಸ, ವ್ಯುತ್ಪತ್ತಿ, ಅಧ್ಯಯನ, ಸುಶಿಕ್ಷೆ, ಶಿಕ್ಷಣ, ತಿದ್ದುಪಾಟು. **Ed-ū-cā'tiŏn-al,** *a.* ವಿದ್ಯಾಸಂಬಂಧವಾದ, ಸುಶಿಕ್ಷಣೆಯ.

E-dūce', *v. t. r. (pr.* -dūst') ಹೊರಗೆ ತರು.

Ēel, *n.* ಹಾವುಮೀನು.

E'en (ēn), *abbr. from* Even.

E'ĕr (ār), *abbr. from* Ever.

Eer'ie, -y, *a.* ಭೀತ, ಪುಕ್ಕ.

Ef'fa-ble, *a.* ವಚನೀಯ.

Ef-fāce', *v. t. r. (pr.* -fāst') ಅಳಿಸು, ಅಳಿಕಿಸು, ಒರಸಿ ತೆಗೆ; 2. ಮರಿಸು.

Ef-fect', *n.* ಕಾರ್ಯಸಿದ್ಧಿ, ಫಲ; take e. ಹತ್ತು, "ಲಾಗು" ಅಗು; of no e. ವ್ಯರ್ಥ, ನಿಷ್ಫಲ; *(in pl.)* ಸಾಮಾನು. *v. t. r.* ಹುಟ್ಟಿಸು, ಪೂರಯಿಸು, ಆಗ ಮಾಡು, ಸಫಲ ಪಡಿಸು. **Ef-fec'ted,** *pp.* ಸಿದ್ಧ, ಸಾಧಿತ. **Ef-fec'-tive,** *a.* ಬಲವುಳ್ಳ, ಕಾರ್ಯಸಾಧಕ, ಫಲೋತ್ಪಾದಕ, ಗುಣಕರ, ಕೆಲಸಕ್ಕೆ ಬರುವ. **Ef-fec'-tive-ly,** *ad.* ಬಲವಾಗಿ, ಪೂರ್ಣವಾಗಿ. **Ef-fect'less,** *a.* ವ್ಯರ್ಥ, ಬಲವಿಲ್ಲದ. **Ef-fec'-tū-al,** *a.* ಬಲವುಳ್ಳ, ಸಾರ್ಥಕವಾದ, ಕೈಕೂಡುವ, ಸಫಲವಾದ. **Ef-fec'tū-al-ly,** *ad.* ಬಲವಾಗಿ. **Ef-fec'tū-āte,** *v. t.* ಆಗ ಮಾಡು, ನಿರ್ವಹಿಸು.

Ef-fem'i-na-cy, *n.* ಹೆಣ್ಣಿಗತನ ಸ್ತ್ರೀಸ್ವಭಾವ, ಸ್ತ್ರೀಬುದ್ಧಿ. **Ef-fem'i-nāte,** *a.* ಹೆಂಗಸಿನ ಸ್ವಭಾವದ, ಹೆಣ್ಣುಗ, ಹೆಣ್ಣಿಗ, ಸ್ತ್ರೀಯಂಥ; 2. ದುರ್ಬಲ, ಪುಕ್ಕ, ಹೇಡಿ.

Ef-fen'di, *n.* ತುರ್ಕ ಹುದ್ದೆದಾರರ ಬಿರುದು.

Ef-fĕr-vesce' (-ves'), *v. i. r. (pr.* -vest') ಕುದಿ, ಉಕ್ಕು. **Ef-fĕr-ves'cence,** *n.* ಕುದಿಯುವಿಕೆ, ಉಕ್ಕುವಿಕೆ. **Ef-fĕr-ves'cent,** *a.* ಕುದಿಯುವ, ಉಕ್ಕುವ.

Ef-fēte', *a.* ನಿಷ್ಫಲವಾದ, ಗೊಡ್ಡಾದ, ಜರ್ಜರ, ನಿಸ್ತೂಕ, ಮುಪ್ಪಾದ.

Ef-fi-cā'ciŏus, *a.* ಪ್ರಯೋಜನಕರ, ಕಾರ್ಯಸಾಧಕ. **Ef-fi-cā'ciŏus-ly,** *ad.* ಸಾರ್ಥಕವಾಗಿ. **Ef'fi-ca-cy,** *n.* ಸತ್ವ, ಗುಣ, ಕಾರ್ಯಸಾಧಕತ್ವ.

Ef-fici'en-cy, *n.* ಸಾಮರ್ಥ್ಯ, ಕಾರ್ಯಸಾಧಕತ್ವ. **Ef-fi'cient (-fish'ent),** *a.* ಕಾರ್ಯಸಾಧಕ, ಸಮರ್ಥ.

Ef'fi-ġy, *n.* ಪ್ರತಿಮೆ, ನಾಣ್ಯದ ಮೇಲಣ ರೂಪ.

Ef-flō-res'cence, *n.* ಪುಷ್ಪೋತ್ಪತ್ತಿಕಾಲ, ಹೂವಾಗೋಣ. **Ef-flō-res'cent,** *a.* ಹೂವಿನಂತೆ ಅರಳುವ.

Ef'flu-ence, *n.* ಬಸಿಯುವುದು, ದ್ರವಣ; 2. ದ್ರಾವಕಪದಾರ್ಥ. **Ef'flu-ent,** *a.* ಬಸಿಯುವ, ಹರಿಯುವ, ಪ್ರವಹಿಸುವ. *n.* ಹೊಳೆ.

Ef-flu'vi-um *(pl.* -vi-a), *n.* ಕೊಳತ ವಸ್ತುಗಳಿಂದ ಏರುವ ಅದೃಶ್ಯ ಉಗಿ, ಹೊಲಸು ಗವುಲು.

Ef'flux, *n.* ಹರಿಯುವಂಥಾದ್ದು, ಬಸಿಯುವಂಥಾದ್ದು, ಪ್ರವಾಹ, ನಿರ್ಗಮ.

Ef'fort, *n.* ಯತ್ನ, ಪ್ರಯತ್ನ, ಪ್ರಯಾಸ.

Ef'frŏn-tĕr-y, *n.* ನಾಚಿಕೆಗೇಡಿತನ, ಛೀಮಾರಿತನ, ಲಜ್ಜಾಹೀನತ್ವ.

Ef-ful'ġence, *n.* ಡಾಳ, ಪ್ರಭೆ, ಕಳೆ, ಕಾಂತಿ. **Ef-ful'ġent,** *a.* ಥಳಥಳ ಹೊಳೆಯುವಂಥ, ಡಾಳಿಸುವ, ಪ್ರಭೆಯುಳ್ಳ, ಪ್ರಕಾಶವಾದ.

Ef-fū'ṣiŏn, *n.* ಹೊಯ್ಯುವುದು, ಸೂಸಾಟ, ಚೆಲ್ಲುವಿಕೆ, ಸುರಿಸುವುದು. **Ef-fū'ṣive,** *a.* ಸೂಸುವಂಥ, ಸುರಿಸುವ, ಹೊಯ್ಯುವ, ಸ್ರಾವಕ.

Eft, *n.* ಹಲ್ಲಿ, ಗೌಳಿ.

E-gad', *int.* ದೇವರೇ! [ಸಾರ್ಥವಾಗಿ.

E. G. *or* **e. g.** *(exempli gratia)* ಉದಾಹರಣಾರ್ಥವಾಗಿ.

E-ġest'iŏn, *n.* ಮಲವಿಸರ್ಜನೆ.

Egg, *n.* ಮೊಟ್ಟೆ, ತತ್ತಿ, ಅಂಡ, ಗುಡ್ಡು, ಅಂಡಾಕಾರದ ವಸ್ತು; e.-shell ತತ್ತಿಯೋಡು.

Egg, *v. t.* ಉಸಿಗೋಳಿಸು, ಪ್ರೇರೇಪಿಸು.

Eg'lan-tine, *n.* ಕಾಡು ಗುಲಾಬಿ ಹೂ. [ಕಾರ

E'go, *n.* ಅಹಮ್, ಆತ್ಮ. **E'go-iṣm,** *n.* ಅಹಂಕಾರ

Eg'ō-tīṣe, *v. i. r.* ಆತ್ಮಸ್ತುತಿ ಮಾಡು, ಸ್ವಾರ್ಥಸಾಧಿಸು. **Eg'ō tiṣm,** *n.* ಅಹಂಕಾರ, ಅಹಂಬ್ರಹ್ಮತ್ವ, ಅಹಂಭಾವ, ಸ್ವಾರ್ಥಬುದ್ಧಿ, ಸ್ವಾರ್ಥಪರತ್ವ. **Eg'ō-tist,** *n.* ಸ್ವಾರ್ಥಪರ, ಅಹಂಕಾರಿ, ತನ್ನದೇ ನೋಡುವವ. **Eg-ō-tis'tic, -cal,** *a.* ಅಹಂಕಾರದ, ಸ್ವಾರ್ಥದ.

E-grē'ġi-ŏus, *a.* ವಿಲಕ್ಷಣವಾದ, ಕೇವಲ, ವಿಶೇಷವಾದ, ಶಿರೋಮಣಿಯಾದ.

Ē'gress, Ē-gres'siŏn (-gresh'un), *n.* ಹೊರಡುವಿಕೆ; 2. *(astr.)* ಮೋಕ್ಷ.

Eh (e *or* ā). *int.* ಎಲೋ, ಎಲೇ.

Eight (āt), *a.* ಎಂಟು. Eigh'teen (ā'tēn), *a.* ಹದಿನೆಂಟು. Eigh'teenth, *a.* ಹದಿನೆಂಟನೆಯ. Eighth (āt'th), *a.* ಎಂಟನೇ. Eigh'ti-eth, *a.* ಎಂಬತ್ತನೇ. Eigh'ty, *a.* ಎಂಬತ್ತು.

Ei'thĕr (*or* ī'thĕr), *pron.* ಆದಾಗಲಿ ಇದಾಗಲಿ, ಎರಡರಲ್ಲಿ ಒಂದು; 2. ಎರಡು. *conj.* ಅಥವಾ, ಇಲ್ಲವಿದ್ದರೆ.

E-jac'ū-lāte, *v. t. r.* ಥಕ್ಕನೆ ಹೇಳು. E-jac-ū-lā'tiōn, *n.* ಥಕ್ಕನೆ ಹೇಳೋಣ. E-jac'ū-la-tōr-y, *a.* ಥಕ್ಕನೆ ಹೇಳಿದ.

E-ject', *v. t. r.* ಹೊರಗೆ ಹಾಕು, ಬಹಿಷ್ಕಾರ ಮಾಡು, "ಬರತರಫು" ಮಾಡು. E-ject'ment, E-jec'tiōn, *n.* ಹೊರಗೆ ಹಾಕೋಣ, ಹೊರಡಿಸುವಿಕೆ.

Ēke (ēk), *v. t. r.* (*pr.* ēkt) ಹೆಚ್ಚಿಸು, ವರ್ಧಿಸು; e. out ತೇಪೆ ಇಡು. *conj.* ಸಹ, ಸುದಾ.

E-lab'ō-rāte, *v. t. r.* ಪ್ರಯಾಸದಿಂದ ಮಾಡು, ಧಾವತಿಯಿಂದ—, ಪರಿಷ್ಕಾರ—. *a.* ಪ್ರಯಾಸದಿಂದ ಮಾಡಿದ, ಧಾವತಿಯಿಂದ ಮಾಡಿದ, ಪರಿಷ್ಕೃತ. E-lab'ō-rate-ly, *ad.* ಪ್ರಯಾಸಪಟ್ಟು. E-lab-ō-rā'tiōn, *n.* ಪರಿಷ್ಕಾರ, ರಚಿಸೋಣ.

Elapse', *v. i. r.* ಕಳೆ, ಗತಿಸು, ದಾಟಿಹೋಗು.

E-las'tic, *a.* ಒತ್ತಿ ಜಗ್ಗಿ ಮಣಿಸಿದ ಮೇಲೆ ತಿರಿಗಿ ಮುಂಚಿನ ಆಕೃತಿಗೆ ಬರುವಂಥ, ಸ್ಥಿತಿಸ್ಥಾಪಕ, ಸಂಕೋಚ. El-as-tic'i-ty, *n.* ಸ್ಥಿತಿಸ್ಥಾಪಕ ಧರ್ಮ.

E-lāte', *v. t. r.* ಹಿಗ್ಗಿಸು, ಹರ್ಷದಿಂದ ಉಬ್ಬಿಸು, ಗರ್ವದಿಂದ—. *pass.* ಜಗ್ಗು; to be much elated ಹಿರಿಹಿರಿ ಹಿಗ್ಗು. *a.* ಮೇಲಕ್ಕೆತ್ತಿದ, ಹಿಗ್ಗಿದ, ಹರ್ಷದಿಂದ ಉಬ್ಬಿದ. E-lā'tiōn, *n.* ಹಿಗ್ಗುವಿಕೆ, ಉಲ್ಲಾಸ, ಅಹಂಕಾರ.

El'bōw (-bō). *n.* ಮೊಣಕೈ, ಮೂಲೆ; to be at the e. ಹತ್ತಿರದಲ್ಲಿರು, ತಲೇ ಮೇಲೆ ನಿಂತಿರು. *v. t. r.* ಮೊಣಕೈಲಿ ತಿವಿ.

El'dĕr, *n.* ಹಿರಿಯ, ದೊಡ್ಡವ. *a.* ಹಿರೆ, ದೊಡ್ಡ, ಜ್ಯೇಷ್ಠ. El'dĕr-ly, *a.* ನಡುಪ್ರಾಯದ, ನಡಹರೆಯದ, ವೃದ್ಧಾಪ್ಯದ. El'dĕr-ship, *n.* ಹಿರಿಯತನ. El'dest, *a.* ಹಿರಿ, ಹಿರಿಯ, ಹಿರೇ, ಜ್ಯೇಷ್ಠ.

El Dō-ra'do, *n.* ಸ್ವರ್ಣಮಯದೇಶ (ಕಲ್ಪಿತ).

E-lect', *a.* ಆರಿಸಿದ. *v. t. r.* ಆರಿಸು; governor-elect ಪರಿಗಣಿತ ಸಂಸ್ಥಾನಪತಿ. E-lec'tiōn, *n.* ಆರಿಸೋಣ, ಏರ್ಪಡಿಸೋಣ. E-lec-tiōn-ēer'iṅg, *n.* ಪರಿಗಣನೆಯಲ್ಲಿ ಸ್ವಖ್ಯಾತಿ ಆರಸುವುದು. E-lec'tive, *a.* ಆರಿಸುವಂಥ, ಏರ್ಪಡಿಸಿಕೊಳ್ಳುವ. E-lec'tōr, *n.* ಆರಿಸುವವ; 2. ಮಹಾರಾಜನನ್ನು ಆರಿಸತಕ್ಕ ಪ್ರಭು. E-lec'tōr-al, *a.* ಆರಿಸುವವರ.

E-lec'tric, *a.* ವಿದ್ಯುತ್ತಿನ, ವಿದ್ಯುತ್ತಿನಿಂದ ಹುಟ್ಟಿಸಿದ, ವಿದ್ಯುತ್ತು ತುಂಬಿದ, ವಿದ್ಯುಚ್ಛಮತ್ಕಾರ ಉತ್ಪನ್ನಮಾಡುವ; e. spark ವಿದ್ಯುತ್ತಿನ ಹೊಳಪು; e. telegraph ತಾರಾಯಂತ್ರ, ತಂತಿಟಪ್ಪಾಲು. E-lec-tric'i-ty, *n.* ವಿದ್ಯುಚ್ಛಕ್ತಿ, ವಿದ್ಯುಲ್ಲತೆ. E-lec'tri-fȳ, *v. t. r.* (-fīed) ವಿದ್ಯುತ್ತಿನಿಂದ ತುಂಬಿಸು; electrifying machine ವಿದ್ಯುದ್ಯಂತ್ರ.

E-lec'tro, *n. see* Electro-type. E-lec'-trō-plāte, *v. t. r.* (ವಿದ್ಯುಚ್ಛಕ್ತಿಯ ಮುಖಾಂತರ) ಬೆಳ್ಳಿಯ ಮುಲಾಮು ಹಚ್ಚು. E-lec'trō-tȳpe, *n.* ವಿದ್ಯುಚ್ಛಕ್ತಿಯ ಮುಖಾಂತರ ಮಾಡಿದ ಚಿತ್ರತಾಂಬಾಣದ ಇಲ್ಲವೆ ಅಕ್ಷರಮೊಳೆಯ ಯಥಾಪ್ರತಿ.

E-lec'tū-ar-y, *n.* ಲೇಹ್ಯ, ಲೇಹ.

El-ee-mos'y-na-ry, *a.* ಧರ್ಮದ, ಭಿಕ್ಷವಾಗಿ ಕೊಟ್ಟ.

El'e-gance, *n.* ಒಪ್ಪ, ಚಂದ, ಸೊಗಸು, ಲಾವಣ್ಯ, ಸೊಂಪು. El'e-gant, *a.* ಸೊಗಸಾದ, ಸೊಂಪಾದ, ಸುಂದರ, ಮನೋರಮ, ಸಭ್ಯ, ಸುರಸವುಳ್ಳ.

El'e-ġy, *n.* ಶೋಕರಸದ ಗೀತ, ಶೋಕಕಪಿತ. El-ē'ġi-ac *or* El-e-ġī'ac, *a.* ಶೋಕರಸದ.

El'e-ment, *n.* ಒಂದು ಪಂಚಭೂತ, ಮೂಲತತ್ವ; *pl.* ವಿದ್ಯಾಮೂಲ, ಆದ್ಯಪಾಠ. El-e-men'tal, *a.* ಪಂಚಭೂತಗಳ, ಮೂಲತತ್ವ ಸಂಬಂಧದ, ಭೌತಿಕ. El-e-men'tar-y, *a.* ಮೂಲ, ಪ್ರಾಥಮಿಕ.

E-len'chus, *n.* ಕುತರ್ಕ.

El'e-phant (-fant), *n.* ಆನೆ, ಗಜ; the leading e. of a herd ಸಲಗಾನೆ; female e. ಪಿಡಿಯಾನೆ; e. in rut ಮದ್ದಾನೆ; royal e. ಪಟ್ಟವರ್ಧನ ಗಜ; e.-driver ಮಾವುತ. El'e-phan'tine (-fan'tin), *a.* ಆನೆಯ, ಆನೆಯಂಥಾ.

El'e-phant-ap-ple, *n. see,* Wood-apple.

El'e-phant-creep-ĕr, *n.* (*Argyreia speciosa, Swt.*) ಸಮುದ್ರಬಳ್ಳಿ (*S. M.*), ಸಮುದ್ರಪಾಲಬಳ್ಳಿ (*My.*), ಸಮುದ್ರಹಾಲೆ (*S. C.*), ಸಮುದ್ರಸೋಗೆ.

El'e-phant-grass, *n.* (*Typha angustifolia, L.*) ಆಪು (*S. M.*), ಜಂಬುಹುಲ್ಲು (*My.*).

El-e-phan-tī'a-sis, *n.* ಹುತ್ತುಗಾಲು, ಆನೇಕಾಲುರೋಗ, ಜೇಕಾಲು, ಆನೆಕುಷ್ಠ, ಗಿಣ್ಣೆರೋಗ.

El'e-vāte, *v. t. r.* ಎತ್ತು, ಎತ್ತರಿಸು, ಹೆಚ್ಚಿಸು; 2. ಧೈರ್ಯ ಕೊಡು; 3. ಶ್ರೇಷ್ಠನಾಗ ಮಾಡು. El'e-vā-ted, *a.* ಎತ್ತರವಾದ, ಉನ್ನತ, ಹೆಚ್ಚಾದ. El-e-vā'tiŏn, *n.* ಎತ್ತುವುದು; 2. ಎತ್ತರ, ದೊಡ್ಡಸ್ತಿಕೆ, ಔನ್ನತ್ಯ, ಉತ್ಕರ್ಷ. El'e-vā-tŏr, *n.* ಎತ್ತುವ ಯಂತ್ರ.

E-lev'en (-lev'n), *a.* ಹನ್ನೊಂದು. E-lev'enth, *a.* ಹನ್ನೊಂದನೇ.

Elf, *n.* ಒಂದು ಕಲ್ಪಿತ ಪಿಶಾಚಿ, ಭೂತ, ದೆವ್ವ; e.-lock ಜಡೆ; e.-struck ಬೆಪ್ಪಾದ. Elf'in, *n.* ಚಿಕ್ಕ ಭೂತ.

E-lic'it, *v. t. r.* ಹೊರಗೆ ಬರಮಾಡು, ಬೈಲಿಗೆ [ತರು.

E-līde', *v. t. r.* (*gram.*) ಲೋಪ ಮಾಡು.

El'i-ġi-ble, *a.* ಆರಿಸಿಕೊಳ್ಳತಕ್ಕ, ಯೋಗ್ಯವಾದ, ಇಷ್ಟವಾದ, "ಪಸಂದಾದ". El-i-ġi-bil'i-ty, *n.* ಆರಿಸಿಕೊಳ್ಳತಕ್ಕದ್ದಾಗಿರುವುದು, ಯೋಗ್ಯತೆ.

E-lim'i-nāte, *v. t. r.* ಹೊರಗೆ ಹಾಕು, ಬಿಟ್ಟುಬಿಡು. E-lim-i-nā'tiŏn, *n.* ಹೊರಗೆ ಹಾಕೋಣ.

E-li'ṣiŏn (-lizh'un), *n.* ಅಕ್ಷರಲೋಪ ಸಂಧಿ.

E-lïte' (ĕ-lēt'), *n.* ಅತ್ಯುತ್ತಮ, ಹೆಕ್ಕಿಟ್ಟದ್ದು.

E-lix'ir, *n.* ರಸಾಯನ, ಪೌಷ್ಟಿಕ ಔಷಧ; e. of life ಜೀವನೌಷಧ, ಸಂಜೀವನರಸಾಯನ.

Elk, *n.* (*Rusa aristotelis*) ಕಡವೆ.

Ell, *n.* ೪೫ ಅಂಗುಲದ (ಇಂಗ್ಲಿಷರ) ಒಂದು ಅಳತೆ, ಎರಡೂವರೆ ಮೊಳ.

El-lipse', *n.* (*geom.*) ಅಂಡಾಕೃತಿ. El-lip'sis, *n.* (*gram.*) ಪದಲೋಪ, ಲಕ್ಷಣೆ; supplying an e. ಶೇಷಪೂರಣ. El-lip'tic, El-lip'ti-cal, *a.* ಪದಲೋಪವುಳ್ಳ; 2. ಅಂಡಾಕೃತಿಯ.

Elm, *n.* (*Ulmus integrifolia, Roxb.* or *Holoptelea integrifolia, Planch.*) ತಪಸೀ ಮರ (*My.*).

El-ō-cu'tiŏn, *n.* ಉಚ್ಚಾರ, ಮಾತಿನ ಪದ್ಧತಿ; 2. ವಾಕ್ಪಟುತ್ವ, ಶಬ್ದಚಾತುರ್ಯ. El-ō-cū'tiŏn-ar-y, *a.* ಉಚ್ಚಾರಣೆಯ; 2. ವಾಕ್ಪಟುತ್ವಕ್ಕೆ ಸಂಬಂಧದ. El-ō-cū'tiŏn-ist, *n.* ವಾಕ್ಪಟುತ್ವಪಂಡಿತ.

El-ō'ġi-um, El'ō-ġy, *n.* ಸ್ತೋತ್ರ, ಸ್ತವ, ಹೊಗಳಿಕೆ, ಪ್ರಶಂಸೆ.

E'loṅ-gāte, *v. t. r.* ಉದ್ದ ಮಾಡು, ಬೆಳಿಸು. E-loṅ-gā'tiŏn, *n.* ಉದ್ದವಾಗೋಣ, ದೀರ್ಘವಾಗೋಣ; 2. ಅಂತರ; 3. ಕೀಲು ತಪ್ಪಿರೋಣ.

Elōpe', *v. t. r.* (*pr.* -lōpt') ಮಿಂಡನ ಬೆನ್ನುಹತ್ತಿ ಓಡಿಹೋಗು. E-lōpe'ment, *n.* ಮಿಂಡನ ಬೆನ್ನುಹತ್ತಿ ಓಡಿಹೋಗೋಣ.

El'ō-quence, *n.* ವಾಕ್ಚಾತುರ್ಯ, ವಾಕ್ಪಟುತ್ವ, ಸುಪ್ರಲಾಪ. El'ō-quent, *a.* ವಾಕ್ಚಾತುರ್ಯವುಳ್ಳ, ವಾಗ್ಜಾಲವುಳ್ಳ, ವಾಗ್ಮಿ. El'ō-quent-ly, *ad.* ವಾಕ್ಚಾತುರ್ಯದಿಂದ.

Else, *a.* & *pron.* ಮತ್ತು; somebody e., some one e. ಮತ್ತೊಬ್ಬ; something e. ಮತ್ತೊಂದು, ಮತ್ತೇನಾದರೂ; nobody e. ಮತ್ತ್ಯಾರಿಲ್ಲ; somewhere e. ಮತ್ತೆಲ್ಲಿಯಾದರೂ. *ad.* & *conj.* ಇಲ್ಲದಿದ್ದರೆ, ಇಲ್ಲವೆ. Else'whẹre (-hwār), *ad.* ಮತ್ತೊಂದು ಸ್ಥಳದಲ್ಲಿ, ಮತ್ತೆಲ್ಲಿಯಾದರೂ.

E-lụ'ci-dāte, *v. t. r.* ಸ್ಪಷ್ಟ ಮಾಡು, ವ್ಯಕ್ತ ಮಾಡು, ವಿವರಿಸು. E-lụ-ci-dā'tiŏn, *n.* ಸ್ಪಷ್ಟ ಮಾಡೋಣ, ವ್ಯಕ್ತೀಕರಣ, ದೃಷ್ಟಾಂತ.

E-lụde', *v. t. r.* ಯುಕ್ತಿಯಿಂದ ತಪ್ಪಿಸಿಕೊಳ್ಳು, ಠಕ್ಕಿಸು, ಕಣ್ಣಿಗೆ ಮರೆಯಾಗು. E-lụ'ṣiŏn, *n.* ಯುಕ್ತಿಯಿಂದ ತಪ್ಪಿಸಿಕೊಳ್ಳೋಣ. E-lụ'ṣive, *a.* ತಪ್ಪಿಸಿಕೊಳ್ಳುವ, ಯುಕ್ತಿಯುಳ್ಳ. E-lụ'ṣŏr-y, *a.* ಕಪಟವುಳ್ಳ, ಮೋಸವುಳ್ಳ, ಮಾಯೆಯ.

E-lyṣ'i-an, *a.* ಸ್ವರ್ಗೀಯ, ಅತ್ಯಾನಂದಕಾರಕ. E-lyṣ'i-um, *n.* ಸ್ವರ್ಗ, ಸುಖಸ್ಥಾನ.

E-mā'ci-āte, *v. i. r.* ಸೊರಗು, ಬತ್ತು, ಕೃಶವಾಗು, ಬೆಂಡಾಗು, ಬಚ್ಚು. *v. t.* ಸೊರಗಿಸು, ಒಣಗಿಸು. *a.* ಶುಷ್ಕಿಸಿದ, ಸೊರಗಿದ. E-mā-ci-ā'tiŏn, *n.* ಸೊರಗುವಿಕೆ, ಕೃಶವಾಗುವುದು, ಒಣಗಿಹೋಗುವುದು.

Em'a-nāte, *v. i. r.* ಹೊರಡು, ಹುಟ್ಟು, ಉತ್ಪನ್ನವಾಗು. Em-a-nā'tiŏn, *n.* ಹೊರಡೋಣ, ಉತ್ಪತ್ತಿ. Em'a-na-tive, *a.* ಹೊರಡುವ, ನಿಃಸೃತ, ನಿರ್ಗತ.

E-man'ci-pāte, *v. t. r.* ಬಿಡಿಸು, ಸ್ವತಂತ್ರ ಕೊಡು *c. d.* E-man-ci-pā'tiŏn, *n.* ಬಿಡುಗಡೆ, ಮುಕ್ತಿ, ಸ್ವಾತಂತ್ರ್ಯಸಾಧನೆ.

E-mas'cū-lāte, *v. t. r.* ಬೀಜ ತೆಗೆ, ಕಸಿಮಾಡು, ಪುರುಷತ್ವ ಭಂಗ ಮಾಡು. *a.* ಬೀಜ ತೆಗೆದ, ನಪುಂಸಕನಾದ. E-mas'cū-lā'tiŏn, *n.* ಪುರುಷತ್ವ ಭಂಗ ಮಾಡೋಣ.

Em-bälm' (-bäm'), *v. t. r.* (ಹೆಣ) ಸುಗಂಧಿತ ಮಾಡು, ಸುಗಂಧ ತುಂಬಿಸು.

Em'baṅk', *v. t. r.* (*pr.* -baṅk) ಒಡ್ಡು ಹಾಕು, ಕಟ್ಟೆ ಕಟ್ಟು. Em-baṅk'ment, *n.* ಒಡ್ಡು, ಕಟ್ಟೆ; stone e. ಕಲ್ಲುಕಟ್ಟಣೆ.

Em-băr'go, *n.* "ಜಫ್ತಿ", ಹಡಗು ವ್ಯಾಪಾರ ನಿಲ್ಲಿಸಿ ಬಿಡುವುದು. *v. t. r.* ಹಡಗು ವ್ಯಾಪಾರ ಬಂಧ ಮಾಡು.

Em-bärk', *v. i. r.* (*pr.* -bärkt') ಹಡಗವೇರು. *v. t.* ಹಡಗವೇರಿಸು. **Em-bär-kā'tiŏn**, *n.* ಹಡಗವೇರೋಣ.

Em-bar'rass, *v. t. r.* (*pr.* -rast) ಗಾಬರಿ ಮಾಡು, ತೊಂದರೆ ಪಡಿಸು, ತೊಡಕಿನಲ್ಲಿ ಹಾಕು. **Em-bar'rass-ment**, *n.* ತೊಂದರೆ, ತಲ್ಲ, ಪೇಚಾಟ, ತೊಡಕು, ಅಡಚಣಿ.

Em-bas'sa-dor, *n.* ರಾಯಭಾರಿ; *see* Ambassador, **Em'bas-sy, -sage**, *n.* ರಾಯಭಾರಿಕೆ; 2. ರಾಯಭಾರಿಯ ಮನೆ.

Em-bat'tle, *v. t. r.* ದಂಡನ್ನು ಸಾಲಾಗಿ ನಿಲ್ಲಿಸು, ವ್ಯೂಹ ಕಟ್ಟು.

Em-bed', *v. t. r.* (-bed'ded) ಮಡಗು, ಅಡಗಿಸು, ಹುದುಗಿಸು.

Em-bel'lish, *v. i. r.* (*pr.* -'lisht) ಶೃಂಗರಿಸು, ಅಲಂಕರಿಸು, ಚಂದ ಮಾಡು. **Em-bel'lish-ment**, *n.* ಭೂಷಣ, ಅಲಂಕಾರ, ಶೃಂಗಾರ.

Em'bĕrs, *n. pl.* ಬೆಂಬೂದಿ, ಬಿಸಿ ಬೂದಿ.

Em-bez'zle (-bez'l), *v. t. r.* ತಗಲು ಮಾಡು, ಅಪಹರಿಸು. **Em-bez'zle-ment (-bez'l-)**, *n.* ತಗಲು, ಅಪಹಾರ, ದಗೆ.

Em-bitt'ĕr, *v. t. r.* ವಿರಸ ಪಡಿಸು, ಕಹಿ ಮಾಡು; 2. ದುಃಖಕೊಡು; 3. ವೈಮನಸ್ಯ ಹುಟ್ಟಿಸು. **Em-bit'tĕr-ment**, *n.* ವೈಮನಸ್ಯ, ಮನಃಕಷಾಯ.

Em-blā'zon (-blā'zn), *v. t. r.* ಶೃಂಗರಿಸು; 2. ಕುಲೀನ ಚಿಹ್ನೆಗಳಿಂದ ಭೂಷಿತ ಮಾಡು. **Em-blā'zon-ment**, *n.* ಶೃಂಗಾರ.

Em'blem, *n.* ಶೃಂಗಾರ, ಕುರುಹು, ಚಿಹ್ನೆ, ಗುರುತು, ಸಾದೃಶ್ಯ. **Em-ble-mat'ic, -mat'i-cal**, *a.* ಗುರುತಾಗಿರುವ, ಲಾಕ್ಷಣಿಕ, ಸೂಚಕ.

Em-ble'ments, *n. pl.* ನೆಲದ ಪೈರು (ಫಲಾವಳಿಗಳಲ್ಲ). [ರಿಸು, ಅಡಗಿಸು.

Em-bod'y, *v. t. r.* (-bod'ied) ಕೂಡಿಸು, ಸೇ

Em-bōld'en, *v. t. r.* ಧೈರ್ಯ ಪಡಿಸು.

Em'bol-ism, *n.* ಅಧಿಕಮಾಸ.

Em-bŏs'ŏm, *v. t. r.* ಮನಸ್ಸಿನಲ್ಲಿ ಇಟ್ಟುಕೊಳ್ಳು, ಮುಚ್ಚು, ಮರೆಮಾಡು.

Em-boss', *v. t. r.* (*pr.* -bost) ಗೊಂಡೆಹೂವು ಕೆತ್ತು, ಗೊಂಡೆ ತೆಗೆ.

Em-bow'el, *v. t. r.* ಕರಳು ತೆಗೆ; 2. ಅಡಗಿಸು.

Em-bow'er, *v. t. r.* ಲತಾಗೃಹದಲ್ಲಿ ಮುಚ್ಚಿಡು. *v. i.* ಲತಾಗೃಹದಲ್ಲಿರು.

Em-brāce', *n.* ಅಪ್ಪಿಗೆ, ಟೆಕ್ಕೆ, ಆಲಿಂಗನೆ. *v. t. r.* (*pr.* -brāst') ಅಪ್ಪಿಕೊಳ್ಳು, ಟೆಕ್ಕೆ (ತಕ್ಕೆ) ಹಾಯು, ಆಲಿಂಗನೆ ಮಾಡು; 2. ಸುತ್ತಿಕೊಳ್ಳು, ಆವರಿಸಿಕೊಳ್ಳು; 3. ಸಂಗ್ರಹಿಸು, ಹಿಡಿದಿರು; 4. ಹಿಡಿ, ...ಕ್ಕೆ ಒಪ್ಪಿಕೊಳ್ಳು.

Em-brā'şure, *n.* ಕಂಡಿ, ಜೇರುಗಂಡಿ, ಜೇರುಗಿಂಡಿ.

Em'brō-cāte, *v. t. r.* ತೈಲ ಹಚ್ಚು, ನೀವು. **Em-brō-cā'tiŏn**, *n.* ತೈಲಮರ್ದನ, ತೈಲಹಚ್ಚೋಣ; 2. ತೈಲ.

Em-broi'dĕr, *v. t. r.* ಗೋಟು ಹಾಕು, ಬುಟಕೆ ಹಾಕು, ಕಸೂತಿ ತೆಗೆ. **Em-broi'dĕr-y**, *n.* ಗೋಟು ಕೆಲಸ, ಬುಟ್ಟೇದಾರಿ, ಕಸೂತಿ.

Em-broil', *v. t. r.* ತೊಡಕಿನಲ್ಲಿ ಹಾಕು, ಗಲಿಬಿಲಿ ಮಾಡು, ತಾರುಮಾರು—, ಪೇಚಾಟದಲ್ಲಿ ಹಾಕು. **Em-broil'ment**, *n.* ತೊಡಕು, ಗಲಿಬಿಲಿ.

Em-brue', *v. t. r.*, *see* Imbrue,

Em'bry-ō, *n.* ಪಿಂಡ; 2. (*bot.*) ಭ್ರೂಣ. **Em-bry-on'ic**, *a.* ಪಿಂಡದ, ಪಿಂಡದಂಥ.

E-mend', *v. t. r.* ತಿದ್ದು, ಸುಧಾರಿಸು, ಸಂಶೋಧಿಸು, ನೆಟ್ಟಗೆ ಮಾಡು. **Em-en-dā'tiŏn**, *n.* ತಿದ್ದುವಿಕೆ, ಸುಧಾರಿಸುವಿಕೆ, ಪರಿಷ್ಕರಣ, ಸಂಶೋಧನೆ.

Em'ĕr-ald, *n.* ಪಚ್ಚೆ, ಮರಕತ.

E-mĕrġe', *v. i. r.* ನೀರಿನೊಳಗಿಂದ ಮೇಲೆ ಬರು, ಹೊರಡು, ಕಾಣಬರು, ಉದ್ಭವಿಸು. **E-mĕr'ġence, -ġen-cy**, *n.* ಹೊರಗೆ ಬರೋಣ; 2. ಅವಸರ, "ಜರೂರು"; 3. ಅಡಚಣಿ, ಅನುಪತ್ತ್ಯ. **E-mĕr'ġent**, *a.* ಮೇಲಕ್ಕೆ ಬರುವ; 2. ಅವಸರವಾದ, "ಜರೂರಿನ"; 3. ಅನುಪತ್ತ್ಯದ.

Em'ĕr-oidş, Em'ĕr-odş, *n. see.* Hemorrhoids.

E-mĕr'siŏn, *n.* (*astr.*) ನಕ್ಷತ್ರೋದಯ, ಪುನರ್ದರ್ಶನ, ಮೋಕ್ಷ.

Em'ĕr-y, *n.* ಕುರಂಗದ ಕಲ್ಲು.

E-met'ic, *n.* ವಾಂತಿ ಔಷಧ. *a.* ವಮನಕರ.

Em'i-grant, *a. & n.* ಗೂಳೇ (ಗುಳೇ) ತೆಗೆದುಕೊಂಡು ಹೋದವ, ದೇಶ ಬಿಟ್ಟವ, ಪ್ರವಾಸಿ. **Em'i-grāte**, *v. i. r.* ಪ್ರವಾಸಕ್ಕೆ ಹೋಗು, ದೇಶ ಬಿಟ್ಟುಹೋಗು; (when in a great multitude) ಗೂಳೇ (ಗುಳೇ) ತೆಗೆ, ಗೂಳೆ ತೆಗೆದುಕೊಂಡು ಹೋಗು, ಹೆಳಿಗೆ ಕಟ್ಟಿಬಿಡು. **Em-i-grā'tiŏn**, *n.* ಗೂಳೇ (ಗುಳೇ) ತೆಗೆದುಕೊಂಡು ಹೋಗುವುದು, ದೇಶ ಬಿಟ್ಟುಹೋಗುವುದು, ದೇಶತ್ಯಾಗ.

Em'i-nence, -nen-cy, *n.* ಎತ್ತರ, ಉನ್ನತತೆ; 2. ಪ್ರತಿಷ್ಠೆ, ಶ್ರೇಷ್ಠತೆ. Em'i-nent, *a.* ಉನ್ನತ, ದೊಡ್ಡ; 2. ಶ್ರೇಷ್ಠ, ಪ್ರಖ್ಯಾತ.

Emir', *n.* ಅಮೀರ.

Em'is-sar-y, *n.* ದೂತ, ಚಾರ, ಬೇಹಿನವ, ಬೇಹುಗಾರ.

E-mis'siŏn (-mish'un), *n.* ಕಳುಹಿಸೋಣ, ಬಿಡೋಣ, ಹೊರಕ್ಕೆ ಬಿಡೋಣ.

E-mit', *v. t. r.* (-mit'ted) ಹೊರಗೆ ಕಳುಹಿಸು, —ಬಿಡು, —ಹಾಕು, ಕೊಡು.

Em'met, *n.* ಇರುವೆ.

Em-ol'li-ent, *a.* ಮೆತ್ತಗೆ ಮಾಡುವಂಥ, ಮೃದು ಮಾಡುವ, ಸ್ನಿಗ್ಧ.

E-mol'ū-ment, *n.* ಆದಾಯ, ವೇತನ, ಸಂಬಳ.

E-mō'tiŏn, *n.* ಮನಸ್ಸು ಕರಗೋಣ, ಕಳವಳ, ಸಂಭ್ರಮ, ಕ್ಷೋಭೆ; *pl.* ಮನೋವಿಕಾರಗಳು; 2. ದಂಗೆ, ಕಾಟಕಾಯಿ; to speak with e- ಮಿಸುಕಿ ಮಾತಾಡು. E-mō'tiŏn-al, *a.* ಕಳವಳವುಳ್ಳ.

Em-pāle', *v. t. r.* ಶೂಲಕ್ಕೆ ಹಾಕು, ತಪ್ಪಿಸಿಕೊಳ್ಳದ ಹಾಗೆ ಕಟ್ಟು; 2. ಬೇಲಿ ಕಟ್ಟು. Em-pāle'ment, *n.* ಬೇಲಿ; 2. ಶೂಲದಂಡ.

Em'pĕr-ŏr, *n.* ಚಕ್ರವರ್ತಿ, ಮಹಾರಾಜ, ರಾಜಾಧಿರಾಜ. Em'press, *n.* ಮಹಾರಾಣಿ, ಚಕ್ರವರ್ತಿನಿ.

Em'pha-sis (-fa-), *n.* ಸ್ವರಭಾರ, ಅವಧಾರಣೆ, ಮಾತಿನ ಬಲ. Em'pha-sīse, *v. t. r.* ಒತ್ತಿ ಉಚ್ಚರಿಸು. Em-phat'ic, Em-phat'i-cal, *a.* ಅವಧಾರಣೆಯಿಂದ ಉಚ್ಚರಿಸಿದ, ಜೋರಿನಿಂದ ಹೇಳಿದ, ಖಂಡಿತ.

Em'pīre, *n.* ಮಹಾರಾಜ್ಯ, ಚಕ್ರಾಧಿಪತ್ಯ.

Em-pir'ic, Em-pir'i-cal, *a.* ಅನುಭವದ, ಅನುಭವಸಿದ್ಧ. Em-pir'ic, *n.* ಠಕ್ಕು ವೈದ್ಯ. Em-pir'i-cism, *n.* ಅನುಭವವೈದ್ಯ ನಡಿಸುವಿಕೆ.

Em-place'ment, *n.* ಇರಿಸುವಿಕೆ, ಸ್ಥಾಪನೆ.

Em-ploy', *v. t. r.* ಕೆಲಸಕ್ಕೆ ಹಚ್ಚು, ಚಾಕರಿಗೆ ಇಟ್ಟುಕೊಳ್ಳು, ಪ್ರಯೋಗಿಸು, ಬಳಸು. *n.* ಕೆಲಸ, ಉದ್ಯೋಗ. Em-ploy'a-ble, *a.* ಕೆಲಸಕ್ಕೆ ತಕ್ಕ, ಚಾಕರಿಗೆ ತಕ್ಕ, ಯೋಗ್ಯ. Em-ploy'ēe, *n.* ಕಾರೆಕಾರ, ಕೂಲಿಯಾಳು. Em-ploy'ĕr, *n.* ಯಜಮಾನ, ಚಾಕರಿಗೆ ಇಟ್ಟುಕೊಂಡವ. Em-ploy'ment. *n.* ಕೆಲಸ, ಉದ್ಯೋಗ, ಚಾಕರಿ.

Em-poi'son (-poi'zn), *v. t. r.* ವಿಷ ಹಾಕು *c.d.*

Em-pŏr'i-um, *n.* ವ್ಯಾಪಾರಸ್ಥಳ.

Em-pow'er (-pow'r), *v.t.r.* ಅಧಿಕಾರ ಕೊಡು *c.d.*, "ಮುಖ್ತ್ಯಾರಿ" ಕೊಡು. *c.d.*

Em-prīse', *n.* ಸಾಹಸ ಕೃತ್ಯ.

Emp'ty (em'ti), *a.* ಬರಿ, "ಖಾಲಿ", ಜೊಳ್ಳು; 2. ಹುರುಳಿಲ್ಲದ, ನಿರರ್ಥಕ; an e. head ಮೆದುಳಿಲ್ಲದವ, ಬುದ್ಧಿಯಿಲ್ಲದವ. *v. t. r.* ಬರಿದು ಮಾಡು, ತೆರವು ಮಾಡು. *v. i.* ಹರಿ, ಬೀಳು. Emp'ti-ness (em'ti-), *n.* ತೆರವು, ಬರಿದಾಗಿರೋಣ, ಹುರುಳಿಲ್ಲದಿರೋಣ.

Em-pur'ple, *v. t. r.* ಧೂಮ್ರ ಬಣ್ಣ ಕೊಡು.

Em-pyr'e-al (-pir'i-), *a.* ಅಗ್ನಿಮಯ, ತೇಜೋಮಯ, ದಿವ್ಯ. Em-pyr'ē-an, *n.* ಅಗ್ನಿಲೋಕ, ತೇಜೋಮಂಡಲ.

Em'ū-lāte, *v.t.r.* (ಮತ್ತೊಬ್ಬನಂತಾಗಬೇಕೆಂತ) ಹ್ಯಾವ ಹಿಡಿ, ಹುರುಡು ಮಾಡು, ಪೋಟಿ—, ಸ್ಪರ್ಧೆ—. Em-ū-lā'tiŏn, *n.* ಹುರುಡು, ಪೋಟಿ, ಸ್ಪರ್ಧೆ, ಈರ್ಷ್ಯೆ, ಅಹಮಹಮಿಕೆ. Em'-ū-lŏus, *a.* ಪೋಟಿ ಮಾಡುವ, ಈರ್ಷ್ಯೆಯ, ಸ್ಪರ್ಧಾಳು.

E-mul'siŏn, *n.* (ಬಾದಾಮು ಇತ್ಯಾದಿಗಳ) ಕ್ಷೀರರಸ.

En'ā-ble, *v. t. r.* ಬಲ ಪಡಿಸು, ಅನುಕೂಲ ಮಾಡು *c. d.*

En-act', *v. t. r.* ಕಟ್ಟು ಮಾಡು, ನಿರ್ಣಯಿಸು; 2. ಮಾಡು, ಸಾಧಿಸು. En-act'ment, *n.* ಸ್ಥಾಪನೆ, ವಿಧಿ, ಕಟ್ಟು.

En-am'el, *v. t. r.* "ಮಿನಾಯಿ" ಊದು, "ಮಿನಾಯಿ" ಹಾಕು. *n.* "ಮಿನಾಯಿ" ಕೆಲಸ; e. of the teeth ವಜ್ರಗಾರೆ.

En-am'ŏur, *v. t. r.* ಒಲಿಸು, ಮೋಹಗೊಳಿಸು. *pass.* ಮೋಹಿಸು, ಮೋಹ ಪಡು (ಸಂಪಿಗೆ ಪುಷ್ಪಕ್ಕೆರಗಿದ ಭ್ರಮರದಂತೆ), ಪರವಶನಾಗು.

En-cāge', *v. t. r.* ಪಂಜರದಲ್ಲಿಡು.

En-camp', *v. i. r.* (*pr.* -kampt') ದಂಡಿಳಿ, "ಮೊಕ್ಕಾಮು" ಮಾಡು. En-camp'ment. *n.* ದಂಡು ಇಳಕೊಂಡ ಸ್ಥಳ, ಪಾಳೆಯ.

En-cāse', *v. t. r.* (*pr.* -kāst') (ಗವಸಣಿಗೆ ಪೆಟ್ಟಿಗೆ ಮುಂತಾದವುಗಳಲ್ಲಿ) ಮುಚ್ಚು, —ಇಡು.

En-caus'tic, *a.* & *n.* ಅಗ್ನಿತಪ್ತಚಿತ್ರಕರಣ.

En-ceinte' (aṅ-säṅgt'). *n.* ಬಸುರಿ, ಅಂತರ್ವತ್ನಿ; 2. ಪ್ರಾಕಾರ.

En-ceph-al'ic, *a.* ಮೆದುಳಿನ.

En-chāin'. *v. t. r.* ಬಂಧಿಸು, ಬೇಡಿ ಹಾಕು *c. d.* ಸಂಕೋಲೆಯಿಂದ ಕಟ್ಟು; 2. ಪೋಣಿಸು.

En-chant', *v. t. r.* ಒಲಿಸು, ಮರುಳುಗೊಳಿಸು, ಮಂತ್ರಿಸು, ವಶೀಕರಿಸು. En-chant'ed, *a*

ಅಭಿಮಂತ್ರಿತ, ಮೋಹಿತ, ಮಂತ್ರ ಸ್ವಾಧೀನವಾದ; 2. ಬಹು ಮನೋಹರವಾದ. En-chant'ĕr, *n.* ಮಂತ್ರವಾದಿ, ಜಾಲಗಾರ. En-chant'ing-ly, *ad.* ಮನೋಹರವಾಗಿ. En-chant'-ment, *n.* ಮಂತ್ರ, ಮಂತ್ರವಿದ್ಯೆ. En-chant'-ress, *n.* ಮಂತ್ರಗಾತಿ, ಜಾಲಗಾತಿ.

En-chāse', *v. t. r.* (*pr.* -chāst') ಕೆತ್ತಿಹಾಕು, ಖಚಿತ ಮಾಡು.

En-cīr'cle, *v. t. r.* ಸುತ್ತಿಕೊಳ್ಳು, ಆವರಿಸು; 2. ಪ್ರದಕ್ಷಿಣೆ ಹಾಕು, ಸುತ್ತುವರಿಯು.

En-clāve', *n.* ಸುತ್ತಲೂ ಅನ್ಯರಾಜ್ಯವಿರುವ ಸೀಮೆ.

En-clōse', *v. t. r.* ಸುತ್ತಿಕೊಳ್ಳು, (..ಲ್ಲಿ) ಮುಚ್ಚು, "ಮಲಫೂಫು" ಮಾಡು, ಗರ್ಭಿಸು, ಗರ್ಭೀಕರಿಸು. En-clō'sure, *n.* ಬೇಲಿ, ಪ್ರಾಕಾರ; 2. "ಮಲಫೂಫು".

En-cō'mi-ast, *n.* ಪರರನ್ನು ಸ್ತುತಿ ಮಾಡುವವ, ಕೈವಾರಿ. En-cō-mi-as'tic, *a.* ಸ್ತುತಿ ಮಾಡುವ. En-cō'mi-um, *n.* ಹೊಗಳಿಕೆ, ಸ್ತೋತ್ರ, ಪ್ರಶಂಸೆ, ಕೈವಾರ.

En-cŏm'pass, *v. t. r.* (*pr.* -past) ಸುತ್ತಿಕೊಳ್ಳು, ಆವರಿಸು; 2. ಪ್ರದಕ್ಷಿಣೆ ಮಾಡು.

En-cōre' (äṅ-kōr'), *ad.* ಮತ್ತೂ, ತಿರಿಗಿ.

En-coun'tĕr, *v. t. r.* ಭೇಟಿಯಾಗು, ಗಂಟುಬೀಳು, ಎದುರುಗೊಳ್ಳು. *n.* ಭೇಟಿ, ಗಂಟುಬೀಳುವುದು; 2. ಕಾದಾಟ, ಯುದ್ಧ.

En-cŏur'āġe (-kur'āj), *v. t. r.* ಧೈರ್ಯಪಡಿಸು, ಹುರಿದುಂಬಿಸು, ಹುರಿ ಮಾಡು, ಉತ್ಸಾಹಗೊಳಿಸು, ಬೆನ್ನು ತಟ್ಟು. En-cŏur'āġe-ment, *n.* ಧೈರ್ಯ, ಹುರಿದುಂಬಿಸೋಣ, ಪ್ರೋತ್ಸಾಹ. En-cŏur'āġ-ing-ly, *ad.* ಧೈರ್ಯಪಡಿಸುವ ರೀತಿಯಿಂದ.

En-crōach' (-krōch') upon, *v. i. r.* (*pr.* -krōcht') ಒಳನುಗ್ಗು, ಆಕ್ರಮಿಸು, ಮಿತಿಮೀರು, ಮೇರೆ ತಪ್ಪಿ ಬರು. En-crōach'-ment, *n.* ಆಕ್ರಮಣ, ಮಿತಿಮೀರುವುದು, ಸೀಮೋಲ್ಲಂಘನೆ.

En-cum'bĕr, *v. t. r.* ತೊಂದರೆ ಪಡಿಸು, ಅಭ್ಯಂತರಿಸು, ಭಾರ ಹೊರಿಸು. En-cum'brance, *n.* ತೊಂದರೆ, ಅಭ್ಯಂತರ, ಭಾರ.

En-cȳ'clic, -al, *a.* ಬಹು ಜನರಿಗೆ ಕಳುಹಿಸಿದ, ಬಹು ಸ್ಥಳಗಳಿಗೆ—, ಸರ್ವಸಾಧಾರಣ. *n.* ಸರ್ವರಿಗೂ ಬರೆದು ಕಳುಹಿಸಿದ ಆಜ್ಞೆ; 2. ಪೋಪಸಾಹೇಬರ ಶ್ರೀಮುಖ, ಆಜ್ಞಾಪತ್ರ.

En-cȳ-clō-pæ'di-a, *n.* ಸರ್ವವಿದ್ಯಾಸಂಗ್ರಹಕೋಶ, ವಿದ್ಯಾಕಲ್ಪವೃಕ್ಷ. En-cȳ-clō-pæ'-di-an, *a.* ಸರ್ವವಿದ್ಯಾಸಂಗ್ರಹದ.

End, *n.* ಕೊನೆ, ತುದಿ, ತೀರುಗಡೆ, ಮುಗಿವು, ಅಂತ್ಯ; (of a garment in folds, a letter, *etc.*) ಚುಂಗು; 2. ನಾಶ; 3. ಗುರಿ, ಉದ್ದೇಶ; 4. ಉಳಿದದ್ದು. *v. t. r.* ತೀರಿಸು, ಮುಗಿಸು. *v. i.* ಮುಗಿ, ತೀರು, ಸಮಾಪ್ತವಾಗು; make both ends meet ಆದಾಯ ವೆಚ್ಚ ಸರಿಯಾಗಿ ಮಾಡು; at one's wits' e. ಆಗದಿ ಕಂಗೆಟ್ಟು. End'ing, *n.* ಸಮಾಪ್ತಿ, ಅಂತ್ಯ; 2. ಕೊನೆ. End'less, *a.* ಅಂತ್ಯವಿಲ್ಲದ, ನಿರಂತರ. End'less-ly, *ad.* ಅಂತ್ಯವಿಲ್ಲದ, ನಿರಂತರವಾಗಿ. End'mōst, *a.* ಕಟ್ಟಕಡೇ, ತುಟ್ಟ ತುದಿಯ.

En-dān'ġĕr, *v. t. r.* ಕಂಟಕಕ್ಕೆ ಗುರಿಮಾಡು, ಮೋಸದಲ್ಲಿ ಬೀಳಿಸು, ಅಪಾಯ ಪಡಿಸು; to e. one's life ಪ್ರಾಣಕಂಟಕಕ್ಕೊಳಗು ಮಾಡು.

En-dēar' (-dēr'), *v. t. r.* ಪ್ರೀತಿ ಹುಟ್ಟಿಸು, ಪ್ರಿಯ ಮಾಡು, ಅಕ್ಕರೆಗೊಳಿಸು. En-dēar'-ment, *n.* ಪ್ರೀತಿ, ಮಮತೆ, ಅಕ್ಕರೆ.

En-deav'our (-dev'ĕr), *v. t. & i. r.* ನೋಡು, ಯತ್ನಿಸು, ಪ್ರಯತ್ನ ಮಾಡು. *n.* ಪ್ರಯತ್ನ, ಯತ್ನ, ಎತ್ತುಗಡೆ.

En-dem'ic, -al, *a.* ಆಯಾ ಸ್ಥಳಗಳಲ್ಲಿ ಆಗಾಗ [ಬರುವ (ರೋಗ).

En-dorse' *v. t. r.* (*pr.* -dorst') (ಹುಂಡಿ ಮುಂತಾದ್ದರ) ಬೆನ್ನ ಮೇಲೆ ಸಹಿ ಮಾಡು, ಪೇಚೆ ಮಾಡು. En-dorse'ment, *n.* ಹುಂಡಿಯ ಬೆನ್ನ ಮೇಲೆ ಸಹಿ ಮಾಡುವುದು, ಪೇಚೆ.

En-dow' with, *v. t. r.* ಕೊಡು, ಮಾನ್ಯಕೊಡು, ಉಂಬಳಿ—; God has endowed us with reason ದೇವರು ನಮಗೆ ಬುದ್ಧಿ ಕೊಟ್ಟಿದ್ದಾನೆ. *pass.* ಕೊಡಿಕೊಂಡಿರು; *as*, endowed with every virtue ಸಕಲ ಸುಗುಣಗಳಿಂದ ಕೂಡಿಕೊಂಡು. En-dow'ment, *n.* ಮಾನ್ಯ "ಇನಾಮು", ವರ್ಷಾಶನ; 2. ದೇವರ ದಾನ, ಪ್ರಸಾದ, ವರ; *pl.* ಬುದ್ಧಿ.

Endūe' with, *v. t. r.* ಕೊಡು; 2. ಉಟ್ಟಿ ತೊಡಿಸು. *see* Endow.

En-dūre', *v. t. r.* ತಾಳು, ಸಹಿಸು. *v. i.* ಬಾಳಿಕೆ ಬರು, ಬಾಳು. En-dū'ra-ble, *a.* ತಾಳತಕ್ಕ, ಸೈರಿಸುವ, ಸಹ್ಯವಾದ, ಸಹನೀಯ. En-dū'rance, *n.* ತಾಳಿಕೆ, ತಾಳ್ಮೆ, ಸಹನ, ಸೈರಣೆ, ಸಂಸ್ಥಿತಿ.

End'ways, *ad.* ಕೊನೆಯಿಂದ ಕೊನೆಗೆ.

En'e-ma, *n.* *see* Clyster.

En'e-my, *n.* ಆಗದವ, ಹಗೆಯವ, ವೈರಿ, ಶತ್ರು; his enemies ಅವನಿಗೆ ಆಗದವರು.

En'ĕr-ġy, *n.* ಯತ್ನ, ಯತ್ನತತ್ಪ, ಆವೇಶ, ಚುರುಕು; 2. ಶಕ್ತಿ, ಬಲ. En-ĕr-ġet'ic, -al *a.* ಚುರುಕುಳ್ಳ, ಯತ್ನದ, ಯತ್ನತತ್ಪರವುಳ್ಳ; 2. ಶಕ್ತಿಯುಳ್ಳ, ಬಲವುಳ್ಳ.

E-nĕr'vāte, *v. t. r.* ಬಲಹೀನ ಮಾಡು, ದುರ್ಬಲ ಮಾಡು. *a.* ದುರ್ಬಲವಾದ. **En-ĕr-vā'-tiŏn**, *n.* ದುರ್ಬಲ, ಬಲಹೀನತೆ.

En-fēe'ble, *v. t. r.* ಬಲ ಮುರಿ, ಕಸುವು—, ದುರ್ಬಲ ಪಡಿಸು. **En-fēe'ble-ment**, *n.* ದುರ್ಬಲ ಮಾಡುವಿಕೆ.

En-fet'ter, *v. t. r.* ಸಂಕೋಲೆ ಕಟ್ಟು.

En-fi-lāde', *n.* ಫಿರಂಗಿಯ ಬಂಕಿ.

En-fōrce', *v. t. r.* (*pr.* -fōrst) ಬಲಾತ್ಕಾರ ಮಾಡು; 2. ಬಲ ಪಡಿಸು, ದೃಢ ಪಡಿಸು, ಶಕ್ತಿ ಕೊಡು; 3. ನಡಿಸು, "ಜಾರಿ" ಮಾಡು. **En-fōrce'ment**, *n.* ಬಲಾತ್ಕಾರ, "ಜುಲುಮೆ", ಬಲೋದ್ಧಂದಿ.

En-frame', *v. t. r.* ಮರಚೌಕದಲ್ಲಿರಿಸು.

En-fran'chise, *v. t. r.* ಬಿಡಿಸು, ಬಿಡುಗಡೆ ಮಾಡು; 2. ಪಟ್ಟಣವಾಸದ ಹಕ್ಕು ಕೊಡು; 3. ಅಂಗೀಕರಿಸು. **En-fran'chise-ment**, *n.* ಬಿಡುಗಡೆ; 2. ಪಟ್ಟಣವಾಸದ ಹಕ್ಕು ಕೊಡೋಣ.

En-gāge', *v. t. r.* ಗೊತ್ತು ಮಾಡಿಕೊಳ್ಳು; 2. ಕೆಲಸಕ್ಕೆ ಹಚ್ಚಿಕೊಳ್ಳು; 3. ತನ್ನ ಕಡೆಗೆ ಮಾಡಿಕೊಳ್ಳು; 4. ...ಕೂಡ "ಲಡಾಯಿ" ಮಾಡು; e. one's self ಮಾತು ಕೊಡು, ತೊಡಗು; e. the attention ಮನಸ್ಸು ಎಳಕೊಳ್ಳು; I am engaged ನನಗೆ ಕೆಲಸವದೆ, ನಾನು ಕೆಲಸದಲ್ಲಿ ತೊಡಗಿದ್ದೇನೆ, ಸಿಕ್ಷಯ ಮಾಡಿದ್ದೇನೆ. *v. i. r.* ವಚನ ಕೊಡು, "ಕರಾರು" ಮಾಡು; 2. (e. in) ತೊಡಗು, ಕೈಹಾಕು; 3. ಯುದ್ಧ ಮಾಡು, ಕಾದಾಡು. **En-gāged'** (-gājd'), *a.* ಕೆಲಸಕ್ಕಿಟ್ಟ, ಪ್ರವೃತ್ತ; 2. (ಲಗ್ನಕ್ಕೆ) ನಿಶ್ಚಯ ಮಾಡಿದ, ವಾಗ್ದಾದತ್ತ. **En-gāge'ment**, *n.* ಒಡಂಬಡಿಕೆ, "ಕರಾರು"; 2. ನಿಶ್ಚಿತಾರ್ಥ, ವಾಗ್ನಿಶ್ಚಯ; 3. ಉದ್ಯೋಗ, ಕೆಲಸ; 4. ಕಾಳಗ, ಯುದ್ಧ. **En-gā'ging**, *a.* ಮನಸ್ಸೆಳೆಯುವಂಥ, ಮೋಹಕ.

En-gār'land, *v. t. r.* ಹೂಮಾಲೆ ಹಾಕು.

En-gen'dĕr, *v. t. r.* ಹುಟ್ಟಿಸು, ಉಂಟುಮಾಡು, ಉತ್ಪನ್ನ ಮಾಡು. *v. i.* ಹುಟ್ಟು.

En'gine, *n.* ಯಂತ್ರ, ಸಾಧನ, ಉಪಕರಣ. **En-gi-nēer'**, *n.* ಯಂತ್ರ ನಡಿಸುವವ, ಯಂತ್ರವಿದ್ಯೆ ಬಲ್ಲವ, ಯಂತ್ರಶಾಸ್ತ್ರಜ್ಞ; 2. ಮಾರ್ಗ, ಕಾಲುವೆ ಮುಂತಾದ ಕೆಲಸ ಬಲ್ಲವ. **En-gi-nēer'ing**, *n.* "ಇಂಜನೀರನ" ಕೆಲಸ, ವಿದ್ಯೆ.

En'glish (iṅ-), *a.* ಇಂಗ್ಲಂಡ ದೇಶದ, ಇಂಗ್ಲಿಷ, ಇಂಗ್ಲಿಷ ಜನರ. *n.* ಇಂಗ್ಲಿಷ ಜನರು; 2. ಇಂಗ್ಲಿಷ ಭಾಷೆ.

En-gōrge', *v. t. r.* ಬಕಬಕನೆ ತಿನ್ನು.

En-graft', *v. t. r.* *see* **Ingraft.**

En-grāin', *v. t. r.* ಪೂರಾ ಬಣ್ಣ ಹಾಕು.

En-grāve', *v. t. r.* ಕೆತ್ತು, "ಠಸೆ" ಹಾಕು; 2. ಮನಸ್ಸಿನಲ್ಲಿ ಕೂಡ್ರಿಸು. **En-grā'vĕr**, *n.* ಕೆತ್ತುವವ. **En-grā'ving**, *n.* ಕೆತ್ತುವಿಕೆ; 2. "ನಕ್ಷಿ" ಕೆಲಸ; 3. "ನಕ್ಷಿ" "ನಕಾಶೆ", ಚಿತ್ರ; e. tool ಕೆತ್ತಿಗೆ ಮೊಳೆ.

En-grōss', *v. t. r.* (*pr.* -grōst') ದೊಡ್ಡ ಅಕ್ಷರಗಳಿಂದ ಪ್ರತಿ ತೆಗೆ; 2. ಒಡಿ, ತೊಡಗಿಸು; 3. ಸಾಟೀ ಸಾಟಿ ತಕ್ಕೊಳ್ಳು. *pass.* ತೊಡಗಿರು, ಮುಣುಗಿರು.

En-gulf', *v. t. r.* (*pr.* -gulft') ನುಂಗಿಬಿಡು.

En-hance', *v. t. r.* (*pr.* -hanst') ಹೆಚ್ಚಿಸು, ವರ್ಧಿಸು. **En-hance'ment**, *n.* ಹೆಚ್ಚಿಸೋಣ, ಏರಿಸೋಣ, ವೃದ್ಧಿ, ವರ್ಧನೆ.

E-nig'ma, *n.* ಗೂಢಭಾಷಣ, ಒಗಟು. **En-ig-mat'ic**, **-mat'i-cal**, *a.* ಗೂಢವಾದ, ಸಂದಿಗ್ಧಾರ್ಥದ. **En-ig-mat'i-cal-ly**, *ad.* ಗುಪ್ತವಾಗಿ, ಗೂಢವಾಗಿ.

En-join', *v. t. r.* ಅಪ್ಪಣೆ ಮಾಡು, ಆಜ್ಞಾಪಿಸು, ವಿಧಿಸು.

En-joy', *v. t. r.* ಅನುಭವಿಸು, ಭೋಗಿಸು, ಸುಖಪಡು, ...ಕ್ಕೆ ಸಂತೋಷ ಪಡು. **En-joy'a-ble**, *a.* ಅನುಭವಿಸತಕ್ಕ, ಭೋಗ್ಯ. **En-joy'ment**, *n.* ಉಪಭೋಗ *(S. M.)*, ಭೋಗ್ಯ *(S. C.)*, ಅನುಭವ; 2. ಸುಖಾನುಭೋಗ, ಸುಖ, ಸಂತೋಷ.

En-kin'dle, *v. t. r.* ಉರಿ ಹಚ್ಚು, ಕಿಚ್ಚು ಒಟ್ಟು, ಹೊತ್ತಿಸು; 2. ಎಬ್ಬಿಸು, ಪ್ರೇರೇಪಿಸು, ಹುರಿದುಂಬಿಸು. *v. i.* ಉರಿ ಹತ್ತು.

En-lārge', *v. t. r.* ದೊಡ್ಡದು ಮಾಡು, ವಿಸ್ತಾರ—, ಉಬ್ಬಿಸು; 2. ಬಿಡಿಸು, ಬಿಟ್ಟುಬಿಡು. *v. i.* ಬೆಳೆ, ದೊಡ್ಡದಾಗು, ವಿಸ್ತಾರವಾಗು; e. on ವಿಸ್ತಾರವಾಗಿ ಹೇಳು. **En-lārge'ment**, *n.* ವಿಸ್ತಾರ, ವೃದ್ಧಿ, ಬೆಳೆಯುವಿಕೆ; e. of the spleen ಜ್ವರಗಡ್ಡೆ, ಜ್ವರಗೆಂಡೆ *(My.)*.

En-līght'en (-līt'n), *v. t. r.* ಬೆಳಗ ಮಾಡು; 2. ಜ್ಞಾನಕೊಡು *c.d.*, ಉಪದೇಶ ಮಾಡು *c.d.* **En-līght'en-ment** (-līt'n-), *n.* ಜ್ಞಾನೋದಯ, ಜ್ಞಾನಪ್ರಕಾಶ.

En-list', *v. t. r.* ಪಟ್ಟಿಯಲ್ಲಿ ಬರಕೊಳ್ಳು; 2. (ದಂಡಿನಲ್ಲಿ) ಸೇರಿಸಿಕೊಳ್ಳು. *v. i.* (ದಂಡಿನಲ್ಲಿ ಸೇರುವುದಕ್ಕೆ) ಹೆಸರು ಬರಿಸಿಕೊಳ್ಳು. **En-list'-ment**, *n.* ಹೆಸರು ಬರಿಸಿಕೊಳ್ಳೋಣ, ದಂಡಿಗೆ ಹೋಗೋಣ.

En-līv'en (-līv'n), *v. t. r.* ಚೇತನಗೊಳಿಸು, ಬದುಕಿಸು, ಚುರುಕು ಹುಟ್ಟಿಸು, "ಹುಷಾರಿ" ಮಾಡು; 2. ರಂಗ ತುಂಬಿಸು.

En-masse, *ad.* ತಂಡತಂಡವಾಗಿ.

En-mesh', *v. t. r.* ಬಲೆಯಲ್ಲಿ ಸಿಕ್ಕಿಸು.

En'mi-ty, *n.* ಹಗೆ, ಶತ್ರುತ್ವ, ವಿರೋಧ, ದ್ವೇಷ; deep-rooted e., inveterate e. ಬದ್ಧ ದ್ವೇಷ, ಜನ್ಮವಿರೋಧ (ಎಣ್ಣೆಸೀಗೆಯಂತೆ).

En-nō'ble, *v. t. r.* ಉತ್ತಮ ಮಾಡು, ಶ್ರೇಷ್ಠ ಪಡಿಸು, ಗೌರವ ಪಡಿಸು, ಶ್ರೀಮಂತನಾಗ ಮಾಡು.

Enn'ui (än'wē), *n.* ಔದಾಸೀನ್ಯ, ಸುಸ್ತಿ.

E-nor'mi-ty, *n.* ಅಕ್ರಮ; 2. ವಿಕಾರ, ಅಸಹ್ಯ, ಬಹು ಕೆಟ್ಟತನ. **E-nor'mous**, *a.* ಬಹು ದೊಡ್ಡ, ಅಪರಿಮಿತ; 2. ಮಹಾ ಕೆಟ್ಟ. **E-nor'mous-ly**, *ad.* ಬಹಳವಾಗಿ, ವಿಪರೀತವಾಗಿ.

E-nough' (-nuf'), *a. & ad.* ಸಾಕಾದಷ್ಟು; become e. ಸಾಕಾಗು; scarcely e. ಸಾಕು ಸಾಲದು ಎಂಬ ಹಾಗೆ. *n.* ಸಾಕು, ತೃಪ್ತಿ; it is e. *or* enough! ಸಾಕು ಬಿಡು, ಸಾಕು ಸಾಕು.

En-quīre', *v. t. r., see* Inquire.

En-rāge', *v. t. r.* ಸಿಟ್ಟಿಗೆಬ್ಬಿಸು, ಕೋಪ ಹುಟ್ಟಿಸು, ಕನಲಿಸು.

En-rap'tūre, *v.t.r.* ಸಂಭ್ರಮ ಪಡಿಸು, ಮಹಾ ಸಂತೋಷ ಪಡಿಸು.

En-rich', *v.t.r.* (*pr.* -richt') ಐಶ್ವರ್ಯವಂತ ಮಾಡು; 2. ಅಲಂಕೃತ ಮಾಡು; 3. ಫಲಭರಿತ ಮಾಡು; 4. ವಿದ್ಯಾಸಂಪನ್ನ ಮಾಡು.

En-rōl, *v. t. r.* (-rolled') ಪಟ್ಟಿಯಲ್ಲಿ ಹೆಸರು ಬರಕೊಳ್ಳು; *see* Enlist. **En-rōl'ment**, *n.* ಪಟ್ಟಿಯಲ್ಲಿ ಬರಕೊಳ್ಳೋಣ.

En route, ಮಾರ್ಗದಲ್ಲಿ, ಸಂಚಾರದಲ್ಲಿ.

En-sam'ple, *n., see* Example.

En-shrīne', *v. t. r.* ಪೆಟ್ಟಿಗೆಯಲ್ಲಿಟ್ಟುಕೊಳ್ಳು, ಇಟ್ಟುಕೊಳ್ಳು; 2. ಪೂಜ್ಯವೆಂದು ಕಾಪಾಡು.

En-shroud', *v. t. r.* ಮುಚ್ಚು, ಮರೆಯಿಸು.

En'sīgn (-sīn), *n.* ನಿಶಾನಿ, ಧ್ವಜ; 2. ದಂಡಿನಲ್ಲಿಯ ಒಬ್ಬ ಉದ್ಯೋಗಸ್ಥ.

En-slāve', *v. t. r.* ಗುಲಾಮನಾಗ ಮಾಡು.

En-snāre', *v. t. r.* ಬಲೆಯೊಡ್ಡಿ ಹಿಡಿ; 2. "ದಗೆ" ಮಾಡು, ಮರುಳುಗೊಳಿಸು, ಜಾಲಾಹಾಕು.

En-sūe', *v. i. r.* ಹಿಂದೆ ಬರು, ತರುವಾಯ—; 2. ಕಾರ್ಯಫಲವಾಗಿ ಬರು. **En-sū'ing**, *a.* ಬರುವ, ಮಾರಣೆ.

En-sure', *v. t. r., see* Insure.

En-tāil', *v. t. r.* ಸಂತಾನಪರಂಪರೆಯಾಗಿ ಇಡು. *n.* ಸಂತಾನಪರಂಪರೆಯಾಗಿ ಇಟ್ಟ ಆಸ್ತಿ. **En-tail'ment**, *n.* ಆಸ್ತಿಯನ್ನು ಸಂತಾನ ಪಾರಂಪರೆಯಾಗಿ ಇಡೋಣ.

En-tañ'gle, *v. t. r.* ಸಿಕ್ಕಿಸು, ತೊಡಕುಬೀಳಿಸು, ಪೇಚಾಟದಲ್ಲಿ ಹಾಕು; 2. ಭ್ರಮೆಯಲ್ಲಿ ಹಾಕು. *pass.* ಸಿಕ್ಕಿಕೊಳ್ಳು, ತೊಡಕುಬೀಳು. **En-tañ'gle-ment**, *n.* ತೊಡಕು, ತೊಂದರೆ, ಗಲಿಬಿಲಿ.

Entente, ಅನುಮತಿ, ಒಡಂಬಡಿಕೆ; e. cordiale ಸ್ನೇಹಭಾವದ ಅನುಮತಿ.

En'tĕr, *v. t, r.* ಒಳಗೆ ಹೋಗು, ಹೋಗು, ಪ್ರವೇಶಿಸು; 2. ಸೇರಿಕೊಳ್ಳು; 3. ಸಿಕ್ಕಿಸು; 4. ಹೆಸರು ಬರೆ, "ದಾಖಲು" ಮಾಡು. *v. i.* ಒಳಗೆ ಹೋಗು, —ಬರು, ಹೋಗು; e. by force ಒಳನುಗ್ಗು.

En'tĕr-ic, *a.* ಕರುಳಿನ, ಆಂತ್ರದ; e. fever ವಿಷಮ ಜ್ವರ.

En'tĕr-prīse, *n.* ಸಾಹಸಕಾರ್ಯ, ಬಲಬಲಿಕೆ. *v.t.r.* ಸಾಹಸಮಾಡು, ಧೈರ್ಯವಾಗಿ ಯತ್ನಿಸು. **En'tĕr-prī-sing**, *a.* ಸಾಹಸವುಳ್ಳ, ಧೈರ್ಯವುಳ್ಳ.

En-tĕr-tāin', *v. t. r.* ಸಾಕು; 2. ಆದರಸತ್ಕಾರ ಮಾಡು, ಉಪಚರಿಸು; 3. ವಿನೋದ ಪಡಿಸು; 4. ನಂಬು; 5. (a thought, doubt, *etc.*) ಮಾಡು, ಹಿಡಿ. **En-tĕr-tāin'ment**, *n.* ಉಪಚಾರ, ಸತ್ಕಾರ; 2. ವಿನೋದ, "ತಮಾಷೆ"; 3. ಔತಣ.

En-thral', *v. t. r.* (-thralled') "ಗುಲಾಮ"ನಾಗ ಮಾಡು, ವಶ ಮಾಡಿಕೊಳ್ಳು. **En-thral'-ment**, *n.* ದಾಸತ್ವ, "ಗುಲಾಮತನ", ಅಡಿಮೆ.

En-thrōne', *v. t. r.* ...ಗೆ ಪಟ್ಟಗಟ್ಟು, ಪಟ್ಟಕ್ಕೆ ಕುಳ್ಳಿರಿಸು. **En-thrōne'ment**, *n.* ಪಟ್ಟ ಭದ್ರ ಮಾಡುವುದು.

En-thu-si'asm, *n.* ಮರುಳು, ಮತಭ್ರಾಂತಿ; 2. ಅತ್ಯಾಶೆ, ಅಭಿಮಾನಾವೇಶ, ಉಲ್ಲಾಸ. **En-thu'si-ast**, *n.* ಮತಭ್ರಾಂತ; 2. ಉಲ್ಲಾಸವುಳ್ಳವ. **En-thu-si-as'tic**, *a.* ಮರುಳಾದ, ಉಲ್ಲಾಸದಿಂದಿರುವ, ಆವೇಶವುಳ್ಳ; 2. ಮತಭ್ರಾಂತಿಯ.

En-tīce', *v. t. r.* (*pr.* -tīst') ಮರುಳು ಮಾಡು, ಆಶೆ ತೋರಿಸು, ಬೋಳವಿಸು, ಬುಲ್ಲವಿಸು; 2. ಕೆಟ್ಟ ಕೆಲಸಕ್ಕೆ "ಪುಸಲಾಯಿಸು". **En-tīce'ment**, *n.* ಮರುಳು ಮಾಡೋಣ, ಮೋಹನ, ವಶೀಕರಣ, "ಪುಸಲಾಯಿಸುವಿಕೆ". **En-tī'cing**, *a.* ಆಶೆ ಹುಟ್ಟಿಸುವ, "ಪುಸಲಾಯಿಸುವ".

En-tīre', *a.* ಇಡೀ, ಅಪೂಟ, ಸಂಪೂರ್ಣ, ಅಖಂಡ, ಸರ್ವಾಂಗ, ಸಮಗ್ರ; e. leaf *(bot.)* ಅಖಂಡ

ಪತ್ರ. En-tīre'ly, *ad.* ಇಡೀ, ತೀರ, ಸಮಗ್ರವಾಗಿ, ಸಂಪೂರ್ಣವಾಗಿ; 2. ಯಥಾರ್ಥವಾಗಿ, ಏಕನಿಷ್ಠೆಯಿಂದ. En-tīre'ness, En-tīre'ty, *n.* ಪೂರ್ಣತ್ವ; 2. ಯಥಾರ್ಥತ್ವ.

En-tī'tle, *v. t. r.* ಹೆಸರಿಡು; e. to ಸ್ವತಂತ್ರ, ಕೊಡು *c. d.*, ಹಕ್ಕುಕೊಡು *c. d.*, ಬಾಧ್ಯತೆ ಕೊಡು *c. d.*

En'ti-ty, *n.* ಇರುವಿಕೆ, ತತ್ವ, ಸತ್ವ; 2. ವಸ್ತು.

En-tŏmb' (-tŏm'), *v. t. r.* ಗೋರಿಯಲ್ಲಿಡು, ಹೂಣಿಡು.

En-tō-mo'lo-ġy, *n.* ಹುಳಗಳನ್ನು ಕುರಿತ ವಿದ್ಯೆ.

En-tour-äġe' (ang-too-räzh'), *n.* ಪರಿವಾರ ಜನ.

En'trāils, *n. pl.* ಕರುಳುಗಳು; 2. ಹೊಟ್ಟೆ, ಅಂತರ್ಭಾಗ.

En-trāin', *v. t. r.* ರೈಲ್ವೆಗಾಡಿಗೆ ಹತ್ತಿಸು.

En-tram'mel, *v. t. r.* ತೊಡಕಿಸು, ಸಿಲುಕಿಸು.

En'trance, *n.* ಒಳಗೆ ಹೋಗೋಣ, ಪ್ರವೇಶ; 2. ದಾರಿ, ಬಾಗಲು; 3. ಆರಂಭ.

En-trance', *v. t. r.* (*pr.* -transt') ಮೈಮರಿಸು, ಪರವಶ ಮಾಡು, ಮೂರ್ಛಿತ—; 2. ಹರ್ಷಮೋಹಿತ ಮಾಡು. En-trance'ment, *n.* ಪಾರವಶ್ಯ, ತಲ್ಲೀನತ್ವ.

En-trap', *v. t. r.* (-trapped', *pr.* -trapt') ಬಲೆಯಲ್ಲಿ ಹಿಡಿ, ಬೋನಿನಲ್ಲಿ ಬೀಳಿಸು, ಸಿಕ್ಕಿಸಿಬಿಡು.

En-trēat' (-trēt'), *v. t. r.* ಬೇಡಿಕೊಳ್ಳು, ವಿನಂತಿ ಮಾಡು *c. d.*, ವಿಜ್ಞಾಪಿಸು; e. earnestly ಗಲ್ಲಹಿಡಿದು ಬೇಡಿಕೊಳ್ಳು; e. humbly ಸೆರಗೊಡ್ಡಿ ಬೇಡು. En-trēat'y, *n.* ಪ್ರಾರ್ಥನೆ, ವಿನಂತಿ, ವಿಜ್ಞಾಪನೆ.

En-trench', *v. t. r.* ಕಂದಕ ಹಾಕಿಕೊಂಡಿರು.

En-trust', *v. t. r.* ಒಪ್ಪಿಸಿಕೊಡು, ಒಬ್ಬನ ವಶಕ್ಕೆ ಕೊಡು.

En'try, *n.* ಪ್ರವೇಶ; 2. ದಾರಿ, ಬಾಗಲು; 3. "ದಾಖಲು"; 4. *(acc.)* "ಖತಾಯಿತಿ" *(S. C.)*; to make an e. ಬಾರು ಮಾಡು.

En-twīne', *v. t. r.* ಸುತ್ತು, ತೊಡರುಬೀಳಿಸು. *v. i.* ಸುತ್ತಿಕೊಂಡಿರು, ತೊಡರುಬೀಳು.

En-twist', *v. t. r.* ಹೊಸೆ.

E-nū'me-rāte, *v. t. r.* ಎಣಿಸು, ಲೆಕ್ಕಾ ಮಾಡಿ ಹೇಳು. E-nū-mer-ā'tion, *n.* ಎಣಿಕೆ, ಲೆಕ್ಕ, ವಿವರ, "ತಪಶೀಲು".

E-nun'ci-āte (*or* -shi-āt), *v. t. r.* ನುಡಿ, ಹೇಳು, ಉಚ್ಚರಿಸು. E-nun-ci-ā'tion, *n.* ನುಡಿ, ಉಚ್ಚಾರಣೆ, ಉಚ್ಚರಿಸುವ ರೀತಿ.

En-vel'op, *v. t. r.* ಮುತ್ತಿಕೊಳ್ಳು; 2. ಸುತ್ತಿಡು, "ಲಿಫಾಫೆಯಲ್ಲಿ" ಹಾಕು, ಚೀಲದಲ್ಲಿ—. En'-vel-ōpe, *n.* ಆವರಣ; 2. ಪತ್ರದ ಚೀಲ, "ಲಿಫಾಫೆ", "ಲಕೋಟೆ".

En-ven'om, *v. t. r.* ವಿಷ ಹಾಕು *c. d.*; 2. ದ್ವೇಷ ಹುಟ್ಟಿಸು *c. d.*

En-vī'ron, *v. t. r.* ಸುತ್ತಿಕೊಳ್ಳು, ಮುಗಿಬೀಳು *c. d.*, ಆವೇಷ್ಟಿಸು. En-vir'on-ment, *n.* ಪರಿಸ್ಥಿತಿ. En'vi-rons *or* En-vī'rons, *n. pl.* ಉಪಗ್ರಾಮ, ಸೀಮಾಂತರ, ಸುತ್ತಲಿರುವ ಪ್ರದೇಶ.

En'vi-sāġe, *v. t. r.* ಮೋರೆ ನೋಡು.

En'voy, *n.* ರಾಯಭಾರಿ, ರಾಜದೂತ.

En'vy, *n.* ಹೊಟ್ಟೇಕಿಚ್ಚು, ಮತ್ಸರ. *v. t. r.* (-vied) ಹೊಟ್ಟೇಕಿಚ್ಚುಪಡು *c. d.*, ಮತ್ಸರ ದೃಷ್ಟಿಯಿಂದ ನೋಡು. En'vi-a-ble, *a.* ಇಚ್ಛಯಿಸತಕ್ಕ, ಆಶೆ ಹುಟ್ಟಿಸುವ, ಹೊಟ್ಟೇಕಿಚ್ಚು ಹುಟ್ಟಿಸುವ. En'vi-ŏus, *a.* ಹೊಟ್ಟೇಕಿಚ್ಚಿನ, ಮತ್ಸರವುಳ್ಳ, ಈರ್ಷ್ಯಾಳು. En'vi-ŏus-ly, *ad.* ಹೊಟ್ಟೇಕಿಚ್ಚಿನಿಂದ ಮತ್ಸರದಿಂದ.

En-wrap' (-rap'), *v. t. r.* (-wrapped', *pr.* -rapt') ಸುತ್ತು, ಹುದುಗಿಸು, ಹೊದಗಿಸು.

Ē-ō'li-an, *a. same as* Æolian.

Ē'on, *n. see* Æon.

Ē'pact, *n.* ಸೌರಚಾಂದ್ರಾಬ್ದಾಂತರ.

E-pau'let, *n.* ಕಟ್ಟಳಿಕೆ, ಭುಜಕೀರ್ತಿ; win his e.s ಸೇನೆಯಲ್ಲಿ ಪದವಿ ಹೊಂದು.

E-phem'er-al, -'er-ic (-fem-), *a.* ಏಕದಿನದ; 2. ಒಂದು ದಿವಸ ಇರುವಂಥ, ಅಲ್ಪಾಯುಸ್ಸುಳ್ಳ. E-phem'er-is (-fem-), *n.* ದಿನವರ್ತಮಾನ, ದಿನಚರ್ಯೆ.

Eph'od (ef'od), *n.* ಕವಚ.

Ep'ic, *n.* ವೀರಚರಿತ್ರೆಯ ಕಾವ್ಯ *a.* ವೀರಚರಿತ್ರೆಯ.

Ep'i-cūre, *n.* ಎಪಿಕ್ಯೂರಸ್ ಎಂಬವನ ಶಿಷ್ಯ; 2. ಭೋಗಿ, ಭೋಜನಸುಖಿ, ಕುಕ್ಷಿಂಭರಿ, ವಿಷಯಲಂಪಟ. E-pi-cū-rē'an, *n.* & *a.* ಭೋಗಿ, ತಿನ್ನುಗುಳಿ.

Ep'i-cȳ-cle, *n.* ಉಪಚಕ್ರ.

Ep-i-dem'ic, -dem'i-cal, *a.* ಅಂಟುವ, ಹತ್ತುವ, ಸರ್ವರಿಗೆ ತಾಗುವ, ಸಾಧಾರಣ; e. disease ಸಾಂಕ್ರಾಮಿಕ ರೋಗ. Ep-i-dem'ic. *n.* ಅಂಟುರೋಗ, ಮಹಾಮಾರಿ, ಪಿಡುಗ, ಕೆಟ್ಟೆ.

Ep-i-der'mis, *n.* ಮೇಲಿನ ತೆಳ್ಳಗಾದ ಚರ್ಮ.

Ep'i-gram, *n.* ಸಣ್ಣ ವಿನೋದ ಪದ, ಚಾಟುಪದ.

Ep'i-graph (-graf), *n.* ಲಿಪಿ, ಲೇಖನ.

Ep'i-lep-sy, *n.* ಮಲರೋಗ, ಅಪಸ್ಮಾರರೋಗ, ಪ್ರಲಾಪಸನ್ನಿ. Ep-i-lep'tic, *a.* ಮಲರೋಗದ, ಅಪಸ್ಮಾರ ರೋಗವುಳ್ಳ.

Ep'i-logue, *n.* ಮಂಗಲಪದ.

E-piph'a-ny, *n.* ಪ್ರತ್ಯಕ್ಷತೆಯ ಹಬ್ಬ.

E-pis'co-pa-cy, *n.* ಕ್ರಿಸ್ತನ ಸಭೆಯ ಮೇಲಣ ಬಿಶೋಪನ ಅಧಿಕಾರ. E-pis'co-pal, *a.* ಬಿಶೋಪನ ಅಧಿಕಾರಸಂಬಂಧವಾದ. E-pis-co-pā'li-an, *n.* ಬಿಶೋಪನ ಅಧಿಕಾರದ ಸಭೆಯವ. E-pis'co-pāte, *n.* ಬಿಶೋಪರ ಸ್ಥಾನ, —ಮಂಡಲಿ.

Ep'i-sōde, *n.* ಅಡ್ಡಕಥೆ, ಉಪಕಥೆ, ಉಪಾಖ್ಯಾನ. E-pi-sod'ic, -al, *a.* ಉಪಕಥೆಯ.

E-pis'tle (-pisl'), *n.* ಪತ್ರ, ಪತ್ರಿಕೆ. E-pis'tō-lar-y, *a.* ಪತ್ರಿಕೆಯ, ಪತ್ರದಿಂದಾಗುವ.

Ep'i-taph (-taf), *n.* ಸಮಾಧಿಯ ಮೇಲೆ ಬರದ ಲಿಖಿತ, —ಲಿಪಿ.

Ep-i-tha-lā'mi-um, *n.* ಮದುವೆ ಹಾಡು.

Ep'i-thet, *n.* ಹೆಸರು, ಗುಣವಾಚಕ, ವಿಶೇಷಣ.

E-pit'ō-me, *n.* ಸಂಗ್ರಹ, ಸಂಕ್ಷೇಪ ಸಾರಗ್ರಂಥ. E-pit'ō-mīse, *v. t. r.* ಸಂಗ್ರಹ ಮಾಡು, ಸಂಕ್ಷೇಪಿಸು.

Ē'poch, *n.* ಶಕ, ಶಕದ ಆರಂಭ, ಯುಗವಿಶೇಷ.

E'po-pee, *n.* ಮಹಾಕಾವ್ಯ.

Ep'sŏm-salt, *n.* ಭೇದಿ ಉಪ್ಪು, ಹೊಟ್ಟೇ ಜಾಡಿಸುವ ಉಪ್ಪು, ಹೊಟ್ಟೇ ಕಳೆಯುವ—.

Eq'ua-ble (ek'wa-bl), *a.* ಸಮವಾದ, ಒಂದೇ ಸಮನಾದ, ಏಕಪ್ರಕಾರವಾದ, ಶಾಂತವಾದ. Eq-ua-bil'i-ty, Eq'ua-ble-ness (ek-wa-), *n.* ಸಮಾನತ್ವ, ಏಕಪ್ರಕಾರವಿರೋಣ. Eq'ua-bly, *ad.* ಸಮನಾಗಿ, ಶಾಂತವಾಗಿ.

Ē'qual, *a.* ಸರಿಯಾದ, ಈಡಾದ, ಸಮಾನವಾದ; 2. ಯೋಗ್ಯ: 3. ನೀತಿಯ. *v. t. r.* (-qualled, (*pr.* -quold) ಸರಿ ಬೀಳು *c. d.;* 2. ಸಮಾನ ಮಾಡು. *n.* ಸಮಾನನು, ಸರಿಸಮಾನನು, ಸರಿಕನು. Ē-qual-i-sā'tiŏn, *n.* ಸಮಾನ ಮಾಡೋಣ, ಸಮಾನವಾಗಿರೋಣ. Ē'qual-īse, *v. t. r.* ಸಮಾನ ಮಾಡು, ಸಮಾನವೆಂದೆಣಿಸು, ಸರಿಗಟ್ಟು. E'qual'i-ty, *n.* ಸಮಾನತ್ವ, ತುಲ್ಯತ್ವ, ಏಕಪ್ರಕಾರವಿರೋಣ. Ē'qual-ly, *ad.* ಸಮನಾಗಿ, ಸರಿಯಾಗಿ.

Ē-qua-nim'i-ty, *n.* ಸಮಚಿತ್ತ, ಶಾಂತ ಸ್ವಭಾವ, ಸಮಾನಪ್ರಕೃತಿ.

Ē-quā'tiŏn, *n,* ಸಮಾನ, ಉಪಮಾನ; 2. *(math.)* ಸಮೀಕರಣ.

Ē-quā'tŏr, *n.* ಭೂಗೋಳದ ಮಧ್ಯರೇಖೆ, ನಿರಕ್ಷ, ವಿಷುವವೃತ್ತ. Ē-qua-tō'ri-al, *a.* ಮಧ್ಯರೇಖೆಯ, ವಿಷುವವೃತ್ತದ.

Eq'uer-ry, Eq'uer-y (ek'wer-i), *n.* ಅಶ್ವಶಾಲ.

E-ques'tri-an, *a.* ಕುದುರೆ ಸಂಬಂಧವಾದ, ಅಶ್ವಾರೂಢ. *n.* ಕುದುರೆಸವಾರ, ರಾಹುತ.

Ē-qui-aṅ'gū-lar (-lĕr), *a.* ಸಮಕೋಣವುಳ್ಳ.

Ē-qui-bal'ance, *n.* ಸಮತೂಕ.

Ē-qui-dis'tance, *n.* ಸಮಾಂತರ.

Ē-qui-dis'tant, *a.* ಸಮದೂರವಾದ, ಸಮಾಂತರವುಳ್ಳ.

Ē-qui-lat'ĕr-al, *a.* ಸಮಮೂಲೆಗಳುಳ್ಳ, ಸಮಭಾಗಗಳುಳ್ಳ; 2. *(geom.)* ಸಮಭುಜ.

Ē-qui'lib-rist, *n.* ದೊಂಬನು.

Ē-qui-lib'ri-um, *n.* ಸಮತೂಕ; 2. ಹದ, ಸಮತ್ವ, ಸಾಮ್ಯಾವಸ್ಥೆ; in e. ಸಮತೋಲಾಗಿ; to keep the e. ಜೋಲಿ ಸಂಬಾಳಿಸಿಕೊಳ್ಳು.

Ē-qui-mul'ti-ple, *n.* ಸಮವಾಗಿ ಹೆಚ್ಚು ಗುಣಿಸುವಿಕೆ.

Ē'quīne, Ē-quī'nal, *a.* ಕುದುರೆಯ, ಕುದುರೆಯಂಥ.

Ē-qui-noc'tial (-nok'shal), *a.* ವಿಷುವಸಂಬಂಧದ, ವಿಷುವದ್ರೇಖೆಯ, ವಿಷುವಕಾಲದ; e. point *(astr.)* ಕ್ರಾಂತಿಪಾತ.

Ē'qui-nox, *n.* ವಿಷುವತ್ತು, ವಿಷುವ, ವಿಷುವಕಾಲ; vernal e. ಮೇಷಾವಿಷುವ; autumnal e. ತುಲಾವಿಷುವ.

E-quip', *v. t. r.* (-quipped', *pr.* -quipt') ಸನ್ನಾಹ ಮಾಡು, ಹವಣಿಸು; e. with ಕೊಡು. Ēq'ui-pāģe (ek'wi-), *n.* ಸನ್ನಾಹ, ಪರಿವಾರ, ಮುಸ್ತೈದೆ, ಲಡಾಯಿಸಾಮಾನು. E-quip'-ment, *n.* ಸನ್ನಾಹ, ಉಪಕರಣ.

Ē'qui-poise, Ē-qui-pon'dĕr-ance, *n.* ಸಮಭಾರ, ಸಮತೂಕ, ಸಾಮ್ಯಾವಸ್ಥೆ.

Ēq'ui-ta-ble (ek'wi-), *a.* ನ್ಯಾಯವಾದ, ಯಥಾನ್ಯಾಯ, ನೀತಿಯಾದ, ಭಿಡೆ ಇಲ್ಲದ. Eq'ui-ty (ek'wi-), *n.* ನ್ಯಾಯ, ಧರ್ಮ, ನೀತಿ.

Eq-ui-tā'tiŏn, *n.* ಕುದುರೆ ಸವಾರಿ.

Ē-quiv'a-lence, -len-cy, *n.* ಈಡು, ಕ್ರಯದ ಸಮಾನತೆ. Ē-quiv'a-lent, *a.* ಈಡಾದ, ಏಕಕ್ರಯದ, ಏಕಭಾರದ; 2. ಸಮಾನಾರ್ಥಕ. *n.* ಈಡು.

Ē-quiv'ō-cal, *a.* ದ್ವಂದ್ವಾರ್ಥವುಳ್ಳ, ದ್ವಯಾರ್ಥವುಳ್ಳ, ಅಡ್ಡಗೋಡೆ ಮೇಲಣ ದೀಪದ ಹಾಗಾದ, ಬೇಕಾದ ಅರ್ಥಕ್ಕೆ ಹಚ್ಚಿಕೊಳ್ಳಬಹುದಾದ. Ē-quiv'ō-cāte, *v. t. r.* ದ್ವಂದ್ವಾರ್ಥವಾಗಿ

ಮಾತಾಡು. Ē-qui-vō-eā'tiŏn, *n.* ಕಾಪಟ ಕಂಟಕ ಮಾತು, ಉಭಯಾರ್ಥ, ದ್ವಂದ್ವಾರ್ಥ, (ಅಡ್ಡಗೋಡೆ ಮೇಲಣ ದೀಪ). Ē-quiv'ō-eā-tor, *n.* ದ್ವಂದ್ವಾರ್ಥವಾಗಿ ಮಾತಾಡುವವ. Ē'qui-vōke, Ē'qui-vō-que, *n.* ದ್ವಂದ್ವಾರ್ಥದ ಮಾತು.

Ē'ra, *n.* ಶಕ.

E-rad'i-eāte, *v. t. r.* ಬೇರೊಂದಿಗೆ ಕೀಳು, ಸಹಮೂಲವಾಗಿ ಕೀಳು, ನಿರ್ಮೂಲ ಮಾಡು. E-rad'ie-able, *a.* ಕೀಳಲಾಗುವ. E-rad-i-eā'tiŏn, *n.* ನಿರ್ಮೂಲ, ಸಹಮೂಲ ನಾಶ, ಹುಟ್ಟಳಿವು, ಉತ್ಪಾಟನೆ.

E-rāse', *v.t.r.* (*pr.* -rāst') ಅಳಿಸು, ಅಳಿಕಿಸು, ಚಿತ್ತು ಮಾಡು, ಗೀಚು. E-rā'sĕr, *n.* ಚಿತ್ತಾದದ್ದನ್ನು ಒರಸಿ ತೆಗೆಯುವ ಚಾಕು. E-rā's ure, *n.* ಚಿತ್ತು, ಅಳಿಸುವಿಕೆ.

Ere, *ad. & prep.* ಮುಂಚೆ, ಪ್ರಾಕು; e. long ಸ್ವಲ್ಪ ಹೊತ್ತಿನಲ್ಲಿ, ಬಹು ದಿವಸ ಹೋಗದೆ; e. now ಈಗಿನ ಮುಂಚೆ.

Er'e-bus, *n.* ನರಕ.

Ē-reet', *a.* ನೆಟ್ಟಗೆ ನಿಲ್ಲುವ, ನೀಟಾದ. *v. t. r.* ನಿಲ್ಲಿಸು, ಕಟ್ಟು, ಸ್ಥಾಪಿಸು. E-ree'tile, *a.* ನಿಗುರಿಸತಕ್ಕ. Ē-ree'tiŏn, *n.* ಕಟ್ಟುವಿಕೆ, ನಿಲ್ಲಿಸುವಿಕೆ. Ē-reet'ly, *ad.* ನೀಟಾಗಿ.

Er'e-mīte, *n.* ಸನ್ಯಾಸಿ, ವಾನಪ್ರಸ್ಥ; *see* Her mit.

Ĕr'gō, *ad.* ಅದುಕಾರಣ, ಆದಪ್ರಯುಕ್ತ.

Ĕr'me-lin, Ĕr'mine (-min), *n.* ಮುಂಗುಸಿಕ್ಕಿನ ಜಾತಿಯ ಬಿಳೀ ಮೃಗ; 2. ಇದರ ಮೃದ್ವಜಿನ.

E-rōde', *v. t. r.* ಸವಿಸು, ತಿನ್ನು. E-rō'siŏn, *n.* ತಿಂದುಬಿಡೋಣ, ಸವೆಯೋಣ. E-rō'sive, *a.* ಸವಿಸುವ, ತಿಂದುಬಿಡುವಂಥ.

E-rot'ie, *a.* ಶೃಂಗಾರರಸದ, ಕಾಮದ.

Ĕrr, *v. i. r.* ದಾರೀ ತಪ್ಪು, ತಪ್ಪು ಮಾಡು, ಸನ್ಮಾರ್ಗಭ್ರಷ್ಟನಾಗು. Er-rat'ie, -rat'i-eal, *a.* ತಪ್ಪುಳ್ಳ, ಅಕ್ರಮದ, ಅಸ್ಥಿರ. Er-ra'tum, *n.* (*pl.* Er-rā'ta) ಕೈಬರಹದ ತಪ್ಪು, ಛಾಪೆಯ—, ಅಶುದ್ಧ. Ĕr'riṅg-ly, *ad.* ತಪ್ಪಾಗಿ. Er-rō'ne-óus, *a.* ತಪ್ಪಾದ, ಅಶುದ್ಧ. Er'ror, *n.* ತಪ್ಪು, ಅಶುದ್ಧ, ದೋಷ, ಸ್ಖಾಲಿತ್ಯ.

Ĕr'rand, *n.* ಹೇಳಿಕಳುಹಿಸಿದ್ದು, ಸಂದೇಶ, ಜಂಬರ; fool's e. ನಿಷ್ಫಲಕಾರ್ಯ.

Er'rant, *a.* ಸಂಚರಿಸುವ, ಭ್ರಮಣಶೀಲ. Er'-ran-try, *n.* ಭ್ರಮಣ, ಅಲೆತ.

Ĕrst, *ad.* ಮೊದಲಾಗಿ.

E rue'tate, *v. t. r.* ತೇಗು. E-rue-tā'tiŏn, *n.* ತೇಗು, ಡೇಗು, ಡರಿಕೆ; 2. ಜ್ವಾಲಾಮುಖಿ ಕಾರುವುದು.

Er'ū-dīte, *a.* ಬಲ್ಲಂಥ, ವಿದ್ವಾಂಸ. Er-ū-di'-tiŏn (-dish'uṇ), *n.* ತಿಳುವಳಿಕೆ, ವಿದ್ಯೆ, ಪಾಂಡಿತ್ಯ.

E-rup'tiŏn, *n.* ಗುಳ್ಳೆ, ಸಿಡುಬು, ಸ್ಫೋಟನ; e. of a volcano ಕಾರುವುದು. E-rup'tive, *a.* ಮೂಡುವ; 2. ಗುಳ್ಳೆಗುಳ್ಳೆಯಾಗುವಂಥ; e. fever ಸಿಡುಬುಜ್ವರ; 3. ಒಡೆದುಬಿದ್ದ.

Er-y-sip'e-las, *n.* ಪಿತ್ತುರೋಗ, ಅಗ್ನಿಸರ್ಪ.

Es-ea-lāde', *n.* ಏಣಿಗಳಿಂದ ಕೋಟೇ ಹತ್ತುವುದು, "ಹಲ್ಲಾ", ಲಗ್ಗೆ. *v. t. r.* ಲಗ್ಗೆಹತ್ತು, "ಹಲ್ಲಾ" ಏರು.

Es-ea-pāde', *n.* ಹುಚ್ಚು ಸಾಹಸ.

Es-eāpe', *v.t.r.* (*pr.* -kāpt') ತಪ್ಪಿಸಿಕೊಳ್ಳು. *n.* ತಪ್ಪಿಸಿಕೊಳ್ಳೋಣ; to e. notice ಕಣ್ಣು ತಪ್ಪಿ ಹೋಗು; make one's e. ತಪ್ಪಿಸಿಕೊಂಡು ಹೋಗು. Es-eāpe'ment, *n.* ತಪ್ಪಿಸಿಕೊಳ್ಳೋಣ; 2. ತಪ್ಪಿಸುವ ಹಂಚಿಕೆ.

Es-eārp'ment, *n.* ಕೋಟೆಯ ಪ್ರಾಕಾರದ ಪ್ರಪಾತವಾದ ಬದಿ; 2. ಬೆಟ್ಟದ ಆಳವೂ ಪ್ರಪಾತವೂ ಆದ ಬದಿ. [ಸ್ಥಿತಿಕಥನ.

Es-eha-to'lo-ġy (esk-), *n.* ಮರಣಾನಂತರದ

Es-chēat' (-chēt'), *n.* ಬಾಧ್ಯಸಿಲ್ಲದ ಬದುಕು, "ಬೇವಾರಸು" ಸೊತ್ತು, ಅಮವಾಲು ಜಂದಿಗೆ. *v. i. r.* ಸರಕಾರಕ್ಕೆ ಬರು.

Ĕs-chew' (-chụ'), *v. t. r.* ತಪ್ಪಿಸು, ತೊಲಗು, ಬಿಟ್ಟುಬಿಡು, ವರ್ಜಿಸು.

Es'eort, *n.* ಮೈಗಾವಲು. Es-eort', *v. t. r.* ಕಾವಲಾಗಿರು *c.d.;* 2. ಸಾಗ ಕಳುಹಿಸು, ದಾರಿಕಳುಹಿಸು.

Es-erī'be, *v. t. (math.)* ತ್ರಿಭುಜದ ಮೂರು ಕೋನಗಳನ್ನು ಹೊರಗಿನಿಂದ ಮುಟ್ಟುವಂತಹ ವೃತ್ತವನ್ನು ಬರೆ.

Es-erī-toire' (-krē-twār'), *n.* ಬರೆಯುವ ಲೇಖನಿ ಕಾಗದವನ್ನೆಲ್ಲ ಇಡುವ ಮೇಜು.

Es'eū-lent, *a.* ಉಣ್ಣತಕ್ಕ, ಉಣ್ಣುವಂಥ, ತಿನ್ನತಕ್ಕ. *n.* ತಿನ್ನತಕ್ಕ ಪದಾರ್ಥ, ತಿನ್ನುವ ಜಿನಸು.

Es-eutch'eon, *n.* ವಂಶಮುದ್ರೆ; 2. ಗುರಾಣಿ.

Es-oph'a-gus, *n.* ಕಂಠನಾಳ, *same as* Œso-phagus.

Es-ō-tĕr'ie, *a.* ಗುಟ್ಟಾದ, ರಹಸ್ಯವಾದ, ಅಂತಸ್ಥವಾದ; e. writing ಅಂತರ್ಲಿಪಿ.

Es'pe'cial (-pesh'al), *a.* ಪ್ರತ್ಯೇಕ, ವಿಶೇಷವಾದ, ಮುಖ್ಯವಾದ. Es-pe'cial-ly, *ad.* ವಿಶೇಷವಾಗಿ, ಮುಖ್ಯವಾಗಿ.

Es-pe-ran'to, *n.* ಕಲ್ಪಿತ ಸಾರ್ವತ್ರಿಕ ಭಾಷೆ.

Es-pī-ō-nāge' (*or* -näzh'), *n.* ಗುಟ್ಟು ನೋಡೋಣ, ಪಾಳತಿ ನೋಡೋಣ.

Es-pla-nāde', *n.* ಕೋಟೆಗೂ ಊರಿಗೂ ಮಧ್ಯದಲ್ಲಿರುವ ಬೈಲು, "ಕಿಲ್ಲೆಯ ಮೈದಾನು".

Es-pouse', *v. t. r.* ಮದುವೆ ಮಾಡು; 2. ಮದುವೆ ಮಾಡಿಕೊಳ್ಳು; 3. ಅಂಗೀಕರಿಸು. **Es-pou'sal**, *n.* ಅಂಗೀಕಾರ. **Es-pou'sals**, *n. pl.* ಮದುವೆ ನಿಶ್ಚಯ ಮಾಡೋಣ, ನಿಶ್ಚಿತಾರ್ಥ; 2. ಮದುವೆ.

Es-pȳ', *v. i. r.* (-pīed') ದೂರದಿಂದ ಕಾಣು, ಆಕಸ್ಮಾತ್ತಾಗಿ ಕಾಣು; 2. ಪಾಳತಿ ನೋಡು.

Es-quīre', *n.* ರಾವ್‌ಸಾಹೇಬ, ರಾಯ.

Es-sāy' (-sā'), *v. t. r.* ಪ್ರಯತ್ನ ಮಾಡು, ಮಾಡಿ ನೋಡು. **Es'sāy**, *n.* ಪ್ರಯತ್ನ, ಪರೀಕ್ಷೆ; 2. ಪ್ರಬಂಧ, ನಿಬಂಧ. **Es'sāy-ist**, *n.* ಪ್ರಬಂಧರಚಕ, ನಿಬಂಧಕಾರ.

Es'sence, *n.* ಸಾರ, ಸತ್ವ. **Es-sen'tial**, *a.* ವಾಸ್ತವಿಕ, ಸಾರವಿಚಾರದ, ಅವಶ್ಯವಾದ; e. qualities ಸಂಸಿದ್ಧಕ ಧರ್ಮಗಳು. *n.* ಮೂಲಸೂತ್ರ, ಮುಖ್ಯಾಂಶ.

Es-tab'lish, *v. t. r.* (*pr.* -lisht) ಸ್ಥಾಪಿಸು, ಸ್ಥಿರಪಡಿಸು, ದೃಢ ಮಾಡು, ನೇಮಿಸು. **Es-tab'lish-ment**, *n.* ಸ್ಥಾಪನೆ; 2. ಸ್ಥಾಪಿಸಿದ ಮತ; 3. ಮನೆ, ಮನೆತನ; 4. ಕಾರಖಾನೆ; 5. "ಸಿಬಂದಿ, ಸಿಬ್ಬಂದಿ"; 6. ಸಂಬಳ; military e. ಸೈನ್ಯ.

Es-tāte', *n.* ಸ್ಥಿತಿ; 2. ಆಸ್ತಿ, ಉಂಬಳಿ, "ಜಹಗೀರು"; 3. ವರ್ಗ.

Es-tēem', *n.* ಲಕ್ಷ್ಯ, ಗಣ್ಯತೆ, ಮಾನ್ಯತೆ, ಆದರ, ಪ್ರೀತಿ. *v. t. r.* ಲಕ್ಷಿಸು, ಗಣ್ಯ ಮಾಡು, ಸನ್ಮಾನ್ಯನೆಂದೆಣಿಸು, ಪ್ರೀತಿ ಮಾಡು. **Es'ti-ma-ble**, *a.* ಮಾನ್ಯ, ಶ್ರೇಷ್ಠ, ಸಂಭಾವಿತ, ಯೋಗ್ಯ.

Es'ti-māte, *n.* "ಅಂದಾಜು", "ಅಜಮಾಸು", "ಡೌಲು". *v. t. r.* ಎಣಿಸು, "ಅಂದಾಜು" ಮಾಡು, "ಕಿಮ್ಮತ್ತು" ಕಟ್ಟು, "ಅಜಮಾಯಿಸು", "ಸುಮಾರು" ನೋಡು. **Es-ti-mā'tion**, *n.* ಎಣಿಕೆ, ಮದಿಪು, "ಅಂದಾಜು"; 2. ಮಾನ್ಯತೆ, ಗಣ್ಯತೆ.

Es-top', *v. t. r.* ಅಡ್ಡಿ ಮಾಡು. **Es-top'pel**, *n.* ಅಡ್ಡಿ, ಅಂತರಾಯ.

Es-trāde', *n.* ಉನ್ನತ ಪೀಠ.

Es-trānge', *v. t. r.* ಅಗಲಿಸು, ಪ್ರೀತಿಭಂಗ ಮಾಡು, —ಹಾರಿಸು; *see* Alienate. **Es-trānge'ment**, *n.* ಮಿತ್ರಭೇದ ಮಾಡೋಣ.

Es'tū-a-ry, *n.* ಅಳವೆ, ಅಳುವೆ, ಸಮುದ್ರದ ಕೊಲ್ಲಿ.

Etc., **Et cet'e-ra**, *conj.* ಮುಂತಾದದ್ದು, ಇತ್ಯಾದಿ.

Etch (ech), *v. t. r.* (*pr.* echt) ಆಮ್ಲದಿಂದ ಸವಿಸು, ಆಮ್ಲದ ಮುಖಾಂತರ ಕೆತ್ತು; 2. ತಗಡಿನ ಮೇಲೆ ಕೆತ್ತು. **Etch'ing**, *n.* ಆಮ್ಲದ ಮುಖಾಂತರ ಮಾಡಿದ ಕೆತ್ತುವಿಕೆ, ಕೆತ್ತನೆ ಕೆಲಸ.

Etĕr'nal, *a.* ಎಂದೆಂದಿಗೂ ಇರುವಂಥ, ಆದ್ಯಂತ್ಯವಿಲ್ಲದ, ನಿತ್ಯ, ಶಾಶ್ವತ, ನಿರ್ವಿಕಾರ. **Ē-tĕr'nal-ly**, *ad.* ಎಂದೆಂದಿಗೂ, ನಿತ್ಯವಾಗಿ. **Ē-tĕr'ni-ty**, *n.* ಎಂದೆಂದಿಗೂ ಇರುವುದು, ಅನಾದ್ಯನಂತತ್ವ, ಸದಾಕಾಲ, ಶಾಶ್ವತ; 2. ಮರಣೋತ್ತರ ಸ್ಥಿತಿ.

Ēthĕr, *n.* ಆಕಾಶ; ಅತಿಸೂಕ್ಷ್ಮ ಪ್ರವಾಹಿ, ಹಾರಿಹೋಗುವ ದ್ರವ. **E-thē're-al**, *a.* ಅತಿಸೂಕ್ಷ್ಮ; 2. ಆಕಾಶದ; 3. ದಿವ್ಯ.

Eth'ic, **Eth'i-cal**, *a.* ನೀತಿಶಾಸ್ತ್ರಸಂಬಂಧವಾದ, ನೀತಿವಿಷಯಕ. **Eth'ics**, *n. pl.* ನೀತಿಶಾಸ್ತ್ರ, ನೀತಿಚರ್ಯಾದರ್ಶನ, ದಂಡನೀತಿ, ಧರ್ಮಶಾಸ್ತ್ರ.

Ē-thi-ō'pi-an, **Ē-thi-op'ic**, *a.* & *n.* ಹಬಷಿ ದೇಶದ, ಹಬಷಿಯವ, ಕಾಫರ.

Eth'nic, **-i-cal**, **Eth-no-lo'gi-cal**, *a.* ನರಕುಲಸಂಬಂಧವಾದ.

Eth-nog'ra-phy (-ra-fi), *n.* ಜನಾಂಗವರ್ಣನೆ.

Eth-nol'o-gy, *n.* ನರಕುಲವಿದ್ಯೆ, ಮನುಷ್ಯಜಾತಿವಿವೇಚನವಿದ್ಯೆ.

Eth-ol'o-gy, *n.* ನೀತಿಶಾಸ್ತ್ರ, ಗುಣವಿಚಾರ.

Et-i-quette' (-ket'), *n.* ಮರ್ಯಾದೆ, ಶಿಷ್ಟಾಚಾರರೀತಿ, ಸಭ್ಯಾಚಾರ ಪದ್ಧತಿ.

Etui', **Et-wee'** (et-wē), *n.* ಸ್ತ್ರೀಯರ ಕಸೂತಿ ಸಾಮಾನು ಪೆಟ್ಟಿಗೆ.

Et-y-mol'o-gy, *n.* ಶಬ್ದಸಾಧನವಿದ್ಯೆ, ಶಬ್ದವ್ಯುತ್ಪತ್ತಿ. **Et-y-mo-log'i-cal**, *a.* ಶಬ್ದವ್ಯುತ್ಪತ್ತಿಸಂಬಂಧವಾದ. **Et-y-mol'o-gist**, *n.* ಶಬ್ದವಿಚಾರಕ.

Et'y-mon, *n.* ಮೂಲ ಶಬ್ದ, ಸಿದ್ಧ ಶಬ್ದ, ಧಾತು.

Eū-, *pref.* (*Sans.* ಸು.) ಚನ್ನಗೆ, ಚೆನ್ನಾಗಿ, ಒಳ್ಳೇದಾಗಿ, ಇಂಪಾಗಿ.

Eu-ca-lyp'tus, *n.* ವೃಕ್ಷಭೇದ, ನೀಲಗಿರಿ ತೈಲದ ಮರ.

Eū'cha-rist (ū'ka-), *n.* ಸತ್ಪ್ರಸಾದ, ಕರ್ತನ ರಾತ್ರಿಭೋಜನ; 2. ಸ್ತುತಿಮಾಡುವುದು.

Eū-gen'ic, *a.* ಉತ್ತಮ ಸಂತಾನಸಂಬಂಧವಾದ.

Eū'lō-gīse, **-gīze** (ū'lo-), *v. t. r.* ಹೊಗಳು, ಪ್ರಶಂಸೆ ಮಾಡು, ಕೀರ್ತಿಸು. **Eū'lō-gist**, *n.* ಹೊಗಳುವವ, ಸ್ತುತಿಸುವವ, ಮಂಗಲಪಾಠಕ. **Eū-lō'gi-um**, **Eū'lō-gy** (ū-lō-), *n.* ಸ್ತೋತ್ರ, ಹೊಗಳಿಕೆ, ಕೀರ್ತನೆ.

Eū'nuch (ū'nuk), *n.* ನಪುಂಸಕ, ಕೊಜ್ಜೆ, ಖೋಜಾ.

Ⅽ *as* k; c *as* s; ċh *as* sh; g *as in* get; ġ *as* j; ṅ *nasal, as in* anger; ṣ *as* z; ṭh *as in* thou; x̱ *as* gz; ce, ci, si *and* ti *before a vowel as* sh: ocean, action.

Eū'phem-ișm (ū'fem-), *n.* ನಯನುಡಿ.

Eū'phō-ny (ū'fō-), *n.* ಸುಸ್ವರ; 2. ಸಂಧಿ. Eū-phon'ic (ū-fon-), Eū-phō'ni-ŏus (-fō-), *a.* ಕಿವಿಗೆ ಇಂಪಾದ, ಕರ್ಣಮಧುರ; 2. ಸಂಧಿ ಸಂಬಂಧ.

Eū-phor'bi-a (ū-for-), *n.* ಕಳ್ಳಿ; *(E. antiquorum)* ಚತುರಕಳ್ಳಿ, ಜೆಡೆಕಳ್ಳಿ, ಬೊಂತೆ—, ದಬ್ಬಳ್ಳಿ; *(E. pilulifera, L.)* ಗೊತ್ತೀಕಸ *(S. M.)*, ಅಚ್ಚೇಸೊಪ್ಪು, ನೆನೇ ಅಕ್ಕಿ ಸೊಪ್ಪು *(My.)*; *(E. nivulia, Ham.)* ಎಲೆಕಳ್ಳಿ, ದುಂಡುಕಳ್ಳಿ, ಗೂಟಕಳ್ಳಿ; *(E. Tirucalli, L.)* ಕಳ್ಳಿ; *(E. tithymaloides, Willd.)* ವಿಲಾಯತಿ ಕಳ್ಳಿ.

Eū-rā'și-an, *n.* ಹಿಂದುಸ್ಥಾನದವರ ಮತ್ತು ವಿಲಾಯತಿಯವರ ಸಂಯೋಗದಿಂದ ಹುಟ್ಟಿದ ಮಿಶ್ರ ಜಾತಿಯವ, ಚಟ್ಟಿಗಾರ.

Eū'rōpe (-rōp), *a.* "ಯುರೋಪು", "ವಿಲಾಯತಿ". Eū-rō-pē'an, *a.* "ಯುರೋಪು" ಖಂಡದ, "ವಿಲಾಯತಿಯ". *n.* "ಯುರೋಪು" ದೇಶದವ, "ವಿಲಾಯತಿಯವ", ಹೂಣನು, "ಫಿರಂಗಿ". [ಮದ್ದು.

E-vac'ū-ant, *a.* ಭೇದಿಕಾರಿಯಾದ. *n.* ಭೇದಿ

E-vac'ū-āte, *v.t.r.* ಬರಿದು ಮಾಡು, ತೆರವು—, "ಖಾಲಿ"—; 2. ಶೌಚಮಾಡು; 3. ಬಿಟ್ಟುಬಿಡು. E-vac-ū-ā'tiŏn, *n.* ಬರಿದು ಮಾಡೋಣ, ತೆರವು—, "ಖಾಲಿ"—, ತ್ಯಾಗ; 2. ವಿರೇಚನ, ಶೌಚ.

E-vāde', *v. t. & i. r.* ತಪ್ಪಿಸಿಕೊಳ್ಳು, ಠಕ್ಕು ಮಾಡು. E-vā'șiŏn, *n.* ನೆವ, ತಪ್ಪಿಸಿಕೊಳ್ಳೋಣ. E-vā'șive, *a.* ನೆವ ಹೇಳುವ, ತಪ್ಪಿಸಿಕೊಳ್ಳುವ. E-vā'șive-ness, *n.* ನೆವ ಹೇಳುವ ಚಾಳಿ.

Ev-a-nes'cence, *n.* ಕಾಣದೆ ಹೋಗುವಿಕೆ. Ev-a-nes'cent (-nes'ent), *a.* ಹಾರಿಹೋಗುವ, ಕ್ಷಣಿಕ, ಕಾಣದೆ ಹೋಗುವ.

Ē-van'ġel-īșe, *v. t. r.* ಕ್ರೈಸ್ತಧರ್ಮವನ್ನು ಪ್ರಚುರ ಪಡಿಸು, ಕ್ರೈಸ್ತಧರ್ಮ ಉಪದೇಶಿಸು, ಕ್ರೈಸ್ತಧರ್ಮಕ್ಕೆ ತರು. Ē-van-ġel'ic, -ġel'i-cal, *a.* ನಾಲ್ಕು ಸುವಾರ್ತೆಗಳು; 2. ಸುವಾರ್ತಾನುಸಾರ, ಸುವಾರ್ತೇ ಪ್ರಕಾರ ಉಪದೇಶಿಸುವ. Ē-van'ġel-ist, *n.* ಸುವಾರ್ತಿಕ.

E-van'ish, *v. i. r.* *(pr.* -isht) ಕಾಣದೆಹೋಗು, ಮಾಯವಾಗು, ಅಂತರ್ಧಾನವಾಗು.

E-vap'ō-rāte, *v. i. r.* ಆರು, ಉಗಿಯಾಗಿ ಹೋಗು, ಹಬೆಯಾಗಿ—, ಬತ್ತು, ಅಟ್ಟಿಸಿಹೋಗು; 2. ಹಾರಿ ಹೋಗು. E-vap-ō-rā'tiŏn, *n.* ಆರುವಿಕೆ, ಉಗಿಯಾಗಿ ಹೋಗೋಣ, ಹಬೆಯಾಗಿ—, ಬಾಷ್ಪಭವನ.

Ēve, Ē'ven (ē'vn), *n.* ಸಂಜೆ, ಸಾಯಂಕಾಲ 2. ಹಬ್ಬಕ್ಕೆ ಮುಂಚಿನ ರಾತ್ರಿ; 3. ಹವ್ವಳು, ಸೃಷ್ಟಿಯ ಪ್ರಥಮ ಸ್ತ್ರೀ.

Ē'ven (ē'vn), *a.* ನುಣುಪಾದ, ಸಮ, ಸಪಾಟು, ಶಾಂತ, ಸರಿ. *v. t. r.* ಸಮ ಮಾಡು, ಬಗೆಹರಿಸು. *ad.* (exactly) ...ಏ, *as*, e. now ಈಗಲೇ; e. so ಹೀಗೆಯೇ; 2. (so much as unexpected) ಆದರೂ, -ಊ, *as*, I do not e. know him ಅವನ ಗುರುತಾದರೂ ನನಗಿಲ್ಲ; I did not e. see him ಅವನನ್ನು ಕಾಣಲೂ ಇಲ್ಲ; the comet was visible e. to the naked eye ಬಾಲಚುಕ್ಕಿ ಬರೇ ಕಣ್ಣಿಗಾದರೂ ಕಾಣಿಸಿತು. Ē'ven-hand-ed, *a.* ಸರಿ, ಪಕ್ಷಪಾತವಿಲ್ಲದ. Ē'ven-ly, *ad.* ಸಮನಾಗಿ, ನುಣ್ಣಗೆ, ಸರಿಯ್ಯಾಗಿ. Ē'ven-ness, *n.* ಸಮತ್ವ, ಸಪಾಟಿರುವುದು; 2. ಶಾಂತಿ.

Ē'ven-iṅg, *n.* ಸಂಜೆ, ಸಾಯಂಕಾಲ, ಸೂರ್ಯಾಸ್ತ.

E-vent', *n.* ಆದದ್ದು, ಆದ ಕಾರ್ಯ, ಸಂಗತಿ; 2. ಅಂತ್ಯ ಫಲ; at all events ಹ್ಯಾಗಾದರೂ. E-vent'fụl, *a.* ವಿಶೇಷ ಸಂಭವಗಳುಳ್ಳ.

Ē'ven-tīde, *n.* ಸಂಜೇ ಹೊತ್ತು.

E-vent'ū-al, *a.* ಸಂಭವಿಸಬಹುದಾದ, ಒದಗುವ; 2. ಕಡೇ, ಅವಸಾನದ. E-vent-ū-al'i-ty, *n.* ಆಗುವುದು, ಸಂಭವಿಸುವುದು, ಒದಗಿಬಂದದ್ದು. E-vent'ū-al-ly, *ad.* ಒಂದುವೇಳೆ; 2. ಕಡೆಯಲ್ಲಿ, ಕೊನೆಗೆ.

Ev'ĕr, *ad.* ಎಂದಾದರೂ; 2. ಯಾವಾಗ್ಲೂ, ಯಾವಾಗಲಾದರೂ; 3. ಕಡೇತನಕ; e. and anon ಆಗಾಗ್ಗೆ; for e. ಎಂದೆಂದಿಗೂ; e. since, e. after ಅಂದಿನಿಂದ. Ev'ĕr-grēen, *a & n.* ಇಡೀ ವರ್ಷದಲ್ಲಿ ಪಚ್ಚೆ ಆಗಿರುವ; 2. ಇಂಥ ಸಸಿ ಇಲ್ಲವೆ ಮರ. Ev-ĕr-last'iṅg, *a.* ನಿತ್ಯ ನಿರಂತರ. Ev-ĕr-mōre', *ad.* ಸದಾ, ಸರ್ವದಾ, ಯಾವಾಗ್ಲೂ, ಎಂದೆಂದಿಗೂ.

Ev'ĕr-y, *a.* ಒಬ್ಬೊಬ್ಬ, ಒಂದೊಂದು, ಪ್ರತಿ, ಎಲ್ಲಾ; e. now and then ಆಗಾಗ್ಗೆ. Ev'ĕr-y-dāy (-dā), *ad.* ದಿನದಿನ, ದಿನಂಪ್ರತಿ, ದಿನಾಲು, ದಿನವಾರು, ದಿನೇದಿನೇ. *a.* ದಿನಾಲು ಸಂಭವಿಸುವ, ಆಹ್ನಿಕ; 2. ಸಾಧಾರಣ. Ev'ĕr-y-where (-hwār), *ad.* ಎಲ್ಲೆಲ್ಲಿಯೂ.

E-vict', *v. t. r.* ಹೊರಗೆ ಹಾಕು, (ಆಸ್ತಿ) ಬಿಡಿಸು, "ಜಪ್ತಿ" ಮಾಡು.

Ev'i-dence, *n.* ಸಾಕ್ಷಿ, ಪುರಾವೆ, ದೃಷ್ಟಾಂತ; written e. ದಸ್ತೈವಜು". *v. t. r.* *(pr.* -denst) ಸಾಕ್ಷಿ ಹೇಳು. Ev'i-dent, *a.* ಸ್ಪಷ್ಟ, ಪ್ರತ್ಯಕ್ಷ, ರುಜುವಾದ.

Ē'vil (ē'vl), *n.* ಕೇಡು, ಕೆಡಕು, ದುಃಖ, ಪಾಪ; 2. ರೋಗ, ಬೇನೆ. *a.* ಕೆಟ್ಟ, ದುಷ್ಟ, ಅರಿಷ್ಟ, ದುಃಖೋತ್ಪಾದಕ; the e. one ಕೇಡಾಳಿ, ಪಿಶಾಚ. Ē'vil-dö-ĕr, *n.* ಕೇಡಾಳಿ, ಕೇಡಿಗ, ದೋಷಕಾರಿ, Ē'vil-eye (-ī), *n.* ಕೆಟ್ಟ ಕಣ್ಣು, ದಿಷ್ಟಿ, ದುರ್ದೃಷ್ಟಿ; remove the effect of an e. ದಿಷ್ಟಿ ತೆಗೆಯು, ನಿವಾಳಿಸಿ ತೆಗೆ. Ē'vil-spēak-iṅg, *n.* ಹಿಂದಾಡಿಕೆ.

E-vince', *v. t. & i. r. (pr.* -vinst') ತೋರಿಸು, ಪ್ರಮಾಣ ಮಾಡು, ಸ್ಪಷ್ಟ—, "ಸಾಬೀತು" —.

E-vis'cĕr-āte, *v. t. r.* ಕರುಳು ಬಿಗಿ.

Ev'i-ta-ble, *a.* ತಪ್ಪಿಸಿಕೊಳ್ಳುವಂಥ, ಪರಿಹರಿಸಕೂಡುವ.

E-vōke', *v. t. r. (pr.* -vōkt') ಕರೆ, ಎಬ್ಬಿಸು, ಆಹ್ವಾನ ಮಾಡು. E-vō-cā'tiŏn, *n.* ಆಹ್ವಾನ, ಕರೆಯೋಣ.

E-volve', *v. t. r.* ತೋರ ಮಾಡು, ಅರಳಿಸು, ಸ್ಪಷ್ಟ ಮಾಡು. *v. i.* ವಿಕಸಿಸು, ಅರಳು. Ev-ō-lu'tiŏn, *n.* ವಿಕಾಸ, ವಿಸ್ತಾರ, ಪ್ರಕಟೀಕರಣ; ಉತ್ಕ್ರಾಂತಿ; 2. *(math.)* ಮೂಲಕರ್ಮ.

E-vul'siŏn, *n.* ಕಿತ್ತುಹಾಕುವಿಕೆ.

Ewe (ū), *n.* ಹೆಣ್ಣುಕುರಿ.

Ew'er (ū-), *n.* ಸೊಂಡೀ ಗಡಿಗೆ; 2. ಹೂಜೆ.

Ex-, *pref.* ಹೊರಗೆ, ಅತಿ, ಪೂರ್ವದ.

Ex-ac'ĕr-bāte (-as'ĕr-), *v. t. r.* ಸಿಟ್ಟಿಗೆಬ್ಬಿಸು. ಕೆಣಕು, ಕಂಗಾಲಿಗೆಬ್ಬಿಸು; 2. (ರೋಗ) ಹೆಚ್ಚಿಸು. Ex-ac-ĕr-bā'tiŏn, *n.* ಮನ ಕಹಿಯಾಗೋಣ, ಕಂಗಾಲಾಗೋಣ; 2. ವ್ಯಾಧಿ ಹೆಚ್ಚುವುದು.

Ex̱-act', *v. t. r.* ಈಸಿಕೊಳ್ಳು, "ಜುಲುಮೆ"ಯಿಂದ ತಕ್ಕೊಳ್ಳು, ಬಲವಂತವಾಗಿ ತಕ್ಕೊಳ್ಳು. Ex̱ac'-tiŏn, *n.* ಬಲಾತ್ಕಾರ, "ಜುಲುಮೆ"ಯಿಂದ ತಕ್ಕೊಂಡ ಕಂದಾಯ ಇತ್ಯಾದಿ.

Ex̱-act', *a.* ಸರಿಯಾದ, ತಪ್ಪಿಲ್ಲದ, ಯಥಾತಥ್ಯ, ಎಳ್ಳಷ್ಟು ಬಿಡದ, ಸೂಕ್ಷ್ಮ. Ex̱-ac'ti-tūde, Ex̱-act'ness, *n.* ಖಂಡಿತ, ಸೂಕ್ಷ್ಮತೆ, ಯಥಾಕ್ರಮ, ಸ್ಪಷ್ಟತೆ. Ex̱-act'ly, *ad.* ಸರಿಯಾಗಿ, ಹಾಗೆಯೇ; he came e. at 3 o'clock ಸರಿಯಾಗಿ ಮೂರು ಘಂಟೆಗೆ ಬಂದ, ಮೂರು ಘಂಟೆಗೇನೇ ಬಂದ.

Ex̱-aġ'ġĕr-āte (egz-aj'ĕr-), *v. t. & i. r.* ಹೆಚ್ಚಿಸಿ ಹೇಳು, ಅಗಾಧ ಮಾಡಿ ಹೇಳು, ಅತ್ಯುಕ್ತಿಯಿಂದ ವರ್ಣಿಸು, ಬೂತು ಹೇಳು. Ex̱-aġ-ġĕr-ā'tiŏn, *n.* ಹೆಚ್ಚಿಸಿ ಹೇಳೋಣ, ಬೂತು, ಅತ್ಯುಕ್ತಿ, ಅತಿಶಯೋಕ್ತಿ, ಅತಿವರ್ಣನೆ.

Ex̱-ạlt', *v. t. r.* ಏರಿಸು, ಹೆಚ್ಚಿಸು; 2. ಘನಪಡಿಸು; 3. ಹೊಗಳು. Ex̱-ạl-tā'tiŏn, *n.* ದೊಡ್ಡಸ್ತನ, ಮಾನವೃದ್ಧಿ; 2. ಸ್ತೋತ್ರ. Ex̱-ạl'ted, *a.* ದೊಡ್ಡ, ಉನ್ನತ, ಶ್ರೇಷ್ಠ.

Ex̱-am'ine, *v. t. r.* ಪರೀಕ್ಷಿಸು, ವಿಚಾರಣೆ ಮಾಡು, "ದರ್ಯಾಫ್ತಿ" ಮಾಡು. *pass.* ಪರೀಕ್ಷೆ ಕೊಡು. Ex̱-am-in-ā'tiŏn, *n.* ಪರೀಕ್ಷೆ, ವಿಚಾರಣೆ, "ತನಿಖಿ", "ದರ್ಯಾಫ್ತಿ". Ex̱-am-in-ēe', *n.* ಪರೀಕ್ಷಿತನಾಗುವವ. Ex̱-am'in-ĕr, *n.* ಪರೀಕ್ಷಕ, ಪರೀಕ್ಷೆ ತಕ್ಕೊಳ್ಳುವವ

Ex̱-am'ple, *n.* "ನಮೂನೆ", ಮಾದರಿ, ಪ್ರಯೋಗ, ಉದಾಹರಣೆ, ದೃಷ್ಟಾಂತ; for e. ಉದಾಹರಣಾರ್ಥವಾಗಿ; follow an e. ಅನುಕರಿಸು; set an e. ಮೇಲ್ಪಂಕ್ತಿ ಹಾಕಿ ಕೊಡು.

Ex̱-an-i-mate, *a.* ನಿಶ್ಚೇತನ, ನಿರ್ಜೀವ.

Ex̱'arch (-k), *n.* ಮಾಂಡಲಿಕನು.

Ex̱-as'pĕr-āte, *v. t. r.* ಕಡುಸಿಟ್ಟಿಗೆಬ್ಬಿಸು, ರೇಗಿಸು, ಚೇಡಿಸು. Ex̱-as-pĕr-ā'tiŏn, *n.* ಸಿಟ್ಟು, ರೇಗು, ಆಗ್ರಹ.

Ex cathedra, ಅಧಿಕಾರಬಲದಿಂದ.

Ex-ca-vāte, *v. t. r.* ಅಗೆ, ಕೊರೆ, ಡೊಗರು ಮಾಡು, ತೋಡು. Ex-ca-vā'tiŏn, *n.* ಡೊಗರು, ಗವಿ, ಗುದ್ದು, ಗಣಿ.

Ex-cēed (ek-sēd'), *v. t. & i. r.* ಹೆಚ್ಚಾಗು, ಅಧಿಕವಾಗು, ಮೀರು. Ex-cēed'iṅg (ek-sēd-), *a.* ಹೆಚ್ಚಾದ, ಮಿಗಿಲಾದ, ಅತಿಶಯವಾದ, ಅಧಿಕವಾದ, ಮೀರುವ. Ex-cēed'iṅg-ly, *ad.* ಬಹಳವಾಗಿ, ಅತಿಶಯವಾಗಿ, ಅತಿ.

Ex-cel' (ek-sel'), *v. t. & i. r.* (-celled) ಮೇಲಾಗು, ವಿರಾಜಿಸು, ಹೆಚ್ಚಾಗಿರು, ಅಧಿಕ ಶ್ರೇಷ್ಠವಾಗಿರು, ಉತ್ಕೃಷ್ಟವಾಗಿರು. Ex'cel-lence (ek'sel-), *n.* ಮೇಲು, ಉತ್ತಮತ್ವ, ಗುಣಾಧಿಕ್ಯ, ಉತ್ಕರ್ಷ. Ex'cel-len-cy (ek'sel-), *n.* ಮೇಲು, ಸುಲಕ್ಷಣ, ಸುಗುಣ; 2. ಖಾವಂದರು. Ex'cel-lent (ek'sel-), *a.* ಮೇಲಾದ, ವರ್ಯ, ಉತ್ಕೃಷ್ಟ, ಉತ್ತಮ, ಗುಣವಂತ. Ex'-cel-lent-ly, *ad.* ಉತ್ತಮವಾಗಿ, ಉತ್ಕೃಷ್ಟವಾಗಿ.

Ex-cept' (ek-sept'), *conj.* ಹೊರತು, "ಶಿವಾಯಿ", ವಿನಾ. *prep.* ಹೊರತು, ಅಲ್ಲದೆ. *v. t. r.* ವಿನಾಯಿಸು, ಬಿಡು. Ex-cep'tiŏn (ek-sep'-shun), *n.* ಪ್ರತಿಷೇಧ, ಅಪವಾದ, ವಿನಾಯಿತಿ; to take e. at (to, against)...ಕ್ಕೆ ಮನನೊಂದುಕೊಳ್ಳು, ಬೇಡನ್ನು, ಒಲ್ಲೆಯೆನ್ನು; with the e. of ...ಹೊರತು. Ex-cep'tiŏn-a-ble, *a.* ಬೇಡಾದ, ವರ್ಜ್ಯ, ಶಂಕಾಸ್ಪದವಾದ. Ex-cep'tiŏn-al, *a.* ಅಪೂರ್ವ, ಅಪರೂಪ.

Ex-cĕrpt', *n.* ಯಥೋಕ್ತ. *v. t. r.* ಎತ್ತಿ ಬರೆ.

Ex-cess' (ek-ses'), *n.* ಹೆಚ್ಚು, ಮಿತಿಮೀರು ವುದು, ಉರುಬೆ, ಅತಿಶಯ, ಉದ್ರೇಕ; 2. ಅಮಿತ ಭೋಗ; 3. ಹೆಚ್ಚು ಕಡಿಮೆ. Ex-ces'sive (ek-ses'siv), *a.* ಅತಿಶಯವಾದ, ಹೆಚ್ಚಾದ, ಮಿತಿಮೀರಿದ, ಉದ್ರಿಕ್ತ. Ex-ces'sive-ly, *ad.* ಅತಿಶಯವಾಗಿ.

Ex-chānġe', *n.* ಬದಲಿಸುವುದು, ಅದಲುಬದಲು, ಸಾಟಿ; 2. ಹುಂಡೀಧಾರಣೆ; 3. ಪ್ರತಿ. Ex-chānġe' (for), *v. t. r.* ಬದಲಿಸು, ಅದಲು ಬದಲು ಮಾಡು, ಸಾಟೀ—, ಮಾರು. Ex-chānġe'a-ble, *a.* ಅದಲುಬದಲು ಮಾಡತಕ್ಕ.

Ex-chequ'ĕr (-chek'ĕr), *n.* "ಜಮಾಬಂದಿ ಕಚೇರಿ"; 2. "ಖಜಾನೆ".

Ex-cīṣe' (ek-sīz'), *n.* ಸುಂಕ, "ಹಾಸಲು", "ಸಾಯರು". *v. t. r.* "ಹಾಸಲು" ಕಟ್ಟು. Ex-cīṣ'a-ble (ek-sīz'a-), *a.* ಸುಂಕ ಕೊಡು ವಂಥ, "ಹಾಸಲು" ಕಟ್ಟತಕ್ಕ.

Ex-ci'ṣiŏn (ek-si-), *n.* ಕೊಯ್ಯುವಿಕೆ, ಛೇದನೆ.

Ex-cīte' (ek-sīt'), *v. t. r.* ಹುರಿದುಂಬಿಸು, ಪ್ರೇರೇಪಿಸು, ಎಬ್ಬಿಸು, ರೇಗಿಸು. *pass.* ಎದೆ ಝುಗ್ಗನ್ನು. Ex-cī'ta-ble (ek-sī'ta-), *a.* ಬೇಗ ಸಿಟ್ಟಿಗೆ ಬರುವ, ಬೇಗ ರೇಗುವ, ಮುಂಗೋಪಿ. Ex-cī-tā'tiŏn (ek-sī-), *n.* ಕೆಣಕು ವಿಕೆ, ರೇಗುವಿಕೆ, ಹುರಿದುಂಬಿಸೋಣ. Ex-cīte'-ment (ek-sīt-), *n.* ಪ್ರೇರೇಪಣೆ, ಕ್ಷೋಭೆ, ರಂಗು, ಲವಲವಿಕೆ, ಉದ್ವೇಗ. Ex-cīt'ing-ly, *ad.* ಎಬ್ಬಿಸುವಂತೆ, ಎದೆ ಝುಗ್ಗನ್ನುವ ಹಾಗೆ.

Ex-clāim', *v. t. r.* ಕೂಗಿ ಹೇಳು, ಗಟ್ಟಿಯಾಗಿ ಹೇಳು. Ex-cla-mā'tion, *n.* ಕೂಗು; 2. (!) ಗುರುತು. Ex-clam'a-tŏry, *a.* ಕೂಗಿಹೇಳಿದ.

Ex-clụde' from, *v. t. r.* ತಳ್ಳಿಬಿಡು, ಹೊರಗೆ ಹಾಕು, ಬಹಿಷ್ಕರಿಸು, ಸೇರಿಸದಿರು, ತ್ಯಜಿಸು. Ex-clụ'siŏn, *n.* ಹೊರಗೆ ಹಾಕೋಣ, ಬಹಿಷ್ಕಾರ, ತ್ಯಾಜ್ಯ. Ex-clụ'ṣive, *a.* ಸೇರಿಕೆ ಇಲ್ಲದ, "ವಿನಾಯಿಸುವ"; e. of ಹೊರತು *e. g.*, ...ಬಿಟ್ಟು *o. a.* Ex-clụ'ṣive-ly, *ad.* ಒಂದಾಗಿ, ಒಬ್ಬನಾಗಿ, ಒಬ್ಬರಾಗಿ.

Ex-coġ'-i-tāte, *v. t. r.* ಗಾಢಾಲೋಚನೆ ಮಾಡು, ಯೋಜಿಸು. Ex-coġ-i-tā'tiŏn, *n.* ಯುಕ್ತಿ.

Ex-com-mū'ni-cāte, *v. t. r.* ಬಹಿಷ್ಕಾರ ಮಾಡು, ಜಾತಿಯಿಂದ ಹೊರಗೆ ಹಾಕು. Ex-com-mū-ni-cā'tiŏn, *n.* ಬಹಿಷ್ಕಾರ.

Ex-cō'ri-āte, *v. t. r.* ತೊಗಲು ಸುಲಿ.

Ex'cre-ment, *n.* ಸಗಣಿ, ಲದ್ದಿ, ಮಲ, ಹೇಲು, ಪುರೀಷ, ವಿಷ್ಠೆ, ಶೌಚ.

Ex-cres'cence (-kre'sens). *n.* ನಾಳ, ಗಂಟು, ಬುಗುಟೆ.

Ex-crēte', *v. t. r.* ಮಲಶೋಧನೆ ಮಾಡು. Ex-crē'ta, *n. pl.* ದೇಹಮಲ.

Ex-crụ'ci-āte, *v. t. r.* ಬಾಧಿಸು, ಯಾತನೆ ಪಡಿಸು, ಅತಿ ವೇದನೆ ಕೊಡು.

Ex-cul'pāte, *v. t. r.* ನಿರ್ದೋಷಿ ಎಂದು ಮಾಡು, ನಿರಪರಾಧಿ ಎಂದು ತೀರಿಸು. Ex-cul-pā'tiŏn. *n.* ನಿರಪರಾಧಿ ಮಾಡೋಣ, ದೋಷಮುಕ್ತಿ. Ex-cul'pā-tŏr-y, *a.* ತಪ್ಪಿಲ್ಲವೆಂತ ತೀರಿಸುವ, ದೋಷನಿವಾರಣೆ ಮಾಡುವ.

Ex-cur'siŏn, *n.* ಸಂಚಾರ, ಸವಾರಿ, ವಿಹಾರ, ಚಿಕ್ಕ ಪಯಣ; 2. ಅಡ್ಡಕಥೆ. Ex-cur'sive, *a.* ವಿಹರಿಸುವ, ಸಂಚರಿಸುವ; 2. ಅಡ್ಡಮಾತುಳ್ಳ. Ex-cur'sus, *n.* ಪರಿಶಿಷ್ಟವಿಸ್ತಾರ.

Ex-cūṣe', *n.* ನೆವ, ನಿಮಿತ್ತ, ಕಾರಣ; vain e. ಇಕ್ಕಲಾರದ ಕೈ ಎಂಜಲು; 2. ಕ್ಷಮೆ, "ಮಾಫಿ". *v. t. r.* ಮನ್ನಿಸು, ಕ್ಷಮಿಸು, "ಮಾಫು" ಮಾಡು, ಮನಸ್ಸಿಗೆ ತಾರದಿರು; e. from ಮಾಡದ ಹಾಗೆ ಬಿಡು; *refl.* ನೆವ ಹೇಳು, ಕ್ಷಮೆ ಬೇಡು. Ex-cū'ṣa-ble, *a.* ಕ್ಷಮಿಸತಕ್ಕ. Ex-cū'ṣa-bly, *ad.* ಕ್ಷಮಿಸುವಂತೆ.

Ex'e-at, *imp.* ಹೊರಗೆ ಹೋಗಲಿ. *n.* ಶಾಲೆ ಈಗಿನ ಪೂರ್ತಿಗೆ ಬಿಡಲಿಕ್ಕೆ ಅಪ್ಪಣೆ.

Ex'e-crāte, *v. t. r.* ಅಸಹ್ಯಿಸು, ಶಪಿಸು. Ex'e-cra-ble, *a.* ಅಸಹ್ಯ, ಅತಿ ದುಷ್ಟ. Ex'e-cra-bly, *ad.* ಅಸಹ್ಯವಾಗಿ. Ex-e-crā'-tiŏn, *n.* ಶಾಪ.

Ex'e-cūte, *v. t. r.* ಮಾಡು, ಪೂರ್ತಿ ಮಾಡು, ನೆರವೇರಿಸು, "ಬಜಾಯಿಸು", ಸಿದ್ಧಿಗೆ ತರು; 2. ಪ್ರಾಣಾಜ್ಞೆ ಮಾಡು; 3. ವಾದ್ಯ ಬಾರಿಸು. Ex-e-cū'tiŏn, *n.* ಮಾಡೋಣ, ನೆರವೇರಿಕೆ, ಪೂರ್ಣ ಮಾಡೋಣ; e. of the decree of a court ಅಮಲ್ದಾರಿ; 2. (putting to death) ಪ್ರಾಣಾಜ್ಞೆ. Ex-e-cū'tiŏn-ĕr, *n.* ಮಾರೆಕಾರ, ಕ್ರೂರಕ, ಶಾಶಿಗೆ ಹಾಕುವವ. Ex-ec'ū-tive, *a.* ನಡಿಸತಕ್ಕ; 2. ಆಳುವ, ಕಾರ್ಯನಿರ್ವಾಹಕ; e. power, executive, *n.* ಸರಕಾರ, ಪ್ರವರ್ತಕಾಧಿಕಾರ. Ex-ec'ū-tŏr, *n.* ನಿರ್ವಾಹಕ, ನೆರವೇರಿಸುವವ; 2. ಮೃತಿಪತ್ರ ಜಾರಿ ನಡಿಸಲಿಕ್ಕೆ ನೇಮಕವಾದವ. Ex-ec'ū-trix, *n.* ನೆರವೇರಿಸುವವಳು; 2. ಮೃತಿಪತ್ರ ಜಾರಿ ನಡಿಸುವವಳು.

Ex-e-ġē'sis, *n.* ವ್ಯಾಖ್ಯಾನ, ಟೀಕು, ಅರ್ಥವಾದ. Ex-e-ġet'i-cal, *a.* ವ್ಯಾಖ್ಯಾನಿಸುವ.

Ex̱-em'plar, *n.* ಪಡಿಕಟ್ಟು, "ನಮೂನೆ", ಮಾದರಿ, ಉದಾಹರಣೆ. Ex̱'em-plar-y, *a.* ಮಾದರಿಯಾಗಿರುವ, ಅನುಸರಿಸತಕ್ಕ, ಸ್ತುತ್ಯ, ಆದರ್ಶರೂಪ; e. punishment ಭಯತೋರಿಸುವಂಥ (ಕಠಿಣ) ಶಿಕ್ಷೆ. Ex̱-em-pli-fi-ca'tiŏn, *n.* ದೃಷ್ಟಾಂತ ಕೊಡುವುದು, ಉದಾಹರಣೆ. Ex̱-em'pli-fȳ, *v. t. r.* (-fīed) ಮಾದರಿಯಿಂದ ತೋರಿಸು, ದೃಷ್ಟಾಂತದಿಂದ—; 2. "ನಕಲು" ತೆಗೆ.

Ex̱-empt' (-emt') from, *v.t.r.* ಬಿಡು, "ಮಾಫಿ" ಮಾಡು, ಏನಾಯಿಸು, ಬಿಡುಗಡೆ ಮಾಡು. *a.* "ಮಾಫಿಯಾದ", ಬಿಡುಗಡೆಮಾಡಿದ, ಮುಕ್ತ. Ex̱-emp'tiŏn, *n.* ಬಿಡುಗಡೆ, "ಮಾಫು", ವಿನಾಯಿತಿ.

Ex'e-quies̱ (-quiz), *n. pl.* ಉತ್ತರಕ್ರಿಯಾದಿಗಳು.

Ex'ĕr-cīs̱e, *n.* ಬಳಿಸೋಣ, ಅಭ್ಯಾಸ; 2. ನಡಿಸೋಣ; 3. ಆಚರಣೆ; 4. (bodily and athletic e.) ವ್ಯಾಯಾಮ, ಸಾಧಕ, ಮೈಸಾಧಕ, ಸಾಮು, ವಿಹಾರ. *v. t. r.* ಬಳಿಸು, ಅಭ್ಯಾಸ ಮಾಡಿಸು; 2. ಆಚರಿಸು, ನಡಿಸು; 3. ಕಾಡು. *v. i.* ಅಭ್ಯಾಸ ಮಾಡು; 2. ಸಾಮು ಮಾಡು.

Ex̱-ĕrt', *v. t. r.* ಬಳಿಸು; e. one's self ಹೆಣಗಾಡು, ಪ್ರಯತ್ನ ಮಾಡು, ಕಷ್ಟ ಪಡು, ಶ್ರಮ ತಕ್ಕೊಳ್ಳು, ಘೋರ ಬಿಡು. Ex-ĕr'tiŏn, *n.* ಪ್ರಯತ್ನ, ಧಾವತಿ, ಸಾಧನೆ, ಪ್ರಯಾಸ, ಕಷ್ಟ.

Ex̱-hāle' (*or* ex-), *v. t. r.* ಉಸುರು ಬಿಡು, ಶ್ವಾಸ ಬಿಡು; 2. ಬಿಡು; the earth exhales vapour ಭೂಮಿಯಿಂದ ಉಗಿ ಬರುತ್ತದೆ, — ಉಗಿ ಹೊರಡುತ್ತದೆ. Ex̱-hā-lā'tiŏn (*or* ex-), *n.* ನಿಃಶ್ವಾಸ; 2. ಉಗಿ, ಆವಿ, ನಾತ.

Ex̱-haust' (*or* ex-hast'), *v. t. r.* ಬರಿದು ಮಾಡು; 2. ಖರ್ಚು ಮಾಡು, ತೀರಿಸು; 3. ದಣಿಸು, ಸೋಲಿಸು. *pass.* ಖರ್ಚಾಗು, ತೀರು, ದಣುಕೊಳ್ಳು, ಸೋಲು, ಉಡುಗು. Ex̱-haus'tiŏn (*or* ex-hast'shun), *n.* ಖರ್ಚಾಗಿರೋಣ, ದಣಿಕೆ, ಬಳಲಿಕೆ, ಉಡುಗುವಿಕೆ, ಆಸರಿಕೆ.

Ex̱-hib'it (*or* ex-), *v. t. r.* ತೋರಿಸು. *n.* *(law)* ಆಧಾರ. Ex̱-hi-bi'tiŏn (*or* ex-hi-bish'un), *n.* ತೋರಿಸುವುದು; 2. ಪ್ರದರ್ಶನ, "ತಮಾಷೆ"; 3. ವಿದ್ಯಾರ್ಥಿಗೆ ಕೊಟ್ಟ ವರ್ಷಾಶನ.

Ex̱-hil'ar-āte (*or* ex-), *v. t. r.* ಉಲ್ಲಾಸಪಡಿಸು, ಆನಂದ ಪಡಿಸು. Ex̱-hil-ar-ā'tiŏn, *n.* ಸಂತೋಷ ಪಡಿಸುವಿಕೆ, ಉಲ್ಲಾಸ, ಆನಂದ.

Ex̱-hōrt' to *v. t. r.* ಎಚ್ಚರಿಸು, ಬುದ್ಧಿ ಹೇಳು, ಬೋಧಿಸು. Ex̱-hor-tā'tiŏn, *n.* ಬುದ್ಧಿವಾದ, ಎಚ್ಚರಿಸುವಿಕೆ, ಉದ್ಬೋಧನೆ, ಪ್ರಬೋಧನೆ. Ex̱-hōr'ta-tōry, *a.* ಬುದ್ಧಿ ಹೇಳುವ.

Ex-hūme' *v. t. r.* ಹೂತದ್ದನ್ನು ಎಬ್ಬಿಸು, ಹುಗಿದದ್ದನ್ನು ತೆಗೆ, ಅಗೆದು ತೆಗೆ. Ex̱-hū-mā'tiŏn, *n.* ಹುಗಿದದ್ದನ್ನು ತೆಗೆಯೋಣ.

Ex'i-ġence, Ex'i-ġen-cy, *n.* "ಅಡಚಣೆ", ಅಗತ್ಯ, "ಗರಜು", ಕಷ್ಟ. Ex'i-ġent, *a.* ತುರ್ತದ, "ಗರಜಿನ".

Ex-ig'u-ŏus, *a.* ಸ್ವಲ್ಪ, ತುಸ.

Ex̱'īle, *n.* ಗಡಿಪಾರು, ದೇಶನಿರ್ವಾಸನ, ಸ್ವದೇಶತ್ಯಾಗ; 2. ಗಡಿಪಾರಾದವ, ದೇಶಭ್ರಷ್ಟ; to go to e. ಗಡಿದಾಟಿ ಹೋಗು. *v. t. r.* ಗಡಿಪಾರು ಮಾಡು.

Ex̱-ist', *v. i. r.* ಇರು, ಬದುಕು, ಜೀವಿಸು. Ex̱-is'tence, *n.* ಇರುವಿಕೆ, ಅಸ್ತಿತ್ವ, ಜೀವಿಸೋಣ, ಉಳ್ಳತನ, ಸತ್ತಾ; 2. ವ್ಯಕ್ತಿ. Ex̱-is'tent, Ex̱-is'tiṅg, *a.* ಇರುವ.

Ex'it, *n.* ಹೋರಡುವಿಕೆ, ನಿರ್ಗಮನ; 2. ಮರಣ; 3. ದಾರಿ.

Ex'ō-dus, *n.* ನಿರ್ಗಮನ; 2. ಮೋಶೆಯ ಎರಡನೇ ಪುಸ್ತಕ (ಯಾತ್ರಾಕಾಂಡ).

Ex officio, *ad.* ಉದ್ಯೋಗಪ್ರಯುಕ್ತವಾಗಿ, ಅಧಿಕಾರದಿಂದ.

Ex̱-on'ĕr-āte, *v. t. r.* ಬಿಡಿಸು, ದೋಷನಿವಾರಣೆ ಮಾಡು, ವಿಮೋಚಿಸು. Ex̱-on-ĕr-ā'tiŏn, *n.* ಬಿಡಿಸೋಣ, ದೋಷನಿವಾರಣೆ, ವಿಮೋಚನೆ.

Ex'ō-ra-ble (ek'sō-), *a.* ಪ್ರಾರ್ಥನೆ ಕೇಳುವ, ಸುಪ್ರಸಾದಿತ, ಕರುಣವುಳ್ಳ.

Ex̱-or'bi-tance, Ex̱-or'bi-tan-cy, *n.* ಮಿತಿಮೀರುವಂಥಾದ್ದು, ಅತಿಶಯ, ಅನ್ಯಾಯ, "ಜುಲುಮ್", "ಜಾಸ್ತಿ". Ex̱-or'bi-tant, *a.* ಮಿತಿಮೀರಿದ, ಅಳತೆಗೆಟ್ಟ, ದುಬಾರಿ, ಅಧಿಕವಾದ. Ex̱-or'bi-tant-ly, *ad.* ಅಳತೆಗೆಟ್ಟು, ಅತಿಶಯವಾಗಿ.

Ex'or-cīs̱e, *v. t. r.* ಭೂತ ಉಚ್ಚಾಟನೆ ಮಾಡು, ದೆವ್ವ ಬಿಡಿಸು. Ex'or-cī-s̱ĕr, -cist, *n.* ದೆವ್ವ ಹೊರಡಿಸುವವ. Ex'or-cis̱m, *n.* ದೆವ್ವ ಬಿಡಿಸೋಣ.

Ex̱-or'di-um, *n.* ಆರಂಭ, ಉಪೋದ್ಘಾತ, ಪ್ರಸ್ತಾವನೆ.

Ex-o-ter'ic, *a.* & *n.* ಬಾಹ್ಯ, ಹೊರಮೈಯ.

Ex̱-ot'ic, *a.* ಅನ್ಯ ದೇಶದಿಂದ ತಂದ, ಪರದೇಶೀಯ, ಪರಕೀಯ. *n.* ಪರದೇಶದ ಗಿಡ.

Ex-pand', *v. t. r.* ಹಾಸು, ಅರಳಿಸು, ಹಿಗ್ಗಿಸು, ವಿಸ್ತರಿಸು. *v. i.* ಅರಳು, ಹಿಗ್ಗು, ವಿಸ್ತಾರವಾಗು.

Ex-panse', *n.* ವಿಕಾಸ, ವಿಸ್ತಾರ, ವಿಸ್ತೀರ್ಣ. Ex-pan-si-bil'i-ty, *n.* ವಿಕಸಿಸುವ ಲಕ್ಷಣ, ಘನವರ್ಧನೀಯತ್ವ. Ex-pan'si-ble, *a.* ವಿಸ್ತರಿಸುವಂಥ, ವಿಕಸಿಸುವಂಥ, ಅರಳಿಸತಕ್ಕ. Ex-pan'siŏn, Ex-pan'sive-ness, *n.* ಅರಳುವಿಕೆ, ಹಿಗ್ಗೋಣ, ವಿಕಸನ; 2. ವಿಶಾಲ, ವಿಸ್ತಾರ; 3. *(nat. phil.)* ಪ್ರಸರಣ. Ex-pan'sive, *a.* ವಿಸ್ತಾರವಾಗುವಂಥ, ವ್ಯಾಪಿಸುವಂಥ.

Ex parte, ಏಕಪಕ್ಷಾನುಕೂಲವಾದ (-ಆಗಿ).

Ex-pā'ti-ate on, *v. t. r.* ವಿವರವಾಗಿ ಬರೆ—ಹೇಳು, ವಿವರಿಸು. Ex-pā-ti-ā'tiŏn, *n.* ವಿವರಿಸುವುದು, ಉಪನ್ಯಾಸ.

Ex-pā'tri-āte, *v. t. r.* ಹುಟ್ಟಿದ ಊರಿನಿಂದ ಹೊರಡಿಸು, ಸ್ವದೇಶತ್ಯಾಗ ಮಾಡು, ಗಡಿಪಾರು—. Ex-pā-tri-ā'tiŏn, *n.* ದೇಶಭ್ರಷ್ಟ ಮಾಡೋಣ, ಗಡಿಪಾರು; 2. ದೇಶ ಬಿಟ್ಟುಹೋಗೋಣ.

Ex-pect', *v. t. r.* ದಾರಿ ನೋಡು *c. d.*, ಎದುರು ನೋಡು *c. d.*, ಕಾದುಕೊಳ್ಳು, ನಿರೀಕ್ಷಿಸು; do not e. him ಅವನ ದಾರಿ ನೋಡಬೇಡ. Ex-pec'tan-cy, *n.* ಕೋರಿಕೆ, ನಿರೀಕ್ಷೆ. Ex-pec'tant, *n.* ಎದುರು ನೋಡುವವ, ನಿರೀಕ್ಷಿಸುವವ, ಕೋರುವವ. *a.* ನಿರೀಕ್ಷಿಸುವ. Ex-pec-tā'tiŏn, *n.* ಕೋರಿಕೆ, ಆಶೆ, ನಿರೀಕ್ಷೆ.

Ex-pec'tō-rant, *n.* ಕಫ ಬಿಡಿಸುವ ಔಷಧ. *a.* ಕಫಹರವಾದ. Ex-pec'tō-rāte, *v. t. r.* ಕೇಕರಿಸು, ಕ್ಯಾಕರಿಸು, ಕಫ ಹೊರಗೆ ಹಾಕು. Ex-pec-tō-ra'tiŏn, *n.* ಕೇಕರಿಕೆ, ಕ್ಯಾಕರಿಕೆ, ಕಫ ಉಗುಳು.

Ex-pē'di-ence, Ex-pē'di-en-cy, *n.* ಯೋಗ್ಯತೆ, ಅವಶ್ಯಕತೆ, ಉಪಯುಕ್ತತೆ, ಶೀಘ್ರತ್ವ. Ex-pē'di-ent, *a.* ತಕ್ಕ, ವಿಹಿತ, ಯುಕ್ತ; 2. ಶೀಘ್ರ. *n.* ಹಂಚಿಕೆ, ಉಪಾಯ, ಯುಕ್ತಿ, ದಾರಿ, ವಯಿನ, ವೈಪು.

Ex'pe-dīte, *v. t. r.* ಶೀಘ್ರವಾಗಿ ನಡಿಸು, ತ್ವರೆಪಡಿಸು, ಬೇಗ ಕಳುಹಿಸು. Ex-pe-di'tiŏn (-dish'un), *n.* ಸಾಹಸ, ತ್ವರೆ; 2. ಕಳುಹಿಸೋಣ, "ದೋಹೀಮು", "ದೌಡು", ದಂಡಯಾತ್ರೆ. Ex-pe-di'tiŏus (-dish'us), *a.* ಶೀಘ್ರವಾದ, ದುಡುಕಾದ, "ಜಲ್ದಿಯ". -ly, *ad.* ಶೀಘ್ರವಾಗಿ.

Ex-pel', *v. t. r.* (-pelled') ಹೊರಡಿಸು, ಹೊರಗೆ ಹಾಕು, ತೆಗೆದುಹಾಕು, ದೇಶಪಾರು ಮಾಡು.

Ex-pend', *v. t. r.* ಖರ್ಚು ಮಾಡು, ವೆಚ್ಚ—, ವ್ಯಯ—. Ex-pen'di-tūre, Ex-pense', *n.* ಖರ್ಚು, ವೆಚ್ಚ, ವ್ಯಯ, ಮುಟ್ಟುವಳಿ *(My.)*; go to great e., be at great e. ಹೆಚ್ಚು ಹಣ ಖರ್ಚುಮಾಡು. Ex-pen'sive, *a.* ತುಟ್ಟಿ, ಖರ್ಚಿನ, ಪ್ರಿಯ, ಬಹು ಕ್ರಯದ. Ex-pen'sive-ness, *n.* ಖರ್ಚುಗಾರಿಕೆ, ಅತಿವ್ಯಯ, ಬಹು ಕ್ರಯ.

Ex-pē'ri-ence, *n.* ಮನಗಂಡದ್ದು, ಅನುಭವ, ಅನುಭವಜ್ಞಾನ, "ವಾಹೀತು". *v. t. r. (pr.* -enst) ಮನಗಾಣು, ಅನುಭವಿಸು, ಅನುಭವ ಮಾಡು, ಪರೀಕ್ಷಿಸು (*as*, joy, pain, *etc.*). Ex-pē'ri-enced (-enst), *a.* ಬಲ್ಲಂಥ, ಅನುಭವವುಳ್ಳ, ವ್ಯವಹಾರಜ್ಞ.

Ex-per'i-ment, *n.* ಪರೀಕ್ಷೆ, ಶೋಧನೆ, ಪ್ರಯೋಗ; try an e. ಪರೀಕ್ಷಿಸಿ ನೋಡು, ಕಂಡು ನೋಡು. Ex-pĕr-i-men'tal, *a.* ಅನುಭವದಿಂದ ತಿಳಿದ, ಪರೀಕ್ಷೆ ಸಂಬಂಧದ, ಅನುಭವಸ್ಥಾಪಿತ. Ex-pĕr-i-men'tal-ly, *ad.* ಪರೀಕ್ಷೆಯಿಂದ.

Ex-pert', *n. & a.* ಬಲ್ಲಂಥ, ಬಲ್ಲವ, ಜಾಣ, ಹಸ್ತಕುಶಲ, ನಿಪುಣ, "ಚಾಲಾಖಿ" ಉಳ್ಳ, ತಜ್ಞ. Ex-pĕrt'ly, *ad.* ಚಮತ್ಕಾರವಾಗಿ. Ex-pĕrt'ness, *n.* ಜಾಣತನ, ನಿಪುಣತೆ, ಹಸ್ತಕೌಶಲ್ಯ, "ಚಾಲಾಖಿ", ತಜ್ಞತೆ.

Ex'pi-āte, *v. t. r.* ಪ್ರಾಯಶ್ಚಿತ್ತ ಸಲ್ಲಿಸು, ಪ್ರಾಯಶ್ಚಿತ್ತಕೊಟ್ಟು ಪರಿಹರಿಸು. Ex'pi-a-ble. *a.* ಪ್ರಾಯಶ್ಚಿತ್ತಾರ್ಹವಾದ, ಪ್ರಾಯಶ್ಚಿತ್ತವಾಗುವಂಥ. Ex-pi-ā'tiŏn, *n.* ಪ್ರಾಯಶ್ಚಿತ್ತ, ಪರಿಹಾರ. Ex-pi-ā'tŏr-y, *a.* ಪ್ರಾಯಶ್ಚಿತ್ತಾರ್ಥಕ, ಪ್ರಾಯಶ್ಚಿತ್ತರೂಪದ.

Ex-pīre' *v. i. r.* ಉಸುರು ಬಿಡು; 2. ಪ್ರಾಣಬಿಡು, ಸಾಯು, ಅಂತ್ಯವಾಗು; 3. (ವಾಯಿದೆ) ತೀರು. *v. t. r.* ಶ್ವಾಸಬಿಡು; 2. ಹಬೆಯಾಕಾರವಾಗಿ ಬಿಡು. Ex-pi-rā'tiŏn, *n.* ಉಸುರು ಬಿಡೋಣ, ನಿಶ್ವಾಸ; 2. ಮರಣ; 3. (ವಾಯಿದೆ) ಮುಗಿಯೋಣ, ಅಂತ್ಯ.

Ex-pī'ry, *n.* ಸಮಾಪ್ತಿ, ಮುಕ್ತಾಯ, "ಗುಜಾರು".

Ex-plāin', *v. t. r.* ವಿವರಿಸು, ಅರ್ಥಹೇಳು, ತಿಳಿಸು, ವ್ಯಾಖ್ಯಾನ ಮಾಡು, ಸಮಾಧಾನ ಕೊಡು. Ex-plāin'ĕr, *n.* ಅರ್ಥ ಹೇಳುವವ, ವಿವರಿಸುವವ, ವ್ಯಾಖ್ಯಾನಿ. Ex-pla-nā'tiŏn, *n.* ವಿವರ, ಅರ್ಥ, ಟಿಪ್ಪಣಿ, ಸಮಾಧಾನ. Ex-plan'a-tŏr-y, *a.* ವಿವರಿಸುವಂಥ, ಟೀಕಾರೂಪ.

Ex'ple-tive, *n.* ಜೋಡು ಶಬ್ದ, ವಾಕ್ಯಾಲಂಕಾರ, ಪಾದಪೂರಣ. *a.* ಅರ್ಥಕ್ಕೆ ಅವಶ್ಯವಿಲ್ಲದ, ಅಲಂಕಾರಕ್ಕೆ ಪ್ರಯೋಗಿಸಿದ.

Ex'pli-cāte, *v. t. r.* ವ್ಯಾಖ್ಯಾನ ಮಾಡು, ವಿವರಿಸು, ತಿಳಿಸು. Ex'pli-cā-ble, *a.* ವಿವರಿಸತಕ್ಕ, ಅರ್ಥವಾಗುವ. Ex-pli-cā'tiŏn, *n.*

ವಿವರ, ವ್ಯಾಖ್ಯಾನ, ಟೀಕು. Ex'pli-cā-tive, *a.* ವಿವರಿಸುವ, ವಿವರರೂಪವಾದ, ಸ್ಪಷ್ಟ ಮಾಡುವ.

Ex-plic'it, *a.* ಸ್ಪಷ್ಟವಾದ, ಖಂಡಿತ. Ex-plic'-it-ly, *ad.* ಸ್ಪಷ್ಟವಾಗಿ, ಖಂಡಿತವಾಗಿ. Ex-plic'-it-ness, *a.* ಸ್ಪಷ್ಟತೆ, ಖಂಡಿತತ್ವ.

Ex-plōde', *v. i. r.* ಫಟ್ಟೆಂತ ಒಡೆ, ಫಡಲ್ಲೆಂತ ಹಾರು, ಫಡಲ್ಲನೆ—, ಅಪವಾದ ಹೇಳು, ಮಾತುಗಳಿಂದ ಖಂಡಿಸು. *v. t. r.* ಹಾರಿಸಿಬಿಡು, ಸುರಂಗ ಹಾರಿಸು. Ex-plō'ṣiŏn, *n.* ಫಟ್ಟೆಂತ ಒಡೆಯೋಣ, ಫಡಲ್ಲೆಂತ ಹಾರುವುದು, ಧಡಲ್ಲನೆ—. Ex-plō'ṣive, *a.* ಭಗ್ಗೆಂತ ಉರಿಯುವ, ಫಕ್ಕನೆ ಹಾರುವ. *n.* ಶೀಘ್ರ ಜ್ವಾಲಾಗ್ರಾಹಿ ವಸ್ತು.

Ex-ploit', *n.* ಸಾಹಸಕಾರ್ಯ, ಪರಾಕ್ರಮ, ಶೂರ ಕೃತ್ಯ.

Ex-plōre', *v. t. r.* ವಿಚಾರಿಸು, ಪರಿಶೋಧಿಸು. Ex-plō-rā'tiŏn, *n.* ಪರೀಕ್ಷೆ, ಶೋಧನೆ.

Ex-pō'nent, *n.* *(math.)* ವರ್ಗ ಘನ ಮೊದಲಾದ ಘಾತಗಳ ಪ್ರಕಾಶಕ, ವ್ಯಾಖ್ಯಾನ ಮಾಡುವವ.

Ex-pōrt, *v. t. r.* ಪರದೇಶಕ್ಕೆ ಸರಕು ಕಳುಹಿಸು, "ರಪ್ತು" ಮಾಡು. *n.* ಪರದೇಶಕ್ಕೆ ಕಳುಹಿಸಿದ ಸರಕು, "ರಫ್ತು" ಸರಕು, ನಿರ್ಗತ ವಸ್ತು. Ex-pōr-tā'tiŏn, *n.* "ರಫ್ತು" ಮಾಡುವುದು.

Ex-pōṣe', *v. t. r.* ಹೊರಗೆ ಇಡು, ತೆರೆದಿಡು, ಗಾಳಿಗಿಡು; 2. ಬೈಲಿಗೆ ತರು; 3. ಗಂಡಾಂತರಕ್ಕೆ ಗುರಿ ಮಾಡು: 4. (photo) ಪ್ರಕಾಶಕ್ಕೆ ಒಡ್ಡು. Ex-pō-ṣi'tiŏn (-zish'un), *n.* ವಿವರ, ಟೀಕು. Ex-poṣ'i-tŏr, *n.* ವ್ಯಾಖ್ಯಾನಿ; 2. ವ್ಯಾಖ್ಯಾನರೂಪ ಗ್ರಂಥ. Ex-poṣ'i-tŏr-y, *a.* ವಿವರಿಸುವ, ಪ್ರಕಟಿಸುವ.

Ex-pos'tū-lāte with, *v. i. r.* ಬುದ್ಧಿ ಹೇಳು, ಸಿಟ್ಟು ಮಾಡು, ಸ್ನೇಹದಿಂದ ನಾಲ್ಕು ಮಾತು ಹೇಳು. Ex-pos-tū-lā'tiŏn, *n.* ಬುದ್ಧಿ ಹೇಳೋಣ, ಬುದ್ಧಿವಾದ, ಸಿಟ್ಟು ಮಾಡುವುದು. Ex-pos'tū-lā-tŏr-y, *a.* ಬುದ್ಧಿ ಹೇಳುವ, ಪ್ರಬೋಧಕ.

Ex-pō'ṣure (-shur), *n.* ಹೊರಪಡಿಸೋಣ, ತೆರೆಯೋಣ, ಬೈಲುಗರಿಸೋಣ, ಗಾಳಿಗೆ ಗುರಿಯಾಗಿರೋಣ, ಕೇಡಿಗೆ—.

Ex-pound, *v. t. r.* ವಿವರಿಸು, ಅರ್ಥ ಹೇಳು *e. g.*, ವಿಚಾರಿಸು. Ex-pound'ĕr, *n.* ಅರ್ಥ ಹೇಳುವವ.

Ex-press', *n.* ಒಂದು ಅವಸರಕ್ಕಾಗಿ ಕಳುಹಿಸಿ ಕೊಟ್ಟ ಆಳು, — — ವಾಹನ. *v. t. r. (pr. -prest')* ಹಿಂಡು, ಹಿಂಡಿ ತೆಗೆ; 2. ತೋರಿಸು, ಹೇಳು, ಸೂಚಿಸು. *a.* ಸರಿಯಾದ, ಸ್ಪಷ್ಟವಾದ; 2. ಖಂಡಿತವಾದ; 3. ವಿಶೇಷ ಕೆಲಸಕ್ಕೆ ನೇಮಿಸಿದ; e. delivery ಆಳಿನ ಮೂಲಕ ವರ್ತಮಾನ ಕಳುಹಿಸುವುದು; e. train ನಡುವೆ ಅಲ್ಲಲ್ಲಿ ತಂಗದೆ ಓಡುವ ರೈಲುಬಂಡಿ. Ex-pres'si-ble, *a.* ಹಿಂಡಲಿಕ್ಕಾಗುವ; 2. ನುಡಿಯಲಿಕ್ಕೆ ಬರುವ, ಹೇಳಲಿಕ್ಕೆ—. Ex-pres'siŏn (-presh'un), *n.* ಹಿಂಡೋಣ; 2. ನುಡಿ, ಉಚ್ಚಾರಣೆ, ಮಾತು; 3. ಮುಖಭಾವ, "ಚಹರೆ". Ex-pres'siŏn-less, *a.* ಮುಖಲಕ್ಷಣವಿಲ್ಲದ. Ex-pres'sive, *a.* ಸ್ಪಷ್ಟ, ಖಂಡಿತವಾದ; e. of ತಿಳಿಸುವ, ತೋರಿಸುವ, ಅರ್ಥಕ, ಸೂಚಕ. Ex-press'ly, *ad.* ಸ್ಪಷ್ಟವಾಗಿ, ಬೇಕೆಂತ.

Ex-prō'pri-āte, *v. t. r.* ಸ್ವಾಧೀನ ತಪ್ಪಿಸು; ಆಸ್ತಿಯಿಂದ ಹೊರಡಿಸು. Ex-prō-pri-ā'tiŏn, *n.* ಅನುಮತಿ ಇಲ್ಲದೆ ಆಸ್ತಿಯ ಸಂಬಂಧ ತಪ್ಪಿಸೋಣ, —ಬಿಡಿಸೋಣ.

Ex-pul'siŏn, *n.* ಹೊರಡಿಸೋಣ, ಹೊರಗೆ ಹಾಕೋಣ, ಬಹಿಷ್ಕರಣ, ಕಡೆಗಿಡುವಿಕೆ.

Ex-punġe', *v. t. r.* ಅಳಿಸು, ಅಳಿಕಿಸು, ಕೆಡಿಸು.

Ex-pur'gāte, *v. t. r.* ಶುದ್ಧ ಮಾಡು; *see* Purge. Ex-pur-gā'tiŏn, *n.* ಶುದ್ಧ ಮಾಡೋಣ, ಶೀಘ್ರ.

Ex'qui-ṣite, *a.* ಊಚ, ಉತ್ತಮ, ಉತ್ಕೃಷ್ಟ, ಸೂಕ್ಷ್ಮ, ತೀಕ್ಷ್ಣ. *n.* ಮೋಜುಗಾರ. Ex'qui-ṣite-ness, *n.* ಮೇಲು, ಉತ್ತಮತ್ವ, ಸೂಕ್ಷ್ಮತ್ವ.

Ex'tant, *a.* ಇನ್ನೂ ಇರುವ, ಉಳಿದ, ಕೆಡದೆ ಇರುವ.

Ex'ta-sy (ek'sta-), *n.*, *see* Ecstasy.

Ex-tat'ic, *a.*, *see* Ecstatic.

Ex-tem-pō-rā'ne-ŏus, -tem'pō-rar-y, *a.* ಮುಂದಾಗಿ ಯೋಚಿಸದೆ ನುಡಿದ, — — ಮಾಡಿದ. Ex-tem'pōre, *ad.* ಮುಂಚೆ ವಿಚಾರ ಮಾಡದೆ, ಮುಂಚೆ ಧ್ಯಾನಿಸದೆ (ಹೇಳಿದ). Ex-tem'pō-riṣe, *v. i. r.* ಮುಂಚೆ ಆಲೋಚನೆ ಮಾಡದೆ ಹೇಳು, ಆ ಕ್ಷಣಕ್ಕೆ ಹೇಳು.

Ex-tend', *v. t. r.* ವಿಸ್ತರಿಸು, ಉದ್ದ ಮಾಡು; 2. ಚಾಚು, ಸಿಲಕಿಸು; 3. ಕೊಡು. *v. i.* ಪಸರಿಸು, ಬೆಳೆ, ನಿಲಕು, ಮುಟ್ಟು, ಹೋಗು. Ex-ten'siŏn, *n.* ವಿಸ್ತಾರ, ವಿಶಾಲ, ವ್ಯಾಪ್ತಿ; 2. *(nat. phil.)* ಪರಿಮೇಯತ್ವ. Ex-ten'-sive, *a.* ದೊಡ್ಡ, ಅಗಲವಾದ, ವಿಸ್ತಾರವಾದ. Ex-ten'sive-ness, *n.* ವಿಶಾಲತೆ, ಬಾಹುಲ್ಯತೆ. Ex-tent, *n.* ಅಳತೆ, ಮುಟ್ಟು, ಪರಿಮಾಣ, ವಿಸ್ತಾರ, ವಿಶಾಲ; to such an e. ಅಷ್ಟು ಮಟ್ಟಿಗೆ.

Ex-ten'ū-āte, *v. t. r.* ಸಣ್ಣದು ಮಾಡು, ತೆಳ್ಳಗೆ

ಮಾಡು, ಕಮ್ಮಿ ಮಾಡು. Ex-ten-ū-ā'tiŏn, *n.* ತೆಳ್ಳಗೆ ಮಾಡೋಣ, ಕಮ್ಮಿಯಾಗೋಣ.

Ex-tē'ri-ŏr, *n.* ಹೊರಗಡೆ, ಹೊರಮೈ, ಬಾಹ್ಯಾಂಗ, ಹೊರಗಿನದು. *a.* ಹೊರಗಿನ, ಬಾಹ್ಯ; 2. ಪರದೇಶದ.

Ex-tĕr'mi-nāte, *v. t. r.* ಕಿತ್ತುಹಾಕು, ಅಳಿಸು, ನಿರ್ಮೂಲ ಮಾಡು, ಲಯ—, ನಿರ್ನಾಮ—. Ex-tĕr'mi-nā'tiŏn, *n.* ಅಳಿಸುವಿಕೆ, ಸಮೂಲನಾಶ, ಸಂಹಾರ, ನಿಸ್ಸಂತಾನ.

Ex-tĕr'nal, *a.* ಹೊರಗಿನ, ಬಾಹ್ಯ; 2. ಶರೀರ ಸಂಬಂಧದ; 3. ವಿದೇಶೀಯ. *n. pl.* ಬಾಹ್ಯಾಚಾರ. Ex-tĕr'nal-ly, *ad.* ಹೊರಗೆ.

Ex-tinct', *a.* ಆರಿದ, ನೊಂದಿದ, ಅಳಿದ, ತೀರಿ ಹೋದ; become e. ಮುಡಿದುಹೋಗು. Ex-tinc'tiŏn, *n.* ಆರಿಸುವಿಕೆ, ಅಳಿಯುವಿಕೆ, ನಾಶ, ನಿರ್ಮೂಲ, ಸಂಹಾರ.

Ex-tin'guish, *v. t. r.* (*pr.* -gwisht) ಆರಿಸು, ನೊಂದಿಸು, ಅಳಿಸು, ನಾಶ ಮಾಡು.

Ex-tĭr'pāte, *v. t. r.* ಕಿತ್ತುಹಾಕು, ನಿರ್ಮೂಲ ಮಾಡು, ಸಹಮೂಲವಾಗಿ ನಾಶ ಮಾಡು. Ex-tĭr-pā'tiŏn, *n.* ಕಿತ್ತುಹಾಕೋಣ, ನಿರ್ಮೂಲ, ನಾಶನ, ಬೇರುಗೊಲೆ, ಧ್ವಂಸ.

Ex-tol', *v. t. r.* (-tōlled) ಕೊಂಡಾಡು, ಹೊಗಳು, "ತಾರೀಫು" ಮಾಡು; e. one to the skies ಇಂದ್ರ ಚಂದ್ರ ಎಂದು ಹೊಗಳು.

Ex-tort', *v. t. r.* ಕಸುಕೊಳ್ಳು, ಅನ್ಯಾಯವಾಗಿ ತಕ್ಕೊಳ್ಳು, ಕಡ್ಡಾಯ ಮಾಡು, ಸುಲಿಗೆ ಮಾಡು. Ex-tor'tiŏn, *n.* ಸುಲುಕೊಳ್ಳೋಣ, ಬಲಾತ್ಕಾರವಾಗಿ ತಕ್ಕೊಳ್ಳೋಣ, ಸುಲಿಗೆ, ಕಡ್ಡಾಯ. Ex-tor'tiŏn-ate, *a.* ಹದಮೀರಿದ (ಬೆಲೆ); 2. ಸುಲಿಗೆಯಿಂದ ಕೂಡಿದ. Ex-tor'tiŏn-ĕr, *n.* ಸುಲುಕೊಳ್ಳುವವ, ಸುಲಿಗೆ ಮಾಡುವವ.

Ex'tra, *a.* ಮೇಲಿನ, ಮಿಕ್ಕ, ಮೇಲುಳಿದ, ವಿಶೇಷವಾದ, ಹೆಚ್ಚಿಗೆ. *ad.* ಅಧಿಕವಾಗಿ, ಹೊರಪಟ್ಟಿ.

Ex-tract', *v. t. r.* ತೆಗೆ, ಕಿತ್ತುತೆಗೆ; 2. ಸಾರಾಂಶ ತೆಗೆ; 3. ಒತ್ತಾಯದಿಂದ ಹೊರಪಡಿಸು, ಹಿಂಡಿ ಸಾರವನ್ನು ತೆಗೆ; 4. ಸಂಗ್ರಹಿಸಿ ತೆಗೆ; 5. (ಗ್ರಂಥದಿಂದ) ಎತ್ತಿ ಬರೆ; 6. *(math.)* e. roots ಮೂಲ ತೆಗೆ. Ex'tract, *n.* ಸಾರ, ಕಷಾಯ; 2. ಎತ್ತಿ ಬರೆದದ್ದು. Ex-trac'tiŏn, *n.* ಕೀಳೋಣ, ತೆಗೆಯೋಣ, ಎತ್ತಿ ತೆಗೆಯೋಣ; 2. ವಂಶ, ಜಾತಿ, ಮನೆತನ; 3. ಕಷಾಯ; 4. *(math.)* e. of roots ಮೂಲ ಕರ್ಮ, ಮೂಲ ತೆಗೆಯೋಣ.

Ex'tra-dīte, *v. t. r.* ಅಧಿಕಾರಸ್ಥರಿಗೆ ಕೈವರ್ತಿಸು. Ex-tra-di'tiŏn, *n.* ಪರದೇಶದಿಂದ ಅಪರಾಧಿಗಳನ್ನು ಆ ದೇಶದ ಅಧಿಕಾರಿಗಳಿಗೆ ಕೈವರ್ತಿಸುವುದು.

Ex-trā'ne-ŏus, *a.* ಬೇರೆ, ಹೊರಗಿನ.

Ex-tra-or'di-nar-y (-trōr'di- *or* -tra-or'di-), *a.* ಅಪರೂಪ, ಚಮತ್ಕಾರವಾದ, ವಿಶೇಷ, ಅಪೂರ್ವ, ಅಸಾಧಾರಣ.

Ex-trav'a-gance, -gan-cy, *n.* ಮಿತಿಮೀರೋಣ, ಅಳತೆಗೇಡಿತನ; 2. ಪೋಲು ವೆಚ್ಚ, ಅಂಪಾದುಂದಿ, ದುಂಪಾಟ, ದುಂದುಗಾರಿಕೆ ವೆಚ್ಚ. Ex-trav'a-gant, *a.* ಕಂಡಾಬಟ್ಟೆ, ಅಳತೆಗೆಟ್ಟ, ಅಂದಾದುಂದಿ, ಮಟ್ಟುವಿಾರಿದ.

Ex-trēme', *a.* ತುಟ್ಟತುದಿಯ, ಕಟ್ಟಕಡೆಯ, ಅಂತ್ಯದ; 2. ಅತಿ, ಬಹಳವಾದ. e. unction ಅವಸಾನಕಾಲದ ಸ್ನಾನ (*R. C.*) *n.* ತುಟ್ಟತುದಿ, ಕಟ್ಟಕಡೆ, ಅಂತ್ಯ. Ex-trēme'ly, *ad.* ತೀರ, ಅತಿಶಯವಾಗಿ. Ex-trem'i-ty, *n.* ಕಡೆ, ಅಂತ; 2. ಬಹು ಅಡಚಣೇ ವೇಳೆ, "ಲಾಚಾರಿ".

Ex'tri-cāte, *v. t. r.* ಬಿಡಿಸು, ತೊಡಕು ಬಿಡಿಸು, ಪರಿಹರಿಸು, ಹೊರಡಿಸು. Ex'tri-ca-ble, *a.* ನಿವಾರಣೆ ಮಾಡತಕ್ಕ. Ex-tri-cā'tiŏn, *n.* ಬಿಡುಗಡೆ, ಪರಿಹಾರ, ಹೊರಡಿಸೋಣ.

Ex-trin'sic, -'si-cal, *a.* ಹೊರಗಿನ, ಬಾಹ್ಯ, ಬಹಿರ್ಲಕ್ಷ್ಯ.

Ex-trude', *v. t. r.* ಹೊರಡಿಸು, ಹೊರಗೆ ಹಾಕು. Ex-tru'siŏn, *n.* ಹೊರಡಿಸುವಿಕೆ.

Ex-ū'bĕr-ance, -ān-cy, *n.* ಹೇರಳ, ಪರಿಪೂರ್ಣತೆ, ಬಾಹುಲ್ಯ, ಸುಭಿಕ್ಷೆ. Ex-ū'bĕr-ant, *a.* ತುಂಬ, ಮಹಾ, ಸುಭಿಕ್ಷವಾದ, ಪುಷ್ಕಲ, ಅತಿಶಯವಾದ; 2. (udder *or* breast) ಬಲಿತ. Ex-ū'bĕr-āte, *v. i. r.* ಪ್ರಬಲವಾಗಿರು, ತುಂಬಿರು.

Ex-ūde', *v. i. r.* ಬೆವರು; 2. ಬಸಿ, ಸೋರು. Ex-ū-dā'tiŏn, *n.* ಸೋರುವುದು, ಬಸಿಯುವುದು; 2. ಬೆವರು, ಕೊನೆ.

Ex-ul'cĕr-ate, *v. t. r.* ಹುಣ್ಣು ಮಾಡು, ವ್ರಣವಾಗು. Ex-ul-cĕr-ā'tiŏn, *n.* ಹುಣ್ಣಾಗೋಣ; 2. ಹಸಿ ಹುಣ್ಣು.

Ex-ult', *v. i. r.* ಸಂಭ್ರಮಪಡು, ಸಂತೋಷದಿಂದ ಹಾರ್ಯಾಡು, ಅತ್ಯಾನಂದ ಪಡು, ಹರ್ಷಿಸು. Ex-ul-tant', *a.* ಆನಂದ ಪಡುವ. Ex-ul-tā'-tiŏn, *n.* ಪರಮಾನಂದ, ಅತಿ ಸಂತೋಷ, ಹರ್ಷ.

Ex-ū'vi-æ (-vi-ē), *n. pl.* ಹಾವು ಮುಂತಾದ ಜಂತುಗಳ ಹರೆ, ಪರೆ. Ex-ū'vi-ate, *v. t. r.* ಹರೆ ಉಚ್ಚು, ಹರೆ ಬಿಡು.

Eye (ī), *n.* ಕಣ್ಣು, ನೇತ್ರ; 2. ದೃಷ್ಟಿ; 3. ತೋರುವಿಕೆ; 4. ಸಮಕ್ಷ; 5. (of a needle) ಎಜ್ಜ,

ಬೆಜ್ಜ, ತೂತು; 6. (of a loop) ಕುಣಿಕೆ; 7. (of an axe, *etc.*) ತೂಬು, ತುಂಬು; to have an e. to ಲಕ್ಷ್ಯ ಕೊಡು *c. d.;* to keep an e. on ಕಾಯು; to set the eyes on ಕಾಣು. *v. t. r.* ನೋಡು, ದಿಟ್ಟಿಸಿ ನೋಡು, ಲಕ್ಷ್ಯವಿಟ್ಟು ನೋಡು. e. of day ಸೂರ್ಯ; evil e. ದೃಷ್ಟಿದೋಷ; e. for e. ಸೇಡು ತೀರಿಸುವುದು; set an e. ಕಣ್ಣಿಡು; be all eyes ಜಾಗರೂಕನಾಗಿರು; up to the e. (mortgaged) ಸಾಲದಲ್ಲಿ ಮುಳುಗು; opened the e. ಆಶ್ಚರ್ಯ ಹುಟ್ಟಿಸು; in the eyes of ತೀರ್ಮಾನ, ಅಭಿಪ್ರಾಯ; in the mind's e. ಕಲ್ಪನಾದೃಷ್ಟಿಯಲ್ಲಿ; see e. to e. ಸಮ್ಮತಿಸು, ಒಡಂಬಡು; throw dust in the eyes ಕಣ್ಣಿಗೆ ಮಣ್ಣು ಎರಚು; make eyes at ಮೋಹಕದೃಷ್ಟಿಯಿಂದ ನೋಡು; apple of the e. ಕಣ್ಣುಗುಡ್ಡೆ; **Eȳe'ball,** *n.* ಕಣ್ಣುಗುಡ್ಡು, —ಗುಡ್ಡೆ. **Eȳe'brow,** *n.* ಹುಬ್ಬು. **Eye'flȳ,** *n.* ನೊರಜು. **Eȳe'-glance,** *n.* ನೋಟ, ದೃಷ್ಟಿಪಾತ. **Eȳe'glass,** *n.* ಸುಲೋಚನ, ಕನ್ನಡಿ, ಚಾಳೀಸು, ದೃಷ್ಟಿಚಕ್ರ. **Eȳe'gum,** *n.* ಗೀಜು, ಪಿಚ್ಚು, ಸಿಳ್ಳು. **Eȳe'lash,** *n.* ರೆಪ್ಪೆಗೂದಲು, ಎವೆ. **Eȳe'-less,** *a.* ಕುರುಡು, ದೃಷ್ಟಿಹೀನ. **Eȳe'let,** *n.* ಸಣ್ಣ ತೂತು. **Eȳe'lid,** *n.* ಕಣ್ಣುರೆಪ್ಪೆ, ಎವೆ, ಎಮೆ, ಕಣ್ಣೆಮೆ. **Eȳe'-sälve (-säv),** *n.* ಕಲ್ಕ, ಅಂಜನ. **Eȳe'-sĕr-vant,** *n.* ಕೆಲಸಗಳ್ಳ, ಧನಿಯ ಕಣ್ಣಿನ ಮುಂದೆ ಮಾತ್ರ ಕೆಲಸ ಮಾಡುವವ. **Eȳe'-sĕr-vice,** *n.* ಮೋರೆಯ ಎದುರಿನ ಸೇವೆ. **Eȳe'sīght (-sīt),** *n.* ದೃಷ್ಟಿ. **Eȳe'sōre,** *n.* ಕಣ್ಣಾಗಿರುವವ, ಕಣ್ಣಲ್ಲಿ ಒತ್ತುವವ; to be an e. to ಕಣ್ಣಾಗಿರು, ಕಣ್ಣಲ್ಲಿ ಒತ್ತು, ಮುಳ್ಳಾಗಿರು. **Eȳe'strings,** *n.* ಕಣ್ಣಿನ ನರಗಳು. **Eȳe'-tooth,** *n.* ಸೂಲದ ಹಲ್ಲು, ವಿದಾರಕ—. **Eȳe'-wiṅk,** *n.* ಕಣ್ಣುಸನ್ನೆ. **Eȳe'-wit-ness,** *n.* ಕಣ್ಣು ಮುಟ್ಟಿ ಕಂಡ ಸಾಕ್ಷಿ.

Eȳrie, *n.*, *see* Aerie ಹದ್ದಿನ ಗೂಡು.

F

F., *abbr. from* Fahrenheit, *q. v.*

Fa, *n.* (ಸರಳೆಯಲ್ಲಿ) ಮಧ್ಯಮ, "ಮ".

Fā'ble, *n.* ಕಟ್ಟುಕಥೆ, ನೀತಿಕಥೆ. *v. t. & i. r.* ಕಟ್ಟುಕಥೆ ಕಲ್ಪಿಸು, —ಹೇಳು.

Fab'ric, *n.* ರಚನೆ; 2. ಕಟ್ಟೋಣ; 3. ಮನೆ; 4. ನೆಯಿಗೆ, ವಸ್ತ್ರ, ಜವಳಿ.

Fab'ri-cāte, *v. t. r.* ರಚಿಸು; 2. ಮಾಡು, ಕಟ್ಟು; 3. ಕಲ್ಪಿಸು, "ಬನಾವಣೆ" ಮಾಡು. **Fab-ri-cā'tiŏn,** *n.* ಕಟ್ಟುವಿಕೆ; 2. ರಚನೆ; 3. ಕಲ್ಪನೆ, "ಬನಾವಣೆ", ಬರೇ ಗಂಟುಮಾತು.

Fab'ū-list, *n.* ಕಥಾರಚಕ, ಕಥಿಕ, ಸುಳ್ಳುಗಾರ. **Fab'ū-lŏus,** *a.* ಕಟ್ಟುಕಥೆಯ, ಕಲ್ಪಿತ, "ಬನಾವಣೆಯ", ನಂಬಲಾರದ.

Fa-çāde' (-säd'), *n.* ಮನೆಯ ಎದುರು ಭಾಗ.

Fāce, *n.* ಮೋರೆ, ಮುಖ; 2. ಮೈ, ಮೇಲ್ಮೈ; (of a hammer) ಕಣ್ಣು ತುಂಬು; a hammer with one f. ಒಂದು ಕಣ್ಣ ಸುತ್ತಿಗೆ, —with two faces ಎರಡು ಕಣ್ಣ ಸುತ್ತಿಗೆ; 3. ತೋರಿಕೆ; 4. ದಿಟ್ಟತನ, ನಾಚಿಕೆಗೇಡಿತನ; 5. ಸಮಕ್ಷ; to make a f. to make faces ಅಣಕಿಸು, ಚಾಳಿಸು; f. to f. ಎದುರಿಗೆ, ಸಮಕ್ಷ, ಮುಖಾಮುಖಿ; in the f. of ...ಗೆ ವಿರೋಧವಾಗಿ; to turn the f. ಮುಖ ತಿರುಗಿಸು; look one in the f. ನಿರ್ಭೀತನಾಗಿ ಮುಖ ನೋಡು; show one's f. ಮುಖ ತೋರಿಸು; set one's f. against ವಿರೋಧಿಸು; fly in the f. of ಅವಿಧೇಯನಾಗು; in the f. of ಇದ್ದರೂ; have the f. ನಿರ್ಲಜ್ಜೆಯಿಂದ ವರ್ತಿಸು; make a f., pull a f. ಮುಖಚೇಷ್ಟೆ ಮಾಡು; save one's f. ಮಾನ ಕಾಪಾಡಿಕೊಳ್ಳು; on the f. of it ಬಾಹ್ಯ ದೃಷ್ಟಿಯಲ್ಲಿ; put a new f. ರೂಪ ಬೇರೆ ಮಾಡು, ಭಿನ್ನ ಅಭಿಪ್ರಾಯ ಹುಟ್ಟಿಸು; face value (coin) ನಿಯುಕ್ತ ಮೌಲ್ಯ. *v. t. r.* (*pr.* fāst) ಎದುರಿಸು; 2. ...ಕ್ಕೆ ಇದಿರಿರು, ಅಭಿಮುಖವಾಗಿ ನಿಲ್ಲು; 3. ಹೊದಿಸು, ಮುಚ್ಚು. *v. i.* ತೋಂಗು ತೋರಿಸು, ಠಕ್ಕಿಸು; 2. ತಿರುಗು. **Fāce'-cloth,** *n.* ಶವದ ಮೋರೆ ಮುಚ್ಚಿದ ಬಟ್ಟೆ. **Fāced (fāst),** *a.* ಮೋರೆಯ; a small f. man ಗುಬ್ಬಿಮೋರೆಯ; mon-key-f. ಮಂಗನ ಮುಸುಡಿನ.

Fāc'ēr, *n.* ಬಾಯಿ ಮುಚ್ಚಿಸುವ ಏಟು, ವುಹಾತು.
Fac'et, *n.* ರತ್ನದ ಮೈ, ಕಣ.
Fa-cē'ti-æ (-shi-ē), *n. pl.* ಸರಸ ನುಡಿಗಳು.
Fa-cē'tiŏus, *a.* ನಗಚಾಟಿಕೆಯ, ಕುಚೋದ್ಯವುಳ್ಳ, ಚೇಷ್ಟೆ ಮಾಡುವ, ಸರಸವಾದ, "ಮುಸ್ಕರಿಯ". Fa-cē'tiŏus-ness, *n.* ನಗಚಾಟಿಕೆ, ಸರಸ, "ಹಾಸ್ಯ, ಮಸ್ಕರಿ".
Fā'cial (-shal), *n.* ಮೋರೆಯ, ಮುಖದ.
Fac'ile, *a.* ಹಗುರ, ಸುಲಭ, ಸುಗಮ, ಸೇರಿಕೆಯುಳ್ಳ. Fa-cil'i-tāte, *v. t. r.* ಹಗುರವಾಡು, ಸುಲಭ—, ಅನುಕೂಲಿಸು. Fa-cil'i-ty, *n.* ಹಗುರ, ಸೌಲಭ್ಯ, ಸೌಕರ್ಯ; 2. ದಾಢಿ, ಕೈಗೂಡಿರೋಣ; he does his work with great f. ತನ್ನ ಕೆಲಸದಲ್ಲಿ ಅವನ ಕೈ ಕೂಡಿ ಹೋಗಿದೆ; 3. ಭೋಳೆತನ, ಭಿಡೆ; 4. ನಮ್ರ ಸ್ವಭಾವ, ನಮ್ರತೆ, ಸುಗಮತ್ವ; *pl.* ಅನುಕೂಲ, "ಸೋಯಿ".
Fā'ciṅg, *n.* ಅಲಂಕಾರ, ಅಂಚು, ಕಂಬಿ; 2. ಹೊದಿಕೆ.
Fac-sim'i-le (-sim'i-li), *n.* ಸಹೀ ನಕಲು, ಇದ್ದ ಹಾಗೆ ತೆಗೆದ ಪ್ರತಿ, ಯಥಾಪ್ರತಿ.
Fact, *n.* ಕಾರ್ಯ, ನಡೆದ ಸಂಗತಿ, ವಸ್ತುಸ್ಥಿತಿ, ಕಾರ್ಯಸ್ಥಿತಿ, ಖರೆ; in f. ನಿಜವಾಗಿ, ವಾಸ್ತವಿಕವಾಗಿ; matter of f. ಪ್ರತ್ಯಕ್ಷ.
Fac'tiŏn, *n.* ಪಕ್ಷ, ಕಲಹ, ಪಂಗಡ. Fac'tiŏn-ist, *n.* ಪಕ್ಷಕಟ್ಟುವವ. Fac'tiŏus, *a.* ಸಂಚಾದ, ತುಂಟ, ದಂಗೆಖೋರ; 2. ಪಕ್ಷಕಟ್ಟಿ ಜಗಳಾಡುವ. Fac'tiŏus-ness, *n.* ಸಂಚಾಗಿರುವಿಕೆ, ತುಂಟತನ.
Fac-ti'tiŏus (-tish'us), *a.* ಮಾಡಿದ, ಕೃತ್ರಿಮದ, "ಬನಾವಣೆಯ".
Fac'tŏr, *n.* ವಕೀಲ, ಮುತಾಲಿಕ, ಗುಮಾಸ್ತ; 2. *(math.)* ಗುಣ್ಯ, ಗುಣಕಪದ, ಅಪವರ್ತನ. 3. ಒಂದು ಫಲಿತಾಂಶವನ್ನು ಕೊಡಲಿಕ್ಕೆ ಬೇಕಾದ ಸಂಗತಿಗಳು.
Fac'tŏr-y, *n.* "ಬಕಾರು", "ಕೋಠಿ", ವರ್ತಕಶಾಲೆ, "ಕಾರಖಾನೆ".
Fac-tō'tum, *n.* ಎಲ್ಲ ತರದ ಕೆಲಸ ಮಾಡುವವ, —ನಡಿಸುವವ, ಪಾರುಪತ್ಯಗಾರ, ಮುತಾಲಿಕ.
Fac'ul-ta-tive. *a.* ಹರಕತಿಲ್ಲದ, ಐಚ್ಛಿಕ.
Fac'ul-ty, *n.* ಶಕ್ತಿ, ಸಾಮರ್ಥ್ಯ, ಬುದ್ಧಿವೈಭವ; 2. ವಿದ್ಯಾಶಾಲೆಯ ಒಂದು ಶಾಖೆಯ ಪಂಡಿತರು.
Fad, *n.* ಮುದ್ದಿನ ಯೋಚನೆ, ಭ್ರಮೆ.
Fāde, *v. i. r.* ಬಳಲು, ಬಾಡಿಹೋಗು, ಕಂದು, ಬಣ್ಣ ಹಾರಿಹೋಗು, ಕಂದಿಕುಂದು. *v. t.* ಬಣ್ಣ ಹಾರಿಸು. Fāde'less, *a.* ಬಾಡದ.
Fæ'cēs (fē'sēz), *n.* ಮಲ, ಹೇಲು, ಅಮೇಧ್ಯ.
Fag, *v. i. r.* (fagged) ದುಡಿ, ಎದೆಮುರಿ, ಶ್ರಮಪಡು, ಕಷ್ಟ ಮಾಡು. *v. t.* ಕಷ್ಟ ಮಾಡಿಸು, ಎದೆಮುರಿಸು.
Fag'-end, *n.* ಅಲ್ಪಾವಶೇಷ.
Fag'got, Fag'ot, *n.* ಸವುದೇ ಹೊರೆ, ಕಟ್ಟಿಗೇ—. *v. t. r.* ಹೊರೆಕಟ್ಟು,
Fah'ren-heit, *n.* ಒಂದು ವಿಧಾನದ ಶೀತೋಷ್ಣ ಮಾಪಕ.
Fāil, *v. i. r.* ಕಡಿಮೆಯಾಗು; 2. (crops) ಬೆಳೆ ಹಾಳಾಗು; 3. ಗರಜಿನಲ್ಲಿ ಬೀಳು, ಬೀಳು, ತಪ್ಪಿಹೋಗು, ಮಾಡದೆ ಹೋಗು, ತಪ್ಪು, ದಿವಾಳಿಯಾಗು; without f. ತಪ್ಪದೆ; heart fail ಮರಣವಾಗು. Fāil'ūre, *n.* ಕಡಿತ, ಕೊರತೆ, ಕರಿಸಾಲು, ಲೋಪ, ತಪ್ಪು, ದಿವಾಳಿ ಏಳುವುದು. Fail'iṅg, *n.* ತಪ್ಪು, ನ್ಯೂನತೆ, ದೋಷ.
Fāin, *a. & ad.* ಸಂತೋಷದಿಂದ; he is f. to go ಸಂತೋಷದಿಂದ ಹೋಗುತ್ತಾನೆ; I would f. go ಸಂತೋಷದಿಂದ ಹೋದೇನು.
Fāint, *a.* ಬಲಹೀನ, ಮೂರ್ಛೆ ಹೊಂದಿದ, ಬೆಪ್ಪಾದ, ಬಾಡಿದ, ಖಿನ್ನ. *v. i. r.* ಬವಳಿ ಬರು, ಕವಳಿ ಹತ್ತು, ಮೂರ್ಛೆ ಹೋಗು, ಧೈರ್ಯಗುಂದು, ಬಾಡು, ಮೈಮರೆ. Fāint, Fāint'-iṅg fit, *n.* ಬವಳಿ, ಮೂರ್ಛೆ, ಜೊಂಗುಳಿ. Fāint'-heärt-ed (-härt-), *a.* ಹೇಡಿ, ಪುಕ್ಕ, ಭಯಸ್ಥ, ಅಲ್ಪಧೀರ. Fāint'ish, *a.* ಬವಳಿಗೊಂಡ, ಬಲಹೀನ, ದಣಿದ. Fāint'ness, *n.* ಬಲಹೀನತ್ವ, ಭಯ, ಹೇಡಿತನ; 2. ಜೊಂಗುಳಿ, ಮೂರ್ಛೆ.
Fāir, *a.* ಚಂದ, ಸೌಂದರ್ಯವಾದ; 2. (sky, *etc.*) ನಿರ್ಮಲ; 3. ಬಿಳೀ, ಬೆಳ್ಳಗಾದ; 4. ಅನುಕೂಲವಾದ; 5. ನೀತಿಯಾದ; 6. ಕಪಟವಿಲ್ಲದ, ಯಥಾರ್ಥ. *n.* ಚೆಲ್ವೆ, ಸುಂದರಿ; the f. sex ಸ್ತ್ರೀಯರು. *ad.* ನಿರ್ಮಲವಾಗಿ; 2. ಯಥಾರ್ಥವಾಗಿ, 3. ಅನುಕೂಲವಾಗಿ; 4. ಇಂಪಾಗಿ; bid f. ತೋರು; *as*, the student bids fair to become a good mathematician ಈ ವಿದ್ಯಾರ್ಥಿ ಒಳ್ಳೇ ಗಣಿತಜ್ಞನಾಗುವಂತೆ ತೋರುತ್ತದೆ. Fāir'ly, *ad.* ನಿಷ್ಕಪಟವಾಗಿ; 2. ಇಂಪಾಗಿ; 3. ಯಥಾರ್ಥವಾಗಿ; 4. ಅನುಕೂಲವಾಗಿ; 5. ತಕ್ಕಷ್ಟು. Fāir'ness, *n.* ಸೌಂದರ್ಯ; 2. ಬಿಳುಪು; 3. ಸ್ವಚ್ಛತೆ; 4. ಅನುಕೂಲತೆ; 5. ನೀತಿ, ನ್ಯಾಯ; 6. ಯಥಾರ್ಥ.
Fāir, *n.* ಜಾತ್ರೆ, ಸಂತೆ.
Fāi'ry, *n.* ಮೋಹಿನಿ, ವನದೇವತೆ, ಯಕ್ಷಿಣಿ.
Fāith, *n.* ನಂಬಿಕೆ, ವಿಶ್ವಾಸ, ಭರವಸ, ಶ್ರದ್ಧೆ;

2. ಧರ್ಮ; good f. ಯಥಾರ್ಥತ್ವ; bad f. ಕಪಟ; Punic f. ದ್ರೋಹ. Fāith'ful, a. ನಂಬಿಕೆಯುಳ್ಳ, ಭರವಸದ, ವಿಶ್ವಸನೀಯ; 2. ಪ್ರಾಮಾಣಿಕವಾದ, ಸತ್ಯವಾದ. Fāith'ful-ly, ad. ನಂಬಿಕೆಯಾಗಿ, ಸತ್ಯವಾಗಿ. Fāith'ful-ness. n. ನಂಬಿಕೆ, ವಿಶ್ವಾಸ, ಪ್ರಾಮಾಣಿಕತೆ, "ವಿಕೀಸಿ". Fāith'less, a. ನಂಬಿಕೆ ಇಲ್ಲದ, ಮಾತು ಮೀರುವ, "ದಗಲಬಾಜಿ". Fāith'-less-ness, n. ವಿಶ್ವಾಸಗೇಡಿತನ, ಅಪ್ರಮಾಣಿಕತೆ, "ದಗಲಬಾಜಿ", "ನಿಮಕ್‌ಹರಾಮತನ".

Fāke, v. t. ಸುಳ್ಳು ವರದಿ ತಯಾರಿಸು, "ಬನಾವಣೆ" ಮಾಡು.

Fa-kïr', Fa-quïr', n. ಫಕೀರ.

Fal'cāte, -ed, a. ಕುಡುಗೋಲಿನಂತೆ ಡೊಂಕಾಗಿರುವ.

Fal'chion (fawl'shun), n. ಸೊಟ್ಟಗಾದ ಚಿಕ್ಕ ಖಡ್ಗ.

Fal'con (făl'kn *or* fä'kn), n. ಡೇಗೆ, ಡಿಡಗ. Fal'con-ẽr, n. ಡೇಗೆಗಳನ್ನು ಸಾಕುವವ. Fal'con-ry, n. ಪಕ್ಷಿಬೇಟೆಗಾಗಿ ಡೇಗೆಗಳನ್ನು ಅಭ್ಯಾಸ ಮಾಡಿಸುವ ವಿದ್ಯೆ.

Fall, v.i.ir. (fell, fall'en, *pr.* faln) ಬೀಳು, ಉದುರು, ಇಳಿ; 2. (become prostrate) ಕಡಕೊಂಡು ಬೀಳು; 3. (lose strength) ಕಡಿಮೆಯಾಗು; 4. (be brought forth) ಹುಟ್ಟು; 5. (become degraded) ಕೆಡು, ಕೆಟ್ಟುಹೋಗು; 6. (become dejected) ಸಣ್ಣದಾಗು, ಬಾಡು; 7. (happen) ಸಂಭವಿಸು, ಆಗು; 8. (begin) ಹತ್ತು, ತೊಡಗು; 9. (be transferred) ಬರು; 10. (be uttered) ಹೊರಡು; f. asleep ನಿದ್ರೆಹೋಗು; f. astern (*naut.*) ಹಿಂದಕ್ಕೆ ಬೀಳು, ಹಿಂದುಳಿ; f. away ಸೊರಗು, ತಿರುಗಿ ಬೀಳು, ಹಿಂಜರಿ, ಬಾಡು; f. a prey ಬಲಿಬೀಳು; f. back ಹಿಂಜರಿ, ತಪ್ಪು; f. back upon ಆಧರಿಸು; f. down ಅಡ್ಡಬೀಳು, ಕಡಕೊಂಡು ಬೀಳು, ನಮಸ್ಕಾರ ಮಾಡು; f. from ಬಿಟ್ಟುಬಿಡು, ತಿರುಗಿಬೀಳು; f. in with ಒಪ್ಪು, ಸರಿಬೀಳು, ಒಪ್ಪಿಕೊಳ್ಳು, ಭೇಟಿ (ಭೆಟ್ಟಿ) ಆಗು; f. off ಅಗಲು, ಬಿಟ್ಟುಬಿಡು, ನಾಶವಾಗು; ಹಿಂಜರಿ, ಉದುರು; f. on ಹತ್ತು, ತೊಡಗು; ಮೇಲೆ ಬೀಳು; f. out ಜಗಳ ಮಾಡು, ಸಂಭವಿಸು, ಆಗು; f. short ಕಡಿಮೆ ಬೀಳು, ಕೊರತೆಯಾಗು; f. to ಹತ್ತು, ತೊಡಗು, ಕೈಹಾಕು, ಕೈಹಚ್ಚು; f. under ವರ್ಗದಲ್ಲಿ ಸೇರು, ಒಳಗೆ ಬರು; f. upon ಮೇಲೆ ಬೀಳು; fall ಯುದ್ಧದಲ್ಲಿ ಸತ್ತುಬೀಳು. f. in love or rage ಆವಸ್ಥೆಯನ್ನು ತಳೆಯು; f. foul of ಜಗಳವೆಬ್ಬಿಸು. f. in (*mil.*) ಸಾಲಿನಲ್ಲಿ ನಿಲ್ಲು; f. in with ಸಮ್ಮತಿಸು; f. short ಹದಕ್ಕೆ ಕಡಿಮೆಯಾಗು; f. short of ಕೈಸೇರದಿರು; f. through ಬಿದ್ದುಹೋಗು, ನಿಷ್ಪ್ರಯೋಜಕವಾಗು. n. ಬೀಳೋಣ; 2. ಕಡಕೊಂಡು ಬೀಳೋಣ; 3. ಪಾಳು; 4. ನಾಶನ; 5. ಕಡಿಮೆಯಾಗೋಣ; 6. (water-f.) ದಬದಬೆ; 7. ಇಳಿಜಾರು, ಇಳಕಲ, ಇಳವಾರೆ; 8. ಉದುರೋಣ; 9. ಎಲೆ ಉದುರೋಣ, ಎಲೆ ಉದುರುವ ಕಾಲ, ಶರತ್ಕಾಲ; 10. ಮಳೆ; 11. ಪಾಪಪತನ, ಪಾತಿವ್ರತ್ಯಭಂಗ.

Fal-lā'ciŏus (-lā'shus), a. ಮೋಸದ, ತಂತ್ರವುಳ್ಳ, ಭ್ರಮೆಪಡಿಸುವ, ವಂಚಕ; a f. argument ಹೇತ್ವಾಭಾಸ. Fal-lā'ciŏus-ly, ad. ತಪ್ಪಾಗಿ, ಮೋಸವಾಗಿ. Fal-lā'ciŏus-ness, n. ಮೋಸ, ವಂಚನೆ, ಕೃತ್ರಿಮ, ತಂತ್ರಗಾರಿಕೆ. Fal'la-cy. n. ತಪ್ಪು, ಹುಸಿ, ಭ್ರಮೆ ಪಡಿಸುವಂಥಾದ್ದು, ಮೋಸ, ತಂತ್ರ, ಕುತರ್ಕ, ಹೇತ್ವಾಭಾಸ (*log.*).

Fal-li-bil'i-ty, n. ಭ್ರಮೆ, ಭ್ರಾಂತಿಧರ್ಮ, ಮೋಸ. Fal'li-ble, a. ತಪ್ಪು ಮಾಡುವಂಥ; 2. ಮೋಸಗೊಳಿಸುವಂಥ.

Fall'ing-sick-ness, n. ಮೂರ್ಛಾರೋಗ.

Fal'low (-lō), a. ಪಾಗಿ, "ಬಂಜರು", ಪಡಿಲು ಬಿದ್ದ, ಪಡ—, ರಾಣ—; f. land ಸಾಗು ಬಿದ್ದ ಹೊಲ (*S. C.*).

Fal'lōw-dēer, n. ಒಂದು ಜಾತಿಯ ಹರಿಣ.

False, a. ಸುಳ್ಳಾಡುವ, ಸುಳ್ಳಾದ, ಅಬದ್ಧವಾದ, ಠಕ್ಕಿನ, ಮಿಥ್ಯವಾದ, ಹುಸಿ, ಇಲ್ಲದ; f. note (*mus.*) ಅಪಸ್ವರ; f. step ತಪ್ಪಡಿ, ಮಿಾರು ಪಿಕೆ; f. teeth ಹುಸಿ ಹಲ್ಲು; f. to one's promise ವಚನ ಮೀರಿದ. f. weights ಕಳ್ಳ ತೂಕಪಡಿ; f. position ಮನಸ್ಸಾಕ್ಷಿಗೆ ವಿರೋಧವಾಗಿ ನಡೆಯಬೇಕಾದ ಸ್ಥಿತಿ, f. coin ಕಳ್ಳ ನಾಣ್ಯ (ಕೃತಕ). False'hood, n. ಸುಳ್ಳು, ಕಪಟ, ಅಬದ್ಧ, ಸಟೆಪಟೆ, ಹುಸಿ, ಬೂತುನುಡಿ. False'ly, ad. ಮೋಸವಾಗಿ, ಸುಳ್ಳಾಗಿ. False'ness, n. ಸುಳ್ಳು, ಸಟೆ. Fal'si-ty, n. ಸುಳ್ಳು, ಅಬದ್ಧ.

Fal-si-fi-cā'tiŏn, n. ಮೋಸ, ಸುಳ್ಳುಮಾಡುವುದು. Fal'si-fȳ, v. t. r. (-fīed) ಕದ್ದುಮಾಡು; 2. ಸುಳ್ಳುಮಾಡು; 3. ಮಾತು ಮುರಿ.

Fal'tẽr, v. i. r. ತೊದಲು ಮಾತಾಡು, ಗುಕ್ಕು, ಗದ್ಗದ ಮಾತಾಡು, ನಡುಗು, ತತ್ತರಿಸು; a faltering step ಅದುರುವ ಕಾಲು.

Fāme, *n.* ಕೀರ್ತಿ, ಹೆಸರುವಾಸಿ, ಪ್ರಖ್ಯಾತಿ. Fāmed (fāmd), *a.* ಹೆಸರುಗೊಂಡ, ಪ್ರಸಿದ್ಧ, ಪ್ರಖ್ಯಾತ.

Fa-mil'iar (-mil'yĕr), *a.* ಮನೆಯ; 2. ಸಲಿಗೆಯ, ಪರಿಚಯವುಳ್ಳ; 3. ರೂಢಿಯಾದ, ವಾಡಿಕೆಯಾದ, ಕಾಲಕಸವಾದ; f. spirit ಯಕ್ಷಿಣಿ; f. with (a science, *etc.*) ಬಲ್ಲಂಥ; to become f. (as a dog) ಈಲಾಗು, ಸಲಿಗೆಮಾಗು. *n.* ಗೆಳೆಯ, ಆಪ್ತ; 2. ಯಕ್ಷಿಣಿ; 3. (of the Inquisition) "ಜವಾನ", ಓಲೇಕಾರ. Fa-mil'iar-īse (-mil'yĕr-), *v. t. r.* ಸಲಿಗೆ ಮಾಡಿಸು, "ವಹಿವಾಟಿಗೆ" ತರು; 2. ರೂಢಿ ಮಾಡು, ಅಭ್ಯಾಸದಿಂದ ಸುಲಭ ಮಾಡು. Fa-mil-i-ar'i-ty, *n.* ಸಲಿಗೆ, ಪರಿಚಿತಿ, ಸಂಸ್ತವ; 2. ಅಭ್ಯಾಸ, ರೂಢಿ, ಬಳಕೆ, ಬಳಿಕೆ; f. has become enmity ಸರಸವಿರಸವಾಯಿತು, ಮುಕ್ಕಳಾಟ ದೊಡ್ಡಾಟವಾಯಿತು; f. breeds contempt ನಿತ್ಯ ಹೋದರೆ ಸುಚ್ಛಿಗೆ ಸಮ. Fa-mil'iar-ly, *ad.* ಸಲಿಗೆಯಾಗಿ; 2. ಸಾಧಾರಣವಾಗಿ.

Fam'i-ly, *n.* ಸಂಸಾರ, ಕುಟುಂಬ, ಮನೆತನ, ವಂಶ, ವರ್ಗ; f. cares ಸಂಸಾರತಾಪತ್ರಯ; f. tie ಸಂಸಾರಬಂಧ; be in f. way ಗರ್ಭಿಣಿಯಾಗಿರು.

Fam'ine, *n.* ಬರ, ಬರಗಾಲ, ಕ್ಷಾಮ, ದುರ್ಭಿಕ್ಷ.

Fam'ish, *v. t. r.* (*pr.* -isht), ಉಪವಾಸ ಕೊಲ್ಲು, ಅನ್ನನೀರಿಲ್ಲದೆ ಕೊಲ್ಲಿಸು; 2. ಉಪವಾಸ ಕೆಡವು. *v. i.* ಹೊಟ್ಟೆಗಿಲ್ಲದೆ ಸಾಯು, ನಿರಶನವಾಗಿ—. Fam'ished, Fam'ish-ing, *a.* ಬರಗೆಟ್ಟ. Fam'ish-ment, *n.* ಹೊಟ್ಟೆಗಿಲ್ಲದೆ ಬಳಲುವುದು.

Fā'mŏus, *a.* ಹೆಸರುಗೊಂಡ, ಹೆಸರಾದ, ಪ್ರಸಿದ್ಧ, ಪ್ರಖ್ಯಾತ; a f. person ಹೆಸರುವಾಸಿ; that town was f. for Sanskrit lore ಆ ಪಟ್ಟಣ ಸಂಸ್ಕೃತಾಭ್ಯಾಸಕ್ಕೆ ಹೆಸರಾಗಿತ್ತು. Fā'mous-ly, *ad.* ಪ್ರಸಿದ್ಧವಾಗಿ; 2. ಚೆನ್ನಾಗಿ.

Fan, *n.* ಬೀಸಣಿಗೆ, ತಾಳವರ್ತ, ಆಲವಟ್ಟ, ಪಂಕಾ, ಜಲ್ಲಡಿ. *v. t. r.* (fanned) ಬೀಸಿಕೊಳ್ಳು, ಬೀಸು, ತೂರು, ಕೇರು; to f. the flame ಬೆಂಕಿಗೆ ಎಣ್ಣೆ ಹೊಯ್ಯು.

Fan'am, *n.* ಪಣ, ಹಣ.

Fa-nat'ic, -'i-cal, *a.* ಮತಭ್ರಾಂತ, ಧರ್ಮಭ್ರಾಂತಿಯುಳ್ಳ. Fa-nat'i-cal-ly, *ad.* ಮತಭ್ರಾಂತಿಯಿಂದ, ಭ್ರಾಂತಿಯಿಂದ. Fa-na'ti-cism, *n.* ಧರ್ಮಭ್ರಾಂತಿ, ಮರುಳು.

Fan'cy, *n.* ಕಲ್ಪನಾಶಕ್ತಿ; 2. ಕಲ್ಪನೆ; 3. ಆಲೋಚನೆ, ಸಂಭಾವನೆ, ಭ್ರಮೆ; 4. ಚಿತ್ತಭ್ರಮಣೆ: take a f. for ಬಯಸು. *v. t. r.* (-cied), ನೆನಸು, ಕಲ್ಪನೆ ಮಾಡು, ಊಹಿಸು, (...ಕ್ಕೆ) ಮೆಚ್ಚು. *a.* ಸೊಗಸಾದ, ವಿಚಿತ್ರವಾದ; f. dress ವಿಚಿತ್ರವಾದ ಉಡುಪು. Fan'cied (-sid), *pp. a.* ಕಲ್ಪಿಸಿದ; 2. ಮೆಚ್ಚಿದ. Fan'ci-ful, *a.* "ಮೋಜಿನ", ಚಂಚಲವುಳ್ಳ, ಮನಸ್ಸಿಗೆ ಬಂದ ಹಾಗೆ, ಮನಃಕಲ್ಪಿತ. Fan'ci-ful-ly, *ad.* ಭ್ರಮೆಯಾಗಿ.

Fāne, *n.* ಗುಡಿ; 2. ಬಾವಟೆ, ನಿಶಾನಿ.

Fan'fāre, *n.* ತೂರ್ಯಘೋಷ.

Fan'far-ō-nāde, *n.* ಬಣ ಹೆಗ್ಗಳಿಕೆ.

Fang, *n.* ಕೋರೆ, ದಂಷ್ಟ್ರ, ಮೊನೆಹಲ್ಲು. Fanged (fangd), *a.* ಕೋರೆಗಳುಳ್ಳ. Fang'less, *a.* ಕೋರೆಯಿಲ್ಲದ, ಹಲ್ಲಿಲ್ಲದ. [ಯಂತ್ರ.

Fan'nĕr, *n.* ಬೀಸಣಿಕೆ, ಬೀಸಣಿಗೆ; 2. ಬೀಸಣಿಗೆ

Fan'-pälm (-päm), *n.* (*Corypha umbraculifera, L.*) ಶ್ರೀತಾಳಿ ಮರ.

Fan-tä'sia, Fan'ta-sy, Phan'ta-sy, *n.* ಲಾವಣಿಧಾಟಿಪದ.

Fan'tast, *n.* ಸ್ವಾಪ್ನಿಕ. Fan-tas'tic, -'ti-cal, *a.* ಕಲ್ಪಿತ, "ಮೋಜಿನ," ಕಲ್ಪನೆಯ; 2. ಚಂಚಲವುಳ್ಳ, ಮನಸ್ಸೋಯಿಚ್ಛೆಯ; 3. ಆಶ್ಚರ್ಯವಾದ. Fan-tas'ti-cal-ly, *ad.* ಮನಸ್ಸೋಯಿಚ್ಛೆಯ ಪ್ರಕಾರವಾಗಿ; 2. ಚಂಚಲವಾಗಿ; 3. ಭ್ರಮೆಯಾಗಿ; 4. ಆಶ್ಚರ್ಯವಾಗಿ.

Fan'tom, *n.*, *see* Phantom.

Fär, *a.* ದೂರ. *ad.* ದೂರವಾಗಿ; 2. ಬಹು; by f. ಬಹು, ಬಹಳವಾಗಿ; f. away, f. off ಬಹು ದೂರ, ವಿರುದ್ಧವಾಗಿ; f. be it from me ನನ್ನಿಂದ ಎಂದೆಂದಿಗೂ ಆಗದು; f. between ಅಪರೂಪವಾದ; f.-famed ಚತುರ್ದಿಕ್ಕುಗಳಲ್ಲಿ ಕೀರ್ತಿ ಪಟ್ಟ; f.-fetched ಕ್ಲಿಷ್ಟ, ಯತ್ನಕೃತ, ಅಸುಗಮ, ದೂರಾನ್ವಯ, ಸಹಜವಲ್ಲದ; f. from truth ಸತ್ಯವಲ್ಲದ; f. gone, it will go f. ಕಾರ್ಯ ಬಹಳ ಮುಂದರಿಸಿ ಹೋಗಿದೆ; f. other ಆಗದಿ ಬೇರೆ; f.-seeing ದೀರ್ಘದೃಷ್ಟಿಯುಳ್ಳ: f.-sighted ದೂರ ದೃಷ್ಟಿಯ. how far ಎಷ್ಟರ ಮಟ್ಟಿಗೆ?

Färce, *n.* ನಗಿಸುವ ಆಟ, ಪ್ರಹಸನ; 2. ಬರೇ ಆಟ, ಹುಸಿ, ಠಕ್ಕು, ನಕಲಿ. Fär'ci-cal, *a.* ನಗೆ ಬರುವ, ಸೋಗಿನ. Fär'ci-cal-ly, *ad.* ನಗೆ ಬರುವಂತೆ, ನಗಚಾಟಿಕೆಯಾಗಿ.

Fāre, *n.* ಬಾಡಿಗೆ, ಸೋರು; 2. ಊಟ, ಅನ್ನ. *v. i. r.* ನಡೆ, ಹೋಗು; 2. ಇರು; 3. ಉಣ್ಣು; 4. ಆಗು, ಸಂಭವಿಸು.

Fāre'well *or* **Fāre-well'**, *int.* ಶುಭವಾಗಲಿ, ಕ್ಷೇಮವಿರಲಿ; 2. ಹೋಗಲಿ. *n.* ಶುಭವಾಗಲಿ ಎಂಬ ಆಶೀರ್ವಾದ, ಕಡೇ ವಂದನೆ, ಸ್ವಸ್ತಿವಾಚನ; 2. ಅಪ್ಪಣೆ ತಕ್ಕೊಳ್ಳುವುದು, ಬೀಳ್ಕೊಳ್ಳುವುದು.

Fa-ri'na, *n.* ಹಿಟ್ಟು. **Far-i-nā'ceous** (-nā'-shus), *a.* ಹಿಟ್ಟಿನ, ಹಿಟ್ಟಾಗುವಂಥ, ಹಿಟ್ಟಿನಂಥ.

Färm, *n.* ಕಂದಾಯದ ಭೂಮಿ, ಗದ್ದೆ, ಲಾವಣಿಗೆ ಕೊಟ್ಟ ಭೂಮಿ, ಇಜಾರೆ. *v. t. r.* ಗುತ್ತಿಗೆಗೆ ಕೊಡು, ಗೇಣಿಗೆ ಕೊಡು. **Fär'mĕr**, *n.* ಒಕ್ಕಲಿಗ, "ರೈತ". **Färm'ing**, *n.* ಗದ್ದೇ ಕೆಲಸ, ಹೊಲದ ಕೆಲಸ, ಒಕ್ಕಲತನ, ಬೇಸಾಯ, ಹೊಲಮನೆ, ಕೃಷಿ.

Far-rä'gō, *n.* ಕಲಬೆರಿಕೆ.

Far'ri-ĕr, *n.* ಲಾಳ ಕಟ್ಟುವವ, ನಾಲಬಂದಿ; 2. ಕುದುರೆವೈದ್ಯ. **Far'ri-ĕr-y**, *n.* ಲಾಳ ಕಟ್ಟುವುದು; 2. ಅಶ್ವವೈದ್ಯ.

Far'row (-rō), *v. t. r.* (ಹಂದಿ) ಈಯು. *n.* ಹಂದಿಯ ಮರಿಗಳು.

Färt, *n.* ಹೂಸು, ಅಪಾನವಾಯು. *v. t. r.* ಹೂಸು ಬಿಡು, ವಾಯು ಸಡಲಿಸು.

Fär'thĕr, *a.* ಅತ್ತಣ, ಇನ್ನೂ ದೂರವಾದ, ಹೆಚ್ಚು ದೂರವಾದ; 2. ಇನ್ನೊಂದು, ಮತ್ತೊಂದು. *ad.* ಅತ್ತತ್ತ, ಮುಂದೆ, ಮುಂದಕ್ಕೆ. *conj.* ಇದಲ್ಲದೆ, ಮತ್ತು. **Fär'thest**, *a.* ಎಲ್ಲಕ್ಕೂ ದೂರವಾದ, *ad.* ಎಲ್ಲಕ್ಕಿಂತ ದೂರವಾಗಿ.

Fär'thing, *n.* ಇಂಡ್ಲಾಂಡದ ಒಂದು ನಾಣ್ಯ (ಅದು ಹೆಚ್ಚುಕಡಿಮೆ ಎರಡು ಪೈ ಪಾಳುವುದು), ಎರಡು ಪೈ, ದುಗ್ಗಾಣಿ.

Fär'thin-gāle, *n.* ಹೆಂಗಸರ ಒಳ ಅಂಗಿ.

Fas'ci-cle, *n.* ಗೊಂಚಲು, ಗಂಟು.

Fas'ci-nāte, *v. t. r.* ಒಲಿಸು, ಮರುಳುಗೊಳಿಸು, ವಶೀಕರಿಸು, ಮನರಂಜಿಸು, ಚಿತ್ತಹರಣ ಮಾಡು. **Fas'ci-nā-ting**, *a.* ಮನೋಹರ. **Fas-ci-nā'tiŏn**, *n.* ಕಣ್ಣುಸೋಗು, ವಶ್ಯ, ಮರುಳು; 2. ಶೂನ್ಯವಿದ್ಯೆ, ಮಾಟ.

Fash'iŏn (fash'un), *n.* ಆಕೃತಿ, ಮಾದರಿ; 2. "ರಿವಾಜು", ಮರ್ಯಾದೆ; 3. ಚಾಳಿ. *v. t. r.* ಮಾಡು, ರೂಪಿಸು; 2. ಅನುರೂಪಿಸು; 3. ಮರ್ಯಾದೆ ಅನುಸರಿಸು. **Fash'iŏn-a-ble**, *a.* ಜನರೂಢಿಯ, ಮರ್ಯಾದೆಯ, ಲೋಕವ್ಯವಹಾರಾನುಸಾರದ; 2. ವಾಡಿಕೆಯ; 3. ಸೊಗಸಾದ, ಸೀಟಿನ, ನಾಗರಿಕ. *n.* ಸೊಗಸುಗಾರನು. **Fash'iŏn-a-bly**, *ad.* ಜನರೂಢಿಯಾಗಿ; 2. ಸೊಗಸಾಗಿ, ಸೀಟಾಗಿ.

Fast *or* **Fäst**, *n.* ಉಪವಾಸ; eating after a f. ಪಾರಣೆ. *v. i. r.* ಉಪವಾಸ ಮಾಡು. **Fast'-dāy** (-dā), *n.* ಉಪವಾಸದಿನ. **Fäst ing**, *n.* ಉಪವಾಸ.

Fast *or* **Fäst**, *a.* ಬಿಗಿ; 2. ಗಟ್ಟಿ; 3. ಸ್ಥಿರ 4. (sleep) ಗಾಢ; 5. (colour) ಗಟ್ಟಿ, ಪಕ್ಕಾ; 6. ತೀವ್ರ, ಒತ್ತರ; play f. and loose ಚಂಚಲವಾಗಿರು. *ad.* ಬಿಗಿ, ಗಟ್ಟಿಯಾಗಿ; 2. ಬೇಗ, ಒತ್ತರಾಗಿ, ಬಡಬಡ, ದಡಬಡನೆ; a f. man ದುರ್ವ್ಯಯ ಮಾಡುವವ.

Fäst'en (fäs'n), *v. t. r.* ಕಟ್ಟು, ಬಿಗಿ, ನೇಟುಕೊ[illegible]ತು (as a log for sawing); f. the warp to the reed of the loom ಅಣಿಗೆ ಕೆಚ್ಚು ಹಣಿಗೆ—. *v. i.* ಅಂಟಿಕೊಳ್ಳು, ಹತ್ತು. **Fast'ening** (fas'ning), *n.* ಕಟ್ಟು, ಬೀಗ, ಅಗ[illegible]

Fas-tid'i-ŏus, *a.* ಯಾವುದಕ್ಕೂ ಮೆಚ್ಚದ, ರೋಚಿಕೆಯ, "ನಾಜೂಕು", ಕಠಗೊಂಡಿರುವ **Fas-tid'i-ŏus-ness**, *n.* ಅರೋಚಿಕೆ, ಕಠನೆ.

Fäst'ness, *n.* ಬಿಗಿ, ಗಟ್ಟಿ, ನಿಶ್ಚಯ; 2. ಕಿಲ್ಲೆ ಕೋಟೆ, ದುರ್ಗ.

Fat, *n.* ಕೊಬ್ಬು, ಪುಷ್ಟಿ; 2. ನೆಣ, ವಸೆ, "ಚರಬಿ" (of milk) ಕೆಡಸು; 3. ಉತ್ತಮವಾದದ್ದು *a.* ಕೊಬ್ಬಿದ, ಸೊಕ್ಕಿದ, ಪುಷ್ಟಿಯುಳ್ಳ; 2. ನೆಣದ, "ಚರಬಿಯುಳ್ಳ", ಹೆಡಸಿನ; 3. ಫಲವತ್ತಾದ f. head, f.-witted ಮಡಸ; the f. is in the fire ಚಳವಳವುಂಟಾಗುವುದು; kill the fatted calf for ಸಾಭಿಮಾನ ಮಾಡು. **Fat'ten**, *v. t.* ಪುಷ್ಟಿಯಾಗಿ ಬೆಳಿಸು; **Fat'ling**, *n.* ಕೊಬ್ಬಿದ ಕುರಿಮರಿ, ನೆಣದ—. **Fat'ly** *ad.* ಪುಷ್ಟಿಯಾಗಿ; 2. ಕೊಬ್ಬಾಗಿ. **Fat'ness** *n.* ಕೊಬ್ಬು; 2. ಹೆಡಸು; 3. ಪುಷ್ಟಿ. **Fat'ty** *a.* ಕೊಬ್ಬುಳ್ಳ, ನೆಣದ, ಎಣ್ಣೆಯ, ತುಪ್ಪದ, "ಚರಬಿಯುಳ್ಳ".

Fä'tä mor-gänä, *n.* ಮರೀಚಿಕೆ.

Fāte, *n.* ದೈವ, ದೈವನಿಯೋಗ, ಅದೃಷ್ಟ, ಹಣೆಬರಹ; 2. ಮರಣ; 3. ಹಾಡು, ಬಾಡು, ಪರಿಣಾಮ, ಗತಿ, ಬಾಳು; as f. had decreed ಹಣೇಬರೆದ ಹಾಗೆ; what was his f.? ಕಡೆಗೆ ಅವನ ಗತಿ ಏನಾಯಿತು? **Fāte'ful**, *a.* ದೈವ ನಿಶ್ಚಿತ **Fā'tal**, *a.* ಕೊಲ್ಲುವಂಥ, ಮರಣಕರ, ಮರಣದ to prove f. ಮರಣಕ್ಕೆ ಕಾರಣವಾಗು, ಜೀ[illegible] ಹಾನಿ ಪಡಿಸು. **Fā'tal-ism**, *n.* ದೈವವಾದ, ಅದೃಷ್ಟವಾದ. **Fā'tal-ist**, *n.* ಅದೃಷ್ಟವಾದಿ. **Fa-tal'i-ty**, *n.* ದೈವಾಧೀನತೆ, ಅದೃಷ್ಟ; 2. ಹಾನಿ, ಕೇಡು. **Fā'tal-ly**, *ad.* ದೈವಯೋಗದಿಂದ; 2. ಮರಣಕರವಾಗಿ, ಸಾಯುವಂತೆ. **Fā'ted**, *a.* ದೈವನೇಮವಾದ; ill-f. ಒಡಕು ಹಣೆಬರಹದ, ದುರ್ಭಾಗ್ಯ.

Fāth'ĕr, *n.* ತಂದೆ, ಅಪ್ಪ, ಪಿತ, ಪಿತೃ; *hon.* ತಾತಪಾದರು, ತೀರ್ಥರೂಪ; the child is f. to the man ಮೂರು ವರ್ಷದ ಬುದ್ಧಿ ನೂರು ವರ್ಷ ತನಕ; the f. of lies ಪಿಶಾಚ. *v. t. r.* ತಂದೆಯಾಗು *c. d.*, ಹುಟ್ಟಿಸು; 2. ದತ್ತಕ್ಕೆ ತಕ್ಕೊಳ್ಳು; reverend father ಗುರು (ಕ್ರೈಸ್ತ). **Fāth'ĕr-hood**, *n.* ತಂದೆಯಾಗಿರೋಣ; 2. ತಂದೆಯ ಅಧಿಕಾರ, ಪಿತೃತ್ವ. **Fāth'ĕr-in-law** (-la), *n.* (ಹೆಣ್ಣು ಕೊಟ್ಟ) ಮಾವ. **Fāth'ĕr-land**, *n.* ಸ್ವದೇಶ. **Fāth'ĕr-less**, *a.* ತಂದೆ ಇಲ್ಲದ. **Fāth'ĕr-li-ness**, *n.* ವಾತ್ಸಲ್ಯ, ಮಮತೆ. **Fāth'ĕr-ly**, *a.* ತಂದೆಯಂಥ, ತಂದೆಯ, ವಾತ್ಸಲ್ಯದ.

Fath'ŏm, *n.* ಮಾರು. *v. t. r.* ಆಳಾ ನೋಡು, ಶೋಧಿಸು. **Fath'om-less**, *a.* ನೆಲಿಗಾಣದ, ಅಗಾಧ.

Fa-tīgue' (-tīg'), *n.* ಆಯಾಸ, ದಣಿವು, ಶ್ರಮ, ಕಷ್ಟ. *v. t. r.* ಆಯಾಸಗೊಳಿಸು, ದಣಿಸು.

Fa-tū'i-ty, *n.* ಬುದ್ಧಿಗೇಡಿತನ, ಅಪ್ರಬುದ್ಧಿ, ಮನೋದೌರ್ಬಲ್ಯ. **Fat'ū-ŏus**, *a.* ಬುದ್ಧಿಗೇಡಿ, ನಷ್ಟಬುದ್ಧಿಯ, ಅಪ್ರಬುದ್ಧಿಯ.

Fault (falt), *n.* ತಪ್ಪು, ತಪ್ಪುತಡೆ, ಅಪರಾಧ, ದೋಷ; 2. ಕೊರತೆ, ಕುಂದು; for f. of ಇಲ್ಲದ ಕಾರಣ. **Fault'i-ness**, *n.* ತಪ್ಪು, ದೋಷ; 2. ಅವಗುಣ, ದುರ್ಗುಣ. **Fault'less**, *a.* ತಪ್ಪಿಲ್ಲದ, ನಿರ್ದೋಷ. **Fault'y**, *a.* ಕೊರತೆಯುಳ್ಳ, ತಪ್ಪಾದ, ದೋಷವುಳ್ಳ.

Faun, *n.* ವನದೇವತೆ.

Fauna, *n.* ಒಂದು ಸೀಮೆಯ ಪ್ರಾಣಿಜಾತಿ.

Fauxpas, ವ್ಯಭಿಚಾರ, ದುರ್ನಡತೆ.

Fā'vŏur, *n.* ದಯೆ, ಅನುಗ್ರಹ, ಒಲುಮೆ; 2. ಉಪಕಾರ; 3. ದಯೆಯ ಗುರುತು, ಪ್ರೀತಿಯ —; 4. ಪತ್ರ; in f. of ಸಲುವಾಗಿ *c. g.*, ಪಕ್ಷದಲ್ಲಿ *c. g.*, ಒಲಿದು *c. d.*; in f. with ದಯ ಹೊಂದಿ *c. g.*; with your f. ನಿಮ್ಮ ಅಪ್ಪಣೆಯಿಂದ, ನಿಮ್ಮಪ್ಪಣೆಯಾದರೆ. *v. t. r.* ಒಲಿ, ದಯ ಮಾಡು, ಅನುಗ್ರಹಿಸು; 2. ಅನುಕೂಲ ಮಾಡು, ಅನುಕೂಲವಾಗು. **Fā'vŏur-a-ble**, *a.* ದಯವುಳ್ಳ; 2. ಅನುಕೂಲವಾದ. **Fā'vŏur-a-bly**, *ad.* ದಯದಿಂದ, ಅನುಗ್ರಹದಿಂದ. **Fā'vŏured** (-vĕrd), *a.* ಪ್ರಿಯ, ಅನುಗ್ರಹವುಳ್ಳ; 2. ರೂಪವುಳ್ಳ, ಮುಖವುಳ್ಳ; *as*, well f. ಒಳ್ಳೇ ರೂಪವುಳ್ಳ, ಚಲೋ; hard-f. ಸ್ಥೂಲಮುಖದ, ದಾಂಡಿಗ ಮುಖವುಳ್ಳ; ill-f. ಕುರೂಪಿಯಾದ. **Fā'vŏur-ĕr**, *n.* ಉಪಕಾರಿ, ದಯಾಳು. **Fā'vŏur-ite**, *n.* ಗೆಳೆಯ, ಆಪ್ತ, ಪ್ರಿಯನು, ಹಿತವನು. *a.* ಪ್ರಿಯವಾದ, ಇಷ್ಟವಾದ, ಅಚ್ಚುಮೆಚ್ಚಿನ; a f. at court ರಾಜವಲ್ಲಭ. **Fā'vŏur-it-ism**, *n.* ಪಕ್ಷಪಾತ.

Fawn (fan), *n.* ಜಂಕೆಮರಿ, ಸಾರಂಗದ ಮರಿ. *v. t. r.* ಜಂಕೆಮರಿ ಹಾಕು.

Fawn (fan), *v. t. r.* ಇಚ್ಛಕವಾಡು, ಮರ್ಜಿಕಾಯು, ಸ್ತುತಿ ಮಾಡು, ಮುಖವಿಚ್ಛೆಗೆ ಮಾತಾಡು. **Fawn'ing**, *n.* ಮುಖಸ್ತುತಿ. *a.* ಇಚ್ಛಕವಾಡುವ. **Fawn'ing-ly**, *ad.* ಇಚ್ಛಕವಾಡಿ, ಮುಖಸ್ತುತಿಯಿಂದ.

Fāy, *n.* ಯಕ್ಷಿಣಿ, ಜಕ್ಕಿಣಿ.

Fē'al-ty, *n.* ಸ್ವಾಮಿಭಕ್ತಿ, ರಾಜನಿಷ್ಠೆ.

Fēar (fēr), *n.* ಹೆದರಿಕೆ, ಭಯ, ಅಂಜಿಕೆ, ಗಾಬು. *v. t. & i. r.* ಹೆದರು *c. d.*, ಭಯಪಡು *c. d.*, ಅಂಜು *c. d.* **Fēar'ful**, *a.* ಹೆದರಿಸುವ; 2. ಭಯಂಕರವಾದ, ಘೋರ. -ly, *ad.* ಭಯಂಕರವಾಗಿ. **Fēar'ful-ness**, *n.* ಹೆದರಿಕೆ, ಅಂಜಿಕೆ, ಭಯ, ಭಯಾನ್ವಿತತ್ವ. **Fēar'less**, *a.* ಹೆದರದ, ನಿರ್ಭಯವಾದ. **Fēar'less-ly**, *ad.* ಹೆದರದೆ, ಭಯವಿಲ್ಲದೆ. **Fēar'less-ness**, *n.* ನಿರ್ಭಯ. **Fēar'-nought** (-not), *n.* ಹಡಗುಗಳಲ್ಲಿ ಜನರು ಧರಿಸುವ ಉಣ್ಣೆಯ ದಪ್ಪಬಟ್ಟೆ. **Fēar'-sŏme**, *a.* ಭಯೋತ್ಪಾದಕ.

Fēa-si-bil'i-ty (fē-zi-), *n.* ಸುಲಭ ಸಾಧ್ಯತೆ, ಶಕ್ಯತೆ. **Fēas'i-ble** (fēz'i-), *a.* ಮಾಡುವಂಥ, ಕೈಲಾಗುವಂಥ, ಸಾಧ್ಯವಾದ, ಸಾಧಿಸತಕ್ಕ. **Fēa'si-bly**, *ad.* ಸಾಧ್ಯವಾಗಿ, ತಕ್ಕಷ್ಟು.

Fēast (fēst), *n.* ಹಬ್ಬ; 2. ಔತಣ, "ಮೇಜುವಾನಿ", *v. t. r.* ಔತಣಕ್ಕೆ ಕರೆ; 2. ಸಂತೋಷಪಡಿಸು, *v. i.* ಔತಣ ಮಾಡು; 2. ಸಂತೋಷಪಡು.

Fēat (fēt), *n.* ಸಾಹಸಕಾರ್ಯ, ಪರಾಕ್ರಮ, ಚಮತ್ಕೃತಿ.

Feath'ĕr (feth'ĕr), *n.* ಗರಿ, ತುಪ್ಪಳ; to be in high f. ಧೈರ್ಯದಿಂದಿರು; to show the white f. ಎದೆ ಬೀಳು, ಪುಕ್ಕನಾಗು. *v. t. r.* ಗರಿಗಳಿಂದ ಶೋಭಿತ ಮಾಡು, ಗರಿ ಹಚ್ಚು *c. d.*; to f. one's nest ಸ್ವಾರ್ಥ ನೋಡಿಕೊಳ್ಳು; he thinks it a f. in his cap ಅದು ತನಗೊಂದು ಗೌರವವೆಂದು ತಿಳಿಯುತ್ತಾನೆ; crop one's feathers ಮಾನತಗ್ಗಿಸಿ ಬಿಡು; in high f. ಉಲ್ಲಾಸಭರಿತನಾಗಿ; birds of a f. ಒಂದೇ ಕೂಟದವರು; feathered game ಬೇಟೆಯಾಡುವ ಹಕ್ಕಿಗಳು; knock down with a f. ಸುಲಭವಾಗಿ ಸೋಲಿಸು; f.-weight ಹಗುರವಾದದ್ದು: f. brained ಮಂದ ಬುದ್ಧಿಯ.

Feath'ĕr-bed, *n.* ಹಂಸತೂಲ. Feath'ĕred (feth'ĕrd), *a.* ಗರಿಗಳುಳ್ಳ, ತುಪ್ಪಳುಳ್ಳ. Feath'ĕr-y, *a.* ಗರಿಗಳ ಹಾಗೆ ಕಾಣುವ, ಗರಿಗಳು ಮುಚ್ಚಿದ.

Fēa'tūre (fē'chur), *n.* ಮುಖಭಾವ, ಮುಖರೂಪ, ಮುಖಮುದ್ರೆ; f.s of a country ದೇಶದ ಆಕಾರ, ಭೂಸ್ಥಿತಿ. *v. t.* ಚಿತ್ರಿಸು, ಮುಖಲಕ್ಷಣಗಳನ್ನು ತೋರಿಸು.

Feb'ri-fūge, *n.* ಜ್ವರದ ಔಷಧ.

Feb'rile, *a.* ಜ್ವರದ, ಜ್ವರವುಳ್ಳ, ಜ್ವರದಿಂದ ಬಂದ.

Feb'ru-ar-y (-ĕr-i), *n.* ಪಾಶ್ಚಾತ್ಯ ಕಾಲಗಣನೆಯ ಎರಡನೇ ತಿಂಗಳು.

Feck'less, *a.* ನಿತ್ರಾಣವುಳ್ಳ, ಅಯೋಗ್ಯ.

Fec'ū-lence, *n.* ಮಡ್ಡಿ, ಜಡ್ಡು, ಮಷ್ಟು, ಹೊಲಸು. Fec'ū-lent, *a.* ಹೊಲಸಾದ.

Fe'cund, *a.* ಫಲಭರಿತ. Fe-cun'di-ty, *n.* ಸಾಫಲ್ಯ, ಫಲಭರಿತತ್ವ, ಸಂತಾನವೃದ್ಧಿ. Fe-cun-dā'tiōn, *n.* ಫಲವೃದ್ಧಿ ಮಾಡುವುದು.

Fed, *pp.* of Feed ತಿನ್ನಿಸಿದ.

Fed'ĕr-al, *a.* ಒಡಂಬಡಿಕೆಯ; 2. ಸಂಯುಕ್ತ ಸಂಸ್ಥಾನಗಳ.

Fed'ĕr-āte, *a.* ಒಪ್ಪಂದ ಮಾಡಿಕೊಂಡ, "ಕೌಲು" ಮಾಡಿಕೊಂಡ, ಸಂಬದ್ಧವಾದ. Fed-ĕr-ā'tiōn, *n.* ಒಪ್ಪಂದ, "ಕರಾರು"; 2. ಸಂಯುಕ್ತಸಂಸ್ಥಾನ, ಸಂಯೋಜಿತ ರಾಜ್ಯಕೂಟ.

Fēe, *n.* ಕೂಲಿ, "ದಸ್ತೂರಿ", "ರುಸುಮು", ವರ್ತನೆ, ಸಂಭಾವನೆ; hold in f. ಸಂಪೂರ್ಣ ಹಕ್ಕಿನಿಂದ ಅನುಭವಿಸು. *v. t. r.* (feed) ಕೂಲಿ ಕೊಡು, ಬಾಡಿಗೆ ಮಾಡಿಕೊಳ್ಳು. Fēe'-sim-ple, *a.* ಇಂಥಿಂಥವರೆ ಉತ್ತರಾಧಿಕಾರಿಗಳೆಂದು ನಿರ್ಬಂಧವಿಲ್ಲದ; Fēe'-tail, *a.* ಇಂಥವರೆ ಉತ್ತರಾಧಿಕಾರಿ ಎಂದು ನಿರ್ಣಯಿಸಿದ.

Fēe'ble, *a.* ದುರ್ಬಲವಾದ, ಬಲಹೀನ. Fēe'-ble-mīnd-ed, *a.* ಹಲಕಿ ಬುದ್ಧಿಯ, ಚಂಚಲ. Fēe'ble-ness, *n.* ದುರ್ಬಲ, ನಿಶ್ಶಕ್ತತ್ವ. Fēe'bly, *ad.* ಬಲಹೀನವಾಗಿ, ದುರ್ಬಲವಾಗಿ.

Fēed, *v. t. ir.* (fed, fed) ಸಾಕು, ಆಹಾರ ಕೊಡು, ಮೇಯಿಸು. *n.* ಆಹಾರ, ತೀನಿ, ಮೇವು. Fēed on, *v. i.* ಮೇಯು, ತಿನ್ನು, ಆಸೆ ತುಂಬಿಸು; 2. ಯಂತ್ರಕ್ಕೆ ವಸ್ತುಗಳನ್ನು ಒದಗಿಸು. Fēed'ĕr, *n.* ಉಗ್ರಾಣಿಕ; 2. ಎಬ್ಬಿಸುವವ; 3. ಉಂಬುವವ; 4. ದನ ಕೊಬ್ಬಿಸುವವ; 5. ಉಪಲೋಹಮಾರ್ಗ, ಉಪನದಿ.

Fēel, *v. t. ir.* (felt, felt) ಅಗು, ತಾಗು, ಹತ್ತು; I f. pain ನನಗೆ ನೋವಾಗುತ್ತದೆ, ...ನೋಯಿಸುತ್ತದೆ; I felt great pleasure ನನಗೆ ಬಹಳ ಸಂತೋಷವಾಯಿತು; he did not f. the punishment ಈ ಶಿಕ್ಷೆ ಅವನಿಗೆ ನೋಯಿಸಲಿಲ್ಲ, ——ತಾಕಲಿಲ್ಲ, ——ಹತ್ತಲಿಲ್ಲ; 2. ಮುಟ್ಟಿ ನೋಡು, ನೋಡು; f. one's way ಎಚ್ಚರದಿಂದ ಹೆಜ್ಜೆ ಮುಂದಿಡು; f. the pulse ನಾಡಿ ನೋಡು; 3. ತಿಳುಕೊಳ್ಳು, ಅನುಭವಿಸು; 4. ತಡವು, ತಡವ್ಯಾಡು; f. after ಹುಡುಕು, ತಡವಿ ಹುಡುಕು. *v. i.* ಸ್ಪರ್ಶ ತಿಳಿ; 2. ಮನಸ್ಸಿಗೆ ಹತ್ತು; I f. for you ನಿನ್ನ ಸಲುವಾಗಿ ನನಗೆ ದುಃಖವಾಗುತ್ತದೆ, ನಿನ್ನ ಸ್ಥಿತಿ ನೋಡಿ——; 3. ಆಗು, ಬರು; I f. sick ನನಗೆ ನೆಟ್ಟಗಿಲ್ಲ, ನನಗೆ ವಾಂತಿ ಬರುವ ಹಾಗಿದೆ; I f. cold ನನಗೆ ತಂಡಿಯಾಗುತ್ತದೆ; I felt grieved ನನಗೆ ದುಃಖವಾಯಿತು; I felt assured ನನಗೆ ನಿಶ್ಚಯವಾಯಿತು; 4. ತಿಳುಕೊಳ್ಳು; I f. I cannot go ನಾ ಹೋಗಬಾರೆನೆಂತ ನನಗೆ ತಿಳಿಯುತ್ತದೆ; 5. ಹತ್ತು, ಕೈಗೆ ಹತ್ತು; the spot feels cold ಆ ಜಾಗವು ತಣ್ಣಗೆ ಹತ್ತುತ್ತದೆ. Fēel'ĕr, *n.* ಹುಳದ ಮೀಸೆ. Fēel'-iṅg, *n.* ಸ್ಪರ್ಶೇಂದ್ರಿಯ; 2. ಸ್ಪರ್ಶಜ್ಞಾನ; 3. ಕನಿಕರ; 4. ಭಾವ; 5. ಚಿತ್ತವೃತ್ತಿ. *a.* ದಯಾಳು, ಕರುಣವುಳ್ಳ. Fēel'iṅg-ly, *ad.* ಕರುಣದಿಂದ, ಪ್ರೀತಿಯಿಂದ.

Fēet, *n. (pl. of* Foot) ಪಾದಗಳು, ಅಡಿಗಳು; rise to one's f. ಎದ್ದು ನಿಲ್ಲು.

Feign (fān), *v. t. r.* ಕಲ್ಪಿಸು; 2. ಸೋಗು ತೆಗೆದುಕೊಳ್ಳು, ಡೋಂಗು ತೋರಿಸು, ಕೃತ್ರಿಮ—; f. sickness ಬೇನೆಯವನ ಸೋಗು ತೆಗೆದುಕೊಳ್ಳು; f. anger ಸಿಟ್ಟು ಬಂದವನಂತೆ ತೋರಿಸು. Feigned (fānd), *a.* ಸುಳ್ಳು, ಸೋಗಿನ, ಕೃತ್ರಿಮದ, ಕಪಟದ. Feign'iṅg (fān'iṅg), *n.* ನಟನೆ, ವೇಷ, ಸುಳ್ಳು ತೋರಿಕೆ.

Feint (fānt), *n.* ಮಾಯೆ, ನೆವನ, ವೇಷ. 2. faint, *q. v.* *v. i. r.* ಠಕ್ಕು ಮಾಡು.

Fe-lic'i-tāte, *v. t. r.* ಸುಖಗೊಳಿಸು, ಆನಂದಪಡಿಸು; 2. ಶುಭದ ಮಾತು ಆಡು, ಹರಸು; f. one's self ಸಂತೋಷ ಪಡು. Fe-lic-i-tā'tiōn, *n.* ಸುಖಗೊಳಿಸೋಣ; 2. ಮಂಗಳ ಸ್ತುತಿ. Fe-lic'i-tōus, *a.* ಶುಭ, ಸುಖವುಳ್ಳ; 2. ಯೋಗ್ಯ, ಉಚಿತ. Fe-lic'i-tōus-ly, *ad.* ಸುಖವಾಗಿ, ಯೋಗ್ಯವಾಗಿ. Fe-lic'i-ty, *n.* ಆನಂದ, ಸುಖಾನುಭವ, ಪರಮಸುಖ.

Fē'līne, *a.* ಬೆಕ್ಕಿನ, ಬೆಕ್ಕಿನ ಜಾತಿಯ, ಮಾರ್ಜಾರ.

Fell, *a.* ಕ್ರೂರ, ನಿರ್ದಯ, ಘಾತುಕ; the f. destroyer ಮರಣ, ಮೃತ್ಯು. Fell'ness, *n.* ಕ್ರೂರತನ.

Fell, *v. t. r.* ಕಡಿ, ಭೂಮಿಗೆ ಕೆಡವು. Fell'ĕr, *n.* ಕಡಿಯುವವ.

Fell, *n.* ಚರ್ಮ.

Fell, *n.* ಬೆಟ್ಟ, ಪರ್ವತ.

Fel'lah, *n.* ಐಗುಪ್ತದೇಶದ ಕೃಷಿಕ, ರೈತ.

Fel'lōe (-lō), *n.*, *see* Felly.

Fel'lōw (-lō), *n.* ಜೊತೆಗಾರ, ಸ್ನೇಹಿತ, ಸಮಾನಸ್ಥ; 2. ವ್ಯಕ್ತಿ; 3. "ಲುಚ್ಚಾ", "ಪಾಜಿ"; 4. ಈಡು, ಸಮಾನಸ್ಕಂಧ; 5. ಜೋಡು, *(in comp.)* ಜತೆ, ಸಹ; my good f. ಅಪ್ಪಯ್ಯಾ. Fel'lōw-fēel-iṅg, *n.* ಪರದುಃಖದುಃಖಿತ್ವ, ಅನುತಾಪ. Fel'lōw-ship, *n.* ಸ್ನೇಹ, ಗೆಳೆತನ, ಅನ್ಯೋನ್ಯಭಾವ, ಸಹವಾಸ.

Fel'ly, *n.* ಗಾಲಿಯ ಕಟ್ಟು.

Fe-lo-de-sē', *n.* ಆತ್ಮಹತ್ಯ ಮಾಡಿಕೊಂಡವ.

Fel'on, *n.* ಕಡುಗಳ್ಳ, ಘೋರ ಕರ್ಮಿ, ಮಹಾಪಾತಕಿ; 2. ಉಗುರುಸುತ್ತು. Fe-lō'ni-ŏus, *a.* ಮಹಾಪಾತಕವುಳ್ಳ. Fe-lō'ni-ŏus-ly, *ad.* ದುಷ್ಟವಾಗಿ. Fel'on-y, *n.* ಕಳ್ಳತನ, ಮಹಾಪಾತಕ.

Felt, *n.* ರೋಮಗಳಿಂದಾದ ತಡಿ, ಉಣ್ಣೆಯಿಂದಾದ—, ಗಾದಿ. *v. t. r.* ಉಣ್ಣೆ ಬಟ್ಟೆ ಮಾಡು.

Fē'māle, *n.* ಹೆಣ್ಣು, ಹೆಂಗಸು. *a.* ಹೆಣ್ಣಿನ, ಸ್ತ್ರೀಜಾತಿಯ; the f. line ಸ್ತ್ರೀಸಂತತಿ.

Feme cov'ert (fem ku-), *n.* ಮದುವೆಯಾಗಿರುವ ಹೆಂಗಸು, ಹೆಂಡತಿ. Feme sōle, *n.* ಕನ್ನಿಕೆ, ವಿಧವೆ.

Fem-i-nal'i-ty, *n.* ಸ್ತ್ರೀತ್ವ.

Fem'i-nine, *a.* ಹೆಣ್ಣಿನ, ಸ್ತ್ರೀಸಂಬಂಧವಾದ; 2. f. *(gram.)* ಸ್ತ್ರೀಲಿಂಗ. [*a.* ತೊಡೆಯ.

Fē'mur, *n.* ತೊಡೆಯ ಎಲುಬು. Fem'o-ral,

Fen, *n.* ಕೊಚ್ಚೆ ನೆಲ, ಜವುಗು ನೆಲ, ಜವಳು—. Fen'ny, *a.* ಜವುಗು ನೆಲವುಳ್ಳ.

Fence, *n.* ಬೇಲಿ; 2. ರಕ್ಷಣೆ. *v. t. r.* ಬೇಲಿ ಹಾಕು; 2. ಕಾಪಾಡು, ರಕ್ಷಣೆ ಮಾಡು; sit on the f. ತಟಸ್ಥನಾಗಿರು. *v. i.* ಬೇಲಿ ಹಾಕು, ಕಾಪಾಡು; 2. ಕತ್ತಿಸಾಧಕ ಮಾಡು, ಕತ್ತಿಯಿಂದ ತನ್ನನ್ನು ಕಾಪಾಡಿಕೊಳ್ಳು; 3. ಪ್ರಶ್ನೆಗೆ ನೇರಾಗಿ ಉತ್ತರ ಕೊಡದೆ ನಿಜವನ್ನು ಮರೆಪಡಿಸಲು ಯತ್ನಿಸು. Fence'less, *a.* ಬೇಲಿಯಿಲ್ಲದ, ಬೈಲಾದ. Fen'cĕr, *n.* ಕತ್ತಿಸಾಧಕ ಮಾಡುವವ. Fen'ciṅg, *n.* ಕತ್ತಿಸಾಧಕ; 2. ಬೇಲಿ ಗೀಲಿ.

Fend, *v. t. r.* ಅಡಗಣಿಸು, ಬರಗೊಡದಿರು.

Fen'dĕr, *n.* ರಕ್ಷಣ. 2. ಒಲೇ ಮೇಲಿನ ಕಬ್ಬಿಣ ರೇಕು.

Fen'nel, *n.* *(Fœniculum vulgare, Gœrt.)* ಸೋಪು, ಬಡೇಸೋಪು; small f. *see* black cumin *under* Cumin-seed.

Fen'ū-grēek, *n.* *(Trigonella fœnum græcum)* ಮೆಂತೆ, ಮೆಂತೆ ಪಲ್ಯ, ಮೆಂತ್ಯ.

Feoff (fĕf), *n.*, *see* Fief. Feof'fee, *n.* ಭೂಮಿ ಅನುಭವಿಸುವವ.

Fēr'al, Fēr'ine, *a.* ಕಾಡು, ಕ್ರೂರ, ಸಾಧುವಾಗದ.

Fer-ing'hēe, *n.* ಫಿರಂಗಿಯವರು, ವಿಲಾಯತಿಯವರು; 2. ಹಿಂದುಸ್ಥಾನದಲ್ಲಿ ನೆಲೆಸಿಂತ ಪೋರ್ಚುಗೀಸರಿಗೆ ಹಿಂದೂದೇಶದ ಕರಿಟ್ಟ ಹೆಸರು.

Fér-ment', *v. i. r.* ಹುಳಿಸು, ನೊರೆ ಬರು, ಉಕ್ಕು, ಉಬ್ಬು. *n.* ಹುಳಿಸುವ ಬು, ಉಕ್ಕುವಿಕೆ, ನೊರೆ, ಕ್ಷೋಭೆ. Fĕr-men-ta'tiŏn, *n.* ಹುಳಿಸುವಿಕೆ, ಉಕ್ಕುವಿಕೆ, ನೊರೆ ಬರುವಿಕೆ.

Férn, *n.* ಜರಿಗಿಡ, ಸ್ವಮಂಗ, ತಾವೆ; tree-f. ತೊರೆತಾವೆ.

Fe-rō'ciŏus (-shus), *a.* ಕ್ರೂರ, ಉಗ್ರ. Fe-rō'ciŏus-ness, Fe-roc'i-ty, *n.* ಉಗ್ರತೆ, ಕ್ರೂರತನ, ಕರ್ಕಶತನ.

Fer'rel, *n.* ಅಣಸು, ಕೋಡ್ಣಿ, ಒತ್ತುಂಗುರ.

Fer're-ŏus (-ri-us), *a.* ಕಬ್ಬಿಣದ.

Fer'ret, *n.* ಮಂಟಬೆಕ್ಕಿನ ಜಾತಿಯ ಒಂದು ಮೃಗ; 2. ಪತ್ತೆದಾರ. *v. t. r.* ಹೊರಡಿಸು, ಹುಡುಕಿ ತೆಗೆ.

Fer'ric, *a.* ಕಬ್ಬಿಣದ; f. sulphate ಹಿರೇಕಸ, ಅನ್ನಭೇದಿ.

Fer'rŏus (-rus) ox'ide (-id), *n.* ಕಬ್ಬಿಣದ ಕಿಟ್ಟ, ಮಂಡೂರ.

Fer'rule, *n.*, *see* Ferrel.

Fer'ry, *n.* ತಾರಿ, ಕಡವು, ಹರಗೋಲು, ಗರಿ. *v. t. r.* ಹರಗೋಲಿನಲ್ಲಿ ಸಾಗಿಸು, ಹೊಳೆ ದಾಟಿಸು. Ferr'i-age, *n.* ಕಡವಿನ ಕೂಲಿ. Fer'ry-bōat (-bōt), *n.* ದೋಣಿ, ಹರಗೋಲು, ಓಡ; a double f. with platform ಜಂಗಾಲ್; Fer'ry-man, *n.* ದೋಣಿಗಾರ, ಅಂಬಿಗ.

Fĕr'tīle, *a.* ಫಲಫಲಿಸುವ, ಫಲಭರಿತ; f. soil ಉರ್ವರೆ, ತೃಣಕಾಷ್ಠಜಲಸಮೃದ್ಧ ದೇಶ. Fĕr'til-īse, *v. t. r.* ಹಸನು ಮಾಡು, ಫಲವತ್ತು ಮಾಡು. Fĕr-til'i-ty, *n.* ಸಾರ, ಫಲಕರತ್ವ, ಕಸುವು.

Fer'ule, *n.* ಹುಡುಗರಿಗೆ ಪೆಟ್ಟು ಕೊಡುವ ಅಗಲವಾದ ದೆಬ್ಬೆ

Fĕr'ven-cy, *n.* ಬಿಸಿ; 2. ಉತ್ಸಾಹ, ಆಸಕ್ತಿ,

ಚುರುಕು. **Fĕr'vent,** *a.* ಬಿಸಿಯಾದ; 2. ಉತ್ಸಾಹವುಳ್ಳ, ಚುರುಕುಳ್ಳ, ಆಸಕ್ತಿಯುಳ್ಳ. **Fĕr'vent-ly,** *ad.* ಆಸಕ್ತಿಯಿಂದ.

Fĕr'vid, *a.* ಬಿಸಿಯಾದ, ಕಾವಾದ; 2. ಚುರುಕಾದ. **Fĕr'vid-ly,** *ad.* ಬಿಸಿಯಾಗಿ; 2. ಚುರುಕಾಗಿ. **Fĕr'vŏur,** *n.* ಚುರುಕು, ಕಾವು, ಆಸಕ್ತಿ.

Fes'tal, *a.* ಹಬ್ಬದ, ಉತ್ಸವದ, ಉತ್ಸಾಹದ.

Fes'tĕr, *v. i. r.* ವ್ರಣವಾಗು, ಕೀವುಗಟ್ಟು, ಕೊಳೆ.

Fes'ti-val, *a.* ಹಬ್ಬದ, ಸಂತೋಷದ. *n.* ಉತ್ಸವ, ಹಬ್ಬ. **Fes'tive,** *a., see* **Festal. Fes-tiv'i-ty,** *n.* ಹಬ್ಬ, ಉಲ್ಲಾಸ.

Fes-toon', *n.* ತೋರಣ, ಮಕರತೋರಣ; **f. of young leaves** ತಳಿರುದೋರಣ, ಪಚ್ಚೆದೋರಣ. *v. t. r.* ತೋರಣಕಟ್ಟು. **Fes-toon'ĕry,** *n.* ತೋರಣಾಲಂಕಾರ.

Fetch (fech), *v. t. r.* (*pr.* **fecht**) ಹೋಗಿ ತರು, ತೆಗೆದುಕೊಂಡು ಬರು; 2. ಕ್ರಯ ಹೊಂದು; **how much will this f.?** ಇದು ಎಷ್ಟಕ್ಕೆ ಮಾರುವುದು? **fetch a deep sigh** ನಿಟ್ಟುಸುರಿಡು.

Fete (fāt), *n.* ಉತ್ಸವದಿನ. *v. t. r.* ಔತಣ [ಮಾಡು.

Fē'tid, *a.* ಹೊಲಸು, ನಾರುವ, ದುರ್ಗಂಧವುಳ್ಳ.

Fē'tish, *n.* ಸರ್ವ ವಸ್ತುಪೂಜೆ, ಅಂಧಭಕ್ತಿ.

Fet'lock, *n.* ಕುದುರೆಯ ಚುಂಚುಕಾಲು, ಕುದುರೆಯ ಚುಂಚುಕಾಲ ಮೇಲಿನ ಕೂದಲು.

Fet'tĕr, *v. t. r.* ಸಂಕೋಲೆ ಹಾಕು, ಬೇಡಿ—. *n.* ಬೇಡಿ, ಸಂಕೋಲೆ. **Fet'tĕrs,** *n. pl.* ಸಂಕೋಲೆ, ಬೇಡಿಗಳು.

Fet'tle, *n.* ಸ್ಥಿತಿ.

Fē'tus, *n.* ಪಿಂಡ, ಭ್ರೂಣ.

Fe'twa, *n.* ಮುಸಲ್ಮಾನ ಗುರುವಿನ ತೀರ್ಮಾನ.

Feūd (fūd), *n.* ಎರಡು ಕುಟುಂಬಗಳೊಳಗಿನ ತೀರದ ಜಗಳ, 2. ಉಂಬಳಿ, ಮಾನ್ಯ, "ಜಹಗೀರು". **Feū'dal (fū'-),** *a.* "ಜಹಗೀರಿನ", ಕಟ್ಟುಬಡಿ ಜನರ. **Feū'da-tŏr-y,** *n.* "ಜಹಗೀರುದಾರ". *a.* ಪಾಳೆಯಗಾರನಾಗಿರುವ, ಕಟ್ಟುಬಡಿಯಾಗಿರುವ.

Fē'vĕr, *n.* ಜ್ವರ; **ardent f.** ಕಠಿಣ ಜ್ವರ; **attack of f.** ಜ್ವರಬಾಧೆ; **bilious f.** ಪಿತ್ತಜ್ವರ; **eruptive f.** ಸಿಡುಬುಜ್ವರ; **hectic f., low f.** ಅಸ್ಥಿಜ್ವರ; **intermittent f.** ವರಿಸೆಜ್ವರ; **puerperal f.** ನಂಜುಜ್ವರ, ಬಾಣಂತಿಜ್ವರ; **remittent f.** ವಿಷಮಜ್ವರ; **enteric f., typhoid f.** ವಿಷಮಜ್ವರ. **Fē'vĕr-ish,** *a.* ಜ್ವರವುಳ್ಳ, ಜ್ವರೋನ್ಮುಖ. **Fē'vĕr-ish-ness,** *n.* ಜ್ವರಚಿಹ್ನೆ.

Fē'vĕr-nut, *n. see* **Molucca-bean.**

Few (fū), *a.* ಕೆಲವು, ಸ್ವಲ್ಪ, ಒಂದಿಷ್ಟು. **Few'-ness,** *n.* ಕೆಲವಾಗಿರುವುದು, ಕಡಿಮೆ, ಸ್ವಲ್ಪತೆ.

Fey, *n.* ಮರಣೋನ್ಮುಖ.

Fez, *n.* ತುರ್ಕಿಯವರ ತೊಪ್ಪಿ.

Fi-aṅ-cee' (fi-oṅ-sā'), *n.* ವಾಗ್ದಾದತ್ತೆ (ಕನ್ಯೆ).

Fi-as'cō. *n.* ಗಜಸ್ನಾನ, ನೀರಲ್ಲಿ ಮಾಡಿದ ಹೋಮ, ಕಾರ್ಯ ಕೆಡುವುದು.

Fi'at, *n.* ಅಪ್ಪಣೆ, ಆಜ್ಞೆ, "ಹುಕುಮು".

Fib, *n.* ಹುಸಿ ಮಾತು, "ಬೂತು" ನುಡಿ, ಡಬ್ಬು, ಲೊಟ್ಟೆ. **Fib'bĕr,** *n.* ಸುಳ್ಳುಗಾರ.

Fī'bre (fībĕr), *n.* ನಾರು. **Fī'bril,** *n.* ಚಿಕ್ಕ ಬೇರು. **Fī'brŏus,** *a.* ನಾರಿನ, ನಾರುಳ್ಳ.

Fi'brin, Fi'brine, *n.* (*chem.*) ತಂತುದ್ರವ್ಯ, —ಸತ್ವ.

Fick'le, *a.* ಚುಲುಕು, ಚಂಚಲ, ಚಂಚಲಬುದ್ಧಿಯ. **Fick'le-ness,** *n.* ಚುಲುಕು ಬುದ್ಧಿ, ಊಸರಲ್ಲಿತನ, ಚಂಚಲತ್ವ.

Fic'tile, *a.* ಕುಂಬಾರ ರೂಪಿಸಿದ.

Fic'tiŏn, *n.* ಕಲ್ಪನೆ, ಕಟ್ಟುಕಥೆ, ಕಲ್ಪನಾಕಥೆ. **Fic-ti'tiŏus (-tish'us),** *a.* ಕಲ್ಪಿತವಾದ, ನಿಜವಲ್ಲದ. **Fic-ti'tiŏus-ly,** *ad.* ಕಲ್ಪಿತವಾಗಿ, ಸುಳ್ಳಾಗಿ. **Fic-ti'tiŏus-ness (-tish'-us-),** *n.* ಸುಳ್ಳು. **Fic-tive,** *a.* ಕಲ್ಪನಾಸೃಷ್ಟ.

Fid'dle, *n.* "ಫಿಟಿಲು". *v. i. r.* "ಫಿಟಿಲು" ಬಾರಿಸು. **fit as a f.** ಉಲ್ಲಾಸದಿಂದ ಚಟುವಟಿಕೆಯುಳ್ಳವನಾಗಿರು; **play second f.** ಅಧೀನನಾಗಿ ಕೆಲಸ ಮಾಡು; **face as long as a f.** ಚಿಂತೆಯಿಂದ ಮುಖ ಬಾಡು. **Fid'dlĕr,** *n.* "ಫಿಟಿಲು" ಬಾರಿಸುವವ. **Fid'dle-stick,** *n.* "ಫಿಟಿಲು" ಬಾರಿಸುವ ಬಿಲ್ಲು. **Fid'dle-faddle,** *a.* ಕೆಲಸಕ್ಕೆ ಬಾರದ; 2. ನಿರರ್ಥಕವಾದ್ದು, ರಗಳೆ. **Fid'dle-head,** *n.* ಹಡಗದ ಮುಖದಲ್ಲಿರುವ ಕೆತ್ತನೆ ಕೆಲಸ. **Fid'dliṅg,** *a.* ಅಲ್ಪ, ಬಿನುಗು.

Fī-del'i-ty *or* **Fi-,** *n.* ನಂಬಿಕೆ, "ಏತೇಸಿ", "ಏಖಿಸಿ", ಭರವಸ, ಸ್ವಾಮಿಭಕ್ತಿ.

Fidġ'et (fij'et), *v. i. r.* ಚಡಪಡಿಸು, ಅಲ್ಲಾಡುತ್ತಿರು. *n.* ಚಡಪಡಿಕೆ, ಕದಲುವಿಕೆ. **Fidġ'e-ti-ness,** *n.* ಕದಲಾಟ, ಚಪಲತ್ವ. **Fidġ'e-ty (fij'e-),** *a.* ಚಡಪಡಿಸುವಂಥ, ವಿಶ್ರಾಂತಿಯಿಲ್ಲದ, ಚಪಲವಾದ, ಕದಲುವ.

Fid'i-bus, *n.* ಮೋಂಬತ್ತಿ ಹೊತ್ತಿಸುವ ಕಾಗದದ ಸುತ್ತು.

Fī-dū'cial (-shal), *a.* ನಂಬಿಕೆಯುಳ್ಳ, ಭರವಸವುಳ್ಳ. **Fī-dū'ci-a-ry,** *a.* ಪ್ರತಿನಿಧಿಯಾಗಿ ಕೊಟ್ಟ; 2. ಜನತೆಯ ವಿಶ್ವಾಸದ ಮೇಲೆ ಆಧರಿಸಿ

ಮೌಲ್ಯ ಎಣಿಸುವ (ನಾಣ್ಯ ಚಲಾವಣೆ). *n.* ಅಧಿಕಾರ ಪಟ್ಟಿ ಪ್ರತಿನಿಧಿ.

Fīe, *int.* ಛೀ, ಛತ್; f. you rogue ಛೀ ಕಳ್ಳ, ಛೀ ಮುಕ್ಕ.

Fiēf, *n.* "ಜಹಗೀರು".

Fiēld, *n.* ಹೊಲ, ಗದ್ದೆ, ಮೈದಾನ ಜಾಗ, ಆಟದ ಬಯಲು, ವಿಸ್ತಾರ, ವ್ಯವಹಾರಕ್ಷೇತ್ರ; f. of battle ರಣರಂಗ, ರಣಾಂಗಣ, ಯುದ್ಧರಂಗ, ಯುದ್ಧಭೂಮಿ; take the f. ಯುದ್ಧವನ್ನಾರಂಭಿಸು; hold the f. ಪದವಿಚ್ಯುತನಾಗದಿರು; keep the f. ಯುದ್ಧವನ್ನು ನಡೆಸುತ್ತಿರು; *v. t.* ಕ್ರಿಕೆಟ ಆಟದಲ್ಲಿ ಚೆಂಡನ್ನು ಹಿಡಿದು ತಡಿಸು. **Fiēld'fare**, *n.* ಗುಬ್ಬಚ್ಚಿಯಂಥ ಒಂದು ಪಕ್ಷಿ. **Fiēld'mär-shal**, *n.* ಮುಖ್ಯ ಸೈನ್ಯಾಧಿಪತಿ, ಶಿರಃಸೇನಾನಿ. **Fiēld'-of-fi-cĕr**, *n.* ದಳವಾಯಿ, ದಂಡಿನ ಒಬ್ಬ ಮುಖ್ಯಸ್ಥ. **Fiēld'piēce** (-pēs), *n.* "ರೇಖಲಾ", ಚಿಕ್ಕ ಫಿರಂಗಿ. **Fiēld'-spört**, *n.* ಬೇಟೆ, ವನಕ್ರೀಡೆ, "ಶಿಕಾರಿ ವಗೈರೆ", ಬಯಲಾಟ. **Fiēld'wörk**, *n.* ಬೈಲಿನಲ್ಲಿಯ ತಾತ್ಕಾಲಿಕ ರಕ್ಷಣೆಯ ಕಂದಕ ಮುಂತಾದದ್ದು; 2. ಹಳ್ಳಿಗಳ ಸಂಚಾರದ ಕೆಲಸ.

Fiēnd, *n.* ಭೂತ, ಪಿಶಾಚ; a f. in the form of a man ಮಾನವರಾಕ್ಷಸ. **Fiēnd'ish**, **Fiēnd'līke**, *a.* ಭೂತದಂಥಾ, ಪೈಶಾಚ, ಅತಿ ದುಷ್ಟ. **Fiēnd'ish-ly**, *ad.* ಪಿಶಾಚಿಯಂತೆ.

Fiērce (fērs), *n.* ಉರಿಯಾದ; 2. (wind) ಪ್ರಚಂಡ; 3. ಉಗ್ರವಾದ, ಅತಿ ಕೋಪವುಳ್ಳ. **Fiērce'ness**, *n.* ಉರಿ, ಪ್ರಚಂಡತೆ, ಕ್ರೂರತನ, ಉಗ್ರ.

Fīer'y (fīr'i), *a.* ಬೆಂಕಿಯ, ಅಗ್ನಿಮಯವಾದ; 2. ಉರಿಯುಳ್ಳ, ಕೋಪವುಳ್ಳ.

Fīfe, *n.* ಕೊಳಲು, ಪಿಳ್ಳಂಗೋವಿ, ವೇಣು, ಮುರಲಿ.

Fif'tēen, *a.* ಹದಿನೈದು. **Fif'tēenth**, *a.* ಹದಿನೈದನೇ.

Fifth, *a.* ಐದನೇ. **Fifth'ly**, *ad.* ಐದನೇದಾಗಿ.

Fif'ti-eth, *a.* ಐವತ್ತನೇ. **Fif'ty**, *a.* ಐವತ್ತು.

Fig, *n.* *(Ficus carica, L.)* ಅಂಜೂರ; country-f. tree *or* red-wooded f. tree *(F. glomerata, Roxb.)* ಅತ್ತೀಮರ; poplar-leaved f. tree *(F. religiosa, L.)* ಅರಳೀ ಮರ, ಅಶ್ವತ್ಥ—; *(F. asperrima, Roxb.)* ಗರಗತ್ತೀ ಮರ; *(F. bengalensis, L. & F. indica, L.)* ಆಲದ ಮರ; *(F. gibbosa, var. parasitica, Kan.)* ಗೊಪ್ಪು ಮಿಟ್ಲೀ ಮರ *(My.)*; *(F. hispida, L.)* ಕಾಡತ್ತೀ ಮರ; *(F. infectoria, Roxb.)* ಕರಿಬಸುರೀ ಮರ; *(F. mysorensis, Heyne)* ಗೋಣೀಮರ; *(F. retusa, L.)* ಪಿನ್ನಿವಾಲದ ಮರ *(S. M.)*, ಪಿಲ್ಲಾಲದ ಮರ *(My.)*; *(F. tomentosa, Roxb.)* ಕಲ್ಲಾಳದ ಮರ; *(F. tsiela, Roxb.)* ಬಸುರೀ ಮರ *(S. M.)*, ಬಿಳಿ ಬಸುರೀ ಮರ *(My.)*; I do not care a f. for you ನಿನ್ನನ್ನು ಏನೇನೂ ಲೆಕ್ಕಕ್ಕೆ ತರುವದಿಲ್ಲ.

Fig, *n.* ದುಸ್ತು; in full f. ಒಳ್ಳೇ ದುಸ್ತು ಹಾಕಿ.

Fīght (fīt), *n.* ಜಗಳ, ಯುದ್ಧ, "ಲಡಾಯಿ". *v. t. & i. ir.* (fought, fought, *pr.* fat) ಜಗಳಾಡು, ಯುದ್ಧ ಮಾಡು, ಕಾದಾಡು; to f. shy of ಭಯಸಂಶಯಾದಿಗಳಿಂದ ಹಿಂಜರಿಯು; to f. one's way ಪ್ರಯಾಸದಿಂದ ಗುರಿಮುಟ್ಟು; to f. a cause ಕಾರ್ಯಾರ್ಥವಾಗಿ ಹೋರು; f. it out ಕಾದಾಡಿ ತೀರಿಸಿಕೊಳ್ಳು; he has f. in him ಅವನಲ್ಲಿ ಜಗಳದ ಸಾಮರ್ಥ್ಯವು ಕುಗ್ಗಲಿಲ್ಲ. **Fīght'ing**, *a.* ಯುದ್ಧಮಾಡತಕ್ಕ. f. cock ಜಗಳಗಂಟಿ.

Fig'ment, *n.* ಕಟ್ಟುಕಥೆ, ಕಲ್ಪನಾಕಥೆ.

Fig'ūre (*or* fig'ur), *n.* ಆಕಾರ, ಪ್ರತಿಮೆ, ಗೊಂಬೆ, ಚಿತ್ರ, ಅಂಕೆ; f. of speech ಸಾಮ್ಯ, ಉಪಮೆ, ವಾಕ್ಯಾಲಂಕಾರ, ಯಂತ್ರ, ಮಂಡಲ; 2. ಮಾದರಿ. *v. t. r.* ರೂಪಿಸು, ಚಿತ್ರ ತೆಗೆ, ತೋರಿಸು, ಭಾವಿಸು, ಪ್ರಸಿದ್ಧಿ ಹೊಂದು, ಅಂಕೆಗಳಿಂದ ತೋರಿಸು, ಮುಖ ತೋರಿಸು. **Fig'ū-ra-tive**, *a.* ಸಾಮ್ಯದ, ಲಾಕ್ಷಣಿಕ, ಅಲಂಕಾರಯುಕ್ತ. **Fig'ū-ra-tive-ly**, *ad.* ಸಾಮ್ಯರೂಪವಾಗಿ. **Figūre-dance**, *n.* ಚಿತ್ರನಾಟ್ಯ. **Fig'ure-head**, *n.* ಉತ್ಸವ ಮೂರ್ತಿ, ಅಲಂಕಾರಕ್ಕೆ ಇಟ್ಟ ನಿಷ್ಪ್ರಯೋಜಕ ಮನುಷ್ಯ.

Fil'a-ment, *n.* *(bot.)* ಕೇಸರತಂತು; 2. ನಾರು.

Filch, *v. t. r.* (*pr.* filcht) ಸಣ್ಣಸಣ್ಣ ವಸ್ತುಗಳನ್ನು ಕದಿ, ನುಚ್ಚಗಳ್ಳತನ ಮಾಡು. **Filch'ĕr**, *n.* ನುಚ್ಚಗಳ್ಳ.

Fīle, *n.* ಸಾಲು, ಕ್ರಮವಾಗಿಟ್ಟ ಕಾಗದ, ಪತ್ರಸಂಗ್ರಹ, ಪಟ್ಟಿ, "ಫೈಲು", *v. t. r.* ಕ್ರಮವಾಗಿಡು, "ಫೈಲಿಗೆ ದಾಖಲು" ಮಾಡು. *v. i.* ಸಾಲುಕಟ್ಟು.

Fīle, *n.* ಅರ್ನ, ಅರ; a round f. ಗುಂಡರ. *v. t. r.* ಅರದಿಂದ ತಿಕ್ಕು, —ಉಜ್ಜು. **Fī'lings**, *n. pl.* ಅರ್ನದ ಪುಡಿ, ಅರತಿಕ್ಕಿದ ಪುಡಿ.

Fil'i-al, *a.* ಮಕ್ಕಳ.

Fil'i-ā'tion, *n.* ಪುತ್ರಸ್ವೀಕಾರ.

Fil'i-bus-tĕr, *n.* ಕಾಟಕ.

Fil'i-grēe, *n.* ಜಲತಾರಿ ಕಸೂತಿ ಕೆಲಸ.

Fill, *v. t. r.* ತುಂಬು, ತುಂಬಿಸು, ಭರ್ತಿಮಾಡು; 2. ಹೊಟ್ಟೆ ತುಂಬಿಸು, ತೃಪ್ತಿ ಪಡಿಸು; 3. (an office, *etc.*) ...ಲ್ಲಿರು, ...ಲ್ಲಿ ಕೂಡ್ರು; 4. ...ಕ್ಕೆ (ಯಾರನ್ನಾದರೂ) ನೇಮಿಸು; **f. in** ತುಂಬು, ತುಂಬಿಸು, ಬರೆದು ತುಂಬು; **f. up** ಭರ್ತಿಮಾಡು; (a pit, *etc.*) ಹುಗಿ, ಹುಗಿತ ಮಾಡು, ತೀರಿಸು. *pass.* ತುಂಬು, ತುಂಬಾಗು. *v. i.* ತುಂಬು, ತೃಪ್ತನಾಗು. *n.* ತುಂಬ, ಸಾಕಾದಷ್ಟು, ಸಂಪೂರ್ಣತ್ವ, ಪೂರ್ತಿ, ಭರ್ತಿ. **Fill'ed**, *a.* ತುಂಬಿದ. **Fil'ling**, *n.* ತುಂಬಿಕೆ, ಪೂರಣ, ಪೂರಾಯ.

Fil'let, *n.* ಲಾಡಿ; 2. ತೊಡೆಯ ಮಾಂಸ; 3. ಕುದುರೆಯ ಸೊಂಟ. *v. t. r.* ಲಾಡಿಯಿಂದ ಕಟ್ಟು.

Fil'lip, *n*, ಮಿಾಟುವಿಕೆ, ಚಿಮ್ಮುವಿಕೆ. *v. t. r.* (*pr.* -lipt) ಮಿಾಟು, ಚಿಮ್ಮು, ಚಿಟಿಕೆ ಹಾಕು; not worth a f. ಮೂರುಕಾಸಿನ.

Fil'ly, *n.* ಕುದುರೆಯ ಹೆಣ್ಣುಮರಿ; 2. "ಪೋರಿ", ಒಯ್ಯಾರದ ಹುಡುಗಿ.

Film, *n.* ಪರೆ, ಪೊರೆ; 2. ಜನುಗು ನೂಲು, ಜಣಗು—. 3. (*photo*) ಭಾವಚಿತ್ರವನ್ನು ತಯಾರಿಸಲಿಕ್ಕೆ ಬೇಕಾಗಿರುವ ಅದರ ಪಟ; 4. ಚಲಚ್ಚಿತ್ರಪ್ರದರ್ಶನದ ಮೂಲಚಿತ್ರಗಳು. **Fil'my**, *a.* ಪರೇ ಹಾಗೇ ಇರುವ; 2. ಜನುಗು.

Fil'tĕr, *v. t. r.* ಗಾಳಿಸು, ಸೋಸು, ಶೋಧಿಸು. *n.* ಸೋಸುವ ಅರಿವೆ, ಗಾಳಿಸುವ ಸಾಧನ.

Filth, Fil'thi-ness, *n.* ಹೊಲಸು, ಕೊಳೆ, ಮೈಲಿಗೆ, ಮಲ. **Fil'thi-ly**, *ad.* ಮೈಲಿಗೆಯಾಗಿ, ಹೊಲಸಾಗಿ. **Fil'thy**, *a.* ಹೊಲಸಾದ, ಮೈಲಿಗೆಯ, ಕೊಳೆಯುಳ್ಳ, ಮಲಿನವಾದ, ಭ್ರಷ್ಟವಾದ.

Fil'trāte, *v. t. r., see* Filter. **Fil-trā'tiŏn**, *n.* ಸೋಸುವುದು, ಶೋಧಿಸುವಿಕೆ.

Fin, *n.* ಮಿಾನಿನ ರೆಕ್ಕೆ, ಮತ್ಸ್ಯಪಕ್ಷ.

Fī'nal, *a.* ಅಂತ್ಯದ, ಕಡೆಯ, "ಆಖೈರ"; 2. ನಿಶ್ಚಯದ, ನಿರ್ಣಯದ. **Fī-nal'i-ty**, *n.* ಅವಸಾನ. **Fī'nal-ly**, *ad.* ಕಡೆಯಲ್ಲಿ, ಕಡೆಗೆ, ಕಟ್ಟಕಡೆಯಲ್ಲಿ; 2. ಪೂರ್ಣವಾಗಿ.

Fin-a'le (-älĕ), *n.* ಕೃತಿಯ ಅಂತ್ಯ, ನಾಟಕದ—.

Fī-nance', *n.* "ಕಂದಾಯ", ರಾಜ್ಯದ "ವಸೂಲು", "ಜಮೆ", "ಖಜಾನೆ", ಕರ, ರಾಜಸ್ವ, ಕರವಿಚಾರ. **Fi-nan'cial**, *a.* "ವಸೂಲುಜಮೆ" ಸಂಬಂಧವಾದ, ಧನ—. **Fi-nan'ciĕr** (-sēr), *n.* ಧನಾಧಿಕಾರಿ, ಬೊಕ್ಕಸದವನು, ಕೋಶಾಧ್ಯಕ್ಷ, ಧನಾಢ್ಯ, ಬಂಡವಾಳಿಗ.

Finch, *n.* ಗುಬ್ಬಿಯ ಹಾಗೆ ಒಂದು ತರದ ಪಕ್ಷಿ.

Fīnd, *n.* ಅಮೂಲ್ಯ ವಸ್ತು ದೊರಕೊಳ್ಳುವುದು; 2. ದೊರಕಿದ ಒಡವೆ.

Fīnd, *v. t. ir.* (found, found) ಕಂಡುಕೊಳ್ಳು, ಸಿಕ್ಕು, ಸಿಗು; *as*, where did you f. it? ಇದನ್ನು ಎಲ್ಲಿ ಕಂಡುಕೊಂಡಿ? ಇದು ನಿನಗೆ ಎಲ್ಲಿ ಸಿಕ್ಕಿತು? 2. (fall in with, *as* a person) ಕಾಣು, ಭೇಟಿಯಾಗು (ಭೆಟ್ಟಿ—); *as*, where did you f. him? ಅವನನ್ನು ಎಲ್ಲಿ ಕಂಡಿ? ಅವನು ನಿನಗೆ ಎಲ್ಲಿ ಭೇಟಿಯಾದ? 3. (learn by experience, sounding, *etc.*) ಕಾಣು; *as*, I f. this language very easy ಈ ಭಾಷೆ ನನಗೆ ಬಹಳ ಸುಲಭವಾಗಿ ಕಾಣುತ್ತದೆ; he found the mango rather sour ಈ ಮಾವಿನಹಣ್ಣು ಅವನಿಗೆ ಸ್ವಲ್ಪ ಹುಳಿ ಕಾಣಿಸಿತು; 4. (gain by effort) ಸಿಕ್ಕು, ಆಗು; *as*, he could not f. time ಅವನಿಗೆ ವೇಳೆ ಸಿಕ್ಕಲಿಲ್ಲ, ಅವನಿಗೆ ಸಮಯ ಆಗಲಿಲ್ಲ; 5. (provide for) ಪೂರೈಸಿಕೊಡು, ಸುಧಾರಿಸಿಕೊಂಡು ಹೋಗು; *as*, he finds his nephew in money ತನ್ನ ಅಳಿಯನಿಗೆ ಹಣಾ ಪೂರೈಸಿ ಕೊಡುತ್ತಾನೆ, ತನ್ನ ಅಳಿಯನನ್ನು ಸುಧಾರಿಸಿಕೊಂಡು ಹೋಗುತ್ತಾನೆ; 6. (determine) ತೀರಿಸು, ನಿರ್ಣಯಿಸು; **f. out** ಗೊತ್ತುಹಚ್ಚು, ತಿಳುಕೊಳ್ಳು, "ಪತ್ತೆ"ಹಚ್ಚು, ತಲ್ಪಿಸು; f. out the lost property ಕದ್ದೊಯಿದ ಒಡವೆ ತುಬ್ಬಿಸು; it was found out ಅದು ತುಬ್ಬಿತು; **f. fault with** ತಪ್ಪು ಹಿಡಿ, ಸಿಟ್ಟುಮಾಡು *c. d.;* how do you f. yourself? ನಿನ್ನ ಮೈಯಲ್ಲಿ ಹ್ಯಾಗದೆ?

Fīnd'ing, *n.* ಪಂಚಾಯತರ ತೀರ್ಪು, ತೀರ್ಮಾನ; 2. ವಸ್ತುವಿರುವ ಸ್ಥಳವನ್ನು ಗೊತ್ತುಹಚ್ಚಲಿಕ್ಕೆ ದೊಡ್ಡ ದೂರದರ್ಶಕ ಯಂತ್ರದೊಂದಿಗೆ ಜೋಡಿಸಿದ ಚಿಕ್ಕ ದೂರದರ್ಶಕ.

Fīne, *a.* ಚಲೋ, ಊಚ; 2. ಸೊಗಸಿನ; 3. ವಂಚನೆಯುಳ್ಳ; 4. ಜನುಗು, ತೆಳ್ಳಗಾದ, ಸೂಕ್ಷ್ಮವಾದ, "ನಾಜೂಕು", ಶುದ್ಧ, ನಿರ್ಮಲ. *v. t. r.* ಶುದ್ಧ ಮಾಡು, ಗಾಳಿಸು. **Fīne arts**, *n.* ಚಿತ್ರ, ಶಿಲ್ಪ ಇತ್ಯಾದಿ ಲಲಿತಕಲೆಗಳು; one fine day ಒಂದಾನೊಂದು ದಿನ. **Fīne'ly**, *ad.* ಚೆನ್ನಾಗಿ, ಸುಂದರವಾಗಿ; 2. ಜನುಗಾಗಿ, ಸೂಕ್ಷ್ಮವಾಗಿ. **Fīne'ness**, *n.* ಸೌಂದರ್ಯ; 2. ಜನುಗು, ಸೂಕ್ಷ್ಮತ್ವ, "ನಾಜೂಕು". **Fī'nĕr-y**, *n.* ಅಲಂಕಾರಗಳು, ಚೀಟಿಪಾಟಿ.

Fīne, *n.* ದಂಡ, ಅಪರಾಧ, "ಜುಲುಮಾನೆ" (*S.C.*). *v. t. r.* ದಂಡಾ ಮಾಡು *c. d.*, "ಜುಲುಮಾನೆ" ಮಾಡು.

Fi-nesse' (-nes'), *n.* ಯುಕ್ತಿ, ಉಪಾಯ, ತಂತ್ರ.

Fin'gĕr, *n.* ಬೆರಳು, ಬೊಟ್ಟು; the thumb

ಅಂಗುಷ್ಠ; fore-f. ತೋರ್ಬೆರಳು, ಮುಂಬೆರಳು; index f. ತೋರ್ಬೆರಳು; finger of God ದೇವರ ಚಿತ್ತ, ವಿಧಿಯ ನಿರ್ಣಯ; lay a f. upon ಕೈ ಉಟಕಿಸು; look through one's f. ನೋಡಲಿಲ್ಲವೆಂದು ನಟಿಸು; stir a f. ಲವ ಲೇಶ ಪ್ರಯತ್ನ ಮಾಡು; put one's f. on ಕೇಡು ಎಲ್ಲಿದೆ ಎಂದು ಗೊತ್ತಿಗೆ ಹಚ್ಚು; turn round one's little f. ಪುಸಲಾಯಿಸು; my fingers itch ಕೆಲಸಕ್ಕೆ ಕೈಹಚ್ಚಲು ತವಕ ದಿಂದಿದ್ದೇನೆ; his fingers are all thumbs ಅವನು ಅಡ್ಡಾತಿಡ್ಡಿಯಾಗಿ ಕೆಲಸ ಮಾಡುತ್ತಾನೆ; with a wet f. ಸುಲಭವಾಗಿ; burn one's fingers ಕೈಸುಟ್ಟುಕೊಳ್ಳು; have a f. in the pie ಕೆಲಸದಲ್ಲಿ ಕೈಹಾಕು; let slip through one's fingers ಕೈಕಳಚಿಹೋಗು; f.-post ಕೈಗಂಬ; f.-print ಬೆರಳಿನ ಮುದ್ರೆ; f.-stall ಗಾಯವಾದಾಗ ಇಲ್ಲವೆ ಶಸ್ತ್ರಪ್ರಯೋಗ ಮಾಡುವಾಗ ಬೆರಳಿಗೆ ಅಪಾಯ ತಟ್ಟದಂತೆ ಸಿಕ್ಕಿಸುವ ಚರ್ಮದ ಅಥವಾ ರಬ್ಬರಿನ ಚೀಲ; fingering ಕಾಲುಚೀಲಗಳ ಉಣ್ಣೆ; ring-f. ಪವಿತ್ರದ ಬೆರಳು; have a f. in ಸೇರಿಕನಾಗಿರು; have at one's f.-ends ಚೆನ್ನಾಗಿ ಬಲ್ಲವನಾಗಿರು. *v. t. r.* ಬೆರಳಿನಿಂದ ಮುಟ್ಟಿ ನೋಡು, ಮುಟ್ಟು; 2. ಬಾರಿಸು; 3. ಕದಿ.

Fī'ni-al *or* Fin'i-al, *n.* ಗೃಹಾದಿಗಳ ಅಲಂಕಾರ.

Fin'i-cal, *a.* ಬಹುಸೂಕ್ಷ್ಮ ಮಾಡುವ.

Fī'nis, *n.* ಅಂತ್ಯ, ಸಮಾಪ್ತಿ, ಮುಕ್ತಾಯ.

Fin'ish, *v. t. r.* ಅಂತ್ಯ ಮಾಡು, ಮುಗಿಸು; 2. ಪೂರ್ಣ ಮಾಡು, "ಮೆಹನತು"—, ಒಪ್ಪಾಹಾಕು *c. d.;* 3. ಕೊಲ್ಲು, ಚೆನ್ನಾಗಿ ಸೋಲಿಸು; fight to a f. ಒಂದು ತಂಡವು ಸಂಪೂರ್ಣ ಸೋತು ಹೋಗುವ ವರೆಗೆ ಕಾದಾಡು. *n.* ಮುಗಿಸುವಂಥಾದ್ದು, ಪೂರ್ಣಮಾಡುವಂಥಾದ್ದು; 2. "ಮೆಹನತು"; 3. ಒಪ್ಪ. Fin'ish-ed, *a.* ತೀರಿದ, ನಾಜೂಕಾದ. Fin'ish-ĕr, *n.* ಮುಗಿಸುವವ. Fin'ish-ing, *a.* ಮುಗಿಸುವ. *n.* ಸಮಾಪ್ತಿ.

Fī'nīte, *a.* ಮಟ್ಟಾದ, ಮಿತವಾದ, ಮೇರೆಯುಳ್ಳ; f. verb ಆಖ್ಯಾತಕ್ರಿಯಾಪದ.

Fin'ny, *a.* ಮತ್ಸ್ಯಪಕ್ಷಗಳುಳ್ಳ.

Fiord, Fjord (fyord), *n.* ಕೊಲ್ಲಿ.

Fĭr, *n.* ಭದ್ರದಾರು.

Fīre, *n.* ಅಗ್ನಿ, ಬೆಂಕಿ, ಕಿಚ್ಚು; 2. ಉದ್ರೇಕ, ಆಸಕ್ತಿ, ತೇಜಸ್ಸು, ಧೈರ್ಯ, ಕೋಪ; Greek f. ನೀರಲ್ಲಿಯೂ ಉರಿಯುವ ಕಿಚ್ಚು; no smoke without f. ಕಾರಣವಿಲ್ಲದೆ ಕಾರ್ಯವಿರಲಾರದು; set Thames on f. ಆಶ್ಚರ್ಯಕರ ಕೃತ್ಯವನ್ನು (ಅಪೂರ್ವ) ಮಾಡು; from the frying pan into f. ಬಾವಿಗೆ ಹೆದರಿ ಹೊಳೆಯಲ್ಲಿ ಬಿದ್ದ; pour oil on f. ಸಿಟ್ಟಿಗೆದ್ದವನಿಗೆ ಇನ್ನೂ ಕೆರಳಿಸು; go through f. and water ಎಲ್ಲಾ ಕಷ್ಟಸಂಕಷ್ಟಗಳನ್ನು ಸಹಿಸು; St. Elmo's f. ತುಫಾನಿನ ವೇಳೆಯಲ್ಲಿ ಹಡಗಿನಲ್ಲಿ ಫಕ್ಕನೆ ಕಾಣುವ ಪ್ರಕಾಶ; St. Anthony's f. ಅಗ್ನಿಸರ್ಪ; between two f. ಅತ್ತ ಹೋದರೆ ಹೊಳೆ, ಇತ್ತ ಹೋದರೆ ಕಡಲು. *v. t. r.* ಬೆಂಕೀ ಹಚ್ಚು *c. d.;* 2. ಹುರಿದುಂಬಿಸು, ಉತ್ತೇಜನ ಕೊಡು *c. d.;* f. a gun ಹಾರಿಸು, ಉಡಾಯಿಸು. *v. i.* ಬೆಂಕಿ ಹತ್ತು; 2. ಸಿಟ್ಟಾಗು, ಬೆಂಕಿಯಾಗು; 3. ಗುಂಡು ಹೊಡೆ; f. up ಸಿಟ್ಟಿಗೇಳು; fire broad-side ಹಡಗಿನ ಒಂದು ಕಡೆಯ ಫಿರಂಗಿಗಳನ್ನೆಲ್ಲ ಒಂದೇ ಬಾರಿಗೆ ಸುಡು. Fīre'away, *v. i.* ಮುಂದೊತ್ತು, ಮುಂದರಿಸು. Fīre'-ärms, *n. pl.* "ಪಿಸ್ತೂಲು" "ತುಪಾಕಿ" ಕೋವಿ ಮುಂತಾದವುಗಳು, ಪಾವಕಾಸ್ತ್ರ. Fīre'ball, *n.* ಉಲ್ಕೆ. Fīre'-brig-āde, *n.* ಕಿಚ್ಚು ಆರಿಸುವ ತಂಡ. Fīre'-crack-ĕr, *n.* "ಪಟಾಕಿ", "ಪಟಾಕ್ಷಿ". Fīre'-damp, *n.* ಗಸಿಗಳಲ್ಲಿ ಸಾಮಾನ್ಯ ವಾಯುವಿನೊಡನೆ ಸ್ಫೋಟಿಸುವ (ಉರಿಯೇಳುವ) ಇಂಗಾಲ ಮತ್ತು ಜಲಜನಕ ವಾಯುಗಳ ಮಿಶ್ರಣವಾದ ದುರ್ವಾಯು. Fīre'-eātĕr, *n.* ಜಾದು ಮಾಡುವವ, ದುಡುಕಿ ಮೇಲೆ ಬೀಳುವ ಸ್ವಭಾವದವ. Fīre'-en-gine, *n.* "ಬೊಂಬು" *(S. C.),* ಬೆಂಕಿ ನಂದಿಸುವ ಪಂಪು. Fīre'-es-cāpe, *n.* ಬೆಂಕಿಯ ಜ್ವಾಲೆಯಿಂದ ತಪ್ಪಿಸಿಕೊಳ್ಳಲಿಕ್ಕೆ ಉಪಯೋಗಿಸುವ ಸಾಧನಗಳು. Fīre'-flȳ, *n.* ಮಿಂಚುಹುಳ, ಹೊನ್ನೇಹುಳ. Fīre'-lock, *n.* "ಚಕ್ಕಮುಕ್ಕಿ" ಕಲ್ಲಿದ್ದಂಥ "ತುಪಾಕಿಯ ಚಾಪು". Fīre'-man, *n.* ಉಗಿಯಂತ್ರದಲ್ಲಿ ಬೆಂಕಿಯು ಉರಿಯುವಂತೆ ನೋಡಿಕೊಳ್ಳುವವನು. Fīre'-new, *a.* ನವನವೀನ, ಆಗಲೆ ತಯಾರಿಸಿದ. Fīre'plāce, *n.* ಒಲೆ. Fīre'proof, *a.* ಸುಡದಂಥ, ಅದಹ್ಯ. Fire'-salūte, *n.* ರಾಜರ ಆಗಮನ ಸೂಚಕವಾಗಿ ಕೋವಿಸುಡುವುದು. Fīre'sīde, *n.* ಒಲೆಯ ಸಮೀಪದ ಸ್ಥಳ; 2. ಸ್ವಂತ ಮನೆ; 3. ಸಂಸಾರ. Fīre'stōne, *n.* ಚಕ್ಕಮುಕ್ಕೀಕಲ್ಲು. Fīre'-spirits, *n.* ತೀವ್ರವಾದ ಮಾದಕ ಪಾನಗಳು. Fīre'wọọd, *n.* ಕಟ್ಟಿಗೆ, ಸವುದೆ, ಅಡಿಗಬ್ಬು. Fīre'-wŏrks, *n. pl.* ಬಾಣಬಿರುಸುಗಳು. Fīre'-wŏr-ship-pĕr, *n.* ಅಗ್ನಿಪೂಜಕ, ಸಾಗ್ನಿಕ. Fī'ring, *n.* ಹಾರಿಸೋಣ; 2. ಬರೆ ಹಾಕೋಣ; 3. ಕುಳ್ಳು ಕಟ್ಟಿಗೆ ಮುಂತಾದುವುಗಳು.

Fĭrm, *a.* ಗಟ್ಟಿ, ಅಗಲಾಡದ; 2. ಸ್ಥಿರ, ದೃಢ, ನಿಷ್ಠಾಪರ. Fĭrm'ness, *n.* ಗಟ್ಟಿತನ; 2. ದೃಢತ್ವ, ಸ್ಥಿರತ್ವ, ನಿಷ್ಠಾಪರತ್ವ.

Fĭrm, *n.* ಅಂಗಡಿ, ಸಾವಕಾರರ ಸಂಘ.

Fĭr'ma-ment, *n.* ಮುಗಿಲು, ಆಕಾಶ, ಮೇಘಮಂಡಲ, ಅಂತರಿಕ್ಷ.

Fĭr'man, *n.* ತುರ್ಕಿಸುಲ್ತಾನರ "ಹುಕುಮು".

Fĭrst, *a.* ಮೊದಲನೇ, ಪ್ರಥಮ, "ಅವ್ವಲ್"; to be ranked f. ಅಗ್ರಗಣ್ಯ, ಅಗ್ರೇಸರ. *ad.* ಮೊದಲು; at f. ಮೊದಲು, ಆರಂಭದಲ್ಲಿ. Fĭrst'-aid, *n.* ಪ್ರಥಮ ಚಿಕಿತ್ಸೆ. Fĭrst'-born (-barn), *a.* ಚೊಚ್ಚಲ. Fĭrst'-fruit, *n.* ಅಗ್ರಫಲ. Fĭrst'ling, *n.* ಚೊಚ್ಚಲು ಕರ. Fĭrst'ly, *ad.* ಮೊದಲಾಗಿ, ಮೊದಲನೆದಾಗಿ. Fĭrst'-rāte, *a.* ಹಿರಿದು, ಶ್ರೇಷ್ಠ, ಉತ್ತಮ.

Fĭrth, *n.*, *see* Frith, ಕೊಲ್ಲಿ.

Fisc, *n.* ಅರಸನ ಭಂಡಾರ, "ಸರಕಾರಿ ಖಜಾನೆ". Fis'cal, *a.* ಭಂಡಾರದ, "ಖಜಾನೆಯ", ಧನ ಸಂಬಂಧಿತ.

Fish, *n.* ಮೀನು, ಮತ್ಸ್ಯ. *v. t. r.* (*pr.* fisht) ಹಿಡಿ. *v. i.* ಮೀನುಹಿಡಿ; 2. ಉಪಾಯದಿಂದ ಹೊರಪಡಿಸು. Fish'ĕr, Fish'ĕr-man, *n.* ಮೀನುಹಿಡಿಯುವವ, ಬೆಸದ, ಬೆಸ್ತರವ, ಅಂಬಿಗ, ಮೊಗೆಯ (*S. C.*). Fish'ĕr-y, *n.* ಮೀನು ಹಿಡಿಯುವ ಸ್ಥಳ; 2. ಮೀನು ಹಿಡಿಯುವ ಕೆಲಸ; Fish'ing, *n.* ಮೀನುಹಿಡಿಯೋಣ; 2. ಮೀನ ಬೇಟೆ. *a.* ಮೀನುಹಿಡಿಯುವ, ಬೆಸ್ತರ, ಅಂಬಿಗರ. Fish'mŏn-gĕr, *n.* ಮೀನುಮಾರುವವ. Fish'-wife, -wŏm-an, *n.* ಮೀನುಮಾರುವವಳು, ಬೆಸ್ತರವಳು, ಮೊಗತಿ. Fish'y, Fish'-līke, *a.* ಮೀನಿನ, ಮೀನಿನಂಥಾ.

Fis'sure (fish'ur), *n.* ಸೀಳು, ಒಡಕು, ಬಿರಕು, ಮೋಳೆ. *v. t. r.* ಸೀಳಿಸು.

Fist, *n.* ಹಿಡಿ, ಮುಷ್ಟಿ. *v. i. r.* ಗುದ್ದು. Fis'ti-cuffs, *n. pl.* ಗುದ್ದುಗಳು, ಗುದ್ದಾಟ.

Fis'tū-la, *n.* ಸೋರುವ ಹುಣ್ಣು, ಭಗಂದರ, ನಾಡಿವ್ರಣ; anal f. ನಾಡಿವ್ರಣ, ಆಸನಕುರು; lachrymal f. ಕಣ್ಣುನೂತಿ.

Fit, *a.* ಒಪ್ಪವ, ತಕ್ಕ, ಯುಕ್ತ, "ಲಾಯಖ". *v. t. r.* (fit'ted) ಒಪ್ಪಮಾಡು ತಕ್ಕದ್ದಾಗ—, ಯೋಗ್ಯ—; 2. ಹೊಂದಿಸು; 3. (supply with) ಪೂರೈಸಿಕೊಡು, ಹವಣಿಸು; 4. (be suitable to) ಹೊಂದು *c. d.*, ಹೊಂದಿಕೆಯಾಗು *c. d.*; f. out "ಜೋಡಣೆ" ಮಾಡಿಕೊಡು *c. d.*; f. up "ತಯಾರು" ಮಾಡು, ಶೃಂಗರಿಸು. *v. i.* ಒಪ್ಪು, ಒಪ್ಪಾಗು; the coat just fits me ಅಂಗಿ ನನ್ನ ಮೈಗೆ ಹಾಳತವಾಗಿದೆ. Fit'ly, *ad.* ಒಪ್ಪಾಗಿ, ತಕ್ಕುದಾಗಿ, ಯೋಗ್ಯವಾಗಿ. Fit'ness, *n.* ಅಮರಿಕೆ, ಹಾಳತ, ತಕ್ಕದಾಗಿರೋಣ, ಅನುವು, ಯುಕ್ತತೆ, "ಲಾಯಖಿ". Fit'tĕr, *n.* ಹೊಂದಿಸುವವ; 2. ಯಂತ್ರಗಳನ್ನು ಹೊಂದಿಸುವವ. Fit'ting-ly, *ad.* ಒಪ್ಪಾಗಿ, ತಕ್ಕದಾಗಿ, ಹೊಂದಿಕೆಯಾಗಿ, ಯೋಗ್ಯವಾಗಿ. Fit'tings, *n. pl.* ಸಾಮಾನು.

Fit, *n.* ರೋಗದ "ಜೋರು"; fainting f. ಬವಳಿ, ಮೂರ್ಛೆ; cold f. ಚಳಿ; f. of madness ಸನ್ನಿ ಏರೋಣ; drunken f. ಅಮಲು ಏರೋಣ; by fits and starts ಒಮ್ಮೆ ಬಿಡುತ್ತಾ ಒಮ್ಮೆ ಮಾಡುತ್ತಾ.

Fit'ful, *a.* ಚಂಚಲ, ಚುಲುಕ. Fit'ful-ly, *ad.* ಚಂಚಲವಾಗಿ.

Fīve, *a.* ಐದು, ಪಂಚ; f. persons ಐವರು. Fīve'fōld, *a. & ad.* ಐದರಷ್ಟು.

Fix, *v. t. r.* (*pr.* fixt) ಗೊತ್ತುಮಾಡು, ಸ್ಥಾಪಿಸು, ಇಟ್ಟುಬಿಡು, ಒಡ್ಡು; 2. ನೆಡು, ನಾಟು; 3. (colour) ಕಟ್ಟು; 4. (the mind) ಇಡು; f. the eye on ದಿಟ್ಟಿಸಿ ನೋಡು, ನೋಡು. *v. i.* ಸ್ಥಿರವಾಗು, ಕೂಡ್ರು; 2. ಗಟ್ಟಿಯಾಗು; f. on ನಿಶ್ಚಯ ಮಾಡಿಕೊಳ್ಳು, ಗೊತ್ತು ಮಾಡಿಕೊಳ್ಳು, ಒಡ್ಡಿಕೊಳ್ಳು. Fix-ā'tion, *n.* ಸ್ಥಿರತ್ವ. Fixed (fixt), *a.* ಗೊತ್ತುಮಾಡಿದ, ಸ್ಥಿರವಾದ, ಸ್ಥಾಪಿತ, ಗಟ್ಟಿಯಾದ. Fix'ed-ness, Fix'i-ty, *n.* ಗಟ್ಟಿಯಾಗಿರೋಣ, ಸ್ಥಿರತ್ವ, ನಿಶ್ಚಲತ್ವ. Fix'tūre, *n.* ಸ್ಥಿರ "ಜಂದಿಗಿ".

Fix, *n.* ಉಭಯಸಂಕಟ, ದಿಕ್ಕು ತೋರದ ಸಂಕಷ್ಟ.

Fiz'zle, *v. i.* ಬುಸ್ಸೆನ್ನು.

Flab'bĕr-gast, *v. t.* ಬೆಬ್ಬಳಿಸು.

Flab'by, Flac'cid, *a.* ಮೆತ್ತಗಾದ, ಸಡಿಲಾದ. Flab'bi-ness, Flac-cid'i-ty, *n.* ಸಡಿಲು, ಶೈಥಿಲ್ಯ, ಮೃದು.

Flag, *v. i. r.* (flagged) ಸಡಿಲಾಗು, ದಣುವಾಗು, ಸೋತುಹೋಗು.

Flag, *n.* ಬಾವಟೆ, "ನಿಶಾನಿ"; white f. ಸಂಧಾನದ ನಿಶಾನಿ; yellow f. ಅಂಟುರೋಗವಿರುವ ಜನರುಳ್ಳ ಹಡಗಿನ ನಿಶಾನಿ, ಆಸ್ಪತ್ರೆ ಇರುವ ಹಡಗಿನ ನಿಶಾನಿ; black f. ಫಾಶಿಗೆ ಕೊಡುವುದನ್ನು ಪ್ರಕಟಿಸುವುದಕ್ಕೆ ಜೈಲಿನ ಹೊರಗೆ ಏರಿಸಿದ ನಿಶಾನಿ; lower f. ಶರಣಾಗತನೆಂದು ಪತಾಕೆಯನ್ನು ಇಳಿಸಿ ಸೂಚಿಸು. *v. t. r.* ಬಾವಟೆ ಇಡು, ಬಾವಟೆಯಿಂದ ತಿಳಿಸು. Flag'-ship, *n.* ನೌಕಾಸೇನಾಪತಿಯ ಹಡಗು. Flag'-stäff, *n.*

ಧ್ವಜಸ್ತಂಭ, ಪಾವಟೀಕಂಬ. Flag'stōne, n. ಹಾಸುಗಲ್ಲು.

Flag, n. ಜಂಬು.

Flaġ'el-lāte, v. i. r. ಚಬುಕಿನಿಂದ ಹೊಡೆ, ದಂಡಿಸು, ಕೊರಡೆ ಹೊಡೆ. Flaġ-el'lant, n. ಕೊರಡೆಯಿಂದ ಹೊಡೆದುಕೊಳ್ಳುವವನು.

Flaġe'o-let (flaj'o-), n. ಕೊಳಲು, ಪಿಳ್ಳಂಗೋವಿ.

Flag'gy, a. ದುರ್ಬಲವಾದ, ಗಟ್ಟಿಯಲ್ಲದ, ಸಡಿಲಾದ, ಸಪ್ಪನೆ. Flag'gi-ness, n. ಸಡಿಲು, ಶೈಥಿಲ್ಯ.

Fla-ġi'tiŏus (-jish'us), a. ಬಹು ಕೆಟ್ಟ, ಅತಿ ದುಷ್ಟ, ಮಹಾ ಪಾಪಿಯಾದ. Fla-ġi'tiŏus-ly, ad. ದುರುಳನಾಗಿ, ಅತಿ ದುಷ್ಟವಾಗಿ.

Flag'on, n. ತಂಬಿಗೆ, ಕುಡಿಯುವ ಪಾತ್ರೆ.

Flā'gran-cy, n. ಘೋರ, ದುಷ್ಟತನ. Flā'grant, a. ಉರಿಯುವ, ಜ್ವಾಲೆ ಬೀಸುವ; 2. ಪ್ರಸಿದ್ಧ, ಘೋರ, ಪ್ರಬಲ. Flā'grant-ly, ad. ಪ್ರಸಿದ್ಧವಾಗಿ, ಘೋರವಾಗಿ.

Flāil, n. ಉದುರುಕೋಲು, ತೆನೆಯುದುರಿಸುವ ಕೋಲು, ಬಡಿಗೋಲು, ಕಂಕಿಬಾಣೆ.

Flāir, n. ಚಾತುರ್ಯ, ನೈಪುಣ್ಯ.

Flāke, n. ಪರೆ, ಗುಂಜು. Fla'ky, a. ಪಟೆಪರೆಯಾದ, ಗುಂಜುಗುಂಜಾದ.

Flam'beau (-bō), n. ದೀವಟಿ, ದೀವಟಿಗೆ, "ಮಶಾಲು".

Flāme, n. ಉರಿ, ಬೆಂಕಿ, ಜ್ವಾಲೆ; 2. ಅತ್ಯಾಸಕ್ತಿ, ಮೋಹ, ವಿರಹತಾಪ. v. t. r. ಧಗಧಗ ಉರಿ; 2. ಹೊತ್ತು; 3. ಝಗಝಗ ಹೊಳೆ, ಉಜ್ಜ್ವಲಿಸು; fan the f. ಬೆಂಕಿಗೆ ಗಾಳಿ ಬೀಸು. Flā'miṅg, a. ಉರಿಯುವ, ಜ್ವಲಿಸುವ.

Fla-miṅ'gō, n. ರಾಜಹಂಸ.

Flanġe, n. ಅಂಚು.

Flaṅk, n. ಮಗ್ಗಲು, ಪಾರ್ಶ್ವ; f. of an animal ಅಳ್ಳೆ; 2. ಸೈನ್ಯದ ಪಾರ್ಶ್ವ. v. t. r. (pr. flaṅkt) ಪಾರ್ಶ್ವದಲ್ಲಿರು; 2. ಮಗ್ಗಲು ಕಾಯು; 3. ಮಗ್ಗಲನ್ನು ಸುತ್ತು; 4. ಮಗ್ಗಲಿನ ಮೇಲೆ ಬೀಳು. Flaṅk'ĕr, n. ಮಗ್ಗಲಲ್ಲಿರುವವ.

Flan'nel, n. ಮೆತ್ತಗಾದ ಉಣ್ಣೇವಸ್ತ್ರ, "ಫ್ಲಾನೆಲ".

Flap, n. ಜುಂಗು, ಸೆರಗು, ಪದರು; f.s of a saddle ಜೀನಿನ ತೊಗಲು ರೆಕ್ಕೆಗಳು; a fly f. ಚಾಮರ. v. t. & i. r. (flapped, pr. flapt) ಬಡಿದಾಡು, ರೆಕ್ಕೆ ಕೊಡಹಿಕೊಳ್ಳು.

Flap'per, n. ಬೀಸಣಿಗೆ.

Flāre, v. i. r. ಧಗಧಗಿಸು, ಜ್ವಲಿಸು, ಪ್ರಕಾಶಿಸು, ಫಕ್ಕನೆ ಸಿಟ್ಟಿಗೇಳು. n. ಚಂಚಲ ಜ್ಯೋತಿ.

Flash, n. ಮಿಂಚು, ಜ್ಯೋತಿ. v. t. r. (pr. flasht) ಥಳಥಳಿಸು, ಝಳಝಳಿಸು. Flash'y, a. ಒಯ್ಯಾರದ, ತೋರಿಕೆಯ, ಸೊಗಸಿನ; 2. ರುಚಿಯಿಲ್ಲದ, ಸಪ್ಪನೆ.

Flask, n. ಸೀಸೆ, ಕುಪ್ಪಿ; 2. ರಂಜಕದ ಕೊಂಬು.

Flat, a. ಸಪಾಟು, ಚಪ್ಪಟೆ, ಚಟ್ಟೆಯುಳ್ಳ, ಸಮವಾದ, "ಮೈದಾನ"ವಾದ; 2. ನೆಲಸಮ; 3. ಮಂದ, ಸಪ್ಪನೆ; 4. ಶುದ್ಧ, ಕೇವಲ, ನಿಶ್ಚಯ; 5. (mus.) ಕೋಮಲ; 6. (positive) "ಖಡಾಖಡಿ"ಯಾದ, ಖಂಡಿತವಾದ. n. ಸಮಭೂಮಿ, ಬೈಲು; 2. ಅಂತಸ್ತು. Flat'ly, a. ಸಮವಾಗಿ, ತಗಡಾಗಿ; 2. ಬೋಳ; 3. ಮಂದವಾಗಿ; 4. ಖಂಡಿತವಾಗಿ, "ಖಡಾಖಡಿ". Flat'ten (flat'n), v. t. r. ಚಪ್ಪಟೆ ಮಾಡು, ಸಪಾಟು—; 2. ಭೂಮಿಗೆ ಸಮ ಮಾಡು, ಕುಗ್ಗಿಸು; 3. ಮಂದ ಮಾಡು, ಸಪ್ಪಗೆ—. v. i. ಸಪಾಟಾಗು; 2. ಸಮವಾಗು; 3. ಕುಗ್ಗಿಬೀಳು; 4. ಸಪ್ಪಗಾಗು, ಮಂದವಾಗು, 5. (mus.) ಕೋಮಲವಾಗು.

Flat'tĕr, v. t. r. ಉಬ್ಬಿಸು, ಇಚ್ಛಕವಾಡು, ಮುಖಸ್ತುತಿ ಮಾಡು, "ಪುಸಲಾಯಿಸು"; 2. ಸುಳ್ಳು ಆಶೆ ತೋರಿಸು. Flat'tĕr-ĕr, n. ಇಚ್ಛಕ, "ಪುಸಲಾಯಿಸುವವ". Flat'tĕr-y, n. ಇಚ್ಛಕ, "ಪುಸಲಾಯಿಸುವಿಕೆ", ಮುಖಸ್ತುತಿ, ಬಾಯಿಯುಪಚಾರ; self f. ಆತ್ಮಶ್ಲಾಘನೆ.

Flat'ū-lence, Flat'ū-len-cy, n. ವಾಯು, ವಾಯುರೋಗ. Flat'ū-lent, a. ವಾತಪ್ರಕೃತಿಯ, ವಾಯುವಾಗಿರುವ. Flat'ū-lent-ly, ad. ವಾತಪ್ರಕೃತಿಯಾಗಿ; 2. ಹುರುಳಿಲ್ಲದೆ.

Flā'tus, n. ಉದರವಾಯು.

Flat'wīse, ad. ಅಂಗಾತ.

Flaunt (flant), v. t. & i. r. ಡಂಬಮಾಡು, ಬೆಡಗು ತೋರಿಸು. n. ಡಂಬ, ಠೇಂಕಾರ. Flaunt'iṅg-ly, ad. ಡಂಬವಾಗಿ, ಆಡಂಬರವಾಗಿ.

Flā'vŏur (-vĕr), n. ರುಚಿ, ಸಾರು, ಸುವಾಸನೆ, ಸುಗಂಧ. v. t. r. ರುಚಿ ಕೊಡು. Flā'vŏured (-vĕrd), a. ರುಚಿಯಾದ; high-f. ಬಹಳ ರುಚಿಯಾದ. Flā'vŏur-less, a. ರುಚಿ ಇಲ್ಲದ, ಸಪ್ಪನೆ, ಸಪ್ಪೆಯಾದ, ಸಪ್ಪಗಾದ.

Flaw (fla), n. ಒಡಕು, ಸೀಳು; 2. ಕುಂದು, ತಪ್ಪು, "ಐಬು". Flaw'less, a. "ಐಬಿಲ್ಲದ", ನಿರ್ದೋಷವಾದ.

Flax, n. ಅಗಸೆ, ಅತಸಿ; 2. ಅಗಸೇನಾರು; 3. ಚಿಕ್ಕ ತುಫಾನು. Flax'en, a. ಅಗಸೇನಾರಿನ, ಅಗಸೇನಾರಿನಂಥ.

Flāy (flā), *v. t. r.* ತೊಗಲು ಸುಲಿ, ಸುಲಿ; 2. ಖಂಡಿಸು.

Flēa (flē), *n.* ಚಿಕ್ಕಾಡು, ಚಿಕ್ಕಾಡಿ; f.-bite ಚಿಕ್ಕಾಡುಕಡಿತ; 2. ಚಿಕ್ಕ ಅಡಚಣೆ; send one with a f. in his ear ಗದರಿಸಿ ಕಳವಳಗೊಳ್ಳುವಂತೆ ಮಾಡು.

Flēa'bāne, *n.* ash-coloured f. (*Vernonia cinerea, Less.*) ಕರಿಹಿಂಡಿ ಸೊಪ್ಪು (*My.*), ಗಾಯದೊಪ್ಪಲು (*S.M.*); purple f. (*V. anthelmintica, Willd.*) ಕಾಡಜೀರಿಗೆ, ಕಾಳ್ಜೀರಿಗೆ; (*V. arborea, Ham.*) ಕಲ್ತೇಗು.

Flēam (flēm), *n.* ರಕ್ತತೆಗೆಯುವ ಶಸ್ತ್ರ.

Fleck, *n.* ಮಚ್ಚೆ, ಕಲೆ. *v. t. r.* ಕಲೆಮಾಡು.

Fled, *p. p. & pt. of* Flee.

Fledġe, *v. t. r.* ರೆಕ್ಕೆಕೊಡು. Fledġed (flejd), *a.* ರೆಕ್ಕೆ ಬಂದ, ರೆಕ್ಕೆಯುಳ್ಳ. Fledġe'-liṅg (flej-), *n.* ಹಕ್ಕಿಮರಿ; 2. ಅನುಭವರಹಿತ.

Flēe. *v. i. ir.* (fled, fled) ಓಡಿಹೋಗು, ಪಲಾಯನ ಮಾಡು; *see* Emigrate.

Flēece (flēs), *n.* ಉಣ್ಣೆ, ಉಣ್ಣೆತೊಗಲು. *v.i.r.* (*pr.* flēst) ಉಣ್ಣೆ ಕತ್ತರಿಸು; 2. ಸುಲುಕೊಳ್ಳು; 3. ಉಣ್ಣೆ ಹಾಸು *c.d.* Flēeced (flēst), *pp. a.* ಉಣ್ಣೆಯುಳ್ಳ.

Flēer, *n.* ಹಾಸ್ಯ, ಚೇಷ್ಟೆ, "ನಕಲಿ". *v. t. & i. r.* ಅಣಕಿಸು, ಅಣಗಿಸು (*S.M.*).

Flēet, *n.* ನೌಕಾಸೇನೆ; ನೌಕಾಬಲ.

Flēet, *a.* ತೀವ್ರವಾದ, ತ್ವರೆಯಾದ, ಉದ್ವೇಗವಾದ. *v. i. r.* ವೇಗವಾಗಿ ಹೋಗು. Flēet'iṅg, *a.* ಕಳೆಯುವಂಥ, ಕ್ಷಣಿಕ, ನಿಲ್ಲದಂಥಾ. Flēet'-iṅg-ly, *ad.* ಬೇಗನೇ, ತೀವ್ರವಾಗಿ. Flēet'-ness, *n.* ತೀವ್ರ, ಬೇಗ.

Flesh, *n.* ಮಾಂಸ, ಬಾಡು; 2. ಶರೀರ; 3. ನರಜಾತಿ; 4. ಕರುಣ; 5. ಕಾಮಾದಿಗಳು; 6. ಹುಟ್ಟುಭಾವ; 7. ಜಾತಿ; 8. (of fruits, *etc.*) ತಿರುಳು (ತಿಳಲು); an arm of f. ಮನುಷ್ಯರ ಬಲ, —ಸಹಾಯ; f. and blood ಶರೀರ, ಮನುಷ್ಯನು; to go the way of all f. ಸಾಯು; one's own f. and blood ಸಮೀಪದ ನೆಂಟರು; make his f. creep ಗಾಬರಿಯಿಂದ ಮೈತಣ್ಣಗಾಗ ಮಾಡು; sins of the f. ಕಾಮಾತುರತೆಯ ಪಾಪಕೃತ್ಯಗಳು. *v. t.* ರಕ್ತದ ರುಚಿಯಿಂದ ಕೆರಳಿಸು. Flesh'-ēatėr, *n.* ಮಾಂಸಜೀವಿ, ಕೀನಾಶ. Flesh'-less, *a.* ಮಾಂಸವಿಲ್ಲದ, ನಿರ್ಮಾಂಸ, ಬಡಕಲು, ಬಡ, ಸೊರಗಿದ. Flesh'ly, *a.* ಮಾಂಸದ; 2. ದೇಹದ; 3. ಮನುಷ್ಯರ; 4. ವಿಷಯಾಸಕ್ತ. Flesh'y, *a.* ಪುಷ್ಟಿಯಾದ, ಕೊಬ್ಬುಳ್ಳ.

Flew (flụ), *pt. of* Fly.

Flex'i-ble, Flex'ile, *a.* ಬಾಗುವ, ಬಗ್ಗುವ; 2. ಮಣಿಯುವ, ವಿಧೇಯವಾಗುವ; 3. ಮೆತ್ತಗಾದ. Flex-i-bil'i-ty, *n.* ಸಡಿಲುತನ, ಮಿದುವು, ಬಾಗುವ ಗುಣ. Flex'ū-ŏus, *a.* ಸುತ್ತುಸುತ್ತು ಇರುವ, ಬಳಸಿನ. Flex'ūre, *n.* ಬಗ್ಗುವಿಕೆ, ಬಾಗುವಿಕೆ, ವಕ್ರತೆ.

Fliɛk, *v. t. r.* (*pr.* flikt) ಹೊಡೆ. *n.* ಚಾಟಿದೆಬ್ಬೆ.

Fliɛk'ĕr, *v. i. r.* ರೆಕ್ಕೆ ಬಡೆದಾಡು; 2. ಥಳಥಳಿಸು.

Flī'er, Flȳ'er, *n.* ಓಡಿಹೋದವನು.

Flīght (flīt), *n.* ಓಡಿಹೋಗೋಣ, ಪಲಾಯನ, ಗುಳೆ; 2. ಹಾರುವಿಕೆ; 3. ಹಕ್ಕಿಯ ಗುಂಪು, —ಸಮುದಾಯ; 4. ಸಾಲು; f. of stairs ಸಾಲು ಮೆಟ್ಲು, ಸೋಪಾನ. a f. of arrows ಬಾಣವರ್ಷ; f. of imagination ಉತ್ಪ್ರೇಕ್ಷೆ. Flīght'i-ness (flīt'i-), *n.* ಚಪಲತ್ವ. Flīght'y (flīt'i), *a.* ಚಪಲಚಿತ್ತದ, ಚಂಚಲ.

Flim'ṣy, *a.* ಪುಸಕ, ಹುರುಳು (ಹುರುಡು) ಇಲ್ಲದಂಥ, ಅಲ್ಪ; 2. ದುರ್ಬಲ, ಬಲಹೀನ. Flim'-ṣi-ly, *ad.* ಪುಸಕಾಗಿ, ಅಲ್ಪವಾಗಿ, ಬಲವಿಲ್ಲದೆ; 2. ಹುರುಳಿಲ್ಲದೆ. Flim'ṣi-ness, *n.* ಹುರುಳು ಇಲ್ಲದಿರೋಣ, ಹುರುಡು—; 2. ದುರ್ಬಲ, ಬಲಹೀನತೆ.

Flinčh, *v. i. r.* (*pr.* flinsht) ಹಿಂಜರಿ, ಹಿಂದಕ್ಕೆ ಸರಿ.

Flin'dĕrs, *n. pl.* ತುಂಡುಗಳು, ಚೂರುಗಳು, ಸಿಗುರುಗಳು.

Fliṅg, *v. t. ir.* (fluṅg, fluṅg) ಬಿಸಾಡು, ಹೊಡೆ, ಒಗೆ; 2. ಚೆಲ್ಲು; f. away ಚೆಲ್ಲಿಬಿಡು, ಬಿಸಾಡಿ—, ಒಕ್ಕೊಡು; f. down ನೆಲಕ್ಕಪ್ಪಳಿಸು, ಕೆಡವಿಬಿಡು, ಧೊಪ್ಪನೆ ಚೆಲ್ಲಿಬಿಡು; f. open ಫಕ್ಕನೆ ತೆರೆ, —ತೆಗೆ; f. up ಹಾರಿಸಿಬಿಡು, ಬಿಟ್ಟುಕೊಡು. *v. i.* ಒದ್ದಾಡು; 2. ಬೈಯು; 3. ಹಾರು, ಬೀಳು. *n.* ಬಿಸಾಡೋಣ, ಒಗೆಯುವಿಕೆ; 2. ಬೈಯೋಣ, ನಿಂದೆ.

Flint, *n.* "ಚಕ್ಕಮುಕ್ಕಿ"ಕಲ್ಲು, "ಚಕಮುಕಿ"ಕಲ್ಲು; wring water from a f. ಅದ್ಭುತಕಾರ್ಯಗಳನ್ನು ಮಾಡು; skin a f. ಜೀನನಾಗು; set one's face like a f. ದೃಢಮನಸ್ಕನಾಗು. Flint'y, *a.* ಚಕ್ಕಮುಕ್ಕಿಕಲ್ಲಿನ; 2. ಕಲ್ಲಿನಂಥ, ಕಠಿಣವಾದ.

Flip'pant, *a.* ವಾಚಾಲ, ಮಾತುಗಾರಿಕೆಯ, ಮಾತುಬಡಕ, ವಾಚಾಲಕ. Flip'pan-cy, *n.* ಮಾತುಗಾರಿಕೆ, ಮಾತುಬಡಕತನ, ವಾಚಾಲತ್ವ, ವಾಚಾಟ.

Flirt, *n.* ಒಯ್ಯಾರದವಳು. *v. t. r.* ಸಿಡಿಸು—ಚಿಮ್ಮು, ಒಗೆ, ಹೊಡೆ; 2. ಝಾಡಿಸು. *v. i.*—ಚಟುವಟಿಕೆ ಮಾಡು, ಒಯ್ಯಾರ—, ಸೋಗು—, "ನಕಲಿ"—. Flirt-tā'tion, *n.* ವಿನೋದ, ಸೋಗು, ಒಯ್ಯಾರ, ಚಟುವಟಿಕೆ.

Flit, *v. i. r.* (flitted), Flit'ter ಭುರ್ರನೆ ಹಾರು; 2. ಹಾರಾಡು; 3. ಬೇರೆ ವಾಸಸ್ಥಳಕ್ಕೆ ಹೋಗು; 4. ಚಂಚಲವಾಗಿರು.

Flitch, *n.* ಒಣಗಿಸಿಟ್ಟ ಹಂದಿಮಾಂಸ.

Flit'tĕr-mouse, *n.*, *see* Bat.

Flōat (flōt), *v. i. r.* ತೇಲಾಡು, ತೇಲು. *v. t.* ತೇಲಿಸು, ನೀರುಹಾಸು. *v. t. r.* (float a company) ಒಂದು ಕಂಪೆನಿ ಅಥವಾ ಸಂಘವನ್ನು ನಿರ್ಮಿಸು. *n.* ತೆಪ್ಪ, ಉಪುಸ; 2. ಬೆಂಡು. Flōat'ing, *a.* ಸ್ಥಿರವಲ್ಲದ, ಸಂಚಾರಕ, ಇದ್ದಲ್ಲಿ ಇರದ.

Flock, *n.* ಮಂದೆ, ಹಿಂಡು; 2. ಸಭೆ. *v. i.* (*pr.* flokt) ಗುಂಪುಗುಂಪಾಗಿ ಕೂಡು, ಕೂಟಾ ಕೂಡು, ಹಿಂಡುಗಟ್ಟಿಕೊಳ್ಳು.

Flōe, *n.* ತೇಲುವ ಹಿಮಗಡ್ಡೆ.

Flog, *v. t. r.* (flogged, *pr.* flogd) ಹೊಡೆ, ಬಡೆ, ತಳಿಸು, ಚಡಿಕೊಡು. Flog'ging, *n.* ಹೊಡೆಯೋಣ.

Flong, *n.* ಸ್ಥಿರಾಕ್ಷರ ಹೊಯ್ಯಲಿಕ್ಕೆ ಕಾಗದದಿಂದ ಮಾಡಿದ ಅಚ್ಚು.

Flŏod (flud), *n.* ಉಬ್ಬಿ ಬಂದ ನೀರು, ಪ್ರವಾಹ; 2. ಭರತ; the f. ಜಲಪ್ರಳಯ; universal f. ಮಹಾಪ್ರಳಯ, ಭೂತಸಂಪ್ಲವ. *v. t. r.* ನೀರು ಹಾಸು, ಮುಣುಗಿಸು. Flŏod'-gāte, *n.* ತೂಬು.

Flōor (flōr), *n.* ನೆಲ, ತಳ; 2. ಅಂತಸ್ತು; raised f. ಜಗಲಿ. *v. t. r.* ನೆಲ್ಲಕ್ಕೆ ಮಾಡು, ನೆಲಾ ಮಾಡು; 2. ನೆಲಕ್ಕೆ ಕೆಡವು. Flōor'ing, *n.* ತಳವರಸೆ. Flōor'ĕr, *n.* ನೆಲಕ್ಕೆ ಕೆಡವುವ ಪೆಟ್ಟು; 2. ಎದುರಿಸಲಾರದ ತರ್ಕನ್ಯಾಯ, ಪರೀಕ್ಷೆಯಲ್ಲಿ ಉತ್ತರ ಕೊಡಲಿಕ್ಕೆ ಸಾಧ್ಯವಲ್ಲದ ಪ್ರಶ್ನೆ.

Flop, *v. i.* ಅತ್ತಿತ್ತ ಬೀಳಲಿಕ್ಕಾಗುವಂತೆ ತೂಗು. *v. t.* ಶಬ್ದವಾಗುವಂತೆ ನೆಲದ ಮೇಲೆ ಅಡ್ಡಾತಿಡ್ಡಿ ಎಸೆಯು.

Flōra, *n.* ಒಂದು ಸೀಮೆಯ ಸಸ್ಯಾದಿಗಳು. Flō'ral, *a.* ಹೂವಿನ, ಪುಷ್ಪವುಳ್ಳ. Flō-resc'ence, *n.* ಹೂವು ಬಿಡುವ ಕಾಲ; 2. ಹೂವರಳುವುದು.

Flō'ret, *n.* ಸಣ್ಣ ಹೂ.

Flō'ri-āte, *a.* ಹೂವಿನ ಆಕೃತಿಗಳನ್ನು ಚಿತ್ರಿಸಿದ.

Flo'ri-cul-tūre, *n.* ಪುಷ್ಪಕೃಷಿ.

Flor'id, *a.* ಕೆಂಪಿನ, ರಕ್ತಪ್ರಸಾದವುಳ್ಳ, ಕಳೆಗೊಂಡ; 2. ಅಲಂಕಾರಿಕವಾದ, ಪುಷ್ಪಿತ. Flor-id'i-ty, *n.* ಮುಖದ ಕಳೆ, ರಕ್ತಪ್ರಸಾದ. Flor'-id-ly, *ad.* ಕೆಂಪಾಗಿ; 2. ಅಲಂಕಾರವಾಗಿ. Flor'id-ness, *n.* ಕೆಂಪು, ರಕ್ತಪ್ರಸಾದ; 2. ಅಲಂಕಾರದ ಪ್ರಾಚುರ್ಯ.

Flor'i-ken, *n.* the lesser f. (*Sypheotides auritus*) ಕಣ್ಣವಿಲು.

Flor'in, *n.* ಹೆಚ್ಚುಕಡಿಮೆ ಒಂದು ರೂಪಾಯಿ ಬಾಳುವ ನಾಣ್ಯ.

Flor'ist, *n.* ಹೂವಿನ ತೋಟಗಾರ, ಹೂಗಾರ, ಮಾಲಿ.

Floss, *n.* ಜೂಬರ, ಬೂರ್ಲಹತ್ತಿ.

Floss'-silk, *n.* ಉಣಾಕಿ ರೇಶಿಮೆ.

Flō-til'la, *n.* ಸಣ್ಣ ಹಡಗಗಳ ಸಮುದಾಯ.

Flot'-sam, *n.* ಕರೆಗೆ ತೇಲಿ ಬಂದ ಮುಣುಗಿದ ನಗದ ಸರಕು.

Flounce, *n.* ನಿರಿಗೆ, ಜಾಲರು. *v. i. r.* (*pr.* flounst) ಚಡಪಡಿಸು, ಚಟಪಡ ಬಡೆ, ಒದ್ದಾಡು.

Floun'dĕr, *n.* ಮೀನಭೇದ.

Floun'dĕr, *v. i. r.* ಒದ್ದಾಡು, ಕೈಕಾಲು ಝಾಡಿಸು. [ಮಾಡು.

Flour (flow'r), *n.* ಹಿಟ್ಟು. *v. t. r.* ಹಿಟ್ಟು

Flour'ish (flur-), *v. i. r.* (*pr.* flur'isht) ಬೆಳೆ, ಹಸನಾಗು; 2. ಸಫಲವಾಗು, ಏಳಿಗೆಯಲ್ಲಿರು, ಶೋಭಿಸು; 3. ಅಲಂಕರಿಸಿ ಮಾತಾಡು; 4. ಜೀರು; 5. ಬಡಿವಾರ ಮಾಡು, ಬಡಾಯಿ—. *v. t. r.* ವಿಕಸಿತ ಮಾಡು; 2. ಅಲಂಕರಿಸು; 3. ಝಳಪಿಸು, ಬೀಸು. *n.* ಅಲಂಕಾರ, ಶೃಂಗಾರ; 2. ಬಡಿವಾರ, ಜಂಬ; 3. ಗೀರು, ಸುರೇಖೆ; f. of trumpets ತುತೂರಿ ಶಬ್ದ.

Flout, *v. t. r.* ತಿರಸ್ಕರಿಸು, ತುಚ್ಛಮಾಡು. *n.* ತಿರಸ್ಕಾರ. Flout'ĕr, *n.* ತಿರಸ್ಕರಿಸುವವ.

Flōw (flō), *n.* ಹರಿತ, ಪ್ರವಾಹ, 2. ಬಹಳ, ಅಪಾರ, ಯಥೇಚ್ಛ; f. of tide ಭರತ. *v. i. r.* ಹರಿ, ಪ್ರವಹಿಸು, ಸುರಿ; 2. ಕರಗು; 3. ಸುರಳಿತವಾಗಿ ಬರು; 4. ಸೂಸಿದುಂಬು, ಹೆಚ್ಚು; 5. ಜೋತಾಡು, ಜೋಲು; 6. (rise, *as*, the tide) ಭರತವಾಗು; land flowing with milk and honey ಸುಭಿಕ್ಷವಾದ ರಾಜ್ಯ.

Flow'er (flow'r), *n.* ಹೂವು, ಪುಷ್ಪ; decorate the head with f.s ಹೂವು ಮುಡಕೊಳ್ಳು, ಸೂಡು; 2. ಉತ್ತಮನು, ಶಿರೋಮಣಿ, ಉತ್ತಮರು, ಇಷ್ಟಶಿಷ್ಟರು. *v. t. r.* ಅರಳು, ಹೂವಾಗು. Flow'ered (flow'rd), *a.* ಪುಷ್ಪಿತ. Flow'eret (flow'ret), *n.* ಸಣ್ಣ

ಹೂವು. Flow'ering (flow'ring), *n.* ಅರಳುವುದು, ಹೂಬಿಡುವುದು; 2. ಹೂವಿನಿಂದ ಅಲಂಕರಿಸುವುದು. *a.* ಹೂಬಿಡುವ. Flow'ery. (flow'ri), *a.* ಪುಷ್ಪವುಳ್ಳ; 2. ಅಲಂಕಾರಯುಕ್ತ; a f. style ಅನೇಕ ಭಂಗಿಗಳಿಂದ ಅಲಂಕೃತ ಶೈಲಿ.

Flow'er-fence *or* Barbadoes flower-fence, *n.* *(Cæsalpinia pulcherrima, Swartz.)* ಕೆಂಜಿಗೆ ಮರ *(My.)*, ರತ್ನಗಂಧಿ *(S. C.)*, ಸಂಕೇಶ್ವರ ಗಿಡ *(S. M.)*.

Fluc'tū-āte, *v. i. r.* ಒಲೆವಾಡು, ಅಲ್ಲಾಡು; 2. ಹೆಚ್ಚುಕಡಿಮೆಯಾಗು, ಹೊಯಿದಾಡು, ಚಂಚಲವಾಗು. Fluc-tū-ā'tion, *n.* ಒಲೆವಾಟ, ಹೊಯಿದಾಟ, ಅಲ್ಲಾಡುವಿಕೆ; 2. ಹೆಚ್ಚುಕಡಿಮೆ, ಹೇರುಪೇರು.

Flue, *n.* ಗವಾಕ್ಷಿ, ಹೊಗೆ ಹೋಗುವ ದಾರಿ.

Flu'en-cy, *n.* ವಾಕ್‌ಚಾತುರ್ಯ, ವಾಕ್‌ಚಾಪಲ್ಯ, ಸರಳ. Flu'ent, *a.* ಹರಿಯುವ; 2. ಸರಳವಾದ. Flu'ent-ly, *ad.* ಸರಳವಾಗಿ; to read f. ತಟ್ಟಿಸದೆ ಓದು, ತಡವರಿಸದೆ—.

Fluff, *n.* ಮೃದುರೋಮ.

Flu'id, *n.* ರಸ, ದ್ರವ, ಹರಿಯುವ ಪದಾರ್ಥ, ಪ್ರವಾಹಿ. *a.* ನೀರಿನಂತಿರುವ, ದ್ರವರೂಪವಾದ. Flu-id'i-ty, *n.* ದ್ರವತ್ವ.

Flūke, *n.* ಈಟಿಯ ತಲೆ; 2. ಆಕಸ್ಮಿತವಾಗಿ ದೊರಕಿದ ಪ್ರಯೋಜನ.

Flum'mĕr-y, *n.* ಒಂದು ವಿಧದ ಜೋಸಿ; 2. ಒಣ ಮರ್ಯಾದೆ, ಮುಖಸ್ತುತಿ.

Flung, *pt. & pp. of* Fling.

Fluń'key, *n.* ಪಾದಚಾರಿ, ಜಂಬಗಾರ; 2. ಭೃತ್ಯನು.

Flur'ry, *n.* ಗಾಳಿಯ ಓಟ, ಗಾಳಿಯ ಹೊಡೆತ; 2. ಅವಸರ, ಪದರಾಟ, ಗಾಬರಿ; to do things in a f. ಅವಸರದಿಂದ ಮಾಡು, ಹುಡುಹುಡು ಹೋಗಿ ಮಾಡು. *v. t. r.* (-ried) ಅವಸರ ಪಡಿಸು.

Flush, *n.* ಕೆಂಪೇರಿಕೆ, ರಕ್ತಪ್ರಸಾದ; 2. ಭಯ ಲಜ್ಜಾದಿಗಳಿಂದ ಮುಖ ಕೆಂಪಾಗುವುದು. *a.* ಹಸನಾದ; 2. ಸಂಪನ್ನ; 3. ಉದಾರ; 4. ದುಂದು. *v. i. r.* (*pr.* flusht) ಹರಿದು ಬರು; 2. ಕೆಂಪೇರು, ಕೆಂಪಾಗು. *v. t.* ಕೆಂಪಾಗಮಾಡು; 2. ಹಿಗ್ಗಿಸು, ಸಂಭ್ರಮ ಪಡಿಸು.

Flus'tĕr, *v. i.* ಅರೆ ಅಮಲೇರು, ಗಡಿಬಿಡಿಯಲ್ಲಿರು.

Flute, *n.* ಕೊಳಲು, ವೇಣು; 2. (in a column, *etc.*) ಗೆರೆ, ಕಚ್ಚರಿ; f.-player ಕೊಳಲೂದುವವ. *v. i. r.* ಕೊಳಲು ಊದು. *v. t.* ಕಚ್ಚರಿ ಹೊಡೆ; 2. ಹಾಡು, ನುಡಿಸು.

Flut'tĕr, *v. i. r.* ರೆಕ್ಕೆ ಬಡಿ; 2. ಗಾಬರಿಯಾಗು, ಚಡಪಡಿಸು. *n.* ಅವಸರ, ಗಾಬರಿ, ಕಳವಳ.

Flu'vi-al, *a.* ನೀರಿನಲ್ಲಿ ಬೆಳೆಯುವ.

Flux, *n.* ಹರಿತ, ಪ್ರವಾಹ; 2. ಉಕ್ಕುವದಿಳಿಯುವುದು, ಮಾರ್ಪಾಟ; 3. ತೆಂಕು; 4. ಅತಿಸಾರ, ಉಚ್ಚಾಟ; 5. ವಾಕ್‌ಲಹರಿ; the bloody f. ಗುದಮೂಲ. Flux-ā'tion, *n.* ಪರಿಯೋಣ.

Flȳ, *n.* ನೊಣ; 2. ಹಗುರ ಕುದುರೇಗಾಡಿ. *v. i. ir.* (flew, flown, *pr.* flu, flōn) ಹಾರು; 2. ಓಡಿಹೋಗು, ಓಡು; f. on wheel ತನ್ನ ಸಾಮರ್ಥ್ಯದ ಅಳವನ್ನು ತಿಳಿಯದಿರುವವ; to come off with flying colours ಜಯಿಸಿ ಬರು; f. at ಮೇಲೆ ಬೀಳು; f. in the face of ಮೇಲೆ ಬೀಳು, ತಿರುಗಿ ಬೀಳು, ವಿರೋಧಿಸು; f. on ಮೇಲೆ ಬೀಳು, ಚಟ್ಟನೆ ಹಾರು; f. open ಫಕ್ಕನೆ ತೆರೆ; f. out ಸಿಟ್ಟಿಗೇಳು; let f. ಹೊಡೆ, ಹಾರಿಸು. Flȳ'blow, *n.* ನೊಣದ ಮೊಟ್ಟೆ. Flȳ'blōwn, *a.* ಹಳಸಿಹೋದ. Flȳ'-brush, *n.* ಚಾಮರ. Flȳ'ing, *n.* ಹಾರುವುದು. *a.* ಹಾರುವ. Flying-Dutchman ಮಾಯದ ಹಡಗು. Flȳ'ing-fish, *n.* ಮಿಡಿತುಮೀನು. Flȳ'ing-fox, *n.* *(Pteropus Edwardi)* ತೊಗಲುಬಾವಲಿ. Flȳ'ing-shot, *n.* ಓಡುವ ಮತ್ತು ಹಾರುವ ಪ್ರಾಣಿಗೆ ಎಸೆದ ಗುಂಡು. Flȳ'lēaf (-lēf), *n.* ಪುಸ್ತಕದ ಆರಂಭದಲ್ಲಿ ಅಥವಾ ಅಂತ್ಯದಲ್ಲಿ ಇಟ್ಟ ಖಾಲಿ ಹಾಳೆ. Flȳ'whēel, *n.* ಯಂತ್ರಚಲನೆಗೆ ಸಹಾಯಕವಾದ ದೊಡ್ಡ ಚಕ್ರ.

Fōal (fōl), *n.* ಕುದುರೇ ಮರಿ, ಕತ್ತೇ ಮರಿ. *v. i. r.* ಕುದುರೆ ಮರೀ ಹಾಕು.

Fōam (fōm), *n.* ನೊರೆ, ಬುರುಗು. *v. t. r.* ನೊರೆಯಾಗು, ನೊರೆ ತುಂಬು. Fōam'y, *a.* ನೊರೆಯುಳ್ಳ.

Fob, *n.* ಸಣ್ಣ ಗಡಿಯಾರ ಹಾಕುವ ಕಿಸೆ, "ವಾಚು"ಕಿಸೆ. *v. t. r.* ಮೋಸಮಾಡು.

Fō'cal, *a.* ಮಧ್ಯ ಕೇಂದ್ರದ. Fō'cus, *n.* ಕನ್ನಡಿಯ ಮುಖಾಂತರ ಕಿರಣಗಳು ಒಟ್ಟುಗೂಡುವ ಸ್ಥಾನ, ತೇಜಸ್ಸಂಕರ್ಷಕೇಂದ್ರ, ಮಧ್ಯಕೇಂದ್ರ.

Fod'dĕr, *n.* ಮೇವು. *v. t. r.* ಪಶುಗಳಿಗೆ ಮೇವು ಹಾಕು.

Fōe (fō), *n.* ಶತ್ರು, ಹಗೆಯವ, ವೈರಿ.

Fœ'tus, *n., see* Fetus.

Fog, *n.* ಇಬ್ಬನಿ, ಮಂಜು, ಮಂಜಿನ ಧೂಳಿ. Fog'gy, *a.* ಮಂಜಿನ, ಮಂಜು ತುಂಬಿದ; 2. ಮಂದ, ಮಬ್ಬಾದ, ಕಂಡುಕಾಣದ.

Fōh, *int.* ಛೀ, ಥೂ.

Foi'ble, *n.* ಕುಂದು, ಕಲೆ, "ಆಯಿಬು".

Foil, *v. t. r.* ಆಶಾಭಂಗವಮಾಡು, ಗೆಲ್ಲು, ಜಯಿಸು. *n.* ಜಯ, ಪರಾಭವ; 2. ಪಟ್ಟಾಕತ್ತಿ.

Foil, *n.* ರೇಕು, ತಗಡು; 2. (for jewels) ಬಣ್ಣದ ರೇಕು.

Foi'son, *n.* ಸಮೃದ್ಧಿ.

Foist, *v. t. r.* ಅಚ್ಚು ಒಡವೆ ಎಂದು ಸಲುವಳಿ ಮಾಡು, ದಕ್ಕುಮಾಡು.

Fōld, *n.* ಪದರು, ಮಡಿಕೆ, ಪುಡಿ; f. of a door ಕದ, ಹುದಿ; 2. (for sheep, *etc.*) ಹಟ್ಟಿ, ಗೋಸ್ಥಾನ, ಕೊಟ್ಟಿಗೆ. *a.* & *ad.* two-f. ಇಮ್ಮಡಿ; three-f. ಮುಮ್ಮಡಿ. *v. t. r.* ಮಡಿಸು, ಮಡಿಚು, ಗಳಿಗೆ ಮಾಡು; 2. (the hands) ಜೋಡಿಸು; 3. ಅಪ್ಪು, ಅಪ್ಪಿಕೊಳ್ಳು; 4. (the arms) ಕೈಕಟ್ಟು, *v. i.* ಪದರು ಕಟ್ಟು, ಗಳಿಗೆಯಾಗು. **Fōld'ĕr,** *n.* ಮಡಿಸುವವ; 2. ಮಡಿಸುವಂಥಾದ್ದು. **Fōld'ing,** *a.* ಮಡಿಸುವ. *n.* ಮಡಿಸುವುದು, ಗಳಿಗೆ.

Fō-li-ā'ceous (-ā'shus), Fō'li-āte, *a.* ಎಲೆಗಳುಳ್ಳ, ಎಲೆ ಎಲೆ ಇರುವ.

Fō'li-āge, *n.* ಎಲೆಗಳು.

Fō'li-ō, *n.* ಹಾಳೆಯಾಗಿ ಮಡಿಸಿರುವ ಕಾಗದ, ದೊಡ್ಡ ಹಾಳೆ.

Fōlk, Fōlks (fōks), *n.* ಜನರು, ಮಂದಿ.

Fōlk'lōre, *n.* ಜನಪ್ರವಾದ, ಮೂಢಭಕ್ತಿ; 2. ಜನರಲ್ಲಿ ವಾಡಿಕೆಯಾಗಿ ಇರುವ ಪ್ರಾಚೀನ ಕಥೆಗಳು.

Fōl'li-cle, *n. (bot.)* ಸ್ಫೋಟಫಲ, ಹೊಟ್ಟು.

Fŏl'lōw (-lō), *v. t. r.* ಬೆಂಬಳಿಸು, ಬೆನ್ನಟ್ಟು, ಬೆನ್ನ ಬಳಿ ಬರು, ಬೆನ್ನಾಸರೆ ಹೋಗು; 2. ಅನುಸರಿಸು, ಶಿಷ್ಯನಾಗು; 3. ಹಿಂದೆ ಬರು; 4. (with the eyes) ಹಿಂದೆ ನೋಡು; 5. (with the mind) ಮನಸ್ಸುಗೊಡು, ತಿಳುಕೊಳ್ಳು; it follows from this ಇದರಿಂದ ಕಾಣುತ್ತದೆ; as follows ಏನಂದರೆ, ಅದಾಗಿ; f. one's nose ಆಕಸ್ಮಿಕವಾಗಿ ಸಿಗುವ ದಾರಿಯನ್ನು ಹಿಡಿ; f. suit ಅನುಸರಿಸು; f. the sea ನಾವಿಕನಾಗು. **Fŏl'lōw-ĕr,** *n.* ಬೆನ್ನಟ್ಟುವವ, ಅನುಸರಿಸುವವ, ಶಿಷ್ಯ; 2. ಪರಿವಾರಜನ. **Fŏl'low-ing,** *a.* ಕೆಳಗೆ ಬರುವ, ಮರು, ಮುಂದಿನ.

Fol'ly, *n.* ಹುಚ್ಚುತನ, ಅಪ್ರಬುದ್ಧಿ, ಬುದ್ಧಿಗೇಡಿತನ.

Fō-ment', *v. t. r.* ಕಾವು ಕೊಡು, ಒತ್ತಡ ಕೊಡು, ಸೇಕ ಕೊಡು; 2. ಎಬ್ಬಿಸು. **Fō-men-tā'tiŏn,** *n.* ಒತ್ತಡ, ಕಾವು, ಸೇಕ, ಕಾಸೋಣ. **Fō-ment'ĕr,** *n.* ಕಲಹಗಾರ.

Fond, *a.* ಲೋಲ, ಪ್ರೀತಿಯುಳ್ಳ, ಹುಚ್ಚು ಪ್ರೀತಿಯುಳ್ಳ, ಸಂತುಷ್ಟ; I am f. of it ಅದು ನನಗೆ ಇಷ್ಟವಾಗಿದೆ, ಅದರ ಮೇಲೆ ನನಗೆ ಬಹಳ ಪ್ರೀತಿ, ಅದರ ಮೇಲೆ ನನಗೆ ಜೀವ. **Fond'le.** *v. t. r.* ಪ್ರೀತಿ ಮಾಡು, ಮುದ್ದಾಡು, ನೇವರಿಸು, ಲಾಲಿಸು, ಅಪ್ಪಿಕೊಳ್ಳು. **Fond'ling,** *n.* ಮುದ್ದು ಮಗು. **Fond'ly,** *ad.* ಲೋಲವಾಗಿ, ಮರುಳಾಗಿ. **Fond'ness,** *n.* ಪ್ರೀತಿ, ಮಮತೆ, ವ್ಯಾಮೋಹ, ಅಕ್ಕರೆ, ಮರುಳು.

Font, *n.* ಸ್ನಾನಪಾತ್ರ.

Font, *n. (print.)* ಅಚ್ಚು ಅಕ್ಷರಗಳ ಒಂದು ಪೂರ್ಣ ವರ್ಗ.

Fon'ta-nel, *n.* ಅಳಿನೆತ್ತಿ.

Food, *n.* ಕೂಳು, ಆಹಾರ, ಅನ್ನ, ತೀನಿ, ತಿನಸು. **Food'stuff,** *n.* "ಆಹಾರ".

Fool, *n.* ಹುಚ್ಚ, ಬುದ್ಧಿಹೀನ, ಬುದ್ಧಿಗೇಡಿ, ಮೂರ್ಖ; 2. ಪರಿಹಾಸಕ, ವಿದೂಷಕ; to play the f. ಮರುಳಾಡು; make f. of ಹುಚ್ಚೆಬ್ಬಿಸು. **Fool'ĕr-y,** *n.* ಹುಚ್ಚು, ಬುದ್ಧಿಗೇಡಿತನ, ಮರುಳು. **Fool'-härd-y,** *a.* ಸಾಹಸದ, ದುಡುಕಿನ, ಹುಚ್ಚು ಧೈರ್ಯವುಳ್ಳ. **Fool'-ish,** *a.* ಹುಚ್ಚಾದ, ಬುದ್ಧಿಹೀನನಾದ, ಮೂರ್ಖನಾದ. **Fool'ish-ly,** *ad.* ಬುದ್ಧಿಗೆಟ್ಟು, ಬುದ್ಧಿಗೇಡಿಯಾಗಿ, ಹುಚ್ಚಾಗಿ. **Fool'ish-ness,** *n.* ಹುಚ್ಚುತನ, ಬುದ್ಧಿಗೇಡಿತನ ಅವಿವೇಕತ್ವ.

Fool'ish-oil-plant, *n.*, **Ramtil** *(Guizotia abyssinica, Cass.)* ಹುಚ್ಚು ಎಳ್ಳುಗಿಡ, ಕಾಡೆಳ್ಳು, ಗುರಿಯೆಳ್ಳು.

Fools'cap, *n.* ಬರೆಯುವ ಕಾಗದದ ದೊಡ್ಡ ಹಾಳೆ, ಗೊಂಬೇ ಹಾಳೆ, "ಬಾಪಿ" ಕಾಗದ.

Foot, *n.* ಅಡಿ, ಪಾದ, ಕಾಲು; 2. ಬುಡ; 3. ಕಾಲ್ಬಲ; 4. ಗಣ; 5. ಅಡಿ, "ಫೂಟು"; by f., on f. ಕಾಲ್ನಡೆಯಾಗಿ, ನಡೆಗಾಲಲ್ಲಿ, ಕಾಲಿಲೆ; to be on f. ನಡೆಯುತ್ತ ಇರು; to set on f. ತೊಡಗು, ಆರಂಭಿಸು. *v. i. r.* ನಡೆ. *v. t.* ತುಳಿ; 2. ಒಟ್ಟುಗೂಡಿಸು; has a light f. ತೀವ್ರ ಗತಿಯಿದೆ; have one f. in the grave ಸಾಯಲಿಕ್ಕೆ ಸಮೀಪಿಸು; (with one's feet foremost) ಶ್ಮಶಾನಕ್ಕೆ ಒಯ್ಯಲ್ಪಡು; find length of one's f. ಒಬ್ಬನ ಸಾಮರ್ಥ್ಯವನ್ನು ಗೊತ್ತು ಹಚ್ಚಿ ಅವನನ್ನು ಗೊತ್ತಿಗೆ ತರು; measure another's f. by one's own last ತನ್ನಂತೆ ಇತರರು ಎಂದು ಭಾವಿಸು; on one's feet ತನ್ನ ಕಾಲ ಮೇಲೆ ತಾನು ನಿಲ್ಲು, ಜೀವನ ಸ್ವಾತಂತ್ರ್ಯ ಸಂಪಾದಿಸು; carry one off his feet ಉತ್ತೇಜಿಸು, ಕೆರಳಿಸು; put one's foot down ಸ್ಥಿರವಾಗಿ ನಿಲ್ಲು; put one's f. in it ತಪ್ಪುಮಾಡು; at one's feet ಕಾಲಬುಡದಲ್ಲಿ ಕುಳಿತು, ಶಿಷ್ಯನಾಗಿ, ಅಧೀನನಾಗಿ. Foot-and-mouth disease, *n.* *(vet.)* "ಜರಸಲು", ಲಾಗ್‌ರೋಗ *(N. C.)*, ಕಾಲು ಬಾಯಿ ಬೇನೆ, ಕಾಲುಕುಂಟು; *see* Murrain. Foot'-ball, *n.* ಕಾಲಿನಿಂದ ಚಿಮ್ಮಿ ಹೊಡೆಯುವ ಚೆಂಡು, ತುಳಿಚೆಂಡು. Foot'-bath, *n.* ಬಿಸಿನೀರಿನಿಂದ ಕಾಲುಗಳನ್ನು ತೊಳೆಯುವುದು. Foot'boy, *n.* ಚಿಟುಕ, ಸೇವಕಹುಡುಗ. Foot'-bōard, *n.* ಬಂಡಿಯ ಹಿಂಬದಿಯಲ್ಲಿ ಹತ್ತುವ ಮೆಟ್ಟಲು ಹಲಿಗೆ. Foot'-bridge, *n.* ಪಾಪು *(S. C.)*, ಕಾಲುಸಂಕ. Foot'fall, *n.* ಕಾಲುಹೆಜ್ಜೆ ಧ್ವನಿ. Foot'hōld, *n.* ಹೆಜ್ಜೆ ಜಾಗ. Foot'-ing, *n.* ನೈಲೆ, ನೆಲಗಡೆ, ಆಧಾರ; 2. ರೀತಿ; 3. ಹೆಜ್ಜೆ; 4. ಒಟ್ಟು; 5. ಬುಡ, ಬುಡ ಹಾಕೋಣ. Fōot'līghts, *n.* ನಾಟಕ ರಂಗಸ್ಥಳದ ಮುಂಭಾಗದಲ್ಲಿ ಪ್ರೇಕ್ಷಕರ ಕಣ್ಣಿಗೆ ಕಾಣದಂತೆ ಇಡುವ ದೀಪಗಳ ಸಾಲು. Foot'man, *n.* ಆಳು, ಪಾದಚಾರಿ, ಚಾಕರ, ಸಿಪಾಯಿ, ಪೇದೆ. Foot'märk, *n.* ಹೆಜ್ಜೆ ಜಾಡು. Foot'note, *n.* ಪಾನಿನ ಬುಡದಲ್ಲಿ ಬರೆದಿರುವ ಸೂಚನೆ, ಟಿಪ್ಪಣಿ. Foot'pad, *n.* ಹಾದಿಕಳ್ಳ, ಹೆಡಕಬಡೆಯುವವ. Foot'päth, *n.* ಕಾಲುಹಾದಿ, ಸೀಳುದಾರಿ, ಕಿರುದಾರಿ. Foot'print, *n.* ಜಾಡೆ, ಹೆಜ್ಜೆ, ಹೆಜ್ಜೆಗುರುತು, ನಡೆಜಾಡು. Foot'pound, *n.* ೧ ರಾತ್ತಲ ಭಾರವನ್ನು ೧ ಪೂಟು ಎತ್ತರಕ್ಕೆ ಎತ್ತುವ ಶಕ್ತಿಯ ಪ್ರಮಾಣ. Foot'rot, *n.* ಜಾನುವಾರುಗಳಲ್ಲಿ ಹಬ್ಬುವ ಕಾಲುಕುಂಟು ರೋಗ. Foot'-rule, *n.* ೧೨ ಅಂಗುಲದ ಗಜಕೋಲು. Foot'-sōre, *a.* ನಡೆದು ಕಾಲು ನೊಂದ. Foot'-step, *n.* ಜಾಡೆ, ಹೆಜ್ಜೆ, ಅಡಿಯಾಳ; to follow in the f.s ಒಬ್ಬನು ನಡೆದಂತೆ ನಡೆ. Foot'-stōne, *n.* ಸಮಾಧಿಯ ಬುಡದ ತಳಗಲ್ಲು. Foot'stool, *n.* ಪಾದಪೀಠ, ಕಾಲುಮಣೆ. Foot'wōrn, *a.* ಕಾಲು ಸವೆದ.

Fop, *n.* ಜಂಬಗಾರ, ದಾಂಭಿಕ, ಒಯ್ಯಾರ, "ಮೋಜುಗಾರ", ಆರುಳಿ, ಒಲಪುಗಾರ, ಮುರುಕಾ ಮಾಡುವವ, ಹುಚ್ಚನು. Fop'pĕr-y, *n.* ಜಂಬ, ಒಯ್ಯಾರ, "ಮೋಜು", ಒಲಪು, ಮುರುಕ, ಹುಚ್ಚುತನ. Fop'pish, *a.* ಒಯ್ಯಾರದ, "ಮೋಜಿನ". Fop'pish-ly, *ad.* ಒಯ್ಯಾರದಿಂದ, ಜಂಬದಿಂದ, ಮುರುಕದಿಂದ. Fop'pish-ness, *n.*, *see* Foppery.

For, *prep.* (by reason of) ...ಇಂದ, ದೆಸೆಯಿಂದ, ...ಓಸ್ಕರ; *as*, his eyes were sparkling f. anger ಸಿಟ್ಟಿನಿಂದ ಅವನ ಕಣ್ಣಿನೊಳಗಿಂದ ಕಿಡಿ ಹಾರುತ್ತಿದ್ದವು; 2. (with the object or end) ...ಗೆ, ...ಕ್ಕೆ, ...ಕ್ಕಾಗಿ; *as*, the medicine is good f. the stomach ಈ ಔಷಧ ಹೊಟ್ಟೆಗೆ ಒಳ್ಳೇದು; f. how much do you sell this? ಇದನ್ನು ಎಷ್ಟಕ್ಕೆ ಮಾರುತ್ತೀ? what are you crying f.? ಯಾತಕ್ಕೆ ಅಳುತ್ತೀ? he did it f. money ಹಣಕ್ಕಾಗಿ ಮಾಡಿದ; he sailed f. India ಹಡಗ ವೇರಿ ಹಿಂದುಸ್ಥಾನಕ್ಕೆ ಹೋದನು; 3. (in favour of) what are you f.? ನಿನಗೆ ಯಾವುದರ ಮೇಲೆ ಮನಸ್ಸದೆ? ನಿನಗೆ ಯಾವುದು ಬೇಕು? I am f. peace ನನಗೆ ಸಮಾಧಾನ ಬೇಕು; 4. (fit for) it is not f. me to go to him ಅವನ ಹತ್ತರ ಹೋಗುವುದು ನನ್ನದಲ್ಲ, — —ನನ್ನ ಕೆಲಸವಲ್ಲ; 5. (instead of) ಬದಲಾಗಿ; *as*, he gave his life f. mine ನನ್ನ ಪ್ರಾಣದ ಬದಲಾಗಿ ತನ್ನ ಪ್ರಾಣ ಕೊಟ್ಟನು; he took a club f. a gun ತುಬಾಕಿಯ ಬದಲಾಗಿ ಡೊಣ್ಣೆ ಹಿಡಿದ; 6. (as if it were) ಹಾಗೆ, ಎಂತ; *as*, he lay f. dead ಸತ್ತ ಹಾಗೆ ಬಿದ್ದಿದ್ದ; I took him f. my brother ನನ್ನ ಅಣ್ಣನೆಂತ ಮಾಡಿದ್ದೆ, — — ತಿಳುಕೊಂಡೆ; I take it f. granted that he will come ಅವನು ಬರುವದು ನಿಶ್ಚಯವೆಂತ ತಿಳುಕೊಳ್ಳುತ್ತೇನೆ; 7. (in proportion to) ...ಕ್ಕೆ; *as*, he is tall f. his age ಅವನೀಪ್ರಾಯಕ್ಕೆ ಬಹಳ ಉದ್ದವಾಗಿದ್ದಾನೆ; 8. (in spite of) ...ರೂ; *as*, f. all (aught, anything) he said ಅವನೇನು ಹೇಳಿದರೂ, ಅವನೆಷ್ಟು—; 9. (according to) f. aught I know ಸಕಲ ವಿಷಯಕ್ಕೂ, ಯಾವ ಬಗೆಯಿಂದಲಾದರೂ; f. the most part ಬಹುತರವಾಗಿ; 10. (during) ...ಇಂದ, ಪರ್ಯಂತ; *as*, I have been here f. three years ಮೂರು ವರುಷದಿಂದಿಲ್ಲಿದ್ದೇನೆ; it will last f. ten days ಹತ್ತು ದಿವಸದ ಪರ್ಯಂತ ಬರುವುದು, ಹತ್ತು ದಿವಸಕ್ಕೆ—; O for...! *as*, O f. a heart to love God! ದೇವರಿಗೆ ಪ್ರೀತಿ ಮಾಡುವ ಮನಸ್ಸೇ ನನಗೆ ಬೇಕು, ದೇವರಿಗೆ ಪ್ರೀತಿ ಮಾಡುವ ಮನಸ್ಸೇ ನನಗಾಗಲಿ! O f. better times! ಇನ್ನಾದರೂ ಒಳ್ಳೇ ಕಾಲ ಬರಲಿ: as f. me ನಾನಾದರೆ, ನನ್ನ ವಿಷಯವಂದರೆ; but f. me, were it not f. me, if it had not been f. me ನಾನು ಇಲ್ಲದಿದ್ದರೆ; f. the present ಈಗ, ಸದ್ಯಕ್ಕೆ, ತುರ್ತಕ್ಕೆ; f. the future ಇನ್ನು ಮೇಲೆ. once f. all ಕೊನೆಯದಾಗಿ; run f. it ಹಿಡಿಯುವ.

For, *conj*. ಯಾಕೆಂದರೆ, ಕಾರಣವೇನಂದರೆ.

For'āġe, *n*. ಮೇವು, ಆಹಾರ. *v. t. r.* ಆಹಾರ ಕೂಡಿಸು, ಆಹಾರಕ್ಕಾಗಿ "ಲೂಟಿ" ಮಾಡು. For'-ā-ġer, *n*. ಮೇವು ತರುವವನು.

For-ā'men, *n*. ಸಣ್ಣ ದ್ವಾರ, ನೆಜ್ಜ. For-ām'i-nā-ted, *a*. ಸಣ್ಣ ಸಣ್ಣ ನೆಜ್ಜ ಮಾಡಿದ.

For'as-much as, *conj*. ...ಕಾರಣ, ...ಇಂದ.

For'āy (-ā), *n*. "ದೌಡು", ಅಭಿಯೋಗ. *v. t. r.* ಲೂಟಿ ಮಾಡು.

For-bade' (-bad'), *pt. of* Forbid.

For-beār' (-bār'), *v.i.ir.* (-bōre, -bōrne') ನಿಲ್ಲಿಸು, ಬಿಡು, ನಿಲ್ಲು, ತಾಳು. *v. t.* ಬಿಡು, ತಾಳಿಕೊಳ್ಳು, ಸಹಿಸು, ಸೈರಿಸು. For-beār'-ance, *n*. ತಾಳ್ಮೆ, ಸೈರಣೆ, ಸಹನ.

For-bid', *v. t. ir.* (-bade', -bid'den, *pr.* -bid'n) ಬೇಡನ್ನು, ನಿಷೇಧಿಸು; 2. ಅಡ್ಡಿ ಮಾಡು; 3. ಬರಬೇಡನ್ನು; God f. ದೇವರು ಅಮಂಗಲ ಶಾಂತಿ ಮಾಡಲಿ. For-bid'dance, *n*. ನಿಷೇಧಾಜ್ಞೆ. For-bid'den (-bid'n), *a*. ನಿಷಿದ್ಧ, ಬೇಡವೆಂದು ಕಟ್ಟು ಮಾಡಿದ. For-bid'ding, *part*. ಬೇಡಾದ, ಅಸಹ್ಯವಾದ; 2. ರಾವು.

Fōrce, *n*. ಒತ್ತರ, ಬಲ, ಬಲವಂತ; 2. ತಾತ್ಪರ್ಯ; 3. ದಂಡು; 4. *(nat. phil.)* ಶಕ್ತಿ; in f. "ಜಾರಿ". *v. t. r.* (*pr.* fōrst) ಬಲಾತ್ಕರಿಸು, ಬಲವಂತ ಮಾಡು, ನಿರ್ಬಂಧ—; to f. upon ...ಗೆ ಗಂಟುಹಾಕು. Fōrced, *pp. a.* ಬಲಾತ್ಕರಿಸಿದ. Fōrce'ful, *a*. ಬಲವತ್ತರ. Fōrce'less, *a*. ಬಲಹೀನ.

Fōrce'mēat', *n*. ಕೊಚ್ಚಿದ ಮಾಂಸ.

For'ceps, *n. pl.* ಇಕ್ಕಳ.

Fōr'ci-ble, *a*. ಶಕ್ತಿಯುಳ್ಳ, ಬಲವಾದ, ಬಲಾತ್ಕಾರದ. Fōr'ci-bly, *ad*. ಜೋರಿನಿಂದ, ಬಲದಿಂದ, ಕಚಕ್ಕನೆ.

Fōrd, *n*. ಹೊಳೆಯನ್ನು ದಾಟುವ ಸ್ಥಳ, ಕಾಲ್ಹೊಳೆ, ಹಾಯ್ಗಡ *(My.)*. *v. t. r.* ನದಿಯಲ್ಲಿ ನಡೆದು ಹೋಗು. Fōrd'a-ble, *a*. ಕಾಲಿನಿಂದ ದಾಟುವ, ಹಾಯತಕ್ಕ.

Fōre, *a*. ಮುನ್, ಮುಂದಿನ, ಮುಂದುಗಡೆಯ; 2. ಪೂರ್ವದ, ಪ್ರಥಮ; come to the f. ಮುಂದೆ ಬರು. *ad*. ಮುಂದುಗಡೆಯಲ್ಲಿ.

Fōre'ārm, *n*. ಮುಂಗೈ, ಪ್ರಕೋಷ್ಠ.

Fōre-bōde', *v. t. r.* ಮುಂದಾಗಿ ಹೇಳು,—ಸೂಚಿಸು, ಬರುವಂಥಾ ಸಂಕಷ್ಟವನ್ನು ಮುಂತಿಳಿ, ಭಯ ಪಡು. Fōre-bō'ding, *n*. ಸೂಚನೆ, ಭಯ.

Fōre-cast' (*or* cāst'), *v. t. ir.* (-cast', -cast) ಹವಣಿಸು, ಮುಂದಾಲೋಚನೆ ಮಾಡು, ಮುಂದೆ ನೋಡು, "ತಜವೀಜು" ಮಾಡು.

Fōre'cas-tle (fōr'kas-l *or* fok'sl), *n*. ಹಡಗಿನ ಮುಂಭಾಗ.

Fōre-cīt'ed, *a*. ಮೇಲೆ ಹೇಳಿದ.

Fōre-clōse', *v. t. r.* ಅಡ್ಡಿ ಮಾಡು, ತಡಿಸು.

Fōre-doom', *v. t. r.* ಮುನ್ನೇಮಿಸು.

Fōre'-end, *n*. ಮುಂಭಾಗ.

Fōre'fāth-ĕr, *n*. ಹಿರಿಯ, ಪೂರ್ವಿಕ.

Fōre'fin-gĕr, *n*. ತೋರುಬೆರಳು.

Fōre-go', *v. t. r.* (-went', -gōne') ಬಿಟ್ಟುಬಿಡು, ಉಪಭೋಗ ಬಿಡು; 2. ಮುಂದಾಗಿ ಹೋಗು. Fōre-gō'ing, *a*. ಹಿಂದೆ ಬಂದ, ಹಿಂದಿನ, ಮುಂದೆ ಹೋಗುವ. Fōre-gone', *a*. ಮುಂದೆ ಮಾಡಿದ, ಮುನ್ನಿಶ್ಚಯಿಸಿದ.

Fōre'ground, *n*. ಚನ್ನಾಗಿ ದೃಶ್ಯವಾಗುವ ಸ್ಥಾನ.

Fōre'hand, *n*. ಸವಾರನು ಕುಳಿತಲ್ಲಿಂದ ಮುಂದೆ ಕಾಣುವ ಕುದುರೆಯ ಭಾಗ. Fōre-hand'ed, *a*. ಬೇಗ ಮಾಡಿದ, ಲಘು ಆದ, ತಕ್ಕ ಕಾಲದ.

Fōre'head (for'ed), *n*. ಹಣೆ, ನೊಸಲು.

For'eign (for'in), *a*. ಅನ್ಯ, ಪರಕೀಯ, ಪರದೇಶದ; 2. ದೂರದ, ಒಪ್ಪದ, ಅಯೋಗ್ಯ. For'-eign-ĕr (for'in-), *n*. ಪರದೇಶಿ, ಪರಸ್ಥಳದವ, ಪರಕೀಯನು.

Fōre-judġe', *v. t.* ವಿಚಾರ ನಡಿಸುವ ಮುಂಚೆಯೆ ತೀರ್ಮಾನ ಮಾಡು.

Fōre-know' (-nō'), *v. t. r.* (-knew', -knōwn', *pr.* -nū', -nōn') ಮುಂದಾಗಿ ತಿಳುಕೊಳ್ಳು, ಮುಂತಿಳಿ. Fōre-knowl'edġe (-nol'ej), *n*. ಮುಂತಿಳಿಯುವಿಕೆ.

Fōre'land, *n*. ಭೂಶಿರ.

Fōre'leg, *n*. ಮುಂಗಾಲು.

Fōre'lock, *n*. ಮುಂಜುಟ್ಟು; take time (*or* occasion) by the f. ಸಮಯ ಸಾಧಿಸು, ಗಾಳಿ ಬೀಸಿದಾಗ ತೂರಿಕೊಳ್ಳು.

Fōre'man, *n*. ಯಜಮಾನ, ಮುಖ್ಯಸ್ಥ, ಅಗ್ರಸ್ಥ, ಗೌಡ.

Fōre'mast, *n*. ಹಡಗದ ಮುಂದಿನ ಪಟಸ್ತಂಭ, ಕೂವೆಮರ.

Fōre'mōst, *a*. ಮಟ್ಟಮೊದಲಿನ, ಎಲ್ಲರಿಗಿಂತ ಮುಂದಿನ; 2. ಶ್ರೇಷ್ಠ.

Fōre-noon', *n*. ಮುಂಜಾನೆ, ಏರಹೊತ್ತು, ಒಳಮಧ್ಯಾಹ್ನ *(S. C.)*, ಪೂರ್ವಾಹ್ಣ.

Fō-ren'sic, -'si-cal, *a*. ನ್ಯಾಯಸ್ಥಾನದ.

Fōre-or-dāin', *v. t. r.* ಮುನ್ನೇಮಿಸು.

Fōre'pärt, *n*. ಮುಂಭಾಗ.

Fōre-run'nĕr, *n.* ಮುಂದೋಡುವವ; 2. ಸೂಚನೆ, ಲಕ್ಷಣ.

Fōre'sail, *n.* ಹಡಗಿನ ಮುಂದಿನ ಕೂವೆ ಮರದ ಹಾಯಿ.

Fōre-sēe', *v. t. ir.* (-saw', -sēen') ಮುಂದೆ ನೋಡು, ಭವಿಷ್ಯ ತಿಳಿ.

Fōre-shad'ōw, *v. t. r.* ಮುಂದಾಗಿ ಸೂಚಿಸು.

Fōre'sīght (-sīt), *n.* ಮುಂದೃಷ್ಟಿ, ದೂರದೃಷ್ಟಿ; 2. ವಿಚಾರಬುದ್ಧಿ, ವಿವೇಕ.

Fōre'skin, *n.* ಸುನ್ನತಿ ತೊಗಲು.

For'est, *n.* ಅಡವಿ, ಕಾಡು, ಹಳುವ, ಅರಣ್ಯ. For'est-ĕr, *n.* ಹಳುವಾ ಕಾಯುವವ; 2. ಕಾಡುಮನುಷ್ಯ. For'est-ry, *n.* ಕಾಡುಗಳ ಶಾಸ್ತ್ರ.

Fōre-stall', *v. t. r.* ಮುಂಗೊಳ್ಳು, ಮುಂದಾಗಿ ಹಿಡಿ, —ಚಿಂತಿಸು, —ಮಾಡು.

Fōre'tāste, *n.* ಪೂರ್ವಾನುಭವ, ಪೂರ್ವರುಚಿ.

Fōre-tell', *v. t. ir.* (-tōld', -tōld') ಮುಂದಿನದನ್ನು ತಿಳಿಸು, ಭವಿಷ್ಯ ಹೇಳು.

Fōre'thought (-that), *n.* ಮುಂದಿನದರ ವಿಚಾರ, ಎಚ್ಚರಿಕೆ.

Fore-tō'ken (-tō'kn), *v. t. r.* ಮುಂದಾಗಿ ಸೂಚಿಸು. *n.* ಮುಂಗುರುತು.

Fōre'tooth, *n.* ಮುಂದಿನ ಹಲ್ಲು.

For-ev'ĕr, *ad.* ಎಂದೆಂದಿಗೂ, ಸದಾ, ನಿರಂತರವಾಗಿ.

Fōre-warn', *v. t. r.* ಮುಂಚೆ ಎಚ್ಚರಿಸು; 2. ಮುಂದಾಗಿ ಸೂಚಿಸು.

Fore'word, *n.* ಮುಖಸಂಧಿ, ಪೀಠಿಕೆ, ಪ್ರಸ್ತಾವನೆ.

For'feit (-fit), *n.* ದಂಡ, "ಜುಲುಮಾನೆ". *v.t.r.* (ಅಪರಾಧ ಅಥವಾ ಆಲಸ್ಯ ಮಾಡಿ) ಕಳಕೊಳ್ಳು, —ಕೆಡಿಸಿಕೊಳ್ಳು; 2. ದಂಡಾ ತೆರು. For'feitūre, *n.* (ಅಪರಾಧ ಮಾಡಿ) ಕಳಕೊಳ್ಳೋಣ; 2. ದಂಡ.

For-fend', *v. t.* ನಿವಾರಿಸು. God f.! ದೇವರು ನಿವಾರಿಸಲಿ.

For'gath-ĕr, *v. i.* ಸಭೆ ಕೂಡು.

For-gāve', *pt. of* Forgive.

Fōrġe, *n.* ಕುಲಿಮೆ; 2. ಕಮ್ಮಾರಸಾಲೆ. *v. t. r.* ಚಮಟಿಗೆಯಿಂದ ಬಡಿ, ಸುತ್ತಿಗೆಯಿಂದ—; 2. ಕಲ್ಪಿಸು, ಸುಳ್ಳು ಕತಬಿ ಹುಟ್ಟಿಸು; a forged document ಸ್ರಷ್ಟನೆ ಪತ್ರ (*My.*). Fōr'ġĕr, *n.* ಕಳ್ಳ "ರುಜು" ಮಾಡುವವ, ಕಳ್ಳ ಕಾಗದ—, ಕೈಗಳ್ಳ. Fōr'ġĕr-y, *n.* ಕಳ್ಳ ಕೈಬರಹ, "ಖೋಟಿ ಖತ್ತು", ಕಳ್ಳ ಕಾಗದ, ಸುಳ್ಳು "ದಸ್ತೈವಜು", ಸ್ರಷ್ಟನೆ (*My.*).

For-get', *v. t. ir.* (-got', -got'ten) ಮರೆ, ಮರೆತುಬಿಡು, ಉಪೇಕ್ಷೆ ಮಾಡು; f. one's self ಮೈಮರೆ, ತಪ್ಪು. For-get'ful, *a.* ಮರೆಯುವ, ಮರವಿನ, ಜ್ಞಾಪಕವಿಲ್ಲದ, ವಿಸ್ಮೃತಿಕಾರಕ. For-get'ful-ly, *ad.* ಮರೆತು, ಮರವಿನಿಂದ. For-get'ful-ness, *n.* ಮರವು, ಮರೆಯುವಿಕೆ, ವಿಸ್ಮೃತಿ, ಉಪೇಕ್ಷೆ, ಪ್ರಮಾದ.

For-give', *v. t. ir.* (-gāve', -giv'en) ಮನ್ನಿಸು, ಕ್ಷಮಿಸು, "ಮಾಫು" ಕೊಡು; f. a fault ತಪ್ಪು ಕಾಯು, ತಪ್ಪು ಪಾಲಿಸು. For-give'ness, *n.* ಕ್ಷಮೆ, ಪರಿಹಾರ, "ಮಾಫು", ಕ್ಷಮಾಶೀಲತೆ, ಕ್ಷಮಾಪಣೆ. For-giv'ińg, *a.* ಮನ್ನಿಸುವ, ಕ್ಷಮಾಶೀಲ, ಸಾಧು.

For-go', *v. t. ir.* (-went, -gone) ವರ್ಜಿಸು, ತ್ಯಾಜ್ಯಮಾಡು.

For-got'ten, *p. p.* ಮರೆತ, ಮರವಾದ.

Fork, *n.* ಮುಳ್ಳು, ಬ್ಯಾಕೋಲು, ಕವಲು; a f. with prongs ತ್ರಿಶೂಲ. *v. t. r.* (*pr.* forkt) ಒಡೆ, ಕವಲು ಬಿಡು. Fork'y, *a.* ಕವಲುಳ್ಳ.

For-lorn' (-larn'), *a.* ದಿಕ್ಕಿಲ್ಲದ, ಕೈಬಿಡಲ್ಪಟ್ಟ, ಅನಾಥ; f. hope ಅಸಾಧಾರಣ ಅಪಾಯಸ್ಥಳಕ್ಕೆ ಅಟ್ಟಿದ ಸೈನಿಕರು.

Form, *n.* ರೂಪ; 2. ತರ, ವಿಧ; 3. ತೋರಿಕೆ; 4. ಮಾದರಿ, ಪ್ರತಿಮೆ; 5. ಅಚ್ಚು; 6. ಅಡ್ಡಣಿಗೆ, ಮಣೆ; 7. ಪಂಕ್ತಿ; 8. ಆಚರಣೆ, ಮರ್ಯಾದೆ; 9. ವರ್ಗ (ಕ್ಲಾಸು); 10. (*print.*) ಒಮ್ಮೆ ಅಚ್ಚಾಗುವ ಪುಟಗಳ ಸಂಖ್ಯೆ. *v. t. r.* ಮಾಡು, ರಚಿಸು, ರೂಪಿಸು; 2. ಉಂಟುಮಾಡು. *v. i.* ರೂಪವಾಗು; 2. ಉಂಟಾಗು. For'mal, *a.* ರೂಪದ, ಆಕಾರದ; 2. ಪದ್ಧತೀ ಪ್ರಕಾರದ, ರೀತಿಯ ಪ್ರಕಾರವಾದ; 3. ದುರ್ವಿನಯದ; 4. ಹೊರಗಿನ; 5. ಮರ್ಯಾದೆಯ. For'mal-ism, *n.* ಕರ್ಮಮಾರ್ಗ; 2. ಬೂಟಾಟಿಕೆ. For'mal-ist, *n.* ಕರ್ಮನಿಷ್ಠೆಯವ, ಅನುಷ್ಠಾನಾಸಕ್ತ, ಬರೇ ಆಚಾರಶೀಲ. For-mal'i-ty, *n.* ಪದ್ಧತಿ, ರೀತಿ, ನೇಮ, ಚಾಲು, ಆಚಾರ. For'mal-ly, *ad.* ಪರಿಷ್ಕಾರವಾಗಿ. For-mā'-tiòn, *n.* ರೂಪಿಸೋಣ, ಮಾಡೋಣ; 2. ಕಟ್ಟೋಣ, ರಚನೆ; 3. (*geol.*) ಭೂರಚನೆ; (*mil.*) ಕಟ್ಟೋಣ, ಏರ್ಪಡಿಸೋಣ. Form'-less, *a.* ರೂಪವಿಲ್ಲದ, ಆಕಾರವಿಲ್ಲದ; 2. ಕ್ರಯವಿಲ್ಲದ.

For'mĕr, *a.* ಹಿಂದಿನ, ಪೂರ್ವಕಾಲದ; 2. ಮೊದಲು ಹೇಳಿದ. For'mĕr-ly, *ad.* ಮುಂಚೆ, ಪೂರ್ವದಲ್ಲಿ, ಹಿಂದಕ್ಕೆ.

For'mic acid, *n.* ಇರುವೆಗಳಿಂದ ಹೊರಡುವ ಉರಿಯುಳ್ಳ ದ್ರಾವಕಪದಾರ್ಥ.

For'mi-da-ble, *a.* ಭಯಂಕರ, ಭಯೋತ್ಪಾದಕ, ಎದುರಿಸಲು ಸಾಧ್ಯವಿಲ್ಲದ. For'mi-da-ble-ness, *n.* ಭಯಂಕರತ್ವ. For'mi-da-bly, *ad.* ಭಯಂಕರವಾಗಿ.

Form'ū-la, *n.* ಪದ್ಧತಿ, ವಾಡಿಕೆ, ರೀತಿ; 2. ಸೂತ್ರ, ಸೂತ್ರಾಂಕಿತ. Form'ū-lar-y (-lĕr-i), *n.* ಪದ್ಧತಿ, ಸೂತ್ರಗ್ರಂಥ, ವಿಧಾನ. For'mū-lāte, *v. t. r.* ಪರಿಷ್ಕಾರವಾಗಿ ಹೇಳು.

For'ni-cāte, *v. i. r.* ಹಾದರ ಮಾಡು, ವ್ಯಭಿಚಾರ—. For-ni-cā'tiŏn, *n.* ಹಾದರ, ವ್ಯಭಿಚಾರ. For-ni-cā'tor, *n.* ಹಾದರಿಗ, ವ್ಯಭಿಚಾರಿ, ಜಾರ. For-ni-cā'tress, -cā'trix, *n.* ಹಾದರಗಿತ್ತಿ, ವ್ಯಭಿಚಾರಿಣಿ, ಜಾರೆ.

For-sāke', *v. t. ir.* (-sook', -sā'ken) ತೊರೆ, ಬಿಟ್ಟುಬಿಡು, ಕೈಬಿಡು, ವಿಸರ್ಜಿಸು.

For-sooth', *ad.* ನಿಜವಾಗಿ, ಖಚಿತವಾಗಿ, ವಾಸ್ತವ್ಯವಾಗಿ.

For-swear' (-swār'), *v. t. ir.* (-swōre', swōrn') ಬಿಟ್ಟುಬಿಡುತ್ತೇನೆಂತ ಗಟ್ಟಿಯಾಗಿ ಹೇಳು, ಪ್ರಮಾಣದ ಮೇಲೆ ಬಿಟ್ಟುಬಿಡು; 2. ಪ್ರಮಾಣಪೂರ್ವಕವಾಗಿ ಅಲ್ಲಗಳೆ.

Fōrt, *n.* ಕೋಟೆ, ದುರ್ಗ, "ಕಿಲ್ಲೆ".

For'te, *n.* ಪ್ರವೀಣತೆ.

Forth, *ad.* ಮುಂದೆ; 2. ಹೊರಗೆ; and so f. ಮುಂತಾದದ್ದು, ಇತ್ಯಾದಿ. Forth-com'ing, *a.* ಬರುವ, ಸಿದ್ಧವಾಗಿರುವ. Fōrth'with, *ad.* ಕೂಡಲೇ, ತತ್‌ಕ್ಷಣ, ಸಂಗಡಲೇ.

For'ti-eth, *a.* ನಾಲ್ವತ್ತನೇ.

For'ti-fȳ, *v. t. r.* (-fīed) ಗಟ್ಟಿ ಮಾಡು, ದಿಟ್ಟ—; 2. ಭದ್ರ ಮಾಡು, "ಬಂದೋಬಸ್ತು"—, ಕೋಟೆ ಕಟ್ಟು. For-ti-fi-cā'tiŏn, *n.* ಕೋಟೆಕಟ್ಟೋಣ; 2. ಕೋಟೆ, "ಬಂದೋಬಸ್ತು". For'ti-fīed, *a.* ಬಲ ಪಡಿಸಿದ.

For'ti-tūde, *n.* ಗಟ್ಟಿ ಮನಸ್ಸು, ಧೈರ್ಯ, ಎದೆ.

Fort'nīght (-nīt), *n.* ಹದಿನೈದು ದಿನ, ಎರಡು ವಾರ, ಪಕ್ಷ.

Fort'ress, *n.* ಕೋಟೆ, ದುರ್ಗ, "ಕಿಲ್ಲೆ".

For-tū'i-tŏus, *a.* ಆಕಸ್ಮಾತ್ತಾದ, ದೈವಘಟಿತ. For-tū'i-tŏus-ly, *ad.* ಒಂದು ವೇಳೆ, ಅಕಸ್ಮಾತ್ತಾಗಿ, ಆಕಸ್ಮಿಕವಾಗಿ. For-tū'i-tŏus-ness, For-tū'i-ty, *n.* ದೈವಯೋಗ.

For'tū-nāte, *a.* ಒದಗಿದ, ಭಾಗ್ಯವುಳ್ಳ, ದೈವದಿಂದ ಪ್ರಾಪ್ತವಾದ, ಶುಭವಾದ. For'tū-nāte-ly, *ad.* ದೈವಯೋಗದಿಂದ, ಶುಭವಾಗಿ. For'-tūne, *n.* ದಶೆ, ದೈವ, ಸಂಪತ್ತು; good f. ಉಚ್ಚ ದಶೆ, ಭಾಗ್ಯದಶೆ. For'tūne-hunt-ing, *a.* ಆಸ್ತಿಗೆ ಆಶೆಮಾಡಿ ಮದುವೆ ಮಾಡಿಕೊಳ್ಳುವಂಥ. For'tūne-tel-lĕr, *n.* ನೋಟಗಾರ; ಲಕ್ಷಣ ಹೇಳುವವ, ಕಣಿ ಹೇಳುವವ, ದೈವಜ್ಞ; (female f.) ನೋಟಗಾತಿ. For'tūne-tel-ling, *n.* ನೋಟ, ಲಕ್ಷಣ ಹೇಳೋಣ.

For'ty, *a.* ನಾಲ್ವತ್ತು; f. winks ಅಲ್ಪನಿದ್ರೆ.

Fō'rum, *n.* ಪೇಟೆ, ಹಸರ; 2. ನ್ಯಾಯಸ್ಥಳ.

For'ward (-wĕrd), *a.* ಮುಂದಿರುವ; 2. ಮುಂಜೋರಿನ, ಆತುರದ; 3. ತಲೆಗೆ ಏರಿಸಿಕೊಂಡ. *v. t. r.* ಸಾಗಿಸು, ತ್ವರೆ ಪಡಿಸು, ಕಳುಹಿಸು, "ರವಾನೆ" ಮಾಡು. For'ward-ly, *ad.* ತ್ವರೆಯಾಗಿ, ಆತುರವಾಗಿ. For'ward-ness, *n.* ಉತ್ಸಾಹ, ಆತುರ, ಮುಂಜೋರು, 2. ಭಿಡೆ ಇಲ್ಲದಿರೋಣ, ನಾಚಿಕೆಗೇಡಿತನ, ಹೋಕೆ, ಜೂಟು. For'ward, For'wards, *ad.* ಮುಂದೆ, ಮುಂದಕ್ಕೆ.

Foss, Fosse (fos), *n.* ಕಂದಕ, ಪರಿಘ.

Fos'sil, *a.* ಭೂಮಿಯಿಂದ ಅಗೆದು ತೆಗೆದಂಥಾ, ಕಲ್ಲಾದ. *n.* ಭೂಮಿಯಿಂದ ಅಗೆದು ತೆಗೆದ ಪದಾರ್ಥ, ಶಿಲೆ, ಧಾತು; 2. ಕಲ್ಲಾದ ವಸ್ತು, ನ್ಯಸ್ತಾವಶೇಷ.

Fos'tĕr, *v. t. r.* ಸಾಕು, ಪೋಷಿಸು, ಬೆಳಿಸು; 2. ಮನಸ್ಸಿನಲ್ಲಿಟ್ಟುಕೊಳ್ಳು. Fos'tĕr-āge, *n.* ಸಾಕೋಣ, ಸಾಕಣೆ, ಪೋಷಿಸೋಣ, ಕಾಪಾಡೋಣ. Fos'tĕr-brŏth-ĕr, *n.* ಅದೇ ತಾಯಿಯ ಹೊಟ್ಟೆಯವನಲ್ಲದಿದ್ದರೂ ಆಕೆಯ ಮೊಲೆ ಕುಡಿದು ಬೆಳೆದವ, ಒಂದು ಮನೆಯಲ್ಲಿ ಕೂಡ ಬೆಳೆದವ. Fos'tĕr-chīld, *n.* ಸಾಕಿದ ಮಗು, ಸಾಕಣೆ ಮಗು. Fos'tĕr-fāth-ĕr, *n.* ಸಾಕತಂದೆ. Fos'tĕr-ling, *n.* ಸಾಕಣೆ ಮಗು. Fos'tĕr-mŏth-ĕr, *n.* ಸಾಕತಾಯಿ, ದಾದಿ. Fos'tĕr-sŏn, *n.* ಸಾಕಮಗ.

Foul, *a.* ಹೊಲಸ, ಮೈಲಿಗೆಯಾದ, 2. ಕೆಟ್ಟ, 3. ಮೋಸಗವಿದ. *v. t. r.* ಹೊಲಸು ಮಾಡು, ಮಲಿನ ಪಡಿಸು. through f. and fair ಎಲ್ಲಾ ಸ್ಥಿತಿಗಳಲ್ಲಿಯೂ; play one f. ಮೋಸ ಮಾಡು. Foul'ly, *ad.* ಹೊಲಸಾಗಿ, ಮೈಲಿಗೆಯಾಗಿ; 2. ಅಸಹ್ಯವಾಗಿ; 3. ದುಷ್ಟವಾಗಿ. Foul'-mouthed, *a.* ಕೆಟ್ಟ ಮಾತಾಡುವ. Foul'ness, *n.* ಮೈಲಿಗೆ, ಕೊಳೆ, ಹೊಲಸು; 2. ಕೆಟ್ಟತನ; 3. ಅಸಹ್ಯ; 4. ಅಪ್ರಮಾಣಿಕತ್ವ.

Found, *v. t. r.* ಅಸ್ತಿವಾರ ಹಾಕು *c. g.;* 2. ಸ್ಥಾಪಿಸು, ಕಟ್ಟು; f. on ಆಧಾರ ಮಾಡಿಕೊಳ್ಳು. Foun-dā'tiŏn, *n.* ಅಸ್ತಿವಾರ, "ಪಾಯ",

ತಳಾದಿ, ತಳಹದಿ *(My.)*; f.-stone ಅಡಿಗಲ್ಲು, ಕೆಸರ್ಗಲ್ಲು *(S. C.)*. Foun'dĕr, *n.* ಸ್ಥಾಪಕ, ಮೂಲಪುರುಷ, ಕುಲೇಶ್ವರ, ಕುಲಕರ.

Found, *v. t. r.* ಎರಕ ಹೊಯ್ಯು. Foun'der, *n.* ಎರಕ ಹೊಯ್ಯುವವ. Foun'dĕr-y, Foun'dry, *n.* ಕೊಲಿಮೆ, ಎರಕದ ಮನೆ, ಹೆಗ್ಗೊಲಿಮೆ.

Found, *pt. & pp. of* Find. Found'ling, *n.* ಎಲ್ಲಿಯೋ ಸಿಕ್ಕ ಕೂಸು, ಅನಾಥ ಶಿಶು.

Foun'dĕr, *v. i. r.* ನೀರು ತುಂಬಿ ಮುಣುಗಿ ಹೋಗು.

Fount, Foun'tāin, *n.* ಒರತೆ, ಬುಗ್ಗೆ, ಝುರಿ; 2. ಕಾರಂಜ; 3. ಮೂಲ. Foun'tāin-head, *n.* ಮೂಲಝುರಿ; 2. ಪ್ರಾರಂಭ.

Fōur (fōr), *a.* ನಾಲ್ಕು; f. persons ನಾಲ್ವರು; f. corners of earth ಭೂಮಿಯ ಮೇಲೆ ಬಹಳ ದೂರದ ವರೆಗೆ. Fōur'fōld, *a.* ನಾಲ್ಕರಷ್ಟು, ನಾಲ್ಮಡಿ. Fōur'-fo̤ot-ed, *a.* ಚತುಷ್ಪಾದಿ. Fōur'-in-hand, *a.* ನಾಲ್ಕು ಕುದುರೆಗಳನ್ನು ಬಂಡಿಗೆ ಕಟ್ಟಿ. Fōur'-o'clock flower, *n.*, *see* Marvel of Peru ಮಧ್ಯಾಹ್ನ ಮಲ್ಲಿಗೆ. Fōur'scōre, *a.* ನಾಲ್ಕಿಪ್ಪತ್ತು, ಎಂಬತ್ತು. Fōur'tēen, *a.* ಹದಿನಾಲ್ಕು, ಚತುರ್ದಶ. Fōur'tēenth, *a.* ಹದಿನಾಲ್ಕನೇ. Fōurth (fōrth), *a.* ನಾಲ್ಕನೇ, ಚತುರ್ಥ. Fōurth'ly, *ad.* ನಾಲ್ಕನೇದು, ನಾಲ್ಕನೇದಾಗಿ. Fōur'-whēel-ĕr, *n.* ನಾಲ್ಕು ಚಕ್ರದ ಗಾಡಿ.

Fowl, *n.* ಕೋಳಿ; 2. ಹಕ್ಕಿ, ಪಕ್ಷಿ; gray jungle f. *(Gallus sonneratii)* ಕಾಡುಕೋಳಿ, ಅಡವೀ ಕೋಳಿ; red spur-f. *(Galloperdix spadiceus)* ಲಾವಕ್ಕಿ. Fowl'ĕr, *n.* ಹಕ್ಕೀ ಬೇಟೆಗಾರ, ಬೇಡ. Fowl'ing, *n.* ಹಕ್ಕೀಬೇಟೆ. Fowl'ing-piēce (-pēs), *n.* ಬೇಟೇತುಪಾಕಿ.

Fox, *n.* ನರಿ; 2. ಯುಕ್ತಿವಂತ; Indian f. *(Vulpes bengalensis)* ಸಣ್ಣ ಕೆಂಪು ನರಿ. Fox'hound, *n.* ದೊಡ್ಡ ಬೇಟೇನಾಯಿ. Fox'-hunt, *n.* ನರೀ ಬೇಟೆ. Fox'y, *a.* ತಂತ್ರಿ; 2. ನಸುಗೆಂಪಿನ, ಬೂಸಸಿಗೆ ಮುಚ್ಚಿದ.

Fox'-tāil grass, *n.* *(Sporobolus annulatus, Munro* and *Ferotis latifolia, Ait.)* ನರೀ ಬಾಲದ ಹುಲ್ಲು.

Fra-cās' (fra-kā'), *n.* ಲಟಾಪಟಿ, ಕದರ್ಚ.

Frac'tiŏn, *n.* ತುಂಡು, ಅಂಶ; 2. *(arith.)* ಅಪೂರ್ಣಾಂಕ. Frac'tiŏn-al, *a.* ಅಪೂರ್ಣ.

Frac'tiŏus, *a.* ಉರಿಯಾದ, ಉರಿಮಾರಿ, ಮುಂಗೋಪಿ. Frac'tiŏus-ly, *ad.* ಸಿಟ್ಟಾಗಿ, ಉರಿಮಾರಿಯಾಗಿ. Frac'tiŏus-ness, *n.* ಉರಿಮಾರಿತನ, ಕೋಪ, ಮುಂಗೋಪ.

Frac'tūre, *n.* ಒಡಕು, ಒಡೆಯುವಿಕೆ. *v. t. r.* ಒಡೆ; 2. ಎಲುಬು ಮುರಿ.

Fraġ'ile (-il), *a.* ಪೆಡಸು, ಪೆಳಸು, ಬೇಗ ಒಡೆಯುವ, ಭಂಗುರ, ಬಲಹೀನವಾದ, "ನಾಜೂಕು". Fra-ġil'i-ty, *n.* ಪೆಡಸು, ಪೆಳಸು, ಭಂಗುರತೆ.

Frag'ment, *n.* ತುಂಡು, ಚೂರು, ಶೇಷಾಂಶ, ತುಣಿಕೆ. Frag-men'tal, Frag'men-tar-y (-tĕr-i), *a.* ತುಂಡುತುಂಡಾದ, ಚೂರುಚೂರಾದ, ಅಪೂರ್ಣ.

Frā'grance, Frā'gran-cy, *n.* ಸುವಾಸನೆ, ಪರಿಮಳ, ಸುಗಂಧ. Frā'grant, *a.* ಸುವಾಸನೆಯುಳ್ಳ, ಪರಿಮಳದ. Frā'grant-ly. *ad.* ಸುವಾಸನೆಯಾಗಿ.

Frāil, *n.* ಮಂಕರಿ.

Frāil, *a.* ಬೇಗನೇ ಒಡೆಯುವಂಥ, ಬಲಹೀನ. Frāil'ly, *ad.* ಬಲಹೀನವಾಗಿ. Frāil'ty, *n.* ದೌರ್ಬಲ್ಯ, ಬಲಹೀನತ್ವ.

Frāme, *n.* ಕಟ್ಟು, ಚೌಕಟ್ಟು; 2. ಮೈ, ಘಟ, ಮೈಕಟ್ಟು, ಪ್ರಕೃತಿ; 3. ವಿಧ, ಭಾವ; 4. ಹಂಚಿಕೆ. *v. t. r.* ರಚಿಸು, ಮಾಡು, ಕಟ್ಟು. Frāme'-wŏrk, *n.* ಕಟ್ಟು, ಚೌಕಟ್ಟು.

Franc, *n.* (ಫ್ರೆಂಚ) ಬೆಳ್ಳಿನಾಣ್ಯ.

Fran'chīse, *n.* "ಪಾರ್ಲಿಮೆಂಟ್" ಸಭೆಯವರನ್ನು ಆರಿಸಿಕೊಳ್ಳುವ ಹಕ್ಕು; 2. ಆಶ್ರಯ. *v. t. r.* ಸ್ವತಂತ್ರ ಕೊಡು, ಬಿಡುಗಡೆ ಮಾಡು.

Fran'ġi-ble, *n.* ಒಡೆಯುವಂಥ, ಮುರಿಯುವಂಥ, ಭಂಗುರ.

Frank, *n.* ಪತ್ರದ ಹೊರಬದಿಯಲ್ಲಿ ಸಹಿ ಹಾಕಿ ಪತ್ರವು ಖರ್ಚಿಲ್ಲದೆ ತಲಪುವ ಹಾಗೆ ಮಾಡುವುದು. *v. t. r.* *(pr.* frankt) ಹಾಸಲು ಕೊಟ್ಟು ಕಳುಹಿಸು.

Frank, *n.* "ಫಿರಂಗಿ".

Frank, *a.* ನಿಷ್ಕಪಟ, ಯಥಾರ್ಥ. Frank'ly, *ad.* ಏನೂ ಮಾಜದೆ, ಯಥಾರ್ಥವಾಗಿ. Frank'-ness, *n.* ಬಿಕ್ಕರಿತನ, ನಿಷ್ಕಾಪಟ್ಯ, ಯಥಾರ್ಥತ್ವ, ಖಡಾಖಡಿ.

Frank'in-cense, *n.* (gum-resin of *Boswellia Carteri, Bird.)* ಲೋಬಾನ, ಧೂಪ, ಗುಗ್ಗುಳ.

Fran'tic, *a.* ಹುಚ್ಚಾದ, ದೆವ್ವ ಬಡಿದ, ದುಃಖದಿಂದ ಭ್ರಮೆಯಾದ. Fran'tic-al-ly, Fran'-tic-ly, *ad.* ಹುಚ್ಚಾಗಿ, ದೆವ್ವ ಹಿಡಿದವನಂತೆ, ತೂಳ ಬಡಿದವನಂತೆ.

Fra-tĕr'nal, *a.* ಅಣ್ಣತಮ್ಮಂದಿರ, ಸಹೋದರರ.

Fra-tĕr'nal-ly, *ad.* ಅಣ್ಣತಮ್ಮಂದಿರ ಹಾಗೆ, ಸಹೋದರಭಾವದಿಂದ. Frat'ĕr-nīse *or* -nīze, *v. t. r.* ಅಣ್ಣತಮ್ಮಂದಿರಂತಿರು; 2. ವಹಿವಾಟು ಮಾಡು. Fra-tĕr'ni-ty, *n.* ಸಹೋದರತ್ವ, ಭ್ರಾತೃಭಾವ; 2. ಮಂಡಲಿ.

Frat'ri-cīde, *n.* ಭ್ರಾತೃಹತ್ಯ.

Fraud (frad), *n.* ಮೋಸ, ತಗಲು, "ದಗಲುಬಾಜಿ". Fraud'ū-lence, *n.* ಕಪಟ, ಠಕ್ಕು. Fraud'ū-lent, *a.* ಕಪಟವುಳ್ಳ, ಮೋಸದ, ತಗಲಿನ, "ದಗಾಖೋರ", ಕುಹಕ. Fraud'ū-lent-ly, *ad.* ಠಕ್ಕಾಗಿ, ಮೋಸವಾಗಿ, ಮೋಸದಿಂದ.

Fraught (frat), *a.* ಹೇರಿದ, ತುಂಬಿದ, ತುಂಬು, ಸಂಪನ್ನ.

Frāy (frā), *n.* ಜಗಳ, ಕದನ, ಜೋಂಪಿ, ಯುದ್ಧ. *v. t.* ಎಬ್ಬು, ಹೊಡೆ; f. away flies ನೊಣ ಹೊಡೆ.

Frēak (frēk), *n.* ಹುಡುಗಾಟ, ಲೋಲಮತಿ. Frēak'ish, *a.* ಚಂಚಲ.

Freck'le, *n.* ಮಚ್ಚೆ. Freck'led (frek'ld), Freck'ly, *a.* ಮಚ್ಚೆಮಚ್ಚೆಯುಳ್ಳ.

Frēe, *a.* ಕಟ್ಟು ಇಲ್ಲದ; 2. ಸ್ವತಂತ್ರ; 3. ಬಿಡುಗಡೆಯಾದ, ಮುಕ್ತ; 4. ನಿರ್ದೋಷ; 5. ಸಲಿಗೆಯಾದ, ಸುಸೂತ್ರ; 6. ಉದಾರವುಳ್ಳ; 7. ಉಚಿತ; 8. ಸ್ವತಂತ್ರ ಕೊಡುವ; f. from ...ಇಲ್ಲದ, ...ರಹಿತ. *v. t. r.* ತಪ್ಪಿಸು, ಬಿಡುಗಡೆ ಮಾಡು, ಬಿಡಿಸು. Frēe'-a-gen-cy, *n.* ಸ್ವಾಚ್ಛಂದ್ಯ, ಸ್ವೇಚ್ಛಾನುವರ್ತನೆ. Frēe'boot-ĕr, *n.* ಕೊಳ್ಳೆಗಾರ, ಸುಲಿಗೆಯವ, ಕಳ್ಳ. Frēe'-boot-ĕr-y, Frēe'boot-ing, *n.* ಸುಲಿಗೆ. Free'born, *a.* ಸ್ವಾತಂತ್ರ್ಯವುಳ್ಳ. Frēed'-man, *n.* ಬಿಡುಗಡೆಯಾದ "ಗುಲಾಮು". Frēe'dŏm, *n.* ಬಿಡುಗಡೆ, ಸ್ವತಂತ್ರ; with f. ಅಡ್ಡಿ ಇಲ್ಲದೆ, ನಿರಾತಂಕವಾಗಿ; 2. ಸುಸೂತ್ರ; 3. ಸಲಿಗೆ, ಮಂದಿವಾಳ. Frēe'-heärt-ed (-härt-), *a.* ದೊಡ್ಡ ಮನಸ್ಸಿನ, ಉದಾರ; 2. ನಿರ್ಭಯ. Frēe'hōld, *n.* ಮಾನ್ಯ, "ಜಮೀನು", ಸ್ವಂತ ನೆಲ, ವರ್ಗ. Frēe'ly, *ad.* ಸ್ವತಂತ್ರವಾಗಿ; 2. ಸುಸೂತ್ರವಾಗಿ; 3. ಅಡ್ಡಿಯಿಲ್ಲದೆ, ಕಟ್ಟಿಲ್ಲದೆ; 4. ಉಚಿತವಾಗಿ; to speak f. ಬಾಯಿಬಿಟ್ಟು ಮಾತಾಡು. Frēe'man, *n.* ಸ್ವತಂತ್ರಮನುಷ್ಯ. Frēe'mā-son (-mā-sn), *n.* ಒಂದು ತರದ ಗುಪ್ತಾಚಾರಿ. Frēe'-mā-son-ry, *n.* ಒಂದು ತರದ ಗುಪ್ತಾಚಾರಿಗಳ ಮಂಡಲಿ ಅಥವಾ ಮತ. Frēe'ness, *n.* ಸ್ವತಂತ್ರ; 2. ನಿಷ್ಕಪಟ; 3. ಉದಾರತೆ. Frēe'-quarters, *n.* ಬಾಡಿಗೆಯಿಲ್ಲದ ಮನೆ. Frēe'-pass, *n.* ಹಾಸಲು ಮಾಫಿ ಚೀಟು. Frēe'-school, *n.* ಸಂಬಳವಿಲ್ಲದ ಶಾಲೆ. Frēe'-think-ĕr, *n.* ದೇವೋಕ್ತಶಾಸ್ತ್ರಕ್ಕೆ ಮಣಿಯದವ, ಚಾರ್ವಾಕ. Frēe'trāde, *n.* ವ್ಯಾಪಾರಸ್ವಾತಂತ್ರ್ಯ, ಸುಂಕದ ಬಾಧೆ ಇಲ್ಲದ ಸರಕು ಚಲಾವಣೆ. Frēe'-will, *n.* ಸ್ವೇಚ್ಛೆ, ಸ್ವೇಚ್ಛಾನಿರ್ಣಯ, ಸ್ವತಂತ್ರ. *a.* ಆತ್ಮಸಂತೋಷದ, ಮನಃಪೂರ್ವಕವಾದ.

Frēeze, *v. i. r.* ಶೀತದಿಂದ ಗಡ್ಡೆಕಟ್ಟು, —ಹೆರು, —ಹೆಪ್ಪಾಗು; 2. ತಂಪಾಗು. *v. t.* ಹೆರಿಸು, ಚಳಿ ಹಿಡಿಸು. Frēez'ing-point, *n.* ಹೆರುವ ಅವಧಿ, ಹೆರೆಯುವ—, ಹೆಪ್ಪುಗಟ್ಟುವ—.

Freight (frāt), *n.* ಹೇರಿಗಬ್ಬು, ಒಜ್ಜೆ, ಹಡಗಿನ ಸರಕು, "ಬಾರದಾನು"; 2. ಬಾಡಿಗೆ, "ನೋರು". *v. t. r.* ಹೇರು, ಸರಕು ತುಂಬು, "ಮಾಲು" ತುಂಬಿಸು.

French, *a.* ಫ್ರಾನ್ಸ್‌ದೇಶದ. *n.* ಫ್ರೆಂಚರ ಭಾಷೆ; to take f. leave ಹೇಳದೆ ಹೊರಟುಹೋಗು.

Fren'zy, *n.* ಮರುಳುತನ, ಆವೇಶ, ತೂಳು.

Frē'quen-cy, *n.* ಬಾರಿಬಾರಿಗೆ ಸಂಭವಿಸೋಣ. Frē'quent, *a.* ಬಾರಿಬಾರಿಗೆ ಸಂಭವಿಸುವ, ನಿತ್ಯ; 2. ಬಹಳ. Frē-quent', *v. t. r.* ಎಡತಾಕು, ಹೋಗುತ್ತಿರು, ಹೋಗು. Frē-quen-tā'tiŏn, *n.* ಸಂತತ ಗಮನ.

Fres'co, *n.* ಮಂಡೋದಕ ಚಿತ್ರ.

Fresh, *n.* ಹಸಿ, ಹಸಿಬಿಸಿ, "ತಾಜಾ"; 2. ಹೊಸ; 3. ಹಸನ; 4. ತಂಪು; 5. ಚುರುಕಾದ; 6. (water) ಸವಿ. Fresh'en, *v. t. r.* ಸವಿ ಮಾಡು. *v. i.* ಸವಿಯಾಗು; 2. ಹೆಚ್ಚಾಗು. Fresh'et, *n.* ಸೀನೀರಿನ ತೊರೆ. Fresh'man, *n.* ನವವಿದ್ಯಾರ್ಥಿ. Fresh'ness, *n.* ಹೊಸದು; 2. ಹಸಿಯಾಗಿರೋಣ.

Fret, *v. t. r.* (fret'ted) ತಿಕ್ಕು, ಸವಿಸು (as an old cloth) ಹತ್ತಿಹತ್ತಿಯಾಗಿ ಕಿತ್ತುಹೋಗು; 2. ಕಾಡು; 3. ಸಿಟ್ಟಿಗೆಬ್ಬಿಸು. *v. i. r.* ಸವೆ; 2. ಚಡಪಡಿಸು, ಕಂಗಾಲಾಗು. *n.* ಉಕ್ಕುವಿಕೆ; 2. ಕಳವಳ, ಎದೆಗುದಿ; 3. ಅಲ್ಲೋಲಕಲ್ಲೋಲ; 4. ವೀಣೇ ಮೆಟ್ಟು. Fret'ful, *a.* ಸಿಟ್ಟಿನ, ಮುಂಗೋಪಿ.

Fret'wŏrk, *n.* ಚಿತ್ತಾರಕೆಲಸ; 2. ಕಸೂತೀ ಕೆಲಸ.

Frī'a-ble, *a.* ಪುಡಿಪುಡಿಯಾಗುವಂಥ, ಪಿಸಕು, ಪುಸಕು. Frī-a-bil'i-ty, *n.* ಪುಡಿಪುಡಿಯಾಗುವ ಗುಣ.

Frī'ar, *n.* (ರೋಮನ್ ಕಥೋಲಿಕ) ಸನ್ಯಾಸಿ. Frī'ar-y, *n.* ಸನ್ಯಾಸಿಮಠ.

Frib'ble, *a.* ಅಲ್ಪಕ, ಕ್ಷುಲ್ಲಕ. *v. i. r.* ಕೈಲಾಗದೆ ತಡಮಾಡು.

Fric'tiŏn, *n.* ತಿಕ್ಕುವಿಕೆ, ಸವಕಳಿ, ಉಜ್ಜುವಿಕೆ, ಮರ್ದನ. Fric'tiŏn-al, *a.* ತಿಕ್ಕುವಿಕೆಯ.

Frī'dāy (-dā), *n.* ಶುಕ್ರವಾರ.

Friend (frend), *n.* ಗೆಳೆಯ, ಸ್ನೇಹಿತ, ಮಿತ್ರ, ಆಪ್ತ, ಉಪಕಾರಿ (female f. ಗೆಳತಿ). Friend'-less, *a.* ದಿಕ್ಕಿಲ್ಲದ, ಅಬಾಂಧವ. Friend'-li-ness, *n.* ಸ್ನೇಹಭಾವ. Friend'ly, *a.* ದಯಾಳು, ಸ್ನೇಹದಿಂದಿರುವ, ಸ್ನೇಹಭಾವದ. Friend'ship, *n.* ಗೆಳೆತನ, ಸ್ನೇಹ, ಮಿತ್ರತ್ವ; mutual f. ಅನ್ಯೋನ್ಯ ಸ್ನೇಹ; dissolve f. ಸ್ನೇಹ ಮುರಿಯು.

Friēze (frēz), *n.* ಉರುಟಾದ ಉಣ್ಣೇ ವಸ್ತ್ರ, ಜಾಡಿ, ಕಂಬಳಿ; 2. ಕಂಬದ ಮೇಲಿನ ಚಿತ್ರ.

Frig'āte, *n.* ಯುದ್ಧದ ಹಡಗ.

Frīght (frīt), *n.* ಕಕ್ಕಾಬಿಕ್ಕಿ, ಹೆದರಿಕೆ, ಭಯ, ದಿಗಿಲು; he came in great f. ಎಡಗೈಲಿ ಜೀವ ಹಿಡುಕೊಂಡು ಬಂದ. *v. t. r.* ಬೆದರಿಸು, ಹೆದರಿಸು. Frīght'en (frīt'n), *v. t. r.* ಬೆದರಿಸು, ಭಯ ಪಡಿಸು, ಬೆಚ್ಚಿಸು. Frīght'-ened (frīt'nd), *p. a.* ಕಕ್ಕಾಬಿಕ್ಕಿಯಾದ, ಚಕಿತ, ಬೆದರಿದ. Frīght'fụl, *a.* ಗಾಬರಿಗೊಳಿಸುವ, ಭಯಂಕರ, ರಾವು. Frīght'fụl-ly, *ad.* ಭಯಂಕರವಾಗಿ; 2. ಕಡು. Frīght'-fụl-ness, *n.* ಭಯಾನ್ವಿತತ್ವ, ರಾವು.

Frig'id, *a.* ಚಳಿಯಾದ, ಶೀತವಾದ; 2. ಮಂದ; 3. ಪ್ರೀತಿಯಿಲ್ಲದ; 4. ಬೇಡಾದ, ಸೇರಿಕೆಯಿಲ್ಲದ. Fri-ġid'i-ty, *n.* ಥಂಡಿ, ಚಳಿ, ಶೀತ. Frig'-id-ly, *ad.* ತಂಪಾಗಿ; 2. ಮಂದವಾಗಿ; 3. ಪ್ರೀತಿಯಿಲ್ಲದೆ. Frig'o-rif-ic, *a.* ಥಂಡಿ ಮಾಡುವ.

Frill, *n.* ಕುಚ್ಚು, ನೀರಿಗೆ. *v. t. r.* ಕುಚ್ಚುಗಳಿಂದ ಅಲಂಕರಿಸು.

Frinġe, *n.* ಕರೆ, "ಜಾಲರು". *v. t. r.* ಕರೀ ಕಟ್ಟು *c. d.*, "ಜಾಲರು" ಕಟ್ಟು.

Fripp'ĕr-y, *n.* ಹಳೇ ಬಟ್ಟೆ; 2. ಬಣ "ಬಡಾಯಿ" ಹುರುಳಿಲ್ಲದ್ದು.

Frī-ṣeur' (frē-zer'), *n.* ಕ್ಷೌರಕ.

Frisk, *v. t. r.* (*pr.* friskt) ಕುಣಿದಾಡು, ಹಾರ್ಯಾಡು. *n.* ಕುಣಿದಾಟ, ಹಾರ್ಯಾಟ. Fris'ki-ness, *n.* ಕುಣಿದಾಟ, ಉಲ್ಲಾಸ, ಗೆಲವು. Fris'ky, *a.* ಕುಣಿದಾಡುವ, ಉಲ್ಲಾಸವುಳ್ಳ, ಗೆಲವಿನ.

Frith, *n.* ಸಾಮುದ್ರಧುನಿ, ಕೊಲ್ಲಿ.

Frit'tĕr, *n.* ಪನಿವಾರ, ಪನಿಯಾಣ; 2. ತುಣುಕು, ಚೂರು. *v. t. r.* ತುಣುಕುತುಣುಕು ಮಾಡು; f. away ಸವಿಸು, ಸವಿಸಿ ಖರ್ಚುಮಾಡು, (ಹೊತ್ತು) ಕಳೆ.

Fri-vol'i-ty, Friv'o-lŏus-ness, *n.* ಅಲ್ಪತ್ವ, ತುಚ್ಛತೆ. Friv'ō-lŏus, *a.* ಹಾಸಲಿಲ್ಲದ, ಹುರುಡಿಲ್ಲದ, ಹಲಿಕ, ಅಲ್ಪ. Friv'ō-lŏus-ly, *ad.* ಹುಡುಗಾಟಿಕೆಯಾಗಿ.

Frizz, *v. t. r.* ಸುರುಳು ಕೂದಲು ಮಾಡು.

Frizz'le, *v. i. & t. r.* ಹುರಿ, ಕರಿ. [ಮುಂದೆ.

Frō, *ad.* ಇತ್ತ; to and f. ಅತ್ತಿತ್ತ, ಹಿಂದು

Frock, *n.* ಚಿಕ್ಕ ಹುಡುಗರ ಅಂಗಿ, ಕಪಣಿ, ಮೇಲಂಗಿ, "ಲಂಗ", "ಲುಂಗಿ".

Frog, *n.* ಕಪ್ಪೆ, ಮಂಡೂಕ, ಪ್ಲವಕ; 2. ಸೊಂಟದ ಪಟ್ಟಿಯಲ್ಲಿ ಕತ್ತಿಕಠಾರಿಗಳನ್ನು ತೂಗಿಸುವ ಚರ್ಮದ ಜಬ್ಬು.

Frol'ic *or* Frol'ick, *n.* ಆಟ, ಲೀಲೆ. *a.* ಉಲ್ಲಾಸದ, ಆಡುವ, ಕುಣಿಯುವ. *v. i. r.* (*pr.* frŏl'ikt) ಆಡು, ಕುಣಿದಾಡು, ಹಾರ್ಯಾಡು. Frol'ic-sŏme, *a.* ಕುಣಿದಾಡುವ, ಉಲ್ಲಾಸವುಳ್ಳ.

From, *prep.* ...ಇಂದ, ...ಅಲ್ಲಿಂದ, ದೆಸೆಯಿಂದ; 2. ಮೊದಲ್ಗೊಂಡು; free f. ರಹಿತ.

Frond, *n.* (*bot.*) ಗರಿ.

Frŏnt, *v. t. r.* ಎದುರಿಸು, ಎದುರು ನಿಲ್ಲು, ಅಭಿಮುಖವಾಗಿರು; 2. ಮುಕ್ಕಟ್ಟು ಶೃಂಗರಿಸು. *n.* ಹಣೆ; 2. ಮೋರೆ, ಮುಖ; 3. ಮುಕ್ಕಟ್ಟು; 4. ಯುದ್ಧರಂಗದ ಮುಂಭಾಗ, ಎದುರು, (of a house) ಮುಂಭಾಗ; 5. ನಾಚಿಕೆಗೇಡಿತನ; in f. of ಮುಂದೆ, ಎದುರಾಗಿ; show a bold f. ದಿಟ್ಟವಾಗಿ ಮಲೆತು ನಿಲ್ಲು; right in f. ಕಟ್ಟೆದುರು; come to the f. ಪ್ರಾಶಸ್ತ್ಯಕ್ಕೆ ಬರು; f. bench ನ್ಯಾಯವಿಧಾಯಕ ಸಭೆಯಲ್ಲಿ ಮಂತ್ರಿಗಳೂ ತಂಡಗಳ ನಾಯಕರೂ ಕುಳಿತುಕೊಳ್ಳುವ ಸಾಲು. Frŏnt'āġe, *n.* ಮುಕ್ಕಟ್ಟು. Frónt'al, *a.* ಹಣೆಯ ಮುಂಭಾಗದ. *n.* (*altar*) ಗರ್ಭಗೃಹದ ಮುಂಭಾಗದ ಮುಚ್ಚಿಗೆ. Fron'tiēr (-tēr), *n.* ಮೇರೆ, ಗಡಿ, "ಸರಹದ್ದು". Fron'tis-piēce (-pēṣ), *n.* ಪುಸ್ತಕದ ಆರಂಭದಲ್ಲಿಡುವ ಚಿತ್ರ. Frŏnt'-less, *a.* ನಾಚಿಕೆ ಇಲ್ಲದ, ನಾಚಿಕೆಗೆಟ್ಟ, ನಿರ್ಲಜ್ಜೆಯಾದ. Frŏnt'let, *n.* ಹಣೆಗೆ ಕಟ್ಟುವ ಲಾಡಿ.

Frost, *n.* (the act of freezing) ಶೀತದಿಂದ ನೀರು ಹೆಪ್ಪುಗಟ್ಟುವುದು; 2. ಬಹು ಚಳಿ, ಹಿಮ; 3. (frozen dew) ಹಿಮಾನಿ. Fros'ty, *a.* ಬಹು ಥಂಡಿಯಾದ, ಅತಿ ಶೈತ್ಯವಾದ, ಹಿಮದ; 2. ನರೆ.

Froth, *n.* ಬುರುಗು, ನೊರೆ. *v. t. r.* (*pr.* frotht) ನೊರೆ ಬರು. **Froth'i-ly**, *ad.* ಬುರುಗಾಗಿ; 2. ಹುರುಳಿಲ್ಲದೆ. **Froth'i-ness**, *n.* ಬುರುಗಾಗಿರೋಣ; 2. ಹುರುಳಿಲ್ಲದಿರೋಣ. **Froth'y**, *a.* ನೊರೆಯುಳ್ಳ.

Frō'ward (-wĕrd), *a.* ಹಟಮಾರಿ, ಮುಷ್ಕರವಾದ, ಛಲವುಳ್ಳ. **Frō'ward-ness**, *n.* ಹಟ, ಛಲ.

Frown, *n.* ಹುಬ್ಬುಗಂಟು, ಗಂಟುಮೋರೆ. *v. i. r.* ಹುಬ್ಬುಗಂಟು ಹಾಕಿಕೊಳ್ಳು, ಮೋರೆಗಂಟು—.

Frow'sy, *a.* ಮುಗ್ಗಿದ, ಮುಗ್ಗಲು.

Froze, *pt. of* Freeze.

Frō'zen (frō'zn), *p. p. of* Freeze; f. river ಶಿಲಾನದಿ.

Fruc'ti-fy, *v. t. r.* (-fīed) ಫಲವತ್ತಾಗ ಮಾಡು, ಫಲಿಸ ಮಾಡು. *v. i.* ಫಲಿಸು. **Fruc-tif'er-ŏus**, *a.* ಫಲಭರಿತವಾದ. **Fruc-ti-fi-cā'tiŏn**, *n.* ಫಲಿಸುವುದು, ಫಲಿಸುವ ಹಾಗೆ ಮಾಡುವುದು. **Fruc'tū-ŏus**, *a.* ಫಲ ತುಂಬಿದ.

Fru'gal, *a.* ಮಿತಿಯುಳ್ಳ, ಮಿತವಾಗಿ ಖರ್ಚು ಮಾಡುವ. **Fru-găl'i-ty**, *n.* ಮಿತ, ಮಿತವ್ಯಯ. **Fru'gal-ly**, *ad.* ಮಿತಿಯಾಗಿ.

Fruit (frut), *n.* ಹಣ್ಣು, ಕಾಯಿ, ಫಲ. 2. ಸಂತಾನ; 3. ಲಾಭ. **Fruit'āge**, *n.* ಹಣ್ಣುಹಂಪಲ. **Fruit-ā'ri-an**, *n.* ಫಲಗಳನ್ನೆ ತಿಂದು ಜೀವಿಸುವವ. **Fruit'ĕr-ĕr**, *n.* ಹಣ್ಣುಮಾರುವವ, "ಬಾಗವಾನ್". **Fruit'ful**, *a.* ಫಲವುಳ್ಳ, ಫಲ ಕೊಡುವ, ಫಲಭರಿತ. **Fruit'ful-ness**, *n.* ಫಲಭರಿತತ್ವ. **Fruit'less**, *a.* ಫಲವಿಲ್ಲದ, ನಿಷ್ಫಲವಾದ, ವ್ಯರ್ಥ, ಅನರ್ಥ. **Fruit'less-ly**, *ad.* ವ್ಯರ್ಥವಾಗಿ, ಸುಮ್ಮಗೆ. **Fruit'y**, *a.* ಹಣ್ಣಿನಂಥ.

Fru-i'tiŏn (-ish'un), *n.* ಭೋಗ, ಉಪಭೋಗ, ಅನುಭವ.

Fru'men-ty, *n.* ರವೇ ಪರಮಾನ್ನ, *also* Furmety.

Frush, *v. t. r.* ಜಜ್ಜು.

Frus'trāte, *v. t. r.* ತಪ್ಪಿಸು, ಕೆಡಿಸಿಬಿಡು, ವ್ಯರ್ಥ ಮಾಡು, ನಿರರ್ಥಕ—; 2. "ರದ್ದು" ಮಾಡು; the enemy was frustrated ವೈರಿಯ ಪ್ರಯತ್ನ ಸಾಗಲಿಲ್ಲ, —ಹೋಕಾಗಿ ಹೋಯಿತು. **Frus-trā'tiŏn**, *n.* ಪ್ರಯತ್ನಭಂಗ, ಆಶಾಭಂಗ.

Frus'tum, *n.* ಶಂಕ್ವಾಕೃತಿಗಳಲ್ಲಿ ಮೇಲಿನ ಭಾಗ ಕೊಯಿದು ಉಳಿದ ತುಂಡು.

Fru-tes'cent, *a.* ಪೊದೆಪೊದೆಯುಳ್ಳ, ಪೊದೆಪೊದೆಯಾಗಿ ಬೆಳೆಯುವ.

Frut'i-cōse, *a.* ಗುಲ್ಮಾಕೃತಿಯ.

Frȳ, *v. i. r.* (frīed) ಹುರಿ. *n.* ಹುರಿದ ಪದಾರ್ಥ.

Frȳ, *n.* ಮೀನಿನ ಗುಂಪು; 2. ಗುಂಪು; small f. ಚಿಕ್ಕವರು, ಜನಸಾಮಾನ್ಯರು.

Frȳ'ing-pan, *n.* ಬಾಣಲೆ; out of f. to fire ಹಸಿಗೆ ಹೆದರಿ ಹೊಳೆಗೆ ಬಿದ್ದಂತೆ.

Fud'dle (fud'l), *v. t. r.* ಅಮಲು ಮಾಡಿಸು, "ಲಹರಿ" ಮಾಡು.

Fudge (fuj), *n.* ಸುಳ್ಳು ಕಥೆ, ಹರಟೆ. *v. t.* ಅಸಂಬದ್ಧವಾಗಿ ರಚಿಸು, ಸೃಷ್ಟನೆ ಮಾಡು.

Fū'el, *n.* ಉರುವಲ, ಕಾಷ್ಠ, ಕಟ್ಟಿಗೆ, "ಸೌದೆ", ಬೆರಣಿ (ಕುಳ್ಳು) ಮುಂತಾದ್ದು; add f. to the flame ಉರಿಯುವಲ್ಲಿ ಎಣ್ಣೆ ಹೊಯ್ಯು.

Fug, *n.* ಹಡಿಕೆಗಾಳಿ, ಕಸ.

Fugh, *int.* ಛೀ ಹೋಗು.

Fu-gā'cious (-shus), *a.* ಬೇಗ ಕಾಣದೆ ಹೋಗುವ.

Fū'gi-tive, *a.* ಓಡಿಹೋಗುವಂಥ; 2. ಹಾರಿಹೋಗುವಂಥ, ಕ್ಷಣಿಕ. *n.* ಅಪಾಯದಿಂದ ಅಥವಾ ಸರಕಾರದ ತಲೆ ತಪ್ಪಿಸಿಕೊಂಡು ಓಡಿಹೋದವನು.

Ful'crum, *n.* ಆಡವು, ಸೊನ್ನೆಯ ಆನಿಕೆ, ಆಧಾರ.

Ful-fil', *v. t. r.* (-filled') ಈಡೇರಿಸು, ನೆರವೇರಿಸು, ಪೂರ್ಣ ಮಾಡು; *pass.* ನೆರವೇರು, ಕೈಗೂಡು. **Ful-fil'ment**, *n.* ನೆರವೇರಿಸೋಣ, ಈಡೇರೋಣ, ಒದಗು, ಸಿದ್ಧಿ, ಪೂರ್ತಿ.

Ful'gen-cy, *n.* ತೊಳಗುಬೆಳಗು. **Ful'gent**, *a.* ಮಿನುಗುವ.

Fū-lig'i-nŏus, *a.* ಹೊಗೆ ತುಂಬಿದ.

Full, *a.* ತುಂಬಿದ, ತುಂಬ, ಪೂರ್ತಿಯಾದ, ಪೂರಾ, ಸಂಪೂರ್ಣ; at f. length ಉದ್ದಕ್ಕೂ ಚಾಚಿಕೊಂಡು ಬೀಳು; f. timer (school) ಇಡಿ ಹೊತ್ತು ಶಾಲೆಗೆ ಬರುವ ವಿದ್ಯಾರ್ಥಿ. *n.* ಪೂರ್ತಿ, ಸಂಪೂರ್ಣತೆ; f. of the moon ಹುಣ್ಣಿಮೆ. **Full'-blood ed**, *a.* ನೆತ್ತರು ತುಂಬಿದ, ಬಲವುಳ್ಳ, ಭೋಗಿಯಾದ; 2. ಅಚ್ಚವಳಿ. **Full'-blōwn**, *a.* ಪೂರ್ಣ ಅರಳಿದ. **Full-brother**, *n.* ಸಹೋದರ. **Full'-dress debate**, *n.* ಮೊದಲೇ ನಿಯುಕ್ತವಾದ ಮೇರೆಗೆ ರಾಜಕೀಯ ಸಭೆಗಳಲ್ಲಿ ನಡೆಯುವ ಚರ್ಚೆ. **Full'-fāced** (-fāst), *a.* ಅಗಲ ಮೋರೆಯ. **Full'-grōwn**, *a.* ಪೂರಾ ಬಲಿತ. **Full'-moon**, *n.* ಹುಣ್ಣಿಮೆ. **Ful'ly**, *ad.* ಪೂರ್ಣವಾಗಿ. **Full'ness**, **Ful'ness**, *n.* ಪರಿಪೂರ್ಣತೆ, ಪೂರ್ತಿ.

Fụll, *v. t. r.* ಉಣ್ಣೆ ವಸ್ತ್ರ ತೊಳೆದು ತೀಡು. Fụl'lĕr, *n.* ಅಗಸ, ಉಣ್ಣೇ ವಸ್ತ್ರ ತೀಡಿ ತೊಳೆಯುವವ. Fụl'lĕr's-ĕarth, *n.* ಸವುಳು, ಸವುಳು ಮಣ್ಣು, ಚವುಳು—.

Ful'mi-nāte, *v. i. r.* (ಮದ್ದಿನಂತೆ) ಹಾರು, ಗರ್ಜಿಸು; 2. ಗದರಿಸು, ಖಂಡಿಸು. Ful'mi-nant, *a.* ಬೇಗ ಹಬ್ಬುವ, ಫಕ್ಕನೇ ವಿಸ್ತರಿಸುವ. Ful-mi-nā'tiŏn, *n.* ಗರ್ಜನೆ; 2. ಗದರಿಸೋಣ, ವಾಗ್ದಂಡನೆ.

Fụl'sŏme, *a.* ವಿಪರೀತ, ಅಸಹ್ಯ, ಹೊಲಸು.

Fum'ble, *v. i. r.* ತಡವ್ಯಾಡು, ಸವರ್ಯಾಡು.

Fūme, *n.* ಹೊಗೆ; 2. ವ್ಯಥಾ ಕಲ್ಪನೆ, ಮ್ಹಾಯ. *v. i. r.* ಹೊಗೆ ಹಾಯು, ಬೆಂಕಿಯಾಗು; 2. ಉರಿಯಾಗು, ರೇಗಿಸು.

Fū'mi-gāte, *v. t. r.* ಹೊಗೆಗೆ ಕಟ್ಟು, ಹೊಗೆ ಆಡಿಸು. Fūm-i-gā'tiŏn, *n.* ಹೊಗೆಗೆ ಕಟ್ಟೋಣ, ಹೊಗೆಯಾಡಿಸೋಣ.

Fū'mi-tŏr-y, *n.* *(Fumaria parviflora, Lamk.)* ಕಾಡು ಸಬ್ಬಸಿಗೆ ಸೊಪ್ಪು *(My.)*.

Fun, *n.* ಆಟ, ಚಲ್ಲಾಟ, "ತಮಾಷೆ", ವಿನೋದ, ನಕಲಿ; to make f. of ಪರಿಹಾಸ ಮಾಡು; not to see the f. ಸರಸ ನುಡಿ ಎಂದು ತಿಳಿಯದಿರು.

Fū-nam'bū-lāte, *v. i. r.* ಹಗ್ಗದ ಮೇಲೆ ನಡೆ. Fū-nam'bū-list, *n.* ಹಗ್ಗದ ಮೇಲೆ ನಡೆಯುವವ.

Fuṅc'tiŏn, *n.* ಕೆಲಸ, ಉದ್ಯೋಗ. Fuṅc'tiŏn-al, *a.* ಉದ್ಯೋಗವುಳ್ಳ. Fuṅc'tiŏn-ar-y, *n.* ಉದ್ಯೋಗಿ, "ಕಾಮದಾರ", ಅಧಿಕಾರಿ.

Fund, *n.* ಭಂಡ, "ಅಸಲು", ಭಂಡವಾಳ, ಭಂಡಾರ, ಈಡು, ಗಂಟು; a f. of amusement ವಿನೋದದ ರಾಶಿ; a f. of anecdotes ಕಥೆಯ ಸಂಗ್ರಹ.

Fun'da-ment, *n.* ಕುಂಡೆ, ಗುದ. Fun-da-men'tal, *a.* ಮೂಲ, ಆಧಾರಭೂತ. *n. pl.* ಆಧಾರ, ಅಸ್ತಿವಾರ. Fun-da-men'tal-ly, *ad.* ಮೊದಲೇ, ಮೂಲವಾಗಿ.

Fū'nĕr-al, *n.* ಹೂಣಿಡುವಿಕೆ, ಉತ್ತರಕ್ರಿಯೆ. *a.* ಉತ್ತರಕ್ರಿಯೆಸಂಬಂಧವಾದ. Fū-nē're-al, *a.* ಹೂಣಿಡುವ; 2. ದುಃಖಕರವಾದ.

Fuṅ'gus, *n.* ಅಳಿಂಬೆ, ನಾಯಿಕೊಡೆ ಮುಂತಾದವು.

Fū'ni-cle, *n.* *(bot.)* ನಾಭಿಬಂಧ.

Fuṅk, *n.* *(sl.)* ಹೆದರಿಕೆ, ಅಂಜಿಕೆ. *v. i. r.* *(sl.)* ಭಯ ಪಡು, ಹಿಂಜರಿ, ಪುಕ್ಕತನದಿಂದ ತಪ್ಪಿಸಿಕೊಳ್ಳು. Fuṅk'y, *a.* *(sl.)* ಹೆದರುವ, ಅಂಜುಬುರುಕನಾದ.

Fun'nel, *n.* ಲಾಳಕ, ಲಾಳಿಕೆ, ಪನ್ನಾಲೆ, ಜಾಳಿ, ನಳಿಗೆ; a bamboo f. for physicking cattle ಗೊಟ್ಟ.

Fun'ny, *a.* ಆಟದ, ವಿನೋದದ, ಚೇಷ್ಟೆಯ. Fun'ni-ly, *ad.* ವಿನೋದವಾಗಿ.

Fur, *n.* ತುಪ್ಪಳ; 2. ಮೃದ್ವಜಿನ, ಕೂದಲಿದ್ದ ತೊಗಲು; f. of the tongue ಜಿಹ್ವಾಮಲ. *a.* ತುಪ್ಪಳದ. *v. t. r.* ತುಪ್ಪಳ ಹೊದಿಸು. Fur'ri-ĕr (fĕr'i-ĕr), *n.* ಮೃದ್ವಜಿನದ ಕೆಲಸದವ. Fur'ry (fĕr'i), *a.* ತುಪ್ಪಳದ, ತುಪ್ಪಳುಳ್ಳ.

Fur'bish, *v. t. r.* (*pr.* fĕr'bisht) ಬೆಳಗು, ಒಪ್ಪ ಹಾಕು *c. d.*, ಮಿರುಗಿಡು *c. d.*

Fur'cāte, *a.* ಕವಲಿದ.

Fur'fur, *n.* ಹುಂಡು.

Fū'ri-ŏus, *a.* ಉರಿಯಾದ, ಉಗ್ರವಾದ, ಆಗ್ರಹವಾದ, ಕೋಪಾವೇಶವಾದ, ರೌದ್ರಾತ್ಮಕ. Fū'ri-ŏus-ly, *ad.* ಉರಿಯಾಗಿ, ಉಗ್ರವಾಗಿ. Fū'ri-ŏus-ness, *n.* ಮೈ ಉರಿ, ಉಗ್ರ, ಆಗ್ರಹ, ಕೋಪೋದ್ರೇಕ.

Furl, *v. t. r.* ಸುರುಳಿ ಸುತ್ತು.

Fur'loṅg, *n.* ೨೨೦ ಯಾರ್ಡು, ಮೈಲಿನ ಎಂಟನೆ ಭಾಗ.

Fur'lōugh (fĕr'lō), *n.* ರಜಾ. *v. t. r.* ರಜಾ ಕೊಡು.

Fur'me-ty, *n.*, *see* Frumenty.

Fur'nāce, *n.* ಕೊಲಿಮೆ, ಭಟ್ಟಿ, ಒಲೆ; 2. ಮಹಾ ಕಷ್ಟ; a portable f. ಅಗ್ನಿಷ್ಟಿಕೆ.

Fur'nish, *v. t. r.* (*pr.* fĕr'nisht) ತಂದು ಕೊಡು, ಪೂರೈಸಿ—; 2. ಸಾಮಾನಿಡು *c. d.*, ಸಿದ್ಧ ಮಾಡು.

Fur'ni-tūre, *n.* ಮನೆಮುಟ್ಟು, ಮನೇಸಾಮಾನು.

Fū'ror, Fū'rōrĕ, *n.* ರೌದ್ರಾವೇಶ, ಅತಿಶಯ ಪ್ರಶಂಸೆ, ಬುದ್ಧಿ ವಿಕಲತೆ.

Fur'rōw (-rō), *n.* ಮಡಿಕೇ ಸಾಲು, ನೇಗಿಲ ಸಾಲು; 2. ಸರವು, ಗೆರೆ; 3. ನಿರಿಗೆ. *v. t. r.* ಉಳು, ಸಾಲು ಮಾಡು; 2. ಸರವು ಮಾಡು; 3. ನಿರಿಗೆ ಕಟ್ಟು, ನಿರಿಗಟ್ಟು.

Fur'ŧhĕr, *a.* ಅತ್ತತ್ತ, ಅತ್ತಣ, ಇನ್ನೂ ದೂರದ; 2. ಮತ್ತೊಂದು. *ad.* ಮುಂದಕ್ಕೆ, ಇನ್ನೂ ದೂರ. *conj.* ಮತ್ತು, ಇದಲ್ಲದೆ. Fur'ŧhĕr-mōre, *ad.* or *conj.* ಇನ್ನೂ, ಇದಲ್ಲದೆ, ಮತ್ತೂ. Fur'ŧhĕr-mōst, Fur'ŧhest, *a.* ಬಹು ದೂರವಾದ, ಕಟ್ಟಕಡೆಯ.

Fur'ŧher, *v. t. r.* ಸಾಗಿಸು, ವರ್ಧಿಸು, ಸಹಾಯ ಮಾಡು *c. d.*, ಅನುಕೂಲಿಸು. Fur'ŧhĕr-ance, *n.* ಸಾಗಿಸೋಣ, ಸಹಾಯ, ಅನುಕೂಲ.

Fur'tive, *a.* ಕಳ್ಳತನದ, ಕಳ್ಳತನದಿಂದ ಸಿಕ್ಕಿದ, ಕಣ್ಮರೆಯಾಗಿ ಮಾಡಿದ, ಕಳವಿನ, ರಹಸ್ಯವಾದ.
Fū'runcle, *n.* ಬಾವು.
Fū'ry, *n.* ಉರಿ, ಉಗ್ರ, ಸಿಟ್ಟು, ಕೋಪ, ರೌದ್ರ.
Furze, *n.* ಹಳದೀ ಬಣ್ಣದ ಹೂವಾಗುವಂಥ ಒಂದು ಗಿಡ.
Fūse, *v. t. r.* ಕರಗಿಸು. *v. i.* ಕರಗು. Fū-si-bil'i-ty, *n.* ಕರಗುವಿಕೆ, ದ್ರಾವ್ಯತ್ವ. Fū'si-ble, *a.* ಕರಗುವಂಥ, ದ್ರಾವ್ಯ. Fū'-siŏn, *n.* ಕರಗೋಣ.
Fūse, Fū-sēe', *n.* ತೋಟೆ, ಬತ್ತಿ.
Fū-see', *n.* ಘಡಿಯಾರದಲ್ಲಿ ಬೊಗರಿಯಾಕಾರದ ಕದರು.
Fū'sil, *n.* ತುಪಾಕಿ. Fū-si-liēr' *or* lēer, *n.* ಸಿಪಾಯಿ. Fūs'il-lāde, *n.* ಎಡೆಬಿಡದೆ ಕೋವಿಗಳನ್ನು ಸುಡುವುದು.
Fū'siŏn, *n.* ಕರಗೋಣ; 2. ಒಂದುಗೂಡಿಸೋಣ, ಒಂದುಗೂಡೋಣ.

Fuss, *n.* ಗುಲ್ಲು, ಗದ್ದಲ, ಗವುಜ, ರಂಪಾಟ. Fus'sy, *a.* ಗದ್ದಲಮಾಡುವ.
Fust, *n.* ಮುಗ್ಗು, ಮುಗ್ಗುನಾತ. Fus'ty, *a.* ಮುಗ್ಗುನಾರುವಂಥ. [ಮಾತಿನ ಆಡಂಬರ.
Fust'i-an, *n.* ಒಂದು ವಿಧದ ದಪ್ಪ ಬಟ್ಟೆ; 2.
Fus-ti-gāte', *v. t. r.* ಬಡಿಗೆಯಿಂದ ಹೊಡೆ.
Fū'tīle, *a.* ಹುರುಳಿಲ್ಲದ, ನಿರರ್ಥಕ, ನಿಷ್ಫಲ. Fū-til'i-ty, *n.* ನಿರರ್ಥಕತ್ವ, ಹುರುಳಿಲ್ಲದಿರೋಣ.
Fū'tūre (*or*-chur), *n.* ಬರುವ ಕಾಲ, ಭವಿಷ್ಯತ್ಕಾಲ, ಭವಿಷ್ಯ, ಅನಾಗತ, ಆಗಾಮಿ. *a.* ಬರಲಿಕ್ಕಿರುವ, ಭವಿಷ್ಯ. Fūt'ur-ist, *n.* ಭವಿಷ್ಯದ್ವಾಕ್ಯದಲ್ಲಿ ವಿಶ್ವಾಸವಿಡುವವನು. Fū-tū'ri-ty, *n.* ಭವಿಷ್ಯ.
Fuzz, *n.* ಸೂಕ್ಷ್ಮರೇಣು, ಬೇಗನೆ ಆರಿಹೋಗುವ ತುಪ್ಪಳಿನಂಥ ಪುಡಿ.
Fȳ, *int.* ಛೀ, ಥೂ.
Fȳke, *n.* ಒಂದು ತರದ ದೊಡ್ಡ ಬಲೆ.

G

G (*mus.*) ಸಪ್ತಸ್ವರಗಳಲ್ಲಿ ಐದನೇದು, "ಪ".
Gab, *v. i.* ಹರಟೆ ಕೊಚ್ಚು. *n.* ಹರಟೆ.
Gab'ble, *v. i. r.* ಲೊಡಲೊಡನೆ ಮಾತಾಡು, ಪದರಾಡು, ಬಡಬಡಿಸು; 2. ಕಲಕಲ ಅನ್ನು. *n.* ಲೊಡಲೊಡ, ಹುಚ್ಚುಕೂಗು. Gab'blĕr, *n.* ಹರಟೆಮಲ್ಲ.
Gā'ble, *n.* ಚಂದಾಯ, ಚಂದಾಯದ ಗೋಡೆ; g. roof ಬಾಗುಮಾಳಿಗೆ.
Gā'by, *n.* ಹೆಡ್ಡ.
Gad, *v. t. r.* (gad'ded) ಸುಮ್ಮನೆ ತಿರುಗಾಡು. Gad'a-bout, Gad'dĕr, *n.* ಹಾರುಗಾಲಿ. Gad'ding, *n.* (of females) ಬಿಟಕಿ, ಮನೆಮನೆ ತಿರುಗುವುದು.
Gad, *n.* ಮೊನೆ, ಮುಳ್ಳು. *int.* ಅಬ್ಬಾ!
Gad'flȳ, *n.* ತೊಣಚಿ, ತೊಣಸಿ.
Gāel (gāl), *n.* ಸ್ಕೋಟ್ಲಾಂಡ ದೇಶದ ಉತ್ತರ ಪರ್ವತಗಳ ಮೇಲೆ ವಾಸಿಸುವ ಗೇಲ ಜನರವ. Gāe'lic (gā'lik), *a.* ಗೇಲಜನರ. *n.* ಗೇಲ ಜನರ ಭಾಷೆ.
Gaff, *n.* ದೊಡ್ಡ ಕೊಂಡಿ; 2. (*sl.*) ಕುಶಾಲಿನ ಮನೆ.

Gaf'fĕr, *n.* ಅಜ್ಜಯ್ಯ, ಮುದುಕ, ತಂಡದ ಮುಖನಾಯಕ.
Gag, *n.* ತುರುಕುವ ಚೆಂಡು. *v. t. r.* (gagged, *pr.* gagd) ಚೆಂಡು, ತುರುಕು.
Gāġe, *n.* ಅಳತೆ, ಪ್ರಮಾಣ; ಅಡವು; *see* Gauge. *v. t. r.* ಅಳತೆ ಮಾಡು, ಅಡವು ಇಡು.
Gag'gle, *v. t. r.* ವರಟೆಯ ಹಾಗೆ ಕೂಗು, ಬಾತುಕೋಳಿಗಳ ಹಾಗೆ ಕೂಗು.
Gāi'e-ty, *n., see* Gayety.
Gāi'ly, *ad.* ಗೆಲುವಿನಿಂದ, ಉಲ್ಲಾಸದಿಂದ, ಸೊಗಸಾಗಿ.
Gāin, *n.* ಲಾಭ, "ನಫೆ", ಆದಾಯ. *v. t. r.* ಗೆಲ್ಲು, ದುಡಿದುಕೊಳ್ಳು, ಸಂಪಾದಿಸಿಕೊಳ್ಳು; 2. ಒಲಿಸಿಕೊಳ್ಳು; 3. ಮುಟ್ಟು; g. the upper hand ಜಯಶೀಲನಾಗು; g. over ತನ್ನ ಪದರಿನಲ್ಲಿ ಹಾಕು, ತನ್ನ ಒಳಸಂಚಿಗೆ ಸೇರಿಸು; g. ground ಸಮೀಪಿಸು, ವರ್ಧಿಸು. *v. i. r.* ಲಾಭ ಮಾಡಿಕೊಳ್ಳು, ಐಶ್ವರ್ಯವಂತನಾಗು; g. on, g. upon ಒಲಿಸಿ ಮುಂದಾಗು *c. d.*, ಗೆಲ್ಲು, ಜಯಿಸು. Gāin'ĕr, *n.* ಲಾಭಹೊಂದುವವನು, ಜಯಿಸಿದವನು. Gāin'ful, *a.* ಆದಾ

ಯವುಳ್ಳ, ಉಪಯೋಗದ. Gāin'ings, *n. pl.* ದುಡಿತ, ದುಡಿಮೆ, ಗಳಿಕೆ.

Gāin'sāy (-sā), *v. t. ir.* (-'said, -'said) ಎದುರು ಮಾತಾಡು, ಅಲ್ಲವೆನ್ನು, ಅಡ್ಡವಾಗಿ ಹೇಳು.

Gainst (=against), *prep.* ಎದುರಿಗೆ.

Gāir'ish, *a.* ಡಂಭದ, ಬೆರಗಿನ.

Gāit, *n.* ನಡೆ, ನಡಿಗೆ, ನಡೆಯುವ ರೀತಿ.

Gai'ter, *n.* ಮೊಣಕಾಲಿನ (ಚರ್ಮದ ಅಥವಾ ಬಟ್ಟೆಯ) ಪಟ್ಟಿ.

Gā'la, *n.* ಡಂಭ, ವೈಭವ.

Ga-lan'gal, *n.* (root of *Alpinia galanga Willd.*) ದುಂಬರಾಸ್ಮೆ, ದುಂಪರಾಸ್ಮೆ.

Gal'ax-y, *n.* ಆಕಾಶಗಂಗೆ; 2. ಸುಪ್ರಖ್ಯಾತರ ಸಮೂಹ.

Gāle, *n.* ಗಾಳಿ, ಪ್ರಚಂಡ ಗಾಳಿ, ಬಿರುಗಾಳಿ.

Gāle, *n.* ಬಾಡಿಗೆ.

Ga-lē'na, *n.* ಸುರಮ, ಸುರ್ಮ.

Gal'i-ot, Gal'li-ot, *n.* ಚಿಕ್ಕ ಹಡಗು.

Gall, *n.* ಪಿತ್ತ, ಉರಿಯುವ ಹುಣ್ಣು, ಮನಸ್ಸಿನೊಳಗಿನ ಕ್ರೋಧ; g. and wormwood ಅತೀ ಕಹಿಯಾದ ವಸ್ತು, ಮನಸ್ಸಿಗೆ ಅತಿ ಅಹಿತವಾದ ವಿಷಯ. *v. t. r.* ಕಾಡು, ಪೀಡಿಸು. Gall'ing, *a.* ಸಿಟ್ಟೆಗೆಬ್ಬಿಸುವವ.

Gal'lant, *a.* ಧೈರ್ಯವುಳ್ಳ, ಪ್ರತಾಪವುಳ್ಳ; 2. ಸೊಗಸಿನ, "ಮೋಜಿನ". Gal-lant', *n.* "ಖುಷಾಲುಗಾರ", ಸೊಗಸುಗಾರ, ಶೃಂಗಾರಶೇಖರ; 2. ವರ; 3. ಉಪಪತಿ; 4. ಮಿಂಡ, ವಿಟ. Gal'lant-ly, *ad.* ಪರಾಕ್ರಮವಾಗಿ, ಘನವಾಗಿ. Gal'lan-try, *n.* ವೀರತ್ವ, ಪರಾಕ್ರಮ; 2. ಸ್ತ್ರೀಯರ ಸತ್ಕಾರ, ಸ್ತ್ರೀಲೋಲಾಟ.

Gall'-blad-dĕr, *n.* ಈಸಬುಡ್ಡಿ, ವಿಷಬುಡ್ಡಿ, ಪಿತ್ತಕೋಶ.

Gal'le-on, *n.* ಪೂರ್ವದ ದೊಡ್ಡ ಹಡಗು.

Gal'ler-y, *n.* ಸುರಂಗ; 2. ಮೇಲಟ್ಟ; 3. ದರ್ಶನಶಾಲೆ; play to the g. ಅಲ್ಪ ಜನರಿಗೆ ಕಿವಿರಂಜನೆ ಮಾಡುವಂತೆ ನಟಿಸು.

Gal'ley (-li), *n.* ಹುಟ್ಟು ಹಾಕಿ ನಡಿಸುವ ಹಡಗು, ಹಸ್ತಪ್ರೇರಕ ನಾವೆ; 2. *(print.)* ಕಂಪೋಜಿಟರನು ತಾನು ಜೋಡಿಸಿದ ಮೊಳೆಗಳನ್ನು ಇಡುವ ಹಲಿಗೆ. Gal'ley-slāve, *n.* ಹಡಗದ ಮೇಲೆ ಹುಟ್ಟುಹಾಕುವ ಶಿಕ್ಷೆ ಹೊಂದಿದ "ಕೈದಿಯವ", ಹಡಗದ "ಕೈದಿಯವ".

Gal'lic, *a.* ಫ್ರಾನ್ಸ ದೇಶದ.

Gal-li-nā'ceŏus (-nā'shus), *a.* ನವಿಲುಜಾತಿ ಪಕ್ಷಿಗಳ.

Gal'li-pot, *n.* ಬುಡ್ಡಿ, ಬುರುಡೆ.

Gall'nut, *n.* ಅಳಲೇಕಾಯಿ, ಅಣಿಲೇಕಾಯಿ.

Gal'lŏn, *n.* ಆರು ಬಾಟ್ಲಿಯ ಅಳತೆ.

Gal-loon', *n.* ಸರಿಗೆ, "ಕಲಾಬತು".

Gal'lŏp, *n.* ಹಾರಿಗ್ಗಾಲು, "ದೌಡು". *v. i. r.* (*pr.* gal'lupt) "ದೌಡು" ಬಿಡು, ಹಾರಿಗ್ಗಾಲು ಬೀಳು, —ಕೆಡವು; g. away ನಾಗಾಲೋಟಾ ಓಡಿಸಿಕೊಂಡು ಹೋಗು. Gal'lŏp-ĕr, *n.* "ದೌಡು" ಬಿಡುವವ, "ದೌಡು" ಹೋಗುವಂಥಾದ್ದು.

Gal'lŏws (-lŏz), *n.* ತೂಗುಮರ, ಗಲ್ಲುಮರ, "ಫಾಶಿ"ಕಂಬ.

Ga-lore', *n. & a.* ಮಾಂಸ ಮತ್ತು ಸಾರಾಯಿಯ ಹೆಚ್ಚು ರಾಶಿ, ಬಾಹುಲ್ಯ, ತುಂಬ, "ಮಸ್ತು".

Ga-losh', *n.* ಪಾದರಕ್ಷೆಯ ಮೇಲಣ ರಬ್ಬರ್ ಹೊದಿಕೆ.

Gal-van'ic, *a.* ಸ್ಪರ್ಶವಿದ್ಯುಲ್ಲತೆ ಸಂಬಂಧ. Gal-van-īse, -īze, *v. t. r.* ಸ್ಪರ್ಶವಿದ್ಯುಲ್ಲತೆ ಹತ್ತಿಸು *c. d.;* 2. ಸ್ಪರ್ಶವಿದ್ಯುಲ್ಲತೆಯ ಮುಖಾಂತರ "ಮುಲಾಮು" ಮಾಡು. Gal'van-ism, *n.* ಬೇರೆಬೇರೆ ಧಾತುಗಳ ಪರಸ್ಪರ ಸ್ಪರ್ಶನದಿಂದ ಹುಟ್ಟುವಂಥ ವಿದ್ಯುಲ್ಲತೆ; 2. ಸ್ಪರ್ಶವಿದ್ಯುಲ್ಲತೆಯ ವಿದ್ಯೆ.

Gam-bā'do, *n.* ಕುದುರೆಯ ಹಾರಿಕೆ; 2. ಹುಚ್ಚು ಸಾಹಸ.

Gam'ble, *v. i. r.* ಜೂಜಾಡು, "ಜುಗಾರು" ಆಡು. Gam'blĕr, *n.* ಜೂಜುಗಾರ, "ಜುಗಾರು" ಆಡುವವ. Gam'ble-some, *a.* "ಜುಗಾರು" ಆಡದ ಹಾಗಿನ, ಮೋದಂಡ. Gam'bling, *n.* ಜೂಜು, "ಜುಗಾರು".

Gam-bōge' (*or* -bōj), *n.* ತಮಾಲೆಂಬುವ ಹಳದಿ ಬಣ್ಣ; the gum-resin of *(Garcinia Morella)* ಕಣ್ಣುಟಿಗಲು ಮರ *(My.)*, ಜಾರಿಗೆ ಹುಳಿ ಮರ, ಅರಸಿನಗುರಗಿ ಮರ.

Gam'bol, *n.* ಕುಣಿದಾಟ, ಹಾರ್ಯಾಟ, ವಿಲಾಸ. *v. i. r.* ಕುಣಿದಾಡು, ಹಾರ್ಯಾಡು.

Gāme, *n.* ಆಟ, "ಖುಷಾಲು", "ಗಮ್ಮತು"; 2. ಬೇಟೆ; win a g. ಆಟ ಗೆಲ್ಲು; lose a g. ಆಟ ಸೋಲು; to make g. of ನಕಲಿ ಮಾಡು. *v. i. r.* ಆಡು; 2. ಜೂಜಾಡು. have the g. in your hands ಗೆಲ್ಲುವಂತೆ ಸಾಧಿಸು; play the g. ನ್ಯಾಯವಾದ ರೀತಿಯಿಂದ ವರ್ತಿಸು; play a deep g. ಕಪಟ ಪ್ರಯೋಗ ನಡಿಸು; play a double g. ಒಳಗೊಂದು ಹೊರಗೊಂದು ಎಂಬಂತೆ ನಟಿಸು; the g. is up ಗೆಲು ಕೈತಪ್ಪಿತು; g. not worth the candle ನಿರರ್ಥಕ ಪ್ರಯತ್ನ; forbidden

g. ಕಾಯಿದೆ ನಿರ್ಬಂಧದಿಂದ ಬೇಟೆಯಿಂದ ಸುರಕ್ಷಿತ ಪಡಿಸಿದ ಪ್ರಾಣಿಗಳು; **Gāme'bag**, *n.* ಬೇಟೆಯನ್ನು ತುಂಬಿಸುವ ಚೀಲ. **Gāme'-cock**, *n.* ಜೂಜಿನ ಕೋಳಿ. **Gāme'kēep-ĕr**, *n.* ಬೇಟೆಯಾಡತಕ್ಕ ಪ್ರಾಣಿಗಳನ್ನು ಇತರರು ಕಳ್ಳಾಟಿಕೆಯಿಂದ ಹೊಡೆಯದಂತೆ ನೋಡಿಕೊಳ್ಳುವವನು. **Gāme'-law**, *n.* ಬೇಟೆಯ ಕಾನೂನು. **Game'sŏme**, *a.* ಚೆಲ್ಲಾಟ ಮಾಡುವ. **Gāme'stĕr**, *n.* ಜೂಜಾಡುವವ. **Gā'miṅg**, *n.* ಆಟ, ಜೂಜು.

Găm'mĕr, *n.* ಮುದುಕಿ, ಅಜ್ಜಿ.

Găm'mon, *n.* ಠಕ್ಕು. *v. i.* ಠಕ್ಕು ಮಾಡು.

Gam'ut, ಸರಳೆ, ಸಪ್ತಸ್ವರ ಗ್ರಾಮ, ಸ್ವರಗ್ರಾಮ, viz.: ಸ, ರಿ, ಗ, ಮ, ಪ, ಧ, ನಿ.

Gan'dŏr, *n.* ಗಂಡುಬಾತು, ಗ್ರಾಮಹಂಸ, ಚಕ್ರಾಂಗ.

Gaṅg, *n.* ಗುಂಪು; g. robbery "ಡಕಾಯಿತಿ".

Gaṅ'grēne (-grēn), *n.* ದುರ್ಮಾಂಸ, ಅಬುರ್ದವ್ಯಾಧಿ.

Gaṅg'way, *n.* ನಡುದಾರಿ, ಹಡಗಿನಲ್ಲಿ ದಾರಿ.

Gant'let, *n.* "ಲಷ್ಕರಿನಲ್ಲಿ" ಒಂದು ತರದ ಶಿಕ್ಷೆ.

Ġāol (jāl), *n.* "ಬಂದೀಖಾನೆ" (*spelt also* Jail). **Ġāol'ĕr (jāl'ĕr)**, *n.* "ಬಂದೀಖಾನೆಯ" ಯಜಮಾನ.

Gap, *n.* ಸಂದು, ಕಿಂಡಿ, ಬಿರುಕು.

Gāpe, *v. i. r.* (*pr.* gāpt) ಬಾಯಿ ತೆರೆ, ಆಕಳಿಸು, ಕಣ್ಣುಬಾಯಿ ಬಿಟ್ಟು ನೋಡು. *n.* ಆಕಳಿಕೆ.

Gar'āġe, *n.* ಗಾಡಿಗಳನ್ನಿಡುವ ಉಗ್ರಾಣ.

Gärb, *n.* ಉಡಿಗೆತೊಡಿಗೆ, ವಸ್ತ್ರ.

Gär'bāġe, *n.* ಮೃಗದ ಕರುಳು, ಕಸಮುಸರಿ.

Gär'ble, *v. t. r.* ಆಯು, ಹೆಕ್ಕಿ ಕೂಡಿಸು; 2. ದುರಭಿಪ್ರಾಯ ಹುಟ್ಟುವಂತೆ ಕೆಲವು ಸಂಗತಿಗಳನ್ನು ಮಾತ್ರ ಸಂಗ್ರಹಿಸಿ ರೂಪಿಸು.

Gär'boil, *n.* ಗದ್ದಲ.

Gär'den (-dn), *n.* ತೋಟ. *v. i. r.* ತೋಟ ಮಾಡು. **Gär'den-ĕr**, *n.* ತೋಟದವ, ತೋಟಿಗ, "ಮಾಲಿ".

Gär'get, *n.* (*vet.*) ಕೆಚ್ಚಲಹುಣ್ಣು.

Gär'gle, *n.* ಬಾಯಿ ಮುಕ್ಕುಳಿಸುವ ಔಷಧ, ಮುಕ್ಕುಳಿ. *v. t. r.* ಬಾಯಿ ಮುಕ್ಕುಳಿಸು.

Gär'land, *n.* ಮಾಲೆ, ಹಾರ, ದಂಡೆ; g. of flowers ಹೂವಿನ ಮಾಲೆ.

Gär'lic, *n.* (*Allium sativum, L.*) ಬೆಳ್ಳುಳ್ಳಿ.

Gär'ment, *n.* ಅರಿವೆ, ಉಡಿಗೆತೊಡಿಗೆ, ವಸ್ತ್ರ.

Gär'nĕr, *n.* ಕಣಜ, ಹಗೇವು; *see* Granary. *v. t. r.* ಕೂಡಿಸಿಡು.

Gär'net, *n.* ಕೆಂಪು ಹರಳು.

Gär'nish, *v. t. r.* (*pr.* gär'nisht) ಅಲಂಕರಿಸು, ಶೋಭಿತ ಮಾಡು, ಶೃಂಗರಿಸು. *n.* ಅಲಂಕಾರ, ಭೂಷಣ. **Gär'ni-tūre**, *n.* ಅಲಂಕಾರ.

Gar'ret, *n.* ಮೇಲುಕೋಣೆ, ಉಪ್ಪರಿಗೆ, ಮುಂಡುಮಾಳಿಗೆ.

Gar'ri-sŏn, *n.* ಊರನ್ನು (ಅಥವಾ ಕೋಟೆಯನ್ನು) ಕಾಯಲಿಕ್ಕಿಟ್ಟ ಸೈನ್ಯ; 2. ಠಾಣ್ಯ, "ಸಿಬಂದಿ". *v. t. r.* ಕೋಟೆ ಕಾಯಲಿಕ್ಕೆ ಸಿಪಾಯಿಗಳನ್ನು ಇಡು, ಠಾಣ್ಯಹಾಕು.

Gar-ru̦l'i-ty, *n.* ಪದರಿಕೆ, ಬಗ್ಗರಿತನ, ಹರಟೆಗಾರಿಕೆ; ಮಾತುಗಾರಿಕೆ, ವಾಚಾಲತನ. **Gar'ru̦-lŏus**, *a.* ಪದರುವ, ಹರಟೆಬಡಿಯುವ, ವಾಚಾಲ.

Gär'tĕr, *n.* ಮೇಜೋಡು (ಕಾಲ್ಚೀಲ) ಕಟ್ಟುವ "ಟಾಗಿ"; 2. ಇಂಗ್ಲಾಂಡ ದೇಶದ ಶ್ರೇಷ್ಠ ಮಾನದ ಬಿರುದು.

Gas, *n.* ವಾಯುರೂಪ ಪದಾರ್ಥ, ವಾಯು, ಉಗಿ, ಹಬೆ. **Gā'ṣē-ŏus (-shus)**, *a.* ಗಾಳಿಯಂಥ. **Gas-om'e-tĕr**, *n.* ವಾಯುವನ್ನು ತುಂಬಿಡುವ ಭಾಂಡ.

Gas-con-āde', *n.* ಬಡಾಯಿ, ಆತ್ಮಸ್ತುತಿ.

Gash, *n.* ದೊಡ್ಡ ಕಡಿತ, ಗಾಯ. *v. t. r.* (*pr.* gasht) ಕಡಿ, "ಜಖಮು" ಮಾಡು, ದೊಡ್ಡ ಗಾಯ ಮಾಡು.

Gas'-lamp, Gas'-līght (-līt), *n.* ಹೊಗೆದೀಪ, ವಾಯುದೀಪ, ಆವರಿದೀಪ.

Gasp, *v. i. r.* (*pr.* gaspt) ತೇಗು, ತೇಕು; 2. ಮೇಲುಸುರು ತೆಗೆ; to g. for breath ಉಸುರಿಗೆ ಬಾಯಿಬಿಡು. *n.* ತೇಗು, ಮೇಲುಸುರು.

Gas'tric, *a.* ಹೊಟ್ಟೆಯ, ಹೊಟ್ಟೇ ಸಂಬಂಧ, ಜಾಠರ; g. juice ಪಾಚಕರಸ.

Gas'trō-nome, *n*, ಸವಿಗಾರ, ಹೊಟ್ಟೇಬಾಕ. **Gas-tron'o-my**, *n.* ಸೂಪಶಾಸ್ತ್ರ.

Gāte, *n.* ಹೆಬ್ಬಾಗಲು, ತಲೆಬಾಗಲು; 2. ಊರಬಾಗಲು, ಅಗಸಿ. **Gāte'wāy (-wā)**, *n.* ಹೆಬ್ಬಾಗಲ ದಾರಿ, ಅಗಸಿ ಬಾಗಲ ದಾರಿ.

Gath'ĕr, *v. t. r.* ಕೂಡಿಸು, ಹೆಕ್ಕು, ಸಂಗ್ರಹ ಮಾಡು; g. head ಬಲಹೊಂದು; g. way ಚಲಿಸ ತೊಡಗು; g. an army ದಂಡು ಕಟ್ಟು; g. fruit ಹಣ್ಣು ಇಳಿಸು; 2. ತಿಳುಕೊಳ್ಳು. *v. i. r.* ಕೂಡು, ಒಟ್ಟುಗೂಡು; be gathered to one's fathers ಮೃತಪಡು. **Gath'ĕr-ĕr**, *n.* ಒಟ್ಟುಗೂಡಿಸುವವನು. **Gath'ĕr-iṅg**, *n.* ಕೂಡಿಸುವಿಕೆ.

Ga̤ub tree, *n.* (*Diospyros embryopteris, Pers.*) ಒಳ್ಳೇ ತೂಪ್ರಮರ (*My.*).

Gaud, *n.* ತಂಭದ ಒಡವೆ, ಆಭರಣ. Gaud'i-ly (gad-), *ad.* ಜಂಬವಾಗಿ, ಬೆಡಗಾಗಿ, ಸೊಗಸಾಗಿ. Gaud'i-ness (gad-), *n.* ಜಂಬ, ಸೊಗಸು, ಬೆಡಗು. Gaud'y (gad-), *a.* ಸೊಗಸಾದ, ಒಯ್ಯಾರದ, ಬೆಡಗುಳ್ಳ.

Gāuġe (gāj), *n.* ಅಳತೆ, ಅಳತೆಯ ಕೋಲು, ಮಟ್ಟ. *v. t. r.* ಅಳತೆ ಮಾಡು, ಅಳೆ. Gāuġ'-ẽr (gāj'ẽr), *n.* ಅಳೆಯುವವ.

Gaunt (gant), *a.* ಸೊರಗಿದ, ಬಡ.

Gaunt'let, *n.* ಕಬ್ಬಿಣದ ಕೈಚೀಲ; *see* Gantlet.

Gauze (gāz), *n.* ದುಕೂಲ, ಪಿಂಜಾಲಿ ಅರಿವೆ, —ರೇಶ್ಮೆ.

Gāve, *pt. of* Give.

Gā'vi-al, *n.* ಮೊಸಳೆ.

Gawk (gak), *n.* ಕೋಗಿಲೆ; 2. ದಡ್ಡ, ಮೂಢ. Gawk'y, *a.* ನಾಚುವ, ಕುರೂಪ. *n.* ಮೂಢ.

Gāy (gā), *a.* ಗೆಲವಿನ, ಉಲ್ಲಾಸವುಳ್ಳ, ಸಂತೋಷವುಳ್ಳ ಸೊಗಸಿನ. Gāy'e-ty (gā'i-ti), Gay'ness, *n.* ಗೆಲವು, ಉಲ್ಲಾಸ, ಸೊಗಸು. Gāy'ly, *ad., see* Gaily. Gay'sōme, *a.* ಉಲ್ಲಾಸವುಳ್ಳ.

Gāze, *v. i. r.* ಕಣ್ಣಿಕ್ಕಿ ನೋಡು, ಕಣ್ಣಾಬು, ಕಣ್ಣಾಬಿ ನೋಡು, ದೃಷ್ಟಿಸಿ ನೋಡು. *n.* ಏಕಾಗ್ರದೃಷ್ಟಿ. Gā'ziṅg-stock, *n.* ಹಾಸ್ಯಕ್ಕೆ ಗುರಿಯಾದವ, ನಿಂದಿತನು.

Ga-zelle' (-zel'), *n.* ಚಿಗರಿ, ಜಿಂಕೆ.

Ga-zette' (-zet'), *n.* ಸಮಾಚಾರಪತ್ರಿಕೆ, ವರ್ತಮಾನಪತ್ರ. *v. t. r.* "ಜಾಹೀರು" ಮಾಡು. Ga-zet-tēer', *n.* ಭೂಗೋಳವರ್ಣನಸಂಗ್ರಹ; 2. ಸಮಾಚಾರಪತ್ರಿಕಾಕರ್ತ.

Gēar (gēr), *n.* ಎರವುಮುಟ್ಟು, ಸಾಮಾನು, "ಸರಂಜಾಮು"; 2. ಬದುಕು; 3. ಅರಿವೆ ಅಂಚಡಿ; 4. (of a wheel) ಮುರಿ. Gēar'iṅg, *n.* ಮುರಿ; g. of a sugar-mill ಗಾಣದ ಮುರಿ.

Ge'cko, *n.* ಹಲ್ಲಿ, ತೊಂಡೆಕಾಟ.

Gēese, *n., pl. of* Goose.

Ge-hen'na, *n.* ಪಾತಾಲ, ನರಕ.

Ġel'a-tine (-tin), *n.* ಅಂಟಿನಂಥ ವಸ್ತು. Ġe-lat'i-nous, *a.* ಅಂಟಿನಂಥ.

Geld, *v. t. r.* ಬೀಜಾ ತೆಗೆ *e. g.*, ಹಿಡ ಮಾಡು, ಕಸಿ—. Geld'iṅg, *n.* ಬೀಜಾ ತೆಗೆದ ಕುದುರೆ, ಕಸಿ ಮಾಡಿದ—.

Ġel'id, *a.* ತಂಪಾದ, ಅತಿ ಶೀತಲವಾದ.

Ġem, *n.* ರತ್ನ, ಮಣಿ; artificial g. ಅಡಿಗೆ ಕಲ್ಲು; 2. ಮೊಗ್ಗು; occidental g. ನವಾಬಾಸಿ; oriental g. ಪುರಾಣಾಬಾಸಿ. *v. t. r.* (gemmed) ರತ್ನ ಖಚಿತ ಮಾಡು. Ġem'my, *a.* ರತ್ನಮಯ, ರತ್ನದಂತೆ ಹೊಳೆಯುವ.

Ġem'i-nī, *n. pl. (astr.)* ಮಿಥುನರಾಶಿ.

Ġem-mā'tiōn, *n.* ಚಿಗುರುವಿಕೆ.

Ġen'dẽr, *n. (gram.)* ಲಿಂಗ. *v. t. r.* ಹುಟ್ಟಿಸು.

Ġē-nē-al'o-ġy, *n.* ವಂಶಚರಿತ್ರೆ, ವಂಶಾವಳಿ, ಪಾರಂಪರ್ಯಚರಿತ್ರೆ. Ġē-nē-a-log'i-cal, *a.* ವಂಶಾವಳಿಯ, ವಂಶಚರಿತ್ರೆಯ, ಪಾರಂಪರೆಯ. Ġē-nē-a-loġ'i-cal-ly, *ad.* ವಂಶಾವಳಿ ಸಂಬಂಧವಾಗಿ. Ġē-nē-al'o-ġist, *n.* ವಂಶಾವಳಿ ಬರೆಯುವವನು, ವಂಶಚರಿತ್ರೆ—, —ಸಂಗ್ರಹಿಸುವವನು.

Ġen'er-al, *a.* ಜಾತಿಕೆ, ಸಾಧಾರಣ, ಸಾಮಾನ್ಯ, ಸರ್ವ, ಸಮಸ್ತ, ಶ್ರೇಷ್ಠ. *n.* ಮುಖ್ಯ ಅಧಿಕಾರಿ, ಸೇನಾಧಿಪತಿ, ಶಿರಃಸೇನಾಸಿ. Ġen-er-al-īze'. *v. t. r.* ಸಾಧಾರಣ ಧರ್ಮದ ಕೆಳಗೆ ತರು, ಸರ್ವಕ್ಕೆ ಹಚ್ಚು. Ġen-er-al-i-ẓā'tiōn, *n.* ಸಾಧಾರಣ ಧರ್ಮದ ಕೆಳಗೆ ತರುವುದು. Ġen-er-al'i-ty, *n.* ಸಾಮಾನ್ಯತ್ವ, ಸಾಧಾರಣತ್ವ; 2. ಹೆಚ್ಚಿನ ಮಂದಿ; 3. ಹೆಚ್ಚಿನ ಭಾಗ. Ġen'er-al-ly, *ad.* ಸಾಧಾರಣವಾಗಿ, ಒಟ್ಟಾಗಿ. Ġen'-er-al-ship, *n.* ಸೇನಾಪತಿಯ ಹುದ್ದೆ; 2. ಸೇನಾಪತಿಯ ಯುದ್ಧಕೌಶಲ್ಯ.

Ġen-er-al-is'si-mō, *n.* ಮುಖ್ಯ ಸೇನಾಧಿಪತಿ.

Ġen'er-āte, *v. t. r.* ಉತ್ಪನ್ನ ಮಾಡು, ಹುಟ್ಟಿಸು. Ġen-er-ā'tiōn, *n.* ಹುಟ್ಟಿಸೋಣ, ಉತ್ಪನ್ನ ಮಾಡೋಣ; 2. ತಲಾಂತರ, ಸಂತತಿ, ಜನ್ಮ, ಪೀಳಿಗೆ; from g. to g. ಪೀಳಿಗೆಪೀಳಿಗೆಯಾಗಿ. Ġen'er-ā-tive, *a.* ಹುಟ್ಟಿಸುವಂಥ, ಉತ್ಪಾದಕ. Ġen'er-ā-tōr, *n.* ಜನಕ, ಉತ್ಪಾದಕ; 2. ಹಬೆ ಉತ್ಪನ್ನ ಮಾಡುವ ಪಾತ್ರೆ.

Ġe-ner'ic, -al, *a.* ಒಂದು ದೊಡ್ಡ ವರ್ಗಕ್ಕೆ ಸೇರಿದ, ವರ್ಗದ ಲಕ್ಷಣವಾದ. Ġe-ner'ic-al-ly, *ad.* ಸಾಮಾನ್ಯವಾಗಿ.

Ġen-er-os'i-ty, *n.* ದೊಡ್ಡ ಮನಸ್ಸು, ಉದಾರತ್ವ. Ġen'er-ous, *a.* ದೊಡ್ಡ ಮನಸ್ಸುಳ್ಳ, ಉದಾರವುಳ್ಳ. Ġen'er-ous-ly, *ad.* ದೊಡ್ಡ ಮನಸ್ಸಿನಿಂದ, ಉದಾರವಾಗಿ.

Ġen'e-sis, *n.* ಉತ್ಪತ್ತಿ, ಆದಿಕಾಂಡ. Ġen-et'ic, -al, *a.* ಉತ್ಪತ್ತಿಯ.

Ġē'ni-al, *a.* ಹಿತ, ವಿಹಿತ, ಒಪ್ಪುವಂಥ, ಚಮತ್ಕಾರದ. Ġē-ni-al'i-ty, *n.* ವಿಹಿತತ್ವ, ಒಪ್ಪಿಗೆ.

Ġe'nie, *n.* ಶಕ್ತಿ, ರಾಕ್ಷಸ. Ġenii, *n. pl.*

Ġen'i-tal, *a.* ಜನನಕ್ಕೆ ತಕ್ಕ. *pl.* ಜನನಕ್ಕೆ ತಕ್ಕ ಅಂಗಗಳು.

Ġen'i-tive, *n. (gram.)* ಸಂಬಂಧವಿಭಕ್ತಿ, ಷಷ್ಠಿ ವಿಭಕ್ತಿ.

Ġen'i-tŏr, *n.* ಜನಕ, ತಂದೆ, ಹೆತ್ತಪ್ಪ, ಹೆತ್ತಯ್ಯ.
Ġē'ni-us, *n.* ದೈವತ, ದೇವತೆ; 2. ಬುದ್ಧಿ, ಬುದ್ಧಿಸಾಗರ; 3. ವಿಶೇಷ ಲಕ್ಷಣ.
Ġent, *n.* ಗೃಹಸ್ಥ, ಸಭ್ಯ.
Ġen-tēel', *a.* ಸಭ್ಯ ಮರ್ಯಾದೆಯುಳ್ಳ; 2. ಸೊಗಸಿನ, ಸುಂದರ. Ġen-tēel'ly, *ad.* ಮರ್ಯಾದೆಯಾಗಿ.
Ġen'tian, *n.* (-shn, -tian) *(Agathotes chiryata)* ಕಿರಿಯಾತು, ಚಿರಾಯತ.
Ġen'tīle, *n.* ಯೆಹೂದ್ಯನಲ್ಲದವ, ಮೂರ್ತಿಪೂಜಕ, ಮ್ಲೇಚ್ಛ.
Ġen-til'i-ty, *n.* ಸಭ್ಯತೆ, ಮರ್ಯಾದೆ. Ġen'tle, *a.* ಕುಲೀನ; 2. ನಮ್ರ, ಸಾಧು; 3. ಶಾಂತ; a g. breeze ನಸುಗಾಳಿ, ಶಾಂತಗಾಳಿ. Gen'tle-folks, *n.* ಗೃಹಸ್ಥರು. Ġen'tle-man, *n.* ಕುಲೀನ ಮನುಷ್ಯ, ಸಂಭಾವಿತ, ಗೃಹಸ್ಥ. Ġen'tle-man-li-ness, *n.* ಕುಲೀನತ್ವ, ಗೃಹಸ್ಥಿಕೆ. Gen'tle-man-ly, -man-līke, *a.* ಸಂಭಾವಿತನಿಗೆ ತಕ್ಕ, ಮರ್ಯಾದೆಯ. Ġen'tle-ness, *n.* ಸಾಧು ಗುಣ, ನಮ್ರತೆ, ಸೌಮ್ಯತೆ. Ġen'tle-wom-an, *n.* ಕುಲೀನೆ, ಗೃಹಸ್ಥೆ. Ġent'ly, *ad.* ಸಾಧುವಾಗಿ, ನಮ್ರಭಾವದಿಂದ, ಮೆತ್ತಗೆ, ಮೆಲ್ಲಗೆ.
Ġen'try, *n.* ಶಿಕ್ಷಿತರೂ ಸಭ್ಯರೂ ಆದ ಜನರು, [ಗೃಹಸ್ಥವರ್ಗ.
Ġen-ū-flect', *v. i. r.* ಪ್ರಣಾಮಪೂರ್ವಕ ಉಪಾಸನೆ ಮಾಡು. Ġen-ū-flec'tiŏn, *n.* ಪ್ರಣಾಮಪೂರ್ವಕ ಉಪಾಸನೆ.
Ġen'ū-ine(-in), *a*, ನಿಜ, ಅಚ್ಚ, ಚೊಕ್ಕ. Ġen'ū-ine-ly, *ad.* ನಿಜವಾಗಿ, ಚೊಕ್ಕಾಗಿ. Ġen'ū-ine-ness, *n.* ಯಥಾರ್ಥತ್ವ, ಚೊಕ್ಕಟ.
Ġē'nus (*pl.* ġen'er-a), *n.* ವಿಧ, ಜಾತಿ, ವರ್ಗ.
Ġeo'de-sy, *n.* ಭೂಗೋಳಕ್ಷೇತ್ರವಿದ್ಯೆ.
Ġē-og'ra-phy, *n.* ಭೂಗೋಳಶಾಸ್ತ್ರ. Ġē-og'ra-phĕr (-fĕr), *n.* ಭೂಗೋಳಶಾಸ್ತ್ರಿ. Ġē-o-graph'i-cal (-graf'i-), *a.* ಭೂಗೋಳಶಾಸ್ತ್ರಸಂಬಂಧವಾದ.
Ġē-ol'ō-ġy, *n.* ಭೂರಚನಾಶಾಸ್ತ್ರ. Ġē-ō-loġ'i-cal, *a.* ಭೂರಚನಾಶಾಸ್ತ್ರಸಂಬಂಧವಾದ. Ġē-ol'o-ġist, *n.* ಭೂರಚನಾಶಾಸ್ತ್ರಜ್ಞ.
Ġē-om'e-tĕr, Ġē-om-e-tri'cian (-trish'un), *n.* ರೇಖಾಗಣಿತಶಾಸ್ತ್ರಜ್ಞ, ಕ್ಷೇತ್ರಮಾಪಕ, ಶಾನಭೋಗ. Ġē-ō-met'ric, -met'ri-cal, *a.* ಕ್ಷೇತ್ರಗಣಿತಸಂಬಂಧವಾದ. Ġē-om'e-try, *n.* ರೇಖಾಗಣಿತ, ಕ್ಷೇತ್ರಗಣಿತ.
Ġĕrm, *n.* ಮೊಗ್ಗೆ, ಮೊಳಕೆ, ಸುಳಿ, ಅಂಕುರ. Ġĕr'mi-nal, *a.* ಮೊಳಕೆಯ. Ġĕr'mi-nāte, *v. i. r.* ಮೊಳೆ, ಚಿಗಿ, ಚಿಗುರು, ಅಂಕುರಿಸು. Ġĕr-mi-nā'tiŏn, *n. (bot.)* ಮೊಳಕೆ.
Ġĕr'man, *a.* ಜರ್ಮನ್ ದೇಶದ. *n.* ಜರ್ಮನ್ ದೇಶದವ, — ಭಾಷೆ. Ġĕr'man-y, *n.* ಜರ್ಮನ್ ದೇಶ.
Ġĕr-māne', *a.* ಸಜ್ಞಾತಿ, ಸಂಬಂಧಪಟ್ಟ.
Ġĕrm'en, *n.* ಅಂಡಾಶಯದ ಮೂಲ.
Ġer'und, *n.* ನ್ಯೂನ, ಕ್ರಿಯಾನ್ಯೂನ.
Ġes-tā'tiŏn, *n.* ಬಸುರು, ಗರ್ಭಧಾರಣೆ.
Ġes-tic'ū-lāte, *v. t. r.* ಕೈಮಾಡು, ಅಂಗವಿಕ್ಷೇಪ ಮಾಡು, ಅಭಿನಯ ತೋರಿಸು. Ġes-tic-ū-lā'tiŏn, *n.* ಕೈಮಾಡುವುದು, ಅಂಗಚೇಷ್ಟೆ, ಅಂಗವಿಕ್ಷೇಪ.
Ġes'tūre (*or* jes'chur), *n.* ಅಭಿನಯ, ಕೈಸನ್ನೆ ಕಣ್ಣುಸನ್ನೆ ಮುಂತಾದವುಗಳು; sentimental g. ಚೇಷ್ಟಾಭಾವ.
Get, *v. t. ir.* (got, got *or* got'ten, *pr.* got'n) ದೊರಕಿಸಿಕೊಳ್ಳು, ಸಂಪಾದಿಸಿಕೊಳ್ಳು, ಹೊಂದು, ಸಿಕ್ಕು *c. d.; as,* he got a large fortune ಬಹಳ ಸಂಪತ್ತು ಸಂಪಾದಿಸಿಕೊಂಡ; he gets ten rupees a month ಅವನಿಗೆ ತಿಂಗಳಿಗೆ ಹತ್ತು ರೂಪಾಯಿ ಸಂಬಳ ಸಿಕ್ಕುತ್ತದೆ; 2. (*with* have) ಇರು; *as,* have you got a map of India? ನಿನಗೆ (ನಿನ್ನ ಹತ್ತರ) ಹಿಂದುಸ್ಥಾನದ ನಕಾಶ (ನಕ್ಷೆ) ಇರುತ್ತದೋ (ಉಂಟೋ)? 3. g. by heart ಬಾಯಿಪಾಠ ಮಾಡು; 4. (induce): g. him to pay his debt ಅವನು ತನ್ನ ಸಾಲ ಮುಟ್ಟಿಸುವಂತೆ ಮಾಡು, ತನ್ನ ಸಾಲ ಮುಟ್ಟಿಸುವ ಹಾಗೆ ಅವನನ್ನು ಪ್ರೇರೇಪಿಸು, ತನ್ನ ಸಾಲ ಮುಟ್ಟಿಸುವಂತೆ ಅವನಿಗೆ ಬುದ್ಧಿ ಹೇಳು; 5. (cause to be done): g. these papers burnt ಈ ಕಾಗದಗಳನ್ನು ಸುಡಿಸು; 6. *(refl.)* (betake) ಹೋಗು; *as,* g. you gone ಹೋಗೋ, ನಡೆಯೋ! g. in ಒಳಗೆ ತಕ್ಕೋ, — ತಕ್ಕೊಂಡು ಹೋಗು, — ಕರಕೊಂಡು ಹೋಗು; g. out ಕೀಳು, ಹೊರಗೆ ತಕ್ಕೊಂಡು ಹೋಗು, — ಕರಕೊಂಡು ಹೋಗು; g. off ಬಿಡಿಸು, ತೆಗೆದುಕೊಂಡು ಹೋಗು; g. together ಕೂಡಿಸು, ಒಟ್ಟುಗೂಡಿಸು; g. up ಸಿದ್ಧ ಮಾಡು, ಬರೆ; 2. ಛಾಪಿಸು; 3. ಹಾಸಿಗೆಯಿಂದ ಏಳು.
Get, *v. i. ir.* ಆಗು, ಹೋಗು, ಬರು; g. about ಸ್ಥಳದಿಂದ ಸ್ಥಳಕ್ಕೆ ಹೋಗು; g. ahead ಮುಂದರಿ, ಸಾಗು, ಏಳಿಗೆಯಾಗು; g. along ನಡೆ, ಮುಂದೆ ಸಾಗು, ಮುಂದರಿ; g. along with you ನಡೆ, ನಡೆ! g. two miles ಎರಡುಮೈಲು ನಡೆ; — — ಹೋಗು; g. among ಒಳಗೆ

ಬರು, —ಬೀಳು; g. at ಮುಟ್ಟು, ಸಮೀಪ ಬರು; g. away ತಪ್ಪಿಸಿಕೊಳ್ಳು; g. back ಹಿಂದಕ್ಕೆ ಬರು; g. before ಮುಂದಕ್ಕೆ ಹೋಗು; g. behind ಹಿಂದೆ ಹೋಗು, ಹಿಂದುಳಿ; g. between ನಡುವೆ ಬರು, ಸಿಕ್ಕೊಳ್ಳು; g. clear ಬಿಡಿಸಿಕೊಳ್ಳು, ಕೊಸರಿಕೊಳ್ಳು, ಬಿಡುಗಡೆಯಾಗು; g. done with ಅಂತ್ಯಗೊಳಿಸು; g. down ಇಳಿ; g. drunk ಅಮಲಾಗು; g. forward ಮುಂದೆ ನಡೆ, ಏಳಿಗೆಯಾಗು; g. home ಮನೆಗೆ ಬರು, —ಹೋಗು; g. free, g. into ಧರಿಸು; g. loose ಬಿಡಿಸಿಕೊಳ್ಳು, ಬಿಡುಗಡೆಯಾಗು, ಕೊಸರಿಕೊಳ್ಳು; g. married ಮದುವೆಯಾಗು; g. near ಸಮೀಪಿಸು, ಹತ್ತಿರಹೋಗು; g. on ಮುಂದೆ ನಡೆ, ಸಾಗು, ಅಭಿವೃದ್ಧಿಹೊಂದು g. over the difficulty ಕಷ್ಟದಿಂದ ಪಾರಾಗು; g. quit of, g. rid of ಬಿಡಿಸಿಕೊಳ್ಳು, ಕಳೆ, ಬಿಡುಗಡೆಯಾಗು; g. the upper hand, g. start, g. better of a person ಇನ್ನೊಬ್ಬನಿಗಿಂತ ಹೆಚ್ಚು ಪ್ರಯೋಜನ ಹೊಂದು; g. the best of it ಜಯಶೀಲನಾಗು; g. the thing on the brain ಒಂದೇ ವಿಷಯವಾಗಿ ಸರ್ವದಾ ಚಿಂತಿಸು; g. on one's nerves ರೇಗಿಸು; It has got to be done ಅದನ್ನು ಮಾಡಲೇಬೇಕಾಗಿದೆ; g. with child ಗರ್ಭೋತ್ಪತ್ತಿ ಮಾಡು; g. ship under way ಹಡಗನ್ನು ನಡಿಸಲು ಪ್ರಾರಂಭಿಸು; g. to like it ಮೆಚ್ಚಲಿಕ್ಕೆ ಅಭ್ಯಾಸ ಮಾಡು; g. through ಜಯಶೀಲನಾಗು; g. used to it ಅಭ್ಯಾಸವಾಗು; g. round ಪುಸಲಾಯಿಸು; g. to ಪ್ರಾರಂಭಿಸು; g. out of hand ಕೈವಶದಿಂದ ತಪ್ಪಿಹೋಗು; g. up steam ಹುರಿದುಂಬು; g. over ಪಾರಾಗು; g. wind of ಸಮಾಚಾರ ಕಿವಿಯಲ್ಲಿ ಬೀಳು.

Get'-up, *n.* ವಸ್ತ್ರಧಾರಣೆಯ ರೀತಿ.

Gew'gaw (gū'ga), *n.* ಆಡುವ ವಸ್ತು, ಕಿರುಮುಟ್ಟು, "ಮೋಜಿನ" ಜಿನಸು.

Gey'ser (gāz-, gīz-), *n.* ಬಿಸಿನೀರು ಚಿಮ್ಮುವ ಬುಗ್ಗೆ.

Ghast'li-ness (gast-), *n.* ರಾವು, ಭಯಂಕರತ್ವ, ವಿಕಾರರೂಪ. **Ghast'ly**, *a.* ರಾವು, ಪ್ರೇತದಂಥಾ, ವಿಕಾರ, ಭಯಂಕರ.

Ghaut, *n.* ಪರ್ವತ, ಘಾಟಿ.

Ghēe, *n.* ತುಪ್ಪ, ಆಜ್ಯ, ಘೃತ.

Ghĕr'kin, *n.* ಸವುತೆ.

Ghet'to, *n.* ಯೆಹೂದಿಯರ ವಸತಿ.

Ghōst (gōst), *n.* ಆತ್ಮ, ಪ್ರಾಣ, ಪ್ರೇತ, ಭೂತ; give up the g. ಸಾಯು. **Ghōst'ly**, *a.* ಆತ್ಮದ, ಆತ್ಮಸಂಬಂಧವಾದ; a g. visitant ದೆವ್ವ; g. gloom ಗಾಢಾಂಧಕಾರ.

Ghoul, *n.* ಪ್ರೇತ ಭಕ್ಷಣೆ ಮಾಡುವ ಪಿಶಾಚ, ಕೊಂತಿ.

Gī'ant, *n.* ರಾಕ್ಷಸ, ದೈತ್ಯ; 2. ದೊಡ್ಡಾಳು. *a.* ರಾಕ್ಷಸಸಂಬಂಧವಾದ, ರಾಕ್ಷಸನಂಥಾ; 2. ಬಹು ದೊಡ್ಡ. **Gī'ant-ess**, *n.* ರಾಕ್ಷಸಿ.

Giaour (jowr), *n.* ತುರುಕರು ಬೇರೆ ಮತದವರಿಗೆ (ಕ್ರೈಸ್ತರಿಗೆ) ಹಚ್ಚುವ ಹೆಸರು, ತುರುಕನಲ್ಲದವ, ಅವಿಶ್ವಾಸಿ, "ಕಾಫರ್".

Gib'bĕr, *v. i.* ಲಟಲಟ ಮಾತಾಡು. **Gib'berish**, *n.* ಅರೆನುಡಿ.

Gib'bet (jib'et), *n.* ಗಲ್ಲುಮರ. *v. t. r.* ಗಲ್ಲಿಗೆ ಹಾಕು.

Gib'bŏn, *n.* ಕಪಿಭೇದ.

Gib-bōse', **Gib'bŏus**, *a.* ಬಾವಾದ, ಉಬ್ಬಾದ, ಆವೆಯ ಬೆನ್ನಿನ ಆಕಾರದ; the g. moon ಖಂಡಚಂದ್ರ. **Gib-bos'i-ty**, *n.* ಉಬ್ಬು, ಆವೆಯ ಬೆನ್ನಿನ ಆಕಾರ.

Gībe, *n.* ಹಾಸ್ಯ, ಪರಿಹಾಸ್ಯ, ನಗಾಟ. *v. i. r.* ಹಾಸ್ಯ ಮಾಡು.

Gid'dy, *a.* ತಲೆ ತಿರುಗುವ; 2. ಚಂಚಲ, ಎಚ್ಚರಿಕೆಗೆಟ್ಟ, ಅವಿಚಾರವುಳ್ಳ. **Gid'di-ly**, *ad.* ಎಚ್ಚರಿಕೆಯಿಲ್ಲದೆ; 2. ಚಂಚಲವಾಗಿ. **Gid'di-ness**, *n.* ತಲೆ ತಿರುಗೋಣ, ಶಿರೋಭ್ರಮಣ; 2. ಎಚ್ಚರಿಕೆಗೇಡಿತನ, ಚಾಂಚಲ್ಯ.

Gift, *n.* ಕೊಡೋಣ, ದಾನ, ವರ, ಪರುಸ, ಉಚಿತ, ಕಾಣಿಕೆ, (to a bridegroom) ವರದಕ್ಷಿಣೆ, (to a bride) ಬಳುವಳಿ; (alms) ಭಿಕ್ಷ. **Gift'ed**, *a.* ಬುದ್ಧಿಬಲವುಳ್ಳ.

Gig, *n.* ಎರಡು ಚಕ್ರದ ಬಂಡಿ; 2. ಓಟದ ಚಿಕ್ಕ ದೋಣಿ; 3. ಬೊಂಗರ, ಪರಿಹಾಸ್ಯ.

Gī-gan'tic, *a.* ಸ್ಥೂಲ ಕಾಯದ, ದೈತ್ಯರೂಪದ, ಘೋರ, ಮಹಾ ದೊಡ್ಡ.

Gig'gle, *v. i. r.* ಕಿಸಿಕಿಸಿ ನಗು, ಹಲ್ಲು ಕಿಸಿ. *n.* ಕಿಸಿಕಿಸಿ ನಗುವುದು, ಬಾಯಿಬಿಡದೆ ನಗು.

Gig'let, *n.* ಹಲ್ಲುಕಿಸಿದು ನಗುವಾಕೆ.

Gild, *v. t. r.* ಬಂಗಾರದ ಮುಲಾಮು (ಮಲಾಮು) ಮಾಡು, ಬಂಗಾರದ ಬಣ್ಣ ಕೊಡು.

Gill, *n.* ಇಂಗ್ಲಾಂಡಿನ ಒಂದು ಅಳತೆ (ಹೆಚ್ಚುಕಡಿಮೆ ⅔ ಚಟಾಕ ಅಥವಾ ⅓ ಕುಡುತೆ).

Gill, *n.* ಮತ್ಸ್ಯಾದಿಗಳ ಶ್ವಾಸಕೋಶ; 2. ಬೆಟ್ಟದ ತೊರೆ.

Gilt, *n.* ಬಂಗಾರದ ಮುಲಾಮು; take the g. off the gingerbread ಹೊರ ಶೃಂಗಾರವನ್ನು

ತೆಗೆದು ನಿಜಸ್ಥಿತಿಯನ್ನು ತೋರು; g.-edged securities ಸರಕಾರದ ಸಾಲಪತ್ರ ಇತ್ಯಾದಿಗಳ ಮೇಲಣ ಲೇವಣಾತಿಗಳು.

Gim'let, Gimb'let, *n.* ಬೈರಿಗೆ, ಹಿಡಿಸರಳು, ಹಿಡಿಶಾಲ.

Ġin, *n.* ಭಾರವಾದ ವಸ್ತುಗಳನ್ನು ಎತ್ತುವ ಇಳಿಸುವ ರಾಟೆ, ಯಂತ್ರ; 2. ಬೋನು; 3. (cotton g.) ಅರಳೀ ರಾಟೆ; 4. ಜಿನಿವಾದಲ್ಲಿ ಹುಟ್ಟುವಂಥ ಒಂದು ತರದ ಸರಾಯಿ (ಸೆರೆ).

Ġin'ġel-ly oil, *n.* ಎಳ್ಳೆಣ್ಣೆ, ಒಳ್ಳೇ ಎಣ್ಣೆ (*My.*).

Ġin'ġel-ly-oil plant, *n.* (*Sesamum indicum, D.C.*) ಎಳ್ಳು ಗಿಡ, ಅಚ್ಚೆಳ್ಳು (*My.*).

Ġin'ġĕr, *n.* (dried root of *Zingiber officinale, Roxb.*) ಶುಂಠಿ, ಸುಂಟಿ; green g. ಅಲ್ಲ, ಹಸಿಶುಂಠಿ.

Ġin'ġĕr-bread (-bred), *n.* ಶುಂಠಿ ಹಾಕಿದ ಒಂದು ತರದ ಒಡೆ.

Ġin'ġĕr-grass, *n.* (*Panicum repens, L.*) ಸೊಂಟಿಹುಲ್ಲು (*My.*), ಚಪ್ಪರಿಕನ ಹುಲ್ಲು (*S. M.*).

Ġin'ġĕr-ly, *ad.* ಮೆಟ್ಟಿದ್ದಲ್ಲಿ ಶಬ್ದವಾಗದಂತೆ ಅಥವಾ ಹಾಳಾಗದಂತೆ ಅತಿ ಎಚ್ಚರವಾಗಿ.

Gingh'am (ging'am), *n.* ಅರಳೆ ಬಟ್ಟೆ.

Ġin'gle, *n.* ಕಿಣಿಕಿಣಿ ಶಬ್ದ; *see* Jingle.

Ġip'sy, *n.* ವಿಲಾಯತಿಯಲ್ಲಿ ತಿರುಗಾಡುವ ಒಂದು ತರದ ದೊಂಬರ ಜಾತಿಯವ, ಕೊರವ; 2. ಠಕ್ಕ.

Ġi-raffe' (*or* zhi-raf'), *n.* ಒಂಟೇ ಜಾತಿಯ ಒಂದು ಎತ್ತರವಾದ ಮೃಗ.

Ġir'an-dōle, *n.* ಚಕ್ರಬಿರುಸು.

Gĭrd, *v. t. r.* ನಡಾಕಟ್ಟು, ದಟ್ಟೀ ಕಟ್ಟು, ಸುತ್ತು ಹಾಕು; as a warrior ವೀರಕಾಶಿ ಹಾಕು; g. one's loins ಸೊಂಟಕಟ್ಟು ಸನ್ನದ್ಧನಾಗು.

Gĭrd, *v. i.* & *n.* ನಕಲಿ, ಪರಿಹಾಸ.

Gĭrd'ĕr, *n.* ಮುಖ್ಯ ತೊಲೆ.

Gĭr'dle, *n.* (g. of females) ನಡುವಿನ ಪಟ್ಟಿ, ಒಡ್ಯಾಣ, ಡಾಬು; (g. of men) ಉಡುದಾರ, ಕಾಂಚಿ, ನಡುಕಟ್ಟು, ನಡುದಟ್ಟಿ. *v. t. r.* ನಡಾಕಟ್ಟು; 2. ಸುತ್ತಿಕೊಂಡಿರು.

Gĭrl, *n.* ಹುಡುಗಿ, ಕನ್ಯೆ; best g. ಸೀರೆ. Gĭrl'hood, *n.* ಕನ್ಯಾತ್ವ, ಕೌಮಾರ್ಯ. Gĭrl'ish, *a.* ಹುಡುಗಿಯ, ಹುಡುಗಿಯಂಥಾ.

Gĭrt, *n.* ಚಪ್ಪಟೆಯಿಲ್ಲದ ಸ್ಥಳದ ಏರು ತಗ್ಗುಗಳನ್ನು ಲೆಕ್ಕಿಸಿ ಗೊತ್ತುಹಚ್ಚುವ ಸುತ್ತಳತೆ.

Gĭrth, *n.* ತಂಗು, ಕುದುರೆಯ ನಡುಕಟ್ಟು; 2. ಸುತ್ತಳತೆ. *v. t. r.* ತಂಗುಕಟ್ಟು.

Ġist, *n.* ಸಾರ, ಸಾರಾಂಶ, ಫಲಿತಾಂಶ.

Give, *v. t. ir.* (gāve, giv'en, *pr.* giv'n) ಕೊಡು; 2. (utter) ಹೇಳು, ನುಡಿ, ಮಾಡು; *as*, to g. a sound ಸಪ್ಪಳ ಮಾಡು; g. advice ಬುದ್ಧಿ ಹೇಳು; g. a scream ಚೀರು; 3. (permit) it is given me once again to behold my friend ನನ್ನ ಗೆಳೆಯನನ್ನು ಇನ್ನೊಮ್ಮೆ ಕಾಣುವ ಸಂತೋಷ ನನಗೆ ಆಯಿತಲ್ಲ; 4. (produce, show) ಆಗು; *as*, three divided by two gives one and a half ಮೂರು ಎರಡರಿಂದ ಭಾಗಿಸಿದರೆ ಒಂದುವರೆ ಆಗುತ್ತದೆ. *refl. or pass.* (devote) he is given to study ಅವನಿಗೆ ವಿದ್ಯೆ ಕಲಿಯಬೇಕೆಂಬ ಲವಲವಿಕೆ ಉಂಟು; he is given to drinking ಅವನಿಗೆ ಕುಡಿಯುವ ವ್ಯಸನವಿದೆ. g. away ಒಪ್ಪಿಸಿಕೊಡು, ಕೊಟ್ಟುಬಿಡು; g. back ಹಿಂದಕ್ಕೆ ಕೊಡು, ತಿರಿಗಿ—; g. chase ಹಿಂದಟ್ಟು, ಬೆನ್ನುಹತ್ತು; g. credit ನಂಬು, ಸಾಲಾಕೊಡು, ಉದ್ದರಿಕೊಡು; g. ear ಕಿವಿಕೊಡು, ಕೇಳು; g. edge ಹದ ಮಾಡು; g. forth ಹೇಳು, ತಿಳಿಸು; g. in ಮುರಿಗಿಕೊಳ್ಳು, ಅರಿಕೆಮಾಡು, ಹೇಳಿಕೊಳ್ಳು; g. one's self up ನಿರಾಶೆಯಾಗು, ಕೆಟ್ಟೆನನ್ನು, ಒಳಗಾಗು, ವಶವಾಗು; g. out ಹೇಳು, ಸುದ್ದಿ ಹಬ್ಬಿಸು, ಬಿಡು, ಕಾರು; g. over ಬಿಟ್ಟುಬಿಡು, —ಕೊಡು; g. place ಸ್ಥಳ ಬಿಡು; g. up ಬಿಟ್ಟುಬಿಡು, ತೊರೆ; g. up as hopeless ಬಾಯಲ್ಲಿ ಬೆರಳಿರಿಸು; g. up the ghost ಪ್ರಾಣಾ ಬಿಡು; g. thanks ಉಪಕಾರ ನೆನಸು, ಹೆಸರು ಹೇಳು, ಕೊಂಡಾಡು; g. the slip ತಪ್ಪಿಸಿಕೊಳ್ಳು, ಜರಿಗಿಹೋಗು; g. to understand ತಿಳಿಸು; g. way ಹಿಂಜರಿ, ಸ್ಥಳ ಬಿಡು, ಕುಸಿ, ಸರಿ, ಜರಿ. *v. i. ir.* ಕುಸಿ, ಸರಿ, ಜರಿ; g. in to ಒಪ್ಪಿಕೊಳ್ಳು, ಒಳಗಾಗು; g. out, g. over, g. up ಬಿಡು, ನಿಲ್ಲಿಸಿಬಿಡು; g. one his due ಯೋಗ್ಯತೆಯನ್ನು ಮಾನ್ಯಮಾಡು; g. his life to it ಆಸಕ್ತನಾಗಿರು; g. a piece of one's mind ಗದರಿಸು; g. to the world ಪ್ರಕಟಿಸು; g. person to understand ತಿಳಿಯ ಹೇಳು; g. oneself trouble ಸಾಧಿಸು; g. oneself airs ಜಂಭ ಮಾಡು; g. birth ಜನನಕ್ಕೆ ತರು; g. ground ಹಿಮ್ಮೆಟ್ಟು; g. it him hot ದಂಡಿಸು; g. place ಸ್ಥಳಾಂತರವಾಗು (ಸ್ಥಾನ ಬಿಟ್ಟುಕೊಟ್ಟು); g. rise to ಉಂಟುಮಾಡು; g. off ಹೊರಡಿಸು. [ಕೊಳೆ.

Give, *n.* ಕೊಡುವಿಕೆ; g. and take ಕೊಡುಕೊಳೆ.

Giv'ĕr, *n.* ಕೊಡುವವ, ದಾತನು.

Giz'zard (giz'ĕrd), *n.* ಕೋಳಿಯ (*or* ಹಕ್ಕಿಯ) ಕಾಳಿನ ಚೀಲ, ಕೋಳಿಯ ಮೇಕೆ; fret one's g. ಕಾಡು.

Glā'brŏus, *a.* ರೋಮವಿಲ್ಲದ.

Gla'cial, *a.* (glasĭal, glā'shĭal) ಹೈಮ; 2. ಸ್ಫಟಿಕರೂಪವಾದ. Glac'i-ērs *or* Glā'ci-ers, *n.* ಹೆಪ್ಪಾಗಿ ನೀರ್ಗಲ್ಲು ಕಟ್ಟಿಕೊಂಡ ಹಿಮ ರಾಶಿ, ಹೈಮಾಂಬುನಿಧಿ.

Glā'cis, *n.* ಕೋಟೆಯ ಸುತ್ತಲಿನ ಇಳಿವಾರ.

Glad, *a.* ಸಂತೋಷವುಳ್ಳ, ಆನಂದವುಳ್ಳ, ಹರ್ಷಕರ. Glad'den (glad'n), *v. t. r.* ಸಂತೋಷ ಪಡಿಸು, ಹರ್ಷಗೊಳಿಸು. Glad'den-ed, *a.* ಸಂತೋಷಿಸಿದ, ಆನಂದಪಟ್ಟ. Glad'ly, *ad.* ಸಂತೋಷವಾಗಿ. Glad'ness, *n.* ಸಂತೋಷ, ಉತ್ಸಾಹ, ಹರ್ಷ. Glad'sŏme, *a.* ಸಂತೋಷ ವಾದ, ಉತ್ಸಾಹವಾದ, ಹರ್ಷಪ್ರದ.

Glāde, *n.* ಅರಣ್ಯದಲ್ಲಿಯ ಸಂದು,—ದಾರಿ, ಸರಿಕೆ.

Glad'i-ā-tŏr, *n.* ಜಟ್ಟಿ, ಕತ್ತಿಸಾಧಕಮಾಡುವವ, ಕುಸ್ತೀ ಆಡುವವ.

Glāir, *n.* ಲೋಳೆ, ಮೊಟ್ಟೆಯಲ್ಲಿರುವ ಬಿಳುಪು. *v. t. r.* ಲೋಳೆ ಬಳಿ.

Glaive, *n.* ಖಡ್ಗ.

Glam'ŏur, *n.* ಮಾಯಾಜಾಲ.

Glance, *n.* ನೋಟ, ಕಡೆಗಣ್ಣಿನ ನೋಟ, ವಾರೆ ಗಣ್ಣಿನ ನೋಟ, ಕಟಾಕ್ಷ. *v. i. r.* (*pr.* glanst) ಪುಟಿದು ವಾರೆಯಾಗಿ ಹೋಗು; 2. ನೋಡು; 3. ಬೇಗ ನೋಡು, ಥಕ್ಕನೇ ನೋಡು; 4. ವಾರೆ ಗಣ್ಣಿನಿಂದ ನೋಡು.

Gland, *n.* ಉಗುಳು ಪಿತ್ತ ಮೊದಲಾದ ರಸಗಳು ಹುಟ್ಟುವಂಥ ಶರೀರದೊಳಗಣ ಗಂಟು, ಮಾಂಸ ಗ್ರಂಥಿ; jugular g. ಗಂಟ್ಲುಮಣಿ; salivary g. ಲಾಲಾಕೋಶ; a swollen g. ವಾಳ; inflammation of the glands of the throat ಗಂಡಮಾಲೆ; a swelling of the glands of the throat ಮೆಟ್ರಿಗಟ್ಟು, ಗಂಟ್ಲುಬುಟಿಗೆ. Glan'dū-lar, *a.* ಮಾಂಸಗಂಟಿನ.

Glan'dĕrs, *n.* ಅಶ್ವರೋಗ, ಸರದಿ.

Glāre, *n.* ಹೊಳಪು, ಮಿಂಚು, ಪ್ರಕಾಶ, ಜ್ಯೋತಿ, ಬೆಳಕು; 2. ಕಿಸಿಗಣ್ಣು, ಉಗ್ರದೃಷ್ಟಿ. *v. i. r.* ಪ್ರಕಾಶಿಸು, ಝಗಝಗಿಸು; 2. ಕಣ್ಣುಕೆರಳಿಸಿ ನೋಡು, ಕಣ್ಣು ಕಿಸಿ. Glā'riṅg, *a.* ಝಗ ಝಗಿಸುವ, ಪ್ರಕಾಶವಾದ; 2. ಸ್ಪಷ್ಟ; 3. ಘೋರವಾದ. Glā'riṅg-ly, *ad.* ಪ್ರಸಿದ್ಧವಾಗಿ.

Glass, *n.* ಕಾಜು, ಗಾಜು; 2. ಕನ್ನಡಿ, ದರ್ಪಣ; 3. ಕಾಜಿನ ಕುಡಿಕೆ. Glass'wāre, *n.* ಕನ್ನಡೀ ಸಾಮಾನು, ಕಾಜಿನ (ಗಾಜಿನ) ಸಾಮಾನು. Glas'sy, *a.* ಕನ್ನಡಿಯ, ತಿಳಿ, ಝಳಝಳ.

Glāze, *v. t. r.* ಕನ್ನಡಿ ಹಚ್ಚು, ಮೆರುಗು ಹಾಕು. Glā'ziĕr (glā'zhĕr), *n.* ಕನ್ನಡಿಕೆಲಸದವ, ಕಿಟಿಕಿಗಳಿಗೆ ಕನ್ನಡಿ ಹಚ್ಚುವವ.

Glēam (glēm), *n.* ಕಿರಣ, ಪ್ರಕಾಶ, ತಳತಳ. *v.t.r.* ಹೊಳೆ, ಮಿಣುಕು. Glēam'y, Glēam'iṅg, *a.* ಪ್ರಕಾಶಿಸುವ. Glēam'iṅg-ly, *ad.* ತಳತಳನೆ.

Glēan (glēn), *v.t.r.* ಹಕ್ಕಲಾಯು, ಆರಿಸು. Glēan'iṅg, *n.* ಆಯಿದೆನೆ, ಉಂಛ, ಹಕ್ಕಲ; living by g. ಉಂಛವೃತ್ತಿ.

Glēbe (glēb), *n.* ನೆಲ; 2. ದೇವಾಲಯಮಾನ್ಯ, ಮಠಮಾನ್ಯ.

Glēe, *n.* ಆನಂದ, ಹರ್ಷ. Glēe'ful, Glēe'sŏme, *a.* ಹಿಗ್ಗಿಕೊಳ್ಳುವ, ಸಂತೋಷವುಳ್ಳ, ಹರ್ಷಕರ. Glēe'man, *n.* ಹಾಡುಗಾರ.

Glēet, *n.* ಕೀವು.

Glen, *n.* ಕಣಿವೆ, ತಗ್ಗು, ಕೊನ್ನಾರ.

Glib, *a.* ನುಣ್ಣಗಾದ, ಜಾರುವ; 2. ಚಪಲ. Glib'ly, *ad.* ನುಣ್ಣಗೆ; ಚಪಲವಾಗಿ. Glib'ness, *n.* ನುಣ್ಣಗಾಗಿರುವುದು; 2. ಚಪಲತ್ವ.

Glīde, *v. i. r.* ಮೆಲ್ಲಗೆ ಹರಿ; 2. ಸದ್ದಿಲ್ಲದೆ ಹೋಗು; 3. ಜರಿ, ಜಾರು.

Glim'mĕr, *v. i. r.* ಮಿಣುಕು, ಮಿಂಚು, ಹೊಳೆ. *n.* ಮಿಣುಕು, ಮಿನುಗುವುದು. Glim'mĕr-iṅg, *n.* ಮಿನುಗುವುದು; 2. ಸುಳುವು.

Glimpse, *n.* ಸುಳಿವು, ಸುಳುವು, ನಿಮಿಷನೋಟ.

Glint, *v. i. r.* ಮಿಂಚು, ಮಿನುಗು.

Glis'ten (glis'n), *v. i. r.* ಹೊಳೆ, ಝಳಝಳ ಹೊಳೆ, ಮಿಂಚು, ಪ್ರಕಾಶಿಸು, ತಳತಳಿಸು.

Glit'tĕr, *v. i. r.*, *see* Glisten.

Glit'tĕr, *n.* ಹೊಳಪು, ಮಿಂಚು, ಪ್ರಕಾಶ, ತಳತಳ.

Glŏam'iṅg, *n.* ಸಂಧ್ಯಾರುಣ.

Glōat (glōt) at, *v. i. r.* ಮಿಕಿಮಿಕಿ ನೋಡು, ವಾರೆಗಣ್ಣಿನಿಂದ ನೋಡು.

Glōbe, *n.* ಗುಂಡು, ಗೋಳ, ಉಂಡೆ; 2. ಜಗತ್ತು, ಇಳಾಮಂಡಲ, ಪೃಥ್ವಿ; (*geom.*) ಗೋಲ. Glob'ū-lar (-lĕr), Glob'ū-lŏus, *a.* ದುಂಡು, ಗುಂಡು, ಗೋಳಾಕಾರ, ವರ್ತುಲಾಕಾರ. Glob'ūle, *n.* ಚಿಕ್ಕಗೋಳ, ಸಣ್ಣ ಉಂಡೆ, ಗುಳಿಗೆ; g. of the blood ರಕ್ತಗೋಲಕ.

Glom'ĕr-āte, *v. t. r.*, *see* Conglomerate.

Gloom, *n.* ಮಬ್ಬು, ಕತ್ತಲು; 2. ಮನೋವ್ಯಥೆ; 3. ಕಪ್ಪು ಮೋರೆ, ಜೋಲು ಮೋರೆ. Gloom'i-ly, *ad.* ಮಬ್ಬಾಗಿ; 2. ದುಃಖಕರವಾಗಿ;

3. ಕಪ್ಪು ಮೋರೆಯಾಗಿ. Gloom'i-ness, *n.* ಮಬ್ಬು, ಕತ್ತಲು; 2. ಕಪ್ಪು ಮೋರೆ. Gloom'y, *a.* ಕತ್ತಲೆಯ, ಮಬ್ಬಿನ; 2. ಮನೋವ್ಯಥೆಯುಳ್ಳ; 3. ಕಪ್ಪು ಮೋರೆಯ.

Glō'ry, *n.* ಪ್ರಭಾವ, ಮಹಿಮೆ, ಘನ, ಕೀರ್ತಿ. Glō'ry in, *v. t. r.* (-ried) ಹಿಗ್ಗಿಕೊಳ್ಳು, ಹೆಚ್ಚಳ ಪಡು. Glō'ri-fȳ, *v. t. r.* (-fīed) ಕೀರ್ತಿಸು, ಘನ ಪಡಿಸು, ಮಹಿಮೆ ಪಡಿಸು. Glō-ri-fi-eā'tiŏn, *n.* ಕೀರ್ತಿಸೋಣ, ಮಹಿಮೆ ಪಡಿಸೋಣ, ಮಹತ್ವೀಕರಣ. Glō'ri-ŏus, *a.* ಮಹಿಮೆಯುಳ್ಳ, ತೇಜೋಮಯ, ಉತ್ತಮ. Glō'ri-ŏus-ly, *ad.* ಮಹಿಮೆಯಾಗಿ, ಕೀರ್ತಿಯಾಗಿ.

Glō'ry tree, *n.* *(Clerodendron inerme, Gœrt.)* ವಿಷಮುದಾರೀ ಗಿಡ *(My.)* ಕುಂಡಲೀ ಗಿಡ; *(Cl. phlomoides, L.)* ತಗ್ಗೀ ಗಿಡ *(S. C.)* ಹೂಸುದಗ್ಗಿ, ಹೂಸುಲಕ್ಕಿ *(S. M.)*, *(Cl. serratum, Spreng.)* ಗಂಟುಬಾರೆಂಗೀ ಗಿಡ *(S. C.)* ನೀರುಸೀಸಿನ ಗಿಡ *(S. M.)*.

Gloss, *n.* ತಳುಕು, ಮಿಂಚು, ಕಟ್ಟುಬಣ್ಣ; 2. ವ್ಯಾಖ್ಯಾನ, ಟೀಕು, ಮಾತುಗಳಿಗೆ ಬಣ್ಣ ಕೊಡುವುದು. *v. t. r.* (*pr.* glost) ಮಿಂಚು ಕೊಡು, "ಸಫಾಯಿ" ಮಾಡು; 2. ವ್ಯಾಖ್ಯಾನ ಮಾಡು, ಟಿಪ್ಪಣಿ ಕೊಡು. Glos'sa-ry, *n.* ನಿಘಂಟು, ಶಬ್ದಕೋಶ. Glos'sĕr, *n.* ವ್ಯಾಖ್ಯಾನ ಕರ್ತ.

Glos'sy, *a.* ಮೆರುಗಾದ, ಮಿಂಚಾದ, "ಸಫಾಯಿ" ಯುಳ್ಳ. Glos'si-ness, *n.* ಹೊಳಪು, ಮೆರುಗು, ಥಳುಕು.

Glot'tis, *n.* ಶ್ವಾಸಕೋಶದ ದ್ವಾರ.

Glŏve, *n.* ಕೈಗವಸಣಿಗೆ, ಕೈಚೀಲ. Glŏved' (gluvd), *p. p.* ಕೈಚೀಲವುಳ್ಳ. Glŏv'er, *n.* ಕೈಚೀಲ ಮಾಡುವವ.

Glŏv'ĕr, *n.* red g. *(Trifolium pratense, L.)* ಕೆಂಪು ತ್ರಿಪತ್ರ; white g. *(Trifolium repens, L.)* ಬಿಳಿ ತ್ರಿಪತ್ರ; *cf.* Clover.

Glōw (glō), *n.* ಕಾವು, ಉರಿ. *v. i. r.* ಹೊಳೆ, ಪ್ರಕಾಶಿಸು, ಧಗಧಗಿಸು, ನಿಗಿನಿಗಿಯಾಗು; 2. ಉರಿ; g. with anger ಕೋಪದಿಂದ ಉರಿಯಾಗು, ಬೆಂಕಿಯಾಗು; g. with zeal ಆತುರವಾಗು, ಆತುರಾಕ್ರಾಂತವಾಗು, "ಹುಮ್ಮಸ" ಪಡು. Glōw'iṅg, *a.* ಹೊಳೆಯುವ, ಉರಿಯುವ. Glōw'iṅg-ly, *ad.* ಉರಿಯಾಗಿ; 2. ಸಿಟ್ಟಾಗಿ. Glōw'-wŏrm, *n.* ಮಿಣುಕುಹುಳ, ಮಿಂಚುಹುಳ, ಹೊನ್ನೇಹುಳ.

Glōw'ĕr, *v. i. r.* ಕಣ್ಣಿಕ್ಕಿ ನೋಡು, ಕಣ್ಣು ಕೆರಳಿಸಿ, ವಾರೆಯಾಗಿ ನೋಡು.

Glōze, *v. t. r.* ಹೊಗಳು, ಉಬ್ಬಿಸು, ಇಚ್ಛಿಕ ಮಾತಾಡು.

Glue, *n.* "ಸರೀಸು", ವಜ್ರ, "ಗೋಂದು", ಜಿಗಟು, ಸರಿ. *v. t. r.* ಅಂಟಿಸು, ಸರೀಸ ಹಚ್ಚಿಕೂಡಿಸು. Glue'y (glu'i), *a.* ಜಿಗಟಾಗಿರುವ.

Glum, *a.* ಮೋರೆ ಬಾಡಿದ, ಸಿಡಕು ಮೋರೆಯ.

Glume, *n.* *(bot.)* ಕಾಳಿನ ಮೇಲಿರುವ ಗುನಿ, "ಬೂಸ", ತುಷ.

Glut, *v. t. r.* (glut'ted) ಗಬಗಬ ತಿನ್ನು, ವಾಕರಿಕೆ ಬರುವ ವರೆಗೆ ತಿನ್ನಿಸು; 2. ಬೇಸರಗೊಳಿಸು. *n.* ಅತ್ಯಾಹಾರ. Glut'ted, *a.* ಅತಿಯಾಗಿ ತಿಂದ, ಬೇಸರಗೊಂಡ.

Glu'ten, *n.* ಜಿಗಿ, ಜಿಗಟು, ಜಿಬಿ, ಸರಿ.

Glu'ti-nŏus, *a.* ಜಿಗಟುಳ್ಳ, ಚಿಬ್ಬುಳ್ಳ, ಅಂಟಾಗಿರುವ.

Glut'ton (glut'n), *n.* ತಿಂಡಿಬಾಕ, ತಿನಸಗೂಳಿ, ತಿನಿಸುಬಕ್ಕ, ಹೊಟ್ಟೆಬಾಕ, ಬಕಾಳಬಾಯಿ, ಕೂಳ್ಬಣಿಗ. Glut'ton-ŏus (glut'n-), *a.* ತಿಂಡಿಬಾಕ. ಹೊಟ್ಟೆಬಾಕ. Glut'ton-ŏus-ly (glut'n-), *ad.* ಹೊಟ್ಟೆಬಾಕತನದಿಂದ. Glut'-ton-y (glut'n-i), *n.* ತಿಂಡಿಬಾಕತನ, ಹೊಟ್ಟೆಬಾಕತನ, ಕೂಳ್ಬಡಿಕತನ.

Glyc'er-īne, *n.* ಒಂದು ವಿಧದ ಶರ್ಬತ್ತು.

Gnärl (närl), *v. i. r.* ಗುರುಕಾಯಿಸು, ಗುರುಗುಟ್ಟು. *n.* ಗಂಟು.

Gnash (nash), *v. t. r.* (*pr.* nasht) ಹಲ್ಲು ಕಡಿ.

Gnat (nat), *n.* ಗುಂಗರೆ, ಗುಂಗಾಡು, ಸೊಳ್ಳೆ, ದೋಮೆ; strain at g. "ಚವುಕಸಿ" ಮಾಡು.

Gnaw (na), *v. t. r.* ಕಡಿ, ಜಿಬಡು; 2. ಸವಿಸು.

Gnōme (nōm), *n.* ಭೂಗರ್ಭದ ನಿಕ್ಷೇಪಗಳನ್ನು ಕಾಯುವ ಭೂತ; 2. ಕುಳ್ಳ.

Gnō'mon (nō'mon), *n.* ಛಾಯಾಯಂತ್ರದ ಶಂಕು.

Gnō'sis (n-), *n.* ಆತ್ಮಿಕ ಮರ್ಮಗಳ ವಿದ್ಯೆ.

Gnos'ti-cism, *n.* ಕ್ರೈಸ್ತಮತಭೇದ.

Gnū (nū), *n.* ಕುದುರೆಯಂತಿರುವ ಒಂದು ತರದ ಚಿಗರಿ, ಅಶ್ವಹರಿಣ.

Gō, *v. t. ir.* (went, gone) ಹೋಗು; 2. (walk) ನಡೆ; 3. (pass for) ಅನ್ನಿಸಿಕೊಳ್ಳು; 4. (be current) ಸಲ್ಲು; 5. (tend, turn out) ನಡೆ; 6. (avail) ಬರು; 7. (undertake) ಬೇಕೆಂದಿರು; *as,* I was going to say ನಾನು ಹೇಳಬೇಕೆಂದಿದ್ದೆ; he is going to sell his garden ತನ್ನ ತೋಟ ಮಾರಬೇಕೆಂದಿರುತ್ತಾನೆ, ತನ್ನ ತೋಟ ಮಾರಲಿಕ್ಕಿರುತ್ತಾನೆ;

8. (pass in mind) ವಿಚಾರ ಮಾಡು, ತೂಕ ಮಾಡು; 9. (perish) ಸಾಯು; *as*, he is gone ಸತ್ತ; 10. (reach) ಹೋಗು, ಮುಟ್ಟು; go about ಪ್ರಾರಂಭಿಸು, ಹೋಗು, ನೋಡು; go ahead ಮುಂದೊತ್ತು; go at ಲಗುಬಗೆಯಿಂದ ಕೈಕೊಳ್ಳು; go between ಮಧ್ಯಸ್ಥಿಕೆ ಮಾಡು; go by ಅಲಕ್ಷ್ಯ ಮಾಡು, ಬಿಡು; go down ಮುಳುಗು; go for nothing ವ್ಯರ್ಥವಾಗು; go hard with ಕಷ್ಟವಾಗು; go into ಸಹಭಾಗಿಯಾಗು, ಪ್ರವೇಶ ಮಾಡು; *c. d.*; go on ಮುಂದೆ ನಡೆ, ಸಾಗು; go out ಹೊರಡು, ಹೊರಗೆ ಹೋಗು, ಆರಿಹೋಗು, ಬೈಲಿಗೆ ಬೀಳು, ಹುಲುಬು; go over ದಾಟು, ಮತಾಂತರ ಮಾಡು, ಓದು, ವಿಚಾರಿಸು, ತೂಕ ಮಾಡು; go to ನಡೆ; go through ಮಾಡು, ಪೂರೈಸು, ಸೈರಿಸು, ತಾಳು, ವಿಚಾರಿಸು; go under ಮುಣುಗು, ಅಸ್ನಿಸಿಕೊಳ್ಳು; go without ಇಲ್ಲದೆ ಹೋಗು; go in for ಕೈಕೊಳ್ಳು; what a go! ಎಂಥಾ ಸ್ಥಿತಿ, ಅವದಶೆ! go one's way ಹೋಗಿ ಬಿಡು; let go ಬಿಟ್ಟುಬಿಡು; going strong ಬಲಿಷ್ಠನಾಗು; go far ಪ್ರಸಿದ್ಧನಾಗು; go by ಅನುಸರಿಸು; go with the tide ಗಾಳಿ ಬಂದಾಗ ತೂರುವುದು; go hungry ಉಪವಾಸವೇ ವಾಡಿಕೆಯಾಗಿರು; a going concern ಬೆಳೆಯುವ ವೃದ್ಧಿಯಾಗುತ್ತಿರುವ ಸಂಸ್ಥೆ; tongue goes nineteen to the dozen ಅಡ್ಡಾತಿಡ್ಡಿ ಮಾತನಾಡು; the story goes ವರ್ತಮಾನವಿದೆ; goes by default ಶಿವಾಯಿ ತೀರ್ಮಾನ ಮಾಡು; go off the hooks ಸೋತು ಹೋಗು; go bail ಖಂಡಿತವಾಗಿ ಹೇಳು; far gone ಅತಿ ಅಸ್ವಸ್ಥವಾಗಿರು; go back upon one's word ಕೊಟ್ಟ ಮಾತನ್ನು ಹಿಂದೆಗೆಯು.

Gōad (gōd), *n.* ಮುಳ್ಳು, ಅಂಕುಶ; 2. ಪ್ರೇರೇಪಣೆ. *v. t. r.* ತಿವಿ, ಚುಚ್ಚು; 2. ಪ್ರೇರೇಪಿಸು.

Gō'-a-head, *a.* ಸಾಹಸ ನಡುವ.

Gōal (gōl), *n.* ಗೊತ್ತುಕಂಬ, ಗುರಿ.

Gōat (gōt), *n.* ಮೇಕೆ, ಆಡು "ಬಕರೆ"; a g.'s beard ಹೋತನ ಗಡ್ಡ. **Gōat'-hērd**, *n.* ಮೇಕೆ ಮೇಯಿಸುವವ, ಆಡು ಕಾಯುವವ. **Gōat'ish**, *a.* ಕಾಮಾತುರದ. **Gōat'ling** *n.* ಆಡಿನ ಮರಿ.

Gōat'suck-ĕr, *n.* (*Caprimulgus indicus*) ಕಣ್ಣುಕಪ್ಪಡಿ.

Gob'ble, *v. t. r.* ಗುಟಕ್ಕೆಂತ ನುಂಗು.

Go'-be-twēen, *n.* ಮಧ್ಯಸ್ಥ, ದಲಾಲಿ, ತರಗಿನವ; 2. ಸಾರಥಿ.

Gob'let, *n.* ಬಟ್ಟಲು, ಪಂಚಪಾತ್ರೆ, ಸ್ಥಾಲಿ.

Gob'lin, *n.* ಭೂತ, ಬೇತಾಳ, ವೇತಾಲ.

Go'-bȳ, *n.* ತಪ್ಪಿಸಿಕೊಳ್ಳೋಣ, ಬೇಕೆಂದು ದುರ್ಲಕ್ಷ್ಯ ಮಾಡುವುದು; give one the g. ಕಂಡರೂ ಕಾಣದಂತೆ ನಡೆ.

Gō'-cart, *n.* ಮಕ್ಕಳಿಗೆ ನಡಿಗೆ ಕಲಿಸುವ ಬಂಡಿ.

God, *n.* ದೇವರು, ಈಶ್ವರ, ಪರಮಾತ್ಮ, ಭಗವಂತ; g. of day ಸೂರ್ಯ; g. of love ಮನ್ಮಥ; sight for the gods ಉತ್ಕೃಷ್ಟವಾದದ್ದು. God forbid ಹಾಗೆ ಆಗದೆ ಹೋಗಲಿ, ಶಿವಶಿವಾ! God bless him ದೇವರ ಅನುಗ್ರಹವಿರಲಿ! God bless my soul ಅಹಹ! God willing ದೇವರ ಚಿತ್ತವಿದ್ದರೆ, ದೈವೇಚ್ಛೆಯಿದ್ದರೆ; thank God ದೇವರ ದಯೆಯಿದೆ; by God ದೇವರಾಣೆ. **God'chīld**, *n.* ಧರ್ಮಪುತ್ರ, —ಪುತ್ರಿ. **God'dess**, *n.* ದೇವಿ. **God'fäth-ĕr**, *n.* ಧರ್ಮಪಿತ. **God'-fēar-ing**, *a.* ದೇವರ ಆಜ್ಞೆಯನ್ನು ಮೀರದೆ, ದೇವರ ಭಯವುಳ್ಳ. **God'-head** (-hed), *n.* ದೇವತ್ವ; 2. ದೇವತೆ. **God'-hood, God'ship**, *n.* ದೇವತ್ವ. **God'less**, *a.* ದೇವಹೀನ, ಧರ್ಮನಿಂದಕ, ನಾಸ್ತಿಕ; 2. ದುಷ್ಟ. **God'less-ly**, *ad.* ದುಷ್ಟ ರೀತಿಯಿಂದ. **God'līke**, *a.* ದೇವರ ಹಾಗಿರುವ, ದಿವ್ಯ, ಅತ್ಯುತ್ತಮ. **God'li-ness**, *n.* ದೇವಭಕ್ತಿ, ಸುಭಕ್ತಿ. ಭಕ್ತಿಶೀಲತೆ. **God'ly**, *a.* ದೇವಭಕ್ತಿಯುಳ್ಳ. ಭಕ್ತಿವಂತ. **God'mŏth-ĕr**, *n.* ಧರ್ಮಮಾತೆ. **God'send**, *n.* ದೈವಯೋಗದಿಂದ ಸಿಕ್ಕಿದ್ದು, ಈಶ್ವರದಾನ. **God'spēed**, *n.* ಸಾಫಲ್ಯ, ಸಿದ್ಧಿ.

Gō'down, *n.* ಉಗ್ರಾಣ, "ಗಡಂಗು", "ಕೋಠಿ".

Gō'fĕr, *n.* ಒಂದು ತರದ ದೋಸೆ.

Gog'gle (gog'l), *a.* ಗುಳ್ಳೆಗಣ್ಣಿನ, ಬಿರಿಗುಡ್ಡಿಯ.

Gog'let, *n.* ಕೂಜೆ, ಹೂಜೆ.

Goi'tre (-tĕr), *n.* ಗಂಟಲುವಾಳ, ಗಂಟಲುಉಬ್ಬು. **Goi'trŏus**, *a.* ಗಂಟಲುವಾಳದ.

Gōld, *n.* ಹೊನ್ನು, ಬಂಗಾರ, ಚಿನ್ನ, ದ್ರವ್ಯ; pure g. ಕುಂದಣ, ಅಪರಂಜಿ. **Gōl'den** (gōl'dn). *a.* ಚಿನ್ನದ; g. age ಕೃತಯುಗ, ಸತ್ಯಯುಗ. g. opportunity, ಬಹಳ ಅನುಕೂಲವಾದ ಸಮಯ. **Gōld'-field**, *n.* ಚಿನ್ನದ ಗಣಿ. **Gōld'-foil**, *n.* ಬಂಗಾರ ತಗಡು. **Gōld'-leaf** (-lēf), *n.* ಚಿನ್ನದ ರೇಕು, ಬಂಗಾರದ "ವರಖು". **Gōld'smith**, *n.* ಅಕ್ಕಸಾಲೆ, ಸುವರ್ಣಕಾರ (ಸೊನ್ನಗಾರ).

Golf, *n.* ಕೋಲಿನಿಂದ ಗುಂಡನ್ನು ತಟ್ಟುವ ಒಂದು ಆಟ.

Gon'dō-la, *n.* ವೇನಿಸದವರ ದೋಣಿ.

Gone, *p. p. of* Go ಹೋದ; a g. case ಕೈ ತಪ್ಪಿದ ಕೆಲಸ; a g. man ಪೂರ ಕೆಟ್ಟವ.

Gong, *n.* ಜಾಗಟೆ. [ಡುವ ಉಪಕರಣ.

Gō-ni-om'e-tĕr, *n.* ಕೋನಗಳನ್ನು ಅಳತೆಮಾ

Gon-or-rhē'a (-rē'a), *n.* ಪ್ರಮೇಹ, ಮೇಹ.

Good, *a.* ಒಳ್ಳೆ, ಶಿಷ್ಟ; 2. ಚಲೋ, ಹಿತ; 3. (kind) ದಯಾಳು, ಉಪಕಾರಿ; 4. (serviceable) ಉಪಯೋಗವುಳ್ಳ; 5. (clever) ಜಾಣ; 6. (competent) ತಕ್ಕ, ನಂಬಿಕೆಯುಳ್ಳ; 7. (real) ನಿಜ; 8. (considerable) ತಕ್ಕಷ್ಟು, ಬಹು; a g. fellow ಒಳ್ಳೆಯವ; as g. as ಏನೂ ಕಡಿಮೆಯಿಲ್ಲ; as g. as one's word ಕೊಟ್ಟ ವಚನದಂತೆ ನಡೆಯುವ, ನಂಬಿಕೆಯುಳ್ಳ; g. for nothing ಉಪಯೋಗವಿಲ್ಲದ, "ಹಲಿಕ"; hold g., stand g. ತಾಳು, ಬಾಳು, ನಿಲ್ಲು; make g. "ಖರೆ" ಮಾಡು, ನೆರವೇರಿಸು, ಈಡು ಕೊಡು, "ಲುಕಸಾನ" ಕೊಡು; think g. ಒಪ್ಪಿ ಕೊಳ್ಳು, ಮನಸ್ಸಿಗೆ ಬರು; I think it g. ಇದು ನನ್ನ ಮನಸ್ಸಿಗೆ ಬರುತ್ತದೆ; g. soil ಸಾರವತ್ತಾದ ಮಣ್ಣು; g. God ಅಯ್ಯೊ ದೇವರೆ! g. word ಶಿಫಾರಸು; have a g. time of it ಸುಖಿಯಾಗಿರು; oil is g. for burns ಸುಟ್ಟಿಟ್ಟ ಗಾಯಗಳಿಗೆ ಎಣ್ಣೆ ಒಳ್ಳೆ ಔಷಧ; g. beating ಚೆನ್ನಾಗಿ ಸದೆ ಬಡೆಯುವುದು; g. deal ಬಹಳ; g. debts ವಸೂಲಾಗುವ ಭರವಸೆಯುಳ್ಳ ಸಾಲಗಳು; have a g. mind ತುಂಬಾ ಮನಸ್ಸಿದೆ; as g. as ಬಹುಶಃ. *n.* ಒಳ್ಳೇದು, ಕಲ್ಯಾಣ, ಒಳ್ಳಿತು; *pl.* ಸರಕುಗಳು, ಜೀನಸುಗಳು, "ಜಂದಿಗೆ"; for g., for g. and all "ಕಾಯಮಾಗಿ", ಎಂದೆಂದಿಗೂ. Good'-brēeding, *n.* ಸುಜಾತಿ, ಮರ್ಯಾದೆ, ಮನ್ನಣೆ, ಕುಲೀನತೆ. Good'-bȳe, *ad.* ಶುಭವಾಗಲಿ, ಸ್ವಸ್ತಿ; to bid g. ವಂದನೆ ಮಾಡು, ತೊರೆದುಬಿಡು. Good'-Frī-dāy (-dā), *n.* ಕ್ರಿಸ್ತನಾಥನ ಮರಣ ದಿನ, ಶ್ರೀ ಶುಕ್ರವಾರ. Good'-heärt-ed, *a.* ಒಳ್ಳೇ, ಸುಹೃದ. Good'li-ness, *n.* ಸೊಗಸು, ಚೆಲುವಿಕೆ. Good'ly, *a.* ಸೊಗಸಿನ, ಸುಂದರ, ರಮ್ಯ; 2. ದೊಡ್ಡ. Good'man, *n.* ಗಂಡ, ಮನೇ ಯಜಮಾನ. Good-nā'tūred (*or* -chụrd), *a.* ಶಾಂತ ಸ್ವಭಾವದ, ಸಾಧು. Good'ness, *n.* ಒಳ್ಳೇತನ, ದಯೆ, ಉಪಕಾರ. Good'-will, *n.* ಒಳ್ಳೇ ಮನಸ್ಸು, ದಯೆ, ಪ್ರೀತಿ, ಸಂಪ್ರಸಾದ; 2. ಗಿರಾಕಿ; 3. ವ್ಯಾಪಾರದ ಹಕ್ಕು.

Good'y, *n.* ನಡು ಹರೆಯದ ಸ್ತ್ರೀ. Good'y-good'y, *n.* ಮಿಠಾಯಿ.

Gōol'-mō-hur, Ro'yal Gōol'-mō-hur, *n.* (*Poinciana regia, Bojer.*) ದೊಡ್ಡ ರತ್ನಗಂಧಿ (*S. C.*), ಸಂಕೇಶ್ವರ ಗಿಡ (*S. M.*).

Goose, *n.* ವರಟೆ, ವರಟೆ, ಚಕ್ರಾಂಗಿ, ಗ್ರಾಮಹಂಸ; 2. ಹೆಡ್ಡ; game of g. ಒಂದು ತರದ ಪಗಡೆಯಾಟ; the ruddy g. ಚಕ್ರವಾಕ.

Goose'ber-ry, *n.* ಕವಳೀಕಾಯಿಯಂಥ ಒಂದು ಕಾಯಿ, ಬಿಲಿಚಕಾಯಿ; Cape g. (*Physalis peruviana, L.*) ಬುಡ್ಡೆಹಣ್ಣು; g. tree (*Phyllanthus emblica, L.*) ನೆಲ್ಲೀ ಮರ.

Goose'-foot, *n.* (*Chenopodium album, L.*) ಬಿಳೀ ಪಲ್ಯ (*S. M.*), ಹುಚ್ಚು ಸಕ್ಕೋತಿಸೊಪ್ಪು (*My.*); (*Ch. ambrosioides, L.*) ಕಾಡ ವೋಮ ಗಿಡ, ಗುತ್ತವೋಮ— (*S. C.*).

Gor'di-an knot (-not), *n.* ಗುಟ್ಟಿನ ಕೆಲಸ; 2. ತೊಡಕು ಬಿದ್ದ ಮಾತು, ಬಿಕ್ಕಟ್ಟಿನ ಪ್ರಸಂಗ.

Gōre, *n.* ಹೆಪ್ಪುಗಟ್ಟಿದ ರಕ್ತ. Gōry, *a.* ರಕ್ತದ, ರಕ್ತ ತುಂಬಿದ.

Gōre, *v. t. r.* ತಿವಿ, ಇರಿ.

Gōrġe, *n.* ಗಂಟ್ಲು, ಕಂಠ; 2. ಕಣಿವೆ. *v. t. r.* ನುಂಗಿಬಿಡು, ಕುತ್ತಿಗೇಮಟ್ಟ ಉಣ್ಣು. Gor'-ġe-ŏus (-ji-us), *a.* ಶೋಭೆಯುಳ್ಳ, ಆಡಂಬರವಾದ, ಸುಂದರವಾದ. Gor'ġe-ŏus-ness, *n.* ಆಡಂಬರ, ಸೌಂದರ್ಯ.

Gor'ġet, *n.* ಕಂಠಕವಚ.

Gō-ril'la, *n.* ದೊಡ್ಡ ಜಾತಿಯ ಕಪಿ.

Gor'mand, *n.* & *a.* ತಿಂಡಿಬಾಕ, ಹೊಟ್ಟೆಬಾಕ. Gor'man-dīṣe, *v. i. r.* ಮಿತಿಮೀರಿ ತಿನ್ನು, —ಉಣ್ಣು.

Gos'liṅg, *n.* ವರಟೆಮರಿ, ಬಾತುಮರಿ.

Gos'pel, *n.* ಯೇಸುಕ್ರಿಸ್ತನ ಸುವಾರ್ತೆ, ಶುಭ ಸಮಾಚಾರ, —ಚರಿತ್ರೆ. Gos'pel-lĕr, *n.* ಸುವಾರ್ತಾವಾಚಕ.

Gos'sa-mĕr, *n.* ದ್ರೌಪದಿಸೀರೆ, ದರೆಬಿಂದುಲು, ಬೂಜು, ಇಲ್ಲಣ, ಜೇಡನ ಬಲೆ.

Gos'sip, *n.* ನಾಡುಸುದ್ದಿ; 2. ಹರಟೇಮಾತಿನವ, ಹಾರುಗಾಲಿ, ಪಟ್ಟಂಗಿ. *v. i. r.* (*pr.* -'sipt) ಹರಟೇಮಾತಾಡು; to g. from house to house ಮನೆಮನೆಗೆ ಸುಳಿದಾಡು.

Got, Got'ten (got'n), *pt.* & *p. p. of* Get; g. up ಸೃಷ್ಟನೆ ಮಾಡಿದ, ಕಲ್ಪಿತ.

Gouġe (*or* guj), *n.* ಉಗುರುಳಿ.

Gōurd (gụrd *or* gōrd), *n.* common g. (*Cucurbita maxima, Duches.*) ಕುಂಬಳಕಾಯಿ; bottle-g. (*Lagenaria vulgaris, Ser.*) ಸೋರೇಕಾಯಿ; the sweet long bottle-g. ಹಾಲುಗುಂಬಳಕಾಯಿ; the bitter bottle-g. ಕಹಿಸೋರೆ, ಈಸಗಾಯಿ; the round bottle-g. ಕಿನ್ನರಿಕಾಯಿ; snake g. *(Trichosanthes anguina, L.)* ಪಡವಲ ಕಾಯಿ, ಪಟ್ಲ—.

Göur'mand, *n.*, *see* Gormand.

Gour'met, *n.* ಮಧುರುಚಿ ಬಲ್ಲವ.

Gout, *n.* ವಾತರೋಗ, ಕಟ್ಟುವಾರೆ, ಸಂಧಿವಾಯು, ಸಂದುಬೇನೆ; rheumatic g. ಶ್ರೋಣಿತವಾತ. **Gout'y**, *a.* ವಾತರೋಗವುಳ್ಳ.

Gŏv'ĕrn, *v. t. r.* ಆಳು, ...ಮೇಲೆ ಅಧಿಕಾರ ನಡಿಸು, ಸ್ವಾಧೀನದಲ್ಲಿಟ್ಟುಕೊಳ್ಳು. **Gŏv'ĕrn-a-ble**, *a.* ಅಸಗೊಳ್ಳುವ, ಸಾಧು, ವಿಧೇಯವಾದ. **Gŏv'ĕrn-ance**, *n.* ಒಡೆತನ, ಪಾರುಪತ್ಯ. **Gŏv'ĕr-ness**, *n.* ಆಳುವವಳು; 2. ಕಲಿಸುವವಳು, ಉಪಾಧ್ಯಾಯಿ. **Gŏv'ĕrn-ing body**, *n.* ಆಡಳಿತೆ ಸಭೆ. **Gŏv'ĕrn-ment**, *n.* ದೊರೆತನ, ಆಳುವಿಕೆ, ರಾಜ್ಯಭಾರ, ಸರಕಾರ; g. property "ಅಮಾನಾಲು", "ಅಮಾನಾಲು ಜಂದಿಗೆ". *(gram.)* ಆಕಾಂಕ್ಷೆ. g. paper ಸರಕಾರದವರು ಹೊರಡಿಸಿದ ಸಾಲಪತ್ರ. **Gŏv'-ĕrn-ŏr**, *n.* ಆಳುವವ, ಅಧಿಕಾರಿ, ಅಧಿಪತಿ. **Gŏv'ĕrn-ŏr-ship**, *n.* ದೊರೆಯ ಸ್ಥಾನ, ದೊರೆಯ "ಹುದ್ದೆ", ಆಧಿಪತ್ಯ.

Gown, *n.* ಸ್ತ್ರೀಯರ ಅಂಗಿ; 2. ಉದ್ದಂಗಿ, ನಿಲುವಂಗಿ.

Grab, *v. t. r.* ಹಿಡಿ, ತುಡುಕು.

Grab'ble, *v. t. r.* ತಡವು, ಅಬು.

Grāce, *n.* ದಯೆ, ಕೃಪೆ, ಕೃಪಾಕಟಾಕ್ಷ; 2. ದೇವರ ದಯೆ, —ಕೃಪೆ; 3. ಸದ್ಗುಣ; 4. ಚೆಲ್ವಿಕೆ, ಲಾವಣ್ಯ; 5. ಊಟದ ಮುಂಚೆ ಅಥವಾ ತರುವಾಯ ಹೇಳುವ ಸ್ತೋತ್ರ; 6. ಡ್ಯೂಕ್ ಮತ್ತು ಬಿಶೊಪ್ ಸಾಹೇಬರ ಮಾನದ ಹೆಸರು, ಅವರ ಮಾನದ ಒಕ್ಕಣಿಕೆ. *v. t. r.* (*pr.* grāst) ಅಲಂಕರಿಸು; 2. ಮಾನ ಕೊಡು. **Grāce'-fụl**, *a.* ಚೆಲ್ವ, ಸುಂದರವಾದ, ಲಾವಣ್ಯವುಳ್ಳ. **Grāce'fụl-ness**, *n.* ಚೆಲ್ವಿಕೆ, ಸೌಂದರ್ಯ, ಲಾವಣ್ಯ. **Grāce'less**, *a.* ದೇವಾನುಗ್ರಹ ವಿಲ್ಲದ, ಕೆಟ್ಟ, ಮೂರ್ಖ. **Grā'ciŏus** (-shus), *a.* ಕೃಪಾಳು, ದಯಾಳು, ಆಶ್ರಿತವತ್ಸಲ; 2. ಪ್ರಿಯ, ಸುಂದರ. **Grā'ciŏus-ness**, *n.* ಕೃಪೆ, ದಯಾಗುಣ.

Gra-dā'tiŏn, *n.* ಕ್ರಮ, ತರಗತಿ, ಪರ್ಯಾಯ, ಅನುಕ್ರಮ. **Grad'ā-tŏr-y**, *a.* ಅನುಕ್ರಮದಿಂದ ಹೋಗುವ, ಬರಬರುತ್ತ ಆಗುವ. **Grāde**, *n.* ಮೆಟ್ಟು, ತರ; 2. ಹಾದಿಯ ಏರಿಳಿವಿನ ಪ್ರಮಾಣ. **Grā'di-ent**, *a.* ಕ್ರಮೇಣ ಏರುವ ಅಥವಾ ಇಳಿಯುವ. *n.* ಲೋಹಮಾರ್ಗದ ಏರಿಳಿವಿನ ಪ್ರಮಾಣ. **Grad'ū-al**, *a.* ಕ್ರಮೇಣ, ಉತ್ತರೋತ್ತರ, ಸ್ವಲ್ಪಸ್ವಲ್ಪವಾದ. **Grad'ū-al-ly**, *ad.* ಬರಬರುತ್ತಾ, ಮೆಟ್ಟುಮೆಟ್ಟಾಗಿ, ದಿನಕ್ಕೊಂದು ಚಂದ.

Grăd'ū-āte, *v. t. r.* ಅಂಶಮಾಡು, ಮೆಟ್ಟು—; 2. ವಿದ್ಯಾಶಾಲೆಯ ಪದವಿ ಕೊಡು; 3. ಹದ ಮಾಡು. *v. i.* ವಿದ್ಯಾಶಾಲೆಯ ಪದವಿ ಹೊಂದು. *n.* ವಿದ್ಯಾಶಾಲೆಯ ಪದವಿ ಹೊಂದಿದವ, ಪಂಡಿತ. **Grăd-ū-ā'tiŏn**, *n.* ಅಂಶ ಮಾಡೋಣ; 2. ಅಂಶ; 3. ಪದವಿ ಕೊಡೋಣ, —ಹೊಂದೋಣ; 4. ಆರಲಿಕ್ಕಿಡೋಣ.

Graff, Graft, *n.* ಅಂಟಿಸುವಿಕೆ, ಕಸಿಮಾಡುವುದು. *v. t. r.* ಅಂಟಿಕ್ಕು, ಕಸಿಮಾಡು, ಕಲಂ ಮಾಡು.

Grāin, *n.* ಕಾಳು, ಧಾನ್ಯ; 2. (of sand, *etc.*) ಹರಳು, ಕಣ; 3. (of sugar, gunpowder, *etc.*) ಕಣ, ರವೆ; 4. ಗುಂಜತೂಕ; 5. ಅಚ್ಚಕೆಂಪು; against the g. ಮನಸ್ಸಿಲ್ಲದೆ; dye in g. ಪಕ್ಕಾ ಬಣ್ಣ ಕೊಡೋಣ; go against the g. ಸೇರದಿರು; it goes against the g. ಸೇರುವುದಿಲ್ಲ. *v. t. r.* ರವೆ ಮಾಡು.

Gram, *n.* cow g. *(Dolichos Lablab, L.)* ಅವರೆ, ಹೊಲದವರೆ, ಬಿಳೇ ಅವರೆ; horse-g. *(Dolichos uniflorus)* ಹುರುಳಿ; green-g. *(Phaseolus Mungo)* with black seeds ಉದ್ದು; with green seeds ಹೆಸರು; Bengal-g. *(Cicer arietinum)* ಕಡಲೆ, ಕಡ್ಲೆ; white g. *(Vigna Catiang, Endl.)* ಅಲಸಂದಿ, ತದಗಣಿ

Gram-in-iv'ŏ-rŏus, *a.* ಹುಲ್ಲು ಮೇಯುವ, ತೃಣಭಕ್ಷಕ, ತೃಣಚರ.

Grăm'mar (-mĕr), *n.* ವ್ಯಾಕರಣ. **Gram-mā'ri-an**, *n.* ವ್ಯಾಕರಣಕರ್ತ, ವ್ಯಾಕರಣ ಕಲಿಸುವವ, ವೈಯಾಕರಣಿ. **Gram'mar-school** (-skụl), *n.* ಲತೀನು ಗ್ರೀಕು ಮುಂತಾದ ಭಾಷೆಗಳ ಪಾಠವಾಗುವ ಶಾಲೆ. **Gram-mat'i-cal**, *a.* ವ್ಯಾಕರಣಸಂಬಂಧವಾದ. **Gram-mat'i-cal-ly**, *ad.* ವ್ಯಾಕರಣದ ಪ್ರಕಾರ.

Gram'o-phōne, *n.* ಶಬ್ದ ಪ್ರತಿಧ್ವನಿಯಂತ್ರ.

Gram'pus, *n.* ದೊಡ್ಡ ಮೀನು; 2. ಹೆಚ್ಚು ಶಬ್ದ ಮಾಡಿ ಉಸಿರಾಡಿಸುವವನು.

Gran'a-ry, *n.* ಕಣಜ, ಹಗೇವು, ಕುಸೂಲ, "ಮೋತೀಖಾನೆ"; a rural g. ಅಟ್ಟ *(S. C.)*.

Grand, *a.* ದೊಡ್ಡ, ಮಹಾ, ಶ್ರೇಷ್ಠ. **Grand'**

chīld, *n.* ಮೊಮ್ಮಗು. Grand'daugh-tĕr (-da-tĕr), *n.* ಮೊಮ್ಮಗಳು. Gran-dēe', *n.* "ಸರದಾರ", ದೊರೆ. Grand'eur (-yĕr *or* -yur), *n.* ದೊಡ್ಡಸ್ತಿಕೆ, ಮಹತ್ವ, ವೈಭವ, "ಡೌಲು". Grand'fāth-ĕr, *n.* ಅಜ್ಜ, ತಾತ; great g. ಮುತ್ತಜ್ಜ, ಪಿಜ್ಜ *(S. C.)*. Gran-dil'o-quent, *a.* ದೊಡ್ಡ ಬಾಯಿಯ, ಆಡಂಬರದ. Gran'di-ose, *a.* ಮಹತ್ತು, ಆಡಂಬರವುಳ್ಳ. Grand'ly, *ad.* ಮಹತ್ತಾಗಿ; 2. ವೈಭವದಿಂದ, ಅಟ್ಟಹಾಸದಿಂದ. Grand'-moth-ĕr, *n.* ಅಜ್ಜಿ; great g. ಮುತ್ತಜ್ಜಿ, ಪಿಜ್ಜಿ *(S. C.)*. Grand'sīre, *n.* ಅಜ್ಜಯ್ಯ, ಪೂರ್ವಜ. Grand'sŏn, *n.* ಮೊಮ್ಮಗ; great g. ಮರಿ ಮಗ.

Gran'īte (-ĭt), *n.* ಕಣೋಜ್ವಯ ಶಿಲೆ, ಕರೀ ಕಲ್ಲು.

Gran-iv'ō-rŏus, *a.* ಧಾನ್ಯಭಕ್ಷಕ, ದವಸ ತಿಂದು ಬದುಕುವ.

Gran'ny, *n.* ಅಜ್ಜಿ.

Grant, *v. t. r.* ದಯ ಮಾಡು, ಕೊಡು; 2. ಒಪ್ಪು *c. d.*, ಸಮ್ಮತಿಸು *c. d.* *n.* ಕೊಡೋಣ, ದಾನ, "ಇನಾಮು", "ತಸದೀಕು". Gran-tēe', *n.* ದಾನ ಪಡಕೊಂಡವ, "ಇನಾಮು"ದಾರ, ಪ್ರತಿಗೃಹೀತ. Gran'tĕr, *n.* ಕೊಡುವವ, ಕೊಟ್ಟವ, ದಾತ.

Gran'ūle, *n.* ಕಾಳು, ನುಚ್ಚು, ಹರಳು. Gran'-ū-lar (-lĕr), *a.* ಕಾಳಿನಂಥ, ಹರಳಿನಂಥ; 2. ಕಾಳುಕಾಳಾದ, ಹರಳುಹರಳಾದ. Gran'ū-lāte, *v. i. r.* ನುಚ್ಚಾಗು, ಕಾಳುಕಾಳಾಗು, ಹರಳುಹರಳಾಗು. *v. t.* ನುಚ್ಚು ಮಾಡು, ಹರಳುಹರಳು ಮಾಡು. Gran-ū-lā'tiŏn, *n.* ನುಚ್ಚಾಗೋಣ, ಕಾಳಾಗೋಣ, ಹರಳುಹರಳಾಗೋಣ. Gran'ū-lŏus, *a.* ಕಾಳು ತುಂಬಿದ, ಕಾಳುಳ್ಳ, ಹರಳುಹರಳಾದ.

Grāpe, *n.* ದ್ರಾಕ್ಷೀ ಹಣ್ಣು, ಮೃದ್ವೀಕೆ, a bunch of g.s ಗೋಸ್ತನಿ.

Graph'ic (graf-), *a.* ಪರಿಷ್ಕಾರವಾದ, ಕಣ್ಣಿನ ಮುಂದೆ ಇಟ್ಟ ಹಾಗೆ ವರ್ಣಿಸಿದ.

Graph'īte, *n.* *see* Plumbago.

Grap'nel, *n.* ಸಣ್ಣ ಲಂಗರು.

Grap'ple, *v. t. r.* ಹಿಡಿ, ಹಿಡಿದುಕೊಳ್ಳು; 2. ತೆಕ್ಕೆಮುರಿಕೆ ಬೀಳು, ಹೋರಾಡು. *n.* ಹೋರಾಟ.

Grasp, *n.* ತೆಕ್ಕೆ (ಟೆಕ್ಕೆ), ಎಡಿತ, ಮುಷ್ಟಿಗ್ರಾಹ್ಯ; 2. ನಿಲಕು; 3. ಹಿಡಿಯುವ ಬಲ; 4. ಗ್ರಹಿಕೆ. *v. t. r.* (*pr.* graspt) ಹಿಡಿ, ತೆಕ್ಕೆ (ಟೆಕ್ಕೆ) ಹಾಯು; 2. ಅಮರು, ಮುಷ್ಟಿಯಲ್ಲಿ ಹಿಡಿ. Grasp'able, *a.* ಹಿಡಿತಕ್ಕೆ ಬರುವ. Grasp'-iṅg, *a.* ಅತಿ ಆಶೆಯುಳ್ಳ.

Grass, *n.* ಹುಲ್ಲು, ಹಸಿ ಹುಲ್ಲು, ತೃಣ; a snake in the g. ದ್ರೋಹಿ; sacred g. ದರ್ಭೆ; fragrant g. ಲಾವಂಚ; not let g. grow under feet ಕಾಲಹರಣ ಮಾಡದಿರು; send to g. ನೆಲಕ್ಕೆ ಅಪ್ಪಳಿಸು. Grass'hop-pĕr, *n.* ಮಿಡತೆ, ಜಟ್ಟಿ. Grass'mŏn-ey, *n.* ಘಾಸ ಧನ. Grass'-plot, *n.* ಹುಲ್ಲು ಬಯಲು. Grass'-snake, *n.* ಕಡಂಬಳೆ ಹಾವು. Grass'-widow, *n.* ಗಂಡನು ಹಾಜರಿಲ್ಲದಿರುವ ಸ್ತ್ರೀ. Gras'sy, *a.* ಹುಲ್ಲಿನ, ತೃಣಮಯ.

Grāte, *n.* ಕಬ್ಬಿಣ ಸರಳಿನ ಅಗ್ಗಿಷ್ಟಿಕೆ; 2. "ಕಟಾಂಜನ", ಕಟಕಟೆ.

Grāte, *v. t. r.* ಹೆರೆ, ಹೆರ್ಚು; 2. ಅಪಸ್ವರ ಮಾಡು, ಕಿರಗುಟ್ಟು, ಚಿರಗುಟ್ಟು; 3. ಕಬ್ಬಿಣದ ಸರಳು ಹಚ್ಚು. Grā'tĕr, *n.* ಹೆರೆಮಣೆ, ಹೆರೆಯುವ ಮಣೆ. Grāt'iṅg, *n.* (ಕಿಟಿಕಿ ಮುಂತಾದ್ದರ) ಚಳ್ಳುಗಳು.

Grāte'fụl, *a.* ಉಪಕಾರ ನೆನಸುವ, ಕೃತಜ್ಞ. Grāte'fụl-ly, *ad.* ಉಪಕಾರ ನೆನಸಿ, ಕೃತಜ್ಞತೆಯಿಂದ. Grāte'fụl-ness, *n.* ಉಪಕಾರ ಸ್ಮರಣೆ, ಕೃತಜ್ಞತೆ.

Grat'i-fȳ, *v. t. r.* (-fīed) ಸಂತೋಷ ಪಡಿಸು, ತೃಪ್ತಿ ಪಡಿಸು, "ಖುಷಿ" ಮಾಡು. Grat-i-fi-cā'tiŏn, *n.* ಸಂತೋಷ ಪಡಿಸೋಣ; 2. ಇಷ್ಟಾಪೂರ್ತಿ, ತೃಪ್ತಿ, ತುಷ್ಟಿ; 3. "ಖುಷಿ"ಯಿಂದ ಕೊಟ್ಟದ್ದು, "ಇನಾಮು".

Grā'tis, *ad.* ಹಾಗೇ, ಉಚಿತವಾಗಿ, ಪುಕಸಾಟೆ, ಪುಕಸಟ್ಟೆ, ಧರ್ಮಕ್ಕೆ.

Grat'i-tūde, *n.* ಉಪಕಾರ ನೆನಸೋಣ, —ಸ್ಮರಣೆ, ಕೃತಜ್ಞತೆ.

Gra-tū'i-ty, *n.* "ಇನಾಮು", ದಾನ, ಬಹುಮಾನ. Gra-tū'i-tŏus, *a.* ಉಚಿತ; 2. ಕಾರಣವಿಲ್ಲದ, ಸುಮ್ಮನೆ ಮಾಡಿದ. Gra-tū'i-tŏus-ly, *ad.* ಹಾಗೇ, ಉಚಿತವಾಗಿ; ಧರ್ಮಾರ್ಥವಾಗಿ; 2. ಪ್ರಮಾಣವಿಲ್ಲದೆ.

Grat'ū-lāte, *v. t. r.*, Grat-ū-lā'tiŏn, *n.* Grat'ū-lā-tŏr-y, *a.*, *see* Congratulate *etc.*

Grāv-ā'men, *n.* ದೂರು.

Grāve, *n.* ಸಮಾಧಿ, ಗೋರಿ. Grāve'stōne, *n.* ಸಮಾಧಿಯ ಶಿಲೆ. Grāve'yārd, *n.* ಗೋರಿ, ಪಿತೃವನ.

Grāve, *a.* ಗಂಭೀರ, ಘನ; 2. ಮಂದ (ಸ್ವರ). Grāve'ly, *ad.* ಗಂಭೀರವಾಗಿ.

Grāve, *v. t. r.* ಕೆತ್ತು. Grā'vĕr, *n.* ಶಿಲ್ಪಿ, ಕೆತ್ತುವವ; 2. ಚೀರ್ಣ, ಕೆತ್ತಿಗೆ ಮೊಳೆ. Grāv'-iṅg, *n.* ಕೆತ್ತಿದ ಕೆಲಸ.

Grav′el, *n.* ಗರುಸು, ಕಂಕರೆ; 2. (disease) ಅಶ್ಮರಿ. *v. t. r.* ಗರುಸು ಹಾಕು, ಜಲ್ಲಿ ಹಾಕು. Grav′el-ly, *a.* ಹರಳುಹರಳುಳ್ಳ; g. soil ಗರುಸು ನೆಲ; become g. ಗರುಸುಬೀಳು.

Grāv′id, *n.* ಬಸುರಿ.

Grav′i-tāte, *v. i. r.* ಕೇಂದ್ರದ ಕಡೆಗೆ ಹಾರು, ಕೇಂದ್ರಕ್ಕೆ ಆಕರ್ಷಣೆಯಾಗು. Grav-i-tā′-tiŏn, *n.* ಆಕರ್ಷಿಸಿಕೊಳ್ಳುವುದು, ಗುರುತ್ವಾಕರ್ಷಣಶಕ್ತಿ. Grav′i-ty, *n.* ಗುರುತ್ವ, ಮಹತ್ವ, ಗಾಂಭೀರ್ಯ; centre of g. ಗುರುತ್ವಮಧ್ಯ; specific g. ವಿಶಿಷ್ಟಗುರುತ್ವ.

Grā′vy, *n.* ಪಕ್ವಮಾಂಸದ ರಸ, "ಗ್ರೇವಿ".

Grāy *or* Grey (grā), *a.* ಬೂದಿಬಣ್ಣದ; 2. ನರೇ. Grāy′ish, *a.* ಎಳೇ ಬೂದಿಬಣ್ಣದ, ಕೊಂಚ ನರೇ. Grāy′ness, *n.* ನರೇ, ಬೂದಿಬಣ್ಣ.

Grāze, *v. i. r.* ಹುಲ್ಲು ಮೇಯು. *v. t.* (touch lightly) ತರೆ, ತರೆದುಹೋಗು; 2. ಮೇಯಿಸು; 3. ಮೇಯು; grazing ground ಕಾವಲು, ಹುಲ್ಲುಗಾವಲು. Grā′ziēr (-zhĕr), *n.* ದನ ಸಾಕಿ ಮಾರುವವ, ಗವಳಿಗ.

Grēase (grēs), *n.* ಕೊಬ್ಬು, "ಚರಬಿ"; g. for cart wheels ಹೆರೆ. Grēase (grēz), *v. t. r.* "ಚರಬೀ" ಹಚ್ಚು, —ಪೂಸು; 2. ಲಂಚ ಕೊಡು. Grēa′si-ness (grē′zi-), *n.* ಜಬ್ಬು, ಕಮಟು, ಕೊಬ್ಬು, "ಚರಬಿ", ಜಗಿ. Grēa′sy, *a.* ಕೊಬ್ಬುಳ್ಳ, "ಚರಬಿ"ಯುಳ್ಳ, ಸ್ನಿಗ್ಧ.

Greăt (grāt), *a.* ದೊಡ್ಡ, ಮಹಾ, ಶ್ರೇಷ್ಠವಾದ, ಬಲಾಢ್ಯ. Greăt′-heărt-ĕd, *a.* ಮಹಾಮನಸ್ಕ, ಸಂತೃಪ್ತಿಕರ. Greăt′ly, *ad.* ಬಹಳವಾಗಿ; 2. ಮಹಿಮೆಯಾಗಿ. Greăt′ness, *n.* ದೊಡ್ಡಸ್ತಿಕೆ, ಶ್ರೇಷ್ಠತೆ; 2. ಉದಾರ ಬುದ್ಧಿ, ದೊಡ್ಡ ಮನಸ್ಸು.

Grēaves, *n. pl.* ಮೊಣಕಾಲುಕವಚ.

Grē′cian, *a.* ಗ್ರೀಸ್ ದೇಶದ. *n.* ಗ್ರೀಸ್ ದೇಶದವ; G. knot ತುರುಬು.

Grēed, Grēed′i-ness, *n.* ಗಬಾಡಿಕೆ, ಅತ್ಯಾಶೆ, ಕಾರ್ಪಣ್ಯ, ತಿಂಡಿಬಾಕತನ, ಹೊಟ್ಟೆಬಾಕತನ. Grēe′di-ly, *ad.* ಅತ್ಯಾಶೆಯಿಂದ. Grēe′dy, *a.* ಗಬಾಡಿಕೆಯುಳ್ಳ, ಆಶೆಮಾರಿ, ಕವಡಿಗೆ ಕವಡಿ ಗಂಟುಹಾಕುವವ, ಕೃಪಣ; 2. ತಿಂಡಿಬಾಕ, ಹೊಟ್ಟೆಬಾಕ.

Grēen, *n.* ಹಸುರು, ಹುಲ್ಲಿನ ಮೈದಾನ; *pl.* ಪಲ್ಲೆ, ಪಲ್ಯ, ಸೊಪ್ಪು. *a.* ಹಸುರಾದ, ಪಚ್ಚೆ; 2. ಕಾಯಿಯಾಗಿರುವ, ಹಸೀ, ಬಾಡದ; 3. ಹೊಸಬ; a g. old age ಗೆಲವುಳ್ಳ ವೃದ್ಧಾಪ್ಯ; g. eye ಅಸೂಯೆ; g. wound ಇನ್ನೂ ಮಾಯದ ಗಾಯ. Grēen′-crop, *n.* ಪಲ್ಲೆ ಗಿಡಗಳ ಪೈರು. Grēen′-flȳ, *n.* ಮರಹೇನು. Grēen′grō-cĕr, *n.* ಕಾಯಿಪಲ್ಯ ಮಾರುವವ, "ಬಾಗವಾನ". Grēen′horn (-′hărn), *n.* ಅರಿಯದವ, ಹುಟ್ಟಾ ಸತ್ತಿಲ್ಲ ಸುಡುಗಾಡು ಕಂಡಿಲ್ಲ ಅಂಥವ, ನಿನ್ನೆ ಹುಟ್ಟಿ ಈಹೊತ್ತು ಕಣ್ಣು ತೆರೆದವ, ತುಟಿ ಮೇಲಿನ ಮಾಸ (ಮಾಂಸ) ಆರದವ. Grēen′house, *n.* ಕೋಮಲ ಗಿಡಗಳನ್ನು ಬೆಳೆಸಲಿಕ್ಕೆ ಮಾಡಿದ ಗಾಜಿನ ಮನೆ. Grēen′ish, *a.* ಕೊಂಚ ಹಸುರಾದ. Grēen′-ly, *ad.* ಹೊಸದಾಗಿ. Grēen′-manūre, *n.* ಸೊಪ್ಪು ಗೊಬ್ಬರ. Grēen′ness, *n.* ಹಸುರು; 2. ಹೊಸಬನಾಗಿರೋಣ. Grēen′room, *n.* ನಾಟಕ ವೇಷಧಾರಿಗಳು ವೇಷಹಾಕಿಕೊಳ್ಳುವ ಕೋಣೆ. Grēen′-table, *n.* ಜುಗಾರಿನ ಮೇಜು. Grēen′-tea, *n.* ಉಗಿಯ ಮೇಲಿಟ್ಟು ಒಣಗಿಸಿದ ತೇಯೆಲೆ. Grēen′-vit-riol, *n.* ಅನ್ನಭೇದಿ. Grēen′-yard, *n.* ದೊಡ್ಡಿ. Grēens′wărd, *n.* ಹುಲ್ಲುನೆಲ, ಹುಲ್ಲಿನಿಂದ ಹಚ್ಚಗೆ ಕಾಣುವ ನೆಲ.

Grēet, *v. t. r.* ವಂದಿಸು, ನಮಸ್ಕಾರ ಮಾಡು *c. d.* Grēet′ing, *n.* ವಂದನೆ, ನಮಸ್ಕಾರ.

Gre-gā′ri-ŏus, *a.* ಹಿಂಡುಹಿಂಡಾಗಿರುವ, ಸಮೂಹಚರ, ಸಂಘಚರ.

Gre-nāde′, *n.* ಗರ್ಭಸಾಟೆ, ಮಕರದಿಬ್ಬೆ. Gren-a-dier′, *n.* ಸಿಪಾಯರಲ್ಲಿ ಒಂದು ತರದವ.

Grey, *a.*, *see* Grāy.

Grey′hound, *n.* ಸೊನಗೀನಾಯಿ, ಬೇಟೆನಾಯಿ.

Grid′dle, *n.* ತವೆ, ತವಿ, "ತವಾ".

Grid′īron (-īrn), *n.* ಕೆಂಡದ ಮೇಲಿಟ್ಟು ಮಾಂಸ ಮೀನು ಸುಡುವ ನಾಗಾಲಿನ ಕಬ್ಬಿಣದ ಅಟ್ಟಣಿಗೆ.

Griēf, *n.* ಅಳಲು, ಚಿಂತೆ, ದುಃಖ, ವ್ಯಾಕುಲ, ವ್ಯಸನ; come to g. ದುಃಖ ಪಡು.

Griēve, *v. i. r.* ಚಡಪಡಿಸು, ದುಃಖ ಪಡು, ಶೋಕಗೊಂಡಿರು. *v. t. r.* ದುಃಖ ಕೊಡು, ನೋಯಿಸು. Griēv′ance, *n.* ಸಂಕಷ್ಟ, ಉಪದ್ರವ, ದುಃಖ. Griēv′ŏus, *a.* ದುಃಖಕರ, ದುಃಖಭರಿತ, ತಾಳ ಕೂಡದ; 2. ಘೋರ. Griēv′-ŏus-ly, *ad.* ದುಃಖಕರವಾಗಿ; 2. ಘೋರವಾಗಿ.

Grif′fin, Grif′fon, *n.* ಹುಮ್ಮಾಪಕ್ಷಿ.

Grill, *v. t. r.* ಮಾಂಸವನ್ನು (ಕಬ್ಬಿಣದ ಅಗ್ಗಿಷ್ಟಿಕೆಯ ಮೇಲಿಟ್ಟು) ಸುಡು.

Grim, *a.* ಭಯಂಕರ ಮೋರೆಯುಳ್ಳ, ಉಗ್ರಮುಖದ, ಉರಿಮೋರೆಯ, ರಾವು. Grim′ly, *ad.*

ಉರಿಮೋರೆಯಾಗಿ; 2. ಭಯಂಕರವಾಗಿ. **Grim'-ness**, *n.* ಭಯಂಕರ ಮುಖ, ಉರಿಮೋರೆ.

Gri-māce', *n.* ಮಂಗಚೇಷ್ಟೆ, ಮೊಗಚಟ್ಲು, ಸೊಟ್ಟ ಮೋರೆ ಮಾಡುವುದು; express disgust by g. ಮೊಗಚಟ್ಲಿ ಸಿಕೊಳ್ಳು.

Grīme, *n.* ಮೈಲಿಗೆ, ಹೊಲಸು.

Grin, *v. i. r.* (grinned, *pr.* grind) ಹಲ್ಲು ಕಿಸಿ, —ಕಿರಿ.

Grīnd, *v. t. ir.* (ground, ground) ಬೀಸು, ಅರಿ; 2. ಮಸೆ, ಸಾಣೇ ಹಿಡಿ; 3. ಕಾಡು, ಪೀಡಿಸು, ಕಷ್ಟಕೊಡು; g. the teeth ಹಲ್ಲು ಕಡಿ, —ತಿನ್ನು. **Grīnd'ĕr**, *n.* ಬೀಸುವವ, ಮಸೆಯುವವ, ಸಾಣೇ ಹಿಡಿಯುವವ; 2. ದವಡೆ ಹಲ್ಲು, ಪೇಷಕ ಹಲ್ಲು. **Grīnd'stōne**, *n.* ಸಾಣೇಕಲ್ಲು, ಅಸೇ—.

Grip, *n.* ಹಿಡಿಕೆ; (*see* Gripe). *v. t. & i. r.* (gripped, *pr.* gript) ಹಿಡಿ.

Grīpe, *v. t. r.* (*pr.* grīpt) ಕೈಲಿ ಬಿಗಿಹಿಡಿ; 2. ಹೊಟ್ಟೆನೋವು ಕೊಡು *c. d.*, ಉದರಶೂಲೆ ಮಾಡು *c. d.*; 3. ಉಪದ್ರವಕೊಡು *c. d.* *n.* ಹಿಡಿತ, ಹಿಡಿಕೆ, ವ ಮ್ಪ್ಟಿ; *pl.* ಹೊಟ್ಟೆನೋವು, ಉದರಶೂಲೆ. **Grīpĕr**, *n.* ಹಿಂಸಕನು. **Grīp'ing-ly**, *ad.* ಕಷ್ಟ ಕೊಡುತ್ತಾ.

Gris'ly, *a.* ಭಯಂಕರವಾದ, ವಿಕಾರವಾದ, ರಾವು.

Grist, *n.* ಬೀಸಲಿಕ್ಕೆ ಕೊಟ್ಟ ಕಾಳು, ಬೀಸಿದ ಕಾಳು, ಹಿಟ್ಟು; brings g. to the mill ಲಾಭಕರವಾಗುತ್ತದೆ.

Grist'le (gris'l), *n.* ಕೋಮಲಾಸ್ಥಿ, ಎಳೇ ಎಲುಬು.

Grit, *n.* ಸಜ್ಜಿಗೆ, ಸಜ್ಜಕ; 2. ಮಳಲು, ಉಸುಬು; 3. ಚುರುಕು, ಚಾತುರ್ಯ. **Grit'ty**, *a.* ಮಳಲುಳ್ಳ, ಹರಳಾಗಿರುವ; 2. ಚುರುಕಾದ, ದಿಟ್ಟ.

Griz'zle (griz'l), *n.* ಬಿಳಿ ಕರಿ ಬಣ್ಣ. **Griz'zly**, *a.* ನರೆತ, ಬಿಳಿಯ.

Grōan (grōn), *n.* ಮೂಲುಗುವಿಕೆ, ನರಳುವಿಕೆ. *v. t. r.* ನರಳು, ಮೂಲುಗು.

Grōat (grōt), *n.* ಸುಮಾರು ನಾಲ್ಕಾಣೆ ಬೆಲೆಯ ಇಂಗ್ಲಿಷ ನಾಣ್ಯ.

Groats, *n. pl.* ಪುಡಿಸಿದ ಧಾನ್ಯ.

Grō'cĕr, *n.* ಕಿರುಕುಳ ಅಂಗಡಿಗಾರ, ಕಿರಾಣಿ—, ಗಂಧಸರಕಿನವ. **Grō'cĕr-ies** (-iz), *n. pl.* ಕಿರಾಣಿ ಜೀನಸು. **Grō'cĕr-y**, *n.* ಗಂಧಸರಕಿನ ಅಂಗಡಿ, ಕಿರಾಣಿ—.

Grog, *n.* ನೀರು ಕೂಡಿಸಿದ ಸಾರಾಯಿ.

Grog'ram, *n.* ಒಂದು ತರದ ದಪ್ಪ ರೇಶ್ಮೆಬಟ್ಟೆ.

Groin, *n.* ತೊಡೆಸಂದು, ಗಜ್ಜಲು, ಗೆಜ್ಜೆ.

Groom, *n.* ಆಳು, ಚಾಕರ; 2. ಕುದುರೆಯವ, ಕಾಸ್ತಾರ. *v. t. r.* ಕುದುರೇ ಚಾಕರಿ ಮಾಡು. **Grooms'man**, *n.* ವಿವಾಹಕಾಲದಲ್ಲಿ ಮದುವಣಿಗನ ಸಂಗತ ಇರುವವನು.

Groove, *n.* ಗೀರು, ಡೊಪ್ಪಿ, ಸಂದುಗೆರೆ. *v. t. r.* ಗೀರು ಹಾಕು *c. d.*, ಗೆರೆ ಮಾಡು *c. d.*

Grōpe, *v. i. r.* (*pr.* grōpt) ತಡವಿ ನೋಡು, ತಡವ್ಯಾಡು, ಸವರ್ಯಾಡು.

Grōss, *a.* ಗಾತ್ರವಾದ, ಗಡತರ; 2. ಮಂದ, ಸ್ಥೂಲ; 3. ಬಂಡು; 4. ಒಟ್ಟು; in the g. ಒಟ್ಟುರಾಶಿ; g. feeder ಹೆಚ್ಚು ಉಣ್ಣುವವ. **Gross'ly**, *ad.* ಗಾತ್ರವಾಗಿ, ಸ್ಥೂಲವಾಗಿ. **Grōss'ness**, *n.* ಸ್ಥೂಲತೆ, ಮಂದತನ; 2. ಬಂಡುತನ.

Grōss, *n.* ಹನ್ನೆರಡು "ದರ್ಜನು" (ಗಳು), "ಗ್ರೋಸು", "ಗುರುಸು".

Grot, **Grot'tō**, *n.* ಗವಿ, ವಸಂತಗೃಹ.

Grō-tesque' (-tesk'), *a.* ವಿರೂಪ, ವಿಲಕ್ಷಣವಾದ, ವಿಕರಾಳ. **Grō-tesque'ly** (-tesk-), *ad.* ವಿಲಕ್ಷಣವಾಗಿ.

Ground, *n.* ನೆಲ, ಭೂಮಿ; 2. ಮೂಲ, ಕಾರಣ; *pl.* *see* Dregs; above g. ಜೀವಂತವಾಗಿರು; cut the g. from under one's feet ಅಡಿ ತಪ್ಪಿಸು; cover much g. ಬಹಳ ವಿಷಯ ಅಡಕವಾಗಿರು; dashed to the g. ನಿರರ್ಥಕವಾಗು; gain g. ಸಾಗು, ಮುಂದರಿಸು ಜಯಿಸು; give g., lose g. ಹಿಂಜರಿ, ಸೋಲು; shift one's g. ವಾದವನ್ನು ಮಾರ್ಪಡಿಸು. *v. t. r.* ಕೆಳಗಿಡು; 2. ಸ್ಥಾಪಿಸು, ಆಧಾರ ಕೊಡು; 3. ಆದಿಸೂತ್ರಗಳನ್ನು ಕಲಿಸು *c. d.* *v. i. r.* ಭೂಮಿಗೆ ತಾಗು, ದಡಕ್ಕೆ ತಗಲು.

Ground, *pt.* & *p. p.* of Grind. **Ground'-age**, *n.* ಹಡಗಗಳ ಸ್ಥಳಬಾಡಿಗೆ. **Ground'-floor**, *n.* ಕೆಳಗಿನ ನೆಲ, ತಳ, ಅಸ್ತಿವಾರ. **Ground'less**, *a.* ನಿರಾಧಾರವಾದ, ಕಾರಣವಿಲ್ಲದ, ವ್ಯರ್ಥ, ಸುಳ್ಳಾದ. **Ground'less-ness**, *n.* ನಿಷ್ಕಾರಣತ್ವ, ನಿರಾಧಾರತ್ವ, ಸುಳ್ಳು. **Ground'-nut**, *n.*, *see* Earth-nut ನೆಲಗಡಲೆ. **Ground'-plan**, *n.* ನೆಲದ ನಕಾಶ. **Ground'-plot**, *n.* ಅಸ್ತಿವಾರ, "ಬುನಾದಿ", ಪಾಯು. **Ground'-rent**, *n.* ಕಂದಾಯ, ಸ್ಥಳಬಾಡಿಗೆ, ಗೇಣಿ. **Ground'sil**, *n.* ಹೊಸ್ತಿಲುಪಟ್ಟಿ. **Ground'-swell**, *n.* ಸಮುದ್ರದ ಭಾರಿ ಮತಾಯಿ. **Ground'wŏrk**, *n.* ಅಸ್ತಿವಾರ, ಪಾಯ.

Group (grụp), *n.* ಗುಂಪು, ಗೊಂಚಲು; 2. ಚಿತ್ರಗಳ ರಾಶಿ. *v. t. r.* ಗುಂಪುಗುಂಪಾಗಿಡು.

Grouse, *n.* ಕಾಡ್ಕೋಳಿ, ಪಾಲಿಕೀಹಕ್ಕಿ.

Grōve, *n.* ತೋಪು, ವನ, ಉಪವನ.

Grov'el (grov'l), *v. i. r.* (grov'elled) ದೇಕು, ಭೂಮಿ ಹಿಡಿದು ನಡೆ, ಹೊರಳಾಡು; 2. ನೀಚನಾಗಿರು. Grov'el-liṅg, *a.* ನೀಚ, "ಹಲಿಕ".

Grōw (grō), *v. i. ir.* (grew, grōwn, *pr.* grụ, grōn) ಬೆಳೆ, ಅಭಿವೃದ್ಧಿಯಾಗು, ದೊಡ್ಡದಾಗು; 2. (strong, stout, fat, hard, *etc.*) ಬಲಿ; 3. (to become) ಆಗು; 4. (to adhere to) ಹತ್ತು; g. over ಹಬ್ಬು; g. out of ಹುಟ್ಟು; g. up ಬಲಿಯು; full-grown ಬಲಿತ. *v. t.* ಬೆಳಿಸು. Grōw'ĕr, *n.* ಬೆಳೆಯುವವ. Grōwth (grōth), *n.* ಬೆಳೆ, ಬೆಳಗೆ, ಬೆಳವಣಿಗೆ, ವೃದ್ಧಿ, ವರ್ಧನ.

Growl, *v. i. r.* ಗುರುಗುಟ್ಟು, ಗುರಕಾಯಿಸು. *n.* ಗುರಕಾಯಿಸೋಣ. Growl'ĕr, *n.* ಗುರುಗುಟ್ಟುವವ.

Groyne, *n.* ಸಮುದ್ರವು ಕೊರೆಯದಂತೆ ಹಾಕಿದ ಮರದ ದಂಡೆ.

Grub, *n.* ನೆಲ ತೋಡುವ ಹುಳ, ಕ್ರಿಮಿ. *v.t.* & *i.r.* (grubbed) ಕೆದರು, ತೋಡು, ಅಗೆ. Grub'bĕr, *n.* ಅಗೆಯುವ ಆಯುಧ.

Grudġe (gruj), *n.* ಹೊಟ್ಟೆಕಿಚ್ಚು, ಮತ್ಸರ, ಡಾವು, ಡಂಕು, "ದಾವೆ". *v. t. r.* ಹೊಟ್ಟೆಕಿಚ್ಚುಪಡು, ಅಸಂತೋಷವಾಗಿರು, ಗುಣುಗುಟ್ಟು. Grudġ'iṅg-ly, *ad.* ಮನಸ್ಸಿಲ್ಲದೆ, ಅಸಂತುಷ್ಟವಾಗಿ.

Grụ'el, *n.* ಗಂಜಿ, ಅಂಬಲಿ.

Grụe'sōme (grụ'sum), *a.* ಭಯಂಕರ.

Gruff, *a.* ಗಂಟುಮೋರೆಯ, ಕಠಿಣ. Gruff'ly, *ad.* ಸಿಡುಮೋರೆಯಾಗಿ. Gruff'ness, *n.* ಆಗ್ರಹ, ಕಠಿಣತ್ವ, ಬೇಸರಿಕೆ.

Grum'ble, *v. i. r.* ಗೊಣಗು, ಗುಣುಗುಟ್ಟು, ಕಂಡು ಕಾಣದೆ ಆಡು. Grum'blĕr, *n.* ಗುಣುಗುಟ್ಟುವವ, ಅಸಂತುಷ್ಟ. Grum'bliṅg, *n.* ಅಸೂಯೆ, ಗುಣುಗುಟ್ಟುವುದು.

Grunt, *v. i. r.* ಹಂದಿಯ ಹಾಗೆ ಗುರುಗುಟ್ಟು. Grunt'iṅg ox, *n.*, *see* Yak.

Gua'no, *n.* ಮೀನುಗಳ ಗೊಬ್ಬರ.

Guar-an-tēe' *or* Guar-an-ty' (gar-), *n.* "ಜಾಮೀನು", ಹೊಣೆ, ಭರವಸ; 2. "ಜಾಮೀನುದಾರ", ಹೊಣೆಗಾರ. *v. t. r.* "ಜಾಮೀನಾಗು", ಹೊಣೆಯಾಗು, ಭರವಸ ಕೊಡು.

Guärd (gärd), *n.* ಕಾವಲುಗಾರ, ಕಾವಲವ; 2. ಕಾವಲಿ, ಪಹರೆ; g. of honour ಬಹುಮಾನಾರ್ಥವಾಗಿ ತಂದ ಕಾವಲುಪಡೆ; mount g. ಪಹರೆ ಮಾಡು: relieve g. ಪಹರೆಯಿಂದ ನಿವೃತ್ತನಾಗು; g. with drawn swords ಬಿಚ್ಚುಗತ್ತೀ ಪಹರೆ; 3. (protection) ರಕ್ಷೆ, ತ್ರಾಣ; 4. (of a sword) ದಸ್ತು, "ಪೇಷಕು"; 5. (g. of a garment) ಅಂಚು, ಕಂಬಿ; 6. ಎಚ್ಚರಿಕೆ, ಜಾಗ್ರತೆ; advanced g., *see* Vanguard; off the g. ಎಚ್ಚರಿಕೆಯಿಲ್ಲದೆ; to be on g. ಕಾವಲಿರು, ಕಾವಲು ಕಾಯು; on one's g., on the g. ಎಚ್ಚರಿಕೆಯಿಂದ, ಜಾಗ್ರತೆಯಾಗಿ. *v. t. r.* ಕಾಯು, ಕಾಪಾಡು. *v. i.* ಎಚ್ಚರಿಕೆಯಾಗಿರು, "ಹುಷಾರಿ"ಯಾಗಿರು. Guärd'ed (gärd-), *a.* ಎಚ್ಚರಿಕೆಯ, ಸಾವಧಾನದ, "ಹುಷಾರಿ". Guärd'ed-ly, *ad.* ಎಚ್ಚರಿಕೆಯಾಗಿ. Guärd'i-an, *n.* ಸಂರಕ್ಷಕ, ಕಾಯುವವ, ಪಾಲಕ, ಕ್ಷೇಮಚಿಂತಕ. *a.* ರಕ್ಷಿಸುವ. Guärd'i-an-ship. *n.* ಪರಾಮರಿಕೆ, ಪಾಲನೆ, ಪಾರುಪತ್ಯ.

Guä'va, *n.* ಪೇರಲ ಹಣ್ಣು, ಜೇಪೆ ಹಣ್ಣು.

Gu-bĕr-na-tōr'i-al, *a.* ಗವರ್ನರ ಸಂಬಂಧದ.

Guer'don, *n.* ಪ್ರತಿಫಲ, ಬಹುಮಾನ.

Guer-il'la, Guer-ril'la, *n.* g. war ಚಿಕ್ಕ ಚಿಕ್ಕ ತಂಡಗಳು ನಡಿಸುವ ಅಕ್ರಮ ಯುದ್ಧ.

Guess (ges), *n.* ಊಹೆ, ನೆನಸುವಿಕೆ, "ಅಡಸಟ್ಟೆ"; g.-work ಊಹಾಕಲ್ಪನೆ. *v. t. r.* (*pr.* gest) ಊಹೆಕಟ್ಟು, ಊಹಿಸು, ನೆನಸು, "ಅಡಸಟ್ಟೀ" ನೋಡು. Guess'er, *n.* ಊಹಿಸುವವ.

Guest (gest), *n.* ಊಟಕ್ಕೆ ಬಂದವ, ಅಭ್ಯಾಗತ, ಅತಿಥಿ.

Guf-fạw', *n.* ಅಟ್ಟಹಾಸ, ದೊಡ್ಡಸ್ವರದ ನಗೆ.

Guīde (gīd), *n.* ಹಾದೀ ತೋರಿಸುವವ, ನಾಯಕ, ನಡಿಸುವವ, ವ್ಯವಸ್ಥಾಪಕ. *v. t. r.* ಹಾದೀ ತೋರಿಸು *c.d.*, ನಡಿಸು. a. grammatical g. ವ್ಯಾಕರಣಸಂಗ್ರಹ. Guī'dance (gī'dans), *n.* ಹಾದೀ ತೋರಿಸೋಣ, ನಡಿಸೋಣ, ಅಧಿಕಾರ. Guīde'pōst (gīd-), *n.* ಹಾದೀ ತೋರಿಸುವ ಸ್ತಂಭ.

Guild (gild), *n.* ಸಂಘ, ನೆರವಿ.

Guīle (gīl), *n.* ಮೋಸ, ವಂಚನೆ, ಕಪಟ, ಕೃತ್ರಿಮ. Guīle'fụl (gīl-), *a.* ಕಪಟವುಳ್ಳ, ತಂತ್ರವುಳ್ಳ, ವಂಚನೆಯುಳ್ಳ. Guīle'fụl-ly. *ad.* ಕಪಟದಿಂದ. Guīle'less (gīl-), *a.* ನಿಷ್ಕಪಟವಾದ, "ಭೋಳೆ". Guīle'less-ness, *n.* ನಿಷ್ಕಪಟ.

Guil'lō-tīne, *n.* ಶಿರಚ್ಛೇದನ ಯಂತ್ರ.

Guilt (gilt), *n.* ಅಪರಾಧ, ತಪ್ಪು, ದೋಷ. Guilt'i-ness (gil'ti-), *n.* ಅಪರಾಧ. Guilt'i-ly, *ad.* ತಪ್ಪಿತವಾಗಿ. Guilt'less, *a.* ತಪ್ಪಿಲ್ಲದ, ಅಪರಾಧವಿಲ್ಲದ, ನಿರ್ದೋಷಿ. Guilt'less-ness, *n.* ನಿರಪರಾಧ. Guil'ty (gil-), *a.* ಅಪರಾಧಿ, ತಪ್ಪುಳ್ಳ, ದೋಷವುಳ್ಳ.

Guin'ea (gin'i), *n.* ಇಪ್ಪತ್ತೊಂದು ಶಿಲಿಂಗಿನ ಒಂದು ಬಂಗಾರದ ನಾಣ್ಯ.

Guin'ea-wörm (gin'i-), *n.* ನಾರುಹುಣ್ಣು.

Guise (gīz), *n.* ವೇಷ, ರೂಪ, ತರ, ರೀತಿ.

Gui-tär' (gi-tär'), *n.* ವೀಣೆ, ಸಿತಾರಿ; a single stringed g. ಚವುಡಿಕೆ, ಏಕನಾದ, ಏಕತಾರ.

Gul'den (goo-), *n.* ಸುಮಾರು ಎರಡು ಶಿಲ್ಲಿಂಗು ಬೆಲೆಯ ಜರ್ಮನಿಯ ಪುರಾತನ ನಾಣ್ಯ.

Gulf, *n.* ಕಂದರ, ಕೊನ್ನಾರ, ಸಮುದ್ರದ ಕೊಲ್ಲಿ.

Gull, *n.* ಬೆಳ್ಳಕ್ಕಿ.

Gull, *v. t. r.* ಮೋಸ ಮಾಡು *c. d.*, ಠಕ್ಕು ಮಾಡು *c. d.* *n.* ಹೆಡ್ಡ, ಕಂಡು ಕಾಣದವ, "ಭೋಳೆ".

Gul'let, *n.* ಗಂಟ್ಲು, ಗಂಟ್ಲುಕೊಳವಿ.

Gul'ly, *n.* ಸರವು, ನೀರುಕಾಲಿವೆ; 2. ದೊಡ್ಡ ಚೂರಿ.

Gulp, *v. t. r.* (*pr.* gulpt) ಗಳಗಳನೆ ನುಂಗು, ಗಬಗಬನೆ ತಿನ್ನು. *n.* ಒಂದು ಗುಕ್ಕು, ಗುಟುಕು, ತುತ್ತು.

Gum, *n.* "ಗೋಂದು", ಅಂಟು, ಬಂಕೆ. *v. t. r.* (gummed, *pr.* gumd) ಗೋಂದು ಹಚ್ಚು *c. d.*, ಅಂಟು— *c. d.*, ಬಂಕೆ —; gum *or* resin of a tree ಹಗಿನು, ಅಂಟು. Gum-med, *a.* ಬಂಕೆ ಅಂಟಿಸಿದ. Gum'mi-ness, *n.* ಜಿಗಿ, ಜಿಗಟು. Gum'my, *a.* ಗೋಂದಿನ, ಅಂಟುಳ್ಳ, ಜಿಗಟು. Gum'-pot, *n.* "ಗೋಂದು ಪಾನಿ", ಅಂಟಿನ ಕುಡಿಕೆ.

Gump'tiōn, *n.* ಕಾರ್ಯಚಾತುರ್ಯ.

Gums, *n. pl.* ವಸಡು, ವಸಡಿ, ಒಸಡಿ.

Gun, *n.* "ಫಿರಂಗಿ", "ತೋಫು", ಕೋವಿ, "ತುಪಾಕಿ"; sure as a g. ನಿರ್ವಿವಾದವಾಗಿ, stick to one's guns ತನ್ನ ಸ್ಥಾನವನ್ನು ಬಿಗಿಯಾಗಿ ಹಿಡಿದುಕೊಳ್ಳು; son of a g. ಅಲ್ಪ ಕುಲದವ; big g. ದೊಡ್ಡಿಸ್ತನದವನು. Gun'bōat (-bōt), *n.* ಒಂದೆರಡು ತೋಫುಳ್ಳ ಹಡಗು. Gun'nĕr, *n.* "ಫಿರಂಗಿ" ಸುಡುವವ, "ಗೋಲಂದಾಜ". Gun'nĕr-y, *n.* "ಗೋಲಂದಾಜಿ". Gun'pow-der, *n.* "ಫಿರಂಗಿ"ಮದ್ದು, ಕೋವಿ ಮದ್ದು. Gun'rēach (-rēch), Gun'shot, *n.* "ಫಿರಂಗಿ" ಗುಂಡು ಹೋಗುವಷ್ಟು ದೂರ. Gun'smith, *n.* "ತುಪಾಕಿ" ಮಾಡುವವ. Gun'stock, *n.* "ತುಪಾಕಿ" ಕಟ್ಟಿಗೆ, ಕುಂದ. Gun'wale (gun'el), Gun'nel, *n.* ಹಡಗಿನ "ಬಾಣೆ".

Gun'ny, *n.* ಗೋಣಿ, ಗೋಣಿತಟ್ಟು.

Gurge, *n.* ಸುಳಿ.

Gur'gle, *v. i. r.* ಬುಡಬುಡನೆ ಹರಿ, ಪಳಪಳನೆ [ಹರಿ.

Gush, *v. i. r.* (*pr.* gusht) ಬೊದಬೊದ ಹೊರಡು, —ಹರಿ, ಚಿಳ್ಳನೆ ಪುಟಿ. *n.* ಝರಿ, ಪ್ರವಾಹ. Gush'ing, *p. a.* ಬೊದಬೊದ ಹರಿಯುವ; 2. ಅಳುಬುರುಕ.

Gust *or* Gus'tō, *n.* ರುಚಿ, ಸ್ವಾದ.

Gust, *n.* ಗಾಳಿಯ ಬಡತ, ಬಿರುಗಾಳಿ. Gus'ty, *a.* ಬಿರುಗಾಳಿಯ, ಗಾಳಿ ಬಡಿಯುವ, ಪ್ರಚಂಡ ಹುರುಪು.

Gut, *n.* ಕರುಳು; 2. ಫಿಟೀಲು ತಂತೀ ನರ. *v. t. r.* (gut'ted) ಕರುಳು ತೆಗೆ.

Gut'ta-pĕr-cha, *n.* ನಿರ್ಯಾಸ, ಗಟ್ಟಿಗೊಂಡ ಹಗಿನು.

Gut'tĕr, *n.* ಬಚ್ಚಲುಹರಿ, ಹರಿ, ಕಾಲಿವೆ, ಕಡಗು (*My.*).

Gut'tle, *v. t. r.* ಗಬಾಡಿಸಿ ತಿನ್ನು, ಬುಕ್ಕು.

Gut'tur-al, *a.* ಕಂಠದಲ್ಲಿ ಹುಟ್ಟುವ, ಕಂಠವ್ಯ, ಕಂಠ್ಯ. *n.* ಕಂಠವರ್ಣ.

Guy, *n.* ಹಗ್ಗ.

Guz'zle, *v. t.* ಗಬಾಡಿಕೆಯಾಗಿ ತಿನ್ನು, ಗಟಗಟ ಕುಡಿ. *n.* ಅತಿಕುಡುಕ, ತಿಂಡಿಬಾಕ.

Gy'all, *n.* ಕಾಡುಬಸವ.

Ġym-khā'na, *n.* ಅಂಗಸಾಧಕ, ಆಟಗಳ ಕೂಟ.

Ġym-nā'si-um, *n.* ಗರಡೀಮನೆ; 2. ವಿದ್ಯಾಶಾಲೆ. Ġym'nast, *n.* ಸಾಧಕ ಕಲಿಸುವವ, "ವಸ್ತಾದ". Ġym-nas'tic, *a.* ಗರಡಿಸಾಧಕದ, "ಕಸರತಿನ". Ġym-nas'tics, *n. pl.* ಗರಡಿಸಾಧಕ, "ಸಾಮು", ವ್ಯಾಯಾಮ.

Ġyn-ē-coc'ra-cy, *n.* ಸ್ತ್ರೀರಾಜ್ಯ, ಹೆಂಗಸರ ದೊರೆತನ.

Ġyp'sey *or* Ġyp'sy, *n.* ಕೊರವ, ಕೊರವಂಜಿ; ಠಕ್ಕ; *see* Gipsy.

Ġyp'sum, *n.* ಒಂದು ತರದ ಸುಣ್ಣದ ಕಲ್ಲು.

Ġȳ'rāte, *v. i. r.* ತಿರುಗು, ಸುಳಿಸುತ್ತು. Ġȳ-rā'tiōn, *n.* ತಿರುಗುವಿಕೆ, ಸುಳಿಸುತ್ತುವಿಕೆ.

Ġȳves (jīvz), *n. pl.* ಸಂಕೋಲೆ, ಬೇಡಿ.

Fāte, fat, fär, fạll, whạt; mē, met, prẹy, hẽr; pīne, pin, marīne, bĩrd; nōte, not, mōve, dōve; tūne, tub, rụde, pụll; drȳ, body; fool, bo̤ok; oil; boy; pound; now.

H

Hā, *int.* ಆಹಾ! (ಆಶ್ಚರ್ಯವಾಚಕ).

Hā'be-as-cor'pus, *n.* "ಕೈದಿಯನ್ನು ಕೋರ್ಟಿಗೆ ಹಾಜರು ಪಡಿಸಲಿಕ್ಕೆ ಹುಕುಮ್".

Hab'ĕr-dash-ĕr, *n.* ಚಿಲ್ಲರೆ ಸರಕುಗಳನ್ನು ಮಾರುವವ. **Hab'ĕr-dash-ĕr-y**, *n.* ಚಿಲ್ಲರೆ ವ್ಯಾಪಾರ.

Ha-bĕr'ġeon, *n.* ಕಂಠ ಮತ್ತು ಎದೆಯ ಉಕ್ಕಿನ ಕವಚ.

Ha-bil'i-ment, *n.* ಉಡಿಗೆ, ವಸ್ತ್ರ, "ಪೋಷಾಕು".

Ha-bil'it-āte, *v. t. r.* ಉದ್ಯೋಗಕ್ಕೆ ತಕ್ಕದ್ದಾಗ ಮಾಡು, ಬಂಡವಾಳ ಒದಗಿಸಿಕೊಡು. **Ha-bil-it'atiŏn**, *n.* ಕೆಲಸಕ್ಕೆ ಯೋಗ್ಯತೆ; 2. ಗನಿಯ ಕೆಲಸ ನಡಿಸಲಿಕ್ಕೆ ಬೇಕಾದ ಹಣ ಒದಗಿಸುವಿಕೆ.

Hab'it, *n.* ಶರೀರಪ್ರಕೃತಿ; 2. ಅಭ್ಯಾಸ, ಚಾಳಿ, ಚಟ, ಪರಿಪಾಠ; a bad or vicious h. ವ್ಯಸನ, ದುರ್ವಾಸನೆ; a good h. ಸದ್ವಾಸನೆ; 3. ಉಡಿಗೆ, "ದುಸ್ತು". **Ha-bit'ū-al**, *a.* ರೂಢಿಯಾದ, ಚಾಳಿಬಿದ್ದ, ವಾಡಿಕೆಯುಳ್ಳ. **Ha-bit'ū-al-ly**, *ad.* ರೂಢಿಯಾಗಿ, ವಾಡಿಕೆಯಾಗಿ. **Ha-bit'ū-āte**, *v. i. r.* ಅಭ್ಯಾಸ ಮಾಡಿಸು, ರೂಢಿಮಾಡಿಸು. **Hab'i-tūde**, *n.* ಪದ್ಧತಿ, ಪುರಾತನ ರೂಢಿ.

Hab'it, *v. t. r.* ಹೊದಿಸು, ತೊಡಿಸು.

Hab'i-ta-ble, *a.* ಇರತಕ್ಕ, ವಾಸಮಾಡತಕ್ಕ. **Hab'i-tat**, *n.* ಒಂದು ಗಿಡ ಅಥವಾ ಜಂತು ಸ್ವಾಭಾವಿಕವಾಗಿ ಇರುವ ಸ್ಥಳ. **Hab-i-tā'tiŏn**, *n.* ವಾಸಸ್ಥಳ, ಮನೆ.

Hab'nab, *ad.* ಏನಾದರೂ ಆಗಲಿ.

Hack, *v. t. r.* (*pr.* hakt) ಕೊಚ್ಚುಕೊಚ್ಚು ಮಾಡು; 2. ತೊದಲು ಮಾತಾಡು, ತಪ್ಪಿಬ್ಬಾಗಿ ಮಾತಾಡು. *n.* ಕಡತ, ಕಚ್ಚು.

Hack, *n.* ಬಾಡಿಗೇ ಕುದುರೆ,—ಬಂಡಿ; 2. ಗುಲಾಮ. *a.* ಬಾಡಿಗೆಯ.

Hack'ĕr-y, *n.* ಚಕ್ಕಡಿ, ಬಂಡಿ; drive a h. ಬಂಡಿ ಹೊಡೆ.

Hack'le, *n.* ನಾರು ಸಿಕ್ಕು ಬಿಡಿಸುವ ಬಾಚಣಿಗೆ; 2. "ಕೋರಾ ರೇಶ್ಮೆ"; 3. ಕೋಳಿ ಮುಂತಾದ ಹಕ್ಕಿಗಳ ಕುತ್ತಿಗೆಯ ತುಪ್ಪಳು. *v. i. r.* ಸಿಕ್ಕು ಬಿಡಿಸು; 2. ಕೊಚ್ಚು; with his h. up ಕದನಕ್ಕೆ ಸಿದ್ಧನಾಗಿ. **Hack'ly**, *a.* ದೊರಗು, ಉರುಟು.

Hack'ney (hak'ni), *n.* ಬಾಡಿಗೆಯ ಕುದುರೆ. *v. t. r.* ಬಹಳವಾಗಿ ಬಳಸು. *a.* ಬಾಡಿಗೆಯ, ಬಳಿಕೆಯ; 2. ಬಹು ಸಾಧಾರಣ, ಕಾಲಕಸ. **Hack'neyed** (hak'nid), *p. a.* ಕಾಲಕಸವಾದ, ಬಹಳವಾಗಿ ಬಳಸಿದ.

Had, *pt. & pp. of* **Have**.

Hā'dēs, *n.* ಸತ್ತವರ ವಾಸಸ್ಥಾನ, ಪಾತಾಳ.

Hadj, *n.*, *see* **Hajj**,

Hæ-mat'ic, *a.* ರಕ್ತದ ಸಂಬಂಧ. *n.* ರಕ್ತವನ್ನು ಗುಣಮಾಡುವ ಮದ್ದು.

Hæ-mō-glō'bin, *n.* ರಕ್ತದ ಕೆಂಪು ಕಣಗಳ ಕೆಂಪು ಬಣ್ಣದ ವಸ್ತು.

Hæm'or-rhāġe (hem'or-rāj). *n.* "ಪಾತಿ" ರೋಗ, ರಕ್ತೋದ್ರೇಕ, ರಕ್ತಹೋಗೋಣ.

Hæm'or-rhoids (hem'or-roids), *n. pl.* ಮೂಲವ್ಯಾಧಿ, ಗುದರೋಗ.

Haft, *n.* ಹಿಡಿ, ಹಿಡಿಕೆ; h. of an axe, *etc.* ಕಾವು. *v. t. r.* ಹಿಡಿಹಾಕು.

Hag, *n.* ತೂನ್ಯಗಾತಿ; 2. ಕುರೂಪಿ, ಹೇಸಿ ಮುದುಕಿ. [ರಾವು.

Hag'gard (-gĕrd), *a.* ಸೊರಗಿದ, ವಿರೂಪವಾದ,

Hag'gle (hag'l), *v. t. r.* ಕೊಚ್ಚು, ಕಚ್ಚು ಕಚ್ಚು ಮಾಡು; 2. ಕಟಿಪಿಟಿ ಮಾಡು. *v. i. r.* ಹಿಡಿದಾಡು, ಕಟಿಪಿಟಿ ಮಾಡು, ವಾಜರ—, ಕಸಾಕಸಿ—.

Hāg-i-og'ra-phĕr, *n.* ಪುರಾಣ ಕರ್ತನು.

Hag'rid-den, *a.* ಕುಸ್ವಪ್ನಪೀಡಿತ.

Hāil, **Hāil'stōne**, *n.* ಅಣಿಕಲ್ಲು, ಆನೇಕಲ್ಲು. **Hāil**, *v. i. r.* ಆಣಿಕಲ್ಲಿನ ಮಳೆಯಾಗು. **Hāil'storm**, *n.* ಕಲ್ಮಳೆ.

Hāil, *int.* ಸ್ವಸ್ತಿ, ಕ್ಷೇಮವಾಗಲಿ, ಶುಭವಾಗಲಿ, ಜಯವಿಜಯಿಭಾ ಭವ! *v. t. r.* ವಂದಿಸು; 2. ದೂರದಿಂದ ಕೂಗಿ ಕರೆ. *v. i.* to h. from (ದೂರವಿಂದ, ಊರಿನಿಂದ) ಬರು.

Hāir, *n.* ಕೂದಲು, ರೋಮ; long h. ರಣಗೂದಲು; h. of a horse's tail ಕುದುರೇಜವಿ; the h. to stand erect ಮೈಗುಡಿಕಟ್ಟು; the h. on the head to grow ಕಪ್ಪು ಬೆಳೆಯು. *a.* ಕೂದಲೆಳೆಯಷ್ಟು. **Hāir'-breadth** *or* **Hāir's'-breadth** (-breth), *n.* ರವಷ್ಟು, ಕೂದಲೆಳೆಯಷ್ಟು, ಹುಳ ಬಿಟ್ಟು ಹುಳಾಡುವಷ್ಟು; he had a h. escape ಸತ್ತು ಸತ್ತು ಉಳಿದನು. **Hāir'-cloth**, *n.* ಕೂದಲಿನ ವಸ್ತ್ರ, ಕಂಬಳಿ. **Hāir'dres-sĕr**, *n.* ಕೂದಲು

ಬಾಚಿ ತಿದ್ದುವವ, ನಾದಿಗ; "ಹಜಾಮು", ಕ್ಷೌರಕ. **Hāir'ed**, *a.* ಕೂದಲುಳ್ಳ. **Hāir'i-ness**, *n.* ಕೂದಲುಂಟಾಗಿರುವಿಕೆ. **Hāir'less**, *a.* ಕೂದಲಿಲ್ಲದ, ಬೋಳಾದ. **Hāir'-pencil**, *n.* ತೂಲಿಕೆ. **Hāir'y**, *a.* ಕೂದಲುಳ್ಳ; h.-eared ರೋಮಕರ್ಣಕ.

Hajj, *n.* ಮಕ್ಕಾಯಾತ್ರೆ.

Hajji, *n.* ಮಕ್ಕಾ ಯಾತ್ರಸ್ಥ.

Ha-keem', Hakim', *n.* "ಹಕೀಮ", ವೈದ್ಯನು.

Hal'bĕrd *or* **Hal'bĕrt**, *n.* ಈಟಿ, ಬರ್ಚಿ. **Hal'bĕr-diēr**, *n.* ಈಟಿ ಹಿಡಿಯುವವ.

Hal'cy-on, *n.* ಒಂದು ಜಾತಿ ಹಂಸ. *a.* ಶಾಂತ, ಪ್ರಸನ್ನ; h. days ಕ್ಷೇಮಕಾಲ.

Hāle, *a.* ಗಟ್ಟಿಮುಟ್ಟು, ಸೌಖ್ಯವುಳ್ಳ.

Hāle, *v. t. r.* ಗುಂಜು ಎಳೆ.

Hälf (häf), *n.* ಅರ್ಧ, ಅರೆ, "ನೀಮ"; one's better h. ಅರ್ಧಾಂಗಿ, ಹೆಂಡತಿ; to cry halves ಸರಿ ಪಾಲು ಕೊಡನ್ನು; to go halves ಸರಿ ಪಾಲು ಹೊಂದು; do a thing by halves ಅಪೂರ್ಣ ಕೆಲಸ ಮಾಡಿಡು; too clever by h. ಒಬ್ಬನಿಗಿಂತ ಅತಿ ಹೆಚ್ಚು ಬುದ್ಧಿವಂತನಾಗು. **Hälf-blọọd-ed**, *a.* ಭಿನ್ನವಂಶದಲ್ಲಿ ಹುಟ್ಟಿದ. **Hälf'-bred, -brēed**, *a.* ಬೆರಿಕೆ, ಸಂಕರ. **Hälf'brŏth-ĕr**, *n.* ಮಲತಮ್ಮ, ಮಲ ಅಣ್ಣ. **Half'-cọọked**, *a.* ಅರೆಬೇಯಿಸಿದ. **Hälf'-cäste**, *a.* ಮಿಶ್ರಜಾತಿಯ. **Hälf'-dead**, *a.* ಕೊರೆಪ್ರಾಣವಾದ, ಅರೆಜೀವ. **Hälf'-heärt-ed (-härt-ed)**, *a.* ಕಾತರ, ಧೈರ್ಯವಿಲ್ಲದ, ಅರೆ ಮನಸ್ಸಿನ. **Hälf'-pen-ny (hā'penni)**. *n.* ಇಂಗ್ಲಾಂಡಿನ ಒಂದು ನಾಣ್ಯ (೪ ಪೈ). **Hälf'-stärved (-stärvd)**, *a.* ಅರೆಹೊಟ್ಟೆ. **Hälf'-wāy**, *a.* ಉಭಯ ಸ್ಥಳಗಳಿಂದ ಸಮ ದೂರವಿರುವ. **Hälf'-wit-ted**, *a.* ಮಂಕು. **Hälf-yēar-ly**, *a.* ಆರಾರು ತಿಂಗಳಿನ.

Hal-i-og'ra-phy, *n.* ಸಮುದ್ರವರ್ಣನೆ.

Hạll, *n.* ನಡುಮನೆ, ಪಡಸಾಲೆ; 2. ನ್ಯಾಯಸ್ಥಾನ; 3. "ಚಾವಡಿ", "ದಿವಾನಖಾನೆ"; 4. ದೊಡ್ಡ ಮನೆ.

Hal-le-lu'iah *or* **lu'jah (-li-lu'ya)**, *n.* ದೇವರನ್ನು ಸ್ತುತಿಸಿರಿ ಎಂಬರ್ಥದ ಗಾಯನ.

Hal-loo', *int.* ಓ, ಎಲೋ, "ಶಭಾಸ್". *v. i. r.* ಕೂಗಿ ಕರೆ, ಕೇಕೇ ಹೊಡೆ.

Hal'lōw (hal'lō), *v. t. r.* ಮೀಸಲು ಹಾಕು, ಪವಿತ್ರ ಮಾಡು, ಪರಿಶುದ್ಧವೆಂದೆಣಿಸು, ಪ್ರತಿಷ್ಠೆ ಮಾಡು. **Hal'lōw-mas**, *n.* ನವಂಬರ ೧ನೇ ತಾರೀಕಿಗೆ ಬೀಳುವ ರೋಮನ್ ಕಥೋಲಿಕರ ಒಂದು ಹಬ್ಬ. **Hal'low-ed**, *a.* ಪವಿತ್ರವಾದ.

Hal-lu'cin-āte, *v. t. r.* ಮನೋವಿಕಾರ ಹುಟ್ಟಿಸು. **Hal-lu-ci-nā'tiŏn**, *n.* ಒಡಂಬಡಿಕೆ, ಭ್ರಮೆ.

Halm, *n. see* **Haulm.**

Hā'lō, *n.* ಗುಡಿ, ತೇಜೋಮಂಡಲ, ಪರಿವೇಷ.

Hals'ĕr, Haws'ĕr, *n.* ಲಂಗರು ಹಗ್ಗ.

Hạlt, *a.* ಕುಂಟು. *v. i. r.* ನಿಲ್ಲು, ತಂಗು, ಇಳುಕೊಳ್ಳು, "ಮೊಕ್ಕಾಂ" ಮಾಡು, ಬೀಡುಗೊಳ್ಳು; 2. ಕುಂಟು; halting place ಬಿಡುದಾಣ, ಮೆಟ್ಟು, ಮೆಟ್ಟಾದ ನೆಲೆ. *v. t.* ಮೊಕ್ಕಾಂ ಮಾಡಿಸು, ನಿಲ್ಲಿಸು.

Hạl'tĕr, *n.* "ಅಗಾಡಿ" ಹಗ್ಗ, ಕಣ್ಣಿ; 2. ಗಲ್ಲಿನ ಹಗ್ಗ, ಪಾತಿ ಕೊಡುವ ನೇಣು. *v. t. r.* ಹಗ್ಗ ಕಟ್ಟು.

Hälve (häv), *v. t. r.* ಅರ್ಧ ಮಾಡು, ಹೋಳು ಮಾಡು.

Ham, *n.* ತೊಡೆಯ ಹಿಂಭಾಗ; 2. ಉಪ್ಪಿಗೆ ಹಾಕಿದ ಹಂದಿಯ ತೊಡೆ.

Ham'īte, *n.* "ಹಾಮನ" ವಂಶಸ್ಥ.

Ham'let, *n.* ಹಳ್ಳಿ, ಕುಗ್ರಾಮ.

Ham'mĕr, *n.* ಸುತ್ತಿಗೆ; sledge-h. ಚಮಟಿಗೆ, ಚಮ್ಮಟ್ಟಿಗೆ; to bring to the h. ಹರಾಜು ಹಾಕು. *v. i. r.* ಸುತ್ತಿಗೆಯಿಂದ ಬಡಿ.

Ham'mock, *n.* ಉಯ್ಯಾಲೆ; ತೂಗುವ ಹಾಸಿಗೆ.

Ham'pĕr, *n.* ದೊಡ್ಡ ಪುಟ್ಟಿ, ಜಲ್ಲೆ, ಮಂಕರಿ.

Ham'pĕr, *v. t. r.* ತೊಡಕು ಬೀಳಿಸು, ಸಿಕ್ಕಿಸು; 2. ಅಡ್ಡಗಟ್ಟು, ತೊಂದರೆ ಪಡಿಸು.

Ham'string, *n.* ಹಿಂದೊಡೆಯ ನರ. *v. t.* ಹಿಂದೊಡೆಯ ನರ ಕಡಿ *e. g.*

Hand, *n.* ಕೈ, ಹಸ್ತ, ಕರ; 2. (h. of a clock) ಗಡಿಯಾರದ ಮುಳ್ಳು; 3. ಕಡೆ, ಪಕ್ಷ; 4. ಸಾಮರ್ಥ್ಯ; a good h., a fine h. ಸಾಮರ್ಥ್ಯವುಳ್ಳವ, ಜಾಣ; 5. ಆಳು; 6. (handwriting) ಕೈ ಅಕ್ಷರ, ಕೈಬರಹ; fine h. ತಿದ್ದಿದ ಕೈ, ಚಲೋ ಅಕ್ಷರ; at (on) all hands ಎಲ್ಲಾ ಕಡೆಯಲ್ಲಿ, —ಕಡೆಯಿಂದ, ಎಲ್ಲಾ ಪಕ್ಷದವರಿಂದ; at h. ಸಮೀಪ, ಹಂತೀಲಿ; at my h. ನನ್ನ ಕಡೆಯಿಂದ, ನನ್ನಿಂದ; from h. to h. ಕೈಗೆ ಕೈ ತಗಲುವಂತೆ ಸಮೀಪವಾಗಿ, ಒಬ್ಬನಿಂದೊಬ್ಬನಿಗೆ, ಅಡ್ಡಂದಿಗೆ; h. in h. ಕೂಡ, ಯುಕ್ತ; hands off ಗೋಜಿಗೆ ಬರಬೇಡ! to live from h. to mouth ಆಗ ತಂದು ಆಗ ಉಣ್ಣು. ದರಿದ್ರರೀತಿಯಿಂದ ಬದುಕು; heavy h. ಕ್ರೂರತನ; light h. ನಮ್ರತೆ; off-h. ತಡವಿಲ್ಲದೆ; out of h. ಸಂಗಡಲೆ; ಕೈಮೀರಿ ಹೋಗು; with a high h. ಪೀಡಿಸಿ, ಬಲಾತ್ಕರಿಸಿ; off one's h. ಕೈಬಿಟ್ಟು; on h. ಕೈಯಲ್ಲಿ ಸಿಲುಕು; h. and [in] glove ಸಲಿಗೆ; he is h. and [in] glove with me ಅವನ ಸಲಿಗೆ ನನಗೆ ಬಹಳ; to change hands ಮಾರಾಟವಾಗು; to come to h. ಮುಟ್ಟು, ಕೈಗೆ ಸಿಗು, ಅಮರಿಕೆಯಾಗು; he has a h. in this business ಅವನಿಗೆ ಈ ಕೆಲಸದಲ್ಲಿ ಪಾಲುದೆ, ಅವನೂ ಈ ಕೆಲಸದಲ್ಲಿ ಸೇರಿದ್ದಾನೆ; I have no h. in it ನನಗೆ ಅದರ ಗೊಡವೆ ಇಲ್ಲ; to have in h. ಕೈಕೊಳ್ಳು, ನಡಿಸು; I have my hands full ನನಗೆ ತುಂಬಾ ಕೆಲಸ ಇರುತ್ತದೆ; to lend a h. ಅನುವಾಗು, ನೆರವಾಗು, ಸಹಾಯ ಮಾಡು; to lay the hands on ಹಿಡಿ; to take in h. ತೊಡಗು, ಕೈಕೊಳ್ಳು; under the h. of ...ನ "ದಸ್ಕತಿನಿಂದ", ...ನ ಕೈಬರಹದಿಂದ.

Hand, *v. t. r.* ಕೈಯಲ್ಲಿ ಕೊಡು; 2. ಕೈಹಿಡಿದು ನಡಿಸು; h. down ಪಾರಂಪರ್ಯವಾಗಿ ಹೋಗುವಂತೆ ಮಾಡು; handed down ಪಾರಂಪರ್ಯ, ಸಂಪ್ರದಾಯವಾದ; h. over ವಶಮಾಡು. Hand'-bag, *n.* ಕೈಚೀಲ. Hand'bill, *n.* ಪ್ರಸಿದ್ಧಿಪತ್ರ. Hand'bo̤ok, *n.* ಕೈಪಿಡಿ, ಚಿಕ್ಕ ವಹಿ. Hand'cuff, *n.* ಕೈಸಂಕೋಲೆ, ಕೈಬೇಡಿ, ಕೈಕೋಳ. Hand'ed, *pp. a.* ಕೈಗಳುಳ್ಳ, ಕೊಡಲ್ಪಟ್ಟ. Hand'fṳl, *n.* ಮುಷ್ಟಿ, ಹಿಡಿ; an open h. ಸರೆ; two joined hands full ಬೊಗಸೆ. Hand'-made, *a.* ಕೈಗಳಿಂದಲೆ ತಯಾರಿಸಿದ (ಯಂತ್ರದಿಂದಲ್ಲ). Hand'-māid, -'māi-den (-'mā-dn), *n.* ದಾಸಿ, ಚಾಕರಳು, ತೊತ್ತು. Hand'mill, *n.* ಬೀಸುವ ಕಲ್ಲು. Hand'rat-tle, *n.* ಕಿರಿಕಿರಿ. Hand'-sa̤w (-sa̤), *n.* ಕೈಗರಗಸ. Hand'wrī-tiṅg (-rī-ting), *n.* ಕೈಬರಹ, ಹಸ್ತಲೇಖನ.

Han'di-cap, *v. i.* ಹಿಂತರಿಯಲ್ಲಿ ಹಾಕು.

Han'di-craft, Hand'i-work, *n.* ಕೈವಾಡ, ಕೈಗಾರಿಕೆಯ ಕೆಲಸ.

Hand'kĕr-chief (haṅ'kĕr-chif), *n.* ಕೈವಸ್ತ್ರ, ಕೈಪಾವಡ; a coloured h. ಎಲೆವಸ್ತ್ರ.

Han'dle, *n.* ಹಿಡಿ, ಹಿಡಿಕೆ, ಕೈಪಿಡಿ *(My.)*; (of an axe, spade, spoon, *etc.*) ಕಾವು; (of a plough) ತಲೆಹಿಡಿ; 2. ಸಾಹಿತ್ಯ; 3. ನೆವನ, ನಿಮಿತ್ತ. *v. t. r.* ಹಿಡಿ, ಹಿಡುಕೊಳ್ಳು, ಮುಟ್ಟು; 2. ಬಳಿಸು, ಪ್ರಸ್ತಾಪಿಸು; 3. ನಡಿಸು.

Hand'sel, *n.* ಬೋಣಿ, ಬೋಣಿಗೆ, ಮೊದಲನೇ ಮುಯಿ; 2. ಚಂಡವಾಳ *(My.)*, ಸಂಚಕಾರ *(S.M.)*. *v. t. r.* ಬೋಣಿ ಮಾಡು, ಮೊದಲನೇ ಮುಯಿ ಕೊಡು; 2. ಮೊದಲನೇ ಸಾರಿ ಬಳಿಸು.

Hand'sŏme (han'sum), *a.* ಚೆಲೋ, ಅಂದವಾದ, ಸುಂದರವಾದ; 2. ಉದಾರ; 3. ಪುಷ್ಕಲ. Hand'sŏme-ly, *ad.* ಚೆಂದವಾಗಿ; 2. ಉದಾರವಾಗಿ. Hand'sŏme-ness, *n.* ಚೆಲ್ವಿಕೆ, ಅಂದ, ಸೌಂದರ್ಯ.

Hand'y, *a.* ಜಾಣ, ಹಸ್ತಕುಶಲವಾದ, ಕೆಲಸಕ್ಕೆ ತಕ್ಕ. Hand'y-dandy, *n.* ಗಾರಡಿ. Han'di-ly, *ad.* ಚಮತ್ಕಾರವಾಗಿ, ಹಸ್ತಕೌಶಲ್ಯವಾಗಿ. Han'di-ness, *n.* ಜಾಣತನ, ಚಮತ್ಕಾರ, ಪ್ರೌಢತ್ವ, ಹಸ್ತಕೌಶಲ್ಯ.

Haṅg, *v. t. r. & ir.* (huṅg, huṅg) ಹಾಕು, ತೂಗಹಾಕು, ನೇಣು— *(S.C.)*, ಗಲ್ಲಿಗೆ ಹಾಕು, ಪಾತಿಗೆ—; 2. ಶೃಂಗರಿಸು; h. about ಸುತ್ತುಮುತ್ತು ಸುಳಿಯು; hang!, h. it, h. you, I will be hanged if ಆಣೆ ಹಾಕು; hangs in the balance ತೀರ್ಮಾನಕ್ಕೆ ಬಾಕಿಯಿರು; h. heavy (of time) ಸಿಧಾನವಾಗಿ ಕಾಲ ಕಳೆಯು; h. back ಕೈ ಹಿಂದೆಗೆ, ಹಿಂದೆಳೆಯು; h. (down) the head ತಲೆ ಚೆಟ್ಟಿಟ್ಟುಕೊಳ್ಳು, ಸಣ್ಣ ಮೋರೆ ಮಾಡು; h. on a peg ಗೂಟಕ್ಕೆ ತಗಲಹಾಕು. *v. i.* ತೂಗು, ನೇಲು; h. on, h. upon ಆಶ್ರಯ ಹಿಡಿದಿರು, ಬೆನ್ನುಬೀಳು, ಹಿಡಿದಿರು, ಹಿಡುಕೊಳ್ಳು; h. on the lips, words ಮಾತಿಗೆ ಮೆಚ್ಚು, ಬಾಯನ್ನೇ ನೋಡುತ್ತಿರು. *n.* ನೇಲುವ ರೀತಿ; not a h. ಲೇಶವೂ ಇಲ್ಲ; get the h. of ಮಟ್ಟು ತಿಳಿ. Haṅg'-dog, *n.* ಕುತ್ಸಿತ. Haṅg'ĕr, *n.* ಖಡ್ಗ, ಕತ್ತಿ. Haṅg'ĕr-on, *n.* ಬೆನ್ನುಬಿದ್ದವ, ಆಶ್ರಿತ. Haṅg'iṅg, *n.* ಗಲ್ಲಿಗೆ ಹಾಕೋಣ; 2. ಪರದೆ. Haṅg'-man, *n.* ಗಲ್ಲಿಗೆ ಹಾಕುವವ, ಮಾರೆಕಾರ.

Haṅk, *n.* ನೂಲುಂಡೆ, ಲಡಿ, ಚಟಕು; 2. ಚಲಕು, ಚಲ್ಲಡಿ. *v. t. r.* ನೂಲು ಲಡಿ ಮಾಡು.

Haṅ'kĕr for *or* after, *v. i. r.* ಬಯಸು, ಕಾಂಕ್ಷಿಸು. Haṅ'kĕr-iṅg, *n.* ಬಯಕೆ, ಕಾಂಕ್ಷೆ, ಅಳಿಪು. *a.* ಬಯಸುವ.

Haṅk-for-haṅk, *a.* ಸಮಸಮ ಓಡುವ (ನಾವೆ).

Haṅ-ky-paṅ-ky, *n.* ಮೋಸಗಾರಿಕೆ, ಠಕ್ಕು.

Han'sel, *n.*, *see* Handsel.

Han'som, *n.* (ಎರಡು ಚಕ್ರದ) ಬಂಡಿ.

Hap, *n.* ದೈವ, ಅದೃಷ್ಟ, ಪ್ರಾಪ್ತಿ. Hap'haz-ard, *n.* ದೈವಯೋಗ. Hap'less, *a.* ದುರ್ದೈವದ, ಭಾಗ್ಯವಿಲ್ಲದ, ಅದೃಷ್ಟಹೀನ. Hap'-ly, *ad.* ಬಹಳಮಾಡಿ, ಒಂದು ವೇಳೆ, ಕದಾಚಿತ್ತು.

Hap'pen (hap'n), *v. i. r.* ಒದಗು, ಬಂದೊದಗು, ಪ್ರಾಪ್ತಿಯಾಗು, ಸಂಭವಿಸು, ಆಗು; h.

what will, h. what may! ಏನಾದರಾಗಲಿ, ಆದದ್ದಾಗಲಿ.

Hap'pi-ness, *n.* ಭಾಗ್ಯ, ಸುಖ, ಕ್ಷೇಮ, ಸಂತೋಷ. Hap'py, *a.* ಭಾಗ್ಯವುಳ್ಳ, ಸುಖವುಳ್ಳ, ಶುಭ, ಕೃತಾರ್ಥ, ಧನ್ಯ.

Ha-raṅgue' (-raṅg'), *n.* ಪ್ರಸಂಗ, ಭಾಷಣ. *v. t. r.* ಭಾಷಿಸು *c. d.*, ಪ್ರಸಂಗ ಮಾಡು *c. d.*

Har'ass, *v. t. r.* (*pr.* har'ast) ಕಾಡು, ಬೇಸರಗೊಳಿಸು, ತೊಂದರೆ ಪಡಿಸು, ಅಂಡಲೆ, ಗಾಸಿ ಮಾಡು. Har'ass-ment, *n.* ಕಾಡುವುದು, ಬಾಧೆ.

Här'biṅ-ġĕr, *n.* ಮುಂದಾಗಿ ಕಳುಹಿಸಿದವ, ಅಗ್ರದೂತ, ಅಗ್ರಗಾಮಿ.

Här'bour (-bĕr), *n.* ಬಂದರ, ರೇವು, ಆಶ್ರಯಸ್ಥಾನ. *v. t. r.* ಆಶ್ರಯ ಕೊಡು. *v. i.* ಇಳುಕೊಳ್ಳು, ತಂಗು, ವಸ್ತಿ ಮಾಡು, ಆಶ್ರಯ ಮಾಡಿಕೊಳ್ಳು. Här'bour-äge, *n.* ಆಶ್ರಯ.

Härd, *a.* ಗಟ್ಟಿ, ಚಟ್ಟು (as the ground below the soft earth); 2. (difficult) ಬಿಗಿ, ಕಠಿಣ, ದುಷ್ಕರ; 3. (laborious) ಕಷ್ಟದ, ಪ್ರಯಾಸದ; 4. (difficult to bear) ಜೋರು, ಕಠಿಣ; 5. (unfeeling, cruel) ಕಠಿಣ. *ad.* ಬಹಳವಾಗಿ; 2. ಕಷ್ಟದಿಂದ; h. of hearing ಕಿವಡ; h. by ಹತ್ತರ; h. up ದರಿದ್ರ, ಕಷ್ಟದಲ್ಲಿ; h. cash ನಗದಿ ಹಣ; h. of hearing ಸ್ವಲ್ಪ ಕಿವುಡು; h. words ಅರ್ಥ ಗೊತ್ತಾಗದ ಕಷ್ಟ ಶಬ್ದ; h. life, h. times ಕಷ್ಟಕಾಲ, ಕಠಿಣ ಕಾಲ; h. bargain ರಿಯಾಯಿತಿ ಇಲ್ಲದ ವ್ಯಾಪಾರ ವಹಿವಾಟು; h. pressed ಎಡೆಬಿಡದೆ ಬೆಂಬತ್ತಿಬರುವ; h. by ಅತೀ ಸಮೀಪ; h. and fast ಕಠಿಣ; h. up ತತ್ಪಾರವಾಗು. Här'den (-dn), *v. t. r.* ಗಟ್ಟಿ ಮಾಡು; 2. ಕಠಿಣ ಮಾಡು. *v. i.* ಗಟ್ಟಿಯಾಗು; 2. ಕಠಿಣವಾಗು. Härd'-fā-vour-ed (-vĕrd), *a.* ರೂಪಹೀನ. Härd'-fea-tured, *a.* ಕ್ರೂರ ಅಥವಾ ವಿರೂಪವಾದ, ವಿಲಕ್ಷಣವಾದ. Härd'-fisted, *a.* ಲೋಭಿಯಾದ, ಜೀನ. Härd'-heärt-ed (-härt-), *a.* ಕಠಿಣ ಮನಸ್ಸಿನ, ಕಲ್ಲೆದೆಯ, ನಿರ್ದಯಾತ್ಮಕ, ನಿಷ್ಠುರ. Här'di-hood, *n.* ಧೈರ್ಯ, ದೃಢತ್ವ, ದಿಟ್ಟತನ, ನಿರ್ಭಯ. Här'di-ness, *n.* ಗಟ್ಟಿಗತನ, ಗಟ್ಟಿ, ಧೀರತೆ. Härd'ly, *ad.* ಪ್ರಯಾಸದಿಂದ, ದುಷ್ಕರವಾಗಿ; 2. *see* Scarcely; 3. ನಿಷ್ಠುರವಾಗಿ. Härd'ness, *n.* ಗಟ್ಟಿ, ಕಾಠಿಣ್ಯ, ನಿರ್ದಯತ್ವ. Härd'ship, *n.* ಸಂಕಷ್ಟ, ಕಷ್ಟ, ಉಪದ್ರವ; 2. ಆಯಾಸ, ಬಳಲಿಕೆ, ಅನ್ಯಾಯ; the eight h.s to which one is liable ಅಷ್ಟ ಕಷ್ಟಗಳು. Härd'wäre, *n.* ಲೋಹದ ಸಾಮಾನು. Här'dy, *a.* ಗಟ್ಟಿ; 2. ದಿಟ್ಟ, ದೃಢ, ಸಾಹಸವುಳ್ಳ.

Häre, *n.* (*Lepus nigricollis*) ಮೊಲ. Häre'-bräined (-bränd), *a.* ಚಂಚಲಬುದ್ಧಿಯುಳ್ಳ, ಅವಿಚಾರವುಳ್ಳ. Häre'lip, *n.* ರಾವುಕಂಡಿ. Häre'lipped (-lipt), *a.* ಸೋಟೆಹರಕ, ತುಟಿಹರಕ. [ರಾಣಿವಾಸ.

Hā'rem *or* Hā'rām, *n.* "ಜನಾನಾ", ಅಂತಃಪುರ;

Har'i-a-li grass, *n.* (*Cynodon dactylon Pers.*) ಕರಿಕೇಹುಲ್ಲು, ಗರಿಕೇ—.

Härk, *int.* ಕೇಳು, ಕಿವಿ ಕೊಡು!

Harl, *n.* ಸಣಬು, ನಾರು. [ವಿದೂಷಕ.

Här'le-quin (-kin *or* -qwin), *n.* ಹಾಸ್ಯಗಾರ,

Här'lot, *n.* ಸೂಳೆ, ವೇಶ್ಯೆ, ವೇಶ್ಯಾಸ್ತ್ರೀ, ಗಣಿಕೆ. Här'lot-ry, *n.* ಸೂಳೆಗಾರಿಕೆ. ವೇಶ್ಯಾವೃತ್ತಿ.

Härm, *n.* ಕೇಡು, ಅಪಕಾರ, ನಷ್ಟ, ಹಾನಿ. *v. t. r.* ಕೇಡು ಮಾಡು *c. d.*, ಉಪದ್ರವ ಕೊಡು *c. d.*, ನಷ್ಟಗೊಳಿಸು, ಹಾನಿಪಡಿಸು. Härm'ful, *a.* ಕೆಡಕ, ಅಪಾಯಕರ, ಕೇಡುಳ್ಳ. Härm'fully, *ad.* ಕೆಡಕಾಗಿ. Härm'less, *a.* ನಷ್ಟವಿಲ್ಲದ, ಕೇಡಿಲ್ಲದ; 2. ಹಾನಿ ಮಾಡದ, ನಿರುಪದ್ರವ, ಸಾಧು. Härm'less-ly, *ad.* ಕೇಡಿಲ್ಲದೆ; 2. ಕೇಡುಮಾಡದೆ. Härm'less-ness, *n.* ಕೇಡಿಲ್ಲದಿರೋಣ, ನಿರುಪದ್ರವ, ಸಾಧುತ್ವ.

Här-mon'ic, -mon'i-cal, *a.* ಸ್ವರಮೇಳವುಳ್ಳ, ಸ್ವರೈಕ್ಯವುಳ್ಳ. Här-mō'ni-ca, *n.* ವಾದನಯಂತ್ರ. Här-mō'ni-ous, *a.* ಸಮತಾಳವುಳ್ಳ, ಒಪ್ಪುವ; 2. ಏಕಮತ, ಒಕ್ಕಟ್ಟಾದ, ಹೊಂದಿಕೆಯಾದ. Här'mō-nīse, *v. t. r.* ಏಕತಾಳ ಮಾಡು, ಹೊಂದಿಸು, ಒಪ್ಪುವ ಹಾಗೆ ಮಾಡು. *v. i.* ಹೊಂದು, ಒಂದುಗೂಡು, ಏಕತಾಳವಾಗು, ಒಪ್ಪು. Här-mō'ni-um, *n.* ವೀಣೆಪೆಟ್ಟಿಗೆ, ರಾಗಮಾಲಿಕೆ. Här'mō-ny, *n.* ತಾಳಹೊಂದಿರುವಿಕೆ; 2. ಒಕ್ಕಟ್ಟು, ಏಕಗ್ರೀವ, ಏಕಮತಿ, ಸ್ನೇಹ, ಸ್ವಾರಸ್ಯ; 3. (*mus.*) ಮೇಳವ, ಏಕತಾಳ.

Här'ness, *n.* ಕವಚ; 2. ಗಾಡಿಕುದುರೆಯ "ಸರಂಜಾಮ"; in h. ದಿನವಹಿಯ ಕೆಲಸಮಾಡುತಿದ್ದು. *v. t. r.* (*pr.* -nest) ಕವಚ ತೊಡಿಸು; 2. ಹೂಡು, ಬಂಡಿಗೆ ಕುದುರೆ ಕಟ್ಟು.

Härp, *n.* ತಂತಿವಾದ್ಯ, ವೀಣೆ. *v. i. r.* (*pr.* härpt) ವೀಣೆ ಬಾರಿಸು; h. on, h. upon ಹಾಡಿದ್ದೇ ಹಾಡು. Härp'ĕr, *n.* ವೀಣೆ ಬಾರಿಸುವವ.

Här-poon′, *n.* ಮೀನು ಹೊಡೆಯುವ ಬರ್ಚಿ.

Här′py, *n.* ಸ್ತ್ರೀಯ ಮುಖವೂ ಪಕ್ಷಿಯ ರೆಕ್ಕೆಯೂ ಇದ್ದ ಕಲ್ಪಿತ ಪ್ರಾಣಿ; 2. ಸುಲಿಗೆ ಮಾಡುವವನು.

Har′ri-dan, *n.* ಮುದುಕಿ ಮುಂಡೆ, ಹಿಡಿಂಬಿ.

Har′ri-ĕr, *n.* ಒಂದು ಜಾತಿಯ ನಾಯಿ.

Har′rōw (-rō), *n.* ಕುಂಟೆ, ಗುಂಟೆ, ಹಲಕು. *v. t. r.* ಸಾಲು ಹೊಡೆ, ಹಲಕ—, ಕೊಡ್ಡ—.

Har′ry, *v. t. r.* (-ried) ಸುಲುಕೊಳ್ಳು.

Härsh, *a.* ಬಿರುಸು, ನಿರ್ದಯವುಳ್ಳ, ಉಗ್ರದ, ದುಡುಕಾದ. **Härsh′ly**, *ad.* ಬಿರುಸಾಗಿ ನಿಷ್ಠುರವಾಗಿ. **Härsh′ness**, *n.* ಬಿರುಸು, ಕಠಿಣತ್ವ, ಉಗ್ರ, ದುಡುಕು, ಅಪಸ್ವರ.

Härt, *n.* ಸಾರಂಗ. **Härt's′horn**, *n.* ಕೆಂಪು ಸಾರಂಗದ ಕೋಡು; 2. ಸಾರಂಗದ ಕೊಂಬಿನ ದ್ರಾವಕ.

Hā′rum-scā-rum, *a.* ಉತಾವಳಿಯ, ದುಡುಕಿನ.

Här′vest, *n.* ಸುಗ್ಗಿ, ಕೊಯ್ಯುವ ಕಾಲ, ಕೊಯಿಲು. **Här′ves-tĕr**, *n.* ಕೊಯ್ಯುವವ.

Hash, *v. i. r.* (*pr.* hasht) ಕೊಚ್ಚು, ಹೆಚ್ಚು. *n.* ಕೊಚ್ಚಿದ ಮಾಂಸ.

Hash′ish, *n.* ಬಂಗಿ, ಗಾಂಜಾ.

Hasp, *n.* ಚಿಲುಕ, ಚಿಲಕ; 2. ನೂಲುಂಡೆ.

Hāste, *n.* ಒತ್ತರ, ಉತಾವಳಿ, ಅವಸರ, ಅಡಾಡಿ; 2. ವೇಗ, ತ್ವರೆ. **Hā′sten** (hā′sn), *v. i. r.* ಒತ್ತರ ಮಾಡು, ಉತಾವಳಿ—, ತ್ವರೆ ಪಡು, ತ್ವರೆಯಾಗಿ ಹೋಗು, —ಬರು. *v. t. r.* ಒತ್ತರ ಮಾಡಿಸು, ತ್ವರೆ ಪಡಿಸು. **Hā′sti-ly**, *ad.* ಬೇಗನೆ, ಬಡಬಡ, ಅಡಾಡಿಯಿಂದ; 2. ಉತಾವಳಿಯಾಗಿ; 3. ಸಿಟ್ಟಾಗಿ. **Hā′sti-ness**, *n.* ಅವಸರ, ತ್ವರೆ, ಆತುರ; 2. ಉತಾವಳಿ; 3. ಸಿಟ್ಟು, ಮುಂಗೋಪ. **Hā′sty**, *a.* ತ್ವರಿತ, ಶೀಘ್ರ; 2. ಮುಂಗೋಪಿ.

Hat, *n.* ಟೋಪಿ, ಟೊಪ್ಪಿಗೆ; h. in hand ತಗ್ಗಿಬೊಗ್ಗಿ; send round the h. ವಂತಿಗೆ ದುಡ್ಡು ಬೇಡು. **Hat′band**, *n.* ಟೋಪೀ ಲಾಡಿ, ಟೊಪ್ಪಿಗೆ—. **Hat′tĕr**, *n.* ಟೋಪಿ ಮಾಡಿ ಮಾರುವವ; 2. ಟೋಪಿ ಮಾಡುವವ.

Hatch (hach), *n.* ಒಂದು ಗೂಡಿನ ಕೋಳೀ ಮರಿಗಳು. *v. t. r.* (*pr.* hacht) ಹೊದಗಿಸು, ಮೊಟ್ಟೆಯೊಡೆ; 2. (ಕೆಟ್ಟದ್ದನ್ನು) ಹುಟ್ಟಿಸು.

Hatch′et (hach′et), *n.* ಚಿಕ್ಕ ಕೊಡ್ಲಿ, ಕೈಕೊಡ್ಲಿ.

Hatch′ment, *n.* ಸತ್ತವನ ವಂಶಬಿರುದು.

Hatch′wāy (-wā), *n.* ಹಡಗಿನಲ್ಲಿ ಒಂದು ಅಂತಸ್ತಿನಿಂದ ಮತ್ತೊಂದಕ್ಕೆ ಹೋಗುವ ಹಾದಿ, ಜಿನ್ನೆ.

Hāte, *v. t. r.* ಹಗೆ ಮಾಡು, ದ್ವೇಷಿಸು; 2. (a thing) ಜರೆ, ತಿರಸ್ಕರಿಸು. *n.* ಹಗೆ, ದ್ವೇಷ. **Hāte′ful**, *a.* ದ್ವೇಷ ಮಾಡುವ, ದ್ವೇಷ ಹುಟ್ಟಿಸುವ; 2. ಅಸಹ್ಯ. **Hāte′ful-ly**, *ad.* ಅಸಹ್ಯಕರವಾಗಿ; 2. ದ್ವೇಷದಿಂದ. **Hā′tĕr**, *n.* ದ್ವೇಷಿಕ, ಹಗೆಗಾರ. **Hā′tred**, *n.* ಹಗೆ, ದ್ವೇಷ, ವೈರ.

Hau′bĕrk (ha′bĕrk), *n.* ಕವಚ, ಚಿಲಕತ್ತು.

Haugh′ty (ha′ti), *a.* ಸೊಕ್ಕಿನ, ಗರ್ವಿ, ಅಭಿಮಾನವುಳ್ಳ. **Haugh′ti-ly** (ha′ti-), *ad.* ಅಹಂಕಾರದಿಂದ, ಸೊಕ್ಕಿನಿಂದ. **Haugh′ti-ness** (ha′ti-), *n.* ತಲೆಗೊಬ್ಬು, ಸೊಕ್ಕು, ಸಿಡಕು, ಗರ್ವ, ಬಿಂಕ, ಅಭಿಮಾನ, ಮದ.

Haul (hal), *v. t. r.* ಎಳೆ, ಜಗ್ಗು, ಕೀಳು. *n.* (ಮೀನು ಇತ್ಯಾದಿ) ಎಳೆಯುವುದು.

Haulm, *n.* ಮನೆ ಹೊದ್ದಿಸಲಿಕ್ಕೆ ಪ್ರಯೋಗಿಸುವ ಪಲ್ಯದ ದಂಟು.

Haunch (hansh), *n.* ಟೊಂಕ, ತೊಡೆ.

Haunt (hant), *v. i. r.* ಹೋಗುತ್ತಾ ಬರುತ್ತಾ ಇರು, ಎಡತಾಕು; 2. ಸುಳಿದಾಡು. *n.* ಸುಳಿದಾಡುವ ಸ್ಥಳ. **Haunt′ed**, *a.* ಭೂತ ಸುಳಿದಾಡುವ; h. house ದೆವ್ವದ ಮನೆ, ಭೂತವಿರುವ ಮನೆ; h. place ದೆವ್ವದ ಜಾಗ.

Haut′bōy (hō′bōy), *n.* ಸನಾದಿ, ನಾಗಸರ.

Hau′tĕur (ha′tĕr), *n.* ಸೊಕ್ಕು, ಗರ್ವ, ಬಿಂಕ.

Have, *v. t. ir.* (had, had) ಇರು *c. d.*, *as*, he has black hair ಅವನಿಗೆ ಕರೇ ಕೂದಲಿರುತ್ತದೆ; 2. (h. in honour) ಸನ್ಮಾನಿಸು; 3. (take or accept) ಅಂಗೀಕರಿಸು, *as*, will you h. me? ನನ್ನನ್ನು ಅಂಗೀಕರಿಸುತ್ತೀಯೋ? will you h. this ring? ಈ ಉಂಗುರ ನಿನಗೆ ಬೇಕೇನು? 4. (cause to be done) ..ಇಸು *as*, have the petition written ಅರ್ಜಿ ಬರಿಸು; 5. ನಡೆ, ಹೋಗು; 6. (to be under necessity) ಬೇಕಾಗು, *as*, I shall h. to go ನಾನು ಹೋಗಬೇಕಾದೀತು. *aux. v.* ಇರು. *as*, h. you dined? ಊಟ ಮಾಡಿದ್ದೀಯೋ? I had rather, I had better, I had as lief ಉತ್ತಮ, *as*, you had rather stay at home ನಿನಗೆ ಮನೆಯಲ್ಲಿರುವುದೇ ಉತ್ತಮ; to h. a care ಜಾಗ್ರತೆ ಮಾಡು, ಎಚ್ಚರಿಕೆಯಿಂದಿರು; to h. on ಹೊದ್ದುಕೊಂಡಿರು, ತೊಟ್ಟುಕೊಂಡಿರು. **Hav′iṅg**, *n.* ಆಸ್ತಿಪಾಸ್ತಿ.

Hā′ven (hā′vn), *n.* ರೇವು, "ಬಂದರು", ಆಶ್ರಯಸ್ಥಾನ.

Hav′ĕr-sack, *n.* ಹಸಿಬೇ ಚೀಲ.

Hav'il-dar, *n.* "ಹವಾಲದಾರ", ಸೇನೆಯ ಚಿಕ್ಕ ನಾಯಕ.

Hav'oc *or* **Hav'ock**, *n.* ಹಾವಳಿ, ಅನಾಂತರ, ಧ್ವಂಸ, ನಾಶನ, ಲಯ.

Haw (hạ), *v. i. r.* ತಡತಡದು ಮಾತಾಡು.

Hawk (hạk), *n.* ಡೇಗೆ, ಗಿಡಗ. *v. i. r.* ಡೇಗೆಯಿಂದ ಬೇಟೆ ಹಿಡಿಸು; 2. ಕೇಕರಿಸು. *v. t.* ಬೀದಿ ಬೀದಿಗಳಲ್ಲಿ ತಿರುಗಾಡಿ ಮಾರು, ಹೊತ್ತು ಮಾರು. **Hawk'ĕr**, *n.* ಕೋರೀಸೆಟ್ಟಿ, ಫೇರಿ, ಹೊತ್ತು ಮಾರುವವ; 2. ಡೇಗೆಗಳಿಗೆ ಶಿಕಾರಿ ಕಲಿಸುವವ. **Hawk'-eyed** (-īd), *a.* ದೂರ ದೃಷ್ಟಿಯುಳ್ಳ. **Hawk'ing**, *n.* ಡೇಗೆಯಿಂದ ಬೇಟೆ ಆಡೋಣ; 2. ತಿರುಗಾಡಿ "ಮಾಲು" ಮಾರೋಣ, ಹೊತ್ತು ಮಾರೋಣ.

Haw'sĕr (hạ'zĕr), *n.* ದೊಡ್ಡ ಹಗ್ಗ, ಹೊರಜಿ.

Haw'thorn (hạ'thạrn), *n.* ಪರಿಮಳವುಳ್ಳ ಹೂವಾಗುವಂಥ ಒಂದು ಮುಳ್ಳಿನ ಗಿಡ.

Hāy (hā), *n.* ಒಣಗಿದ ಹುಲ್ಲು, ಕರಡ (ಕಡ್ಡ); make h. while the sun shines ಒಳ್ಳೆ ಸಮಯದಲ್ಲಿ ನಿನ್ನ ಕೆಲಸವನ್ನು ಮಾಡಿಕೋ. **Hāy'-rick**, **Hāy'-stack**, *n.* ಹುಲ್ಲಿನ ಬಣವೆ.

Haz'ard, *n.* ಕಂಟಕ, ಅಪಾಯ; run the h. ಸಾಹಸ ಮಾಡು, ತಲೆಗೊಟ್ಟು ಮಾಡು, ಎದೆಗೊಟ್ಟು ಮಾಡು. *v. t. r.* ಅಪಾಯಕ್ಕೆ ಗುರಿಮಾಡು, ಧೈರ್ಯ ಮಾಡು; he hazarded his life in doing this ಜೀವದ ಹಂಗು ತೊರೆದು ಮಾಡಿದ, ಜೀವದ ಆಶೆ ಬಿಟ್ಟು ಮಾಡಿದ. **Haz'ard-ous**, *a.* ಅಪಾಯಕರ, ಗಂಡಾಂತರದ, ತಲೆ ತಿನ್ನುವ. .

Hāze, *n.* ಮಂಜು, ಮುಸಕು; 2. ಗಲಿಬಿಲಿ. *v. t.* ಕಾಡು. **Hā'zy**, *a.* ಮುಸಕಾದ, ಮಂಜುಮಂಜು.

Hāz'el, *n.* ಒಂದು ಜಾತಿಯ ಗಿಡ.

Hē, *pron.* ಅವನು, ಇವನು, ಆತನು, ಈತನು; 2. ಗಂಡು; *as*, he-goat ಗಂಡಾಡು, ಹೋತು.

Head (hed), *n.* ತಲೆ, ಶಿರಸ್ಸು, ಮಂಡೆ, ನೆತ್ತಿ; 2. ತುದಿ, ಅಗ್ರ; 3. (the chief) ಮುಖ್ಯಸ್ಥ, h.-man of a village ಗೌಡ; 4. (individual) ತಲೆ, ವ್ಯಕ್ತಿ. 5. (understanding) ಬುದ್ಧಿ, ಮತಿ; 6. (source) ಉಗಮ, ಬುಗ್ಗೆ, ಮೂಲ; 7. (part *or* topic) ಪ್ರಕರಣ, ಭಾಗ, "ಸದರು"; h. and ears ಮೈಯೆಲ್ಲಾ. ಸಂಪೂರ್ಣ; to come to a h. (as a boil) ಹಣ್ಣಾಗು, ಪಕ್ವವಾಗು; to give h., to give one the h. ..ನ ಅಂಕೆ ಬಿಡು, "ಲಗಾಮು" ಸಡಿಲು ಬಿಡು; to make h. ಮುಂದರಿ, ಎದುರುನಿಲ್ಲು; to turn h. ತಿರುಗು; to lose one's h. ತಲೆ ಸೂರೆಗೊಳ್ಳು; cannot make h. or tail ತುದಿಬುಡ ಗೊತ್ತು ಮಾಡಲಾರೆ; it cost him his h. ಅವನ ಜೀವ ಬಲಿಯಾಯಿತು: head ನಾಣ್ಯದಲ್ಲಿ ರಾಜನ ಚಿತ್ರವಿರುವ ಮೈ; tail ಇನ್ನೊಂದು ಮೈ; crowned h. ರಾಜ; talk over one's h. ಒಬ್ಬನಿಗೆ ತಿಳಿಯದಂತೆ ಮಾತನಾಡು; off one's h. ತಲೆ ಕೆಟ್ಟುಹೋಗು: out of one's own h. ಸ್ವಂತ ಬುದ್ಧಿವಂತಿಕೆಯಿಂದ; h. over heels ಗಲಿಬಿಲಿಯಿಂದ: keep one's h. above water ಸಾಲದಲ್ಲಿ ಬೀಳದಿರು; lose one's h. ಗಲಿಬಿಲಿಯಲ್ಲಿ ಬೀಳು; lay heads together ಒಟ್ಟಿಗೆ ಆಲೋಚನೆ ಮಾಡು; come to a h. ಪರಮಾವಧಿಗೇರು. **Head**, *v. i. r.* ತಲೆಯಾಗು *e. g.*, ನಾಯಕನಾಗಿರು *e. g.*, ಆಳು. *a.* ಮುಖ್ಯ. ಶ್ರೇಷ್ಠ. **Head'āche** (hed'āk), *n.* ತಲೆನೋವು, ತಲೆಸಿಡಿತ. **Head'-dress**, *n.* "ಮುಂಡಾಸು", "ರುಮಾಲು" ಮುಂತಾದ್ದು, ಶಿರೋಭೂಷಣ. **Head'ed**, *a.* ತಲೆಯುಳ್ಳ; 2. ಬುದ್ಧಿಯುಳ್ಳ: clear h. ಚುರುಕು ಬುದ್ಧಿಯುಳ್ಳ; thick h. ದಡ್ಡ, ಮಂದಬುದ್ಧಿಯುಳ್ಳ. **Head'gēar**, *n.* ತಲೆಚೊಪ್ಪಿಗೆ. **Head'i-ness**, *n.* ಉತಾವಳಿ, ಆತುರ, ಆವಸರ; 2. ಹಟಬುದ್ಧಿ, ಮೊಂಡತನ. **Head'ing**, *n.* ಮೇಲ್ಬಿಗಾಸ, ಮೇಲ್ಬರಹ, ಶಿರೋಲೇಖ. **Head'land**, *n.* ಭೂಶಿರ. **Head'less**, *a.* ತಲೆ ಇಲ್ಲದ; 2. ನಾಯಕನಿಲ್ಲದ. **Head'line**, *n.* ಪುಟದ ತುದಿಯಲ್ಲಿ ದೊಡ್ಡ ಅಕ್ಷರಗಳಿಂದ ಮುದ್ರಿಸಿದ ಹೆಸರು ಮುಂತಾದ್ದು. **Head'long**, *ad.* ತಲೆ ಕೆಳಗಾಗಿ; 2. ಅವಿಚಾರದಿಂದ, ತ್ವರೆಯಿಂದ. *a.* ಅವಿಚಾರದ. **Head'-man**, *n.* ತಲೆಯಾದವ, ಗೌಡ, ಹೆಗ್ಗಡೆ. ಅಗ್ರಸ್ಥ, "ಮೋಕ್ತೇಸರ". **Head'-mas-tĕr**, *n.* ಮುಖ್ಯೋಪಾಧ್ಯಾಯ; — "ಪಂತೋಜಿ". **Head-mistress**, *n.* ಉಪಾಧ್ಯಾಯಿನಿ. **Head'most**, *a.* ಮೊದಲನೆ, ಮುಂದಿನ; **Head'-piēce** (-pīs), *n.* ಶಿರಸ್ತ್ರಾಣ. **Head'-quar-tĕrs** (-qwạr-), *n.* "ಹಜೂರು", ಸೇನಾಪತಿ "ಹುದ್ದೆದಾರ" ಮುಂತಾದವರು ಇರುವ ಸ್ಥಳ, "ಮೊಕ್ಕಾಂ". **Heads'man**, *n.* ಶಿರಶ್ಛೇದ ಮಾಡುವವ, ಮಾರಕಾರ. **Head'stạll**, *n.* ಕುದುರೆಯ ಮುಖಪಟ್ಟಿ. ಮೊಕವಾಡ. **Head'stone**, *n.* ಸಮಾಧಿಯ ಕಲ್ಲು. **Head'strong**, *n.* ತನ್ನಿಚ್ಛೆಯವ, ಹಟಮಾರಿ. **Head'y**, *a.* ಮೂರ್ಖ, ಇಚ್ಛೆಖೋರ; 2. ಅಮಲೇರಿಸುವಂಥ.

Hēal (hēl), *v. t. r.* ಮಾಯಿಸು. ಸ್ವಸ್ಥ ಮಾಡು, ಗುಣ—. *v. i. r.* ಮಾಯು, ಸ್ವಸ್ಥವಾಗು.

Health (helth), *n.* ಆರೋಗ್ಯ, ಸೌಖ್ಯ, ಕ್ಷೇಮ; to drink a h. ಎರಪನೆಯುವನಿಗೆ ಶುಭವಾಗಲಿ ಎಂತ ಕುಡಿ. **Health'fụl** (helth-), *a.* ಆರೋಗ್ಯವಾದ, ಶರೀರಕ್ಕೆ ಹಿತವಾದ. **Health'fụl-ly, Health'i-ly,** *ad.* ಆರೋಗ್ಯವಾಗಿ. **Health'i-ness,** *n.* ಆರೋಗ್ಯತೆ. **Heal'thy,** *a.* ಗಟ್ಟಿಮುಟ್ಟು, ನೀರೋಗಿಯಾದ; 2. ಶರೀರಕ್ಕೆ ಹಿತಕರ.

Hēap (hēp), *n.* ಕುಪ್ಪೆ, ಗುಂಪೆ, ಗುಡ್ಡೆ, ರಾಶಿ; h. of corn ರಾಶಿ; h. of earth, sand, *etc.* ದಿನ್ನೆ, ದಿಬ್ಬ, ಗುಂಪೆ; h. of stones ಕಲ್ಲುಗುಡ್ಡೆ, —ಗುಂಪೆ; h. of books ಪುಸ್ತಕದ ಕಟ್ಟು; h.s of people ರಾಶಿರಾಶಿ ಜನರು. *v. t. r.* (*pr.* hēpt) ಒಟ್ಟು, ರಾಶಿ ಮಾಡು, —ಹಾಕು; h. up ಗಳಿಸಿಕೊಳ್ಳು; struck all of a h. ನಿರಾಶೆಯಿಂದ ಕುಗ್ಗಿಹೋಗು, ಕಕ್ಕಾಬಿಕ್ಕಿಯಾಗು.

Hēar (hēr), *v. t. ir.* (hēard, hēard) ಕೇಳು, ಕಿವಿ ಕೊಡು, ಆಲೈಸು, ಲಾಲಿಸು; to h. at second-hand ಪರಸ್ಪರವಾಗಿ ಕೇಳು, "ಪರಭಾರೆ" ಕೇಳು; h. him his lessons ಅವನ ಪಾಠ ಕೇಳು. **Hēar'ĕr,** *n.* ಕೇಳುವವ, ಕಿವಿ ಕೊಡುವವ. **Hēar'iṅg,** *n.* ಕೇಳುವಿಕೆ, ಶ್ರವಣ; 2. ಕಿವಿ, ಶ್ರವಣೇಂದ್ರಿಯ; within h. ಕೇಳಿಸುವಂತೆ; a man who is quick of h. ಸರ್ಪದ ಕಿವಿಯವ (*coll.*); give him a fair h. ಅವನ ಹೇಳಿಕೆ ಲಾಲಿಸಿ ಕೇಳು. **Hēar'sāy** (hēr'sāy), *n.* ವದಂತಿ, ಸುದ್ದಿ, ಕೇಳಿಕೆ.

Heär'ken (här'kn), *v. i. r.* ಕೇಳು, ಲಕ್ಷ್ಯಕೊಡು.

Hĕarse (hĕrs), *n.* ಹೆಣ ಒಯ್ಯುವ ಗಾಡಿ, ಶವಯಾನ. *v. t. r.* ಹೂಳಿಡು.

Heärt (härt), *n.* ಎದೆಗುಂಡಿಗೆ, ಹೃದಯ; 2. ಮನಸ್ಸು; 3. ನಡುವೆ, ಮುಖ್ಯಭಾಗ; 4. ಧೈರ್ಯ; learn by h., get by h. ಬಾಯಿಪಾಠ ಮಾಡು, ಚಿತಪಾಠ—, ಕಂಠಸ್ಥ—, ಕಂಠಪಾಠ—; for my h. ನನ್ನ ಜೀವ ಹೋದರೂ; hardness of h. ಕಠಿಣ ಮನಸ್ಸು, ನಿಷ್ಠುರತೆ; break the h. ಎದೆ ಒಡಿಸು, ನಿರಾಶೆ ಪಡಿಸು, ದುಃಖದಲ್ಲಿ ಮುಣುಗಿಸು; find in the h. ಮನಸ್ಸಿರು; *as,* I find it in my h. ನನಗೆ ಮನಸ್ಸಿರುತ್ತದೆ; have in the h. ಮನಸ್ಸಿರು; have the h. in the mouth ಕಕ್ಕಾಬಿಕ್ಕಿಯಾಗಿರು; take to h. ಮನಸ್ಸಿಗೆ ಹಚ್ಚಿಕೊಳ್ಳು; set the h. at rest ಸಮಾಧಾನ ಮಾಡಿಕೊಳ್ಳು; set the h. upon ಆಶಿಸು, ...ಮೇಲೆ ಮನಸ್ಸಿಡು; h. and soul ಸಂಪೂರ್ಣ ಉತ್ಸಾಹದಿಂದ; h. upon one's sleeve ದಾಕ್ಷಿಣ್ಯವಿಲ್ಲದೆ; his h. is in the right place ನಿಷ್ಕಪಟಿಯಾಗಿದ್ದಾನೆ. **Heärt'āche** (härt'āk), *n.* ವ್ಯಸನ, ಮನೋವ್ಯಾಕುಲ, ಮನೋವ್ಯಥೆ. **Heärt'-brō-ken** (-kn), *a.* ಬಹು ದುಃಖಾಕ್ರಾಂತ. **Heärt'burn,** *n.* ಹುಳಿ ಸುಡುವುದು, ಆಮ್ಲಪಿತ್ತ, ಎದೆಯುರಿ, ಅಸೂಯೆ. **Heärt'-burn-iṅg,** *n.* ಆಮ್ಲಪಿತ್ತ; 2. ಹೊಟ್ಟೆಕಿಚ್ಚು. **Heärt'en** (härt'n), *v. t. r.* ಧೈರ್ಯಪಡಿಸು. **Heärt'-felt,** *a.* ಯಥಾರ್ಥವಾದ. **Heärt'i-ly,** *ad.* ಮನಃಪೂರ್ವಕವಾಗಿ, ಮನಮುಟ್ಟಿ. **Heärt'i-ness,** *n.* ಮನಃಪೂರ್ವಕತ್ವ. **Heärt'less,** *a.* ನಿರ್ದಯವಾದ, ನಿಷ್ಠುರ, ಕ್ರೂರ; 2. ಧೈರ್ಯವಿಲ್ಲದ. **Heärt'-rend-iṅg,** *a.* ಬಹು ದುಃಖಕರ, ಮನೋವೇಧಕ, ಹೃದಯಭೇದಕ. **Heärt'sick,** *a.* ಹೊಟ್ಟೆಬೇನೆ ಹಚ್ಚಿಕೊಂಡ, ಮನೋವ್ಯಥೆಯುಳ್ಳ, ದುಃಖಾಕ್ರಾಂತ. **Heärt'-striṅgs,** *n. pl.* ಪ್ರೇಮಾದ್ರ್ರತೆ. **Heärt'whole,** *a.* ಮೋಹವಿಲ್ಲದ, ವಿರಹವೇದನೆಯಿಲ್ಲದ. **Heärt'y,** *a.* ಮನಃಪೂರ್ವಕ; 2. ಬಲವುಳ್ಳ; 3. ಪುಷ್ಟಿಕರ. "ಭರಪೂರ". [ಬಗತನ.

Heärth (härth), *n.* ಒಲೆ; 2. ಮನೆ; 3.

Heärt'-sēed, Heärt'-pēa, *n.* seed of (*Cardiospermum Halicacabum. L.*) ಎರುಂಬಳ್ಳಿ, ಎರುವ ಬಳ್ಳಿ, ಅಗ್ನಿಬಳ್ಳಿ (*S.C.*), ಬೆಕ್ಕಿನ ತೊಡ್ಡಿನ ಬಳ್ಳಿ (*S.M.*).

Hēat (hēt), *n.* ಕಾವು, ಉಷ್ಣ, ಬಿಸಿ, ಕಾಂಕೆ, ಉರಿ, ತಾಪ. 2. ಸಿಟ್ಟು; 3. ಪ್ರಾಣಿಗಳಲ್ಲಿ ಕಾಮೋದ್ರೇಕ. 4. ಅಂಕದ ಜೂಜು. *v. t. r.* ಬಿಸಿ ಮಾಡು, ಕಾಸು; 2. ಸಿಟ್ಟಿಗೆಬ್ಬಿಸು. *v. i.* ಬಿಸಿಯಾಗು, ಕಾಯು. specific h. ವಿಶಿಷ್ಟ ಉಷ್ಣತೆ; prickly h. ಅತಿ ಸೆಕೆಯಿಂದ ಚರ್ಮದ ಮೇಲೆ ಕಾಣಿಸುವ ತುರಿಗಜ್ಜಿ.

Hēath (hēṭh), *n.* ಒಂದು ತರದ ಕಾಡುಗಿಡ; 2. ಕುರಿಚಲು ಪೊದೆಗಳ ಮೈದಾನು.

Hēa'then (hē-), *n.* ಮೂರ್ತಿಪೂಜಕ. **Hea'then-dŏm,** *n.* ಮೂರ್ತಿಪೂಜಕವಲಯ. **Hēa'then-ish,** *a.* ಮೂರ್ತಿಪೂಜಕರ, ಅಜ್ಞಾನದ, ಪಾಮರ. **Hēa'then-ism,** *n.* ಮೂರ್ತಿಪೂಜಕರ ಮತ ಆಚಾರಾದಿಗಳು, ಅಜ್ಞಾನ.

Heath'er (hedh-), *n.* ಒಂದು ತರದ ಕಾಡುಗಿಡ; *see* Heath.

Hēave (hēv), *v. t. r.* & *ir.* (hōve, hōve) ಎತ್ತು, ನೆಗವು, ನೆಗುಪು; 2. ಹಾಕಿಬಿಡು, ಬಿಸಾಡು, ಒಗೆ. *v. i.* ಉಬ್ಬು; 2. ಉಸುರಾಡು; 3. ಹೊಯಿದಾಡು. *n.* ಎತ್ತೋಣ; 2. ನಿಟ್ಟುಸುರಿಡೋಣ; 3. ಉಬ್ಬು; 4. ಬಿಸಾಡೋಣ, ಹೊಡತ. Heav'ing, *n.* ಉಬ್ಬುವಿಕೆ; 2. ಹೊಯಿದಾಟ.

Heav'en (hev'n), *n.* ಪರಲೋಕ, ದಿವ, ಸ್ವರ್ಗ, ಪರಮ ಸುಖ, ಕೈವಲ್ಯ, ಪರಮಪದ. Heav'en-li-ness, *n.* ಅತ್ಯುತ್ಕೃಷ್ಟತೆ, ದಿವ್ಯತ್ವ. Heav'en-ly, *a.* ಸ್ವರ್ಗೀಯ, ದಿವ್ಯ. Heav'en-ly-mīnd-ed, *a.* ಪರಮಾರ್ಥಬುದ್ಧಿಯುಳ್ಳ, ಪಾರಲೌಕಿಕಭಾವದ. Heav'en-ward (-wĕrd), *ad.* ಪರಮಾರ್ಥದ ಕಡೆಗೆ.

Heav'y (hev'i), *a.* (of weight) ಒಜ್ಜೆಯ, ಭಾರವಾದ; 2. (strong) ಬಲವಾದ; 3. (hard to endure) ಕಷ್ಟದ; 4. (sad) ಚಿಂತೆಯ, ದುಃಖಾಕ್ರಾಂತ; 5. (dull) ಮಂದ; 6. (violent) ಜೋರು, "ಜೋರು"; 7. (of food) ಅಜೀರ್ಣದ, ಕರಗದ; 8. (of rain) ಅಡ್ಡ; 9. (soil) ಜಿಗುಟು; 10. (liquors) ಘಾಟಿನ; 11. (sky) ಮೊಬ್ಬಿನ, ಮೊಬ್ಬಾದ. Heav'i-ness (hev-), *n.* ಬಲವು, ಒಜ್ಜೆ, ಭಾರ; 2. "ಸುಸ್ತಿ", ಉದಾಸೀನತೆ; 3. ಮಂದತನ; h. of heart ದುಃಖ, ಚಿಂತೆ. Heav-i-ly, *ad.* ಭಾರವಾಗಿ; 2. ದುಃಖಕರವಾಗಿ; 3. ಮಂದವಾಗಿ. [ಕೂಟ.

Heb'do-mad, *n.* ಏಳುದಿನ; 2. ಏಳು ವಸ್ತುಗಳ

Hē'bē, *n.* ಯೌವನಾಧಿದೇವತೆ.

Heb'e-tāte, *v. t. r.* ಮಂದಮಾಡು. Heb'e-tūde, *n.* ಜಡತ್ವ, ಬುದ್ಧಿಮಾಂದ್ಯ.

Hē'brew (hē'brụ), *n.* ಯೆಹೂದಿ ಮನುಷ್ಯ; 2. ಇಬ್ರೀಯ ಭಾಷೆ. *a.* ಇಬ್ರೀಯ ಜನರ.

Hec'a tomb (-tōm), *n.* ಶತಗೋಮೇಧ, ಬಹುಬಲಿ.

Heck'le, *n.* & *v. see* Hackle.

Hec'tic, *a.* ಅಸ್ಥಿಜ್ವರದ, ಕ್ಷಯಜ್ವರವುಳ್ಳ. *n.* ಕ್ಷಯಜ್ವರ, ಅಸ್ಥಿಜ್ವರ.

Hec'tŏr, *n.* ದಾಷ್ಟೀಕದವ. *v. t. r.* ದಾಷ್ಟೀಕ ಮಾಡು, ಕಾಡು, ಪೀಡಿಸು.

Hedġe (hej), *n.* ಬೇಲಿ. *v. t. r.* ಬೇಲಿ ಹಾಕು, ಬಂದು ಮಾಡು, ಕಾಯು. Hedġe'bill, *n.* ಬೇಲಿ ಕತ್ತರಿಸುವ ಮಚ್ಚು ಕತ್ತಿ. Hedġ'ĕr, *n.* ಬೇಲಿಹಾಕುವವ. Hedġe'hog, *n.* ಮುಳ್ಳುಹಂದಿ, ಏದು. Hedġe'rōw (-rō), *n.* ಬೇಲಿ.

Hēed, *v. i. r.* ಎಚ್ಚರಿಕೆ ಹಿಡಿ *c. d.*, ಜಾಗ್ರತೆಯಾಗಿರು *c. d.*, ಲಕ್ಷ್ಯಕೊಡು. *n.* ಎಚ್ಚರಿಕೆ, ಲಕ್ಷ್ಯ, ಜಾಗ್ರತೆ. Hēed'fụl, *a.* ಎಚ್ಚರಿಕೆಯುಳ್ಳ, ಜಾಗ್ರತೆಯುಳ್ಳ. Hēed'fụl-ly, *ad.* ಎಚ್ಚರಿಕೆಯಾಗಿ, –ಯಿಂದ, ಜಾಗ್ರತೆಯಾಗಿ, –ಯಿಂದ. Hēed'less, *a.* ಜಾಗ್ರತೆ ಇಲ್ಲದ, ಎಚ್ಚರಿಕೆಗೇಡಿ. Hēed'less-ly, *ad.* ಎಚ್ಚರಿಕೆಯಿಲ್ಲದೆ, ಅಸಡ್ಡೆಯಾಗಿ. Hēed'less-ness, *n.* ಎಚ್ಚರಿಕೆಗೇಡಿತನ, ಅಜಾಗ್ರತೆ, ಪ್ರಮಾದ.

Hēe'-hạw, *n.* ಕತ್ತೆಕೂಗು, ದೊಡ್ಡ ನಗೆ.

Hēel, *n.* ಹಿಮ್ಮಡಿ, ಹಿಮ್ಮಡ; 2. ಹಿಂಭಾಗ; neck and heels ಇಡೀ ಮೈ; to be at the heels ಹಿಂದಟ್ಟು, ಹಿಂದೆ ಹತ್ತು; to cool the heels ನಿಲ್ಲು, ಕಾಯ್ದು; to go heels over head ಉತಾವಳಿಯಿಂದ ನಡೆ, –ಹೋಗು; to show the heels, to take to the heels, show a clean pair of heels ತಪ್ಪಿಸಿಕೊಳ್ಳು, ಓಡಿಹೋಗು, ಪಲಾಯನ ಹೇಳಿಸು. *v. i.* ಒರಗು, ಬಾಗಿ ಇರು. *v. t. r.* ಜೋಡಿಗೆ ಹಿಮ್ಮಡಿ ಕಟ್ಟು.

Heġ'e-mo-ny, *n.* ನಾಯಕತ್ವ.

Heġ'i-ra, *n.* "ಹಿಜರಿ" ಶಕ (ಇದರ ಆರಂಭ ಕ್ರಿಸ್ತಶಕದ ೬೨೨ರಲ್ಲು), ಮುಹಮ್ಮದ ಪೈಗಂಬರರು ಮಕ್ಕೆಯಿಂದ ಮದೀನಕ್ಕೆ ಪಲಾಯನ ಮಾಡಿದ ದಿನದಿಂದ ಎಣಿಸುವ ಶಕ.

Heif'ĕr (hef'ĕr), *n.* ಕಡಸು, ಆಕಳ, ಮಣಕ; a h. fit to breed ಕಟ್ಟುಮಣಕ.

Heīght *or* Hīght (hīt), *n.* ಎತ್ತರ, ಉನ್ನತ; 2. ಗುಡ್ಡ; 3. ದೊಡ್ಡಸ್ತಿಕೆ; 4. ಅಗ್ರ, ತುದಿ. Heīght'en (hīt'n), *v.t.r.* ಉನ್ನತ ಮಾಡು, ಏರಿಸು, ಹೆಚ್ಚಿಸು.

Hei'nŏus, *a.* ಅಸಹ್ಯ, ಮಹಾ ಕೆಟ್ಟ, ಅಘೋರ. Hei'nŏus-ly, *ad.* ಅಸಹ್ಯವಾಗಿ, ಅಘೋರವಾಗಿ. Hei'nŏus-ness, *n.* ಅಸಹ್ಯ, ಅತಿ ದುಷ್ಟತೆ, ಅಘೋರತ್ವ.

Heir (âr), *n.* ಬಾಧ್ಯಸ್ಥ, "ವಾರಸುದಾರ"; h.-apparent ಬಾಧ್ಯಸ್ಥನೆಂದು ಮಾನ್ಯನಾದವ; h.-presumptive ಬಾಧ್ಯಸ್ಥನಾದಾನೆಂದು ತೋರುವವ. Heir'ess, *n.* ಬಾಧ್ಯಸ್ಥಳು, "ವಾರಸುದಾರಳು". Heir'less, *a.* ಬಾಧ್ಯಸ್ಥರಿಲ್ಲದ, "ಬೇವಾರಸಾದ". Heir'loom, *n.* ಕುಲಧನ, ಕುಲಕ್ರಮವಾಗಿ ಬಂದಂಥಾದ್ದು, ಹಿರಿಯರ ಕಾಲಕರ್ದಿಯಲ್ಲಿದ್ದದ್ದು. Heir'ship, *n.* ಬಾಧ್ಯತೆ, "ವಾರಿಸಿಯ ಹಕ್ಕು".

Hej'i-ra, *n. see* Hegira.

Held, *pt.* & *p. p. of* Hold, *q. v.*

Hē-li-an'thus, *n. (bot.)* ಸೂರ್ಯಕಾಂತಿ ಗಿಡ.

Hē'li-o-trōpe, *n. (bot.)* ಚೇಳುಕೊಂಡೀಗಿಡ.

Hell, *n.* ಪಾತಾಳ; 2, ನರಕ; 3. ಜೂಜಾಡುವ ಮನೆ. **Hel'lish**, *a.* ನರಕದ; 2. ನರಕಯೋಗ್ಯ, ದುಷ್ಟ. **Hel'lish-ly**, *ad.* ಮಹಾ ದುಷ್ಟವಾಗಿ.

Hel'lē-bore, *n.* ಕಟುಕರೋಹಿಣಿ.

Hel-lē'nic, *a.* ಗ್ರೀಕರ, ಯವನರ.

Helm. *n.* ಚುಕ್ಕಾಣಿ, ಸುಂಕಾಣಿ. **Helms̤'man**, *n.* ಚುಕ್ಕಾಣಿಯವ, ಸುಂಕಾಣಿಯವ, 2. ಹಡಗ ನಡಿಸುವವ.

Helm, Hel'met, *n.* ಶಿರಸ್ತ್ರಾಣ, ಕಬ್ಬಿಣದ ಟೋಪಿ.

Hel-min'thic, *n.* ಜಂತುನಾಶಕ ಔಷಧ.

Hel'ot, *n.* ಗುಲಾಮ.

Help, *v. t. r. (pr.* helpt), & *ir.* (holp, holp'en) ನೆರವಾಗು, ಸಹಾಯ ಮಾಡು; 2. ಸುಧಾರಿಸು, ಉಪಾಯ ಮಾಡು; 3. ತಪ್ಪಿಸಿ ಕೊಳ್ಳು, ನಿವಾರಿಸು; I cannot help seeing it ಅದನ್ನು ನೋಡದೆ ಹ್ಯಾಗಿರಬೇಕು; he could not help coming ಜಕ್ಕಿಸುತ್ತಾ ಬಂದ; how could he help coming ಬಾರದೇನು ಜಕ್ಕಿಸ್ಯಾನು; it cannot be helped, there is no helping it ಅದಕ್ಕೆ ಉಪಾಯವಿಲ್ಲ, ಅದು ಬಾರದಿರದು; help forward, h. on ಸಾಗಿಸು; help out ಬಿಡಿಸು, ನೆರವಾಗು; help to ಪೂರೈಸಿ ಕೊಡು, ಕೊಡು h.! h.! ಕೈಕೊಡಪ್ಪಾ ಕೈಕೊಡು, ಕಾಯಪ್ಪಾ ಕಾಯು. *n.* ನೆರವು, ಕೈನೆರವು, ಸಹಾಯ, ಒತ್ತಾಸೆ, ಬೆಂಬಲ, ಉಪಕಾರ, "ಕುಮ್ಮಕ್ಕು"; 2. ನಿವಾರಣೆ, ನಿರ್ವಾಹ; 3. *(U. S.)* ಆಳು, ಮನೇ ಆಳು, ತೊತ್ತು. **Help'ēr**, *n.* ಸಹಾಯಕ, ಉಪಕಾರಿ, ಬೆನ್ನಾಸರೆಯವ. **Help'fu̇l**, *a.* ನೆರವಾಗುವ, ಸಹಾಯವಾದ, ಅನುಕೂಲವಾದ. **Help'ing**, *n.* ಬಡಿಸಿದ ಅನ್ನ. **Help'less**, *a.* ಬಡ, ಗತಿಯಿಲ್ಲದ, ಅಸಹಾಯ, ದಿಕ್ಕಿಲ್ಲದ. **Help'-less-ly**, *ad.* ದಿಕ್ಕಿಲ್ಲದೆ; 2. ನಿರ್ವಾಹವಿಲ್ಲದೆ. **Help'less-ness**, *n.* ನಿರಾಧಾರ, "ಲಾಚಾರಿತನ". **Help'māte**, *n.* ಸಹಾಯಕ, ಜೊತೆಗಾರ, ಜೊತೆಗಾರ್ತಿ; 2. ಹೆಂಡತಿ.

Hel'tĕr-skel'tĕr, *ad.* ಯದ್ವಾತದ್ವಾ, ಕಂಡಾಬಟ್ಟೆಯಾಗಿ, ಅವಸರದಿಂದ.

Helve, *n.* ಕೊಡ್ಲಿಯ ಕಾವು. *v. t. r.* ಕಾವು ಹಾಕು.

Helve'tian (-shn), *n.* ಸ್ವೀಸನು.

Hem, *n.* ಅಂಚು, ದಂಡೆ, "ಕಿನಾರೆ", ಗೋಟು, ತಿಬ್ಬಿ, ಟಿಬ್ಬಿ. *v. t. r.* (hem'med) ಅಂಚು ಕಟ್ಟು, ದುಂಡು ಕಟ್ಟು.

Hem, *v. i.* ಕೇಕರಿಸು, ಹುಂಕರಿಸು. *v. t. r.* ಕೇಕರಿಸುವುದು.

Hem-i-crā'ni-a, *n.* ಒರ್ದಲೆ, ಸೂರ್ಯಾವರ್ತ.

Hem-i-plē'g̱i-a, *n.* ಅರ್ಧಾಂಗ.

Hem'i-sphēre (-sfēr), *n.* ಅರ್ಧಚಕ್ರ, ಅರ್ಧಗೋಳ, ಗೋಲಾರ್ಧ. **Hem-i-sphĕr'i-cal** (-sfĕr'i-), *a.* ಅರ್ಧಗೋಳಾಕಾರವಾದ.

Hem'i-stich (-stik), *n.* ಶ್ಲೋಕಾರ್ಧ, ಅರ್ಧಶ್ಲೋಕ.

Hem'lock, *n.* ಒಂದು ವಿಷಮೂಲಿಕೆ, "ಕೀಟಮಾನ".

Hem'or-rhāg̱e (-rāj) *n., see* Hæmorrhage.

Hem'or-rhoids (-roids), *n., see* Hæmor-rhoids.

Hemp, *n. (Cannabis sativa)*, ಬಂಗಿ, ಬಂಗೀ ನಾರು; bow-string h. *(Sanseviera zeylanica, Willd.)* ಮಂಜಿಯ ನಾರು; Dec-kanee-h. *(Hibiscus cannabinus, L.)* ಪುಂಡೀ, ಹೊಲದ ಪುಂಡ್ರಿಕೆ ಗಿಡ; sunn-hemp plant *(Crotalaria juncea, L.)* ಸಣಬು. **Hem'pen** (-pn), *a.* ಬಂಗೀ ನಾರಿನಿಂದ ಮಾಡಿದ, ಸಣಬುನಾರಿನಿಂದ—, ಪುಂಡೀ ನಾರಿನಿಂದ—.

Hen, *n.* ಹೇಂಟೆ. **Hen'coop**, *n.* ಕೋಳೀ ಗೂಡು. **Hen'heȧrt-ed**, *a.* ಪಿರಿಕಿಯಾದ. **Hen'pecked** (-pekt), *a.* ಸ್ತ್ರೀವಶ, ಹೆಂಡತಿಗೆ ಭಯ ಪಡುವ. **Hen'-roost**, *n.* ಕೋಳೀ ಏಣಿ.

Hen'bāne, *n. (Hyoscyamus niger, L.)* ಖುರಾಸಾನಿ ಓಮದ ಗಿಡ.

Hence, *ad.* ಇಲ್ಲಿಂದ; 2. ಈಗಿನಿಂದ, ಈ ಹೊತ್ತಿನಿಂದ; ಇನ್ನು ಮೇಲೆ; three days h. ಮೂರು ದಿನದ ಮೇಲೆ; 3. ಈ ಕಾರಣದಿಂದ, ಇದರ ದೆಸೆಯಿಂದ, ಇದರಿಂದ. *int.* ಎದ್ದೇಳು! ಹೋಗು! ನಡೆ!

Hence'fōrth, Hence-fo̤r'ward (-wẽrd). *ad.* ಇದು ಮೊದಲ್ಗೊಂಡು, ಇನ್ನು ಮೇಲೆ.

Hench'man, *n.* ಕಿಂಕರ.

Hen'na plant, *n. (Lawsonia alba, Lam.)* ಮದರಂಗಿ ಗಿಡ, ಗೋರಂಟಿ—.

Hen'o-the-is̤m, *n.* ಏಕದೇವಪೂಜನೆ.

Hē-pat'ic, -pat'i-cal, *a.* ಹೀರಿಯ, ಯಕೃತ್ತಿನ, ಕಲಿಜೆಯ, ಕಾಳಜದ. **Hē'pa-tī'tis**, *n.* ಹೀರಿಯಲ್ಲಿಯ ಬೇನೆ, ಯಕೃತ್ತುಶೂಲೆ.

Hep'ta-gon, *n.* ಏಳು ಮೂಲೆ, ಸಪ್ತಕೋಣಾಕೃತಿ. **Hept-añ'gū-lar**, *a.* ಸಪ್ತಕೋಣವುಳ್ಳ, ಏಳು ಮೂಲೆಯುಳ್ಳ.

Hep'tär-chy (-ki), *n.* ಏಳು ಜನ ಕೂಡಿ ಆಳುವ ರಾಜ್ಯ.

Hĕr, *pron.* ಅವಳನ್ನು, ಆಕೆಯನ್ನು, ಇವಳನ್ನು, ಈಕೆಯನ್ನು; 2. ಅವಳ, ಆಕೆಯ, ಇವಳ, ಈಕೆಯ; 3. ತನ್ನ; hers ಅವಳದು, ಆಕೆಯದು.

Her'ald, *n.* ಬಟ್ಟ, ಬಟ್ಟರಾಜು, ಬಟ್ಟಂಗಿಯವ, ರಾಜದೂತ; 2. ದೂತ, ಸಾರುವವ. *v. t. r.* ಸಾರು, ಸಾರಿ ತಿಳಿಸು. He-ral'dic, *a.* ಬಟ್ಟಂಗಿಯ. Her'al-dry, *n.* ಬಟ್ಟರವನ ವಿದ್ಯೆ.

Hĕrb, *n.* ಮೂಲಿಕೆ, ಹುಲ್ಲು, ವರ್ಷಂಪ್ರತಿ ಬೇರಿನ ತನಕ ಸಾಯುವಂಥ ಗಿಡ. Hĕr-bā'ceŏus (-shus), *a.* ಮೂಲಿಕೆ ಸಂಬಂಧವಾದ, ಹುಲ್ಲಿನ ಹಾಗಿರುವ. Hĕr'bāġe, *n.* ಹುಲ್ಲು, ಸೊಪ್ಪು, ಮೇವು. Hĕrb'al, *a.* ಗಿಡದ, ಗಿಡದ ಸಂಬಂಧವಾದ. *n.* ಗಿಡಗಳ ವರ್ಣನೆ; 2. ಒಣಗಿದ ಗಿಡಗಳ ಸಂಗ್ರಹ. Her'ba-list, *n.* ಮೂಲಿಕೆ ಮಾರುವವ. Hĕr-bā'ri-um, *n.* ಒಣಗಿದ ಗಿಡಗಳ ಸಂಗ್ರಹ. Hĕr-biv'ō-rŏus, *a.* ಹುಲ್ಲು ಮೇಯುವಂಥ.

Hĕr-cū'le-an, *a.* ಮಹಾ ಪ್ರಯಾಸದ, ಬಹು ಶಕ್ತಿಯುಳ್ಳ, ಭೀಮಪರಾಕ್ರಮ (from "Hercules" the Greek hero).

Hĕrd, *n.* ಹಿಂಡು, ಮಂದೆ, ಜಂಗುಳಿ. *v. i. r.* ಹಿಂಡುಗೂಡು, ಹಿಂಡುಗಟ್ಟು. Hĕrd'man, Hĕrds'man, *n.* ದನ ಕಾಯುವವ, ಗೊಲ್ಲ, ಗೋವಳ, ಗೋಪ; the abode of h. ಗೊಲ್ಲರ ಹಟ್ಟಿ.

Hēre (hēr), *ad.* ಇಲ್ಲಿ; 2. ಇಹದಲ್ಲಿ; h. and there ಇಲ್ಲಿ ಅಲ್ಲಿ; it is neither h. nor there ಇಲ್ಲಿಲ್ಲ ಅಲ್ಲಿಲ್ಲ, ವಿಶೇಷವಲ್ಲ; here's to you ನಿನಗೆ ಶುಭವಾಗಲಿ ಎಂತ ಇದನ್ನು ಕುಡಿಯುತ್ತೇನೆ. Hēre'about *or* -abouts, *ad.* ಈ "ಸುಮಾರಿ"ನಲ್ಲಿ, ಈ ಪ್ರಾಂತದಲ್ಲಿ, "ಆಸು ಪಾಸು". Hēre-af'tĕr, *ad.* ಇನ್ನು ಮೇಲೆ; 2. ಸತ್ತನಂತರ; now or h. ಕಾಲಾನುಕಾಲದಲ್ಲಿ. Hēre'at, *ad.* ಇದರಿಂದ, ಇದಕ್ಕೆ. Hēre'bȳ, *ad.* ಇದರಿಂದ. Hēre-in', *ad.* ಇದರಲ್ಲಿ. Hēre-of' (-ov'), *ad.* ಇದರ; 2. ಇದರಿಂದ; 3. ಇದರ ವಿಷಯ. Hēre-on' *or* -up-on', *ad.* ಇದರ ಮೇಲೆ. Hēre-tö', *ad.* ಇದಕ್ಕೆ. Hēre-tö-fōre', *ad.* ಮೊದಲು, ಮುಂಚೆ. Hēre-un-tö', *ad.* ಇದಕ್ಕೆ. Hēre-with', *ad.* ಇದರಿಂದ, ಇದರ ಸಂಗಡ.

Her-ed'i-ta-ble, *a.*, *see* Heritable.

Her-e-dit'a-ment, *n.* ಪಿತೃಪ್ರಾಪ್ತ ಆಸ್ತಿ.

He-red'i-tar-y, *a.* ವಂಶಪರಂಪರಾಗತ, ಹೆತ್ತವರಿಂದ ಮಕ್ಕಳಿಗೆ ಬರುವ, —'—ಬಂದ, ಪಾರಂಪರ್ಯ, ಕ್ರಮಾಗತ. He-red'i-ty, *n.* ವಂಶಪರಂಪರೆ.

Her'e-sy, *n.* ಪಾಷಂಡ, ಪಾಖಂಡ. Here'si-arch, *n.* ದುರ್ಮತ ಪ್ರವರ್ತಕರ ಗುರು. Her'e-tic, *n.* ಪಾಷಂಡಿ, ಪಾಖಂಡಿ, ವೇದಬಾಹ್ಯ. He-ret'i-cal, *a.* ಪಾಷಂಡಿಯಾದ.

Her'i-ta-ble, *a.* ವಂಶೋಪಭೋಗ್ಯ, ಪ್ರಾಪ್ತಿಯಾಗತಕ್ಕ.

Her'i-tāġe, *n.* ಪಿತ್ರಾರ್ಜಿತ ಬಾಧ್ಯತೆ.

Hĕr-maph'rō-dīte, *n.* ನಪುಂಸಕ, ಷಂಡ, "ಕೋಜಾ".

Hĕr-me-neū'tic (-nū'tik), *a.* ಅರ್ಥ ವಿವರಿಸುವ, ವ್ಯಾಖ್ಯಾನಿಸುವ. Hĕr-me-neū'tics, *n. pl.* ಸತ್ಯವೇದದ ವ್ಯಾಖ್ಯಾನವಿದ್ಯೆ.

Hĕr-met'ic, -met'i-cal, *a.* ಗಟ್ಟಿಯಾದ, ಒಳಗೆ ಗಾಳಿ ಪ್ರವೇಶಿಸಕೂಡದ. Hĕr-met'i-cal-ly, *ad.* ಗಟ್ಟಿಯಾಗಿ, ಬಿಗಿಯಾಗಿ.

Hĕr'mit, *n.* ವನವಾಸಿ, ವಾನಪ್ರಸ್ಥ; one who has been a h. from his youth ಬಾಲಸನ್ಯಾಸಿ. Hĕr'mi-tāġe, *n.* ಆಶ್ರಮ, ಮಠ, ಪರ್ಣಶಾಲೆ.

Hĕr'ni-a, *n.* ಬಟ್ಟೆ, ಬುಡ್ಡೆ, ಅಂತ್ರವೃದ್ಧಿ, ಅಂಡವಾಯು.

Hē'rō, *n.* ಕಲಿ, ವೀರ, ಶೂರ; h. of a story or play ಕಥಾನಾಯಕ. Hē-rō'ic, *a.* ವೀರ, ಶೂರ, ಪರಾಕ್ರಮವುಳ್ಳ. Hē-rō'i-cal-ly, *ad.* ಶೂರನಾಗಿ. Her'ō-ine (-in), *n.* ವೀರೆ, ಶೂರೆ, "ಬಹಾದರ" ಸ್ತ್ರೀ; h. of a story or play ನಾಯಿಕೆ. Her'ō-ism, *n.* ಕಲಿತನ, ವೀರತ್ವ, ಶೂರತ್ವ, ಪರಾಕ್ರಮ.

Her'ŏn, *n.* (*Ardea cinerea*) ನಾರಾಯಣ ಪಕ್ಷಿ, ಕೊಕ್ಕರೆ.

Hĕr'pēs, *n.* ದದ್ದು, ತದ್ದು, "ಇಸುಬು".

Her'ring, *n.* ಒಂದು ಜಾತಿಯ ಮೀನು.

Hes'i-tāte, *v. i. r.* ಹಿಂದುಮುಂದು ನೋಡು, ಅನುಮಾನ ಮಾಡು, ಮಿಜಿಮಿಜಿ—, ಸಂದೇಹಿಸು, ಶಂಕೆ ಪಡು, ತಡ ಮಾಡು. Hes-i-tā'tion, *n.* ಮಿಜಿಮಿಜಿ ಮನಸ್ಸು, ಅನುಮಾನ, ಸಂದೇಹ, ಶಂಕೆ, ದೋಲಾಯಮಾನ.

Hes-pē'ri-an, *a.* ಪಶ್ಚಿಮ ದಿಕ್ಕಿನ.

Het'er-ō-dox, *a.* ಪಾಷಂಡಿ, ಪಾಷಂಡಿ ಮತದ, ಸತ್ಯವೇದಕ್ಕೆ ಹೊರಗಾದ, ವೇದಬಾಹ್ಯ. Het'er-ō-dox-y, *n.* ಪಾಷಂಡ ಮತ.

Het-er-ō-ġē'ne-ŏus (-ni-us), *a.* ಭಿನ್ನಜಾತಿಯ, ವಿಜಾತೀಯ.

Hew (hū), *v.t.ir.* (hewed, hewn) (wood, *etc.*) ಕಡಿ; 2. (stone) ಕಟೆ; 3. (cut in pieces) ತುಂಡುತುಂಡು ಮಾಡು. Hew'ĕr, *n.* ಕಡಿಯುವವ; 2. (h. of stone) ಕಲ್ಲು ಕುಟಿಕ.

Hex'a-gon, *n.* ಷಟ್ಕೋಣಾಕೃತಿ. Hex-ag'o-nal, *a.* ಷಟ್ಕೋಣದ.

Hex-a-hē'dron, *n.* ಘನಾಕೃತಿ.

Hex-am'e-tĕr, *n.* ಆರು ಗಣದ ಚರಣ, ಷಟ್ಪದೀಶ್ಲೋಕ.

Hey, *int.* ಅಹಾ, "ಶಹಬಾಸ್", ಹೇ. Hey'dāy, *n.* ಯೌವನದ ಸೊಕ್ಕು.

Hī-ā'tus, *n.* ಬಿರುಕು; 2. ಲೋಪ; 3. *(gram.)* ಸಂಧಿಯಾಗದೆ ಎರಡು ಸ್ವರ ಕೂಡುವುದು, ವಿವೃತಿ.

Hi-bĕr'nal, *a.* ಹಿಮಕಾಲದ, ಶಿಶಿರಋತುವಿನ. Hī'bĕr-nāte, *v. t. r.* ಹಿಮಕಾಲ ಕಳೆ. Hī-bĕr-nā'tiȯn, *n.* ಹಿಮಕಾಲ ಕಳೆಯೋಣ.

Hi-bis'cus, *n. (H. Abelmoschus, L.)* ಕಾಡ ಕಸ್ತೂರಿ; *(H. cannabinus, L.)* ಪುಂಡಿ, ಹೊಲದ ಪುಂಡ್ರಿಕೆ ಗಿಡ *(My.)*; *(H. esculentus, L.)* ಬೆಂಡೆ; *(H. mutabilis, L.)* ಸೂರ್ಯಕಾಂತಿ; *(H. rosa sinensis, L.)* ದಾಸಾಳದ ಗಿಡ, ದಾಸವಾಳದ— *(My.)*, ದಾಸಿರಿಹೂ, ಜಪೆ, ಓಡ್ರಪುಷ್ಪ; *(H. sabdariffa, L.)* ವಿಲಾಯತಿ ಪುಂಡಿ, ಕೆಂಪು ಪುಂಡ್ರಿಕೆ.

Hic'cough, Hic'cup (hik'up), *n.* ಬಿಕ್ಕು, ಬಿಕ್ಕಳು. *v. i. r.* ಬಿಕ್ಕು.

Hīde, *n.* ಮೃಗದ ತೊಗಲು. Hī'ding, *n.* ಚೆನ್ನಾಗಿ ಹೊಡೆಯುವುದು.

Hīde, *v. t. ir.* (hid, hid) ಅಡಗಿಸು, ಮರೆಮಾಡು, ಬಚ್ಚಿಡು, ಮುಚ್ಚು, ಮಾಜು; he hid himself ಅಡಗಿಕೊಂಡನು. *v. i.* ಮರೆಯಾಗು, ಅಡಗು, ಅಡಗಿಕೊಳ್ಳು. Hī'ding, *n.* ಮರೆ; be in h. ಅವಿತಿರು; Hid'den (hid'n), *a.* ಅಡಗಿದ, ಮರೆಯಾದ, ಮರೆ ಮಾಡಿದ, ಗುಪ್ತ.

Hid'e-ȯus (-i-us), *a.* ಭಯಂಕರ, ವಿಕಾರ ರೂಪವುಳ್ಳ. Hid'e-ȯus-ness, *n.* ಭಯಂಕರತ್ವ.

Hīe (hī), *v. i. r.* ತ್ವರೆಯಾಗಿ ಹೋಗು, ಬಡಬಡ ಹೋಗು.

Hī'e-rärch (-rärk), *n.* ಧರ್ಮಾಧಿಕಾರಿ, ಗುರು. Hī-e-rär'chi-cal (-rär'ki-), *a.* ಧರ್ಮಾಧಿಕಾರಿಯ. Hī'e-rär-chy, *n.* ಧರ್ಮಾಧಿಕಾರಿಗಳು; 2. ವೈದಿಕಾಧಿಕಾರ; 3. ಧರ್ಮಾಧಿಕಾರಿಗಳು ನಡಿಸುವ ಮತಸಂಬಂಧವಾದ ಕಾರ್ಯಭಾರ.

Hī'e-rō-glyph (-glif), Hī-e-rō-glyph'ic (-glif'ik), *n.* ಐಗುಪ್ತದ ಉಪಾಧ್ಯಾಯರ ಚಿತ್ರಲಿಪಿ, ಗೂಢಲಿಪಿ, ಸಂಕೇತಾಕ್ಷರ.

Hī'e-ro-phant, *n.* ಧರ್ಮಗಳನ್ನು ವಿವರಿಸುವವ, ಗುರು.

Hig'gle, *v. t. r.* ಕಸಾಕಸಿ ಮಾಡು, ವಾರ್ಜಿಕ— *(S. C.)*.

Hig'gle-dy-pig'gle-dy, *a. & ad.* ಸಂದಡಿಯಾದ.

Hīgh (hī), *a.* ಎತ್ತರವಾದ, ಉದ್ದ, ಉನ್ನತ; 2. (great) ದೊಡ್ಡ; 3. (of noble birth) ಅಚ್ಚ, ಅಚ್ಚವಳಿ; 4. (strong) ಬಲವಾದ, ಜೇರು, ಕಡು, ಬಿರು; 5. (abstruse) ಗೂಢ; 6. (costly) ತುಟ್ಟಿ; h. price ತುಟ್ಟಿ ಧಾರಣೆ; 7. (arrogant) ಸೊಕ್ಕಿನ, ಅಹಂಕಾರದ; 8. (well seasoned) ಕಾರ; 9. (deep, as colour) ಅಚ್ಚ; 10. (remote in time) ಬಹು ಪ್ರಾಚೀನ; 11. *(geog.)* ಬಹಳ ಉತ್ತರ, —ದಕ್ಷಿಣ; h. land ದಿನ್ನೆ; h. life ಶ್ರೀಮಂತರ ಬಾಳ್ವೆ; h. living ಮಿಷ್ಟಾನ್ನ ಭೋಜನ; h. noon ಮಟಮಟ ಮಧ್ಯಾಹ್ನ, ಮಟ್ಟ—; h. priest ಪ್ರಧಾನ ಯಾಜಕ, ಮುಖ್ಯ ಪುರೋಹಿತ; h. spirits ಉತ್ಸಾಹ, ಉದ್ವೇಗ; h. and dry ಪ್ರಚಲಿತ ವಿಷಯಗಳ ಅನುಭವವಿಲ್ಲದ; h. and low ಶ್ರೀಮಂತ ಬಡವರೆಂಬ ಭೇದವಿಲ್ಲದೆ ಎಲ್ಲರೂ; h. and mighty ಗರ್ವಿಷ್ಠ; on h. ಆಕಾಶದಲ್ಲಿ, ದೇವಲೋಕದಲ್ಲಿ; h. tide ಭರತ; h. time ಹೊತ್ತು ವೇಳೆ; it is h. time ಹೊತ್ತಾಗಿದೆ; h.-water ಭರತ; the Most H. ಮಹೋನ್ನತನು, ಪರಮೇಶ್ವರ, ಪರಾತ್ಪರನು. Hīgh'-blōwn (hī'blōn), *a.* ಗಾಳಿಯಿಂದುಬ್ಬಿದ. Hīgh'-bred, *a.* ದೊಡ್ಡವರಲ್ಲಿ ಬೆಳೆದ. Hīgh'flōwn (hī-flōn), *a.* ಸೊಕ್ಕಿನ, ಅತಿ ಗರ್ವಿತ, ಧರಾಂಧುರ್ಯ. Hīgh'flȳ-ĕr, *n.* ಗರ್ವಿ, ಮಹತ್ವಾಕಾಂಕ್ಷೆಯುಳ್ಳವ. Hīgh'-hand-ed, *a.* ಮನಸ್ಸಿಗೆ ಬಂದ ಹಾಗೆ ನಡಿಸುವ, "ಜುಲುಮೆಯ". Hīgh'land, *n.* ಬೆಟ್ಟ ಪ್ರದೇಶ. Hīgh'mīnd-ed, *a.* ಗರ್ವಿಷ್ಠ, ಉದಾರ ಮತ್ತು ಘನ ಬುದ್ಧಿಯ, ಮಹಾಶಯ. Hīgh'ness, *n.* ಉನ್ನತತ್ವ, "ಬಹಾದ್ದೂರ"; 2. ರಾಜನ್ಯರ ಬಿರುದು. Hīgh'-pitched, *a.* ತಾರಕಸ್ವರದ. Hīgh-trēa'son (-trē'zn). *n.* ರಾಜದ್ರೋಹ. Hīgh'wāy (-wā), *n.* ಹೆದ್ದಾರಿ, ರಾಜಮಾರ್ಗ, "ಲೈನ್" ದಾರಿ, "ಛಾಪೆ" ಮಾರ್ಗ, ಘಂಟಾಪಥ. Hīgh'wāy-man, *n.* ಹಾದಿಕಟ್ಟಿ ಸುಲುಕೊಳ್ಳುವವ, ——ಹೊಡೆಯುವವ, ದಾರಿಬಡಕ.

Hi-lā'ri-ōus, *a.* ಗೆಲವಿನ, ಉತ್ಸಾಹವುಳ್ಳ. Hi-lar'i-ty, *n.* ಗೆಲವು, ಉತ್ಸಾಹ, ಹಾಸ್ಯ, ವಿನೋದ.

Hill, *n.* ಗುಡ್ಡ, ಬೆಟ್ಟ; h. tract ಮಲೆನಾಡು; h. and dale ದಿನ್ನೆತಗ್ಗು, ತಗ್ಗುತೆವರು. Hill'ock, *n.* ದಿನ್ನೆ, ಮೋಡು, ಮೊರಡಿ. Hil'ly, *a.* ಬೆಟ್ಟದ, ಗುಡ್ಡಗಳುಳ್ಳ.

Hilt, *n.* ಖಡ್ಗದ ಹಿಡಿ, ಕತ್ತಿಯ ಹಿಡಿಕೆ.

Hī'lum, *n.* *(bot.)* ನಾಭಿ.

Him, *pron.* ಅವನನ್ನು; 2. ಅವನಿಗೆ. Him'-self, *pron.* ಅವನೇ, ತಾನೇ, ತನ್ನನ್ನೇ; he washed h. ಮೈತೊಳಕೊಂಡ; he hid h. ಅಡಗಿಕೊಂಡ; he showed h. ಕಾಣಿಸಿಕೊಂಡ; by h. ತನ್ನಷ್ಟಕ್ಕೆ ತಾನೇ, ಒಂಟಿಯಾಗಿ; he is h. again, he has come to h. ಅವನಿಗೆ ಬುದ್ಧಿ ಬಂತು.

Hīnd, *n.* ಹೆಣ್ಣು ಸಾರಂಗ, ಹುಲ್ಲೆ.

Hīnd, *a.* ಹಿಂ..., ಹಿಂದಿನ, ಹಿಂಭಾಗದ. Hīnd'ĕr, *a.* ಹಿಂಭಾಗದ, ಬಾಲದ ಕಡೆಯ. Hīnd'mōst, Hīnd'ĕr-mōst, *a.* ಎಲ್ಲಕ್ಕೂ ಹಿಂದಾದ, ಕಟ್ಟ ಕಡೆಯ.

Hind'ĕr, *v. t. r.* ತಡೆ, ತರುಬು, ಅಡಗಣಿಸು *c. d.*, ಅಡ್ಡಿ ಮಾಡು *c. d.*, "ಹರಕತ್ತು"—. Hin'dĕr-ance *or* Hin'drance, *n.* ವಿಘ್ನ, ಅಡ್ಡಿ, "ಹರಕತ್ತು", ಎಡತಡೆ.

Hin'di (-ē), *n.* ಹಿಂದಿ.

Hinġe, *n.* ತಿರಗಣಿ ಮೊಳೆ, ಮರಡು, "ಬಿಜಾಗರಿ", ಮೊಳೆಕುತ್ತಿ; 2. ಮುಖ್ಯ ಕಾರಣ, ಮೂಲ. *v. t. r.* ಮರಡು ಹಚ್ಚು, "ಬಿಜಾಗರಿ"—. *v. i.* h. on, h. upon ... ಮೇಲೆ ತಿರುಗು.

Hin'ny, *n.* ಹೇಸರಕತ್ತೆ ಮರಿ, ಕತ್ತೆ—.

Hint, *n.* ಸೂಚನೆ, ಸನ್ನೆ, ಇಂಗಿತ. *v. t. r.* ಸೂಚಿಸು, ಅನುಭವ ತೋರಿಸು, ಸುಳಿವು ತಿಳಿಸು.

Hint'ĕr-land, *n.* ಕರಾವಳಿಯ ಹಿಂದಣ ಸೀಮೆ.

Hip, *n.* ಸೊಂಟ, ಪೊಂಕ, ಸೊಂಟ, ರೊಂಡಿ, ಉಡಿ. Hip'-bōne, *n.* ರೊಂಡಿ ಎಲುವು, ಚಪ್ಪೆ —.

Hip'po-drōme, *n.* ರಥಯಾನದ ಮಾರ್ಗ.

Hip-pō-pot'a-mus, *n.* ನೀರಾನೆ.

Hip'-roof, *n.* ಚೌಮೂಲೇ ಮಾಡು.

Hīre, *v. t. r.* ಬಾಡಿಗೆಗೆ ತಕ್ಕೊಳ್ಳು, ಜೀತಕ್ಕಿಟ್ಟುಕೊಳ್ಳು; 2. ಬಾಡಿಗೆಗೆ ಕೊಡು; 3. ಹಣ ಕೊಟ್ಟು ಕೆಟ್ಟ ಕೆಲಸಕ್ಕೆ ಹಚ್ಚು, ಇಟ್ಟುಕೊಳ್ಳು. *n.* ಬಾಡಿಗೆ; 2. ಕೂಲಿ, ಜೀತ, "ಮಜೂರಿ". Hīre'liṅg, *n.* ಕೂಲಿಕಾರ, ಕೂಲಿಯಾಳು, ಜೀತಗಾರ, ಜೀತದಾಳು.

Hĭr-sūte', *a.* ಕೂದಲುಳ್ಳ, ರೋಮದ.

Hiṣ, *pron.* ಅವನ, ಇವನ; 2. ತನ್ನ.

Hiss, His'siṅg, *n.* ಬುಸ್ಸನ್ನುವುದು, ಭಸ್ಸನ್ನುವುದು. Hiss, *v. i. r.* (*pr.* hist) ಬುಸ್ಸನ್ನು, ಭಸ್ಸನ್ನು; 2. ತಾತ್ಸಾರದಿಂದ ಇಸ್ಸನ್ನು.

Hist, *int.* ಕರೆಯುವ ಅವ್ಯಯ (ಸದ್ದು).

His'to-ry, *n.* ಚರಿತ್ರೆ, ಇತಿಹಾಸ, ಪುರಾವೃತ್ತ. His-tō'ri-an His-tō-ri-og'ra-phĕr (-fĕr), *n.* ಚರಿತ್ರಕರ್ತ. His-tor'ic, *a.* ಐತಿಹಾಸಿಕ. His-tor'i-cal, *a.* ಚರಿತ್ರದ, ಐತಿಹಾಸಿಕ, ಇತಿಹಾಸರೂಪ. His-tor'i-cal-ly, *ad.* ಚರಿತ್ರದ ಪ್ರಕಾರವಾಗಿ. His-to-ric'i-ty, *n.* ಇತಿಹಾಸಸಿದ್ಧತ್ವ.

His-tri-on'ic, *a.* ನಾಟ್ಯರಂಗದ; 2. ವೇಷ ತಾಳಿಕೊಂಡ.

Hit, *v. t. ir.* (hit, hit) ಬಡಿ *c. d.*, ತಾಕು *c. d.*, ತಗಲಿಸು; he h. the mark ಅವನು ಗುರಿಯನ್ನು ಹೊಡೆದನು; you have h. it ನೀನು ತಾಕಿಸಿದಿ, ನಿನಗೆ ಸಿಕ್ಕಿತು. *v. i.* h. against ತಾಕು, ತಗಲು; he h. upon (on) it ದೈವಯೋಗದಿಂದವನಿಗೆ ದೊರಕಿತು. *n.* ಪೆಟ್ಟು, ಹೊಡತ; 2. ದೊರಕೋಣ.

Hitch, *v. i. r.* (*pr.* hicht) ಸಿಕ್ಕುಬೀಳು, ಗಂಟುಬೀಳು. *n.* ತೊಡಕು, ತಡೆ; 2. ಗಂಟು, ಸಿಕ್ಕು.

Hīthe, *n.* ರೇವು.

Hith'ĕr, *ad.* ಇಲ್ಲಿ, ಅಲ್ಲಿಗೆ. *a.* ಇತ್ತಗಡೆಯ. Hith'ĕr-mōst, *a.* ಈ ಕಡೆಯ, ಸಮೀಪವಾದ. Hith'ĕr-tō, *ad.* ಈ ವರೆಗೆ, ಇಂದಿನ ವರೆಗೆ. Hith'er-ward, *ad.* ಈ ಕಡೆಗೆ.

Hīve, *n.* ಜೇನುಗೂಡು, ಜೇನುಹುಟ್ಟು. *v. t. r.*, ಜೇನುಗೂಡು ಕಟ್ಟು. *v. i.* ಒಟ್ಟುಗೂಡು.

Hōar (hōr), *a.* ಬಿಳೀ, ಬೆಳ್ಳಗಾದ; 2. ನರೆ, ನರೆತ, ಮುದಿ. *n.* ಪೂರ್ವಕಾಲ. Hōar'y (hōr'i), *a.* ಬಿಳೀ; 2. ನರೆತ, ಹಣ್ಣಾದ ಕೂದಲುಳ್ಳ. Hōar'-frost, *n.* ಹೆಪ್ಪುಗಟ್ಟಿದ ಮಂಜು, ಹಿಮಾನಿ.

Hōard (hōrd), *n.* ಸಂಗ್ರಹ, ರಾಶಿ, "ಜಂದಗಿ"; a h. of money ದಿಬ್ಬೇಳು, ದಿಬೇಳು. *v. t. r.* ಸಂಗ್ರಹ ಮಾಡು, ಕೂಡಿಸಿಡು. Hōard'ĕr, *n.* ಕೂಡಿಸಿಡುವವ.

Hōarse (hōrs), *a.* ಗೊಗ್ಗರಿ, ಗಂಟ್ಲೊಡೆದ, ದನಿ ಒಡೆದ; 2. ತೋರ ಧ್ವನಿಯುಳ್ಳ; be h. ಗಂಟ್ಲು ಕಟ್ಟು, ಗಂಟ್ಲು ಒಡೆ. Hōarse'ly, *ad.* ಗಂಟ್ಲೊಡದ ಸ್ವರದಿಂದ. Hōarse'ness, *n.* ಗಂಟ್ಲು ಒಡೆದಿರುವುದು.

Hōax (hōx), *n.* ಇಂಗು ಹಚ್ಚುವುದು, ಕಣ್ಣು

ಕಟ್ಟು, ತಕ್ಕು. *v. t. r.* ಇಂಗು ಹಚ್ಚು *c. d.*, ಆಟ ತೋರಿಸು *c. d.*, ಸರಸವಾಡು *c. d.*

Hob, *n.* ಬಂಡಿ ಚಕ್ರದ ಕುಂಭ, ಗಾಲೀಗಡ್ಡೆ.

Hob, *n.* ಯಕ್ಷಿಣಿ; 2. ಹೆಡ್ಡ.

Hob'ble (hob'l), *v. i. r.* ಕುಂಟಿಕೊಳ್ಳುತ್ತಾ ನಡೆ, ಕುಂಟು. [ಕನು.

Hob'ble-de-hoy, *n.* ಅಡನಾಡಿ, ವಿರೂಪ ಯುವ

Hōb'by, *n.* ಮುದ್ದು ಬಡವೆ. **Hob'by-horse**, *n.* ಕುದುರೆ, "ಟಾಕಣ; 2. ಹುಡುಗರಾಡುವ ಬಡಿಗೇ ಕುದುರೆ; 3. ಪ್ರಿಯವಾಗಿರುವ ವಿಚಾರ, ಒಬ್ಬನು ವಿನೋದಕ್ಕಾಗಿ ಕೈಕೊಳ್ಳುವ ಉಪವೃತ್ತಿ.

Hob-gob'lin, *n.* ಪಿಶಾಚಿ, ದೆವ್ವ, ಭೂತ; the prince of h. ಬೇತಾಳ.

Hob'nāil, *n.* ಚೆಂಡುಮೊಳೆ, ತಲೆಮೊಳೆ; 2. ಹೆಡ್ಡ.

Hob'nob, *v. i. r.* ಸಂಗಡಿಗರನ್ನು ಸೇರಿ ಕುಡಿ.

Hock, *n.* ರೈನ ನದಿಯ ಮೇಲೆ ಆಗುವ ಒಂದು ತರದ ದ್ರಾಕ್ಷಾರಸ.

Hock, *n.* ಮೊಣಕಾಲಿನ ಸಂದು; *see* Hough.

Hoc'key, *n.* ತುದಿಬಾಗಿರುವ ಕೋಲಿನಿಂದ ಹೊಡೆದಾಡುವ ಚೆಂಡಾಟ.

Hō-cus-pō'cus, *n.* ಗಾರಡಿಗಾರ; 2. ಕಣ್ಣುಕಟ್ಟಾಟ, ತಂತರಮಂತರ, ಗಾರಡಿಗಾರನ ಆಟ.

Hodġe'podġe (hoj'poj), *n.* ಕಿಚಡಿ, ಕಲಬೆರಿಕೆ.

Hōe (hō), *n.* ಸಲಿಕೆ, ಬಾಯಿಗುದ್ದಲಿ, "ಮಮ್ಮಟಿ". *v. t. r.* ಗುದ್ದಲಿಯಿಂದ ಅಗೆ, —ಕಡಿ.

Hog, *n.* ಹಂದಿ, ಕಿರಿ, ವರಾಹ, ಸೂಕರ; 2. ಹೊಟ್ಟೆಬಾಕ ಮತ್ತು ಹೊಲಸು ಮನುಷ್ಯ; a wild h. ಕಾಡು ಹಂದಿ, ಎಕ್ಕಲ; go the whole h. ಕೆಲಸವನ್ನು ಚೆನ್ನಾಗಿ ಪೂರೈಸು; hog's back ಅಗಲ ಕಿರಿದಾದ ಶಿಖರವುಳ್ಳ ಗುಡ್ಡ; hog-in-armour ಸೆಟೆದು ನಿಲ್ಲುವ ಮಡ್ಡಿ ಮನುಷ್ಯ. **Hog'gish**, *a.* ಹಂದಿಯಂಥಾ; 2. ಹೇಸಿಕೆಯಾದ.

Hog'ger-el, *n.* ಎಳೆ ಕುರಿ.

Hog'-plum, *n.* fruit of *(Spondias mangifera, Willd.)* ಅಮಟೆ ಮರ, ಅಂಬಟೆ—.

Hogs'head (-hed), *n.* ೫೪ ಅಥವಾ ೬೩ "ಗ್ಯಾಲನ್" ಹಿಡಿಯುವ ಪೀಪಾಯಿ.

Hog'stȳ, *n.* ಹಂದೀ ಗೂಡು.

Hog'-wash, *n.* ಹಂದಿ ಕುಡಿಯುವ ತೊಟ್ಟೆನೀರು.

Hog'wēed, *n.* *(Bœrhaavia repens, L. var. diffusa)* ಸನಾಡಿಕಾಗಿಡ, ಬಳೆವಡಕಿ—; *(Bœrhaavia repanda, Willd.)* ನಡಮುರಕನ ಬಳ್ಳಿ *(S. M.)*, ಬೆಕ್ಕಿನ ಅಜ್ಜಬಳ್ಳಿ *(My.)*.

Hoi'den, *n.* ಪೋಲಿ ಹುಡುಗಿ, ಪೋರಿ, ಗಡಿಬಿಡಿಯವಳು.

Hoist, *v. i. r.* ಏರಿಸು. h. with one's own petard ಕರ್ಮದ ಫಲ ಉಣ್ಣು; ತನ್ನಾಯುಧದಿಂದ ತಾನೇ ಸಾಯು.

Hoi'ty-toi-ty, *int.* ಆಶ್ಚರ್ಯವಾಚಕ ಅವ್ಯಯ; 2. ತುಂಟತನ ಹೆಮ್ಮೆ.

Hōld, *v. t. ir.* (held, held) ಹಿಡಿ; 2. (to keep) ಹಿಡಿದುಕೊಳ್ಳು, ಇಟ್ಟುಕೊಳ್ಳು; 3. (to possess) ಹಿಡಿ, ಹಿಡಿದಿರು; 4. (to restrain) ಬಿಗಿಹಿಡಿ, ಅಡ್ಡಕಟ್ಟು; 5. (to carry on) ಸಾಗಿಸು, ನಡಿಸು; 6. (a council, meeting, *etc.*) ಮಾಡು; 7. (to contain, as a vessel) ಹಿಡಿ, ಹಿಡಿಸು; 8. (to think, regard) ಅನ್ನು; *as*, I hold him but a fool ಅವನು ಮುಚ್ಚ ಅನ್ನುತ್ತೇನಷ್ಟೆ; h. back ಅಡ್ಡಿಗಟ್ಟು, ತಡೆಗಟ್ಟು; h. by ಅವಲಂಬಿಸು; h. forth ತೋರಿಸಿಕೊಡು; h. in ತಡೆ; h. one's own ಹಿಂಜರಿಯದೆ ಇರು; h. out ಚಾಚು, ಕೊಡುತ್ತೇನನ್ನು; h. up ಎತ್ತು, ಎತ್ತಿ ಹಿಡಿ. *v. i.* ನಿಲ್ಲು; 2. (to last) ತಡೆ, ಬಾಳು; 3. (to be valid) ನಿಲ್ಲು, ಖರೆಯಾಗು; 4. (to cleave to) ಹಿಡಿದುಕೊಳ್ಳು, ಬಿಡದಿರು; 5. (to refrain) ಮಾಡದಿರು, *as*. h. from weeping ಅಳದಿರು; h. forth ಭಾಷಣ ಮಾಡು, ಪ್ರಸಂಗ—; 2. ಆಶೆ ತೋರಿಸು; h. off ದೂರ ನಿಲ್ಲು; h. on ಬಿಗಿ ಹಿಡಿದುಕೊಳ್ಳು, ತಪ್ಪದೆ ಮುಂದೆ ಸಾಗು; h. out ತಡೆ, ಬಾಳು, ತಾಳು, ಗಟ್ಟಿ ನಿಲ್ಲು, ಹಿಂಜರಿಯದಿರು, ಆಸೆತೋರಿಸು; h. together ಒಂದಾಗಿರು; h. up ಎದೆಗೊಡು ನಿಲ್ಲು; ಮಳೆ ನಿಂತುಹೋಗು; h. with ಸಮ್ಮತಿಸು; h. good ನ್ಯಾಯಸಮ್ಮತವಾಗು; h. one's head high ದರ್ಪದಿಂದ ವರ್ತಿಸು; h. up one's head ಸ್ವಗೌರವವನ್ನು ಕಾಪಾಡಿಕೊಳ್ಳು; won't h. water ಪೊಳ್ಳಾಗಿದೆ; h. back ತಡೆಗಟ್ಟು; h. over ಮುಂದರಿಸಿಡು; h. fast ಬಿಗಿ ಹಿಡಿ. **Hold'fast**, *n.* ಕೊಕ್ಕೆ.

Hōld, *n.* ಹಿಡಿ, ಹಿಡಿಯುವುದು; take h., lay h. ಹಿಡಿ; 2. ಹಿಡಿಯುವ ಕಾರಣ, ಅಧಿಕಾರ, ಹಕ್ಕು; 3. (prison) ಕಾವಲಿ, ಸೆರೆ; to put in h. ಕಾವಲಿಯಲ್ಲಿಡು, ಸೆರೆ ಹಾಕು; 4. (stronghold) ಕೋಟೆ, "ಕಿಲ್ಲೆ"; 5. (h. of a ship) ಹೊಟ್ಟೆ, ಒಳಭಾಗ; 6. *(mus.)* ಸ್ವರ ಹಿಡಿಯುವ ಗುರುತು (⌒). **Hōld-all**, *n.* ಬಟ್ಟೆ ಮಡಗುವ ಹೆಳಿಗೆ. **Hōld'ĕr**, *n.* ಹಿಡಿಯುವವ, ಹಿಡಿದವ; 2. ಹಿಡಿಕೆ. **Hōld'iṅg**, *n.* ಹಿಡುವಳಿ.

Hōle, *n.* ತೂತು, ರಂಧ್ರ; h. in the head of

C *as* k; c *as* s; ch *as* sh; g *as in* get; ġ *as* j; ṅ *nasal, as in* aṅger; s̱ *as* z; th *as in* thou; x̱ *as* gz; ce, ci, si *and* ti *before a vowel as* sh: ocean, action.

an axe ತೂಬು; h. in a garment ತೂತು, ಹರಕ, ಛಿದ್ರ; h. in a hedge or fence ಕಂಡಿ, ಗಂಡಿ; key-h. ಬೀಗದ ಕಿವಿ; loop-h. ಕಂಡಿ; h. in a needle ಬೆಜ್ಜ; (a pit) ಕುಣಿ; h. or mesh in a rattan chair, a sieve, *etc.* ಕಣ್ಣು, ಬೊರ್ರೆ; h. of a rat, *etc.* ಗುದ್ದು, ಬಿಲ, ಬೊರಿಕೆ, ಬೊಕ್ಕೆ, ಹೋರು; h. in a tree or wall occasioned by decay ತೊರೆ, ಪೊಟರೆ, ಡೊರ್ರೆ; h. in the wall of a house to admit light ಬೆಳಕಂಡಿ; h. in a wall for water to run through ಜೀರುಗಂಡಿ; h. to shoot through ಜೀರುಗಂಡಿ; h. in a wall made by thieves ಕನ್ನ; full of holes ತತಾ ತೂತು, ತಾತಾತೂತು, ಮೈಯೆಲ್ಲಾ ತೂತು.

Hol'i-dāy (-dā), *n.* ಹಬ್ಬದ ದಿನ, ರಜಾದಿನ, ಆಡಿಕೆ ದಿವಸ.

Ho'li-ness, *n.* ಪರಿಶುದ್ಧತೆ, ಪವಿತ್ರತೆ.

Hol'land, *n.* ನಾರುಬಟ್ಟೆ.

Hol'la, Hol'lo, Hol'loa, *int.* ಎಲೈ.

Hol'lōw (-lō), *n.* ಟೊಳ್ಳು, ಪೊಳ್ಳು, ಡೊಗರು, (of a tree) ಪೊದರು, ಪೊಟ್ರೆ, ಪೊಟ್ಟರೆ; 2. ತಗ್ಗು, ಗುಂಡಿ, ಪಳ್ಳ *(S. C.)*; 3. ಕೋಟರ, ಹಳ್ಳ; h. of the eye ಕಣ್ಣುಡೊಗರು; h. of the hand ಅಂಗೈ, ತಗ್ಗು. *a.* ಟೊಳ್ಳು, ಪೊಳ್ಳು; 2. ಟಿಕ್ಕು, ಹುರುಳಿಲ್ಲದ; 3. (sound) ಡೊಪ್‌ಡೊಪ್ ಅನ್ನುವ, ಡೊಗರು; h. eye ಗುಣಿಕಣ್ಣು. *v. t. r.* ಟೊಳ್ಳು ಮಾಡು, ಪೊಳ್ಳು—, ಕೊರದು ತೆಗೆ. Hol'lōw-ness, *n.* ಟೊಳ್ಳು, ಪೊಳ್ಳುತನ; 2. ಮೋಸ, ಕಪಟ. Hol'lōw-ware, *n.* ಕಬ್ಬಿಣದ ಕಡಾಯಿ ಇತ್ಯಾದಿ.

Hol'ly, *n.* ಹೊಳೆಯುವ ಎಲೆಯುಳ್ಳ ಒಂದು ಮುಳ್ಳಿನ ಗಿಡ.

Hol'ly-hock, *n. (Althœa rosea, L.)* ದೊಡ್ಡ ಬೆಂಡೆಗಿಡ.

Hōlm (hōm), *n.* ಚಿಕ್ಕ ದ್ವೀಪ.

Hol'ō-caust (-kast), *n.* ಹೋಮ, ದಹನಬಲಿ.

Hōl'stĕr, *n.* ತುಪಾಕಿಯ ಒರೆ.

Hōlt, *n.* ಹಳುವು, ಅಡವಿ.

Ho'lus-bō-lus, *ad.* ಎಲ್ಲಾ ಒಟ್ಟಿಗೆ.

Hō'ly, *a.* ಪರಿಶುದ್ಧ, ಪವಿತ್ರ, ದೇವರ ಸೇವೆಗೆ ಹಚ್ಚತಕ್ಕ; h. office, *see* Inquisition; H. of Holies ಅತಿಪರಿಶುದ್ಧ ಸ್ಥಳ; H. One ದೇವರು, ಈಶ್ವರ; H. Thursday ಯೇಸು ಕ್ರಿಸ್ತನ ದಿವಾರೋಹಣದ ದಿನ; h. war ಧರ್ಮಯುದ್ಧ, *see* Crusade; H.-writ ಸತ್ಯವೇದ, ದಿವ್ಯಾಗಮ, ದೇವವಾಕ್ಯ; H. Ghost ಪರಿಶುದ್ಧಾತ್ಮ; h. land ಪಲೆಸ್ತೀನ್; h. orders ಧರ್ಮಬೋಧಕರ ವರ್ಗ. Hō'ly-rood, *n.* ಸಿಲುಬೆ, ಕ್ರೂಜೆ. Hō'ly-rood-palace, *n.* ಎಡಿನಬರೋ ಎಂಬಲ್ಲಿಯ ಅರಮನೆ.

Hom'āge, *n.* ಶರಣು, ಓಲಯಿಸೋಣ, ಪ್ರೇಮ ಭಕ್ತಿ, ಮಾನ.

Hōme, *n.* ಸ್ವಂತ ಮನೆ; 2. ಸ್ವದೇಶ; at h. ಮನೆಯಲ್ಲಿ; H. Department "ದಿವಾಣಿ ಖಾತೆ"; to be at h. on any subject ...ನು ಬಲ್ಲವನಾಗಿರು; be at h. make yourself at h. ಜಲ್ಲುಬಿಡಿರಿ, ಅರಮರೆ ಹಚ್ಚಿಕೊಳ್ಳಬೇಡಿರಿ; be at h. with a person ಒಬ್ಬನಲ್ಲಿ ಸಲಿಗೆಯಲ್ಲಿರು; be from h. ಮನೆ ಬಿಟ್ಟು ದೂರ ಹೋಗಿರು. *a.* ಮನೆಯ; h. thrust ಎದೆಚುಚ್ಚುವ ಮಾತು; bring charge h. ಆರೋಪವನ್ನು ರುಜುಪಡಿಸು; h. rule ಸ್ವರಾಜ್ಯ; h. bred ಲೋಕಾನುಭವವಿಲ್ಲದ; 2. ಸ್ವದೇಶದ. *ad.* ಮನೆಗೆ, ಸ್ವದೇಶಕ್ಕೆ; 2. ತಾಕುವಂತೆ, ತಗಲುವಂತೆ. *(in cpds.)* ಮನೆಯಲ್ಲಿ. Hōme'less, *a.* ಮನೆಮಾರುಯಿಲ್ಲದ, ದಿಕ್ಕಿಲ್ಲದ. Hōme'li-ness, *a.* ಅಂದಗೇಡಿತನ. Hōme'ly, *n.* ಸಾಧಾರಣ, ಸಾದಾ, ಮಡ್ಡಿ, ಅಂದಗೇಡಿ. Hōmĕ'sick, *a.* ಮನೆ ಮನೆ ಎಂದು ಹಂಬಲಿಸುವ, ಮನೇ ಕಡೆಯ ಹೊಟ್ಟೇಬೇನೆ ಹಚ್ಚಿಕೊಂಡ, ತಾಯಿಯಾ ನೆನಸುವಂಥ; he is h. ಮನೆಮನೆ ಎಂದು ಹಂಬಲಿಸುತ್ತಾನೆ, ತಾಯಿಯನ್ನು ನೆನಸುತ್ತಾನೆ. Hōme'sick-ness, *n.* ಮನೇ ಕಡೆಯ ಚಿಂತೆ, ಮನೇ ಹಂಬಲ, ವಿಯೋಗತಾಪ. Hōme'spun, *a.* ಸ್ವಂತ ಮನೆಯಲ್ಲಿ ತೆಗೆದ ನೂಲು; 2. ಸಾಧಾರಣ. Hŏme'stall, Home'stead (-sted), *n.* ಮನೆ, ಹುಟ್ಟುಮನೆ. Hōme'ward (-wĕrd), *ad.* ಮನೆಯ ಕಡೆಗೆ, ಸ್ವದೇಶಕ್ಕೆ.

Hom'i-cīde, *n.* ಕೊಲೆಪಾತಕ, ನರಹತ್ಯ. Hom-i-cī'dal, *a.* ಕೊಲ್ಲುವ, ಹಿಂಸೆಯ.

Hom'i-list, *n.* ಉಪದೇಶಕ, ಪ್ರಸಂಗಿ. Hom'i-ly, *n.* ಸಂವಾದ, ಉಪದೇಶ, ಪ್ರಸಂಗ, ವ್ಯಾಖ್ಯಾನ.

Hō-mœ-op'a-thy (-mē-), *n.* ಚಿಕಿತ್ಸಾವಿಶೇಷ.

Hō-mō-ġē'nē-ŏus, *a.* ಅದೇ ತರದ, ಏಕಜಾತೀಯ, ಸಜಾತೀಯ. Hō-mō-ġē'nē-ŏus-ness, -gē-nē'i-ty, *n.* ಸಮಾನ ಜಾತಿಯಾಗಿರೋಣ.

Hō-mol'o-gāte, *v. t. r.* ಒಪ್ಪಿಕೊಳ್ಳು, ಮಂಜೂರು ಮಾಡು.

Hō-mol'o-gŏus, *a.* ಸಮಪ್ರಮಾಣಕ.

Ho'mon-ym, *n.* ಸಮಾನೋಚ್ಚಾರಣೆಯಾಗಿ ಅರ್ಥಾಂತರವುಳ್ಳ ಶಬ್ದ.

Hōne, *n.* ಮಸೆಯುವ ಕಲ್ಲು, ಸಾಣೆಕಲ್ಲು, ಹದ ಕಲ್ಲು. *v. t. r.* ಸಾಣೆಹಿಡಿ.

Hon'est (on'est), *a.* ಸಚೂಟಿ, ಪ್ರಮಾಣಿಕ, ನ್ಯಾಯಸ್ಥ, ಅಪ್ಪಂತ, ಸಜ್ಜನ, ಸತ್ಯ, "ಏಖಿನಿ" ಯುಳ್ಳ. Hon'es-ty (on'es-), *n.* ಪ್ರಮಾಣಿಕತನ, ಸತ್ಯತೆ, ನಂಬಿಕೆ, "ಏಕೀನಿ".

Hŏn'ey (hun'i), *n.* ಜೇನು, ಜೇನುತುಪ್ಪ, ಮಧು. *v. i. r.* ಮಧುರವಾಗು, ಸವಿಯಾಗಿ ಮಾತಾಡು. *v. t.* ಮಧುರ ಮಾಡು. Hŏn'ey-cōmb (hun'i-kōm), *n.* ಜೇನುಗೂಡು, —ತೊಟ್ಟಿ, —ಕೊಡ, —ಹುಟ್ಟು. Hŏn'ey-moon, *n.* ವಿವಾಹಾನಂತರದ ಒಂದನೆ ತಿಂಗಳು. Hŏn'ey-suck-le (hun'i-suk-l), *n.* ಪರಿಮಳದ ಹೂವಾಗುವಂಥ ಒಂದು ಬಳ್ಳಿ.

Hon-ō-rā'ri-um, *n.* ಪಂಡಿತಸಂಭಾವನೆ.

Hon'ŏr-a-ry (on'ĕr-), *a.* ಬಹುಮಾನಾರ್ಥಕ. *n.* ಬಹುಮಾನ. Hon-ŏr-i'fic, *a.* ಬಹುಮಾನದ.

Hon'ŏur (on'ĕr), *n.* ಮಾನ, ಘನ, "ಆಬುರು"; 2. ಸನ್ಮಾನ; 3. ಬಿರುದು. *v. t. r.* ಘನಪಡಿಸು, ಸನ್ಮಾನಿಸು; 2. ಹಿಡಿ (a bill); upon my h. ಸತ್ಯಪ್ರಮಾಣವಾಗಿ; your, his honour! ಮಹಾಸ್ವಾಮಿ! Hon'ŏur-a-ble (on'ĕr-), *a.* ಘನವುಳ್ಳ, ಮಾನದ, ರಾಜಮಾನ್ಯ, ಮಾನ ಯೋಗ್ಯ. Hon'ŏur-a-ble-ness (on'ĕr-), *n.* ಘನ, ಮಾನ, ಯೋಗ್ಯತೆ. Hon'ŏur-a-bly (ŏn'ĕr-), *ad.* ಮಾನವಾಗಿ, ಘನವಾಗಿ.

Hood, *n.* ಮುಸುಕು, ಕುಲಾಯಿ, ಕುಳಾವಿ, ಕುಂಚಿಗೆ, ಟೊಪ್ಪಿಗೆ; h. of a bird ಜುಟ್ಟು, ಜುಟ್ಲು; h. of a snake ಹೆಡೆ. *v. t. r.* ಮುಚ್ಚು.

Hood'wink, *v. t. r.* (*pr.* -winkt) ಕಣ್ಣು ಕಟ್ಟು *c. g.*, ಇಂಗುಹಚ್ಚು *c. d.*, ಟೊಪ್ಪಿಗೇ ಹಾಕು *c. d.*

Hoof, *n.* ಗೊರಸೆ, ಕೊಳಗ; the small h. at the back of the feet of cattle ಚಟಿಕೊಳಗು, ಚಟಿಗೊಳಗು; a cloven h. ಪಂಗಲಗೊರಸೆ; a large h. ನಿಡುಗೊರಸೆ; a soft h. ಮಿದುಗೊರಸೆ. Hoof'ed, *a.* ಗೊರಸುಳ್ಳ.

Hook, *n.* ಕೊಂಡಿ, ಕೊಕ್ಕೆ, ಒಂಕಿ; elephant h. ಅಂಕುಶ; fish-h. ಗಾಳ; plucking-h. ದೋಟಿ; pruning-h. ಕಸೀಮಾಡುವ ಕುಡುಗೋಲು; reaping-h. ಕುಡುಗೋಲು; weeding-h. ಕುರುಚಿಗೆ, ಕಳೆಕುಡುಗೋಲು (*My.*); wooden h. ದೋಟಿ, ಕ್ಕೋರೆ, ಗೋಸೆ; by h. or by crook ಹ್ಯಾಗಾದರೂ; on one's own h. ಸ್ವಂತ ಉತ್ತರವಾದಿತ್ವದಲ್ಲಿ. *v. t. r.* (*pr.* hukt) ಕೊಂಡಿಯಿಂದ ಹಿಡಿ, ಗಾಳದಿಂದ ಹಿಡಿ; 2. ಮರುಳುಗೊಳಿಸು; h. on ಕೊಂಡಿಯಿಂದ ಸಿಕ್ಕಿಸು; drop off the h. ಮರಣ ಪಡು. Hooked (hukt), *a.* ಕೊಂಡಿಯುಳ್ಳ, ಬೊಗ್ಗಿಸಿದ, ಒಂಕಿಯಂತೆ ಮಣಿದ.

Hoo'kāh, *n.* ಗುಡುಗುಡಿ, "ಹುಕ್ಕಾ".

Hook'ĕr, *n.* ಮೀನು ಹಿಡಿಯುವ ನಗ.

Hoo'li-gan, *n.* ಕಾಳಮೂಳನು.

Hoop, *n.* ಸೀಪಾಯಿಯ ಕಟ್ಟು, ಅಣಸು.

Hoop, *v. i. r.* ಕೂಗು, ಅರಚು. *n.* ಕೇಕೆ, ಬೊಬ್ಬಾಟ. Hoop'ing-cough (-kof), *n.* ನಾಯಿಗೆಮ್ಮು, ಕೋಡಿಗೆಗೆಮ್ಮು.

Hoop'ōe *or* Hoop'oo, *n.* ಒಂದು ಜಾತಿಯ ಹಕ್ಕಿ.

Hoot, *v. i. r.* ಗೂಕ್‌ಗೂಕ್ ಅನ್ನು; 2. ಅಬ್ಬರ ಹಾಕು, ಬೊಬ್ಬಿಡು, ಕಾಕೂ ಎಬ್ಬಿಸು. *v. t.* ಅಬ್ಬರಿಸಿ ಬೆನ್ನು ಹತ್ತು *c. d.* *n.* ಗೂಗೆಯ ಕೂಗು.

Hop, *v. i. r.* (hopped, *pr.* hopt) ಟುಣ್ ಟುಣ್ ಹಾರು; 2. ಕುಂಟುತ್ತಾ ನಡೆ; 3. ಕುಣಿದಾಡು. *n.* ಒಕ್ಕಾಲಿನ ಹಾರಿಕೆ.

Hop, *n.* ಸಂಬಾರದ ಕಾಯಿಯಾಗುವ ಒಂದು ಬಳ್ಳಿ.

Hōpe, *v. t. & i. r.* (*pr.* hōpt) ಕೋರು, ಆಶಿಸು, ಪ್ರತೀಕ್ಷಿಸು, ಭರವಸಮಾಡು. *n.* ಆಶೆ, ಕೋರಿಕೆ, ಪ್ರತೀಕ್ಷೆ, ಭರವಸ; give up h. ಆಶೆಮುರಿತಿರು. Hōpe'ful, *a.* ಪ್ರತೀಕ್ಷೆಯುಳ್ಳ, ನೆಚ್ಚತಕ್ಕ, ಆಶೆಗೆ ಆಸ್ಪದ ಕೊಡುವ. Hōpe'ful-ly, *ad.* ಭರವಸದಿಂದ. Hōpe'less, *a.* ಆಶಾಭ್ರಷ್ಟ, ನಿರಾಶೆಯುಳ್ಳ, ಭರವಸವಿಲ್ಲದ, ವ್ಯರ್ಥ. Hōpe'less-ly, *ad.* ಭರವಸವಿಲ್ಲದೆ, ನಿರಾಶೆಯಾಗಿ.

Hop'pĕr, *n.* ಗೋದಿ ಬೀಸುವ ಕಲ್ಲಿನ ಬಾಯಿ.

Hop'ples (hop'lz), *n.* ಕುದುರೆಯ ಕಾಲು ಕಟ್ಟು.

Hō'ra-ry, *a.* ಘಳಿಗೆಯ.

Hōrde, *n.* ಗುಡಾರಗಳಲ್ಲಿ ವಾಸಿಸಿ ಸಂಚರಿಸುತ್ತಿರುವ ಜನರ ಸಮೂಹ, ತಾಂಡೆ.

Ho-rī'zŏn, *n.* ದಿಗಂತ, ಚಕ್ರವಾಳ, ಕ್ಷಿತಿಜ, ದಿಙ್ಮಂಡಲ. Hor-i-zon'tal, *a.* ದಿಗಂತದ, ಕ್ಷಿತಿಜದ; 2. ಅಡ್ಡವಾದ, ನೆಲಸಮಾನ, ತಿರ್ಯಕ್ಕು. Hor-i-zon'tal-ly, *ad.* ಅಡ್ಡವಾಗಿ, ನೆಲಸಮಾನವಾಗಿ.

Horn (harn), *n.* ಕೋಡು, ಕೊಂಬು; 2. ಕಹಳೆ; 3. ಕುಡಿಯುವ ಪಾತ್ರೆ; take the bull by the h. ಕಷ್ಟವಾದ ಕೆಲಸವನ್ನು ಸಾಹಸದಿಂದ

ಮಾಡು; draw in one's horns ತವಕವನ್ನು ತಗ್ಗಿಸಿಕೊಳ್ಳು. Horn'-bar, *n.* ಗಾಡಿಯ ಅಡ್ಡ ಸಲಾಕಿ (ಸಬ್ಬಲು). Horn'bill, *n.* ಗರುಡ ಪಕ್ಷಿ. Horn'book, *n.* ಬಾಲಕರ ಒಂದನೆ ಪುಸ್ತಕ. Horned (harnd), *a.* ಕೊಂಬುಳ್ಳ, ಶೃಂಗಿ, ಕೊಂಬಿನಾಕಾರವುಳ್ಳ. Horn'ĕr, *n.* ಕೊಂಬಿನ ಕೆಲಸದವ. Hor'ny, *a.* ಕೊಂಬಿನಿಂದ ಮಾಡಿದ, ಕೊಂಬಿನ; 2. ಗಟ್ಟಿಯಾದ.

Hor'net, *n.* ಕಣಜದ ಹುಳ, ಕಣಜಿರಿಗೆ—.

Horn'owl, *n.*, small h. ಹಾಲವಕ್ಕಿ.

Hor'o-loġe, *n.* ಕಾಲಮಾಪಕಯಂತ್ರ, ಘಡಿಯಾರ.

Hor'o-scōpe, *n.* ಜಾತಕ, ಜನ್ಮಪತ್ರಿಕೆ, ಜನ್ಮಕುಂಡಲಿ.

Hor'ri-ble, *a.* ಭಯಂಕರ, ಭಯಾನಕ, ಘೋರವಾದ. Hor'ri-ble-ness, *n.* ಭಯಂಕರತ್ವ, ಅಘೋರತ್ವ. Hor'ri-bly, *ad.* ಭಯಂಕರವಾಗಿ.

Hor'rid, *a.* ಹುರಬುರಕು; 2. ಭಯಾನಕ, ಭೀಕರ.

Hor'ri-fȳ, *v. t. r.* (-fīed) ಹೆದರಿಸು, ಭಯಾಕ್ರಾಂತವಾಗಮಾಡು, ಭಯ ಹುಟ್ಟಿಸು. Hor-rif'ic, *a.* ಭಯಂಕರ.

Hor-ri-pil-ā'tiŏn, *n.* ಮೈಗುಗ್ಗುರಿಗೊಳ್ಳುವುದು, ನಿಲುಗೂದಲು, ರೋಮಾಂಚ.

Hor'rŏr, *n.* ಥರಥರಿಕೆ, ಭಯ, ದಿಗಿಲು; h.-struck ಭಯಭ್ರಾಂತ.

Horse, *n.* ಕುದುರೆ, ಅಶ್ವ, "ಟಾಂಕ್ಣಾ", (a superior kind of h.) "ತೇಜ"; 2. ಕುದುರೆಸವಾರರು; 3. (clothes-h.) ಅಡ್ಡಣಿಗೆ. *v. t. r.* ಕುದುರೆ ಪೂರೈಸಿ ಕೊಡು *c. d.*, —ಹತ್ತಿಸು. *v. i.* ಕುದುರೆ ಹತ್ತು; light h. ಲಘು ಆಯುಧಪಾಣಿಗಳಾದ ಸವಾರಸೇನೆ; flog a dead h. ನಿಷ್ಫಲಯೋಜಕ ಕೆಲಸ ಕೈಕೊಳ್ಳು; look a gift h. in the mouth ಉಚಿತದ ವಸ್ತುವನ್ನು ಅಲ್ಪವಾಗಿ ಎಣಿಸು; ride a high h. ಜಂಭ ತೋರಿಸು; put the cart before the h. ಹಿಂದುಮುಂದಾಗಿ ವಿಷಯಗಳನ್ನು ಚರ್ಚೆಗೆ ಎತ್ತಿಕೊಳ್ಳು. Horse'breākĕr (-brāk-ĕr), *n.* "ಚಾಬುಕಸವಾರ". Horse'-flȳ, *n.* ಕುರುಡು ನೊಣ. Horse'-gūārds (-gärdz), *n.* "ಸವಾರು" ಪಹರೆ; 2. "ಬ್ರಿಟಿಷ್" ಸೈನ್ಯದ ಮುಖ್ಯಸ್ಥರ ಠಾಣೆ. Horse'-kēep-ĕr, *n.* ಕುದುರೆಗಾರ, ಅಶ್ವರಕ್ಷಕ. Horse'-läugh (-läf), *n.* ಗಹಗಹಿಕೆ, ಕೊಕ್ಕೊಕ್ಕೆಂತ ನಗೆ, ಅಟ್ಟಹಾಸ. Horse'-lēech, *n.* ದೊಡ್ಡ ಜಿಗಣೆ, —ಜಿಗಳೆ; 2. ಕುದುರೇ ವೈದ್ಯ. Horse'man, *n.* "ಸವಾರ", ರಾಹುತ, ಅಶ್ವಾರೋಹಿ. Horse'mān-ship, *n.* ಅಶ್ವಶಿಕ್ಷೆ, ಅಶ್ವವಿದ್ಯೆ. Horse'pow-ĕr (-pow-r), *n.* ಕುದುರೇ ಸಾಮರ್ಥ್ಯ, ಅಂದರೆ ಒಂದು ಮಿನಿಟಿನೊಳಗೆ ೬೬ ಖಂಡಿಯ (೩೩,೦೦೦ ರಾತ್ತಲ) ಒಜ್ಜೆಯನ್ನು ಒಂದು ಫೂಟ್ ಏರಿಸುವಷ್ಟು ಸಾಮರ್ಥ್ಯ. Horse'rāce, *n.* ಕುದುರೇ ಪಂತ, —ಜೂಜು. Horse'shōe (-shu), *n.* ನಾಲು, ಲಾಡ, ಲಾಳ.

Horse'-rad-ish tree, *n.* (*Moringa pterygosperma*) ನುಗ್ಗೇ ಮರ.

Hor'ta-tive, Hor'ta-tŏr-y, *a.* ಬುದ್ಧಿ ಹೇಳುವ, ಬುದ್ಧಿಯುಪದೇಶದ.

Hor'ti-cul-tūre, *n.* ತೋಟದ ಕೆಲಸ, ಉದ್ಯಾನ ಕೃಷಿ, ತೋಟವಾಳಿಕೆ. Hor-ti-cul'tū-ral, *a.* ತೋಟದ ಕೆಲಸ ಸಂಬಂಧಿತ. Hor-ti-cul'tu-rist, *n.* ತೋಟದ ಕೆಲಸ ಬಲ್ಲವ.

Hō-san'na, *n.* ಶುಭವಾಗಲಿ ಎಂಬರ್ಥವುಳ್ಳ ದೇವರ ಸ್ತುತಿವಾದವು, ಜಯಮಂಗಲಘೋಷ.

Hōse, *n.* ಚಲ್ಲಣ (ಚಣ್ಣ); 2. ಮೇಜೋಡು, ಕಾಲುಚೀಲ. Hō'si-ĕr (*or* -zhĕr). *n.* ಮೇಜೋಡು ಮಾರುವವ, ಕಾಲುಚೀಲ—. Ho'si-ĕr-y (*or* -zhi), *n.* ಮೇಜೋಡುಗಳು; 2. ಮೇಜೋಡು ಮಾಡುವ ಕೆಲಸ.

Hŏs'pice, *n.* ಛತ್ರ.

Hos'pi-ta-ble, *a.* ಆದರಸತ್ಕಾರ ಮಾಡುವ, ಆತಿಥ್ಯ ಮಾಡುವ, ಅತಿಥಿಸತ್ಕಾರದ. Hos-pi-tal'i-ty, *n.* ಆತಿಥ್ಯ, ಸತ್ಕಾರ.

Hos'pi-tal, *n.* ರೋಗ್ಯಾಲಯ, ವೈದ್ಯಶಾಲೆ, "ಆಸ್ಪತ್ರಿ".

Hōst, *n.* ಛತ್ರದ ಯಜಮಾನ; 2. ಆತಿಥ್ಯ ಮಾಡುವವ; reckon without one's h. ಆಗಬಾರದ ಲೆಕ್ಕ ಹಾಕು... ಚಾಟಲು ಲೆಕ್ಕಿಸದಿರು. Hōst'ess, *n.* ಛತ್ರದ ಯಜಮಾನಿ, ಮನೆಯೊಡತಿ, ಗೃಹಿಣಿ; 2. ಉಪಚಾರವಾಗುವ ಮನೇ ಯಜಮಾನಿ.

Host, *n.* ಸೈನ್ಯ, "ಫೌಜು"; 2. ಸಮೂಹ.

Host, *n.* (*Rom. Cath*) ಬಲಿ, ಪ್ರಸಾದ.

Hos'tāġe, *n.* ಓಲು, ಹೊಣೆ, "ಜಾಮೀನು", ಆಳ್ವೊತ್ತೆ; h. to fortune ವೋದಂಡ ಒಡವೆ.

Hos'tel, *n.* ಭೋಜನಶಾಲೆ.

Hos'tīle, *a.* ಶತ್ರುವಿನ, ವಿರುದ್ಧ, ಹಗೆಯುಳ್ಳ. Hos'tīle-ly, *ad.* ಶತ್ರುಭಾವದಿಂದ. Hos-til'i-ty, *n.* ಶತ್ರುತ್ವ, ಹಗೆ, ವಿರೋಧ; 2. "ಲಡಾಯಿ", "ಮಾರಾಮಾರಿ".

Host'lĕr (os'lĕr), *n.* ಛತ್ರದಲ್ಲಿ ಚಾಕರಿ ಮಾಡುವವ; 2. ಕುದುರೆಗಾರ.

Hot, *a.* ಬಿಸಿ, ಉಷ್ಣ; 2. ಕಾರ; 3. ಸಿಟ್ಟಿನ;

h. water ತೊಂದರಾಟ; blow h. and cold ಒಂದಕ್ಕೊಂದು ವಿರೋಧವಾಗಿ ಮಾತನಾಡು; give it him h. ಬಿರುನುಡಿಗಳಿಂದ ಗದರಿಸು. Hot'bed, *n.* ಚೆನ್ನಾಗಿ ಗೊಬ್ಬರವಿಟ್ಟು ತಯಾರಿಸಿದ ನೆಲ. Hot'-blŏod-ed, *a.* ಶೀಘ್ರಕೋಪಿ. Hot'-brained, *a.* ದುಡುಕಿನ. Hot'-head-ed, *a.* ಉತಾವಳಿ ಮಾಡುವ. Hot'ly, *ad.* ಆತುರದಿಂದ; 2. ಕಾವಾತುರದಿಂದ. Hot'ness, *n.* ಕಾವು, ಬಿಸಿ, ಉಷ್ಣತೆ; 2. ಸಿಟ್ಟು, ಉರಿ. Hot'spur, *n.* ಉಗ್ರನು, ಸಾಹಸಿಕ. Hot-wạtĕr, *n. (fig.)* ತೊಂದರೆ, ಕಿರುಕುಳ.

Hotch'potch, *n.* ಕಲಬೆರಿಕೆ.

Hō-tel', *n.* ಛತ್ರ, ರೊಕ್ಕಕ್ಕೆ ಭಕ್ಷ್ಯಾದಿಗಳು ಸಿಕ್ಕುವ ಮನೆ, "ನಂಬರ"ಮನೆ.

Hough (hok), Hock, *n.* ಮೃಗದ ತೊಡೆಯ ಕೆಳಗಿನ ಭಾಗ; 2. ಮೊಣಕಾಲಿನ ಸಂದು.

Hound, *n.* ಬೇಟೆನಾಯಿ. *v. t.* ಬೇಟೆಯಾಡು.

Hour (our), *n.* ತಾಸು, ಘಂಟೆ; 2. ಗಳಿಗೆ, ಸಮಯ; within an h. or two ತಾಸು ಎರಡು ತಾಸಿನೊಳಗೆ. Hour'glass, *n.* ಉಸುಬಿನ ಗಡಿಯಾರ. Hour'hand, *n.* ಗಡಿಯಾರದ ಸಣ್ಣ ಮುಳ್ಳು. Hour'ly, *a.* ತಾಸುತಾಸಿಗೆ ಆಗುವ, ಗಳಿಗೆಗಳಿಗೆ ಮಾಡುವ.

House, *n.* ಮನೆ; 2. ಸಂಸಾರ, ಕುಟುಂಬ; 3. *(astr.)* ಸ್ಥಾನ; keep h. ಸಂಸಾರ ಮಾಡು, ಒಗತನ—, ಬಾಳ್ವೆ—; go round from h. to h. ಮನೆ ಮನೆ ಸುಳಿದಾಡು. *v. t. r.* ಮನೆಯಲ್ಲಿಡು. *v. i.* ಆಶ್ರಯಿಸಿಕೊಳ್ಳು, ವಾಸಿಸು. House'-breăk-ĕr (-brăk-ĕr), *n.* ಕನ್ನಾಕೊರೆಯುವವ, ಮನೇಮುರಕ. House'-breăk-iṅg, *n.* ಕನ್ನಗಳವು. House'-dŏg, *n.* ಸಾಕಿದ ನಾಯಿ, ಮನೆ ಕಾಯುವ ನಾಯಿ. House'hōld, *n.* ಕುಟುಂಬ, ಮನೆ, ಗೃಹಕೃತ್ಯ, ಒಗತನ. *a.* ಮನೆಯ; 2. ಸಾಧಾರಣ. House'-hōld-ĕr, *n.* ಮನೇ ಯಜಮಾನ, ಗೃಹಸ್ಥ, ಗೃಹಮೇಧಿ, ಮನೆತನಸ್ತ. House'kēep-ĕr, *n.* ಮನೆಯ ಯಜಮಾನ; 2. ಮನೆಕೆಲಸ ನೋಡುವವಳು. House'kēep-iṅg, *n.* ಮನೆಯ ವೃತ್ತಿ, ಮನೆತನ; 2. ಉಪಚಾರ. House'-less, *a.* ಮನೆಮಾರುಯಿಲ್ಲದ, ಆಶ್ರಯವಿಲ್ಲದ. House'maid, *n.* ಮನೇಕೆಲಸದವಳು, ತೊತ್ತು. House'rent, *n.* ಮನೇಬಾಡಿಗೆ. House'-tax, *n.* ಮನೆಹಣ, ಮನೆಪಟ್ಟಿ, ಮನೆ ತೆರಿಗೆ. House'wife (*or* huz'wif, huz'-if), *n.* ಮನೇಗರತಿ, ಮನೆಯಜಮಾನಿ, ಒಡತಿ.

Housˌiṅg, *n.* ಆಶ್ರಯ ಕೊಡುವುದು, ಆಶ್ರಯ; 2. *(pl.)* ಕುದುರೆಯ ಅಲಂಕಾರ ಒಡವೆಗಳು, ಕುದುರೇ ವಸ್ತ್ರ, "ಜೂಲ", ಝುಲ್ಲಿ.

Hov'el, *n.* ಗುಡಿಸಲು, "ಜೋಪಡಿ".

Hov'ĕr, *v. i. r.* ಸುಳಿದಾಡು, "ಆಸಪಾಸ" ತಿರಗುತ್ತಿರು, ಹಾವರ ಹಾಕು.

How, *ad.* ಹ್ಯಾಗೆ, ಹ್ಯಾಂಗೆ; 2. ಎಷ್ಟು; 3. ಯಾಕೆ; h. many, h. much ಎಷ್ಟು; h. great was his astonishment ಅವನ ಆಶ್ಚರ್ಯ ಎಷ್ಟೆಂತ ಹೇಳಲಿ! the how and the why ಯಾಕೆ ಹ್ಯಾಗೆ ಎಂಬುವ ವಿವರ; this is h. I write ನಾನು ಬರೆಯುವುದೇ ಹೀಗೆ.

How-bē'it, *conj.* ಆದಾಗ್ಯೂ, ತಥಾಪಿ.

How'dah (-dā), *n.* "ಅಂಬಾರಿ", "ಹೌದೆ".

How-ev'ĕr, *ad.* ಹ್ಯಾಗಾದರೂ, ಎಷ್ಟಾದರೂ. *conj.* ಆದರೂ.

How'itz-ĕr (-its-ĕr), *n.* ಒಂದು ತರದ "ತೋಫು".

Howl, *v. i. r.* ಒದರು, ಕೂಗು, ಅಬ್ಬರಿಸು, ಗರ್ಜಿಸು, ಗೋಳಿಡು. *n.* ಕೂಗು, ಗರ್ಜನೆ. Howl'iṅg, *n.* ಕೂಗು, ಬೊಬ್ಬೆ. *a.* ಕೂಗುವ, ಪ್ರಲಾಪಿಸುವ.

How-sō-ev'ĕr, *ad. & conj.*, *see* However.

Hoy, *n.* ದೋಣಿ.

Hoy'den, *n.* ಹಗರಣಗಾರ್ತಿ, ಗಡಿಬಿಡಿಯವಳು.

Hub'bub, *n.* ಗುಬಾರು, ಗುಲ್ಲು, ಕಲಹ.

Hub'ble-bub-ble (hub'l-bub-l), *n.* ಗುಡುಗುಡಿ.

Hub'by, *n.* (husband ಶಬ್ದದ ಚಿಕ್ಕ ರೂಪ,) ಗಂಡನನ್ನು ಕರೆಯುವ ಮಾತು.

Huck'a-back, *n.* ಉರುಟು ಬಟ್ಟೆ.

Huck'le, *n.* ಸೊಂಟ, ರೊಂಡಿ.

Huck'stĕr, *n.* ಚಿಲ್ಲರೆ ವರ್ತಕ; 2. ಸೀಚನು.

Hud'dle (hud'l), *v. t. r.* ಅಡ್ಡಾತಿಡ್ಡಿ ಮಾಡು, ಗಡಬಡಿಯಿಂದ —; h. on ಅಬಂದರೆಯಾಗಿ ಉಟ್ಟುಕೊಳ್ಳು, — ತೊಟ್ಟುಕೊಳ್ಳು, ಎತ್ತಾರಪತ್ತಾರ—; h. up ಎತ್ತಾರಪತ್ತಾರ ಇಟ್ಟುಕೊಳ್ಳು, —ಕೂಡಿಸು. *n.* ಗಲಿಬಿಲಿ, ಗಡಬಡಿ, ತೊಂದರೆ.

Hūe, *n.* ಬಣ್ಣ, ರಂಗು, ಛಾಯೆ. Hūe'less, *a.* ಬಣ್ಣವಿಲ್ಲದ.

Hūe, *n.* ಆರ್ಭಟ, ಬೊಬ್ಬೆ; h. and cry ಕಳ್ಳನ ಬೆನ್ನು ಹತ್ತಿ ಮಾಡುವ ಆರ್ಭಟ.

Huff, *v. t. r.* (*pr.* huft) ಉಬ್ಬಿಸು, ಹಿಗ್ಗಿಸು, ಗತ್ತು ಮಾಡು; 2. ದಾಷ್ಟೀಕ ಮಾಡು *c. d.*, ಸಿಟ್ಟು— *c.d.* *v. i.* ಉಬ್ಬು, ಉಬ್ಬಿಕೊಳ್ಳು, ಗಲಗಲ ಬಾಯಿ ಮಾಡು. *n.* ಮುಂಗೋಪ,

ಸಿಟ್ಟು, ಸಟಗೊಳ್ಳೋಣ. **Huf'fish, Huf'fy,** *a.* ಸಟಗೊಳ್ಳುವಂಥ, ಗತ್ತುಮಾಡುವ. **Huf'-fish-ly,** *ad.* ದಾಷ್ಟೀಕವಾಗಿ, ತಲಿಗೊಬ್ಬಿನಿಂದ.

Hug, *v. t. r.* (hugged) ತಬ್ಬಿಕೊಳ್ಳು, ಅಪ್ಪಿಕೊಳ್ಳು. *n.* ಅಪ್ಪಿಕೊಳ್ಳುವಿಕೆ, ತೆಕ್ಕೆ, ಆಲಿಂಗನ.

Hūge, *a.* ಬಹು ದೊಡ್ಡ. **Hūge'ly,** *ad.* ದೊಡ್ಡದಾಗಿ, ಬಹಳವಾಗಿ. **Hūge'ness,** *n.* ಬಹು ದೊಡ್ಡದಾಗಿರೋಣ.

Hug'gĕr-mug-gĕr, *n.* ಮಂತ್ರತಂತ್ರ, ರಹಸ್ಯ.

Hulk, *n.* ಹಡಗದ ಹೊಟ್ಟೆ; 2. ಹಾಳ ಹಡಗ. **Hulk'y,** *a.* ಗಾತ್ರವಾದ, ದೊಡ್ಡ.

Hull, *n.* ಸಿಪ್ಪೆ; 2. ಹಡಗದ ಕೀಳು ಭಾಗ. *v.t.r.* ಸಿಪ್ಪೆ ತೆಗೆದುಹಾಕು.

Hul'la-ba-loo, *n.* ಗುದಾರು, "ಗಲಭೆ".

Hum, *v. i. r.* (hummed) ಝೇಂಕರಿಸು, ಗುಯಿಗುಟ್ಟು, ಗುಯಿಗುಯಿಯೆನ್ನು. *n.* ಝೇಂಕಾರ, ಹೂಂಕಾರ.

Hū'man, *a.* ಮಾನುಷ, ಮನುಷ್ಯನ; h. existence ನರಜನ್ಮ, ಮನುಷ್ಯಸಂಸಾರ. **Hū'-man-kīnd,** *n.* ಮನುಷ್ಯಜಾತಿ. **Hū'man-ly,** *ad.* ಮನುಷ್ಯರೀತಿಯಿಂದ.

Hū-māne', *a.* ಕರುಣಾಳು, ದಯಾಳು, ಪರೋಪಕಾರಿ, ಹೃದಯಾಳು. **Hū-māne'ly,** *ad.* ದಯದಿಂದ, ಕರುಣೆಯಿಂದ.

Hū'man-ise *v. t. r.* ಕನಿಕರ ಪಡಿಸು, ಶಾಂತಶೀಲ ಹುಟ್ಟಿಸು, ಸುಶಿಕ್ಷಿಸು.

Hū'man-ism, *n.* ಮನುಷ್ಯತತ್ವವಿಜ್ಞಾನ. **Hū'-man-ist,** *n.* ಮನುಷ್ಯತತ್ವವಿಜ್ಞಾನಿ.

Hū-man'i-ty, *n.* ಮನುಷ್ಯತ್ವ, ಮನುಷ್ಯಸ್ವಭಾವ; 2. ಮನುಷ್ಯಜಾತಿ; 3. ದಯೆ, ಕರುಣೆ.

Hum'ble, *a.* ನಮ್ರ, ವಿನಯವುಳ್ಳ, ನಿಗರ್ವಿಯಾದ; in h. days ಬಡಸ್ತಿಕೆಯಲ್ಲಿ; eat the h. pie ಮಾನವನ್ನು ಹಿಂದೆ ಹಾಕು. *v. t. r.* ಸೊಕ್ಕು ಮುರಿ *e. g.*, ಗರ್ವ ಇಳಿಸು *e.g.*; ನಮ್ರ ಮಾಡು, ತಗ್ಗಿಸು, ವಿಧೇಯನಾಗು. **Hum'ble-ness,** *n.* ನಮ್ರತೆ, ದೈನ್ಯ. **Hum'bly,** *ad.* ವಿನಯವಾಗಿ. **Hū-mil'i-āte,** *v. t. r., see* Humble. **Hū-mil-i-ā'tion,** *n.* ದೀನತೆ, ನಮ್ರಾವಸ್ಥೆ; 2. ಮಾನಭಂಗ, ಅವಮಾನ. **Hū-mil'i-ty,** *n.* ನಿರಹಂಕಾರ, ನಮ್ರತೆ, ದೀನಭಾವ.

Hum'ble-bēe, *n.* ಮಲ್ಲಣಿ.

Hum'ble plant, *n. (Mimosa pudica, L.)* ಮುದುಗುದಾವರೆ ಗಿಡ *(My.)*, ಮುಟ್ಟಿದರೆ ಮುನಿವ— *(S. M.)*, ನಾಚಿಕೆ—, ಮುಟ್ಟಲಮುರಿಕೆ—.

Hum'bug, *n.* ಮೋಸ, ಠಕ್ಕು, ಠಕ್ಕುಬಾಜಿ, "ಫಡಪೋಷಿ". *v. t. r.* (-bugged, *pr.* -bugd) ತಂತ್ರ ಮಾಡು *c. d.*, ಠಕ್ಕಿಸು, ಟೊಪ್ಪಿಗೇ ಹಾಕು *c. d.*, ಇಂಗು ಹಚ್ಚು *c. d.*

Hum'drum, *a.* ದಡ್ಡ, ಬುದ್ಧಿಯಿಲ್ಲದ, ಮಂದಬುದ್ಧಿಯ. *n.* ದಡ್ಡನು.

Hū'me-rus, *n.* ಭುಜದ ಎಲುಬು.

Hū'mid, *a.* ತ್ಯಾವ, ಹಸಿ, ಒದ್ದೆ. **Hū-mid'i-ty,** *n.* ತ್ಯಾವ, ಒದ್ದೆ.

Hum'miṅg. *n.* ಝೇಂಕಾರ, ಗುಂಯಿಗುಂಯಿಯನ್ನುವುದು. *a.* ಝೇಂಕರಿಸುವ, ಗುಯಿಯನ್ನುವ.

Hū'mŏur (*or* ū'mĕr), *n.* ಶರೀರದಲ್ಲಿರುವ ರಸಧಾತು; 2. ಸ್ವಭಾವಗುಣ; 3. ಕುಚೋದ್ಯ, ಚೇಷ್ಟಾಳಿಕೆ; to be in good h. ಉಲ್ಲಾಸದಿಂದಿರು; to be out of h., to be in an ill-h. ಸಿಟ್ಟಾಗಿರು. *v. t. r.* (*pr.* ū'mĕrd) ಒಲಿಸು, ಸಂತೋಷ ಪಡಿಸು, "ಖುಷಿ" ಮಾಡು; good-humoured ಸುಗುಣದ, ಭೋಳೆ; ill-humoured ಸಿಟ್ಟಿನ. **Hū'mŏr-ist,** *n.* ಕುಚೋದ್ಯಗಾರ, ಚೇಷ್ಟೆಗಾರ, ವಿನೋದಿ. **Hū'-mŏr-ŏus,** *a.* ಹಾಸ್ಯಕರವಾದ, ನಗೆ ಹುಟ್ಟಿಸುವ, ನಗೆಯ. **Hū'mŏr-ŏus-ly,** *ad.* ಹಾಸ್ಯಕರವಾಗಿ.

Hump, *n.* (in man) ಕೂನು, ಗೂನು, ಡುಬ್ಬ; 2. (of an ox) ಇಣಿ, ಹಿಣಿಲು, ಹಿರಳು; 3. (of a camel) ಡುಬ್ಬ, ಡುಬರಿ. **Hump'-back,** *n.* ಗೂನ, ಕೂನ, ಗೂನು, ಬೆನ್ನು; 2. ಕೂನನು, ಗೂನಿನವ, ಡುಬ್ಬದವ.

Hu'mus, *n.* ಕಾಯಿಪಲ್ಲೆಯ ಬೂಜು.

Hunch, Hunch'back, *n. see* Hump.

Hun'dred, *n. & a.* ನೂರು, ಶತ; 2. "ತಾಲೂಕು"; hundreds of ನೂರಾರು, ಶತಾವಧಿ. **Hun'dredth,** *a.* ನೂರನೇ. **Hun'dred-weight** (-wāt), *n. (cwt.)* ೧೧೨ ರಾತಲಿನ ತೂಕ.

Huṅ'gĕr, *n.* ಹಸಿವು, ಹಸಿವೆ, ಕ್ಷುಧೆ. *v. i. r.* ಹಸಿ; h. for, h. after ಆಶಿಸು. **Huṅ'gri-ly,** *ad.* ಹಸಿವೆಯಾಗಿ ಹಸಿವೆಯಿಂದ. **Huṅ'-gry,** *a.* ಹಸಿವೆಯುಳ್ಳ, ಹಸಿದ, ಕ್ಷುಧಿತ.

Huṅks, *n.* ಲೋಭಿ.

Hunt, *v. t. & i. r.* ಬೇಟೆಯಾಡು, ಬೆನ್ನುಹತ್ತು; h. for ಹುಡುಕು. *n.* ಬೇಟೆ, "ಶಿಕಾರಿ". **Hunt'ĕr, Hunts'man,** *n.* ವ್ಯಾಧ, ಬೇಟೆಗಾರ, ಬೇಡರವ; 2. ಬೇಟೆನಾಯಿ. **Hunt'-iṅg,** *n.* ಬೇಟೆ. **Hunt'ress,** *n.* ಬೇಟೆಗಾರ್ತಿ, ಬೇಡತಿ.

Hur'dle, *n.* ತಟ್ಟಿ.
Hurds, *n. pl.* ಪುಂಡ್ರಿಕೆನಾರಿನ ಕಸರೆ.
Hurl, *v. i. r.* ಹೊಡೆ, ಎಸೆ, ಬೀಸಿ ಒಗೆ. *n.* ಒಗೆತ.
Hur'ly-bur-ly, *n.* ಸಂದಣಿ, ಕೂಗಾಟ, ಗದ್ದಲ, ಗುಬೆಗುಬೆ.
Hur-rāh' (-rä'), *int.* ಚೆನ್ನಾಯಿತು, ಭಲಾಭಲಾ, ಶಹಬಾಸು. *n.* ಹುಯಿಲು.
Hur'ri-cāne, *n.* ಬಿರುಗಾಳಿ, "ತುಫಾನು".
Hur'ry, *n.* ತ್ವರೆ, ಉತಾವಳಿ, ಅವಸರ, ಅಡಾಡಿ. *v. t. r.* ಅಡರಾಯಿಸು, ಅವಸರ ಮಾಡು *c. d.*, ಒತ್ತರ—, ತ್ವರೆ—. *v. t.* ತ್ವರೆ ಪಡು, ಶೀಘ್ರ ವಾಗಿ ಹೋಗು. **Hur'ried-ly** (-rid-), *ad.* ಅಡರಾಯಿಸಿ, ತ್ವರೆಯಿಂದ, ಅವಸರ ಮಾಡಿ.
Hur'ry-scur-ry, *n.* ಗೊಂದಲ.
Hurst, *n.* ದಿನ್ನೆ.
Hurt, *n.* ಹಾನಿ, "ದಕ್ಕಿ", ಗಾಯ, ನೋವು, ನಷ್ಟ. *v. t. r.* ನೋವು ಮಾಡು *c. d.*, "ದಕ್ಕಿ"—, ನಷ್ಟ ಪಡಿಸು; 2. ಮನ ನೋಯಿಸು *c. g.* **Hurt'ful**, *a.* ಹಾನಿ ಪಡಿಸುವ, ಅಪಕಾರ ಮಾಡುವ, ನಷ್ಟಕರ. **Hurt'ful-ly**, *ad.* ನಷ್ಟಕರವಾಗಿ. **Hurt'less**, *a.* ನಷ್ಟಗೊಳಿಸದ, ಹಾನಿ ಮಾಡದ, ನಿರ್ದೋಷವಾದ.
Hurt'le, *v. i. r.* ತಟ್ಟು, ತಾಕ್ಯಾಡು; 2. ಹೊಗ ಬೀಳು, ಹಾರಿಬೀಳು.
Hus'band, *n.* ಗಂಡ, ಪತಿ. *v. t. r.* ಮಿತಿಯಿಂದ ಖರ್ಚು ಮಾಡು, ವಿಹಿತವಾಗಿ ಬಳಸು; 2. ಸಾಗುವಳಿ ಮಾಡು. **Hus'band-man**, *n.* ಒಕ್ಕಲಿಗ, ಬೇಸಾಯದವ. **Hus'ban-dry**, *n.* ಬೇಸಾಯ, ಕೃಷಿ; 2. ಒಗತನ; 3. ಬಾಳ್ವೆ, ಮಿತವ್ಯಯ.
Hush, *int.* ಸದ್ದು, ಚಪ್, ಸುಮ್ಮನಿರು. *v. t. r.* ಸುಮ್ಮನಿರಿಸು, ಶಾಂತ ಪಡಿಸು, ದುಃಖ ಪರಿಹರಿಸು; h. up ಮುಚ್ಚು. **Hush'-mōn-ey**, *n.* ಲಂಚ.
Husk, *n.* ಹೊಟ್ಟು, ಉಮಿ, ಸಿಪ್ಪೆ; h. of rice ಕೊಬ್ಬಟ್ಟು, ಗೊಳಲಿ, ಉಬ್ಬಲು. *v. t. r.* ಹೊಟ್ಟು ತೆಗೆ *c. g.*, ಸಿಪ್ಪೆ ತೆಗೆ *c. g.*, ಸುಲಿ, ಒಡೆ (rice). **Husk'ed**, *a.* ಹೊಟ್ಟುಳ್ಳ.
Husk'i-ly, *ad.* ಗೊಗ್ಗರಿ ದನಿಯಿಂದ. **Husk'i-ness**, *n.* ಗೊಗ್ಗರಿ ದನಿ. **Husk'y**, *a.* ಹೊಟ್ಟುಳ್ಳ, ಉಮಿಯುಳ್ಳ; 2. (voice) ಗೊಗ್ಗರ.
Hus-sär', *n.* ರಾಹುತ, ಕುದುರೇ "ಸವಾರ".
Hus'sy (huz'i), *n.* ಎಟ್ಟಿ ಹುಡುಗಿ, —ಹೆಂಗಸು, "ಹರಾಮಿ"—.
Hus'tings, *n.* ಪಾರ್ಲಿಮೆಂಟಿಗೆ ಮೆಂಬರರನ್ನು ನೇಮಿಸಲಿಕ್ಕೆ ಸಭೆ ಸೇರುವ ಸ್ಥಳ.
Hus'tle (hus'l), *v. t. r.* ಗಲಗರಿಸು, ಕಲಕು ಮಾಡು; 2. ನೂಕು.
Hut, *n.* ಗುಡಿಸಲು, "ಜೋಪಡಿ", ರೊಪ್ಪ.
Hutch, *n.* ಗೂಡು, ಗೀಬು.
Hut'ment, *n.* "ಜೋಪಡಿ"ಯಲ್ಲಿರಿಸುವಿಕೆ.
Huz-zä', *int.* ಜಯಜಯ, "ಶಹಬಾಸು, ವಹನಾ". *n.* ಜಯಜಯ ಶಬ್ದ.
Hȳ'a-cinth, *n.* ಒಂದು ತರದ ಸುಗಂಧದ ಹೂವು; 2. ಪದ್ಮರಾಗರತ್ನ.
Hȳ'adēs, *n.* ಸಪ್ತಋಷಿ ನಕ್ಷತ್ರಗಳು. [ವಾದ.
Hȳ'brid, *a.* ಬೆರಿಕೆ, ಬೆರಿಕೇ ಜಾತಿಯ, ಸಂಕರ
Hȳ'dra, *n.* ಅನೇಕ ತಲೆಗಳುಳ್ಳ ಕಲ್ಪಿತ ನೀರು ಹಾವು; 2. ಒಂದು ಜಲಜಂತು.
Hȳ'drāte, *n.* ಜಲಮಿಶ್ರಿತ.
Hȳ-draul'ic (-dral'ik), *a.* ನೀರಿನ, ಜಲ ಸಂಬಂಧ. *n. pl.* ಜಲಚಲನವಿದ್ಯೆ, ಪ್ರವಾಹಶಾಸ್ತ್ರ.
Hȳ'drō-cēle (-sēl), *n.* ಅಂಡವ್ಯಾಧಿ, ಬುಡ್ಡೆ.
Hȳ-dro-chlo'ric acid, *n.* ಹರಿತ್ಸ್ಪೀತಾವ್ಲ.
Hȳ'drō-gen, *n.* ಜಲಜನಕವಾಯು.
Hȳ-drog'ra-phy (-fi), *n.* ಸಮುದ್ರ ಸರೋವರ ನದಿ ಮುಂತಾದವುಗಳ ವರ್ಣನೆ, ಜಲರಾಶಿಶಾಸ್ತ್ರ.
Hȳ-drol'y-sis, *n.* ನೀರನ್ನು ಅದರ ಮೂಲಧಾತುಗಳಾದ ವಾಯುಗಳಾಗಿ ಬೇರ್ಪಡಿಸುವಿಕೆ.
Hȳ-drom'e-tēr, *n.* ರಸತುಲ, ರಸಮಾಪಕ ಯಂತ್ರ.
Hȳ-drop'a-thy, *n.* ತಣ್ಣೀರಿನ ಸಹಾಯದಿಂದ ರೋಗಗಳನ್ನು ಗುಣ ಮಾಡುವುದು, ಜಲಚಿಕಿತ್ಸೆ.
Hȳ-drō-phō'bi-a, *n.* ಜಲಭಯರೋಗ; 2. ಹುಚ್ಚುನಾಯಿ ಮುಂತಾದ್ದು ಕಚ್ಚಿದ್ದರಿಂದ ಹಿಡಿಯುವ ರೋಗ.
Hȳ-drop'ic, -i-cal, *a. see* Dropsical.
Hȳ-dro'sphēre, *n.* ಜಲಮಂಡಲ.
Hȳ-drō-stat'ic, *a.* ಜಲಸಂಬಂಧ. **Hȳ-drō-stat'ics**, *n. pl.* ಜಲಸ್ಥಿತಿವಿದ್ಯೆ.
Hȳ-ē'na or **Hȳ-æ'na**, *n. (Hyena striata)* ಕಿರಬ, ಕತ್ತೆಕಿರುಬ, ನಾಯಿಹುಲಿ.
Hȳ-gē'ia, *n.* ಆರೋಗ್ಯದಧಿದೇವತೆ.
Hȳ'gi-ēne, *n.* ಆರೋಗ್ಯವಿಜ್ಞಾನ. **Hȳ-gi-ēn'ic**, *a.* ಆರೋಗ್ಯದ.
Hȳ-grom'e-tēr, *n.* ಜಲಾಂಶಮಾಪಕಯಂತ್ರ.
Hȳ'grō-scope, *n.* ಜಲಾಂಶದರ್ಶಕಯಂತ್ರ.
Hȳ-men-ē'al, *a.* ಮದುವೆಯ, ವೈವಾಹಿಕ. *n.* ಮದುವೆಯ ಗೀತ.
Hymn (him), *n.* ಗೀತ, ಸಂಗೀತ, ದೇವಾರಾಧನೆಯ ಗೀತ. **Hym'nal**, **Hym'nar-y**, *n.* ಸಂಗೀತಸಂಗ್ರಹ.

Hȳ-pĕr'bō-lē, *n.* ಅತಿಶಯೋಕ್ತಿ, ಅತ್ಯುಕ್ತಿ. Hȳ-pĕr-bol'ic, -'i-cal, *a.* ಅತ್ಯುಕ್ತಿಯುಳ್ಳ, ಅತಿವರ್ಣನೆಯ. Hȳ-pĕr-bol'i-cal-ly, *ad.* ಅತಿಶಯೋಕ್ತಿಯಾಗಿ.

Hȳ-pĕr-bō're-an, *a.* ಅತ್ಯುತ್ತರ ದಿಕ್ಕಿನ; ೨. ಬಹು ಶೀತ. *n.* ಅತ್ಯುತ್ತರ ದಿಕ್ಕಿನ ನಿವಾಸಿ.

Hȳ-pĕr-crit'ic, *n.* ಅತಿಸೂಕ್ಷ್ಮವಿಚಾರಿ, ಮಿತಿ ಮೀರಿ ಖಂಡಿಸುವವ. Hȳ-pĕr-crit'i-cal-ly, *ad.* ಮಿತಿಮೀರಿ ಖಂಡಿಸಿ. Hȳ-pĕr-crit'i-cism, *n.* ಅತಿಪರೀಕ್ಷೆ.

Hȳ'phen (hī'fen), *n.* ಸಂಯೋಗಚಿಹ್ನೆ [-].

Hyp-not'ic, *n.* ನಿದ್ರೆ ಹತ್ತಿಸುವ ಮದ್ದು. *a.* ನಿದ್ರಾಕರ. Hyp'no-tism, *n.* ಮನುಷ್ಯನನ್ನು ಸುಷುಪ್ತಿಗೆ ತರುವ ವಿದ್ಯೆ.

Hyp-o-chon'dri-a, *n.* ಅಜೀರ್ಣ ರೋಗ. Hyp-o-chon'dri-ac, *a.* ಯಾವಾಗಲೂ ವೃಥಾ ವ್ಯಸನ ಪಡುವ.

Hy-poc'ri-sy, *n.* ಕಪಟ, ಕಪಟಭಕ್ತಿ, ವೇಷಧಾರಣೆ, ಹೋಕೆ. ಬೂಟಿಕ. Hyp'o-crite (-krit), *n.* ಕಪಟಿ, ಕಪಟಭಕ್ತಿಯುವ, ವೇಷಧಾರಿ, ಹೋಕೆ "ಗಿರಾಕಿ", ಹೋಕೆಯವ, ಬೂಟಿಕನು. Hyp-o-crit'ic, -crit'i-cal, *a.* ಕಪಟವುಳ್ಳ, ಬೂಟಿಕ. Hyp-o-crit'i-cal-ly, *ad.* ಕಪಟರೀತಿಯಿಂದ.

Hȳ-pos'tā-sis, *n.* ವಸ್ತು, ಸತ್ವ, ಭಾವ, ತತ್ವ.

Hȳ-pot'e-nūse (*or* hi-), *n.* ಕಾಟಕೋನ ತ್ರಿಕೋಣದಲ್ಲಿ ಕಾಟಕೋನಕ್ಕೆ ಎದುರಿರುವ ಭುಜ, ಕರ್ಣ.

Hȳ-poth'e-cāte, *v. t. r.* ಆಧಾರ ಮಾಡು. Hȳ-poth-e-cā'tion, *n.* ಅಡವು, ಈಡು.

Hȳ-poth'e-sis, *n.* ಕಲ್ಪನೆ, ಅನುಮಾನ, ಉಪಪತ್ತಿ, ಆಧಾರೋಕ್ತಿ. Hȳ-po-thet'ic, -thet'-i-cal, *a.* ಪಕ್ಷಾರ್ಥದ, ಕಲ್ಪಿತ. Hȳ-po-thet'-i-cal-ly, *ad.* ಪಕ್ಷಾರ್ಥವಾಗಿ.

Hȳ'son, *n.* ಶ್ರೇಷ್ಠವಾದ ತೇಯಿಲೆ.

Hys'sŏp, *n.* ಒಂದು ತರದ ಮೂಲಿಕೆ, "ಹಿಸ್ಸೋಪು".

Hys-ter'ic, -al, *a.* ಗರ್ಭವಾಯುವಿನ. Hys-ter'ics, *n. pl.* Hys-tē'ri-a, *n.* ಮೊಲ್ಲೋಗರ, ಸೂತಿಕಾವಾಯು, ಗರ್ಭಾಶಯದಾಹ, ಗರ್ಭವಾಯು.

I

Ī, *pron.* ನಾನು; I for one ನಾನಾದರೆ, ನನ್ನ ಪಕ್ಷದಲ್ಲಿ.

Ī-am'bic, Ī-am'bus, *n.* ಲಘು ಗುರು ಉಳ್ಳ ಒಂದು ಗಣ.

Ib., Ibid., *abbr.* of Ib-ī'dem, *ad.* ಅದೇ ಸ್ಥಳದಲ್ಲಿ, ಅದೇ ಪುಸ್ತಕದಲ್ಲಿ.

Ī'bis, *n.* ಕರೇಟುವೆಂಬ ಜಲಪಕ್ಷಿ.

Īce (īs), *n.* ನೀರುಗಡ್ಡೆ, ನೀರ್ಗಲ್ಲು, "ಬರ್ಫ"; break the i. ತೊಡಗು, ಮೊದಲು ಮಾಡು. *v. t. r.* ಮಂಜಿನಿಂದ ಮುಚ್ಚು. Īc'y, *a.* ಹಿಮಮಯ, ನೀರುಗಡ್ಡೆಯುಳ್ಳ. Īc'i-cle, *n.* ನೀರುಗಡ್ಡೆಯ ಹರಳು, ತುಣುಕು.

Īce'berg, *n.* ನೀರುಗಡ್ಡೆಯ ಬೆಟ್ಟ, ನೀರ್ಗಲ್ಲ ಗುಡ್ಡ, ಹಿಮಪರ್ವತ, "ಐಸಬರ್ಗ".

Ich-neū'mon (ik-nū'-), *n.* ಮುಂಗುಸಿ, ಮುಂಗುಲಿ.

Ī'chōr, *n.* ರಸಿ, ರಸಿಗಿ, ರಸಿಕೆ. I'chor-ous, *a.* ರಸಿಕೆಯಂಥ.

Ich-thy-ol'o-ġy, *n.* ಮತ್ಸ್ಯಶಾಸ್ತ್ರ, ಮತ್ಸ್ಯವರ್ಣನೆ.

Ī'con, *n.* ಬೊಂಬೆ, ಪ್ರತಿಮೆ, ಶಿಲಾಮೂರ್ತಿ.

Ī'con'o-clasm, *n.* ಪ್ರತಿಮೆಗಳ ವಿನಾಶ. Ī'con'-o-clast, *n.* ಪ್ರತಿಮೆಗಳ ವಿನಾಶಕ.

Ī-cos'a-hē'dron, *n.* ೨೦ ಸಮಾನ ಮುಖಗಳುಳ್ಳ ಘನಾಕೃತಿ.

Ic-ter'ic, *n.* ಕಾಮಾಲೆ ರೋಗದ.

Ī-dē'a, *n.* ಮನೋಭಾವನೆ, ಊಹೆ, ಕಲ್ಪನೆ, ಅನುಮಾನ, ವಿಚಾರ. Ī-dē'al, *a.* ಊಹೆಯ, ಮನೋಗತ, ಕಾಲ್ಪನಿಕ, ಕಲ್ಪಿತ. *n.* ಧ್ಯೇಯ. Ī-dē'al-īse *or* -īze, *v. t. r.* ಕಲ್ಪಿತ ರೂಪ ಕೊಡು *c. d. v. i.* ಕಲ್ಪಿಸು. Ī-dē'a-lism, *n.* ಕಲ್ಪನಾವಾದ, ಮಾಯಾವಾದ. Ī-dē'a-list, *n.* ಮಾಯಾವಾದಿ. Ī-dē-al'i-ty, *n.* ಕಲ್ಪನಾಶಕ್ತಿ, ವರ್ಣನಾಪಟುತ್ವ. Ī-dē'al-ly, *ad.* ಕಲ್ಪಿತವಾಗಿ, ಮಾಯವಾಗಿ.

Ī-den'ti-cal, *a.* ಅದೇ, ಏಕರೂಪವಾದ, ಅನನ್ಯ.

Ī-den'ti-fȳ, *v.t.r.* (-fīed) ಎರಡು ಒಂದೇ ಎಂತ ಮಾಡಿಕೊಳ್ಳು, ಗುರುತಿಸು. **Ī-den-ti-fi-cā'-tiŏn**, *n.* ಅದೇ (ಅವನೇ) ಎಂತ ನಿಶ್ಚಯ ಮಾಡಿಕೊಳ್ಳೋಣ; 2. ಕೊಡೋಣ; 3. ಸಾಯುಜ್ಯ.

Ī-den'ti-ty, *n.* ಒಂದೇ (ಒಬ್ಬನೇ) ಆಗಿರುವುದು, ಐಕ್ಯ, ತಾದಾತ್ಮ್ಯ, ಸಮತ್ವ.

Ī-de-ol'o-ġy, *n.* ತತ್ವಶಾಸ್ತ್ರ.

Id'i-ŏm, *n.* ಭಾಷಣಸಂಪ್ರದಾಯ, ಭಾಷಾರೀತಿ, ವಾಗ್ಧೋರಣೆ. **Id-i-o-mat'ic, -mat'i-cal**, *a.* ಸಾಂಪ್ರದಾಯಿಕ, ಭಾಷಾರೀತಿಗೆ ತಕ್ಕ. **Id-i-o-mat'i-cal-ly**, *ad.* ಭಾಷಣಸಾಂಪ್ರದಾಯಿಕವಾಗಿ.

Id-i-o-syn'cra-sy, *n.* ದೇಹಸ್ವಭಾವ.

Id'i-ŏt, *n.* ಹೆಡ್ಡ, ಜಾತಮೂರ್ಖ, ಕೇವಲ ಮತಿಹೀನ. **Id'i-o-cy**, *n.* ಹೆಡ್ಡತನ, ದಡ್ಡತನ, ಮತಿಹೀನತೆ.

Ī'dle, *a.* ಸೋಮಾರಿಯಾದ, ಮೈಗಳ್ಳನಾದ; 2. ಕೆಲಸವಿಲ್ಲದ; 3. ವ್ಯರ್ಥ, ನಿಷ್ಪ್ರಯೋಜಕ; **to sit i.** ಸುಮ್ಮನೆ ಕೂಡ್ರು, ಮೈಮರೆತು—; **i. talk** ಬಕವಾದ, ಬಣಹರಟೆ. **Ī'dle away**, *v. t. r.* ಸುಮ್ಮನೆ ಕಳೆ, ವ್ಯರ್ಥವಾಗಿ ಕಳೆ, ದಿನ ಹರಣ ಮಾಡು. **Ī'dle-ness**, *n.* ಸೋಮಾರಿತನ, ಮೈಗಳ್ಳತನ, "ಸುಸ್ತಿ", ಆಲಸ್ಯ; 2. ವ್ಯರ್ಥತೆ. **Ī'dlĕr**, *n.* ಮೈಗಳ್ಳ, ಕೆಲಸಗಳ್ಳ, ಆಲಸ್ಯಗಾರ. **Ī'dly**, *ad.* ಸುಮ್ಮನೆ, ವ್ಯರ್ಥವಾಗಿ; 2. ಮೈಗಳ್ಳನಾಗಿ, ಆಲಸ್ಯವಾಗಿ.

Ī'dŏl, *n.* ಮೂರ್ತಿ, ಬೊಂಬೆ, ಗೊಂಬೆ, ವಿಗ್ರಹ; **the chief i. in a temple** ಮೂಲವಿಗ್ರಹ; **a movable i.** ಉತ್ಸವವಿಗ್ರಹ.

Ī-dol'a-tĕr, *n.* ವಿಗ್ರಹಾರಾಧಕ, ಮೂರ್ತಿಪೂಜಕ. **Ī-dol'a-tress**, *n.* ವಿಗ್ರಹಾರಾಧಕಳು. **Ī-dol'-a-trŏus**, *a.* ವಿಗ್ರಹಾರಾಧನೆಯ, ಮೂರ್ತಿಪೂಜೆ ಮಾಡುವ. **Ī-dol'a-trŏus-ly**, *ad.* ಮೂರ್ತಿಪೂಜೆಯ ರೀತಿಯಾಗಿ. **Ī-dol'a-try**, *n.* ವಿಗ್ರಹಾರಾಧನೆ, ಮೂರ್ತಿಪೂಜೆ.

Ī-dol-īṣe, *v. t. r.* ಮಿತಿಮೀರಿ ಪ್ರೀತಿ ಮಾಡು, ಪೂಜಿಸು, ಮುದ್ದಾಡಿಸು; 2. ಅವದೈವೀಕರಿಸು, ದೇವರು ಮಾಡಿಕೊಳ್ಳು.

Ī'dyl *or* **Ī'dyll**, *n.* ಸರಸವಾದ ಕಾವ್ಯ, ಸಾಮಾನ್ಯ ಕುಟುಂಬದ ಚಿಕ್ಕ ಜೀವನಚರಿತ್ರೆಯ ಕಾವ್ಯ.

If, *conj.* ...ರೆ, ...ಪಕ್ಷದಲ್ಲಿ; **if it be so** ಹಾಗಿದ್ದರೆ, ಆ ಪಕ್ಷದಲ್ಲಿ; **I do not know if he come** ಅವನು ಬರುತ್ತಾನೋ ಏನೋ.

Ig'ne-ŏus (-ni-us), *a.* ಉರಿಯುವ, ಅಗ್ನಿಮಯ, ಅಗ್ನಿಯಿಂದ ಉತ್ಪನ್ನವಾದ.

Ig'nis-fat-ū-us, *n.* (ಭ್ರಮಾಗ್ನಿ) ಕೊಳ್ಳಿಪಿಶಾಚಿ, ಬಬ್ಬಿಯರ್ಗನ ಸೂಡಿ.

Ig'nīte', *v. t. r.* ಉರಿಸು, ಬೆಂಕೀಹಚ್ಚು *c. d.*, ಹೊತ್ತಿಸು, *v. i.* ಹೊತ್ತು, ಬೆಂಕಿಹತ್ತು, ಉರಿ. **Ig-ni'tiŏn (-nish'un)**, *n.* ಪ್ರಜ್ವಲನೆ, ಹೊತ್ತಿಸುವಿಕೆ, ಬೆಂಕಿ ಹತ್ತುವುದು, —ಹಚ್ಚುವುದು.

Ig-nō'ble, *a.* ಹೀನ ಕುಲದ, ಕಿರುಕುಲದ, ಕೀಳುಜಾತಿಯ; 2. ನೀಚ. **Ig-nō'bly**, *ad.* ಕೀಳುಜಾತಿಯಿಂದ; 2. ನೀಚವಾಗಿ.

Ig'nō-min-y, *n.* ಅವಮಾನ, ಅಪಕೀರ್ತಿ, ಅಪ್ರತಿಷ್ಠೆ, ಮಾನಭಂಗ. **Ig-nō-min'i-ŏus**, *a.* ಅವಮಾನದ, ಅಪಕೀರ್ತಿಯ, ನಾಚಿಕೆಯ. **Ig-nō-min'i-ŏus-ly**, *ad.* ಅವಮಾನವಾಗಿ, ನೀಚವಾಗಿ.

Ig-nō-rā'mus, *n.* ತಿಳಿಗೇಡಿ, ಕೂಪಕೂರ್ಮ, ಜಡಾಂಧಮತಿ.

Ig'nō-rance, *n.* ತಿಳಿಗೇಡಿತನ, ಅಜ್ಞಾನ, ಅವಿದ್ಯೆ, ಮೂಢತ್ವ. **Ig'nō-rant**, *a.* ತಿಳಿಗೇಡಿ, ಅಜ್ಞಾನಿಯಾದ, ಮೂಢಾತ್ಮ, ತಿಳುವಿಕೆ ಇಲ್ಲದ, ವಿದ್ಯೆ—. **Ig'nō-rant-ly**, *ad.* ತಿಳಿಯದೆ; 2. ತಿಳಿಗೇಡಿಯಾಗಿ.

Ig-nōre', *v. t. r.* ತಿಳಿಯದಿರು, ಎಣಿಸದಿರು, ಅಲಕ್ಷಿಸು.

Ig-uā'na (-wā-), *n.* (*Iguana tuberculata, Laur.*) ಉಡು.

IHS, *abbr. of* Jesus ಯೇಸು.

Il-, *pref.* ಇಲ್ಲ, ಅಲ್ಲ (*before adjectives and nouns derived from adjectives*); 2. ...ಲ್ಲಿ, ಒಳಗೆ, ಮೇಲೆ (*before verbs and nouns derived from verbs*).

Il'i-ad, *n.* "ಇಲಿಯಡ್" ಪಟ್ಟಣದ ಮುತ್ತಿಗೆಯನ್ನು ವರ್ಣಿಸುವ ಒಂದು ಕವಿತೆ.

Ilk, *a.* ಸಮಾನ, ಹಾಗಿರುವ; **of that i.** ಅದೇ ತರದ.

Ill, *a.* ಕೆಟ್ಟ; 2. ನೆಟ್ಟಗಿಲ್ಲದ, ರೋಗವುಳ್ಳ; **he is i.** ಅವನಿಗೆ ನೆಟ್ಟಗಿಲ್ಲ, —ಅಸ್ವಸ್ಥವದೆ; **to get i., to fall i.** ಬೇನೆಬೀಳು, ಅಸ್ವಸ್ಥವಾಗು; **to speak i. of** ...ನ್ನು ಬಿಟ್ಟಾಡು. *n.* ಕೇಡು, ಕೆಡಕು, ಕೆಟ್ಟದ್ದು; 2. ರೋಗ. *ad.* ಪ್ರಯಾಸದಿಂದ, ಕಷ್ಟದಿಂದ, ಚೆನ್ನಾಗಿ ...ಇಲ್ಲ, ಚೆನ್ನಾಗಿ ...ಅಲ್ಲ. **Ill'ness**, *n.* ಬೇನೆ, ರೋಗ, ಅಸ್ವಸ್ಥ.

Il-lā'tiŏn, *n.* ಅನುಮಾನ. **Il'la-tive**, *a.* ಅನುಮಾನಿಕ, ಊಹಿಸತಕ್ಕ.

Il-lē'gal, *a.* ಅನ್ಯಾಯವಾದ, "ಕಾಯಿದೆಗೆ" ವಿರುದ್ಧ, ಅಕ್ರಮದ (*S. C.*). **Il-lē'gal-ly**, *ad.* ಅನ್ಯಾಯವಾಗಿ, "ಕಾಯಿದೆಗೆ" ವಿರುದ್ಧವಾಗಿ.

Il-lē-gal′i-ty, *n.* ಅನ್ಯಾಯ, "ಕಾಯಿದೆಗೆ" ವಿರೋಧ, ಅಕ್ರಮ *(S. C.)*.

Il-leġ-i-bil′i-ty, *n.* ಓದಲಾರದಿರೋಣ. Il-leġ′i-ble, *a.* ಓದಲಾರದ, ಓದಕೂಡದ. Il-leġ′i-bly, *ad.* ಓದಲಾರದಂತೆ.

Il-le-ġit′i-māte, *a.* ಅನ್ಯಾಯವಾದ, "ಕಾಯಿದೆಗೆ" ವಿರೋಧವಾದ; 2. ಹಾದರಕ್ಕೆ ಹುಟ್ಟಿದ, ಜಾರಜಾತ; 3. ಸಂಪ್ರದಾಯವಿರುದ್ಧವಾದ. Il-le-ġit′i-māte-ly, *ad.* ಅನ್ಯಾಯವಾಗಿ; 2. ಹಾದರಕ್ಕೆ. Il-le-ġit′i-mā-cy, *n.* ಹಾದರಕ್ಕೆ ಹುಟ್ಟಿರುವುದು, ಜಾರಜತೆ.

Ill′-fā-vŏured (-vĕrd), *a.* ಹಸಗೇಡಿ, ಕುರೂಪಿಯಾದ, ರೂಪವಿಲ್ಲದ.

Il-lib′ĕr-al, *a.* ಹೀನ, ಕೃಪಣ; 2. ಅಶಿಕ್ಷಿತ, ನೀಚ. Il-lib-ĕr-al′i-ty, *n.* ಹೀನತನ, ಕೃಪಣತ್ವ, ಅಲ್ಪ ಮನಸ್ಸು, ಕಿರುಕುಳ—. Il-lib′ĕr-al-ly, *ad.* ಹೀನನಾಗಿ, ಕೃಪಣನಾಗಿ, ಅಲ್ಪ ಮನಸ್ಸಾಗಿ.

Il-lic′it, *a.* ನಿಷೇಧವಾದ, ಅನ್ಯಾಯದ.

Il-lim′it-able, *a.* ಮಿತಿ ಇಲ್ಲದ, ಅಪಾರ. Il-lim′i-ta-bly, *ad.* ಅಪಾರವಾಗಿ.

Il-lit′ĕr-āte, *a.* ಅಕ್ಷರ ತಿಳಿಯದ, ನಿರಕ್ಷರಕುಕ್ಷಿ, ಮೂಢ, ಅಕ್ಷರಶತ್ರು. Il-lit′ĕr-acy, *n.* ಅವಿದ್ಯಾಸ್ಥಿತಿ.

Ill-nā-tūred (-tūrd), *a.* ಸಿಟ್ಟಿನ, ಮಂದಿ ಬೇಡಾದ.

Il-loġ′i-cal, *a.* ಯುಕ್ತಿವಿರುದ್ಧವಾದ, ನ್ಯಾಯಶಾಸ್ತ್ರದ ನೇಮ ತಿಳಿಯದ. Il-loġ′i-cal-ly, *ad.* ಅಯುಕ್ತವಾಗಿ.

Ill-ō-mened (-mend), *a.* ಅಪಶಕುನವುಳ್ಳ.

Ill′-stärred, *a.* ವಿಷಗಳಿಗೆಯಲ್ಲಿ ಹುಟ್ಟಿದ, ದುರ್ದೈವದ.

Ill′-tem-pĕred (-perd), *a.* ಸಿಟ್ಟಿನ ಸ್ವಭಾವದ.

Ill′-trēat (-trēt), *v. t. r.* ಕ್ರೂರವಾಗಿ ನಡಿಸು. Ill′-trēat-ment, *n.* ಕಿರುಕುಳ, ಉಂಡಲೆ.

Ill′-turn, *n.* ಅಪಕಾರ, ಹೋಕು.

Il-lụde′, *v. t. r.* ಕಣ್ಣು ಕಟ್ಟು *c. g.*, ಮೋಸ ಮಾಡು *c. d.*, ಠಕ್ಕು ಹಚ್ಚು, ಇಂಗು— *c. d.*

Il-lụ′me, Il-lụ′mine (-min), *v. t. r.* ಬೆಳಕು ಕೊಡು, ಪ್ರಕಾಶಿತಮಾಡು, ...ಮೇಲೆ ಪ್ರಕಾಶ ಚೆಲ್ಲು.

Ill-lụ′mi-nāte, *v. t. r.* ಪ್ರಕಾಶಿಸು, ಬೆಳಕು ಕೊಡು, —ಮಾಡು; 2. ಚಿತ್ರದಿಂದ ಅಲಂಕರಿಸು; 3. ದೀಪ ದೀವಟಿಗೆಗಳಿಂದ ಶೃಂಗರಿಸು. Il-lụ-mi-nā′tiŏn, *n.* ಪ್ರಕಾಶಿಸೋಣ, ಪ್ರಕಾಶ; 2. ಅಲಂಕಾರ; 3. ದೀಪೋತ್ಸವ, ಲಕ್ಷದೀಪ.

Il-lụ′min-ā-tive, *a.* ಪ್ರಕಾಶ ಬೀಳಿಸುವ; 2. ದೃಷ್ಟಾಂತದ, ದೃಷ್ಟಾಂತವುಳ್ಳ.

Il-lụ′ṡiŏn, *n.* ಮಾಯೆ, ಭ್ರಮೆ, ಮೋಹ. Il-lụ′sive, Il-lụ′sŏr-y, *a.* ಮಾಯೆಯ, ಭ್ರಮೆಯ, ಮೋಸದ, ಕಣ್ಣುಕಟ್ಟುವ.

Il-lus′trāte, *v. t. r.* ಪ್ರಕಾಶಿಸು; 2. ಒಡೆದು ಕಾಣಿಸು, ವಿವರಿಸು, ದೃಷ್ಟಾಂತದಿಂದ ಸ್ಪಷ್ಟ ಮಾಡು, ಸಾದೃಶ್ಯ ಹೇಳು; 3. ಚಿತ್ರಾದಿಗಳಿಂದ ಅಲಂಕರಿಸು. Il-lus-trā′tiŏn, *n.* ವಿವರಣೆ, ಒಡೆದು ಕಾಣಿಸುವಂಥ ಉದಾಹರಣೆ, ದೃಷ್ಟಾಂತ, ಸಾದೃಶ್ಯ; 2. ಚಿತ್ರ, ಆಕೃತಿ. Il-lus′tra-tive. *a.* ವಿವರಿಸುವ, ದೃಷ್ಟಾಂತಗಳಿಂದ ಸ್ಪಷ್ಟ ಮಾಡುವ.

Il-lus′tri-ŏus, *a.* ಪ್ರಕಾಶಮಾನವಾದ; 2. ಪ್ರಸಿದ್ಧ, ಪ್ರಖ್ಯಾತ, ಕೀರ್ತಿಯುಳ್ಳ. Il-lus′tri-ŏus-ly, *ad.* ಪ್ರಸಿದ್ಧಿಯಾಗಿ, ಕೀರ್ತಿಯಾಗಿ.

Ill′-will, *n.* ಹೊಟ್ಟೇಕಿಚ್ಚು, ದ್ವೇಷ.

Im-, *pref.* ...ಲ್ಲಿ, ಒಳಗೆ, ಮೇಲೆ *(before verbs and nouns derived from verbs)*; ಇಲ್ಲ, ಅಲ್ಲ, *Sk.* ಅ. *(before adjectives and nouns derived from adjectives)*.

Im′āġe, *n.* ಬೊಂಬೆ, ಗೊಂಬೆ, ಪ್ರತಿಮೆ, ಮೂರ್ತಿ, ಬಿಂಬ; 2. ಸಾದೃಶ್ಯ, ಉಪಮೆ. *v.t.r.* ಬಿಂಬಿಸು; 2. ಮನಸ್ಸಿನಲ್ಲಿ ಭಾವಿಸು, —ಬಿಂಬಿಸು. Im′a-ġĕr-y, *n.* ವ್ಯರ್ಥ ಕಲ್ಪನೆ; 2. ಉಪಮೆ ಸಾದೃಶ್ಯಾದಿಗಳು.

Im-aġ′ine (-in), *v. t. & i. r.* ಬಗೆ, ಅಂದುಕೊಳ್ಳು, ಊಹಿಸಿಕೊಳ್ಳು, ಭಾವಿಸಿಕೊಳ್ಳು, ಯೋಚಿಸು, ಮನಸ್ಸಿನಲ್ಲಿ ಬಿಂಬಿಸು. Im-aġ′in-a-ble, *a.* ಊಹಿಸತಕ್ಕ, ಭಾವಿಸತಕ್ಕ, ಊಹ್ಯ; with all i. ease ಮನಸ್ಸಿನಲ್ಲಿ ನೆನಸಕೂಡದಷ್ಟು ಸುಲಭವಾಗಿ. Im-aġ′in-ar-y (-ĕr-i), *a.* ಊಹಿಸಿದ, ಮನಃಕಲ್ಪಿತ, ಕಾಲ್ಪನಿಕ; an i. thing ಮೊಲದ ಕೊಂಬು, ಕುಂದಿಲಿಕೋಡು, ಗಗನಪುಷ್ಪ. Im-aġ-in-ā′tiŏn, *n.* ಕಲ್ಪನೆ, ಭಾವನೆ; 2. ಊಹನಾಶಕ್ತಿ, ಕಲ್ಪನಾಶಕ್ತಿ. Im-aġ′in-a-tive, *a.* ಕಲ್ಪನಾಚತುರವಾದ, ಊಹನಾಶಕ್ತಿಯುಳ್ಳ.

Im′be-cīle (-sēl), *a.* ದುರ್ಬಲವಾದ, ಅಶಕ್ತ, ಬುದ್ಧಿಶೂನ್ಯ. Im-be-cil′i-ty, *n.* ದೌರ್ಬಲ್ಯ, ಬುದ್ಧಿಹೀನತೆ.

Im′bed, *v. t. r.* ಮುಡಗು, ಅಡಗಿಸು.

Im-bībe′, *v. t. r.* ಹೀರಿಕೊಳ್ಳು, ಕುಡಿ; 2. ಕಲಿತುಕೊಳ್ಳು.

Im-bitt′ĕr, *v. t. r.*, *see* Embitter.

Im-bōld′en, *v.t.r.*, *see* Embolden.

Im′bri-cāte, *a.* ಹೆಂಚಿನಂತೆ ಒಂದರ ಮೇಲೆ ಒಂದು ಮುಚ್ಚಿರುವ.

Im-brōgl′iō (-brōl′yō), *n.* ಗೋಟಾಳಿ.

Im-brue′, *v. t. r.* ತೋಯಿಸು, ನೆನೆಹಾಕು.

Im-būe′, *v. t. r.* ಬಣ್ಣಹಾಕು *e. d.;* 2. ತುಂಬಿಸು, ಮನಸ್ಸನ್ನು—.

Im′i-tāte, *v. t. r.* (a person) ಹಾಗೆ ಮಾಡು *e. g.*, —ನಡೆ, ಅನುಕರಿಸು, ಅನುಸರಿಸು; 2. (a thing) ಕಂಡು ಮಾಡು, ಅದರಂತೆ—, "ನಕಲು" ತೆಗೆ. **Im′i-ta-ble**, *a.* ಅನುಸರಿಸುವಂಥ, ಅನುಸರಿಸತಕ್ಕ. **Im-i-tā′tiŏn**, *n.* ಅನುಕರಣ, ಅನುಸರಣೆ; 2. ಕಂಡು ಮಾಡೋಣ; 3. "ನಕಲು", ಪ್ರತಿ. **Im′i-tā-tive**, *a.* ಕಂಡು ಮಾಡುವ, ಅನ್ನುಕರಿಸುವ, ಅನುಸರಣೆಯ, **Im′i-tā-tŏr**, *n.* ಅನುಕರಿಸುವವ, ಮಾದರಿ ನೋಡಿ ಮಾಡುವವ.

Im-măc′ū-lāte, *a.* ನಿಷ್ಕಲಂಕವಾದ, ನಿರ್ದೋಷವಾದ, ಶುದ್ಧ, ಸ್ವಚ್ಛ.

Im′mā-nent, *a.* ಅಂತರ್ಗತ.

Im-ma-tē′ri-al, *a.* ಅಶರೀರ, ನಿರಾಕಾರ, ಆತ್ಮರೂಪಿಯಾದ; 2. ಅಲ್ಪ, ವಿಶೇಷವಿಲ್ಲದ. **Im-ma-tē-ri-al′i-ty**, *n.* ನಿರಾಕಾರತ್ವ, ಆತ್ಮೀಯತ್ವ. **Im-ma-tē′ri-al-ly**, *ad.* ನಿರಾಕಾರವಾಗಿ; 2. ಅಲ್ಪವಾಗಿ.

Im-ma-tūre′, *a.* ಮಾಗದ, ಹಣ್ಣಾಗದ; 2. ಅಕಾಲ, ಅವಸರದ. **Im-ma-tū′ri-ty**, **Im-ma-tūre′ness**, *n.* ಮಾಗದಿರುವುದು, ಅಪಕ್ವವಾಗಿರೋಣ; 2. ಅವಸರ.

Im-meas̱′ur-a-ble (-mezh′ur-), *a.* ಅಳತೆಯಿಲ್ಲದ, ಅಪರಿಮಿತವಾದ. **Im-meas̱′ur-a-bly**, *ad.* ಅಪರಿಮಿತವಾಗಿ.

Im-mē′di-āte, *a.* ಸಮೀಪ, ತತ್ಕ್ಷಣದ, ತಾತ್ಕಾಲಿಕ. **Im-mē′di-āte-ly**, *ad.* ಕೂಡಲೇ, ಸಂಗಡಲೇ, ಈಗಲೇ, ಮುಖಾಂತರವಿಲ್ಲದೆ, ಅದ್ವಾರಕವಾಗಿ.

Im-me-mō′ri-al, *a.* ಜ್ಞಾಪಕ ಸಾಲದ, ಅತಿ ಪ್ರಾಚೀನ, ಅನಾದಿಯಾದ; from time i. ವೃದ್ಧಾನುಕ್ರಮವಾಗಿ. **Im-me-mō-ri-al-ly**, *ad.* ಅತಿ ಪ್ರಾಚೀನಕಾಲದಿಂದ.

Im-mense′, *a.* ಅಳತೆಯಿಲ್ಲದ, ಅಪಾರ, ಅಮಿತ, ಮಹಾ ದೊಡ್ಡ, ಅನಂತಪಾರ. **Im-mense′ly**, *ad.* ಅಪರಿಮಿತವಾಗಿ. **Im-men′si-ty**, *n.* ಅಳತೆ ಇಲ್ಲದ್ದು, ಅಪರಿಮಿತಿ, ಅಪಾರತ್ವ. [ಮೇಯ.

Im-men′sūr-a-ble, *a.* ಅಳೆಯಕೂಡದ, ಅಪ್ರ

Im-mĕrġe′, **Im-mĕrse′**, *v.t.r.* ಮುಣುಗಿಸು, ಅದ್ದು (ಎದ್ದು); 2. ನಿಮಗ್ನಮಾಡು.

Im-mĕr′siŏn, *n.* ಮುಣುಗಿಸುವಿಕೆ, ಅದ್ದುವಿಕೆ, ನಿಮಜ್ಜನ.

Im′mi-grāte, *v. i. r.* ಪರದೇಶದಿಂದ ವಾಸಮಾಡ ಬರು, ಒಕ್ಕಲೆದ್ದು ಬರು. **Im′mi-grant**, *n.* ಪರದೇಶನಿಂದ ಬಂದು ವಸ್ತಿಯಾದವ. **Im-mi-grā′tiŏn**, *n.* ಗೂಳೆಕಟ್ಟಿಕೊಂಡು ಬರೋಣ, ಪರದೇಶದಿಂದ ವಾಸಮಾಡಲಿಕ್ಕೆ ಬರೋಣ.

Im′mi-nence, *n.* ಗಂಡಾಂತರ. **Im′mi-nent**, *a.* ಸಂಗಡಲೇ ಬರುವ, ಸನಿಹ, ಸಮೀಪವಾದ, ಗಂಡಾಂತರದ. **Im′mi-nent-ly**, *ad.* ಈಗಲೇ; 2. ಗಂಡಾಂತರವಾಗಿ.

Im-mit′i-ga-ble, *a.* ತಗ್ಗಿಸಲಾರದ.

Im-mō-bil′i-ty, *n.* ಅಚಲತೆ, ಸ್ಥಿರತೆ.

Im-mod′ĕr-āte, *a.* ಅಳತೆಗೆಟ್ಟ, ಮಿತಿಮೀರಿದ. **Im-mod′ĕr-āte-ly**, *ad.* ಮಿತಿಮೀರಿ, ಕಂಡಾಬಟ್ಟೆ. **Im-mod-ĕr-ā′tiŏn**, *n.* ಅಮಿತ.

Im-mod′est, *a.* ಅಳತೆಗೆಟ್ಟ, ಮಿತಿಮೀರಿದ; 2. ದುರ್ವಿನೀತ, ಮರ್ಯಾದಾಹೀನ, ಲಜ್ಜಾಹೀನ, ಮಾನಗೇಡಿ; an i. woman ಲಜ್ಜೆಗೆಟ್ಟ ಹೆಂಗಸು. **Im-mod′est-ly**, *ad.* ಅಳತೆಗೆಟ್ಟು; 2. ಮರ್ಯಾದೆಗೆಟ್ಟು, ಲಜ್ಜೆಗೆಟ್ಟು. **Im-mod′est-y**, *n.* ಮರ್ಯಾದಾಹೀನತ್ವ, ನಿರ್ಲಜ್ಜೆ, ನಾಚಿಕೆಗೇಡಿತನ, ಲಜ್ಜೆಗೇಡಿತನ.

Im′mō-lāte, *v. t. r.* ಬಲಿ ಅರ್ಪಿಸು. **Im-mō-lā′tiŏn**, *n.* ಬಲಿ, ಬಲಿಯರ್ಪಣೆ, ಬೇಳುವೆ.

Im′mor-al, *a.* ದುರುಳ, ಧೂರ್ತ, ದುರ್ಮಾರ್ಗಿ, ದುರಾಚಾರದ, ದುಷ್ಟ, ನೀತಿಗೆಟ್ಟ. **Im-mo-ral′i-ty**, *n.* ದುರುಳತನ, ದುರಾಚಾರ, ಅನೀತಿ, ಅಧರ್ಮ, ಹೋಕೆ. **Im-mor′al-ly**, *ad.* ದುರುಳವಾಗಿ, ದುಷ್ಟವಾಗಿ.

Im-mor′tal, *a.* ಸಾಯದ, ಅಮರ್ತ್ಯ, ಅಮರ; i. life ಅಮರ್ತ್ಯಜೀವನ. **Im-mor′tal-īs̱e**, *v. t. r.* (ನೆನಪು) ಉಳಿಸು, ಮರೆತುಹೋಗದಹಾಗೆ ಮಾಡು; 2. ಶಾಶ್ವತ ಮಾಡು. **Im-mor-tal′i-ty**, *n.* ಅಮರತ್ವ, ಅಕ್ಷಯತ್ವ.

Im-mō′va-ble, *a.* ಗಟ್ಟಿಯಾಗಿ ನಿಲ್ಲುವ, ಅಚಲ, ಸ್ಥಿರ; 2. ಕಠಿಣ ಮನಸ್ಸಿನ. **Im-mō′va-bly**, *ad.* ಸ್ಥಿರವಾಗಿ.

Im-mū′ne, *a.* ತಾಗಲಾರದ, ತಾಗಿ ಕೇಡು ಹೊಂದದ. **Im-mū′ni-ty**, *n.* ಮಾನ್ಯ, "ಮಾಫೀ"; 2. ಬಿಡುಗಡೆ.

Im-mūre′, *v. t. r.* ಗೋಡೆಯಲ್ಲಿ ಮುಚ್ಚಿಹಾಕು, ಸೆರೆಹಾಕು.

Im-mū-tā-bil′i-ty, *n.* ಬದಲಾಗದಂಥ ಸ್ಥಿತಿ, ಮಾರ್ಪಡದ—. **Im-mū′ta-ble**, *a.* ಬದ

ಲಾಗದಂಥ, ಮಾರ್ಪಡದ, ವಿಕಾರವಾಗದ. Im-mū'ta-bly, *ad.* ಬದಲಾಗದೆ.

Imp, *n.* ಪಿಶಾಚಿ, ಸಣ್ಣ ದೆವ್ವ, ಪ್ರೇತು; an i. that tells its possessor where anything desired is ಕರ್ಣಪಿಶಾಚ, ಯಕ್ಷಿಣಿ.

Im'pact, *n.* ಹೊಡತ, ಅಪ್ಪಳಿಸುವಿಕೆ. Im-pact', *v. t. r.* ತುರುಕು.

Im-pāir', *v. t. r.* ಉಡುಗಿಸು, ಕಡಿಮೆ ಮಾಡು, ಬಲಹೀನ—, ಕೆಡಿಸು; 2. *(pass.)* ಉಡುಗು. ಕಡಿಮೆಯಾಗು, ಕೆಡು.

Im-pāle', *v. t. r., see* Empale.

Im-pal'pa-ble, *a.* ಸೂಕ್ಷ್ಮ, ಹಿಡಿಯಲಿಕ್ಕಾಗದ, ಮುಟ್ಟಕೂಡದ, ಅಸ್ಪರ್ಶ; 2. ಗ್ರಹಿಸಕೂಡದ, ಕಂಡು ಕಾಣದ. Im-pal'pa-bly, *ad.* ಸೂಕ್ಷ್ಮವಾಗಿ, ಕಂಡು ಕಾಣದೆ.

Im-park', *v. t. r.* (ಜೀವಾದಿಗಳನ್ನು) ಬನದಲ್ಲಿ [ಮುಚ್ಚಿಡು.

Im-pärt', *v. t. r.* ಕೊಡು, ತಿಳಿಸು, ನಿವೇದಿಸು. Im-pār-tā'tion, *n.* ವಿತರಣ. Im-pärt'-ment, *n.* ಕೊಡುವಿಕೆ.

Im-pär'tial (-shal), *a.* ನಿರ್ಭಿಡೆಯ, ಪಕ್ಷಪಾತ ವಿಲ್ಲದ, ಮುಖದಾಕ್ಷಿಣ್ಯವಿಲ್ಲದ, ಸಮದರ್ಶಿ. Im-pär-ti-al'i-ty (-shi-al'i-), *n.* ನಿಷ್ಪಕ್ಷ ಪಾತ, ನ್ಯಾಯ, ಸಮದೃಷ್ಟಿ. Im-pär'tial-ly, *ad.* ಪಕ್ಷಪಾತವಿಲ್ಲದೆ.

Im-pas'sable, *a.* ಹಾಯಲಾಗದ, ದಾಟದಂಥ, ದುರ್ಗಮವಾದ. Im-passe', *n.* ಹೊರಡುವಿಕೆ ಇಲ್ಲದ ಓಣಿ; 2. ತಪ್ಪಿಸಕೂಡದ ಕಷ್ಟ, ಕಟ್ಟಾ ಗೋಣ.

Im-pas'si-ble, *a.* ನೋವು ಪಡದ, ರಾಗದ್ವೇಷ ವಿಲ್ಲದ, ವೀತರಾಗ.

Im-pas'siŏned (-pash'und), *a.* ಹುರಿದುಂಬಿದ, ರಂಗೇರಿದ, ರಾಗಾನ್ವಿತವಾದ, ಕೋಪಗೊಂಡ.

Im-pas'sive, *a., see* Impassible.

Im-pā'tience (-shens), *n.* ಬೇಸರ, ತಾಳ್ಮೆಯಿಲ್ಲದಿರುವುದು; 2. ನಿಧಾನಗೇಡಿತನ, ಅವಸರ, ಆತುರ, ಕಕ್ಕುಲತೆ. Im-pā'tient (-shent), *a.* ತಾಳ್ಮೆಯಿಲ್ಲದ, ಆತುರವಾದ, ನಿಧಾನಗೇಡಿ. Im-pā'tient-ly (-shent-), *ad.* ತಾಳ್ಮೆಯಿಲ್ಲದೆ, ಬೇಸರವಾಗಿ; 2. ಆತುರವಾಗಿ.

Im-pēach' (-pēch'), *v. t. r.* (*pr.* -pēcht') ತಪ್ಪುಹೊರಿಸು *c. d.*, ದೋಷ ಆರೋಪಿಸು *c.d.* Im-pēach'a-ble, *a.* ದೋಷ ಹೊರಿಸತಕ್ಕ, ದೋಷಿ. Im-pēach'ment, *n.* ದೋಷಾರೋಪಣೆ.

Im-pec'ca-ble (-pek'a-bl), *a.* ಪಾಪ ಮಾಡಲಾರದ, ಪಾಪರಹಿತ.

Im-pēde', *v. t. r.* ಅಡಗಣಿಸು, ಅಡ್ಡಿ ಮಾಡು *c. d.*, "ಹರಕತ್ತು"—, ಅಭ್ಯಂತರಿಸು, ಅಡ್ಡಕಟ್ಟು *c. d.* Im-ped'i-ment, *n.* ಅಡ್ಡಿ, ವಿಘ್ನ, ಅಭ್ಯಂತರ, "ಹರಕತ್ತು", ಅವಗಡ, ಅವಗ್ರಹಣ.

Im-pel', *v. t. r.* (-pelled') ಮುಂದಕ್ಕೆ ದೂಡು, ಹುರಿದುಂಬಿಸು, ಮುಂದಕ್ಕೆ ನಡಿಸು. Im-pel'-ler, *n.* ಮುಂದಕ್ಕೆ ತಳ್ಳುವವ, ಪ್ರೇರೇಪಿಸುವವ.

Im-pend', *v. i. r.* ತಲೇ ಮೇಲೆ ಬಂದಿರು, ಸಮೀಪವಾಗಿರು. Im-pen'ding, *a.* ಹತ್ತರ ಬಂದ, ಸಮೀಪವಾದ, ಅತ್ಯಾಸನ್ನ, ಸನ್ನಿಹಿತ.

Im-pen-e-tra-bil'i-ty, *n.* ಅಭೇದ್ಯತೆ, ಅಪ್ರವೇಶ್ಯ, ಅಶೋಧ್ಯತೆ, ನಿರ್ಭೇದತ್ವ. Im-pen'e-tra-ble, *a.* ಗಟ್ಟಿ, ಅಭೇದ್ಯ, ಅಶೋಧ್ಯ, ದುಷ್ಪ್ರವೇಶ್ಯ; 2. ನಿಷ್ಠುರ. Im-pen'e-tra-bly, *ad.* ಗಟ್ಟಿಯಾಗಿ; 2. ಅಶೋಧ್ಯವಾಗಿ; 3. ನಿಷ್ಠುರವಾಗಿ.

Im-pen'i-tence, -ten-cy, *n.* ಕಲ್ಲು ಮನಸ್ಸು, ಪಶ್ಚಾತ್ತಾಪವಾಗದ ಮನಸ್ಸು. Im-pen'i-tent, *a.* ಪಶ್ಚಾತ್ತಾಪ ಪಡದ, ಕಲ್ಲು ಮನಸ್ಸಿನ. Im-pen'i-tent-ly, *ad.* ಪಶ್ಚಾತ್ತಾಪ ಪಡದೆ.

Im-pen'nāte, *a.* ಹಾರುವ ರೆಕ್ಕೆಗಳಿಲ್ಲದ.

Im-pĕr'a-tive, *a.* ಅಜ್ಞಾಪಿಸುವ, ಅಧಿಕಾರದ, ಅಗತ್ಯ, ಅವಶ್ಯ; i. mood *(gram.)* ವಿಧಿರೂಪ, ಅನುಮತ್ಯರ್ಥ. Im-pĕr'a-tive-ly, *ad.* ಅವಶ್ಯವಾಗಿ, ಅಗತ್ಯವಾಗಿ.

Im-pĕr-cep'ti-ble, *a.* ಕಣ್ಣಿಗೆ ಕಾಣದ, ಕಿವಿಗೆ ಕೇಳದ, ಅಗೋಚರ, ಅತಿಸೂಕ್ಷ್ಮ, ಪರೋಕ್ಷ. Im-pĕr-cep'ti-bly, *ad.* ಕಂಡು ಕಾಣದ ಹಾಗೆ, ತಿಳಿಯದ ಹಾಗೆ.

Im-pĕr'fect, *a.* ಅಸಂಪೂರ್ಣ, ನ್ಯೂನವಾದ, ದೋಷಾಧೀನ; i. tense *(gram.)* ಭೂತಕಾಲ. Im-pĕr-fec'tion, Im-pĕr'fect-ness, *n.* ಅಸಂಪೂರ್ಣತೆ, ಅಪೂರ್ಣತೆ, ನ್ಯೂನತೆ, ದೋಷ, "ಐಬು". Im-pĕr'fect-ly, *ad.* ಅಸಂಪೂರ್ಣವಾಗಿ.

Im-pē'ri-al, *a.* ಮಹಾರಾಜನ, ಸಾಮ್ರಾಜ್ಯದ; 2. "ಸರಕಾರದ".

Im-per'il, *v. t. r.* ಗಂಡಾಂತರಕ್ಕೆ ಗುರಿ ಮಾಡು, ಮೋಸದಲ್ಲಿ ಬೀಳಿಸು.

Im-pē'ri-ŏus, *a.* ಅಧಿಕಾರಾಭಿಮಾನವುಳ್ಳ, ಅಹಂಕಾರವುಳ್ಳ, ಗರ್ವಿಷ್ಠ. Im-pē'ri-ŏus-ly, *ad.* ಅಹಂಕಾರದಿಂದ. Im-pē'ri-ŏus-ness, *n.* ಅಹಂಕಾರ, ಗರ್ವ, ಅಧಿಕಾರಾಭಿಮಾನ.

Im-per'ish-a-ble, *a.* ಹಾಳಾಗದ, ನಾಶವಾಗದ, ನಿರ್ಲಯವಾದ. Im-per'ish-a-bly, *ad.* ಹಾಳಾಗದಂತೆ.

Im-pĕr'me-a-ble, *a.* ಸೇರಗೊಡದ, ಅಪ್ರವೇಶ್ಯವಾದ, ನಿಬಿಡ.

Im-pĕr'son-al, *a.* ವ್ಯಕ್ತಿಭೇದ ತೋರಿಸಿದ; 2. ಪುರುಷಭೇದವಿಲ್ಲದ. **Im-pĕr'son-āte**, *v.t.r.* ಪುರುಷಧಾವಾರೋಪಿಸು, ವ್ಯಕ್ತಿ ತೋರಿಸು, ರೂಪಿಸು; 2. ನಟಿಸು.

Im-pĕr'ti-nence, *n.* ಲಜ್ಜಾಹೀನತೆ, ಮರ್ಯಾದೆಗೇಡಿತನ. **Im-pĕr'ti-nent**, *a.* ಅಸಂದರ್ಭದ, ಹತ್ತದಂಥ, ಹೊಂದಿಕೆಯಿಲ್ಲದ; 2. ಮಾನಮರ್ಯಾದೆಯಿಲ್ಲದ, ಎದುರಾಡುವ; 3. ಅಲ್ಪ; 4. ತನ್ನ ಕೆಲಸವಲ್ಲದ್ದರಲ್ಲಿ ಕೈಹಾಕುವ. **Im-pĕr'ti-nent-ly**, *ad.* ಮರ್ಯಾದೆಗೆಟ್ಟು; 2. ಅಸಂದರ್ಭವಾಗಿ.

Im-pĕr-turb-a-bil'i-ty, *n.* ಸಮಾಧಾನ, ಶಾಂತಿ. **Im-pĕr-turb'a-ble**, *a.* ಸಮಾಧಾನದ, ಅಕ್ಷೋಭ್ಯ, ನಿತ್ಯಶಾಂತವಾದ, ಅವ್ಯಗ್ರ. **Im-pĕr-turb'a-bly**, *ad.* ಶಾಂತವಾಗಿ, ಸಮಾಧಾನವಾಗಿ.

Im-pĕr'vi-ŏus, *a.* ಸೇರಗೊಡದ, ಪ್ರವೇಶಿಸಕೂಡದ, ದಪ್ಪ, ದಟ್ಟ, ನಿಬಿಡ; (to water) ದಪ್ಪ; ನೀರು ಸೇರದ, —ಹೋಗದ; (wood, *etc.*) ನಿಬಿಡ, ಗಹನ. **Im-pĕr'vi-ŏus-ly**, *ad.* ದಟ್ಟವಾಗಿ, ನಿಬಿಡವಾಗಿ, ಗಹನವಾಗಿ.

Im-pet-ū-os'i-ty, *n.* ಒತ್ತರ, ಉದ್ರೇಕ, ದುಡುಕು, ಉರವಣಿ; i. of a river ಸೆಳವು. **Im-pet'ū-ŏus**, *a.* ವೇಗವುಳ್ಳ, ಜೋರಿನ, ಒತ್ತರದ; 2. ಮುಂಗೋಪವುಳ್ಳ, ಉಗ್ರವುಳ್ಳ.

Im'pe-tus, *n.* ಒತ್ತರ, ಪ್ರೋತ್ಸಾಹ, ಕಡುಹು, "ಜೋರು".

Im-pī'e-ty, *n.* ಭಕ್ತಿಹೀನತ್ವ, ಅಧರ್ಮ, ದುಷ್ಟತನ. **Im'pi-ŏus**, *a.* ಭಕ್ತಿಹೀನ, ಭಕ್ತಿಗೇಡಿ, ದುಷ್ಟ. **Im'pi-ŏus-ly**, *ad.* ಭಕ್ತಿಹೀನವಾಗಿ, ದುಷ್ಟವಾಗಿ.

Im-pinġe', *v. i. r.* ತಟ್ಟು, ತಾಕು, ತಗಲು, ಬಡಿ.

Im-plā'ɛa-ble, *a.* ಕುದ್ರಿಗೇಡಿ, ಸಂಧಾನವಾಗದ, ಶಾಂತವಾಗದ, ದೀರ್ಘದ್ವೇಷವುಳ್ಳ. **Im-plā-ɛa-bil'i-ty**, *n.* ಕುದ್ರಿಗೇಡಿತನ, ಸಮಾಧಾನವಾಗದ ಮನಸ್ಸು, ದೀರ್ಘದ್ವೇಷ, ದೀರ್ಘಕ್ರೋಧ. **Im-plā'ɛa-bly**, *ad.* ಸಮಾಧಾನವಾಗದೆ, ದ್ವೇಷದಿಂದ, ದೀರ್ಘದ್ವೇಷವಾಗಿ.

Im-plant', *v. t. r.* ನೆಡು, ನೆಡಿಸು, ಅಂಟಿಕ್ಕು. **Im-plant-ā'tiŏn**, *n.* ನೆಡುವಿಕೆ.

Im'ple-ment, *n.* ಕೆಲಸದ ಸಾಮಾನು, ಮುಟ್ಟು, ಕೊರಮುಟ್ಟು, "ಹತ್ಯಾರು", ಸಾಹಿತ್ಯ, ಗಳೆಯದ ಸಾಮಾನು.

Im'plex, *a.* ತೊಡಕಿನ, ಸಿಕ್ಕುಳ್ಳ.

Im'pli-ɛāte, *v. t. r.* ತೊಡರು ಹಾಕಿಕೊಳ್ಳು, ಸಿಕ್ಕಿಸು. **Im-pli-ɛā'tiŏn**, *n.* ತೊಡಕು, ಸಿಕ್ಕಿಸೋಣ; 2. ಅನುಮಾನ, ಫಲಿತಾರ್ಥ, ಗುಪ್ತಾರ್ಥ.

Im-plic'it, *a.* ಅಡಗಿದ, ಗುಪ್ತ, ಫಲಿತಾರ್ಥದಿಂದ ತೋರಿಸಿದ; 2. ಅನುಮಾನವಿಲ್ಲದ, ಸಂಪೂರ್ಣ. **Im-plic'it-ly**, *ad.* ಗುಪ್ತಾರ್ಥವಾಗಿ; 2. ಅನುಮಾನವಿಲ್ಲದೆ.

Im-plōre', *v. i. r.* ಕಾಲುಬಿದ್ದು ಬೇಡಿಕೊಳ್ಳು, ಸೆರಗೊಡ್ಡಿ—, ಮೊರೆಯಿಡು.

Im-plȳ', *v. t. r.* (-plīed') ಫಲಿತಾರ್ಥದಿಂದ ತೋರಿಸು, ಸೂಚಿಸು, ಅಡಗಿಸಿಕೊಳ್ಳು; *(pass.)* ಅಡಗಿರು; implied sense ಧ್ವನಿತಾರ್ಥ.

Im-pō-līte', *a.* ಅಸಭ್ಯ, ಮರ್ಯಾದೆ ಇಲ್ಲದ. **Im-pō-līte'ly**, *ad.* ಅಸಭ್ಯವಾಗಿ, ಮರ್ಯಾದೆ ಗೆಟ್ಟು. **Im-pō-līte'ness**, *n.* ಅಸಭ್ಯತೆ, ಅವಮರ್ಯಾದೆ, ಮರ್ಯಾದೆಗೇಡಿತನ. **Im-pol'i-tiɛ**, *a.* ಅವಿವೇಕಿಯಾದ, ಬುದ್ಧಿಗೇಡಿ.

Im-pon'dĕr-a-ble, *a.* ತೂಕವಾಗದಂಥ, ಅತಿ ಸೂಕ್ಷ್ಮ. **Im-pon-dĕr-a-bil'i-ty**, *n.* ತೂಕವಾಗದ್ದು.

Im-pōrt', *v. t. r.* ಪರದೇಶದಿಂದ ತರು, "ಆಮದು" ಮಾಡು; 2. ಅರ್ಥ ಸೂಚಿಸು, ತೋರಿಸು; 3. ಕುರಿ, ಹತ್ತು, ಸಂಬಂಧಿಸು. **Im'pōrt**, *n.* ಹೊರಗಿನಿಂದ ತಂದ ಸರಕು, "ಆಮದಾದ" ಸರಕು, ದೇಶಾವಾರದ, ಆಯಾತ; 2. ಅರ್ಥ, ಅಭಿಪ್ರಾಯ, ವಿವಕ್ಷೆ, ಭಾವ; 3. ಭಾರ; i. duties "ಆಮದ್ ಹಾಸಲು". **Im-pōr-tā'tiŏn**, *n.* "ಆಮದು", ಒಳಗೆ ತಂದ ಸರಕುಗಳು.

Im-port'ance, *n.* ವಿಶೇಷತ್ವ, ಮಹತ್ವ, ಭಾರ, ಗೌರವ. **Im-port'ant**, *a.* ಹೆಚ್ಚಿನ, ವಿಶೇಷವಾದ, ಭಾರಿ, ಅಗತ್ಯವಾದ, ಘನವುಳ್ಳ.

Im-por-tūne', *v. t. r.* ತೊಂದರೆ ಪಡಿಸು, ಅಂಡಲೆ, ಪೀಡಿಸು, ಕಾಡು, ಬೇಡು, ಆಗ್ರಹಮಾಡು, ಚಾಲುವರಿಯು, ರಂದಿಬಿಂದಿ ಮಾಡು. **Im-por'tū-nāte, Im-por-tūne'**, *a.* ತೊಂದರೆ ಪಡಿಸುವ, ಕಾಡುವ, ದುಡುಕಿನ, ಬೇಸರಗೊಳಿಸುವ, ಚಾಲುವರಿವ. **Im-por-tū'ni-ty**, *n.* ಪೀಡಿಸೋಣ, ಕಾಡೋಣ, ತೊಂದರೆ, ಆಗ್ರಹ, "ತಗಾದೆ".

Im-pōs̱e' on *or* **upon**, *v. t. r.* ಮೇಲಿಡು, ಹೊರಿಸು; 2. ಆಜ್ಞಾಪಿಸು; 3. ಕಣ್ಣು ಕಟ್ಟು, ಮಂಕುಬೂದಿ ತಳಿ, ವಂಚಿಸು, ಟೊಪ್ಪಿಗೇ ಹಾಕು, ನಾಮ ಹಚ್ಚು; 4. *(print.)* ಮೊಳೆ ಜೋಡಿಸಿದ ಪುಟಗಳನ್ನು ಛಾಪಿಸುವುದಕ್ಕೆ ಚೌಕಟ್ಟಿನಲ್ಲಿ ಕ್ರಮ ಪಡಿಸಿ ಇಡು. **Im-pō's̱inġ**, *a.* ಆಜ್ಞಾ

ಪಿಸುವಂಥ; 2. ವಿಸ್ಮಯಕರ; 3. ಘನವಾದ, ಗಂಭೀರ, ವೈಭವಯುಕ್ತ. Im-pō-ṣi'tion (-zish'un), *n.* ಇಡುವಿಕೆ, ಹೊರಿಸುವಿಕೆ; 2. (of hands) ಕರವಿನ್ಯಾಸ, ಹಸ್ತಾರ್ಪಣ; 3. ಕಂದಾಯ ಕಟ್ಟುವುದು; 4. ವಂಚನೆ; 5. ಆಜ್ಞೆ.

Im-pos'si-ble, *a.* ನೀಗದ, ಯಾರಿಂದಲೂ ನೀಗದ, ಆಗದ, ಅಳವಲ್ಲದ, ಅಸದಳ, ಅಶಕ್ಯ, ಅಸಾಧ್ಯ; this is i. for me ಇದು ನನ್ನಿಂದಾಗದು, ಇದು ನನ್ನ ಕೈ ಮೀರುವುದು, ಇದು ನನ್ನಿಂದ ನೀಗದು; an i. thing ಆಗದ ಕಾರ್ಯ, ಆಗದ ಕೆಲಸ, ಆಗದ ಮಾತು; it is next to i. ಅದು ಅಸದಳ. Im-pos-si-bil'i-ty, *n.* ಅಸಂಭವ, ಅಸಾಧ್ಯತೆ, ಅಳವಲ್ಲದ್ದು, ಅಸಾಧ್ಯ ಮಾತು.

Im'pōst, *n.* ಸುಂಕ, ಕಂದಾಯ, ತೀರ್ವೆ.

Im-pos'tŏr, *n.* ಠಕ್ಕ, ವಂಚಕ, ಮೋಸಗಾರ. Im-pos'tūre, *n.* ವಂಚನೆ, ಕುಟಿಲ, ಠಕ್ಕು.

Im'po-tence, -ten-cy, *n.* ಅಶಕ್ತಿ, ಬಲಹೀನತ್ವ; 2. ಧಾತುನಷ್ಟ, ನಪುಂಸಕತ್ವ, ಕ್ಲೈಬ್ಯ. Im'po-tent, *a.* ಬಲಹೀನ, ಅಶಕ್ತ; 2. ಧಾತುಕೆಟ್ಟ, ನಪುಂಸಕ, ಕ್ಲೀಬ. Im'po-tent-ly, *ad.* ಬಲಹೀನವಾಗಿ.

Im-pound', *v. t. r.* ಸೆರೆಯಲ್ಲಿಡು, ಕಾವಲಲ್ಲಿಡು.

Im-pov'ĕr-ish, *v. t. r.* (*pr.* -isht) ಬಡವನಾಗಮಾಡು, ದರಿದ್ರಮಾಡು, ಬಡತನದಲ್ಲಿ ಬೀಳಿಸು.

Im-prac'ti-ca-ble, *a.* ಆಗದ, ನೀಗದ, ಅಸಾಧ್ಯ; 2. (roads, *etc.*) ದುರ್ಗಮ; 3. (persons) ಮೊಂಡ, "ಹರಾಮಿ". Im-prac-ti-ca-bil'i-ty, *n.* ಅಸಾಧ್ಯತೆ, ಅವಿಹಿತತ್ವ.

Im'pre-cāte, *v. t. r.* ಶಪಿಸು, ಅಹಿತ ಚಿಂತಿಸು. Im-pre-cā'tiŏn, *n.* ಶಾಪ, ಅಹಿತಚಿಂತನೆ, ನೆಲಕ್ಕೆ ಕೈಬಡಿಯುವುದು. Im-pre-cā'to-ry, *a.* ಶಪಿಸುವ.

Im-preg'na-ble, *a.* ಗಟ್ಟಿಯಾದ, ಗಟ್ಟಿಮುಟ್ಟಿದ, ತಕ್ಕೊಳ್ಳಕೂಡದ, ಅಜೇಯ, ಜಯಿಸಕೂಡದ. Im-preg'na-bly, *ad.* ಬಹು ಗಟ್ಟಿಯಾಗಿ.

Im-preg'nāte, *v. t. r.* ಗರ್ಭಧರಿಸ ಮಾಡು; 2. ಫಲವತ್ತಾಗ ಮಾಡು; 3. ತುಂಬಿಸು. Im-preg-nā'tiŏn, *n.* ಬಸುರು ನಿಲ್ಲಿಸೋಣ, ಗರ್ಭಸ್ಥಾಪನ; 2. ತುಂಬಿಸೋಣ.

Im-prēs-ar'io, *n.* ಸಂಗೀತಮಂಡಲಿಯ ನಾಯಕ.

Im-press', *v. t. r.* (*pr.* -prest') ಒತ್ತು; 2. ಅಚ್ಚುಹಾಕು, ಛಾಪಿಸು, ಮುದ್ರೆಹಾಕು; 3. ನೆಡಿಸು, ನೆಡುವಂತೆ ಮಾಡು, ಖಚಿತ ಮಾಡು, ಹತ್ತುವಹಾಗೆ—; 4. ಬಿಟ್ಟೀ ಹಿಡಿ. Im'press, *n.* ಮುದ್ರೆ, "ಠಸ್ಸೆ"; 2. ಮನಸ್ಸಿಗೆ ಹತ್ತಿದ್ದು; 3. ಬಿಟ್ಟಿಹಿಡಿಯೋಣ. Im-pres'siŏn (-presh'-un), *n.* ಮುದ್ರೆ ಹಾಕುವುದು, ಮುದ್ರೆ; 2. ಮನಸ್ಸಿಗೆ ಹತ್ತೋಣ,—ಹತ್ತಿದ್ದು, ನೆನಪು. Im-pres'siŏn-able, *a.* ಮುದ್ರಿತ ಮಾಡಶಕ್ಯ. Im-pres'sive, *a.* ಮನಸ್ಸಿಗೆ ಖಚಿತವಾಗುವ, ಹತ್ತುವ, ಚಿತ್ತವೇಧಕ. Im-pres'sive-ly, *ad.* ಮನಸ್ಸಿಗೆ ಹತ್ತುವ ರೀತಿಯಿಂದ. Im-press'ment, *n.* ಬಿಟ್ಟಿಹಿಡಿಯುವುದು.

Im-pri-mā'tur, *n.* ಪುಸ್ತಕಮುದ್ರಾಪಣಾಧಿಕಾರ.

Im-prī'mis, *ad.* ಪ್ರಥಮತಃ.

Im-print', *v. t. r.* ಅಚ್ಚುಹಾಕು, ಮುದ್ರೆ ಒತ್ತು; 2. ಮನಸ್ಸಿಗೆ ಖಚಿತ ಮಾಡು.

Im-priṣ'on (-priz'n), *v. t. r.* ಸೆರೆಯಲ್ಲಿಡು, "ಕೈದಿನಲ್ಲಿಡು", ನಿಗ್ರಹದಲ್ಲಿರಿಸು. Im-priṣ'-on-ment, *n.* ಸೆರೆ, ಕಾವಲಿ, "ಕೈದು".

Im-prob'a-ble, *a.* ಆಗಲಿಕ್ಕಿಲ್ಲವೆಂತ ಕಾಣುವ, ಅಸಂಭವನೀಯ. Im-prob-a-bil'i-ty, *n.* ಅಸಂಭಾವ್ಯತೆ. Im-prob'a-bly, *ad.* ಅಸಂಭವನೀಯವಾಗಿ, ಅಪೂರ್ವವಾಗಿ.

Im-prob'i-ty, *n.* ಕಾಪಟ್ಯ.

Im-promp'tū, *a.* ತತ್ಕಾಲಸ್ಫುರಿತ, ತತ್ಕ್ಷಣಹೇಳಿದ.

Im-prop'ĕr, *a.* ಅಯುಕ್ತ, ಅನುಚಿತ, ಅಯೋಗ್ಯ, ತಕ್ಕದ್ದಲ್ಲದ, ಅಲ್ಲಸಲ್ಲದ. Im-prop'ĕr-ly, *ad.* ಅಯೋಗ್ಯವಾಗಿ. Im-pro-prī'e-ty (-prī'i-ti), *n.* ಅಯುಕ್ತತೆ, ಅನುಚಿತತ್ವ, ಅಯೋಗ್ಯತೆ.

Im-prōve', *v. t. r.* ತಿದ್ದು, ಸುಧಾರಿಸು, ಗುಣಮಾಡು, ನೆಟ್ಟಗೆ—, ಕೃತ—(land); 2. ಬಳಸಿಕೊಳ್ಳು, ಉಪಯೋಗಿಸು; i. an opportunity ಸಮಯ ಸಾಧಿಸು. *v. i. r.* ಗುಣವಾಗು, ನೆಟ್ಟಗಾಗು; 2. ಬೆಳೆ, ಹೆಚ್ಚು. Im-prōv'a-ble, *a.* ತಿದ್ದುವಂಥ, ಸುಧಾರಿಸತಕ್ಕ, ನೆಟ್ಟಗಾಗುವಂಥ. Im-prōve'ment, *n.* ಗುಣ ಮಾಡುವುದು, —ಆಗುವುದು, ಸುಧಾರಣೆ, ಗುಣಾವೃದ್ಧಿ.

Im-prov'i-dence, *n.* ಮುಂಚಿಂತೆ ಮಾಡದಿರುವುದು, ಎಚ್ಚರಿಕೆಗೇಡಿತನ, ಮುಂದುಗೆಡುವುದು. Im-prov'i-dent, *a.* ಹಿಂದುಮುಂದು ನೋಡದ, ಮುಂದಿನ ವಿಚಾರ ಮಾಡದ, ಎಚ್ಚರಿಕೆಯಿಲ್ಲದ. Im-prov'i-dent-ly, *ad.* ಮುಂದಿನ ವಿಚಾರವಿಲ್ಲದೆ.

Im-prō-vīṣe' *or* -viṣe', *v. t. r.* ಮುಂಚೆ ಆಲೋಚನೆ ಮಾಡದೆ ಹೇಳು; 2. ಶೀಘ್ರಕವಿತೆ ಮಾಡು.

Im-pru'dence, *n.* ಅವಿವೇಕ, ಅವಿಚಾರ, ಬುದ್ಧಿಗೇಡಿತನ, "ತುಟಾರ". Im-pru'dent, *a.*

ಅವಿವೇಕಿಯಾದ, ಅವಿಚಾರಿಯಾದ, ತಿಳಿಗೇಡಿ, ಬುದ್ಧಿಗೇಡಿ, ಬುದ್ಧಿಗೆಟ್ಟ. Im-pru'dent-ly, *ad.* ತಿಳಿಗೆಟ್ಟು, ಬುದ್ಧಿಗೆಟ್ಟು, ಅವಿವೇಕದಿಂದ.

Im'pū-dence, *n.* ನಾಚಿಕೆಗೇಡಿತನ, ಎದೆಕೊಬ್ಬು, ನಿರ್ಲಜ್ಜೆ, ಛೀಮಾರಿತನ. Im'pū-dent, *a.* ನಾಚಿಕೆಗೆಟ್ಟ, ಲಜ್ಜೆಯಿಲ್ಲದ.

Im-pūgn' (-pūn'), *v. t. r.* ಎದುರಾಡು, ಎದುರು ಮಾತಾಡು, ಅಲ್ಲನ್ನು; 2. ತಪ್ಪು ಹೊರಿಸು, ಬಾಯಿ ಬಡಿ. Im-pugn'a-ble, *a.* ಆಕ್ಷೇಪಿಸತಕ್ಕ.

Im-puis'sant, *a.* ದುರ್ಬಲ. Im-puis'sance, *n.* ದುರ್ಬಲತ್ವ.

Im'pulse, *n.* ಪ್ರೇರಣೆ, ಪ್ರೇರೇಪಣೆ, ಬೆಸೆ, ವೇಗ, ಉತ್ಸಾಹ. Im-pul'sive, *a.* ಪ್ರೇರಕ, ನಡಿಸುವ; 2. ಮನಸ್ಸು ಬಂದ ಹಾಗೆ ನಡೆಯುವ; don't grow i. ಆಕಸ್ಮಿಕವಾಗಿ ಕಾರ್ಯದಲ್ಲಿ ಸೇರಬೇಡ. Im-pul'sive-ly, *ad.* ಬೆಸೆಯಾಗಿ, ಬಲವಾಗಿ; 2. ಮನಸ್ಸು ಬಂದ ಹಾಗೆ. Im-pul'sive-ness, *n.* ಮುಂದೆ ದೂಡುವಂಥಾದ್ದು; 2. ಮನಸ್ಸು ಬಂದಂತೆ ಮಾಡುವುದು. Im-pul'siŏn, *n.* ಮುಂದಕ್ಕೆ ದೂಡೋಣ, ಪ್ರೇರಣೆ.

Im-pū'ni-ty, *n.* ನಿರ್ದಂಡನೆ, ಶಿಕ್ಷಾರಹಿತತ್ವ, ನಿರ್ಭಯತೆ; with i. ಶಿಕ್ಷೆಯಿಲ್ಲದೆ, ನಷ್ಟವಿಲ್ಲದೆ.

Im-pūre', *a.* ಹೊಲಸ, ಅಶುಚಿಯಾದ, ಮಲಿನ; 2. ಅಪವಿತ್ರ, ಅಶುದ್ಧ; 3. ಬಂಡು, ಕೆಟ್ಟ. Im-pūre'ness, Im-pū'ri-ty, *n.* ಹೊಲಸು, ಅಶುಚಿ, ಮೈಲಿಗೆ; 2. ಅಪವಿತ್ರತೆ, ಬಂಡುತನ. Im-pūre'ly, *ad.* ಹೊಲಸಾಗಿ, ಅಶುಚಿಯಾಗಿ.

Im-pūte', *v. t. r.* ಆರೋಪಿಸು, ಎಣಿಸು, (ಬಟ್ಟಿನ) ಲೆಕ್ಕಕ್ಕೆ ಹಾಕು. Im-pū'ta-ble, *a.* ಆರೋಪಿಸತಕ್ಕ, ಹೊರಿಸತಕ್ಕ, ಎಣಿಸತಕ್ಕ. Im-pū-tā'tiŏn, *n.* ತಪ್ಪುಹೊರಿಸೋಣ, ಆರೋಪಣೆ, ಎಣಿಸುವಿಕೆ. Im-pū-tā'tive, *a.* ತಪ್ಪು ಹೊರಿಸುವ, ಆರೋಪಿಸುವ.

In-, *pref.* ಇಲ್ಲ, ಅಲ್ಲ *(before adjectives and nouns derived from adjectives)*; ...ಲ್ಲಿ, ಒಳಗೆ, ಮೇಲೆ *(before verbs and nouns derived from verbs)*.

In, *prep.* (place, time, state) ...ಲ್ಲಿ, *as*, in the house ಮನೆಯಲ್ಲಿ; in the day-time ಹಗಲಹೊತ್ತಿನಲ್ಲಿ; in humour ಉಲ್ಲಾಸದಲ್ಲಿ; in store ಅಂಗಡಿಯಲ್ಲಿ; —ಒಳಗೆ, *as*, get in ಒಳಗೆ ಹೋಗು; in the mean-time ಅಷ್ಟರೊಳಗೆ, ಅಷ್ಟರಲ್ಲಿ; to believe in God ದೇವರನ್ನು ನಂಬು, ದೇವರ ಮೇಲೆ ವಿಶ್ವಾಸವಿಡು; belief in God ದೇವರ ಮೇಲಿನ ವಿಶ್ವಾಸ; 2. (manner, state) ...ಆಗಿ, *as*, in this manner ಈ ಪ್ರಕಾರವಾಗಿ; in drink, in liquor ಅಮಲಾಗಿ; in love ಮೋಹವಾಗಿ; in print ಛಾಪೆಯಾಗಿ; in the act ಕೈಹಿಡಿಯಾಗಿ; in pieces ತುಂಡುತುಂಡಾಗಿ; in hand ಸಿದ್ಧವಾಗಿ; 3. (cause, reason) ಕಾರಣ, ಇರಲಾಗಿ, ಇರಲಿಕ್ಕಾಗಿ; in-as-much as he has come here ಅವನು ಇಲ್ಲಿ ಬಂದ ಕಾರಣ, — — ಬಂದಿರಲಾಗಿ, — — ಬಂದಿರಲಿಕ್ಕಾಗಿ; ...ಇಂದ, *as*, in contempt ತಾತ್ಸಾರದಿಂದ; 4. (ratio, time, object) ...ಗೆ, ...ಕ್ಕೆ, ...ಕ್ಕಾಗಿ, *as*, in the hundred "ಶೇಕಡಾ", ನೂರಕ್ಕೆ; in the morning ಮುಂಜಾನೆಗೆ; in the evening ಸಂಜೆಗೆ, ಸಾಯಂಕಾಲಕ್ಕೆ, ಸಾಯಂಕಾಲದಲ್ಲಿ; to be in ತಿಳಿ, *as*, he is in ಅವನಿಗೆ ತಿಳಿಯಿತು; "ಸರಕಾರ" ಚಾಕರಿ ಮಾಡು; to be in for it ಸಿಕ್ಕೊಂಡಿರು, *as*, we are fairly in for it ಈಗ ಸಿಕ್ಕೊಂಡೆವು, ನಿರ್ವಾಹವಿಲ್ಲ; to be in with, to keep in with ಹತ್ತರಿರು *c. g.;* ಸಲಿಗೆ ಇರು, *as*, you are in with him ಅವನ ಸಲಿಗೆ ನಿನಗಿರುತ್ತದೆ; to go in black ಕರೇ ಅಂಗಿ ತೊಟ್ಟುಕೊಂಡಿರು; in any hand ಹ್ಯಾಗಾದರೂ; in arms ಯುದ್ಧಕ್ಕೆ ಎದ್ದು; in comparison to that ಅದು ನೋಡಿದರೆ; in conclusion ಒಟ್ಟಿಗೆ, ...ಅಷ್ಟೆ; in few, in a few ಸ್ವಲ್ಪದರಲ್ಲಿ ಹೇಳಿದರೆ; in my mind ನನಗೆ ತೋರಿದಂತೆ; in no way ಹ್ಯಾಗೂ ಇಲ್ಲ; in place "ಸರಕಾರ" ಚಾಕರಿಯಲ್ಲಿ; in short ಒಟ್ಟಿಗೆ, ...ಅಷ್ಟೆ; in some shape ಹ್ಯಾಗಾದರೂ; in that ...ಇಂದ, ...ಕಾರಣ; in the first place ಮೊದಲಾಗಿ; in the name of ಹೆಸರಿನ ಮೇಲೆ *c. g.;* ಸಲುವಾಗಿ *c. g.;* in time ಬರಬರುತ್ತಾ, ಹೊತ್ತಿಗೆ, ತಕ್ಕ ಸಮಯದಲ್ಲಿ; lying in ಬಾಣಂತಿಯಾಗಿ; not in, *as*, he is not in ಅವನು ಮನೆಯಲ್ಲಿ ಇಲ್ಲ; to put a horse in ಕುದುರೇ ಸಾಧು ಮಾಡು.

In-a-bil'i-ty, *n.* ಅಸಾಮರ್ಥ್ಯ, ಅಶಕ್ತಿ.

In-ac-ces'si-ble, *a.* ಸೇರಗೊಡದ, ದುರ್ಗಮವಾದ, ದುರ್ಲಭ, ಅಗಮ್ಯ. In-ac-ces-si-bil'i-ty, *n.* ಅಪ್ರವೇಶ್ಯತೆ, ಸೇರ ಕೂಡದೆ ಇರುವುದು, ದುರ್ಲಭ್ಯವು. In-ac-ces'si-bly, *ad.* ದುರ್ಗಮವಾಗಿ, ದುರ್ಲಭವಾಗಿ.

di-ōus, *a.* ಇಂಬಿಲ್ಲದ, ಅಡಚಣೆಯ, ತೊಂದರೆಯ.

In-com-mū'ni-ca-ble, *a.* ಹೇಳಕೂಡದ, ತಿಳಿಸಕೂಡದ; 2. ಮತ್ತೊಬ್ಬರಿಗೆ ಕೊಡಲಾಗದ. In-com-mū'ni-ca-tive, *a.* ಗುಟ್ಟನ್ನು ತಿಳಿಸದಂಥ, ಇತರರ ಸಂಗಡ ಬಳಿಕೆ ಮಾಡದ, ಗುಮ್ಮನಗುಸಕ.

In-com-mū'ta-ble, *a.* ಅದಲುಬದಲು ಮಾಡಕೂಡದ, ಬದಲಿಸಲಾಗದ.

In-com'pa-ra-ble, *a.* ಅಸಮಾನ, ಈಡಿಲ್ಲದ, ಅನುಪಮ. In-com'pa-ra-bly, *ad.* ಅಸಮಾನವಾಗಿ.

Im-com-pat'i-ble, *a.* ಹೊಂದಿಕೆ ಇಲ್ಲದ, ಸಲ್ಲದಂಥ, ಅಯುಕ್ತ. In-com-pat-i-bil'i-ty, *n.* ಅಸಂಬಂಧವು, ಅನುಚಿತವು.

In-com'pe-tent, *a.* ಕೈಲಾಗದ, ಕೆಲಸಕ್ಕೆ ಬಾರದ, ಯೋಗ್ಯತೆ ಇಲ್ಲದ, ಅನರ್ಹ. In-com'pe-tence, -ten-cy, *n.* ಅಸಾಮರ್ಥ್ಯ, ಅಯೋಗ್ಯತೆ, ಅನರ್ಹತೆ. In-com'pe-tent-ly, *ad.* ಕೈಲಾಗದಂತೆ, ಅಯುಕ್ತವಾಗಿ.

In-com-plēte', *a.* ಮುಗಿಯದ, ತೀರದ, ಅಪೂರ್ಣ. In-com-plēte'ness, *n.* ಅಪೂರ್ಣತೆ, ನ್ಯೂನತೆ.

In-com-plī'ant, *a.* ಒಲಿಯದ, ಅನುಕೂಲಿಸದ, ಒಪ್ಪದಂಥ.

In-com-pre-hen'si-ble, *a.* ತಿಳಿಯದ, ಅಗ್ರಾಹ್ಯ, ಅಗಮ್ಯ. In-com-pre-hen-si-bil'i-ty, *n.* ತಿಳಿಯದಂಥಾದ್ದು, ಅಗೋಚರವು, ಅಪ್ರಮೇಯವು.

In-com-pres'si-ble, *a.* ಒತ್ತಕೂಡದ, ಒತ್ತಿ ಸಣ್ಣದು ಮಾಡಕೂಡದ, ಹಿಸುಕಿ ಚಿಕ್ಕದು ಮಾಡ—.

In-con-cēi'va-ble, *a.* ಬುದ್ಧಿಗೆ ಮೀರಿದ, ಯೋಚಿಸಕೂಡದ, ಗೂಢ, ಅತೀಂದ್ರಿಯ. In-con-cēi'va-bly, *ad.* ಗ್ರಹಿಸಲಾಗದಂತೆ, ಗೂಢವಾಗಿ.

In-con-clu'sive, *a.* ತೀರ್ಪು ಮಾಡದ, ನಿರ್ಣಯ ಮಾಡದ. In-con-clu'sive-ly, *ad.* ನಿರ್ಣಯವಾಗದಂತೆ. In-con-clu'sive-ness, *n.* ನಿರ್ಣಯ ಮಾಡದಿರೋಣ, ಮುಗಿಯದಿರೋಣ.

In-con-ġē'ni-al, *a.* ಸೇರದ, ಅಹಿತ, ಸರಿಬೀಳದ. In-con-ġē-ni-al'i-ty, *n.* ಅಹಿತತ್ವ, ವಿರೋಧ.

In-con-gru'i-ty, *n.* ಹೊಂದಿಕೆಯಿಲ್ಲದಿರೋಣ, ಅಸಂಬಂಧ, ವಿರೋಧ, ವಿಸಂವಾದ. In-con'gru-ōus, *a.* ಹೊಂದದ, ಒಪ್ಪದ, ಸರಿಬೀಳದ, ಅಸಾಂಪ್ರತ. In-con'gru-ōus-ly, *ad.* ಹೊಂದಿಕೆಯಿಲ್ಲದೆ, ಒಪ್ಪದ ಹಾಗೆ.

In-con-sid'ĕr-a-ble, *a.* ಅಲ್ಪಸ್ವಲ್ಪ, ತುಸ. In-con-sid'ĕr-a-bly, *ad.* ಅಲ್ಪವಾಗಿ.

In-con-sid'ĕr-āte, *a.* ತಿಳಿಗೇಡಿ, ಅವಿಚಾರಿಯಾದ, ಅವಿವೇಕಿಯಾದ. In-con-sid'ĕr-āte-ly, *ad.* ಅವಿಚಾರದಿಂದ.

In-con-sis'tent, *a.* ಹೊಂದಿಕೆಯಿಲ್ಲದ, ಅಕಟವಿಕಟ, ಚಂಚಲ. In-con-sis'tence, -ten-cy, *n.* ಹೊಂದಿಕೆಯಿಲ್ಲದಿರುವಂಥಾದ್ದು, ಅಸಂಗತವಾಗಿರೋಣ, ಚಂಚಲತ್ವ. In-con-sis'tent-ly, *ad.* ಅಕಟವಿಕಟವಾಗಿ, ಚಂಚಲವಾಗಿ.

In-con-sō'la-ble, *a.* ಸಮಾಧಾನವಾಗದ, ಅತಿವ್ಯಸನವುಳ್ಳ, ದುಃಖಾಕ್ರಾಂತ. In-con-sō'la-bly, *ad.* ಸಮಾಧಾನವಾಗದಂತೆ.

In-con-spic'u-ōus, *a.* ಕಾಣಿಸದ, ಸಣ್ಣ, ಮಂದ.

In-con'stan-cy, *n.* ಚಂಚಲ ಚಿತ್ತ, ಅಸ್ಥಿರ ಬುದ್ಧಿ. In-con'stant, *a.* ಚಂಚಲ ಚಿತ್ತವುಳ್ಳ, ಅಸ್ಥಿರ ಬುದ್ಧಿಯುಳ್ಳ; 2. ಕ್ಷಣಿಕ, ಮಾರ್ಪಡುವ.

In-con-sū'ma-ble, *a.* ಸುಡದಂಥ, ದಹನವಾಗದ.

In-con-tes'ta-ble, *a.* ಎದುರಾಡಲಾರದ, ಅಲ್ಲವೆನ್ನಕೂಡದ.

In-con'ti-nent, *a.* ಬಿಟಿಕೆ, ಕಚ್ಚೆಹರಕ, ಅಜಿತೇಂದ್ರಿಯವಾದ, ವಿಷಯಲಂಪಟ, ಅತಿಕಾಮದ. In-con'ti-nence, -nen-cy, *n.* ಬಿಟಿಕೆತನ, ಕಚ್ಚೆಹರಕತನ, ಅಜಿತೇಂದ್ರಿಯತ್ವ, ಅತಿಕಾಮ.

In-con-trō-vĕr'ti-ble, *a.* ಯಾರೂ ಎದುರಾಡಲಾರದ, —ಅಲ್ಲನ್ನಲಾರದ, —ತರ್ಕಿಸಕೂಡದ.

In-con-vē'ni-ent, *a.* ಅನನುಕೂಲವಾದ, ಅಸಂದರ್ಭದ, ಇಂಬಿಲ್ಲದ, ಅಡಚಣೆಯ. In-con-vē'ni-ence, -en-cy, *n.* "ಅಡಚಣೆ", ಅನನುಕೂಲ, ಅಸಂದರ್ಭ, ಅಸೌಕರ್ಯ. In-con-vē'ni-ence, *v. t. r.* (*pr.* -enst) ಅಡಚಣೆಯಲ್ಲಿ ಹಾಕು, —ಕೆಡವು, ತೊಂದರೆ ಪಡಿಸು. In-con-vē'ni-ent-ly, *ad.* ಅಸಂದರ್ಭವಾಗಿ, ಅಚ್ಚುಕಟ್ಟಾಗದೆ.

In-con-vĕr'sa-ble, *a.* ಸಂಸರ್ಗವಿಲ್ಲದ, ಸಲಿಗೆ ಮಾಡದ, ಸೇರಿಕೆಯಿಲ್ಲದ.

In-con-vĕr'ti-ble, *a.* ರೂಪಾಂತರ ಮಾಡಕೂಡದ, ಬದಲು ಮಾಡಲಾಗದ.

In-cor'pō-rāte, *v. t. r.* ಶರೀರವುಳ್ಳದ್ದಾಗ ಮಾಡು; 2. ಮಿಶ್ರ ಮಾಡು; 3. ಒಂದು ಮಾಡು, ಕೂಡಿಸು; 4. "ಸನದು" ಕೊಡು *c.d. a.* ಸಭೆಯಾಗಿ ಏರ್ಪಟ್ಟ. In-cor-pō-rā'tiōn, *n.* ಕೂಡಿಸೋಣ, ಏಕೀಕರಣ; 2. "ಸನ

ದು" ಕೊಡೋಣ. In-cor-pō're-al, *a.* ಅಭೌತಿಕ, ಅಶರೀರಿಯಾದ.

In'cor-rect, *a.* ತಪ್ಪುಳ್ಳ, ಅಶುದ್ಧ, ಅಸತ್ಯ, ಇದ್ದ ಹಾಗಲ್ಲದ. In-cor-rect'ly, *ad.* ತಪ್ಪಾಗಿ, ಅಶುದ್ಧವಾಗಿ. In-cor-rect'ness, *n.* ತಪ್ಪಾಗಿರುವುದು, ಅಶುದ್ಧ.

In-cor'ri-ġi-ble, *a.* ತಿದ್ದಕೂಡದ, ನೆಟ್ಟಗಾಗದಂಥ, ಒಳ್ಳೇದಕ್ಕೆ ಬಾರದಂಥ. In-cor'ri-ġi-bly, *ad.* ತಿದ್ದಲಾರದಂತೆ, ನೆಟ್ಟಗಾಗದ ರೀತಿಯಾಗಿ.

In-cor-rupt', -rup'ted, *a.* ಕೆಡದಂಥ, ಕಲೆಯಿಲ್ಲದ, ನಿರ್ದೋಷವಾದ. In-cor-rup-ti-bil'i-ty, *n.* ಕೆಡದಂಥಾದ್ದು, ನಾಶರಹಿತತ್ವ. In-cor-rup'ti-ble, *a.* ನಾಶವಿಲ್ಲದ, ಅಳಿವಿಲ್ಲದ, ಲಯವಿಲ್ಲದ; 2. ಲಂಚ ತಕ್ಕೊಳ್ಳದ, ನ್ಯಾಯವಾದ. In-cor-rup'ti-bly, *ad.* ನಾಶವಾಗದೆ, ಲಯವಿಲ್ಲದೆ; 2. ಲಂಚ ತಕ್ಕೊಳ್ಳದೆ. In-cor-rup'tiŏn, *n.* ಅವಿನಾಶ, ನಿರ್ಲಯ. In-cor-rupt'ness, *n.* ನಿರ್ಲಯ, ಪ್ರಾಮಾಣಿಕತ್ವ, ಉತ್ತಮತ್ವ.

In-crēase' (-krēs'), *v. i. r.* (*pr.* -krēst') ಬೆಳೆ, ಹೆಚ್ಚಾಗು, ವೃದ್ಧಿಯಾಗು; 2. (to become strong) ಬಲಿ. *v. t.* ಬೆಳೆಸು, ಹೆಚ್ಚು ಮಾಡು, ದೊಡ್ಡದು—, ವೃದ್ಧಿ—. In'crēase, *n.* ಹೆಚ್ಚುವಳಿ, ಏಳಿಗೆ, ಬೆಳವಿಗೆ, ವೃದ್ಧಿ; 2. ಪ್ರಾಪ್ತಿ; 3. ಸಂತಾನ.

In-cred'i-ble, *a.* ನಂಬದ, ನಂಬಕೂಡದ. In-cred-i-bil'i-ty, *n.* ನಂಬದಂಥಾದ್ದು, ಅವಿಶ್ವಾಸ. In-cred'i-bly, *ad.* ನಂಬಲಾರದಂತೆ, ನಂಬಕೂಡದಷ್ಟು.

In-cred'ū-lŏus, *a.* ನಂಬಿಕೆಯಿಲ್ಲದ, ನಂಬದ, ಶಂಕಾಶೀಲ. In-cre-dū'li-ty, In-cred'ū-lŏus-ness, *n.* ಅಪನಂಬಿಕೆ, ಅವಿಶ್ವಾಸಶೀಲತೆ.

In'cre-ment, *n.* ಹೆಚ್ಚುವಳಿ, ವೃದ್ಧಿ.

In-crim'i-nāte, *v. t. r.* ....ಮೇಲೆ ತಪ್ಪು ಹೊರಿಸು.

In-crust', *v. t. r.* (ಮೇಲೆ ಸುತ್ತಲು) ಹಕ್ಕಳೆಗಟ್ಟು.

In'cū-bāte, *v. i. r.* ಹೊದಗು, ಕಾವಿಗೆ ಕೂಡ್ರು. In-cū-bā'tiŏn, *n.* ಹೊದಗುವಿಕೆ, ಕಾವಿಗೆ ಕೂಡ್ರೋಣ.

In'cū-bus, *a.* ಒತ್ತರ, ಒಜ್ಜೆ, ಭಾರ, ಮಿಟ್ಟಿಬೀಳ್ಳಿಕೆ; 2. ಕುಸ್ವಪ್ನ, ಅಜೀರ್ಣಪ್ರಯುಕ್ತ ಸ್ವಪ್ನ.

In-cul'cāte, *v. t. r.* ತಿರಿಗಿ ತಿರಿಗಿ ಹೇಳು, ಮನಸ್ಸಿಗೆ ಹತ್ತುವಂತೆ—, ನೆಡಿಸು, ಉಪದೇಶಿಸು. In-cul-cā'tiŏn, *n.* ತಿರಿಗಿ ತಿರಿಗಿ ಹೇಳೋಣ, ಉಪದೇಶ.

In-cul'pa-ble, *a.* ತಪ್ಪಿಲ್ಲದ, ನಿರ್ದೋಷಿಯಾದ, ನಿರಪರಾಧಿ. In-cul'pāte, *v. t. r.* ತಪ್ಪು ಹೊರಿಸು *c. d.*, ದೋಷ ಹಚ್ಚು *c. d.*, ಅಪರಾಧ ಹೊರಿಸು *c. d.*

In-cum'bent, *n.* ಸಭಾಸ್ವವನ್ನು ಅನುಭವಿಸುವವ, ಧರ್ಮೋಪದೇಶಕನ ಉದ್ಯೋಗ ನಡಿಸುವವ. *a.* ಮೇಲೆ ಬಿದ್ದಿರುವ, ಮಾಡತಕ್ಕ, ಅಗತ್ಯದ; it is i. on me ನನ್ನ ಮೇಲೆ ಬಿದ್ದದೆ, ನಾನು ಮಾಡತಕ್ಕದ್ದು. In-cum'ben-cy, *n.* ಭಾರ; 2. ಮಾಡತಕ್ಕಂಥಾದ್ದು, ಧರ್ಮ; 3. ಧರ್ಮಬೋಧಕನ ಉದ್ಯೋಗ ಮಾಡುವುದು; 4. ಸಭಾಸ್ವವುಳ್ಳವನಾಗಿರೋಣ.

In-cum'bĕr, *v. t. r.*, *see* Encumber.

In-cur', *v. t. r.* (-curred') ಒಳಗಾಗು *c. d.*, ಗುರಿಯಾಗು *c. d.*; i. debt ಸಾಲ ಮಾಡು; i. penalty ದಂಡನೆಗೆ ಪಾತ್ರನಾಗು.

In-cū'ra-ble, *a.* ನೆಟ್ಟಗಾಗದಂಥ, ಗುಣವಾಗದಂಥ, ಅಸಾಧ್ಯ, ಉಪಾಯ ಮೀರಿದ. In-cū-ra-bil'i-ty, In-cū'ra-ble-ness, *n.* ನೆಟ್ಟಗಾಗದಿರುವಂಥಾದ್ದು, ಸ್ವಸ್ಥವಾಗದಿರೋಣ, ಅಪರಿಹಾರ್ಯತೆ. In-cū'ra-bly, *ad.* ಗುಣವಾಗದಂತೆ, ನೆಟ್ಟಗಾಗದಂತೆ.

In-cū'ri-ŏus, *a.* ಅಶ್ರದ್ಧೆಯಾಗಿರುವ.

In-cur'siŏn, *n.* ಪರರಾಜ್ಯದ ಮೇಲೆ ಬೀಳುವುದು, ಅವಾಂತರ, "ದೌಡು", ಅವಾಯಿ.

In-debt'ed (-det'ed), *a.* ಸಾಲಾಕೊಡತಕ್ಕ, ಋಣಬದ್ಧ, ಉಪಕಾರಬದ್ಧ, ಸಾಲಾವಳಿಯುಳ್ಳ; we are i. to God for our life ನಮ್ಮ ಜೀವವನ್ನು ದೇವರಿಂದ ಹೊಂದಿದ್ದೇವೆ, ನಮ್ಮ ಜೀವಕ್ಕಾಗಿ ದೇವರ ದಯೆ ನೆನಸತಕ್ಕದ್ದು. In-debt'ed-ness *n.* ಋಣ, ಸಾಲಾವಳಿ.

In-dē'cent, *a.* ಬಂಡು, ನಾಚಿಕೆಗೆಟ್ಟ, ಅವಾಚ್ಯ. In-dē'cen-cy, *n.* ಬಂಡತನ, ನಾಚಿಕೆಗೇಡಿತನ. In-dē'cent-ly, *ad.* ನಾಚಿಕೆಗೆಟ್ಟು, ಅವಾಚ್ಯವಾಗಿ.

In-de-ciṣi'ŏn (-sizh'un), *n.* ಅನಿಶ್ಚಯ, ಅನುಮಾನ, ಸಂಶಯ. In-de-cī'ṣive, *a.* ಅನಿಶ್ಚಯವಾದ, ತೀರ್ಪಿಲ್ಲದ, ಮಾತು ತೀರಿಸದ, ಕೆಲಸ—; 2. ಚಂಚಲ, ಅಸ್ಥಿರ. In-de-cī'ṣive-ly, *ad.* ಅನಿಶ್ಚಯವಾಗಿ, ನಿಶ್ಚಯ ಮಾಡದೆ.

In-de-clī'na-ble, *a.* ವಿಭಕ್ತಿರೂಪವಿಲ್ಲದ. *n.* ಅವ್ಯಯ.

In-de-cō'rŏus, *a.* ಮರ್ಯಾದೆಗೆಟ್ಟ, ಅಮರ್ಯಾದೆಯ, ಅನುಚಿತ, ಅಸಭ್ಯ. In-de-cō'rum, *n.* ಮರ್ಯಾದೆಗೇಡಿತನ, ಅವಿನಯ, ಅಸಭ್ಯಾಚಾರ.

In-dēed, *ad.* ನಿಶ್ಚಯವಾಗಿ, ಸತ್ಯವಾಗಿ. *int.* ಸತ್ಯವೋ, ಹೌದೋ, ಹಾಗೋ!

In-de-fat'i-ga-ble, *a.* ಬೇಸರಿಲ್ಲದ, ದಣಿಯದ, ಶ್ರಮಪರಿಹಾರಕ, ಪರಿಶ್ರಮವುಳ್ಳ. **In-de-fat'i-ga-bly**, *ad.* ಬೇಸರಾಗದೆ, ದಣಿಯದೆ.

In-de-fēas'i-ble (-fēz'i-bl), *a.* ಸುಳ್ಳು ಮಾಡ ಕೂಡದ, "ರದ್ದು" —.

In-de-fen'si-ble, *a.* ರಕ್ಷಿಸಕೂಡದ, ಕಾಯಲಾಗದ, ಮೇಲ್ಗಟ್ಟಿಕೊಂಡು ಮಾತಾಡಲಾಗದ.

In-de-fī'na-ble, *a.* ಅರ್ಥ ಹೇಳಕೂಡದ, ನಿಶ್ಚಯಿಸದಂಥ, ವಿವರಿಸಕೂಡದ.

In-def'i-nite (-nit), *a.* ಗೊತ್ತುಗುರಿಯಿಲ್ಲದ, ನಿಶ್ಚಯವಿಲ್ಲದ, ಅನಿರ್ದಿಷ್ಟ, ಅನಿಯಮಿತ; i. numeral adjective ಪರಿಮಾಣವಾಚಕ. **In-def'i-nite-ly** (-nit-), *ad.* ಗೊತ್ತುಗುರಿಯಿಲ್ಲದೆ, ನಿರ್ಧಾರವಿಲ್ಲದೆ, ಅಪ್ರಮಾಣವಾಗಿ.

In-de-his'cent, *a.* ಬಲಿತು ಬಿರಿಯದ (ಹಣ್ಣು).

In-del'i-ble, *a.* ಒರಸಿ ತೆಗೆಯಕೂಡದ, ಅಳಿಯದ, ಮಾಯದ, ಅಳಿಕಿಸಕೂಡದ, ಅವಿನಾಶಿ. **In-del'i-bly**, *ad.* ಹೋಗದ ಹಾಗೆ, ಅಳಿಯದ—, ಮಾಯದ—.

In-del'i-cāte, *a.* ಮಾನವಿಲ್ಲದ, ನಾಚಿಕೆಗೆಟ್ಟ. **In-del'i-ca-cy**, *n.* ನಾಚಿಕೆಗೇಡಿತನ, ಅಮರ್ಯಾದೆ. **In-del'i-cāte-ly**, *ad.* ನಾಚಿಕೆಯಿಲ್ಲದೆ, ಬಂಡು ರೀತಿಯಾಗಿ, ಮಡ್ಡಿಯಾಗಿ.

In-dem'ni-fȳ, *v. t. r.* (-fīed) ಈಡು ಕಟ್ಟು *c.d.*, "ಲುಕ್ಸಾನ" ಕೊಡು, ನಷ್ಟಕ್ಕೆ ಭರ್ತಿ ಮಾಡಿಕೊಡು, ಕಷ್ಟಕೃತ—; 2. ಕ್ಷಮಿಸು. **In-dem-ni-fi-cā'tiŏn**, *n.* ನಷ್ಟ ಕಟ್ಟಿ ಕೊಡುವುದು. **In-dem'ni-ty**, *n.* "ಲುಕ್ಸಾನ" ಕೊಡೋಣ, ಕಷ್ಟಕೃತ—; 2. ಕ್ಷಮೆ, ವಿಮೋಚನೆ.

In-dem'on-stra-ble, *a.* ರುಜುಪಡಿಸಲಾರದ.

In-dent', *v. t. r.* ಕಚ್ಚು ಮಾಡು *c.d.*, ನೆಗ್ಗಿಸು; 2. "ಕರಾರು" ಮಾಡಿ ಇಡು; 3. *(pass.)* ಕಚ್ಚು ಕಚ್ಚಾಗು, ನೆಗ್ಗು, ನೆಗ್ಗುಬೀಳು; 4. *(print.)* ಒಳಗಡಗೆ ಸರಿಸು. **In-den-tā'tiŏn**, *n.* ಕಚ್ಚು, ಕಕ್ಕು, ಕಡುಕು, ನೆಗ್ಗು; 2. ಆಫೀಸುಗಳಲ್ಲಿ ತರಿಸಲಿಕ್ಕೆ ತಯಾರಿಸುವ ಸಾಮಾನುಗಳ ಪಟ್ಟಿ. **In-den'tūre**, *n.* ಒಡಂಬಡಿಕೆ, ಮುಚ್ಚಳಿಕೆ, "ಕರಾರು". *v. t. r.* "ಕರಾರು" ಮಾಡು, "ಕರಾರಿ"ನಿಂದ ಕಟ್ಟಿಕೊಳ್ಳು.

In-de-pen'dent, *a.* ಸ್ವತಂತ್ರ, ಅನಧೀನಕ; 2. ಸ್ವತಂತ್ರ ಮನಸ್ಸಿನ; i. livelihood ಅನಾಯತ್ತ ಜೀವನ. **In-de-pen'dence**, **-pen'den-cy**, *n.* ಸ್ವತಂತ್ರ, ಸ್ವೇಚ್ಛೆ. **In-de-pen'dent-ly**, *ad.* ಸ್ವತಂತ್ರವಾಗಿ, ಸ್ವೇಚ್ಛೆಯಾಗಿ.

In-de-scrī'ba-ble, *a.* ವರ್ಣಿಸಕೂಡದ, ಹೇಳಕೂಡದ, ಅವರ್ಣನೀಯ.

In-de-struc'ti-ble, *a.* ಹಾಳಾಗದ, ನಾಶವಾಗದ.

In-de-tĕr'mi-na-ble, *a.* ಸಂಶಯದ, ನಿಶ್ಚಯ ಮಾಡಕೂಡದ. **In-de-tĕr'mi-nāte**, *a.* ನಿಶ್ಚಯವಿಲ್ಲದ, ನಿಷ್ಕರ್ಷೆಯಿಲ್ಲದ. **In-de-tĕr-mi-nā'tiŏn**, *n.* ಅನುಮಾನ, ಅನಿಶ್ಚಯ, ಚಪಲತೆ.

In'dex, *n.* ತೋರಿಸುವಂಥಾದ್ದು, ತೋರುಬೆರಳು, ಕೈಸೂಚನೆ, ಅನುಕ್ರಮಣಿಕೆ; 2. *(math.)* ಪ್ರಕಾಶಕ.

In'di-a-man, *n.* ವ್ಯಾಪಾರದ ಹಡಗು.

In'di-an, *a.* ಹಿಂದುಸ್ಥಾನದ; 2. ಅಮೇರಿಕದ ಮೂಲನಿವಾಸಿಗಳ; I. beech *(Pongamia glabra, Vent.)* ಹುಲಿಗಿಲಿ ಮರ, ಹುಲುಗಲ—, ಹೊಂಗೆ—; I. berry *(Anamirta Cocculus. Wight)* ಕಾಕಮಾರಿ ಕಾಯಿ, ಕಾಗೆಮಾರಿ—; I. borage *(Coleus aromaticus, Benth.)* ದೊಡ್ಡಪತ್ರೆ ಗಿಡ *(My.)*; I. bread *the same as* Cassava; I. copal tree *(Vateria indica, L.)* ಧೂಪದ ಮರ; I. crocus, *see* Crocus; I. corn *(Zea mays, L.)* ಮೆಕ್ಕೇಜೋಳ, ಗೋವಿನ ಜೋಳ; I. fig *(Ficus bengalensis, L.)* ಆಲದ ಮರ, ಗೋಳಿ—; 2. *(Opuntia Dillenii, Dec.)* ಮುಳ್ಳುಗಳ್ಳಿ, ಪಟ್ಟಗಳ್ಳಿ; I. file ಒಬ್ಬನ ಹಿಂದೊಬ್ಬನು ನಡೆಯುವ ಸಾಲು; I. ink *or* India ink ಮೇಳ; ಪಟಗಳನ್ನು ಬರೆಯುವ ಶಾಯಿ; I. laburnum *(Cassia fistula. L.)* ಕಕ್ಕೆ ಮರ, —ಗಿಡ, ಕೊಂದೇ ಮರ, ಅರಸಿನ—; I. madder *(Oldenlandia umbellata, L.)* ಚಾಯಿಬೇರುಗಿಡ; I. mustard *(Brassica juncea, H. f. & T.)* ಸಾಸಿವೆ ಗಿಡ; I. red ಹುರುಮಂಜ; I. rubber, *see* Rubber; I. screw tree *(Helicteres Isora, L.)* ಎಡಮುರಿ ಗಿಡ *(My.)*, ಮುರುಗಿಕಾಯಿ ಗಿಡ *(S.M.)*, ಭೂತಕರುಳು ಗಿಡ, ಚುಚುಲು—*(S.C.)*; I. shot *(Canna indica, L.)* ಕೇಳಹೂ, ಕಾಡು ಬಾಳೆಹೂ; I. squill *(Scilla indica, Roxb.)* ಕಾಡು ಬೆಳ್ಳುಳ್ಳಿ.

In'di-cāte, *v. t. r.* ಸೂಚಿಸು, ತೋರಿಸು, ತಿಳಿಸು. **In-di-cā'tiŏn**, *n.* ಸೂಚನೆ, ಕುರುಹು, ಚಿಹ್ನೆ. **In-di-cā'tive**, *a.* ತೋರಿಸುವ, ತಿಳಿಸುವ; i. mood ನಿಶ್ಚಯಾರ್ಥಕ ರೂಪ. **In'di-cā-tŏr**, *n.* ತೋರಿಸುವವ, ತೋರಿಸುವಂಥಾದ್ದು, ದರ್ಶಕ.

In-dīct′ (-dīt), *v. t. r.* ತಪ್ಪುಹೊರಿಸು, ದೋಷಾರೋಪಣೆ ಮಾಡು. **In-dīct′a-ble** (-dīt-), *a.* ತಪ್ಪುಹೊರಿಸತಕ್ಕ, ದೋಷಾರೋಪಣೆ ಮಾಡತಕ್ಕ. **In-dīct′ment** (-dīt-), *n.* ಅಪಾದನೆ, ತಪ್ಪುಹೊರಿಸೋಣ, "ಫಿರ್ಯಾದಿ".

In-dif′fĕr-ent, *a.* ಅಲ್ಪ, ಎಲ್ಲಾ ಒಂದೇ; 2. ಪಕ್ಷಪಾತವಿಲ್ಲದ; 3. ಸುಮಾರು; 4. ಉದಾಸೀನ, ಉಪೇಕ್ಷೆಯುಳ್ಳ; i. to worldly pleasures ವಿಷಯವಿರಕ್ತನಾದ; it is i. to me ನನಗೆಲ್ಲಾ ಅಷ್ಟೇ, ನನಗೆಲ್ಲಾ ಒಂದೇ. **In-dif′fĕr-ence,** *n.* ಸುಮಾರಾಗಿರೋಣ; 2. ನಿರ್ಭಿಡೆ; 3. ನಿಶ್ಚಿಂತೆ, ಶಮದಮೆ, ಉದಾಸೀನ, ಉಪೇಕ್ಷೆ. **In-dif′fĕr-ent-ly,** *ad.* ಭಿಡೆ ಇಲ್ಲದೆ, ಚಿಂತೆ—; 2. ಸುಮಾರು, ಮಧ್ಯಮತರವಾಗಿ, ಹಾಗೆಹಾಗೆ.

In-diġ′e-nŏus, *a.* ದೇಶದಲ್ಲಿ ಹುಟ್ಟಿದ, ದೇಶೋತ್ಪನ್ನ, ದೇಶೀಯ, ಒಳಾಗ್ರದ.

In′di-ġent, *n.* ಬಡ, ದರಿದ್ರ. **In′di-ġence,** *n.* ಬಡತನ, ದರಿದ್ರತನ.

In-di-ġest′ed, *a.* ಕರಗದ, ಜೀರ್ಣವಾಗದ, ಅಪಕ್ವ; 2. ಕ್ರಮವಿಲ್ಲದ. **In-di-ġest′i-ble,** *a.* ಕರಗದ, ಅಜೀರ್ಣ. **In-di-ġest′iŏn** (-jest′yun), *n.* ಅಜೀರ್ಣ, ಅಗ್ನಿಮಾಂದ್ಯ.

In-dig′nant, *a.* ಸಿಟ್ಟಾದ, ಸಿಟ್ಟುಗೊಂಡ, ಕೋಪವುಳ್ಳ. **In-dig-nā′tiŏn,** *n.* ಸಿಟ್ಟು, ಕೋಪ, ರೋಷ, ಮುನಿಸು. **In-dig′ni-ty,** *n.* ಅವಮಾನ, ಅನಾದರ, ತಿರಸ್ಕಾರ.

In′di-gō, *n.* ನೀಲಿ; i. plant *(Indigofera tinctoria, L.)* ನೀಲೀ ಗಿಡ.

In-di-rect′, *a.* ಸೊಟ್ಟ, ಡೊಂಕು, ಸುತ್ತು; 2. ಪರಭಾರೆಯ; 3. ನೆವದ; 4. ಕುಟಿಲ, "ದಗೆಯ"; i. proof ಅಸಂಭವ ಪ್ರಮಾಣ. **In-di-rect′ly,** *ad.* ಸೊಟ್ಟಾಗಿ; 2. ಪರಭಾರೆಯಾಗಿ; 3. ನೆವದಿಂದ; 4. "ದಗೆಯಿಂದ".

In-dis̱-cĕrn′i-ble (-diz-zĕrn′i-bl), *a.* ಕಾಣದಂಥ, ತಿಳಿಯದಂಥ, ಅತಿ ಸೂಕ್ಷ್ಮವಾದ.

In-dis-crēet′, *a.* ತಿಳಿಗೇಡಿ, ಅವಿಚಾರದ, ಅವಿವೇಕ. **In-dis-crēet′ly,** *ad.* ತಿಳಿಗೇಡಿಯಾಗಿ, ಅವಿಚಾರದಿಂದ. **In-dis-cre′tiŏn** (-kresh′un), *n.* ತಿಳಿಗೇಡಿತನ, ಅವಿವೇಕ, ಅವಿಚಾರ.

In-dis-crim′i-nāte, *a.* ವಿಚಾರಹೀನ, ತಾರತಮ್ಯಹೀನ, ವ್ಯತ್ಯಾಸ ನೋಡದ. **In-dis-crim′i-nāte-ly,** *ad.* ಹೆಚ್ಚುಕಡಿಮೆ ನೋಡದೆ, ಗಲಿಬಿಲಿಯಾಗಿ. **In-dis-crim′i-nā-tiṅg,** *a.* ಹೆಚ್ಚುಕಡಿಮೆ ನೋಡದ, ತಾರತಮ್ಯ ನೋಡದ. **In-dis-crim-i-nā′tiŏn,** *n.* ಅವಿಚಾರ, ಅವಿವೇಕ.

In-dis-pen′sa-ble, *a.* ಬಿಡಲಿಕ್ಕೆ ಬಾರದ, ಸರ್ವಥಾ ಬೇಕಾದ, ಅಗತ್ಯವಾಗಿ ಬೇಕಾದ, ಅವಶ್ಯಕ, ನಿರ್ವಾಹವಿಲ್ಲದ. **In-dis-pen-sa-bil′i-ty,** *n.* ಅತ್ಯಗತ್ಯ, ಅವಶ್ಯತ್ವ, "ಜರೂರು".

In-dis-pōs̱e′, *v. t. r.* ಅಸ್ವಸ್ಥ ಮಾಡು; 2. ಮನಸ್ಸು ಒಡಿಸು *c.d.*; 3. ಕೆಲಸಕ್ಕೆ ಬಾರದಂತೆ ಮಾಡು. **In-dis-pōs̱ed′** (-pōzd′), *a.* ಕ್ಷೇಮವಿಲ್ಲದ, ಅಸ್ವಸ್ಥವುಳ್ಳ; 2. ಮನಸ್ಸಿಲ್ಲದ; he is i. ಅವನ ಮೈಯಲ್ಲಿ ನೆಟ್ಟಗಿಲ್ಲ; ಅವನಿಗೆ ಮನಸ್ಸಿಲ್ಲ. **In-dis-pō-s̱i′tiŏn** (-zish′-un), *n.* ಅಸ್ವಸ್ಥ, ಜಡ್ಡು, ಜಡ, ದೇಹಾಲಸ್ಯ; 2. ಮನಸ್ಸಿಲ್ಲದಿರೋಣ.

In-dis′pū-ta-ble, *a.* ಅಲ್ಲನ್ನಕೂಡದ, ವಾದಿಸಕೂಡದ, "ತಕರಾರು" ಇಲ್ಲದ, ವಿವಾದವಿಲ್ಲದ. **In-dis′pū-ta-bly,** *ad.* ಅನ್ನಲಾರದ ಹಾಗೆ, ತರ್ಕ ಮಾಡಲಾರದಂತೆ.

In-dis′sol-ū-ble, *a.* ಕರಗಿಹೋಗದ, ಗಟ್ಟಿಯಾದ; 2. ಮುರಕೂಡದ, ಬಿಚ್ಚಕೂಡದ. **In-dis′sol-ū-bly,** *ad.* ಗಟ್ಟಿಯಾಗಿ, ಬಿಚ್ಚಕೂಡದಂತೆ.

In-dis-tinct′, *a.* ಸ್ಪಷ್ಟವಲ್ಲದ, ಕಂಡು ಕಾಣದ, ಅನಿರ್ದೇಶ್ಯ, ಮಂಜುಮಂಜಾಗಿ ಕಾಣುವ, ಮೊಬ್ಬು—. **In-dis-tinct′ly,** *ad.* ಅಸ್ಪಷ್ಟವಾಗಿ, ಕಂಡು ಕಾಣದ ಹಾಗೆ. **In-dis-tinct′ness,** *n.* ಅಸ್ಪಷ್ಟತೆ.

In-dis-tin′guish-a-ble, *a.* ಭೇದ ತಿಳಿಯದಂಥಾ, ಅವಿಜ್ಞೇಯ.

In-dīte′, *v. t. r.* ನುಡಿಸು, ಸೂಚಿಸು; 2. ರಚಿಸು, ಬರೆ. **In-dīte′ment,** *n.* ನುಡಿಸೋಣ; 2. ರಚಿಸುವಿಕೆ, ರಚನೆ.

In-di-vid′ū-al, *a.* ಒಬ್ಬ, ಒಬ್ಬೊಬ್ಬ, ಒಂದೊಂದು; 2. ಸ್ವಂತ, ವಿಶೇಷ, ವ್ಯಕ್ತ. *n.* ಒಬ್ಬ ಮನುಷ್ಯನು, ವ್ಯಕ್ತಿ, "ಅಸಾಮಿ". **In-di-vid′ū-al-īs̱e,** *v. i. r.* ವಿಂಗಡಿಸು, ವಿಶೇಷಿಸು, ವ್ಯಕ್ತೀಕರಿಸು. **In-di-vid-ū-al′i-ty,** *n.* ವ್ಯಕ್ತಿ, ವಿಶೇಷ. **In-di-vid′ū-al-ly,** *ad.* ಪ್ರತ್ಯೇಕವಾಗಿ, ಪೃಥಕ್ಕಾಗಿ.

In-di-vis̱′i-ble, *a.* ಭಾಗ ಮಾಡಕೂಡದ, ವಿಂಗಡಿಸಲಾಗದ. **In-di-vis̱-i-bil′i-ty,** *n.* ಅವಿಭಾಜ್ಯತೆ.

In-doc′īle (*or* -dō′sīl), *a.* ಮಂದ ಬುದ್ಧಿಯ; 2. ವಿಧೇಯವಾಗದ, "ಹರಾಮಿ". **In-dō-cil′i-ty,** *n.* ಮಂದ ಬುದ್ಧಿ; 2. ಅವಿಧೇಯತೆ.

In-doc′trin-āte, *v. t. r.* ಕಲಿಸು, ಉಪದೇಶ ಮಾಡು. **In-doc-tri-nā′tiŏn,** *n.* ಉಪದೇಶ.

In'dō-lent, *a.* ಮೈಗಳ್ಳ, ಆಲಸ್ಯವುಳ್ಳ, ಮೈ ಬೊಗ್ಗದ. **In'dō-lence**, *n.* ಮೈಗಳ್ಳತನ, ಆಲಸ್ಯ, "ಸುಸ್ತಿ". **In'dō-lent-ly**, *ad.* ಆಲಸ್ಯವಾಗಿ, ಮೈಗಳ್ಳನಾಗಿ.

In-dom'i-ta-ble, *a.* ಸ್ವಾಧೀನವಾಗದ, ವಿಧೇಯವಾಗದ, ಯಾರೂ ವಶ ಮಾಡಕೂಡದ, ಸಾಧು ಆಗದ.

In'dōor (-dōr), *a.* ಮನೆಯೊಳಗಿನ. **In-dōors'**, *ad.* ಮನೆಯೊಳಗೆ.

In-dorse', *v. t. r.*, *see* Endorse.

In-dū'bi-ta-ble, *a.* ಸಂದೇಹವಿಲ್ಲದ, ಖಚಿತ.

In-dūce', *v. t. r.* (*pr.* -dūst') ಒಲಿಸು, ಪ್ರೇರೇಪಿಸು. **In-dūce'ment**, *n.* ಒಲಿಸೋಣ, ಪ್ರೇರೇಪಣೆ.

In-duct', *v. t. r.* ಒಳಗೆ ಕರಕೊಂಡು ಬರು, ಸೇರಿಸು, ಏರ್ಪಡಿಸು. **In-duc'tiŏn**, *n.* ಆರಂಭ; 2. ಪೀಠಿಕೆ; 3. *(log.)* ವಿಶೇಷವಾದ್ದರಿಂದ ಸಾಧಾರಣವಾದದ್ದನ್ನು ನಿಶ್ಚಯಿಸಿಕೊಳ್ಳೋಣ, ಕಾರ್ಯಗಳಿಂದ ಸೂತ್ರನಿರ್ಣಯ, ಅನುಮಾನೋಕ್ತಿ; 4. ಉದ್ಯೋಗದಲ್ಲಿಡೋಣ, ಪಟ್ಟಾಭಿಷೇಕ. **In-duc'tive**, *a.* ಎಳಕೊಂಡು ಹೋಗುವ, ನಡಿಸುವ; 2. ಅನುಮೇಯಿಸುವ. **In-duc'tive-ly**, *ad.* ಅನುಮಾನದಿಂದ.

In-dulġe', *v. t. r.* (i. a habit, desire, *etc.*) ತೀರಿಸಿಕೊಳ್ಳು, ತೃಪ್ತಿಪಡಿಸಿಕೊಳ್ಳು, — ಮಾಡು; 2. (a person) ಸಡಿಲು ಬಿಡು *c. d.*, ಸಂತೋಷಪಡಿಸು, ಮನಸ್ಸು ಬಂದಂತೆ ಮಾಡಗೊಡಿಸು. **In-dulġe' in**, *v. i. r.* ಯಥೇಷ್ಟವಾಗಿ ಭೋಗ ಮಾಡು, ಇಚ್ಛೆ ಬಂದಂತೆ ಮಾಡು. **In-dul'ġence**, **-'ġen-cy**, *n.* ಸಡಿಲುಬಿಡೋಣ, ತೃಪ್ತಿಪಡಿಸೋಣ; i. of lust ವಿಷಯವಾಸನೆ ತೃಪ್ತಿಪಡಿಸುವುದು; 2. ಕಟಾಕ್ಷ, ದಯಪಾಲಿಸುವಿಕೆ; 3. *(Rom. Cath.)* ಕ್ಷಮಾಪತ್ರ, ಪ್ರಾಯಶ್ಚಿತ್ತಕ್ಷಮೆ. **In-dul'ġent**, *a.* ದಯವುಳ್ಳ, ಕರುಣೆಯುಳ್ಳ, ಸಡಿಲುಬಿಡುವಂಥ. **In-dul'ġent-ly**, *ad.* ದಯದಿಂದ, ಕಟಾಕ್ಷವಾಗಿ.

In'dū-rāte, *v. t. r.* ಗಟ್ಟಿ ಮಾಡು, ಕಠಿಣ—. *v. i.* ಗಟ್ಟಿಯಾಗು, ಕಠಿಣವಾಗು. **In-dū-rā'tiŏn**, *n.* ಗಟ್ಟಿಯಾಗುವುದು, ಕಾಠಿಣ್ಯ.

In'dus-try, *n.* ಉದ್ಯೋಗ, ಉದ್ಯಮ, ಜೀವನೋಪಾಯ, ಬದುಕು, "ಮೆಹನತು". **In-dus'tri-al**, *a.* ಕೈಗಾರಿಕೆಯ, ಕಸಬಿನ; i. school ಕಸಬು ಕಲಿಸುವ ಶಾಲೆ. **In-dus'tri-ŏus**, *a.* ಉದ್ಯೋಗಿ, ಗೇಯುವ, ಪ್ರಯತ್ನ ಮಾಡುವ. **In-dus'tri-ŏus-ly**, *ad.* ಉದ್ಯೋಗವಾಗಿ; 2. ಜಾಗ್ರತೆಯಾಗಿ.

In'dwel-lĕr, *n.* ಅಂತರ್ವಾಸಿ. **In'dwel-liṅg**, *n.* ಒಳಗಿರೋಣ, ಅಂತರ್ವಾಸ.

In-ē'bri-āte, *v. t. r.* ಅಮಲೇರಿಸು *c. d.*, ಅಮಲು ಮಾಡಿಸು, "ಲಹರಿ" ಮಾಡು. **In-ē-bri-ā'tiŏn**, **In-ē-brī'e-ty** (-brī'i-ti), *n.* ಅಮಲು, "ಲಹರಿ".

In-ed'i-ble, *a.* ತಿನ್ನಲಾಗದ.

In-ed'it-ed, *a.* ಛಾಪೆಯಾಗದ.

In-ef'fa-ble, *a.* ಹೇಳಲಾರದಷ್ಟು, ಭಾಷಾತೀತ, ವಾಚಾಮಗೋಚರ.

In-ef-face'a-ble, *a.* ತೊಡೆಯಲಾರದ, ಅಳಿಸಲಾರದ.

In-ef-fec'tive, **-fec'tū-al**, **-fi-cā'ciŏus**, *a.* ನಿಷ್ಪ್ರಯೋಜಕ, ವ್ಯರ್ಥ, ನಿರರ್ಥಕವಾದ. **In-ef'fi-ca-cy**, **In-ef-fici'en-cy** (-fish'en-), *n.* ಬಲಹೀನತೆ, ನಿಷ್ಫಲತೆ.

In-ef-fic'ient, *a.*, *see* Ineffective.

In-el'e-gant, *a.* ಸರಳಿಲ್ಲದ, ಹಸಗೆಟ್ಟ, ಚಂದವಲ್ಲದ. **In-el'e-gance**, **In-el'e-gan-cy**, *n.* ಹಸಗೇಡಿತನ, ಅರಮ್ಯತೆ, ಚಂದವಲ್ಲದ್ದು, ಸೊಗಸಲ್ಲದ್ದು.

In-el'i-ġi-ble, *a.* ಆರಿಸಿಕೊಳ್ಳ ಯೋಗ್ಯವಲ್ಲದ, ಸ್ವೀಕರಿಸಕೂಡದ. **In-el-i-ġi-bil'i-ty**, *n.* ಆರಿಸಿಕೊಳ್ಳಲಿಕ್ಕೆ ಅಯೋಗ್ಯವಾಗಿರೋಣ, ಅಯೋಗ್ಯತೆ.

In-e-luc'ta-ble, *a.* ತಪ್ಪಿಸಲಾರದ.

In-ept', *a.*, *see* Inapt.

In-e-qual'i-ty, *n.* ಹೆಚ್ಚುಕಡಿಮೆ, ಅಸಮಾನತ್ವ, ಭೇದ.

In-eq'ui-ta-ble (-ek'wi-), *a.* ಅನ್ಯಾಯ, ಅನೀತಿಯ. **In-e'qui-ty**, *n.* ಅನ್ಯಾಯ.

In-e-rad'i-ca-bly, *ad.* ಕೀಳಲಾರದ ಹಾಗೆ.

In-er'ra-ble, *a.* ತಪ್ಪಕೂಡದ.

In-ĕrt', *a.* ಜಡ, ಮಂದ, ನಿಶ್ಚಲ, ಚಪಲತೆ ಇಲ್ಲದ. **In-ĕr'ti-a** (-ĕr'shi-), *n.* ಅಚಲತ್ವ, ಜಡಗುಣ. **In-ĕrt'ly**, *ad.* ಮುಂದವಾಗಿ, ಜಡವಾಗಿ. **In-ĕrt'ness**, *n.* ನಿಶ್ಚಲನೆ, ಮಂದತನ.

In-es'ti-ma-ble, *a.* ಲೆಕ್ಕವಿಲ್ಲದಷ್ಟು, ಬೆಲೆ ಇಲ್ಲದ, ಅಮೂಲ್ಯ.

In-ev'i-ta-ble, *a.* ತಪ್ಪಿಸಲಿಕ್ಕಾಗದ, ತಪ್ಪಿಸಿಕೊಳ್ಳಕೂಡದ, ಉಪಾಯವಿಲ್ಲದ, ನಿರ್ವಾಹವಿಲ್ಲದ.

In-ex̱-act' (-egs-akt'), *a.* ಸರಿ ಅಲ್ಲದ, ಸಮವಲ್ಲದ, ಖರೆಯಲ್ಲದ.

In-ex-cū'ṣa-ble, *a.* ನೆವನ ಹೇಳಕೂಡದ, ಮೇಲ್ಗಟ್ಟಿ ಮಾತಾಡಲಾರದ. **In-ex-cū'ṣa-bly**, *ad.* ನೆವ ಉಳಿಯದ ಹಾಗೆ.

In-ex-haust'i-ble (-eks-hast'i-), *a.* ತೀರದಷ್ಟು, ಸವೆಯದಷ್ಟು; 2. (of a well, *etc.*) ಅರಬಾಗದ.

In-ex'o-ra-ble, *a.* ಬಿನ್ನಹ ಕೇಳದಂಥ, ಕಠಿಣ ಮನಸ್ಸಿನ.

In-ex-pē'di-ent, *a.* ತಕ್ಕದ್ದಲ್ಲದ, ಅನುಚಿತ, ಅಯುಕ್ತ. In-ex-pē'di-ence, -pē'di-en-cy, *n.* ಅಯುಕ್ತತ್ವ, ಅನುಚಿತವು.

In-ex-pen'sive, *a.* ಅಗ್ಗ, ಕಡಿಮೆ ಖರ್ಚಿನ.

In-ex-pē'ri-ence, *n.* ಅನುಭವವಿಲ್ಲದಿರುವಿಕೆ, "ಗೈರುಮಾಹೀತು". In-ex-pē'ri-enced (-enst), *a.* ಅನುಭವವಿಲ್ಲದ, "ಮಾಹೀತಿಲ್ಲದ".

In-ex-pěrt', *a.* ಬಲ್ಲವನಲ್ಲದ, ಚಾತುರ್ಯವಿಲ್ಲದ, ಕೌಶಲಹೀನ.

In-ex'pi-a-ble, *a.* ಪ್ರಾಯಶ್ಚಿತ್ತವಿಲ್ಲದ, ವಿಮೋಚನೆ ಮಾಡಕೂಡದ, ಪರಿಹರಿಸಕೂಡದ.

In-ex'pli-ca-ble, *a.* ಒಡೆದು ಹೇಳಕೂಡದ, ಗೂಢ, ಗುಟ್ಟಿನ.

In-ex-pres'si-ble, *a.* ಹೇಳಕೂಡದ, ಭಾಷಾತೀತ. In-ex-pres'si-bly, *ad.* ನುಡಿಯಲಾರದ ಹಾಗೆ, ಹೇಳಕೂಡದಷ್ಟು.

In-ex-tin'guish-a-ble, *a.* ಆರಿಸಕೂಡದ, ನೊಂದಿಸಕೂಡದ.

In-ex'tri-ca-ble, *a.* ಬಿಡಿಸಲಾರದ, ತೊಡಕು ಬಿಡಿಸಲಾರದ.

In-fal'li-ble, *a.* ತಪ್ಪದಂಥ, ತಪ್ಪುಮಾಡಕೂಡದ, ನಿರ್ಭ್ರಾಂತ, ಸತ್ಯ. In-fal-li-bil'i-ty, *n.* ತಪ್ಪು ಮಾಡಕೂಡದಿರೋಣ, ಸತ್ಯಸ್ವರೂಪ.

In'fa-mous, *a.* ಅಪಕೀರ್ತಿಯ, ನೀಚ, ಅಸಹ್ಯ. In'fa-my, *n.* ಅಪಕೀರ್ತಿ, ಅಪವಾದ, ನೀಚತ್ವ.

In'fant, *n.* ಕೂಸು, ಶಿಶು. *a.* ಶಿಶುವಾದ, ಬಾಲ್ಯದ, ಬಾಲಕರಿಗೆ ಮಾಡಿದ; a grown-up i. ಮುದಿಗೂಸು. In'fan-cy, *n.* ಬಾಲ್ಯ, ಚಿಕ್ಕತನ, ಶಿಶುತ್ವ, ಬಾಲ್ಯಾವಸ್ಥೆ; 2. ಆರಂಭ. In-fan'ti-cīde, *n.* ಶಿಶುಹತ್ಯ. In'fan-tīle (*or* -til), -tīne (*or* -tin), *a.* ಶಿಶುಪ್ರಾಯದ, ಬಾಲ್ಯದ, ಶೈಶವ.

In'fan-try, *n.* ಕಾಲ್ಬಲ, ಪಾಯದಳ, ಪದಾತಿ.

In-fat'ū-āte, *v.t.r.* ಮರುಳು ಮಾಡು, ಬುದ್ಧಿಭ್ರಂಶ ಮಾಡು. In-fat-ū-ā'tion, *n.* ಮರುಳು, ಬುದ್ಧಿಭ್ರಂಶ.

In-fēa'si-ble (-fē'zi-), *a.* ಆಗದ, ಅಶಕ್ಯ, ಕೂಡದ, ಅಸದಳ.

In-fect', *v. t. r.* ಸೋಂಕಿಸು, ರೋಗ ಹತ್ತಿಸು *c. d.*, ಕೆಡಿಸು. In-fec'tion, *n.* ರೋಗ ಅಂಟಿಕೊಳ್ಳುವುದು, ಸೋಂಕು ರೋಗ, ರೋಗದ ಸುಂಕು; 2. ಕೆಡಿಸೋಣ. In-fec'tious, *a.* ಸ್ಪರ್ಶದಿಂದ ಹತ್ತಿಕೊಳ್ಳುವ, ಸೋಂಕು, ಸೊಂಕುವ; 2. ಕೆಡಿಸುವ. In-fec'tious-ly, *ad.* ಸೊಂಕಿನಿಂದ.

In-fe-lic'i-ty, *n.* ದುಃಖ, ಸಂಕಷ್ಟ.

In-fěr', *v. t. r.* (-fěrred) ಊಹಿಸು, ಅನುಮಾನ ಮಾಡು, ಸಿದ್ಧಾಂತ ಪಡಿಸು. In-fěr'a-ble, *a.* ಊಹಿಸತಕ್ಕ, ಅನುಮಾನಿಸತಕ್ಕ, ಅನುಮೇಯ, ತರ್ಕದಿಂದ ತಿಳಿಯತಕ್ಕ. In'fěr-ence, *n.* ಊಹೆ, ಅನುಮಾನ, ತರ್ಕ; to draw an i. ಅನುಮಾನಮಾಡು, ಅನುಮೇಯಿಸು. In-fěr-en'tial, *a.* ಅನುಮಾನದಿಂದ ಸಿದ್ಧವಾದ.

In-fē'ri-or, *a.* ಕೆಳಗಿನ, ಕೀಳ, ಕನಿಷ್ಠ, ಎಡ, ಕಡೆ; to be i. to ...ಬಂದರ ಮುಂದೆ ಜಕ್ಕಿಸು, *as*, this dog is much i. to that ಈ ನಾಯಿ ಆದರ ಮುಂದೆ ಜಕ್ಕಿಸಿತು. In-fē-ri-or'i-ty, *n.* ಕೀಳುತನ, ಕನಿಷ್ಠ ಸ್ಥಿತಿ,

In-fěr'nal, *a.* ಅಧೋಲೋಕದ, ನರಕದ, ಪೈಶಾಚಿಕ. In-fěr'nal-ly, *ad.* ನರಕಕ್ಕೆ ತಕ್ಕಪ್ರಾಗಿ, ಅತಿ ದುಷ್ಟವಾಗಿ.

In-fěr'ri-ble, *a.*, *see* Inferable.

In-fěr'tile, *a.* ಬೆಳೆಬಾರದ.

In-fest', *v. t. r.* ಕಾಡು, ಪೀಡಿಸು, ಉಪದ್ರವಪಡಿಸು. In-fes-tā'tion, *n.* ಕಾಟ.

In'fi-del, *a.* ನಂಬದ, ಅವಿಶ್ವಾಸಿಯಾದ. *n.* ಮೂರ್ತಿಪೂಜಕ; 2. ಅವಿಶ್ವಾಸಿ, ಚಾರ್ವಾಕ, ನಾಸ್ತಿಕ. In-fi-del'i-ty, *n.* ಅವಿಶ್ವಾಸ, ಕ್ರೈಸ್ತಧರ್ಮವನ್ನು ನಂಬದಿರೋಣ; 2. ವ್ಯಭಿಚಾರ; 3. ವಿಶ್ವಾಸಘಾತಕತನ.

In'fi-nite (-nit), *a.* ಮಿತಿಮೇರೆ ಇಲ್ಲದ, ಅನಂತ, ಅಪಾರ, ಬಲು ದೊಡ್ಡ, ಭಾರಿ. In'fi-nite-ly, *ad.* ಅಪಾರವಾಗಿ, ಅಪರಿಮಿತವಾಗಿ. In-fin'i-tūde, In-fin'i-ty, *n.* ಅಪಾರತೆ, ಅನಂತ ಶಕ್ತಿ; 2. ಮಹಾ ಸಮೂಹ, ಲೆಕ್ಕವಿಲ್ಲದಷ್ಟು.

In-fi-ni-tes'i-mal, *a.* ಅಣುವಷ್ಟು ಸಣ್ಣ.

In-fin'i-tive, *a.* ಮಿತಿಯಿಲ್ಲದ; i.mood ಭಾವರೂಪ.

In-fīrm', *a.* ಬಲಹೀನ, ಅಶಕ್ತ; 2. ಚಂಚಲ, ಸ್ಥಿರವಿಲ್ಲದ. In-fīrm'a-ry, *n.* ರೋಗಿಶಾಲೆ, ಅನಾಥಗೃಹ. In-fīr'mi-ty, *n.* ಅಶಕ್ತಿ, ರೋಗ, ದೋಷ, ತಪ್ಪು.

In-flāme', *v.t.r.* ಬೆಂಕೀಹಚ್ಚು *c.d.*, ಉರಿಹಚ್ಚು; 2. ಉರಿಸು; 3. ಹುರಿದುಂಬಿಸು *c. d.*, ಆಶೆಹುಟ್ಟಿಸು *c. d.*, ಆವೇಶದುಂಬಿಸು *c. d.*; 4. ಸಿಟ್ಟಿಗೆಬ್ಬಿಸು, ಕೋಪವೆಬ್ಬಿಸು *c. d.*; (*pass.*) ಬೆಂಕಿ ಹತ್ತು, ಉರಿ; 2. (the eyes, *etc.*) ಉರಿ;

3. ಆಶೆ ಹುಟ್ಟು, ಆವೇಶದುಂಬು; 4. ಸಿಟ್ಟಿಗೇಳು, ಬೆಂಕಿಯಾಗು, ಕೋಪದಿಂದ ಕಿಡಿ ಉದುರಿಸು; 5. ತಪ್ತವಾಗು. In-flam'ma-ble, *a.* ಬೆಂಕಿ ಹತ್ತುವ, ಜ್ವಾಲೆ ಹಿಡಿಯುವ. In-flam-mā'tiŏn, *n.* ಉರಿಸುವಿಕೆ; 2. ಉರಿ, ಉರುಪು, ರಕ್ತಗಟ್ಟುವುದು; violent i. ಕಟ್ಟುರಿ; i. of the eye ಕಣ್ಣು ಬೇನೆ, ಉರಿಗಣ್ಣು; i. of the lungs (*vet.*) ಅಂಗಳಾಂತಿರೋಗ; i. of the pleura ಪಾರ್ಶ್ವಶೂಲೆ, ಪಕ್ಕೆಶೂಲೆ. In-flam'ma-tŏr-y, *a.* ಉರಿಸುವ, ದಾಹಕ; 2. ಉರಿಯಾಗುವ; 3. ಕೋಪವೆಬ್ಬಿಸುವ.

In-flāte', *v. t. r.* ಗಾಳಿದುಂಬಿಸು, ಉಬ್ಬಿಸು, ಹಿಗ್ಗಿಸು; inflated with pride ಗರ್ವದಿಂದ ಉಬ್ಬಿದ. In-flā'tiŏn, *n.* ಉಬ್ಬಿಸುವಿಕೆ; 2. ಸೊಕ್ಕು. In-flā'tus, *n.* ನಿಃಶ್ವಸನ.

In-flect', *v. t. r.* ಬೊಗ್ಗಿಸು; 2. (*gram.*) ವಿಭಕ್ತಿ ಹಚ್ಚು *c. d.*, ನಡಿಸು. In-flec'tiŏn, -flex'iŏn, *n.* ಬೊಗ್ಗಿಸೋಣ; 2. ವಿಭಕ್ತಿ ರೂಪ. In-flex-i-bil'i-ty, *n.* ಮಣಿಯದಿರುವಂಥಾದ್ದು, ಕಾಠಿಣ್ಯ, ದೃಢ ಸಂಕಲ್ಪ, ಹಟ. In-flex'i-ble, *a.* ಮಣಿಯದಂಥ; 2. ಮೊರಟಾದ, ದೃಢ ಸಂಕಲ್ಪವುಳ್ಳ; 3. ಬದಲು ಮಾಡಕೂಡದ. In-flex'i-bly, *ad.* ಮಣಿಯದೆ; 2. ಮೊರಟಾಗಿ; 3. ಸ್ಥಿರವಾಗಿ.

In-flict', *v. t. r.* ಹೊಡೆ, ಶಿಕ್ಷೆ ವಿಧಿಸು. In-flic'tiŏn, *n.* ಹೊಡೆತ, ಆಜ್ಞೆ, ದಂಡನೆ, ಶಿಕ್ಷೆ ವಿಧಿಸುವಿಕೆ. In-flic'tive, *a.* ಶಿಕ್ಷೆ ಕೊಡುವಂಥ.

In-flō-res'cence, *n.* ಅರಳುವುದು; 2. ಹೂವರಳುವ ರೀತಿ.

In'flu-ence, *n.* ಶಕ್ತಿ, ಬಲ, ವ್ಯಾಪ್ತಿ, ಪ್ರೇರಣೆ; planetary i. ಗ್ರಹಬಲ; 2. ಅಧಿಕಾರ, ಪ್ರತಿಷ್ಠೆ, ಭಿಡೆ. *v. t. r.* (*pr.* -enst) ಮನಸ್ಸು ಬಗ್ಗಿಸು, ಒಲಿಸು, ಪ್ರೇರೇಪಿಸು, ನಡಿಸು. In-flu-en'tial, *a.* ಅಧಿಕಾರವುಳ್ಳ, ಪ್ರತಿಷ್ಠೆಯುಳ್ಳ, ಬಲವುಳ್ಳ, ವಜನದಾರ; i. persons ಭಿಡೀ ಜನರು, ದೈವದವರು; an i. meeting ದೊಡ್ಡ ಮನುಷ್ಯರ ಸಭೆ, ಮಹಾಜನಸಭೆ.

In-flu-en'za, *n.* ಜ್ವರ ಕೂಡಿದ ನೆಗಡಿ, ಉರಿಶೀತ.

In'flux, *n.* ಒಳಗೆ ಹರಿಯುವುದು, —ಬರೋಣ.

In-fōld', *v. t. r.* ಸುತ್ತು; 2. ಅಪ್ಪಿಕೊಳ್ಳು.

In-form' (-fạrm') of, *v. t. r.* ತಿಳಿಸು, ಹೇಳು, ಒಡೆ, ಬೋಧಿಸು. In-form'al, *a.* ಅಳತೆಗೆಟ್ಟ; ಪದ್ಧತಿ ಪ್ರಕಾರವಲ್ಲದ, ಅಕ್ರಮವಾದ. In-form'ant, In-for'mĕr, *n.* ತಿಳಿಸುವವ, ಹೇಳುವವ; 2. ಚಾಡಿಖೋರ. In-for-mā'tiŏn, *n.* ತಿಳುವಳಿಕೆ, ಸೂಚನೆ, ವರ್ತಮಾನ. In-for'ma-tive, *a.* ನಿವೇದಕ, ತಿಳಿಸುವ.

In-frac'tiŏn, *n.* ಮೀರಿಕೆ, ತಪ್ಪು, ಅತಿಕ್ರಮಣ.

Infra dig. ಗೌರವಕ್ಕೆ ತಕ್ಕದ್ದಲ್ಲದ.

In-fran'ġi-ble, *a.* ತಪ್ಪಕೂಡದ, ಮೀರಕೂಡದ.

In-frē'quent, *a.* ವಾಡಿಕೆಯಿಲ್ಲದ, ಅಪರೂಪವಾದ.

In-fringe', *v. t. r.* ಮೀರು, ಮುರಿ, ಅತಿಕ್ರಮಿಸು. In-fringe'ment, *n.* ಮೀರುವಿಕೆ, ಭಂಗ, ಅತಿಕ್ರಮಣ.

In-fruc'tū-ŏus, *a.* ನಿಷ್ಫಲವಾದ.

In-fū'ri-āte, *v. t. r.* ಸಿಟ್ಟಿಗೆಬ್ಬಿಸು. *a.* ಬೆಂಕಿಯಾದ, ಕೋಪವಾದ, ಕ್ರೋಧಾಂಧ.

In-fūse', *v. t. r.* ಹೊಯ್ಯು, ಹಣಿಸು; 2. ಮನಸ್ಸಿನಲ್ಲಿ ತುಂಬಿಸು; 3. ನೆನೆಹಾಕು. In-fū'si-ble, *a.* ಕರಗದಂಥ. In-fū'siŏn, *n.* ಹೊಯ್ಯೋಣ, ಹಣಿಸೋಣ; 2. ಮನಸ್ಸಿನಲ್ಲಿ ತುಂಬಿಸೋಣ; 3. (*med.*) ಕಲಕ, ಕಲ್ಕ.

In-fū-sō'ri-a, *n.* ನೀರು ಮುಂತಾದ ದ್ರವಪದಾರ್ಥಗಳಲ್ಲಿರುವ ಅತಿ ಸೂಕ್ಷ್ಮಜೀವಿಗಳು.

In-gath'ĕr-ing, *n.* ಸುಗ್ಗಿ, "ಕಟಾವು".

In-ġē'ni-ŏus, *a.* ಚತುರ, ಜಾಣ, ಚಮತ್ಕಾರವುಳ್ಳ, ತೀಕ್ಷ್ಣಬುದ್ಧಿಯುಳ್ಳ; an i. man ಚಮತ್ಕಾರಿ, ಚದುರ, ಜಾಣ, ಹರುವುಗಾರ. In-ġē'ni-ŏus-ly, *ad.* ಚಮತ್ಕಾರವಾಗಿ. In-ġē'ni-ŏus-ness, In-ġē-nū'i-ty, *n.* ಬುದ್ಧಿ, ಜಾಣತನ, ಚಮತ್ಕಾರ, ಚಾತುರ್ಯ.

In-ġen'ū-ŏus, *a.* ಕುಲೀನ; 2. ಸಜ್ಜನ, ಸಂಭಾವಿತ, ನಿಷ್ಕಪಟವಾದ. In-ġen'ū-ŏus-ly, *ad.* ಯಥಾರ್ಥವಾಗಿ, ನಿಷ್ಕಪಟವಾಗಿ. In-ġen'ū-ŏus-ness, *n.* ಯಥಾರ್ಥ, ನಿಷ್ಕಪಟ, ನಿರ್ವಂಚನೆ.

In-glō'ri-ŏus, *a.* ಕೀರ್ತಿಯಿಲ್ಲದ, ಅಪಮಾನವಾದ, ಅಪಕೀರ್ತಿಯ, ನಾಚಿಕೆಯಾಗಿರುವ.

In'got, *n.* ಬಂಗಾರ ಬೆಳ್ಳಿ ಇತ್ಯಾದಿಗಳ ಗಟ್ಟಿ, ಪಾಳ.

In-graft', *v. t. r.* ಅಂಟುಕಟ್ಟು, ನಾಟು, ಅಂಟುಹಚ್ಚು, "ಕಲ್ಮಿ (ಕಲ್ಮು)" ಮಾಡು.

In-grāin', *v. t. r.* ಅಳಿಸಕೂಡದಂತೆ ಮುದ್ರಿತಪಡಿಸು. In-grāin'ed, *a.* ಬಣ್ಣಹೋಗದ, ಅಂಟಿಕೊಂಡ.

In'grāte, *a.* ಉಪಕಾರ ನೆನಸದ, ಕೃತಘ್ನ, ಉಂಡ ಮನೆಗೆರಡನ್ನು ಬಗೆಯುವ.

In-grā'ti-āte, *v. t. r.* ದಯ ಸಂಪಾದಿಸು; he ingratiated himself with me ಅವನು ನನ್ನ ದಯ ಸಂಪಾದಿಸಿಕೊಂಡ, —ನನ್ನ "ಮರ್ಜಿ" ಕಾದ.

In-grat'i-tūde, *n.* ಉಪಕಾರ ನೆನೆಸದಿರೋಣ, ಉಪಕಾರಗೇಡಿತನ, ಕೃತಘ್ನತೆ.

In-grē'di-ent, *n.* ದಿನಸು, ಸಂಬಾರ; 2. ಅಂಶ.

In'gress, In-gres'siŏn (-gresh'un), *n.* ಸೇರುವಿಕೆ, ಒಳಗೆ ಹೋಗೋಣ.

In-grōw'iṅg, *a.* ಒಳಗೊಳಗೇ ಬೆಳೆಯುವ.

In'guin-al, *a.* ತೊಡೆ ಸಂದಿನ, ಕಿಬ್ಬೊಟ್ಟೆಯ ಬಟ್ಟಲಿನ.

In-gulf', *v.t.r.* (*pr.* -gulft) ಮುಣುಗಿಸು, ಹೀರಿಕೊಳ್ಳು, ನುಂಗಿಬಿಡು.

In-hab'it, *v.t.r.* ಇರು *c.l.*, ವಾಸವಾಗಿರು *c.l.*, ಒಕ್ಕಲಿರು *c.l.* **In-hab'i-ta-ble**, *a.* ಇರತಕ್ಕ, ವಾಸಕ್ಕೆ ಯೋಗ್ಯವಾದ, ಒಕ್ಕಲಿರತಕ್ಕ. **In-hab'i-tant**, *n.* ಒಕ್ಕಲು, ನಿವಾಸಿ.

In-hāle', *v.t.r.* ಉಸುರೆಳಕೊಳ್ಳು. **In-ha-lā'tiŏn**, *n.* ಉಸುರೆಳಕೊಳ್ಳುವಿಕೆ.

In-här-mō'ni-ŏus, *a.* ಅಪಸ್ವರದ, ಅಪಶ್ರುತಿಯ, ತಾಳವಿಲ್ಲದ, ತಾಳಿಲ್ಲದ. **In-här-mō'ni-ŏus-ly**, *ad.* ತಾಳವಿಲ್ಲದೆ.

In-hēre', *v.i.r.* ಸಿಕ್ಕೊಂಡಿರು *c.l.*, ಹಿಡಕೊಂಡಿರು, ಹತ್ತಿಕೊಂಡಿರು. **In-hē'rence, -ren-cy**, *n.* ಒಳಗಿರೋಣ. **In-hē'rent**, *a.* ಒಳಗಿರುವಂಥ, ಹಿಡುಕೊಂಡಿರುವ, ಸ್ವಾಭಾವಿಕವಾದ, ಸಹಜ. **In-hē'rent-ly**, *ad.* ಸ್ವಾಭಾವಿಕವಾಗಿ, ಜಿಡದೆ.

In-her'it, *v.t.r.* ಬಾಧ್ಯವಾಗಿ ಪಡಕೊಳ್ಳು, ತಂದೆ ತಾಯಿಗಳಿಂದ ಹೊಂದು. **In-her'i-ta-ble**, *a.* ಬಾಧ್ಯವಾಗಿ ಪ್ರಾಪ್ತವಾಗತಕ್ಕ, ತಂದೆಯಿಂದ ಸಿಕ್ಕತಕ್ಕ. **In-her'i-tance**, *n.* ಪಿತ್ರಾರ್ಜಿತ, ಬಾಧ್ಯತೆ, ದಾಯ, ಸೊತ್ತು. **In-her'i-tŏr**, *n.* ಬಾಧ್ಯಸ್ಥ, ದಾಯಸ್ಥ.

In-hib'it, *v.t.r.* ತಡೆ, ತಡಿಸು, ಅಡ್ಡಿ ಮಾಡು, ಬಂಧ ಮಾಡು. **In-hi-bi'tiŏn** (-bish'un), *n.* ತಡೆ, ಅಡ್ಡಿ, "ಅಟಕಾವು", ಬಂಧ.

In-hos'pi-ta-ble, *a.* ಬಂದವರಿಗೆ ಸತ್ಕಾರ ಮಾಡದ; 2. ಪರದೇಶದವರಿಗೆ ನಿರ್ದಯವಾಗಿರುವ. **In-hos-pi-tal'i-ty**, *n.* ಉಪಚಾರ ಮಾಡದಿರೋಣ, ಅನಾತಿಥ್ಯ.

In-hū'man, *a.* ನಿಷ್ಕರುಣ, ಕ್ರೂರ, ನಿರ್ದಯಾತ್ಮಕ. **In-hū'man'i-ty**, *n.* ನಿಷ್ಕರುಣೆ, ಕ್ರೂರತ್ವ, ಕಿರಾತಕತನ.

In-hūme, In-hū'māte, *v.t.r.* ಹೂಳಿಡು, ಹುಗಿ. **In-hū-mā'tiŏn**, *n.* ಹೂಳಿಡುವಿಕೆ.

In-im'i-cal, *a.* ದ್ವೇಷವುಳ್ಳ, ವೈರಿಯಾದ, ವಿರುದ್ಧ.

In-im'i-ta-ble, *a.* ಈಡಿಲ್ಲದ, ಅಸಮಾನ, ಅನುಪಮ. **In-im'i-ta-bly**, *ad.* ಅಸಮಾನವಾಗಿ.

In-iq'ui-ty (-ik'wi-), *n.* ಅನ್ಯಾಯ, ದುರುಳತನ, ಅಪರಾಧ. **In-iq'ui-tŏus** (-ik'wi-), *a.* ಅನ್ಯಾಯದ, ದುರುಳ, ದುಷ್ಟ. **In-iq'ui-tŏus-ly** (-ik'wi-), *ad.* ಅನ್ಯಾಯವಾಗಿ, ದುರುಳವಾಗಿ.

In-i'tial (-ish'al), *a.* ಮೊದಲಿನ, ಆರಂಭದ. *n.* ಒಂದು ಶಬ್ದದ ಮೊದಲನೇ ಅಕ್ಷರ; *pl.* ಹೆಸರಿನ ಮೊದಲನೇ ಅಕ್ಷರಗಳು. *v.t. or i.r.* ತನ್ನ ಹೆಸರಿನ ಮೊದಲನೇ ಅಕ್ಷರ ಹಾಕಿ ಸಹಿ ಮಾಡು. **In-it'i-āte** (-ish'i-āt), *v.t.r.* ಆರಂಭಿಸು; i. in, i. into ಮೂಲ ಪಾಠ ಕಲಿಸು; 2. ಸೇರಿಸು, ದೀಕ್ಷೆ ಕೊಡು. *v.i.* ಆರಂಭ ಮಾಡು, ಸೇರು. **In-it-i-ā'tiŏn** (-ish-i-), *n.* ಆರಂಭ, ಸೇರಿಸೋಣ, ಸಮಯದೀಕ್ಷೆ. **In-it'i-a-tive, In-it'i-a-tŏr-y** (-ish'i-a-), *a.* ಮೊದಲಿನ, ಆರಂಭದ; 2. ದೀಕ್ಷಾಕರ್ಮಸಂಬಂಧವಾದ.

In-ject', *v.t.r.* ಒಳಕ್ಕೆಸೆ; 2. "ಪಿಚಕಾರಿ" ಹೊಡೆ, ಜೀಕಳಿ ಹೊಡೆ. **In-jec'tiŏn**, *n.* ಒಳಕ್ಕೆಸೆಯೋಣ; 2. "ಪಿಚಕಾರಿ"ಯಿಂದ ಹಾಕುವ ಔಷಧ.

In-ju-di'ciŏus (-di'shus), *a.* ತಿಳಿಗೇಡಿ, ಅವಿವೇಕಿಯಾದ, ಬುದ್ಧಿಯಿಲ್ಲದ, ಅವಿಚಾರದ.

In-juṅc'tiŏn, *n.* ಕಟ್ಟಳೆ, ಆಜ್ಞೆ, ಅಪ್ಪಣೆ.

In'jure, *v.t.r.* (the body *or* health) ನೋವು ಮಾಡು, ಕೇಡು—; 2. (goods *or* estate) ನಷ್ಟ ಮಾಡು; 3. (reputation) ಮಾನಹಾನಿ ಮಾಡು; 4. (feelings) ಮನಸ್ಸು ನೋಯಿಸು. **In-jụ'ri-ŏus**, *a.* ಅಪಕಾರಕ, ಉಪದ್ರವ ಕೊಡುವ, ನಷ್ಟಕರ, ಹಾನಿಕರ. **In-jụ'ri-ŏus-ly**, *ad.* ನಷ್ಟಕರವಾಗಿ. **In'ju-ry**, *n.* ನಷ್ಟ, ಅಪಕಾರ, ಅನ್ಯಾಯ; 2. (to the body *or* the thing) ಕೇಡು, ಹಾನಿ, ಹೋಕು.

In-jus'tice, *n.* ಅನ್ಯಾಯ, ಅಧರ್ಮ.

Iṅk, *n.* ಮಸಿ, "ಶಾಯಿ". *v.t.r.* (*pr.* iṅkt) ಮಸಿ ಹಾಕು, "ಶಾಯಿ"—, ಮಸಿಯಿಂದ ಚಿತ್ತು ಮಾಡು. **Iṅk'horn, Iṅk'stand**, *n.* ದೌತಿ, "ಕಲಮ್ದಾನಿ", ಮಸಿಕುಡಿಕೆ. **Iṅk'y**, *a.* ಮಸಿಯಿಂದ ಚಿತ್ತಾದ, "ಶಾಯಿಯ".

Iṅk'liṅg, *n.* ಸೂಚನೆ, ಸಂಜ್ಞೆ, ಸುಳುವು.

In'land, *a.* ಮಧ್ಯದೇಶದ, ಸಮುದ್ರಕ್ಕೆ ದೂರವಾದ, ಭೂಮಧ್ಯ. *n.* ಮಧ್ಯದೇಶ.

In-lay' (-lā), *v.t.r.* (-lāid') ಕೆತ್ತು, ಖಚಿಸು. **In-lāid'**, *a.* ಕೆತ್ತಿದ, ಖಚಿತ.

In'let, *n.* ದ್ವಾರ, ಬಾಗಲು; 2. ಸಮುದ್ರಶಾಖೆ, ಕೊಲ್ಲಿ.

In-list', *v. t. r.*, *see* Enlist.
In'māte, *n.* ಅದೇ ಮನೆಯಲ್ಲಿರುವವ, ಸಹವಾಸಿ.
In'mōst, *a.* ಎಲ್ಲಾದಕ್ಕಿಂತ ಒಳಗಿನ, ಅಂತರಂಗದ.
Inn, *n.* ಛತ್ರ, "ನಂಬರಮನೆ", ಸಾರಾಯಿ ಅಂಗಡಿ; inns of court ಧರ್ಮಶಾಸ್ತ್ರ ಪಾಠಶಾಲೆ. Inn'kēep-ĕr, *n.* ಛತ್ರಗಾರ, "ನಂಬರಮನೆಯ" ಯಜಮಾನ.
In'nāte, *a.* ಹುಟ್ಟು, ಸಹಜವಾದ, ಸಹಜಾತ, ಸ್ವಾಭಾವಿಕ, ನಿಜ. In'nāte-ly, *ad.* ಹುಟ್ಟುಭಾವದಿಂದ, ಸಹಜವಾಗಿ, ಸ್ವಾಭಾವಿಕವಾಗಿ.
In-nav'i-ga-ble, *a.* ಹಡಗ ಹೋಗಕೂಡದ.
In'nĕr, *a.* ಒಳಗಿನ. In'nĕr-mōst, *a.* ಎಲ್ಲಾದಕ್ಕಿಂತ ಒಳಗಿನ.
In-nĕrv'āte, *v. t.* ನರಗಳ ಶಕ್ತಿ ವರ್ಧಿಸು.
In'niṅg, *n.* ಧಾನ್ಯ ರೇಖೆ ಮಾಡುವುದು. Inn'-iṅgs, *n. pl.* "ಕ್ರಿಕೇಟ"ನಲ್ಲಿ "ಬ್ಯಾಟು" ಹಿಡಿದು ಆಡುವ ಸರದಿ.
In'nō-cent, *a.* ನಿರುಪದ್ರವದ, ತಪ್ಪಿಲ್ಲದ, ಅಪರಾಧವಿಲ್ಲದ, ನಿಷ್ಕಲಂಕ, ನಿಷ್ಕಪಟವಾದ, ಸಾತ್ವಿಕ. In'nō-cence, In'nō-cen-cy, *n.* ನಿರಪರಾಧತ್ವ, ನಿರ್ಮಲತ್ವ.
In-noc'ū-ŏus, *a.* ಕೇಡಿಲ್ಲದ, ಮೋಸವಿಲ್ಲದ, ಹಿತವಾದ *(said of things)*.
In'nō-vāte, *v. t. r.* ಬದಲಿಸು. *v. i.* ಹೊಸ ರೀತಿ ತೆಗೆ, ಹೊಸ ಬಗೆ ಮಾಡು. In-nō-vā'-tiŏn, *n.* ಹೊಸ ಬಗೆ, ಹೊಸ ರೀತಿ, ಹೊಸ ಮರ್ಯಾದೆ. In'nō-vā-tŏr, *n.* ಹೊಸ ಮರ್ಯಾದೆ ಮಾಡುವವ, ಹೊಸ ಕ್ರಮ ಕಟ್ಟುವವ, ನೂತನಸ್ಥ.
In-nox'i-ŏus (-nok'shi-), *a.* ಕೇಡಿಲ್ಲದ, ಹಾನಿ ಮಾಡದ, ನಿರಪರಾಧವಾದ. In-nox'i-ŏus-ly, *ad.* ನಿರುಪದ್ರವವಾಗಿ. [ಅನ್ಯಾಪದೇಶ.
In-nū-en'dō, *n.* ಪರಭಾರೆ ಸೂಚನೆ, ಜಾಡೆ,
In-nū'mĕr-a-ble, *a.* ಲೆಕ್ಕವಿಲ್ಲದ, ಅಸಂಖ್ಯ, ಅಗಣ್ಯ, ಹೇರಳ. In-nū'mĕr-a-bly, *ad.* ಲೆಕ್ಕವಿಲ್ಲದಷ್ಟಾಗಿ.
In-nū-tri'tiŏus (-trish'us), *a.* ಪೋಷಣಶಕ್ತಿಯಿಲ್ಲದ, ನಿಸ್ಸಾರವಾದ.
In-oc'ū-lāte, *v. t. r.* ಸಿಡುಬು ಹಾಕು *c. d.*, "ಪಾಕು" ಹಾಕು *c. d.*, ಮೈಲಿ ತೆಗೆ *c. d.* In-oc-ū-lā'tiŏn, *n.* ಸಿಡುಬು ಹಾಕೋಣ, ಮೈಲಿ ತೆಗೆಯುವುದು.
In-ō'dŏr-ŏus, *a.* ವಾಸನೆಯಿಲ್ಲದ, ಪರಿಮಳವಿಲ್ಲದ, ನಿರ್ಗಂಧ.
In-of-fen'sive, *a.* ಕೇಡು ಮಾಡದ, ಸಾಧು, ನಿರುಪದ್ರವ, ನಿರಪರಾಧವಾದ.
In-op'ĕr-a-tive, *a.* ಹುರುಳಿಲ್ಲದ, ವ್ಯರ್ಥ.
In-op'por-tūne, *a.* ವೇಳೆ ತಪ್ಪಿದ, ಕಾಲಾನುಚಿತ, ಅಕಾಲ, ಅಸಮಯದ.
In-or'di-nāte, *a.* ಅಳತೆಗೆಟ್ಟ, ಮಿತಿ ತಪ್ಪಿದ, ಕ್ರಮವಿಲ್ಲದ.
In-or-gan'ic, *a.* ನಿರ್ಜೀವವಾದ; i. substance ನಿರ್ಜೀವ ವಸ್ತು, ಧಾತು.
In'-pa-tient (-shent), *n.* ಆಸ್ಪತ್ರಿಯಲ್ಲಿದ್ದು ಔಷಧ ಮಾಡಿಸಿಕೊಳ್ಳುವವ.
In'quest, *n.* ವಿಚಾರಣೆ, ಶೋಧನೆ.
In-quī'e-tūde, *n.* ಅಸಮಾಧಾನ.
In-quīre' (-kwīr'), *v. t. & i. r.* ಕೇಳು, ವಿಚಾರಿಸು, ಶೋಧಿಸು, ಸಮಾಚಾರ ತಕ್ಕೊಳ್ಳು. In-quī'rĕr, *n.* ಕೇಳುವವ, ವಿಚಾರಿಸುವವ, ಶೋಧಕ. In-quī'riṅg-ly, *ad.* ವಿಚಾರಣೆಗಾಗಿ. In-quī'ry, *n.* ವಿಚಾರಣೆ, ಪ್ರಶ್ನೆ, "ದರ್ಯಾಫ್ತು".
In-qui-s̤i'tiŏn (-zish'un), *n.* ವಿಚಾರಣೆ, ಶೋಧನೆ, "ತಲಾಶಿ"; 2. *(Rom. Cath.)* ಪಾಷಂಡಿಗಳನ್ನು ವಿಚಾರಿಸಿ ದಂಡಿಸುವ ಸಭೆ, ಧರ್ಮವಿಚಾರಣಸಭೆ, ಗುಪ್ತವಿಚಾರ. In-quis̤'i-tive, *a.* ಬಹಳ ಪ್ರಶ್ನೆ ಕೇಳುವ, ಗುಟ್ಟುಗಳ್ಳ, ಪರಿಶೋಧಕ. In-quis̤'i-tive-ness, *n.* ಪರಿಶೋಧಕ ಬುದ್ಧಿ, ಗುಟ್ಟುಗಳ್ಳತನ. In-quis̤'i-tŏr, *n.* ವಿಚಾರಣೆಗಾರ; 2. ಪಾಷಂಡಿಗಳನ್ನು ದಂಡಿಸುವ ಸಭೆಯವ. In-quis̤-i-tō'ri-al, *a.* ವಿಚಾರಣೆ ಮಾಡುವ, ಶೋಧಕ; 2. "ಇನ್‌ಕ್ವಿಜಿಶನ್" ಸಭೆಯ.
In'rōad (-rōd), *n.* ಮೇಲ್ಬೀಳುವುದು, ಅವಾಂತರ, "ದೌಡು". [ವುದು.
In'rush, *n.* ಒಳಕ್ಕೆ ದುಮುಕುವುದು, ದುಡುಕು
In-sa'li-vāte, *v. t.* ಎಂಜಲರಸದಿಂದ ಬೆರೆಯಿಸು.
In-sa-lu̥'bri-ŏus, *a.* ಆರೋಗ್ಯವಲ್ಲದ, ಅಹಿತವಾದ, ರೋಗ ಹುಟ್ಟಿಸುವ.
In-sāne', *a.* ಹುಚ್ಚ, ಹುಚ್ಚು ಹಿಡಿದ. In-sāne'ly, *ad.* ಹುಚ್ಚಾಗಿ. In-san'i-ty, *n.* ಹುಚ್ಚು, ಮರುಳು, ಸನ್ನಿ; be seized with i. ಹುಚ್ಚು ಹಿಡಿ, ಹುಚ್ಚೇಳು.
In-san'i-tar-y, *a.* ಕ್ಷೇಮ ಕೆಡಿಸುವ.
In-sā'ti-a-ble, -'ti-āte (-sā-shi-), *a.* ಸಾಕನ್ನದ, ತೃಪ್ತಿಯಾಗದ, ಅತ್ಯಾಶೆಯುಳ್ಳ. In-sā-ti-a-bil'i-ty (-sā-shi-), In-sa-tī'e-ty (-ti'i-) *n.* ಅತೃಪ್ತಿ, ಅತ್ಯಾಶೆ.
In-scrībe', *v. t. r.* ಬರೆ, ಕೆತ್ತು; 2. ಮೇಲ್ವಿಳಾಸ ಬರೆ. In-scrip'tiŏn, *n.* ಲಿಪಿ, ಬರಹ, ಶಾಸನ.

In-scru'ta-ble, *a.* ವಿಚಾರಿಸಕೂಡದ, ಅಗಾಧ, ಮನುಷ್ಯಬುದ್ಧಿಗೆ ಹತ್ತದ, —ನಿಲುಕದ.

In'sect, *n.* ಹುಳ, ಕ್ರಿಮಿ, ಕೀಟ. In-sec'tīle, *a.* ಹುಳಜಾತಿಯ, ಕೀಟ—.

In-se-cūre', *a.* ಭದ್ರವಲ್ಲದ, ಭಯಶಂಕೆಯುಳ್ಳ. In-se-cūre'ly, *ad.* ಭದ್ರವಾಗದ ಹಾಗೆ. In-se-cū'ri-ty, *n.* ಭಯಶಂಕೆ, ಅಪಾಯ, ಅನುಮಾನ.

In-sen'sāte, *a.* ಬುದ್ಧಿಯಿಲ್ಲದ, ಮೂಢ.

In-sen'si-ble, *n.* ಮೈಮರೆತ, ಸ್ಮರಣೆಯಿಲ್ಲದ; 2. ಮಂದ, ಕರುಣೆಯಿಲ್ಲದ; 3. ತಿಳಿಯದ, ಕಂಡು ಕಾಣದ; he is i. ಮೈಮರೆತನು, ಅವನ ಅರುವು ಹಾರಿತು —ಸ್ಮೃತಿ ತಪ್ಪಿತು; i. to heat or cold ಬಿಸಿಲು ತಂಡಿ ಅನ್ನದೆ, — —ತಿಳಿಯದೆ. In-sen-si-bil'i-ty, *n.* ಮೈಮರವು, ಅರುವು ತಪ್ಪಿರುವುದು, ಸ್ಮರಣೆ ಇಲ್ಲದಿರೋಣ, ಕಾಠಿಣ್ಯ. In-sen'si-bly, *ad.* ತಿಳಿಯದೆ, ಕಂಡು ಕಾಣದೆ.

In-sen'si-tive, *a.* ಅಲಿಪ್ತ, ಲೇಪನವಿಲ್ಲದ.

In-sen'ti-ent, *a.* ನಿರ್ಜೀವ.

In-sep'a-ra-ble, *a.* ವಿಂಗಡಿಸಕೂಡದ, ಅಗಲದಂಥ. In-sep-a-ra-bil'i-ty, *n.* ಅಗಲದೆ ಇರುವಿಕೆ, ಅಭೇದ್ಯತೆ.

In-sĕrt', *v. t. r.* ತುರುಕು, ಒಳಗೆ ಸೇರಿಸು, —ಬರೆ. In-sĕr'tiŏn, *n.* ಸೇರಿಸುವಿಕೆ; 2. ಒಳಗೆ ಬರೆಯೋಣ; *(gram.)* i. of a letter ಆಗಮ.

In'set, *n.* ಪ್ರತ್ಯೇಕವಾಗಿ ಸೇರಿಸಿದ ಪಾನು.

In-shrīne', *v.t.r., see* Enshrine.

In'sīde, *n.* ಒಳಗಡೆ, ಒಳಮಗ್ಗಲು, ಒಳಮೈ; 2. ಮನಸ್ಸಿನ ವಿಚಾರ, ಅಂತರಂಗ; 3. ಕರುಳು. *a.* ಒಳಗಡೆಯ, ಒಳಗಿನ. *ad.* ಒಳಗೆ, ಒಳಗಡೆ.

In-sid'i-ŏus, *a.* ಹೊಂಚಿಕೊಂಡಿರುವ, ಕಪಟವುಳ್ಳ, "ದಗಲಬಾಜ", ಮೋಸದ. In-sid'i-ŏus-ly, *ad.* ಮೋಸವಾಗಿ, ಠಕ್ಕಾಗಿ. In-sid'i-ŏus-ness, *n.* ಕಪಟ, ಮೋಸ.

In'sīght (-sīt), *n.* ಒಳದೃಷ್ಟಿ; 2. ತಿಳಿಯುವಿಕೆ, ಬಲ್ಲವಿಕೆ, ಜ್ಞಾನ; 3. ವಿಚಾರ, ವಿವೇಕ.

In-sig'ni-a, *n. pl.* ಅಧಿಕಾರದ ಚಿಹ್ನೆಗಳು, —ಬಿರುದುಗಳು.

In-sig-nif'i-cant, *a.* ಅರ್ಥವಿಲ್ಲದ, ಹುರುಳಿಲ್ಲದ, ಅಲ್ಪ, ಕ್ಷುಲ್ಲಕ. In-sig-nif'i-cance, -can-cy, *n.* ಅನರ್ಥ, ಕಿಂಚಿತ್ತು, ಅಲ್ಪತೆ, ನೀಚತೆ.

In-sin-cēre', *a.* ಕಪಟವುಳ್ಳ, ಠಕ್ಕುಳ್ಳ, ಮೋಸದ. In-sin-cēre'ly, *ad.* ಕಪಟದಿಂದ, ಠಕ್ಕಾಗಿ. In-sin-cĕr'i-ty, *n.* ಕಪಟ, ಠಕ್ಕು, ಠೋಕೆ.

In-sin'ū-āte, *v. i. r.* ನುಸುಳಿಕೊಳ್ಳು; 2. ಕಳ್ಳತನವಾಗಿ ಸೇರು. *v. t.* ಮೆಲ್ಲಗೆ ನುಸುಳಿಸು, —ಹಾಕು; 2. ಕಳ್ಳತನವಾಗಿ ಸೇರಿಸು; 3. ಸೂಚಿಸು; he insinuated himself into the king's favour ಅವನು ಯುಕ್ತಿಯಿಂದ ಅರಸನ ದಯವನ್ನು ಸಂಪಾದಿಸಿಕೊಂಡ. In-sin'-ū-ā-tiṅg, *a.* ಒಲಿಸಿಕೊಳ್ಳುವ, ದಯೆ ಸಂಪಾದಿಸುವ; 2. ನುಸುಳಿಕೊಳ್ಳುವ. In-sin'ū-ā-tiṅg-ly, *ad.* ಮೆಲ್ಲಗೆ ಮನಸ್ಸಿನಲ್ಲಿ ಹಾಕುವ ರೀತಿಯಿಂದ; 2. "ಪುಸಲಾಯಿಸುವ" ರೀತಿಯಿಂದ. In-sin-ū-ā'tiŏn, *n.* ಒಲಿಸಿಕೊಳ್ಳುವುದು, ವಶೀಕರಣ, "ಪುಸಲಾಯಿಸುವಿಕೆ", ಸೂಚನೆ, ಸಂಜ್ಞೆ.

In-sip'id, *a.* ರುಚಿಯಿಲ್ಲದ, ಸಪ್ಪಗಾದ, ಚಪ್ಪೆಯಾದ, ಸಪ್ಪನೆ, ನಿಸ್ಸಾರವಾದ. In-si-pid'i-ty, In-sip'id-ness, *n.* ನಿಸ್ಸಾರ, ಅರುಚಿ, ಸಪ್ಪೆ, ಚಪ್ಪೆ. In-sip'id-ly, *ad.* ಸಪ್ಪಗೆ, ಚಪ್ಪಗೆ, ನಿಸ್ಸಾರವಾಗಿ.

In-sist', *v. i. r.* ಗಟ್ಟಿಯಾಗಿ ಹೇಳು, ಬಿಡದಿರು; i. on ...ಮೇಲೆ ಗಟ್ಟಿಯಾಗಿ ನಿಲ್ಲು.

In-snāre', *v. t. r., see* Ensnare.

In-sō-brī'e-ty (-brī'i-), *n.* ಕುಡಿಕತನ.

In-sō'ci-a-ble (-sō'shi-), *a.* ಸೇರಿಕೆಯಿಲ್ಲದ, ಮಂದಿ ಬೇಡಾದ, ಸಂಸರ್ಗವಿಲ್ಲದ.

In-so-lā'tiŏn *n.* ಬಣ್ಣ ಮಾಯವಾಗುವಂತೆ ಬಿಸಿಲಿಗೆ ಆರಿಸುವುದು.

In'sō-lent, *a.* ಸೊಕ್ಕಿನ, ಸೆಡಕಿನ, ಗರ್ವದ, ಅಹಂಕಾರವುಳ್ಳ. In'sō-lence, *n.* ಸೊಕ್ಕು, ಸೆಡಕು, ಗರ್ವ, ಅಹಂಕಾರ, ಉರುಸು, ಉದ್ದಂಡ. In'sō-lent-ly, *ad.* ಸೊಕ್ಕಿನಿಂದ, ಸೆಡಕಾಗಿ, ಅಹಂಕಾರವಾಗಿ.

In-sol'ū-ble, *a.* ಕರಗದ, ದ್ರವಿಸದ; 2. ಬಿಚ್ಚಲಾರದ.

In-sol'va-ble, *a.* ಬಿಚ್ಚಿ ಹೇಳಕೂಡದ; 2. ಬಿಚ್ಚಲಾರದ; 3. (problem) ತಿಳಿಯದ; 4. (debt) ತೀರಿಸಕೂಡದ.

In-sol'vent, *a.* ಸಾಲ ತೀರಿಸಕೂಡದ, "ದಿವಾಳಿ" ತೆಗೆದ. *n.* "ದಿವಾಳಿಖೋರ", "ನಾದಾರ". In-sol'ven-cy, *n.* ಸಾಲ ತೀರಿಸಕೂಡದಿರೋಣ, "ದಿವಾಳಿ", "ನಾದಾರಿ".

In-som'ni-a, *n.* ನಿದ್ರಾಭಂಗ, ನಿದ್ರಾರಹಿತತ್ವ.

In'sō-much, *ad.* ಇಷ್ಟಕ್ಕೆ, ಹೀಗೆ.

In-spect', *v. t. r.* ನೋಡು, ವಿಚಾರಿಸು; 2. ಮೇಲುವಿಚಾರಣೆ ನೋಡು. In-spec'tiŏn, *n.* ನೋಡೋಣ, ಪರೀಕ್ಷೆ, ವಿಚಾರಣೆ; 2. ಮೇಲ್ವಿಚಾರ. In-spec'tŏr, *n.* ಮೇಲ್ವಿಚಾರಕ,

ನೋಡುವವ, "ಇನ್‌ಸ್ಪೆಕ್ಟರ". **In-spec'tŏr-āte, In-spec'tŏr-ship,** *n.* ಮೇಲ್ವಿಚಾರಕನ ಉದ್ಯೋಗ.

In-spīre', *v. t. r.* ಉಚ್ಛ್ವಾಸಿಸು, ಊದು; 2. ಪ್ರೇರೇಪಿಸು, ಹುರಿದುಂಬಿಸು, ಬುದ್ಧಿ ಕೊಡು; 3. ದೇವಪ್ರೇರಣೆ ಮಾಡು. **In-spi-rā'tiŏn,** *n.* ಉಚ್ಛ್ವಾಸ; 2. ದೇವಪ್ರೇರಣೆ, ದೇವೋಪದೇಶ; 3. ಆವೇಶ. **In-spīred' (-spīrd'),** *a.* ಪ್ರೇರೇಪಿಸಿಕೊಂಡ; 2. ದೇವಪ್ರೇರಿತ.

In-spir'it, *v. t. r.* ಧೈರ್ಯಕೊಡು.

In-spis'sāte, *v. t. r.* ಕಾಸಿ ಘನೀಭವಿಸುವಂತೆ ಮಾಡು.

In-sta-bil'i-ty, *n.* ಚಂಚಲತ್ವ, ಅಸ್ಥಿರತೆ. **In-stā'ble,** *a.* ಅಸ್ಥಿರ, ಚಂಚಲ.

In-stall', In-stal', *v.t.r.* ಉದ್ಯೋಗದಲ್ಲಿರಿಸು, ಪಟ್ಟಾಕಟ್ಟು, "ಹುದ್ದೆಗೆ" ನೇಮಿಸು. **In-stal-lā'tiŏn,** *n.* ಪ್ರತಿಷ್ಠೆ, ಉದ್ಯೋಗಸ್ಥಾಪನೆ, ಪಟ್ಟಾಕಟ್ಟೋಣ. **In-stal'ment,** *n.* ಪಟ್ಟಾಕಟ್ಟುವುದು, ಗದ್ದಿಗೆಯಲ್ಲಿ ಕೂಡ್ರಿಸೋಣ; 2. ಕಂತು, "ಕಿಸ್ತು", "ಕಿಸ್ತು ಬಂದಿ", "ಹಪ್ತೆ".

In'stance, *n.* ಅಡಚಣೆ, ಅವಸರ; 2. ಬೇಡುವಿಕೆ; 3. ನಿದರ್ಶನ, ಉದಾಹರಣೆ; in the first i. ಮೊದಲಾಗಿ; for i. ಹ್ಯಾಗಂದರೆ, ಇದಕ್ಕೆ ದೃಷ್ಟಾಂತವೇನಂದರೆ; at his i. ಅವನ ಪ್ರೇರಣೆಯಿಂದ. *v. t. r.* (*pr.* -stanst) ಉದಾಹರಣೆ ಕೊಡು, ದೃಷ್ಟಾಂತಕ್ಕಾಗಿ ಹೇಳು.

In'stant, *n.* ನಿಮಿಷ, ಕ್ಷಣ; in an i. ಕ್ಷಣಮಾತ್ರದಲ್ಲಿ; the next i. ಕ್ಷಣಾಂತರದಲ್ಲಿ; 2. ನಡೆಯುವ ತಿಂಗಳ ದಿವಸ, "ಮಾಹೆ ಮಜಕೂರು"; *as,* the sixth instant ನಡೆಯುವ ತಿಂಗಳಿನ ಆರನೇ "ತಾರೀಖು", "ಮಾಹೆ ಮಜಕೂರು" — —. *a.* ತತ್ಪರ; 2. ತತ್‌ಕ್ಷಣದ, ಶೀಘ್ರವಾದ; 3. ನಡೆಯುವ. **In'stant-ly,** *ad.* ಈಗಲೇ, ತತ್‌ಕ್ಷಣ, ಸಂಗಡಲೇ, ಕೂಡಲೇ. **In-stan-tā'ne-ŏus,** *a.* ಕಣ್ಣು ಮುಚ್ಚಿ ತೆರೆಯುವದರೊಳಗೆ ಆಗುವ, ಕ್ಷಣಿಕ, ತತ್‌ಕ್ಷಣದ. **In-stan-tā'ne-ŏus-ly,** *ad.* ಒಂದು ಕ್ಷಣದಲ್ಲಿ.

In-stāte', *v. t. r.* ಅಧಿಕಾರದಲ್ಲಿಡು, ಗಾದಿಯ ಮೇಲೆ ಕೂಡ್ರಿಸು, ಪಟ್ಟಾಕಟ್ಟು, ಉದ್ಯೋಗದಲ್ಲಿ ಸ್ಥಾಪಿಸು.

In-stead' (-sted') of, *ad.* ಬದಲಾಗಿ, ಸ್ಥಳದಲ್ಲಿ.

In'step, *n.* ಮೇಲಡಿ.

In'sti-gāte, *v.t.r.* ಹುರಿದುಂಬಿಸು, (ಕೆಟ್ಟದ್ದಕ್ಕೆ) ಪ್ರೇರೇಪಿಸು, ದುರ್ಬೋಧನೆ ಮಾಡು *c. d.*, ಕಿವಿಯಲ್ಲಿ ಊದಿಬಿಡು. *e. g.* **In-sti-gā'tiŏn,** *n.* ದುರ್ಬೋಧನೆ, ಪ್ರೇರೇಪಣೆ, "ಚಿತಾವಣಿ" (*My.*). **In'sti-gā-tŏr,** *n.* ಹುರಿದುಂಬಿಸುವವ, ದುರ್ಬೋಧಕ, ಕಿವಿಯಲ್ಲಿ ಊದುವವ.

In-stil', *v. t. r.* (-stilled') ತಟಕುತಟಕಾಗಿ ಬಿಡು; 2. ಮೆಲ್ಲಮೆಲ್ಲಗೆ ಮನಸ್ಸಿನಲ್ಲಿ ತುಂಬಿಸು, ಬೋಧಿಸು. **In-stil-lā'tiŏn,** *n.* ತಟಕು ತಟಕಾಗಿ ಬಿಡುವುದು; 2. ಬೋಧನೆ.

In'stinct, *n.* ಸ್ವಾಭಾವಿಕ ಬುದ್ಧಿ, ಹುಟ್ಟುಬುದ್ಧಿ, ಸಹಜಬುದ್ಧಿ, ಪಶುಬುದ್ಧಿ. **In-stinc'tive,** *a.* ಹುಟ್ಟುಬುದ್ಧಿಯ, ಸ್ವಾಭಾವಿಕ ಬುದ್ಧಿಯ. **In-stinc'tive-ly,** *ad.* ಸ್ವಾಭಾವಿಕ ಬುದ್ಧಿಯಿಂದ.

In'sti-tūte, *v. t. r.* ನಿಲ್ಲಿಸು, ಸ್ಥಾಪಿಸು, ಆರಂಭಿಸು. *n.* ಧರ್ಮಶಾಸ್ತ್ರ, ಸೂತ್ರ; 2. ವಿದ್ಯಾವರ್ಧಕ ಸಭೆ. *pl.* ಧರ್ಮಶಾಸ್ತ್ರ ಸಂಗ್ರಹ. **In-sti-tū'tiŏn,** *n.* ನೇಮಿಸೋಣ, ಸ್ಥಾಪನೆ; 2. ನಿಯಮ; charitable i. ಧರ್ಮಶಾಲೆ, ಧರ್ಮದ ಕೆಲಸ; literary i. ವಿದ್ಯಾಲಯ. **In'sti-tū-tŏr,** *n.* ಸ್ಥಾಪಕ.

In-struct', *v. t. r.* ಹೇಳು *c. d.*, ಉಪದೇಶಿಸು, ಕಲಿಸು; 2. ಹೇಳಿಕೊಡು; 3. ಅಪ್ಪಣೆ ಮಾಡು, ಆಜ್ಞಾಪಿಸು. **In-struc'tiŏn,** *n.* ಕಲಿಸೋಣ, ಉಪದೇಶ, ಬೋಧ; 2. ಅಪ್ಪಣೆ, ಆಜ್ಞೆ. **In-struc'tive,** *a.* ಕಲಿಸುವ, ಬುದ್ಧಿ ಕಲಿಸುವ, ಬುದ್ಧಿಯ ಉಪದೇಶದ. **In-struc'tŏr,** *n.* ಕಲಿಸುವವ, ಉಪದೇಶಕ, ಬೋಧಕ, ಗುರು.

In'strụ-ment, *n.* ಆಯುಧ, ಶಸ್ತ್ರ, "ಸಾಮಾನು"; 2. ಉಪಕರಣ, ಸಾಧನ; musical i. ವಾದ್ಯ, "ಬಾಜಾ"; a written i. ಶಾಸನ, "ಕತಬಿ", "ಖತ್ತು". **In-strụ-men'tal,** *a.* ಅನುಕೂಲ, ಸಹಾಯದ; i. music ವಾದ್ಯ; i. case (*gram.*) ತೃತೀಯಾವಿಭಕ್ತಿ, ಕರಣ—. **In-strụ-men-tal'i-ty,** *n.* ಸಹಾಯ, ಸಾಧಕತ್ವ, ಕಾರಕತ್ವ; through his i. ಅವನ ಮೂಲಕ.

In-sub-or'di-nāte, *a.* ಅಧಿಕಾರಕ್ಕೊಳಗಾಗದ, ಅವಿಧೇಯ, "ಹರಾಮಿ". **In-sub-or-di-nā'tiŏn,** *n.* ಅವಿಧೇಯತೆ, "ಹರಾಮಿತನ".

In-sub-stan'tial, *a.* ಹುರುಳಿಲ್ಲದ, ನಿಜವಲ್ಲದ.

In-suf'fĕr-a-ble, *a.* ಸಹಿಸಕೂಡದ, ತಾಳಲಾರದ. **In-suf'fĕr-a-bly,** *ad.* ತಾಳಲಾರದಷ್ಟು, ಸಹಿಸಕೂಡದ ಹಾಗೆ.

In-suf'fi-cient (-fish'ent), *a.* ಸಾಲದ; 2. ಕೈಲಾಗದ, ಅಯೋಗ್ಯವಾದ. **In-suf-fi'ci-en-cy (-fish'en-si),** *n.* ಸಾಲದಿರೋಣ, ಕೊರತೆ; 2. ಅಯೋಗ್ಯತೆ. **In-suf-fi'cient-ly (-fish'ent-),** *ad.* ಸಾಲದ ಹಾಗೆ; 2. ಅಯೋಗ್ಯವಾಗಿ.

In'sū-lar, -lar-y (-lĕr-), *a.* ದ್ವೀಪದ, ನೀರು ಸುತ್ತಿಕೊಂಡ; 2. ಸಂಕೋಚದೃಷ್ಟಿಯ. **In'-sū-lāte,** *v. t. r.* ಬೇರೆಯಾಗಿಡು, ಪ್ರತ್ಯೇಕವಾಗಿಡು. **In-sū-lā'tiŏn,** *n.* ಪ್ರತ್ಯೇಕವಾಗಿಡೋಣ.

In'sult, *n.* ನಿಂದೆ, ತಿರಸ್ಕಾರ, ಅಪಮಾನ; add i. to injury ಉರಿವಲ್ಲಿಗೆ ಉಪ್ಪಿಡು. **In-sult',** *v. t. r.* ತುಚ್ಛ ಮಾಡು, ತಿರಸ್ಕರಿಸು, ಅಪಮಾನ ಮಾಡು, ಬಯ್ಯು. **In-sult'ing,** *a.* ಅಪಮಾನದ, ನಿಂದಿಸುವ.

In-sū'pĕr-a-ble, *a.* ಜಯಿಸಕೂಡದ, ದುಸ್ತರ, ಕಠಿಣ, ದಾಟಿಹೋಗಲಾರದ. **In-sū'pĕr-a-bly,** *ad.* ಜಯಿಸಲಾರದ ಹಾಗೆ, ನೀಗದಂತೆ.

In-sup-pōrt'a-ble, *a.* ತಾಳಲಾರದ, ತಡಕೊಳ್ಳಕೂಡದ, ದುಸ್ಸಹ.

In-sup-pres'si-ble, *a.* ಅಡಗಿಸಕೂಡದ, ಬಚ್ಚಿಡಕೂಡದ.

In-sūre' (-shūr'), *v. i. r.* ಭದ್ರ ಮಾಡು, "ವಿಮೆ" ಮಾಡು. **In-sū'rance** (-shū'rans), *n.* ಬದುಕು ಭದ್ರಪಡಿಸೋಣ, "ಬೀಮ", "ವಿಮೆ"; 2. "ವಿಮೆಯ ದಸ್ತೂರಿ"; i. company "ವಿಮೇ" ಕೂಟ; i. policy "ವಿಮೇ" ಪತ್ರ. **In-sū'rant,** *n.* "ವಿಮೆ" ಉತ್ತರಿಸಿದವನು.

In-sur'ġent, *a.* ತಿರಿಗಿ ಬೀಳುವ, —ಬಿದ್ದ, ದಂಗೆ ಮಾಡುವ, ಕಲಹವೆಬ್ಬಿಸುವ. *n.* ತಿರಿಗಿ ಬಿದ್ದವ, ದಂಗೆಗಾರ.

In-sur-mount'a-ble, *a.*, *see* Insuperable.

In-sur-rec'tiŏn, *n.* ದಂಗೆ, "ಫಿತೂರಿ", ಕಾಟಕಾಯಿ, ರಾಜದ್ರೋಹ.

In-sus-cep'ti-ble, *a.* ತಿಳಿಯದ, ಅಗ್ರಾಹಕ, ಗ್ರಹಣಸಮರ್ಥವಲ್ಲದ.

In-tact', *a.* ದಕ್ಕೆಯಾಗದ, ತಾಕದ, ಮುಟ್ಟದ; 2. ಅಪೂಟ, ಸಂಪೂರ್ಣ.

In-tag'lio, *n.* ಕೆತ್ತುವಿಕೆ; 2. ಕೆತ್ತಿದ ಚಿತ್ರ.

In-tan'ġi-ble, *a.* ಮುಟ್ಟಲಾರದ, ಹಿಡಿಯಲಾರದ, ಅಸ್ಪರ್ಶ್ಯ.

In'te-ġĕr, *n.* ಪೂರ್ಣಾಂಕ. **In'te-gral,** *a.* ಪೂರ್ಣ, ಅಖಂಡ; 2. ಪೂರ್ಣಾಂಕದ. **In'te-gral-ly,** *ad.* ಸಂಪೂರ್ಣವಾಗಿ. **In'te-grant,** *a.* ಸಂಪೂರ್ಣವಾಗುವುದಕ್ಕೆ ಬೇಕಾದ. **Inte-grāte,** *v. t.* ತುಂಡುಗಳನ್ನು ಜೋಡಿಸಿ ಒಂದಾಗಿ ಮಾಡು.

In-teg'ri-ty, *n.* ಸಂಪೂರ್ಣತೆ, ಪ್ರಮಾಣಿಕತೆ, ಸತ್ಯ, ನಿಷ್ಕಪಟ; one noted for i. ಧರ್ಮಾಂಗ, ಧರ್ಮರಾಯ.

In-teg'ū-ment, *n.* ಮುಚ್ಚಳ, ತೊಗಟೆ, ಚರ್ಮ.

In'tel-lect, *n.* ಬುದ್ಧಿ, ಗ್ರಹಣಶಕ್ತಿ, ವಿವೇಕ. **In-tel-lec'tū-al,** *a.* ಬುದ್ಧಿಯ, ಮನಸ್ಸಿನ; 2. ಬುದ್ಧಿವಂತ; i. faculty ಬುದ್ಧಿಶಕ್ತಿ; endowed with i. qualities ಬುದ್ಧಿಗುಣಸಂಪನ್ನ. **In-tel-lec'tū-al-ly,** *ad.* ಬುದ್ಧೀ ಮುಖಾಂತರವಾಗಿ.

In-tel'li-ġence, *n.* ತಿಳುವಳಿಕೆ, ಬುದ್ಧಿ, ಜ್ಞಾನ; 2. ವರ್ತಮಾನ, ಸುದ್ದಿ. **In-tel'li-ġen-cĕr,** *n.* ಸಮಾಚಾರ ಹೇಳುವವ, ವರ್ತಮಾನಿ. **In-tel'li-ġent,** *a.* ಜ್ಞಾನವುಳ್ಳ, ಬುದ್ಧಿವಂತ. **In-tel'li-ġent-ly,** *ad.* ಬುದ್ಧಿಯಿಂದ.

In-tel'li-ġi-ble, *a.* ಸ್ಪಷ್ಟ, ತಿಳಿಯುವಂಥ, ತಿಳಿಯತಕ್ಕ. **In-tel'li-ġi-bly,** *ad.* ತಿಳಿಯುವ ಹಾಗೆ, ಸ್ಪಷ್ಟವಾಗಿ.

In-tem'pĕr-āte, *a.* ಅಳತೆಗೆಟ್ಟ, ಮಿತಿಮೀರಿದ, ಅತಿಭೋಗಿಯಾದ; 2. ಕುಡುಕ. **In-tem'-pĕr-ance,** *n.* ಅಳತೆಗೇಡಿತನ, ಅಮಿತ ಭೋಗ; 2. ಕುಡುಕತನ. **In-tem'pĕr-āte-ly,** *ad.* ಮಿತಿಮೀರಿ, ಅಳತೆಗೆಟ್ಟು.

In-tend', *v. t.* & *i. r.* ಬಗೆ, ಮನಸ್ಸಿರು, ನಿಶ್ಚಯಿಸಿಕೊಳ್ಳು, ನಿರ್ಧರಿಸು; he intended to go to Bombay ಮುಂಬಯಿಗೆ ಹೋಗಬೇಕೆಂದಿದ್ದ, —ಹೋಗಬೇಕೆಂತ ಮಾಡಿದ, —ಹೋಗಲಿಕ್ಕೆ ಮನಸ್ಸಿತ್ತು. **In-tend'ed,** *a.* ಮದುವೆಗೆ ನಿಶ್ಚಯಿಸಿದ.

In-tend'ant, *n.*, *see* Superintendent.

In-tense', *a.* ಬಹಳ, ಕಡು, ಭಾರಿ, ತೀಕ್ಷ್ಣ. **In-tense'ly,** *ad.* ಬಹಳವಾಗಿ, ತೀಕ್ಷ್ಣವಾಗಿ; 2. ತತ್ಪರನಾಗಿ. **In-tense'ness, In-ten'si-ty,** *n.* ಕಡುಪು, ಉರವಣೆ, ಅಧಿಕತ್ವ, ಆಧಿಕ್ಯ, ತೀಕ್ಷ್ಣತೆ. **In-ten'si-fȳ,** *v.t.r.* (-fīed) ಹೆಚ್ಚಿಸು, ಜೋರು ಮಾಡು. *v. i.* ಹೆಚ್ಚಾಗು, ಜೋರಾಗು. **In-ten'-sive,** *a.* ಅತಿಶಯವಾದ, ಅವಧಾರಣಾರ್ಥಕ.

In-tent' on, *a.* ಬಗೆಯುವ, ಏಕಚಿತ್ತವುಳ್ಳ, ಆಸಕ್ತ. **In-tent'.** *n.* ಹವಣು, ಅಭಿಪ್ರಾಯ, ತಾತ್ಪರ್ಯ; to all intents and purposes ನಿಜವಾಗಿ, ಸರ್ವಥಾ. **In-ten'tiŏn,** *n.* ಮನಸ್ಸು, ಸಂಕಲ್ಪ, ಉದ್ದೇಶ, ಗುರಿ; avowed i. ಬಾಯಿದೆರೆ ನುಡಿದ ಉದ್ದೇಶ. **In-ten'tiŏn-al,** *a.* ಬೇಕೆಂದು ಮಾಡಿದ, ತಿಳಿದು—. **In-ten'tiŏn-al-ly,** *ad.* ಬೇಕೆಂದು, ಬುದ್ಧಿಪೂರ್ವಕವಾಗಿ. **In-tent'ly,** *ad.* ಲವಲವಿಕೆಯಿಂದ, ಆತುರದಿಂದ; 2. ಸ್ಥಿರವಾಗಿ, ತತ್ಪರನಾಗಿ.

In'tĕr-, *pref.* ನಡುವೆ, ಮಧ್ಯೇ.

In-tĕr', *v. t. r.* (-tĕrred', *pr.* -tĕrd') ಹೂಳಿಡು, ಹುಗಿ.

Ȼ *as* k; ç *as* s; Ꞓh *as* sh; g *as in* get; ġ *as* j; ṅ *nasal, as in* singer; ș *as* z; th *as in* thou; x̧ *as* gz; ce, ci, si *and* ti *before a vowel as* sh: ocean, action.

In-ter-act', *v. i.* ಒಂದನ್ನೊಂದು ಕಲೆತು ಮಾರ್ಪಡು.

In-ter-blend', *v. t. & i.* ಒಂದನ್ನೊಂದು ಬೆರತುಕೊಳ್ಳು.

In-tĕr'ca-lāte, *v.i.r.* ಅಧಿಕ (ದಿವಸ, — ಮಾಸ) ಹಾಕು. In-tēr'ca-lar, In-tĕr'ca-lar-y (-lĕr-), *a.* ಅಧಿಕ (ದಿವಸ, — ಮಾಸ).

In-tĕr-cēde' (-sēd'), *v. i. r.* ಮಧ್ಯಸ್ಥಿಕೆ ಮಾಡು, ಮತ್ತೊಬ್ಬನಿಗಾಗಿ ಬೇಡಿಕೊಳ್ಳು. In-tĕr-ces'siŏn (-sesh'un), *n.* ಬೇರೊಬ್ಬರಿಗಾಗಿ ಮಾಡಿದ ವಿಜ್ಞಾಪನೆ, ಮಧ್ಯಸ್ಥಿಕೆ, ಪರಾರ್ಥ ಪ್ರಾರ್ಥನೆ. In-tĕr-ces'sŏr, *n.* ಬೇರೊಬ್ಬರಿಗಾಗಿ ಬೇಡಿಕೊಳ್ಳುವವ, ಮಧ್ಯಸ್ಥ. In-tĕr-ces'sŏr-y, *a.* ಮಧ್ಯಸ್ಥಿಕೆಯ.

In-tĕr-cept', *v. t. r.* ಅಡ್ಡಕಟ್ಟು *c. d.;* 2. ಹಾದಿಯಲ್ಲಿ ಹಿಡಿ. In-tĕr-cep'tiŏn, *n.* ಎಡತಡೆ, ಅಡ್ಡಿ.

In-tĕr-chaṅge', *v.t.r.* ಅದಲುಬದಲು ಮಾಡು, ಬದಲಾಯಿಸು. *n.* ಅದಲುಬದಲು, ವ್ಯಾಪಾರ, ಬೇರ, ಸಾಟೆ, ವ್ಯತೀಹಾರ.

In-tĕr-com-mū-ni-cā'tiŏn, -mūn'iŏn, *n.* ಹೊಕ್ಕುಬಳಿಕೆ, ಗೊಡವೆ, "ವಹಿವಾಟು".

In'tĕr-cōurse (-kōrs), *n.* ಜೋಲಿ, ಹೊಕ್ಕುಬಳಿಕೆ, ಗೊಡವೆ, ವ್ಯಾಪಾರ, ಸಹವಾಸ, ಸಂಪರ್ಕ.

In-tĕr-de-pen'dent, *a.* ಪರಸ್ಪರಾಧೀನ.

In-tĕr-dict', *v. t. r.* ನಿಷೇಧಿಸು, ಬಂಧ ಮಾಡು; 2. ಬಹಿಷ್ಕಾರ ಮಾಡು. In'tĕr-dict, In-tĕr-dic'tiŏn, *n.* ನಿಷೇಧ, ಪ್ರತಿಷೇಧ, "ಮನಾಯಿ"; 2. ಶಾಪ. In-tĕr-dic'tŏr-y, *a.* ನಿಷೇಧದ, ಪ್ರತಿಷೇಧದ.

In'tĕr-est, *n.* ಚಿಂತೆ, ಗೊಡವೆ; 2. ಪ್ರಯೋಜನ; 3. ಪಾಲು; 4. ಆದಾಯ, ಸ್ವಾರ್ಥ; 5. ಬಡ್ಡಿ, ಜುಂಗಡಿ; simple i. ಸರಳಬಡ್ಡಿ; compound i. ಮಾರ್ಬಡ್ಡಿ, ಚಕ್ರಬಡ್ಡಿ; i. in grain ವಾತ; to get an i. with "ಮರ್ಜಿ" ಗಳಿಸಿಕೊಳ್ಳು; I have some i. with him ಅವನ "ಮರ್ಜಿಯನ್ನು" ಸಂಪಾದಿಸಿಕೊಂಡಿರುತ್ತೇನೆ; I felt (took) much i. in him ಅವನ ವಿಷಯ ಬಹಳ ಚಿಂತೆ ಮಾಡಿದೆ, ಅವನ ಕಲ್ಯಾಣಕ್ಕೆ ಬಹಳ ಮನಸ್ಸು ಕೊಟ್ಟೆ. *v. t. r.* ಚಿಂತೆ ಹುಟ್ಟಿಸು *c. g.*, ಪರ ಹಿತಕ್ಕಾಗಿ ಪ್ರೇರೇಪಿಸು; he interested himself for me ನನ್ನ ಸಲುವಾಗಿ ಚಿಂತೆ ಮಾಡಿದ; he is much interested in the matter ಅವನೀ ಕೆಲಸಕ್ಕೆ ಬಹಳ ಮನಸ್ಸಿಡುತ್ತಾನೆ, ಈ ಮಾತು ಅವನಿಗೆ ಹತ್ತುತ್ತದೆ. In'tĕr-est-ed, *a.* ಚಿಂತೆಯುಳ್ಳ, ಮನಸ್ಸಿಗೆ ತಗಲಿದ, ಮನಸ್ಸು ಕೊಡುವಂಥ. In'tĕr-est-iṅg, *a.* ಮನೋರಂಜಕ, ಸರಸ. In'tĕr-est-iṅg-ly, *ad.* ಮನೋರಂಜಕವಾಗಿ.

In-tĕr-fēre' (-fēr'), *v. i. r.* ಅಡ್ಡ ಬರು, — ಹಾಯು, ...ಲ್ಲಿ ಕೈಹಾಕು, ನಡುವೆ ಬರು. In-tĕr-fē'rence, *n.* ಅಡ್ಡಬರುವುದು, ಮಧ್ಯಸ್ಥಿಕೆ.

In'tĕr-im, *n*, ನಡುವೆ, ಅಷ್ಟರೊಳಗೆ, ತನ್ಮಧ್ಯ.

In-tē'ri-ŏr, *a.* ಒಳಗಿನ, ಒಳಗಡೆಯ; 2. ಮಧ್ಯದೇಶದ. *n.* ಒಳಗಡೆ, ಒಳಭಾಗ.

In-tĕr-jā'cent, *a.* ನಡುವೆ ಬಿದ್ದಿರುವ, ಮಧ್ಯದಲ್ಲಿರುವ.

In-tĕr-ject', *v. t. r.* ನಡುವೆ ಹಾಕು, ತುರುಕು. In-tĕr-jec'tiŏn, *n.* ಒಳಗೆ ಹಾಕೋಣ; 2. *(gram.)* ಭಾವಬೋಧಕನಿಪಾತ.

In-tĕr-lāce', *v. t. r.* (*pr.* -lāst') ಹೆಣೆ; 2. ಕಲಬೆರಸು.

In-tĕr-lārd', *v. t. r.* ಕಲಸು, ಮಿಶ್ರ ಮಾಡು.

In-tĕr-lēave' (-lēv'), *v. t. r.* (ಒಂದು ಪುಸ್ತಕದ) ನಡುನಡುವೆ ಬರೇ ಹಾಳೆ ಇಟ್ಟು ಕಟ್ಟು.

In-tĕr-līne', *v. t. r.* ವಳಿಗಳ ನಡುವೆ ಬರೆ, ಪಂಕ್ತಿಗಳ ನಡುವೆ... In-tĕr-lin'e-al, -ar (ĕr), *a.* ಪಂಕ್ತಿಗಳ (ವಳಿಗಳ) ನಡುವೆ ಬರೆದ.

In-tĕr-lō-cū'tiŏn, *n.* ಸಂಭಾಷಣೆ, ಸಂವಾದ. In-tĕr-loc'ū-tŏr, *n.* ಸಂಭಾಷಣೆ ಮಾಡುವವ. In-tĕr-loc'ū-tŏr-y, *a.* ಸಂಭಾಷಣೆಯ; 2. ಮಧ್ಯದ.

In-tĕr-lōpe', *v. i. r.* (*pr.* -lōpt') ಮೇಲಾಡು; 2. ಕಳ್ಳವ್ಯಾಪಾರ ಮಾಡು. 3. ಹಕ್ಕಿಲ್ಲದಲ್ಲಿ ತೂರಿಕೊಳ್ಳು, ತನಗೆ ಸಂಬಂಧಪಡದ ವಿಷಯಗಳಲ್ಲಿ ಕೈಹಾಕು. In'tĕr-lō-pĕr, *n.* ಮೇಲಾಡುವವ; 2. ಕೆಲಸವಿಲ್ಲದೆ ನಡುವೆ ಬಂದವ.

In'tĕr-lụde, *n.* ಅಡ್ಡಸೋಗು, ಉಪನಾಟ್ಯ; 2. ಗಾಯನದ ಮಧ್ಯೇ ವಾದ್ಯಬಾರಿಸುವುದು; 3. ನಾಟಕದ ಎರಡು ಅಂಕಗಳ ಮಧ್ಯ ತರುವ ಹಾಸ್ಯ ಅಥವಾ ನೋಟ.

In-tĕr-lụ'nar (-nĕr), *a.* ಅಮಾವಾಸ್ಯೆಯ.

In-tĕr-mar'ry, *v. t. r.* (-'ried) ತಮ್ಮತಮ್ಮೊಳಗೆ ಮದುವೆ ಮಾಡಿಕೊಳ್ಳು. In-tĕr-mar'-riaġe (-mar'ij), *n.* ಕೊಡುವಳಿ ತರುವಳಿ, ಹೆಣ್ಣು ಕೊಡುವುದು ತರುವುದು.

In-tĕr-med'dle (-med'l), *v. i. r.* ಮತ್ತೊಬ್ಬರ ಗೊಡವೆಗೆ ಹಾಯು, — ಕೆಲಸದಲ್ಲಿ ಕೈಹಾಕು.

In-tĕr-mē'di-āte, *a.* ನಡುವಿನ, ಮಧ್ಯದಲ್ಲಿರುವ.

In-tĕr'ment, *n.* ಹೂಳುವಿಕೆ.

In-tĕr-mez'zo (-dzō), *n.* ಉಪನಾಟ್ಯ.

In-tĕr'mi-na-ble, *a.* ತೀರದಂಥ, ಅಂತ್ಯವಿಲ್ಲದ, In-tĕr'mi-na-bly, *ad.* ತೀರದ ಹಾಗೆ, ಅಂತ್ಯ ವಿಲ್ಲದೆ.

In-tĕr-miṅ'gle, *v. t. r.* ಕಲಬೆರಿಸು, ಕಲಸು.

In-tĕr-mis'siŏn (-mish'un), *n.* ತೆರಪು, ಬಿಟ್ಟಿರುವುದು, ವಿರಾಮ, ವಿಶ್ರಾಂತಿ.

In-tĕr-mit', *v. t. r.* (-mit'ted) ಮಧ್ಯದಲ್ಲಿ ನಿಲ್ಲಿಸು. *v. i.* ಬಿಟ್ಟು ಬಿಟ್ಟು ಬರು (as fever), ಎಡೆ ಬಿಡು. In-tĕr-mit'tent, In-tĕr-mit'tiṅg, *a.* ಬಿಟ್ಟು ಬಿಟ್ಟು ಬರುವ (fever), ನಿಂತು ನಿಂತು ಬರುವ.

In-tĕr-mix', *v. t. r.* (*pr.* -mixt'), *see* Intermingle. In-tĕr-mix'tūre, *n.* ಮಿಶ್ರ, ಕಲಬೆರಿಕೆ;

In-tĕr-mū'ral, *a.* ಗೋಡೆಗಳ ನಡುವಿನ.

In-tĕrn', *v. t.* ಸರಹದ್ದಿನೊಳಗಿರಿಸು.

In-tĕr'nal, *a.* ಒಳಗಿನ; 2. ಸ್ವಂತ ಕಾರ್ಯದ. In-tĕr'nal-ly, *ad.* ಒಳಗೆ; 2. ಮೈಯೊಳಗೆ; 3. ಮನಸ್ಸಿನಲ್ಲಿ.

In-tĕr-na'tiŏn-al (-nash'un-), *a.* ಎರಡು ಮೂರು ಜನಾಂಗಗಳ ಪರಸ್ಪರ.

In-tĕr-nē'cīne, *a.* ಒಬ್ಬರನ್ನೊಬ್ಬರು ಕೊಲ್ಲುವಂಥ.

In-tĕrn'ment, *n.* "ಸರಹದ್ದಿನೊಳಗೆ" ಇರಿಸುವಿಕೆ.

In-ter-nun'cio, *n.* ಮಧ್ಯವರ್ತಿ, ರಾಯಭಾರಿ.

In-tĕr-pel'lāte, *v. t. r.* ವಿವರ ಕೇಳು, "ಸವಾಲು" ಹಾಕು. In-tĕr-pel-lā'tiŏn, *n.* ಪ್ರತಿವಿಜ್ಞಾಪನೆ.

In-tĕr'pō-lāte, *v. t. r.* ಮೂಲಗ್ರಂಥದಲ್ಲಿಲ್ಲದ ಮಾತು ಸೇರಿಸು. In-tĕr-pō-lā'tiŏn, *n*, ಒಂದು ಗ್ರಂಥದಲ್ಲಿ ಹೊಸತಾಗಿ ಸೇರಿಸಿದ ಮಾತು.

In-tĕr-pōṣe', *v. t. r.* ನಡುವೆ ಇರಿಸು; 2. (*refl.*) ನಡುವೆ ಬರು. *v. i.* ನಡುವೆ ಬರು, ಮಧ್ಯಸ್ಥಿಕೆ ಮಾಡು. In-tĕr-pō-ṣi'tiŏn (-zish'un), *n.* ನಡುವೆ ಇಡೋಣ, —ಬರೋಣ, ಮಧ್ಯಸ್ಥಿಕೆ, ಕೈಹಾಕೋಣ.

In-tĕr'pret, *v. t. r.* ಅರ್ಥ ಹೇಳು *c. g.*, ಭಾಷಾಂತರ ಮಾಡು, ಟೀಕು ಹೇಳು *c. g.* In-tĕr-pre-tā'tiŏn, *n.* ಭಾಷಾಂತರ, ಅರ್ಥ ಮಾಡುವುದು, ಟೀಕು, ವ್ಯಾಖ್ಯಾನ. In-tĕr'pret-ĕr, *n.* ಅರ್ಥ ಹೇಳುವವ, ಭಾಷಾಂತರ ಮಾಡುವವ, ದ್ವಿಭಾಷಿ.

In-tĕr-reg'num, *n.* ರಾಜಾಂತರ, ಅನಾಯಕ ಕಾಲ.

In-tĕr'rō-gāte, *v. t. r.* ಪ್ರಶ್ನೆ ಕೇಳಿ ವಿಚಾರಿಸು, "ಸವಾಲು" ಹಾಕು. In-tĕr-rō-gā'tiŏn, *n.* ಪ್ರಶ್ನೆ ಕೇಳೋಣ; 2. "ಸವಾಲು"; 3. ಪ್ರಶ್ನೆ ಚಿಹ್ನೆ (?). In-tĕr-rog'a-tive, *a.* ಪ್ರಶ್ನೆಯ, ಪ್ರಶ್ನಾರ್ಥಕ; i. pronoun ಪ್ರಶ್ನಾರ್ಥಕ ಸರ್ವನಾಮ. In-tĕr-rog'a-tive-ly, *ad.* ಪ್ರಶ್ನಾರ್ಥಕವಾಗಿ. In-tĕr'ro-gā-tŏr, *n.* ಪ್ರಶ್ನೆ ಹಾಕುವವ, "ಸವಾಲು"—. In-tĕr-rog'a-tŏr-y, *a.* ಪ್ರಶ್ನೆ ಕೇಳುವ. *n.* ಪ್ರಶ್ನೆಗಳು.

In-tĕr-rupt', *v. t. r.* ಅಡ್ಡಿ ಮಾಡು, ಅಡ್ಡ ಬರು ಕ್ರಮ ತಪ್ಪಿಸು; i. in speaking ಬಾಯಿಬಿಟ *c. g.*, ಅಡ್ಡ ಮಾತಾಡು, ಅಡ್ಡಮಾತು ತರು. In-tĕr-rup'ted-ly, *ad.* ಬಿಟ್ಟುಬಿಟ್ಟು. In-tĕr-rup'tiŏn, *n.* ಅಡ್ಡಿ, ಅಭ್ಯಂತರ, "ಹರಕತ್ತು", ಕ್ರಮಭಂಗ.

In-tĕr-sect', *v. t. r.* ನಡುವೆ ಹಾಯು *c. g.*, ಅಡ್ಡಾಗು *c. d.*, ಛೇದಿಸು. *v. i.* ಒಂದಕ್ಕೊಂದು ಅಡ್ಡಾಗು, ಕತ್ತರಿಯಾಗು. In-tĕr-sec'tiŏn, *n.* ಕತ್ತರಿಗೆರೆ, ಛೇದನೆ, ವಿಚ್ಛೇದ.

In-tĕr-spĕrse', *v. t. r.* (*pr.* -spĕrst') ನಡುನಡುವೆ ಹಾಕು, ಅಲ್ಲಲ್ಲಿ ಇರಿಸು. In-tĕr-spĕr'siŏn, *n.* ನಡುನಡುವೆ ಹಾಕುವುದು.

In-tĕr'stice, *n.* ಎಡೆ, ಸಂದು, ರಂಧ್ರ.

In-tĕr-twīne', *v. i. r.* ಹೆಣಕೊಳ್ಳು, ತೊಡರುಬೀಳು. *v. t. r.* ಹೆಣೆ, ಜಡೆಕೊಳ್ಳು.

In'tĕr-val, *n.* ಎಡೆ, ದೂರ, ಅಂತರ; 2. ಅವಕಾಶ, ಮಧ್ಯಕಾಲ, ಬಿಡಿಕೆ, ಬಿಡತೆ; at intervals ಕಾಲಕಾಲದಲ್ಲಿ, ಆಗಾಗ್ಗೆ; without intervals ನಿರಂತರ, ಎಡೆವರಿಯದೆ.

In-tĕr-vēne' (-vēn'), *v. i. r.* ನಡುವೆ ಬರು, ವಿಘ್ನ ಬರು. In-tĕr-ven'tiŏn, *n.* ಅಡ್ಡಬರೋಣ, ನಡುವೆ ಬರುವುದು, ಮಧ್ಯಸ್ಥಿಕೆ.

In'tĕr-view (-vū), *n.* ಮೈಗಾಣಿಕೆ, ಪರಸ್ಪರ ದರ್ಶನ, "ಭೇಟಿ" (ಭೆಟ್ಟಿ); have an i. ಕಂಡು ಮಾತಾಡು.

In-tĕr-wēave' (-wēv'), *v. t. ir.* (-wōve', -wō'ven) ಕಲಬೆರಿಕೆಯಾಗಿ ನೆಯ್ಯು, —ಹೆಣೆ, ಕಲಬೆರಿಕೆ ಮಾಡು.

In-tes'tāte, *a.* ಮರಣಶಾಸನ ಮಾಡದೆ ಸತ್ತ, ಮೃತಿಪತ್ರ ಮಾಡದ. *n.* ಮೃತಿಪತ್ರ ಮಾಡದವನು.

In-tes'tine (-tin), *a.* ಒಳಗಿನ, ಮನೆಯೊಳಗಿನ; 2. ಸ್ವರಾಜ್ಯದೊಳಗಿನ. In-tes'tineṣ (-tinz), *n. pl.* ಕರುಳುಗಳು.

In-thral', *v. t. r.*, *see* Enthral.

In-thrōne', *v. t. r.*, *see* Enthrone.

In'ti-māte, *a.* ಸಲಿಗೆಯುಳ್ಳ, ಆಪ್ತ; i. friend

ಜೀವದ ಗೆಳೆಯ, ಪ್ರಾಣಾಪ್ತ. **In'ti-ma-cy,** *n.* ಸಲಿಗೆ, ಗೆಳೆತನ, ಸಖ್ಯತೆ. **In'ti-māte-ly,** *ad.* ಸಲಿಗೆಯಾಗಿ.

In'ti-māte, *v. t. r.* ಸೂಚನೆ ಹೇಳು, ವರದೀ ಕೊಡು. **In-ti-mā'tiŏn,** *n.* ಸೂಚನೆ, ತಿಳಿಸೋಣ, ವರದಿ.

In-tim'i-dāte, *v. t. r.* ಬೆದರಿಸು, ಜಬರಿಸು, ಭಯಪಡಿಸು. **In-tim-i-dā'tiŏn,** *n.* ಬೆದರಿಸೋಣ, ಭಯಪಡಿಸೋಣ.

In'tö, *prep.* ಒಳಗೆ, ಒಳಕ್ಕೆ; 2. ...ಗೆ, ...ಕ್ಕೆ.

In-tol'ĕr-a-ble, *a.* ತಾಳಕೂಡದ, ಸಹಿಸಕೂಡದ. **In-tol'ĕr-a-bly,** *ad.* ತಾಳಕೂಡದಂತೆ, ಸಹಿಸಲಾರದಷ್ಟು. **In-tol'ĕr-ance,** *n.* ತಾಳ್ಮೆಯಿಲ್ಲದಿರುವುದು, ತಾಳದಿರೋಣ; 2. ಅನ್ಯಮತದ್ವೇಷ. **In tol'ŏr ant,** *a.* ತಾಳದಂಥಾ, ತಾಳ್ಮೆಯಿಲ್ಲದ; 2. ಅನ್ಯಮತವನ್ನು ತಾಳದ.

In-tömb' (-töm'), *v. t. r.* ಸಮಾಧಿಯಲ್ಲಿಡು, ಹೂಳಿಡು; *see* Entomb.

In'tō-nāte, *v. i. r.* ಸರಿಗಮ ನುಡಿ; 2. ರಾಗದಿಂದ ಓದು. **In-tō-nā'tiŏn,** *n.* ಗಾಯನ ಧ್ವನಿಯಿಂದ ಓದೋಣ.

In-tōne', *v. t. r.* ಸ್ವರಸಹಿತ ಓದು.

In-tox'i-cāte, *v. t. r.* ಅಮಲು ಮಾಡಿಸು, ಮತ್ತನಾಗ ಮಾಡು; *(pass.)* ಅಮಲು ಹತ್ತು, ಅಮಲಾಗು. **In-tox'i-cā-ting,** *a.* ಅಮಲೇರಿಸುವ, ತಲೆಗೆ ಹಿಡಿಯುವ, ಮದ ಹುಟ್ಟಿಸುವ, ಮಾದಕ. **In-tox-i-cā'tiŏn,** *n.* ಅಮಲು, ಮದ, "ಲಹರಿ", "ಮಸ್ತಿ".

In-trac'ta-ble, *a.* ಹಟವಾರಿ, ಮೊಂಡ, "ಹರಾಮಿ". **In-trac-ta-bil'i-ty, In-trac'-ta-ble-ness,** *n.* ಮೂರ್ಖತ್ವ, ಮೊಂಡತನ, "ಹರಾಮಿತನ". **In-trac'ta-bly,** *ad.* ಮೊಂಡವಾಗಿ, "ಹರಾಮಿಯಾಗಿ".

In-tran'si-ġent, *a.* ರಾಜಕೀಯ ವ್ಯವಹರಣೆಯಲ್ಲಿ ಪರಪಕ್ಷಕ್ಕೊಪ್ಪದವ.

In-tran'si-tive, *a. (gram.)* ಅಕರ್ಮಕ. **In-tran'si-tive-ly,** *ad.* ಅಕರ್ಮಕ ಕ್ರಿಯಾಪದವಾಗಿ.

In-trench', *v. t. r.* (*pr.* -trensht') ಸುತ್ತಲು ಕಂದಕ ಅಗೆ *e. g.* *v. i.* ಅಕ್ರಮಿಸು. **In-trench'ment,** *n.* ಕಂದಕ, ಆಳುವೇರಿ, ಅಗಳ್ತಿ, ಅಕ್ರಮಿಸೋಣ.

In-trep'id, *a.* ಹೆದರದ, ಅಂಜದಂಥ, ಭಯವಿಲ್ಲದ, ಧೀರ. **In-tre-pid'i-ty,** *n.* ಧೈರ್ಯ, ನಿರ್ಭಯತ್ವ. **In-trep'id-ly,** *ad.* ಹೆದರದೆ, ಧೈರ್ಯವಾಗಿ.

In'tri-cāte, *a.* ತೊಡರ, ತೊಡಕಾದ, ಸಿಕ್ಕುಳ. **In'tri-ca-cy,** *n.* ತೊಡಕು, ಸಿಕ್ಕು. **In'tri-cāte-ly,** *ad.* ತೊಡಕಾಗಿ.

In-trīgue' (-trēg'), *n.* ಸಂಚು, "ಮಸಲತು", "ಫಿತೂರಿ"; 2. ಕ್ರೀಡೆ; love i. ಕಾಮುಚರಿತೆ. *v. i. r.* ಸಂಚು ಮಾಡು, "ಮಸಲತು" ಮಾಡು; 2. ಸರಸಕ್ರೀಡೆ ಮಾಡು. **In-trī'guĕr,** (-trē'gĕr), *n.* ಸಂಚುಗಾರ, "ಫಿತೂರಿಯವ", ದ್ರೋಹಿ; 2. ಕಾಮುಕ.

In-trin'sic, -al, *a.* ಒಳಗಿನ, ಅಂತರಂಗದ, ಅಂತರ್ಲಕ್ಷ; 2. ನಿಜವಾದ; i. force ಸ್ವಶಕ್ತಿ. **In-trin'si-cal-ly,** *ad.* ಒಳಗೆ; 2. ನಿಜವಾಗಿ.

In-trō-dūce', *v. i. r.* (*pr.* -dūst') ಒಳಗೆ ಕರಕೊಂಡು ಬರು, — —ಹೋಗು, "ಭೇಟಿ" ಮಾಡಿಸು, ಗುರುತು ಮಾಡಿಸು; 2. ತಂದು ಹಚ್ಚಿಸು, ಆರಂಭಿಸು; 3. ತೂರು, ಒಳಕ್ಕೆ ತಳ್ಳು; i. me to your friend ನಿನ್ನ ಮಿತ್ರನಿಗೆ ನನ್ನ ಪರಿಚಿತಿ ತಿಳಿಸು. **In-trō-duc'tiŏn,** *n.* (of persons) "ಭೇಟಿ" ಮಾಡಿಸೋಣ; 2. (of thing) ಪ್ರಬಲಕ್ಕೆ ತರೋಣ; 3. (to a book) ಪೀಠಿಕೆ. **In-trō-duc'tive, -duc'tŏr-y,** *a.* ಆರಂಭದ, ಪೀಠಿಕಾರೂಪವಾದ.

In-tro-spec'tiŏn, *n.* ಒಳನೋಟ, ಆತ್ಮನಿರೀಕ್ಷಣ.

In-trūde', *v. i. r.* ಕರೆಯದೆ ಬರು, ಹೊಗಬಿದ್ದು —, ತೂರಿಕೊಂಡು —. *v. t.* ಅಕ್ರಮವಾಗಿ ಪ್ರವೇಶ ಮಾಡಿಸು. **In-trū'dĕr,** *n.* ಕರೆಯದೆ ಬರುವವ, ಅಪ್ಪಣೆ ಇಲ್ಲದೆ ಪ್ರವೇಶಿಸುವವ, ಹೊಗಬಿದ್ದು ಬಂದವ. **In-trū'sion (-zhun),** *n.* ಕರೆಯದೆ ಬರೋಣ, ಅಧಿಕಾರವಿಲ್ಲದೆ ಪ್ರವೇಶಿಸೋಣ. **In-trū'sive,** *a.* ಕರೆಯದೆ ಬರುವ, ಅಧಿಕಾರವಿಲ್ಲದೆ ಪ್ರವೇಶಿಸುವ. **In-trū'sive-ly,** *ad.* ಕರೆಯದೆ, ತೂರಿಕೊಂಡು ಬರುವವನ ಹಾಗೆ (ಕರೆಯದ ಮದುವೆಗೆ ಕಳಸಗಿತ್ತಿಯಾಗಿ ಹೋದಂತೆ).

In-trust', *v. t. r.* ಒಪ್ಪಿಸಿಕೊಡು, ಒಬ್ಬನ ವಶಕ್ಕೆ ಕೊಡು; *see* Entrust.

In'tuit, *v. t. & i.* ಜ್ಞಾನದೃಷ್ಟಿಯಿಂದ ತಿಳಿದುಕೊಳ್ಳು. **In-tū-i'tiŏn (-ish'un),** *n.* ಅಂತರ್ಜ್ಞಾನ, ಸಹಜಜ್ಞಾನ, ಜ್ಞಾನದೃಷ್ಟಿ. **In-tū'i-tive,** *a.* ಕಣ್ಣಾರೆ ನೋಡುವ; 2. ಅಂತರ್ಜ್ಞಾನದಿಂದ ತಿಳುಕೊಳ್ಳುವ, ಸಹಜಜ್ಞಾನದ.

In-tūmes'cence, *n.* ಬಾವು, ಶೋಥ, ಶೋಫ.

In-twīne' *v. t. r.*, *see* Entwine.

In-un'dāte, *v. t. r.* ನೆರೆ ಬರು, ನೆಗ್ಗಸ—, ಉಬ್ಬಿ ಹರಿ. **In-un-dā'tiŏn,** *n.* ನೆರೆ, ನೆಗ್ಗಸ, ಜಲಪ್ರಳಯ.

In-ūre' *v. t. r.* ರೂಢಿ ಮಾಡಿಸು, ಅಭ್ಯಾಸ ಮಾಡಿಸು; *(pass.)* ರೂಢಿಯಾಗು.

In-ū-til'i-ty, *n.* ನಿಷ್ಪ್ರಯೋಜನ, ವ್ಯರ್ಥತ್ವ.

In-vāde', *v. t. r.* ದಂಡೆತ್ತಿಕೊಂಡು ಹೋಗು, ಅಭಿಯೋಗಿಸು, ಅತಿಕ್ರಮಿಸು; *(pass.)* "ಜಾಡು"ಗೊಳ್ಳು. In-vā'dĕr, *n.* ದಂಡೆತ್ತಿ ಹೋಗುವವ. In-vā'ṣiŏn, *n.* ಅಭಿಯೋಗ, ಆವಾಂತರ, ದಂಡೆತ್ತಿ ಹೋಗುವುದು, ದಂಡಯಾತ್ರೆ, "ಜೌಡು". In-vā'sive. *n.* ಮೇಲ್ಬೀಳುವ, ಅಭಿಯೋಗ ಮಾಡುವ.

In-val'id, *a.* ನಿರ್ಬಲವಾದ; 2. *(law.)* "ರದ್ದಾದ". In'va-lĭd, *n.* ರೋಗಿ, ಬಲಹೀನ, ಬೇನೆಬಿದ್ದವ; 2. ಯುದ್ಧದಲ್ಲಿ ಊನನಾದವ; 3. ಬಹುಕಾಲ ಚಾಕರಿ ಮಾಡಿ ಬಲಹೀನನಾದವ. In-val'i-dāte, *v. t. r.* ನಿರ್ಬಲ ಮಾಡು; 2. "ರದ್ದು" ಮಾಡು, ಖಂಡಿಸು. In-va-lid'i-ty, *n.* ನಿರ್ಬಲತೆ; 2. "ರದ್ದು".

In-val'ū-a-ble, *a.* ಅಮೂಲ್ಯ, ಬಹು ಬೆಲೆಯುಳ್ಳ.

In-vā'ri-a-ble, *a.* ಏಕಪ್ರಕಾರವಾಗಿರುವ, ಅಚಂಚಲವಾದ, ಬದಲಾಗದ. In-vā'ri-a-bly, *ad.* ಏಕಪ್ರಕಾರವಾಗಿ, ತಪ್ಪದೆ.

In-vec'tive, *a.* ಬಯ್ಯುವ, ದೂಷಣೆಯ, ನಿಂದೆಯ. *n.* ಬೈಗಳು, ದೂಷಣೆ, ನಿಂದೆ.

In-veigh' (-vā') against, *v. t. r.* ಬಯ್ಯು, ನಿಂದಿಸು, ದೂರು.

In-vēi'gle (-vē'gl), *v. t. r.* ಮರುಳುಗೊಳಿಸು, ಮಚ್ಚು ಮಾಡು, ಒಲಿಸಿಕೊಳ್ಳು.

In-vent', *v. t. r.* ಶೋಧಿಸಿ ತೆಗೆ, ಯುಕ್ತಿ ತೆಗೆ, ಹರುವು ಮಾಡು; 2. ಕಲ್ಪಿಸು, ಹುಟ್ಟಿಸು, ರಚಿಸು. In-ven'tĕr *or* -tŏr, *n.* ಕಲ್ಪನೆಗಾರ, ಹೊಸ ಯುಕ್ತಿ ತೆಗೆದವ, ನವಕಲ್ಪಕ. In-ven'tiŏn, *n.* ಹರುವು, ಹೊಸ ಯುಕ್ತಿ, ನವಕಲ್ಪನೆ, ರಚನೆ. In-ven'tive, *a.* ಕಲ್ಪನಾಶಕ್ತಿಯುಳ್ಳ, ಕಲ್ಪಿಸುವ.

In'ven-tŏr-y, *n.* ಪಟ್ಟಿ, "ಯಾದಾಸ್ತು", "ಫೇರಿಸ್ತ".

In-vĕrse', *a.* ಹಿಂದುಮುಂದಾದ, ವಿಪರೀತವಾದ, ಪ್ರತಿಕೂಲ. In-vĕrse'ly, *ad.* ಹಿಂದುಮುಂದಾಗಿ, ವಿಪರೀತವಾಗಿ. In-vĕr'siŏn, *n.* ಹಿಂದುಮುಂದು ಮಾಡೋಣ, ವ್ಯತಿಕ್ರಮ. In-vĕrt', *v. t. r.* ಕೆಳಗೆ ಮೇಲೆ ಮಾಡು, ಅಧೋಮುಖ—, ಹಿಂದುಮುಂದು—. In-vĕrt'ed, *a.* ತಲೆ ಕೆಳಗಾದ, ಹಿಂದುಮುಂದಾದ, ಅಧೋಮುಖವಾದ.

In-ver'te-brate, *a.* ಬೆನ್ನೆಲುಬು ಇಲ್ಲದ, ಪೃಷ್ಠವಂಶವಿಲ್ಲದ.

In-vest' with, *v. t. r.* ತೊಡಿಸು *c. d.;* 2. ತೊಡು, ಅಧಿಕಾರ ಕೊಡು; i. in ವ್ಯಾಪಾರಕ್ಕೆ ಹಾಕು, ಋಣಸಂಚಯಕ್ಕಿಡು; 3. (to i. a fortress) ಮುತ್ತಿಗೆ ಹಾಕು *c. d.* In-ves'ti-tūre, *n.* ಪ್ರತಿಷ್ಠೆ, ಉದ್ಯೋಗದಲ್ಲಿ ನೇಮಿಸೋಣ. In-vest'ment, *n.* ಅಂಗಿ; 2. ಮುತ್ತಿಗೆ; 3. ಹಣವನ್ನು ವ್ಯಾಪಾರಕ್ಕೆ ಹಾಕೋಣ, ಹಣವನ್ನು ಋಣಸಂಚಯಕ್ಕಿಡೋಣ.

In-ves'ti-gāte, *v. t. r.* ವಿಚಾರಿಸು, ಶೋಧಿಸು, ವಿಮರ್ಶಿಸು, ಆರಯ್ಯು. In-ves-ti-gā'tiŏn, *n.* ವಿಚಾರಣೆ, ಶೋಧನೆ, "ತನಿಖಿ", "ದರ್ಯಾಪ್ತು", ವಿಭಾವನೆ, ಪರೀಕ್ಷೆ. In-ves'ti-gā-tŏr. *n.* ಶೋಧನೆ ಮಾಡುವವ, ಪರೀಕ್ಷಕ, ವಿಚಾರಕ.

In-vet'ĕr-āte, *a.* ಹಳೇ, ಬಹು ಕಾಲದ, ಅಭ್ಯಾಸಬಿದ್ದ; (enmity) ಬದ್ಧವೈರ, ಜನ್ಮ—, ಎಣ್ಣೆಸೀಗೆ. In-vet'ĕr-a-cy, *n.* ಸ್ಥಿರತೆ, ಗಟ್ಟಿ. In-vet'ĕr-āte-ly, *ad.* ಹಳೇದಾಗಿ, ರೂಢಿ ಬಿದ್ದಂತೆ.

In-vid'i-ŏus, *a.* ಹೊಟ್ಟೇಕಿಚ್ಚು ಹುಟ್ಟಿಸುವಂಥ, ದ್ವೇಷ ಹುಟ್ಟಿಸುವ, ಮಾತ್ಸರ್ಯಜನಕ. In-vid'i-ŏus-ly, *ad.* ಹೊಟ್ಟೇಕಿಚ್ಚಾಗಿ.

In-vig'ō-rāte, *v. t. r.* ಬಲಪಡಿಸು, ಪುಷ್ಟಿ ಉಂಟುಮಾಡು. In-vig'ō-rā-tiṅg. *a.* ಪುಷ್ಟಿಕರ, ಧಾತುಪುಷ್ಟಿಯ, ಬಲವರ್ಧಕ. In-vig-ō-rā'tiŏn. *n.* ಬಲವೃದ್ಧಿ, ಪುಷ್ಟೀಕರಣ, ತೇಜೋವರ್ಧನೆ.

In-vin'ci-ble, *a.* ಜಯಿಸಕೂಡದ, ಅಜಿತ, ದುಸ್ತರ, ಅನಿವಾರ್ಯ, ಅಜೇಯ.

In-vī'ō-la-ble, *a.* ಮೀರಬಾರದ, ಅತಿಕ್ರಮಿಸಕೂಡದ, ಭ್ರಷ್ಟ ಮಾಡಕೂಡದ. In-vī'ō-la-bly, *ad.* ಮೀರಕೂಡದಂತೆ; 2. ಭ್ರಷ್ಟ ಮಾಡಬಾರದಂತೆ. In-vī'ō-lāte, *a.* ಮೀರದ, ಭ್ರಷ್ಟವಾಗದ, ಸಂಪೂರ್ಣ, ಮಾಸಲಾದ.

In-vis'i-ble, *a.* ಕಾಣದಂಥ, ಅದೃಶ್ಯ, ಪರೋಕ್ಷ, ಅಪ್ರತ್ಯಕ್ಷ; to be i. ಕಾಣದಿರು; to become i. ಕಾಣದಂತಾಗು. In-vis-i-bil'i-ty. *n.* ಕಾಣದಿರುವಂಥಾದ್ದು, ಅದೃಶ್ಯತೆ, ಅಪ್ರತ್ಯಕ್ಷತೆ. In-vis'i-bly, *ad.* ಕಣ್ಣಿಗೆ ಕಾಣದಂತೆ, ಅದೃಶ್ಯವಾಗಿ.

In-vīte', *v. t. r.* (ಮದುವೆಗೆ, ಊಟಕ್ಕೆ, ಭೇಟಿಗೆ) ಹೇಳು *c. d.*, ಆಮಂತ್ರಿಸು *c. d.*, —ಕರೆ; i. one's self ಅಭ್ಯಾಗತನಾಗಿ ಬರು; 2. ಮನಸ್ಸು ಎಳಕೊಳ್ಳು, ಮನರಂಜಿಸು. In-vi-tā'tiŏn, *n.* ಕರೆಯೋಣ, ಆಮಂತ್ರಣ. In-vī'tiṅg, *a.* ಮನೋಹರ, ಮೋಹಕ. In-vī'tiṅg-ly, *ad.* ಮನೋಹರವಾಗಿ.

In'vō-cāte, *v. t. r.* ಕರೆ, ಪ್ರಾರ್ಥಿಸು, ಬೇಡಿಕೊಳ್ಳು, ಮೊರೆ ಇಡು *c. d.* **In-vō-cā'tiŏn**, *n.* ಕರೆಯೋಣ, ಬೇಡಿಕೊಳ್ಳೋಣ, ಪ್ರಾರ್ಥನೆ.

In'voīce (-voīs), *n.* "ಬೀಜಕ" ಪಟ್ಟಿ, "ಖರೀದಿ" ಪಟ್ಟಿ.

In-vōke', *v. t. r.* (*pr.* -vōkt') ಕರೆ, ಮೊರೆ ಇಡು *c. d.*

In-vō-lu'cre (-lu'kĕr), *n.* (*bot.*) ಪಟ, [ಪಟಲ.

In-vol'un-tar-y, *a.* ಮನಸ್ಸಿಲ್ಲದ; 2. ತನ್ನಿಂದ ತಾನೇ ಆಗುವ, ತನ್ನಷ್ಟಕ್ಕಾದ, ಇಚ್ಛೆಗೆ ಅಧೀನವಲ್ಲದ; 3. ಅನೈಚ್ಛಿಕ (*as*, the motion of some muscles).

In-volve', *v. t. r.* ಸುರುಳಿಸುತ್ತು; 2. ಕವಿ; 3. ತೊಡಕು ಹಾಕು *c. d.*; 4. ಸಂಬಂಧಿಸು; 5. ಹಿಡುಕೊಳ್ಳು; 6. ಹುಣುಗಿಸು; (*math.*) ಗುಣಿಸು; (*pass.*) ತೊಡರುಬೀಳು, ಅಡಗಿರು, ಸಿಕ್ಕೊಳ್ಳು, ಮುಣುಗು; involved in crimes ಅಪರಾಧಗಳಲ್ಲಿ ಸೇರಿಕನಾದ; involved meaning ಫಲಿತಾರ್ಥ. **In-vo-lu'tiŏn**, *n.* ಸುರುಳಿಸುತ್ತೋಣ, ಸಿಕ್ಕು; 2. (*math.*) ಘಾತಕರ್ಮ.

In-vul'nĕr-a-ble, *a.* ಗಾಯವಾಗದಂಥ, ವಜ್ರದೇಹಿಯಾದ.

In'ward (-wĕrd), *a.* ಮನಸ್ಸಿನೊಳಗಿನ. *n. pl.* ಕರುಳು. **In'ward, In'wards** (-wĕrdz), *ad.* ಒಳಗಡೆಗೆ, ಒಳಗೆ; 2. ಮನಸ್ಸಿನೊಳಗೆ. **In-ward-ly**, *ad.* ಒಳಗೆ; 2. ಮನಸ್ಸಿನಲ್ಲಿ; 3. ಒಳಗಡೆಗೆ.

In-wēave', *v. t. r.* ಬೆರಸಿ ನೇಯು.

In-wrap' (-rap'), *v. t. r.* (-wrapped', *pr.* -rapt') ಸುತ್ತು, ಸುರುಳಿಸುತ್ತು.

In-wrought' (-rąt'), *a.* ಕಸೂತಿ ತೆಗೆದ, ಖಚಿತ, ಚಿತ್ರಗಳಿಂದ ಅಲಂಕೃತವಾದ.

Ī'o-dine, *n.* ಒಂದು ಔಷಧ.

Ī-ō'ta, *n.* ಎಳ್ಳಷ್ಟು, ಅಣು, ಲವಲೇಶ.

I. O. U. *n.* (I owe you) ಸಾಲದ ಪತ್ರ.

Ipse dixit, ಅಧಿಕಾರದ ಬಲದಿಂದ ಕೊಡುವ ಸಿದ್ಧಾಂತ.

Ipso facto, ಆ ಕಾರಣದಿಂದಲೇ.

I-rā'dĕ, *n.* ತುರುಕರ ಸುಲ್ತಾನನ ಹುಕುಮ್ನಾಮೆ.

Ī-ras'ci-ble, *a.* ಗಡ ಸಿಟ್ಟಿಗೇಳುವ, ಬೇಗ ಕೋಪಗೊಳ್ಳುವ, ಮುಂಗೋಪವುಳ್ಳ. **Ī-ras-ci-bil'i-ty, Ī-ras'ci-ble-ness**, *n.* ಮುಂಗೋಪ, ಎದುರುಸಿಟ್ಟು. **Ī-ras'ci-bly**, *ad.* ಮುಂಗೋಪಿಯಾಗಿ.

Ī-rate', *a.* ಸಿಟ್ಟಾದ.

Īre, *n.* ಸಿಟ್ಟು, ಕೋಪ, ಉಗ್ರ. **Īre'fụl**, *a.* ಸಿಟ್ಟಾದ, ಕೋಪವುಳ್ಳ, ಮುನಿದ.

Irē'nic, -cal, *a.* ಶಾಂತ, ಸಮಾಧಾನವುಳ್ಳ.

Ī-ri-des'cent, *a.* ಮಳೆಬಿಲ್ಲಿನ ಬಣ್ಣಗಳುಳ್ಳ.

Ī'ris, *n*, ಮಳೆಬಿಲ್ಲು, ಇಂದ್ರಧನುಸ್ಸು.

Ī'rish, *a.* ಅಯರ್ಲಂಡ ದೇಶದ. *n.* ಅಯರ್ಲಂಡ ದೇಶದವ; 2. ಅಯರ್ಲಂಡ ಭಾಷೆ.

Irk, *v. t. r.* (*pr.* ĕrkt) ಬೇಸರಗೊಳಿಸು, ದಣಿಸು, ಕಾಡು, ಆಯಾಸ ಪಡಿಸು. **Irk'sōme**, *a.* ಬೇಸರಿಕೆಯ, ಬೇಸರಗೊಳಿಸುವ, ಆಯಾಸ ಪಡಿಸುವ. **Irk'sōme-ly**, *ad.* ಬೇಸರಿಕೆಯಾಗಿ.

Ī'rŏn (ī'ĕrn), *n.* ಕಬ್ಬಿಣ. *pl.* ಸಂಕೋಲೆ; cast i. ಬೀಡು, ತಾಂಡವಾಳ (*My.*); 2. ಇಸ್ತ್ರಿ ಪೆಟ್ಟಿಗೆ; sulphate of i. ಅನ್ನಭೇದಿ. *a.* ಕಬ್ಬಿಣದ; 2. ಕಬ್ಬಿಣ ಬಣ್ಣದ; 3. ಗಟ್ಟಿ, ಕಠಿಣ. *v. t. r.* "ಇಸ್ತ್ರಿ" ಮಾಡು; 2. ಸಂಕೋಲೆ ಹಾಕು, ಬೇಡಿ—; an i. will ದೃಢಚಿತ್ತ; the i. age ಕಲಿಯುಗ; strike the i. while it is hot ಹದ ಬಂದಾಗ ಹೊಡಿ, ಸಕಾಲದಲ್ಲಿ ಕೆಲಸ ಮಾಡು; too many irons in fire ಹಲವು ಕೆಲಸಗಳನ್ನು ಏಕಕಾಲದಲ್ಲಿ ಕೈಕೊಳ್ಳು. **Ī'rŏn-bound**, *a.* ಕಬ್ಬಿಣ ಕಟ್ಟಿದ. **Ī'rŏn-clad**, *a.* ಕಬ್ಬಿಣ ಹಲಿಗೆ ಹೊದಗಿಸಿದ. *n.* ಹೊರಮೈಯಲ್ಲಿ ಕಬ್ಬಿಣದ ಹಲಿಗೆಗಳಿಂದ ಮುಚ್ಚಿದ ಹಡಗ. **Ī'rŏn-grey** *or* **-grāy**, *a.* ಧೂಮ್ರವರ್ಣದ, ಧೂಸರ ಬಣ್ಣದ, ಬೂದಿ ಬಣ್ಣದ (*S. C.*). **Ī'rŏn-mŏn-gĕr**, *n.* ಕಬ್ಬಿಣ ಸಾಮಾನು ಮಾರುವವ. **Ī'rŏn-mŏn-gĕr-y**, *n.* ಕಬ್ಬಿಣ ಸಾಮಾನುಗಳು. **Ī'rŏn-sīdes**, *n.* ಬಲಿಷ್ಠ; 2. ಕವಚಧಾರಿ. **Ī'rŏn-smith**, *n.* ಕಮ್ಮಾರ. **Ī'rŏn-y**, *a.* ಕಬ್ಬಿಣದ.

Ī'rŏn-wood tree, *n.* (*Hylia dolabriformis, Benth.*) ಜಂಬೆ ಮರ.

Ī'ron-y, *n.* ಕಟಕಿ, ನಿಂದಾಸ್ತುತಿ, ವ್ಯಂಗ್ಯ, ವ್ಯಾಜೋಕ್ತಿ, ವಿಪರೀತ ಲಕ್ಷಣೆ. **Ī-ron'i-cal**, *a.* ಕಟಕಿಯ, ನಿಂದಾಸ್ತುತಿಯ, ವ್ಯಾಜೋಕ್ತಿಯ, ವ್ಯಂಗ್ಯೋಕ್ತಿಯ.

Ir-rā'di-āte, *v. t. r.* ...ಒಳಗೆ ಬೆಳಕು ಕೆಡವು *c. g.*, ಬೆಳಕಿನಿಂದ ತುಂಬಿಸು, ಪ್ರಕಾಶಿಸ ಮಾಡು. **Ir-rā'di-ance, -an-cy**, *n.* ಪ್ರಕಾಶ, ಹೊಳೆಯುವಿಕೆ, ಹೊಳಪು. **Ir-rā'di-ant**, *a.* ಹೊಳೆಯುವ. **Ir-rā-di-ā'tiŏn**, *n.* ಬೆಳಕಿನಿಂದ ತುಂಬಿಸೋಣ, ಪ್ರಕಾಶಿಸ ಮಾಡೋಣ.

Ir-rā'tiŏn-al (-rāsh'un-), *a.* ಜ್ಞಾನಹೀನ, ಮತಿಹೀನ, ಬುದ್ಧಿಗೆಟ್ಟ. **Ir-ra-tiŏn-al'i-ty**

(-rash-un-), *n.* ಅಜ್ಞಾನತೆ, ನಿಶ್ಚೈತನ್ಯ, ಮತಿಹೀನತೆ. Ir-ra'tiŏn-al-ly (-rash'un-), *ad.* ಬುದ್ಧಿಹೀನವಾಗಿ, ಅಚೇತನವಾಗಿ.

Ir-re-clāim'a-ble, *a.* ಮಾರ್ಗಕ್ಕೆ ತರಕೂಡದ; 2. ತಿರಿಗಿ ಸಿಕ್ಕಕೂಡದ.

Ir-rec-on-cī'la-ble, *a.* ಅನ್ಯೋನ್ಯ ಮಾಡಕೂಡದ, ಹೊಂದಕೂಡದ; 2. ಪರಸ್ಪರವಿರುದ್ಧವಾದ. Ir-rec-on-cī'la-bly, *ad.* ಒಂದಾಗದಂತೆ, ಅನ್ಯೋನ್ಯವಾಗದಂತೆ; 2. ಪರಸ್ಪರವಿರುದ್ಧವಾಗಿ.

Ir-re-cŏv'ĕr-a-ble, *a.* ಸಿಗದೆಹೋದ, ತಿರಿಗಿ ಸಿಕ್ಕದಂಥ, ಉಪಾಯವಿಲ್ಲದ. Ir-re-cŏv'ĕr-a-bly, *ad.* ತಿರಿಗಿ ಸಿಕ್ಕದ ಹಾಗೆ, ಉಪಾಯವಿಲ್ಲದೆ; it is i. gone ಹೋದದ್ದು ಹೋಗೇ ಹೋಯ್ತು.

Ir-re-dū'ci-ble, *a.* ಕೊರಯಿಸಕೂಡದ.

Ir-ref'ra-ga-ble, *a.* ಎದುರಾಡಲಾರದ, ಖಂಡಿಸಕೂಡದ.

Ir-re-fū'ta-ble, *a.* ಸುಳ್ಳುಮಾಡಲಾರದ, ಖಂಡಿಸಕೂಡದ.

Ir-reg'ū-lar (-lĕr), *a.* ಅಡ್ಡಾತಿಡ್ಡಿ; 2. ಅಕ್ರಮವಾದ, ಗೊತ್ತುಗೆಟ್ಟ; 3. ಸೊಟ್ಟು; 4. *(gram.)* ವಿಕಾರವಾದ, ವಿಕೃತ. Ir-reg-ū-lar'i-ty, *n.* ಅಕ್ರಮ, ಗೊತ್ತುಗೇಡಿತನ; 2. ಅನಾಚಾರ, ಅಧರ್ಮ, ಅಬಂದರ; 3. ಬಿಟಿಕೆ. Ir-reg'ū-lar-ly, *ad.* ಅಡ್ಡಾತಿಡ್ಡಿಯಾಗಿ; 2. ಅಕ್ರಮವಾಗಿ; 3. ವಿಕಾರವಾಗಿ.

Ir-rel'e-vant, *a.* ಹತ್ತದಂಥ, ತಾಕದಂಥ, ಅಸಂಗತ, ವಿಪರ್ಯಸ್ತ. Ir-rel'e-vance, -van-cy, *n.* ಹತ್ತದಿರೋಣ, ಅಸಂಗತ.

Ir-re-liġ'iŏn (-lij'ūn), *n.* ಭಕ್ತಿಹೀನತೆ, ದುರುಳತನ; 2. ನಾಸ್ತಿಕತನ. Ir-re-liġ'iŏus (-lij'us), *a.* ಭಕ್ತಿಯಿಲ್ಲದ, ದುರುಳ, ನಾಸ್ತಿಕ, ದುಷ್ಟ.

Ir-re-mē'di-a-ble, *a.* ಉಪಾಯವಿಲ್ಲದ, ಸುಧಾರಿಸಲಾರದ.

Ir-rep'a-ra-ble, *a.* ನೆಟ್ಟಗೆ ಮಾಡ ಕೂಡದ, ತಿರಿಗಿ ಸಿಕ್ಕದಂಥ.

Ir-re-pres'si-ble, *a.* ತಗ್ಗಿಸಕೂಡದ, ಅಣಗಿಸಕೂಡದ, ಆರಿಸಲಾಗದ.

Ir-re-prōach'a-ble (-prōch'a-), *a.* ತಪ್ಪಿಲ್ಲದ, ನಿರ್ದೋಷ, ನಿಷ್ಕಳಂಕ. Ir-re-prōach'-a-bly, *ad.* ತಪ್ಪಿಲ್ಲದೆ, ನಿರ್ದೋಷವಾಗಿ.

Ir-re-ṣist'i-ble, *a.* ಎದುರಿಸಲಾರದ, ತಡೆಯಕೂಡದ. Ir-re-ṣist'i-bly, *ad.* ಎದುರಿಸಲಾರದ ಹಾಗೆ, ಅವಿರುದ್ಧವಾಗಿ.

Ir-reṣ'ol-ūte, *a.* ಚಂಚಲ ಮನಸ್ಸಿನ, ಹಿಂದು ಮುಂದು ನೋಡುವ. Ir-reṣ'ol-ūte-ly, *ad.* ಹಿಂದು ಮುಂದು ನೋಡುತ್ತಾ. Ir-reṣ-o-lū'-tiŏn, *n.* ಹಿಂದು ಮುಂದು ನೋಡುವುದು, ಚಂಚಲಬುದ್ಧಿ.

Ir-re-spec'tive, *a.* ಲಕ್ಷ್ಯವಿಡದ; i. of ನೋಡದೆ, ನೋಡದ.

Ir-re-spon'si-ble, *a.* "ಜವಾಬುದಾರ"ನಲ್ಲದ, ಉತ್ತರವಾದಿಯಲ್ಲದ.

Ir-re-triēv'a-ble, *a.* ನೆಟ್ಟಗೆ ಮಾಡಕೂಡದ, ಸಿಗದೆ ಹೋದ, ಪುನಃ ಸಿಕ್ಕದಂಥ. Ir-re-triēv'-a-bly, *ad.* ಸುಧಾರಿಸಲಾರದ ಹಾಗೆ, ಯಾರಿಗೂ ಸಿಕ್ಕದ ಹಾಗೆ.

Ir-rev'er-ent, *a.* ಅಪಮಾನ ಮಾಡುವ, ನಿಂದೆಯ; 2. ದುಷ್ಟ. Ir-rev'er-ence, *n.* ಅಮರ್ಯಾದೆ, ಮಾನ ಕೊಡದಿರುವುದು. Ir-rev'er-ent-ly, *ad.* ಅಪಮಾನವಾಗಿ; 2. ದುಷ್ಟವಾಗಿ.

Ir-re-vĕr'si-ble, *a.* ತೆಗೆದುಹಾಕಕೂಡದ, "ರದ್ದು" ಮಾಡಲಾರದ.

Ir-rev'o-ca-ble, *a.* ತೆಗೆದುಹಾಕಕೂಡದ, "ರದ್ದಾಗದಂಥ", ಖಂಡಿತ. Ir-rev'o-ca-bly, *ad.* ತೆಗೆದುಹಾಕಕೂಡದ ಹಾಗೆ.

Ir'ri-gāte, *v. t. r.* ನೀರು ಕಟ್ಟು, ನೀರು ಬಿಡು, ನೀರು ಹಾಯಿಸು. Ir-ri-gā'tiŏn, *n.* ನೀರು ಹಾಯಿಸುವಿಕೆ, ನೀರಾವರಿ.

Ir'ri-tāte, *v. t. r.* ಸಿಟ್ಟಿಗೆಬ್ಬಿಸು, ಕೋಪವೆಬ್ಬಿಸು, ರೇಗಿಸು. Ir'ri-ta-ble, *a.* ಮುಂಗೋಪದ, ಮುಂಗೋಪಿ. Ir'ri-tant, *a.* ಕೋಪಹುಟ್ಟಿಸುವ. Ir-ri-tā'tiŏn, *n.* ಸಿಟ್ಟಿಗೆಬ್ಬಿಸೋಣ, ಸಿಟ್ಟು, ಕೋಪ, ಉರಿ; i. of the throat ಕೆಮ್ಮು, ಗಂಟಲ ತುರಿಸುವುದು. ["ದೌಡು".

Ir-rup'tiŏn, *n.* ಮೇಲೆ ಬೀಳೋಣ, ಅಭಿಯೋಗ,

Is-chu'ry, *n.* ಮೂತ್ರಕೃಛ್ರರೋಗ.

Ī'ṣinġ-glass, *n.* ಮೀನಸರೀಸು.

Iṣ'lam, *n.* ಮಹಮ್ಮದಿ ಧರ್ಮ.

Īs'land (ī'land), Īsle (īl), *n.* ನಡುಗಡ್ಡೆ, ದ್ವೀಪ. Īs'land-ĕr (ī'land-), *n.* ನಡುಗಡ್ಡೆಯವ, ದ್ವೀಪವಾಸಿ, ದ್ವೀಪಸ್ಥ.

Īs'let (ī'let), *n.* ಸಣ್ಣ ನಡುಗಡ್ಡೆ, —ದ್ವೀಪ; (in a river) ಕುದುರು.

Ī'sō-lāte, *v. t. r.* ಬೇರೆಯಿಡು, ಪ್ರತ್ಯೇಕವಾಗಿಡು, ಒಂಟಿಗ ಮಾಡು. Ī-sō-lā'tiŏn, *n.* ಪ್ರತ್ಯೇಕವಾಗಿಡೋಣ, ಬೇರೆಯಾಗಿರುವುದು, ಒಂಟಿಗನಾಗಿರುವುದು.

Ī-sos'ce-lēs, *a.* ಸಮದ್ವಿಭುಜ (ತ್ರಿಕೋಣ).

Iṣ'rā-el-īte, *n.* ಇಸ್ರಾಯೇಲ ವಂಶದವ, ಯೆಹೂದ್ಯ (ಬೆನೀ ಇಸ್ರಾಯೇಲ).

Is'sue (ish'shū), *n.* ಹೊರಡೋಣ, ಹರಿಯೋಣ, ಸೋರಿಕೆ; 2. ಕೊಡೋಣ, ಕೊಟ್ಟು ಕಳುಹಿಸೋಣ; 3. ಅಂತ್ಯ, ಫಲ; 4. ಸಂತಾನ; 5. ಉತ್ಪನ್ನ; issues in a suit ನಿರ್ಧಾರಕಾಂಶ *(S. C.)*, ಮುದ್ದೆ *(S. M.)*; at i. ಹೆಚ್ಚುಕಡಿಮೆಯಾಗಿ, ಜಗಳವಾಗಿ; the point at i. ತರ್ಕದ ಮಾತು. *v. i. r.* ಹೊರಡು, ಹೊರಗೆ ಬರು; 2. ಸೋರು, ಬಸಿ; 3. ಹುಟ್ಟು; 4. ಉತ್ಪನ್ನವಾಗು; 5. ಮುಗಿ, ತೀರು. *v. t.* ಹೊರಪಡಿಸು; 2. ಹಂಚು; 3. ಕೊಟ್ಟು ಕಳುಹಿಸು; 4. "ಜಾಹೀರು" ಮಾಡು, "ಸಾದರು" — (an order, *etc.*).

Isth'mus (ist'mus), *n.* ಸಂಯೋಗಭೂಮಿ, ಭೂಕಂಠ.

It, *pron.* ಅದು, ಇದು; 2. *in many cases* it *is not translated as*, is it you? ನೀನೋ? ನೀನೇನು? it is I ನಾನೇ; it is said he will come ಅವನು ಬರುತ್ತಾನಂತೆ; how is it with the boy? ಹುಡುಗನು ಹ್ಯಾಗಿರುತ್ತಾನೆ? it rains ಮಳೆ ಬರುತ್ತದೆ.

I-tal'ian (i-tal'yan), *a.* ಇತಲಿ ದೇಶದ. *n.* ಇತಲಿ ದೇಶದವ; 2. ಇತಲಿ ಭಾಷೆ.

I-tal'ics, *n. pl.* ವಾರೆ ಅಕ್ಷರ, *(Italics)*. Ital'i-cīse, *v. t. r.* ವಾರೆ ಅಕ್ಷರದಲ್ಲಿ ಬರೆ.

Itch (ich), *n.* ಕಜ್ಜಿ, ಹುರುಕು; 2. (itching sensation) ತಿಂಡಿ, ತೀಟೆ; 3. (constant desire) ತೀಟೆ. *v. i. r.* (*pr.* icht) ತಿಂಡಿಯಾಗು, ತಿಂಡಿಕ್ಕು, ತುರಿಸು. Itch'ing, *n.* ತಿಂಡಿ, ತೀಟೆ, ತುರಿ. Itch'y, *a.* ಕಜ್ಜಿ ಹಿಡಿದ, ಹುರುಕು ಹತ್ತಿದ.

Ī'tem, *n.* ಮಾತು, "ರಖಮು", "ಬಾಬತು".

It'ĕr-āte, *v. t. r.* ತಿರಿಗಿ ಹೇಳು, —ಮಾಡು. It-ĕr-ā'tiōn, *n.* ಎರಡನೇ ಸಾರಿ ಹೇಳೋಣ, ಪುನರುಕ್ತಿ; 2. ತಿರಿಗಿ ಮಾಡೋಣ.

Ī-tin'ĕr-ant, *a.* ಸಂಚಾರ ಮಾಡುವ, ತಿರುಗಾಡುವ. *n.* ಸಂಚಾರ ಮಾಡುವವ; 2. ಊರೂರು ತಿರುಗಿ ಉಪದೇಶ ಮಾಡುವವ. Ī-tin'ĕr-an-cy, Ī-tin'ĕr-a-cy, *n.* ದೇಶಸಂಚಾರ, ಊರೂರು ತಿರುಗುವುದು. Ī-tin'ĕr-ant-ly, *ad.* ಸಂಚಾರ ಮಾಡುತ್ತಾ, ಊರೂರು ತಿರುಗಾಡುತ್ತಾ. Ī-tin'ĕr-a-ry, *n.* ಮಾರ್ಗವೃತ್ತಾಂತಪುಸ್ತಕ, ದೇಶಸಂಚಾರಚರಿತ್ರೆ. *a.* ಸಂಚಾರ ಮಾಡುವ, ಪ್ರಯಾಣದ. Ī-tin'ĕr-āte, *v.t.r.* ಊರೂರು ಸಂಚಾರ ಮಾಡು; 2. ಉಪದೇಶ ಮಾಡುತ್ತಾ ಊರೂರು ತಿರುಗು.

It-self', *pron.* ತಾನೇ, ತನಗೆ ತಾನೇ, ತನ್ನಿಂದ ತಾನೇ, ತನ್ನಷ್ಟಕ್ಕೆ ತಾನೇ, ಅದರಷ್ಟಕ್ಕೆ.

Ī'vō-ry, *n.* ಜಂತ, ದಂತ, ಹಸ್ತಿದಂತ.

Ī'vō-ry-wood, *n.* *(Wrightia tinctoria Br.)* ಬೆಪ್ಪಾಲೆಮರ *(My.)*, ಹಲ್ಲುನೋವು ಮರ *(S. C.)*.

Ī'vy, *n.* ಒಂದು ತರದ ಬಳ್ಳಿ.

Ix-ō'ra, *n.* scarlet i. *(Ixora coccinea)* ಕೇಪಲಹೂ, ಕೇಪಲ—*(S. C.)*, ಮಾಲೀ—*(N. C.)*.

Iz'ard, *n.* ಒಂದು ಜಾತಿ ಮೇಕೆ.

J

Jab, *v. t. r.* (jabbed) ತಿವಿ, ಹಾಯು.

Jab'bĕr, *n.* ಹರಟೆ, ಗಡಿಬಿಡಿ ಮಾತು. *v. i. r.* ಹರಟೆಬಡಿ, ಬಡಬಡ ಮಾತಾಡು.

Jack, *n.* ಹಡಗಿನ ಸಣ್ಣ "ಬಾವಟೆ", —"ನಿಶಾನಿ"; 2. ಕಾಲಿನಿಂದ ಮೊಚ್ಚೆ ಎಳೆದು ತೆಗೆಯುವ ಮಣೆ; 3. ಒಜ್ಜೆಯಾದ ಸಾಮಾನುಗಳನ್ನೆತ್ತುವ ಯಂತ್ರ; 4. ಇಸ್ಪೇಟಿನಲ್ಲಿ ಗುಲಾಮು.

Jack'al, *n.* *(Canis aureus)* ನರಿ, ಕುನ್ನಿ ನರಿ.

Jack'a-nāpes (-nāps), *n.* ಮಂಗ; 2. ತುಂಟ.

Jack'ass, *n.* ಗಂಡು ಕತ್ತೆ; 2. ಮೂಢ.

Jack'daw (-da), *n.* ದೊಂಬಕಾಗೆ.

Jack'et, *n.* ಅಂಗಿ, "ಕುಡತಿ"; a light j. worn by women ಕಂಚುಕ, ರವಕೆ.

Jack'-fruit (-frut), *n.* ಹಲಸಿನ ಹಣ್ಣು (fruit of *Artocarpus integrifolia, L.*); 2. ಹೆಬ್ಬಲಸಿನ ಹಣ್ಣು (fruit of *Artocarpus hirsuta, Lam.*).

Jack'-trēe, *n.* ಹಲಸಿನ ಮರ.

Jac'ō-net, *n.* ಒಂದು ವಿಧದ "ಮಲ್‌ಮಲ್", ಜನಗರಿವೆ, "ಮಸ್ಲೀನು".

Jāde, *n.* "ಜಾಷ್"ಕಲ್ಲು.

Jāde, *n.* ತಟ್ಟುಕುದುರೆ; 2. ತಂಟೀ ಹೆಂಗಸು.

Fāte, fat, fār, fall, what; mē, met, prey, hēr; pīne, pin, marīne, bīrd; nōte not, mōve, dōve; tūne, tub, rude, pull; drȳ, body; fool, book; oil; boy; pound; now.

v. t. r. ಸೊರಗಿಸು; 2. ದಣಿಸು, ಸೋಲಿಸು. *v. i. r.* ದಣಿಯು, ಕುಂಗೆಡು. Jā'ded, *p. a.* ಸೋತ, ದಣಗೊಂಡ. Jā'dish, *a.* ಕೆಟ್ಟ (horse); 2. ದುರುಳ, ಬಿಟಿಕೆಯ, ಗರ್ತಿಯಲ್ಲದ (woman).

Jag, *v. t. r.* (jagged, *pr.* jagd) ಕಚ್ಚು ಮಾಡು, ಕಚ್ಚುಕಚ್ಚು—. *n.* ಕಚ್ಚು, ಕಡಕು. Jag'-ged, Jag'gy, *a.* ಕಚ್ಚುಕಚ್ಚಾದ.

Jag'gĕr-y, *n.* ಬೆಲ್ಲ.

Jag'u-ar, *n.* ಚಿರತೆ, ಹುಲಿ.

Jāil, *n.* ಸೆರೆಮನೆ, "ಬಂದೀಖಾನೆ", "ತುರಂಗ". Jāil'ĕr, *or* -or, *n.* ಸೆರೆಮನೇ ಯಜಮಾನ.

Jal'ap, *n.* ಒಂದು ತರದ ಔಷಧ, "ಜುಲಾಬು", ಭೇದಿಮದ್ದು; Indian j. *(Ipomœa Turpethum, Br.)* ತಿಗಡೆಬಳ್ಳಿ, ಬಿಳೇ ನಾಗದಂತಿ.

Jam, *n.* ಜನರ ಗುಂಪು; 2. ರಸಾಯನ, ಪಳದೆ, "ಮುರಬ್ಬಾ". *v. t. r.* (jammed, *pr.* jamd) ತುರುಕು, ಒತ್ತು, ನೂಕು.

Jamb (jam), *n.* *(arch.)* ದ್ವಾರಬಂಧದ ಕಂಭ ತೋಳು.

Ja-moon', *n.* *(Eugenia jambolana, Lam.)* ನೇರಲು *(S. C.)*, ನಾಯಿನೇರಳೆ *(My.)*, ನೀರಲೆ *(S. M.)*.

Jań'gle, *v. i. r.* ಝುಂಗನ್ನು; 2. ಜಗಳವಾಡು, ವಾಗ್ವಾದ ಮಾಡು. *n.* ವಾಗ್ವಾದ, ವ್ಯಾಜ್ಯ, ಹರಟೆ; 2. ಗಲಗಲ ಶಬ್ದ.

Jan'i-tŏr, *n.* ದೇವಡಿಗ, ದ್ವಾರಪಾಲಕ.

Jan'i-zar-y *n.* ತುರ್ಕಿಸುಲ್ತಾನನ ಪಾಯದಳ.

Jän'ty, *a.*, *see* Jaunty.

Jan'ū-ar-y, *n.* ಪಾಶ್ಚಾತ್ಯ ಕಾಲಗಣನೆಯಲ್ಲಿ ಮೊದಲನೇ ತಿಂಗಳು.

Jan'us-fāced (-fāst), *a.* ಎರಡು ಮುಖಗಳುಳ್ಳ ಇಟಲಿಯ ದೇವತೆ (ಗಂಡಭೇರುಂಡ ಪಕ್ಷಿ).

Ja-pan', *v. t.* ಮೆರುಗುವ ಬಣ್ಣ ಹಾಕು, ರೋಗನು (ರೋಗಂದ) ಹಾಕು. *n.* ಮೆರುಗೆಣ್ಣೆ, ರೋಗನು; j.-lacquer ಅಚ್ಚುಕರಿಯ ಬಣ್ಣ.

Jap'an-ēşe (-ēz), *n.* ಜಪಾನ ದೇಶದವ; 2. ಜಪಾನ ಭಾಷೆ.

Jape, *v. i.* ನಗಾಡು, ನಕಲಿ ಮಾಡು.

Jär, *n.* ಹೂಜೆ, ಕೊಡ.

Jär, *n.* ಜಗಳ, ಅಪಶಬ್ದ. *v. i. r.* (järred, *pr.* järd) ಕರಕರ ಅನ್ನು; 2. ವಿರುದ್ಧವಿರು, ಜಗಳ ಮಾಡು.

Jär'gon, *n.* ಗಡಿಬಿಡಿ ಮಾತು, ಗೊತ್ತುಗುರಿ ಇಲ್ಲದ ಮಾತು, ಹರಟೆ.

Jas'mine (-min), *n.* ಮಲ್ಲಿಗೆ, ಜಾಜಹೂ; broad leaved j. *(Jasminum aborescens, Roxb. var. latifolium)* ಕಾಡುಮಲ್ಲಿಗೆ; common j. *(J. officinale, L.)* ಸಣ್ಣ ಜಾಜಿಮಲ್ಲಿಗೆ; double j. *(J. sambac, Ait.)* ದುಂಡುಮಲ್ಲಿಗೆ, ಏಳುಸುತ್ತಿನ—; red j. *(Ipomœa Quamoclit, L.)* ಕಾಮಲತೆ.

Jas'pĕr, *n.* ಚಕ್ಕಮುಕ್ಕಿ ಕಲ್ಲಿನ ತರದ ಕಲ್ಲು.

Jaun'dice (jan'dis), *n.* ಕಾಮಿಲಿರೋಗ, ಪಿತ್ತ ಕಾಮಾಲಿ, ಕಾಮಣಿ, ಪಾಂಡುರೋಗ, ಅರಸಿನ ಮುಂಡಿಗೆರೋಗ. Jaun'diced, *a.* ಕಾಮಲೆ ರೋಗದ; 2. ಅಸೂಯೆಯುಳ್ಳ; a j. eye ಮತ್ಸರದೃಷ್ಟಿ.

Jaunt (jant), *v. i. r.* ತಿರುಗಾಡು, ಅಡ್ಡಾಡು, ಸಂಚರಿಸು. *n.* ತಿರುಗಾಡುವುದು, ಸಂಚಾರ.

Jaun'ty (jan'ti), *a.* ಒಯ್ಯಾರವುಳ್ಳ, ಸೊಗಸಿನ. Jaun'ti-ly (jan-), *ad.* ಸೊಗಸಾಗಿ. Jaun'ti-ness (jan-), *n.* ಸೊಗಸು, "ಮೋಜು".

Jā-van-ēşe', *n.* ಜಾವಾ ದ್ವೀಪದ ನಿವಾಸಿ; 2. ಜಾವಾ ದ್ವೀಪದ ಭಾಷೆ.

Jave'lin, *n.* ಬರ್ಚಿ, ಈಟಿ.

Jaw (ja), *n.* ದವಡೆ; fallen in the jaws of death ಮೃತ್ಯುವಿನ ಬಾಯಿಯಲ್ಲಿ ಬಿದ್ದ; hold your j. ಬಾಯಿಮುಚ್ಚು. Jaw'-bōne, *n.* ದವಡೇ ಎಲುಬು; Jaw'fall, *n.* ಕುಗ್ಗು. Jaw'tooth *n.* ದವಡೇ ಹಲ್ಲು.

Jāy, *n.* ಕಿಕೀದಿವಿ ಎಂಬ ಹಕ್ಕಿ.

Jeal'ŏus (jel'us), *a.* ಸಂಶಯದ, ಸಂಶಯ ಪಡುವ; he is j. of his wife ತನ್ನ ಹೆಂಡತಿಯ ಮೇಲೆ ಸಂಶಯ ಮಾಡುತ್ತಾನೆ; the king was j. of his brother's victory ತನ್ನ ತಮ್ಮನು ಗೆದ್ದದ್ದನ್ನು ನೋಡಿ ಅರಸನ ಕಣ್ಣು ಒತ್ತುತ್ತಿತ್ತು. Jeal'ŏus-ly (jel'us-), *ad.* ಸಂಶಯವಾಗಿ. Jeal'ŏus-y (jel'us-), *n.* ಸಂಶಯ, ಪ್ರೇಮಸಂಶಯ; 2. ಅಸೂಯೆ, ಹೊಟ್ಟೇಕಿಚ್ಚು.

Jēer, *n.* ಚಕ್ಕಂದ, ಗೇಲಿ, ಹಾಸ್ಯ, ಪರಿಹಾಸ್ಯ. *v. t. r.* ಗೇಲಿಡು *c. d.*, ಹಾಸ್ಯ ಮಾಡು. Jēer'ĕr, *n.* ಹಾಸ್ಯಗಾರ. Jēer'iṅg, *n.* ಹಾಸ್ಯ, ಗೇಲಿ. Jēer'iṅg-ly, *ad.* ಹಾಸ್ಯಕರವಾಗಿ.

Je-hō'väh (-vä), *n.* "ಯೆಹೋವಾ" ಅಂದರೆ ಸದಾಪ್ರಭು, ಸ್ವಯಂಭೂ ಮತ್ತು ಸನಾತನನು ಆಗಿರುವ ಭಗವಂತ.

Jē'hū, *n.* ಸಾರಥಿ.

Je-jụne', *a.* ಬರಿಯ, ಹಸಿದ, ನಿಸ್ಸಾರವಾದ.

Jel'ly, *n.* ಫಲಪಾಕ, ಒಂದು ತರದ "ಮುರಬ್ಬಾ", "ಜೆಲ್ಲಿ".

Jem'my, *a.* ಚೊಕ್ಕ, ಚುರುಕು. *n.* ಕನ್ನ ಸನ್ನೆ.
Jen'net, *n.* ಚಿಕ್ಕ ಕುದುರೆ.
Jen'ny, *n.* ರಾಟೆ.
Jeop'ard (jep'ĕrd), **Jeop'ar-dise** (jep'-ĕr-), *v. t. r.* ಗಂಡಾಂತರಕ್ಕೆ ಗುರಿ ಮಾಡು, ಮೋಸಕ್ಕೆ ಗುರಿ—. **Jeop'ar-dy** (jep'-ĕr-di), *n.* ಗಂಡಾಂತರ, ಅಪಾಯ, ಪ್ರಾಣ ಸಂಕಟ; to be in j. ಗಂಡಾಂತರದಲ್ಲಿರು. **Jeop'ard-ŏus**, *a.* ಗಂಡಾಂತರದ.
Jĕr-ē-mī'ad, *n.* ಪ್ರಲಾಪ.
Jĕrk, *n.* ಚಟ್ಟನೆ ಸೆಡಿಸೋಣ, —ಹಾರಿಸೋಣ, —ತಿವಿಯೋಣ. *v. i. r.* (*pr.* jĕrkt) ಚಟ್ಟನೆ ಸಿಡಿಸು, —ಹಾರಿಸು; 2. ಚಟ್ಟನೆ ತಿವಿ, —ದೂಡು.
Jer'kin, *n.* ಕವಚ.
Je-ru'sa-lem-thorn, *n.* (*Parkinsonia aculeata, L.*) "ಫರಂಗಿ" ಜಾಲಿ (*S.M.*).
Jes'sa-mine, *n.*, *see* Jasmine.
Jess, *n.* ತೊಗಲು ಪಟ್ಟಿ.
Jest, *n.* ನಗಚಾಟಿಗೆ, ಹಾಸ್ಯ. *v. i. r.* ನಗಚಾಟಿಗೆ ಮಾಡು, ಆಡಿಸ್ಯಾಡು, ಹಾಸ್ಯ ಮಾಡು; made a j. of the matter ಆ ಕಾರ್ಯ ಪರಿಹಾಸವೆಂತ ಮಾಡಿದ. **Jest'ĕr**, *n.* ಹಾಸ್ಯಗಾರ; 2. ವಿದೂಷಕ, ಹನುಮನಾಯಕ, ನಕಲಿಗಾರ. **Jest'ing**, *n.* ಹಾಸ್ಯ. *a.* ಹಾಸ್ಯ ಮಾಡುವ.
Jes'ū-it, *n.* ರೋಮನ ಕಥೋಲಿಕ ಮತದ ಒಂದು ತರದ ಸನ್ಯಾಸಿ, "ಯೇಸುವಿತ"; 2. ಯುಕ್ತಿಶಾಲಿ, ಠಕ್ಕ. **Jes-ū-it'ic, -it'i-cal**, *a.* ತಂತ್ರವುಳ್ಳ. **Jes-ū-it'i-cal-ly**, *ad.* ತಂತ್ರದಿಂದ, ಠಕ್ಕಾಗಿ.
Jet, *n.* ಒಂದು ತರದ ಕಲ್ಲಿದ್ದಲು.
Jet, *n.* ಹಾರುವ ಬುಗ್ಗೆ, ಕಾರಂಜಿ. *v. i. r.* ಹಾರಿಬರು, ಮುಂದಕ್ಕೆ ಹಾಯು, ಉಬ್ಬಿ ಬರು.
Jet'-black, Jet'ty, *a.* ಕಪ್ಪಾದ, ಅಚ್ಚ ಕರದು, ಕಾಗೇಕಪ್ಪು.
Jet'sam, *n.* ನಗ ಹಗುರ ಮಾಡುವುದಕ್ಕೆ ಕಡಲಿಗೆ ಒಗೆದ ಸರಕು; *also* Jetsome, Jetson.
Jet'ti-sŏn, *n.* ಆಪತ್ತಿನಲ್ಲಿ ಹೊರಗೆ ಒಗೆದ ಸರಕು.
Jet'ty, *n.* ನಾವೆಯಿಂದ ಇಳಿಯುವುದಕ್ಕೆ ಕಟ್ಟಿದ ದಕ್ಕೆ.
Jew (jụ), *n.* ಯೆಹೂದ್ಯ; 2. ಜೀನ, ಚಿನಿವಾರ, ವ್ಯಾಪಾರದಲ್ಲಿ ಕೈ ಬಿಗಿ ಹಿಡಿಯುವವ (ಮಾರವಾಡಿ). *v. t.* ವ್ಯಾಪಾರದಲ್ಲಿ ಬಿಗಿ ಹಿಡಿಯು, ಮೋಸಮಾಡು. **Jew'ess** (jụ-), *n.* ಯೆಹೂದಿ ಸ್ತ್ರೀ. **Jew'ish**, *a.* ಯೆಹೂದ್ಯದ, ಯೆಹೂದ್ಯರ. **Jew's-härp**, *n.* ಮೊರಚಂಗು, ಮೋರ್ಚಂಗು.
Jew'el (jụ-), *n.* ರತ್ನ, ಮಣಿ; 2. ಆಭರಣ, ನಗ. *v. t. r.* ಆಭರಣಗಳಿಂದ ಅಲಂಕರಿಸು. **Jew'el-lĕr** (jụ-), *n.* ರತ್ನಗಾರ, "ನಗ" ಮಾಡುವವ, ಕುಂದಣ ಹಾಕುವವ, "ಸರಾಫ" (*S. C.*). **Jew'el-lĕr-y, Jew'el-ry** (jụ-), *n.* ರತ್ನಾದಿಗಳು, "ನಗ"; 2. ಅಕ್ಕಸಾಲಿಗನ ಕೆಲಸ.
Je'ze-bel, *n.* ಶೂರ್ಪಣಖಿ, ತೋಣ್ಣೂರು ರಾಕ್ಷಸಿ.
Jib, *n.* ಹಡಗದ ಮುಂದಿನ ಪಟ, — —ಹಾಯಿ (ಜೀಬಿ). *v. i.* ಕುದುರೆಯು ಮುಂದೆ ಹೋಗದೆ ತಡೆಯುವುದು, ಅಡ್ಡಾತಿಡ್ಡಿಯಾಗಿ ಹೋಗುವುದು.
Jif'fy, *n.* ಕ್ಷಣ; in a j. ಕ್ಷಣದಲ್ಲಿ.
Jig, *n.* ನಾಟ್ಯ, ಕುಣಿದಾಟ.
Jilt, *n.* ಒಯ್ಯಾರಿ, ಠಕ್ಕಿ, ವಂಚಕಳು. *v. t. r.* ಠಕ್ಕಿಸು, ವಂಚಿಸು, ಮೋಸ ಮಾಡು.
Jiṅ'gle, *n.* ಝಣತ್ಕಾರ. *v. t. & i. r.* ಝಣಝಣಿಸು, ಘಣಘಣಿಸು.
Jiṅ'gōes, *n. pl.* ಯುದ್ಧ ಪ್ರಸಂಗವನ್ನು ಪಾರ್ಥೈಸುವ ಪಕ್ಷದವರು.
Jin-rik'sha, *n.* ಆಳು ಎಳೆಯುವ ಗಾಡಿ.
Job, *n.* ಕೆಲಸ, ಚಿಲ್ಲರೆ ಕೆಲಸ, ನಫೆಗಾಗಿ ಮಾಡುವ ಕೆಲಸ. *v. i. r.* ದಲಾಲಿ ವ್ಯಾಪಾರ ಮಾಡು. **Job'bĕr**, *n.* "ದಲಾಲಿ". **Job'bĕr-y**, *n.* ಲಂಚ ಪಡೆದು ನಡೆಸುವ ಪಕ್ಷಪಾತದ ಕೆಲಸ.
Job, *n.* ಸಹನಮೂರ್ತಿ; Job's comforter ವ್ಯರ್ಥ ಆಶ್ವಾಸಕನು.
Jock'ey (jok'i), *n.* ಕುದುರೆಪಂತದ ಸವಾರ; 2. ಠಕ್ಕ. *v. t. r.* ಠಕ್ಕಿಸು.
Jo'cko, *n.* ಚಿಂಪೆಂಜಿ ಎಂಬ ಮಂಗ.
Jo-cōse', Joc'ū-lar, *a.* ವಿನೋದದ, ನಗಚಾಟಿಗೆಯ, ಕುಹಕದ, ಚಾಳಕ. **Joc-ū-lar'i-ty**, *n.* ನಗಚಾಟಿಗೆ, ಪರಿಹಾಸ. **Joc'ū-lar-ly**, *ad.* ನಗಚಾಟಿಗೆಯಿಂದ.
Joc'und, *a.* ಗೆಲವಾದ, ಉಲ್ಲಾಸವುಳ್ಳ, ಆನಂದವುಳ್ಳ, ಕುಶಾಲಾದ. **Jō-cun'di-ty**, *n.* ಗೆಲವು, ಉಲ್ಲಾಸ, ಆನಂದ.
Jog, *v. i. r.* (jogged, *pr.* jogd) ಮೆಲ್ಲಗೆ ನಡೆ, ಸಾಯಲಾರದೆ ನಡೆ. *v. t. r.* ತಟ್ಟು, (ಸೂಚನೆಗಾಗಿ) ಕೈಯಿಂದ ತಿವಿ, ತಿವಿದು ಎಚ್ಚರಿಸು; to j. one's memory ನೆನಪು ಕೊಡು. *n.* ಮೆತ್ತಗೆ ತಳ್ಳುವುದು, ಕದಲುವಿಕೆ.
Jog'gle (jog'l), *v. i. r.*, *see* Jostle.
Join, *v. t. r.* ಕೂಡಿಸು, ಕೂಡಿಸಿಡು, ಜೋಡಿಸು; 2. ಕೂಡಿಕೊಳ್ಳು; 3. (to adjoin) ಹತ್ತು, ಸೆರಗು ಹತ್ತು; j. hands ಕೈಹಿಡಕೊಳ್ಳು. *v. i.* ಕೂಡು, ಒಟ್ಟುಗೂಡು, ಸೇರಿಕೊಳ್ಳು.

Join'ĕr, *n.* ಜೋಡಿಸುವವ; 2. ಬಡಿಗೆಯವ, ಆಚಾರಿ, ಸುತಾರಿ. Join'ĕr-y, *n.* ಬಡಿಗೇ ಕೆಲಸ.

Joint, *n.* ಕೀಲು, ಸಂಧಿ, ಸಂದು; 2. (of a finger) ಕೀಲು, ಗಣಿಕೆ, ಗಣುಬು; 3. (of a reed, bamboo, *etc.*) ಗಣಲು, ಗಣಿಕೆ, ಗಣುಬು, ಗಣ್ಣು, ಗಂಟು, ಪರು; 4. (of the scorpion's tail, of the backbone) ಮಣಿ; 5. (a carpenter's j.) ಕೂಲು. *fig.* ತಾರು ಮಾರು. *a.* ಜೋಡಿಸಿದ, ಹುದುವಾದ; 2. ಪಾಲಿನ; a j. concern ಪತ್ತಿಗೆ, ಜಂಟಿ ಬದುಕು; a j. farming concern ಪತ್ತಿಗೆ ಆರಂಬ; j. property ಸಮುದಾಯದ ಸ್ವತ್ತು. *v. t. r.* ಜೋಡಿಸು, ಸಂಧಿಯುಳ್ಳದ್ದು ಮಾಡು, ಜಂಟಿಸು. Joint'ly, *ad.* ಕೂಡ, ಹುದುವಾಗಿ. Joint'ress, *n.* ಸ್ತ್ರೀಧನ ಸಿಕ್ಕಿದಂಥವಳು. Joint'ūre, *n.* ಸ್ತ್ರೀಧನ.

Joist, *n.* ಜಂತೆ, ತರಾಯಿ *(My.)*. *v. t. r.* ತರಾಯಿ ಜೋಡಿಸು.

Jōke, *n.* ನಗಚೇಷ್ಟೆ, ಹಾಸ್ಯ, "ಮಸ್ಕರಿ", ನಗೆ; a practical j. ಒಬ್ಬನಿಗೆ ಹಾನಿಕರವಾದ ಮಸ್ಕರಿ. *v. i. r.* (*pr.* jōkt) ಹಾಸ್ಯ ಮಾಡು, "ಮಸ್ಕರಿ" ಮಾಡು. Jō'kĕr, *n.* ಹಾಸ್ಯಗಾರ. Jō'kiṅg-ly, *ad.* ನಗಚಾಟಿಗೆಯಾಗಿ, ಹಾಸ್ಯಕರವಾಗಿ.

Jōle *or* Jōwl, *n.* ಕೆನ್ನೆ, ಗಲ್ಲ; cheek by j. ಜೋಡುಜೋಡಾಗಿ.

Jol'ly, *a.* ಉಲ್ಲಾಸವುಳ್ಳ, ಆನಂದವುಳ್ಳ, "ಕುಶಾಲಾದ". Jol'li-ty, *n.* ಗೆಲವು, ಉಲ್ಲಾಸ, "ಕುಶಾಲು".

Jol'ly-bōat (-bōt), *n.* ಹಡಗದ ಸಣ್ಣ ದೋಣಿ.

Jōlt, *n.* ಪುಟಿಕೆ, ಅದರುವಿಕೆ. *v. t. r.* ಅದರಿಸು. *v. i.* ಪುಟಿ, ಅದರು.

Joss, *n.* ಚೀನಿಯರ ಪೂಜಾವಿಗ್ರಹ.

Jos'tle (jos'l), *v. i. r.* ಹಾಯು, ತಗಲು, ತಾಕ್ಯಾಡು.

Jot, *n.* ಸೊನ್ನೆ, ಎಳ್ಳಷ್ಟು, ಅಣು, ಲೇಶ. *v. t. r.* (jot'ted) ಟಿಪ್ಪಣಿ ಬರೆ, "ಯಾದಾಸ್ತು" ಬರೆ.

Jot'tiṅg, *n.* ನೆನವರಿಕೆ.

Jŏur'nal (jĕr'nal), *n.* ದಿನಚರ್ಯೆ, ದಿನವಹಿ; 2. ದಿನಂಪ್ರತಿ ಛಾಪಿಸುವ ವರ್ತಮಾನಪತ್ರ; 3. ನಿಯಮಿತ ಕಾಲದಲ್ಲಿ ಛಾಪಿಸುವ ಪುಸ್ತಕ; 4. *(acc.) see* Daybook. Jŏur'nal-īṣe, *v. t. r.* ದಿನಚರ್ಯೆದಲ್ಲಿ ಸೇರಿಸು; 2. ವರ್ತಮಾನಪತ್ರದಲ್ಲಿ ಸೇರಿಸು. Jŏur'nal-iṣm, *n.* ವರ್ತಮಾನಪತ್ರ ಬರೆಯುವ ಕೆಲಸ. Jŏur'nal'ist, *a.* ದಿನಚರ್ಯೆರಚಕ; 2. ವರ್ತಮಾನಪತ್ರಕರ್ತ.

Jŏur'ney (jĕr'ni), *n.* ಪ್ರಯಾಣ, ಯಾತ್ರೆ. *v. i. r.* ಪ್ರಯಾಣ ಮಾಡು; Jŏur'ney-man (jĕr'ni-), *n.* ದಿನಗೂಲಿಯಾಳು, ದಿವಸಂಭರಿ. Jŏur'ney-wŏrk (jĕr'ni-), *n.* ದಿನಗೂಲಿ ಕೆಲಸ.

Jŏust, *n.* & *v. i. r.*, *see* Just.

Jōve, *n.*, *see* Jupiter; by J. (ಆಣೆ).

Jō'vi-al, *a.* ಗೆಲವಿನ, ಉಲ್ಲಾಸವುಳ್ಳ, ಸಂತೋಷಪಡುವ. Jō-vi-al'i-ty, *n.* ಗೆಲವು, ಉಲ್ಲಾಸ, "ಕುಶಾಲು". Jō'vi-al-ly, *ad.* ಉಲ್ಲಾಸವಾಗಿ.

Joy̆, *n.* ಸಂತೋಷ, ಹರ್ಷ, ಆನಂದ. *v. i. r.* ಸಂತೋಷವಾಗು, ಆನಂದ ಪಡು. *v. t.* ಸಂತೋಷ ಪಡಿಸು, ಹರ್ಷಗೊಳಿಸು. Joy̆'fu̱l, *a.* ಸಂತೋಷವುಳ್ಳ, ಆನಂದಭರಿತ. Joy̆'less, *a.* ಸಂತೋಷವಿಲ್ಲದ. Joy̆'ŏus, *a.* ಸಂತೋಷದ, ಸಂಭ್ರಮದ. Joy̆'ŏus-ly, *ad.* ಸಂತೋಷವಾಗಿ.

Ju̱'bi-lant, *a.* ಜಯೋತ್ಸವಗಾಯನ ಮಾಡುವ, ಹರ್ಷಧ್ವನಿ ಮಾಡುವ. Ju̱-bi-lā'tiŏn, *n.* ಜಯೋತ್ಸವ.

Ju̱'bi-lēe, *n.* ಮಹೋತ್ಸವ, ಹಬ್ಬ; 2. ಆನಂದ.

Ju̱-dā'ic, -dā'i-cal, *a.* ಯೆಹೂದ್ಯರ, ಯೆಹೂದೀ. Ju̱'dā-iṣe, *v. i. r.* ಯೆಹೂದ್ಯ ಧರ್ಮದ ಪ್ರಕಾರ ನಡೆ. Ju̱'dā-iṣm, *n.* ಯೆಹೂದ್ಯ ಧರ್ಮ; 2. ಯೆಹೂದ್ಯ ಧರ್ಮವನ್ನನುಸರಿಸುವುದು.

Jū'das, *n.* ಒಳಸಂಚಿನಿಂದ ಕ್ರಿಸ್ತ ಸ್ವಾಮಿಯನ್ನು ಮೋಸಗೊಳಿಸಿದವನು, ವಂಚಕ.

Judġe (juj), *n.* ನ್ಯಾಯಾಧಿಪತಿ; 2. ಬಲ್ಲವ; 3. *(pl.)* ನ್ಯಾಯಾಧಿಪತಿಗಳ ಪುಸ್ತಕ; subordinate j. "ಮುನಸಿಫ". *v. i. r.* ನ್ಯಾಯತೀರಿಸು; 2. ನಿರ್ಣಯಿಸು, ಠರಾಯಿಸು. Judġe'ship (juj-), *n.* ನ್ಯಾಯಾಧಿಪತಿಯ ಉದ್ಯೋಗ. Judġ'ment (juj-), *n.* ವಿಚಾರ, ಅಭಿಪ್ರಾಯ; 2. ವಿವೇಕ; 3. ತೀರ್ಪು, "ಠರಾವು"; 4. ಲೋಕದ ಕಡೇ ನ್ಯಾಯತೀರಿಕೆ. Judġ'ment-dāy (-dā), *n.* ಕಡೇ ನ್ಯಾಯತೀರಿಕೇ ದಿನ, ನ್ಯಾಯದಿನ. Judġ'ment-ha̱ll, *n.* ನ್ಯಾಯಸಭೆ, "ಕಚೇರಿ". Judġ'ment-sēat (-sēt), *n.* ನ್ಯಾಯಾಸನ, ಧರ್ಮಾಸನ.

Ju̱'di-cā-tŏr-y, *n.* ನ್ಯಾಯಸಭೆ. *a.* ನ್ಯಾಯದ, ನ್ಯಾಯ ಮಾಡುವ. Ju̱'di-cā-tūre, *n.* ನ್ಯಾಯ ತೀರಿಸುವ ಅಧಿಕಾರ; 2. ನ್ಯಾಯಸಭೆ.

Ju̱-di'cial (-dish'al), *a.* ನ್ಯಾಯಸಭೆಯ, ವ್ಯವಹಾರದ; 2. ನ್ಯಾಯಾಧಿಪತಿ ಠರಾಯಿಸಿದ,

—ಮಾಡಿದ. Ju-di'cial-ly (-dish'al-), *ad.* ನ್ಯಾಯದ ಪ್ರಕಾರವಾಗಿ, ಠರಾವಿನಿಂದ. Ju-di'ci-ar-y (-dish'i-ĕr-), *a.* ನ್ಯಾಯಸ್ಥಾನದ.

Ju-di'ciŏus (-dish'us), *a.* ವಿವೇಕವುಳ್ಳ, ವಿಚಾರವಂತ, ತಿಳುವಳಿಕೆಯುಳ್ಳ. Ju-di'ciŏus-ness (-dish'us-nes), *n.* ಬುದ್ಧಿ, ವಿವೇಕ.

Jug, *n.* ಪಾತ್ರೆ, ಹೂಜೆ.

Jug'gle, *v. t. r.* ಗಾರಡಿವಿದ್ಯೆ ಮಾಡು, ಕಣ್ಣುಕಟ್ಟು—, ಬಂಗಾಳಿವಿದ್ಯೆ—. *n.* ಗಾರಡಿವಿದ್ಯೆ, ಬಂಗಾಳಿ, ಕಣ್ಣುಕಟ್ಟು. Jug'glĕr, *n.* ಗಾರಡಿಗಾರ, ಆಟಮಟಿಗ, ಕಣ್ಣುಕಟ್ಟಿನವ, ಬಂಗಾಲಿ, ಠಕ್ಕ, ಕುಹಕ. Jug'glĕr-y, *n.* ಗಾರಡಿವಿದ್ಯೆ, ಬಂಗಾಳಿ, ಕಣ್ಣುಕಟ್ಟುವಿದ್ಯೆ, ಠಕ್ಕುವಿದ್ಯೆ.

Ju'gū-lar (-lĕr), *a.* ಕೊರಳಿನ, ಕಂಠದ.

Juice (jus), *n.* ರಸ. Juice'less (jus-), *a.* ನಿಸ್ಸಾರವಾದ, ರಸವಿಲ್ಲದ. Jui'cy (ju'si), *a.* ರಸವುಳ್ಳ, ರಸಭರಿತ.

Ju'jube, *n.* (fruit of *Zizyphus jujuba, Lam.)* ಬೋರೀ ಗಿಡ, ಬಾರೀ ಗಿಡ, ಬೊಗರೀ ಗಿಡ, ಎಲಚೀ ಮರ *(My.)*, ಇದರ ಹಣ್ಣು.

Ju-jut'su, *n.* ಜಪಾನಿಗಳ ಕುಸ್ತಿ.

Ju'lap *or* **Ju'lep**, *n.* ಪಾನಕ.

Ju'ly̆, *n.* ಪಾಶ್ಚಾತ್ಯ ಕಾಲಗಣನೆಯಲ್ಲಿ ಏಳನೇ ತಿಂಗಳು.

Jum'ble, *v. t. r.* ಗಲಿಬಿಲಿ ಮಾಡು, ಅಡ್ಡಾತಿಡ್ಡಿ ಕೂಡಿಸು. *n.* ಗಲಿಬಿಲಿ, ಅಡ್ಡಾತಿಡ್ಡಿ, ಎತ್ತಾರಪತ್ತಾರ.

Jump, *v. i. r.* (*pr.* jumpt) ಹಾರು, ಜಿಗಿ, ದುಮುಕು. *n.* ಹಾರುವಿಕೆ. Jum'pĕr, *n.* ಹಾರುವವ; ೨. ಹಾರೆ.

Junc'tiŏn, *n.* ಜೋಡಿಸುವಿಕೆ, ಸಂಧಿ, ಸಂಯೋಗ. Junc'ture, *n.* ಸಂದು, ಜೋಡಿಸಿದ ಸ್ಥಳ; ೨. ಗಂಡಾಂತರ ಸಮಯ, ಸಂದುಕಟ್ಟು.

June, *n.* ಪಾಶ್ಚಾತ್ಯ ಕಾಲಗಣನೆಯಲ್ಲಿ ಆರನೇ ತಿಂಗಳು.

Jun'gle, *n.* ಅಡವಿ, ಕಾಡು, ಅರಣ್ಯ. Jun'gly, *a.* ಅಡವಿಯಾಗಿರುವ.

Ju'ni-ŏr, *a.* ಕಿರಿಯ, ಕಿರಿ. Ju-ni-ŏr'i-ty, *n.* ಕಿರಿಯತನ.

Ju'ni-pĕr, *n.* ಸೂಚೀಪತ್ರವುಳ್ಳ ಒಂದು ಸಣ್ಣ ಗಿಡ.

Junk, *n.* ಚೀನಾ ಹಡಗು.

Jun'kĕr (yŭng'-), *n.* ಜರ್ಮನಿಯ ಶ್ರೀಮಂತ ಯುವಕನು.

Junk'et, *n.* ಒಂದು ತರದ ಮಿಠಾಯಿ. *v. i. r.* ಔತಣ ಮಾಡು.

Ju'nō, *n.* ಪ್ರಾಚೀನ ರೋಮಾಯರ ದೇವಿ (the wife of Jupiter); ೨. ಒಂದು ಸಣ್ಣ ಗ್ರಹ.

Jun'ta, *n.* ಮಂತ್ರಿಸಭೆ, ಕೂಟ.

Ju'pi-tĕr, *n.* ದ್ಯುಪಿತೃ, ಪ್ರಾಚೀನ ರೋಮಾಯರ ಮುಖ್ಯ ದೇವ; ೨. ಬೃಹಸ್ಪತಿಯೆಂಬ ಗ್ರಹ.

Ju-rid'i-cal, *a.* ನ್ಯಾಯಾಧೀಶನ, "ಕೋರ್ಟಿನ".

Ju-ris-con'sult, *n.* ಧರ್ಮಶಾಸ್ತ್ರಪಂಡಿತ.

Ju-ris-dic'tiŏn, *n.* ನ್ಯಾಯ ತೀರಿಸುವ ಅಧಿಕಾರ, ನ್ಯಾಯಾಧಿಕಾರ.

Ju-ris-pru'dence, *n.* ವ್ಯವಹಾರಶಾಸ್ತ್ರ.

Ju'rist, *n.* ವ್ಯವಹಾರಶಾಸ್ತ್ರಜ್ಞ.

Ju'ry, *n.* ಪಂಚಾಯತರು, "ಜೂರಿ" ಸಭಾಸದರು. Ju'rŏr, *n.* ಪಂಚಾಯತನು, ಪಂಚನು. Ju'ry-box, *n.* "ಜೂರಿ" ಕೂಡ್ರುವ ಸ್ಥಳ. Ju'ry-man, *n.* ಪಂಚಾಯತನು, "ಜೂರಿ"ಯಲ್ಲಿ ಒಬ್ಬನು.

Just, *a.* ನೀತಿಯುಳ್ಳ, ನ್ಯಾಯದ, ಪ್ರಾಮಾಣಿಕ, ಯಥಾರ್ಥ, "ವಾಜಬಿ". *ad.* ಸರಿಯಾಗಿ, ಹಾಳಿತವಾಗಿ; j. here ಇಲ್ಲಿಯೇ; j. now ಈಗಲೇ, ಇದೇ ಈಗ; j. born ಈಗ ಹುಟ್ಟಿದ; j. four ನಾಲ್ಕೇ; he is j. come ಇದೇ ಈಗ ಬಂದ, ಈಗಲೇ ಬಂದನಷ್ಟೇ; j. when he came ಅವನು ಬಂದಾಗಲೆ, —ಬಂದಾಕ್ಷಣ; j. come here ಇತ್ತ ಬಂದುಹೋಗು; the coat j. fits me ಈ ಅಂಗಿ ನನ್ನ ಮೈಗೆ ಹಾಳಿತವಾಗಿದೆ; to boil j. enough ಹಾಳಿತವಾಗಿ ಬೇಯಿಸು.

Just, *n.* ಕುದುರೆ "ಸವಾರರು" ಆಟಕ್ಕಾಗಿ ಮಾಡುವ ಯುದ್ಧ. *v. i. r.* (ಕುದುರೆ ಸವಾರರು) ಆಟದ ಯುದ್ಧ ಮಾಡು.

Jus'tice, *n.* ನೀತಿ, ನ್ಯಾಯ, ಪ್ರಾಮಾಣಿಕತೆ; ೨. ನ್ಯಾಯಾಧಿಪತಿ; to do j. ನೀತಿ ಮಾಡು; j. of the peace ಪ್ರಜಾಸ್ವಾಸ್ಥ್ಯ ಕಾಪಾಡುವ ಪದಸ್ಥನು.

Jus'ti-fy̆, *v. t. r.* (-fīed) ತಪ್ಪಿಲ್ಲೆಂತ ತೋರಿಸು, ತಪ್ಪಿಲ್ಲೆಂತ—, "ವಾಜಬಿ"ಯೆಂತ—; ೨. ನಿರ್ದೋಷಿ ಮಾಡು, ಕ್ಷಮಿಸು. Jus'ti-fī-a-ble, *a.* ತಪ್ಪಿಲ್ಲದ, ಯೋಗ್ಯ, "ವಾಜಬಿ". Jus-ti-fi-cā'tiŏn, *n.* ತಪ್ಪಿಲ್ಲೆಂತ ತೋರಿಸಿಕೊಡುವುದು, —ತೀರಿಸುವುದು; ೨. ನಿರ್ದೋಷಿಯಾಗ ಮಾಡುವುದು, ದೋಷನಿವಾರಣೆ, ಪಾಪಿಯಾದ ಮನುಷ್ಯನ ನೀತಿನಿರ್ಣಯಿಸುವುದು.

Jus'tle (jus'l), *v. t. r.* ದೂಡು, ನೂಕು. *v. i.* ದಗ್ಗನೆ ಹಾಯು, ತಾಕ್ಯಾಡು.

Jut, *v. i. r.* (jut'ted) ಹೊರಗೆ ಬರು, ಮುಂದಕ್ಕೆ ಚಾಚಿರು, ಮುಂದಕ್ಕೆ ಹಾಯು. Jut'ting, *a.* ಮುಂದಕ್ಕೆ ಬಂದಿರುವ.

Jūte, *n.* (fibre of *Corchorus capsularis, L.*, and *C. olitorius, L.*) ಚುಂಚಲ ಗಿಡದ ನಾರು, ಗೋಣೀ ನಾರು.

Ju-ve-nes'cence, *n.* ಯೌವನವಾಗುವುದು.

Ju've-nīle, *a.* ಚಿಕ್ಕ, ಚಿಕ್ಕತನದ, ತರುಣ, ಬಾಲ್ಯದ. Ju-ve-nil'i-ty, *n.* ಚಿಕ್ಕತನ, ಬಾಲ್ಯ, ಯೌವನ.

Jux-ta-pō-si'tiŏn (-zish'un), *n.* ಹತ್ತರಿಡುವುದು, ಜೋಡಿಗಿಡುವುದು; 2. ಹತ್ತರಿರುವುದು, ಸಾಮಿಪ್ಯ, ಸನ್ನಿಕರ್ಷ.

K

Kaf'fĕr, Kaf'fre, Ka'fir, *n.* (ಅವಿಶ್ವಾಸಿ) ಆಫ್ರಿಕ ಖಂಡದ ಆಗ್ನೇಯ ದಿಕ್ಕಿನಲ್ಲಿರುವ ಕಾಫ್ರಿ ಜನರವ.

Kaī'ṣer (kī'zĕr), *n.* ಚಕ್ರವರ್ತಿ.

Kaī'ṣer-in (kī'zĕr-in), *n.* ಚಕ್ರವರ್ತಿನಿ.

Ka-lei'do-scope (-li-), *n.* ಹಲವು ಬಣ್ಣಗಳ ಚಿತ್ರವಿಚಿತ್ರವಾದ ಆಕಾರಗಳನ್ನು ತೋರಿಸುವ ಸಾಧನ.

Kal'en-dar, *n.*, *see* Calendar.

Kalpa, *n.* ಬ್ರಹ್ಮನ ಒಂದು ದಿನ, ೪,೩೨೦,೦೦೦,೦೦೦ ವರ್ಷಗಳು.

Kam'a-la-dȳe tree *or* Ka-me'la-dȳe tree, *n.* (*Mallotus philippensis, Mull.*) ಕುಂಕುಮದ ಮರ.

Kan-a-rēṣe', *n.* ಕರ್ಣಾಟಕ, ಕನ್ನಡ; K. language ಕನ್ನಡ ನುಡಿ, ಕರ್ಣಾಟಕ ಭಾಷೆ; K. people ಕನ್ನಡಿಗರು.

Ka'n̄ga-roo, *n.* "ಕೆಂಗರು"ವೆಂಬ ಕೆಚ್ಚಲಚೀಲವುಳ್ಳ ಮೃಗ.

Kā'ō-lin, Kā'ō-line (-lin), *n.* ಸುದ್ದಿಮಣ್ಣು, ಸುದ್ದೆಗೆ, ಹಸನು ಮಣ್ಣು, ಬಿಳೀ ಜೇಡಿಮಣ್ಣು.

Kar'ma, *n.* ಕರ್ಮ, ಮಾಡಿದ ಕೆಲಸಗಳು.

Kaw, *v. i. r.*, *see* Caw.

Keek, *v. i. r.* (*pr.* kekt) ವಾಕರಿಸು, ಹೊಟ್ಟೆಕಳೆ, ಕಕ್ಕು.

Kedġe *or* Kedġ'ĕr (kej-), *n.* ಸಣ್ಣ ಲಂಗರು.

Kēel, *n.* ಹಡಗಿನ ಅಡಿತಟ್ಟೆ.

Kēen, *a.* ಕಡು, ಚುರುಕಾದ, ಉತ್ಸುಕ; 2. ಹದವಾದ; 3. ಕಠಿಣ, ಜೋರು; 4. ತೀಕ್ಷ್ಣ. Kēen'-ness, *n.* ಚುರುಕು; 2. ಹದ; 3. ಕಹಿ, ತೀಕ್ಷ್ಣತೆ.

Kēep, *v. t. ir.* (kept, kept) ಇಟ್ಟುಕೊಳ್ಳು, ಇಡು, ಹಿಡುಕೊಳ್ಳು; to k. clean ಸ್ವಚ್ಛವಿಡು; 2. (to guard, protect) ಕಾಯು, ಕಾಪಾಡು, ಉಳಿಸು; 3. (k. from discovery) ಬಚ್ಚಿಡು, ಮುಚ್ಚು; 4. (to tend as sheep) ಕಾಯು; 5. (to manage as a school) ಹಾಕು, ನಡಿಸು; 6. (to maintain) ಸಂರಕ್ಷಿಸು, ಅನ್ನವಸ್ತ್ರ ಕೊಡು; 7. (k. in service, *as*, a servant, a horse) ಇಟ್ಟುಕೊಳ್ಳು; 8. (k. company with) ಸಹವಾಸ ಮಾಡು, ಬಳಿಕೆ—; 9. (k. watch) ಕಾವಲಿರು, ಕಾವಲುಕಾಯು; 10. (commandments) ಕೈಕೊಂಡು ನಡಿಸು, ...ಅಂತೆ ಮಾಡು, ಶಿರಸಾವಹಿಸು; 11. (k. a promise) ಕಡೆಗಾಣಿಸು, ಕೊನೆಗಾಣಿಸು; 12. (k. the bed) ಬಿದ್ದಿರು, ನೆಲಾಹಿಡಿ; 13. (k. the house) ಮನೆಯಲ್ಲಿರು; 14. (k. house) ಮನೆತನ ಮಾಡು, —ನಡಿಸು; 15. (a feast) ಮಾಡು; 16. (k. bad hours) ಬಹಳ ಹೊತ್ತು ಮಾಡಿ ಮನೆಗೆ ಬರುತ್ತ ಇರು; k. at ಎಡೆಬಿಡದೆ ಕೆಲಸ ಮಾಡು; k. back ಹಿಂತೆಗೆ, ಕೊಡದೆ ಇಟ್ಟುಕೊಳ್ಳು, ಅಡ್ಡಿಮಾಡು, ಕಾಯು; k. down ತಗ್ಗಿಸು, ಅಂಕೆಯಲ್ಲಿಡು; k. in ತಾಳಿಕೊಳ್ಳು, ನಿರ್ಬಂಧಿಸು; k. off ದೂರದಲ್ಲಿಡು, ಅಡ್ಡಮಾಡು; k. to ಅನುಸರಿಸು; k. to oneself ತನಗೆನೇ ಇಟ್ಟುಕೊಳ್ಳು; k. up ಕಾಯು, ಉಳಿಸು, ಸಾಗಿಸು. *v. i. ir.* ಇರು; 2. ಬಾಳು, ತಾಳು; k. from ದೂರವಾಗು, ಬಿಟ್ಟುಬಿಡು; k. on. ಸಾಗು, ಸಾಗಿಸು, ಮುಂದರಿ; k. to ಹಿಡುಕೊಂಡಿರು, ಕೈಕೊಳ್ಳು; k. up ಧೈರ್ಯಗುಂದದಿರು, ಧೈರ್ಯಗೊಂಡಿರು, ಮಲಗದೆ ಇರು. *n.* ಸ್ಥಿತಿ; 2. ಸಂರಕ್ಷಣೆ, ಸಾಕೋಣ; 3. ಕೋಟೆ, ಹೂಡೆ; 4. ಚರಶಾಲೆ. Kēep'ĕr, *n.* ಕಾಯುವವ; 2. ಇಟ್ಟುಕೊಂಡವ; 3. ಪಾಲಕ. Kēep'-in̄g, *n.* ಕಾಯೋಣ, ಕಾವಲಿ; 2. ಸಂರಕ್ಷಣೆ; 3. ಒಪ್ಪೋಣ; to be in k. with ಒಪ್ಪು *c. d.*

Kēep'sāke, *n.* ಜ್ಞಾಪಕಕ್ಕಾಗಿ ಇಟ್ಟುಕೊಂಡವ

ಸ್ತು, ನೆನಪಿಗಾಗಿ ಕೊಟ್ಟದ್ದು, ಗುರುತು ಕೊಟ್ಟದ್ದು.

Keg, *n.* ಚಿಕ್ಕ ಪೀಪಾಯಿ.

Kelp, *n.* ಸಮುದ್ರಪಾಚಿ; 2. ಭಸ್ಮ.

Kelt, *n. see* Celt.

Ken, *v. t. r.* ದೂರದಿಂದ ನೋಡು, ತಿಳುಕೊಳ್ಳು; 2. ಗುರುತು ಹಿಡಿ.

Ken'nel (ken'el), *n.* ನಾಯಿಯ ಗೂಡು, ಬಿಲ, ಗುದ್ದು; 2. ಮೋರಿ, ಚರಂಡಿ. *v. i. r.* ಸೇರು, ವಾಸಮಾಡು (as a dog or fox). *v. t.* ಗೂಡಿನಲ್ಲಿರಿಸು.

Kĕp'i, *n.* ಫ್ರೆಂಚ ಸಿಪಾಯರ ಟೋಪಿ.

Kĕrb'stōne, *n.* ಅಂಚಿನ ಕಲ್ಲು.

Kĕr'chief (-chif), *n.* "ರುಮಾಲು", ಶಿರವಸ್ತ್ರ.

Kĕrf, *n.* ಮರದ ಕಡಿದ ಭಾಗ.

Kĕr'nel, *n.* ಬೀಜ, ಒಳಗಿನ ಬೀಜ, (of a cocoa-nut) ಕೊಬ್ಬರಿ, ಗಿಟಕು, ತಿರುಳು, ತಿಳಲು.

Ker'o-sēne (-sēn) oil, *n.* ಕಲ್ಲೆಣ್ಣೆ, "ಚಿಮಣಿ" ಎಣ್ಣೆ.

Ket'tle (ket'l), *n.* ಕಡಾಯಿ, ಹಂಡೆ; 2. (ಸೊಂಡಿಲ್ಲ) ಸೊಂಡೀ ಚೆರಿಗೆ, "ಕೇಟ್ಲೆ".

Ket'tle-drum (ket'l-), *n.* ನಗಾರಿ, ಭೇರಿ; a small k. ತಾಸೆ.

Kēy (kē), *n.* ಬೀಗದ ಕೈ, ಕೀಲಿಕೈ, "ಚಾವಿ"; 2. ಪ್ರಶ್ನೆಯ ಹುರುಳು; low k. ಹೀನಸ್ವರ; k. of a fiddle ಫಿಟೀಲು ಕಿವಿ; golden, silver key ಲಂಚದ ಹಣ. **Kēy'hōle** (kē'-), *n.* ಬೀಗದ ಕೈತೂತು, ಕೀಲೀ ತೂತು. **Kēy'-nōte** (kē'nōt), *n.* ವಾದಿಸ್ವರ, ಮುಖ್ಯ ವಿಷಯ. **Kēy'stōne** (kē'stōn), *n.* ಕಮಾನಿನ ನಡುವೇ ಕಲ್ಲು, ಬಿಗಿಕಲ್ಲು, ಆಣಿಕಲ್ಲು (*S. C.*).

Khä'ki (kä-), *a.* ಖಾಕಿ, ಬೂದಿ ಬಣ್ಣದ, ದೂಳು ಬಣ್ಣದ. *n.* ದೂಳು ಬಣ್ಣದ ಬಟ್ಟೆ.

Khän, *n.* (ತುರ್ಕ ಪರ್ಸಿಯಾ ಮುಂತಾದ ದೇಶಗಳಲ್ಲಿ) ಮಾಂಡಲಿಕ, ನಾಡೊಡೆಯ.

Khed-īve', *n.* ಮಿಸ್ರದೇಶದ ಅರಸು, ಇಜಿಪ್ತದ ಅರಸು.

Khit'mut-gar, *n.* (ಬಂಗಲೆಗಳಲ್ಲಿ) ಚಾಕರನು.

Kick, *n.* ಒದೆ, ಲತ್ತೆ. *v. t.* & *i. r.* (*pr.* kikt) ಒದೆ, ತುಳಿ. *v. i.* ಆಕ್ಷೇಪಿಸು.

Kick'shaws, *n.* ಅಲ್ಪ ಆಹಾರ.

Kid, *n.* ಮೇಕೇ ಮರಿ, ಆಡಿನ ಮರಿ. *v. t.* & *i. r.* (kid'ded) (ಆಡು) ಮರಿಹಾಕು, ಈ, ಈನು.

Kid'nap, *v. t. r.* ಮನುಷ್ಯರನ್ನು ಕದ್ದುಕೊಂಡು ಹೋಗು, ಮಕ್ಕಳ ಕಳವು ಮಾಡು. **Kid'nap-pĕr**, *n.* ಮನುಷ್ಯರನ್ನು ಕದ್ದು ಒಯ್ಯುವವ, ಶಿಶುಚೋರ.

Kid'ney (-ni), *n.* ಹುರುಳಿಕಾಯಿ, ಮೂತ್ರಪಿಂಡ, "ಗುರ್ದಾ"; 2. ಸ್ವಭಾವ (*as*, men of the same k.).

Kid'ney bēan, *n.* (*Phaseolus vulgaris, L.*) ಹುರುಳಿಕಾಯಿಗಿಡ; aconite-leaved k. (*Phaseolus aconitifolius, Jacq.*) ಮಡಿಕೆ.

Kill, *v. t. r.* ಕೊಲ್ಲು, ಕೊಂದುಹಾಕು, ಹತಮಾಡು. **Kil'lĕr**, *n.* ಕೊಲ್ಲುವವ.

Kiln (kil), *n.* ಆವಿಗೆ, ಭಟ್ಟಿ.

Kīlo-, *pref.* ಸಾವಿರಷ್ಟು.

Kilt, *v. t. r.* ಗಿಡ್ಡ ಅಂಗಿ ತೊಡು. *n.* ಗಿಡ್ಡ ಅಂಗಿ.

Kin, *n.* ನೆಂಟತನ, ಸಂಬಂಧ; 2. ಬಂಧುಬಳಗದವರು, ಹತ್ತುಗಡೆಯವರು. *a.* ಸಜಾತೀಯ.

Kīnd, *n.* ತರ, ಬಗೆ, ಜಾತಿ, ವಿಧ; a k. of ಒಂದು ತರದ; of different kinds ಬಗೆಬಗೆಯ, ತರತರದ, ನಾನಾವಿಧದ; in k. *as*, payment in k. ಪಡಿಜೀತ, ಆಯ, ಆಯಸಾಯ. *a.* ದಯದ, ಅಂತಃಕರಣದ, ಕೃಪಾಳು, ಪರೋಪಕಾರದ; he is very k. ಅವನು ಬಹಳ ದಯವುಳ್ಳವನು, —ಬಹಳ ಪ್ರೀತಿಯುಳ್ಳವನು, ಅವನು ಸುಹೃದ. **Kīnd'ness**, *n.* ದಯೆ, ಕೃಪೆ, ಉಪಕಾರ, ಪ್ರೀತಿ.

Kin-dĕr-gär'ten, *n.* ಬಾಲೋದ್ಯಾನ, ಚಿಕ್ಕಮಕ್ಕಳಿಗೆ ಶಿಕ್ಷಣದ ವಿಧಾನ.

Kin'dle, *v. t. r.* ಬೆಂಕಿ ಹಚ್ಚು, ಉರಿಸು; 2. ಹುರಿದುಂಬಿಸು, ಎಬ್ಬಿಸು, ರೇಗಿಸು. *v. i.* ಹೊತ್ತು, ಬೆಂಕಿ ಹತ್ತು, ಉರಿ; 2. ಬೆಂಕಿಯಾಗು, ಸಿಟ್ಟಿಗೇಳು.

Kīnd'ly, *a.* ಸಜಾತೀಯ; 2. ಕೃಪಾಳು, ದಯಾಳು. *ad.* ಅನ್ಯೋನ್ಯವಾಗಿ, ವಿಶ್ವಾಸವಾಗಿ. **Kīnd'li-ness**, *n.* ಪ್ರೀತಿ, ಸ್ನೇಹ, ಮಮತೆ.

Kin'dred, *a.* ರಕ್ತಸಂಬಂಧವುಳ್ಳ, ಸಗೋತ್ರದ; 2. ಒಂದೇ ತರದ, ಸಮಗುಣವುಳ್ಳ. *n.* ಬಂಧುಬಳಗದವರು, ನೆಂಟರು, ಹತ್ತುಗಡೆಯವರು.

Kīne, *n. pl. of* Cow ದನಗಳು, ಹಸುಗಳು, ಆಕಳುಗಳು.

Ki-ne-mat'ics, *n.* ಚಲನಶಾಸ್ತ್ರ. **Ki-ne-tic**, *a.* ಚಲನೆಯಿಂದುಂಟಾದ ಶಕ್ತಿಯ. **Ki-ne-mat'o-graph**, *n.* ಚಲಚ್ಚಿತ್ರಪ್ರದರ್ಶನ.

King, *n.* ಅರಸು, ರಾಜ; king's English ಶುದ್ಧ ಇಂಗ್ಲಿಷ ಭಾಷೆ; **King'craft**, *n.* ರಾಜಚಾತುರ್ಯ, ರಾಜನೀತಿ. **King'dŏm**, *n.*

ರಾಜ್ಯ, ಪ್ರಭುತ್ವ; 2. ವರ್ಗ, ಕೋಟಿ; animal k. ಪ್ರಾಣಿಕೋಟಿ, —ವರ್ಗ; mineral k. ಖನಿಜಕೋಟಿ; vegetable k. ಉದ್ಭಿಜ್ಜಕೋಟಿ. King'fish-ĕr, *n.* ಲಕಮುಕ ಹಕ್ಕಿ, ಜಾಲಗಾರ—, ಮೀನ್ಕುಳ್ಳಿ. King'ly, *a.* ರಾಜನ, ರಾಜಯೋಗ್ಯವಾದ; 2. ಬಹು ದೊಡ್ಡ. King'-pōst, *n.* ಕುತ್ತಿಕೋಲು *(S. C.)*. King's bench, *n.* ಶ್ರೇಷ್ಠ ನ್ಯಾಯಸ್ಥಾನ. King's evidence, *n.* "ಮಾಫಿಶಾಯಿದಿ"; ಋಜುವಾತು ಸಾಕಷ್ಟು ಇಲ್ಲದ್ದಲ್ಲಿ ಅಪರಾಧಿಗಳಲ್ಲಿ ಒಬ್ಬನಿಗೆ ಮಾಫಿ ಕೊಟ್ಟು ಅವನನ್ನು ಸಾಕ್ಷಿಯಾಗಿ ಮಾಡಿಕೊಂಡ ಸಾಕ್ಷಿ. King's'-ē-vil, *n.* ಗಂಡಮಾಲೆ. King'ship, *n.* ಅರಸುತನ, ರಾಜತ್ವ, ದೊರೆತನ.

Ki'nō, *n.* ಹೊನ್ನೇ ಎಣ್ಣೆ; k. tree *(Pterocarpus Marsupium, Roxb.)* ಹೊನ್ನೇ ಮರ *(My.)*. ಕಾಚಿನಂಥ ಗೋಂದು.

Kins'fōlk (-fōk), *n.* ಬಂಧುಗಳು, ನೆಂಟರು, ಹತ್ತುಗಡೆಯವರು. Kin'ship, *n.* ನೆಂಟತನ, ಬಂಧುತ್ವ. Kins'man, *n.* ನೆಂಟ, ಜ್ಞಾತಿ, ಬಾಂಧವ, ಸಕುಲ್ಯನು. Kins'wō-man (-wụ-man), *n.* ನಂಟಿತಿ, ನೆಂಟಿತಿ, ನೆಂಟಳು, ಬಾಂಧವಳು.

Ki'osk, *n.* ಗುಡಾರ.

Kĭrk, *n.* ಕ್ರೈಸ್ತದೇವಾಲಯ; 2. ಕ್ರೈಸ್ತಸಭೆ.

Kĭr'tle (kĕr'tl), *n.* ಮೇಲಂಗಿ.

Kir'yat, *n.*, *see* Chiretta.

Kis'met, *n.* ಅದೃಷ್ಟ.

Kiss, *n.* ಮುತ್ತು, ಚುಂಬನ. *v. t. r. (pr.* kisst) ಮುದ್ದಿಡು *c. d.*, ಚುಂಬಿಸು; k. the ground ದಂಡವತ್ ಪ್ರಣಾಮ ಮಾಡು; k. the rod ಶಿಕ್ಷೆಯನ್ನು ಶಾಂತತೆಯಿಂದ ಒಪ್ಪಿಕೊಳ್ಳು.

Kit, *n.* "ಸಾಮಾನು", ಗಂಟುಮೂಟೆ; plough-ing k. ಆರುಕೋಲು *(S. M.)*; 2. ಸಿಪಾಯರ ಮತ್ತು ಪೊಲೀಸರ ಸರಂಜಾಮು; 3. ಬೆಕ್ಕಿನ ಮರಿ.

Kitch'en (kich'en), *n.* ಅಡಿಗೇಮನೆ,—ಕೋಣೆ *(My.)*, "ಕುಸಿನಿ". Kitch'en-gär-den (kich'en-gär-dn), *n.* ಮನೆ ಉಪಯೋಗಕ್ಕಾಗಿ ಬೆಳೆಸಿದ ಕಾಯಿಪಲ್ಯದ ತೋಟ. Kitch'-en-māid, *n.* ಜೋನಗಿತ್ತಿ. Kitch'en-stuff, *n.* ಶಾಕಪಲ್ಯ. Kitch'en-wench, *n.* ಅಡಿಗೆ ಮಾಡುವವಳು. Kitch'en-wŏrk, *n.* ಅಡಿಗೇ ಕೆಲಸ.

Kīte, *n.* ಗಿಡಗ, ಹದ್ದು; the Brahmani k. ಗರುಡಪಕ್ಷಿ; 2. ಗಾಳೀಪಟ, ಪಟ.

Kith, *n.* ಆಪ್ತರು; k. and kin ಬಂಧುಬಳಗದವರು, ಬೀಗರುಬಿಜ್ಜರು, ನೆಂಟರು ಇಷ್ಟರು.

Kit'ten (kit'n), *n.* (*dim of* Cat) ಬೆಕ್ಕಿನ ಮರಿ. *v. t. r.* ಬೆಕ್ಕಿನ ಮರಿಗಳನ್ನು ಸಾಕು.

Klep-tō-mā'ni-a, *n.* ಕದಿಯುವ ಹುಚ್ಚು.

Klick, *v. i. r.* (*pr.* klikt) ಕಿಲಗುಡು. *n.* ಕಿಲಗುಡುವುದು.

Knack (nak), *n.* ವಯಿಸ, ಯುಕ್ತಿ; 2. ಆಟದ "ಸಾಮಾನು".

Knag (nag), *n.* ಗಂಟು; 2. ಗೂಟ, "ಮೇಕು"; 3. ಕೋಡು. Knag'gy (nag'gi), *a.* ಗಂಟುಳ್ಳ; 2. ಕಠಿಣ ಗುಣದ.

Knap, *n.* ಗುಡ್ಡದ ಶಿಖರ. *v. t.* ಚಮ್ಮಟಿಗೆಯಿಂದ ಬಡೆದು ಚೂರು ಮಾಡು.

Knap'sack (nap'sak), *n.* ಬಟ್ಟೇ ಚೀಲ, ಹಸುಬೇ ಚೀಲ, "ಜಾಮದಾನಿ".

Knāve (nāv), *n.* ಕಳ್ಳ, ಠಕ್ಕುಗಾರ, "ದಗಾಖೋರ", ಕಣ್ಣೋಜ *(S. C.)*; ಗುಲಾಮ. Knā'vĕr-y (nā'vĕr-), *n.* ಮೋಸ, "ದಗೆ", "ದಗಲಬಾಜಿ". Knā'vish (nāv'ish), *a.* ಮೋಸದ, ಕಳ್ಳತನದ, "ದಗೆಯ". Knā'vish-ly (nā'-), *ad.* ಮೋಸವಾಗಿ, ಠಕ್ಕಾಗಿ.

Knēad (nēd), *v. t. r.* ನಾದು, ಹಿಸಕು; to k. a cloth in washing ಕುಕ್ಕು. Knēad'-iṅg-trough (nēd'iṅg-trof), *n.* ಕೋಣಂಬಿ, ಕೋಣಂಬಿಗೆ, ಕೋಣಬಿಗೆ, ಕೋಣವಿಕೆ.

Knēe (nē), *n.* ಮೊಣಕಾಲು, ಮಂಡಿ, ಜಾನು; to bend one's k. ವೀರಮಂಡಿ ಹಾಕು; bring to one's knees ಅಧೀನನಾಗುವಂತೆ ಮಾಡು. Knēe'-cap, *n.*, *see* Knee-pan; 2. ಕುದುರೆಯ ಮೊಣಕಾಲನ್ನು ರಕ್ಷಿಸುವ ಚರ್ಮದ ಸಿಂಬಿ. Knēe'-dēep (nē'dēp), *a.* ತೊಡೆ ಮಟ್ಟ, ಮೊಣಕಾಲುದ್ದ. Knēe'-joint (nē'-), *n.* ಮೊಣಕಾಲಿನಂಥ ಕೀಲು. Knēe'-pan (nē'-), *n.* ಮೊಣಕಾಲಿನ ಚಿಪ್ಪು.

Knēel (nēl), *v. i. r.* ಮೊಣಕಾಲೂರು, ಮೊಣಕಾಲೂರಿ ನಿಲ್ಲು, ದಂಡೆಗೊಳ್ಳು.

Knell (nel), *n.* ಹೆಣ ತೆಗೆದುಕೊಂಡು ಹೋಗುವಾಗಾಗಲಿ ಒಬ್ಬನು ಸತ್ತ ಮೇಲಾಗಲಿ ಹೊಡೆಯುವ ಘಂಟೆ.

Knick-ĕr-bock'ĕrs (nik-ĕr-), *n. pl.* ಸಡಿಲು ಇಜಾರು.

Knick'-knack (nik'-nak), *n.* ಆಟದ ಬಡವೆ.

Knīfe (nīf), *n.* ಕತ್ತಿ, ಚೂರಿ; clasp k. ಮಡುಪುಗತ್ತಿ; grafting k. ಕಸಿಗತ್ತಿ; kitchen k. ಈಳಿಗೆ, ಮೆಟ್ಟುಗತ್ತಿ; pen-k. "ಚಾಕು";

pruning k. ಮಚ್ಚುಗತ್ತಿ; war to the k.. ಮರಣಾಂತ್ಯದಲ್ಲಿ ಕೊನೆಗಾಣುವ ಯುದ್ಧ. Knīfe'-edġe, *n.* ತ್ರಾಸಿನ ಕೋಲಿನ ಆಧಾರದ ಹರಿತವಾದ ಲೋಹದ ತಗಡು.

Knīght (nīt), *n.* ಬಂಟ; 2. ಪಾಳೆಯಗಾರ, ಸರದಾರ ಬಹಾದೂರ"; 3. "ಬಹಾದೂರ ಕಿತಾಬು" ಹೊಂದಿದವ; k. of the quill ಲೇಖಕ; k. of the thimble ದರ್ಜಿ. Knīght'-ĕr-rant (nīt'-), *n.* ಸಾಹಸಕ್ಕಾಗಿ ದೇಶದೇಶ ತಿರುಗಾಡುವ "ಸರದಾರ". Knīght'-er-rant-ry, *n.* ಸಾಹಸಕ್ಕಾಗಿ "ಸರದಾರನ" ದೇಶಸಂಚಾರ. Knīght'hood (nīt'hud), *n.* "ಸರದಾರ ಬಹಾದೂರಿ"; 2. "ಸರದಾರ"ಮಂದಿ. Knīght'-ly, *a.* ಶೂರನಿಗೆ ತಕ್ಕ.

Knit (nit), *v. t. r.* (knit'ted) ಗಂಟುಹಾಕು, ಹೆಣೆ, ಜೋಡಿಸು; k. the brows ಹುಬ್ಬು ಗಂಟುಹಾಕು. *a.* ಹೆಣೆದ. Knit'tinġ (nit-), *n.* ಹೆಣೆಯುವಿಕೆ, ಹೆಣಿಗೆ, ನೆಯಿಗೆ.

Knob (nob), *n.* ಬುಗಟೆ, ಬುಗ, ಗಂಟು; 2. ಗುಂಡು. Knob'by (nob'bi), *a.* ಗಂಟು ಗಂಟುಳ್ಳ; 2. ಗುಡ್ಡದ.

Knock (nok), *n.* ಪೆಟ್ಟು, ಕುಟ್ಟು, ಹೊಡೆತ, ಬಾಗಲು ತಟ್ಟುವುದು. *v. i.* & *t. r.* (*pr.* nokt) ತಟ್ಟು, ಹೊಡೆ, ಬಡಿ, ಕುಟ್ಟು; to k. down, to fell ಹೊಡದು ಹಾಕು, ಕೆಡವು; to be k.-ed up ಆಯಾಸ ಪಟ್ಟಿರು; to k. under ವಿಧೇಯನಾಗು; k. the bottom out of ವಾದವನ್ನು ಎದುರಿಸಿ ನಿರರ್ಥಕವಾಗಿ ಮಾಡು; k. about ಅಡ್ಡಾತಿಡ್ಡಿಯಾಗಿ ಅಲೆದಾಡು; k. out the brains ತಲೆ ಹೋಳುಮಾಡು. Knock'ĕr (nok'ĕr), *n.* ತಟ್ಟುವವ; 2. ಬಾಗಲು ತಟ್ಟುವ ಸಾಧನ. Knock'-knēed (nok'-nēd), *a.* ಕೋಂಕಾಲು.

Knoll (nōl), *n.* ಘಂಟಾನಾದವು.

Knōll (nōl), *n.* ದಿನ್ನೆ, ತೆವರು.

Knot (not), *n.* ಗಂಟು, ಗ್ರಂಥಿ; 2. ಕಟ್ಟು; 3. (perplexity) ತೊಡಕು, ತೊಂದರೆ; 4. (cluster) ಗೊಂಚಲು; 5. (group) ಗುಂಪು; 6. (in a cane, *etc.*) ಗಂಟು, ಗಣ್ಣು, ಗಣುಬು, ಪರು; 7. (*naut.*) ನಾವಿಕರ ಮೈಲು (ಓಂಟ ಪೂಟ್). *v. t. r.* (knot'ted) ಗಂಟುಹಾಕು; 2. ಜೋಡಿಸು; 3. ತೊಡರುಹಾಕು. Knot'ted, Knot'ty, *a.* ಗಂಟುಗಂಟುಳ್ಳ; 2. ಸಿಕ್ಕುಳ್ಳ, ತೊಡಕಿನ; 3. ಗಟ್ಟಿ.

Knōw (nō), *v. t. ir.* (knew, known, *pr.* nū, nōn) ಅರಿ, ತಿಳಿ, ತಿಳಕೊಳ್ಳು, ಗುರುತಿರು; I k. him ಅವನ ಗುರುತು (ಪರಿಚಿತಿ) ನನಗದೆ; I k. it ನನಗೆ ಗೊತ್ತದೆ, — ತಿಳಿಯಿತು, ನಾ ಬಲ್ಲೆ. Knōw'a-ble (nō'a-), *a.* ತಿಳಿಯತಕ್ಕ, ತಿಳಿಯುವಂಥ. Knōw'inġ (nō'inġ), *a.* ತಿಳಿಯುವ, ಜಾಣ, ಚತುರ; a k. man ಬಲ್ಲವ. Knōw'inġ-ly (nō'inġ-), *ad.* ತಿಳಿದು. Knōwn, *a.* ತಿಳಿದ, ಪ್ರಸಿದ್ಧವಾದ.

Knōwl'edġe (nol'ej), *n.* ತಿಳುವಳಿಕೆ, ಮಂದಟ್ಟು, ಜ್ಞಾನ, ಪರಿಚಯ, ವಿದ್ಯೆ; spiritual k. ಆತ್ಮಜ್ಞಾನ; come to one's k. ಒಬ್ಬನ ತಿಳುವಳಿಕೆಗೆ ಬರು.

Knuck'le (nuk'l), *n.* ಬೆರಳಿನ ಗಣಿಕೆ. *v. t. r.* ಗಣಿಕೆಯಿಂದ ಹೊಡೆ. *v. i.* ವಶವಾಗು, ಬಳಗಾಗು.

Kōel, *n* ಕೋಗಿಲೆ.

Kō'h-i-noor, *n.* ಬ್ರಿಟಿಷ ಸಾಮ್ರಾಟರ ಕಿರೀಟದಲ್ಲಿರುವ ಪ್ರಸಿದ್ಧವಾದ ಹಿಂದುಸ್ಥಾನದ ವಜ್ರ.

Kō'kam butter, *n.* ಧೂಪದ ಎಣ್ಣೆ; (the oil of *Garcinia indica, Chois.*) ಮುರಿಗಿನ ಹುಳಿ ಎಣ್ಣೆ.

Kō'pje (-pi), *n.* ದಕ್ಷಿಣ ಆಫ್ರಿಕದ ಗುಡ್ಡ.

Kō-ran', *n.* "ಖುರಾನು".

Kō-tow', *n.* ಚೀನಿಯರ ಪ್ರಣಾಮ.

Kou'miss, *n.* ಕುದುರೆಯ ಹಾಲಿನಿಂದ ತಯಾರಿಸಿದ ಮಾದಕಪಾನ.

Kour'bash, *n.* ತುರ್ಕಿ ಮತ್ತು ಇಜಿಪ್ತ ದೇಶಗಳಲ್ಲಿ ಉಪಯೋಗಿಸುತ್ತಿದ್ದ ತೊಗಲಿನ ಕೊರಡೆ.

Kräal (kräl), *n.* ದಕ್ಷಿಣ ಆಫ್ರಿಕದ ಹಳ್ಳಿ, ಕೊಪ್ಪಲು.

Krem'lin, *n.* ಮೊಸ್ಕೋ ಪಟ್ಟಣದಲ್ಲಿರುವ ಅರಮನೆಯ ಕೋಟೆ.

Kris, *n.* ಕಠಾರಿ. *v. t. r.* ಕಠಾರಿಯಿಂದ ತಿವಿ.

Krō'ne, *n.* ಡೆನಮಾರ್ಕ, ನೋರ್ವೆ, ಸ್ವೀಡನ್ ದೇಶಗಳಲ್ಲಿ ಉಪಯೋಗಿಸುವ ಬೆಳ್ಳಿಯ ನಾಣ್ಯ.

Kū'dos, *n.* (*slang.*) ಬಹುಮಾನ, ಪ್ರಖ್ಯಾತಿ.

Kū'klux Klan, *n.* ಉತ್ತರ ಅಮೇರಿಕದಲ್ಲಿ ಕೊಲೆಗಳನ್ನು ಮಾಡುವ ರಾಜಕೀಯ ಗುಪ್ತಸಮಾಜ.

Ku'kri, *n.* ಘೂರ್ಕಜನರ ಬಾಗಿದ ಕಠಾರಿ.

Kus'kus grass, *n.*, *see* Cuscus g.

Fāte, fat, fär, fall, whạt; mē, met, prey, hẽr; pīne, pin, marīne, bĩrd; nōte, not, möve, dȯve; tūne, tub, rụde, pụll; drȳ, body; fool, bo͝ok; oil; boy; pound; now.

L

Lȧ, *n.* (ಸರಳೆಯಲ್ಲಿ) ಧೈವತ, ಧ.

Lä, *int.* ಅಗೋ, ಇಗೋ.

Lā'bel, *n.* ಮೇಲ್ವಿಳಾಸ, ಗುರುತಿಗಾಗಿ ಹಚ್ಚಿದ ಚೀಟು. *v. i. r.* ಗುರುತಿಗಾಗಿ ಚೀಟು ಹಚ್ಚು.

Lā'bi-al, *a.* ತುಟಿಯ, ಓಷ್ಠ್ಯ. *n.* ಓಷ್ಠ್ಯವರ್ಣ. **La'bi-āte**, *a. (bot.)* ತುಟಿಯಾಕಾರದ.

Lab'o-ra-tŏr-y, *n.* ರಸಾಯನಜ್ಞನ "ಕಾರಖಾನೆ".

Lā'bŏur, *n.* ಕೆಲಸ, ಕಷ್ಟ, "ಮೆಹನತು"; 2. ಬೇನೆ, ಪ್ರಸವವೇದನೆ; forced l. ಬಿಟ್ಟಿ, "ಅಡಾಣಿ". *v. i. r.* ಕೆಲಸ ಮಾಡು, ಪ್ರಯಾಸ ಪಡು, ಪ್ರಯತ್ನ ಮಾಡು, ಪೇಚಾಡು; 2. ಬೇನೆ ತಿನ್ನು, ಪ್ರಸವವೇದನೆಯಲ್ಲಿ ಇರು. *v. t.* ಸಾಗುವಳಿ ಮಾಡು; 2. ಪ್ರಯಾಸಪಟ್ಟು ಮಾಡು. **La-bō'ri-ŏus**, *a.* ಪ್ರಯಾಸವುಳ್ಳ, ಕಷ್ಟದ, "ಮೆಹನತಿನ", ಮೈಮುರಿದು ಕಷ್ಟ ಮಾಡುವ. **Lā'-bŏur'ed**, *pp. a.* ಕಷ್ಟಪಟ್ಟು ಮಾಡಿದ. **Lā'-bŏur-ĕr**, *n.* ಕೂಲಿಯವ, "ಮಜೂರಿಯವ"; day-l. ದಂಗೂಲಿಜನ.

La-bur'num, *n.* Indian l. *(Cassia fistula, L.)* ಕಕ್ಕೇಮರ, ಕಕ್ಕೇಗಿಡ, ಕೊಂದೇ—, ಅರಗಿನ—.

Lab'y-rinth, *n.* ತಾರತಿಗಡಿಯೂ ತೊಡಕು ಬಡಕೂ ಆದ ಹಾದಿಯುಳ್ಳ ಮಂದಿರ ಅಥವಾ ಜಾಗ, ಚಕ್ರವ್ಯೂಹ, ದುರ್ಘಟ, ಸುತ್ತುಹಾದಿ.

Lac, *n.* ಅರಗು, ಲಾಕ್ಷಿ; l.-dye ಲಾಖಿರಂಗು; shell-l. ಬಂಗಾರದ ಅರಗು; stick-l. ಕಡ್ಡಿ ಅರಗು.

Lac, Lakh, *n.* ಲಕ್ಷ.

Lāce, *n.* "ಗೋಟು", "ಲಾಡಿ". *v. t. r.* (*pr.* lāst) ಹೆಣೆ; 2. ಲಾಡಿಯಿಂದ ಕಟ್ಟು; 3. ಗೋಟಿಡು, ಗೋಟು ಹಚ್ಚು. **Lāced**, *a.* ಸರಿಗೆ ಹಾಕಿದ, ಗೋಟು—. **Lāce-wŏrk'**, *n.* ಹೆಣಿಗೆ ಕೆಲಸ, ಸರಿಗೆ—.

Lac'er-āte, *v. t. r.* ಹರಿ, ಹರಿದು ಹಾಕು; 2. ಚಿವುರು, ನೋವು ಕೊಡು, "ದಕ್ಕಿ"—. **Lac-er-ā'tiŏn**, *n.* ಹರಿಯುವಿಕೆ, ಹರಿದುಹಾಕೋಣ, ಕಡಿದು ಚೂರುಚೂರಾಗಿ ಮಾಡುವಿಕೆ.

Lach'ry-mal (lak'ri-), *a.* ಕಣ್ಣೀರಿನ. **Lach'-ry-mā-to-ry**, *a.* ಕಣ್ಣೀರು ಹುಟ್ಟಿಸುವ. *n.* ಕಣ್ಣೀರಿನ ಪಾತ್ರೆ. **Lach'ry-mōse**, *a.* ಅಳುಬುರುಕನಾದ.

Lack, *n.* ಕಡಿಮೆ, ಕಮ್ಮಿ, ಕೊರತೆ. *v. t. & i. r.* (*pr.* lakt) ಕಡಿಮೆಯಾಗಿರು, ಕಮ್ಮಿಯಾಗು.

Lack-a-dai'si-cal, *a.* ಬಳಲುವ, ಬೇಸರ ತೋರಿಸುವ.

Lack-a-dāy', *int.* ಅಯ್ಯಯ್ಯೋ; *see* Alack-aday.

Lack'brāin, *n.* ಜಡನು.

Lack'ey (lak'i), *n.* ಆಳು, ಊಳಿಗದವ, "ಚಾಕರಿ"ಯವ. *v. i. r.* ಊಳಿಗ ಮಾಡು.

Lack'lus-tre (-tĕr), *a.* ಮಂದ, ಪ್ರಕಾಶವಿಲ್ಲದ, ನಿಸ್ತೇಜ.

La-con'ic, -con'i-cal, *a.* ಸಂಕ್ಷೇಪ ಮಾತಿನ, ಸಂಕ್ಷಿಪ್ತ. **La-con'i-cal-ly**, *ad.* ಸಂಕ್ಷೇಪವಾಗಿ. **La-con'i-cism, Lac'on-ism**, *n.* ಸಂಕ್ಷೇಪೋಕ್ತಿ.

Lac'quĕr, *n.* ಮೆರುಗೆಣ್ಣೆ. *v. t. r.* ಮೆರುಗೆಣ್ಣೆ ಹಚ್ಚು.

Lac'tē-al, *a.* ಹಾಲಿನ, ಅನ್ನರಸವಾಹಕ. **Lac-tā'tiŏn**, *n.* ಸ್ತನ್ಯಕೊಡುವ ಕಾಲ. **Lac-tes'-cent (-tes'ent)**, *a.* ಹಾಲಾಗಿ ಪರಿಣಮಿಸುವ, ಹಾಲಾಗುವ. **Lac-tif'ĕr-ŏus**, *a.* ಹಾಲುಂಟು ಮಾಡುವ; 2. ಹಾಲು ಒಯ್ಯುವ, ಕ್ಷೀರವಾಹಕ; l. duct ದುಗ್ಧವಾಹಿನಿ. **Lac-tom'e-tĕr**, *n.* ಕ್ಷೀರಮಾಪಕ.

Lac'-tree, *n.* *(Shorea Talura, Roxb.)* ಜಾಲಾರಿಮರಿ *(My.)*.

Lad, *n.* ಹುಡುಗ, ಹರೇದವ.

Lad'dĕr, *n.* ನಿಚ್ಚಣಿಕೆ, ಏಣಿ.

Lāde, *v. t. r.* ಹೊರೆ ಹೊರಿಸು; 2. ಸವುಟಿನಿಂದ ತೋಡು, ತುಂಬಿ ಚೆಲ್ಲು. **Lā'den**, *pp. a.* ತುಂಬಿದ. **Lā'ding**, *n.* ಹೊರೆ; bill of l. ತುಂಬಿದ ಸರಕುಗಳ ಪಟ್ಟಿ, "ಭರಾವಣೀಚೀಟು".

Lā'dle, *n.* ಸವುಟು, ಸಟುಕ, ಹುಟ್ಟು, ಅಳಪೆ *(My.)*.

Lā'dy, *n.* ಯಜಮಾನಿ, ದೊರೆಸಾನಿ, ಸ್ತ್ರೀ; painted l. ಒಂದು ಬಗೆಯ ಪಾತೆಹುಳು. **Lā'dy-bĭrd, -bug, -cow, -flȳ**, *n.* ಕುಂಕುಮದ ಹುಳ. **Lā'dy-līke**, *a.* ಸಭ್ಯ, ಕುಲೀನ, ಕೋಮಲ. **Lā'dy-kill-er**, *n.* ಸ್ತ್ರೀಯರನ್ನು ಮೋಹದಿಂದ ಆಕರ್ಷಿಸುವ ಸಾಮರ್ಥ್ಯವುಳ್ಳವನು. **Lā'dy-ship**, *n.* ಸ್ತ್ರೀಯರಿಗೆ ಗೌರವಕ್ಕಾಗಿ ಉಪಯೋಗಿಸುವ ಮಾತು. **Lā'dy's-fing-er**, *n.* ಬೆಂಡೆಕಾಯಿ.

Lag, *v. i. r.* (lagged, *pr.* lagd) ಹಿಂದೆ ಬೀಳು, ಹಿಂದುಳಿ, ಹಿಂದಾಗು. *a.* ಹಿಂದೆಬಿದ್ದ, ಆಲಸ್ಯದ,

Lag'gard (lag'ĕrd), *a.* ಮೈಗಳ್ಳ, ವ್ಯೈಪೋಗ್ಗದ, ಜಿನ್ನು ಬೊಗ್ಗದ. *n.* ಆಲಸ್ಯಗಾರ.

La-goon', La-gūne', *n.* ಖಾರಿ, ಮಡು.

Lāic, Lā'ic-al, *a.* ಗೃಹಸ್ಥಜನರ, ವೈದಿಕರಲ್ಲದ.

Lāid, *p. p. of* Lay.

Lāin, *p. p. of* Līe.

Lāir, *n.* ಮೃಗಗಳು ಮಲಗುವ ಜಾಗ, ಕಾಡು ಮೃಗದ ವಾಸಸ್ಥಾನ, ಹಕ್ಕೆ, ಇಕ್ಕೆ.

Lāird, *n.* ಪಾಳೆಯಗಾರ, ವರ್ಗದಾರ, "ಜಮೀನುದಾರ" *(Scot.)*.

Lā'i-ty, *n.* ಗೃಹಸ್ಥ ಜನರು, ವೈದಿಕರಲ್ಲದವರು.

Lāke, *n.* ಕೆರೆ, ಸರೋವರ.

Lāke, *n.* ಲಾಖೀ ಬಣ್ಣ.

Lä'ma, *n.* ಬೌದ್ಧ ಪುರೋಹಿತ. Grand L. ಬೌದ್ಧಮತದ ಪ್ರಧಾನ ಗುರು. Lä'ma-sĕr-y, *n.* ಲಾಮರ ಮಠ. [ಎಳೇ ಕುರಿಮರಿ.

Lamb (lam), *n.* ಕುರಿಮರಿ. Lamb'kin, *n.*

Lam'bent, *a.* ಆಡುವ, ನೆಕ್ಕುವ.

Lāme, *a.* ಕುಂಟ, ಕುಂಟುವ. *v. t. r.* ಕುಂಟು ಮಾಡು, ಊನ—. Lāme'ly, *ad.* ಕುಂಟುತ್ತಾ; 2. ಬಲಹೀನವಾಗಿ, ಸುಮಾರಾಗಿ. Lāme'-ness, *n.* ಹೆಳವು, ಕುಂಟುತನ, ಊನ.

Lam-el-lā'ted, *a.* ತಗಡಿನಂತೆ ಒಂದರ ಮೇಲೊಂದು ಹೊದ್ದಿಸಿರುವ.

La-ment', *n.* ಗೋಳಾಟ, ಅಳುವಿಕೆ. *v. i. r.* ಅಳು, ಗೋಳಾಡು, ಮರುಗು. *v. t.* ...ವಿಷಯ ಶೋಕ ಪಡು, —ಹಲುಬು, —ಮರುಗು. Lam'en-ta-ble, *a.* ಅಳುವಂಥ, ದುಃಖದ, ಶೋಕದ. Lam'en-ta-bly, *ad.* ದುಃಖಕರವಾಗಿ; 2. ಸುಮಾರಾಗಿ, "ಹಲಕ"ಯಾಗಿ. La-men-tā'tiŏn, *n.* ಗೋಳಾಟ, ಅಳುವಿಕೆ, ಅಳಲು, ಪ್ರಲಾಪ.

Lam'i-na, *n.* ತಗಡು, ಪದರು. Lam'i-nāte, Lām'i-nā-ted, *a.* ಪದರುಪದರಾದ.

Lamp, *n.* ದೀಪ; earthen l. ಪಣತ; brass l. "ಸಮೆ"; a l. that is always kept burning ನಂದಾದೀಪ; blow out a l. ದೀಪ ದೊಡ್ಡದು ಮಾಡು, ಸೆರಗುಹಾಕು; wave l.s before a deity ಆರತಿ ಎತ್ತು, —ಬೆಳಗು. Lamp'black, *n.* ಕಾಡಿಗೆ, ಕುಡಿಕಪ್ಪು.

Lam-poon', *n.* ಬೈಗಳ ಪತ್ರ, ನಿಂದಾಗೋಷ್ಠಿ. *v. t. r.* ನಿಂದಿಸು, ಒಬ್ಬರ ಮೇಲೆ ಎಗತಾಳಿ ಪದ್ಯ ಹೇಳು.

Lance, *n.* ಭಲ್ಲೆ, "ಬರ್ಚಿ". *v. t. r.* (*pr.* lanst) ಭಲ್ಲೆಯಿಂದ ತಿವಿ; 2. ಚಿಮ್ಮು, ಶಸ್ತ್ರದಿಂದ ಕೊಯ್ಯು. Lan'cĕr, *n.* ಭಲ್ಲೆಯವ.

Lan'ce-o-lāte, *a.* ಬರ್ಚಿ ಆಕಾರದ.

Lan'cet, *n.* ಚುಚ್ಚುವ ಶಸ್ತ್ರ.

Lan'ci-nate, *v. t. r.* ಹರಿದುಹಾಕು, ಚಿವುರು.

Land, *n.* ನೆಲ, ಭೂಮಿ; 2. ದೇಶ; 3. ಹೊಲ, "ಜಮೀನು"; uncultivated l. ಬಂಜರು ಜಮೀನು; wet l. ಗದ್ದೆ. *v. i. r.* ಹಡಗದಿಂದಿಳಿ, ದಡಕ್ಕಿಳಿ. *v. t.* ಹಡಗದಿಂದಿಳಿಸು. Land'ed, *a.*, l. property ಗದ್ದೆ ಹೊಲ ಮೊದಲಾದದ್ದು, ಸ್ಥಿರಸೊತ್ತು; l. proprietor "ಜಮೀನುದಾರ". Land'-flood, *n.* ಜಲಪ್ರವಾಹ. Land'-fōrce, *n.* ಭೂಸೈನ್ಯ. Land'-grab-bĕr, *n.* ಇತರರ ಆಸ್ತಿ ಕೈವಶಮಾಡಿಕೊಳ್ಳುವ ಅತ್ಯಾಶೆಯುಳ್ಳವ. Land'-hōld-ĕr, Land'-ōwn-ĕr (-onĕr), *n.* ವರ್ಗದಾರ, "ಜಮೀನುದಾರ". Land'ing, *n.* ಹಡಗಿಳಿಯುವುದು; 2. ಹಡಗಿಳಿಯುವ ಸ್ಥಳ, ರೇವು, ದಕ್ಕೆ. Land'-job-bĕr, *n.* ಭೂಮಿ "ದಲಾಲಿ". Land'-lā-dy, *n.* ಮನೇ ಯಜಮಾನಿ; 2. ಛತ್ರದ ಯಜಮಾನಿ, "ನಂಬರ"ಮನೆಯ—. Land'-locked, *a.* ಸುತ್ತಲೂ ನೆಲದಿಂದ ಕೂಡಿದ. Land'lord, *n.* ಧನಿ, ಒಡೆಯ, "ಖಾವಂದ"; 2. ಛತ್ರದ ಯಜಮಾನ, "ನಂಬರ" ಮನೆಯ—. Land'märk, *n.* ಎಲ್ಲೇಕಲ್ಲು, "ಬಾಂದು"ಕಲ್ಲು; 2. ಹಡಗಿನವರಿಗೆ ದಾರೀ ತೋರಿಸುವುದಕ್ಕಾಗಿ ನೆಲದಲ್ಲಿಯ ಗುರುತು, ಕುರುಹು. Land'-slip, *n.* ಭೂಮಿ ಕುಸಿದು ಬೀಳುವುದು. Land'-sur-vey, *n.* ಭೂಮಿಯನ್ನು ಅಳೆಯುವುದು, "ಮೋಜಣಿ". Land'tax, *n.* ಭೂಮಿ ತೆರಿಗೆ, ಬಿರಾಡ, ಕಂದಾಯ, "ಜಮೀನ್‌ಕಿಸ್ತು". Land'-wāit-ĕr, *n.* ದಾರೀ ಸುಂಕದವ, ಬಂದರಿನ ಸುಂಕದವ. Land'ward (-wĕrd), *ad.* ಭೂಮಿಯ ಕಡೆಗೆ, ದಂಡೇ ಕಡೆಗೆ. Land'-wind', *n.* ಕರೇಗಾಳಿ.

Land'grāve, *n.* ಜರ್ಮನ ದೇಶದ ಶ್ರೀಮಂತ, ಪಾಳೆಯಗಾರ.

Land'scape, *n.* ನಾಡು, ಪ್ರದೇಶ, ದೃಷ್ಟಿಗೋಚರ ದೇಶ; 2. ಒಂದು ಪ್ರದೇಶದ ಚಿತ್ರ.

Lan'dau, *n.* ಮೇಲ್ಮುಚ್ಚಿಗೆ ತೆಗೆಯಲು ಮುಚ್ಚಲು ಬರುವ ಗಾಡಿ.

Lāne, *n.* ಸಂದು, ಓಣಿ, ಗಲ್ಲಿ.

Lan'guage (-gwij), *n.* ಮಾತು, ಭಾಷೆ; 2. ಮಾತಿನ ತರ, ಭಾಷಾರೀತಿ.

Lan'guid (-gwid), *a.* ಬಾಡಿದ, ಬಳಲಿದ, ಬಳಲಿ ಬೆಂಡಾದ, ಬೇಸರಿಕೆಯ, ಆಯಾಸದ, "ಸುಸ್ತಿಯ". Lan'guid-ness, *n.* ಬೇಸರಿಕೆ, ಆಯಾಸ, ಬಳಲಿ ಬೆಂಡಾಗೋಣ. Lan'guish (-gwish), *v. i. r.* (*pr.* -gwisht) ಬಾಡು, ಬಲಹೀನವಾಗು, ಕ್ಷೀಣವಾಗು, ಸೊರಗು. Lan'guŏr (-gwĕr), *n.* ಕಸಾರಿಕೆ, ಆಯಾಸ, "ಸುಸ್ತಿ", ದಣುವು, ಗ್ಲಾನಿ.

Lan'gur, *n.*, Madras l. (*Semnopithecus Priamus*) ಮುಸು, ಮುಸುವ.

Lan-if'ĕr-ŏus, *a.* ಉಣ್ಣೆ ಬೆಳಿಸುವ.

Lănk, *a.* ತೆಳುವಾದ, ಸಡಿಲಾದ, ಸೊರಗಿದ; l. hair ಜಬ್ಬುಲು ಕೂದಲು. Lank'ly, *ad.* ಸಡಿಲಾಗಿ, ಜಬ್ಬುಲಾಗಿ. Lank'ness, *n.* ಉದ್ದ ಮತ್ತು ತೆಳ್ಳಗಿರುವುದು. Lan'ky, *a.* ಬಡಕೋಲಾಳು, ಬಾರುಕಾಲವನಾದ.

Lan'tā-na, *n.* (*L. camara, L.*) ನಾತಹೂಗಿಡ (*My.*), ಹೇಸಿಗೆ—, ಕಸೂತಿಹೂವಿನ— (*S.M.*); (*L. indica, Roxb.*) ಕಾಡುಜೋಳ ಗಿಡ.

Lan'tĕrn, Lant'horn, *n.* "ಮೂಪೆ", "ಲಾಂದರು", "ಪಾನಸು", "ಕಂದೀಲು"; l. jaws ಅಂಟಿಕೊಂಡು ಹೋದ ದವಡೆ.

Lap, *n.* ಉಡಿ, ಉಡ್ಲು, ತೊಡೆ, ಅಂಕಸೀಠ; to sit in one's l. ...ರ ತೊಡೆಯ ಮೇಲೆ ಕೂಡ್ರು. *v. t. r.* (lapped, *pr.* lapt) ಗಳಿಗೆ ಮಾಡು, ಪದರು—; 2. ಸುತ್ತು; 3. ಪದರುಪದರು ಕಟ್ಟು. *v. i.* ಒಂದರ ಮೇಲೊಂದು ಬಿದ್ದಿರು, ಪದರಾಗು, ಪದರಾಗಿ ಬಿದ್ದಿರು, ಮೇಲ್ಕಟ್ಟು.

Lap, *v. t.* & *i. r.* (lapped, *pr.* lapt) ಚಪಚಪ ತಿನ್ನು —ಕುಡಿ, ಲೊಚಗುಟ್ಟು, ಲೊಚಲೊಚ ತಿನ್ನು, ಲೊಚಲೊಚ ಕುಡಿ. Lap'dog, *n.* ಮುದ್ದುನಾಯಿ, ಮರಿನಾಯಿ. Lap'ful, *a.* ಉಡಿ ತುಂಬ.

Lap'i-dar-y (-dĕr-i), *n.* ಮಣಿಗಾರ; 2. ವಜ್ರ ಸಾಣೆಯವ.

Lap'i-dāte, *v. t. r.* ಕಲ್ಲೆಸೆಯುವುದರಿಂದ ಕೊಲ್ಲು. Lap-i-dā'tiŏn, *n.* ಕಲ್ಲೆಸೆದು ಕೊಲ್ಲುವಿಕೆ.

Lapp, *n.* ಸ್ಕೇಂಡಿನಾವಿಯದ ಕುಳ್ಳ ಜನರು.

Lap'pet, *n.* ಚುಂಗು.

Lapse, *n.* ಜಾರುವಿಕೆ; 2. ಕಳೆದುಹೋಗ; 3. ತಪ್ಪು; l. of time ಕಾಲ ಗತಿಸಿಹೋಗುವುದು. *v. i. r.* (*pr.* lapst) ಜಾರು, ಹರಿ; 2. ಬೀಳು, ತಪ್ಪುಮಾಡು; 3. ರದ್ದಾಗು.

Lap'wing, *n.* ಕೋಯಷ್ಟಿಕ, ದೇವನ ಹಕ್ಕಿ.

Lär'bōard (-bōrd), *n.* ಹಡಗದ ಎಡಪಕ್ಕ, —ಎಡಮಗ್ಗಲು.

Lär'ce-ny, *n.* ಕಳ್ಳತನ, ಕಳವು, ಸ್ತೇಯ.

Lärch, *n.* ಒಂದು ವೃಕ್ಷ.

Lärd, *n.* ಹಂದೀ ತುಪ್ಪ. *v. t. r.* ಹಂದೀ ತುಪ್ಪ ಹಚ್ಚು *c. d.*, —ಕೊಡಿಸು *c. d.*; 2. ಕೊಬ್ಬಿಸು.

Lärd'ĕr, *n.* ಮಾಂಸ ಮೊದಲಾದ ತಿಂಬುವ ಪದಾರ್ಥಗಳನ್ನು ಇಟ್ಟುಕೊಳ್ಳುವ ಕೋಣೆ.

Lärġe, *a.* ದೊಡ್ಡ, ವಿಶಾಲ, ವಿಸ್ತಾರ; 2. ಉದಾರ; at l. ಪ್ರತಿಬಂಧಕವಿಲ್ಲದ. Lärġe'ly, *ad.* ಬಹಳವಾಗಿ, ಸವಿಸ್ತಾರವಾಗಿ; 2. ಉದಾರ ಮನಸ್ಸಿನಿಂದ. Lärġe'ness, *n.* ದೊಡ್ಡತನ, ಗಾತ್ರ, ವಿಸ್ತಾರ; 2. ಔದಾರ್ಯ.

Lärge broom-grass, *n.* (*Aristida cærulescens, Desf.*) ದೊಡ್ಡ ಹಂಚೀ ಹುಲ್ಲು (*My.*).

Lär'ġess, *n.* ದಾನ, ಉಡುಗೆರೆ.

Lär'gō, *a.* (*mus.*) ವಿಲಂಬಿತ.

Lärk, *n.* ಟಿಟ್ಟಿಭ ಪಕ್ಷಿ, ಭಾರದ್ವಾಜ ಪಕ್ಷಿ.

Lär'va, *n.* ಹರಿದಾಡುವ ಹುಳ. Lär'val, *a.* ಹುಳದ, ಹುಳದಂಥ. *pl.* Lärvæ.

Lar'ynx (-'inks), *n.* ಗಂಟ್ಲು, ಕಂಠ.

Las'cär, *n.* "ಕಲಾಸಿ".

Las-civ'i-ŏus, *a.* ಪಟಿಂಗ, ಕಾಮುಕ, ಸ್ತ್ರೀವ್ಯಸನವುಳ್ಳ, ಸ್ತ್ರೀವಿಷಯಲಂಪಟನಾದ. Las-civ'i-ŏus-ly, *ad.* ಕಾಮಾತುರದಿಂದ, ಕಾಮುಕನಾಗಿ. Las-civ'i-ŏus-ness, *n.* ಪಟಿಂಗತನ, ಕಾಮದೃಷ್ಟಿ, ಕಾಮಾತುರ.

Lash, *n.* "ಚಬುಕಿನ" ಪೆಟ್ಟು, ಬಾರಕೋಲಿನ—. *v. t. r.* (*pr.* lasht) "ಚಬುಕಿನಿಂದ" ಹೊಡೆ, "ಕೊರಡೆ" ಹೊಡೆ; 2. ಹಗ್ಗದಿಂದ ಕಟ್ಟು. Lash'ing, *n.* ಶಿಕ್ಷೆ; 2. ಹಗ್ಗ, ದೆಬ್ಬೆ.

Lass, *n.* (*see* Lad) ಹುಡುಗಿ, ಕನ್ನಿಕೆ.

Las'sō, *n.* ಹಗ್ಗ.

Las'si-tūde, *n.* ದಣುವು, ಆಯಾಸ.

Last, *n.* ಮೊಚ್ಚೆಯೇರಿಸುವ ಕೊಡ್ಡು (ಕೊರಡು), ಪಾಪೋಸಚ್ಚು. *v. t. r.* ಪಾಪೋಸಚ್ಚಿನ ಮೇಲೆ ಜೋಡು ಮಾಡು.

Last, *a.* ಕಡೇ, ಅಂತ್ಯದ; the l. day ಕಡೇ ದಿನ; he is l. ಅವನು ಕಡೆಯವನು; 2. ಹೋದ, ಕಳೆದ; l. month ಹೋದ ತಿಂಗಳು; 3. ತೀರಾ, ಮಹಾ; of the l. importance ಮಹಾ ದೊಡ್ಡ, ಮಹಾ ಗೌರವವುಳ್ಳ; that is the l. place he would go to ಅಲ್ಲಿ ಎಂದಿಗೂ ಹೋಗಲಿಕ್ಕಿಲ್ಲ. *ad.* ಕಡೆಗೂ ಕಡೇ ಸಾರಿ; 2. ಕಡೆಗೆ, ಕಟ್ಟಕಡೆಗೆ; l. but least ಕೊನೆಯದಾಗಿ; at long l. ಕೊನೆಯಲ್ಲಿ; till the l. ಕೊನೆಯ ವರೆಗೆ. Last'ly, *ad.* ಕಡೇಲಿ, ಕಡೆಗೆ.

Last, *v. t. r.* ಉಳಿ, ಬಾಳಿಕೆ ಬರು, ತಡೆ, ನಿಲ್ಲು.

Last'iṅg, *a.* ನಿಲ್ಲುವ, ತಡೆಯುವ, ನಿತ್ಯ, "ಪಕ್ಕಾ". Last'iṅg-ly, *ad.* ನಿಲ್ಲುವ ಹಾಗೆ, ನಿತ್ಯವಾಗಿ.

Last, *n.* ಹೊರೆ; 2. ಹೆಚ್ಚುಕಡಿಮೆ ಏಳು ಖಂಡಿಯ ಭಾರ. Last'aġe, *n.* ಸರಕಿನ ಸುಂಕ.

Latch (lach), *n.* ಅಗುಳಿ. [ಕಾಯ—.

Latch'et (lach'et), *n.* ಕೆರದ ಬಾರು, ಕಾಲ್ಮ

Lāte, *a.* ತಕ್ಕ ಸಮಯ ಮೀರಿ ಬಂದ, "ಹಂಗಾಮು"..., ಹೊತ್ತು ಮಾಡಿ ಬಂದ, ತಡವಾದ; 2. ಮೃತಪಟ್ಟ; 3. ಹಿಂದಿದ್ದ, "ಮಾಜಿ"; 4. ಇತ್ತಲಾಗಿನ. *ad.* ಹೊತ್ತು ಮಾಡಿ, ಹೊತ್ತಾಗಿ, ತಡವಾಗಿ; 2. ಇತ್ತಲಾಗಿ; of l. ಇತ್ತಲಾಗಿ; too l. ಹೊತ್ತು ಮೀರಿ. Lāte'ly, *ad.* ಇತ್ತಲಾಗಿ. Lāte'ness, *n.* ತಡ, ಆಲಸ್ಯ.

Lā'tent, *a.* ಗುಪ್ತ, ಗೂಢ, ಕಾಣದ; 2. (heat) ಅನನುಭೂತ.

Lat'ĕr-al, *a.* ಅಡ್ಡಮಗ್ಗುಲಿನ, ಪಾರ್ಶ್ವದ, ಪಾರ್ಶ್ವದಿಂದ ಹೊರಟ. Lat'ĕr-al-ly, *ad.* ಮಗ್ಗುಲಲ್ಲಿ, ಮಗ್ಗುಲಗುಂಟ.

Lat'ĕr-īte, *n.* ಮುರಕಲ್ಲು.

Läth, *n.* ದಬ್ಬೆ, "ರೀಪು", ಬಳೆ *(S. C.)*, ಬಾರಿಪಟ್ಟಿ *(Cg.)*; the lath-work on the roof of a house ಹೆಕ್ಕಟ್ಟು; to tie on the l. ...ಹಮ್ಮು; l. and plaster wall ತಡಿಕೆಗೋಡೆ.

Lāthe, *n.* ಗಾಡ, ಜಂತ್ರ, ತರಣಿ, ಕಡ್ಡೀಲು *(S. C.)*.

Lath'ĕr, *v. i. r.* "ಸಬ್ಬುವಿನ" ನೊರೆಯಾಗು, ಸಬಕಾರದ—, ನೊರೆ ಬರು. *v. t.* "ಸಬ್ಬುವಿನ" ನೊರೆ ಹಚ್ಚು, ಸಬಕಾರದ—, ಚೆನ್ನಾಗಿ ಹೊಡೆ. *n.* "ಸಬ್ಬುವಿನ" ನೊರೆ, ಸಬಕಾರದ—.

Lat'in, *n.* ಪ್ರಾಚೀನ ರೋಮ್ ದೇಶದ ಭಾಷೆ, "ಲತೀನ".

Lat'i-tūde, *n.* ಅಗಲ, ವಿಸ್ತಾರ; 2. ಅಪ್ರತಿಬಂಧ; 3. *(geog.)* ಅಕ್ಷ, ಅಕ್ಷಾಂಶ.

Lat-i-tū-di-nā'ri-an, *n.* ನಡೆನುಡಿಯಲ್ಲಿ ಸಡಿಲು ಬಿಡುವವ, ಆಚಾರವಿಚಾರಗಳಿಗೆ ನಿರ್ಬಂಧವಿಲ್ಲದವ, ಶಾಸ್ತ್ರನಿರ್ಬಂಧವಿಲ್ಲದವ. Lat-i-tū-di-nā'ri-an-iṣm, *n.* ನಿರ್ಬಂಧವಿಲ್ಲದ ಮತ, ಮತಶೈಥಿಲ್ಯ.

Lat'rine, *n.* "ಪಾಯಖಾನೆ".

Lat'tĕr, *a.* ಹಿಂದಿನ, ಕಡೇ; 2. ಕಡೆಗೆ ಹೇಳಿದ; 3. ಇತ್ತಲಾಗಿನ. Lat'tĕr-ly, *ad.* ಇತ್ತಲಾಗಿ ಕೆಲವು ದಿನಗಳ ಹಿಂದೆ.

Lat'tice (lat'is), *n.* ಜಾಲಾಂತರ, ಜಾಲಾಂದ್ರ, ಕಿಂಡೀ ಕಿಟಿಕಿ.

La̤ud (la̤d), *v. t. r.* ಕೊಂಡಾಡು, ಹೊಗಳು, ಸ್ತುತಿಸು. *n.* ಸ್ತುತಿ, ಕೊಂಡಾಟ. La̤ud'a-ble (la̤d'-), *a.* ಕೊಂಡಾಡತಕ್ಕ ಸ್ತುತ್ಯ. La̤ud'a-bly, *ad.* ಹೊಗಳುವ ಹಾಗೆ, ಸ್ತುತ್ಯವಾಗಿ. La̤u-dā'tiŏn (la̤-), *n.* ಹೊಗಳುವಿಕೆ, ಸ್ತುತಿ. *a.* ಹೊಗಳುವ, ಕೊಂಡಾಡುವ. La̤ud'a-tŏr-y (la̤d'a-), *a.* ಕೊಂಡಾಡುವ, ಹೊಗಳುವ.

La̤ud'a-num (la̤d-), *n.* ಅಫೀಮಿನ ಧೃತಿ.

Läugh (läf), *n.* ನಗೆ. *v. t. r.* (*pr.* läft) ನಗು; 2. ಉಲ್ಲಾಸವಾಗು; l. heartily ಕಿಲಕಿಲಗುಟ್ಟಿ ನಗು; one who l.s much ನಗೆಗಾರ; l. at ನಕಲಿ ಮಾಡು; l. in the sleeve ಬಾಯಿಮುಚ್ಚಿಕೊಂಡು ನಗು; l. out of the other corner (*or* side) of the mouth ಅಳು, ಗೋಳಾಡು; he laughs best who laughs last ಕೆಲಸ ಕೈಗೂಡುವ ಮುಂಚೆ ಹಿಗ್ಗಬಾರದು; l. out of court ಪರಿಹಾಸ್ಯ ಮಾಡಿ ಅಹವಾಲೆಯ ಬಾಯ್ಮುಚ್ಚು; l. away ಪರಿಹಾಸ್ಯ ಮಾಡಿ ಮಾತು ಮುಗಿಸು. Läugh'a-ble (läf'a-), *a.* ನಗತಕ್ಕ, ನಗಿಸುವ. Läugh'iṅg-stock (läf-), *n.* ನಗಪಾಟಲ, ಛೀಮಾರಿ, ನಗೆಗೇಡಿ, ಹಾಸ್ಯಾಸ್ಪದವಾದವ, ಹಾಸ್ಯಕ್ಕೆ ಗುರಿಯಾದವ. Läugh'ter (läf-), *n.* ನಗೆ.

La̤unch (la̤nsh), *n.* ಹಡಗವನ್ನು ಸಮುದ್ರದಲ್ಲಿ ನೂಕುವುದು, —ಜರಗಿಸುವುದು; 2. ದೊಡ್ಡ ದೋಣಿ. *v. t. r.* (*pr.* la̤nsht) ಭೂಮಿಯಿಂದ ನೀರಿಗಿಳಿಸು, ಕಳುಹಿಸು. *v. i.* ನೀರಿನೊಳಕ್ಕೆ ಇಳಿ. [ದೋಣಿ.

La̤unch, *n.* ಉಗಿಯ ಸಹಾಯದಿಂದ ನಡೆಯುವ

La̤und'ĕr, *n.* ಅಗಸ ಅಥವಾ ಅಗಸಗಿತ್ತಿ. La̤und'ĕr-er, *n.* ಅಗಸನು. La̤un'dress (la̤n'dres), *n.* ಅಗಸಗಿತ್ತಿ. La̤un'dry (la̤n'dri), *n.* ಒಗೆಯುವುದು; 2. ವಸ್ತ್ರ ಒಗೆಯುವ ಸ್ಥಳ.

La̤u'rē-āte (la̤'rē-āt), *a.* "ಲಾರೆಲ" ಪತ್ರದಿಂದ ಶೃಂಗರಿಸಲ್ಪಟ್ಟ; poet l. ರಾಜಕವಿ, ರಾಜ "ದರಬಾರಿನ" ಕವಿ.

La̤ur'el (lor'el), *n.* "ಲಾರೆಲ" ಗಿಡ (ಇದು ವಿಲಾಯತಿಯಲ್ಲಿ ಬೆಳೆಯುವ ಗಿಡ, ಇದರ ಎಲೆ ಪರಿಮಳವುಳ್ಳದ್ದು, ಇದನ್ನು ಪೂರ್ವದಲ್ಲಿ ಕುಸ್ತ್ಯಾಟ, ಪಂತ, ಓಟ ಮೊದಲಾದ ಆಟಗಳಲ್ಲಿ ಗೆದ್ದವರಿಗೆ ಬಿರುದಿಗಾಗಿ ಕೊಡುತ್ತಿದ್ದರು); to gain or win laurels ವಿಜಯಗೊಳ್ಳು, ಜಯಮಾಲೆ ಪಡಕೊಳ್ಳು.

Lā'vä, *n.* ಶಿಲಾರಸ; 2. ಜ್ವಾಲಾಮುಖಿಯ ಕಿಟ್ಟ, ಅಗ್ನಿಪ್ರವಾಹಶಿಲೆ.

Lāve, *v. t. r.* ತೊಳೆ. *v. i.* ತೊಳಕೊಳ್ಳು, ಸ್ನಾನ ಮಾಡು. Lav'a-tŏr-y, *n.* ತೊಳಕೊಳ್ಳುವ ಸ್ಥಳ. *a.* ತೊಳೆಯುವ, ತೊಳಕೊಳ್ಳುವ. Lā'-vĕr, *n.* ತೊಟ್ಟಿ, ಗಂಗಾಳ, ಡಬರಿ.

Lave'ment, *n.* ಪಿಚಕಾರಿಯಿಂದ ಬಿಡುವ ಔಷಧ.

Lav'en-dĕr, *n.* ತುಳಸಿ ಜಾತಿಯ ಒಂದು ಸುಗಂಧದ ಗಿಡ; 2. ಅದರಿಂದ ತೆಗೆದ ಪರಿಮಳ ದ್ರಾವಕ.

Lav'ish, *a.* l. of ಬಹಳವಾಗಿ ಕೊಡುವ, ಕಂಡಾಬಟ್ಟೆ ಖರ್ಚಿನ, ದುಂದು. *v. t. r.* ಕಂಡಾಬಟ್ಟೆ ಕೊಡು, ಮಿತಿಮೀರಿ ಖರ್ಚು ಮಾಡು, ದುಂದುತನ ಮಾಡು. Lav'ish-ly, *ad.* ದುಂದಾಗಿ, ದುಂದುಗಾರನಾಗಿ. Lav'ish-ment, *n.* ದುಂದುತನ, ವ್ಯರ್ಥ ವೆಚ್ಚ.

Lḁw (lḁ), *n.* ಕಟ್ಟು, ಕಟ್ಟಳೆ, ನೇಮ, ವಿಧಿ; 2. (l. of the state) "ಕಾಯಿದೆ, ಕಾನೂನು"; 3. (of nature) ನಿಯಮ, ಸ್ವಭಾವ, ನಿರ್ಬಂಧ; 4. ನ್ಯಾಯ, ಧರ್ಮ; 5. (in science or art) ಪದ್ಧತಿ, ನಿಯಮ; 6. (l. of Moses) ನ್ಯಾಯಪ್ರಮಾಣ, ನೇಮಶಾಸ್ತ್ರ, ಧರ್ಮಪ್ರಮಾಣ; 7. "ಸರಕಾರ"; to go to l. "ಸರಕಾರಕ್ಕೆ" ಹೋಗು, ವ್ಯಾಜ್ಯ ಅಥವಾ ಫಿರ್ಯಾದು ಮಾಡು, ನ್ಯಾಯಕ್ಕೆ ಹೋಗು; 8. (legal science) ಧರ್ಮಶಾಸ್ತ್ರ, ವ್ಯವಹಾರಶಾಸ್ತ್ರ, ಸ್ಮೃತಿ; by-l. ಊರಿನ "ಕಾಯಿದೆ", ಕಟ್ಟು; civil l. "ದಿವಾಣಿ ಕಾಯಿದೆ", "ಮೂಲಿಖಿ"—; common l. ಲೋಕ "ರಿವಾಜು", ಲೋಕಪದ್ಧತಿ; criminal l. "ಫೌಜದಾರೀ ಕಾಯಿದೆ" ದಂಡನೀತಿ; moral l. ನೀತಿ, ನೀತಿಯ ನಿಯಮ; code of laws ಧರ್ಮಶಾಸ್ತ್ರ; to follow l., to study l. ಧರ್ಮಶಾಸ್ತ್ರ ಅಭ್ಯಾಸಿಸು, —ಕಲಿ; take the l. into one's own hands ತನಗುಂಟಾದ ಅನ್ಯಾಯವನ್ನು ತಾನೇ ಪ್ರತಿಕಾರ ಮಾಡುವುದು. Lḁw-abī'diṅg, *n.* ಆಜ್ಞಾಧಾರಕ. Lḁw'-fụl (lḁ-), *a.* ನ್ಯಾಯಪ್ರಕಾರವಾದ, "ಹಕ್ಕಳ". Lḁw'fụl-ly (lḁ-), *ad.* ನ್ಯಾಯವಾಗಿ, "ಕಾಯಿದೆಯ" ಪ್ರಕಾರವಾಗಿ. Lḁw'giv-ĕr (lḁ-), *n.* ನ್ಯಾಯದಾತ, ಸ್ಮೃತಿಕರ್ತನು. Lḁw-less (lḁ'les), *a.* ಅನ್ಯಾಯವಾದ, ಆಚಾರಹೀನ, ದುಷ್ಟ, ಪುಂಡ. Lḁw'less-ly (lḁ'les-), *ad.* ಅನ್ಯಾಯವಾಗಿ, ದುಷ್ಟ ರೀತಿಯಿಂದ, ಪುಂಡತನದಿಂದ. Lḁw'less-ness (lḁ'les-nes), *n.* ಅನ್ಯಾಯ, ಪುಂಡಾಟಿಗೆ, ದುರ್ಮಾರ್ಗತನ. Lḁw'-sūit (lḁ'sūt), *n.* ವ್ಯವಹಾರ, ವ್ಯಾಜ್ಯ, "ಮೊಕದ್ದಮೆ". Lḁw'yĕr (lḁ'yĕr), *n.* ವ್ಯವಹಾರಶಾಸ್ತ್ರಜ್ಞ, ನ್ಯಾಯಶಾಸ್ತ್ರಿ, ವಕೀಲ.

Lḁwn (lḁn), *n.* ಹುಲ್ಲಿನ ಜಾಗ, ಬೈಲು; 2. "ಬಿಶಪರು" ತೊಟ್ಟುಕೊಳ್ಳುವಂಥ ಉಂಚ ಬಿಳೀ ನಾರಿನ ಮಣಿಗಂಟಿನ ವಸ್ತ್ರ.

Lax, *a.* ಸಡಿಲಾದ, ಮೆತ್ತಗಾದ; 2. ಅಂಗಲಾದ. Lax'a-tive, *n.* ಹೊಟ್ಟೆಜಾಡಿಸುವ ಔಷಧ, ಭೇದಿಯ ಔಷಧ. Lax'i-ty, Lax'ness, *n.* ಸಡಿಲು; 2. ಅತಿಸಾರ. Lax'ly, *ad.* ಸಡಿಲಾಗಿ, ಉದಾಸೀನವಾಗಿ.

Lāy (lā), *pt. of* Lie.

Lāy (lā), *v. t. ir.* (lāid), (put down, as a book on the table, eggs, *etc.*) ಇಡು, ಇಕ್ಕು; 2. (put, as a foundation, colour, the hands on) ಹಾಕು; 3. (throw down, *as*, the wind lays the grain, the rain lays the dust) ಕೆಡವು; 4. (spread, as cloth on a table) ಹಾಸು; 5. (arrange, prepare, as a snare, trap) ಒಡ್ಡು; 6. (prepare, as a plan) ಮಾಡು; 7. (appease, as the wind) ಶಾಂತ ಪಡಿಸು; 8. (make fast, as the devil by incantation, taxes, *etc.*, a wager) ಕಟ್ಟು; l. along ಕೆಡವು; l. apart ಕಡೆಗಿಡು, ತೆಗೆದಿಡು; l. side ಇಟ್ಟುಬಿಡು, ತೆಗೆದುಹಾಕು, ಬಿಡು; l. away ಇಟ್ಟುಕೊಳ್ಳು; l. before ಮುಂದಿಡು; l. by ಇಟ್ಟುಕೊಳ್ಳು; l. by money ಗಂಟುಕಟ್ಟು; ತೆಗೆದುಹಾಕು, ತೆಗೆದಿಡು; l. down ಇಡು, ಕೊಡು, ಬಿಟ್ಟುಕೊಡು, "ರಾಜಿನಾಮೆ" ಕೊಡು; ನೆಲಕ್ಕಿಡು (arms), ಶರಣಾಗತನಾಗು; ಕಾಣಿಸಿಬಿಡು, ಸ್ಥಾಪಿಸು (a proposition); l. heads together ಆಲೋಚನೆ ಮಾಡು; l. hold of, l. hold on ಹಿಡಿ, ಹಿಡುಕೊಳ್ಳು; l. in ಸಂಗ್ರಹ ಮಾಡಿಕೊಳ್ಳು, ಕೂಡಿಸಿಡು; l. on ಹೊಡೆ; l. one's self down ಮಲಗಿಕೊಳ್ಳು; l. one's self out ಪ್ರೇಚಾಡು, ಕಷ್ಟಪಡು, ಹೆಣಗು; l. open ಬಿಚ್ಚಿಡು, ಬಿಚ್ಚಿಹೇಳು, ತೋರಿಸು; l. out "ಖರ್ಚು" ಮಾಡು; ವರಿಸೆಯಾಗಿಡು, ಪಂಕ್ತಿ ಸಾಲಿಡು; (exert) ಕೊಡು; l. over ಹೊದಗಿಸು, ಪೂಸು, ಮುಚ್ಚು; l. siege to ಮುತ್ತಿಗೆ ಹಾಕು; l. to ..ಮೇಲೆ ಹಾಕು, ಆರೋಪಿಸು; ಹೆಣಗು, "ಹುಮ್ಮಸ್ಸ" ಮಾಡು; (a ship) ನಿಲ್ಲಿಸು; l. together ಕೂಡಿಸು; l. to heart ಮನಸ್ಸಿಗೆ ತಕ್ಕೊಳ್ಳು; l. under restraint ಅಂಕೆಯಲ್ಲಿಡು; l. under obligation ಉಪಕಾರ ಮಾಡು *c. d.*,

l. up ಇಟ್ಟುಕೊಳ್ಳು, ದುಡಿಕೆ ಇಡು, ಗಳಿಸಿಡು; to be laid up ಬೇನೆಯಾಗಿ ಮಲಗು, ಅಸ್ವಸ್ಥ ವಾಗಿ --, ಬೇನೆ ಬಿದ್ದಿರು; l. wait for ಹೊಂಚಿ ಕೊಳ್ಳು; l. waste ಹಾಳು ಮಾಡು, ನೆಲಸಮ— . *v. i.* ತತ್ತಿ ಇಡು, ಮೊಟ್ಟೆ—; 2. *(naut.)* ಹೋಗು, ಬರು; l. about ಹೊಡೆ, ಹೋರಾ ಡಾಡು; l. one's bones ಹೂಳಲ್ಪಡು; l. heads together ಒಟ್ಟಿಗೆ ಆಲೋಚಿಸು; l. siege to ಮುತ್ತಿಗೆ ಹಾಕು; l. hands up ಬಲಾತ್ಕಾರ ಮಾಡು; l. bare ಗುಟ್ಟು ಬಯಲು ಮಾಡು; l. fast by the heels ಬಂಧನ ಯಲ್ಲಿಡು.

Lāy (lā), *n.* (weaver's l.) ನೇಯುವ ಹಲಿಗೆ.

Lāy, *n.* ಹುಲ್ಲುಬೈಲು.

Lāy, *n.* ಗೀತ, ಪದ.

Lāy, *a.* ಗೃಹಸ್ಥಾಶ್ರಮದ, ವೈದಿಕನಲ್ಲದ. Lay′-man, *n.* ಗೃಹಸ್ಥ, ವೈದಿಕನಲ್ಲದವ, ಲೌಕಿಕನು.

Lāy′ĕr, *n.* ತರ, ಸಾಲು, ಹಾಸಿಕೆ.

Lāz′ar, *n.* ಬಡವ, ತೊನ್ನು ಹಿಡಿದವ.

Laz′a-ret, -ret′tō, *n.* ಕುಷ್ಠರೋಗಿಗಳು ಮೊದ ಲಾದವರ "ಆಸ್ಪತ್ರಿ".

Lā′zy, *a.* ಮೈಗಳ್ಳ, ನಿದ್ದಂಡಿ, ನಿದ್ರಾಲು, ಆಲಸ್ಯದ, "ಸುಸ್ತಿ"ಯುಳ್ಳ. Lā′zi-ly, *ad.* ಸೋಮಾರಿ ಯಾಗಿ. Lā′zi-ness, *n.* ಮೈಗಳ್ಳತನ, ಸೋ ಮಾರಿತನ, ಆಲಸ್ಯ, "ಸುಸ್ತಿ".

Lēa (lē), *n.* ಹುಲ್ಲಿನ ಜಾಗ *(poet.)*; 2. ನೇದ ನೂಲಿನ ಅಳತೆಮಾನ.

Lēach, *v. t. r.* ಗಾಳಿಸು.

Lēad (led), *v. t. & i. r.* (led, led) ನಡಿಸು, ನಡಿಸಿಕೊಂಡು ಹೋಗು, ಹಾದೀ ತೋರಿಸು, ಕರಕೊಂಡು ಹೋಗು; 2. (to guide by the hand, as a child) ಕೈಹಿಡಿದು ಹೋಗು; 3. (an animal) ಹಿಡಿದುಕೊಂಡು ಹೋಗು; 4. (to direct, govern) ನಡಿಸು; 5. (to influence) ಒಯ್ಯು, ಒಯ್ದು ನಿಲ್ಲಿಸು; 6. (to induce, entice) ಒಲಿಸು, ಒಲಿಸಿಕೊಳ್ಳು, ಪ್ರೇರೇಪಿಸು; 7. (to pass, as life) ಕಾಲ ಕ್ಷೇಪ ಮಾಡು, ಇರು, ನಡೆ; he is leading a happy life ಸುಖದಿಂದ ಇರುತ್ತಾನೆ, —ಕಾ ಲಕ್ಷೇಪ ಮಾಡುತ್ತಾನೆ; he is leading a bad life ಅವನ ನಡತೆ ಕೆಟ್ಟದ್ದು; to l. astray ಕೆಡಿಸು, ಮರುಳುಗೊಳಿಸು, ಸನ್ಮಾರ್ಗ ತಪ್ಪಿಸು; l. captive ಸೆರೆ ಹಿಡಿ; l. the way ಹಾದಿ ಹಿಡಿದು ಕರಕೊಂಡು ಹೋಗು; l. by the nose ಮೂಗುದಾರ ಹಾಕಿ ಕೆಲಸ ಮಾಡಿಸು. *n.* ಮುನ್ನಡೆಯುವುದು, ನಾಯಕನಾಗಿರುವುದು; take the l. ಎಲ್ಲರಿಗಿಂತ ಮುಂದೆ ಹೋಗು; you have the l. ನೀನೇ ಮುಂದೆ ನಡೆಯತಕ್ಕವ, ನೀನೇ ನಾಯಕ, —ಮುಖ್ಯಸ್ಥ.

Lead (led), *n.* ಸೀಸ; white l. ವಂಗ, ವಂಗ ಭಸ್ಮ, "ಸಫೇದು"; red l. ಸಿಂದೂರ, ಚಂದ್ರ. *(print.)* to insert leads between lines ಅಚ್ಚಿನಲ್ಲಿ ಪಂಕ್ತಿಗಳ ಮಧ್ಯೆ ಸೀಸದ ತುಂಡು ಹಾಕು. Lead′en (led′n), *a.* ಸೀಸದ. Lead′en-heärt-ed (led′n-härt-), *a.* ಮಂದ ಮತಿಯ, ಮೂರ್ಖ, ನಿರ್ದಯಾತ್ಮ. Lead′-pen-cil (led-), *n.* ಸೀಸದ ಕಡ್ಡಿ, ಕಾಗದ "ಪೆನಸೀಲು", "ಸೀಸ್ಪೆನ್".

Lēad′ĕr (lēd′ĕr), *n.* ದಾರೀ ತೋರಿಸುವವ, ನಡಿಸುವವ, ಅಗ್ರಗಾಮಿ, ನಾಯಕ, ಅಗ್ರೇಸರ; 2. ಪತ್ರಿಕೆಯಲ್ಲಿ ಅಗ್ರಲೇಖನ. Lēad′ĕr-ette′, *n.* ಪತ್ರಿಕೆಯಲ್ಲಿ ಸಂಪಾದಕೀಯ ಉಪಲೇಖನ. Lēad′ĕr-ship, *n.* ನಾಯಕತ್ವ.

Lēad′iṅg, *a.* ಮುಖ್ಯವಾದ, ಮುಂದಾಗಿ ಹೋಗಿ ದಾರೀ ತೋರಿಸುವ.

Lēad′iṅg-striṅgs, *n. pl.* ಮಕ್ಕಳಿಗೆ ನಡಿಗೆ ಕಲಿಯುವಾಗ ಆಧರಿಸುವ ಹಗ್ಗ; to be l. ಪರರ ಹಸ್ತದಲ್ಲಿ ಸೂತ್ರದ ಗೊಂಬೆಯಂತಿರು.

Lead′wŏrt (led′wurt), *n.* ಚಿತ್ರಮೂಲಗಿಡ (*see* Plumbago).

Lēaf, (lēf), *n.* ಎಲೆ, ಎಸಳು, ಪರ್ಣ; l. of a palm-tree ಗರಿ, ಮಟ್ಟೆ; *(bot.)* ಪತ್ರ; entire l. ಅಖಂಡ ಪತ್ರ; pinnate l. ಗರಿಯ ಪತ್ರ; palmate l. ಪಾಣಿಪತ್ರ; 2. (of a book) ಪಾನು, ಹಾಳೆ ಪತ್ರ; turn over a new l. ಸನ್ಮಾರ್ಗದಲ್ಲಿ ನಡೆಯುವವನಾಗು. *v. i. r.* ಎಲೆ ಚಿಗುರು, ಎಲೆ ಬಿಡು. Lēaf′aġe (lēf′āj), *n.* ಎಲೆಗಳು, ಎಲೆಗಿಲೆ, ಪತ್ರಾವಳಿ. Lēaf′-bud, *n.* *(bot.)* ಪಲ್ಲವ. Lēaf′less (lēf′les), *a.* ಎಲೆ ಇಲ್ಲದ, ಎಲೆ ಉದುರಿದ. Lēaf′let (lēf′let), *n.* ಸಣ್ಣೆಲೆ, ಚಿಕ್ಕ ಎಲೆ, ಪತ್ರಕ, ಚಿಕ್ಕ ಪ್ರಕಟಣಾಪತ್ರ. Lēaf′-mould, *n.* ಸಸ್ಯ ಗೊಬ್ಬರ. Lēaf′y (lēf′i), *a.* ಎಲೆಗಳುಳ್ಳ, ಪರ್ಣಮಯ.

Lēague (lēg), *n.* ಒಡಂಬಡಿಕೆ, ರಾಜರ ಒಪ್ಪಂದ, ಸಂಸ್ಥಾನಗಳ—, "ಕರಾರು". *v. t. r.* ಒಪ್ಪಂದ ಮಾಡು, "ಕರಾರು", ಕೂಟ—, ಸಂಘ—.

Lēague (lēg), *n.* ಹರದಾರಿ.

Lēak (lēk), *n.* ಒಡಕು, ಬಿರುಕು; 2. ಸೋರಿಕೆ; spring a l. ನೀರು ಒಳಗೆ ಬರು. *v. i. r.* *(pr.* lēkt) ಸೋರು, ಒಸರು, ಬಸಿ, ಬಸಿದು ನೀರು ಒಳಗೆ ಬರು; l. out ಸ್ವಲ್ಪಸ್ವಲ್ಪವಾಗಿ

ಪ್ರಕಟಕ್ಕೆ ಬರು. Lēak'āġe (lēk'āj), *n.* ಸೋರುವಿಕೆ, ಒಸರುವಿಕೆ, ಸೋರಿಹೋದದ್ದು. Lēak'y (lēk'i), *a.* ಒಡಕ, ಸೋರುವ.

Lēan (lēn), *v. i. r.* ಬಾಗು, ಒರಗು, ಆತುಕೊಳ್ಳು, ಊರಿಕೊಳ್ಳು. *v. t.* ಬಾಗಿಸು, ಆನಿಸು. Lēan'iṅg (lēn-), *n.* ಒರಗುವಿಕೆ, ಬಾಗುವಿಕೆ.

Lēan (lēn), *a.* ಬಡ, ಬಡಕ, ಸೊರಗಿದ, ನಿರ್ಮಾಂಸ; 2. ನಿಸ್ಸಾರವಾದ. *n.* "ಚರ್ಬಿ" ಇಲ್ಲದ ಬಾಡು, ಕೆಂಪು ಮಾಂಸ. Lēan'ness (lēn'nes), *n.* ಬಡಕಾಗಿರುವುದು, ಸೊರಗಿರುವಿಕೆ.

Lēap (lēp), *n.* ಹಾರಿಕೆ, ಜಿಗತ, ದುಮುಕುವಿಕೆ; 2. ಗಂಡಾಂತರದ ಕೆಲಸ. *v. i. r.* (*pr.* lĕpt) (l. up) ಜಿಗಿ, ಹಾರು; 2. (l. down) ದುಮುಕು, ದುಮ್ಮಿಕ್ಕು, ದುಮ್ಮಿಡು, ದುಮ್ಮೆಂತ ಹಾರು; l. into a tank (with the intention of drowning one's self) ಕೆರೆಯಲ್ಲಿ ಬೀಳು. *v. t.* ಹಾರಿಬಿಡು, ಹಾರಿಹೋಗು; 2. (as a horse does a mare) ತುಂಬಿಸು, ಹಾರಿಸು. Lēap'-frog, *n.* ಒಬ್ಬರ ಮೇಲಿಂದೊಬ್ಬರು ಹಾರುವ ಆಟ, ದುಮ್ಮಡಿ, ಹುಡುದಿ. Lēap'-yēar (lēp'-yēr), *n.* ಅಧಿಕ ಸಂವತ್ಸರ (೩೬೬ ದಿವಸದ್ದು).

Lĕarn (lĕrn), *v. t. r.* ಕಲಿ, ಪಾಠ ಮಾಡು; 2. ವರ್ತಮಾನ ತಿಳುಕೊಳ್ಳು, ಕೇಳು. *v. i.* ಕಲಿತುಕೊಳ್ಳು, ನಿಪುಣನಾಗು. Lĕarn'ed (lĕrn'ed), *a.* ಕಲಿತ, ವಿದ್ವಾಂಸನಾದ; l. man ವಿದ್ವಾಂಸ, ಪಂಡಿತ, ಪ್ರಾಜ್ಞ, ಸುಜ್ಞ. Lĕarn'ed-ly (lĕrn'-ed-), *ad.* ವಿದ್ವಾಂಸನಾಗಿ, ಪಂಡಿತನಾಗಿ. Lĕarn'ĕr (lĕrn-), *n.* ಕಲಿಯುವವ, ವಿದ್ಯಾರ್ಥಿ. Lĕarn'iṅg (lĕrn-), *n.* ವಿದ್ಯೆ, ಜ್ಞಾನ, ತಿಳುವಳಿಕೆ, ಪಾಂಡಿತ್ಯ; seat of l. ವಿದ್ಯಾಮಂಟಪ, ಸರಸ್ವತೀಪೀಠ.

Lēase (lēs), *n.* "ಲಾವಣಿ", ಗೇಣಿಚೀಟು, ಪಟ್ಟೆ, "ಕೌಲು", "ಕೌಲುನಾಮೆ". *v. t. r.* (*pr.* lēst) ಗೇಣಿಗೆ ಕೊಡು, "ಲಾವಣಿ" ಕೊಡು, (ಗದ್ದೆ) ಕಟ್ಟಿಕೊಳ್ಳು. Lēase'hōld (lēs-), *a.* ಗೇಣಿಗೆ ಪಡಕೊಂಡ. *n.* "ಲಾವಣಿ". Lēase'hōld-ĕr (lēs-), *n.* ವರ್ಗದಾರ (*My.*).

Lēash, *n.* ಬೇಟೆನಾಯಿಯನ್ನು ಕಟ್ಟುವ ತೊಗಲಿನ ಬಾರು; 2. ಮೂರು.

Lēast (lēst), *a.* ಎಲ್ಲಾದಕ್ಕಿಂತ ಚಿಕ್ಕ, ಕನಿಷ್ಠ, ಲಘುತಮ, ತುಸ; at l. ಮಾತ್ರ, ಹ್ಯಾಗಾದರೂ, ಏನಿಲ್ಲಂದರೂ, ಕನಿಷ್ಠ ಪಕ್ಷದಲ್ಲಿ; not the l., not in the l. ಇಲ್ಲವೇ ಇಲ್ಲ, ಎಷ್ಟು ಮಾತ್ರವೂ ಇಲ್ಲ, ಅಗದಿ ಇಲ್ಲ.

Leath'ĕr (leth'ĕr), *n.* ತೊಗಲು, ಕರಿ ಹಾಸಿದ ತೊಗಲು, ಹದ ಮಾಡಿದ ಚರ್ಮ. Leath'ĕr-dres-sĕr, *n.* ತೊಗಲುಗಾರ, ಡೋರ. Leath'-ĕrn, *a.* ತೊಗಲಿನ, ಚರ್ಮದ. Leath'ĕr-y, *a.* ತೊಗಲಿನಂತೆ, ಚರ್ಮದಂಥ.

Lēave (lēv), *n.* ಅಪ್ಪಣೆ, "ರಜಾ", ಬಿಡುಗಡೆ; ask l. ಉತ್ತರ ಕೇಳು, ಅಪ್ಪಣೆ ಈಸಿಕೊಳ್ಳು; take one's l. ಅಪ್ಪಣೆ ಈಸಿಕೊಂಡು ಹೋಗು, ಬೀಳ್ಕೊಳ್ಳು; give l. ಬೀಳ್ಕೊಡು; French l. ಅಪ್ಪಣೆ ತಕ್ಕೊಳ್ಳದೆ ಹೋಗುವುದು. *v. t. ir.* (left, left) ಬಿಡು, ಬಿಟ್ಟುಬಿಡು, ಅಗಲು, ತ್ಯಜಿಸು.

Lēav'en (lēv'n), *n.* ಹುಳಿ ಹಿಟ್ಟು, ಅಂಬಿಲ; 2. ಮಾರ್ಪಡಿಸುವ ವಸ್ತು. *v. t. r.* ಹುಳಿ ಹಾಕಿ ಉಬ್ಬಿಸು, ಅಂಬಿಲ ಹಾಕು; 2. ಕೆಡಿಸು.

Lēaveṣ (lēvz), *n. pl. of* Leaf.

Lēav'iṅgṣ (lēv'iṅgz), *n.* ಉಳಿದದ್ದು, ಮಿಗುತೆ; 2. ಎಂಜಲು, ಮಡಗೂಳು, ಉಚ್ಛಿಷ್ಟ.

Lech'ĕr, *n.* ಕಾಮಾತುರ, ವಿಷಯಲಂಪಟ, ಪಟಿಂಗ. Lech'ĕr-ŏus, *a.* ಸ್ತ್ರೀವ್ಯಸನಿ, ಕಾಮಾತುರದ. Lech'ĕr-y, *n.* ಕಾಮ, ವಿಷಯಲಾಂಪಟ್ಯ, ಪಟಿಂಗತನ, ದುಷ್ಕಾಮೇಚ್ಛೆ.

Lec'tĕrn, *n.* ದೇವಾಲಯಗಳಲ್ಲಿ ಶಾಸ್ತ್ರಪಾಠಗಳು ಓದುವ ಮೇಜು.

Lec'tiŏn, *n.* ಪಾಠಾಂತರ, ಪಾಠಭೇದ.

Lec'tūre (*or* -chụr), *n.* ಭಾಷಣ, ಪಾಠ; 2. ವಾಗ್ದಂಡನೆ. *v. t. r.* ಭಾಷಣ ಮಾಡು, ಪ್ರಸಂಗ ಮಾಡು; 2. ವಾಗ್ದಂಡನೆ ಮಾಡು. Lec'tūr-ĕr (*or* -chụr-), *n.* ಭಾಷಕ, ಪಾಠಕ.

Ledġe (lej), *n.* ಅಂಚು; 2. ಸಾಲು; 3. ಬಂಡೇತರ; 4. ಮುಡ್ಡಿ; 5. ಸಾಮಾನಿಡುವ ಹಲಿಗೆ.

Ledġ'ĕr (lej'ĕr), *n.* ಲೆಕ್ಕದ ಪುಸ್ತಕ, "ಖತಾವಣಿ" (*S. C.*), "ಖಾತೆ" (*N. C., S. M.*).

Lēe, *n.* ಗಾಳಿಗೆ ಎದುರಾಗಿರುವ ದಿಕ್ಕು, ಗಾಳಿಗೆ ಮರೆಯಾದ ಕಡೆ. Lēe'ward (-wĕrd), *a.* ಬೆನ್ನುಗಾಳಿಯು ಕಡೆಗಿರುವ, ದಮಾನ. *ad.* ಬೆನ್ನುಗಾಳೀ ದಿಕ್ಕಿಗೆ, ಬೆನ್ನು ಗಾಳಿಗೆ.

Lēech, *n.* ವೈದ್ಯನು; 2. ಜಿಗಣೆ, ಜಿಗಳಿ.

Lēer, *n.* ಆರೆನೋಟ, ವಾರೆನೋಟ, ಕಡೆಗಣ್ಣಿನ ನೋಟ, ಕಟಾಕ್ಷವೀಕ್ಷಣ. *v. i. r.* ವಾರೆಗಣ್ಣಿನಿಂದ ನೋಡು.

Lēes, *n. pl.* ಮುಡ್ಡಿ, ಕಸರು; 2. (of oil, *etc.*) ಗಸಿ.

Lēet, *n.* ಉದ್ಯೋಗ ಅಪೇಕ್ಷಿಸುವ ಉಮೇದುವಾರರ ಪಟ್ಟಿ.

Left, *pt. & pp. of* Leave.

Left, *a.* ಎಡ, ಎಡಗಡೆಯ, ಎಡಪಾರ್ಶ್ವದ. *n.* ಎಡಪಾರ್ಶ್ವ. **Left'-hand**, *n.* ಎಡಗೈ. **Left'-hand-ed**. *a.* ರೊಡ್ಡ; 2. ಅಶುಭ; 3. ಕಪಟವುಳ್ಳ; 4. ಅಡ್ಡಾತಿಡ್ಡಿ.

Leg, *n.* ಕಾಲು; to pull one's l. ಮಂಕು ಮಾಡು, ಮರುಳು ಮಾಡು; give one a l. up ಕಷ್ಟದಿಂದ ಪಾರಾಗಲು ಕೈಕೊಡು; best l. foremost ತವಕ ಮಾಡು; on one's legs ಭಾಷಣ ಮಾಡಲು ಎದ್ದು ನಿಲ್ಲು; stand on one's own legs ಸ್ವಾವಲಂಬನ ಮಾಡು; has not a l. to stand upon ನಿರಾಧಾರವಾಗಿದೆ; give l.-bail ಕಾಲಿಗೆ ಬುದ್ಧಿ ಹೇಳು; l.-guard ಕಾಲುಕವಚ. **Legged** (legd), *a.* ಕಾಲಿನ, ಕಾಲುಳ್ಳ; three-l. ಮೂರು ಕಾಲಿನ; one-l. ಒಂಟಿ ಕಾಲಿನ.

Leg'a-cy, *n.* ಮರಣಶಾಸನದ (ಮೃತಿಪತ್ರದ) ಮೂಲವಾಗಿ ಬರಕೊಟ್ಟ ಆಸ್ತಿ, ಮೃತಲೇಖದಾನ. **Leg'a-cy-hunt-ĕr**, *n.* ಮೃತಲೇಖದಾನ ಸಿಕ್ಕುವದಕ್ಕೆ ಆಶ್ರಯ ಕೊಡುವವ.

Lē'gal, *a.* ನ್ಯಾಯವಾದ, "ಕಾಯಿದೆಗೆ" ಒಪ್ಪುವ, ನೀತಿಯಾದ. **Lē'gal-īse**, *v. t. r.* "ಕಾಯಿದೆ"ಯಿಂದ ಸ್ಥಾಪಿಸು; 2. ನ್ಯಾಯವಾಗ ಮಾಡು. **Le-gal'i-ty**, *n.* ನ್ಯಾಯ, ನೀತಿ. **Lē'gal-ly**, *ad.* ನ್ಯಾಯವಾಗಿ, "ಕಾಯಿದೆ"ಗನುಸಾರವಾಗಿ.

Leg'āte, *n.* ರಾಜದೂತ, ನಿಯೋಗಿ; 2. "ಪೋಪನ" ರಾಯಭಾರಿ. **Le-gā'tiŏn**, *n.* ರಾಯಭಾರಿತನ, ರಾಜದೂತಕಾರ್ಯ; 2. ನಿಯೋಗಿಗಳು.

Leg-a-tēe', *n.* ಮರಣಶಾಸನದ ಪ್ರಕಾರ ಆಸ್ತಿಯನ್ನು ಹೊಂದಿದವ.

Leg-a'tor, *n.* ಮರಣಶಾಸನ ಬರೆದುಕೊಟ್ಟವ, ಮೃತಿಪತ್ರಕರ್ತ.

Leg'end, *n.* ಕಥೆ, ಪುರಾಣಕಥೆ, ಐತಿಹ್ಯ. **Leg'-en-dar-y** (-dĕr-i), *a.* ಕಥೆಯಲ್ಲಿಯ, ಪುರಾಣದಲ್ಲಿಯ. *n.* ಕಥೆಪುಸ್ತಕ, ಪುರಾಣ; 2. ಪುರಾಣ ಹೇಳುವವ.

Le-gĕr-de-māin', *n.* ಕಣ್ಣುಕಟ್ಟುವಿದ್ಯೆ, ಕೈಚಮತ್ಕಾರದ ಆಟ, ಹಸ್ತಲಾಘವ, ಕರಲಾಘವ.

Leg'i-ble, *a.* ಓದತಕ್ಕ, ಸ್ಪಷ್ಟ, ಸುವಾಚ್ಯ. **Leg-i-bil'i-ty**, **Leg'i-ble-ness**, *n.* ಓದಕೂಡುವುದು.

Lē'giŏn (lē'jun), *n.* ದಾಣುವೆ, ದಂಡು (ಮೂರ್ರ್ಮೆದು ಸಾವಿರ ಕಾಲ್ಬಲ); 2. ಸಮುದಾಯ.

Leg'is-lāte, *v. t. r.* "ಕಾಯಿದೆ"ಗಳನ್ನು ಮಾಡು. **Leg-is-lā'tiŏn**, *n.* "ಕಾಯಿದೆ" ಮಾಡುವುದು, ವಿಧಿಸ್ಥಾಪನೆ. **Leg'is-lā-tive**, *a.* "ಕಾಯಿದೆ" ಮಾಡುವ, ವಿಧಿಸ್ಥಾಪಕ; l. council ವಿಧಿಸ್ಥಾಪಕ ಸಭೆ. **Leg'is-lā-tŏr**, *n.* "ಕಾಯಿದೆ" ಮಾಡುವವ, ವಿಧಿಸ್ಥಾಪಕನು. **Leg'is-lā-tūre**, *n.* ನ್ಯಾಯವಿಧಾಯಕ ಸಭೆ, "ಕಾಯಿದೆ" ಮಾಡುವ ಮಂಡಲಿ.

Le-git'i-māte, *a.* ನ್ಯಾಯವಾದ; 2. ಧರ್ಮಪತ್ನಿಯಿಂದ ಹುಟ್ಟಿದ, ಔರಸ, "ಕಾಸಾ"; 3. ಸತ್ಯ. *v. t. r.* ನ್ಯಾಯಸಮ್ಮತ ಮಾಡು. **Le-git'i-ma-cy**, *n.* ನ್ಯಾಯ, ಯಥಾನ್ಯಾಯತೆ; 2. ಔರಸತ್ವ; 3. ಸತ್ಯತ್ವ.

Le-gūme', **Lē-gū'men**, *n.* ತಿಂಬೆ, ಕೋಡು *(S. C.)*; 2. ಉದ್ದು ಕಡಲೆ ತೊಗರಿ ಮುಂತಾದ ಬೇಳೆಯಾಗುವ ಧಾನ್ಯ. **Le-gū'mi-nŏus**, *a.* *(bot.)* ತಿಂಬೆವಾಹಿ, ಕಾಯಿ ಧಾನ್ಯದ.

Lēi'sure (lē'zhur), *n.* ಸಾವಕಾಶ, "ಪುರಸತ್ತು", ಸಂದರ್ಭ, ತೆರಪು. **Lēi'sure-ly** (lē'zhur-), *a.* ಸಾವಕಾಶವಾಗಿ ಮಾಡಿದ, ನಿಧಾನವಾದ. *ad.* ಸಾವಕಾಶವಾಗಿ, ನಿಧಾನವಾಗಿ.

Lē'man, *n.* ಮಿಂಡಗಾರ ಯಾ ಮಿಂಡಗಾತಿ.

Lem'ma, *n.* ಪೂರ್ವಗೃಹೀತ ಸಿದ್ಧಾಂತ.

Lem'on, *n.* *(Citrus medica, var. limonum)* ಹೇರಳೆ ಹಣ್ಣು, ದೊಡ್ಡ ನಿಂಬೆ—. **Lem'on-āde**, *n.* ನಿಂಬೆಹಣ್ಣಿನ ಪಾನಕ.

Lem'on-grass, *n.* *(Andropogon schœnanthus, L.)* ನೆಸೆಹುಲ್ಲು, ಲಾವಂಚ— *(My.)*, ಕಾಮಂಚ—, ಕಾವಂಚ—, ಕಾಚ—, ವಾಸನೆ— *(S. C.)*.

Lend, *v. t. ir.* (lent, lent) ಎರವು ಕೊಡು, ಕಡ ಕೊಡು; 2. ಕೊಡು; 3. ಬಾಡಿಗೆಗೆ ಕೊಡು; to l. a hand ಕೈ ಕೊಡು. **Lend'ĕr**, *n.* ಎರವು ಕೊಡುವವ, ಕೈಗಡ—, ಸಾಲ—.

Length, *n.* ಉದ್ದು, ಉದ್ದ, ವಿಸ್ತಾರ; at l. ವಿಸ್ತಾರವಾಗಿ, ಕಡೆಯಲ್ಲಿ, ಕಟ್ಟಕಡೆಗೆ. **Length'-en**, *v. t. r.* ಉದ್ದ ಮಾಡು, ಉದ್ದಕ್ಕೆ ಎಳೆ; 2. ಎಳೆ, ಎಳದುಚ್ಚರಿಸು. *v. i.* ಉದ್ದವಾಗು, ಬೆಳೆ. **Length'i-ly**, *ad.* ಉದ್ದವಾಗಿ, ವಿಸ್ತಾರವಾಗಿ. **Length'ways** (-wāz), **-'wīse**, *ad.* ಉದ್ದವಾಗಿ, ಉದ್ದುದ್ದಕ್ಕೆ. **Length'y**, *a.* ಉದ್ದವಾದ, ವಿಸ್ತಾರ.

Lē'ni-ent, *a.* ಮೃದುವಾದ; 2. ಉಪಶಮನಕರ, ಶಾಂತಿಕರ; 3. ದಯವುಳ್ಳ; l. measure ಸಾಮೋಪಾಯ. *n.* ಉಪಶಮನಕರವಾದ ಔಷಧ. **Lē'ni-en-cy**, **Len'i-ty**, *n.* ಕರುಣ, ಮೆತ್ತನ ಮನಸ್ಸು, ಸೌಮ್ಯತೆ, ದಯೆ. **Lē'ni-ent-ly**, *ad.* ದಯದಿಂದ; 2. ಮೃದುವಾಗಿ. **Len'i-tive**, *a.* ಶಾಂತಿಕರ.

Lens, *n.* "ದುರ್ಬೀನು" ಮುಂತಾದ ಯಂತ್ರಗಳ ಕನ್ನಡಿ, "ದುರ್ಬೀನ" ಹರಳು, ಭೂತಗನ್ನಡಿ.

Lent, *n.* ಕ್ರಿಸ್ತನ ಉತ್ಥಾನದ ಹಬ್ಬಕ್ಕೆ ಮುಂಚಿನ ೪೦ ದಿನದ (ಉಪವಾಸ) ಕಾಲವು.

Len'til, *n. (Ervum Lens, L.)* ಮಸೂರಬಳ್ಳಿ; 2. ಮಸೂರ ಬೀಜ.

Lē'ō, *n. (astr.)* ಸಿಂಹರಾಶಿ.

Lē'ō-nīne, *a.* ಸಿಂಹದ, ಸಿಂಹದ ಹಾಗಿರುವ.

Leop'ard (lep'ard), *n. (Felis pardus, L.)* ಹುಲಿ, ಕೇರಕಳ್ಳ; hunting l. *(Cynælurus jubatus, Blyth.)* ಚಿರತೆ, ಚಿರ್ಚು, ಕಿರಬ *(My.)*, ಸಿವಂಗಿ; l.-cat *(Felis bengalensis, Kerr.)* ಹೊಂಗಿಯ, ಹೊನಗ್ಯಾ *(S. M.)*.

Leop'ard-flowĕr, *n. (Pardanthus chinensis, Per.)* ಸಣ್ಣ ಸಂಕುದಾಳಿ ಗಿಡ.

Lep'ĕr, *n.* ಕುಷ್ಠರೋಗಿ, ಕುಷ್ಠಿ, ತೊನ್ನು ಹಿಡಿದವ, ತೊನ್ನು ಬಡಕ. Lep'ro-sy, *n.* ಕುಷ್ಠರೋಗ, ಹಿರೇಬೇನೆ; black l. ಗಿಣ್ಣೆ; white l. ತೊನ್ನು. Lep'rŏus, *a.* ಕುಷ್ಠವುಳ್ಳ, ತೊನ್ನು ಹತ್ತಿದ, ಗಿಣ್ಣೆ—.

Lep-i-dop'ter-a, *n. pl.* ಪಾತೆಹುಳ ಮುಂತಾದ ರೆಕ್ಕೆಯುಳ್ಳ ಪ್ರಾಣಿಗಳು. Lep-i-dop'te-rŏus, *a.* ಪಾತೆಹುಳ ಮುಂತಾದ ರೆಕ್ಕೆಯುಳ್ಳ ಪ್ರಾಣಿಗಳಿಗೆ ಸಂಬಂಧಪಟ್ಟ.

Lēse-maj'es-tie, Lēse-maj'es-ty, *n.* ರಾಜ [ದ್ರೋಹ.

Lē'ṣiòn (lē'zhun), *n.* ಗಾಯ, ಕ್ಷತ.

Less, *a.* ಕಡಿಮೆ, ಕಮ್ಮಿ; 2. ಸಣ್ಣ, ಕಿರಿ, ಕಿರಿದು. *ad.* ಕಡಿಮೆ. *n.* ಚಿಕ್ಕ ಭಾಗ, ಕಿರಿಯದು.

Les-sēe', *n.* (*see* Lease) "ಇಜಾರಾದಾರ", ಗುತ್ತಿಗೆದಾರ, ಗೇಣಿದಾರ, "ಲಾವಣಿ" ಹಿಡಿದವ.

Les'sen (les'n), *v. i. r.* ಕಡಿಮೆಯಾಗು. *v. t.* ಕಡಿಮೆ ಮಾಡು, ಸಣ್ಣದು—, ಕಿರಿದು—.

Les'sĕr, *a.* ಸಣ್ಣ, ಕಿರಿ, ಕಿರಿದು, ಕಮ್ಮಿಯಾದ.

Les'son (les'n), *n.* ಪಾಠ, ಪ್ರಪಾಠಕ, ಉಪದೇಶ, ಅಧ್ಯಾಯ; 2. ಬುದ್ಧೀ ಕಲಿಸುವುದು. *v. t. r.* ಬುದ್ಧೀಹೇಳು.

Les'sŏr, *n.* ಗೇಣಿಗೆ ಕೊಡುವವ, ಪಾಡಿಗೆಗೆ—.

Lest, *conj.* ಆಗದ ಹಾಗೆ; l. you die ನೀವು ಸಾಯದ ಹಾಗೆ.

Let, *v. t. ir.* (let, let) ಬಿಡು, ಗೊಡಿಸು; 2. ಬಾಡಿಗೆಗೆ ಕೊಡು; l. me go ಹೋಗುತ್ತೇನೆ, ಅಪ್ಪಣೆಯಾಗಲಿ ಹೋಗುತ್ತೇನೆ, ನನ್ನನ್ನು ಹೋಗಗೊಡಿಸು, ನನ್ನನ್ನು ಬಿಡು; let him go ಅವನು ಹೋಗಲಿ, ಅವನನ್ನು ಬಿಡು, ಅವನನ್ನು ಹೋಗಗೊಡಿಸು, ಅವನಿಗೆ ಅಪ್ಪಣೆ ಕೊಡಿರಿ; l. us be going ಹೋಗೋಣ; l. alone ಬಿಡು, ಅಂತಿರಲಿ, ಹಾಗಿರಲಿ; *as*, he will die, let alone his recovery ಅವನು ಸಾಯುತ್ತಾನೆ, ಗುಣವಾಗುವದು ಅಂತಿರಲಿ; l. blood ರಕ್ತ ತೆಗೆ; l. down ಇಳಿಸು, ಬೀಳಗೊಡಿಸು, ಇಳಿಯಗೊಗೊಡಿಸು; l. fly ಹಾರಿಸು; l. in ಹೋಗಗೊಡಿಸು, ಒಳಕ್ಕೆ ಬಿಡು, ಹೊಂದಿಸು, ತುರುಕು, ಒಳಗೆ ಹಾಕು; l. loose ಬಿಟ್ಟುಬಿಡು; l. out ಹೊರಗೆ ಬಿಡು; (a secret) ಹುಲುಬಿಸು; ಬಾಡಿಗೆಗೆ ಕೊಡು; l. off ಹಾರಿಸು, ಬಿಟ್ಟುಬಿಡು. *n.* ವಿಘ್ನ, "ಅಟಕು".

Lē'thal, *a.* ಪ್ರಾಣಿಗಳಿಗೆ ಮರಣಕರ.

Leth'är-ġy, *n.* ನಿದ್ರೆ, ಗಾಢನಿದ್ರೆ, ಮೈಮರೆತ—. Le-thär'ġic, '-ġi-cal, *a.* ಅತಿ ನಿದ್ರಾಲುವಾದ, ಸುಂದ, ಗಾಢ.

Lē'thē, *n.* ಮರವು, ಮರೆಯುವಿಕೆ, ವಿಸ್ಮೃತಿ. Le-the'an, *a.* ಮರೆಯುವ.

Let'tĕr, *n.* ಅಕ್ಷರ; 2. ಪತ್ರ, ಕಾಗದ; l. of credit ಹುಂಡಿ ಕಾಗದ. *v. t. r.* ಅಕ್ಷರ ಬರೆ, ಅಕ್ಷರಾಂಕಿತ ಮಾಡು. Let'tĕred (-'tĕrd), *a.* ವಿದ್ಯೆ ಕಲಿತ; 2. ವಿದ್ಯಾವಿಷಯಕ. Let'tĕr-press, *n.* ಅಕ್ಷರದ ಅಚ್ಚು. Let'tĕrṣ, *n. pl*, ವಿದ್ಯೆ, ನಾಲ್ಕು ಬರಹ.

Let'tuce (-tis), *n.* ವಿಲಾಯತಿ ಹಕ್ಕರಿಕೆ ಪಲ್ಯ, "ಸಲಾದಿ"; *(Lactuca Heyneana, D. C.)* ಹಾಲುಹಕ್ಕರಿಕೆ ಪಲ್ಯ *(S. M.)*, ಹಾಲ್ಮೂಲಂಗಿ ಸೊಪ್ಪು *(My.)*.

Leu-cor-rhē'a (lu-kō-rē'a), *n. (med.)* ಬಿಳಿದು ಸ್ರಾವ, ಬಿಳಿ ಸೆರಗು, "ಧುಪಣೀ".

Le-vant', *a.* ಮೂಡಲಿನ, ಪೂರ್ವ ದಿಕ್ಕಿನ. *n.* ಭೂಮಧ್ಯಸಮುದ್ರದ ಪೂರ್ವ ಭಾಗದ ಸುತ್ತಲಿನ ಪ್ರದೇಶಗಳು ಅಂದರೆ ತುರ್ಕಿ, ಗ್ರೀಕ, ಚಿಕ್ಕಾಸ್ಯ, ಸೈರಿಯ, ಐಗುಪ್ತ ಇತ್ಯಾದಿ.

Lev'ee (lev'e), *n.* ಬೆಳಗಿನ "ದರಬಾರು", ಮುಂಜಾನೆಯ—, ಪ್ರಾತಃಸಭೆ; to hold l. ಓಲಗ ಕೊಡು.

Lev'el, *a.* ಸಮವಾದ, ಸಪಾಟು, ಬೈಲಾದ, ಸಮಾನವಾದ. *v. t. r.* ಸಮ ಮಾಡು; 2. ಗುರಿ ಇಡು; 3. ನೆಲಸಮ ಮಾಡು; 4. ಸಮಾನ ಮಾಡು. *n.* ಸಮಭೂಮಿ; 2. ಮಟ್ಟ, ಸಮಾನತ್ವ; 3. (a bricklayer's l.) ತಿಗಟಿ, ತಿಕಡಿ; 4. (a carpenter's l.) ಮಟ್ಟಿಗೆ, ಮಟ್ಟಹಲಿಗೆ.

Lē'vĕr, *n.* ಸನ್ನೆ (ಸೊನ್ನೆ), ಸನ್ನೇಕೋಲು, ಒತ್ತು—, ಬೆಸೆ—.

Lev'er-et, *n.* ಮೊಲದ ಮರಿ, ಕುಂದಿಲಿ—.

Lev'i-a-ble, *a.* "ವಸೂಲು" ಮಾಡತಕ್ಕ (*see* Levy).

Le-vī'a-than, *n.* (ಯೋಬನ ಪುಸ್ತಕದಲ್ಲಿ ಹೇಳಿರುವ) ತಿಮಿಂಗಿಲ ಅಥವಾ ಮೊಸಳೆ.

Lev'i-gāte, *v.t.r.* ಪುಡಿ ಮಾಡು, ಅರೆ; 2. ನುಣ್ಣಗೆ ಮಾಡು.

Lev'in, *n.* ಮಿಂಚು *(poet.)*; *also* **Leven**.

Le-vī'rāte, *a.* ದೇವರ (ಗಂಡನ ತಮ್ಮನೊಡನೆ) ವಿವಾಹದ.

Lē'vīte, *n.* ಲೇವಿಯ ಮತಸ್ಥ, "ಲೇವ್ಯ". **Le-vit'i-cal**, *a.* "ಲೇವ್ಯರ". **Le-vit'i-cus**, *n.* ಮೋಶೆ ಬರೆದ ಮೂರನೆ ಪುಸ್ತಕ, ಯಾಜಕಕಾಂಡ.

Lev'i-ty, *n.* ಲಘುತ್ವ, "ಹಲಕಿತನ", ಹಗುರ ಮನಸ್ಸು, ಚಪಲ ಸ್ವಭಾವ.

Lev'y, *v.t.r.* (lev'ied) ದಂಡೆತ್ತು, ಸೈನ್ಯ ಕೂಡಿಸು; 2. ತೆರಿಗೆ "ವಸೂಲು" ಮಾಡು. *n.* ದಂಡೆತ್ತುವುದು, ಸೈನ್ಯ ಕೂಡಿಸುವುದು; 2. ತೆರಿಗೆ "ಜಮೆ" ಮಾಡೋಣ.

Lewd (lūd), *a.* ವಿಟಂಗ ಚಾಳಿಯ, ಕಾಮಾಸಕ್ತ, ಕಾಮುಕ; **a l. man** ಕಚ್ಚೆಹರಕ, ಬೆದೆಗಾರ; **a l. woman** ಕಚ್ಚೆಹರಕಿ, ಬೆದೆಗಾತಿ. **Lewd'ness** (lūd'nes), *n.* ವಿಟಂಗತನ, ಸ್ತ್ರೀವ್ಯಸನ, ವಿಟಗಾರಿಕೆ, ವಿಟಚೇಷ್ಟೆ; 2. ದುಷ್ಟತನ.

Lex-i-cog'ra-phĕr (-fĕr), *n.* ನಿಘಂಟುಕರ್ತ. **Lex-i-cog'ra-phy** (-fi), *n.* ನಿಘಂಟುರಚನೆ; 2. ನಿಘಂಟುರಚನೆಯ ನಿಯಮ.

Lex'i-con, *n.* ನಿಘಂಟು.

Lēy (lē), *n.*, *see* **Lea**.

Lī'a-ble, *a.* "ಜವಾಬುದಾರ"ನಾದ; 2. ಗುರಿಯಾದ, ಅಧೀನ, ಯೋಗ್ಯ. **Lī-a-bil'i-ty**, **Lī'a-ble-ness**, *n.* "ಜವಾಬುದಾರಿಕೆ", ಅಧೀನತೆ, ಯೋಗ್ಯತೆ. **Lī-a-bil'i-ties** (-tiz), *n. pl.* ಸಾಲ, ಋಣ.

Lī-āi-son' (lē-ā-zong'), *n.* ಅಕ್ರಮಸಂಗ.

Lī'ar (-ĕr), *n.* ಸುಳ್ಳುಗಾರ, ಸುಳ್ಳುಬುಕ್ಕ, ಸುಳ್ಳ, ಸಟೆಗ, ಸಟೆಗಾರ, ಅಬದ್ಧೀಕ.

Lī-bā'tion, *n.* ತರ್ಪಣ; 2. ಮದ್ಯ ಕಪುರ್ಪಣೆ.

Lī'bel, *a.* ನಿಂದಾಪತ್ರ, ಬೈಗಳ ಪತ್ರ. *v.i.r.* ನಿಂದಾಪತ್ರ ಬರೆದು ಮಾನಭಂಗ ಮಾಡು. **Lī-bel'lĕr**, *n.* ನಿಂದಕ, ದೂಷಕ. **Lī'bel-lous**, *a.* ನಿಂದೆಯ, ಅಪವಾದಕ.

Lib'ĕr-al, *a.* (free by birth) ಕುಲೀನ; 2. (gentle in manners) ಸಭ್ಯ, ಶಿಷ್ಟ; 3. (education) ಗೃಹಸ್ಥನಿಗೆ ತಕ್ಕ; 4. (generous, of an enlarged mind) ಕೊಡುಗೈ, ದೊಡ್ಡ ಮನಸ್ಸಿನ, ಉದಾರ; 5. (ample) ವಿಪುಲ, ಏನೇನು ಕಡಿಮೆಯಿಲ್ಲದ; 6. (not literal, as a translation) ಭಾವಾರ್ಥದ ಪ್ರಕಾರವಾದ; 7. (licentious) ಇಚ್ಛಾವಿಹಾರ, ಮನಸ್ಸು ಬಂದ ಹಾಗೆ ನಡೆಯುವ; 8. ಸ್ವತಂತ್ರ, ಸ್ವತಂತ್ರಪ್ರಿಯ. **Lib-ĕr-al'i-ty**, *n.* ದೊಡ್ಡ ಮನಸ್ಸು, ಉದಾರತ್ವ, ನಿಷ್ಪಕ್ಷಪಾತ. **Lib'ĕr-al-ly**, *ad.* ಉದಾರವಾಗಿ, ವಿಪುಲವಾಗಿ, ಅಡ್ಡಿಯಿಲ್ಲದೆ; 2. ದೊಡ್ಡ ಮನಸ್ಸಿನಿಂದ; 3. ಭಾವಾರ್ಥದ ಪ್ರಕಾರ. **Lib'ĕr-āte**, *v.t.r.* ಬಿಡಿಸು, ಬಂಧಮುಕ್ತ ಮಾಡು. **Lib-ĕr-ā'tion**, *n.* ಬಿಡುಗಡೆ, ವಿಮೋಚನೆ, ಮುಕ್ತಿ. **Lib'ĕr-ā-tŏr**, *n.* ಬಿಡುಗಡೆ ಮಾಡುವವ, ವಿಮೋಚಕ.

Lib'ĕr-ty, *n.* ಸ್ವತಂತ್ರ, ಬಿಡುಗಡೆ; 2. ಅಪ್ಪಣೆ; 3. ಹಕ್ಕು; **if I may take the l.** ಅಪ್ಪಣೆಯಾದರೆ. **Lib'ĕr-tīne**, *a.* ಇಚ್ಛಾಪ್ರಮಾಣಿ, ಮನಸೋಯಿಚ್ಛೆ ನಡೆಯುವ, ಲುಚ್ಚ, ವಿಟಂಗ. **Lib'ĕr-tīn-ism**, *n.* ಕಾಮಾತುರ, ವಿಟಂಗತನ.

Li-bid'i-nŏus, *a.*, *see* **Lewd**. **Li-bid'i-nŏus-ly**, *ad.* ಕಾಮಾತುರವಾಗಿ.

Lī'bra, *n.* *(astr.)* ತುಲಾರಾಶಿ.

Lī'bra-ry, *n.* ಪುಸ್ತಕಶಾಲೆ, ಗ್ರಂಥಾಲಯ. **Lī-brā'ri-an**, *n.* ಪುಸ್ತಕಶಾಲೆಯ ಅಧಿಕಾರಿ.

Lī'brāte, *v.t.r.* ಸಮತೂಕ ಮಾಡು.

Līce, *n. pl. of* **Louse**.

Lī'cence *or* **Lī'cense** (-sens), *n.* ಅಪ್ಪಣೆ, "ಹುಕುಮು", "ಸನದು". *v.t.r.* (*pr.* lī'senst) "ಸನದು" ಕೊಡು, ಉದ್ಯೋಗ ನಡಿಸಲಿಕ್ಕೆ ಅಧಿಕಾರ ಕೊಡು. **Lī'cens-ĕr**, *n.* ಅಪ್ಪಣೆ ಕೊಡುವವನು. **Lī'censēe**, *n.* ಅಧಿಕಾರ ಹೊಂದಿದವನು. **Lī-cen'ti-āte** (-sen'shi-), *n.* ಅಪ್ಪಣೆ ಹೊಂದಿದವ, ಅಧಿಕಾರ ಪಡಕೊಂಡವ. **Lī-cen'tiŏus** (-sen'shus), *a.* ನಿರ್ಬಂಧವಿಲ್ಲದ, "ಲುಚ್ಚ", ಕಾಮುಕನಾದ. **Lī-cen'tiŏus-ly**, *ad.* ಕಾಮುಕವಾಗಿ. **Lī-cen'tiŏus-ness**, *n.* ಪೋಕರಿತನ, "ಲುಚ್ಚ"ತನ, ಅನಾಚಾರ, ಕಾಮ.

Lī'chen (*or* lich'en), *n.* ಬೂಸಣಿಗೆ, ಪಾಚಿ, ತೋಟೆಹೂ, ಕಲ್ಲಹೂ.

Lic'it, *a.* ನ್ಯಾಯವಾದ.

Lick, *v.t.r.* (*pr.* likt) ನೆಕ್ಕು; **l. into shape** ರೂಪಿಸು; **l. one's shoes** ಕಾಲು ನೆಕ್ಕು, ದಾಸ್ಯಮಾಡು. **l. the dust** ಬೀಳು, ಅಪಜಯ ಹೊಂದು, ಸೋತು ಹೋಗು.

Lick, *n.* ಪೆಟ್ಟು. *v.t.r.* ಹೊಡೆ.

Lick'ĕr-ish, *a.* ಲವಲವಿಕೆಯ, ತಿನಸಬಡಕ, ಆಶೆಬುರುಕ; 2. ಆಶೆಹುಟ್ಟಿಸುವ.

Fate, fat, făr, fall, what; mē, met, prey, hĕr; pīne, pin, marïne, bĭrd; nōte, not, möve, dŏve; tūne, tub, rude, pull; drȳ, body; fool, book; oil; boy; pound; now.

Lic'ŏr-ice, *n.*, *see* Liquorice.

Lid, *n.* ಮುಚ್ಚಳ, ಮುಚ್ಚಣಿಕೆ; l. of the eye [ರೆಪ್ಪೆ.

Līe, *n.*, *see* Lye.

Līe, *n.* ಸುಳ್ಳು, ಸಟೆ, ಹುಸಿ; give the l. ಸುಳ್ಳು ಮಾಡು; tell lies ಕಥೆ ಹೇಳು, "ಗಪ್ಪಿ" —; give one the l. ಸಟೆ ನುಡಿದನೆಂದು ದೂರು; white l. ನಿರ್ದೋಷವಾಗಿ ನುಡಿದ ಸಟೆ; give the l. ಸಟೆಯೆಂದು ರುಜುಪಡಿಸು. *v. i. r.* ಸುಳ್ಳು ಹೇಳು.

Līe, *v. i. ir.* (lāy, lāin) ಮಲಗಿಸು, ಮಲಗಿಕೊಂಡಿರು *(said of living creatures)*; 2. ಬಿದ್ದಿರು *(said of inanimate things)*; 3. (be situated, belong to) ಇರು; 4. (lodge) ಇಳುಕೊಳ್ಳು, ವಸ್ತೀ ಮಾಡು; (l. at the heart) ಹಂಬಲಾಗಿರು; it lies at my heart ಇದೇ ನನ್ನ ಹಂಬಲ; l. by ಹತ್ತಿರಿರು, ಸುಮ್ಮನಿರು, ವಿಶ್ರಮಿಸಿಕೊಳ್ಳು; l. down ಮಲಗು, ಮಲಗಿಕೊಳ್ಳು, ಅಡ್ಡಾಗು; l. hard, l. heavy ಭಾರವಾಗಿರು, ಇರಿಕಿಸು; l. in ಹೆರು, ಹಡೆ, ಬಾಣಂತಿಯಾಗಿರು, ಆಗು, ಅಧಿಕಾರದಲ್ಲಿರು; l. off ದೂರವಾಗಿರು; l. over ಇತ್ಯರ್ಥಮಾಡದೆ ಬಾಕಿಯಿಡು; *as*, as much as lies in you ನಿನ್ನಿಂದಾಗುವಷ್ಟು; l. in the way ಅಡ್ಡಿಯಾಗಿರು; l. in wait ಹೊಂಚಿಕೊಳ್ಳು; l. upon ಧರ್ಮವಾಗಿರು *c. g.*, ಋಣವಾಗಿರು *c. g.*; l. on hand ಕೈಯಲ್ಲಿರು; l. on the hands ಬೇಸರಾಗಿರು; l. to *(naut.)* ನಿಂತಿರು; l. under ಅಧೀನವಾಗಿರು, ವಶವಾಗಿರು; l. with ಕೂಡ ಮಲಗು; it lies with you to beg pardon ಕ್ಷಮೆ ಬೇಡಿಕೊಳ್ಳುವುದು ನಿಮ್ಮದೇ; let sleeping dogs l. ಚರ್ಚಾಸ್ಪದವಾದ ವಿಷಯಗಳಲ್ಲಿ ಮಾತೆತ್ತದಿರು; l. on the bed one has made ಕರ್ಮದ ಫಲ ತಿನ್ನು; l. heavy ಮನಸ್ಸಿಗೆ ಚುಚ್ಚು; find out how the land lies ಪರಿಸ್ಥಿತಿ ಹೇಗುಂಟೆಂದು ಗೊತ್ತು ಹಚ್ಚು.

Liēf (lēf), *a.* ಪ್ರಿಯ, ಇಷ್ಟ. *ad.* ಸಂತೋಷದಿಂದ; I had as l. go as not ನನಗೆ ಹೋಗುವುದೂ ಇರುವುದೂ ಒಂದೇ.

Liēġe (lēj), *n.* ಒಕ್ಕಲು, "ರೈತನು", ವಶವಾದವ; 2. ಧನಿ, ಮಹಾರಾಜನು. *a.* ವಶವಾದ; 2. ಆಳುವ, ಶ್ರೇಷ್ಠ.

Lī'en, *n.* ಹಂಗು.

Lieu (lụ), *n.* ಸ್ಥಳ, ಪ್ರತಿ, ಬದಲು; in l. ಸ್ಥಳದಲ್ಲಿ, ಬದಲಾಗಿ.

Lieu-ten'ant (lef-), *n.* ಪ್ರತಿನಿಧಿ, ಉಪನಾಯಕ; (in the army) "ಕೆಪತನನ" ಕೈಕೆಳಗಿನ "ಹುದ್ದೆದಾರ", "ಜಮೇದಾರ". **Lieu-ten'-an-cy** (lef-), *n.* "ಲೆಫ್ಟಿನೆಂಟ"ಸ್ಥಾನ.

Līfe, *n.* ಜೀವ, ಉಸುರು, ಪ್ರಾಣ; 2. (lifetime) ಆಯುಷ್ಯ, ಜೀವಿತ, ಜನ್ಮ; measure of l. ಜೀವಮಾನಕಾಲ; all his l. long ಅವನ ಜೀವಮಾನವೆಲ್ಲ; for l. ಸಾಯುವ ತನಕ; 3. (the present state of existence) *e.g.* in this l. ಇಹ, ಪ್ರಪಂಚ, ಸಂಸಾರ; 4. (condition) ಬಾಳು, ಇರುವಿಕೆ; *as*, an agreeable l. ಸುಖದ ಬಾಳು, ಸುಖದಿಂದಿರುವುದು; 5. (conduct) ನಡತೆ; 6. (that which imparts spirit or vigour; *as*, he was the l. of the enterprise) ಜೀವ, ತೇಜಸ್; 7. (spirit, vigour) ಜೀವ; 8. (person) ಜನ, ಮಂದಿ, ಮನುಷ್ಯ; *as*, how many lives were lost? ಎಷ್ಟು ಜನ ಸತ್ತರು? ಎಷ್ಟು ಮಂದಿಯ ಜೀವ ಹೋಯಿತು? 9. (animals, *as*, swarming with l.) ಜೀವರಾಶಿ; 10. (in poetry, blood) ರಕ್ತ; 11. (narrative of a past l.) ಚರಿತ್ರ; 12. (eternal l.) ಸದ್ಗತಿ, ನಿತ್ಯಜೀವ; 13. (rank, as high l.) ಸ್ಥಿತಿ, ಕುಲ; 14. (darling) ಜೀವ, ಪ್ರಾಣ, ಪ್ರಾಣದ ಗೆಳೆಯ, —ಗೆಳತಿ; to the l. ಇದ್ದ ಹಾಗೆ, ಸರಿಯಾಗಿ, ತದ್ರೂಪವಾಗಿ. **Līfe'-an-nū-i-ty**, *n.* ವರ್ಷಾಶನ. **Līfe'-blŏod** (-blud), *n.* ಮರ್ಮರಕ್ತ, ಪ್ರಾಣಾಧಾರರಕ್ತ. **Līfe'bōat** (-bōt), *n.* ಜೀವರಕ್ಷಿಸುವ ದೋಣಿ. **Līfe'-giv-iṅg**. *a.* ಬದುಕಿಸುವ, ಜೀವನದಾಯಕ, ಶಕ್ತಿ ಕೊಡುವ. **Līfe'-guärd** (-gärd), *n.* ಅರಸನ ಮೈಗಾವಲಿ. **Life'-int-ĕr-est**, *n.* ಸಾಯುವ ತನಕ ಆಸ್ತಿಯ ಮೇಲಿರುವ ಹಕ್ಕು. **Līfe'less**, *a.* ಜೀವವಿಲ್ಲದ, ಜೀವೇತರ; 2. ಚುರುಕಿಲ್ಲದ, ಮಂದ; 3. ನಿಸ್ಸಾರವಾದ. **Līfe'long**, *a.* ಪ್ರಾಣಾಂತದ ವರೆಗೂ ಇರುವ. **Līfe'-office**, *n.* ಜೀವವಿಮೆ ಆಫೀಸು. **Līfe'-sīze**, *a.* ಮನುಷ್ಯನ ಆಕಾರದಷ್ಟೆ ದೊಡ್ಡ (ನಕ್ಷೆ). **Līfe'time**, *n.* ಆಯುಷ್ಯ, ಆಯುಷ್ಕಾಲ; measure of one's l. ಜೀವಮಾನ, ಜೀವಿತಕಾಲ, ಆಯುರ್ದಾಯ, ವಯೋಮಾನ.

Lift, *v. t. r.* ಎತ್ತು, ನೆಗಪು, ಎಬ್ಬಿಸು; (l. up a finger, hand, *etc.*) ಎತ್ತು; (to hold up) ಎತ್ತಿ ಹಿಡಿ; (to take up, as a child, a stone, *etc.*) ಎತ್ತಿಕೊಳ್ಳು; (to raise to an upright posture) ಎಬ್ಬಿಸು; l. up the eyes ಕಣ್ಣೆತ್ತಿ ನೋಡು; l. up the voice ಗಟ್ಟಿಯಾಗಿ ಮಾತಾಡು, ಗಟ್ಟಿಸಿ—, ಕೂಗು, ಒದರು; 2. (elevate, as the soul or the character) ಏಳಿಸು, ಏಳಿಗೆಗೆ ತರು; 3. (to elate with pride) ಉಬ್ಬಿಸು, ಕೊಬ್ಬಿಸು, ಹಿಗ್ಗಿಸು; (to be lifted up with pride) ಕೊಬ್ಬು, ಉಬ್ಬು, ಹಿಗ್ಗು; 4. (to steal) ಎಬ್ಬಿಸು, ಎಬ್ಬಿಸಿಕೊಂಡು ಹೋಗು, ಎತ್ತಿಕೊಂಡು—, ಕದ್ದುಕೊಂಡು—. *v. i.* ನೆಗಹು; 2. ಏಳು. *n.* ಎತ್ತುವಿಕೆ, ಹತ್ತಿಸೋಣ; to give one a l. ಹತ್ತಿಸಿಕೊಂಡು ಹೋಗು; 2. ಸಹಾಯ.

Lig'a-ment, *n.* ಕಟ್ಟು, ಬಂಧನ, ಅಸ್ಥಿಬಂಧನ; l. of a joint ಸಂಧಿಬಂಧನ. Lig'a-tūre, ಕಟ್ಟು, ಬಂಧನ, ಪಟ್ಟಿ.

Līght (līt) *n.* ಬೆಳಕು, ಪ್ರಕಾಶ; 2. (lamp, *etc.)* ದೀಪ, ದೀವಿಗೆ, ಜ್ಯೋತಿ; 3. (window) ಕಿಟಿಕಿ, ಬೆಳಗಂಡಿ; 4. (pane) ಕನ್ನಡಿ; 5. (knowledge) ಜ್ಞಾನ, ತಿಳುವಳಿಕೆ; 6. (publicity) ಬೈಲು, ಬಹಿರಂಗ, ಹೊರಗೆ. *v. t. r.* ಹಚ್ಚು, ಬೆಂಕಿ ಹಚ್ಚು, ದೀಪಾ ಮುಟ್ಟಿಸು; 2. ಬೆಳಕು ಕೊಡು, ಪ್ರಕಾಶ—, ಬೆಳಗಿಸು; 3. ದೀಪದಿಂದ ದಾರೀ ತೋರಿಸು, ಬೆಳಕು ತೋರಿಸು. *v. i. r.*, l. on, l. upon ಕಾಣು, ...ಗೆ ಭೇಟಿಯಾಗು; 2. ಎರಗು; l. down, l. off, l. from ಇಳಿ. Līght'en (līt'n), *v. t. r.* ಬೆಳಕು ಮಾಡು, ಪ್ರಕಾಶಿತ—; 2. ಜ್ಞಾನ ಕೊಡು. Līght'ẽr, *n.* ದೀಪಾಹಚ್ಚುವವ, —ಮುಟ್ಟಿಸುವವ; 2. ದೊಡ್ಡ ದೋಣಿ, ಮಚ್ಚೆ. Līght'-house (līt'-), *n.* ದೀಪಸ್ತಂಭ, ದೀವಿಗೇ ಹೂಡು. Līght'sŏme (līt'sum), *a.* ಬೆಳಕುಳ್ಳ, ಸುಪ್ರಕಾಶವುಳ್ಳ.

Līght (līt), *n.* ಹಗುರ, ಹೌರ; 2. (easily digestible, as food) ಪಥ್ಯದ, ಹಗುರ; 3. (not heavily armed, as troops) "ಛಡೀ"; l. troops "ಛಡೀ ಫೌಜು"; 4. (active. nimble) ಲಘು; 5. (not heavily laden) ಒಜ್ಜೆಯಿಲ್ಲದ; 6. (unimportant) ಅಲ್ಪ; 7. (not strong, as the wind, colour) ಎಳೇ, ನಸು; 8. (volatile) ಹಾರಿಹೋಗುವ, ಹಗುರ ಮನಸ್ಸಿನ, ಚುಲುಕು ಬುದ್ಧಿಯ, ಚಪಲ; 9. (wanton, unchaste) ಚಿಟಿಕಿ, ಹಾರುಗಾಲಿ, ಕಚ್ಚೇಹರಕ; 10. (sandy, as soil) ಬಿಡಿ, ಉಸುಬಿನ. Līght'en (līt'n), *v.t.r.* ಹೌರ ಮಾಡು, ಕಡಿಮೆ ಮಾಡು; 2. ಉಪಶಮನ ಮಾಡು. Līght'fiṅ-gẽred (līt'fiṅ-gẽrd), *a.* ಗಂಟು ಕತ್ತರಿಸುವ, ತಸ್ಕರವಾದ; a l. man ಕತ್ತರಿಗಳ್ಳ, ಹಸ್ತಲಾಘವವುಳ್ಳವ. Līght'-fo̤ot-ed (līt'-), *a.* ಚಿಗರೀಕಾಲಿನ, ಹಗುರ ಕಾಲಿನ. Līght'head-ed (līt'hed-), *a.* ಬುದ್ಧಿ ಸ್ಥಿರವಿಲ್ಲದ, ಬಡಬಡಿಸುವ, ಚಂಚಲ. Līght'-heärt-ed (līt'härt-), *a.* ಸಂತೋಷವುಳ್ಳ, ಲಘು ಮನಸ್ಸಿನ. Līght'ly (līt'li), *ad.* ಹಗುರಾಗಿ; 2. ಚಂಚಲವಾಗಿ, ಚುಲುಕಾಗಿ; 3. ಚಿಟಿಕಿಯಾಗಿ. Līght'-mīnd-ed (līt'-), *a.* ಅಲ್ಪ ಮನಸ್ಸಿನ, ಲಘು—, ಚಪಲಚಿತ್ತವುಳ್ಳ. Līght'ness (līt'nes), *n.* ಹಗುರ, ಲಘುತ್ವ, ಚಪಲತ್ವ.

Līght'niṅg (līt'-), *n.* ಮಿಂಚು, ವಿದ್ಯುತ್ತು.

Līghts (līts), *n. pl.* ತೊಳ್ಳೆ, ಡೊಮ್ಮೆ, ಪಶುಗಳ ಶ್ವಾಸಕೋಶ.

Lig'nē-ŏus, *a.* ಕಟ್ಟಿಗೆಯ, ಕಟ್ಟಿಗೆಯ ಹಾಗಿರುವ.

Lig'nīte, *n.* ಕಂದು ಬಣ್ಣದ ಕಲ್ಲಿದ್ದಲು.

Lig'ūre, *n.* ಪದ್ಮರಾಗ.

Līke, *a.* ಸರಿ, ಸಮಾನ, ತುಲ್ಯವಾದ, ಹಾಗಿರುವ; he is l. to go ಅವನು ಹೋಗಲಿಕ್ಕೆ ಸಾಕು, ಅವನು ಬಹಳ ಮಾಡಿ ಹೋದಾನು. *n.* ಸರಿಸಮಾನನು; 2. ಸರಿಸಮಾನವಾದದ್ದು; water and the l. ನೀರುಗೀರು. *ad.* ಅದೇ ಪ್ರಕಾರ, ಬಹುಶಃ. Līke'li-ho̤od, *n.* ಆದೀತೆಂತ ಕಾಣುವುದು, ಹೋಲುವೆ *(S. C.);* in all l., there is a l. that ಬಹಳ ಮಾಡಿ, ಬಹುಶಃ. Līke'ly, *a.* ಆಗಬಹುದಾದ, ಸಂಭಾವ್ಯ, ರಮ್ಯ; he is l. to come ಅವನು ಬರಲಿಕ್ಕೆ ಸಾಕು, ಬಹಳ ಮಾಡಿ ಬಂದಾನು. *ad.* ಬಹಳ ಮಾಡಿ, ಬಹುಶಃ. Līke'-mīnd-ed, *a.* ಏಕಚಿತ್ತವುಳ್ಳ, ಒಂದೇ ಮನಸ್ಸಿನ. Līk'en (līk'n), *v. t. r.* ಸಮಾನ ಮಾಡು, ಹೋಲಿಸು. Līke'-ness, *n.* ಹೋಲಿಕೆ, ಹೋಲ್ಪಿಕೆ, ಎಣೆ, ಸಾದೃಶ್ಯ; 2. ಆಕಾರ, ಚಿತ್ರ. Līke'wīṣe, *ad.* ಹಾಗೆಗೆ, ತದ್ವತ್, ಸಹ.

Līke, *v. t. r.* (*pr.* līkt) ಮೆಚ್ಚು, ಒಲಿ, ಪ್ರೀತಿಮಾಡು. *v. i.* ಮನಸ್ಸಿರು; do you l. it? ಇದು ನಿನಗೆ ಸೇರುತ್ತದೋ? ಬೇಕಾಗುತ್ತದೋ? ಇದಕ್ಕೆ ಮೆಚ್ಚುತ್ತೀಯೋ? to l. better, *see* Prefer. Lī'kiṅg, *n.* ಇಷ್ಟ, ಪ್ರೀತಿ, "ಖುಷಿ".

Lī'lac, *n.* Persian l. *(Melia Azedarach, L.)*, *see* Bead-tree.

Lilt, *v. t.* ಇಂಪಾಗಿ ಹಾಡು.

Lil'y, *n.* ನೈದಿಲೆ, ಕುಮುದ; blue l. ಕನ್ನೈದಿಲೆ; red l. ಕೆನ್ನೈದಿಲೆ; white l. ಬಿಳಿಯ ನೈದಿಲೆ; l. hand ಬಿಳೀ ಕೈ.

Lill-i-pū'tian (-pū'shan), *n.* "ಲಿಲಿಪ್ಯೂಟ್" ಎಂಬ ಕಲ್ಪಿತ ದೇಶದವ; 2. ತೀರ ಗಿಡ್ಡನು, ಕುಳ್ಳ. *a.* ತೀರ ಗಿಡ್ಡ.

Limb (lim), *n.* ಕೈಕಾಲು, ಅಂಗ, ಅವಯವ; 2. ಕೊಂಬೆ, ಟೊಂಗೆ; a l. of the law ಲಾಯರು, ಪೋಲಿಸಿನವರು ಇತ್ಯಾದಿ. Limbed (limd), *a.* ಕೈಕಾಲುಳ್ಳ.

Lim'bĕr, *a.* ಮೆತ್ತನ, ಮೃದು. Lim'bĕr-ness, *n.* ಮೃದುವು.

Lim'bō, *n.* ಪಿತೃಲೋಕ, ನರಕ; 2. ಸೆರೆಮನೆ.

Līme, *n.* ಸುಣ್ಣ; conch-shell l. ಶಂಖದ ಸುಣ್ಣ; cockle-shell l. ಚಿಪ್ಪುಸುಣ್ಣ; pearl-shell l. ಮುತ್ತಿನ ಸುಣ್ಣ; stone l. ಕಲ್ಲು ಸುಣ್ಣ. Līme'kiln (-kil), *n.* ಸುಣ್ಣದ ಭಟ್ಟಿ. Līme'-līght, *n.* ಅತ್ಯಂತಪ್ರಭೆ. Līme'-stōne, *n.* ಸುಣ್ಣದ ಕಲ್ಲು. Lī'my, *a.* ಜಿಗುಟು; 2. ಸುಣ್ಣದ, ಸುಣ್ಣದಂಥಾ.

Līme, *n.*, the sour l. *(Citrus medica var, acida)* ನಿಂಬೆ; the sweet l. *(Citrus medica, var. limetta)* ಗಜನಿಂಬೆ, ಸಕ್ಕರೆ ನಿಂಬೆ.

Lim'it, *n.* ಮಟ್ಟು, ಮೇರೆ, ಪ್ರಾಂತ. *v. t. r.* ಮೇರೆ ಮಾಡು *c. d.*, ಪರಿಮಿತ—; 2. ಅರ್ಥಕ್ಕೆ ಮೇರೆ ಕಟ್ಟು, ಅರ್ಥ ಸಂಕೋಚಿಸು. Lim-i-tā'tiȯn, *n.* ಮೇರೆ ಹಾಕೋಣ; ನಿರ್ಬಂಧ, ಮಟ್ಟು. Lim'it-ed, *a.* ಮೇರೆಯುಳ್ಳ, ಪರಿಮಿತ. Lim'it-less, *a.* ಮಿತಿಮೇರೆಯಿಲ್ಲದ, ಗಡುಮಿತಿಯಿಲ್ಲದ.

Limn (lim), *v. i. r.* ಚಿತ್ರಾ ಬರೆ, —ತೆಗೆ. Lim'nĕr, *n.* ಚಿತ್ರಗಾರ.

Limp, *v. i. r. (pr.* limpt) ಕುಂಟು, ಕುಂಟುತ್ತಾ ನಡೆ. *n.* ಕುಂಟು. Limp'iṅg-ly, *ad.* ಕುಂಟುತ್ತಾ, ಕುಂಟುಕುಂಟಾಗಿ.

Limp, *a.* ಬಿರುಸಿಲ್ಲದ, ಸಡಿಲಾದ, ಮೆತ್ತನ.

Lim'pet, *n.* ಶುಕ್ತಿಮೀನು.

Lim'pid, *a.* ತಿಳಿ, ನಿರ್ಮಲವಾದ, ಸ್ವಚ್ಛವಾದ. Lim-pid'i-ty, Lim'pid-ness, *n.* ನಿರ್ಮಲತ್ವ, ಸ್ವಚ್ಛತೆ.

Linċh'pin, *n.* ಅಚ್ಚಿನ ಕೀಲು, ಬಂಡೀ ಕೀಲು.

Linc'tūre, Linc'tus, *n.* ಲೇಹ.

Līne, *n.* (a thread, cord) ದಾರ, ಎಳೆ, ಸೂತ್ರ, ಹಗ್ಗ; a fishing l. ಗಾಳಸೂತ್ರ; 2. (mark of the pen) ಗೆರೆ, ಗೀಟು, *(geom.)* ರೇಖೆ; 3. (boundary) ಮೇರೆ; 4. (lineament) ರೇಖೆ, ಲಕ್ಷಣ; l. on the face ಮುಖರೇಖೆ, ಮುಖಲಕ್ಷಣ; l. on the hand ಹಸ್ತರೇಖೆ; 5. (row) ಸಾಲು; 6. (row of letters *or* words) ಪಂಕ್ತಿ, ಓಳಿ; 7. (a short letter) "ಚೀಟು"; 8. (in poetry) ಚರಣ, ಪಾದ, ಪದ; 9. (course of conduct, thought, occupation) ರೀತಿ, ತರ, ಕ್ರಮ; 10. (series of progeny) ವಂಶ, ವಂಶಾವಳಿ; 11. the l. (equator) ವಿಷುವರೇಖೆ, ಮಧ್ಯರೇಖೆ; 12. (a measuring rod) ಸೂತ್ರ; 13. *(mil.)* ಸಿಪಾಯರ ಕಾಲ್ಬಲ; 14. (trench) ಅಗಳತೆ, ಕಂದಕ; 15. ಇಂಚಿನ ಹನ್ನೆರಡನೇ ಅಂಶ; l. of railway ರೈಲು ಮಾರ್ಗ; l. of telegraph ತಂತಿಕಂಬಗಳ ಸಾಲು; l. of steamers ನಾವೆಗಳ ಓರಣ; equinoctial l. ವಿಷುವರೇಖೆ; head-l. ಮೇಲ್ಪಂಕ್ತಿ; horizontal l. ಅಡ್ಡಗೆರೆ, ಸಮರೇಖೆ; l. of battle ಸಮುಕಟ್ಟು; right l., straight l. ಸರಳರೇಖೆ; ship of the l. ದೊಡ್ಡ ಯುದ್ಧದ ಹಡಗ; l. upon l. ದಿನಕ್ಕೊಂದು ಚಂದ. *v. t. r.* ಗೀಟು ಹಾಕು, ಗೆರೆ ಹೊಡೆ; 2. "ಅಸ್ತರು" ಹಾಕು; 3. ತುಂಬಿಸು; 4. ಒಂದೊಂದು ಗೆರೆ ಓದು; read between the lines ಒಳಗುಟ್ಟನ್ನು ತಿಳಿದುಕೊಳ್ಳು. Lin'-e-āġe, *n.* ಸಂತತಿ, ಪೀಳಿಗೆ. Lin'e-al, *a.* ರೇಖೆಯ; 2. ಪರಂಪರೆಯಿಂದ ಬಂದ, ಅನ್ವಯದ. Lin'e-al-ly, *ad.* ಪಂಕ್ತಿಯಾಗಿ, ಅನ್ವಯವಾಗಿ, ಸರಿಯಾಗಿ. Lin'e-a-ment, *n.* ಮುಖಭಾವ, ಲಕ್ಷಣ, ರೂಪು. Lin'e-ar, *a.* ರೇಖೆಯ, ರೇಖೆಯುಳ್ಳ, ನೆಟ್ಟಗಾದ. Lin-e-ā'tiȯn, *n.* ರೇಖೆ ಬರೆಯುವುದು, —ಹಾಕುವುದು. Line'-man, *n.* (ರೈಲ್ವೆ) ತಳವಾರ.

Lin'en, *n.* ನಾರುಬಟ್ಟೆ. *a.* ನಾರಿನ, ಅಗಸೇ ನಾರಿನ; dirty l. ಮಾಸಿದ ಬಟ್ಟೆ. Lin'en-drā-pĕr, *n.* ನಾರುಬಟ್ಟೆ ವರ್ತಕ.

Lines'man, *n.* "ಸಿಪಾಯಿ", ಕಾವಲಿ.

Liṅ'gĕr, *v. i. r.* ತಡ ಮಾಡು, ಹಿಂದು ಮುಂದು ನೋಡು, ಸಂಶಯದಲ್ಲಿರು; 2. ಬಹು ಕಾಲವಿರು. Liṅ'gĕr-iṅg, *a.* ತಡವಾದ; 2. ಬಹು ಕಾಲವಿದ್ದ, ಬಿಡಲಾರದ. *n.* ತಡ, ಆಲಸ್ಯ. Liṅ'-gĕr-iṅg-ly, *ad.* ತಡವಾಗಿ.

Lin'gō, *n.* ಭಾಷೆ.

Liṅ'gual (-gwal), *a.* ನಾಲಿಗೆಯ. *n.* ದಂತ ವ್ಯಂಜನ.

Liṅ'guist (-gwist), *n.* ಅನೇಕ ಭಾಷೆ ಬಲ್ಲವನು, ಬಹುಭಾಷಾಜ್ಞ. Liṅ-guis'tic (-gwis'-tik), *a.* ಭಾಷಾವಿದ್ಯೆಯ.

Lin'i-ment, *n.* ತೈಲ, ಅಭ್ಯಂಗತೈಲ.

Lī'niṅg, *n.* "ಅಸ್ತರು", ಒಳಸಿವೆ; 2. ಒಳಗಿನದು.

Link, *n.* ಗೊಣಸು, ಕೊಂಡಿ, ಉಂಗುರ; 1. of a measuring chain ಕಡಿ. *v.t.r.* (*pr.* linkt) ಕೂಡಿಸು, ಜೋಡಿಸು.

Link, *n.* ದೀವಟಿಗೆ, ಮಷಾಲು. **Link'boy**, *n.* ದೀವಟಿಗೆಯವ.

Linn, *n.* ದಬದಬಿ, ಗುಡ್ಡಜರಿ, ಸೆಳವು.

Lin'net, *n.* ಗುಬ್ಬೀ ಜಾತಿಯ ಒಂದು ಹಕ್ಕಿ.

Lin'seed *or* **Lint'seed**, *n.* ಅಗಸೇಬೀಜ.

Lint, *n.* ನಾರು; 2. ಗಾಯದ ಬತ್ತಿ.

Lin'tel, *n.* ದಾರವಂದದ ಪಟ್ಟಿ, ಕೆಸರುಪಟ್ಟಿ, "ಚಾವಣಿ", ಉತ್ತರಾಸು (*Cg.*).

Lī'ny, *a.* ಗೆರೆಗೆರೆಯ, ಸುಕ್ಕುಳ್ಳ.

Lī'on, *n.* ಸಿಂಹ; 2. ಅತಿಶಯವಾದದ್ದು; l.s of the city ಪಟ್ಟಣದ ಪ್ರಸಿದ್ಧ ಪುರುಷರು; l.'s share ಅಧಿಕ ಭಾಗ; l.-hearted ಸಿಂಹದ ಹಾಗೆ ಧೈರ್ಯಸ್ಥ. **Lī'on-ess**, *n.* ಸಿಂಹಿ, ಹೆಣ್ಣು ಸಿಂಹ. **Lī'on-et**, *n.* ಸಿಂಹದ ಮರಿ. **Lī'on-īze**, *v. t.* ಮಹಾಪುರುಷನಿಗೆ ಮಾಡುವ ಆತಿಥ್ಯ ಮಾಡು.

Lip, *n.* ತುಟಿ, ಓಷ್ಠ; 2. ಅಂಚು; a woman with red lips ಬಿಂಬೋಷ್ಠಿ. *v.t.r.* ಮುದ್ದಿಡು. **Lipped** (lipt), *a.* ತುಟಿಯುಳ್ಳ. **Lip'-sėr-vice**, *n.* ಬಾಯುಪಾಸನೆ. **Lip'-wis-dŏm**, *n.* ಮಾತಿನ ಜಾಣ್ಮೆ.

Liq'ue-fȳ (lik'we-), *v. t. r.* (-fīed) ಕರಗಿಸು. *v. i.* ಕರಗು. **Liq-ue-fac'tiŏn** (lik-we-), *n.* ಕರಗುವುದು, ನೀರಾಗುವುದು.

Liq'uid (lik'wid), *a.* ನೀರಾಗಿರುವ, ತೆಳುವಾದ. *n.* ತೆಳು ಜೀನಸು; 2. (*gram.*) ಅಂತಸ್ಥ. **Liq-uid'i-ty** (lik-wid'i-), *n.* ನೀರಾಗಿರುವುದು, ರಸರೂಪ.

Liq'ui-dāte (lik'wi-). *v. t. r.* ಸಾಲ ತೀರಿಸು, —ಸಲ್ಲಿಸು, ಸಂದಾಯ ಮಾಡು. **Liq-ui-dā'tiŏn** (lik-wi-), *n.* ತೀರಿಸುವಿಕೆ, ಸಲ್ಲಿಸುವಿಕೆ, ಸಂದಾಯ. **Liq-ui-dā'tŏr** (lik-wi-), *n.* ಸಾಲ ತೀರಿಸುವವ.

Liq'uŏr (lik'ėr), *n.* ರಸ, ಮದ್ಯ; l. excise "ಅಬಕಾರಿ".

Liq'uŏr-ice (lik'ėr-is) *n.* (root of *Glycyrrhiza glabra, L.*) ಜ್ಯೇಷ್ಠಮಧು, ಅತಿಮಧುರ, "ಮಿಠಾಲಕಡಿ"; wild l. (*Abrus precatorius, L.*) ಗುಲಗುಂಜಿ, ಗುರುಗುಂಜಿ, ಗುರುಗಂಜಿ.

Lisp, *v. i. r.* (*pr.* lispt) ತೊದಲು ಮಾತಾಡು, ಅಸ್ಪಷ್ಟವಾಗಿ ನುಡಿ. *n.* ಅಸ್ಪಷ್ಟವಾದ ಮಾತು. **Lisp'ing-ly**, *ad.* ಅಸ್ಪಷ್ಟವಾಗಿ.

Lis'sŏm, *a.*, *see* **Lithesome**.

List, *n.* ಅಂಚು; 2. ಪಟ್ಟಿ, "ಫೆರಿಸ್ತು"; *pl.* ರಣರಂಗ; enter the lists ಯುದ್ಧಕ್ಕೆ ಏಳು. *v. i.* ಪಟ್ಟೀಲಿ ಸೇರಿಸು.

List, *v. t.* & *i. r.* ಮನಸ್ಸಿರು *c. d.*, ಅಪೇಕ್ಷಿಸು, ಕಿವಿಗೊಡು.

List, *v.i.r.*, *see* **Enlist**.

List, **List'en** (lis'n), *v. i. r.* ಆಲೈಸು, ಕೇಳು, ಲಕ್ಷ್ಯವಿಟ್ಟು ಕೇಳು. **List'en-ėr** (lis'en-), *n.* ಆಲೈಸುವವ, ಕೇಳುವವ. **List'fụl**, *a.* ಲಕ್ಷ್ಯವಿಟ್ಟು ಕೇಳುವ. **List'less**, *a.* ಎಚ್ಚರಿಕೆಯಿಲ್ಲದ, ಅಜಾಗ್ರತೆಯ, ಸುಂದ, ಲಕ್ಷ್ಯವಿಲ್ಲದ, "ಬಿಬರಗೇಡಿ". **List'less-ly**, *ad.* ಎಚ್ಚರಿಕೆಯಿಲ್ಲದೆ, ಅಸಡ್ಡೆಯಾಗಿ. **List'less-ness**, *n.* ಎಚ್ಚರಿಕೆಗೇಡಿತನ, ಅಜಾಗರೂಕತೆ, ಸುಂದತನ.

Lit'a-ny, *n.* ಪ್ರಾರ್ಥನೆ ಜಪಾದಿಗಳು.

Lit'er-al, *a.* ಅಕ್ಷರಪ್ರಕಾರವಾದ, ಶಬ್ದಾರ್ಥ—; 2. ಅಕ್ಷರಗಳ; l. translation ಯಥಾಪ್ರತಿ; l. meaning ಬಹಿರರ್ಥ, ಬಹಿರಂಗಾರ್ಥ. **Lit-er-al'i-ty**, **Lit'er-al-ness**, *n.* ಅಕ್ಷರಪ್ರಕಾರವಾಗಿರೋಣ. **Lit'er-al-ly**, *ad.* ಶಬ್ದಾರ್ಥಪ್ರಕಾರವಾಗಿ.

Lit'er-ar-y, *a.* ವಿದ್ಯೆಯ, ವಿದ್ವಾಂಸರ; 2. ವಿದ್ಯಾತತ್ಪರನಾದ. **Lit'er-āte**, *a.* ವಿದ್ವಾಂಸನಾದ. ವಿದಗ್ಧನಾದ. *n.* ವಿದ್ವಾಂಸ. **Lit-er-ā'tī**. *n. pl.* ವಿದ್ವಾಂಸರು, ಪಂಡಿತರು; 2. ಪಂಡಿತಸಭೆ. ವಿದ್ವನ್ಮಂಡಲಿ, ವಿದ್ವತ್ಸಭೆ. **Lit'er-ā-tūre**, *n.* ವಿದ್ಯೆ, ವಿದ್ಯಾಶಾಸ್ತ್ರ; 2. ಗ್ರಂಥಾದಿಗಳು, ಗ್ರಂಥಸ್ತೋಮ.

Lith'ärge, *n.* "ಮುರದಾರುಸಿಂಗಿ".

Līthe, *a.* ಬಗ್ಗುವಂಥ, ಮೆತ್ತಗಾದ. **Līthe'-sŏme**. *a.* ಚಪಲ, ಲಘು. **Lithe'ness**, *n.* ಮೃದುತ್ವ.

Lith'ō-graph (-graf), *n.* ಕಲ್ಲು"ಛಾಪೆ". *v. t. r.* (*pr.* -graft) ಕಲ್ಲಿನ"ಛಾಪೆ" ಮಾಡು. **Lith-og'ra-phėr** (-fėr), *n.* ಕಲ್ಲು"ಛಾಪೆ" ಮಾಡುವವ. **Lith-ō-graph'ic**, **-'i-cal**. *a.* ಕಲ್ಲು"ಛಾಪೆ"ಯಾದ, ಕಲ್ಲು"ಛಾಪೇ" ಸಂಬಂಧವಾದ. **Lith-og'ra-phy** (-fi), *n.* ಕಲ್ಲು "ಛಾಪೆ" ವಿದ್ಯೆ.

Lith-ot'o-my, *n.* ಮೂತ್ರದ್ವಾರದಲ್ಲಿಂದ ಕಲ್ಲನ್ನು ತೆಗೆಯುವುದು.

Lit'i-gant, *n.* ವಾದಿ, ವ್ಯಾಜ್ಯಗಾರ, ಕಕ್ಷಿಗಾರ. **Lit'i-gāte**, *v. t. r.* ವ್ಯಾಜ್ಯ ಮಾಡು, ವ್ಯವಹಾರ ನಡಿಸು. **Lit-i-gā'tiŏn**, *n.* ವ್ಯಾಜ್ಯ, ವ್ಯವಹಾರ, "ತಕರಾರು". **Li-tig'iŏus** (-tij-yus), *a.* ವ್ಯಾಜ್ಯಪ್ರಿಯ, ವ್ಯಾಜ್ಯಖೋರ.

Lit'mus, *n.* ಹಾವಸೆಗಳಿಂದ ಸಿಕ್ಕುವ ನೀಲವರ್ಣ.

Lit'tĕr (lit'ĕr), *n.* ಮಂಚಲು, "ಡೋಲಿ"; 2. ಕಸದ ಹಾಸಿಗೆ, "ಬಿಚಾನೆ" ಹುಲ್ಲು, ಚಿಪ್ಪಾಡಿ; 3. ಮರಿಗಳು, ಕುನ್ನಿಗಳು; 4. ಹರಕಬರಕ, ಗಲಿಬಿಲಿ. *v. t. r.* ಮರಿ ಹಾಕು; 2. "ಬಿಚಾನೆ" ಹುಲ್ಲು ಹಾಕು; 3. ಗಲಿಬಿಲಿ ಮಾಡು, ಹರಕ ಬರಕ—.

Lit'tle (lit'l), *a.* ಚಿಕ್ಕ, ಸಣ್ಣ, ತುಸ, ಸ್ವಲ್ಪ, ಲೇಶ; very l. ಲವಲೇಶ; 2. ಸಣ್ಣ ಮನಸ್ಸಿನ. *n.* ಸ್ವಲ್ಪ; a l. ಒಂದು ಸ್ವಲ್ಪ, ಒಂಧಿಷ್ಟು, ರವಷ್ಟು, "ತೋಡೆ". *ad.* ಸ್ವಲ್ಪವಾಗಿ. Lit'tle-ness, *n.* ಚಿಕ್ಕದಾಗಿರುವುದು; 2. ಅಲ್ಪತ್ವ, ಅಲ್ಪ ವಿಸ್ತಾರ, ಲಘುತ್ವ.

Lit'to-ral, *a.* ದಂಡೆಯ, ಕರಾವಳಿಯ.

Lit'ur-ġy, *n.* ದೇವಾರಾಧನಾಪದ್ಧತಿ, ಪೂಜಾಕ್ರಮ, ನಮಸ್ಕಾರಪದ್ಧತಿ. Litur'ġic, -al, *a.* ದೇವಾ ರಾಧನಾಪದ್ಧತಿಯ.

Live, *v. t. & i. r.* ಜೀವಿಸು, ಬದುಕು, ಇರು; l. on, l. by ಹೊಟ್ಟೇತುಂಬಿಸು, ಕಾಲಕ್ಷೇಪ ಮಾಡು. *a.* ಬದುಕಿರುವ, ಜೀವವಿರುವ, ಜೀವಂತ; l. coal ಕೆಂಡ, ಸಿಗಿನಿಗಿ ಕೆಂಡ; l. stock ದನ ಕರಿ, ಜೀವಧನ. Līve'li-hood, *n.* ಬದುಕು, ಜೀವನ; 2. ಉಪಜೀವನ. Līve'li-ness, *n.* ಜೀವಾಳ, ಚುರುಕು, "ಹುಷಾರಿ", ಚೈತನ್ಯ. Live'-long, *a.* ದೀರ್ಘ, ಬೇಗ ಕಳೆದುಹೋಗದ; the l. day ಹಗಲೆಲ್ಲಾ. Līve'ly, *a.* ಜೀವ ವುಳ್ಳ, ಜೀವಾಳವಾದ, ಚುರುಕಾದ, ಉಲ್ಲಾಸವುಳ್ಳ, "ಹುಷಾರಾದ". Liv'er, *n.* ಜೀವದಲ್ಲಿರುವವ.

Liv'ĕr, *n.* ಪಿತ್ತಾ, ಇಲಿ, ಯಕೃತ್ತು, "ಕಾಳಜ" (ಕಲಿಜ).

Liv'ĕr-y, *n.* ಜಾಕರಿಯವರ "ದುಸ್ತು".

Liv'id, *a.* ಕರ್ರಗಾದ, ಕಂದಾದ, ಹಸರುಗಟ್ಟಿದ, ರಕ್ತ ಮಂಜುಗಟ್ಟಿದ. Li-vid'i-ty, Liv'id-ness, *n.* ಕಂದು.

Liv'ing, *a.* ಜೀವವುಳ್ಳ; 2. ಹರಿಯುವ; 3. ಜೀವನದಾಯಕ; the L. God ಜೀವನಸ್ವರೂಪ ದೇವರು, ಜೀವದೊಡೆಯ. *n.* ಬದುಕು, ಉಪ ಜೀವನ, ಆಸ್ತಿ, ವೃತ್ತಿ; 2. ಭಟ್ಟಮಾನ್ಯ, ಧರ್ಮೋ ಪದೇಶಕನ—.

Lix-iv'i-um, *n.* ಕ್ಷಾರೋದಕ.

Liz'ard (-ĕrd), *n.* ಹಲ್ಲಿ, ಓಣ್ಣೆಕಾಟ, ಉಡು ಮೊದಲಾದವುಗಳು; the house l. ಗವುಳಿ.

Llä'ma (lä'ma), *n.* "ಲಾಮ" ಅಥವಾ ಒಂಟೀ ಯಾಡು ಎಂಬ ಒಂಟೀ ಜಾತಿಯ ಮೃಗ.

Lō, *int.* ಇಗೋ, ಅಗೋ, ನೋಡು.

Lōad (lōd), *n.* ಹೊರೆ, ವಜ್ಜೆ, ಭಾರ; 2. (of a gun) "ಬಾರು". *v. t. r.* ಹೊರಿಸು, ಹೇರು, ಭಾರಾ ಹಾಕು; 2. (a gun) ತುಪಾಕಿ "ಬಾರು" ಮಾಡು, —ಜಡಿ.

Lōad'stär *or* Lōde'stär, *n.* ಧ್ರುವನಕ್ಷತ್ರ.

Lōad'stōne *or* Lōde'stōne, *n.* ಸೂಜಿಕಲ್ಲು, ಲೋಹಚುಂಬಕ.

Lōaf (lōf), *n.* ಉಂಡೆ, ಮುದ್ದೆ, ರೊಟ್ಟಿ.

Lōaf'ĕr (lōf'ĕr), *n.* ಆಲಸ್ಯಗಾರ, ತಿರಿದುಂಬು ವವ, ತಿರಕ.

Lōam (lōm), *n.* ಬಂಕೆಮಣ್ಣು, ಜಿಗಟು—, ಆವೆ—. Lōa'my (lō'mi), *a.* ಅಂಟು ಮ ಣ್ಣಿನ.

Lōan (lōn), *n.* ಎರವು, ಕಡ, ಕೈಗಡ; a l. without a pledge ಮೈಸಾಲ.

Lōath (lōth), *a.* ಮನಸ್ಸಿಲ್ಲದ, ಹೇಸುವ, ಬೇಸ ರಾದ. Lōathe (lōth), *v. t. r.* ಹೇಸು, ಅಸಹ್ಯಿಸು. Lōath'ful (lōth'ful), *a.* ಹೇಸಿಕೆಯಾದ, ಅಸಹ್ಯವಾದ. Lōath'ing, (lōth-), *n.* ಹೇಸಿಗೆ, ಅಸಹ್ಯ. Lōath'sŏme (lōth'sum), *a.* ಹೇಸಿಕೆಯಾದ, ಅಸಹ್ಯಕರ; a l. man ರೋಸುಬಡಿಕ, ಹೇಸಿ. Lōath'-sŏme-ly (lōth'sum-), *ad.* ಅಸಹ್ಯವಾಗಿ. Lōath'sŏme-ness (lōth'sum-), *n.* ಅಸ ಹ್ಯವಾಗಿರೋಣ, ರೋಸುಬಡಿಕತನ.

Lōaves (lōvz), *n. pl. of* Loaf.

Lob'by, *n.* ಪಡಸಾಲೆ, ಕೊಟ್ಟಿಗೆ.

Lōbe, *n.* ಭಾಗ; 2. *(bot.)* ಪಾಳಿ, ಪಟಲ; l. of the ear ಕಿವಿಯ ಆಲೆ, —ತಮ್ಮೆ.

Lob'stĕr, *n.* ನಳ್ಳಿ.

Lō'eal, *a.* ಆಯಾ ಜಾಗದ, ಸ್ಥಳದ, ಸ್ಥಳಿಕ. Lo-eal'i-ty, *n,* ಜಾಗ, ಸ್ಥಳ. Lō'eal-ize, *v. t. r.* ಪ್ರತ್ಯೇಕ ಜಾಗಕ್ಕೆ ನಿಬಂಧಿಸು, ಸ್ಥಳ ಗೊತ್ತುಮಾಡು. Lō'eal-ly, *ad.* ಸ್ಥಳದ ವಿಷ ಯವಾಗಿ.

Lō-eāte', *v. t. r.* ಇಡು, ಸ್ಥಳ ನೇಮಿಸು *c. d.* Lō-eā'tiŏn, *n.* ಸ್ಥಳ ನೇಮಿಸೋಣ; 2. ಸ್ಥಾನ. Lō'ea-tive, *a. (gram.)* ಸ್ಥಳ ದರ್ಶಕ; l. case ಸಪ್ತಮೀವಿಭಕ್ತಿ, ಅಧಿಕರಣ—.

Loeh (lok), *n.* ಸಮುದ್ರದ ಕೊಲ್ಲಿ; 2. ಸರೋ ವರ.

Lō-chī'a (lō-kī'a), *n.* (ಬಾಣತಿಯ) ಹೊಲೆ, ಮುಟ್ಟು, ರಜಸ್ಸು; excessive l. ಹೆನ್ನೆತ್ತರು.

Loek, *n.* ಬೀಗ, ಕೀಲಿ; 2. "ತುಪಾಕಿಯ ಚಾಪು"; 3. (l. of hair) ಜುಟ್ಟು, "ಜುಲುಪು, ಜುಲ್ಫಿ". *v. t. r.* (*pr.* lokt) ಬೀಗಾ ಹಾಕು, "ಕೀ ಲೀ"—, "ಬಂದೋಬಸ್ತು" ಮಾಡು; 2. (the arms) ತೆಕ್ಕೆಹಾಯು, ಅಪ್ಪಿಕೊಳ್ಳು; under l. and key ಬೀಗಮುದ್ರೆಯೊಳಗೆ; locked up ಒಳಸೇರಿಕೊಂಡು ತೆಗೆಯಲು ಬಾರದೆ; locked in sleep ಗಾಢನಿದ್ರೆಯಲ್ಲಿದ್ದರು; land-locked ನೆಲದಿಂದ ಸುತ್ತಲ್ಪಟ್ಟ; l. out ಕೆಲಸಗಾರರ ಮುಷ್ಕರದ; ನಿಮಿತ್ತ ಅವರನ್ನು ಕೆಲಸಕ್ಕೆ ಬರಲೀಸದಿರು; Lock'-chain, *n.* ಚಕ್ರಗಳು ಚಲಿಸದಂತೆ ಅಡ್ಡಿಕಟ್ಟುವ ಸರಪಣಿ. Lock'ĕr, *n.* ಕೀಲಿ ಮಾಡು, ಕೀಲಿಗೂಡು. Lock'et, *n.* ಚಿಕ್ಕ ಬೀಗ; 2. "ತಾಯಿತಿ", ಪದಕ. Lock'-jaw *or* Locked'-jaw (lokt'-ja), *n.* ಹಲ್ಲುಗಿಟ್ಟಿಕೊಂಡು ಹೋಗುವುದು, ಸಂದುವಾಯು, ಸೆಳವು ಸನ್ನಿ. Lock'-smith, *n.* ಬೀಗಗಳನ್ನು ಮಾಡುವವನು. Lock'up, *n.* ಪಹರೆ, ಕಾವಲು ಮನೆ, "ಹವಾಲತ್ ಸಲೆ".

Lō-co-mō'tiōn, *n.* ಚಲನೆ. Lō-co-mō'-tive, *a.* ಜಂಗಮ; 2. ಚಲನಶಕ್ತಿಯುಳ್ಳ. *n.* ಹೊಗೆಬಂಡಿ.

Lo'cum-ten-ens, *n.* ಬದಲಿ ಕೆಲಸ ನೋಡುವವ.

Lō'cus, *n.* ನಿಧಿ, (ಕ್ಷೇತ್ರಗಣಿತ) ನಿಧಾನ; l. standi ಹಕ್ಕುಳ್ಳ ಸ್ಥಾನ.

Lō'cust, *n.* ಮಿಡಿತೆ, ಶಲಭ, ಪತಂಗ.

Lō-cū'tiōn, *n.* ಮಾತು, ನುಡಿವಳಿಕೆ.

Lōde, *n.* ಲೋಹದ ಅದುರಿನ ಪದರು.

Lodġe (loj), *n.* ಆಶ್ರಯ; 2. "ಬಂಗಲೆ"; 3. ದ್ವಾರಪಾಲಕರ "ಜೋಪಡಿ". *v. t. r.* ಇಟ್ಟು ಬಿಡು; 2. ನೆಡು, ನೆಡಿಸು; 3. ಬಿಡಾರ ಕೊಡು; 4. ಮನಸ್ಸಿನಲ್ಲಿಟ್ಟುಕೊಳ್ಳು; l. an information "ಫಿರ್ಯಾದಿ" ಮಾಡು. *v. i. r.* ಬಿಡಾರ ಮಾಡು, ಇಳುಕೊಳ್ಳು; 2. ಇರು, ತಂಗು. Lod'ġĕr (lo'jĕr), *n.* ಇಳುಕೊಂಬುವವ, ಬಿಡಾರದವ, ಒಕ್ಕಲುಜನ. Lodġ'ing (loj'ing), *n.* ಬಿಡಾರ, "ಮುಕ್ಕಾಮು". Lodġ'ment (loj-), *n.* ಇರೋಣ; 2. ಬಿಡಾರ.

Loft, *n.* ಅಟ್ಟ, ಮಾಳಿಗೆ, ಉಪ್ಪರಿಗೆ, ಮೇಲಂತಸ್ತು. Lof'ti-ness, *n.* ಎತ್ತರ; 2. ಗಾಂಭೀರ್ಯ; 3. ಸೊಕ್ಕು. Lof'ty, *a.* ಎತ್ತರವಾದ, ದೊಡ್ಡ; 2. ಗರ್ವವುಳ್ಳ, ಗಂಭೀರ. Lof'ti-ly, *ad.* ಎತ್ತರವಾಗಿ, ಗರ್ವವಾಗಿ.

Log, *n.* ತೊಲೆ, ಮರದ ಕೊರಡು; 2. ನೌಕಾಗತಿ, ಮಾಪಕಯಂತ್ರ; 3. ಒಂದು ಸೇರು. Log'-bo̤o̤k, *n.* ಹಡಗಿನ ದಿನಚರ್ಯಪುಸ್ತಕ; 2. ಉಪಾಧ್ಯಾಯನ ನೆನಪುವಹಿ. Log'wo̤o̤d, *n.* ಪತಂಗಚಕ್ಕೆ.

Log'a-rithm, *n.* ಘಾತಪ್ರಮಾಪಕ ಸಂಖ್ಯೆ.

Log'gĕr-head (-hed), *n.* ಹೆಡ್ಡ, ಮಂದಬುದ್ಧಿ; be at l.s ಒಪ್ಪದೆ ಇರು.

Loġ'ic, *n.* ತರ್ಕಶಾಸ್ತ್ರ, ನ್ಯಾಯಶಾಸ್ತ್ರ, ನ್ಯಾಯದರ್ಶನ. Loġ'i-cal, *a.* ತರ್ಕಶಾಸ್ತ್ರದ, ಯುಕ್ತಿಸಿದ್ಧವಾದ, ತರ್ಕಶಾಸ್ತ್ರಾನುಸಾರವಾದ. Loġ'i-cal-ly, *ad.* ಯುಕ್ತಿಸಿದ್ಧವಾಗಿ, ತರ್ಕಶಾಸ್ತ್ರಕ್ಕನುಸಾರವಾಗಿ. Lo-ġi'cian (-jish'an), *n.* ತರ್ಕಶಾಸ್ತ್ರಿ, ತಾರ್ಕಿಕ.

Loin, *n.* ನಡ, ನಡುವು, ಸೊಂಟ, ಟೊಂಕ.

Loi'tĕr, *v. i. r.* ಅಡ್ಡಾಡು; 2. ತಡ ಮಾಡು, "ಸುಸ್ತೀ"—. Loi'tĕr-ĕr, *n.* ಮೈಗಳ್ಳ, ಆಲಸ್ಯದವ.

Loll, *v. i. r.* ಆಲಸ್ಯದಿಂದ ಒರಗಿಕೊಂಡಿರು, ಮೈಗಳ್ಳನಾಗಿ ಬಿದ್ದಿರು; 2. ನಾಲಿಗೆ ಜೋಲುಬಿದ್ದಿರು, —ಜೋಲುಬಿಡು.

Loll'i-pop, *n.* ಸಕ್ಕರೆ ಮಿಠಾಯಿ.

Loll'op, *v. i.* ಓರೆಕೋರೆಯಾಗಿ ನಡೆಯು.

Lon'don-ĕr, *n.* ಲಂಡನ ಪಟ್ಟಣದವ.

Lōne, *a.* ಒಂಟಿಗನಾದ, ಏಕಾಂತ. Lōne'li-ness, *n.* ಒಂಟಿಗನಾಗಿರುವುದು, ಏಕಾಂತತೆ. Lōne'ly, *a.* ಒಂಟಿಗ, ಏಕಾಂತ. Lōne'sŏme, *a.* ಏಕಾಂತ. Lōne'sŏme-ness, *n.* ಏಕಾಂತತೆ, ಒಂಟಿಗತನ.

Loṅg, *a.* (*as*, a line) ಉದ್ದ, ನಿಡು, ನಿಡಿದು; 2. (of time) ಬಹಳ ಹೊತ್ತಿನ, —ದಿವಸದ, ದೀರ್ಘ; (of vowel or syllable) ದೀರ್ಘ, ಗುರು; l. ears ಕತ್ತೆಯಂತೆ ಮೂಢ; l. finger ನಡುಬೆಟ್ಟು (ಬೆರಳು); men of the l. robe ವಕೀಲರು; draw the l. bow ಅತಿಶಯೋಕ್ತಿಯಿಂದ ನುಡಿ; l. hand ಕೈಬರಹ; l. time ಬಹುಕಾಲ, ಬಹಳ ಹೊತ್ತು, —ದಿವಸ; it is a l. time since he came ಅವನು ಬಂದು ಬಹಳ ಹೊತ್ತಾಯಿತು, —ಬಂದು ಬಹಳ ದಿವಸವಾಯಿತು; a l. vowel ದೀರ್ಘಸ್ವರ; l. life ದೀರ್ಘಾಯುಷ್ಯ; 3. (of distance) ದೂರ; a l. way ಬಹಳ ದೂರ; l. sight ದೂರದೃಷ್ಟಿ; in the l. run ಕಟ್ಟಕಡೆಯಲ್ಲಿ; l. home ಗೋರಿ, ಸಾವು; he has gone to his l. home ಸತ್ತ, ತೀರಿಕೊಂಡ. *ad.* ಉದ್ದ, ಉದ್ದವಾಗಿ; 2. ಬಹಳ ಹೊತ್ತು, —ದಿವಸ; l. ago ಬಹಳ ಕಾಲವಾಯಿತು; all day l. ಇಡೀ ದಿವಸ; all his life l. ಹುಟ್ಟಿದಾರಭ್ಯ, ಹುಟ್ಟಿದಂದಿನಿಂದ; the l. and short of a thing ಕಾರ್ಯದ ಒಟ್ಟು ತಾತ್ಪರ್ಯ. *v. i. r.* ಬಯಸು, ಹಂಬಲಿಸು, ಹಾತೊರೆ, ಬಾಯಲ್ಲಿ ನೀರು ಬರು,

ಆಶಿಸು, ಅತಿ ಇಚ್ಛೆಪಡು. Lońg'-cloth, *n.* ಶುಭ್ರ ನಯವಸ್ತ್ರ. Lońg'-clōthes, *n. pl.* ಕೂಸಿನ ಹೊದಿಕೆ. Lon-ģē'val, Lon-ģē'vōus, *a.* ದೀರ್ಘಾಯು. Lon-ģev'i-ty, *n.* ದೀರ್ಘಾಯುಷ್ಯ. Lońg'-head-ed (-hed-), *a.* ಬುದ್ಧಿವಂತ, ಜಾಣ, ಗಟ್ಟಿಗ. Lońg'-hun-dred. *n.* ನೂರ ಇಪ್ಪತ್ತು. Lońg'ińg, *n.* ಬಯಕೆ, ಹಂಬಲ, ಲವಲವಿಕೆ, ಆಶೆ; l. of a pregnant woman ಬಯಕೆ, ದೋಹದ. Lońg'-lived (-livd), *a.* ಚಿರಂಜೀವಿ, ದೀರ್ಘಾಯು, ಸ್ಥಿರಂಜೀವಿ, ಪರಮಾಯು. Lońg'-shańked (-shańkt), *a.* ಉದ್ದ ಕಾಲುಳ್ಳ, ಪಾರುಕಾಲಿನ, ಊರ್ಧ್ವಜಾನು. Lońg'-shōre, *a.* ದಂಡೆಯ ಸಂಬಂಧ. Lońg'-sīght-ed (-sīt-), *a.* ದೂರದೃಷ್ಟಿಯುಳ್ಳ, ವಿವೇಕಶಾಲಿ. Lońg'-suf-fēr-ińg, *n.* ತಾಳ್ಮೆ, ಸೈರಣೆ, ಸಹನ, ತಿತಿಕ್ಷೆ. *a.* ತಾಳ್ಮೆಯುಳ್ಳ, ಸೈರಣೆ—. Lońg'-tońgued (-tuńd), *a.* ಉದ್ದ ನಾಲಿಗೆಯ; 2. ಹರಟೆಯ, ಬಡಬಡಿಸುವ. Lońg'wāys (-wāz), -wīse, *ad.* ಉದ್ದವಾಗಿ, ಉದ್ದಕ್ಕೆ. Lońg'-wind-ed, *a.* ಉದ್ದ, ವಿಸ್ತಾರ; 2. ಉದ್ದುದ್ದ ಭಾಷಣದ.

Lon'ģi-tūde, *n.* ಉದ್ದ; 2. *(geog.)* ರೇಖಾಂಶ; 3. *(astr.)* ಸಾಯನಭೋಗ. Lon-ģi-tū'-di-nal, *a.* ರೇಖಾಂಶದ; 2. ಉದ್ದಕ್ಕಿರುವ.

Loob'y, *n.* ಹೆಡ್ಡನು.

Lo̤ok, *n.* ದೃಷ್ಟಿ, ಮುಖಭಾವ, ಆಕಾರ. *v. i. r.* (*pr.* lo̤okt) ನೋಡು, ದೃಷ್ಟಿ ಇಡು; 2. (to seem, to appear) ಕಾಣು; 3. (to face) ...ಕಡೆಗೆ ನೋಡು; his house looks towards the south ಅವನ ಮನೆಯ ಬಾಗಲು ದಕ್ಷಿಣಕ್ಕೆ ಅದೆ; l. about ಸುತ್ತ ನೋಡು, ಎಡ ಬಲ—; l. about one ಎಚ್ಚರಿಕೆ ಹಿಡಿ; l. after ...ಕ್ಕೆ ನೋಡು, ಜೋಪಾನ ಮಾಡು *e. d.;* 4. ದಾರೀ ನೋಡು *e. g.;* 5. ಹುಡುಕು; l. ahead ಮುಂಗಾಣು; l. back ಹೊಡಮರಳಿ ನೋಡು; l. down on ತಾತ್ಸಾರ ಮಾಡು, ತಿರಸ್ಕರಿಸು; l. for ದಾರೀ ನೋಡು *e. g.*, ಹುಡುಕು; l. into ಚೆನ್ನಾಗಿ ನೋಡು, ವಿಚಾರಿಸು; l. on ಎಣಿಸು, ನೋಡುತ್ತಾ ನಿಲ್ಲು; I l. on him as my friend ಅವನನ್ನು ಸ್ನೇಹಿತನೆಂದು ಎಣಿಸುತ್ತೇನೆ; l. out ಕಾಯು, ದಾರೀ ನೋಡು, ಹುಡುಕಿ ಕಂಡುಕೊಳ್ಳು; l. over ನೋಡಿ ನೋಡು, ವಿಚಾರಿಸು, ಲೆಕ್ಕಿಸದಿರು; l. to ಆಲೋಚಿಸು; l. up ಕಣ್ಣೆತ್ತಿ ನೋಡು, ಸುಧಾರಿಸುವ ಹಾಗೆ ಕಾಣು; l. upon ಭಾವಿಸು; l. through ಪಾರ ನೋಡು, ಒಳಗಿನ ಗುಟ್ಟು ತಿಳಕೊಳ್ಳು; l. here ಇಗೊಳ್ಳಪ್ಪಾ. Lo̤ok, *int.* ಇಗೋ, ಅಗೋ ನೋಡು. Lo̤ok'ińg, *a.* ನೋಡುವ, ಕಾಣಿಸುವ. *n.* ನೋಟ, ಹುಡುಕುವಿಕೆ.

Lo̤ok'ińg-glass, *n.* ಕನ್ನಡಿ, ದರ್ಪಣ.

Loom, *n.* ಮಗ್ಗ. *v. i. r.* ದೂರದಿಂದ ಮಬ್ಬಾಗಿ ತೋರು, ಸುಳಿವು ಕಾಣು.

Loon, *n.* ಪೋಕರಿ ಮನುಷ್ಯ, ಕಳ್ಳ.

Loop, *n.* ಕುಣಿಕೆ. Loop'hōle, *n.* ಕಂಡಿ, ಕಿಂಡಿ, ಜೇರುಗಿಂಡಿ, ಜೇರುಗುಂಡಿ; 2. ನೆವ, ಸಾಕು, ಉಪಾಯ.

Loose, *a.* (stones, leaves, *etc.*) ಬಿಡಿ, ಬಿಡು, ಬಿಚ್ಚು, ಬಿಚ್ಚಿದ, ಉಚ್ಚಿದ; 2. (disengaged) ಬಿಡುಗಡೆಯಾದ, ಬಿಡಿಸಿಕೊಂಡ; 3. (not tight) ಸಡಿಲು, ಸಡಿಲಾದ; 4. (not crowded, not dense) ವಿರಲ; (of cloth) ಜಾಳು; 5. (not precise, as style, *etc.*) ಶಿಥಿಲ; 6. (dissolute, as morals) ಅಂಕೆ ಇಲ್ಲದ; ಇಚ್ಛಾವಿಹಾರದ, ದುರಾಚಾರದ; 7. (not costive, as bowels) *e. g.* he has l. bowels, his bowels are l. ಅವನ ಹೊಟ್ಟೆ ಝಾಡಿಸುತ್ತದೆ, ಅವನಿಗೆ "ಜುಲಾಬು" ಆಗುತ್ತದೆ, ಅವನ ಹೊಟ್ಟೆ ಸಸಾರವಾಗಿದೆ; to break l. ತಪ್ಪಿಸಿಕೊಳ್ಳು, ಕೊಸರಿಕೊಳ್ಳು; to let l. (from prison) ಬಿಡುಗಡೆ ಮಾಡು, ಬಿಟ್ಟುಬಿಡು; (of something tied up) ಬಿಚ್ಚಿಬಿಡು; turn l. ಬಿಚ್ಚಿಬಿಡು, ಬಿಟ್ಟು—. a l. woman ವ್ಯಭಿಚಾರಿಣಿ; l. tongue ಹರಟುವ ನಾಲಿಗೆ; l. soil ಬಿಡಿಮರಳು ಮಣ್ಣು. Loose, Loo'sen (lṳ'sn), *v. t. r.* ಬಿಚ್ಚು, ಕಳಚು, ಮಾಟು; 2. ಬಿಡಿಸು; 3. ಸಡಿಲು ಮಾಡು. *v. i.* ಉಚ್ಚು; 2. ಸಡಿಲಾಗು. Loose'ly, *ad.* ಸಡಿಲಾಗಿ; 2. ಕಟ್ಟಿಡದೆ, ನಿರ್ಬಂಧವಾಗಿ; 3. (irregularly) ಹಿಂದುಮುಂದಾಗಿ, ಅಕ್ರಮವಾಗಿ; 4. (carelessly) ಅಜಾಗ್ರತೆಯಾಗಿ; 5. (dissolutely) ಇಚ್ಛಾಪ್ರಕಾರ, ಕಾಮುಕಿಯಾಗಿ. Loose'ness. *n.* ಸಡಿಲು; 2. ವಿರಲ; 3. ದುರಾಚಾರ, ವ್ಯಭಿಚಾರ; l. of the bowels ಅತಿಸಾರ, ಹೊಟ್ಟೆ ಝಾಡಿಸೋಣ, ಹೊಟ್ಟೆಕಳತ, ಭೇದಿ.

Loot, *v. t. r.* ಕೊಳ್ಳೆಮಾಡು; *n.* ಕೊಳ್ಳೆ.

Lop, *v. t. r.* (lopped, *pr.* lopt) ಕಡಿ, ಸವರು; 2. ಜೋಲುಬಿಡು. Lop'pińg, *n.* ಕಡಿದದ್ದು, ಸವರಿದ ತುಂಡು. Lop-sī'ded, *a.* ಒಂದು ಮಗ್ಗಲು ಕೆಳಗೆ ಒಂದು ಮಗ್ಗಲು ಮೇಲೆ ಆದ.

Lō-quā'ciŏus (-kwā'shus), *a.* ಬಹುಮಾತಿನ, ವಾಚಾಳ, ವಾತಾಳಿ. Lo-quac'i-ty (-kwas'-i-ti), *n.* ಬಹುಭಾಷೆ, ಮಾತುಗಾರಿಕೆ, ಮಾತುಗಾರತನ, ವಾಚಾಲತ್ವ. [ಲಕ್ಕೋಟಿಹಣ್ಣಿನ ಮರ.

Lō'quat, *n.* (*Eriobotrya japonica, Linn.*)

Lord (lård), *n.* ಯಜಮಾನ, ಧನಿ, ದೊರೆ, "ಖಾವಂದ"; 2. (baron) ಪ್ರಭು; 3. (husband) ಗಂಡ, ಪತಿ, ಹಿರಿಯರು; 4. (God) ಈಶ್ವರ, ಸ್ವಾಮಿ, ಕರ್ತ. *v. i. r.* l. over, l. it ಅಧಿಕಾರ ನಡಿಸು, ಯಜಮಾನತನ ನಡಿಸು; L. have mercy ದೇವರೇ ಗತಿ! in the year of our L. ಕ್ರಿಸ್ತಶಕದಿಂದ; Lord's day ಆದಿತ್ಯವಾರ. Lord'li-ness, *n.* ದೊಡ್ಡಸ್ತಿಕೆ, ಪ್ರತಾಪ; 2. ಸೊಕ್ಕು, ಅಭಿಮಾನ. Lord'ling, *n.* ಸಣ್ಣ ದೊರೆ, ಚಿಕ್ಕ—. Lord'ly, *a.* "ಸರದಾರನಿಗೆ" ತಕ್ಕ, ಪ್ರತಾಪವುಳ್ಳ; 2. ಸೊಕ್ಕಿನ, ಅಭಿಮಾನವುಳ್ಳ. *ad.* ಗರ್ವವಾಗಿ. Lord'ship, *n.* ಪ್ರಭುತ್ವ, ಆಧಿಪತ್ಯ, ಯಜಮಾನತ್ವ.

Lōre, *n.* ತಿಳುವಳಿಕೆ, ವಿದ್ಯೆ, ಉಪದೇಶ.

Lorn, *a.* ದಿಕ್ಕಿಲ್ಲದ.

Lō'ris, *n.* (*Loris ceylonicus*) ಕಾಡಪಾಪ.

Lor'ry, *n.* ದೊಡ್ಡ ಬಂಡಿ.

Lōse, *v. t. ir.* (lost, lost) ಕಳಕೊಳ್ಳು; 2. ಹೋಗಲಾಡಿಸು; 3. (the way) ತಪ್ಪು; 4. (to l. in battle or in play) ಸೋಲು; to l. one's self in, to be lost in ಗಾಬರಿಯಾಗು, ಕಂಗೆಡು; to l. ground ಹಿಂಜರಿ; to l. heart ಧೈರ್ಯಗುಂದು, ಎದೆ ಒಡೆ; l. one's head ಬುದ್ಧಿಭ್ರಮೆಯಾಗು; l. one's temper ಸಿಟ್ಟು ಮಾಡು; l. sight of ಕಾಣದಿರು, ಲಕ್ಷ್ಯಮಾಡದಿರು; losing game ನಿಷ್ಫಲವಾದ ಪ್ರಯತ್ನ; he lost ten rupees (in play) ಹತ್ತು ರೂಪಾಯಿ ಸೋತನು. *v. i.* ಸೋಲು. Lō'ser, *n.* ಕಳಕೊಳ್ಳುವವ; 2. ಸೋಲುವವ. Loss, *n.* ಕಳಕೊಳ್ಳೋಣ; 2. ಹಾನಿ, ನಷ್ಟ; be at a l. ತೋಚದೆ ಇರು. Lost, *a.* ಕಳಕೊಂಡ, ಗತವಾದ, ತಪ್ಪಿಹೋದ, ಅದೃಶ್ಯವಾದ; *p. p. of* Lose; l. to shame ಲಜ್ಜೆ ಕಳಕೊಂಡ.

Lot, *n.* ದೈವ, ನಿಯತಿ, ಭಾಗ, ವಿಧಿಯೋಗ; 2. "ಸೋಡತಿಚೀಟು"; cast lots ಚೀಟುಹಾಕು; cast in one's l. with ಒಬ್ಬನನ್ನು ಹೊಂದಿಕೊಂಡಿರು; 3. ಪಾಲು; *pl.* ಯಥೇಷ್ಟ, ಪುಷ್ಕಳ. *v. t. r.* ಪಂಚು.

Lō-thā'ri-ō, *n.* ದುಂದುಗಾರ, ಕಾಮುಕ.

Lō'tiŏn, *n.* ವ್ರಣ ತೊಳೆಯುವ ಕಷಾಯದ ನೀರು.

Lot'tĕr-y (lot'ĕr-), *n.* "ಸೋಡತಿಚೀಟು".

Lō'tus, Lōte, *n.*, sacred l. (*Nelumbium speciosum, Willd.*) ತಾವರೆ, ಕಮಲ; Egyptian l. (*Nymphæa Lotus, L. var. pubescens*) ಬಿಳೇದಾವರೆ, ಕೆಂಪು ತಾವರೆ.

Loud, *a.* ಎತ್ತರ ಸ್ವರದ, ದೊಡ್ಡ ಶಬ್ದದ, ಗಟ್ಟಿಯಾದ. Loud'ly, *ad.* ಗಟ್ಟಿಯಾಗಿ, ದೊಡ್ಡ ಶಬ್ದದಿಂದ; to speak l. ಗಟ್ಟಿಯಾಗಿ ಮಾತಾಡು, ಗಟ್ಟಿಸಿ—, ದೊಡ್ಡಕ್ಕೆ— (*N. C.*). Loud'ness, *n.* ದೊಡ್ಡ ಶಬ್ದ.

Lough (lok), *n. see* Loch.

Lounge, *v. i. r.* ಹೊತ್ತುಕಳೆ; 2. ಮೈಗಳ್ಳನಾಗಿ ತಿರುಗಾಡು. *n.* ಮೈಗಳ್ಳನಾಗಿ ತಿರುಗುವುದು; 2. ಮಂಚ. Loung'ĕr, *n.* ಮೈಗಳ್ಳ, ಹೊತ್ತುಕಳೆಯುವವ.

Louse, *n.* (*pl.* Lice) ಹೇನು; to crack a l. ಹೇನು ಒರೆಯು. Lous'i-ly, *ad.* (*vulg.*) ನೀಚವಾಗಿ. Lou'si-ness, *n.* ಹೇನು ತುಂಬಿರುವುದು. Lou'sy, *a.* ಹೇನು ತುಂಬಿದ; 2. (*vulg.*) ನೀಚ, ಅಧಮ.

Lout, *n.* ಹೆಡ್ಡ, ದಾಂಡಿಗ, ಮಟ್ಟಿ ಮನುಷ್ಯ. Lout'ish, *a.* ಹೆಡ್ಡತನದ.

Lŏve, *n.* ಸ್ನೇಹ, ಪ್ರೀತಿ, ಒಲುಮೆ, ಪ್ರೇಮ, ಅನುರಾಗ; ವಿಶ್ವಾಸ, ದಯೆ, ಧರ್ಮಬುದ್ಧಿ; 2. ಮೋಹ. 3. ವಿವಾಹಾರ್ಥ ಉಪಸರ್ಪಣೆ. *v. t. r.* ಸ್ನೇಹಿಸು, ಪ್ರೀತಿ ಮಾಡು; 2. ಮೋಹಿಸು. Lŏv'a-ble, *a.* ರಮ್ಯ, ಮನೋಹರ, ಸೊಗಸಿನ, ಇಷ್ಟ. Lŏve'af-fāir, *n.* ಪ್ರೇಮಕಾರ್ಯ. Lŏve'-ap-ple, *n.*, *the same as* Tomato. Lŏve'-chärm, *n.* ಸಂವದನ, ಸಂವನನ. Lŏve'-knot (-not), *n.* ಪ್ರೀತಿಯ ಗುರುತಾಗಿರುವ ಗಂಟು, ಪ್ರೇಮಬಂಧ. Lŏve'li-ness. *n.* ಸೌಂದರ್ಯ, ಮನೋಹರತೆ, ಲಾವಣ್ಯ. Lŏve'lorn, *a.* ವಿರಹತಾಪವುಳ್ಳ. Lŏve-ly, *a.* ಸುಂದರ, ರಮಣೀಯ, ಪ್ರಿಯಕರ. Lŏve'-mā-king, *n.* ರಂಜನೆ ಗಳಿಸುವುದು. Lŏv'ĕr. *n.* ಪ್ರೀತಿ ಮಾಡುವವ, ಪ್ರಿಯನು, ಸಖ, ಮನದನ್ನ, ಇನಿಯ, ನೀರ. Lŏve'-shaft, *n.* ಕಾಮುಬಾಣ, ಮದನಶರ. Lŏve'sick, *a.* ವಿರಹರೋಗಿ, ಕಾಮರೋಗಿ, ಕಾಮದಿಂದ ಬಳಲುವ, ಮದನಾತುರವುಳ್ಳ. Lŏve'-song, *n.* ಶೃಂಗಾರಪದ. Lŏve'-tōken, *n.* ಮಂಗಲದ್ರವ್ಯ. Lŏv'ing, *a.* ಪ್ರೀತಿಯುಳ್ಳ, ಸ್ನೇಹವುಳ್ಳ. Lŏv'ing-kīnd-ness, *n.* ಕೃಪೆ, ವಾತ್ಸಲ್ಯ, ಅನುಗ್ರಹ. Lŏv'ing-ly, *ad.* ಪ್ರೀತಿಯಾಗಿ, ಪ್ರೀತಿಯಿಂದ; 2. ಮೋಹವಾಗಿ.

Lōw (lō), *a.* (l. in position, as the ground) ತಗ್ಗು; 2. (of small height) ಸಣ್ಣ, ಕಿರಿ, ಕಿರಿದು; 3. (of small stature) ಗಿಡ್ಡ; 4. (l. in price) ಅಗ್ಗ; 5. (voice) ಕುಗ್ಗಿದ, ಸಣ್ಣ; 6. *(mus.)* ಗಂಭೀರ; 7. (dejected) ಕುಗ್ಗಿದ, ಕುಂದಿದ; 8. (mean in condition) ಕೀಳ, ಬಡ; 9. (mean) ನೀಚ, ಹಲಿಕ; 10. (not intense, *as*, fever, heat) ಮಂದ; l. fever ಅಸ್ಥಿಜ್ವರ; 11. l. tide, l. water ಇಳಿತ; 12. *(geog.)* l. latitude ಕಡಿಮೆ ಅಕ್ಷಾಂಶ, ವಿಷುವದ ಕಡೆಗೆ. *ad.* ಕೆಳಗೆ; 2. ಅಗ್ಗವಾಗಿ; 3. ಕೀಳ ರೀತಿಯಿಂದ; 4. ಬಡ ರೀತಿಯಿಂದ; 5. ನೀಚವಾಗಿ; 6. ಇತ್ತಲಾಗಿ; 7. ಮೆಲ್ಲಗೆ. **Lōw'land**, *n.* ತಗ್ಗು ಭೂಮಿ, ನಿಮ್ನಪ್ರದೇಶ. **Lōw'-līfe**, *n.* ದರಿದ್ರಜೀವನ. **Lōw'li-ness**, *n.* ವಿನಯ ನಮ್ರತೆ. **Lōw'ly**, *a.* ವಿನಯವುಳ್ಳ, ದೀನ, ನಮ್ರ, ಬಡ. *ad.* ವಿನಯವಾಗಿ, ನೀಚವಾಗಿ. **Lōw'ness**, *n.* ತಗ್ಗಾಗಿರುವುದು; 2. ಬಡ ಸ್ಥಿತಿ, ನಮ್ರತೆ; **Lōw'-spir-it-ed**, *a.* ಎದೆಯಿಲ್ಲದ, ಧೈರ್ಯಗುಂದಿದ, ಖಿನ್ನ.

Lōw, *v. i. r.* ಅಂಬರಿಸು, ಅಂಬಾ ಅನ್ನು, ಅಂಬ್ಯಾ ಅನ್ನು. *n.* ದನಗಳ ಕೂಗು. **Lōw'ing**, *n.* ಅಂಬರಿಸೋಣ, ಅಂಬಾ ಅನ್ನುವುದು.

Lōw'ĕr, *v. t. r.* ಇಳಿಸು, ತಗ್ಗಿಸು; 2. ಕುಗ್ಗಿಸು, ಮುರಿ; 3. ಕಡಿಮೆ ಮಾಡು, ಅಗ್ಗ—.

Lōw'ĕr (lōwr), *v. i. r.* ಮುಸುಕು, ಕವಿ, ಮೊಬ್ಬಾಗು.

Loy'al, *a.* ನ್ಯಾಯನಿಷ್ಠನಾದ, ರಾಜನಿಷ್ಠ, ಸ್ವಾಮಿಭಕ್ತ, ನಂಬಿಕೆಯಾದ. **Loy'al-ly**, *ad.* ನಂಬಿಕೆಯಾಗಿ, ಸ್ವಾಮಿಭಕ್ತಿಯಿಂದ, ರಾಜನಿಷ್ಠೆಯಿಂದ. **Loy'al-ty**, *n.* ಸ್ವಾಮಿಭಕ್ತಿ, ರಾಜನಿಷ್ಠೆ.

Loz'enġe, *n.* "ಬತ್ತಾಸು"; 2. ವಿಷಮ ಕೋಣ ಸಮ ಚತುರ್ಭುಜ.

Lub'bĕr (lub'ĕr), *n.* ಹೆಡ್ಡ, ದಾಂಡಿಗ, "ಟೋಣಪ", "ಟೊಣ್ಣ". **Lub'bĕr-ly**, *a.* ಹೆಡ್ಡನಂಥ, ದಾಂಡಿಗನಾದಂಥ, ಟೋಣಪನಂಥ, ಟೊಣ್ಣಪ್ಪನಂಥ. *ad.* ಹೆಡ್ಡತನವಾಗಿ.

Lū'bri-cāte, *v. t. r.* ನುಣ್ಣಗೆ ಮಾಡು, ಮೃದು—, ನಯ—. **Lū-bri-cā'tiǒn**, *n.* ನುಣ್ಣಗೆ ಮಾಡೋಣ. **Lū-bri-cā'tŏr**, *n.* ನುಣ್ಣಗೆ ಮಾಡುವವನು, ನುಣ್ಣಗೆ ಮಾಡುವ ವಸ್ತು. **Lū-bric'i-ty**, *n.* ನುಣುಪು, ನಯ, ಮೃದುತ್ವ; 2. ವ್ಯಭಿಚಾರ.

Lū'cent, *a.* ಪ್ರಕಾಶಿಸುವ, ಶೋಭಿಸುವ.

Lū'cĕrn, **-cĕrne**, *n.* *(Medicago sativa)* ಕುದುರೇ "ಮಸಾಲೆ" ಎಂಬ ಗಿಡ, "ವಿಲಾಯತೀ" ಹುಲ್ಲು.

Lū'cid, *a.* ಪ್ರಕಾಶಿಸುವ, ಮಿನುಗುವ; 2. ಸ್ವಚ್ಛ. **Lū-cid'i-ty**, **Lū-cid'ness**, *n.* ಪ್ರಕಾಶ, ಕಾಂತಿ; 2. ಸ್ಪಷ್ಟತೆ. **Lū'cid-ly**, *ad.* ಸ್ವಚ್ಛವಾಗಿ; 2. ಸ್ಪಷ್ಟವಾಗಿ.

Lū'ci-fĕr, *n.* ಮುಂಜಾನೆ ಕಾಣುವ ಶುಕ್ರನಕ್ಷತ್ರ, ಬೆಳ್ಳಿ, ಚಿಕ್ಕಿ; 2. "ಸೈತಾನ"; 3. ಬೆಂಕೀ ಕಡ್ಡಿ, ದೀಪದ ಕಡ್ಡಿ.

Luck, *n.* ಅದೃಷ್ಟ, ದಶೆ, ದೈವ, ಭಾಗ್ಯ. **Luck'i-ly**, *ad.* ಸುದೈವದಿಂದ, ದೈವಯೋಗದಿಂದ. **Luck'i-ness**, *n.* ಭಾಗ್ಯ, ಸುಗತಿ, ಸಾಲಾವಳಿ. **Luck'less**, *a.* ದುರ್ದಶೆಯ, ದಶೆಗೆಟ್ಟ, ದೌರ್ಭಾಗ್ಯದ. **Luck'y**, *a.* ದಶಾವಾನ, ಸುದೈವದ, ಭಾಗ್ಯದ, ಶುಭವಾದ.

Lū'cre (-kĕr), *n.* ಲಾಭ, "ನಫೆ", ಆದಾಯ. **Lū'cra-tive**, *a.* ಲಾಭವುಳ್ಳ, "ನಫೆಯ". **Lū'cra-tive-ly**, *ad.* ಲಾಭವಾಗಿ.

Lū'cū-brāte, *v. t. r.* ದೀಪಾ ಹಚ್ಚಿಕೊಂಡು ರಾತ್ರಿಯಲ್ಲಿ ವಿದ್ಯಾಭ್ಯಾಸ ಮಾಡು. **Lū-cū-brā'tiǒn**, *n.* ರಾತ್ರಿಯಲ್ಲಿ ಕೂತು ಮಾಡಿದ ಅಭ್ಯಾಸ; 2. ರಾತ್ರಿ ಕೂತು ಮಾಡಿದ ಗ್ರಂಥ. **Lū-cū-brā'tŏr-y**, *a.* ರಾತ್ರಿ ಕೂತು ಮಾಡಿದ, ಬಹು ಶ್ರಮೆಯಿಂದ ಮಾಡಿದ.

Lū'cū-lent, *a.* ಸ್ವಚ್ಛ, ಸ್ಪಷ್ಟ.

Lū'di-crǒus, *a.* ನಗೆ ಬರುವಂಥ, ನಗೆ ಹುಟ್ಟಿಸುವ.

Luff, *n.* ಗಾಳಿಗೆದುರಾಗಿರುವ ಹಡಗಿನ ಭಾಗ.

Lug, *v. t. r.* ಎಳೆ, ಎಳಕೊಂಡು ಹೋಗು, ಜಗ್ಗು. **Lug'gāġe**, *n.* "ಸಾಮಾನು", ಗಂಟು ಮೂಟೆ. **Lug'gĕr**, *n.* ಒಂದು ತರದ ಸಣ್ಣ ಹಡಗ.

Lū-gū'bri-ǒus, *a.* ದುಃಖವುಳ್ಳ, ದುಃಖದ.

Lūke'warm, *a.* ಉಗುರುಬೆಚ್ಚಗಾದ, ಮಂದೋಷ್ಣವಾದ, ಉದಾಸೀನವಾದ. **Lūke'warm-ly**, *ad.* ಉಗುರುಬೆಚ್ಚಗಾಗಿ. **Lūke'warm-ness**, *n.* ಉಗುರುಬೆಚ್ಚಗೆ, ಮಂದೋಷ್ಣ, ಉದಾಸೀನ.

Lull, *v. t. r.* ಶಾಂತ ಮಾಡು, ಸಮದಾಯಿಸು; 2. ಮಲಗಿಸು. *v. i.* ಶಾಂತವಾಗು, ತಣ್ಣಗಾಗು. *n.* ಶಾಂತಿ, ತೆರಪು, ತಣ್ಣಗಾಗುವಿಕೆ. **Lul'la-by**, *n.* ಜೋಗುಳ, ಲಾಲಿಹಾಡು.

Lum-bā'go, *n.* ನಡುನೋವು, ನಡುವಾಯು, ಕಟಿಶೂಲೆ, ಕಟಿವಾತ.

Lum'bĕr, *n.* ಕೆಲಸಕ್ಕೆ ಬಾರದ "ಸಾಮಾನು". *v. t. r.* ಚಲ್ಲಾ ಪಿಲ್ಲಿಯಾಗಿ ಹಾಕು, ಸಿಕ್ಕ ಹಾಗೆ

ȼ *as* k; c *as* s; ċh *as* sh; g *as in* get; ġ *as* j; ṅ *nasal, as in* aṅger; ş *as* z; th *as in* thou; x̧ *as* gz; ce, ci, si *and* ti *before a vowel as* sh: ocean, action.

ಒಟ್ಟು. *v. i.* ಕಷ್ಟದಿಂದ ನಡಕೊಂಡು ಹೋಗು. **Lum'bĕr-room**, *n.* ಕೆಲಸಕ್ಕೆ ಬಾರದ "ಸಾಮಾನು" ಇಡುವ ಕೋಣೆ.

Lū'mi-nar-y (-nĕr-i), *n.* ಕಾಂತಿಮಂಡಲ, ಜ್ಯೋತಿರ್ಮಂಡಲ. **Lū'mi-nŏus**, *a.* ಹೊಳೆಯುವ, ಥಳಥಳಿಸುವ. **Lū-mi-nos'i-ty**, **Lū'mi-nŏus-ness**, *n.* ಪ್ರಕಾಶ, ಹೊಳಪು. **Lū'mi-nŏus-ly**, *ad.* ಪ್ರಕಾಶವಾಗಿ, ಥಳಥಳಿಸುತ್ತಾ.

Lump, *n.* ಮುದ್ದೆ, ಪಿಂಡ, ಪಿಂಡಿ, ಪಿಂಟಿ; a l. of dough ಉಳ್ಳಿ; l. of gold *or* silver ಗಟ್ಟಿ; to buy in the l. ಮೊತ್ತವಾಗಿ ಕೊಂಡುಕೊಳ್ಳು; 2. ಒಟ್ಟು; in the l. ಒಟ್ಟಿಗೆ, ರಾಶೀ ಮೇಲೆ. *v. t. r.* (*pr.* lumpt) ಏಕರಾಶಿಮಾಡು, ಒಂದೇ "ರಖಮಿನಲ್ಲಿ" ಬರೆ, ಕಲಸು, ಒಟ್ಟುಮಾಡು. **Lump'ish**, *a.* ಭಾರವಾದ, ಮೂರ್ಖ. **Lump'y**, *a.* ಮುದ್ದೆಮುದ್ದೆಯಾಗಿರುವ, ಪೆಂಟಿ ಪೆಂಟಿ ಇರುವ.

Lū'na-cy, *n.* ಚಂದ್ರರೋಗ, ಸನ್ನಿ, ಹುಚ್ಚು. **Lū'nar** (-nĕr), *a.* ಚಂದ್ರನ, ಚಾಂದ್ರಮಾನ. **Lū'na-tic**, *n.* ಚಂದ್ರರೋಗಿ, ಹುಚ್ಚ. *a.* ಹುಚ್ಚು, ಸನ್ನಿಹಿಡಿದ, ಉನ್ಮತ್ತ. **Lū-nā'tiŏn**, *n.* ಚಂದ್ರಗತಿ, ಚಂದ್ರಾವರ್ತನೆ.

Lunch, **Lun'cheŏn** (lun'shun), *n.* ಫಲಾಹಾರ.

Lūne, *n.* ಅರ್ಧ ಚಂದ್ರಾಕಾರ.

Lunge, *v. t.* ಕುದುರೆಯನ್ನು ಸುತ್ತು ತಿರುಗಿಸು; 2. ಖಡ್ಗದಿಂದ ಚುಚ್ಚು; 3. ಮುಂದಕ್ಕೆ ದುಮುಕು.

Lungs, *n. pl.* ಕಫಕೋಶ, ಶ್ವಾಸಕೋಶ, ಪುಪ್ಪುಸ, ತೊಳ್ಳೆ, ಡೊಮ್ಮ; spare your l. ಕೂಗಬೇಡ. **Lunged**, *a.* ಶ್ವಾಸಕೋಶವುಳ್ಳ.

Lū'pīne, *a.* ತೋಳದ, ತೋಳದಂಥ.

Lurch, *n.* ಕಪ್ಪಲ ಸ್ಥಿತಿ, ಹಡಗು ಅಕಸ್ಮಾತ್ತಾಗಿ ಹೊರಳುವುದು; leave in the l. ಕೈಬಿಡು. *v. i. r.* ಒಂದು ಕಡೆಗೆ ಹೊರಳು. **Lurch'ĕr**, *n.* ನುಚ್ಚುಗಳ್ಳ, ವಂಚಕ, ಬೇಹುಗಾರ, 2. ಹೊಂಚಿಕೊಂಡಿರುವ ನಾಯಿ.

Lūre, *n.* ಮೋಹನ, ಎರೆ, *v. t. r.* ಆಶೆಗೊಳಿಸು, ಆಶೆ ತೋರಿಸು, ಮೋಹಗೊಳಿಸು.

Lūr'id, *a.* ಮಬ್ಬಾದ, ಮಸಕು.

Lurk, *v. i. r.* (*pr.* lurkt) ಹೊಂಚಿಕೊಳ್ಳು, —ನೋಡು, ಜಪ್ಪಿಸಿಕೊಳ್ಳು, ಪಾಳತೀ ನೋಡು, ಅಡಗಿಕೊಂಡು ಕಾಯು; 2. ಅಡಗಿಕೊಳ್ಳು. **Lurk'ing-plāce**, *n.* ಅಡಗಿಕೊಳ್ಳುವ ಸ್ಥಳ.

Lus'ciŏus (lush'us), *a.* ಸವಿ, ಅತಿ ಸಿಹಿಯಾದ, ಬಹು ಮಧುರವಾದ. **Lus'ciŏus-ly**, *ad.* ಬಹು ಸವಿಯಾಗಿ. **Lus'ciŏus-ness**, *n.* ಅತಿ ಮಾಧುರ್ಯ, ಅತಿರುಚಿ.

Lush, *a.* ಸಾರವುಳ್ಳ.

Lust, *n.* ಅತ್ಯಾಶೆ, ವಿಷಯವಾಸನೆ, ವ್ಯಾಮೋಹ, ಕಾಮ, ಮಸ್ತಿ; blinded by l. ಕಾಮಾಂಧ. *v. i. r.* l. after ಮೋಹಿಸು, ಅತ್ಯಾಶೆ ಪಡು. **Lus'tĕr**, *n.* ಅತಿ ಆಶೆ ಪಡುವವನು, ಕಾಮಾತುರನು. **Lust'ful**, *a.* ಕಾಮಾತುರ, ವಿಷಯಲಂಪಟ, ಕಾಮುಕ. **Lust'ful-ly**, *ad.* ಕಾಮಾತುರದಿಂದ, ಕಾಮುಕವಾಗಿ. **Lus'ti-ly**, *ad.* ಪುಷ್ಟಿಯಾಗಿ, ಆರೋಗ್ಯವಾಗಿ; 2. ಬಲವಾಗಿ. **Lus'ti-ness**, *n.* ಪುಷ್ಟಿ, ಕಾಯಬಲ. **Lus'ty**, *a.* ಪುಷ್ಟ, ಗಾತ್ರವಾದ, ಗಟ್ಟಿತರ; 2. ಆರೋಗ್ಯವುಳ್ಳ.

Lus'tral, *a.* ಪ್ರೋಕ್ಷಿಸುವ.

Lus'trāte, *v. t. r.* ಶುದ್ಧ ಮಾಡು. **Lus-trā'tiŏn**, *n.* ಪ್ರೋಕ್ಷಣೆ, ಶುದ್ಧಿ, ಸ್ನಾನ.

Lus'tre (lustr). *n.* ಮಿನುಕು, ಮಿಂಚು, ಕಾಂತಿ, ತೇಜಸ್ಸು, ಜುಮುರು; 2. ಕೀರ್ತಿ; 3. ಕಾಜಿನ ಬಳ್ಳಿ. **Lus'tre-less**, *a.* ಕಳೆಯಿಲ್ಲದ, ನಿಸ್ತೇಜವಾದ. **Lus'trŏus**, *a.* ಪ್ರಕಾಶಿಸುವ, ಮಿಂಚುವ.

Lus'trum, *n.* ಐದು ವರ್ಷಗಳ ಕಾಲ, ಪಂಚಾಬ್ದ, [ಯುಗ.

Lūte, *n.* ವೀಣೆ, ತಂಬೂರಿ. 2. ಮಣ್ಣು, ಬಂಕ. *v. t. r.* ವೀಣೆ ಬಾರಿಸು. **Lūt'an-ist**, *n.* ವೀಣಾಪಾಠಕನು.

Lux. Lux'āte, *v. t. r.* ಕೀಲು ತಪ್ಪಿಸು, ಸಂದು ಜಾರಿಸು. **Lux-ā'tiŏn**, *n.* ಕೀಲು ತಪ್ಪಿಸೋಣ, —ತಪ್ಪೋಣ.

Lux'u-ry (luksh'eri), *n.* ಹೊಟ್ಟೆಬಾಕತನ, ಅತಿಭೋಗ, "ದುಂಡುತನ", ಸವಿಪದಾರ್ಥ. **Lux-ū'ri-ance**, **-ancy** (lug-zū'ri-), *n.* ಅಭಿವೃದ್ಧಿ, ಬಹಳವಾಗಿ ಬೆಳೆಯುವುದು, ಅಪಾರವು. **Lux-ū'ri-ant** (lug-zū'ri-), *a.* ಬಹಳವಾಗಿ ಬೆಳೆಯುವ, ಅಪಾರ. **Lux-ū'ri-āte** (lug-zū'ri-), *v. i. r.* ಬಹಳವಾಗಿ ಬೆಳೆ, ಅಪಾರವಾಗಿ ಹಬ್ಬು; l. in ಅತಿಭೋಗ ಮಾಡು. **Lux-ū'ri-ŏus** (lug-zū'ri-), *a.* ವಿಲಾಸವುಳ್ಳ, ಭೋಜನಪ್ರಿಯ; 2. ಮೃಷ್ಟ ಪದಾರ್ಥ ತುಂಬಿದ; 3. "ದುಂಡು". **Lux-ū'ri-ŏus-ness** (lug-zū'ri-), *n.* ಸುಖಭೋಗ, ವಿಷಯಭೋಗ, "ದುಂಡು".

Ly-cē'um, *n.* ವಿದ್ಯಾಶಾಲೆ.

Lȳe, *n.* ಭಸ್ಮಜಲ, ಬೂದೀ ನೀರು; to steam dirty linen in l. water ಉಬ್ಬೆಗೆ ಹಾಕು.

Lȳ'ing, *n.* ಸುಳ್ಳಾಡುವುದು, ಸುಳ್ಳಾಟ; 2. ಮಲಗಿಕೊಂಡಿರುವುದು, ಬಿದ್ದಿರುವುದು; l.-in ಹೆರುವುದು, ಹಡಿಯುವುದು, ಸೂತಿಕೆ, ಬಾಣಂತಿತನ; l.-in chamber ಸೂತಿಕಾಗೃಹ.

Lymph (limf), *n.* ನೀರು; 2. ದುಗ್ಧರಸ; l. of small-pox ಮೈಲೀ ಹಾಲು. Lym-phat'ic (-fat'ik), *a.* ದುಗ್ಧರಸವುಳ್ಳ; l. duct ದುಗ್ಧವಾಹಿನಿ.

Lynch (linsh'), *v. t.* ತನ್ನಿಷ್ಟದಂತೆ ತೀರ್ಮಾನಿಸಿ ಶಿಕ್ಷಿಸುವುದು. Lynch'-law, *n.* ತಮ್ಮಿಷ್ಟದಂತೆ ತೀರ್ಮಾನಿಸಿ ಶಿಕ್ಷಿಸುವ ಕಾಯಿದೆ.

Lynx, *n.* ಚಿರ್ಚದ ಜಾತಿಯ ಒಂದು ಮೃಗ. Lynx'-eyed (-īd), *a.* ತೀಕ್ಷ್ಣ ಕಣ್ಣಿನ.

Lȳre (lir), *n.* ವೀಣೆ. Lyr'ic, Lyr'i-cal, *a.* ವೀಣೆಯ ಮೇಲೆ ಗಾಯನ ಮಾಡತಕ್ಕ. Lyr'ic, *n.* *(chiefly in pl.)* ಪದ, ಗೀತ. Ly'rist, *n.* ವೀಣೆ ಬಾರಿಸುವವ, ವೀಣಾಪಾಠಕನು.

Lȳ-sim'e-tĕr, *n.* ಮಣ್ಣಿನ ಥರದಿಂದ ನೀರು ಇಂಗುವದನ್ನು ಅಳೆಯುವ ಯಂತ್ರ.

Ly'sol, *n.* ರೋಗದ ಸುಂಕು ಹೋಗಲಾಡಿಸುವ ವಸ್ತು.

M

M., *abbr. from* Masculine, Mile, Minute, Metre, Mark (coin).

M (*abbr. from Latin* mille) 1000; MMC =2100, MCM=1900.

M. A., *abbr. from* Master of Arts [ಪಂಡಿತ.

Mä, *n.*, *abbr. of* Mamma.

Ma'am (mam), *n.*, *vulg. for* Madam.

Mab, *n.* ಯಕ್ಷಿಣಿಗಳ ರಾಣಿ.

Mac *(pref. in Scotch names)*, *n.* ಮಗ, "ಬಿನ್"; *abbr.* Mc. *as*, McDuff, the son of Duff.

Ma-ca'bre (-cä-), *a.* ಭಯಂಕರ, ತಾಂಡವ.

Mac-ad'am-ize, *v. t. r.* ತುಂಡು ಕಲ್ಲುಗಳನ್ನು ತುಂಬಿಸಿ ಮಾರ್ಗ ಮುಂತಾದ್ದನ್ನು ಗಟ್ಟಿಮಾಡು.

Mac-a-rö'ni, *n.* ಗೋದಿರವೆಯಲ್ಲಿ ಮಾಡಿದ ಒಂದು ಆಹಾರವಸ್ತು; 2. ಹಾಸ್ಯಗಾರ.

Mac-a-roon', *n.* ಬಾದಾಮಿ ಮಿಠಾಯಿ; 2. ಹಾಸ್ಯಗಾರ.

Ma-kaw', *n.* ಒಂದು ಬಗೆಯ ಗಿಳಿ; 2. ಒಂದು ಬಗೆಯ ತಾಳೆಯ ಮರ.

Ma'cca-boy, -baw, *n.* ಗುಲಾಬಿಯ ಅತ್ತರು ಬೆರಸಿದ ನಸ್ಯ.

Māce, *n.* ಗದೆ, ದೊಣ್ಣೆ; 2. ಮುದ್ರೆಕೋಲು. Māce'-beār-ĕr (bār-), Mā'cĕr, *n.* "ಚೋಪುದಾರ", ದಂಡಧರ.

Māce, *n.* ಜಾಪತ್ರಿ, ಜಾಜಿಪತ್ರೆ, ಜಾತೀಕೋಶ.

Mac'ĕr-āte (mas'sĕr-āt), *v. t. r.* ನೆನೆಹಾಕು. Mac-ĕr-ā'tiŏn (mas-sĕr-ā'shun), *n.* ನೆನೆಹಾಕುವುದು.

Mach-i-a-vĕl', *n.* ರಾಜಕೀಯ ಕುಟಿಲ ತಂತ್ರಪ್ರವೀಣ. Mach-i-a-vĕll'ian, *a.* ರಾಜಕೀಯ ಕುಟಿಲತೆಯ. Mach-i-a-vĕll'ian-iṣm, *n.* ಕುಟಿಲತಂತ್ರಪ್ರವೀಣತೆ.

Mach'i-nāte (mak'i-), *v. t. r.* ಹಂಚಿಕೆ ಮಾಡು, ಉಪಾಯ—, ಯುಕ್ತಿ —. Mach-i-nā'tiŏn (mak'i-), *n.* ಹಂಚಿಕೆ, ತಂತ್ರ, ಉಪಾಯ, ಯುಕ್ತಿ, "ಮಸಲತ್ತು". Mach'i-nā-tŏr (mak'i-), *n.* ಉಪಾಯಗಾರ, ಸಂಚುಗಾರ.

Ma-chīne' (-shēn'), *n.* ಯಂತ್ರ, ರಾಟೆ; the simple machines ಮೂಲ ಯಂತ್ರಗಳು. Ma-chī'nĕr-y, *n.* ಯಂತ್ರಸಾಹಿತ್ಯ, ಯಂತ್ರಗಿಂತ್ರ, ಸೂತ್ರಸಾಹಿತ್ಯ; 2. ಉಪಾಯ. Ma-chī'nist, *n.* ಯಂತ್ರ ಮಾಡುವವ, ಯಂತ್ರ ಬಲ್ಲವ.

Mack'ĕr-al, *n.* ಒಂದು ತರದ ಮೀನು (*Tulu* ಬಂಗುಡೆ).

Mack'in-tosh, *n.* ನೀರು ಕೊಳ್ಳದ ಉದ್ದಂಗಿ.

Mac'rö-coṣm, *n.* ಅಖಿಲಾಂಡ, ಬ್ರಹ್ಮಾಂಡ, ವಿಶ್ವ.

Mac'ū-lāte, *v. t. r.* ಕಲೆ ಮಾಡು, ಕಳಂಕ ಹಚ್ಚು.

Mad, *a.* ಹುಚ್ಚು; he is m. ಅವನಿಗೆ ಹುಚ್ಚು ಹಿಡಿಯಿತು; m. after ಮರುಳಾದ. Mad'-cap, *n.* ಹುಚ್ಚ. Mad'den (mad'n), *v.t.r.* ಹುಚ್ಚು ಹಿಡಿಸು, ಹುಚ್ಚೇರಿಸು. *v. i.* ಹುಚ್ಚಾಗು, ಹುಚ್ಚುಗೊಳ್ಳು, ಹುಚ್ಚನಂತೆ ಮಾಡು. Mad'-house, *n.* ಹುಚ್ಚರ ಸರೆ, —"ಆಸ್ಪತ್ರೆ". Mad'-ly, *ad.* ಹುಚ್ಚಾಗಿ, ಹುಚ್ಚನಂತೆ. Mad'man, *n.* ಹುಚ್ಚ, ಉನ್ಮತ್ತ. Mad'ness, *n.* ಹುಚ್ಚುತನ, ಮರುಳು, ಭ್ರಾಂತಿ.

Ma'dam, *n.* ಅಮ್ಮ, "ಬೀಬೀಸಾಹೇಬರು", "ದೊರೆಸಾನಿ", ಮಹಾತಾಯಿ.

Mad'ar, *n.* *(Calotropis gigantea, R. Br.)* ಎಕ್ಕೆಗಿಡ *(S.C., S.M.)*, ಎಕ್ಕದಗಿಡ *(My.)*, ಎಕ್ಕೆಮಾಲೆ ಗಿಡ, ಅರ್ಕ—.

Mad'dĕr, *n.*, Bengal m. *or* Indian m. *(Rubia cordifolia, L.)* ಮಂಜಿಷ್ಠ, ಇಷ್ಟಮಧುಕ.

Ma-don'a, Ma-don'na, *n.* ಕನ್ನಿಕೆ ಮರಿಯೆಂಬಿಯ ಚಿತ್ರ.

Madrā'sah, Medre'sseh, *n.* ಮುಸಲ್ಮಾನರ ಸರ್ವ ವಿದ್ಯಾಶಾಲೆ.

Mad're-pōre, *n.* ತೂತುಗಳಿರುವ ಹವಳದ ಬಳ್ಳಿ.

Mad'ri-gal, *n.* ಶೃಂಗಾರದ ಚಿಕ್ಕ ಕಾವ್ಯ.

Mag'a-zīne (-zēn), *n.* ಉಗ್ರಾಣ, ಕೋಠಿ, ಶಸ್ತ್ರಶಾಲೆ, "ತೋಪಖಾನೆ"; 2. ವೇಳೆವೇಳೆಗೆ ಪ್ರಸಿದ್ಧಿಯಾಗುವ ಪತ್ರ, ಸಮಾಚಾರಪತ್ರಿಕೆ.

Mag'da-lene (-lin), *n.* ದುರ್ವೃತ್ತಿ ಬಿಟ್ಟು, ಸುಶೀಲೆಯಾದವಳು.

Ma-ġen'ta, *n.* ಅತಿ ಕೆಂಪು ಬಣ್ಣದ ಹುಡಿ.

Mag'gŏt (mag'ut), *n.* ಹುಳ, ಕೀಟಕ.

Mā'ġī, *n. pl.* ಪಾರ್ಸಿ ಜ್ಯೋತಿಷ ಮುಂತಾದ ಶಾಸ್ತ್ರಜ್ಞರು, ಮುನೀಶ್ವರರು.

Maġ'ic, *n.* ಮಂತ್ರ, ಇಂದ್ರಜಾಲ, ಪಿಶಾಚವಿದ್ಯೆ. Maġ'i-cal, *a.* ಮಂತ್ರದ, ಮಂತ್ರದಿಂದ ಮಾಡಿದ; 2. ಚಮತ್ಕಾರದ. Maġ'i-cal-ly, *ad.* ಮಂತ್ರಬಲದಿಂದ, ವಿಚಿತ್ರವಾಗಿ. Ma-ġi'cian (-jish'an), *n.* ಮಂತ್ರವಾದಿ, ಮಾಟಗಾರ, ಕಣ್ಕಟ್ಟುಗಾರ.

Maġ-is-tē'ri-al, *a.* ಅಧಿಕಾರದ; 2. ಅಭಿಮಾನವುಳ್ಳ. Maġ-is-tē'ri-al-ly, *ad.* ಅಧಿಕಾರದಿಂದ; 2. ಅಹಂಕಾರದಿಂದ.

Maġ'is-trāte, *n.* ಅಧಿಕಾರಸ್ಥ, "ಸರಕಾರದವ", "ಮೆಜಿಸ್ಟ್ರೇಟು". Maġ'is-tra-cy, *n.* ನ್ಯಾಯಾಧಿಕಾರ, "ಸರಕಾರ".

Mag'na Chär'ta (kär'ta), *n.* "ಇಂಗ್ಲಿಷರ" ಮಹಾಶಾಸನ.

Mag-na-nim'i-ty, *n.* ದೊಡ್ಡ ಮನಸ್ಸು, ಮಹಾತ್ಮ್ಯ, ಔದಾರ್ಯ, ಶೌರ್ಯ. Mag-nan'i-mōus, *a*, ದೊಡ್ಡ ಮನಸ್ಸಿನ, ಧೀರ, ಉದಾರ, ಗಂಭೀರ. Mag-nan'i-mōus-ly, *ad.* ದೊಡ್ಡ ಮನಸ್ಸಿನಿಂದ, ಉದಾರವಾಗಿ.

Mag'nāte, *n.* ಪ್ರಭು, ದೊಡ್ಡ ಸ್ಥಾನದ ಮನುಷ್ಯ, "ಸರದಾರ".

Mag-nē'si-um sul'phāte (sul'fāt), *n.*, *see* Epsom-salt ಭೇದಿಮದ್ದು.

Mag'net, *n.* ಸೂಜಿಕಲ್ಲು, ಸೂಜಿಕಾಂತ, ಲೋಹಚುಂಬಕ. Mag-net'ic, -net'i-cal, *a.* ಸೂಜಿಕಾಂತ ಸಂಬಂಧದ, ಆಕರ್ಷಕ. Mag-net'i-cal-ly, *ad.* ಸೂಜಿಕಾಂತದಿಂದ, ಆಕರ್ಷಣಶಕ್ತಿಯಿಂದ. Mag'net-īse, *v. t. r.* ಸೂಜಿಕಾಂತ ಗುಣ ಕೊಡು; 2. ಆಕರ್ಷಿಸು, ಮನರಂಜಿಸು. Mag'net-ism, *n.* ಸೂಜಿಕಾಂತತೆ, ಲೋಹಚುಂಬಕಧರ್ಮ, ಆಕರ್ಷಣಶಕ್ತಿ.

Mag-nif'ic, -nif'i-cal, *a.*, *see* Magnificent. Mag-nif'i-cent, *a.* ಶೋಭೆಯುಳ್ಳ, ವೈಭವವುಳ್ಳ, ಮಹಾ. Mag-nif'i-cence, *n.* ಶೋಭೆ, ಪ್ರತಾಪ, ವೈಭವ, ಔದಾರ್ಯ. Mag-nif'i-cent-ly, *ad.* ಶೋಭೆಯಾಗಿ, ವೈಭವದಿಂದ, ಅಟ್ಟಹಾಸದಿಂದ. Mag-nif'i-co, *n.* *see* Grandee.

Mag'ni-fȳ, *v. i. r.* (-fīed) ಚಿಕ್ಕ ವಸ್ತುವನ್ನು ದೊಡ್ಡದು ಮಾಡಿ ತೋರಿಸುವ ಶಕ್ತಿ ಇರು *r. d. v. t.* ದೊಡ್ಡದು ಮಾಡು; 2. ವರ್ಣನೆ ಮಾಡು, ಕೊಂಡಾಡು, ಸ್ತುತಿಸು. Mag'ni-fied, *p. p. a.* ಘನಪಡಿಸಿದ, ಪೂಜ್ಯವಾದ. Mag-ni-fī'ĕr, *n.* ದೊಡ್ಡದು ಮಾಡಿ ತೋರಿಸುವವ, ಉಬ್ಬಿಸಿ ಹೊಗಳುವವ; 2. ಭೂತಗನ್ನಡಿ, ಸೂಕ್ಷ್ಮದರ್ಶಕ. Mag'ni-fȳ-ing-glass, *n.* ಭೂತಗನ್ನಡಿ. Mag'ni-fȳ-ing mirror, *n.* ರಾವುಗನ್ನಡಿ.

Mag-nil'ō-quence, *n.* ಬಡಿವಾರ, "ಬಡಾಯಿ". Mag-nil'ō-quent, *a.* ಬಡಿವಾರದ. Mag-nil'ō-quent-ly, *ad.* ಬಡಿವಾರದಿಂದ.

Mag'ni-tūde, *n.* ಅಳತೆ, ಪರಿಮಾಣ, ಉದ್ದಗಲ; 2. ಮಹತ್ವ.

Mag'pīe, *n.* ಕಾಗೇ ತರದ ಒಂದು ಪಕ್ಷಿ, ಮಡಿವಾಳನ ಹಕ್ಕಿ.

Maġ'yär, *n.* ಹಂಗೇರಿಯದವನು.

Ma-hāt'ma, *n.* ಮಹಾತ್ಮ, ಮಹಾ ಪುರುಷ.

Mahdi, *n.* ಮುಸಲ್ಮಾನರಲ್ಲಿಯ ಗುರುರಾಯ.

Ma-hog'a-ny, *n.* "ಮಾಗನಿ" ಮರ.

Mä-hom'e-tan *or* Mō-ham'me-dan, *n.* "ಮಹಮ್ಮದ" ಮತಸ್ಥ, "ಮುಸಲ್ಮಾನ". Mä-hom'e-tan-ism *or* Mō-ham'me-dan-ism, *n.* "ಮಹಮ್ಮದ' ಮತ.

Ma-hōut', *n.* ಆನೆಯ ಮಾವುತ.

Mäh'wa trēe, Mah'ua t., *n.* *(Bassia latifolia, Rox.)* ಇಪ್ಪೇ ಮರ *(My.)*.

Māid, *n.* ಕನ್ನಿಕೆ, ಕುಮಾರಿ; 2. ಚಾಕರಿಯವಳು, ತೊತ್ತು. Māid'-sėr-vant, *n.* ದಾಸಿ, ಚಾಕರಿಯವಳು, ತೊತ್ತು, ಗೌಡಿ.

Māid'en (mād'n), *n.* ಕನ್ನಿಕೆ. *a.* ಕನ್ನಿಕೆಯ,

ತರುಣ ಸ್ತ್ರೀಯರ; 2. ಹೊಸ; a m. name ಸ್ತ್ರೀಯು ಮದುವೆಗೆ ಮೊದಲು ಕರಿಸಿಕೊಂಡ ಕುಲ ನಾಮ; a m. speech ಪ್ರಥಮತಃ ಮಾಡಿದ ನಿರೂಪಣ, —ಭಾಷಣ. Māid'en-hood (mād'n-), -head (-hed), *n.* ಕನ್ಯಾತ್ವ, ಕೌಮಾರ್ಯ. Māid'en-ly (mād'n-), *a.* ಕನ್ನೆಯಂಥ, ಮಂದಾಕ್ಷದ, ಸಾಧು.

Mai-eū'tic, *a.* ಒಬ್ಬನ ಮನಸ್ಸಿನ ಅಸ್ಪಷ್ಟ ಅಭಿಪ್ರಾಯಗಳನ್ನು ಪ್ರಶ್ನೆಗಳ ಮೂಲಕ ಸ್ಪಷ್ಟವಾಗಿ ರೂಪಿತಕ್ಕೆ ತರುವುದು.

Māil, *n.* ಕವಚ. *v. t.* ಕವಚ ತೊಡಿಸು; the m.ed fist ದೇಹದ ಬಲ.

Māil, *n.* ಅಂಚೆ, "ಟಪ್ಪಾಲು".

Māim, *v. t. r.* ಊನ ಮಾಡು, ಹೋಕು—. *n.* ಊನತೆ, ಹೋಕು, ಕೊರತೆ. Māimed (mā-md), *a.* ಊನ, ಅದುವಾದ, ಹೀನಾಂಗವಾದ, ಹೋಕಿನ; 2. ಕೊರತೆಯ.

Māin, *a.* ಮುಖ್ಯ, ಶ್ರೇಷ್ಠ, ವಿಶೇಷವಾದ. *n.* ಬಲ, ಶಕ್ತಿ; 2. ಮುಖ್ಯ ಭಾಗ; 3. ಸಮುದ್ರ; 4. ನಲ, ನಳಿಗೆ, ಕೊಳವೆ. Māin'land, *n.* ನಡುಗಡ್ಡೆಯಲ್ಲದ ಮುಖ್ಯ ನೆಲ, ಭೂಮಿ, ಭೂಖಂಡ. Main'mast, *n.* ಹಡಗದ ನಡುವಿನ ಕೂವೆಮರ. Māin'spring, *n.* ಗಡಿಯಾರದ ಕಮಾನು; 2. ಮುಖ್ಯ ಕಾರಣ, ಹೇತು. Māin'stay, *n.* ಮುಖ್ಯ ಆಧಾರ. Māin'-top, *n.* ಹಡಗಿನ ಮಧ್ಯ ಸ್ತಂಭದ ಮೇಲಿನ ತೊಟ್ಟಿ.

Māin-tāin', *v. t. r.* ಕಾಪಾಡು, ಕಾಯು; 2. ಸಂರಕ್ಷಿಸು, ಸಾಕು; 3. ಅನ್ನು, ತರ್ಕಿಸು; to m. one's life ಹೊಟ್ಟೆ ಹೊರಕೊಳ್ಳು, ಕಾಲಕ್ಷೇಪ ಮಾಡು, ನಿರ್ವಾಹ ಸಾಗಿಸಿಕೊಳ್ಳು. *v. i. r.* ಅನ್ನು, ಗಟ್ಟಿಯಾಗಿ ಹೇಳು, ಖಂಡಿತವಾಗಿ—. Māin-tāin'a-ble, *a.* ಖರೆ ಮಾಡುವಂಥ, ಸ್ಥಾಪಿಸತಕ್ಕ, ಪ್ರಮಾಣದ, ಪ್ರತಿಪಾದ್ಯ. Māin-tain-ẽr. *n.* ಪೋಷಕನು, ಸಂರಕ್ಷಕನು. Māin'ten-ance. *n.* ಕಾಯೋಣ, ಕಾಪಾಡೋಣ; 2. ಸಂರಕ್ಷಣೆ, ಅಶನಾರ್ಥ; 3. ಸ್ಥಾಪನೆ.

Māize, *n.* *(Zea Mays, L.)* ಮೆಕ್ಕೇಜೋಳ, ಗೋವಿನ—, ಮುಸುಕು—.

Maj'es-ty, *n.* ಪ್ರತಾಪ, ಮಹಿಮೆ, ವೈಭವ, ಸಡಗರ; 2. ಮಹಾರಾಜ, ರಾಜಶ್ರೀ. Ma-jes'-tic, -jes'ti-cal, *a.* ಪ್ರತಾಪವುಳ್ಳ, ದೊಡ್ಡಸ್ತಿಕೆಯ, ಮಹಿಮೆಯುಳ್ಳ. Ma-jes'ti-cal-ly, *ad.* ದೊಡ್ಡಸ್ತಿಕೆಯಿಂದ, ಪ್ರತಾಪದಿಂದ, ಮಹಿಮೆಯಾಗಿ.

Mā'jōr, *a.* ಹೆಚ್ಚಿನ, ಮುಖ್ಯ. *n.* ಪ್ರಾಯ ಬಂದವ, ೨೧ ವರ್ಷಕ್ಕೆ ಮೇಲ್ಪಟ್ಟ, ವಯಸ್ಕ; 2. *(mil.)* "ಮೇಜರನು". Mā'jōr-dō-mō, *n.* ಮನೆವಾರ್ತೆಯವನು. Ma-jor'i-ty, *n.* ಪ್ರಾಯ; a person who has attained m. ಪ್ರಾಯಸ್ಥ; 2. ಹೆಚ್ಚಾದವರು, ಬಹುಪಕ್ಷ.

Māke, *v. t. ir.* (māde, māde) (produce) ಮಾಡು, ಉಂಟುಮಾಡು; 2. (produce, as something artificial or false) ಕಲ್ಪಿಸು; 3. (find, ascertain)...ಎಂದು ಮಾಡಿಕೊಳ್ಳು, ...ಎಂದು ಲೆಕ್ಕ ಮಾಡು; 4. (esteem)...ಎಂದೆಣಿಸು, ...ಎಂದು ಮಾಡಿಕೊಳ್ಳು; 5. (gain) ಸಂಪಾದಿಸಿಕೊಳ್ಳು, ಪ್ರಾಪ್ತಿಯಾಗು *c.d.;* 6. (travel) ನಡೆ; 7. (cause or force to be or to become) ಮಾಡು, ...ಇಸು, *as*, to m. known ಪ್ರಸಿದ್ಧ ಮಾಡು; m. them rise early ಅವರು ಹೊತ್ತುಂಟ್ಲೆ ಏಳುವ ಹಾಗೆ ಮಾಡು, ಅವರನ್ನು ಹೊತ್ತುಂಟ್ಲೆ ಎಬ್ಬಿಸು; 8. (compose) ಉಂಟುಮಾಡು; 9. (serve *as*, answer for) ಆಗು, *as*, he will m. a good servant ಅವನು ಒಳ್ಳೇ ಚಾಕರಿಯವನಾಗುವನು; 10. (reach, attain) ಮುಟ್ಟು; m. a bed ಹಾಸಿಗೆ ಹಾಸು; m. account of ಎಣಿಸು, ಲಕ್ಷ್ಯ ಮಾಡು; m. amends ಈಡು ಕೊಡು, ಬದಲು—, "ಲುಕಸಾನ" —; m. away ಕೊಂದು ಹಾಕು, ಕೊಟ್ಟುಬಿಡು; m. believe ನೆವ ತೋರಿಸು, ಎಂದು—; m. choice ಆರಿಸಿಕೊಳ್ಳು; m. escape ತಪ್ಪಿಸಿಕೊಳ್ಳು; m. free with ಸಲಿಗೆಯಾಗು *c.d.;* m. good ಪ್ರಮಾಣ ಮಾಡಿಕೊಡು, ಖರೆಮಾಡಿಕೊಡು, ನೆರವೇರಿಸು, ಕೊನೆಗಾಣಿಸು, ಈಡೇರಿಸು; ಈಡು ಕೊಡು, "ಲುಕಸಾನ"—, ಬದಲು—; m. light of ಅಲಕ್ಷ್ಯ ಮಾಡು, ತೃಣೀಕರಿಸು, ಹಾರಿಸಿಬಿಡು; m. love to ಸ್ನೇಹ ಮಾಡು *c. g.;* m. merry ಸಂಭ್ರಮ ಮಾಡು, ಕುಣಿ, ಕುಣಿದಾಡು; m. much of ಲಕ್ಷ್ಯಮಾಡಿಕೊಳ್ಳು, ಉಪಚರಿಸು, ಅಕ್ಕರೆಯಾಗು *c. l.;* it makes no difference, it makes no matter ಅದು ಚಿಂತಿಲ್ಲ, ಅದೆಲ್ಲಾ ಒಂದೇ; I m. no doubt ನನಗೆ ಸಂಶಯವಿಲ್ಲ, —ಅನುಮಾನವಿಲ್ಲ; m. oath ಆಣೆಯಿಡು; m. of, *as*, I do not know what to m. of it ಅದೇನೋ ನನಗೆ ತಿಳಿಯುವದಿಲ್ಲ, ಅದಕ್ಕೇನು ಅರ್ಥ ಮಾಡಬೇಕೋ ನನಗೆ ತಿಳಿಯುವದಿಲ್ಲ; m. of ಪ್ರಯೋಗಿಸು, ಕೆಲಸಕ್ಕೆ ಹಚ್ಚು, ಲಕ್ಷ್ಯ ಮಾಡು; m. out ತಿಳುಕೊಳ್ಳು, ತಿಳಿಸು, ವಿವರಿಸು, ಖರೆ ಮಾಡಿಕೊಡು; ಪೂರೈಸಿಕೊಳ್ಳು, ಭರ್ತಿ ಮಾಡು;

m. over ಒಪ್ಪಿಸಿಕೊಡು; m. suit ವರಿಸು; m. sure of ಮಾತುಮಾಡು, ಗೊತ್ತು—, ನಿಶ್ಚಯ ಮಾಡಿಕೊಳ್ಳು; m. up ಕೂಡಿಸಿಕೊಳ್ಳು, ಕಟ್ಟಿಕೊಳ್ಳು; (ಜಗಳ) ತೀರಿಸು, ಮುಗಿಸು ತೀರಿಸು; ಭರ್ತಿ ಮಾಡು, ಪೂರೈಸು, ತೀರಿಸು; ಮಿಶ್ರಮಾಡು, ರೂಪಿಸು, ಉಂಟುಮಾಡು; ಈಡು ಕೊಡು, "ಲುಕಸಾನ"—; m. up one's mind ನಿಶ್ಚಯಿಸಿಕೊಳ್ಳು; m. water (naut.) ಸೋರು, ಬಸಿ; ಉಚ್ಚೇಹೊಯ್ಯು, —ಬಿಡು, ಕಾಲಮಡಿ; m. way ಮುಂದರಿ, ಸಾಗು, ದಾರೀ ಮಾಡು, —ಬಿಡು; m. words ಬಹಳ ಮಾತಾಡು. v. i. ir. ನಡೆ, ಮುಂದರಿ, ಸಮೀಪಿಸು; 2. ಅನುವಾಗು, ಹವಣಿಸು; 3. ಹೆಚ್ಚಾಗು, ಏಳೆ; m. after ಬೆನ್ನುಹತ್ತು e. g., ಹಿಂಬಾಲಿಸು, ಬೆಂಬಳಿಸು; m. against ವಿರುದ್ಧವಾಗಿರು; m. as if ...ಹಾಗೆ ತೋರು, ಠಕ್ಕು ಮಾಡು, ನೆವ ತೋರಿಸು; m. away with ಕೊಂದುಹಾಕು; m. bold ಧೈರ್ಯ ತಂದುಕೊಳ್ಳು, ಎದೆಗೊಳ್ಳು; m. for ...ಕಡೆಗೆ ಹೋಗು; m. off ಓಡಿಹೋಗು; m. up to ಹತ್ತರ ಹೋಗು, ಸಮೀಪಿಸು; m. up for ಈಡು ಕೊಡು, "ಲುಕಸಾನ"—, ಈಡಾಗು, ಬದಲಾಗು; m. up with ಒಂದಾಗು c. d., "ರಾಜಿ"ಯಾಗು, ಮುಗಿಸು ತೀರಿಸು. n. ರಚನೆ, ಆಕೃತಿ, ತರ, ಸ್ವಭಾವ, ಮಾಟ. Make'-bāte, n. ಕಲಹಪ್ರಿಯ. Māke'-be-lieve, n. ಠಕ್ಕು, ಮೋಸ. Mā'-kĕr, n. ಮಾಡುವವ, ಕರ್ತ, ನಿರ್ಮಾಣಿಕ, ದೇವರು. Māke'shift, n. ಹಂಚಿಕೆ, ಉಪಾಯ.

Mal-ad-min-is-trā'tiŏn, n. ನ್ಯಾಯವೂ ವಿವೇಕವೂ ಇಲ್ಲದ ದೊರೆತನ.

Mal'a-droit, a. ಕೈಲಾಗದ, ದಡ್ಡ.

Mal'a-dy, n. ಬೇನೆ, ರೋಗ, ವ್ಯಾಧಿ.

Mal'a-pĕrt, a. ಮರ್ಯಾದೆಗೆಟ್ಟ.

Mal-a-prō-pos', ad. ಅಸಂಗತವಾಗಿ.

Ma-lā'ri-a, n. ವಿಷಗಾಳಿ, ರೋಗ ಹುಟ್ಟಿಸುವ ಗಾಳಿ, ದುರ್ವಾಯು; 2. ಮಲೆಜ್ವರ. Ma-lā'-ri-al, Ma-lā'ri-ous, a. ದುರ್ವಾಯುವಿನಿಂದ ಬಂದ; m. fever ಮಲೆಜ್ವರ, ವಿಷಮಜ್ವರ.

Mal'con-tent, a. ಸಂತುಷ್ಟಿ ಇಲ್ಲದ, "ಸರಕಾರದ" ಮೇಲೆ ಸಂತುಷ್ಟಿ ಇಲ್ಲದ.

Ma-lāy', n. ಮಲಯ ಅಂದರೆ ಮಲಾಕ್ಕಾ ಮುಂತಾದ ಪರ್ಯಾಯದ್ವೀಪಗಳಲ್ಲಿ ಪ್ರಚಲಿತವಾದ ಭಾಷೆ.

Ma-la-yā'lam, n. ಮಲಯಾಳಿ ಭಾಷೆ.

Māle. n. ಗಂಡಸು, ಪುರುಷ. a. ಗಂಡು; the m. line ಪುರುಷಸಂತತಿ.

Mal-e-dic'tiŏn, n. ಶಾಪ, ಅಮಂಗಲ ವಚನ.

Mal-e-fac'tŏr, n. ಅಪರಾಧಿ, ತಪ್ಪುಗಾರ.

Ma-lev'o-lent, a. ಮತ್ಸರವುಳ್ಳ, ಹೊಟ್ಟೇಕಿಚ್ಚಿನ, ದುರಾತ್ಮ. Ma-lev'o-lence, n. ಹೊಟ್ಟೆಕಿಚ್ಚು, ಮತ್ಸರ, ದುಷ್ಟ ಬುದ್ಧಿ. Ma-lev'o-lent-ly, ad. ಹೊಟ್ಟೇಕಿಚ್ಚಾಗಿ, ಮತ್ಸರದಿಂದ.

Mal-fea'sance, n. ಅಪಕೃತ್ಯ.

Mal'ice (-is), n. ಹೊಟ್ಟೇಕಿಚ್ಚು, ದುಷ್ಟ ಬುದ್ಧಿ, ದ್ವೇಷ ಬುದ್ಧಿ, ಒಡಲುರಿ. Ma-li'cious (-lish'us), a. ಹೊಟ್ಟೇಕಿಚ್ಚಿನ, ಮತ್ಸರವುಳ್ಳ, ದ್ವೇಷಭಾವದಿಂದ ಮಾಡಿದ. Ma-li'cious-ly (-lish'us-), ad. ಹೊಟ್ಟೇಕಿಚ್ಚಾಗಿ, ಮತ್ಸರವಾಗಿ.

Ma-lĭgn' (-līn'), a. ಮತ್ಸರವುಳ್ಳ, ವೈರವುಳ್ಳ. v. t. r. ...ಮೇಲೆ ಚಾಡಿ ಹೇಳು e. g., ಹಳಿ. Ma-lĭgn'ĕr, n. ದೂರುವವ. Ma-lig'nan-cy, Ma-lig'ni-ty, n. ಹಗೆ, ದ್ವೇಷ, ಮತ್ಸರ, ಹೊಟ್ಟೇಕಿಚ್ಚು. Ma-lig'nant, a. ಹೊಟ್ಟೇಕಿಚ್ಚಿನ, ಮತ್ಸರವುಳ್ಳ; 2. ಕೆಟ್ಟ, ಜೀವನಾಶಕ.

Ma-lin'gĕr, v. i. ಕೆಲಸ ತಪ್ಪಿಸಿಕೊಳ್ಳಲಿಕ್ಕೆ ಜಾರಿಕೊಳ್ಳು, ಸಂಕಟದ ನೆವ ಮಾಡು.

Mall, n. ದೊಡ್ಡ ಕೊಡತಿ; 2. ಸಾಲು ಮರಗಳಿರುವ ತೋಟದೊಳಗಿನ ರಸ್ತೆ. v. t. r. ಕೊಡತಿಯಿಂದ ಜಡಿ.

Mal'le-a-ble, a. ಸಾಗಬಡಿಯತಕ್ಕ, ಘನವರ್ಧನೀಯ; not m. ಬಿರುಸು.

Mal'let, n. ಕೊಡತಿ.

Māl'lōw (-lō), n. (Malva rotundifolia. L.) ಕಾಡುಕಡ್ಲೇ ಸೊಪ್ಪು (S. C.), ರೊಟ್ಟೀಗಿಡ. ಕಪ್ಪ ರೊಟ್ಟೀ— (S. M.); (Malva sylvestris, L.) ಸಣ್ಣ ಬಿಂದಿಗೇ ಗಿಡ; country m. (Abutilon indicum, G. Don.) ತುತ್ತಿ ಗಿಡ (My.), ಹೆತ್ತುತ್ತೀ—(S. C.), ತುರುಬೀ— (S. M.).

Malm'sey, n. ಒಂದು ತರದ ಸಾರಾಯಿ.

Mal-nu-tri'tiŏn. n. ಕುಭೋಜನ, ಬಲಕಾರಿಯಲ್ಲದ ಆಹಾರ.

Mal-ō'dor-ous, a. ದುರ್ವಾಸನೆಯ.

Mal-prac'tice (-tis), n. ಕೆಟ್ಟ ಕೆಲಸ, ದುರಾಚಾರ, ದುಷ್ಕ್ರಿಯೆ.

Malt, n. ಸಸಿ ಹಾಕಿ ಹುರಿದ ಜವೆಗೋದಿ.

Mal-trēat' (-trēt), v. t. r. ಕಾಡು, ಕ್ರೂರವಾಗಿ ನಡಿಸು, ಪೀಡಿಸು, ಜರೆ. Mal-trēat'ment, n. ಕಾಡೋಣ, ಕ್ರೂರತನ.

Mal-vĕr-sā'tiŏn, n. ದುರುಳತನ, ಮೋಸ. "ಖಯಾನತ್".

Mam-mā' or Ma-mā', n. ಅಮ್ಮ, ಅವ್ವ, ತಾಯಿ.

Mam'mal, *n.* (*pl.* Mam'mals *or* Mammä'li-a) ಸಸ್ತನಪ್ರಾಣಿ, ಮೃಗ. **Mam'mil-la-ry**, *a.* ಸ್ತನಸಂಬಂಧವಾದ.

Mam'mon, *n.* ಐಶ್ವರ್ಯ, ಕುಬೇರ, ಲಕ್ಷ್ಮಿ.

Mam'moth, *n.* ಈಗ ಭೂಮಿಯಲ್ಲಿ ಅಳಿದು ಹೋದ ಆನೆಜಾತಿ.

Man, *n.* ಮನುಷ್ಯ, ಪುರುಷ; 2. ಆಳು, ಚಾಕರಿಯವ; to a m. ಒಬ್ಬರನ್ನು ಬಿಡದೆ ಎಲ್ಲರೂ. *v. t. r.* (manned) ಜನದುಂಬು, ಜನರಿಂದ ಭರ್ತಿ ಮಾಡು; 2. ಬಲಪಡಿಸು; play the m. ಪುರುಷತ್ವವನ್ನು ತೋರಿಸು; m. in the noon ಕಲ್ಪಿತ ಮನುಷ್ಯ; m. hole ಮನುಷ್ಯನು ಇಳಿದು ಹೋಗುವಷ್ಟು ಚಿಕ್ಕ ಗಂಡಿ. **Man'-at-ärms**, *n.* ಸಿಪಾಯಿ. **Man-ēat'ĕr**, *n.* ಮನುಷ್ಯರನ್ನು ತಿನ್ನುವ ಹುಲಿ, ತಿಮಿಂಗಿಲ ಇತ್ಯಾದಿ. **Man'ful**, *a.* ಗಂಡು, ಧೈರ್ಯವುಳ್ಳ, ಶೂರನಾದ, ಪೌರುಷವುಳ್ಳ. **Man'ful-ness**, *n.* ಗಂಡು, ಧೈರ್ಯ, ಪೌರುಷ. **Man'hood**, *n.* ಯೌವನ; 2. ಧೈರ್ಯ, ಪೌರುಷ. **Man-kīnd'**, *n.* ಮನುಷ್ಯಜಾತಿ, ನರವಂಶ. **Man'līke**, *a.* ಮನುಷ್ಯಗುಣಸ್ವಭಾವವುಳ್ಳ. **Man'li-ness**, *n.* ಗಂಡು; 2. ಪೌರುಷ, ಧೈರ್ಯ, ವೀರತ್ವ. **Man'ly**, *a.* ಗಂಡು; 2. ಧೈರ್ಯವುಳ್ಳ, ಶೂರ. **Man'nish**, *a.* ಗಂಡಸರ ಹಾಗೆ ಮಾಡುವ. **Man'-of-war**, *n.* ಯುದ್ಧಹಡಗು. **Man'slaugh-tĕr** (-slatĕr), *n.* ನರಹತ್ಯ. **Man'slāy-ĕr**, *n.* ಮನುಷ್ಯನನ್ನು ಕೊಲ್ಲುವವ.

Man'a-cle, *n.* ಕೈಬೇಡಿ, ಕೈಸಂಕೋಲೆ. *v. i. r.* ಬೇಡೀ ಹಾಕು, ಕೈಸಂಕೋಲೆ—.

Man'āge, *v. t. r.* ಕೈಲಾಗು, ನಡಿಸು; to m. a concern ಆದಾಯ ವೆಚ್ಚ ನೋಡು, ವ್ಯವಸ್ಥೆ ಮಾಡು; he cannot m. the carriage ಈ ಬಂಡಿ ಅವನ ಕೈಲಾಗುವುದಿಲ್ಲ; he cannot m. the horse ಈ ಕುದುರೆ ನಡಿಸಲಿಕ್ಕೆ ಅವನಿಗೆ ಬರುವುದಿಲ್ಲ, ಕುದುರೆ ಅವನಿಗೆ ಅಸಕೊಳ್ಳುವುದಿಲ್ಲ; 2. (persons) ಒಲಿಸಿಕೊಳ್ಳು, ವಶಮಾಡಿಕೊಳ್ಳು, ಆಟೋಪಿಸು, ಸಂಭಾಳಿಸು, ಯುಕ್ತಿಯಿಂದ ನಡಿಸು. *v. i.* ಸಂಭಾಳಿಸಿಕೊಂಡು ಹೋಗು, ಕೆಲಸ ನಡಿಸು. **Man'āge-a-ble**, *a.* (of things) ಕೈಲಾಗುವ, ಕೈಲಾದ, ಸುಧಾರಿಸತಕ್ಕ; 2. (of horses, *etc.*) ಅಸಕೊಳ್ಳುವ, ಸಾಧು; 3. (of persons) ನಡಿಸಿಕೊಳ್ಳುವಂಥ, ಒಳಗಾಗುವಂಥ, ಬೋಳೆ. **Man'āge-ment**, *n.* ನಡಿಸುವಿಕೆ, ಮಣೆಯ, ಪಾರುಪತ್ಯ, ನಿರ್ವಾಹ, ಆಟೋಪ, ಆಡಳಿತೆ. **Man'a-gĕr**, *n.* ನಡಿಸುವವ, ಪಾರುಪತ್ಯಗಾರ, ನಿರ್ವಾಹಕ, "ಕಾರಭಾರಿ".

Man-da-rīn', *n.* ಚೀನ ದೇಶದ ಅಧಿಕಾರಿ.

Man'dāte, *n.* ಅಪ್ಪಣೆ, ನಿರೂಪ, "ತಾಕೀದು", "ಹುಕುಮು". **Man'dā-tar-y, -tŏr-y**, *n.* "ಕಾರಭಾರಿ". **Man'dā-tŏr-y**, *a.* "ಆಜ್ಞೆಯ, ಆಜ್ಞಾಪಿಸುವ.

Man'di-ble, *n.* ಕೆಳಗಿನ ದವಡೆ.

Man'dō-line, -lin, *n.* ಸಿತಾರಿನಂಥಾ ತಂತಿವಾದ್ಯ.

Man'drāke, *n.* ದುದಾಯ.

Man'du-eāte, *v. t. r.* ಅಗಿ, ಜಗಿ.

Māne, *n.* ಜೂಗು, "ಅಯಾಲು", ಕುತ್ತಿಗೆಯ ಮೇಲಿದ್ದ ಕೂದಲು.

Man-eġe' (-äzh'), *n.* ಅಶ್ವಶಿಕ್ಷೆ; 2. ಕುದುರೆಗಳನ್ನು ತಿದ್ದುವ ಸ್ಥಳ.

Mā'nēs, *n. pl.* ಮೃತರು, ಪಿತೃಗಳು, ಭೂತಗಳು; worship of the m. ಪಿತೃಯಜ್ಞ, ಪಿತೃಪೂಜನೆ; oblation to the m.s ಪಿತೃತರ್ಪಣೆ; the world of the m. ಪಿತೃಲೋಕ.

Man'gan-ēse (-ēz), *n.* ಲೋಹಮಂಡೂರ.

Mānġe, *n.* ನಾಯಿ ಮುಂತಾದ ಮೃಗಗಳ ಕಜ್ಜಿ, ಅಡಪು.

Mān'ġĕr, *n.* ಗೋದಲಿ, ಚರಣಿಗೆ.

Mań'gle, *n.* ವಸ್ತ್ರವನ್ನು ತೀಡುವ ಗಾಣ, —ಇಸ್ತ್ರಿ ಮಾಡುವ ಯಂತ್ರ. *v. t. r.* ವಸ್ತ್ರವನ್ನು ಗಾಣಕ್ಕೆ ಹಾಕಿ ತೀಡು, —ಇಸ್ತ್ರಿಹಾಕು.

Mań'gle, *v. t. r.* ಕೊಚ್ಚು, ಕಚ್ಚುಕಚ್ಚು ಮಾಡು, ಛಿನ್ನಾಭಿನ್ನ—; ನುಗ್ಗುನುಗ್ಗು—.

Man'gō, *n.* ಮಾವಿನ ಹಣ್ಣು. **Man'gō-trēe**, *n.* ಮಾವಿನ ಮರ.

Mang'o-stēen, Mate, *n.* (*Garcinia indica*) ಮುರ್ಗಿನ ಹುಳಿಮರ.

Man'grove, *n.* (*Rhizophora mucronata*) ಕಾಂಡ್ಲ; (*Avicennia officinalis*) ಉಪ್ಪುಂಜ; (*Acanthus ilicifolius*) ಹೊಳೆ ಚುಳ್ಳಿ.

Mān'ġy, *a.* ಕಜ್ಜಿ ಹಿಡಿದ, ಅಡಪು ಹತ್ತಿದ.

Mā'ni-a, *n.* ಹುಚ್ಚು, ಉನ್ಮಾದ. **Mā'ni-ae**, *n.* ಹುಚ್ಚ, ಉನ್ಮತ್ತ.

Ma'ni-eūre, *n.* ಕೈಗಳನ್ನು ಹಸಕುವುದು.

Man'i-fest, *a.* ಸ್ಪಷ್ಟ, ಪ್ರಕಟ, ಮನಗಂಡ. *v.t.r.* ತೋರಿಸು, ಸ್ಪಷ್ಟ ಮಾಡಿ ತೋರಿಸು, ಮೈದೋರು, ಮೂರ್ತೀಕರಿಸು. **Man-i-fes-tā'tiŏn**, *n.* ತೋರಿಕೆ, ಪ್ರಕಟನೆ, ಸಾಕ್ಷಾತ್ಕಾರ, ಮೈದೋರುವಿಕೆ, ಪ್ರಾದುರ್ಭಾವ. **Man'i-fest-ly**, *ad.* ಕಣ್ಣಾರೆ, ಸ್ಪಷ್ಟವಾಗಿ.

Man-i-fes'tō, *n.* ಅರಸನ "ಜಾಹೀರನಾಮೆ", —ಪ್ರಸಿದ್ಧಿಪತ್ರಿಕೆ.

Man'i-fōld, *a.* ಬಗೆಬಗೆಯ, ವಿಧವಿಧವಾದ, ಬಹು

ಪ್ರಕಾರವಾದ. Man'i-fōld-ly, *ad.* ಬಗೆಬಗೆಯಾಗಿ, ಬಹುತರವಾಗಿ, ನಾನಾ ಪ್ರಕಾರವಾಗಿ.

Man'i-kin, *n.* ಮನುಷ್ಯದೇಹದ ಅಂಗಾಂಗಗಳನ್ನು ತೋರಿಸುವ ಪಟ.

Ma-nil'la tam'ar-ind, *n.* *(Pithecolobium dulce, Benth.)* ಚಕ್ಕೀ ಮರ, ಕೊರಕಪುಳ್ಳೀ ಮರ.

Ma-nip'ū-lāte, *v. t. r.* ಹಸ್ತಪ್ರಯೋಗ ಮಾಡು. Man-ip-ū-lā'tiŏn, *n.* ಹಸ್ತಪ್ರಯೋಗ.

Mā'nis, *n.* ಗುರಾವಳಿ ಎಂಬ ಮೃಗ.

Man'na, *n.* ಮನ್ನ.

Man'nĕr, *n.* ಬಗೆ, ಪ್ರಕಾರ, ರೀತಿ; 2. (of a person) ತರ, ಚಾಳಿ, ಪದ್ಧತಿ. *pl.* ಚಾಳಿ, ನಡತೆ, ಮರ್ಯಾದೆ; he has no manners ಅವನಿಗೆ ಮರ್ಯಾದೆ ಇಲ್ಲ; 3. (degree or measure) ಪ್ರಕಾರ; in a m. ಒಂದು ಪ್ರಕಾರವಾಗಿ; 4. (sort) ತರ; all m. of ಎಲ್ಲಾ ತರದ, ತರತರದ. Man'nĕr-ism, *n.* ಒಂದು ರೀತಿಯನ್ನು ಮಿತಿಮೀರಿ ಹಿಡುಕೊಂಡಿರೋಣ, ಚಾಳಿ. Man'nĕr-ist, *n.* ಒಂದು ರೀತಿಯನ್ನು ಮಿತಿಮೀರಿ ಅನುಸರಿಸುವವನು. Man'nĕr-ly, *a.* ಮರ್ಯಾದೆಯುಳ್ಳ, ಸಭ್ಯ, ಶಿಷ್ಟ.

Ma-nœu'vre (-nu'vĕr), *n.* ಯುಕ್ತಿ, ಹಂಚಿಕೆ; 2. ದಂಡನ್ನು ಯುಕ್ತಿಯಿಂದ ನಡಿಸೋಣ, "ಕವಾತು". *v. t. & i. r.* ಯುಕ್ತಿ ನಡಿಸು, ದಂಡನ್ನು ಯುಕ್ತಿಯಿಂದ ನಡಸು, "ಕವಾತು" ಮಾಡು.

Man'ŏr, *n.* ಒಬ್ಬ ಪ್ರಭುವಿನ "ಜಮೀನು", ಭೂಸ್ಥಿತಿ, ಆಸ್ತಿ. Man'ŏr-house, *n.* ಒಬ್ಬ ಪ್ರಭುವಿನ "ಜಮೀನಿ"ನಲ್ಲಿ ಕಟ್ಟಿರುವ ಅರಮನೆ, ಹರ್ಮ್ಯ.

Manse, *n.* ಪಾದ್ರಿಯ ಮನೆ.

Man'siŏn, *n.* ದೊಡ್ಡ ಮನೆ, ಅರಮನೆ, ಹರ್ಮ್ಯ; many mansioned house ಪರಂಧಾಮ.

Man'tel, Man'tel-piēce (man'tl-pēs), *n.* ಒಲೆಯ ಮೇಲಿನ ಅಟ್ಟಳಿಗೆ, ಹೊಗೆ ಹಲಿಗೆ.

Man-til'la, *n.* ಸ್ತ್ರೀಯರ ತೊಡಿಗೆ, ಆಚ್ಛಾದನ.

Man'tis, *n.* ಮಿಳ್ಳಿ, ಒಂಟಿಹುಳು.

Man'tle, *n.* ಶಲ್ಯ, ಅಂಗವಸ್ತ್ರ. *v. t. r.* ಮಸುಕು, ಮುಚ್ಚು. *v. i.* ಹಬ್ಬು; 2. ನೊರೆ ತುಂಬು.

Man'tū-a, *n.* ಹೆಂಗಸರ ಉಡಿಗೆ.

Man'ū-al, *a.* ಕೈ..., ಕೈಯಿಂದ ಮಾಡಿದ, ಹಸ್ತ...; m. labour ಕೈಕೆಲಸ, ಕರತಂತ್ರ; Sign m. ರಾಜನ ಕೈಬರಹ. *n.* ಸಾರಗ್ರಂಥ, ಸಂಹಿತೆ.

Man-ū-fac'tūre, *n.* ಮಾಡೋಣ, ಕೈಗಾರಿಕೆ ಕೆಲಸ; 2. ಕೈಯಿಂದ ಮಾಡಿದ್ದು. *v. t. r.* ಕೈಯಿಂದ ಮಾಡು, ಮಾಡು. Man-ū-fac'tŏr-y, *n.* "ಕಾರಖಾನೆ". Man-ū-fac'tūr-ĕr, *n.* ಮಾಡುವವ, ಕಸಬುಗಾರ.

Man-ū-mit', *v. t. r.* ದಾಸ್ಯ ವಿಮೋಚನೆ ಮಾಡು, ಬಿಡುಗಡೆ ಮಾಡು. Man-ū-mis'siŏn (-mish-un), *n.* ಕೊಂಡಾಳುಗಳನ್ನು ಬಿಡುಗಡೆ ಮಾಡುವುದು.

Ma-nūre', *n.* ಗೊಬ್ಬರ. *v. t. r.* ಗೊಬ್ಬರ ಹಾಕು. Ma-nūre' lēaf, *n.*, *see* Madar.

Man'ū-script, *n.* ಕೈಬರಹದ ಪುಸ್ತಕ, ಹಸ್ತಲೇಖ. *a.* ಕೈಯಿಂದ ಬರದ, ಹಸ್ತಲಿಖಿತ. *(abbr.* MS. *pl.* MSS.*)*

Man'y (men'i), *a.* ಹಲವು, ಅನೇಕ, ಬಹಳ, ಹೇರಳ. *n.* ಅನೇಕರು, ಬಹು ಮಂದಿ; very m. ಅನೇಕಾನೇಕರು; the m. ಭೂರಿ ಜನರು.

Map, *n.* ಭೂಪಟ, ದೇಶದ ನಕ್ಷೆ, —ನಕಾಶೆ. *v. t. r.* (mapped, *pr.* mapt) ನಕ್ಷೆ ತೆಗೆ, ನಕಾಶೆ—, ವರ್ಣಿಸು.

Mär, *v. t. r.* (märred, *pr.* märd) ಕೆಡಿಸು, ದಕ್ಕ ಮಾಡು; 2. ಕುರೂಪ ಮಾಡು.

Ma-ras'mus, *n.* ಕ್ಷಯರೋಗ.

Ma-raud' (-rad'), *n.* ದಾಳಿ, "ಲೂಟಿಯ ಸ್ವಾರಿ". *v. i. r.* ದಾಳೀ ಹೊಡೆ, "ಲೂಟಿ" ಮಾಡು, ಸುಲುಕೊಳ್ಳು. Ma-raud'ĕr, *n.* ದಾಳೀ ಹೊಡೆಯುವವ, "ಲೂಟಿ" ಮಾಡುವವ, ಕಾಟಕ.

Mär'ble, *n.* "ಸಂಗಮರಮರೀ" ಕಲ್ಲು, "ಸಂಗಮಾರ"—, ಚಂದ್ರಕಾಂತ ಶಿಲೆ, ಅಮೃತ ಶಿಲೆ. 2. ಗುಂಡು, ಗೋಲಿ, "ಮಾರ್ಬಲು". *a.* ಮೆರುಗು ಕಲ್ಲಿನಿಂದ ಮಾಡಿದ, ನಾನಾ ಬಣ್ಣದ; m. paper ನಾನಾ ಬಣ್ಣಗಳ ಚಿತ್ರವಿಚಿತ್ರವಾದ ಕಾಗದ.

Mär-ces'cent, *a.* ಬಾಡುವ.

März, *n.* ಪಾಶ್ಚಾತ್ಯ ಕಾಲಗಣನೆಯಲ್ಲಿ ಮೂರನೇ ತಿಂಗಳು.

Märch, *v. i. r.* *(pr.* märcht) ಕ್ರಮವಾಗಿ ನಡೆ, "ಡೌಲಿನಿಂದ" ನಡೆ. *v. t.* ಕ್ರಮವಾಗಿ ನಡಿಸು, "ಕೂಚು" ಮಾಡಿಸು. *n.* "ಕೂಚು", ಗಜಗತಿ; 2. "ಮಜಲು"; 3. ಪ್ರಯಾಣ.

Märch'es, *n. pl.* ಪ್ರಾಂತ, ಮೇರೆ.

Mär'chion-ess (-shon-es), *n.* ಮಾರ್ಕ್ವಿಸನ ಪತ್ನಿ (*see* Marquis).

Mär-cō'ni-gram, *n.* ಅಲೆಯಂಚೆಯ ಸಮಾಚಾರ.

Māre, *n.* ಹೆಣ್ಣುಕುದುರೆ, ಬಡಬೆ; a m. in foal ಸೂಲಾಗಿರುವ ಕುದುರೆ.

Mär'gar-ine, *n.* ಬೆಣ್ಣೆಯಂತಹ ಪದಾರ್ಥ.

Mär'gin, *n.* ಅಂಚು, ದಂಡೆ, "ಕಿನಾರೆ", ಅರುಗು. Mär'gin-al, *a.* ಅಂಚಿನ, ಅಂಚಿನಲ್ಲಿ ಬರೆದ.

Mar-gō'sa, *n.* *(Melia Azadirachta, Lin.)* ಬೇವಿನ ಮರ.

Mär'grāve, *n.* "ಜರ್ಮನಿ" ದೇಶದ ಪ್ರಭುವಿನ ಪದವಿ. *fem.* Margravine.

Mar'i-gōld, *n.*, African m. and French m. *(Tagetes erecta, L., and T. patula, L.)* ಚೆಂಡುಮಲ್ಲಿಗೆ ಗಿಡ *(My.)*; ಚೆಂಡುಹೂ *(S.M.)*; bur-m. *(Bidens pilosa, L.)* ನೂಲಿಗನ ಪಲ್ಯ *(S.M.)*.

Ma-rīne' (-rēn'), *a.* ಸಮುದ್ರದ, ಸಮುದ್ರದಲ್ಲಿ ಹುಟ್ಟಿದ; 2. ಹಡಗದ, ನಾವಿಕರ, ನೌಕಾ. *n.* ಹಡಗದ "ಸಿಪಾಯಿ", ನೌಕಾಸೇನೆ. Mar'i-nĕr, *n.* ನಾವಿಕ, "ಖಲಾಸಿ". [ಭಜಿಸೋಣ.

Mā-ri-ol'a-try, *n.* ಕನ್ನಿಕೆ ಮರಿಯೆಯನ್ನು

Mar-i-o-nette', *n.* ಸೂತ್ರದಿಂದ ಆಡಿಸುವ ಗೊಂಬೆ.

Mar'i-tal, *a.* ಗಂಡನ.

Mar'i-tīme, *a.* ಸಮುದ್ರದಂಡೆಯ, ತೀರದ; ಸಮುದ್ರಸಂಬಂಧ.

Märk, *n.* ಗುರುತು, ಚಿಹ್ನೆ; 2. (a thing aimed at) ಗುರಿ, ಉದ್ದೇಶ; wide of the m. ಗುರಿಗೆ ತಪ್ಪಿದ; 3. (pre-eminence) ಶ್ರೇಷ್ಠತ್ವ; a man of m. ಶ್ರೇಷ್ಠ ಮನುಷ್ಯ, ದೊಡ್ಡ—; 4. (badge) ಬಿರುದು. *v.t.r.* (*pr.* märkt) ಗುರುತಿಡು *c.d.*, ಗುರುತು ಮಾಡು *c. d.*; 2. (notice) ನೋಡು, ಲಕ್ಷ್ಯದಲ್ಲಿಡು; 3. (to designate) ನೇಮಿಸು; 4. (to distinguish by some character) ಲಕ್ಷಣವಿಶೇಷ ಕೊಡು. *v. i. r.* ನೋಡು, ಲಕ್ಷ್ಯಕೊಡು, ಕುರಿತುಕೊಳ್ಳು. Märk'ĕr, *n.* ಗುರುತು ಹಾಕುವವ. Märks'-man, *n.* ಗುರಿ ಬಲ್ಲವ.

Mar'kab, *n.* *(astr.)* ಪೂರ್ವಾಭಾದ್ರಾನಕ್ಷತ್ರ.

Mär'ket, *n.* ಸಂತೆ, "ಬಾಜಾರು", ಪೇಟೆ, ವ್ಯಾಪಾರ, ಧಾರಣೆ. Mär'ket-a-ble, *a.* ಮಾರಾಟ ಆಗುವಂಥ, ಸಂತೆಯಲ್ಲಿ ನಡೆಯುವ.

Märk'iṅg-nut, *n.* *(Semecarpus anacardium, L.)* (ಘಟ್ಟದ) ಗೇರುಬೀಜ, ಕೇರಬೀಜ.

Märl, *n.* ಮಟ್ಟಿ, ಜೇಡಿಮಣ್ಣು.

Mär'ma-lāde, *n.* "ಮುರಬ್ಬ", "ಜೇಮ್".

Ma-rōne', Ma-roon', *n.* ಕಪಿಲವರ್ಣ.

Ma-roon', *n.* ನಿಗ್ರೋ ಜನರ ಒಂದು ವರ್ಗ. *v. t.* ಒಬ್ಬನನ್ನು ಶಿಕ್ಷಿಸುವುದಕ್ಕಾಗಿ ನಿರ್ಜನ ದ್ವೀಪದಲ್ಲಿ ಇಳಿಸಿಬಿಡು.

Mar'plot, *n.* ಕೆಲಸ ಕೆಡಿಸಿದವನು.

Märque (märk), *n.* ದೊಡ್ಡ ಡೇರೆ.

Mär'quis (-kwis), *n.* "ಇಂಗ್ಲಾಂಡಿನ" ಶ್ರೀಮಂತರಲ್ಲಿ ಎರಡನೆ ತರದವ.

Mär'riaġe (mar'ij), *n.* ಮದುವೆ, ವಿವಾಹ, ಲಗ್ನ; give in m. ಧಾರಾದತ್ತಮಾಡು; m. song ಸೋಬಾನೆ ಹಾಡು, ಹಸೆ ಹಾಡು. Mar'-riaġe-a-ble (mar'ij-), *a.* ಮದುವೆಯಾಗ ತಕ್ಕ, ಹರೆದ; 2. *(fem.)* ಮೈನೆರೆದ.

Mar'rōw (-rō), *n.* ಎಲುಬಿನೊಳಗಿನ ನೆಣ, ಮಜ್ಜೆ, ಸಾರ, ಸತ್ವ.

Mar'ry, *v. t. r.* (-ried) ಮದುವೆ ಮಾಡು; *as*, the clergyman married the couple "ಪಾದ್ರಿಯು" ಅವರಿಬ್ಬರಿಗೆ ಮದುವೆ ಮಾಡಿದನು; the father married his daughter ತಂದೆಯು ತನ್ನ ಮಗಳಿಗೆ ಮದಿವೆ ಮಾಡಿದ; 2. (m. a wife or a husband) ಮದುವೆ ಮಾಡಿಕೊಳ್ಳು, ಮದುವೆಯಾಗು; the king married another wife ಅರಸು ಮತ್ತೊಬ್ಬಳನ್ನು ಮದುವೆಯಾದನು, — ಮತ್ತೊಬ್ಬಳನ್ನು ಮದುವೆ ಮಾಡಿಕೊಂಡ. *v. i.* ಮದುವೆಯಾಗು. Mar'ried. *a.* ಮದುವೆಯಾದ; m. woman ಮದುವೆಯಾದವಳು, ಮುತ್ತೈದೆ, ಸುವಾಸಿನಿ; m. man ಮದುವೆಯಾದವ, ಗೃಹಸ್ಥ; m. life ಸಂಸಾರ; a m. couple ಗಂಡಹೆಂಡರು, ದಂಪತಿಗಳು.

Mar'ry, *int.* ನಿಜವಾಗಿ, ಸತ್ಯವಾಗಿ.

Mär§, *n.* ಮಂಗಳಗ್ರಹ; 2. ಪ್ರಾಚೀನ ರೋಮಾಯರೊಳಗಣ ರಣದೇವತೆ, ಕಾರ್ತಿಕೇಯ; son of M. ಸಿಪಾಯಿ. Mär'tian, *n.* ಮಂಗಳ ಗ್ರಹದ ನಿವಾಸಿ.

Märsh, *n.* ಜವುಗು ನೆಲ, ಜವಲು—, ಜವಳು ಪ್ರದೇಶ; salt m. ಉಪ್ಪಳ. *a.* ಜವುಗು, ಕೆಸರು ನೀರಿನ. Märsh'y, *a.* ಜವಲು, ಜವಳು.

Mär'shal, *n.* ಮುಖ್ಯ ಸೈನ್ಯಾಧಿಪತಿ. *v. t. r.* ಕ್ರಮಪಡಿಸು.

Mär-sū'pi-al, *a.* ಸಕೋಶ. *n.* ಸಕೋಶಮೃಗ.

Märt, *n.* ವ್ಯಾಪಾರ ಸ್ಥಳ, ಸಂತೆ, ಪೇಟೆ.

Mär'ten, *n.* ಮಂಟಬೆಕ್ಕು.

Mär'tial (mär'shal), *a.* ಯುದ್ಧದ, ಯುದ್ಧಕ್ಕೆ ತಕ್ಕ, ರಣಶೂರ.

Mär'tin, *n.* ಬಾನಕ್ಕಿ.

Mar'tiṅ-gāle, *n.* ಕುದುರೆ ತಂಗಿನ ವಾರು.

Mär'tyr (mär'tĕr), *n.* ಕ್ರಿಸ್ತಧರ್ಮಾರ್ಥ ಹಿಂಸೆ ತಾಳಿದವ, ರಕ್ತಸಾಕ್ಷಿ. *v. t. r.* ಧರ್ಮಪ್ರಚಾರಕ್ಕಾಗಿ ಹಿಂಸೆ ಮಾಡು *c. d.* Mär'tyr-dŏm (-tĕr-), *n.* ಧರ್ಮರಕ್ಷಣಾರ್ಥ ಮರಣ, ಸಾಕ್ಷಿಮರಣ, ಮತಾಭಿಮಾನ ಮರಣ. Mär-tyr-ol'o-ġy, *n.* ಮತಕ್ಕಾಗಿ ಕೊಲ್ಲಲ್ಪಟ್ಟವರ ಚರಿತ್ರೆ.

Mär'vel, *n.* ಆಶ್ಚರ್ಯ, ಕೌತುಕ, ಚೋದ್ಯ. *v.i.r.*

ಆಶ್ಚರ್ಯಪಡು, ಚೋದ್ಯಗೊಳ್ಳು. Mär′-vel-lous, *a.* ಆಶ್ಚರ್ಯಕರ, ವಿಸ್ಮಯಕರ. Mär-vel-lous-ly, *ad.* ಆಶ್ಚರ್ಯವಾಗಿ, ಕೌತುಕವಾಗಿ.

Mär′vel of Peru, *n.* (*Mirabilis jalapa, L.*) ವಿಭೂತೀ ಗಿಡ (*My.*), ಮಧ್ಯಾಹ್ನಮಲ್ಲಿಗೆ, ನಾಲ್ಕುಗಂಟೇ ಹೂ.

Mas′cot, *n.* ಲಕ್ಷಣವಂತ.

Mas′cu-line (-lin), *a.* ಗಂಡು, ಪುರುಷಗುಣವುಳ್ಳ, ಪುರುಷನ; m. gender (*gram.*) ಪುಲ್ಲಿಂಗ.

Mash, *n.* ಕಲಬೆರಿಕೆ, ಕಲಸಿದ್ದು, ಚನ್ನಿ, ಮದುವು, ತುಳಿ; 2. ಪಚ್ಚಡಿ. *v. t. r.* (*pr.* masht) ಪಚ್ಚಡಿ ಮಾಡು, ಜಜ್ಜು; 2. ಕಲಸು, ಮಿಶ್ರ ಮಾಡು.

Mas′jid, *n.* ಮಸೀದಿ.

Mask, *n.* ವೇಷ, ಸೋಗು; 2. ನೆವ; throw of the mask ನಿಜ ರೂಪ ತೋರಿಸು. *v. t. r.* (*pr.* maskt) ವೇಷ ಹಾಕು; 2. ಮುಚ್ಚು.

Mā′son (mā′sn), *n.* ಕಲ್ಲುಕೆಲಸದವ, ಕಲ್ಲುಕುಟಿಗ, ಗೋಡೆ ಕಟ್ಟುವವ, ಉಪ್ಪಾರ; 2. "ಫ್ರೀ ಮೆಸನ್" ಎಂಬ ಮಂಡಲಿಯವ. Ma-son′ic, *a.* "ಫ್ರೀಮೆಸನ್" ಎಂಬ ಮಂಡಲಿಯ. Mā′-son-ry (mā′sn-), *n.* ಕಲ್ಲುಕೆಲಸ; 2. "ಫ್ರೀಮೆಸನ್" ಎಂಬ ಮಂಡಲಿ.

Mas-quĕr-āde′ (-kĕr-äd′), *n.* ವೇಷಪಲ್ಲಟಿಸಿ ಕುಣಿಯುವುದು; 2. ಸೋಗು, ವೇಷ. Mas-quer-ā′dĕr, *n.* ವೇಷಧರಿಸಿಕೊಂಡು ನಟಿಸುವವ.

Mass, *n.* ಮುದ್ದೆ, ಒಟ್ಟಿಲು, ರಾಶಿ; 2. ಗುಂಪು; 3. ಪ್ರಕೃತಾಂಶ; m.-meeting ವಿಶೇಷ ಕಾರ್ಯಕ್ಕೆ ನೆರೆಯಿಸಿದ ಭಾರಿ ಜನಸಮೂಹ; the masses ಸಾಧಾರಣ ಜನರು, ಕೀಳ—. *v. t. r.* ಮುದ್ದೆ ಮಾಡು. [ಯಾಗವು.

Mass, *n.* (*Rom. Cath.*) ದಿವ್ಯ ಪೂಜೆ, "ಮಿಸ್ಸ"

Mas′sa-cre (-kĕr), *n.* ಜನಸಂಹಾರ, ಕ್ರೂರವಾದ ಕೊಲೆ. *v. t. r.* ಸಂಹರಿಸು, ಕೊಲೆ ಮಾಡು.

Mas′sage (-säzh), *n.* ತಿಕ್ಕುವುದು.

Mas′sive, Mas′sy, *a.* ದಪ್ಪವಾದ, ಗಾತ್ರವಾದ; 2. ಭಾರವಾದ. Mas′sive-ly, *ad.* ಮುದ್ದೆಯಾಗಿ; 2. ಭಾರವಾಗಿ. Mas′sive-ness, *n.* ಗಾತ್ರ, ಭಾರ.

Mast, *n.* ನಾವೆಯ ಪಟಸ್ತಂಭ, ಕೂವೆಮರ, ಕೂಗನ ಮರ, ಕೂಗಲುಮರ.

Mas′tĕr, *n.* (title of address) ಅಪ್ಪಾ, ಅಯ್ಯಾ, "ಸಾಹೇಬ"; 2. (ruler, manager, proprietor) ಯಜಮಾನ, ಧನಿ, ಒಡೆಯ; 3. (teacher) ಉಪಾಧ್ಯಾಯ, ಗುರು, ಶಿಕ್ಷಕ, "ಪಂತರು", ಐಗಳು; 4. (one skilled in his business) ಬಲ್ಲವ, ತೇರಿದವ, ಉತ್ತಮ, ಶಿರೋಮಣಿ; to be m. of one's self ರಾಗದ್ವೇಷಗಳನ್ನು ಹತೋಟಿಯಲ್ಲಿಡು; m. of arts (*abbr.* M. A. *or* A. M.) ಪಂಡಿತ; M. of Laws (*abbr.* M. L.) ಧರ್ಮಶಾಸ್ತ್ರ ಪಂಡಿತನು; the old m.s ಪುರಾತನ ಪ್ರಖ್ಯಾತ ಚಿತ್ರಕರು. *v. t. r.* (conquer) ಗೆಲ್ಲು, ಜಯಿಸು; 2. (subject to one's control) ವಶಮಾಡಿಕೊಳ್ಳು, ಅಂಕೆಗೆ ತರು; 3. (in a science) ಸಾಧಿಸು, ...ಲ್ಲಿ ನಿಪುಣನಾಗು. Mas′tĕr-hand, *n.* ಬಹು ಜಾಣ, ಸಿದ್ಧ, ಹಸ್ತಚಮತ್ಕಾರದವ. Mas′tĕr-kēy (-kē), *n.* ಅನೇಕ ಬೀಗಗಳನ್ನು ತೆರೆಯುವ "ಕೀಲಿ"ಕೈ. Mas′tĕr-less, *a.* ಯಜಮಾನನಿಲ್ಲದ, ಅನಾಥ; 2. ಅಂಕೆಯಿಲ್ಲದ. Mas′tĕr-ly, *a.* ಉತ್ತಮ, ಯುಕ್ತಿಚಮತ್ಕಾರದ. Mas′tĕr-piēce (-pēs), *n.* ಬಹು ಯುಕ್ತಿಚಮತ್ಕಾರದ ಕೆಲಸ, ಹಿರಿದಿನ—; 2. ಶ್ರೇಷ್ಠ ಬುದ್ಧಿ. Mas′tĕr-ship, *n.* ಅಧಿಕಾರ, ಯಜಮಾನಿಕೆ; 2. ಶ್ರೇಷ್ಠತ್ವ, ಗುರುತ್ವ. Mas′tĕr-strōke, *n.* ಮೇಲು ಕೆಲಸ, ಬುದ್ಧಿಯ ಕೆಲಸ, ಚಲೋ ಹಂಚಿಕೆ. Mas′tĕr-y, *n.* ಆಳುವಿಕೆ, ದೊರೆತನ; 2. ಜಯ; 3. ಶ್ರೇಷ್ಠತ್ವ, ನಿಪುಣತೆ.

Mas′tic, Mas′tich (-tik), *n.* "ರುಮ್ಮಿಮಸ್ತಕಿ" ಎಂಬ ಅಂಟಿನ ತರ.

Mas′ti-cāte, *v. t. r.* ಅಗಿ, ತಿನ್ನು. Mas-ti-cā′tiŏn, *n.* ಅಗಿಯುವಿಕೆ, ತಿನ್ನುವಿಕೆ.

Mas′tiff, *n.* ದೊಡ್ಡ ಬಲಿಷ್ಠ ನಾಯಿ.

Mat, *n.* ಚಾಪೆ. *v. t. r.* (matted) ಚಾಪೆ ಹಾಕು *c. d.*; 2. ಹೆಣೆ, ಅಲ್ಲು; 3. ಜಡೆ ಹಾಕು, ಹೊಸೆ. *v. i.* ಜಡೆಗಟ್ಟು. Mat′-ted, *a.* ಜಡೆಗಟ್ಟಿದ. Mat′ting, *n.* ಚಾಪೆ ಹೆಣೆಯುವುದು; 2. ಚಾಪೆಗೀಪೆ.

Match (mach), *n.* ಜಾವಿಗೆ, ಜಾವಿಗೆಹುರಿ, ಬತ್ತಿ; 2. ಬೆಂಕಿಯ ಕಡ್ಡಿ, ದೀಪದ ಕಡ್ಡಿ; slow m. ಸರಬತ್ತಿ. Match′lock, *n.* ಜಾವಿಗೆಚಾಪು; 2. ಜಾವಿಗೆ "ತುಪಾಕಿ". Match′-mā-kĕr, *n.* ಬೆಂಕೀ ಕಡ್ಡಿ ಮಾಡುವವ; 2. ಮದುವೆ ಮಾಡುವವ.

Match (mach), *n.* ಈಡು, ಉದ್ದಿ, ಉದ್ರಿ, ಜೊತೆ, ಜೋಡು, ಸರಿಸಮಾನ; 2. (contest) ಪಂತ, ಪಂದ್ಯ; a boxing m. ಮಲ್ಲಯುದ್ಧ; 3. (marriage) ಲಗ್ನ; he is no m. for you

ಅವನು ನಿನಗೆ ಈಡಲ್ಲ. *v. t. r.* (*pr.* macht) ಈಡಾಗು *c. d.;* 2. ಈಡು ತೋರಿಸು *c. d.;* 3. ಜೋಡಿಸು; 4. (to make equal, suitable) ಸರಿ ಮಾಡು, ಉದ್ದಿ ಕಟ್ಟು, ಒಪ್ಪುವಂತೆ ಮಾಡು; 5. (marry) ಮದುವೆ ಮಾಡಿ ಕೊಡು. Match'less, *a.* ಸರಿಯಿಲ್ಲದ, ಜೋಡಿಲ್ಲದ, ಅಸಮಾನ.

Māte, *n.* ಜೋಡು, ಜೊತೆಗಾರ, ಗಂಡ, ಹೆಂಡತಿ; 2. (with animals) ಗಂಡು, ಹೆಣ್ಣು; 3. ಸಂಗಾತಿ; 4. ಹಡಗದ ಎರಡನೆ "ಕಾರಭಾರಿ". *v. t. r.* ಮದುವೆ ಮಾಡು. *v. i.* ಜತೆ ಮಾಡು, ಗಂಡು ಹೆಣ್ಣು ಕಲೆಯು.

Māte, *n.* (checkmate, at chess) ಗೆದ್ದ ಕಾಯಿ.

Ma-tē'ri-a med'i-ca, *n.* ವೈದ್ಯಶಾಸ್ತ್ರ; 2. ಗುಣಪಾಠ.

Ma-tē'ri-al, *a.* ಪಂಚಭೂತಾತ್ಮಕ; 2. ಪ್ರಾಪಂಚಿಕ; 3. ವಾಸ್ತವಿಕ, ವಿಶೇಷ. *n.* ಜಿನಸು. *pl.* ಸಾಮಾನು, ಸಾಮಗ್ರಿ. Ma-tē'ri-al-ism, *n.* ಚಾರ್ವಾಕ ಮತ, ದೇಹಾತ್ಮ ವಾದ. Ma-tē'ri-al-ist, *n.* ಅನಾತ್ಮವಾದಿ, ದೇಹಾತ್ಮ—, ಚಾರ್ವಾಕ. Ma-tē-ri-al-is'tic, *a.* ಅನಾತ್ಮವಾದದ. Ma-tē-ri-al'i-ty, *n.* ಪಂಚಭೂತಾತ್ಮಕ ಭಾವ, ಅನಾತ್ಮಿಕತ್ವ. Ma-tē'ri-al-ly, *ad.* ವಿಶೇಷವಾಗಿ, ಅಗತ್ಯವಾಗಿ.

Ma-tĕr'nal, *a.* ತಾಯಿಯ, ಮಾತೃಸಂಬಂಧವಾದ. Ma-tĕr'nal-ly, *ad.* ತಾಯಿಯ ಹಾಗೆ, ವಾತ್ಸಲ್ಯದಿಂದ; 2. ತಾಯಿಯ ಕಡೆಯಿಂದ. Ma-tĕr'ni-ty, *n.* ತಾಯಾಗಿರೋಣ, ಮಾತೃತ್ವ, ಮಾತೃಧರ್ಮ.

Math-e-mat'ic, -mat'i-cal, *a.* ಗಣಿತದ, ಗಣಿತ ನಿಯಮಾನುಸಾರವಾದ. Math-e-mat'i-cal-ly, *ad.* ಗಣಿತಪ್ರಕಾರವಾಗಿ. Math-e-ma-ti'cian (-tish'un), *n.* ಗಣಿತಶಾಸ್ತ್ರಿ, ಗಣಿತಿ. Math-e-mat'ics, *n. pl.* ಗಣಿತಶಾಸ್ತ್ರ.

Mat'in, *a.* ಬೆಳಗಿನ, ಪ್ರಾತಃಕಾಲದ. Mat'ins, *n. pl.* ಪ್ರಾತಃಕಾಲದ ಪ್ರಾರ್ಥನೆ ಅಥವಾ ಗೀತ.

Mā'trice, *n. see* Matrix.

Mat'ri-cīde, *n.* ತಾಯಿಯನ್ನು ಕೊಲ್ಲುವುದು, ಮಾತೃಹತ್ಯ, ತಾಯಿಯನ್ನು ಕೊಂದವನು.

Ma-tric'ū-lāte, *v. i. r.* ವಿದ್ಯಾಶಾಲೆಯ ಸಭೆಯಲ್ಲಿ ಸೇರಿಸಿಕೊಳ್ಳು. *n.* ಹೆಸರು ಬರಿಸಿಕೊಂಡು ಸಭೆಯಲ್ಲಿ ಸೇರಿಸಿಕೊಂಡವ. Ma-tric-ū-lā'tion, *n.* ವಿದ್ಯಾಶಾಲೆಯ ಸಭೆಯಲ್ಲಿ ಸೇರೋಣ.

Mat'ri-mon-y, *n.* ಮದುವೆ, ವಿವಾಹ; 2. ಮದುವೆಯಾದ ಸ್ಥಿತಿ, ಗೃಹಸ್ಥಾಶ್ರಮ, ಸಂಸಾರ. Ma-tri-mō'ni-al, *a.* ವಿವಾಹಸಂಬಂಧದ, ಮದುವೆಯ. Ma-tri-mō'ni-al-ly, *ad.* ವಿವಾಹಸಂಬಂಧವಾಗಿ, ಮದುವೆಯಿಂದ, ಗಂಡಹೆಂಡರಾಗಿ, ಗಂಡಹೆಂಡರ ರೀತಿಯಾಗಿ.

Mā'trix, *n.* ಗರ್ಭ; 2. ಅಚ್ಚು, ಮುದ್ರಾಕ್ಷರಗಳ ಅಚ್ಚು.

Mā'tron, *n.* ಮುತ್ತೈದೆ, ಮನೆಯ ಯಜಮಾನಿ, ಗೃಹಿಣಿ; 2. ಶಾಲೆಯ ಕೆಲಸ ನಡಿಸುವಾಕೆ; 3. "ಆಸ್ಪತ್ರಿ"ಯಲ್ಲಿಯ ರೋಗಿಗಳಿಗೆ ಪರಾಮ್ಮರಿಕೆ ಮಾಡುವಾಕೆ. Mā'tron-ly, *a.* ಹಿರೇ, ಪ್ರಾಯಸಂದ.

Mat'tĕr, *n.* (substance) ವಸ್ತು, ಪದಾರ್ಥ, ದ್ರವ್ಯ, ಪ್ರಕೃತಿ; 2. (essence) ಸತ್ವ, ಸಾರ; 3. (subject) ಮಾತು, ಸಂಗತಿ; here the m. ended ಇಲ್ಲಿಗೆ ಆ ಪ್ರಸ್ತಾಪ ಮುಗಿಯಿತು; m. of fact ನಿಜವಾದ ಮಾತು; what is the m. with you? ನಿನ್ನ ಮಾತೇನು? ನಿನಗೇನು? ನಿನಗೇನಾಗಿದೆ? 4. (affair) ಕಾರ್ಯ, ಕೆಲಸ; m. of fact ಕಾರ್ಯಸ್ಥಿತಿ; he spoke much to the m. ಕಾರ್ಯಕ್ಕೆ ತಕ್ಕ ಹಾಗೆ ಮಾತಾಡಿದ; upon the whole m. ಎಲ್ಲವನ್ನು ನೋಡಿದರೆ, ಎಲ್ಲಾ ಕಾರ್ಯಗಳನ್ನು ನೋಡಿದರೆ; 5. (importance) ಚಿಂತೆ; what m. ಏನು ಚಿಂತೆ; no m. ಚಿಂತೆ ಇಲ್ಲ; 6. (cause) ಕಾರಣ; 7. ಕೀವು, ರಸಿಕೆ. *v. i. r.* ವಿಶೇಷವಾಗಿರು; it matters not ಚಿಂತೆ ಇಲ್ಲ; what does it m.? ಇದೇನು ಚಿಂತೆ?

Mat'tĕr-y, *a.* ಕೀವುಳ್ಳ, ಕೀವು ತುಂಬಿದ.

Mat'ting, *n.* ನಾರಿನಿಂದ ಹೊಸೆದು ಮಾಡಿದ ಚಾಪೆ.

Mat'tock, *n.* ಬಾಯಿಗುದ್ದಲಿ, ಮೊನೆಗುದ್ದಲಿ.

Mat'tress, *n.* ತಡಿ, "ಗಾದಿ", ಹಾಸಿಗೆ.

Ma-tūre', *a.* ಹಣ್ಣಾದ, ಪಕ್ವ, ಬಲಿತ; 2. ಸಂಪೂರ್ಣ; m. age ಪ್ರೌಢಪ್ರಾಯ, ಮಧ್ಯ—. *v. t. r.* ಹಣ್ಣು ಮಾಡು, ಮಾಗಿಸು; 2. ಸಂಪೂರ್ಣ ಮಾಡು. *v. i.* ಹಣ್ಣಾಗು, ಮಾಗು, ಪಕ್ವವಾಗು; 2. ಸಂಪೂರ್ಣವಾಗು. Ma-tūre'ly, *ad.* ಪಕ್ವವಾಗಿ; 2. ಸಂಪೂರ್ಣವಾಗಿ. Ma-tū'ri-ty, *n.* ಬಲಿಯುವಿಕೆ, ಮಾಗುವಿಕೆ; 2. ಸಂಪೂರ್ಣತೆ.

Maud'lin (mad'lin), *a.* ಅಮಲೇರಿದ, ಅರಬುದ್ಧಿಯ, ಬುದ್ಧಿಗೆಟ್ಟ.

Mau'gre (ma'gĕr), *prep.* ಆದಾಗ್ಯೂ; *the same as* in spite of, *see* Spite.

Maul (mal), *v. t. r.* ನುಗ್ಗುಮಾಡು, ದಕ್ಕಾಮುಕ್ಕಿ—, ಜಜ್ಜು. *n.* ದೊಡ್ಡ ಕೊಡತಿ.

Maund, *n.* ಮಣ; 2. ಮಂಕರಿ.

Maund, Maun'dĕr, *v. i. r.* ಗೊಣಗು.

Maun'dy Thurs'day, *n.* ಶ್ರೀಶುಕ್ರವಾರದ ಹಿಂದಣ ಗುರುವಾರ.

Mau'ser, *n.* ಒಂದು ಬಗೆಯ ಕೋವಿ.

Mau-sō-le'um (mạ-sō-), *n.* ದೊಡ್ಡ ಸಮಾಧಿ, ಗುಮಟ.

Mauve, *n.* ಕಲ್ಲಿದ್ದಲಿಂದ ತಯಾರಿಸುವ ಒಂದು ಬಗೆಯ ಕೆಂಪು ಬಣ್ಣ.

Maw (mạ), *n.* ಹೊಟ್ಟೆ; 2. (of birds) ಕಿಬ್ಬೊಟ್ಟೆ, ತೀನಿತಿತ್ತಿ. [ಕೆಯಾದ.

Mawk'ish (mạk'ish), *a.* ಸಪ್ಪೆ, ಸಪ್ಪನ, ಹೇಸಿ

Maw'wŏrm, *n.* (*Ascaris*) ಜಂತು; (a small kind) ಕಿಲಿಬಿಹುಳ.

Max'il-lar-y, *a.* ದವಡೆಯ, ದವಡೇ ಸಂಬಂಧದ.

Max'im, *n.* ಸೂತ್ರ; 2. ನೀತಿ: 3. ಮರ್ಯಾದೆ.

Max'i-mum, *n.* ದೊಡ್ಡ ಸಂಖ್ಯೆ, ಅಗ್ರ ಸಂಖ್ಯೆ, ಪರಮಾವಧಿ, ಮಹತ್ಪರಿಮಾಣ; m. and the minimum ಮಹತ್ ಪರಿಮಾಣ, ಮತ್ತು ಅತಿ ಕಮ್ಮಿ ಸಂಖ್ಯೆ.

Māy (mā), *n.* ಪಾಶ್ಚಾತ್ಯ ಕಾಲಗಣನೆಯಲ್ಲಿ ಐದನೇ ತಿಂಗಳು; 2. ಯೌವನ; M.-day ಮೇ ತಿಂಗಳ ಮೊದಲನೆ ದಿನ. **Māy'game**, *n.* ವಸಂತೋತ್ಸವ ಕೇಳಿಕೆ.

Māy, *aux. v. ir.* (*pt.* mīght, *pr.* mīt) (liberty *or* permission) ಬಹುದು; you m. go ಹೋಗಬಹುದು; 2. (possibility) he m. die ಸಾಯಬಹುದು, ಸತ್ತರೂ ಸಾಯಬಹುದು; it m. be ಇರಬಹುದು, ಇದ್ದರೂ ಇರಬಹುದು; 3. (probability) it m. rain ಮಳೆ ಬಂದೀತು; he m. die ಸತ್ತಾನು; 4. (modesty *or* courtesy) how old m. he be? ಅವನಿಗೆಷ್ಟು ವರ್ಷ ಇದ್ದೀತು; 5. (desire, prayer, benediction, *etc.*) m. you be happy ನಿಮಗೆ ಸುಖವಾಗಲಿ; m. be, it m. be, m. hap ಒಂದು ವೇಳೆ, ಬಹಳ ಮಾಡಿ.

Māy'ŏr (mā'ĕr), *n.* ಪಟ್ಟಣದ ಮುಖ್ಯಸ್ಥ, ಪಟ್ಟಣಸೆಟ್ಟಿ, "ಕೊತವಾಲ". **Māy'ŏr-al-ty**, *n.* ಪಟ್ಟಣದ ಮುಖ್ಯಸ್ಥನ "ಹುದ್ದೆ". **Māy'ŏr-ess**, *n.* ಪಟ್ಟಣದ ಮುಖ್ಯಸ್ಥನ ಹೆಂಡತಿ.

Maz-a-rine', *n.* ಅತೀ ನೀಲ ಬಣ್ಣ.

Māze, *n.* ತೊಡಕು, ಸುತ್ತುಹಾದಿ, ಚಕ್ರಬಿಂಬ; 2. ಗಾಬರಿ, ಭ್ರಮೆ, ಗಲಿಬಿಲಿ. *v. t. r.* ಗಾಬರಿ ಮಾಡು; ಭ್ರಮೆಪಡಿಸು. **Mā'zy**, *a.* ತೊಡಕಾದ; 2. ಗಾಬರಿಯಾದ, ಭ್ರಮೆಗೊಂಡ.

Mē, *pron.* ನನ್ನನ್ನು; 2. ನನಗೆ.

Mēad, *n.* ಜೇನೂ ನೀರೂ ಬೆರಸಿದ ಪಾನಕ.

Mēad (mēd), **Mead'ow** (med'ō), *n.* ಹುಲ್ಲುಗಾವಲು, ಹುಲ್ಲುಗದ್ದೆ.

Mēa'gre *or* **Mēa'gĕr** (mē'gĕr), *a.* ಸೊರಗಿದ, ಬಡ, ಕ್ಷೀಣ; 2. "ಬಂಜರು". **Mēa'gre-ly**, *ad.* ಬಡವಾಗಿ, ಕ್ಷೀಣವಾಗಿ.

Mēal (mēl), *n.* ಹಿಟ್ಟು; 2. ಊಟ, ಭೋಜನ, ಉಣಿಸು, ಆರೋಗಣೆ; half a m. ಅರೆಹೊಟ್ಟೆ; spread a m. for one ಎಡೆಮಾಡಿ ಊಟ ಬಡಿಸು. **Mēal'man, -mŏn-gĕr**, *n.* ಹಿಟ್ಟು ಮಾರುವವ. **Mēal'y**, *a.* ಹಿಟ್ಟಿನ, ಹಿಟ್ಟು ಸಂಬಂಧವಾದ. **Mēal'y-mouthed** (-mouthd), *a.* ಮೃದು ಭಾಷೆಯ, ಬೆಲ್ಲದಂಥಾ ಮಾತಿನ.

Mēan (mēn), *a.* ನೀಚ, ಖುಲ್ಲ, ಕೀಳು, ಅಲ್ಪ. **Mēan'ly**, *ad.* ನೀಚವಾಗಿ, ಕೀಳುತರವಾಗಿ; 2. ಅಪಮಾನವಾಗಿ. **Mēan'ness**, *n.* ನೀಚತ್ವ, ಕೀಳುತನ, ಸಣ್ಣಮನಸ್ಸು.

Mēan (mēn), *a.* ನಡುವಿನ, ಮಧ್ಯದ, ಸರಾಸರಿ. *n.* ಮಧ್ಯ; 2. (*math.*) ಮಧ್ಯ ಪದ; *pl.* mēans (*generally used like a singular*) ಸಾಧನ, ಸಾಹಿತ್ಯ, ಕರಣ; by this m.s ಇದರಿಂದ, ಇದರ ಮುಖಾಂತರ; by all m.s ಹ್ಯಾಗೂ, ಹ್ಯಾಗಾದರೂ, ನಿಶ್ಚಯ, ಅಗತ್ಯ; by no m.s ಅಗದಿ ಬೇಡ, ಹ್ಯಾಗೂ ಬೇಡ, ಹ್ಯಾಗೂ...ಇಲ್ಲ, ಹ್ಯಾಗೂ ...ಅಲ್ಲ; *pl.* ಆಸ್ತಿ, ಆಧಾರ. **Mēan'tīme** (mēn'tīm), **Mēan'-whīle**, *ad.* ಅಷ್ಟರಲ್ಲಿ ತನ್ಮಧ್ಯ.

Mēan, *v. t. ir.* (meant, meant, *pr.* ment) (have in the mind, intend) ಮನಸ್ಸಿನಲ್ಲಿರು, ಬಗೆ; *as*, what do you m. ನಿನ್ನ ಮನಸ್ಸಿನಲ್ಲಿ ಏನಿದೆ? ನಿನ್ನ ಅಭಿಪ್ರಾಯವೇನು? ಏನು ಬಗೆಯುತ್ತೀ? ನಿನ್ನ ಉದ್ದೇಶವೇನು? 2. (signify) ಅರ್ಥವಿರು; *as*, what does it m. ಇದರ ಅರ್ಥವೇನು? —ತಾತ್ಪರ್ಯವೇನು? ಹಾಗಂದರೇನು? **Mēan'iṅg** (mēn-), *n.* ಉದ್ದೇಶ; 2. ಅರ್ಥ, ಅಭಿಪ್ರಾಯ; full of m. ವಿಶೇಷ, ಗುರು, ಗೌರವದ; depth of m. ಅರ್ಥಗೌರವ; double m. ಉಭಯಾರ್ಥ. **Mean'iṅg-less**, *a.* ಅನರ್ಥಕ, ಅರ್ಥವಿಲ್ಲದ, ಹುರುಳಿಲ್ಲದ.

Mē-an'dĕr, *n.* ಸುಳಿ, ಡೊಂಕಡಸಕ, ತೊಡಕು.

Mēa'sles (mē'zlz), *n. pl.* ಚಿಕ್ಕಮ್ಮ, ಗೊಬ್ಬರ, ತಟ್ಟಮ್ಮ. **Mēa'sled, Mea'sly**, *a.* ತಟ್ಟಿದ್ದ.

Meas'ure (mezh'ụr), *n.* ಅಳತೆ, ಪರಿಮಾಣ; square m. ಕ್ಷೇತ್ರಫಲ; cubic m. ಘನಫಲ; 2. (standard of dimension) "ಮಾಪು"; 3. ಅಳತೇಕೋಲು; 4. ಸೇರು ಪಾವು ಮುಂತಾ

ದವು; 5. (foot in poetry) ಪಾದ, ಚರಣ; 6. (means) ಉಪಾಯ, ಯುಕ್ತಿ, ಹಂಚಿಕೆ; to take m.s ನೋಡು, ಉಪಾಯ ಮಾಡು, ಹಂಚಿಕೆ—; take half m. ಅರ್ಧ ಕೆಲಸ ಮಾಡು; in m., with m. ಮಿತಿಯಿಂದ, ತಕ್ಕಷ್ಟು; in great m. ಬಹಳವಾಗಿ; without m., beyond m. ಅಳತೆಗೆಟ್ಟು, ಮಿತಿಮೀರಿ. *v.t.r.* ಅಳೆ, ಅಳತೆ ಮಾಡು, ಅಂದಾಜು ಮಾಡು. *v. i.* ಅಳತೆ ಉಳ್ಳದ್ದಾಗಿರು; m. one's length ಅಡ್ಡಬೀಳು, ಪ್ರಣಾಮ ಮಾಡು; m. swords ಯುದ್ಧಕ್ಕೆ ಸಿದ್ಧನಾಗು. Meas'u-ra-ble (mezh'u-), *a.* ಅಳೆಯತಕ್ಕ, ಅಳೆಯುವಂಥ. Meas'ured, *a.* ಕ್ರಮವಾದ, ಸಮಾಂತರವಾದ. Meas'ure-less, *a.* ಅಳತೆಯಿಲ್ಲದ, ಮಿತಿಯಿಲ್ಲದ. Meas'ure-ment, *n.* ಅಳತೆ, ಪ್ರಮಾಣ; 2. ಮಾಪನ, "ಪೈಮಾಯಿಷಿ". Meas'u-rĕr, *n.* ಅಳೆಯುವವ.

Mēat (mēt), *n.* ಅನ್ನ, ಆಹಾರ; 2. ಬಾಡು, ಕಂಡ, ಮಾಂಸ. Mēat'y, *a.* ಮಾಂಸ ತುಂಬಿದ, ಮಾಂಸದ.

Mec'ca, *n.* ಮಕ್ಕ

Mē-chan'ic (-kan'ik), *n.* ಕೈಕೆಲಸದವ, ಕೈವಾಡದವ, ಶಿಲ್ಪಿ. Mē-chan'ic, -chan'i-cal (-kan'i-), *a.* ಯಂತ್ರದ, ಯಾಂತ್ರಿಕ; 2. ರೂಢಿಬಿದ್ದ, ತನ್ನಷ್ಟಕ್ಕೆ ಆದ; m. powers ಮೂಲ ಯಂತ್ರಗಳು. Mē-chan'i-cal-ly, *ad.* ಯಂತ್ರಪ್ರಯೋಗದಿಂದ; 2. ಕೈಯಿಂದ; 3. ರೂಢಿಯಿಂದ. Mĕch-an-i'cian, *n.*, *see* Mechanist. Mē-chan'ics, *n. pl.* ಯಂತ್ರವಿದ್ಯ, ಯಂತ್ರಶಾಸ್ತ್ರ, ಯಂತ್ರಪ್ರಯೋಗ. Mech'an-ism (mek'an-), *n.* ಕೈವಾಡ, ಯಂತ್ರರಚನೆ, ಯುಕ್ತಿ, ಸೂತ್ರಕೆಲಸ. Mech'an-ist (mek'an-), *n.* ಯಂತ್ರ ಮಾಡುವವ, ಯಂತ್ರಗಾರ, ಕೈವಾಡದವ.

Med'al, *n.* ಬಿರುದಿನ ಬಿಲ್ಲೆ, ನೆನಪಿನ ಬಿಲ್ಲೆ, Med-al'lic, *a.* ಬಿರುದು ಬಿಲ್ಲೆಗಳ. Me-dăl'liŏn (-dăl'yun), *n.* ದೊಡ್ಡ ಬಿರುದಿನ ಬಿಲ್ಲೆ. Med'ăl-list, *n.* ಬಿರುದಿನ ಬಿಲ್ಲೆ ಹೊಂದಿದವ; 2. ಹಳೇ ನಾಣ್ಯಗಳನ್ನು ಬಲ್ಲವ.

Med'dle (med'l) with, m. in, *v. i. r.* ಕೆಲಸವಿಲ್ಲದೆ ಕೈ ಹಾಕು, ಗೋಜಿಗೆ ಹೋಗು, ಗೊಡವೆಗೆ ಹಾಯು; do not m. with him ಅವನ ಹಾದಿಗೆ ಹೋಗಬೇಡ. Med'dlĕr, *n.* ಮತ್ತೊಬ್ಬರ ಕೆಲಸದಲ್ಲಿ ಕೈಹಾಕುವವ, ಗೋಜಿಗೆ ಬರುವವ, ತೊಂದರೆಗಾರ. Med'dle-sŏme, *a.* ಕೆಲಸವಿಲ್ಲದೆ ಕೈಹಾಕುವಂಥ, ತೊಂದರೆಯ. Med'dling, *n.* ಅಧಿಕ ಪ್ರಸಂಗ, ತೊಂದರೆ.

Mē-di-æ'val, -ē'val, *a.* ಮಧ್ಯ ಯುಗದ, (ಕ್ರಿಸ್ತ ಶಕದ ೫ನೇ ಶತಮಾನ ಹಿಡಿದು ೧೬ನೇ ಶತಮಾನದ ಆರಂಭದ ವರೆಗಿನ ಕಾಲದ).

Mē'di-āte, *a.* ನಡುವಿನ; 2. ಪರಭಾರೆಯಾದ. *v. i. r.* ಮಧ್ಯಸ್ಥಿಕೆ ಮಾಡು. Mē'di-āte-ly, *ad.* ಮುಖಾಂತರದಿಂದ, ಸದ್ವಾರಕವಾಗಿ. Mē-di-ā'tiŏn, *n.* ಮಧ್ಯಸ್ಥಿಕೆ. Mē'di-ā-tŏr, *n.* ಮಧ್ಯಸ್ಥ; 2. ಯೇಸುನಾಥ. Mē-di-ā-tō'ri-al, Mē'di-ā-tŏr-y, *a.* ಮಧ್ಯಸ್ಥನ, ಮಧ್ಯಸ್ಥಿಕೆಯ. Mē'di-ā-tŏr-ship, *n.* ಮಧ್ಯಸ್ಥಿಕೆ, ಮಧ್ಯಸ್ಥೋದ್ಯೋಗ. Mē-di-ā'tress, Mē'di-ā'trix, *n.* ಮಧ್ಯಸ್ಥೆ.

Med'i-cable, *a.* ರೋಗ ಪರಿಹಾರ ಮಾಡ ಸಾಧ್ಯವಾದ.

Med'i-cal, *a.* ವೈದ್ಯಕ, ಔಷಧದ, ವೈದ್ಯ ಕಲಿಸುವ; m. treatment ಚಿಕಿತ್ಸೆ, ಔಷಧೋಪಚಾರ. Med'i-cal-ly, *ad.* ವೈದ್ಯನಂತೆ, ವೈದ್ಯಶಾಸ್ತ್ರದ ಪ್ರಕಾರ. Med'i-ca-ment, *n.* ಔಷಧ, ಔಷಧದ್ರವ್ಯ. Med'i-cāte, *v. t. r.* ಔಷಧದಿಂದ ತುಂಬಿಸು, ಔಷಧ ಕೊಡು, ಚಿಕಿತ್ಸೆ ಮಾಡು. Me-dic'i-nal, *a.* ಔಷಧದ, ಔಷಧಕ್ಕೆ ಆಗುವ. Med'i-cine (-sin), *n.* ಔಷಧ; 2. ವೈದ್ಯ, ಚಿಕಿತ್ಸೆ.

Mē-di-ō'cre (-ō'kĕr), *a.* ಸುಮಾರು ತರದ, ಸಾಮಾನ್ಯವಾದ, ಮಧ್ಯಮ. *n.* ಅಲ್ಪ ಪಂಡಿತ. Mē-di-oc'ri-ty, *n.* ಮಧ್ಯಮ ತರ, ಸಾಮಾನ್ಯ ಪಕ್ಷ.

Med'i-tāte, *v. i. r.* ಧ್ಯಾನಿಸು, ಚಿಂತಿಸು, ವಿಚಾರಿಸು. Med-i-tā'tiŏn, *n.* ಧ್ಯಾನ, ಆಲೋಚನೆ, ಸಮಾಧಿ, ನಿದಿಧ್ಯಾಸನೆ, ಪ್ರಣಿಧಾನ. Med'-i-tā-tive, *a.* ಧ್ಯಾನದ, ಧ್ಯಾನಶೀಲ, ಧ್ಯಾನಯೋಗಸ್ಥ.

Med-i-tĕr-rā'ne-an, -rā'ne-ŏus, *a.* ಭೂಮಧ್ಯ; 2. ಸಮುದ್ರದಿಂದ ದೂರವಾದ; 3. ಭೂಮಧ್ಯಸಮುದ್ರದ.

Mē'di-um, *n.* ಮಧ್ಯ ಸ್ಥಳ; 2. ಮಧ್ಯ ಪದ; 3. ಸಾಧನ, ವಾಹಕ.

Med'ley, *n.* ಮಿಶ್ರ, ಗಲಿಬಿಲಿ, ಕಿಚ್ಚಡಿ.

Me-dul'lar-y (-dul'ĕr-), *a.* ಮೆದುಳಿನ; 2. ನೆಣದ, ನೆಣದಂಥ.

Mēed, *n.* ಫಲ, ಪ್ರತಿಫಲ; 2. ಬಹುಮಾನ.

Mēek, *a.* ಶಾಂತ, ಸಾಧು, ನಿಧಾನ, ನಮ್ರ. Mēek'ly, *ad.* ಶಾಂತವಾಗಿ, ಸಾಧುವಾಗಿ,

ನಮ್ರಭಾವದಿಂದ. Mēek'ness, *n.* ಶಾಂತತೆ, ಸಾಧು ಗುಣ, ನಮ್ರಭಾವ.

Mēet, *a.* ತಕ್ಕ, ಯೋಗ್ಯ, ಯುಕ್ತವಾದ. Mēet'-ness, *n.* ಉಪಯುಕ್ತತೆ, ಯೋಗ್ಯತೆ.

Mēet, *v. t. ir.* (met, met) ಕಾಣು, ಸಿಕ್ಕು (ಸಿಗು), "ಭೇಟಿ"ಯಾಗು; I met him on the road ದಾರಿಯಲ್ಲಿ ಅವನನ್ನು ಕಂಡೆ, — ನನಗೆ ಸಿಕ್ಕಿದ (ಸಿಕ್ಕ), — ನನಗೆ ಭೇಟಿಯಾದನು; 2. ಎದುರುಗೊಳ್ಳು; *as,* I went to m. him ಅವನನ್ನು ಎದುರುಗೊಳ್ಳಲಿಕ್ಕೆ ಹೋದೆನು; 3. (encounter) ಜಗಳ ಬೀಳು; 4. (to receive) ಬರು, ಆಗು; *as,* he will m. with punishment ಅವನಿಗೆ ತಕ್ಕ ಶಿಕ್ಷೆ ಆಗುವುದು, — ತಕ್ಕ ಶಿಕ್ಷೆ ಬರುವುದು. *v. i.* (join) ಕೂಡು; 2. (assemble) ಕೂಡಿಬರು, ಒಟ್ಟುಗೂಡು; m. with ಸಿಕ್ಕು (ಸಿಗು), ದೊರಕು, ಕಾಣು; *as,* in India we m. everywhere with mango trees ಹಿಂದುಸ್ಥಾನದಲ್ಲಿ ಎಲ್ಲಾ ಕಡೆಗೆ ಮಾವಿನ ಮರಗಳು ಕಾಣುತ್ತವೆ, — ಎಲ್ಲಾ ಕಡೆ ಸಿಕ್ಕುತ್ತವೆ, — ಎಲ್ಲೆಲ್ಲಿಯೂ ದೊರಕುತ್ತವೆ; 3. ಭೇಟಿಯಾಗು, ಕೂಡು, ಆಗು, ಅನುಭವಿಸು; *as,* he met with great loss ಅವನಿಗೆ ಬಹಳ ನಷ್ಟವಾಯಿತು. Mēet'ing, *n.* ಕೂಡಿಬರೋಣ, ಸಂಘಟ್ಟನೆ, "ಭೇಟಿ"; 2. ಸಭೆ; 3. ಪ್ರಾರ್ಥನಾಸಭೆ.

Meg-a-lo-man'ia, *n.* ಮಹತ್ವಾಕಾಂಕ್ಷೆ.

Meg'a-phōne, *n.* ನಾದವಾಹಕ ಕೊಳವೆ.

Mē'grim, *n.* ಅರತಲೆನೋವು.

Mei-ō'sis, *n.* ದೊಡ್ಡದನ್ನು ಚಿಕ್ಕದಾಗಿ ವರ್ಣಿಸುವ ಅಲಂಕಾರ.

Mel-an-chol'ic (-kol'ik), *a.* ದುಃಖದ, ದುಃಖಕರ, ಜಡರಕ್ತಭಾವದ. Mel'an-chol-y (-kol-i), *n.* ಜಡರಕ್ತಭಾವ, ದುಃಖ, ವ್ಯಾಕುಲ, ಖಿನ್ನತೆ. *a.* ವ್ಯಾಕುಲವುಳ್ಳ, ಖಿನ್ನ, ದುಃಖಕರ.

Mē-lange' (mā-longzh), *n.* ಮಿಶ್ರ, ಕಲಬೆರಿಕೆ.

Mē-lee (me-lā'), *n.* ಕೈಜಗಳ, ಕಲಹ.

Mel'an-ism, *n.* ಚರ್ಮ ಅತಿ ಕಪ್ಪಾಗಿರುವುದು.

Mē'li-o-rāte, *v. t. & i. r.* ಗುಣ ಮಾಡು, ತಿದ್ದು, ಸುಧಾರಿಸು; 2. ಗುಣವಾಗು, ಗುಣಪಡು.

Mel-lif'ēr-ōus, *a.* ಜೇನು ಉತ್ಪನ್ನ ಮಾಡುವ, ಮಧುಕರ. Mel-li-fi-cā'tiōn, *n.* ಜೇನು ಮಾಡೋಣ, ಮಧುಕರಣ. Mel-lif'lu-ence, *n.* ಜೇನು ಹರಿಯುವಿಕೆ, ಮಧುಸ್ರಾವ. Mel-lif'lu-ent, Mel-lif'lu-ōus, *a.* ಜೇನು ಹರಿಯುವ, ಮಧುರವಾದ.

Mel'lōw (-lō), *a.* ಹಣ್ಣಾದ, ಪರಿಪಕ್ವವಾದ; 2. ಮೆತ್ತನ; 3. ಇಂಪಿನ (sound, colour, flavour, *etc.*). *v. t. r.* ಪಕ್ವ ಮಾಡು; 2. ಮೆತ್ತಗೆ ಮಾಡು; 3. ಇಂಪು ಮಾಡು. *v. i.* ಮಾಗು. Mel'lōw-ness *n.* ಮಾಗುವಿಕೆ, ಪರಿಪಕ್ವತೆ, ಮಧುರತೆ.

Mel'ō-dy, *n.* ಗಾಯನ, ಧಾಟಿ, ಸ್ವರಮಾಧುರ್ಯ. Me-lō'di-ōus, *a.* ಸೊಂಪಾದ, ಇಂಪಾದ. Me-lō'di-ōus-ly, *ad.* ಇಂಪಾಗಿ, ಮಧುರವಾಗಿ. Me-lō'di-ōus-ness, *n.* ಇಂಪು, ಮಾಧುರ್ಯ.

Mel'on, *n.* (*Cucumis melo*) ಕೆಕ್ಕರಿ ಹಣ್ಣು, ಪುಟ್ಟಿ--; water-m. (*Cucurbita citrullus, L.*) ಕಲ್ಲಂಗಡಿ ಹಣ್ಣು; musk-m. "ಕರ್ಬೂಜು", ಕೆಕ್ಕರಿಕೆ; wild m. (*Cucumis trigonus, Roxb.*) ಹಾಲ್ಮೆಕ್ಕಿ ಬಳ್ಳಿ.

Melt, *v. t. r.* ಕರಗಿಸು, ನೀರು ಮಾಡು. *v. i.* ಕರಗು, ನೀರಾಗು. Melt'ēr, *n.* ಕರಗಿಸುವವ.

Mem'bĕr, *n.* ಕೈಕಾಲು ಮೊದಲಾದದ್ದು, ಅಂಗ, ಅವಯವ, ಭಾಗ; m. of a society ಸಭೆಯವ, ಸಭಾಸದನು, ಸಾಮಾಜಿಕ, ಸಾಮಾಧಿಕ.

Mem'brāne, *n.* ಪೊರೆ, ಪರೆ, ತ್ವಚೆ. Mem-brā'ne-ōus, Mem'bra-nōus, *a.* ಪೊರೆಯ, ಪರೆಯ, ಪರೆಯಂಥ.

Me-men'tō, *n.* ನೆನಪಿನ ಗುರುತು, ಜ್ಞಾಪಕದ ವಸ್ತು, ನೆನಪಿನ ಗಂಟು.

Mem'oir (-war), *n.* ಚರಿತ್ರೆ, ವೃತ್ತಾಂತ.

Mem'o-ry, *n.* ನೆನಪು, ಜ್ಞಾಪಕ, ಸ್ಮೃತಿಶಕ್ತಿ, ನೆಪ್ಪು; loss of m. ಸ್ಮೃತಿಭ್ರಂಶ; fix in the m. ನೆಪ್ಪು ಹಿಡಿ, —ಇಡು. Mem'o-ra-ble, *a.* ನೆನಪಿಡತಕ್ಕ, ಪ್ರಖ್ಯಾತ. Mem'o-ra-bly, *ad.* ಪ್ರಖ್ಯಾತವಾಗಿ. Mem-o-ran'dum, Mem'ō, *n.* ಜ್ಞಾಪಕಪತ್ರ, "ಯಾದಾಸ್ತು", "ಯಾದಿ". Me-mō'ri-al, *a.* ನೆನಪು ಕೊಡುವ, ನೆನಪಿರುವ. *n.* ನೆನಪಿನ ಗುರುತು; 2. "ಅರ್ಜಿ", ಬಿನ್ನವತ್ತಳೆ, ಮನವಿ. Me-mō'ri-al-īse, *v. t. r.* ಬಿನ್ನವತ್ತಳೆ ಬರಕೊಳ್ಳು, "ಅರ್ಜಿ" ಮಾಡು. Me-mō'ri-al-ist, *n.* ವೃತ್ತಾಂತ ಬರೆಯುವವ; 2. "ಅರ್ಜದಾರ". Mem'ō-rīse, *v. t. r.* ನೆನಪಿಗೆ ಹಚ್ಚಿಕೊಳ್ಳು, ಪಾಠ ಮಾಡು.

Mem-phit'ic (-fit'ik), *a.* ಗವಲು ನಾರುವ.

Mem'-sāh-ib, *n.* ವಿಲಾಯತಿಯ ಗೃಹಸ್ಥೆ.

Men, *n., pl. of* Man.

Men'āce, *n.* ಗದರಿಕೆ, ಬೆದರಿಸೋಣ, ಹೆದರಿಸುವಿಕೆ. *v. t. r.* (*pr.* men'āst) ಗದರಿಸು, ಹೆದರಿಸು, ಬೆದರಿಸು. Men'ā-cēr, *n.* ಗದರಿಸುವವ, ಹೆದರಿಸುವವ, ಬೆದರಿಸುವವ. Men'ā-ciṅg, *a.* ಗದರಿಸುವ, ಹೆದರಿಸುವ, ಬೆದರಿಸುವ. **Men'ā-ciṅg-ly,** *ad.* ಬೆದರಿಸುವಂತೆ.

Mé-nāge' (mā-nāzh'), *n.* ಗೃಹಕೃತ್ಯ, ಸಂಸಾರ, ಮನೆವಾರ್ತೆ ಆಡಳಿತ.

Men-ăġ'er-ie *or* **-ăġ'er-y** (-ăzh'er-i), *n.* ಪಶುಸಂಗ್ರಹ, ಮೃಗಶಾಲೆ.

Mend, *v. t. r.* ತಿದ್ದು, ನೆಟ್ಟಗೆ ಮಾಡು, ಸುಧಾರಿಸು, "ದುರುಸ್ತು" ಮಾಡು; 2. ತೀವ್ರ ಮಾಡು (the pace). *v. i.* ಗುಣ ಪಡು, ನೆಟ್ಟಗಾಗು, ಒಳ್ಳೇದಾಗು. **Mend'ĕr,** *n.* ಸರಿಮಾಡುವವನು, "ದುರುಸ್ತಿ" ಮಾಡುವವನು.

Men-dā'ciŏus (-shus), *a.* ಸುಳ್ಳಾಡುವ, ಸುಳ್ಳ. **Men-dac'i-ty,** *n.* ಸುಳ್ಳು, ಅಬದ್ಧ, ಸಟೆ.

Men'di-cant, *n.* ಭಿಕ್ಷೆಗಾರ, ಜೋಗಿ, ತಿರಕ. **Men'di-can-cy, Men-dic'i-ty,** *n.* ತಿರಕತನ, ತಿರಿಕೆ, ಯಾಚಕತ್ವ, ಭಿಕ್ಷಾವೃತ್ತಿ.

Mē'ni-al, *a.* ಸೇವಾವೃತ್ತಿಯ, ಮನೆಗೆಲಸದ; 2. ಕೀಳ, ನೀಚ, ಪಾಜಿ. *n.* ಮನೇಚಾಕರನು, ಆಳುಮಗ.

Men'sēṣ, *n. pl.* ಸೂತಕ, ಮುಟ್ಟು.

Men'strụ-al, *a.* ತಿಂಗಳುತಿಂಗಳಿಗೆ ಆಗುವ, ಮಾಸಿಕ. **Men'strụ-āte,** *v. i. r.* ಮುಟ್ಟಾಗು, ಕಡೆಗಾಗು, ಋತುವಾಗು. **Men-strụ-ā'tiŏn,** *n.* ಮುಟ್ಟು, ಮಾಸಕಟ್ಟೆ ಮರ್ಯಾದೆ. **Men'strụ-ŏus,** *a.* ಪುಷ್ಪವತಿ, ಬಹಿಷ್ಟೆ, ರಜಸ್ವಲೆ.

Men'stru-ŭm, *n.* (ಲೋಹವನ್ನು) ಕರಗಿಸುವ ದ್ರಾವಕ.

Men'sụ-ra-ble (-shu-), *a.* ಅಳೆಯುವಂಥ, ಅಳತೆಯಾಗುವಂಥ. **Men-sụ-ra-bil'i-ty, Men'sụ-ra-ble-ness** (-shụ-), *n.* ಅಳತೆಯಾಗುವಂಥಾದ್ದು. **Men-sụ-rā'tiŏn** (-shụ-), *n.* ಕ್ಷೇತ್ರಗಣಿತ.

Men'tal, *a.* ಮನಸ್ಸಿನ, ಮಾನಸಿಕ; m. arithmetic ಬಾಯಿಲೆಕ್ಕ. **Men'tal-ly,** *ad.* ಮನಸ್ಸಿನಲ್ಲಿ.

Men'tiŏn, *n.* ಮಾತು, ಮಾತು ತೆಗೆಯುವುದು, ಹೇಳೋಣ, ನೆನಪು ಕೊಡೋಣ; make m. of ...ರ ಮಾತು ತೆಗೆ, ಹೆಸರು ತೆಗೆ. *v. t. r.* ಹೇಳು, ...ರ ಮಾತು ತೆಗೆ, ಹೆಸರು—, ನೆನಪು ಕೊಡು, "ನಮೂದು" ಮಾಡು; above mentioned ಮೇಲ್ಕಂಡ, ಮೇಲೆ ಹೇಳಿದ, "ಸದರಿ".

Men'tŏr, *n.* ಬುದ್ಧಿವಂತ, ಸಹಾಯಕ.

Men'u, *n.* ಭೋಜನದ ಕ್ರಮ.

Mĕr'can-tīle, *a.* ವ್ಯಾಪಾರದ, ಉದ್ದಿಮೆಯ.

Mĕr'ce-nar-y, *a.* ಕೂಲಿಗೆ ಕೆಲಸ ಮಾಡುವ, ಸಂಬಳದ, ಕೂಲಿಯ; 2. ಸ್ವಾರ್ಥದ. *n.* ಕೂಲಿಯಾಳು, ಕೂಲಿಗೆ ಪರದೇಶದ ಚಾಕರಿ ಮಾಡುವ ಸಿಪಾಯಿ.

Mĕr'cĕr, *n.* ಜವಳಿಕಾರ. **Mĕr'cĕr-y,** *n.* ಜವಳಿ, ದುಕೂಲ, ಜವಳಿವ್ಯಾಪಾರ.

Mĕr'chant, *n.* ವ್ಯಾಪಾರಿ, ವ್ಯಾಪಾರಸ್ಥ, ವರ್ತಕ, "ಸಾವಕಾರ". **Mĕr'chan-dīṣe,** *n.* ವ್ಯಾಪಾರ, ಉದ್ದಿಮೆ; 2. ಸರಕು, "ಮಾಲು". *v. t. r.* ವ್ಯಾಪಾರ ಮಾಡು. **Mĕr'chant-a-ble,** *a.* ವ್ಯಾಪಾರಕ್ಕೆ ತಕ್ಕ, ಮಾರತಕ್ಕ, ಮಾರಾಟವಾಗುವ, "ಗಿರಾಕಿ" ಬರುವ. **Mĕr'chant-man.** *n.* ವ್ಯಾಪಾರದ ಹಡಗು.

Mĕr'cū-ry, *n.* ನಾರದನಂಥ ಒಂದು ದೇವತೆ; 2. ಪಾದರಸ; 3. (the planet) ಬುಧ; oxide of m. ಪಾದರಸಭಸ್ಮ, ರಸಭಸ್ಮ; white sublimate of m. ರಸಕರ್ಪೂರ. **Mĕr-cū'ri-al,** *a.* ಪಾದರಸದ; 2. ಚುರುಕು, ಚಪಲ.

Mĕr'cy, *n.* ಅಂತಃಕರಣ, ಕರುಣೆ, ದಯೆ, ದಯಾಶೀಲತೆ; to be at one's m. ಒಬ್ಬನ ಕೈಯಲ್ಲಿರು; to cry m. ಕ್ಷಮೆ ಬೇಡಿಕೊಳ್ಳು. **Mĕr'ci-fụl,** *a.* ಅಂತಃಕರಣದ, ಕೃಪಾಪರ, ದಯಾಳು, ಕರುಣಾಪರ; M. God ಪರಮಕಾರುಣಿಕ ದೇವರು. **Mĕr'ci-fụl-ly,** *ad.* ಅಂತಃಕರಣದಿಂದ, ದಯದಿಂದ. **Mĕr'ci-less,** *a.* ನಿಷ್ಕರುಣೆಯ, ನಿರ್ದಯೆಯ, ದಯಾಶೂನ್ಯ, ಕ್ರೂರ. **Mĕr'ci-less-ly,** *ad.* ಕ್ರೂರವಾಗಿ, ನಿರ್ದಯವಾಗಿ.

Mēre, *n.* ತಟಾಕ, ಕೆರೆ; 2. ಎಲ್ಲೆಕಟ್ಟು.

Mēre, *a.* ಶುದ್ಧ; 2. ಬರೇ, ಮಾತ್ರ, ಕೇವಲ, "ಫಕ್ತ". **Mēre'ly,** *ad.* ಶುದ್ಧವಾಗಿ, ಸಂಪೂರ್ಣವಾಗಿ; 2. ಮಾತ್ರ, ಅಷ್ಟೆ.

Mer-e-trĭ'ciŏus (-trish'us), *a.* ಸೂಳೆಗಾರಿಕೆಯ, ಕಾಮವಿಕಾರದ.

Mĕrġe, *v. t. r.* ಮುಣುಗಿಸು, ಹೂಳಿಡು. *v. i.* ಮುಣುಗು.

Me-rid'i-an, *n.* ಮಧ್ಯಾಹ್ನ, ಖಮಧ್ಯ; 2. ರೇಖಾ, ಮಧ್ಯಾಹ್ನರೇಖೆ, ಯಾಮ್ಯೋತ್ತರವೃತ್ತ. *a.* ಮಧ್ಯಾಹ್ನದ. **Me-rid'i-o-nal,** *a.* ಮಧ್ಯಾಹ್ನರೇಖೆಯ; 2. ದಕ್ಷಿಣ, ದಕ್ಷಿಣ ಕಡೆಯ.

Me-rī'nō, *n.* ನಯ ತರದ ಉಣ್ಣೇ ವಸ್ತ್ರ.

Mer'it, *n.* ಯೋಗ್ಯತೆ, ಪಾತ್ರತೆ, ಪುಣ್ಯ, ಸ್ವಾರ್ಜಿತ ಪುಣ್ಯ. *v. t. r.* ತಕ್ಕದ್ದಾಗಿರು, ಯೋಗ್ಯನಾಗು, ಪಾತ್ರನಾಗು; he merits punishment ಅವನು ಶಿಕ್ಷೆಗೆ ಯೋಗ್ಯನು, —ಶಿಕ್ಷಾಪಾತ್ರನು; your work merits praise ನಿನ್ನ ಕೆಲಸವನ್ನು ಹೊಗಳತಕ್ಕದ್ದು, ನಿನ್ನ ಕೆಲಸವು ಸ್ತುತಿಗೆ

ಯೋಗ್ಯ. Mer-i-tō'ri-ŏus, *a.* ಯೋಗ್ಯ, ಪುಣ್ಯದ, ಶ್ರೇಯಸ್ಕರ. Mer-i-tō'ri-ous-ly, *ad.* ಯೋಗ್ಯವಾಗಿ, ಶ್ರೇಯಸ್ಕರವಾಗಿ.

Mĕr'lin, *n.* ಒಂದು ಜಾತಿ ಗಿಡಗ.

Mĕr'māid, *n.* ನೀರುಪಾಪ, ನೀರುಪಿಳ್ಳೆ, ಮೇಲೆ ಹೆಂಗಸಿನ ಆಕಾರ ಕೆಳಗೆ ಮೀನಿನ ಆಕಾರ ಈ ಪ್ರಕಾರದ ಒಂದು ಕಲ್ಪಿತ ಸಮುದ್ರಪ್ರಾಣಿ, ಮತ್ಸ್ಯಕನ್ನಿಕೆ, ಜಲಮನುಷ್ಯ. Mer'man, *n.* ಸಮುದ್ರಮನುಷ್ಯ.

Mer'ry, *a.* ಸೊಗಸಿನ, ಉಲ್ಲಾಸವುಳ್ಳ, ಹಾಸ್ಯಕರವಾದ, ವಿನೋದದ. Mer'ri-ment, *n.* ಸೊಗಸು, ಉಲ್ಲಾಸ, "ಖುಷಾಲು", "ಮೋಜು". Mer'ry-an-drew (-drụ), *n.* ಹಾಸ್ಯಗಾರ, "ನಕಲಿಗಾರ", ವಿದೂಷಕ, ಹನುಮನಾಯಕ. Mer'ry-go-round, *n.* ರಂಕರಾಟೆ.

Mé-sal-li-ance (mā-zal-lē-ans'), *n.* ಅನುಲೋಮ ವಿವಾಹ.

Mesh, *n.* ಅಣಿ, ಬಲೇಕಣ್ಣು; 2. ಬಲೆ. *v. t. r.* ಬಲೆಯಲ್ಲಿ ಹಿಡಿದುಕೊಳ್ಳು.

Mes'mĕr-ism, *n.* ಸ್ವಚಿತ್ತಶಕ್ತಿಯಿಂದ ದುರ್ಬಲನ ಇಂದ್ರಿಯಗಳನ್ನು ವಶೀಕರಿಸುವ ವಿದ್ಯೆ. Mes'-mer-ic, -al, *a.* ಯೋಗನಿದ್ರೆಯ. Mes'-mĕr-īse, *v. t. r.* ಯೋಗನಿದ್ರೆಯನ್ನುಂಟು ಮಾಡು. Mes'mer-ist, Mes'mer-ī ser, *n.* ಯೋಗನಿದ್ರೆಯನ್ನುಂಟುಮಾಡುವವ.

Mēsne (mēn), *a. (law)* ನಡುವೆಯ; m. lord "ಜಮೀನುದಾರ"; m. profits ಮಿಗುತೆ, ಮಿಗ್ತೆ *(S. C.)*.

Mess, *n.* ಎಡೆ; 2. ಅಡಿಗೆ, ಭೋಜನ; 3. "ಮೇಜು"; 4. ಗಲಿಬಿಲಿ, ತೊಂದರೆ; m. of pottage ಉನ್ನತ ಧ್ಯೇಯವನ್ನು ಬಲಿ ಹಾಕಿ ಪತಕೊಳ್ಳುವ ಐಹಿಕ ಸುಖ. *v. i. r.* (*pr.* mest) ಊಟಮಾಡು; 2. ಒಂದೇ ಪಂಕ್ತಿಯಲ್ಲಿ ಊಟಮಾಡು.

Mes'sāge, *n.* ಸುದ್ದಿ, ವರ್ತಮಾನ, ವರದಿ. Mes'-sen-ger, *n.* ದೂತ, ವರ್ತಮಾನಿ, ಹರಿಕಾರ.

Mes-sī'ah (-sī'a), *n.* ಪಟ್ಟಾಭಿಷೇಕ ಹೊಂದಿದವ, ಅಭಿಷಿಕ್ತ, ಕ್ರಿಸ್ತ, ಲೋಕರಕ್ಷಕ.

Mes'siĕurs (mesh'yĕrz), *n. (used as pl. of* Mr.; *abbreviated:* Messrs.*)* "ಸಾಹೇಬರು", ಯಜಮಾನರು, ರಾಜಮಾನ್ಯರಾಜಶ್ರೀಯವರು.

Mess'māte, *n.* ಕೂಡ ಊಟಮಾಡುವವ.

Met, *p. p. of* Meet.

Met-a-căr'pus, *n.* ಮಣಿಗಂಟಿಗೂ ಕೈಬೆರಳಿಗೂ ನಡುವಿನ ಎಲುಬುಗಳು.

Met'al, *n.* ಲೋಹ, ಧಾತು; the five chief metals ಪಂಚಲೋಹ; 2. ಎದೆ, ಧೈರ್ಯ; 3. ದಾರಿಗೆ ಹಾಕುವ ಒಡೆದ ಕಲ್ಲು. *v. t. r.* ಲೋಹ ಹೊದಿಸು; 2. ದಾರಿಗೆ ಕಲ್ಲು ಹಾಸು. Met-al'lic, *a.* ಲೋಹದ, ಲೋಹದಂಥ. Met-al-lif'ĕr-ŏus (-al-if'ĕr-us), *a.* ಲೋಹ ಹುಟ್ಟಿಸುವ, ಲೋಹವಿರುವ. Met'al-līne, *a.* ಲೋಹದ, ಲೋಹವ್ಯಾಪಿಸಿದ. Met'al-list, *n.* ಲೋಹಕೆಲಸಗಾರ, ಲೋಹಪರೀಕ್ಷಕ.

Met'al-lur-gy, *n.* ಲೋಹಶೋಧನವಿದ್ಯೆ, ರಸವಾದ, ಧಾತುವಾದ. Met'al-lur-gist, *n.* ಲೋಹಶಾಸ್ತ್ರಜ್ಞನು.

Met-a-mor'phic (-mor'fik), *a.* ರೂಪಾಂತರವಾಗುವಂಥ; 2. ಬೆಂಕಿಯ ಬಲದಿಂದ ರೂಪಾಂತರವಾದಂಥ (ಶಿಲಾದಿಗಳು). Met-a-mor'-phōse (-mor'fōz), *v. t. r.* ರೂಪಾಂತರ ಮಾಡು, ಸ್ವರೂಪ ಬೇರೆ ಮಾಡು. Met-a-mor'phō-sis (-mor'fō-), *n.* ರೂಪಾಂತರ, ಮಾರು ರೂಪ.

Met'a-phŏr (-fĕr), *n. (a word expressing similitude without the sign of comparison)* ಗೌಣಲಕ್ಷಣೆ, ರೂಪಕಾಲಂಕಾರ, *e. g.* ಅವನು ಜಂಬುಕನು (ಯುಕ್ತಿಶಾಲಿಯು). Met-a-phor'ic (-for'i-), -al, *a.* ರೂಪಕಾಲಂಕಾರದ, ಗೌಣಲಕ್ಷಣೆಯ. Met-a-phor'i-cal-ly, *ad.* ರೂಪಕಾಲಂಕಾರವಾಗಿ, ಭಾವಗರ್ಭಿತವಾಗಿ.

Met-a-phys'ics (-fiz'iks), *n.* ತತ್ವಶಾಸ್ತ್ರ, ಮಾನಸಶಾಸ್ತ್ರ. Met-a-phys'i-c, -al, (-fiz'i-), *a.* ತತ್ವಶಾಸ್ತ್ರದ, ಮಾನಸಶಾಸ್ತ್ರದ.

Met-a-tär'sus, *n.* ಕಾಲ್ಬೆರಳಿಗೂ ಪಾದದ ಗಂಟಿಗೂ ನಡುವೆ ಇರುವ ಎಲುಬುಗಳು.

Me-tath'e-sis, *n.* ಅಕ್ಷರಗಳು ಹಿಂದುಮುಂದಾಗುವುದು, ವರ್ಣವಿಪರ್ಯಯ; *e. g.* ಮರಲು ಎಂಬುದು ಹೋಗಿ ಮಲರು ಎಂದಾದರೆ ವರ್ಣವಿಪರ್ಯಯವಾಯಿತು.

Mēte (mēt), *v. t. r.* ಅಳೆ, ಅಳತೆ ಮಾಡು; to m. out justice ನ್ಯಾಯ ವಿಮರ್ಶೆ ಮಾಡಿ ಕೊಡು. *n.* ಹದ್ದು; m.s and bounds ಹದ್ದುಗಳು. Mē'tĕr, *n.* ಅಳೆಯುವವನು; 2. ಅಳತೆಯಂತ್ರ; *see* Metre.

Me-temp-sy-chō'sis (-tem-si-kō'sis), *n.* ಜನ್ಮಾಂತರ, ಪ್ರೇತ್ಯಭಾವ.

Mē'te-or. *n.* ಆಕಾಶದಲ್ಲಾಗುವ ಚಮತ್ಕಾರ, ನಿರ್ಘಾತ, ಉಲ್ಕಾಪಾತ, ಉಲ್ಕೆ. Mē'te-or-īte, Mē-te-or'ō-līte, *n.* ಆಕಾಶದಿಂದ

ಬಿದ್ದ ಕಲ್ಲು. Mē-te-or-ō-loġ'i-eal, *a.* ಆಕಾಶದ, ವಾಯುಮಂಡಲದ. Mē-te-or-ol'ō-ġy, *n.* ವಾಯುಮಂಡಲಶಾಸ್ತ್ರ.

Mē-thiṅks', *v. i.* (-thought', *pr.* -that') ನನಗೆ ತೋರುತ್ತದೆ, ನೆನಸುತ್ತೇನೆ.

Meth'od, *n.* ರೀತಿ, ಪದ್ಧತಿ, ಕ್ರಮ; m. of teaching ಶಿಕ್ಷಣಪದ್ಧತಿ. Meth-od'ic, -od'i-cal, *a.* ಕ್ರಮವಾದ. Meth'ō-dīse, *v. t. r.* ಹೊಂದಿಕೆ ಮಾಡು, ಕ್ರಮವಾಗಿಡು. Meth'ō-dism, *n.* "ಮೆಥೊದಿಸ್ತರ" ಮತ. Meth'ō-dist, *n.* "ಝಾನ್ ವೆಸ್ಲಿ" ಎಂಬವರು ಸ್ಥಾಪಿಸಿದ ಕ್ರೈಸ್ತಸಭಾಶಾಖೆಗೆ ಸೇರಿದವ.

Me-tie'u-lōus, *a.* ಬಹಳ ಜಾಗ್ರತೆಯುಳ್ಳ, ಅತಿ ಸೂಕ್ಷ್ಮ ರೀತಿಯಿಂದ ಕೆಲಸ ಮಾಡುವ.

Met'o-nym-y *or* Me-ton'y-my, *n.* (*a figure of speech in which one word is put for another that has some relation to it*) ಅಜಹಲ್ಲಕ್ಷಣೆ; *e. g.* ಊರು ಮೊರೆ ಇಡುತ್ತದೆ (ಅಂದರೆ ಊರಲ್ಲಿರುವ ಜನರು ಮೊರೆ ಇಡುತ್ತಾರೆ).

Mē'tre (mē'tĕr), *n.* ಛಂದಸ್ಸು, ವೃತ್ತ; 2. ಒಂದು ತರದ ಅಳತೆಯ ಪ್ರಮಾಣ (39·37 in.). Met'ri-e, -al, *a.* ಛಂದೋಬದ್ಧ, ಪದ್ಯರೂಪವಾದ. Met'ri-cal-ly, *ad.* ಛಂದಸ್ಸಿನ ಪ್ರಕಾರವಾಗಿ.

Met'ro-nome, *n.* ತಾಳ ಹಾಕುವ ಪೆಂಡಿಲಂ ಉಳ್ಳ ಚಿಕ್ಕ ಪೆಟ್ಟಿಗೆ.

Me-trop'ō-lis, *n.* ರಾಜಧಾನಿ, ಮುಖ್ಯಪಟ್ಟಣ. Met-rō-pol'i-tan, *n.* ಕ್ರೈಸ್ತ ಶ್ರೇಷ್ಠಾಧ್ಯಕ್ಷ. *a.* ರಾಜಧಾನಿಯ, ರಾಜಧಾನಿಯಲ್ಲಿರುವ.

Met'tle (met'l), *n.* ಎದೆ, ಧೈರ್ಯ, ಚುರುಕು; to put a man in (or to) his m. ಒಬ್ಬನನ್ನು ಕೈಲಾದ ಮಟ್ಟಿಗೆ ಭಾವಿಸುವರೆ ಉತ್ಸಾಹಪಡಿಸು. Met'tled (met'ld), Met'tle-sōme, *a.* ಎದೆಗಾರನಾದ, ಚುರುಕುಳ್ಳ, ಧೈರ್ಯವುಳ್ಳ.

Meum and tuum ನನ್ನ ಮತ್ತು ನಿನ್ನ.

Mew, *n.* ಬೆಳ್ಳಕ್ಕಿ ಗರಿ ಉದುರಿಸುವ ಕಾಲಕ್ಕೆ ಗಿಡಗಗಳನ್ನು ಹಾಕಿಡುವ ಗೂಡು. *v. i. r.* ಗರಿ ಉದುರಿಸು.

Mew (mū), *v. i. r.* ಬೆಕ್ಕಿನಂತೆ ಮ್ಯಾವೆನ್ನು.

Mewl (mūl), *v. t. r.* (ಕೂಸಿನಂತೆ) ಕೂಗು, ಅಳು. *n.* ಕೂಸಿನ ಅಳು.

Mex'i-ean poppy, *n.* (*Argemone mexicana, L.*) ಅರಸಿನ ಉಮ್ಮತ್ತ ಗಿಡ, ಗೋಳಗೋಳಿಕೆ—, ದತ್ತೂರ— (*My.*).

Mez'zo, *a.* (*mus.*) ಅರ್ಧ, ಮಧ್ಯಮ (ಸ್ವರ).

Miaow' (miow'), *v. i., see* Mew.

Mi-as'ma *or* Mi-asm' (*pl.* mi-as'ma-ta), *n.* ವಿಷಗಾಳಿ, ಕೊಳಕು ಗಾಳಿ, ರೋಗದ ಸೋಂಕುಳ್ಳ ಉಗೆ.

Mi, *n.* (ಸರಳೆಯಲ್ಲಿ) ಗಾಂಧಾರ, ಗ.

Mī'ca, *n.* ಅಭ್ರಕ, ಬಿಂಗು, ಭೃಂಗ. Mī-eā'-ciōus (-kā'shus), *a.* ಅಭ್ರಕದ, ಬಿಂಗಿನ, ಬಿಂಗಿನಂಥ.

Mīce, *n., pl. of.* Mouse.

Mich'ael-mas (mik'el-), *n.* "ರೋಮನ್ ಕಥೋಲಿಕ್" ಜನರದೊಂದು ಹಬ್ಬ; 2. ಸಪ್ತಂಬರ ೨೯ನೇ ತಾರೀಕು.

Mī-che'li-a, *n.* (*Michelia champaca, L.*) ಸಂಪಿಗೆ, ಸಂಪಗೆ.

Mick'le, *a.* ಶಾನೆ, ಬಹಳ.

Mī'erōbe, *n.* ಪರಮಾಣುರೂಪ ಪ್ರಾಣಿ.

Mi-erō-ceph'a-lic, *a.* ಅತಿ ಚಿಕ್ಕ ತಲೆಯುಳ್ಳ.

Mī'erō-cosm, *n.* ಕಿರೀ ಲೋಕ, ಪಿಂಡಾಂಡ, ಮನುಷ್ಯನು. [ಕಟ್ಟಿದ.

Mī-erō-lith'ie, *a.* ಅತಿ ಚಿಕ್ಕ ಕಲ್ಲುಗಳಿಂದ

Mī-erōm'e-tĕr, *n.* ಅತಿ ಸೂಕ್ಷ್ಮ ವಸ್ತುಗಳ ಪರಿಮಾಣವನ್ನು ಕಂಡು ಹಿಡಿಯುವ ಉಪಕರಣ.

Mī'erō-phyte, *n.* ಸೂಕ್ಷ್ಮದರ್ಶಕ ಯಂತ್ರದಿಂದ ಮಾತ್ರ ನೋಡಬಹುದಾದ ಸಸ್ಯವರ್ಗ.

Mī'erō-seōpe, *n.* ಸೂಕ್ಷ್ಮದರ್ಶಕ ಯಂತ್ರ; single (simple) m. ಭೂತಗನ್ನಡಿ, ಒಂಟಿಗನ್ನಡಿಯ ಸೂಕ್ಷ್ಮದರ್ಶಕಯಂತ್ರ; compound m. ಜೋಡುಗನ್ನಡಿಯ ಯಂತ್ರ; solar m. ಸೌರಯಂತ್ರ. Mī-erō-scop'ie, -scop'i-cal, *a.* ಸೂಕ್ಷ್ಮದರ್ಶಕ ಯಂತ್ರದ ಸಹಾಯದಿಂದ ಮಾಡಿದ; 2. ಅತಿ ಸೂಕ್ಷ್ಮ.

Mid, *a.* ನಡುವಿನ, ಮಧ್ಯದ. Mid'dāy (-dā), *n.* ಮಧ್ಯಾಹ್ನ. Mid'-heav-en (-hev'n), Mid'-āir, *n.* ಖಮಧ್ಯ, ಮಧ್ಯಾಹ್ನರೇಖೆ. Mid'land, *a.* ನಡುನಾಡಿನ, ಭೂಮಧ್ಯ. Mid'mōst, *a.* ನಡುಮಧ್ಯದ, ನಟ್ಟನಡುವಿನ. Mid'nīght (-nīt), *n.* ನಡುರಾತ್ರಿ, ಸರಿಹೊತ್ತು, ಮಧ್ಯರಾತ್ರಿ, ಅರ್ಧರಾತ್ರಿ. Mid'ship-man, *n.* ಯುದ್ಧಹಡಗಿನ ಒಬ್ಬ "ಕಾರಭಾರಿ". Mid'summĕr, *n.* "ಐನ" ಬೇಸಿಗೆ, ಮಧ್ಯ—, ಉತ್ತರಾಯಣ (ಜೂನ ೨೧). Mid'wāy (-wā), *n.* ಅರ್ಧದಾರಿ, ಮಧ್ಯಮಾರ್ಗ. *a.* ಅರ್ಧ ದಾರಿಲಿರುವ. *ad.* ದಾರಿಮಧ್ಯದಲ್ಲಿ. Mid'wintĕr, *n.* "ಐನ" ಶೀತಕಾಲ, ದಕ್ಷಿಣಾಯನ (ದಶಂಬರ ೨೧).

Mid'dle (mid'l), *n.* ಮಧ್ಯ, ನಡುವೆ. *a.* ಮಧ್ಯದ, ನಡುವಿನ, ನಡಕಲ. **Mid'dle-āġed** (-ājd), *a.* ಮಧ್ಯಪ್ರಾಯದ, ನಡ ಹರೆಯದ. **Mid'dle-man**, *n.* ಸಾರಥಿ, "ದಲಾಲಿ". **Mid'dle-mōst**, *a.*, *see* Midmost. **Mid'dle-sīzed** (-sīzd), *a.* ಮಧ್ಯಮ ಆಕಾರದ. **Mid'dliṅg**, *a.* ಮಧ್ಯಮ, ಸಾಧಾರಣ, ಸರಾಸರಿ, ಎಡತರ.

Midġe (mij), *n.* ಸೊಳ್ಳೆ, ಗುಂಗಾಡ.

Midġ'et, *n*, ಗುಜ್ಜಾರಿ, ಕುಳ್ಳ, ಗುಜ್ಜ.

Mid'riff, *n.* ಹೊಟ್ಟೆಯ ಮಧ್ಯ ಪರದೆ, ಹೃತ್ಪಟಲ.

Midst, *n.* ನಡುವೆ, ಮಧ್ಯ; in the m. of ...ಒಳಗೆ, ಮಧ್ಯದಲ್ಲಿ. *ad.* ಮಧ್ಯದಲ್ಲಿ.

Mid'wīfe, *n.* ಸೂಲಗಿತ್ತಿ, ಮಂತ್ರಸಾನಿ. **Mid'wife-ry** (-wif-ri), *n.* ಸೂಲಗಿತ್ತಿತನ, ಗರ್ಭಮೋಚನವಿದ್ಯೆ.

Miēn (mēn), *n.* ಆಕಾರ, "ಚಹರೆ", ಮುಖಭಾವ.

Miff, *n.* ಸಿಟ್ಟು, ರೇಗು, ಶಟಗೊಳ್ಳುವುದು.

Mīght (mīt), *n.* ಬಲ, ಶಕ್ತಿ, ಪರಾಕ್ರಮ; with m. and main ಯಾವತ್ತೂ ಶಕ್ತಿಯಿಂದ. **Mīght'i-ly** (mīt'i-), *ad.* ಬಲವಾಗಿ; 2. *(coll.)* ಬಹಳವಾಗಿ. **Mīght'i-ness**, *n.* ಬಲ, ಶಕ್ತಿ, ಸಾಮರ್ಥ್ಯ. **Mīght'y**, *a.* ಪರಾಕ್ರಮವುಳ್ಳ, ಶಕ್ತಿಯುಳ್ಳ; 2. ಬಹು ದೊಡ್ಡ, ಭಾರಿ, ಅದ್ಭುತ.

Mīght, *pt. of* May.

Mign-on-nette' (min-yon-net'), *n.* ಒಂದು ಪರಿಮಳದ ಹೂ.

Mī'grāte, *v. i. r.* ಒಂದು ದೇಶದಿಂದ ಮತ್ತೊಂದಕ್ಕೆ ವಾಸ ಮಾಡಲಿಕ್ಕೆ ಹೋಗು, ಗುಳೆತೆಗೆದುಕೊಂಡು ಹೋಗು, ಹೆಳೆಗೆ ಕಟ್ಟಿಬಿಡು. **Mī-grā'tiŏn**, *n.* ದೇಶಾಂತರ, ಸ್ಥಲಾಂತರ. **Mī'gra-tŏr-y**, *a.* ದೇಶಾಂತರ ಮಾಡುವ, ಸಂಚರಿಸುತ್ತಿರುವ.

Mi-kā'dō, *n.* ಜಾಪಾನಿ ಅರಸನು.

Milch, *a.* (ಹಾಲು) ಕರೆಯುವ; 2. ಹಿಂಡುವ, ಮೆತ್ತನ, ಮೃದು; m. cow ಹಾಲಹಸು, ಕಂದಿ.

Mīld, *a.* ಶಾಂತ, ಮೃದು ಸ್ವಭಾವದ, —ತರದ. **Mīld'ly**, *a.* ಮೆತ್ತಗೆ. **Mīld'ness**, *n.* ಶಾಂತಿ, ಸಾಧು ಗುಣ, ಮೆತ್ತನ—, ಮೃದುತ್ವ.

Mil'dew (-dū), *n.* ಜಗಿ, ಕಾಡಿಗೆ.

Mīle, *n.* ಹರದಾರಿಯ ಮೂರನೇ ಭಾಗ (೧೭೬೦ "ಯಾರ್ಡ್"), "ಮೈಲು". **Mīle'aġe**, *n.* "ಮೈಲಿನ" ಕಲ್ಲಿಗೆ ಕೊಡುವ "ಭತ್ತೆ", —ಪ್ರಕಾರ ಕೊಡುವ ಬಾಡಿಗೆ. **Mīle'pōst**, **Mīle'stōne**, *n.* "ಮೈಲು" ಕಲ್ಲು.

Mil'ia-ry, *a.* ಜೋಳದ ಹಾಗಿರುವ.

Mil'i-tant, *a.* "ಸಿಪಾಯಿ" ಕೆಲಸ ಮಾಡುವ, ಕಾದಾಡುವ, ಯುದ್ಧ ಮಾಡುವ. **Mil'i-ta-rism**, *n.* ಸಮರ ವಿಜಯ ಮದ. **Mil'i-tar-y** (-tĕr), *a.* ಕಂದಾಚಾರದ, ರಾಣುವೆಯ, "ಸಿಪಾಯಿ" ಕೆಲಸದಲ್ಲಿ ಸಿಕ್ಕಿದ. *n.* ದಂಡು, ಸೈನ್ಯ, "ಫೌಜು". **Mil'i-tāte**, *v. i. r.* ಯುದ್ಧ ಮಾಡು, ಎದುರಾಡು, ವಿರೋಧವಾಗಿರು.

Mi-li'tia (-lish'a), *n.* "ಸಿಬಂದಿ", ಬಂಟರ ದಂಡು.

Milk, *n.* ಹಾಲು, ಕ್ಷೀರ, ದುಗ್ಧ; curdled m. ದಧಿ, ಮೊಸರು; frothing m. (fresh from the cow) ನೊರೆಹಾಲು, ಧಾರೋಷ್ಣ; breast-m. ಮೊಲೆಹಾಲು. *v. t. r.* (*pr.* milkt) ಹಾಲು ಕರೆ, ಹಿಂಡು; cry over spilt m. ಎಣ್ಣೆ ಚೆಲ್ಲಿ ಅಳು, ಮಿಂಚಿಹೋದ ಕಾರ್ಯಕ್ಕೆ ಚಿಂತಿಸು. **Milk'-fē-vĕr**, *n.* ಸ್ತನ್ಯಜ್ವರ. **Milk'fish**, *n.* *(Chanos Ialmoneus)* ಹಾಲುಮೀನು. **Milk'hedġe** (-hej), *n.* *(Euphorbia tirucalli, L.)* ಕಳ್ಳಿ. **Milk'i-ness**, *n.* ಶಾಂತ, ಸಾತ್ವಿಕ. **Milk'iṅg**, *n.* ಹಾಲು ಕರೆಯುವುದು. **Milk'māid**, *n.* ಗೊಲ್ಲತಿ, ಗೌಳಿಗಿತ್ತಿ, ಹಾಲಿನವಳು. **Milk'-man**, *n.* ಗೊಲ್ಲ, ಗೌಳಿಗ, ಹಾಲಿನವ. **Milk'pail**, *n.* ಹಾಲಿನ ಮೊಗೆ. **Milk'-sop**, *n.* ಹಾಲಿನಲ್ಲಿ ಹಾಕಿದ ರೊಟ್ಟೀ ತುಂಡು; 2. ಪುಕ್ಕ. **Milk'-tooth**, *n.* ಹಾಲ ಹಲ್ಲು. **Milk'y**, *a.* ಹಾಲಿನ; 2. ಹಾಲಿನಂಥ; 3. ಹಾಲು ಹೊರಡುವ, —ಕೊಡುವ; 4. ಸಾಧು, ಪುಕ್ಕ. **Milk'y-wāy** (-wā), *n.* ಆಕಾಶಗಂಗೆ, ಆಕಾಶವೀಥಿ, ಮಂದಾಕಿನಿ.

Mill, *n.* ಬೀಸುವ ಕಲ್ಲು, —ಯಂತ್ರ; a m. to break rice ತೊಳಲೀಕಲ್ಲು; cotton-m. ಗಿರಣಿ. oil-m. ಗಾಣ; sugar-m. ಆಲೆ, ಆಲೆಗಾಣ; *v. t. r.* ಬೀಸು; 2. (coin) ರೇಖೆ ಕಟ್ಟು; 3. ಮುದ್ರೆ ಒತ್ತು. **Mil'lĕr**, *n.* ಬೀಸುವವ, ಬೀಸುವ ಯಂತ್ರದ ಯಜಮಾನ. **Mill'stōne**, *n.* ಬೀಸುವ ಕಲ್ಲು; lower m. ಅಡಿಗಲ್ಲು; upper m. ಮೇಲುಗಲ್ಲು.

Mil'len-ar-y, *a.* ಸಾವಿರದ. *n.* ಸಾವಿರ ವರ್ಷ, ವರ್ಷಸಹಸ್ರ. **Mil-le-nā'ri-an**, **Mil-len'ni-al**, *a.* ವರ್ಷಸಹಸ್ರ ಸಂಬಂಧವಾದ. **Mil-len'ni-um**, *n.* ಸಾವಿರ ವರ್ಷದ ರಾಜ್ಯ (*see* ಪ್ರಕಟಣೆ ೨೦ನೇ ಸಂಧಿ.).

Mil'let, *n.* Great m. *(Sorghum vulgare, Pers.)* ಜೋಳ; Italian m. *(Panicum italicum, L.)* ನವಣೆ; spiked m. *(Pan-*

nicillaria spicata, Swartz) ಸಜ್ಜೆ; *(Panicum frumentaceum, Roxb.)* ಕರೇ ಸಾವೆ; common m. *(Panicum miliaceum, Willd.)* ಕರೇ ಬರಗು; little m. *(Panicum miliares, L.)* ಸಾವೆ, ಸಾಮೆ; *(Panicum indicum, L.)* ಕರಿ ಕೋರ್ಲೆ ಹುಲ್ಲು.

Mill'iard (mil'yard), *n.* ಸಾವಿರ ಮಿಲ್ಲಿಯ.

Mil'lin-ĕr (mil'in-), *n.* ಸ್ತ್ರೀಯರ ತೊಪ್ಪಿಗೆ ಮುಂತಾದದ್ದನ್ನು ಮಾಡುವವಳು. Mil'lin-ĕr-y, *n.* ಸ್ತ್ರೀಯರ "ಪೋಷಾಕಿನ" ಸಾಮಾನು.

Mil'liŏn (mil'yun), *n.* ದಶಲಕ್ಷ, ಪ್ರಯುತ; 2. ಲಕ್ಷಾನುಲಕ್ಷ. Mil'liŏn-āire (mil'yun-ār), *n.* ಲಕ್ಷಪತಿ, ಕುಬೇರ, ಅತಿ ಧನವಂತ.

Milt, *n.* ನಶ್ಟಿ, ಗಂಡು ಮೀನಿನ ಬೀಜ. Milt'ĕr, *n.* ಗಂಡುಮೀನು.

Mil-ton'ic, *a.* ಮಿಲ್ಟನ್ ಎಂಬ ಕವಿಯ.

Mīme, *n.* ನಕಲಿ ಆಟದವ, ನಕಲಿ ಆಟ. Mī-mē'sis, *n.* *(zool.)* ಜೋರಗಿನ ಹೋಲುವಿಕೆ, ಅನುಕರಣ. Mim'ic, Mim'i-cal, *a.* ಅಣಕಿಸುವ, ಹಾಸ್ಯದ, "ನಕಲಿಯ." Mim'ic, *v. t. r.* (*pr.* mim'ikt) ಅಣಕಿಸು, ಹಾಸ್ಯ ಮಾಡು. *n.* ಅಣಕಿಸುವವ, ಹಾಸ್ಯಗಾರ, "ನಕಲಿ" ಮಾಡುವವ. Mim'ic-ry, *n.* ಅಣಕಿಸುವಿಕೆ, ಹಾಸ್ಯ, ಚೇಷ್ಟೆ.

Mi-mog'ra-phĕr, *n.* ನಕಲಿ ಬರೆಯುವವ.

Mim'ū-sops elen'gi, *n.* ಪಗಡೇ ಮರ, ಬಕುಳ—, ರೆಂಜೆ—.

Mī'na, *n.*, *see* Myna.

Min'a-ret, *n.* "ಮಸೀದಿಯ" ಶಿಖರ, ಮನೋರಾ.

Min'a-to-ry, *a.* ಹೆದರಿಸುವ, ಗದರಿಸುವ.

Mince, *v. t. r.* (*pr.* minst) ಹೆಚ್ಚು, ಕೊಚ್ಚು; 2. ನಚ್ಚಿನಚ್ಚಿ ಮಾತಾಡು; 3. ಮುಚ್ಚಿ ಮಾತಾಡು. *v. i.* ಜಂಬದಿಂದ ಮಾತಾಡು; 2. ಮಂದ ಗಮನದಿಂದ ನಡೆ, ಒಯ್ಯಾರದಿಂದ—.

Mīnd, *n.* ಮನಸ್ಸು, ಚಿತ್ತ, ಬುದ್ಧಿ; 2. (opinion, sentiment) ಮನೋಭಾವ, ಅಭಿಪ್ರಾಯ; 3. (desire, will) ಮನಸ್ಸು, ಮನೋರಥ; 4. (courage) ಧೈರ್ಯ, ಎದೆ; 5. (memory) ನೆನಪು; *as*, have in m., keep in m. ನೆನಪು ಮಾಡಿಕೊಳ್ಳು, ನೆನಪಿನಲ್ಲಿಟ್ಟುಕೊಳ್ಳು; call to m. ನೆನಪಿಗೆ ತರು; put in m. ನೆನಪು ಪಡಿಸು, —ಕೊಡು *c. d.;* make up one's m. ಹವಣಿಸು, ನಿಶ್ಚಯ ಮಾಡಿಕೊಳ್ಳು. *v. t. r.* ಮನಸ್ಸಿಡು *c. d.*, ಲಕ್ಷ್ಯಕೊಡು *c. d.*, ಕಿವಿಗೊಡು *c. d.;* never m. ಚಿಂತೆ ಇಲ್ಲ, ಅದಿರಲಿ, ಅದಂತಿರಲಿ. Mīnd'ful, *a.* ಮನಸ್ಸು ಕೊಡುವ, ಮನಸ್ಸಿಡುವ; 2. ನೆನಪು ಮಾಡಿಕೊಳ್ಳುವ; 3. ಜಾಗ್ರತೆಯುಳ್ಳ. Mīnd'less, *a.* ಅಜಾಗರೂಕ, ಮನಸ್ಸಿಡದ.

Mīne, *n.* ಖನಿ, ಸುರಂಗ. *v. i. r.* ಸುರಂಗ ತೋಡು. Mī'nĕr, *n.* ಸುರಂಗ ತೋಡುವವ; 2. ಖನಿಗಳಲ್ಲಿ ಕೆಲಸ ಮಾಡುವವ, ಖನಕ. Mī'ny, *a.* ಖನಿಗಳುಳ್ಳ, ಖನಿಖನಿಯಿರುವ.

Mīne, *pron. poss. case of* I, ನನ್ನದು, ನನ್ನವು, ನನ್ನವನು, ನನ್ನವಳು, ನನ್ನವರು; this book is m., those are also m. ಈ ಪುಸ್ತಕ ನನ್ನದು, ಅವು ಸಹ ನನ್ನವು.

Min'ĕr-al, *n.* ಖನಿಜ ವಸ್ತು, ಧಾತು. *a.* ಖನಿಜ; m. kingdom ಖನಿಜಕೋಟಿ; 2. ಧಾತುವ್ಯಾಪ್ತವಾದ, ಧಾತುಗುಣದ (as water). Min'-ĕr-al-ist, Min-ĕr-al'ŏ-ġist, *n.* ಧಾತು ಬಲ್ಲವ, ಧಾತುಪರೀಕ್ಷಕ. Min'ĕr-a-loġ'i-cal, *a.* ಧಾತುವಿದ್ಯೆಯ, ಧಾತು ಸಂಬಂಧವಾದ. Min-ĕr-al'ŏ-ġy, *n.* ಧಾತುವಿದ್ಯೆ, ಧಾತುವಾದ.

Min-er'va, *n.* (ರೋಮನರ) ವಿದ್ಯಾಧಿದೇ.

Miṅ'gle, *v. t. r.* ಬೆರಸು, ಕಲಬೆರಿಕೆ ಮಾಡು, ಮಿಶ್ರ—. *v. refl.* ಕೂಡಿಕೊಳ್ಳು.

Min'i-ate, *v. t. r.* (ಪುಸ್ತಕಗಳನ್ನು) ಕಿರಮಂಜ ಬಣ್ಣದಿಂದ ಅಲಂಕರಿಸು.

Min'i-a-tūre (*or* min'i-tūr), *n.* ಸಣ್ಣ ಆಕಾರದ ಚಿತ್ರ. *a.* ಸಣ್ಣ.

Min'i-kin, *a.* ಚಿಕ್ಕ.

Min'im, *n.* ತಟಕು, ಬಿಂದು; 2. ಸಂಗೀತಗಲ್ಲಿ ಒಂದು ಗುರುತು. Min'i-mīze, *v. t. r.* ನುಚ್ಚುನುಸಿ ಮಾಡು. Min'i-mum, *n.* ಕನಿಷ್ಠ ಪಕ್ಷದ ಸಂಖ್ಯೆ, ಕನಿಷ್ಠ ಪರಿಮಾಣ.

Min'iŏn (min'yun), *n.* ಯಜಮಾನನ ದಯೆ ಸಂಪಾದಿಸಿಕೊಂಡವ; 2. ರಾಜವಲ್ಲಭ; 3. ಸಣ್ಣ ತರದ ಅಚ್ಚಕ್ಷರ.

Min'is-ter, *n.* ಆಳು, ಸೇವಕ; 2. ಮಂತ್ರಿ, "ದಿವಾನ"; 3. ರಾಜನೂತ; 4. "ಕ್ರೈಸ್ತ ಪಾದರಿ". *v. i. r.* ಸೇವೆ ಮಾಡು. *v. t.* ತಂದುಕೊಡು. Min-is-tē'ri-al, *a.* ಸೇವೆಯ; 2. ಮಂತ್ರಿ ಕೆಲಸದ; 3. "ಪಾದರಿ" ಉದ್ಯೋಗದ. Min-is-trā'tiŏn, *n.* ಸೇವೆ, ಸೇವಾಚರಣೆ. Min'is-try, *n.* "ದಿವಾನಗಿರಿ", ಮಂತ್ರಿಸಭೆ; 2. ಗುರುಸಭೆ; 3. ಸೇವೆ, ಸಾಹಾಯ್ಯ.

Min'i-um, *n.* ಸಿಂದೂರ, ಚಂದ್ರ.

Min'nŏw (-nō), *n.* ಒಂದು ತರದ ಮೀನು.

Mī'nŏr, *a.* ಕಿರಿಯ, ಚಿಕ್ಕ. *n.* ಕಿರಿಯನು, ಬಾಲನು, ಅಪ್ರಾಯಸ್ಥ. Mi-nor'i-ty, *n.* ಬಾಲದಶೆ, ಚಿಕ್ಕತನ; 2. ಚಿಕ್ಕ ಸಂಖ್ಯೆ.

Min'ō-taur (-tar). *n.* ಅರ್ಧ ಮನುಷ್ಯ ಅರ್ಧ ಹೋರಿ ಈ ಪ್ರಕಾರದ ಒಂದು ಕಲ್ಪಿತ ಪ್ರಾಣಿ, ನರವೃಷಭ.

Min'stĕr, *n.* (ಸನ್ಯಾಸಿಮಠಕ್ಕೆ ಕೂಡಿರುವ) ದೊಡ್ಡ ದೇವಾಲಯ.

Min'strel, *n.* ಸಂಗೀತಗಾರ, ಗಾಯಕ, ಹಾಡುಗಾರ, ಭಟ್ಟಂಗಿ.

Mint, *n.* ಟಂಕಸಾಲೆ. *v. t. r.* ನಾಣ್ಯ ಮಾಡು. Mint'āge, *n.* ಮುದ್ರೆ, ನಾಣ್ಯ; 2. ಟಂಕಸಾಲೆಯ ಕೂಲಿ. Mint'-mas-tĕr, *n.* ಟಂಕಸಾಲೇ ಯಜಮಾನ.

Mint, *n.* (*Mentha arvensis, L.*) ಪುರುಗ, "ಪುದೀನ".

Min'ū-end, *n.* (*math.*) ವ್ಯವಕಲಿತದಲ್ಲಿ (ವಜಾಬಾಕಿಯಲ್ಲಿ) ಮೇಲಿರುವ ಸಂಖ್ಯೆ.

Min'ū-et, *n.* ವಿಳಂಬಿತ ನಾಟ್ಯ.

Mī'nus, *a.* (*math.*) ಕಡಿಮೆ, ಕಳೆಯತಕ್ಕ; ಋಣ; m. sign (—).

Min'ute (min'it), *n.* ಒಂದು ತಾಸಿನ ಅರುವತ್ತನೆ ಅಂಶ, ನಿಮಿಷ, ಕ್ಷಣ; 2. ಒಂದು ಅಂಶದ ಅರುವತ್ತನೆ ಭಾಗ; 3. ಟಿಪ್ಪಣಿ. *v. t. r.* ಸಂಕ್ಷೇಪ ಬರೆ, ಟಿಪ್ಪಣಿ ಬರೆ. Min'ute-book (min'-it-), *n.* ಟಿಪ್ಪಣಿ ಪುಸ್ತಕ. Min'ute-hand (min'it), *n.* ಘಡಿಯಾರದ ನಿಮಿಷ ತೋರಿಸುವ ಕೈ, ದೊಡ್ಡ ಮುಳ್ಳು.

Mi-nūte' (*or* mī-), *a.* ಅತಿಸೂಕ್ಷ್ಮ, ಎಳ್ಳಷ್ಟು ಬಿಡದ, ಬಹು ಚಿಕ್ಕ. Mi-nūte'-ly, *ad.* ಅತಿ ಸೂಕ್ಷ್ಮವಾಗಿ.

Mi-nū'ti-æ (-shi-ē), *n. pl.* ಎಳ್ಳಷ್ಟು ಬಿಡದ ವಿವರ.

Minx, *n.* ಗಯ್ಯಾಳಿ.

Mir'a-cle, *n.* ಅದ್ಭುತ, ಅತಿಶಯ ಕ್ರಿಯೆ, ಲೋಕೋತ್ತರಕ್ರಿಯೆ. Mi-rac'ū-lŏus, *a.* ಅದ್ಭುತನಾದ, ಮನುಷ್ಯನ ಕೈ ಮೀರಿದ. Mi-rac'ū-lŏus-ly, *ad.* ಅದ್ಭುತವಾಗಿ.

Mi-rāge (-räzh'), *n.* ಮರೀಚಿಕೆ, ಬಿಸಿಲುಕುದುರೆ, ಬಯಲುದೊರೆ, ಮೃಗಜಲ.

Mīre, *n.* ಕೆಸರು, ಹುದುಲು, ಬುರುದೆ. *v. t. r.* ಕೆಸರಿನಲ್ಲಿ ನೂಕು, ಸಿಂಪಡಿಸು, ಬಯ್ಯು. Mī'-ry, *a.* ಕೆಸರಿನ, ಬುರುದೆಯ.

Mĭrk, *a.* ಮಬ್ಬಿನ, ಪ್ರಕಾಶವಿಲ್ಲದ.

Mir'rŏr (mir'ĕr), *n.* ಕನ್ನಡಿ, ದರ್ಪಣ; 2. "ನಮೂನೆ". ಮಾದರಿ.

Mĭrth, *n.* ಸೊಗಸು, ಉಲ್ಲಾಸ, ವಿನೋದ, ಚಲ್ಲಾಟ, ಆರ್ತಿ. Mĭrth'ful, *a.* ಸೊಗಸಿನ, ಉಲ್ಲಾಸವುಳ್ಳ, ವಿನೋದವುಳ್ಳ.

Mis-, *pref.* ತಪ್ಪು, ಅಬದ್ಧ, ಕೊರತೆ, ಅಸಮಾನ ಇತ್ಯಾದಿ ಸೂಚಿಸುವ ಉಪಸರ್ಗ.

Mis-ac-cep-tā'tiŏn, *n.* ಅಪಾರ್ಥ, ತಪ್ಪಾಗಿ ತಿಳುಕೊಳ್ಳೋಣ.

Mis-ad-ven'tūre, *n.* ದುರದೃಷ್ಟ, ದೌರ್ಭಾಗ್ಯ.

Mis-al-li'ance, *n.* ತನ್ನ ಕುಲಸ್ಥಿತಿಗೆ ಕಡಿಮೆಯಾದ ವಿವಾಹ.

Mis'an-thrōpe, Mis-an'thrō-pist, *n.* ಜೇಡಿಗ, ಜೇಡಿಗೇಡಿ, ಮಂದಿ ಬೇಡಾದವ, ಮನುಷ್ಯರ ರುಚಿಯಿಲ್ಲದವ, ಗೂಗೆಕುಲದವ. Mis-an-throp'ic, -throp'i-cal, *a.* ಜೇಡಿಗ, ಮಂದಿಬೇಡಾದ, ಜನದ್ರೋಹಿ. Mis-an'thrō-py, *n.* ಜೇಡಿ, ಜನದ್ರೋಹ.

Mis-ap-ply', *v. i. r.* (-plīed') ತಪ್ಪಿ ಹಚ್ಚು, ದುಷ್ಪ್ರಯೋಗ ಮಾಡು. Mis-ap-pli-cā'tiŏn, *n.* ವ್ಯರ್ಥ "ಖರ್ಚು", ದುಷ್ಪ್ರಯೋಗ, ತಪ್ಪಾಗಿ ಹಚ್ಚೋಣ.

Mis-ap-pre-hend', *v. t. r.* ತಪ್ಪಾಗಿ ತಿಳುಕೊಳ್ಳು, —ಗ್ರಹಿಸಿಕೊಳ್ಳು. Mis-ap-pre-hen'-siŏn, *n.* ತಪ್ಪಾಗಿ ತಿಳುಕೊಳ್ಳೋಣ, ವಿಪರೀತ ಗ್ರಹಣ, ಭ್ರಾಂತಿ ಭಾವನೆ.

Mis-ap-prō'pri-āte, *v. t. r.* ದುರುಪಯೋಗ ಮಾಡು. Mis-ap-prō-pri-ā'tiŏn, *n.* ಅಸತ್ಪ್ರಯೋಗ.

Mis-be-come', *v. t. r.* ಅನುಚಿತವಾಗಿರು.

Mis-be-got'ten, *a.* ಹಾದರಕ್ಕೆ ಹುಟ್ಟಿದ, ಸೂಳೇಮಗ.

Mis-be-hāve', *v. i. r.* ನಡತೆ ಕೆಟ್ಟದ್ದಾಗಿರು, ದುರ್ನಡತೆಯಲ್ಲಿರು; he misbehaves ಅವನ ನಡತೆ ಕೆಟ್ಟದ್ದು, ಅವನ ನಡಾವಳಿ ತರವಲ್ಲ. Mis-be-hāv'iour (-hāv'yĕr), *n.* ಕೆಟ್ಟ ನಡತೆ, ದುರಾಚಾರ.

Mis-be-lief', *n.* ತಪ್ಪಿ ನಂಬುವುದು, ಸುಳ್ಳು ವಿಶ್ವಾಸ, ಸುಳ್ಳು ಮತ. Mis-be-liēve', *v. t. r.* ತಪ್ಪಿ ನಂಬು.

Mis-cal'cu-lāte, *v. t. r.* ತಪ್ಪು, ಲೆಕ್ಕದಲ್ಲಿ ತಪ್ಪು.

Mis-call', *v. t. r.* ಹೆಸರುದಪ್ಪು; 2. ಬಯ್ಯು.

Mis-car'riage (-kar'ij), *n.* ಅನರ್ಥ, ನಿಷ್ಫಲ; 2. ಕೆಟ್ಟ ನಡತೆ, ದುರಾಚಾರ; 3. ಹಲಿವಿಳಿಯುವುದು, ಗರ್ಭಸ್ರಾವ; (with animals) ಕಂದ ಹಾಕುವುದು. Mis-car'ry, *v. i. r.* (-car'-ried) ಗುರಿ ತಪ್ಪು, ವ್ಯರ್ಥವಾಗು; 2. ಹಲಿವಿಳಿ, ಗರ್ಭಸ್ರಾವವಾಗು; (with animals) ಕಂದ ಹಾಕು.

Mis-cast', *v. t. r.* ತಪ್ಪಾಗಿ ಎಣಿಸು.

Mis-cē-ġen-ā'tiŏn, *n.* ವರ್ಣ ಸಾಂಕರ್ಯ.

Mis-cel-lā'ne-ŏus (-lā'ni-us), *a.* ಬಗೆಬಗೆಯ, ನಾನಾ ವಿಧವಾದ, ಅನೇಕ ಪ್ರಕಾರವಾದ. **Mis-cel-lā'ne-ŏus-ly** (-lā'ni-us-), *ad.* ಬಗೆಬಗೆಯಾಗಿ, ನಾನಾ ವಿಧವಾಗಿ. **Mis-cel'la-ny**, *n.* ಮಿಶ್ರ; 2. ಮಿಶ್ರ ಪತ್ರ, ಮಿಶ್ರ ಪುಸ್ತಕ.

Mis-chance', *n.* ದುರದೃಷ್ಟ, ದುರ್ದೈವ, ದುರ್ಗತಿ.

Mis'chiēf, *n.* ಕೇಡು, ಕೆಡಕು, "ತಂಟೆ", ಹಾವಳಿ, ನಷ್ಟ. **Mis'chiēf-mā-kẽr**, *n.* ಕಿಡಿಗೇಡಿ, ತುಂಟನು. **Mis'chiēf-mā-kiṅg**, *n.* ಕೇಟಕತನ, ಕಿಡಿಗೇಡಿತನ, ಕೀಟಲೆ. **Mis'chiev-ŏus**, *n.* ಕೇಡಿನ, ಕೆಡಕ, "ತಂಟೆಮಾರಿ", ಕಿಡಿಗೇಡಿ. **Mis'chiev-ŏus-ly**, *ad.* ನಷ್ಟವಾಗಿ, ಕೇಡಾಗಿ; 2. ಮತ್ಸರವಾಗಿ. **Mis'chiev-ŏus-ness**, *n.* ಪುಂಡಾಟ, ಪುಂಡುತನ, ಕಿಡಿಗೇಡಿತನ.

Mis-con-cēive', *v. t. r.* ತಪ್ಪಾಗಿ ತಿಳುಕೊಳ್ಳು, —ಗ್ರಹಿಸಿಕೊಳ್ಳು. **Mis-con-cep'tiŏn**, *n.* ತಪ್ಪಾಗಿ ತಿಳುಕೊಳ್ಳೋಣ, ವಿಪರೀತ ಗ್ರಹಿಕೆ.

Mis-con'duct, *n.* ಕೆಟ್ಟ ನಡತೆ, ದುರಾಚಾರ. *v. t. r.* ದುರ್ನಡತೆ ನಡೆಯು.

Mis-con-struc'tiŏn, *n.* ವಿಪರೀತಾರ್ಥ.

Mis-con'strue, *v. t. r.* ವಿಪರೀತಾರ್ಥ ಮಾಡು, ವಿಪರೀತವಾಗಿ ತಿಳುಕೊಳ್ಳು.

Mis'cre-ant, *n.* ಪಾಷಂಡಿ; 2. ಕೆಟ್ಟವ, ದುರ್ಜನ, ಅಧಮ, ನೀಚ, ಪಾಜಿ. [ರಾಧ.

Mis-dēed', *n.* ಕೆಟ್ಟಕೆಲಸ, ದುರುಳತನ, ಅಪ

Mis-de-mēan'ŏur (-mēn'ẽr), *n.* ಕೆಟ್ಟ ನಡತೆ; 2. *(law)* ತಪ್ಪು, ಅಪರಾಧ.

Mis-di-rect', *v. t. r.* ತಪ್ಪು ದಾರಿ ತೋರಿಸು, ತಪ್ಪು ವಿಳಾಸ ಬರೆ.

Mis-dŏ'iṅg, *n.* ನಡೆತಪ್ಪು, ನುಡಿತಪ್ಪು.

Mis-em-ploy', *v. t. r.* ದುಷ್ಪ್ರಯೋಗ ಮಾಡು, ಕೆಡಿಸಿಬಿಡು.

Mī'ṣẽr, *n.* ಅಳದುಣಿಗ, ಜಿಪುಣ, ಜೀನ, ಹಿಂಕ, ಲೋಭಿ, ಕೃಪಣ. **Mī'ṣẽr-ly**, *a.* ಜೀನ, ಲೋಭಿಯಾದ, ಕೃಪಣನಾದ.

Miṣ'ẽr-a-ble, *a.* ಬಡ, ದುಃಖಾಕ್ರಾಂತ, "ಕಂಗಾಲ", ದುಃಖದ; 2. ನೀಚ, ವ್ಯರ್ಥ. **Miṣ'ẽr-a-bly**, *ad.* ಬಡ ರೀತಿಯಿಂದ, ದರಿದ್ರವಾಗಿ, "ಕಂಗಾಲಾಗಿ"; 2. ದೌರ್ಭಾಗ್ಯವಾಗಿ; 3. ನೀಚವಾಗಿ.

Miṣ'ẽr-y, *n.* ಅತಿ ದುಃಖ, "ಕಂಗಾಲತನ"; 2. ಕಷ್ಟ, ಅರಿಷ್ಟ, ವಿಪತ್ತು.

Mis-for'tūne (*or* -chun), *n.* ದುರ್ದೈವ, ದುರ್ಭಾಗ್ಯ, ದುರದೃಷ್ಟ, ಅಪಾಯ.

Mis-give', *v. t. ir.* (-gāve', -giv'en) ಅನುಮಾನ ಪಡಿಸು, ಶಂಕೆ—; my heart misgives me ನನಗೆ ಅನುಮಾನವಿದೆ, ಶಂಕೆ ಪಡುತ್ತೇನೆ, ಭಯ—. **Mis-giv'iṅg**, *n.* ಭಯ, ಸಂಶಯ, ಸಂದೇಹ.

Mis-gŏv'ẽrn, *v. t. r.* ಅಧರ್ಮವಾಗಿ ಆಳು, ಅನ್ಯಾಯವಾಗಿ—.

Mis-guīde' (-gīd'), *v. t. r.* ಮರುಳುಗೊಳಿಸು, ಭ್ರಾಂತಿಯಲ್ಲಿ ಬೀಳಿಸು.

Mis-handle', *v. t. r.* ಕ್ರೂರವಾಗಿ ನಡಿಸು, ಕರ್ಕಶವಾಗಿ—.

Mis-hap', *n.* ವಿಪತ್ತಿ, ದುರದೃಷ್ಟ, ದುರ್ದಶೆ

Mish'mash, *n.* ಸಂದಡಿ.

Mis-im-prŏve', *v. t. r.* ಕೆಟ್ಟದ್ದಕ್ಕೆ ಹಚ್ಚು, —ಪ್ರಯೋಗಿಸು, ದುರುಪಯೋಗ ಮಾಡು, ಕೆಡಿಸಿಬಿಡು.

Mis-in-form' (-farm'), *v. t. r.* ತಪ್ಪಾಗಿ ತಿಳಿಸು, ಸುಳ್ಳು ವರ್ತಮಾನ ಹೇಳು. **Mis-in-for-mā'tiŏn**, *n.* ಸುಳ್ಳು ತಿಳಿಸುವುದು, ಸುಳ್ಳು ಸಮಾಚಾರ.

Mis-in-tẽr'pret, *v. t. r.* ಅಪಾರ್ಥ ಮಾಡು, ತಪ್ಪಾಗಿ ಟೀಕಿಸು. **Mis-in-tẽr-pret-ā'tiŏn**. *n.* ತಪ್ಪು ಭಾಷಾಂತರ, ಅಪಾರ್ಥ.

Mis-join'dẽr, *n.* ಕಕ್ಷಿಗಾರರ ಅಥವಾ ವ್ಯಾಜ್ಯ ಕಾರಣಗಳ ತಪ್ಪು ಕಲಬೆರಿಕೆ.

Mis-judġe', *v. t. r.* ತಪ್ಪಾಗಿ ನಿರ್ಣಯಿಸು.

Mis-lāy' (-lā'), *v. t. r.* (-lāid') ಎಲ್ಲಿಯೋ ಇಟ್ಟುಬಿಡು, ಕಳಕೊಳ್ಳು.

Miṣ'le (miz'l), *v. i. r.* ಹನಿ, ತುಂಪರೆಯಾಗಿ ಸುರಿ, ಜಡಿಮಳೆ ಸುರಿ.

Mis-lēad' (-lĕd'), *v. t. ir.* (-led', -led') ದಾರಿ ತಪ್ಪಿಸು; 2. ಮೋಸ ಮಾಡು.

Miṣ'le-tōe (miz'l-tō), *n.* *(Viscum album, L.)* ವಿಲಾಯತಿ ಬಂದಣಿಕೆ; Indian m. *(Loranthus loniceroides, L., L. longiflorus, Desr., L. sclerophyllus, Thw., etc.)* ಬಂದಣಿಕೆ, ಬದನಿಕೆ, ಬಾಂದುರಿಕೆ.

Mis-līke', *v. t. r.* (*pr.* -līkt'), *see* Dislike.

Mis-man'āġe, *v. i. r.* ಅವಿವೇಕ ರೀತಿಯಿಂದ ನಡಿಸು, ಅಯುಕ್ತವಾಗಿ—. **Mis-man'āġe-ment**, *n.* ಅಯುಕ್ತ ಆಡಳಿತೆ, ದುರ್ನಡತೆ.

Mis-nāme', *v. t. r.* ಸುಳ್ಳು ಹೆಸರಿಡು, ತಪ್ಪು—.

Mis-nŏ'mẽr, *n.* ತಪ್ಪು ಹೆಸರು, ಮಿಥ್ಯಾನಾಮ.

Mis-og'a-mist, *n.* ಮದುವೆ ಬೇಡವೆಂಬುವವನು. **Mis-og'a-my**, *n.* ಮದುವೆ ಬೇಡವೆಂಬ ವೈರಾಗ್ಯ.

Mis-og'y-nist, *n.* ಸ್ತ್ರೀ ವೈರಾಗಿ. Mis-og'y-ny, *n.* ಸ್ತ್ರೀ ವೈರಾಗ್ಯ.

Mis-plāce', *v. t. r.* (*pr.* -plāst') ಗೊತ್ತುಗೆಟ್ಟು ಇಡು, ನೆನಪಿಲ್ಲದೆ ಇಡು.

Mis-print', *v. t. r.* ತಪ್ಪಾಗಿ ಛಾಪಿಸು. -'print, *n.* "ಛಾಪೇ" ತಪ್ಪು.

Mis-pri'sion, *n.* "ಫಿತೂರಿ"ಯನ್ನು ಮರೆ ಮಾಡೋಣ.

Mis-prō-nounce', *v. t. r.* (*pr.* -nounst') ಅಶುದ್ಧ ಉಚ್ಚಾರಣೆ ಮಾಡು, ಅಶುದ್ಧವಾಗಿ ಉಚ್ಚರಿಸು. Mis-prō-nun-ci-ā'tion, *n.* ಅಶುದ್ಧ ಉಚ್ಚಾರಣೆ.

Mis-quōte', *v. t. r.* ತಪ್ಪಾಗಿ ಎತ್ತಿ ಹೇಳು. Mis-quō-tā'tion, *n.* ತಪ್ಪಾಗಿ ಎತ್ತಿ ಹೇಳಿದ್ದು, ತಪ್ಪು ಯಥೋಕ್ತ.

Mis-rep-re-sent', *v. t. r.* ತಪ್ಪಾಗಿ ತಿಳಿಸು, ಸುಳ್ಳಾಗಿ—, ಸುಳ್ಳು ವರ್ತಮಾನ ಹೇಳು. Mis-rep-re-sen-tā'tion, *n.* ಅಬದ್ಧ ವರ್ತಮಾನ ಕೊಡೋಣ; 2. ಸುಳ್ಳು.

Mis-rule', *n.* ಅವಿವೇಕದ ಆಳುವಿಕೆ.

Miss, *n.* ಹುಡುಗಿ, ಯೌವನಸ್ಥಳು; Miss Mary ಮೇರಿ ದೊರೆಸಾನಿ, ಮೇರಿಯಮ್ಮನವರು, ಮೇರಿ "ಮಿಸ್ಸಿಯವರು".

Miss, *v. t. r.* (*pr.* mist) (fail of hitting, reaching or finding) ತಪ್ಪು, ಮುಟ್ಟದಿರು; *as*, he missed his way ದಾರಿ ತಪ್ಪಿದ; he missed the appointment ಆ ಚಾಕರಿ (ಜಾಗ) ಅವನಿಗೆ ತಪ್ಪಿತು, —ಅವನಿಗೆ ಸಿಕ್ಕಲಿಲ್ಲ; 2. (to do without) ...ಇಲ್ಲದಿರು, ಇಲ್ಲದ ಹಾಗೆ ಮಾಡು; *as*, I cannot m. him ಅವನಿಲ್ಲದೆ ಇರಲಾರೆ, —ಮಾಡಲಾರೆ; 3. (to feel the want of, to want) ಕಳಕೊಂಡಿರು, ಕಾಣದಿರು; *as*, I m. my book ನನ್ನ ಪುಸ್ತಕ ಕಾಣುವುದಿಲ್ಲ, ನನ್ನ ಪುಸ್ತಕ ಕಳಕೊಂಡೆ; the mother misses her son very much ತಾಯಿಯು ಮಗನ ಅಗಲಿಕೆಯ ವಿಷಯ ಹಂಬಲಿಸುತ್ತಾಳೆ, ತಾಯಿಗೆ ಮಗನ ಹಂಬಲಿಕೆ ಬಹಳ. *v. i.* ಗುರಿ ತಪ್ಪು; 2. ತಪ್ಪು ಮಾಡು; he is missing ಅವನು ಕಾಣುವುದಿಲ್ಲ. *n.* ತಪ್ಪು, ಕೊರತೆ; a m. is as good as a mile ಅಪಜಯವು ಜಯಕ್ಕೆ ಎಷ್ಟು ಸಮೀಪವಿದ್ದರೂ ಅದು ಅಪಜಯವೇ. Mis'sing, *a.* ತಪ್ಪಿಹೋದ, ಕಳದುಕೊಂಡ, ಕಾಣದೆ ಹೋದ, ಸಿಕ್ಕದ.

Mis'sal, *n.* "ರೋಮನ್ ಕಥೋಲಿಕರ ಮಿಸ" ಪುಸ್ತಕ.

Mis-send', *v. t. ir.* (-sent', -sent') ತಪ್ಪಾಗಿ ಕಳುಹಿಸು.

Mis-shāpe', *v. t. r.* & *ir.* (*p. p.* -shā'pen) ರೂಪ ಕೆಡಿಸು, ಕುರೂಪ ಮಾಡು, ವಿರೂಪ—. Mis'shāped (-shāpt), Mis-shā'pen, *p. p. a.* ಕುರೂಪ, ವಿಕಾರ.

Mis'sile (mis'il), *a.* ಒಗೆಯುವಂಥ, ಎಸೆಯುವಂಥ. *n.* ಎಸೆಯುವ ಆಯುಧ, ಬರ್ಚಿ ಬಾಣಾದಿಗಳು, ಅಸ್ತ್ರ.

Mis'sion (mish'un), *n.* ಕಳುಹಿಸೋಣ; 2. ಕೆಲಸ; 3. ನಿಯೋಗಿಗಳು, ರಾಯಭಾರಿಗಳು; 3. ಸುವಾರ್ತಾಪ್ರಸಾರಣೆ, "ಮಿಶ್ಯನು". Mis'sion-ar-y (mish'un-), *n.* ಕಳುಹಿಸಲ್ಪಟ್ಟವ, ಧರ್ಮಪ್ರಸಾರಣಾರ್ಥವಾಗಿ ಕಳುಹಿಸಲ್ಪಟ್ಟವ, ಸುವಾರ್ತಾಪ್ರಸಾರಕ, "ಮಿಶ್ಯನೆರಿ". *a.* ಸುವಾರ್ತಾಪ್ರಸಾರಣದ, "ಮಿಶ್ಯನಿನ".

Mis'sive, *a.* ಕಳುಹಿಸತಕ್ಕ; 2. ಒಗೆಯುವಂಥ, ಎಸೆಯುವಂಥ. *n.* ಕಳುಹಿಸಿದ ವರ್ತಮಾನ.

Mis-spell', *v. t. r.* & *ir.* (-spelt', -spelt') ಅಕ್ಷರ ತಪ್ಪಿ ಬರೆ, — ತಪ್ಪಿ ಹೇಳು.

Mis-spend', *v. t. ir.* (spent', -spent') ವ್ಯರ್ಥ "ಖರ್ಚು" ಮಾಡು, ದುರ್ವ್ಯಯ ಮಾಡು.

Mis-stāte', *v. t. r.*, *see* Misrepresent. Mis-stāte'ment, *n.* ತಪ್ಪಾಗಿ ಹೇಳೋಣ, ಮಿಥ್ಯಾಕಥನ, ಸುಳ್ಳು.

Mist, *n.* ಮಂಜು, ಇಬ್ಬನಿ. Mis'ti-ness, *n.* ಮಬ್ಬು. Mist'y, *a.* ಮಂಜಿನ.

Mis-tāke', *n.* ತಪ್ಪು ತಿಳುವಿಕೆ; 2. ತಪ್ಪು, ದೋಷ, ಪ್ರಮಾದ; no m. (*coll.*) ತಪ್ಪಲಿಕ್ಕಿಲ್ಲ, ನಿಶ್ಚಯ. *v. t. ir.* (-took, -tā'ken, *pr.* -tā'kn) ತಪ್ಪು ಮಾಡು, ತಪ್ಪಾಗಿ ತಿಳುಕೊಳ್ಳು, ತಪ್ಪು; he mistook the dog for a fox ನಾಯಿಯು ನರಿಯೆಂದು ತಪ್ಪಾಗಿ ತಿಳುಕೊಂಡ, — — ತಪ್ಪಾಗಿ ನೆನಸಿದ, — — ತಪ್ಪಾಗಿ ಮಾಡಿಕೊಂಡ; you are mistaken ನೀನು ತಪ್ಪಿದಿ, ನಿನ್ನ ಅಭಿಪ್ರಾಯ ಅವರಿಗೆ ತಿಳಿಯಲಿಲ್ಲ, ನಿನ್ನ ಅಭಿಪ್ರಾಯವನ್ನು ತಪ್ಪಾಗಿ ತಿಳುಕೊಂಡರು. Mis-tā'ken (-tā'-kn), *a.* ಭ್ರಮೆಗೊಂಡ, ತಪ್ಪಾದ.

Mis'tĕr, *abbr.* Mr., *n.* ಅಪ್ಪ, ಅಯ್ಯ, ದೊರೆ, "ಸಾಹೇಬ"; Mr. Day ಡೇ ಸಾಹೇಬರು; Mr. Chinnappa ಚಿನ್ನಪ್ಪ, ಚಿನ್ನಪ್ಪನವರು, ಚಿನ್ನಯ್ಯ.

Mis-tīme', *v. t. r.* ವೇಳೆ ತಪ್ಪು, ಸಮಯ ನೋಡದೆ ಮಾಡು. Mis-tīmed' (-tīmd'), *a.* ವೇಳೆ ತಪ್ಪಿ ಮಾಡಿದ, ಅಕಾಲ.

Mis'tle-tōe (mis'l-tō), *n.*, *see* Misletoe.

Mis'tral, *n.* ಶೀತಗಾಳಿ.

Mis-trans-lāte', *v. t. r.* ತಪ್ಪಾಗಿ ಭಾಷಾಂತರ ಮಾಡು. **Mis-trans-lā'tiŏn**, *n.* ತಪ್ಪು ಭಾಷಾಂತರ.

Mis'tress, *n.* ಒಡತಿ, ಯಜಮಾನಿ; 2. (school-m.) ಶಿಕ್ಷಕಳು, ಓದಿಸುವವಳು, ಉಪಾಧ್ಯಾಯೆ; 3. ಪ್ರಿಯಳು; 4. (concubine) ಇಟ್ಟುಕೊಂಡವಳು, ಉಪಪತ್ನಿ.

Mis'tress (mis'iz), *abbr.* Mrs. ಅಮ್ಮ, ಅವ್ವ, ದೊರೆಸಾನಿ; Mrs. Hay ಹೇ ದೊರೆಸಾನಿ, ಹೇ ಅಮ್ಮನವರು.

Mis-trust', *n.* ಅಪನಂಬಿಕೆ, ಸಂಶಯ. *v. t. r.* ನಂಬದಿರು, ಸಂಶಯ ಮಾಡು *c. d.*, ಶಂಕೆ ಪಡು *c. d.* **Mis-trust'fụl**, *a.* ನಂಬದ, ಸಂಶಯದ, ಶಂಕೆಯುಳ್ಳ.

Mis-un-dĕr-stand', *v. t. ir.* (-stọọd', -stọọd') ತಪ್ಪಾಗಿ ತಿಳುಕೊಳ್ಳು. **Mis-un-dĕr-stand'iṅg**, *n.* ತಪ್ಪಾದ ತಿಳುವಳಿಕೆ; 2. ಹೆಚ್ಚುಕಡಿಮೆ, ವೈಮನಸ್ಯ.

Mis-ūṣe', *v. t. r.* ದುಷ್ಪ್ರಯೋಗ ಮಾಡು (*see* Misapply). *n.* ದುಷ್ಪ್ರಯೋಗ, ಅಭಾಜನ. **Mis-ūṣ'āġe**, *n.* ತಪ್ಪಾದ ಪ್ರಯೋಗ.

Mīte, *n.* ನುಸಿ; 2. "ದಮಡಿ", ಪೈ; 3. ಅಣುಮಾತ್ರ.

Mit'i-gāte, *v. t. r.* ಉಪಶಮನ ಮಾಡು, ಶಾಂತ ಮಾಡು, ಕಡಿಮೆ—, ಹಿಮ್ಮೆಟ್ಟಿಸು. **Mit-i-gā'tiŏn**, *n.* "ಉತಾರು", ಉಪಶಮನ, ಇಳಿತರ.

Mī'tre (mī'tĕr), *n.* ಅಧ್ಯಕ್ಷನ ಕಿರೀಟ, —ಶಿಖೆ. **Mī'tred (mī'tĕrd)**, *a.* ಅಧ್ಯಕ್ಷನ ಕಿರೀಟ ಹಾಕಿಕೊಂಡ; m. head ಅಧ್ಯಕ್ಷ.

Mit'ten, *n.* ಮೊಂಡ ಕೈಚೀಲ; to give the m. ವರಿಸುವವನಿಗೆ ಒಲ್ಲೆ ಅನ್ನು; to handle without mittens ಗಟ್ಟಿ ಹಿಡಿದು ಬಳಿಸು, ಸಿಕ್ಕ ಸಿಕ್ಕ ಹಾಗೆ ಬಳಿಸು, — ಹಾಗೆ ನಡಿಸು.

Mit'ti-mus (mit'i-), *n.* ಸೆರೆಯಲ್ಲಿ ಇಡುವ "ಹುಕುಮು", — — "ವಾರಂಟು", ಉದ್ಯೋಗ ನಿವೃತ್ತಿ; get one's m. ಉದ್ಯೋಗದಿಂದ ತೆಗೆ.

Mix, *v.t.r.* (*pr.* mikst) ಕಲಸು, ಕಲಬೆರಿಕೆ ಮಾಡು, ಬೆರಿಸು; *pass.* ಬೆರೆತಿರು, ಬೆರೆತುಕೊಂಡಿರು, ಬೆರೆತುಹೋಗು. *v. i.* ಕಲಬೆರಿಕೆಯಾಗು, ಮಿಶ್ರವಾಗು; 2. (associate) ಬೆರತುಕೊಳ್ಳು, ಸಂಗತಿ ಮಾಡು *c. g.* **Mixed (mikst)**, *a.* ಕಲಬೆರಿಕೆಯ, ಮಿಶ್ರಿತ; m. school ಗಂಡು ಹೆಣ್ಣು ಮಕ್ಕಳಿಗೆ ಹುದುವಾದ ಸಾಲೆ. **Mix'tūre** (*or* -chụr), *n.* ಕಲಬೆರಿಕೆ, ಮಿಶ್ರಣ; 2. ಕಾಡೆ, ಕಾಡೆವು, ಕಲ್ಕ.

Mix̱'en (miks'n), *n.* ತಿಪ್ಪೆ.

Miz'zen (miz'n), *n.* ಹಡಗಿನ ಹಿಂದಿನ ಕಂಬ. *a.* ಹಡಗದ ಹಿಂಭಾಗದಲ್ಲಿರುವ.

Miz'zle (miz'l), *v. i. r.*, *see* Misle.

Mnē-mon'ics (nē-), *n. pl.* ಜ್ಞಾಪಕಬಲ ವರ್ಧನೆ.

Mōan (mōn), *n.* ನರಳುವಿಕೆ, ಮುಲುಗುವಿಕೆ, ವಿಲಾಪ. *v. t. r.* ನರಳು, ಮುಲುಗು, ವಿಲಾಪಿಸು.

Mōat (mōt), *n.* ಕೋಟೇ ಸುತ್ತಲಿನ ಕಂದಕ, ಅಗಳತೆ, ಅಗಳು.

Mob, *n.* ಸಂದಣಿ, ಕಾಕಪೋಕರ ಗುಂಪು, ದೊಂಬಿ. *v. t. r.* (mobbed, *pr.* mobd) ದೊಂಬಿ ಮಾಡು, —ತೆಗೆ, ದಾಂದಲೆ ಮಾಡು *c. d.*

Mō'bile (*or* mob'il), *a.* ಎಬ್ಬಿಸಲಾಗುವಂಥ, ಎಚ್ಚರಿಸಲಾಗುವ, ಪ್ರೇರೇಪಿಸಬಹುದಾದ. **Mob-il-i-ṣā'tiŏn**, *n.* ಯುದ್ಧಸನ್ನದ್ಧ ಮಾಡುವುದು. **Mo-bil'i-ty**, *n.* ಜೀವಾಳ; 2. ಚಂಚಲತ್ವ, ಚಾಂಚಲ್ಯ, ದೊಂಬಿ.

Mocha' (-ka), *n.* ಉತ್ತಮ ತರದ ಕಾಫಿ.

Mock, *v. t. r.* (*pr.* mokt) ಅಡಿಸ್ಯಾಡು, "ನಕಲಿ" ಮಾಡು, ಪರಿಹಾಸ್ಯ—; 2. ಮೋಸ ಮಾಡು, ವಂಚಿಸು. *n.* "ನಕಲಿ". *a.* ಬರೇ ಆಟದ, ಸುಳ್ಳು, ಮಾಯ. **Mock'ĕr**, *n.* ಹಾಸ್ಯಗಾರ, "ನಕಲಿ" ಮಾಡುವವ. **Mock'ĕr-y**, *n.* ಪರಿಹಾಸ್ಯ, ಚೇಷ್ಟೆ; 2. ಆಟ, ಕಪಟ. **Mock'iṅg-stock**, *n.* ಹಾಸ್ಯಕ್ಕೆ ಗುರಿಯಾದದ್ದು.

Mōde, *n.* ರೀತಿ, ಪದ್ಧತಿ; 2. ಲೋಕಾಚಾರ; 3. (*mus.*) ರಾಗ; 4. (*gram.*) ಅರ್ಥವಿಶೇಷ.

Mod'el, *n.* ಮಾದರಿ, "ನಮೂನೆ", ಪ್ರತಿಮೆ. *v. t. r.* (mod'elled) ರೂಪಿಸು, "ನಮೂನೇ" ಪ್ರಕಾರ ಮಾಡು. **Mod'el-lĕr (-el-ĕr)**, *n.* ರೂಪಿಸುವವ.

Mod'ĕr-āte, *a.* ಮಟ್ಟಿನ, ಮಿತವಾದ; 2. ಸಮಚಿತ್ತವುಳ್ಳ, ಸಮಾಧಾನದ; 3. ಸಾಧಾರಣ, ಮಧ್ಯಮ; 4. (*mus.*) ಮಧ್ಯ. *v.t.r.* ಸಮಾಧಾನ ಪಡಿಸು, ಕಡಿಮೆ ಮಾಡು. *v. i.* ಶಾಂತವಾಗು, ತಣ್ಣಗಾಗು. **Mod'ĕr-āte-ly**, *ad.* ಮಿತಿಯಾಗಿ, ಅಳತೆ ತಿಳಿದು; 2. ಸಮಾಧಾನವಾಗಿ; 3. ಮಧ್ಯಮತರವಾಗಿ. **Mod-ĕr-ā'tiŏn**, *n.* ಮಿತಿ, ಶಾಂತಸ್ವಭಾವ, ಸಮಭಾವ, ಸಮಚಿತ್ತ. **Mod-ĕr-ā'tō**, *a.* (*mus.*) ಮಧ್ಯ. **Mod'ĕr-ā-tŏr**, *n.* ಸಭಾಧ್ಯಕ್ಷ, ಅಗ್ರಸ್ಥ.

Mod'ĕrn, *a.* ಈಗಿನ, ಹೊಸ, ನೂತನ, ಅರ್ವಾಚೀನ. *n. pl.* ಈಗಿನವರು. **Mod'ĕrn-īṣe**, *v. t. r.* ನವೀನ ಮಾಡು, ಹೊಸ ಚಾಲಿಗನು ಸರಿಸು.

Mod'est, *a.* ಮರ್ಯಾದೆಯುಳ್ಳ; 2. ವಿನಯ ಪರ; 3. ಮಿತವಾದ. Mŏd'est-ly, *ad.* ವಿನಯವಾಗಿ; 2. (decently) ಮರ್ಯಾದೆಯಾಗಿ; 3. (not extravagantly) ಮಿತಿಯಾಗಿ. Mod'es-ty, *n.* ವಿನಯ; 2. ಮರ್ಯಾದೆ, ಲಜ್ಜೆ, ಹೇವ, ಪಾತಿವ್ರತ್ಯ.

Mod'i-cum, *n.* ಕೊಂಚ, ಅಲ್ಪಾಂಶ, ಲೇಶ.

Mod'i-fȳ, *v. t. r.* (-fīed) ಬದಲಿಸು, ರೂಪಾಂತರ ಮಾಡು; 2. ಕಡಿಮೆ ಮಾಡು. Mod-i-fi-cā'tiŏn, *n.* ರೂಪಭೇದ, ರೂಪಾಂತರ; 2. ಬಗೆ, ಭೇದ.

Mō'dish, *a.* ಲೋಕರೂಢಿಯ, ಚಾಲಿನ—.

Mod'ū-lāte, *v. t. r.* ಸ್ವರಮೇಳನ ಮಾಡು, ಸ್ವರ ಬದಲಿಸು. Mod-ū-lā'tiŏn, *n.* ಸ್ವರಮೇಳನ ಮಾಡೋಣ, ಸ್ವರ ಬದಲಿಸೋಣ. Mod'ū-lā-tŏr, *n.* ಶ್ರುತಿ ಸರಿ ಮಾಡುವವ.

Mō'dūs, *n.* ನಿಯಮ, ರೀತಿ, ನಿಬಂಧನೆ.

Mo-fus'sil, *n.* ಹಳ್ಳಿಗಾಡು, ನಾಡು.

Mō'hāir, *n.* ಒಂದು ವಿಧದ ರೇಶಿಮೆ ಬಟ್ಟೆ.

Mō-ham'me-dan, *a.* "ಮುಸಲಮಾನರ" *n.* "ಮುಸಲಮಾನನು". Mō-ham'med-an-ism, *n.* "ಮಹಮ್ಮದಿ" ಮತ, "ಮುಸಲಮಾನರ" ಮತ.

Mō'hur, *n.* ಹದಿನೈದು ರೂಪಾಯಿ ಬಾಳುವ ಒಂದು ಬಂಗಾರ ನಾಣ್ಯ, "ಮೊಹರಿ".

Moi'dōre, *n.* ಒಂದು 27 "ಶಿಲ್ಲಿಂಗು" ಬಾಳುವ ಚಿನ್ನದ ಪೋರ್ತುಗೀಸ ನಾಣ್ಯ.

Moi'e-ty, *n.* ಅರ್ಧ ಭಾಗ, ಅರೆವಾಸಿ.

Moil, *v. t. r.* ಮಾಸು, ಮೈಲಿಗೆ ಮಾಡು, ಹೊಲಸು ಮಾಡು. *v. i.* ಕಷ್ಟ ಮಾಡು, ಪ್ರಯಾಸ ಪಡು, ಶ್ರಮ ಪಡು.

Moist, *a.* ಶ್ಯಾವ, ತೇವ, ಒದ್ದೆ. Mois'ten (mois'n), *v. t. r.* ಶ್ಯಾವ ಮಾಡು, ನೆನೆಸು, ತೋಯಿಸು. Moist'ness, *n.* ತೇವ, ಶ್ಯಾವ, ಒದ್ದೆ. Mois'tūre (*or* -chur), *n.* ತೇವ, ಶ್ಯಾವ.

Mō'lar (-lĕr), *n.* ದವಡೇ ಹಲ್ಲು. *a.* ಅಗಿಯ ತಕ್ಕ.

Mō-lass'es, *n.* ಕಾಕಂಬಿ.

Mōld, *n.*, *see* Mould.

Mōle, *n.* (spot, mark) ಮಚ್ಚೆ, ನರಹುಲಿ, ನರೂಲಿ; 2. (animal) ಚಿಟ್ಟಿಲಿ; 3. (mound) ದಿಬ್ಬ. Mōle'-eyed, *a.* ಸಣ್ಣ ಕಣ್ಣಿನ, ಮಂದ ದೃಷ್ಟಿಯ. Mōle'hill, *n.* ಮಣ್ಣುಗುಪ್ಪೆ.

Mōle'skin, *n.* ಒಂದು ವೈಯಲ್ಲಿ ಗುಂಜು ಇದ್ದ ಅರಿವೆ, —ಗುಂಜು ಇದ್ದ ರೇಶ್ಮೆವಸ್ತ್ರ.

Mol'e-cūle, *n.* ಅಣು. Mol'e-cū-lar, *a.* ಅಣುಗಳ.

Mō-lest', *v. t. r.* ಉಪದ್ರವ ಕೊಡು *c. d.*, ಕಾಡು. Mol-es-tā'tiŏn, *n.* ಕಾಟ, ಉಪದ್ರವ.

Mol'lā, *n.* ಮುಸಲ್ಮಾನರಲ್ಲಿ ವೈದಿಕ ನ್ಯಾಯಾಧಿಪತಿ, "ಮುಲ್ಲ".

Mol'li-fȳ, *v. t. r.* (-fīed) ಮೆತ್ತಗೆ ಮಾಡು; 2. ಉಪಶಮನ ಮಾಡು, ಶಾಂತ—. Mol-li-fi-cā'tiŏn, *n.* ಮೃದು ಮಾಡುವುದು, ಉಪಶಮನ ಮಾಡುವುದು.

Mol'luscs, *n. pl.* ಬಸವನಹುಳ, ಚಿಪ್ಪಹುಳ ಶಂಬೂಕ ಮೊದಲಾದ ಶ್ಲೇಷ್ಮೋದರಿಗಳು, ಮೃದು ಶರೀರಿಗಳು.

Mol'ly, *n.* ಪುಕ್ಕ.

Mōlt, *v. i. r.*, *see* Moult.

Mōl'ten (mōl'tn), *a.* (*see* Melt), ಕರಗಿದ, ಎರಕದ.

Mo-luc'ca bēan, *n.* (*Cæsalpinia bonducella, Flem.*) ಸಣ್ಣ ಗಜಗ ಗಿಡ (*My.*), ಗಜಗೆ ಕಾಯಿ—, ಗಜಗದ ಬಳ್ಳಿ (*S. M.*).

Mō'ly, *n.* ಕಾಡು ಬೆಳ್ಳುಳ್ಳಿ.

Mō'ment, *n.* ನಿಮಿಷ, ಕ್ಷಣ; 2. ವಿಶೇಷತ್ವ, ಮಹತ್ವ, ಬಲ. Mō'ment-ar-i-ly (-ĕr-), *ad.* ಕ್ಷಣಕ್ಷಣಕ್ಕೆ. Mō'ment-ar-y (-ĕr-i), *a.* ಕ್ಷಣದ, ನಿಮಿಷ ಮಾತ್ರದ, ಕ್ಷಣಿಕ, ಮಿಂಚಿನಂತೆ ತೋರಿಯಡಗುವ. Mō'ment-ly, *ad.* ಕ್ಷಣಮಾತ್ರ, ಕ್ಷಣಕ್ಕೆ; 2. ಈಗಲೇ, ಇದೇ ಈಗ. Mō-ment'ŏus, *a.* ಮಹತ್ವದ, ವಿಶೇಷವಾದ, ಭಾರಿ. Mō-ment'ŏus-ly, *ad.* ಮಹತ್ವವಾಗಿ, ವಿಶೇಷವಾಗಿ. Mō-ment'um, *n.* ಬಲ, ಒತ್ತರ, "ಜೋರು".

Mom'or-dic-a, *n.* (*M. charantia, L.*) ಹಾಗಲ ಬಳ್ಳಿ.

Mō'mus, *n.* ಗ್ರೀಕರ ನಿಂದಾಧಿದೇವತೆ.

Mon'a-chism (-kizm), *n.* ಸನ್ಯಾಸಿವೃತ್ತಿ, ಮುನಿವೃತ್ತಿ, ಮಠಿಕತ್ವ. Mon'a-chal, *a.* ಮುನಿವೃತ್ತಿಯ, ಸನ್ಯಾಸಿಗಳ.

Mon'ad, *n.* ಅಭೇದ್ಯ ವಸ್ತು; ಅಣುಮಾತ್ರ, ಪರಮಾಣು.

Mon-an'dry, *n.* ಏಕಪತಿತ್ವ.

Mon'ărch (-ărk), *n.* ಏಕನಾಯಕ, ಅರಸು, ರಾಜ, ಏಕಛತ್ರಾಧಿಪತಿ; universal m. ಸಾರ್ವಭೌಮ. Mon-ăr'chic (-kik), Mon-ăr'chi-cal (-ki-kal), *a.* ಏಕರಾಜನ, ಏಕನಾಯಕರಾಜ್ಯದ. Mon'ăr-chy (-ki), *n.* ಏಕನಾಯಕರಾಜ್ಯ, ಏಕಾಧಿಪತ್ಯ, ರಾಜ್ಯ.

Mon'as-ter-y, *n.* ಸನ್ಯಾಸಿಮಠ, ಆಶ್ರಮ. Mo-nas'tic, *n.* ಸನ್ಯಾಸಿ. Mo-nas'tic, Mo-nas'ti-cal, *a.* ಸನ್ಯಾಸಿಮಠ ಸಂಬಂಧವಾದ, ಏಕಾಂತವಾದ; m. rules ಭಿಕ್ಷುಸೂತ್ರಗಳು. Mo-nas'ti-cism, *n.* ಸನ್ಯಾಸಿವೃತ್ತಿ, ಮಠಿಕತ್ವ.

Mŏn'dāy (-dā), *n.* ಸೋಮವಾರ, ಇಂದು —, ಚಂದ್ರ—.

Mŏn'e-tar-y (-tĕr-), *a.* ಹಣದ. Mon'e-tīse, *v.t.* ಲೋಹವನ್ನು ಕರಗಿಸಿ ನಾಣ್ಯವಾಗಿ ಮಾಡು.

Mŏn'ey (mun'i), *n.* ಹಣ, "ರೊಕ್ಕ", ದ್ರವ್ಯ, "ಐವಜು"; m. given to Brahmans ದಕ್ಷಿಣೆ. paper m. ಬೇಂಕು ನೋಟುಗಳು, ಕರೆನ್ಸಿ —. m. makes the mare to go ಹಣ ಕಂಡರೆ ಹೆಣ ಬಾಯಿ ಬಿಡುತ್ತದೆ. Mŏn'ey-brō-kĕr, -chān-ġĕr, *n.* ಚಿನಿವಾರ, "ಸರಾಫ". Mŏn'eyed *or* Mŏn'ied (mun'id), *a.* ಹಣವುಳ್ಳ; m. man "ಸಾವಕಾರ", ರೊಕ್ಕಸ್ತ, ರೊಕ್ಕವಾಳ, ಹಣವಂತ. Mŏn'ey-lender, *n.* ಹಣ ಸಾಲ ಕೊಡುವ ವರ್ತಕ. Mŏn'ey-less, *a.* ಹಣವಿಲ್ಲದ, ನಿರ್ಧನ. Mŏn'ey-mar-ket, *n.* ಲೇವಾದೇವಿ; ಹಣದ ವಹಿವಾಟ, ಚಲಾವಣೆ.

Mŏṅ'gĕr, *n.* ಮಾರುವವ, ವರ್ತಕ.

Moṅ'goose, *n.*, *see* Mungoose.

Moṅ'grel, *a.* ಬೆರಿಕೆ, ಅಡ್ಡಜಾತಿಯ, ಸಂಕರಜಾತಿಯ. *n.* ಸಂಕರಜಾತಿಯ ಮೃಗ.

Mon-il'i-form (-fa̤rm), *a.* ಮಣಿಸರದಂಥ, ಕಂಠಮಾಲೆಯಂಥ.

Mon'ism, *n.* ಅದ್ವೈತ.

Mō-ni'tiŏn (-nish'un), *n.* ಎಚ್ಚರಿಕೆ, ಬುದ್ಧಿಮಾತು; 2. ತಿಳುವಿಕೆ, ಗುರುತು. Mon'i-tŏr, *n.* ಬೋಧಕ, ಉಪದೇಶಕ; 2. (in a school) ಹಿರೇಮಾಣಿ. Mon-i-tō'ri-al, Mon'i-tŏr-y, *a.* ಎಚ್ಚರಿಕೆಯ, ಬುದ್ಧಿಯ, ಉಪದೇಶರೂಪದ. Mon'i-tress, *n.* ಬೋಧಕಳು.

Mŏṅk', *n.* ಮಠಿಕ, ಮಠವಾಸಿ; *(Hindu)* ಮುನಿ, ಬೈರಾಗಿ, ಸನ್ಯಾಸಿ. Mŏṅk'ĕr-y, *n.* ಮುನಿವೃತ್ತಿ. Mŏṅk'hood, *n.* ಸನ್ಯಾಸತ್ವ. Mŏṅk'ish, *a.* ಸನ್ಯಾಸಿಯ, ಮಠವಾಸಿಯ.

Mŏṅk'ey (muṅk'i), *n.* ಮಂಗ, ಕೋತಿ, ಕಪಿ; a black m. ಸಿಂಗಲೀಕ.

Mŏṅk'ey-bread tree, *n.*, *see* Baobab.

Mŏṅkey-fāce tree, *n.*, *see* Kamala-dye tree.

Mo'no-, *pref.* ಏಕ.

Mon'o-chord (-ka̤rd), *n.* ಏಕತಾರ.

Mo-noc'ū-lar (-lĕr), -lŏus, *a.* ಒಕ್ಕಣ್ಣಿನ, ಏಕನೇತ್ರದ. Mon'o-cle, *n.* ಒಕ್ಕಣ್ಣಿನ ಕನ್ನಡಕ.

Mon'o-dy, *n.* ಒಬ್ಬನು ಪಾಡುವ ದುಃಖದ ಹಾಡು.

Mo-nœ'ci-a (-nē'shi-a), *n.* *(bot.)* ಏಕಗೃಹತ್ವ.

Mo-nog'a-my, *n.* ಏಕಪತ್ನೀವ್ರತ, ಏಕದಾರಾವ್ರತ. Mo-nog'a-mist, *n.* ಎರಡನೆ ಮದುವೆ ಮಾಡಬಾರದನ್ನುವವ, ಏಕಪತ್ನೀವ್ರತನು.

Mon'o-gram, *n.* ಏಕಾಕ್ಷರ, ಸಾಂಕೇತಿಕಾಕ್ಷರ, ಮುದ್ರಾಕ್ಷರ.

Mon'o-graph, *n.* ಒಂದೇ ವಿಷಯದ ವಿವರಣೆ.

Mon'o-lith, *n.* ಒಂದೇ ಕಲ್ಲಿನ ಸ್ತಂಭ.

Mon'ō-logue (-log), *n.* ಒಬ್ಬನೇ ಆಡಿಕೊಳ್ಳುವ ಭಾಷೆ, ಆತ್ಮಭಾಷಣ.

Mon-ō-mā'ni-a, *n.* ಹುಚ್ಚುತನ, ಸನ್ನಿ, ಏಕವಿಷಯಭ್ರಮೆ.

Mo-nop'o-līse, *v.t.r.* ಗುತ್ತಿಗೆ ಹಿಡಿ, ಎತ್ತೊಂಡ್ಲೆ ಕೊಂಡು ಮಾರು, "ರಖಮಾಗಿ" ತಕ್ಕೊಳ್ಳು. Mo-nop'ō-list, *n.* ಎತ್ತೊಂಡಗಾರ, "ಗುತ್ತೆದಾರ". Mo-nop'ō-ly, *n.* ಗುತ್ತೆ, "ಇಜಾರಾ", "ರಖಮು" ತಕ್ಕೊಳ್ಳೋಣ.

Mon-ō-syl'la-ble, *n.* ಏಕಾಕ್ಷರಶಬ್ದ. Mon-ō-syl-lab'ic, *a.* ಏಕಾಕ್ಷರದ.

Mon'o-the-ism, *n.* ದೇವರು ಒಬ್ಬನೇ ಎಂಬ ಮತ. Mon'o-the-ist, *n.* ದೇವರು ಒಬ್ಬನೇ ಎಂದು ನಂಬುವವ.

Mon'o-tōne, *n.* ಏಕಸ್ವರ. Mo-not'o-nŏus, *a.* ಒಂದೇ ಸಪ್ಪಳದ, ಏಕಸ್ವರದ; 2. ಏಕಪ್ರಕಾರದ, ಸಪ್ಪನ್ನ. Mo-not'ō-nŏus-ly, *ad.* ಒಂದೇ ಸಪ್ಪಳ ಮಾಡುತ್ತಾ, ಏಕಸ್ವರವಾಗಿ, ಸಪ್ಪಗೆ. Mo-not'ōny, *n.* ಏಕಸ್ವರ, ವೈರಸ್ಯ, ಏಕರೀತಿ.

Mon'sieur (mos'yé), *n.* ಅಯ್ಯಾ.

Mon-soon', *n.* ಮಳೆಗಾಲ, "ಮೋಸುಮು"; south-west m. ಮುಂಗಾರೆ ಮಳೆ; north-east m. ಹಿಂಗಾರೆ ಮಳೆ.

Mon'stĕr, *n.* (something unnatural) ಅದ್ಭುತ, ಅದ್ಭುತವಸ್ತು, ಭೀಮರೂಪ; 2. (something deformed) ಕುರೂಪವಾದ್ದು, ಕುರೂಪಿ; 3. (a very large and frightful being) ರಾಕ್ಷಸ, ರಾಕ್ಷಸಮ್ಮೈ; 4. (a very wicked being) ರಾಕ್ಷಸ, ರಾವಣ. Mon-stros'i-ty.

Mon'strous-ness, *n.* ವೈಲಕ್ಷಣ್ಯ, ಅದ್ಭುತ, ವಿಕಾರ. **Mon'strous**, *a.* ಅದ್ಭುತವಾದ, ವಿಲಕ್ಷಣವಾದ, ಅಕಟವಿಕಟವಾದ. **Mon'strous-ly**, *ad.* ಅದ್ಭುತವಾಗಿ, ವಿಲಕ್ಷಣವಾಗಿ, ಅಕಟವಿಕಟವಾಗಿ.

Mon'strance, *n.* ಹೇಮಪಾತ್ರ.

Mon'tane, *a.* ಗುಡ್ಡ ಬೆಟ್ಟಗಳಲ್ಲಿ ವಾಸಮಾಡುವ.

Month, *n.* ತಿಂಗಳು, ಮಾಸ; intercalar m. ಅಧಿಕಮಾಸ; lunar m. ಚಾಂದ್ರಮಾಸ; solar m. ಸೌರಮಾಸ; sidereal m. ನಾಕ್ಷತ್ರ ಮಾಸ; the beginning of a m. ಮಾಸಾದಿ; the end of a m. ಮಾಸಾಂತ. **Month'ly**, *a.* ತಿಂಗಳುತಿಂಗಳಿನ, ಮಾಸಿಕ, ತಿಂಗಳುಗಟ್ಟಲೆಯ. *n.* ಮಾಸಪತ್ರಿಕೆ.

Mon'ti-cule, *n.* ಸಣ್ಣ ಗುಡ್ಡ, ಬೋರೆ.

Mon'u-ment, *n.* ಗುರುತು, ಸ್ಮಾರಕ, ಜ್ಞಾಪಕಾರ್ಥವಾದ ಗುರುತು (ಸಮಾಧಿ, ಸ್ತಂಭ, ಪ್ರತಿಮೆ ಇತ್ಯಾದಿ). **Mon-u-ment'al**, *a.* ನೆನಪಿನ, ಗುರುತಿನ, ಜ್ಞಾಪಕಾರ್ಥಕ.

Mood, *n.* ಪ್ರಕಾರ, ರೂಪ; 2. *(gram.)* ಅರ್ಥ ವಿಶೇಷ; 3. (temper) ಭಾವ; 4. (anger) ಸಿಟ್ಟು, ಕೋಪ. **Mood'i-ly**, *ad.* ಸಿಟ್ಟಾಗಿ, ಉರಿಮಾರಿಯಾಗಿ. **Mood'i-ness**, *n.* ಉರಿಮಾರಿತನ, ಸಿಟ್ಟು. **Mood'y**, *a.* ಸಿಟ್ಟಿನ, ಕೋಪದ.

Mool'lā, *n.* *see* **Molla**.

Moon, *v. i.* ಬರಿದೆ ಹೊತ್ತು ಕಳೆ.

Moon, *n.* ಚಂದ್ರ, ತಿಂಗಳು; the waning m. ನಷ್ಟಚಂದ್ರ; the gibbous m. ಖಂಡಚಂದ್ರ; the man in the m. ಆಕಾಶರಾಮಣ್ಣ. **Moon'beam (-bēm)**, *n.* ಚಂದ್ರಕಿರಣ. **Moon'calf (-kaf)**, *n.* ರಾಕ್ಷಸ; 2. ಹೆಡ್ಡ. **Moon'-eyed**, *a.* ಮೊಬ್ಬುಗಣ್ಣಿನ. **Moon'-light (-līt)**, **-shine**, *n.* ಬೆಳದಿಂಗಳು, ಚಂದ್ರಕಾಂತಿ. **Moon'shine**, *n.* ನೆವ, ಬಹಿರಾಡಂಬರ. **Moon'-stone**, *n.* ಸೋಮಕಾಂತ, ಚಂದ್ರಕಾಂತ ಶಿಲೆ. **Moon'-struck**, *a.* ಮರುಳಿನ, ಹುಚ್ಚು ಹಿಡಿದ. **Moon'y**, *a.* ಚಂದ್ರ, ಚಂದ್ರನಂಥಾ.

Moon'-flow-er (-flow'r), *n.* *(Ipomœa grandiflora, Lamk.)* ಚಂದ್ರಕಾಂತ ಹೂವು.

Moon'plant, *n.* *(Sarcostemma brevistigma)* ಸೋಮಲತೆ.

Moor, **Moor'land**, *n.* ಅಡವಿ; 2. ಮರುಭೂಮಿ, ಜವಳು ನೆಲ. **Moor'ish**, *a.* ಜವಳು ನೆಲದ, ಕಚ್ಛ; 2. "ಮೌರರ". **Moor'land**, *n.* "ಬಂಜರು" ನೆಲ. **Moor'y**, *a.* ಕಚ್ಛ, ಜವಳು ನೆಲದ.

Moor, *v. t. r.* ಲಂಗರು ಹಾಕು *e. g.*, ಹಡಗವನ್ನು ಕಟ್ಟು. **Moor'age**, *n.* ಲಂಗರ ಹಾಕುವ ಸ್ಥಳ. **Moor'ing**, *n.* ಹಡಗವನ್ನು ನಿಲ್ಲಿಸಿ ಕಟ್ಟುವುದು; 2. ಲಂಗರ ಮುಂತಾದ್ದು; *pl.* ಲಂಗರ ಹಾಕಿದ ಸ್ಥಳ.

Moor, *n.* ಉತ್ತರ ಆಫ್ರಿಕದ ನಿವಾಸಿ, "ಮೌರ".

Moose, **Moose'-deer**, *n.* ಕಡವೆ.

Moot, *v. t. r.* ತರ್ಕಿಸು- ವಿಚಾರಿಸು; m. case ಇತ್ಯರ್ಥವಾಗದ ವ್ಯಾಜ್ಯ; a m. point ಇನ್ನೂ ಚರ್ಚಿಸತಕ್ಕ ವಿಷಯ.

Mop, *n.* ಕಸಬರಿಕೆ, ಬೋರಿಗೆ. *v. t. r.* ಗುಡಿಸು, ಒರಸು, ಸಾರಿಸು.

Mope, *v. i. r.* *(pr.* mōpt) ಸಪ್ಪಗಿರು, ಮಂದವಾಗಿರು, ಜಡವಾಗಿರು, ಖಿನ್ನನಾಗಿ ಕೂಡ್ರು. *v. t.* ಮಂದ ಮಾಡು, ಖಿನ್ನ ಮಾಡು. *n.* ಸೋಮಾರಿ, ಮಂದಬುದ್ಧಿ. **Mō'pish**, *a.* ಸಪ್ಪಗಿರುವ, ಮಂದ, ಖಿನ್ನ.

Mop'la, *n.* ಮಾಪಿಳ್ಳೆ, ಬ್ಯಾರಿ.

Mop'pet (mop'et), *n.* (ಅರಿವೆಯಿಂದ ಮಾಡಿದ) ಬೊಂಬೆ, ಅರಿವೇ ಗೊಂಬೆ; 2. ಹುಡುಗಿ.

Mop'sey (-si), *n.* ಅರಿವೇ ಬೊಂಬೆ; 2. ಮುಗ್ಗುಲಗೇಡಿ ಹೆಂಗಸು.

Mor'al, *a.* ನೀತಿಯ, ಧರ್ಮವಿಚಾರದ, ನಿತ್ಯನೀತಿ ಸಂಬಂಧ; 2. (virtuous) ಒಳ್ಳೇ, ನೀತಿಯುಳ್ಳ, ನೀತಿವಂತ; 3. ಸುಮರ್ಯಾದೆಯ; 4. (probable) ಅನುಮಾನದ; m. certainty, m. evidence ಅನುಮಾನಪ್ರಮಾಣ; m. philosophy ನೀತಿಶಾಸ್ತ್ರ, ನೀತಿಮರ್ಯಾದರ್ಶನ. *n.* ನೀತಿ; 2. ತಾತ್ಪರ್ಯ; *pl.* ನಡತೆ.

Mo-rāle', *n.* ನೀತಿ; 2. ಧೈರ್ಯ, ಉತ್ಸಾಹ.

Mor'al-ise, *v. t. r.* ತಾತ್ಪರ್ಯ ಹೇಳು *e. g.;* 2. ನೀತಿಮಾರ್ಗಕ್ಕೆ ತರು. *v. i.* ನೀತಿಯ ಮಾತನ್ನಾಡು, —ಬರೆ. **Mor'al-ist**, *n.* ನೀತಿ ಉಪದೇಶ ಕೊಡುವವ; 2. ನೀತಿವಂತ. **Mō-ral'-i-ty**, *n.* ನಿತ್ಯ ನೀತಿ; 2. ನೀತಿ, ಧರ್ಮ, ಸದಾಚಾರ; 3. ನೀತಿಶಾಸ್ತ್ರ. **Mor'al-ly**, *ad.* ನೀತಿಯ ಪ್ರಕಾರವಾಗಿ; 2. ಸುಮರ್ಯಾದೆಯಾಗಿ; 3. ಬಹಳ ಮಾಡಿ.

Mō-rass', *n.* ಜವುಗುನೆಲ, ಜವಳು—, ಹುದುಲು—.

Mor'bid, *a.* ಜಡ್ಡು, ಜಾಡ್ಯದ, ರೋಗವುಳ್ಳ, ಕುತ್ಸಿತದ; 2. (mentally) ವಿಕಾರವಾದ. **Mor-bid'i-ty**, **Mor'bid-ness**, *n.* ರೋಗದ ಪ್ರಕೃತಿ, ಅಸ್ವಸ್ಥ; 2. ವಿಕಾರ. **Mor'bid-ly**, *ad.* ಜಾಡ್ಯವಾಗಿ, ಅಸ್ವಸ್ಥವಾಗಿ; 2. ವಿಕಾರವಾಗಿ. **Mor-bōse′**, *a.* ರೋಗದ, ರೋಗದಿಂದ ಹುಟ್ಟಿದ.

Mor-dā′ciŏus (-shus), *a.* ಕಚ್ಚುವ; 2. ಚುಚ್ಚುವ ಸ್ವಭಾವದ, ಕ್ರೂರವಾದ. *n.* ಚುಚ್ಚುವ, ಮರ್ಮಭೇದಕ. **Mor′dant**, *a.* ಎಲೆಕಾರ.

Mōre, *a.* ಹೆಚ್ಚು, ಅಧಿಕ, "ಜಾಸ್ತಿ", ಇನ್ನೂ. *ad.* ಹೆಚ್ಚಾಗಿ, ಹೆಚ್ಚು; this is m. beautiful than that ಇದು ಅದಕ್ಕಿಂತ ಚಲೋದು; 2. ಮತ್ತು, ಇನ್ನೂ; *as*, how much m. ಇನ್ನೆಷ್ಟು? what m. ಮತ್ತೇನು? once m. ಇನ್ನೊಮ್ಮೆ; m. and m. ಹೆಚ್ಚೆಚ್ಚಾಗಿ; no m. ಇನ್ನು ಇಲ್ಲ; the m. (for a reason already specified) ಅದಕ್ಕಾಗಿ, ಮತ್ತಷ್ಟು; *as*, you should love him the m. for that ಅದಕ್ಕಾಗಿ ಅವನಿಗೆ ಮತ್ತಷ್ಟು ಪ್ರೀತಿ ಮಾಡಬೇಕು; the m. ...the m. ಹೆಚ್ಚಿಗಿದ್ದಂತೆ ...ಹೆಚ್ಚಿಗೆ; *as*, the m. knowledge the m. power ವಿದ್ಯೆಯು ಹೆಚ್ಚಿಗಿದ್ದಂತೆ ಅಧಿಕಾರ ಹೆಚ್ಚಿಗಿರುವುದು; the hotter the air the m. vapour it will hold ಸೆಕೆಯು ಹವೆಯಲ್ಲಿ ಹೆಚ್ಚಿಗಿದ್ದಂತೆ ಉಗಿಯು ಹೆಚ್ಚಿಗೆ ನಿಲ್ಲುವುದು; the m. you eat the fatter you will grow ಉಂಡುಂಡಷ್ಟು ಪುಷ್ಟಿಯಾಗುವಿ; they are no more ಅವರು ಸತ್ತರು. *n.* ಹೆಚ್ಚು ಪರಿಮಾಣ, —ಸಂಖ್ಯೆ. **Mōre-ō′vĕr**, *ad.* ಇದಲ್ಲದೆ, ಇದರ ಹೊರತು.

Mor-gan-at′ic, *a.*, m. marriage ಕುಲಸ್ಥಿತಿಗೆ ಕಡಿಮೆಯಾದ ವಿವಾಹ.

Mor′i-bund, *a.* ಕಂಠಗತಪ್ರಾಣವಾದ.

Mō-riṅ′ga, *n.* (*Moringa pterygosperma, Gœrtn.*) ನುಗ್ಗೇ ಗಿಡ.

Morn, Morn′iṅg, *n.* ಮುಂಜಾನೆ, ಪ್ರಾತಃಕಾಲ, ಹೊತ್ತಾರೆ; it is m. ಬೆಳಗಾಯಿತು, ಹೊತ್ತು ಮೂಡಿತು. **Morn′iṅg-stār**, *n.* ಬೆಳ್ಳಿ, ಉದಯನಕ್ಷತ್ರ, ಶುಕ್ರ.

Mo-roc′cō, *n.* ಕರಿಮಾಡಿದ ಆಡಿನ ತೊಗಲು.

Mō-rōse′, *a.* ಉರಿಮಾರಿ, ಕರ್ಕಶ ಸ್ವಭಾವದ, ಸಿಡುಮೋರೆಯ. **Mō-rōse′ly**, *ad.* ಸ್ನೇಹಿಕೆಯಿಲ್ಲದೆ, ಸಿಡುಮೋರೆಯಾಗಿ. **Mō-rōse′-ness**, *n.* ಕರ್ಕಶ ಸ್ವಭಾವ, ಕಡು ಸ್ವಭಾವ.

Mor′pheūs (-ūs), *n.* ನಿದ್ರಾದೇವತೆ.

Mor′phi-a (-fi-), Mor′phine (-fin), *n.* ಅಫೀಮಿನ ಸತ್ವಾಂಶ.

Mor′ris *or* **Mor′rice**, *n.* (a Moorish dance) ಒಂದು ತರದ ವಾದ್ಯಗಳಿಂದ ಯುಕ್ತವಾದ ನಾಟ್ಯ; 2. ಒಂದು ಆಟ.

Mor′rōw (-rō), *n.* ಮಾರಣೆ ದಿನ; on the m. ಮರುದಿನ, ಮಾರಣೆ ದಿನ, ನಾಳೆ; to-m. ನಾಳೆ; good m. ಸಲಾಮ್.

Mor′sel, *n.* ತುತ್ತು, ಕಬಳ, ಚೂರು, ಗ್ರಾಸ.

Mor′tal, *a.* (subject to death) ಸಾಯುವ, ಮರ್ತ್ಯ, ಮರಣಾಧೀನ; 2. (causing death) ಮರಣಕ್ಕೆ ಕಾರಣವಾದ, ಪ್ರಾಣಘಾತಕ, ಸಾಯುವ; a m. wound ಸಾಯುವ ಗಾಯ; 3. (violent) ಕಡು, ಘೋರ; 4. (human) ಮನುಷ್ಯರ, ಮಾನುಷ; ten m. hours ಬಿಡದೆ ಹತ್ತು ತಾಸು. *n.* ಮನುಷ್ಯ, ಮರ್ತ್ಯ. **Mor-tal′i-ty**, *n.* ಸಾಯೋಣ, ಮರ್ತ್ಯತೆ; 2. ಸಾವು, ನಾಶನ; 3. ಸತ್ತವರ ಲೆಕ್ಕ, —ಸಂಖ್ಯೆ; 4. ಮನುಷ್ಯಜಾತಿ. **Mor′tal-ly**, *ad.* ಸಾಯುವಂತೆ, ಪ್ರಾಣಘಾತಕವಾಗಿ; 2. ಕಡುವಾಗಿ, ಅತ್ಯಧಿಕವಾಗಿ.

Mor′tar (-tĕr), *n.* (vessel) ಒರಳು; stone m. "ಕಲಬತ್ತು"; 2. (cement) ಗಚ್ಚು, ಗಾರೆ; 3. (piece of ordnance) "ಗರನಾಳೆ", ದೊಡ್ಡ ಬಾಯಿಯ "ಫಿರಂಗಿ".

Mort′gāġe (mor′gāj), *n.* ಒತ್ತೆ, ಅಡವು; m. of landed property with possession ಆರವಾರ; a second m. ಮೇಲಡವು. usufruct m. ಭೋಗ್ಯ, ಆರವಾರ. *v. t. r.* ಒತ್ತೆ ಇಡು, ಅಡವಿಡು. **Mort′gāġe-dēed**, *n.* ಅಡವುಚೀಟು, "ದಸ್ತಾವೇಜು". **Mort-gā-ġēe′ (mor-gā-ji′)**, *n.* ಒತ್ತೆ ಇಟ್ಟುಕೊಂಡವ, ಅಡವುದಾರ. **Mort′gā-ġĕr (mor′gā-)**, *n.* ಒತ್ತೆ ಇಡುವವ, ಅಡವು ಕೊಟ್ಟವ.

Mor-tif′ĕr-ŏus, *a.* ಮರಣಕರ, ಪ್ರಾಣಘಾತಕದ.

Mor′ti-fy, *v. t. r.* (-fīed) ಕೊಳೆಯ ಮಾಡು; 2. ದೇಹ ದಂಡಿಸು, ಇಂದ್ರಿಯದಮನ ಮಾಡು; 3. ಗರ್ವ ಮುರಿ, ವ್ಯಸನ ಪಡಿಸು. *v. i.* ಕೊಳೆ, ದುರ್ಮಾಂಸ ಹಿಡಿ. **Mor-ti-fi-cā′tion**, *n.* (of a wound, *etc.*) ಕೊಳೆಯುವುದು, ದುರ್ಮಾಂಸ, ಚೇತನನಾಶ; 2. (of passions and appetites) ಇಂದ್ರಿಯ ದಮನ, ತಪಶ್ಚರ್ಯ, ದೇಹದಂಡನೆ, ಕಾಯದಂಡಿಸುವುದು; 3. (humbling) ಸೊಕ್ಕುಮುರಿಯೋಣ, ಕುಗ್ಗೋಣ, ಕುಗ್ಗಿಸೋಣ, ವ್ಯಸನ.

Mor′tise (-tis), *n.* ಜುಗುಲು, ಪಡಿ; to make a m. ಪಡಿ ತೋಡು.

Mort′māin, *n.* ದಾನ ವಿಕ್ರಯಗಳಿಗೆ ಅನರ್ಹವಾಗಿ ಅನುಭವಿಸತಕ್ಕ ಭೂಸ್ಥಿತಿ (statute of M.).

Mor'tu-a-ry, *a.* ಹೂಣಿಡೋಣದ ಸಂಬಂಧ. *n.* ಗೋರಿಸ್ಥಳ.

Mō-s̱ā'ic, *n.* ಖಚಿತ ಕೆಲಸ. **Mō-s̱ā'ic, -s̱ā'i-eal**, *a.* ನಾನಾ ಬಣ್ಣದ ಕಲ್ಲುಗಳಿಂದ ಖಚಿತವಾದ.

Mō-s̱ā'ic, -s̱ā'i-eal, *a.* "ಮೋಶೆಯ".

Mos'lem, *n.* "ಮುಸಲ್ಮಾನನು".

Mosque (mosk), *n.* "ಮಶೀದಿ", "ಮಸೂದಿ".

Mos-quī'to (-kē'to), *n.* ಸೊಳ್ಳೆ, ನುಸಿ, ಗುಂ ಗಾಣಿ, ಗುಂಗಾಡಿ, ಕುದುರೆಮೋತೀ ಹುಳ, ದೋಮೆ; the hum of a m. ಸೊಳ್ಳೇರಾಗ.

Moss, *n.* ಹಾವಟಿ, ಪಾವಸೆ, ಪಾವಸಿಗೆ. **Moss'-grōwn (-grōn)**, *a.* ಹಾವಟಿ ಬೆಳೆದ, —ಹಬ್ಬಿದ. **Moss'-troop-ĕr**, *n.* ಸುಲಿಲು ಕೊಳ್ಳುವವ, ದಾಳಿಜನ. **Mos'sy**, *a.* ಹಾವಟಿ ಹಬ್ಬಿದ, ಹಾವಸಿಗಟ್ಟಿದ.

Mōst, *a.* ಹೆಚ್ಚಿನ, ಬಹುತೇಕ; at the m. ಬಹಳ ಮಾಡಿ, ಹೆಚ್ಚಾದರೆ; for the m. part ಮುಖ್ಯವಾಗಿ, ವಿಶೇಷವಾಗಿ; make the m. of ಸ್ವಲ್ಪವಿದ್ದರೂ ಆಗುವಷ್ಟು ಬಳಸಿಕೊಳ್ಳು. *ad.* ಹೆಚ್ಚಾಗಿ, ಅತಿ; the m. wicked of all ಎಲ್ಲರಲ್ಲಿ ದುಷ್ಟ; m. rapidly ಅತಿ ತೀವ್ರವಾಗಿ. *n.* ಅತ್ಯಧಿಕ ಮೊತ್ತ, —ಸಂಖ್ಯೆ. **Mōst'ly**, *ad.* ಹೆಚ್ಚಾಗಿ, ಮುಖ್ಯವಾಗಿ.

Mōte, *n.* ಅಣು, ರೇಣು.

Mo-tet', *n.* ದೇವಾರಾಧನೆಯ ಸಂಗೀತ.

Moth, *n.* ಗುನಿ, ಪತಂಗ. **Moth'-ēat-en (-ēt'n)**, *a.* ಹುಳ ತಿಂದ, ಗುನಿಗಡಿದ. **Moth'y**, *a.* ಹುಳ ತಿಂದ, ಗುನಿಗಡಿದ.

Mŏth'ĕr, *n.* ತಾಯಿ, ಮಾತೆ, ಅವ್ವ; *hon.* ಮಾತುಶ್ರೀ ತಾಯಮ್ಮ; m.-country ಜನ್ಮದೇಶ; m.-tongue ಸ್ವಭಾಷೆ, ಜನ್ಮಭಾಷೆ. **Mŏth'ĕr-hood**, *n.* ತಾಯಿಯಾಗಿರುವುದು, ಮಾತೃತ್ವ. **Mŏth'ĕr-in-law (-la)**, *n.* ಅತ್ತೆ. **Mŏth'ĕr-less**, *a.* ತಾಯಿ ಸತ್ತ. **Mŏth'ĕr-ly**, *a.* ತಾಯಿಯ, ತಾಯಿಯಂಥಾ ವಾತ್ಸಲ್ಯವುಳ್ಳ. **Mŏth'ĕr-of-pēarl (-pērl)**, *n.* ಮುತ್ತಿನ ಚಿಪ್ಪು, ಕಪ್ಪೇಚಿಪ್ಪು, ಶುಕ್ತಿಕೆ.

Mō'tīle, *a.* ಚಲನಶಕ್ಯ.

Mō'tiŏn, *n.* ಚಲನೆ, ಅಲ್ಲಾಟ, ಮಿಸಕಾಟ; 2. ಮನೋವಿಕಾರ, ಆಲೋಚನೆ; 3. ಸೂಚಿಸಿದ ಅಭಿಪ್ರಾಯ; 4. "ಜುಲಾಬು", ಮಲಶೋಧನೆ. *v. i. r.* ಕೈಸನ್ನೆ ಮಾಡು. **Mō'tiŏn-less**, *a.* ಅಲ್ಲಾಡದ, ನಿಶ್ಚಲ.

Mō'tive, *a.* ಅಲ್ಲಾಡಿಸುವಂಥ, ಚಲನೆ ಮಾಡುವ, ಪ್ರವರ್ತಕ. *n.* ಉದ್ದೇಶ, ಹೇತು, ಕಾರಣ.

Mot'ley (-li), *a.* ಚಿತ್ರವಿಚಿತ್ರವಾದ, ಸಂಕರವಾದ.

Mō'tŏr, *n.* ಚಲನದಾಯಕ. *a.* ಚಲನೆ ಉಂಟು ಮಾಡುವ.

Mot'tle, *v. t. r.* ಚಿತ್ರವಿಚಿತ್ರ ಮಾಡು. **Mot'tled**, *a.* ನಾನಾ ವರ್ಣದ; a m. cow ನಾನಾ ಬಣ್ಣದ ಆಕಳು.

Mot'tō, *n.* ಗ್ರಂಥದ ಸಾರಾಂಶವನ್ನು ಸೂಚಿಸುವ ಮಂಗಳವಾಕ್ಯ, ಗುರುತಿನ ವಾಕ್ಯ, ಮುದ್ರಿಕೆ.

Mou'jik, *n.* ರುಷ್ಯದ ಕೃಷಿಕ.

Mōuld (mōld), *n.* ಅಚ್ಚು; 2. ಎರಕ; 3. ರೂಪ. *v. t. r.* ರೂಪಿಸು, ಎರಕ ಹೊಯ್ಯು. **Mōuld'ĕr**, *n.* ಎರಕ ಹೊಯ್ಯುವವ. **Mōuld'ing**, *n.* ಎರಕಕೆಲಸ; 2. *(arch.)* ಗೋಲು; to make a m. ಗೋಲು ಹೊಡೆ.

Mōuld, *n.* ಹುಳುಕು ನೆಲ, ಮೃದು ಮಣ್ಣು; 2. ಬೂಳಸು, ಬೂಜು. *v. t. r.* ಬೂಜು ಹಿಡಿ, ಬೂಳಸುಗಟ್ಟು. **Mōulder**, *v. i. r.* ಮಣ್ಣಾಗಿ ಹೋಗು, ಪುಡಿಪುಡಿಯಾಗಿ ಬಿದ್ದು ಹೋಗು. *v. t. r.* ಪುಡಿಪುಡಿ ಮಾಡು. **Mōuld'ĕr-ing**, *a.* ಮಣ್ಣಾಗಿ ಹೋಗುವ. **Mōuld'i-ness**, *n.* ಬೂಜು. **Mōuld'y**, *a.* ಬೂಜು ಹಿಡಿದ, ಬೂಳಸುಗಟ್ಟಿದ; to become m. ಬೂಜು ಹಿಡಿ.

Mōult (mōlt), *v. i. r.* ಗರಿ ಉದುರಿಸು, —ಉಚ್ಚು.

Mound, *n.* (artificial) ಕಟ್ಟೆ, ಒಡ್ಡು; 2. (natural) ದಿನ್ನೆ, ದಿಣ್ಣೆ. *v. t. r.* ಕಟ್ಟೆಹಾಕು.

Mount, *n.* ಬೆಟ್ಟ, ಪರ್ವತ. *v. i. r.* ಹತ್ತು, ಏರು.

Mount, *v. t. r.* ಹತ್ತು; 2. ಹತ್ತಿಸು, ಕುದುರೆ ಗಿದುರೆ ತಂದು ಕೊಡು, *c. d.*; 3. ಹಚ್ಚು; m. guard ಕಾವಲಾಗಿ ನಿಲ್ಲು; m. a precious stone or picture ಕಟ್ಟು, ಖಚಿಸು, ಪಟಕ್ಕೆ ಚೌಕಟ್ಟು ಹಾಕು. **Mount'ing**, *n.* ಶೃಂಗರಿಸೋಣ, ಶೃಂಗಾರ; 2. ಏರುವಿಕೆ, ಹತ್ತುವಿಕೆ.

Mount'āin (*or* -in), *n.* ಬೆಟ್ಟ, ಗುಡ್ಡ, ಪರ್ವತ. *a.* ಪರ್ವತದ. **Mount-āin-ēer' (*or* -in-ēr')**, *n.* ಬೆಟ್ಟದವ, ಪರ್ವತವಾಸಿ. **Mount'āin-ŏus (*or* -'in-us)**, *a.* ಬೆಟ್ಟದ, ಗುಡ್ಡದ, ಪರ್ವತಮಯ.

Mount'e-bank, *n.* ಅಡ್ನಾಡಿ ವೈದ್ಯ; 2. "ಠಕ್ಕುಬಾಜ"ಯವ, ಡೊಂಬಾರ, ಅಡವೀಗೊಲ್ಲ.

Mōurn (mōrn), *v. i. r.* ಮರುಗು, ದುಃಖಪಡು, ಗೋಳಾಡು, ಶೋಕಪಡು; 2. ದುಃಖದ ವಸ್ತ್ರ ಹಾಕಿಕೊಳ್ಳು, ಸೂತಕ ಹಿಡಿ. *v. t.* ಬಬ್ಬಸಿಗಾಗಿ ಅಳು, ಶೋಕ ಮಾಡು. **Mōurn'ĕr**, *n.*

ಅಳುವವ, ದುಃಖಪಡುವವ; 2. ದುಃಖದ ವಸ್ತ್ರ ಹಾಕಿಕೊಂಡು ಶವದ ಹಿಂದೆ ಶ್ಮಶಾನಕ್ಕೆ ಹೋಗುವವ. **Mōurn′fụl**, *a.* ದುಃಖಕರವಾದ, ದುಃಖದ. **Mōurn′fụl-ly**, *ad.* ದುಃಖಕರವಾಗಿ, ದುಃಖದಿಂದ, ಶೋಕದಿಂದ. **Mōurn′-iṅg**, *n.* ದುಃಖ, ಗೋಳಾಟ; 2. ದುಃಖದ ವಸ್ತ್ರ. *a.* ದುಃಖದ.

Mouse, *n.* (*pl.* Mīce) ಸಣ್ಣೆಲಿ, ಚಿಟ್ಟೆಲಿ, ಇಲಿ. *v. i. r.* ಇಲಿ ಹಿಡಿ; 2. ಹೊಂಚಿಕೊಳ್ಳು. **Mouse-trap**, *n.* ಇಲಿಬೋನು. **Mous′er**, *n.* ಇಲಿ ಹಿಡಿಯುವವ.

Mouse′-dēer, *n.* (*Memimna indica*) "ಪಿಸಾಯಿ".

Mouṣ-tac̄he′ (mụs-tash′ *or* -täsh′), **Mouṣ-tac̄h′i-ō**, *n.* ಮಿಾಸೆ; *pl.* Mouṣ-tac̄h′eṣ (-tash′ez); curled m. ಮುರಿತಿರುವಿದ ಮಿಾಸೆ; to twist the m. ಮಿಾಸೆ ಹುರಿಮಾಡು, —ತೀಡು.

Mouŧh, *n.* (*pl.* Mouŧhṣ) ಬಾಯಿ; 2. (of a vessel, cave, *etc.*) ಬಾಯಿ; 3. (of a river) ಮುಖದ್ವಾರ; make mouths at ಅಣಕಿಸು; down in the m. ಸಣ್ಣ ಮೋರೆಯ; be down in the m. ಮನಸ್ಸಿನಲ್ಲಿ ಕುಗ್ಗಿರು; stop the m. ಬಾಯಿ ಮುಚ್ಚು, —ಬಡಿ. *v. t. r.* ಬಾಯಿಯಿಂದ ಹಿಡಿ, ಕಚ್ಚು; 2. ನುಡಿ, ಬಾಯಿ ಮಾಡು. *v. i.* ಬಾಯಿಮಾಡು. **Mouŧhed** (mouŧhd), *a.* ಬಾಯಿಯುಳ್ಳ. **Mouŧh′-friend** (-frend), *n.* ಮಾತಿನ ಪ್ರೀತಿ- ಸ್ನೇಹಿತ, ಹೆಸರಿನ ಸ್ನೇಹಿತ. **Mouŧh′fụl**, *a.* ತುತ್ತು, ಕಬಳ, ಗ್ರಾಸ; a m. of food ಒಂದು ಬಾಯಿ ಅನ್ನ; a m. of water ಒಂದು ಮುಕ್ಕಳಿ ನೀರು.

Mouŧh′piėce (-pēs), *n.* ಗೊಟ್ಟ; 2. ಇತರರಿಗಾಗಿ ಮಾತಾಡುವವನು.

Mö′va-ble, *a.* ಸರಿದಾಡುವ, ಚಲಿಸುವ; 2. (goods, beings) ಚರ, ಜಂಗಮ; 3. (feast) ಕಾಲ ತಪ್ಪಿ ಬರುವ (ಹಬ್ಬ). **Mö′va-bleṣ** (-blz), *n. pl.* "ಜಂದಗಿ (ಜಂದಿಗಿ)", ಚರಸೊತ್ತು, ಜಂಗಮ "ಮಾಲು". **Mö′va-ble-ness**, **Mö′va-bil′i-ty**, *n.* ಕದಲುವ ಶಕ್ತಿ, ಚರಭಾವ. **Möve**, *v. t. r.* ಆಡು, ಸರಿಸು, ಸರಿದಾಡಿಸು, ಮಿಸಕ್ಯಾಡಿಸು, ಕದಲಿಸು, ಚಲಿಸಮಾಡು, ತೆಗೆದಿಡು; m. forward ಮುಂದಕ್ಕೆ ಸರಿದಿಡು, —ಎಳೆದು ಹೋಗು; 2. (make angry) ಎಬ್ಬಿಸು, ಸಿಟ್ಟಿಗೆಬ್ಬಿಸು; 3. (touch pathetically) ಮನ ಕರಗಿಸು; 4. (make sad) ವ್ಯಾಕುಲ ಪಡಿಸು, ಚಿಂತೆ—; 5. (excite, persuade) ಪ್ರೇರೇಪಿಸು, ಹುರಿದುಂಬಿಸು, ಎಬ್ಬಿಸು; 6. (propose) ಆಲೋಚನೆ ಹೇಳು. *pass.* ಸರಿ, ಸರಿದಾಡು, ಮಿಸಕ್ಯಾಡು, ಕದಲು, ಚಲಿಸು; 2. ಸಿಟ್ಟಿಗೇಳು; 3. ಮನ ಕರಗು; 4. ವ್ಯಾಕುಲ ಪಡು, ಚಿಂತೆ—; 5. ಪ್ರೇರೇಪಿಸಿಕೊಳ್ಳು, ಹುರಿದುಂಬು. *v. i.* ಸರಿ, ಸರಿದಾಡು, ಮಿಸಕ್ಯಾಡು, ಕದಲು, ಚಲಿಸು, ನಡೆ; 2. (change residence) ಸ್ಥಳ ಬದಲಿಸು, ಮನೆ ಬಿಟ್ಟುಹೋಗು, ಊರು ಬಿಟ್ಟುಹೋಗು; 3. (make proposals) ಆಲೋಚನೆ ಹೇಳು. *n.* ಚಲನೆ, ಸ್ಥಳಾಂತರ. **Möve′ment**, *n.* ಸರಿಯೋಣ, ಚಲನೆ, ಸ್ಥಳಾಂತರ; 2. ಕ್ಷೋಭೆ; 3. (of a watch, *etc.*) ಸೂತ್ರ. **Mö′vĕr**, *n.* ಆಲೋಚನೆ ಹೇಳುವವ. **Mö′viṅg**, *a.* ಚಲನೆಯುಳ್ಳ. **Mö′viṅg-ly**, *ad.* ಕರುಣೆ ಹುಟ್ಟುವಂತೆ, ಮನಸ್ಸು ಕರಗುವ ಹಾಗೆ.

Mow, *n.* ಬಣಿವೆ.

Mōw (mō), *v. t. r.* ಕುಡುಗೋಲಿನಿಂದ ಕೊಯ್ಯು, ಹುಲ್ಲು ಕೊಯ್ಯು; 2. ಸವರು, ಸಂಹರಿಸು. **Mōw′ĕr**, *n.* ಹುಲ್ಲು ಕೊಯ್ಯುವವ.

Mr. (mis′tĕr), *n.*, *abbr. of* Mister.

Mrs. (mis′sis), *n.*, *abbr. of* Mistress.

M. S. *n.*, Manuscript, *q. v.*

Much, *a.* & *n.* ಬಹಳ, ಪುಷ್ಕಲ, ದೊಡ್ಡದು; make m. of ಬಹಳ ಬೆಲೆ ಕಟ್ಟು, *c.d.*, ಲಕ್ಷ್ಯ ಮಾಡಿಕೊಳ್ಳು, ಉಪಚರಿಸು. *ad.* ಬಹು ಮಟ್ಟಿಗೆ, ವಿಸ್ತಾರವಾಗಿ.

Mū′ci-lāġe, *n.* ಗೋಂದು, ಜಿಗಟು, ಹಗಿನು. **Mū-ci-laġ′i-nŏus**, *a.* ಜಿಗಟಾದ, ಅಂಟಾದ.

Muck, *n.* ಗೊಬ್ಬರ, ತಿಪ್ಪೆ, ರೊಜ್ಜು. **Muck′-hill**, *n.* ತಿಪ್ಪೆ. **Muck′-wŏrm**, *n.* ಸಗಣೀಹುಳ; 2. ಜೀನ. **Muck′y**, *a.* ಕಲ್ಮಷದ.

Mū′cŏus, *a.* ಜಿಗಟು; 2. ಕಫಾದಿ ಮಲದ, ಕಫಾದಿ ಮಲ ಹುಟ್ಟಿಸುವ.

Mū′cus, *n.* ಇಂದ್ರಿಯಮಲ, ಶ್ಲೇಷ್ಮ, ಸಿಂಬಳ, ಇತ್ಯಾದಿ.

Mud, *n.* ಕೆಸರು, ಬಗ್ರು, ಬುರುದೆ, ಹುದುಲು. **Mud′di-ly**, *ad.* ಕಲಕಾಗಿ, ರಾಡಿಯಾಗಿ. **Mud′di-ness**, *n.* ಕಲಕ, ರಾಡಿಯಾಗಿರೋಣ. **Mud′dy**, *a.* ಕಲಕ, ಕೆಸರಿನ, ರಾಡಿ, ಒಂಡು.

Mud′dle (mud′l), *v. t. r.* ಕಲಕ ಮಾಡು; 2. ಅಮಲೇರಿಸು. *n.* ಕಲಕ; 2. ಮಂದತ್ವ. **Muddle-headed**, *a.* ಮಂದಮತಿ.

Mū-ezz′in, *n.* ಮಸೀದಿಗಳಲ್ಲಿ ಪ್ರಾರ್ಥನೆ ಸಮಯವನ್ನು ಎಚ್ಚರಿಸಿ ಕೂಗುವವನು.

Muff, *n.* ಕೈಚೀಲ; 2. ದಡ್ಡ.
Muff'in, *n.* ದೋಸೆ, ಹಪ್ಪಳ.
Muf'fle (muf'l), *v. t. r.* ಸುತ್ತು ಮುಚ್ಚು, ಮುಚ್ಚಗಟ್ಟು, ಮುಸುಕು ಹಾಕು, "ಲಪೇಟ" ಸುತ್ತಿಕೊಳ್ಳು; 2. ಸಪ್ಪಳ ಮಂದ ಮಾಡು. Muf'flĕr (muf'lĕr), *n.* ಮುಸುಕು.
Muf'ti, *n.* ತುರುಕರ ಗುರು.
Mug, *n.* ಪಂಚಪಾತ್ರೆ, ತಂಬಿಗೆ.
Mug'gĕr, *n.* ಮೊಸಳೆ.
Mug'gish, Mug'gy, *a.* ಒದ್ದೆ ಇರುವ, ತ್ಯಾವ ವಾಗಿರುವ, ಮುಗ್ಗು.
Mū-lat'tō, *n.* ಕಪ್ಪು ಜನರಿಗೂ ಬಿಳೀ ಜನರಿಗೂ ಹುಟ್ಟಿದವ, ಚಟ್ಟಿಗಾರ.
Mul'ber-ry, *n.* ಹಿಪ್ಪಲಿ ನೇರಳೇ ಹಣ್ಣು, ಹಿಪ್ಪಲೀ ಹಣ್ಣು, ಹೀಲದ—, ಕಂಬಳಿ—, ಕೋರೀ—; m. tree *(Morus indica, L.)* ಹಿಪ್ಪಲೀ ಗಿಡ, ಹೀಲ *(S. M.)*, ಕಂಬಳೀ ಗಿಡ; Indian m. *(Morinda citrifolia, L.)* ಹಳದಿ ಪಾಪಟೀ ಮರ, ತಗಚೀ—, ಮಡ್ಡೀ—.
Mulct, *n.* ದಂಡ, "ಜುಲುಮಾನೆ". *v. t. r.* ದಂಡಾಕಟ್ಟು, "ಜುಲುಮಾನೆ" ಮಾಡು. Mulc'tū-a-ry, *a.* ಜುಲುಮಾನೆ ವಿಧಿಸುವ.
Mūle, *n.* ಹಾಸರಗತ್ತೆ; 2. ನೂಲುವಯಂತ್ರ. Mū-let-ēer', *n.* ಹಾಸರಗತ್ತೆಯವ. Mū'-lish, *a.* ಹಾಸರಗತ್ತೆಯಂಥ; 2. ಹಟಮಾರಿ. Mū'lish-ly, *ad.* ಕತ್ತೆಯಂತೆ; 2. ಮೊಂಡ ವಾಗಿ.
Mū-li-ebri-ty, *n.* ಸ್ತ್ರೀತ್ವ, ಹೆಣ್ಣಿಗತನ.
Mull, *v. t. r.* ಮಸಾಲೆ ಹಾಕಿ ಕಾಸು (wine); 2. "ಕಾಡೆ" ಮಾಡು.
Mull, *n.* "ಮಲ್ಮಲು"; 2. ಭೂಶಿರ.
Mul'lein (-'lin), *n.* Mul'len, *(Verbascum Thapsus, L.)* ಕಾಡಹೊಗೆಸೊಪ್ಪು.
Mul'lĕr, *n.* ಗುಂಡುಗಲ್ಲು, ಅರೆಯುವ ಗುಂಡು.
Mul'let, *n.* ಒಂದು ತರದ ಮೀನು; white m. *(Chanos salmoneus)* ಹೂಮೀನು.
Mul-ti-fā'ri-ous, *a.* ಬಗೆಬಗೆಯ, ನಾನಾ ತರದ, ಬಹು ವಿಧದ.
Mul'ti-form (-fạrm), *a.* ಬಹುರೂಪವಾದ, ನಾನಾ ತರದ, ಅನಂತರೂಪಿ.
Mul-ti-lat'ĕr-al, *a.* ಅನೇಕ ಪಾರ್ಶ್ವಗಳುಳ್ಳ, ಬಹುಕೋಣದ.
Mul-ti-lin'e-al, -ar, *a.* ಬಹು ರೇಖೆಗಳುಳ್ಳ.
Mul-ti-nō'mi-al, *a.* ಅನೇಕ ಪದಗಳುಳ್ಳ (ರಾಶಿ).
Mul-ti-nŏm'i-nal, -nŏus, *a.* ಅನೇಕ ಹೆಸರುಳ್ಳ, ಬಹುಪದಗಳುಳ್ಳ.
Mul'ti-ped, *a.* ಅನೇಕ ಕಾಲಿನ. *n.* ಬಹುಪಾದಿ ಜಂತು.
Mul'ti-ple, *n.* ಗುಣಾಕಾರ, ಅಪವರ್ತ್ಯ. Mul'-ti-pli-ca-ble, *a.* ಗುಣಿಸತಕ್ಕ, ಗುಣನೀಯ. Mul'ti-pli-cand, *n.* ಗುಣ್ಯಾಂಕೆ, ಗುಣ್ಯ. Mul-ti-pli-cā'tiŏn, *n.* ಹೆಚ್ಚಿಸೋಣ, ಗುಣಾಕಾರ; m. table ಮಗ್ಗಿ. Mul-ti-plic'i-ty, *n.* ಆಧಿಕ್ಯ, ಬಹುತ್ವ, ಬಾಹುಳ್ಯ. Mul'ti-plī-ĕr, *n.* ಗುಣಕ, ಗುಣಕಾಂಕ, ಹೆಚ್ಚಿಸುವವ. Mul'ti-plȳ, *v. t. r.* (-plīed) ಹೆಚ್ಚಿಸು; 2. *(math.)* ಗುಣಿಸು. *v. i.* ಹೆಚ್ಚಾಗು, ಬೆಳೆ, ವಿಸ್ತಾರವಾಗು.
Mul'ti-tūde, *n.* ಗುಂಪು, ಸಮೂಹ, ರಾಶಿ. Mul-ti-tū'di-nŏus, *a.* ಪುಷ್ಕಲ, ಬಹಳ; 2. ದೊಡ್ಡ, ಮಹಾ; 3. ಬಗೆಬಗೆಯ.
Multum in parvo ಹೆಚ್ಚು ವಸ್ತುಗಳ ವಿಷಯಗಳನ್ನು ಸಂಕೋಚವಾದ ಸ್ಥಳದಲ್ಲಿ ತೂರಿಸುವುದು.
Mul-toc'ū-lar, *a.* ಬಹು ಕಣ್ಣುಗಳುಳ್ಳ.
Mum, *n.* ಒಂದು ವಿಧದ ಸಾರಾಯಿ.
Mum, *int.* ಸುಮ್ಮನಿರು. *a.* ಸುಮ್ಮನಾದ, ಮೌನವಾದ, ನಿಃಶಬ್ದ, ನೀರವ.
Mum'ble, *v. t. r.* ಬಾಯಿಯೊಳಗೆ ಮಾತಾಡಿಕೊಳ್ಳು, ಗುಣುಗುಣು ಮಾತಾಡು, ಗುಣುಗುಟ್ಟು; 2. ಬಾಯಿ ಮುಚ್ಚಿಕೊಂಡು ತಿನ್ನು.
Mum'mĕr, *n.* ವೇಷಧಾರಿ, ಆಟದವ. Mum'-mĕr-y, *n.* ಸೋಗು, ವೇಷ, "ತಮಾಷೆ".
Mum'my, *n.* ಸುಗಂಧದ್ರವ್ಯ ತುಂಬಿದ ಹೆಣ.
Mump, *v. t. & i. r.* (*pr.* mumt) ಗುಣುಗುಣು ಅನ್ನು; 2. ಬಾಯಿ ಮುಚ್ಚಿಕೊಂಡು ತಿನ್ನು, ನಂಜಿಕೊಂಡು ತಿನ್ನು. Mump'ĕr, *n.* ಭಿಕ್ಷುಕ. Mump'ish, *a.* ಮಂದ, ಜಡ, ಮಟ್ಟು; 2. ಸಿಡುಮೋರೆಯ. Mump'ish-ly, *ad.* ಮಂದವಾಗಿ; 2. ಬೇಸರಿಕೆಯಾಗಿ.
Mumps, *n. pl.* ಕಳ್ಳಬಾವು, ಮಂಗನಬಾವು, ಕೆನ್ನೆಬೀಗು, ಕೆಪ್ಪಟೆ.
Munch, *v. t. r.* (*pr.* munsht) ಬಾಯಿ ಮುಚ್ಚಿಕೊಂಡು ತಿನ್ನು, ನಂಜಿಕೊಂಡು ತಿನ್ನು.
Mun'dāne, *a.* ಇಹಲೋಕದ, ಐಹಿಕ, ಭೌಮಿಕ.
Mun-duń'gus, *n.* ದುರ್ಗಂಧವಾದ ಹೊಗೆಸೊಪ್ಪು.
Muń'goose, *n.* ಮುಂಗಿಸಿ, ಮುಂಗುಲಿ, ನಕುಲ.
Mū-nic'i-pal, *a.* ಪಟ್ಟಣದ, "ಕಸಬೆಯ"; 2 ರಾಜ್ಯಸಂಬಂಧವಾದ. Mū-nic-i-pal'i-ty, *n.* "ಶಹರ", ಗ್ರಾಮ; 2. ಪಂಚಬಾತೆ, ಪೌರಾಧಿಕಾರ.
Mū-nif'i-cence, *n.* ದೊಡ್ಡ ಮನಸ್ಸು, ಉದಾರತ್ವ. Mū-nif'i-cent, *a.* ದೊಡ್ಡ ಮನಸ್ಸಿನ, ಉದಾರಚರಿತ, ಮಹಾಶಯ. Mū-nif'i-cent-ly, *ad.*

Fāte, fat, fär, fạll, whạt; mē, met, prey, hēr; pīne, pin, marïne, bird; nōte, not, möve, dóve; tūne, tub, rụde, pụll; drȳ, body; fool, bọọk; oil; boy; pound; now.

ದೊಡ್ಡ ಮನಸ್ಸಿನಿಂದ, ಉದಾರಿಯಾಗಿ, ಔದಾರ್ಯದಿಂದ.

Mū'ni-ment, *n.* ರಕ್ಷೆ; 2. ಕೋಟೆ; 3. *(law)* ಆಧಾರಪತ್ರ, "ದಸ್ತಾವೇಜು", ಶಾಸನ.

Mū-ni'tiŏn (-nish'un), *n.* ಮದ್ದು ಗುಂಡು ಮುಂತಾದ ಯುದ್ಧ ಸಾಮಗ್ರಿ, ರಸ್ತು.

Mun'jēet, *n.* *(Rubia munjista, Roxb.)* ಮಂಜಿಷ್ಠೆ.

Mū'ral, *a.* ಗೋಡೆಯ; 2. ಗೋಡೆಯಂಥಾ.

Mur'dĕr, *n.* ಕೊಲೆ, ನರಹತ್ಯ, "ಖೂನಿ". *v. t. r.* ಕೊಲ್ಲು, "ಖೂನಿ" ಮಾಡು. **Mur'dĕr-ĕr**, *n.* ಕೊಲೆಗೇಡಿ, ಕೊಲೆಗಾರ, ಕೊಲೆಗಡಿಕ, ಕೊಲೆಪಾತಕಿ, "ಖೂನಿಗಾರ". **Mur'dĕr-ŏus**, *a.* ಕೊಲೆ ಪಾತಕದ, ಹಿಂಸಕ, ಹಿಂಸಾಪ್ರಿಯ; m. weapons ಕೊಲೆಮುಟ್ಟು. **Mur'dĕr-ŏus-ly**, *ad.* ಕೊಲೆ ಪಾತಕವಾಗಿ.

Mū'ri-āte, *n.* ಲವಣದ್ರಾವಕ ಕೂಡಿದ ಕ್ಷಾರ; m. of ammonia ನವಸಾಗರ. **Mū-ri-at'ic**, *a.* ಸಮುದ್ರಲವಣದ; m. acid ಲವಣದ್ರಾವಕ.

Murk, *a.* ಕತ್ತಲೆಯಾದ. *n.* ಕತ್ತಲು, ಮೊಬ್ಬು. **Mur'ky**, *a.* ಕತ್ತಲೆಯಾದ, ಮಬ್ಬಿನ.

Mur'mur, *n.* (of things) ಕಲಕಲ ಶಬ್ದ; 2. (of persons) ಗುಣುಗುಟ್ಟು, ಗುಣುಗುಣು ಅನ್ನು. *v. i. r.* ಭರಭರಿಂತ ಹರಿ (as a stream); 2. ಗುಣುಗುಟ್ಟು. **Mur'mur-ing**, *n.* ಗುಜು ಗುಜು ಮಾತು, ಮರ್ಮರ ಧ್ವನಿ.

Mur'rāin, *n.* ಪಶುರೋಗ, ಗೋಮಾರಿ.

Mur'rel, *n.* *(Ophiocephalus marulius)* ಹೂವಿನ ಮರಲು ಎಂಬ ಮೀನು; *(O. striatus)* ಕೂಚಿನ ಮರಲು.

Mū'sa, *n.* *(M. paradisiaca, L.)* ಬಾಳೇ ಗಿಡ; 2. *(M. superba, Roxb.)* ಕಾಡುಬಾಳೇ ಗಿಡ.

Musc'le (mus'l), *n.* ನರ, ಸ್ನಾಯು, ನಾಡಿ. **Mus'cū-lar** (-lĕr), *a.* ನರಗಳ, ಸ್ನಾಯುವಿನ; 2. ಬಲವಾದ, ಮಾಂಸಪುಷ್ಟಿಯುಳ್ಳ. **Mus-cū-lar'i-ty**, *n.* ಕಸುವು, ಪುಷ್ಟಿ. **Mus'cū-lar-ly**, *ad.* ಬಲವಾಗಿ, ಪುಷ್ಟಿಯಾಗಿ.

Mus'co-vīte, *n.* ಬೆಳ್ಳನ್ನ ಬಿಂಗ *(S. M.)*, ಬಿಂಗಾರ *(My.)*, ಅಭ್ರಕ; 2. ರಷ್ಯಾ ದೇಶದವನು.

Mūse, *n.* ಪ್ರಾಚೀನ ಗ್ರೀಕರು ಕಲ್ಪಿಸಿದ ಒಂಬತ್ತು ಮಂದಿ ವಿದ್ಯಾದೇವತೆಗಳಲ್ಲಿ ಒಂದು, ವಿದ್ಯಾದೇವಿ, ಸರಸ್ವತಿ.

Mūse, *v. i. r.* ಧ್ಯಾನಿಸು, ವಿಚಾರದಲ್ಲಿರು, ಆಲೋಚಿಸುತ್ತಿರು. *n.* ಆಲೋಚನೆ, ಧ್ಯಾನ. **Mū'sing-ly**, *ad.* ಧ್ಯಾನಪರವಾಗಿ, ವಿಚಾರದಿಂದ.

Mū-sē'um, *n.* ಚಮತ್ಕಾರದ ವಸ್ತುಗಳಿಟ್ಟಿರುವ ಶಾಲೆ, ಪದಾರ್ಥಸಂಗ್ರಹಾಲಯ, ವಿದ್ಯಾದರ್ಶನ ಶಾಲೆ, "ಮುಜೀಮಖಾನೆ".

Mush, *n.* ಮೃದು ತಿರಳು.

Mush'room, *n.* ಅಳಿಂಬೆ, ನಾಯಿಕೊಡೆ.

Mū'sic, *n.* ಗಾಯನ, ವಾದ್ಯಘೋಷ, ಸಂಗೀತ ವಿದ್ಯೆ; fond of m. ಗಾಯನಲೋಲ; m. of an army ದಳಮೊಳಗು. **Mū'si-cal**, *a.* ಸಂಗೀತಶಾಸ್ತ್ರದ, ವಾದ್ಯದ; 2. ಇಂಪಾದ, ಸುಸ್ವರವುಳ್ಳ; m. entertainment ಗಾಯನೋತ್ಸವ. **Mū'si-cal-ly**, *ad.* ಇಂಪಾಗಿ, ಮಧುರವಾಗಿ, ಸುಸ್ವರವಾಗಿ. **Mū-si'cian** (-zish'an), *n.* ವಾದ್ಯಗಾರ, ಗಾಯಕ, ಬಾಜಂತ್ರಿ.

Musk, *n.* ಕಸ್ತೂರಿ, ಮೃಗಮದ; superior kind of m. ವೇಣುಕಸ್ತೂರಿ. *v. t. r.* ಕಸ್ತೂರಿಯಿಂದ ಪರಿಮಳಿಸು. **Musk'-dēer**, *n.* *(Moschus moschiferus)* ಕಸ್ತೂರಿಮೃಗ **Musk'y**, *a.* ಕಸ್ತೂರೀ ಪರಿಮಳವುಳ್ಳ.

Mus'ket, *n.* "ತುಪಾಕಿ", "ತುಬಾಕಿ", "ಬಂದೂಕು". **Mus-ket-ēer'**, *n.* "ಸಿಪಾಯಿ", ಕೋವಿ ಹೊರುವವ, "ತುಬಾಕಿಯವ". **Mus'ket-ry**, *n.* "ತುಪಾಕಿ" ಹೊಡೆಯುವ ವಿದ್ಯೆ; 2. ಕೋವಿ "ಪಿಸ್ತೂಲು" ಇತ್ಯಾದಿ.

Musk'-rat, *n.* *(Sorex cœrulescens)* ಚುಂಚಿಲಿ, ಸುಂಡಿಲಿ, ಸೊಂಡಿಲಿ.

Mus'lin, *n.* "ಮಲಮಲು", "ಮಸ್ಲೀನು".

Mus-quī'tō (-kē'to), *n. see* Mosquito.

Must, *n.* ಸೀಯಾದ ಹೊಸ ದ್ರಾಕ್ಷೀ ರಸ.

Must, *aux. v. i.* ಬೇಕು, ತಕ್ಕದ್ದು; we m. submit to the laws ನಾವು "ಕಾಯಿದೆ"ಗಳಿಗೆ ಒಳಗಾಗತಕ್ಕದ್ದು, —ಒಳಗಾಗಬೇಕು; you m. not tell him so ಅವನಿಗೆ ಹೀಗೆ ಹೇಳಬೇಡ.

Mus-tăche', *n.*, *see* Moustache.

Mus'tard (-tĕrd), *n.* Common m. *(Brassica nigra)* ಕರೀ ಸಾಸಿವೆ ಗಿಡ; Indian m. *(Brassica juncea)* ಸಾಸಿವೆ; m. seed ಸಾಸಿವೇ ಕಾಳು; white m. *(Brassica alba)* ಬಿಳೀ ಸಾಸಿವೇ ಗಿಡ; wild m. *(Cleome viscosa, L.)* ಕಾಡು ಸಾಸಿವೆ, ನಾಯಿಬೆಳೆ ಗಿಡ *(S. C.)*, ಗಂಡುಸಾಬಳ್ಳಿ *(S. M.)*.

Mus'tĕr, *n.* ದಂಡಿನ "ಹಾಜರಿ" ನೋಡೋಣ. *v. t. r.* ಕೂಡಿಸಿ ತೋರಿಸು, "ಕವಾತಿಗೆ" ಕೂಡಿಸು, ದಂಡಿನ "ಹಾಜರಿ" ನೋಡು; 2. ಕೂಡಿಸಿಕೊಳ್ಳು. m. up ತಂದುಕೊಳ್ಳು, ಕೂಡಿಸಿಕೊಳ್ಳು. **Mus'tĕr-book, -rōll**, *n.* ದಂಡಿನ "ಹಾಜರಿ" ಪಟ್ಟಿ.

Mus'ty, *a.* ಮುಗ್ಗಿದ, ಬೂಜು ಹಿಡಿದ, ತಂಗಳು, [ಇಳಿದ.

Mū'ta-ble, *a.* ನೆಲೆ ಇಲ್ಲದ, ಅಸ್ಥಿರ, ಮಾರ್ಪಡುವ. Mū-ta-bil'i-ty, *n.* ಅಸ್ಥಿರತ್ವ, ಚಂಚಲತ್ವ, ಮಾರ್ಪಾಟು. Mū'ta-bly, *ad.* ಅಸ್ಥಿರವಾಗಿ, ಚಂಚಲವಾಗಿ. Mū-tā'tiŏn, *n.* ಬದಲಾಗುವುದು, ಮಾರ್ಪಾಟು.

Mūte, *a.* ಮೂಕ; 2. ಸುಮ್ಮಗಿರುವ, ಮೌನದ, ನಿಃಶಬ್ದವಾದ; 3. *(gram.)* ಸ್ವರರಹಿತವಾದ. *n.* ಮೂಕ; 2. ಮೌನಿ; 3. *(gram.)* ಸ್ವರರಹಿತೋಚ್ಚಾರ್ಯ ವ್ಯಂಜನ. *v. i.* ಪಿಷ್ಟಿಸು. Mūte'ly, *ad.* ಮೌನವಾಗಿ.

Mū'ti-lāte, *v. t. r.* ಊನ ಮಾಡು, ಛಿನ್ನ—, ಅಂಗಹೀನ ಪಡಿಸು. Mū-ti-lā'tiŏn, *n.* ಊನ ಮಾಡೋಣ, ಅಂಗಚ್ಛೇದ.

Mū-ti-nēer', *n.* ದಂಡಿನ "ದಂಗೆ"ಗಾರ.

Mū'ti-ny, *n.* ದಂಡಿನ "ದಂಗೆ", ಕಾಟಕಾಯಿ. *v. i. r.* (-nied) ದಂಗೆ ಎತ್ತು, ಕಾಟಕಾಯಿ ಮಾಡು, ಒಡೆಯನ ಮೇಲೆ ತಿರುಗಿ ಬೀಳು, ಮಾರ್ಮಲೆಯು. Mū'ti-nŏus, *a.* ದಂಗೆಯ, ಕಾಟಕಾಯಿ ಮಾಡುವ. Mū'ti-nŏus-ly, *ad.* ತಿರುಗಿ ಬಿದ್ದು, ತಿರುಗಿ ಬಿದ್ದವನಂತೆ, ದಂಗೆಯಾಗಿ.

Mut'tĕr, *n.* ಮಣಮಣ ಅನ್ನುವುದು, ಗುಣುಗುಣು—, ಜಪಿಸುವುದು. *v. i. r.* ಮಣಮಣ ಅನ್ನು, ಬಾಯಿಯೊಳಗೆ ಮಾತಾಡಿಕೊಂಡಿರು. *v. t.* ಜಪಿಸು, ಜಪ ಮಾಡು.

Mut'ton (mut'n), *n.* ಕುರೀ ಬಾಡು, ಕುರೀ ಆಸಿ, "ಮಟನು"; dead as m. ಸತ್ತುಹೋಗಿರು.

Mū'tū-al, *a.* ಒಬ್ಬರಿಗೊಬ್ಬರು ಮಾಡುವ, —ಮಾಡಿದ, ಪರಸ್ಪರ; m. relation ವ್ಯಪೇಕ್ಷೆ; have m. interest ಒಂದೇ ಹರಗೋಲಲ್ಲಿ ಕುಳಿತಿರು. Mū-tū-al'i-ty, *n,* ಪರಸ್ಪರತೆ, ಅನ್ಯೋನ್ಯಭಾವ, ಅನ್ಯೋನ್ಯಾಶ್ರಯ. Mū'tū-al-ly, *ad.* ಒಬ್ಬರನ್ನೊಬ್ಬರು, ಒಬ್ಬರಿಗೊಬ್ಬರು, ಒಬ್ಬರಿಂದೊಬ್ಬರು, ಒಬ್ಬರಲ್ಲೊಬ್ಬರು, ಪರಸ್ಪರವಾಗಿ.

Muz'zle (muz'l), *n.* (of an animal) ಮೋತಿ, ಮುಸುಡು, ಮುಖಾಗ್ರ; 2. (of a thing) ಬಾಯಿ; 3. (fastening for the mouth) ಬಾಯಿಗಲ್ಲಿ, ಮೊಗವಾಡ. *v. t. r.* (ಕಚ್ಚದ ಹಾಗೆ) ಬಾಯಿ ಕಟ್ಟು *c. g.*

Mȳ, *pron.* ನನ್ನ.

Mȳ'na, *n.* *(Acridotheres tristis* or *Gracula religiosa)* ಗೊರವಂಕ ಹಕ್ಕಿ, ಮೈನಾಪಕ್ಷಿ.

Myr'i-ad, *n.* ಹತ್ತು ಸಾವಿರ, ಅಯುತ; 2. ಕೋಟ್ಯವಧಿ. *a.* ಅಸಂಖ್ಯಾತವಾದ.

Myr'mi-don, *n.* ಕಿಂಕರನು, ಕ್ರೂರಭಟನು. Myr'mi-dons (mĕr'mi-). *n. pl.* ಒಬ್ಬ ನಾಯಕನ ಕೆಳಗಿರುವ ಕಾಳಕಪೋಕರು, ಭಟರು.

Myr-ob'a-lan, *n.* (fruit of *Terminalia chebula, Retz.)* ಅಲಲೀಕಾಯಿ; Arjuna m. *(Terminalia Arjuna, Bedd.)* ತೊರೆ ಮತ್ತಿ, ಬಿಳಿ ಮತ್ತಿ; Beleric m. (fruit of *Terminalia belerica, Roxb.)* ತಾರೀ ಕಾಯಿ, ತರೀಕಾಯಿ; Emblic m. *(Emblica officinalis, Gært.)* ನೆಲ್ಲೀ ಕಾಯಿ.

Myrrh (mĕr), *n.* (gum of *Balsamodendron Myrrha, Nees.)* ಬೋಳ, ರಕ್ತಬೋಳ, ಗಂಧರಸ, ಗೋಪರಸ, ಗೋಸ, ಗೋಲರಸ.

Myr'tle (mĕr'tl), *n.* ಜಂಬು ಗಿಡದ ಜಾತಿಯ ಒಂದು ಸಣ್ಣ ಗಿಡ.

Mȳ'self, *pron.* ನಾನೇ; *as,* I m. will do it, I will do it m. ನಾನೇ ಮಾಡುತ್ತೇನೆ; 2. ನನ್ನನ್ನು, ...ಕೊಳ್ಳು; *as,* I saved m. ನನ್ನನ್ನು ಕಾಪಾಡಿಕೊಂಡೆ, ತಪ್ಪಿಸಿಕೊಂಡೆ; I burned m. ಸುಟ್ಟುಕೊಂಡೆ; I washed m. ಮೈತೊಳಕೊಂಡೆ.

Mȳ-sōre' thorn, *n.* *(Cæsalpinia sepiaria, Roxb.)* ಕುರುಡು ಗಚಿಗದ ಗಿಡ *(My.).*

Mys'tĕr-y, *n.* ಗುಟ್ಟು, ರಹಸ್ಯ, ಮರ್ಮ, ಗುಂಬ, ಒಗಟು. Mys-tē'ri-ŏus, *a.* ಗುಟ್ಟಿನ, ರಹಸ್ಯವಾದ, ಗೂಢವಾದ, ಗೋಪ್ಯವಾದ, ಗುಂಭವಾದ. Mys-tē'ri-ŏus-ly, *ad.* ಗುಟ್ಟಾಗಿ, ರಹಸ್ಯವಾಗಿ, ಗುಂಭವಾಗಿ.

Mys'tic, -ti-cal, *a.* ಗುಟ್ಟಿನ, ರಹಸ್ಯ, ಗೂಢಾರ್ಥವುಳ್ಳ; m. letter ಬೀಜಾಕ್ಷರ; m. verse ಬೀಜಮಂತ್ರ. Mys'ti-cal-ly, *ad.* ಗೂಢಾರ್ಥವಾಗಿ. Mys'ti-cism, *n.* ರಹಸ್ಯೋಪದೇಶ. Mys'ti-fȳ, *v.t.r.* (-fīed) ಮಾಯಾ ಮಾಡು, ಬೇಕೆಂತ ಭ್ರಮೆಗೊಳಿಸು, ಮೋಸ ಮಾಡು. Mys-ti-fi-cā'tiŏn, *n.* ಕೃತ್ರಿಮ, ಠಕ್ಕು, ಮಾಯೆ.

Myth, *n.* ಪುರಾಣಕಥೆ, ಕಟ್ಟುಕಥೆ. Myth'ic, Myth'i-cal, *a.* ಪುರಾಣಕಥೆಯ, ಕಲ್ಪಿತ, ಪುರಾಣೋಕ್ತ. Myth-o-loġ'ic, -loġ'i-cal, *a.* ಪುರಾಣದಲ್ಲಿಯ ದೇವತಾದಿ ಕಥಾವಿಷಯಕ. My-thol'o-ġist, *n.* ಪುರಾಣಿಕ, ಕಥೆ ಹೇಳುವವ. My-thol'o-ġy, *n.* ಪುರಾಣ, ದೇವತಾಖ್ಯಾನ, ದೇವತಾದಿಗಳ ಕಥೆ.

N

Nab, *v. t. r.* (nabbed) ಥಕ್ಕನೆ ಹಿಡಿ.

Nā'bob, *n.* "ನವಾಬ"; 2. ಧನವಂತ, ದೈವಾನ.

Nā'dĭr, *n.* ಅಧೋಭಾಗ, ಅಧೋಬಿಂದು.

Næ'vus (nē'-), *n.* ಹುಟ್ಟುಮಚ್ಚೆ.

Nag, *n.* ತಟ್ಟು, ಟಾಕಣ.

Nag, *v. i.* ದಟ್ಟಿಸು, ಜಂಕಿಸು.

Nā'iad (nā'yad), *n.* ಜಲದೇವತೆ, ಅಪ್ಸರಸ್ತ್ರೀ.

Nāil, *n.* ಮೊಳೆ, ಆಣಿ; 2. ಉಗುರು; 3. ಎರಡೂಕಾಲು ಇಂಚಿನ ಅಳತೆ. *v. t. r.* ಮೊಳೆ ಹೊಡೆ, ಜಡಿ; 2. ಟೋನಿನಲ್ಲಿ ಹಿಡಿ, ಬಲೆಯಲ್ಲಿ—, ಹಿಡಿ. Nāil'ĕr, *n.* ಮೊಳೆ ಮಾಡುವವ. Nāil'ĕr-y, *n.* ಮೊಳೆ ಮಾಡುವ ಕಾರಖಾನೆ.

Nain'sook, *n.* ನೇಮಸುತ್ತು.

Na'ïve, *a.* ಸರಳ, ನಿಷ್ಕಪಟ. Na'ïve-te, *n.* ಸರಳಭಾವ, ಸಾಧುತ್ವ.

Nā'ked, *a.* ಬತ್ತಲೆ, ದಿಗಂಬರ, ಬರೇ, ಬರೇದು; with the n. eye ಬರೆಗಣ್ಣಿನಿಂದ. Nā'ked-ly, *ad.* ಬತ್ತಲೆಯಾಗಿ, ಬರೇದಾಗಿ. Nā'ked-ness, *n.* ಬತ್ತಲೆತನ, ನಿರ್ವಾಣತ್ವ, ದಿಗಂಬರತ್ವ.

Nam'by-pam-by, *a.* ಅರೋಚಕ, ವಿರಸ.

Nāme, *n.* ಹೆಸರು, ನಾಮ; 2. ಪ್ರಖ್ಯಾತಿ; Christian n. ಕ್ರೈಸ್ತ ಮತದಲ್ಲಿ ಇಟ್ಟ ಹೆಸರು; family n. ಮನೆ ಹೆಸರು, ವಂಶನಾಮ; in n. ಹೆಸರಿಗೆ, ಹೆಸರಿನ ಪೂರ್ತಿಗೆ; call person names ಬಯ್ಯು, ನಿಂದಿಸು; know by n. ಬರೆ ಹೆಸರು ಮಾತ್ರ ಕೇಳಿದ್ದಿರು; put one's n. down for ಉಮೇದ್ವಾರನಾಗಿ ಅರ್ಜಿ ಹಾಕು; has a n. for honesty ಪ್ರಾಮಾಣಿಕನೆಂದು ಹೆಸರುಗೊಳ್ಳು. *v. t. r.* ಹೆಸರಿಡು, ಹೆಸರು ಹೇಳು. Nāme'less, *a.* ಹೆಸರಿಲ್ಲದ, ಅಪ್ರಸಿದ್ಧ. Nāme'less-ly, *ad.* ಹೆಸರಿಲ್ಲದೆ; 2. ಪ್ರಸಿದ್ಧಿಯಿಲ್ಲದೆ. Nāme'ly, *ad.* ಏನಂದರೆ, ಅಂದರೆ. Nāme'sāke, *n.* ಒಂದೇ ಹೆಸರಿನವ, ಅದೇ—, ಏಕನಾಮಿ.

Nan-kēen', *n.* ಹಳದೀ ಬಣ್ಣದ ಅರಳೆಯಿಂದ ಮಾಡಿದ ಅರಿವೆ, "ಲಂಖಿಣೀ" ಬಟ್ಟೆ.

Nap, *n.* ಒಂದು ಜಂಪು ನಿದ್ರೆ, ಅರನಿದ್ರೆ. *v. t. r.* (napped, *pr.* napt) ಸ್ವಲ್ಪ ನಿದ್ರೆ ಮಾಡು, ತೂಕಡಿಸು. Nap'py, *a.* ತೂಕಡಿಸುವ, ನಿದ್ರೆ ಬರುವ, ನಿದ್ರೆ ಬರ ಮಾಡುವ.

Nap, *n.* ವಸ್ತ್ರದ ಗುಂಜು, ಪಿಸಿ.

Nāpe, *n.* ಹೆಗ್ಗತ್ತು, ಹೆಡಕು, ಚಂಡು, ಕುಂಕೆ, [ಮನ್ಯೆ.

Nā'pĕr-y, *n.* ಕಿತ್ತಾನಾರು ಬಟ್ಟೆ.

Naph'tha (*or* nap'tha), *n.* ಕಲ್ಲೆಣ್ಣೆ, ಉಗುರೆಣ್ಣೆ.

Nap'kin, *n.* ಕೈವಸ್ತ್ರ, ಹಸ್ತಪಾವಡ, ಎಲವಸ್ತ್ರ.

Nār-cot'ic, *n.* ಮಬ್ಬು ಬರಮಾಡುವ ಔಷಧ, ಉಪವಿಷ. Nār-cot'ic, -cot'i-cal, *a.* ಮಬ್ಬು ಬರಮಾಡುವ, ನಿದ್ರೆ ಬರಮಾಡುವ, ಉಪಶಮನಕರ.

Nārd, *n.* ಜಟಾಮಾಂಸಿ.

Nār'ghi-le (-gi-li), *n.* "ಹುಕ್ಕಾ".

Nar-rāte', *v. t. r.* ಹೇಳು, ಕಥಿಸು, ವಿವರಿಸು. Nar-rā'tiŏn, *n.* ಕಥೆ, ಕಥನ, ವೃತ್ತಾಂತ, ವಿವರ. Nar'ra-tive, *a.* ಕಥೆಯ, ವಿವರಿಸುವ, ಕಥೆ ಹೇಳುವ. *n.* ಕಥೆ, ವೃತ್ತಾಂತ. Nar-rā'tŏr, *n.* ಕಥಿಕ, ಪುರಾಣಿಕ.

Nar'rōw (-'rō), *a.* ಕಿರಿ ಅಗಲದ, ಇಕ್ಕಟ್ಟಿನ, ಇಕ್ಕಟ್ಟಾದ; 2. ಸಣ್ಣ ಮನಸ್ಸಿನ, ಕೃಪಣ ಬುದ್ಧಿಯ; n. circumstances ಬಡತನ; n. escape ಪ್ರಯಾಸದಿಂದ ತಪ್ಪಿಸಿಕೊಳ್ಳೋಣ; he had a n. escape ಸತ್ತುಸತ್ತು ಉಳಿದನು, ಅವನು ಜೀವಶೇಷನಾದದ್ದೇ ದೊಡ್ಡದು; to bring into a n. compass ಸಂಕ್ಷೇಪಮಾಡು, ಸಂಕೇತಾ—. *v. t. r.* ಅಗಲ ಕಿರಿದು ಮಾಡು, ಸಪೂರ ಮಾಡು. *v. i.* ಇಕ್ಕಟ್ಟಾಗು. Nar'rōw-ly, *ad.* ಕಿರಿದಾಗಿ; 2. ಇಕ್ಕಟ್ಟಾಗಿ; 3. ಜಾಗ್ರತೆಯಾಗಿ, ರೆಪ್ಪೆಹಾಕದ ಹಾಗೆ; 4. ಗಂಡಾಂತರವಾಗಿ (escape); 5. ಲೋಭವಾಗಿ. Nar'rōw-mīnd-ed, *a.* ಕೃಪಣಬುದ್ಧಿಯುಳ್ಳ, ಸಣ್ಣ ಮನಸ್ಸಿನ. Nar'rōw-ness, *n.* ಇಕ್ಕಟ್ಟು, "ಅಡಚಣೆ"; 2. ಕೃಪಣತೆ, ಸಣ್ಣ ಮನಸ್ಸು.

Nā'sal, *a.* ಮೂಗಿನ, ನಾಸ್ಯ; 2. *(gram.)* ಅನುನಾಸಿಕ. *n.* ಅನುನಾಸಿಕಾಕ್ಷರ.

Nas'cent (nas'ent), *a.* ಹುಟ್ಟುವ, ಮೊಳೆಯುವ, ಅಂಕುರಿಸುವ, ಮೊಳಕೆ ತೋರುವ.

Nas'ty, *a.* ಹೊಲಸ, ಹೇಸಿಕೆಯಾದ, ಹೇಸಿ. Nas'ti-ly, *ad.* ಹೊಲಸಾಗಿ, ಹೇಸಿಕೆಯಾಗಿ, ಅಸಹ್ಯವಾಗಿ. Nas'ti-ness, *n.* ಹೊಲಸು, ಹೇಸಿಕೆ, ಮೈಲಿಗೆ.

Nā'tal, *a.* ಜನನದ, ಜನ್ಮಸಂಬಂಧದ. Na-tal'-i-ty, *n.* ಜನ್ಮಗಳ "ದರ".

Na'tant, *a.* ನೀರಿನ ಮೇಲೆ ತೇಲುವ, ಈಜುವ. Na-tā'tiŏn, *n.* ಈಸಾಟ.

Nā'tiŏn, *n.* ಜನ, ಜನಾಂಗ, ಪ್ರಜೆ. Na'tiŏn-al

(nash'un-), *a.* ರಾಜ್ಯದ, ದೇಶದ, ಸರ್ವಸಾಮಾನ್ಯ; 2. ಸ್ವದೇಶಪ್ರಿಯ. n. prejudice ಜಾತ್ಯಭಿಮಾನ; n. custom ದೇಶ ಪದ್ಧತಿ. Na'tiŏn-al-īse (nash'un-), *v. t. r.* ದೇಶಾಚಾರಕ್ಕೆ ತರು, ದೇಶಸ್ಥನಾಗ ಮಾಡು. Na-tiŏn-al'i-ty (nash-un-), *n.* ಜನಾಂಗದ ಗುಣ, ದೇಶದ ರೀತಿ, ಸ್ವದೇಶಾಭಿಮಾನ. Na'-tiŏn-al-ly, *ad.* ದೇಶಾಚಾರವಾಗಿ.

Nā'tive, *a.* ಹುಟ್ಟು, ಹುಟ್ಟಿದ, ಸ್ವದೇಶದ. *n.* ದೇಶಸ್ಥ, ದೇಶೀಯ. Na-tiv'i-ty, *n.* ಜನ್ಮ, ಜಾತಕ; 2. ಯೇಸುವಿನ ಜನ್ಮ.

Na'tron, *n.* ಸರ್ಜಿಕೆ, ಸರ್ಜಿಕಾಕ್ಷಾರ, ಸದ್ಯಕ್ಷಾರ, ಸಜ್ಜೀಕಾರ.

Nat'ty, *a.* ಚೊಕ್ಕ, ಅಚ್ಚುಕಟ್ಟು.

Nat'ū-ral (*or* nat'chu-), *a.* (according to nature) ಸ್ವಭಾವದ, ಹುಟ್ಟುಗುಣದ, ಹುಟ್ಟು; 2. (normal, regular) ಕ್ರಮದ, ಯಥಾಕ್ರಮದ, ರೀತಿಯ, ಸಹಜ; n. death ಕಾಲಮರಣ; 3. (belonging to nature) ಸೃಷ್ಟಿಯ; n. history ಸ್ಥಾವರಜಂಗಮವಿದ್ಯೆ; n. philosophy, n. science ಪದಾರ್ಥವಿಜ್ಞಾನ; n. theology ಸೃಷ್ಟಿಜನ್ಯ ದೇವಜ್ಞಾನ; 4. (true *or* real) ನಿಜ, ಯಥಾರ್ಥ, ಸತ್ಯ; 5. (resembling the object imitated) ವಸ್ತುವಿನ ಹಾಗೆಯೇ ಇರುವ, ಹಾಗೆಯೇ ಇರುವ; 6. (illegitimate) n. son ಇಟ್ಟುಕೊಂಡವಳ ಮಗ, ಉಪಪತ್ನಿಯ ಮಗ; 7. (not spiritual) ಪ್ರಾಪಂಚಿಕ, ಸಂಸಾರದ. *n.* ಹುಚ್ಚ, ದಡ್ಡ, ಜಾತಮೂರ್ಖ; 2. (*mus.*) ಅಪನಯನ ಚಿಹ್ನೆ (♮). Nat-ū-ral-i-ẓā'tion, *n.* ದೇಶಸ್ಥರೊಳಗೆ ಸೇರಿಸೋಣ. Nat'ū-ral-īẓe, *v. t. r.* ರೂಢಿ ಮಾಡು; 2. ದೇಶಸ್ಥರೊಳಗೆ ಸೇರಿಸು; 3. ತನ್ನದು ಮಾಡು. Nat'ū-ral-ist, *n.* ಪದಾರ್ಥವಿಜ್ಞಾನಿ. Nat'ū-ral-ness, *n.* ನಿಜ, ಸಹಜತ್ವ.

Nā'tūre (*or* -chur), *n.* (natural constitution, character) ಹುಟ್ಟುಗುಣ, ಸ್ವಭಾವ, ಧರ್ಮ, ಪ್ರಕೃತಿ, ಚಾಳಿ; 2. (sort) ತರ, ಪ್ರಕಾರ; 3. (regular course of things) ರೀತಿ, ಸೃಷ್ಟಿಕ್ರಮ; 4. (the universe) ಸೃಷ್ಟಿ, ಜಗತ್ತು; 5. (the personified sum and order of causes and effects) ದೇವರು; 6. (natural affection) ಸ್ವಭಾವಧರ್ಮ; 7. (adherence to what is normal or usual) ಸ್ವರೂಪ; 8. (person) ಮನುಷ್ಯ; 9. ಬತ್ತಲೆತನ; good n. ಸಾಧುಗುಣ; ill n. ಕೆಟ್ಟ ಸ್ವಭಾವ, ಅಪಕಾರ.

Nạught (nạt), *a.* ಕೆಟ್ಟ, ನಿಷ್ಪ್ರಯೋಜಕ. *n.* ಶೂನ್ಯ, ಏನೂ ಇಲ್ಲ; set at n. ಹಾರಿಸಿಬಿಡು, ಹೀನೈಸು, ಅಲಕ್ಷ್ಯಮಾಡು.

Nạught'y (nạt'i), *a.* ಕೆಟ್ಟ, ದುಷ್ಟ, ಕಿಡಿಗೇಡಿ, "ತಂಟೆಮಾರಿ" Nạught'i-ness (nạt'i-), *n.* ಪುಂಡಗಾರಿಕೆ, "ತಂಟೆ".

Nạu'se-a (nạ'shi-a), *n.* ವಾಕರಿಕೆ, ಹೇಸಿಕೆ, ಅಸಹ್ಯ. Nạu'se-āte (nạ'shi-āt), *v. t. r.* ಓಕರಿಸು, ಅಸಹ್ಯಿಸು, ಹೇಸು. Nạu'se-ŏus (nạ'shi-us), *a.* ಓಕರಿಕೆಯ, ಹೇಸಿಕೆಯ.

Nạutch (nạch), *n.* ನಾಚು, ನರ್ತನ; n. girl ನರ್ತಕಿ, ನಾಯಕಸಾನಿ.

Nạu'tic, Nạu'ti-cal (nạ'ti-), *a.* ಹಡಗಿನ, ಹಡಗ ನಡಿಸುವ, ನೌಕಾ, "ಖಲಾಸಿಗಳ".

Nạu'ti-lus (nạ'ti-), *n.* ಸಜೀವ ನಾವೆ ಎಂಬ ಶ್ಲೇಷ್ಮೋದರಿ.

Nā'val, *a.* ಹಡಗಿನ, ನಾವಿಕ, ನೌಕಾ.

Nāve, *n.* ಬಂಡೀ ಚಕ್ರದ ಕುಂಬು, ಗಾಲಿಯ ಗಡ್ಡೆ.

Nāve, *n.* ಮಧ್ಯರಂಗ, ಗರ್ಭಪಟಾಂಗನ.

Nā'vel, *n.* ಹೊಕ್ಕಳು, ನಾಭಿ; n. string ಹುರಿ, ಬಡ್ಡಿಗೆ, ನಾಭಿನಾಳ.

Nav'i-gāte, *v. i. r.* ಹಡಗುಸಂಚಾರ ಮಾಡು. *v. t.* ಸಮುದ್ರಸಂಚಾರ ಮಾಡು, ಹಡಗು ನಡಿಸು. Nav'i-ga-ble, *a.* ಹಡಗ ಹೋಗತಕ್ಕ, ನೌಕಾಗಮ್ಯ. Nav-i-gā'tiŏn, *n.* ಸಮುದ್ರಸಂಚಾರ; 2. ಹಡಗ ನಡಿಸುವ ವಿದ್ಯೆ; 3. ಹಡಗಗಳು. Nav'i-gā-tŏr, *n.* ನಾವಿಕ, ಸಮುದ್ರಸಂಚಾರಿ, ಹಡಗ ನಡಿಸುವವ.

Nav'vy, *n.* ಕೂಲಿಯಾಳು.

Nā'vy, *n.* ಹಡಗಗಳ ಗುಂಪು, ಹಡಗಗಿಡಗ; 2. ಯುದ್ಧನಾವೆ ಸಮೂಹ; 3. ನೌಕಾಖಾತೆ.

Nawab = Nabob, *q. v.*

Nāy (nā), *ad.* ಇಲ್ಲ, ಅಲ್ಲ; 2. ಇದಲ್ಲದೆ. *n.* ಇಲ್ಲನ್ನುವುದು, ಅಲ್ಲನ್ನುವುದು, ನಿಷೇಧ.

Naz-a-rene', *n.* ನಜರೇತೆಂಬ ಊರಿನ ನಿವಾಸಿ; 2. ಪ್ರಾಚೀನ ಕಾಲದ ಕ್ರೈಸ್ತನು.

Nāẓe, *n.* ಭೂಶಿರ.

Nēap (nēp), *a.* ಕಡಿಮೆಯ; n. tide ಅಷ್ಟಮಿ ಸಮಯದಲ್ಲಿ ಆಗುವ ಕಡಿಮೆಯಾದ ಭರತ.

Nēap (nēp), *n.* ಬಂಡಿಯ ಈಸು (ಈಚು); 2. ಟಂಟೆ.

Nēar (nēr), *a.* ಹತ್ತರದ, ಸಮೀಪದ, ನಿಕಟ; n. relation ನಿಕಟ ಸಂಬಂಧ, ಸಮೀಪ—. *prep.* ಹತ್ತರ. *v. t. & i. r.* ಹತ್ತರೆ ಬರು, —ಹೋಗು, ಸಮೀಪಿಸು. Nēar, Nēar'ly, *ad.* ಹೆಚ್ಚುಕಡಿಮೆಯಾಗಿ, ಸ್ವಲ್ಪ ಕಡಿಮೆಯಾಗಿ.

Nēar'ness (nēr'nes), *n.* ಸಮೀಪ, ಸಾನ್ನಿಧ್ಯ, ಪರಿಚಯ. Nēar'-sīght-ed (nēr'sīt-), *a.* ಸಮೀಪದೃಷ್ಟಿಯ.

Nēat (nēt), *n.* ದನ.

Nēat (nēt), *a.* ನಿರ್ಮಲ, ಹಸನ, ಚಂದ, ಚೊಕ್ಕ. Nēat'ly (nēt'li), *ad* ನಿರ್ಮಲವಾಗಿ, ಹಸನಾಗಿ, ಸ್ವಚ್ಛವಾಗಿ; 2. ಚನ್ನಾಗಿ, "ಟಾಕುಟೀಕು". Nēat'ness (nēt'nes), *n.* ಚಂದ, ಶುದ್ಧತ್ವ, ವಾರಣ, ಅಲಂಪು.

Neath, *prep. (poet.), see* Beneath.

Neb, *n.* ಪಕ್ಷಿಯ ಚುಂಚು.

Neb'ū-la, *n.* ತಾರಾಗಣ, ತಾರಾಮಂಜರಿ. Neb'ū-lar, *a.* ತಾರಾಗಣದ ಸಂಬಂಧ. Neb'ū-lŏus, *a.* ಮಂಜು ಕಾಣುವಂಥ.

Nec'es-sar-y (-sĕr-i), *a.* ಬೇಕಾದ, ಅಗತ್ಯ, ಅವಶ್ಯ. *n.* ಅಗತ್ಯವಾದ್ದು; Nec'es-sar-ies (-sĕr-iz), *pl.* ಸಾಹಿತ್ಯ, ಸಾಮಗ್ರಿ; n.s of life ಅನ್ನ ವಸ್ತ್ರ. Nec'es-sar-i-ly (-sĕr-), *ad.* ಅಗತ್ಯವಾಗಿ, ಅವಶ್ಯವಾಗಿ.

Ne-ces'si-ty (-ses'i-), *n.* ಅಗತ್ಯ, "ಗರಜು", "ಜರೂರು"; 2. ಬಡತನ; 3. ದೈವಾಧೀನತೆ. Nec-es'si-tāte, *v. i. r.* ಅವಶ್ಯ ಮಾಡು, ಒತ್ತಾಯ—, ನಿರ್ಬಂಧಿಸು. Nec-es'si-tŏus, *a.* "ಅಡಚಣೆಯ", ಬಡತನದ, ದರಿದ್ರ. Nec-es'si-tŏus-ly, *ad.* ಅಡಚಣೆಯಾಗಿ.

Neck, *n.* ಕುತ್ತಿಗೆ, ಕತ್ತು, ಕಂಠ; save one's n. ಕುತ್ತಿಗೆಗೆ ನೇಣು ಬೀಳುವುದರಿಂದ ತಪ್ಪಿಸಿಕೊಳ್ಳು; n. and crop ಸಶರೀರವಾಗಿ; n. or nothing ನಿರಾಶೆಯಿಂದ ಕೊನೆಯ ಪ್ರಯತ್ನ ಮಾಡಿ. Neck'-cloth, Neck'er-chief, *n.* ಕಂಠವಸ್ತ್ರ. Neck'deep, *n.* ಮುಂಡ. Necked (nekt), *a.* ಕುತ್ತಿಗೆಯುಳ್ಳ; long-n. ಕೋಳಿ ಕುತ್ತಿಗೆ; short-n. ಕುಸುಕುತ್ತಿಗೆ. Neck'lāce, *n.* ಕಂಠಮಾಲೆ, ಹಾರ, ಕಂಠಿ; (of men) ಗೋಪು, ಕಂಠೀಸರ; (of women) ಸರಿಗೆ, ಟೀಕೆ.

Nec'rō-man-cĕr, *n.* ಶ್ಮಶಾನಮಂತ್ರ ಜಪಿಸುವವ, ಪ್ರೇತಸಿದ್ಧಿಕರ್ತ, ಸುಡುಗಾಡುಸಿದ್ಧ. Nec'rō-man-cy, *n.* ಪಿಶಾಚವಿದ್ಯೆ, ಪ್ರೇತಸಿದ್ಧಿ, ಕುವಿದ್ಯೆ. Nec-ro-man'tic, -al, *a.* ಪಿಶಾಚವಿದ್ಯೆಯ, ಮಂತ್ರವಾದದ. Nec-rop'o-lis, *n.* ಗೋರೀಸ್ಥಳ.

Nec'tar (-tĕr), *n.* ಅಮೃತ, ಸುಧಾರಸ, ಮಕರಂದ; n. of flowers ಪುಷ್ಪರಸ. Nec-tā're-an, -tā're-ŏus, *a.* ಅಮೃತ, ಮಧುರ.

Nec'tā-rīne, *a.* ಅಮೃತದಂಥ. Nec'tar-y (-tĕr-), *n.* ಪುಷ್ಪಗಳಲ್ಲಿ ಜೇನಿರುವ ಜಾಗ.

Nēed, *n.* ಅಗತ್ಯ, "ಗರಜು", "ಅಡಚಣೆ"; 2. ಬಡತನ. *v. t. & i. r.* "ಗರಜು" ಬೀಳು, ಬೇಕು, ಬೇಕಾಗು; we n. rest ನಮಗೆ ವಿಶ್ರಾಂತಿ ಬೇಕಾಗುತ್ತದೆ; I (you, he) n. not come ನನಗೆ (ನಿಮಗೆ, ಅವನಿಗೆ) ಬರಲಿಕ್ಕೆ ಬೇಕಾಗುವದಿಲ್ಲ. Nēed'fụl, *a.* ಬೇಕಾದ, ಅವಶ್ಯಕ, "ಜರೂರಿನ". Need'i-ly, *ad.* ಅವಶ್ಯಕವಾಗಿ, ಬಡತನವಾಗಿ. Need'i-ness, *n.* ಬಡತನ. Nēed'less, *a.* ಬೇಕಿಲ್ಲದ, ಅಗತ್ಯವಿಲ್ಲದ, ನಿಷ್ಕಾರಣವಾದ, ನಿರರ್ಥಕ. Nēed'less-ly, *ad.* ನಿಷ್ಕಾರಣವಾಗಿ, ಅಗತ್ಯವಿಲ್ಲದೆ. Nēed'ments, *n.* ಅಗತ್ಯ ಬೇಕಾದ "ಮುಸ್ತೈದ". Nēeds, *ad.* ಜಕ್ಕಿಸುತ್ತ, ಅಗದಿ, ಅವಶ್ಯವಾಗಿ, ಅಗತ್ಯವಾಗಿ. Nēed'y, *a.* ದರಿದ್ರ, ಬಡ, "ಕಂಗಾಲ".

Nēe'dle, *n.* ಸೂಜಿ; magnetic n. ಲೋಹಚುಂಬಕದ ಮುಳ್ಳು, —ಕಡ್ಡಿ. Nēe'dle-wŏm-an, *n.* ಹೊಲಿಗೆಯವಳು. Nēe'dle-wŏrk, *n.* ಹೊಲಿಯುವ ಕೆಲಸ, ಹೊಲಿಗೆ; 2. (embroidery) ಕಸೂತೀ ಕೆಲಸ.

Nēem tree, *n.* *(Melia azadirachta, L.)* ಬೇವು, ಬೇವಿನ ಮರ.

Ne-fā'ri-ŏus, *a.* ಅತಿ ದುಷ್ಟ, ಮಹಾ ಪಾತಕದ, ಅಘೋರ. Ne-fā'ri-ŏus-ly, *ad.* ಅತಿ ದುಷ್ಟವಾಗಿ. Ne-fā'ri-ŏus-ness, *n.* ದುರುಳತನ, ಮಹಾ ದುಷ್ಟತನ.

Ne-gā'tiŏn, *n.* ಇಲ್ಲನ್ನುವುದು, ಅಲ್ಲನ್ನುವುದು. ನಕಾರ, ನಿಷೇಧ.

Neg'ā-tive, *a.* ಇಲ್ಲವೆನ್ನುವ, ಅಲ್ಲವೆನ್ನುವ, ನಕಾರಾರ್ಥಕ, ಅಭಾವಾರ್ಥಕ, ನಿಷೇಧದ; (electricity) ಋಣ. *n.* ಇಲ್ಲ ಅಲ್ಲ ಬೇಡವೆಂಬೀ ಮೊದಲಾದ ನಿಷೇಧಿಸುವ ಶಬ್ದ, ನಿಷೇಧಾರ್ಥಕ ಶಬ್ದ. *v. t. r.* ನಿಷೇಧಮಾಡು, ಇಲ್ಲವೆನ್ನು, ಅಬದ್ಧವೆಂತ ತೋರಿಸು.

Neg-lect', *v. t. r.* ಅಸಡ್ಡೆ ಮಾಡು, ಉಪೇಕ್ಷಿಸು, ಮರೆತುಬಿಡು. *n.* ತಾತ್ಸಾರ, ಅಶ್ರದ್ಧೆ, ಅನಾದರ. Neg-lect'fụl, *a.* ಅಜಾಗ್ರತೆಯ, ಲಕ್ಷ್ಯವಿಲ್ಲದ, ದುರ್ಲಕ್ಷ್ಯದ.

Neg'li-ġence, *n.* ತಾತ್ಸಾರ, ಅಜಾಗ್ರತೆ, ಅಶ್ರದ್ಧೆ, ಧೋರಣೆ *(My.)*, "ಪರಾಮೋಷಿ" *(S. C.)*. Neg'li-ġent, *a.* ಅಜಾಗ್ರತೆಯ, ಮರೆತುಬಿಡುವ, ಉಪೇಕ್ಷೆ ಮಾಡುವ.

Ne-gō'ti-a-ble (-gō'shi-), *a.* ಸಲ್ಲುವ, ಮಾರತಕ್ಕ.

Ne-gō'ti-āte (-gō'shi-āt), *v. i. r.* "ಕರಾರು" ಮಾಡು, ಮಾತು ನಡಿಸು, ಒಪ್ಪಂದ ಮಾಡು.

C *as* k; c *as* s; ch *as* sh; g *as in* get; ġ *as* j; ṅ *nasal, as in* anger; ṣ *as* z; **th** *as in* thou; x̱ *as* gz; ce, ci, si *and* ti *before a vowel as* sh: ocean, action.

v. t. ಕೊಳ್ಳು, ಮಾರು. Ne-gō-ti-ā'tion (-shi-ā'shun), *n.* ಮಾತು ನಡಿಸೋಣ; 2. ವ್ಯಾಪಾರ, ಕೊಳ್ಳೋಣ ಕೊಡೋಣ, "ಲೇವಾದೇವಿ"; 3. ಒಪ್ಪಂದ ಮಾಡೋಣ. Ne-gō'-ti-ā-tŏr (-gō'shi-), *n.* ಒಪ್ಪಂದಗಾರ, "ಕರಾರು" ಮಾಡುವವ; 2. "ಕಾರಭಾರಿ", "ವಕೀಲ", "ದಲಾಲಿ". Ne-gō'ti-ā-trix, *n.* *(fem.)* ಸಂಧಿ ಮಾಡುವವಳು.

Nē'grō, *n.* "ಸಿದ್ದಿ", "ಹಬಷಿಯವ", "ಕಾಫರಿ". *(fem.)* Negress.

Nē'gus, *n.* ಮಧುರ ಪಾನಕ.

Nēgus, *n.* ಅಬಿಸೀನ್ಯದ ಅರಸು.

Neigh (nā), *v. i. r.* (ಕುದುರೆಯಂತೆ) ಹೇಷಾರವ ಮಾಡು, ಹೇಕರಿಸು, ಹ್ಯಾಕರಿಸು. *n.* ಹೇಷಾರವ.

Neigh'bŏur (nā'bĕr), *n.* ನೆರೆಯವ. *a.* ನೆರೆಯಲ್ಲಿರುವ, ನೆರೆ. *v. i. r.* ಹತ್ತಿರು, ಸಮೀಪವಿರು, ನೆರೆಯಲ್ಲಿರು. Neigh'bŏur-hood (nā'bĕr-), *n.* ನೆರೆಹೊರೆ, ಸಮೀಪ; 2. ನೆರೆಯವರು. Neigh'bŏur-ing (nā'bĕr-), *a.* ನೆರೆಹೊರೆಯ, ಸತ್ತರದ, "ಆಸಪಾಸಿನ". Neigh'bŏur-li-ness (nā'bĕr-), *n.* ನೆರೆಹೊರೆಯವರ ಧರ್ಮ, ಸ್ನೇಹಭಾವ. Neigh'-bŏur-ly (nā'bĕr-), *a.* ನೆರೆಯವರ ಧರ್ಮಕ್ಕೆ ತಕ್ಕ, ಸ್ನೇಹಾಚಾರದ.

Nēi'thĕr (*or* nī'thĕr), *pron. or a.* ಇದೂ ಇಲ್ಲ (ಅಲ್ಲ) ಇದೂ ಇಲ್ಲ (ಅಲ್ಲ), ಎರಡೂ ಇಲ್ಲ (ಅಲ್ಲ); *as,* I have n. gold nor silver ನನಗೆ ಬಂಗಾರವೂ ಇಲ್ಲ ಬೆಳ್ಳಿಯೂ ಇಲ್ಲ; I have n. the one nor the other ನನಗೆ ಯಾವದೂ ಇಲ್ಲ, ನನಗೆ ಎರಡೂ ಇಲ್ಲ; n. of the two is black ಯಾವದೂ ಕರೇದಲ್ಲ, ಎರಡೂ ಕರೇವಲ್ಲ; n. of them loves me ಇಬ್ಬರೂ ನನಗೆ ಪ್ರೀತಿ ಮಾಡುವದಿಲ್ಲ; I want n. ಎರಡೂ ನನಗೆ ಬೇಡ, ಇಬ್ಬರೂ—; he n. loves nor hates me ಅವನು ನನಗೆ ಪ್ರೀತಿ ಮಾಡುವುದೂ, ದ್ವೇಷ ಮಾಡುವುದೂ ಇಲ್ಲ. *conj.* ...ಊ, ಆದರೂ; n. man nor beast can live here ಮನುಷ್ಯನಾದರೂ ಮೃಗವಾದರೂ ಇಲ್ಲಿ ಬದುಕಕೂಡದು; you shall not eat it, n. shall you touch it ಅದನ್ನು ತಿನ್ನಬಾರದು ಮುಟ್ಟಲೂ ಬಾರದು.

Nem. con. (Nemine contradicente) ಒಬ್ಬರೂ ಎದುರು ವಾದಿಸದೆ.

Nem'e-sis, *n.* ನೀತಿದೇವತೆ; 2. ಮುಯ್ಯಿಗೆ ಮುಯ್ಯಿ.

Nen'u-phar, *n.* ತಾವರೆ, ಕಮಲ.

Nē-ol'o-ģy, *n.* ಭಾಷೆಯಲ್ಲಿ ಹೊಸ ಶಬ್ದ ಸೇರಿಸುವುದು; 2. ಹೊಸ ಮತ, —ಉಪದೇಶ.

Nē'ō-phȳte (-fīt), *n.* ಹೊಸಬ, ನವಶಿಷ್ಯ.

Neph'ew (nev'ū), *n.* ಅಣ್ಣನ ಮಗ, ತಮ್ಮನ—, ಸೋದರಳಿಯ; a brother's son is generally called ಮಗ, a sister's son ಸೋದರಳಿಯ *or* simply ಅಳಿಯ.

Nep'o-tism *or* Nē'po-tism, *n.* ಬಂಧುಬಳಗದವರ ಪಕ್ಷ ಹಿಡಿಯುವುದು.

Nep'tūne, *n.* ಪ್ರಾಚೀನ ರೋಮಾಯರು ಕಲ್ಪಿಸಿದ ಸಮುದ್ರದೇವತೆ, ವರುಣ; 2. ಒಂದು ಗ್ರಹ. Nep-tū'ni-an, *a.* ಸಮುದ್ರದ, ಸಮುದ್ರ ಸಂಬಂಧ; 2. ಜಲದಿಂದ ಹುಟ್ಟಿದ; n. rocks ಜಲಶಿಲೆಗಳು.

Nĕrve, *n.* ನರ, ಜ್ಞಾನತಂತು; 2. ತ್ರಾಣ, ಬಲ, 3. ಎದೆ, ಧೈರ್ಯ. *v. t. r.* ಬಲ ಕೊಡು, ಬಲವಂತನಾಗ ಮಾಡು; strain every n. ಕೈಲಾದಷ್ಟು ಪ್ರಯತ್ನ ಮಾಡು; has iron nerves ಧೈರ್ಯವುಳ್ಳವನಾಗಿರು. Nĕrve'less, *a.* ಬಲಹೀನ, ದುರ್ಬಲ, ಬೆಂಡಾದ. Nĕr'vine, *a.* ನರಗಳ ಮಾಲಿನ್ಯ ಹೊರಡಿಸುವ. Nĕr'vŏus, *a.* ತ್ರಾಣವುಳ್ಳ; 2. ನರಸಂಬಂಧವಾದ, ಜ್ಞಾನತಂತು—; 3. ಹೆದರುವ, ಅಶಕ್ತ, ಬೆಂಡಾದ. Nĕr'vŏus-ly, *ad.* ಬೆದರಿ, ಬೆಂಡಾಗಿ. Nĕr'-vŏus-ness, *n.* ಬಲ; 2. ಬಲಹೀನತೆ, ಅಂಗದೌರ್ಬಲ್ಯ.

Nesci'ence (nes'ens), *n.* ಅಜ್ಞಾನ, ಅವಿದ್ಯೆ.

Nest, *n.* ಪಕ್ಷಿಗೂಡು; 2. ಕಳ್ಳರ ವಾಸ; build a n. ಗೂಡು ಹೆಣೆ. *v. i. r.* ಗೂಡು ಮಾಡಿಕೊಂಡು ಇರು. *v. t.* ಗೂಡಿನಲ್ಲಿಡು.

Nest'le (nes'l), *v. t. r.* ಹೊದಗು, ಪಾಲಿಸು, ಲಾಲನೆ ಮಾಡು. *v. i.* ಸುಖವಾಸ ಮಾಡು. Nest'ling (nes'ling), *n.* ಗೂಡಿನಲ್ಲಿರುವ ಚಿಕ್ಕ ಮರಿ.

Nes'tor, *n.* ಗ್ರೀಕ ಪಾಳೆಯಗಾರ; 2. ಬುದ್ಧಿವಾದ ಹೇಳುವವ.

Nct, *n.* ಬಲೆ, ಕಲ್ಲಿ, ಜಾಲ, ಜಾಳಿಗೆ. *v. t. r.* ಬಲೆ ಹೆಣೆ; 2. ಬಲೆಯಲ್ಲಿ ಹಿಡಿ. Net'ting, *n.* ಬಲೆಗಿಲೆ. Net'wŏrk, *n.* ಬಲೆಗಿಲೆ, ಹೆಣಿಗೇ ಕೆಲಸ, ಜಾಳಿಗೆ.

Net, *a.* ಶುದ್ಧ, "ಐನು", "ತಾಜಾ"; n. price ನಿಕ್ಕಿಕ್ರಯ; n. profit ನಿಕ್ಕಿ ಆದಾಯ. *v.t.r.* ಖರ್ಚು ಕಳೆದು ಲಾಭ ಹೊಂದು.

Neth'ĕr, *a.* ಕೆಳಗಿನ, ಅಧಸ್ತನ. Neth'ĕr-mōst, *a.* ಎಲ್ಲಾದಕ್ಕಿಂತ ಕೆಳಗಿನ.

Net'tle (net'l), *n.* *(Tragia involucrata, L.)* ತುರಚೀ ಬಳ್ಳಿ, ದೂಲಗೊಂಡೀ ಬಳ್ಳಿ *(S.C.)*; *(Mucuna pruriens, Dec.)* ತುರಚೀ ಗಿಡ, ತುರ್ಚಿ—; Nilgiri n. *(Urtica parviflora, Roxb.)* ಆನೆಗಜ್ಜೀಗಿಡ, ಕುರಿಕೆ ಗಿಡ.

Net'tle (net'l), *v. i. r.* ಕಾಡು, ರೇಗಿಸು.

Net'tle-rash (net'l-), *n.* ಪಿತ್ತಗಾದರಿ, ತುರಿ ದಡಿಕೆ. [ಕಸ.

Neū-ral'ġi-a, -ral'ġy (nū-), *n.* ಹರಿವಾತ.

Neū-ras-thē'nia, *n.* ನರಗಳ ದುರ್ಬಲತೆ.

Neū-ro'ma, *n.* ನರಗಳ ಹುಣ್ಣು.

Neū-ro'tic, *a.* ನರಮಂಡಲಕ್ಕೆ ವ್ಯಾಧಿ ತಗಲಿದ.

Neū'tĕr (nū'tĕr), *a.* ಪಕ್ಷಪಾತವಿಲ್ಲದ; 2. *(gram.)* ನಪುಂಸಕ (noun), ಅಕರ್ಮಕ (verb). *n.* ನಿಷ್ಪಕ್ಷಪಾತಿ; 2. *(gram.)* ನಪುಂಸಕ. **Neū'tral,** *a.* ಯಾರ ಪಕ್ಷವೂ ಹಿಡಿಯದ, ತಟಸ್ಥ; 2. ಮಧ್ಯಮ, ಮಧ್ಯಮ ತರದ, ಸರಿಸುಮಾರಾದ; n. tint ಬೂದಿಬಣ್ಣ. *n.* ತಟಸ್ಥವಾಗಿರುವವ. **Neū'tral-īse,** *v. t. r.* ನಿಷ್ಪಕ್ಷಪಾತ ಮಾಡು; 2. ನಿಶ್ಶಕ್ತ ಮಾಡು; 3. ವ್ಯರ್ಥ ಮಾಡು, ಗುಣ ನಾಶ ಮಾಡು. **Neū-tral'i-ty,** *n.* ನಿಷ್ಪಕ್ಷಪಾತ, ತಟಸ್ಥತ್ವ.

Nev'ĕr, *ad.* ಎಂದಿಗೂ ಇಲ್ಲ; 2. ಆಗದಿ ಇಲ್ಲ; 3. ಇಲ್ಲ; n. mind ಚಿಂತೆ ಇಲ್ಲ, "ಪರವೆ" ಇಲ್ಲ, ಇರಲಿ, ಬಿಡಿ. **Nev'ĕr-the-less,** *ad.* ಆದಾಗ್ಯೂ, ತಥಾಪಿ.

New (nū), *a.* ಹೊಸ, ನವ, ನೂತನ, ಅಪೂರ್ವ; n. moon ಅಮಾವಾಸ್ಯೆ; quite n. ಹೊಚ್ಚ ಹೊಸ. **New-fan'gled** (-faṅ'gld), *a.* ಹೊಸತಾಗಿ ಕಲ್ಪಿಸಿದ, ನೂತನ; 2. ನೂತನಾಪೇಕ್ಷೆಯುಳ್ಳ. **New'-fash'iŏned** (nū-fash'-und), *a.* ಹೊಸ ತರದ, ಅಪೂರ್ವದ. **New'-ish,** *a.* ಹೊಸ, ನವೀನ. **New'ly** (nū'li), *ad.* ಹೊಸತಾಗಿ; 2. ಅಪೂರ್ವವಾಗಿ; 3. ಇತ್ತಲಾಗಿ, ಈಗಲೇ, ಆಗಲೇ. **New'ness,** *n.* ನವೀನತೆ, ಅನಭ್ಯಾಸ, ಅಪರಿಚಯ. **New'-yĕar's dāy** (nū'yĕr's dā), *n.* ಯುಗಾದಿ.

News (nūz), *n. sing.* ಹೊಸ ವರ್ತಮಾನ, ಸುದ್ದಿ, ಸಮಾಚಾರ; stale n. ಗತಗೋಷ್ಠಿ; n. from different directions ದಿಗ್ವಾರ್ತೆ, ಸಾರ್ವತ್ರಿಕ ಸಮಾಚಾರ; the good n. ಶುಭವಾರ್ತೆ, ಸುವಿಶೇಷ. **News'mŏn-gĕr** (nūz'muṅ-), *n.* ಮಾತುಗಾರಿಕೆಯವ, ಒಡಕಬಾಯಿ. **News'-pā-pĕr,** *n.* ವರ್ತಮಾನಪತ್ರ, ಸಮಾಚಾರ ಪತ್ರಿಕೆ.

Newt (nūt), *n.* ಹಲ್ಲಿ.

Next, *a.* ಹತ್ತರ, ಹತ್ತರವಿರುವ; 2. (nearest in time) ಮಾರಣೆ, ಮರು, ಎರಡನೇ; *as,* n. day ಮರುದಿವಸ, ಮಾರಣೆ—; n. year ಬರುವ ವರ್ಷ, ಮುಂದಿನ—; n. hour ಎರಡನೇ ತಾಸು; 3. (adjoining in series) ಎರಡನೇ, ಮತ್ತೊಂದು, ಮತ್ತೊಬ್ಬ; n. time ಎರಡನೇ ಸಾರಿ, ಮತ್ತೊಂದು—; 4. (nearest in kindred, rank, *etc.*) ಹೊಂದುವ, ತರುವಾಯದ; n. world ಪರಲೋಕ.

Ne'xus, *n.* ಸಂಬಂಧ.

Nib, *n.* (of a bird) ಚೋತಿ; 2. (of a pen) ಮೊನೆ, "ಟಾಕು". *v. t. r.* (nibbed) ಮೊನೆ ಮಾಡು, "ಟಾಕು" ಹೊಡೆ, —ಕತ್ತರಿಸು.

Nib'ble, *v. t. r.* ನಂಜಿಕೊಂಡು ತಿನ್ನು, ತುಸು ತುಸು ಕಡಕೊಂಡು ತಿನ್ನು. *v. i.* (n. at) ಚೂರು ಚೂರು ಹರಕೊಳ್ಳು; 2. ದೋಷ ಹಚ್ಚು, ಹೆಸರಿಡು.

Nīce, *a.* (pleasing to the taste) ಸವಿ; 2. (agreeable) ಚಲೋ; 3. (accurate) ನೆಟ್ಟಗಾದ, ಯುಕ್ತ, ಚೊಕ್ಕಟ; 4. (delicate) "ನಾಜೂಕು", ಸೂಕ್ಷ್ಮ; 5. (fastidious) ಯಾವದಕ್ಕೂ ಮೆಚ್ಚದ, ಅರೋಚಕೆಯ. **Nīce'-ly,** *ad.* ಚನ್ನಾಗಿ, ಚಲೋದಾಗಿ; 2. ಹೊಂದಿಕೆಯಾಗಿ, ಚೊಕ್ಕಟಾಗಿ; 3. ಸವಿಯಾಗಿ. **Nīce'-ness, Nīc'e-ty,** *n.* ಸೂಕ್ಷ್ಮತೆ, "ನಾಜೂಕು"; 2. ಕೌಶಲ್ಯ. **Nīc'e-ties** (-tiz), *n. pl.* ಸೂಕ್ಷ್ಮವಿಚಾರ; 2. ಪಕ್ವಾನ್ನ, "ಮಿಠಾಯಿ".

Niche (nich), *n.* (ಗೋಡೆಯಲ್ಲಿ ಮಾಡಿದ) ಗೂಡು, ಮಾಡ. **Niched** (nicht), *a.* ಗೂಡಿನಲ್ಲಿಟ್ಟ.

Nick, *n.* ಕಚ್ಚು, ಗೆರೆ. *v. t. r.* (*pr.* nikt) ಕಚ್ಚು ಮಾಡು, ಹೊಂದಿಸು.

Nick, *n.* "ಐನು" ಸಮಯ, ತಕ್ಕ ವೇಳೆ.

Nick'el, *n.* ತವರದಂತಿರುವ ಒಂದು ಲೋಹ.

Nick'ĕr plant, *n., see* Molucca bean.

Nick'nack, *n.* ಬಿನುಗು.

Nick'nāme, *n.* ಅಡ್ಡಹೆಸರು, ನಿಂದೇ ಹೆಸರು. *v. t. r.* ನಿಂದೇ ಹೆಸರಿಡು. [ಸಪ್ಪಿನ.

Ni-cō'ti-an (-ko'shi-), *a.* "ತಂಬಾಕಿನ", ಹೊಗೆ

Nic'tāte, Nic'ti-tāte, *v. i. r.* ಕಣ್ಣು ಮುಚ್ಚು, ರೆಪ್ಪೇ ಬಡಿ.

Nid-nod, *v. i.* ತಲೆದೂಗು.

Nid-i-fi'cāte, *v. i. r.* ಗೂಡುಕಟ್ಟು.

Niēce (nēs), *n.* ಅಣ್ಣನ ಮಗಳು, ತಮ್ಮನ—, ಸೋದರಸೊಸೆ; *a brother's daughter is* *generally called* ಮಗಳು; *a sister's daughter* ಸೋದರಸೊಸೆ, *(or simply)* ಸೊಸೆ.

Nigella indica ಕರೇ ಜೀರಿಗೆ.

Nī'gĕr seed, *n.* (seed of *Guizotia abyssinica, Cass.*) ಗುರಿಯೆಳ್ಳು, ಗುರೆಳ್ಳು *(S. M.)*, ಹುಚ್ಚೆಳ್ಳು *(My.)*.

Nig'gard (nig'ĕrd), *n.* ಜೀನ, ಲೋಭಿ, ಕೃಪಣ. Nig'gard, Nig'gard-ly, *a.* ಜೀನ, ಕೃಪಣ, ಜಿಪುಣ; he is very n. ಅವನ ಕೈ ಬಹಳ ಹಿಡಿತ. Nig'gard-li-ness, Nig'gard-ness, *n.* ಲೋಭ, ಕೃಪಣತ್ವ. Nig'gard-ly, *ad.* ಜೀನನಾಗಿ, ಜಿಪುಣನಾಗಿ, ಕೈಹಿಡಿತವಾಗಿ.

Nig'gĕr, *n.* "ಹಬಸಿಯವ"; (nigger ಎಂಬದು ಬಯ್ಯುವ ಶಬ್ದ).

Nig'gle, *v. i. r.* ಅಲ್ಪ ಸಂಗತಿಗೆ ಹೊತ್ತುಕಳೆ.

Nīgh (nī), *a.* ಸಮೀಪದ, ಹತ್ತರದ. *ad.* ಸಮೀಪವಾಗಿ. *prep.* ಹತ್ತರ.

Nīght (nīt), *n.* ರಾತ್ರಿ, ಇರುಳು; 2. ಕತ್ತಲೆ, ಮಬ್ಬು; 3. ಅಜ್ಞಾನಾಂಧಕಾರ; to-n. ಇಂದು ರಾತ್ರಿ; eternal n. ನರಕ; n. and day ಅಹೋರಾತ್ರಿ; n. bird ಗೂಬೆಯಂಥ ಹಕ್ಕಿ; 2. ರಾತ್ರಿಕಾಲದಲ್ಲಿ ಮಾತ್ರ ಹೊರಬೀಳುವ ಪೋಕ್ರಿ ಮನುಷ್ಯ; have a good n. ಸುಖ ನಿದ್ರೆಯಿಂದ ರಾತ್ರಿಯನ್ನು ಕಳೆ. Nīght'fall (nīt'-fal), *n.* ಸಾಯಂಕಾಲ, ಸಂಜೆ, ಬಯ್ಗು, ಬೈಗಿನ ವೇಳೆ, ಬೈಸರು, ಬಯ್ಸಾರಿ. Nīght'fīre (nīt'fīr), *n.* ರಾತ್ರಿಯಲ್ಲಿ ಹಚ್ಚಿದ ಬೆಂಕಿ; 2. ಭೂತದ ಕೊಳ್ಳಿ. Nīght'in-gāle (nīt'-in-), *n.* "ಬುಲ್‌ಬುಲ್" ಪಕ್ಷಿ. Nīght'jar= Goatsucker, *q. v.* Nīght'ly (nī't'li), *a.* ಪ್ರತಿ ರಾತ್ರಿಯ, ರಾತ್ರಿಯ. *ad.* ರಾತ್ರಿಯಲ್ಲಿ; 2. ಪ್ರತಿ ರಾತ್ರಿ. Nīght'-man (nīt'-), *n.* "ಹಲಾಲಖೋರ". Nīght'-soil (nīt-), *n.* ಮಲಮೂತ್ರ (ರಾತ್ರಿಯಲ್ಲಿ). Nīght'-walk-ing (nīt'wak-), *n.* ನಿದ್ರೆಯಲ್ಲಿ ತಿರುಗಾಡುವುದು; 2. ಪಟಿಂಗ ಕೆಲಸಕ್ಕಾಗಿ ರಾತ್ರಿಯಲ್ಲಿ ತಿರುಗಾಡುವುದು.

Nīght'māre (nīt'mār), *n.* ಒತ್ತಡೆ, ಒತ್ತಟ್ಟೆ; 2. ಕುಸ್ವಪ್ನ, ದುಃಸ್ವಪ್ನ, ಅಜೀರ್ಣಪ್ರಯುಕ್ತ ಸ್ವಪ್ನ.

Nīght'shāde (nīt'shād), *n.* ಗುಳ್ಳದ (ಗುಳ್ಳದ) ಜಾತಿಯ ಒಂದು ಗಿಡ; *(Solanum indicum, L.)* ಹಬ್ಬುಗುಳ್ಳ ಗಿಡ *(S. M.)*, ಕೆಂಪು ಗುಳ್ಳ— *(My.)*, ಕಿರಿಗುಳ್ಳ— *(S. C.)*; *(Solanum jacquini, Willd.)* ನೆಲಗುಳ್ಳ, ಕಂಟಕಾರೀ ಗಿಡ; *(S. nigrum)* ಕರೀ ಕಾಚೀ ಗಿಡ *or* ಕೆಂಪು ಕಾಚೀ—; *(S. verbascifolium, L.)* ಕಲ್ಲಟ್ಟೇ ಗಿಡ, ಆರೀಮಣೀ—, ಸೌಡಂಗೀ— *(My.)*; *(S. melongena, L.)* ಬದನೇ ಕಾಯಿ; Malabar n. *(Basella rubra, L.)* ಬಸಳೇ ಬಳ್ಳಿ *(S. C. & S. M.)*, ಬಾಯಿಬಸಲೀ ಬಳ್ಳಿ *(My.)*.

Nī'hil-ism, *n.* ನಾಸ್ತಿತ್ವ, ಶೂನ್ಯತೆ. Nī'hil-ist, *n.* ರಾಜಕಂಟಕ.

Nil, *n.* ಏನಿಲ್ಲ, ಶೂನ್ಯ.

Nim'ble, *a.* ಚಪಲ, ಅಂಗಚಪಲ, ಲಘು. Nim'-ble-ness, *n.* ಲಾಘವ, ಅಂಗಚಪಲತ್ವ. Nim'-bly, *ad.* ಲಘು, ಬೇಗನೆ, ತೀವ್ರವಾಗಿ.

Nim'bus, *n.* ತೇಜಸ್ಸು, ತೇಜೋಮಂಡಲ; 2, ಮಳೀ ಮೇಘ.

Nin'com-poop, *n.* ಕಿಸವಾಯ, ಎಗ್ಗ, ಹುಚ್ಚ.

Nīne, *a.* ಒಂಬತ್ತು. Nīne'fōld, *a.* ಒಂಬತ್ತರಷ್ಟು. Nīne'teen, *a.* ಹತ್ತೊಂಬತ್ತು. Nīne'tēenth, *a.* ಹತ್ತೊಂಬತ್ತನೇ. Nīne'-ti-eth (nīn'ti-), *a.* ತೊಂಬತ್ತನೇ. Nīne'-ty (nīn'ti), *a.* ತೊಂಬತ್ತು. Nīnth, *a.* ಒಂಬತ್ತನೇ, ನವಮ.

Nin'ny, *n.* ಹೆಡ್ಡ, ಮೂಢ.

Nip, *v. t. r.*, n. off ಚಿವುಟಿಕೊಳ್ಳು; 2. (bite) ಕಡಿ, ಕಡಿದುಕೊಳ್ಳು; 3. (cut) ಕತ್ತರಿಸು; 4. (blast, destroy) ಕಂದಿಸು, ಕೆಡಿಸು; n. in the bud ಆರಂಭದಲ್ಲಿಯೇ ಕೆಡಿಸು, ಮೊದಲೇ ಕೊಲ್ಲು. *n.* ಚಿವುಟುವುದು, ಚಿಮಟುವಿಕೆ, ಗಿಲ್ಲು. Nipped, *pp. a.* ಚಿವುಟಿ ಚಿಟ್ಟ. Nip'pĕrs (nip'ĕrz), *n. pl.* ಚಿಕ್ಕ ಚಿಮುಟಿ, ಪಟಕಾರು, ಶ್ರವಣ.

Nip'ple (nip'l), *n.* ಮೊಲೆಯ ತುದಿ, —ತೊಟ್ಟು, ಕುಚಾಗ್ರ, ಕುಚಮುಖ.

Nit, *n.* ಸೀರು, ಹೇನಿನ ಗುಡ್ಡು. Nit'ty, *a.* ಸೀರುಗಳುಳ್ಳ.

Nī'tre (nī'tĕr), *n.* ಸೋರುಪ್ಪು, ಪೆಟ್ಲುಪ್ಪು, ಯವಕ್ಷಾರ. Nī'trāte, *n.* ಸೋರುಪ್ಪು, ದ್ರಾವಕ ಕೂಡಿದ ಪದಾರ್ಥ; n. of potash ಸೋರುಪ್ಪು; n. of silver "ಕಾಚೀಖಾರ". Nī'-tric ac'id, *n.* ಸೋರುಪ್ಪು ದ್ರಾವಕ.

Nī'trō-gen, *n.* ಯವಕ್ಷಾರಜನಕವಾಯು, ನಿರ್ಗಂಧವಾಯು, "ನೈಟ್ರೋಜನ"ವಾಯು.

Nī'val, *a.* ಮಂಜಿನ.

Nō, *ad.* ಇಲ್ಲ, ಅಲ್ಲ; *as*, is he come? no ಬಂದನೋ? ಬಂದನೇನು? ಇಲ್ಲ, ಬರಲಿಲ್ಲ; will he come to-day? no, to-morrow

ಇಂದು ಬರುತ್ತಾನೋ? ಇಲ್ಲ, ನಾಳೆ ಬರುತ್ತಾನೆ; no sooner was he come ಅವನು ಬಂದ ಕೂಡಲೇ; he is no better than his brother ಅವನು ತನ್ನ ತಮ್ಮನಿಗಿಂತ ಏನೂ ಉತ್ತಮನಲ್ಲ; no more ಇನ್ನೂ ಇಲ್ಲ; *as*, he will come no more ಅವನಿನ್ನು ಬರಲಿಕ್ಕಿಲ್ಲ. *a.* ಇಲ್ಲ; no one, nobody ಯಾರೂ ಇಲ್ಲ; no rain ಮಳೆ ಇಲ್ಲ; no matter ಚಿಂತೆ ಇಲ್ಲ; no more ಇನ್ನು ಇಲ್ಲ, ಹೆಚ್ಚಿಗೆ ಇಲ್ಲ; *as*, I have no more ನನಗೆ ಹೆಚ್ಚಿಗೆ ಇಲ್ಲ, ಇನ್ನು ಇಲ್ಲ; I want no more ನನಗೆ ಇನ್ನು ಬೇಡ, ಹೆಚ್ಚಿಗೆ ಬೇಡ; no such thing ಹಾಗಲ್ಲ, ಇಲ್ಲವೇ ಇಲ್ಲ; no end of things ಲೆಕ್ಕವಿಲ್ಲದ ವಸ್ತುಗಳು.

Nob, *n.* ಕುಲೀನನು.

Nō'ble, *a.* ಉತ್ತಮ, ಉತ್ಕೃಷ್ಟ, ಘನವುಳ್ಳ; 2. ದೊಡ್ಡ, ಮಹಾ, ವೈಭವವುಳ್ಳ; 3. ಕುಲೀನ, ಆರ್ಯ. *n.* ಶ್ರೀಮಂತ, ಕುಲೀನ, ರಾಜಮಾನ್ಯನು, ಮನ್ನೆಯನು; 2. ಹೆಚ್ಚುಕಡಿಮೆ ಮೂರುವರೆ ರೂಪಾಯಿ ಬಾಳುವ ಬಂಗಾರದ ಒಂದು ನಾಣ್ಯ. Nō-bil'i-ty, *n.* ಘನತೆ, ಕುಲೀನತೆ; 2. ಕುಲೀನರು, ದೊಡ್ಡವರು. Nō'ble-man, *n.* ಶ್ರೀಮಂತ, ಕುಲೀನ, ಮನ್ನೆಯ, ಆರ್ಯ. Nō'ble-ness, *n.* ದೊಡ್ಡಸ್ತಿಕೆ, ಯೋಗ್ಯತೆ; 2. ಮಹತ್ವ, ವೈಭವ. Nō'blesse, *n.* ಶ್ರೀಮಂತರು, ಘನವಂತರು. Nō'bly, *ad.* ಉದಾರವಾಗಿ, ಘನವಾಗಿ.

Nō'bod-y, *n.* ಯಾರಿಲ್ಲ, ಯಾವನೂ ಇಲ್ಲ.

Noc'tur-nal, *a.* ರಾತ್ರಿಯ, ಇರುಳಿನ. Noc-tur'nal-ly, *ad.* ರಾತ್ರಿಯಲ್ಲಿ.

Nod, *n.* ಸಮ್ಮತಿ ಮುಂತಾದ್ದನ್ನು ಸೂಚಿಸಲು ತಲೆ ತೂಗುವುದು; the land of n. ನಿದ್ರಾವಸ್ಥೆ. *v. t. r.* (nod'ded) ತಲೆ ತೂಗು, —ಹಾಕು, ತೂಕಡಿಸು; 2. ತಲೆಹಾಕಿ ಸೂಚಿಸು; 3. ತಲೆ ಹಾಕಿ ವಂದಿಸು. Nod'diṅg, *n.* ತಲೆ ತೂಗುವಿಕೆ.

Nod'dle (nod'l), *n.* ತಲೆಗಟ್ಟಿ, ತಲೆಬುರುಡೆ.

Nod'dy, *n.* ಹೆಡ್ಡ; 2. ಒಂದು ಜಾತಿಯ ಪಕ್ಷಿ.

Nōde, *n.* ಗಂಟು, 2. *(astr.)* ಸಂಪಾತ, ಪಾತ; ascending n. ರಾಹು, ಕ್ರಾಂತಿಪಾತ; descending n. ಕೇತು, ಸಪಧ್ವಪಾತ. Nod'ūle, *n.* ಗಂಟು; ಮುದ್ದೆ. Nod'ū-lous, *a.* ಗಂಟುಗಂಟಾದ.

Nō-et'ic, -al, *a.* ಮನಸ್ಸಿನ.

Nog, Nog'gin (nog'in), *n.* ಕಟ್ಟಿಗೆಯ ಕುಡಿಕೆ, ಬಟ್ಟಲು.

Noi§e, *n.* (sound) ಸಪ್ಪಳ, ಶಬ್ದ, ಘೋಷ; 2. (clamour, din) ಗದ್ದಲ, ಗೌಜ, ಸಂದಣಿ, ಅಬ್ಬರ; 3. (much talk) ಗದ್ದಲ; (noise of anything soft falling) ದುಬ್ಬನೆ; (the barking of a dog) ಬವ್ವಾಬವ್ವಾ; (the bellowing of a bull) ಡುರಕ್ಕನೆ; (bells tinkling) ಝಣಝಣ, ಗಣಗಣ, ಘಲ್ಲುಘಲ್ಲು; (small bells) ಕ್ಷಿಣಿಕಿಣಿ, ಗಿಲಿಗಿಲಿ; (a bird flying or flapping its wings) ಶಿಂ, ಬಿಂ, ಬಿನ್; (the bleating of sheep) ಮ್ಯಾ; (a boiling pot) ಸೊರಸೊರ, ಚಳಚಳ, ಧಡಧಡ; (the bowels from indigestion) ಕುಟಕುಟ; (the bursting of anything) ಪುಸಕ್ಕನೆ; (the sudden bursting forth of a blaze) ಭಗ್ಗನೆ; (cattle eating) ಚಪಚಪ; (the chirping of birds) ಚಳಚಳ, ಕಳಕಳ; (the rending of cloth) ಪರಪರ; (the clucking of a hen) ಕೊರ್‌ಕೊರ್; (a cracking beam) ಚಟಚಟ; (crashing) ಚಟಚಟ; (a crowd) ಗಳಗಳ, ಕಲಕಲ; (the crowing of a cock) ಕೊಕೊಕೋ; (the cry of a buffalo) ಒಂಯಿ ಒಂಯಿ; (the cry of cattle) ಅಂಬಾ; (drinking fast) ಗುಟಗುಟ; (a drum) ಡಮ್‌ಡಮ್, ಢಂಢಣ್, ಟಂಟಣ್; (an earthen vessel, if cracked) ಕೊಟ್‌ಕೊಟ್, (if not cracked) ಖಣ್‌ಖಣ್; (falling water) ಬುಡಬುಡ; (the feet when walking) ತಪತಪ, ಧಡಧಡ; (the flashing of gunpowder) ಭುಸ್ಸನೆ; (the gnawing of anything hard by a rat) ಕಟ್‌ಕಟ್; (the grinding of teeth) ಕರಕರ; (the growling of dogs) ಗುರಗುರ; (grumbling) ಗುಣುಗುಣು; (the sudden gurgling up of a spring) ಭುಗ್ಗಭುಗ್ಗನೆ; (the gurgling up of water from a stream) ಬುಡಬುಡ; (the hissing of a snake) ಬುಸ್ಸನೆ; (a metal horn) ಭೊಂಭೊಂ; (a horse's heels over stones) ಪಟಪಟ; (incessant talking) ಲೊಟಲೊಟ; (jumping from an eminence, the leaking of rain from the eaves) ತಟತಟ; (a man falling down) ದುಬ್ಬನೆ; (native shoes in walking) ಚಟಪುಟನೆ; (the neighing of a horse) ಕಿಹಿಹಿಹಿ; (people eating) ಗಬಗಬ; (a quick pace in walking) ಪುಟಪುಟ; (rain from a roof) ಬೊಡಬೊಡ; (rattling of rain) ಬೊರ್ರಬೊರ್ರನೆ; (the report of a gun) ಡುಮ್ಮನೆ, ಡಮ್ಮನೆ, ಡಮಾಯನೆ; (the roaring of a tiger) ಘುಡಗ್ಗನೆ; (the running of a stream) ಭೊರ್ರಭೊರ್ರನೆ; (a sail or flag flapping with the wind) ಫಟಫಟ; (the snapping of anything breaking) ಚಟಚಟ; (sneezing) ಛಿತಕ್ಕನೆ; (the grunt of pigs) ಗುರ್‌ಗುರ್; (of young pigs) ಗುಯಿಗುಯಿ; (squeaking of young rats or young sparrows) ಕಿಚಕಿಚ; (a stroke from a whip) ಚಟಾಲನೆ, ಚಳೀಲನೆ; (thunder) ಧಡಧಡ, ಘುಡುಘುಡು; (tittering) ಕಿಸಿಕಿಸಿ; (trembling or shaking from ague) ಉಹುಹು; (a trumpet) ಭೊಂಭೊಂ; (the whizzing of a wheel in motion) ಫಿರ್ರನೆ; (a whip in striking) ಛಳಛಳ. Noiseless, *a.* ಸಪ್ಪಳಿಲ್ಲದ, ನಿಃಶಬ್ದವಾದ, ಸೊಲ್ಲು ಅಡಗಿದ, ನೀರವ. Nois'i-ly, *ad.* ಗದ್ದಲವಾಗಿ. Nois'i-ness, *n.* ಗದ್ದಲ, ಗೌಜಿ. Nois'y, *a.* ಸಪ್ಪಳದ, ಗೌಜಿಯ, ಗದ್ದಲವಿರುವ.

Noi'sōme, *a.* ಕೆಟ್ಟ; 2. ಹೊಲಸ, ಗಬ್ಬುನಾರುವ. Noi'sōme-ness, *n.* ಕೆಡಕು; 2. ಗಬ್ಬು, ಹೊಲಸು.

Nō'li-me-tan'ger-e, *n.* (ನನ್ನನ್ನು ಮುಟ್ಟಬೇಡ ಎಂಬರ್ಥ) ಬಸವನಪಾದದ ಹೂ (*Impatiens balsamina, L.*)

Nō-li'tiòn, *n.* ಅಸಮ್ಮತ, ನಾಖುಷಿ.

Nom'ad, Nom'ade, *n.* ಪಶುಪಾಲಕ, ಪಶುಪಾಲನೆಗಾಗಿ ದೇಶಸಂಚಾರ ಮಾಡುವವ. Nō-mad'ic, *a.* ಪಶುಪಾಲನೆಯಿಂದ ಹೊಟ್ಟೆ ಹೊರಕೊಳ್ಳುವ.

Nō-men-clā'tūre, *n.* ಶಬ್ದಕೋಶ, ಪಾರಿಭಾಷಿಕ ಶಬ್ದಕೋಶ.

Nom'i-nal, *a.* ಹೆಸರಿನ, ಹೆಸರಿನ ಪೂರ್ತಿಗಿರುವ. Nom'i-nal-ly, *ad.* ಹೆಸರು ಮಾತ್ರಕ್ಕೆ. Nom'i-nāte, *v. t. r.* ಹೆಸರು ಹೇಳು *c. g.*; 2. ನೇಮಿಸು. Nom-i-nā'tiòn, *n.* ನೇಮಿಸುವಿಕೆ; 2. ನೇಮಿಸುವ ಅಧಿಕಾರ. Nom'i-nā-tive, *n.* ಕರ್ತೃವಿಭಕ್ತಿ, ಪ್ರಥಮಾ ವಿಭಕ್ತಿ. *a.* ಹೆಸರಿಡುವ. Nom'i-nā-tŏr, *n.* ನೇಮಿಸುವವ. Nom'i-nēe, *n.* ನೇಮಕವಾದವ, ನಿಯುಕ್ತ.

Non, *pref.* ನಿಷೇಧಾರ್ಥಕ ಉಪಸರ್ಗ.

Non-ac-cept'ance, *n.* ತಕ್ಕೊಳ್ಳದೆ ಇರುವುದು, ಅಪರಿಗ್ರಹ.

Non'āge, *n.* ಎಳೇ ಪ್ರಾಯ, ಚಿಕ್ಕತನ.

Non-a-ge-nā'ri-an, *n.* ತೊಂಬತ್ತು ವರ್ಷದ ವಯಸ್ಸಿನವನು.

Non'a-gon, *n.* ನವಕೋನ, ಒಂಬತ್ತು ಮೂಲೆ.

Non-ap-pēar'ance (-pēr'ans), *n.* ಬಾರದಿರುವುದು, "ಗೈರಹಾಜರು".

Non-ar-rī'val, *n.* ಬಾರದಿರೋಣ.

Non-at-tend'ance, *n.* ಬಾರದಿರುವುದು, "ಗೈರಹಾಜರು".

Nonce, *n.* ಅವಸರ, ಈಗಿನ ಸಮಯ; for the n. ಈಗಿನ ಪೂರ್ತಿಗೆ, ಬೇಕೆಂತ.

Non'cha-lance, *n.* ನಿಶ್ಚಿಂತೆ, ಉಪೇಕ್ಷೆ. Non'cha-lant, *a.* ಅಕ್ಷೋಭ್ಯ.

Non-com-plī'ance, *n.* ಒಪ್ಪಿಕೊಳ್ಳದಿರುವುದು, ಅಸ್ವೀಕಾರ.

Non compos mentis ಹೆಡ್ಡ, ಹುಚ್ಚ.

Non-con-duc'tŏr, *n.* ಅವಾಹಕ, ರೋಧಕ; n. of electricity ವಿದ್ಯುದ್ಬಂಧಕ ವಸ್ತು; n. of heat ಉಷ್ಣ ಬಂಧಕ ವಸ್ತು.

Non-con-form'ist, *n.* ದೇಶದ ಮತ ಅನುಸರಿಸದವ. Non-con-form'i-ty, *n.* ಅನುಸರಿಸದಿರೋಣ, ಅನ್ಯರೂಪಿತ.

Non-de-liv'ĕr-y, *n.* ಒಪ್ಪಿಸಿಕೊಡದೆ ಇರುವುದು.

Non'de-script, *a.* ಹೊಸ ತರದ, ಅಪೂರ್ವ, ಒಂದು ತರದ, ಯಾವುದೊಂದು ವರ್ಗಕ್ಕೂ ಸೇರಿಸಲಾರದ.

Non-dū'al-ism, *n.* ಅದ್ವೈತವಾದ.

Nŏne (nun), *pro.* ಒಬ್ಬನೂ ಇಲ್ಲ, ಒಂದೂ ಇಲ್ಲ.

Non-en'ti-ty, *n.* ನಾಸ್ತಿತ್ವ, ಅಭಾವ; 2. ಅವಸ್ತು.

Non-es-sen-tial (-sen'shal), *a.* ಬೇಕಿಲ್ಲದ, ಅಪ್ರಧಾನವಾದ, ಅವಶ್ಯವಲ್ಲದ, ವಿಶೇಷವಲ್ಲದ.

Non-ex-is'tence, *n.*, *see* Nonentity. Non-ex-is'tent, *a.* ಇರದ, ಇಲ್ಲದ.

Non-in-tĕr-fē'rence, *n.* ಗೋಜಿಗೆ ಬಾರದೆ ಇರುವುದು, ಕೈಹಾಕದಿರೋಣ.

Non-jū'rant, -ring, *a.* ಸ್ವಾಮಿಭಕ್ತಿಗೆ ಆಣೆ ಇಡದ.

Non-pa-rell' (-rel'), *n.* ಅಸಮಾನ ವಸ್ತು; 2. ಒಂದು ಸಣ್ಣ ಪರಿಮಾಣದ ಮುದ್ರಾಕ್ಷರ.

Non-pāy'ment, *n.* ಸಲ್ಲಿಸದಿರೋಣ.

Non-pĕr-form'ance, *n.* ಮಾಡದ್ದು, ಮಾಡದೆ ಇರುವುದು.

Non'plus, *n.* ತೊಡರು, ಗೊಂದಲ, ವಿಭ್ರಮೆ. *v. t. r.* (-plussed, *pr.* -plust) ಗೊಂದಲದಲ್ಲಿ ಹಾಕು, ತೊಡರು, ಕೆಡವು.

Non-re-sist'ance, *n.* ವಿಧೇಯತ್ವ.

Non'sense, *n.* ಹುಚ್ಚು ಮಾತು, ನಿರರ್ಥ, ಗೊತ್ತುಗೆಟ್ಟ ಮಾತು, ಗಜರಗಳೆ. **Non-sen'si-ċal,** *a.* ನಿರರ್ಥಕ, ಬುದ್ಧಿಹೀನ. **Non-sen'si-ċal-ly,** *ad.* ನಿರರ್ಥಕವಾಗಿ, ಬುದ್ಧಿಹೀನವಾಗಿ.

Non'sūit (-sūt), *n.* "ದಾವೆ ರದ್ದು" ಮಾಡುವುದು, "ದಾವೆ" ಹಿಂತೆಗೆಯೋಣ.

Nood'le, *n.* ಹೆಡ್ಡ, ಹುಚ್ಚ, ಪೆದ್ದ, ಬೆಪ್ಪ.

Nọọk, *n.* ಮೂಲೆ, ಗೊಂಟು.

Noon, Noon'dāy (-dā), **Noon'tīde,** *n.* ಮಧ್ಯಾಹ್ನ. *a.* ಮಧ್ಯಾಹ್ನದ. **Noon'ing,** *n.* ಮಧ್ಯಾಹ್ನದ ನಿದ್ರೆ; 2. ಮಧ್ಯಾಹ್ನದ ಫಲಾಹಾರ.

Noose, *n.* ಸರಗುಣಿಕೆ, ಉರುಳು. *v. t. r.* ಉರುಳು ಹಾಕು *c. d.*, ಉರುಳಿನಲ್ಲಿ ಹಿಡಿ.

Nor, *conj.* ಇದಲ್ಲ, ಅದಲ್ಲ; he has neither sense n. learning ಅವನಿಗೆ ಬುದ್ಧಿಯೂ ಇಲ್ಲ ವಿದ್ಯೆಯೂ ಇಲ್ಲ; I neither love n. fear thee ನಿನಗೆ ಪ್ರೀತಿ ಮಾಡುವದಿಲ್ಲ ಅಂಜುವದಿಲ್ಲ.

Norm, *n.* ಮಾದರಿ, ಪ್ರಮಾಣ.

Nor'mal, *a.* ಕ್ರಮವಾದ, ನೇಮಪ್ರಕಾರದ; n. school "ಪಂತೋಜಿಗಳನ್ನು" "ತಯಾರು" ಮಾಡುವ ಶಾಲೆ, ಶಿಕ್ಷಕಶಾಲೆ. *n.* ಲಂಬರೇಖೆ.

North, *n.* ಉತ್ತರ ದಿಕ್ಕು, ಬಡಗು. *a.* ಉತ್ತರ ದಿಕ್ಕಿನ, ಬಡಗಣ. **North-ēast'** (-ēst'), *n.* ಈಶಾನ್ಯ ದಿಕ್ಕು, ಬಡಗು ಮೂಡಲು. **North-ēast'ĕrn, -ēast'ĕr-ly** (-ēst'ĕr-), *a.* ಈಶಾನ್ಯ ದಿಕ್ಕಿನ. **Nor'thĕr-ly, Nor'thĕrn,** *a.* ಬಡಗಣ, ಉತ್ತರದ, ಉತ್ತರಾದಿ. **Nor'thĕrn-mōst,** *a.* ಎಲ್ಲಾದಕ್ಕಿಂತ ಉತ್ತರದ. **North'ward** (-wĕrd), *a.* ಉತ್ತರ ದಿಕ್ಕಿನ. **North'wards,** *ad.* ಉತ್ತರ ಕಡೆಗೆ, —ದಿಕ್ಕಿಗೆ. **North-west',** *n.* ವಾಯವ್ಯ ಮೂಲೆ, ಬಡಗು ಪಡುವಲು.

Nōse, *n.* ಮೂಗು, ನಾಸಿ; 2. ಘ್ರಾಣ; a hooked n. ಗಿಣಿಮೂಗು; a large n. ದೊಣ್ಣೆಮೂಗು, ಚೋರೆ—; cut off one's n. to spite one's face ತನ್ನ ಮೂಗು ತಾನೇ ಕೊಯ್ದುಕೊಳ್ಳು; follow one's n. ನೇರಾದ ವರ್ತನ ಕೈಕೊಳ್ಳು; he is bleeding from the n. ಅವನ ಮೂಗು ಜಿಚ್ಚಿತು; lead by the n. ಮೂಗುದಾರ ಹಾಕಿ ನಡಿಸು; n. of wax ಗಾಳಿ ಬಂದ ಹಾಗೆ ತೂರಿಕೊಳ್ಳುವವ; pay through the n. ಹದ ತಪ್ಪಿ ಬೆಲೆ ಕೊಡು; poke one's n. ಅಗತ್ಯವಿಲ್ಲದ ಕೆಲಸದಲ್ಲಿ ಕೈ ಹಾಕು; put one's n. out of joint ಇನ್ನೊಬ್ಬನನ್ನು ಗಲಿಬಿಲಿಯಲ್ಲಿ ಹಾಕು; snap one's n. of ರೇಗಿ ಎದುರಾಡು; the bridge of the n. ಮೂಗಿನ ಕಂಬ; the sides of the n. ಮೂಗಿನ ಶಿಲೆ; to bleed from the n. ಮೂಗು ಒಡಿ, —ಜಿಚ್ಚು; to blow the n. ಮೂಗು ಹಿಡಿದು ಸೇದು; to bore the n. ಮೂಗು ಚುಚ್ಚು; turn up one's n. ತಾತ್ಸಾರದಿಂದ ಕಾಣು; under one's n. ಒಬ್ಬನ ಅಸಂತೋಷಕ್ಕೆ ಹೆದರದೆ ಮುಂದರಿಸು; 2. ಎದುರಿನಲ್ಲಿ, ಸಮಕ್ಷಂ. n.-string ಮೂಗುದಾಣ. *v. t. r.* ಮೂಸಿ ನೋಡು; 2. ಸಮಕ್ಷ ವಿರೋಧಿಸು, ಮಿಸೆ ತಿರುವು. *v. i.* ಉಬ್ಬು; 2. ಕೈ ಹಾಕು.

Nosed (nōzd), *a.* ಮೂಗುಳ್ಳ, ಮೂಗಿನ.

Nōse'less, *a.* ಮೂಗಿಲ್ಲದ, ಮೂಗರಿಯ; a n. man ಮೂಗರಿಯನು, ಮೂಕೊರೆಯನು, ಮೂಗರಕ; a n. woman ಮೂಕೊರತಿ, ಮೂಗರಕಿ. **Nose'ring,** *n.* ಮೂಗುತಿ, ನತ್ತು, ಬುಲಾಕು.

Nōse'gāy (nōz'gā), *n.* ತುರಾಯಿ, ಕುಚ್ಚು; present a n. ಪುಷ್ಪಗುಚ್ಛ ಕೊಡು.

Nō-sol'o-ġy, *n.* ರೋಗವರ್ಗೀಕರಣ ಶಾಸ್ತ್ರ.

Nos-tal'ġi-a, *n.* ಸ್ವದೇಶಕ್ಕೆ ತಿರಿಗಿ ಹೋಗುವ ಹಂಬಲ.

Nos'tril, *n.* ಮೂಗಿನ ಸೊಳ್ಳೆ, —ಹೊಳ್ಳೆ, ಘ್ರಾಣರಂಧ್ರ, ನಾಸಿಕಾಪುಟ.

Nos'trum, *n.* ಪ್ರಕಟ ಮಾಡದ ಔಷಧ.

Not, *ad.* (n. existing. n. present) ಇಲ್ಲ; I have n. a farthing ನನಗೆ (ನನ್ನ ಹತ್ತರ) ಒಂದು ದುಡ್ಡಾದರೂ ಇಲ್ಲ; it is n. here ಅದು ಇಲ್ಲಿ ಇಲ್ಲ; he is n. at home ಅವನ ಮನೆಯಲ್ಲಿ ಇಲ್ಲ; n. yet ಇನ್ನೂ ಇಲ್ಲ; n. in the least ಇಲ್ಲವೇ ಇಲ್ಲ, ಲೇಶವಾದರೂ ಇಲ್ಲ; why n.? ಯಾಕಿಲ್ಲ? 2. (n. taking place) he does n. go, he is n. going ಅವನು ಹೋಗುವುದಿಲ್ಲ; he did n. go ಅವನು ಹೋಗಲಿಲ್ಲ; he had n. gone ಅವನು ಹೋಗಿದ್ದಿಲ್ಲ; he will n. go ಅವನು ಹೋಗಲಿಕ್ಕಿಲ್ಲ, —ಹೋಗುವುದಿಲ್ಲ; I cannot go ನಾನು ಹೋಗಲಾರೆ, ಹೋಗಕೂಡದು, ನನ್ನಿಂದ ಹೋಗಲಿಕ್ಕೆ ಆಗುವುದಿಲ್ಲ, —ಹೋಗಲಿಕ್ಕಾಗದು; I may n. go, must n. go, ought n. to go ನಾನು ಹೋಗಬಾರದು, ನನ್ನಿಂದ ಹೋಗಲಿಕ್ಕೆ ಆಗದು; I will n. go ನಾನು ಹೋಗಲೊಲ್ಲೆ, ಹೋಗಲಿಕ್ಕೆ ಒಲ್ಲೆ; I do n. want it ಅದು ನನಗೆ ಬೇಡ; 3. (n. such or thus) ಅಲ್ಲ; n.

good ಒಳ್ಳೇದಲ್ಲ; n. this ಇದಲ್ಲ; it is n. here but there ಇಲ್ಲಿ ಇಲ್ಲ ಅಲ್ಲೇ (ಅಲ್ಲಿಯೇ) ಇರುತ್ತದೆ; n. only ಇಷ್ಟೇ ಅಲ್ಲ; n. possible ಆಗದ; n. written ಬರೆಯದ; 4. (not *with the imperative mood*) ಬೇಡ; do n. go ಹೋಗಬೇಡ, —ಬೇಡಿರಿ; let him n. go ಅವನು ಹೋಗಬಾರದು.

Nota bene (abbr. N. B.) "ತಾಜಾಕಲಮ್", ವಿಶೇಷ ಸೂಚನೆ.

Nō'ta-ble, *a.* ಸ್ಪಷ್ಟ; 2. ಲಕ್ಷ್ಯದಲ್ಲಿಡತಕ್ಕ, ಪ್ರಖ್ಯಾತಿಯಾದ. *n.* ಮಹನೀಯನು. Nō-ta-bil'i-ty, *n.* ಲಕ್ಷ್ಯಕ್ಕೆ ಯೋಗ್ಯವಾಗಿರುವಿಕೆ. Nō'ta-bly, *ad.* ಪ್ರಖ್ಯಾತಿಯಾಗಿ, ಪ್ರಸಿದ್ಧವಾಗಿ.

Nō'tar-y (-tĕr-), *n.* ದಸ್ತೈವಜುಗಳ ಮೇಲೆ ಮೊಹರು ದಸ್ಕತು ಮಾಡುವ ಅಧಿಕಾರಿ, "ನೋಂದಣ್" ಮಾಡುವವ.

Nō-tā'tiŏn, *n.* ಸಂಖ್ಯೆ ಮುಂತಾದ್ದನ್ನು ಬರೆಯುವ ರೀತಿ, ಅಂಕನ.

Notch (noch), *n.* ಕಚ್ಚು, ಕಕ್ಕು. *v. t. r.* (*pr.* nocht) ಕಚ್ಚು ಮಾಡು, ಕಕ್ಕು—.

Nōte, *n.* (a mark or sign) ಗುರುತು, ಚಿಹ್ನೆ; 2. (a brief remark on the margin or bottom) ಟಿಪ್ಪಣಿ, ಟೀಪು; 3. (a short letter) ಚೀಟು, ಚೀಟಿ; 4. *pl.* (memoranda to assist a speaker) ಟಿಪ್ಪಣಿ; 5. (*mus.*) ಸ್ವರ; correct n. ಶುದ್ಧ ಸ್ವರ; false n. ಅಪಸ್ವರ; flat n. ಕೋಮಲ ಸ್ವರ; long n. ದೀರ್ಘ ಸ್ವರ; sharp n. ತೀವ್ರ ಸ್ವರ; short n. ಹ್ರಸ್ವ ಸ್ವರ; 6. (reputation) ಪ್ರತಿಷ್ಠೆ; a man of n. ದೊಡ್ಡವ, ದೊಡ್ಡ ಮನುಷ್ಯ; men of n. ಹಿರಿಯರು, ಪ್ರತಿಷ್ಠಿತರು; 7. promissory n. "ವಸ್ತಾವೇಜು"; bank n. "ನೋಟು"; commentary n. ವ್ಯಾಖ್ಯಾನ, ಟೀಕು, ಭಾಷ್ಯ. *v. t. r.* ನೋಡು, ಲಕ್ಷ್ಯಿಸು, ಲಕ್ಷ್ಯಕೊಡು *c. d.;* 2. (to record in writing) n. down ಟಿಪ್ಪಣಿ ಇಡು, ಟಿಪ್ಪಣಿ ಬರ, ಬರಕೊಳ್ಳು. Nōte'-bo̤ok, *n.* ಸ್ಮರಣವಹಿ, ಟಿಪ್ಪಣಿ ಪುಸ್ತಕ. Nō'ted, *a.* ಪ್ರಸಿದ್ಧ, ವಿಖ್ಯಾತ, ಹೆಸರಾದ; this town is n. for Sanskrit studies ಈ ಊರು ಸಂಸ್ಕೃತಾಭ್ಯಾಸಕ್ಕೆ ಹೆಸರಾಗಿರುತ್ತದೆ. Nōte'wŏr-thy, *a.* ಪ್ರಸಿದ್ಧ, ಲಕ್ಷ್ಯದಲ್ಲಿಡತಕ್ಕ.

Nŏth'iṅg, *n.* ಏನೂ ಇಲ್ಲ; 2. ಅಭಾವ, ನಾಸ್ತಿತ್ವ; 3. ಅಲ್ಪವಾದ್ದು; that is n. ಅದು ದೊಡ್ಡ ಮಾತಲ್ಲ, ಅದೇನು; for n. ಪುಕಸಾಟೆ; make n. of ಹಾರಿಸಿಬಿಡು, ತಾತ್ಸಾರ ಮಾಡು; I can make n. of it ನಾನದನ್ನು ಗ್ರಹಿಸಲಾರೆ, ನಾನದನ್ನು ಕಂಡುಹಿಡಿಯಕೂಡದು; come to n. ನಿರರ್ಥಕವಾಗು. Nŏth'iṅg-ness, *n.* ಅಭಾವ, ನಾಸ್ತಿತ್ವ; 2. ನಿಷ್ಪ್ರಯೋಜಕ ವಸ್ತು, ಅಲ್ಪವಾದ್ದು.

Nō'tice, *n.* ಕಣ್ಣರಿಕೆ, ದೃಷ್ಟಿ, ಲಕ್ಷ್ಯ; 2. ವರ್ತಮಾನ ತಿಳಿಸೋಣ; 3. "ಇಸ್ತಿಹಾರು"; 4. ಆದರ ಸತ್ಕಾರ. *v. t. r.* (*pr.* nō'tist) ಕಾಣು, ನೋಡು, ಬಗೆ, ಲಕ್ಷ್ಯಕೊಡು *c. d.;* 2. ಆದರ ಸತ್ಕಾರ ಮಾಡು. Nō'tice-a-ble, *a.* ಲಕ್ಷ್ಯದಲ್ಲಿಡತಕ್ಕ. Nō'tice-a-bly, *ad.* ಲಕ್ಷ್ಯ ಮಾಡುವಂತೆ.

Nō'ti-fȳ, *v. t. r.* (-fied) ತಿಳಿಸು, ವರದಿಕೊಡು, "ಜಾಹೀರು" ಮಾಡು. Nō-ti-fi-cā'tiŏn, *n.* ತಿಳಿಸೋಣ, "ಇಸ್ತಿಹಾರು", "ಜಾಹೀರುನಾಮೆ".

Nō'tiŏn, *n.* ಬಗೆ, ಆಲೋಚನೆ, ಬುದ್ಧಿ, ಅಭಿಪ್ರಾಯ, ಭಾವನೆ. Nō'tiŏn-al, *a.* ಕಲ್ಪಿತ, ಕಾಲ್ಪನಿಕ.

Nō-tō-rī'e-ty, *n.* ಪ್ರಸಿದ್ಧಿ, ಖ್ಯಾತಿ, ಹೆಸರು. Nō-tō'ri-ŏus, *a.* ಪ್ರಸಿದ್ಧ, ವಿಖ್ಯಾತ; be n. ಹೆಸರಾಗಿರು; a n. thief ರಾಯಗಳ್ಳ.

Not-with-stand'iṅg, *prep.* ...ರೂ; *as,* I shall go n. the rain ಮಳೆ ಬಂದರೂ ಹೋಗುತ್ತೇನೆ. *conj.* ಆದರೂ, ಆದಾಗ್ಯೂ.

Nought (na̤t), *n., see* Naught.

Noun, *n.* ನಾಮಪದ, ನಾಮವಾಚಕ; abstract n. ಭಾವವಾಚಕ; gentile n. ಜಾತಿವಾಚಕ; verbal n. ಕ್ರಿಯಾವಾಚಕ; common n. ಸಮುದಾಯ ನಾಮ.

Nŏur'ish, *v. t. r.* (*pr.* nu̇r'isht) ಸಾಕು, ಸಂರಕ್ಷಿಸು, ಪಾಲಿಸು, ಪೋಷಿಸು. Nŏur'ish-ĕr, *n.* ಸಾಕುವವ, ಪೋಷಿಸುವವ. Nŏur'ish-iṅg, *a.* ಧಾತುಪುಷ್ಟಿ ಕೊಡುವ, ಪೋಷಿಸುವ. Nŏur'ish-ment, *n.* ಪಾಲನೆ, ಪೋಷಣೆ; 2. ಅನ್ನ, ಆಹಾರ, ತೀನಿ, ತಿಂಡಿ.

Nov'el, *a.* ಹೊಸ, ನವೀನ. *n.* ಕಟ್ಟುಕಥೆ. Nov'el-ist, *n.* ಕಟ್ಟುಕಥೆ ಬರೆಯುವವ. Nov'el-ty, *n.* ನೂತನತ್ವ; 2. ಹೊಸತು, ಅಪರೂಪ ವಸ್ತು, ಕೌತುಕ.

Nō-vem'bĕr, *n.* ಪಾಶ್ಚಾತ್ಯ ಕಾಲಗಣನೆಯಲ್ಲಿ ಹನ್ನೊಂದನೇ ತಿಂಗಳು.

Nov'en-a-ry, *n.* ಒಂಬತ್ತು. *a.* ಒಂಬತ್ತರ. No-ven'ni-al, *a.* ಒಂಬತ್ತು ವರ್ಷಕ್ಕೊಮ್ಮೆ ಮಾಡುವ.

Nov'ice, *n.* ಹೊಸಬ. No-vi'ci-āte, -'ti-āte

(-vi$\underset{\cdot}{s}$h'i-at), *n.* ಹೊಸಬತನ, ನವೀನಾಭ್ಯಾಸ ಕಾಲ, ಪರೀಕ್ಷೆಯ ಕಾಲ; 2. ಹೊಸಬ.

Now, *ad.* ಈಗ, ಈವಾಗ; just n. ಇದೇ ಈಗ, ಈಗಲೇ; 2. ಆದರೆ; n. and then ಆಗಾಗ್ಗೆ, ಅಪ್ಪಿತಪ್ಪಿ, ಒಮ್ಮೆ; till n. ಈ ವರೆಗೆ; n.... n. ಒಮ್ಮೆ... ಒಮ್ಮೆ, *as*, n. high, n. low ಒಮ್ಮೆ ಮೇಲೆ, ಒಮ್ಮೆ ಕೆಳಗೆ. *n.* ಈ ಕಾಲ. **Now'a-dāys**, *ad.* ಈ ಕಾಲದಲ್ಲಿ, ಈಗಿನ ದಿನಗಳಲ್ಲಿ, ಇತ್ತಿತ್ತ.

Nō'wāy (nō'wā), **Nō'wāys**, **Nō'wīse**, *ad.* ಹ್ಯಾಗಾದರೂ ಇಲ್ಲ, ಯಾವ ಪ್ರಕಾರದಲ್ಲೂ ಇಲ್ಲ.

Nō'whe̱re (nō'hwār), *ad.* ಎಲ್ಲೆಲ್ಲಿಯೂ ಇಲ್ಲ.

Nox'iŏus (nok'shus), *a.* ಕೆಡಕ, ಕೇಡು ಮಾಡುವ, ಅಪಕಾರಕ. **Nox'iŏus-ly** (nok'-shus-), *ad.* ಕೆಡಕಾಗಿ. **Nox'iŏus-ness** (nok'shus-), *n.* ಕೆಡಕು, ಬಾಧಕತ್ವ.

Noz'zle, *n.* ಮೂಗು, ಮುಸುಡು, ಮೋತಿ.

Nū'bile, *a.* ಮದಿವೆಪ್ರಾಯದ.

Nū'bil-ŏus, *a.* ಮೋಡ ಕವಿದ.

Nū'ele-us, *n.* ಬೀಜ; 2. ಮೂಲ, ಬೀಜದ ಮಾತು.

Nūde, *n.* ಬತ್ತಲೆ, ದಿಗಂಬರ, ಜಾತರೂಪ, ನಗ್ನ. **Nū'di-ty**, *n.* ಬತ್ತಲೆತನ, ದಿಗಂಬರತ್ವ.

Nudġe (nuj), *n.* (ಕೈಯಿಂದ) ಮೆಲ್ಲಗೆ ತಟ್ಟೋಣ. *v. t. r.* ಮೆಲ್ಲಗೆ ತಟ್ಟು.

Nū'ga-tŏr-y, *a.* ನಿರರ್ಥಕ, ವ್ಯರ್ಥ, ನಿಷ್ಪ್ರಯೋಜಕವಾದ.

Nug'get, *n.* ಬಂಗಾರ ಬೆಳ್ಳಿ ಮುಂತಾದವುಗಳ ಗಟ್ಟಿ.

Nūi'sance (nū'sans), *n.* ಉಪದ್ರವ, ಪೀಡೆ, ಕೆಡಕು.

Null, *a.* ವ್ಯರ್ಥ, "ರದ್ದಾದ".

Nul'lāh (-lä), *n.* ಹಳ್ಳ, ಸಮುದ್ರದ ಶಾಖೆ, ನಾಲೆ.

Nul'li-fȳ, *v. t. r.* (-fīed) ಸುಳ್ಳು ಮಾಡು, "ರದ್ದು"—. **Nul'li-ty**, *n.* ಸಲ್ಲದ್ದು, "ರದ್ದು".

Numb (num), *a.* ಜುಮಜುಮ ಅನ್ನುವ, ಜೊಂಪಿಸಿದ, ಜೋಮಿನ. *v. t. r.* ಜೋಮು ಹಿಡಿಸು. **Numb'ness**, *n.* ಜೋಮು, ತಿಮುರು.

Num'bĕr, *n.* ಸಂಖ್ಯೆ, ಲೆಕ್ಕ; 2. (a multitude) ಸಮುದಾಯ; a great n. ಬಹಳ; a small n. ಕೆಲವು, ತುಸ, ಸ್ವಲ್ಪ; 3. *pl.* (verse, poetry) ಪದ; 4. *(gram.)* ವಚನ; singular n. ಏಕವಚನ; plural n. ಬಹುವಚನ; even n. ಸಮಸಂಖ್ಯೆ; odd n. ವಿಷಮ ಸಂಖ್ಯೆ; whole n. ಪೂರ್ಣಾಂಕ. *v. t. r.* ಎಣಿಸು, ಲೆಕ್ಕ ಮಾಡು; 2. (write the n.) ಅಂಕೆ ಹಚ್ಚು; 3. (amount to) ಇರು; *as*, the class numbers thirty boys ಈ ವರ್ಗದಲ್ಲಿ ಮೂವತ್ತು ಮಂದಿ ಹುಡುಗರು ಇರುತ್ತಾರೆ. **Num'-bĕr-less**, *a.* ಲೆಕ್ಕವಿಲ್ಲದಷ್ಟು, ಅಸಂಖ್ಯ.

Num'bĕrs, *n. pl.* ಸಂಖ್ಯಾಕಾಂಡ, ಮೋಶೆಯ ನಾಲ್ಕನೇ ಗ್ರಂಥ.

Num'bles, *n. pl.* ಜಿಂಕೆಯ ಕರುಳು.

Nū'mĕr-a-ble, *a.* ಎಣಿಸುವಂಥ, ಗಣಿಸತಕ್ಕ, ಗಣ್ಯ. **Nū'mĕr-al**, *n.* ಅಂಕೆ; 2. *(gram.)* ಸಂಖ್ಯಾವಾಚಕ. *a.* ಸಂಖ್ಯಾ....... **Nū'mĕr-al-ly**, *ad.* ಲೆಕ್ಕದಲ್ಲಿ, ಸಂಖ್ಯೆಯಲ್ಲಿ. **Nū-mĕr-ā'tiŏn**, *n.* ಎಣಿಸೋಣ, ಗಣನೆ. **Nū'-mĕr-ā-tŏr**, *n.* ಲೆಕ್ಕ ಮಾಡುವವ; 2. *(arith.)* ಅಂಶ. **Nū-mer'ie**, **-mer'i-eal**, *a.* ಸಂಖ್ಯೆಯ, ಅಂಕೆಯ; 2. ಅಷ್ಟು, ಅದೇ. **Nū'mĕr-ŏus**, *a.* ಅನೇಕ, ಬಹಳ.

Nū-mis-mat'ie, **-mat'i-eal**, *a.* ನಾಣ್ಯಸಂಬಂಧ. **Nū-mis-mat'ies**, **-ma-tol'o-ġy**, *n.* ನಾಣ್ಯಾದಿಗಳಿಂದ ಚರಿತ್ರೆ ತಿಳುಕೊಳ್ಳುವ ವಿದ್ಯೆ.

Num'-ma-ry, *a.* ನಾಣ್ಯದ.

Num'skull, *n.* ಹೆಡ್ಡ, ಅನೆದಡ್ಡ.

Nun, *n.* ವಿರಕ್ತೆ, ಶರಣಮ್ಮ, ಸನ್ಯಾಸಿನಿ. **Nun'-nĕr-y**, *n.* ವಿರಕ್ತ ಸ್ತ್ರೀಯರ ಮಠ.

Nun'ci-ō (-shi-), *n.* ರಾಯಭಾರಿ; 2. "ಪೋಪನ" ಕಡೆಯ ದೂತ.

Nun'eup-ate, *v. i.* ಬಾಯಿದೆರೆ ಮೃತಿಪತ್ರಹೇಳು. **Nun-eū'pa-tive**, **-tŏry**, *a.* ಬಾಯಿಮಾತಿನ, ಬರೆಯದ; a n. will ಬರೆಯದ ಮರಣಶಾಸನ.

Nup'tial (nup'shal), *a.* ಮದುವೇ ಸಂಬಂಧವಾದ, ಮದುವೆಯ, ವೈವಾಹಿಕ. **Nup'tials** (nup'shalz), *n. pl.* ಮದುವೆ, ವಿವಾಹಪ್ರಸ್ತ, ವಿವಾಹೋತ್ಸವ.

Nurse (nĕrs), *n.* ಪೋಷಿಸುವವ, —ವವಳು, —ವಂಥಾದ್ದು, ದಾದಿ, ಆರೈಕೆ ಮಾಡುವವಳು; a dry n. ಆಯ; wet-n. ಮೊಲೆಕೊಡುವ ದಾದಿ. *v. t. r.* (*pr.* nĕrst) ಮೊಲೆಕೊಡು; 2. ಪರಾಂಬರಿಸು; 3. ಪಾಲಿಸು, ಸಂಗೋಪನೆ ಮಾಡು. **Nurs'ĕr-y**, *n.* ಮಕ್ಕಳ ಕೋಣೆ, ಬಾಲಗೃಹ; 2. ಪಾಲನಸ್ಥಾನ, ಪಾಲನಾಲಯ; n. of rice plants ಅಗೆ, ಅಗೆಯಡಿ, ನಾಟಿ, ನಟ್ಟಿ; n. tales ಚಿಕ್ಕ ಮಕ್ಕಳಿಗೆ ಹೇಳುವ ಕಥೆಗಳು. **Nurs'ling**, *n.* ಸಾಕುವ ಕೂಸು, ಶಿಶು.

Nur'tūre (*or* -chur), *n.* ಸಾಕೋಣ, ಆರೈಕೆ, ಬಾಲಶಿಕ್ಷೆ; 2. ಆಹಾರ. *v. t. r.* ಸಾಕು, ಸಂರಕ್ಷಿಸು.

Nut, *n.* ಕಾಯಿ; *(bot.)* ದೃಢಫಲ; a n. to crack ವಿವರ ಮಾಡತಕ್ಕ ಗಹನಸಂಗತಿ; betel-n. ಅಡಿಕೆ; cocoa-n. ತೆಂಗಿನ ಕಾಯಿ; gall-n. ಅಣಿಲೇಕಾಯಿ, ಅರಳೇ ಕಾಯಿ; marking n. ಗೇರುಬೀಜ, ಕೇರುಬೀಜ; pig n. ಕಡಲೆ ಕಾಯಿ; soap-n. ಸೀಗೇಕಾಯಿ; n. of a screw "ಬಿಲ್ಲೆ". Nut'-crack-ĕr, *n.* ಅಡಕೊತ್ತು, ಅಡಕತ್ತಿ. Nut'shell, *n.* ಚಿಪ್ಪು, ಸಿಪ್ಪೆ; 2. ನಿಷ್ಪ್ರಯೋಜಕವಸ್ತು; that lies in a n. ಅದು ದೊಡ್ಡ ಮಾತಲ್ಲ. Nut'ting, *n.* ಕಾಯಿ ಆರಿಸುವುದು.

Nū-tā'tiŏn, *n.* ಭೂಕಂಪವಿಶೇಷ.

Nut'meg, *n.* (fruit of *Myristica fragrans, Houtt.)* ಜಾಜಿಕಾಯಿ: *(Myristica magnifica, Bedd.)* ರಾಮನಡಿಕೆ ಮರ *(My.)*.

Nū'tri-ment, *n.* ಅನ್ನ, ಆಹಾರ. Nū'tri-ent, *a.* ಪೌಷ್ಟಿಕ. Nū-tri-men'tal, *a.* ಪುಷ್ಟಿಕರವಾದ. Nū-tri'tiŏn (-trish'un), *n.* ಪೋಷಣೆ; 2. ಆಹಾರ, ಧಾತುಪುಷ್ಟಿ. Nū-tri'-tiŏus (-trish'us), *a.* ಪುಷ್ಟಿ ಕೊಡುವ, ಧಾತು ಪುಷ್ಟಿಕರ. Nū'tri-tive, *a.* ಪೋಷಕ, ಪುಷ್ಟಿಕರ, ಬಲವರ್ಧಕ.

Nux-vom'i-ca, *n.* *(Strychnos nux-vomica, L.)* ಕಾಸರ್ಕನ ಕಾಯಿ, ಹೆಮ್ಮುಷ್ಟಿ ಬೀಜ, ನಂಜನ ಕೊರಡಿನ ಬೀಜ *(My.)*.

Nuz'zle, *v. t.* ಹೊದಗು.

Nymph (nimf), *n.* ಅಪ್ಸರೆ, ವನದೇವತೆ, ಜಲದೇವತೆ; 2. ಹುಡುಗಿ, ಕನ್ಯೆ, ಸುಂದರಿ; Nym-ph'al, *a.* ವನದೇವತೆಗಳ.

Nym-phō-mā'nia, *n.* ಸ್ತ್ರೀಲೋಲುಪತೆ.

O

Ō, *int.* (surprise) ಆಹಾ; 2. (desire) ಆಹಾ, ಅಯ್ಯೋ; 3. (grief) ಅಯ್ಯೋ, ಅಯ್ಯಯ್ಯೋ; 4. (vocative case) ಏ, ಆ, ಈ; *as*, O God! ದೇವರೇ! O King! ಅರಸನೇ! O Lord! ಸ್ವಾಮಿಾ! O my father! ನಮ್ಮಪ್ಪಾ! 5. (calling) ಎಲೋ, ಎಲೇ, ಏ, ಓ.

Ōaf, *n.* ಹುಚ್ಚ, ಬುದ್ಧಿಹೀನನು.

Ōak (ōk), *n.* ಬಾನವೃಕ್ಷ. Ōak'en (ōk'n), *a.* ಬಾನವೃಕ್ಷದ ಕಟ್ಟಿಗೆಯ.

Ōak'um (ōk'um), *n.* ಹಳೇ ಹಗ್ಗದ ಕಾತಿ, ಹಳೇ ಹಗ್ಗದ ನಾರು.

Ōar (ōr), *n.* ದೋಣೀ ನಡಿಸುವ ಹುಟ್ಟು. *v.t.r.* ಹುಟ್ಟು ಹಾಕು. put in one's o. ನಡುವೆ ಬರು; have an o. in every man's boat ಹಕ್ಕಿಲ್ಲದ್ದಲ್ಲಿ ಕೈಹಾಕು; rest on one's oars ಕೆಲಸವನ್ನು ನಿಲ್ಲಿಸು. Ōars'-man (ōrz'man), *n.* ಹುಟ್ಟು ಹಾಕುವವ.

O-ā'sis, *n.* ಮರುಭೂಮಿಯಲ್ಲಿರುವ ಹಸುರಾದ ಸ್ಥಳ.

Ōath (ōth), *n.* ಆಣೆ, ಪ್ರಮಾಣ, ಶಪಥ, ಸತ್ಯ; 2. ದೂಷಣೆ; take an o. ಆಣೆಭಾಷೆ ಮಾಡಿಕೊಳ್ಳು, ಕ್ರಿಯೆ ತೆಗೆದುಕೊಳ್ಳು.

Ōats (ōts), *n. pl.* ತೋಕೇ ಗೋದಿ, "ಓಟು".

Ob'dū-rāte, *a.* ಕಠಿಣ, ಹಟವುಳ್ಳ, ಕಲ್ಲಾದ, ಮೊಂಡ. Ob'dū-rā-cy, *n.* ಮನಸ್ಸಿನ ಕಾಠಿಣ್ಯ, ಒರಟುತನ (ಒಟ್ಟಿತನ), ಹಟ, ಮುಷ್ಕರ. Ob'dū-rāte-ly, *ad.* ಕಲ್ಲಾಗಿ, ಮೊಂಡವಾಗಿ, ಕಠಿಣವಾಗಿ.

Ō-bē'di-ence, *n.* ವಿಧೇಯತ್ವ, ಆಜ್ಞಾಧಾರಣೆ. Ō-bē'di-ent, *a.* ಮಾತು ಕೇಳುವ, ವಿಧೇಯ, ಆಜ್ಞಾಧಾರಕ. Ō-bē'di-ent-ly, *ad.* ವಿಧೇಯವಾಗಿ, ಆಜ್ಞಾಧಾರಕವಾಗಿ.

Ō-bei'sance (-bā'sans), *n.* ನಮಸ್ಕಾರ, ಶರಣು, ವಂದನೆ, ನತಾನತಿ.

Ob'e-lisk, *n.* ಸೂಜಿಯಾಕಾರದ ಕಂಬ, ಶಾಸನ ಕಂಬ; 2. (†) ಈ ಆಕಾರದ ಸೂಚನೇ ಗುರುತು.

Ō'ber-on, *n.* ಯಕ್ಷರಾಜ.

Ō-bēse' (-bēs'), *a.* ಗಡುತರ, ಸ್ಥೂಲ, ಡೊಳ್ಳು ಹೊಟ್ಟೆಯ. Ō-bēse'ness, Ō-bes'i-ty, *n.* ಡೊಳ್ಳುಹೊಟ್ಟೆ, ಸ್ಥೂಲತ್ವ, ಕೊಬ್ಬು.

Ō-bey' (-bā'), *v. t. r.* ಒಳಗಾಗು *c.d.*, ಮಾತು ಕೇಳು *c. d.*, ವಿಧೇಯವಾಗು *c. d.*, ವಶವಾಗು *c.d.;* I shall o. you ನೀವು ಹೇಳಿದ ಹಾಗೆ ಕೇಳುತ್ತೇನೆ.

Ō'bit, *n.* ಸಾವು, ಮರಣ; 2. ಉತ್ತರಕ್ರಿಯೆ; 2. ಶ್ರಾದ್ಧ. Ō-bit'ū-ar-y (-ĕr-), *n.* ಸತ್ತವನ ವೃತ್ತಾಂತ; 2. ಮೃತವಾದವರ ದಾಖಲೇ ಪಟ್ಟಿ.

Ob'ject, *n.* ವಿಷಯ; 2. ಉದ್ದೇಶ, ಗುರಿ; it is my o. ನನ್ನ ಮನಸ್ಸಿನಲ್ಲಿರುತ್ತದೆ; 3. ಅಭಿಪ್ರಾಯ; 4. *(gram.)* ಕರ್ಮ; o.-lesson ವಸ್ತುಪಾಠ. **Ob-ject'**, *v. i. r.* ಅಡ್ಡಿ ಹೇಳು, ಎದುರಾಡು, "ತಕರಾರು" ತೆಗೆ. *v. t.* ...ಎಂದಡ್ಡಿ ತರು; 2. ...ಎಂದು ದೋಷ ಹಚ್ಚು. **Ob-jec'tiŏn**, *n.* ಅಡ್ಡಿ, ಅಡ್ಡ ಮಾತು; 2. ದೋಷಾರೋಪ, ಅಪರಾಧ. **Ob-jec'tiŏn-a-ble**, *a.* ಬೇಕಾಗದ, ಆಕ್ಷೇಪಿಸತಕ್ಕ, ಒಪ್ಪಿಕೊಳ್ಳಕೂಡದ. **Ob-jec'tive**, *a.* ವಸ್ತುವಿನ, ವಿಷಯ ಸಂಬಂಧವಾದ; 2. ಕರ್ಮಪದವಿಷಯಕ, ಸವಿಷಯಕ; o. genitive ಕರ್ಮಣಿಷಷ್ಠಿ. **Ob'ject-less**, *a.* ಗೊತ್ತುಗುರಿಯಿಲ್ಲದ. **Ob-ject'ŏr**, *n.* ಆಕ್ಷೇಪಣೆಗಾರ.

Ob-jur'gāte (-jĕr'gāt), *v. t. r.* ಬಯ್ಯು, ಗದರಿಸು, ಆಕ್ಷೇಪಿಸು. **Ob-jur-gā'tiŏn**, *n.* ಗದರಿಸುವಿಕೆ, ಆಕ್ಷೇಪಣೆ, ಜಂಕಣೆ.

Ob-lāte', *a.* ಎರಡೂ ಕಡೆ ಚಟ್ಟೆಯಾದ, —ಕಡೆ ಹಿಚಿಗಿದ, ಕಿತ್ತಳೆಯಾಕಾರದ.

Ob-lā'tiŏn, *n.* ಕಾಣಿಕೆ, ಬಲಿ, ನೈವೇದ್ಯ.

Ō-blīge', *v. t. r.* ನಿರ್ಬಂಧಿಸು, ಬಲಾತ್ಕರಿಸು, ಅಗತ್ಯಪಡಿಸು; 2. ಉಪಕಾರದಿಂದ ಗಳಿಸಿಕೊಳ್ಳು; 3. ಉಪಕಾರ ಮಾಡು *c.d.*, ಸಂತೋಷ ಪಡಿಸು; *pass.* I am much obliged to you ನನ್ನ ಮೇಲೆ ನಿಮ್ಮ ಉಪಕಾರ ಬಹಳ, ಬಹಳ ಉಪಕಾರ. **Ob-li-gā'tiŏn**, *n.* ಕಟ್ಟು, ಹಂಗು, ಧರ್ಮ, ಋಣ; he has placed me under great o., I am under great o. to him ಅವನು ನನಗೆ ಬಹಳ ಉಪಕಾರ ಮಾಡಿದ್ದಾನೆ, ಅವನ ಹಂಗಿನಲ್ಲಿದ್ದೇನೆ; one under o. ಹಂಗಿಗ. **Ob'li-gā-tŏr-i-ly**, *ad.* ಅಗತ್ಯವಾಗಿ, ಹಂಗಿನಿಂದ. **Ob'li-gā-tŏr-y**, *a.* ಅವಶ್ಯಕವಾದ, ಹಂಗಿನ, ವಿಧಿಯಾದ, ಋಣದ. **Ō-blīged'** (-blījd'), *a.* ಉಪಕಾರಬದ್ಧ. **Ob-li-ġee'**, *n.* ಋಣಬದ್ಧ. **O-blī'ġiṅg**, *a.* ಉಪಕಾರಶೀಲ, ಪರೋಪಕಾರಿ. **O-blī'ġiṅg-ly**, *ad.* ದಯದಿಂದ, ಉಪಚಾರದಿಂದ.

Ob-līque' (-lēk'), *a.* ಓರೆ, ವಾರೆ, ಡೊಂಕಾದ, ವಕ್ರ; 2. *(gram.)* o. case ಕಾರಕವಿಭಕ್ತಿ. **Ob-līque'ly** (-lēk'li), *ad.* ವಾರೆಯಾಗಿ; 2. ವಕ್ರವಾಗಿ. **Ob-liq'ui-ty** (-lik'wi-), *n.* ವಾರೆಯಾಗಿರುವುದು, ವಕ್ರತೆ; 2. ದೋಷ, ತಪ್ಪು.

Ob-lit'ĕr-āte, *v. t. r.* ಒರಸಿ ತೆಗೆ, ಅಳಿಸು, ಅಳುಕಿಸು, ಕೆಡಿಸಿ ಗೊತ್ತುಹತ್ತದಂತೆ ಮಾಡು; 2. ಸವಿಸು; *pass.* ಅಳಿದುಹೋಗು, ಕೆಟ್ಟು ಗೊತ್ತುಹತ್ತದಂತಾಗು. **Ob-lit-ĕr-ā'tiŏn**, *n.* ಒರಸಿಬಿಡೋಣ, ಅಳಿಸುವಿಕೆ.

Ob-liv'i-on, *n.* ಮರವು; 2. (forgetfulness) ಮರವುಸರವು; 3. ಮನ್ನಿಸೋಣ, "ಮಾಫಿ". **Ob-liv'i-ŏus**, *a.* ಮರವುಳ್ಳ; 2. ಮರಿಸುವ. **Ob-liv'i-ŏus-ly**, *ad.* ಮರವಾದ ಹಾಗೆ, ಮರವಿನಿಂದ. **Ob-liv'i-ŏus-ness**, *n.* ಮರವುಸರವು.

Ob'loṅg, *a.* ಉದ್ದ, ಅಗಲಕ್ಕಿಂತ ಉದ್ದ ಹೆಚ್ಚಿರುವ. *n.* ದೀರ್ಘ ಚತುಷ್ಕೋಣ, ಕಾಟಕೋನ, ಚೌಕೋಣ.

Ob'lo-quy (-kwi), *n.* ಬೈಗಳು, ನಿಂದೆ, ಅಪವಾದ.

Ob-nox'iŏus (-nok'shus), *a.* ದೋಷ ಹಚ್ಚತಕ್ಕ, ಕೆಡಕ; 2. ಅಸಹ್ಯ; o. to ಗುರಿಯಾದ *c. d.* **Ob-nox'iŏus-ly**, *ad.* ಅಸಹ್ಯವಾಗಿ; 2. ಗುರಿಯಾಗಿ.

Ō'bŏ-e, *n.* ಸನಾದಿ; *see* Hautboy.

Ob-scēne' (-sēn'), *a.* ಬಂಡ, ನಾಚಿಕೆಗೆಟ್ಟ, ಅವಾಚ್ಯ, ಯಂಗಿ; 2. ಅಮಂಗಲ, ಅಶುಭ. **Ob-scēne'ly** (-sēn'li), *ad.* ನಾಚಿಕೆಗೆಟ್ಟು, ವ್ಯಂಗ್ಯವಾಗಿ. **Ob-scen'i-ty** (-sen'i-), *n.* ಬಂಡತನ, ನಾಚಿಕೆಗೇಡಿತನ, ದುರ್ಭಾಷಣೆ, ಬೂತು.

Ob-scūre', *a.* (darkened) ಮೊಬ್ಬು, ಮಬ್ಬು, ಮಬ್ಬಾದ; 2. (unknown) ಪ್ರಸಿದ್ಧಿಯಿಲ್ಲದ, ಅಪ್ರಸಿದ್ಧ; 3. (mean) ಕೀಳ, ನೀಚ; 4. (not clear, obstruse) ಗೂಢ, ಗುಟ್ಟಿನ; 5. (not distinct) ಕಂಡು ಕಾಣದ, ಅಸ್ಪಷ್ಟ. *v. t. r.* ಮಬ್ಬು ಮಾಡು, ಮಾಸು; 2. ತಿಳಿಯದ ಹಾಗೆ ಮಾಡು, ಮರೆ—, ಅಡಗಿಸು. **Ob'scūr-ant**, *n.* ಶೋಧನೆ ಮತ್ತು ಸುಧಾರಣೆಗೆ ವಿರೋಧಿ. **Ob-scūre'ly**, *ad.* ಕತ್ತಲೆಯಾಗಿ, ಅಸ್ಪಷ್ಟವಾಗಿ. **Ob-scū'ri-ty**, *n.* ಮಬ್ಬು; 2. ಗುಟ್ಟು; 3. ಅಪ್ರಸಿದ್ಧಿ.

Ob'se-quieṣ (-kwiz), *n. pl.* ಪ್ರೇತಸಂಸ್ಕಾರ, ಉತ್ತರಕ್ರಿಯೆ.

Ob-sē-qui-ŏus (-sē'kwi-us), *a.* ಇಚ್ಛಕ, ಇಚ್ಛಕವಾಡುವ, ನೀಚ, (ಗುಲಾಮನಂತೆ) ವಿಧೇಯನಾದ, ದಾಸಾನುದಾಸನಾದ. **Ob-sē'qui-ŏus-ly**, *ad.* ಇಚ್ಛಕವಾಗಿ, ನೀಚವಾಗಿ. **Ob-sē'qui-ŏus-ness**, *n.* ಇಚ್ಛಕತನ, ಪರವಶತೆ, ಅತಿವಿಧೇಯತೆ.

Ob-ṣĕrve', *v. t. r.* ನೋಡು; 2. ಲಕ್ಷಿಸು; 3. ಕೈಕೊಳ್ಳು, ಆಚರಿಸು; 4. ಅನ್ನು. *v. i. r.* ಲಕ್ಷ್ಯಕೊಡು; 2. ಅನ್ನು, ಮಾತಾಡು. **Ob-ṣĕr'-**

va-ble, *a.* ನೋಡತಕ್ಕ, ಕಾಣುವಂಥ, ವಿಶೇಷ. Ob-ser'vance, *n.* ಉಪಚರಣೆ, ಲಕ್ಷ್ಯ; 2. ಆಚರಣೆ, ನೇಮ, ವಿಧಾನ, ಅನುಷ್ಠಾನ; daily o. ನಿತ್ಯಕಟ್ಟಳೆ. Ob-ser'vant, *a.* ಲಕ್ಷ್ಯವಿಡುವ; 2. ಆಚರಿಸುವ, ಆಜ್ಞಾಪಾಲಕ, ಮಾಡುವ. Ob-ser'vant'ly, *ad.* ಲಕ್ಷ್ಯದಿಂದ, ಮನಸ್ಸು ಕೊಟ್ಟು. Ob-ser-vā'tion, *n.* ನೋಡುವಿಕೆ, ಲಕ್ಷ್ಯ; 2. ಕಣ್ಣರಿಕೆ; 3. ವಿಧೇಯತ್ವ, ಆಚರಣೆ; 4. ಮಾತು, ಅಂದದ್ದು; *as*, that is a foolish o. ಇದು ಹುಚ್ಚು ಮಾತು; his o. is true ಅವನು ಅಂದದ್ದು ಖರೆ. Ob-ser'va-tor-y, *n.* ಜ್ಯೋತಿಷಶಾಲೆ, ಪ್ರೇಕ್ಷಾಗಾರ, ಕೋವರ, ವೇಧಶಾಲೆ. Ob-ser'ver, *n.* ಲಕ್ಷ್ಯವಿಟ್ಟು ನೋಡುವವ; 2. ಕೈಕೊಳ್ಳುವವ, ಆಚರಿಸುವವ.

Ob-sess', *v.t.r.* ಕಾಡು, ಬೇಸರಗೊಳಿಸು, ಅಂಡಲೆಯಿಸು. Ob-ses'sion, *n.* ಅಂಡಲೆ, ಮನೋದುಃಖ.

Ob-so-les'cent, *a.* ಪ್ರಯೋಗದಲ್ಲಿಲ್ಲದ.

Ob'so-lēte, *a.* ಬಳಿಕೆ ಇಲ್ಲದ, ರೂಢಿ ಇಲ್ಲದ, ರೂಢಿಗೆಟ್ಟ.

Ob'sta-cle, *n.* ಅಡ್ಡಿ, ಅಡ್ಡಿಸಡ್ಡಿ, ಅಡ್ಡಗಾಲು, ಎಡತಡೆ, ಎಡರು, ವಿಘ್ನ.

Ob'stet'ric, *a.* ಸೂಲಗಿತ್ತಿ ಕೆಲಸದ. Ob-ste-tri'cian (-tri'shan), Ob-stet'rix, *n.* ಸೂಲಗಿತ್ತಿ, ಪ್ರಸೂತ ಮಾಡಿಸುವ ವೈದ್ಯ. Ob-stet'rics, *n. pl.* ಸೂಲಗಿತ್ತಿ ಕೆಲಸ.

Ob'sti-na-cy, *n.* ಹಟ, ಛಲ, ಎಟ್ಟಿತನ, ಮುರಾಡ.

Ob'sti-nāte, *a.* ಮೊಂಡ (ಮಂಡ), ಹಟದ, ಛಲದ; 2. ಕಠಿಣ, ಯಾವುದಕ್ಕೂ ಮಣಿಯದ, —ಸರಿಯದ, —ಬೊಗ್ಗದ, ಅಡಮುಟ್ಟ (fever, *etc.*).

Ob-strep'er-ous, *a.* ಗದ್ದಲ ಮಾಡುವಂಥ, ರಗಳೆಯ, ಗೌಜಿಯ.

Ob-struct', *v.t.r.* ಅಡ್ಡಿ ಮಾಡು, ಅಡ್ಡಗಾಲು ಹಾಕು, ಅಡ್ಡಗಟ್ಟು, "ಅಟಕಾಯಿಸು". Ob-struc'tion, *n.* ಅಡ್ಡಿ, ಪ್ರತಿಬಂಧ, ವಿಘ್ನ. Ob-struc'tive, *a.* ಅಡ್ಡಗಟ್ಟುವ, ವಿಘ್ನಮಾಡುವ. Ob-struc'tive-ly, *ad.* ಅಡ್ಡಿಯಾಗಿ. Ob'stru-ent, *a.* ವಿಘ್ನಕಾರಕ.

Ob-tāin', *v. t. r.* ಹೊಂದು, ದೊರಕಿಸಿಕೊಳ್ಳು, ಸಂಪಾದಿಸಿಕೊಳ್ಳು; to o. one's wishes ಇಷ್ಟಾರ್ಥಸಿದ್ಧಿಯಾಗು. *v. i.* ಪ್ರಬಲವಾಗು, ಹಬ್ಬು, ಸಲ್ಲು. Ob-tāin'a-ble, *a.* ದೊರಕುವಂಥ, ಸಿಕ್ಕತಕ್ಕ, ಪ್ರಾಪ್ಯ. Ob-tain'ment, *n.* ಪ್ರಾಪಣೆ, ಪಡಕೊಳ್ಳುವಿಕೆ.

Ob-tend', *v. t. r.* ಎದುರಿರು, ಎದುರಾಗು.

Ob-trude', *v. t. r.* ಬೇಡವೆಂದರೂ ಕೊಡು, ಆಗ್ರಹಮಾಡಿ ಕೊಡು. *v. i.* ಕರೆಯದೆ ಹೋಗು, ಒಳನುಗ್ಗು. Ob-tru'der, *n.* ಆಗ್ರಹಮಾಡಿ ಕೊಡುವವ, ಆಗ್ರಹಮಾಡಿ ಬರುವವ, ಒಳನುಗ್ಗುವವ. Ob-tru'sion (-trū'zhun), *n.* ಕರೆಯದೆ ಹೋಗೋಣ, —ಬರೋಣ, ಆಗ್ರಹಮಾಡಿ ಕೊಡೋಣ. Ob-tru'sive, *a.* ಕರೆಯದೆ ಹೋಗುವ, ಕೈ ಹಾಕುವ, ದಾರ್ಷ್ಟೀಕ. Ob-tru'sive-ly, *ad.* ಆಗ್ರಹವಾಗಿ, ದಾರ್ಷ್ಟೀಕವಾಗಿ.

Ob-tund', *v. t. r.* ಮಂದ ಮಾಡು.

Ob'tūr-ate, *v. t. r.* ಮುಚ್ಚು.

Ob-tūse', *a.* ಮೊಂಡ, ಮೊನೆ ಇಲ್ಲದ; 2. (senses, wit) ಮಂದ; o. angle ವಿಶಾಲ ಕೋಣ. Ob-tūse'ness, *n.* ಮೊಂಡತನ, ಮಂದತೆ.

Ob'verse, *n.* ನಾಣ್ಯದ ಮುಖ್ಯ ಮುದ್ರೆ ಇರುವ ಮೇಲ್ಭಾಗ. *a.* ನಾಣ್ಯದ ಮೇಲ್ಭಾಗದ.

Ob'vi-āte, *v. t. r.* ಅಡ್ಡಗಟ್ಟು, ನಿವಾರಿಸು, ಪರಿಹರಿಸು, ತಪ್ಪಿಸು.

Ob'vi-ous, *a.* ಸ್ಪಷ್ಟ, ಕಣ್ಣಾರೆ ಕಾಣುವ, ಮೇಲೇ ತೇಲುವ, ನೀರಲ್ಲಿ ಎರೆದ ಎಣ್ಣೆಯಂತಿರುವ. Ob'vi-ous-ly, *ad.* ಸ್ಪಷ್ಟವಾಗಿ. Ob'vi-ous-ness, *n.* ಸ್ಪಷ್ಟತ್ವ.

Oc-cā'sion (-kā'zhun), *n.* (incident) ಸಂಭವಿಸುವಂಥಾದ್ದು, ಸಂಭವಿಸಿದ್ದು, ಆದದ್ದು; 2. (favourable opportunity) ವೇಳೆ, ಸಮಯ, ಪ್ರಸ್ತಾಪ, ಸಂದರ್ಭ, ಅನುವು; 3. (accidental cause) ಕಾರಣ; 4. (need) ಅಕ್ಕರೆ, ಪ್ರಯೋಜನ; 5. (urgent need) ಒತ್ತರ, ಅವಸರ; *as*, I have no occasion for it ಅದು ನನಗೆ ಅಕ್ಕರೆ ಇಲ್ಲ, —ನನಗೆ ಪ್ರಯೋಜನವಿಲ್ಲ, —ನನಗೆ ಬೇಕಾಗುವುದಿಲ್ಲ; on o. ಆಗಾಗ್ಗೆ, ವೇಳೆ ಬಂದಾಗ. *v. t. r.* ಕಾರಣವಾಗು *c. d.*, ನಿಮಿತ್ತವಾಗು *c. d.*; 2. ಹುಟ್ಟಿಸು. Oc-cā'sion-al, *a.* ಆಗಾಗ್ಗೆ ಬರುವ, ಪ್ರಸಂಗ ಬಿದ್ದಲ್ಲಿ ಆಗುವ, ನೈಮಿತ್ತಿಕ. Oc-cā'sion-al-ly, *ad.* ಆಗಾಗ್ಗೆ, ವೇಳೆ ಬಂದಾಗ, ಸಂದರ್ಭವಾದರೆ, ಬೇಕು ಬೇಕಾದಂತೆ.

Oc'ci-dent, *n.* ಪಶ್ಚಿಮ ದಿಕ್ಕು; 2. ಪಶ್ಚಿಮ ದೇಶಗಳು. Oc-ci-den'tal, *a.* ಪಶ್ಚಿಮದ, ಪಶ್ಚಿಮ ದಿಕ್ಕಿನ, ಪಾಶ್ಚಾತ್ಯ, ಪ್ರತೀಚೀನ; 2. ಹೊತ್ತು ಮುಣುಗಿದ ಮೇಲೆ ಅಸ್ತಮಾನವಾಗುವ (planets).

Oc'ci-put, *n.* ಹೆಡತಲೆ. Oc-cip'i-tal, *a.* ಹೆಡತಲೆಯ.

Oc-cult', *a.* ಕಾಣದ, ರಹಸ್ಯವಾದ, ಗುಪ್ತ.

Fāte, fat, fär, fall, what; mē, met, prey, hėr; pīne, pin, marïne, bïrd; nōte, not, möve, dove; tūne, tub, rude, pull; drȳ, body; fool, book; oil; boy; pound; now.

Oc-cul-tā'tiŏn, *n.* ಮರೆ; 2. *(astr.)* ತಾರಾಗ್ರಹಣ.

Oc'cū-pȳ, *v.t.r.* (-pīed) ಹಿಡಿ, ಹಿಡಿದಿರು, ಸ್ವಾಧೀನ ಮಾಡಿಕೊಳ್ಳು; o. one's self, be occupied ಕೆಲಸದಲ್ಲಿರು, ನಡಿಸು. Oc'cū-pan-cy, *n.* ಸ್ವಾಧೀನ ಮಾಡಿಕೊಂಡಿರುವುದು, "ವಹಿವಾಟು". Oc'cū-pant, Oc'cū-pī-ĕr, *n.* ಹಿಡಿದಿರುವವ, ಅನುಭವಿಸುವವ, ಒಕ್ಕಲಿರುವವ. Oc-cū-pā'tiŏn, *n.* ಸ್ವಾಧೀನ ಮಾಡಿಕೊಂಡಿರೋಣ; 2. ಉದ್ಯೋಗ, ಕೆಲಸ.

Oc-cur', *v.i.r.* (-curred', *pr.* -kĕrd') (be found) ಸಿಕ್ಕು, ದೊರಕು; 2. (happen) ಸಂಭವಿಸು; 3. (come to the mind) ಮನಸ್ಸಿಗೆ ಬರು, ಮನಸ್ಸಿಗೆ ತೋರು. Oc-cur'-rence, *n.* ಸಂಗತಿ, ಸಂಭವ, ಸಂದರ್ಭ.

Ō'cean (ō'shan), *n.* ಸಮುದ್ರ, ಸಾಗರ, ಕಡಲು. *a.* ಸಮುದ್ರದ. Ō-ce-an'ic (-she-), *a.* ಸಮುದ್ರದ.

Ō'chre (ō'kĕr), *n.*, red o. ಕಾವಿಮಣ್ಣು, ಸೊನ್ನೆಕಾವಿ (ಕ್ಯಾವಿ), "ಹುರುಮಂಜ"; yellow o. ಗೋಪಿಚಂದನ. Ō'chre-ŏus, *a.* ಬಣ್ಣದ ಮಣ್ಣಿನ.

Och'rō, *n.*, *see* Okra.

Oc'ta-gon, *n.* ಎಂಟು ಮೂಲೆ, ಅಷ್ಟಕೋಣ. Oc-tag'o-nal, *a.* ಅಷ್ಟಕೋಣದ.

Oc-tañ'gū-lar (-lĕr), *a.* ಅಷ್ಟಕೋಣದ.

Oc'tāve, *n.* *(mus.)* ಅಷ್ಟಮಸ್ವರ. *a.* ಎಂಟನೆ.

Oc-tā'vō, *n.* ಎಂಟು ಪಾನು ಆಗುವಂತೆ ಮಡಚಿದ ಹಾಳೆ, ಅಷ್ಟಪತ್ರಿ ಕಾಗದ, —ಪುಸ್ತಕ (*abbr.* 8vo.).

Oc-ten'nial, *a.* ಎಂಟು ವರ್ಷಕ್ಕೊಮ್ಮೆ.

Oc-tō'bĕr, *n.* ಪಾಶ್ಚಾತ್ಯ ಕಾಲಗಣನೆಯಲ್ಲಿ ಹತ್ತನೇ ತಿಂಗಳು.

Oc-to-ġe-nā'ri-an, *n.* ಎಂಬತ್ತು ವರ್ಷದವ. Oc-toġ'en-ar-y, *a.* ಎಂಬತ್ತು ವರ್ಷದ.

Oc-to-pet'a-lŏus, *a.* ಅಷ್ಟದಳದ.

Oc-troi' (ok-trwä'), *n.* ಸುಂಕ, ತೆರಿಗೆ.

Oc'tū-ple, *a.* ಎಂಟರಷ್ಟು.

Oc'ū-lar, *a.* ಕಣ್ಣಿನ; 2. ಪ್ರತ್ಯಕ್ಷದ, ಕಣ್ಣಾರೆ ಕಾಣುವ. Oc'ū-lar-ly, *ad.* ಕಣ್ಣಾರೆ, ಕಣ್ಣಿಂದ. Oc'ū-list, *n.* ನೇತ್ರವೈದ್ಯ.

Odd, *a.* ಉಳಿದ, ಚಿಲ್ಲರೆ; 2. *(arith.)* ವಿಷಮ, ಬೆಸಿ (ಬೆಸ); 3. (peculiar) ಅಪರೂಪ ತರದ, ವಿಲಕ್ಷಣ. Od'di-ty, *n.* ನೂತನ, ಕೌತುಕ, ವಿಲಕ್ಷಣ. Odd'ly, *ad.* ಒಂದು ತರವಾಗಿ, ವಿಲಕ್ಷಣವಾಗಿ. Odd'ness, *n.* ವಿಪರೀತ, ವಿಚಿತ್ರ. Odd§, *n. pl.* ಹೆಚ್ಚುಕಡಿಮೆ, ಹೆಚ್ಚಿನ ಬಲ; o. and ends ತುಕಡಿಪಕಡಿ; at o. ಹೆಚ್ಚುಕಡಿಮೆಯಲ್ಲಿ; a game at o. and evens ಸರಿಬೆಸಿಯಾಟ.

Ōde (ōd), *n.* ಗಂಭೀರ ಪದ, ಗೀತ.

Ō'di-ŏus, *a.* ಅಸಹ್ಯ. Ō'di-ŏus-ly, *ad.* ಅಸಹ್ಯವಾಗಿ. Ō'di-ŏus-ness, *n.* ಅಸಹ್ಯತೆ. Ō'di-um, *n.* ಅಸಹ್ಯ, ದ್ವೇಷ.

Ō'dŏur, *n.* ವಾಸನೆ, ಗಂಧ; be in bad o. ದುಷ್ಕೀರ್ತಿ ಪಡೆ. Ō-dŏr-if'ĕr-ŏus, *a.* ಸುವಾಸನೆಯುಳ್ಳ, ಸುಗಂಧದ. Ō-dŏr-if'ĕr-ŏus-ly, *ad.* ಸುವಾಸನೆಯಾಗಿ, ಸುಗಂಧವಾಗಿ. Ō'dŏr-ŏus, *a.* ಪರಿಮಳವುಳ್ಳ, ಸುಗಂಧದ. Ō'dŏr-ŏus-ly, *ad.* ಸುಗಂಧವಾಗಿ.

Œc-o-nom'i-cal, *a.*, *see* Economical.

Œ-con'o-my, *n.*, *see* Economy.

Ō'er (ōr), *abbr. from* Over.

Of (ov), *prep.* (origin, cause, agent, distance) ...ಇಂದ; *as*, the son that shall be born of you ನಿನ್ನಿಂದ ಹುಟ್ಟುವ ಮಗ; a descendant of kings ಅರಸರಿಂದ ಹುಟ್ಟಿದವ; it is of the Lord's mercies that we are not consumed ನಾವು ಉಳಿದದ್ದು ಕರ್ತನ ದಯದಿಂದಾಯಿತು; he was glorified of all ಎಲ್ಲರಿಂದ ಹೊಗಳಿಸಿಕೊಂಡ; within a league of the town ಊರಿಂದ ಒಂದು ಹರದಾರಿ ದೂರ; 2. (possession, material, relation of place or time) ...ಅ (ಷಷ್ಠೀವಿಭಕ್ತಿ); *as*, a man of courage ಧೈರ್ಯದವ; the power of the king ಅರಸನ ಅಧಿಕಾರ; a ring of gold ಬಂಗಾರದ ಉಂಗುರ; people of ancient times ಪೂರ್ವಕಾಲದ ಜನರು; an inhabitant of Hubli ಹುಬ್ಬಳ್ಳಿಯವ; 3. (motive, moving power) ...ಕ್ಕೆ ...ಇಂದ; *as*, they went of their own accord ತಮ್ಮಷ್ಟಕ್ಕೆ ತಾವೇ ಹೋದರು; nothing can move of itself ತನ್ನಷ್ಟಕ್ಕೆ ತಾನೇ ಯಾವ ವಸ್ತುವಾದರೂ ಮಿಸುಕಾಡಲಾರದು, ತನ್ನಿಂದ ತಾನೇ ಯಾವದೂ—; 4. (part of an aggregate) ...ಲ್ಲಿ; *as*, some of us ನಮ್ಮಲ್ಲಿ ಕೆಲವರು; 5. (identity) ...ಎಂಬ; *as*, the city of Bombay ಮುಂಬಯಿ ಎಂಬ ಪಟ್ಟಣ, ಮುಂಬಯಿ ಪಟ್ಟಣ; the continent of Africa ಆಫ್ರಿಕ ಖಂಡ; of late ಇತ್ತಲಾಗಿ; of old ಪೂರ್ವದಲ್ಲಿ.

Off, *a.* ಅತ್ತಕಡೆಯ, ಆಚೆಯ. *ad.* (distance)

ದೂರ; *as*, a league o. ಒಂದು ಹರದಾರಿ ದೂರ; 2. (removing); *as*, take o. ತೆಗೆ; cut o. ಕಡಿದುಬಿಡು; peel o. ಸುಲಿದು ಬಿಡು; 3. (departure) go o. ಹೋಗಿಬಿಡು; 4. (direction away from) ಅತ್ತಕಡೆ; from o. ...ಇಂದ; o.-hand ಸಿದ್ಧ ಮಾಡಿಕೊಳ್ಳದೆ; o. and on ಒಂದು ಹೋಗಿ; be o. ಬಿಟ್ಟುಕೊಡು; come o. ತಪ್ಪಿಸಿಕೊಳ್ಳು, ಆಗು; get o. ಇಳಿ, ತಪ್ಪಿಸಿಕೊಳ್ಳು; go o. ಬಿಟ್ಟು ಹೋಗು, ಹಾರು; well o. ಪಾಡು, ನೆಟ್ಟಗೆ; ill o., badly o. ಸ್ಥಿತಿ ನೆಟ್ಟಗಿಲ್ಲ, ಕಷ್ಟದಲ್ಲಿ. *prep.* ಹೊರಗೆ, ಬಿಟ್ಟು, ಎದುರು; o. the road ಒತ್ತಟ್ಟು.

Off, *int.* ನಡೆ, ಹೋಗು; 2. ನಡೆಯೊ, ಹೋಗೊ.

Of'fal, *n.* ಎಂಜಲು; 2. ಕೊಳಕ ಮಾಂಸ.

Of-fend', *v. t. r.* ಸಿಟ್ಟಿಗೆಬ್ಬಿಸು, ವಿಕಲ್ಪಗೊಳಿಸು, ಆತಂಕಗೊಳಿಸು, ವಿರಸಪಡಿಸು; 2. (annoy) ನೋವು ಕೊಡು *c. d.*, ಕಾಡು, ಕೇಡು ಮಾಡು *c. d.*; 3. ಪಾಪದಲ್ಲಿ ಬೀಳಿಸು, ಅಡ್ಡಿ ಮಾಡು *c. d.*; *pass.* ಬಿಗಡಾಯಿಸು. *v. i. r.* ತಪ್ಪು, ಪಾಪ ಮಾಡು, ಅಪ್ಪಣೆ ಮೀರು. Of'fence', *n.* ಅಪರಾಧ, ತಪ್ಪು; take o. ಬಿಗಡಾಯಿಸು, ವಿರಸಮಾಡಿಕೊಳ್ಳು. Of-fence'less, *a.* ನಿರಪರಾಧವಾದ, ತಪ್ಪಿಲ್ಲದ. Of-fend'ĕr, *n.* ಅಪರಾಧಿ, ತಪ್ಪುಗಾರ. Of-fen'sive, *a.* (displeasing) ಬೇಸರಗೊಳಿಸುವ, ಬೇಸರ ಕೊಡುವ; 2. (disagreeable) ಅಸಹ್ಯಕರ, ಕೆಟ್ಟ; 3. (injurious) ಕೆಡಕ; 4. (used in attack, as weapons) ಹೊಡೆಯುವ; o. weapons ಶಸ್ತ್ರಾಸ್ತ್ರಗಳು; 5. (invading, as war) ಅಭಿಯೋಗದ, ಕಾಲು ಕೆದರಿ ಮಾಡುವ. Of-fen'sive-ly, *ad.* ಬೇಸರಗೊಳಿಸುವಂತೆ; 2. ಅಸಹ್ಯಕರವಾಗಿ; 3. ಕೆಡಕಾಗಿ.

Of'fĕr, *n.* ಮುಂದಿಡುವುದು, ನಿವೇದನೆ, ಕೊಡುತ್ತೇನನ್ನೋಣ, ಮಾಡುತ್ತೇನನ್ನೋಣ; 2. ಕಾಣಿಕೆ. *v. t. r.* ಮುಂದಿಡು; 2. (propose) ಕೊಡುತ್ತೇನನ್ನು; 3. (attempt) ಯತ್ನ ಮಾಡು, ಕಂಡು ನೋಡು; 4. (to present, sacrifice) ಕೊಡು, ಅರ್ಪಿಸು, ಸಮರ್ಪಿಸು; 5. (bid) ಕೊಡುತ್ತೇನನ್ನು, ಬೇಡು; *as*, he offered fifty rupees for the horse ಆ ಕುದುರೆ ಐವತ್ತು ರೂಪಾಯಿಗೆ ಬೇಡಿದ; o. violence ಬಲಾತ್ಕಾರ ಮಾಡು. *v. i.* ಒದಗಿ ಬರು; 2. ಸಿದ್ಧವಾಗಿರು; 3. ಯತ್ನ ಮಾಡು, ನೋಡು; he offered to go ಹೋಗುತ್ತೇನೆಂದ. Of'fĕr-ĕr, *n.* ಅರ್ಪಿಸುವವ, ಕೊಡುತ್ತೇನನ್ನುವವ. Of'fĕr-iṅg, *n.* ಕಾಣಿಕೆ, ಮುಡುಪು; (of food) ನೈವೇದ್ಯ; offerings to deities and manes ಹವ್ಯಕವ್ಯ; 2. (bloody o.) ಬಲಿ, ಯಜ್ಞ. Of'fĕr-tŏr-y, *n.* (*Eng. ch.*) ಜನರು ಕಾಣಿಕೆ ಕೊಡುವಾಗ ಓದುವ ಪಾರಾಯಣ.

Off'hand, *a.* & *ad.* ಸಿದ್ಧಮಾಡಿಕೊಳ್ಳದ.

Of'fice (of'is), *n.* ಉದ್ಯೋಗ, ಕೆಲಸ, ಧರ್ಮ; 2. "ಕಚೇರಿ", "ಆಫೀಸು"; kind offices ಉಪಕಾರ. *pl.* ಪಾಠಶಾಲೆ ಮುಂತಾದ ಕಟ್ಟಡಗಳು. Of'fice-beār-ĕr, *n.* ಕಾರ್ಯಸ್ಥ. Of'fi-cĕr, *n.* ಉದ್ಯೋಗಸ್ಥ, "ಕಾಮದಾರ", "ಹುದ್ದೆದಾರ"; military o. ದಂಡಿನ "ಸರದಾರ", "ಫೌಜನ"—. Of-fi'cial (-fish'al), *a.* ಉದ್ಯೋಗದ, "ಸರಕಾರ" ಸಂಬಂಧದ; o. order "ದಫ್ತರಿ ಹುಕುಮು", "ಪರವಾನಾ". *n.* ಉದ್ಯೋಗಸ್ಥ. Of-fi'cial-ly (-fish'al-), *ad.* "ಸರಕಾರ"ದಿಂದ, ಉದ್ಯೋಗಪರತ್ವದಿಂದ, ಅಧಿಕಾರದಿಂದ. Of-fi'ci-āte (-fish'i-), *v. t. r.* ಅಧಿಕಾರ ನಡಿಸು, ಕೆಲಸ ನಡಿಸು; 2. ಬದಲೀ ಕೆಲಸ ನೋಡು. Of-fi-ci-ā'tŏr, *n.* ಕೆಲಸ ನಡಿಸುವವ.

Of-fi'ciŏus (-fish'us), *a.* (ಅಧಿಕ) ಉಪಕಾರಿಯಾದ; 2. ಅಧಿಕಪ್ರಸಂಗಿಯಾದ, ತೊಂದರೆಯ. Of-fi'ciŏus-ly, *ad.* ಉಪಕಾರವಾಗಿ; 2. ತೊಂದರೆಯಾಗಿ, ಅಧಿಕಪ್ರಸಂಗಿಯಾಗಿ.

Of'fiṅg, *n.* ದಡಕ್ಕೆ ದೂರವಾದ ಸಮುದ್ರ.

Off'scour-iṅg, *n.* ಕಸ, ಎಂಜಲು.

Off'set, *n.* ಚಿಗುರು; 2. ಈಡು; 3. (*surv.*) ಶಾಖೆ, ಲಂಬಾಂತರ.

Off'shoot, *n.* ಕೊಂಗೆ, ಶಾಖೆ.

Off'spriṅg, *n.* ಸಂತಾನ, ಸಂತತಿ, ಮಕ್ಕಳು.

Oft, Of'ten (of'fn), Of'ten-times, Oft'-tīmes, *ad.* "ಬಾರಿಬಾರಿಗೆ," ಅನೇಕಾವರ್ತಿ, ಆಗಾಗ್ಗೆ, ಪದೇಪದೇ.

Ō'gle, *v. t. r.* ಓರೆಕಣ್ಣಿನಿಂದ ನೋಡು, ಕಡೆಗಣ್ಣಿನಿಂದ ಕಾಣು. *n.* ಓರೆನೋಟ, ಕಡೆಗಣ್ಣನೋಟ, ಕಟಾಕ್ಷದೃಷ್ಟಿ. Ō'gliṅg, *n.* ಕಡೆಗಣ್ಣಿನಿಂದ ನೋಡುವುದು.

Ō'gre (o'gĕr), *n.* ರಾಕ್ಷಸ. Ō'gress, *n. fem.* ರಾಕ್ಷಸಿ.

Ōh, *int. see* O.

Oil, *n.* ಎಣ್ಣೆ, ತೈಲ. *v. t. r.* ಎಣ್ಣೇಹಚ್ಚು *c. d.* Oil'cāke, *n.* ಹಿಂಡಿ. Oil'cloth, *n.* ಮೇಣವಸ್ತ್ರ, "ಮೇಣಕಪಡ". Oil'i-ness, *n.* ಜಿಡ್ಡು, ತೈಲಮಯ. Oil'man, *n.* ಗಾಣಿಗ, ಎಣ್ಣೆ

ಮಾರುವವ. Oil'mill, Oil'press, *n.* ಗಾಣ. Oil'shop, *n.* ಎಣ್ಣೇ ಅಂಗಡಿ. Oil'skin, *n.* ನೀರು ತಾಗದ ಬಟ್ಟೆ. Oil'y, *n.* ಎಣ್ಣೆ ತುಂಬಿದ, ಎಣ್ಣೆಯಂಥಾ, ತೈಲಮಯ; an o. tongue ಬಾಳೆಯೆಲೆಗೆ ತುಪ್ಪ ತೊಡೆದಂತೆ ನುಣ್ಣಗೆ ಆಡುವವ.

Oil'-trēe, *n.* *(Calophyllum spurium, Chois.)* ಕಿರಿಹೊನ್ನೇ ಮರ.

Oint'ment, *n.* ಲೇಪನ, "ಮುಲಾಮು", ತೈಲ.

Ō'kra, *n.* esculent o. *(Hibiscus esculentus, L.)* ಬೆಂಡೇಕಾಯಿ.

Ōld, *a.* ಹಳೇ, ಮುದಿ, ಪ್ರಾಯಹೋದ; 2. ಪ್ರಾಚೀನ; o.-fashioned ಹಳೆ ತರದ; an o. man ಮುದುಕ, ಮುದಿ ಜೀವ, ಹಳಬ, ಜಬ್ಬು; a very o. man ಮುಪ್ಪಿನ ಮುದುಕ; an o. woman ಮುದುಕಿ; an o. cat ಮುದಿ ಬೆಕ್ಕು; a year o. ಒಂದು ವರ್ಷದ; of o. ಮುಂಚೆ, ಪೂರ್ವದಲ್ಲಿ; o. age ಮುಪ್ಪು, ವೃದ್ಧಾಪ್ಯ, ವಾರ್ಧಿಕ್ಯ; young and o. ಆಬಾಲವೃದ್ಧರು. Ōld'en, *a.* ಹಳೇ, ಪ್ರಾಚೀನ. Ōld'ness, *n.* ಹಳೇದು, ಮುಪ್ಪು.

Ō-le-aġ'i-nŏus, *a.* ಜಿಡ್ಡಿನ, ಎಣ್ಣೆಯ, ಸ್ನಿಗ್ಧ.

Ō-le-an'dĕr, *n.* *(Nerium odorum, Soland.)* ಕಣಿಗಲು, ಗಣಿಗಲು, ಕಣಗಿಲೆ, ಕರವೀರ, ಅಶ್ವಮಾರ, ಪದ್ಮಳಿ.

Ol-fac'tŏr-y, *a.* ಘ್ರಾಣೇಂದ್ರಿಯದ. *n.* ಘ್ರಾಣೇಂದ್ರಿಯ.

O-lib'a-num, *n.* "ಲೋಬಾನ", ಸೀಮೆ ಸಾಂಬ್ರಾಣಿ.

Ol'i-gär-chy (-ki), *n.* ಸ್ವಲ್ಪಜನಪ್ರಭುತ್ವ.

O'lio, *n.* ಕಲಬೆರಿಕೆ; 2. ಕಲಬೆರಿಕೆ ಮೇಲೋಗರ.

Ol'ive, *n.* "ಒಲೀವ" ಮರ, ಜೀತವೃಕ್ಷ; 2. "ಒಲೀವ" ಹಣ್ಣು, ಜೀತಫಲ; o. branch ಯುದ್ಧದಲ್ಲಿ ಸಮಾಧಾನವೆಂಬುವುದಕ್ಕೆ ಚಿಹ್ನೆಯಾಗಿ ಹಿಡಿಯುವ ಈ ಮರದ ರೆಂಬೆ; o. green ತಮಾಲವರ್ಣ; wild o. *(Putranjiva Roxburghii, Wall.)* ಪುತ್ರಂಜೀವ.

Ō-lym'pi-ad, *n.* (ಗ್ರೀಕರಲ್ಲಿ) ನಾಲ್ಕು ವರ್ಷದ ಪರ್ಯಾಯ.

Ō'me-ga, *n.* ಓಕಾರ, ಗ್ರೀಕ ವರ್ಣಮಾಲೆಯ ಕಡೇ ಅಕ್ಷರ; 2. ಅಂತ್ಯ.

Om'e-let, *n.* ಒಂದು ತರದ ದೋಸೆ.

Ō'men, *n.* ಶಕುನ, ಚಿಹ್ನೆ. *v. t. r.* ಶಕುನ ಹೇಳು; 2. ಸೂಚಿಸು. Ō'mened (-mend), *a.* ಶಕುನವುಳ್ಳ.

Ō-men'tum, *n.* ಕರುಳ ಪರೆ, ಅಂತರವೇಷ್ಟನ.

Om'i-nŏus, *a.* ಶಕುನದ; 2. ಶುಭ; 3. ಅಶುಭ. Om'i-nŏus-ly, *ad.* ಅಶುಭವಾಗಿ, ಅಪಶಕುನವಾಗಿ; 2. ಶುಭವಾಗಿ, ಶುಭಶಕುನವಾಗಿ.

Ō-mit', *v. t. r.* ಬಿಡು, ಬಿಟ್ಟುಬಿಡು; he omitted to write ಅವನು ಬರೆಯಲಿಲ್ಲ. Ō-mis'siŏn (-mish'un), *n.* ಬಿಡೋಣ, ವಿಲೋಪ; 2. ಬಿಟ್ಟದ್ದು.

Om'ni-bus, *n.* ಅನೇಕ ಮಂದಿ ಕೂತುಕೊಳ್ಳುವ ದೊಡ್ಡ ಬಾಡಿಗೆ ಬಂಡಿ.

Om-ni-fā'ri-ŏus, *a.* ನಾನಾ ವಿಧದ, ಹಲವು ಬಗೆಯ.

Om-nip'o-tence, -ten-cy, *n.* ಸರ್ವತ್ರಾಣ, ಸರ್ವಶಕ್ತಿ. Om-nip'o-tent, *a.* ಸರ್ವತ್ರಾಣಿಯಾದ, ಸರ್ವಶಕ್ತ; the O. ದೇವರು. Om-nip'o-tent-ly, *ad.* ಸರ್ವತ್ರಾಣಿಯಾಗಿ.

Om-ni-preṣ'ence, *n.* ಸರ್ವವ್ಯಾಪಕತ್ವ. Om-ni-preṣ'ent, *a.* ಸರ್ವವ್ಯಾಪಿ, ಸರ್ವಗತ.

Om-nis'ci-ence (-nish'i-ens), *n.* ಸರ್ವಜ್ಞಾನ, ಸರ್ವಜ್ಞತೆ. Om-nis'ci-ent (-nish'i-ent), *a.* ಸರ್ವಜ್ಞ, ಸರ್ವಸಾಕ್ಷಿ, ತ್ರಿಕಾಲಜ್ಞ.

Om'ni-um-gath'ĕr-um, *n.* ಹಲವಂಗ ಜನರ ಅಥವಾ ವಸ್ತುಗಳ ರಾಶಿ, —ಸಮೂಹ.

Om-niv'ŏr-ŏus, *a.* ಸಸ್ಯಮಾಂಸಾದಿ ತಿಂದು ಬದುಕುವ, ಸರ್ವಾಹಾರಿ.

On, *prep.* (at the surface of, upon the banks of) ಮೇಲೆ; *as*, my book is on the table ನನ್ನ ಪುಸ್ತಕ "ಮೇಜಿನ" ಮೇಲೆ ಅದೆ; Benares lies on the Ganges ಕಾಶಿಪಟ್ಟಣವು ಗಂಗಾನದಿಯ ಮೇಲಿರುತ್ತದೆ; 2. (towards the surface) ...ಗೆ, ...ಕ್ಕೆ; *as*, he fell on the ground ನೆಲಕ್ಕೆ ಬಿದ್ದ; he put a ring on my finger ನನ್ನ ಬೆರಳಿಗೆ ಒಂದು ಉಂಗುರ ಹಾಕಿದ, — —ಒಂದು ಉಂಗುರ ಇಟ್ಟ; 3. (by means of, with), *as*, to play on the guitar ವೀಣೆ ಬಾರಿಸು; to go on foot ಕಾಲ್ನಡೆಯಾಗಿ ಹೋಗು; to go on horseback ಕುದುರೆಯ ಮೇಲೆ ಹೋಗು; 4. (in addition to), *as*, heaps on heaps ರಾಶಿರಾಶಿ; loss on loss ನಷ್ಟದ ಮೇಲೆ ನಷ್ಟ, ನಷ್ಟವೇ ನಷ್ಟ; 5. (at, near) ...ಲ್ಲಿ; *as*, on the one hand ಒಂದು ಕಡೆಯಲ್ಲಿ, —ಪಕ್ಷದಲ್ಲಿ; on either side ಉಭಯ ಕಡೆಯಲ್ಲಿ; 6. (in dependence or reliance on), *as*, he lives entirely on milk ಹಾಲಿನ ಮೇಲೆ ಜೀವಾ ಹಿಡಕೊಂಡಿರುತ್ತಾನೆ; I put my trust on you ನಿಮ್ಮಲ್ಲಿ ಭರವಸವಿಡುತ್ತೇನೆ, ನಿಮ್ಮ ಮೇಲೆ—; on these conditions ಈ ಪ್ರಕಾರ

ಮಾಡಿದರೆ, ಈ "ಶರತುಗಳ" ಮೇಲಿಂದ; on purpose ಬೇಕಾಗಿ; 7. (at the time of) ...ಲ್ಲಿ, ...ಕ್ಕೆ, *or crude form; as*, he came on Monday ಸೋಮವಾರ ದಿನ ಬಂದ, ಸೋಮವಾರಕ್ಕೆ—; on this occasion ಈ ಸಮಯದಲ್ಲಿ, ಈ ಸಮಯಕ್ಕೆ, ಈ ಸಮಯ; 8. (toward, for) ..ಗೆ, ..ಮೇಲೆ; *as*, have compassion on me ನನಗೆ ಅಂತಃಕರಣ ಮಾಡಿರಿ, ನಿಮ್ಮ ಅಂತಃಕರಣ ನನ್ನ ಮೇಲೆ ಇರಲಿ; 9. (with the pledge of), *as*, on my word, on my honour I shall go ನಾನು ಹೋಗುತ್ತೇನೆ, ನಾನು ಹೋಗುವುದು ನಿಜ ಸುಳ್ಳಲ್ಲ; 10. (to the account of) ...ಮೇಲೆ, ...ಕಡೆ; *as*, on me is all the blame ತಪ್ಪೆಲ್ಲ ನನ್ನ ಮೇಲೆ ಅದೆ, —ನನ್ನ ಕಡೆ ಅದೆ; 11. (in consequence of) ಮೇಲೆ, ಅನಂತರ; *as*, on his arrival ಅವನು ಬಂದ ಮೇಲೆ, —ಬಂದನಂತರ; on account of ...ಸಲುವಾಗಿ, ...ಓಸ್ಕರ, ...ದೆಸೆಯಿಂದ; on a sudden ಫಕ್ಕನೆ, ಒಮ್ಮಿಂದೊಮ್ಮೆ; on fire ಬೆಂಕಿ ಹತ್ತಿ, ಸಿಟ್ಟಾಗಿ; on high ಮೇಲೆ, ಪರಲೋಕದಲ್ಲಿ; on the alert ಎಚ್ಚರಾಗಿ, "ಹುಷಾರಾಗಿ"; on the way ದಾರಿಯಲ್ಲಿ ಬರುತ್ತಾ, ಹೋಗುತ್ತಾ; on the wing ಹಾರುತ್ತಾ, ಹೋಗುತ್ತಾ.

On, *ad.* (forward, in progression) ಮುಂದೆ, ಮುಂದಕ್ಕೆ; *as*, to go on ಮುಂದಕ್ಕೆ ಹೋಗು, ಸಾಗು; go on ನಡೆ ನಡೆ, ನಡಿಸು; 2. (forward, in succession), *as, in the phrase:* and so on ಮುಂತಾದ್ದು, ಮೊದಲಾದುವುಗಳು, ಆದಿ ಇತ್ಯಾದಿ; *as*, trees, creepers, flowers and so on ಮರ ಬಳ್ಳಿ ಹೂವು ಮೊದಲಾದುವುಗಳು, ತರು ಲತೆ ಪುಷ್ಪಾದಿಗಳು; 3. (in continuance), *as*, sing on ಹಾಡಿಕೊಂಡಿರು; write on ಮುಂದೆ ಬರಿ; 4. (attached to the body), *as*, I had my clothes on ನನ್ನ ಅರಿವೆ (ವಸ್ತ್ರ) ಹಾಕಿಕೊಂಡಿದ್ದೆ, —ವಸ್ತ್ರ ಧರಿಸಿಕೊಂಡಿದ್ದೆ; put on (clothes, etc.) ನಿನ್ನ ಅಂಗೀ ತೊಟ್ಟುಕೊ, ನಿನ್ನ ದೋತ್ರಾ ಉಟ್ಟುಕೊ, ನಿನ್ನ ರುಮಾಲು ಸುತ್ತಿಕೊ, ನಿನ್ನ ಜೋಡು ಮೆಟ್ಟಿಕೊ, ನಿನ್ನ ಕತ್ತೀ ಕಟ್ಟಿಕೊ.

Once (wuns), *ad.* ಒಮ್ಮೆ, ಒಂದು ಸಾರಿ; 2. ಮುಂಚೆ, ಪೂರ್ವದಲ್ಲಿ; 3. ಎಂದಾದರೂ; at o. ಕೂಡಲೆ, ಸಂಗಡಲೆ, ಈಗಲೆ; (all together) ಒಮ್ಮೆಗೆ, ಕೂಡಾ; all at o. ಒಮ್ಮಿಂದೊಮ್ಮೆ, ಫಕ್ಕನೆ, "ಏಕದಮ್"; but o. ಒಂದು ಸಾರಿಯಾದರೂ, ಒಮ್ಮೆಯಾದರೂ; o. again ಇನ್ನೊಂದು ಸಾರಿ, ಇನ್ನೊಮ್ಮೆ; o. and again ಒಮ್ಮಿಂದೊಮ್ಮೆ, ಆಗಾಗ್ಗೆ; o. for all ಎಲ್ಲಾದಕ್ಕೆ ಇದೇ ಕಡೇ ಸಾರಿ, —ಇದೇ ಕಡೆಕಟ್ಟಾಗಿ; o. or twice ಒಂದೆರಡು ಸಾರಿ; this o. ಇದೊಂದು ಸಾರಿ; o. in a way ಎಲ್ಲಾದರೂ ಒಂದು ಸಾರಿ.

On dit, n. ವದಂತಿ.

One (wun), *a.* ಒಬ್ಬ ಒಂದು; (when emphatic) ಒಬ್ಬನೇ, ಒಂದೇ; one person (male) ಒಬ್ಬನೇ, (female) ಒಬ್ಬಳೇ, ಒಬ್ಬಾಕೆ; o. or two ಒಂದೆರಡು, ಒಬ್ಬಿಬ್ಬರು; 2. *correlative adjective pointing out a contrast, as*, to say is one thing, to do is another ಹೇಳುವುದು ಬೇರೆ, ಮಾಡುವುದು ಬೇರೆ; one way or other ಒಂದಿಲ್ಲ ಒಂದು ರೀತಿ; 3. *indefinite adjective or pronoun, as*, I am the sister of one Claudio ನಾನು ಕ್ಲಾದಿಯ ಎಂಬವನೊಬ್ಬನ ತಂಗಿ; one of my sons ನನ್ನ ಮಗನೊಬ್ಬನು, ನನ್ನ ಮಕ್ಕಳಲ್ಲಿ ಒಬ್ಬನು; if one is sick. one cannot work ಅಸ್ವಸ್ಥನಾಗಿದ್ದರೆ ಕೆಲಸ ಮಾಡಲಿಕ್ಕಾಗುವದಿಲ್ಲ; one's ತನ್ನ; one should never grieve one's mother ತನ್ನ ತಾಯಿಗೆ ದುಃಖ ಕೊಡಬಾರದು; any one ಯಾರಾದರೂ; some one ಒಬ್ಬನು, ಯಾರಾದರೂ; no one ಯಾರೂ ಇಲ್ಲ, ಯಾರಿಲ್ಲ; no one spoke ಯಾರೂ ಮಾತಾಡಲಿಲ್ಲ; every one ಎಲ್ಲರು, ಪ್ರತಿ ಒಬ್ಬನು; such a one ಇಂಥವನು; young one ಚಿಕ್ಕವ, ಮರಿ; little one ಚಿಕ್ಕವ, ಸಣ್ಣದು; ones ಅವರು, ಅವುಗಳು, *as*, little ones ಚಿಕ್ಕವರು, ಮಕ್ಕಳುಮರಿ; great ones ದೊಡ್ಡವರು; I for one ನಾನಂತೂ; I for one am glad ನನಗಂತೂ ಸಂತೋಷವಾಗಿದೆ, one by one ಒಂದರಿಂದೊಂದು, ಒಬ್ಬನ ಮೇಲೊಬ್ಬನು, ಒಬ್ಬರ ಹಿಂದೊಬ್ಬರು; one another ಒಬ್ಬರನ್ನೊಬ್ಬರು, ಒಬ್ಬರಿಗೊಬ್ಬರು, *as*, they love one another ಒಬ್ಬರಿಗೊಬ್ಬರು ಪ್ರೀತಿ ಮಾಡುತ್ತಾರೆ, ಒಬ್ಬರನ್ನೊಬ್ಬರು ಸ್ನೇಹಿಸುತ್ತಾರೆ; *sometimes rendered with* ಆಡು, *as*, they fought with one another ಕಾದಾಡಿದರು; one's self ತಾನು, ತನ್ನನ್ನು; dress one's self "ಪೋಷಾಕ" ಹಾಕಿಕೊಳ್ಳು; hurt one's self ಗಾಯ ಮಾಡಿಕೊಳ್ಳು; 4. (united) ಒಂದೇ; they are all one ಅವರೆಲ್ಲರು ಒಂದೇ; at one ಒಂದೇ, ಒಂದಾಗಿ, ಒಕ್ಕಟ್ಟು, *as*, the brothers are at one ಈ ತಣ್ಣತಮ್ಮಂದಿರು ಒಂದಾಗಿದ್ದಾರೆ, —ಒಕ್ಕಟ್ಟಾಗಿದ್ದಾರೆ; 5. (the same) ಒಂದೇ, ಒಂದೇ ತರ; they had all one dress ಎಲ್ಲರಿಗೆ ಒಂದೇ ತರದ ಅರಿವೆ ಇತ್ತು, ಅವರ ಅರಿವೆ ಎಲ್ಲಾ ಒಂದೇ ಇತ್ತು; it is all one to me ನನಗೆಲ್ಲಾ ಒಂದೇ. Ŏne'ness (wun'nes), *n.* ಐಕ್ಯ, ಏಕತ್ವ. Ŏne'-sīd-ed, *a.* ಪಕ್ಷಪಾತದ.

O-nei'ro-man-cy, *n.* ಸ್ವಪ್ನಫಲ ಹೇಳೋಣ. O-nei-ro-crit'ic, *n.* ಸ್ವಪ್ನಫಲ ಹೇಳುವವ.

On'ĕr-ŏus, *a.* ಭಾರವಾದ, ಕಷ್ಟದ.

On'gō-iṅg, *n.* ಮುಂದುವರಿಯುವುದು, ಸಂಭವ.

Ŏn'iŏn (un'yun), *n.* *(Allium cepa, L.)* ನೀರುಳ್ಳಿ, ಈರುಳ್ಳಿ *(My.)*, ಉಳ್ಳೀಗಡ್ಡೆ.

On'lo͝ok-ĕr, *n.* ನೋಡುವವ.

Ōn'ly, *a.* ಒಬ್ಬನೇ, ಒಂದೇ; an o. son ಒಬ್ಬನೇ ಮಗ. *ad.* ಮಾತ್ರ. *as*, the king o. may do this ಅರಸು ಮಾತ್ರ ಇದನ್ನು ಮಾಡಬಹುದು; o. three rupees ಮೂರು ರೂಪಾಯಿ ಮಾತ್ರ; it can be got in Bombay o. ಮುಂಬಯಿಯಲ್ಲಿ ಮಾತ್ರ ದೊರಕುವುದು; 2. ..ಏ, *as*, it's I only ನಾನೇ; he came o. yesterday ನಿನ್ನೆಯೇ ಬಂದ; 3. ಅಷ್ಟೆ, *as*, o. be quiet ಸುಮ್ಮನಿರಬೇಕಷ್ಟೆ; it is o. a rat ಇಂದಿಲಿ ಅಷ್ಟೆ.

On-ō-ma-tō-pœ'ia (-pē'ya), *n.* ಅನುಕರಣ ಶಬ್ದ. On-ō-ma-to-po-et'ic, *a.* ಅನುಕರಣ ಶಬ್ದದ.

On'set, On'slaught (on'slat), *n.* ಮೇಲೆ ಬೀಳುವಿಕೆ, ಎಗರುವುದು, "ಹಲ್ಲಾ".

On-tol'o-ġy, *n.* ತತ್ವಶಾಸ್ತ್ರ.

Ō'nus, *n.* ಭಾರ, ಬದ್ಧತೆ.

On'ward (-wĕrd), *a.* ಮುಂದೆ ಹೋದ, ಮುಂದೆ ಹೋಗುವ, ಸಾಗುವ. On'ward, On'wards, *ad.* ಮುಂದಕ್ಕೆ, ಮುಂದುಗಡೆ.

On'yx, *n.* ಗೋಮೇಧಿಕ.

Ō-ol'o-ġy, *n.* ಮೊಟ್ಟೆಗಳ ಶಾಸ್ತ್ರ.

Ooze (u̥z), *v. i. r.* ಒಸಿ, ಸೋರು, ಒಸರು. *v. t.* ಒಸಿ, ತಟಕುತಟಕಾಗಿ ಬಿಡು. *n.* ಕೆಸರು, ರಾಡಿ; 2. ಸುರಿಯುವಿಕೆ. Oo'ziṅg, *n.* ಒಸಿನೀರು; 2. ಜಿವರು. Oo'zy, *a.* ಕೆಸರಾದ, ರಾಡಿಯಾದ.

Ō-pac'i-ty, Ō-pāque'ness (-pāk'nes), *n.* ಮಬ್ಬು, ಅಪಾರದರ್ಶಕತ್ವ. Ō-pāque' (-pāk'), *a.* ಮಬ್ಬಿನ, ಅಪಾರದರ್ಶಕ.

Ō'pal, *n.* ಕ್ಷೀರಸ್ಫಟಿಕ, ಒಂದು ಮಣಿ.

Ō'pen (ō'pn), *v. t.* & *i. r.* ತೆರೆ, ಬಿಚ್ಚು, ತೆರೆಕೊಳ್ಳು; 2. ಆರಂಭಿಸು. *a.* (not closed) ತೆರೆದ, ಬಿಚ್ಚಿದ; 2. (free) ಬೈಲು, ಬೈಲಾದ; 3. (expanded) ಅರಳಿದ (ಹೂ); 4. (frank) ನಿಷ್ಕಪಟ; 5. (liberal) ಉದಾರ, ತ್ಯಾಗಶೀಲ; 6. (clear) ಸ್ಪಷ್ಟ; 7. (not settled) ಬಗೆಹರಿಯದ, ನಿಶ್ಚಯಿಸದ; an o. question ಇತ್ಯರ್ಥವಾಗದ ಸಂಗತಿ; an o. secret ಹೊರಪಟ್ಟ ಗುಟ್ಟು. Ō'pen-ēyed, *a.* ಸದಾ ಜಾಗರೂಕ. Ō'pen-hand-ed (ō'pn-), *a.* ಕೊಡಗೈ, ಉದಾರ, ಉದಾರ ಕೈಯ. Ō'pen-heärt-ed (ō'pn-härt-), *a.* ನಿಷ್ಕಪಟ, ಯಥಾರ್ಥದ. Ōpe'niṅg (op'niṅg), *n.* ಬೈಲುಸ್ಥಳ; 2. ಸಂದು; 3. ಕಂಡಿ, ರಂಧ್ರ; 4. ಪ್ರಾರಂಭ. Ō'penly (ō'pn-), *ad.* ಬಹಿರಂಗವಾಗಿ; 2. ಸ್ಪಷ್ಟವಾಗಿ; 3. ಮರೆಮಾಜದೆ, ಯಥಾರ್ಥವಾಗಿ. Ō'pen-mīnd-ed, *a.* ಪ್ರಾಂಜಲ, ಸರಳ. Ō'pen-mouthed (ō'pn-mouthd), *a.* ತೆರೆದ ಬಾಯಿಯುಳ್ಳ; 2. ಆರ್ಭಟಿಸುವ; 3. ಆಶೆಯುಳ್ಳ, ಬುಭುಕ್ಷಿತ. Ō'pen-ness (ō'pn-nes), *n.* ನಿಷ್ಕಪಟತ್ವ, ಯಥಾರ್ಥತ್ವ; 2. ಸ್ಪಷ್ಟತ್ವ, ಸರಲ ಸ್ವಭಾವ.

Op'e-ra, *n.* ಸಂಗೀತ, ನಾಟಕಶಾಲೆ.

Op'er-āte, *v. i. r.* ಕಾರ್ಯ ನಡಿಸು, ಕ್ರಿಯೆ ಮಾಡು; 2. ಹತ್ತು, ಲಾಗುವಾಗು; 3. ಶಸ್ತ್ರಕ್ರಿಯೆ ಮಾಡು *v. t.* ಮಾಡು, ನಡಿಸು, ಸಾಧಿಸು. Op-er-ā'tiŏn, *n.* ಕಾರ್ಯ, ಕೆಲಸ, ವ್ಯಾಪಾರ; 2. ಶಸ್ತ್ರೋಪಚಾರ, ಶಸ್ತ್ರಕ್ರಿಯೆ. Op'er-ā-tive, *a.* ಕ್ರಿಯೆ ಮಾಡುವ, ಕಾರ್ಯಸಾಧಕ, ಹತ್ತುವ; *n.* ಕೆಲಸದವ, ಕೂಲಿಯವ. Op'er-ā-tŏr, *n.* ಮಾಡುವವ, ಕಾರ್ಯಕರ್ತ; 2. ಶಸ್ತ್ರವೈದ್ಯ.

Op'ĕr-ōse, *a.* ಕಷ್ಟದ, ಪ್ರಯಾಸದ, ತೊಂದರೆಯಾದ.

Oph-i-ol'o-ġy (of-), *n.* ಹಾವುಗಳ ವರ್ಣನೆ, ಸರ್ಪಶಾಸ್ತ್ರ. Oph-i-oph'a-gŏus, *a.* ಸರ್ಪಭಕ್ಷಕ.

Oph-thal'mi-a, Oph-thal'my (of-), *n.* ಕಣ್ಣುಬೇನೆ, ನೇತ್ರರೋಗ.

Ō'pi-āte, *n.* "ಅಫೀಮು" ಮಿಶ್ರವಾದ ಔಷಧ, ನಿದ್ರೆ ಉಂಟುಮಾಡುವ ಔಷಧ. *a.* ನಿದ್ರೆ ಉಂಟುಮಾಡುವ.

Ō-pīne', *v. t. r.* ನೆನಸು; I o. ನನಗೆ ತೋರುತ್ತದೆ.

O-pin'iŏn (-pin'yun), *n.* ಅಭಿಪ್ರಾಯ, ಮತ

ಭಾವ; public o. ಲೋಕಮತ; I am of o. ನೆನಸುತ್ತೇನೆ, ನನಗೆ ತೋರುತ್ತದೆ. O-pin'ion-ā-tive (-pin'yun-), *a.* ಸ್ವಮತಾಭಿಮಾನಿ, ದುರಾಗ್ರಹಿ.

O'pium, *n.* "ಅಫೀಮು"; an o.-eater "ಅಫೀಮುಖೋರ".

Op-o-del'doc, *n.* ಕರ್ಪೂರ ತೈಲದಲ್ಲಿ ಮಾಡಿದ ಲೇಪನ.

O-pos'sum, *n.* (ಅಮೇರಿಕ ಔಸ್ಟ್ರಾಲ್ಯದಲ್ಲಿಯ) ಕೆಚ್ಚಲಚೀಲವುಳ್ಳ ಒಂದು ಮೃಗ.

Op-pō'nent, *n.* ವಿರೋಧಿ, ಎದುರಾಳಿ, ಪ್ರತಿವಾದಿ, ಎದುರುವಾದಿ.

Op-por-tūne', *a.* ಅನುವಾದ, ಕಾಲೋಚಿತ, ಯೋಗ್ಯ. Op-por-tūne'ly, *ad.* ಅನುವಾಗಿ, ಕಾಲೋಚಿತವಾಗಿ. Op-por-tūne'ness, *n.* ಅನುವು, ಸಮಯಾನುಕೂಲತ್ವ. Op-por-tū'ni-ty, *n.* ಅನುವು, ಸಮಯ, ಸಂದರ್ಭ, ಪ್ರಸಂಗ; to give an o. ಒದಗಿಸಿ ಕೊಡು, ಅನುವು ಮಾಡು; to watch one's o. ಹೊತ್ತು ಸಾಧಿಸು,

Op'pōse', *v. t. r.* ಒಡ್ಡು, ಮೈಯೊಡ್ಡು, ಅಡ್ಡೀ ಮಾಡು, ಎದುರಿಸು, ವಿರೋಧಿಸು, ತೊಡಗು. Op-posed', *a.* ವಿರೋಧವಾದ. Op-pō'ser, *n.* ಎದುರಾಡುವವ, ವಿರೋಧಿ.

Op-po-site (-zit), *a.* (standing in front) ಎದುರು, ಇದುರು, ಎದುರುಬದುರು; o. to my house ನನ್ನ ಮನೆಯ ಎದುರಿಗೆ, ನನ್ನ ಮನೆಗೆ ಎದುರುಬದುರಾಗಿ; the o. house ಎದುರಿನ ಮನೆ; 2. (hostile) ವಿರೋಧ, ಪ್ರತಿಕೂಲ; *(bot.)* ಎದುರುಬದುರು; o. leaves ಎದುರುಬದುರಾದ ಎಲೆಗಳು; o. to one another ಎದುರುಬದುರು. *n.* ಪ್ರತಿಪಕ್ಷಿ, ಶತ್ರು; 2. ವಿಪರ್ಯಾಸ. Op-po-si'tiŏn (-zish'un), *n.* ಎದುರು, ಎದುರಿಸುವಿಕೆ, ವಿರೋಧ, "ಅಟಕಾವು"; 2. ಅಡ್ಡಿ; 3. ವಿರುದ್ಧ ಪಕ್ಷ; 4. *(astr.)* ಸಮಸಪ್ತ.

Op-press', *v. t. r.* ಹತ್ತಿಬಡಿ, ಪೀಡಿಸು, ತಿಪ್ಪಲಿಡು *c. d.*, ಉಪದ್ರವ ಕೊಡು *c. d.*, ಘೋರಿಸು; 2. ಭಾರವಾಗಿರು *c. d.* Op-press'ed, *a.* ಹಿಂಸಿಸಲ್ಪಟ್ಟ, ಅನ್ಯಾಯಹೊಂದಿದ; Op-pres'siŏn (-presh'un), *n.* ಅನ್ಯಾಯ, ತಿಪ್ಪಲು, ತಿಪ್ಪಲುಪಾಟು, "ಜುಲುಮೆ", ಕ್ರೂರತನ; 2. ದುಃಖ, ಕಷ್ಟ, ಬೇಸರಿಕೆ. Op-pres'sive, *a.* ಹತ್ತಿಬಡಿಯುವ, ಅನ್ಯಾಯವಾದ, "ಜಬರದಸ್ತಿಯ"; 2. ಭಾರವಾದ, ಕಠಿಣ. Op-pres'sive-ly, *ad.* ಕ್ರೂರವಾಗಿ, ಅನ್ಯಾಯವಾಗಿ. Op-pres'sŏr, *n.* ಹತ್ತಿಬಡಿಯುವವ, ಅನ್ಯಾಯ ಮಾಡುವವ, ಶ್ರಮಪಡಿಸುವವ, ತಿಪ್ಪಲುಗಾರ.

Op-prō'bri-ŏus, *a.* ಬಯ್ಯುವ, ನಿಂದೆಯ, ತುಚ್ಛ; 2. ಅಸಹ್ಯ (name). Op-prō'bri-ŏus-ly, *ad.* ನಿಂದೆಯಾಗಿ, ತುಚ್ಛವಾಗಿ. Op-prō'bri-ŏus-ness, *n.* ನಿಂದೆ, ಅವಮಾನ. Op-prō'-bri-um, *n.* ನಿಂದೆ, ಅವಮಾನ.

Op-pūgn' (-pūn'), *v. t. r.* ಎದುರಿಸು, ಮೇಲೆ ಬೀಳು. Op-pug'nance, -ancy, *n.* ಎದುರಿಸುವಿಕೆ.

Op'tā-tive, *a.* ಇಚ್ಛಾರ್ಥಕ (mood).

Op'tic, Op'ti-cal, *a.* ದೃಷ್ಟಿಸಂಬಂಧವಾದ, ದೃಗಿಂದ್ರಿಯದ. Op'ti-cal-ly, *ad.* ಕಣ್ಣಿಂದ, ಕಣ್ಣಿಗೆ; 2. ದರ್ಶನಾನುಶಾಸನಸಂಬಂಧವಾಗಿ. Op-ti'cian (-tish'an), *n.* ಕನ್ನಡಿ (ಚಾಳೀಸು) "ದುರ್ಬೀನು" ಮೊದಲಾದ್ದನ್ನು ಮಾಡಿ ಮಾರುವವ. Op'tics, *n. pl.* ದರ್ಶನಾನುಶಾಸನ.

Op'ti-mism, *n.* ಈ ಲೋಕದ ಸ್ಥಿತಿ ಉತ್ತಮವಾಗಿದೆಂಬ ವಾದ, ಎಲ್ಲಾದರಲ್ಲಿ ಇಷ್ಟ ಪಡುವ ಭಾವ. Op'ti-mist, *n.* ಈ ಲೋಕದ ಸ್ಥಿತಿ ಉತ್ತಮವೆಂತ ನಂಬುವವ.

Op'tiŏn (op'shun), *n.* ಆರಿಸೋಣ; 2. ಇಚ್ಛೆ; "ಖುಷಿ", "ಮರ್ಜಿ", ವಿಕಲ್ಪ. Op'tiŏn-al, *a.* "ಖುಷಿಯ", ವಿಕಲ್ಪದ, ಐಚ್ಛಿಕ, ಇಚ್ಛಾಧೀನ. Op'tiŏn-al-ly, *ad.* ಬೇಕಾದ ಹಾಗೆ, ವಿಕಲ್ಪವಾಗಿ.

Op'ū-lent, *a.* ಐಶ್ವರ್ಯವುಳ್ಳ, ಧನಸಂಪನ್ನ. Op'ū-lence, *n.* ಐಶ್ವರ್ಯ, ಸಂಪತ್ತು. Op'ū-lent-ly, *ad.* ಐಶ್ವರ್ಯವಾಗಿ.

O'pus, *n.* ಗಾಯಕನ ಸ್ವಕೃತಿ.

Or, *conj.* ಇಲ್ಲವೆ, ಅಥವಾ, ಯಾ; 2. ಅಂದರೆ; fifty or so ಹೆಚ್ಚುಕಡಿಮೆ ಐವತ್ತು.

Or'ach, *n.* *(Atriplex hortensis, L.)* ಸಕೋತೀ ಸೊಪ್ಪು *(My.)*.

Or'a-cle, *n.* ದೇವರು ಹೇಳುವುದು, ದೈವೋತ್ತರ; ಆಕಾಶವಾಣಿ, ಮೈತುಂಬಿ ಹೇಳಿದ ಉತ್ತರ; 2. (the scriptures) ದೇವರ ವಾಕ್ಯ; 3. (prophet) ಪ್ರವಾದಿ, ಋಷಿ, "ನಬಿ"; 4. (a very wise man) ಮಹಾನುಭಾವಿ; 5. (a wise sentence) ಬುದ್ಧಿಯ ಮಾತು, ಮಹಾನುಭವದ ಮಾತು. O-rac'ū-lar (-lēr), O-rac'ū-lŏus, *a.* ಮೈತುಂಬಿ ಹೇಳುವ, ಆಕಾಶವಾಣಿಯ; 2. ಖಂಡಿತ; 3. ಗೂಢ. O-rac'ū-lar-ly, *ad.* ಖಂಡಿತವಾಗಿ.

Ō'ral, *a.* ಬಾಯಿಯ, ಬಾಯಿನುಡಿಯ. Ō'ral-ly, *ad.* ಬಾಯಿಮಾತಿನಿಂದ.

Or'ange (or'enj), *n.* *(Citrus aurantium L.)* ಕಿತ್ತಳೇ ಹಣ್ಣು. *a.* ಕಿತ್ತಳೇ ಬಣ್ಣದ; o. colour ಕಿತ್ತಳೇ ಬಣ್ಣ. Or-ang-āde', *n.* ಕಿತ್ತಳೆ ಹಣ್ಣಿನ ಪಾನಕ. Or'ang-ĕr-y, *n.* ಕಿತ್ತಳೇ ತೋಟ.

O-rang'-ōu-tang (-ụ-tang), *n.* ವಾನರ, ಕಾಡಮಾನವೆಂಬ ಬಾಲವಿಲ್ಲದ ಮಂಗ.

Or'āte, *v. i.* ಭಾಷಣ ಮಾಡು. O-rā'tiŏn, *n.* ಭಾಷಣ, ಪ್ರಸಂಗ. Or'a-tŏr, *a.* ವಾಕ್ಚತುರ, ಪ್ರಸಂಗಿ, ವಾಗ್ಮಿ. Or-a-tō'ri-al, -tor'i-cal, *a.* ಪ್ರಸಂಗಿಯ, ವಾಕ್ಚಾತುರ್ಯದ. Or'a-tŏr-y, *n.* ಸಭಾಪಾಂಡಿತ್ಯ, ವಾಕ್ಚಾತುರ್ಯ; 2. ಪ್ರಾರ್ಥನೆಯ ಮನೆ. Or'a-tress, Or'a-trix, *n.* ವಾಕ್ಚತುರಳು.

Orb, *n.* ಗೋಲ, ಮಂಡಲ, ಆಕಾಶಗೋಲ (ಸೂರ್ಯ, *etc.*). Orbed (orbd), Or-bic'ū-lar, *a.* ವರ್ತುಲಾಕಾರವಾದ, ಗೋಲಾಕಾರವಾದ. Or'bit, *n.* ಗ್ರಹಪಥ, ಕಕ್ಷೆ, ವೀಥಿ; o. of the eye ಕಣ್ಣುಗುಡ್ಡಿರುವ ಹಳ್ಳ.

Or'chard (or'chĕrd), *n.* ಹಣ್ಣಿನ ತೋಟ, ಉಪವನ.

Or'ches-tra (or'kes-), *n.* ಸಂಗೀತಶಾಲೆ, ವಾದ್ಯ ಸ್ಥಳ; 2. ಸಂಗೀತಕೂಟ, ಮೇಳ.

Or'chid, Or'chis, *n.* ಸುವಾಸನೆಯ ಹೂಗಳುಳ್ಳ ಸಸ್ಯಭೇದ.

Or-dāin', *v. t. r.* ನೇಮಿಸು; 2. ಅಧಿಕಾರ ಕೊಡು; 3. ಕ್ರೈಸ್ತಧರ್ಮಾಧಿಕಾರಕ್ಕೆ ದೀಕ್ಷೆ ಕೊಡು. Or-dāin'ĕr, *n.* ನೇಮಿಸುವವ, ಸ್ಥಾಪಿಸುವವ. Or'di-nal, *a.* ಕ್ರಮಸೂಚಕ. *n. (gram.)* ಸಂಖ್ಯಾಪೂರಣ, ಸಂಸ್ಕಾರಶಾಸ್ತ್ರ. Or'di-nance, *n.* ನಿಯಮ, "ಕಾನೂನು", ಅನುಷ್ಠಾನ, ವಿಧಾನ. Or-di-nā'tiŏn, *n.* ನೇಮಿಸೋಣ, ಸ್ಥಾಪನೆ; 2. ಧರ್ಮಾಧಿಕಾರದೀಕ್ಷೆ, ಉದ್ಯೋಗ ಪ್ರತಿಷ್ಠೆ, ಗುರುಪಟ್ಟಾಭಿಷೇಕ.

Or'de-al, *n.* ಅಗ್ನಿಪರೀಕ್ಷೆ, ದಿವ್ಯ; 2. ಕಠಿಣ ಪರೀಕ್ಷೆ.

Or'dĕr, *n.* ಕ್ರಮ, ಪದ್ಧತಿ; 2. ನೇಮಕ; 3. ಅಪ್ಪಣೆ, ಆಜ್ಞೆ, "ತಾಕೀದು"; 4. "ದರ್ಜೆ", ವರ್ಗ; 5. (a religious o.) ಆಶ್ರಮ; in o. ಹಾಗೆ; in o. to grow wise ಬುದ್ಧಿವಂತನಾಗುವ ಹಾಗೆ, ಬುದ್ಧಿವಂತನಾಗಬೇಕಾದರೆ; holy orders ಬೋಧಕೋದ್ಯೋಗ, *(R. C.)* ಗುರುತ್ವ; take orders ಪಾದ್ರಿಯಾಗು; out of o. (in reciting) ತಿರುವುಮುರುವು, ಅಕ್ರಮವಾಗಿ; a point of o. ಭಾಷಣದಲ್ಲಿ ತಂದ ಅನಾವಶ್ಯಕ ವಿಷಯಗಳನ್ನು ಕುರಿತು ಎಚ್ಚರ. *v. t. r.* ಗೊತ್ತಿಗೆ ತರು, ನಡಿಸು, ಕ್ರಮಪಡಿಸು; 2. ಆಜ್ಞಾಪಿಸು. *v. i.* ಅಪ್ಪಣೆ ಕೊಡು. Or'dĕr-ing, *n.* ವ್ಯವಸ್ಥೆ, ಆಡಳಿತ. Or'dĕr-li-ness, *n.* ಕ್ರಮದಲ್ಲಿರೋಣ, ಅಯಕಟ್ಟು. Or'dĕr-ly, *a.* ಕ್ರಮದ; 2. ಸಾಧು; 3. ಕೆಲಸದ ಮೇಲಿರುವ. *ad.* ಕ್ರಮವಾಗಿ. *n.* ದಳವಾಯಿಯ ದೂತ; —ಪರಿವಾರದವ. Or'di-nāte, *a.* ಕ್ರಮವಾದ. *n. (geom.)* ಒಂದು ರೇಖೆ.

Or'di-na-ry, *a.* ವಾಡಿಕೆಯಾದ, ಸಾಧಾರಣ, ನಿತ್ಯದ; above o. ಮೇಲು ತರದ. *n.* ಊಟದ ಮನೆ, "ನಂಬರ" ಮನೆ; in o. ನಿತ್ಯದ ಉದ್ಯೋಗಕ್ಕೆ ನೇಮಕವಾದ. Or'di-na-ri-ly, *ad.* ಸಾಧಾರಣವಾಗಿ, ವಾಡಿಕೆಯಾಗಿ.

Ord'nance, *n.* "ತೋಫು", ದೊಡ್ಡ "ಫಿರಂಗಿ"; o. store "ತೋಫುಖಾನೆ".

Or'dūre, *n.* ಹೇಲು, "ಲದ್ದಿ", ಸಗಣಿ, ವಿಷ್ಠೆ, ಅಮೇಧ್ಯ.

Ōre (ōr), *n.* ಅಶೋಧಿತ ಲೋಹ, ಲೋಹದ ಕಲ್ಲು (ಕಬ್ಬಿಣಕಲ್ಲು, ತಾಮ್ರಕಲ್ಲು ಮುಂತಾದ್ದು), ಅದುರು.

Or'gan, *n.* ಕರಣ, ಇಂದ್ರಿಯ; 2. ದೊಡ್ಡ ಸ್ವರಮಂಡಲ; 3. ವರ್ತಮಾನ ಪತ್ರಿಕೆ; 4. ಮಧ್ಯವರ್ತಿ, ಸಾಧನ; o. of action ಕರ್ಮೇಂದ್ರಿಯ; o. of sense ಜ್ಞಾನೇಂದ್ರಿಯ; o. of the mind ಅಂತರಿಂದ್ರಿಯ; o. of speech ವಾಗಿಂದ್ರಿಯ. Or-gan'ic, -gan'i-cal, *a.* ಇಂದ್ರಿಯದ, ಇಂದ್ರಿಯವುಳ್ಳ; o. bodies ಜೀವವುಳ್ಳ ವಸ್ತುಗಳು, ಸಚೇತನ ವಸ್ತುಗಳು (ಸಸಿ ಗಿಡ ಪ್ರಾಣಿ ಮುಂತಾದುವುಗಳು). Or-gan-i-s̱ā'tiŏn, *n.* ರಚನೆ, ಸಂಸ್ಥಾಪನೆ, ಕಟ್ಟು, ಹೊಂದಿಕೆ ಮಾಡೋಣ. Or'gan-īs̱e, *v.t.r.* ಕಟ್ಟು, ಕ್ರಮಪಡಿಸು, ಸ್ಥಾಪಿಸು, ಹೊಂದಿಕೆ ಮಾಡು. Or'gan-īs̱ed (-īzd), *a.* ಸಂಸ್ಥಾಪಿತ; 2. ಇಂದ್ರಿಯವುಳ್ಳ, ಜೀವವುಳ್ಳ. Or'gan-is̱m, *n.* ಇಂದ್ರಿಯವುಳ್ಳ ರಚನೆ, ಅಂಗ; 2. ಸಜೀವ ವಸ್ತು. Or'gan-ist, *n.* ವೀಣೆಗಾರ.

Or'gasm, *n.* ಕಾಮಾತುರ.

Or'gies̱ (or'jiz), *n.* ರಾತ್ರಿಯ ಕುಡಿದಾಟ, ರಾತ್ರಿಯ "ದುಂದುಗಾರಿಕೆ."

Or'i-chalc, *n.* ಹಿತ್ತಾಳೆ.

Ōr'i-el, *n.* ಕಿಟಕಿ.

Ō'ri-ent, *a.* ಉದಯಿಸುವ, ಪೂರ್ವ ದಿಕ್ಕಿನ; 2. ಪ್ರಭೆಯುಳ್ಳ, ಊಚ. *n.* ಪೂರ್ವ ದಿಕ್ಕು, ಪೂರ್ವ ದೇಶ, ಆಸ್ಯಖಂಡ. Ō-ri-en'tal, *a.* ಪೂರ್ವ ದಿಕ್ಕಿನ, ಪೂರ್ವತ್ಯ, ಪ್ರಾಚ್ಯ. *n.* ಪೂರ್ವದೇಶಸ್ಥ, ಮೂಡಣವನು. Ō-ri-ent'al-is̱m.

n. ಮೂಡಣ ಭಾಷಾ ರೀತಿ. Ō-ri-en'tal-ist, *n.* ಆಸ್ಯಖಂಡದ ಭಾಷಾಪಂಡಿತ.

Or'i-fice, *n.* ತೂತು, ಬಾಯಿ, ಬೆಜ್ಜ.

Or'i-ġin, *n.* ಮೂಲ, ಉತ್ಪತ್ತಿ. O-riġ'i-nal, *a.* ಮೂಲ, ಪ್ರಥಮ, ಆದ್ಯ ಲಿಖಿತ; o. sin ಜನ್ಮಪಾಪ, ಸಜಾತ ಪಾಪ. *n.* ಮೂಲ; 2. ಮೂಲಗ್ರಂಥ; 3. ಅಪರೂಪದ ಮನುಷ್ಯ, ವರಪುರುಷ. O-ri'ġin-al-ly, *ad.* ಆದಿಯಲ್ಲಿ. O-riġ-i-nal'i-ty, *n.* ಅಪೂರ್ವ ಗುಣ, ಅಪೂರ್ವ ಲಕ್ಷಣ, "ಪಕ್ಕಾ" ಸ್ಥಿತಿ. O-riġ'i-nāte, *v. t. r.* ಹುಟ್ಟಿಸು, ಉತ್ಪನ್ನ ಮಾಡು. *v. i.* ಹುಟ್ಟು, ಉತ್ಪನ್ನವಾಗು. O-riġ-i-nā'tiŏn, *n.* ಹುಟ್ಟುವಿಕೆ, ಉತ್ಪತ್ತಿ. O-riġ'i-nā-tŏr, *n.* ಉತ್ಪಾದಕ, ಜನಕ.

Ō-rī'on, *n.* ಮೃಗಶಿರಾ.

Or'i-ṣon, *n.* ಪ್ರಾರ್ಥನೆ, ಜಪ (poetic).

Or'na-ment, *n.* ಆಭರಣ, ಶೃಂಗಾರ, "ದಾಗಿನ". *v.t.r.* ಶೃಂಗರಿಸು, ಅಲಂಕರಿಸು. Or-na-men'-tal, *a.* ಚಂದಕ್ಕಿರುವ, ಅಲಂಕೃತ, ಶೋಭೆಯ.

Or-nāte', *a.* ಅಲಂಕರಿಸಿದ, ಸುಂದರ. Or'-nate-ly, *ad.* ಅಲಂಕಾರವಾಗಿ, ಸುಂದರವಾಗಿ.

Or-ni-thol'o-ġy, *n.* ಪಕ್ಷಿವರ್ಣನವಿದ್ಯೆ. Or-ni-thol'o-ġist, *n.* ಪಕ್ಷಿವರ್ಣನವಿದ್ಯೆ ಬಲ್ಲವ.

Or'phan (or'fan), *a.* ಅನಾಥ, ತಂದೆತಾಯಿ ಇಲ್ಲದವ, —ಇಲ್ಲದವಳು. Or'phan-āġe, Or'phan a-sȳ'lum (or'fan-), *n.* ದಿಕ್ಕಿಲ್ಲದ ಮಕ್ಕಳ ಮನೆ, ಅನಾಥಶಾಲೆ.

Or'pi-ment, *n.* (*Aureum pigmentum* of yellow sulphide of arsenic) ಹರಿತಾಳ, ಅರದಾಳ; red o., *see* Realgar.

Or're-ry, *n.* ನಕ್ಷತ್ರಾದಿಗಳ ಸ್ಥಾನದರ್ಶಕಯಂತ್ರ.

Or'ris, *n.* (root) ಬಜೆ.

Ort (*generally in pl.*), *n.* ಕಸ, ಎಂಜಲು.

Or'tho-dox, *a.* ಧರ್ಮಾನುಸಾರ, ಶಾಸ್ತ್ರಾನುಸಾರ, ಸರಿಯಾದ. Or'tho-dox-y, *n.* ಶಾಸ್ತ್ರೋಕ್ತ ಮತ, ಧರ್ಮಾನುಸರಣೆ.

Or'thō-e-py, *n.* ಶುದ್ಧ ಉಚ್ಚಾರಣೆ. Or-thō'e-pist, *n.* ಶುದ್ಧ ಉಚ್ಚಾರಣೆಯುಳ್ಳವನು.

Or-thog'ra-phy (-fi), *n.* ಶುದ್ಧವಾಗಿ ಬರೆಯೋಣ; 2. (*gram.*) ಅಕ್ಷರಖಂಡ. Or-thō-graph'ic, -graph'i-cal (-graf-). *a.* ಅಕ್ಷರಶುದ್ಧಿಯ, ಅಕ್ಷರಲಕ್ಷಣದ.

Os'cil-lāte (os'sil-āt), *v. i. r.* ತೂಗಾಡು, ಅಲ್ಲಾಡು, ಜೋಲು, ಜೋಲಾಡು. Os-cil-lā'-tiŏn, *n.* ತೂಗಾಟ, ಅಲ್ಲಾಟ, ಆಂದೋಲ; one o. of a pendulum ಜೋಲಿ.

Os'ci-tan-cy, *n.* ಆಕಳಿಕೆ, ಆಲಸ್ಯ. Os'ci-tant, *a.* ಆಕಳಿಸುವ. Os'ci-tāte, *v. i. r.* ಆಕಳಿಸು.

Ō'ṣiĕr (ō'zhĕr), *n.* ಒಂದು ಜಾತಿಯ ಕಣಿಗಲು.

Os'prāy, Os'prey (os'prā), *n.* ಸಮುದ್ರ ಹದ್ದು, ಕರಿಹದ್ದು.

Os'se-ŏus, *a.* ಎಲುವಿನ, ಅಸ್ಥಿಮಯ. Os'si-cle, *n.* ಸಣ್ಣೆಲುಬು. Os-sif'ic, *a.* ಅಸ್ಥಿಕಾರಕ. Os-si-fi-cā'tiŏn, *n.* ಎಲುಬು ಆಗುವುದು, ಗಟ್ಟಿಯಾಗೋಣ. Os'si-fȳ, *v. i. r.* (-fīed) ಎಲುಬಾಗು, ಗಂಟಾಗು. *v. t.* ಅಸ್ಥಿಮಯ ಮಾಡು.

Os-siv'or-ŏus, *a.* ಎಲುಬು ತಿನ್ನುವ.

Os'sū-ar-y (os'ū-ĕr-i), *n.* ಸತ್ತವರ ಎಲುಬುಗಳನ್ನು ಇಡುವ ಉಗ್ರಾಣ.

Os-ten'si-ble, *a.* ತೋರುವ, ಪ್ರತ್ಯಕ್ಷವಾದ, ಹೇಳಿದ. Os-ten'si-bly, *ad.* ಹೊರಗಡೆಗೆ, ನೋಟಕ್ಕೆ. Os-ten'sive, *a.* ತೋರಿಸುವ. Os-ten-tā'tiŏn, *n.* ಸೋಗು, "ಠೀವಿ", ಡಂಭ, ಜಂಬ, "ಡೌಲು". Os-ten-tā'tiŏus (-tā'-shus), *a.* ಜಂಬದ, ಡಂಭದ, "ಡೌಲಿನ". Os-ten-tā'tiŏus-ly, *ad.* ಡಂಭವಾಗಿ.

Os-te-ol'o-ġy, *n.* ಅಸ್ಥಿವರ್ಣನವಿದ್ಯೆ.

Ost'lĕr (os'lĕr), *n.* ಕುದುರೆಯವ; *see* Hostler.

Os'tra-cīṣe, *v. t. r.* ಗಡಿಪಾರು ಮಾಡಿಸು. Os'tra-ciṣm, *n.* ಗಡಿ ದಾಟಿಸುವಿಕೆ; 2. ಸಂಗತಿ ತೊರೆಯುವುದು.

Os'trich, *n.* ಶ್ಯಾಮಕುಕ್ಕುಟ, ಶಹಾಮೃಗ, ಉಷ್ಟ್ರಪಕ್ಷಿ.

Ō-tal'ġi-a, *n.* ಕಿವಿನೋವು.

Ŏthĕr, *a.* & *pron.* (additional, the second of two) ಮತ್ತೊಂದು, ಇನ್ನೊಂದು, ಮತ್ತೊಬ್ಬ, ಇನ್ನೊಬ್ಬ; 2. (different) ಬೇರೊಂದು, ಬೇರೊಬ್ಬ; 3. (opposite) ಆಚೆಯ, ಆಚೆ; the o. shore ಆಚೇ ದಂಡೆ, —ದಡ; 4. (remaining) ಉಳಿದ; my o. children ನನ್ನ ಉಳಿದ ಮಕ್ಕಳು; all the others ಉಳಿದವರೆಲ್ಲರು, ಉಳಿದವರು; the o. day ಮೊನ್ನೆ, ಆ ದಿನ, ಅಂದು; on the o. hand, on the o. side ಮತ್ತೊಂದು ಕಡೆಯಲ್ಲಿ, ಆದರೆ, ಆದರೂ; the o. world ಪರಲೋಕ; come every o. day ದಿನ ಬಿಟ್ಟು ದಿನ ಬಾ; one another ಒಬ್ಬರನ್ನೊಬ್ಬರು, ಒಬ್ಬರಿಗೊಬ್ಬರು; the one or the o. ಇದಾದರೂ ಅದಾದರೂ, ಒಂದಿಲ್ಲ ಒಂದು; at one time or o. ಯಾವದಾದರೂ ಒಂದು ದಿನ, ಒಂದಿಲ್ಲ ಒಂದು ದಿನ; somebody or o. ಯಾರಾದರೂ. Ŏth'ẽr-wīs̱e, *ad.* ಇಲ್ಲದಿದ್ದರೆ; 2. ಬೇರೆ ರೀತಿಯಿಂದ, ಅನ್ಯಥಾ.

Ō'ti-ōse (ō'shi-ōs), *a.* ಕೆಲಸವಿಲ್ಲದ, ನಿರುದ್ಯೋಗಿ.

Ot'tar, Ot'tō, *n.* (of roses) "ಅತ್ತರು".

Ot'tẽr, *n. (Lutra nair)* ನೀರುನಾಯಿ, ಉದ್ರ.

Ot'tō-man, *a.* "ತುರ್ಕ" ರಾಜ್ಯದ, "ತುರ್ಕ".

Ought (a̤t), *n.*, *see* Aught.

Ought (a̤t), *aux. v.* ಬೇಕು, ತಕ್ಕದ್ದು; you o. to go ನೀನು ಹೋಗತಕ್ಕದ್ದು; these things o. not to be so ಇವು ಹೀಗಿರಬಾರದು.

Ounce, *n.* ಸಾಧಾರಣ ತೂಕದ ಸ್ವಲ್ಪ ಕಡಿಮೆ ಎರಡುವರೆ ತೊಲೆ; 2. ಔಷಧ ಮತ್ತು ಬೆಳ್ಳಿ ಬಂಗಾರಗಳ ತೂಕದ ೨½ ತೊಲೆ.

Ounce, *n.* ಒಂದು ಮೃಗ, ಸಿವಂಗಿ.

Our, *pron.* ನಮ್ಮ; ours ನಮ್ಮವ, ನಮ್ಮದು, ನಮ್ಮವು. Our-self', *pron.* ನಾನೇ, ನನ್ನನ್ನು; ನಾವು, ನಮ್ಮನ್ನು *(used of one person in the regal or formal style)*; *pl.* our-selves̱' (-selvz') ನಾವೇ, ನಮ್ಮನ್ನು; *often expressed with the help of the verb* ಕೊಳ್ಳು; *as*, we saved o. ನಾವು ತಪ್ಪಿಸಿಕೊಂಡೆವು.

Oust, *v. t. r.* ತೆಗೆ, ಹೊರಗೆ ಹಾಕು, ಹೊರಡಿಸು. Oust'ẽr, *n.* ಹೊರಡಿಸುವಿಕೆ.

Out, *ad.* (not at home) ಹೊರಗೆ, ಮನೆಯಲ್ಲಿಲ್ಲ; 2. (disclosed) ಹೊರಗೆ, ಬೈಲಿಗೆ, ಬಹಿರಂಗವಾಗಿ; *as*, the secret is out ಗುಟ್ಟು ಹೊರಬಿದ್ದದೆ,—ಬೈಲಿಗೆ ಬಿದ್ದದೆ; 3. (extinct, finished) ಆರಿ, ತೀರಿ; *as*, the fire is out ಬೆಂಕಿ ಆರಿಹೋಯಿತು; the time is out ವೇಳೆ ತೀರಿತು, ಹೊತ್ತು ಹೋಯಿತು; 4. (not in employment), *as*, the gentleman turned him out of his service "ಸಾಹೇಬರು" ಅವನ ಚಾಕರಿ ಬಿಡಿಸಿದರು,—ಅವನನ್ನು ಚಾಕರಿಯಿಂದ ತೆಗೆದರು; he is out of employ ಅವನಿಗೆ ಉದ್ಯೋಗವಿಲ್ಲ, —ಚಾಕರಿ ಇಲ್ಲ; 5. (to the end) ತೀರ, ತನಕ; *as*, hear me out ತೀರಾ ಕೇಳು, ಕಡೇ ತನಕ—; 6. (without restraint, forcibly, loudly) ಎತ್ತಿ, ಗಟ್ಟಿಸಿ, ಗಟ್ಟಿಯಾಗಿ; *as*, speak out ಗಟ್ಟಿಸಿ ಹೇಳು; read out ಒತ್ತಿ ಓದು; 7. (from the owner's hands) ಬಾಡಿಗೆಗೆ ಕೊಟ್ಟು, ಗೇಣಿಗೆ—, ಲಾವಣಿಗೆ—; *as*, my horse is hired out ನನ್ನ ಕುದುರೆ ಬಾಡಿಗೆಗೆ ಕೊಟ್ಟದೆ; 8. (in error) ತಪ್ಪಿ, ತಪ್ಪಾಗಿ; 9. (in a puzzle) ಗಾಬರಿಯಾಗಿ; 10. (with clothes torn) he is out at the elbows ಅವನ ಮೊಣಕೈ ಹರದದೆ, —ಮೊಣಕೈ ಹೊರಟದೆ; 11. (away, off), *as*, out with the dog ನಾಯಿ ಓಡಿಸು,—ಹೊರಗೆ ಹಾಕು; out and out ಸಂಪೂರ್ಣವಾಗಿ; out of: (source, motive, rescue) ...ಇಂದ; (not within) ಹೊರಗೆ *e.g.; as*, out of the house ಮನೆಯ ಹೊರಗೆ, ಮನೆಯಲ್ಲಿಲ್ಲ; (exclusion, dismissal, departure, absence, loss), *as*, he is out of favour ದಯ ಕಳಕೊಂಡ; it is out of use ಇದು ರೂಢಿಯಿಲ್ಲ,—ಸಲ್ಲುವುದಿಲ್ಲ,—ನಡೆಯುವುದಿಲ್ಲ; out of debt ಋಣಮುಕ್ತ; out of place ತಕ್ಕದಲ್ಲ; he is out of place ಅವನಿಗೆ ಚಾಕರಿಯಿಲ್ಲ; he is out of humour ಅವನು ಚಿತ್ತಭ್ರಮಣೆಯಾಗಿದ್ದಾನೆ, ಅವನು ಸಿಟ್ಟಾಗಿದ್ದಾನೆ; they frightened him out of his wits ಅವನನ್ನು "ಗಾಬರಿ" ಮಾಡಿದರು, ಅವನನ್ನು ಬೆದರಿಸಿ ಕಂಗೆಡಿಸಿದರು; he is out of breath ಅವನಿಗೆ ಅಸುರುಸುರಾಯಿತು, "ದಮ್ಮಾಯಿತು", ಅವನು ಉಬ್ಬಸಗೊಂಡ; (irregularity) ಬಿಟ್ಟು, ತಪ್ಪಿ, ಕೆಟ್ಟು; *as*, the clock is out of order "ಗಡಿಯಾಲ" ಕೆಟ್ಟದೆ; he went out of his way to visit us ನಮ್ಮನ್ನು ನೋಡಲಿಕ್ಕೆ ತನ್ನ ದಾರೀ ಬಿಟ್ಟು ಬಂದ; the ship is out of time ಹಡಗವು ವೇಳೆ ತಪ್ಪಿತು; out of time *(mus.)* ಲಯ ತಪ್ಪಿ, ತಾಳ—; (not in the limits of), it is out of hearing, sight, reach ಕೇಳಿಸದಷ್ಟು ದೂರವಾಗಿದೆ, ಕಾಣಿಸದಷ್ಟು—, ನಿಲುಕದಷ್ಟು—, or ಅದು ಕೇಳಿಸುವುದಿಲ್ಲ, ಕಾಣಿಸುವುದಿಲ್ಲ, ನಿಲುಕುವುದಿಲ್ಲ; (excess) ಮೀರಿ, ಕೆಟ್ಟು, *as*, out of measure ಮಿತಿಮೀರಿ, ಅಳತೆಗೆಟ್ಟು; out of all cess ಮಿತಿಮೀರಿ; out of frame ಕೆಟ್ಟು, ಅಕ್ರಮವಾಗಿ; out of hand ಕೈಯೊಳಗಿಂದ ತಪ್ಪಿಹೋಗು; out of print ಛಾಪಿಸಿದ್ದು "ಖರ್ಚಾಗಿ"; out of season ಅಕಾಲವಾಗಿ, ವೇಳೆ ತಪ್ಪಿ; out of sorts ನೆಟ್ಟಗಿಲ್ಲದೆ; out of temper ಸಿಟ್ಟಾಗಿ; out of tune *(mus.)* ಲಯ ತಪ್ಪಿ, ಅಪಸ್ವರವಾಗಿ, ಸಿಟ್ಟಾಗಿ; out upon you ಛೀಛೀ, ಛೀಛೀ!

Out-, *pref.* ಸಮಾಸಪದಗಳಲ್ಲಿ ಈ ಶಬ್ದಕ್ಕೆ ಹೊರ

ಗೆ, ಹೊರಗಿನ, ಮೀರಿ, ಈ ಮೂರು ವಿಧದ ಅರ್ಥ ಬರುತ್ತದೆ.

Out-ăr′gūe, *v. t. r.* ತರ್ಕದಲ್ಲಿ ಸೋಲಿಸು.

Out-bal′ance, *v. t. r.* ಮುಗ್ಗೋಲಾಗು *c. d.*, ತೂಕದಲ್ಲಿ ಮೀರು.

Out-bēat′, *v. t.* ಹಿಂದೆ ಹಾಕು.

Out-bid′, *v. t. ir.* (-bade′, -bid′den, *pr.* -bid′n) ಮೇಲಾಡು, ಪೋಟಾಪೋಟಿಮಾಡು.

Out-brāve′, *v. t. r.* ಧೈರ್ಯದಲ್ಲಿ ಮಿಂಚು, —ಮಿಗು.

Out′breāk (-brāk), *n.* ಫಟ್ಟೆಂತ ಒಡೆಯೋಣ; 2. ಹೊರಬೀಳೋಣ, ಸಿಟ್ಟಿಗೇಳೋಣ; 3. ಫಕ್ಕನೆ ಪ್ರಾರಂಭವಾಗೋಣ.

Out′build-iṅg (-bild-), *n.* ಚಿಲ್ಲರೆ ಮನೆ, ಹಿತ್ತಲ ಮನೆ; *see* Outhouse.

Out′burst, *n.* ಒಡೆಯೋಣ, ಸಿಟ್ಟಿಗೇಳೋಣ.

Out′cast, *a.* ಜಾತಿಗೆಟ್ಟ, ಜಾತಿಭ್ರಷ್ಟ, ಜಾತಿಗೆ ಹೊರಗಾದ, ಬಹಿಷ್ಕೃತ. *n.* ಜಾತಿಭ್ರಷ್ಟನು, ಹೊಲೆಯ.

Out′come, *n.* ಫಲ, ಲಾಭ, ಫಲಿತಾಂಶ.

Out′crȳ, *n.* ಬಾಯಿ, ಕೂಗು, ಬೊಬ್ಬಾಟ, ಗುಬಾನು, ಉಲ್ಲಾಪ; popular o. ಲೋಕಾಪವಾದ. **Out′crīer,** *n.* ಹರಾಜು ಕೂಗುವವನು.

Out-dāre′, *v. t. r.* ಧೈರ್ಯದಲ್ಲಿ ಮೀರು, ಧೈರ್ಯಕ್ಕೆ ಮಿಂಚಿರು.

Out-dö′, *v. t. ir.* (-did′, dŏne′) ಹಿಂದೆ ಹಾಕು, ಮೀರಿ ಮಾಡು, ಮಿಕ್ಕು—, "ಮಿಸಾಹಿ"—.

Out′dōor, *a.* ಮನೇ ಹೊರಗಿನ. **Out-door′s,** *ad.* ಹೊರಗೆ, ಬಯಲಿನಲ್ಲಿ.

Out′ĕr, *a.* ಹೊರಗಿನ, ಹೊರ, ಬಹಿರ. **Out′ĕr-mōst,** *a.* ಎಲ್ಲಕ್ಕೂ ಹೊರಗಿನ.

Out-fāce′, *v. t.* ಮುಂಗೊಳ್ಳು.

Out′fit, *n.* ಸಾಮಗ್ರಿ, ಸಾಮಾನು. *v. t. r.* (-fit-ted) (ಪ್ರಯಾಣಕ್ಕೆ) ಸಿದ್ಧ ಮಾಡು, —ಸವರಿ ಕೊಡು, —ಜೋಡಣೆ ಮಾಡು.

Out-flaṅk′, *v. t. r.* (*pr.* -flaṅkt′) ದಂಡಿನ ಮಗ್ಗುಲಿಗೆ ಸುತ್ತಿ ಬರು.

Out′flow (-′flo), *n.* ಪ್ರವಾಹ.

Out-gō′, *v. t. ir.* (-went′, -gone′) ಹಿಂದೆ ಹಾಕು, ಮಿಂಚಿ ಹೋಗು, ಮಿಕ್ಕು—, ಮೀರು. **Out′gō-iṅg,** *n.* ಹೊರಗೆ ಹೋಗೋಣ; *pl.* "ಖರ್ಚು", ವೆಚ್ಚಸಚ್ಚ.

Out-grōw′ (-grō′), *v. t. ir.* (-grew′, -grōwn′, *pr.* -grụ′, -grōn′) ಮೀರಿ ಬೆಳೆ, ಅಧಿಕ ಬೆಳೆ.

Out′guārd (-′gārd), *n.* ಹೊರಗಾವಲು.

Out′house, *n.* ದನದ ಮನೆ, ಕುದುರೆಲಾಯ ಮೊದಲಾದ ಚಿಲ್ಲರೆ ಮನೆಗಳಲ್ಲಿ ಒಂದು, ಹಿತ್ತಲ ಮನೆ, ಕೊಟ್ಟಗೆ, ಕೊಟ್ಟಿಗೆ.

Out′iṅg, *n.* ಚಿಕ್ಕ ಪಯಣ, ನಡೆದಾಟ.

Out-land′ish, *a.* ಪರದೇಶದ; 2. ಅಪರೂಪದ.

Out-last′, *v. t. r.* ಹೆಚ್ಚು ಬಾಳಿಕೆ ಬರು, ಮಿಕ್ಕು ಬಾಳು.

Out′ḁw (-lḁ), *n.* ರಾಜರಕ್ಷಣೆಗೆ ಬಾಹ್ಯನಾದವ, ಅನಾಥನು. *v. i. r.* ರಾಜರಕ್ಷಣೆಯಿಂದ ಹೊರಗಿಡು. **Out′lḁw-ry** (-′lḁ-ri), *n.* ರಾಜರಕ್ಷಣೆಯಿಂದ ಹೊರಗಿಡುವ ಶಿಕ್ಷೆ, ಅನಾಥತ್ವಾಜ್ಞೆ.

Out′lay (-′lā), *n.* "ಖರ್ಚು", ವೆಚ್ಚ, ಮುಟ್ಟುವಳಿ (*My.*).

Out′let, *n.* ಮಾರ್ಗ, ಕೋಡಿ, ತೂಬು, ಸಡುವು.

Out′līne, *n.* ಸುಳುವು, ರೂಪ; 2. ಸಂಕ್ಷೇಪ, ಹೊರಮೇರೆಯ ರೇಖೆ, ದಿಗ್ದರ್ಶನ. *v. t.* ಸಂಕ್ಷೇಪವಾಗಿ ರೂಪಿಸು.

Out-live′, *v. t. r.* ..ಗೆ ಹೆಚ್ಚಾಗಿ ಬಾಳು, ಹೆಚ್ಚಾಗಿ ಬದುಕು; 2. ...ಗಿಂತ ಒಳ್ಳೇ ಅರ್ಥಕ್ಕೆ ಜೀವಿಸು.

Out′lọọk, *n.* ಕಾವಲು, ಕಾಯೋಣ; 2. ಕೋವರ; 3. ನೋಟ.

Out′lȳ-iṅg, *a.* ದೂರವಿರುವ, ಹೊರಗಿರುವ.

Out-märch′, *v. t. r.* (*pr.* -märcht′) ಹೆಚ್ಚಾಗಿ ನಡೆ, ಮಿಕ್ಕು—.

Out′meas̱′ụre (-mezh′ur), *v. t. r.* ಅಳತೆ ಮೀರು *c. g.*, ಅಳತೆಗಿಂತ ದೊಡ್ಡದಾಗಿರು *c.g.*

Out′mōst, *a.* ಎಲ್ಲಕ್ಕೂ ದೂರವಿರುವ, ಕಡೇ.

Out-num′bĕr, *v. t. r.* ಲೆಕ್ಕಕ್ಕೆ ಮೀರು, ಲೆಕ್ಕದಲ್ಲಿ ಹಿಂದಿಡು.

Out-of-dōor′ (-dōr′), *a.* ಮನೆಹೊರಗಿನ.

Out-of-the-wāy′, *a.* ಅಪರೂಪ. *ad.* ಇಲ್ಲ; "ಹಾಜರಿಲ್ಲ"; 2. ದೂರ; 3. ಕಂಡಾಬಟ್ಟೆ.

Out′pā-tient (-shent), *n.* ಆಸ್ಪತ್ರೆಯಲ್ಲಿ ತಳುವದೆ ಔಷಧ ತಕ್ಕೊಳ್ಳುವವ.

Out′pōst, *n.* ಕೊನೆಕಾವಲು, ಕೊನೆಠಾಣ್ಯ, ಉಕ್ಕಡ.

Out′pōur (-pōr′), *v. t. r.* ಹೊಯ್ಯು, ಸುರಿ, ಸುರಿಸು.

Out′pụt, *n.* ಮಾರಾಟಕ್ಕೆ ತಯಾರಾದ ವಸ್ತು.

Out′rāġe, *n.* ದುಡುಕು, ಕ್ರೂರತನ, ದೊಡ್ಡ ಅನ್ಯಾಯ, "ಜುಲುಮೆ". *v. t. r.* ದುಡುಕು ಮಾಡು, ಬಲಾತ್ಕಾರ—, ಘೋರ ಅನ್ಯಾಯ—, "ಜುಲುಮೆ"—. **Out-rā′ġeŏus** (-rā′jus), *a.* ಅನರ್ಥದ, ಘೋರ, ಕ್ರೂರ, ಮಿತಿಮೀರಿದ. **Out-rā′ġeŏus-ly** *ad.* ದುಡುಕಾಗಿ, ಘೋರವಾಗಿ, ಕ್ರೂರವಾಗಿ.

Out-rāze', *v. t. r.* ಸಮೂಲ ಕಿತ್ತುಹಾಕು.

Out-rēach' (-rēch'), *v. t. r.* (*pr.* -rēcht') ಹಿಂದೆ ಹಾಕು, ಮೀರು.

Out'rīdĕr, *a.* ಬಂಡೀ ಹಿಂದೆ ಬರುವ "ಸವಾರ", ಪರಿಚರ್ಯ "ಸವಾರ".

Out'rig-gĕr, *n.* (*naut.*) ಚಾಚುವ ಕಟ್ಟಿಗೆ; 2. (the balancing o. of a boat) ಉಲ್ಲಂದಿ.

Out'rīght' (-rīt), *ad.* ಸಂಗಡಲೇ, ತತ್‌ಕ್ಷಣ; 2. ಸಂಪೂರ್ಣವಾಗಿ, ಅಗದಿ, "ಸಾಫು", ಖಂಡಿತ.

Out'rōar (-rōr), *v. i. r.* ಮೀರಿ ಒದರು, ಮಿಕ್ಕು ಆರ್ಭಟಿಸು.

Out-root', *v. i. r.* ನಿರ್ಮೂಲ ಮಾಡು, ಬೇರೊಂದಿಗೆ ಕಿತ್ತುಹಾಕು.

Out-run', *v. i. ir.* (-ran', -run') ಓಡುವುದರಲ್ಲಿ ಹಿಂದೆ ಹಾಕು, ದಾಟಿ ಓಡು, ಮೀರು.

Out'set, *n.* ಪ್ರಾರಂಭ, ಆರಂಭ.

Out-shīne', *v. t. r. & ir.* (-shōne', -shōne') ಪ್ರಕಾಶಿಸು.

Out'sīde, *n.* ಹೊರಭಾಗ, ಹೊರಮೈ, ಹೊರಮಗ್ಗಲು; 2. ಹೊರಗೆ, ಹೊರಗಡೆ; 3. ಗಾಡಿಯ ಹೊರಗಡೆಯಲ್ಲಿ ಕೂತುಕೊಂಡವ. *a.* ಹೊರ, ಹೊರಗಿರುವ, ಬಾಹ್ಯ, **Out'sī-dĕr**, *n.* ಹೊರಗಿನವ, ಹೊರಬಿಗ.

Out'skirt, *n.* ಕೊನೆ, ಅಂಚು; 2. ಉಪನಗರ, ಉಕ್ಕಡ.

Out-slēep', *v. t. ir.* (-slept', -slept') ಹೆಚ್ಚು ನಿದ್ರೆಮಾಡು.

Out-spēak' (-spēk'), *v. t. ir.* (-spōke', -spōk'en) ಮೀರಿ ಮಾತಾಡು. **Out-spō'ken** (-spōkn), *a.* ಒಡದು ಮಾತಾಡುವ, ಬಿಚ್ಚಿ —, ನಿರ್ಭೀತಿಯಿಂದ ಮಾತಾಡುವ.

Out-spread' (-spred'), *p. p. & a.* ಹಬ್ಬಿದ, ವಿಸ್ತರಿಸಿದ, ಹಾಸಿದ.

Out-stand', *v. t. ir.* ಎದುರಿಸು, ಅಡ್ಡಿ ಮಾಡು, ನಿಲ್ಲುವುದರಲ್ಲಿ ಮೀರು. **Out-stand'ing**, *a.* "ವಸೂಲಾಗದ", "ಬಾಕಿ" ಉಳಿದ (debt), ನಿಲವು.

Out-stāre', *v. t. r.* ಮತ್ತಷ್ಟು ಕಣ್ಣು ಕಿಸಿದು ನೋಡು.

Out-stā'tiŏn, *n.* ಉಪಠಾಣ್ಯ.

Out-stretch' (-strech'), *v. i. r.* ವಿಸ್ತರಿಸು, ಚಾಚು, ಹಾಸು; with out-stretched neck ಕೊರಳುದ್ದ ಮಾಡಿ. *n.* ಚಾಚುವಿಕೆ.

Out-strip', *v. t. r.* (*pr.* -stript') ಹಿಂದೆ ಬಿಡು, ಹೆಚ್ಚು ಮುಂದರಿಸು, ಮೀರು.

Out-talk' (-tak'), *v. t. r.* (*pr.* -takt') ಮಿಕ್ಕು ಮಾತಾಡು.

Out'turn, *n.* ಹುಟ್ಟುವಳಿ, ಉತ್ಪನ್ನ.

Out-val'ūe, *v. t. r.* ಬೆಲೆಯಲ್ಲಿ ಮೀರು.

Out-vīe', *v. t. r.* ಮಿಗು, ಹೆಚ್ಚಾಗಿರು.

Out-vōte', *v. t. r.* ಒಪ್ಪಿಗೆಚೀಟುಗಳು ಮಿಗಿಲಾಗಿ ಜಯಿಸು.

Out-walk' (-wak'), *v. t. r.* (*pr.* -wakt') ಮುಂದೆ ನಡೆ, ಹಿಂದುಳಿಸು, ನಡೆಯುವುದರಲ್ಲಿ ಮಿಂಚು.

Out'ward (-wĕrd), *a.* ಹೊರಗಿನ, ಹೊರಗೆ ಹೋಗುವ. *ad.* ಹೊರಗೆ, ಪರದೇಶಕ್ಕೆ. **Out'-ward-bound**, *a.* ಹೊರಗೆ ಹೋಗುವ, ಪರದೇಶಕ್ಕೆ —. **Out'ward-ly**, *ad.* ಹೊರಗಿನ ಪ್ರಕಾರ, ತೋರಿಕೆ ಪ್ರಕಾರ, ಹೊರಗೆ ತೋರಿಕೆಯ ಪೂರ್ತಿಗೆ.

Out-weār' (-war'), *v. t. ir.* (-wōre', -wōrn') ಬಹಳ ಬಾಳಿಕೆ ಬರು, ಮಿಕ್ಕು ಬಾಳು.

Out-weigh' (-wā'), *v. t. r.* ತೂಕದಲ್ಲಿ ಮಿಗು.

Out-wit', *v. i. r.* (-wit'ted) ಠಕ್ಕು ಹಚ್ಚು.

Out'wŏrk, *n.* ಅಗಳತೆಯ ಹೊರಗಿನ ಕೋಟೆ, ಸುತ್ತಿನ ಕೋಟೆ.

Ō'val, *a.* ಅಂಡಾಕಾರವಾದ. *n.* ಅಂಡಾಕಾರ ವಸ್ತು. **Ō'val-ly**, *ad.* ಅಂಡಾಕಾರವಾಗಿ. **Ō'va-ry**, *n.* ಅಂಡಾಶಯ, ಅಂಡಕೋಶ, (*bot.*) ಬೀಜಾಶಯ.

Ō-vā'tiŏn, *n.* ಪ್ರಖ್ಯಾತನಾದವನಿಗೆ ಕೊಡುವ ಬಹುಮಾನ, ಜಯೋತ್ಸವ.

Ŏv'en (uv'n), *n.* ಒಲೆ, "ಭಟ್ಟಿ".

Ō'vĕr, *prep.* (above) ಮೇಲೆ; 2. (across) ದಾಟಿ, ಆಚೆ; *as*, the boat went o. the river ದೋಣಿ ಹೊಳೇ ದಾಟಿ ಹೋಯಿತು; he lives o. the way ಅವನ ಮನೆ ಬೀದಿಯ ಆಚೇಲಿ ಇರುತ್ತದೆ; 3. (upon the whole surface), *as*, all o. the town, all the town o. ಪಟ್ಣದಲ್ಲೆಲ್ಲಿಯೂ; 4. (more than) ಹೆಚ್ಚು, ಶೆಚ್ಚಿಗೆ; *as*, o. thirty rupees ಮೂವತ್ತು ರೂಪಾಯಿಗಿಂತ ಹೆಚ್ಚು; 5. (during the whole time), *as*, o. night ರಾತ್ರಿಯೆಲ್ಲಾ, ರಾತ್ರಿಯಲ್ಲೆಲ್ಲಾ.

Ō'vĕr, *ad.* (on the opposite side) ದಾಟಿ, ಆಚೆ; *as*, the boat is safe o. ದೋಣಿ ಸುರಕ್ಷಿತವಾಗಿ ಆಚೆ ಹೋಯಿತು, — — ದಾಟಿಯದೆ; 2. (from one to another), *as*. hand over, make o. ಒಪ್ಪಿಸಿಕೊಡು; bring o. ಒಡಂಬಡಿಸು; 3. (from one country or place to another) ದಾಟಿ, ದಾಟಿಸಿ; 4. (above the top), *as*, to run o. ಸೂಸಿ

ಹರಿ; 5. (beyond a limit) ಹೆಚ್ಚಿಗೆ, "ಬಾಕಿ", ಕೊಸರು; 6. (throughout) ಪಾರಾಗಿ; *as*, to read a book o. ಒಂದು ಪುಸ್ತಕ ಪಾರಾಗಿ ಓದು; 7. (finished) ತೀರಿ; *as*, the game is o. ಆಟ ತೀರಿತು, —ತೀರಿಯದೆ; o. again ತಿರಿಗಿ, ಇನ್ನೊಂದು ಸಾರಿ; o. against ಎದುರಾಗಿ, ಇದಿರಿಗೆ, ಮುಖಾಮುಖಿ; o. and above ಅದಲ್ಲದೆ, ಹೆಚ್ಚಾಗಿ, ಹೋಗಲಾಗಿ; o. and o. ತಿರಿಗಿ ತಿರಿಗಿ, ಮೇಲಿಂದ ಮೇಲೆ; give o. ಬಿಟ್ಟುಕೊಡು, ಬದುಕುವುದಿಲ್ಲೆಂತ ಬಿಟ್ಟುಕೊಡು.

Ō'vĕr-, *prej*. ಸಮಾಸಪದಗಳಲ್ಲಿ: ಹೆಚ್ಚು, ಮೇಲೆ, ಮಿಾರಿ, ಮಿತಿಮಿಾರಿ, ಜಯಿಸಿ—ಎಂತ ಅರ್ಥವಾಗುತ್ತದೆ.

Ō-vĕr-a-bound', *v. i. r.* ಅತಿಪುಷ್ಕಳವಾಗಿರು.

Ō-vĕr-act', *v. t. r.* ಅಳತೆಗೆಟ್ಟು ಮಾಡು, ಅತಿಶಯ ಮಾಡು. [ಮೇಲಿಜಾರು.

Ō'vĕr-äll, *n.* ಮೇಲಂಗಿ. Ō'vĕr-alls, *n. pl.*

Ō-vĕr-awe' (-a'), *v. t. r.* ಬೆದರಿಸು, ಹೆದರಿಸು, ಭಯದಲ್ಲಿಡು.

Ō-vĕr-bal'ance, *v. t. r.* (*pr.* -anst) ಅಧಿಕ ಭಾರವಾಗು, ಮುಗ್ಗೋಲಾಗು.

Ō-vĕr-beār' (-bār'), *v. t. ir.* (-bōre', bōrne') ತಗ್ಗಿಸು, ಮುಕ್ಕುರಿಬೀಳು, ವಶಮಾಡು.

Ō-vĕr-beār'ing, *a.* ಸೊಕ್ಕಿನ, ಗರ್ವದ.

Ō'vĕr-bōard (-bōrd), *ad.* ಹಡಗದ ಹೊರಗೆ, —ಮೇಲಿಂದ; to fall o. ಹಡಗದ ಮೇಲಿಂದ ಬೀಳು, ಹಡಗದಿಂದ—.

Ō-vĕr-boil', *v. t. r.* ಹದ ವಿಾರಿ ಕುದಿಸು, —ಮಿಾರಿ ಬೇಯಿಸು. *v. i.* ಕುದಿ.

Ōver-bur-den', *v. t. r.* ಹೆಚ್ಚಾಗಿ ಹೊರೆಹಾಕು.

Ō-vĕr-cap-i-tal-īse, *v.t.r.* ಅಗತ್ಯವಾದ್ದಕ್ಕಿಂತ ಹೆಚ್ಚಿನ ಬಂಡವಾಳ ಶೇಖರಿಸು.

Ō-vĕr-east' *or* -eäst', *v. t. r.* (-eäst', -eäst') ಕವಿ; the sky is o. ಮೋಡ ಕವಿದು ಬಂದದೆ, ಮೋಡ ಹಾಕಿತು; 2. ಸೆಚ್ಚು ಬೆಲೆ ಕಟ್ಟು.

Ō-vĕr-chärge', *v. t. r.* ಹೆಚ್ಚು ಹೊರೆ ಹಾಕು; 2. "ಜಾಸ್ತಿ ಬಾರು" ಮಾಡು; 3. ಹೆಚ್ಚು ಕೂಲಿ (ಕ್ರಯ ಮುಂ.) ಕೇಳು. *n.* ಅತಿವಜ್ಜೆ.

Ō'vĕr-cōat, *n.* ಮೇಲಂಗಿ.

Ō-vĕr-eōme', *v. t. ir.* (-eāme', -eōme') ಗೆಲ್ಲು, ಸೋಲಿಸು, ಜಯಿಸು. *pass.* ಸೋಲು, ಮುಣುಗು. *v. i.* ಜಯ ಹೊಂದು.

Ō-vĕr-crowd', *v. t. r.* "ಜಾಸ್ತಿ" (ಜನರಿಂದ) ತುಂಬಿಸು, ಹದತಪ್ಪಿ ಜನ ನಿಬಿಡವಾಗಿರು.

Ō-vĕr-dö', *v. t. ir.* (-did', -dŏne') ಅಳತೆಗೆಟ್ಟು ಮಾಡು; 2. ಹೆಚ್ಚಾಗಿ ಬೇಯಿಸು, —ಹುರಿ, —ಕುದಿಸು.

Ō-vĕr-dōse', *n.* ಅಧಿಕವಾದ ಮಾತ್ರೆ, ಅಳತೆ ಮಿಾರಿ ಕೊಟ್ಟ ಔಷಧ.

Ō-vĕr-draw' (-dra'), *v. t. ir.* (-drew', -drawn', *pr.* -dru', -dran') ತನಗೆ ಬರತಕ್ಕ ಹಣಕ್ಕಿಂತ ಹೆಚ್ಚು ಹುಂಡಿ ಬರೆ.

Ō-vĕr-drīve', *v. t. ir.* (-drōve', -driv'en) ಅಧಿಕವಾಗಿ ಓಡಿಸು, ತ್ರಾಣ ಮಿಾರಿ—.

Ō-vĕr-dūe', *a.* ಗಡು ಮಿಾರಿದ, "ಮುದ್ದತು"—.

Ō'vĕr-flōw, -flōw-ing (-flō), *n.* ಪ್ರವಾಹ, ಹರಿಯುವಿಕೆ. Ō-ver-flōw', *v.t.r.* (-flew', -flōwn') ಸೂಸಿ ಹರಿ, ದಂಡೆಮಿಾರಿ ಪ್ರವಹಿಸು; 2. ...ಮೇಲೆ ಹಬ್ಬು. *v. i.* ಸೂಸಿ ಹರಿ, ಹೊರಚೆಲ್ಲು; 2. (to abound) ಪ್ರಬಲವಾಗು, ಹೆಚ್ಚಾಗು.

Ō'vĕr-ground, *a.* ನೆಲದ ಮೇಲ್ಗಡೆಯಿಂದ ಹಾದುಹೋಗುವ.

Ō-vĕr-grōw' (-grō'), *v. t. ir.* (-grew', -grōwn', *pr.* -gru', -grōn) ಹೆಚ್ಚಾಗಿ ಬೆಳೆ; 2. ಮೇಲೆ ಹಬ್ಬು *c. g.* Ō-vĕr-grōwn' (-grōn'), *a.* ಬಹಳವಾಗಿ ಬೆಳೆದ. Ō'vĕr-grōwth (-grōth), *n.* ಅಧಿಕ ಬೆಳೆಯುವುದು.

Ō-vĕr-hang', *v. i. ir.* (-hung', -hung') ...ಮೇಲೆ ತೂಗಾಡು, ...ಸೇತಾಡು; 2. ...ಮೇಲೆ ಚಾಗಿರು.

Ō-vĕr-hāste', *n.* ಅವಸರ, ಉತಾವಳಿ.

Ō-vĕr-haul' (hal'), *v. t. r.* ಮೇಲೆ ಎಳೆ; 2. ಶೋಧಿಸಿ ನೋಡು.

Ō'vĕr-head (-hed), *ad.* ತಲೇ ಮೇಲೆ, ನೆತ್ತಿ—.

Ō-vĕr-hēar' (-hēr'), *v. t. ir.* (-hĕard', -hĕard', *pr.* -hĕrd') ಹೊಂಚಿ ಕೇಳು, ಮಾತಾಡುವವನಿಗೆ ತಿಳಿಯದಂತೆ ಕೇಳು, ಸೂರಾಸಿಸು.

Ō-vĕr-joy', *v. i. r.* ಅತ್ಯಾನಂದ ಪಡಿಸು, ಪರಮಾನಂದ—. Ō-vĕr-joyed' (-joid'), *a.* ಅತ್ಯಾನಂದ ಪಟ್ಟ.

Ō'vĕr-land, *a.* ನೆಲದ ಮೇಲಣ, ಭೂಮಾರ್ಗದ ಮೇಲೆ ಮಾಡಿದ.

Ō-vĕr-lap', *v. t.* & *i. r.* (-lapped', *pr.* -lapt') ...ಮೇಲೆ ಚಾಚಿರು *c. g.*, ಮೇಲ್ ಪದರಾಗಿ ಬಿದ್ದಿರು. [ಮೇಲೆ ಹಚ್ಚು.

Ō-vĕr-lāy' (-lā'), *v. t. r.* (-lāid') ಹೊದ್ದಿಸು,

Ō'vĕr-lēaf, *ad.* ಪುಟದ ಇನ್ನೊಂದು ಮಗ್ಗುಲಲ್ಲಿ.

Ō-vĕr-lēap' (-lēp'), *v. t. r.* (*pr.* -lēpt') ಮೇಲಿಂದ ಹಾರು, ಜಿಗಿ.

Ō-vĕr-līe', *v. t. ir.* (-lāy', -lāin') ಮೇಲೆ ಬಿದ್ದಿರು *c. g.*

Ō-vĕr-lōad' (-lōd'), *v. t. r.* ಅತಿಭಾರ ಹೊರಿಸು, ಅಳತೆಗೆಟ್ಟು ಹೇರು.

Ō-vĕr-look', *v. t. r.* (*pr.* -lukt') ಮೇಲಿಂದ ನೋಡು; 2. ಮೇಲೆ ಇರು *c. g.;* 3. ಮೇಲ್ವಿಚಾರಣೆ ಮಾಡು; 4. ಉದಾಸೀನ ಮಾಡು, ಅಲಕ್ಷ್ಯ—, ಕಾಣದೆ ಉಳಿಸು; 5. ಕಂಡು ಕಾಣದ ಹಾಗೆ ಮಾಡು.

Ō-vĕr-lord', *n.* ಅಧಿಪತಿ, ಅಧಿರಾಜ.

Ō-vĕr-match', *v. t. r.* ಜಯಿಸು, ಗೆಲ್ಲು,

Ō-vĕr-much', *a.* ಹೆಚ್ಚಾದ, ಅಧಿಕ, "ಜಾಸ್ತಿ". *ad.* ಅಧಿಕವಾಗಿ.

Ō'vĕr-nīght (-nīt), *n.* ನಿನ್ನೆ ರಾತ್ರಿ.

Ō-vĕr-pass', *v. t. r.* (*pr.* -past') ದಾಟು; 2. ಉಪೇಕ್ಷಿಸು.

Ō-vĕr-pāy' (-pā'), *v. t. r.* (-pāid') ಅಧಿಕವಾಗಿ ಕೊಡು, ಹೆಚ್ಚು—.

Ō'vĕr-plus, *n.* "ಬಾಕಿ", ಶೇಷ, ಉಳಿದದ್ದು.

Ō'vĕr-poise, *v. t. r., see* Outweigh.

Ō-vĕr-pow'er (-pow'r), *v. t. r.* ಕುಗ್ಗಿಸು, ಜಯಿಸು, ಸೋಲಿಸು.

Ō-vĕr-prīze', *v. t. r.* ಹೆಚ್ಚು ಬೆಲೆ ಕಟ್ಟು, ಮಿತಿಮೀರಿ ಮನ್ನಿಸು. [ವಿರುವ.

Ō'vĕr-proof, *a.* ಹದತಪ್ಪಿ ಮತ್ತಿನ ದ್ರಾವಕ

Ō-vĕr-rāte', *v. t. r.* ಏರಿಸಿಡು, ಮೀರಿ ಬೆಲೆ ಕಟ್ಟು, ಮೀರಿ ಭಾವಿಸು.

Ō-vĕr-rēach' (-rēch'), *v.t.r.* (*pr.* -rēcht') ಮೋಸ ಮಾಡು *c. d.*, ಠಕ್ಕಿಸು.

Ō-vĕr-rīde', *v. t. ir.* (-rōde', -rid'den) ಕುದುರೆಯ ಶಕ್ತಿ ಮೀರಿ "ಸವಾರಿ" ಮಾಡು; 2. ತೆಗೆದುಹಾಕು, "ರದ್ದು" ಮಾಡು.

O-vĕr-rīpe', *a.* ಬಹಳ ಮಾಗಿದ, ಬಲಿತ, ಕಳಿತ.

Ō-vĕr-rule', *v. t. r.* ಆಳು, ವಶಮಾಡಿಕೊಳ್ಳು, ನಡಿಸು; 2. ತೆಗೆದುಹಾಕು, "ರದ್ದು" ಮಾಡು.

Ō-vĕr-run', *v. t. ir.* (-ran', -run') ಹಬ್ಬು, ಕವಿ; 2. ಓಡುವುದರಲ್ಲಿ ಹಿಂದೆಹಾಕು, ದಾಟಿ ಓಡು.

Ō'vĕr-sēas (-sēs), *ad.* ಪರದೇಶಕ್ಕೆ, ಸಮುದ್ರದಾಚೆಗೆ.

Ō-vĕr-sēe', *v. t. ir.* (-saw', -sēen', *pr.* -sa', -sēn') ಮೇಲ್ವಿಚಾರಣೆ ನಡಿಸು. Ō-vĕr-sē'er, *n.* ಮೇಲ್ವಿಚಾರಕ, "ಓವರ್ಸೀರ".

Ō-vĕr-set', *v. t. ir.* (-set', -set') ಕೆಡವು, ಬೋರಲ ಹಾಕು, ತಬ್ಬಿ ಹಾಕು.

Ō-vĕr-shad'ōw (-shad'ō), *v. t. r.* ನೆರಳು ಹಾಕು, ಮರೆಮುಚ್ಚು.

Ō-vĕr-shoot', *v. t. ir.* (-shot', -shot') ಗುರಿ ತಪ್ಪಿ ಮುಂದೆ ಹೋಗು.

Ō'vĕr-sīght (-sīt), *n.* ಮೇಲ್ವಿಚಾರಣೆ; 2. ಕಣ್ಣುತಪ್ಪು, ದೃಷ್ಟಿದೋಷ, "ಫರಾಮೋಷಿ" *(S. C.)*.

Ō-vĕr-slēep', *v. t. ir.* (-slept', -slept') ಹೊತ್ತು ಮೀರಿ ನಿದ್ರೆ ಮಾಡು.

Ō-vĕr-spread' (-spred'), *v.t.ir.* (-spread', -spread') ಹಬ್ಬು, ವ್ಯಾಪಿಸಿಕೊಳ್ಳು, ಮೇಲೆ ಪಸರಾಯಿಸು; clouds o. the sky ಮೋಡ ಕಟ್ಟುತ್ತವೆ, —ಮುಸುಕುತ್ತವೆ.

Ō-vĕr-stāte', *v. t. r.* ಹೆಚ್ಚಿಸಿ ಹೇಳು, ಬೆಳಿಸಿ ಹೇಳು, ಅತ್ಯುಕ್ತಿಯಿಂದ ವರ್ಣಿಸು.

Ō-vĕr-stāy', *v. t.* ವಾಯಿದೆ ತಪ್ಪಿ ಗೈರಹಾಜರಾಗು.

Ō-vĕr-step', *v.t.r.* (-stepped', *pr.* -stept') ಮೀರು, ಅಕ್ರಮಿಸು.

Ō-vĕr-stock', *v. t. r.* (*pr.* -stokt'), ಮಿತಿಮೀರಿ ಸರಕು ಹಾಕು; 2. ತಂಡೋಪತಂಡ ಮಾಡು.

Ō-vĕr-strāin', *v. t. r.* ಶಕ್ತಿಮೀರಿ ಸಾಹಸಪಡು.

Ō'vĕrt, *a.* ಬೈಲಾದ, ಬಹಿರಂಗವಾದ, ಪ್ರಸಿದ್ಧ.

Ō-vĕr-tāke', *v. t. ir.* (-took', -tā'ken) (ಬೆನ್ನುಹತ್ತಿ) ಕೂಡಿಕೊಳ್ಳು; 2. ಹಿಂಬಾಲಿಸಿ ಹಿಡಿ, ಫಕ್ಕನೆ ಹಿಡಿ; 3. ...ಮೇಲೆ ಬಂದು ಬೀಳು.

Ō-vĕr-task', *v. t. r.* (*pr.* -taskt') ಶ್ರಮಪಡಿಸು, ಮಿತಿಮೀರಿ ಕೆಲಸ ಕೊಡು, ಮಿತಿ ತಪ್ಪಿ ಪಾಠ—.

Ō'vĕr-thrōw (-thrō), *n.* ಪಾಳು, ನಾಶನ, ಧಾವಳಿ. Ō-vĕr-thrōw', *v. t. r.* (-threw', -thrōwn', *pr.* -thru', -thrōn') ಕೆಡವು, ಮಗುಚಿಹಾಕು; 2. ನಾಶನ ಮಾಡು, ತೆಗೆದುಹಾಕು, ಕುಗ್ಗಬಡಿ.

Ō'vĕr-tīme, *n.* ಹೆಚ್ಚಿನ ಹೊತ್ತು, ಅಧಿಕ ವೇಳೆ. *a.* ಕಾಲದ ಮಿತಿಮೀರಿ.

Ō-vĕr-top', *v. t. r.* (-topped', *pr.* -topt') ಮೇಲೇರು *c. g.*, ...ಗಿಂತ ಎತ್ತರವಾಗಿರು; 2. ಮಿಗು; 3. ಮೀರು; 4. ಹಿಂದೆ ಹಾಕು, ಜರಿ.

Ō'vĕr-tūre, *n.* ಆಲೋಚನೆ; 2. ಆಶೆ ತೋರಿಸೋಣ; 3. ಸಂಧಿ ಪ್ರಸ್ತಾವನೆ.

Ō-vĕr-turn', *v. t. r., see* Overthrow.

Ō-vĕr-val'ūe (-val'ū), *v. t. r., see* Overrate.

Ō'vĕr-wēak (-wēk), *a.* ಅತಿ ಬಲಹೀನವಾದ.

Ō-vĕr-wēar'y (-wēr'i), *v. t. r.* (-wēar'ied, *pr.* wēr'id) ಬಹಳ ದಣಿಸು, ಬೇಸರಗೊಳಿಸು.

Ō-vĕr-wēen′ing, *a.* ಸೊಕ್ಕಿನ, ಗರ್ವದ, ಅಹಂಕಾರವುಳ್ಳ.

Ō′vĕr-weight, *a.* ಸರಿಯಾದ ತೂಕಕ್ಕೆ ಮೀರಿದ.

Ō-vĕr-whelm′ (-hwelm′), *v. t. r.* ಮುಳ್ಕುರಿ ಬರು *c. d.*, ಕವಿ, ಕುಗ್ಗಿಸು, ಮುಣುಗಿಸು; Ō-vĕr-whelm′ing, *a.* ಮಿತಿಮೀರಿದ ಸಂಖ್ಯೆಯಿಂದ.

Ō-vĕr-wīse′, *a.* ಅತಿ ಬುದ್ಧಿಯುಳ್ಳ, ಮಿತಿಮೀರಿ "ಶಾಹಣೇತನ" ಮಾಡುವ.

Ō′vĕr-wŏrk, *v. t. & i. r. or ir.* (-wrought′, -wrought′, *pr.* -rat′) ಶಕ್ತಿಮೀರಿ ಕೆಲಸ ಮಾಡು; 2. ಶಕ್ತಿಮೀರಿ ಕೆಲಸ ಮಾಡಿಸು.

Ō-vĕr-wrought′ (-rat′), *a.* ಅಳತೆಗೆಟ್ಟು ಶೃಂಗರಿಸಿದ; 2. ತುಂಬಾ ಕೆಲಸ ಇರುವ.

Ō-vĕr-zeal′ŏus (-zel′us), *a.* ಅತ್ಯಾಸಕ್ತ, ಅತ್ಯಾತುರ.

Ō′vi-form, *a.*, *see* Oval.

Ō′vīne, *a.* ಕುರಿಜಾತಿಯ.

Ō-vip′a-rŏus, *a.* ಅಂಡಜ, ಮೊಟ್ಟೆಯಿಂದ ಹುಟ್ಟುವ, ತತ್ತಿ ಇಕ್ಕುವ.

Ō′void, Ō-void′al, *a.* ಅಂಡಾಕಾರವಾದ.

Ō′vūle, *n.* *(bot.)* ಅಂಡಕ.

Ō′vum, *n.* ಅಂಡ.

Ōwe (ō), *v. i. r.* ಸಾಲಗಾರನಾಗಿರು, ಋಣಬದ್ಧನಾಗಿರು. *v. t.* ಉಪಕಾರ ಹೊಂದಿಸು; I owe him three rupees ನಾನು ಅವನಿಗೆ ಮೂರು ರೂಪಾಯಿ ಕೊಡತಕ್ಕದ್ದು; I owe him my life ನನ್ನ ಜೀವ ಅವನಿಂದ ಹೊಂದಿದ್ದೇನೆ, ಅವನೇ ನನ್ನನ್ನು ಉಳಿಸಿದ. Ōw′ing (ō′ing), *part. of* Owe, ಬರತಕ್ಕ, ಕೊಡತಕ್ಕ; *as*, the money o. to me ನನಗೆ ಬರತಕ್ಕ ರೂಪಾಯಿ, (ನೀನು) ನನಗೆ ಕೊಡತಕ್ಕ ಹಣ; 2. ...ಯಿಂದ ಬಂದ, ...ದೆಸೆಯಿಂದಾದ, ... ಮೂಲಕವಾಗಿ ಹುಟ್ಟಿದ; *as*, the fever is o. to fasting ಉಪವಾಸದಿಂದ ಜ್ವರ ಬಂತು.

Owl, *n.* ಗೂಬೆ, ಗೂಗೆ; a small kind of horn-owl ಹಾಲವಕ್ಕಿ (ಹಾಲಹಕ್ಕಿ); owl-eyed ಗೂಗೆಕಣ್ಣಿನ. Owl′et, *n.* ಗೂಬೇ ಮರಿ. Owl′ish, *a.* ಗೂಬೆ ಹಾಗಿರುವ.

Ōwn (ōn), *a.* ಸ್ವಂತ, ಸ್ವಕೀಯ, ಆತ್ಮೀಯ. *v. t. r.* (to possess), *as*, who owns this house? ಈ ಮನೆ ಯಾರದು ಸ್ವತ್ತಾಗಿದೆ? he owns three houses ಅವನಿಗೆ ಮೂರು ಮನೆಗಳವೆ; 2. (to claim, to admit as belonging to one) ತನ್ನದನ್ನು; I own him for my son ಅವನು ನನ್ನ ಮಗನನ್ನುತ್ತೇನೆ; he owned him for his son ಈತನು ತನ್ನ ಮಗನೆಂದ; 3. (to acknowledge, confess) ಒಪ್ಪಿಕೊಳ್ಳು, ಹೌದೆನ್ನು; he owns his fault ತಪ್ಪಾಯಿತೆಂದು ಒಪ್ಪಿಕೊಳ್ಳುತ್ತಾನೆ, ತಪ್ಪಾಯಿತನ್ನುತ್ತಾನೆ; he owned his theft ಕಳವು ಮಾಡಿದೆನೆಂತ ಒಪ್ಪಿಕೊಂಡ; to hold one's own ಸ್ವಕಾರ್ಯವನ್ನು ಬಿಡದಿರು, —ಸಾಧಿಸು. Ōwn′ĕr (ōn′ĕr), *n.* ಒಡೆಯ, ಯಜಮಾನ, "ಮಾಲಿಕ", "ವಾರಸದಾರ". Ōwn′ĕr-ship (ōn′ĕr-), *n.* ಒಡೆತನ, ಯಾಜಮಾನ್ಯ, ಸ್ವಾತಂತ್ರ್ಯ, "ವಾರಸು".

Ox, *n.* ಎತ್ತು, ಬಸವ.

Ox′eȳe (-ī), *n.*, *see* Chrysanthemum.

Ox′-flȳ, *n.* ತೊಣಚಿ.

Ox′-gall, *n.* ಗೋರೋಚನ.

Ox′-īde (*or* ox′id), *n.* (a metallic o.) ಭಸ್ಮ; o. of copper ತಾಮ್ರಭಸ್ಮ; o. of iron ಅರ; o. of mercury ರಸಭಸ್ಮ; o. of tin ವಂಗಭಸ್ಮ; o. of brass ಪೌಷ್ಪಕ. Ox′i-dīse, *v. t. r.* ಭಸ್ಮಮಾಡು.

Ox′lip, *n.* ಪುಷ್ಪವಿಶೇಷ.

Ox′y-gen, *n.* ಪ್ರಾಣವಾಯು, ಆಮ್ಲಜನಕ ವಾಯು.

Ox′y-mal, *n.* ಜೇನುತುಪ್ಪದ ಪಾನಕ.

Oȳs′tĕr, *n.* ಸಿಂಪು, ಸಿಂಪೆ; a bed of oysters ಸಿಂಪುಗಟ್ಟು.

Ō-zœ′na (ō-zō′na), *n.* ಪೀನಸ.

Ō′zōne, *n.* ಹೆಪ್ಪುಗಟ್ಟಿದ ಪ್ರಾಣವಾಯು.

P

Pab′ū-lum, *n.* ಆಹಾರ, ತೀನಿ. Pab′ū-lar, *a.* ಆಹಾರದ.

Pāce, *n.* ಹೆಜ್ಜೆ, ಅಡಿ, ಜೀಪು, ಪದ; 2. (manner of walking) ನಡೆ, ಗತಿ; to go at a great p. ತೀವ್ರವಾಗಿ ಹೋಗು, ಬಡಬಡ—, ಕಾಲೆತ್ತಿ—; to mend the p. ಇನ್ನೂ ತೀವ್ರವಾಗಿ (ತ್ವರೆ

ಯಾಗಿ) ನಡೆ; the paces of a horse ಕುದುರೇ ಧಾರೆಗಳು, —ನಡೆಧಾರೆಗಳು; to keep p. with ಜೊತೆಯಾಗಿ ನಡೆ, ಜೋಡಿಗೆ ನಡೆ, ...ಸವಹೆಜ್ಜೆ ಹಾಕು, ...ಅಷ್ಟೇ ಬೇಗ ನಡೆ. *v. i. r.* (*pr.* pāst) ಹೆಜ್ಜೆ ಇಡು, ನಡೆ; 2. ಮೆಲ್ಲಗೆ ನಡೆ. *v. t.* ... ಮೇಲೆ ನಡೆ; 2. ಹೆಜ್ಜೆಯಲ್ಲಿ ಅಳೆ. *prep.* ಹೊರತು ವಿನಾ.

Pach'y-dĕrm, *n.* ಸ್ಥೂಲ ಚರ್ಮಿ (ಆನೆ, ಗಂಡಕ, ಹಂದಿ ಮುಂ.)

Pac'i-fȳ, *v. t. r.* (-fīed) ಸಮಾಧಾನ ಮಾಡು *c. d.*, ಶಾಂತ ಪಡಿಸು, ಶಮನ ಮಾಡು *c. d.*, ಶಾಂತಿ—*c. d.* Pa-cif'ic, *a.* ಸಮಾಧಾನದ, ಸಾಮು; ಶಾಂತ; P. Ocean ಶಾಂತಸಾಗರ. Pa-cif-i-cā'tiŏn, *n.* ಸಮಾಧಾನ ಪಡಿಸೋಣ, ಶಾಂತ ಪಡಿಸೋಣ, ಕಲಹ ಶಾಂತಿಮಾಡೋಣ. Pa-cif'i-cā-tŏr, Pac'i-fī-ĕr, *n.* ಸಮಾಧಾನ ಮಾಡುವವ, ಶಾಂತಪಡಿಸುವವ. Pa-cif'i-ca-tŏr-y, *a.* ಸಮಾಧಾನ ಮಾಡುವ.

Pack, *n.* ಕಟ್ಟು, ಗಂಟು, ಹೊರೆ; p. of hounds ನಾಯಿಗಳ ಗುಂಪು; p. of thieves ಕಳ್ಳರ ತಂಡು. *v. t. r.* (*pr.* pakt) ಒತ್ತಿ ತುಂಬಿಸು, ತುರುಕು; 2. ಗಂಟು ಕಟ್ಟು; 3. ಕಳುಹಿಸಿಬಿಡು, ಓಡಿಸಿಬಿಡು. *v. i.* ಗಂಟು ಕಟ್ಟು; 2. ಕಟ್ಟಾಗು; 3. ಕೆಟ್ಟ ಕೆಲಸಕ್ಕೆ ಕೂಡಿಕೊಳ್ಳು; 4. ತ್ವರೆಯಾಗಿ ಹೋಗಿಬಿಡು. Pack'āġe, *n.* ಕಟ್ಟು, ಗಂಟು; 2. ಗಂಟು ಕಟ್ಟುವ ಕೂಲಿ, ಕಟ್ಟಿನ "ದಸ್ತೂರಿ". Pack'-cloth, *n.* ತಟ್ಟು, ಗೋಣೀತಟ್ಟು, ಪಾಟು, ಕಟ್ಟುವಾಸ. Pack'et, *n.* ಸಣ್ಣ ಗಂಟು, ಅಂಚೇ ಕಟ್ಟು; 2. "ಟಪ್ಪಾಲ" ಹಡಗು. *v. t. r.* ಗಂಟು ಕಟ್ಟು; 2. "ಟಪ್ಪಾಲ" ಹಡಗದಲ್ಲಿ ಕಳುಹು. Pack'-horse, *n.* ಒಜ್ಜೆ ಹೇರುವ ಕುದುರೆ, ಮೊಟ್ಟೆ ಹೊರುವ ಕುದುರೆ. Pack'ing-nēe-dle, *n.* ದಬ್ಬಣ. Pack'-sad-dle, *n.* ಸಬರ. Pack'shēet, *n.* ಕಟ್ಟುವಾಸ, ರಟ್ಟು. Pack'thread (-thred), *n.* ಹುರಿ, ಗಂಟು ಕಟ್ಟುವ ದಾರ, "ತಬಲಕದಾರ".

Pact, Pac'tiŏn, *n.* ಒಪ್ಪಂದ, ಒಡಂಬಡಿಕೆ, "ಕರಾರು".

Pad, *n.* ಕಾಲದಾರಿ; 2. "ಜರ್ಜಾ" ಕುದುರೆ; 3. ಹೆಡಕಬಡಿಯುವವ, ಹಾದಿಗಳ್ಳ. *v. t. r.* (pad'ded) ಮೆಲ್ಲಗೆ ನಡೆ; 2. ಸುಲುಕೊಳ್ಳು.

Pad, *n.* ತಡಿ, ಸಬರ, ಸಿಂಬೆ; writing p. ಅಡಿವತ್ತಳಿ (*S. C.*). *v. t. r.* ಹತ್ತಿ ಇಟ್ಟು ಹೊಲಿ. Pad'diṅg, *n.* ಜೀನು, ಮೆತ್ತೆ ಮುಂತಾದ್ದರಲ್ಲಿ ತುಂಬಿದ ಹತ್ತಿ ಇತ್ಯಾದಿ.

Pad'dle (pad'l), *n.* ಹುಟ್ಟು, ಜಳವೆ. *v. t. r.* ಹುಟ್ಟು ಹಾಕು; 2. ನೀರು ತಟ್ಟು, —ಬಡಕೊಳ್ಳು, ಈಜು; 3. ಹಿಡಿದಾಡು. *v. i.* ಹುಟ್ಟು ಹಾಕು, —ಎಳೆ.

Pad'dock (pad'ok), *n.* ದೊಡ್ಡ ಕಪ್ಪೆ; 2. ಹುಲ್ಲುಗಾವಲು.

Pad'dy, *n.* ನೆಲ್ಲು, ಬತ್ತ.

Pad'dy, *n.* (*used in joke or contempt*) "ಅಯರಲಾಂಡ" ದೇಶದವ.

Pad'lock, *n.* ಬೀಗ, ಕೀಲಿ, ಉಂಗುರದ ಬೀಗ, ಹಲ್ಲೆಬೀಗ. *v. t. r.* (*pr.* pad'lokt) ಬೀಗಾ ಹಾಕು.

Pæan, *n.* ಜಯಘೋಷಗಾನ.

Pā'gan, *n.* ಮೂರ್ತಿಪೂಜಕ, ಬಿಂಬಾರ್ಚಕ. *a.* ಮೂರ್ತಿಪೂಜಕರ. Pā'gan-is̲m, *n.* ಮೂರ್ತಿಪೂಜಕರ ಧರ್ಮ, ಮೂರ್ತಿಪೂಜೆ, ವಿಗ್ರಹಾರಾಧನೆ.

Pāġe, *n.* ಪುಟ, ಪಾನು. *v. t. r.* ಪುಟಕ್ಕೆ ಅಂಕೆ ಹಾಕು. Pāġ'i-nal, *a.* ಪುಟದ.

Pāġe, *n.* ದೊಡ್ಡವರ ಚಾಕರಿ ಮಾಡುವ ಹುಡುಗ, ಸೇವಕ, ಚಟುಕ. Pāġe'hood, *n.* ಸೇವಕತನ, ಚಾಕರಿತನ.

Paġe'ant (*or* pāj'ent), *n.* "ತಮಾಷೆ", ಆಟ. *a.* ಶೋಭೆಯ, "ತಮಾಷೆಯ". Pāġe'an-try, *n.* ಡಂಭಾಚಾರ, "ಡೌಲು", "ತಮಾಷೆ".

Pa-gō'da, Pā'god, *n.* ದೇವಸ್ಥಾನ; 2. ಒಂದು ವರಹ; half a p. ಹೊನ್ನು.

Pa-gō'da tree, *n.* (*Plumieria acutifolia, Poiret.*) ದೇವಗಣಿಗಲು ಮರ (*My.*), ಮೊಗಗಣಿಗಲು ಗಿಡ (*S.M.*).

Pah, *int.* ಅಸಹ್ಯಸೂಚಕ ಶಬ್ದ.

Pāil, *n.* ಗಡಿಗೆ, ಪಾತ್ರೆ.

Pāin, *n.* ಶಿಕ್ಷೆ; 2. ನೋವು, ನೋತ, ಬೇನೆ; spasmodic p. ಶೂಲೆ; 3. ದುಃಖ, ವೇದನೆ; 4. *pl.* ಧಾವತಿ, "ಮೆಹನತು", ಕಷ್ಟ; 5. *pl.* ಹಡೆಯುವ ಬೇನೆ, ಪ್ರಸವವೇದನೆ; take pains ಪೇಚಾಡು, ಕಷ್ಟಪಡು, ಧಾವತಿ ಮಾಡು. *v. t. r.* ನೋಯಿಸು, ದುಃಖ ಕೊಡು, ಬಾಧಿಸು. Pāin'-fu̥l, *a.* ನೋವಿನ, ದುಃಖದ; 2. ಕಷ್ಟದ, ಪ್ರಯಾಸದ, "ಮೆಹನತಿನ"; this is p. news, this news is p. ಇದು ದುಃಖದ ವರ್ತಮಾನ, ಈ ವರ್ತಮಾನ ದುಃಖದ್ದು, —ದುಃಖವುಳ್ಳದ್ದು. Pāin'fu̥l-ly, *ad.* ನೋವಾಗಿ, ದುಃಖವಾಗಿ; 2. ಕಷ್ಟದಿಂದ, ಕಷ್ಟವಾಗಿ. Pāin'fu̥l-ness, *n.* ನೋವು, ದುಃಖ, ಕಷ್ಟ. Pāins̲'tā-kĕr, *n.* ಕಷ್ಟತಕ್ಕೊಳ್ಳುವವ, ಧಾವತಿ ಮಾಡುವವ. Pāins̲'tā-kiṅg, *a.* ಕಷ್ಟತಕ್ಕೊಳ್ಳುವ, ಧಾವತಿ

ಮಾಡುವ, ಜಾಗ್ರತೆಯುಳ್ಳ. *n.* ಕಷ್ಟ, ಜಾಗ್ರತೆ, ಧಾವತಿ, ಪರಿಶ್ರಮ, ಬಲಬಲಿಕೆ.

Pāint, *n.* ಬಣ್ಣ, "ರಂಗು". *v. t. r.* ಬಣ್ಣಾ ಹಚ್ಚು; 2. ಚಿತ್ರಾ ಬರೆ. 3. ವರ್ಣಿಸು. Pāint'ĕr, *n.* ಚಿತ್ರಗಾರ, ಜೀನಗಾರ. Pāint'ing, *n.* ಚಿತ್ರಾ ತೆಗೆಯೋಣ; 2. ಬಣ್ಣಾ ಕೊಡೋಣ; 3. ಬಣ್ಣದ ಚಿತ್ರ; 4. ಚಿತ್ರವಿದ್ಯೆ. Pāint'y, *a.* ಬಣ್ಣ ತುಂಬಿದ. [ಗೊಡವೆ ಹರಿ.

Pāint'ĕr, *n.* ದೋಣಿಯ ಹಗ್ಗ; cut the p.

Pāir, *n.* ಜೊತೆ, ಜೋಡು; be in pairs ಜೋಡುಜೋಡಾಗಿರು. a p. of compasses ಕೈವಾರ. *v. t. r.* ಜೊತೆ ಮಾಡು, ಜೋಡು—. *v. i.* ಜೊತೆಯಾಗು, ಜೋಡಾಗು.

Pal *(sl.)*, *n.* ಜತೆಗಾರ.

Pal'āce, *n.* ಅರಮನೆ, ರಾಜಗೃಹ.

Pal'a-din, *n.* ರಣವೀರ, ಪರಾಕ್ರಮಶಾಲಿ.

Pā-læ-og'ra-phy (-lē-og'ra-fi), *n.* ಪುರಾತನ ಲೇಖನಪರೀಕ್ಷಾ ಶಾಸ್ತ್ರ.

Pal-an-kēen', -quin' (-kēn'), *n.* ಪಾಲಕಿ; p.-bearers "ಹಮಾಲರು, ಬೋಯಿಗಳು".

Pal'āte, *n.* ಅಂಗಳ, ತಾಲು; 2. ರುಚಿ. Pal'a-ta-ble, *a.* ಸವಿ, ರುಚಿಕರ, ಬಾಯಿಗೆ ಹಿತವಾದ. Pal'a-ta-bly, *ad.* ಸವಿಯಾಗಿ, ರುಚಿಕರವಾಗಿ. Pal'a-tal, *n.* ತಾಲುವರ್ಣ. *a.* ಕಿರುನಾಲಿಗೆಯ.

Pa-lā'ti-al (-lā'shi-), *a.* ಅರಮನೆಗೆ ತಕ್ಕ; 2. ಮಹಾಶೋಭೆಯ.

Pal'ā-tīne *or* -tine, *n.* ರಾಜಾಧಿಕಾರವುಳ್ಳ ಪ್ರಭು. *a.* ರಾಜಸ್ವತಂತ್ರವುಳ್ಳ; 2. ಅರಮನೆ ಸಂಬಂಧವಾದ. Pal-at'i-nāte, *n.* ಪ್ರಭುವಿನ ರಾಜ್ಯ.

Pā-lā'vĕr, *n.* ವ್ಯರ್ಥ ಸಂಭಾಷಣೆ, ಪಟ್ಟಾಂಗ, ಮುಖಸ್ತುತಿ. *v. t. & i. r.* ಹರಟೇ ಒಡೆ; 2. ಇಚ್ಛಕವಾಡು.

Pāle, *a.* ಪಾಂಡುರ, ಬಿಳೀ; 2. ನಿಸ್ತೇಜ, ಕಳೆಯಿಲ್ಲದ; p.-faced ಸಪ್ಪನ ಮೋರೆಯ, ಬಾಡಿದ ಮುಖವುಳ್ಳ; p.-hearted ಎದೆಗುಂದಿದ; p. gold ಬಿಳೀ ಚಿನ್ನ. *v. i. r.* ಕಳೆಗುಂದು. Pāle'ness, *n.* ಕಳೆಗುಂದಿರೋಣ, ನಿಸ್ತೇಜ, ವಿವರ್ಣ. Pā'lish, *a.* ಸ್ವಲ್ಪ ಬಿಳುಪಾದ.

Pāle, *n.* ದೊಡ್ಡ ಗೂಟ; 2. ಬೇಲಿ; 3. "ವಟಾರ"; 4. ಪ್ರಾಂತ, ಪ್ರದೇಶ. *v. t. r.* ಬೇಲೀ ಕಟ್ಟು. Pā'ling, *n.* ದೊಡ್ಡ ಗೂಟಗಳ ಬೇಲಿ; 2. ಮೇರೆ. Pā'ling-bōard (-bōrd), *n.* "ಪರಿಕೆ", "ಪರಿಕಿ", "ಪೋರೊಟು" *(S. C.)*.

Pā-les'tra, *n.* ಗರಡಿಮನೆ.

Pal'ette (pal'et), *n.* ಬಣ್ಣದ ಬಟ್ಲು, ಚಿತ್ರಗಾರನು ಬಣ್ಣಗಳನ್ನು ತೀಡಿಕೊಳ್ಳುವ ದಂತದ ಬಟ್ಲು.

Pal'frey (pal'fri), *n.* "ತಟ್ಟು", "ಸವಾರಿ" ಕುದುರೆ.

Pal'imp-sest, *n.* ಮೊದಲು ಬರೆದದ್ದು ಒರಸಿ ಮೇಲೆ ಬರೆದ ಕಡತ.

Pal'in-drome, *n.* ಅನುಲೋಮ ಪ್ರತಿಲೋಮವಾಗಿ ಓದಿದರೂ ಒಂದೇಯಾಗಿರುವ ಪದಸು.

Pal'i-sāde, -sā'dō, *n.* ದಸಿ, ಆಳವೇರಿಯ ಗೂಟ; 2. ಕಂಬಗಳ ಬೇಲಿ. *v. t. r.* ...ಸುತ್ತಲು ಕಂಬಗಳ ಬೇಲಿ ಕಟ್ಟು.

Pall, *n.* ಮೇಲರಿವೆ, ಶಲ್ಲೆ; 2. ಪ್ರೇತವಸ್ತ್ರ; p.-bearer ಪ್ರೇತಕ್ಕೆ ಹೊದಿಸಿದ ವಸ್ತ್ರದ ಮೂಲೆಗಳನ್ನು ಹಿಡಿದು ಹೋಗುವವನು. *v. t. r.* ವಸ್ತ್ರ ಹೊದಿಸು.

Pall, *v. i. r.* ನಿಸ್ಸಾರವಾಗು.

Pal'let (pal'et), *n.* ಹಾಸಿಗೆ.

Pal'li-āte, *v. t. r.* ಮುಚ್ಚು, ನೆವ ಹೇಳು; 2. ಉಪಶಮನ ಮಾಡು (disease). Pal-li-ā'tion, *n.* ನೆವ; 2. "ಉತಾರು". Pal'li-ā-tive, *a.* ನೆವನದ; 2. ಉಪಶಮನದ. *n.* ನೆವ, ಉಪಶಮನ, ಪರಿಹಾರ.

Pal'lid, *a.* ಸಪ್ಪನ, ಬಿಳುಪಾದ, ನಿಸ್ತೇಜ.

Pall-mall' (pel-mel'), *n.* ಒಂದರೆ ಚೆಂಡಾಟ; 2. ಲಂಡನಿನ ಒಂದು ಕೇರಿಯ ಹೆಸರು.

Pal'lōr, *n.* ಪಾಂಡುರ, ಬಿಳುಕರಿಸಿದ.

Pälm (päm), *n.* ಅಂಗೈ; 2. ನಾಲ್ಕು ಅಂಗುಲದ ಅಳತೆ; 3. ತಾಳೆ ಮುಂತಾದ ಜಾತಿಯ ಗಿಡ, ತೃಣದ್ರುಮ; cocoa-p. ತೆಂಗಿನ ಗಿಡ, —ಮರ; areca-p. (betel-nut tree) ಅಡಿಕೇ ಗಿಡ; date-p. ಖರ್ಜೂರ ಗಿಡ; wild date-p. ಈಚಲ ಗಿಡ; palmyra-p. ತಾಳೇಮರ; talipot or fan-p. ಶ್ರೀತಾಳೀ ಮರ; bastard sago-p. ಬೈನೀ ಮರ; 4. (palm-leaf) ಖರ್ಜೂರಗರಿ; 5. (token of triumph) ಬಿರುದು, ಜಯದ ಬಿರುದು. *v. t. r.* ಮುಟ್ಟು, ತಡವು; 2. ಹಿಡಿಯಲ್ಲಿ ಮುಚ್ಚಿಕೊಳ್ಳು; p. off ಮೋಸ ಮಾಡು, ಠಕ್ಕಿಸು, "ತಗಲು" ಮಾಡು. Pal'māte, *a.* *(bot.)* ಅಂಗೈಯಂತಿರುವ; p. leaf ಪಾಣಿಪತ್ರ. Pälm'y (päm'i), *a.* ಏಳಿಗೆಯ, ಊರ್ಜಿತ; 2. ತೃಣದ್ರುಮಗಳುಳ್ಳ.

Pälm'ĕr (päm'ĕr), *n.* ಯಾತ್ರಸ್ಥ, ಕಾನಾನ ದೇಶಕ್ಕೆ ಹೋಗಿ ಬಂದ ಯಾತ್ರಿಕ; 2. (cheater in cards) "ತಗಲ್ಯಾ", "ಸೋದ್ಯಾ", "ಸೋದೆಗಿರಿ" ನಡಿಸುವವ, ಇಸ್ಪೀಟಿನಲ್ಲಿ ಮೋಸಮಾಡುವವ. Pälm'ĕr-wörm *n.* ಕಂಬಳಿಹುಳ.

Päl'mis-tĕr, *n.* ಕೈ ನೋಡುವವ, ಹಸ್ತಸಾಮುದ್ರಿಕ ಹೇಳುವವ. Päl'mis-try, *n.* ಹಸ್ತ ಸಾಮುದ್ರಿಕೆ; 2. ಹಸ್ತಲಾಘವ.

Pal-mȳ'ra, Pal-mi'ra, *n.* (*Borassus flabelliformis, L.*) ತಾಳೀ ಮರ, ಕರತಾಳೆ.

Pal-pa-ble, *a.* ಹಿಡಿಯಲಿಕ್ಕೆ ಸಾಧ್ಯ, ಸ್ಪರ್ಶಗೋಚರ, ಸ್ಪರ್ಶ್ಯ; 2. ಸ್ಪಷ್ಟ, ಪ್ರತ್ಯಕ್ಷ, ಸ್ಥೂಲ. Pal'pa-bly, *ad.* ಸ್ಪರ್ಶವಾಗಿ; 2. ಸ್ಪಷ್ಟವಾಗಿ.

Pal'pi-tāte, *v. i. r.* ಗುಂಡಿಗೆ ಬಡಿ, ಎದೆ ಹಾರು. Pal-pi-tā'tiŏn, *n.* ಎದೆ ಹಾರುವುದು, ಸ್ಫುರಣ.

Pal'sy, *n.* ಅರ್ಧಾಂಗವಾಯು, ಪಕ್ಷವಾಯು, ಅರನಾರಿಬೇನೆ. *v. t. r.* ಪಕ್ಷವಾಯು ಹಿಡಿ, ನಿತ್ರಾಣಮಾಡು. Pal'sied (pal'zid), *a.* ಪಕ್ಷವಾಯು ಉಳ್ಳ, ಅರನಾರಿಬೇನೆಯ.

Pal'tĕr, *v. t. r.* ಮೋಸಮಾಡು, "ತಗಲು"—, "ದಗೆ"—.

Pal'try, *a.* ಜುಂಗಡಿ, ಅಲ್ಪ, ಸುಡುಗಾಡಿನ, "ಹಲಕಿ"; p. ten rupees ಸಿಳ್ಳಿಮಿಳ್ಳಿ ಹತ್ತು ರೂಪಾಯಿ. Pal'tri-ness, *n.* ಅಲ್ಪತ್ವ.

Pam'pas, *n. pl.* ದಕ್ಷಿಣ ಅಮೇರಿಕ ಖಂಡದ ದಲ್ಲಿಯ ವಿಸ್ತಾರವಾದ ಹುಲ್ಲುಗಾವಲುಗಳು.

Pam'pĕr, *v. i. r.* ಕೊಬ್ಬಿಸು, ಸೊಕ್ಕಿಸು.

Pam'phlet (pam'flet), *n.* ಚಿಕ್ಕ ಪುಸ್ತಕ, ವಹಿ. *v. t. r.* ಚಿಕ್ಕ ಪುಸ್ತಕ ಬರೆ. Pam-phle-tēer' (-fle-tēr'), *n.* ವಹಿಗಳನ್ನು ರಚಿಸುವವ. *v. t.* ವಹಿ ಬರೆ.

Pan, *n.* ಓಡು, "ಡಬರಿ", ಸಿರಿವಂತಿಗೆ; 2. ಕೋವೀ ಕಿವಿ; scale-p. ತಕ್ಕಡೀ ಬಿಲ್ಲೆ, —ಬಟ್ಟು.

Pan, *n.* ಗ್ರೀಕರ ವನದೇವತೆ.

Pan-a-cē'a, *n.* ತ್ರೈಲೋಕ್ಯಚಿಂತಾಮಣಿ, ಸರ್ವೌಷಧಿ ಚೂರ್ಣ.

Pa-nā'da, *n.* ರೊಟ್ಟಿ ಹಾಕಿ ಕಾಸಿದ ಗಂಜಿ.

Pan'cāke, *n.* ಹೋಳಿಗೆ, "ಕಜ್ಜಾಯ", ದೋಸೆ.

Pan'cre-as, *n.* ಶ್ವೇತರಸಾಶಯ. Pan-cre-at'ic juice, *n.* ಶ್ವೇತರಸ.

Pan'dal, *n.* ಹಂದರ, ಚಪ್ಪರ. [ಲರ ಜಂಗುಳಿ.

Pan-de-mō'ni-um, *n.* ದೆವ್ವಗಳ ಇರವು, ಚಂಡಾ

Pan'dĕr, *n.* "ಭಡವ", ಕುಂಟಣಿಗ, ಕುಂಟ್ಲ್ಯಾ. *v. i.* ಕುಂಟಲತನ ಮಾಡು. [ಆಕಳಿಕೆ.

Pan-dic-ū-lā'tiŏn, *n.* ಮೈ ಮುರಿಯುವುದು,

Pan-dōre', *n.* ಏಣಿ.

Pāne, *n.* ಬಿಲ್ಲೆ, ಕನ್ನಡಿ.

Pan-ē-ġyr'ic, *n.* ಹೊಗಳಿಕೆ, ಸ್ತೋತ್ರ, ಸ್ತುತಿ, ಗುಣವರ್ಣನೆ. Pan-ē-ġyr'i-cal, *a.* ಹೊಗಳುವ, ಗುಣವರ್ಣನೆಯ. Pan'ē-ġyr-īse, *v. t. r.* ಹೊಗಳು, ಪ್ರಶಂಸೆ ಮಾಡು. Pan'ē-ġyr-ist, *n.* ಹೊಗಳುವವ, ಸ್ತುತಿಪಾಠಕ, ಸ್ತುತಿ ಮಾಡುವವ.

Pan'el, *n.* ಬಿಲ್ಲೆ, ಕಣ, ಬಾಗಲ ಪಡಿಕಿನಲ್ಲಿ ಸಿಕ್ಕಿಸಿದ ಹಲಗೆ; 2. ಜೂರಿ ಪಂಚಾಯತರ ಪಟ್ಟಿ. *v. t. r.* ಬಿಲ್ಲೆ ಜೋಡಿಸು.

Pang, *n.* ಒಮ್ಮಿಂದೊಮ್ಮೆ ಬರುವ ನೋವು, ಒಮ್ಮಿಂದೊಮ್ಮೆ ಬೇನೆ, ತೀವ್ರ ವೇದನೆ. *v. t. r.* ನೋವು ಕೊಡು.

Pan'gō-lin, *n.* ಗುರಾವಳಿ ಎಂಬ ಮೃಗ.

Pan'ic, *n.* ವಿಚಾರಗೆಟ್ಟ ಅಂಜಿಕೆ, ನಿಷ್ಕಾರಣವಾದ ಭಯ. *a.* ಆಕಸ್ಮಿಕವಾದ, ವ್ಯರ್ಥ; p. -stricken, p.-struck ಚಕಿತ.

Pan'ic grass, *n.*, *see* Panicum.

Pan'i-cle, *n.* ತೆನೆ.

Pan'i-cum, *n.*, *see* Millet.

Pan'ni-ĕr, *n.* ರೊಟ್ಟಿಯ ಬುಟ್ಟಿ, ಮಂಕ್ರಿ, ಲಗಳಿ.

Pan'ni-kin, *n.* ತಟ್ಟೆ.

Pan'ō-ply, *n.* ಸರ್ವಾಯುಧ. Pan'ō-plied (-plid), *a.* ಸರ್ವಾಯುಧ ಧರಿಸಿಕೊಂಡ.

Pan-ō-rā'ma, *n.* ನಾಲ್ಕು ದಿಕ್ಕುಗಳ ಪಟ; 2. ನಾಲ್ಕು ಕಡೆಯ ನೋಟ, ಪರಿತೋದರ್ಶನ. Pan-ō-ram'ic, *a.* ನಾಲ್ಕು ದಿಕ್ಕುಗಳು ಕಾಣುವ.

Pant, *v. t. r.* ತೇಕು, ಗುಂಡಿಗೆ ಬಡುಕೊಳ್ಳು, ಅಸುರುಸುರಾಗು, ಧೂಪಿಸು; p. for, p. after ಬಯಸು, ಅತ್ಯಾಶೆ ಪಡು. *n.* ನಿಟ್ಟುಸುರು ಬಿಡುವುದು; 2. ಗುಂಡಿಗೆ ಒಡೆದುಕೊಳ್ಳುವುದು.

Pan-ta-loon', *n.* ಹಾಸ್ಯಗಾರ. Pan-ta-loons', *n. pl.* "ಇಜಾರು", "ಪಾಯಿಜಾಮೆ".

Pan'thē-ism, *n.* ಬ್ರಹ್ಮಜ್ಞಾನ, ಅದ್ವೈತಮತ, ಜಗದೀಶ್ವರಮತ. Pan'thē-ist, *n.* ಅದ್ವೈತವಾದಿ, ಅದ್ವೈತಿ. Pan-thĕ-is'tic, -is'ti-cal, *a.* ಅದ್ವೈತಮತದ.

Pan'thē-on, *n.* ಸರ್ವದೇವಸ್ಥಾನ; 2. ಸರ್ವದೇವಸಭೆ; 3. ಸರ್ವದೇವಪುರಾಣ; 4. ಒಂದು ದೇಶದ ಸರ್ವದೇವತೆಗಳು.

Pan'thĕr, *n.* (*Felis pardus*) ಹುಲಿ, ಕೇರಕಳ್ಳ; black p. ಕರೇಕಿರಬ.

Pan'tīle, *n.* ದೋಣಿ ಹಂಚು.

Pan'tō-mīme, *n.* (ಆಟದಲ್ಲಿಯ) ಅಭಿನಯಗಾರ, ಮೂಕವೇಷಿ. Pan-tō-mim'ic. -mim'i-cal, *a.* ಚೇಷ್ಟೆಯ, ಅಭಿನಯಿಸುವ.

Pan'try, *n.* ಅಡಿಗೆ ವಸ್ತುಗಳ ಉಗ್ರಾಣ; p. man ಕೊಟ್ಟಾರಿ.

Pap, *n.* ಮೊಲೆಯ ಮೂಗು, —ತುದಿ; 2. ಮಕ್ಕಳ ಗಂಜಿ. Pap-il'la-ry, *a.* ಮೊಲೆ ತುದಿಯ.

C *as* k; c *as* s; ch *as* sh; g *as in* get; ġ *as* j; n *nasal, as in* anger; s *as* z; th *as in* thou; x *as* gz; ce, ci, si *and* ti *before a vowel as* sh: ocean, action.

Pa-pä', *n.* ತಂದೆ, ಅಪ್ಪ.

Pā'pa-cy, *n.* "ಪೋಪನ" ಅಧಿಕಾರ; 2. "ಪೋಪನ" ಮಾನ್ಯ; 3. "ಪೋಪರಪ್ಪರು". Pā'pal, *a.* "ಪೋಪನ", "ಪೋಪನಿಂದ" ಬಂದ.

Pa-paw' (-pa'), *n.* *(Carica papaya, L.)* ಪಪ್ಪಾಯಿ, ಬಪ್ಪಂಗಾಯಿ.

Pā'pĕr, *n.* ಕಾಗದ; 2. (essay) ಪ್ರಬಂಧ; 3. (documents) "ಕತಬಿ", "ದಸ್ತೈವಜು"; news-p. ವರ್ತಮಾನಪತ್ರ; waste p. "ಕರಡು" ಕಾಗದ; p.-money "ಹುಂಡಿ", "ನೋಟು". *v. t. r.* ಕಾಗದ ಹಚ್ಚು *c. d.*, ಕಾಗದದಿಂದ ಶೃಂಗರಿಸು. Pā'pĕr-cred-it, *n.* ಕಾಗದದ ಮೌಲ್ಯ. Pā'pĕr-hang-ings, *n. pl.* ಗೋಡೆಗೆ ಹಚ್ಚುವ ಚಿತ್ರದ ಕಾಗದ. Pā'pĕr-y, *a.* ಕಾಗದದಂಥ.

Pā'pist, *n.* "ರೋಮನ್" ಮತದವ, "ಪೋಪನ" ಮತಸ್ಥ. Pa-pis'tic, -pi'sti-cal, *a.* "ರೋಮನ್" ಸಭೆಗೆ ಸೇರಿದ, "ಪೋಪೀಯ".

Pap'pus, *n.* ಬೀಜದ ಮೇಲಿರುವ ಗುಂಜು, ಜುಬರ, ಜುಬರು, "ಸೋಪು". Pap'pous, *a.* ಗುಂಜುಳ್ಳ. [ಮೆತ್ತಗಿರುವ.

Pap'py, *a.* ಗಂಜಿಯ ಹಾಗಿರುವ, ಅಂಬಲಿಯ —,

Pa-py̆'rus, *n.* (ನೀಲನದಿಯಲ್ಲಿ ಬೆಳೆಯುವ) ಒಂದು ವಿಧದ ಆಪು; 2. ಆಪಿನ ಪರೆಗಳನ್ನು ಜೋಡಿಸಿ ಮಾಡಿದ ಕಾಗದ.

Pär, *n.* ಈಡು, ಸರಿ, "ಬರಾಬರಿ"; be at p. "ಬರಾಬರಿ"ಯಾಗು; above p. "ಗೈರು" ಧಾರಣೆ; below p. "ಕಸರು" ಧಾರಣೆ; on a p. ಸರಿಸಮಾನವಾಗಿ.

Par'a-ble, *n.* ದೃಷ್ಟಾಂತರೂಪ ಕಥೆ. Par-a-bol'ic, -bol'i-cal, *a.* ಸಾಮ್ಯದ, ದೃಷ್ಟಾಂತ ರೂಪ.

Pa-rab'ō-la, *n.* *(geom.)* ಸಮುಕಕ್ಷ ಭಿನ್ನ.

Pa-rab'ō-lē, *n.* ಸಾಮ್ಯ, ತುಲನೆ.

Par'a-chūte, *n.* ಸತ್ತಿಗೆ, ಆಕಾಶಯಾನದಿಂದ ಇಳಿಯುವ ಮನುಷ್ಯನು ಕೂತುಕೊಂಡು ಬರುವ ಕೊಡೆ.

Par'a-clēte (-klēt), *n.* ಕಾರ್ಯಕರ್ತ, ಮಧ್ಯಸ್ಥ, ಆದರಿಕ, ಪರಿಶುದ್ಧಾತ್ಮ.

Pa-rāde', *n.* "ಕವಾತು"; 2. "ಕವಾತು" ಸ್ಥಳ; 3. ಡಂಭ; 4. ಮೆರವಣಿಗೆ. *v. t. r.* ಮೆರವಣಿಗೆ ಮಾಡು; 2. ಬಡಿವಾರ ಮಾಡು; 3. "ಕವಾತು" ಮಾಡಿಸು. *v. i.* ಮೆರೆ; 2. "ಕವಾತಿಗೆ" ಕೂಡಿ ಬರು.

Par'a-digm (-dim), *n.* *(gram.)* ವಿಭಕ್ತಿರೂಪ ಮಾಲೆ; 2. ಕ್ರಿಯಾಮಾಲೆ.

Par'a-dīse, *n.* "ಏದೆನ್" ತೋಟ, ಸ್ವರ್ಗ, ಕೈವಲ್ಯ. Par-a-di-sā'ic, -sā'i-cal, -di-sī'ac, -di-sī'a-cal, -dis'i-al, -dis'i-an, *a.* ಸ್ವರ್ಗದ, ಸ್ವರ್ಗೀಯ.

Par'a-dox, *n.* ಅಲ್ಲದ್ದೆಂದು ತೋರುವ ಮಾತು, ವಿಪರೀತವೆಂದು ತೋರುವ ಮಾತು, ಅಸತ್ಯಾಭಾಸ. Par-a-dox'i-cal, *a.* ಅಸತ್ಯಾಭಾಸದ, ವಿಪರೀತ. Par-a-dox'i-cal-ly, *ad.* ವಿಪರೀತವಾಗಿ.

Par'af-fin, *n.* ನಿರ್ವಾಸಿಕ ನಿರ್ವರ್ಣತೈಲ.

Par-a-gō'gē, *n.* ಪದಾಂತಕ್ಕೆ ಅಕ್ಷರ ಸಂಧಿಸುವುದು. [ಮಣಿ.

Par'a-gon, *n.* ಮಾದರಿ, "ನಮೂನೆ"; 2. ಶಿರೋ

Par'a-gram, *n.* ಶ್ಲೇಷೋಕ್ತಿ.

Par'a-graph (-graf), *n.* ಪ್ರಕರಣ, "ಕಲಮು".

Par'al-lax, *n.* ಸೂರ್ಯಚಂದ್ರಾದಿಗಳನ್ನು ಬೇರೆ ಬೇರೆ ಸ್ಥಳಗಳಿಂದ ನೋಡುವವರಿಗೆ ಅವುಗಳಲ್ಲಿ ಕಾಣುವ ಸ್ಥಳಾಂತರ, ಸ್ಥಾನಭೇದ, ಲಂಬನ.

Par'al-lel, *a.* *(geom.)* ಸಮಾಂತರ; 2. ಸರಿ, ಸಮ, ಸದೃಶ. *n.* *(geom.)* ಸಮಾಂತರ ರೇಖೆ; p. of latitude ಅಕ್ಷಾಂಶರೇಖೆ. *v. t. r.* ಸಮಾನಾಂತರ ಮಾಡು; 2. ಸಾದೃಶ್ಯಮಾತು, ಸರಿ ನೋಡು; 3. ಸರಿ ಆಗು. Par'al-lel-ism, *n.* ಸಮದೂರ; 2. ಹೋಲಿಕೆ.

Par-al-lel-e-pī'ped (*pl.* -eds), -pīp'e-don (*pl.* -pīp'e-da), *n.* *(geom.)* ಕಾಟಕೋನ ಚೌಕೋಣಾಕೃತಿಯಾದ ಸಮಾಂತರಪೃಷ್ಠ ಭಾಗಗಳುಳ್ಳ ಪಿಂಡ, ಚೌಕ ಪಿಂಡ [ಪೆಟ್ಟಿಗೆ, ಇಟ್ಟಿಗೆ (ಇಟ್ಟಂಗಿ), ಚೌಕ ತೊಲೆ ಇತ್ಯಾದಿ].

Par-al-lel'ō-gram, *n.* *(geom.)* ಸಮಾಂತರ ಚತುರ್ಭುಜ ಕ್ಷೇತ್ರ.

Pa-ral'o-gism, *n.* ಕುತರ್ಕ.

Par'a-ly̆se, *v. t. r.* ವಾತ ಹಿಡಿಸು, ತ್ರಾಣ ಕುಂದಿಸು, ನಿತ್ರಾಣ ಮಾಡು; to be paralysed ಕೈ ಕಾಲು ಹೋಗು, ಪಕ್ಷವಾತ ಹಿಡಿ *c. d.* Pa-ral'y-sis, *n.* ಪಕ್ಷವಾತ, ಪಾರ್ಶ್ವವಾಯು, ಅರ್ಧಾಂಗವಾಯು, ಅರನಾರಿಬೇನೆ; *(vet.)* ಕುರುಕುರಿ. Par-a-lyt'ic, *n.* ಪಕ್ಷವಾತ ಹಿಡಿದವ. Par-a-lyt'ic, -lyt'i-cal, *a.* ಅರ್ಧಾಂಗ ವಾಯುವುಳ್ಳ, ವಾತರೋಗಿಯಾದ, ಅರನಾರಿಬೇನೆ ಹಿಡಿದ.

Par'a-mount, *a.* ಶ್ರೇಷ್ಠ, ಪ್ರಧಾನ; lord p. ಅರಸ, ಸಮ್ರಾಜ.

Par'a-mōur, *n.* ಮಿಂಡ, ಮಿಂಡಿ, ಉಪಪತಿ.

Par'a-pet, *n.* ಜೇರುಗಿಂಡಿಗಳ ಗೋಡೆ, ದಿಡ್ಡಿಗೋಡೆ, ಕೈಡಿಪಿ ಗೋಡೆ.

Par-a-phĕr-nā'li-a (-fĕr-), *n. pl.* ಸ್ತ್ರೀಧನ; 2. ಅಲಂಕಾರ, ಭೂಷಣ.

Par'a-phrāse (-frāz), *n.* ಟೀಕು, ವ್ಯಾಖ್ಯೆ, ಭಾವಾರ್ಥ, ದಂಡಾನ್ವಯ. *v. t. r.* ವ್ಯಾಖ್ಯೆ ಮಾಡು, ಟೀಕಿಸು, ಭಾವಾರ್ಥ ಹೇಳು. Par'a-phrast (-frast), *n.* ವ್ಯಾಖ್ಯಾನಿಕನು, ವ್ಯಾಖ್ಯಾತಾ. Par'a-phras'tic, -'ti-cal (-fras'), *a.* ಭಾವಾರ್ಥ ವಿವರಿಸುವ, ವ್ಯಾಖ್ಯಾನಿಸುವ.

Par'a-sīte, *n.* ದೊಡ್ಡವರ "ಮರ್ಜಿ" ಕಾದುಕೊಂಡು ಹೊಟ್ಟೆ ಹೊರಕೊಂಬುವ, ಪರಾನ್ನಪುಷ್ಟ, ನಂಬಿಸಗೂಳಿ; 2. ಪರತಂತ್ರಜೀವಿ, ಪರಪ್ರಾಣಿಯಲ್ಲಿ ಜೀವಿಸುವ ಪ್ರಾಣಿ, ಮತ್ತೊಂದು ಗಿಡದ ಮೇಲೆ ಬೆಳೆಯುವಂಥ ಗಿಡ. Par-a-sit'ic, -sit'i-cal, *a.* ಮತ್ತೊಂದು ಪ್ರಾಣಿಯಲ್ಲಿ ಬಾಳುವ, ಮತ್ತೊಂದು ಗಿಡದಲ್ಲಿ ಬೆಳೆಯುವ. 2. ಮುಖಸ್ತುತಿಮಾಡುವ.

Par'a-sol, *n.* ಸ್ತ್ರೀಯರ ಕೊಡೆ, ಛತ್ರ, ಚತ್ತರಿಗೆ, ಸತ್ತಿಗೆ; a white p. ಶ್ವೇತಛತ್ರ.

Pär'boil, *v. t. r.* ಅರ್ಧ ಬೇಯಿಸು.

Pär'cel, *n.* ಗಂಟು, ಕಟ್ಟು. *v. t. r.* ಹಂಚು, ಪಾಲಿಡು. *a. & ad.* ಅರ್ಧ, ಭಾಗವಾಗಿ.

Pär'ce-na-ry, *a.* ಸಹಬಾಧ್ಯಸ್ಥಿಕೆ. Pär'cen-ĕr, *n.* ಪಾಲುಗಾರ, "ಸಹವಾರಿಸುದಾರ".

Pärch, *v. t. r.* (*pr.* pärcht) ಹುರಿ, ಕರಕಾಡಿಸು, ಕಮರಿಸು; 2. ಒಣಗಿಸು; *pass.* ಕಮರು, ಕಂದು, ಒಣಗು. Pärch'iṅg, *a.* ಕಮರಿಸುವ, ಸುಡುವ.

Pärch'ment, *n.* ಚರ್ಮದ ಕಾಗದ, ಕಡತಿ.

Pärd, *n.*, *see* Leopard.

Pär'don (*or* -dn), *v. t. r.* ಕ್ಷಮಿಸು, ಮನ್ನಿಸು, "ಮಾಫು" ಮಾಡು, ಬಿಡು. *n.* ಕ್ಷಮೆ, "ಮಾಫಿ", ಮುಕ್ತಿ, ಅಪರಾಧಕ್ಷಮಾಪಣೆ. Pär'don-a-ble, *a.* ಕ್ಷಮ್ಯ, ಮನ್ನಿಸತಕ್ಕ. Pär'don-a-bly, *ad.* ಕ್ಷಮಿಸುವಂತೆ.

Pāre, *v. t. r.* ಸುಲಿ; 2. ಕಡಿಮೆ ಮಾಡು; p. the ground ಹುಲ್ಲು ಚಕ್ಕು; p. the nails ಉಗುರು ತೆಗೆ. Pā'riṅg, *n.* ಸುಲಿಯುವುದು, ಕೆತ್ತುವಿಕೆ; 2. ಸಿಪ್ಪೆ.

Par-e-gor'ic, *a.* ನೋವು ತಣಿಸುವ.

Pā'rent, *n.* ತಂದೆ ಅಥವಾ ತಾಯಿ; 2. ಮೂಲಕಾರಣ. *pl.* ತಂದೆತಾಯಿಗಳು, ಜನನೀಜನಕರು. Pā'ren-tāġe, *n.* ವಂಶ, ಜನ್ಮ. Pa-ren'-tal, *a.* ತಂದೆತಾಯಿಗಳ; 2. ವಾತ್ಸಲ್ಯದ. Pa-ren'tal-ly, *ad.* ವಾತ್ಸಲ್ಯದಿಂದ, ವಾತ್ಸಲ್ಯವಾಗಿ.

Pa-ren'the-sis, *n.* ಬೇಲಿ, ಅರ್ಧಚಂದ್ರಾಕಾರ, ಆವರಣಚಿಹ್ನೆ ( ); 2. ಆವರಣದ ವಾಕ್ಯ. Par-en-thet'ic, -thet'i-cal, *a.* ಆವರಣ ಚಿಹ್ನೆಯಲ್ಲಿಯ, ಪ್ರತ್ಯೇಕ ಹೇಳಿದ.

Par'-ex-cel-lence, *ad.* ಶ್ರೇಷ್ಠಾರ್ಥದಲ್ಲಿ.

Pär'ġet, *n.* ಗಚ್ಚು, ಸುಣ್ಣ.

Pär-hē'li-on, *n.* ಮಿಥ್ಯಾಸೂರ್ಯ, ಪ್ರತಿಸೂರ್ಯ.

Par'i-äh (-ä), *n.* ಹೊಲೆಯ, ಮಾದಿಗ, ಕೂಸಾಳು, ಪಂಚಮ; 2. ಜಾತಿಭ್ರಷ್ಟ, ಚಂಡಾಲ.

Pā'ri-an, *a.* "ಪಾರಸ್" ಎಂಬ ದ್ವೀಪದ. *n.* "ಪಾರಸ್" ಎಂಬ ದ್ವೀಪದವ.

Par'ish, *n.* ಕ್ರೈಸ್ತಬೋಧಕನ ವಿಚಾರದಲ್ಲಿರುವ ಪ್ರದೇಶ, ——ಸಭೆ. *a.* ಬೋಧಕನ ಪ್ರದೇಶದ, ಸಭೆಯ; 2. ಸಭೆಯಿಂದ ಸಂರಕ್ಷಣೆ ಹೊಂದುವ. Pa-rish'iŏn-ĕr (-rish'un-ĕr), *n.* ಸಭೆಯವ.

Par'i-ty, *n.* ಹೋಲಿಕೆ, ಸಮಾನತ್ವ, ಸಮತೆ.

Pärk, *n.* ಉಪವನ, ಉದ್ಯಾನವನ, ಕ್ರೀಡಾವನ. Pärk'ĕr, *n.* ಉದ್ಯಾನವನ ಪಾಲಕನು.

Pär'lance, *n.* ಮಾತು, ಸಂಭಾಷಣೆ. Pär'ley (-li), *v. i. r.* ಮಾತಾಡು, ಸಂಭಾಷಣೆ ಮಾಡು; 2. ಯುದ್ಧದ ಮಧ್ಯದಲ್ಲಿ ಶತ್ರುವಿನ ಸಂಗಡ ಮಾತಾಡು, "ಕೌಲು" ಮಾಡು. *n.* ಸಂಭಾಷಣೆ; 2. "ಕೌಲು".

Pär'lia-ment (pär'li-), *n.* ರಾಜ್ಯಕಾರ್ಯಾಲೋಚನಾಸಭೆ, ರಾಜಸದಸ್ಸು, ರಾಜಸಭೆ, ಒಡ್ಡೋಲಗ; member of p. ರಾಜಸಭೆಯ ಸದಸ್ಯ. Pär-lia-ment'a-ry (pär'li-), *a.* "ಪಾರ್ಲಿಮೆಂಟಿನ", "ಪಾರ್ಲಿಮೆಂಟು ಠರಾಯಿಸಿದ".

Pär'lŏur (-lĕr), *n.* ಕೂಡ್ರುವ ಕೋಣೆ, ಪಡಸಾಲೆ.

Pär'lŏus, *a.* ಅಪಾಯಕರ.

Pa-rō'chi-al (-rōki-), *a.* (*see* Parish) ಬೋಧಕನ ಪ್ರದೇಶದ.

Par'ō-dy, *n.* ವಿಕಟಕವಿತ್ವ, ವಿನೋದಾರ್ಥಾನುಕರಣ ಕವಿತ್ವ. *v. i. r.* (-died) ಕವಿತ್ವವನ್ನು ವಿನೋದಕ್ಕಾಗಿ ಅನುಕರಿಸು, —ಹಾಸ್ಯಕ್ಕಾಗಿ—.

Pa-rōle', *n.* ವಚನ, ಕೊಟ್ಟ ಮಾತು; ಪಹರೆಯವರಿಗೆ ಹೇಳುವ ರಹಸ್ಯವಾದ ಗುರುತಿನ ಮಾತು. *a.* ಬಾಯಿ ಮಾತಿನ.

Par-ō-nō-mā'si-a, *n.* ಶ್ಲೇಷಾಲಂಕಾರ.

Par'ō-quet, Par'rō-quet (-ket), *n.* ಒಂದು ಸಣ್ಣ ಜಾತಿಯ ಗಿಣಿ.

Par'ox-ysm, *n.* ರೋಗದ ತೀಕ್ಷ್ಣತೆ, —ಭರಾಟೆ, —ಒತ್ತರ; 2. ರೋಗಚೇಷ್ಟೆ; p. of rage ಕ್ರೋಧಾವೇಶ, ಕೋಪೋದ್ರೇಕ.

Par-quet′ (-k-), *n.* ಹಲಿಗೆಗಳಿಂದ ಮಾಡಿದ ಕೋಣೆಯ ನೆಲ.

Par′ri-cīde, *n.* ತಂದೆತಾಯಿಗಳ ಕೊಲೆ, ಮಾತಾಪಿತೃಹತ್ಯ; 2. ತಂದೆತಾಯಿಗಳ ಕೊಲೆಗಾರ, ಮಾತಾಪಿತೃಘಾತಕ. Par-ri-cī′dal, *a.* ತಂದೆತಾಯಿಗಳನ್ನು ಕೊಲ್ಲುವಂಥ, ಮಾತಾಪಿತೃಹತ್ಯ ಮಾಡುವ.

Par′rot, *n.* ಗಿಣಿ; a. p. that talks ಅರಗಿಣಿ; a silent p. ಮರಗಿಣಿ; a p. of five colours ಪಂಚವರ್ಣದ ಗಿಣಿ.

Par′ry, *v. i. r.* (par′ried) ತಪ್ಪಿಸು, ನಿವಾರಿಸು; (a blow) ತಪ್ಪಿಸಿಕೊಳ್ಳು.

Pärse, *v. t. r.* (*pr.* pärst) ಪದಚ್ಛೇದ ಮಾಡು, ವ್ಯಾಕರಣ—. Pär′sing. *n.* ಶಬ್ದಲಕ್ಷಣ ವಿವರಣೆ.

Pär′si-mon-y, *n.* ಜೀನತನ, ಕಾರ್ಪಣ್ಯ, ಲೋಭ, ಮಿತಖರ್ಚು. Pär-si-mō′ni-ŏus, *n.* ಜೀನ, ಕೃಪಣ; a p. man ಅಳದುಣಿಗ, ನೆಲಕಲ, ಜಿಪುಣ, ಎಂಜಲು ಕೈಯಿಂದ ಕಾಗೆ ಒಬ್ಬದವ. Pär-si-mō′ni-ŏus-ly, *ad.* ಜೀನವಾಗಿ, ಮಟ್ಟಾಗಿ, ಲೋಭಿಯಾಗಿ, ಕೃಪಣವಾಗಿ.

Pärs′ley (-li), *n.* ಕೊತ್ತುಂಬರಿಯಂಥಾ ಒಂದು ಸೊಪ್ಪು. [ಗಡ್ಡೆ.

Pärs′nep, Pärs′nip, *n.* ಗಜ್ಜರಿ ತರದ ಒಂದು

Pär′son (par′sn), *n.* "ಪಾದರಿ", ಬೋಧಕ. Pär′son-āge (pär′sn-āj), *n.* "ಪಾದರಿಯ" ಮನೆ.

Pärt, *n.* (a piece) ತುಂಡು, ತುಣುಕು (ತುನಿಕೆ), ಭಾಗ; fore-p. ಮುಂಭಾಗ; hind p. ಹಿಂಭಾಗ; 2. (an equal part) ಹೋಳು, ಪಾಲು, ಭಾಗ, ಅಂಶ; the tenth p. ಹತ್ತರಲ್ಲಿ ಒಂದು ಪಾಲು, ಹತ್ತನೇ ಭಾಗ, ಹತ್ತನೇ ಅಂಶ; 3. (member, organ) ಅವಯವ; 4. *pl.* (talents) ಬುದ್ಧಿ, ಯೋಗ್ಯತೆ; 5. (quarter, district) ಕಡೆ, ದಿಕ್ಕು; from every p. ಎಲ್ಲಾ ಕಡೆಯಿಂದ, ನಾಲ್ಕು ದಿಕ್ಕಿನಿಂದ; in our parts ನಮ್ಮ ಕಡೆ, ನಮ್ಮ ರಾಜ್ಯದಲ್ಲಿ, ನಮ್ಮಲ್ಲಿ; 6. (share) ಪಾಲು; 7. (concern, interest) ಗೊಡವೆ; 8. (side, party) ಪಕ್ಷ, ಕಡೆ; he took his brother's p. ತನ್ನ ತಮ್ಮನ ಪಕ್ಷ ಹಿಡಿದ, ತನ್ನ ತಮ್ಮನಿಗೆ ಬೆನ್ನಾಸರೆ ಆದ; 9. (share of labour or influence) ...ಮೇಲೆ ಬಿದ್ದ ಭಾರ, ಧರ್ಮಕೆಲಸ; it is your p. to do this ಇದನ್ನು ಮಾಡುವ ಭಾರ (ಕೆಲಸ) ನಿನ್ನದು; 10. (character in a play), ಸೋಗು; 11. (*mus.*) ಧ್ವನಿ; for my p. ನಾನಾದರೆ, ನನ್ನ ವಿಷಯವಂದರೆ; for the most p. ಸಾಧಾರಣವಾಗಿ, ಮುಖ್ಯವಾಗಿ, ಬಹಳವಾಗಿ; in good p. ಒಪ್ಪಿಗೆಯಾಗಿ, ದಯ ಮಾಡಿ; to take in good p. ಅಂಗೀಕರಿಸು, ಒಪ್ಪಿಕೊಳ್ಳು; in ill p. ಗುರಕಾಯಿಸಿ, ಸಿಟ್ಟಾಗಿ; to take in ill p. ಸಿಟ್ಟು ಮಾಡು, ಗುರಕಾಯಿಸು *c.d.;* in p. ಸ್ವಲ್ಪ, ಅರ್ಧ, ಅರ್ಧವಾಗಿ; payment in parts ಸ್ವಲ್ಪ ಸ್ವಲ್ಪವಾಗಿ ಕೊಡೋಣ, "ಕಂತಿನ" ಮೇಲೆ—; p. and parcel ಮುಖ್ಯ ಭಾಗ; p. by p. ತುಂಡುತುಂಡಾಗಿ, ಸ್ವಲ್ಪ ಸ್ವಲ್ಪವಾಗಿ, ತುಸತುಸ; p. of speech (*gram.*) ವಾಗರ್ಥಭೇದ. *v. t. r.* ಒಡಿ, ವಿಭಾಗಿಸು; 2. (distribute) ಪಾಗಿಡು, ಪಾಲು ಹಂಚು; 3. (separate) ಅಗಲಿಸು; to p. a cable ಹಗ್ಗಾ ಹರಿಸಿಕೊಳ್ಳು. *v.i.r.* (to be broken) ಒಡಿ, ಹರಿ; 2. (quit each other) ಅಗಲು, ಅಪ್ಪಣೆ ತಕ್ಕೊಳ್ಳು; 3. (to leave) ಬಿಡು; 4. (to go away) ಬಿಟ್ಟು ಹೋಗು; I parted from him ಅವನನ್ನು ಬಿಟ್ಟುಹೋದೆ; p. with ಬಿಡು, ಬಿಟ್ಟುಬಿಡು *c. a.* Pärt′ed. *a.* ವಿಭಾಗವಾದ, ಪ್ರತ್ಯೇಕವಾದ. Pärt′ly. *ad.* ಪಾಲಾಗಿ, ಅರ್ಧ ಅರ್ಧವಾಗಿ; ಸ್ವಲ್ಪ, ತುಸ.

Pär-tāke′ of, p. in, *v. t.* & *i. r.* (-to͝ok′, -tā′ken) ಪಾಲು ಹೊಂದಿರು, ಪಾಲುಗಾರನಾಗಿರು. Pär-tā′kĕr, *n.* ಪಾಲುಗಾರ.

Par-terre′, *n.* ಪುಷ್ಪವಾಟಿಕೆ, ಹೂವಿನ ಗಿಡದ ಪಾತಿ.

Pär′tial (pär′shal), *a.* (affecting a part only) ಪಾಲಾದ, ಪಾಲುಪಾಲಾದ, ಅಪೂರ್ಣ, ಖಂಡ; a p. eclipse ಖಂಡಗ್ರಹಣ; 2. (inclined to one party) ಒಬ್ಬನಿಗೊಂದು ಒಬ್ಬನಿಗೊಂದು ಮಾಡುವ, ಪಕ್ಷಪಾತ ಮಾಡುವ, ದಾಕ್ಷಿಣ್ಯ ನೋಡುವ; a judge should not be p. ನ್ಯಾಯಾಧೀಶ ಒಬ್ಬನಿಗೊಂದು ಒಬ್ಬನಿಗೊಂದು ಮಾಡಬಾರದು, —ಪಕ್ಷಪಾತ ಮಾಡಬಾರದು; he was p. to me ನನ್ನ ದಾಕ್ಷಿಣ್ಯ ನೋಡಿದ, ನನ್ನ ಭಿಡೆ (ಭಿಡೆಯ) ಮಾಡಿದ; 3. (having a predilection for) ವಿಶೇಷ ಪ್ರೀತಿ ಮಾಡುವ; I am not p. to guavas ಪೇರು ಹಣ್ಣಿನ ಮೇಲೆ ನನಗೆ ಬಹಳ ಪ್ರೀತಿ ಇಲ್ಲ. Pär-ti-al′i-ty (-shi-al′i-). *n.* ಪಕ್ಷಪಾತ, ಭಿಡೆ, ಭೇದಬುದ್ಧಿ, ಮೋರೆ ನೋಡಿ ಮಣೆ ಇಡುವುದು; 2. (special fondness for) ವಿಶೇಷ ಪ್ರೀತಿ.

Pär-tic′i-pant, *a.* ಭಾಗವಂತಿಗ, ಪಾಲು ತಕ್ಕೊಳ್ಳುವ. Pär-tic′i-pāte, *v. t. r., see* Partake. Pär-tic-i-pā′tion, *n.* ಅಂಶ, "ಹಿಸೆ", ಪಾಲು. Pär-tic′i-pā-tör, *n.* ಪಾಲುಗಾರ.

Pär'ti-ci-ple, *n.* ಕೃದ್ವಾಚಿ. Pär-ti-cip'i-al, *a. (gram.)* ಕೃದ್ವಾಚಿರೂಪ, ಕೃದ್ವಾಚಕ.

Pär'ti-cle, *n.* ಅಣು, ರೇಣು, ಕಣ; 2. (very little) ಒಂದಿಷ್ಟು, ಲೇಶ; he has not a p. of courage ಅವನಿಗೆ ಧೈರ್ಯ ಒಂದಿಷ್ಟಾದರೂ ಇಲ್ಲ, —ಧೈರ್ಯ ಲೇಶವಾದರೂ ಇಲ್ಲ; 3. *(gram.)* ಅವ್ಯಯ. Pär-tic'ū-lar (-lĕr), *a.* (not general) ಭಾಗವಾದ; 2. (distinct, individual) ಪ್ರತ್ಯೇಕ, ವ್ಯಕ್ತ; 3. (notable, not ordinary) ವಿಶೇಷ; 4. (minute) ಸೂಕ್ಷ್ಮ, ಎಳ್ಳಷ್ಟು ಬಿಡದ; 5. (precise, hard to suit) ಯಾವುದಕ್ಕೂ ಮೆಚ್ಚದ, "ನಾಜೂಕಾದ". *n.* ವಿಶೇಷ ಮಾತು; *pl.* ಪೂರ್ವೋತ್ತರ, ವಿದ್ಯಮಾನ, "ಹಕೀಕತ್ತು", "ತಪಶೀಲು"; 2. ಜನ, "ಅಸಾಮಿ"; in p. ವಿಶೇಷವಾಗಿ. Pär-tic-ū-lar'i-ty (lĕr'i-ti), *n.* ವಿಶೇಷ ಲಕ್ಷಣ; 2. ವಿಶೇಷವಾದ ಮಾತು. Pär-tic'ū-lar-īse (-lĕr-īz), *v. t. r.* ವಿವರವಾಗಿ ಹೇಳು: 2. ವಿಶೇಷಿಸು. Pär-tic'ū-lar-ly (-lĕr-), *ad.* ಪ್ರತ್ಯೇಕವಾಗಿ; 2. ವಿಶೇಷವಾಗಿ.

Pärt'ing, *n.* ಅಗಲುವುದು, ವಿಯೋಗ, ಹೋಗೋಣ.

Pär'ti-san, *n.* ಪಕ್ಷದಾರ, "ತರಫದಾರ"; 2. ಚಂದ್ರಾಯುಧ. Pär'ti san-ship, *n.* ಪಕ್ಷ ಹಿಡಿದಿರೋಣ, ಪಕ್ಷಪಾತ.

Pär-ti'tiŏn (-tish'un), *n.* ವಿಭಾಗ, ಪಾಲು ಹಂಚುವುದು; 2. ಪರದೆ, ತೆರೆ, ತಟ್ಟಿ, ಗೋಡೆ; 3. ಮೇರೆ; p. deed ಪಾಲುಪಟ್ಟಿ *(S. C.)*. *v. t. r.* ಭಾಗ ಮಾಡು, ಪಾಲು ಹಂಚು. Pär'ti-tive, *a.* ಅಂಶಸೂಚಕ.

Pärt'let, *n.* ಹೆಂಗಸರ ಕುತ್ತಿಗೆಗೆ ಸುತ್ತಿಕೊಳ್ಳುವ ವಸ್ತ್ರದ ಪಟ್ಟಿ; 2. ಕೋಳಿ.

Pärt'nĕr, *n.* ಪಾಲುಗಾರ, ಪತ್ತಿಗ, ಪತ್ತಿಗಾರ; 2. ಹೆಂಡತಿ, ಅಥವಾ ಗಂಡ; silent p. ಅಡಳಿತೆಯಲ್ಲಿ ಕೈಹಾಕದ ಪಾಲುಗಾರ. Pärt'nĕr-ship, *n.* ಪಾಲುಗಾರಿಕೆ, ಪತ್ತಿಗೆ.

Pär'tridge (-trij), *n.* ಕೌಜು ಹಕ್ಕಿ, ಕೌಜಗ.

Pär-tū'ri-ent, *a.* ಹೆರುವ, ಹಡಿಯುವ; 2. (of animals) ಈಯುವ. Pär-tū-ri'tiŏn (-rish'un), *n.* ಹೆರುವುದು. ಹಡಿಯುವುದು, ಸೂತಿಕೆ, ಪ್ರಸೂತಿ, ಪ್ರಸವ; 2. (of animals) ಈಯುವುದು.

Pär'ty, *n.* ಒಂದು ಪಕ್ಷದವರು, ಪಕ್ಷ, ಪಂಗಡ; 2. ಮಂಡಲಿ; 3. ವಾದಿ, ಪ್ರತಿವಾದಿ, ಕಕ್ಷಿಗಾರ *(S. C.)*; 4. ಮನುಷ್ಯ, "ಅಸಾಮಿ". Pär'ty-cŏl-ŏured (-kul-ĕrd), *a.* ವಿಚಿತ್ರವಾದ, ವಿಚಿತ್ರ. Pär'ty-man, *n.* ತನ್ನ ಪಕ್ಷವನ್ನು ಸಾಧಿಸುವವ.

Pär've-nū, *n.* ನಡಾಂತರದಲ್ಲಿ ಪದವಿ ಪಡೆದವ.

Par'vis, Par'vise, *n.* ದೇವಾಲಯದ ಮುಖ ಮಂಟಪ.

Pasch, Pas'cha, *n.* "ಪಸ್ಕ" ಹಬ್ಬ; *see* Easter. Pas'chal, *a.* "ಪಸ್ಕ" ಹಬ್ಬದ.

Pä'sha *or* Pä'shaw, *n.* "ಪಾಚ್ಛಾ, ತುರುಕರ ಅಧಿಪತಿ.

Pas'quin, Pas'quin-āde, *n.* ದೂಷಣಪತ್ರಿಕೆ, ತಳ್ಳೀಕಾಗದ.

Pass, *n.* ಸಂದು, ಹಾದಿ, ಕಣಿವೆ, ಘಟ್ಟ; 2. (passport) "ರಹದಾರಿ": 3. (a written permission) ಅಪ್ಪಣೇಚೀಟು; 4. (in fencing) ಹೊಡತ; 5. (condition) ಅವಸ್ಥೆ; come to p. ಸಂಭವಿಸು; bring to p. ಆಗುವಂತೆ ಮಾಡು, ಕಡೆಗಾಣಿಸು. *v. i. r.* (*pr.* past) ಹಾಯಿ, ಹೋಗು, ನಡೆ; p. on ಮುಂದೆ ಹೋಗು, ಮುಂದರಿ; 2. (change) ದಾಟು, ಬದಲಾಗು; 3. (be current, as coin) ಸಲ್ಲು; 4. (be regarded) ಅನ್ನಿಸಿಕೊಳ್ಳು; *as,* he passes for a wise man ಬುದ್ಧಿವಂತನನ್ನಿಸಿಕೊಳ್ಳುತ್ತಾನೆ; 5. (p. by, p. over) ಹಾದುಹೋಗು; 6. (to go by, as time) ಕಳೆ, ಕಳೆದುಹೋಗು, ಗತಿಸಿ—; 7. (happen) ಆಗು, ಸಂಭವಿಸು; 8. (disappear) ಇಲ್ಲದೆ ಹೋಗು, ಅಳಿದು—; 9. (die) ದಾಟಿಕೊಳ್ಳು, ತೀರಿಕೊಳ್ಳು, ಸಾಯು; 10. (be sanctioned) ಸಮ್ಮತವಾಗು, ಪ್ರಮಾಣವಾಗು; 11. (p. in examination) ಪರೀಕ್ಷೆಯಲ್ಲಿ ಇಳಿ, ಪಾರಾಗು, ತೇರ್ಗಡೆಯಾಗು *(My.)*, "ಪಾಸಾಗು"; 12. (do well enough) ಆಗು, ಬರು; *as,* it may p. ಆದೀತು, ಬಂದೀತು; 13. (go unheeded, be neglected) ಅಲಕ್ಷ್ಯವಾಗು; *as,* let it p. ಹೋಗಲಿ ಬಿಡು, ಲಕ್ಷ್ಯಕ್ಕೆ ತಕ್ಕೊಳ್ಳಬೇಡ, ಚಿಂತಿಲ್ಲ, ಆಗಲಿ; p. into ಬರಬರುತ್ತಾ ಆಗು; *as,* spring passed into summer ವಸಂತವು ಬರಬರುತ್ತಾ ಬೇಸಿಗೆಯಾಯಿತು; p. on, p. upon ಸಂಭವಿಸು *c. d.*, ತೀರ್ಪು ಮಾಡು, "ಠರಾವು" ಮಾಡು *c. d.* *v. t. r. a) In transitive senses:* (go by) ಹಾದುಹೋಗು; 2. (go over, as a river) ದಾಟು; 3. (go beyond) ದಾಟು, ಹಿಂದುಳಿಸು; 4. (live through) ಕಳೆ; 5. (omit. disregard) ಬಿಡು, ಕ್ಷಮಿಸಿಬಿಡು, ಹೇಳದೆ

ಬಿಡು; 6. (exceed, surpass) ಮಿಗು, ಮೀರು; *as*, this passes my wit ಇದು ನನ್ನ ಬುದ್ಧಿಗೆ ಮೀರುತ್ತದೆ, ಇದಕ್ಕೆ ನನ್ನ ಬುದ್ಧಿ ಸಾಲುವದಿಲ್ಲ; 7. (undergo, as an examination) ಪರೀಕ್ಷೆಯಲ್ಲಿಳಿ, —ಪಾರಾಗು, "ಪಾಸಾಗು"; 8. (receive the sanction of) ಒಪ್ಪಿಗೆಯಾಗು; *as*, the bill passed the two houses of Parliament ಈ "ಕಾಯಿದೆಗೆ" ಉಭಯ ರಾಜಸಭೆಗಳ ಒಪ್ಪಿಗೆ ಆಯಿತು, ಉಭಯ ರಾಜಸಭೆಗಳು ಈ "ಕಾಯಿದೆಗೆ" ಒಪ್ಪಿಕೊಂಡವು. *b) In causative senses:* 9. (send) ಕಳುಹಿಸಿಕೊಡು, ಕೊಟ್ಟು ದಾಟಿಸು; 10. (pronounce) ಹೇಳು, ಉಚ್ಚರಿಸು; 11. (achieve) ತೀರಿಸು, ಸಿದ್ಧಿಗೆ ತರು; 12. (let p., *as*, through an examination) ಪಾರು ಮಾಡು, ಇಳಿಸು; 13. (sanction) ಒಪ್ಪಿಕೊಳ್ಳು *c.d.;* 14. (circulate, as coin) ನಡಿಸು; p. off, *as*, he passed the brass-ring off for gold ಹಿತ್ತಾಳಿ ಉಂಗುರ ಬಂಗಾರವೆಂತ ಹಾಕಿ ಹೋದ; p. on, p. upon; *as*, he passed the ring on her for gold ಬಂಗಾರವೆಂತ ಆಕೆಗೆ ಉಂಗುರವನ್ನು ಮೋಸದಿಂದ ಕೊಟ್ಟು ಹೋದನು; p. over, p. by ಉಪೇಕ್ಷಿಸು, ತಾತ್ಸಾರ ಮಾಡು. Pas'sa-ble, *a.* ದಾಟತಕ್ಕ, ಹಾಯಲಿಕ್ಕಾಗುವ; 2. ಸಲ್ಲುವಂಥ; 3. ಮಧ್ಯಮ ತರದ; it is p. ಬಂದೀತು, ಆದೀತು. Pas'sa-bly, *ad.* ಒಪ್ಪತಕ್ಕದ್ದಾಗಿ, ಮಧ್ಯಮ ತರವಾಗಿ. Pass'book, *n.* ಲೇವಣಾತಿ ಇಟ್ಟ ಹಣದ ಲೆಕ್ಕದ ಪುಸ್ತಕ. Pas'sēr-bȳ, *n.* ಹಾದುಹೋಗುವವ. Pass'pōrt, *n.* "ರಹದಾರಿ"; 2. ಅಪ್ಪಣೇಚೀಟು.

Pas'sāġe, *n.* ಹಾದಿ, ಮಾರ್ಗ; 2. ಹಾದುಹೋಗೋಣ, ದಾಟೋಣ, ಸಂಚಾರ; 3. ಬಾಡಿಗೆ; 4. ವಾಕ್ಯ, ವಚನ; a bird of p. ಚಳಿಕಾಲ ಹಲ್ಲಿ ಒಂದು ದೇಶದಲ್ಲಿ ಬಿಸಿಲುಕಾಲಗಳ್ಲಿ ಒಂದು ದೇಶದಲ್ಲಿರುವ ಪಕ್ಷಿ.

Pas'sen-ġēr, *n.* ಮಾರ್ಗಸ್ಥ, ಪ್ರಯಾಣಸ್ಥ.

Pas'si-ble, *a.* ಸುಖದುಃಖಗಳಿಗೆ ಒಳಗಾದ. Pas-si-bil'i-ty, *n.* ತಾಳ್ಮೆ, ಸಹನೆ.

Pas'sim, *ad.* ಇತರ ಸ್ಥಳಗಳಲ್ಲಿ, *as:* this occurs in Milton p. ಮಿಲ್ಟನನಲ್ಲಿ ಇತರ ಸ್ಥಳಗಳಲ್ಲಿ ಅದೆ.

Pas'siṅg, *a.* ದಾಟುವ, ಶ್ರೇಷ್ಠ, ಉತ್ಕೃಷ್ಟ. *ad.* ಬಹಳವಾಗಿ, ಅತಿ, ಅತಿಶಯವಾಗಿ. Pas'siṅg-bell *or* -knell (-nel), *n.* ಸಾವಿನ ಘಂಟೆ.

Pas'siŏn (pash'un), *n.* ಕ್ರಿಸ್ತನ ಶ್ರಮಾನುಭವ; 2. ಮನಕ್ಷೋಭೆ, ಕೋಪ; 3. ಅತ್ಯಪೇಕ್ಷೆ, ಆತುರ; 4. ಮೋಹ; 5. ವ್ಯಸನ; the passions ಷಡ್ವೈರಿಗಳು, ಕಾಮಕ್ರೋಧಾದಿಗಳು; of subdued p. ಜಿತೇಂದ್ರಿಯ; a fit of p. ಸಿಟ್ಟಿನ ದೌಡು; fly into a p. ಸಿಟ್ಟೇಳು. a treatise on the passions ನವರಸ ವರ್ಣನೆ. Pas'siŏn-al, *n.* ಸಂತರ ಕಷ್ಟಾನುಭವ ವಿವರ. Pas'siŏn-āte (pash'un-āt), *a.* ಸಿಟ್ಟಿನ, ಕೋಪಿಷ್ಠ, ಆವೇಶದ, ಉಗ್ರದ. Pas'siŏn-āte-ly (pash'un-), *ad.* ಅತ್ಯಾಶೆಯಾಗಿ; 2. ಉಗ್ರವಾಗಿ, ಸಿಟ್ಟಾಗಿ; p. fond of ನಿರತ *c.l.* Pas'siŏn-āte-ness (pash'-un-), *n.* ಉಗ್ರಗುಣ; 2. ಉದ್ರೇಕ, ಆಗ್ರಹ. Pas'siŏn-less (pash'un-), *a.* ಜಿತೇಂದ್ರಿಯ, ರಾಗದ್ವೇಷವಿಲ್ಲದ, ವಿರಕ್ತ, ವೀತರಾಗನು. Pas'-siŏn-wēek, *n.* (ಕ್ರಿಸ್ತನ) ಬಾಧಾನುಭವ ಸಪ್ತಾಹ.

Pas'sive, *a.* ಸುಮ್ಮಗಾದ, ನಿಶ್ಚೇಷ್ಟ, ಸಹಿಸುವ; 2. *(gram.)* ಕರ್ಮಣಿ. Pas'sive-ly, *ad.* ಸುಮ್ಮಗೆ, ತಾಳ್ಮೆಯಿಂದ, ಶಾಂತವಾಗಿ. Pas'-sive-ness, *n.* ಸುಮ್ಮಗಿರುವುದು, ನಿಶ್ಚೇಷ್ಟೆ, ತಾಳ್ಮೆ.

Pass'ō-vēr, *n.* ಯೆಹೂದ್ಯರ "ಪಸ್ಕ"ವೆಂಬ ಹಬ್ಬ.

Past, *p.p. of* Pass, ಹೋದ, ಸಂದ, ತೀರಿದ; p. sense of feeling ಸ್ಪರ್ಶನಾನುಭವವಿಲ್ಲದ; p. tense ಭೂತಕಾಲ; the p. ಹೋದದ್ದು, ಕಳೆದ ಕಾಲ, "ಗುಜಸ್ತೆ"; p. endurance ಸೈರಿಸಕೂಡದ; p. bearing ಪ್ರಸವ ವರ್ಷಗಳು ಕಳೆದ.

Pāste, *n.* ಕಣಕ, ಸರಿ, ಅಂಟು. *v.t.r.* ಸರಿಯಿಂದ ಹಚ್ಚು. Pāste'bōard (-bōrd), *n.* ರಟ್ಟು. Pas'ty, *a.* ಸರಿಯಂಥಾ, ಕಣಕದಂಥಾ.

Pas'tērn, *n.* ಕುದುರೇ ಕಾಲಿನ ಹಿಡಿಕೆ.

Pas-tīl', Pas-tīlle' (-tēl'), *n.* ಸಾಂಬ್ರಾಣಿ ಬತ್ತಿ, "ಊದಿನ" ಗುಳಿಗೆ.

Pas'tīme, *n.* ಆಟ, ಚೆಲ್ಲಾಟ, ಕ್ರೀಡೆ, ವಿಲಾಸ.

Pas'tŏr, *n.* ಕುರುಬ, ಪಾಲಕ; 2. "ಪಾದ್ರಿ", ಕ್ರೈಸ್ತ ಬೋಧಕ. Pas'tor-al, *a.* ಕುರುಬನ; 2. "ಪಾದ್ರಿಯ", ಪಾಲಕನ; p. tribe ಗೌಳಿಗರು. *n.* ಕುರುಬರನ್ನು ಕುರಿತ ಕಾವ್ಯ. Pas'tor-āte, *n.* "ಪಾದ್ರಿಯ" ಉದ್ಯೋಗ, ಪಾಲಕನ ಕೆಲಸ, ಪಾಲಕರ ಮಂಡಲಿ.

Pās'try, *n.* ಕಣಕದ ಜಿನಸು, ಹೋಳಿಗೆ, "ಕಜ್ಜಾಯ". Pās'try-cọọk, *n.* "ಮಿಠಾಯಿ" ಹೋಳಿಗೆ ಮುಂತಾದ್ದು ಮಾಡುವವ, "ಸೇವಡಿಗಾರ".

Pas'tūre, *n.* ಮೇವು, ಮೇಯುವ ಸ್ಥಳ, ಕಾವಲು,

ಹುಲ್ಲುಗಾವಲು, ಹುಲ್ಲುಬಸ್ನಿ. *v.t.r.* ಮೇಯಿಸು. *v.i.* ಮೇಯು. Pas'tū-ra-ble, *a.* ಕಾವಲಾಗುವಂಥಾ. Pas'tū-rāġe, *n.* ದನಾ ಕಾಯುವುದು, ಕಾವಲು, ಮೇವು.

Pat, *n.* ತಟ್ಟುವಿಕೆ, ಚಪ್ಪರಿಸುವಿಕೆ. *a.* ತಕ್ಕ, ಅನುವಾದ. *v.t.r.* (pat'ted) ತಟ್ಟು, ಚಪ್ಪರಿಸು; to p. on the back ಧೈರ್ಯಪಡಿಸು.

Patch (pach), *n.* ತೇಪೆ, ಸಂದು, "ಪತ್ತೆ" *(S. C.)*; 2. ಭೂಮಿಯ "ತುಕಡಿ", — ತುಂಡು. *v.t.r.* (*pr.* pacht) ತೇಪೆ ಹಚ್ಚು. Patch'wŏrk, *n.* ತೇಪೆ ಕೆಲಸ.

Pa-tchöu'ly (pa-chö'li), *n.* *(Pogostemon patchouli, Pellit.)* ಪಚ್ಚೆತೆನೆ ಗಿಡ *(My.)*.

Pāte, *n.* ತಲೆ, ನೆತ್ತಿ.

Pa-tel'la, *n.* ಮೊಣಕಾಲಿನ ಚಿಪ್ಪು. Pa-tel'lar, *a.* ಮೊಣಕಾಲು ಚಿಪ್ಪಿನ.

Pā'tent, *a.* ಸ್ಪಷ್ಟ, ಬೈಲಾದ; 2. ತೆರದ; 3. ಶಾಸನವುಳ್ಳ. *n.* "ಸನದು", "ಗುತ್ತೆಯ ಸನದು". *v.t.r.* ಸನದು ಕೊಡು. Pā'ten-tēe, *n.* "ಸನದು" ಪಡಕೊಂಡವ, "ಸನದುದಾರ", "ಗುತ್ತೆದಾರ".

Pā-tĕr-famil'i-as, *n.* ಕುಲಪತಿ.

Pa-tĕr'nal, *a.* ತಂದೆಯ, ಪಿತೃಸಂಬಂಧವಾದ; 2. ಪಿತೃಪ್ರಾಪ್ತ; p. grandmother ಮಾತಾಮಹಿ. Pa-tĕr'nal-ly, *ad.* ತಂದೆಯ ಹಾಗೆ, ವಾತ್ಸಲ್ಯದಿಂದ. Pa-tĕr'ni-ty, *n.* ಪಿತೃತ್ವ, ಪಿತೃಧರ್ಮ.

Pat-ĕr-nos'tĕr, *n.* ಕರ್ತನ ಪ್ರಾರ್ಥನೆ; 2. *(Rom. Cath.)* ಜಪಮಾಲೆ.

Path, *n.* ಹಾದಿ, ಕಾಲ್ದಾರಿ, ಮಾರ್ಗ; 2. ನಡತೆ, ನಡವಳಿಕೆ. Päth'less, *n.* ಹಾದಿಯಿಲ್ಲದ, ತುಳಿಯದ. Päth'wāy (-wā), *n.* ಕಾಲುಹಾದಿ, ಕಾಲ್ದಾರಿ.

Pa-thet'ic, -thet'i-cal, *a.* ಮನಸ್ಸು ಕರಗಿಸುವ, ಮನೋವೇಧಕ, ಕರುಣಾರಸದ. Pa-thet'i-cal-ly, *ad.* ಮನಸ್ಸು ಕರಗಿಸುವಂತೆ.

Pa-thol'ō-ġy, *n.* ರೋಗಲಕ್ಷಣಶಾಸ್ತ್ರ.

Pā'thos, *n.* ಕರುಣಾರಸ, ರಾಗ, ಮನ ಕರಗಿಸುವ ರೀತಿ.

Pā'tience (pā'shens), *n.* ತಾಳ್ಮೆ, ಸಹನ, ಶಾಂತಿ; 2. ಸ್ಥಿರ ಮನಸ್ಸು. Pā'tient (pā'shent), *a.* ತಾಳ್ಮೆಯುಳ್ಳ, ಶಾಂತ; 2. ಸ್ಥಿರ. *n.* ರೋಗಿ, ಬೇನೆಯವ. Pā'tient-ly (pā'shent-), *ad.* ತಾಳ್ಮೆಯಿಂದ, ಸೈರಣೆಯಿಂದ, ಶಾಂತವಾಗಿ; 2. ಸ್ಥಿರವಾಗಿ.

Pat-ois' (pat-wa̤'), *n.* ಗ್ರಾಮ್ಯ.

Pā'tri-ärch (-ärk), *n.* ಮೂಲ ಪುರುಷ, ಕುಲಾಂಕುರ, ಕುಲಾಧಿಪತಿ; 2. "ಪೇತ್ರಿಯಾರ್ಕ"ನೆಂಬ ಶ್ರೇಷ್ಠ ಸಭಾಪತಿ. Pā-tri-ärch'al. *a.* ಕುಲಾಧಿಪತಿಯ, ಮೂಲ ಪುರುಷನ ಸಂಬಂಧವಾದ, "ಪೇತ್ರಿಯಾರ್ಕನ" ಅಧಿಕಾರದೊಳಗಣ. Pā'tri-ärch-āte (-ärk-āt), *n.* "ಪೇತ್ರಿಯಾರ್ಕನ" ಉದ್ಯೋಗ, — ಅಧಿಕಾರ.

Pa-tri'cian (-trish'an), *n.* ಕುಲೀನ ಪುರುಷ. *a.* ಶ್ರೇಷ್ಠ ಕುಲದ, ಕುಲೀನ.

Pat'ri-mon-y, *n.* ಪಿತ್ರಾರ್ಜಿತ ಧನ, — ಆಸ್ತಿ. Pat-ri-mō'ni-al. *a.* ಪಿತ್ರಾರ್ಜಿತ, ಹಿರಿಯರಿಂದ ಸಿಕ್ಕಿದ. Pat-ri-mō'ni-al-ly, *ad.* ಪಿತ್ರಾರ್ಜಿತವಾಗಿ.

Pā'tri-ot, *n.* ಜನ್ಮದೇಶಪ್ರಿಯ, ಸ್ವದೇಶಾಭಿಮಾನಿ. Pā-tri-ot'ic, -ot'i-cal, *a.* ಸ್ವದೇಶಾಸಕ್ತ, ಸ್ವದೇಶನಿಷ್ಠ, ಸ್ವದೇಶಹಿತದ. Pā-tri-ot'i-cal-ly. *ad.* ಸ್ವದೇಶಾಸಕ್ತವಾಗಿ. Pā'tri-o-tiṣm, *n.* ಸ್ವದೇಶಾಭಿಮಾನ, ಜನ್ಮದೇಶಪ್ರೀತಿ.

Pa-tris'tic, *a.* ಕ್ರಿಸ್ತಮತದ ಪುರಾಣಿಕರ.

Pa-trōl', *n.* ಉಕ್ಕಡ ಕಾಯುವವ, "ಗಸ್ತಿ", "ಫೌಜಿನ ಗಸ್ತಿ". *v.t.* & *i.* (-trōlled', *pr.* -trōld') "ಗಸ್ತಿ" ತಿರುಗು.

Pā'tron, *n.* ಸಂರಕ್ಷಕ, ಉಪಕಾರಿ, ಆಧಾರವಾಗಿರುವವ. Pā'tron-āġe, *n.* ಆಶ್ರಯ, ಪಾಲನೆ, ಸಂರಕ್ಷೆ; 2. ಗುಡಿ ಪಾದರಿಯನ್ನು ನೇಮಿಸುವ ಸ್ವತಂತ್ರ. Pā'tron-ess, *n.* ಸಂರಕ್ಷಕಳು. Pā'tron-īṣe, *v.t.r.* ಆಶ್ರಯ ಕೊಡು, ಸಂರಕ್ಷಿಸು, ಕೈಹಿಡಿ.

Pat-ro-nym'ic, *n.* ಪಿತೃಪ್ರಾಪ್ತ ನಾಮ. *a.* ಪಿತೃಪ್ರಾಪ್ತ.

Pat'ten, *n.* ಕಡಾವು, ಕಡಾವಿಗೆ, ಹಾವಿಗೆ.

Pat'tĕr, *v.t.r.* ಧಡಧಡ ಸುರಿ, ಥಳಥಳ ಸುರಿ; 2. ಗುಣುಗುಣು ಅನ್ನು, ಜಪಿಸು. *n.* ಗುಣುಗುಣು ಎಂತ ಮಾತಾಡುವುದು.

Pat'tĕrn, *n.* ಮಾದರಿ, "ನಮೂನೆ", ವಿಧ, ಸುಮಾತೃಕೆ, ನಿದರ್ಶನ.

Pat'ū-lŏus, *a.* ವಿಶಾಲ, ವಿಕಸಿತ.

Päu'ci-ty (pa̤'si-), *n.* ಸ್ವಲ್ಪತ್ವ, ಅಲ್ಪ ಸಂಖ್ಯೆ.

Pa̤unch (pa̤nsh), *n.* ಹೊಟ್ಟೆ, ಬೊಜ್ಜೆ, ಬೊಜ್ಜು.

Pa̤u'pĕr (pa̤'pĕr), *n.* ದರಿದ್ರ, ಬಡವ, ನಿರಾಧಾರಿ. Pa̤u'pér-īṣe, *v.t.r.* ಬಡವನಾಗ ಮಾಡು. Pa̤u'pĕr-iṣm, *n.* ಬಡತನ, ದಾರಿದ್ರ್ಯ.

Pa̤uṣe (pa̤z), *n.* ವಿರಾಮ, ಯತಿ, ನಿಲ್ಲುವಿಕೆ; 2. ವಿರಾಮಚಿಹ್ನೆ; he made a p. ಸ್ವಲ್ಪ ನಿಂತ. *v.i.r.* ನಿಲ್ಲು, ತಾಳು.

Pav'an, *n.* ಕುಣಿತ, ನರ್ತನ.

Päve, v. t. r. ಕಲ್ಲು ಹಾಸು c.d.. ಕಲ್ಲು ಹಾಸಿಗೆ ಮಾಡು c. d.. "ಪರಸ್ಪಂದಿ" ಮಾಡು c.d.; p. the way for ಮಾರ್ಗ ಮಾಡು c.d. Päve'ment, n. ನೆಲಗಟ್ಟು, ಕಲ್ಲು ಹಾಸಿಗೆ, "ಪರಸ್ಪಂದಿ".

Pa-vil'iŏn (-yun), -i-on. n. ಗುಡಾರ, "ಡೇರೆ"; 2. ಮಂಟಪ, ರಂಗಮಂಟಪ; 3. (flag) "ಬಾವುಟ", "ನಿಶಾನಿ".

Paw (pa), n. ಮೃಗದ ಮುಂಗಾಲು, ಪಂಜರ; 2. ಕೈ (in contempt). v. i. r. ಮುಂಗಾಲಿನಿಂದ ಕೆದರು.

Pawk'y, a. ತಂತ್ರದ, ಕುಟಿಲ.

Pawn (pan), n. ಅಡವು, ಒತ್ತೆ; redeem a p. ಒತ್ತೆಬಿಡಿಸಿಕೊಳ್ಳು; 2. (in chess) "ಪೇದೆ". v. t. r. ಒತ್ತೆ ಹಾಕು, ಒತ್ತೆ ಇಡು, ಅಡವು ಇಡು. Pawn'brōkĕr, n. ಅಡವು ಇಟ್ಟುಕೊಂಡು ಸಾಲ ಕೊಡುವ ಕೆಲಸದವ, ಒತ್ತೆಗಾರ. Paw'nēe, n. ಅಡವು ತಕ್ಕೊಂಡವನು. Pawn'er. n. ಅಡವು ಇಡುವವನು.

Päy (pä), n. ಕೂಲಿ, (monthly) ಸಂಬಳ, "ತಲಬು", "ಪಗಾರ". v. i. r. (paid) ಸಂಬಳಾ ಕೊಡು, ಕೂಲೀ—; ಹಣಾ—; 2. ಸಾಲಾ ತೀರಿಸು, ಸಲ್ಲಿಸು; 3. ಮುಯ್ಯಿಗೆ ಮುಯ್ಯಿ ಕೊಡು; p. off ಕೂಲೀ ಕೊಟ್ಟು ಕಳುಹಿಸು, ಸಂಬಳಾ ಕೊಟ್ಟು—; ಮುಯ್ಯಿಗೆ ಮುಯ್ಯಿ ಕೊಡು; p. on ಹೊಡೆ. v. i. p. for ಭರ್ತಿ ಮಾಡಿ ಕೊಡು; ದಂಡಾ ಕೊಡು, ಪ್ರಾಯಶ್ಚಿತ್ತ ಸಲ್ಲಿಸು, ಮಾಡಿದ ಫಲ ಅನುಭವಿಸು; 2. ಲಾಭವಾಗು, ಹೊಟ್ಟೆ ತುಂಬು; as, my work does not p. ನನ್ನ ಕೆಲಸದಿಂದ ಲಾಭವಾಗುವುದಿಲ್ಲ, —ಕೆಲಸದಿಂದ ಹೊಟ್ಟೆ ತುಂಬುವುದಿಲ್ಲ. Päy'a-ble, a. ಕೊಡತಕ್ಕ. Päy'mas-tĕr, n. ಸಂಬಳಾ ಕೊಡುವವ. Päy'ment, n. (ಸಂಬಳ, ಕೂಲಿ) ಕೊಡೋಣ; 2. ಸಂಬಳ, ಕೂಲಿ, ಪ್ರತಿಫಲ; p. in kind ಆಯ, ಆಯಸಾಯ; 3. ಶಿಕ್ಷೆ. Päy'röll, n. ಸಂಬಳ "ಬಟವಾಡೆ"ಪತ್ರ.

Pēa (pē), n. (*pl.* pēas, *or when an indefinite quantity is spoken of* — pēase) (*Pisum sativum, L.*) "ಬಟಾಣಿ", ಬಟ್ಟೆಗಡಲೆ; pigeon-p. (*Cajanus indicus, Spr.*) ತೊಗರಿ, ಕರೀ ಉದ್ದು; chicken-p. (*Cicer arietinum, L.*) ಕಡಲೆ.

Pēace (pēs), n. ಸಮಾಧಾನ, ಶಾಂತಿ; (*mil.*) "ಸಲ್ಲಾ"; breach of the p. ಕಲಹ, ಗಲಾಟೆ; hold one's p. ಸುಮ್ಮಗಿರು; justice of the p. ಪೋಲೀಸು ಅಧಿಕಾರಿ. Pēace'a-ble (pēs'ā-bl), a. ಶಾಂತ, ಸಮಾಧಾನದ, ಸಾಧು, ನಿರುಪದ್ರವ. Pēace'a-ble-ness (pēs'a-bl-nes). n. ಶಾಂತಿ. Pēace'a-bly (pēs'a-), ad. ಶಾಂತವಾಗಿ, ಸಮಾಧಾನವಾಗಿ. Pēace'ful (pēs-), a. ಶಾಂತ, ಸಮಾಧಾನವುಳ್ಳ. Pēace'ful-ly (pēs-). ad. ಶಾಂತವಾಗಿ, ಸಮಾಧಾನವಾಗಿ. Pēace'ful-ness (pēs-), n. ಶಾಂತಿ, ಸಮಾಧಾನವುಳ್ಳ ಸ್ಥಿತಿ. Pēace'mā-kĕr. n. ಸಂಧಿ ಮಾಡುವವ. Pēace'-of-fi-cĕr, n. ಪೊಲೀ, "ಕನ್‌ಸ್ಟೆಬಲ್" ಇತ್ಯಾದಿ "ಸರಕಾರಿ ಹುದ್ದೆದಾರ".

Pēach (pēch), n. ಆರು, "ಪೀಚ್ಚೀಸು" ಹಣ್ಣು. Pēach'-cŏlŏured (-kulĕrd), a. ಕೆಂಪಾದ.

Pēach, v. t. r. (*pr.* pēcht) ಚಾಡೀ ಹೇಳು, ತಪ್ಪು ಹೊರಿಸು.

Pēa'cock (pē'kok). n. (*Pavo cristatus*) ನವಿಲು, ಮಯೂರ; peacock's feather ಹೀಲಿ; tail of a p. ತೋಕೆ, ಪಿಂಛ; the stars in a peacock's tail ಹೀಲಿಗಣ್ಣು; the cry of the p. ಕೇಕು; p.-coloured grass (*Microchloa setacea, R. Br.*) ನವಿಲು ಬಣ್ಣದ ಹುಲ್ಲು. Pēa'-chick, n. ನವಿಲು ಮರಿ. Pēa'cock-thrōne, n. ಮಯೂರಾಸನ. Pēa'hen, n. ಹೇಟೆನವಿಲು, ನವಿಲುಹ್ಯಾಟಿ, ಹೆಣ್ಣು ನವಿಲು, ಮಯೂರಿಕೆ.

Pēa'cock's-prīde (*Poinciana pulcherrima, L.*), n. ರತ್ನಗಂಧಿ.

Pēak (pēk), n. ತುದಿ, ಕೊನೆ, ಕೊಡಗಲ್ಲು, ಶಿಖರ.

Pēal (pēl), n. ಗರ್ಜನೆ, ನಿನಾದ, ಮೊಳಗು; 2. ಘಂಟಾನಾದ. v. i. r. ಗರ್ಜಿಸು.

Pēar (pār). n. "ಪೀರಸೀಬಿ"ಯೆಂಬ ಹಣ್ಣು.

Pĕarl (pĕrl), n. ಮುತ್ತು, ಮುಕ್ತಾಫಲ; 2. ಸಣ್ಣ ಅಚ್ಚಕ್ಷರ; a standard for the purchases of pearls ಚವ್ವ; mother-of-p. ಮುತ್ತಿನ ಚಿಪ್ಪು. Pĕarl'-ash, n., *see* Potash. Pĕarl-oys'tĕr. n. ಮುಕ್ತಾಸ್ಫೋಟಿ, ಶುಕ್ತಿಕೆ, ಮುತ್ತಿನ ಚಿಪ್ಪು. Pĕar'ly (pĕr'li), a. ಮುತ್ತಿನ; 2. ಮುತ್ತಿನಂಥಾ (dew).

Peaṣ'ant (pez'ant), n. ಒಕ್ಕಲಿಗ, "ರೈತ". Peaṣ'ant-ry (pez'ant-). n. ಒಕ್ಕಲಿಗರು, "ರೈತರು", ಗ್ರಾಮಸ್ಥರು, ಹಳ್ಳಿಯವರು, ರೈತಾಪಿ ಜನರು.

Pēa'-shell, n. ಬಟಾಣಿ ಸೊಳಿಕೆ, —ಹೊಟ್ಟು.

Pēat (pēt), n. ಹೆಂಟೇ ಸೌದೆ. Pēat'y, a. ಹೆಂಟೇ ಸೌದೆಯ.

Peb'ble, *n.* ಬೆಣಚು, ಹರಳು, ಜಲ್ಲಿ. **Peb'bly**, *a.* ಬೆಣಚುಬೆಣಚುವುಳ್ಳ, ಹರಳುಳ್ಳ.

Pec'ca-ble (pek'a-bl), *a.* ಪಾಪಕ್ಕೆ ಗುರಿಯಾದ, ಪಾಪ ಮಾಡುವ. **Pec-ca-bil'i-ty**, *n.* ಪಾಪ. **Pec'can-cy**, *n.* ಕೆಟ್ಟ ಗುಣ, ದೋಷ. **Pec'cant**, *a.* ಪಾಪ ಮಾಡುವ, ಅಪರಾಧವುಳ್ಳ, ಕೆಟ್ಟ, ಅಹಿತ.

Pec-ca-dil'lo, *n.* ಅಲ್ಪ ದೋಷ.

Pec-cā'vī, ತಪ್ಪು ಮಾಡಿದೆ, ತಪ್ಪಾಯಿತಪ್ಪಾ.

Peck, *v. t. r.* (*pr.* pekt) ಮೋತಿಯಿಂದ ತಿವಿ, ಚುಚ್ಚು, ಕಡಿ. **Peck'ish**, *a.* ಹಸಿವುಳ್ಳ.

Peck, *n.* ಕೊಳಗ, ಚಟ್ಟಿ; 2. ಪುಷ್ಕಲ.

Pec'tō-ral, *a.* ಎದೆಯ, ಎದೆಗೆ ಹಿತವಾದ. *n.* ಎದೆಯ ಕವಚ, ಪದಕ; 2. ಎದೆಗೆ ಹಿತವಾದ ಔಷಧ.

Pec'ū-lāte, *v. t. r.* "ಸರಕಾರದ" ಹಣ ತಿನ್ನು, ಅಪಹರಿಸಿಕೊಳ್ಳು, ಹಣ ಹರವಂಚ ಮಾಡು. **Pec-ū-lā'tiōn**, *n.* "ಸರಕಾರಿ" ಹಣ ತಿಂಬೋಣ, ಅಪಹಾರ. **Pec'ū-lā-tōr**, *n.* "ಸರಕಾರಿ" ಹಣ ಅಪಹರಿಸಿಕೊಳ್ಳುವವ, —ಹಣ ಅಪಹರಿಸಿಕೊಂಡವ.

Pe-cū'li-ar (-ĕr), *a.* ತನ್ನ ಸ್ವಂತ; 2. ಪ್ರತ್ಯೇಕ; 3. ಒಂದು ತರದ ವಿಶೇಷ, ಅಸಾಧಾರಣ. **Pe-cū'-li-ar-īse** (-ĕr-), *v. t. r.* ವಿಶೇಷಿಸು, ಅಸಾಧಾರಣ ಮಾಡು. **Pe-cū-li-ar'i-ty** (-ĕr-), *n.* ವಿಶೇಷತ್ವ, ವಿಶೇಷ ಧರ್ಮ, —ಗುಣ.

Pe-cū'ni-a-ry, *a.* ಹಣದ, ದ್ರವ್ಯದ.

Ped'a-gogue (-gog), *n.* ಉಪಾಧ್ಯಾಯ, ಶಿಕ್ಷಕ; 2. ದುರ್ವಿದಗ್ಧ, ವಿದ್ಯಾಡಂಭಗಾರ. **Ped-a-gog'ics**, *n. pl.* ವಿದ್ಯಾದಾನ, ವಿದ್ಯಾಸಂಕ್ರಮಣ.

Ped'al, *a.* ಕಾಲಿನ. *n.* ಸಂಗೀತಪೆಟ್ಟಿಗೆಯ ಕಾಲು.

Ped'ant, *n.* ವಿದ್ಯಾಡಂಭಗಾರ, ದುರ್ವಿದಗ್ಧ. **Pe-dan'tic, -ti-cal**, *a.* ವಿದ್ಯಾಡಂಭದ, ವಿದ್ಯಾಗರ್ವವುಳ್ಳ. **Pe-dan'ti-cal-ly**, *ad.* ವಿದ್ಯಾಡಂಭವಾಗಿ. **Ped'an-try**, *n.* ವಿದ್ಯಾಡಂಭ, ವಿದ್ಯದ "ಡೌಲು".

Ped'dle, *v. t. r.* ಚಿಲ್ಲರೆ ಸಾಮಾನು ಮಾರು, "ಉಣಾಕಿ" ಸಾಮಾನು ಮಾರು.

Ped'dlĕr, *n.*, *see* Pedlar, Pedler.

Ped'es-tal, *n.* ಗದ್ದಿಗೆಗಲ್ಲು, ಪ್ರತಿಮೆಯ ಪೀಠ, ಗದ್ದಿಗೆ, ಪಾದಟ್ಟಿಗೆ (*S. C.*).

Pe-des'tri-an, *n.* ಕಾಲಾಳು, ಪಾದಚಾರಿ. *a.* ಕಾಲುನಡೆಯ.

Ped'i-cle, -cel, *n.* (*bot.*) ತೊಟ್ಟು, ತುಂಬು.

Ped'i-grēe, *n.* ವಂಶಾವಳಿ, ವಂಶಚರಿತ್ರೆ.

Ped'i-ment, *n.* ಬಾಗಲು, ಕಿಟಿಕಿ, ಮಂಟಪ ಇವುಗಳ ಮೇಲಿರುವ "ಕಮಾನು".

Ped'lar, -lĕr, *n.* ಚಿಲ್ಲರೆ ವ್ಯಾಪಾರಗಾರ, ಚುಂಗಡಿ ವ್ಯಾಪಾರಿ, ಕೋರೀಸೆಟ್ಟಿ. **Ped'lar-y**, *n.* ಕೋರಿಸೆಟ್ಟಿತನ.

Pe-dom'e-tĕr, *n.* ನಡೆದ ಹೆಜ್ಜೆಗಳನ್ನು ಅಂಕಿಸುವ "ಗಡಿಯಾಲ".

Pēel, *n.* ಸಿಪ್ಪೆ (ಚಿಪ್ಪೆ), ತೊಗಟೆ; 2. (wooden shovel) ಮಗುಚುಕಟ್ಟಿಗೆ. *v. t. r.* ಸಿಪ್ಪೇಸುಲಿ, ಸುಲಿ; 2. (to plunder) ಸುಲುಕೊಳ್ಳು. *v. i.* ಸಿಪ್ಪೆ ಏಳು, ಸುಲಿಸಿಕೊಳ್ಳು.

Pēel, *n.* ರೊಟ್ಟಿಯವನ ಸಟುಗ.

Pēep, *n.* ಮೊದಲು ಕಾಣಿಸುವಿಕೆ, ಹಣಕಿ ನೋಡೋಣ, ವಾರೆ ನೋಟ; p. of day ಮೂಡಲು ಹರಿಯುವುದು; p.-hole ಕಳ್ಳಗಿಂಡಿ. *v. i. r.* (*pr.* pēpt) ಹಣಕಿ ನೋಡು; 2. ತಲೆ ತೋರು, ಕಾಣು; 3. ಕೀಚುಕೀಚನ್ನು.

Pē'pul tree, *n.* (*Ficus religiosa, L.*) ಪಿಪ್ಪಲ, ಅಶ್ವತ್ಥ ವೃಕ್ಷ, ಅರಳೀಮರ, ರಾಗಿಮರ.

Pēer, *v. i. r.* ಕಾಣು, ಹಣಕಿ ನೋಡು.

Pēer, *n.* ಸರಿಸಮಾನ, ಸಮಾನಸ್ಕಂಧ, ಸಂಗಡಿಗ, 2. ಶ್ರೀಮಂತ; house of peers "ಪಾರ್ಲಿಮೆಂಟ್" ಎಂಬ ರಾಜಸಭೆಯ ಮೇಲಿನ ಭಾಗ, ಶ್ರೀಮಂತರ ರಾಜಸಭೆ. **Pēer'āge**, *n.* ಶ್ರೀಮಂತ ಪದವಿ; 2. ಶ್ರೀಮಂತರು. **Pēer'ess**, *n.* ಶ್ರೀಮಂತ ಸ್ತ್ರೀ. **Pēer'less**, *a.* ಸಮಾನವಿಲ್ಲದ, ಅಪ್ರತಿಮ, ನಿಸ್ಸೀಮ, ಪ್ರತಿರಹಿತ, ಸರ್ವೋತ್ಕೃಷ್ಟ.

Pēev'ish, *a.* ಸಿಡುಕಿನ, ಸಿಡುಕು ಮನಸ್ಸಿನ, ಉರಿಮೋರೆಯ, ಕೋಪದ, ರೇಗಿಕೊಳ್ಳುವ. **Pēev'-ish-ly**, *ad.* ಸಿಡುಕಿನಿಂದ, ಸಿಡುಕು ಮನಸ್ಸಾಗಿ, ಸಿಟ್ಟಾಗಿ. **Pēev'ish-ness**, *n.* ಸಿಡುಕು, ಚಟುಗುಟ್ಟುವಿಕೆ, ಉರಿಮೋರೆತನ, ಪಸಪಸೆ.

Peg, *n.* ಗೂಟ, ದಸಿ; 2. ಅಮಲು ಪದಾರ್ಥದ ಒಂದು ಗುಟುಕು; p. of a musical instrument ಕಿವಿ, ಬಿರಿಡೆ. *v. t. r.* (pegged, *pr.* pegd) ಗೂಟಾ ಹೊಡೆ, ಆಟಕಾಯಿಸು, ಅಡ್ಡೀಮಾಡು.

Peg'ū pō'ny, *n.* "ಟಾಕಣ".

Pē'kōe, *n.* ಊಚು ಚೀನಿ ಚಾಯೆಲೆ.

Pe-lā'ǵian, *n.* ಜನ್ಮಪಾಪವು ಇಲ್ಲವೆಂದು ನಿರಾಕರಿಸುವವ.

Pel'e-rīne (-ēn), *n.* ಸ್ತ್ರೀಯರ ಮೇಲಂಗಿ.

Pelf, *n.* ಹಣ, ಐಶ್ವರ್ಯ, ಸಂಪತ್ತು.

Pel'i-can, *n.* ನೀರೆ ಹಕ್ಕಿ.

Pē-līsse' (-lēs), *n.* ಸ್ತ್ರೀಯರ "ರೇಶ್ಮೆಯ" ಮೇಲಂಗಿ.

Pel'let, *n.* ಚಿಕ್ಕ ಗುಂಡು, ಗೋಲಿ, ಮಿಡಿಗುಂಡು, ಮಿಡಿಗಲ್ಲು.

Pel'li-cle, *n.* ಪೊರೆ, ಪರೆ.

Pel'li-tŏr-y of Spain, *n.* (root of *Anthemis pyrethrum, L.*) ಅಕ್ಕಲಕರೆ.

Pell-mell', *ad.* ಗೊಂದಲವಾಗಿ, ಗಲಿಬಿಲಿ ಮಾಡಿ.

Pel-lu'cid, *a.* ನಿರ್ಮಲ, ಸ್ವಚ್ಛ, ಪ್ರಸನ್ನ; become p. ಕಲಕು ತೀರು.

Pel-o-pon-nē'si-an (-nē'shi-), *a.* "ಪೆಲೊಪೊನೀಸಸ್" ಅಥವಾ "ಮೋರಿಯ" ಎಂಬ ಅರ್ಧದ್ವೀಪದ.

Pelt, *n.* ಕೂಧಲಿರುವ ಚರ್ಮ, —ತೊಗಲು, ಮೃದ್ವಜಿನ. Pel'try, *n.* ಕೂದಲಿದ್ದ ತೊಗಲುಗಳು, ಮೃದ್ವಜಿನಗಳು.

Pelt, *v.t.r.* ಹೊಡೆ, ಒಗೆ, ಮಿಡಿ.

Pel'vis, *n.* ಕಿಬ್ಬೊಟ್ಟೆಯ ತಟ್ಟೆಲುವು.

Pen, *n.* ಲೇಖನಿ, "ಪೇನು"; a slip of the p. ಹಸ್ತದೋಷ. *v.t.r.* (penned, *pr.* pend) ಬರೆ.

Pen, *n.* ಹಟ್ಟಿ, ದೊಡ್ಡಿ. *v.t.r.* ಹಟ್ಟೀ ಹೊಗಿಸು.

Pē'nal, *a.* ದಂಡನೆಯ; 2. ದಂಡನೆಗೆ ಯೋಗ್ಯ; p. code ಶಿಕ್ಷಾ "ಕಾನೂನು", ಪ್ರಾಯಶ್ಚಿತ್ತಕಾಂಡ; p. laws ಪ್ರಾಯಶ್ಚಿತ್ತ ವಿಧಿ; p. servitude ಕಠಿಣ "ಕಾಮುಗಾರಿ". Pē'nal-īze, *v.t.* ದಂಡ ವಿಧೇಯವೆಂದು ತೀರಿಸು. Pē'nal-ly, *ad.* ದಂಡವಾಗಿ, ದಂಡಕ್ಕೆ ಗುರಿಯಾಗಿ. Pen'al-ty, *n.* ದಂಡ, "ಜುಲುಮಾನೆ", ಶಿಕ್ಷೆ; p. bond "ಮುಚ್ಚಲಿಕೆ".

Pen'ance, *n.* ತಪ, ಪ್ರಾಯಶ್ಚಿತ್ತ; bodily p. ದೇಹದಂಡನೆ; to perform p. ತಪಸ್ಸು ಮಾಡು, ತಪಶ್ಚರ್ಯೆ—, ಪ್ರಾಯಶ್ಚಿತ್ತ ಸಲ್ಲಿಸು.

Pe-nā'tēs, *n. pl.* ಕುಲದೇವತೆಗಳು, ಆರಾಧ್ಯದೇವತೆ.

Pence, *n. pl. of* Penny.

Pen-chânt' (päṅ-shäṅg'), *a.* ಪ್ರವಣ, ಅಭಿರುಚಿಯುಳ್ಳ.

Pen'cil, *n.* ಕುಂಚ; 2. ಸೀಸದ ಕಡ್ಡಿ, "ಸೀಸ್ಪೆನ್", "ಪೆನಸಿಲು". *v.t.r.* (-cilled, *pr.* -cild) ಕುಂಚದಿಂದ ಬರೆ, "ಪೆನಸಿಲಿ"ನಿಂದ ಚಿತ್ರ ಬರೆ.

Pen'dant, *n.* "ಜುಮುಕಿ", ಬಾವಲಿ; 2. ಚಿಕ್ಕ ಧ್ವಜ; 3. ಪುಸ್ತಕದ ಉಪಭಾಗ.

Pen'dent, *a.* ತೂಗುವ, ಜೋಲುವ; a p. root ಜಡೆ, ಮರಜಡೆ.

Pend'iṅg, *a.* ತೀರ್ಪು ಆಗದಿರುವ, "ಬಾಕಿ" ಇರುವ, ಎಳದಾಡುವ. *prep.* ಒಳಗೆ, ಅಷ್ಟರೊಳಗೆ.

Pen'dū-lŏus, *a.* ತೂಗಾಡುವ, ಅಲ್ಲಾಡುವ.

Pen'dū-lum, *n.* (ಗಡಿಯಾರದ) ಮಾಲುವ ಕೈ, ಗಡಿಯಾರದ ಬಾಲ; 2. ಆಂದೋಲಕ, ಕ್ಷಣಸೂತ್ರ, ಲಂಬಕ.

Pen'e-trāte, *v.t.r.* ತಿವಿ, ಹೊಗು, ನುಸುಳು, ಭೇದಿಸು, ಅವಗಹಿಸು; 2. ಮನಸ್ಸು ಕರಗಿಸು; 3. ಗ್ರಹಿಸು, ನೆಲೆಗಾಣು. Pen'e-tra-ble, *a.* ಭೇದಿಸತಕ್ಕ, ಭೇದ್ಯ, ತಿವಿಯತಕ್ಕ, ಹೊಗತಕ್ಕ, ನುಸುಳತಕ್ಕ; 2. ಮನಸ್ಸು ಕರಗುವ. Pen-e-tra-bil'i-ty, *n.* ಭೇದ್ಯತೆ, ಪ್ರವೇಶ್ಯತೆ. Pen-e-trā'lia, *n. pl.* ಗರ್ಭಗುಡಿ, ಗರ್ಭಗೃಹ; 2. ರಹಸ್ಯಗಳು. Pen'e-tran-cy, *n.* ಪ್ರವೇಶಿಸುವ ಶಕ್ತಿ. Pen'e-trant, *a.* ಪ್ರವೇಶಿಸುವ ಶಕ್ತಿಯುಳ್ಳ. Pen'e-trā-tiṅg, *a.* ತೀಕ್ಷ್ಣವಾದ, ಚುರುಕಾದ; a p. eye ನೆಲೆಗಣ್ಣು. Pen-e-trā'tiŏn, *n.* ನುಸುಳಿಕೆ, ಭೇದಿಸುವಿಕೆ; 2. ಸೂಕ್ಷ್ಮ ಬುದ್ಧಿ, ತೀಕ್ಷ್ಣ—; a man of p. ನೆಲೆಗಂಡವ, ನೆಲೆಗಾರ. Pen'e-trā-tive, *a.* ಭೇದಕ, ಸೂಕ್ಷ್ಮ ಬುದ್ಧಿಯುಳ್ಳ; 2. ಮನಸ್ಸಿಗೆ ತಾಗುವ.

Pen'guin (-gwin), *n.* ಸಮುದ್ರಬಾತು.

Pe-nin'sū-la, *n.* ಅರ್ಧದ್ವೀಪ, ದ್ವೀಪಕಲ್ಪ. Pe-nin'sū-lar (-lĕr), *a.* ಅರ್ಧದ್ವೀಪದ; 2. "ಸ್ಪೇನ್" ಎಂಬ ಅರ್ಧದ್ವೀಪದ.

Pe'nis, *n.* ಲಿಂಗ, ಶಿಶ್ನ.

Pen'i-tent, *a.* ಪಶ್ಚಾತ್ತಾಪಗೊಂಡ, ಅನುತಾಪ ಪಡುವ. *n.* ಪಶ್ಚಾತ್ತಾಪಪಡುವವ. Pen'i-tence, *n.* ಪಶ್ಚಾತ್ತಾಪ, ಅನುತಾಪ. Pen-i-ten'tial (-ten'shal), *a.* ಪಶ್ಚಾತ್ತಾಪದ, ಅನುತಾಪ ಸೂಚಕ. Pen-i-ten'tiar-y (-ten'shar-), *n.* ಪ್ರಾಯಶ್ಚಿತ್ತ ಹೇಳುವವ; 2. ಪಶ್ಚಾತ್ತಾಪಿ, ತಪಸ್ವಿ; 3. ಸರೆಮನೆ.

Pen'knīfe (-nīf), *n.* ಲೇಖನಿಚೂರಿ, "ಚಾಕು".

Pen'man, *n.* ಲೇಖಕ; 2. ಗ್ರಂಥಕರ್ತ. Pen'man-ship, *n.* ಬರಹ, ಬರವಣಿಗೆ, ಕೈವಾಡ; 2. ಗ್ರಂಥರಚನೆ, ಗ್ರಂಥರಚನಾಪಟುತ್ವ. [ಧ್ವಜ.

Pen'nant, Pen'non, *n.* "ನಿಶಾನಿ", ಪತಾಕೆ,

Pen'nāte, *a.* ಗರಿಯಂಥ, ಗರಿಯುಳ್ಳ.

Pen'ny, *n.* ಎರಡು ಗಟ್ಟಿ ದುಡ್ಡು ಬಾಳುವ ಇಂಗ್ಲಿಷ್ ನಾಣ್ಯ; 2. "ದಮುಡ" ಹಣ; p.-wise and pound-foolish ಹಿಡಿಜೋಳಕ್ಕಾಗಿ ಪಡಿಜೋಳ ಕಳಕೊಂಡ ಹಾಗೆ. Pen'ni-less, *a.* ಬಡ, ಕಾಸಿಗೆ ಬಗೆ ಇಲ್ಲದ, "ಗರೀಬ". Pen'ny-wŏrth, *n.* ದುಡ್ಡಿಗೆ ಸಿಕ್ಕುವಷ್ಟು; 2. ಹಣಕ್ಕೆ ತಕ್ಕ ಲಾಭ, ಒಳ್ಳೇ ಬೇರ.

Pen'ny-wŏrt, *n.*, Indian p. (*Hydrocotyle asiatica, L.*) ಒಂದೆಲೆಗ ಸೊಪ್ಪು (*My.*), ಇಲೀಕಿವೀ ಬಳ್ಳಿ (*S. M.*).

Pen'sīle, *a.* ತೂಗುವ.

Pen'siŏn, *n.* "ನಾನಪರವರ್ಷಿ", ವರ್ಷಾಶನ, "ಪೆನಶನು". *v. t. r.* ವರ್ಷಾಶನ ಕೊಡು. Pen'siŏn-a-ble, *a.* "ಪೆನಶನಿಗೆ" ಯೋಗ್ಯ. Pen'siŏn-ar-y, *a.* "ಪೆನಶನ್‌ವುಳ್ಳ"; *n.* ವರ್ಷಾಶನ ಹೊಂದುವವ. Pen'siŏn-ĕr, *n.* "ನಾನಪರವರ್ಷಿ" ಹೊಂದುವವ, "ಪೆನಶನದಾರ".

Pen'sive, *a.* ಧ್ಯಾನಸ್ಥ, ಚಿಂತೆಯುಳ್ಳ, ಚಿಂತಾಕ್ರಾಂತ, ಯೋಚನೆ ಮಾಡುವಂಥ. Pen'sive-ness, *n.* ಧ್ಯಾನ, ವಿಚಾರ, ಚಿಂತಾಕ್ರಾಂತತ್ವ.

Pent, *p. p.* or *a.* *(from* Pen) ಮುಚ್ಚಿದ.

Pen'ta-gon, *n.* ಐಮೂಲೆ, ಪಂಚಕೋಣಾಕೃತಿ. Pen-tag'o-nal, *a.* ಐಮೂಲೆಯ.

Pen-tam'e-tĕr, *n.* ಐದು ಗಣದ ಶ್ಲೋಕ.

Pen'ta-teu̇ch (-tūk), *n.* ಮೋಶೆ ಬರೆದ ಐದು ಪುಸ್ತಕಗಳು, ಪಂಚಗ್ರಂಥ.

Pen'te-cost, *n.* ಯೆಹೂದ್ಯರ ಒಂದು ಹಬ್ಬ, ಪಂಚಾಶತ್ತಮ ದಿನೋತ್ಸವ, ಸುಗ್ಗಿಹಬ್ಬ, ಕವಿರು ಹಬ್ಬ.

Pent'roof, *n.* ಒಪ್ಪಾರ.

Pe-nult', Pe-nul'ti-māte, *a.* ಅಂತ್ಯಕ್ಕೆ ಹಿಂದಿನ, ಉಪಾಂತ್ಯ. *n.* ಒಂದು ಶಬ್ದದ ಕಡೇ ಅಕ್ಷರದ ಹಿಂದಿನ ಅಕ್ಷರ.

Pē-num'bra, *n.* ಅಪೂರ್ಣ ಛಾಯೆ.

Pen'ū-ry, *n.* ಬಡತನ, ದರಿದ್ರತನ. Pe-nū'ri-ŏus, *a.* ಕೃಪಣ, ಜಿಪುಣ; 2. ಬಡ. Pe-nū'ri-ŏus-ness, *n.* ಜಿಪುಣತ್ವ, ಕಾರ್ಪಣ್ಯ.

Pē'on, *n.* ಓಲೆಕಾರ, ಬಿಲ್ಲೆಯವ, "ಜವಾನ", ಪೇದೆ.

Pēo'ple (pē'pl), *n.* (nation) ಪ್ರಜೆ, ಜನಾಂಗ, ಜನ; 2. (persons generally) ಜನರು, ಮಂದಿ, ಮನುಷ್ಯರು. *v. t. r.* ಜನಭರಿತ ಮಾಡು, ವಸಾಹತ ಮಾಡು. Pēo'pled (pē'pld), *p. p. a.* ಜನವಿರುವ, ಬಹಳ ಜನವುಳ್ಳ, ಜನ ತುಂಬಿದ.

Pep'pĕr, *n.* ಮೆಣಸು; black p. *(Piper nigrum, L.)* ಕರೀಮೆಣಸು, ಒಳ್ಳೇಮೆಣಸು; white p. ಬಿಳೀ ಮೆಣಸು; red p. *or* Spanish p. *(Capsicum frutescens, L.)* ಮೆಣಸಿನ ಕಾಯಿ; long p. *(Piper longum, L.)* ಹಿಪ್ಪಲಿ; betel-leaf p. *(Piper betel, L.)* ವೀಳ್ಯದ ಬಳ್ಳಿ, ನಾಗವಲ್ಲೀ, ಪಂಚವಲ್ಲೀ. *v. t. r.* ಮೆಣಸು ಹಾಕು *c. d.*

Pep'pĕr-mint, *n.* *(Mentha piperita, L.)* ಮರುಗ, "ಪುದಿನಾ"; 2. "ಪುದೀನದ" ಸಾರ, "ಪೆಪ್ಪರ್‌ಮೆಂಟು."

Pep'pĕr-y, *a.* ಮೆಣಸಿನ ಕಾರದ; 2. ಮುಂಗೋಪಿಯಾದ.

Pep'tic, *a.* ಜೀರ್ಣಮಾಡುವ, ಅಗ್ನಿವರ್ಧಕ. *n.* ಅಗ್ನಿವರ್ಧಕ ಔಷಧ.

Pĕr, *prep.* ಮುಖಾಂತರ; 2. "ದರ", ಪ್ರತಿ ಒಂದಕ್ಕೆ: p. cent ನೂರಕ್ಕೆ, "ಸೇಕಡಕ್ಕೆ".

Per-ad-ven'tūre, *ad.* ಒಂದು ವೇಳೆ, ಕದಾಚಿತ್, ದೈವವಶಾತ್.

Per-am'bū-lāte, *v. t. r.* ಸುತ್ತಲೂ ತಿರುಗು, ತಿರುಗಾಡು, ಸುತ್ತುವರಿಯು. Per-am-bū-lā'tiŏn, *n.* ತಿರುಗುವಿಕೆ, ಪರಿಭ್ರಮಣ, ಸುತ್ತುವರಿಯುವಿಕೆ. Per-am'bū-lā-tŏr, *n.* ಮಾರ್ಗ ಅಳೆಯುವ ಚಕ್ರ; 2. ಮಕ್ಕಳ ಗಾಡಿ.

Pĕr-cēive', *v. t. r.* ಕಾಣು, ಕೇಳು; 2. ತಿಳುಕೊಳ್ಳು, ಅರಿ. Per-cēiv'a-ble, *a.* ಕಾಣುವಂಥ, ಕೇಳುವಂಥ, ಇಂದ್ರಿಯಗೋಚರವಾದ; 2. ತಿಳಿಯತಕ್ಕ, ಸ್ಪಶ್ಯ. Pĕr-cēiv'a-bly, *ad.* ಕಾಣುವಂತೆ, ತಿಳಿಯುವಂತೆ.

Pĕr-cen'tāġe, *n.* ಸೇಕಡ.

Pĕr-cept', *n.* ಇಂದ್ರಿಯಗೋಚರ. Pĕr-cep-ti-bil'i-ty, *n.* ಇಂದ್ರಿಯಗೋಚರತ್ವ. Pĕr-cep'ti-ble, *a.* ಕಾಣುವಂಥ, ಕೇಳುವಂಥ, ಇಂದ್ರಿಯಗೋಚರವಾದ. Pĕr-cep'ti-bly, *ad.* ಕಾಣುವಂತೆ, ಸ್ಪಷ್ಟವಾಗಿ. Pĕr-cep'tiŏn, *n.* ಕಣ್ಣಾರಿಕೆ, ಗ್ರಹಿಸುವಿಕೆ, ಇಂದ್ರಿಯಗೋಚರ; faculty of p. ಅರುವು, ಗ್ರಹಣಶಕ್ತಿ. Pĕr-cep'tive, *a.* ತಿಳುಕೊಳ್ಳುವಂಥ, ತಿಳಿಯುವ ಶಕ್ತಿಯುಳ್ಳ.

Pĕrch, *n.* ಪಕ್ಕಿ ಕೂಡ್ರುವ ಕಟ್ಟಿಗೆ; 2. ಹನ್ನೊಂದು ಮೊಳದ ಅಳತೇಕೋಲು; 3. ಸಿಹಿನೀರಿನ ಒಂದು ತರದ ಮೀನು. *v.i.r. (pr.* pĕrcht) (ಪಕ್ಷಿ) ಕೂಡ್ರು.

Pĕr-chance', *ad.* ಒಂದು ವೇಳೆ, ಕದಾಚಿತ್ತು.

Pĕr-cip'i-ent, *a.* ಇಂದ್ರಿಯಜ್ಞಾನಸಂಯುಕ್ತ.

Pĕr'cō-lāte, *v. t. r.* ಬಡಿಕಟ್ಟು, ಗಾಳಿಸು, ಸೋಸು. Per-cō-lā'tiŏn, *n.* ಬಡಿಕಟ್ಟುವುದು, ಶೋಧಿಸುವಿಕೆ, ಸೋಸುವುದು. Pĕr'cō-lā-tŏr, *n.* ಸೋಸುವ ಸಾಧನ.

Pĕr-cus'siŏn (-kush'un), *n.* ತಾಗುವಿಕೆ, ಪೆಟ್ಟು; p.-cap "ಕೇಪು".

Pĕr-di'tion (-dish'un), *n.* ಹಾಳು, ನಾಶನ; 2. ಅಧೋಗತಿ, ನರಕವಾಸ.

Pĕr-dū', Pĕr-dūe', *a.* ಗುಪ್ತ; it lies p. ಅದು ಮರೆಯಲ್ಲಿದೆ.

Pĕr-dū'ra-ble, *a.* ಶಾಶ್ವತ, ಸ್ಥಿರ.

Per'e-grin-āte, *v. t. r.* ದೇಶಾ ತಿರುಗು, ದೇಶಾ

ಟನೆ ಮಾಡು. Per-e-grin-ā'tiŏn, *n.* ದೇಶಾ ತಿರುಗುವುದು, ಪರಿಭ್ರಮಣೆ, ದೇಶಾಟನೆ, ಪ್ರವಾಸ.

Per'emp-tŏr-y (-em-tĕr-), *a.* ಖಂಡಿತ, "ಖಡಾಖಡಿ", ಖಂಡತುಂಡ. Per'emp-tŏr-i-ly (-em-tĕr-), *ad.* ಖಂಡಿತವಾಗಿ, "ಖಡಾಖಡಿಯಾಗಿ".

Per-en'ni-al, *a.* ನಿತ್ಯ, ನಿರಂತರ, ಅನೇಕ ವರ್ಷ ಬದುಕುವ.

Pĕr'fect, *a.* ಅಪ್ಪಟ, ಸಂಪೂರ್ಣ; 2. (not defective) ಹೋಕಿಲ್ಲದ, ನಿರ್ದೋಷ; 3. ಗುಣಸಂಪನ್ನ; p. tense ಸಂಪೂರ್ಣ ಭೂತ ಕಾಲ. *v. t. r.* ತೀರಿಸು, ಸಂಪೂರ್ಣ ಮಾಡು. Pĕr-fect'i-ble, *a.* ತಿದ್ದಲಿಕ್ಕೆ ಬರುವಂಥ, ಸಂಪೂರ್ಣತೆಗೆ ಬರತಕ್ಕ. Pĕr-fec'tiŏn, -fect'ness, *n.* ಸಂಪೂರ್ಣತೆ, ಸಿದ್ಧಿ; 2. ಸರ್ವಸಂಪನ್ನತೆ, ಉತ್ತಮ ಗುಣ. Pĕr'fect-ly, *ad.* ತೀರ, ಸಂಪೂರ್ಣವಾಗಿ, ಪೂರ್ಣ; to learn p. ತೀರಗಲಿ.

Per'fi-dy, *n.* ವಿಶ್ವಾಸಘಾತ, ದ್ರೋಹ. Pĕr-fid'i-ŏus, *a.* ವಿಶ್ವಾಸಘಾತಕವಾದ, ದ್ರೋಹಿಯಾದ. Pĕr-fid'i-ŏus-ly, *ad.* ವಿಶ್ವಾಸಘಾತಕವಾಗಿ. Pĕr-fid'i-ŏus-ness, *n.* ವಿಶ್ವಾಸಘಾತಕತನ.

Pĕr'fō-rāte. *v. t. r.* ತೂತು ಮಾಡು *c. d.*, —ಸರಿ *c. d.*, ರಂಧ್ರ ಮಾಡು *c.d.*; perforated ತೂತುತೂತುಳ್ಳ, ರಂಧ್ರವುಳ್ಳ; a perforated machine for making vermicelli ಒತ್ತುಸಾವಿಗೆಯೊರಳು. Pĕr-fō-rā'-tiŏn, *n.* ತೂತು ಸರಿಯೋಣ; 2. ರಂಧ್ರ, ತೂತು. Pĕr'fō-rā-tŏr, *n.* ತೂತು ಸರಿಯುವ ಸಾಧನ; 2. ರಂಧ್ರಮಾಡುವವ.

Pĕr-fōrce', *ad.* ಬಲಾತ್ಕಾರದಿಂದ, "ಜುಲುಮೆ"ಯಿಂದ.

Pĕr form' (fa̤rm'), *v. t. r.* ಚಜೆಗಾಣಿಸು; 2. ಮಾಡು, ನೆರವೇರಿಸು. *v. i.* ಕೆಲಸ ನಡಸು; 2. (on the stage) ಸೋಗು ಹಾಕು, ಆಡು; 3. (on a musical instrument) ಬಾರಿಸು. Pĕr-form'a-ble, *a.* ಸಾಧ್ಯ, ಮಾಡತಕ್ಕ, Pĕr-form'ance, *n.* ಮಾಡುವಿಕೆ, ಕೆಲಸ, ಕ್ರಿಯೆ; musical p. ಸಂಗೀತ ವಾದ್ಯ ಬಾರಿಸುವುದು; theatrical p. ನಾಟಕ. Pĕr-form'ĕr, *n.* ಮಾಡುವವ; 2. ನಾಟ್ಯಗಾರ.

Pĕr'fūme, *n.* ಸುಗಂಧ, ಪರಿಮಳ; 2. ಪರಿಮಳ ದ್ರವ್ಯ. Pĕr-fūme', *v. t. r.* ಪರಿಮಳ ಕೊಡು, ಸುಗಂಧ ಹಚ್ಚು. Pĕr-fū'mĕr, *n.* ಪರಿಮಳದ್ರವ್ಯಗಳನ್ನು ಮಾರುವವ, ಬುಕ್ಕಿಟ್ಟುಗಾರ. Pĕr-fū'mer-y, *n.* ಸುಗಂಧದ್ರವ್ಯಗಳು.

Pĕr-func'tŏr-y, *a.* ಜಾಗ್ರತೆಯಿಲ್ಲದ, ಲಕ್ಷ್ಯವಿಲ್ಲದ, ಬೇಕಾಬಿಟ್ಟಿ. Pĕr-func'tŏ-ri-ly, *ad.* ಜಾಗ್ರತೆಯಿಲ್ಲದೆ.

Per-fūse', *v. t. r.* ಮುಚ್ಚು, ಆವರಿಸು; 2. ಸಿಂಪಡಿಸು.

Pĕr-haps', *ad.* ಒಂದು ವೇಳೆ, ತುಪಾ; p. he has lost it ಅವನು ಕಳಕೊಂಡಿದ್ದಾನು.

Per-i-cär'di-um, *n.* ಹೃತ್ಕೋಶ.

Per'i-cärp, *n.* ಬೀಜದ ಸಿಂಬೆ, —ಚಿಪ್ಪು, ಬೀಜ ಕೋಶ.

Per'i-ḡee, -ḡē'um, *n.* ಚಂದ್ರನು ಪೃಥ್ವಿಗೆ ಸಮೀಪವಿರುವ ಸ್ಥಾನ, ನೀಚ ಸ್ಥಾನ, ಭೂಸನ್ನಿಕರ್ಷಣ.

Per-i-hē'li-on, *n.* ಗ್ರಹಪಥದಲ್ಲಿ ಸೂರ್ಯನಿಗೆ ಸಮೀಪವಾದ ಸ್ಥಳ.

Per'il, *n.* ಕಂಟಕ, ಗಂಡಾಂತರ, ಅಪಾಯ; p. of life ಪ್ರಾಣಸಂಕಟ. *v. t. r.* ಗಂಡಾಂತರದಲ್ಲಿ ಬೀಳಿಸು, ಅಪಾಯದಲ್ಲಿ ಹಾಕು. Per'il-ŏus, *a.* ಗಂಡಾಂತರವುಳ್ಳ, ಅಪಾಯಕರ. Per'il-ŏus-ly, *ad.* ಗಂಡಾಂತರವಾಗಿ. Per'-il-ŏus-ness, *n.* ಗಂಡಾಂತರ.

Pē'ri-od, *n.* ಕಾಲ, ಯುಗ; 2. ಸಂವತ್ಸರಚಕ್ರ; 3. ಪೂರ್ಣ ವಾಕ್ಯ; 4. ಪೂರ್ಣವಿರಾಮಚಿಹ್ನೆ (.). Pē-ri-od'ic, -od'i-cal, *a.* ಗೊತ್ತಿನ ಮೇಲೆ ಬರುವಂಥ, ಕಾಲಕಾಲಕ್ಕೆ ಆಗುವಂಥ, ಕ್ರಮೇಣ. Pē-ri-od'i-cal, *n.* ಗೊತ್ತಿನ ಮೇರೆಗೆ, ಕಾಲಕಾಲಕ್ಕೆ ಪ್ರಕಟವಾಗುವ ಕಾಗದ ಪುಸ್ತಕ ಇತ್ಯಾದಿ. Pē-ri-od'i-cal-ly, *ad.* ಕಾಲಕಾಲಕ್ಕೆ.

Per-i-pa-tet'ic, -al, *a.* ತಿರುಗಾಡುವ, ಸಂಚರಿಸುವ.

Per-iph'er-y (-if'er-), *n.* ಸುತ್ತು, ಸುತ್ತಳತೆ, ಪರಿಧಿ.

Per'i-phrāṣe (-frāz), Per-iph'ra-sis, *n.* ವಿಸ್ತಾರ ಮಾತು, ಯೋಗರೂಢ ಶಬ್ದ (ಉದಾ: ಪಂಕಜವೈರಿ, ಇದು ಚಂದ್ರನಿಗೆ ಸಲ್ಲುವ ಯೋಗರೂಢ ಶಬ್ದ).

Per'ish, *v. i. r.* (*pr.* -isht) ನಾಶವಾಗು, ಅಳಿ, ಹಾಳಾಗು, ಕೆಡು; 2. ಸಾಯು; p. your money ನಿನ್ನ ಹಣ ಸುಡು. Per'ish-a-ble, *a.* ಹಾಳಾಗುವಂಥ, ನಾಶನವಾಗುವ, ನಶ್ವರ.

Per-i-tō-nē'um, *n.* ಕರುಳ ಪರೆ, ಅಂತರ್ವೇಷ್ಟನ.

Per'i-wig, *n.* ಕೂದಲಿನ ಕುಲಾಯಿ.

Per'i-win-kle, *n.* (*Vinca rosea, L.*) ಕೆಂಪು

ಕಾಸೀಗಣಿಗಿಲು ಗಿಡ *(My.)*, ಸದಾಮಲ್ಲಿಗೆ; *(V. rosea, var. alba)* ಬಿಳೀ ಕಾಸೀಗಣಿಗಿಲು ಗಿಡ *(My.)*, ಬಟ್ಲಹೂ *(S.M.)*.

Pĕr'jure, *v, t. r.* ಸುಳ್ಳು ಪ್ರಮಾಣ ಮಾಡು, ಸುಳ್ಯಾಣೆ ಇಡು *refl. or c. d.* **Pĕr'jur-ĕr**, *n.* ಸುಳ್ಳು ಪ್ರಮಾಣ ಮಾಡುವವ. **Pĕr-ju'ri-ŏus**, **Pĕr'jur-ŏus**, *a.* ಸುಳ್ಳು ಪ್ರಮಾಣದ, ಸುಳ್ಯಾಣೆ ಇಡುವ. **Pĕr'jur-y**, *n.* ಸುಳ್ಳು ಪ್ರಮಾಣ, ಸುಳ್ಯಾಣೆ.

Pĕrk, *v. t.* ಮುಂದೆ ನೂಕು. **Pĕrk'y**, *a.* ದುಡುಕಿನ.

Pĕr'ma-nent, *a.* ಸ್ಥಿರ, ನಿತ್ಯ, ಶಾಶ್ವತ, "ಕಾಯಮಾದ". **Pĕr'ma-nence**, *n.* ಸ್ಥಿರತ್ವ, ಶಾಶ್ವತತ್ವ.

Pĕr'me-āte, *v. t. r.* ಭೇದಿಸು, ಒಳಗೆ ಸೇರು, ವ್ಯಾಪಿಸು. **Pĕr'me-a-ble**, *a.* ಭೇದಿಸಿಹೋಗುವಂಥ, ವ್ಯಾಪ್ಯ. **Pĕr-me-ā'tiŏn**, *n.* ವ್ಯಾಪ್ತಿ, ಪ್ರವೇಶ, ಭೇದಿಸುವಿಕೆ.

Pĕr-mis'ci-ble, *a.* ಮಿಶ್ರವಾಗುವಂಥ.

Pĕr-mit', *v. t. r.* (-mit'ted) ಅನುಜ್ಞೆ ಕೊಡು, ಸ್ವತಂತ್ರ—, ಅಪ್ಪಣೆ—; 2. (suffer) ಕೊಡು, ಕೊಡಿಸು; as, he permitted him to go ಅವನಿಗೆ ಹೋಗಗೊಟ್ಟ, —ಹೋಗಗೊಡಿಸಿದ. **Pĕr'mit**, *n.* "ರಹದಾರೀ"ಚೀಟು, "ಪರವಾನಗಿ" ಚೀಟು. **Pĕr-mis'si-ble**, *a.* ಆಗಗೊಡಿಸುವಂಥ, ಅನುಮತವಾದ. **Pĕr-mis'siŏn** (-mish'un), *n.* ಅಪ್ಪಣೆ, ಅನುಜ್ಞೆ, ಅನುಮತಿ. **Pĕr-mis'sive**, *a.* ಅಪ್ಪಣೆ ಕೊಡುವಂಥ, ಅನುಮತವಾದ. **Pĕr-mit'tance**, *n.* ಅಪ್ಪಣೆ, "ಪರವಾನಗಿ".

Pĕr-mūte, *v, t. r.* ಬದಲು ಮಾಡು, ಮಾರ್ಪಡಿಸು. **Pĕr-mūt'a-ble**, *a.* ರೂಪಭೇದವಾಗತಕ್ಕ, ಮಾರ್ಪಡತಕ್ಕ. **Pĕr-mū-tā'tiŏn**, *n.* ಅದಲುಬದಲು, ರೂಪಭೇದ, ವಿಕಾರ; 2. *(math.)* ಅಂಕಪಾಶ; 3. *(gram.)* ಆದೇಶ.

Pĕr-ni'ciŏus (-nish'us), *a.* ಕೆಡಕ, ಕೇಡಿನ, ಹಿಂಸಕ, ದುಷ್ಟ.

Pĕr-nick'e-ty, *a.* "ನಾಜೂಕಿನ"; 2. ಅಲ್ಪ ಸಂಗತಿಗಳಿಗಾಗಿ ಮನಸ್ಸು ಕ್ಷೋಭಿಸುವ.

Per-ō-rā'tiŏn, *n.* ಭಾಷಣದ ಕಡೇ ವಚನ, ಪ್ರಸಂಗದ ಕಡೇ ಮಾತು.

Pĕr-pen-dic'ū-lar (-lĕr), *a.* ನೀಟು, ನೆಟ್ಟಗಾದ. *n. (geom.)* ಲಂಬ. **Pĕr-pen-dic-ū-lar-ly** (-lĕr-), *ad.* ನೀಟಾಗಿ, ಲಂಬವಾಗಿ.

Pĕr'pe-trāte, *v. t. r.* (ಕೆಟ್ಟ ಕೆಲಸ) ಮಾಡು, ಅಪರಾಧ ಮಾಡು. **Pĕr-pe-trā'tiŏn**. *n.* (ಅಪರಾಧ) ಮಾಡೋಣ, ಅಪರಾಧ. **Pĕr'pe-trā-tŏr**, *n.* ತಪ್ಪುಗಾರ, ಅಪರಾಧಿ.

Pĕr-pet'ū-al, *a.* ತೆರಪಿಲ್ಲದ, ನಿತ್ಯ, ನಿರಂತರ, ಸ್ಥಿರ, ಸಂತತ; 2. (snow) ಸ್ಥಿರಸ್ಥಾಯಿಯಾದ. **Pĕr-pet'ū-al-ly**, *ad.* ಯಾವಾಗಲೂ, ನಿತ್ಯ, ಸಂತತ, ಸಂತತವಾಗಿ. **Pĕr-pet'ū-āte**, *v. t. r.* ನೆಲೆಗೊಳಿಸು, ಶಾಶ್ವತಪಡಿಸು. **Pĕr-pet-ū-ā'tiŏn**, *n.* ನೆಲೆಗೊಳಿಸೋಣ, ಶಾಶ್ವತ ಮಾಡೋಣ. **Pĕr-pe-tū'i-ty**, *n.* ಶಾಶ್ವತತ್ವ, ನಿರಂತರತ್ವ.

Pĕr-plex', *v. t. r. (pr.* -plekst') ಗಲಿಬಿಲಿ ಮಾಡು, ತೊಂದರೆ ಕೊಡು *c. d.*, "ಗಾಬರಿ" ಪಡಿಸು. **Pĕr-plexed'** (-plekst'), *a.* "ಗಾಬರಿಯಾದ", ಕಂಗೆಟ್ಟ; to be p. ತತ್ತರಿಸು. **Pĕr-plex'i-ty**, *n.* "ಗಾಬರಿ", ಕಳವಳ.

Pĕr'qui-ṣite (-kwi-zit), *n.* ಸಂಬಳದ ಹೊರತು ಆಗುವ ಪ್ರಾಪ್ತಿ, ಇತರ "ಫಾಯಿದೆ".

Per'ron, *n.* ಮನೇ ಹೊರಗಣ ಮೆಟ್ಲು, ಪಾವಟಿಗೆ 2. ಕಟ್ಟೆ.

Per'ry, *n.* ಪಿಯರಿ ಹಣ್ಣಿನ ಸಾರಾಯಿ.

Pĕr'se-cūte, *v. t. r.* ಶ್ರಮ ಕೊಡು *c. d.*, ಉಪದ್ರವ ಪಡಿಸು; 2. ಧರ್ಮಕ್ಕಾಗಿ ಹಿಂಸಿಸು. **Pĕr-se-cū'tiŏn**, *n.* ಶ್ರಮ, ಉಪದ್ರವ, ಧರ್ಮದ ಸಲುವಾಗಿ ಹಿಂಸೆ. **Pĕr'se-cū-tŏr**, *n.* ಉಪದ್ರವ ಪಡಿಸುವವ, ಹಿಂಸಕ.

Pĕr-se-vēre' (-vēr'), *v. i. r.* ಕೆಲಸದಲ್ಲಿ ಸ್ಥಿರವಾಗಿರು, ಸಾಧಿಸು, ದೀರ್ಘ ಪ್ರಯತ್ನ ಮಾಡು. **Pĕr-se-vē'rance**, *n.* ದೃಢಮನಸ್ಸು, ಸ್ಥಿರಬುದ್ಧಿ. **Pĕr-se-vēr'iṅg**, *a.* ದೃಢಮನಸ್ಸಿನಿಂದ ಕೆಲಸ ಮಾಡುವ, ಸಾಧಿಸುವ. **Pĕr-se-vē'riṅg-ly**, *ad* ಸ್ಥಿರವಾಗಿ.

Pĕr'sian (pĕr'shan) lī'lac, *see* Lilac.

Pĕr'si-flāġe (-fläzh), *n.* ಹಾಸ್ಯದ ಮಾತು, ಚೇಷ್ಟೆಯ—, ವಿನೋದದ—.

Pĕr-sist' in, *v. i. r.* ಬಿಡದೆ ಇರು, ನೆಲೆಯಾಗಿರು, ಛಲ ಹಿಡಿ; he persists in his evil ways ಅವನು ತನ್ನ ಕೆಟ್ಟ ನಡತೆ ಬಿಡುವುದಿಲ್ಲ. **Pĕr-sist'ence**, **Pĕr-sist'en-cy**, *n.* ಸ್ಥಿರತ್ವ, ಛಲ, ಸ್ಥಿರಪ್ರಯತ್ನ, ಹಟತಟ. **Pĕr-sist'-ent**, *a.* ಸ್ಥಿರ, ಛಲ ಹಿಡಿಯುವ.

Pĕr'son, *n.* (representation of a character) ಸೋಗು; 2. (outward appearance) ಆಕಾರ, ರೂಪ; 3. (an individual) ಮನುಷ್ಯ, ಜನ; *pl.* ಮಂದಿ; *as*, this p. ಈ ಮನುಷ್ಯ, ಇವನು, ಇವಳು, ಈಕೆ; a certain p. ಒಬ್ಬನು, ಒಬ್ಬಾನೊಬ್ಬನು; any p.

ಯಾರಾದರೂ; no p. ಯಾರೂ ಇಲ್ಲ; some persons ಕೆಲವರು, ಕೆಲವು ಮಂದಿ; in p. ತಾನೇ, "ಖುದ್ದು"; a third p. ಅನ್ಯನು. 4. *(gram.)* ಪುರುಷ, first p. ಉತ್ತಮ ಪುರುಷ; second p. ಮಧ್ಯಮಪುರುಷ; third p. ಪ್ರಥಮ ಪುರುಷ; Pĕr'son-a-ble, *a.* ಚಲೋ, ಅಂದವಾದ. Pĕr'son-āge, *n.* ಗೃಹಸ್ಥ, ಗೃಹಸ್ಥೆ; 2. ಆಕಾರ; 3. ಸೋಗು. Pĕr'-son-al, *a.* ಹೊರಗಿನ, ಆಕಾರದ *(as,* p. charms); 2. ತಾನೇ ಮಾಡಿದ, —ಮಾಡುವ; 3. ಚುಚ್ಚುವ *(as,* p. remarks); 4. *(gram.)* ಪುರುಷಾರ್ಥಕ; p. estate ಚರ ಆಸ್ತಿ, ಜಂಗಮ ಬದುಕು, —"ಮಾಲು". Pĕr-son-al'i-ty, *n.* ವ್ಯಕ್ತಿ, ಪುರುಷತ್ವ, ಪೃಥಕ್ತ್ವ; 2. ಚುಚ್ಚುವ ಮಾತು, ನಿಂದೆ, ಕುರುಪಿಡುವ ನುಡಿ. Pĕr'son-al-ly, *ad.* ತಾನೇ, ತಾವೇ, "ಖುದ್ದು". Pĕr'son-alt-y, *n.* ಚರಸೊತ್ತು. Pĕr'son-āte, *v. t. r.* ವೇಷ ಹಾಕು, ಸೋಗು—, ನಟಿಸು; 2. ಪ್ರತಿನಿಧಿಯಾಗಿರು. Pĕr-son-ā'tion, *n.* ವೇಷಧಾರಣೆ, ಸೋಗು. Pĕr-son-i-fi-cā'tiŏn, *n.* ಪುರುಷಭಾವಾರೋಪ, ಪುರುಷೋಪಮಾಲಂಕಾರ. Pĕr-son'i-fȳ, *v. t. r.* (-fīed) ಅಚೇತನವಾಗಿರುವಂಥಾದ್ದಕ್ಕೆ ಸಚೇತನ ಧರ್ಮ ಆರೋಪಿಸು, ಪುರುಷೋಪಮಾಲಂಕಾರ ಮಾಡು. Pĕr-son-nel', *n.* ಉದ್ಯೋಗಸ್ಥರ ಮಂಡಲಿ.

Pĕr-spec'tive, *n.* "ದುರ್ಬೀನು"; 2. ಕಂಡ ಹಾಗೆಯೇ ಚಿತ್ರ ತೆಗೆಯುವ ವಿದ್ಯೆ. *a.* ಕಣ್ಣಿಗೆ ಕಂಡ ಹಾಗೆಯೇ ಚಿತ್ರ ಬರೆಯುವ ವಿದ್ಯೆಯ.

Pĕr-spi-cā'ciŏus (-shus), *a.* ಸೂಕ್ಷ್ಮ ದೃಷ್ಟಿಯುಳ್ಳ, ತೀಕ್ಷ್ಣ ಬುದ್ಧಿಯುಳ್ಳ; 2. ನೆಲೆಗಂಡ. Pĕr-spi-cac'i-ty, *n.* ತೀಕ್ಷ್ಣನೋಟ, ಸೂಕ್ಷ್ಮ ದೃಷ್ಟಿ. Pĕr-spi-cū'i-ty, Pĕr-spic'ū-ŏus-ness, *n.* ಸ್ಪಷ್ಟತೆ, ಸ್ವಚ್ಛತೆ. Pĕr-spic'ū-ŏus, *a.* ಸ್ಪಷ್ಟ, ಸ್ವಚ್ಛ.

Pĕr-spīre', *v. i. r.* ಬೆವರು, ಬೆವರು ಬರು *c.d.*, ಮೈಜೋರಿಕ್ಕು; he is perspiring ಬೆವರುತ್ತಾನೆ, ಅವನಿಗೆ ಬೆವರು ಬಂದದೆ. Pĕr-spi-rā'tiŏn, *n.* ಬೆವರು; gentle p. ಕಿರುಬೆವರು.

Pĕr-suāde' (-swād'), *v. t. r.* ಸಮ್ಮತಿ ಪಡಿಸು, ಒಪ್ಪಿಸು, ಒಡಂಬಡಿಸು, ಒಲಿಸು, ಮನಸ್ಸಿಗೆ ನಿಶ್ಚಯ ಮಾಡಿ ಕೊಡು, ಸಮಜಾಯಿಸು. Pĕr-suā'sion (-swā'zhun), *n.* ಒಡಂಬಡಿಸೋಣ; 2. ನಂಬಿಕೆ, ತೋಚಿಕೆ; 3. ಮತ. Pĕr-suā'sive (-swā'siv), *a.* ಸಮ್ಮತಿ ಪಡಿಸುವಂಥ, ಒಡಂಬಡಿಸುವಂಥ. Pĕr-suā'sive-ly (-swā'siv-), *ad.* ಒಡಂಬಡಿಸುವಂಥಾ ರೀತಿಯಿಂದ. Pĕr-suā'sive-ness (-swā'siv-), *n.* ಒಡಂಬಡಿಸುವ ರೀತಿ.

Pĕrt, *a.* ದುಡುಕು, ಚಪಲ, ತುಂಟ. Pĕrt'ly, *ad.* ದುಡುಕಾಗಿ, "ಹರಾಮಿಯಾಗಿ". Pĕrt'-ness, *n.* ದುಡುಕುತನ, "ಹರಾಮಿತನ", ತುಂಟತನ.

Pĕr-tāin', *v. i. r.* ಸೇರು, ಸಂಬಂಧವಿರು; it pertains to you ಇದು ನಿನ್ನದು, ಇದು ನಿನ್ನ ಮಾತು, —ನಿನ್ನ ಕೆಲಸ. Pĕr'ti-nence, -nenc-y, *n.* ಉಪಯುಕ್ತತೆ, ಹೊಂದಿಕೆ, ಸಂಬಂಧ. Pĕr-ti-nent, *a.* ಹತ್ತುವ, ತಕ್ಕ, ಯುಕ್ತ, ಸಂಗತ. Pĕr'ti-nent-ly, *ad.* ಯುಕ್ತವಾಗಿ, ತಕ್ಕಂತೆ.

Pĕr-ti-nā'ciŏus (-nā'shus), *a.* ಛಲದ, ದುರಾಗ್ರಹವುಳ್ಳ, ಹಟವುಳ್ಳ; 2. ಸ್ಥಿರ. Pĕr-ti-nā'-ciŏus-ly (-nā'shus-), *ad.* ಹಟವಾಗಿ; 2. ಸ್ಥಿರವಾಗಿ. Pĕr-tinac'i-ty, *n.* ಛಲ, ದುರಾಗ್ರಹ, ಹಟ.

Pĕr-turb', *v. t. r.* ಕಾಡು, ತೊಂದರೆ ಕೊಡು *c. d.*, "ಗಾಬರಿ" ಮಾಡು. Pĕr-tur-bā'-tiŏn, *n.* ಕಾಟ, ತೊಂದರೆ, ಅಸಮಾಧಾನ, "ಗಾಬರಿ", "ಘಾಲುಮೇಲು".

Pĕr-tūse', *a.* ತೂತುತೂತಾದ, ತೂತುಳ್ಳ. Pĕr-tū'sion, *n.* ತಿವಿಯುವುದು; 2. ರಂಧ್ರ.

Per-uke', *n.* ಕೂದಲುಗಳ ಕುಲಾಯಿ.

Per-use', *v. t. r.* ಓದು, ವಾಚಕ ಮಾಡು. Per-u'sal, *n.* ಓದು, ಓದುವುದು, ವಾಚಕ. Per-us'ĕr, *n.* ಓದುವವನು.

Per-u'vi-an, *a.* "ಪೇರು" ದೇಶದ; P. bark ಜ್ವರದ ತೋಟೆ. *n.* "ಪೇರು" ದೇಶದವ.

Pĕr-vāde', *v. t. r.* ಹಬ್ಬು *c. d.* or *c. l.*, ವ್ಯಾಪಿಸು, ಪಸರಿಸು. Pĕr-vā'sion (-zhun), *n.* ವ್ಯಾಪ್ತಿ, ವ್ಯಾಪನೆ. Pĕr-vā'sive, *a.* ವ್ಯಾಪಿಸುವಂಥ.

Pĕr-vĕrse', *a.* ಮೂರ್ಖ, ಕೆಟ್ಟ, ದುರುಳ, ಹಟಮಾರಿ. Pĕr-vĕrse'ly, *ad.* ದುರುಳವಾಗಿ, ಮೂರ್ಖವಾಗಿ, ಮೊಂಡವಾಗಿ. Pĕr-vĕrse'-ness, -vĕr'si-ty, *n.* ಮೂರ್ಖತ್ವ, ದುರುಳತನ, ಮೊಂಡತನ. Pĕr-vĕr'siŏn, *n.* ಕೆಡಿಸೋಣ, ಕೆಟ್ಟುಹೋಗುವುದು.

Pĕr-vĕrt', *v. t. r.* ಕೆಡಿಸು, ಕೆಟ್ಟ ಮಾರ್ಗಕ್ಕೆ ತರು, ಭ್ರಷ್ಟ ಮಾಡು. Pĕr'vĕrt, *n.* ಮತಭ್ರಷ್ಟ, ಕುಲಗೇಡಿ. Pĕr-vĕrt'ĕr, *n.* ಕೆಡಿಸುವವ, ಕೆಡುಕ. Pĕr-vĕrt'i-ble, *a.* ತಿರುಗಿಸತಕ್ಕ, ಕೆಡಿಸತಕ್ಕ, ಕೆಟ್ಟುಹೋಗುವಂಥ.

Per'vi-ous, *a.* ಸುಗ್ಗತಕ್ಕ, ಶೋಧಿಸತಕ್ಕ; 2. ಅರ್ಥ ತಿಳಿಯತಕ್ಕ, ಸ್ಪಷ್ಟ, ಸುಗ್ರಾಹ್ಯ.

Pes'si-mist, *n.* ಲೋಕದ ಸ್ಥಿತಿ ಕೆಟ್ಟದ್ದೆಂದು ವಾದ ಮಾಡುವವ.

Pest, *n.* ಮಾರಿ, ವ್ಯಾಧಿ, ಪೀಡೆ. Pes'ter, *v. t. r.* ಪೀಡಿಸು, ಕಾಡು, ಶ್ರಮ ಪಡಿಸು. Pest'house, *n.* ರೋಗಶಾಲೆ, ಆಸ್ಪತ್ರಿ. Pes-tif'er-ous, *a.* ಮಾರಿ ಉತ್ಪನ್ನಮಾಡುವ, ಕೆಡಕ. Pes'ti-lence, *n.* ಸೋಂಕು ರೋಗ, ಸೊಗಡು—, ಅಂಟು—, ಮಾರಿ, ಕೆಡಕು. Pes'ti-lent, -len'tial (-len'shal), *a.* ಕೆಡಕ, ಕ್ಷೇಮ ನಾಶಕ, ಪ್ರಾಣಹಾನಿಕರ. Pes'ti-lent-ly, *ad.* ಕೆಡಕಾಗಿ.

Pes'tle (pes'l *or* pes'tl), *n.* ಒನಕೆ, ರುಬ್ಬು ಗುಂಡು; a p. without a ferrule ಮುಂಡಿ. *v. t. r.* ಒನಕೆಯಿಂದ ಕುಟ್ಟು, ಕುಟ್ಟು.

Pet, *n.* ರೇಗು, ಸಿಟ್ಟು, ಸೆಡವು, ಶಠನೆ. Pet'tish, *a.* ಸಿಟ್ಟಿಗೆ ಬರುವಂಥ, ಶಟಗೊಳ್ಳುವಂಥ. Pet'-tish-ly, *ad.* ಸಿಡುಮೋರೆಯಾಗಿ, ವಸವಸೆಯಾಗಿ.

Pet, *n.* ಮುದ್ದಿನದು, ಪ್ರೀತಿಯಿಂದ ಸಾಕುವ ಗಿಣಿ ನಾಯಿ ಇತ್ಯಾದಿ; 2. ಪ್ರಿಯನು, ಪ್ರಿಯಳು, ಮುದ್ದುಮಗು, ಮುದ್ದಿನ, ರನ್ನ. *v. t. r.* (pet'ted) ಪ್ರೀತಿಯಿಂದ ಸಾಕು; p. name ಮುದ್ದಿನಿಂದ ಕರೆದ ಹೆಸರು.

Pet'al, *n.* *(bot.)* ಹೂವಿನ ಎಸಳು, —ದಳ, ಕುಸುಮ ದಳ.

Pet'i-ole, *n.* *(bot.)* ಎಲೆಯ ತುಂಬು, ತೊಟ್ಟು.

Pet-it' (pet-i'), *a.* ಸಣ್ಣ, ಅಲ್ಪ.

Pe-ti'tion (-tish'un), *n.* "ಅರ್ಜಿ", ಮನವೆ, ಬಿನ್ನವತ್ತಳೆ, ಬಿನ್ನಹ, ಪ್ರಾರ್ಥನೆ. *v. t. r.* "ಅರ್ಜಿ" ಮಾಡು, ಬಿನ್ನವಿಸು. Pe-ti'tion-er (-tish'-un-), *n.* ಮನವಿ ಮಾಡುವವ, "ಅರ್ಜಿದಾರ".

Pet'ri-fy, *v. t. r.* (-fied), ಕಲ್ಲುಮಾಡು, ಕಠಿಣ ಮಾಡು. *v. i.* ಕಲ್ಲಾಗು. Pet-ri-fac'tion, *n.* ಪಾಷಾಣವಾಗುವುದು, ಕಲ್ಲಾಗೋಣ; 2. ಕಲ್ಲಾದ ವಸ್ತು.

Pe'trol, *n.* ಬಹು ಶೋಧಿಸಿದ ಕಲ್ಲೆಣ್ಣೆ.

Pe-tro'le-um, *n.* ಕಲ್ಲೆಣ್ಣೆ, "ಕೆರೋಸೀನು".

Pet'tel, *n.* ಒಂದು ಜಾತಿ ಸಮುದ್ರಪಕ್ಷಿ.

Pet'ti-coat (-kot), *n.* ಸ್ತ್ರೀಯರು ಉಟ್ಟುಕೊಳ್ಳುವ ಒಳಂಗಿ, ಪಾವಡೆ, ಕಸೆಪಾವಡೆ, "ಲಂಗ"; p. government ಸ್ತ್ರೀಯರ ಆಡಳಿತೆ; I have known him ever since he was in p.s. ಅವನ ಬಜೇಬೆಣ್ಣೆ ಬಲ್ಲೆ.

Pet'ti-fog, *v. t. r.* "ಹಲಕಿ ವಕಾಲತು" ಮಾಡು.

Pet'ti-fog-ger, *n.* "ಹಲಕಿ ವಕೀಲ", ಕ್ಷುಲ್ಲಕ—.

Pet'ti-ness, *n.* ಸಣ್ಣ ಮನಸ್ಸು, ಅಲ್ಪತ್ವ, ನೀಚತ್ವ.

Pet'ty, *a.* ಅಲ್ಪ, ಚಿಕ್ಕ, ಕ್ಷುಲ್ಲಕ, "ಹಲಕಿ"; p. king ತುಂಡರಸು; p. cash ಕಾಸುರುವಿ.

Pet'to, *n.* ಎದೆ; in p. ಇಟ್ಟುಕೊಂಡು; to have in p. ಇಟ್ಟುಕೊಂಡಿರು.

Pet'u-lant, *a.* ಸಿಡುಕಿನ, ಮುಂಗೋಪದ, ಶಟಗೊಳ್ಳುವ. Pet'u-lance, -lan-cy, *n.* ಸಿಡುಕು, ಕೋಪಗುಣ, ಉರಿಮಾರಿತನ, ಸೆಡವು. Pet'u-lant-ly, *ad.* ಸಿಡುಕಾಗಿ, ಸಿಡುಕು ಮನಸ್ಸಾಗಿ.

Pew (pu), *n.* ದೇವಾಲಯದಲ್ಲಿಯ ಆಸನ.

Pe'wit, *n.* Lapwing, *q. v.*

Pew'ter (pu'ter), *n.* ಸೀಸ ಬೆರಸಿದ ತವರ, ತವರದ ಸಾಮಾನು. Pew'ter-er, *n.* ಸತುವಿನ ಸಾಮಾನು ಮಾಡುವವ.

Phä'e-ton (fā'e-), *n.* ನಾಲ್ಕು ಚಕ್ರದ ಒಂದು ಕುದುರೇ ಬಂಡಿ.

Phal'anx (fal'anks), *n.* ಭೋಗವ್ಯೂಹ, ಘನ—.

Phal'lus, *n.* ಲಿಂಗ.

Phan'er-o-gam (fan'er-), *n.* ಸ್ಫುಟಪುಷ್ಪಿ, ವಾನಸ್ಪತ್ಯ, ಪುಷ್ಪವಂತ ಗಿಡಗಳ ವರ್ಗ.

Phan'tasm (fan'tazm), *n.* ತೋರಿಕೆ, ಮಾಯಾರೂಪ.

Phan-tas-ma-go'ri-a (fan-), *n.* ಕಿಳ್ಳಿಕ್ಯಾತರ ಆಟ; 2. ಮಾಯಾರೂಪ.

Phan'tom (fan'-), *n.* ಮಾಯ, ಭೂತ, ಪ್ರೇತ.

Phar'i-see (far'i-), *n.* ಯೆಹೂದ್ಯರಲ್ಲಿಯ ಒಂದು ಮತಭೇದದವ, "ಫರಿಸಾಯನು". Phar-i-sa'ic, -sa'i-cal, *a.* "ಫರಿಸಾಯರ"; 2. ಕಪಟಭಕ್ತಿಯ. Phar'i-sa-ism (far'i-), *n.* "ಫರಿಸಾಯರ" ಮತ; 2. ಆಚಾರ ಶೀಲತೆ; 3. ಕಪಟಭಕ್ತಿ.

Phar-ma-ceu'tic-al (-su'-), *a.* ಔಷಧ ಮಾಡುವ ವಿದ್ಯೆಯ.

Phär-ma-co-pœ'ia (fär-ma-ko-pe'ya), *n.* ಔಷಧ ಮಾಡುವ ವಿಷಯದ ಗ್ರಂಥ, ವೈದ್ಯಗ್ರಂಥ.

Phär'ma-cy (fär'ma-), *n.* ಔಷಧ ಮಾಡುವ ವಿದ್ಯೆ, —ಕ್ರಿಯೆ, ವೈದ್ಯ.

Phā'ros (fā'ros), *n.* ದೀಪಸ್ತಂಭ.

Phase (fāz), Phā'sis, *n.* ತೋರುವಿಕೆ; phases of the moon ಚಂದ್ರನ ಕ್ಷಯವೃದ್ಧಿಗಳು, —ಕಳೆಗಳು, ಚಂದ್ರಖಂಡ.

Pheas'ant (fez'ant), *n.* ಜೀವಂಜೀವ ಎಂಬ ಕಾಡ್ಕೋಳಿ.

Phē'nix, Phœ'nix (fē'niks), *n.* ಸುಟ್ಟು

ಕೊಂಡು ತನ್ನ ಬೂದಿಯಿಂದ ತಿರಿಗಿ ಏಳುವ ಕಲ್ಪಿತ ಪಕ್ಷಿ.

Phe-nom'e-non (*pl.* -e-na), *n.* ಕಾಣುವಂಥಾದ್ದು, ತೋರುವಿಕೆ; natural p. ಭವ್ಯ ಸ್ವರೂಪ; 2. (an unusual appearance) ಅದ್ಭುತ, ಉತ್ಪಾತ, ಚಮತ್ಕಾರ. **Phe-nom'e-nal,** *a.* ಇಂದ್ರಿಯಗೋಚರವಾದ, ಚಮತ್ಕಾರವಾದ.

Phī'al (fi'al), *n.* ಸೀಸೆ, ಸಣ್ಣ ಸೀಸೆ.

Phil-an'thrō-py (fil-), *n.* ಜನಪ್ರೀತಿ, ಲೋಕೋಪಕಾರ ಬುದ್ಧಿ. **Phil-an-throp'ic, -throp'i-cal,** *a.* ಲೋಕೋಪಕಾರದ, ಪರೋಪಕಾರದ. **Phil-an'thrō-pist** (fi-), *n.* ಲೋಕೋಪಕಾರಿ, ಜಗನ್ಮಿತ್ರ, ದಯಾವಂತ, ಸರ್ವಬಂಧು.

Phi-lip'pic, *n.* ಗದರಿಸುವಿಕೆ, ಬಯ್ಯುವ ಮಾತು.

Phil-ol'ō-ġy (fil-), *n.* ಭಾಷಾಶಾಸ್ತ್ರ, ಭಾಷಾಪಾಂಡಿತ್ಯ. **Phil-ol'ō-ġist** (fil-), *n.* ಭಾಷಾಶಾಸ್ತ್ರಜ್ಞ. **Phil-ō-loġ'i-cal** (fil-), *a.* ಭಾಷಾಶಾಸ್ತ್ರ ಸಂಬಂಧವಾದ.

Phil'ō-mel (fil-), *n.* "ಬುಲ್ಬುಲ್" ಪಕ್ಷಿ.

Phil-os'o-phĕr (fil-os'ō-fĕr), *n.* ತತ್ವಜ್ಞಾನಿ, ತತ್ವವಿಚಾರಕ, ವಿದ್ವಾಂಸ; philosopher's stone ರಸಸಿದ್ಧಿ, ಸ್ಪರ್ಶವೇಧಿ, ಸುವರ್ಣಸಿದ್ಧಿ. **Phil-ō-soph'ic, -'i-cal** (fil-ō-sof-), *a.* ಜ್ಞಾನದ, ತತ್ವಜ್ಞಾನದ, ತತ್ವಜ್ಞಾನನಿಪುಣ. **Phil-ō-soph'i-cal-ly** (fil-ō-sof'i-), *ad.* ತತ್ವಜ್ಞಾನದ ಪ್ರಕಾರವಾಗಿ; 2. ವಿವೇಕವಾಗಿ, ಸಮಾಧಾನವಾಗಿ. **Phil-os'ō-phīṣe** (fil-os'ō-fīz), *v.t.r.* ತತ್ವವಿಚಾರ ಮಾಡು. **Phil-os'ō-phy** (fil-os'ō-fi), *n.* (ಜ್ಞಾನಪ್ರೀತಿ, ಜ್ಞಾನಶೋಧನ), ತತ್ವಜ್ಞಾನ, ತತ್ವದರ್ಶನ, ಜ್ಞಾನ; logical ph. ನ್ಯಾಯಶಾಸ್ತ್ರ; moral ph. ನೀತಿಶಾಸ್ತ್ರ; natural ph. ಪದಾರ್ಥವಿಜ್ಞಾನ.

Phil'tĕr, -tre (fil'tĕr), *n.* ವಶೀಕರಣ ಔಷಧ, ಮರುಳು ಮಾಡುವ ಗಿಡ, ವಶೀಕರಣ ಮಂತ್ರ. *v.t.r.* ವಶೀಕರಿಸು, ಮರುಳು ಹಿಡಿಸು.

Phiz, *n.* ಮುಖ, ಮೋರೆ.

Phle-bot'o-mise, *v.t r.* ರಕ್ತ ತೆಗೆ.

Phlegm (flem), *n.* ಶ್ಲೇಷ್ಮ, ಕಫ. **Phleg-mat'ic, -mat'i-cal** (fleg-), *a.* ಶ್ಲೇಷ್ಮದ, ಕಫಮಯ; 2. ತಾಮಸ, "ಸುಸ್ತಿಯ", ತಣ್ಣಗಾದ. **Phleg-mat'i-cal-ly** (fleg-), *ad.* ತಾಮಸವಾಗಿ, "ಸುಸ್ತಿಯಾಗಿ".

Phlo-ġis'tic, *a.* ಜ್ವಲಿಸುವ, ದಹಿಸುವ. **Phlo-ġis'ton,** *n.* ಜ್ವಲಿಸುವಿಕೆ, ದಹನ.

Phœ'bus (fē'bus), *n.* "ಅಪೊಲ್ಲೋ" ಎಂಬ ಪ್ರಾಚೀನ ದೇವರು; 2. ಸೂರ್ಯನು.

Phœ'nix (fē'nix), *n., see* Phenix.

Phō-net'ic, -net'i-cal (fō-), *a.* ಸ್ವರಸಂಬಂಧವಾದ, ಸ್ವರಚಿಹ್ನೆಯ. **Phō'net'ics, Phō'-nics,** *n.* ಸ್ವರಶಾಸ್ತ್ರ. [ದಕ.

Phō'nō-graph (fō'nō-graf), *n.* ಸ್ವರೋತ್ಪಾ

Pho-nol'o-ġy, *n. see* Phonetics.

Phos'phor-us (fos'for-), *n.* ಉದಯನಕ್ಷತ್ರ, ಶುಕ್ರ; 2. ಗಂಧಕದಂಥಾ ಒಂದು ಧಾತು, ಪ್ರಕಾಶದ—. **Phos-phor-esce'** (fos-for-es'), *v. i. r.* ಮಿಣುಕು.

Phō'tō-graph (fō'tō-graf), *n.* ಚಿತ್ರ, ಛಾಯೆ, "ತಸಬೀರ". **Phō-tog'ra-pher, -phist** (fō-tog'ra-fer, -fist), *n.* ಚಿತ್ರ ತೆಗೆಯುವವ. **Phō-tog'ra-phy** (fō-tog'ra-fi), *n.* ಸೂರ್ಯ ಕಿರಣಯೋಗದಿಂದ ಚಿತ್ರತೆಗೆಯುವ ವಿದ್ಯೆ, ಛಾಯೆ ಹಿಡಿಯುವ ವಿದ್ಯೆ.

Phrāṣe (frāz), *n.* ವಾಕ್ಯ, ವಚನ. **Phrā-ṣē-ol'ō-ġy** (frā-), *n.* ವಾಚಕರೀತಿ, ಮಾತಾಡುವ ವಿಧ. [ಕಪಾಲಲಕ್ಷಣವಿದ್ಯೆ.

Phre-nol'ō-ġy (fre-), *n.* ಕಪಾಲಸಾಮುದ್ರಿಕೆ,

Phren'ṣy, -zy, *n. see* Frenzy.

Phthī'sis (thī'sis), *n.* ಕ್ಷಯರೋಗ, ರಾಜಕ್ಷಯ. **Phthiṣ'ic, -i-cal** (tiz'-), *a.* ಕ್ಷಯರೋಗವುಳ್ಳ.

Phy-lac'ter-y (fi-), *n.* ಯಂತ್ರ, "ತಾಯಿತಿ".

Phyṣ'ic (fiz'ik), *n.* ವೈದ್ಯ, ಔಷಧ, ಭೇದಿ ಔಷಧ; *pl.* ಪದಾರ್ಥವಿಜ್ಞಾನ. *v.t.r.* (-icked, *pr.* -ikt) ಔಷಧೋಪಚಾರ ಮಾಡು.

Phyṣ'ic nut, *n.* (*Jatropha curcas, L.*) ತುರುಕ ಹರಳು, ಕಾಡು—, ದೊಡ್ಡ—, ಮರ—, ಮರ ಔಡ್ಲ.

Phyṣ'i-cal (fiz'i-), *a.* ಪದಾರ್ಥವಿಜ್ಞಾನ ಸಂಬಂಧವಾದ, ಪ್ರಕೃತ್ಯರ್ಥಕ, ಶಾರೀರಕ, ಭೌತಿಕ; p. science ಪದಾರ್ಥವಿಜ್ಞಾನ. **Phyṣ'-i-cal-ly,** *ad.* ಪ್ರಕೃತ್ಯರ್ಥವಾಗಿ, ಪದಾರ್ಥವಿಜ್ಞಾನದ ಪ್ರಕಾರ. **Phy-ṣi'cian** (fi-zish'-an), *n.* ವೈದ್ಯನು, ಚಿಕಿತ್ಸಕ.

Phyṣ-i-og'nō-my (fiz-), *n.* ಮುಖಸಾಮುದ್ರಿಕೆ, ಮುಖಭಾವ. **Phyṣ-i-og'nō-mist,** *n.* ಮುಖಸಾಮುದ್ರಿಕೆ ಬಲ್ಲವ.

Phyṣ-i-ol'ō-ġȳ, *n.* ಪ್ರಾಣಿಗುಣಧರ್ಮಶಾಸ್ತ್ರ, ಶರೀರಶಾಸ್ತ್ರ. **Phyṣ-i-ō-loġ'ic, -loġ'-i-cal,** *a.* ಪ್ರಾಣಿಗುಣಧರ್ಮಶಾಸ್ತ್ರದ, ಶರೀರಶಾಸ್ತ್ರದ.

Phy-ṣīque' (fi-zēk'), *n.* ಮನುಷ್ಯನ ಪ್ರಕೃತಿ.

Pi-an'ō, Pi-an'ō-fōr-te, *n.* ರಾಗಮಾಲಿಕೆ ಪೆಟ್ಟಿಗೆ, ಸ್ವರಮಂಡಲ. Pi-an'o, *ad. (mus.)* ಮೆತ್ತನೆ, ಸೂಕ್ಷ್ಮವಾಗಿ. Pi-an-is'sim-o, *ad.* ಅತಿಸೂಕ್ಷ್ಮವಾಗಿ.

Pi-as'tre (-as'tĕr), *n.* ಒಂದು ನಾಣ್ಯ, "ಸ್ಪೇನ" ದೇಶದ್ದು ಮೂರು ರೂಪಾಯಿ, "ತುರುಕರದು" ಮುಂಚೆ ಎಂಟು ಆಣೆ, ಈಗ ಎರಡುವರೆ ಆಣೆ.

Pi-az'za, *n.* ಸುತ್ತಲೂ ಕಟ್ಟಡಗಳುಳ್ಳ ಅಂಗಳ.

Pī'ca, *n.* 12 ಪೈಂಟು ದಪ್ಪದ ಮೊಳೆ ಅಕ್ಷರ.

Pic-a-roon', *n.* ಸಮುದ್ರಕಳ್ಳ.

Pic'ca-nin-ny, *n.* ಸಣ್ಣ ಕೂಸು.

Pic'co-lo, *n.* ಸಣ್ಣ ಕೊಳಲು.

Pick, *v. t. r. (pr.* pikt), (peck) ಕುಕ್ಕು, ಚುಚ್ಚು, ತಿವಿ; 2. (open) p. a lock ಕಳ್ಳ ಕೈಯಿಂದ ಬೀಗ (ಕೀಲಿ) ತೆರೆ; 3. (separate) ಆರಿಸು, (p. vegetable, *etc.*) ಸೋಸು (ಶೋಧಿಸು); 4. (pluck) ಕಿತ್ತುಕೊಳ್ಳು; p. cotton ಹತ್ತೀ ಬಿಡಿಸು; 5. (cleanse) p. the teeth ಹಲ್ಲುಕಡ್ಡಿ ಹಾಕು; p. a bone ಎಲುಬು ಸುಲಿ; p. a fowl ಕೋಳೀ ಪುಚ್ಚಾ ತರಿ; 6. (take away suddenly) ಎಕ್ಕಿಕೊಳ್ಳು, ಹೆಕ್ಕಿ—; p. a pocket ಕಿಸೆ ಕತ್ತರಿಸು, ಕೀಚರಿ—; 7. (choose) ಆರಿಸಿಕೊಳ್ಳು *(often with* out); p. a quarrel ಜಗಳಾ ತೆಗೆ; 8. (collect) p. up ಆರಿಸು, ಕೂಡಿಸಿಕೊಳ್ಳು; p. up strength ಬಲಗೊಳ್ಳು. p. a hole in one's coat ಒಬ್ಬನ ತಪ್ಪು ಹಿಡಿ, ಒಬ್ಬನ ಸಂದು ಹುಡುಕು. *v. i. r. (pr.* pikt) ನಂಜಿ ತಿನ್ನು, ನಂಜಾಡಿ—, ಹೆಕ್ಕಿ—; 2. (do nicely) ಸೂಕ್ಷ್ಮ ಮಾಡು; 3. (steal) ಕದಿ, ಕಳವು ಮಾಡು. *n.* (choice) ಆರಿಸಿಕೊಳ್ಳೋಣ; you have your p. ಬೇಕಾದದ್ದು ಆರಿಸಿಕೋ. Pick, Pick'axe, *n.* (with a point) ಗುದ್ದಲಿ, ಮೊನೆಗುದ್ದಲಿ; (with a broad edge) ಬಾಯಿಗುದ್ದಲಿ. Pick'ing, *n.* ಹೆಕ್ಕಿ ತೆಗೆಯೋಣ, ಆರಿಸೋಣ. *pl.* ಕೊಳೆ. Pick'lock, *n.* ಕೀಲೀ ತೆಗೆಯುವ ಕದರು; 2. ಕದರಿನಿಂದ ಕೀಲೀ ತೆಗೆಯುವವ. Pick'pocket, *n.* ಕತ್ತರಿಗಳ್ಳ, ಗಂಟುಗೊಯ್ಕ, ಗಂಟುಚೌರ, ಗಂಟೀಚೌದ್ವ. Pick'some, *a.* "ನಾಜೂಕಿನ," ಸೂಕ್ಷ್ಮದ.

Pick'a-back, *ad.* ಹೆಗಲಾಗೆ, ಬೆನ್ನಿನಾಗೆ.

Pick'et, *n.* ಮೇಲೆ ಮೊನೆಯಾದ ದೊಡ್ಡ ಗೂಟ; 2. ಸೈನ್ಯದ ಮುಂದಿನ ಪಹರೆ, ಉಕ್ಕಡ ಕಾಯುವವ. 3. "ಇಸ್ಪೇಟು" ಚೀಟಿ ಆಟ. *v. t. r.* ದೊಡ್ಡ ಗೂಟಗಳ ಬೇಲೀ ಕಟ್ಟು.

Pick'le, *n.* ಉಪ್ಪಿನಕಾಯಿ. *v. t. r.* ಊರಿಕ್ಕು, ಊರಿಡು, ಉಪ್ಪಿನಕಾಯಿ ಹಾಕು, — ಮಾಡು.

Pick'nic, -nick, *n.* ವನಭೋಜನ.

Pi-cō'ta, *n.* ಯಾತ.

Pic'tūre (*or* -chur), *n.* ಚಿತ್ತಾರ, ಚಿತ್ರ, ಪ್ರತಿಮೆ. *v. t. r.* ಚಿತ್ರ ಬರೆ; 2. ಭಾವಿಸಿಕೊಳ್ಳು. Pic-tō'ri-al, *a.* ಚಿತ್ರವುಳ್ಳ, ಚಿತ್ರಲಿಖಿತ, ವಿಚಿತ್ರ. Pic-tū-resque' (-resk'), *a.* ಚಿತ್ರ ದಂಥಾ, ಶೃಂಗಾರವಾದ, ಚಂದ.

Pīe, *n.* ಕಡುಬು, ಕರಜಿಕಾಯಿ; 2. ಒಂದು ಜಾತಿಯ ಪಕ್ಷಿ; *see* Magpie.

Pīe, *n.* (one-twelfth of an anna) ಪೈ, ಕಾಸು *(My.)*; half a p. ಅರ್ಧ ಪೈ, ಕಾಸು *(S. C., S. M.)*.

Pīe'bald, *a.* ಚಿತ್ರವಿಚಿತ್ರವಾದ, ನಾನಾ ವರ್ಣದ ವಿವಿಧ—; p. horse ಪಟ್ಟಿ ಪಟ್ಟಿ ಕುದುರೆ, ವಿವಿಧ ವರ್ಣದ ಕುದುರೆ.

Piēce (pēs), *n.* (fragment, part) ತುಂಡು, ತುಣಕು (ತುನಿಕೆ), ಚೂರು, ಹೋಳು; p. of bread ಒಂದು ತುಂಡು ರೊಟ್ಟಿ; p. of ground ಒಂದು ಜಾಗ, ಹೊಲದ ತುಂಡು; p. of cloth ಬಟ್ಟೇ ತುಂಡು, ಅರಿವೆಯ—; p. of cloth (*i. e.* a whole web) "ಥಾನು"; 2. ಒಂದು, *as*, p. of news ಒಂದು ವರ್ತಮಾನ; p. of advice ಆಲೋಚನೆ; p. of poetry ಒಂದು ಕವಿತೆ; p. of work ಒಂದು ಕೆಲಸ; 3. (a fire-arm) "ತುಪಾಕಿ", "ಬಂದೂಕು", "ಫಿರಂಗಿ", "ತೋಫು"; 4. (a coin) ನಾಣ್ಯ, *as*, gold p. ಬಂಗಾರದ ನಾಣ್ಯ; 5. (a person, *often used in contempt)* ಮನುಷ್ಯ, ಹೆಣ್ಣುಮಗಳು, ಹಂಗಸು, ಅವ, ಆಕೆ, *as*, a p. of a logician ತರ್ಕಿ, ತರ್ಕದ ಮನುಷ್ಯ; a p. of virtue ಒಳ್ಳೇ ಮನುಷ್ಯ, ಒಳ್ಳೆಯವ, ಒಳ್ಳೆಯಾಕೆ, ಒಳ್ಳೆಯವಳು; a-piece, *as*, how much are these a piece ಒಂದೊಂದಕ್ಕೆಷ್ಟು? give them one a piece ಒಬ್ಬೊಬ್ಬನಿಗೆ (ಒಬ್ಬೊಬ್ಬಳಿಗೆ) ಒಂದೊಂದು ಕೊಡು; of a p. with ಅದರ ಹಾಗೆ; they are all of a p. ಎಲ್ಲಾ ಒಂದೇ ಪ್ರಕಾರ; p. by p. ಒಂದೊಂದು, ಒಂದರ ಮೇಲೊಂದು, ಒಂದೊಂದು ತುಂಡು, ಒಂದೊಂದು "ಥಾನು", *etc.*, break in pieces ಚೂರುಚೂರು ಮಾಡು; fall to pieces ತುಂಡುತುಂಡಾಗು, ಪುಡಿಪುಡಿಯಾಗು; tear to pieces ಹರಿದು ಚೂರುಚೂರು ಮಾಡು; *v. t. r. (pr.* pēst) ತೇಪೇ ಹಚ್ಚು; 2. ಜೋಡಿಸು, ಕೂಡಿಸು. Piēce'gọọds (pēs'gụdz), *n.*

C *as* k; c *as* s; ch *as* sh; g *as in* get; ġ *as* j; ṅ *nasal, as in* anger; s̱ *as* z; th *as in* thou: x̱ *as* gz; ce, ci, si *and* ti *before a vowel as* sh: ocean, action.

pl. ಜವಳಿ. Piēce'mēal (pēs'mēl), *ad.* ತುಂಡುತುಂಡಾಗಿ, ಚೂರುಚೂರಾಗಿ, ಬರಬರುತ್ತಾ. *a.* ತುಂಡುತುಂಡಾದ. *n.* ಚೂರು.

Pīed, *a.* ನಾನಾ ವರ್ಣದ.

Piēr (pēr), *n.* (of a bridge) ಸೇತುವೆಯ ಕಂಬ, ಹೂಡೆ, ಮಧ್ಯ ದಿಮ್ಮೆ *(My.)*; 2. (mole) ಒಡ್ಡು, ಸೇತುವೆ, "ಧಕ್ಕೆ".

Piērce (pērs), *v. t. & i. r.* (*pr.* pērst) ತಿವಿ, ಇರಿ; 2. ಹೋಗು, ಭೇದಿಸು; 3. ಮನಸ್ಸಿಗೆ ತಾಗು, —ಹತ್ತು; 4. ಮನಸ್ಸಿನ ಗುಟ್ಟು ತಿಳಿ, ನೆಲೆಗಾಣು. Piērc'ing, *p. a.* ತಿವಿಯುವ; 2. ಮನಸ್ಸಿಗೆ ಹತ್ತುವ; she uttered a p. cry ಚಿಟ್ಟೆಂತ ಚೀರಿದಳು; a p. sound ಕರ್ಕಶ ಧ್ವನಿ, ಕಿರ್ರನ್ನುವ—; a p. wind ಶೀತ ಗಾಳಿ, "ತಂಡೀ"—. Piērc'ing-ly, *ad.* ತಿಳಿಯುವ ಹಾಗೆ; 2. ಮನಸ್ಸಿಗೆ ಹತ್ತುವಂತೆ, —ತಾಗುವಂತೆ; 3. ಚಿಟ್ಟೆಂತ, ಕಿರ್ರೆಂತ (of a sound); 4. ಬಹು "ತಂಡಿ"ಯಾಗಿ.

Pī'e-ty, *n.* ಭಕ್ತಿ, ದೇವಭಕ್ತಿ.

Pig, *n.* ಹಂದಿ, ಹಂದೀ ಮರಿ. 2. ಲೋಹದ ಗಟ್ಟಿ. *v. t. r.* ಹಂದಿ ಮರಿಹಾಕು. Pig'gēr-y, *n.* ಹಂದಿಗಳಿರುವ ಸ್ಥಳ. Pig'gish, *a.* ಹಂದಿಯ ಹಾಗೆ, ಮಲಿನ, ಹೊಲಸ, ಮಾಸಿದ. Pig'-headed, *a.* ಹಟವಾದ, ಛಲದ, ದುರಾಗ್ರಹವುಳ್ಳ. Pig'gy, *a.* ಹಂದಿಯಂಥಾ; p.-wiggy ಮಲಿನ ಶಿಶು. Pig'stȳ, *n.* ಹಂದೀ ದೊಡ್ಡಿ, —ಗೂಡು.

Pig̀e'ŏn (pij'un), *n.* blue rock-p. *(Columba intermedia)* ಪಾರಿವಾಳ; southern green p. *(Crocopus chlorigaster)* ಹಸುರು ಪಾರಿವಾಳ. Pig̀e'ŏn-hōle (pij'un-), *n.* ಪಾರಿವಾಳದ ಗೂಡಿನ ಕಂಡಿ; 2. "ಕಾಗದ ಖಾನಿ".

Pig̀e'ŏn-pēa (pij'un-pē), *n.* *(Cajanus indicus, Spr.)* ತೊಗರಿ *(S. M.)*, ತುರುಕ ತೊಗರೀ ಗಿಡ *(My.)*.

Pig'ment, *n.* ಬಣ್ಣ, ರಂಗು.

Pig'my, *n.* ಬೊಟ್ಟಿನಷ್ಟು ಉದ್ದದವ (ಇಂಥಾ ಜನಾಂಗವು ಪೂರ್ವದಲ್ಲಿ "ಥ್ರಾಕ್ಯ" ದೇಶದಲ್ಲಿ ಇತ್ತೆಂತ ಕಥೆ ಉಂಟು); 2. ಗಿಡ್ಡ.

Pig'nut, *n.* ನೆಲಗಡ್ಲೆಕಾಯಿ.

Pig'tāil, *n.* ಜುಟ್ಟು, ಚಂಡಿಕೆ, ಜಟೆ, ಹೆರಳು,

Pīke, *n.* ಈಟಿ, "ಬರ್ಚಿ", ಭಲ್ಲೆ, Pīke'man, *n.* ಭಲ್ಲೆಯವ. Pīke'staff, *n.* ಮರದ ಕಂಬ, ಈಟಿಕೋಲು.

Pī-las'tēr, *n.* ಚೌಕಸ್ತಂಭ, ತಟ್ಟುಕಂಬ, ಗೋಡೆ—.

Pīle, *n.* ಕುಪ್ಪೆ, ಗುಂಪೆ, ರಾಶಿ; p. of stones ಕಲ್ಲುಕುಪ್ಪೆ; p. of cooking vessels ಅಡಕಲು ಗಡಿಗೆ; funeral p. ಚಿತಿ, ಚಿತೆ; 2. (p. of building) ಎತ್ತರವಾದ ಮನೆ, —ಮನೆಗಳ ಸಾಲು, —ಸಾಲುಮನೆ; 3. (stake) ಬುಡಗಂಬ, ದೊಡ್ಡ ಗೂಟ; *pl.* ಮೊಳೆರೋಗ, ಮೂಲವ್ಯಾಧಿ. *v. t. r.* ಒಟ್ಟು, ಕುಪ್ಪೇ ಹಾಕು, ರಾಶೀ ಮಾಡು.

Pīle, *n.* ಕೂದಲು; 2. ನಾರು, ಎಳೆ; 3. ಬಟ್ಟೆಯ ಗುಂಜು.

Pil'fēr, *v. t. r.* ನುಚ್ಚುಗಳ್ಳತನ ಮಾಡು, ಚಿಲ್ಲರೆ ವಸ್ತು ಕದ್ದುಕೊಳ್ಳು. Pil'fēr-ēr, *n.* ನುಚ್ಚುಗಳ್ಳ, ಕೈಗಡಕ.

Pil'grim, *n.* ಪ್ರಯಾಣಸ್ಥ, ಯಾತ್ರಿಕ, ದೇಶಸಂಚಾರಿ, ಬೈರಾಗಿ. Pil'grim-āg̀e, *n.* ಯಾತ್ರೆ, ತೀರ್ಥಾಟನೆ; p. to Benares ಕಾಶೀಯಾತ್ರೆ.

Pill, *n.* ಔಷಧಮಾತ್ರೆ, ಗುಳಿಗೆ, ಉಂಡೆ.

Pil'lāg̀e, *n.* ಸುಲಿಗೆ, ಕೊಳ್ಳೆ, "ಲೂಟಿ". *v. t. r.* ಸುಲುಕೊಳ್ಳು, "ಲೂಟಿ" ಮಾಡು. Pil'lā-g̀ēr, *n.* ಕೊಳ್ಳೆ ಹೊಡೆಯುವವನು.

Pil'lar (-lēr), *n.* ಕಂಬ; (p. of stone *or* bricks) ಕುಂದ *(S. C.)*; 2. ಸ್ತಂಭಾಕಾರ ವಸ್ತು; 3. ಆಧಾರ.

Pill'ion, *n.* ಹೆಂಗಸರ ಜೀನು.

Pil'lor-y, *n.* ಕೈಗಳನ್ನು ಮತ್ತು ತಲೆಯನ್ನು ಸೇರಿಸಿ ಹಾಕತಕ್ಕ ಬೇಡಿ. *v. t. r.* ಕೋಳ ಹಾಕು.

Pil'lōw (-lō), *n.* ತಲೆದಿಂಬು, ತಲೆಗಿಂಬು; p.-case ತಲೆದಿಂಬಿನ ಗವಸಣಿಗೆ.

Pī'lot, *n.* ಹಡಗಿಗೆ ದಾರೀ ತೋರಿಸಿ ಬಂದರಿನೊಳಗೆ ತರುವವ, ಹಡಗ ನಡಿಸುವವ, ಚುಕಂಬಿಗಾರ, "ಅರ್ಕಾಟಿ". *v. t. r.* ಹಡಗಿಗೆ ದಾರೀ ತೋರಿಸು, ಹಡಗಾ ನಡಿಸು. Pī'lōt-āg̀e, *n.* ಹಡಗಿಗೆ ದಾರೀ ತೋರಿಸುವವನ ಕೂಲಿ.

Pi-men'to, *n.* ಒಂದು ವಿಧದ ಮೆಣಸು.

Pimp, *n.* ಕುಂಟ್ಲಿಗ, ಹೆಣ್ಣಿಗ, ತಲೆಹಿಡಕ. *v. i. r.* ಬಲೆಯಲಿ ಎಳೆ, ತಲೆಹಿಡಿ.

Pim'ple, *n.* ವರಂಡ, ಮೊಡವೆ, ಬೊಕ್ಕೆ, ಮಡಿ, ಮಡಿಬೊಕ್ಕೆ. Pim'pled (pim'pld), Pim'ply, *a.* ಬೊಕ್ಕೆಬೊಕ್ಕೆಯಾದ.

Pin, *n.* ಗುಂಡುಸೂಜಿ; 2. ಮೊಳೆ, ಕೀಲು; 3. ಅಗುಳಿ, ಅಲ್ಪವಸ್ತು, ಲಟ್ಟಣಿಗೆ. *v. t. r.* (pinned, *pr.* pind) ಸೂಜೀ ಹಾಕು, ಮೊಳೆ—, ಕೀಲು—, ಅಗುಳಿ—; 2. ದೊಡ್ಡಿಯಲ್ಲಿ ಕೂಡು. Pin'-cushion, *n.* ಸೂಜೀ ಚುಚ್ಚುವ ಚಂಡು.

Pin'a-fōre, *n.* ಮಕ್ಕಳು ಮುಂದುಗಡೆ ಕಟ್ಟಿಕೊಳ್ಳುವ ವಸ್ತ್ರ.

Pin'cērs *n. pl.* ಚಿಮಟಿ; small p. ಸವಣ.

Pinch, *v. t. r.* (*pr.* pinsht) ಚಿವುಟು, ನುಲಿ; 2. ಅಡಚಣೆಯಲ್ಲಿ ಹಾಕು, ಕಷ್ಟ ಕೊಡು, ಅರ ಹೊಟ್ಟೆ ಇಡು; *pass.* ಅಡಚಣೆಯಲ್ಲಿರು, ಕಷ್ಟ ದಲ್ಲಿರು, ಅರಹೊಟ್ಟೆ ಇರು; pinching circumstances ದರಿದ್ರ ದೆಸೆ; to be pinched with hunger ಕ್ಷುದ್ಬಾಧೆ ಪಡು. *n.* ಚಿಟಿಕಿ, ಚಿಮಟಿ; p. of snuff ಚಿಟಿಕಿ ಪುಡಿ, ಚಿಮಟಿ ನಸೆ; 2. "ಅಡಚಣೆ", ಕಷ್ಟ.

Pinch'beck, *n.* "ತಂಬಾಕು".

Pīne, *n.* ಪೀತಪಾರು ಮರ; Tinian p. (*Casuarina equisetifolia, Forst.*) ಕೇಸರಿಕೆ ಮರ (*My.*), ಚಬುಕು—, ಸರವಿನ ಗಿಡ (*S. M.*).

Pīne, *v. i. r.* ಸೊರಗು, ಕ್ಷೀಣವಾಗು; 2. ಹಲು ಬು, ಮರಮರಗು, ಮನಸ್ತಾಪ ಪಡು. *v. t. r.* ಸೊರಗಿಸು, ಕ್ಷೀಣ ಮಾಡು.

Pīne'-ap-ple, *n.* (*Ananassa sativa, Lin.*) "ಅನನಾಸು", "ಫರಂಗಿ"ಹಲಸಿನ ಹಣ್ಣು, ನೆಲ ಹಲಸು. **Pīn'e-al**, *a.* "ಅನಾನಾಸು" ಹಣ್ಣಿನ ಹಾಗಿರುವ; p. gland ಬ್ರಹ್ಮನಾಡಿ.

Pin'fōld, *n.* ದನಗಳ ದೊಡ್ಡಿ.

Pin'guid, *a.* ಕೊಬ್ಬುಳ್ಳ.

Pin'iŏn (pin'yun), *n.* ರೆಕ್ಕೆ, ದೊಡ್ಡ ಚಕ್ರದ ಹಲ್ಲಿನಲ್ಲಿ ತಿರುಗುವ ಚಕ್ರ. *v. t. r.* ರೆಕ್ಕೆ ಕಟ್ಟು; 2. ಮುರಿದು ಕಟ್ಟು, ಹೆಡಮುರಿಗೆ ಕಟ್ಟು, ಹಿಂಗ ಟ್ಟು ಮುಂಗಟ್ಟು.

Pink, *n.* ಒಂದು ತರದ ಹೂ; 2. ಪಾಟಲ ವರ್ಣ, ಗುಲಾಬಿ ರಂಗು; p.-eyed ಚಿಕ್ಕ ಕಣ್ಣಿನ, ಗಜ ನಯನಿ. *v. t. r.* (*pr.* pinkt) ಚಿಕ್ಕಚಿಕ್ಕ ತೂತು ಚುಚ್ಚು; 2. ಸುಳುವು ಕತ್ತರಿಸು.

Pin'-mŏn-ey (-mun-i), *n.* ಸ್ತ್ರೀಯರ ಸ್ವಂತ "ಖರ್ಚಿಗೆ" ಕೊಡುವ ಹಣ.

Pin'nāce, *n.* ಹಡಗದ ದೋಣಿ. [*c. d.*

Pin'na-cle, *n.* ಶಿಖರ. *v. t. r.* ಶಿಖರ ಕಟ್ಟು

Pin'nāte, **Pin'nā-ted**, *a* ಗರಿಯಂಥ; p. leaf (*bot.*) ಗರಿಯ ಪತ್ರ.

Pin'nāy-oil tree, *n.* (*Calophyllum inophyllum, L.*), *see* Alexandrian laurel.

Pīnt, *n.* ಹನ್ನೆರಡು "ಔನ್ಸು" ಅಥವಾ ಮೂವತ್ತೆರಡು ತೊಲೆಯ ತೂಕ; 2. ಅರ್ಧ "ಸೀಸೆ".

Pī-o-nēer', *n.* ದಂಡಿನ ಸಲುವಾಗಿ ದಾರಿ ಸೇತುವೆ ಸುರಂಗ ಮುಂತಾದವುಗಳನ್ನು ಮಾಡುವವ; 2. ಮತ್ತೊಬ್ಬರ ಮುಂದೆ ಹೋಗಿ ಹಾದಿ ಸೆಟ್ಟಿಗೆ ಮಾ ಡುವವ, ಮುಂಗಡೆಯವ, ಅಗ್ರಗಾಮಿ. *v. t. r.* ಮುಂದೆ ಹೋಗಿ ದಾರಿ ಸರಿಮಾಡು.

Pī'ŏus, *a.* ದೇವಭಕ್ತಿಯುಳ್ಳ, ಭಕ್ತಿವಂತ, ಭಕ್ತಿ ಭಾವದ.

Pip, *n.* ಕೋಳಿಯ ನಾಲಿಗೆಯಲ್ಲಾಗುವ ರೋಗ; 2. ಕಿತ್ತಳೆ ಹಣ್ಣಿನ ಬೀಜ; 3. ಚುಕ್ಕೆ.

Pipe, *n.* (*mus.*) ಕೊಳಲು, ನಾಗಸ್ವರ, ಪಿಳ್ಳಂ ಗೋವಿ; 2. (tube) ಕೊಳವಿ, ನಳಿಗೆ, "ನಾಲ"; 3. (tobacco-p.) ಹೊಂಗೆ, ಚುಂಗಾಣಿ, "ಚಿಲಿಮೆ"; 4. (wind-p.) ಶ್ವಾಸನಾಳ, ಗಂಟ್ಲು; 5. (cask) ಪೀಪಾಯಿ. *v. i. r.* (*pr.* pīpt) ಪಿಳ್ಳಂ ಗೋವಿ ಊದು, ಕೊಳಲು ಊದು. *v. t.* ಕೊಳ ಲಿನಲ್ಲಿ ಊದು. **Pī'pĕr**, *n.* ಪಿಳ್ಳಂಗೋವಿ ಊ ದುವವ, ಕೊಳಲು—.

Pī'piṅg, *a.* ನರಳುವ, ದುರ್ಬಲವಾದ; 2. ಬಿಸಿ, ಕುದಿಯುವ.

Pip'kin, *n.* ಸಣ್ಣ ಮಡಿಕೆ, ಚಟ್ಟಿಗೆ.

Pī'quant (pē'kant), *a.* ಕಾರವಾದ; 2. ಚುಚ್ಚು ವಂಥ. **Pī'quan-cy** (pē'kan-si), *n.* ತೀಕ್ಷ್ಣ, ಕಾರ.

Pīque (pēk), *n.* ಅಸಹ್ಯ; 2. ಹೆಚ್ಚುಕಡಿಮೆ, ವೈಮನಸ್ಯ, ಸಿಟ್ಟು; he took a p. against me ನನ್ನಲ್ಲಿ ವೈಮನಸ್ಯನಾದನು. *v. t. r.* ರೇಗಿಸು, ಗರ್ವಿಸು.

Piqu'et (pik'et), *n.*, *see* Picket.

Pī'rāte, *n.* ಸಮುದ್ರಕಳ್ಳ; 2. ಸಮುದ್ರಕಳ್ಳ ತನದ ಹಡಗು; 3. ಗ್ರಂಥಚೋರ. *v. i. r.* ಸಮುದ್ರ ಕಳ್ಳತನ ಮಾಡು. **Pī'ra-cy**, *n.* ಸಮುದ್ರ ಕಳ್ಳತನ, ಗ್ರಂಥಚೌರ್ಯ. **Pī-rat'ic**, **-rat'i-cal**, *a.* ಸಮುದ್ರಕಳ್ಳತನದ.

Pis'ceṣ, *n.* (*astr.*) ಮೀನರಾಶಿ. **Pisc'at-or-y**, *n.* ಮೀನು ಹಿಡಿಯುವುದಕ್ಕೆ ಸಂಬಂಧಪಟ್ಟ. **Pisc-at-or'i-al**, *a.* ಮೀನು ಹಿಡಿಯುವುದಕ್ಕೆ ಆಸಕ್ತ. **Pis'ci-cul-tūre**, *n.* ಮೀನುಗಳನ್ನು ಕೊಳಗ ಳಲ್ಲಿ ಸಾಕುವ ವಿದ್ಯೆ. **Pis'ci-form**, *a* ಮೀನಿನ ಆಕಾರದ. **Pis-civ'ō-rŏus**, *a.* ಮೀನು ತಿನ್ನು ವ, ಮತ್ಸ್ಯಾಹಾರಿ, ಮತ್ಸ್ಯಾದನು.

Pish, *int.* ಛೀ ಛೀ.

Piṣ'mīre, *n.* ಇರಿವೆ, ಪಿಪೀಲಿಕೆ.

Piss, *n.* ಮೂತ್ರ, ಉಚ್ಚೆ. *v. i. r.* (*pr.* pist) ಉಚ್ಚೇ ಹೊಯ್ಯು, ಲಘುಶಂಕೆಗೆ ಹೋಗು, ಒಂದ ಕ್ಕೆ—, ಕಾಲ್ಮಡಿಗೆ ಕೂಡ್ರು, ನೀರು ಕಡೆ ಹೋಗು.

Pis'til, *n.* ಹೂವಿನ ನಡುವೆ ಇರುವ ದಿಂಡು, ಹೂವಿನ ನಡುವಿನ ಎಸಳು, ಶಲಾಕೆ.

Pis'tol, *n.* ಚಿಕ್ಕ "ತುಪಾಕಿ", "ಕರೋಲು", "ಪಿಸ್ತೂಲು"; within p. shot ಗುಂಡೆಸಿಕೆಯ ದೂರ ದಲ್ಲಿ.

Pis-tōle', *n.* ಹದಿಮೂರು ರೂಪಾಯಿ ಬಾಳುವ ಚಿನ್ನದ ನಾಣ್ಯ (ಸ್ಪೇನದ್ದು). [ಗಜ.

Pis'ton, *n.* ಕೊಳವಿಯೊಳಗಣ ಬಿಣೆ; p.-rod

Pit, *n.* ಕುಣಿ, ಗುಣಿ, ಗುಂಡಿ, ಗುಂಡ; 2. (abyss) ಅಗಾಧ, ನರಕ; 3. (grave) "ಗೋರಿ", ಸಮಾಧಿ; 4. (snare for wild beasts) ವಾದ, ಬಲೆ; 5. (in the flesh, *as*, a small-pox mark) ಮೈಲೀ ಕಲೆ, ಹುಳುಕು; p. of the stomach ಎದೆಗುಂಡಿಗೆ, ಎದೆಮುಗುಳು; 6. (in a theatre) ಪಾತಾಳ ಅಂಕಣ, ನೆಲಂಕಣ; 7. (cock-pit) ಕೋಳೀ ಪಂತದ ಜಾಗ, — ಪಂಜೆಯ ಜಾಗ; 8. ನಾಟಕಶಾಲೆಯ ನೆಲಂಕಣ, ಮಧ್ಯರಂಗ. *v. t. r.* ತಗ್ಗುತಗ್ಗು ಮಾಡು; 2. ಕಲೆಕಲೆ ಮಾಡು; 3. (a cock) ಪಂಜೆ ಬಿಡು, ಕಾಸಿ ಕಟ್ಟು, *c. d.* **Pit'-coal** (-kōl), *n.* ಕಲ್ಲಿದ್ದಲು. **Pit'man**, *n.* ಕಲ್ಲಿದ್ದಲು ಅಗಿಯುವವ.

Pit'a-pat, *ad.* ಪಟಪಟನೆ; his heart went p. ಅವನ ಎದೆ ಬಡಕೊಂಡಿತು.

Pitch (pich), *n.* ರಾಳ. *v. t. r.* (*pr.* picht) ರಾಳಾ ಹಚ್ಚು; 2. ಕಪ್ಪು ಮಾಡು, ಮುಬ್ಬು—; p. dark ಕಾರ್ಗತ್ತಲೆ, ಕವಿಗತ್ತಲೆ, ಮೋರೇ ಮೇಲೆ ಬಡೆದರೆ ಕಾಣಬಾರದ ಕತ್ತಲೆ, ಕಗ್ಗಾನಕಾಳು. **Pitch'y**, *a.* ರಾಳಾ ಹಚ್ಚಿದ, ಕಪ್ಪು.

Pitch (pich), *n.* ಮೆಟ್ಟು; 2. (degree) ಮಟ್ಟು, ಪರಿಮಿತಿ; 3. (descent) ಇಳಿಜಾರು; 4. (fall) ಬೀಳೋಣ, ಕೆಡವುವದು; p. of voice or of a note ಶ್ರುತಿ, ಸೂರ.

Pitch (pich) *v. t. r.* (*pr.* picht) ಕಟ್ಟು, ಇರಿಸು; 2. ಹೊಡೆ, ಒಗಿ, ಹಾಕು; p. a tent "ಡೇರೆ" ಹೊಡೆ, "ತಂಬು" ಹೊಡೆ; p. a tune ಸೂರ ಹಿಡಿ; pitched battle ವ್ಯೂಹ ಕಟ್ಟಿ ಮಾಡಿದ ಯುದ್ಧ. *v. i.* ಎರಗು, ಇಳಿ; 2. ಬೀಳು; p. on ಆರಿಸಿಕೊಳ್ಳು; 3. ಗುಡಾರ ಕಟ್ಟು, "ಡೇರೆ" ಹೊಡೆ. **Pitch'fork**, *n.* ಕವಲುಕೋಲು, ಬ್ಯಾಕೋಲು.

Pitch'ĕr (pich'ĕr), *n.* ಸೊಂಡೀ ತಂಬಿಗೆ, ಸೊಂಡೀ ಗಡಿಗೆ.

Pit'e-ŏus, *a.* ದುಃಖಕರ, ಮನಕರಗಿಸುವಂಥ; 2. ದಯಾಳು, ಅಂತಃಕರಣದ. [ವಾದ, ಕೆಟ್ಟ.

Pit'fall, *n.* ಮೃಗಾದಿಗಳನ್ನು ಹಿಡಿಯುವ ಕುಣಿ,

Pith, *n.* ಬೆಂಡು, ಕೆಚ್ಚು, ತಿರುಳು; 2. ಸಾರ, ಬಲ, ಚುರುಕು. **Pith'i-ly**, *ad.* ಬಲವಾಗಿ, ದಿಟ್ಟವಾಗಿ. **Pith'i-ness**, *n.* ಸ್ವಾರಸ್ಯ, ಸತ್ವ, ಬಲ. **Pith'less**, *a.* ಹುರುಳಿಲ್ಲದ, ನಿಸ್ಸಾರವಾದ, ನಿಸ್ಸತ್ವವಾದ. **Pith'y**, *a.* ಬೆಂಡುಳ್ಳ, ತಿರುಳುಳ್ಳ; 2. ಬಲವುಳ್ಳ; 3. ರಸಿಕ.

Pit'saw (-sa), *n.* ದೊಡ್ಡ ಗರಗಸು, —ಕರಗಸ, ಗುಣಿರಂಪ.

Pit'tance, *n.* ಧರ್ಮ, ಭಿಕ್ಷೆ; 2. "ಭತ್ಯ", ಅಲ್ಪಾಂಶ.

Pit'y, *n.* ಅಂತಃಕರಣ, ಕನಿಕರ, ಕರುಣೆ, ಒಗಪು, ಕೃಪೆ; it is a p., what a p. ಅಯ್ಯೋ ಪಾಪ! it is a thousand pities that he should fall ಅವನು ಬಿದ್ದದ್ದು ಅತ್ಯಂತ ಶೋಚನೀಯ; for p.'s sake ದಮ್ಮಯ್ಯ ಅನ್ನುವಾಗ್ಗೆ; more's the p. ಬತ್ತಷ್ಟೂ ಹಾಳು, —ಪಾಪ. *v.t.r.* (pit'ied, *pr.* pit'id) ದಯೆ ಮಾಡು *c. d.*, ಕರುಣಿಸು. **Pit'i-a-ble**, *a.* ದುಃಖಕರ, ಕರುಣೆಗೆ ಯೋಗ್ಯ. **Pit'i-a-bly**, *ad.* ದುಃಖಕರವಾಗಿ. **Pit'i-ful**, *a.* ದಯವುಳ್ಳ; 2. ಬಡ, ದುಃಖಕರ, ಕನಿಕರಕ್ಕೆ ಪಾತ್ರವಾದ; 3. ನೀಚ, ಕ್ಷುಲ್ಲಕ, "ಹಲಕಿ". **Pit'i-ful-ly**, *ad.* ಅಂತಃಕರಣದಿಂದ; 2. ದುಃಖಕರವಾಗಿ. **Pit'i-ful-ness**, *n.* ಕರುಣೆ, ಕನಿಕರ; 2. "ಹಲಕಿ"ತನ, ನೀಚತನ. **Pit'i-less**, *a.* ಕ್ರೂರ, ನಿರ್ದಯಾತ್ಮಕ, ದಯಾಹೀನ. **Pit'i-less-ly**, *ad.* ಕ್ರೂರವಾಗಿ, ಏನೂ ಅಂತಃಕರಣವಿಲ್ಲದೆ.

Piv'ot, *n.* ತಿರುಗಣೀ ಗೂಟ.

Plā'ca-ble (*or* plak'a-bl), *a.* ಶಾಂತ, ಕ್ಷಮಾಶೀಲ. **Plā-ca-bil'i-ty**, **Plā'ca-ble-ness**, *n.* ಶಾಂತತ್ವ, ಕ್ಷಮಾಶೀಲತೆ.

Plac'ärd, *n.* (ಪೇಟೆ "ಚಾವಡಿಗಳಲ್ಲಿ" ಹಚ್ಚಿದ) "ಇಸ್ತಿಹಾರುನಾಮೆ", ಪ್ರಸಿದ್ಧಿಕಾಗದ. *v. t. r.* ಪ್ರಸಿದ್ಧ ಸ್ಥಳದಲ್ಲಿ "ಜಾಹೀರುನಾಮೆ" ಹಚ್ಚು.

Plā'cāte, *v. t. r.* ಸಂತವಿಸು, ಶಮನ ಪಡಿಸು.

Plāce, *n.* ಸ್ಥಳ, ಜಾಗ, "ಠಾವು"; 2. ಊರು; 3. ಸ್ಥಾನ; 4. ಉದ್ಯೋಗ, ಪದ; the p. of a king ರಾಜಪದ; give p. ಜಾಗಾ ಬಿಡು, ದಾರೀ ಬಿಡು; take p. ಆಗು, ಸಂಭವಿಸು; in the first p. ಮೊದಲಾಗಿ; out of p. ಅಯುಕ್ತ, "ಖಾಲಿ". *v. t. r.* (*pr.* plāst) ಇಡು; 2. ನೇಮಿಸು; 3. ಬಡ್ಡಿಗೆ ಹಾಕು. **Plāce'hunt-ĕr**, *n.* ಉಮೇದುವಾರ. **Plāce'-man**, *n.* ಉದ್ಯೋಗದಲ್ಲಿರುವವ.

Plā-cē'bo, *n.* ಸರ್ವ ರೋಗ ಪರಿಹರಿಸುವ ಮದ್ದು.

Pla-cen'ta, *n.* (*bot.*) ಅಂಡಾಧಾರ; 2. (*anat.*) ಗರ್ಭಾಶಯ, ಜರಾಯು, ಹುದುಗ, ಮಾಸು, ಮಾಸುಚೀಲ.

Plac'id, *a.* ಶಾಂತ, ತಾಳ್ಮೆಯ, ಸೌಮ್ಯ. **Pla-cid'i-ty**, **Plac'id-ness**, *n.* ಶಾಂತಿ, ಸೌಮ್ಯತೆ. **Plac'id-ly**, *ad.* ಶಾಂತವಾಗಿ, ಸೌಮ್ಯವಾಗಿ.

Plā'ġi-a-rise (plā'ji-a-), *v. t.* & *i. r.* ಗ್ರಂಥಚೌರ್ಯ ಮಾಡು. **Plā'ġi-a-rism**

(plā'ji-a-), *n.* ಗ್ರಂಥಚೌರ್ಯ, ಕಳ್ಳ ಕವಿತ್ವ. Plā'ġi-a-ry (plā'ji-a-), *n.* ಗ್ರಂಥಚೋರ, ಕಾವ್ಯಚೋರ.

Plāgue (plāg), *v. t. r.* ಬಾಧಿಸು, ಕಾಡು. *n.* ಪಿಡಗ, ಕಷ್ಟ, ಅರಿಷ್ಟ, ಕಾಟ; 2. ಮಾರಿ, ಅಂಟುರೋಗ; p. on it! ಹಾಳಾಗಿ ಹೋಗಲಿ. Plā'gui-ly, *ad.* ಪೀಡೆಯಾಗಿ, ಬಾಧಿಸುವದಾಗಿ. Plā'guy (plā'gi), *a.* *(coll.)* ಕಾಡುವಂಥ, ಕಿಟಿಕಿಟಿಯ.

Plaid (plād), *n.* ಕಂಬಳಿ ಬಟ್ಟೆ, ದಾವಳಿ.

Plāin, *a.* ಬೈಲಾದ; 2. ತೆರೆದ; 3. ಸ್ಪಷ್ಟ; 4. ಸಾಧಾರಣ, "ಸಾದಾ"; 5. ಭೋಳೆ. *n.* ಸಮಭೂಮಿ, ಬೈಲು, "ಮೈದಾನು"; 2. ರಣಭೂಮಿ. *v. t. r.* ಬೈಲು ಮಾಡು. Plāin'dēal-ing (-dēl-), *n.* ನಂಬಿಗೆ, ಯಥಾರ್ಥ, ನಿಷ್ಕಪಟ. *a.* ನಂಬಿಗಸ್ತ, ನಿಷ್ಕಪಟವಾದ. Plāin'ly, *ad.* ಸ್ಪಷ್ಟವಾಗಿ; 2. "ಖಡಾಖಡಿಯಾಗಿ"; 3. ಸಾಧಾರಣವಾಗಿ. Plāin'ness, *n.* ನಿಷ್ಕಪಟ, ಸ್ಪಷ್ಟತೆ. Plāin'wŏrk, *n.* "ಸಾದಾ" ಹೊಲಿಗೆ.

Plāint, *n.* ಮೊರೆ, ಗೋಳಾಟ; 2. *(law)* "ಅಸಲರ್ಜಿ", "ಕೈಫೇತು", ದಾವೆ ಅರ್ಜಿ. Plāin'tiff, *n.* ವಾದಿ, "ಫಿರ್ಯಾದಿದಾರ", "ಮುದ್ದೈ". Plāin'tive, *a.* ಗೋಳಾಡುವ, ದುಃಖದ. Plāin'tive-ly, *ad.* ಗೋಳಾಡುತ್ತಾ, ದುಃಖಕರವಾಗಿ.

Plāit, *n.* (fold) ಪದರ, ಪದರು, ಮಡಿಕೆ, ನಿರಿಗೆ; 2. (braid) ಜಡೆ, ಹೆರಳು. *v.t.r.* (to fold) ನಿರಿಗೆ ತೆಗೆ, —ಮಾಡು, —ಕಟ್ಟು; 2. (to braid) ಹೆಣೆ, ಅಲ್ಲು, ಹೆಳಲು ಹಾಕು.

Plan, *n.* ಪಟ, "ನಕ್ಷೆ", "ನಕಾಸಿ"; 2. ಉಪಾಯ, ಹೂಟ, ಚೂಟಿ, ಹಂಚಿಕೆ. *v. t. r.* (planned, *pr.* pland) "ನಕ್ಷೆ" ತೆಗೆ, "ನಕಾಸಿ"—; 2. ಉಪಾಯ ಮಾಡು, ಹಂಚಿಕೆ—.

Plāne, *a.* ಬೈಲಾದ, ಸಮವಾದ; *(geom.)* ಸರಳ, ಮೇಲ್ಮೈ, ಪಾತಳೆ, ಸಮಕ್ಷೇತ್ರ; carpenter's p. ಉಜ್ಜುಕೊರಡು, ಚಿರಣಿ, ತೋಪಡೆ, ಕೀಸುಳಿ *(S. C.)*. *v. t. r.* ಸಮ ಮಾಡು, "ತೋಪಡೆ" ಹಿಡಿ, ಉಜ್ಜುಕೊರಡು ಹೊಡೆ. Plāne'-ī-rŏn (-ī-ĕrn), *n.* ಉಜ್ಜುಕೊರಡಿನ ಅಲಗು, ತೋಪಡೆ ಅಲಗು.

Plan'et, *n.* ಗ್ರಹ. Plan'et-ar-y, *a.* ಗ್ರಹಗಳ, ಗ್ರಹಮಯ; p. hour ಲಗ್ನ. Plan'et-strick-en, -struck, *a.* ಗ್ರಹಚಾರದ, ಗ್ರಹದಶೆ ಹಿಡಿದ, "ಗಾಬರಿ" ಮಾಡಿದ.

Plan'ġent, *a.* ಗರ್ಜಿಸುವ.

Pla'ni-sphere, *n.* ಭೂಪಟ.

Plańk, *n.* ಹಲಿಗೆ. *v. t. r.* (*pr.* plańkt) ಹಲಿಗೆ ಹಾಕು *c. d.* Plańk'ińg, *n.* ಹಲಿಗೆಗಿಲಿಗೆ; 2. ಹಲಿಗೆಗಿಲಿಗೆ ಹಾಕೋಣ.

Plant, *n.* ಸಸಿ, ವನಸ್ಪತಿ, ಗಿಡ; 2. ಕೆಲಸದ ಸಾಮುಗ್ರಿ, ವ್ಯಾಪಾರದ ಸಾಹಿತ್ಯ. *v. t. r.* ನೆಡು, ಗಿಡಾ ಹಚ್ಚು; 2. ವಸಾಹತ ಮಾಡು; 3. ನಾಟು, ಇಡು. Plant-ā'tiŏn, *n.* ತೋಟ; 2. ವಸಾಹತ. Plant'ĕr, *n.* ನೆಡುವವ; 2. ತೋಟದ ಯಜಮಾನ, ತೋಟವಾಳ.

Plant'āin, *n.* ಬಾಳೇಹಣ್ಣು, ಕದಳಿ; p. tree *(Musa sapientum, Lin. & M. paradisiaca, L.)* ಬಾಳೇ ಗಿಡ.

Plash, *n.* ನೀರುಮಡುವು, ಮಡ, ನೀರಿನ ಗುಂಡಿ. *v. t. r.* (*pr.* plasht) ನೀರಿನಲ್ಲಿ ದಡಬಡ ಬಡದಾಡು. Plash'y, *a.* ನೀರುನೀರಿರುವ; 2. ಮಡುಮಡುವುಳ್ಳ.

Plash, *v. t. r.* ರೆಂಬೆಗಳನ್ನು ಹೆಣೆದು ಬೇಲಿಕಟ್ಟು.

Plas'tĕr, *n.* *(arch.)* ಗಚ್ಚು, ಗಾರೆ; coarse p. ಮಡ್ಡಿಗಾರೆ, ಒರಟುಗಾರೆ, ಬೋಳಗಾರೆ; fine p. ನಯಗಾರೆ; hard p. ವಜ್ರಗಾರೆ; 2. *(med.)* ಲೇಪ, ಲಪ್ಪ, "ಮುಲಾಮು", "ಮಲಾಮು". *v. t. r.* "ಗಿಲಾಯಿ" ಮಾಡು, ಗಾರೆ ಹಾಕು, ಮೆತ್ತು; 2. ಲೇಪ ಕೊಡು. Plas'tĕr-ĕr, *n.* "ಗಿಲಾಯಿ" ಮಾಡುವವ, ಗಾರೆ ಹಾಕುವವ.

Plas'tic, *a.* ಆಕಾರದ; 2. ರೂಪಿಸುವಂಥ; 3. ಮೆತ್ತಗಾದ, ಮುದ್ದೆ ಆಗುವ. Plas-tic'i-ty, *n.* ಮೆತ್ತಗಿರುವಿಕೆ.

Plat, *n.* ಜಾಗ; grass p. ಹುಲ್ಲುಗಾವಲು.

Plate, *n.* ಅನ್ನದ ತಳಿಗೆ.

Plāte, *n.* (a flat piece of metal) ತಗಡು; 2. (wrought silver) ಬೆಳ್ಳಿಯ ಸಾಮಾನು; 3. (plated ware) ಬೆಳ್ಳಿಯ "ಮುಲಾಮಿನ" ಸಾಮಾನು; 4. (a shallow vessel) wooden p. ಕೊಣಬಿಗೆ; earthen p. ಮುಚ್ಚಳ, "ಬಸಿ"; brass or copper p. ಗಂಗಾಳ; an ornamented p. for betel, *etc.* "ತಬಕು", ತಟ್ಟೆ; a large one "ಪರಾತ"; an iron p. to bake bread on "ತವೆ", ಕಾವಲಿ, ಬಾಣಲಿ; 5. (wall-plate) ಉತ್ತಾರಪಟ್ಟಿ; 6. (an engraved piece of metal) ಛಾಪಿಸಲಿಕ್ಕೆ ತಯಾರಿಸಿದ ಲೋಹದ ಕೆತ್ತನೆಯ ತಗಡು. *v.t.r.* (cover with gold, *etc.*) ಬಂಗಾರದ "ಮುಲಾಮು" ಮಾಡು; 2. (beat into p.) ತಗಡು ಮಾಡು; 3. (adorn with p.) ತಗಡು ಹಾಕು, ಹೊದ್ದಿಸು. Plā'ting, *n.* "ಮುಲಾಮು" ಕೆಲಸ.

Pla-teau' (-tō'), *n.* ಗುಡ್ಡಕಟ್ಟು, ತಪ್ಪಲು.

Plat'form (-fąrm), *n.* (a framework of wood) ಅಟ್ಟ; 2. (an elevation of earth) ಕಟ್ಟೆ; marriage p. ಹಸೆ, ಹಸೆಮಣೆ; 3. (flat roof) ಮಾಳಿಗೆ; 4. *(mil.)* "ಮೋಹರ್"; 5. (sketch, plan) "ನಕ್ಷೆ", "(ನಕಾಸಿ)", "ನಮೂನೆ", ಪಟ.

Plat'i-num, (-i-na, *pl.*) *n.* "ಪ್ಲಾಟಿನ"ವೆಂಬ ಲೋಹ, ಬಿಳಿ ಬಂಗಾರ, ಮಹಾರಜತ.

Plā-ton'ic, *n.* ಪ್ಲೇಟೋ ಎಂಬವನ ಮತಕ್ಕೆ ಸಂಬಂಧ.

Pla-toon', *n.* ಸಿಪಾಯಿಗಳ ತುಕಡಿ.

Plat'i-tūde, *n.* ಮಂದತ್ವ; 2. ಸಪ್ಪನ ಮಾತು; 3. ಚರ್ವಿತಚರ್ವಣದ ಬುದ್ಧಿಮಾತುಗಳು.

Plat'tĕr, *n.* "ಪರಾತ", ತಾಂಬಾಣ.

Plat'tiṅg, *n.* ಹೆಣಿಕೇ ಹುಲ್ಲು, — ಬೆತ್ತ.

Plạu'dit (plą'dit), *n.* ಹೊಗಳಿಕೆ, "ಶಾಬಾಸು".

Plạu'si-ble (pląʹzi-), *a.* ಚನ್ನಾಗಿ ಕಾಣುವ, ಚೂಪಾಕಾರದ, "ಪಸಂದಾಗಿ" ತೋರುವ; 2. ಯುಕ್ತಿಯುಳ್ಳ, ಸೀ ಮಾತಾಡುವ. **Plạu-si-bil'i-ty** (plą-zi-), *n.* ಮೇಲೆ ಚನ್ನಾಗಿ ತೋರುವುದು, ಒಪ್ಪಾಗಿ ಕಾಣುವುದು, ಚೂಪಾಕಾರ, ಬಣ್ಣಿಸುವಿಕೆ; 2. ನೆವನ. **Plạu'si-bly**, *ad.* ಚೂಪಾಗಿ, ಚೂಪಾಕಾರವಾಗಿ, ಒಡ್ಡಾಗಿ.

Plāy (plā), *v. i. r.* ಆಡು, ಆಟ ಮಾಡು; 2. (trifle) ಚಿನ್ನಾಟ ಮಾಡು; p. at cards "ಗಂಜೀಪು" "ಇಸ್ಪೀಟು" ಆಡು; 3. (p. false) ಠಕ್ಕು ಮಾಡು, ಮೋಸ—; 4. *(mus.)* ಬಾರಿಸು; 5. (move, act) ಆಡು; 6. (act upon the stage) ಸೋಗು ಹಾಕು; to p. upon ಠಕ್ಕಿಸು, ವಂಚಿಸು; "ನಕಲೀ" ಮಾಡು, ಚಕ್ಕಂದ—; p. ducks and drakes, fast and loose ದುಂದುಗಾರಿಕೆಯಿಂದ ವೆಚ್ಚ ಮಾಡು; p. into the hands of ಇನ್ನೊಬ್ಬನ ಕೈಯಲ್ಲಿ ಸಿಕ್ಕಿಬೀಳು; p. one's cards well ಸುಸಂಧಿಯನ್ನು ಸಾಧಿಸಿಕೊಳ್ಳು; p. the devil ಆಸುರೀ ವರ್ತನ ಕೈಕೊಳ್ಳು; p. the second fiddle ಆಶ್ರಿತನಾಗಿ ಕೆಲಸಮಾಡು; p. upon words ಶ್ಲೇಷಾಲಂಕಾರಯುಕ್ತವಾಗಿ ಮಾತಾಡು. *v.t.r.* (put in motion) ಆಡಿಸು; 2. (perform music upon) ಬಾರಿಸು; 3. (act *or* perform, *as*, on the stage) ಸೋಗು ಹಾಕಿಕೊಂಡು ಆಡು, ವೇಷ ಹಾಕಿಕೊಂಡು—; 4. (act like) ...ಹಾಗೆ ಮಾಡು, —ನಡೆ; p. at gentleman ದೊರೆಯ ಹಾಗೆ ವರ್ತಿಸು; p. the fool ಹುಚ್ಚನ ಹಾಗೆ ಮಾಡು; p. the man ಪುರುಷನಾಗಿರು, ಧೈರ್ಯದಿಂದಿರು. *n.* ಆಟ; 2. (action, manner of dealing) ನಡತೆ; fair p. ಯಥಾರ್ಥ; foul p. ಮೋಸ; to give one fair p. ಒಬ್ಬನನ್ನು ಸರಿಯಾಗಿ ನಡಿಸು, —ನ್ಯಾಯವಾಗಿ ನಡಿಸು; to come in p. ನಡೆ, ಆಡು; 3. (dramatic composition) ಆಟ; 4. (dramatic performance) ಆಟ, ನಾಟಕ, "ತಮಾಷೆ"; 5. (motion) ಸರಿದಾಟ; 6. (scope) ಸ್ಥಳ. **Plāy'bọok**, *n.* ನಾಟಕ ಚಂಪು. **Plāy'dāy** (plā'dā), *n.* ಆಟದಿವು, "ರಜಾ"ದಿನ, ಆಡಿಕೆ. **Plāy'ĕr**, *n.* ಆಟದವ, ವೇಷಧಾರಿ; 2. ಬಾಜಂತ್ರಿ. **Plāy'fel-lōw** (-lō), *n.* ಜೊತೆಗಾರ, ಸಂಗಾತಿ. **Plāy'fụl**, *a.* ಆಡುವ, ಉಲ್ಲಾಸದ, "ತಮಾಷೆಯ". **Plāy'-fụl-ly**, *ad.* ಸೊಗಸಾಗಿ, ಉಲ್ಲಾಸವಾಗಿ, ಸರಸವಾಗಿ. **Plāy'fụl-ness**, *n.* ಉಲ್ಲಾಸ, ಸರಸಗಾರಿಕೆ. **Plāy'house**, *n.* ನಾಟಕಶಾಲೆ. **Plāy'māte**, *n.*, *see* Playfellow. **Plāy'-wrīght**, *n.* ನಾಟಕಗಳನ್ನು ಬರೆಯುವವ.

Plēa (plē), *n.* ಪ್ರತಿವಾದಿಯ ಉತ್ತರ; 2. ವ್ಯವಹಾರ, ವ್ಯಾಜ್ಯ; 3. ನಿಮಿತ್ತ, ಕಾರಣ, ಪ್ರತಿವಾದ, —ಉತ್ತರ; 4. ನೆವನ; 5. ಮೊರೆ.

Plēad (plēd), *v. i. r.* ಪಕ್ಷ ಹಿಡಿದು ಮಾತಾಡು, ಮೇಲ್ಗಟ್ಟಿ ಮಾತಾಡು, ವ್ಯವಹರಿಸು; 2. ವಾದಿಗೆ ಉತ್ತರ ಕೊಡು. *v. t.* ಪ್ರಮಾಣ ಕೊಡು, ಕಾರಣ ತೋರಿಸು, ಪ್ರತಿಪಾದನೆ ಮಾಡು; I can only p. inexperience ನನಗೆ ಅನುಭವ ಸಾಲದೆಂದಿಷ್ಟೇ ಹೇಳೇನು. **Plēad'ĕr**, *n.* ಪಕ್ಷ ಹಿಡಿದು ಮಾತಾಡುವವ; 2. "ವಕೀಲ", "ಪ್ಲೀಡರು". **Plēad'iṅgs**, *n. pl.* ವಾದಿ ಪ್ರತಿವಾದಿಗಳ "ತಕರಾರು".

Plēase (plēz), *v. t. r.* (make glad) ಸಂತೋಷ ಪಡಿಸು, ಮೆಚ್ಚಿಸು; 2. (satisfy) ಒಪ್ಪು, ಮನಸ್ಸಿಗೆ ಬರು, *as*, my plan pleased him ನನ್ನ ಹಂಚಿಕೆಗೆ ಒಪ್ಪಿದ, ನನ್ನ ಹಂಚಿಕೆ ಅವನ ಮನಸ್ಸಿಗೆ ಬಂತು; to be pleased with ಮೆಚ್ಚು, ಮನಸ್ಸಿಗೆ ಬರು; he was pleased with my words ನನ್ನ ಮಾತಿಗೆ ಮೆಚ್ಚಿದ, ನನ್ನ ಮಾತು ಆತನ ಮನಸ್ಸಿಗೆ ಬಂತು; to be pleased to do ದಯ ಮಾಡು, *as*, be pleased to read this ಇದನ್ನು ದಯ ಮಾಡಿ ಓದಬೇಕು. *v. i. r.* ಮನಸ್ಸಿಗೆ ಬರು, "ಮರ್ಜಿಗೆ"—, ದಯ ಮಾಡು, *as*, do as you p. ಮನಸ್ಸಿಗೆ ಬಂದ ಹಾಗೆ ಮಾಡು; (in entreaty), *as*, please come in *(to a superior)* ದಯ ಮಾಡಿ ಒಳಗೆ ಬರಬೇಕು,

(to an equal or inferior) ಒಳಗೆ ಬರ್ರಿ, ಒಳಗೆ ಬಾರಪ್ಪಾ. Pleas̤'ance (plez'ans), *n.* ಸರಸ, ಮನೋಹರತ್ವ, ರಮ್ಯತೆ, ಆನಂದ. Pleas̤'ant (plez-), *a.* ಇಂಪಾದ, ಮನೋಹರ, ರಮ್ಯ, ಸರಸ. Pleas̤'ant-ly (plez-), *ad.* ಇಂಪಾಗಿ, ರಮ್ಯವಾಗಿ, ಸರಸವಾಗಿ. Pleas̤'ant-ry (plez-), *n.* ಉಲ್ಲಾಸ, ವಿನೋದ; 2. ವಿನೋದದ ಮಾತು, ಸರಸನುಡಿ. Plēas̤'iṅg (plēz-), *a.* ಇಂಪಾದ, ಮಂಜುಳ, ಮನೋಹರ, ಮನೋರಂಜಕ. Plēas̤'iṅg-ly (plēz-), *ad.* ಮಂಜುಳವಾಗಿ, ಸರಸವಾಗಿ. Pleas̤'ụr-able, *a.* ಸಂತೋಷಕರವಾದ. Pleas̤'ụre (plezh'ụr), *n.* ಸುಖ, ಆನಂದ, ಸಂತೋಷ, ನಲವು; 2. (sensual gratification) ಭೋಗ; 3. (will, choice) ಮನಸ್ಸು, ಮೆಚ್ಚಿಕೆ, "ಮರ್ಜಿ", ಅಪ್ಪಣೆ; what is your p.? ನಿಮ್ಮ ಮನಸ್ಸೇನು? ತಮ್ಮ ಅಪ್ಪಣೆ ಏನು? use your p. ನಿಮ್ಮ ಮನಸ್ಸಿದ್ದಂತೆ ಮಾಡಿರಿ, ನಿಮ್ಮ ಮನಸ್ಸು; take p. in ಇಷ್ಟ ಪಡು, ಆರ್ತಿಗೊಳ್ಳು; eight sources of p. ಅಷ್ಟಭೋಗಗಳು. Pleas̤'ụre-ground (plezh'ụr-), *n.* ಶೃಂಗಾರ ವನ, ಉಪವನ, ವಿಹಾರಸ್ಥಾನ.

Pleat (plēt), *n.*, *see* Plait.

Ple-bē'ian, *a.* ಸಾಧಾರಣ ಜನರ, ಮಧ್ಯಮ—. *n.* ಮಧ್ಯಮ ಜನರವ.

Pleb'is-cīte, *n.* ಸಭೆಯವರೆಲ್ಲರ ಸಮ್ಮತಿ, ಸಾರ್ವಜನಿಕ ಸಮ್ಮತಿ.

Pledġe (plej), *n.* ಅಡವು, ಒತ್ತೆ, "ಜಾಮೀನು", ಓಲು; 2. ವಚನ. *v. t. r.* ಒತ್ತೆ ಇಡು, ಓಲು ಕೊಡು; 2. ನಂಬಿಗೆ ಕೊಡು. Pledġee', *n.* ಅಡವುದಾರ. Pledġ'ĕr, *n.* ಒತ್ತೆ ಇಡುವವನು.

Pledġ'et. *n.* ಹುಣ್ಣಿನೊಳಕ್ಕೆ ಏರಿಸುವ ಬತ್ತಿ.

Pleī'ads̤, Pleī'a-dēs̤ (plī'-), *n. pl.* ಕೃತ್ತಿಕಾ ನಕ್ಷತ್ರ.

Plē'na-ry, *a.* ಸಂಪೂರ್ಣ, ಅಪೂಟ. Plen̤'i-tūde, *n.* ಪೂರ್ಣತೆ, ಪೂರ್ತಿ.

Plen-ipō'-tence, -ten-cy, *n.* ಸಂಪೂರ್ಣ ಅಧಿಕಾರ. Plen-ip'ō-tent, *a.* ಸ್ವತಂತ್ರವುಳ್ಳ, ಪೂರ್ಣಾಧಿಕಾರವುಳ್ಳ. Plen-i-po-ten'tiar-y (-ten'shar-i), *n.* ಪೂರ್ಣಾಧಿಕಾರವುಳ್ಳ ರಾಯಭಾರಿ.

Plen'ty, *n.* & *a.* ಯಥೇಷ್ಟ, ಪುಷ್ಕಲ, ಬಹಳ; 2. ಸಮೃದ್ಧಿ, ಸುಭಿಕ್ಷ. Plen'te-ōus (-ti-us). *a.* ಬಹಳ, ಹೇರಳ, ಪುಷ್ಕಲ; a p. crop ದಂಡಿ ಬೆಳೆ, ಧಾರಾಳ ಬೆಳೆ, ಹುಲುಸು ಬೆಳೆ. Plen'te-ōus-ly, *ad.* ಬಹಳವಾಗಿ, ಹೇರಳವಾಗಿ. Plen'te-ōus-ness, *n.* ಬಾಹುಳ್ಯ, ವಿಸ್ತಾರತೆ, ಪುಷ್ಕಲ. Plen'ti-fụl, *a.*, *see* Plenteous. Plen'-ti-fụl-ly, *ad.* ಬಹಳವಾಗಿ, ಹೇರಳವಾಗಿ.

Plē'o-nas̤m, *n.* ಶಬ್ದಬಾಹುಳ್ಯ. Plē-o-nas'-tic, -al, *a.* ಶಬ್ದಬಾಹುಳ್ಯವಾದ.

Pleth'ō-ra, *n.* ರಕ್ತಪಿತ್ತ, ರಕ್ತವಾತ, ಅತಿಪುಷ್ಟಿ, ರಕ್ತಾತಿಶಯ, ತುಂಬು. Ple-thor'ic, *a.* ರಕ್ತಪಿತ್ತವುಳ್ಳ, ರಕ್ತವಾತ ತೋರಿಸುವ.

Pleụ'ral, *a.* ಪಕ್ಕೆಯ, ಪಾರ್ಶ್ವದ. Pleụ'ri-sy. Pleụ-rī'tis, *n.* ಶೀತದಿಂದ ಎದೆನೋವು, ಪಾರ್ಶ್ವಶೂಲೆ, ಪಕ್ಕೆಶೂಲೆ. Pleụ-rit'ic, rit'i-cal, *a.* ಪಕ್ಕೆಶೂಲೆಯ, ಪಾರ್ಶ್ವಶೂಲೆಯುಳ್ಳ.

Plī'a-ble, *a.* ಮೆತ್ತನ; 2. ನಮ್ರವಾದ, ನಯವಾದ, ಬೊಗ್ಗುವ. Plī-a-bil'i-ty, Plī'a-ble-ness, *n.* ಬೊಗ್ಗುವ ಗುಣ, ಮೃದುತ್ವ; 2. ನಮ್ರ ಸ್ವಭಾವ. Plī'a-bly, *ad.* ಮೆತ್ತಗೆ, ನಮ್ರವಾಗಿ. Plī'an-cy, Plī'ant-ness, *n.* ನಮ್ರತೆ, ವಿನಯ. Plī'ant, *a.* ಮೆತ್ತನ; 2. ಬೊಗ್ಗುವ, ಮಾತು ಕೇಳುವ, ವಿಧೇಯ. Plī'ant-ly, *ad.* ವಿಧೇಯವಾಗಿ, ನಮ್ರವಾಗಿ.

Plī'ca, *n.* ಕೂದಲುರೋಗ.

Plī'ĕrs̤, *n. pl.* ಮನಗಾವು, ಚಿಮುಟಿ.

Plīght (plīt), *n.* ನಂಬಿಗೆ, ಒತ್ತೆ; 2. ಸ್ಥಿತಿ, ಅವಸ್ಥೆ; miserable p. "ಫಜೀತಿ", ದುರವಸ್ಥೆ. *v. t. r.* ಅಡವು ಇಡು, ಒತ್ತೆ—; p. one's faith, p. one's word ನಂಬಿಗೆ ಕೊಡು.

Plinth, *n.* ಗದ್ದಿಗೇ ಕಲ್ಲು.

Plod, *v. i. r.* (plod'ded) ನಡನಡದು ದಣಕೊಳ್ಳು; 2. ಎದೆಮುರಿ, ಪ್ರಯಾಸಪಡು, ಶತಪ್ರಯತ್ನ ಮಾಡಿ ಸಾಧಿಸು. Plod'dĕr, *n.* ಕಷ್ಟಜಾಳು.

Plot, *n.* ಒಳಸಂಚು; 2. ಉಪಾಯ, ಯುಕ್ತಿ, ಹಂಚಿಕೆ. *v. i. r.* (plot'ted) ಒಳಸಂಚು ಮಾಡು, ಕುಯುಕ್ತಿ—. *v. t.* ಕಲ್ಪಿಸು, "ತಜವಿಜ" ಮಾಡು, ಯುಕ್ತಿ—. Plot'tĕr, *n.* ಒಳಸಂಚುಗಾರ.

Plot, *n.* ಸ್ಥಳ, ಜಾಗ; p. of rice-land ಒಡೆ, ಗಣ್ಣ, ಹಾಳಿ.

Plough (plow), *n.* ನೇಗಲು, ರಂಟೆ, ಏರು. *v. t. r.* ಉಳು, ಊಳು, ಗೆಯ್ಯು, ನೇಗಿಲುಹೂಡು, ರಂಟೇಹೊಡೆ; 2. ಪರೀಕ್ಷೆಯಲ್ಲಿ ಬಿದ್ದು ಹೋಗು; 3. ಹಡಗು ನೀರನ್ನು ಹಾಯ್ದು ಹೋಗುವುದು; p. the sands ನಿರರ್ಥಕವಾದ ಕೆಲಸ ಮಾಡು; put one's hands to the p. ಕೆಲಸಕ್ಕೆ ಕೈಹಚ್ಚು. Plough'iṅg, *n.* ಆರಂಬ, ಊಳಿಕೆ, ಕೃಷಿ, ರಂಟೆಹೊಡೆಯೋಣ; p. kit ಆರು

ಕೋರು, ಗಳೇವು, ಗಳೇದ ಸಾಮಾನು. Plough'-man, Plough'ĕr, *n.* ಉಳುವವ, ಆರಂಬಗಾರ. Plough'shāre (plow'shār), *n.* ನೇಗಲಿನ ಮೊಳೆ, ಕುಳ, ಗುಳ, ಕಾರು, ಮುಂಜಣ.

Pluck, *v.t.r.* (*pr.* plukt) ಕೀಳು, ಕಿತ್ತು ತೆಗೆ; 2. ಹರಕೊಳ್ಳು (fruits, flowers, *etc.*); 3. ತರಿ (feathers); 4. (pull) ಎಳಕೊಳ್ಳು, ಜಕ್ಕಿಸು; 5. ಪರೀಕ್ಷೆಯಲ್ಲಿ ಬಿದ್ದುಹೋಗು; p. away ಹರಕೊಳ್ಳು, ಎಳಕೊಂಡು ಹೋಗು; p. down ಕೆಡವು, ಕೆಡವಿಹಾಕು; p. off ತರಿದುಕೊಳ್ಳು, ತರಿದುಹಾಕು; p. out ಕಿತ್ತುಹಾಕು, ತೆಗೆ; p. up ಕಿತ್ತುಹಾಕು, ತಂದುಕೊಳ್ಳು, ಹಿಡಿ; *as*, p. up one's heart, courage, spirits ಧೈರ್ಯ ಹಿಡಿ, ಎದೆಗೊಳ್ಳು. Pluck'less, *a.* ಧೈರ್ಯವಿಲ್ಲದ, ಹೇಡಿಯಾದ, ಪುಕ್ಕ. Pluck'y, *a.* ಧೈರ್ಯವುಳ್ಳ, ಚುರುಕಾದ, ದಿಟ್ಟ.

Plug, *n.* ಬೆಣೆ, ಬಿರಡೆ, ಬಿರಿಡೆ, "ಬೂಚು". *v.t.r.* (plugged, *pr.* plugd) ಬಿರಡೆ ಹಾಕು *c. d.*, ಚಂಡು ತುರುಕು.

Plum, *n.* ಒಣಗಿದ ದ್ರಾಕ್ಷೇ ಹಣ್ಣು, ದ್ವೀಪದ್ರಾಕ್ಷೆ; 2. (*sl.*) ಹತ್ತು ಲಕ್ಷ ರೂಪಾಯಿ; black p. (*Eugenia jambolana, Lam.*) ನೇರಲು, ನೀರಲು.

Plum'āġe, *n.* ತುಪ್ಪಳ, ಗರಿಗಳು, ಪಕ್ಷಿಗಳ ಹೊದಿಕೆ, ಪುಚ್ಛ.

Plumb (plum), *n.* ಸೀಸದ ಗುಂಡು. *a.* ನೆಟ್ಟಗಾದ. *v.t.r.* ನೀರಳವಿನ ಗುಂಡು ಬಿಡು. Plumb'-līne, *n.*, *see* Plummet.

Plum-bā'gō, *n.* ಕಪ್ಪು ಸೀಸ.

Plum-bā'gō ca-pen'sis, *n.* (*bot.*) ಚಿತ್ರಮೂಲ ಗಿಡ; (*P. zeylanica, Lin.*) ಬಿಳೀ ಚಿತ್ರಮೂಲ ಗಿಡ; (*P. rosea, Lin.*) ಕೆಂಪು ಚಿತ್ರಮೂಲ ಗಿಡ.

Plumb'ĕr, Plumm'ĕr (plum'ĕr), *n.* ಸೀಸದ ಕೆಲಸ ಮಾಡುವವ, ಸೀಸದ ಕೊಳವೆಗಳನ್ನು —.

Plume, *n.* ತುಪ್ಪಳ, ಗರಿ; 2. ತುರಾಯಿ. *v.t.r.* ಗರಿಗಳಿಂದ ಶೃಂಗರಿಸು; 2. ಪುಚ್ಛಾ ತರಿ, ಗರೀ ಕೀಳು, — ಕಿತ್ತುಕೊಳ್ಳು; p. one's self ಹಿಗ್ಗಿಕೊಳ್ಳು, ಗರ್ವಪಡು. Plu-mose', *a.* ತುಪ್ಪಳವುಳ್ಳ. Plu'mōus, *a.* ಗರಿಗರಿಯುಳ್ಳ, ಗರಿಗಳಂಥ. Plu'my, *a.* ಗರಿ ಗರಿಯುಳ್ಳ, ಗರಿಗಳಿಂದ ಅಲಂಕೃತವಾದ.

Plum'met, *n.* ನೀರಳತೆ ಗುಂಡು; p.-line ಲಂಬಕಸೂತ್ರ, ಆಳವನ್ನು ಅಳತೆ ಮಾಡುವ ಹಗ್ಗ.

Plump, *a.* ಪುಷ್ಟ, ಕೊಬ್ಬಿದ; 2. ಪೂರ್ಣ, ಬರೇ, "ಪಕ್ಕಾ"; p. lie ಬರೀ ಸುಳ್ಳು, "ಪಕ್ಕಾ"—. *v.t.r.* (*pr.* plumpt) ಉಬ್ಬಿಸು; 2. ದಬ್ಬನೆ ಬೀಳಿಸು, ತುಪ್ಪನೆ—. *v.i.* ಉಬ್ಬು; 2. ತುಪ್ಪನೆ ಬೀಳು, ಕಡಕೊಂಡು—. *ad.* ಫಕ್ಕನೆ, ದಪ್ಪನೆ, ತುಪ್ಪನೆ; I told him p. ಅವನಿಗೆ ಖಂಡತುಂಡ ಹೇಳಿದೆ; answer with a p. ಖಡಾಖಡಿ ಉತ್ತರ ಕೊಡು. Plump'ly, *ad.* ಅರೆಮರೆಯಿಲ್ಲದೆ, ಬಳಗೇನೂ ಇಟ್ಟುಕೊಳ್ಳದೆ, "ಖಡಾಖಡಿ"ಯಾಗಿ. Plump'ness, *n.* ಪುಷ್ಟಿ, ಸ್ಥೂಲತೆ.

Plū'mūle, *n.* ಗಿಡದ ಹುಳಿ.

Plun'dĕr, *n.* ಕೊಳ್ಳೆ, ಸುಲುಕೊಂಡದ್ದು, "ಲೂಟಿ" ಮಾಡಿದ್ದು; 2. ಬದುಕು, "ಜಂದಿಗೆ", "ಸಾಮಾನು". *v.t.r.* ಸುಲುಕೊಳ್ಳು, ಕೊಳ್ಳೆಮಾಡು, ದೋಚು (*My.*), "ಲೂಟಿ" ಮಾಡು, ದಾಳಿ—; p. cattle ದಾಳಿಹೊಡೆ. Plun'der-aġe, *n.* ಸುಲಿಗೆ. Plun'dĕr-ĕr, *n.* ಕೊಳ್ಳೆಗಾರ, ಸೂರೆಗಾರ.

Plunġe, *v.t.r.* ದಢಲ್ಲನೆ ಹಾಕು, ಬುಡಕ್ಕನೆ ಮುಣುಗಿಸು; 2. ತಿವಿ (as a dagger); 3. ಹೊಗಬೀಳಿಸು; *refl.* ಹೊಗಬೀಳು. *v.i.* (dive) ಹಾರು, ಬೀಳು, ಘುಮ್ಮಿಕ್ಕು, ಮುಳುಕು ಹಾಕು; 2. (fall *or* rush, as into distress) ಬೀಳು, ಹೊಗಬೀಳು; 3. (pitch) ಹೊಯಿದಾಡು, ಹಾರಿಬೀಳು (as a horse). *n.* ಬೀಳೋಣ, ಮುಣುಗುವುದು; 2. ಕಷ್ಟ, ಪ್ರಯಾಸ.

Plu-pĕr'fect, *a.*, p. tense ಅತೀತ ಭೂತ ಕಾಲ.

Plu'ral, *a.* ಅನೇಕ, ಬಹು; p. number (*gram.*) ಬಹುವಚನ. Plu'ral-īse, *v.t.r.* ಬಹುವಚನ ಮಾಡು. Plu'ral-ist, *n.* ಅನೇಕ ಮಾನ್ಯಗಳನ್ನು ಅನುಭವಿಸುವ ಪಾದರಿ. Plu-ral'i-ty, *n.* ಹೆಚ್ಚು, ಅನೇಕತ್ವ, ಬಹುತ್ವ.

Plus, *n.* ಅಧಿಕ, ಧನ; 2. (+) ಸಂಕಲನದ ಗುರುತು.

Plush, *n.* ಒಂದು ವಿಧದ "ಮಖಮಲ್".

Plu'tō, *n.* ಪ್ರಾಚೀನ ರೋಮಾಯರೂ ಗ್ರೀಕರೂ ಕಲ್ಪಿಸಿದ ಅಧೋಲೋಕೇಶ; Indian P. ಯಮ, ಧರ್ಮರಾಜ, ದಂಡಹಸ್ತ, ಅಂತಕ.

Plu-to'cra-cy, Plu'tar-chy (-ki), *n.* ಧನಾಢ್ಯರ ಆಳಿಕೆ, ಶ್ರೀಮಂತರ ಅಧಿಕಾರಶಾಸನ.

Plu-ton'ic, *a.* ನರಕದ, ಜ್ವಲನದ.

Plu'tus, *n.* ಧನೇಶ; Indian P. ಕುಬೇರ.

Plu'vi-al, Plu'vi-ōus, *a.* ಮಳೆಯ, ವೃಷ್ಟಿಯ. Plu-vi-om'e-tĕr, *n.* ಮಳೆಯನ್ನಳೆಯುವ ಪಾತ್ರೆ, ವೃಷ್ಟಿಮಾಪಕ.

Plȳ, *v. t. r.* (lay on repeatedly), *as*, p. one with strokes ಬಡಿ, ಹೊಡೆ, ತಳಿಸು; 2. (urge) ಕಾಡು, ಪೀಡಿಸು, ಘೋರಿಸು, ಗಂಟುಬೀಳು *c. d;* 3. (keep busy) ಬಡಬಡ ಮಾಡು, ತೀವ್ರ—, *as*, p. your needle ಬಡಬಡ ಹೊಲಿ; p. your legs ಬಡಬಡ ನಡೆ, ದುರುಸಾಗಿ—; p. your wit ಮನಸ್ಸು ಕೊಡು, ಬುದ್ಧಿ ಹಚ್ಚು, —ಹೊಗಿಸು; to p. all means ನಾನಾ ವಿಧವಾಗಿ ನೋಡು, ಶತ ಪ್ರಯತ್ನ ಮಾಡು, ಹರಣಭರಣಶಕ್ತಿ—. *v. i.* ಕೈ ಹಚ್ಚು, ಕಷ್ಟ ಮಾಡು; 2. ಒತ್ತರ ಮಾಡಿ ನಡೆ, ಬಡಬಡ—; 3. ಅಡ್ಡಾಡು. *n.* ಮಡಿಕೆ, ಪದರು, ಪದರ; 2. ಹೆಣಿಕೆ; 3. ಭಾವ. **Plȳ'iṅg**, *n.* ಬಹಳವಾಗಿ ಬೇಡಿಕೊಳ್ಳೋಣ.

P. M. *(abbr. of* Post meridiem) ಮಧ್ಯಾಹ್ನದ ಮೇಲೆ, ಅಂದರೆ ಮಧ್ಯಾಹ್ನ ಹಿಡಿದು ಮಧ್ಯರಾತ್ರಿಯ ವರೆಗಿನ ಹೊತ್ತು.

Pneū-mat'iє, -mat'i-єal (nū-mat-), *a.* ವಾಯುವಿನ ಸಹಾಯದಿಂದ ನಡೆಯುವ. **Pneū-mat'iєs** (nū-), *n.* ವಾಯುಶಾಸ್ತ್ರ, ವಾತ—.

Pneū-mon'ia, *n.* ಫುಪ್ಪುಸದ ಬೇನೆ. **Pneū-mon'iє**, *a.*, *see* Pulmonary.

Pōach (pōch), *v. t. r.* (*pr.* pōcht) ಕಳ್ಳಬೇಟೆಯಾಡು; 2. ಸುಲುಕೊಳ್ಳು. **Pōach'ĕr**, *n.* ಕಳ್ಳ ಬೇಟೆಗಾರ. **Pōach'iṅg**, *n.* ಕಳ್ಳ ಬೇಟೆ.

Pōach, *v. t. r. (pr.* pōcht) ಅರ್ಧಬೇಯಿಸು; 2. ತಿವಿ; 3. ತುಳಿ, (ಹುದುಲಿನಲ್ಲಿ ದನ ತುಳಿದಾಡಿ) ಹೆಜ್ಜೆ ಮೂಡಿಸು.

Poєk, *n.* ಸಿಡುಬಿನ ಬೊಕ್ಕೆ, ಮೈಲಿಯ—; p.-hole, p.-mark ಸಿಡುಬಿನ ಕಲೆ, ಮೈಲಿಯ—, ಹುಳುಕು; *see* Pox. **Poєk'y**, *a.* ಸಿಡುಬಿನ ಬೊಕ್ಕೆಯುಳ್ಳ, ಮೈಲೆಯೆದ್ದ.

Poєk'et, *n.* ಕಿಸೆ, ಬೊಕ್ಕಣ, "ಜೇಬು". *v. t. r.* ಕಿಸೆಯಲ್ಲಿ ಹಾಕಿಕೊಳ್ಳು, ಎತ್ತಿಹಾಕು; p.-book ಪಡಮ, ಕಡತ; p.-knife ಮಡಿಚುವ ಚೂರಿ, "ಚಾಕು"; p.-money ಕೈಖರ್ಚಿನ ಹಣ; to p. an affront, insult ಅಪಮಾನವನ್ನು ತಾಳಿಕೊಳ್ಳು.

Po-єo-єū'rante, *n.* ನಿಶ್ಚಿಂತೆಯಾಗಿರುವವನು.

Pod, *n.* ಬುಡ್ಡಿ, ಸಿಂಬ, ಸಿಂಬೆ, ಕೋಡು *(S.C.)*.

Podġe (poj), *n.* ಮಡುವು, ಮಡ.

Pō'em, *n.* ಕಾವ್ಯ, ಕವಿತ್ವ, ಪದ್ಯ; make a p. ಕವಿತ್ವ ಮಾಡು.

Pō'e-sy, *n.* ಕವಿತ್ವ; 2. ಕವಿತಾಶಕ್ತಿ.

Pō'et, *n.* ಕವಿ, ಕವೀಶ್ವರ; p.-laureate ರಾಜಕವಿ, ಆಸ್ಥಾನಕವಿ; original p. ವರಕವಿ. **Pō'et-as-tĕr**, *n.* ಅಲ್ಪ ಕವಿ, ಹುಲುಕವಿ, ನರಕವಿ. **Pō'et-ess**, *n.* ಕವಿತ್ವಗಾರ್ತಿ, ಕವೀಶ್ವರಿ. **Pō-et'iє, -et'i-єal**, *a.* ಕವಿತ್ವದ; 2. ಕವಿತಾರೂಪದ, ಪದ್ಯಾತ್ಮಕ; 3. ಕಾವ್ಯರಸವುಳ್ಳ. **Pō-et'i-єal-ly**, *ad.* ಕಾವ್ಯರೂಪವಾಗಿ; 2. ಕಾವ್ಯರಸವಾಗಿ. **Pō'et-ry**, *n.* ಕಾವ್ಯ, ಕವನ; 2. ಕವಿತಾವಿದ್ಯೆ.

Poh, *int.* ಛೀ, ಛೀ; 2. ಛೀ, ಛೀ.

Poig'nant (poi'nant), *a.* ಕಾರ; 2. ತೀಕ್ಷ್ಣ, ಚುಚ್ಚುವ, ಅತಿ ವೇದನೆ ಕೊಡುವ, ಎದೆಯಲ್ಲಿ ನೆಡುವಂಥ. **Poig'nan-cy** (poi'nan-), *n.* ಕಾರ; 2. ತೀಕ್ಷ್ಣತೆ, ಚುರುಕು. **Poig'nant-ly** (poi'nant-), *ad.* ತೀಕ್ಷ್ಣವಾಗಿ, ಚುರುಕಾಗಿ.

Point, *n.* (sharp end of a piercing instrument) ಮೊನೆ, ತುದಿ, ಕೊನೆ; 2. (mark) "ಟಿಮ್ಮು", ಬಿಂದು; 3. (cape) ಭೂಶಿರ, ಭೂವ್ಯಗ್ರ, ನೆಲದ ಕೊನೆ; 4. (moment) ಕ್ಷಣ; p. of death ಸಾಯುವ ಗಳಿಗೆ, ಕೊರೇ ಪ್ರಾಣ, ಮರಣೋನ್ಮುಖ, ಕಂಠಗತಪ್ರಾಣ; he is on the p. of death ಉಸುರು ಕುತ್ತಿಗೇ ತನಕ ಬಂದದೆ, ಉಸುರು ಗಂಟಲಕ್ಕೆ ಬಂದು ಆತದೆ, ಪ್ರಾಣ ಕಂಠಗತವಾಗಿದೆ, ಸಾಯುತ್ತಾ ಇದ್ದಾನೆ; he is on the p. of going ಹೋಗಲಿರುತ್ತಾನೆ, ಹೋಗಲಿಕ್ಕಿರುತ್ತಾನೆ, ಹೊರಟು ನಿಂತಿದ್ದಾನೆ; 5. (degree, condition) ಸ್ಥಳ, ಸ್ಥಿತಿ; the highest p. ತುದಿ, ಅಗ್ರ; the lowest p. ಕಡೆ, ಕನಿಷ್ಠ; to such a p. ಇಷ್ಟು ಪರಿಯಂತ, ಅಲ್ಲಿಯ ತನಕ; 6. (peculiarity) ಲಕ್ಷಣ, ವಿಶೇಷ ಗುಣ; 7. (the pith or gist of an expression or discussion) ಮುಖ್ಯ ಮಾತು, ಮರ್ಮ; 8. *(geom.)* ಬಿಂದು; 9. (punctuation) ವಿರಾಮಚಿಹ್ನೆ; 10. (important circumstance) ವಿಷಯ, ಮಾತು, ಸಂಗತಿ, ಅಂಶ; chief p. ಮುಖ್ಯ ಮಾತು, ಬೀಜದ—, ಮುಖ್ಯ ಸಂಗತಿ; p. in dispute ವಿವಾದಾಂಶ; p. in hand ಈಗಿನ ಮಾತು; in p. of ವಿಷಯ, ವಿಷಯವಾಗಿ, ಸಂಬಂಧದಲ್ಲಿ; in p. of honour ಮಾನದ ವಿಷಯ, ಮರ್ಯಾದೆಯ ಕೆಲಸದಲ್ಲಿ; to make a p. of ಬಿಗಿಹಿಡಿ; p. by p. ಒಂದರ ಮೇಲೊಂದು; 11. (object, end) ಗುರಿ, ಕೊನೆ, ಕಡೆ; he gained his p., he carried his p. ತನ್ನ ಕೆಲಸ ಕಡೆಗಾಣಿಸಿದ, ಗೆದ್ದುಕೊಂಡ, ಕಾರ್ಯ ಸಿದ್ಧಿಗೆ ತಂದ; he brought the matter to a p. ಕಾರ್ಯ

ಮುಗಿಸಿದ; 12. (nicety, punctilio) ಸಣ್ಣ ಮಾತು, ಸೂಕ್ಷ್ಮ ಮಾತು; to stand upon points ಎಳ್ಳಷ್ಟು ಬಿಡದಿರು, ಸಣ್ಣ ಸಣ್ಣ ಮಾತು ಹಿಡಿ; 13. *(astr.)* equinoctial p. ಕ್ರಾಂತಿಪಾತ; solstitial p. ಅಯನಸಂಧಿ, ಅಯನಾಂತ; vertical p. ಖಮಧ್ಯ; 14. (lace) ಗೋಟು; points of the compass ದಿಕ್ಕುಗಳು; cardinal points ನಾಲ್ಕು ದಿಕ್ಕುಗಳು; boiling p. ಕುದಿಯು ಅವಧಿ; dew p. ಇಬ್ಬನಿಯ ಅವಧಿ, —ಪರಿಮಾಣ; melting p. ಕರಗುವ ಅವಧಿ; p. of view ಲೆಕ್ಕ; in this p. of view ಈ ಲೆಕ್ಕದಲ್ಲಿ; to the p. ಸರಿ, ಸರಿಯಾಗಿ; to stretch a p. ಅಳತೆ ಮೀರು. *v. t. r.* ಮಸೆ, ಮೊನೆ ಮಾಡು, ಮೋಣಚು—; 2. (p. a gun) ಗುರಿ ಇಡು; 3. (mark with stops) ವಿರಾಮಚಿಹ್ನೆ ಇಡು; 4. ತೋರಿಸು; p. out ತೋರಿಸಿಕೊಡು. *v. i.* p. at ತೋರಿಸು, ಸೂಚಿಸು. Point'ed, *a.* ಮೊನಚು, ಮೊನೆಯಾದ; 2. ಖಂಡಿತ, ಸ್ಪಷ್ಟ. Point'ed-ly, *ad.* ವಿಶೇಷ ಉದ್ದೇಶದಿಂದ, ಸ್ಪಷ್ಟವಾಗಿ. Point'ĕr, *n.* ಬೇಟೆ ತೋರಿಸುವ ಬೇಟೇನಾಯಿ; 2. ಪಟದಲ್ಲಿ ಶಬ್ದಗಳನ್ನು ತೋರಿಸುವ ಕೋಲು; 3. ಗಡಿಯಾರದ ಮುಳ್ಳು; 4. ತ್ರಾಸಿನ ಮುಳ್ಳು. Point'ing, *n. (arch.)* ದರ್ಜು. Point'less, *a.* ಮೊಂಡ (ಮುಂಡ); 2. ಜೀವಾಳವಿಲ್ಲದ, ಮಂದ, ಅರ್ಥವಿಲ್ಲದ, ಉದ್ದೇಶರಹಿತ.

Point-blank', *a.* ಖಂಡಿತ, "ಖಡಾಖಡಿ", ಖಂಡತುಂಡ, ಕಟ್ಟುನಿಟ್ಟು.

Poise, *n.* ಒಜ್ಜೆ, ತೂಕದ ಕಲ್ಲು, ಸಮತೂಕ. *v. t. r.* ಸಮತೂಕ ಮಾಡು, ತೂಗಿ ನೋಡು; 2. ತಲೆಯನ್ನು ತೂಗಿ ಹಿಡಿ.

Poi'son (poi'zn), *n.* ವಿಷ, ನಂಜು. *v. t. r.* ವಿಷ ಹಾಕು, ನಂಜು ಹಾಕು, ವಿಷ ಹಾಕಿ ಕೊಲ್ಲು; 2. ಕುಖ ಕೆಡಿಸು, ನೀತಿಭ್ರಷ್ಟ ಮಾಡು; to p. the ears of another ಒಬ್ಬನ ಮನಸ್ಸು ಕೆಡಿಸು. Poi'son-ĕr, *n.* ವಿಷಕೊಡುವವ, —ಹಾಕುವವ. Poi'son-ŏus, *a.* ವಿಷದ, ವಿಷವುಳ್ಳ. Poi'son-ŏus-ly, *ad.* ವಿಷವಾಗಿ. Poi'son-ŏus-ness, *n.* ವಿಷ, ವಿಷವಾಗಿರುವುದು.

Pōke, *n.* "ಸಂಚಿ", ಗೋಣಿ, ಚೀಲ, ಕಿಸೆ; 2. ಬೊಜ್ಜು ಬೆಳೆದ ದಪ್ಪ ದೇಹ.

Pōke, *v. t. r.* ತಿವಿ, ಹಾಯು; 2. ತಡವ್ಯಾಡು; p. a fun ಕುಚೇಷ್ಟೆ ಮಾಡು; p. one's nose ಪರಕಾರ್ಯದಲ್ಲಿ ನುಗ್ಗು; to p. the fire ಬೆಂಕಿ ಕೆದಕು. Pōk'y, *a.* ಅಲ್ಪಕ, ನೀಚ.

Pō'kĕr, *n.* ಬಕ್ಕಸಕೋಲು, ರಾವುಕೋಲು.

Pō'lar, *a.* ಧ್ರುವದ ಕಡೆಯ, ಧ್ರುವದ; p. bear ಬ್ರಹದೃಕ್ಷ, ಸಪ್ತರ್ಷಿಮಂಡಲ. Pō'lā'ris, *n.*, *see* Pole-star. Pō-lar'i-ty, *n.* ಧ್ರುವೋನ್ಮುಖತ್ವ.

Pōle, *n.* ಧ್ರುವ; p. of the ecliptic ಕದಂಬ. Pōle'-stär, *n.* ಧ್ರುವನಕ್ಷತ್ರ.

Pōle, *n.* ಗಣೆ, ಕೋಲು; 2. ಹನ್ನೊಂದು ಮೊಳದ ಅಳತೆ; p. of a carriage ಉದ್ದಿಗೆ, ಈಸು; p. of a plough ಈಚು, ಈಸು; p. of a tent ಕಂಬ.

Pōle'-axe, *n.* ಕಿರಿ ಕಾವಿನ ಕೊಡ್ಲಿ.

Pōle'cat, *n.* ಕಾಡುಬೆಕ್ಕು.

Po-lem'ic, -lem'i-cal, *a.* ವಾದದ, ತಾರ್ಕಿಕ. Po-lem'ic, *n.* ತರ್ಕ ಮಾಡುವವ, ವಾದ—. *pl.* ಧರ್ಮಸಂಬಂಧವಾದ, ಧರ್ಮವಾದಶಾಸ್ತ್ರ.

Pō-lïce', *n.* ಊರಿನ ರಕ್ಷೆ, "ಶಹರಿನ ಬಂದೋಬಸ್ತು", ರಾಜ್ಯದ—; 2. ಓಲಿಕಾರಜನ, ನಗರರಕ್ಷಕರು, ಗ್ರಾಮಪಾಲರು, "ಪೋಲೀಸು", "ಫೌಜು". Pō-lïced' (-lēst'), *a.* ಪೋಲೀಸಿನವರಿಂದ ಸುರಕ್ಷಿತವಡುವ. Pō-lïce'man, *n.* ಓಲಿಕಾರ, "ಪೋಲೀಸಿನವ".

Pol'i-cy, *n.* ರಾಜನೀತಿ, ನೀತಿ; 2. ಚಾತುರ್ಯ, ವ್ಯವಹಾರಚಾತುರ್ಯ; 3. "ವಿಮೆಯ" ಕರಾರುಪತ್ರ.

Pol'i-gar, *n.* ಪಾಳ್ಯಗಾರ.

Pol'ish, *v. t. r.* ಬೆಳಗು, ಒಪ್ಪ ಹಾಕು *c. d.*, ಮಿಂಚಿಸು, ಮೆರುಗು ಮಾಡು; 2. ಸಭ್ಯ ಮಾಡು, ಶಿಷ್ಟ—. *n.* ಒಪ್ಪ, ಒಪ್ಪ, ಮೆರುಗು, ಓಪು; 2. ಸಭ್ಯತೆ, ಮಾನಮರ್ಯಾದೆ.

Pō'lish, *a.* ಪೋಲಾಂಡ ದೇಶದ.

Pō-līte', *a.* ಮರ್ಯಾದೆಯುಳ್ಳ, ಸಭ್ಯ, ಆದರಶೀಲ, ಶಿಷ್ಟಾಚಾರವುಳ್ಳ; a p. man ನಡತೆವಂತ, ಮರ್ಯಾದಸ್ಥ. Pō-līte'ly, *ad.* ಮರ್ಯಾದೆಯಿಂದ, ಸಭ್ಯವಾಗಿ. Pō-līte'ness, *n.* ಮರ್ಯಾದೆ, ಸಭ್ಯತೆ, ಉಪಚಾರ.

Pol'i-tic, *a.* ರಾಜನೀತಿಯ; 2. ಬುದ್ಧಿಯುಳ್ಳ, ಯುಕ್ತಿಯುಳ್ಳ. Pō-lit'i-cal, *a.* ರಾಜ್ಯಕಾರ್ಯದ, ರಾಜಕಾರಣದ, "ಸರಕಾರಿ", ರಾಜ್ಯವ್ಯವಹಾರದ; p. economy ರಾಜಕೀಯ ಅರ್ಥಶಾಸ್ತ್ರ; p. geography ಜನವಾಸಾರ್ಥಕ ಭೂವರ್ಣನೆ. Pō-lit'i-cal-ly, *ad.* ರಾಜ್ಯಸಂಬಂಧವಾಗಿ, ರಾಜ್ಯಕಾರ್ಯಸಂಬಂಧವಾಗಿ. Pol-i-ti'cian (-tish'an), *n.* ರಾಜನೀತಿಜ್ಞ; 2. ಯುಕ್ತಿಶಾಲಿ. Pol'i-tics, *n. pl.* ರಾಜನೀತಿ, ರಾಜಕಾರ್ಯ, ಪ್ರಜಾಪಾಲನೆ. Pol'i-ty, *n.* ರಾಜ್ಯಪದ್ಧತಿ, ರಾಜ್ಯನಿಯಮ, ರಾಜ್ಯನೀತಿ.

Pōl'ka, *n.* ನಾಟ್ಯಭೇದ.

Pōll, *n.* ತಲೆ; 2. ಹೆಸರುಪಟ್ಟಿ; 3. ರಾಜಕೀಯ ಮತ್ತು ನ್ಯಾಯವಿಧಾಯಕ ಸಭೆಗಳಿಗೆ ಮತ (ವೋಟು) ಸಂಗ್ರಹಮಾಡುವುದು; 4. ಗಿಣಿಗೆ ಮುದ್ದು ಹೆಸರು. *v. t. r.* ಮರಗಳ ತಲೆ ಕತ್ತರಿಸು, ಸವರು; 2. ಕೌನ್ಸಿಲು ಸಭೆಗಳಲ್ಲಿ "ವೋಟು" ಸಂಗ್ರಹ ಮಾಡು. **Pōll'-tax**, *n.* ಮಂಡೆತೆರಿಗೆ, ಮಂಡೆ ಸುಂಕ.

Pol'lard (-lĕrd), *n.* ತುದಿ ಕಡಿದ ಗಿಡ, ಮೋಟು ಮರ; 2. ಕೋಡು ಕಳೆದ ಮೃಗ; 3. ಕತ್ತರಿಸಿದ ನಾಣ್ಯ. *v. t. r.* ಕತ್ತರಿಸಿ ಮೋಟು ಮಾಡು.

Pol'len, *n.* ಕುಸುಮ, ಪುಷ್ಪರೇಣು, ಪುಷ್ಪರಾಗ, ಪರಾಗ, ಪುಷ್ಪಗಂಧ.

Pol-lūte', *v. t. r.* ಮಾಸು, ಮಲಿನ ಮಾಡು; 2. ಕೆಡಿಸು, ಭ್ರಷ್ಟ ಮಾಡು; 3. ಹೊಲೆ ಮಾಡು. **Pol-lū'tiŏn**, *n.* ಅಪವಿತ್ರತೆ; 2. ಭ್ರಷ್ಟ ಮಾಡೋಣ; 3. ಮೈಲಿಗೆ, ಸೂತಕ, ಹೊಲೆ; self-p. ಕೈಗಾಣ ಹಾಕುವುದು, ಕೈಗಿಚ್ಚಿ—, ಕೈಗಿಚ್ಚಿ.

Pol'lux, *n.* ಪುನರ್ವಸು ನಕ್ಷತ್ರ.

Pō'lō, *n.* ಕುದುರೆಸವಾರರ ಚೆಂಡಾಟ.

Pōlt, *n.* ಪೆಟ್ಟು, ದೆಬ್ಬೆ.

Pol-troon', *n.* ಪುಕ್ಕ, ಹೇಡಿ, ಅಂಜುಬುರುಕ, ಹೇತುಕುಳಿ. *a.* ನೀಚ, "ಲುಚ್ಚಾ". **Pol-troon'ĕr-y**, *n.* ಹೇಡಿತನ, ನೀಚತನ.

Pol'y-, *pref.* ಬಹಳ, ಅನೇಕ.

Pol-y-a-del'phi-a (-del'fi-), *n.* *(bot.)* ಬಹುಭ್ರಾತೃತ್ವ.

Pol-y-an'dri-a, *n.* *(bot.)* ಬಹುಪುರುಷತ್ವ. **Pol-y-an'dry**, *n.* ಬಹುಪತಿತ್ವ.

Pol-y-an'thus, *n.* ಒಂದು ಜಾತಿ ಪುಷ್ಪ.

Po-lyc'ra-cy, Pol-y-gär'chy, *n.* ಬಹುನಾಯಕರಾಜ್ಯ.

Pol-yg'a-my, *n.* ಬಹುಪತ್ನಿತ್ವ, ಅನೇಕ ಹೆಂಡರನ್ನು ಮದುವೆ ಮಾಡಿಕೊಳ್ಳುವುದು. **Pol-y-gā'mi-a**, *n.* *(bot.)* ಬಹುಸಂಗಮತ್ವ; 2. ಬಹುಪುಷ್ಪಿವರ್ಗ.

Pol'y-glot, *a.* ಅನೇಕ ಭಾಷೆಗಳಲ್ಲಿ ಬರೆದ, ಬಹುಭಾಷೆಯ. *n.* ಬಹುಭಾಷಜ್ಞ, ಬಹುಭಾಷಾಗ್ರಂಥ.

Pōl'y-gon, *n.* ಬಹುಕೋಣ, ಬಹುಭುಜ.

Pol-y-ġyn'i-a, *n.* *(bot.)* ಬಹುಜನಿತ್ವ.

Pol-y-nē'sia, *n.* ದ್ವೀಪಸಮುದಾಯ.

Pol'yp, Pol'ype, Pol'y-pus, *n.* ಪ್ರವಾಲ ಕೀಟಕ; 2. *(med.)* ಮೂಗು ಗುದ ಗರ್ಭಾಶಯ ಇವುಗಳಲ್ಲಿ ಬೆಳೆಯುವ ಒಂದು ತರದ ಗಂಟು.

Pol-y-syl'la-ble, *n.* ಅನೇಕ ಮಾತ್ರೆಗಳುಳ್ಳ ಶಬ್ದ. **Pol-y-syl-lab'ic**, *a.* ಅನೇಕ ಅಕ್ಷರಗಳುಳ್ಳ.

Pol-y-tech'nic (-tek'nik), *a.* ನಾನಾ ವಿದ್ಯಾರ್ಥಕ.

Pol-y-thē'iṣm, *n.* ಬಹುದೇವಮತ. **Pol-y-thē'ist**, *n.* ಬಹುದೇವಮತವಾದಿ. **Pol-y-thē-is'tic, -is'ti-cal**, *a.* ಬಹುದೇವಮತದ.

Pō-māce', *n.* ಫಲಾದಿಗಳ ಸಾರ.

Pō-māde', Po-mā'tum, *n.* ಪರಿಮಳ ತೈಲ.

Pome'gran-āte, *n.* (tree, *Punica granatum, L.)* ದಾಳಿಂಬ ಗಿಡ; 2. (fruit) ದಾಳಿಂಬ ಹಣ್ಣು.

Pōmelo, *n.* *see* Pompelmous.

Pom'fret, *n.* ಮಾಜು (ಒಂದು ಜಾತಿಯ ಮೀನು).

Pō'mi-cul-ture, *n.* ಫಲಕೃಷಿ.

Pom'mel, *n.* ಗುಂಡು, ಗಂಟು. *v. t. r.* ಗುದ್ದು, ಕುಟ್ಟು, ಜಜ್ಜು.

Pomp, *n.* ಆಡಂಬರ, ಸೋಗು, ಸಡಗರ, ಸಮಾರಂಭ, ಅಟ್ಟಹಾಸ; 2. ಮೆರವಣಿಗೆ. **Pom-pos'i-ty**, *n.* ಡಂಭ, ಆಡಂಬರ. **Pom'pŏus**. *a.* ಅಟ್ಟಹಾಸದ, ಡಂಭದ, "ಬಡಾಯಿಯ". **Pom'pŏus-ness**, *n.* ಆಡಂಬರ, ಅಟ್ಟಹಾಸ, "ಡೌಲು".

Pom'pel-mŏus, *n.* *(Citrus decumana, L.)* ಚಕ್ಕೋತ ಹಣ್ಣು, ಸಕ್ಕರೆಕಂಚಿ.

Pom'pom, *n.* ತನ್ನಷ್ಟಕ್ಕೆ ಬೇಗಬೇಗನೆ ಗುಂಡು ಹಾರಿಸುವ ಒಂದು ತರದ "ತೋಫು".

Pond, *n.* ಕೊಳ, ಕೆರೆ, ಹೊಂಡ.

Pon'dĕr, *v. t. & i. r.* ತೂಕ ಮಾಡು, ವಿಚಾರ ಮಾಡು, ಚಿಂತಿಸು. **Pon'dĕr-a-ble**, *a.* ತೂಕ ಮಾಡತಕ್ಕ. **Pon-dĕr-os'i-ty, Pon'dĕr-ŏus-ness**, *n.* ಭಾರ, ವಿಶೇಷತ್ವ. **Pon'dĕr-ŏus**, *a.* ಒಜ್ಜೆಯ, ಭಾರವಾದ; 2. ವಿಶೇಷ, ಭಾರಿ, ಬಲವಾದ, ಆಡಂಬರದ. **Pon'der-ŏus-ly**, *ad.* ಭಾರವಾಗಿ.

Pon'iärd (pon'yärd), *n.* "ಕಠಾರಿ". *v. t. r.* ಕಠಾರಿಯಿಂದ ತಿವಿ.

Pon'tāġe, *n.* ಸಂಕ ದಾಟುವಾಗ ಕೊಡುವ ಸುಂಕ.

Pon'tiff, *n.* ಮುಖ್ಯ ಧರ್ಮಾಧಿಕಾರಿ, ಮಹಾಧರ್ಮಾಧ್ಯಕ್ಷ, ಗುರುಪೀಠಾಧ್ಯಕ್ಷ; Roman p. "ಪೋಪ"; Mohammedan p. "ಖಲೀಫ", "ಇಮಾಮು"; Hindu p. ಜಗದ್ಗುರು. **Pon-tif'ic, -tif'i-cal**, *a.* ಮಹಾಧರ್ಮಾಧ್ಯಕ್ಷನ, "ಪೋಪನ". **Pon-tif'i-cal**, *n.* ಸಭಾಚಾರ ಗ್ರಂಥ; *pl.* ಧರ್ಮಾಧ್ಯಕ್ಷನ ವಸ್ತ್ರಾಲಂಕಾರ. **Pon-tif'i-cāte**, *n.* "ಪೋಪನ" ಅಧಿಕಾರ.

Pon-toon', Pon-tŏn', *n.* ದೋಣಿ; p. bridge ದೋಣಿಗಳಿಂದ ಕಟ್ಟಿದ ಸೇತುವೆ, ತೆಪ್ಪದ—.

C *as* k; c *as* s; ch *as* sh; g *as in* get; ġ *as* j; ṅ *nasal, as in* aṅger; ṣ *as* z; th *as in* thou; x̱ *as* gz; ce, ci, si *and* ti *before a vowel as* sh: ocean, action.

Pō'ny, *n.* "ಟಾಕಣ", ತಟ್ಟು.

Poo'dle, *n.* ಉದ್ದ ರೋಮವುಳ್ಳ ನಾಯಿ.

Pooh (pụ), *int.* ಫೂ. *v. t.* ತಿರಸ್ಕರಿಸು, ಮಾತು ಹಾರಿಸು.

Pool, *n.* ಹೊಂಡ, ಕುಂಟೆ; 2. ಮಡುವು (ಮಡ).

Pool, *v. t. r.* ಹುದುವಾದ ಬಂಡಕ್ಕೆ ಸೇರಿಸು, ಶೇಖರಿಸು.

Poon tree, *n.* (*Calophyllum tomentosum, Wight.*) ಕೂವೆ ಮರ, ಬೊಬ್ಬೆ—(*My.*).

Poop, *n.* ಹಡಗಿನ ಹಿಂಭಾಗ, 2. ಹಡಗಿನ ಅತ್ಯಂತ ಎತ್ತರವಾದ ಅಂತಸ್ತು.

Poor, *a.* ಬಡ, ದರಿದ್ರ, "ಗರೀಬ"; the p. ಬಡ ಬಗ್ಗರು, ಬಡಮಂದಿ, ಬಡಪಾಯಿ ಜನರು; p.-box ಧರ್ಮದ ಡಬ್ಬಿ, ಕಾಣಿಕೇ ಪೆಟ್ಟಿಗೆ, ಬಡವರ ಮುಡುಪು. Poor'house, *n.* ದರಿದ್ರರ ಶಾಲೆ, ಭಿಕ್ಷಾಗೃಹ, ನಿರಾಶ್ರಿತರ ನಿವಾಸಗೃಹ. Poor'ly, *a.* ಜಡ್ಡಾದ, ಕ್ಷೇಮವಿಲ್ಲದ; he is p. ಅವನು ಜಡ್ಡಾಗಿದ್ದಾನೆ, ಅವನ ಮೈಯಲ್ಲಿ ನೆಟ್ಟಗಿಲ್ಲ. *ad.* ಬಡವನಾಗಿ, ಕನಿಷ್ಠರೀತಿಯಿಂದ; 2. ನೀಚವಾಗಿ. Poor'ness, *n.* ಬಡತನ, ದಾರಿದ್ರ್ಯ, ತತ್ವಾರ. Poor'-spir-it-ed, *a.* ಧೈರ್ಯವಿಲ್ಲದ, ಹೇಡಿಯಾದ, ಪುಕ್ಕ.

Pop, *v. i. r.* (popped, *pr.* popt) ಚಟ್ಟನೆ ಸಿಡಿ; 2. ಚಟ್ಟನೆ ಬೀಳು, —ಹೊರಡು, —ಸೇರು. *v. t.* ಫಕ್ಕನೆ ತೂರು, —ಸೇರಿಸು; 2. ಚಟ್ಟನೆ ಸಿಡಿಸು. *ad.* ಚಟ್ಟನೆ, ತಟ್ಟನೆ, ಬಗ್ಗನೆ.

Pōpe, *n.* "ರೋಮನ ಕಥೋಲಿಕರ" ಶ್ರೇಷ್ಠ ಅಧ್ಯಕ್ಷ, "ಪೋಪ", ವರಿಷ್ಠ ಗುರುವರ್ಯ, ಗುರುಪೀಠಾಧೀಶ, ಗ್ರೀಕ ಸಭೆಯ ಪಾದರಿ. Pōpe'-dŏm, *n.* "ಪೋಪನ" ಅಧಿಕಾರ, —"ಹುದ್ದೆ". Pō'pĕr-y, *n.* (ರೋಮನ ಕಥೋಲಿಕರ) "ಪೋಪತನ". Pō'pish, *a.* "ಪೋಪನ", "ರೋಮನ ಕಥೋಲಿಕ" ಸಭೆಯ, —ಧರ್ಮದ.

Pop'gun, *n.* ಪೆಟ್ಲಳ್ಳಿ, ಪೆಟ್ಲ ಕೊಳವಿ.

Pop'in-jāy, *n.* ಗಿಳಿ; 2. ಸೊಗಸುಗಾರ, "ಮೋಜುಗಾರ".

Pop'lar, *n.* ಬಹು ಉದ್ದವಾದ ಒಂದು ಜಾತಿಯ ಮರ.

Pop'pet, *n.* ಪುಟ್ಟವನು.

Pop'ple, *v. i.* ನೀರು ತಾಟು.

Pop'py, *n.* (*Papaver somniferum, L.*) "ಪೋಸ್ತು" ಗಿಡ, ಕಸಕಸೆ—, ಗಸಗಸೆ—; (the heads) "ಪೋಸ್ತು"ಕಾಯಿ, ಕಸಕಸೆ ತಲೆ; (the seed) ಕಸಕಸೆ; Mexican p. (*Argemone mexicana, L.*) ದತ್ತೂರ ಗಿಡ (*My.*); ಅರಸಿನ ಉಮ್ಮತ್ತ ಗಿಡ (*S. C.*). ಗೋಳಗೋಳಿಕೆ ಗಿಡ (*S. M.*).

Pop'sy, *n.* ಹುಡುಗಿಯನ್ನು ಅಕ್ಕರೆಯಿಂದ ಕರೆಯುವ ಮಾತು.

Pop'ū-lāce, *n.* ಸಾಧಾರಣ ಜನ, ಜನಸಮೂಹ.

Pop'ū-lar, *a.* (pertaining to the common people) ಜನಸಾಮಾನ್ಯರ; 2. (easy to be comprehended) ಜನಸಾಮಾನ್ಯರಿಗೆ ತಿಳಿಯುವಂಥ; 3. (common, inferior) ಕೀಳು ತರದ; 4. (beloved by the people) ಜನಪ್ರೀತ, ಜನಾಮೋದದ, ಮಂದಿಯ ಮನಸ್ಸಿಗೆ ಬರುವಂಥ, ಪ್ರಖ್ಯಾತಿಯ, ಪ್ರಸಿದ್ಧ. Pop'ū-lar-īṣe, *v. t. r.* ನಾಲ್ಕು ಮಂದಿಗೆ ತಿಳಿಯುವ ಹಾಗೆ ಮಾಡು, ಜನರೊಳಗೆ ರೂಢಿಗೆ ತರು. Pop-ū-lar'i-ty, *n.* ಜನರ ಪ್ರೀತಿ, ಜನರಂಜನೆ, ನಾಲ್ಕು ಮಂದಿಯ ಪ್ರೀತಿ, ಪ್ರಖ್ಯಾತಿ. Pop'ū-lar-ly, *ad.* ಮಂದಿಯ ಮನಸ್ಸಿಗೆ ಬರುವಂತೆ; 2. ಪ್ರಖ್ಯಾತವಾಗಿ; 3. ವಾಡಿಕೆಯಾಗಿ.

Pop'ū-lāte, *v. t. r.* ಬಸ್ತಿ ಮಾಡಿಸು, ಒಕ್ಕಲು ಇರಿಸು. Pop-ū-lā'tiŏn, *n.* ಪ್ರಜೆ, ಬಸ್ತಿ, ಜನಸಂಖ್ಯೆ. Pop'ū-lŏus, *a.* ಜನಭರಿತ, ಜನನಿಬಿಡವಾದ. Pop'ū-lŏus-ly, *ad.* ತುಂಬ ಜನವಾಗಿ, ಜನಭರಿತವಾಗಿ. Pop'ū-lŏus-ness, *n.* ಜನಭರಿತತ್ವ.

Porce'lāịn, *n.* "ಚೀನೀ"ಪಾತ್ರೆಗಳು, "ಪಿಂಗಾಣಿ", "ಬಿಲಾವರ" ಪಾತ್ರೆಗಳು; p. clay "ಚೀನೀ" ಮಣ್ಣು.

Pōrch, *n.* ಮಂಟಪ, ಕೈಸಾಲೆ, "ಪೌಳಿ".

Pŏr'cīne, *a.* ಹಂದಿಯ.

Por'cū-pīne, *n.* (*Hystrix leucura*) ಮುಳ್ಳು ಹಂದಿ, ಏದು; a porcupine's quill ಏದಿನ ಮುಳ್ಳು.

Pōre, *n.* ರೋಮಕೂಪ; 2. ರಂಧ್ರ, ಛಿದ್ರ.

Pōre, *v. i. r.* ಕಣ್ಣಿಟ್ಟು ನೋಡು; p. on, p. over ಮನಗೊಟ್ಟು ನೋಡು, ಅಭ್ಯಾಸ ಮಾಡು, ತಲೆ ಒಡಕೊಂಡು ಓದು.

Pōrk, *n.* ಹಂದೀ ಮಾಂಸ; p. butcher ಹಂದಿ ಕೊಯ್ಯುವವ. Pōrk'er, *n.* ಹಂದಿ. Pōr'ket, Pōrk'liṅg, *n.* ಹಂದೀ ಮರಿ.

Pō-ros'i-ty Pō'rŏus-ness, *n.* ತೂತುತೂತಿರುವುದು, ಸಣ್ಣಸಣ್ಣ ಕೂಪಗಳಿರುವುದು, ರಂಧ್ರತೆ, ಸಚ್ಛಿದ್ರತೆ. Pō'rŏus, *a.* ತೂತುತೂತಿರುವ, ರಂಧ್ರವುಳ್ಳ, ಸಚ್ಛಿದ್ರ, ಸುಷಿರ.

Por'phy-ry (-fi-ri), *n.* ಅಮೃತಶಿಲೆ.

Por'poise (por'pus), Por'pesse (por'pes), *n.* ಕಡಲುಹಂದಿ.

Por'ridġe (por'ij), *n.* ಗಂಜಿ, ಅಂಬಲಿ, ಭರತ.

Por'rin-ġĕr, *n.* ಬಟ್ಟಲು, ಚಟ್ಟಿಗೆ.

Pōrt, *n.* ರೇವು, ಬಂದರು. p. clearance ಹಡಗಿನ ರಹದಾರಿ.

Pōrt, *n.* ನಡತೆ, ಚಾಲು.

Pōrt, *n.* "ಪೋರ್ತುಗಲ" ದೇಶದ ದ್ರಾಕ್ಷಾರಸ, "ಪೋರ್ಟ್ ವೈನು".

Pōrt, *n.* ಹಡಗದ ಎಡ ಭಾಗ; 2. ಹಡಗದ ಜೇರುಗಿಂಡಿ; 3. ಹೆಬ್ಬಾಗಲು, ಬಾಗಲು.

Pōrt, *n.* ಹೊರುವುದು. Pōrt'a-ble, *a.* ಹೊರುವಂಥ, ಹೊತ್ತುಕೊಳ್ಳುವಂಥ; 2. ತಾಳತಕ್ಕ, ತಾಳುವಂಥ. Pōrt'āġe, *n.* ಒಯ್ಯೋಣ; 2. ಹೊರುವ ಕೂಲಿ; 3. ಸುಂಕ.

Pōrt'al, *n.* ಬಾಗಲು; 2. ಬಾಗಲಿನ "ಕಮಾನು"; 3. ಬಾಗಲಿನ ಚೌಕಟ್ಟು.

Pōrt-cul'lis, *n.* ಗಜಭಕ್ತ್ಯರಿ, ಗರಗಸಧಟ್ಟು; 2. ಮೇಲಿನಿಂದ ಕೆಳಕ್ಕೆ ಜಾರಬಿಡುವ ಕದ.

Pōrte, *n.* Sublime P. ಹಳೇ ತುರ್ಕಿ ಸರಕಾರ.

Por-tend', *v. t. r.* ಮುಂದಾಗಿ ಸೂಚಿಸು, ಚಿಹ್ನೆ ತೋರಿಸು, ಶಕುನವಾಗು. Por'tent, *n.* ದುಶ್ಚಿಹ್ನೆ, ಅಪಶಕುನ. Por-ten'tōus, *a.* ಅರಿಷ್ಟ, ಅಶುದ್ಧ, ಅಭದ್ರಸೂಚಕ, ಅವಲಕ್ಷಣದ; 2. ವಿಲಕ್ಷಣ. Por-ten'tōus-ly, *ad.* ಅಶುಭವಾಗಿ, ಅವಲಕ್ಷಣವಾಗಿ.

Pōrt'ẽr, *n.* ದ್ವಾರಪಾಲಕ, ಆಳು; 2. ಕೂಲಿಯಾಳು, ಮೊಟ್ಟೆ ಹೊರುವವ, "ಹಮಾಲ"; 3. ಒಂದು ತರದ ಹೆಂಡ, ಕರಿ "ಏಲ್"; *see* Ale. Port'er-āġe, *n.* ಮೂಟೆಹೊರುವ ಕೂಲಿ. Pōrt'ress, *n.* ದ್ವಾರಪಾಲಿಕೆ.

Pōrt-fō'li-ō, *n.* ಕಾಗದಗಳನ್ನಿಟ್ಟುಕೊಳ್ಳುವ ಚೀಲ; 2. ನಕ್ಷೆಗಳ ಸಂಗ್ರಹ; 3. ಪ್ರಧಾನಿಯ ಉದ್ಯೋಗ, ಮಂತ್ರಿಸ್ಥಾನ. the p. of war ಯುದ್ಧದ ಮಂತ್ರಿತ್ವ.

Pōr'ti-a tree (-shi-a), *n.* *(Thespesia populnea, Corr.)* ಹೂವರಸಿ ಹುರ *(My.)*, ಬಂಗಾಳೀ ಮರ *(S. M.)*, ಅಡವಿಬೆಂಡೇ ಮರ.

Pōr'ti-cō, *n.* ಬಾಗಲ ಮುಂದಿನ ಮಂಟಪ, ಮೊಗಸಾಲೆ, ಮುಖಮಂಟಪ, "ಪೌಳಿ".

Pōr'tiŏn, *n.* ಭಾಗ; 2. ಪಾಲು, "ಹಿಸೆ"; 3. ಸ್ತ್ರೀಧನ. *v. t. r.* ಪಾಲು ಮಾಡು, —ಹಂಚು.

Pōrt'ly, *a.* ಗಂಭೀರ; 2. ಗಾತ್ರ, ಗಡುತರ, ತೋರ. Pōrt'li-ness, *n.* ಗಾಂಭೀರ್ಯ, ಮಹತ್ವ, ಪುಷ್ಟಿ.

Pōrt-man'teau (-man'tō), *n.* ಹಸುಬೆ, ಹಸಿಬೆ, ವಸ್ತ್ರದ ಪೆಟ್ಟಿಗೆ, "ಜಾಮದಾನಿ".

Pōr'trāit, *n.* ಚಿತ್ರ, ಪ್ರತಿರೂಪ, ಮುಖರೂಪ. Pōr'trāi-tūre, *n.* ಚಿತ್ರ ತೆಗೆಯುವ ಕೆಲಸ; 2. ಚಿತ್ರ.

Pōr-trāy' (-trā'), *v. t. r.* ಚಿತ್ರ ತೆಗೆ *c. g.;* 2. ವರ್ಣಿಸು, ಚಿತ್ರಗಳಿಂದ ಅಲಂಕರಿಸು.

Pōr'tū-guēṣe (-gēz), *a.* "ಪೋರ್ತುಗಲ" ದೇಶದ. *n.* "ಪೋರ್ತುಗಲ" ದೇಶದವ.

Poṣe, *v. t. r.* ಪ್ರತಿಪಾದಿಸು; 2. ನಕ್ಷೆ ತೆಗೆಯುವ ಬಗ್ಗೆ ಒಂದು ಕ್ರಮದಲ್ಲಿ ನಿಲ್ಲಿಸು; 3. ಸೋಗನ್ನು ಹಾಕಿಕೊಳ್ಳು; 4. ಗಲಿಬಿಲಿ ಉಂಟಾಗುವಂತೆ ಪ್ರಶ್ನಿಸು. Pō'ṣẽr, *n.* ಗಲಿಬಿಲಿ ಮಾಡುವ ಪ್ರಶ್ನೆ, ಸಮಸ್ಯೆ.

Pō-ṣi'tiŏn (-zish'un), *n.* (condition) ಇರುವಿಕೆ, ಸ್ಥಿತಿ; 2. (situation) ಸ್ಥಾನ, ಸ್ಥಳ; 3. (point of view, ground taken in an argument) ಬಗೆ, ಪ್ರಮಾಣ, ಆಧಾರ; 4. (thesis) ಪ್ರತಿಜ್ಞೆ; 5. (social rank) ಸ್ಥಿತಿ, ಪದವಿ; high p. ಉನ್ನತ ಪದ, ಉಚ್ಚಪದ.

Poṣ'i-tive, *a.* (real, actual) ಖರೆ, ನಿಶ್ಚಯ, ವಾಸ್ತವಿಕ; 2. (clearly expressed) ಸ್ಪಷ್ಟ; 3. (decisive) ಖಚಿತ, ಖಂಡಿತ; 4. (over-confident) ದಿಟ್ಟ, ಮತಾಭಿಮಾನಿ; 5. *(gram.)* p. degree ಮೂಲ ಸ್ಥಿತಿ; 6. *(nat. phil. & math.)* ಧನ. Poṣ'i-tive-ness, *n.* ನಿಶ್ಚಯ, ವಾಸ್ತವ್ಯ; 2. ಸ್ಪಷ್ಟತೆ, ಸ್ಥಾಪಕಾರ್ಥ. Pos'it-iv-iṣm, *n.* ಇಂದ್ರಿಯಗೋಚರವಾದುದು ಮಾತ್ರ ಸತ್ಯವೆಂದು ನಂಬುವ ಮತ.

Posse, ಪೋಲೀಸಿನವರ ಗುಂಪು; *p. comitants* ಪೋಲೀಸಿನವರಿಗೆ ಸಹಾಯವಾಗಿ ಬಂದ ಜನಗಳ ಗುಂಪು.

Poṣ-ṣess', *v. t. r.* (*pr.* -zest') ಇರು, ಉಂಟಾಗಿರು; he possesses a house ಅವನಿಗೆ ಮನೆಯದೆ, —ಮನೆ ಉಂಟು; to p. one of ಸ್ವಾಧೀನ ಮಾಡಿಕೊಡು *c. d.;* 2. ತಿಳಿಸು; to p. one's self of ಸ್ವಾಧೀನ ಮಾಡಿಕೊಳ್ಳು, ಹಿಡುಕೊಳ್ಳು; *pass.* he is possessed ಅವನಿಗೆ ದೆವ್ವ ಬಡಿಯಿತು, ಅವನ ಮೈ ತುಂಬಿದೆ; he died possessed of a large property ಅವನು ಬಹಳ ಸಂಪತ್ತುಳ್ಳವನಾಗಿ ಸತ್ತನು. Poṣ-ṣes'siŏn (-zesh'un), *n.* ಸ್ವಾಧೀನತೆ; actual p. ಕೈವಶ; 2. ಅನುಭೋಗ, ಅನುಭವ; 3. ಬದುಕು, "ಮಾಲು"; p. by evil spirits ಆವೇಶ, ಭೂತಬಾಧೆ, ಮೈತುಂಬುವುದು; *pl.* ಬದುಕು, ಆಸ್ತಿಪಾಸ್ತಿ; take p. ಸ್ವಾಧೀನ ಮಾಡಿಕೊಳ್ಳು; give p. ಸ್ವಾಧೀನ ಮಾಡಿಕೊಡು, ಸ್ವಾಧೀನ ಕೊಡು. Poṣ-ṣes'sive (-zes'siv), *a.* *(gram.)* p. case ಸಂಬಂಧ ವಿಭಕ್ತಿ, ಷಷ್ಠೀವಿಭಕ್ತಿ. Poṣ-ṣes'sŏr, *n.* ಧನಿ, ಯಜಮಾನ, ಸ್ವತಂತ್ರಿ.

Pos-si-bil'i-ty, *n.* ಆಗುವುದು, ಅಳವು, ಸಾಧ್ಯತ್ವ, ಸಂಭವ. Pos'si-ble, *a.* (likely, practicable) ಬಹಳ ಮಾಡಿ ಆಗುವಂಥ. ಕೈಲಾಗುವಂಥ, ಶಕ್ಯ, ಸಾಧ್ಯ; *as*, it is p. that he come to-day ಈ ಹೊತ್ತು ಬಂದಾನು, ಬಹಳ ಮಾಡಿ ಈ ಹೊತ್ತು ಬಂದಾನು; this is p. for me ಇದು ನನ್ನ ಕೈಲಾದೀತು; with God all things are p. ದೇವರಿಗೆ ಎಲ್ಲಾ ಸಾಧ್ಯವಾದದ್ದು; 2. (improbable) it is p. but improbable ಇದ್ದರೆ ಇರಬಹುದು; as much as p. ಕೈಲಾದಷ್ಟು, ಕೈಲಾದ ಮಟ್ಟಿಗೆ. Pos'si-bly, *ad.* ಬಂದು ವೇಳೆ, ಕದಾಚಿತ್; 2. ಯಾವ ರೀತಿಯಿಂದಾದರೂ.

Pōst, *n.* ಕಂಬ; 2. ಉದ್ಯೋಗ, "ಹುದ್ದೆ"; 3. "ಫೌಜಿನ ಠಾಣೆ"; 4. ಅಂಚೆ, "ಟಪ್ಪಾಲು", *v. i. r.* ಅಂಚೆ ಇಡು, "ಟಪ್ಪಾಲ" ಗಾಡಿಯ ಮೇಲೆ ಹೋಗು. *v. t.* "ಜಾಹೀರು" ಮಾಡು; 2. ಇಡು; 3. (a letter) "ಟಪ್ಪಾಲಿಗೆ" ಹಾಕು, "ಟಪ್ಪಾಲಿನ" ಮೇಲೆ ಕಳುಹಿಸು, ಅಂಚೆಯ ಮೇಲೆ —; 4. ಲೆಕ್ಕದ ಪುಸ್ತಕಗಳಲ್ಲಿ ವರ್ಗಾಯಿಸು. Pōst'āge, *n.* ಟಪ್ಪಾಲ ಹಾಸಲು". Pōst'al, *a.* "ಟಪ್ಪಾಲಿನ", ಅಂಚೆಯ. Pōst'-bag, *n.* ಅಂಚೇ ಕಟ್ಟು, "ಟಪ್ಪಾಲ" ಚೀಲ. Pōst'boy · Pōst'man, *n.* ಅಂಚೆಯವ, "ಟಪ್ಪಾಲಿನವ". Pōst'-chāise (-shāz), *n.* ಅಂಚೇ ಗಾಡಿ, "ಟಪ್ಪಾಲು"ಬಂಡಿ. Pōst'ēr, *n.* ಹರಕಾರ; 2. "ಟಪ್ಪಾಲು" ಕುದುರೆ. Pōst'märk, *n.* ಅಂಚೆ ಮುದ್ರೆ. *v. i. r.* "ಟಪ್ಪಾಲ" ಮುದ್ರೆ ಒತ್ತು. Pōst'mastēr, *n.* ಅಂಚೇ "ಭಕ್ಷಿ", "ಪೋಸ್ಟಮಾಸ್ಟರ್". Pōst'-of-fice, *n.* "ಟಪ್ಪಾಲಕಚೇರಿ", ಅಂಚೇಮನೆ. Pōst'-pāid, *a.* "ಟಪ್ಪಾಲ" ಹಾಸಲು" ತೆತ್ತ. Pōst'-plāte, *n.* ಕಂಬತೊಲೆ.

Pōst, *ad. & prep.* ತರುವಾಯ, ಹಿಂದಿನ. Pōst'-dāte, *v.t.r.* ಮುಂದಿನ "ತಾರೀಕು" ಹಾಕು, —"ತಾರೀಕು" ಬರೆ. Pōst-di-lu'vi-an, *a.* ಜಲಪ್ರಳಯದ ಈಚೆಯ, —ಮೇಲಿನ. Pōst'fix, *n.* ಅಂತ್ಯಪ್ರತ್ಯಯ. Pōst-me-rid'i-an, *a.* ಮಧ್ಯಾಹ್ನದನಂತರದ (P. M.). Pōst'-mor-tem, *ad.* ಸತ್ತ ತರುವಾಯ; p. examination ಸತ್ತನಂತರ ಮಾಡುವ ಶವಪರೀಕ್ಷೆ. Pōst-nā-tal, *a.* ಜನನವಾದನಂತರ. Pōst-pō-si-tiŏn (-zish'un), *n.* ಹಿಂದಕ್ಕಿಡೋಣ; 2. *(gram.)* ಪ್ರತ್ಯಯ, ಉಪಸರ್ಗಾವ್ಯಯ.

Pos-tē'ri-ŏr, *a.* ಬೆನ್ನಹಿಂದಿನ; 2. ತರುವಾಯದ, ಹಿಂದಿನ. *n. pl.* ಗುದಪ್ರದೇಶ, ಕುಂಡೆ, ಪಿರ್ರೆ. Pos-ter'i-ty, *n.* ಸಂತತಿ, ಪರಂಪರೆ.

Pos'tĕrn, *n.* ದಿಡ್ಡೀಬಾಗಲು, ಹಿತ್ತಲಬಾಗಲು. *a.* ಹಿಂದಿನ; 2. ಏಕಾಂತದ.

Post'hū-mŏus (post'ū-mus), *a.* p. child ತಂದೆ ಸತ್ತ ಮೇಲೆ ಹುಟ್ಟಿದ ಮಗು; 2. ತಾಯಿ ಸತ್ತ ಮೇಲೆ ಅವಳ ಹೊಟ್ಟೆಯಿಂದ ತೆಗೆದ ಮಗು; p. work ಗ್ರಂಥಕರ್ತ ಸತ್ತ ಮೇಲೆ ಪ್ರಸಿದ್ಧವಾದ ಗ್ರಂಥಾವಿ; p. character ಸತ್ತನಂತರ ಪ್ರಖ್ಯಾತಿಗೆ ಬಂದ ಹೆಸರು.

Pos'til, *n.* ಟಿಪ್ಪಣಿ; 2. ವ್ಯಾಖ್ಯೆ.

Pos-til'iŏn (-til'yun), *n.* "ಟಪ್ಪಾಲು"ಬಂಡಿಯ ಸಾರಥಿ.

Pōst-pōne', *v. t. r.* ಮುಂದಕ್ಕೆ ಹಾಕು, ನಿಲ್ಲಿಸಿ ಇಡು, "ಬಾಕಿ" ಇಡು, ಮಾನಸಿಕ ಮಾಡು. Pōst-pōne'ment, *n.* ಮುಂದಕ್ಕೆ ಹಾಕೋಣ.

Pōst'script *(abbr.* **P. S.***)*, *n.* "ತಾಜಾಕಲಮು", ಇತಃಪರ ಲೇಖನ.

Pos'tū-lāte, *n.* ಪ್ರಮಾಣವಿಲ್ಲದ ಸ್ವೀಕರಿಸಿದ ಪಕ್ಷ, ಗೃಹೀತಕೃತ್ಯ, ಮೂಲಸೂತ್ರ. *v. i. r.* (ಪ್ರಮಾಣವಿಲ್ಲದೆ) ಸ್ವೀಕರಿಸು, ತಕ್ಕೊಳ್ಳು; 2. ಬೇಡಿಕೊಳ್ಳು.

Pos'ture *(or* -chūr), *n.* ಕೂಡ್ರುವ ರೀತಿ, ನಿಲ್ಲುವ ರೀತಿ, ಆಸನ, ದೇಹಸ್ಥಿತಿ: 2. ಅವಸ್ಥೆ, ಸ್ಥಿತಿ; 3. ಭಾವ.

Pō'sy, *n.* ಉಂಗುರದ ಮೇಲೆ ಬರೆದ ವಾಕ್ಯ; 2. ಹೂವಿನ ಚೆಂಡು, ತುರಾಯಿ, ಕುಚ್ಚು.

Pot, *n.* ಗಡಿಗೆ, ಮಡಿಕೆ, ತಪ್ಲು, ಕುಡಿಕೆ; big p. ಮುಖಂಡ, ದೊಡ್ಡ ಮನುಷ್ಯ; go to p. ನಾಶವಾಗು, ಹಾಳಾಗು; make the p. boil ಜೀವನ ನಡಿಸು; the p. calls the kettle black ತಾನು ಕಳ್ಳನಾಗಿ ಇನ್ನೊಬ್ಬನಿಗೆ ಕಳ್ಳನೆಂದು ದೂರಿದ: washerman's p. ಅಗಸನ ಬಾನೆ. *v. t. r.* (pot'ted) ಮಡಿಕೆಯಲ್ಲಿ ಹಾಕು, —ಇಡು. Pot'-bel-lied (-lid), *a.* ಡೊಳ್ಳು ಹೊಟ್ಟೆಯ, ಲಂಬೋದರದ. Pot'-bel-ly, *n.* ಡೊಳ್ಳುಹೊಟ್ಟೆ, ಗಣಪತಿಹೊಟ್ಟೆ. Pot'-hĕrb, *n.* ಪಲ್ಲೆ, ಹರಿವೆಸೊಪ್ಪು. Pot'-hook, *n.* ನೆಲುವು. Pot'house, *n.* ಸಾರಾಯಂಗಡಿ. Pot'lid, *n.* ಮಡಿಕೆ ಮುಚ್ಚಳ. Pot'stōne, *n.* (steatite or talc) ಬಳಪ. Pot'-val-iant (-valyant), *a.* ಅಮಲಿನಿಂದ ವೀರನಾದ, ಕುಡಿದು—.

Pō'ta-ble, *a.* ಕುಡಿಯುವಂಥ, ಕುಡಿಯತಕ್ಕ.

Pot'age, *n.* *see* Pottage.

Po-ta'mic, *a.* ನದಿಗಳಿಗೆ ಸಂಬಂಧ ಪಟ್ಟ.

Pot'ash, *n.* (carbonate of p.) ಮರದ ಉಪ್ಪು.

Pō-tā'tiŏn, *n.* ಕುಡಿಯುವುದು, ಪಾನೋತ್ಸವ; 2. ಪಾನಕ, ಬಾಯಾರು.

Pō-tā'tō, *n.* *(Solanum tuberosum, L.)* ಉರಲಗಡ್ಡೆ, "ಆಲುಗಡ್ಡೆ", "ಬಟಾಟೆ"; sweet p. *(Ipomœa batatas, Lamk.)* ಗೆಣಸು, ಸೀಗೆಣಸು; Goa p. *(Dioscorea aculeata, L.)* ಮುಳ್ಳುಗೆಣಸು.

Pō'tent, *a.* ಬಲವುಳ್ಳ, ಅಧಿಕಾರವುಳ್ಳ. Pō'ten-cy, *n.* ಶಕ್ತಿ, ಬಲ, ಅಧಿಕಾರ. Pō'ten-tāte, *n.* ಅರಸು, ರಾಜ, ಮಕುಟವರ್ಧನ. Po-ten'tial (-shal), *a.* ಸಂಭಾವ್ಯ, ಆಗ ಬಹುದಾದ; *(gram.)* p. mood ಶಕ್ಯಾರ್ಥಕ ರೂಪ. Pō-ten-ti-al'i-ty (-shi-), *n.* ಸಂಭಾವ್ಯತೆ, ಶಕ್ಯತೆ. [ಪೀಡೆ.

Poth'ĕr, *n.* ಗಡಿಬಿಡಿ, ಗದ್ದಲ, ತೊಂದರೆ, ಕಳವಳ,

Pō'tiŏn, *n.* ರಸ, ಕಷಾಯ, ರಸಾಯನ.

Pot-pour-ri' (pō-poo-rē'), *n.* ಕಲಬೆರಿಕೆ, "ಕಿಚಡಿ".

Pot'shĕrd, *n.* ಬೋಕಿ, ಹಂಚು, ಕೋರ್ಕೆ.

Pot'tāge, *n.* ಬೇಯಿಸಿದ ಪದಾರ್ಥ, ಸಾರು, ಸೂಪ.

Pot'tĕr, *n.* ಕುಂಬಾರ; potter's wheel ತಿಗುರಿ, ತಿಗರಿ. Pot'tĕr-y, *n.* ಕುಂಬಾರನ ಕೆಲಸ, ಗಡಿಗೆ, ಮಡಿಕೆ; 2. ಕುಂಬಾರನ "ಕಾರ ಖಾನೆ".

Pouch, *n.* "ಸಂಚಿ", "ಚಂಚಿ", ಚೀಲ; 2. ಪಕ್ಷಿಯ ಕಾಳಿನ ಚೀಲ, ಕಿರ್ಬೋಟ್ಟೆ. *v. t. r.* ಸಂಚಿಯಲ್ಲಿ ಹಾಕಿಕೊಳ್ಳು; 2. ನುಂಗು (said of birds).

Poulp, Poulpe (-oo-), *n.* ಪ್ರವಾಲಕೀಟಕ.

Pōult (pōlt), *n.* ಕೋಳೀ ಮರಿ. Pōul'tĕr-ĕr, *n.* ಕೋಳೀ ಮಾರುವವ. Pōul'try (pōl'tri), *n.* ಕೋಳಿ ಬಾತು ಇತ್ಯಾದಿಗಳು.

Pōul'tice (pōl'tis), *n.* (ಕುರು ಇತ್ಯಾದಿ) ಕಾಸ ಲಿಕ್ಕೆ ಕಟ್ಟಿದ ಸರಿ, ಕೂಳುಸರಿ, ಪಟ್ಟಿ, "ಪೋಲ್ಟಿಸು". *v. t. r.* *(pr.* pōl'tist) ಸರಿ ಕಟ್ಟು, ಕೂಳುಸರಿ—, ಪಟ್ಟಿ—.

Pounce, *n.* ರೇತಿ, ಕಪ್ಪು ಮರಳು ಪುಡಿ; p. box ರೇತಿದಾನಿ. Poun'cet-box, *n.* ಪರಿಮಳ ಡಬ್ಬಿ.

Pounce, *n.* ಪಕ್ಷಿಯ ಉಗುರು. *v. t. r. (pr.* pounst) p. on, p. upon ಎರಗಿ ಉಗುರಿನಲ್ಲಿ ಹಿಡಿ.

Pound, *n.* "ರಾತಲು"; Indian p. ४० ರೂಪಾಯಿತೂಕ; p. avoirdupois=೩೮½ ತೊಲೆ; p. troy=೩೨ ತೊಲೆ; p. sterling ಹದಿನೈದು ರೂಪಾಯಿ ಬಾಳುವ "ಪವನು, ಪೌಂಡು"; p. foolish, *see under* Penny. Pound'āge, *n.* ದರ "ಪೌಂಡಿಗೆ" ಕೊಡುವಂಥ "ದಸ್ತೂರಿ".

Pound, *v. t. r.* ಒರಳಿನಲ್ಲಿ ಕುಟ್ಟು, ತಳಿಸು, ಪುಡಿ ಮಾಡು. Pound'ĕr, *n.* ಒನಿಕೆ; betel-nut p. ಕುಟ್ಟಾಣಿ.

Pound, *n.* "ಸರಕಾರಿ" ದೊಡ್ಡಿ, ಪೋಲಿ ದನಗಳ ಕೊಟ್ಟಿಗೆ, "ಕೊಂಡವಾಡ". Pound'āge, *n.* ದೊಡ್ಡಿಗೆ ("ಕೊಂಡವಾಡಿಗೆ") ಕಟ್ಟಿದ ದನಕ್ಕೆ ಕೊಡ ತಕ್ಕ ಹಾಸಲು.

Pour (pōr), *v. t. r.* ಎರೆ, ಸುರಿ, ಹೊಯ್ಯು, ಹನಿಸು; p. in ಸುರಿದು ತುಂಬು, ಹನಿಸು; p. out, —forth ಸುರಿ, (throw away) ಚೆಲ್ಲು; 2. (utter) ಹೇಳು, ಹೇಳಿಬಿಡು, ಬಿಚ್ಚಿ ಬಿಡು. *v. i.* ಸುರಿ, ಧಾರೆ ಹಿಡಿ, ಪ್ರವಹಿಸು; p. oil over troubled waters ಮತ್ತಗೆ ನುಡಿಗಳಿಂದ ಗಲಿಬಿಲಿಯನ್ನು ತಗ್ಗಿಸು; p. cold water on ಉತ್ಸಾಹಭಂಗ ಮಾಡು; it never rains but pours ಸಂಕಷ್ಟಗಳು ಎಡೆಬಿಡದೆ ಬರುತ್ತವೆ.

Pōur-pär'ler (pur-pär'lā), *n.* ಸಲ್ಲಾಪ, ಮಾತುಕತೆ.

Pōur-pär'ty (pur-pär'ti), *n.* "ಹಿಸೆ", ಪಾಲು.

Pout, *v. i. r.* ಶಟಗೊಳ್ಳು, ಸಿಡುಮೋರೆಯಾಗಿರು, ಮೋರೆ ಮುರುಕಿಸು. *n.* ಶಟವು. Pout'ing-ly, *ad.* ಶಟಗೊಂಡು, ಸಿಡುಮೋರೆಯಾಗಿ.

Pov'ĕr-ty, *n.* ಬಡತನ, ಕೊರತೆ, ದಾರಿದ್ರ್ಯ; extreme p. ಸುದಾಮದಾರಿದ್ರ್ಯ, ಗಂಗೋದಕಕ್ಕೆ ಇಲ್ಲದ ಸ್ಥಿತಿ.

Pow'dĕr, *n.* ಪುಡಿ, ಚೂರ್ಣ; gun p. ಕೋವಿ ಮದ್ದು, ಕರಿಯ ಮದ್ದು, ಸಿಡಿಮದ್ದು, "ರಂಜಕ". *v. t. r.* ಪುಡಿಪುಡಿ ಮಾಡು; 2. ಪುಡಿ ಚಿಮಿಕಿಸು; 3. ಉಪ್ಪು ಹಾಕು *c. d.* Pow'dĕr-horn (-harn), *n.* ಕೋವಿಮದ್ದಿನ ಸೀಸೆ. Pow'-dĕr-mag-a-zine, *n.* ಕೋವಿಮದ್ದಿನ ಉಗ್ರಾಣ, "ಬಾರೂದಖಾನೆ". Pow'dĕr-y, *a.* ಪುಡಿಪುಡಿಯಾಗುವ, ಚೂರ್ಣವಾದ; 2. ಪುಡಿಪುಡಿಯುಳ್ಳ; 3. ಪುಡಿಯಂಥ.

Pow'er (pow'r), *n.* (physical) ಕಸುವು, ತ್ರಾಣ, ಶಕ್ತಿ, ಬಲ, ಪರಾಕ್ರಮ; 2. (moral influence, dominion) ಅಧಿಕಾರ, ಆಟೋಪ, ಬಲ; 3. (mental) ಶಕ್ತಿ, ಸಾಮರ್ಥ್ಯ; 4. (ruler) ರಾಜ, ಅರಸು; 5. (spirit, divinity) ದೇವತೆ; 6. *(mil.)* ಸೈನ್ಯ, ದಂಡು; 7. *(math.)* ಘಾತ, 2nd p. ವರ್ಗ, 3rd p. ಘನ, 4th p. ಚತುರ್ಘಾತ, 5th p. ಪಂಚಘಾತ, *etc.*; 8 *(law)* p. of attorney "ಮೊಖ್ತಿಯಾರನಾಮೆ", "ವಕಾಲತು"; mechanical powers ಮೂಲಯಂತ್ರಗಳು; in the p. of ಕೈಯಲ್ಲಿ. Pow'er-ful, *a.* ಕಸುವುಳ್ಳ, ಬಲವುಳ್ಳ, ಶಕ್ತಿಯುಳ್ಳ. Pow'er-less, *a.* ನಿತ್ರಾಣ, ಬಲಹೀನ.

Pox, *n.* ಉಷ್ಣ, ಉಷ್ಣರೋಗ; small-p. ಸಿಡುಬು, ಮೈಲಿ; chicken-p. ಶೀತಾಳ, ಸಿಡುಬು, ಗಣಜಲಿ, ತಟ್ಟಮ್ಮ; cow-p. ಗೋಮಸೂರಿ.

Prac'tice, *n.* (habit) ಚಾಳಿ, ಅಭ್ಯಾಸ, ವಾಡಿಕೆ, ಪದ್ಧತಿ; 2. (constant use) ರೂಢಿ, ವಾಡಿಕೆ; 3. (skill) ಬಳಿಕೆ, ಕೈಗುಣ; 4. (actual performance distinct from theory) ಮಾಡೋಣ; put into p. ಕಾರ್ಯದಲ್ಲಿ ಮಾಡು; 5. (exercise of a profession) ವ್ಯವಹಾರ, ಆಚರಣೆ, ನಡಿಸೋಣ; p. of medicine ವೈದ್ಯ ಮಾಡೋಣ, ಚಿಕಿತ್ಸೆ; 6. (extent of one's business) ಗಿರಾಕಿಗಳು; *as*, this physician has a large p. ಈ ವೈದ್ಯನಿಗೆ ಬಹಳ ಗಿರಾಕಿಗಳು, ಈ ವೈದ್ಯ ಮುಂಜೋರಿಗೆ ಬಂದಿರುತ್ತಾನೆ; 7. (art, stratagem) ಯುಕ್ತಿ, ತಂತ್ರ; 8. *(arith.)* "ಠೋಕತಾಳೆ", ವ್ಯವಹಾರಲೆಕ್ಕ; ಲೆಕ್ಕಮಾಡುವ ಸುಲಭ ಮಾರ್ಗ. Prac-ti-ca-bil'i-ty, *n.* ಮಾಡಲಿಕ್ಕಾಗೋಣ, ಸಾಧ್ಯತೆ, ಉಪಯೋಗ್ಯತೆ. Prac'ti-ca-ble, *a.* ಸಾಧ್ಯ, ಕೈಲಾಗುವಂಥ; this is p. ಇದನ್ನು ಮಾಡಬಹುದು, ಇದು ಸಾಧ್ಯವಾಗಿದೆ; 2. (passable, as a road) ಹಾಯಲಿಕ್ಕಾಗುವಂಥ; the road is p. ಈ ಮಾರ್ಗ ಹಾಯಬಹುದು. Prac'ti-cal, *a.* ಕ್ರಿಯೆಯ; 2. ಕೆಲಸಕ್ಕೆ ಬರುವಂಥ, ಉಪಯೋಗದ, ವ್ಯಾವಹಾರಿಕ (purpose); 3. (skilful) ಜಾಣ, ಚಮತ್ಕಾರದ; 4. ಅಭ್ಯಾಸದ (skill).

Prac'tise (-tis), *v. t. & i. r.* (*pr.* -tist) ಅಭ್ಯಾಸ ಮಾಡು, ರೂಢಿ—, ಸಾಧಿಸು, ಪರಿಶೀಲಿಸು; 2. ಮಾಡು, ನಡಿಸು.

Prac-ti'tiŏn-ĕr (-tish'un-), *n.* ಉದ್ಯೋಗ ಮಾಡುವವ; general p. ಔಷಧವನ್ನೂ ಶಸ್ತ್ರಕ್ರಿಯೆಯನ್ನೂ ಮಾಡುವವ; legal p. "ವಕೀಲ"; medical p. ವೈದ್ಯ.

Prag-mat'ic, -'i-cal, *a.* ಲೌಕಿಕ, ವ್ಯಾವಹಾರಿಕ, ಕ್ರಿಯಾತ್ಮಕ; 2. ತೊಂದರೆಯ, ದುಡುಕುಳ್ಳ.

Prāir'ie (prār'i), *n.* (in N. America) ಹುಲ್ಲಿರುವ "ಮೈದಾನು", ಹುಲ್ಲುಗಾವಲು, ಹುಲ್ಲುಗಾಡು.

Prāise, *n.* ಹೊಗಳಿಕೆ, ಪ್ರಶಂಸೆ ಸ್ತುತಿ, ಸ್ತೋತ್ರ; to win high p. ಕೀರ್ತಿಗೊಳ್ಳು. *v. t. r.* ಕೊಂಡಾಡು, ಹೊಗಳು, ಸ್ತುತಿಸು; 2. ಪಾಡಿಹರಸು, ಸ್ತೋತ್ರಗಾನ ಮಾಡು. Prāise-wŏr'thy, *a.* ಹೊಗಳತಕ್ಕ, ಸ್ತೋತ್ರಕ್ಕೆ ಯೋಗ್ಯ, ಸ್ತುತ್ಯ, ಶ್ಲಾಘ್ಯ.

Prance, *v. i. r.* (*pr.* pranst) ಕುಣಿ, ಕುಣಿದಾಡು; 2. ಒಯ್ಯಾರದಿಂದ ಕುದುರೆಸವಾರಿ ಮಾಡು; 3. ಠಟಗೊಂಡು ಅಡ್ಡಾಡು.

Pran'dial, *a.* ಭೋಜನದ.

Prank, *n.* ಕುಚೇಷ್ಟೆ, ಮಂಗಚೇಷ್ಟೆ. *v. t. r.* ಶೃಂಗರಿಸು, ಅಲಂಕರಿಸು.

Prāte, *v. i. r.* ಬಡಬಡಿಸು, ಪಟ್ಟಂಗ ಹೊಡೆ, ಹರಟೆಬಡಿ, ಬಟಗುಟ್ಟು. *n.* ಪಟ್ಟಂಗ, ಹರಟೆ.

Prat'tle, *v. i. r.* ಹರಟೆಬಡಿ; 2. (talk like a child) ಗೊಜಗು, ಮಕ್ಕಳಂತೆ ಮಾತಾಡು. *n.* ಬಾಲಭಾಷೆ; 2. ಹರಟೆ. Prat'tlĕr, *n.* ಹರಟೆಯುವ. [ಗಾಂಗಟೆ.

Prạwn (prạn), *n.* ಸಿಗಡಿ, ಜಂಗಿ, ಗಲಾಪಿಲ,

Prax'is, *n.*, *see* Practice ಅಭ್ಯಾಸಪಾಠ.

Prāy (prā), *v. t. & i. r.* ಬೇಡಿಕೊಳ್ಳು, ಹೇಳಿಕೊಳ್ಳು, ಪ್ರಾರ್ಥಿಸು, ಪ್ರಾರ್ಥನೆ ಮಾಡು. (ಮರ್ಯಾದೆಯಿಂದ) ಕೇಳಿಕೊಳ್ಳು; I pray *or* pray ಅಪ್ಪಾ, *as*, p. tell me ನನಗೆ ಹೇಳಪ್ಪಾ; p. what is his name? ಅವನ ಹೆಸರೇನಪ್ಪಾ? Prāy'ĕr, *n.* ಬೇಡಿಕೊಳ್ಳುವುದು, ಪ್ರಾರ್ಥನೆ, ವಿನಂತಿ, ಬಿನ್ನಹ, ಬೇಡುದಲೆ. Prāy'ĕr-bọọk, *n.* ಪ್ರಾರ್ಥನಾಪದ್ಧತಿ. Prāy'ĕr-fụl, *a.* ದೇವರಿಗೆ ಪ್ರಾರ್ಥನೆ ಮಾಡುತ್ತಾ ಇರುವ, ಭಜನಶೀಲ, ಪ್ರಾರ್ಥನಾಶೀಲ. Prāy'ĕr-less, *a.* ಪ್ರಾರ್ಥನೆ ಮಾಡದ, ಅಭಕ್ತ. Prāy'ĕr-mēet-iṅg, *n.* ಪ್ರಾರ್ಥನೆಯ ಕೂಟ, ಪ್ರಾರ್ಥನಾಸಂಘ.

Prē, *pref.* ಮುಂಚೆ, ಮುಂದಾಗಿ, ಹಿಂದೆ, ಹೆಚ್ಚು ಎಂದು ಸೂಚಿಸುವ ಉಪಸರ್ಗ.

Prēach (prēch), *v. i. r.* (*pr.* prēcht) ಧರ್ಮೋಪದೇಶ ಮಾಡು, ಬುದ್ಧಿವಾದ ಹೇಳು, ಪ್ರಸಂಗ ಮಾಡು. *v. t.* ಸಾರು, ಸಾರಿ ಹೇಳು, ಉಪದೇಶಿಸು; p. down ನೀಚಗಾಣಿಸಿ ಮಾತಾಡು; p. up ಹೊಗಳು. Prēach'ĕr, *n.* ಧರ್ಮೋಪದೇಶಕ, ಕ್ರೈಸ್ತಪ್ರಸಂಗಿ. Prēach'-iṅg, *n.* ಪ್ರಸಂಗ, ಧರ್ಮೋಪದೇಶ. Prēach'y, *a.* ಪ್ರಸಂಗಾತುರ.

Prē-am'ble, *n.* ಪೀಠಿಕೆ, ಪ್ರಸ್ತಾವನೆ, ಅವತರಣಿಕೆ. *v. t. r.* ಪೀಠಿಕೆ ಮಾಡು.

Preb'end, *n.* ದೇವಾಲಯದಲ್ಲಿ ಆಯಾ ಕೆಲಸಗಳನ್ನು ಮಾಡಿದ್ದಕ್ಕಾಗಿ ಸಿಕ್ಕುವ ಗುರುಕಾಣಿಕೆ. Preb'en-dar-y, *n.* ದೇವಾಲಯದ ಮಾನ್ಯ ಅನುಭವಿಸುವ "ಪಾದರಿ".

Pre-cā'ri-ọus, *a.* ಅನ್ಯಾಧೀನವಾದ; 2. ಅಸ್ಥಿರ, ಅನಿಶ್ಚಿತ, ಅಬಂದರೆಯ. Pre-cā'ri-ŏus-ly, *ad.* ಅಸ್ಥಿರವಾಗಿ, ಅಬುಂದರೆಯಾಗಿ Pre-cā'ri-ŏus-ness, *n.* ಅಸ್ವಾಧೀನತೆ; 2. ನಿಶ್ಚಯ ಕಾಣದ ಸ್ಥಿತಿ.

Prec'a-tive, -tŏr-y, *a.* ಬೇಡುವ, ಪ್ರಾರ್ಥಿಸುವ.

Pre-cau'tiŏn (-ka'shun), *n.* ಮುನ್ನಿಚಾರ, ಎಚ್ಚರಿಕೆ; 2. ಮುಂದಾಗಿ ಮಾಡಿಟ್ಟ ಹಂಚಿಕೆ, —ಉಪಾಯ. Pre-cau'tiŏn-al, Pre-cau'tiŏn-ar-y, *a.* ಎಚ್ಚರಿಕೆಯ, ಮುಂದಾಗಿ ಉಪಾಯ ಮಾಡುವಂಥ.

Pre-cēde', *v. t. r.* ಮುಂದೆ ನಡೆ *e. g.*, ಮುಂದೆ ಹೋಗು *e. g.*; 2. ಪೂರ್ವದಲ್ಲಿರು *e. g.*; 3. ..ಗಿಂತ ಶ್ರೇಷ್ಠನಾಗಿರು. Pre-cē'dence, -den-cy, *n.* ಮುಂದೆ ಹೋಗೋಣ; 2. ಮೊದಲಿರುವುದು; 3. ಶ್ರೇಷ್ಠತ್ವ. Prec'e-dent, *n.* ಮುಂಚಿನ ಉದಾಹರಣೆ, ಮುಂಚೆ ನಡೆದಂಥಾದ್ದು, ಪೂರ್ವವೃತ್ತ, ಪ್ರಾಕು "ದಾಖಲೆ". Pre-cē'-dent, *a.* ಮೊದಲಿನ, ಹಿಂದಣ. Prec'e-dent-ed, *a.* ದೃಷ್ಟಾಂತದ, ಆಧಾರವುಳ್ಳ, "ಮಾಮೂಲಿನ" ಪ್ರಕಾರವಾದ. Prec-e-den'tial (-den'-shal), *a.* ಮಾದರಿಯಾದಂಥ, Pre-cē'dent-ly, *ad.* ಮುಂದಾಗಿ, ಮೊದಲಾಗಿ. Pre-cē'-ding, *a.* ಹಿಂದೆ ಬಂದ, ಹಿಂದಿನ, ಮೊದಲಿನ.

Pre-cen'tŏr, *n.* ಸಂಗೀತಗಾರ, ಮುಂದೆ ಹಾಡುವವನು.

Prē'cept, *n.* ಕಟ್ಟಳೆ, ಆಜ್ಞೆ, ನಿಯಮ, ಕಟ್ಟು. Pre-cep'tive, Pre-cep'tŏr-y, *a.* ವಿಧಿಯ, ಆಜ್ಞಾರೂಪವಾದ, ಬುದ್ಧಿ ಕಲಿಸುವಂಥ. Pre-cep'tŏr, *n.* ಕಲಿಸುವವ, ಶಿಕ್ಷಕ, ಉಪಾಧ್ಯಾಯ, ಗುರು, "ಪಂತರು", ಆಚಾರ್ಯ. Pre-cep'tress, *a.* ಉಪಾಧ್ಯಾಯೆ, ಶಿಕ್ಷಕಳು.

Pre-ces'siŏn (-sesh'un), *n.* ಮುಂದೆ ಹೋಗೋಣ.

Prē'cinct, *n.* ಮೇರೆ, "ಸರಹದ್ದು", ಗಡಿಪೌಳಿ.

Pre'ciŏus (presh'us), *a.* ಬಹು ಕ್ರಯದ, ಬೆಲೆಯುಳ್ಳ, ಅಮೂಲ್ಯ, ಬಂಗಾರದಂಥ; p. metals ಬೆಳ್ಳಿ ಬಂಗಾರ; p. stone ಮಣಿ, ರತ್ನ. Pre'-ciŏus-ly (presh'us-), *ad.* ಅಮೂಲ್ಯವಾಗಿ, ಅಪೂರ್ವವಾಗಿ. Pre'ciŏus-ness, *n.* ಬೆಲೆ, ಅಮೂಲ್ಯತೆ.

Prec'i-pice, *n.* ಜರಿ, ಪ್ರಪಾತ, ಕೊಳ್ಳ, ಕಡುವಂಡಿ.

Pre-cip'i-tāte, *v. t. r.* ತಲೆ ಹಿಡಿದು ದೊಬ್ಬು, ಮೇಲಿಂದ ದೊಬ್ಬು; 2. ಅವಸರ ಮಾಡು, ಒತ್ತರ ಮಾಡು. *a.* ತಲೆ ಕೆಳಗಾಗಿ ಬೀಳುವ; 2. ಅವಸರದ, ಉತಾವಳಿಯ. Pre-cip'i-tance, -tan-cy, *n.* ಉತಾವಳಿ, ಅವಸರ, ದುಡುಕು. Pre-cip'i-tant, *a.* ತಲೆ ಕೆಳಗಾಗಿ ಬೀಳುವ; 2. ಅವಸರದ, ವಿಚಾರಗೆಟ್ಟ. Pre-cip'i-tāte-ly, *ad.* ಅವಸರವಾಗಿ, ಉತಾವಳಿಯಾಗಿ. Pre-cip-i-tā'tiŏn, *n.* ಉತಾವಳಿ, ಅವಸರ, ಆತುರ; 2. ದೊಬ್ಬುವುದು. Pre-cip'i-tŏus, *a.* ಕಡದು, ಬಹು ಕಡಿದಾಗಿರುವ; 2. ಅವಸರದ, ಆತುರವುಳ್ಳ. Pre-cip'i-tŏus-ly, *ad.* ಕಡದಾಗಿ; 2. ಅವಸರವಾಗಿ, ಉತಾವಳಿಯಾಗಿ. Pre-cip'i-tŏus-ness, *n.* ಕಡದು; 2. ಉತಾವಳಿ.

Pre-cīs' (prā-sē'), *n.* ಸಾರಾಂಶ.

Pre-cīse', *a.* ನೀಟು, ಖಂಡಿತ; 2. ಸರಿಯಾದ. Pre-cīse'ness, *n.* ಖಂಡಿತತ್ವ, ದಿಟ; 2. ಸರಿಯಾಗೋಣ. Pre-ci'siŏn (-sizh'un), *n.* ದಿಟ, ಖಂಡಿತ, ಸರಿಯಾಗೋಣ. ಸೂಕ್ಷ್ಮ.

Pre-clude', *v. t. r.* ದಾರಿ ಕಟ್ಟು, ಅಡ್ಡ ಬರು, ಪ್ರತಿಬಂಧ ಮಾಡು, ನಿಷೇಧಿಸು. Pre-clu'siŏn, *n.* ಅಡ್ಡಿ, ಪ್ರತಿಬಂಧ, ನಿಷೇಧ. Pre-clu'sive, *a.* ಪ್ರತಿಬಂಧವಾದ, ಅಡ್ಡಕಟ್ಟುವ.

Pre-cō'ciŏus (-kō'shus), *a.* ಬಾಲಪ್ರೌಢ, ಬೇಗ ಬುದ್ಧಿ ಬೆಳದ (ಮಗು). Pre-cō'ciŏus-ly (-kō'shus-), *ad.* ಅಕಾಲವಾಗಿ, ಕಾಲ ಬರುವ ಮೊದಲೇ. Pre-cō'ciŏus-ness, -coc'i-ty, *n.* ಬಾಲಪ್ರೌಢತೆ, ಅಕಾಲಬುದ್ಧಿ.

Prē-cog-ni'tiŏn (-nish'un), *n.* ಪೂರ್ವವಿಚಾರ, ಮೊದಲಾಗಿ ತಿಳುಕೊಳ್ಳುವುದು.

Prē-con-cēive' (-sēv'), *v. t. r.* ಮುಂದಾಗಿ ಭಾವಿಸು, ಮುಂತಿಳಿ. Prē-con-cep'tiŏn, *n.* ಮುಂದಾಗಿ ತಿಳುಕೊಳ್ಳೋಣ, ಪೂರ್ವ ಕಲ್ಪನೆ.

Prē-con-cĕrt', *v. t. r.* ಮುಂದಾಗಿ ಒಡಂಬಡು, ಮೊದಲೇ ಗೊತ್ತುಮಾಡಿಕೊಳ್ಳು. Prē-con-cert'ed, *a.* ಮುಂದಾಗಿ ಗೊತ್ತುಮಾಡಿದ.

Pre-cur'sŏr (-kĕr'sĕr), *n.* ಮುಂಗಡೆಯುವ, ಅಗ್ರಗಾಮಿ; 2. ಪೂರ್ವಚಿಹ್ನೆ, —ಲಕ್ಷಣ. Pre-cur'sŏr-y, *a.* ಪೂರ್ವ, ಮೊದಲು ಬಂದ.

Prē-dā'ceŏus, *a.* ಮಾಂಸಭಕ್ಷಕ. Prē'dal, Pred'a-tŏr-y, *a.* ಸುಲುಕೊಳ್ಳುವ, ಕೊಳ್ಳೆ ಮಾಡುವ, "ಲೂಟಿಯ"; 2. ಬುಭುಕ್ಷಿತ.

Prē-dē-ces'sŏr, *n.* ಮೊದಲಿದ್ದವ, ಪೂರ್ವಾಧಿಕಾರಿ, ಪಿತೃ. Prē-dē-ces'sive, *a.*, *see* Preceding.

Pre-des'tin-āte, Pre-des'tine (-tin), *v. t. r.* ಮುಂಚೆ ನೇಮಿಸು, ಸಂಕಲ್ಪಿಸು; predestined term of life ಅನ್ನರುಣ. Pre-des-tin-ā'tiŏn, *n.* ಪೂರ್ವಾಲೋಚನೆ, ಸಂಕಲ್ಪ; 2. ದೇವರ ಪೂರ್ವಾಲೋಚನೆ, ಪುರಾವಸ್ಥಾಪನೆ. Prē-des-ti-nā'ri-an, *n.* ಪೂರ್ವಸಂಕಲ್ಪವಾದಿ.

Prē-de-tēr'mine (-min), *v. t. r.* ಮುಂದಾಗಿ ನಿರ್ಣಯಿಸು. **Prē-de-tēr-mi-nā'tiōn**, *n.* ಪೂರ್ವಸಂಕಲ್ಪ, ಮುನ್ನಿರ್ಣಯ.

Prē'di-al, *a.* ಭೂಮಿ ಆಸ್ತಿಯ, ಸ್ಥಾವರ, ಭೂಮಿ ಆಸ್ತಿಗೆ ಸೇರಿದ, ಗದ್ದೆ ಹೊಲಗಳ.

Pred'i-ca-ble, *a.* ಆರೋಪಿಸತಕ್ಕ, ಹಚ್ಚತಕ್ಕ.

Pre-dic'a-ment, *n.* ಅವಸ್ಥೆ, ಸ್ಥಿತಿ; 2. ಕೆಟ್ಟ ಅವಸ್ಥೆ, ಆಪತ್ತು.

Pred'i-cāte, *v. t. r.* ಹೀಗಿರುತ್ತದೆ ಅನ್ನು; 2. ಆಧಾರ ಮಾಡಿಕೊಳ್ಳು. *n.* ಆಖ್ಯಾತ (*gram.*). **Pre-dic'a-tive**, **Pred'i-ca-tōr-y**, *a.* ಹೀಗಿರುತ್ತದೆ ಅನ್ನುವಂಥ, ಸ್ಥಾಪಿಸುವಂಥ, ಆಖ್ಯಾತಾರ್ಥಕ.

Pre-dict', *v. t. r.* ಭವಿಷ್ಯ ಹೇಳು, ಕಾಲಜ್ಞಾನ ಹೇಳು, ಪ್ರವಾದಿಸು. **Pre-dic'tiōn**, *n.* ಭವಿಷ್ಯದ್ವಾಕ್ಯ, ಕಾಲಜ್ಞಾನ, ಪ್ರವಾದನೆ. **Pre-dic'tive**, *a.* ಕಾಲಜ್ಞಾನದ, ಪ್ರವಾದಕ.

Prē-di-lec'tiōn, *n.* ಇಷ್ಟ, ಪ್ರೀತಿ, ಸ್ವಾಭಾವಿಕ ಪ್ರೀತಿ, ಪಕ್ಷಪಾತ.

Prē'dis-pōṣe, *v. t. r.* (ಮನಸ್ಸು) ಮೊದಲೇ ಬಾಗಿಸು, —ಒಲಿಸು; 2. ಮೊದಲೇ ಸಿದ್ಧ ಮಾಡು. **Prē-dis-po-ṣi'tiōn** (-zish'un), *n.* ಮನಸ್ಸು ಬಾಗಿರೋಣ, ಒಲವು, ಉದ್ಯುಕ್ತತೆ, ಸಿದ್ಧವಾಗಿರೋಣ, ಆಸ್ಪದ.

Pre-dom'i-nāte, *v. i. r.* ಪ್ರಬಲವಾಗಿರು, ಮುಖ್ಯವಾಗಿರು, ಆಳು. **Pre-dom'i-nance**, **-nan-cy**, *n.* ಪ್ರಧಾನತ್ವ, ಪ್ರಾಬಲ್ಯ, ಮೇಲಧಿಕಾರ. **Pre-dom'i-nant**, *a.* ಪ್ರಬಲ, ಮುಖ್ಯ.

Prē-em'i-nence, *n.* ಪ್ರಾಧಾನ್ಯ, ಶ್ರೇಷ್ಠತೆ. **Prē-em'i-nent**, *a.* ಶ್ರೇಷ್ಠ, ಮುಖ್ಯ, ಸರ್ವೋತ್ತಮ. **Prē-em'i-nent-ly**, *ad.* ಮುಖ್ಯವಾಗಿ, ಹೆಚ್ಚಾಗಿ.

Prē-emp'tiōn, *n.* ಮುಂಚೆ ಕೊಂಡುಕೊಳ್ಳುವ ಬಾಧ್ಯತೆ.

Prēen, *v. t. r.* ಪಕ್ಷಿಯಂತೆ ಗರಿ ಸರಿಮಾಡಿಕೊಳ್ಳು.

Prē-en-gāġe', *v. t. r.* ಮೊದಲು ಗೊತ್ತು ಮಾಡಿಕೊಳ್ಳು, ಮುಂಚೆ ಒಡಂಬಡಿಸಿ ಇಡು. **Prē-en-gāġe'ment**, *n.* ಮುಂಚೆ ಮಾಡಿಕೊಂಡ ಒಡಂಬಡಿಕೆ.

Prē-ex-ist', *v. i. r.* ಮುಂಚೆ ಇರು. **Prē-ex-is'tence**, *n.* ಮುಂಚೆ ಇರುವುದು, ಪೂರ್ವಸ್ಥಿತಿ. **Prē-ex-is'tent**, *a.* ಮುಂಚೆ ಇದ್ದ.

Pref'āce, *n.* ಪೀಠಿಕೆ, ಪ್ರಸ್ತಾವನೆ, ಅವತಾರಿಕೆ. *v.t.* & *i.r.* (*pr.* -'āst) ಪೀಠಿಕೆ ಬರೆ, —ಹೇಳು. **Pref'a-tōr-y**, *a.* ಪೀಠಿಕಾರೂಪವಾದ.

Prē'fect, *n.* ಅಧಿಪತಿ, "ಸುಬೇದಾರ".

Pre-fēr', *v. t. r.* (-fērred', *pr.* -fērd') ಹೇಳಿಕೊಳ್ಳು, ತೋರಿಸು, ಮುಂದಿಡು; 2. ಆರಿಸಿಕೊಳ್ಳು, ಇಷ್ಟಪಡು *e. d.; do you p. death to poverty?* ನಿನಗೆ ಮರಣಕ್ಕಿಂತ ಬಡತನವು ಸೇರುತ್ತದೋ? ಬಡತನಕ್ಕಿಂತ ಮರಣವು ಸೇರುತ್ತದೊ? 3. ವೃದ್ಧಿ ಮಾಡು, ಹೆಚ್ಚಿನ ಉದ್ಯೋಗದಲ್ಲಿಡು. **Pref'ēr-a-ble**, *a.* ವಾಸಿ, ಉತ್ತಮ, "ಪಸಂದು"; that is p. to this ಇದಕ್ಕಿಂತ ಅದು ವಾಸಿ, ಇದು ನೋಡಿದರೆ ಅದು ಉತ್ತಮ. **Pref'ēr-a-bly**, *ad.* ಉತ್ತಮವಾಗಿ. **Pref'ēr-ence**, *n.* ನಿವಡಿಸಿ ಆದುಕೊಳ್ಳೋಣ, ಇಷ್ಟ; in p. to this ಇದಕ್ಕಿಂತ, ಇದನ್ನು ಬಿಟ್ಟು; give p. ಆದುಕೊಳ್ಳು. **Pref ēr-en'tial**, *a.* ಶ್ರೇಷ್ಠ, ಮುಖ್ಯ. **Pre-fēr'ment**, *n.* ಉದ್ಯೋಗವೃದ್ಧಿ, "ಬಡತಿ".

Pre-fig'ūre, *v. t. r.* ಮುಂದೆ ಬರುವುದನ್ನು ಉಪಮಾನಪೂರ್ವಕವಾಗಿ ತೋರಿಸು. **Pre-fig-ū-rā'tiōn**, *n.* ಮುಂದೆ ಬರುವುದನ್ನು ಉಪಮಾನಪೂರ್ವಕವಾಗಿ ತೋರಿಸುವಿಕೆ.

Prē'fix, *n.* (*gram.*) ಉಪಸರ್ಗ, ಪ್ರತ್ಯಯ. **Pre-fix'**, *v. t. r.* (*pr.* fikst') ಪೂರ್ವದಲ್ಲಿ ಹಚ್ಚು, —ಇಡು.

Preg'na-ble, *a.* ಜಯಿಸತಕ್ಕ.

Preg'nant, *a.* ಬಸುರಾದ, ಗರ್ಭಿಣಿಯಾದ; 2. ಸಾರ್ಥಕ, ಸಫಲ, ಅರ್ಥಗರ್ಭಿತ; p. signification ಗರ್ಭಿತ ಶಬ್ದ. **Preg'nan-cy**, *n.* ಬಸುರು; longing in p. ಬಯಕೆ, ದೋಹದ ಲಕ್ಷಣ; (of cattle) ಸೂಲು, ಚೂಲು; 2. ಭಾರ; second p. ಮಲಚೂಲು.

Prē-hen'sile, *a.* ಹಿಡಿಯಲು ಶಕ್ತವಾದ. **Prē-hen'siōn**, *n.* ಬಿಗಿಯಾಗಿ ಹಿಡಿಯೋಣ.

Prē-his-tor'ic, *a.* ಇತಿಹಾಸದ ಮುಂಚಿನ.

Prē-judġe' (-juj'), *v. t. r.* ವಿಚಾರಣೆ ಇಲ್ಲದೆ ನ್ಯಾಯ ತೀರಿಸು, —ನ್ಯಾಯ ನಿರ್ಣಯಿಸು.

Prej'ụ-dice, *n.* ಅವಿಚಾರ, ದುರಾಗ್ರಹ, ದುರ್ನಿರ್ಣಯ; 2. ನಷ್ಟ; he has a p. against me ನಾನವನಿಗೆ ಸೇರುವುದಿಲ್ಲವೆಷ್ಟೆ; I have a p. in his favour ಅವನು ನನಗೆ ಸೇರುತ್ತಾನಷ್ಟೆ. *v. t. r.* (*pr.* -dist) ಮನಸ್ಸು ಬಾಗಿಸು, ಒಲಿಸು; p. in favour of ...ಮೇಲೆ ಪ್ರೀತಿ ಹುಟ್ಟಿಸು; p. against ಮನಸ್ಸು ಮುರಿ, —ಒಡಿಸು, ಮಿತ್ರಭೇದ ಮಾಡು. **Prej-ụ-di'cial** (-dish'al), *a.* ಕೆಡಕ, ನಷ್ಟಕರ, ಅಪಕಾರಕ. **Prej-ụ-di'cial-ly**, *ad.* ಕೆಡಕಾಗಿ, ನಷ್ಟಕರವಾಗಿ.

Prel'āte, *n.* ಧರ್ಮಾಧ್ಯಕ್ಷ ("ಬಿಶೊಪ್" ಇತ್ಯಾದಿ). Prel'a-cy, *n.* ಧರ್ಮಾಧ್ಯಕ್ಷನ ಸ್ಥಾನ; 2. ಧರ್ಮಾಧ್ಯಕ್ಷರು. Pre-lat'i-cal, *a.* ಧರ್ಮಾಧ್ಯಕ್ಷನ. Prel'a-tist, *n.* ಧರ್ಮಾಧ್ಯಕ್ಷ ಪಕ್ಷದವನು.

Pre-lect', *v. t. & i. r.* ಭಾಷಣ ಮಾಡು. Pre-lec'tiŏn, *n.* ಭಾಷಣ.

Pre-lim'i-nar-y, *a.* ಮೊದಲಿನ, ಆರಂಭದ. *n.* ಪ್ರಾರಂಭದ ಕೆಲಸ, ಸನ್ನಾಹ, ಪೀಠಿಕೆ.

Prel'ūde, *n. (mus.)* ಆಲಾಪನೆ; 2. ಸೂಚನೆ; 3. ಪ್ರಸ್ತಾವನೆ, ಪೀಠಿಕೆ. *v. t. r.* ಪ್ರಸ್ತಾವನೆ ಮಾಡು, ಪ್ರಾರಂಭಿಸು; *(mus.)* ಶ್ರುತಿ ಕೂಡಿಸು.

Prē'ma-tūre, *a.* ಕಾಲಕ್ಕೆ ಮುಂಚೆ ಹಣ್ಣಾದ, ಅಕಾಲದ; 2. ಅವಸರದ. Prē'ma-tūre-ly, *ad.* ತಪ್ಪ ಕಾಲ ಬಾರದೆ, ಅಕಾಲವಾಗಿ; 2. ಅವಸರವಾಗಿ. Prē-ma-tūr'i-ty, *n.* ಅಕಾಲತ್ವ, ಅವಸರ.

Pre-med'i-tāte, *v. t. r.* ಮುಂಚೆ ಯೋಚಿಸು. Pre-med'i-tated-ly, *ad.* ಮುಂದಾಗಿ ಯೋಚಿಸಿ. Pre-med-i-tā'tiŏn, *n.* ಮುಂದಾಗಿ ಆಲೋಚಿಸುವಿಕೆ.

Prē'mi-ĕr, *a.* ಮೊದಲನೇ, ಮುಖ್ಯ, ಶ್ರೇಷ್ಠ. *n.* ಪ್ರಧಾನಿ, "ವಜೀರ". Prē'mi-ĕr-ship, *n.* ಪ್ರಧಾನಿಯ ಸ್ಥಾನ.

Pre-mīse' *v. t. r.* ಮುಂದಾಗಿ ವಿವರಿಸು, ಮುಂಚೆ ಹೇಳು, — ಬರೆ.

Prem'is-es, *n. pl. (law.)* ವಟಾರ, ಮನೆ ಮಾರು.

Prem'ise *or* Prem'iss, *n.* Prem'iss-es, *pl. (log.)* ಆಧಾರದ ಮಾತು, ಪೂರ್ವಪಕ್ಷ, ಸಾಧನ, ಪ್ರಮೇಯ.

Prē'mi-um, *n.* "ಇನಾಮು", ಬಹುಮಾನ, ಸಂಭಾವನೆ; 2. "ವಿಮೆಯ" ಮುಂಗಡ.

Pre-mon'ish, *v. t. r.* (*pr.* -isht) ಮುಂದಾಗಿ ಹೇಳು, ಎಚ್ಚರಿಸು. Pre-mon'ish-ment, -mō-ni'tiŏn (-nish'un), *n.* ಎಚ್ಚರಿಕೆಯ ಮಾತು. Pre-mon'i-tŏr-y, Pre-mon'i-tive, *a.* ಎಚ್ಚರಿಸುವ.

Prem'ū-nī-re', *n. (law)* ರಾಜದ್ರೋಹ, *also* Præmunire.

Pren'tice, *n.*, *see* Apprentice.

Prē-oc'cū-pȳ, *v. t. r.* (-pīed) ಮುಂದಾಗಿ ಹಿಡಿದಿರು, — ಸ್ವಾಧೀನ ಮಾಡಿಕೊಳ್ಳು. Prē-oc-cu-pā'tiŏn, *n.* ಮುಂದಾಗಿ ಹಿಡಿಯೋಣ, ಪೂರ್ವಾಲೋಚನೆ, ಮನಸ್ಸಿನ ಬಾಗು.

Prē-or-dāin', *v. t. r.* ಮುನ್ನೇಮಿಸು. Pre-or'di-nance, Prē-or-di-nā'tiŏn, *n.* ಮುನ್ನೇಮಿಸೋಣ

Pre-pāre', *v. t. r.* ಅಣಿ ಮಾಡು, "ಜೋಡಣೆ"—, "ತಯಾರು"—, ಸಿದ್ಧ—, ಸವರಿಸು. *v. i.* ಹವಣಿಸಿಕೊಳ್ಳು, ಸಿದ್ಧವಾಗು, "ತಯಾರಾಗು", "ಜೋಡಣೆ" ಮಾಡು. Pre-par-ā'tiŏn, *n.* ಅಣಿ, "ಜೋಡಣೆ", ಸವರಣೆ, (for war) ಯುದ್ಧದ "ಜೋಡಣೆ", ಸನ್ನಾಹ, ಸಮಕಟ್ಟು; 2. "ಜೋಡಣೆ" ಮಾಡೋಣ, ಸಿದ್ಧ—, ಸನ್ನಾಹ—, ಸವರಣೆ. Pre-par'a-tive, -'a-tŏr-y, *a.* ಸಿದ್ಧಮಾಡುವ, "ಜೋಡಣೆಯ", ಸನ್ನಾಹದ; 2. ಮೊದಲನೇ, ಆರಂಭದ. Pre-par'a-tive-ly, *ad.* ಮುಂದಾಗಿ, ಮುಂಚೆ ಸಿದ್ಧ ಮಾಡುವದಕ್ಕಾಗಿ. Pre-pār'ed-ly, *ad.* ಸಿದ್ಧವಾಗಿ, ಪ್ರಯತ್ನಪೂರ್ವಕವಾಗಿ.

Prē-pāy' (-pā), *v. t. ir.* (-pāid') ಮುಂದಾಗಿ ಕೊಡು. Prē-pāy'ment, *n.* ಮುಂದಾಗಿ ಕೊಡೋಣ.

Pre-pense', *a.* ಪೂರ್ವೋದ್ದಿಷ್ಟ; malice p. ಪ್ರಯತ್ನಪೂರ್ವಕವಾದ ಮತ್ಸರ.

Pre-pon'dĕr-āte, *v. t. & i. r.* ಹೆಚ್ಚು ಭಾರವಾಗು, ಹಿರಿದಾಗು, ಪ್ರಬಲವಾಗಿರು. Pre-pon'dĕr-ance, *n.* ಹೆಚ್ಚಿಗೆ, ಭಾರಾಧಿಕ್ಯ, ಪ್ರಾಧಾನ್ಯ. Pre-pon'dĕr-ant, *a.* ಹೆಚ್ಚಿನ, ಹೆಚ್ಚು ಬಲವುಳ್ಳ, — ಭಾರದ.

Prep-ō-ṣi'tiŏn, *n.* ಉಪಸರ್ಗಾವ್ಯಯ. Pre-po-ṣi-tiŏn'al, *a.* ಉಪಸರ್ಗಾವ್ಯಯ ಸ್ವಭಾವದ. Pre-poṣ'i-tive, *a.* ಪೂರ್ವದಲ್ಲಿಟ್ಟ, ಪೂರ್ವದಲ್ಲಿ ಹಚ್ಚತಕ್ಕ, ಹಿಂದಿಟ್ಟ. *n.* ಶಬ್ದದ ಪೂರ್ವದಲ್ಲಿ ಹಚ್ಚುವ ಪ್ರತ್ಯಯ. Pre-poṣ'i-tŏr *or* Pre-pos'tŏr, *n.* ಹಿರೇಮಣಿ.

Prē-poṣ-ṣess', *v. t. r. (pr.* -zest') ಮೊದಲು ಹಿಡಿ, — ಸ್ವಾಧೀನ ಮಾಡಿಕೊಳ್ಳು; 2. ಮುಂದಾಗಿ ಮನಸ್ಸು ಬಾಗಿಸು, — ಮನಸ್ಸು ಎಳೆ, — ಮನಸ್ಸು ಒಲಿಸು. Prē-poṣ-ṣes'siŏn, *n.* ಮೊದಲು ಹಿಡಿಯೋಣ; 2. ಪೂರ್ವಾಲೋಚನೆ, ಮುಂತಿಳಿಯುವಿಕೆ.

Pre-pos'tĕr-ŏus, *a.* "ಉಪರಾಟ", ವಿಪರೀತ, ಹಿಂದುಮುಂದಾದ, ಬುದ್ಧಿಗೆಟ್ಟ. Pre-pos'tĕr-ŏus-ly, *ad.* ವಿಪರೀತವಾಗಿ, ಹಿಂದುಮುಂದಾಗಿ. Pre-pos'tĕr-ŏus-ness, *n.* ವಿಪರ್ಯಯ, ಬುದ್ಧಿಗೇಡಿತನ.

Prē'pūce, *n.* ಮುಂದೊಗಲು.

Pre-rog'a-tive, *n.* "ಹಕ್ಕು", ಸ್ವತ್ವವಿಶೇಷ, ವಿಶೇಷಾಧಿಕಾರ.

Pres'āge, *n.* ಪೂರ್ವ ಲಕ್ಷಣ, ಶಕುನ, ಚಿಹ್ನೆ,

ಪೂರ್ವಜ್ಞಾನ. **Pre-sāge′**, *v. t. r.* ಮುಂದಾಗಿ ಸೂಚಿಸು, —ತೋರಿಸು, ಮುಂತಿಳಿಸು.

Pres′by-tĕr, *n.* ಕ್ರೈಸ್ತ ಸಭೆಯ ಹಿರಿಯ, ಉಪಾಧ್ಯಾಯ, "ಪಾದ್ರಿ". **Pres-by-tē′ri-an**, *a.* "ಪ್ರೆಸಬಿತರ" ಸಂಬಂಧವಾದ; 2. "ಪ್ರೆಸಬಿತರ" ಎಂಬ ಹಿರಿಯರ ಸಭಾಪರಿಪಾಲನೆಯ. *n.* "ಪ್ರೆಸಬಿತರು" ಪರಿಪಾಲನೆ ಮಾಡುವ ಸಭೆಯವ. **Pres-by-tē′ri-an-ism**, *n.* ಹಿರಿಯರು ಸಭಾಪರಿಪಾಲನೆ ಮಾಡುವ ಕ್ರಮ. **Pres′by-tĕr-y**, *n.* (ಕ್ರೈಸ್ತ ಸಭೆಯ) ಹಿರಿಯರ ಕೂಟ, "ಪ್ರೆಸಬಿತರ" ಸಭೆ.

Prē′sci-ence (-shi-ens), *n.* ಭವಿಷ್ಯಜ್ಞಾನ. **Prē′sci-ent**, *a.* ಭವಿಷ್ಯಜ್ಞಾನವುಳ್ಳ.

Prē-scribe′, *v. t. r.* ನೇಮಿಸು, ಆಜ್ಞಾಪಿಸು; 2. ಔಷಧ ಕೊಡು, ಔಷಧೋಪಚಾರ ಹೇಳು. **Prē′script**, *n.* ಕಟ್ಳೆ, ವಿಧಿ; 2. ಔಷಧಸೂಚನೆ. **Prē-scrip′tion**, *n.* ನಿಯಮ, ವಿಧಿ; 2. ವೈದ್ಯ ಚೀಟು; 3. *(law)* "ವಹಿವಾಟಿನ" ಹಕ್ಕು, ಪೂರ್ವಭೋಗವಟಿ. **Prē-scrip′tive**, *a.* ಪೂರ್ವದಿಂದ ಅನುಭವಿಸಿದ, ಪ್ರಾಚೀನ ಭೋಗವಟಿಯ.

Pres′ence, *n.* ಸಮಕ್ಷ, ಸಾನ್ನಿಧ್ಯ, ಸನ್ನಿಧಾನ, "ಹಾಜರು"; 2. ಆಕಾರ, ಪ್ರತ್ಯಕ್ಷತೆ; p. of mind ಸ್ಥಿರಬುದ್ಧಿ, ಎಚ್ಚರ, ಪ್ರಸಂಗಾವಧಾನ, ಪ್ರಾಪ್ತಕಾಲಜ್ಞಾನ; p.-chamber "ಹಜಾರ". 3. (mien, air) ಮುಖಭಾವ, ಚಹರೆ.

Pres′ent, *a.* (not away) ಇರುವ, ಹತ್ತರಿರುವ, "ಹಾಜರು"; he is p. ಇರುತ್ತಾನೆ, "ಹಾಜರು" ಇರುತ್ತಾನೆ; all men p. ಇರುವವರೆಲ್ಲರು, ಇದ್ದವರೆಲ್ಲರು; 2. (not past *or* future) ಈಗಿನ, ಸಾಂಪ್ರತ, ನಡೆಯುವ; the p. day ಈಹೊತ್ತು, ಇಂದಿನ ದಿವಸ; the p. year ನಡೆಯುವ ವರುಷ; 3. (propitious) ಅನುಕೂಲ, ಪ್ರಸನ್ನ; p. tense *(gram.)* ವರ್ತಮಾನಕಾಲ. *n.* ಈಗಿನ ಕಾಲ, ಸಾಂಪ್ರತ ಕಾಲ; 2. *pl. (law)* ಕಾಗದ, "ಖತ್ತು"; at p. ಈಗ; for the p., in the p. ತುರುತಕ್ಕೆ, ಸದ್ಯಕ್ಕೆ.

Pres′ent, *n.* (gift to bride and bridegroom at a wedding) ಉಡುಗೊರೆ, ಉಡುಗೆರೆ, ಮುಯ್ಯಿ; 2. ಉಚಿತ, ಸಂಭಾವನೆ; to give a thing as a p. ಉಚಿತ (ಉಚಿತವಾಗಿ) ಕೊಡು, ಹೀಗೆ—; p. to a superior ಕಾಣಿಕೆ, "ನಜರು"; to an equal ಉಡುಗೆರೆ, ಮುಯ್ಯಿ, ಉಚಿತ; to an inferior ಬಹುಮಾನ, ಉಚಿತ, "ಇನಾಮು"; p. of money to a Brahman ದಕ್ಷಿಣೆ.

Pre-sent′, *v. t. r.* "ಹಾಜರು" ಮಾಡು, "ಭೇಟಿ" ಮಾಡಿಸು; 2. ತೋರಿಸು; 3. ಕೊಡು, ದಾನ ಮಾಡು. **Pre-sent′a-ble**, *a.* ತೋರಿಸತಕ್ಕ, ಮುಂದಿಡತಕ್ಕ; 2. ಕೊಡತಕ್ಕ. **Pres-en-tā′tion**, *n.* "ಭೇಟಿ" ಮಾಡಿಸೋಣ; 2. "ಹಾಜರು" ಆಗುವುದು; 3. ತೋರಿಸೋಣ, ಸಮರ್ಪಣೆ. **Pres-en-tēe′**, *n.* (ಕ್ರೈಸ್ತ) ಬೋಧಕೋದ್ಯೋಗಕ್ಕೆ ತೋರಿಸಿಕೊಂಡವ. **Pres′ent-ly**, *ad.* ಈಗಲೇ, ಸಂಗಡಲೇ, ಸ್ವಲ್ಪ ಹೊತ್ತಿನಲ್ಲಿ. **Pre-sent′ment**, *n.* ತೋರಿಸೋಣ, ಅರ್ಜಿ ಕೊಡೋಣ.

Pre-sen′ti-ment, *n.* ಮುಂದಾಗಿ ತಿಳಿದಿರೋಣ, ಸೂಚನೆ; 2. ಭವಿಷ್ಯಾರ್ಥದ ಭಯ.

Pre-sĕrve′, *v.t.r.* ಉಳಿಸು, ಕಾಪಾಡು, ರಕ್ಷಿಸು, ಭದ್ರ ಮಾಡು. *n.* "ಮುರಬ್ಬಾ", ಜೇನಿನಲ್ಲಿಟ್ಟ ಹಣ್ಣು, ಊರಿಟ್ಟ—, ಮಾಗಿಟ್ಟ—, ಪಣದೆ; a game p. ಬೇಟೆ ಮೃಗಗಳನ್ನಿಟ್ಟಿರುವ ಸ್ಥಳ. **Pres-ĕr-vā′tion**, *n.* ಉಳಿಸೋಣ, ರಕ್ಷಣೆ, ಕಾಯುವಿಕೆ. **Pre-sĕr′va-tive**, **-tŏr-y**, *a.* ಉಳಿಸುವ, ಕಾಪಾಡುವ, ರಕ್ಷಿಸುವ, ತ್ರಾಣವುಳ್ಳ. *n.* ರಕ್ಷಿಸುವಂಥಾದ್ದು, ಕಾಯುವಂಥಾದ್ದು. **Pre-sĕrv′ĕr**, *n.* ಉಳಿಸುವವ, ಉಳಿಸಿದವ, ಕಾಪಾಡುವವ, ರಕ್ಷಕ.

Pre-sīde′, *v. i. r.* ಮುಖ್ಯಸ್ಥನಾಗಿರು, ಅಗ್ರಸ್ಥನಾಗಿರು, ಪಾರುಪತ್ಯ ನೋಡು. **Pres′i-den-cy**, *n.* ಅಧಿಪತ್ಯ, "ಇಲಾಖೆ", ಸಂಸ್ಥಾನ. **Pres′i-dent**, *n.* ಅಧಿಪತಿ, ನಾಯಕ; p. of an assembly ಸಭಾಪತಿ, ಅಗ್ರಸ್ಥ, ಅಧ್ಯಕ್ಷ. **Pres′i-dent-ship**, *n.* ಅಧಿಪತ್ಯ, ಅಗ್ರಸ್ಥಿಕೆ, ಅಗ್ರಾಸನ. **Pres′i-den′tial** (-den′shal), *a.* ಸಭಾಪತಿಯ.

Prē-sig′ni-fȳ, *v.t.r.* ಸೂಚಿಸು, ಮುಂಪಾಗಿ—.

Press, *n.* ಒತ್ತುವ ಯಂತ್ರ; oil-p. ಗಾಣ; wine-p. ದ್ರಾಕ್ಷೇ ಆಲೆ; 2. (printing p.) ಛಾಪಾಯಂತ್ರ; 3. (printing-office) "ಛಾಪಖಾನೆ"; 4. (business of printing) ಪುಸ್ತಕ ಮುಂತಾದವುಗಳನ್ನು ಛಾಪಿಸೋಣ; 5. (printed publications) ವರ್ತಮಾನಪತ್ರ ಮುಂತಾದವುಗಳು; 6. (box) "ಸಂದೂಕ", ಪೆಟ್ಟಿಗೆ, "ಅಲ್ಮೈರ"; 7. (urgency) "ಅಡಚಣೆ", ಅವಸರ, ಬಹಳ ಕೆಲಸ; 8. (throng) ಜಂಗುಳಿ, ದಟ್ಟಣೆ, ತಂಡ, ಗದ್ದಲ, ಸಮೂಹ; liberty of the p. ವರ್ತಮಾನಪತ್ರ ಪುಸ್ತಕ ಮುಂತಾದವುಗಳನ್ನು ಅಡ್ಡಿಯಿಲ್ಲದೆ ಛಾಪಿಸುವ ಅಪ್ಪಣೆ, ಅಂಥಾದ್ದನ್ನು ಛಾಪಿಸುವ "ಹಕ್ಕು". *v.t.r. (pr. prest)* ಒತ್ತು, ಹತ್ತಿಕ್ಕು; 2. (express juice)

ಹಿಂಡು; 3. (p. paper, cloth, etc.) ಘಟ್ಟನೇ ಮಣೆಯಲ್ಲಿ ಹಾಕು; 4. (embrace) ಅವಚಿ ಕೊಳ್ಳು, ಅಪ್ಪಿಕೊಳ್ಳು; 5. (urge) ಒತ್ತಾಯ ಮಾಡು, ಬಲವಂತ ಮಾಡು c. d., ಕಡ್ಡಾಯ ಮಾಡು; p. a thing upon one ಒಬ್ಬನಿಗೆ ಏನಾದರೂ ಒತ್ತಾಯ ಮಾಡಿ ಕೊಡು, ಒತ್ತಿ ಹೇಳು, ಒತ್ತಾಯದಿಂದ ಹೇಳು; 6. (force into service) ಬಿಟ್ಟೀ ಹಿಡಿ; p. down ಹತ್ತೊತ್ತು; p. in ಅಡಗಿಸು, ಒತ್ತಿಹಾಕು, ತುರುಕು, ಅಡಬಡಿಸು. v. i. ಒತ್ತು, ಹತ್ತಿಕ್ಕು; 2. (move on with urging) ಒತ್ತರ ಮಾಡಿ ಹೋಗು, ತ್ವರೆ ಮಾಡಿ—; 3. (move on in a crowd) ನೂಕಿಸಿಕೊಂಡು ಹೋಗು; 4. (to throng) ಕವಿದುಕೊಳ್ಳು, ಗುಂಪುಗೂಡು; hard pressed ಅದುಮಿದ, ಒತ್ತಿದ, ಇಕ್ಕಟ್ಟಿನಲ್ಲಿ ಬಿದ್ದ; time presses ಜರೂರಾಗಿದೆ; in the press ಅಚ್ಚಿನಲ್ಲಿದೆ. Press'gang, n. ಬಿಟ್ಟೀ ಹಿಡಿಯುವ ನಾವಿಕರ ಅಥವಾ ಮುದ್ರಣ ಕೂಲಿಕಾರರ ಗುಂಪು. Pres'sing, a. ಅಗತ್ಯದ, ಅವಸರದ ತುರ್ತದ. Pres'sing-ly, ad. ಕಡ್ಡಾಯವಾಗಿ, ಬಲವಂತದಿಂದ, ಹತ್ತುಂಡವಾಗಿ. Pres'siŏn (presh'un), n. ಒತ್ತುವಿಕೆ, ಒತ್ತರ.

Pres'sure (presh'ur), n. ಒತ್ತುವಿಕೆ; 2. ಒತ್ತಾಯ, ಒತ್ತರ, ಒತ್ತಾಪೊತ್ತಿ, ಒತ್ತಂಕೆ; 3. "ಅಡಚಣಿ", ಕಷ್ಟ.

Pres'tige (or pres-tēzh'), n. ಕೀರ್ತಿ, ಪ್ರಖ್ಯಾತಿ.

Pres'tō, ad. ಗಡಗಡ, ಶೀವ್ರವಾಗಿ, ತರಾತುರಿ; 2. (mus.) ದ್ರುತ.

Pre-ṣūme', v. t. r. ಪ್ರಮಾಣವಿಲ್ಲದೆ ನಂಬು, —ನೆಚ್ಚು, ಮುಂದಾಗಿ ನೆನಸು. v. i. ಮರ್ಯಾದೆ ಮೀರು; 2. ಕೊಬ್ಬಿರು, ಗರ್ವಿಸು. Pre-ṣū'ma-ble, a. ಊಹಿಸತಕ್ಕ, ಮುಂದಾಗಿ ಭಾವಿಸತಕ್ಕ. Pre-sū'ma-bly, ad. ಒಂದು ವೇಳೆ, ಬಹಳ ಮಾಡಿ. Pre-ṣū'ming, a. ಸೊಕ್ಕಿನ, ಗರ್ವಿಸುವ, ಅಹಂಕರಿಸುವ. Pre-ṣū'ming-ly, ad., see Presumptuously. Pre-ṣump'tiŏn (-zum'shun), n. ಊಹೆ, ಭಾವನೆ, ಅನುಮಾನ; 2. ಸೊಕ್ಕು, ಕೊಬ್ಬು, ಅಹಂಕಾರ. Pre-ṣump'tive (-zum'tiv), a. ಅನುಮಾನದ, ಭಾವನೆಯ, ಬಹಳ ಮಾಡಿ ಆಗುವ. Pre-ṣump'tive-ly, ad. ಒಂದು ವೇಳೆ, ಬಹಳ ಮಾಡಿ.

Pre-ṣump'tū-ŏus (-zum'tū-us), a. ಸೊಕ್ಕಿನ, ಗರ್ವದ, ದುರಭಿಮಾನದ; he is very p. ಅವನು ಬಹಳ ಸೊಕ್ಕಿನವ, —ಬಹಳ ಗರ್ವಿಷ್ಠ, ಅವನಿಗೆ ಬಹಳ ದುರಭಿಮಾನ. Pre-ṣump'tū-ŏus-ly, ad. ಕೊಬ್ಬಿನಿಂದ, ಸೊಕ್ಕಿನಿಂದ, ದುರಭಿಮಾನವಾಗಿ. Pre-ṣump'tū-ŏus-ness, n. ಸೊಕ್ಕು, ಅಹಂಕಾರ, ದುರಭಿಮಾನ.

Prē-sup-poṣe', v. t. r. ಮುಂದಾಗಿ ಊಹಿಸು, ಅಂದುಕೊಳ್ಳು. Prē-sup-po-ṣi'tiŏn, n. ಪೂರ್ವ ಊಹನೆ, ಅಂದುಕೊಂಡದ್ದು.

Pre-tend', v. t. & i. r. ಸುಳ್ಳಾಗಿ ಹೇಳು, ನೆವ ತೋರಿಸು, ನೆವನ ಹೇಳು, "ಹಕ್ಕು"—. Pre-tence', -tense', n. ನೆವ, "ಹಕ್ಕು". Pre-tend'ed-ly, ad. ಸುಳ್ಳಾಗಿ, ನೆವದಿಂದ. Pre-tend'ĕr, n. ಸುಳ್ಳಾಗಿ ಹೇಳುವವ, "ಹಕ್ಕ"; 2. ರಾಜ್ಯಾಭಿಯೋಗಿ. Pre-tend'ing-ly, ad. ಕೊಬ್ಬಿನಿಂದ, ಸೊಕ್ಕಿನಿಂದ, ದುರಭಿಮಾನದಿಂದ. Pre-ten'siŏn, n. "ಹಕ್ಕು" ತೋರಿಸೋಣ, "ದಾವೆ" ಇಡೋಣ; 2. ತೋರಿಸಿದ "ಹಕ್ಕು", ಇಟ್ಟ "ದಾವೆ". Pre-ten'tiŏus (-shus), a. ಅಹಂಕಾರದ, ದುರಭಿಮಾನಿ.

Prē-tĕr-im-pĕr'fect, a. ತಾತ್ಕಾಲಿಕ, ಭೂತವಾದ.

Pret'ĕr-ite (-it), n. (gram.) ಭೂತಕಾಲ.

Prē-tĕr-nat'ū-ral, a. ವಿಲಕ್ಷಣ, ಅದ್ಭುತವಾದ. Prē-tĕr-nat'ū-ral-ly, ad. ವಿಲಕ್ಷಣವಾಗಿ, ಅದ್ಭುತವಾಗಿ.

Prē-ter-per'fect, a. ಅನದ್ಯತನ ಭೂತವಾದ.

Prē'text, n. ನೆವ, ನಿಮಿತ್ತ. Prē-text', v. t. r. ನೆವ ತೋರಿಸು.

Prē-tŏr, n. ರೋಮನ್ ಜನರ ಅಧಿಕಾರಿ.

Pret'ty (prit'ti), a. ಚೆಲುವಾದ, ಚೆಲೋ, ಚೆನ್ನ, ಸುಂದರ; 2. ತಕ್ಕಷ್ಟು; 3. ಒಯ್ಯಾರದ ಡಂಭದ, "ಮೋಜಿನ"; 4. ಚೆಲೋ (used ironically), ನೀಚ, ಅಧಮ. ad. ತಕ್ಕಷ್ಟು, "ಸುಮಾರು". Pret'ti-ly (prit'ti-), ad. ಚಂದವಾಗಿ, ಸರಸವಾಗಿ. Pret'ti-ness, n. ಚಂದ, ಸೊಗಸು, ಸೌಂದರ್ಯ. Pret'ty-pret-ties, n. ಪುಟ್ಟ ಆಭರಣಗಳು.

Pre-vāil', v. i. r. ಗೆಲ್ಲು, ಗೆದಿ, ಜಯ ಹೊಂದು; 2. ಪ್ರಬಲವಾಗು, ಸಲ್ಲು; p. on, p. upon, p. with ಒಡಂಬಡಿಸು, ಪ್ರೇರೇಪಿಸು, ಒಲಿಸಿಕೊಳ್ಳು, ಒಪ್ಪಿಸು. Pre-vāil'ing, a. ವಾಡಿಕೆ, ಪ್ರಬಲ, ಸಾರ್ಥಕ, ಸಫಲವಾದ. Pre-vāil'-ing-ly, ad. ಪ್ರಬಲವಾಗಿ, ಸಾರ್ಥಕವಾಗಿ. Prev'a-lence, -len-cy, n. ಪ್ರಾಬಲ್ಯ, ಬಲ, ನಾಡಿಕೆ. Prev'a-lent, a. ಪ್ರಬಲ; 2. (current) ವಾಡಿಕೆ, ರೂಢಿಯಾದ; 3. (general) ಪ್ರಬಲ, ಹಬ್ಬಿದ, "ರಗಡ". Prev'a-lent-ly, ad. ಪ್ರಬಲವಾಗಿ, ಬಲವಾಗಿ.

Pre-var'i-cāte, *v. i. r.* ತಪ್ಪಿಸಿಕೊಂಡು ಮಾತಾಡು, ಹೌದೋ ಅಲ್ಲವೋ ಎಂದು ಕಾಣುವಂತೆ ಮಾಡು, ಮಾತು ತಿರುಗಿಸು. **Pre-var-i-cā'tión**, *n.* ಮಾತು ತಿರುಗಿಸೋಣ, ತಪ್ಪಿಸಿಕೊಂಡು ಮಾತಾಡುವುದು, ದ್ವಿಯಾರ್ಥವಾಗುವ ಹಾಗೆ ಮಾತನಾಡು.

Pre-vent', *v. t. r.* ತಡೆ, ಅಡ್ಡಿ ಮಾಡು *v. d.*, ಅಪಗಣಿಸು *v. d.*, ನಿವಾರಿಸು (a thing). **Pre-vent'a-ble**, *a.* (ನಾನು, ನೀನು, ಯಾರಾದರೂ) ಅಡ್ಡಿ ಮಾಡತಕ್ಕ, ನಿವಾರಿಸತಕ್ಕ; this is p. ಅದನ್ನು ನಿವಾರಿಸಬಹುದು. ಅದಕ್ಕೆ ಅಡ್ಡಿ ಮಾಡಬಹುದು. **Pre-ven'tión**, *n.* ಅಡ್ಡಿ, ವಿಘ್ನ, ತಡೆ, ಪ್ರತಿಬಂಧಕ. **Pre-ven'tive**, *a.* ಅಡ್ಡಿ ಮಾಡುವ, ನಿವಾರಕ, ತಡೆಯುವ. *n.* ತಡೆ, ರೋಗ ಬಾರದಂತೆ ತಕ್ಕೊಳ್ಳುವ ಔಷಧ.

Prē'vi-ous, *a.* ಮುಂಚಿನ, ಪೂರ್ವದ. **Prē'vi-ous-ly**, *ad.* ಮುಂಚೆ. **Prē'vi-ous-ness**, *n.* ಪೂರ್ವತ್ವ.

Pre-vi'sion, *n.* ಪೂರ್ವದೃಷ್ಟಿ.

Prey (prā), *n.* ಕೊಳ್ಳೆ, ಸುಲುಕೊಂಡದ್ದು, ಲೂಟಿ; 2. (food obtained by violence) ಬೇಟೆ, ಗ್ರಾಸ; p. of death ಸಾವಿಗೆಪೆ. ಮರಣದ ಗ್ರಾಸ; beast of p. ದುಷ್ಟ ಮೃಗ, ಮಾಂಸಭಕ್ಷಕ—; bird of p. ಮಾಂಸಗ್ರಾಸಪಕ್ಷಿ. *v. t. r.* ಬೇಟೆಯಾಡು. ಸುಲುಕೊಳ್ಳು; p. on, p. upon ಸುಲುಕೊಳ್ಳು; 2. ಬೇಟೆಯಾಡು, ಹರಕೊಂಡು ತಿನ್ನು, ಮುರಿದು—; 3. (corrode) ತುಕ್ಕುಹಿಡಿ, ಕೊರೆ, ತಿನ್ನು; 4. (cause to pine away) ಜೀವಾ ತಿನ್ನು.

Pri-ā'pus, *n.* ಪ್ರಜಾಪತಿ, ಲಿಂಗ.

Prīce, *n.* ಬೆಲೆ, ಕ್ರಯ, "ಖರೀದಿ", "ಕಿಮ್ಮತ್ತು"; p. for a wife ತೆರವು; p.-current "ನಿರಖುಪಟ್ಟಿ", ಧಾರಣೆ; to fix the p. ಬೆಲೆ ಕಟ್ಟು; to settle the p. ಬೆಲೆ ತೀರಿಸು. *v. t. r.* (*pr.* prist) ಬೆಲೆ ಕಟ್ಟು; high-priced ಬೆಲೆ ಹೆಚ್ಚಿದ. **Prīce'less**, *a.* ಬೆಲೆಯಿಲ್ಲದ, ಅಮೂಲ್ಯವಾದ; 2. ಕೀಳ, ಹಲಿಕಿ.

Prick, *v. t. r.* (*pr.* prikt) ಚುಚ್ಚು; 2. ಸಿಕ್ಕಿಸು; 3. ನೋಯಿಸು; 4. ಸುಳುವು ಚುಚ್ಚು; 5. ಕಾಲು ತಟ್ಟು, ಮುಳ್ಳು ಚುಚ್ಚು, ಹುರಿದುಂಬಿಸು; 6. ಮನಸ್ಸೋಯಿಸು, —ಚುಚ್ಚು; 7. (the ears) ಕಿವಿ ನಿಗರಿಸು; 8. ಹುಳಿ ಮಾಡು. *v. i. r.* (*pr.* prikt) ಚುಚ್ಚು; 2. ಹುಳಿಯಾಗು; 3. ಗುರಿ ಇಡು. *n.* ಮುಳ್ಳು; 2. ಚುಚ್ಚುವಿಕೆ, ನೋವು; p. of conscience ಮನ ಕಟಿಯುವುದು; 3. "ಟಿಮ್ಕು", ಬಿಂದು; 4. ಗುರಿ, ಗುರುತು. **Prick'ẽr**, *n.* ಮುಳ್ಳು; 2. ಚುಚ್ಚುವವ. **Prick'ing**, *n.* ಚುಚ್ಚುವುದು. *a.* ಚುಚ್ಚುವ. **Prick'le**, *n.* ಮುಳ್ಳು, ಕಂಟಕ. **Prick'li-ness**, *n.* ಮುಳ್ಳುಮುಳ್ಳಿರುವುದು. **Prick'ly**, *a.* ಮುಳ್ಳುಮುಳ್ಳಿರುವ, ಮುಳ್ಳಿನ, ಮೊನೆಯುಳ್ಳ; p.-heat ಬೆವರುಸಾಲೆ, ಬೆವರುಗುಳ್ಳೆ.

Prick'ly-peär (-pār), *n.* (*Opuntia Dillenii, Dec.*) ಮುಳ್ಳುಗಳ್ಳಿ, ಪಾಪಾಸ್ (*S. C., S. M.*), ಪಾಪಾಸ್‌ಕತ್ತಾಳೆ, —ಕಳ್ಳಿ (*My.*).

Prīde, *n.* ಸೊಕ್ಕು, ಸೆಡಕು, ಕೊಬ್ಬು, ಗರ್ವ, ಅಹಂಕಾರ, ಸ್ವಾಭಿಮಾನ; 2. ಭೂಷಣ, "ಡೌಲು"; the p. of her sex ಸ್ತ್ರೀರತ್ನ. *v. t. r.* (one's self) ಹಿಗ್ಗಿಕೊಳ್ಳು, ಗರ್ವಪಡು.

Prīde of In'di-a, *n.* (*Lagerstrœmia Flos reginæ, Retz.*) ಮರುವಾಹಲ ಮರ (*My.*), ಮರುವ ಮರ (*S. C.*), ಹೊಳೇ ದಾಸಾಳ (*N. C.*).

Priest, *n.* ಆಚಾರ್ಯ, ಪೂಜಾರಿ, ಗುರು; 2. "ಪಾದ್ರಿ", ಯಾಜಕ; family-p. ಪುರೋಹಿತ. **Priest'craft**, *n.* ಗುರು ಪುರೋಹಿತ ಭಟ್ಟ ಮೊದಲಾದವರ ತಂತ್ರೋಪಾಯಗಳು. **Priest'ess**, *n.* ಪೂಜಾರ್ತಿ. **Priest'hood**, *n.* ಪೌರೋಹಿತ್ಯ, ಗುರುತ್ವ; 2. ಯಾಜಕವರ್ಗ, ಪೂಜಾರಿಗಳು. **Priest'ly**, *a.* ಯಾಜಕನ, ಉಪಾಧ್ಯಾಯನಿಗೆ ಯೋಗ್ಯ, ಯಾಜಕನಿಗೆ—. **Priest'-rid-den** (-rid'n), *a.* ಗುರುಗಳು ಆಳುವ, ಪೂಜಾರಿಗಳಿಗೆ ವಶವಾದ.

Prig, *n.* ಕಳ್ಳ; 2. ದುರಹಂಕಾರಿ. *v. t. r.* ಕದಿಯು.

Prim, *a.* ಚೆನ್ನೆ, ಸೊಗಸಿನ, ಹಸನ, ಬಿಯ್ಯಾರದ. **Prim'ly**, *ad.* ಚೆನ್ನಾಗಿ. **Prim'ness**, *n.* ಸೊಗಸು.

Prī'ma-cy, *n.* ಶ್ರೇಷ್ಠಾಧ್ಯಕ್ಷನ ಸ್ಥಾನ, ಮುಖ್ಯ ಗುರುಪಟ್ಟ.

Prī'ma fā'ci-ē (-shī-ē), *a.* ಪೂರ್ವಪಕ್ಷದ. *ad.* ಮೊದಲನೇ ನೋಟದಿಂದ.

Prī'mar-y (-mẽr-), *a.* ಮೊದಲನೇ, ಪ್ರಾಥಮಿಕ, ಆದಿಮ; 2. (school) ಮೂಲ; 3. ಮುಖ್ಯ. **Prī'ma-ri-ly**, *ad.* ಮೊದಲಾಗಿ; 2. ಮುಖ್ಯವಾಗಿ.

Prī'māte, *n.* ಶ್ರೇಷ್ಠಾಧ್ಯಕ್ಷ. **Prī'māte-ship**, *n.*, *see* Primacy.

Prīme, *a.* ಪ್ರಥಮ, ಮೂಲ, ಮೊದಲಿನ; 2. ಶ್ರೇಷ್ಠ, ಉಚ್ಚ, ಉತ್ತಮ; 3. ತರುಣ. *n.* ಪ್ರಥಮಾರಂಭ; 2. ಮುಂಜಾನೆ; 3. ಹರೆಯ, ಯೌ

ವನ; 4. ಉತ್ತಮಾಂಶ; the p. cost "ಅಸಲ್ ಖರೀದಿ"; p. number ಅವಿಭಾಜ್ಯ ಸಂಖ್ಯೆ; p. minister ಪ್ರಧಾನಿ, "ಉಮರಾವು". *v. t. r.* (a gun) "ರಂಜಕ" ತುಂಬು, ಕಿವಿ ಮಾಡು; 2. (a wall, *etc.*) ಬಳಪ ಹಚ್ಚು. Pri'mal, *a.* ಮೊದಲನೇ, ಪ್ರಥಮ.

Prim'ĕr, (*or* prī'mĕr), *n.* ಪಾಠಗಳ ಮೊದಲನೇ ಪುಸ್ತಕ.

Prī-mē'val, *a.* ಆದಿಯ, ಆದ್ಯಕಾಲಿಕ, ಮೂಲದ.

Prīmi-ġē'ni-al, *a.*, *see* Primogenial.

Pri'miṅg, *n.* "ರಂಜಕ", "ಕೇಪು".

Prim'i-tive, *a.* ಮೊದಲಿನ, ಪೂರ್ವದ, ಆದಿಕಾಲದ, ಮೂಲದ; 2. (*gram.*) ಸಿದ್ಧ. *n.* ಧಾತು, ಸಿದ್ಧಶಬ್ದ. Prim'i-tive-ly, *ad.* ಮೊದಲಾಗಿ; 2. ಹಿರಿಯರು ಮಾಡಿದಂತೆ.

Prī-mō-ġē'ni-al, *a.* ಮೊದಲಾಗಿ ಹುಟ್ಟಿದ, ಮೂಲ. Pri-mō-ġen'i-tŏr, *n.* ಆದಿಪಿತೃ, ಕುಲಪತಿ, ಪ್ರಜಾಪತಿ. Prī-mō-ġen'i-tūre, *n.* ಜ್ಯೇಷ್ಠತನ, ಜ್ಯೇಷ್ಠತನದ ಬಾಧ್ಯತ್ವ.

Prī-mor'di-al, *a.* ಮೊದಲಿನ, ಮೂಲ. *n.* ಮೂಲ.

Prim'rōṣe, *n.* ವಸಂತಕುಸುಮ; evening p. (*Oenothera rosea, Ait.*) ಕಾಡುಗರುಗಲು ಗಿಡ.

Primum mobile ಪ್ರಾಣ.

Pri'mus, *n.* (ಶಾಲೆಯಲ್ಲಿ) ಹಿರಿಯ ವಿದ್ಯಾರ್ಥಿ.

Prince, *n.* ರಾಜ; 2. ರಾಜಪುತ್ರ; 3. ಮಾಂಡಲಿಕ, ಪ್ರಭು. Prince'dŏm, *n.* ರಾಜಸ್ಥಾನ; 2. ಪ್ರಭುತ್ವ. Prince'li-ness, *n.* ಘನತ್ವ, ರಾಜತ್ವ. Prince'ly, *a.* ಅರಸನಂಥಾ, ಪ್ರತಾಪವುಳ್ಳ; 2. ರಾಜರೀವಿಯ, ರಾಜಕೀಯ; 3. ರಾಜವಂಶದ. Prin'cess, *n.* ರಾಜಕುಮಾರ್ತೆ; 2. ರಾಣಿ.

Prin'ci-pal, *a.* ಶ್ರೇಷ್ಠ, ಮುಖ್ಯ. *n.* ಮುಖ್ಯಸ್ಥ; 2. "ಕಾಲೇಜಿನ" ಮುಖ್ಯೋಪಾಧ್ಯಾಯ. 3. "ಅಸಲು"; p. and interest "ಅಸಲು" ಮತ್ತು ಬಡ್ಡಿ. Prin-ci-pal'i-ty, *n.* ರಾಜ್ಯ, ಸಂಸ್ಥಾನ, ರಾಜ. Prin'ci-pal-ly, *ad.* ಮುಖ್ಯವಾಗಿ.

Prin-cip'i-a, *n. pl.* ಮೂಲ ಸೂತ್ರಗಳು, ಮೂಲಸಿದ್ಧಾಂತಗಳು.

Prin'ci-ple, *n.* ಮೂಲ; 2. ಮೂಲ ತತ್ವ; 3. ಮೂಲ ಸೂತ್ರ; 4. ನೀತಿ; 5. (*chem.*) ಸಾರಾಂಶ. Prin'ci-pled (-pld), *a.* ನೀತಿವಂತ.

Priṅk, *v. i.* & *t. r.* ಶೃಂಗರಿಸು, ಅಲಂಕರಿಸು.

Print, *n.* (mark) ಜಾಡೆ, ಮುದ್ರೆ; 2. (impression of types) "ಛಾಪೆ"; 3. (engraving) ಛಾಪಿಸಿದ ಚಿತ್ರ; 4. (newspaper) ವರ್ತಮಾನಪತ್ರ; 5. (calico) ಚೀಟು, ಚೀಟಿನರಿವೆ; 6. ಅಚ್ಚು; in p. ಛಾಪಿಸಿದ; out of p. (ಛಾಪಿಸಿದ್ದು) "ಖರ್ಚಾಗಿ", "ಖರ್ಚಾದ"; the book is out of p. (ಛಾಪಿಸಿದ) ಪುಸ್ತಕ "ಖರ್ಚಾಗಿದೆ", —ಸಿಕ್ಕುವುದಿಲ್ಲ. *v. t. r.* ಒತ್ತು; 2. "ಛಾಪಿಸು"; 3. ಮುದ್ರೆ ಹಾಕು; 4. ಅಚ್ಚು ಹಾಕು, —ಹೊಡೆ. Print'ĕr, *n.* "ಛಾಪಿಸುವವ"; 2. ಅಚ್ಚು ಹಾಕುವವ. Print'iṅg. *n.* "ಛಾಪಿಸುವಿಕೆ", "ಛಾಪಿಸುವ" ವಿದ್ಯೆ; 2. (on cloth) ಅಚ್ಚು ಹಾಕುವುದು; p.-house. p.-office "ಛಾಪಖಾನೆ", ಮುದ್ರಣಾಲಯ; p.-press "ಛಾಪಾ"ಯಂತ್ರ, ಮುದ್ರಣಯಂತ್ರ. Print'less, *a.* ಹೆಜ್ಜೆ ಮೂಡದ, ಗುರುತಿಲ್ಲದ.

Prī'or, *a.* ಪೂರ್ವದ, ಮುಂಚಿನ. *n.* ಮಠಾಧಿಪತಿ, ಮಹಂತನು. Prī'or-ess, *n.* ಮಠದಮ್ಮ. Prī-or'i-ty, *n.* ಮೊದಲಿರೋಣ, ಆದ್ಯತೆ, ಪೂರ್ವತ್ವ; p. in rank ಶ್ರೇಷ್ಠ ಪದವಿ. Prī'-or-ship, *n.* ಮಠಾಧಿಪತ್ಯ. Prī'or-y, *n.* ಮಠ, ಆಶ್ರಮ.

Priṣm, *n.* (*geom.*) ತ್ರಿಭುಜ ಚತುರ್ಭುಜ ಇತ್ಯಾದಿ ಮೈಗಳುಳ್ಳ ಸ್ತಂಭಾಕೃತಿ; 2. ತ್ರಿಭುಜಾಕೃತಿಯ ಕಾಜಿನ ಹರಳು, ತ್ರಿಕೋಣಾಕೃತಿಯ ಲೋಲಕ. Priṣ-mat'ic-al, *a.* ಸಪ್ತವರ್ಣಸೂತ್ರದ.

Priṣ'on (priz'n), *n.* ಕಾವಲಿಮನೆ, ಸೆರೆಮನೆ, ಕಾರಾಗೃಹ, "ತುರಂಗ", "ಬಂದಿಖಾನೆ", "ಕೈದು". *v. t. r.* ಸೆರೆ ಹಾಕು. Priṣ'o-nĕr, *n.* ಸೆರೆಯಾಳು, ಸೆರೆಯವ, ಬಂದಿ, ಬಂದಿವಾನ, "ಕೈದಿ", ಕೈಸೆರೆ ಸಿಕ್ಕವ, —ಸಿಕ್ಕಿದವ.

Pris'tine (-tin), *a.* ಮೊದಲಿನ, ಆದಿಯ, ಪ್ರಥಮ.

Prith'ēe (*corrup. of* pray thee), ಬೇಡಿಕೊಳ್ಳುತ್ತೇನೆ.

Prī'vāte, *a.* ಸ್ವಂತ, "ಖಾಸಾ", "ಖಾಸಗಿ"; 2. ಏಕಾಂತ, ಗುಪ್ತ; 3. "ಸರಕಾರಿ"ಯಲ್ಲದ; p. person ಗೃಹಸ್ಥ; p. door ಕಳ್ಳಬಾಗಿಲು; in p. ಏಕಾಂತವಾಗಿ. Prī'va-cy (*or* priv'a-), *n.* ಒಂಟಿಗತನ, ಏಕಾಂತ, ಏಕಾಂತವಾಸ.

Prī'vāte, *n.* "ಸಿಪಾಯಿ".

Prī-va-tēer', *n.* "ಸರಕಾರಿ"ಯಲ್ಲದ ಯುದ್ಧದ ಹಡಗು.

Prī-vā'tiŏn, *n.* ಉದ್ಯೋಗದಿಂದ ತೆಗೆಯೋಣ; 2. ಕೊರತೆ, ಕಷ್ಟ, ಇಲ್ಲದಿರೋಣ, ಅಭಾವ. Priv'a-tive, *a.* ಕಸಕೊಳ್ಳುವಂಥ; 2. ಅಭಾ

ವಾರ್ಥಕ. *n.* ಅಭಾವ; 2. ಅಭಾವಾರ್ಥಕ ಉಪಸರ್ಗ, *e.g.* in-, un-, a-, *Sans.* ಅ-, ಇವು ಅಭಾವಗಳು.

Priv'i-lege, *n.* ವಿಶೇಷ ಅಧಿಕಾರ, "ಹಕ್ಕು", ಸ್ವತಂತ್ರ. *v.t.r.* "ಹಕ್ಕು" ಕೊಡು; 2. "ಮಾಫಿ" ಮಾಡು, ಬಿಡುಗಡೆ—.

Priv'y, *n.* ಶೌಚಕೂಪ, "ಪಾಯಖಾನೆ". *a.* ಸ್ವಂತ, "ಖಾಸ"; p. purse ಕೈಗಂಟು; 2. (secret) ಗುಪ್ತ, ಏಕಾಂತದ; be p. to ತಿಳಿ; he is p. to it ಅವನಿಗೆ ತಿಳಿಯುತ್ತದೆ; make p. ತಿಳಿಸು *c. d.* Priv'y-council, *n.* ರಾಜಮಂತ್ರಿಸಭೆ. Priv'i-ly, *ad.* ರಹಸ್ಯವಾಗಿ, ಅಂತರಂಗವಾಗಿ. Priv'i-ty, *n.* ಸಮ್ಮತಿ; 2. ಗುಟ್ಟು. 3, ಸಹಕಾರಿತೆ, ಸಂಸರ್ಗ. *pl.* ಉಪಸ್ಥ, ಮಾನಸ್ಥಾನ, ಗುಪ್ತಸ್ಥಾನ.

Prīze, *n.* ಬಹುಮಾನ, ಸಂಭಾವನೆ, ಪಾರಿತೋಷಿಕ, "ಇನಾಮು"; 2. ಕೊಳ್ಳೆ. *v. t. r.* ಬೆಲೆ ಕಟ್ಟು, "ಕಿಮ್ಮತು"—, ಲಕ್ಷ್ಯ ಮಾಡು. Prīze'-fīght-ing (-fīt-), *n.* ಬಿರುದಿನ ಕುಸ್ತಿ, ಪಂತದ—.

Prō, *pref.* ಮುಂದೆ, ಮುಂದಕ್ಕೆ.

Prob'a-ble, *a.* ಬಹಳ ಮಾಡಿ ಆಗುವಂಥ, ಸಂಭಾವ್ಯ, ಸಂಭವಿಸಬಹುದಾದ; it is p. that he will come, his coming is p. ಅವನು ಬಂದಾನು, ಬಹಳ ಮಾಡಿ ಬಂದಾನು. Prob-a-bil'i-ty, *n.* ಸಂಭವ, ಬಹಳ ಮಾಡಿ ಆಗುವಂಥಾದ್ದು, ಹೋಲ್ಕೆ *(S. C.)*, ಸಂಭಾವ್ಯತೆ; ಅನುಮಾನ. Prob'a-bly, *ad.* ಬಹಳ ಮಾಡಿ, ಒಂದು ವೇಳೆ, ಬಹುಶಃ.

Prō'bāte, *n.* ಮರಣಪತ್ರದ "ದಾಖಲೆ".

Prō-bā'tiŏn, *n.* ಪರೀಕ್ಷೆ; 2. ಪರೀಕ್ಷಾರ್ಥ ಅವಧಿ. Prō-bā'tiŏn-al, -ar-y, *a.* ಪರೀಕ್ಷೆಯ, ಪರೀಕ್ಷೆ ಮಾಡುವ. Prō-bā'tiŏn-ĕr, *n.* "ಉಮೇದವಾರ", ಪರೀಕ್ಷೆ ಕೊಡುವವ. Prō-bā'tŏr, *n.* ಪರೀಕ್ಷೆ ಮಾಡುವವ, —ತೆಗೆಯುವವ.

Prōbe, *n.* ಶಸ್ತ್ರ, ಶಲಾಕೆ, ಸಲಾಕೆ. *v. t. r.* ಶಸ್ತ್ರ ಹಾಕಿ ನೋಡು, ಪರಿಶೋಧಿಸು.

Prob'i-ty, *n.* ಸತ್ಯ, ಯಥಾರ್ಥ, ನಿಷ್ಕಪಟ.

Prob'lem, *n.* ಪ್ರಶ್ನೆ, ವಿಷಯ; 2. ಬಿಗಿ ಕೆಲಸ, ಇನ್ನು ಬಗೆಹರಿಯದ ಕೆಲಸ; 3. *(math.)* ಲೆಕ್ಕ, ಕೃತ್ಯ. Prob-le-mat'ic, -mat'i-cal, *a.* ಸಂಶಯದ, ಅನುಮಾನದ, ಇನ್ನು ಬಗೆಹರಿಯದ, ಸಂದಿಗ್ಧ, ಅನಿಶ್ಚಿತ. Prob-le-mat'-i-cal-ly, *ad.* ಸಂಶಯವಾಗಿ.

Prō-bos'cis, *n.* ಸೊಂಡಿಲು, ಮೂತಿ. Prō-bos-cid'ean, *n.* ಸೊಂಡಿಲುಳ್ಳ ಪ್ರಾಣಿ (ಆನೆ), ಮೃಗ.

Prō-cēed', *v.i.r.* ಮುಂದರಿ, ಸಾಗು; 2. ನಡೆ; 3. ಹೊರಡು, ಹುಟ್ಟು, ಉತ್ಪನ್ನವಾಗು. Prō-cē'dūre, *n.* ಸಾಗುವುದು, ನಡಿಸೋಣ; 2. ನಡಿಸುವ ರೀತಿ; legal p. ವ್ಯವಹಾರ. Prō-cēed'ing, *n. pl.* ನಡವಳಿ; 2. ಕೆಲಸ, ಕಾರ್ಯ; legal p. ವ್ಯಾಜ್ಯ, ವ್ಯವಹಾರ. Prō'cēeds, *n. pl.* ಬಂದ ಹಣ, ಹುಟ್ಟುವಳಿ.

Prō'cess *(or* pros'ses), *n.* (progress) ಸಾಗುವುದು; p. of time ಕಾಲಗತಿ; in the p. of time ಹೊತ್ತು ಹೋದ ಹೋದ ಹಾಗೆ, —ಹೋಗುವ ಹಾಗೆ, ಬರಬರುತ್ತಾ, ಕಾಲಗತಿಯಲ್ಲಿ; 2. (course) ಗತಿ, ಕ್ರಮ, ಆಟ, ವ್ಯಾಪಾರ; chemical p. ರಸಾಯನವ್ಯಾಪಾರ; p. of decomposition ಕೊಳೆತು ಕೊಳೆತು ಹೋಗೋಣ; 3. *(anat.)* ಚಾಚಿ ತೋರುವಂಥಾದ್ದು; 4. *(law)* ವ್ಯವಹಾರ; in p. ನಡೆಯುವಂಥಾ; it is in p. ನಡೆಯುತ್ತದೆ.

Prō-ces'siŏn (-sesh'un), *n.* ಹೊರಡುವಿಕೆ; 2. ಗತಿ; 3. ಮೆರವಣಿಗೆ, "ಸ್ವಾರಿ"; go in p. ಮೆರವಣಿಗೆ ಹೋಗು. Pro-ces'siŏn-al, *a.* ಮೆರವಣಿಗೆಯಲ್ಲಿ ಒಯ್ದು, —ಹಾಡಿದ.

Prō-clāim', *v. t. r.* ಸಾರು, ಪ್ರಸಿದ್ಧಿ ಮಾಡು, (by beat of drum) "ಡಂಗರ" ಹೊಡೆ, "ದಂಡೋರಾ" ಹಾಕು. Prō-clāim'ĕr, *n.* ಪ್ರಸಂಗಿ, ಸಾರುವವ, ಘೋಷಕ. Proc-la-mā'tiŏn, *n.* ಸಾರೋಣ, ಪ್ರಕಟನೆ, (by beat of drum) "ಡಂಗರು", "ದಂಡೋರಿ", (in writing) "ಜಾಹೀರುನಾಮೆ", "ಜಾಹೀರಾತು".

Prō-cliv'i-ty, *n.* ಮನಸ್ಸು, ಮನಸ್ಸಿನ ಬಾಗುವಿಕೆ, ಒಲವು, ಮನೋರಥ; 2. ಚಪಲತೆ.

Prō-con'sul, *n.* (ರೋಮಾಯರ) ದೇಶಾಧಿಪತಿ, ಪ್ರತಿದೊರೆ. Prō-con'sū-lar, -lar-y, *a.* ದೇಶಾಧಿಪತಿಯ, ಪ್ರತಿದೊರೆಗಳ.

Prō-cras'ti-nāte, *v. t.* & *i. r.* ಮುಂದಕ್ಕೆ ಹಾಕು, ಜರಗಿಸು, ಆಲಸ್ಯ ಮಾಡು, ವಿಲಂಬ—. Prō-cras-ti-nā'tiŏn, *n.* ದಂಡಹೆ, ಆಲಸ್ಯ, ದಿನಹರಣ, ವಿಲಂಬ, "ಸುಸ್ತಿ", ದೀರ್ಘಸೂತ್ರತೆ. Prō-cras'ti-nā-tŏr, *n.* ಆಲಸ್ಯಗಾರ.

Prō'crē-āte, *v. t. r.* ಪಡೆ, ಹಡೆ, ಹುಟ್ಟಿಸು. Prō-crē-ā'tiŏn, *n.* ಉತ್ಪತ್ತಿ, ಹುಟ್ಟಿಸೋಣ. Prō'crē-ā-tive, *a.* ಹುಟ್ಟಿಸುವ, ಪ್ರಜೋತ್ಪಾದಕ.

Prō-crus'te-an, *a.* ಕೆರದ ಅಳತೆಗೆ ಪಾದ ಕಡಿಯುವ.

Proc'tŏr, *n.* "ವಕೀಲ", ಕಾರ್ಯಕರ್ತ. **Proc'tor-ship,** *n.* "ವಕೀಲ"ಕೆಲಸ.

Prō-cum'bent, *a.* ಬೋರ್ಲ ಬಿದ್ದ, ಬಿದ್ದಿರುವ; 2. *(bot.)* ಹಬ್ಬುವ.

Prō-cūre', *v. t. r.* ಒದಗಿಸಿ ತರು; p. for one's self ದೊರಕಿಸಿಕೊಳ್ಳು, ಸಂಪಾದಿಸಿ ಕೊಳ್ಳು, ಸಾಧಿಸಿಕೊಳ್ಳು; p. for others ದೊರಕಿಸಿಕೊಡು, ಸಂಪಾದಿಸಿ—, ಪೂರೈಸಿ—. *v. i. r.* ಕುಂಟಣಿ ಮಾಡು, ಕುಂಟ್ಲಿತನ—. **Prō-cū'ra-ble,** *a.* ದೊರಕುವಂಥ, ಸಿಕ್ಕುವ, ಲಭ್ಯ; easily p. ಸುಲಭ್ಯ. **Proc-ū-rā'tiŏn,** *n.* ದೊರಕಿಸೋಣ; 2. ಪಾರುಪತ್ಯ; 3. "ಮೊಕ್ತ್ಯಾರಿನಾಮೆ", "ವಕಾಲತು" ಕಾಗದ. **Proc'ū-rā-tŏr,** *n.* (ಪೂರ್ವಿಕ ರೋಮಾಯರ) ದೇಶಾಧಿಪತಿ, ಪ್ರತಿದೊರೆ. **Prō-cūre'ment,** *n.* ಪಾರುಪತ್ಯ. **Prō-cū'rer,** *n.* (for himself) ಸಂಪಾದಿಸಿಕೊಳ್ಳುವವ, —ಕೊಂಡವ, (for others) ಸಂಪಾದಿಸಿ ಕೊಡುವವ, —ಕೊಟ್ಟವ, ಪೂರೈಸಿ—; 2. ಕುಂಟಣಿಗ, "ಭಡವಾ", ಜಾಯಾಜೀವನು. **Prō-cū'ress,** *n.* ಕುಂಟಣಿಗಿತ್ತಿ, ಪಸ್ಕ್ಯಾಂಗನೆ. **Prō-cūr'ing,** *n.* ಸಂಪಾದನೆ, ಆರ್ಜನೆ.

Proc'y-on (pros'i-), *n.* *(astr.)* ಅಪಾಂವತ್ಸ ನಕ್ಷತ್ರ.

Prod, *n.* ಶೂಲ.

Prod'i-gal, *a.* ದುಂದು, "ಉಡಾಳ". *n.* ದುಂದುಗಾರ, ದುರ್ವ್ಯಯಿ. **Prod-i-gal'i-ty,** *n.* ದುಂದಾಟ, ದುಂದುಗಾರಿಕೆ, ಅಂದಾದುಂದಿ. **Prod'i-gal-ly,** *ad.* ದುಂದಾಗಿ, ಅಂದಾದುಂದಿ.

Prod'i-gy, *n.* ಉತ್ಪಾತ; 2. ಅದ್ಭುತ, ವಿಲಕ್ಷಣ ಸೃಷ್ಟಿ. **Prō-digi'ous** (-dij'us), *a.* ಅದ್ಭುತದ, ಬ್ರಹ್ಮಾಂಡ, ಮಹಾ ದೊಡ್ಡ. *int.* ಓಯಪ್ಪಾ! **Prō-digi'ous-ly** (-dij'us-), *ad.* ಅದ್ಭುತವಾಗಿ, ವಿಪರೀತವಾಗಿ.

Prod'ūce, *n.* ಉತ್ಪನ್ನ, ಫಲ, ಹುಟ್ಟುವಳಿ. **Prō-dūce',** *v. t. r. (pr.* -dūst') ಮುಂದಕ್ಕೆ ತರು, ತೋರಿಸು, "ಹಾಜರು" ಮಾಡು; 2. ಹುಟ್ಟಿಸು, ಉತ್ಪತ್ತಿ ಮಾಡು, ಉಂಟು ಮಾಡು; 3. *(geom.)* ಬೆಳಿಸು. **Prō-dū'ci-ble,** *a.* ಹುಟ್ಟಿಸತಕ್ಕ, ಉತ್ಪತ್ತಿ ಮಾಡಕೂಡುವ; 2. *(geom.)* ಬೆಳಿಸುವಂಥ.

Prod'uct, *n.* ಉತ್ಪನ್ನ, ಫಲ; 2. *(math.)* ಗುಣಾಕಾರ ಲಬ್ಧ, ಫಲ. **Prō-duc'tiŏn,** *n.* ತೋರಿಸೋಣ; 2. ಉತ್ಪನ್ನ; 3. ಮಾಡಿದ್ದು (ಗ್ರಂಥ, ಕವಿತೆ, ಚಿತ್ರ ಇತ್ಯಾದಿ). **Prō-duc'tive,** *a.* ಉತ್ಪನ್ನವಾಗುವ; 2. ಫಲವತ್ತಾದ, ಸುಭಿಕ್ಷವುಳ್ಳ; 3. ಹುಟ್ಟಿಸುವಂಥ. **Prō-duc'tive-ly,** *ad.* ಉತ್ಪನ್ನವಾಗಿ, ಫಲವತ್ತಾಗಿ. **Prō-duc'tive-ness,** *n.* ಫಲವತ್ತು, ಸುಭಿಕ್ಷ.

Prō'em, *n.* ಪೀಠಿಕೆ, ಪ್ರಸ್ತಾವನೆ.

Pro-fāne', *a.* ಲೌಕಿಕ, ಭ್ರಷ್ಟ, ಅಪವಿತ್ರ, ದೂಷಕ. *v. t. r.* ಭ್ರಷ್ಟಮಾಡು, ಅಪವಿತ್ರ—, ದೂಷಿಸು. **Prof-a-nā'tiŏn,** *n.* ಅಪವಿತ್ರ ಮಾಡೋಣ, ಭ್ರಷ್ಟಮಾಡುವುದು. **Pro-fāne'ly,** *ad.* ದೂಷಕ ಬುದ್ಧಿಯಿಂದ. **Pro-fāne'ness. Pro-fan'i-ty,** *n.* ಅಪವಿತ್ರತೆ, ದೇವದೂಷಣೆ.

Pro-fess', *v. t. r. (pr.* -fest') ಅನ್ನು, ಹೇಳು, ಒಪ್ಪಿಕೊಳ್ಳು, ಅರಿಕೆಮಾಡು; he professes himself a Christian *or* to be a Christian ತಾನು ಕ್ರೈಸ್ತನೆಂತ ಒಪ್ಪಿಕೊಳ್ಳುತ್ತಾನೆ, ತಾನು ಕ್ರೈಸ್ತನನ್ನುತ್ತಾನೆ; he professes religion ತಾನು ದೇವಭಕ್ತನನ್ನುತ್ತಾನೆ; he p. surgery ತಾನು ಶಸ್ತ್ರವೈದ್ಯನನ್ನುತ್ತಾನೆ. **Pro-fessed'** (-fest'), *a.* ಯೋಗ್ಯಸ್ಥನೆಂದು ತೋರ್ಗಿಸುವ. **Pro-fes'sed-ly,** *ad.* ಎಂದು ಪ್ರಕಟವಾಗಿ ಹೇಳಿ. **Pro-fes'siŏn** (-fesh'un), *n.* ಹೇಳುವಿಕೆ, ಅರಿಕೆ; 2. ಉದ್ಯೋಗ, ವೃತ್ತಿ, ಕಾಯಕ, -ಕಸಬು"; 3. ಸೇವನ; medical p. ವೈದ್ಯಗಾರಿಕೆ, ವೈದ್ಯತ್ವ; military p. "ಸಿಪಾಯಿ"ವೃತ್ತಿ. **Pro-fes'siŏn-al** (-fesh'un-), *a.* ಉದ್ಯೋಗದ, ಕೆಲಸದ: p. singer ಗಾಯನ ವೃತ್ತಿಯವನು. **Pro-fes'siŏn-al-ly,** *ad.* ಉದ್ಯೋಗತಃ, "ಕಸಬಿ"ನಿಂದ. **Pro-fes'sŏr,** *n.* ಸ್ವೀಕರಿಸಿಕೊಂಡವ; 2. (p. of some religion) ಧರ್ಮ ಅನುಸರಿಸುವವ, ಮತಾವಲಂಬಿ, ಮತಾನುಸಾರಿ; 3. (p. of a college) ಪಂಡಿತ, ಪಾಠಕ, ವಿದ್ಯಾಗುರು. **Prō-fes-sō'ri-al,** *a.* ವಿದ್ಯಾಗುರುವಿನ, ಪಂಡಿತನ. **Pro-fes'sŏr-ship,** *n.* ವಿದ್ಯಾಗುರುವಿನ ಸ್ಥಾನ, ಪಂಡಿತನ ಪದವಿ.

Prof'fĕr, *v. t. r.* ಮುಂದಿಡು, ಕೊಡುತ್ತೇನನ್ನು, ಮಾಡುತ್ತೇನನ್ನು. *n.* ಮುಂದಿಡುವಿಕೆ.

Prō-fi'cience (-fish'ens), -'fi-cien-cy, *n.* ನಿಪುಣತೆ, ಜಾಣತನ. **Prō-fi'cient,** *a.* & *n.* ನಿಪುಣ, ಪ್ರವೀಣ, ಜಾಣ.

Prō'fīle (pro'fēl), *n.* ಸುಳುವು, ಒತ್ತಟ್ಟಿನ ರೂಪ.

Prof'it, *n.* ಲಾಭ, ಆದಾಯ, "ನಫೆ", ಹಿತ. *v. t. r.* ಹಿತ ಮಾಡು *c. d.*, ಒಳ್ಳೇದು ಮಾಡು *c. d.* *v. i.* ಲಾಭ ಹೊಂದು, "ನಫೆ"—, ಹಿತವಾಗು, ಪ್ರಯೋಜನವಾಗು; I profited much by his discourse ಅವನ ಸಂಭಾಷಣೆಯಿಂದ ನನಗೆ

ಬಹಳ ಪ್ರಯೋಜನವಾಯಿತು. Prof'it-a-ble, *a.* ಲಾಭವುಳ್ಳ, "ನಫೆಯ", ಪ್ರಯೋಜನಕರ, ಹಿತಕರ. Prof'it-a-ble-ness, *n.* ಪ್ರಯೋಜನ, ಹಿತ. Prof'it-a-bly, *ad.* ಪ್ರಯೋಜನವಾಗಿ, ಹಿತವಾಗಿ. Prof'it-less, *a.* ಲಾಭವಿಲ್ಲದ, ಪ್ರಯೋಜನವಿಲ್ಲದ; p. work ಬರೀ ನೀರು ಹೊಡೆಯುವುದು.

Prof'li-gāte, *a.* ಅಗಡು, ಕೆಟ್ಟ, ಘಟಿಂಗನಾದ, ದುರುಳ. *n.* ದುರಾಚಾರಿ, "ಲುಚ್ಚ", ಘಟಿಂಗ. Prof'li-ga-cy, Prof'li-gāte-ness, *n.* ಅಗಡುತನ, ಪೋಕರಿತನ, "ಲುಚ್ಚತನ", ಘಟಿಂಗತನ. Prof'li-gāte-ly, *ad.* ಕೆಟ್ಟ ರೀತಿಯಾಗಿ, ದುರುಳನಾಗಿ, ಘಟಿಂಗನಾಗಿ.

Prō-found', *a.* ಆಳವಾದ, ಅಗಾಧ, ಗೂಢ; 2. (low) ವಿನಯವಾದ; 3. (thorough, great) ಕಡು, ಜೋರು, ಮಹಾ, ಬಹು; 4. (penetrating) ಬುಡ ಮುಟ್ಟಿ ಶೋಧಿಸುವ, ನೆಲೆ ಹತ್ತುವ; p. obeisance ಸಾಷ್ಟಾಂಗ ನಮಸ್ಕಾರ; p. sleep ಗಾಢ ನಿದ್ರೆ. *n.* ಅಗಾಧ, ಸಮುದ್ರ. Prō-found'ly, *ad.* ಆಳವಾಗಿ, ಅಗಾಧವಾಗಿ; 2. ಬಹಳವಾಗಿ; 3. ನೆಲಗಾರನಾಗಿ, ಪ್ರವೀಣನಾಗಿ; sigh p. ನಿಟ್ಟುಸುರುಬಿಡು. Prō-found'ness, Prō-fund'i-ty, *n.* ಆಳ; 2. ಗೂಢತ್ವ; 3. ಪ್ರವೀಣತೆ.

Prō-fūse', *a.* ಅತಿ ಉದಾರವಾದ, ಧಾರಾಳವಾದ; 2. ತುಂಬ, ದುಂದು. Prō-fūse'ly, *ad.* ದುಂದಾಗಿ; 2. ಬಹಳವಾಗಿ, ವೆಗ್ಗಳವಾಗಿ, ಪುಷ್ಕಳವಾಗಿ. Prō-fūse'ness, Prō-fū'sion, *n.* ಅತಿ ಉದಾರತ್ವ, ದುಂದುತನ; 2. ವೆಗ್ಗಳವಿರುವುದು.

Prog, *v. t. r.* ತಿರಿದುಂಬು, ಭಿಕ್ಷಾಟನೆ ಮಾಡು.

Prō-ġen'i-tōr, *n.* ಆದಿಪುರುಷ, ಮೂಲಪುರುಷ, ಪೂರ್ವಜ, ಪ್ರಜಾಪತಿ, ಪ್ರಜೇಶ್ವರ. Proġ'e-ny, *n.* ಮಕ್ಕಳುಮರಿ, ಸಂತತಿ, ಸಂತಾನ.

Prog-nō'sis, *n.* ರೋಗಪರೀಕ್ಷೆ, ರೋಗನಿದಾನ. Prōg-nos'tic, *n.* ಮುಂಗುರುತು, ಪೂರ್ವಚಿಹ್ನೆ. *a.* ಮುಂದಾಗಿ ತೋರಿಸುವ, ಭವಿಷ್ಯ ಸೂಚಿಸುವ. Prog-nos'ti-cate, *v. i. r.* ಸೂಚಿಸು, ಮುಂದೆ ತೋರಿಸು, ಲಕ್ಷಣ ಹೇಳು. Prog-nos-ti-cā'tion, *n.* ಸೂಚಿಸೋಣ, ಭವಿಷ್ಯ ಸೂಚಿಸೋಣ, ಲಕ್ಷಣ. Prog-nos'ti-cā-tōr, *n.* ಲಕ್ಷಣ ಹೇಳುವವ.

Prō'gramme (prō'gram), *n.* ಸೂಚನಾಪತ್ರ, "ಯಾದಿ".

Prog'ress, *n.* (going forward in space) ಮುಂದರಿಯುವುದು, ಗಮನ; 2. (growth) ಬೆಳಗೆ, ವೃದ್ಧಿ; 3. (proficiency in science, etc.) ವೃದ್ಧಿ, ಅಭಿವೃದ್ಧಿ, ಅಭ್ಯಾಸ; 4. (p. in business of any kind) ಸಾಗೋಣ; 5. (towards perfection) ಏಳಿಗೆ, ಏರುವಣಿಗೆ; 6. (circuit) "ಸವಾರಿ"; make p. ಮುಂದರಿ, ಬೆಳೆ, ಸಾಗು. Prō-gress', *v. t. r.* (*pr.* -grest') ಮುಂದರಿ, ಸಾಗು, ಬೆಳೆ. Prō-gres'sion (-gresh'un), *n.* ಸಾಗೋಣ, ಗತಿ; 2. ವೃದ್ಧಿ, ಪುರೋವೃದ್ಧಿ; 3. (*arith.*) ಶ್ರೇಢಿ; arithmetical p. ಶ್ರೇಢಿ, ಗಣಿತಶ್ರೇಢಿ; geometrical p. ಗುಣೋತ್ತರ, ಭೂಮಿತಿ ಶ್ರೇಢಿ. Prō-gres'sive, *a.* ಮುಂದೆ ನಡೆಯುವ, ಸಾಗುವ, ಬೆಳೆಯುವ, ವರ್ಧಿಸುವ.

Prō-hib'it, *v. t. r.* ಅಡ್ಡಿ ಮಾಡು, ನಿಷೇಧಿಸು, "ಹರಕತ್ತು" ಮಾಡು. Prō-hi-bi'tion (-bish'un), *n.* ಅಡ್ಡಿ, ನಿಷೇಧ, "ಹರಕತ್ತು", "ಮನ್ನಾಯಿ". Prō-hib'i-tive, -tōr-y, *a.* ಬೇಡೆನ್ನುವ, ನಿಷೇಧಿಸುವ.

Prōj'ect, *n.* ಯುಕ್ತಿ, ಹಂಚಿಕೆ, ಉಪಾಯ. Prō-ject', *v. t. r.* ಕೆಡವು, 2. ಹಂಚಿಕೆ ಮಾಡು, ಯುಕ್ತಿ—; 3. "ನಕ್ಷೆ (ನಕಾಶೆ)" ಬರೆ. *v. i.* ಮುಂದಕ್ಕೆ ಬರು, ಉಬ್ಬಿ—, ಚಾಚಿ—. Prō-jec'tile (-til), *a.* ಮುಂದಕ್ಕೆ ನೂಕಿಸುವ, ದೂಡಿದ. *n.* ಎಸೆದ ಗುಂಡು ಇತ್ಯಾದಿ. Prō-ject'ing, *a.* ಮುಂದಕ್ಕೆ ಬಂದಿರುವ, ಚಾಚಿರುವ, ಮಿಟ್ಟೆ; p. teeth ಮಿಟ್ಟೆಹಲ್ಲು, ಉಬ್ಬುಹಲ್ಲು, ತುಟಿ ಮೀರಿದ ಹಲ್ಲು. Prō-jec'tion, *n.* ಎಸೆಯೋಣ; 2. ಮುಂದೆ ಚಾಚಿರುವ ಭಾಗ; 3. ಹಂಚಿಕೆ; 4. "ನಕ್ಷೆ". Prō-ject'ōr, *n.* ಯೋಚಿಸುವವ, ಉಪಾಯ ಮಾಡುವವ; 2. ಇಲ್ಲದ ಹಂಚಿಕೆ ಮಾಡುವವ.

Prō-lapse', *v. i. r.* (*pr.* -lapst') ಕೆಳಗೆ ಬೀಳು, ಹೊರಗೆ—. Prō-lápse', -lap'sus, *n.* ಮೈ ಹೊರಗೆ ಬೀಳುವುದು; prolapsus ani ಗುದಭ್ರಂಶ, ಗೂಟಿ; p. uteri ಗರ್ಭಾಶಯಭ್ರಂಶ.

Prō'lāte, *a.* ಬೆಳೆಯುವ, ವಿಸ್ತರಿಸುವ, ವಿಸ್ತೀರ್ಣ.

Prō-le-gom'e-nōn, *n.* Prō-le-gom'e-na, *n. pl.* ಪೀಠಿಕೆ, ಅವತರಣಿಕೆ.

Prō-le-tā'ri-an, *a.* ಬಡಪಾಯಿ ಜನರ, ಕಿರುಕುಲದ.

Pro'li-cīde, *n.* ಬಾಲಹತ್ಯೆ.

Prō-lif'ic, -lif'i-cal, *a.* ಬಹಳ ಸಂತತಿ ಆಗುವ; 2. ಫಲಿಸುವ, ಫಲಭರಿತ. Prō-lif'i-ca-cy, *n.* ಬಹು ಸಂತತಿ. Prō-lif'i-cal-ly, *ad.* ಫಲಭರಿತವಾಗಿ.

Prō'lix, *a.* ಅತಿ ವಿಸ್ತಾರವಾದ. Prō-lix'i-ty, *n.* ಅತಿ ವಿಸ್ತೀರ್ಣ, ಪ್ರವಂಚನೆ.

Prō-lo-cū'tŏr, *n.* ಸಭಾಧ್ಯಕ್ಷನು.

Prō'logue (-log), *n.* (ನಾಟಕದ) ಪ್ರಸ್ತಾವನೆ, ನಾಂದಿ, ಪೀಠಿಕೆ.

Prō-loṅg', *v. t. r.* ಉದ್ದ ಮಾಡು, ಬೆಳಿಸು; 2. ಮುಂದಕ್ಕೆ ಹಾಕು. **Prō-loṅ-gā'tiŏn**, *n.* ಉದ್ದ ಮಾಡೋಣ, ಬೆಳಿಸೋಣ; 2. ಮುಂದಕ್ಕೆ ಹಾಕೋಣ.

Prō-lu'sion (-lu'zhun), *n.* ಪರೀಕ್ಷೆ, ಎತ್ತುಗಡೆ.

Prom-e-nāde', *n.* ಅಡ್ಡಾಡುವುದು, ವಿಹಾರ; 2. ವಿಹಾರಸ್ಥಳ, "ಮೈದಾನ" *v. i. r.* ಅಡ್ಡಾಡು, "ಹವ" ತೆಗೆದುಕೊಳ್ಳು.

Prom'i-nent, *a.* ಎತ್ತರ, ಮಿಟ್ಟೆ, ಉಬ್ಬಿದ, ಮುಂದಕ್ಕೆ ಚಾಚಿರುವ, —ಸಾವಿರುವ; 2. ಸ್ಪಷ್ಟ; 3. ಶ್ರೇಷ್ಠ; a p. eye ಗುಳ್ಳೆಗಣ್ಣು. **Prom'i-nence, -nen-cy**, *n.* ಎತ್ತರ, ಉಬ್ಬು, ಮುಂದಕ್ಕೆ ಚಾಚಿರುವಂಥಾದ್ದು; 2. ಶ್ರೇಷ್ಠತ್ವ. **Prom'i-nent-ly**, *ad.* ಎತ್ತರವಾಗಿ; 2. ಸ್ಪಷ್ಟವಾಗಿ; 3. ಮುಖ್ಯವಾಗಿ.

Prō-mis'cū-ŏus, *a.* ಕಲಬೆರಿಕೆಯಾದ, ಮಿಶ್ರವಾದ; 2. ತಾರತಮ್ಯವಿಲ್ಲದ, ವಿಚಾರಗೆಟ್ಟ. **Prŏ-mis-cū'ity**, *n.* ಕಲಬೆರಿಕೆ, ಮಿಶ್ರ. **Prō-mis'cū-ŏus-ly**, *ad.* ಕಲಬೆರಿಕೆಯಾಗಿ, ಗಲಿಬಿಲಿಯಾಗಿ.

Prom'ise (-is), *n.* ಕೊಟ್ಟ ಮಾತು, —ವಚನ, ವಾಗ್ದತ್ತ; give a p., make a p. ಮಾತು ಕೊಡು, ವಚನ—, ವಾಗ್ದತ್ತ—; breach of p. ಮಾತು ಮುರಿಯುವುದು; p.-breaker ಆಡಿ ತಪ್ಪುವವ, ಎರಡು ನಾಲಿಗೆಯವ; ದ್ವಿಜಿಹ್ವ. *v.i.r.* (*pr.* prom'ist) ಕೊಡುತ್ತೇನೆನ್ನು, ಮಾಡುತ್ತೇನೆನ್ನು, ಮಾತು ಕೊಡು, ವಚನ—, ಅಭಯ—; 2. (excite hope of) ಆಶೆ ತೋರಿಸು *e. g.*, ಕೊಡುವ ಹಾಗೆ ತೋರು. *v. i.* ಒಳ್ಳೇದಾಗುವ ಹಾಗೆ ತೋರು, ಆಶೆ ತೋರಿಸು, ಭರವಸ ಕೊಡು; to p. one's self ಭರವಸ ಮಾಡಿಕೊಳ್ಳು, ನೆಚ್ಚು, ನಂಬು. **Prom'is-iṅg**, *a.* ಒಳ್ಳೇದಾಗುವ ಹಾಗೆ ತೋರುವ, ನೆಚ್ಚಿಗೆಯುಳ್ಳ, ಆಶೆ ತೋರಿಸುವ, ಭರವಸದ. **Prom'is-sŏr-y**, *a.* ಮಾತು ಕೊಡುವ, ವಾಗ್ದತ್ತದ; p. note "ವಾಯಿದೇ ಚೀಟು", "ವಾಯಿದೆ ರೋಖ", ವಾಗ್ದಾನಪತ್ರ.

Prom'on-tŏr-y, *n.* ಭೂಶಿರ.

Prō-mōte', *v. t. r.* (advance) ಹೆಚ್ಚಿಸು, ಬೆಳಿಸು, ವೃದ್ಧಿ ಮಾಡು; 2. (excite) ಎಬ್ಬಿಸು; 3. (raise, exalt in rank or honour) ತಲೆ ಎಬ್ಬಿಸು, ಏರ ಮಾಡು, "ಬಡತಿ" ಕೊಡು, ದೊಡ್ಡ ಉದ್ಯೋಗ—; *pass.* ತಲೆ ಎತ್ತು, ಏರು.

Prō-mō'tĕr, *n.* ಅಭಿವೃದ್ಧಿ ಮಾಡುವವ, ಸಹಾಯ ಮಾಡುವವ, ಪ್ರೇರೇಪಕ. **Prō-mō'tiŏn**, *n.* ಹೆಚ್ಚುವಿಕೆ, ಅಭಿವೃದ್ಧಿ, "ಬಡತಿ", "ಇಜಾಫೆ" (*My.*). **Prō-mō'tive**, *a.* ವೃದ್ಧಿಪಡಿಸುವ, ಹೆಚ್ಚಿಸುವ.

Prompt, *a.* ತಡವಿಲ್ಲದ, ಸತ್ವರ, ತೀವ್ರವಾದ. *v. t. r.* ಹುರಿದುಂಬಿಸು, ಪ್ರೇರೇಪಿಸು; 2. ಸೂಚಿಸು, ಎತ್ತಿ ಕೊಡು, ನೆನಪು ಕೊಡು. **Prompt'ĕr**, *n.* ಪ್ರೇರೇಪಿಸುವವ, ಹುರಿದುಂಬಿಸುವವ; 2. ಎತ್ತಿ ಕೊಡುವವ, ಸೂಚಕ. **Prompt'i-tūde**, *n.* ತ್ವರೆ, ತೀಕ್ಷ್ಣ, ಚುರುಕು.

Prō'mul-gāte, *v.t.r.* ಸಾರು, ಪ್ರಸಿದ್ಧ ಮಾಡು. **Prom-ul-gā'tiŏn**, *n.* ಸಾರುವಿಕೆ, ಪ್ರಸಿದ್ಧಿ, ಪ್ರಸಾರಣೆ, ಪ್ರಖ್ಯಾಪನೆ. **Prom'ul-gā-tŏr**, *n.* ಸಾರುವವ, ಪ್ರಸಿದ್ಧಿ ಮಾಡುವವ.

Pro-mulġe', *v. t. r.* Promulgate, *q. v.*

Prōne, *a.* ಬೊಗ್ಗಿದ; 2. ಬೋರ್ಲಬಿದ್ದ; 3. ತಲೆ ಕೆಳಗಾಗಿರುವ; 4. ಇಳಿಜಾರಿನ; 5. ಒಲಿದ, ಮನಸ್ಸುಳ್ಳ, ಇಚ್ಛೆಯುಳ್ಳ; 6. ...ಗುಳಿ, ..ಬುರುಕ, ..."ಖೋರ", ...ಶೀಲ; he is p. ಬೊಗ್ಗಿರುತ್ತಾನೆ, ಬೋರ್ಲಬಿದ್ದಿರುತ್ತಾನೆ, *etc.*; p. to evil ಕೆಟ್ಟದ್ದಕ್ಕೆ ಆಶೆಯುಳ್ಳ; p. to strife ಜಗಳಗಂಟ; p. to excess in eating ಹೊಟ್ಟೆಬಾಕ; p. to taking bribes ಲಂಚಗುಳಿ, ಲಂಚಖೋರ; p. to weeping ಅಳುಬುರುಕ; p. to fall ಬೀಳಲಿಕ್ಕಿರುವ, ಒಲಿದ. **Prōne'-ness**, *n.* ಒಲಿದಿರುವುದು, ಇಚ್ಛೆ, ಮನಸ್ಸು.

Proṅg, *n.* ಮುಳ್ಳು, ಶೂಲ.

Prō'noun, *n.* ಸರ್ವನಾಮ. **Prō-nom'i-nal**, *a.* ಸರ್ವನಾಮದ, ಸರ್ವನಾಮಾರ್ಥಕ.

Prō-nounce', *v. t. r.* (*pr.* -nounst') ಉಚ್ಚರಿಸು, ಅನ್ನು, ನುಡಿ. **Prō-nounce'a-ble**, *a.* ಅನ್ನುವಂಥ, ಉಚ್ಚರಿಸತಕ್ಕಂಥ. **Prō-nounced'**, *a.* ಖಂಡಿತ, ನಿಶ್ಚಿತ. **Prō-nounce'ment**, *n.* ಪ್ರಕಟವಾದ, ವಿಖ್ಯಾಪನೆ. **Prō-nun-ci-ā'tiŏn**, *n.* ಉಚ್ಚಾರಣೆ.

Proof, *n.* ಪರೀಕ್ಷೆ; 2. ಪ್ರಮಾಣ, ಸಾಕ್ಷ್ಯ, ದೃಷ್ಟಾಂತ, "ಪುರಾವೆ"; the p. of the pudding is in the eating ಅಟ್ಟವನುಂಡಾನು; 3. (*geom.*) ಸಿದ್ಧಾಂತ; 4. (*arith.*) ತಾಳೆ; 5. (*print.*) ತಪ್ಪುಗಳನ್ನು ತಿದ್ದಿ ಸರಿನೋಡುವದಕ್ಕಾಗಿ ಮೊದಲು ಛಾಪಿಸಿದ ಪ್ರತಿ. *a.* ಗಟ್ಟಿ, ಹತ್ತದ, ತಾಗದ; p. against harm ಕೇಡು ತಾಗದ; fire p. ಅಗ್ನಿಭಯವಿಲ್ಲದ; water p. ನೀರು ಹಿಡಿಯದ, ಒದ್ದೆಯಾಗದ. **Proof'-less**, *a.* ಸಾಕ್ಷ್ಯವಿಲ್ಲದ.

Prop. *n.* ಆಸರೆ, ಪೋಟಿ, ಆಧಾರ. *v.t.r.* (propped, *pr.* propt) ಆಧಾರ ಕೊಡು, ಆಸರೆ ಕೊಡು, ಪೋಟಿಕೊಡು.

Pro-pæ-deu'tic (-dū-), *a.* ಪ್ರಥಮ ಶಿಕ್ಷಣದ.

Prop'a-gāte, *v.t.r.* ಸಂತಾನ ಹೆಚ್ಚಿಸು, ವೃದ್ಧಿ ಮಾಡು; 2. ಹಬ್ಬಿಸು, ವಿಸ್ತರಿಸು; 3. ಹುಟ್ಟಿಸು. *v.i.* ಹೆಚ್ಚು, ಅಭಿವೃದ್ಧಿಯಾಗು, ಹಬ್ಬು. Prop-a-gan'da, *n.* ಲೋಕಮತ ಕಲ್ಪಿಸಲಿಕ್ಕೆ ಮಾಡಿದ ಕಾರ್ಯಸಂಘ, ಪ್ರಚಾರಕಾರ್ಯ. Prop-a-gā'tion, *n.* ಹೆಚ್ಚಿಸುವಿಕೆ, ಸಂತಾನವೃದ್ಧಿ, ಹಬ್ಬಿಸೋಣ; 2. ಹೆಚ್ಚೋಣ, ಹುಟ್ಟೋಣ. Prop'a-gā-tor, *n.* ಹುಟ್ಟಿಸುವವ, ಉತ್ಪತ್ತಿ ಮಾಡುವವ; 2. ಹಬ್ಬಿಸುವವ, ಪ್ರಸಾರಕ, ಪ್ರಸ್ತಾಪಕ.

Pro-pel', *v.t.r.* (-pelled', *pr.* -peld') ಮುಂದೆ ನೂಕು, ಜರಗಿಸು, ಮುಂದಕ್ಕೆ ನಡೆಸು. Prō-pel'lent, *a.* ಮುಂದೂಡುವ. Pro-pel'ler, *n.* (ನಾವೆಯ) ಹುಟ್ಟು.

Prō-pense', *a.* ಇಚ್ಛೆಯುಳ್ಳ. Prō-pen'si-ty, *n.* ಮನಸ್ಸು, ಇಚ್ಛೆ, ಮನೋಗತ.

Prop'ĕr, *a.* (own) ಸ್ವಂತ, ನಿಜ; 2. (peculiar) ವಿಶೇಷ, ಪ್ರತ್ಯೇಕ; 3. (suitable) ಹಾಳತ, ತಕ್ಕ, ಯೋಗ್ಯ, ಉಚಿತ; 4. (handsome) ಚೆಲುವಾದ, ಚೆಲೋ; p. name ಅಂಕಿತ ನಾಮ. Prop'ĕr-ly, *ad.* ಹಾಳತವಾಗಿ, ನೆಟ್ಟಗೆ, ಸರಿಯಾಗಿ, ಯೋಗ್ಯವಾಗಿ; p. speaking (in a strict sense) ಇದ್ದ ಹಾಗೆ ಹೇಳ ಬೇಕಾದರೆ.

Prop'ĕr-ty, *n.* (peculiar quality) ಗುಣ, ಲಕ್ಷಣ, ಧರ್ಮ, ಪ್ರಕೃತಿ; natural properties of matter ಸಂಸಿದ್ಧಿಕ ಧರ್ಮಗಳು; 2. (thing owned) ಬದುಕು, ಆಸ್ತಿ, ಸೊತ್ತು, "ಜಂಪಿಗಿ"; movable *or* personal p. ಚರಸ್ಥಿತಿ *(My.)*, ಚರಸೊತ್ತು *(S.C.)*; real p. ಸ್ಥಿರಾಸ್ತಿ; lay by p. ಆಸ್ತಿ ಮಾಡಿಡು.

Proph'e-sȳ (prof'e-), *v.t.r.* (-sīed) ಕಾಲಜ್ಞಾನ ಹೇಳು, ಪ್ರವಾದಿಸು, ಭವಿಷ್ಯ ಹೇಳು. Proph'e-cy (prof'e-), *n.* ಕಾಲಜ್ಞಾನದ ಮಾತು, ಪ್ರವಾದನೆ, ಪ್ರದರ್ಶನ.

Proph'et (prof'et), *n.* ಕಾಲಜ್ಞಾನಿ, ಪ್ರವಾದಿ, ಭವಿಷ್ಯದ್ವಾದಿ, ದೀರ್ಘದರ್ಶಿ, ಪ್ರದರ್ಶಕ. Proph'et-ess, *n.* ಪ್ರವಾದಿನಿ. Prō-phet'ic, -phet'i-cal, *a.* ಕಾಲಜ್ಞಾನದ, ಪ್ರವಾದನೆಯ, ಭವಿಷ್ಯತ್ತು ಸೂಚಿಸುವ. Prō-phet'i-cal-ly, *ad.* ಕಾಲಜ್ಞಾನವಾಗಿ, ಭವಿಷ್ಯತ್ತು ಸೂಚಿಸುವಂತೆ.

Proph-y-lac'tic, *n.*, *see* **Preventive.**

Prō-pin'qui-ty (-pin'kwi-), *n.* ಹತ್ತರದ ಬಂಧುತ್ವ, ಸಮೀಪದ ಬಂಧುತ್ವ.

Pro-pi'ti-āte (-pish'i-), *v.t.r.* ಒಲಿಸು, ಶಾಂತ ಪಡಿಸು; *pass.* ಒಲಿ, ಒಲಿಸಿಕೊಳ್ಳು. Prō-pi-ti-ā'tion, *n.* ಒಲಿಸೋಣ, ಶಾಂತಪಡಿಸೋಣ; 2. ಪ್ರಾಯಶ್ಚಿತ್ತ. Prō-pi'ti-ā-tŏr, *n.* ಒಲಿಸುವವ, ಶಾಂತಪಡಿಸುವವ, ಪ್ರಾಯಶ್ಚಿತ್ತಕಾರಕ. Prō-pi'ti-ā-tŏr-y, *a.* ಒಲಿಸುವ, ಶಾಂತಿಕಾರಕ, ಪ್ರಾಯಶ್ಚಿತ್ತಾರ್ಥಕ. Prō-pi'tious (-pi'shus), *a.* ಒಲಿದ, ಪ್ರಸನ್ನವಾದ, ಶುಭ; a p. day ಶುಭವಾರ, —ತಿಥಿ. Prō-pi'tious-ly, *ad.* ಶುಭವಾಗಿ, ಪ್ರಸನ್ನವಾಗಿ. Pro-pi'tious-ness, *n.* ಒಲುಮೆ, ಪ್ರಸಾದ, ಕೃಪೆ, ಅನುಕೂಲತೆ.

Pro-pō'nent, *n.* ಪೂರ್ವವಾದಿ, ಆಲೋಚನೆ ಹೇಳುವವ.

Pro-pōr'tiŏn, *n.* (arrangement of parts) ಪರಿಮಾಣ, ಅಳತೆ, ಪಾಟಿ; 2. (portion) ಪಾಲು; 3. (symmetry, proper relation) ಸಮಗಟ್ಟು, ಹಾಳತ, ಹದ, ಜೋಳಿ, ಜವಳಿ; 4. *(math.)* ಅನುಪಾತ; simple p. ತ್ರೈರಾಶಿಕ; compound p. ಪಂಚರಾಶಿಕ. *v.t.r.* ಸಮಗಟ್ಟು, ಸಮ ಮಾಡು, ಹೊಂದಿಸು, ಹೊಂದಿಕೆ ಮಾಡು. Prō-pōr'tiŏn-a-ble, *a.* ಪ್ರಮಾಣವಾಗುವಂಥ; 2. ಸರಿಯಾದ, ಹೊಂದಿಕೆಯಾದ. Prō-pōr'tiŏn-al, *a.* ಸಮಪ್ರಮಾಣಕ, ಸರಿಯಾದ, ಸಮಗಟ್ಟಿನ. Prō-pōr'tiŏn-al-ly, *ad.* ಅಳತೆಯ ಮೇಲೆ, ಪ್ರಮಾಣಕ್ಕೆ ಸರಿಯಾಗಿ, ಸಮಗಟ್ಟಾಗಿ. Prō-pōr'tiŏn-āte, *a.* ಹೊಂದಿಕೆಯಾದ, ಸರಿಯಾದ. *v.t.r.* ಸಮಗಟ್ಟು, ಹೊಂದಿಕೆ ಮಾಡು, ಸರಿಯಾಗ—. Pro-pōr'tiŏn-āte-ly, *ad.* ಹಾಳಿತವಾಗಿ, ಅಂಕಿತವಾಗಿ.

Prō-pōse', *v.t.r.* ಆಲೋಚನೆ ಹೇಳು, ಅಭಿಪ್ರಾಯ ತೆರೆದು ಹೇಳು, ಮುಂದಿಡು; p. to one's self ಮನಸ್ಸು ಮಾಡಿಕೊಳ್ಳು, ನಿಶ್ಚಯ ಮಾಡಿಕೊಳ್ಳು. *v. i.* ಲಗ್ನಕ್ಕಾಗಿ ಹೇಳಿಕೊಳ್ಳು. Prō-pọsed', *a.* ಯೋಚಿಸಿದ, ಅಂದುಕೊಂಡ. Prō-pō'ṣal, *n.* ಮಾತು, ಸೂಚನೆ, ಆಲೋಚನೆ, ಅಭಿಪ್ರಾಯ.

Prop-ō-ṣi'tiŏn (-zish'un), *n.* ಸೂಚನೆ ಮಾತು; 2. *(logic)* ಪ್ರಮೇಯ, ಪ್ರತಿಜ್ಞೆ; 3. *(geom.)* ಸಿದ್ಧಾಂತ; 4. *(gram.)* ವಾಕ್ಯ.

Prō-pound', *v. t. r.*, *see* Propose.

Prō-prī'e-tŏr, *n.* ಧನಿ, ಒಡೆಯ, ಯಜಮಾನ,

ಕರ್ತ (*My.*); original p. ಮೂಲಕರ್ತ; p. of land "ಜಮೀನದಾರ", ಮೂಲಗಾರ. Prō-prī'e-tar-y (-tĕr-), *a.* ಧನಿಗೆ ಸಂಬಂಧಪಟ್ಟ ಹಕ್ಕಿನ. *n.* ಹಕ್ಕುಳ್ಳವರು, ಧನಿಗಳು. Prō-prī'e-tōr-ship, *n.* "ಹಕ್ಕು", ಬಾಧ್ಯತೆ, "ವಾರಸು", ಸ್ವಾಮ್ಯ. Pō-prī'e-tress, *n.* ಯಜಮಾನಿ, ಒಡತಿ.

Prō-prī'e-ty, *n.* ತಕ್ಕದ್ದಾಗಿರೋಣ, ಅನುವು, ಯೋಗ್ಯತೆ, ಮರ್ಯಾದೆ, ವಿನಯ.

Prō-pul'siŏn, *n.* ಮುಂದೆ ದೂಡುವುದು, ಮುನ್ನೂಕುವಿಕೆ. Prō-pul'sive, *a.* ಮುನ್ನೂಕುವ, ಜರಗಿಸುವ.

Prō-rōgue' (-rōg'), *v. t. r.* ಮುಂದಕ್ಕೆ ಹಾಕು, "ಮೊಖೂಫು" ಮಾಡು. Prō-rog-ā'tiŏn, *n.* "ಮೊಖೂಫು".

Prōs and cons, *n. pl.* ಸಾಧಕ ಬಾಧಕ.

Prō-s̤ā'ic, -s̤ā'i-cal, *a.* ಗದ್ಯರೂಪವಾದ; 2. ರಸವಿಲ್ಲದ, ಸಪ್ಪನ, ಮನೋರಂಜಕವಲ್ಲದ, ಮಂದ. Prō-s̤ā'i-cal-ly, *ad.* ಸಪ್ಪಗೆ. Prō's̤aist, *n.* ಗದ್ಯರಚಕ.

Prō-scē'ni-um (-sē-nĭ-), *n.* ಪ್ರಾಚೀನ ರಂಗಭೂಮಿಯಲ್ಲಿ ಮಧ್ಯಭಾಗ.

Prō-scrībe', *v. t. r.* ಕಂಡವರು ಕೊಲ್ಲಲಿ ಎಂದು "ಜಾಹೀರು" ಮಾಡು, ಗಡಿಪಾರು ಮಾಡು; 2. ಕೆಟ್ಟದ್ದೆಂದು ನಿಷೇಧಿಸು. Prō-scrip'tiŏn, *n.* ಶಾಪಾಜ್ಞೆ, ಗಡಿಪಾರು, ಬಹಿಷ್ಕಾರ. Prō-scrip'-tive, *a.* ಶಾಪಾಜ್ಞೆಯ, ಗಡಿಪಾರು ಮಾಡುವ, ಬಹಿಷ್ಕಾರದ.

Prōs̤e, *n.* ಗದ್ಯ, ವಚನ. *a.* ಗದ್ಯರೂಪವಾದ; ಗದ್ಯಾತ್ಮಕ; 2. ಸಪ್ಪನ; p. poem ವಚನಕಾವ್ಯ. *v. t. r.* ಗದ್ಯರೂಪವಾಗಿ ಬರೆ. Prō'-s̤i-fȳ, *v. t. r.* ಗದ್ಯರಚಿಸು. Prō's̤i-ness, *n.* ಸಪ್ಪಗಿರುವುದು, ಮಂದತ್ವ. Prō's̤y, *a.*, *see* Prosaic.

Pros'e-cūte, *v. t. r.* ಸಾಧಿಸು; 2. ಸಾಗಿಸು, ಮುನ್ನಡಿಸು; 3. "ಫಿರ್ಯಾದಿ" ಮಾಡು, ವ್ಯವಹರಿಸು. Pros-e-cū'tiŏn, *n.* ಮುಂದೆ ನಡಿಸೋಣ; 2. ಸಾಧನೆ; 3. "ಫಿರ್ಯಾದಿ", ವ್ಯಾಜ್ಯ. Pros'e-cū-tōr, *n.* "ಫಿರ್ಯಾದಿದಾರ", "ಮುದ್ದಯಿ", "ಸರಕಾರಿ ತರಫಿನಲ್ಲಿ ಫಿರ್ಯಾದಿ" ನಡಿಸುವವ. Pros'e-cū-trix, *n.* "ಫಿರ್ಯಾದಿದಾರಳು", "ಮುದ್ದಯ್ಯಳು".

Pros'e-lȳte, *n.* ಮತಸೇರಿದವ, ಪರಮತಾವಲಂಬಿ; p. of the gate ಯೆಹೂದಿ ಮತಾನುಸಾರಿ (ಮುಂಜಿಮಾಡಿಸಿಕೊಳ್ಳದವ). Pros'el-y-tīs̤e, *v. i. r.* ಬೇರೆ ಮತಸ್ಥರನ್ನು ತನ್ನ ಮತಕ್ಕೆ ಒಳಿಸಿಕೊಳ್ಳು, ಮತಪ್ರಸಾರಣ ಮಾಡು. Pros'e-lyt-ism, *n.* ಬೇರೆ ಮತಸ್ಥರನ್ನು ತನ್ನ ಮತಕ್ಕೆ ಸೇರಿಸಿಕೊಳ್ಳಬೇಕೆಂಬ ಆಸಕ್ತಿ.

Pros'ō-dy, *n.* ಛಂದಸ್ಸು, ಕವಿತಾಪದ್ಧತಿ. Prō-sō'di-al, -sod'i-cal, *a.* ಛಂದಸ್ಸಿನ; 2. ಛಂದಸ್ಸಿನ ಪದ್ಧತಿಯ ಪ್ರಕಾರದ. Prō-sō'di-an, Pros'ō-dist, *n.* ಛಂದಸ್ಸು ಬಲ್ಲವ, ಛಂದಶ್ಶಾಸ್ತ್ರಜ್ಞ.

Pros'pect, *n.* ನೋಟ; 2. ಪ್ರದೇಶ, ದೃಷ್ಟಿಗೋಚರದೇಶ; 3. "ನಕ್ಷೆ (ನಕಾಶೆ)"; 4. ಎತ್ತರ ಸ್ಥಳ, ಕೋವರ; 5. ಪ್ರತೀಕ್ಷೆ, ಭರವಸ, ಆಶೆ. Pros-pec'tive, *a.* ಮುನ್ನೋಡುವ, ಪ್ರತೀಕ್ಷೆಯುಳ್ಳ, ಮುಂದಿನ; p. peer ಮುಂದೆ ಪ್ರಭುವಾಗುವವನು. Pros-pec'tĕr, -'tōr, *n.* ಅಮೂಲ್ಯ ಪಾಷಾಣ ಲೋಹಗಳನ್ನು ಪರಿಶೋಧಿಸುವವನು. Pros-pec'tus, *n.* ಸೂಚನಾಪತ್ರ, ಪ್ರಸಿದ್ಧಿ ಪತ್ರ.

Pros'pĕr, *v. t. r.* ಸಫಲ ಮಾಡು, ಸಾರ್ಥಕ— *v. i.* ಕೈಗೂಡು, ಸಫಲವಾಗು, ಏಳಿಕೆಯಲ್ಲಿರು, ವೃದ್ಧಿಯಾಗು. Pros-per'i-ty, *n.* ಏಳಿಕೆ, ಏರುವಣಿಕೆ, ಏಳಿಗೇ ಸ್ಥಿತಿ, ಸಮೃದ್ಧಿ, ಊರ್ಜಿತ ಸ್ಥಿತಿ. Pros'pĕr-ŏus, *a.* ಊರ್ಜಿತ, ಏಳಿಕೆಯ, ಕೃತಾರ್ಥ, ಸಮೃದ್ಧ. Pros'pĕr-ŏus-ly, *ad.* ಏರುವಣಿಕೆಯಾಗಿ, ಕೃತಾರ್ಥವಾಗಿ, ಊರ್ಜಿತವಾಗಿ.

Pros'the-sis, *n.* ಒಂದು ಶಬ್ದಕ್ಕೆ ಪೂರ್ವಪ್ರತ್ಯಯ ಹಚ್ಚುವುದು.

Pros'ti-tūte, *n.* ಸೂಳೆ, ವೇಶ್ಯೆ. *a.* ವೇಶ್ಯಾವೃತ್ತಿಯ; 2. ಭ್ರಷ್ಟ, ನೀಚ. *v. t. r.* ವೇಶ್ಯಾವೃತ್ತಿಗೆ ಹಚ್ಚು; 2. ನೀಚ ಕೆಲಸಕ್ಕೆ ಹಚ್ಚು. Pros-ti-tū'tiŏn, *n.* ವೇಶ್ಯಾವೃತ್ತಿ, ಸೂಳೆಗಾರಿಕೆ; 2. ನೀಚ ಕೆಲಸಕ್ಕೆ ಹಚ್ಚೋಣ. Pros'ti-tū-tōr, *n.* ವೇಶ್ಯಾವೃತ್ತಿಗೆ ಹಚ್ಚುವವ.

Pros'trāte, *v. t. r.* ಕೆಡವು, ಕಡಿದುಹಾಕು; 2. ನೆಲಸಮ ಮಾಡು, ನಾಶ—; 3. (p. one's self) ಅಡ್ಡಬೀಳು, ಸಾಷ್ಟಾಂಗವೆರಗು; 4. (p. the strength) ತ್ರಾಣ ಕುಗ್ಗಿಸು, ಶಕ್ತಿಕ್ಷೀಣ ಮಾಡು. *a.* ಬಿದ್ದಿರುವ, ಅಡ್ಡಬಿದ್ದ. Pros-trā'tiŏn, *n.* ಅಡ್ಡಬೀಳುವಿಕೆ, ಸಾಷ್ಟಾಂಗ; p. of strength ಬಲಕ್ಷಯ; p. of spirits ಎದೆ ಒಡದಿರೋಣ, ವಿಷಾದ.

Prō-tag'on-ist, *n.* ಅಗ್ರೇಸರ ಭಟ, ಮುಖ್ಯ ಪಾತ್ರನು (ನಾಟಕ).

Prot'a-sis, *n.* ಸಹೇತುಕವಾಕ್ಯ.

Prō-tē'an, *a.* ಕಾಮರೂಪಿಯಾದ; 2. ಅಸ್ಥಿರವಾದ. Prō'teūs (prō'tūs), *n.* ಕಾಮರೂಪಿ.

Prō-tect′, *v. t. r.* ಕಾಯು, ಕಾಪಾಡು, ಬೆನ್ನು ಕಟ್ಟು *c. d.*, ಸಲಹು, ರಕ್ಷಿಸು, ಸಂರಕ್ಷಿಸು, ಪಾಲಿಸು. Prō-tec′tiŏn, *n.* ಕಾಯುವಿಕೆ, ರಕ್ಷಣೆ, ಪಾಲನೆ; 2. (state of being protected) ಆಶ್ರಯ, ಮರೆ; 3. (passport) "ರಹದಾರಿ". Prō-tec′tive, *a.* ಕಾಯುವ, ಕಾಪಾಡುವ, ರಕ್ಷಿಸುವ. Prō-tec′tŏr, *n.* ಕಾಪಾಡುವವ, ರಕ್ಷಕ, ಪಾಲಕ, ಪರಿಪಾಲಕ; Lord High Protector ಮಹಾ ಪರಿಪಾಲಕ ಪ್ರಭು. Prō-tec′tŏr-āte, *n.* ಪಾಲಕಪ್ರಭುತ್ವ, ಬಲವಾದ ರಾಜ್ಯದ ಆಶ್ರಯದಲ್ಲಿ ಚಿಕ್ಕ ರಾಜ್ಯವು ಇದ್ದುಕೊಳ್ಳುವುದು; 2. ಮೇಲಧಿಕಾರ. Prō-tec′tress, *n.* ರಕ್ಷಕಳು, ಸಂರಕ್ಷಿಸುವಾಕೆ.

Prō-tẹ-g̣e′ (-tā-zhā′), *n.* ಪರರ ಆಶ್ರಯದಲ್ಲಿರುವವ, ಬೆನ್ನುಬಿದ್ದವ. *fem.* Protegee.

Pro tempore, ತತ್ಕಾಲಕ್ಕೆ, "ಹಂಗಾಮಿ".

Prō-test′, *v. i. r.* ಪ್ರಮಾಣವಾಗಿ ಹೇಳು, ಖಚಿತವಾಗಿ—; 2. ಒಪ್ಪಿಗೆ ಇಲ್ಲನ್ನು, —ಇಲ್ಲೆಂದು ಬರಕೊಡು. *v. t.* ಪ್ರತಿಜ್ಞಾಪೂರ್ವಕವಾಗಿ ಹೇಳು; 2. ಪ್ರಮಾಣ ಮಾಡಿಕೊಡು. Prō′test, *n.* ಪ್ರತಿಜ್ಞಾಪೂರ್ವಕ ಭಾಷಣೆ, ನಿಷೇಧ, ಪ್ರತಿವಾದ, ಪ್ರತಿಕೂಲ ವಾದ. Prot′es-tant, *n.* ಪ್ರತಿಕೂಲವಾದಿ, "ರೋಮಿಯ" ಮತವಿರೋಧಿ, "ಪ್ರೊಟೆಸ್ಟಾಂಟ್". *a.* ಅಸಮ್ಮತಿ ತೋರಿಸುವ, ಪ್ರತಿವಾದಿಸುವ, "ಪ್ರೊಟೆಸ್ಟಂಟ್" ಜನರ. Prot′es-tant-ism, *n.* ಸುವಾರ್ತಾಶುದ್ಧಮತ. Prot-es-tā′tiŏn, *n.* ಬಹಿರಂಗವಾದ ಅರಿಕೆ; 2. ಅಲ್ಲನ್ನುವುದು, ಅಸ್ವೀಕಾರವು, ಪ್ರತಿಕೂಲವಾದ. Pro-test′ing-ly, *ad.* ಅಲ್ಲಲ್ಲನ್ನುತ್ತಾ, ಪ್ರತಿಕೂಲವಾಗಿ.

Prō′tō-col, *n.* ಒಪ್ಪಂದ, "ಕರಾರು" ಇತ್ಯಾದಿಗಳ ಮೂಲಪತ್ರಿಕೆ, ಟಿಪ್ಪಣಿ.

Prō′to-plasm, *n.* ಪ್ರಥಮ ಜೀವನಾರಂಭರಸ.

Prō′tō-tȳpe (-tīp), *n.* ಮೂಲರೂಪ, "ನಮೂನೆ", ಮಾದರಿ.

Prō-tract′, *v. t. r.* ಉದ್ದ ಮಾಡು; 2. ಮುಂದಕ್ಕೆ ಹಾಕು; 3. ತಡ ಮಾಡು. Prō-trac′-tiŏn, *n.* ತಡ ಮಾಡುವುದು, ಮುಂದಕ್ಕೆ ಹಾಕುವುದು. Prō-trac′tive, *a.* ತಡ ಮಾಡುವ.

Prō-trụde′, *v. t. r.* ಚಾಚು, ಚಾಚಿಸು. *v. i.* ಚಾಚು, ಮುಂದಕ್ಕೆ ಬರು, ಹೊರಗೆ ಬೀಳು. Prō-trụ′ṣiŏn (-trụ′zhun), *n.* ಮುಂದಕ್ಕೆ ಚಾಚೋಣ, ಹೊರಬೀಳೋಣ; 2. ಮುಂದಕ್ಕೆ ಚಾಚಿದ್ದು, ಹೊರಬಿದ್ದದ್ದು; p. of the anus ಗೂದೆ.

Prō-tū′bĕr-ance, *n.* ಬಾವು, ಗಂಟು, ವಾಳ.

Prō-tū′bĕr-ant, *a.* ಬಾತ, ಹೊರಬಿದ್ದ, ಉಬ್ಬಿದ. Prō-tū′bĕr-āte, *v. i. r.* ಬಾಯು, ಹೊರಬೀಳು.

Proud, *a.* ಸೊಕ್ಕಿನ, ಗರ್ವಿ, ಅಹಂಕಾರವುಳ್ಳ, ಹಿಗ್ಗಿಕೊಳ್ಳುವ; 2. ಶೋಭಾಯಮಾನವಾದ (building); he is very p. ಅವನು ಬಹಳ ಹೆಚ್ಚಿದ್ದಾನೆ: p. of money ಧನಗರ್ವಿತ, ಧನಮದವುಳ್ಳ; you do me p. ನನ್ನನ್ನು ಘನಪಡಿಸುತ್ತೀ. Proud′-flesh, *n.* ದುರ್ಮಾಂಸ. Proud′ly, *ad.* ಸೊಕ್ಕಿ, ಅಹಂಕಾರದಿಂದ, ಗರ್ವಿಷ್ಠನಾಗಿ.

Prōve, *v. t. r.* ಪರೀಕ್ಷೆ ನೋಡು, ಪರೀಕ್ಷಿಸು; 2. ಸಿದ್ಧಾಂತ ಪಡಿಸು, ಖರೆ ಮಾಡಿ ಕೊಡು; 3. ಅನುಭವಿಸು. *v. i.* ಕಂಡು ನೋಡು; 2. ಕಂಡು ಬರು, ತೋರು. Prōv′a-ble, *a.* ಸಿದ್ಧಾಂತವಾಗುವಂಥ, ಪ್ರಮಾಣ ಮಾಡಿಕೊಡುವಂಥ.

Prov′en-ance, *n.* ಮೂಲ, ಉತ್ಪತ್ತಿ, ಹುಟ್ಟು. *Also* Provenience.

Prov′en-dĕr, *n.* ಪಶುಗಳ ಆಹಾರ, ಮೇವು.

Prov′ĕrb, *n.* ಗಾದೆ, ನಾಣ್ಣುಡಿ, ಸಾಮತಿ, ಲೋಕವಚನ, ಲೋಕೋಕ್ತಿ; 2. *pl.* ಜ್ಞಾನೋಕ್ತಿಗಳ ಪುಸ್ತಕ. Prō-vĕr′bi-al, *a.* ಸಾಮತಿಯ, ಗಾದೆಯ; 2. ಲೋಕರೂಢಿ. Prō-vĕr′bi-al-ly, *ad.* ಗಾದೆರೂಪವಾಗಿ; 2. ಸಾಧಾರಣವಾಗಿ, ವಾಡಿಕೆಯಾಗಿ.

Prō-vīde′, *v. t. r.* ಸವರಿಸು, ಜೋಡಣೆ ಮಾಡು, ಸಿದ್ಧ ಮಾಡಿಡು; 2. ತಂದು ಕೊಡು. *v. i.* p. for, p. against ಹಂಚಿಕೆ ಮಾಡು, ಉಪಾಯ—, ಸಂಗ್ರಹ ಮಾಡಿಡು; p. against a rainy day ಅನುಸಂಕಟದ ವೇಳೆಗಾಗಿ ಜೋಕೆ ಮಾಡು. Prō-vī′ded that, *conj.* ..ರೆ, ..ಆದರೆ; p. that you come soon ನೀನು ಬೇಗ ಬಂದಿಯಂದರೆ, —ಬೇಗ ಬಂದರೆ, —ಬೇಗ ಬರುವುದಾದರೆ. Prō-vī′dĕr, *n.* ತಂದುಕೊಡುವವನು; lion's p. ನರಿ.

Prov′i-dence, *n.* ಎಚ್ಚರಿಕೆ, ಮುಂಜಾಗ್ರತೆ; 2. ದೇವರ ಪರಿಪಾಲನೆ, ದೇವರ ಕೃತ್ಯ, ದೈವಯತ್ನ, ದೇವರು. Prov′i-dent, *a.* ಮುಂಜಾಗ್ರತಪಡುವ, ಕಾಲವರಿತ, ದೂರ ನೋಡುವ, ಬುದ್ಧಿಯುಳ್ಳ. Prov′i-dent-ly, *ad.* ಮುನ್ನೆಚ್ಚರಿಕೆಯಾಗಿ, ಕಾಲವರಿತು. Prov-i-den′tial (-den′shal), *a.* ದೈವಯತ್ನದ, ದೈವಾಧೀನವಾದ, ದೇವತಂತ್ರದ. Prov-i-den′tial-ly (-den′shal-), *ad.* ದೈವಾಧೀನವಾಗಿ.

Prov′ince, *n.* ನಾಡು, "ಸುಬೆ"; 2. ದೇಶ; 3. ಕೆಲಸ, "ಇಲಾಖೆ": it is my p. ಅದು

ನನ್ನ ಕೆಲಸ, —"ಇಲಾಖೆ". Prō-vin'cial, *a.* ನಾಡಿನ, ಸುಬೆಯ; 2. ಗ್ರಾಮ್ಯ, ಅಸಭ್ಯ. *n.* ನಾಡ ಮಠಪತಿ; 2. ಹಳ್ಳಿಯವ. Prō-vin'-cial-ism, *n.* ನಾಣ್ನುಡಿ, ಗ್ರಾಮ್ಯ ಶಬ್ದ, ಗ್ರಾಮ್ಯ ಭಾಷೆ. Prō-vin'cial-ist, *n.* ಹಳ್ಳಿಯವ, ಗ್ರಾಮದವ.

Prō-vi'sion (-vizh'un), *n.* ಹಂಚಿಕೆ, "ತಜವೀಜು"; 2. ಜೋಡಣೆ; *pl.* ಆಹಾರಸಂಗ್ರಹ; p. for a journey ದಾರಿ ಬುತ್ತಿ, ರೊಟ್ಟಿ. *v.t.r.* ಅನ್ನಾಹಾರ ಸಿದ್ಧ ಮಾಡು, ಜೋಡಣೆ ಮಾಡು. Prō-vi'sion-al, -ar-y, *a.* ಸಮಯಾನುರೂಪವಾದ, ತತ್ಕಾಲಕ್ಕೆ ನೇಮಿಸಿದ, ಅನಕ ಮಾಡಿದ, "ಗರಜಿನ", "ಹಂಗಾಮಿ", ತಾತ್ಕಾಲಿಕ.

Prō-vī'sō, *n.* ನಿಯಮ, "ಶರತ". Prō-vī'-sōr-y, *a.* ಅನಕ ಮಾಡಿದ, ಸದ್ಯಕ್ಕೆ—, "ಕಾಯಮ್" ಅಲ್ಲದ; 2. "ಶರ್ತ"ಗಳಿರುವ.

Prō-vōke', *v.t.r.* (*pr.* -vōkt') ಎಬ್ಬಿಸು, ಹುರಿದುಂಬಿಸು; 2. ಸಿಟ್ಟೆಬ್ಬಿಸು, ಕೆಣಕು, ಚಳ್ಳೆ ಹಣ್ಣು ತಿನ್ನಿಸು, ಮುಸಗು; (p. a cat, a snake, *etc.*) ತಡವು. Prov-ō-cā'tiōn, *n.* ಕೆಣಕುವಿಕೆ, ಕೋಪವೆಬ್ಬಿಸುವುದು, ಸಿಟ್ಟಿಗೆಬ್ಬಿಸೋಣ. Prō-vōc'a-tive, *a.* ಕೆಣಕುವ, ಸಿಟ್ಟಿಗೆಬ್ಬಿಸುವ, ಪ್ರೇರೇಪಿಸುವ, "ಹುಷಾರ" ಮಾಡುವ. Prō-vō'king, *a.* ಸಿಟ್ಟಿಗೆಬ್ಬಿಸುವ, ಕೋಪ ಹುಟ್ಟಿಸುವ, ಪ್ರಕೋಪನ. Prō-vō'-king-ly, *ad.* ಸಿಟ್ಟಿಗೆಬ್ಬಿಸುವಂತೆ, ಕೆಣಕಿ.

Prov'ost, *n.* ವಿದ್ಯಾಶಾಲೆಯ ಮುಖ್ಯಸ್ಥ. Prov'-ost-marshal, *n.* ಸೈನ್ಯದಲ್ಲಿ ಮೇಜಿಸ್ಟ್ರೇಟು ಅಧಿಕಾರಿ.

Prow, *n.* ಹಡಗಿನ ಮುಂಭಾಗ, ಅಣಿಯ (*S. C.*); 2. ಒಂದು ತರದ ಹಡಗು.

Prow'ess, *n.* ಎದೆಗಾರಿಕೆ, ಶೌರ್ಯ, ಪರಾಕ್ರಮ, ಕಲಿತನ, ಅಳವಿ.

Prowl, *v.i.r.* ಬಂಬಾಳಿಸು, ಬೇಟೆಗಾಗಿ ತಿರುಗು, —ಸುಳಿದಾಡು. *v.t.* ...ಲ್ಲಿ ತಿರುಗು, ...ಸಂಚರಿಸು, ಎಡತಾಕು. Prow'lēr, *n.* ಬೇಟೆಗಾಗಿ ತಿರುಗುವವ, ವ್ಯಾಧ, —ತಿರುಗುವಂಥಾದ್ದು.

Prox'i-māte, Prox'i-mal, *a.* ಸಮೀಪವಾದ, ತಾಗಿದ; p. cause ಉಪಾದಾನಕಾರಣ. Prox'i-māte-ly, *ad.* ಹತ್ತರ, ಸಮೀಪವಾಗಿ. Prox-im'i-ty, *n.* ಹತ್ತರ, ಸಮೀಪ. Prox'-i-mō, *n.* ಬರುವ ತಿಂಗಳಿನ ದಿನ; the 3rd p. ಬರುವ ತಿಂಗಳಿನ ಮೂರನೇ ತಾರೀಕು.

Prox'y, *n.* "ಬದಲಿ", ಪ್ರತಿನಿಧಿ; 2. ಪ್ರತಿನಿಧಿಯ ಅಧಿಕಾರಪತ್ರಿಕೆ.

Prude, *n.* ಮಿತಿಮೀರಿ ನಾಚಿಕೆ ತೋರಿಸುವಂಥವಳು; 2. ಒಯ್ಯಾರಿ. Pru'dēr-y, *n.* ಅತಿ ಲಜ್ಜೆ, ಮಿತಿಮೀರುವ ನಾಚಿಕೆ; 2. ಒಯ್ಯಾರ, ಮುರುಕು. Pru'dish, *a.* ಅಳತೆಗೆಟ್ಟು ನಾಚಿಕೆ ತೋರಿಸುವ. Pru'dish-ly, *ad.* ಅತಿ ಲಜ್ಜೆಯಾಗಿ.

Pru'dent, *a.* ಹಿಂದುಮುಂದು ನೋಡುವ, ವಿವೇಕವುಳ್ಳ, ವಿಚಾರವುಳ್ಳ; 2. ಮಿತಿಯಿಂದ ಖರ್ಚು ಮಾಡುವ. Pru'dence, *n.* ಬುದ್ಧಿ, ಎಚ್ಚರಿಕೆ, ವಿವೇಕ, ಜಾಣತನ. Pru'den'tial (-den'-shal), *a.* ಬುದ್ಧಿಯ, ವಿವೇಕವುಳ್ಳ, ಜಾಣ. Pru-den'tial-ly, Pru'dent-ly, *ad.* ಹಿಂದುಮುಂದು ನೋಡಿ, ವಿವೇಕದಿಂದ, ಬುದ್ಧಿಯಾಗಿ.

Prune, *v.t.r.* ಸವರು, ಕುಡಿಕತ್ತರಿಸು; 2. "ಕಸಿ" ಮಾಡು, ಗೀಚು, "ಸಾಫು" ಮಾಡು. Pru'nēr, *n.* ಸವರುವವ, "ಕಸಿ" ಮಾಡುವವ. Pru'ning-hook, -knīfe (-nīf), *n.* ಕುಡಿ ಕತ್ತರಿಸುವ ಕತ್ತಿ, "ಕಸಿ"ಗತ್ತಿ.

Prune, *n.* ಅಲು ಹಣ್ಣು.

Pru'ri-ence, -en-cy, *n.* ಅತ್ಯಾಶೆ; 2. ತುರಿ. Pru'ri-ent, *a.* ಅತ್ಯಾಶೆಯುಳ್ಳ, ಆಶಾಮಾರಿತನದ. Pru'ri-ent-ly, *ad.* ಅತ್ಯಾಶೆಯಾಗಿ.

Prȳ, *v.i.r.* (prīed) ಇಣಿಕಿ ನೋಡು, ಹಣಿಕಿ—, ಹೊಂಚಿ—. *n.* ಶೋಧನೆ, ಹೊಂಚಿ ನೋಡುವುದು. Prȳ'ing-ly, *ad.* ಹಣಕಿ ನೋಡುತ್ತಾ, ತೊಂದರೆಗಾರನಾಗಿ.

P. S. *n.* (post script) ತಾಜಾಕಲಮು.

Psälm (säm), *n.* ಕೀರ್ತನೆ, ಸ್ತೋತ್ರ; *pl.* ಕೀರ್ತನೆ ಪುಸ್ತಕ. Psäl'mist (*or* säm'ist), *n.* ಕೀರ್ತನೆಗಾರ. Psäl'mō-dy (*or* säm'o-), *n.* ಗೀತಸಂಗ್ರಹ, ಸ್ತೋತ್ರಗಾನವು.

Psal'tēr (sal'tēr), *n.* ಕೀರ್ತನೆಗಳ ಪುಸ್ತಕ. Psal'tēr-y, *n.* ತಂತಿವಾದ್ಯ, ಕಿನ್ನರಿ.

Pseū'dō (sū'dō), *pref.* ಸುಳ್ಳು, ಮಿಥ್ಯಾ, ಕಳ್ಳ, ಠಕ್ಕ, ಠಕಾರಿ.

Pshaw (sha), *int.* ಛೀ, ಛೀ.

Psō'ra (sō'ra), *n.* ಕಜ್ಜಿ, ಹುರುಕು.

Psȳ'chic (sī'kik), Psȳchic-al, *a.* ಆತ್ಮವಿದ್ಯೆಯ, ಮನದ. Psȳ-chī'a-tēr, *n.* ಮನೋವ್ಯಾಧಿ ಚಿಕಿತ್ಸಕ. Psȳ-chō-log'ic, -log'-i-cal (-sī-ko-), *a.* ಮನಶ್ಶಾಸ್ತ್ರ ಸಂಬಂಧವಾದ. Psȳ-chol'ō-gist (sī-kol'ō-), *n.* ಮನಶ್ಶಾಸ್ತ್ರಜ್ಞ. Psȳ-chol'ō-gy (sī-kol'o-ji), *n.* ಮನಶ್ಶಾಸ್ತ್ರ. Psȳ-chō'sis, *n.* ಮನೋವಿಕಾರ, ಮರುಳು, ಹುಚ್ಚುತನ.

Pub, *n.* ಸಾರಾಯಂಗಡಿ.

Pū'bĕr-ty, *n.* ಹರೆಯ, ಹರೆ, ನೆರೆ, ತಾರುಣ್ಯಪ್ರಾ ಪ್ರಾಯ; to attain p. ಪ್ರಾಯಕ್ಕೆ ಬರು, ಮೈನೆರೆ. Pū-bes'cence, *n.* ಹರೆ, ನೆರೆ, ಯೌವನಾವಸ್ಥೆ; 2. *(bot.)* ರೋಮ. Pū-bes'cent, *a.* ಹರೆಯದ, ಮೈನೆರೆದ, ಪ್ರಾಯಕ್ಕೆ ಬಂದ; *(bot.)* ರೋಮವುಳ್ಳ. 2. ಕೀಳು ಹೊಟ್ಟೆ, ಮಾನ.

Pub'lic, *a.* ನಾಲ್ಕು ಮಂದಿಯ, ಸಾರ್ವಜನಿಕ, ರಾಜ್ಯದ; 2. ಬೈಲಾದ, ಪ್ರಸಿದ್ಧವಾದ; 3. ಲೋಕೋಪಯೋಗದ; 4. "ಸರಕಾರಿ"; p. good ಲೋಕೋಪಕಾರ. *n.* ಜನರು, ಸರ್ವಜನರು, ಬಹಿರಂಗ; in p. ಬಹಿರಂಗವಾಗಿ, ಜನರೊಳಗೆ, ನಾಲ್ಕು ಮಂದಿಯಲ್ಲಿ; appear in p. ಮಂದಿಯೊಳಗೆ ಹೋಗು, ತಲೆ ತೋರಿಸು. Pub'li-can, *n.* ಸುಂಕದವ; 2. "ಅಬಕಾರಿ ಗುತ್ತೆದಾರ", ಮದ್ಯ ಮಾರುವವ. Pub-li-cā'tion, *n.* ಪ್ರಕಟಣೆ; 2. ಪ್ರಸಿದ್ಧ ಮಾಡಿದ ಪುಸ್ತಕ ಮುಂತಾದದ್ದು. Pub'lic-house, *n.* ಸಾರಾಯಿ ಅಂಗಡಿ, ಮದ್ಯ ಮಾರುವ ಮನೆ. Pub'li-cist, *n.* ನ್ಯಾಯವಿದನು; 2. ಪ್ರಚಲಿತ ವಿಷಯಗಳನ್ನು ಎತ್ತಿ ಬರೆಯುವವನು. Pub'lic'i-ty (-lis'i-), *n.* ಬಯಲು, ಪ್ರಸಿದ್ಧಿ, ಬಹಿರಂಗ. Pub-lic'ly, *ad.* ಬಯಲಾಗಿ, ನಾಲ್ಕು ಮಂದಿಯಲ್ಲಿ, —ಮಂದಿಯ ಮುಂದೆ, ಬಹಿರಂಗವಾಗಿ. Pub'lic-spirit-ed, *a.* ಪ್ರಜಾಹಿತಚಿಂತಕ. Pub'lic-works, *n. pl.* ಮಾರ್ಗ, ಕಾಲುವೆ ಮುಂತಾದ ಕೆಲಸ.

Pub'lish, *v. t. r. (pr.* -lisht) ಬಯಲಿಗೆ ತರು, ಪ್ರಸಿದ್ಧ ಮಾಡು, ಪ್ರಕಟಿಸು; 2. ಸಾರಿ ತಿಳಿಸು, ಸಾರಿ ಹೇಳಿಸು; 3. ಛಾಪಿಸಿ ಕೊಡು. Pub'lish-ĕr, *n.* ಪ್ರಸಿದ್ಧ ಮಾಡುವವ; 2. ಛಾಪಿಸಿ ಪ್ರಚುರ ಮಾಡುವವ, ಪ್ರಸಿದ್ಧಕರ್ತನು, ಪ್ರಕಾಶಕ. Pub'lish-ment, *n.* ಪ್ರಸಿದ್ಧ ಮಾಡೋಣ, ಪ್ರಕಟಣೆ.

Pū'cel-āġe, *n.* ಕನ್ಯಾಭಾವ.

Puck, *n.* ಪಿಶಾಚ, ಯಕ್ಷ.

Puck'ĕr, *n.* ನೆರಿಗೆ, ಸಿರಿಗೆ, ಮಡಿಕೆ. *v. t. & i. r.* ನೆರಿಗೆ ಮಾಡು, ಸಿರಿಗೆ ಕಟ್ಟು, ಮಡಿಸು.

Pud'dĕr, *n.* ತೊಂದರೆ, ಗದ್ದಲ. *v. t. r.* ಗದ್ದಲ ಮಾಡು.

Pụd'diṅg, *n.* ಇಡ್ಲಿ, ಗಾರಿಗೆ, ಕಡುಬು ಮುಂತಾದವುಗಳು; a jack p. ಹಾಸ್ಯಗಾರ.

Pụd'diṅg-pīpe tree, *n., see* Indian laburnum.

Pud'dle, *n.* ರಾಡಿಯ ಕುಣಿ, ಗೊಜ್ಜಲ—, ಬುರುಡೆ—. *v. t. r.* ಕಲಕು ಮಾಡು.

Pū'den-cy, *n.* ನಾಚಿಕೆ, ಲಜ್ಜೆ. Pu-den'da, *n. pl. (virile)* ಶಿಶ್ನ, ಲಿಂಗ; *(muliebre)* ಯೋನಿ, ಭಗ. Pū-dic'i-ty, *n.* ಹೇವ, ಪಾತಿವ್ರತ್ಯ, ಲಜ್ಜಾಶೀಲತೆ.

Pudġe, *n.* ಕುಳ್ಳ, ತೋರ ಪ್ರಾಣಿ. [ಪುಷ್ಟಿಯಾದ.

Pudġ'y, Puds'y, Podġ'y, *a.* ಕುಳ್ಳ, ತೋರ,

Pū'ĕr-īle, *a.* ಹುಡುಗಾಟಿಕೆಯ, ಬಾಲ, ನಿಷ್ಫಲವಾದ. Pū-ĕr-il'i-ty, *n.* ಅಲ್ಪತ್ವ, ಹುಡುಗಾಟಿಕೆ.

Pū-ĕr'pĕr-al, *a.* ಪ್ರಸವಸಂಬಂಧವಾದ, ಬಾಣಂತಿಯ (ಬಾಣತಿಯ); p. fever ಬಾಣಂತಿಜ್ವರ, ಬಾಣಂತಿರೋಗ, ನಂಜುಜ್ವರ.

Puff, *n.* ಉಸುರು ಬಿಡುವುದು, ಬುಸುಗುಟ್ಟುವಿಕೆ; 2. ಬುಸ್ಸೆಂತ ಬೀಸುವ ಗಾಳಿ; 3. ಅಳತೆಗೆಟ್ಟ ಹೊಗಳಿಕೆ, ಅತಿಶಯ ಸ್ತುತಿ. *v. t. r. (pr.* puft) ಉಬ್ಬಿಸು, ಹಿಗ್ಗಿಸು, ಮಿತಿಮೀರಿ ಹೊಗಳು; 2. ಹಾರಿಸಿಬಿಡು, ಬಡಕೊಂಡು ಹೋಗು. *v. i.* ಬಿಟ್ಟುಬಿಟ್ಟು ಬೀಸು; 2. ಬುಸುಗುಟ್ಟು; 3. (p. at) ಹಾರಿಸಿಬಿಡು; 4. ಹಿಗ್ಗಿಕೊಳ್ಳು, ಊದಿಕೊಳ್ಳು, ಶಟಗೊಳ್ಳು, ಬೇಗ ಬಿರೆತುಕೊಳ್ಳು. Puff'ed, *pp. a.* ಉಬ್ಬಿದ. Puf'fĕr, *n.* ಹೊಗಳುವವ. Puff'ĕry, *n.* ಪ್ರಕಟ. Puf'fi-ness, *n.* ಉಬ್ಬಿರೋಣ. Puf'fy, *a.* ಉಬ್ಬಿದ, ತೋರ.

Puf'fin, *n.* ಒಂದು ಜಾತಿ ಜಲಪಕ್ಷಿ.

Pug, *n.* ಮಂಗ; 2. ಚಿಕ್ಕನಾಯಿ, ಮೆಕ್ಕೇನಾಯಿ.

Pugh (pụ), *int.* ಛೀ, ಛೀ.

Pū'ġil-iṣm, *n.* ಮಲ್ಲಯುದ್ಧ, ಮುಷ್ಟಿಯುದ್ಧ. Pū'ġil-ist, *n.* ಗುದ್ದುವವ, ಜಟ್ಟಿ, ಮಲ್ಲ. Pū-ġil-is'tic, *a.* ಮಲ್ಲಯುದ್ಧದ, ಜಟ್ಟಿಯ; the p. art ಜಟ್ಟಿವಿದ್ಯೆ.

Pug-nā'ciŏus (-nā'shus), *a.* ಜಗಳಗಂಟಿಗನಾದ, ಜಗಳಗಂಟಿಯಾದ. Pug-nā'ciŏus-ly, *ad.* ಜಗಳಗಂಟನಾಗಿ. Pug-nac'i-ty, *n.* ಜಗಳಗಂಟಿಗತನ, ಜಗಳಪ್ರೀತಿ.

Pūis'ne (pū'ne), *a.* ಕಿರಿ, ಕೆಳಗಿನ, ಚಿಕ್ಕ, ಒಳ.

Pū'is-sant, *a.* ತ್ರಾಣವುಳ್ಳ, ಬಲವಾದ, ಪರಾಕ್ರಮವಾದ, ಅಧಿಕಾರಯುಕ್ತ. Pū'is-sance, *n.* ತ್ರಾಣ, ಬಲ, ಪರಾಕ್ರಮ.

Pūke, *n.* ವಾಂತಿ ಔಷಧ. *v. t. r. (pr.* pūkt) ಕಾರು, ವಾಂತಿ ಮಾಡು.

Pū'las kī'nō tree, *n., see* Bastard Teak.

Pul'chri-tūde (pul'kri-), *n.* ಚಂದ, ಚೆಲ್ವಿಕೆ, ಲಾವಣ್ಯ, ಕೋಮಲತೆ.

Pūle, *v. t. r.* (ಕೋಳೀ ಮರಿಯಂತೆ) ಚಿಂ ಚಿಂ ಎಂತ ಕೂಗು; 2. ಕೂಸಿನಂತೆ ಅಳು.

Pull, *v. t. r.* ಜಗ್ಗು, ಎಳೆ, ಜಕ್ಕೊಳ್ಳು, ಎಳೆದುಕೊಳ್ಳು; 2 ಹರಿ; 3. ಹರಕೊಳ್ಳು, ಕಿತ್ತುಕೊಳ್ಳು; p. a boat ಹುಟ್ಟು ಎಳೆ; p. down ತೆಗೆ, ಕೆಡವು, ನಾಶ ಮಾಡು, ಹಾಳು—, ಕುಗ್ಗಿಸು; p. off ಹರಿ, ತೆಗೆ, ಕಳೆ (a hat, coat, *etc.*); p. out ಮೀಟು, ಕೀಳು; p. up ಕಿತ್ತುಹಾಕು. *v. i.* ಎಳೆ, ಜಗ್ಗು; p. up ತರಬು, ನಿಲ್ಲು. *n.* ಎಳೆಯುವಿಕೆ; 2. ಗುದ್ದಾಟ. *a.* ಎಳೆದ, ಕಿತ್ತ.

Pul'let, *n.* ಕೋಳೀ ಮರಿ.

Pul'ley (-li), *n.* ಗಡೆ, ಗಡಗಡೆ, ಚಿಕ್ಕ ರಾಟ್ಣ, ಚಕ್ರ, ಕಪಿ, ಕಪ್ಪಿ. **Pu'lly-hau'ly**, *a.* ಎಳೆದೆತ್ತುವ.

Pul'mon-ar-y (-ĕr-), **Pul-mon'ic**, *a.* ಶ್ವಾಸಕೋಶದ, ಫುಪ್ಪುಸಸಂಬಂಧದ.

Pulp, *n.* ತಿರುಳು, ತಿಳಲು, ಕುಸುರಿ; reduce to p. ಗಿಜಿಗಿಜ ಮಾಡು. **Pulp'ŏus, Pulp'y**, *a.* ತಿರುಳುಳ್ಳ, ಪಿಂಡವುಳ್ಳ, ಮೃದುವಾದ. **Pulp'i-ness**, *n.* ತಿರುಳಿನಂತೆ ಮೆತ್ತಗಿರುವಿಕೆ.

Pul'pit, *n.* ಪ್ರಸಂಗಪೀಠ, ಉಪದೇಶದ ಪೀಠ. **Pul-pit-eer'**, *n.* ಪ್ರಸಂಗಿ

Pulse, *n.* ನಾಡಿ; full p. ಧಾತುಪುಷ್ಟಿ; feel the p. ನಾಡೀ ನೋಡು; 2. ಸ್ಥಿತಿಗತಿಯ ಪರೀಕ್ಷೆ ಮಾಡು. *v. i. r.* ನಾಡಿ ಹಾರು. **Pul'sāte**, *v. i.* ಎದೆ ಹಾರು. **Pul-sā'tiŏn**, *n.* ಎದೆ ಹಾರೋಣ, ನಾಡಿಯ ಹಾರುವಿಕೆ.

Pulse, *n.* ಅವರೆ, ಕಡ್ಲೆ, ತೊಗರಿ, ಹೆಸರು ಮುಂತಾದ ಬೇಳೆಯ ಧಾನ್ಯಗಳು; split p. ಬೇಳೆ.

Pul-tā'ceŏus (-tā'shus), *a.* ನೆನೆಹಾಕಿದ, ಮೆತ್ತನ.

Pul'vĕr-ī-ṣa-ble, *a.* ಪುಡಿಪುಡಿಯಾಗುವಂಥ. **Pul-vĕr-i-ṣā'tiŏn**, *n.* ಪುಡಿ ಮಾಡುವುದು. **Pul'vĕ-rīṣe**, *v. t. r.* ಪುಡಿ ಮಾಡು, ಚೂರ್ಣ ಮಾಡು. *v. i.* ಹಿಟ್ಟಾಗು. **Pul-vĕr'ū-lent**, *a.* ಹಿಟ್ಟಿನಂಥಾ.

Pū'ma, *n.* ದಕ್ಷಿಣ ಅಮೆರಿಕದಲ್ಲಿರುವ ಹುಲಿಜಾತಿಯ ಮೃಗ.

Pum'mel, *n.*, *see* Pommel.

Pum'mel-ō, *n.*, *see* Pompelmous.

Pū'mice (*or* pum'is), **-stōne**, *n.* ಜ್ವಾಲಾಮುಖಿಯಿಂದ ಹೊರಬಿದ್ದ ಹುರುಬರಕ ಕಲ್ಲು, ಉಜ್ಜುವ ಕಲ್ಲು.

Pump, *n.* ನೀರೆಳೆಯುವ ಯಂತ್ರ, ನೀರು ಜಗ್ಗುವ ಕೊಳವಿ, ಬಂಬು. *v. t. r.* (*pr.* pumt) ನೀರು ಸೇದು; 2. ಗುಟ್ಟು ಹರಕೊಳ್ಳುವ ಪ್ರಶ್ನೆ ಕೇಳು.

Pump'kin, *n.* (*Cucurbita Pepo, D. C.*) ಬೂದಿಕುಂಬಳಕಾಯಿ, ಬಿಳೀ—.

Pun, *n.* ಶ್ಲೇಷೋಕ್ತಿ, ವಕ್ರೋಕ್ತಿ, ಕುಚೋದ್ಯ, ದ್ವಂದ್ವಾರ್ಥ ಮಾತು. *v. t. r.* (punned, *pr.* pund) ವಕ್ರೋಕ್ತಿ ನುಡಿ.

Punch, *n.* ನೀರು ಸಕ್ಕರೆ ಸಾರಾಯಿ ಚಾ ನಿಂಬೆ ಈ ಐದು ಜಿನಸುಗಳಿಂದ ಮಾಡಿದ ಪಾನಕ.

Punch, *n.* ನಾಟ ಮೊಳೆ, ಪೊಗರ, ತೂತು ಕೊರೆಯುವ ಆಯುಧ, ಬೈರಿಗೆ. *v. t. r.* (*pr.* puncht) ತೂತು ಹೊಡೆ. **Punch'ĕr**, *n.* ರಂಧ್ರಮಾಡುವ ಯಂತ್ರ.

Punch, *v. t. r.* ಹೊಡೆ, ತಿವಿ. *n.* ದೆಬ್ಬೆ.

Punch, *n.* ವಿದೂಷಕ; 2. ಟಾಕಣ ಕುದುರೆ.

Punch, *a.* ಗಡುತರ ಕುಳ್ಳ. *n.* ಗಡುತರ ಕುಳ್ಳ ಮನುಷ್ಯ.

Punch'eŏn (punsh'un), *n.* ನಾಟ ಮೊಳೆ, ಪೊಗರ, ಪಡಿಯಚ್ಚು.

Punc-til'i-ō, *n.* ಮಾನಮರ್ಯಾದೆಯಲ್ಲಿ "ನಾಜೂಕಿನ" ಸಂಗತಿ. **Punc-til'iŏus** (-til'yus), *a.* ಮಾನಮರ್ಯಾದೆಯಲ್ಲಿ ಸೂಕ್ಷ್ಮವುಳ್ಳ, "ನಾಜೂಕಾದ", ಎಳ್ಳಷ್ಟು ಬಿಡದ, ಮಹಾಡಂಬರದ. **Punc-til'iŏus-ly**, *ad.* ಎಳ್ಳಷ್ಟು ಬಿಡದೆ, "ನಾಜೂಕಾಗಿ", ಸೂಕ್ಷ್ಮವಾಗಿ. **Punc-til'iŏus-ness**, *n.* ಸೂಕ್ಷ್ಮತೆ, "ನಾಜೂಕು", ಅತ್ಯಾಚಾರ.

Punc'tū-al, *a.* ಸೀಟು, ನೇರ್ಪಿನ, ಜಾಗ್ರತೆಯುಳ್ಳ, ತತ್ಪರ, "ನಾಜೂಕಾದ"; 2. ತಕ್ಕ ಸಮಯಕ್ಕೆ ಬರುವ, —ಸಮಯಕ್ಕೆ ಮಾಡುವ, —ಸಮಯಕ್ಕೆ ಕೊಡುವ; 3. ಗೊತ್ತಿನ. **Punc-tū-al'i-ty, Punc'tū-al-ness**, *n.* ಯಥಾಕ್ರಮ, ಸೂಕ್ಷ್ಮ, ಖಂಡಿತ, ಕಟ್ಟುನಿಟ್ಟು. **Punc'tū-al-ly**, *ad.* ಸೀಟಾಗಿ, ನೇರ್ಪಾಗಿ, ಜಾಗ್ರತೆಯಾಗಿ, ನೇಮಿಸಿದ ಹೊತ್ತಿಗೆ, ಎಳ್ಳಷ್ಟು ಬಿಡದೆ.

Punc'tū-āte, *v. t. r.* ವಿರಾಮಚಿಹ್ನೆ ಹಾಕು. **Punc-tū-ā'tiŏn**, *n.* ವಿರಾಮಚಿಹ್ನೆ ಹಾಕೋಣ.

Punc'tūre, *n.* ಚುಚ್ಚೋಣ, ಚುಕ್ಕೆ; 2. ಚುಚ್ಚಿದ ಗಾಯ. *v. t. r.* ತಿವಿ, ಚುಚ್ಚು.

Pun'ġent, *a.* ಖಾರ, ಕಟು, ತೀಕ್ಷ್ಣ, ಚುಚ್ಚುವ. **Pun'ġen-cy**, *n.* ಖಾರ, ಕಟು; 2. ತೀಕ್ಷ್ಣತೆ. **Pun'ġent-ly**, *ad.* ತೀಕ್ಷ್ಣವಾಗಿ, ಖಾರವಾಗಿ.

Pū'nic, *a.* ಕಾರ್ತೇಜ ಪಟ್ಟಣದವರ; 2. ವಿಶ್ವಾಸಘಾತಕ, ನಡು ನೀರಲ್ಲಿ ಕೈಬಿಡುವ; p. faith ದ್ರೋಹ.

Pun'ish, *v. t. r.* (*pr.* pun'isht) ಶಿಕ್ಷಿಸು, ದಂಡಿಸು, (p. by caning, *as a boy*) ಹೊಡೆ, ಲತ್ತೇಹಾಕು *c. d.*, authority to p. ದಂಡಶಕ್ತಿ. **Pun'ish-a-ble**, *a.* ದಂಡನೆಗೆ ಯೋಗ್ಯವಾದ, ಶಿಕ್ಷೆಗೆ ಗುರಿಯಾದ. **Pun'ish-ment**, *n.* ದಂಡನೆ, ಶಿಕ್ಷೆ, "ಸಜಾ"; capital p. ದೇಹಾಂತ ದಂಡನೆ, ಅಂತ್ಯಾಜ್ಞೆ. Pū'ni-tive, *a.* ಶಿಕ್ಷೆಯ, ದಂಡಿಸುವ. Pū'ni-tŏr-y, *a.* ಶಿಕ್ಷಿಸುವ.

Punk, *n.* (tinder) ದೂದಿ, ಚಕಮುಕಿ ದೂದಿ; 2. (prostitute) ಸೂಳೆ, ಬಸವಿ.

Pun'ka, *n.* ದೊಡ್ಡ ಬೀಸಣಿಗೆ, "ಪಂಖ"; pull a p. "ಪಂಖ" ಬೀಸು, —ಹಾಕು.

Pun'stĕr, *n.* ಶ್ಲೇಷೆಯ ಮಾತಿನವ, ದ್ವಂದ್ವಾರ್ಥಿ.

Punt, *n.* ದೋಣಿ, ಓಡ. *v. t. r.* ದೋಣಿ ನಡೆಸು; 2. (ಚೆಂಡನ್ನು) ಕಾಲಿನಿಂದ ಹಾರಿಸು.

Punt, *v. t. r.* "ಇಸ್ಪೇಟು" ಆಡು.

Pū'ny, *a.* ಕಟಿಬಿದ್ದ, ಚಿಕ್ಕ, ಸಣ್ಣ. *n.* ಹೊಸಬ, ಅನುಭವವಿಲ್ಲದವ.

Pup, *n.* ನಾಯಿಯ ಮರಿ, ಕುನ್ನಿ. *v. t. r.* (pupped, *pr.* pupt) ಮರಿ ಹಾಕು; in p. ತೆನೆ ಬಿದ್ದ; sell one a p. ತೊಪ್ಪಿ ಹಾಕು.

Pū'pa, *n.* ಕೋಶವಾಸಿ. Pū-pāte', *v. i.* ಕೋಶವಾಸಿಯಾಗಿರು.

Pū'pil, *n.* ಶಿಷ್ಯ, ವಿದ್ಯಾರ್ಥಿ, ಬಾಲಕ; p. of the eye ಕಣ್ಣುಗೊಂಬೆ, ಕನೀನಿಕೆ, ಕಣ್ಣುಪಾಪೆ. Pū'pil-āge, *n.* ಶಿಷ್ಯನ ಸ್ಥಿತಿ, ಶಿಷ್ಯತ್ವ, ಬಾಲ್ಯ. Pū'pil-ar-y (-ĕr-), *a.* ಬಾಲಕನ, ಶಿಷ್ಯನ; 2. ಕಣ್ಣುಗೊಂಬೆಯ.

Pup'pet, *n.* ಪುತ್ತಳಿ, ಗೊಂಬೆ, ಸೂತ್ರ—; p. man, p. master, p. player ಬೊಂಬೇ ಆಟದವ, ಸೂತ್ರಧಾರಿ. Pup'pet-plāy, -show (-shō), *n.* ಬೊಂಬೇ ಆಟ, ಸೂತ್ರಗೊಂಬೆಯಾಟ.

Pup'py, *n.* ಕುನ್ನಿ, ನಾಯಿಮರಿ; 2. ನೀಚನು. *v. i. r.* (pup'pied, *pr.* -pid) ಮರೀ ಹಾಕು.

Pur (pĕr), *v. i. r.*, *see* Purr.

Pur'blīnd, *a.* "ಚಾಳೀಸು", "ಚಾಳೀಸಿನ", ಮಂದದೃಷ್ಟಿಯ, ಅರ್ಧ ಕುರುಡ.

Pur'chāse, *v. t. r.* (*pr.* chāst) ಕ್ರಯಕ್ಕೆ ತಕ್ಕೊಳ್ಳು, ಕೊಂಡುಕೊಳ್ಳು. *n.* ಕ್ರಯ, ಕೊಂಡುಕೊಳ್ಳೋಣ; 2. ಕೊಂಡುಕೊಂಡದ್ದು; p. money ಬೆಲೆ, ಕ್ರಯ. Pur'chas-a-ble, *n.* ಕ್ರಯಕ್ಕೆ ಸಿಕ್ಕುವಂಥ, ಕೊಂಡುಕೊಳ್ಳತಕ್ಕ. Pur'chās-ĕr, *n.* ಕೊಂಡುಕೊಳ್ಳುವವ, —ಕೊಂಡವ, ಗಿರಾಕಿ.

Pūre, *a.* ಅಚ್ಚ, ಚೊಕ್ಕ; 2. ಸ್ವಚ್ಛ, ಶುದ್ಧ, ನಿರ್ಮಲ; 3. ಬರೀ. Pūre'ly, *ad.* ಪರಿಶುದ್ಧವಾಗಿ, ನಿರ್ಮಲ—, ಸ್ವಚ್ಛ—. Pūre'ness, *n.*, *see* Purity. Pū'ri-fȳ, *v. t. r.* (-fīed) ನಿರ್ಮಲ ಮಾಡು, ಶುದ್ಧ ಮಾಡು. *v. i.* ಶುದ್ಧವಾಗು. Pū-ri-fi-cā'tiŏn, *n.* ಶುದ್ಧೀಕರಣ. Pū-rif'i-ca-tŏr-y, *a.* ಶುದ್ಧೀಕರಿಸುವ. Pū'ri-fī-ĕr, *n.* ಶುದ್ಧೀಕರಿಸುವವ.

Pū'rist, *n.* ಶುದ್ಧಮಾತಿನವ, ವಾಣಿಶುದ್ಧ.

Pū'ri-ty, *n.* ಶುಚಿ, ನಿರ್ಮಲತ್ವ, ಶುದ್ಧತ್ವ; inward p. ಅಂತಃಶುದ್ಧಿ, ಆಭ್ಯಂತರ—; p. of heart ಹೃದಯಶುದ್ಧಿ, ಮನೋನೈರ್ಮಲ್ಯ.

Pur'fle, *v. t.* ಅಂಗಿಗೆ ಗೋಟು ಇಡು.

Purge (pĕrj), *v. t. r.* ಶುದ್ಧ ಮಾಡು; 2. ಭೇದಿ ಮಾಡು. *v. i.* ಹೊಟ್ಟೆ ಜಾಡಿಸು, ಭೇದಿಯಾಗು. *n.* "ಜುಲಾಬಿನ" ಔಷಧ, ವಿರೇಚನೌಷಧ Pur-gā'tiŏn, *n.* ಶುದ್ಧೀಕರಣ. Pur'ga-tive, *a.* ಭೇದಿಯ, ವಿರೇಚಕ. *n.* ವಿರೇಚನ, ಭೇದಿ. Pur-ga-tō'ri-al, -tō'ri-an, *a.* ಶುದ್ಧೀಕರಣಾಗ್ನಿಯ. Pur'ga-tŏr-y, *a.* ಶುದ್ಧ ಮಾಡುವ, ಪ್ರಾಯಶ್ಚಿತ್ತಕರ. *n.* *(Rom. Cath.)* ಉತ್ತರಿಸುವ ಸ್ಥಳ, ಶುದ್ಧೀಕರಣಾಗ್ನಿ. Purg'ĕr, *n.* ಭೇದಿ, ವಿರೇಚನೌಷಧ. Purg'ing, *n.* ಹೊಟ್ಟೆ ಜಾಡಿಸೋಣ, ಭೇದಿ, ಅತಿಸಾರ. *a.* ಹೊಟ್ಟೆಕಳೆತ, ಭೇದಿಕಾರಿ.

Pū'ri-form (-fa̤rm), *a.* ಕೀವಿನಂಥ.

Pū'rim, *n.* ಯೆಹೂದ್ಯರ ಒಂದು ಹಬ್ಬ.

Pū'ri-tan, *n.* ಕ್ರೈಸ್ತಧರ್ಮಶುದ್ಧ್ಯಭಿಮಾನಿ, ಪೂತ. Pū-ri-tan'ic, -tan'i-cal, *a.* ಪೂತರ; 2. ಧರ್ಮಶುದ್ಧ್ಯಭಿಮಾನಿ. Pū'ri-tan-ism, *n.* ಪೂತರ ಮತಭೇದ.

Purl (pĕrl), *v. i. r.* ಜಳಜಳನೆ ಹರಿ, ಬುಡಬುಡನೆ—. *n.* ಕಂಬಿ, ಜರತಾರಿನ ಅಂಚು, ಸರಿಗೆ; 2. ಸುಳಿ; 3. ಬುಡಬುಡನ್ನುವ ಸಪ್ಪಳ Pur'-ling, *n.* ಬುಡಬುಡನೆ ಹರಿಯೋಣ; 2. ಜರೀ "ಕಿನಾರಿ", ಜರತಾರಿನ ಅಂಚು.

Purl, *v. t. r.* ಜರಿಯ ನೆರಿಗೆಯಾಗಿ ಅಂಚುಕಟ್ಟು.

Purl, *v. i. r.* ನದಿಯ ನೀರು ಕಲ್ಲು ಇತ್ಯಾದಿಗಳಿಗೆ ತಾಗಿ ಮಗುಚಿಬೀಳು.

Pur'lieu (pĕr'lū), *n.* ಪ್ರಾಂತ.

Pur'lin *or* Pur'line (-lin), *n.* ಮಾಡಿನ ಅಡ್ಡ ತೊಲೆ, ಅಂತರ್ಸುಣ್ಣ *(S. C.)*.

Pur-loin', *v. t. r.* ಕದ್ದುಕೊಳ್ಳು; 2. ಗ್ರಂಥ ಚೌರ್ಯ ಮಾಡು. Pur-loin'ĕr, *n.* ಕಳ್ಳ; 2. ಗ್ರಂಥಚೋರ. Pur-loin'ing, *n.* ಕಳ್ಳತನ.

Pur-pär'ty, *n.* ಆಸ್ತಿಯ ಪಾಲು, —"ಹಿಸ್ಸೆ".

Pur'ple, *n.* ನೇರಳೆ ಬಣ್ಣ; born in the p. ಗರ್ಭಶ್ರೀಮಂತ. *a.* ನೇರಳೆ ಬಣ್ಣದ. *v. t. r.* ನೇರಳೆ ಬಣ್ಣ ಕೊಡು. Pur'plish, *a.* ನಸುನೇರಳೆ ಬಣ್ಣದ.

Pur'port, *n.* ಅಭಿಪ್ರಾಯ, ತಾತ್ಪರ್ಯ. Pur-port', *v. t. r.* ಅರ್ಥವಿರು, ಭಾವಿಸು.

Pur'pŏse, *n.* ಉದ್ದೇಶ, ತಾತ್ಪರ್ಯ, ಯೋಚನೆ, ಮನಸ್ಸು; to no p. ಸುಮ್ಮನೆ; on p. ಬೇಕೆಂತ. *v.t.r.* (*pr.* pĕr'pust) ಮಾಡ ಬೇಕೆಂದಿರು, ಬಗೆ, ಉದ್ದೇಶಿಸು. *v.i.* ಬೇಕೆಂ ದಿರು, ಉದ್ದೇಶವಿರು, ಮನಸ್ಸಿರು; *as*, I p. to write ಬರೆಯಬೇಕೆಂದಿರುತ್ತೇನೆ, ನನಗೆ ಬರೆಯ ಬೇಕೆಂಬ ಉದ್ದೇಶವದೆ, —ಬರೆಯಬೇಕೆಂಬ ಮನ ಸ್ಸದೆ, —ಬರೆಯಲಿಕ್ಕೆ—. Pur'pŏse-ful, *a.* ಉದ್ದೇಶವುಳ್ಳ. Pur'pŏse-less, *a.* ಅನುದ್ದೇಶ. Pur'pŏse-ly, *ad.* ಬೇಕೆಂತ, ತಿಳಿದು, ಉದ್ದೇಶ ಪೂರ್ವಕ.

Purr, *v.i.r.* (ಬೆಕ್ಕು) ಗುರುಗುಟ್ಟು.

Purse (pĕrs), *n.* ಹಮ್ಮಣಿ, ಹಮ್ಮಾಣಿ, ಚೀಲ; 2. ಗಂಟು, ಬೊಕ್ಕಸ, "ಖಜಾನೆ"; 3. "ಇನಾ ಮಾಗಿ" ಕೊಟ್ಟ ಹಣ; empty p., light p., ಬಡತನ; heavy p., long p., ಐಶ್ವರ್ಯ; the public p. ಸಾರ್ವಜನಿಕ ಅಥವಾ ರಾಷ್ಟ್ರೀಯ ನಿಧಿ. *v.t.r.* (*pr.* pĕrst) ಹಮ್ಮಣಿಯಲ್ಲಿ ಹಾಕು; tighten p. strings ಹಣದ ಚೀಲದ ಬಾಯಿಯನ್ನು ಬಿಗಿಯಾಗಿ ಕಟ್ಟು, ವೆಚ್ಚ ಮಾಡದಂತೆ ಬಿಗಿ ಹಿಡಿ; loosen p. strings ಧಾ ರಾಳವಾಗಿ ಖರ್ಚು ಮಾಡು. Purse'prīde, *n.* ಧನಮದ. Purse'proud, *a.* ಧನಗರ್ವಿತ. Purs'ĕr, *n.* ಹಡಗದ "ಖಜಾನೆಯವ".

Purse, *v.t.* & *i.* (lips, brows) ಮುದುರಿಸು, ನೆರಿ ಬೀಳುವಂತೆ ಮಾಡು.

Purs'lāin *or* Purs'lāne, *n.* (*Portulaca oleracea* and *quadrifida, L.*) ಬಚ್ಚಲೀ ಸೊಪ್ಪು (*S. C.*), ಸುಚ್ಚುಗೋಳಿಪಲ್ಯ (*S. M.*), ದೊಡ್ಡ ಗೋಣೀ ಸೊಪ್ಪು (*My.*).

Pur-sūe', *v.t.r.* ಬೆನ್ನು ಹತ್ತು, ಬೆನ್ನಟ್ಟು, ಹಿಂದಟ್ಟು, ಹಿಂದೆ ಹೋಗು; 2. ನಡೆ, ನಡಿಸು; 3. ಸಾಧಿಸು, ಸಾಗಿಸು; 4. ಅನುಸರಿಸು. Pur-sū'ance, *n.* ಹಿಂದಟ್ಟುವಿಕೆ, ಅನುಸರಣ; in p. of ...ದೆಸೆಯಿಂದ, ಅನುಸಾರವಾಗಿ, ಪ್ರಕಾರ. Pur-sū'ant to, *a.* ಅನುಸಾರವಾಗಿ, ಪ್ರಕಾರ, ಆದ ಕಾರಣ. Pur-sū'ĕr, *n.* ಬೆನ್ನುಹತ್ತು ವವ, ಹಿಂದಟ್ಟುವವ.

Pur'sūit, *n.* ಹಿಂದಟ್ಟುವಿಕೆ; 2. ಕೆಲಸ, ಉ ದ್ಯೋಗ; 3. ಸಾಧನೆ.

Pur'suĭ-vant (-swē-), *n.* ಬಿಲ್ಲೆಯವ, ಓಲೆ [ಕಾರ.

Pur'sy, *n.* ಬಹಳ ಗಾತ್ರವಾದ, ಡೊಳ್ಳು, ಗಡತರ; 2. ಉಬ್ಬಸದ. Pur'si-ness, *n.* ಡೊಳ್ಳು, ತೋರ, ಗಾತ್ರ; 2. "ದಮ್ಮು", ಉಬ್ಬಸ.

Pū'ru-lence, *n.* ಕೀವುಗಟ್ಟುವುದು. Pū'ru-lent, *a.* ಕೀವು ತುಂಬಿದ, —ಗಟ್ಟಿದ, ಕೀವಿನ.

Pur-vey', *v.t.r.* ತಂದುಕೊಳ್ಳು, ತಂದುಕೊಡು, ಜೋಡನೆ ಮಾಡು. *v.i.* ಆಹಾರ ತಂದುಕೊಳ್ಳು. Pur-vey'ance, *n.* ಆಹಾರಸಂಗ್ರಹ, ಜೋ ಡಣೆ; 2. "ಸರಬರಾಯಿ". Pur-vey'ŏr, *n.* ಆಹಾರ ಪೂರಯಿಸಿ ಕೊಡುವವ; 2. ಕುಂಟಣಿಗ, "ಭಡವ".

Pur'view (-vū), *n.* ತಾತ್ಪರ್ಯ, ವ್ಯವಸ್ಥೆಯ ಮೇರೆ, ದೃಷ್ಟಿಪಥ, ವಿಷಯದ ಮೇರೆ.

Pus, *n.* ಕೀವು; to become p. ಕೀತುಕೊಳ್ಳು.

Push, *v.t.r.* (*pr.* pusht) ದೂಡು, ದೊಬ್ಬು, ನೂಕು; 2. ಇರಿ, ಚಾಯು; 3. ಗಂಟುಬೀಳು; p. down ದೊಬ್ಬಿಹಾಕು; p. one hard ಜೇರಿಗೆ ತರು. *v.i.* ತಿವಿ, ಇರಿ; 2. ಯತ್ನ ಮಾಡು; 3. ಮೇಲೆ ಬೀಳು, ಎಗರು; 4. ಚಿಗುರು; p. on ಒತ್ತರ ಮಾಡು, ನೂಕಿಸಿ ಕೊಂಡು ಹೋಗು. *n.* ನೂಕುವಿಕೆ, ದೂಡು ವುದು; 2. ತಿವಿಕೆ; 3. ಯತ್ನ; 4. ಅಡಚಣಿ. Push'ing, *a.* ಯತ್ನ ಮಾಡುವ, ಸಾಹಸದ, ಚುರುಕುಳ್ಳ; 2. ತೊಂದರೆಯ.

Push'too, *n.* ಅಫಗಾನಿ ಭಾಷೆ.

Pū-sil-lan'i-mŏus, *a.* ಎದೆಗುಂದಿದ, ಧೈರ್ಯ ವಿಲ್ಲದ, ಪುಕ್ಕ, ಹೆದರುವ. Pū-sil-lan'i-mŏus-ly, *ad.* ಎದೆಗುಂದಿ, ಹೇಡಿಯಾಗಿ. Pū-sil-lan-im'i-ty, *n.* ಎದೆ ಒಡಕತನ, ಅಧೈರ್ಯ, ಪುಕ್ಕತನ.

Puss, Pus'sy, *n.* ಕಾಮಿ, ಬೆಕ್ಕು; 2. ಮೊಲ.

Pus'tūle, *n.* ಗುಳ್ಳೆ, ಬೊಕ್ಕೆ. Pus'tū-lar, Pus'tū-lŏus, *a.* ಬೊಕ್ಕೆಬೊಕ್ಕೆಯುಳ್ಳ, ಬೊ ಕ್ಕೆ ತುಂಬಿದ. Pus'tū-lāte, *v.i.r.* ಬೊಕ್ಕೆ ಬರು.

Put, *v.t.ir.* (put, put), (place) ಇಡು, ಹಾಕು, ಮಡಗು; 2. (bring into a certain state), *as*, p. in fear ಹೆದರಿಸು, ಭಯಪಡಿಸು, —ಹುಟ್ಟಿಸು *c.d.*; p. in heart ಎದೆಗೊಳ್ಳಿಸು, ಧೈರ್ಯಪಡಿಸು; p. in mind ನೆನಪು ಕೊಡು *c.d.*, ನೆನಪು ಹುಟ್ಟಿಸು *c.d.*; p. in passion ಸಿಟ್ಟೆಗೆಬ್ಬಿಸು, ಕೋಪ ಗೊಳಿಸು; p. in pledge ಅಡವಿಡು; p. in practice ಮಾಡು, ನಡಿಸು, ಅಭ್ಯಾಸಿಸು; p. in print "ಛಾಪಿಸು"; p. in words ನುಡಿ, ಉಚ್ಚರಿಸು; p. in Kanarese, English, *etc.* ಕನ್ನಡಕ್ಕೆ (ಇಂಗ್ಲಿಷ್ ಭಾಷೆಗೆ) ಭಾಷಾಂತರ ಮಾಡು; p. out of joint ಕೀಲು ತಪ್ಪಿಸು; 3. (set before one) ಹಾಕು, ಹೇಳು, ಕೇಳು, *as.* p. a question ಪ್ರಶ್ನೆ ಹಾಕು, —ಕೇಳು; p. asunder ಬೇರೆಬೇರೆ ಇಡು, ಅಗಲಿಸು;

p. away ಬಿಟ್ಟುಬಿಡು, ಹೊರಗೆ ಹಾಕು, (a wife) ಪರಿತ್ಯಾಗ ಮಾಡು, ತ್ಯಾಗಪತ್ರ ಕೊಡು *c.d.;* p. back ಹಿಂದಕ್ಕಿಡು, —ಕಳುಹಿಸು, ಸರಿಸು, (hinder) ತಡೆ; p. by ಇಟ್ಟುಕೊಳ್ಳು, ಕಡೆಗಿಡು; p. down ಕೆಳಗಿಡು, ಕೆಳಗಿಟ್ಟುಬಿಡು, (degrade, suppress) ಕುಂದಿಸು, ತಗ್ಗಿಸು, ನಿಲ್ಲಿಸು, (confute) ಬಾಯಿ ಕಟ್ಟು, (write down) ಬರಕೊಳ್ಳು; p. forth ಚಾಚು (*as* the hand), ಬಿಡು (*as* leaves on a tree, *etc.*), (make manifest) ತೋರಿಸು, (propose) ಹಾಕು, ಹೇಳು, ಕೇಳು; (publish) ಛಾಪಿಸು, ಛಾಪಿಸಲಿಕ್ಕೆ ಹಾಕು; p. forward ಮುಂದಕ್ಕಿಡು, ತಲೆ ಎತ್ತಿಸು, ಸಾಗಿಸು; p. in ತುರುಕು, ಪೋಣಿಸು, ಒಳಗಿಡು, ಹೇಳು, ಅಡ್ಡ ಬಂದು ಹೇಳು (a word), ಒಳಗೆ ನಡಿಸು, —ನೂಕಿಸಿಕೊಳ್ಳು, —ವಹಿಸು *as* a ship, *(law)* ಕೊಡು, ಮಾಡಿ ಇಡು (*as* a petition, claim, *etc.*); p. into one's head ಒಬ್ಬನಿಗೆ ಹೇಳಿಕೊಡು, ಒಬ್ಬನನ್ನು ಹುಚ್ಚು; p. off ತೆಗೆದಿಡು, ತೆಗೆದುಹಾಕು (a robe), (disappoint) ಆಶೆ ಕೆಡಿಸು, ಆಶಾಭಂಗ ಮಾಡು, (delay) ಮುಂದೆ ಹಾಕು, ನಿಲ್ಲಿಸಿಡು, ಸಮುದ್ರಕ್ಕಿಳಿಸು (a boat); p. on, p. upon (one's self) ಹಾಕಿಕೊಳ್ಳು, ತೊಟ್ಟುಕೊಳ್ಳು (a coat, jacket), ಉಟ್ಟುಕೊಳ್ಳು (nether garments), ಮೆಟ್ಟಿಕೊಳ್ಳು (shoes), ಸುತ್ತಿಕೊಳ್ಳು (a turban), ಕಟ್ಟಿಕೊಳ್ಳು (necktie, *etc.*); (on another) ಹಾಕು, ತೊಡಿಸು, ಉಡಿಸು, ಮೆಟ್ಟಿಸು, *etc.*, (impute to) ...ಮೇಲೆ ಹಾಕು; p. out, (eject) ಹೊರಗೆ ಹಾಕು, ಬಿಡು (leaves), ಆರಿಸಿಬಿಡು, ಆರಿಸು, ನೊಂದಿಸು (a candle, fire), (at interest) ಬಡ್ಡಿಗಿಡು, (provoke) ಸಿಟ್ಟಿಗೆಬ್ಬಿಸು, ರೇಗಿಸು, (stretch forth) ಚಾಚು, (confuse) ಬಾಯಿಬಡಿ, "ಗಾಬರಿ" ಮಾಡು, ತಪ್ಪಿಸು (a joint); *pass.* ತಪ್ಪು, ಕಿತ್ತುಹಾಕು (eyes); p. over ಮೇಲಿಡು, (refer) ಒಪ್ಪಿಸಿಕೊಡು; p. a stop to ನಿಲ್ಲಿಸು, ಕಟ್ಟು ಮಾಡು, "ಬಂದ"—; p. to (add) ಕೂಡಿಸಿಡು; p. to account ...ಲೆಕ್ಕಕ್ಕೆ ಹಾಕು, *as*, p. it to my account ನನ್ನ ಲೆಕ್ಕಕ್ಕೆ ಹಾಕು; p. to death ಕೊಲ್ಲು, ಮರಣಶಿಕ್ಷೆ ಕೊಡು *c.d.;* p. to flight ಓಡಿಸು, ಓಡಿಸಿಬಿಡು; p. to hazard ಆಶೆ ತೊರೆ, —ಬಿಡು, —ತೊರೆದು ದುಡುಕು, —ತೊರೆದು ಸಾಹಸ ಮಾಡು, *as*, he p. his life to hazard ತನ್ನ ಜೀವದ ಆಶೆ ತೊರೆದ, *etc.;* p. to pains ತೊಂದರೆ ಕೊಡು *c. d.*; p. to shame ನಾಚಿಸು, ನಾಚಿಗೆಪಡಿಸು; p. to silence ಸುಮ್ಮನಿರಿಸು; p. to a stand ನಿಲ್ಲಿಸು, ಅಡ್ಡಕಟ್ಟು; p. to the sword ಕಡಿದುಬಿಡು, —ಹಾಕು; p. to trial, p. on trial ಪರೀಕ್ಷೆ ಮಾಡು, ವಿಚಾರಿಸು; p. a matter to vote ಒಂದು ಮಾತಿನ ವಿಷಯ ಜನರ ಮತ ಕೇಳು; p. together ಕೂಡಿಸಿಡು, ಜೋಡಿಸು; p. to it, p. hard to it ಘೋರಿಸು, ತೊಂದರೆ ಕೊಡು *c. d.*, ಕಷ್ಟ ಕೊಡು *c. d.*, *as*, he was hard p. to it to escape ತಪ್ಪಿಸಿಕೊಳ್ಳಲಿಕ್ಕೆ ಅವನಿಗೆ ಬಹಳ ಕಷ್ಟವಾಯಿತು; p. trust in one ಒಬ್ಬನನ್ನು ನಂಬು, ಒಬ್ಬನ ಮೇಲೆ ಭರವಸವಿಡು; p. up with ತಾಳಿಕೊಳ್ಳು, ಅಲಕ್ಷ್ಯ ಮಾಡು, ಸಹಿಸು; p. up for sale ಮಾರಾಟಕ್ಕೆ ಇಡು, --ಹಾಕು; p. up (save, lay aside) ಇಟ್ಟುಕೊಳ್ಳು, ಉಳಿಸಿಕೊಳ್ಳು; p. away ತೆಗೆದಿಡು, ಒರೆಗಾಣಿಸು (sword), (incite) ಎಬ್ಬಿಸು, ಪ್ರೇರೇಪಿಸು. *v. i.* ಹೋಗು, ಹಡಗ ನಡಿಸು; p. about *(naut.)* ಹಡಗ ತಿರುಗಿಸು; p. forth ಚಿಗುರು, ಬೆಳೆ; ಬಂದರ ಬಿಟ್ಟುಹೋಗು; p. in ಬಂದರಕ್ಕೆ ಹೋಗು, ಲಾಭದಲ್ಲಿ ಪಾಲು ಬೇಡು; p. off ದಂಡೆ ಬಿಡು, ದಡಾ ಬಿಟ್ಟುಹೋಗು; p. to sea ಸಮುದ್ರಕ್ಕೆ ಹೋಗು; p. up ಇಳುಕೊಳ್ಳು; p. up with ತಾಳಿಕೊಳ್ಳು, ಮನಸ್ಸಿಗೆ ತಾರದಿರು, ಸಾಕನ್ನು.

Pū'tā-tive, *a.* ಅನ್ನಿಸಿಕೊಳ್ಳುವ, ನೆನಸಿದ.

Pū'tran-jīva Rōxburghii, *n.* ಪುತ್ರಂಜೀವ ವೆಂಬ ಅಲಂಕಾರದ ಮರ.

Pū'tre-fȳ, *v. i. r.* (-fīed) ಕೊಳೆ. *v. t. r.* ಕೊಳಿಸು, ಕೊಳಕು ಮಾಡು. Pū-tred'i-nŏus, *a.* ಕೊಳಕು, ಹೊಲಸು ನಾರುವ, ನಾರುವ. Pū-tre-fac'tión, *n.* ಕೊಳೆಯುವಿಕೆ, ಕೊಳಕು, ಕೊಳೆ. Pū-tres'cence, *n.* ಕೊಳೆಯುವಿಕೆ, ಕೊಳೆ, ಕೊಳಕು. Pū-tres'cent. *a.* ಕೊಳೆಯುವ, ಕೊಳಕ. Pū-trid. *a.* ಕೊಳತ, ಕೊಳಕ. Pū-trid'i-ty, *n.* ಕೊಳೆ, ಕೊಳತ ಸ್ಥಿತಿ.

Put'tēes, *n. pl.* ಕಾಲಿಗೆ ಸುತ್ತುವ ದಟ್ಟಿ, ಪಟ್ಟಿ.

Put'ty, *n.* ಕನ್ನಡಿ ಬಿಗಿಸುವ ಲಪ್ಪೆ, ಸರಿ, "ಮಸಾಲೆ".

Puz'zle, *n.* ಗೊಂದಲದಲ್ಲಿ ಹಾಕುವ ಚಮತ್ಕೃತಿ; 2. ಗುಟ್ಟು ಗೂಢ ಮಾತು, ಒಗಟು, ಗೊಂದಲ. p. headed ಕಳವಳ ಪಟ್ಟ. *v. t. r.* ತೊಂದರೆಗೊಳಿಸು, ಗೊಂದಲದಲ್ಲಿ ಹಾಕು, ಗಲಿಬಿಲಿ ಮಾಡು. *v. i.* "ಗಾಬರಿಯಾಗು". Puz'zling, *a.* "ಗಾಬರಿ" ಮಾಡುವ. **Puz'zle-ment,** *n.* ಗೊಂದಲ, ಭ್ರಮೆ.

Pyg'my, *n.* ಕುಳ್ಳ, ವಾಮನ, ಗೂಢಾಂಗನು, *see* Pig'my.

Pȳja'mas, *n. pl.* (ಸ್ತ್ರೀಯರ) "ಇಜಾರು" "ಪಾ [ಯಜಾಮೆ".

Py-lō'rus, *n.* ಅನ್ನಕೋಶದ ಕೆಳಬಾಯಿ.

Pyr'a-mid, *n.* ಮಿಶ್ರ ದೇಶದ ರಾಜಸಮಾಧಿ; 2. ನಾಲ್ಕು ಮೂಲೆ ಇರುವಂಥಾ ಬುಡದಲ್ಲಿ ವಿಸ್ತಾರವಾಗಿದ್ದು ತುದಿಯ ಕಡೆಗೆ ಸಂಕೋಚವಾಗುತ್ತಾ ಬರುವ ಗೋಪುರ, ನೆಲೆಗೋಪುರ, ನೆಲೆಗೋಪುರಾಕೃತಿ. **Pyr-am'i-dal, -a-mid'ic, -mid'i-cal,** *a.* ನೆಲೆಗೋಪುರಾಕಾರದ. **Pyr-am'i-dal-ly, -a-mid'i-cal-ly,** *ad.* ನೆಲೆಗೋಪುರಾಕಾರವಾಗಿ.

Pȳre, *n.* ಚಿತೆ, ಕಾಷ್ಠ.

Py-rī'tēs (*or* pir'ī-tēz), *n.* (*Sulphide of iron*) ಸುವರ್ಣಮುಖಿ ಎಂಬ ಕಲ್ಲು.

Pȳr-ol'a-try, *n.* ಅಗ್ನಿಪೂಜೆ.

Pȳr'ō-man-cy, *n.* ಅಗ್ನಿಶಕುನ. **Pȳr-ō-man'tic,** *n.* ಅಗ್ನಿಶಕುನ ಹೇಳುವವ.

Pȳ-rom'e-tĕr, *n.* ಉಷ್ಣವಮಾಪಕಯಂತ್ರ.

Pȳr-ō'sis, *n.* ಅಜೀರ್ಣಾಂಶ.

Pȳr-ō-tech'nics, *n. pl.* ಬಾಣಬಿರುಸು ಮಾಡುವ ವಿದ್ಯೆ. **Pȳr-ō-tech'nic, -al,** *a.* ಬಾಣಬಿರುಸಿನ. **Pȳr-ō-tech'nist,** *n.* ಬಾಣಬಿರುಸುವಿದ್ಯೆ ಬಲ್ಲವ.

Pyr'rhic, *n.* ಎರಡು ಲಘುಗಳ ಗಣ.

Pyr'rhic victory, *n.* ಅತಿ ಹೆಚ್ಚು ಖರ್ಚಿನ ನಷ್ಟದಿಂದ ಉಂಟಾದ ಜಯ.

Pyth-a-gō-rē'an bēan, *n.*, *see* Sacred Lotus.

Pȳ'thon, *n.* ಹೆಬ್ಬಾವು. **Pȳth'o-ness,** *n.* ದೈವಬಲದಿಂದ ಮೈತುಂಬಿ ಭವಿಷ್ಯ ಹೇಳುವ ಸ್ತ್ರೀ.

Pyx, *n.* "ಡಬ್ಬಿ", "ಭರಣಿ".

Q

Quack, *n.* ಬೂಟಕದ ವೈದ್ಯನು, ಅಡ್ನಾಡಿ—, ಹೆಸರು—; 2. ಬೂಟಕನು, "ಬಡಾಯಿಖೋರ". *v. t. r.* (*pr.* kwakt) ಅಡ್ನಾಡಿ ವೈದ್ಯ ಮಾಡು, ಬೂಟಕದ ವೈದ್ಯ—. *a.* ಅಡ್ನಾಡಿ ವೈದ್ಯನ, ಬೂಟಕದ. **Quack'ĕr-y,** *n.* ಬೂಟಾಟಿಕೆ, ಅಡ್ನಾಡಿ ವೈದ್ಯಗಾರಿಕೆ, ಕೈಕರಣಿಕೆ, ಕುಂಟು ಮದ್ದು. **Quack'ish,** *a.* ಠಕ್ಕು ವೈದ್ಯನಂಥ, ಮೋಸದ—.

Quack, *v. i. r.* ಬಾತಿನಂತೆ ಕೂಗು; 2. "ಬಡಾಯಿ" ಜೇಳು. *n.* ಬಾತಿನ ಕೂಗು.

Quạd-ra-ġē-nā'ri-an, *n.* ನಾಲ್ವತ್ತು ವರ್ಷದವ, "ಚಾಳೀಸು" (*S. C.*) ದಾಟಿದ.

Quad-ra-ġes'i-mal, *a.* ನಾಲ್ವತ್ತು ದಿನ ಉಪವಾಸ ಕಾಲದ.

Quạd-raṅ'gle, *n.* ಚತುಷ್ಕೋಣ, ಚೌಕ; 2. ಅಂಗಳ. **Quạd-raṅ'gū-lar (-lĕr),** *a.* ಚತುಷ್ಕೋಣವಾದ.

Quạd'rant, *n.* (*geom.*) ವರ್ತುಲಪಾದ, ವೃತ್ತದ ಚತುರ್ಥಾಂಶ; 2. (an instrument) ತುರೀಯ, ತುರೀಯ ಯಂತ್ರ.

Quạd'rat, *n.* ಮುದ್ರಣದ ಪುಟಗಳನ್ನು ಕಟ್ಟುವಾಗ ಉಪಯೋಗಿಸುವ ಲೋಹದ ಚಿಕ್ಕ ಚೌಕಾಕಾರದ ತುಂಡುಗಳು.

Quạd'rāte with, *v. i. r.* ಹೊಂದಿಕೆಯಾಗು, ಸರಿಯಾಗು. *a.* ಹೊಂದಿಕೆಯಾದ, ಒಪ್ಪುವ; 2. ಚಚ್ಚೌಕ. **Quạd-rat'ic,** *a.* ಚಚ್ಚೌಕ; q. equation ವರ್ಗಸಮೀಕರಣ. **Quạd-ra-tūre,** *n.* (*geom.*) ಪರಿಧಿಪದಾಂತರ.

Quạd-ren'ni-al, *a.* ನಾಲ್ಕು ವರ್ಷದ, ನಾಲ್ಕು ನಾಲ್ಕು ವರ್ಷಕ್ಕೊಮ್ಮೆ ಸಂಭವಿಸುವ.

Quạd-ri-lat'ĕr-al, *a.* ಚತುರ್ಭುಜ. *n.* ಚತುರ್ಭುಜಾಕೃತಿ.

Quạ-drille', *n.* ನಾಲ್ಕು ಜೋಡು ಜನರು ಕುಣಿಯುವ ಒಂದು ನಾಟ್ಯ.

Quạd-ri-syl'la-ble, *n.* ನಾಲ್ಕು ಅಕ್ಷರಗಳುಳ್ಳ ಶಬ್ದ.

Quạd'rụ-man *or* **-māne,** *n.* ಚತುರ್ಹಸ್ತ ಮೃಗ (ಕಪಿ ಇತ್ಯಾದಿ); *pl.* ಮರ್ಕಟಜಾತಿ.

Quạd'rụ-ped, *a.* ನಾಲ್ಕು ಕಾಲಿನ. *n.* ಚತುಷ್ಪಾದಿ, ನಾಲ್ಕಡಿ, ಮೃಗ.

Quạd'rụ-ple, *a.* ನಾಲ್ಕರಷ್ಟು, ನಾಲ್ಕು ಪಾಲು. *v. t. r.* ನಾಲ್ಕರಷ್ಟು ಮಾಡು, ಚತುರ್ಗುಣ—.

Quær'e, *v. t. r.* ವಿಚಾರಿಸು. *n.* ಪ್ರಶ್ನೆ.

Quäff, *v. t. r.* (*pr.* kwäft) ಗಟಗಟನೆ ಕುಡಿ, ಗಳಗಳೆಂದು—.

Quag, *n.* ಜವುಗು ಸ್ಥಳ. **Quag'gy,** *a.* ಕೊಳ

ಚಿಯ, ಕಾಲು ಕುಸಿಯುವ, ಹೆಪ್ಪಾಗದ. Quag′-mīre, *n.* ಕೊಳಚಿ, ಬಬ್ಬುಲು ನೆಲ, ಜವುಳುನೆಲ, ಹೆಪ್ಪಾಗದ ಭೂಮಿ. [ಯ ಮೃಗ.

Quag′ga, *n.* "ಕ್ವಗ್ಗ"ವೆಂಬ ಆಫ್ರಿಕದ ಅಶ್ವಜಾತಿ

Quāil, *n.* (*Perdix chinensis*) ಲಾವಕ್ಕಿ, (different kinds of *Perdicula*, *Turnix and Coturnix*) ಪುರಲಿ ಹಕ್ಕಿ.

Quāil, *v.i.r.* ಎದೆ ಒಡೆ, ನಡುಗು, ಥರಥರಿಸು, ಧೈರ್ಯ ಕುಂದು.

Quāint, *a.* ಚಂದ, ಚಮತ್ಕಾರದ; 2. ಅಪರೂಪದ, ವಿಲಕ್ಷಣವಾದ. Quāint′ly, *ad.* ಚಮತ್ಕಾರವಾಗಿ; 2. ಅಪರೂಪವಾಗಿ, ವಿಲಕ್ಷಣವಾಗಿ. Quāint′ness, *n.* ಚಮತ್ಕಾರ; 2. ಅಪರೂಪತರ.

Quāke, *v. i. r.* (*pr.* kwākt) ನಡುಗು, ಅದರು, ಕಂಪಿಸು, ಥರಥರಿಸು. Quā′kĕr, *n.* "ಕ್ವೇಕರ್" (ನಡುಗುವವ) ಎಂಬ ಅಡ್ಡಹೆಸರನ್ನು ಹೊಂದಿದ ಒಂದು ತರದ ಕ್ರೈಸ್ತ ಮತಭೇದದವ.

Qual′i-fȳ, *v. t. r.* ಯೋಗ್ಯ ಮಾಡು, ತಕ್ಕದ್ದಾಗ ಮಾಡು; 2. ವಿಶೇಷಿಸು, ಬದಲಿಸು; 3. ಕಡಿಮೆ ಮಾಡು. Qual-i-fi-cā′tiŏn, *n.* ಯೋಗ್ಯ ಮಾಡೋಣ; 2. ಯೋಗ್ಯತೆ, ಸಾಮರ್ಥ್ಯ, ಉಪಯುಕ್ತತ್ವ; 3. ಮಿತಿ, ಕಡಿಮೆ ಮಾಡೋಣ. Qual′i-fīed (-fīd), *a.* ತಕ್ಕ, ಯೋಗ್ಯ.

Qual′i-ty, *n.* ತರ; 2. ಗುಣ, ಲಕ್ಷಣ; 3. ಪದವಿ, ಕುಲೀನತೆ; bad q. ದುರ್ಗುಣ, ಅವಗುಣ; people of q. ದೊಡ್ಡವರು. Qual′i-ta-tive, *a.* ಗುಣಸಂಬಂಧ.

Quālm (kwām), *n.* ಬೇನೆ, ಸಂಕಟ; 2. ದುಂಡರಿಸುವಿಕೆ, ವಾಕರಿಕೆ; 3. ಕಳವಳ. Quālm′ish (kwām-), *a.* ಓಕರಿಕೆ ಬರುವ, ಹೊಟ್ಟೆಯಲ್ಲಿ ಸಂಕಟವುಳ್ಳ. Quālm′ish-ness (kwām-), *n.* ಓಕರಿಕೆ.

Quan-dā′ry, *n.* ವಿಸ್ಮಿತಸ್ಥಿತಿ.

Quan′ti-ty, *n.* ಪರಿಮಾಣ, ಪ್ರಮಾಣ, ಪರಿಮಿತಿ; 2. (*gram.*) ಮಾತ್ರೆ; 3. (*math.*) ರಾಶಿ; infinite q. ಅನಂತರಾಶಿ; known q. ವ್ಯಕ್ತರಾಶಿ; negative q. ಕ್ಷಯ; unknown q. ಅವ್ಯಕ್ತರಾಶಿ; a great q. ಬಹಳ; a small q. ಸ್ವಲ್ಪ, ತುಸ. Quan′ti-ta-tive, *a.* ಸಂಖ್ಯೆ ಮತ್ತು ಪರಿಮಾಣದ ಸಂಬಂಧ.

Quan′tum, *n.* ಪಸುಗೆ, ಪರಿಮಾಣ, ಮೊತ್ತ.

Quar′an-tīne, *n.* ನಾಲ್ವತ್ತು ದಿನ; 2. ಅಂಟುರೋಗಿಗಳು ಇದ್ದಾರೆಂಬ ಸಂಶಯವುಳ್ಳ ಹಡಗು ಬಂದರಕ್ಕೆ ಬಾರದೆ ದೂರವಿರಬೇಕಾದ ಕಾಲ, ಸಂಸರ್ಗನಿಷೇಧ.

Quar′rel, *n.* ಜಗಳ, ಕಡಿದಾಟ, ಕಲಾಪ; pick a q. ಜಗಳಾ ತೆಗೆ; street-q. ಬೀದಿಜಗಳ; q. in a camp ಬೀಡುಗಲಹ. *v. i. r.* (-relled, *pr.* -reld) ಜಗಳಾಡು, ಕಡಿದಾಡು, ಕಚ್ಚಾಡು. Quar′rel-sŏme, *a.* ಜಗಳಗಂಟಿಗನಾದ, ಕಲಹಪ್ರಿಯ. Quar′rel-sŏme-ly, *ad.* ಜಗಳಗಂಟಿಗನಾಗಿ. Quar′rel-sŏme-ness, *n.* ಜಗಳಗಂಟಿಗತನ.

Quar′ry, *n.* ಕಲ್ಲು ಕಡಿಯುವ ಗಣಿ, ಕಲ್ಪಡಿ, ಕಲ್ಪಣೆ. *v. t. r.* (-ried, *pr.* -rid) ಕಲ್ಲು ಕಡಿ.

Quar′ry, *n.* ಹಿಂಸ್ರ ಪ್ರಾಣಿಗಳ ಎರೆ. *v. i. r.* ಹಿಡುಕೊಂಡು ತಿನ್ನು.

Quart, *n.* ಸಾಧಾರಣ ಸೀಸೆ (ಸಿಸೆ), ಕುಪ್ಪಿ; 2. ಸೀಸೆಯ ಅಳತೆ.

Quär′tan, *a.* ನಾಲ್ಕು ದಿನಕ್ಕೊಮ್ಮೆ ಬರುವ, ಚಾತುರ್ಥಿಕ (fever).

Quär′tĕr, *n.* ನಾಲ್ಕನೇ ಪಾಲು, —ಅಂಶ, ಚತುರ್ಥಾಂಶ, ಕಾಲು, ಹಾಗ; q. anna ಮುಕ್ಕಾಲು (*S. C.*), ಬಿಲ್ಲೀ ದುಡ್ಡು, ಬಿಲ್ಲಿ (*S. M.*); q. rupee ಪಾವಲಿ, ಚಕ್ರ; q. past four ($4\frac{1}{4}$) ನಾಲ್ಕು ಕಾಲು ತಾಸು; q. to four ಕಾಲು ಕಡಿಮೆ ನಾಲ್ಕು ($3\frac{3}{4}$) ತಾಸು; 2. (weight) ಮಣ (ಇಪ್ಪತ್ತೈದು ಅಥವಾ ಇಪ್ಪತ್ತೆಂಟು ರಾತಲು); 3. (measure of grain) ಹೇರು; 4. ಕೊಯಿದ ಮೃಗದ ನಾಲ್ಕನೇ ಭಾಗ; 5. ಮೂರು ತಿಂಗಳಿನ ಕಾಲ; 6. ದಿಕ್ಕು, ಕಡೆ, ಪ್ರದೇಶ; 7. (*astr.*) the first q. of the moon ಶುಕ್ಲಾರ್ಧಚಂದ್ರ; the last q. ಕೃಷ್ಣಾರ್ಧಚಂದ್ರ; from every q. ಎಲ್ಲಾ ಕಡೆಯಿಂದ; into every q. ಎಲ್ಲಾ ಕಡೆಗೆ; in these quarters ಈ ಕಡೆ; 8. ಜೀವದಾನ, ಮೊರೆ ಕಾಯುವುದು; give q. ಶತ್ರುವಿಗೆ ಜೀವದಾನ ಮಾಡು, ಮೊರೆ ಕಾಯು, ಅಭಯಪ್ರದಾನ ಮಾಡು; quarter! quarter! ಕಾಯು, ಕಾಯು! ask q. ಕಾಯು ಎಂತ ಮೊರೆ ಇಡು, ಶರಣಹೊಗು *e. g.*: bad q. of an hour ತುಸು ಸಮಯದ ವರೆಗಿದ್ದ ವ್ಯಥೆ, ಕಳವಳ. quarters, *pl.* ಬಿಡಾರ, ವಾಸಸ್ಥಳ. *v. t. r.* ನಾಲ್ಕು ಪಾಲು ಮಾಡು, —ಭಾಗ ಮಾಡು; 2. (ಸಿಪಾಯಿಗಳಿಗೆ) ಬಿಡಾರ ನೇಮಿಸು; 3. (q. arms) ವಂಶದ ಬಿರಿದಿಗೆ ಕೂಡಿಸಿಕೊಳ್ಳು. *v. i.* ಇಳುಕೊಳ್ಳು, ಬಿಡಾರವಿರು; where are you quartered? ಎಲ್ಲಿ ಇಳುಕೊಂಡಿದ್ದೀ? ನಿನ್ನ ಬಿಡಾರ ಎಲ್ಲಿ? at close quarters ಕೈಗೆ ಕೈತಾಗಿ, ಒಬ್ಬರಿಗೊಬ್ಬರು ಸಮೀಪವಾಗಿ. Quar′-tĕr-āge, *n.* ಮೂರು ತಿಂಗಳಿನ ಸಂಬಳ.

Quar'tĕr-deck, *n.* ಹಡಗದ ಹಿಂಭಾಗದ ಅಂತಸ್ತು. Quar'tĕr-ly, *a.* ಮೂರು ತಿಂಗಳಿನ, ತ್ರೈಮಾಸಿಕ. *ad.* ಮೂರುಮೂರು ತಿಂಗಳಿಗೆ. *n.* ಮೂರುಮೂರು ತಿಂಗಳಿಗೆ "ಛಾಪೆ" ಯಾಗುವ ಪತ್ರ. Quar'tĕr-mäs-tĕr, *n.* ಜೋಡಣೆಗಾರ, (ಸೈನ್ಯದಲ್ಲಿ) ಸರಬರಾಯಿ ಆಫೀಸರು. Quar'tĕr-staff, *n.* ದೊಣ್ಣೆ, ಟೊಣಪೆ.

Quar-tet', -tette', *n.* ನಾಲ್ಕು ಧ್ವನಿಯ ಗಾಯನ.

Quar'tō, *a.* ನಾಲ್ಕು ಪತ್ರ ಆಗುವಂತೆ ಮಡಚಿದ ಹಾಳೆ, ಚತುಷ್ಪತ್ರಿ ಕಾಗದ; 2. ಚತುಷ್ಪತ್ರಿ ಪುಸ್ತಕ (*abbr.* 4°).

Quartz (kworts), *n.* ಬೆಣಚುಕಲ್ಲು.

Quash, *v. t. r.* (*pr.* kwasht) ಜಜ್ಜು, ನುಗ್ಗು, ನುರಿಸು, ನಜ್ಜುಗುಜ್ಜು ಮಾಡು, ಪುಡಿಪುಡಿ—; 2. ಅಣಗಿಸು, ಮುರಿ, ಆರಿಸಿಬಿಡು; 3. ತೆಗೆದು ಹಾಕು, ರದ್ದು ಮಾಡು. *n.* ಕರಬೂಜ ಹಣ್ಣು.

Quā'si (*or* kwā'sī), *pref.* ಎಂಬಂತೆ ತೋರುವ, ಎಂದು—, ಎಂಬುವಂಥ; q. historical ಚರಿತ್ರವೆಂದು ತೋರುವ.

Quass'i-a (kwosh'i-a), *n.* ಅಮೆರಿಕದಲ್ಲಿ ಬೆಳೆಯುವ ಒಂದು ಔಷಧಮೂಲಿಕೆ.

Qua'train, *n.* ಚೌಪದಿ.

Quā'vĕr, *v. i. r.* ಗದ್ಗದ ನಡುಗು; sing a q. ಅಲುಗು ಮಾಡು, ಗಿರಿಡಿ—, ಅಲುಗು ಮಾಡಿ ಹಾಡು. *n.* ಗಿರಿಡಿ, ಅಲುಗು, ಸ್ವರಕಂಪನ.

Quay (kē), *n.* ಬಂದರದ ಕಟ್ಟೆ, ರೇವು, "ಧಕ್ಕೆ"; (*also written* Kēy).

Quēan (kwēn), *n.* ನಾಚಿಕೆಗೇಡಿ ಹೆಣ್ಣು; 2. ನೀಚ ಹೆಂಗಸು.

Quēa'sy (kwē'zi), *a.* ವಾಕರಿಕೆಯಾಗುವಂಥ; 2. "ನಾಜೂಕಿನ". Quēa'si-ness (kwē'zi-), *n.* ವಾಕರಿಕೆ.

Quēen, *n.* ರಾಣಿ. *v. i. r.* ರಾಣಿಯಂತೆ ನಡೆ; 2. ರಾಣಿಯ ಸೋಗು ಹಾಕಿಕೊಂಡಿರು. Quēen'-līke, -ly, *a.* ರಾಣಿಯಂಥ, ರಾಣಿಗೊಪ್ಪುವ. Quēen'ly, *ad.* ರಾಣಿಯಂತೆ. Quēen'-pōst, *n.* ಗುಜ್ಜು.

Quēer, *a.* ನಗೆ ಹುಟ್ಟಿಸುವ, ಒಂದು ತರದ, ಅಪರೂಪವಾದ, ವಿಲಕ್ಷಣ, ಅಸಂಗತ. Quēer'ish, *a.* ಒಂದು ತರದ, ವಿಲಕ್ಷಣವಾದ. Quēer'-ness, *n.* ಅಪೂರ್ವವು, ವಿಪರೀತತೆ, ವೈಪರೀತ್ಯ.

Quell, *v. t. r.* ಕುಗ್ಗಿಸು, ತಗ್ಗಿಸು, ಅಣಗಿಸು; 2. ಶಾಂತ ಮಾಡು, ಉಪಶಮನ—. Quell'-ĕr, *n,* ಅಣಗಿಸುವವ, ತಗ್ಗಿಸುವವ.

Quench, *v. t. r.* (*pr.* kwensht) ಆರಿಸು, ತೀರಿಸು, ನೊಂದಿಸು; q. thirst ದಾಹ ಶಾಂತಿ ಮಾಡು. Quench'a-ble, *a.* ಆರುವಂಥ, ಆರಿಸತಕ್ಕ. Quench'less, *a.* ಆರದಂಥ, ಆರಿಸ ಕೂಡದ, ಶಾಂತವಾಗದಂಥ.

Quer-i-mō'ni-ŏus, (= Quer'ū-lŏus), *a.* ಕಿಟಿಕಿಟಿಯ, ರಿಪಿರಿಪಿಯ, ಗುಣುಗುಟ್ಟುವ, ಕರಕರೆ ಕೊಡುವ. Quer-i-mō'ni-ŏus-ly, *ad.* ಕಿಟಿಕಿಟಿಯಾಗಿ, ರಿಪಿರಿಪಿಯಾಗಿ, ಕರಕರೆಯಾಗಿ. Quer-i-mō'ni-ŏus-ness, *n.* ಕಿಟಿಕಿಟಿ, ರಿಪಿರಿಪಿ, ಗುಣುಗುಟ್ಟುವಿಕೆ, ಕರಕರೆ ಕೊಡುವಿಕೆ.

Quē'rist, *n.* ಪ್ರಶ್ನೆ ಕೇಳುವವ.

Quĕrk, *n.*, *see* Quirk.

Quërn, *n.* ಬೀಸುವ ಕಲ್ಲು.

Quer'ry, *n.* ಕುದುರೆಯವನು, ಅಶ್ವಪಾಲ.

Quer'ū-lŏus, *a.* ಗುಣುಗುಟ್ಟುವ, ಕಿಟಿಕಿಟಿಯ.

Quē'ry, *n.* ಪ್ರಶ್ನೆ, ಚೋದ್ಯ, ಆಕಾಂಕ್ಷೆ. *v. t. r.* (-ried, *pr.* -rid) ಪ್ರಶ್ನೆ ಹಾಕು, ವಿಚಾರಿಸು; 2. ಹೌದೇನೋ ಅನ್ನು.

Quest, *n.* ಹುಡುಕೋಣ, ವಿಚಾರಣೆ, ಅನ್ವೇಷಣೆ, ಅರಸುವುದು; 2. ಆಶೆ; 3. ವಿನಂತಿ; in q. of ಹುಡುಕಲಿಕ್ಕೆ, ಹುಡುಕುತ್ತಾ.

Quest'iŏn (kwest'yun), *n.* ಪ್ರಶ್ನೆ; q. and answer ಪ್ರಶ್ನೆ ಉತ್ತರ, ಉತ್ತರಪ್ರತ್ಯುತ್ತರ; 2. ವಾದ, ತರ್ಕ; 3. ವಿಚಾರಣೆ; call in q. ಹೌದೇನೋ ಎಂತ ಸಂಶಯ ಪಡು; land in q. ಆ ಭೂಮಿ; out of the q. ಆಗದ, ಆಗದ ಮಾತು; past q. ನಿಶ್ಚಯ; point in q. ಮುಖ್ಯ ಮಾತು; put one to the q. ಒಬ್ಬನಿಗೆ ಹಿಂಸೆ ಮಾಡು; to start a q., to raise a q. ಚರ್ಚೆ ಎತ್ತು. *v. i. r.* ಕೇಳು, ಪ್ರಶ್ನೆ ಹಾಕು. *v. t.* ಕೇಳು, ವಿಚಾರಿಸು; 2. ಹೌದೇನೋ ಎಂತ ಸಂಶಯ ಪಡು. Quest'-iŏn-a-ble, *a.* ಸಂಶಯದ, ಸಂದೇಹಾಸ್ಪದವಾದ. Quest'iŏn-a-bly, *ad.* ಹೌದೇನೋ ಅನ್ನುವ ದಾಗೆ. Quest'iŏn-ar-y, *a.* ಪ್ರಶ್ನೆ ಹಾಕುವ, ವಿಚಾರಿಸುವ.

Queue (kū), *n.* ಜಡೆ, ಹೆರಳು, ಜುಟ್ಟು; 2. ಜನರ ಇಲ್ಲವೆ ಗಾಡಿಗಳ ಸಾಲು.

Quib'ble, *n.* ಡೊಂಕು ಮಾತು, ತಕ್ಕು—, ನೆವನ; 2. ಶ್ಲೇಷೆಯ ಮಾತು, ದ್ವಯಾರ್ಥದ ನುಡಿ. *v. i. r.* ಡೊಂಕಾಗಿ ಮಾತಾಡು, ವಕ್ರವಾಗಿ—, ಮಾತು ಹೊರಳಿಸು; 2. ಶ್ಲೇಷೋಕ್ತಿ ನುಡಿ. Quib'blĕr, *n.* ತಕ್ಕು ಬಡಿಯುವವ, ಡೊಂಕು ಮಾತಿನವ.

Quick, *a.* ಬದುಕುವ, ಸಜೀವ; the q. ಬದುಕುವವರು, ಜೀವವಿಂದಿರುವವರು; 2. (brisk)

C *as* k; c *as* s; ch *as* sh; g *as in* get; g *as* j; n *nasal, as in* anger; s *as* z; th *as in* thou; x *as* gz; ce, ci, si *and* ti *before a vowel as* sh: ocean, action.

ತೀವ್ರ, ಚುರುಕು (ಬುದ್ಧಿ); 3. (swift) ತೀ ವ್ರ, ವೇಗಶಾಲಿ, ಚಪಲ; q. time in music ದ್ರುತ; q. with child ಬಸುರಿ, ಗರ್ಭವತಿ, ಪಿಂಡಕ್ಕೆ ಪ್ರಾಣ ಬಂದ; q. as thought ಮನೋವೇಗ; q. as wind ವಾಯುವೇಗ, ಪವನ—. *ad.* ಬೇಗ, ಬಡಬಡ, ತಟ್ಟನೆ, ತೀವ್ರವಾಗಿ. *n.* ಜೀವ, ಜೀವಾಳ, ಮರ್ಮಸ್ಥಾನ; touch the q. ಜೀವಕ್ಕೆ ಹೋಗು, ಮರ್ಮಸ್ಥಾನಕ್ಕೆ ಹತ್ತು, —ತಾಕು, ಮನಸ್ಸಿಗೆ ತಾಕು; he was touched to the q. ಅವನ ಜೀವಕ್ಕೆ ಹತ್ತಿತು, —ಜೀವಕ್ಕೆ ತಾಕಿತು, ಅವನ ಮನಸ್ಸಿಗೆ ತಾಕಿತು; the q. of the finger-nail ಉಗುರುಕಣ್ಣು. Quick'-en (kwik'n), *v. t. r.* ಬದುಕಿಸು; 2. (make lively) ಚೈತನ್ಯ ಕೊಡು *c. d.*, ಚುರುಕು ಮಾಡು, "ಹುಷಾರಿ"—, ಹುರಿದುಂಬಿಸು; 3. (make quick) ಒತ್ತರಿಸು, ತೀವ್ರ ಮಾಡು, —ಓಡಿಸು, —ನಡಿಸು *etc.*, ತ್ವರೆಪಡಿಸು. *v. i.* ಪ್ರಾಣಗೊಳ್ಳು; 2. ಎಸೆ, ಮಿಂಚು. Quick'-en-ing, *n.* (of a child) ಪಿಂಡ ತಿರುಗೋಣ, ಹೊಟ್ಟೆಯಲ್ಲಿ ಕೂಸು ತಿರುಗೋಣ. Quick'līme, *n.* ಬಿಸಿ ಸುಣ್ಣ, ಸುಟ್ಟ—. Quick'ly, *ad.* ಗಡ, ಬೇಗ, ತಟ್ಟನೆ, ತೀವ್ರವಾಗಿ. Quick'ness, *n.* ತ್ವರೆ, ತೀವ್ರ; 2. "ಹುಷಾರಿ", ಚುರುಕು, ತೀಕ್ಷ್ಣತೆ. Quick'-sand, *n.* ಕಳ್ಳುಸುಬು, ಕಳ್ಳಕುಣಿ. Quick'-set, *n.* ಬೇಲಿಗಾಗಿ ನೆಟ್ಟ ಗಿಡ, ಬೇಲೀ ಮುಳ್ಳು. *v. t. ir.* ಬೇಲಿಗಾಗಿ ಗಿಡ ನೆಡು. Quick'-sīght-ed (-sīt-), *a.* ತೀಕ್ಷ್ಣ ಕಣ್ಣಿನ, —ದೃಷ್ಟಿಯುಳ್ಳ, ಸೂಕ್ಷ್ಮದೃಷ್ಟಿಯ. Quick'sil-vĕr, *n.* ಪಾದರಸ, ಪಾರದ, ಪಾರಜ. Quick'sil-vĕred (-vĕrd), *a.* ಪಾದರಸ ಹಚ್ಚಿದ. Quick'-wit-ted, *a.* ಚುರುಕು ಬುದ್ಧಿಯ, ತೀಕ್ಷ್ಣ ಬುದ್ಧಿಯ, ತೀವ್ರಪಾಕಿ.

Quid, *n.* ಬಾಯಿತುಂಬ, ತುತ್ತು ಹೊಗೆಸೊಪ್ಪು, ಬಾಯಿಯಲ್ಲಿ ಅಗಿಹದ್ದು; 2. ಇಂಗ್ಲಂಡಿನ ಗ್ರಾಮ್ಯ ಭಾಷೆಯಲ್ಲಿ ಒಂದು ಪವನಿನ ಮೌಲ್ಯ.

Quid'di-ty, *n.* ಸತ್ವ. [ಹೊಡೆಯುವವ.

Quid'nunc, *n.* ಸುದ್ದಿ ಸಮಾಚಾರ ಬಲ್ಲವ, ಹರಟೆ

Quid pro quo ಪ್ರತಿಫಲ, ಒಂದರ ಬದಲಾಗಿ ಸಿಕ್ಕಿದ ಇನ್ನೊಂದು.

Quī-es'cence, -es'cen-cy, *n.* ಸುಮ್ಮಗಿರೋಣ, ಮೌನತೆ; 2. ಶಾಂತಿ, ಸಮಾಧಾನ. Quī-es'cent, *a.* ಸುಮ್ಮನಿರುವ, ನಿಶ್ಚಲವಾದ, ಶಾಂತವಾದ; 2. *(gram.)* ಉಚ್ಚಾರವಾಗದ. Quī-es'cent-ly, *ad.* ಸುಮ್ಮಗೆ, ಶಾಂತವಾಗಿ; 2. ಉಚ್ಚಾರವಾಗದೆ.

Quī'et, *a.* ಸುಮ್ಮನಿರುವ; 2. ಸ್ವಸ್ಥ, ಸಮಾಧಾನವಾದ; 3. ಸಾಧು. *n.* ಸ್ವಸ್ಥತೆ, ಸಮಾಧಾನ; at q. ಸುಮ್ಮನೆ, ಶಾಂತವಾಗಿ. *v. t. r.* ಸುಮ್ಮನಿರಿಸು, ನಿಲ್ಲಿಸು; 2. ಶಾಂತ ಮಾಡು. Quī'et-iṣm, *n.* ಚಿತ್ತಶಾಂತಿ, ಮನಃಶಾಂತಿ, ಶಮ. Quī'et-ist, *n.* ಮೌನವ್ರತಸ್ಥನು. Quī'et-ly, *ad.* ಸುಮ್ಮನೆ, ಸುಮ್ಮಗೆ; 2. ಶಾಂತವಾಗಿ, ಸಮಾಧಾನವಾಗಿ. Quī'et-ness, *n.* ಸುಮ್ಮನಿರೋಣ, ಸಮಾಧಾನ, ಶಾಂತಿ. Quī'e-tūde, *n.* ಸಮಾಧಾನ, ವಿಶ್ರಾಂತಿ. Quī-ē'-tus, *n.* ವಿಶ್ರಾಂತಿ, ಮರಣ, ಪೂರ್ಣ ತೀರಿಸೋಣ.

Quill, *n.* ಗರಿ; 2. ಲೇಖನಿ, "ಪೇನು"; a porcupine's q. ಏದಿನ ಮುಳ್ಳು; q. in a shuttle ಗಣಿಕೆ; to carry a good q. ಚೆನ್ನಾಗಿ ಬರೆ.

Quil'let, *n.* ಸೂಕ್ಷ್ಮತೆ, ಸೂಕ್ಷ್ಮ ತಂತ್ರ.

Quilt, *n.* ತಡಿ, ಕವುದಿ. *v. t. r.* ಕವುದೀ ಹೊಲಿ, ತಡೀ—; a quilted coat "ಡಗಲಿ".

Quī'nar-y, *a.* ಐದೈದಾದ.

Quī'nāte, *a.* ಐದು ಪತ್ರಗಳುಳ್ಳ ಎಲೆಗಳಿರುವ.

Quince, *n.* ಪೇರ್ಲ್ ಹಣ್ಣಿನಂಥ ಒಂದು ತರದ ಹಣ್ಣು, ವಿಲಾಯತಿ ಶ್ರೀಫಲ.

Quin'ine (*or* quī'nīne), *n.* ಜ್ವರದ ಪುಡಿ, ಜ್ವರಾಂಕುಶಚೂರ್ಣ, "ಕೊಯಿನಾ".

Quin-qua-ġē'na-ry, *n.* ಐವತ್ತನೇ ವರ್ಷೋತ್ಸವ.

Quin'quań'gū-lar, *a.* ಐದು ಮೂಲೆಗಳುಳ್ಳ.

Quin'que, *a.* ಐದು; ಇದು ಅನೇಕ ಸಮಾಸಪದಗಳ ಪೂರ್ವಪದವಾಗಿದೆ.

Quin-quen'ni-al, *a.* ಐದೈದು ವರ್ಷಕ್ಕೊಮ್ಮೆ ಬರುವ.

Quin'ṣy, *n.* ಗಂಟ್ಲ ಚುಟಿಗಿ, ಮೆಟ್ರಿಗಟ್ಟು.

Quin'tal, *n.* ನಾಲ್ಕು ಮಣ.

Quin-tes'sence, *a.* ಶುದ್ಧ ಸತ್ವ, ಸಾರ, ಉತ್ತಮ ಸಾರ.

Quin-tet', *n.* ಐದು ಧ್ವನಿಯ ಗಾಯನ.

Quin'tū-ple, *a.* ಐದರಷ್ಟು, ಐದು ಪಾಲು.

Quip, *v. t. r.* (quipped, *pr.* kwipt) ಚೇಷ್ಟೆ ಮಾಡು, ಪರಿಹಾಸ್ಯ—. *n.* ಎಕ್ಕತಾಳಿ, ಪರಿಹಾಸ್ಯ.

Quīre, *n.* ಒಂದು "ದಸ್ತು" (ಇಪ್ಪತ್ತನಾಲ್ಕು ಹಾಳೆ) ಕಾಗದ.

Quīre, *n.*, *see* Choir.

Quīr'is-tĕr, *n.*, *see* Chorister.

Quirk, *n.* ಯುಕ್ತಿಮಾತು, ಸೊಟ್ಟು—, ಠಕ್ಕು—. Quirk'ish, *a.* ಶ್ಲೇಷೋಕ್ತಿಯ.

Quit, *v. t. r.* (quit'ted) ಬಿಡು, ಬಿಡಿಸು; 2. *refl.* ನಡೆ; 3. ಹಂಗು ತೀರಿಸು, ಸಲ್ಲಿಸು; 4. ಬಿಟ್ಟುಬಿಡು; q. scores ಲೆಕ್ಕಾ ಬಗೆಹರಿಸು. Quit, Quits, *a.* ಋಣಮುಕ್ತ, ಹಂಗಿಲ್ಲದ, ಬಿಡುಗಡೆಯಾದ, ಬಗೆಹರಿಸಿಕೊಂಡ; we are quits ನಾವು ಮುಯ್ಯಿಗೆ ಮುಯ್ಯಿಗೊಟ್ಟವರಾದೆವು; you are not q. yet ನೀನಿನ್ನು ತಪ್ಪಿಸಿಕೊಂಡವನಲ್ಲ, ನೀನಿನ್ನು ಬಗೆಹರಿಸಿಕೊಂಡವನಲ್ಲ. Quit'rent, *n.* "ಕೌಲಾಚಾರ", ಕಟ್ಟುಬಡಿ, "ಜೂಡಿ". Quit'tance, *n.* ಬಿಡುಗಡೆ, ಋಣವಿಮೋಚನೆ; 2. ಪ್ರತಿಫಲ.

Quīte, *ad.* ಅಪ್ಪಟವಾಗಿ, ಪೂರ್ಣವಾಗಿ, ಶುದ್ಧವಾಗಿ, ಕೇವಲ, ಆಗದಿ; 2. ಬಹಳ, *as*, q. young ಬಹಳ ಚಿಕ್ಕ; q. old ಬಹಳ ವೃದ್ಧ.

Quiv'ĕr, *n.* ಬತ್ತಳಿಕೆ, ತೂಣೀರ. Quiv'ĕred (-ĕrd), *a.* ಬತ್ತಳಿಕೆಯುಳ್ಳ; 2. ಬತ್ತಳಿಕೆಯಲ್ಲಿರುವ.

Quiv'ĕr, *v. i. r.* ನಡುಗು, ಕಂಪಿಸು, ತತ್ತರಿಸು.

Qui vive ಎಚ್ಚರವಾಗಿರು, ಜಾಗರೂಕನಾಗಿರು.

Quix'o-tism, *n.* ಹುಚ್ಚನಡತೆ, ವೈಪರೀತ್ಯ.

Quiz, *n.* ಒಗಟು, ಸಮಸ್ಯೆ; 2. ಒಗಟು ಹಾಕುವವ, ಚೇಷ್ಟೆಗಾರ. *v. t. r.* (quizzed, *pr.* kwizd) "ನಕಲೀ" ಮಾಡು. Quiz'zi-cal, *a.* ವಿನೋದದ, ಚೇಷ್ಟೆಯ.

Quod'li-bet, *n.* ಚಮತ್ಕಾರ.

Quoif (koif), *n.* ಟೋಪ್ಪಿಗೆ, "ಕುಲಾಯಿ".

Quoin (koin), *n.* ಮೂಲೆ, ಕೀಲು; 2. *(print.)* ಜೋಡಿಸುವ ಅಚ್ಚಕ್ಷರ ಪುಟಗಳನ್ನು ಬಿಗಿಸುವ ಬೆಣೆ.

Quoit (koit), *n.* ಗುರಿಗೆ ಒಗೆಯುವ ಉಂಗುರ, —ಒಗೆಯುವ ಆಟವು; 2. ಚಕ್ರ.

Quon'dam, *a.* ಮುಂಚೆ ಇದ್ದ, ಮುಂಚಿನ.

Quō'rum, *n.* ಒಂದು ಸಂಘದಲ್ಲಿ ಕೆಲಸ ನಡಿಸುವದಕ್ಕೆ ಸಾಕಷ್ಟು ಮಂದಿ, ನಿಯಮಿತ ಕನಿಷ್ಠ ಮಿತಿ.

Quō'ta, *n.* ಪಾಲು, ಭಾಗ.

Quōte, *v. t. r.* ಬೇರೊಂದು ಗ್ರಂಥದಿಂದ ಎತ್ತಿ ಹೇಳು, ಉದಾಹರಿಸು, ಉಲ್ಲೇಖಿಸು. Quō-tā'-tiŏn, *n.* ಎತ್ತಿಹೇಳೋಣ; 2. ಯಥೋಕ್ತ, ಉಲ್ಲೇಖನ, ಎತ್ತಿಬರೆದದ್ದು, ಶಾಸ್ತ್ರೋಕ್ತ ಮಾತು; 3. (commercial) ಧಾರಣೆಪಟ್ಟಿ.

Quōth, *v. i. (used only in the 1st & 3rd persons, pt.)*, q. I. ಅಂದೆ; q. he ಅಂದ.

Quō-tid'i-an, *a.* ದಿನದಿನಕ್ಕೆ ಬರುವ (fever).

Quō'tient (qwō'shent), *n.* ಲಬ್ಧ, ಭಾಗ.

R

R, *n.* the three R's (reading, writing and arithmetic) ಓದು, ಬರಹ, ಲೆಕ್ಕ.

Rab'bet, *n. (arch.)* ಜೋಡಿಗೆ. *v. t. r.* ಹಲಿಗೆ ಜೋಡಿಸು, ...ಕ್ಕೆ ಸಂದು ಹಾಕು.

Rab'bī (*or* -bi), Rab'bin, *n.* ಯೆಹೂದ್ಯರ ಸ್ವಾಮಿ, ಗುರು, "ರಬ್ಬಿ". Rab-bin'ic, -bin'i-cal, *a.* ಯೆಹೂದ್ಯ ಪಂಡಿತರ, "ರಬ್ಬಿಗಳ".

Rab'bit, *n.* ಮೊಲ, ಕುಂದಿಲಿ.

Rab'bit-wēed, *n.* *Euphorbia pilulifera, (L.)* ಅಚ್ಚೇ ಸೊಪ್ಪು, ನೆನೆಯಕ್ಕೀ ಸೊಪ್ಪು *(My.)*, ಗಣತೀಕಸ *(S. M.)*.

Rab'ble, *n.* ನೀಚರ ಗುಂಪು, ಕಾಕಪೋಕರು. *v. t. r.* ದೊಂಬಿಮಾಡು.

Rab'id, *a.* ಹುಚ್ಚು (dog), ಹೆಕಲಿಗೊಂಡ, ಹುಚ್ಚುನಾಯಿಯ. Rab'id-ly, *ad.* ಹುಚ್ಚನಾಗಿ. Rab'id-ness, Rab'id-ity, *n.* ಹುಚ್ಚುತನ.

Rā'bi-ēs, *n.* ನಾಯಿಗಳ ಹುಚ್ಚು, ಹೆಕಲಿ.

Rāce, *n.* ವಂಶ, ಕುಲ, ಗೋತ್ರ, ಜಾತಿ. Rā-ci'al, *a.* ವಂಶೀಯ, ಜಾತೀಯ.

Race, *n.* ಬೇರು. Rāce'-gin-gĕr, *n.* ಶುಂಠೀ ಬೇರು.

Rāce, *n.* ನಡೆಯೋಣ, ಮುಂದರಿಯೋಣ, ಗಮನ, ಗತಿ; r. of life ಆಯುಷ್ಯ, ಆಯುಸ್ಸು; 2. ಓಟ; 3. ಪಂತದ ಓಟ, "ಷರತ್"—; buffalo's r. ಕಂಬಳ *(S. C.)*, ಕೋಣನ ಪಂತ; horse-r. ಕುದುರೇ ಪಂತ; ox's r. ಎತ್ತಿನ ಪಂತ; 4. (current) ನೀರಿನ ಸೆಳವು; 5. mill-r. ಬೀಸುವ ಯಂತ್ರದ ಕಾಲುವೆ. *v. i. r. (pr.* rāst) ಓಡು, ಪಂತಕ್ಕೆ ಓಡು. *v. t.* ಓಡಿಸು. Rāce'-cōurse (-kōrs), *n.* ಓಟದ ಸ್ಥಳ, ಕುದುರೇ ಪಂತದ "ಮೈದಾನು". Rā'cĕr, *n.* ಓಡುವವ, ಪಂತ ಹಾಕಿ ಓಡುವವ; 2. ಪಂತದ ಕುದುರೆ; 3. ಕುದುರೇ ಪಂತಗಾರ. Rāce'-horse, *n.* ಪಂತದ ಕುದುರೆ.

Ra-ceme' (-sēm'), *n.* ಹೂವಿನ ಗೊಂಚಲು.

Rā-chī'tis, *n.*, *see* Rickets.

Rack, *n.* ಗೋದಲಿ; 2. ಪೀಡಿಸುವ ಕೋಳ, ಕಿಸಿಗೋಳ; 3. ಅಡ್ಡಣಿಗೆ; 4. ಕುದುರೆಯ ತೀವ್ರ ನಡಿಗೆ; put to the r. ಕಿಸಿಗೋಳ ಹಾಕು *c. d.*; ಪೀಡಿಸು. *v. t. r.* (*pr.* rakt) ಎಳೆ; 2. ಕಿಸಿಗೋಳ ಹಾಕು *c. d.*; 3. ಪೀಡಿಸು. **Rāck'-rent**, *a.* ಮಿತಿಮೀರುವ ಪಾಡಿಗೆ, —ಮೀರುವ ಕಂದಾಯ.

Rack, *v. i. r.* ಉಗಿಯಾಗು, ಹಬೆಯಾಗು, ಊಗಿ ಹಾಯು; 2. ಬಡಬಡ ನಡೆ. *n.* ಸಾರಾಯಿ; 2. ವಸ್ತುಗಳನ್ನು ಇಡುವುದಕ್ಕೆ ಮರದ ದೊಣ್ಣೆಗಳಿಂದ ಅಥವಾ ಕಬ್ಬಿಣದ ಸಲಾಕಿಗಳಿಂದ ಮಾಡಿದ ಅಂತಸ್ತು.

Rack, *n.*, *see* Arrack.

Rack'et, *n.* ಗದ್ದಲ, "ಗಲ್ಲತು", ಗುಲ್ಲು, ಗಲಿಬಿಲಿ; 2. ಟೆನ್ನಿಸ್ ಆಟದಲ್ಲಿ ಚಂಡು ಹೊಡೆಯುವ ಕೋಲು. *v. i.* ಗುಲ್ಲು ಮಾಡು, ಗದ್ದಲ—.

Rā'cy, *a.* ಕಟುವಾದ, ಹೊಸ; 2. ರುಚಿಯಾದ, ಕಮ್ಮಗಿರುವ, ರಸಿಕ, ಸರಸ. **Rā'ci-ness**, *n.* ಒಳ್ಳೇ ರುಚಿ, ಸವಿ, ಸರಸ.

Rad'dle, *n.* ಹೆಣೆದ ಬೇಲಿ; 2. ಕೆಂಪು ಬಣ್ಣ. *v. i. r.* ಹೆಣೆ.

Rā'di-al, *a.* ಕಿರಣಗಳಂತೆ ಸುತ್ತುಮುತ್ತಲು ಚಾಚುವ.

Rā'di-ant, *a.* ಹೊಳೆಯುವ, ಪ್ರಕಾಶವುಳ್ಳ, ಡಾಳಾಗಿರುವ. **Rā'di-ance**, **-an-cy**, *n.* ಹೊಳಪು, ಪ್ರಕಾಶ.

Rā-di-ā'ta, *n. pl.* ತಾರಾರೂಪದ ಪ್ರಾಣಿಗಳು.

Rā'di-āte, *v. i. r.* ಡಾಳಾಗಿರು, ಪ್ರಕಾಶ ಹೊರಡು, —ಹರಿ, ಹೊಳೆ. *v. t.* ಹೊರಡಿಸು, ಎಸೆ. **Rā-di-ā'tiǒn**, *n.* ಕಿರಣ ಹೊರಡುವುದು, ಹೊಳೆಯುವುದು, ಕಾಂತಿ. **Rā'di-ā-tǒr**, *n.* ರಶ್ಮಿಗಳು ಹೊರಡುವ ವಸ್ತು.

Rad'i-cal, *a.* ಬೇರಿನ, ಮೂಲ, ಬುಡಮಟ್ಟಿನ, ಕೂಲಂಕಷ, ಆಮೂಲವಾದ. *n.* ಮೂಲ ಶಬ್ದ; 2. ಮೂಲಾಕ್ಷರ; 3. ಬುಡದಿಂದ ತಿದ್ದುಪಾಟು ಆಗಬೇಕೆಂಬುವವ. **Rad'i-cal-ly**, *ad.* ಬೊಡ್ಡಿಗೆ, ಬುಡದಿಂದ, ತಳಮಟ್ಟ, ಬುಡಮಟ್ಟ. **Rad'i-cal-ism**, *n.* ಬುಡದಿಂದ ತಿದ್ದುಪಾಟಾಗಬೇಕೆಂಬವರ ಮತ.

Rad'i-cāte, *v. i. r.* ಬೇರೂರಿಸು, ನೆಡು. *a.* ಬೇರೂರಿದ.

Rad'i-cle, *n.* (*bot.*) ಭ್ರೂಣದ ಬೇರು.

Rad'ish, *n.* (*Raphanus sativus, L.*) ಮೂಲಂಗಿ, ಮುಲ್ಲಂಗಿ ಗಡ್ಡೆ; horse r. ನುಗ್ಗೆಗಿಡ.

Rā'di-us, *n.* ವ್ಯಾಸಾರ್ಧ, ತ್ರಿಜ್ಯ; r. vector (*astr.*) ಚಲಕರ್ಣ, ಮಂದಕರ್ಣ.

Rā'dix, *n.* ಮೂಲ ಧಾತು; 2. ಬೇರು; r. of a word ಮೂಲ ಧಾತು.

Raff, *n.* ನೀಚ, ಪೋಕರಿ, "ಲುಚ್ಚ"; 2. ಕಸ.

Raf'fle, *n.* "ಸೋಡತಿ", ಚೀಟಾಟ. *v. t. r.* "ಸೋಡತಿ" ಹಾಕು, ಚೀಟು—.

Raf'fle, *n.* ಕಸ, ರವುದಿ.

Raft, *n.* ತೆಪ್ಪ, ಉಡುವ.

Raf'tĕr, *n.* ಜಂತೆ, ಜಂತಿ, "ವಕಾತೆ" (*S. C.*); r. of cocoa *or* palmyra palm ಪಟಿ, ಪಟ್ಟಿ (*S. C.*).

Rag, *n.* ಹರಕುಬಟ್ಟೆ, ಚಿಂದಿ, ಪೇಲಿಕೆ; **Rag'a-muf-fin**, *n.* ಮುಗ್ಗಲಗೇಡಿ, ಹರಕುಬುರಕನು. **Rag'man**, *n.* ಚಿಂದೀ ಕೂಡಿಸುವವ. **Rag'-stōne**, *n.* ಸಾಣೇಕಲ್ಲು. **Rag-tag and bobtail** ಅಡನಾಡಿ ಜನರು.

Rāġe, *n.* (vehemence) ಉಗ್ರ; 2. (violent anger) ಉರಿ, ಉಗ್ರಕೋಪ, ಚಂಡ, ಕೋಪೋದ್ರೇಕ, ಉಕ್ಕೇರಿದ ಉತ್ಸಾಹ. *v. i. r.* ಬಹಳ ಸಿಟ್ಟಾಗು, ಬೆಂಕಿಯಾಗು, ರೋಷ ಪಡು; 2. (act *or* move furiously) ಉಕ್ಕೇರು (the sea), ರೌದ್ರವಾಗಿರು, ರಗಡವಾಗಿರು (storm), ಉದ್ರೇಕವಾಗು; 3. (ravage) ಪ್ರಬಲವಾಗಿರು, ಕಡುವಾಗು. **Ra'ġiṅg**, *a.* ಉಗ್ರವಾದ, ಕೋಪದ.

Rā'gēe, *n.* (*Eleusine coracana Gært.*) [ರಾಗಿ.

Rag'ged, *a.* ಹರಕು, ಹರಕುಬುರಕ; 2. ತರಕಲು, ಕೊರಕಲು; r.-school ಧರ್ಮದ ಪಾಠಶಾಲೆ. **Rag'ged-ly**, *ad.* ಹರಕುಬುರಕವಾಗಿ. **Rag'ged-ness**, *n.* ಹರಕುತನ; 2. ತರಕಲು.

Ra-gǒut' (ra-gụ'), *n.* ಮಾಂಸಪದಾರ್ಥ.

Rāid, *n.* "ದೌಡು", "ಲೂಟಿಯವರ ಸ್ವಾರಿ", ಅವಾಂತರ. *v. i.* "ದವುಡು", ದಾಳೀ ಮಾಡು.

Rāil, *n.* ಅಡ್ಡಮರ; 2. (ಹೊಗೇಬಂಡಿಯ) ಕಬ್ಬಿಣದ ಕಂಬಿ, ಹಳಿ; by r. ಹೊಗೇಬಂಡಿಯಲ್ಲಿ, ಹೊಗೇಬಂಡಿಯ ಮೇಲೆ. *v. t. r.* ಬೇಲೀ ಹಾಕು, ಅಡ್ಡಮರಾ ಹಾಕು. **Rāil'-cār**, *n.* ಹೊಗೇಬಂಡಿ. **Rāil'iṅg**, *n.* ಬೇಲಿ, ಕಟಾಂಜನ; 2. ಕಟೆಕಟೆ (in a cutcherry). **Rāil'rōad**, **Rāil'wāy**, *n.* ಲೋಹಮಾರ್ಗ.

Rāil, *v. i. r.* ಬಯ್ಯು, ನಿಂದಿಸು. *n.* ನಿಂದೆ, ಬೈಗಳು. **Rāil'ĕr**, *n.* ಬಯ್ಯುವವ, ನಿಂದಕ. **Rāil'iṅg**, *n.* ಬಯ್ಯುವಿಕೆ, ಬೈಗಳು, ನಿಂದೆ. **Rāil'lĕr-y** (*or* ral'ĕri), *n.* ನಗಚಾಟಿಗೆ, ಚೇಷ್ಟೆ, ಪರಿಹಾಸ್ಯ, ಎಕ್ಕತಾಳಿ.

Rāi'ment, *n.* ಅರಿವೆಅಂಚಡಿ, ವಸ್ತ್ರ, ಬಟ್ಟೆಬರೆ, ಉಡಿಗೆತೊಡಿಗೆ.

Rāin, *n.* ಮಳೆ; r.-gauge ಮಳೆಯನ್ನಳೆಯುವ ಪಾತ್ರೆ, ವೃಷ್ಟಿಮಾಪಕ; continued heavy r. ಜಡಿ ಮಳೆ, ಮುಸಲಧಾರೆಯ ಮಳೆ; excess of r. ಅತಿವೃಷ್ಟಿ; failure of r. ಅನಾವೃಷ್ಟಿ; incessant gentle r. ಸೋನೇಮಳೆ; short and impetuous r. ಬಿದರುಮಳೆ; sufficient r. to render the soil fit for sowing ಹದ ಮಳೆ. *v. i. r.* ಮಳೆ ಬರು, ಮಳೆ ಸುರಿ, ಹನಿ ಬರು. *v. t.* ಮಳೆಯಂತೆ ಸುರಿಸು; it rains cats and dogs ಧಾರಾಸಂಪಾತವಾಗಿ ಮಳೆಗರೆಯುತ್ತದೆ, ಮುಸಲಧಾರೆಯಾಗಿ ಸುರಿಯುತ್ತದೆ. **Rāin'bow** (rān'bō), *n.* ಮಳೇಬಿಲ್ಲು, ಇಂದ್ರ ಧನುಸ್ಸು, ಕಾಮನ ಬಿಲ್ಲು. **Rāin'y**, *a.* ಮಳೆಯ, ಸೋನೆಯ; r. season ಮಳೆಗಾಲ.

Rāi̤se, *v. t. r.* (lift up, *as*, a stone, the hand, eyes, voice) ಎತ್ತು; 2. (increase, *as* the price) ಏರಿಸು; 3. (make higher, *as* the ground) ಏರಿಸು, ಎತ್ತರಿಸು; 4. (elevate *or* promote in situation, rank, *etc.*) ತಲೆ ಎಬ್ಬಿಸು, ಏರ ಮಾಡು, ಘನಪಡಿಸು; 5. (heighten, intensify) ಹೆಚ್ಚಿಸು, ಬಲಪಡಿಸು; r. the spirits ಧೈರ್ಯ ಕೊಡು, —ಪಡಿಸು; 6. (cause to rise from death, sleep, a lying or sitting posture) ಎಬ್ಬಿಸು; r. a dust ಗುಲ್ಲೆಬ್ಬಿಸು, ಗಲಾಟೆ ಎಬ್ಬಿಸು. 7. (stir up, excite) ಎಬ್ಬಿಸು, ಹುಟ್ಟಿಸು; 8. (build, erect) ಕಟ್ಟು; 9. (collect) ಕಟ್ಟು, ಕೂಡಿಸು, *as*, r. an army ದಂಡುಕಟ್ಟು, ದಂಡೆತ್ತು, ದಂಡು ಕೂಡಿಸು; r. money, r. the wind ಹಣಾ ಕೂಡಿಸು, —"ಜಮೆ" ಮಾಡು, —ಎಬ್ಬಿಸು; r. the voice ಸ್ವರವೆತ್ತು, ಪಿಟ್ಟೆಂದು ಉಸುರು; raised one's glass to ಗೆಳೆಯನ ಕ್ಷೇಮಲಾಭವನ್ನು ಚಿಂತಿಸಿ ಪಾನವನ್ನು ಕುಡಿ; 10. (grow, *as* wheat) ಬೆಳಿಸು; 11. (breed, *as* horses) ಸಾಕು; 12. (start, originate, *as* a report) ಹುಟ್ಟಿಸು; 13. (utter, *as* a cry) ಹಾಕು, ಇಡು, ಹೊಡೆ; r. a shout of joy ಕೇಕೇ ಹಾಕು; r. a cry of lamentation ಗೋರಿಡು, ಬೊಬ್ಬೆ ಇಡು, —ಹೊಡೆ, —ಹಾಕು; r. a siege ಮುತ್ತಿಗೆ ತೆಗೆ, —ಬಿಡು, ಎತ್ತಿ ಹೋಗು, ಮುತ್ತಿಗೆ ಬಿಡಿಸು.

Rāi'si̤n (rā'si̤n), *n.* ಒಣಗಿದ ದ್ರಾಕ್ಷೇಹಣ್ಣು, ದ್ವೀಪದ್ರಾಕ್ಷೆ, "ಕಿಸಮಿಸು".

Raison d'etre (rez-oṅg detr') ಉದ್ದೇಶ.

Raj, *n.* ರಾಜ್ಯಾಧಿಕಾರ. **Rā'ja**, *n.* ಅರಸು, ಒಡೆಯ; 2. ಹಿಂದಿಯರಿಗೆ ಗೌರವಾರ್ಥವಾಗಿ ಸರಕಾರವು ಕೊಡುವ ಪದವಿಗಳಲ್ಲಿ ಒಂದು.

Rāke, *n.* ಜಂತೆ ಕುಂಟೆ, ಮಡಿ— *(S.M.)*. ಹಲುವೆ, ಹಲಿವೆ *(S.C., My.)*, ಸಿರುಲು *(N.C.)*; 2. ಹುಲ್ಲುಬಾಚಿ. *v.t.r.* *(pr.* rākt) ಜಂತೆ ಕುಂಟೆಯಿಂದ ಎಳೆ, ಕೂಡಿಸು, ಬಾಚು, ಹುಡುಕಾಡು; r. up ಸಂಗ್ರಹಿಸಿ ಎದುರಿಗೆ ತರು.

Rāke, *n.* ಬಿದೆಗೊಂಡವ, "ಫಟಿಂಗ", ಕಾಮುಕ. *v. i. r.* "ಫಟಿಂಗತನ" ಮಾಡು. **Rā'kish**, *a.* ಕಾಮುಕ, "ಫಟಿಂಗ"ನಾದ. **Rā'kish-ly**, *ad.* ಕಾಮುಕನಾಗಿ, "ಫಟಿಂಗ"ನಾಗಿ. **Rā'kish-ness**, *n.* "ಫಟಿಂಗ"ತನ.

Ral'ly, *v. i. r.* (-lied, *pr.* -lid) "ನಕಲೀ" ಮಾಡು, ಅಪಹಾಸ್ಯ—.

Ral'ly, *v. t. r.* ಚದರಿಹೋದ ದಂಡನ್ನು ತಿರಿಗಿ ಕೂಡಿಸು; he rallied strength ಅವನಿಗೆ ರೋಗ ವಾಸಿಯಾಗಿದೆ. *v. i.* ತಿರಿಗಿ ಕೂಡು.

Ram, *n.* ಟಗರು; 2. ಮೇಷರಾಶಿ; 3. (battering r.) ಭಿತ್ತಿ, ಭೇದಿ. *v. t. r.* (rammed, *pr.* ramd) ಹಾಯು, ಜಡಿ, ತುರುಕು, ಜಡಾಯಿಸು. **Ram'mish**, **Ram'my**, *a.* ಟಗರಿನಂಥ; 2. ಜಿಡ್ಡು ನಾರುವ.

Ram'ble, *n.* ತಿರುಗಾಡುವುದು, ವಿಹಾರ. *v. i. r.* ತಿರುಗಾಡು, ಅಲೆದಾಡು. **Ram'blĕr**, *n.* ತಿರುಗಾಡುವವ, ಅಲೆಯುವವ. **Ram'bliṅg**, *a.* ತಿರುಗಾಡುವ, ಅಲೆಯುವ. *n.* ತಿರುಗಾಟ, ಅಲೆಯುವುದು. **Ram'bliṅg-ly**, *ad.* ತಿರುಗಾಡುತ್ತಾ, ಅಲೆದಲೆದು.

Ram'i-fȳ, *v. t. r.* (-fīed) ಶಾಖೆ ಮಾಡು. *v. i.* ಟೊಂಗೆಯೊಡೆ, ಟಿಸಲೊಡೆ, ಶಾಖೆಯಾಗು. **Ram-i-fi-ȼā'tiŏn**, *n.* ಕೊಂಬೆಯೊಡೆಯುವುದು, ಬಗಲೊಡೆಯುವುದು, ಟಿಸಲು, ಶಾಖೋಪಶಾಖೆ.

Ram'mĕr, *n.* ಬಡಿಮುಗೆ, ಕೊಡತಿ; 2. (iron r.) ಹಾರೆ; 3. "ತುಪಾಕಿ" ಗಜ.

Ram'ōse, **Rā'mŏus**, *a.* ಬಹಳ ಕೊಂಬೆಗಳುಳ್ಳ, ಟಿಸಲುಟಿಸಲಾದ.

Ramp, *v. i. r.* *(pr.* rampt) ಕುಣಿ, ಹಾರಾಡು; 2. ಹಬ್ಬು, ಹತ್ತು. *n.* ಹಾರಾಟ, ಕುಣಿತ; 2. ಸೂಳೆ; 3. ದಾರಿಕಳ್ಳ.

Ramp'an-cy, *n.* ಅಳತೆಗೇಡಿತನ, ಅತಿವರ್ಧನೆ. **Ramp'ant**, *a.* ಬಿದೆ, ಕಾತರ, ಹಾರಾಡುವ;

2. ಮೀರಿ ಮೀರಿ ಬೆಳೆಯುವ, ಗಾಢವಾಗಿ— · Ramp'ant-ly, *ad.* ಬೆದೆಯಾಗಿ, ಹಾರಾಡ್ತು ಡುತ್ತಾ, 2. ಭರದಿಂದ.

Ram'pärt. Ram'piēr, *n.* "ಅಲಂಗ", ಅಳ್ವೇರಿ, ಪ್ರಾಕಾರ.

Ram'rod, *n.* ಗಜಕೋಲು, "ಗಜ".

Ram'shack-le, *a.* ಹಳೆಯದಾದ, ಜಜ್ಜರಿತ.

Räm'til, *n.*, *see* Foolish oil plant.

Ran, *pt.* & *pp.* *of* Run.

Ranch, *n.* ದನಗಳನ್ನು ಸಾಕುವ ಕುದುರುಪಾಟು. *v. t. r.* ಉಳುಕು ಹಿಡಿಸು; 2. ಮುರಿಗೆ ತಿರುವಿ ವಿಕಾರ ಮಾಡು.

Ran'cid, *a.* ಕೊಳಕು ನಾತ ಒಡೆಯುವ, ಕಮಟು, ಕೌಂಟು, ಕೌಟಿನ, ಗಬ್ಬು ನಾರುವ, ಜಡ್ಡು— · Ran-cid'i-ty, Ran'cid-ness, *n.* ಗಗ್ಗು, ಕೌಂಟು, ಕಮಟು, ಜಡ್ಡು. Ran'cid-ly, *ad.* · ಕೌಂಟು, ವಾಸನೆಯಾಗಿ.

Rān'cour (-kĕr), *n.* ವರ್ಮ, ಮತ್ಸರ, ಕಡು ಹಗೆ. Rań'cŏr-ŏus, *a.* ಕಡು ಹಗೆಯುಳ್ಳ, ವರ್ಮವುಳ್ಳ. Rań'cŏr-ŏus-ly, *ad.* ವರ್ಮವಾಗಿ.

Ran'dŏm, *a.* ಗೊತ್ತುಗುರಿಯಿಲ್ಲದ, ಆಕಸ್ಮಿಕ; at r. ಗೊತ್ತುಗುರಿ ಇಲ್ಲದೆ.

Ran'dy, *a.* ಛಿಟ್ಟಿ, ಧೀರೆ, ದೊಡ್ಡ ಬಾಯಿಯ (ಹೆಂಗಸು).

Rańg, *pt.* *of* Ring.

Rānġe, *n.* (row) ಸಾಲು, ಪರಿಸೆ, ಮೋರೆ; r. of mountains ಪರ್ವತಶ್ರೇಣಿ, ಹಬ್ಬುಗುಡ್ಡ, ಗುಡ್ಡಸಾಲು; 2. (order, class) ವರ್ಗ; 3. (step of a ladder) ಹಲ್ಲು; 4. (cooking apparatus) ಒಲೆ; 5. (sieve) ಜಲ್ಲಡ, ಸಾಣಿಗೆ; 6. (ramble) ಸಂಚಾರ; 7. (compass, scope) ಮಟ್ಟು, ಸಾಮರ್ಥ್ಯ; 8. (r. of a gun) ಗುಂಡಿನಳತೆ; 9. (pasture ground) ಕಾವಲು. *v. t. r.* ಸಾಲುಹಾಕು, ಸಾಲಿಡು, ಸಾಲ್ಗಟ್ಟು; 2. ಕ್ರಮವಾಗಿಡು, ಕ್ರಮಪಡಿಸು; 3. ದಾಟು, ಹಾಯಿ; 4. (r. the coast) ತೀರಗುಂಟ ಸಂಚರಿಸು, ದಂಡಿಗುಂಟ—. *v. i.* ಅಲೆದಾಡು, ತಿರುಗಾಡು; 2. ಹೋಗಿ ಮುಟ್ಟು; 3. ಸಾಲಾಗಿರು, ಪರಿಸೆಯಾಗಿರು; 4. ...ಗುಂಟ ಸಂಚರಿಸು. Rān'ġĕr, *n.* ವನಕಾವಲದವ; 2. ಕುದುರೇ ಸವಾರ (in *pl.*)

Ra'nine, *a.* ಕಪ್ಪೆಗೆ ಸಂಬಂಧಪಟ್ಟ.

Rańk, *n.* (row, line) ಸಾಲು, ಪರಿಸೆ; 2. (degree, grade) "ದರ್ಜೆ", "ಹುದ್ದೆ"; 3. (class, order) ವರ್ಗ, ಜಾತಿ, ಸ್ಥಾನ, ತರ, *as*, a lawyer of the first r. ಉತ್ತಮ ತರದ "ವಕೀಲನು"; people of low r. ಕೀಳ ತರದವರು; people of all ranks ಎಲ್ಲಾ ಜಾತಿಯವರು, ಎಲ್ಲಾ ತರದವರು; 4. ದೊಡ್ಡಸ್ತಿಕೆ; *as*, a man of r. ದೊಡ್ಡವನು, ಕುಲಜನು; the ranks ಸಾಧಾರಣ "ಸಿಪಾಯರು"; take the r. of ...ಮೇಲಿರು *e.g.* *v. t. r.* (*pr.* rankt) ಸಾಲಿಡು, ಸಾಲುಕಟ್ಟು; 2. ವರ್ಗದಲ್ಲಿಡು; 3. ಕ್ರಮಪಡಿಸು, —ಮಾಡು. *v. i.* ಸಾಲಾಗಿರು, ಕೂಡಿಕೊಳ್ಳು *c. d.;* 4. "ದರ್ಜೆ" ಇರು, ಪದವಿ—, ಪದವಿಗೆ ಸೇರು, ಈಡಾಗಿರು, *as*, he ranks with the first poets ಅವನು ಉತ್ತಮ ಕವಿಗಳಲ್ಲಿ ಈಡಾಗಿದ್ದಾನೆ; he ranks high in public opinion ದೊಡ್ಡವನೆನ್ನಿಸಿಕೊಳ್ಳುತ್ತಾನೆ, ಉತ್ತಮನೆನ್ನಿಸಿಕೊಳ್ಳುತ್ತಾನೆ, ಜನಪ್ರಿಯನಾಗಿದ್ದಾನೆ. Rań'kĕr, *n.* "ಸಿಪಾಯಿ".

Rańk, *a.* ಗಾದು ಬೆಳೆದ, ಭರದಿಂದ—, ಸೊಕ್ಕಿ ಬೆಳೆಯುವ; 2. ಮಹಾ ದೊಡ್ಡ; 3. ಕಸುವುಳ್ಳ (soil); 4. ಜಡ್ಡು, ಕೌಟಿನ, ಕಮರಿನ (smell); 5. ಕಾಮಾತುರದ. Rań'kle, *v. i. r.* ಹೆಚ್ಚಾಗು, ಉರುಬಾಗು; 2. ಉರಿ, ಹೊಟ್ಟೆಯಲ್ಲಿ ಉರಿ, ಚುಚ್ಚು. Rańk'ling, *a.* ಜಡ್ಡುಹಿಡಿದ; r. hatred ಬದ್ಧವೈರ. Rańk'ness, *n.* ಉರುಬು, ಆಧಿಕ್ಯ, ಅತಿಶಯ, ಬಹು ಬಲ; 2. ಕಮಟು.

Ran'sack, *v. t. r.* (*pr.* -sakt) ಹುಡುಕಾಡು, ಚೆನ್ನಾಗಿ ಹುಡುಕು; 2. ಸುಲುಕೊಳ್ಳು, ಕೊಳ್ಳೆ ಮಾಡು, "ಲೂಟಿ"—.

Ran'sŏm, *n.* ಬಿಡುಗಡೆ; 2. ಓಲು, ಬಿಡುಗಡೆ ಹಣ. *v. t. r.* ಹಣಾ ಕೊಟ್ಟು ಬಿಡಿಸು, ಓಲು ಕೊಡು, ಬಿಡುಗಡೆ ಮಾಡು. Ran'sŏm-ĕr, *n.* ಬಿಡಿಸುವವ, ಓಲುಗಾರ. Ran'sŏm-less, *a.* ಓಲು ಇಲ್ಲದ.

Rant, *n.* ಒದರಾಟ, ಹುರುಳಿಲ್ಲದ ಪ್ರಸಂಗ, *v. i. r.* "ಹಾಸಲಿಲ್ಲದ" ಮಾತನ್ನಾಡು, ಹುರುಳಿಲ್ಲದ—. Ran'tĕr, *n.* ಮಾತುಬಡಕ, ವಾಚಾಲ, ಒದರುವವ. Rant'i-pōle, *n.* ತಲೆ ಕೊಬ್ಬಿದವ, ದುರ್ಲಕ್ಷ್ಯದ ಮನುಷ್ಯ.

Rap, *n.* ತಟ್ಟು, ತಟ್ಟುವಿಕೆ. *v. t. r.* (rapped, *pr.* rapt) ತಟ್ಟು; r. with the knuckles ಸೋಣೆ, ಟೋಣೆ, ಮೊಟ್ಟು; r. out ಫಕ್ಕನೆ ಹೇಳಿಬಿಡು. Rap'pĕr, *n.* ತಟ್ಟುವವ.

Rap, *n.* ಅಣು, ಸಣ್ಣ ತುಂಡು; I don't care a r. ನಾನು ಒಂದಿಷ್ಟು ಚಿಂತಿಸುವುದಿಲ್ಲ.

Rap, *v. t. ir.* (rapt, rapt) ಕಸಕೊಳ್ಳು;

pass. ಮೈಮರೆ, ಪರವಶವಾಗು; 2. ಸಂಭ್ರಮ ಪಡಿಸು, ಹಿಗ್ಗಿಸು, ಮರುಳುಗೊಳಿಸು; *pass.* ಸಂಭ್ರಮವಾಗು, ಹಿಗ್ಗಿಕೊಳ್ಳು, ಮರುಳಾಗು; r. and rend ಕಸಕೊಳ್ಳು, ಸುಲುಕೊಳ್ಳು. Rapped (rapt), Rapt, *a.* ಮೈಮರತ, ಪರವಶವಾದ, ಮೈಮರುಳಾದ.

Ra-pā'ciŏus, *a.* ಸುಲುಕೊಳ್ಳುವ, ಕೊಳ್ಳೆ ಮಾಡುವ, ಬೇಟೆಯ; 2. ಹಿಂಸಕ (tiger). Ra-pā'ciŏus-ly, *ad.* ಬಲಾತ್ಕಾರವಾಗಿ ಅಪಹಾರ ಬುದ್ಧಿಯಿಂದ. Ra-pā'ciŏus-ness, Ra-păc'i-ty, *n.* ಬಲಾತ್ಕಾರ, ಕೊಳ್ಳೆಗಾರಿಕೆ, ಅಪಹಾರಬುದ್ಧಿ.

Rāpe, *n.* ಅಪಹಾರ; 2. ಹಟಸಂಭೋಗ, "ಜುಲುಮೆಯಿಂದ" ಕೆಡಿಸೋಣ.

Rāpe, *n.* ಎಳ್ಳುಗಿಡ.

Rap'id, *a.* ಒತ್ತರ, ತ್ವರೆಯಾದ, ತೀವ್ರವಾದ. Rap'id-ly, *ad.* ಬಡಬಡ, ಬೇಗನೇ, ತೀವ್ರವಾಗಿ. Ra-pid'i-ty, Rap'id-ness, *n.* ಒತ್ತರ, ತೀವ್ರ, ತ್ವರೆ, "ಜೋರು". Rap'ids, *n. pl.* ಸೆಳವು, ನದಿಯ ಜರಗು.

Rā'pi-ĕr, *n.* ಅಸ್ತ್ರ, ಖಡ್ಗ, ಚಿಲ್ಲಾಣ.

Rap'ine, *n.* ಸುಲಿಗೆ, ಕೊಳ್ಳೆ, "ಲೂಟಿ".

Rap-pēe', *n.* ಒಂದು ತರದ ನಸೆಪುಡಿ.

Rap-pōrt', *n.* ಸಾದೃಶ್ಯ, ಹೊಂದಿಕೆ.

Rap-pro'che-ment (ra-prōsh'mong), *n.* ಸಂಧಾನ, ಸಖ್ಯ.

Rap-tō'rēs, *n. pl.* ಕ್ರವ್ಯಾದ ಪಕ್ಷಿ ಜಾತಿ.

Rap-to'ri-al, *a.* ಬೇಟೆಯ, ಕ್ರೂರ, ಮಾಂಸಭಕ್ಷಕ.

Rap'tūre (*or* -chur), *n.* ಆತ್ಮಾನಂದ, ಹರ್ಷಾವೇಶ, ಸಂಭ್ರಮ. Rap'tū-rŏus, *a.* ಮೈಮರುಳಿನ, ಆತ್ಮಾನಂದದ, ಪರಮಾನಂದದ. Rap'tū-rŏus-ly, *ad.* ಆತ್ಮಾನಂದವಾಗಿ, ಮೈಮರುಳಾಗಿ.

Rāre, *a.* ತೆಳುವು, ವಿರಲ, ಸೂಕ್ಷ್ಮ; 2. ಅಪರೂಪ, ತುಟ್ಟಿ; 3. ಉತ್ಕೃಷ್ಟ. Rāre'ly, *ad.* ಅಪರೂಪವಾಗಿ, ಕ್ವಚಿತ್ತು; 2. ಚೆನ್ನಾಗಿ. Rāre'-ness, Rā'ri-ty, *n.* ತೆಳುವು, ವಿರಳತೆ; 2. ಅಪರೂಪವಿರುವುದು; 3. ಅಪೂರ್ವ ವಸ್ತು.

Rara avis, ಅಪೂರ್ವ ಪಕ್ಷಿ ಅಥವಾ ಅಪರೂಪ ವಿಶೇಷ ಮನುಷ್ಯ.

Rā'rēe-show (-shō), *n.* ಬೀದಿಬೀದಿ ತಿರುಗಾಡಿ ತೋರಿಸುವ "ತಮಾಷೆ".

Rār'e-fȳ, *v. t. r.* (-fīed) ತೆಳುವು ಮಾಡು, ತೆಳ್ಳಗೆ—, ವಿರಲಿತ—. *v. i.* ತೆಳುವಾಗು. Rā-re-fac'tiŏn, *n.* ತೆಳುವು ಮಾಡುವುದು, ವಿರಲ—, ತೆಳುವಾಗೋಣ.

Ras'cal, *n.* ನೀಚ, ಖಲ, "ಲುಚ್ಚ". Ras-cal'i-ty, *n.* ತುಂಟತನ, "ಲುಚ್ಚತನ". Ras'cal-ly, *a.* ನೀಚ, ತುಂಟ, "ಲುಚ್ಚ".

Rāse, *v. t. r. see* Rāze.

Rash, *n.* ಒಂದು ತರದ ಕರಪಾಣಿ ಹುಣ್ಣು.

Rash, *a.* ತ್ವರೆಯ; 2. "ಉತಾವಳಿಯ", ದುಡುಕು, ಅವಿಚಾರದ, ಆತುರದ. Rash'ly, *ad.* ದುಡುಕಿನಿಂದ, "ಉತಾವಳಿಯಿಂದ", ಅವಿಚಾರದಿಂದ, ಅಡಬಡ. Rash'ness, *n.* ಅಡಾವಿ, ದುಡುಕು, ಅವಿಚಾರ, "ಉತಾವಳಿ", ಕಾತಳ.

Rash'ĕr, *n.* ಹೊಗೆಯಲ್ಲಿ ಆರಿದ ಹಂದೀಮಾಂಸದ ತೆಳ್ಳಗಾದ ತುಂಡು.

Rasp, *n.* ದೊಡ್ಡ ಹಲ್ಲಿನ ಅರ. *v. t. r.* (*pr.* raspt) ಅರದಿಂದ ಉಜ್ಜು, ಅರದಿಂದ ತಿಕ್ಕು, —ಒರಸು. Ras'ping, *n.* ರಾಪುಡಿ.

Rasp'ber-ry (ras'ber-i), *n.* ಕೋರೀಹಣ್ಣಿನ ತರದ ಒಂದು ಹಣ್ಣು.

Rā'sūre, *n., see* Erasure.

Rat, *n.* ಇಲಿ; field-r. ಮೂಗಿಲಿ; musk-r. ಚುಂಡಿಲಿ; to smell a r. ಸಂಶಯ ಪಡು; I smell a r. ನನಗೆ ಸಂಶಯ ಬರುತ್ತದೆ. *v. i. r.* ಇಲಿಹಿಡಿ; 2. ಸ್ವಾಮಿದ್ರೋಹ ಮಾಡು.

Ra-tan', *n.* ಬೆತ್ತ; ratan-cane palm (*Calamus rotang, L.*) ಬೆತ್ತ; *Also* Rattan.

Ratch'et-whēel (rach'et-hwēl), *n.* ಗರಗಸ ಹಲ್ಲುಗಳಿರುವ ಚಕ್ರ, ಗರಗಸಚಕ್ರ.

Rāte, *n.* (allowance) "ಭತ್ತೆ", ಪಡಿ; 2. (price, degree, proportion) "ಧಾರಣೆ", ಪ್ರಮಾಣ, ಪ್ರಕಾರ, "ದರ"; at a great r. ಬಹಳ, ಬಹಳವಾಗಿ, ಕಂಡಾಬಟ್ಟೆ; at any r. ಹ್ಯಾಗಾದರೂ; I cannot walk at this r. ಈ ಪ್ರಕಾರ ನಡೆಯಲಾರೆ, ಇಷ್ಟು ತೀವ್ರವಾಗಿ (ಇಲ್ಲವೆ ಇಷ್ಟು ಮೆಲ್ಲಗೆ) ನಡೆಯಲಾರೆ; sound travels at the r. of 1112 feet in the second ಧ್ವನಿಯು "ದರ" ಸೆಕಂಡಕ್ಕೆ ೧೧೧೨ ಫೀಟಿನ ಪ್ರಕಾರ ನಡೆಯುತ್ತದೆ; the r. of rice is very high ಅಕ್ಕಿಯ "ಧಾರಣೆ" ಬಹಳ; at the r. of four per cent. ನೂರಕ್ಕೆ ನಾಲ್ಕರ ಪ್ರಕಾರ, "ದರ ಶೇಕಡಕ್ಕೆ"—ಪ್ರಕಾರ: 3. (rank, kind) ತರ, *as,* of the first r. ಮೊದಲನೇ ತರದ, ಉತ್ತಮ ತರದ, ಉತ್ಕೃಷ್ಟ; a first r. book ಉತ್ತಮ ತರದ ಪುಸ್ತಕ; a first r. king ರಾಜಶಿರೋಮಣಿ; 4. (tax) "ಪಟ್ಟಿ", ತೆರಿಗೆ. *v. t. r.* "ಧಾರಣೇ" ಕಟ್ಟು, ಎಣಿಸು; 2. "ಅಂದಾಜು" ಮಾಡು. Rā'ta-ble, *a.* ಬೆಲೆ

ಕಟ್ಟತಕ್ಕ; 2. ಕಂದಾಯ ಕೊಡತಕ್ಕ. Rā-ta-bil'i-ty, *n.* ಬೆಲೆ ಕಟ್ಟಲ್ಪಡ್ಡಾಗಿರುವಿಕೆ. Rā'ta-bly, *ad.* ದಾಮಾಶಾ, ದರವಾಗಿ.

Rāte, *v. t. r.* ಗದರಿಸು, ಬಯ್ಯು. Rat'ing, *n.* ದಟ್ಟಿಸುವಿಕೆ, ಗದರಿಸುವಿಕೆ.

Rāthe, *a.* ವೇಳೆಗೆ ಮೊದಲು ಬಲಿತ.

Rä*th*'ĕr, *ad.* (preferably) ಉತ್ತಮವಾಗಿ, ಹೆಚ್ಚಾಗಿ, ಮೊದಲೇ, *as,* I would (*or* I had) r. go than stay ಇರುವುದಕ್ಕಿಂತ ಹೋಗುವುದೇ ನನಗೆ ಉತ್ತಮ, —ಹೋಗುವುದೇ ನನಗೆ ಮೊದಲೇ ಬೇಕು; 2. (on the contrary), *as,* he grew r. worse than better ನೆಟ್ಟಗಾಗದೆ ಇನ್ನೂ ಕೆಟ್ಟುಹೋದ, ಇನ್ನೂ ಕೆಟ್ಟುಹೋದನೇ ಹೊರತು ನೆಟ್ಟಗಾಗಿಲ್ಲ; 3. (somewhat) "ಸುಮಾರು", ಸ್ವಲ್ಪ, *as,* he is r. deaf ಅವನು "ಸುಮಾರು" ಕಿವುಡ, ಅವನ ಕಿವಿ ಸ್ವಲ್ಪ ಮಂದಾಗಿದೆ; 4. (more properly speaking) ಇಲ್ಲವೆ, *as,* he is a clever youth or r. boy ಅವನು ಜಾಣ ಯೌವನಸ್ಥ ಇಲ್ಲವೆ ಹುಡುಗ; the r. ಅಷ್ಟು ಹೆಚ್ಚಾಗಿ, ಮುಖ್ಯವಾಗಿ.

Rat'i-fȳ, *v.t.r.* (-fīed) "ರುಜು" ಹಾಕಿ ನಿರ್ಧಾರ ಮಾಡು, "ರುಜು" ಹಾಕು, "ಮಂಜೂರು" ಮಾಡು. Rat-i-fi-cā'tiŏn, *n.* "ರುಜು" ಹಾಕಿ ನಿರ್ಧಾರ ಮಾಡುವುದು, "ರುಜು" ಹಾಕುವುದು, ಸ್ಥಿರಪಡಿಸುವುದು. Rat'i-fī-ĕr, *n.* "ಮಂಜೂರು" ಮಾಡುವವ.

Rā'ti-ō (-shiō), *n.* ಪರಿಮಾಣ, ಅಳತೆ, ದಾಮಾಶೆ.

Ra-ti-oc'i-nāte, *v. i. r.* ತರ್ಕವಾದಾನುಸಾರ ಚರ್ಚಿಸು. Ra-ti-oc-i-nā'tiŏn, *n.* ನ್ಯಾಯ ವಿಚಾರ, ತರ್ಕ.

Rā'tiŏn, *n.* "ಭತ್ಯ", ಪಡಿ.

Ra'tiŏn-al (rash'un-), *a.* ಜ್ಞಾನವುಳ್ಳ, ಬುದ್ಧಿಯುಳ್ಳ, ಚೇತನಯುಕ್ತ, ವಿವೇಕಜ್ಞಾನವುಳ್ಳ. Ra-tiŏn-ā'le, *n.* ವ್ಯಾಖ್ಯಾನ, ಟೀಕೆ. Ra'tiŏn-al-ism, *n.* ಬುದ್ಧಿಪ್ರಮಾಣಿಕತ್ವ, ಬುದ್ಧಿಶಾಸ್ತ್ರವಾದ, ಹೇತುಕವಾದ, ಚಾರ್ವಾಕ ಮತ. Ra'tiŏn-al-īse, *v. t.* ಸಕಾರಣವಾಗಿ ಸಪ್ರಮಾಣವಾಗಿ ವಾದಿಸು. Ra'tiŏn-al-ist, *n.* ಬುದ್ಧಿಪ್ರಮಾಣಿಕ, ಬುದ್ಧಿಶಾಸ್ತ್ರವಾದಿ, ಚಾರ್ವಾಕ. Ra-tiŏn-al-is'tic, -is'ti-cal, *a.* ಬುದ್ಧಿ ಪ್ರಮಾಣಿಕನಾಗಿ, ಚಾರ್ವಾಕನಾಗಿ. Ra-tiŏn-al'i-ty, *n.* ಜ್ಞಾನ, ಬುದ್ಧಿಶಕ್ತಿ. Ra'tiŏn-al-ly, *ad.* ಬುದ್ಧಿಯಾಗಿ, ವಿವೇಕಿಯಾಗಿ.

Ra-toon', *n.* ಕಬ್ಬಿನ ಕೂಳೆ.

Rats'bāne, *n.* ಇಲೀಪಾಷಾಣ.

Rat-tan', *n.*, *see* Ratan.

Rat'ten, *v. t. r.* ಹತ್ಯಾರು ಇತ್ಯಾದಿಗಳನ್ನು ಮುರಿದು ಹಾಕಿ ತೊಂದರೆ ಮಾಡು.

Rat'tle, *n.* ಕಿರಿಕಿರಿ, ಗಿರಿಕಿ, ಕೈಗಿರಿಕಿ, ಗೆಜ್ಜೇಕೋಲು, ಬುಡುಬುಡಿಕೆ; 2. ಡಣ್‌ಡಣನ್ನುವ ಶಬ್ದ, ಕಲಕಲ ಶಬ್ದ; 3. ಒದರಾಟ. *v. t. r.* ಗಲಗಲಿಸು, ಡಣ್‌ಡಣ್ಣೆಂತ ಸಪ್ಪಳ ಮಾಡು, ಭರ್‌ಭರೆಂತ ಶಬ್ದ ಮಾಡು; 2. ಬಡಬಡಿಸು. Rat'tle-snāke, *n.* ಭರ್‌ಭರೆಂತ ಸಪ್ಪಳ ಮಾಡುವ ಒಂದು ಜಾತೀ ವಿಷದ ಹಾವು, ಬುಡುಬುಡಿಕೇ ಹಾವು. Rat'tling, *a.* ಗಲಗಲ ಶಬ್ದ ಮಾಡುವ.

Rau'city, *n.* ಗಂಟ್ಲೊಡೆದ ಧ್ವನಿ. Rau'cōus, *a.* ಗಂಟ್ಲೊಡೆದ, ದೊಡ್ಡ ಧ್ವನಿಯ.

Rav'āge, *v. t. r.* ಹಾಳು ಮಾಡು, ಹಾವಳಿ—, ಧ್ವಂಸ—, ಸುಲುಕೊಳ್ಳು. *n.* ಹಾವಳಿ, ಹಾಳು, ಧ್ವಂಸ. Rav'ā-ġĕr, *n.* ಹಾವಳಿಗಾರ, "ಲೂಟಿಗಾರ".

Rāve, *v. i. r.* ಸ್ಥಿರತಪ್ಪು, ಬುದ್ಧಿಭ್ರಮೆಯಾಗು, ಬಡಬಡಿಸು; 2. ಹುಚ್ಚನ ಹಾಗೆ ಮಾಡು, —ಹಾಗೆ ಮಾತಾಡು; r. on, r. of ಮರುಳಾಗಿರು. Rā'ving, *a.* ಬುದ್ಧಿ ವಿಕಲ್ಪವಾಗಿ ಕೂಗುವ.

Rav'el, *v. t. r.* (rav'elled, *pr.* rav'eld) ಹಿರಿದು ತೆಗೆ, ಗುಂಜು ಮಾಡು; 2. (unravel) ತೊಡಕು ಬಿಡಿಸು, ಸಿಕ್ಕುಬಿಡಿಸು; 3. ತೊಡಕು ಬೀಳಿಸು, ಸಿಕ್ಕುಬೀಳಮಾಡು. *v. i.* ಹಿಂಜಿಹೋಗು, ಗುಂಜು ಬೀಳು.

Rā'ven (rā'vn), Ra'vin, *n.* ಹೊಲೆಯರ ಕಾಗೆ. *a.* ಕರಿ, ಕಪ್ಪಾದ; r. tresses ಕರಿ ಕುರುಳು.

Rav'en, Ra'vin, *v. t. & i. r.* ಕಸಕೊಳ್ಳು; 2. ಗಬಗಬನೆ ತಿನ್ನು, ನುಂಗಿಬಿಡು. *n.* ಕೊಳ್ಳೆ, "ಲೂಟಿ"; 2. ಬೇಟೆ. Rav'en-ĕr, *n.* ಕೊಳ್ಳೆಗಾರ. Rav'en-ŏus, *a.* ಹಸಿವೆಯಿಂದ ಆರಬಡಿಸುವ, ಬುಭುಕ್ಷಿತ, ಕ್ಷುಧಾರ್ತ; 2. ಹರಕೊಂಡು ತಿಂಬುವ. Rav'en-ŏus-ly, *ad.* ಗಬಾಡಿಯಾಗಿ. Rav'en-ŏus-ness, *n.* ಗಬಾಡಿಕೆ, ಬಹಳ ಹಸಿವೆ, ಕ್ಷುಧಾತುರ, ಬುಭುಕ್ಷೆ, ಅತ್ಯಾಶೆ.

Ra-vīne', *n.* ಕಣಿವೆ, ಕೊಳ್ಳ, ಸರು (ಸರವು), ಕಂದರ, ಜರಿ, ಸರಕು, "ಡೊಂಗರ".

Rav'ish, *v. t. r.* (*pr.* -isht) ಕಸಕೊಳ್ಳು, ಕಿತ್ತುಕೊಳ್ಳು; 2. ಸಂಭ್ರಮಿಸು, ಮೈಮರುಳು ಮಾಡು, ಅತಿ ಅಹ್ಲಾದಿತ ಮಾಡು; 3. ಹಟಸಂಭೋಗ ಮಾಡು, "ಜುಲುಮೆ"ಯಿಂದ ಕೆಡಿಸು. Rav'ish-ĕr, *n.* ಕಸಕೊಳ್ಳುವವ; 2. ಮೈ

For derivative words beginning with Re *which are not found below, see the meaning of the primitive word and prefix* ತಿರಿಗಿ, ಪುನಃ *or* ಹಿಂದಕ್ಕೆ.

ಮರುಳು ಮಾಡುವವ; 3. ಹಟಸಂಭೋಗ ಮಾಡುವವ, —ಮಾಡಿದವ. Rav'ish-ing-ly, *ad.* ಅತಿಸಂಭ್ರಮವಾಗಿ. Rav'ish-ment, *n.* ಅಪಹರಣ; 2. ಅತ್ಯಾನಂದ; 3. ಬಲಾತ್ಕಾರ, ಹಟಸಂಭೋಗ.

Raw (ra), *a.* ಹಸಿ, ಹಸಿಬಿಸಿ, (meat, hide) "ಕಚ್ಚಾ"; 2. (unripe) ಕಾಯಿ, ಮಾಗದ; 3. (inexperienced, ignorant) ಹೊಸ, ಹೊಸಬ, ಅರಿಯದ, ಅನುಭವವಿಲ್ಲದ; 4. (without skin, sore) ಹಸಿ, ತೊಗಲು ಸುಲಿದ; 5. (cold) "ತಂಡಿಯ", ಚಳಿಯ; r. leather ಹದಮಾಡದ ಚರ್ಮ; r. material (ಕೈಗಾರಿಕೆಯಲ್ಲಿ ಉಪಯೋಗಿಸುವ) ಅಸಿದ್ಧ ಪದಾರ್ಥ; touch one on the r. ಮರ್ಮಕ್ಕೆ ಚುಚ್ಚು. Raw'ness, *n.* ಹಸಿ; 2. "ತಂಡಿ", ಚಳಿ; 3. ಆತುರ.

Rāy (rā), *n.* ಕಿರಣ, ರಶ್ಮಿ, ಕದಿರು; 2. ದೃಷ್ಟಿ; r. of hope ಆಸೆಯ ಕುಡಿ.

Rāze, *v. t. r.* ಒರಸು, ಅಳಿಸು (ಅಳಕಿಸು); 2. ನೆಲಸಮಮಾಡು.

Rā'zŏr, *n.* ಕ್ಷೌರಕತ್ತಿ, ನಾಪಿಕ ಕತ್ತಿ; 2. (of a boar) ದಾಡೆ. *a.* ಹರಿತವಾದ.

Rā'zūre, *n., see* Erasure.

Ra'zzle-da-zzle, *n.* ಗಲಾಟೆ, "ರಂಬಾರೂಡಿ".

Rē, *pref.* ತಿರಿಗಿ ಎಂದು, ಪುನಃ ಎಂದು, ಮತ್ತೂ ಎಂದು, ಹಿಂದಕ್ಕೆ ಎಂದು ಈ ಅರ್ಥಗಳ ಉಪಸರ್ಗ.

Re-ab-sorb', *v. t. r.* ಪುನಃ ಹೀರಿಕೊಳ್ಳು. Re-ab-sorp'tiŏn, *n.* ಪುನಃ ಹೀರಿಕೊಳ್ಳುವುದು.

Rēach (rēch), *v. t. r.* (*pr.* rēcht) (stretch) ಚಾಚು; 2. (give with the hand) ಅಂದಿಕೊಡು, ಚಾಚಿಕೊಡು; 3. (touch by stretching) ಅಂದು, ನಿಲುಕು, ಎಟ್ಟು, ಎಟಕು; I can r. it ನನಗೆ ಅಂದುವುದು, —ನಿಲುಕುವುದು, —ನಿಲುಕುತ್ತದೆ, *etc.;* I cannot r. it ಅದು ನನಗೆ ಅಂದದು, —ನನಗೆ ನಿಲುಕದು, —ನನಗೆ ನಿಲುಕುವುದಿಲ್ಲ; 4. (obtain by stretching) ಅಂದಿಕೊಳ್ಳು; 5. (extend to) ಮುಟ್ಟು; 6. ಹರಿ, ಕಾಣು (the eye); 7. (arrive at) ಮುಟ್ಟು, ತಲಪು *c. d.;* 8. (overtake) ಕಲೆತುಕೊಳ್ಳು, ಕೂಡು *c. d.* *v. i.* ಚಾಚು, ಕೈಚಾಚು, ಮುಟ್ಟು; 2. *the same as* Retch; —r. after, r. at ಅಂದಿಕೊಳ್ಳು, ಎಟಕಿಕೊಳ್ಳು, ಕೈಚಾಚು, ಹೊಂದಲಿಕ್ಕೆ ಪ್ರಯತ್ನ ಮಾಡು. *n.* ಅಂದುವುದು, ನಿಲುಕುವುದು, ನಿಲುಕೆ, ಪ್ರಮಾಣ; 2. (influence, capacity) ಅಳವು, ಯೋಗ್ಯತೆ; 3. (extent) ವಿಸ್ತಾರ; 4. (power) ಬಲ; 5. (a portion of land or water) ನೆಟ್ಟಾನ ಭಾಗ, ಉದ್ದ—, ಕೊಲ್ಲಿ, ಆಖಾತ; 6. (stratagem) ತಂತ್ರ, ಯುಕ್ತಿ; within r. ನಿಲುಕುವ ಹಾಗೆ, ಎತ್ತ ಗೈ ಉದ್ದ; it is within my r. ನನಗೆ ನಿಲುಕುವುದು, —ನಿಲುಕುತ್ತದೆ, —ಅಂದುವುದು; out of r. ನಿಲುಕದ್ದು, ಅಂದದ್ದು; it is out of my r. ನನಗೆ ನಿಲುಕದು, ನಿಲುಕುವುದಿಲ್ಲ; r. of the eye ಕಣ್ಣು ಹರಿಯುವಷ್ಟು, ಕಾಣುವಷ್ಟು ದೂರ, ಕಣ್ಣು ಮುಟ್ಟೆ.

Rē-act', *v. i. r.* ಎದುರಿಸು, ವಿರೋಧವಾಗಿ ಪ್ರವರ್ತಿಸು, ಹಿಮ್ಮೆಟ್ಟು. *v. t.* ತಿರಿಗಿ ಮಾಡು; 2. ತಿರಿಗಿ ಆಡು. Rē-ac'tiŏn, *n.* ಪ್ರತೀಕಾರ, ಎದುರಿಸುವಿಕೆ, ಹಿಮ್ಮೆಟ್ಟುವಿಕೆ. Rē-ac'tiŏn-ar-y, *a.* ಪ್ರತೀಕಾರವಾದ, ಹಿಮ್ಮೆಟ್ಟುವ. Rē-ac'tive, *a.* ಹಿಮ್ಮೆಟ್ಟುವ, ಎದುರಿಸ ತ್ರಾಣವುಳ್ಳ.

Rēad (rēd), *v. t. ir.* (read, read, *pr.* red) ಓದು, ಪಠಿಸು, ಪಾರಾಯಣ ಮಾಡು, ಅಧ್ಯಯನ—, ಸ್ವಾಧ್ಯಾಯ— (a sacred book in daily portions); r. to one's self ಓದಿಕೊಳ್ಳು; 2. (comprehend) ...ಗುಟ್ಟು ಹಿಡಿ *c. g.*, —ತಿಳುಕೊಳ್ಳು *c. g.;* r. off ಓದಿಬಿಡು; r. out ಗಟ್ಟಿಸಿ ಓದು, ಗಟ್ಟಿಯಾಗಿ ಓದು; r. through ಓದಿ ತೀರಿಸು; retaining what one reads ಎತ್ತಿನ ಓದು; forgetting what one reads ಕುದುರೆಯ ಓದು; we read in the Bible ...ಎಂತ ಸತ್ಯವೇದವಾಕ್ಯ ಉಂಟು, ...ಎಂತ ವೇದೋಕ್ತವದೆ; a well-read man ಒಹಳ ಓದುವವನು. *v. i.* ಓದು; 2. ಪಾಠಾಂತರವಿರು; r. one a lesson ಎಚ್ಚರಿಸಿ ಹೇಳು; r. between lines ಮಾತಿನ ಗೂಢಾರ್ಥ ಊಹಿಸು. Rēad'a-ble (rēd'a-bl), *a.* ಓದತಕ್ಕ, ಸ್ಪಷ್ಟ. Rēad'ĕr (rēd'ĕr), *n.* ಓದುವವ, ಓದಾಳಿ, ಪಾಠಕ; 2. ಪಾಠದ ಪುಸ್ತಕ. Rēad'iṅg (rēd'iṅg), *n.* ಓದು, ಓದುವಿಕೆ, ಪಠನ, ಅಧ್ಯಯನ; 2. ವಿದ್ಯಾಭ್ಯಾಸ; 3. ಪಾಠಾಂತರ. Rēad'iṅg-room, *n.* ಓದುವ ಕೋಣೆ, ಪಠನ ಶಾಲೆ, ವಾಚಕಾಲಯ.

Rē-ad-dress', *v. t. r.* ಮೇಲ್ವಿಲಾಸ ಬದಲಿಸು.

Rē-ad-just', *v. t. r.* ತಿರಿಗಿ ಸರಿ ಮಾಡು; 2. ತಿರಿಗಿ ತೀರಿಸು; 3. ತಿರಿಗಿ ಕ್ರಮಪಡಿಸು.

Rē-ad-mit', *v. t. r.* (-mit'ted) ತಿರಿಗಿ ಬರಲಿ

Re ಎಂಬ ಉಪಸರ್ಗವಿರುವ ಯಾವದೊಂದು ಶಬ್ದವು ಇದರ ಕೆಳಗೆ ಸಿಕ್ಕದಿದ್ದರೆ, ಅದರ ಮೂಲ ಶಬ್ದಾರ್ಥದ ಪೂರ್ವದಲ್ಲಿ "ತಿರಿಗಿ", "ಪುನಃ", ಇಲ್ಲವೆ "ಹಿಂದಕ್ಕೆ" ಎಂಬದನ್ನು ಹಚ್ಚಿ ಓದಿದರೆ ಅರ್ಥವಾಗುವದು.

ಕ್ಕೆ ಅಪ್ಪಣೆ ಕೊಡು; 2. ಮತ್ತೂ ಸೇರಿಸಿಕೊಳ್ಳು. Rē-ad-mis'siŏn (-mish'un), Re-ad-mit'tance, *n.* ಎರಡನೇ ಅಂಗೀಕಾರ, —ಸಾರಿ ಸೇರಿಸಿಕೊಳ್ಳೋಣ.

Rē-a-dopt', *v. t. r.* ತಿರಿಗಿ ತೆಗೆದುಕೊಳ್ಳು, ತಿರಿಗಿ ಸ್ವೀಕರಿಸಿಕೊಳ್ಳು.

Read'y (red'i), *a.* ಸಿದ್ಧ, ಸಜ್ಜು, "ತಯಾರು"; 2. ಲಘು, ನಿಪುಣ, ಶೀಘ್ರ; 3. ಸಮೀಪದ; make r. ಸವರಿಸು, ಸಿದ್ಧ ಮಾಡು, ಸಜ್ಜು ಮಾಡು; Read'i-ly, *ad.* ಸಿದ್ಧವಾಗಿ, ಸಂತೋಷವಾಗಿ. Read'i-ness, *n.* ಅಣಿ, ಸಿದ್ಧತೆ, "ತಯಾರಿ"; 2. ವೇಗ, ಶೀಘ್ರತೆ; 3. ಸಂತೋಷ. Read'y-money, *n.* ಉದಿಕಾಸು, "ನಗದು" ಹಣ, "ರೋಖ್ (ರೊಕ್ಕ)". Read'y-made, *a.* "ತಯಾರಾದ". Read'y-witted, *a.* ಕುಶಾಗ್ರಬುದ್ಧಿಯುಳ್ಳ. [ವಾಗಿ ಅನ್ನು.

Rē-af-fīrm', *v. t. r.* ತಿರಿಗಿ ಅನ್ನು, —ಖಂಡಿತ

Rē'al, *a.* ನಿಜ, ಅಚ್ಚ; 2. ವಾಸ್ತವಿಕ; 3. ಚೊಕ್ಕ; r. property ಸ್ಥಾವರ ಧನ, ಸ್ಥಿರ ಆಸ್ತಿ. Rē-al'i-ty, *n.* ನಿಜ, ವಾಸ್ತವಿಕತೆ; in r. ನಿಜವಾಗಿ. Rē'al-ly, *ad.* ನಿಜವಾಗಿ. Rē'al-ty, *n.* ಸ್ಥಾವರ ಸೊತ್ತು.

Rē-al'gär, *n.* *(disulphide of arsenic)* ಕೆಂಪು ಹರಿತಾಳ (ಅರದಾಳ), ರಕ್ತಧಾತು, ಮನಃಶಿಲ.

Rē'al-īṣe, *v. t. r.* ಖರೆ ಮಾಡು, ಸಿದ್ಧಿಗೆ ತರು, ಅನುಭವಿಸು; r. money ಉಳಿಸಿಕೊಳ್ಳು, ಲಾಭ ಮಾಡಿಕೊಳ್ಳು, ಪ್ರಾಪ್ತ—. Rē-al-i-ṣā'tiŏn, *n.* ಖರೆ ಮಾಡುವುದು, ಅನುಭವ, ಸಾಧಿಸೋಣ, ಸಿದ್ಧಿ; r. of an object ಅರ್ಥಸಿದ್ಧಿ. Rē'al-iṣm, *n.* ವಸ್ತುತ್ವ, ವಾಸ್ತವತ್ವ. Rē'al-ist, *n.* ವಸ್ತುತ್ವವಾದಿ. Rē-al-ist'ic, *a.* ವಾಸ್ತವಿಕ, ವಿದ್ಯಮಾನ, ಅಕೃತ್ರಿಮ.

Realm (relm), *n.* ರಾಜ್ಯ, ರಾಷ್ಟ್ರ, ದೇಶ.

Rēam (rēm), *n.* (ಇಪ್ಪತ್ತು "ದಸ್ತು" ಇರುವ) ಕಾಗದದ "ಗಡ್ಡಿ", "ರೇಜಮು, ರೀಮು". [ಕೊಡು.

Rē-an'i-māte, *v. t. r.* ಬದುಕಿಸು, ಉತ್ತೇಜನ

Rēap (rēp), *v. t. r.* *(pr.* rēpt) ಕೊಯ್ಯು, "ಕಟಾಯಿಸು"; 2. ಫಲ ತಿನ್ನು, —ಉಣ್ಣು, ಅನುಭವಿಸು; ready to r. ಕೊಯಿಲಿಗೆ ಬಂದ. Rēap'ĕr (rēp'ĕr), *n.* ಕೊಯ್ಯುವವ, "ಕಟಾವು"ಗಾರ; 2. ಕೊಯ್ಯುವ ಆಯುಧ. Rēap'iṅg, *n.* ಕೊಯಿಕೆ, ಕೊಯಲು, ಸುಗ್ಗಿ. Rēap'iṅg-hoọk, *n.* ಕುಡುಗೋಲು.

Rē-ap-pēar' (-pēr'), *v. i. r.* ತಿರಿಗಿ ಕಣ್ಣಿಗೆ ಕಾಣಿಸು; 2. ಮತ್ತೂ ತಲೆತೋರಿಸು, ತಿರಿಗಿ ಬರು. Rē-ap-pēar'ance (-pēr'āns), *n.* ತಿರಿಗಿ ಕಣ್ಣಿಗೆ ಕಾಣಿಸೋಣ; 2. ಮತ್ತೂ ತಲೆತೋರಿಸೋಣ, ಮತ್ತೂ ಬರೋಣ.

Rē-ap-point', *v. t. r.* ತಿರಿಗಿ ನೇಮಿಸು.

Rēar (rēr), *n.* ಹಿಕ್ಕಟ್ಟು, ಹಿಂಭಾಗ, "ಪಿಛಾಡಿ".

Rēar (rēr), *v. t. r.* ಸಾಕು, ಬೆಳಿಸು; 2. ಎತ್ತಿಸು; 3. (a building) ಕಟ್ಟು. *v. i.* ಹಿಂಗಾಲ ಮೇಲೆ ನಿಲ್ಲು. *a.* ಹಿಂದುಗಡೆಯ. Rēar'-guärd (rē'gärd), *n.* ಹಿಂದಳ ಸೈನ್ಯ, "ಪಿಛಾಡಿ". Rēar'mouse (rēr-), *n.* ಕಣ್ಣುಕಪ್ಪಟಿ, ಬಾವಲಿ. Rēar'wärd (rēr-), *n.* ಹಿಂಭಾಗ.

Rē-as-cend', *v. t.* & *i.* ತಿರಿಗಿ ಹತ್ತು, —ಏರು.

Rēa'ṣon (rē'zn), *n.* ಬುದ್ಧಿ, ವಿವೇಕ; 2. ನ್ಯಾಯ; 3. ಹೇತು, ಕಾರಣ, ನಿಮಿತ್ತ; by r. of ...ಕಾರಣದಿಂದ, ...ನಿಮಿತ್ತವಾಗಿ; in r., in all r. ನ್ಯಾಯವಾಗಿ. *v. i. r.* ತರ್ಕಿಸು, ವಾದ ಮಾಡು; r. with ತರ್ಕಿಸು, ಬುದ್ಧಿ ಹೇಳು. *v. t.* ವಿಚಾರಿಸು; 2. ಸಮ್ಮತಿಪಡಿಸು. Rēa'ṣon-a-ble (rē'zn-), *a.* ಬುದ್ಧಿವಂತ, "ವಾಜಬಿ", ವಿವೇಕದ, ತಕ್ಕ. Rēa'ṣon-a-bly (rē'zn-), *ad.* ವಿವೇಕದಿಂದ ಬುದ್ಧಿಯಾಗಿ; 2. ತಕ್ಕಷ್ಟು. Rēa'ṣon-a-ble-ness (rē'zn-), *n.* ವಿವೇಕ, ಬುದ್ಧಿ, ನ್ಯಾಯ, ಮಿತಿ. Rēa'ṣon-ĕr (rē'zn-), *n.* ತರ್ಕವಾದಿ. Rēa'ṣon-iṅg (rē'zn-), *n.* ತರ್ಕಮಾಡೋಣ, ತರ್ಕ, ವಿವೇಚನ; sound r. ಆಯಕಟ್ಟು. Rēa'ṣon-less, *a.* ಬುದ್ಧಿ ಇಲ್ಲದ, ಅನ್ಯಾಯವಾದ.

Rē-as-sem'ble, *v. t. r.* ತಿರಿಗಿ ಕೂಡಿಸು. *v. i.* ತಿರಿಗಿ ಒಟ್ಟುಗೂಡು.

Rē-as-sērt', *v. t. r.* ತಿರಿಗಿ ಹೇಳು, ಎರಡನೇ ಸಾರಿ ಖಂಡಿತವಾಗಿ ಹೇಳು, ತಿರಿಗಿ ಗಟ್ಟಿಮುಟ್ಟು ಹೇಳು.

Rē-as-sūre' (-as-shūr'), *v. t. r.* ತಿರಿಗಿ ನಂಬಿಕೆ ಕೊಡು; 2. ಎರಡನೇ ಸಾರಿ ಗಟ್ಟಿಮುಟ್ಟು ಹೇಳು.

Rēave, *v. t. r.* ಕಸಕೊಳ್ಳು, ಅಪಹರಿಸು.

Re-bāte', *v. t. r.* ಮೋಟು ಮಾಡು, ಮಂದ—; 2. ಮುರುಕೊಳ್ಳು; 3. ಬಿಡು. Re-bāte'-ment, *n.* ಕಡಿಮೆ ಮಾಡೋಣ, ಮುರುಕೊಳ್ಳೋಣ, ಬಿಡುವುದು, "ಸೂಟು, ಸೂಟಿ".

Rē'bec, Rē'beck, *n.* ಸಾರಂಗಿ, "ರಬಕು".

Reb'el, *n.* ಮುಲತಪ, ರಾಜದ್ರೋಹಿ, "ದಂಗೆಗಾರ".

For derivative words beginning with Re *which are not found below, see the meaning of the primitive word and prefix* ತಿರಿಗಿ, ಪುನಃ *or* ಹಿಂದಕ್ಕೆ.

a. ಮಲೆತ, "ದಂಗೆ" ಮಾಡುವ, ಕಾಟಕಾಯಿ—. Re-bel′, *v. i. r.* (-belled′, *pr.* -beld′) "ದಂಗೆ" ಮಾಡು, ತಿರಿಗಿ ಬೀಳು. Re-bel′liŏn (-bel′yan), *n.* "ದಂಗೆ", ಸ್ವಾಮಿದ್ರೋಹ, ತಿರಿಗಿ ಬೀಳುವುದು. Re-bel′liŏus (-bel′-yus), *a.* ಮಲೆತ, ಮಾರ್ಮಲೆಯುವ, ರಾಜದ್ರೋಹಿಯಾದ, "ದಂಗೆಖೋರ". Re-bel′-liŏus-ly (-bel′yus-), *ad.* ದ್ರೋಹವಾಗಿ, "ದಂಗೇಖೋರನಾಗಿ"; 2. ಒಟ್ಟೆಯಾಗಿ, ಮೊಂಡನಾಗಿ. Re-bel′liŏus-ness (-bel′yus-), *n.* ದ್ರೋಹಭಾವ, "ದಂಗೆಖೋರತನ"; 2. ಮೊಂಡತನ.

Rē-bīnd′, *v. t. r.* ತಿರಿಗಿ ಕಟ್ಟು.

Re-bound′, *v. i. r.* ತಿರಿಗಿ ಹಾರು, ಪುಟಿ, ಹಿಂದಕ್ಕೆ ಬರು. *n.* ಪುಟಿಯೋಣ, ತಿರಿಗಿ ಹಾರುವುದು.

Re-buff′, *n.* ಹಿಂದಕ್ಕೆ ನೂಕುವುದು, ಹಿಂದೋಡಿಸುವುದು; 2. ಅಪಜಯ; 3. ಅಡ್ಡಿ, ನಿಷೇಧ. *v. t. r. (pr.* -buft′) ಹಿಂದಕ್ಕೆ ಒದಿ, ನೂಕು; 2. ಅಡ್ಡೀ ಮಾಡು.

Re-būke′, *v. t. r. (pr.* -būkt′) ಗದರಿಸು, ಸಿಟ್ಟು ಮಾಡು, ಹೆದರಿಸು. *n.* ವಾಗ್ದಂಡನೆ, ಗದರಿಸುವಿಕೆ.

Rē′bus, *n.* ಚಿತ್ರರೂಪದ ಒಗಟು.

Re-but′, *v. t. & i. r. (pr.* -but′ted) ಹಿಂದಕ್ಕೋಡಿಸು; 2. ಎದುರು ಮಾತಾಡು, ಪ್ರತ್ಯುತ್ತರ ಕೊಡು. Re-but′tal, *n.* ಖಂಡನ, ಸುಳ್ಳುಮಾಡೋಣ. Re-but′tĕr, *n.* ವಾದಿಯ ಪ್ರತ್ಯುತ್ತರ.

Re-€al′ci-trant, *a.* ಹಟಮಾರಿ, ಅವಿಧೇಯ. Re-€al′ci-trāte, *v. i.* ಮಣಿಯದಿರು, ಒರಟಾಡು. Re-€al-ci-trā′tiŏn, *n.* ಮಣಿಯದಿರುವಿಕೆ, ಅವಿಧೇಯತೆ.

Re-€all′. *v. t. r.* ಹಿಂದಕ್ಕೆ ಕರೆ; 2. ಹಿಂತೆಗೆ, ತೆಗೆದುಹಾಕು, "ರದ್ದು" ಮಾಡು; 3. ನೆನಪಿಗೆ ತರು. *n.* ಹಿಂದಕ್ಕೆ ಕರೆಯೋಣ, ಹಿಂತೆಗೆಯೋಣ, ರದ್ದು ಮಾಡೋಣ.

Rē-€ant′, *v. t. & i. r.* ಮಾತು ಬದಲಿಸು, ತಿರುಗಿಸು, ಅಲ್ಲಗಳೆ, ಹಿಂಜರಿ. Rē-€an-tā′tiŏn, *n.* ಮಾತು ತಿರಿಗಿಸೋಣ, ಹೇಳಿದ್ದು ಹಿಂತೆಗೆಯುವುದು, ಅಲ್ಲಗಳೆಯೋಣ, ಹಿಂಜರಿಯೋಣ.

Rē-€a-pit′ū-lāte, *v. t. r.* ಸಂಕ್ಷೇಪವಾಗಿ ತಿರಿಗಿ ಹೇಳು, ಸಾರಾಂಶ ಹೇಳು. Rē-€a-pit-ū-lā′-tiŏn, *n.* ಹಿಂದೆ ಹೇಳಿದ್ದರ ಸಂಕ್ಷೇಪ, ಸಾರಾಂಶ. Rē-€a-pit′ū-lā-tŏr-y, *a.* ಸಾರಾಂಶ ಹೇಳುವ.

Rē-€ap′tiŏn, *n.* ಪ್ರತ್ಯಪಹಾರ, ಸೊತ್ತು ಮುಂತಾದ್ದನ್ನು ಅಪಹರಿಸಿದವನಿಂದ ಹಿಡಿಸಿಕೊಳ್ಳುವುದು.

Rē-€ap′tūre, *n.* ತಿರಿಗಿ ತಕ್ಕೊಳ್ಳುವುದು.

Rē-€ast′, *v. t. ir.* (-€ast′, -€ast′) ಪುನಃ ರೂಪಿಸು, ತಿದ್ದು; 2. ಎರಡನೇ ಸಾರಿ ಎರಕ ಹೊಯ್ಯು; 3. ಎರಡನೇ ಲೆಕ್ಕಮಾಡು.

Re-cēde′ (-sēd′), *v. i. r.* ಹಿಂದಕ್ಕೆ ಸರಿ, ಹಿಂಜರಿ, ಹಿಂದೆಗೆ. *v. t.* ಹಿಂದಕ್ಕೆ ಕೊಡು.

Re-cēipt′ (-sēt′), *n.* ತಕ್ಕೊಳ್ಳೋಣ, ಮುಟ್ಟೋಣ; 'at the r. of your letter ನಿಮ್ಮ ಪತ್ರ ಮುಟ್ಟಿದಾಗ; 2. "ಪಾವತಿ", "ರಶೀದಿ"; 3. "ಜಮಾ", ಆದಾಯ; 4. ಜೀನಸುಗಳ ಪಟ್ಟಿ.

Re-cēive′, *v. t. r.* ಹೊಂದು, ತೆಗೆದುಕೊಳ್ಳು; 2. ಹಿಡಿ, ಅಂಗೀಕರಿಸು; 3. (r. a guest) ಕರಕೊಳ್ಳು, ಆತಿಥ್ಯಮಾಡು *c. d.*, ಉಪಚಾರಮಾಡು *c. d.* Re-cēiv′a-ble, *a.* ತಕ್ಕೊಳ್ಳುವಂಥ, ಅಂಗೀಕೃತ್ಯ. Re-cēived′, *a.* ತೆಗೆದುಕೊಂಡ, ಉಪಚರಿಸಿದ. Re-cēiv′ĕr, *n.* ಹಣ ವಸೂಲು ಮಾಡುವವ; 2. *(chem.)* "ಭಟ್ಟಿ" ಇಳಿಸುವ ಪಾತ್ರೆ; 3. ಧರ್ಮಕರ್ತ. Re-cēiv′iṅg, *n.* ಪ್ರತಿಗ್ರಹ, ತಕ್ಕೊಳ್ಳುವಿಕೆ; r. house ಅಂಚೇಮನೆ, ತಕ್ಕೊಳ್ಳುವ ಮನೆ.

Rē′cen-cy, *n.* ಹೊಸತಾಗಿರುವುದು, ನವೀನತೆ.

Rē-cen′siŏn, *n.* ಶೋಧನೆ, ವಿಚಾರ; 2. ತಿದ್ದಿದ ಗ್ರಂಥ.

Rē′cent, *a.* ಹೊಸ, ನವೀನ, ಇತ್ತಲಾಗಿನ. Rē′-cent-ly, *ad.* ಹೊಸತಾಗಿ, ಇತ್ತಲಾಗಿ. Rē′-cent-ness, *n.*, *see* Recency.

Re-cep′ta-€le, *n.* ಪಾತ್ರೆ, ಆಶ್ರಯ, ಸ್ಥಾನ. Re-cep′tiŏn, *n.* ತಕ್ಕೊಳ್ಳೋಣ, ಅಂಗೀಕಾರ; 2. ಕರಕೊಳ್ಳೋಣ, ಉಪಚಾರ, ಪ್ರಸ್ತ; r.-room, r. hall ಪಡಸಾಲೆ. Re-cep′tive, *a.* ಹಿಡಿಯುವ, ತಕ್ಕೊಳ್ಳುವ, ಗ್ರಹಿಸುವ ಶಕ್ತಿಯುಳ್ಳ. Re-cep′tive-ness, Re-cep-tiv′i-ty, *n.* ಗ್ರಹಿಸುವ ಗುಣ.

Re-cess′, *n.* ಹಿಂಜರಿಯೋಣ; 2. ಗೂಢ ಭಾಗ, ಏಕಾಂತ; 3. (ಗೋಡೆಯ) ಗೂಡು, ಮೂಲೆ; 4. "ಮೋಖೂಪು". *v. t. r.* ಗೂಡುಮಾಡು, ಗೂಡಿನಲ್ಲಿಡು. Re-ces′siŏn (-sesh′un), *n.* ಹಿಂಜರಿಯೋಣ, ಹಿಂದಕ್ಕೆ ಕೊಡೋಣ.

Rē-cid′i-vāte, *v. i. r.* ಅಪರಾಧ ಮಾಡಿ ಎರಡನೆ ಸೆರೆಮನೆಗೆ ಬರು. Rē-cid′i-vā-tiŏn, *n.* ಇನ್ನೊಮ್ಮೆ ಅಪರಾಧಿಯಾಗಿ ಸೆರೆಮನೆಗೆ ಬರೋಣ.

€ *as* k; c *as* s; ch *as* sh; g *as in* get; ġ *as* j; ṅ *nasal, as in* aṅger; ş *as* z; ŧh *as in* ŧhou; x̱ *as* gz; ce, ci, si *and* ti *before a vowel as* sh: ocean, action.

Re ಎಂಬ ಉಪಸರ್ಗವಿರುವ ಯಾವದೊಂದು ಶಬ್ದವು ಇದರ ಕೆಳಗೆ ಸಿಕ್ಕದಿದ್ದರೆ, ಅದರ ಮೂಲ ಶಬ್ದಾರ್ಥದ ಪೂರ್ವದಲ್ಲಿ "ತಿರಿಗಿ", "ಪುನಃ", ಇಲ್ಲವೆ "ಹಿಂದಕ್ಕೆ" ಎಂಬದನ್ನು ಹಚ್ಚಿ ಓದಿದರೆ ಅರ್ಥವಾಗುವದು.

Rē-cid'i-vist, *n.* ಅಪರಾಧ ಮಾಡಿ ಎರಡನೆ ಸೆರೆಮನೆಗೆ ಬಂದವ.

Rec'i-pē, *n.* ವೈದ್ಯಚೀಟು, ಜಿನಸುಗಳ ಪಟ್ಟಿ.

Re-cip'i-ent, *n.* ತಕ್ಕೊಳ್ಳುವವ; 2. "ಭಟ್ಟೀ" ಇಳಿಸುವ ಪಾತ್ರೆ, ಆಶಯಪಾತ್ರೆ.

Re-cip'rō-cal, *a.* ಅನ್ಯೋನ್ಯ, ಪರಸ್ಪರ, ಒಬ್ಬರಿಗೊಬ್ಬರು ಆಗುವ, —ಮಾಡುವ, —ಮಾಡಿದ; 2. ಸರ್ತಿಯ ಮೇಲೆ ಆಗುವ. 3. *(gram.)* ಆತ್ಮಾರ್ಥಕ; r. pronoun ಆತ್ಮಾರ್ಥಕ ಸರ್ವನಾಮ. *n.* ಅನ್ಯೋನ್ಯವಾದುದು; *(math.)* ವಿಪರೀತ ಸಂಖ್ಯೆ; 4ರ ವಿ. ಸ. $\frac{1}{4}$; $\frac{2}{3}$ರ ವಿ. ಸ. $\frac{3}{2}$. Re-cip-ro-cal'i-ty, *n.* ಪ್ರತಿಗೆ ಪ್ರತಿ, ಈಡಿಗೆ ಈಡು. Re-cip'rō-cal-ly, *ad.* ಒಬ್ಬರಿಗೊಬ್ಬರು, ಒಂದಕ್ಕೊಂದು, ಪರಸ್ಪರವಾಗಿ; 2. ವಿಪರೀತವಾಗಿ. Re-cip'ro-cāte, *v. t. r.* ಒಬ್ಬರಿಗೊಬ್ಬರು ಕೊಡು, —ಮಾಡು. Re-cip-ro-cā'tiŏn, *n.* ಕೊಡುಕೊಳ್ಳೋಣ, ವಿನಿಮಯ; 2. ಅದಲುಬದಲು. Rec-i-proc'i-ty, *n.* ಅನ್ಯೋನ್ಯಧರ್ಮ, ಪರಸ್ಪರ ಬದಲುವಿಕೆ.

Re-cis'siŏn, *n.* ಕಡಿದುಹಾಕೋಣ.

Re-cīte', *v. t. r.* ಹೇಳು, ವಿವರಿಸು, ಕಥಿಸು; 2. (ಪಾಠ) ಒಪ್ಪಿಸು. Re-cīt'ĕr, *n.* ಓದುವವ, ಕಥಿಕನು. Re-cī'tal, *n.* ಹೇಳುವಿಕೆ, ಓದುವಿಕೆ, ಕಥನ. Rec-i-tā'tiŏn, *n.* ಪಠನ, ಓದುವಿಕೆ, ನೆನಪಿನಿಂದ ಹೇಳುವುದು, ಪಾಠ ಒಪ್ಪಿಸೋಣ. Rec-i-tā-tive', *n.* ವಚನವನ್ನು ರಾಗಮಾಡಿ ಹೇಳುವುದು.

Reck, *v. t. r.* (*pr.* rekt) ಚಿಂತಿಸು, ಮನಸ್ಸಿಗೆ ತರು, ಲಕ್ಷಿಸು. Reck'less, *a.* ಎಚ್ಚರಗೇಡಿ, ವಿಚಾರವಿಲ್ಲದ, ವಿಚಾರಗೆಟ್ಟ. Reck'less-ly, *ad.* ಎಚ್ಚರಗೇಡಿಯಾಗಿ, ವಿಚಾರವಿಲ್ಲದೆ. Reck'-less-ness, *n.* ಎಚ್ಚರಗೇಡಿತನ, ಅಜಾಗ್ರತೆ.

Reck'on (rek'n), *v. t. r.* ಎಣಿಸು, ಲೆಕ್ಕಾ ಮಾಡು. *v. i.* ಲೆಕ್ಕಾ ಮಾಡು; 2. ಲೆಕ್ಕಾ ಬಗೆಹರಿಸು; 3. *(vulg.)* (suppose) ಅನ್ನು, ನೆನಸು; r. for ಲೆಕ್ಕಾ ಕೊಡು *c. d.*; r. on ಭರವಸವಿಡು; r. with ಲೆಕ್ಕಾ ಬಗೆಹರಿಸು, ...ಇಂದ ಲೆಕ್ಕಾ ಕೇಳು, ಶಿಕ್ಷೆ ಕೊಡು *c. d.* Reck'on-ĕr (rek'nĕr), *n.* ಎಣಿಸುವವ, ಲೆಕ್ಕಾ ಮಾಡುವವ. Reck'on-ing (rek'n-), *n.* ಎಣಿಕೆ, ಲೆಕ್ಕ; 2. ಲೆಕ್ಕಾ ಬಗೆಹರಿಸೋಣ; 3. ಶಿಕ್ಷಿಸೋಣ, ಲಕ್ಷ್ಯ.

Re-clāim', *v. t. r.* ಸನ್ಮಾರ್ಗಕ್ಕೆ ತರು, ತಿದ್ದು, ಸಾಧು ಮಾಡು, 2. ತನ್ನದೆಂತ ಹಿಂದಕ್ಕೆ ಕೇಳು. Re-clāim'a-ble, *a.* ಸನ್ಮಾರ್ಗಕ್ಕೆ ಬರುವಂಥ, —ತರತಕ್ಕಂಥ, ಸುಧಾರಿಸತಕ್ಕಂಥ. Rec-la-mā'tiŏn, *n.* ತನ್ನದೆಂತ ಹಿಂದಕ್ಕೆ ಕೇಳುವುದು, ತಿರಿಗಿ ಸಿಕ್ಕುವುದು; 2. ಹೇಳಿಕೊಳ್ಳೋಣ.

Re-clīne', *v. i. r.* ಆನು, ಒರಗಿಕೊಳ್ಳು. *v. t.* ಒರಗಿಸು, ಆನಿಸು. Rec-li-nā'tiŏn, *n.* ಒರಗಿಕೊಳ್ಳೋಣ, ಆತುಕೊಳ್ಳೋಣ.

Re-cluse', *n.* ಒಂಟಿಗ, ಏಕಾಂತವಾಸಿ, ವಾನಪ್ರಸ್ಥ, ಮಠವಾಸಿ. Re-cluse', Re-clu'sive, *a.* ಏಕಾಂತವಾದ. Re-clu'sive-ness, Re-clu-siŏn, *n.* ಏಕಾಂತವಾಸ, ಸನ್ಯಾಸವೃತ್ತಿ.

Rec'og-nīse, -īze, *v. t. r.* ಕೂನ ಹಿಡಿ *c. g.*, ಗುರುತು ಹಿಡಿ *c. g.*; 2. ಒಪ್ಪಿಕೊಳ್ಳು, "ಕಬೂಲು" ಮಾಡು. Rec-og-nī'sa-ble, *a.* ಗುರುತುಹಿಡಿಯಲಿಕ್ಕೆ ಕೂಡುವ, ಗುರುತು ಸಿಕ್ಕುವಂಥ. Rec-og-ni'tiŏn (-nish'un), *n.* ಗುರುತುಹಿಡಿಯುವುದು; 2. ಒಪ್ಪಿಕೊಳ್ಳೋಣ, "ಕಬೂಲು" ಮಾಡೋಣ. Re-cog'ni-sance (*or* re-kon'i-zans), *n.* ಒಪ್ಪಿಕೊಳ್ಳೋಣ, ಅರಿಕೆ; 2. ಗುರುತುಹಿಡಿಯೋಣ; 3. *(law)* "ಮುಚ್ಚಳಿಕೆ", "ಕರಾರುನಾಮೆ".

Re-coil', *v. i. r.* ಹಿಂದಕ್ಕೆ ಹಾರಿಬೀಳು, ಹಿಂದಕ್ಕೆ ಬೀಳು; 2. ಹಿಂದಕ್ಕೆ ಸರಿ, ಹಿಂಜರಿ, ಹೇಸು. *n.* ಹಿಂಜರಿಯುವಿಕೆ; 2. ಹಾರಿಬೀಳೋಣ, ಹಿಂದಕ್ಕೆ—.

Rec-ol-lect', *v. t. r.* ನೆನಪುಮಾಡಿಕೊಳ್ಳು, ಜ್ಞಾಪಕ—; 2. *refl.* ತಿರಿಗಿ ಧೈರ್ಯ ತಂದುಕೊಳ್ಳು, ಸಮಾಧಾನ ಮಾಡಿಕೊಳ್ಳು; persons whom one recollects ನೆಪ್ಪಿನವರು. Rec-ol-lec'tiŏn, *n.* ನೆನಪು, ಜ್ಞಾಪಕ, ನೆನವರಿಕೆ.

Rē-col-lect', *v. t. r.* ತಿರಿಗಿ ಕೂಡಿಸು, —ಒಟ್ಟು ಮಾಡು.

Rē-com-mence', *v. t. r.* ಮತ್ತೂ ಆರಂಭಿಸು, ತಿರಿಗಿ—. Rē-com-mence'ment, *n.* ಪುನರಾರಂಭ.

Rec-om-mend', *v. t. r.* ಹೊಗಳು, "ಶಿಪಾರಸು" ಮಾಡು; 2. ಒಪ್ಪಿಸಿಕೊಡು; 3. ಆಲೋಚನೆ ಹೇಳು, ಉಪಾಯ—. Rec-om-mend'a-ble, *a.* ಹೊಗಳತಕ್ಕಂಥ, "ಶಿಪಾರಸಿಗೆ" ಯೋಗ್ಯ. Rec-om-men-dā'tiŏn, *n.* ಹೊಗಳಿಕೆ, "ಶಿಪಾರಸು". Rec-om-men'dā-tŏr-y, *a.* ಹೊಗಳುವಂಥ, "ಶಿಪಾರಸಿನ".

Rē-com-mit', *v. t. r.* ಮತ್ತೂ ಒಪ್ಪಿಸಿಕೊಡು; 2. ಹಿಂದಕ್ಕೆ ಕಳುಹಿಸು.

Rec'om-pense, *n.* ಪ್ರತಿದಾನ, ಪ್ರತಿಫಲ, ಕೂಲಿ;

For derivative words beginning with Re *which are not found below, see the meaning of the primitive word and prefix* ತಿರಿಗಿ, ಪುನಃ *or* ಹಿಂದಕ್ಕೆ.

2. ನಷ್ಟ "ಭರ್ತಿ" ಮಾಡಿಕೊಡೋಣ, ಈಡು ಕೊಡೋಣ. *v.i.r.* ಪ್ರತಿಫಲ ಕೊಡು, ಕೂಲಿ—; 2. "ಭರ್ತಿ" ಮಾಡಿಕೊಡು, ಬದಲು—, ಈಡು—.

Rec'on-cīle, *v.t.r.* ಮನಸ್ಸು ಕೂಡಿಸು, ಒಂದು ಮಾಡು, ಅನ್ಯೋನ್ಯ ಮಾಡು; 2. ಒಪ್ಪುವ ಹಾಗೆ ಮಾಡು. **Rec-on-cī'la-ble,** *a.* ಒಂದಾಗುವಂಥ, ಅನ್ಯೋನ್ಯ ಮಾಡತಕ್ಕ; 2. ಒಪ್ಪುವಂಥ, "ತಾಳೆ" ಬೀಳುವ. **Rec'on-ciled,** *pp. a.* ಅನ್ಯೋನ್ಯ ಮಾಡಲ್ಪಟ್ಟ, ಅನುಕೂಲಪಟ್ಟ. **Rec-on-cīle'ment, -cil-i-ā'tiŏn,** *n.* ಅನ್ಯೋನ್ಯ, ಸಮಾಧಾನ, ಸಂಧಿ, ಒಡ್ಡಿಕೆ. **Rec-on-cil'i-a-tŏr-y,** *a.* ಒಂದೇ ಮಾಡುವ, ಅನ್ಯೋನ್ಯ—, ಸಮಾಧಾನ. [ಗಹನ, ರಹಸ್ಯವಾದ.

Rec'on-dīte (*or* re-kon'dīt), *a.* ಗುಪ್ತ,

Rē-con-duct', *v.t.r.* ಹಿಂದಕ್ಕೆ ಕರಕೊಂಡು ಹೋಗು, —ಕರಕೊಂಡು ಬರು; 2. ತಿರಿಗಿ ಕರಕೊಂಡು ಹೋಗು.

Re-con'nāi-ssance (*or* -kon'i-sans), *n.* ಸ್ಥಳಪರೀಕ್ಷೆ, ವಿಚಾರಣೆ, ದೇಶಶೋಧನೆ.

Rec-on-noi'tre (-noy'tĕr), *v.t.r.* ಶೋಧಿಸಿ ನೋಡು, "ಪಾಳತಿ"—.

Rē-con'quĕr (-kon'kĕr), *v.i.r.* ತಿರಿಗಿ ವಶ ಮಾಡಿಕೊಳ್ಳು; 2. ತಿರಿಗಿ ಪಡಕೊಳ್ಳು. **Rē-con'quest,** *n.* ಎರಡನೇ ಸಾರಿ ವಶಮಾಡಿಕೊಳ್ಳೋಣ.

Rē-con-sid'ĕr, *v.t.r.* ಮತ್ತೂ ತೂಕಾ ಹಾಕು, ಮತ್ತೂ ಯೋಚನೆ ಹಾಕಿ ನೋಡು. **Rē-con-sid-ĕr-ā'tiŏn,** *n.* ಎರಡನೇ ಸಾರಿ ತೂಕಾ ಹಾಕೋಣ, ಎರಡನೇ ವಿಚಾರ.

Rē-con-vey' (-vā'), *v.t.r.* ಹಿಂದಕ್ಕೆ ಒಯ್ಯು; 2. ಹಿಂದೆ ಕೊಡು. **Rē-con-vey'ance,** *n.* ಪೂರ್ವದ ಸೊತ್ತು ಧನಿಗೆ ವರ್ಗ ಮಾಡೋಣ.

Re-cord' (-kard'), *v.t.r.* ಬರೆದಿಡು, "ದಾಖಲೆ" ಮಾಡು. **Rec'ord,** *n.* ಬರೆದಿಟ್ಟದ್ದು, ಲೇಖ, "ದಪ್ತರು", "ದಾಖಲೆ", "ರಿಕಾರ್ಡು". **Re-cord'ĕr,** *n.* ಬರೆದಿಡುವವ, "ದಪ್ತರದಾರ"; 2. ನ್ಯಾಯಾಧೀಶ.

Re-count', *v.t.r.* ಹೇಳು, ವಿವರಿಸು, ವರ್ಣಿಸು.

Rē-count', *v.t.r.* ತಿರಿಗಿ ಎಣಿಸು, ಮತ್ತೊಮ್ಮೆ"—.

Rē-coŭp' (-kup'), *n.* ಉತ್ತಾರ, ವಟ್ಟ. *v.t.r.* ವಟ್ಟಹಿಡುಕೊಳ್ಳು; ನಷ್ಟಕ್ಕೆ ಈಡಾಗಿ ತಕ್ಕೊಳ್ಳು. **Rē-coŭp'ment,** *n.* ನಷ್ಟಕ್ಕೆ ಈಡಾಗಿ ತಕ್ಕೊಳ್ಳೋಣ.

Re-coŭrse' (-kōrs'), *n.* ತಿರಿಗಿ ಬರೋಣ; 2. ಹೋಗೋಣ, ಆಶ್ರಯಕ್ಕೆ ಹೋಗೋಣ; we must have r. to the law ನ್ಯಾಯಕ್ಕೆ ಹೋಗಬೇಕು; we must have r. to the arms ಯುದ್ಧ ಮಾಡಬೇಕು.

Re-cŏv'ĕr, *v.t.r.* (get again) ತಿರಿಗಿ ಹೊಂದು, —ಪಡಕೊಳ್ಳು, —ಕಂಡುಕೊಳ್ಳು, —ಸಿಕ್ಕು; 2. (make up for) ಸುಧಾರಿಸಿಕೊಳ್ಳು, ನಿರ್ವಹಿಸಿಕೊಳ್ಳು; 3. (cure) ನೆಟ್ಟಗೆ ಮಾಡು, ಗುಣ—, ವಾಸಿ—; 4. (reach) ಮುಟ್ಟು *c.d.;* 5. (*law*) ಹೊಂದು; r. a debt ಗಂಟು ಸಾಧಿಸು; r. consciousness ಚೇತರಿಸಿಕೊಳ್ಳು, ತೆಪ್ಪರಿಸಿ—; he recovered his lost book ಕಳಕೊಂಡ ಪುಸ್ತಕ ಅವನಿಗೆ ತಿರಿಗಿ ಸಿಕ್ಕಿತು. *v.i.* ನೆಟ್ಟಗಾಗು, ಗುಣವಾಗು, ವಾಸಿಯಾಗು; 2. (r. from a state of poverty) ತಿರಿಗಿ ಏಳಿಗೆಯಾಗು, ನೆಟ್ಟಗಾಗು, ತಲೆ ಎತ್ತು; 3. (r. from a swoon) ಚೇತರಿಸಿಕೊಳ್ಳು, ತೆಪ್ಪರಿಸಿ—. **Re-cŏv'ĕr-a-ble,** *a.* ತಿರಿಗಿ ಸಿಕ್ಕುವಂಥ, ತಿರಿಗಿ ಸಿಕ್ಕತಕ್ಕ. **Re-cov'ĕr-y,** *n.* ಗುಣವಾಗೋಣ, ನೆಟ್ಟಗಾಗುವುದು; 2. ತಿರಿಗಿ ಸಿಕ್ಕುವುದು.

Rē-cŏv'ĕr, *v.t.r.* ತಿರಿಗಿ ಮುಚ್ಚು.

Rec're-ant, *a.* & *n.* ಹೇಡಿ; 2. ಧರ್ಮಭ್ರಷ್ಟ. **Rec're-an-cy,** *n.* ಹೇಡಿತನ. **Rec're-ant-ly,** *ad.* ನೀಚವಾಗಿ.

Rē-crē-āte', *v.t.r.* ತಿರಿಗಿ ಉಂಟುಮಾಡು, ಪುನಃ ಸೃಷ್ಟಿಸು. **Rec-re-ā'tiŏn,** *n.* ಹೊಸ ಸೃಷ್ಟಿ.

Rec're-āte, *v.t.r.* ದಣುವಾರಿಸು, ವಿಶ್ರಮಿಸು, ಮನೋರಂಜಿಸು. **Rec-re-ā'tiŏn,** *n.* ದಣುವಾರಿಸೋಣ, ವಿಶ್ರಮ; 2. ವಿನೋದ. **Rec're-ā-tive,** *a.* ದಣುವಾರಿಸುವಂಥ, ವಿಶ್ರಮಿಸುವಂಥ; 2. ವಿನೋದ ಮಾಡುವಂಥ.

Rec're-ment, *n.* ಕಸ, ಮಲ, ಕಿಟ್ಟ.

Re-crim'i-nāte, *v.i.r.* "ಉಪರಾಟಿ" ದೋಷ ಹಚ್ಚು, ತಿರಿಗಿ ತಪ್ಪು ಹೊರಿಸು. *v.t.* ತಪ್ಪು ಹೊರಿಸಿದವನ ದೋಷಾರೋಪಣೆ ಮಾಡು. **Re-crim-i-nā'tiŏn,** *n.* ತಿರಿಗಿ ತಪ್ಪು ಹೊರಿಸೋಣ, "ಉಪರಾಟಿ" ದೋಷಾರೋಪಣೆ, ಪ್ರತ್ಯಾರೋಪಣೆ. **Re-crim'i-nā-tive, -nā-tŏr-y,** *a.* ಪ್ರತ್ಯಾರೋಪಣೆ ಮಾಡುವ.

Rē-cru-des'cence, *n.* ಮರುಕಳಿಸುವಿಕೆ.

Re-cruit' (-krut'), *n.* ಹೊಸ "ಸಿಪಾಯಿ".

Re ಎಂಬ ಉಪಸರ್ಗವಿರುವ ಯಾವದೊಂದು ಶಬ್ದವು ಇದರ ಕೆಳಗೆ ಸಿಕ್ಕದಿದ್ದರೆ, ಅದರ ಮೂಲ ಶಬ್ದಾರ್ಥದ ಪೂರ್ವದಲ್ಲಿ "ತಿರಿಗಿ", "ಪುನಃ", ಇಲ್ಲವೆ "ಹಿಂದಕ್ಕೆ" ಎಂಬದನ್ನು ಹಚ್ಚಿ ಓದಿದರೆ ಅರ್ಥವಾಗುವದು.

v.t.r. ಸ್ಥಿತಿಗೆ ತರು, ತಿರಿಗಿ ಶಕ್ತಿಕೊಡು; 2. ಹೊಸ "ಸಿಪಾಯಿ" ಇಡು. *v.i.* ಸ್ಥಿತಿಗೆ ಬರು, ಶಕ್ತಿತಂದುಕೊಳ್ಳು, ಚೇತರಿಸಿಕೊಳ್ಳು; 2. "ಸಿಪಾಯಿ" ಕೂಡು, —"ಭರ್ತಿ" ಮಾಡು.

Rec'tan-gle, *n.* ಸಮಕೋನಾಕೃತಿ, ಆಯತ. **Rec'tan'gū-lar**, *a.* ಸಮಕೋನವುಳ್ಳ.

Rec'ti-fȳ, *v.t.r.* (-fīed) ತಿದ್ದು, ಸುಧಾರಿಸು; 2. "ಭಟ್ಟೀ" ಇಳಿಸು (spirits). **Rec'ti-fī-a-ble**, *a.* ತಿದ್ದತಕ್ಕ, ನೆಟ್ಟಗೆ ಮಾಡತಕ್ಕ. **Rec-ti-fi-cā'tiŏn**, *n.* ತಿದ್ದುವುದು, ನೆಟ್ಟಗೆ ಮಾಡುವುದು, ಸುಧಾರಣ; 2. "ಭಟ್ಟೀ" ಇಳಿಸೋಣ. **Rec'ti-fī-ĕr**, *n.* ತಿದ್ದುವವ, ನೆಟ್ಟಗೆ ಮಾಡುವವ, ಸುಧಾರಿಸುವವ; 2. "ಭಟ್ಟೀ" ಇಳಿಸುವವ.

Rec-ti-lin'e-al, -lin'e-ar, *a.* ಸರಳ ರೇಖೆಯ; r. angle ಸರಳ ಕೋನ; r. figure ಸರಳ ರೇಖಾಕೃತಿ.

Rec'ti-tūde, *n.* ಸರಳತೆ, ನ್ಯಾಯ, ನೀತಿ.

Rec'tŏr, *n.* ಧರ್ಮೋಪದೇಶಕ, ಮುಖ್ಯ ಪಾದ್ರಿ; 2. ಶಾಲೆಯ ಮುಖ್ಯಸ್ಥ, ಮುಖ್ಯ "ಪಂತೋಜಿ", —ಉಪಾಧ್ಯಾಯ. **Rec'tŏr-al, Rec-tō'ri-al**, *a.* ಗ್ರಾಮಪಾದ್ರಿಯ, ಧರ್ಮೋಪದೇಶಕನ. **Rec'tŏr-ship**, *n.* ಧರ್ಮೋಪದೇಶಕನ ಉದ್ಯೋಗ, ಪಾಠಶಾಲಾಧಿಪತ್ಯ. **Rec'tŏr-y**, *n.* ಧರ್ಮೋಪದೇಶಕನ ಮನೆ.

Rec'tum, *n.* ಗುದ, ಒಳಕುಂಡೆ, ಗೆಂಡೆ *(S. C.)*, ಪುರೀಷಾಧಾನ.

Re-cum'bent, *a.* ಒರಗಿದ, ಮಲಗಿಕೊಳ್ಳುವ. **Re-cum'bence, -ben-cy**, *n.* ಒರಗಿಕೊಳ್ಳುವುದು, ಮಲಗಿಕೊಳ್ಳುವುದು. **Re-cum'bent-ly**, *ad.* ಒರಗಿಕೊಂಡು.

Re-cū'pĕr-āte, *v.t.r.* ತಿರಿಗಿ ಹೊಂದು, ಪುನಃ ಪಡೆಯು. **Re-cū'pĕr-a-ble**, *a.* ತಿರಿಗಿ ಸಿಕ್ಕುವ. **Re-cū-pĕr-ā'tiŏn**, *n.* ತಿರಿಗಿ ಸಿಕ್ಕೋಣ.

Re-cur' (-kĕr'), *v.i.r.* (-curred', *pr.* -kĕrd') ತಿರಿಗಿ ಬರು, —ಸಂಭವಿಸು; 2. ತಿರಿಗಿ ನೆನಪಿಗೆ ಬರು; 3. ಹೋಗು *c.d.*, ಆಶ್ರಯ ಮಾಡು *c. a.*; recurring decimal ಆವರ್ತನದಶಮಾಂಶ, —ದಶಾಂಶ. **Re-cur'rence, -'ren-cy**, *n.* ತಿರಿಗಿ ಬರೋಣ, —ಸಂಭವಿಸೋಣ; 2. ಹೋಗೋಣ *c. d.; see* Recourse. **Re-cur'rent**, *a.* ತಿರಿಗಿ ತಿರಿಗಿ ಬರುವ, ತಿರಿತಿರಿಗಿ ಆಗುವ, ಪದೇಪದೇ ಬರುವ.

Rec'ū-sant, *n.* ಅರಸನ ಅಧಿಕಾರಕ್ಕೆ ಒಪ್ಪಿಕೊಳ್ಳದವ; 2. ರಾಜ್ಯಮತಕ್ಕೆ ಒಳಗಾಗದವ. *a.* ಬೇಡವೆಂಬುವ.

Red, *a.* ಕೆಂಪು, ಕೆಂಚು, ಪಾಟಲ; *(in comp.)* ಕೆಂ, ಕಾವಿ. *n.* ಕೆಂಪು ಬಣ್ಣ; r. flag ದಂಗೆಯ ನಿಶಾನಿ; r. hands ರಕ್ತದ ಕಲೆಗಳಿಂದ ಕೂಡಿದ; r. tape "ಸರಕಾರೀ" ಹೊರಗಿನ "ರಿವಾಜು"; 2. ಅಧಿಕಾರದ ಕಾರ್ಯಕ್ರಮಕ್ಕೆ ಅತಿಶಯವಾಗಿ ಗಮನಕೊಡುವ; draw a r.-herring across the path ಅಸಂಬದ್ಧವಾದ ವಿಚಾರಗಳನ್ನು ಎತ್ತಿ ಉದ್ದೇಶವನ್ನು ಮರೆಯುವ-ತೆ ಮಾಡುವುದು; neither fish, flesh, nor r.-herring ಯಾವದಕ್ಕೂ ಸೇರದ. **Red'-breast**, *n.* ಗುಬ್ಬೀ ತರದ ಒಂದು ವಿಧದ ಹಕ್ಕಿ. **Red'-cōat**, *n.* ಕೆಂಪಂಗಿಯ (ಬ್ರಿಟಿಷ) "ಸಿಪಾಯಿ; **Red'den** (red'n), *v.t.r.* ಕೆಂಪು ಮಾಡು. *v.i.* ಕೆಂಪಾಗು. **Red'dish**, *a.* ಸ್ವಲ್ಪ ಕೆಂಪಗಾದ, ನಸುಗೆಂಪು. **Red'-handed**, *a.* ತಪ್ಪು ಮಾಡುತ್ತಿರುವಾಗಲೆ. **Red'-hot**, *a.* ಕೆಂಪಗೆ ಕಾದ. **Red'-lead** (-led), *n.* ಸಿಂದೂರ, ಚಂದ್ರ. **Red'-let-tĕr dāy**, *n.* ಆದಿತ್ಯವಾರ, ಉತ್ಸವ ದಿನ, ಶುಭದಿನ, ಸುಮುಹೂರ್ತ. **Red'ness**, *n.* ಕೆಂಪು, ಕೆಂಪಾಗಿರುವುದು.

Re-dac'tiŏn, *n.* ರಚನೆ.

Red-cot'ton trēe, *n.* *(Bombax Malabaricum, Dec.)* ಎಲವ ಮರ.

Re-dēem', *v.t.r.* ತಿರಿಗಿ ಕೊಂಡುಕೊಳ್ಳು; 2. ಒತ್ತೇ ಬಿಡಿಸಿಕೊಳ್ಳು; 3. ಬಿಡುಗಡೆ ಮಾಡು, ರಕ್ಷಿಸು. **Re-dēem'a-ble**, *a.* ಬಿಡುಗಡೆ ಮಾಡತಕ್ಕ, ವಿಮೋಚಿಸತಕ್ಕ. **Re-dēem'ĕr**, *n.* ಓಲಿರುವವ, ಬಿಡುಗಡೆ ಮಾಡುವವ, ರಕ್ಷಕ, ವಿಮೋಚಕ; 2. ಯೇಸು ಕ್ರಿಸ್ತನು. **Re-demp'tiŏn** (-dem'shun), *n.* ಬಿಡುಗಡೆ, ಮಾರಿದ್ದು ತಿರಿಗಿ ಕೊಳ್ಳುವುದು, ವಿಮೋಚನೆ.

Rē-dis-cov'ĕr, *v.t.r.* ಎರಡನೇ ಸಾರಿ ಕಂಡುಕೊಳ್ಳು.

Red'ō-lent, *a.* ಸುವಾಸನೆಯ, ಪರಿಮಳವುಳ್ಳ. **Red'ō-lence, -len-cy**, *n.* ಸುಗಂಧ, ಪರಿಮಳ.

Rē-dŏub'le (-dub'l), *v.t.r.* ಮತ್ತೆರಡಷ್ಟು ಮಾಡು, ಹೆಚ್ಚೆಚ್ಚಾಗ ಮಾಡು. *v.i.* ಮತ್ತೆರಡಷ್ಟಾಗು, ಹೆಚ್ಚೆಚ್ಚಾಗು.

Rē-doubt' (-dout'), *n.* ಹೊರಕೋಟೆ, ಕೋಟೇ "ಬುರುಜು", ಕೂಡೆ. **Rē-doubt'a-ble**

For derivative words beginning with Re *which are not found below, see the meaning of the primitive word and prefix* ತಿರಿಗಿ, ಪುನಃ *or* ಹಿಂದಕ್ಕೆ.

(-dout'a-), *a.* ಭಯಂಕರ; 2. ಗಟ್ಟಿ ಎದೆಯ, ಶೂರ.

Re-dound', *v. i. r.* ಹಿಂದಕ್ಕೆ ಹೊರಳು, ತಿರಿಗಿ ಬರು, ಫಲ—; 2. ಮಿಗು, ಅಧಿಕವಾಗು. *n.* ಹಿಂದಕ್ಕೆ ಬರುವುದು, ಫಲ.

Re-dress', *v. t. r. (pr.* -drest') ಸುಧಾರಿಸು, ತಿದ್ದು, ಸರಿ ಮಾಡು. *n.* ಸುಧಾರಿಕೆ, ತಿದ್ದುಪಾಟು, ಪರಿಹಾರ, ಉಪಾಯ.

Re-dūce', *v. t. r. (pr.*-dūst') r. to ತಿರುಗಿಸು, ತರು, *as,* r. to powder ಪುಡಿ ಮಾಡು; r. to ashes ಭಸ್ಮಮಾಡು, ಸುಡು; 2. ಕಡಿಮೆ ಮಾಡು; 3. ಒಳಗಾಗ ಮಾಡು, ವಶ ಮಾಡಿಕೊಳ್ಳು. Re-dū'ci-ble, *a.* ಕಡಿಮೆ ಮಾಡತಕ್ಕ, ತರತಕ್ಕ, ಮಾಡತಕ್ಕ. Re-duc'tiŏn, *n.* ಕಡಿಮೆ ಮಾಡೋಣ; 2. ಕಡಿಮೆ ಮಾಡುವುದು; 3. ವಶ ಮಾಡೋಣ; 4. *(math.)* ರೂಪಾಂತರ, ಸವರ್ಣವಿವರ್ಣಗಳು. Re-duc'tive, *a.* ಕಡಿಮೆ ಮಾಡುವ, ತಗ್ಗಿಸುವ.

Reductio ad absurdum ತರ್ಕದಲ್ಲಿ ಅನರ್ಥಕವೆಂದು ತೋರಿಸುವುದು.

Re-dun'dance, -'dan-cy, *n.* ಹೆಚ್ಚಿಗೆ, ಮಿಗಿಲಾಗಿರುವಂಥಾದ್ದು, ಆಧಿಕ್ಯ. Re-dun'dant, *a.* ಮಿಗಿಲಾದ, ಹೆಚ್ಚಾದ, ಅತಿಶಯ; 2. ವಿಸ್ತೀರ್ಣ. Re-dun'dant-ly, *ad.* ಹೆಚ್ಚಾಗಿ, ಮಿಗಿಲಾಗಿ; 2. ವಿಸ್ತೀರ್ಣವಾಗಿ.

Rē-dū'pli-cāte, *v. t. r.* ಮತ್ತಿಮ್ಮಡಿ ಮಾಡು; 2. *(gram.)* ಅಭ್ಯಸ್ತ ಹಚ್ಚು. Rē-dū-pli-cā'tiŏn, *n.* ದ್ವಿತ್ವ, ಅಭ್ಯಸ್ತ ಸಂಜ್ಞೆ.

Red'-wing, *n.* ಒಂದು ವಿಧದ ಪಕ್ಷಿ.

Red'wood, *n. (Cæsalpinia sappan, L.)* ಪತಂಗ ಮರ, ಸಪ್ಪಂಗ—.

Red'wood trēe, *n. (Adenanthera pavonina, L.)* ಮಂಜಿಟ್ಟಿ ಮರ.

Rē-ech'ō (-ek'ō), *v. t. r.* ಪ್ರತಿಧ್ವನಿ ಕೊಡು. *v. i.* ಪ್ರತಿಧ್ವನಿಯಾಗು.

Rēech'y, *a.* ಹೊಗೆ ನೆಟ್ಟ; 2. ಬೆವರುವ.

Rēed, *n.* ಗಲಕು, ಗಲಗು, ಆಪು; r. for pens *(Saccharum fuscum, Roxb.)* ಗಲಗು, ಗಲಕು; 2. (of weavers) ತಟ್ಟು, ಅಚ್ಚು, ಅಣಿಗೆ ಅಚ್ಚು, ಹಣಿಗೆ; 3. (in musical instruments) ಜೀವಾಳ.

Rēed'māce, *n. (Typha angustifolia, L.)* ಆಪು. Rēed'y, *a.* ತುಂಬ ಆಪುಗಳುಳ್ಳ.

Rēef, *n.* ನೀರೊಳಗಣ ಬಂಡೇ ಸಾಲು; 2. ಶಾಯಿಯ ಮಡುಪು, ಪಟದ—. Rēef'y, *a.* ತುಂಬ ಬಂಡೆಗಳುಳ್ಳ.

Rēek, *n.* ಹೊಗೆ, ಉಗೆ, ಹಬೆ. *v. i. r. (pr.* rēk) ಹೊಗೆ ಹಾಯು, ಉಗೆ—. Rēek'y, *a.* ಹೊಗೆಯ, ಮಾಸಿದ.

Rēel, *n.* ಹಟ್ಟಿ, ರಾಟೆ, ರಾಟ್ನ, ಕಂಡಿಕೆ, ಚಕ್ರ. *v. t. r.* ರಾಟೆಯ ಮೇಲೆ ಸುತ್ತು, ಹಟ್ಟೀ ತೋಡು.

Rēel, *v. i. r.* ಹೊಯಿದಾಡು, ಉರುಳಿ ಬೀಳು.

Rē-e-lect', *v. t. r.* ತಿರಿಗಿ ಆರಿಸಿಕೊಳ್ಳು. Rē-e-lec'tiŏn, *n.* ತಿರಿಗಿ ಆರಿಸಿಕೊಳ್ಳೋಣ.

Rē-em-bärk', *v. i. r. (pr.* -bärkt') ತಿರಿಗಿ ಹಡಗನ್ನೇರು. Rē-em-bär-kā'tiŏn, *n.* ತಿರಿಗಿ ಹಡಗನೇರೋಣ.

Rē-en-force', Rē-en-fōrce'ment, *see* Reinforce, Reinforcement.

Rē-eṅ-gāġe', *v. t. r.* ಮತ್ತೂ ಗೊತ್ತು ಮಾಡಿಕೊಳ್ಳು; 2. ಮತ್ತೂ ಕೆಲಸಕ್ಕೆ ಹಚ್ಚಿಕೊಳ್ಳು.

Rē-en'tĕr, *v. i. r.* ತಿರಿಗಿ ಒಳಗೆ ಹೋಗು, ತಿರಿಗಿ ಸೇರು. Rē-en'trance, Rē-en'try, *n.* ತಿರಿಗಿ ಸೇರುವುದು. [ಪೋಣಿಸು.

Rēeve, *v. t. ir.* (rēeved, rōve, rōve)

Rē-ex-am'ine, *v. t. r.* ತಿರಿಗಿ ಪರೀಕ್ಷಿಸು.

Re-fec'tiŏn, *n.* ಫಲಾಹಾರ, ಪನಿವಾರ. Re-fec'tŏr-y, *n.* ಭೋಜನಶಾಲೆ.

Re-fĕr', *v. t. r.* (-fĕrred', *pr.*-fĕrd') ...ಕಡೆಗೆ ಹಾಕಿಕೊಡು *e. g.,* —ಹಾಕ ಕಳುಹಿಸು, ಒಪ್ಪಿಸು *e. d.,* ಎಣಿಸು. R. to, *v. i.* (apply to), *as,* in suits it is good to refer to some trusty friend ವ್ಯಾಜ್ಯವಿದ್ದಲ್ಲಿ ನಂಬಿಗಸ್ತ ಸ್ನೇಹಿತನ ಮಾತು ಕೇಳುವುದು ಉತ್ತಮ; 2. (relate, allude) ಸಂಬಂಧಪಡು, ವಿಷಯವಾಗಿರು, ಸೂಚಿಸು, *as,* he omitted the words that referred to his friend ತನ್ನ ಗೆಳೆಯನನ್ನು ಕುರಿತ ಮಾತುಗಳನ್ನು ಹೇಳದೆ ಬಿಟ್ಟುಬಿಟ್ಟ, ತನ್ನ ಗೆಳೆಯನ ವಿಷಯವಾದ ಮಾತುಗಳನ್ನು ಹೇಳದೆ—; to what did he r. with these words? ಈ ಮಾತಿನಿಂದ ಏನು ಸೂಚಿಸಿದ? ಈ ಮಾತು ಯಾವದನ್ನು ಕುರಿತು ಹೇಳಿದ? 3. (inquire) I shall r. to your uncle for information about you ನಿನ್ನ ವಿಷಯ ನಿನ್ನ ಚಿಕ್ಕಪ್ಪನ ಹತ್ತರ ವಿಚಾರ ಮಾಡುತ್ತೇನೆ. Ref'ĕr-a-ble, Re-fĕr'ri-ble, *a.* ಸಂಬಂಧಿಸತಕ್ಕ, ತಾಗಿಸತಕ್ಕ. Ref-ĕr-ēe', *n.* ಪಂಚಾಯತ, ಮಧ್ಯಸ್ಥ. Ref'ĕr-ence, *n.* ಎರತನೆಯವರ

Re ಎಂಬ ಉಪಸರ್ಗವಿರುವ ಯಾವದೊಂದು ಶಬ್ದವು ಇದರ ಕೆಳಗೆ ಸಿಕ್ಕದಿದ್ದರೆ, ಆದರ ಮೂಲ ಶಬ್ದಾರ್ಥದ ಪೂರ್ವದಲ್ಲಿ "ತಿರಿಗಿ", "ಪುನಃ", ಇಲ್ಲವೆ "ಹಿಂದಕ್ಕೆ" ಎಂಬದನ್ನು ಹಚ್ಚಿ ಓದಿದರೆ ಅರ್ಥವಾಗುವದು.

ಕಡೆ ಕೇಳೋಣ, ಶಿಫಾರಸು ಪತ್ರ ಕಳುಹಿಸೋಣ; 2. (respect) ವಿಷಯ, ಕುರಿತದ್ದು; in r. to ವಿಷಯವಾಗಿ, ಸಂಬಂಧವಾದ *e. g.*, ಕುರಿತು *e. a.;* 3. (allusion) ಸೂಚನೆ; 4. (one of whom inquiries can be made respecting another) ವಿಚಾರ ಮಾಡುವ "ಠಿಕಾಣಿ", *as*, what references have you? ನಿನ್ನ ವಿಷಯ ಯಾರ ಹತ್ತರ ವಿಚಾರ ಮಾಡಬಹುದು? 5. (r. in a book) ಸಂಬಂಧ ಸ್ಥಳ. **Ref-er-en'-dum**, *n.* ಪ್ರಜೆಗಳೆಲ್ಲರ ಸಮ್ಮತಿಗೆ ಒಪ್ಪಿಸುವುದು, ಪ್ರಜಾಮತಸಂಗ್ರಹ. **Ref-ĕr-en'tial**, *a.* ತೋರಿಸುವ, ಸೂಚಿಸುವ, ಸಂಬಂಧವುಳ್ಳ.

Rē-fill', *v. t. r.* ತಿರಿಗಿ ತುಂಬಿಸು.

Re-fīne', *v. t. r.* ತೇರ್ಗಟ್ಟು, ಶುದ್ಧ ಮಾಡು, ಪುಟಕ್ಕೆ ಹಾಕು, ಶೋಧಿಸು; 2. ಸುಧಾರಿಸು, ಸುಶಿಕ್ಷಿತ ಮಾಡು. *v. i.* ತೇರು, ಸ್ವಚ್ಛವಾಗು, ಚೊಕ್ಕವಾಗು. **Re-fīned'**, *pp. a* ಶುದ್ಧಿಮಾಡಲ್ಪಟ್ಟ. **Re-fīne'ment**, *n.* ಶೋಧಿಸೋಣ, ಶುದ್ಧಿ; 2. ಸಭ್ಯತೆ, ಸುಶಿಕ್ಷೆ; 3. ಸೂಕ್ಷ್ಮತೆ. **Re-fīn'ĕr**, *n.* ಶುದ್ಧಿ ಮಾಡುವವನು, ಪರಿಷ್ಕರಿಸುವವನು. **Re-fī'nĕr-y**, *n.* ಪುಟ ಹಾಕುವ ಸ್ಥಳ, ಶುದ್ಧಿ ಮಾಡುವ—.

Rē-fit', *v. t. r.* (-fit'ted) ನೆಟ್ಟಗೆ ಮಾಡು, "ದುರುಸ್ತು"—, ತಿರಿಗಿ ಸವರಿಸು.

Re-flect', *v. t. r.* ಪುಟಿಸು, ಪುಟ ಹಾರಿಸು, ಹಿಂದಕ್ಕೆ ತಿರುಗಿಸು, ಹಿಂದಕ್ಕೆಸೆ; 2. ಪ್ರತಿಬಿಂಬಿಸು (an image); ಪರಾವರ್ತನೆ ಮಾಡು (light, heat, *etc.*); *pass.* ಪುಟಿ, ಹಿಂದಕ್ಕೆ ತಿರುಗು, ಪರಾವೃತ್ತವಾಗು, ಪ್ರತಿಫಲನವಾಗು. *v. i.* ಹಿಂದಕ್ಕೆ ತಿರುಗು; 2. (think) ಯೋಚಿಸಿಕೊಳ್ಳು, ಆಲೋಚನೆ ಮಾಡಿಕೊಳ್ಳು, ವಿಚಾರ—; 3. (cast reproach) ಕುಂದು ತರು. **Re-flec'tiŏn**, *n.* ಪ್ರತಿಬಿಂಬ, ಪ್ರತಿಬಿಂಬಿಸೋಣ, ಪ್ರತಿಫಲನ; 2. ಆಲೋಚನೆ, ಧ್ಯಾನ, ವಿಚಾರ, ಪರಿಭಾವನೆ, ಮನನ; 3. *(phys.)* ಪರಾವರ್ತನ; 4. (reproach) ಕುಂದು, ಆಕ್ಷೇಪಣೆ. **Re-flec'tive**, *a.* ಪ್ರತಿಬಿಂಬಿಸುವ; 2. ಧ್ಯಾನಿಸುವ, ವಿಚಾರವುಳ್ಳ. **Re-flect'ŏr**, *n.* ಕನ್ನಡಿ, ದರ್ಪಣ; 2. ಪರಾವರ್ತನದ ಕನ್ನಡಿ, ಪರಾವರ್ತಕ—.

Rē'flex, *a.* ಹಿಂದಕ್ಕೆ ತಿರುಗಿದ, ಹಿಂದೆ ಬಾಗಿದ; 2. ವಿಚಾರದ. *n.* ಕಿರಣಪರಾವರ್ತನ, ಪ್ರತಿಬಿಂಬ. **Re-flex'i-ble**, *a.* ಹಿಂದಕ್ಕೆ ಬೊಗ್ಗುವಂಥ; 2. ಪರಾವರ್ತನೆಯಾಗುವ. **Re-flex'ive**, *a.* ಪ್ರತಿಬಿಂಬಿಸುವ; 2. ಆಲೋಚಿಸುವ, ಧ್ಯಾನಿಸುವ; 3. *(gram.)* ಆತ್ಮಾರ್ಥಕ; 4. ಆತ್ಮನೇಪದದ.

Ref'lu-ent, *a.* ಹಿಂದಕ್ಕೆ ಹರಿಯುವ; 2. ಇಳಿತವಾಗುವ. **Rē'flux**, *n.* ಪ್ರವಾಹ ಹಿಂದಕ್ಕೆ ಹರಿಯುವುದು. *a.* ಹಿಂದಕ್ಕೆ ಹರಿಯುವ.

Re-form' (-farm'), *v. t. r.* ತಿದ್ದು, ಸುಧಾರಿಸು, ಪುನಃಸ್ಥಾಪನೆ ಮಾಡು; 2. ತಿರಿಗಿ ರೂಪಿಸು; 3. ತಿರಿಗಿ ವ್ಯೂಹಕಟ್ಟು. *v. i.* ತಿದ್ದುಪಾಟಾಗು, ಸನ್ಮಾರ್ಗಕ್ಕೆ ಬರು. *n.* ತಿದ್ದುಪಾಟು, ಸುಧಾರಿಸುವಿಕೆ. **Ref-or-mā'tiŏn**, *n.* ತಿದ್ದೋಣ, ತಿದ್ದುಪಾಟು, ಸುಧಾರಣೆ, ಗುಣೀಕರಣ; 2. ಪುನಃಸ್ಥಾಪನೆ. **Re-form'a-to-ry**, *n.* ಯುವ ಅಪರಾಧಿಗಳ ಸನ್ಮಾರ್ಗದರ್ಶಕ ಬಂಧನಾಲಯ. **Re-form'-ĕr**, *n.* ಪುನಃಸ್ಥಾಪಕ, ಸುಧಾರಕ. **Re-form'-ist**, *n.* ತಿದ್ದುಪಾಟಾದ ಮತಸ್ಥನು.

Re-fract', *v. t. r.* ಕಿರಣಗಳನ್ನು ಓರೆ ಮಾಡು, ಮಣಿಸು. **Re-frac'tiŏn**, *n.* ಓರೆ ಮಾಡುವುದು, ವಕ್ರೀಭವನ, ಕಿರಣವಕ್ರೀಭವನ, ವಕ್ರೋಕ್ತಿ. **Re-frac'tive**, *a.* ವಕ್ರೀಭವಿಸುವ. **Re-frac'tŏr-y**, *a.* ಮೊಂಡ, ಹಟಮಾರಿಯಾದ, ತನ್ನ ನೀರಿನಲ್ಲಿ ತಾನು ಬೆಳೆದ; 2. ಬಿರುಸು (metal). *n.* ಮೂರ್ಖನು, ಹಟಮಾರಿಯಾದವನು. **Re-frac'tŏr-i-ly**, *ad.* ಮೊಂಡವಾಗಿ, ಹಟಮಾರಿಯಾಗಿ. **Re-frac'tŏr-i-ness**, *n.* ಮೊಂಡತನ, ಹಟಮಾರಿತನ.

Re-frāin', *v. t. r.* ಬಿಗಿ ಹಿಡಿ, ಅಂಕೆಯಲ್ಲಿಡು, ಆಟೋಪಿಸು. *v. i.* r. from ಮಾಡದಿರು; 2. ಗೊಡವೆಗೆ ಹೋಗದಿರು, ಬಿಡು; r. from abusing others ಮತ್ತೊಬ್ಬರನ್ನು ಬಯ್ಯಬೇಡ; r. from these men and let them alone ಈ ಮನುಷ್ಯರ ಗೊಡವೆಗೆ ಹೋಗದೆ ಅವರನ್ನು ಬಿಡಿರಿ.

Re-frāin', *n.* ಪಲ್ಲವಿ, ಮುದ್ರಿಕೆ, ಧ್ರುವ.

Re-fran'ġi-ble, *a.* ವಕ್ರೀಭವನವಾಗುವಂಥ. **Re-fran-ġi-bil'i-ty**, *n.* ಬಾಗುವಿಕೆ.

Re-fresh', *v. t. r.* *(pr.* -fresht') ದಣುವಾರಿಸು, ವಿಶ್ರಮಿಸು, ಚೇತನಗೊಳಿಸು; to r. one's self ದಣುವಾರಿಸಿಕೊಳ್ಳು, ಚೇತನಗೊಳ್ಳು. **Re-fresh'ing**, *a.* ತಣ್ಣಗೆ ಮಾಡುವ, ತಂಪು—; 2. ವಿಶ್ರಮಿಸುವ, ಉಪಶಮನದ, ಚೇತನ ಕೊಡುವಂಥ, ಆಪ್ಯಾಯನದ; r. room ಅರವಟ್ಟಿಗೆ, ಫಲಾಹಾರದ ಕೋಣೆ, ಊಟದ—. **Re-fresh'-ing-ly**, *ad.* ತಂಪಾಗಿ; 2. ವಿಶ್ರಮಿಸುತ್ತಾ, ಚೇತನ ಕೊಡುವಂಥಾದ್ದಾಗಿ. **Re-fresh'ment**,

For derivative words beginning with Re *which are not found below, see the meaning of the primitive word and prefix* ತಿರಿಗಿ, ಪುನಃ *or* ಹಿಂದಕ್ಕೆ.

n. ವಿಶ್ರಾಂತಿ; 2. ಫಲಾಹಾರ. Re-fresh′-ments, *n. pl.* ಅನ್ನಪಾನಗಳು.

Re-friġ′ĕr-ant, *a.* ತಣಿಸುವ, ತಂಪುಮಾಡುವ. *n.* ತಂಪು ಮಾಡುವ ಔಷಧ. Re-friġ′ĕr-āte, *v. t. r.* ಹೆಚ್ಚು ತಣ್ಣಗೆ ಮಾಡು, ಬಿಸಿ ಆರಿಸು, ತಣಿಸು. Re-friġ-ĕr-ā′tiŏn, *n.* ತಣ್ಣಗೆ ಮಾಡುವುದು. Re-friġ′ĕr-a-to-ry, *a.* ತಣ್ಣಗೆ ಮಾಡುವ. *n.* ತಣ್ಣಗೆ ಮಾಡುವ ಪಾತ್ರೆ.

Ref′ūġe, *n.* ಮರೆ, ಆಶ್ರಯ, ಕಾಪು, ಶರಣ, ಇಕ್ಕೆ; 2. ಉಪಾಯ. *v. t. r.* ಆಶ್ರಯಕೊಡು, ರಕ್ಷಿಸು. Ref-ū-ġēe′, *n.* ಬೆನ್ನುಬಿದ್ದವ, ಶರಣಾಗತ, ಶರಣಾರ್ಥಿ.

Re-ful′ġence, -′ġen-cy, *n.* ಹೊಳಪು, ಪ್ರಭೆ, ಪ್ರಕಾಶ. Re-ful′ġent, *a.* ಥಳಥಳ ಹೊಳೆಯುವ, ಪ್ರಕಾಶವುಳ್ಳ. Re-ful′ġent-ly, *ad.* ಥಳಥಳಿಸುತ್ತಾ, ಥಳಥಳ ಹೊಳೆಯುವಂಥಾದ್ದಾಗಿ.

Re-fund′, *v. t. r.* ಹಿಂದಕ್ಕೆ ಕೊಡು, ಹಣ ಭರ್ತಿ ಮಾಡು.

Re-fūs̲e′, *v. t. r.* ಕೊಡುವುದಿಲ್ಲೆನ್ನು, ಹೊರಕ್ಕೆಲಿ ಹೊಡೆ, ಒಲ್ಲೆಯೆನ್ನು; 2. ಬೇಡೆನ್ನು, ವಿರೋಧಿಸು. Re-fū′s̲al, *n.* ಬೇಡೆನ್ನುವುದು, ಒಲ್ಲೆಯೆನ್ನುವುದು, ಅಸಂಗೀಕಾರ; you have the r., I shall give you the r. ನೀವೇ ಮೊದಲಾಗಿ ಬೇಡೆನ್ನಬಹುದು, ಬೇಕಾದರೆ ನೀವೇ ಮೊದಲು ಕೊಂಡುಕೊಳ್ಳಬಹುದು.

Ref′ūse, *n.* ಎಂಜಲು, ಕಸ, ಸೋಸಿ ಬಿಟ್ಟ ಕಸರು, ಉಚ್ಛಿಷ್ಟ, ಹಿಪ್ಪೆ, ಮುಷ್ಟಿ. *a.* ಬಿಸಾಟ, ಬೇಡೆಂದು ಬಿಟ್ಟ, ನಿಷ್ಪ್ರಯೋಜಕ.

Re-fūs̲e′, *v. t.* ಮರಳಿ ಕರಗಿಸು.

Re-fūte′, *v. t. r.* ಸುಳ್ಳೆಂದು ತೋರಿಸು, ಖಂಡನೆ ಮಾಡು, ತಪ್ಪೆಂದು ತೋರಿಸಿ ಕೊಡು. Re-fū′-ta-ble, *a.* ಖಂಡಿಸತಕ್ಕ. Ref-ū-tā′tiŏn, *n.* ಸುಳ್ಳೆಂದು ರುಜುಪಡಿಸೋಣ, ಖಂಡನೆ.

Re-gain′, *v. t. r.* ತಿರಿಗಿ ಹೊಂದು, —ಪಡ ಕೊಳ್ಳು; r. consciousness ಚೇತರಿಸಿಕೊಳ್ಳು.

Rē′gal, *a.* ರಾಜನ, ರಾಜಕೀಯ.

Re-gāle′, *v. t. r.* ಸಂತುಷ್ಟ ಪಡಿಸು, ತೃಪ್ತಿ ಮಾಡು. *n.* ದೊಡ್ಡ ಔತಣ, "ಮೇಜುವಾನಿ".

Re-gā′li-a, *n. pl.* ರಾಜಚಿಹ್ನೆಗಳು, ರಾಜಲಕ್ಷಣಗಳು. Re-gal′i-ty, *n.* ರಾಜತ್ವ, ಅರಸುತನ. Rē′gal-ly, *ad.* ಅರಸನಂತೆ; 2. ಅರಸನ ಕಡೆಯಿಂದ; 3. ಅರಸನ ವೈಭವದಿಂದ, ರಾಜರೀತಿಯಿಂದ.

Re-gärd′, *n.* ನೋಟ, ದೃಷ್ಟಿ; 2. ಲಕ್ಷ್ಯ; 3. ಪ್ರೀತಿ; 4. ದಾಕ್ಷಿಣ್ಯ, ಭಿಡೆಯ; *pl.* ವಂದನೆ, ಶರಣು; with r. to, in r. of ವಿಷಯ *e.g.*, ಕುರಿತು *c.a.*; have r. to ದಾಕ್ಷಿಣ್ಯ ಮಾಡು *c.d.*, ಭಿಡೆಯ—*c.d.* *pl.* ಶರಣು, ನಮಸ್ಕಾರಗಳು. *v.t.r.* (observe, notice) ನೋಡು; 2. (care for, pay respect to) ಲಕ್ಷ್ಯ ಮಾಡು, ಭಿಡೆಯ—, ಮಾನಕೊಡು *c.d.*; 3. (consider, deem) ಎಣಿಸು. Re-gärd′iṅg, *prep.* ಕುರಿತು, ವಿಷಯದಲ್ಲಿ, ವಿಷಯವಾಗಿ. Re-gärd′less of, *a.* ನೋಡದೆ, ಅನ್ನದೆ, ದಾಕ್ಷಿಣ್ಯ ನೋಡದೆ, ಲಕ್ಷ್ಯ ಮಾಡದೆ; r. of heat and cold he did his work ಬಿಸಿಲೆನ್ನದೆ, ತಂಡಿಯೆನ್ನದೆ ತನ್ನ ಕೆಲಸಾ ಮಾಡಿದ, ಬಿಸಿಲನ್ನೂ ಚಳಿಯನ್ನೂ ಲಕ್ಷಿಸದೆ ತನ್ನ ಕೆಲಸಾ—; he is a man r. of danger ಅವನು ಗಂಡಾಂತರವನ್ನು ಲಕ್ಷಿಸದ ಮನುಷ್ಯನು. Re-gärd′less-ness, *n.* ನಿರ್ದಾಕ್ಷಿಣ್ಯ.

Re-gat′ta, *n.* ದೋಣಿಗಳ ಪಂತ.

Rē′ġē-lāte, *v. i.* ಕರಗಿದ ಹಿಮವು ಪುನಃ ಗಡ್ಡೆ ಕಟ್ಟು. Rē-ġe-lā′tion, *n.* ಕರಗಿದ ಹಿಮ ಪುನಃ ಗಡ್ಡೆ ಕಟ್ಟುವುದು.

Rē′ġen-cy, *n.* ರಾಜಪ್ರತಿನಿಧಿಯ ಆಳುವಿಕೆ, ರಾಜಪ್ರತಿನಿಧಿಸಭೆ. Rē′ġent, *a.* ಆಳುವ, ರಾಜ್ಯವಾಳುವ. *n.* ರಾಜಪ್ರತಿನಿಧಿ; 2. ರಾಜನು ಅಪ್ರಾಯಸ್ಥನಿರುವಾಗ ಅವನ ಪ್ರತಿನಿಧಿಯಾಗಿ ಆಳುವವನು.

Re-ġen′ĕr-āte, *v. t. r.* ತಿರಿಗಿ ಬೇಳಿಸು, —ಹುಟ್ಟಿಸು, ಪುನರುದ್ಧವಿಸು; 2. ಮನಸ್ಸು ಬದಲಿಸು, ನವಚೇತನ ಕೊಡು, ಹೊಸ ಮನಸ್ಸು ಕೊಡು. *a.* ತಿರಿಗಿ ಹುಟ್ಟಿದ, ಪುನರ್ಜಾತ, ಹೊಸ. Re-ġen-ĕr-ā′tiŏn, *n.* ತಿರಿಗಿ ಬೆಳೆಸೋಣ, —ಹುಟ್ಟಿಸೋಣ, ನವಚೇತನ; 2. ಮನಸ್ಸು ಬದಲಿಸುವುದು, ಪುನರ್ಜನ್ಮ. Re-ġen′ĕr-ā-tive, *a.* ತಿರಿಗಿ ಹುಟ್ಟಿಸುವ, ಪುನರ್ಜನ್ಮದ.

Reġ′i-cīde, *n.* ರಾಜಘಾತಕ, ರಾಜಹತ್ಯ.

Re̱-ġime′ (rā-zhēm′), *n.* ದೊರೆತನದ ರೀತಿ; 2. ರಾಜ್ಯ, ಆಡಳಿತೆ.

Reġ′i-men, *n.* ಆಡಳಿತೆ; 2. ಪದ್ಧತಿ; 3. (*med.*) ಪಥ್ಯ.

Reġ′i-ment (rej′ment), *n.* ದಂಡು, ದಳ, "ಫೌಜು", "ಪಟಾಲಮು", "ರೆಜಿಮೆಂಟು". Reġ-i-men′tal, *a.* "ಪಟಾಲಮಿನ". *n. pl.* ದಂಡಿನ "ದುಸ್ತು", —"ಪೋಷಾಕು".

Rē′ġiŏn (-jun), *n.* ಕಡೆ, ದಿಕ್ಕು; 2. ದೇಶ, ಪ್ರದೇಶ, ರಾಷ್ಟ್ರ.

Re ಎಂಬ ಉಪಸರ್ಗವಿರುವ ಯಾವದೊಂದು ಶಬ್ದವು ಇದರ ಕೆಳಗೆ ಸಿಕ್ಕದಿದ್ದರೆ, ಅದರ ಮೂಲ ಶಬ್ದಾರ್ಥದ ಪೂರ್ವದಲ್ಲಿ "ತಿರಿಗಿ", "ಪುನಃ", ಇಲ್ಲವೆ "ಹಿಂದಕ್ಕೆ" ಎಂಬದನ್ನು ಹಚ್ಚಿ ಓದಿದರೆ ಅರ್ಥವಾಗುವುದು.

Reġ'is-tẽr, *n.* "ಪಟ್ಟಿ", "ದಪ್ತರು". *v. t. r.* ಬರೆದಿಡು, "ದಪ್ತರಿನಲ್ಲಿ" ಬರೆದಿಡು, "ದಾಖಲು" ಮಾಡು, "ನೋಂದಣಿ"—. Reġ'is-trär, *n.* ಬರೆದಿಡುವವ, "ದಪ್ತರಿನಲ್ಲಿ" ಬರೆದಿಡುವವ, "ದಪ್ತರದಾರ", "ನೋಂದಣಿ" ಮಾಡುವವ, "ರಿಜಿಸ್ತ್ರಾರು" (ದೇಶಪಾಂಡೆ). Reġ-is-trā'tiŏn, *n.* "ದಪ್ತರಿನಲ್ಲಿ ದಾಖಲು" ಮಾಡುವುದು, ಪುಸ್ತಕದಲ್ಲಿ ಬರೆದಿಡೋಣ, "ನೋಂದಣಿ". Reġ'is-try, *n.* ಬರೆದಿಡೋಣ; 2. "ಬಾರನಿಶಿ", "ಬಾರನಿಶಿ ಕಚೇರಿ"; 3. ಬರೆದಿಟ್ಟ ಸಂಗತಿಗಳು, "ರಿಜಿಸ್ತ್ರಿ".

Rē'gi-us, *a.* ರಾಜನ; r. professor ರಾಜ ಪ್ರೋಷಿತ ಪಂಡಿತನು.

Reg'let, *n. (print.)* ಅಚ್ಚಕ್ಷರಗಳನ್ನು ಜೋಡಿಸಿಟ್ಟ ಚೌಕಟ್ಟಿನಲ್ಲಿ ಪುಟಗಳನ್ನು ಪ್ರತ್ಯೇಕಿಸುವ ಮರದ ವ ಲೋಹದ ಪಟ್ಟಿ.

Reg'nal, *a.* ಆಳಿಕೆಯ. Reg'nant, *a.* ಆಳುವ, ಪ್ರಬಲ.

Rē-gorġe', *v. t. r.* ತಿರಿಗಿ ನುಂಗು; 2. ಗಬಗಬ ತಿನ್ನು; 3. ಕಾರು.

Rē-grāte', *v. t. r.* ಕೊಂಡುಕೊಂಡ ಸಂತೆಯಲ್ಲಿ ಲಾಭಕ್ಕೆ ಮಾರು, ಎತ್ತೊಂದ್ಲೆ ಕೊಂಡು—.

Re-gress', *v. i. r.* (*pr.* -grest') ಹಿಂದಕ್ಕೆ ಹೋಗು, —ಬರು, ಹಿಂಜರಿ. Rē'gress, *n.* ಹಿಂದಕ್ಕೆ ಹೋಗುವುದು, —ಬರುವುದು. Rē-gres'siŏn, *n.* ಹಿಂದಕ್ಕೆ ಚಲನೆ.

Re-gret', *n.* ಮರುಗೋಣ, ದುಃಖ, ಪಶ್ಚಾತ್ತಾಪ, ಅನುಶಯ, ಮರುಕ. *v.t.r.* (-gret'ted) ಮರುಗು, ದುಃಖಪಡು, ಪಶ್ಚಾತ್ತಾಪಪಡು. Re-gret'ful, *a.* ಮರುಗುವ, ದುಃಖಪಡುವ; 2. ಪಶ್ಚಾತ್ತಾಪದ. Re-gret'ful-ly, *ad.* ದುಃಖದಿಂದ, ಚಿಂತೆಯಿಂದ; 2. ಪಶ್ಚಾತ್ತಾಪದಿಂದ.

Reg'ū-lar, *a.* ವಿಧಿ ಪ್ರಕಾರವಾದ, ಕ್ರಮವಾದ, ಯಥಾಕ್ರಮದ; 2. (periodical) ನಿತ್ಯಗಟ್ಲೆಯ, ಕ್ರಮೇಣ, ನಿಯಮಿತ, ಗೊತ್ತಿನ ಮೇಲೆ ಬರುವ; r. polygon ಸಮಬಹುಕೋಣ; r. troops "ಮುಸ್ತೈದೆ" ದಂಡು, "ಫೌಜು". *n.* ಕ್ರಮದಿಂದ ದೀಕ್ಷೆ ಹಿಡಿದ ಸನ್ಯಾಸಿ; 2. ಕಾಯಮಾದ "ಫೌಜಿನ" ಸಿಪಾಯಿ. Reg-ū-lar-i-ṣā'tiŏn, *n.* ವ್ಯವಸ್ಥೆ ಮಾಡೋಣ. Reg'ū-lar-īṣe, *v. t.* ವ್ಯವಸ್ಥೆ ಪಡಿಸು. Reg-ū-lar'i-ty, *n.* ಕ್ರಮ, ನೇಮನಿಷ್ಠೆ, ನಿತ್ಯಗಟ್ಲೆ. Reg'ū-lar-ly, *ad.* ಕ್ರಮವಾಗಿ, ಸಮವಾಗಿ; 2. (periodically) ನಿತ್ಯಗಟ್ಲೆಯಿಂದ, ಕ್ರಮೇಣವಾಗಿ. Reg'ū-lāte, *v. t. r.* ಗೊತ್ತಿಗೆ ತರು, ಮಟ್ಟು ಪಡಿಸು, ಆಯಕಟ್ಟು ಮಾಡು, ನೇಮದಿಂದ ನಡಿಸು, ಸುಕ್ರಮಕ್ಕೆ ತರು. Reg-ū-lā'tiŏn, *n.* ನಿಯಮದಿಂದ ನಡಿಸೋಣ; 2. "ಕಾನೂನು", "ಕಾಯಿದೆ", ನೇಮಕ. Reg'ū-lā-tive, *a.* ಕ್ರಮಪಡಿಸುವ, ನಿಯಮಿಸುವ. Reg'ū-lā-tŏr, *n.* ಕ್ರಮಪಡಿಸುವವ, "ಕಾಯಿದೆ" ಮಾಡುವವ; 2. ಯಂತ್ರದ ಗತಿ ಅಟೋಪಿಸುವ ಉಪಾಯ.

Reg'ū-lus, *n.* ಮಘಾನಕ್ಷತ್ರ; 2. ಕರಗಿಸಿದ ಅದುರಿನ ಶುದ್ಧ ಲೋಹ.

Rē-ha-bil'i-tāte, *v. t. r.* ಮುಂಚಿನ ಸ್ಥಾನಘನಗಳಿಗೆ ತಿರಿಗಿ ತರು.

Rē-hĕarse' (-hẽrs'), *v. t. r.* (*pr.* -hẽrst') ತಿರಿಗಿ ಹೇಳು, ಪಾಠ—, ಹೇಳು; 2. ಪ್ರಸಂಗಾದಿ ಸಿದ್ಧ ಮಾಡುವದಕ್ಕಾಗಿ ಹೇಳು, ಕಥೆ ಮಾಡಿಕೊಳ್ಳು. Rē-hĕars'al (-hẽrs'al), *n.* ಹೇಳೋಣ, ಪಠನೆ, ಕಥನ; 2. ಸಿದ್ಧ ಮಾಡುವುದಕ್ಕಾಗಿ ಹೇಳೋಣ, ಕಥೆ ಮಾಡಿಕೊಳ್ಳೋಣ. Re-hĕars'ẽr, *n.* ಓದಿಹೇಳುವವ, ಕಥಿಸುವವನು.

Reign (rān), *n.* ರಾಜ್ಯ, ಆಳಿಕೆ, "ಅಮಲು"; 2. (time of r.) ಕಾಲಕೀರ್ತಿ; 3. (r. of a planet) ದಶೆ. *v. i. r.* ಆಳು, ರಾಜ್ಯಭಾರ ಮಾಡು; 2. ಪ್ರಬಲವಾಗು.

Rē-im-burse' (-bẽrs'), *v.t.r.* (*pr.* -bẽrst') "ಭರ್ತಿ" ಮಾಡಿ ಕೊಡು, ಹಿಂದಕ್ಕೆ ಕೊಡು; 2. "ಲುಕ್ಸಾನ" ಕೊಡು *c. d.* Rē-im-burse'-ment, *n.* ಹಿಂದಕ್ಕೆ ಕೊಡೋಣ.

Rein (rān), *n.* "ಲಗಾಮಿನ ಬಾರು"; 2. ಅಧಿಕಾರ, ಅಂಕೆ; give the reins to "ಲಗಾಮು" ಬಿಡು, ಸಡಿಲು ಬಿಡು; without r. ಅಂಕೆ ಇಲ್ಲದೆ, —ಇಲ್ಲದ; take the reins ಅಧಿಕಾರ ತಕ್ಕೊಳ್ಳು, ಆಳಲಿಕ್ಕೆ ಹತ್ತು. *v.t.r.* "ಲಗಾಮು" ಹಿಡಿ; 2. ಅಂಕೆಯಲ್ಲಿಡು. Rein'less (rān'-les), *a.* ಅಂಕೆ ಇಲ್ಲದ.

Re-in-cär-nā'tiŏn, *n.* ಪುನರ್ಜನ್ಮ, ಜನ್ಮಾಂತರ.

Rein'dēer (rān'dēr), *n.* ಹಿಮಸಾರಂಗ.

Rē-in-fōrce', *v. t. r.* (*pr.* -fōrst') ಬೆಂಬಲ ಕಳುಹಿಸು, ಸೈನ್ಯ ಹೆಚ್ಚಿಸು. Rē-in-fōrce'-ment, *n.* ಬೆಂಬಲ, ಸಹಾಯಕ್ಕೆ ಕಳುಹಿಸಿದ ಸೈನ್ಯ.

Rē-in-hab'it, *v. t. r.* ತಿರಿಗಿ ವಾಸ ಮಾಡು *c. l.*

Reins, *n. pl.* ಹುರುಳಿಕಾಯಿ, ಬೆಕ್ಕು; 2. ಸೊಂಟ; 3. ಅಂತರಿಂದ್ರಿಯ.

Rē-in-sẽrt', *v. t. r.* ತಿರಿಗಿ ತೂರಿಸು, —ಸೇರಿಸು.

Rē-in-stall', *v. t. r.* ತಿರಿಗಿ ಉದ್ಯೋಗದಲ್ಲಿರಿಸು.

For derivative words beginning with Re *which are not found below, see the meaning of the primitive word and prefix* ತಿರಿಗಿ, ಪುನಃ *or* ಹಿಂದಕ್ಕೆ.

Rē-in-stāte′, *v. t. r.* ಮುಂಚಿನ ಸ್ಥಿತಿಯಲ್ಲಿಡು; *see* Instate.

Rē-it′ĕr-āte, *v. t. r.* ತಿರಿಗಿತಿರಿಗಿ ಹೇಳು, —ಮಾಡು. Re-it′ĕr-ā-ted-ly, *ad.* ಪದೇ ಪದೇ, ತಿರಿಗಿತಿರಿಗಿ. Rē-it-ĕr-ā′tiŏn, *n.* ತಿರಿಗಿತಿರಿಗಿ ಹೇಳೋಣ, —ಮಾಡೋಣ, ಪುನರುಕ್ತಿ, ವೀಪ್ಸೆ.

Re-ject′, *v. t. r.* ಜರಿದುಬಿಡು, ತಳ್ಳಿಬಿಡು, ಬೇಡೆನ್ನು, ವರ್ಜಿಸು. Re-jec′tiŏn, *n.* ಜರಿದುಬಿಡೋಣ, ಬೇಡೆನ್ನುವುದು, ವರ್ಜನೆ, ನಿರಸನ.

Re-joice′, *v. i. r.* (*pr.* -joist′) ಸಂತೋಷಪಡು, ಹರ್ಷಿಸು. *v. t.* ಸಂತೋಷಪಡಿಸು, ಹರ್ಷ—. Re-joic′iṅg, *n.* ಉಲ್ಲಾಸ, ಆನಂದ; public r. ಉತ್ಸಾಹ, ಉತ್ಸವ. Re-joic′iṅg-ly, *ad.* ಉಲ್ಲಾಸವಾಗಿ, ಆನಂದವಾಗಿ.

Re-join′, *v. t. r.* ತಿರಿಗಿ ಕೂಡಿಸು, —ಹೊಂದಿಸು; 2. ತಿರಿಗಿ ಕೂಡಿಕೊಳ್ಳು *c. d.* *v. i. r.* ಪ್ರತ್ಯುತ್ತರ ಕೊಡು, ವಾದಿಗೆ "ಜವಾಬು" ಕೊಡು. Re-join′dĕr, *n.* ಪ್ರತ್ಯುತ್ತರ, ಪ್ರತಿವಾದಿಯ "ಜವಾಬು".

Re-jū′ve-nāte, *v.t.r.* ಪುನರ್ಯೌವನ ಕೊಡು. Rē-jū′ve-nesce, *v. i.* ಪುನರ್ಯೌವನ ಪಡಕೊಳ್ಳು.

Re-lapse′, *v. i. r.* (*pr.* -lapst′) ತಿರುಗು, ಹಿಂಜರಿ; 2. ತಿರಿಗಿ ಕೆಡು, —ಕೆಟ್ಟುಹೋಗು, ಭ್ರಷ್ಟನಾಗು; 3. ಮತ್ತೂ ಬೇನೇ ಬೀಳು, ಬೇನೆ ಮರಕಳಿಸು, ಜ್ವರ—. *n.* ಹಿಂಜರಿಯೋಣ; 2. ತಿರಿಗಿ ಕೆಟ್ಟುಹೋಗೋಣ; 3. ಬೇನೇ ಬೀಳೋಣ, ಮರಕಳಿಕೆ.

Re-lāte′, *v. t. r.* ಹೇಳು, ವಿವರಿಸು. *v. i.* ಸಂಬಂಧವಿರು, ಕುರಿ; *as*, all negative words r. to positive ideas ನಿಷೇಧ ಶಬ್ದಗಳೆಲ್ಲಾ ನಿಶ್ಚಯಾರ್ಥ ಸಂಬಂಧವಾಗಿವೆ; to what does this story r.? ಈ ಕಥೆ ಯಾವುದನ್ನು ಕುರಿತಿರುತ್ತದೆ? ಈ ಕಥೆಯ ಸಂಬಂಧ ಯಾವುದು? Re-lā′ted, *p. p. & a.* ಹತ್ತಗಡೆಯ, ಸಂಬಂಧವಾದ; is he r. to you? ಅವನು ನಿಮಗೇನಾದರೂ ಆಗಬೇಕೋ? he is not r. to me ಅವನು ನನಗೆ ಏನೂ ಆಗುವದಿಲ್ಲ, —ನನಗೆ ಏನೂ ಆಗಬೇಡ. Re-lā′tiŏn, *n.* ಹೇಳುವಿಕೆ, ವಿವರಿಸುವಿಕೆ; 2. ಸಂಬಂಧ; 3. ನೆಂಟಸ್ತಿಕೆ; 4. ನೆಂಟ, ಸಂಬಂಧಿಕ, ಹತ್ತಿಹೊಂದಿಕೆಯವ, ಹತ್ತಗಡೆಯವ; r. by marriage ಬೀಗ; in r. to ವಿಷಯ *c. g.*, ಕುರಿತು *c. a.* Re-lā′tiŏn-al, *a.* ಸಂಬಂಧವನ್ನು ಸೂಚಿಸುವ. Re-lā′tiŏn-ship, *n.* ನೆಂಟಸ್ತಿಕೆ, ನೆಂಟಸ್ತನ, ಬಂಧುತ್ವ, ಸಂಬಂಧ; r. by marriage ಬೀಗತನ; r. by father's side ತಂದೆವಾಸಿ; r. by mother's side ತಾಯಿವಾಸಿ. Rel′a-tive, *a.* ಸಂಬಂಧಿಸಿದ, ವಿಷಯಕ, ಸಂಬಂಧ ಹಚ್ಚಿ ನೋಡುವ; r. pronoun ಪೂರ್ವಸಂಬಂಧಾರ್ಥಕ ಸರ್ವನಾಮ; r. sentence ಸಂಬಂಧಿತ ಉಪವಾಕ್ಯ. *n.* ಹತ್ತಗಡೆಯವ, ನೆಂಟಗಿಂಟ, ಸಂಬಂಧಿಕ, ಬಂಧು; r. by marriage ಬೀಗ. Rel′a-tive-ly, *ad.* ತಾರತಮ್ಯಪ್ರಕಾರವಾಗಿ. Rel-a-tiv′i-ty, *n.* ಸಂಬಂಧವುಂಟಾಗಿರುವಿಕೆ. Re-lā′tŏr, *n.* ಹೇಳುವವನು, ವಿವರಿಸುವವನು.

Re-lax′, *v. t. r.* (*pr.* -laxt′) ಸಡಿಲು ಬಿಡು, ಸಡಿಲಿಸು; 2. (make less severe) ಸುಸೂತ್ರ ಮಾಡು, ಹಗುರ—; 3. (divert the mind) ಮನಸ್ಸಿನ ಆಯಾಸ ತೀರಿಸು, ವಿನೋದಿಸು; 4. r. the bowels ಹೊಟ್ಟೆಜಾಡಿಸು, ಭೇದಿ ಮಾಡು. *v. i.* ಸಡಿಲಾಗು, ಸೋತುಹೋಗು; 2. ಸಡಿಲು ಬಿಡು; 3. ವಿಶ್ರಮಿಸಿಕೊಳ್ಳು. Re-lax-ā′tiŏn, *n.* ಸಡಿಲಿಕೆ; 2. ತೀರಿಕೆ, ಸಾವಕಾಶ, ವಿಶ್ರಾಂತಿ; 3. ಮನತೀರಿಕೆ; 4. (r. of the bowels) ಹೊಟ್ಟೆಜಾಡಿಸೋಣ, ಭೇದಿ; 5. (remission from effort *or* attention) ಉದಾಸೀನ. Re-lax′a-tive, *n.* ಭೇದಿ ಔಷಧ. *a.* ಪ್ರವೃತ್ತಿ ಮಾಡುವ.

Re-lāy′ (-lā′), *n.* "ಟಪ್ಪೆ" ಕುದುರೆ, —ಆಳು. *v. t. r.* ತಿರಿಗಿ ಇರಿಸು, ಟಪ್ಪಾಲು ಇರಿಸು.

Re-lēase′ (-lēst′), *n.* ಬಿಡುಗಡೆ, "ಖುಲಾಸು", ವಿಮೋಚನೆ; 2. "ಖುಲಾಸಪತ್ರ"; 3. ಉಪಶಮನ. *v. t. r.* (*pr.* -lēst) ಬಿಡು, ಬಿಡಿಸು, ಬಿಡುಗಡೆ ಮಾಡು, ವಿಮೋಚಿಸು.

Rel′e-gāte, *v. t. r.* ಗಡಿಪಾರು ಮಾಡು, "ಟಾಪು"—; 2. ಕಳುಹಿಸಿಬಿಡು. Rel-e-gā′tiŏn, *n.* ಗಡಿಪಾರು, "ಟಾಪು ಫಿತುವೆ".

Re-lent′, *v. i. r.* ಮನಸ್ಸು ಕರಗು, ದಯೆ ಹುಟ್ಟು. Re-lent′less, *a.* ಕಠಿಣ, ಕಠೋರಹೃದಯದ, ಕಣ್ಣಲ್ಲಿ ನೆತ್ತರವಿಲ್ಲದ. Re-lent′less-ly, *ad.* ಮನಸ್ಸು ಕರಗದೆ, ದಯೆಯಿಲ್ಲದೆ, ಅಂತಃಕರಣವಿಲ್ಲದೆ. Re-lent′less-ness, *n.* ಕ್ರೂರತನ, ನಿರ್ದಯ.

Rē-let′, *v. t. ir.* (-let′, -let′) ತಿರಿಗಿ ಬಾಡಿಗೆಗೆ ಕೊಡು; 2. ತಿರಿಗಿ "ಲಾವಣಿ" ಕೊಡು, —ಗೇಣಿಗೆ ಕೊಡು.

Re ಎಂಬ ಉಪಸರ್ಗದಿಂದ ಯಾವದೊಂದು ಶಬ್ದವು ಇದರ ಕೆಳಗೆ ಸಿಕ್ಕದಿದ್ದರೆ, ಅದರ ಮೂಲ ಶಬ್ದಾರ್ಥದ ಪೂರ್ವದಲ್ಲಿ "ತಿರಿಗಿ", "ಪುನಃ", ಇಲ್ಲವೆ "ಹಿಂದಕ್ಕೆ" ಎಂಬದನ್ನು ಹಚ್ಚಿ ಓದಿದರೆ ಅರ್ಥವಾಗುವುದು.

Rel'e-vance, -van-cy, *n.* ಹೊಂದಿಕೆ, ಸಂಬಂಧ. **Rel'e-vant,** *a.* ಹತ್ತುವ, ಸಂಬಂಧಿಸುವ.

Re-lī'a-ble, *a.* ಗೊತ್ತಿನ, ಭರವಸದ, ಭರವಸವಿಡತಕ್ಕ. **Re-lī-a-bil'i-ty,** *n.* ನಂಬಿಕೆ, ಭರವಸೆ. **Re-lī'a-ble-ness,** *n.* ನಂಬಿಕೆ, ನಂಬಿಗಸ್ತಿಕೆ. **Re-lī'a-bly,** *ad.* ಭರವಸವಾಗಿ, ನಂಬುವಂತೆ. **Re-lī'ance,** *n.* ನಂಬಿಕೆ, ಭರವಸ, ನೆಚ್ಚಿಕೆ. **Re-lī'ant,** *n.* ನಂಬುವ, ಭರವಸವುಳ್ಳ.

Rel'ic, *n.* ಉಳಿವು; 2. ಹೆಣ; 3. ಗುರುತು; 4. (of saints) ಉಳಪಡಿ, ತಿರುವಸ್ತು, ಅವಶಿಷ್ಟ, ಸಂತಾವಶಿಷ್ಟ, ಸ್ಮಾರಕಚಿಹ್ನ.

Rel'ict, *n.* ವಿಧವೆ, ವಿತಂತು.

Re-liēf', *n.* ಸಹಾಯ; 2. ದುಃಖಶಮನ, ಪರಿಹಾರ, ವಿಶ್ರಾಂತಿ; 3. ಬದಲಿ; 4. ಮುಂದಕ್ಕುಬ್ಬಿದ ಚಿತ್ರ.

Re-liēve', *v. t. r.* ಸ್ಪಷ್ಟ ಮಾಡು; 2. ಸಹಾಯ ಮಾಡು, ಉಪಶಮನ—, ನೆಟ್ಟಗೆ—; 3. (a sentinel) ಬದಲಿಸು.

Rē-liev'ō (rē-lyā'vō), *n.* ಚಿತ್ರವಾಗಲಿ ಪ್ರತಿಮೆಯಾಗಲಿ ಮುಂದಕ್ಕೆ ಉಬ್ಬಿರುವಿಕೆ.

Re-liġ'iōn (-lij'un), *n.* ದೇವಭಕ್ತಿ; 2. ಧರ್ಮಮತ. **Re-liġ'iōn-ist,** *n.* ಮತಾಸಕ್ತ, ಮತಭ್ರಾಂತ. **Re-liġ'iōus (-lij'us),** *a.* ಧರ್ಮಸಂಬಂಧ; r. writings ಸಮಯಶಾಸ್ತ್ರ; 2. ಭಕ್ತಿಯುಳ್ಳ; 3. ಆಜ್ಞಾಧಾರಕ. **Re-liġ'iōus-ly,** *ad.* ಭಕ್ತಿಯಿಂದ; 2. ಮನಃಪೂರ್ವಕವಾಗಿ. **Re-liġ'iōus-ness,** *n.* ಭಕ್ತಿಭಾವ.

Re-lin'quish, *v. t. r.* (*pr.* -kwisht') ಬಿಡು, ಬಿಟ್ಟುಬಿಡು, ಹಕ್ಕು ಬಿಡು. **Re-lin'quish-ment,** *n.* ಬಿಟ್ಟುಬಿಡುವುದು, ವಿಸರ್ಜನೆ, ತ್ಯಾಗ.

Rel'i-qua-ry, *n.* ಕರಡಿಗೆ.

Rel'ique (rel'ik), *n., see* Relic.

Rel'ish, *n.* ಸವಿ, ರುಚಿ, ಸ್ವಾದು, ಚಟ್ನಿ. *v. t. r.* (*pr.* -isht) ರುಚಿ ಹತ್ತು *c. d.*, ಸವಿ ಹತ್ತು *c. d., as,* I r. it ನನಗೆ ರುಚಿ ಹತ್ತುತ್ತದೆ; 2. ರುಚಿ ಕೊಡು. *v. i.* ರುಚಿಯಾಗಿರು, ಸವಿಯಾಗಿರು. *a.* ರುಚಿಯಾಗಿರುವ, ಸವಿಯಾದ.

Rē-lū'cent, *a.* ಹೊಳೆಯುವ.

Re-luc'tant, *a.* ಮನಸ್ಸಿಲ್ಲದ, ಅಸಮ್ಮತಿಯುಳ್ಳ, "ನಾಖುಷಿಯ"; he was r. to go ಹೋಗಲಿಕ್ಕೆ ಅವನಿಗೆ ಮನಸ್ಸಿದ್ದಿಲ್ಲ, ಅವನಿಗೆ ಹೋಗುವ ಮನಸ್ಸಿದ್ದಿಲ್ಲ. **Re-luc'tance, -tan-cy,** *n.* ಅಸಮ್ಮತಿ, ಮನಸ್ಸಿಲ್ಲದಿರೋಣ, "ನಾಖುಷಿ"; with r. ಮನಸ್ಸಿಲ್ಲದೆ. **Re-luc'tant-ly,** *ad.* ಮನಸ್ಸಿಲ್ಲದೆ, ಒಲ್ಲಒಲ್ಲದೆ.

Rē-lụme', Rē-lụ'mine (-min), *v. t. r.* ತಿರಿಗಿ ಬೆಳಕು ಹಚ್ಚು.

Re-lȳ on, *v. i. r.* (*pr.* -līd') ನಂಬು, ನೆಚ್ಚು, ... ಮೇಲೆ ವಿಶ್ವಾಸವಿಡು *c. g.*, ...ಮೇಲೆ ಭರವಸವಿಡು *c. g.*

Re-māin', *v. i. r.* ಉಳಿ, ಇರು, ನಿಲ್ಲು; 2. ಮಿಗು, ಮಿಕ್ಕು, ಉಳಿ. **Re-māin'dĕr,** *n.* ಉಳಿದದ್ದು, ಉಳುಕಿಯದು, "ಬಾಕಿ", ನಿಲಬಾಕಿ, ಶೇಷ. **Re-māinṣ',** *n. pl.* ಹೆಣ; 2. ತೀರಿಕೊಂಡವನು ರಚಿಸಿದ್ದ ಗ್ರಂಥಗಳು. [ಹಿಸು.

Re-mand', *v. t. r.* ವಿಚಾರಣೆಗಾಗಿ ಹಿಂದಕ್ಕೆ ಕಳು

Re-märk', *n.* ನೋಟ, ಲಕ್ಷ್ಯ; 2. ಕಣ್ಣರಿಕೆ; 3. ಮಾತು, "ಟಿಪ್ಪಣಿ", "ಷರಾ". *v. t. r.* (*pr.* -märkt') ಕಾಣು, ನೋಡು, ಲಕ್ಷ್ಯವಿಡು; 2. ಅನ್ನು, ಕಂಡದ್ದು ಹೇಳು, "ಟಿಪ್ಪಣಿ" ಬರೆ. **Re-märk'a-ble,** *a.* ವಿಲಕ್ಷಣ, ಪ್ರಖ್ಯಾತ, ಪ್ರಸಿದ್ಧ, ವಿಶೇಷ. **Re-märk'a-bly,** *ad.* ವಿಶೇಷವಾಗಿ, ಪ್ರಸಿದ್ಧವಾಗಿ.

Rē-mar'ry, *v. t. r.* (-ried, *pr.* -rid) ಎರಡನೆ ಮದುವೆ ಮಾಡು *c. d.* *(as a father does his son or daughter); pass.* ತಿರಿಗಿ ಮದುವೆಯಾಗು. *v. i.* ತಿರಿಗಿ ಮದುವೆಯಾಗು. **Rē-mar'riage (-rij),** *n.* ಪುನರ್ವಿವಾಹ.

Rē-meaṣ'ụre (-mezh'ur), *v. t. r.* ತಿರಿಗಿ ಅಳೆ, —ಅಳತೆ ಮಾಡು.

Rem'e-dy, *n.* ಔಷಧ, ರೋಗಪ್ರತಿಕ್ರಿಯೆ; 2. ಉಪಾಯ, ಹಂಚಿಕೆ; r. at law ಕೋರ್ಟಿನಲ್ಲಿ ಹೊಂದುವ ಪರಿಹಾರ. *v. t. r.* (-died, *pr.* -did) ಉಪಾಯ ಮಾಡು *c. d.*, ಹಂಚಿಕೆ ಮಾಡು *c. d.*, ಪರಿಹರಿಸು, ನೆಟ್ಟಗೆ ಮಾಡು. **Re-mē'di-a-ble,** *a.* ಪರಿಹಾರ ಮಾಡತಕ್ಕ, ಪರಿಹಾರವಾಗುವಂಥ, ಉಪಾಯಸಾಧ್ಯವಾದ. **Re-mē'di-al,** *a.* ಪರಿಹರಿಸುವಂಥ. **Rem'e-di-less,** *a.* ಉಪಾಯವಿಲ್ಲದ, ಪರಿಹಾರವಿಲ್ಲದ, ಅಸಾಧ್ಯ.

Re-mem'bĕr, *v. t. r.* ನೆನಪು ಮಾಡಿಕೊಳ್ಳು, ಜ್ಞಾಪಕ —, ಸೆರಗಿನಲ್ಲಿ ಗಂಟುಹಾಕಿಕೊಳ್ಳು; r. me to them ನಾನವರನ್ನು ಕೇಳಿದ್ದೇನೆಂದು ಹೇಳಿರಿ. **Re-mem'brance,** *n.* ನೆನಪು, ಜ್ಞಾಪಕ; 2. ಗುರುತು, ನೆನಪಿನ ಗುರುತು, ಸ್ಮಾರಕ. **Re-mem'bran-cĕr,** *n.* ನೆನಪಿನ ಗುರುತು, ನೆನಪು ಕೊಡುವವ, —ಕೊಡುವಂಥಾದ್ದು.

For derivative words beginning with Re *which are not found below, see the meaning of the primitive word and prefix* ತಿರಿಗಿ, ಪುನಃ *or* ಹಿಂದಕ್ಕೆ.

Re-mīnd′, *v. t. r.* ನೆನಪು ಕೊಡು *c. d.*, ನೆನಪು ಹುಟ್ಟಿಸು *c. d.* Re-mīnd′ĕr, *n.* ನೆನಪು ಹುಟ್ಟಿಸುವ ಕಾಗದ ಇತ್ಯಾದಿ.

Rem-i-nis′cence, *n.* ನೆನಪು, ಜ್ಞಾಪಕ, ಸ್ಮೃತಿ; 2. ನೆನಪಿಗೆ ತಂದದ್ದು. Rem-i-nis′cent, *a.* ಜ್ಞಾಪಕ ಕೊಡುವ, ಸ್ಮರಣೆಗೆ ತರುವ.

Rē-mīse′, *v. t. r. (law)* "ವಾಪಸು" ಕೊಡು, "ಹಕ್ಕು" ಬಿಟ್ಟುಬಿಡು; 2. ಬರ ಕೊಡು. *n.* ವಾಪಸು ಕೊಡುವಿಕೆ, ಹಕ್ಕು ಬಿಟ್ಟುಬಿಡುವಿಕೆ.

Re-miss′, *a.* ಅಜಾಗರೂಕ, "ಸುಸ್ತಿ"ಯಾದ, ಉದಾಸೀನದ, ಮಂದ. Re-mis′sion (-mish′-un), *n.* ಕ್ಷಮೆ, ವಿಮೋಚನೆ; r. of penalty ದಂಡವಿಮೋಚನೆ; r. of sins ಪಾಪನಿರ್ಹರಣ, ಪಾಪಪರಿಹಾರ; r. of tax ಕಂದಾಯ ವಿಮೋಚನೆ (ರಿಯಾಯಿತಿ); 2. (of a disease) "ಉತಾರು". Re-miss′ly, *ad.* ಅಜಾಗ್ರತೆಯಾಗಿ. Re-miss′ness, *n.* ಅಜಾಗ್ರತೆ, ಅಶ್ರದ್ಧೆ, ಅಸಡ್ಡೆ.

Re-mit′, *v. t. r.* (-mit′ted) ಹಿಂದಕ್ಕೆ ಕಳುಹಿಸು; 2. ಬಿಟ್ಟುಬಿಡು; 3. ಮನ್ನಿಸು; 4. ಕಳುಹಿಸಿಕೊಡು. *v. i.* ಕಡಿಮೆಯಾಗು, ಮಂದವಾಗು, ಉತಾರಾಗು. Re-mit′tal, *n.* ಒಪ್ಪಿಸಿಕೊಡೋಣ. Re-mit′tance, *n.* ಕಳುಹಿಸಿದ ಹಣ, ಹುಂಡಿ. Re-mit′tent, *a.* ಆಗಾಗ್ಗೆ ಕಡಿಮೆಯಾಗುವ, ವಿಷಮ; r. fever ಬಿಟ್ಟುಬಿಟ್ಟು ಬರುವ ಜ್ವರ. Re-mit′tĕr, *n.* ಹಣ ಕಳುಹಿಸುವವನು; 2. ಕ್ಷಮಿಸುವವನು.

Rem′nant, *n.* ಉಳಕೆಯದು, ಉಳುಹು, "ಬಾಕಿ"; 2. ಉಳಕೆಯವರು. *a.* ಮಿಕ್ಕ, ನಿಂತ, ಉಳಿದಂಥ.

Re-mon′strance, *n.* ಎದುರಾಗಿ ನ್ಯಾಯ ತೋರಿಸುವುದು, ಎದುರು ನಿಂತು ಮಾತಾಡೋಣ, ಬುದ್ಧಿ ಹೇಳೋಣ, ಸಿಟ್ಟುಮಾಡೋಣ; 2. ಬುದ್ಧೀಮಾತು. Re-mon′strant, Re-mon′stra-tive, *a.* ಎದುರಾಡುವ, ಬುದ್ಧೀ ಹೇಳುವ. *n.* ನ್ಯಾಯವಾದಿ, ಪ್ರತಿವಾದಿ. Re-mon′strāte, *v. i. r.* ಎದುರಾಗಿ ನ್ಯಾಯ ತೋರಿಸು, ನಾಲ್ಕು ಮಾತು ಹೇಳು, ಬುದ್ಧಿ ಹೇಳು.

Re-morse′, *n.* ಪಶ್ಚಾತ್ತಾಪ. Re-morse′ful, *a.* ಪಶ್ಚಾತ್ತಾಪದ. Re-morse′ful-ly, *ad.* ಪಶ್ಚಾತ್ತಾಪದಿಂದ. Re-morse′less, *a.* ಕರುಣೆಯಿಲ್ಲದ, ಮನಸ್ಸು ಕರಗದ, ಕಠಿನ, ನಿಷ್ಠುರ. Re-morse′less-ly, *ad.* ಕ್ರೂರವಾಗಿ, ನಿಷ್ಠುರದಿಂದ.

Re-mōte′, *a.* ದೂರದ, ದೂರವಾದ. Re-mōte′ly, *ad.* ದೂರವಾಗಿ; 2. ಅಂಗಲಾಗಿ. Re-mōte′ness, *n.* ದೂರ.

Rē-mount′, *n.* ಸನ್ನದ್ಧವಾದ ಹೊಸ ಕುದುರೆ. *v. t. r.* ತಿರಿಗಿ ಹತ್ತು.

Re-mōve′, *v. t. r.* ತೆಗೆ, ತೆಕ್ಕೊಂಡುಹೋಗು; 2. ತೆಗೆದುಹಾಕು (from an office); 3. (r. some grievance) ನೀಗು, ನೀಗಿಸು, ಪರಿಹಾರ ಮಾಡು, ವ್ಯವಸ್ಥೆ—; *pass.* ನೀಗು, ಪರಿಹಾರವಾಗು, ವ್ಯವಸ್ಥೆಯಾಗು. *v. i.* ಸರಿ, ಹೋಗು, ಸ್ಥಳ ಬದಲಿಸು; a family to r. ಸಂಸಾರ ಎತ್ತಿಬರು; an army to r. ದಂಡು ಎತ್ತಿಬರು. *n.* ಎತ್ತಿಬರೋಣ, ಸ್ಥಳಾಂತರ; 2. ಅಂತರ; 3. ಮೆಟ್ಟು. Re-mōved′ (-mōvd′), *a.* ದೂರ; r. from office ಉದ್ಯೋಗ ಕಳಕೊಂಡ. Re-mō-va-bil′i-ty, *n.* ತೆಗೆಯುವ ಹಾಗಿರುವುದು, ತೆಗೆದುಹಾಕಬಹುದಾಗಿರುವುದು. Re-mō′va-ble, *a.* ತೆಗೆಯಲಿಕ್ಕೆ ಬರುವಂಥ, ತೆಗೆದುಹಾಕತಕ್ಕ. Re-mō′val, *n.* ತೆಗೆಯುವುದು; 2. ಉದ್ಯೋಗದಿಂದ ತೆಗೆದುಹಾಕೋಣ, ಸ್ಥಳಾಂತರ; 3. (putting an end to) ಪರಿಹಾರ, ವ್ಯವಸ್ಥೆ, ನೀಗಿಕೆ.

Re-mū′nĕr-āte, *v. t. r.* ಕೂಲೀ ಕೊಡು, ಪ್ರತಿಫಲ—, ಬಹುಮಾನ ಕೊಡು. Re-mū-nĕr-ā′tion, *n.* ಕೂಲಿ, ಪ್ರತಿಫಲ, ಬಹುಮಾನ, ಪ್ರತ್ಯುಪಕಾರ. Re-mū′nĕr-a-tive, -a-tor-y, *a.* ಪ್ರತಿಫಲ ಸಿಕ್ಕುವಂಥ, ಫಲ ಕೊಡುವಂಥ, ಲಾಭದ.

Re-nāis′sance, *n.* ವಿದ್ಯಾಭ್ಯುದಯ.

Ren′ard, Rey′nard, *n.* ನರಿ, ಜಂಬುಕ.

Rē′nal, *a.* ಹುರುಳಿಕಾಯಿಗೆ ಸಂಬಂಧಪಟ್ಟ.

Re-nas′cence, Re-nāis′sance, *n.* ಪುನರುದ್ಭವ, ನವಚೇತನ.

Ren-coun′tĕr, Ren-con′tre, *n.* ಕೂಡಿಬರೋಣ, "ಭೇಟಿ"; 2. ಯುದ್ಧ; 3. ಜಗಳ. *v. t. r.* ಫಕ್ಕನೆ "ಭೇಟಿ"ಯಾಗು.

Rend, *v. t. ir.* (rent, rent) ಹರಿ, ಸೀಳು; r. the air with shouts ಮಹಾ ಆರ್ಭಟ ಮಾಡು.

Ren′dĕr, *v. t. r.* ಹಿಂದಕ್ಕೆ ಕೊಡು; 2. (inflict) ಕೊಡು, ಮಾಡು *c. d.*; 3. (give, surrender) ಒಪ್ಪಿಸಿಕೊಡು, ಕೊಡು; 4. (cause to be *or* to become) ಮಾಡು; 5. (translate) ಭಾಷಾಂತರ ಮಾಡು, ಟೀಕು—. Ren′dĕr-a-ble, *a.* ಕೊಡತಕ್ಕ, ಮಾಡತಕ್ಕ; 2. ಭಾಷಾಂತರ ಮಾಡತಕ್ಕ. Ren′dĕr-ing, *n.* ಭಾಷಾಂತರ,

Re ಎಂಬ ಉಪಸರ್ಗವಿರುವ ಯಾವದೊಂದು ಶಬ್ದವು ಇದರ ಕೆಳಗೆ ಸಿಕ್ಕದಿದ್ದರೆ, ಅದರ ಮೂಲ ಶಬ್ದಾರ್ಥದ ಪೂರ್ವದಲ್ಲಿ "ತಿರಿಗಿ", "ಪುನಃ", ಇಲ್ಲವೆ "ಹಿಂದಕ್ಕೆ" ಎಂಬದನ್ನು ಹಚ್ಚಿ ಓದಿದರೆ ಅರ್ಥವಾಗುವುದು.

ಪರಿವರ್ತನೆ. Ren-di'tiŏn (-dish'un), *n.* ಒಪ್ಪಿಸಿಕೊಡೋಣ.

Ren'dez-vöus (ren'de-vö *or* räṅ'de-vö), *n.* ಕೂಡಿ ಬರುವ ಸ್ಥಳ, ಮೇಳನಸ್ಥಾನ, ಸಂಕೇತ ಸ್ಥಳ; 2. ಸಂಕೇತ, ಗೊತ್ತು ಮಾಡಿದ "ಭೇಟಿ". *v. i.* ಪ್ರತ್ಯೇಕ ಸ್ಥಳದಲ್ಲಿ (ದಂಡು ಹಡಗಗಳು ಮುಂ.) ಕೂಡು. *v. t.* ಒಂದು ಸ್ಥಳದಲ್ಲಿ ಕೂಡಿಸು.

Ren'e-gāde, *n.* ಸ್ವಮತತ್ಯಾಗಿ, ವಿಶ್ವಾಸಘಾತಕ; 2. "ಲುಚ್ಚ".

Re-nerve', *v. t. r.* ತಿರಿಗಿ ಬಲಪಡಿಸು.

Re-new' (-nū'), *v. t. r.* ತಿರಿಗಿ ಹಸನ ಮಾಡು, —ಗಟ್ಟಿ ಮಾಡು, —ನೆಟ್ಟಗೆ ಮಾಡು; 2. ಪುನರಾರಂಭಿಸು; 3. ತಿರಿಗಿ ಮಾಡು; 4. ನವೀಕರಿಸು. *v. i.* ಹೊಸದಾಗು, ತಿರಿಗಿ ಆರಂಭವಾಗು. Re-new'a-ble, *a.* ತಿರಿಗಿ ಮಾಡತಕ್ಕ, ತಿರಿಗಿ ಹಸನ ಮಾಡತಕ್ಕ, *etc.*, ನವೀಕೃತ್ಯ. Re-new'al, *n.* ಇನ್ನೊಮ್ಮೆ ಮಾಡೋಣ, ನವೀಕರಣ; 2. ಪುನರಾರಂಭ. Re-newed', *pp. a.* ತಿರಿಗಿ ಹಸನ ಮಾಡಿದ. Re-new'ĕr, *n.* ತಿರಿಗಿ ಮಾಡುವವ, ಪುನಃ ಆರಂಭಿಸುವವ.

Ren'i-form, *a.* ಹುರುಳಿಕಾಯಿ ಆಕಾರದ, ಗೇರುಬೀಜದ ಆಕಾರದ.

Re-nī'tence, -nī'ten-cy (*or* ren'i-), *n.* ಎದುರಿಸುವುದು, ಅಡ್ಡಿ ಮಾಡೋಣ, ಅಸಂತುಷ್ಟಿ, ವಿರೋಧ.

Ren'net, Run'net, *n.* ಹೆಪ್ಪು; 2. Indian r. *(Withania coagulans, Dunal.)* ಅಶ್ವಗಂಧಿ.

Re-nounce', *v.t.r.* (*pr.*-nounst') ಬೇಡನ್ನು, ತೊರೆ, ವಿಸರ್ಜಿಸು, ಬಿಟ್ಟುಬಿಡು, (ಅದರ) ಹೆಸರಿಗೆ ನೀರು ಬಿಡು. Re-nounce'ment, *n.* ಬಿಡುವಿಕೆ, ವಿಸರ್ಜನೆ, ಪರಿತ್ಯಾಗ.

Ren'o-vāte, *v. t r.*, *see* Renew. Ren-ō-vā'tiŏn, *n.*, *see* Renewal. Ren-ō-vā-tŏr, *n.* ತಿರಿಗಿ ಮಾಡುವವನು, ನವಚೇತನ ತುಂಬುವವನು, ಹೊಸದಾಗಿ ರೂಪಿಸುವವನು.

Re-nown', *n.* ಹೆಸರು, ಪ್ರಸಿದ್ಧಿ, ಕೀರ್ತಿ, ಪ್ರಖ್ಯಾತಿ. Re-nowned' (-nound'), *a.* ಪ್ರಖ್ಯಾತ, ಹೆಸರುಗೊಂಡ.

Rent, *n.* ಬಾಡಿಗೆ, "ಗೇಣಿ", "ಲಾವಣಿ", ವಾರ *(My.)*. *v. t. r.* ಬಾಡಿಗೆಗೆ ಕೊಡು; 2. ಬಾಡಿಗೆಗೆ ತಕ್ಕೊಳ್ಳು, "ಲಾವಣಿ" ಹಿಡಿ. Rent'a-ble, *a.* ಬಾಡಿಗೆಗೆ ಕೊಡತಕ್ಕ. Ren'tal, *n.* ಬಾಡಿಗೇ ಹಣ, ಕಂದಾಯ. Rent'ĕr, *n.* ಬಾಡಿಗೆಗೆ ತೆಕ್ಕೊಂಡವ, "ಲಾವಣಿ" ಹಿಡಿದವ. *v. t. r.* ವಸ್ತ್ರದ ಅಂಚುಗಳನ್ನು ಕಾಣದಂತೆ ಜೋಡಿಸಿ ಹೊಲಿ. Rent'-roll, *n.* ಕಂದಾಯದ ಲೆಕ್ಕ.

Rent, *n.* ಹರಕು, ಛಿದ್ರ; 2. ಗಾಯ; 3. ಮತಭೇದ, —ವಿರೋಧ.

Rent, *pt. & pp. of* Rend.

Reṅ-tier' (roṅg-tyā'), *n.* ಸೋಪಾಯಸ್ಥ.

Re-nū'mĕr-āte, *v. t. r.* ತಿರಿಗಿ ಎಣಿಸು, ಗಣಿಸು.

Re-nun-ci-ā'tiŏn, *n. see* Renouncement

Rē-oc'cū-pȳ, *v. t. r.* (-pīed) ತಿರಿಗಿ ಹಿಡಿ. —ಸ್ವಾಧೀನ ಮಾಡಿಕೊಳ್ಳು., —ಬಿಚ್ಚು.,

Rē-ō'pen (-ō'pn), *v. t. r.* ತಿರಿಗಿ ತೆರೆ, —ತೆಗೆ,

Re-or-dāin', *v. t. r.* ತಿರಿಗಿ ನೇಮಿಸು.

Rē-or'gan-īse, *v. t. r.* ತಿರಿಗಿ ಕಟ್ಟು, —ಸ್ಥಾಪಿಸು, —ಕ್ರಮವಡಿಸು, —ಹೊಂದಿಕೆ ಮಾಡು. Rē-or-gan-i-sā'tiŏn, *n.* ತಿರಿಗಿ ಕಟ್ಟೋಣ, —ಹೊಂದಿಕೆ ಮಾಡೋಣ.

Rep, Repp, *n.* ಒಂದು ತರದ ವಸ್ತ್ರ.

Rē-pāir', *v. t. r.* ನೆಟ್ಟಗೆ ಮಾಡು, ಸುಧಾರಿಸು, ಜೀರ್ಣೋದ್ಧಾರ ಮಾಡು, "ದುರುಸ್ತು"—. *n.* ನೆಟ್ಟಗೆ ಮಾಡೋಣ, "ದುರುಸ್ತು", "ಮರಾಮತು", ಜೀರ್ಣೋದ್ಧಾರ, "ದಾಗದುಜ"; out of r. ಜೀರ್ಣ. Rep'a-ra-ble, Re-pāir'a-ble, *a.* ನೆಟ್ಟಗೆ ಮಾಡತಕ್ಕ, "ದುರುಸ್ತಾಗ"ತಕ್ಕ. Re-pāir'ment, *n.* ನೆಟ್ಟಗೆ ಮಾಡುವಿಕೆ. Rep-a-rā'tiŏn, *n.* ನೆಟ್ಟಗೆ ಮಾಡುವುದು; 2. ಈಡು, "ಲುಕುಸಾನ" ಕೊಟ್ಟದ್ದು. Re-par'a-tive, *a.* ನೆಟ್ಟಗೆ ಮಾಡುವ. *n.* ನೆಟ್ಟಗೆ ಮಾಡುವಂಥಾದ್ದು.

Re-pāir', *v. i. r.* ಹೋಗು.

Rep-är-tēe', *n.* ಸಮಯೋಚಿತ ಉತ್ತರ, ಟಾಗಿ ಮುಚ್ಚುವ ಉತ್ತರ, "ಹಾಜರಜವಾಬು".

Re-past', *n.* ಊಟ, ಭೋಜನ, ಆಹಾರ. *v. t. r.* ಭೋಜನ ಮಾಡು. [ದು.

Rē-pā-tri-ā'tiŏn, *n.* ಪುನಃ ಸ್ವದೇಶಕ್ಕೆ ಕಳುಹು[ಪು]

Re-pāy' (-pā'), *v. t. ir.* (-pāid') ಸಲ್ಲಿಸು, ತಿರಿಗಿ ಕೊಡು; 2. ಮುಯ್ಯಿಗೆ ಮುಯ್ಯಿ ಕೊಡು; 3. ಪ್ರತ್ಯುಪಕಾರ ಮಾಡು. Re-pāy'a-ble, *a.* ತಿರಿಗಿ ಕೊಡತಕ್ಕ, ಸಲ್ಲಿಸತಕ್ಕ. Re-pāy'-ment, *n.* ತಿರಿಗಿ ಕೊಡುವುದು; 2. ಸಲ್ಲಿಸಿದ ಹಣ.

Re-pēal' (-pēl'), *n.* ತೆಗೆದುಹಾಕೋಣ, ಹಿಂತೆಗೆಯೋಣ, "ರದ್ದು". *v. t. r.* ತೆಗೆದುಹಾಕು,

For derivative words beginning with Re *which are not found below, see the meaning of the primitive word and prefix* ತಿರಿಗಿ, ಪುನಃ *or* ಹಿಂದಕ್ಕೆ.

ಹಿಂತೆಗೆ, "ರದ್ದು" ಮಾಡು. **Re-pēal'ĕr**, *n.* ನಿಷೇಧಿಸುವವನು.

Re-pēat' (-pēt'), *v. t. r.* ಇನ್ನೊಮ್ಮೆ ಮಾಡು, ಎರಡನೇ ಸಾರಿ—, ತಿರಿಗಿ ಹೇಳು; 2. (ಪಾಠ) ಹೇಳು. **Re-pēat'ed-ly**, *ad.* ಪದೇಪದೇ, ತಿರಿಗಿತಿರಿಗಿ. **Re-pēat'ĕr**, *n.* ಸೂತ್ರ ಮುಟ್ಟಿದರೆ ಹೊಡೆದ ತಾಸೇ ತಿರಿಗಿ ಹೊಡೆಯುವ ಗಡಿಯಾರ, *(arith.)* ಆವರ್ತದಶಾಂಶ.

Re-pel', *v. t. r.* ಹಿಂದಕ್ಕೆ ನೂಕಿಸು, —ಓಡಿಸು; 2. ಅಡ್ಡಕಟ್ಟು, ಎದುರಿಸು, ಸೋಲಿಸು, ಹಿಮ್ಮೆಟ್ಟಿಸು; 3. ಹೇಯವಾಗು, ಅಸಹ್ಯವಾಗು. **Re-pel'lent**, *a.* ಎದುರಿಸುವಂಥ. *n.* ಎದುರಿಸುವಂಥಾದ್ದು.

Re-pent', *v. t. & i. r.* ಪಶ್ಚಾತ್ತಾಪ ಪಡು *c. d.*, ಅನುತಾಪ ಹೊಂದು *c. d.*, ಮಾನಸಾಂತರ ಪಡು *c. d.* **Re-pen'tance**, *n.* ಪಶ್ಚಾತ್ತಾಪ, ಅನುತಾಪ, ಮಾನಸಾಂತರ. **Re-pen'tant**, *a.* ಪಶ್ಚಾತ್ತಾಪ ಪಡುವ, ಮಾನಸಾಂತರ—. *n.* ಮಾನಸಾಂತರ ಪಡುವವನು, ಪಶ್ಚಾತ್ತಾಪ ಪಡುವವನು. **Re-pent'iṅg-ly**, *ad.* ಪಶ್ಚಾತ್ತಾಪವಾಗಿ, —ದಿಂದ.

Rē-pēo'ple (-pē'pl), *v. t. r.* ತಿರಿಗಿ ಜನ ತುಂಬು *c. l.*

Rē-per-eus'siŏn, *n.* ಉತ್ಪತನ; 2. ಪ್ರತಿಧ್ವನಿ. **Re-per-eus'sive**, *a.* ಹಿಂದಕ್ಕೆ ತಳ್ಳುವ.

Rep'ĕr-tŏr-y, *n.* ಭಂಡಾರ, ಕೋಶ, ವಸ್ತುಗಳು ಬೇಗ ಸಿಗುವಂತೆ ಅನುಕ್ರಮವಾಗಿ ಹೊಂದಿಸಿಟ್ಟ ಸ್ಥಳ.

Rē-per-ūse', *v. t. r.* ಪುನಃ ಓದು. **Rē-per-ū'ṣal**, *n.* ಪುನಃ ಓದುವಿಕೆ.

Rep-ē-ti'tiŏn (-tish'un), *n.* ತಿರಿಗಿ ಮಾಡುವುದು, —ಹೇಳುವುದು, ಪುನರಾವರ್ತನೆ; (of lessons) ಅಧ್ಯಯನಾವೃತ್ತಿ. **Rep'e-tend**, *n.* ಆವರ್ತದಶಾಂಶ.

Rē-pīne' at, *v. i. r.* ಚಿಂತೆ ಪಡು, ದುಃಖ—, ಚಡಪಡಿಸು, ಮರಮರುಗು. **Rē-pīn'ĕr**, *n.* ಗುಣುಗುಟ್ಟುವವ. **Rē-pī'niṅg**, *n.* ಚಡಪಡಿಸುವಿಕೆ, ವ್ಯಸನ, ಗುಣುಗುಟ್ಟುವಿಕೆ. *a.* ಗುಣುಗುಟ್ಟುವ, ಅಸೂಯೆಪಡುವ. **Rē-pī'niṅg-ly**, *ad.* ಚಡಪಡಿಸುತ್ತಾ, ಮರಮರಗುತ್ತಾ; 2. ಗುಣುಗುಟ್ಟುತ್ತಾ.

Re-plāce', *v. t. r.* ಮುಂಚಿನ ಸ್ಥಳದಲ್ಲಿಡು; 2. ತಿರಿಗಿ ಕೊಡು; 3. ಬದಲು ಕೊಡು *c. g.;* 4. ಬದಲಾಗಿ ಬರು *c. g.*

Re-plen'ish, *v. t. r.* ತಿರಿಗಿ ತುಂಬಿಸು, ತುಂಬಿಸು, ಭರ್ತಿಮಾಡು **Re-plen'ish-ment**, *n.* ತಿರಿಗಿ ತುಂಬುವಿಕೆ.

Re-plēte' (-plēt'), *a.* ತುಂಬ, ತುಂಬಿದ, ಪೂರ್ಣ. **Re-plē'tiŏn, Re-plēte'ness**, *n.* ತುಂಬಿಸೋಣ ತುಂಬಾಯ, ತುಂಬಿಕೆ, ಸಂಪೂರ್ಣತೆ, ಅತಿಪುಷ್ಟಿ. **Re-plē'tive**, *a.* ತುಂಬುವ.

Rep'li-ea, *n.* ದ್ವಿಪ್ರತಿ.

Re-plȳ', *n.* ಪ್ರತ್ಯುತ್ತರ, "ಜವಾಬು". *v. t. r.* (-plīed', *pr.* -plīd') ಪ್ರತ್ಯುತ್ತರ ಕೊಡು.

Re-pōrt', *n.* ಸುದ್ದಿ, ಸಮಾಚಾರ, ವರದಿ, ವರ್ತಮಾನ; a false r. ಗಾಳಿಸುದ್ದಿ, ಗಾಳಿಸಮಾಚಾರ; 2. (repute) ಹೆಸರು, ಕೀರ್ತಿ; evil r. ದೂಷಣೆ; good r. ಭೂಷಣೆ; 3. (sound) ಸಪ್ಪಳ, ಶಬ್ದ, ಅಬ್ಬರ, ಗರ್ಜನೆ (of a gun); 4. (written account) ವರದಿ, "ರಿಪೋರ್ಟು", "ಹಕೀಕತ್ನಾಮೆ". *v. t. r.* ತಿಳಿಸು, ವರ್ತಮಾನ ಹೇಳು, ವರದಿ—; 2. ವರದಿ ಬರೆದು ಕಳುಹಿಸು, "ರಿಪೋರ್ಟು" ಬರೆದು—; it is reported ಸುದ್ದಿಯುಂಟು. **Re-pōrt'ĕr**, *n.* ತಿಳಿಸುವವ, ವಾರ್ತಿಕ.

Re-pōṣe', *n.* ನಿದ್ರೆ, ವಿಶ್ರಾಂತಿ. *v. t. r.* ಸಂತೈಸು, ವಿಶ್ರಾಂತಿ ಕೊಡು *c. d.;* 2. ಒಪ್ಪಿಸು, ಇಡು, ಕೈಯಲ್ಲೊಪ್ಪಿಸು. *v. i.* ಬಿದ್ದಿರು; 2. ಮಲಗು; 3. ಭರವಸವಿಡು, ನೆಚ್ಚು, ಸಮಾಧಾನ ಮಾಡಿಕೊಳ್ಳು. **Re-pōṣ'al**, *n.* ಭರವಸೆಯಿಂದ ಇರುವುದು. **Re-pō'sed-ly**, *ad.* ನೆಮ್ಮದಿಯಾಗಿ. **Re-poṣ'it**, *v. t. r.* ಇಟ್ಟುಕೊಳ್ಳು, ಮಡಗು, ಭದ್ರವಾಗಿಡು. **Re-poṣ'i-tŏr-y**, *n.* ಕಣಜ; 2. ನಿಧಾನ.

Rep-re-hend', *v. t. r.* ದೂರು, ಹಂಗಿಸು, ಸಿಟ್ಟುಮಾಡು *c. d.* **Rep-re-hen'si-ble**, *a.* ಸಿಟ್ಟುಮಾಡಿಸಿಕೊಳ್ಳತಕ್ಕ, ಹಂಗಿಸಿಕೊಳ್ಳತಕ್ಕ. **Rep-re-hen'si-bly**, *ad.* ತಪ್ಪಾಗಿ, ಅಪರಾಧವಾಗಿ. **Rep-re-hen'siŏn**, *n.* ಸಿಟ್ಟುಮಾಡೋಣ, ದೂರು. **Rep-re-hen'sive, -hen'-sŏr-y**, *a.* ಸಿಟ್ಟುಮಾಡುವಂಥ, ಗದರಿಸುವಂಥ.

Rep-re-ṣent', *v. t. & i. r.* ತೋರಿಸು, ಸೂಚಿಸು; 2. ಸೋಗುಹಾಕಿಕೊಳ್ಳು *c. g.*, 3. ಪ್ರತಿನಿಧಿಯಾಗು; 4. ಹೇಳಿಕೊಳ್ಳು, ಅರಿಕೆಮಾಡು, ನಿವೇದಿಸು, ತಿಳಿಸು. **Rep-re-ṣen-tā'tiŏn**, *n.* ತೋರಿಸುವಿಕೆ, ನಿವೇದನ; 2. ಚಿತ್ರ; 3. ಸೋಗು, ವೇಷ; 4. ಪ್ರತಿನಿಧಿಗಳು; 5. ಅರಿಕೆ, ಮನವಿ. **Rep-re-ṣen'ta-tive**, *a.* ತೋರಿ

Re ಎಂಬ ಉಪಸರ್ಗವಿರುವ ಯಾವದೊಂದು ಶಬ್ದವು ಇದರ ಕೆಳಗೆ ಸಿಕ್ಕದಿದ್ದರೆ, ಅದರ ಮೂಲ ಶಬ್ದಾರ್ಥದ ಪೂರ್ವದಲ್ಲಿ "ತಿರಿಗಿ", "ಪುನಃ", ಇಲ್ಲವೆ "ಹಿಂದಕ್ಕೆ" ಎಂಬದನ್ನು ಹಚ್ಚಿ ಓದಿದರೆ ಅರ್ಥವಾಗುವುದು.

ಸುವ; 2. ಹೋಲುವ; 3. ಪ್ರತಿನಿಧಿಯಾಗಿರುವ. *n.* ಪ್ರತಿನಿಧಿ, "ವಕೀಲ". Rep-re-sen′tā-tive-ly, *ad.* ಪ್ರತಿನಿಧಿಮೂಲಕ.

Re-press′, *v. t. r.* (*pr.* -prest′) ಅಣಗಿಸು, ಒತ್ತಿಕೊಳ್ಳು, ಹತ್ತಿಬಡಿ; 2. ಬಿಗಿ ಹಿಡಿ, ಹತ್ತೊತ್ತಿಕೊಳ್ಳು, ಆಟೋಪಿಸಿಕೊಳ್ಳು. Re-pres′-siŏn (-presh′un), *n.* ಅಡಕ, ಅಣಗಿಸುವಿಕೆ, ಆಟೋಪ. Re-pres′sive, *a.* ಅಣಗಿಸುವ, ಹತ್ತಿಬಡಿಯುವ, ಆಟೋಪದಲ್ಲಿಡುವ. Re-pres′sive-ly, *ad.* ಅಣಗಿಸುವಂತೆ.

Re-priēve′ (-prēv′), *v. t. r.* ಶಿಕ್ಷೆ ತಡಮಾಡು, "ಬಚಾಯಿಸು", ಕ್ಷಣ ವಿಶ್ರಾಂತಿ ಕೊಡು. *n.* ಶಿಕ್ಷೆ ತಡಮಾಡುವುದು, "ಬಚಾವು", ತಡ; 2. ವಿಶ್ರಾಂತಿ, ಸಾವಕಾಶ.

Rep-ri-mand′, *v. t. r.* ಸಿಟ್ಟುಮಾಡು *c. d.*, ಗದರಿಸು. *n.* ಗದರಿಸುವಿಕೆ, ವಾಗ್ದಂಡನೆ.

Re-prī′sal, *n.* ಬದಲಾಗಿ ಹಿಡಿದದ್ದು, ಪ್ರತ್ಯಪಹಾರ, ಮುಯ್ಯಿಗೆ ಮುಯ್ಯಿ.

Re-prōach′ (-prōch′), *n.* ದೂರು, ನಿಂದೆ, ಅಪವಾದ, ಅಪಕೀರ್ತಿ. *v. t. r.* (*pr.* -prōcht′) ಬಯ್ಯು, ಹಂಗಿಸು, ನಿಂದಿಸು, ದೂರು, ಪಚಾರಿಸು. Re-prōach′a-ble (-prōch′a-bl), *a.* ದೂರತಕ್ಕಂಥ, ನಿಂದಿಸತಕ್ಕಂಥ. Re-prōach′a-bly, *ad.* ಅಪಕೀರ್ತಿಯಾಗಿ. Re-prōach′-ful (-prōch′ful), *a.* ಬಯ್ಯುವ, ದೂರುವ, ನಿಂದೆಯ; 2. ನಾಚಿಕೆಯ. Re-prōach′-ful-ly, *ad.* ಬಯ್ಯುವ ರೀತಿಯಿಂದ, ಬಯ್ಯುತ್ತಾ, ನಿಂದೆಯಾಗಿ; 2. ನಾಚಿಕೆಯಾಗಿ.

Rep′rō-bāte, *a.* ಬಹಳ ಕೆಟ್ಟ, ದುರುಳ, ದುಷ್ಟ, ಭ್ರಷ್ಟ; r. silver ಕಂದುಬೆಳ್ಳಿ. *n.* ಬಹಳ ಕೆಟ್ಟವ, ಅತಿ ದುಷ್ಟ. *v. t. r.* ಬೇಡೇಬೇಡೆನ್ನು, ಜರಿದುಬಿಡು, ತಳ್ಳಿಬಿಡು. Rep-rō-bā′tiŏn, *n.* ಬೇಡೇಬೇಡೆನ್ನುವುದು; 2. ದುರುಳತನ, ಭ್ರಷ್ಟತ್ವ.

Re-pro-dūce′, *v. t. r.* ಪುನರುತ್ಪತ್ತಿಮಾಡು, ತಿರಿಗಿ ಉಂಟುಮಾಡು, ಪುನಃ ರೂಪಿಸು. Re-pro-duc′tiŏn, *n.* ಪುನರುತ್ಪತ್ತಿ.

Re-proof′, *n.* ಬೆದರಿಸೋಣ, ಗದರಿಕೆ, ಸಿಟ್ಟುಮಾಡೋಣ, ವಾಗ್ದಂಡ. Re-prö′va-ble, *a.* ಹೇಳಿಸಿಕೊಳ್ಳತಕ್ಕಂಥ, ವಾಗ್ದಂಡಕ್ಕೆ ಯೋಗ್ಯವಾದ. Re-prö′va-bly, *ad.* ತಪ್ಪಾಗಿ. Re-pröve′, *v. t. r.* ಬೆದರಿಸು, ಗದರಿಸು, ಬುದ್ಧಿ ಹೇಳು *c. d.* Re-pröv′ẽr, *n.* ಗದರಿಸುವವನು, ಬುದ್ಧಿ ಹೇಳುವವನು. Re-prö′ving-ly, *ad.* ಗದರಿಸುತ್ತಾ, ಸಿಟ್ಟು ಮಾಡುತ್ತಾ.

Rep′tant, *a.* ಹರಿಯುವ.

Rep′tīle, *a.* ಹರಿದಾಡುವ; 2. ಅಧಮ, ನೀಚ. *n.* ಹರಿದಾಡುವ ಜಂತು, ಉರಗಮನಿ, ಸರೀಸೃಪ, ಉರಗ; 2. ನೀಚನು, ಅಧಮನು. Rep-til′ian, *a.* ಉರಗಮನಿಗಳ.

Re-pub′lic, *n.* ಪ್ರಜಾಧಿಪತ್ಯ; r. of letters ವಿದ್ವಾಂಸರ ಸಮೂಹ, ಪಂಡಿತಸಭೆ. Re-pub′li-can, *a.* ಪ್ರಜಾಧಿಪತ್ಯದ, ಪ್ರಜಾಧಿಪತ್ಯಾನುಸಾರ. *n.* ಪ್ರಜಾಧಿಪತ್ಯದ ಪಕ್ಷದವ. Re-pub′li-can-ism, *n.* ಪ್ರಜಾಧಿಪತ್ಯ, ಪಕ್ಷಪಾತ, ಪ್ರಜಾಧಿಪತ್ಯವಾದ.

Rē-pub′lish, *v. t. r.* (*pr.* -lisht) ತಿರಿಗಿ ಛಾಪಿಸು, —ಛಾಪಿಸಲಿಕ್ಕೆ ಹಾಕು. Rē-pub-li-cā′tiŏn, *n.* ಎರಡನೇ ಸಾರಿ ಪ್ರಸಿದ್ಧಿ ಮಾಡೋಣ; 2. ಎರಡನೇ "ಛಾಪೆ".

Re-pū′di-āte, *v. t. r.* ಜರಿದುಬಿಡು, ಇದರ ಗೊಡವೆ ಬೇಡೆನ್ನು, ತಳ್ಳಿಬಿಡು, ಬಿಡಿಸಿಕೊಳ್ಳು. Re-pū-di-ā′tiŏn, *n.* ಜರಿದುಬಿಡೋಣ, ತಳ್ಳಿಬಿಡೋಣ, ಭಾರ್ಯಾತ್ಯಾಗ, ಬಿಡಿಸಿಕೊಳ್ಳುವುದು.

Re-pug′nance, -′nan-cy, *n.* ಬೇಸರಿಕೆ, ವಿರುದ್ಧ, ಅಸಮ್ಮತಿ; with r. ಮನಸ್ಸಿಲ್ಲದೆ, ಬೇಸರಿಕೆಯಾಗಿ. Re-pug′nant to, *a.* ಅಸಹ್ಯ, ವಿರೋಧ, ಅಸಮ್ಮತಿಯ. Re-pug′nant-ly, *ad.* ಬೇಸರಿಕೆಯಾಗಿ, ಅಸಹ್ಯವಾಗಿ.

Re-pulse′, *n.* ಹಿಂದಕ್ಕೆ ನೂಕಿಸೋಣ, ಪರಾಜಯ. *v. t. r.* (*pr.* -pulst′) ಹಿಂದಕ್ಕೆ ನೂಕಿಸು, ಹಿಮ್ಮೆಟ್ಟಿಸು. Re-pul′siŏn, *n.* ಹಿಮ್ಮೆಟ್ಟಿಸುವಿಕೆ; 2. (*nat. phil.*) ಹಿಂದಕ್ಕೆ ತಳ್ಳುವ ಶಕ್ತಿ, —ತಳ್ಳುವ ಗುಣ. Re-pul′sive, *a.* ಹಿಂದಕ್ಕೆ ದೂಡುವ, ಹಿಮ್ಮೆಟ್ಟಿಸುವ; 2. ಅಸಹ್ಯ; 3. ಸೇರಿಕೆಯಿಲ್ಲದ, ಮಂದಿ ಬೇಡಾದ. Re-pul′sive-ly, *ad.* ಹಿಮ್ಮೆಟ್ಟಿಸುತ್ತಾ; 2. ಅಸಹ್ಯವಾಗಿ; 3. ಸೇರಿಕೆಯಿಲ್ಲದೆ. Re-pul′sive-ness, *n.* ಅಸಹ್ಯ; 2. ಸೇರಿಕೆಯಿಲ್ಲದ ಗುಣ.

Rē-pur′chāse, *v. t. r.* (*pr.* -chāst) ತಿರಿಗಿ ಕೊಂಡುಕೊಳ್ಳು.

Re-pūte′, *v. t. r.* ಎಣಿಸು; *pass.* ಹೆಸರುಗೊಂಡಿರು, ಅನ್ನಿಸಿಕೊಳ್ಳು, ಎಣಿಸಿ—. *n.* ಕೀರ್ತಿ, ಪ್ರತಿಷ್ಠೆ, "ಅಬರು". Rep′ū-ta-ble, *a.* ಹೆಸರುಗೊಂಡ, ಕೀರ್ತಿಯುಳ್ಳ, ಪ್ರಖ್ಯಾತ. Rep′ū-ta-bly, *ad.* ಪ್ರಖ್ಯಾತವಾಗಿ. Rep-ū-tā′tiŏn, *n.* ಪ್ರಖ್ಯಾತಿ, ಕೀರ್ತಿ, ಯಶಸ್ಸು, ಖ್ಯಾತಿ, ಹೆಸರುವಾಸಿ, ಪ್ರತಿಷ್ಠೆ; he is by r. a rogue ಅವನು

For derivative words beginning with Re *which are not found below, see the meaning of the primitive word and prefix* ತಿರಿಗಿ, ಪುನಃ *or* ಹಿಂದಕ್ಕೆ.

ವೋಸಗಾರನಂತೆ. Re-pūt′ed-ly, *ad.* ಪ್ರಸಿದ್ಧಿಯಾಗಿ.

Re-quest′ (-kwest′), *n.* ಬೇಡೋಣ, ಮನವಿ, ವಿನಂತಿ, "ಗರಜು"; in r. ಪ್ರಿಯ, ಬೇಕಾದ, ತುಟ್ಟಿ. *v. t. r.* ಬೆಸಗೊಳ್ಳು, ಮನವಿ ಮಾಡು, ಬೇಡು, ಪ್ರಾರ್ಥಿಸು.

Rē′qui-em (*or* rek′wi-), *n.* ಸತ್ತವರ ಆತ್ಮಗಳ ಶಾಂತಿ ಮಂತ್ರ.

Re-quīre′ (-kwīr′), *v. t. r.* ಬೇಡು, ಕೇಳು; 2. (demand) ಕೊಡಬೇಕೆನ್ನು; 3. (demand one to do) ಅಪ್ಪಣೆ ಕೊಡು, ಮಾಡಬೇಕೆನ್ನು; 4. (need) ಬೇಕಾಗು, ಅಗತ್ಯವಿರು, ಹತ್ತು; it requires great expense ಅದಕ್ಕೆ ಬಹಳ "ಖರ್ಚು" ಬೇಕಾಗುವುದು, —"ಖರ್ಚು" ಹತ್ತುವುದು. Re-quīred′, *p. p. a.* ಕೇಳಲ್ಪಟ್ಟ, ಬೇಕಾದ. Re-quīre′ment, *n.* ಅಗತ್ಯವಾದಂಥಾದ್ದು, ಆವಶ್ಯಕ ವಸ್ತುಗಳು.

Req′ui-ṣite (rek′wi-zit), *a.* ಬೇಕಾದ, ಅಗತ್ಯ. *n.* ಬೇಕಾದ್ದು, ಅಗತ್ಯದ ವಸ್ತು. Req-ui-ṣi′tiōn (rek-wi-zish′un), *n.* ಬೇಡುವಿಕೆ; 2. "ಪಟ್ಟೀ" ಎತ್ತುವುದು.

Re-quīte′ (-kwīt′), *v. t. r.* ಮುಯ್ಯಿಗೆ ಮುಯ್ಯಿ ಕೊಡು, ಕಡಕ್ಕೆ ಕಡಾ ತೀರಿಸು, ಪ್ರತೀಕಾರ ಮಾಡು, ಬದಲು ಕೊಡು. Re-quī′tal (-kwī′tal), *n.* ಮುಯ್ಯಿಗೆ ಮುಯ್ಯಿ, ಪ್ರತೀಕಾರ, ಪ್ರತಿಫಲ, ಶಿಕ್ಷೆ.

Rēre′mouse, *n.*, *see* Rearmouse.

Rēre′wạrd, *n.*, *see* Rearward.

Re-scind′ (-sind′), *v. t. r.* "ರದ್ದು" ಮಾಡು, ಹಿಂತೆಗೆ. Re-scis′ṣiōn (-sizh′un), *n.* ಹಿಂತೆಗೆಯುವುದು, "ರದ್ದು" ಮಾಡುವುದು. Re-scis′so-ry, *a.* ನಿಷೇಧಿಸುವ.

Re-scrībe′, *v. t. r.* ಉತ್ತರ ಬರೆ; 2. ಎರಡನೇ ಸಾರಿ ಬರೆ.

Rē′script, *n.* ರಾಜಾಜ್ಞೆ, "ಹುಕುಮ್". Re-scrip′tiōn, *n.* ಉತ್ತರ, "ಜವಾಬು".

Res′cūe, *v. t. r.* ಉಳಿಸು, ಬಿಡಿಸು, ಕಡೇ ಹಾಯಿಸು, ರಕ್ಷಿಸು. *n.* ಉಳಿಸೋಣ, ರಕ್ಷಣೆ, ಉದ್ಧಾರ, ಬಿಡುಗಡೆ.

Re-sĕarch′ (-sĕrch′), *n.* ಹುಡುಕುವುದು, ಪರಿಶೋಧನೆ, ವಿಚಾರಣೆ. *v. t. r.* (*pr.* -sĕrcht′) ಹುಡುಕಾಡು, ತಿರಿಗಿ ಹುಡುಕು.

Rē-sec′tiōn, *n.* ಕತ್ತರಿಸೋಣ, ಕೊಯ್ಯುವುದು, ಕಡಿಯೋಣ.

Re-ṣem′ble, *v. t. r.* ಹೋಲು, ಹಾಗೆ ಇರು *e. g.*, ಸಮವಿರು *e. d.* Re-ṣem′blance, *n.* ಹೋಲ್ಲಿಕೆ, ಸಮಾನತ್ವ; 2. ಸಾದೃಶ್ಯ, ಉಪಮೆ, ಸಾಮ್ಯ; 3. ವಥ.

Re-ṣent′, *v. t. r.* ಮನಸ್ಸಿಗೆ ಹಚ್ಚಿಕೊಳ್ಳು, ಸಿಟ್ಟುಗೊಳ್ಳು, ರೇಗು. Re-ṣent′fụl, *a.* ಮನಸ್ಸಿಗೆ ಹಚ್ಚಿಕೊಳ್ಳುವ, ಮುಂಗೋಪಿಯಾದ, ಸಿಟ್ಟಿಟ್ಟುಕೊಳ್ಳುವ. Re-ṣent′fụl-ly, *ad.* ಸಿಟ್ಟಾಗಿ, ಹೊಟ್ಟೇಕಿಚ್ಚಾಗಿ. Re-ṣent′ment, *n.* ಸಿಟ್ಟು, ಕೋಪ, ಹೊಟ್ಟೇಕಿಚ್ಚು, ವರ್ಮ.

Re-ṣĕrve′, *n.* ಇಟ್ಟುಕೊಂಡದ್ದು; r. fund ಎತ್ತಿಟ್ಟ ಮೂಲಧನ; he has it in r. ಅದನ್ನು ಇಟ್ಟುಕೊಂಡಿದ್ದಾನೆ; 2. (restraint, caution) ಅರೆಮರೆ, "ಮೋಡಾಮೋಡಿ"; 3. (modesty) ನಾಚಿಕೆ, ಸಂಕೋಚ, ಲಜ್ಜೆ, ಭಿಡೆ; throwing off all r. ಭಿಡೆ ಬಿಟ್ಟು, ದಯೆ ದಾಕ್ಷಿಣ್ಯವಿಲ್ಲದೆ; 4. (r. of an army) ಹಿಂದಳ, ಬೆಂಬಲ. *v. t. r.* ಮುಂದಿನ ಉಪಯೋಗಕ್ಕೆ ಇಟ್ಟುಕೊಳ್ಳು, ಉಳಿಸಿಕೊಳ್ಳು. Res-ĕr-vā′-tiōn, *n.* ಇಟ್ಟುಕೊಳ್ಳೋಣ; 2. ಇಟ್ಟುಕೊಂಡದ್ದು, ಅಡಗಿಸಿಕೊಂಡದ್ದು; 3. "ಶರತು", ವಿನಾಯಿತಿ. Re-ṣĕrved′ (-zĕrvd′), *a.* ಅರೆಮರೆಯ, ಗುಟ್ಟಿನ, ಭಿಡೆಯುಳ್ಳ; a r. man *or* woman ಗುಟ್ಟಿನವ, ಗುಟ್ಟಿನವಳು, ಗುಟ್ಟಾಳು, ಗುಟ್ಟಾಳಿ, ಗುಮ್ಮನಗುಸಕ, ಗುಮ್ಮನಗುಸಕಿ; do not be r. with me ನನ್ನಲ್ಲಿ ಏನು ಅರೆಮರೆ ಮಾಡಬೇಡ. Re-ṣĕrv′-ed-ness, *n.* ಭಿಡೆ, ಅರೆಮರೆ, ಗುಮ್ಮನಗುಸಕತನ, "ಮೋಡಾಮೋಡಿ".

Reṣ′ĕrv-oir (rez′ĕrv-wạr), *n.* ತೊಟ್ಟಿ, "ಹೌಜ (ಹೌದೆ)", ಕೊಳ; a r. of water at the top of a hill for irrigation ತಲೆನೀರು, ಸರೋವರ.

Re-ṡet′, *n.* ಅಪರಾಧಿಗೆ ಆಶ್ರಯ ಕೊಡುವುದು; 2. ಕಳವು ಮ್ಯಾಲನ್ನು ತೆಗೆದಿಟ್ಟುಕೊಂಡ ತಪ್ಪಿತ.

Re-sīde′, *v. i. r.* ಇರು, ವಾಸವಾಗಿರು. Res′i-dence, -den-cy, *n.* ಇರುವುದು, ವಾಸ; 2. ವಾಸಸ್ಥಳ, ಮನೆ. Res′i-dent, *a.* ಇರುವ, ವಾಸವಾಗಿರುವ. *n.* ವಾಸವಾಗಿರುವವ; 2. ಪರರಾಜ್ಯದ "ದರಬಾರಿ"ನಲ್ಲಿರುವ "ವಕೀಲ", ಕಾರ್ಯಕರ್ತ. Res-i-den′tial (-shal), *a.* ವಾಸಸ್ಥಳದ ಸಂಬಂಧ.

Reṣ′i-dūe, *n.* ಉಳಿದದ್ದು, "ಶಿಲುಕು". Re-ṣid′ū-al, *a.* "ಬಾಕಿ" ಇರುವ, ಉಳಿದ. Re-

Re ಎಂಬ ಉಪಸರ್ಗವಿರುವ ಯಾವದೊಂದು ಶಬ್ದವು ಇದರ ಕೆಳಗೆ ಸಿಕ್ಕದಿದ್ದರೆ, ಅದರ ಮೂಲ ಶಬ್ದಾರ್ಥದ ಪೂರ್ವದಲ್ಲಿ "ತಿರಿಗಿ", "ಪುನಃ", ಇಲ್ಲವೆ "ಹಿಂದಕ್ಕೆ" ಎಂಬದನ್ನು ಹಚ್ಚಿ ಓದಿದರೆ ಅರ್ಥವಾಗುವದು.

s̤id'ū-ar-y (-ĕr-), *a.* ಬಾಕಿಯ ವಿಷಯವಾದ, ಬಾಕಿ ತೆಕ್ಕೊಳ್ಳುವ. *n.* ಕಡೆ ಬಾಧ್ಯಸ್ಥನು, ಮರಣಶಾಸನದಲ್ಲಿ ಬಾಕಿನಿಂತ ಆಸ್ತಿಯನ್ನು ತೆಗೆದುಕೊಳ್ಳತಕ್ಕವನು. Re-s̤id'ū-um, *n.* ಉಳಿದದ್ದು, ಶೇಷ.

Re-s̤īgn' (-zīn'), *v. t. r.* ಒಪ್ಪಿಸಿಬಿಡು, ಬಿಟ್ಟುಬಿಡು; r. an office "ರಾಜೀನಾಮೆ" ಕೊಡು. Res̤-ig-nā'tiŏn, *n.* ತಾಳ್ಮೆ; 2. ಬಿಟ್ಟುಬಿಡುವುದು, ಪರಿತ್ಯಾಗ, "ರಾಜೀನಾಮೆ". Re-s̤īgned' (-zīnd), *a.* ತಾಳ್ಮೆಯಿಂದ ದೇವರ ಚಿತ್ತಕ್ಕೊಳಗಾದ, ತಾಳ್ಮೆಯುಳ್ಳ.

Re-s̤īle', *v. i. r.* ಹಿಂದಕ್ಕೆ ಹಾರು. Re-s̤ĭl'i-en-cy, *n.* ಹಿಂದಕ್ಕೆ ಹಾರುವಿಕೆ, ಲಾಘವ. Re-s̤il'i-ent, *a.* ಹಿಂದಕ್ಕೆ ಹಾರುವ, ಸ್ಥಿತಿಸ್ಥಾಪಕ.

Res̤'in, *n.* ಜಿಗಿ, ರಾಳ, ಯಕ್ಷಧೂಪ (ಗುಗ್ಗುಳ, ಧೂಪ, ಲೋಬಾನ ಮುಂ. ಸಹ resins ಅನ್ನಿಸಿಕೊಳ್ಳುತ್ತವೆ). Res-i-ni'fĕr-ŏus, *a.* ಜಿಗಿ ಹುಟ್ಟಿಸುವ. Res̤'in-ŏus, *a.* ಜಿಗಿಯುಳ್ಳ, ರಾಳದಂಥ, ರಾಳದ. Res̤'in-ŏus-ness, *n.* ಜಿಗಿಯುಳ್ಳದ್ದಾಗಿರುವುದು.

Re-s̤ist', *v. t.* & *i. r.* ಅಡ್ಡಿ ಮಾಡು *c. d.;* ತಡೆಗಟ್ಟು, ವಿರೋಧಿಸು, ಎದುರಿಸು, ಮಾರಾಂತು ನಿಲ್ಲು. Re-s̤ist'ance, *n.* ಎದುರಿಸೋಣ, ತಡೆಯೋಣ, ವಿರೋಧಿಸೋಣ. Re-s̤ist'i-ble, *a.* ಎದುರಿಸತಕ್ಕ. Re-s̤ist'less, *a.* ಯಾರೂ ಎದುರಿಸಕೂಡದ, —ಎದುರು ನಿಲ್ಲಲಾರದ. Re-s̤ist'less-ly, *ad.* ಯಾರೂ ಎದುರು ನಿಲ್ಲಕೂಡದಂತೆ.

Res'o-lū-ble, *a.* ಕರಗಿಸತಕ್ಕ, ಕರಗುವಂಥ.

Res̤'ō-lūte, *a.* ದಿಟ, ದೃಢನಿಶ್ಚಯವುಳ್ಳ. Res̤'-ō-lūte-ly, *ad.* ದಿಟವಾಗಿ, ದೃಢದಿಂದ, ದಿಟ್ಟತನದಿಂದ. Res̤'ō-lūte-ness, *n.* ದೃಢತ್ವ, ಧೈರ್ಯ, ದೃಢಸಂಕಲ್ಪ.

Res̤-ō-lū'tiŏn, *n.* (solving) ಬಿಡಿಸೋಣ; 2. (courage) ಎದೆ, ಗುಂಡಿಗೆ, ಧೈರ್ಯ; 3. (determination, resolve) ಸಂಕಲ್ಪ, ನಿರ್ಧಾರ; firm r. ವಜ್ರಸಂಕಲ್ಪ; 4. (decision) ನಿರ್ಣಯ, ಠರಾವು.

Re-s̤olve', *v.t.r.* ಕರಗಿಸು; 2. ಬಿಚ್ಚಿ, ಮೂಲತತ್ವ ವಿಂಗಡಿಸು *c. d.;* 3. ಬಿಡಿಸಿ ಅರ್ಥ ಹೇಳು; 4. ನಿರ್ಣಯ ಮಾಡು. *v. i.* & *pass.* ನಿಶ್ಚಯ ಮಾಡಿಕೊಳ್ಳು; 2. ಕರಗು. Re-s̤ol'-va-ble, *a.* ಕರಗುವ, ದ್ರವಿಸುವ, ರಸವಾಗುವ; 2. ಮೂಲತತ್ವ ವಿಂಗಡಿಸತಕ್ಕ. Re-s̤ol'vent, *a.* ಕರಗಿಸುವಂಥ. *n.* ಕರಗಿಸುವ ಪದಾರ್ಥ.

Res̤'ō-nance, *n.* ಪ್ರತಿಧ್ವನಿ, ಪ್ರತಿನಾದ. Res̤'-ō-nant, *a.* ಪ್ರತಿಧ್ವನಿಯಾಗುವ, ನಾದವುಳ್ಳ.

Re-sorb', *v. t. r.* ನುಂಗಿಬಿಡು, ಹೀರಿಬಿಡು.

Re-s̤ort', *v. i. r.* ಹೋಗು, ಬರು, ಆಶ್ರಯ ಹೊಗು. *n.* ಹೋಗೋಣ, ಬರೋಣ, ಆಶ್ರಯ ಮಾಡೋಣ; 2. ಸುಳಿದಾಡುವ ಸ್ಥಳ; 3. ಉಪಾಯ.

Re-s̤ound', *v. t. r.* ಪ್ರತಿಧ್ವನಿ ಮಾಡು, ಘಣಘಣಿಸು; 2. ಕೊಂಡಾಡು, ಕೀರ್ತಿಸು. *v. i.* ಧ್ವನಿಯಾಗು, ದೂರಕ್ಕೆ ಕೇಳಿಸು; 2. ಪ್ರತಿಧ್ವನಿಯಾಗು; 3. ಹೇಸಿಕೊಳ್ಳು (*as* a name). *n.* ಪ್ರತಿಧ್ವನಿ.

Re-sōurce' (-sōrs), *n.* ಆಶ್ರಯ, ಉಪಾಯ, ಆಧಾರ; *pl.* ಹಣ, ಧನ, ದ್ರವ್ಯ; to husband one's resources ಇದ್ದ ಬದುಕು ಓಗತ್ಯದಿಂದ ವೆಚ್ಚಿಸು. Re-sōurce'less, *a.* ಗತಿ ಇಲ್ಲದ, ಧನವಿಲ್ಲದ.

Re-spect', *n.* ಛಿಡೆ, ಮಾನ, ಸನ್ಮಾನ, ಸತ್ಕಾರ, ಮನ್ನಣೆ, ಆದರ; pay one's respects to ದರ್ಶನತಕ್ಕೊಳ್ಳು *c. g.*, ವಂದನೆ ಮಾಡು *c.d.*, ನಮಸ್ಕಾರ—; r. of persons ಮುಖದಾಕ್ಷಿಣ್ಯ; 2. ಸಂಬಂಧ, ವಿಷಯ, ಪ್ರಕಾರ, ವಿಚಾರ; in this r. ಈ ಸಂಬಂಧದಲ್ಲಿ, ಈ ವಿಷಯದಲ್ಲಿ; in one r. ಒಂದು ವಿಷಯದಲ್ಲಿ, ಒಂದು ಪ್ರಕಾರವಾಗಿ; in every r. ಎಲ್ಲಾ ಮಾತುಗಳ ವಿಷಯ, ಎಲ್ಲಾ ವಿಚಾರದಲ್ಲಿ, ಹ್ಯಾಗೆ ನೋಡಿದರೂ; with r. to, in r. of ವಿಷಯದಲ್ಲಿ *c. g.*, ವಿಷಯವಾಗಿ *c. g.* *v. t. r.* ನೋಡು, ಲಕ್ಷ್ಯ ಮಾಡು; 2. ಸನ್ಮಾನಿಸು; 3. ತಾಗು, ಕುರಿ, ಸಂಬಂಧವಿರು. Re-spect-a-bil'i-ty. *n.* ಘನತೆ, ಗಣ್ಯತೆ, ಮರ್ಯಾದೆ. Re-spect'-a-ble, *a.* "ಮಾತುಬಾರಿ", ಸಂಭಾವಿತ, ಮಾನ್ಯ, ಸನ್ಮಾನ್ಯ, ಶ್ಲಾಘ್ಯ; 2. ಸಕ್ಕಷ್ಟು, ಸರಾಸರಿ. Re-spect'ed, *p. p. a.* ಘನವಾದ, ಗಣ್ಯವಾದ. Re-spect'fu̧l, *a.* ಮರ್ಯಾದೆಯ, ವಿನಯವುಳ್ಳ, ಮರ್ಯಾದಾಶೀಲ. Re-spect'-fu̧l-ly, *ad.* ವಿನಯವಾಗಿ, ಮರ್ಯಾದೆಯಿಂದ. Re-spect'ing, *prep.* ಕುರಿತು *c. a.*, ವಿಷಯದಲ್ಲಿ *c. g.* Re-spec'tive, *a.* ಜಾಗ್ರತೆಯಾದ; 2. ಸಂಬಂಧವುಳ್ಳ, ತಮ್ಮತಮ್ಮ, ಅವನವನ, ಅದರದರ; let the boys go to their r. places ಹುಡುಗರು ತಮ್ಮತಮ್ಮ

For derivative words beginning with Re *which are not found below, see the meaning of the primitive word and prefix* ತಿರಿಗಿ, ಪುನಃ *or* ಹಿಂದಕ್ಕೆ.

ಸ್ಥಳಕ್ಕೆ ಹೋಗಲಿ. Re-spec'tive-ly, *ad.* ಬೇರೆಬೇರೆಯಾಗಿ.

Re-spīre, *v. i. r.* ಶ್ವಾಸ ಬಿಡು, ಉಸುರಾಡು. Res'pir-able, *a.* ಗಾಳಿಯಂತೆ ಸೇದುವ ಹಾಗಿರುವ. Res-pi-rā'tiōn, *n.* ಉಸುರು ಬಿಡೋಣ, ಉಸುರಾಡಿಸೋಣ, ಶ್ವಾಸೋಚ್ಛ್ವಸನ. Res-pi'rā-tōr-y, *a.* ಶ್ವಾಸೋಚ್ಛ್ವಸದ, ಶ್ವಾಸೋಚ್ಛ್ವಾಸಸಂಬಂಧವಾದ.

Res'pite (-pit), *n.* ಅವಕಾಶ, ಬಿಡತೆ, ತಡ; 2. ಶಿಕ್ಷೆ ನಿಲ್ಲಿಸುವುದು. *v. t. r.* ಮುಂದಕ್ಕೆ ಹಾಕು; 2. ವೇಳೆ ಕೊಡು *c. d.;* 3. ವಿಶ್ರಾಂತಿ ಕೊಡು.

Re-splen'dent, *a.* ಹೊಳೆಯುವ, ಥಳಥಳಿಸುವ, ಪ್ರಕಾಶಮಾನವಾದ. Re-splen'dence, -'den-cy, *n.* ಹೊಳಪು, ಪ್ರಕಾಶ, ಕಾಂತಿ. Re-splen'dent-ly, *ad.* ಥಳಥಳಿಸುತ್ತಾ.

Re-spond', *v. t. & i. r.* ಉತ್ತರ ಕೊಡು; 2. ಒಪ್ಪು. Re-spond'ence, -'en-cy, *n.* ಉತ್ತರ. Re-spond'ent, *n.* ಪ್ರತಿವಾದಿ, ಪ್ರತ್ಯುತ್ತರ ಕೊಡುವವನು, "ರಸ್ಪಾಂಡೆಂಟ್". Re-sponse', *n.* ಪ್ರತ್ಯುತ್ತರ, ಪ್ರತಿವಾದ, ಉತ್ತರ ವಾಕ್ಯ, ಪ್ರತಿವಚನ. Re-spon-si-bil'i-ty, *n.* "ಜವಾಬುದಾರಿಕೆ", ಭಾರ. Re-spon'si-ble, *a.* ಉತ್ತರವಾದಿಯಾದ, "ಜವಾಬುದಾರ". Re-spon'si-bly, *ad.* "ಜವಾಬುದಾರಿಕೆಯಾಗಿ". Re-spon'sive, *a.* ಪ್ರತ್ಯುತ್ತರ ಕೊಡುವ; 2. ಒಪ್ಪುವ.

Rest, *n.* ವಿಶ್ರಾಂತಿ, ಸಮಾಧಾನ, ತೀರಿಕೆ, ನಿದ್ರೆ, ಮರಣ; r. house ಛತ್ರ; go or pass to one's r. ನಿವೃತ್ತಿಸುಖ ಹೊಂದು; 2. ಆಧಾರ; 3. ಯತಿ. *v. i. r.* ದಣುವಾರಿಸು, ವಿಶ್ರಮಿಸಿಕೊಳ್ಳು, ತಳಾರಿಸು; 2. ಮಲಗು; 3. ನಿಲ್ಲು, ಇರು; 4. ಭರವಸವಿಡು; this rests with you ಈ ಮಾತು ನಿಮ್ಮ ಕಡೆಗಿದೆ. *v. t.* ವಿಶ್ರಮಿಸು, ವಿಶ್ರಾಂತಿ ಪಡಿಸು; 2. ಇಡು; to r. one's hope ಪ್ರತ್ಯಾಶೆಯನ್ನಿಡು. Rest'less, *a.* ಚಡಪಡಿಸುವ; 2. ವಿಶ್ರಾಂತಿ ಇಲ್ಲದ, ನಿದ್ರೆ—. Rest'less-ly, *ad.* ಚಡಪಡಿಸುತ್ತಾ; 2. ವಿಶ್ರಾಂತಿಯಿಲ್ಲದೆ, ಅಸಮಾಧಾನವಾಗಿ. Rest'less-ness, *n.* ಚಡಪಡಿಕೆ, ಅಸಮಾಧಾನ; 2. ನಿದ್ರೆ ಇಲ್ಲದಿರೋಣ.

Rest, *n.* ಉಳಿಕೆಯದು, ಉಳಿಕೆಯವರು. *v. i.* ಇರು, ಉಳಿ.

Res'tau-rānt (res'tō-rāṅg), *n.* "ನಂಬರ ಮನೆ", ಹಣಕ್ಕೆ ಊಟ ಸಿಕ್ಕುವ ಮನೆ, "ಹೊಟೆಲು". Res-tau'ra-teur (-tĕr), *n.* "ನಂಬರ ಮನೆ" ಯವನು.

Res'tiff, *a., see* Restive.

Res-ti-tū'tiōn, *n.* ಹಿಂದಕ್ಕೆ ಕೊಡುವುದು, ಪ್ರತಿದಾನ; 2. ನಷ್ಟ ಭರ್ತಿ ಮಾಡುವುದು; 3. ಪೂರ್ವಸ್ಥಿತಿಗೆ ತರುವುದು. Res'ti-tūte, *v. t. r.* ತಿರಿಗಿ ಕೊಡು.

Res'tive, *a.* ಅಟಕಾಯಿಸುವ, ಎದುರ್ಗಂಡಿಸುವ, ಅಗಡು. a r. steed ಅಟಕಾಯಿಸುವ ಕುದುರೆ.

Re-stōre', *v. t. r.* ಪೂರ್ವಸ್ಥಿತಿಗೆ ತರು; 2. ತಿರಿಗಿ ಕೊಡು, ಹಿಂದೆ—, ಬದಲು—; 3. ಗುಣ ಮಾಡು; 4. ನೆಟ್ಟಗೆ ಮಾಡು, "ದುರುಸ್ತು"—. Re-stō'ra-ble, *a.* ಪೂರ್ವಸ್ಥಿತಿಗೆ ತರತಕ್ಕ, ಸುಧಾರಿಸತಕ್ಕ. Res-tō-rā'tiōn, *n.* ತಿರಿಗಿ ಕೊಡುವುದು; 2. ಸುಧಾರಿಸುವಿಕೆ, ಪುನಃಸ್ಥಾಪನೆ; 3. ಗುಣವಾಗುವುದು. Re-stor'a-tive, *a.* ಪೂರ್ವಸ್ಥಿತಿಗೆ ತರುವ. *n.* ಕಳೆಗೊಳಿಸುವ ಔಷಧ, ಚೇತನ ಕೊಡುವ—.

Re-strāin', *v. t. r.* ಬಿಗಿ ಹಿಡಿ, ಅಂಕೆಯಲ್ಲಿಡು, ಅಡ್ಡೀ ಮಾಡು; r. the appetite ಬಾಯಿ ಕಟ್ಟು, ಹೊಟ್ಟೇ—. Re-strāin'a-ble, *a.* ಬಿಗಿ ಹಿಡಿಯತಕ್ಕ. Re-strāint', *n.* ಬಿಗಿ ಹಿಡಿಯೋಣ, ಅಂಕೆ, ಅಟೋಪ; feel under r. ಭಿಡೆ ಪಡು; speak without r. ಬಾಯಿಬಿಟ್ಟು ಹೇಳು.

Re-strict', *v. t. r.* .....ಮೇಲೆ ಇಡು, ಅಳತೆಯಲ್ಲಿಡು, ಅಟೋಪದಲ್ಲಿಡು, ನಿರ್ಬಂಧಿಸು. Re-stric'tiōn, *n.* ಕಟ್ಟು, ಮಟ್ಟು, ಮೇರೆ, ನಿಬಂಧನೆ, ನಿರ್ಬಂಧ. Re-stric'tive, *a.* ಅಟೋಪಿಸುವ, ಮಟ್ಟುಳ್ಳ, ಮೇರೆಯುಳ್ಳ, ನಿರ್ಬಂಧಿಸುವ. Re-stric'tive-ly, *ad.* ಮಟ್ಟಾಗಿ, ಅಟೋಪವಾಗಿ.

Re-ṣult', *v. i. r.* r. in ಫಲ ಬರು, *as,* this measure will r. in good ಈ ಹಂಚಿಕೆಯಿಂದ ಒಳ್ಳೇ ಫಲ ಬರುವುದು; r. from ಬರು, ಹುಟ್ಟು, ಫಲವಾಗು. *n.* ಫಲ, ಸಿದ್ಧಿ, ಲಾಭ, ನಿರ್ಣಯ, (of an examination) ಪರಿಣಾಮ. Re-ṣult'ant, *a.* ಫಲಿತವಾಗಿ ಬಂದ. Re-ṣult'-less, *a.* ಫಲವಿಲ್ಲದ.

Re-ṣūme', *v. t. r.* ತಿರಿಗಿ ತೆಕ್ಕೊಳ್ಳು; 2. ಪುನರಾರಂಭಿಸು, ಮುನ್ನಡಿಸು. Re-ṣū'mā-ble, *a.* ತಿರಿಗಿ ತೆಕ್ಕೊಳ್ಳತಕ್ಕಂಥ. Re-ṣump'tiōn, *n.* ತಿರಿಗಿ ತೆಕ್ಕೊಳ್ಳುವುದು; 2. ಪುನರಾರಂಭ.

Re ಎಂಬ ಉಪಸರ್ಗವಿರುವ ಯಾವದೊಂದು ಶಬ್ದವು ಇದರ ಕೆಳಗೆ ಸಿಕ್ಕದಿದ್ದರೆ, ಅದರ ಮೂಲ ಶಬ್ದಾರ್ಥದ ಪೂರ್ವದಲ್ಲಿ "ತಿರಿಗಿ", "ಪುನಃ", ಇಲ್ಲವೆ "ಹಿಂದಕ್ಕೆ" ಎಂಬದನ್ನು ಹಚ್ಚಿ ಓದಿದರೆ ಅರ್ಥವಾಗುವುದು.

Re-sū-me′ (rā-zū-mā′), *n.* ಉಪಸಂಹಾರ, ಸಾರಾಂಶ, ಸಂಗ್ರಹ.

Re-sur′ġent (-sẽr-), *a.* ತಿರಿಗಿ ಏಳುವ.

Res-ur-rec′tiȯn, *n.* ಸತ್ತು ತಿರಿಗಿ ಏಳೋಣ, ಉತ್ಥಾನ, ಪುನರುತ್ಥಾನ.

Re-sus′ci-tāte, *v. t. r.* ತಿರಿಗಿ ಬದುಕಿಸು, ಚೇತರಿಸು, ತಿರಿಗಿ ಜೀವಾ ಕೊಡು. *v. i.* ಚೇತರಿಸಿಕೊಳ್ಳು, ತಿರಿಗಿ ಜೀವಕ್ಕೆ ಬರು. Re-sus′ci-ta-ble, *a.* ತಿರಿಗಿ ಬದುಕುವ, ಚೇತರಿಸಿಕೊಳ್ಳತಕ್ಕವ. Re-sus-ci-tā′tiȯn, *n.* ತಿರಿಗಿ ಬದುಕಿಸೋಣ, ಚೇತರಿಸಿಕೊಳ್ಳೋಣ, ಪ್ರತ್ಯುಜ್ಜೀವನ, ಪುನರುಜ್ಜೀವನ. Re-sus′ci-tā-tive, *a.* ತಿರಿಗಿ ಬದುಕಿಸುವ, ಚೇತರಿಸುವ.

Ret, *v. t. r.* ಕೊಳೆಯಹಾಕು. Ret′ting, *a.* ಕೊಳಸಿ. Ret′ter-y, *n.* ಕೊಳೆಯಹಾಕುವ ಸ್ಥಳ.

Re-tāil′, *v. t. r.* ಚಿಲ್ಲರೆ ಮಾರು, ಚುಂಗಡಿ—. *n.* ಚಿಲ್ಲರೆ ವ್ಯಾಪಾರ, ಚುಂಗಡಿ. *a.* ಚಿಲ್ಲರೆ ವ್ಯಾಪಾರದ. Re-tāil′ẽr, *n.* ಚಿಲ್ಲರೆ ವ್ಯಾಪಾರಿ.

Re-tāin′, *v. t. r.* ಹಿಡಿ; 2. ಇಟ್ಟುಕೊಳ್ಳು, ಚಾಕರಿಗಿಟ್ಟುಕೊಳ್ಳು. Re-tāin′ẽr, *n.* ಇಟ್ಟುಕೊಳ್ಳುವವ; 2. ಬೆನ್ನುಬಿದ್ದವ, ಆಶ್ರಿತ; 3. ವಕೀಲನಿಗೆ ಮೊದಲು ಕೊಡುವ ವರ್ತನೆ ಹಣ.

Rē-tāke′, *v. t. ir.* (-to͝ok′, -tā′ken) ತಿರಿಗಿ ತಕ್ಕೊಳ್ಳು.

Re-tal′i-āte, *v. t. r.* ಮುಯ್ಯಿಗೆ ಮುಯ್ಯಿ ತೀರಿಸು, ಹಗೆ ತೀರಿಸು, ಈಡಿಗೀಡು ಕೊಡು, ಪ್ರತೀಕಾರ ಮಾಡು, ಸೇಡು ತಕ್ಕೊಳ್ಳು, ಪೆಟ್ಟಿಗೆ ಪೆಟ್ಟು ಹಾಕು. Re-tal-i-ā′tiȯn, *n.* ಬದಲಿಗೆ ಬದಲು, ಮುಯ್ಯಿಗೆ ಮುಯ್ಯಿ, ಕಡಕ್ಕೆ ಕಡ, ಪ್ರತಿಹಿಂಸೆ, ಪ್ರತೀಕಾರ. Re-tal′i-ā-tȯr-y, -ā-tive, *a.* ಬದಲಿಗೆ ಬದಲು ಮಾಡುವಂಥ, ಹಗೆ ತೀರಿಸುವ, ಈಡಿಗೀಡು ಕೊಡುವ.

Re-tärd′, *v. t. r.* ತಡ ಮಾಡು *c. d.*, ಅಡ್ಡಿ ಮಾಡು, ಆಟಂಕ ಮಾಡು. Rē-tär-dā′tiȯn, Re-tärd′ment, *n.* ತಡ, ತಡೆ, ಅಡ್ಡಿ.

Retch (rech), *v. t. r.* (*pr.* recht) ವಾಕರಿಸು. Retch′ing, *n.* ವಾಕರಿಕೆ.

Re-ten′tiȯn, *n.* ಇಟ್ಟುಕೊಳ್ಳುವಿಕೆ, ನೆನಪು; 2. ಕಾವಲಿ, "ಕೈದು". Re-ten′tive, *a.* ಬಿಗಿಯ, ಹಿಡಕೊಳ್ಳುವ; r. memory ಗಟ್ಟಿ ನೆನಪು. Re-ten′tive-ly, *ad.* ಬಿಗಿಯಾಗಿ, ಗಟ್ಟಿಯಾಗಿ. Re-ten′tive-ness, *n.* ಜ್ಞಾಪಕಶಕ್ತಿ, ಧಾರಣಶಕ್ತಿ.

Ret′i-cence, -cen-cy, *n.* ಒಳಗುಟ್ಟು, ಸುಮ್ಮಗಿರುವುದು, "ಮೋಡಾಮೋಡಿ", ಅರೆಮರೆ. Ret′i-cent, *a.* ಅರೆಮರೆಯ, ಸುಮ್ಮಗಿರುವ, ಗುಟ್ಟಿನ.

Ret′i-cle, *n.* ಚಿಕ್ಕ ಬಲೆ. Re-tic′ū-lar (-lẽr), -lā-ted, *a.* ಹೆಣಿಗೇ ಕೆಲಸದ, ಬಲೆಯಂಥ, ಜಾಲದ. Re-tic-ū-lā′tiȯn, *n.* ಹೆಣಿಗೇ ಕೆಲಸ, ಬಲೆ—. Ret′i-cūle, *n.* ಬಲೇ ಚೀಲ, ಕಲ್ಲಿ. Ret′i-form (-fa̤rm), *a.* ಬಲೆಯಾಕಾರದ.

Ret′i-na, *n.* ಕಣ್ಣುಗುಡ್ಡಿಯೊಳಗಣ ಒಂದು ಪೊರೆ (ಪರೆ), ಕಣ್ಣುಗನ್ನಡಿ, ನೇತ್ರಜಾಲ.

Ret′i-nūe, *n.* ಪರಿವಾರ, ಪರಿಜನ.

Re-tīre′, *v. i. r.* ಹಿಂದಕ್ಕೆ ಸರಿ, ಗದ್ದಲದಿಂದ ಹೋಗು, ಹಿಂಜರಿ; 2. ಚಾಕರಿ ಬಿಟ್ಟುಬಿಡು, ಉದ್ಯೋಗ ಬಿಡು, ಉದ್ಯೋಗನಿವೃತ್ತನಾಗು. *v. t.* ಉದ್ಯೋಗವನ್ನು ಬಿಡಿಸು; to r. a bill ಹುಂಡಿಗೆ ಹಣಾ ಕೊಟ್ಟು ಚಲಾವಣೆ ನಿಲ್ಲಿಸಿಬಿಡು. Re-tīred′ (-tīrd′), *a.* ಹಿಂದಕ್ಕೆ ಸರಿದ, ಅಣಕ, ಗದ್ದಲಕ್ಕೆ ಹೋಗದ, ಏಕಾಂತದ, ಉದ್ಯೋಗ ನಿವೃತ್ತನಾದ. Re-tīre′ment, *n.* ಗದ್ದಲಕ್ಕೆ ಹೋಗದಿರುವುದು, ಮನೆಯಲ್ಲಿ ಕೂಡ್ರುವುದು, ಏಕಾಂತವಾಸ. Re-tī′ring, *a.* ಗದ್ದಲ ಬೇಡಾದ, ಸಂಕೋಚವುಳ್ಳ.

Re-tort′, *n.* ಎದುರುತ್ತರ, ಬದಲುಮಾತು. *v. t. r.* ಎದುರುತ್ತರ ಕೊಡು, ಬದಲುಮಾತು ಹೇಳು, ಬದಲಿಗೆ ಬದಲು—. *v. i.* ಪ್ರತಿಯಾಗಿ ಹೇಳು.

Re-tort′, *n.* "ಭಟ್ಟೀ" ಇಳಿಸುವ ಕೋವಿ, "ಭಟ್ಟಿ".

Rē-tȯuch′ (-tuch′), *v. t. r.* (*pr.* -tucht′) ತಿದ್ದು.

Rē-trāce′, *v. t. r.* (*pr.* -trāst′) ಬಂದ ಮಾರ್ಗದಲ್ಲೇ ಹಿಂದಕ್ಕೆ ಹೋಗು, —ಹಿಂದಕ್ಕೆ ಬರು; r. one's steps ಹಿಂದಕ್ಕೆ ಹೋಗು, ಬಂದ ಹಾಗೆ ಹೋಗು.

Re-tract′, *v. t. r.* ಮುದುರಿಕೊಳ್ಳು; 2. ಹೇಳಿದ್ದನ್ನು ಹಿಂದೆಗೆ. *v. i.* ಮಾತು ಹಿಂದೆಗೆ. Re-trac′tiȯn, Re-trac-tā′tiȯn, *n.* ಮಾತು ಹಿಂದೆಗೆಯೋಣ, ಹೇಳಿದ್ದನ್ನು ಹಿಂದೆಗೆಯುವುದು. Re-trac′tive, *a.* ಹಿಂದೆಗೆಯುವ. *n.* ಹಿಂದೆಗೆಯುವಂಥಾದ್ದು. Re-trac′tive-ly, *ad.* ಹಿಂಜರಿದು, ಹಿಂದೆಗೆದು.

Re-trēat′ (-trēt′), *v. i. r.* ಹಿಂದಕ್ಕೆ ಹೋಗು, ಹಿಂಜರಿ, ಹಿನ್ನೆಲೆಮೆಟ್ಟು; 2. ಹಿಮ್ಮೆಟ್ಟು, ಬೆನ್ನು

For derivative words beginning with Re *which are not found below, see the meaning of the primitive word and prefix* ತಿರಿಗಿ, ಪುನಃ *or* ಹಿಂದಕ್ಕೆ.

ಕೊಡು; 3. ಏಕಾಂತವಾಸಕ್ಕೆ ಹೋಗು. *n.* ಹಿಂದಕ್ಕೆ ಹೋಗೋಣ; 2. ಆಶ್ರಯ; 3. ಹಿಮ್ಮೆಟ್ಟುವುದು; 4. *(mil.)* ಸಾಯಂಕಾಲ ಸೂಚಕ ನಗಾರಿಯ ಶಬ್ದ; beat a r. ಕಾಲು ಹಿಂದೆಗೆ; make good one's r. ನಿರಪಾಯವಾಗಿ ಹಿಂದಕ್ಕೆ ಸರಿ.

Re-trench′, *v. t. r.* (*pr.* -trensht′) ಸವರು, ಕೊಯ್ಯು; 2. ಕಡಿಮೆ ಮಾಡು; 3 "ಕಂದಕ" ಅಗಿ. *v. i.* "ಖರ್ಚು" ಕಡಿಮೆ ಮಾಡು. **Re-trench′ment**, *n.* ಕಡಿಮೆ ಮಾಡುವುದು; 2. "ಖರ್ಚು" ಕಮ್ಮಿ ಮಾಡೋಣ; 3. "ಕಂದಕ", ಒಡ್ಡು.

Re-trib′ūte, *v. t. r.* ಮುಯ್ಯಿಗೆ ಮುಯ್ಯಿ ತೀರಿಸು, ಪ್ರತಿಫಲ ಕೊಡು. **Ret-ri-bū′tiŏn**, *n.* ಬದಲು ಕೊಡುವುದು, ಮುಯ್ಯಿಗೆ ಮುಯ್ಯಿ; 2. ಪ್ರತಿಫಲ; 3. (ಕಡೇ ನ್ಯಾಯತೀರಿಕೆ ದಿನದಲ್ಲಿ ಸಿಕ್ಕುವ) ಕರ್ಮಫಲ. **Re-trib′ū-tive, -tŏr-y**, *a.* ಪ್ರತಿಫಲ ಕೊಡುವ. **Re-trib′ū-tive-ly**, *ad.* ಪ್ರತಿಫಲ ಕೊಟ್ಟು, —ಕೊಡುತ್ತಾ.

Re-triēve′, *v. t. r.* ತಿರಿಗಿ ತರು, —ಹೊಂದು; 2. ಸುಧಾರಿಸಿಕೊಳ್ಳು, ನೆಟ್ಟಗೆ ಮಾಡು. **Re-triēv′a-ble**, *a.* ಸುಧಾರಿಸತಕ್ಕ, ತಿರಿಗಿ ಸಿಕ್ಕತಕ್ಕ. **Re-triēv′al**, *n.* ಸುಧಾರಿಸುವುದು, ನೆಟ್ಟಗೆ ಮಾಡುವುದು. **Re-triēv′ĕr**, *n.* ಒಂದು ಜಾತಿಯ ಬೇಟೆನಾಯಿ.

Rē′trō *or* **Ret′ro**, *pref.* ಹಿಂದಕ್ಕೆ ತಿರಿಗಿ ಎಂಬರ್ಥದ ಉಪಸರ್ಗ.

Ret′rō-act, *v. i. r.* ಹಿಂದಕ್ಕೆ ಚಲಿಸು, ಅಡ್ಡ ಬರು.

Re-trō-cēde′, *v. t. & i. r.* ಹಿಂದೆ ಹೋಗು; 2. ತಿರಿಗಿ ಕೊಡು. **Rē-tro-ces′siŏn** (-sesh′-un), *n.* ಹಿಂದಕ್ಕೆ ಹೋಗೋಣ.

Rē′trō-grāde (*or* ret′rō-), *v. t. r.* ಹಿಂದಕ್ಕೆ ಹೋಗು. *a.* ಹಿಂದಿರುಗುವ, ಹಿಂಜರಿಯುವ, ವಕ್ರಗತಿಯ, ಒಳ್ಳೇ ಸ್ಥಿತಿಯಿಂದ ಕೆಟ್ಟ ಸ್ಥಿತಿಗೆ ಬರುವ. **Ret-rō-gra-dā′tiŏn**, *n.* ವ್ಯತಿಕ್ರಮ, ವಕ್ರಗತಿ. **Rē-tro-gres′siŏn** (-gresh′un), *n.* ಹಿಂದೆ ಹೋಗುವುದು, ವ್ಯತಿಕ್ರಮ, ವಕ್ರಗತಿ. **Rē-tro-gres′sive**, *a.* ಹಿಂದೆ ಹೋಗುವ, ಹಿಮ್ಮೆಟ್ಟುವ.

Rē′trō-spect (*or* ret′rō-), *v. t. r.* ಹಿಂದಿರುಗಿ ನೋಡು; 2. ಆದದ್ದನ್ನು ಚಿಂತಿಸು. *n.* ಹಿಂದೆ ನೋಡುವುದು, ಆದ ಕಾರ್ಯಗಳನ್ನು ಚಿಂತಿಸುವುದು. **Rē-trō-spec′tiŏn** (*or* ret′rō-), *n.* ಹಿಂದಿರುಗಿ ನೋಡುವುದು; 2. ಗತಾಲೋಚನೆ. **Rē-trō-spec′tive** (*or* ret′rō-), *a.* ಆದದ್ದನ್ನು ಚಿಂತಿಸುವ; 2. ಗತಕಾರ್ಯಸಂಬಂಧವಾದ. **Rē-trō-spec′tive-ly** (*or* ret′rō-), *ad.* ಆದದ್ದನ್ನು ಎಣಿಸುತ್ತಾ, —ಚಿಂತಿಸುತ್ತಾ.

Re-turn′ (-tĕrn′), *v. i. r.* ಹಿಂದೆ ಬರು, ತಿರಿಗಿ ಬರು; 2. ಉತ್ತರ ಕೊಡು. *v. t.* ತಿರಿಗಿ ತರು, —ಕಳುಹಿಸಿಕೊಡು, ತಿರಿಗಿ ಕೊಡು; 2. ಬದಲು ಕೊಡು; 3. ವರ್ತಮಾನ ಹೇಳು. *n.* ತಿರಿಗಿ ಬರೋಣ; 2. ತಿರಿಗಿ ಕೊಡುವುದು; 3. ಬದಲು ಮಾಡುವುದು; 4. ಪ್ರತ್ಯುತ್ತರ; 5. ಲಾಭ, ಪ್ರತಿಫಲ, ಆದಾಯ; 6. "ಹಕೀಕತನಾಮೆ". **Re-turn′a-ble**, *a.* ತಿರಿಗಿ ಕೊಡತಕ್ಕ.

Rē-ūn′iŏn (-ūn′yun), *n.* ತಿರಿಗಿ ಕೂಡಿಕೊಳ್ಳೋಣ; 2. ಸ್ನೇಹಿತರ ಮಂಡಲಿ, ಕೂಟ.

Rev-a-les′cent, *a.* ರೋಗ ವಾಸಿಯಾಗುತ್ತಲಿರುವ.

Re-vēal′ (-vēl′), *v. t. r.* ಬಿಚ್ಚು, ತಿಳಿಸು, ಹುಲುಬಿಸು, ತೋರಿಸು; 2. ದೇವಪ್ರೇರಣೆಯಿಂದ ಪ್ರಕಟ ಮಾಡು; *pass.* ತಿಳಿಯಬರು, ಹುಲುಬು, ಪ್ರಕಟವಾಗು. **Re-vēal′ĕr**, *n.* ಬಹಿರಂಗ ಮಾಡುವವನು. **Rev-e-lā′tiŏn**, *n.* ಪ್ರಕಟನೆ, ಪ್ರವಚನ, ಪ್ರದರ್ಶನ, ದೇವರು ಪ್ರಕಟಿಸಿದ ಮಾತು, ದೇವೋಕ್ತಶಾಸ್ತ್ರ.

Re-veill′e (rā-vāl′ye), *n.* ಪ್ರಾತಃಕಾಲದ ನಗಾರಿ ಅಥವಾ ತುತೂರಿ.

Rev′el, *v. i. r.* (rev′eled *or* rev′elled, *pr.* rev′eld) ದುಂದು ಮಾಡು, ದುಂದೌತಣ ಮಾಡು. *n.* ದುಂದೌತಣ. **Rev′el-lĕr**, *n.* ದುಂದುಗಾರ. **Rev′el-ry**, *n.* ದುಂದು, ದುಂದೌತಣ.

Re-venġe′, *n.* ಕಡಕ್ಕೆ ಕಡ, ಹಗೆ ತೀರಿಸುವುದು, ಸೇಡು ತಕ್ಕೊಳ್ಳೋಣ, ಪ್ರತಿಕ್ರಿಯೆ. *v. t. r.* ಹಗೆ ತೀರಿಸು, "ಡಾವು"—, ಸೇಡು ತಕ್ಕೊಳ್ಳು, ಮುಯ್ಯಿಗೆ ಮುಯ್ಯಿ ಕೊಡು, ಕಡಕ್ಕೆ ಕಡಾ ತೀರಿಸು, ಮಾಡಿದವನಿಗೆ ಮಾಡಿ ತೀರಿಸು. **Re-venġe′ful**, *a.* "ಡಾವು" ತೀರಿಸಿಕೊಳ್ಳುವ, ಮತ್ಸರದ, ಹಗೆ ಹಿಡಿಯುವ, ವರ್ಮ ಹಿಡಿಯುವ. **Re-venġe′ful-ly**, *ad.* ಮತ್ಸರದಿಂದ, ವರ್ಮದಿಂದ. **Re-venġe′ful-ness**, *n.* ಹೊಟ್ಟೇಕಿಚ್ಚು, ಮತ್ಸರ, ವರ್ಮ. **Re-ven′ġĕr**, *n.* ಸೇಡು ತಕ್ಕೊಳ್ಳುವವ, ಹಗೆ ತೀರಿಸಿಕೊಳ್ಳುವವ, ವರ್ಮಿಷ್ಟ.

Rev′en-ūe, *n.* ಆದಾಯ, ಪ್ರಾಪ್ತಿ, ಉತ್ಪನ್ನ; 2. "ಜಮಾಬಂದೀ ವಸೂಲು", "ಮಹಸೂಲು"; r. year "ಫಸಲಿ".

Re ಎಂಬ ಉಪಸರ್ಗವಿರುವ ಯಾವದೊಂದು ಶಬ್ದವು ಇದರ ಕೆಳಗೆ ಸಿಕ್ಕದಿದ್ದರೆ, ಅದರ ಮೂಲ ಶಬ್ದಾರ್ಥದ ಪೂರ್ವದಲ್ಲಿ "ತಿರಿಗಿ", "ಪುನಃ", ಇಲ್ಲವೆ "ಹಿಂದಕ್ಕೆ" ಎಂಬದನ್ನು ಹಚ್ಚಿ ಓದಿದರೆ ಅರ್ಥವಾಗುವುದು.

Re-vĕr'bĕr-āte, *v. t. r.* ಪ್ರತಿಧ್ವನಿ ಕೊಡು; 2. (rays of light) ಪ್ರತಿಬಿಂಬಿಸು. *v. i.* ಪ್ರತಿಧ್ವನಿಯಾಗು; 2. ಹಿಂದಕ್ಕೆ ಹಾರು. **Re-vĕr-bĕr-ā'tiŏn**, *n.* ಪ್ರತಿಧ್ವನಿ, ಹಿಂದಕ್ಕೆ ಬರೋಣ, ಪ್ರತಿಬಿಂಬಿಸೋಣ. **Re-vĕr'bĕr-ā-to-ry**, *a.* ಪ್ರತಿಧ್ವನಿ ಮಾಡುವ, ಪ್ರತಿಬಿಂಬಿಸುವ. *n.* ಒಂದು ವಿಧವಾದ ಕೊಲಿಮಿ.

Re-vēre' (-vēr'), *v. t. r.* ಸನ್ಮಾನಿಸು, ಪೂಜಿಸು, ಘನ ಪಡಿಸು. **Re-vēred'**, *p. p. a.* ಪೂಜ್ಯವಾದ. **Rev'ĕr-ence**, *n.* ಸನ್ಮಾನ, ಪೂಜೆ, ನಮಸ್ಕಾರ, ಪೂಜ್ಯಭಾವ; do r. ನಮಸ್ಕಾರ ಮಾಡು. *v. t. r.* (*pr.* -enst) ಸನ್ಮಾನಿಸು, ಪೂಜಿಸು. **Rev'ĕr-end**, *a.* ಪೂಜ್ಯ, ಘನವುಳ್ಳ, ಸನ್ಮಾನ್ಯ, ತೀರ್ಥರೂಪ. **Rev'ĕr-ent**, *a.* ವಿನಯವುಳ್ಳ, ನಮ್ರ, ಆದರಶೀಲನಾದ. **Rev-ĕr-en'tial** (-en'shal), *a.* ವಿನಯವಾದ, ಪೂಜ್ಯಬುದ್ಧಿಯ. **Rev'ĕr-ent-ly**, **Rev-ĕr-en'tial-ly**, *ad.* ವಿನಯವಾಗಿ, ನಮ್ರವಾಗಿ.

Rev'ĕr-iē, **Rev'ĕr-y**, *n.* ಧ್ಯಾನ, ಮೈಮರೆತಿರುವುದು, ಗೊತ್ತುಗುರಿಯಿಲ್ಲದ ಧ್ಯಾನ.

Re-vĕrse', *v. t. r.* (*pr.* -vĕrst') ತಿರುಗಿಸು, ತಿರುವಿಡು, ಕವಚಿಹಾಕು; 2. ತೆಗೆದುಹಾಕು, "ರದ್ದು" ಮಾಡು, ಬದಲಾಯಿಸು. *a.* ಹಿಂದುಮುಂದಾದ, ತಿರುಗಿಸಿದ. *n.* ವಿಪರೀತ, ಹಿಂದುಮುಂದು; 2. ವಿಪತ್ತಿ; 3. ಹಿಂದಿನ ಮೈ. **Re-vĕr'sal**, *n.* ತೆಗೆದುಹಾಕುವುದು, ಬದಲಾಯಿಸುವುದು, "ರದ್ದು" ಮಾಡುವುದು. **Re-vĕr'si-ble**, *a.* ತಿರುಗಿಸತಕ್ಕ, "ರದ್ದು" ಮಾಡತಕ್ಕ. **Re-vĕr'siŏn**, *n.* ಹಿಂದಕ್ಕೆ ಕೊಡುವುದು, —ಬರುವುದು; 2. ಬಾಧ್ಯತೆಯ "ಹಕ್ಕು". **Re-vĕr'siŏn-ar-y** (-shun-ĕr-i), *a.* ಬಾಧ್ಯನ, ಬಾಧ್ಯತೆಯಾಗುವ. **Re-vĕr'siŏn-er**, *n.* ಉತ್ತರೋತ್ತರ ಬಾಧ್ಯಸ್ಥನು.

Re-vĕrt', *v. t. r.* ತಿರುಗಿಸು, ಬದಲಾಯಿಸು. *v. i.* ಧನಿಗೆ ತಿರಿಗಿ ಬರು. **Re-vĕrt'i-ble**, *a.* ಧನಿಗೆ ತಿರಿಗಿ ಬರತಕ್ಕ.

Re-vest', *v. t. r.* ತಿರಿಗಿ ಕೊಡು; ಅಂಗಿ ತೊಡಿಸು.

Re-vet', *v. t. r.* ಕಲ್ಲುಕಟ್ಟು, ಕೋಳ್ಪಂದಿ ಮಾಡು. **Re-vet'ment**, *n.* ಘೂಡು (*N.C.*), ಕೋಳ್ಪಂದಿ (*My.*), ಕಲ್ಲುಕಟ್ಟಣೆ (*S.C.*).

Re-vic'tual (re-vi'tal), *v. t. r.* ತಿರಿಗಿ ಆಹಾರ ಸಂಗ್ರಹ ಮಾಡು.

Re-view' (-vū'), *v. t. & i. r.* ನೋಡು, ಪರೀಕ್ಷಿಸು, ವಿಚಾರಿಸು. *n.* ತಿರಿಗಿ ನೋಡೋಣ; 2. ಪುನರ್ವಿಚಾರ, ಗುಣದೋಷವಿಚಾರ; r. of a judgment ಪುನರಾಲೋಚನೆ (*S. C.*); 3. "ಲಷ್ಕರಿನ" ಪರೀಕ್ಷೆ; 4. ನವೀನ ಗ್ರಂಥಗಳನ್ನು ವಿಮರ್ಶಿಸುವ ವರ್ತಮಾನಪತ್ರ. **Re-view'ĕr** *n.* ಗ್ರಂಥಪರೀಕ್ಷಕ, ವಿಮರ್ಶಕ.

Re-vīle', *v. t. r.* ಬಯ್ಯು, ಹಳಿ, ಜರಿ, ದೂಷಿಸು, ನಿಂದಿಸು. **Re-vīle'ment**, *n.* ಬಯ್ಯುವುದು, ದೂಷಣೆ. **Re-vī'lĕr**, *n.* ಬಯ್ಯುವವ, ದೂಷಕ, ನಿಂದಕ.

Re-vīse', *v. t. r.* ತಿರಿಗಿ ನೋಡು; 2. ತಿದ್ದು. **Re-vī'sal**, *n.* ತಿರಿಗಿ ನೋಡುವುದು; 2. ತಿದ್ದುವುದು. **Re-vī'sĕr**, *n.* ತಿರಿಗಿ ನೋಡುವವ; 2. ತಿದ್ದುವವ. **Re-vi'siŏn** (-vizh'un), *n.* ಶೋಧಿಸುವಿಕೆ; 2. ತಿದ್ದೋಣ; 3. ತಿದ್ದಿದ್ದು. **Re-vi'siŏn-al**, *a.* ತಿದ್ದುವುದರ, ಪುನರ್ವಿಮರ್ಶೆಯ.

Re-vīve', *v. i. r.* ತಿರಿಗಿ ಜೀವಕ್ಕೆ ಬರು, ಚೇತರಿಸಿಕೊಳ್ಳು, ತೇರಿಕೆಯಾಗು, "ಹುಷಾರಿ"ಯಾಗು; 2. ತಿರಿಗಿ ಏಳಿಗೆಯಾಗು. *v. t.* ಸಜೀವ ಮಾಡು, ಬದುಕಿಸು. **Re-vī'vĕr**, *n.* ತಿರಿಗಿ ಬದುಕಿಸುವವನು. **Re-vī'val**, *n.* ತೇರಿಕೆ, ತಿರಿಗಿ ಏರೋಣ; 2. ಚೇತರಿಸಿಕೊಳ್ಳುವುದು, "ಹುಷಾರಿ"ಯಾಗುವುದು; 3. ಧರ್ಮಸಂಜೀವನ, ಭಕ್ತ್ಯಭಿವೃದ್ಧಿ. **Re-vī-val'ism**, *n.* ಧರ್ಮಸಂಜೀವನ. **Re-vī'val-ist**, *n.* ಧರ್ಮಸಂಜೀವನ ಮಾಡುವವ, ಭಕ್ತಿವರ್ಧಕ. **Rē-viv-i-fi-cā'tiŏn**, *n.* ತಿರಿಗಿ ಜೀವಕ್ಕೆ ತರೋಣ. **Rē-viv'i-fȳ**, *v. t. r.* ತಿರಿಗಿ ಜೀವ ಬರುವಂತೆ ಮಾಡು.

Re-vōke, *v. t. r.* (*pr.* -vōkt') ತೆಗೆದುಹಾಕು, "ರದ್ದು" ಮಾಡು. **Rev'ō-ca-ble**, *a.* ತೆಗೆದುಹಾಕುವಂಥ, ಹಿಂದೆಗೆಯತಕ್ಕ, "ರದ್ದು" ಮಾಡತಕ್ಕ. **Rev'ō-ca-bly**, *ad.* ತೆಗೆದುಹಾಕುವಂತೆ. **Rev-ō-cā'tiŏn**, *n.* "ರದ್ದು" ಮಾಡುವುದು, ತೆಗೆದುಹಾಕುವುದು.

Re-vōlt', *v. i. r.* ತಿರಿಗಿ ಬೀಳು, ದ್ರೋಹ ಮಾಡು, "ದಂಗೆ"—. *v. t.* ಅಸಹ್ಯ ಪಡಿಸು. *n.* ತಿರಿಗಿ ಬೀಳುವುದು, "ದಂಗೆ", "ಫಿತೂರಿ". **Re-vōlt'ing**, *a.* ಅಸಹ್ಯ. **Re-vōlt'ing-ly**, *ad.* ಅಸಹ್ಯಕರವಾಗಿ.

Rev-ō-lū'tiŏn, *n.* (turning round) ತಿರುಗೋಣ, ಆವರ್ತನ; 2. (total change) ಬದಲಾಗುವುದು, ಬದಲಾಬದಲು; 3. (motion of a planet, *etc.*) ಪ್ರದಕ್ಷಿಣ; 4 (r. of a

For derivative words beginning with Re *which are not found below, see the meaning of the primitive word and prefix* ತಿರಿಗಿ, ಪುನಃ *or* ಹಿಂದಕ್ಕೆ.

government) ರಾಜ್ಯಪರಿವರ್ತನೆ, ಬದಲಾವ್ಣೆ; 5. (revolt) "ದಂಗೆ", ಕಾಟಕಾಯಿ; a bloodless r. ಹತಾಹತಿಯಿಲ್ಲದೆ ಮುಗಿದ "ದಂಗೆ". Rev-ō-lū'tiŏn-ar-y, *a.* ರಾಜದ್ರೋಹಕ, "ದಂಗೆ" ಮಾಡುವ. Rev-ō-lū'tiŏn-īse, *v. t. r.* ಪೂರ್ಣ ಬದಲಿಸು, ಆಳ್ವಿಕೆಯನ್ನು ಬದಲಿಸು. Rev-ō-lū'tiŏn-ist, *n.* ರಾಜದ್ರೋಹಿ, "ದಂಗೆ"ಗಾರ.

Re-volve', *v. i. r.* ತಿರುಗು, ಪ್ರದಕ್ಷಿಣೆ ಮಾಡು. *v. t.* ತಿರುಗಿಸು; r. in the mind ಮನಸ್ಸಿನಲ್ಲಿ ತೂಕ ಮಾಡು. Rev'o-lūte, *a.* ಸುರಳಿ ಸುತ್ತಿದ.

Re-vol'vĕr, *n.* ತಿರುಗುವವ; 2. ಅನೇಕ ಬಾರಿನ "ಪಿಸ್ತೂಲು".

Re-vul'siŏn, *n.* ಬೇಸರಿಕೆ, ವಿರೋಧ. Re-vul'sive, *a.* ಬೇಸರಿಕೆಯ, ವಿರುದ್ಧ.

Re-ward', *n.* ಪ್ರತಿಫಲ, ಬಹುಮಾನ, ಸಂಭಾವನೆ, "ಇನಾಮು"; 2. ಕೂಲಿ. *v. t. r.* ಬದಲು ಕೊಡು, ಪ್ರತಿಫಲ—, ಬಹುಮಾನ—, "ಇನಾಮು"—. Re-ward'a-ble, *a.* ಪ್ರತಿಫಲ ಹೊಂದತಕ್ಕ.

Rex, *n.* ಅರಸು.

Reyn'ärd (ren'ärd), *n.*, *see* Renard.

Rhab'dō-man-cy, *n.* ಬೆತ್ತದ ಶಕುನ, ದಂಡ ಶಕುನ.

Rhad-a-man'thus, *n.* ದೃಢಸಿಕ್ಷ್ಯಯನೂ ದುರಾಶೆಗೊಳಗಾಗದವನೂ ಆದ ನ್ಯಾಯಾಧೀಶ.

Rhap-sod'ic, -sod'i-cal (rap-), *a.* ಗೊತ್ತುಗುರಿಯಿಲ್ಲದ, ಅಕಟವಿಕಟ. Rhap'so-dist, *n.* ಅಕಟವಿಕಟ ಕಾವ್ಯಗಳನ್ನು ಹೇಳುವವ. Rhap'so-dīse, *v. i. r.* ಅಕಟವಿಕಟ ಕಾವ್ಯಗಳನ್ನು ಹೇಳು. Rhap'sō-dy (rap-), *n.* ಅಕಟವಿಕಟ ಭಾಷಣೆ, ಗೊತ್ತುಗುರಿಯಿಲ್ಲದ ಮಾತು, ಬಕವಾದ, ಶುಷ್ಕವಾದ.

Rhet'o-ric (ret'o-), *n.* ವಾಕ್ಯರಚನವಿದ್ಯೆ, ಅಲಂಕಾರಶಾಸ್ತ್ರ; 2. ವಾಕ್ಚಾತುರ್ಯ, ವಾಕ್ಪಟುತ್ವ. Rhe-tor'i-cal (re-), *a.* ಅಲಂಕಾರಿಕ, ಅಲಂಕಾರಶಾಸ್ತ್ರ ಸಂಬಂಧವಾದ; 2. ವಾಕ್ಪಟುತ್ವಿಯ. Rhe-tor'i-cal-ly (re-), *ad.* ಅಲಂಕಾರವಾಗಿ, ವಾಕ್ಚಾತುರ್ಯದಿಂದ. Rhet-ō-ri'cian (ret-ō-rish'an), *n.* ಅಲಂಕಾರಶಾಸ್ತ್ರಜ್ಞ. Rhet'o-rīse, *v. t. r.* ವಾಕ್ಚಾತುರ್ಯ ತೋರಿಸು.

Rheum (rum), *n.* ಸೆಗಡಿ, ಶ್ಲೇಷ್ಮ; r. in the eyes ಕಣ್ಣುರುಪು, ಕಣ್ಣುಪಿಸುರು. Rheu-mat'ic, -mat'i-cal (ru-), *a.* ಕಸದ, ವಾತರೋಗದ; r. pains ಚಳುಕು, ವಾತ. Rheu'ma-tism (ru'ma-), *n.* ಕಸ, ವಾತರೋಗ; acute r. ಚಳುಕು. Rheum'y, *a.* ವಾತದ.

Rhī'nal, *a.* ಮೂಗಿನ.

Rhī-noc'ĕr-os (rī-nos-), *n.* ಏಕಚರ, ಖಡ್ಗಮೃಗ, ಗಂಡಕ.

Rhī'zome, *n.* ನೆಲದಲ್ಲಿ ಊರಿದ ಬೇರುಮೊತ್ತ.

Rhō'di-an (rō'di-), *a.* "ರೋದಸ್" ಎಂಬ ದ್ವೀಪದ. *n.* ರೋದಸೆಂಬ ನಡುಗಡ್ಡೆಯವನು.

Rhomb (rom), Rhom'bus, *n.* ವಿಷಮಕೋಣ, ಸಮಚತುರ್ಭುಜ, ಸಮಭುಜಚೌಕೋಣ, "ರಾಂಬಸ". Rhom'boid (rom-), *n.* ದೀರ್ಘವಿಷಮಕೋಣ ಚತುರ್ಭುಜ, ವಿಷಮಾಯತ, ಸಮದ್ವಿಭುಜ ಚೌಕೋಣ, "ರಾಂಬಾಯಿದ".

Rhu'bärb (ru-), *n. (Rheum emodi, Wall.)* "ರೇವಾಚಿನ್ನಿ" ಎಂಬ ಔಷಧ.

Rhȳme (rīm), *n.* ಅಂತ್ಯಪ್ರಾಸ, ಯಮಕ ಪದ. *v. i. r.* ಪ್ರಾಸ ಕೂಡು, ಪದ ಮಾಡು; to speak without r. ಆಲೋಚನೆ ಇಲ್ಲದೆ ಮಾತಾಡು. Rhȳme'less (rīme-), *a.* ಪ್ರಾಸವಿಲ್ಲದ. Rhȳ'mĕr, Rhȳme'stĕr, *n.* ಪದ ಮಾಡುವವ.

Rhythm (rithm), *n.* ತಾಳ, ಛಂದಸ್ಸು. Rhyth'mic, -mi-cal (rith-), *a.* ತಾಳಬದ್ಧವಾದ, ತಾಳವುಳ್ಳ.

Rī'al, *n.* ಒಂದು ಚಿನ್ನದ ನಾಣ್ಯ.

Rib, *n.* ಪಕ್ಕೆಲುಬು, ಡೊಕ್ಕೆಯೆಲುಬು; 2. (of a ship) ಬಲವು; 3. (of a leaf) ನಾರು, ಶಿರೆ. Rib'-roast, *v. t. r.* ಚೆನ್ನಾಗಿ ಹೊಡೆ.

Rib'ald, *a.* ಬಂಡು, ಕೆಟ್ಟ, ಅವಾಚ್ಯ, ಹೀನ. *n.* ನೀಚನು, "ಲುಚ್ಚನು". Rib'al-dry, *n.* ಕೆಟ್ಟ ಮಾತು, ಬಂಡು—.

Rib'and, Rib'band, Rib'bon, *n.* "ರೇಶ್ಮೆಯ ಲಾಡಿ", "ನವಾರ"; to gain the r. ರಾಜಸನ್ಮಾನಹೊಂದು.

Rīce, *n.* *(Oryza sativa, L.)* r. in the husk ನೆಲ್ಲು, ಬತ್ತ; beaten r. ಅವಲಕ್ಕಿ; boiled r. ಅನ್ನ, ಬೋನ, ಓಗರ; cleaned r. ಅಕ್ಕಿ; parched r. ಹುರಿಯಕ್ಕಿ, ಮುಂಡಕ್ಕಿ, ಚರಮುರಿ, ಹೊದಲು; partially boiled r. ಕುದುಪಲಕ್ಕಿ; raw r. ಬೆಳತಿಗೆ ಅಕ್ಕಿ; r. coloured with saffron ಅಕ್ಷತೆ; r.-field ಗದ್ದೆ.

Rich, *a.* ಧನವಂತ, ಐಶ್ವರ್ಯವುಳ್ಳ; 2. ತುಂಬಿದ; 3. ಊಚ; 4. ರುಚಿಕರ; r. soil ಫಲವತ್ತಾದ ಭೂಮಿ; the r. ಐಶ್ವರ್ಯವಂತರು, ಧನಿಕರು, ದೈವುಳ್ಳವರು, ಧನಾಢ್ಯರು. Rich'es, *n.* ಐಶ್ವರ್ಯ, ಧನ, ಭಾಗ್ಯ, ದ್ರವ್ಯ. Rich'ly, *ad.* ಬಹಳ ಆಸ್ತಿಯಿಂದ; 2. ಬಹಳವಾಗಿ, ಪುಷ್ಕಳ; 3. ಶೋಭೆಯಾಗಿ; 4. ಪೂರ್ಣವಾಗಿ. Rich'-ness, *n.* ದೊಡ್ಡಸ್ತಿಕೆ; 2. ಆಧಿಕ್ಯ, ಪುಷ್ಕಳತ್ವ; 3. ಶೋಭೆ; 4. ರುಚಿ, ಸಾರವತ್ತು.

Rick, *n.* ಬಣಿವೆ.

Rick'ets, *n. pl.* ಕುಟಿಲವಾತ, ಗ್ರಹಣಿ, ಗ್ರಾಣೆ, ಬಾಲಪೀಡೆ. Rick'et-y, *a.* ಕುಟಿಲವಾತದ, ಬಡ, ನಲಗಿದ, ಅದರ.

Rick'shaw, *n.* ಮನುಷ್ಯರು ಎಳೆಯುವ ಗಾಡಿ.

Rid, *v. t. r. or ir.* (rid, rid) ಬಿಡುಗಡೆ ಮಾಡು, ಬಿಡಿಸು; get r. of ಬಿಡಿಸಿಕೊಳ್ಳು, ನೀಗಿಬಿಡು, ನೀಗು; well rid ಹೋದರೆ ಪೀಡೆ ಹೋಯಿತು. Rid'dance, *n.* ಬಿಡಿಸುವುದು, ನೀಗುವುದು; 2. ಬಿಡುಗಡೆ, ಮುಕ್ತಿ.

Rid'den (rid'n), *p. p. of* Ride.

Rid'dle (rid'l), *n.* ಒಗಟು, ಪ್ರಹೇಲಿಕೆ, ಒಡಗತೆ. *v. t. r.* ಒಗಟು ಬಿಚ್ಚು. *v. i.* ಒಗಟು ಹೇಳು.

Rid'dle (rid'l), *n.* ಜಲ್ಲಡೆ, ಸಾಣಿಗೆ. *v. t. r.* ಸಾಣಿಸು.

Rīde, *v. i. ir.* (rōde, rid'den, *pr.* rid'n) ಕುದುರೇ ಹತ್ತು, —ಏರು; 2. ಕುದುರೇ ಹತ್ತಿಕೊಂಡು ಹೋಗು, —ಹತ್ತಿಕೊಂಡಿರು; 3. ಗಾಡೀ ಏರು, —ಹತ್ತು, —ಹತ್ತಿಕೊಂಡಿರು, —ಹತ್ತಿಕೊಂಡು ಹೋಗು; 4. ಕೂತಿರು; 5. ತೇಲು (as a ship); r. easy ಹಗುರಾಗಿ ತೇಲು; r. hard ಹೊಯಿದಾಡು; r. at anchor ಲಂಗರು ಹಾಕಿರು, ಕಚ್ಚಿ ನಿಂತಿರು. *v. t.* ಏರು, ಹತ್ತು; 2. ಆಳು, ಕಷ್ಟಪಡಿಸು; r. for a fall ಅವಿಚಾರದಿಂದ ದುಡುಕು; r. on ಪೀಡಿಸು. Rī'dĕr, *n.* ಕುದುರೇ ಹತ್ತಿದವ, —ಏರಿದವ, ಏರಾಳಿ, "ಸವಾರ"; 2. ಏರಾಟದವ; *as,* he is a good r. ಅವನು ಒಳ್ಳೇ ಏರಾಟದವ; 3. ಒತ್ತೋಲೆ, ಉಪಭಾಗ; 4. *(geo.)* ತತ್ವದ ಉದಾಹರಣ. Rī'dĕr-less, *a.* "ಸವಾರ"ನಿಲ್ಲದ (ಕುದುರೆ). Rī'diṅg, *n.* "ಸವಾರಿ". *a.* ಸವಾರಿಗೆ ಅನುಕೂಲವಾದ.

Ridġe (rij), *n.* (back *or* top) r. of the back ಬೆನ್ನುಹುರಿ; r. of a roof ಕುಂಬೆ, ಕೊಬಳು, ಬೆಂಗಟ್ಟು; r. of the nose ಮೂಗಿನ ಕಂಬ; 2. (hill-range) ಸಾಲುಗುಡ್ಡೆ; 3. (r. between two fields) ಬದ, ಬದವು; (between paddy-fields) ಗದ್ದೇ ಬದ, —ತೆವರು, —ಗುಣುಬು, —ಹುಣಿ, —ಮೇರೆ; 4. (r. of land) ದಿಬ್ಬ, ಸಾಲು ದಿಬ್ಬ; r.-pole ತಲೆಬೆಲಗು, ಬೆಂಗಟೇ ಹೊಡೆ, ಹೆರಸೋಳು *(S. C.)*, ಬೆನ್ನೊಲೆ; r.-tile ಬೆನ್ನುಹಂಚು, ತಲೆ—, ತಲೆಬಿಡು. *v. t. r.* ದಿಬ್ಬಾ ಮಾಡು, ಹಾಳೀ—; 2. ನಿರಿಗೆಗಟ್ಟು. Ridġ'y, *a.* ದಿಬ್ಬವಾಗಿರುವ.

Rid'i-cūle, *v. t. r.* "ನಕಲೀ" ಮಾಡು, ಅಡಿಸ್ಯಾಡು, ಪರಿಹಾಸ್ಯ ಮಾಡು. *n.* "ನಕಲಿ", ಪರಿಹಾಸ್ಯ. Ri-dic'ū-lŏus, *a.* ನಗತಕ್ಕ, ಹಾಸ್ಯಕರ. Ri-dic'ū-lŏus-ly, *ad.* "ನಕಲಿ"ಯಾಗಿ, ಹಾಸ್ಯಕರವಾಗಿ. Ri-dic'ū-lŏus-ness, *n.* "ನಕಲಿ"ಯಾಗಿರೋಣ, ಹಾಸ್ಯಕರವಾದದ್ದು.

Ri-dot'to, *n.* ಸಂಗೀತ ಮತ್ತು ನಾಟ್ಯವಿನೋದ.

Rīfe, *a.* ಪ್ರಬಲ, ಪುಷ್ಕಲ. Rīfe'ly, *ad.* ಪ್ರಬಲವಾಗಿ. Rīfe'ness, *n.* ವಿಸ್ತಾರ, ಪ್ರಾಬಲ್ಯ.

Riff'raff, *n.* ಕಸ, ಕಸಕಡ್ಡಿ; 2. ಹೇಸಿ ಜನ, ನೀಚ ಜನ.

Rī'fle, *v. t. r.* ಕಸಕೊಳ್ಳು, ಸುಲುಕೊಳ್ಳು.

Rī'fle, *n.* ತುಪಾಕಿ (ಟುಬಾಕಿ), "ರೈಫಲು" ಕೋವಿ.

Rift, *n.* ಒಡಕು, ಬಿರುಕು. *v. t. or i. r.* ಒಡಿ, ಸೀಳು.

Rig, *v. t. r.* (rigged, *pr.* rigd) ಉಡಿಸು, ತೊಡಿಸು, ಹೊದಿಸು; 2. (ಹಡಗಿಗೆ) ಹಗ್ಗಗಿಗ್ಗ ಕಟ್ಟು, "ಮುಸ್ತೈದು" ಮಾಡು. *n.* ಉಡಿಗೆತೊಡಿಗೆ; 2. ಹಡಗಿಗೆ ಹಗ್ಗಗಿಗ್ಗ ಕಟ್ಟುವ ರೀತಿ; 3. ಬೆದೆಗಾರ್ತಿ; 4. ತಂತ್ರ, ಚೇಷ್ಟೆ. Rig'gĕr, *n.* ಚಕ್ರ, ರಾಟೆ. Rig'giṅg, *n.* ಹಡಗಿನ ಹಗ್ಗಗಿಗ್ಗ.

Rig-a-doon', *n.* ನಾಟ್ಯವಿಶೇಷ.

Rīght (rīt), *a.* (straight) ನೀಟು, ನೆಟ್ಟನ; 2. (just, true) ಸತ್ಯ, ನ್ಯಾಯ, "ವಾಜಬಿ"; 3. (fit, proper) ತಕ್ಕ, ತಕ್ಕದ್ದು, ಯೋಗ್ಯ, ಸರಿ, ಸಮ; 4. (real) ನಿಜ, "ಪಕ್ಕಾ"; 5. (true, correct) ಖರೆ, ಸರಿ; 6. (not left) ಬಲಗಡೆಯ; the r. side ಬಲಗಡೆ; 7. (outward) ಹೊರ, *as,* the r. side of cloth ಹೊರಮಗ್ಗಲು, ಹೊರಮೈ; 8. *(geom.)* r. line ಸರಳ ರೇಖೆ; r. angle "ಕಾಟಕೋನ", ಸಮಕೋಣ; r., it is r. ಸರಿ, ಸಮ. *ad.* ನೆಟ್ಟಗೆ, ಸರಿಯಾಗಿ; 2. ನ್ಯಾಯವಾಗಿ; 3. (very) ಬಹಳ, *as,* r. honourable ಬಹಳ ಘನವಾದ; 4. (actually) ಆಗದಿ. *n.* ನ್ಯಾಯ, ನೀತಿ, ಸತ್ಯ; 2. ಹಕ್ಕು, ಅಧಿಕಾರ; 3. ಬಲಗಡೆ; 4. ಹೊರಮಗ್ಗಲು; set to rights ನೆಟ್ಟಗೆ

ಮಾಡು, ಸುಧಾರಿಸು; all rights reserved ಎಲ್ಲ ಹಕ್ಕುಗಳು ಕಾದಿಡಲ್ಪಟ್ಟವೆ. *v. t. r.* ನೆಟ್ಟಗೆ ಮಾಡು, ನ್ಯಾಯ—, ಸರಿ—. *v. i.* ತಿರಿಗಿ ನೆಟ್ಟಗೆ ನಿಲ್ಲು. Rīght′ful (rīt-), *a.* ನ್ಯಾಯವಾದ; 2. ನಿಜ. Rīght′ful-ly (rīt-), *ad.* ನ್ಯಾಯವಾಗಿ; 2. ನಿಜವಾಗಿ. Rīght′-hand (rīt-), *n.* ಬಲಗೈ; a r.-hand man ಮುಖ್ಯ ಸಹಾಯಕ. Rīght′ly (rīt-), *ad.* ನ್ಯಾಯವಾಗಿ; 2. ನಿಜವಾಗಿ, ಖರೆಯಾಗಿ; 3. ಯೋಗ್ಯವಾಗಿ, ಸರಿಯಾಗಿ. Rīght′ness (rīt-), *n.* ಸರಳತೆ; 2. ನೀತಿ, ನ್ಯಾಯ.

Rīght′eŏus (rīt′yus *or* rī′tyus), *a.* ನೀತಿವಂತ, ಪುಣ್ಯಶೀಲ. Rīght′eŏus-ly (rīt′-yus-), *ad.* ನೀತಿಯಾಗಿ, ಸತ್ಯವಾಗಿ. Rīght′-eŏus-ness (rī′chus-), *n.* ನೀತಿ, ಧರ್ಮ.

Riġ′id, *a.* ಬಿರುಸು; 2. ಕಠಿನ. Ri-ġid′i-ty, Riġ′id-ness, *n.* ಬಿರುಸು. Riġ′id-ly, *ad.* ಬಿರುಸಾಗಿ; 2. ಕಠಿನವಾಗಿ, ಖಡಾಖಡಿಯಾಗಿ.

Rig′ma-rōle, *n.* *(coll.)* ಗಜರಗಳೆ, ಗೊತ್ತುಗೆಟ್ಟ ಮಾತು.

Rig′ŏur (rig′ĕr), *n.* ಗಡುಸು, ಕಠಿಣತ್ವ, ಘೋರ, ಕಠೋರತ್ವ; 2. (rig′ŏr) ಅತಿ ಚಳಿ; 3. ಘೋರ ತನಸ್ಸು. Rig′ŏr-ŏus, *a.* ಗಡುಸಾದ, ಕಠೋರ, ನಿಷ್ಠುರ, ಕಠಿಣ; 2. ಬಹು ಚಳಿಯ. Rig′ŏr-ŏus-ly, *ad.* ಗಡುಸಾಗಿ, ನಿಷ್ಠುರವಾಗಿ, ಖಡಾಖಡಿಯಾಗಿ. Rig′ŏr-ŏus-ness, *n.* ಕಠಿನತ್ವ, ಗಡುಸು. *Rigor mortis* ಸತ್ತ ಮೇಲೆ ಅವಯವಗಳು ಮರಕಟ್ಟುವುದು.

Rīle, *v. t. r.* ಸಿಟ್ಟೆಬ್ಬಿಸು, ರೇಗಿಸು.

Rill, *n.* ಹಳ್ಳ, ತೋಡು. Rill′et, *n.* ಚಿಕ್ಕ ಹೊಳೆ.

Rim, *n.* ಅಂಚು, ಕಂಠ, "ಕಿನಾರೆ".

Rīme, *n.* ಹಿಮ, ತುಷಾರ; 2.=Rhyme, *q.v.*

Rī′mose, Rī′mŏus, *a.* ರಂಧ್ರಭರಿತ.

Rim′ple, *n.* ನಿರಿಗೆ, ಸುಕ್ಕು. *v. t. r.* & *v. i.* ಸುಕ್ಕು ಮಾಡು, ಸುಕ್ಕಾಗು.

Rīnd, *n.* ತೊಗಲು; 2. ತೋಟೆ, ತೊಗಟೆ; 3. ಸಿಪ್ಪೆ. *v. t. r.* ಸಿಪ್ಪೆ ತೆಗೆ.

Rin′dĕr-pest, *n.* ಗೋಮಾರಿ.

Riṅg, *n.* (circle) ದುಂಡಾಕಾರ, ಚಕ್ರ, ವರ್ತುಲ; 2. (ornament of the finger) ಉಂಗುರ; a plain r. ಗೋಲುಂಗುರ, (the toe) ಕಾಲುಂಗುರ, (the wrist) ಬಳೆ, ಕಡಗ, (the arm) ತೋಳುಬಂದಿ, (the nose) ಮೂಗುತಿ, ನತ್ತು, (the lobe of the ear) ಬಂಟೆ, ವಾಲೆ, (the tip of the ear) ಮುರುಗು, ಮುರುವು, ಬಾವಲಿ; 3. (race, course) ಪಂತದ ಸ್ಥಳ; 4. (group of persons) ಮಂಡಲಿ; 5. ರಂಗಸ್ಥಳ, ನಾಟ್ಯಶಾಲೆ, ಮಲ್ಲಯುದ್ಧರಂಗ. *v. t. r.* ಉಂಗುರಾ ಹಾಕು *c. d.*, ಬಳೆ—*c. d.;* r. a tree ಉಡದಾರ ಕಡಿ, —ಕಚ್ಚು ಹಾಕು. Riṅg′-bōne, *n.* ಕುದುರೆ ಕಾಲಿಗೆ ಬರುವ ಒಂದು ರೋಗ. Riṅg′dōve, *n.* ಬೂದಿಬೆಳವ. Riṅg′-fiṅg-er, *n.* ಉಂಗುರದ ಬೆರಳು. Riṅg′lēadĕr (-lĕd-), *n.* ಹಿರಿಯ, ತುಂಟರ ಮುಖ್ಯಸ್ಥ, ಮುಖಿಯಾದವ. Riṅg′let, *n.* ಚಿಕ್ಕ ಉಂಗುರ, ಮುಂಗುರುಳು, ಉಂಗುರಗೂದಲು; a woman with r. ಚೂರ್ಣಕುಂತಳೆ, ಕುಟಿಲ ಕುಂತಳೆ. Riṅg′-mas-ter, *n.* ಸರ್ಕಸಿನ ನಾಯಕ. Riṅg′wŏrm, *n.* ನವೆ, ದದ್ದು, ಗಜಕರ್ಣ, ತಾಮರೆ.

Riṅg, *v. t. ir.* (raṅg *or* ruṅg, ruṅg) ಬಾರಿಸು; 2. ಝೇಂಕರಿಸು, ಶಬ್ದ ಮಾಡು; 3. ತಿರಿಗಿತಿರಿಗಿ ಅನ್ನು, ಹೇಳುತ್ತಾಹೇಳುತ್ತಾ ಇರು. *v. i.* ಘಂಟೇ ಬಾರಿಸು, ಘಣಘಣಿಸು. *n.* ಘಣಘಣ, ಝಣತ್ಕಾರ; r. at the door ಬಾಗಿಲು ತಟ್ಟು.

Riṅg′wŏrm shrub, *n.* *(Cassia alata, L.)* ಸೀಮೆ ಅಗಸೇ ಗಿಡ, ದದ್ದಳ—.

Rinse, *v. t. r.* *(pr.* rinst) ಗದಬಡಿಸು; 2. ಬಾಯಿ ಮುಕ್ಕಳಿಸು, ಗಂಡೂಷ ಮಾಡು.

Rī′ot, *n.* ತಂಟೆ, ದೊಂಬಿ, ತುಂಟತನ, "ಧಾಂಧಲೆ", ಲಹಳೆ, ತುಮುಲ, ಕಲಹ; 2. "ದಂಗೆ"; 3. ದುಂದುಗಾರಿಕೆ; to run r. ಮನಸ್ಸು ಬಂದ ಹಾಗೆ ಮಾಡು, ಅಳತೆಗೆಟ್ಟು ಮಾಡು. *v. i.* "ದಂಗೆ" ಮಾಡು; 2. ದುಂದುಗಾರಿಕೆ ಮಾಡು. Rī′ot-ĕr, *n.* ದುಂದುಗಾರ; 2. "ದಂಗೆ"ಗಾರ, ಕಲಹಗಾರ, ತುಂಟ. Rī′ot-ŏus, *a.* ದುಂದು, ಅಳತೆಗೆಟ್ಟ; 2. "ದಂಗೆಯ", ಕಲಹದ, ತುಂಟ, ತುಮುಲದ. Rī′ot-ŏus-ly, *ad.* ತುಂಟನಾಗಿ; 2. ದುಂದಾಗಿ, ಅಳತೆಗೆಟ್ಟು. Rī′ot-ŏus-ness, *n.* ದುಂದುಗಾರಿಕೆ; 2. ಕಲಹಮಾಡುವುದು, ತುಂಟತನ, ತುಮುಲ.

Rip, *v. t. r.* (ripped, *pr.* ript) ಕತ್ತರಿಸು, ಸೀಳು, ಹರಿ; 2. ಬಿಚ್ಚು, ಹರಿ; 3. ಹರಕೊಳ್ಳು; r. up ಹುಡುಕಿ ತೆಗೆ.

Rip, *n.* ಪ್ರಯೋಜನವಿಲ್ಲದ ಕುದುರೆ; 2. "ಫಟಿಂಗ".

Rī-pā′ri-an, *a.* ಹೊಳೆಬದಿಯ.

Rīpe, *a.* ಹಣ್ಣಾದ, ಮಾಗಿದ, ಪಕ್ವವಾದ; 2. ಸಿದ್ಧ, ಪೂರ್ಣ. Rīpe′ly, *ad.* ಹಣ್ಣಾಗಿ; 2.

ಸಿದ್ಧವಾಗಿ; 3. ವೇಳೆಯಾಗಿ. Ri'pen (rī'pn), *v.t.r.* ಮಾಗಿಸು, ಹಣ್ಣು ಮಾಡು; 2. ಸಂಪೂರ್ಣತೆಗೆ ತರು, ಸಿದ್ಧಿಗೆ ತರು. *v.i.* ಮಾಗು, ಹಣ್ಣಾಗು; 2. ಸಂಪೂರ್ಣತೆಗೆ ಬರು. Rīpe'-ness, *n.* ಹಣ್ಣಾಗಿರುವುದು, ಪರಿಪಕ್ವತೆ; 2. ಯೋಗ್ಯತೆ. [ಎದುರುತ್ತರ.

Rī-pōste', *n.* ಪ್ರತಿಕ್ರಿಯೆ, ಪೆಟ್ಟಿಗೆ ಪೆಟ್ಟು; 2.

Rip'ple (rip'l), *n.* ದಡಕು, ಚಿಕ್ಕ ತೆರೆ. *v. i.* (ನೀರು) ದಡಕಿಯಿಂದ ಹರಿ, ಗಳಗಳನೆ ಹರಿ, ಝುಳಝುಳನೆ ಹರಿ.

Rip'rap, *n.* ಆಳ ನೀರಿನಲ್ಲಿ ಹುದಿಲಿನಲ್ಲಿ ಹಾಕಿದ ಕಲ್ಲು ಪಾಯ, ಗೋಡೆ ಕಟ್ಟಲಿಕ್ಕೆ ಉಪಯೋಗಿಸಿದ ತುಂಡು ಕಲ್ಲು.

Rīse, *v.i.ir.* (rōse, ris'en, *pr.* riz'n), (a) *To be, or to become elevated, to ascend:* (go upward) ಏರು, ಮೇಲಕ್ಕೇರು; the ground rises ನೆಲ ಏರುತ್ತದೆ, —ಏರಾಗುತ್ತದೆ; 2. ಎತ್ತರವಾಗಿರು, *as,* the tree rises to a great height ಮರ ಬಹಳ ಎತ್ತರವಾಗಿದೆ; the hill rises a thousand feet ಗುಡ್ಡ ಒಂದು ಸಾವಿರ ಅಡಿ ಎತ್ತರವಾಗಿದೆ; 3. ಉಬ್ಬು, *as,* the river is rising ಹೊಳೆ ಉಬ್ಬುತ್ತದೆ; the dough is rising ಕಣಕ ಉಬ್ಬುತ್ತದೆ; 4. (become erect from a sitting or lying posture) ಏಳು, ಎದ್ದೇಳು, ಎದ್ದು ನಿಲ್ಲು; 5. (get up from bed) ಹೊರಳಿ ಏಳು, ಎದ್ದು ಕೂಡ್ರು; 6. (get up from death) ಸತ್ತು ಏಳು, ಮರಣದಿಂದೇಳು, ಸಾವಿನಿಂದೇಳು; 7. ಸಭೆಯೇಳು, "ಕಚೇರಿ" ಏಳು; 8. (retire from a siege) ಎದ್ದುಹೋಗು, ಎತ್ತಿಹೋಗು; 9. (swell, *as,* a tumour) ಬಾಯು, ಬಾವು ಬರು; 10. (appear on the skin) ಏಳು, *as,* an eruption rises on the skin ಬೊಕ್ಕೆ ಏಳುತ್ತವೆ, ಮೈಲಿ ಏಳುತ್ತವೆ; 11. ಮೂಡು, *as,* the sun rises ಹೊತ್ತು ಮೂಡುತ್ತದೆ, ಸೂರ್ಯನು ಉದಯವಾಗುತ್ತಾನೆ; 12. (originate, *as,* a river) ಉಗಮವಾಗು, ಹುಟ್ಟು. (b) *Increase in size, force, or value:* 13. ಹೆಚ್ಚಾಗು, *as,* the wind is rising ಗಾಳಿ ಹೆಚ್ಚಾಗುತ್ತದೆ; ಸಿಟ್ಟು ಹೆಚ್ಚಾಯಿತು, —ಉರಿಯಿತು; 14. ಧಾರಣೆ ಏರು, *as,* wheat has risen in the market ಸಂತೆಯಲ್ಲಿ ಗೋದಿಯ ಧಾರಣೆ ಏರಿತು; 15. (become louder, *as,* the voice) ಗಟ್ಟಿಯಾಗು, ಗಟ್ಟಿಸು. (c) *Figurative meanings:* 16. (begin) ಹುಟ್ಟು, *as,* a suspicion rose in his mind ಅವನ ಮನಸ್ಸಿನಲ್ಲಿ ಸಂಶಯ ಹುಟ್ಟಿತು; 17. (become excited) ಏಳು, ತಿರಿಗಿ ಬೀಳು, *as,* the people rose against their king ತಮ್ಮ ಅರಸನ ಮೇಲೆ ತಿರಿಗಿ ಬಿದ್ದರು; 18. (be promoted) ಏಳಿಗೇ ಸ್ಥಿತಿಗೆ ಬರು, ತಲೆ ಎತ್ತು, ವರ್ಧಮಾನವಾಗು; 19. (occur) ಬರು, *as,* a thought rose in my mind ನನಗೆ ಒಂದು ಆಲೋಚನೆ ಬಂತು, ನನ್ನ ಮನಸ್ಸಿನಲ್ಲಿ ಒಂದು ಆಲೋಚನೆ ಆಯಿತು. *n.* ಏರೋಣ; 2. ಏರು; 3. ಉದಯ; 4. ಉಗಮ; 5. ಮೂಲ, ಆರಂಭ; 6. ಹೆಚ್ಚುವಿಕೆ; 7. ಏಳೋಣ. Rīs'er, *n.* ಏಳುವವನು. Rīs'ing, *p.a.* ಏಳಿಗೆಯ; 2. ಬೆಳೆಯುವ; the r. generation ಯೌವನಸ್ಥರು. *n.* ಏಳೋಣ; ಏರೋಣ; 2. ಬಾವು; 3. ರಾಜದ್ರೋಹ, ದಂಗೆ.

Ris'i-ble, *a.* ಹಾಸ್ಯಕರ, ನಗತಕ್ಕ. Ris'i-bly, *ad.* ನಗುವಂತೆ, ಹಾಸ್ಯಕರವಾಗಿ. Ris-i-bil'-i-ty, *n.* ನಗುವ ಶಕ್ತಿ, ಹಾಸ್ಯ—.

Risk, *n.* ಗಂಡಾಂತರ, ಭಯ, ಅಪಾಯ; 2. ನಷ್ಟದ ಭಯ, ಲಾಭಾಲಾಭ; run a r. ಗಂಡಾಂತರ ಪಡು, ತಲೆಗೊಡು; at all risks ಹ್ಯಾಗಾದರೂ, ಏನಾದರೂ ಆಗಲಿ ಎಂದು, ಆದದ್ದಾಗಲಿ ಎಂದು. *v. t. r.* (*pr.* riskt) ಗಂಡಾಂತರಕ್ಕೆ ಗುರಿ ಮಾಡು, ಅಪಾಯಕ್ಕೆ ಗುರಿ—; he risked his life in doing this ಜೀವದ ಆಶೆ ಬಿಟ್ಟು ಇದನ್ನು ಮಾಡಿದ, ಜೀವದ ಹಂಗು ತೊರೆದು ಇದನ್ನು—. Risk'y, *a.* ಗಂಡಾಂತರದ, ಮೋಸದ.

Rīte, *n.* ರೀತಿ, ಪದ್ಧತಿ, ಅನುಷ್ಠಾನ, ಆಚಾರ, ವಿಧಾನ, ಸಂಸ್ಕಾರ; rites of Bacchus ಮದ್ಯಪಾನ; funeral rites ಉತ್ತರಕ್ರಿಯೆಗಳು; magic rites ಮಾಂತ್ರಿಕಕ್ರಿಯೆಗಳು; marriage rites ವಿವಾಹ.

Rit'ū-al, *a.* ಕ್ರಿಯಾಸಂಬಂಧವಾದ, ಆಚಾರದ, ಸಂಸ್ಕಾರದ. *n.* ಸಂಸ್ಕಾರಪದ್ಧತಿ, ಸಂಸ್ಕಾರಶಾಸ್ತ್ರ. Rit'ū-al-ism, *n.* ಆಚಾರಶೀಲತೆ. Rit'ū-al-ist, *n.* ಅನುಷ್ಠಾನಿ, ಕರ್ಮಠ, ಕ್ರಿಯಾವಂತ. Rit'ū-al-ly, *ad.* ಆಚಾರವಾಗಿ.

Rī'val, *n.* ಪೋಟಿಗಾರ, ಸ್ಪರ್ಧೆ ಮಾಡುವವ, ಏರಾದಿ ಮಾಡುವವ, ಮೇಲಾಟ—; 2. ಸವತಿ. *a.* ಪೋಟಿಯಾಗಿರುವ, ಸ್ಪರ್ಧಿಸುವ. *v. t. r.* (-valled, *pr.* -vald) ಹುರುಡಿಸು, ಪೋಟಿ ಮಾಡು, ಸ್ಪರ್ಧೆ—, ಏರಾದಿ—, ಮೇಲಾಡು. Rī'val-ling, *imp. a.* ಪೋಟಿಮಾಡುವ. Rī'-val-ry, *n.* ಪೋಟಾಪೋಟಿ, ಪೋಟಿ, ಹುರುಡು, ಸ್ಪರ್ಧೆ, ಏರಾದಿ.

Rīve, *v.t. or i. ir.* (rived, rived *or* riv'en) ಸೀಳು, ಹರಿ. Ri'ven, *p.p.a.* ಸೀಳಿದ.

Riv'ĕr, *n.* ನದಿ, ಹೊಳೆ.

Riv'et, *v. t. r.* ಮೊಳೆ "ಕಟಾಯಿಸು", ಮೊಳೆ ಕಟಿಹಾಕು; 2. ಬಿಗಿ ಮಾಡು. *n.* ಕಟಿಮೊಳೆ.

Riv'ū-let, *n.* ಹಳ್ಳ, ಜರಿ, ಕೊಳ, ಬೆಂಚೆ.

Rōad (rōd), *n.* ಮಾರ್ಗ, ದಾರಿ, "ರಸ್ತೆ"; public r. ಹೆದ್ದಾರಿ, ರಾಜಮಾರ್ಗ; on the r. ಪಯಣ ಮಾಡುವ; take to the r. ಹಾದಿಬಡಕನಾಗು. Rōad'-met-al, *n.* ದಾರಿಗೆ ಹಾಕುವ ಜಲ್ಲಿ. Rōads, Rōad'stead (rōd'sted), *n.* ರೇವು. Rōad'stĕr, *n.* ಪ್ರಯಾಣದ ಕುದುರೆ, "ಲಂಗರು" ಹಾಕಿದ ಹಡಗ.

Rōam (rōm), *v. i. r.* ತಿರುಗಾಡು, ಅಡ್ಡಾಡು, ಹರಿದಾಡು, ಅಲೆ, ತೊಳಲು. *n.* ತಿರುಗಾಟ, ವಿಹಾರ. Rōam'iṅg, *n.* ಪರ್ಯಟನ, ತಿರುಗುವಿಕೆ, ತೊಳಲಿಕೆ, ಅಲೆತ.

Rōan (rōn), *a.* ಚಂಚ ಬಣ್ಣದ (horse). *n.* ಚಂಚ ಬಣ್ಣದ ಕುದುರೆ; 2. ಮೃದುವಾದ ಕುರಿ ಚರ್ಮ.

Rōar (rōr), *v. i. r.* ಒದರು, ಕೊಕ್ಕರಿಸು, ಘೋರ್ಗರೆ, ಗರ್ಜಿಸು; 2. ಡರಿಕೆ ಹೊಡೆ (as a bull); 3. ಕೊಕ್ಕೊಕ್ ನಗು. Rōar, Rōar'-iṅg, *n.* ಗರ್ಜನೆ, ಆರ್ಭಟ, ಅಬ್ಬರ; 2. ಕೊಕ್ಕೊಕ್ ನಗೆ. Rōar'ĕr, *n.* ಗರ್ಜಿಸುವವನು.

Rōast (rōst), *v. t. r.* ಕರಿ, ಹುರಿ; 2. ನಕಲಿ ಮಾಡು. *v. i.* ಬೇಯು. *n.* ಹುರಿದ ಮಾಂಸ. *a.* ಹುರಿದ; roasted corn ಉಮ್ಮಿಗಿ; r. jowarry ಬೆಳಸಿ. Rōast'ed, *a.* ಹುರಿದ.

Rob, *v. t. r.* (robbed, *pr.* robd) ಕದಿ, ಕದ್ದುಕೊಳ್ಳು, ಸುಲುಕೊಳ್ಳು. Rob'bĕr, *n.* ಕಳ್ಳ, ಸುಲುಕೊಳ್ಳುವವ, ಕಾಟಕನು. Rob'-bĕr-y, *n.* ಕಳ್ಳತನ, ಸುಲಿಗೆ, "ಲೂಟಿ", "ದರೋಡೆ"; gang-r. "ಡಕಾಯಿತಿ".

Rōbe, *n.* ಉದ್ದಂಗಿ, ನಿಲುವಂಗಿ; the long r. ನ್ಯಾಯವಿಜ್ಞಾನ. *v. t. r.* ಅಂಗೀ ತೊಡಿಸು.

Rob'in, *a.* ಗುಬ್ಬೀ ತರದ ಒಂದು ಹಕ್ಕಿ.

Rob'o-rant, *a.* ಬಲಕೊಡುವ. *n.* ಬಲಕೊಡುವ ಮದ್ದು.

Rō-bust', *a.* ಪುಷ್ಟಿಯುಳ್ಳ, ಒಡ್ಡಾಳು, ಸ್ಥೂಲ, "ಗಟಿಮಸ್ತಿಯ". Ro-bus'tiŏus, *a.* ಗದ್ದಲ ಮಾಡುವ. Rō-bust'ly, *ad.* ಪುಷ್ಟಿಯಾಗಿ. Rō-bust'ness, *n.* ಕಾಯಪುಷ್ಟಿ, ಸ್ಥೂಲತೆ.

Roc, Rock, Rukh, *n.* ಒಂದು ಕಲ್ಪಿತ ಬ್ರಹ್ಮಾಂಡ ಪಕ್ಷಿ.

Rock, *v. t. r. (pr.* rokt) ಅಲ್ಲಾಡಿಸು, ತೊಟ್ಲು ತೂಗು, ತೂಗಿ ನಿದ್ರೆ ಮಾಡಿಸು; r. a child on the knee ಮಗುವನ್ನು ಆನೆಯಾಡಿಸು. *v. i.* ಅಲ್ಲಾಡು, ಅಗಲಾಡು, ಜಾಸುಹೊಯ್ಯು; a rocking chair ಅಂದೋಲನಪೀಠ, ಆಂದೋಲಾಸನ. Rock'er, *n.* ತೊಟ್ಲು ತೂಗುವವ.

Rock, *n.* ರಾಟಣೆ ತಿರಿಗಿಸುವ ಕೋಲು.

Rock, *n.* ಬಂಡೆ, ಪಡಿ, ಅರೆ, ಕಲ್ಲು, ಗಾರಕಲ್ಲು; 2. ಆಶ್ರಯ, ರಕ್ಷಣೆ. Rock'sạlt, *n.* ಕಲ್ಲುಪ್ಪು, ಸೈಂಧವಲವಣ. Rock'snāke, *n.* ಹೆಬ್ಬಾವು. Rock'y, *a.* ಬಂಡೆಯ; 2. ಕಲ್ಲುಕಲ್ಲಾದ; 3. ಕಲ್ಲಿನಂಥ.

Rock'et, *n.* ಆಕಾಶಬಾಣ.

Rod, *n.* ಕೋಲು, ಬೆತ್ತ; 2. ಮುದ್ರೆಕೋಲು; 3. ಹದಿನಾರುವರೆ ಅಡಿ ಉದ್ದದ ಅಳತೆ; to kiss the r. ತನಗೆ ಮಾಡಿದ ಶಿಕ್ಷೆ ನ್ಯಾಯವೆಂದು ಒಪ್ಪಿಕೊಳ್ಳು.

Rōde, *pt.* of Ride, *q. v.*

Rō'dent, *a.* ಇದಿರಿನ ಮೊನೆ ಹಲ್ಲುಗಳಿಂದ ಕಡಿಯುವ. *n.* ಕಡಿಯುವ ಮೃಗ (ಇಲಿ, ಮೊಲ, ಏದು, ಅಳಿಲು ಇತ್ಯಾದಿ).

Rod-ō-mon-tāde', *n.* ಒಣ "ಬಡಾಯಿ", ಜಂಬ ಕೊಚ್ಚುವುದು, ಒಣ ಹೆಮ್ಮೆ ಬಡಿಯುವುದು. *v. i. r.* "ಬಡಾಯಿ" ತೋರಿಸು, ಜಂಬ ತೋರಿಸು.

Rōe (rō), *n.* ಹುಲ್ಲೆ, ಹೆಣ್ಣು ಜಿಂಕೆ, —ಚಿಗರಿ. Rōe'buck (rō'buk), *n.* ಗಂಡೊಳ್ಳಿ, ಗಂಡೆರಳೆ.

Rōe (rō), *n.* ಮೀನಿನ ಮೊಟ್ಟೆ.

Rō-gā'tiŏn, *n.* ಪ್ರಾರ್ಥನೆ ಜಪಾದಿಗಳು.

Rōgue (rōg), *n.* ಠಕ್ಕ, ಕಳ್ಳ, ಚೋರ, "ದಗಲ್ಬಾಜಿ", ಶಠ, ಧೂರ್ತ; r. elephant ಹಿಂಡು ಬಿಟ್ಟು ಕಾಡು ಸೇರಿದ ಆನೆ; r. horse ಮೈಗಳ್ಳ ಕುದುರೆ. Rō'guĕr-y (rō'gĕr-), *n.* ಠಕ್ಕು, ಸಟಿಪಟಿ ಕೆಲಸ, ಮೋಸಗಳತನ, "ಲಬಾಡಿ". Rō'-guish (rō'gish), *a.* ಠಕ್ಕಿನ, "ಲಬಾಡಿಯ", "ದಗಲ್ಬಾಜಿಯ"; 2. ಚೇಷ್ಟೆಖೋರ (-ನ); r. face ಕದ್ದಮೋರೆ. Rō'guish-ly, *ad.* ಠಕ್ಕಾಗಿ; 2. ಚೇಷ್ಟೆಖೋರನಾಗಿ. Rō'guish-ness, *n.* ಠಕ್ಕು, ವಂಚನೆ.

Roil, *v. t. r.* ಕಲಕು, ಕಲಸು.

Rois'tĕr, *v. t. r.* ದಾಷ್ಟೀಕತನ ಮಾಡು. Rois'-tĕr-ĕr, *n.* ಗದ್ದಲಖೋರ, ದಾಷ್ಟೀಕನು.

Rōle, *n.* ಸೋಗು, ನಟನೆ; 2. ತನ್ನ ಮಣೆಹ.

Rōll, *v. t. r.* ಉರುಳಿಸು, ಹೊರಳಿಸು; 2. (wrap round) ಸುತ್ತು, ಸುರಳೀ ಸುತ್ತು; 3. ಹರಿಸು (water); 4. ಹಿಗ್ಗಿಸು, ಲಟ್ಟಿಸು (paste); r. out ಲಟ್ಟಿಸು; r. up and down, r. about ಉರುಳಾಡಿಸು, ಹೊರಳಾಡಿಸು. *v. i.* ಉರುಳು, ಹೊರಳು; 2. ಹೊರಳುತ್ತಾ ಹೋಗು; 3. ತಿರುಗಾಡು; r. about ಹೊರಳಾಡು, ಉರುಳಾಡು; 4. ಹೊಯಿದಾಡು (a ship); 5. (coil up) ಸುರುಳು. *n.* (act of rolling) ಹೊರಳಾಟ, ಉರುಳಾಟ; 2. (roller) "ರೋಲು", ಕೊರಡ, ಕಲ್ಲುರುಳು; 3. (something rolled up) ಸುರುಳಿ; 4. (list) ಪಟ್ಟಿ, "ಹಾಜರಪಟ್ಟಿ"; 5. (loaf) ದುಂಡು ರೊಟ್ಟಿ, ಮುದ್ದೆ; 6. (r. of a drum) ಒಂದಿ ಯೋಣ; call the r. "ಹಾಜರಿ" ತಕ್ಕೊಳ್ಳು. Rōl'lĕr, *n.* ಉರುಳಕ, ಉಳ್ಳಕ, ಲಟ್ಟಣಿಗೆ; 2. ಪಟ್ಟಿ; a r. ಗುಂಡುಗಲ್ಲು. Rōl'ling-pin, *n.* ಲಟ್ಟಣಿಗೆ, ಲತ್ತಿಗುಣಿ, ಕೊರಡ.

Rol'lick, *v. i. r.* ಸೆಟಸೆಟದು ನಡೆ; 2. ಚೇಷ್ಟೆ ಮಾಡು.

Rō'long, *n.* ರವೆ, ಸಜ್ಜಿಗೆ, ಸಜ್ಜಕ.

Rō-mā'ic, *n.* ಈಗಿನ ಗ್ರೀಕ್ ದೇಶಭಾಷೆ.

Rō'man, *a.* "ರೋಮ್" ಪಟ್ಣದ, "ರೋಮಾಯರ"; 2. "ರೋಮನ್ ಕಥೋಲಿಕ" ಮತದ. *n.* "ರೋಮ ಪಟ್ಟಣದವ; R. Catholic "ಕಿರಿಸ್ತಾನ"; r. letter ನೆಟ್ಟನ ಅಕ್ಷರ. Rō-man'ic, *a.* "ರೋಮಾಯರ"; 2. "ಇತಲಿ, ಸ್ಪೇನ್, ಪೋರ್ತುಗಲ, ಫ್ರೆಂಚ" ಈ ಮೊದಲಾದ ಭಾಷೆಗಳ ಅಥವಾ ಜನರ. Rō'man-īṣe, *v. t. r.* "ರೋಮನ್ ಕಥೋಲಿಕ" ಮತಕ್ಕೆ ಸೇರಿಸು. Rō'man-iṣm, *n.* "ರೋಮನ್ ಕಥೋಲಿಕ" ಮತ. Rō'man-ist, *n.* "ರೋಮನ್ ಕಥೋಲಿಕ". Rō'mish, *a.* "ರೋಮನ್ ಕಥೋಲಿಕ" ಮತದ.

Rō-mance', *n.* ಕಟ್ಟುಕಥೆ, ಕಲ್ಪನಾಕಥೆ, ಕಾದಂಬರಿ. *v. i. r.* ಕಟ್ಟುಕಥೆ ಹೇಳು. Rō-man'cĕr, *n.* ಕಟ್ಟುಕಥೆ ಹೇಳುವವ.

Rō-man'tic, *a.* ಚಮತ್ಕಾರದ, ಅದ್ಭುತರಸದ, ವಿಚಿತ್ರ. Rō-man'tic-al-ly, *ad.* ವಿಚಿತ್ರವಾಗಿ, ಚಮತ್ಕಾರವಾಗಿ.

Romp, *v. i. r.* ಗಡಿಬಿಡಿ ಮಾಡು, ಕುಣಿದಾಡು, ಹಾರ್‍ಯಾಡು, ಜಗಿದಾಡು. *n.* ಜಗಿದಾಟ, ಹಾರ್‍ಯಾಟ, ಕುಣಿದಾಟ; 2. ಜಗಿವಾದಿ, ತಂಟೇಖೋರಿ, ಗಡಿಬಿಡಿಯವಳು. Romp'ing, *a.* ಗಡಿಬಿಡಿಯ, ಹಾರ್‍ಯಾಡುವ, ಕುಣಿದಾಡುವ. *n.* ಗಡಿಬಿಡಿ, ಹಾರ್‍ಯಾಟ. Rōmp'ing-ly, *ad.* ಗಡಿಬಿಡಿಯಾಗಿ, ಜಗಿದಾಟದಿಂದ.

Rood, *n.* "ಎಕರೆಯ" ನಾಲ್ಕನೇ ಭಾಗ, ಹತ್ತು ಗುಂಟೆ; 2. ಶಿಲುಬೆಗೆ ಹಾಕಿದ ಕ್ರಿಸ್ತನ ರೂಪ.

Roof, *n.* ಮಾಡು, "ಛಾವಣಿ", ತಾಟು; flat r. ಮಾಳಿಗೆ; thatched r. ಚಪ್ಪರ; tiled r. ಹಂಚಿನ ಮಾಳಿಗೆ; r. of the mouth ಅಂಗಳ. *v. t. r.* (*pr.* rooft) ಮಾಡು ಕಟ್ಟು, ಮಾಳಿಗೆ—, ಚಪ್ಪರ ಹಾಕು. Roof'less, *a.* ಮಾಳಿಗೆಯಿಲ್ಲದ, ಮಾಡು—; 2. ದಿಕ್ಕಿಲ್ಲದ, ಮನೆಮಾರಿಲ್ಲದ.

Rọọk, *n.* ಒಂದು ಜಾತಿಯ ಕಾಗೆ. Rọọk'ĕr-y, *n.* ಕಾಗೆಗಳು ಕೂಡಿ ಗೂಡು ಕಟ್ಟುವ ಸ್ಥಳ, ಅತ್ತಂಡ ಮನೆಗಳು.

Room, *n.* ಜಾಗ, ಸ್ಥಳ, "ಠಾವು", ಇಂಬು; 2. ಕೋಣೆ, ಕೊಠಡಿ; give r. ಇಂಬು ಕೊಡು, ಜಾಗಾ ಬಿಡು, ಸರಕೊಳ್ಳು, ಸಂದುಗೊಡು, ಆಸ್ಪದ ಕೊಡು; make r. ದಾರಿ ಮಾಡು, ಜಾಗಾ—, ಇಂಬುಗೊಡು. Room'i-ly, *ad.* ಇಂಬಾಗಿ. Room'i-ness, *n.* ಇಂಬು, ವಿಶಾಲತೆ. Room'y, *a.* ಇಂಬಾದ, ವಿಶಾಲವಾದ.

Roost, *n.* ಪಕ್ಷಿಗಳು ರಾತ್ರಿ ಕೂಡ್ರುವ ಸ್ಥಳ,—ಕಟ್ಟಿಗೆ ಮೆಟ್ಟು. *v. i. r.* ಪಕ್ಷಿಯಂತೆ ಕೂಡ್ರು, ಪಕ್ಷಿಯಂತೆ ಮಲಗು.

Root, *n.* ಬೇರು; 2. (edible r.) ಕಂದಮೂಲ, ಗಡ್ಡೆ; 3. (lowest part) ಬುಡ; 4. (origin) ಮೂಲ, ಕಾರಣ; 5. (*gram.*) ಧಾತು; cube r. ಘನಮೂಲ; square r. ವರ್ಗಮೂಲ; pendent r. of a tree ಊಡೆ, ಬೀಳು, ಜಡೆ; take r. ಬೇರೂರು. *v. t. r.* ನೆಡು, ಬೇರೂರಿಸು; r. up, r. out ಕೀಳು, ಕಿತ್ತುಹಾಕು, ಬೇರುದರಿಸಲೇ ಕೀಳು, ಬುಡಮುಟ್ಟ ಕೀಳು. *v. i.* ಬೇರೂರು, ಬೇರು ಹಿಡಿ. Root'ed, *p. p. & a.* ಬೇರುಗೊಂಡ, ನೆಲೆಗೊಂಡ. Root'less, *a.* ಬೇರಿಲ್ಲದ. Root'let, *n.* ಸಣ್ಣ ಬೇರು.

Rōpe, *n.* ನೇಣು, ಹಗ್ಗ, ಮಿಣಿ; r.-dancer ದೊಂಬರವ; r.-walk ಹಗ್ಗಾ ಹೊಸೆಯುವ ಸ್ಥಳ. Rōpe'lad-dĕr, *n.* ನೂಲೇಣಿ. Rō'pĕr-y, *n.* ಹಗ್ಗಾ ಮಾಡುವ ಸ್ಥಳ.

Rō'py, *a.* ಜಿಗಟಾದ, ಅಂಟಾದ.

Rō'ṣa-ry, *n.* ಮಾಲೆ, ಜಪಮಾಲೆ, ಜಪಮಾಲಿಕೆ.

Rōṣe, *n.* "ಗುಲಾಬಿ" ಹೂ; China r. (*Hibiscus rosa sinensis, Lin.*) ದಾಸಾಳ ಹೂ; r.-water "ಗುಲಾಬು", ಪನ್ನೀರು; attar of roses "ಗುಲಾಬಿ" ಎಣ್ಣೆ, "ಅತ್ತರು". Rō'ṣe-āte, *a.* "ಗುಲಾಬಿ" ಬಣ್ಣದ, "ಗುಲಾಬಿ"ಯಂಥಾ. Ro'ṣi-ness, *n.* ಕೆಂಪು ಬಣ್ಣ; 2. ಶೋಭೆ. Rō'ṣy, *a.* "ಗುಲಾಬೀ" ಬಣ್ಣದ, "ಗುಲಾಬಿ"ಯಂಥಾ ಕೆಂಪು; 2. ಸುಂದರ, ಶೋಭಿತ.

Rōṣe, *pt. of* Rise.

Rōṣe'-ap-ple, *n.* (*Eugenia jambos, L.*)

ಜಂಬುನೇರಳು *(S. C., S. M.)*, ಪನ್ನೇರಳೆ *(My.)*.

Rōṣe'finch, *n.* ಕಬ್ಬಕ್ಕಿ.

Rō-ṣelle' (-zel'), *n.* *(Hibiscus sabdariffa, L.)* ಕೆಂಪು ಪುಂಡಿ, ಪುಂಡಿಕೆ, "ವಿಲಾಯತಿ" ಪುಂಡಿ.

Rōṣe'mar-y, *n.* ಒಂದು ತರದ ಸುಗಂಧ ಗಿಡ.

Rō-ṣette' (-et'), *n.* ವಸ್ತ್ರದ ಹೂ, ಹೂ.

Rōṣe'wo͞od, *n.*, *see* Cabinet-rosewood.

Roṣ'in, *n.* ರಾಳ. *v. t. r.* ರಾಳಾ ತಿಕ್ಕು.

Ros'tĕr, *n.* "ಪಟ್ಟಿ".

Ros'trum, *n.* ಪಕ್ಷಿಯ ಮೋತಿ; 2. ಪ್ರಸಂಗ ಪೀಠ; 3. ಹಡಗಿನ ಮೋತಿ.

Rot, *v. i. r.* & *ir.* (rot'ted, rot'ten, *pr.* rot'n) ಕೊಳೆ, ಹುಳಿ; 2. (teeth, *etc.*) ಲಡ್ಡು ಹಾಯು; 3. (timber) ಮುಗ್ಗು, ಲಡ್ಡುಹಾಯು, ಕೊಳೆ; 4. *(vet.)* ತೆವಲು. *v. t.* ಕೊಳೆ ಹಾಕು. *n.* ಕುರಿಗಳ ಒಂದು ರೋಗ; 2. (of timber) ಲಡ್ಡು.

Rōta, *n.* ಒಂದು ವಿಧದ ನ್ಯಾಯಸಭೆ.

Ro-taṅg', *n.*, *see* Ratan.

Rō'ta-ry, *a.* ತಿರುಗುವಂಥ. Rō-tāte', *v.i.r.* ತಿರುಗು. *v. t.* ತಿರುಗಿಸು. *a.* ಚಕ್ರಾಕಾರದ. Rō-tā'tiŏn, *n.* ತಿರುಗುವಿಕೆ; 2. ಒಂತು, ಸರತಿ, ಸರದಿ, ಆವರ್ತನೆ; by r. ಸರದೀ ಮೇಲೆ, ಒಂತಿನ ಮೇಲೆ. Rō'tā-tŏr-y, *a.* ತಿರುಗುವ, ಸರದೀ ಮೇಲೆಯಾಗುವ.

Rōte, *n.* ಮುಖಪಾಠ, ಬಾಯಿಪಾಠ, ರೂಥಿ; learn by r. ಬಾಯಿಪಾಠ ಮಾಡು, ರೂಥೀ ಮಾಡು, ಕಂಠಸ್ಥ ಪಡಿಸು, ಜತಪಡಿಸು.

Rot'ten (rot'n), *a.* (*see* Rot) ಕೊಳತ, ಮುಗ್ಗಿದ, ಹುಳುಕು. ಲಡ್ಡು ಹಾದ. Rot'ten-ness, *n.* ಕೊಳಕು, ಹುಳುಕು, ಲಡ್ಡು.

Rō-tund', *a.* ದುಂಡು, ಗುಂಡಾದ. Rō-tun'da, -tun'dō, *n.* ದುಂಡಾದ ಮನೆ, ವೃತ್ತಗೃಹ. Rō-tun'di-ty, *n.* ದುಂಡು, ಗೋಳಾಕಾರ.

Rou'ble (ru'bl), *n.* ರುಸ್ಯ ದೇಶದ ಒಂದು ಬೆಳ್ಳೀ ನಾಣ್ಯ (ಸುಮಾರು ೧ ರೂ. ೯ ಆ.).

Roué' (roo'a), *n.* "ಬಂಡ", "ಘಟಿಂಗ".

Rouġe (ruzh), *n.* ಕುಸುಂಬೆ ಬಣ್ಣ, ಕೆಂಪು.

Rough (ruf), *a.* ಹುರಬರಕು, ದೊರಗಾದ, ತರಕಲಾದ; 2. ಮರ್ಯಾದೆಯಿಲ್ಲದ; r. copy ಚಿತ್ತು "ನಕಲು"; r. ground ಹಳ್ಳದಿಣ್ಣೆ ಭೂಮಿ; r. sea ಅಲ್ಲಕಲ್ಲೋಲ ಸಮುದ್ರ; r. sound ಕರ್ಕಶ ಶಬ್ದ. *pl.* ಕಾಕಪೋಕರು. *v. t. r.* ಒರಟು ಮಾಡು, ಬಿರುಸು ಮಾಡು; 2. ಕಷ್ಟಪಡು. Rough'-cast (ruf'kast), *v. t. ir.* (-cast, -cast) ಆಕಾರ ಮಾಡು, ಹೊಳವು ಮಾಡು. *n.* ಹೊಳವು. Rough'-draw (ruf'dra), *v.t.ir.* (-drew, -drawn, *pr.* -dru, -dran) ಸುಳುವು ಬರೆ. Rough'en (ruf'n), *v. t. r.* ತರಕಲು ಮಾಡು ಹುರುಬರಕು—. Rough'-hew (ruf'hū), *v. t. & ir.* (-hewed, -hewn. *pr.* -hūd, -hūn) "ಸುಮಾರಾಗಿ" ಕೆತ್ತು, ಹೊಳವು ಮಾಡು. Rough'ly (ruf-), *ad.* ಹುರುಬರಕಾಗಿ; 2. "ಸುಮಾರಾಗಿ", ಹೊಳವಾಗಿ; 3. ಮರ್ಯಾದೆಗೆಟ್ಟು; 4. ಕಡಾಕಡಿಯಾಗಿ. Rough'ness (ruf'nes), *n.* ತರಕಲು, ಹುರಬರಕು; 2. ಒರಟು, ನರಡು. Rough'-rī-dĕr (ruf-), *n.* ಚಾಬುಕು ಸವಾರ. Rough'-shod (ruf-), *a.* ಮುಳ್ಳು ಲಾಳ ಕಟ್ಟಿದ.

Round, *a.* ದುಂಡು, ದುಂಡನ್ನ, ಬಟ್ಟ, ಬಟ್ಟನ, ವರ್ತುಲ, ಉರುಟು; 2. ದೊಡ್ಡ (sum); 3. ಖಂಡಿತ (statement); r. number ಶೂನ್ಯಾಂತಕ ಸಂಖ್ಯೆ, "ಅಜಮಾಸಿನ"—. *n.* (something r.) ವರ್ತುಲ, ಚಕ್ರ, ಗೋಳ; 2. (periodical revolution) ಆವರ್ತನೆ; 3. (series of duties) ದಿನದಿನ ಮಾಡತಕ್ಕ ಕೆಲಸಗಳು, ಸರ್ತಿಸರ್ತಿಗೆ ಮಾಡತಕ್ಕ—; 4. (rotation) ಸರದಿ; 5. (r. of a ladder) ನಿಚ್ಚಣಿಕೆಯ ಹಲ್ಲು, ಏಣಿಯ—; 6. ಸುತ್ತು, ಸುತ್ತು ಅಗುವಂಥಾದ್ದು; 7. (r. of guard) "ಗಸ್ತಿ", "ರೋಂದು". *ad.* (on all sides) ಸುತ್ತುಮುತ್ತು; 2. (circulary) ಸುತ್ತು; 3. (from one party to another), *as*, bring r. ಒಲಿಸಿಕೊಳ್ಳು; come r. ತಿರುಗಿಕೊಳ್ಳು; turn r. ಹಿಂದಿರುಗು; —all r. ಸುತ್ತುಮುತ್ತು, ನಾಲ್ಕು ದಿಕ್ಕಿಗೆ; all the year r. ವರುಷಂಪ್ರತಿ, ವರುಷವೆಲ್ಲಾ; r. about ಸುತ್ತುಮುತ್ತು; an all r. man ಸಕಲ ಕಲಾಭರಿತನು; show one r. ಸುತ್ತಾಡಿಸಿ ವಿವಿಧ ವೈಚಿತ್ರ್ಯಗಳನ್ನು ತೋರಿಸು. *prep.* ಸುತ್ತುಮುತ್ತು, ಸುತ್ತು ಬಳಸು. *v. t. r* ಉರುಟು ಮಾಡು, ದುಂಡಗೆ—; 2. ಸುತ್ತ ತಿರುಗು. *v. i.* ದುಂಡಗಾಗು, ದುಂಡಾಗು, ಉರುಟಾಗು; r. off the angles ಮೂಲೆಗಳನ್ನು ಕೊಯಿದು ತೆಗೆ. Round'hand, *n.* ಗುಂಡಕ್ಷರ. Round'head, *n.* ಇಂಗ್ಲಂಡ್ ದೇಶದ ಚಾರ್ಲಸ ದೊರೆಯ ಎದುರುಕಕ್ಷಿಯವರಿಗೆ ದೂಷಣೆಯಾಗಿ ಕೊಟ್ಟ ಹೆಸರು. Round'house, *n.* ಠಾಣಚಾವಡಿ. Round'ish, *a.* ಸುಮಾರು ಬಟುವಾದ, ದುಂಡನ. Round'ly, *ad.* ಸ್ಪಷ್ಟವಾಗಿ, ಖಂಡಿತವಾಗಿ. Round'ness, *n.* ದುಂಡಾಕಾರ, ಗೋಳಾಕೃತಿ, ಬಟು, ಬಟುವು.

Rouse, *v.t.r.* ಎಬ್ಬಿಸು; 2. ಎಚ್ಚರಿಸು, ಹುರಿದುಂಬಿಸು, ಪ್ರೇರೇಪಿಸು. *v.i.* ಎಚ್ಚರವಾಗು, ಏಳು.

Rout, *n.* ಕೂಟ, ಸಂದಣಿ, ಗದ್ದಲ, ಗುಜಾರು.

Rout, *n.* ಮುರಿಯಬಡಿಯೋಣ, ಪಲಾಯನ. *v.t.r.* ಮುರಿಯಬಡಿ, ಮುರಿಬಡಿದು ಓಡಿಸು, ಜಾನಾಹಾನಿ ಮಾಡು, ತಂಬಿಪ್ರೋಂಚಾಯಿಸು.

Röute (rụt), *n.* ಮಾರ್ಗ, ಹಾದಿ.

Röu-tïne′ (rụ-tēn), *n.* ನಿತ್ಯಕರ್ಮ, ದಿನದ ಕೆಲಸ, ರೂಢಿ; r. duties ದಿನದಿನದ ಜಂಬರ.

Rāve, *v.i.r.* ತಿರುಗಾಡು, ಅಲೆ, ಅಡ್ಡಾಡು. **Rō′věr**, *n.* ತಿರುಗಾಡುವವ, ಚಂಚಲ, ಹಾದಿಬಡಕ. **Rōv′iṅg**, *imp. a.* ತಿರುಗಾಡುವ, ಅಲೆಯುವ. **Rōv′iṅg-ly**, *ad.* ತಿರುಗಾಡುತ್ತಾ, ಅಲೆದಲೆದು.

Rōve, *v.t.r.* ಉಣ್ಣೆ ಎಕ್ಕು, *n.* ಎಕ್ಕಿದ ಉಣ್ಣೆ.

Row (rō), *n.* ಓಳಿ, ಸಾಲು, ಪಂಕ್ತಿ; in rows ಸಾಲುಸಾಲಾಗಿ; stand in a r. ಸಾಲುಗೊಂಡಿರು.

Rōw (rō), *v.t. & i.r.* ಹುಟ್ಟುಹಾಕು, ದೋಣೀ ನಡಿಸು. **Rōw′ěr** (rō′ěr), *n.* ದೋಣಿಗಾರ, ಅಂಬಿಗ.

Row, *n.* ಕಲಹ, ಗುಜಾರು, "ದಾಂಧಲೆ". **Row-de-dow′**, *n.* ಗದ್ದಲ, ಬೊಬ್ಬಾಟ. **Row′dy**, *n.* ತುಂಟನು, ತಂಟೆಕೋರ. **Row′dy-ish**, *a.* ತುಂಟ. **Row′dy-ism**, *n.* ತುಂಟತನ, ತುಂಟಾಟ.

Row′el, *n.* ಮರೇಂಜು, ಹಿಮ್ಮಡಿ ಮುಳ್ಳಿನ ಚಿಕ್ಕ ಚಕ್ರ.

Roy′al, *a.* ಅರಸನ, ರಾಜನ, ರಾಜ; 2. ದೊಡ್ಡ; ಗಂಭೀರ, ಶ್ರೀಮಂತ; r. blood ರಾಜವಂಶ; r. city ರಾಜಧಾನಿ; r. elephant ಪಟ್ಟದಾನೆ; r. horse ಪಟ್ಟದ ಕುದುರೆ; r. tiger ದೊಡ್ಡ ಹುಲಿ. **Roy′al-ist**, *n.* ರಾಜಪಕ್ಷದವ. **Roy′al-ly**, *ad.* ಅರಸನಿಗೆ ತಕ್ಕ ಹಾಗೆ; 2. ವೈಭವದಿಂದ. **Roy′al-ty**, *n.* ರಾಜತ್ವ, ಅರಸುತನ; 2. ರಾಜ್ಯ; 3. ಅರಸನು, ರಾಜನು.

Rub, *v.t.r.* (rubbed, *pr.* rubd) ತಿಕ್ಕು, ಉಜ್ಜು; 2. (smear) ತೊಡೆ, ಪೂಸು, ತಿಕ್ಕು; r. one's self ತಿಕ್ಕಿಕೊಳ್ಳು, ಉಜ್ಜಿಕೊಳ್ಳು, *etc.*; r. down ತಿಕ್ಕು, ಉಜ್ಜು; r. off ಒರಸು, ಒರಸಿಬಿಡು; r. up ತಿಕ್ಕು, ಬೆಳಗು, ಎಬ್ಬಿಸು. *v.i.* ಒರಸಿಹೋಗು, ತರಕೊಂಡು—; r. through ತರಕೊಂಡು ಹೋಗು, ಹಾಗೂ ಹೀಗೂ ನಿಭಾಯಿಸು, "ಸಂಭಾಳಿಸಿ"ಕೊಂಡು ಹೋಗು. *n.* ತಿಕ್ಕಾಟ; 2. ಅಡಚಣೆ; the rubs of life ಲೋಕದಲ್ಲಿರುವ ಸಂಕಟಗಳು; 3. ಚುಚ್ಚುವ ಮಾತು. **Rub′-a-dub**, *n*, "ತಂಬೂರಿಯ" ಗದ್ದಲ. **Rub′ber**, *n.* ತಿಕ್ಕುವಂಥಾದ್ದು; 2. ಚುಚ್ಚುವ ಮಾತು. India r. "ರಬ್ಬರು". **Rub′biṅg**, *imp. n.* ತಿಕ್ಕುವುದು, ಉಜ್ಜುವುದು. **Rub′stone**, *n.* ಸಾಣೇಕಲ್ಲು; 2. ಉಜ್ಜುಗಲ್ಲು.

Rub′bish, *n.* ಕಸ, ಕಸಕಡ್ಡಿ.

Rub′ble, *n.* ಬಿಡಿ ಕಲ್ಲು.

Rụ′be-fȳ, -i-fȳ, *v.t.r.* ಕೆಂಪುಬಣ್ಣ ಹಚ್ಚು, —ಹುಟ್ಟಿಸು.

Rụ-bes′cent, *a.* ಕೆಂಪಿನ, ಕೆಂಪಾದ.

Rụ′bi-can, *a.* ಮಾಸ.

Rụ′bi-con, *n.* "ಇತಲಿ" ದೇಶದ ಒಂದು ಸಣ್ಣ ನದಿ; to cross the R. ಗಂಡಾಂತರ ಲಕ್ಷಿಸದೆ ಮುಂದಕ್ಕೆ ಹೋಗು.

Rụ′bi-cund, *a.* ಕೆಂಪು ಬಣ್ಣದ.

Rụ′ble, *n.*, *see* Rouble.

Rụ′bric, *n.* ಪ್ರಾರ್ಥನಾ ಪುಸ್ತಕಗಳಲ್ಲಿಯೂ ಧರ್ಮಪುಸ್ತಕಗಳಲ್ಲಿಯೂ ಬರೆದಿರುವ ಕೆಂಪು ಅಕ್ಷರದ ವಿಧಿಗಳು; 2. "ಕಾನೂನು"ಗಳ ಸಾರಾಂಶ; 3. ಮೇಲ್ಬರಹ; 4. ಸಭಾವಿಧಿ.

Rụ′by, *n.* ಕೆಂಪು, ಮಾಣಿಕ, ಪದ್ಮರಾಗ. *a.* ಕೆಂಪಾದ.

Ruck, *n.* ಮಡಿಕೆ, ನಿರಿಗೆ. *v.t.r.* ನಿರಿಗೆ ಮಾಡು.

Ruck′sack, *n.* ಹಸಿಬಿ.

Rud′děr, *n.* ಚುಕ್ಕಾಣಿ, ಸುಂಕಾಣಿ. **Rud′děr-less**, *a.* ಚುಕ್ಕಾಣಿಯಿಲ್ಲದ.

Rud′dle, *n.* ಕಾವೀ ಕಲ್ಲು, ಕೆಂಪು ಮಣ್ಣು.

Rud′dŏck, *n.*, *see* Robin; 2. ಬಂಗಾರದ ನಾಣ್ಯ; 3. ನಾಣ್ಯ.

Rud′dy, *a.* ಕೆಂಪು, ಕೆಂಪಿನ, ಕೆಂದು, ಕೆಂಚು. **Rud′di-ness**, *n.* ಕೆಂಪು, ಕೆಂದು, ಕಾವಿಬಣ್ಣ.

Rụde, *a.* (unskilful) ಮಡ್ಡಿ, "ಗಾವದಿ", ಅಬಂದರೆ, ಅಡನಾಡಿ; 2. (coarse, uncivil, ignorant) ದಾಂಡಿಗ, ದಡ್ಡ, ಒಚ್ಚ, ಎಡಗೊಟ್ಟು, ಎಡವಟ್ಟು, [illegible], ಮರ್ಯಾದೆಗೆಟ್ಟ, ಪಾಮರ; 3. (harsh, cruel) ಕ್ರೂರ, ಉಗ್ರ, ಕಠಿಣ. **Rụde′ly**, *ad.* ಮಡ್ಡಾಗಿ, ಅಡನಾಡಿಯಾಗಿ; 2. ಎಡಗೊಟ್ಟಾಗಿ, ಮರ್ಯಾದೆಗೆಟ್ಟು; 3. ಕ್ರೂರವಾಗಿ, ಉಗ್ರವಾಗಿ, ಕಠಿಣವಾಗಿ. **Rụde′ness**, *n.* (inelegance) ಮಡ್ಡಿತನ, ಅಡನಾಡಿತನ, ಪಾಮರತನ; 2. (incivility, ignorance) ದಾಂಡಿಗತನ, ಗುಂಡತನ, ಗುಂಡರಿಕೆ, ಒಚ್ಚಗೇಡಿತನ, ಮರ್ಯಾದೆಗೇಡಿತನ, ಅಸಭ್ಯತೆ; 3. (violence) ಕ್ರೂರತನ, ಉಗ್ರ, ಕಾಠಿಣ್ಯ.

Rụ′di-ment, *n.* ಮೂಲ ತತ್ವ, ಬೀಜ; 2. ಆದಿ

ಪಾಠ, ಆರಂಭ. Ru-di-ment'al, Ru-di ment'ar-y, *a.* ಮೂಲ ತತ್ವದ, ಆರಂಭದ.

Rue (ru), *n.* Common r. *(Ruta graveolens, L.)* ಸದಾಪು, ಸದಾಪಿನ ಎಲೆ, ಹಾವು ನಂಜಿನ ಗಿಡ, ನಾಗದಾಳೀ ಸೊಪ್ಪು *(My.)*.

Rue, *v. t. r.* ಮರುಗು, ದುಃಖಪಡು, ಪಶ್ಚಾತ್ತಾಪ ಪಡು; 2. ದುಃಖಿಕೊಡು. Rue'ful, *a.* ಮರುಗುವ, ಚಿಂತೆ ಮಾಡುವ, ದುಃಖದ. Rue'ful-ly, *ad.* ದುಃಖದಿಂದ, ಚಿಂತೆಯಿಂದ. Rue'ful-ness, *n.* ದುಃಖ, ವ್ಯಸನ.

Ruff, *n.* ಕೊರಳಿಗೆ ಕಟ್ಟುವ ನಿರಿಗೆ.

Ruf'fi-an, *n.* ಕೊಲೆಪಾತಕ, ದುಷ್ಟ. *a.* ಅತಿ ಕ್ರೂರ, ಕೆಡಕ. Ruf'fi-an-ism, *n.* ದುಷ್ಟತನ, ದುರುಳತನ, ಪುಂಡತನ. Ruf'fi-an-ly, *a.* ದುಷ್ಟ, ಪುಂಡ.

Ruf'fle, *v. t. r.* ನಿರಿಗೇ ಕಟ್ಟು; 2. ಕಲಕು, ಕಲಕು ಮಾಡು, ಕದಲಿಸು; 3. ಕಳವಳಪಡಿಸು; 4. ಗಲಿಬಿಲಿ ಮಾಡು; 5. ಗಲಿಬಿಲಿಯಾಗಿ ಕೂಡಿಸು. *n.* ನಿರಿಗೆ; 2. ಗಲಿಬಿಲಿ; 3. ಕಳವಳ. Ruf'flĕr, *n.* ಜಂಬ ಮಾಡುವವನು, ಜಗಳಗಂಟ.

Ru'fŏus, *a.* ಕಿತ್ತಳೆ ಬಣ್ಣ.

Rug, *n.* ಕಂಬಳಿ, ಉಣ್ಣೇ ತಡಿ.

Rug ged, *a.* ತರಕಲಾದ, ಕೊರಕಲ, ಪೊರಡು; 2. ಕೂದಲುಳ್ಳ, ಬೊಚ್ಚಿನ; 3. ಕಠಿಣ, ಉಗ್ರ, ಸಿಡುಮೋರೆಯ; 4. ಬಿರು(ಗಾಳಿ). Rug'ged-ly, *ad.* ತರಕಲಾಗಿ, ಪೊರಡಾಗಿ; 2. ಉಗ್ರವಾಗಿ, ಸಿಡುಮೋರೆಯಾಗಿ; 3. ಬಿರ್ರನೆ. Rug'ged-ness, *n.* ಕಠಿಣತ್ವ, ತರಕಲು.

Ru'in, *n.* ಹಾಳು, ಮುಳುವು, ನಾಶನ; *pl.* ಹಾಳು ಸ್ಥಳ, —ಮನೆ, —ಊರು; fall to r., go to r. ಹಾಳುಬೀಳು, ಹಾಳಾಗಿ ಹೋಗು, ಮನೆ ಮುಳ್ಳುಬಡಿದುಹೋಗು, ಮನೆಯಲ್ಲಿ ಹುಲ್ಲು ಹುಟ್ಟು; he has been my r., he has brought me to r. ಅವನೇ ನನಗೆ ಮುಳುವಾದ, ಅವನಿಂದ ಹಾಳಾದೆ. *v.t.r. (morally)* ಕೆಡಿಸು; 2. *(economically)* ಹಾಳುಮಾಡು, ಮುಣುಗಿಸು; 3. *(physically)* ನಾಶಮಾಡು; *pass.* ಹಾಳಾಗು, ಮುಳುಗು (ಮುಣುಗು). Ru'i-nŏus, *a.* ಮುಣುಗಿಸುವಂಥ, ಕೆಡಕ, ನಾಶಕರ; 2. ಹಾಳು. Ru'i-nŏus-ly, *ad.* ಕೆಡಕಾಗಿ, ಹಾಳುಮಾಡುವಂತೆ. Ru'i-nŏus-ness, *n.* ಕೆಡಕು, ಹಾಳುಮಾಡುವಂಥಾದ್ದು.

Rule, *n.* (ruler) "ಗಜ", "ರೂಲು"; 2. (regulation) ಕಟ್ಟು, ಕಟ್ಟಳೆ, ಸೂತ್ರ, ನೇಮ; rules and regulations ಕಟ್ಟುಕಟ್ಟಳೆ; 3. (custom) ಚಾಳಿ, ಕಟ್ಟು; 4. (government) ಆಳಿಕೆ; 5. (control) ಅಂಕೆ, ಆಟೋಪ; 6. *(science)* ವಿಧಿ; —r. of three ತ್ರೈರಾಶಿಕ ಲೆಕ್ಕ; as a r. ಸಾಧಾರಣವಾಗಿ. *v. t. r.* ಗೆರೇ ಹೊಡೆ *c. l.*, 2. ಅಂಕೆಯಲ್ಲಿಡು. *v. i.* ಆಳು, ಅಧಿಕಾರ ನಡಿಸು; 2. *(law.)* ನಿರ್ಣಯ ಮಾಡು; *pass.* ನಿರ್ಣಯವಾಗು; r. out ವರ್ಜ್ಯಮಾಡು. Ru'lĕr, *n.* ಆಳುವವ, ಆಳ್ವ, ಅಧಿಕಾರಿ, ಶಾಸ್ತಾರನು, ಆಳ್ವನು; 2. "ಗಜ" ಕೋಲು. Ru'ling, *a.* ಆಳುವ, ಪ್ರಬಲವಾದ.

Rum, *n*, ಕಾಕಂಬಿಯಿಂದ ಮಾಡಿದ ಸಾರಾಯಿ (ಸೆರೆ), ಕಬ್ಬಿನ ಮದ್ಯ.

Rum'ble, *v. i. r.* ಮೊಳಗು, ಗುಡುಗು, ಗರ್ಜಿಸು, ಗುಡುಗುಡಿಸು. *n.* ಗರ್ಜನೆ; 2. ಬಂಡೀ ಹಿಂದೆ ಕೂಡ್ರುವ ಸ್ಥಳ.

Ru'mi-nant, *a.* ಮೆಲುಕಾಡಿಸುವ, ನೆಮರು ಹಾಕುವ. *n.* ನೆಮರುಹಾಕುವ ಮೃಗ, ರೋಮಂಥಕ. Ru'mi-nāte, *v. i. r.* ನೆಮರುಹಾಕು, ಮೆಲಕಾಡಿಸು; 2. ಧ್ಯಾನ ಮಾಡು. Ru-mi-nā'tiŏn, *n.* ಮೆಲುಕಾಡಿಸೋಣ, ಚರ್ವಿತಚರ್ವಣ; ನೆಮರು; 2. ಧ್ಯಾನ, ವಿಚಾರ.

Rum'māge, *v. t. r.* ಹುಡುಕು, ಹುಡುಕ್ಯಾಡು, ಸೋಸಿ ಹುಡುಕು, ಅರಸು. *n.* ಹುಡುಕ್ಯಾಡುವುದು.

Rum'mĕr, *n.* ಕುಡಿಯುವ ಪಾತ್ರೆ, ಪಂಚಪಾತ್ರೆ.

Ru'mŏur (-mĕr), *n.* ಸುದ್ದಿ, ವದಂತಿ, ವರ್ತಮಾನ, "ಅವಾಯಿ"; false r. ಗಾಳಿಸುದ್ದಿ. *v. t. r.* ವದಂತಿ ಹುಟ್ಟಿಸು, ಸುದ್ದೀಮಾಡು; it is rumoured ಸುದ್ದಿಯುಂಟು; the rumoured disaster ಜನರು ಆಡಿಕೊಳ್ಳುತ್ತಿದ್ದ ವಿಪತ್ತು. Ru'mŏured, *p. p. a.* ವದಂತಿಯಾಗಿರುವ.

Rump, *n.* ಪಿರ್ರೆ, ಕುಂಡೆಗಿಂಡೆ; r. of an ox ಮುಕುಳಿ, ಚಿನ್ನಿ.

Rum'ple, *v. t. r.* ಗಳಿಗೇ ಮುರಿ, ನಿರಿಗೇ ಮಾಡು, ನಲಗಿಸು. *n.* ನಿರಿಗೆ, ಮಡಿಕೆ, ಗೆರೆ.

Rum'pus, *n.* ಕಲಹ.

Run, *v. i. ir.* (ran *or* run, run), (go quickly) ಓಡು; r. up and down ಓಡ್ಯಾಡು; (of inanimate things) ಹಾರು, ಹರಿ, ಸರಿದಾಡು; 2. to move or go *(said of voluntary or personal action)*: (hasten, hurry) ಓಡ್ಯಾಡು; (fly) ಓಡಿಹೋಗು, ತಪ್ಪಿಸಿಕೊಂಡು ಹೋಗು; (contend in a race) ಪಂತ ಓಡು; (become) ಆಗು, ಬೀಳು *c.l.*, *as.* r. into debt ಸಾಲಾವಮಾಡು: r. into evil practices ಕೆಟ್ಟ ಚಾಳಿಗೆ ಬೀಳು, ವ್ಯಸನದಲ್ಲಿ ಬೀಳು; r. mad ಹುಚ್ಚು ಹಿಡಿ *c. d.;* r. ahead ಹೆಚ್ಚು ಸಲಿಗೆ ಆಗು; to suffer a child to r. ahead ಸಲಿಗೇ ಕೊಡು, ಚನುವು—; (proceed) ಸಾಗು, ನಡಕೊಂಡಿರು, ಮಾಡಿಕೊಂಡು ಹೋಗು, *as*, if you r. on thus ಹೀಗೆ ಮಾಡಿಕೊಂಡು ಹೋದರೆ; (continue to speak or think about) ...ವಿಷಯ ಮಾತಾಡು, —ಹಲುಬು, ವಿಷಯವನ್ನು ಹಿಡಿದು ಮಾತಾಡು: (creep) ಹರಿದಾಡು; 3. to be moved *(said of involuntary motion);* (flow) ಹರಿ, ಸುರಿ; r. high ಉಕ್ಕೇರು, ಹೆಚ್ಚಾಗು, ಏರು; r. low ಕಡಿಮೆಯಾಗಿರು; (flow out, *as*, from a leaky vessel) ಸೋರು; (spread) ಹಬ್ಬು; (melt) ಕರಗು; (turn) ತಿರುಗು; (move on water or on wheels) ನಡೆ, ಹೋಗು, ಓಡು; (go to and fro, *as*, a stage) ಓಡ್ಯಾಡು, ಹೋಗುತ್ತಾ ಬರುತ್ತಾ ಇರು; (pass, *as*, time) ಹೋಗು, ಕಳೆದುಹೋಗು, ಗತಿಸು; (flow, *as*, language) ಸರಳವಾಗಿರು; (continue in action, *as*, an engine) ನಡೆ, ನಡೆಯುತ್ತಾ ಇರು; (have a certain direction) ಹೋಗು, ತಿರುಗು, ...ದಿಕ್ಕು ಹಿಡಿದಿರು; (be thus, *as*, words) ಹೀಗಿರು; his words ran thus ಅವನ ಮಾತು ಹೀಗಿತ್ತು, ಅವನು ಆಡಿದ ಮಾತು ಹ್ಯಾಗಂದರೆ; (be known, *as*, a name) he runs by that name ಅವನಿಗೀ ಹೆಸರು ಬಿದ್ದದೆ, —ಹೆಸರು ಬಿದ್ದುಹೋಯಿತು; (grow) ಬೆಳೆ; r. to seed ಬೀಜವಾಗು, ತೆನೆಹಾಯು; (be legally attached) ಹತ್ತು; (continue valid, *as*, a note) ನಡೆ, ಸಲ್ಲು; (discharge, *as*, pus, mucus) ...ಯಿಂದ ಕೀವು ಸೋರು, ಸಿಂಬಳ ಸೋರು (the nose), ಪಿಸುರುಕಟ್ಟು, ಸೋರು (the eyes); —r. after ಹಿಂದಟ್ಟು, ಬೆನ್ನು ಹತ್ತು, ಹುಡುಕು, ...ಸಲುವಾಗಿ ಓಡ್ಯಾಡು *c.g.;* r. at ಹಾಯಲಿಕ್ಕೆ ಬರು, ಎದುರಿಸು (an ox); r. away ಓಡಿಹೋಗು, ತಪ್ಪಿಸಿಕೊಂಡು—; r. away with (a person) ಎತ್ತಿಕೊಂಡು ಹೋಗು, (a thing) ಎತ್ತಿಕೊಂಡು ಹೋಗು, (*as*, a horse with a carriage) ಸೆಳಕೊಂಡು ಹೋಗು; r. down a coast ದಂಡೆಗುಂಟ ಓಡು, ತೀರಗುಂಟ—; r. in, r. into ಹೋಗು, ಸೇರು, ಒಳಗೆ ಹೋಗು; r. in with (*as*, a ship) ಹತ್ತರ ಹೋಗು, ಸಮೀಪಿಸು; r. on ನಡಕೊಂಡು ಬರು, ಸಾಗುತ್ತಾ ಇರು, ಬಿಡದೆ ಮಾತಾಡು, ಬಹಳ ಬಯ್ಯು, ಪರಿಹಾಸ್ಯ ಮಾಡು; r. out ಮುಗಿ, ತೀರು, ಹಬ್ಬು, ವಿಸ್ತಾರವಾಗು, ಬಡವಾಗು; r. over (*as*, water) ತುಳುಕು, ಸೂಸಿಬೀಳು, ಉಕ್ಕಿ ಬರು, ತುಂಬಿ ಹೊರಳು; 2. ಮೇಲೆ ಮೇಲೆ ನೋಡು, ತೀವ್ರವಾಗಿ ಓದಿಬಿಡು; 3. ...ಮೇಲೆ ಹಾಯಗೊಡಿಸು (*as*, a horse over a child); r. riot ಮಿತಿಮೀರು, ಅಳತೆಗೆಡು; r. up ಬೆಳದುಕೊಂಡು ಹೋಗು ಹೆಚ್ಚೆಚ್ಚಾಗು. *v. t. ir.* ಓಡಿಸು, ಓಡ್ಯಾಡಿಸು, ನಡಿಸು, ಹಾರಿಸು, ಹರಿಸು, *etc.*, see *v.i.;* 2. (thrust) ತುರುಕು, ನೆಡು (a thorn), ತಿವಿ (a sword); 3. (drive, force) ನೂಕು, ನೂಕಿಸು; r. a ship aground ಹಡಗ ನೆಲಕ್ಕೆ ತಗಲುವಂತೆ ನೂಕಿಕೊಳ್ಳು, —ನೆಲಕ್ಕೆ ತಗಲುವಂತೆ ನಡಿಸಿಕೊಳ್ಳು; 4. r. one's self into ಬೀಳು *c.l.*, 5. (fuse) ಕರಗಿಸು, ಎರಕಹಾಕು; 6. r. a line ಗೆರೆ ಹೊಡೆ, —ಹೊಡಿಸು; 7. (smuggle) ಸುಂಕಾ ತಪ್ಪಿಸಿ ತರು; 8. (stitch) ಹೊಲಿ, ಎಳೀಹಾಕು; r. down ಹಿಡಿಯುವ ತನಕ ಹಿಂದಟ್ಟು, ಹಿಡಿಯುವ ತನಕ ಓಡಿಸು; (r. down with arguments) ಬಾಯಿ ಕಟ್ಟು *c. g.*, ಸೋಲಿಸು; r. hard ಕಷ್ಟ ಕೊಡು *c. d.*, ಪರಿಹಾಸ್ಯದಿಂದ ಕಷ್ಟಕೊಡು; ಗಂಟುಬೀಳು *c. d.*, ಬಲವಂತ ಮಾಡು *c. d.;* r. out ತೀರಿಸು, ಮುಗಿಸು, ಹಾಳುಮಾಡು; r. through ಹಾಳು ಮಾಡು; ಕತ್ತಿಯಿಂದ ತಿವಿಯು; r. up ಬೆಳಸಿಕೊಂಡು ಹೋಗು, ಹೆಚ್ಚಿಸಿಕೊಂಡು—; r. low ತುಟ್ಟಿಯಾಗು; running account ಚಲಾವಣಿ ಖಾತೆ; run errands ಹರಿಕಾರಣ ಕೆಲಸಮಾಡು; in the long run ಕೊನೆಗೆ. **Run'a-wāy** (-wā), *n.* ಓಡಿಬಂದವ, ಓಡುಗುಳಿ, ಪಲಾಯನ ಮಾಡಿದವ, "ಫರಾರಿ". *a.* ಓಡಿಹೋದ, —ಬಂದ. **Run'nĕr**, *n.* ಓಡುವವ, ಓಟಗಾರ; 2. ದೂತ. **Run'niṅg**, *a.* ಚೇಟೆಯ (ಕುದುರೆ); 2. ಒಂದರ ಹಿಂದೊಂದು (ದಿವಸ); 3. "ಮೋಡಿ," ಲಘು (ಕೈ); 4. ಎಡೆಬಿಡದ; 5. ಸೋರುವ (ಗುಣ್ಣು). *n.* ಓಡುವುದು; 2. ಸೋರುವುದು. *ad.* ಎಡೆಬಿಡದೆ, ಒಂದರ ಹಿಂದೊಂದಾಗಿ.

Run'a-gāte, *n.* ಓಡುಕುಳಿ, ತುಚ್ಛನು, ಪತಿತನು.

Run'dle, *n.* ಏಣಿಯ ಮೆಟ್ಲು, ನಿಚ್ಚಣಿಕೆಯ ಹಲ್ಲು.

Rund'let, Run'let, *n.* ಚಿಕ್ಕ ಪೀಪಾಯಿ.

Ruṅg, *p. p.* of Ring.

Ruṅg, *n.* ಮೆಟ್ಲು, ಹಲ್ಲು; 2. ದೊಣ್ಣೆ; r. of Fortune's ladder ಸಿರಿತನದ ತುದಿಮೆಟ್ಲು.

Run'let, *n.* ಹಳ್ಳ.

Run'nel, *n.* ಸಣ್ಣ ಕಾಲುವೆ.

Runt, *n.* ನಲಗಿದ ಪ್ರಾಣಿ.

Ru-pee', *n.* ರೂಪಾಯಿ (ರೂಪ್ಯ *Sans*).

Rup'ture (*or* -chur), *n.* ಒಡಕು; 2. ಭೇದ, ಸ್ನೇಹಭಂಗ; 3. (*med.*) ಬಟ್ಟೆ, ಬುಡ್ಡೆ. *v. t.* & *i. r.* ಒಡಿ, ಒಡೆದುಹೋಗು.

Ru'ral, *a.* ಗ್ರಾಮ್ಯ, ಹಳ್ಳಿಯ, ನಾಡಿನ; 2. ವ್ಯವಸಾಯ ಕೆಲಸದ. **Ru'ral-ise**, *v. i. r.* ಹಳ್ಳಿಯವನಾಗು. *v. t.* ಹಳ್ಳಿಯ ತರ ಮಾಡು. **Ru'ral-ly**, *ad.* ಹಳ್ಳೀ ತರದಿಂದ.

Ruse, *n.* ಯುಕ್ತಿ, ತಂತ್ರ, "ಚೇತು," "ಹುನ್ನರು".

Rush, *n.* ಜೇಕು; not worth a r. ಕಾಸಿಗೆ ಬೇಡವಾದ.

Rush, *v. i. r.* ಓಡು, ದಡದಡ ಹರಿ; r. in ನುಗ್ಗಿಹೋಗು, ಹೊಗಬೀಳು; r. upon ಮುಗಿಬೀಳು, ಮೇಲ್ಬೀಳು. *n.* ನುಗ್ಗುವಿಕೆ. **Rush'ing**, *n.* ನುಗ್ಗುವಿಕೆ.

Rusk, *n.* ಒಂದು ಬಗೇ ರೊಟ್ಟಿ, ಚಕ್ಕುಲಿ.

Rus'set, *a.* ಕೆಂಪು, ಕಾವಿ, ಕಂದು. *n.* ಕೆಂಬಣ್ಣ.

Rus'sian (rash'yan, -shn), *a.* "ರುಶ್ಯ" ದೇಶದ. *n.* "ರುಶ್ಯದವ"; 2. "ರುಶ್ಯ" ಭಾಷೆ.

Rust, *n.* ತುಕ್ಕು, "ಜಂಗು," ಕಿಲುಬು (on copper *or* brass); 2. ಬೂಳಸು, ಬೂಜು. *v. i. r.* ಮಣ್ಣು ಹಿಡಿ, ತುಕ್ಕು—, ಕಿಲುಬು— **Rust'i-ness**, *n.* ತುಕ್ಕು, ಕಿಲುಬು. **Rust'y**, *a.* ತುಕ್ಕು ಹಿಡಿದ, ಮಣ್ಣು—, "ಜಂಗು" ಹಿಡಿದ, ಕಿಲುಬು—; my Sanskrit is a little r. ಸಂಸ್ಕೃತವು ನನಗೆ ಮರವೆಯಾಗುತ್ತದೆ.

Rus'tic, *a.* ಗ್ರಾಮದ; 2. ಕಾಡ, ಅಸಭ್ಯ; 3. ಭೋಳೆ; 4. ಅಲಂಕಾರವಿಲ್ಲದ. *n.* ಹಳ್ಳಿಯವ, ಹಳ್ಳಿಗಾಡಿನವ. **Rus'ti-cate**, *v. t. r.* ಹಳ್ಳಿಯಲ್ಲಿ ವಾಸಮಾಡು; 2. ಪರೀಕ್ಷೆಗೆ ಕೆಲವು ಕಾಲ ಹಾಜರಾಗದಂತೆ ತೀರ್ಮಾನಿಸು. **Rus-ti-ca'tion**, *n.* ಗ್ರಾಮವಾಸ. **Rus-tic'i-ty**, *n.* ಹಳ್ಳೀ ತರ, ದಡ್ಡತನ, ಭೋಳೇತನ, ಅಸಭ್ಯತೆ.

Rus'tle (rus'l), *v. t. r.* ಗಳಗಳ ಅನ್ನು, ಬರಬರ ಅನ್ನು. *n.* ಗಳಗಳ ಶಬ್ದ, ಬರಬರ ಶಬ್ದ.

Rut, *n.* ಮದ, ಬೆದೆ; 2. ಗಾಲಿಯ ಜಾಡೆ, —ಗೆರೆ; a dog in r. ಬೆದೆ ನಾಯಿ; an elephant in r. ಸೊಕ್ಕಾನೆ, ಮದ್ದಾನೆ; rutting time ಬೆದೆಗಾಲ. *v. i.* ಬೆದೆಗೆ ಬರು, ಬೆದೆಗೊಳ್ಳು; **Rut'tish**, *a.* ಕಾಮಾತುರದ. **Rut'ty**, *a.* ಹಳ್ಳಕೊಳ್ಳವಾದ, ಬಂಡಿಜಾಡೆಯುಳ್ಳ.

Ruth, *n.* ಅಂತಃಕರಣ, ಕರುಣೆ; 2. ಚಿಂತೆ, ವ್ಯಸನ. **Ruth'ful**, *a.* ಕರುಣೆಯುಳ್ಳ. **Ruth'less**, *a.* ಕರುಣೆಯಿಲ್ಲದ, ಕ್ರೂರ. **Ruth'less-ly**, *ad.* ಕ್ರೂರವಾಗಿ. **Ruth'less-ness**, *n.* ಕ್ರೂರತನ.

Rye (rī) *n.* ಚಿಕ್ಕ ಗೋದಿ.

Ry'ot, *n.* "ರೈತ," ಒಕ್ಕಲಿಗ.

S

Sā'bā-ism, *n.* *see* Sabianism. *Also* **Sā'bæism, Sā'beism, Sā'bænism.**

Sab'bath, *n.* ವಿಶ್ರಾಂತಿ ದಿವಸ, "ಸಬ್ಬತು." **Sab-ba-tā'ri-an**, *n.* "ಸಬ್ಬತ್ತು" ಸೂಕ್ಷ್ಮವಾಗಿ ಪಾಲಿಸುವವನು. **Sab-bat'ic, -i-cal**, *a.* ವಿಶ್ರಾಂತಿಯ.

Sā'bi-an-ism, *n.* ಸೂರ್ಯ ಚಂದ್ರ ನಕ್ಷತ್ರಾದಿಗಳ ಪೂಜೆ.

Sā'ble, *n.* ಕೃಷ್ಣರೋಮಶವೆಂಬ ಮೃಗ. *a.* ಕರಿ, ಕಪ್ಪು; s. darkness ಕಾಳಗತ್ತಲು.

Sāb're (-bĕr), *n.* ಡೊಂಕ ಕತ್ತಿ. *v. t. r.* ಕತ್ತಿಯಿಂದ ಕಡಿ.

Sab'ū-lŏus, *a.* ಮರಳಿನ.

Sac'cha-rine (-ka-rin), *a.* ಸಕ್ಕರೆಯ.

Sac-ĕr-dō'tal, *a.* ಪೂಜಾರಿಯ, ಯಾಜಕನ, ಯಜ್ಞಕರ್ಮದ.

Sach'el, *n.*, *see* Satchel.

Sa'chet (sa-sha), *n.* ಸುಗಂಧಭರಣಿ.

Sack, *n.* ಗೋಣಿ, ಚೀಲ. *v. i. r.* (*pr.* sakt) ಚೀಲದಲ್ಲಿ ಹಾಕು. **Sack'cloth**, *n.* ಗೋಣೀತಟ್ಟು. **Sack'ful**, *a.* ಗೋಣಿ ತುಂಬ. **Sack'ing**, *n.* ಗೋಣಿತಟ್ಟು.

Sack, *n.* (plunder) ದಾಳಿ, ಊರ "ಲೂಟಿ", ಸೂರೆ. *v. i. r.* ಊರ ದಾಳೀಮಾಡು, ಸೂರೆಮಾಡು, "ಲೂಟಿ"—, ಸುಲುಕೊಳ್ಳು. **Sack'ing**, *n.* ಕೊಳ್ಳೆ, ಸುಲಿಗೆ, ಲೂಟಾಲೂಟಿ, ಕವರ್ತೆ.

Sac'ra-ment, *n.* ಪ್ರಸಾದ, ಸಂಸ್ಕಾರ, ದಿವ್ಯಕರ್ಮ, (*Rom. Cath.*) ದೇವದ್ರವ್ಯ. Sac-ra-ment'al, -ary, *a.* ಪ್ರಸಾದಸಂಬಂಧವಾದ, ಸಂಸ್ಕಾರಬದ್ಧವಾದ, ದೇವದ್ರವ್ಯದ. Sac-ra-ment'al-ly, *ad.* ಪ್ರಸಾದದ ರೀತಿಯಾಗಿ, ಸಂಸ್ಕಾರವಾಗಿ.

Sā'cred, *a.* ಮೀಸಲಿಟ್ಟ, ದೇವಕಾರ್ಯಕ್ಕಿಟ್ಟ; 2. ಧರ್ಮದ; 3. ಘನವಾದ, ಪರಿಶುದ್ಧ; 4. ಪ್ರತಿಷ್ಠೆ ಮಾಡಿದ; 5. ಮೀರಕೂಡದ. Sā'cred-ly, *ad.* ಪವಿತ್ರವಾಗಿ, ಧರ್ಮವಾಗಿ. Sā'cred-ness, *n.* ಪವಿತ್ರತೆ; 2. ಮೀರಕೂಡದಿರುವುದು, ಅಲಂಘ್ಯತ್ವ.

Sac'ri-fīce, *n.* (the offering of anything to God or a god) ಅರ್ಪಣೆ, ದೇವರಿಗೆ ಕೊಡುವುದು; 2. (bloody s.) ಯಜ್ಞ, ಬಲಿ; 3. (burnt offering of ghee, *etc.*) ಹೋಮ, ಹವನ, ಆಹುತಿ; human s. ಪುರುಷಮೇಧ, ನರಬಲಿ; horse-s. ಅಶ್ವಮೇಧ; 4. (surrender of anything for something else, *as)* a s. of money ಹಣದ "ಖರ್ಚು"; a s. of time ಹೊತ್ತು ಕಳೆಯೋಣ, ವೇಳೆ—; he made great sacrifices for his friend ತನ್ನ ಗೆಳೆಯನ ಸಲುವಾಗಿ ಬಹಳ ಹಣ "ಖರ್ಚು" ಮಾಡಿದ, —ಗೆಳೆಯನ ಸಲುವಾಗಿ ಬಹಳ ಕಷ್ಟಪಟ್ಟ, —ಗೆಳೆಯನ ಸಲುವಾಗಿ ಏನು ಕೊಡೆಂದರೂ ಕೊಟ್ಟ; it was a s. for him to send his son to the war ತನ್ನ ಮಗನನ್ನು ಯುದ್ಧಕ್ಕೆ ಕಳುಹಿಸುವುದು ಅವನಿಗೆ ಕಷ್ಟವಿತ್ತು. *v. t. r. (pr.* -fīst) (to God) ಅರ್ಪಿಸು, ಯಜ್ಞಮಾಡು, ಬಲಿ ಅರ್ಪಿಸು, ಹೋಮಮಾಡು, ಆಹುತಿ—; 2. (to surrender for something else) ಒಪ್ಪಿಸಿಕೊಡು, ಬಿಟ್ಟುಕೊಡು, ಕೊಡು; 3. ಕೊಂದುಹಾಕು, ನಾಶಮಾಡು. Sac-ri-fi'cial (-fish'al), *a.* ಯಜ್ಞದ, ಹೋಮದ; s. fire ಹೋಮಾಗ್ನಿ; s. pit ಹೋಮಕುಂಡ; s. post ಯೂಪಸ್ತಂಭ; s. tools ಯಜ್ಞೋಪಕರಣಗಳು; s. grass *(Poa cynosuroides, L.)* ದರ್ಭೆಹುಲ್ಲು, ಕುಶ.

Sac'ri-lege, *n.* ಗುಡೀಸುಲಿಗೆ, ದೇವಭಂಡಾರದ್ರೋಹ, ದೇವದ್ರೋಹ. Sac-ri-lē'giŏus (-lē'jus), *a.* ದೇವಭಂಡಾರ ದ್ರೋಹದ, ದೇವನಿಂದಕ, ದೂಷಕ. Sac-ri-lē'giŏus-ly, *ad.* ದೇವದ್ರೋಹವಾಗಿ.

Sac'ris-tan, *n., see* Sexton.

Sac'ris-ty, *n., see* Vestry.

Sac'rō-sanct, *a.* ಅಲಂಘ್ಯ, ಮೀಸಲಾಗಿಟ್ಟ.

Sad, *a.* ದುಃಖದ, ದುಃಖಕರ, ಖಿನ್ನ; 2. ಮಬ್ಬು (colour). Sad'den (sad'n), *v. t. r.* ದುಃಖಪಡಿಸು, ಖಿನ್ನಮಾಡು. *v. i.* ದುಃಖವಾಗು. ಖಿನ್ನವಾಗು. Sad'ly, *ad.* ದುಃಖಕರವಾಗಿ; 2. ಮಬ್ಬಾಗಿ. Sad'ness, *n.* ದುಃಖ, ವ್ಯಸನ, ಶೋಕ; 2. ಮಬ್ಬು.

Sad'dle, *n.* (native s.) ತಡಿ, (European s.) "ಜೀನು", "ಜೀನ", "ಖೋಗೀರು"; a camel's s., pack-s. ಸಬರ; s. of a hill ಗುಡ್ಡದ ನೆತ್ತಿ; put the s. on the right horse ತಪ್ಪಿತಸ್ಥನಿಗೇ ತಪ್ಪುಹೊರಿಸು. *v. t. r.* ತಡೀಹಾಕು *c. d.*, "ಜೀನ" ಕಟ್ಟು *c. d.;* s. a person with expense ಖರ್ಚು ಒಬ್ಬನ ಮೇಲೆ ಹೊರಿಸು. Sad'dle-backed (-bakt), *a.* ಬೆನ್ನು ಡೊಗರುಬಿದ್ದ. Sad'dle-girth, *n.* ತಂಗು, ಪಟ್ಟಿಣಿ, ಕುದುರೆಯ ನಡುಕಟ್ಟು. Sad'dle-horse, *n.* ಸವಾರಿಕುದುರೆ. Sad'dlĕr, *n.* "ಜೀನುಗಾರ". Sad'dlĕr-y, *n.* "ಜೀನಿನ" ಸಾಮಾನು; 2. "ಜೀನುಗಾರನ" ಕೆಲಸ.

Sad'dū-cee, *n.* ಯೆಹೂದ್ಯರಲ್ಲಿದ್ದ ಒಂದು ಮತಭೇದದವ, "ಸದ್ದುಕಾಯ".

Sāfe, *a.* (well, unhurt) ಭದ್ರ, ಸುಖದಿಂದಿರುವ, ಕ್ಷೇಮ...; he is s. ಸುಖದಿಂದಿರುತ್ತಾನೆ, ಕ್ಷೇಮದಿಂದಿರುತ್ತಾನೆ, ಪರಿಣಾಮದಲ್ಲಿರುತ್ತಾನೆ; he is s. from storm ಬಿರುಗಾಳಿಯಿಂದ ಭದ್ರವಾಗಿರುತ್ತಾನೆ, ಬಿರುಗಾಳಿ ಅವನಿಗೆ ಮುಟ್ಟದು; he has come home s. ಸುರಕ್ಷಿತವಾಗಿ ಬಂದಿದ್ದಾನೆ, ಸುಖರೂಪದಿಂದ—; 2. (conferring safety) ಭದ್ರ, ಗಟ್ಟಿ, "ಬಂದೋಬಸ್ತು"; 3. (trustworthy, *as,* a person) ನಂಬಿಗೆಯ, ವಿಶ್ವಾಸದ; a s. man ನಂಬಿಗೆಯುವ, ವಿಶ್ವಾಸದ ಮನುಷ್ಯ. *n.* ಭದ್ರ ಸ್ಥಳ; 2. "ಬಂದೋಬಸ್ತಿನ" ಪೆಟ್ಟಿಗೆ, ಪಂಜರ. Sāfe-con-duct, *n.* ಮೈಗಾವಲು; 2. "ರಹದಾರಿ", ಅಭಯಪತ್ರ. Sāfe'guārd (-gārd), *n.* ಆಸರ, ರಕ್ಷಣೆ; 2. ಅಭಯಪತ್ರ; 3. ಮೈಗಾವಲು. Sāfe'ly, *ad.* ಸುರಕ್ಷಿತವಾಗಿ, ಪರಿಣಾಮದಿಂದ, ಸುಖರೂಪದಿಂದ; 2. (in close custody) ಭದ್ರವಾಗಿ, "ಬಂದೋಬಸ್ತಾಗಿ", ಗಟ್ಟಿಯಾಗಿ. Sāfe'ness, Sāfe'ty, *n.* ಭದ್ರತೆ, ಕ್ಷೇಮ, "ಬಂದೋಬಸ್ತು".

Saf'fi-an, *n.* ಆಡಿನ ಇಲ್ಲವೆ ಕುರಿಯ ಹದಗೊಳಿಸಿದ ಚರ್ಮ.

Saf'flow-er (-flow-er), *n. (Carthamus tinctorius, L.)* ಕುಸುಂಬೆ, ಕುಸಿಬೆ; s. oil ಕುಸಿಬೇ ಎಣ್ಣೆ, ಒಳ್ಳೇ ಎಣ್ಣೆ *(S. M.)*.

Saf'fron (saf'ron), *n. (Crocus sativus, L.)*

ಕುಂಕುಮಹೂವು, ಕುಂಕುಮಕೇಸರಿ, ಕೇಸರಿ. Saf′fron-y, *a.* ಅರಸಿನ ಬಣ್ಣದ. [ಬಾಗು.

Sag, *v. i. r.* (sagged, *pr.* sagd) ಕುಸಿ, ಮಣಿ,

Sa-gā′ciŏus (-shus), *n.* ಚತುರ, ಚುರುಕು ಬುದ್ಧಿಯ. Sa-gā′ciŏus-ly (-shus-), *ad.* ಚಾತುರ್ಯದಿಂದ, ಜಾಣನಾಗಿ. Sa-gā′ciŏus-ness, Sa-gac′i-ty, *n.* ಚಾತುರ್ಯ, ವಿವೇಕ, ಚುರುಕು ಬುದ್ಧಿ.

Sāge, *a.* ಬುದ್ಧಿವಂತ, ವಿವೇಕವುಳ್ಳ, ಬಲ್ಲ. *n.* ಜ್ಞಾನಿ, ಮುನಿ, ಋಷಿ, ಜ್ಞಾನವೃದ್ಧನು. Sāge′ly, *ad.* ಬುದ್ಧಿಯಾಗಿ, ವಿವೇಕದಿಂದ. Sāge′ness, *n.* ಬುದ್ಧಿ, ವಿವೇಕ; 2. ಗಾಂಭೀರ್ಯ.

Sāge, *n.* Common s. *(Salvia officinalis, L.)* ಕರ್ಪೂರದ ಗಿಡ *(My.)*, *(Metroxylon Sagu)* "ನಿಜ ಸೇಗೋ" ಮರ.

Sag-it-tal, *a.* ಬಾಣದಂಥ. Sag-it-tā′ri-us, *n.* *(astr.)* ಧನುರಾಶಿ.

Sā′gō, *n.* ಸಬ್ಬಕ್ಕಿ, "ಸೇಗೋ" ಅಕ್ಕಿ, "ಸೈಗೋ"; bastard s. *or* Malabar s. palm *(Caryota urens)*, ಬೈನೇಮರ, ಬಯ್ನೇ—, ಬಗಿನೀ— *(My.)*.

Said (sed), *pt.* & *pp.* *of* Sāy, *a.* ಹೇಳಿದ, ನುಡಿದ; above s. "ಸದರಿ", ಮೇಲ್ಕಂಡ.

Sāil, *n.* ಹಡಗದ ಪಟ, ಹಾಯಿ; 2. ಹಡಗ; 3. ಸಮುದ್ರಸಂಚಾರ; set s. ಹಾಯಿಹಾಕು, ಪಟ ಕಟ್ಟು; 4. ಸಮುದ್ರಸಂಚಾರಕ್ಕೆ ಹೊರಡು; full s. ಎಲ್ಲಾ ಹಾಯಿಗಳನ್ನು ಹಾಕಿ, —ಪಟ ಕಟ್ಟಿ; strike s. ಹಾಯಿ ಇಳಿಸು; take wind out of s. ಸಹಾಯಶೂನ್ಯನಾಗಿ ಮಾಡು, under s. ಹಾಯಿಗಳನ್ನು ಏರಿಸಿ. *v. t. r.* (a ship) ಸಾಗಿಸು. *v. i.* (of a ship) ಸಾಗು; 2. ಹಡಗದಲ್ಲಿ ಹೋಗು, ಜಲಮಾರ್ಗವಾಗಿ ಹೋಗು; 3. ಹಾರು (*as*, a bird). Sāil′cloth, *n.* ಹಾಯಿವಸ್ತ್ರ, ಪಟದ ತಟ್ಟು, ಸೀರ ಪಾಟು. Sāil′ĕr, *n.* ಹಡಗ, ಹಡಗು; a fast s. ತೀವ್ರ ನಡೆಯುವ ಹಡಗ; a heavy s. ಮೆಲ್ಲಗೆ ನಡೆಯುವ ಹಡಗ, ಮಂದ ಗತಿಯ—; a prime s. ಉತ್ತಮವಾಗಿ ನಡೆಯುವ ಹಡಗ. Sāil′ing, *n.* ಹಡಗ ನಡಿಸೋಣ, ಹಡಗೋಟ. Sāil′ŏr, *n.* "ಕಲಾಶಿ", ಹಡಗಿನವ, ಅಂಬಿಗ, ನಾವಿಕ. Sāil′yärd, *n.* ಹಡಗದ ಚಾಪೆಯನ್ನು ಕಟ್ಟುವ ಅಡ್ಡಣಿಗೆ.

Sāint, *n.* ಭಕ್ತ, ದೇವಭಕ್ತ, ಪುಣ್ಯಮೂರ್ತಿ, ಪ್ರಯತ; *among Hindus:* ಋಷಿ, ಯೋಗಿ, ವಿರಕ್ತನು, ಸಾಧು; *among Rom. Cath.:* ಅರ್ಚ್ಯಶಿಷ್ಟ, "ಸಂತ"; *when placed before a proper name it is generally abbreviated thus:* St., *and pronounced* "sent"; *in this case it may be translated by* ಶ್ರೀ, *as*, St. Peter (sent pē′tĕr) ಶ್ರೀಪೇತ್ರನು; a patron s. ಇಷ್ಟದೇವತೆ. *v. t. r.* "ಸಂತರ" ಲೆಕ್ಕದಲ್ಲಿ ಸೇರಿಸು, ಅರ್ಚ್ಯಶಿಷ್ಟನೆಂತ ನಿರ್ಣಯಿಸು. Sāint′ed, *p. p.* & *a.* ಪರಿಶುದ್ಧ, ಭಕ್ತ; 2. ಸ್ವರ್ಗಸ್ಥನಾದ, ದಿವಂಗತ, ಸತ್ತ. Sāint′li-ness, *n.* ಸಾಧುತ್ವ, ವಿರಕ್ತಿ. Sāint′ly, Sāint′līke, *a.* ದೇವಭಕ್ತಿಯ, ವಿರಕ್ತನಿಗೆ ತಕ್ಕ.

Sāke, *n.* ನಿಮಿತ್ತ, ಉದ್ದೇಶ; for the s. of ಓಸ್ಕರ *c.d.*, ಉದ್ದಿಶ್ಯ *c. g.*, ಸಲುವಾಗಿ *c. g.*

Sal, *n.* ಕ್ಷಾರ, ಉಪ್ಪು; s. ammoniac *(Ammonium chloride)* ನವಸಾಗರ.

Sāl′a-ble, *a.*, *see* Saleable.

Sa-lā′ciŏus (-shus,) *a.* ಕಾಮೋದ್ರೇಕದ. Sa-lā′ciŏus-ly (-shus-), *ad.* ಕಾಮೋದ್ರೇಕವಾಗಿ. Sa-lā′ciŏus-ness, Sa-lăc′i-ty, *n.* ಕಾಮಾತುರ, ಕಾಮೋದ್ರೇಕ.

Sal′ad, *n.* ಪಚ್ಚಡಿ, ಚಟ್ನಿ; s. days ಅನುಭವವಿಲ್ಲದ ಯೌವನ ಕಾಲ.

Sa-läm′, *n.* "ಸಲಾಮು", ವಂದನೆ.

Sal-a-man′dĕr, *n.* ಓತಿ, ಓತಿಕಾಟ.

Sal′a-ry, *n.* ಸಂಬಳ, "ತಲಬು", "ಪಗಾರ", ಭೃತಿ. Sal′a-ried (-rid), *a.* ಸಂಬಳವುಳ್ಳ, ಭೃತ.

Sāle, *n.* ಮಾರಾಟ, ತರಗುಪಡಿ *(My.)*, ವಿಕ್ರಯ; on s., for s. ಮಾರುವಂಥ, ಮಾರತಕ್ಕ, ಮಾರಿಕೆಗೆ ಇಟ್ಟ; deed of s. ಕ್ರಯಚೀಟು,—ಪತ್ರ, "ಖರೀದಿ"ಪತ್ರ *(S. M.)*; public s. ಹರಾಜು, ಏಲಂ. Sāle′a-ble, *a.* ಮಾರಾಟವಾಗುವ, ಮಾರುವ ತರದ ಗಿರಾಕಿಯುಳ್ಳ. Sāle′a-ble-ness, *n.* ಮಾರಾಟವಾಗುವುದು. Sāleş′man (sālz-), *n.* ಮಾರುವವ, ವರ್ತಕ.

Sal′ep, *n.* (European s., the tubers of *Orchis mascula* and other species of *Orchis;* Indian s., the tubers of *Eulophia campestris* & *E. herbacea)* "ಸಾಲಾಮಿಸ್ರಿ, ಸಾಲೆಪ್‌ಮಿಸ್ರಿ".

Sal′ic law, *n.* ಸ್ತ್ರೀಯರು ಪಟ್ಟಕ್ಕೆ ಕೂಡ್ರಬಾರದೆಂಬ "ಕಾಯಿದೆ", ಪುತ್ರಸಂತಾನದ "ಕಾಯಿದೆ".

Sā′li-ent, *a.* ಹಾರುವ, ಹಾರ್ಯಾಡುವ, ಪುಟಿಯುವ; 2. ಕಾಣಬಂದ, ಸ್ಪಷ್ಟ; 3. ಮುಂದಕ್ಕೆ ಚಾಚಿರುವ; s. features ಸ್ಫುಟಲಕ್ಷಣಗಳು.

Sal′i-fȳ, *v. i. r.* (-fīed) ಉಪ್ಪು ಮಾಡು, ಕ್ಷಾರ—.

ȼ *as* k; c *as* s; ch *as* sh; g *as in* get; ġ *as* j; ṅ *nasal, as in* aṅger; ş *as* z; ŧh *as in* ŧhou; x̧ *as* gz; ce, ci, si *and* ti *before a vowel as* sh: ocean, action.

Sā'līne *or* Sa-līne', *a.* ಉಪ್ಪು, ಉಪ್ಪಾದ, ಲವಣಯುಕ್ತ.

Sa-lī'va, *n.* ಉಗುಳು, ಜೊಲ್ಲು, ಲಾಲೆ. Sa-lī'-val, Sal'i-var-y (-vĕr-), *a.* ಉಗುಳಿನ; s. gland ಲಾಲಾಕೋಶ. Sal'i-vāte, *v.t.r.* *(med.)* ಜೊಲ್ಲು ಸುರಿಯಮಾಡು. Sal-i-vā'-tiŏn, *n.* ಮಿತಿಮೀರಿದ ಜೊಲ್ಲು, ವಿಪರೀತ ಉಗುಳು ಬರೋಣ, ಉಗುಳುರೋಗ. Sā-lī'-vŏus, *a.* ಉಗುಳಿನ, ಉಗುಳಿನಂಥ.

Sal'low (-lō), *a.* ಹಳದಿ ಬಣ್ಣದ; 2. ಕಳೆ ಗುಂದಿದ, ಸಪ್ಪನ. Sal'low-ness, *n.* ಸಪ್ಪನ ಮೋರೆ, ಕಳೆಗುಂದುವುದು.

Sal'ly, *n.* ಕೋಟೆಯಿಂದ ಹೊರಬೀಳುವುದು, ಅಭಿಯೋಗ. *v.i.r.* (sal'lied) ಹೊರಬೀಳು, ಅಭಿಯೋಗಿಸು. Sal'ly-pōrt, *n.* ಕೋಟೆಯ ದಿಡ್ಡೀಬಾಗಲು.

Sal-ma-gun'di, *n.* ಕಲಬೆರಿಕೆ, ಹಲವು ಬಗೆ ಬೆರಿಸಿದ ಮಾಂಸ ಪದಾರ್ಥ. ["ಕುರ್ಮ್ಮ".

Salm'ŏn (sam'un), *n.* "ಇತೋಣ" ಮೀನು,

Sa-loon', *n.* ರಂಗುಮಹಲು, ಅಲಂಕೃತಶಾಲೆ, ಪಡಸಾಲೆ, "ಹಜಾರ".

Sa-loop', *n.* "ಸಾಲಾಮಿಸ್ರಿ", "ಸಾಲೆಪ್‌ಮಿಸ್ರಿ".

Sạlt, *n.* *(Chloride of sodium)* ಉಪ್ಪು, ಕ್ಷಾರ, ಲವಣ; earth s. ಚವುಳುಪ್ಪು; purging s. ಭೇದಿ ಉಪ್ಪು; rock s. ಕಲ್ಲುಪ್ಪು; smelling s. ಆಘ್ರಾಣಿಸುವ ಉಪ್ಪು; 2. ರುಚಿ; 3. ಸರಸ; 4. "ನಿಮಕದಾನಿ"; 5. *(coll.)* ನಾವಿಕ; above the s. ಮಾನದ ಸ್ಥಳದಲ್ಲಿ, ದೊಡ್ಡವರ ಪಂಕ್ತಿಯಲ್ಲಿ; below the s. ಕೀಳ ಸ್ಥಳದಲ್ಲಿ, ಕೀಳ ಜನರ ಪಂಕ್ತಿಯಲ್ಲಿ. *v.t.r.* ಉಪ್ಪು ಹಾಕು. *a.* ಉಪ್ಪು.., ಸೌಳು; 2. ಕಡು, "ಜೇರು"; 3. ಕಾಮೋದ್ರೇಕದ. Sạlt'-cel-lar (-lĕr), *n.* ಉಪ್ಪಿನ ಪಾತ್ರೆ, "ನಿಮಕದಾನಿ". Sạlt'ĕrn, *n.* ಉಪ್ಪಿನ ಆಗರ. Sạlt'ing, *n.* ಉಪ್ಪು ನೀರಿನ ಜವಳು ನೆಲ. Sạlt'ish, *a.* ಉಪ್ಪು, ಉಪ್ಪಾದ, ಸೌಳು. Sạlt'ish-ly, *ad.* ಸೌಳಾಗಿ. Sạlt'less, *a.* ಸಪ್ಪಗಿರುವ, ಸಪ್ಪನ. Sạlt'-märsh, *n.* ಉಪ್ಪಳ, ಉಪ್ಪಿನ ಮೋಳೆ. Sạlt'ness, *n.* ಉಪ್ಪಾಗಿರುವಿಕೆ, ಸೌಳು. Sạlt'-pan, *n.* ಉಪ್ಪಿನ ಮಡಿ, ಆಗರ. Sạlt'-pit, *n.* ಉಪ್ಪಿನ ಗುಣಿ, —ಕುಣಿ. Sạlt'work, *n.* ಉಪ್ಪು ಮಾಡುವ ಸ್ಥಳ.

Sạlt'ant, *a.* ಕುಣಿಯುವ, ಹಾರ್ಯಾಡುವ. Sạl-tā'tiŏn, *n.* ಹಾರಿಕೆ, ಜಗಿಯುವುದು.

Sạlt-pē'tre (-pē'tĕr), *n.* *(Potassium nitrate)* ಸೋರುಪ್ಪು, ಪೆಟ್ಲುಪ್ಪು, ಯವಕ್ಷಾರ.

Sal'-tree, *n.* *(Shorea robusta, Gærtn.)* ಗುಗ್ಗುಲ ಮರ, ಆಸಿನ ಮರ, ಅಶ್ವಕರ್ಣ, ರಾಳದ ಮರ.

Sa-lụ'bri-ŏus, *a.* ಶರೀರಕ್ಕೆ ಒಳ್ಳೆದಾದ, ಹಿತಕರ, ಆರೋಗ್ಯಕರ. Sa-lụ'bri-ŏus-ly, *ad.* ಆರೋಗ್ಯವಾಗಿ. Sa-lụ'bri-ŏus-ness, Sa-lụ'bri-ty, *n.* ಆರೋಗ್ಯತೆ.

Sal'ū-tar-y (-tĕr-i), *a.* ಆರೋಗ್ಯ, ಉಪಯೋಗವುಳ್ಳ, ಹಿತಕರ. Sal'ū-tar-i-ly, *ad.* ಹಿತಕರವಾಗಿ, ಆರೋಗ್ಯವಾಗಿ. Sal'ū-tar-i-ness, *n.* ಆರೋಗ್ಯತೆ; 2. ಹಿತ.

Sa-lụte', *n.* ಶರಣಾರ್ಥಿ, ವಂದನೆ; "ಸುರುಟು" *(S. C.)*. *v.t.r.* ಶರಣಮಾಡು, ವಂದಿಸು, ಪೊಡಮಡು; s. to a guru ಓನ್ನಮೋ ನಮಃ ಅನ್ನು. Sal-ū-tā'tiŏn, *n.* ಶರಣ, ನಮಸ್ಕಾರ, ವಂದನೆ, ನತಾನತಿ, ಪ್ರಣಾಮ, ಅಭಿವಾದನೆ.

Sal'vāge, *n.* ಹಡಗನ್ನು ಇಲ್ಲವೆ ಅದರ ಸರಕನ್ನು ಕಡೇಹಾಯಿಸಿದವನಿಗೆ ಕೊಡುವ "ಇನಾಮು"; 2. ಕಡೇ ಹಾದ ಸರಕು.

Sal-vā'tiŏn, *n.* ಉಳಿಸೋಣ, ಜೀವಾ ಉಳಿಸೋಣ; 2. ರಕ್ಷಣೆ, ಉದ್ಧಾರ, ಮೋಕ್ಷ.

Sälve (säv), *n.* "ಮುಲಾಮು, ಮಲಾಮು", ಅಂಜನ, ಲೇಪ. *v.t.r.* ಲೇಪ ಹಚ್ಚು, "ಮುಲಾಮು"—, ವಾಸಿ ಮಾಡು.

Sal'vĕr, *n.* ತಬಕು, ತಟ್ಟೆ, ತಾಂಬಾಳ, ತಾಂಬಾಣ, ಹರಿವಾಣ.

Sal'vō, *n.* ನೆವನ, ಪ್ರತಿಷೇಧ; 2. ಅನೇಕ ತುಪಾಕಿಗಳನ್ನು ಒಮ್ಮೆಗೆ ಹೊಡೆಯುವುದು; 3. "ಸುರುಟು".

Sa-mar'i-tan, *a.* ಸಮಾರ್ಯದೇಶದ. *n.* ಸಮಾರ್ಯದೇಶದವನು.

Săm'bar, Săm'bĕr *(Mhr.)* *n.*, *see* Elk.

Sāme, *a.* ಅದೇ, ಅದೇ ತರದ; he is still the s. ಅವನಿನ್ನೂ ಅದೇ ತರದವನು, ಇದ್ದ ಹಾಗೆಯೇ ಇದ್ದಾನೆ. Sāme'ness, *n.* ಒಂದೇ ಇರುವುದು, ಅದೇ ತರದವನಿರೋಣ, ತದ್ರೂಪ, ಹೋಲ್ಪಿಕೆ, ಸಾಮ್ಯ, ತಾದಾತ್ಮ್ಯ; 2. ಒಂದೇ ಸಮವಿರುವುದು.

Sā'mi-an, *a.* "ಸಾಮಸ್" ಎಂಬ ನಡುಗಡ್ಡೆಯ. *n.* "ಸಾಮುಸ್" ನಡುಗಡ್ಡೆಯವ.

Sā'mi-el, *n.* ಬಿಸಿ ಗಾಳಿ.

Sā'mi-ot, *a.*, *see* Samian.

Sa-mō'iedṣ, Sa-mō'yedṣ, *n.* ಹಿಮಸಾಗರದ ದಂಡೆಯಲ್ಲಿರುವ ಒಂದು ತರದ ಜನ.

Sam'phīre *(or* sam'fĕr), *n.* ಸಮುದ್ರದ ಸೊಪ್ಪು.

Sam'ple, *n.* ಮಾದರಿ, ಪಡಿಕಟ್ಟು, "ನಮೂನೆ",

"ಮೂಸಲೆ". Sam'plĕr, *n.* "ನಮೂನೆ", "ಕಸೂತಿಯ" ಮಾದರಿ.

San'a-ble, *a.* ಗುಣವಾಗುವಂಥ, ವಾಸಿಮಾಡ ಲಾಗುವಂಥ. San'a-tive, *a.* ಗುಣಮಾಡು ವಂಥ. San-a-tō'ri-um, *n.* ಆರೋಗ್ಯಸ್ಥಳ; ಆಸ್ಪತ್ರಿ. San'a-tŏr-y, *a.* ವಾಸಿಮಾಡುವ; 2. ಆರೋಗ್ಯಕರ.

Sanc'ti-fȳ, *v. t. r.* (-fīed, *pr.* -fīd) ಶುದ್ಧೀಕರಿಸು, ಪರಿಶುದ್ಧಮಾಡು, ಪಾಪರಹಿತಮಾಡು; 2. ಪ್ರತಿಷ್ಠೆಮಾಡು. Sanc-ti-fi-cā'tiŏn, *n.* ಶುದ್ಧೀಕರಣ, ಪವಿತ್ರ ಮಾಡುವುದು; 2. ಪ್ರತಿಷ್ಠೆ. Sanc'ti-fīed, *pp. a.* ಪವಿತ್ರಮಾಡಿದ. Sanc-ti-mō'ni-ŏus, *a.* ದೇವಭಕ್ತಿಯ; 2. ಭಕ್ತಿವೇಷದ, ಡಾಂಭಿಕ. Sanc'ti-mō-ni-ŏus-ly, *ad.* ದೇವಭಕ್ತಿಯಿಂದ, ಶುಚಿರ್ಭೂತವಾಗಿ; 2. ಕಪಟಭಕ್ತಿಯಿಂದ. Sanc-ti-mō'ni-ŏus-ness, *n.* ದೇವಭಕ್ತಿ, ಶುಚಿರ್ಭೂತತೆ; 2. ಕಪಟ ಭಕ್ತಿ, ಡಾಂಭಿಕತ್ವ. Sanc'ti-mony, *n.* ಭಕ್ತಿ ವೈರಾಗ್ಯ. Sanc'ti-ty, *n.* ಪರಿಶುದ್ಧತ್ವ, ಪವಿತ್ರತೆ, ಪುಣ್ಯತೆ. Sanc'tū-ar-y (-ĕr-), *n.* ಗರ್ಭಗೃಹ, ಪರಿಶುದ್ಧ ಸ್ಥಳ; 2. ಗುಡಿ, ದೇವಾಲಯ. Sanc'tum, *n.* ಪವಿತ್ರ ಸ್ಥಳ, ಏಕಾಂತ ಕೋಣೆ; *s. sanctorum* ಅತಿ ಪರಿಶುದ್ಧ ಸ್ಥಳ, ಪರಮ ಪವಿತ್ರ ಗರ್ಭಗೃಹ.

Sanc'tiŏn, *n.* ನಿಶ್ಚಯಿಸೋಣ, ಒಪ್ಪಿಕೊಳ್ಳುವುದು, "ಮಂಜೂರು", ಅನುಮತಿ. *v. t. r.* ಒಪ್ಪಿಕೊಳ್ಳು, ಸ್ಥಿರಪಡಿಸು, ನಿಶ್ಚಯಿಸು.

Sand, *n.* ಉಸುಬು, ಮಳಲು, ಹೊಯಿಗೆ, "ರೇತಿ"; his sands are run out ಅವನಿಗೆ ಮರಣ ಸಮೀಪಿಸಿದೆ; plough the sands ಗುಡ್ಡೆಗೆ ಮಣ್ಣು ಹೊರುವುದು; s. in the bladder ಅಶ್ಮರೀ ಎಂಬ ಮೇಹಕೋಶ. *v. t. r.* ಉಸುಬು ಹಾಕು. Sand'bank, *n.* ಉಸುಬಿನ ಒಟ್ಟು, ಮಳಲೇರಿ. Sand'-blīnd, *a.* ಮೊಬ್ಬುಕಣ್ಣಿನ. Sand'-box, *n.* ಉಸುಬಿನ ಡಬ್ಬಿ, "ರೇತಿದಾನಿ". Sand'-glass, *n.* ಉಸುಬಿನ ಗಳಿಗೆ ಬಟ್ಟಲು. Sand'-hill, *n.* ಮರಳುದಿನ್ನೆ. Sand'-pā-pĕr, *n.* ಮರವನ್ನು ಮೆರಗುಮಾಡುವ ಕಾಗದ. Sand'-pī-pĕr, *n.* ಹುಳಕ ಹಕ್ಕಿ. Sand'stōne, *n.* ಪದರಾದ ಕಲ್ಲು. Sand'y, *a.* ಉಸುಬಿನ, ಮಳಲಿನ.

San'dal, *n.* ಕೆರ, ಕಾಲ್ಮರೆ, ಮೆಟ್ಟು, ಪಾದರಕ್ಷೆ.

San'dal, s.-wood, *n.* *(Santalum album, L.)* ಗಂಧದ ಮರ, ಶ್ರೀಗಂಧ, ಚಂದನ; red s. *(Pterocarpus santalinus, L.)* ರಕ್ತ ಚಂದನ, ಚಂದಾಳಕಟ್ಟಿಗೆ; s. powder ಬುಕ್ಕಿಟ್ಟು.

San'dĕrs, *n.* ಚಂದಾಳ ಕಟ್ಟಿಗೆ.

Sand'pā-pĕr-trēe, *n.* *(Ficus asperrima, Roxb.)* ಗರ್ಗತ್ತೀ ಮರ.

Sand'wich, *n.* ಪದರುಪದರಾಗಿಟ್ಟ ರೊಟ್ಟಿಯೂ ಮಾಂಸವೂ, ಮೇಲೆಯೂ ಕೆಳಗೂ ಬೆಣ್ಣೇ ಹಚ್ಚಿದ ರೊಟ್ಟಿ, ನಡುವೆ ಮಾಂಸ ಇರುವ ಭಕ್ಷ್ಯ.

Sāne, *a.* ಸ್ವಸ್ಥ, ಸ್ವಸ್ಥಬುದ್ಧಿಯ. Sāne'ness, San'i-ty, *n.* ಸ್ವಸ್ಥಬುದ್ಧಿ.

San'gar, *n.* ಪಾಗಾರ.

Sang-froid' (-frwo), *n.* ಶಾಂತಮನಸ್ಸು.

San'guine (-'gwin), *a.* ರಕ್ತವರ್ಣದ; 2. ಲಘು ರಕ್ತಭಾವದ; 3. ಚುರುಕು; 4. ಧೈರ್ಯವುಳ್ಳ, ಉಲ್ಲಾಸವುಳ್ಳ, ಸುಪ್ರತೀಕ್ಷೆಯ. San-guif'ĕr-ŏus, *a.* ರಕ್ತತುಂಬಿದ. San'gui-fȳ, *v. i. r.* (-fīed), ರಕ್ತಹುಟ್ಟಿಸು. San'-guin-ar-y (-ĕr-), *a.* ರಕ್ತಮಯ; 2. ರಕ್ತಪ್ರಿಯ, ಕ್ರೂರ, ಕಠಿಣ. San'guine-ness, *n.* ಲಘುರಕ್ತಭಾವ; 2. ಚುರುಕು.

San'he-drim (san'e-), -hedrin, *n.* ಯೆಹೂದ್ಯರ ಮಂತ್ರಿಸಭೆ, ವೃದ್ಧಸಂಘ (ಅದು ಎಪ್ಪತ್ತು ಮಂದಿಯದಿತ್ತು).

Sā'ni-ēs, *n.* ರಸಿಕೆ, ರಸಿಗಿ, ಕೀವು. Sā'ni-ŏus, *a.* ರಸಿಕೆಯ, ರಸಿಕೆಯುಳ್ಳ.

San'i-tar-y (-tĕr-), *a.* ಕ್ಷೇಮಾರ್ಥಕ, ಕ್ಷೇಮಾನುಕೂಲಕ, ಕ್ಷೇಮಂಕರ. San-i-tā'ri-um, *n.* ಕ್ಷೇಮಾರ್ಥಕ ನಿವಾಸ, ಕ್ಷೇಮಕರ ಸ್ಥಳ. San-i-tā'tiŏn, *n.* ಕ್ಷೇಮವರ್ಧನೆ, ಆರೋಗ್ಯ ಪಾಲನೆ.

San'i-ty, *n.* ಬುದ್ಧಿಸ್ಥಿರತ್ವ, ಸ್ವಸ್ಥಚಿತ್ತ.

Sank, *pt. of* Sink.

San'skrit, *n.* ಸಂಸ್ಕೃತ, ಗೀರ್ವಾಣ.

San'ton, *n.* ಸನ್ಯಾಸಿ.

San'tō-nine (-nin), *n.* ಜಂತಿನ ಪುಡಿ.

Sap, *n.* ಗಿಡದ ರಸ; 2. *(bot.)* ಎಳೇಕಟ್ಟಿಗೆ. Sap'less, *a.* ರಸವಿಲ್ಲದ, ನಿಸ್ಸಾರವಾದ, ಒಣಗಿದ. Sap'ling, *n.* ಅಗಿ, ಸಸಿ. Sap'py, *a.* ರಸವುಳ್ಳ; 2. ಎಳೇ; 3. ಮಂದಬುದ್ಧಿಯ.

Sap, *v. t. r.* (sapped, *pr.* sapt) ಸುರಂಗ ತೋಡು, ಬಿನಿ ಅಗಿ, ಪಾಯ ಅಗಿದು ಕೆಡಿಸು. Sap'pĕr, *n.* ಸುರಂಗ ಅಗಿಯುವವನು.

Sa-pan'-wood, Sap-pan'-wood, *n.*, *see* Redwood.

Saph'īre (saf-), *n.*, *see* Sapphire.

Sap'id, *a.* ರುಚಿಯುಳ್ಳ, ಸವಿ, ಸ್ವಾದು. Sap-id'i-ty, *n.* ರುಚಿ, ಸವಿ.

Sā'pi-ence, *n.* ಬುದ್ಧಿ, ವಿವೇಕ, ಜಾಣತನ.

Sā'pi-ent, *a.* ಬುದ್ಧಿವಂತ, ಜಾಣ (used ironically). **Sā'pi-ent-ly**, *ad.* ವಿವೇಕವಾಗಿ, ಬುದ್ಧಿಯಾಗಿ.

Sap-ō-nā'ce-ŏus, *a.* ಸಬ್ಬಿನಂಥ, ಸಾಬೂನಿನಂಥ.

Sā'por, *n.* ರುಚಿವೇದ್ಯಗುಣ.

Sapō'ta tree, *n.* Wild s. *(Bassia longifolia, Willd.)* ಕಾಡು ಇಪ್ಪೇ ಮರ.

Sap'pĕrs̱, *n. pl.* s. and miners (ದಂಡಿನಲ್ಲಿ) ಸುರಂಗ "ಕಿಲ್ಲೆ" ಮೊದಲಾದ ಕೆಲಸ ಮಾಡುವವರು.

Sap'phīre (saf'fīr *or* saf'fĕr), *n.* ನೀಲ, ಇಂದ್ರನೀಲಮಣಿ, ಹರಿಕಾಂತ. *a.* ನೀಲವಾದ.

Sap'wọọd, *n.* ಬಿಳೀ ಮರ, ಎಳೀ—, ರಸದಾರು.

Sar'a-cen, *n.* ಸರಕೇನ, ಅರಬಿಯವನು.

Sär'cas̱m, *n.* ಚುಚ್ಚುವ ಮಾತು, ಮನಸ್ಸಿಗೆ ನೆಡುವ—, ಕ್ರೂರ ಹಾಸ್ಯ, ಪ್ರಹಸನ, ವ್ಯಂಗ್ಯ. **Sär-cas'tic, -'ti-cal**, *a.* ನೆಡುವ, ತಿವಿಯುವ, ಚುಚ್ಚುವ, ಕ್ರೂರ, ಪರಿಹಾಸ್ಯದ, ಪ್ರಹಸನದ, ವ್ಯಂಗ್ಯ. **Sär-cas'ti-cal-ly**, *ad.* ಚುಚ್ಚುವ ರೀತಿಯಿಂದ, —ಮಾತಿನಿಂದ, ಪರಿಹಾಸ್ಯವಾಗಿ.

Särce'net, Särs'net, *n.* ತೆಳುವಾದ ರೇಶ್ಮೇ ಬಟ್ಟೆ.

Sar-cō'ma, *n.* ಮಾಂಸಗ್ರಂಥಿ, ಬುಗುಡು, "ಉದಲಪುಂಚರೋಗ", ಮಾಂಸಾರ್ಬುದ.

Sär-coph'a-gus (-kof'a-), *n.* ಶಿಲಾಮಯ ಶವದ ಪೆಟ್ಟಿಗೆ.

Sar-coph'a-ġy, *n.* ಮಾಂಸಭಕ್ಷಣ.

Sar'cŏus, *a.* ಮಾಂಸಮಯ.

Sar-delle', *n.*, *see* Sardine 2.

Sär'dine (-din), **Sär'di-us**, *n.* ಕೆಂಪು ಪದ್ಮರಾಗ.

Sär'dine, *n.* *(Clupea fimbriata)* ತೂರಿ ಮೀನು, ಬೈಗಿ—.

Sär-don'ic, *a.* s. laugh ವ್ಯಸನದ ನಗೆ, ದುಃಖದ ನಗೆ.

Sär'dō-nyx, *n.* ಗೋಮೇಧಿಕ.

Särk, *n.* "ಕಮೀಸು".

Sar'men-tōse -tōus, *a.* *(bot.)* ಉದ್ದವಾದ ಚಿಗುರುಗಳನ್ನು ಹುಟ್ಟಿಸುವ.

Sär-sa-pa-ril'la, *n.*, Country s. *or* bastard s. *(Hemidesmus, Indicus, Br.)* ಸೊಗದೇ ಬೇರು, ಸುಗಂಧಿ ಬೇರು, ಕೆಂಪು ಗಂಧಿ, ಸುಗಂಧಿ ಬಳ್ಳಿ.

Särse'net, Särs'net, *n.*, *see* Sarcenet.

Sar-tō'ri-al, *a.* ಚಿಂಪಿಗನ ಸಂಬಂಧ.

Sash, *n.* ನಡುಕಟ್ಟು, ದಟ್ಟಿ.

Sash, *n.* ಜಾರುವ ಕಿಟಿಕಿಯ ಚೌಕ.

Sat, *pt.* & *pp.* *of* Sit.

Sā'tan, *n.* "ಸೈತಾನ", ಪಿಶಾಚ. **Sa-tan'ic, '-i-cal**, *a.* ಪಿಶಾಚನ, "ಸೈತಾನಿಕ". **Sa-tan'i-cal-ly**, *ad.* ಪಿಶಾಚನಂತೆ.

Satch'el (sach'el), *n.* ಚೀಲ, ಸಂಚಿ; s. for betel ಕಂಟ್ಲೆ ಚೀಲ.

Sāte, *v. t. r.* ತೃಪ್ತಿ ಮಾಡು, ಹೊಟ್ಟೆ ತುಂಬಿಸು.

Sa-teen', *n.* ದಪ್ಪ ಅರಳೆಬಟ್ಟೆ.

Sat'el-līte, *n.* ಉಪಗ್ರಹ; 2. ಬೆನ್ನುಬಿದ್ದವ, ಪರಾನ್ನಭೋಗಿ.

Sā'ti-āte (-shi-āt), *v. t. r.* ಹೊಟ್ಟೇ ತುಂಬಿಸು, ತೃಪ್ತಿಪಡಿಸು; 2. ಅತಿ ತೃಪ್ತ ಮಾಡು, ಬೇಸರಿಕೆ ಹುಟ್ಟಿಸು. *a.* ತೃಪ್ತ, ಸಾಕಾದ. **Sā-ti-ā'tiŏn**, ಅತಿ ತೃಪ್ತಿ, ಬೇಸರ. **Sa-tī'e-ty**, *n.* ಅತಿ ತೃಪ್ತಿ, ಬೇಸರ.

Sat'in, *n.* ಉತ್ತಮವಾದ ಪಟ್ಟು, "ದಮಾಸು", "ಸಾಟಿನು".

Sat'in-wọọd, *n.*, Indian s. *(Chloroxylon Swietenia, D. C.)* ಹುರಗಲ ಮರ *(My.)*.

Sat'īre (*or* -ir), *n.* ಪ್ರಹಸನಕಾವ್ಯ, "ನಕಲಿ", ದುರಾಚಾರೋಪಹಾಸಕ ಕವಿತೆ. **Sa-tir'ic, -'i-cal**, *a.* ಪ್ರಹಸನಾರ್ಥಕ, ಗೇಲಿಯಾದ, "ನಕಲೀ" ಮಾಡುವ. **Sa-tir'i-cal-ly**, *ad.* ಹಾಸ್ಯಕರವಾಗಿ. **Sat'ĭr-īs̱e**, *v. t. r.* ಗೇಲಿ ಮಾಡು, ಹಾಸ್ಯ—, "ನಕಲಿ"—. **Sat'ĭr-ist**, *n.* "ನಕಲಿಯವ", ಹಾಸ್ಯಕವಿ.

Sat'is-fȳ, *v. t. r.* (-fīed) ಸಾಕಾಗು *c. d.*, ತೃಪ್ತಿಪಡಿಸು, ಸಮಾಧಾನ—; 2. ಸಲ್ಲಿಸು, "ಲುಕ್ಸಾನ" ಕೊಡು. **Sat-is-fac'tiŏn**, *n.* ತೃಪ್ತಿ, ಇಚ್ಛಾಪೂರ್ತಿ, ಸಮಾಧಾನ; 2. ಸಲ್ಲಿಸೋಣ, "ಲುಕ್ಸಾನ" ಕೊಡುವುದು. **Sat-is-fac'tŏr-i-ly**, *ad.* ಹೌದೆನ್ನುವ ಹಾಗೆ, ಸಾಕಾಗುವಷ್ಟು. **Sat-is-fac'tŏr-y**, *a.* ಸಾಕಾದ, ತೃಪ್ತಿಕರ, ಸಮಾಧಾನಕರ. **Sat'is-fīed**, *pp. a.* ತೃಪ್ತಿ ಹೊಂದಿದ. **Sat'is-fȳ-ing-ly**, *ad.* ತೃಪ್ತಿಪಡಿಸುವಂತೆ, ಸಮಾಧಾನವಾಗುವಂತೆ.

Sat'rap, *n.* ಮಾಂಡಲಿಕ.

Sat'ū-rāte, *v. t. r.* ತುಂಬಿಸು, ಪೂರ್ಣ ನೆನಸು, ಭೇದಿಸು. **Sat-ū-rā'tiŏn**, *n.* ತುಂಬಿಸೋಣ, ಭೇದಿಸುವಿಕೆ, ಒದ್ದೆ.

Sat'ur-dāy, *n.* ಶನಿವಾರ, ಮಂದವಾರ, ಸ್ಥಿರವಾರ.

Sat'urn (-ĕrn), *n.* ಶನಿಗ್ರಹ, ಮಂದ; 2. ಪೂರ್ವಿಕರ ಒಂದು ದೇವತೆ; Saturn's ring ಶನಿಯ ವಲಯ. **Sat-ur-nā'li-a**, *n. pl.* ಹೋಳೀ ಹಬ್ಬದಂಥಾದ್ದೊಂದು "ರೋಮಾಯರ" ಹಬ್ಬ.

Sat'ur-nīne, *a.* ಮಂದವಾದ, ಜಡವಾದ.

Sat'yr (sat'ĕr), *n.* ಮೇಲೆ ಮನುಷ್ಯ ಕೆಳಗೆ ಹೋತು ಈ ಪ್ರಕಾರ ಕಲ್ಪಿತ ವನದೇವತೆ.

Sauce (sas), *n.* ಚಟ್ಣಿ, ಸಾರು, ಸೂಪ. *v.t.r.* (*pr.* sast) ಕಾರ ಮಾಡು, ರುಚಿಯಾಗ—. Sauce'-box, *n.* ಮರ್ಯಾದಾಹೀನ, ತುಂಟನು. Sauce'pan (sas-), *n.* ಡಬರಿ, ಬೋಗಣಿ, ಚಟ್ಟಿ.

Sau'cĕr (sa'sĕr), *n.* ಬಟ್ಲು, ತಟ್ಟೆ.

Sau'cy (sa'si), *a.* ದಿಟ್ಟ, ತುಂಟ. Sau'ci-ly (sa'si-), *ad.* ದಿಟ್ಟವಾಗಿ, ತುಂಟನಾಗಿ, "ಅದಬು" ಇಲ್ಲದೆ. Sau'ci-ness (sa'si-), *n.* ದಿಟ್ಟತನ, ತುಂಟತನ.

Saul trēe, *n.*, *see* Sal-tree.

Saun'tĕr (san'tĕr), *v.i.r.* ಸುಮ್ಮನೆ ತಿರುಗಾಡು, ಅಡ್ಡಾಡು, ಮೆರೆಯು. Saun'tĕr-ĕr (san-), *n.* ಅಡ್ಡಾಡುವವ. Saunt'ĕr-ing, *n.* ವಿಹಾರ. *a.* ವಿಹರಿಸುವ.

Sau'ri-an (sa'ri-), *n.* ಹಲ್ಲೀ ಜಾತಿಯ ಪ್ರಾಣಿ.

Sau'sāġe (sa'sāj), *n.* ಮಾಂಸಪದಾರ್ಥ.

Sav'āġe, *n.* ಕಾಡ ಮನುಷ್ಯ, ಕಿರಾತ. *a.* ಕಾಡ, ಕ್ರೂರ. Sav'āġe-ly, *ad.* ಕಾಡಾಗಿ, ಕ್ರೂರವಾಗಿ. Sav'āġe-ness, Sav'a-ġĕr-y, *n.* ಕಾಡಸ್ಥಿತಿ, ಕ್ರೂರತ್ವ.

Sa-van'na, *n.* ಹುಲ್ಲುಗಾಡು.

Sa-vȧnt' (sa-vän'), *n.* ಪಂಡಿತ, ವಿದ್ವಾಂಸ, ಸೂರಿ, ಮೇಧಾವಿ.

Sāve, *v.t.r.* ಉಳಿಸು; ಉಳುಹಿಕೊಳ್ಳು, ಕಡೆ ಹಾಯಿಸು, ಕಾಯು, ರಕ್ಷಿಸು, ವಿಮೋಚಿಸು; 2. (money, *etc.*) ಉಳಿಸಿಕೊಳ್ಳು ಇಟ್ಟುಕೊಳ್ಳು, ಮಿಗಿಸು; (one's self) ಜೀವಾ ಉಳಿಸಿಕೊಳ್ಳು; 3. ತಪ್ಪಿಸು. *v.i.* ಹಣ ಮಿಗಿಸಿ ಇಟ್ಟುಕೊಳ್ಳು; save! save! ತ್ರಾಹಿ ತ್ರಾಹಿ; s. the situation ಅಡಚಣೆಯಿಂದ ಪಾರುಮಾಡು; s. one's breath ಮೌನವಿರು; stitch in time saves nine ಸಕಾಲದಲ್ಲಿ ಮಾಡಿದರೆ ನೂರ್ಕಾಲ ಹೋದೀತು. Sā'ving, *pt.* & *a.* ಮಿತಿಯಿಂದ "ಖರ್ಚು" ಮಾಡುವ. *n.* ಉಳಿಸಿಟ್ಟ ಹಣ, ಕೂಡಿಸಿಟ್ಟುಕೊಂಡ ಹಣ; savings bank ಉಳಿಸಿಕೊಂಡ ಹಣ ಬಡ್ಡಿಗೆ ಹಾಕುವ ಮನೆ. Sā'ving-ly, *ad.* ಮಿತಿಯಾಗಿ, "ಖರ್ಚು" ಮಾಡಿ; 2. ನರಕಕ್ಕೆ ತಪ್ಪಿಸುವಂತೆ,—ತಪ್ಪಿಸಿಕೊಳ್ಳುವಂತೆ.

Sāve, *prep.* ಹೊರತು, ವಿನಾಯಿಸಿ. Sā'ving, *prep.* ಹೊರತು *c. g.*, ವಿನಾ *c. g.*

Sāv'iŏur (sāv'yĕr), *n.* ಉಳಿಸುವವ ಕಡೇ ಹಾಯಿಸುವವ, —ಹಾಯಿಸಿದವ; 2. ರಕ್ಷಕ, ವಿಮೋಚಕ, ಯೇಸು ಕ್ರಿಸ್ತ.

Sav'oir-viv're (savwär-vēvr'), *n.* ಸಭ್ಯತ್ವ.

Sā'vŏur (-vĕr), *n.* ರುಚಿ, ವಾಸನೆ. *v.i.* ವಾಸನೆ ತೋರು; this savours of sedition ಇದರಲ್ಲಿ ದ್ರೋಹದ ವಾಸನೆ ತೋರುತ್ತದೆ. Sā'vŏur-i-ness, *n.* ರುಚಿ, ಸವಿ. Sā'vŏur-less, *a.* ರುಚಿಯಿಲ್ಲದ. Sā'vŏur-y, *a.* ರುಚಿಯುಳ್ಳ, ಪರಿಮಳವುಳ್ಳ.

Saw (sa), *n.* ಕರಗಸ, ಗರಗಸ; set a s. ಗರಗಸಕ್ಕೆ "ಚಪರಾಸ್" ಹಾಕು. *v.t.r.* ಗರಗಸದಿಂದ ಕೊರೆ, ಗರಗಸದಲ್ಲಿ ಕೊರೆ, —ಸಿಗಿ, —ಕೊಯ್ಯು. Saw'dust (sa-), *n.* ರಂಪದ ದೂಳು, ಗರಗಸ ಹಿಟ್ಟು. Saw'fish (sa'-), *n.* "ತಿನ್ಸಿ, ತಿಂಗಸಿ", ಹಲ್ಲುಸೊರ. Saw'ġin (sa'jin), *n.* ಅರಳೀ ರಾಟೆ. Saw'mill (sa'-), *n.* ತೊಲೆ ಕೊರೆಯುವ ಯಂತ್ರ,—ಕೊರೆಯುವ ಯಂತ್ರದ ಮನೆ. Saw'pit (sa'-), *n.* ತೊಲೆ ಕೊರೆಯುವ ಕುಣಿ. Saw'yĕr (sa'-), *n.* ಗರಗಸಗಾರ, ತೊಲೆ ಕೊರೆಯುವವ.

Saw (sa), *pt. of* See.

Saw (sa), *n.* ಮಾತು, ಗಾದೆ.

Sax'a-tile (-til), *a.* ಶಿಲಾಸಂಬಂಧದ, ಬಂಡೆಗಳಲ್ಲಿ ಇರುವ, —ಬೆಳೆಯುವ.

Sax'on (saks'n), *n.* "ಸಕ್ಸನಿ" ಜನ. *a.* "ಸಕ್ಸನಿ" ಜನರ, —ದೇಶದ.

Sāy (sā), *v.t.ir.* (said, said, *pr.* sed), (tell, announce one's opinion) ಹೇಳು, *as*, how came you here? say ನೀನಿಲ್ಲಿ ದ್ಯಾಗೆ ಬಂದಿ? ಹೇಳು; I cannot say what it is ಅದೇನೋ ನಾನು ಹೇಳಲಾರೆ; 2. (repeat, *as*, a lesson) ಒಪ್ಪಿಸು, ಹೇಳು; 3. (speak) ಆಡು, *as*, he said a few words ಕೆಲವು ಮಾತಾಡಿದ; 4. (utter in words) what did he say? ಏನಂದ? come, said he, I'll give you your salary ಇಲ್ಲಿ ಬಾ, ನಿನಗೆ ಸಂಬಳ ಕೊಡುತ್ತೇನಂದ; they say, it is said ಅನ್ನುತ್ತಾರೆ, ಅಂತೆ; it is said that the king is dead ಅರಸನು ತೀರಿಕೊಂಡನಂತೆ, — ತೀರಿಕೊಂಡನನ್ನುತ್ತಾರೆ; that is to say ಹಾಗಂದರೆ. *n.* ಮಾತು, ನುಡಿ, ಸೊಲ್ಲು, ಹೇಳಿಕೆ. Sāy'ing, *n.* ಮಾತು, ವಚನ, ಗಾದೆ.

Scab, *n.* (s. of a sore) ಹಕ್ಕು, ಹಕ್ಕಳೆ; 2. (disease of sheep) ಕಜ್ಜಿ, ಮಾರಿಕಜ್ಜಿ, ಹುರುಕು, ಅಡಪು. Scab'by, *a.* ಹಕ್ಕಳೆಯ, ಕಜ್ಜಿ ಹಿಡಿದ, ಅಡಪು ಹತ್ತಿದ.

Scab'bard (-bĕrd), *n.* ಕತ್ತಿಯ ಒರೆ, ಕೋಶ.

Scaf'fōld, *n.* ಅಟ್ಟ, ಗಲ್ಲಿನ ಅಟ್ಟ, ಹನನಸ್ಥಳ; to send to the s. ಗಲ್ಲಿಗೆ ಹಾಕಿಸು. **Scaf'-fōld-iṅg**, *n.* ಅಟ್ಟ, (for building) ಸಾರ, ಪರೇಜು *(S. C.)*.

Scạld, *n.* ಸುಟ್ಟ ಗುಳ್ಳೆ. *v. i. r.* ಬಿಸಿ ನೀರಿನಿಂದ ಸುಡು, ಚುರುಕ್ಕನೆ ಹತ್ತು; he scalded his hand ಕೈ ಸುಟ್ಟುಕೊಂಡ; scalding ಸುಡುವ ಉರಿ. **Scạld'iṅg**, *a.* ಸುಡುವ.

Scald, *n.* "ಸ್ಕಂಡಿನೇವಿಯ" ದೇಶದ ಒಬ್ಬ ಪುರಾತನ ಕವಿ; 2. ಬಟ್ಟರವ, ಬಟ್ಟಂಗಿ.

Scạld'head (-hed), *n.* ಮಾದೀ ಹುಣ್ಣು.

Scāle, *n.* ತಕ್ಕಡಿ, ತ್ರಾಸು; 2. (large scales for weighing cotton, *etc.*) "ಚಂತಾಲ"; 3. *(astr.)* ತುಲಾರಾಶಿ.

Scāle, *n.* ನಿಚ್ಚಣಿಕೆ, ಏಣಿ, ಮೆಟ್ಲು; 2. *(math.)* ಶ್ರೇಢಿ, ಪ್ರಮಾಣ, "ಸ್ಕೇಲು"; 3. *(mus.)* ಸರಳೆ, ಸಪ್ತಸ್ವರ; *viz.:* ಸ ರಿ ಗ ಮ ಪ ಧ ನಿ;— on a small s. ಸಣ್ಣ ಪ್ರಮಾಣದಲ್ಲಿ, ತುಸ; on a large s. ವಿಸ್ತಾರ ಪ್ರಮಾಣದಲ್ಲಿ, ಬಹಳ, ಹೇರಳವಾಗಿ. *v. t. r.* ಹತ್ತು; s. the wall of a fort ಲಗ್ಗೆ ಹತ್ತು.

Scāle, *n.* ಪರಿಕೆ, ಸಿಪ್ಪೆ, ಪೊರೆ; 2. ಪದರು. *v. t. r.* ಪೊರೆ ತೆಗೆದುಹಾಕು. *a.* ಪೊರೆಯುಳ್ಳ. **Scāled (skāld)**, *a.* ಪರಿಕೆಯುಳ್ಳ. **Scā'li-ness**, *n.* ಪರಿಕೆ ಮೈ. **Scā'ly**, *a.* ಪರಿಕೆಯುಳ್ಳ, ಪೊರೆಯ, ಸಿಪ್ಪೆಯಂಥಾ.

Scā-lēne' (-lēn'), *a.* ವಿಷಮ ಭುಜ ತ್ರಿಕೋಣ.

Scạll, *n.* ಕುಷ್ಠವ್ಯಾಧಿ, "ಇಸಬು (ಇಸಿಪಿ)".

Scal'lop, *n.* ಒಂದು ವಿಧದ ಶಂಖ ಹುಳದ ಚಿಪ್ಪು.

Scalp, *v. t. r.* (*pr.* scalpt) ತಲೆಬುರುಡೆಯ ತೊಗಲು ಸುಲಿ. *n.* ತಲೆಬುರುಡೆಯ ತೊಗಲು.

Scal'pel, *n.* ಶಸ್ತ್ರವೈದ್ಯನ ಒಂದು ಶಸ್ತ್ರ.

Scām'ble, *v. i. r.* "ಗಡಿಬಿಡಿ" ಮಾಡು; 2. ಯದ್ವಾತದ್ವಾ ಮಾಡು, ದಟ್ಟಿತನ—.

Scam'mo-ny, *n.* ಒಂದು ವಿಧವಾದ ಬಂಕೆ, ಭೇದಿಕಾರಿ.

Scamp, *v. t.* ಅಡ್ಡಾದಿಡ್ಡಿ ಮಾಡು.

Scamp, *n.* ಪೋಕರಿ, "ಲುಚ್ಚ", ಮೋಸಗಾರ. *v. t. r.* ಕೆಲಸದಲ್ಲಿ ಮೋಸ ಮಾಡು. **Scam'-pish**, *a.* "ಲುಚ್ಚ", ಪೋಕರಿತನದ. ತುಂಟ.

Scam'pĕr, *v. i. r.* ಓಡಿಹೋಗು, ಕಾಲಿಗೆ ಬುದ್ಧಿ ಹೇಳು, ಕಂಬಿಕೀಳು. *n.* ಓಡಿಹೋಗೋಣ, ಪಲಾಯನ.

Scan, *v. t. r.* (scanned, *pr.* skand) ಶೋಧಿಸು; 2. ಛಂದಸ್ಸಿನ ಪ್ರಕಾರ ಓದು. **Scan'-niṅg**, *n.* ಪದ್ಯದ ಗಣಪರೀಕ್ಷೆ. *a.* ಪರೀಕ್ಷಿಸುವ. **Scan'siŏn**, *n.* ಪದ್ಯದ ಗಣದ ಪ್ರಕಾರ ಓದುವುದು, ಪ್ರಸ್ತಾರ.

Scan'dal, *n.* ಅಪಕೀರ್ತಿ, ಅಪವಾದ, ಆಭಾಸ, ಕುಂದು; 2. ನಾಚಿಕೇ ಕೆಲಸ, ಅಪಕೀರ್ತಿಯ ಕೆಲಸ; 3. (defamatory talk) ನಿಂದೆ, ಚಾಡಿ. **Scan'dal-īẕe**, *v. t. r.* ಅಸಹ್ಯಪಡಿಸು, ಆತಂಕಗೊಳಿಸು; 2. ದೂರು, ಅಪವಾದ ತರು. **Scan'-dal-ŏus**, *a.* ನಾಚಿಕೆಯ, ಅಪವಾದ ತರುವ, ಲಜ್ಜಾಹೀನ, ದೂಷಣೆಯ. **Scan'dal-ŏus-ly**, *ad.* ಮಾನಹೀನವಾಗಿ. **Scan'dal-ŏus-ness**, *n.* ಅಸಹ್ಯ, ನಾಚಿಕೆಗೇಡಿತನ, ಲಜ್ಜಾಹೀನತೆ.

Scan'dent, *a.* ಹತ್ತುವ, ಹಬ್ಬುವ.

Scant, *a.* ಕಡಿಮೆಯಾದ, ಸಾಕಾಗದ. *v. t. r.* ಕಡಿಮೆ ಮಾಡು, ಅಲ್ಪ—. **Scant'i-ly**, *ad.* ಕೊಂಚವಾಗಿ, ಸಾಕಾಗದ ಹಾಗೆ. **Scant'i-ness**, **Scant'ness**, *n.* ಕಡಿಮೆ, ಕೊರತೆ. **Scant'-liṅg**, *n.* ತುಂಡು, ಚೂರು; 2. ಮಾದರಿ; 3. ಮರದ ಎಳೆ; 4. (rough sketch) "ಕರಡು ನಕಾಶೆ", —"ನಕ್ಷೆ". **Scan'ty**, *a.* ಕಡಿಮೆಯಾದ, ತುಸ, ಸ್ವಲ್ಪ.

Scāpe'gōat (-gōt), *n.* (ಯೆಹೂದ್ಯರು) ಪಾಪಾರೋಪಣೆ ಮಾಡಿ ಕಾಡಿಗೆ ಬಿಟ್ಟ ಹೋತು, ಇತರರ ಮೇಲಣ ಆರೋಪಕ್ಕೆ ಬಲಿಯಾದವ.

Scāpe'grāce, *n.* ಘಟಿಂಗ, ಕೇಡಕ.

Scap'ū-la, *n.* ಹುಬ್ಬದ ಎಲುಬು. **Scap'ū-lar, -lar-y**, *a.* ಹೆಗಲಿನ. *n.* "ರೋಮಿಾಯ" ಸನ್ಯಾಸಿಗಳ "ಗಲೀಫ", "ಕಪಣಿ".

Scār, *n.* ಗಾಯದ ಕಲೆ. **Scār'red**, *p. p. a.* ಗಾಯದ ಕಲೆಯುಳ್ಳ.

Scar'ab, **Scar'a-bēe**, **Scar-a-bæ'us (-bē'us)**, *n.* ಸಗಣೀ ಹುಳ.

Scar'a-mouc̄h, *n.* ಹಾಸ್ಯಗಾರ, "ಜಲಾರಿ" ವೇಷದವ, ಹನುಮನಾಯಕ.

Scārce, *a.* ಕಡಿಮೆ, ಅಪರೂಪ, ವಿರಳ, ತುಟ್ಟಿ. **Scārce**, **Scārce'ly**, *ad.* ಬರೆ, ಕಷ್ಟದಿಂದ, ಕೂಡಲೆ; s. enongh ಸಾಕುಸಾಲದು ಎಂಬ ಹಾಗೆ; s. one ಒಂದಿಲ್ಲ ಒಂದು; s. once ಒಮ್ಮೆ ಇಲ್ಲ ಒಮ್ಮೆ; he s. escaped ಸತ್ತು ಸತ್ತು ಉಳಿದ; it is s. to be seen ಕಂಡು ಕಾಣದ ಹಾಗಿರುತ್ತದೆ; he had s. arrived when he was arrested ಅವನು ಬಂದ ಕೂಡಲೇ ಅವನನ್ನು ಹಿಡಿದರು. **Scārce'ness**, **Scār'ci-ty**, *n.* ಕೊರತೆ, ಕಡಿಮೆ; s. of provisions ತುಟ್ಟಿ, ದುರ್ಭಿಕ್ಷ; s. of rain ಅನಾವೃಷ್ಟಿ; s. of water ಅರಬು.

Scāre, *v. t. r.* ಬೆದರಿಸು, ಓಡಿಸು. **Scāre'-**

ɛrōw (skär'krō), *n.* ಬೆದರು, ಬೆದರಕ, ಬೆಚ್ಚಗೆ, "ಕಾಬೂಜಿ" *(C.)*, ಬೆರ್ಚಪ್ಪ.

Scạrf, *n.* ಶಲ್ಲೆ, ಅಂಗವಸ್ತ್ರ.

Scärf, *n.* ಪಡಿಪದರು. *v. t. r. (pr.* scärft) ಪಡಿಪದರು ಜೋಡಿಸು.

Scärf'skin, *n.* ಮೇಲಿನ ತೊಗಲು.

Scar'i-fȳ, *v. t. r.* (-fīed) ತರಿ, ಚುಚ್ಚು, ಚುಚ್ಚಿ ರಕ್ತಾ ತೆಗೆ, ನೆತ್ತರು ಹೊಡೆ, ಶಸ್ತ್ರಹಾಕು; 2. ಹರಗು. **Scar-i-fi-cā'tiŏn**, *n.* ನೆತ್ತರು ಹೊಡೆಯೋಣ. **Scar'i-fī-ĕr**, *n.* ನೆತ್ತರು ಹೊಡೆಯುವವ; 2. ಹರಗುವ ಕುಂಟೆ.

Scär-lat-ī'na, *n.* ಆನೆಗೊಬ್ಬರ, ಕೆಂಪಿ *(S.C.)*.

Scär'let, *a.* ಕಡು ಕೆಂಪಾದ; s. fever, *see* Scarlatina, ಕಡು ಕೆಂಪು ಬಣ್ಣ, ಅರುಣವರ್ಣ; 2. ಕೆಂಪು ವಸ್ತ್ರ, ರಕ್ತಾಂಬರ. [—ವಾಟ.

Scärp, *n.* ಕೋಟೇ ಕಂದಕದ ಒಳಗಿನ ಕಡದು,

Scāte, *v. i. r., see* Skate.

Scāth *or* **Scāthe**, *v.t.r. (pr.* skātht *or* skāthd) ಧಕ್ಕೇ ಮಾಡು, ನಷ್ಟ—. *n.* ಧಕ್ಕೆ, ನಷ್ಟ, "ಲುಕ್ಸಾನು". **Scath'less**, *a.* ನಷ್ಟವಿಲ್ಲದ, ಹಾನಿ ಇಲ್ಲದ.

Scat'tĕr, *v. t. r.* ಚಲ್ಲು, ಚದರಿಸು, ಈಡಾಡು, ಹರಡು, ಸೂರೆ ಮಾಡು (manure, *etc.*); 2. (disperse, *as*, an army) ಈಡಾಡು, ಚದರಿಸು, ಕಂಡ ದಿಕ್ಕಿಗೆ ಓಡಿಸು, ದಿಕ್ಕಾಪಾಲು ಮಾಡು; 3. (frustrate) ಅನರ್ಥ ಮಾಡು, ನಿಷ್ಫಲ ಮಾಡು. *v. i.* ಚದರು, ದಿಕ್ಕಾಪಾಲಾಗಿ ಹೋಗು. **Scat'tĕred** (-tĕrd), *p.p.* & *a.* ಹರವಿದ, ಹರಡಿದ; 2. (distant) ಅಂಗಲ, ವಿರಳ; 3. (confused) ಚಲ್ಲಾಪಿಲ್ಲಿಯಾದ, ಚಲ್ಲಾಪಲ್ಲ.

Scav'en-ġĕr, *n.* ಬೀದೀ ಬಳಿಯುವವ, "ತೋಟಿ, ಭಂಗಿ, ಹಲಾಲುಖೋರ".

Scēne (sēn), *n.* ರಂಗಸ್ಥಳ, ನಾಟಕಶಾಲೆ; 2. ನಾಟಕಶಾಲೆಯ ತೆರೆ, ನಾಟಕಶಾಲೆಯ ಮನೆಗಿಡ ಮುಂತಾದ ರಚನೆ; 3. (portion of a play) ಪ್ರವೇಶ; 4. (place of occurrence or action) ಸ್ಥಳ; s. of a battle ರಣರಂಗ; 5. (view) ನೋಟ; 6. (theatrical display) "ತಮಾಷೆ", ತೋರಿಕೆ; (the place behind the scenes) ನೇಪಥ್ಯ; to act behind the scenes ಗುಪ್ತವಾಗಿ ಮಾಡು, ಸೂತ್ರ ಹಿಡಿದಾಡಿಸು. **Scē'nĕr-y**, *n.* ನೋಟ, ದೇಶದ ಸ್ವರೂಪ; s. of a theatre ನಾಟಕಶಾಲೆಯ ಮನೆ ಗಿಡ ಮುಂತಾದ ರಚನೆ. **Scē'-nic, Scē'ni-cal**, *a.* ನಾಟಕದ.

Scent, *n.* ನಾತ, ವಾಸನೆ, ಮೂಗಾಳಿ; sweet s. ಪರಿಮಳ; 2. ಘ್ರಾಣೇಂದ್ರಿಯ. *v.t.r.* ಮೂಸಿನೋಡು, ವಾಸನೆ ತಕ್ಕೊಳ್ಳು; 2. ಪರಿಮಳ ಹಾಕು, —ಹಚ್ಚು, —ಕೊಡು; sweet scented ಸುವಾಸನೆಯ, ಪರಿಮಳದ; these flowers are very sweet scented ಈ ಹೂವುಗಳಿಗೆ ಬಹಳ ಪರಿಮಳ, —ಬಹಳ ಸುಗಂಧ, —ಬಹಳ ಚಲೋ ವಾಸನೆ. **Scent'less**, *a.* ವಾಸನೆ ಇಲ್ಲದ, ನಿರ್ಗಂಧ.

Sɛep'tiɛ (skep'tik), *n.* ಸಂದೇಹಿ, ನಂಬದವ, ಅವಿಶ್ವಾಸಿ, ಚಾರ್ವಾಕ; 2. ಸಂಶಯವಾದ. **Sɛep'tiɛ, -'ti-ɛal**, *a.* ನಂಬದ, ಸಂದೇಹಿಸುವ, ಅವಿಶ್ವಾಸವುಳ್ಳ, ಸಂಶಯಾತ್ಮ. **Sɛep'-ti-ɛal-ly**, *ad.* ನಂಬದವನಾಗಿ, ಅವಿಶ್ವಾಸಿಯಾಗಿ. **Sɛep'ti-ɛal-ness**, *n.* ನಂಬದಿರೋಣ, ಅವಿಶ್ವಾಸ. **Sɛep'ti-ciṣm**, *n.* ಅವಿಶ್ವಾಸ, ಸಂಶಯ, ದೇವೋಕ್ತಶಾಸ್ತ್ರವನ್ನು ನಂಬದಿರುವುದು, ಚಾರ್ವಾಕ ಮತ, ನಾಸ್ತಿಕಭಾವ.

Scep'tre (sep'tĕr), *n.* ರಾಜದಂಡ, ಮುದ್ರೇಕೋಲು; 2. ರಾಜಾಧಿಕಾರ. **Scep'tred** (sep'tĕrd), *a.* ರಾಜದಂಡಧಾರಿ. **Scep'tre-less** (sep'tĕr-), *a.* ಮುದ್ರೆಕೋಲಿಲ್ಲದ.

Sc̄hed'ūle (shed'ūl), *n.* ಪಟ್ಟಿ, "ಫೇರಿಸ್ತು". *v. t. r.* ಪಟ್ಟೀ ಮಾಡು, "ಫೇರಿಸ್ತು" ಬರೆ.

Sɛhēme (skēm), *n.* (system) ಕಟ್ಟು, ರಚನೆ; 2. (plan) ಹಂಚಿಕೆ, ಯುಕ್ತಿ, "ಜೋಕು", ಹೂಟ, ಉಪಾಯ, ಎತ್ತುಗಡೆ, ಹದನು; 3. (diagram) "ನಕ್ಷೆ, ನಕಾಶೆ". *v. t. r.* ಯುಕ್ತಿ ಮಾಡು, ವಯಿನ—, ಉಪಾಯ ತೆಗೆ, ಅನುಗ್ಯೆ. **Sɛhē'-mĕr**, *n.* ಉಪಾಯಗಾರ, ಜೋಕುಗಾರ, ವಯಿನಗಾರ, "ಮಸಲತ್" ಮಾಡುವವ.

Sc̄hiṣm (sizm), *n.* ಮತಭೇದ; 2. ವಿರೋಧ, ವ್ಯತ್ಯಾಸ. **Sc̄hiṣ-mat'iɛ, -'i-ɛal** (siz-), *a.* ಮತಭೇದದ. **Sc̄hiṣ-mat'i-ɛal-ly** (siz-), *ad.* ಮತಭೇದವಾಗಿ.

Sɛhol'ar (skol'ĕr), *n.* ಶಿಷ್ಯ, ವಿದ್ಯಾರ್ಥಿ; 2. ಪಂಡಿತ, ವಿದ್ವಾಂಸ, ವಿದ್ವಜ್ಜನ. **Sɛhol'ar-ly**, *a.* ವಿದ್ವಾಂಸನಿಗೆ ತಕ್ಕ. **Sɛhol'ar-ship**, *n.* ವಿದ್ವಾಂಸಿಕೆ, ವೈದುಷ, ಪಾಂಡಿತ್ಯ, ಬಲ್ಲವಿಕೆ; 2. ವಿದ್ಯಾರ್ಥಿಯ ಅಶನಾರ್ಥ, —ಸಂಬಳ. **Sɛhō-las'tiɛ, -'ti-ɛal**, *a.* ವಿದ್ಯಾಶಾಲೆಯ; 2. ವಿದ್ಯೆಯ "ಡೌಲಿನ", ಪಾಂಡಿತ್ಯ ತೋರಿಸುವ.

Sɛhō'li-ast, *n.* ಟೀಕಾಕಾರ, ಗ್ರಂಥಕ್ಕೆ ಟಿಪ್ಪಣಿ ಬರೆಯುವವ, —ಟಿಪ್ಪಣಿ ಬರೆದವ. **Sɛhō'li-um**, *a.* ಟೀಕು, ಟಿಪ್ಪಣಿ, ವ್ಯಾಖ್ಯಾನ, ಭಾಷ್ಯ.

Sɛhool (skụl), *n.* ಮಠ, ಶಾಲೆ, ಓದುಮಠ;

primary s. ಮೂಲ ಶಾಲೆ, ಪಾಠ—; fencing s. ಗರಡೀಸಾಧಕಶಾಲೆ; higher s. ವಿದ್ಯಾಶಾಲೆ; high s. ಮೇಲುತರದ ಶಾಲೆ; normal s. ಉಪಾಧ್ಯಾಯರ ಶಾಲೆ, "ಟ್ರೇನಿಂಗ್ ಕಾಲೆಜ"; parochial s. ಸಭಾಶಾಲೆ; 2. (body of pupils) ವಿದ್ಯಾರ್ಥಿಗಳು, ಶಿಷ್ಯವರ್ಗ; 3. (sect *or* denomination ಮತ, ಶಾಖೆ; establish a s. ಶಾಲೇ ಹಾಕು; to send (a boy) to s. ಶಾಲೆಗೆ ಹಾಕು, ಶಾಲೆಯಲ್ಲಿ—; take from s. ಶಾಲೆ ಬಿಡಿಸು *c. d.* *v. t. r.* ಓದು ಕಲಿಸು, ವಿದ್ಯೆ—; 2. (admonish) ಬುದ್ಧೀ ಕಲಿಸು. School'-boy (skul'-), *n.* ಶಾಲೇ ಹುಡುಗ, ಓದುವ—. School'-dāme, *n.*, *see* Schoolmistress. School'-fel-lōw (skul'fel-lō), *n.* ಕೂಡ ಓದುವವ, ಕೂಡ ಕಲಿತವ, ಸಹಪಾಠಿ, ಸಂಗಡಿಗ. School'-house (skul-), *n.* ಶಾಲೆ, ಶಾಲೇಮನೆ, ಓದು ಮಠ, ಪಾಠಶಾಲೆ. School'ing, *n.* ಶಿಕ್ಷಣೆ, ವಿದ್ಯಾಭ್ಯಾಸ; 2. (reproof) ಬುದ್ಧೀಹೇಳೋಣ, ಗದರಿಕೆ; 3. (fee) ಓದಿಸುವ ಕೂಲಿ, ಶಾಲೇರೊಕ್ಕ, ಗುರುದಕ್ಷಿಣೆ, ಶಾಲಾ"ದಸ್ತೂರಿ". School'mas-tĕr, *n.* ಬರೆವಣ್ಣ, ಓದಿಸುವಯ್ಯ, ಶಿಕ್ಷಕ, ಶಾಲಾಧ್ಯಾಪಕ, ಉಪಾಧ್ಯಾಯ, "ಪಂತೋಜ", ಐಗಳ. School'-māte, *n.* ಸಹಶಿಷ್ಯ, ಸಂಗಡಿಗ. School'mis-tress, *n.* ಶಿಕ್ಷಕಳು, ಉಪಾಧ್ಯಾಯಿ, ಕಲಿಸುವಾಕೆ.

Schoon'ĕr (skun'ĕr), *n.* ಎರಡು ಕಂಬದ ಹಡಗು.

Scī-at'i-ca, *n.* ಸೊಂಟನೋವು, ರೊಂಡಿನೋವು, ಕಾಲಿನ ಹರಿವಾತ. Scī-at'ic, -'i-cal, *a.* ರೊಂಡಿಯ, ಸೊಂಟದ.

Scī'ence, *n.* ವಿದ್ಯೆ, ವಿದ್ಯಾಶಾಸ್ತ್ರ, ವಿಜ್ಞಾನ; s. of laws ಧರ್ಮಶಾಸ್ತ್ರ. Scī-en-tif'ic, -tif'i-cal, *a.* ಜ್ಞಾನವುಳ್ಳ, ವಿದ್ಯೆಯ, ವಿದ್ಯೆಗೆ ಅನುಸಾರದ. Scī-en-tif'i-cal-ly, *ad.* ವಿದ್ಯೆಗೆ ಶಾಸ್ತ್ರಸಮ್ಮತವಾಗಿ, —ಅನುಸಾರವಾಗಿ.

Scil'i-cet, *conj.* ಏನಂದರೆ, ಹ್ಯಾಗಂದರೆ; videlicet, *abbr.* sc. *or* scil.

Scim'e-tĕr, Scim'i-tar, *n.* ಖಡ್ಗ, ಕತ್ತಿ.

Scin-til'la, *n.* ಕಿಡಿ, ಲೇಶಾಂಶ. Scin'til-lāte, *v. i. r.* ಕಿಡಿ ಹಾರು, ಮಿನಿಮಿನಿ ಮಿಂಚು, ಮಿನುಗು. Scin-til-lā'tiŏn, *n.* ಕಿಡಿ ಹಾರುವುದು; 2. ಮಿನುಗುವಿಕೆ.

Scī'o-lism, *n.* ಅಲ್ಪ ವಿದ್ಯೆ, ಪಲ್ಲವಗ್ರಾಹಿಪಾಂಡಿತ್ಯ. Scī'o-list, *n.* ಅಲ್ಪ ವಿದ್ವಾಂಸ.

Scī-om'a-chy, *n.* ನಿರರ್ಥಕ ಯುದ್ಧ.

Scī'on, *n.* ಚಿಗುರು, ಪಲ್ಲವ; 2. ವಂಶಸ್ಥ, ವಂಶಜ, ವಂಶಾಂಕುರ.

Scis'sōrs (siz'ĕrz), *n. pl.* ಕತ್ತರಿ; s. for cutting betel-nut ಅಡಕೊತ್ತು. Scis'siŏn (sizh'un), *n.* ಕತ್ತರಿಸೋಣ, ಕೊಯ್ಯುವಿಕೆ, ಛೇದನೆ. Scis'sūre (sizh'ūr), *n.* ಒಡಕು, ಸೀಳು.

Scla-vō'ni-an, *n.* "ರುಶ್ಯ ಪೋಲಂಡ ಬೊಹೀಮ್ಯ" ಮೊದಲಾದ "ಸ್ಲಾವಿಕ" ಜನರವ, "ಸ್ಲಾವಿಕ". *a.* "ಸ್ಲಾವಿಕ".

Scobs, *n.* ಗರಗಸ ಹಿಟ್ಟು, ಅರ್ನದ ಪುಡಿ.

Scoff, *n.* "ನಕಲಿ", ಪರಿಹಾಸ್ಯ. *v. t. r.* (*pr.* skoft) "ನಕಲಿ" ಮಾಡು, ಪರಿಹಾಸ್ಯ—. Scof'fĕr, *n.* ಹಾಸ್ಯಗಾರ, ಗೇಲಿಕಾರ. Scof'fing-ly, *ad.* ಹಾಸ್ಯಕರವಾಗಿ.

Scōld, *n.* ತಾಟಗಿತ್ತಿ, ಬಾಯಿಬಡಕಿ, ಲಂಕಿಣಿ, ಗಯ್ಯಾಳಿ. *v. t. r.* ಗದರಿಸು, ಬಯ್ಯು. Scōld'ing, *n.* ಗದರಿಸುವಿಕೆ, ಬಯ್ಯುವುದು. *a.* ಬಯ್ಯುವ, ಬಾಯಿಮಾಡುವ.

Scol'lop, *n.*, *see* Scallop.

Scol-o-pen'dra, *n.*, *see* Centipede.

Sconce, *n.* ಕೋಟೆ, "ಕಿಲ್ಲೆ"; 2. ಶಿರಸ್ತ್ರಾಣ, ಸೀಸಕ; 3. ತಲೆ; 4. ಬುದ್ಧಿ; 5. ಮೇಣದ ಬತ್ತಿ ಇಡುವ ಕೊಳವಿ.

Scoop, *n.* ತೋಡುವ ಸೌಟು, ಹುಟ್ಟು; 2. ಡೊಗರು. *v. t. r.* (*pr.* skupt) ಚಿಪ್ಪಾಡು, ಹುಟ್ಟಿನಿಂದ ತೆಗೆ, (ನೀರು) ಎರಚು, ಚೆಲ್ಲು; 2. ತೋಡು, ಕೆತ್ತು, ಕೊರೆ, ಡೊಗರು ಮಾಡು.

Scōpe, *n.* ಗುರಿ, ಉದ್ದೇಶ, ಅಭಿಪ್ರಾಯ; 2. ಜಾಗ, ಇಂಬು; 3. ಪೋಕಳೆ; 4. ಉದ್ದ; s. of cable ಹಗ್ಗದ ಉದ್ದ.

Scor-bū'tic -'ti-cal, *a.* ರಕ್ತಪಿತ್ತರೋಗದ.

Scorch, *v. t. r.* (*pr.* skorcht) ಬಣಗಿಸು; 2. ಕಮರಿಸು, ಕಂದಿಸು, ಸುಡು. *v. i.* & *pass.* ಕಂದು, ಕಮರು, ಸುಡು, ಬಣಗು. Scorched', *p. p. a.* ಕಂದಿದ, ಸುಟ್ಟ. Scorch'ing, *n.* ಸುಡುವುದು.

Scōre, *n.* ಕಚ್ಚು, ಗೆರೆ, ಗೀಟು; 2. ಉಚ್ಚಾಪತಿಯ ಲೆಕ್ಕ; 3. ಇಪ್ಪತ್ತು; three s. and ten ಎಪ್ಪತ್ತು; 4. ಕಾರಣ; on that s. ಅದು ಕಾರಣ, ಅದಕ್ಕಾಗಿ; quit scores ಲೆಕ್ಕಾ ಬಗೆಹರಿಸು. *v. t. r.* ಗೀಚು, ಕಚ್ಚುಮಾಡು; 2. ಲೆಕ್ಕಾ ಬರೆ.

Scō'ri-a, *n.* (*pl.* Scō'ri-æ) ಕಿಟ್ಟ.

Scorn, *n.* ತಿರಸ್ಕಾರ, ಧಿಕ್ಕಾರ, ತಾತ್ಸಾರ; laugh to s. "ನಕಲಿ" ಮಾಡು. *v. t. r.* ತಿರಸ್ಕರಿಸು,

Fāte, fat, fär, fall, what; mē, met, prey, hĕr; pīne, pin, marïne, bird; nōte, not, möve, dōve; tūne, tub, rude, pull; drȳ, body; fool, book; oil; boy; pound; now.

ಧಿಕ್ಕರಿಸು, ಜರಿದುಬಿಡು. Scorn'ĕr, *n.* ತಿರಸ್ಕರಿಸುವವ, ಹಾಸ್ಯಗಾರ. Scorn'fụl, *a.* ತಿರಸ್ಕಾರ ಮಾಡುವ. Scorn'fụl-ly, *ad.* ತಿರಸ್ಕಾರವಾಗಿ, ತಾತ್ಸಾರವಾಗಿ. Scorn'fụl-ness, *n.* ತಾತ್ಸಾರಭಾವ.

Scor'pi-on, *n.* ಚೇಳು, ವೃಶ್ಚಿಕ; a small red s. ಓರಿಚೇಳು; a large black s. ಎಮ್ಮೆ ಚೇಳು, ಕರಿಯ—. Scor'pi-o, *n. (astr.)* ವೃಶ್ಚಿಕರಾಶಿ.

Scot, *n.* ತೆರಿಗೆ; 2. ದಂಡ; s. and lot ತೆರಿಗೆ, ಕಂದಾಯ. Scot'-frēe, *ad.* "ಮಾಫಾಗಿ"; 2. ಸುರಕ್ಷಿತವಾಗಿ.

Scot, *n.* "ಸ್ಕೊತ" ದೇಶದವ. *a.* "ಸ್ಕೊತ" ದೇಶದ. Scot'tish, *a.* "ಸ್ಕೋಟ್ಲೆಂಡ" ದೇಶದ. Scotch, Scotch'man, *n.* "ಸ್ಕೊತ".

Scotch (skoch), *v.t.r.* *(pr.* skocht) ಕಚ್ಚು ಮಾಡು, ತರಿ. *n.* ಕಚ್ಚು.

Scotch, *v.t.r.* *(pr.* skocht) ತಡೆಕಟ್ಟು, ಅಡವು ಕೊಡು (to a wheel).

Scoun'drel, *n.* & *a.* ನೀಚ, "ಲುಚ್ಚ", ದುಷ್ಟ, "ದಗಲ್ಬಾಜ", ಖಲ. Scoun'drel-iṣm, *n.* ನೀಚತ್ವ.

Scour, *v.t.r.* ಬೆಳಗು; 2. ಹೊಟ್ಟೆ ಝಾಡಿಸು; 3. ತೀವ್ರವಾಗಿ ಹಾದುಹೋಗು, ಜಾಚು. Scour'-ĕr, *n.* ಬೆಳಗುವವ; 2. ಹೊಟ್ಟೆ ಝಾಡಿಸುವ ಔಷಧ, "ಜುಲಾಬಿನ"—; 3. ಗಡಗಡ ಓದುವವ; 4. ಹಾದಿಬಡಕ.

Scŏurġe (skĕrj), *n.* "ಚಬುಕು", ಬಾರಕೋಲು, ಕೊರಡೆ; 2. ಶಿಕ್ಷೆ; 3. ವಿಪತ್ತು. *v.t.r.* "ಚಬುಕಿನಿಂದ" ಹೊಡೆ; 2. ಶಿಕ್ಷಿಸು. Scŏurġ'-ĕr (skĕrj-), *n.* ಹೊಡೆಯುವವ, ದಂಡಿಸುವವ.

Scout, *n.* ಬೇಹುಗಾರ, ಪಾಳತೀ ನೋಡುವವ. *v.t.r.* ಪಾಳತೀ ನೋಡು; 2. ತಿರಸ್ಕರಿಸು, ಜರಿದುಬಿಡು.

Scowl, *n.* ಹುಬ್ಬುಗಂಟು, ಸಿಡುಮೋರೆ. *v.i.r.* ಹುಬ್ಬುಗಂಟು ಹಾಕಿಕೊಳ್ಳು; 2. ಮಬ್ಬಾಗಿರು. Scowl'iṅg, *a.* ಸಿಡುಮೋರೆಯ.

Scrab'ble, *v.i.r.* ಗೀಚು.

Scrag, *n.* ಬಡಕಾದ್ದು; 2. ಕುತ್ತಿಗೆ. Scrag'-ged-ness, Scrag'gi-ness, *n.* ಬಡಕತನ, ಬರಕತನ, ತರಕಲಾಗಿರುವುದು. Scrag'gy, *a.* ಬಡಕಾದ, ತರಕಲು, ದೊರಗಾದ.

Scram'ble, *v.i.r.* ಅಂಬೇಗಾಲು ಹಚ್ಚು; 2. ಅಂಬೇಗಾಲು ಹಚ್ಚಿ ಹತ್ತು; 3. ಕಚ್ಚಾಡು, ಮುಕ್ಕರಿಬೀಳು. *n.* ಅಂಬೇಗಾಲು ಹಚ್ಚುವುದು; 2. ಕಚ್ಚಾಟ.

Scrap, *n.* ತುಂಡು, ತುಣಕು, ತುಣಕೆ; a s. of news ಕೊಂಚ ಸಮಾಚಾರ.

Scrāpe, *v.t.r.* *(pr.* scrāpt) ಕೆರೆ, ಒರಸು; s. one's self ಕೆರಕೊಳ್ಳು; s. out *(as,* the kernel of a cocoanut) ಹೆರಜು, ತುರುವು; 2. (remove) ಒರಸು, ಒರಸಿಬಿಡು; 3. (collect, save) ಕೂಡಿಸಿಡು, ದುಡ್ಡಿಗೆ ದುಡ್ಡು ಗಂಟು ಹಾಕು, ಅತ್ಯಾಶೆಯಿಂದ ಗಳಿಸಿಕೊಳ್ಳು; 4. (s. as a sign of disapprobation) ಕಾಲು ಕೆದರಾಡು. *v.i.* ತಿಕ್ಕು. *n.* ಕೆರೆಯುವುದು; 2. ಗೀಟು, ಗೀರು; 3. (difficulty) ಸಂಕಟ, "ಫಜೀತಿ"; get into a s. ಇಕ್ಕಟ್ಟಿನಲ್ಲಿ ಬೀಳು, ಹೊಟ್ಟೇ ಮೇಲೆ ಕಾಲು ಕೊಟ್ಟುಕೊಳ್ಳು. Scrā'-pĕr, *n.* ಜೋಡಿನ ಮಣ್ಣನ್ನು ಒರಸಿಕೊಳ್ಳುವ ಕಬ್ಬಿಣದ ರೇಕು; 2. ಲೋಭಿ; 3. ತುರುವು ಮಣೆ. sky-scraper ಆಕಾಶವನ್ನು ಮುಟ್ಟುವಂತೆ ಎತ್ತರವಾದ ಕಟ್ಟಡ. Scrā'piṅgṣ, *n. pl.* ಕೆರೆದ ಪುಡಿ, ಕಸ.

Scratch (skrach), *v.t.r.* *(pr.* skracht) (make scratches) ಗೀರು, ಗೀಚು; 2. (s. with the nails when itching) ತುರಿಸು, ಕೆರೆ, (s. very much) ಕೆದರು; s. one's self ತುರಿಸಿಕೊಳ್ಳು, ಕೆರಕೊಳ್ಳು, ಕೆದರಿ—; 3. (s. with the claws, *as,* a fowl) ಕೆದರು; 4. (claw, *as,* a cat) ಚಿವುರು; 5. (s. with a thorn, splinter, *etc.)* ತರಿ, ತರಕೊಳ್ಳು, ತರಿಸಿ—; 6. (burrow) ಕೆದರು, ತೋಡು, ಕೆದರಿಕೊಳ್ಳು, ತೋಡಿ—; s. out ಗೀರು, ಗೀಚು, ಒರಸಿಬಿಡು. *n.* ಗೆರೆ, ಗೀಟು; 2. ತರದ ಗಾಯ, ಚಿವುರಿದ—; Old S. "ಸೈತಾನನು". Scratch'iṅg, *n.* ಕೆರೆದ ಹುಣ್ಣು. Scratch'y, *a.* ಗೀಚಾದ, ಜಾಣನಲ್ಲದ, ಒಪ್ಪದ.

Scrạwl (skrạl), *n.* ಗೀಚಿದ ಬರಹ, ತಿದ್ದದ—. *v.t.* & *i.r.* ಗೀಚಿ ಬರೆ, ಸೊಟ್ಟಬೊಟ್ಟ ಬರೆ.

Screak (skrēk), Scrēech, *v.i.r.* *(pr.* skrēcht) ಚಿಟ್ಟನೆ ಚೀರು, ಅರಚು.

Scrēam (skrēm), *v.i.r.* ಅರಚು, ಚೀರು. *n.* ಚೀರುವುದು, ಚೀರಾಟ.

Scrēech, *v.i.r.* ಗೂಬೆಯಂತೆ ಕೂಗು. Scrēech'-owl, *n.* ಹಾಲಕ್ಕಿ, ಶಕುನದ ಹಕ್ಕಿ, ಹಂದಿಕೀರ.

Scrēen, *n.* ಚಾಟು, ತಟ್ಟಿ, ಮರೆ; 2. ಸಾಣಿಗೆ, ಜಲ್ಲಡೆ. *v.t.r.* ಮರೆ ಮಾಡು, ಚಾಟು—; 2. ಸಾಣಿಸು, ಸೋಸು.

Screw (skrụ), *n.* ಮರಸುತ್ತು, ಮಲಸೂತ್ರ, "ಇಸ್ಕೂಮೊಳೆ"; female s. ಮರಸುತ್ತಿನ

ಮನೆ; 2. ಕೃಪಣ, ಬಿಗಿಕೈಯವ, ಮುಷ್ಟೀ ಬಿಗಿ ಹಿಡಿಯುವವ, ಜೀನನು; 3. ಉಗಿಹಡಗಿನಲ್ಲಿ ನೀರನ್ನು ಹಿಂದಕ್ಕೆ ತಳ್ಳುವ ಮೂರೆಲೆ ಹೊಟ್ಟು. *v. t. r.* ಮರಸುತ್ತು ತಿರುಗಿಸು; 2. (fasten with a s.) ಮುರಸುತ್ತಿನ ಮೊಳೆ ಹಾಕು *c. d.;* 3. (force) ಒತ್ತು; 4. (extort) ಸುಲುಕೊಳ್ಳು, ಬಲಾತ್ಕಾರ ಮಾಡು *c. d.;* 5. (distort, *as,* the eyes and face) ಮುರುಕಿಸು, ಮುರುಕುಮಾಡು; s. in ಸುರುಕು; s. out ಹಿಂಡು, ಸುಲುಕೊಳ್ಳು; s. up ಒತ್ತಾಯ ಮಾಡು, ಬಲವಂತ—; a s. loose ಮೆದುಳು ಕೆಟ್ಟುಹೋಗು. **Screw'-drī-vĕr,** *n.* ತಿರುಗುಳಿ, "ಮುಟಿದೋಲ್ಲು".

Screw'-pīne, *n.*, Fragrant s. (*Pandanus odoratissimus, L. fil.*) ಕೇತಕಿ, ಕೇದಗಿ, ಕೇದಿಗೆ (*My.*).

Scrib'ble, *v. t. & i. r.* ಕೊಕ್ಕರಿಬಿಕ್ಕರಿ ಬರೆ, ಗೀಚಿ—, ಸೊಟ್ಟಾಬಟ್ಟೆ—. *n.* ಕೋಳೀಕಾಲಕ್ಷರ, ಸೊಟ್ಟಕ್ಷರ, ಕೊಕ್ಕರಿಬಿಕ್ಕರಿ ಅಕ್ಷರ, ಗೀಚು ಬಾಚು. **Scrib'blĕr,** *n.* ಕೊಕ್ಕರಿಬಿಕ್ಕರಿ ಬರೆಯುವವ; 2. ಅಲ್ಪ ಕವಿ, ಕುಕವಿ.

Scrībe, *n.* ಬರೆಯುವವ, ಲೇಖಕ; 2. (ಯೆಹೂದ್ಯರ) ಶಾಸ್ತ್ರಿ.

Scrim'maġe, *n.* ಜಗಳ, ಕಡದಾಟ, ಗುಬಾರು.

Scrimp, *a.* ಸಣ್ಣ, ತುಸ. *v. t. r.* ಹ್ರಸ್ವಮಾಡು, ತಗ್ಗಿಸು. *n.* ಕೃಪಣ.

Scrip, *n.* ಚೀಲ, ಹಸುಬೆ, ಹಸಿಬೇ ಚೀಲ; a beggar's s. ಜೋಳಿಗೆ.

Scrip, *n.* ಚೀಟು, ಚೀಟಿ, ಕಾಗದ, "ಯಾದಿ".

Script, *n.* ಕೈಬರಹದಂಥ ಮೊಳೆಯಕ್ಷರ.

Scrip'tūre (*or* -chu̥r), *n.* ದೇವರ ವಾಕ್ಯ, ಸತ್ಯವೇದ, "ಬೈಬಲು"; 2. ಬರಹ. **Scrip'tūr-al,** *a.* ದೇವರ ವಾಕ್ಯದ, ಸತ್ಯವೇದದ ಪ್ರಕಾರವಾದ. **Scrip'tūr-al-ly,** *ad.* ಸತ್ಯವೇದದ ಪ್ರಕಾರವಾಗಿ.

Scriv'en-ĕr, *n.* ಲೇಖಕ; 2. "ಕರಾರುನಾಮೆ" ಬರೆಯುವವ; 3. "ದಲಾಲಿ", "ಸರಾಫ", ಬಡ್ಡಿಗೆ ಕೊಡುವವನು.

Scrof'ū-la, *n.* ಗಂಡಮಾಲೆ. **Scrof'ū-lŏus,** *a.* ಗಂಡಮಾಲೆ ರೋಗದ. **Scrof'ū-lŏus-ly,** *ad.* ಗಂಡಮಾಲೆ ರೋಗವಾಗಿ.

Scrōll, *n.* ಸುರುಳಿ, ಕಾಗದ—, ಕಾಗದಪತ್ರ—. **Scrōlled** (skrōld), *a.* ಸುರುಳಿಯಂಥ, ಸುರುಳೀ ಮಾಡಿದ; 2. ಸುರುಳಿಯಲ್ಲಿ ಬರೆದ.

Scrō'tum, *n.* ಅಂಡಕೋಶ, ವೃಷಣ.

Scrub, *n.* ಕೀಳನು, ನೀಚನು; 2. ಸವೆದ ವರಾಹ ಕೂರ್ಚ, ಹಳೇ ಕಸಬರಿಕೆ. *v.t.r.* (scrubbed, *pr.* skrubd) ತಿಕ್ಕು, ಉಜ್ಜು. **Scrub'by,** *a.* ನೀಚ, ಕಟರುಬಿದ್ದ, ಗಿಡ್ಡ, ಗುಜ್ಜು.

Scrump'tiŏus, *a.* (*sl.*) ಚಲೋ, ಆನಂದಕರ.

Scru̥'ple, *n.* ಸಂಶಯ, ಸಂದೇಹ, ಅನುಮಾನ; 2. ಹತ್ತೊವರೆ ಗುಂಜಿಯ ತೂಕ. *v. t. r.* ಸಂದೇಹಪಡು, ಅನುಮಾನ ಮಾಡು. **Scru̥-pū-los'-i-ty, Scru̥'pū-lŏus-ness,** *n.* ಅನುಮಾನ, ಶಂಕೆ; 2. ಜಾಗ್ರತೆ. **Scru̥'pū-lŏus,** *a.* ಅನುಮಾನವುಳ್ಳ, ಶಂಕಿಸುವ; 2. ಜಾಗ್ರತೆಯಾದ **Scru̥'pū-lŏus-ly.** *ad.* ಜಾಗ್ರತೆಯಿಂದ, ಸೂಕ್ಷ್ಮವಾಗಿ.

Scru̥'ti-ny, *n.* ಪರಿಶೋಧನೆ, ವಿಚಾರಣೆ, "ಚೌಕಸಿ". **Scru̥-ti-nēer', Scru̥-tā'tŏr,** *n.* ಪರಿಶೋಧಕ. **Scru̥'ti-nīs̱e,** *v. t. r.* ವಿಚಾರಿಸು, ಪರಿಶೋಧಿಸು.

Scud, *v. i. r.* (scud'ded) ಗಾಳಿಯಿಂದ ಬಡಕೊಂಡು ಹೋಗು; 2. ಬಡಬಡ ಓಡು. *n.* ತ್ವರಿತವಾಗಿ ಬಡಕೊಂಡು ಹೋಗುವುದು, ಗಾಳಿಯಲ್ಲಿ ತ್ವರಿತವಾಗಿ ಬಡಕೊಂಡು ಹೋಗುವ ಮೋಡ.

Scuf'fle, *n.* ಕಡದಾಟ, ಗುದ್ದ್ಯಾಟ, ಜಗಳ. *v. i. r.* ಕಡದಾಡು, ಗುದ್ದ್ಯಾಡು. **Scuf'flĕr,** *n.* ಹೊಡೆದಾಡುವವನು.

Sculk, *v. i. r. see* Skulk.

Scull, *n.* ಚಿಕ್ಕ ಹುಟ್ಟು. **Scul'lĕr,** *n.* ಸಣ್ಣ ದೋಣಿ.

Scul'lĕr-y, *n.* ಮುಸರೇ ತೊಳೆಯುವ ಕೋಣೆ.

Scul'liŏn (skul'yun), *n.* ಮೇಟಿ, ಮುಸರೇ ತೊಳೆಯುವವ; 2. ನೀಚನು.

Sculp'tūre (or -chu̥r), *n.* ಕೆತ್ತುವ ಕೆಲಸ, ಶಿಲ್ಪಿ—, ಶಿಲಾಮೂರ್ತಿ ಇತ್ಯಾದಿ ಚಿತ್ರ—. *v.t.r.* ಕೆತ್ತು. **Sculp'tŏr,** *n.* ಬೊಂಬೇ (ಗೊಂಬೇ) ಕೆತ್ತುವವ, ಶಿಲ್ಪಿ. **Sculp-tūr-esque',** *a.* ಕೆತ್ತಿದ, ಚಿತ್ರಕೆಲಸದ.

Scum, *n.* ನೊರೆ, ಬುರುಗು, ಮೈಲಿಗೆ, ಉಚ್ಛಿಷ್ಟ. *v.t.r.* ನೊರೆಹಾಕು, ಮುಡ್ಡಿಗಟ್ಟು. **Scum'mĕr,** *n.* ನೊರೆ ತೆಗೆಯುವ ಸೌಟು. **Scŭm'mings,** *n. pl.* ನೊರೆ, ಮೈಲಿಗೆ.

Scup'pĕr, *n.* ಹಡಗಿನ ತೂಬು, ಜಲದಾರಿ.

Scurf, *n.* ಅಡಪು, ಚುಂಡು; s. on the head ದದ್ದು. **Scurf'y,** *a.* ಅಡಪು ಹತ್ತಿದ, ಚುಂಡು ಹಿಡಿದ.

Scur'ril-ŏus, Scur'rile, *a.* ಭಂಡ, "ಹಲಿಕ", ನೀಚ. **Scur'ril-ŏus-ly,** *ad.* ನೀಚವಾಗಿ, ಕ್ಷುದ್ರವಾಗಿ. **Scur-ril'i-ty, Scur'ril-ŏus-ness,** *n.* ಭಂಡು ಮಾತು, — ಬೂತು, ದುರ್ಭಾಷಣೆ.

Scur'vy (skĕr-), *n.* (ನಾವಿಕರಿಗೆ ಹಿಡಿಯುವ) ರಕ್ತಪಿತ್ತರೋಗ. *a.* ನಾವಿಕರಕ್ತಪಿತ್ತದ; 2. ನೀಚ. **Scur'vi-ly**, *ad.* ನೀಚವಾಗಿ. **Scur'vi-ness**, *n.* ನೀಚತನ.

Scut, *n.* ಮೊಂಡ ಬಾಲ.

Scutch (skutch), *v. t. r.* (*pr.* skutcht) ಹೊಡೆ, ತೀಡು.

Scutche'ŏn (skuch'un), *n.* ಡಾಲು, ವಂಶ ಚಿಹ್ನೆಯ ಡಾಲು.

Scū'ti-form (-fa̤rm), *a.* ಡಾಲಿನ ಆಕಾರದ.

Scut'tle, *n.* ದೊಡ್ಡ ಪುಟ್ಟಿ, ಕೆರಸೆ, ತಟ್ಟೆ.

Scut'tle, *n.* ಹಡಗಿನ ಬೆಳಕಂಡಿ; 2. ಕದ. *v. t. r.* ಹಡಗಿನಲ್ಲಿ ತೂತುಮಾಡಿ ಮುಣುಗಿಸು. **Scut'tle-butt, -cask**, *n.* ಹಡಗಿನಲ್ಲಿ ಸೀ ನೀರಿನ ಪೀಪಾಯಿ.

Scut'tle, *v. i.* ತ್ವರೆಯಾಗಿ ಓಡು. *n.* ತೀವ್ರವಾದ ನಡಿಗೆ.

Scȳthe (sīth), *n.* ಕುಡುಗೋಲು, ಕತ್ತಿ.

Sēa (sē), *n.* ಸಮುದ್ರ, ಮಹಾಸಾಗರ; 2. ತೆರೆ; at s. ಸಮುದ್ರದ ಮೇಲೆ; 2. ಗಲಿಬಿಲಿಯಾಗು; arm of s. ಕೊಲ್ಲಿ; at full s. ಭರತ, ತುಂಬು; between the devil and the deep s. ಬಿಕ್ಕಟ್ಟಿನ ಪ್ರಸಂಗ; go to s., follow the s. ನಾವಿಕನಾಗು, ನಾವಿಕನ ಕೆಲಸ ಮಾಡ ಲಿಕ್ಕೆ ಹೋಗು; heavy s. ಅಲ್ಲೋಲಕಲ್ಲೋಲ; a s. of troubles ಬಹು ಕಷ್ಟಗಳು; on the high seas ಸಮುದ್ರಮಧ್ಯದಲ್ಲಿ; put to s. ಕಡಲಲ್ಲಿ ಪಯಣ ಹೊರಡು, ಬಂದರು ಬಿಟ್ಟು ಹೊರಡು. **Sēa'-bēach, Sēa'-bōard** (sē'bōrd), *n.* ಸಮುದ್ರತೀರ, ಸಮುದ್ರದ ದಂಡೆ. **Sea'-bēat-en**, *a.* ಅಲೆಗಳಿಂದ ಹೊಡೆಯಲ್ಪಟ್ಟ. **Sēa'-born** (sē'ba̤rn), *a.* ಸಮುದ್ರದಲ್ಲಿ ಹುಟ್ಟಿದ. **Sēa'-bōrne**, *a.* ಸಮುದ್ರದ ಮೇಲಣ (ವ್ಯಾಪಾರ). **Sēa'-bound**, *a.* ಸಮುದ್ರವೇ ಮೇರೆಯಾಗುಳ್ಳ. **Sēa'-cälf**, *n.* ಕಡಲ್ನಾಯಿ. **Sēa'-cĭr-cled** (-kld), *a.*, *see* Seagirt. **Sēa'-fan**, *n.* ಒಂದು ಬಗೆಯ ಹವಳಬಳ್ಳಿ. **Sēa'fā-rĕr**, *n.* ನಾವಿಕನು, "ಖಲಾಶಿ". **Sēa'fā-riṅg**, *a.* ಸಮುದ್ರದ ಕೆಲಸಕ್ಕೆ ಸೇರಿದ, ನಾವಿಕ. **Sēa'-fīght** (sē'fīt), *n.* ಹಡಗಿನ ಯುದ್ಧ, ನೌಕಾ ಕದನ. **Sēa'-gĭrt**, *a.* ಸಮುದ್ರದಿಂದ ಸುತ್ತುಗಟ್ಟಿದ. **Sēa'-grēen**, *a.* ಸಮುದ್ರವರ್ಣದ. **Sēa'-gull**, *n.* ಕಡಲ್ಗೋವೆ, ಕಡಲ್ಕಾಗಿ. **Sēa'horse**, *n.* ನೀರಾನೆ; 2. ಒಂದು ಮೀನು. **Sēa'man**, *n.* ನಾವಿಕನು, "ಖಲಾಶಿ". **Sēa'märk**, *n.* ಹಡಗಿನವರಿಗಾಗಿ ಇಟ್ಟ ಗುರುತು. **Sēa'-nymph** (sē'nimf). *n.* ಜಲಕನ್ಯೆ, ಜಲದೇವಿ. **Sēa'pōrt**, *n.* ರೇವು, "ಬಂದರು". **Sēa'shōre** (sē'shōr), *n.* ಸಮುದ್ರತೀರ, ಸಮುದ್ರದಂಡೆ. **Sēa'sick** (sē'sik), *a.* ಹಡಗದ ಸಂಕಟವುಳ್ಳ, ಹಡಗಿನ ಹೊಯಿದಾಟದಿಂದ ವಾಕರಿಕೆ ವಾಂತಿ ಆಗುವ. **Sēa'sīde** (sē'sīd), *n.* ಸಮುದ್ರತೀರ, ದಂಡೆ. **Sēa'-tĕrm**, *n.* ಸಮುದ್ರಭಾಷೆ. **Sēa'wēed** (sē'-wēd), *n.* ಶೈವಾಲ, ಸಮುದ್ರಪಾಚಿ. **Sēa'-wör-thy** (-wĕr-thi), *a.* ಸಮುದ್ರಕ್ಕೆ ಹೋಗತಕ್ಕ.

Sēal (sēl), *n.* ಕಡಲ್ನಾಯಿ.

Sēal (sēl), *n.* ಮುದ್ರೆ, ಚಪ್ಪೆ, "ಮೊಹರು", "ಠಸೆ", "ಸಿಕೆ". *v. t. r.* ಮುದ್ರೆ ಹಾಕು *c. d.;* 2. ಮುಚ್ಚು, ಗುಪ್ತವಾಗಿಡು; to set one's s. ಸತ್ಯಪಡಿಸು; to s. one's lips ಬಾಯಿಗೆ ಮುದ್ರೆ ಹಾಕು. **Sēal'iṅg-wax**, *n.* ಅರಗು; a stick of s. ಅರಗಿನ ಗಣಿಕೆ.

Sēam (sēm), *n.* ಹೊಲಿಗೆ, ಸಂದು. *v. t. r.* ಹೊಲಿ, ಜೋಡಿಸು. **Sēam'less**, *a.* ಅತುಕಿಲ್ಲದ. **Sēam'stĕr** (sēm'-), *n.* ಹೊಲಿಯುವವ. **Sēam'stress** (sēm'stres), *n.* ಹೊಲಿಯುವವಳು, ಹೊಲಿಯುವ ಕೆಲಸದಾಕೆ. **Sēam'y** (sēm'i), *a.* ಹೊಲಿಗೆಯುಳ್ಳ, ಹೊಲಿಗೆ ಕಾಣುವ.

Se-ance' (sā-aṅs'). *n.* ಕೂತುಕೊಳ್ಳುವಿಕೆ, ಮಂಡಲಿಯ ಕೂಟ.

Sēar (sēr), *v. t. r.* ಕಮರಿಸು, ಬರೆಹಾಕು, ಒಣಗಿಸು. *a.* ಕಮರಿದ, ಒಣಗಿದ, ಬಾಡಿದ; a seared conscience ಕಠಿಣ ಹೃದಯ. **Sēar'-ed-ness** (sēr'ed-), *n.* ಕಂದಿರುವುದು; 2. ಗಟ್ಟಿಯಾಗಿರುವುದು.

Sĕarch (sĕrch), *v. t. & i. r.* (*pr.* sĕrcht) ಹುಡುಕು, ಅರಸು, ಶೋಧಿಸು, ವಿಚಾರಿಸು; to s. out "ತಲಾಸಿ" ಮಾಡು, ಹುಡುಕಿ ತೆಗೆ. *n.* ಹುಡುಕುವಿಕೆ, ವಿಚಾರಣೆ, "ಝುಡ್ತಿ", "ತಲಾಸು", ಶೋಧನೆ; s. of person ಅಂಗಶೋಧನೆ (*S. C.*); in s. of ಹುಡುಕುವುದಕ್ಕೆ. **Sĕarch'-ĕr**, *n.* ಹುಡುಕುವವನು. **Sĕarch'iṅg** (sĕrch-), *a.* ಶೋಧಿಸುವ, ಸೂಕ್ಷ್ಮ. **Sĕarch'-līght**, *n.* ವಿದ್ಯುಲ್ಲತಾಜನ್ಯ ಪ್ರಭೆ. **Sĕarch'-pärty**, *n.* ಹುಡುಕುವುದಕ್ಕೆ ಹೋದವರು. **Sĕarch'-warrant**, *n.* "ಝುಡ್ತೀವಾರಂಟು".

Sēa'ṣon (sē'zn), *n.* ಕಾಲ, ಋತು, "ಹಂಗಾಮು", ವೇಳೆ; at a good s. ಒಳ್ಳೇ ಸುಳುವಿನಲ್ಲಿ, ತರುಣದಲ್ಲಿ; cold s. ಚಳಿಗಾಲ; hot s.

ಬೇಸಿಗೆಕಾಲ, ಬೇಸಿಗೆ; rainy s. ಮಳೆಗಾಲ; out of s. ಅಕಾಲ; in s. ತಕ್ಕ ಕಾಲದ. Sēa'ṣon-a-ble (sē'zn-), *a.* ತಕ್ಕ ಕಾಲದ, ಸಮಯೋಚಿತ. Sēa'ṣon-a-bly (sē'zn-), *ad.* ತಕ್ಕ ಕಾಲದಲ್ಲಿ, ವೇಳೆಗೆ. Sēa'ṣon-a-ble-ness (sē'zn-), *n.* ಸಮಯೋಚಿತತ್ವ.

Sēa'ṣŏn (sē'zon), *v. t. r.* ಪಕ್ವ ಮಾಡು; 2. ಹದ ಮಾಡು, ಸಿದ್ಧ—; 3. ಅಭ್ಯಾಸ ಮಾಡಿಸು; 4. ಸವಿ ಮಾಡು, ಒಗ್ಗರಣೆ ಹಾಕು, ಒಗ್ಗರಿಸು. *n.* ಸವಿ ಕೊಡುವಂಥಾದ್ದು, ಒಗ್ಗರಣೆ, ಮಸಾಲೆ. Sēa'ṣon-iṅg (sē'zon-), *n.* ಒಗ್ಗರಣೆ, "ಮಸಾಲೆ".

Sēat (sēt), *n.* ಕೂಡ್ರುವ ಸ್ಥಳ, ಆಸನ, ಪೀಠ; 2. ಸ್ಥಾನ; 3. ಕುದುರೆಯ ಮೇಲೆ ಕೂಡ್ರುವ ರೀತಿ, ಏರಾಟ. *v. t. r.* ಕುಳ್ಳಿರಿಸು, ಸ್ಥಳಕೊಡು.

Se-bes'ten, -tan, *n. see* Sepistan.

Sē'cant, *n.* ಛೇದನರೇಖೆ.

Se-cēde' (se-sēd'), *v. i. r.* ಅಗಲಿಕೊಳ್ಳು, ಬೇರೆಯಾಗು, ಪ್ರತ್ಯೇಕವಾಗು, ತೊಲಗು. Se-cē'dĕr, *n.* ಅಗಲಿಕೊಂಡವ, ಬೇರೆಯಾದವ, ತೊಲಗಿದವ. Se-cēd'iṅg, *a.* ಅಗಲುವ, ಬೇರೆಯಾಗುವ, ತೊಲಗುವ. Se-ces'siŏn (-sesh'un), *n.* ಬೇರೆಯಾಗೋಣ, ಅಗಲುವಿಕೆ, ವಿಭೇದ, ವಿಂಗಡ.

Se-clụde', *v. t. r.* ಮುಚ್ಚಿಡು, ಏಕಾಂತದಲ್ಲಿರಿಸು; 2. ಹೊರಗೆ ಹಾಕು, ಒಳಗೆ ಬರಗೊಡದಿರು; s. one's self ಏಕಾಂತದಲ್ಲಿರು, ಬಿಸಲಿನ ಮೋಗಾ ಕಾಣದಿರು. Se-clụded, *p. p. a.* ಏಕಾಂತವಾದ. Se-clụ'siŏn, *n.* ಏಕಾಂತವಾಸ.

Sec'ŏnd, *a.* ಎರಡನೇ, ದ್ವಿತೀಯ; 2. (inferior) ಕಡಿಮೆ, ಕಡಿಮೇ ತರದ; s. son ಮರುಚಲ ಮಗ; the s. person *(gram.)* ಮಧ್ಯಮ ಪುರುಷ. *v. t. r.* ಸಹಾಯ ಮಾಡು, ನೆರವಾಗು; 2. ಸಂಭಾಳಿಸು; 3. (s. a motion) ಅನುಮತಿ ಕೊಡು *c. d.*, ಅನುಮೋದಿಸು; s. advent ಕ್ರಿಸ್ತನ ಪುನರಾಗಮನ. Sec'ŏn-dar-i-ly, *ad.* ಎರಡನೆ ಪಕ್ಷವಾಗಿ. Sec'ŏn-dar-y (-dĕr-), *a.* ಎರಡನೇ, ಕೆಳಗಿನ, ಅಪ್ರಧಾನ. *n.* ಸಹಾಯಕಾರಿ, ಮಂತ್ರಿ. Sec'ŏnd-ĕr, *n.* ಬೆನ್ನು ಕಟ್ಟುವವ, ಸಹಾಯಕ. Sec'ŏnd-hand, *a.* ಬಳಸಿದ, ಹಳೇ. *n.* ಪರರಿಂದ ಬಂದದ್ದು; buy at s. ಬಳಸಿದ್ದನ್ನು ಕೊಂಡುಕೊಳ್ಳು. Sec'ŏnd-ly, *ad.* ಎರಡನೇದಾಗಿ. Sec'ŏnd-rāte, *a.* ಮಧ್ಯಮ ತರದ, "ದುಯಮ್"—. Sec'ŏndṣ, *n. pl.* ಉರುಟು ಹಿಟ್ಟು. Sec'ŏnd-sīght (-sīt), *n.* ಭವಿಷ್ಯತ್ತು ನೋಡುವುದು, ಜ್ಞಾನದೃಷ್ಟಿ.

Sec'ŏnd, *n. (astr.)* ಒಂದು ಮಿನಿಟಿನ ಅರುವತ್ತನೆ ಒಂದು ಅಂಶ, ವಿಕಲೆ, ಕ್ಷಣ, ನಿಮಿಷ. Sec'ŏnd-hand, *n.* (ಘಡಿಯಾರದ) ಸೆಕುಂದ ತೋರಿಸುವ ಮುಳ್ಳು.

Sē'cret, *a.* ಗುಟ್ಟಿನ, ಗುಪ್ತ, ರಹಸ್ಯ, ಏಕಾಂತ. *n.* ಗುಟ್ಟು, ಒಳಗುಟ್ಟು, ರಹಸ್ಯ, ಮರ್ಮ; he cannot keep secrets ಅವನ ಬಾಯಲ್ಲಿ ಎಳ್ಳು ನೆನೆಯದು; take one into a s. ಒಬ್ಬನಿಗೆ ಗುಟ್ಟು ಹೇಳು; s. of a trade ಅಣಿಪಾಡು; the main s. ಮುಖ್ಯ ಮರ್ಮ; in s., *see* Secretly. Sē'cre-cy, *n.* ಗುಟ್ಟು, ರಹಸ್ಯ, ಅಂತರಂಗ, ಏಕಾಂತ. Sē'cret-ly, *ad.* ಗುಟ್ಟಾಗಿ, ಮುಚ್ಚು ಮರೆಯಲ್ಲಿ, ಯಾರಿಗೂ ತಿಳಿಯದೆ, ಏಕಾಂತದಲ್ಲಿ, ಅಂತರಂಗವಾಗಿ, ಕಳವಿಲಿ.

Sec're-tar-y (-tĕr-), *n.* ಕರಣೀಕ, "ಮುನಿಷಿ" "ಚಿಟನೀಸ"; 2. "ಮುಜಮದಾರ", ಮಂತ್ರಿ, ಪ್ರಧಾನ; s. of state ರಾಜಪ್ರಧಾನ. Sec-re-tā'ri-at, *n.* ಕರಣೀಕನ ಉದ್ಯೋಗ, "ದಫ್ತರಖಾನೆ". Sec're-tar-y-ship, *n.* ಬರವಣಿಗೇ ಕೆಲಸ, ಕರಣೀಕನ ಉದ್ಯೋಗ.

Se-crēte', *v. t. r.* ಬೇರೆ ಮಾಡು, ವಿಂಗಡಿಸು; 2. ಬಚ್ಚಿಡು. Se-crē'tiŏn, *n.* ವಿಸರ್ಜನ; 2. ರಕ್ತದೊಳಗಿಂದ ವಿಸರ್ಜಿಸಿದ ಪದಾರ್ಥ, ಮಲ; s. of the bowels ಮಲಮೂತ್ರ; s. of the nose ಸಿಂಬಳ; s. of the throat ಕಫ. Se-crē'tive, *a.* ಗೋಪ್ಯ ಮಾಡುವ. Se-crē'tŏr-y, *a.* ಧಾತುವರ್ಧಕ, ಮಲೋತ್ಪಾದಕ. s. ducts ರಸ ಇಳಿಯುವ ನರಗಳು.

Sect, *n.* ಮತ, ಮಾರ್ಗ, ಮತಭೇದ. Sec-tā'ri-an, Sec'tar-y, *a.* ಮತಭೇದದ, ಮತಭೇದಾನುಸಾರವಾದ. *n.* ಮತಭೇದದವ. Sec-tā'ri-an-iṣm, *n.* ಮತಭೇದಪ್ರೀತಿ.

Sec'tile, *a.* ಛೇದ್ಯ (ಲೋಹ).

Sec'tiŏn, *n.* (the act of cutting) ಛೇದನೆ; 2. (portion): s. of a book ಪರಿಚ್ಛೇದ, ಪ್ರಕರಣ, ಅಧ್ಯಾಯ, ಖಂಡ, ಸಂಚಿಕೆ; s. of a chapter "ಕಲಮು"; s. of a country, people, *etc.* "ಮಾಗಣೆ, ಭಾಗ, ಭೇದ; s. of a regiment ದಳ, ತುಕುಡಿ; 3. *(geom.)* ಮಾರ್ಗ; 4. "ನಮೂನೆ", "ನಕ್ಷೆ". Sec'tiŏn-al, *a.* ವಿಭಾಗದ, ಪರಿಚ್ಛೇದದ. Sec'tiŏn-al-ly, *ad.* ಭಾಗವಾಗಿ, ಭಾಗಸಂಬಂಧವಾಗಿ.

Sec'tŏr, *n.* ವೃತ್ತದ ತ್ರಿಕೋಣಾಕಾರದ ಅಂಶ.

Sec'ū-lar, *a.* ಬಹು ಕಾಲದ; 2. ಪ್ರಪಂಚದ, ಲೌಕಿಕ, ಸಾಂಸಾರಿಕ, ಐಹಿಕ; s. clergy

ಮಠವಾಸಿಗಳಲ್ಲದ ವೈದಿಕರು. See'ū-lar-īs̲e, *v. t. r.* ಪ್ರಪಂಚದ ಕೆಲಸಕ್ಕೆ ಹಚ್ಚು. See-ū-lar'i-ty, *n.* ಲೌಕಿಕತ್ವ, ಪ್ರಪಂಚದೃಷ್ಟಿ. See'ū-lar-ly, *ad.* ಪ್ರಪಂಚದ ರೀತಿಯಾಗಿ

See'un-dine, *n.* ಮಾಸ, ಗರ್ಭಚೀಲ.

Se-eūre', *a.* (confident) ನಿಶ್ಚಿಂತ, ನಿರ್ಭಯದ; 2. (careless) ಜಾಗ್ರತೆಯಿಲ್ಲದ, ಎಚ್ಚರಿಕೆಯಿಲ್ಲದ; 3. (certain) ನಿಶ್ಚಯ, ಭರವಸವುಳ್ಳ; 4. (safe) ಭದ್ರ. *v. t. r.* (guard) ಕಾಯು; 2. (make certain) ನಿಶ್ಚಯ ಮಾಡು, ಗೊತ್ತು —; 3. (make fast) ಭದ್ರಪಡಿಸು, ಬಲಕಾಯಿಸಿಕೊಳ್ಳು, "ಬಂದೋಬಸ್ತು" ಮಾಡು; 4. (acquire) ಪಡಕೊಳ್ಳು, ಸ್ವಾಧೀನ ಮಾಡಿಕೊಳ್ಳು, ಗೊತ್ತು ಮಾಡಿಕೊಳ್ಳು. Se-eū'ra-ble, *a.* ಕಾಪಾಡತಕ್ಕ, ಭದ್ರವಾಗಿರಿಸತಕ್ಕ. Se-eūre'ly, *ad.* ನಿಶ್ಚಿಂತೆಯಾಗಿ; 2. ಭದ್ರವಾಗಿ, "ಬಂದೋಬಸ್ತಾಗಿ". Se-eū'ri-ty, *n.* (confidence) ನಿರ್ಭಯ; 2. (negligence) ಎಚ್ಚರಗೇಡಿತನ; 3. (safety) ಭದ್ರತೆ, ಅಭಯ; 4. (pledge) ಹೊಣೆ, ಅಡವು, ಆಧಾನ, ಆಧಾರ *(My.)*, ಈಡು; 5. (a person who becomes s.) ಹೊಣೆಗಾರ, ಓಲು, "ಜಾಮಿಾನು"; 6. (bond, *etc.*) ಆಧಾರಪತ್ರ, "ದಸ್ತಾವೇಜು"; monied s. "ಠೇವಣಾತಿ".

Se-dan', *n.* ಪಾಲಕಿ, ಓಲಿಕುರ್ಚಿ, "ತಾಂಜಾನು".

Se-dūte', *a.* ಶಾಂತ, ನಿಧಾನ, ಸ್ಥಿರ. Se-dūte'-ly, *ad.* ಶಾಂತವಾಗಿ, ನಿಧಾನವಾಗಿ. Se-dūte'-ness, *n.* ನಿಧಾನ, ಶಾಂತಿ. Sed'a-tive, *a.* ಉಪಶಮನಕರ, ಶಾಂತಕರ. *n.* ಶಾಂತಕರ ಔಷಧ.

Sed'en-tar-y, *a.* ಬಹಳ ಕುಳಿತಿರುವ, ಕೂತಿರುವ ಅಭ್ಯಾಸವುಳ್ಳ, ಕೂತುಕೊಂಡಿರುವ. Sed'en-tar-i-ness, *n.* ಕುಳಿತುಕೊಂಡಿರುವ ಅಭ್ಯಾಸ, ಕೂತುಕೊಂಡಿರುವುದು.

Sē-dē'runt, *n.* "ಸ್ಕೊತ್ಲಾಂಡಿನಲ್ಲಿ" (ನ್ಯಾಯ) ಸಭೆ ಕೂತಿರುವುದು.

Sedġe (sej), *n.* ಜೇಕು, ಗೇಕು. Sedġ'y (sej'i), *a.* ಜೇಕುಜೇಕುಳ್ಳ.

Sed'i-ment, *n.* (of oil) ಗಸಿ; (of any liquor) ಮಡ್ಡಿ, ರಾಡಿ; (of water) ಬಂಡು, ಕೆಸರು. Sed-i-men'tar-y, *a.* ಬಂಡಿನ; 2. ಬಂಡಿನಿಂದ ಹುಟ್ಟಿದ; s. rock ಜಲಜಶಿಲೆ.

Se-di'tiŏn (-dish'un), *n.* "ದಂಗೆ", ದ್ರೋಹ, "ಫಿತೂರಿ". Se-di'tiŏus (-dish'us), *a.* ಕಲಹ ಮಾಡುವ, "ದಂಗೆ"—, ರಾಜದ್ರೋಹದ.

Se-di'tiŏus-ly, *ad.* ದ್ರೋಹವಾಗಿ, ಕಲಹ ಮಾಡುವವನಾಗಿ. Se-di'tiŏus-ness, *n.* ದ್ರೋಹಭಾವ; 2. ದ್ರೋಹ, "ದಂಗೆ".

Se-dūce', *v. t. r.* (*pr.* -dūst) ಮರುಳು ಮಾಡು, ಸನ್ಮಾರ್ಗಕ್ಕೆ ತಪ್ಪಿಸು, ಮಂಕು ಮಾಡು; 2. ಕೆಡಿಸು, ಮರುಳು ಮಾಡಿ ಕೆಡಿಸು (a woman). Se-dū'cĕr, *n.* ಮರುಳುಗೊಳಿಸುವವ, —ಗೊಳಿಸಿದವ; 2. ಹೆಂಗಸನ್ನು ಕೆಡಿಸುವವ, —ಕೆಡಿಸಿದವ. Se-dū'ciṅg-ly, *ad.* ಮರುಳು ಮಾಡುವಂತೆ. Se-due'tiŏn, *n.* ಸನ್ಮಾರ್ಗಕ್ಕೆ ತಪ್ಪಿಸುವುದು, ಮರುಳುಗೊಳಿಸೋಣ, ಕೆಡಿಸೋಣ. Se-due'tive, *a.* ಕೆಡಕ, ಮೋಸದ, ಮರುಳುಗೊಳಿಸುವ, ಸನ್ಮಾರ್ಗಕ್ಕೆ ತಪ್ಪಿಸುವ.

Sed'ū-lŏus, *a.* ಉದ್ಯೋಗಿಯಾದ, ಚುರುಕುಳ್ಳ, ಪರಿಶ್ರಮಿ. Sed'ū-lŏus-ly, *ad.* ಉದ್ಯೋಗಿಯಾಗಿ, ಪರಿಶ್ರಮವಾಗಿ, ಚುರುಕಾಗಿ. Sed-ū-lŏus-ness, *n.* ಚುರುಕು, ಪರಿಶ್ರಮ, ಕೆಲಸದ ಜಾಗ್ರತೆ.

Sēe, *n.* "ಬಿಶಪನ" ಸ್ಥಾನ, —ಅಧಿಕಾರ; 2. apostolic s., papal s., s. of Rome "ಪೋಪನ" ಸ್ಥಾನ, —ಅಧಿಕಾರ.

Sēe, *v. t. ir.* (sa̤w, sēen, *pr.* sa̤, sēn) ನೋಡು; 2. (visit) ನೋಡು, ಕಂಡು ಹೋಗು, "ಭೇಟಿಗೆ" ಹೋಗು, ದರ್ಶನ ತಕ್ಕೊಳ್ಳು, *as,* come to s. me to-morrow ನಾಳೆ ನನ್ನನ್ನು ನೋಡಲಿಕ್ಕೆ ಬಾ, —ನನ್ನನ್ನು ಕಂಡುಹೋಗು, —ನನ್ನ "ಭೇಟಿಗೆ" ಬಾ, —ನನ್ನ ದರ್ಶನ ತಕ್ಕೊಂಡುಹೋಗು; 3. (meet) ಕಾಣು, ಅನುಭವಿಸು. *v. i.* ಕಣ್ಣುಕಾಣು; 2. ತಿಳುಕೊಳ್ಳು; let me s., let us s. ನೋಡೋಣ, ನೋಡುವ; s. about ನೋಡು, ವಿಚಾರ ಮಾಡು; *as,* I'll s. about it ನೋಡುತ್ತೇನೆ, ಅದನ್ನು ವಿಚಾರಿಸುತ್ತೇನೆ; s. the lady home ಅಮ್ಮನನ್ನು ಮನೆಗೆ ಮುಟ್ಟಿಸು; s. to it ಪರಾಮರ್ಶಿಸಿ ನೋಡು; see! ನೋಡು, ಕಾಣು; s. into millstone, through brickwall ಚಾಣಾಕ್ಷದೃಷ್ಟಿಯಿಂದ ನೋಡಿ ತಿಳಿ; s. the light ಜನನಕ್ಕೆ ಬರು; s. stars ಕಣ್ಣುಕತ್ತಲೆ ಬರು; s. the back of ಒಬ್ಬನನ್ನು ತೊಲಗಿಸಿಕೊಳ್ಳು; s. life ಅನುಭವ ಹೊಂದು; seen service ಕೆಲಸದಲ್ಲಿ ನುರಿತಿದ್ದಾನೆ; s. things through ಹಿಡಿದ ಕೆಲಸ ಪೂರ್ಣಗೊಳಿಸು; s. him off ಅವನು ಹೊರಡುವಾಗ ಕಾಣು; will s. about it ಮುಂದೆ ನೋಡೋಣ ಎಂದು ಬಾಕಿ ಇಡುವುದು; s. eye to eye ಏಕಮತವಾಗು. Sēe'-iṅg, *conj.* ಅಲ್ಲ, ಅಂದ ಮೇಲೆ, ಇರಲಾಗಿ, *as,* why do you come to see me, s. you hate me ನನ್ನನ್ನು ಯಾಕೆ ನೋಡಲಿಕ್ಕೆ ಬಂದಿರಿ? ನನಗೆ ಹೊಟ್ಟೇಕಿಚ್ಚು ಮಾಡುತ್ತೀರಲ್ಲಾ? ನನ್ನನ್ನು ಹಗೆಮಾಡುತ್ತೀರಂದ ಮೇಲೆ ನನ್ನನ್ನು ಯಾಕೆ ನೋಡಲಿಕ್ಕೆ ಬಂದಿರಿ? ನಿಮಗೆ ನನ್ನ ಮೇಲೆ ದ್ವೇಷ ಇರಲಾಗಿ ನನ್ನನ್ನು ಯಾಕೆ ನೋಡಲಿಕ್ಕೆ —? *imp.* ನೋಡುವ. *n.* ನೋಟ, ದೃಷ್ಟಿ.

Sēed, *n.* ಬಿದೆ, ಬೀಜ; s. for sowing ಬಿಗ್ಗಾ (*My. & C.*), ಬಿತ್ತುವ ಬೀಜ; 2. ಮೂಲ; 3. ಸಂತಾನ; the amount of s. required for a portion of land ಬೀಜವರಿ. Sēed'-lac, *n.* ಪುಡಿ ಅರಗು, ಅವಲಕ್ಕಿ —, ಅವಲರಗು. Sēed'ling, *n.* ಬೀಜದಿಂದ ಬೆಳೆದ ಗಿಡ, ಅಗೆ, ಸಸಿ, "ನೇಜಿ". Sēed'-pēarl (-pĕr l), *n.* ಸಣ್ಣ ಮುತ್ತು. Sēed'-plot, *n.* ಬಿತ್ತುವ ಗದ್ದೆ, "ನೇಜಿ" ಕಳ. Sēed'tīme, *n.* ಬಿತ್ತುವ ಕಾಲ. Sēed'-ves-sel, *n.* ಬೀಜಕೋಶ. Sēed'y, *a.* ಬೀಜಬೀಜವುಳ್ಳ, ಬೀಜಮಯ; 2. ಹಳೇ, ಜೀರ್ಣ, ಜರ್ಜರ; 3. ದೇಹಾಲಸ್ಯವುಳ್ಳ.

Sēek, *v. t. ir.* (sought, sought, *pr.* sat) ಅರಸು, ಹುಡುಕು, ವಿಚಾರಿಸು; 2. ಕೇಳು, ಬೇಡು. *v. i.* ನೋಡು, ಹುಡುಕು, ಬೆದಕು, ವಿಚಾರಿಸು, ಶೋಧಿಸು; 2. (attempt) ನೋಡು, ಕಂಡುನೋಡು, ಹವಣಿಸು, ಹೆಣಗಾಡು, ಪ್ರಯತ್ನ ಮಾಡು; the work is still to s. ಕೆಲಸ ಇನ್ನೂ ಸಾಂಗವಾಗಲಿಲ್ಲ. Sēek'ĕr, *n.* ಹುಡುಕುವವ, ವಿಚಾರಣೆ ಮಾಡುವವ, ಅನ್ವೇಷಕ.

Sēel, *v. t. r.* (ಪಕ್ಷಿಗಳ) ಕಣ್ಣು ಹೊಲಿ; 2. ಮುಚ್ಚು.

Sēem, *v. i. r.* ತೋರು, ತೋಚು, ಕಾಣು, *as,* his brother, it seems, gave him the book ಅವನಣ್ಣ ಈ ಪುಸ್ತಕ ಅವನಿಗೆ ಕೊಟ್ಟನೆಂದು ಕಾಣುತ್ತದೆ; — ಈ ಪುಸ್ತಕ ಅವನಿಗೆ ಕೊಟ್ಟನೆಂತ ತೋರುತ್ತದೆ; as seems right or good ಸರಿತಹ ಹಾಗೆ. Sēem'ing, *a.* ಕಪಟವಾದ. Sēem'ing-ly, *ad.* ಕಾಣುವಂತೆ, ಹೊರಗೆ; he s. complied ಒಪ್ಪಿಕೊಂಡವನ ಹಾಗೆ ತೋರಿದ, ಒಪ್ಪಿಕೊಳ್ಳುವಂತೆ ಮಾಡಿದ. Sēem'li-ness, *n.* ಒಪ್ಪ, ರೂಪಾಕಾರ, ಸೊಗಸು; 2. ಯೋಗ್ಯತೆ, ಮರ್ಯಾದೆ. Sēem'-ly, *a.* ತಕ್ಕ, ಯುಕ್ತ, ಉಚಿತ. *ad.* ಸೊಗಸಾಗಿ, ಯುಕ್ತವಾಗಿ.

Sēer, *n.* ದೀರ್ಘದರ್ಶಿ, ಭವಿಷ್ಯದ್ವಾದಿ. Sēer'ess, *n.* ಪ್ರವಾದಿನಿ.

Sēer, *n.* ಸೇರು (ಅಳತೆ ಅಥವಾ ತೂಕ).

Sēer'hand, *n.* "ಮುಸಲೀನು".

Sēe'saw (sē'sa), *v. i. r.* ಜೋಕಾಲಿಯಾಡು, ಉಯ್ಯಲಾಡು. *n.* ಜೋಕಾಲಿ, ಉಯ್ಯಲಾಡುವಿಕೆ. *a.* ಉಯ್ಯಲಾಡುವ. *ad.* ಹಿಂದಕ್ಕೂ ಮುಂದಕ್ಕೂ.

Sēethe (sēth), *v. t. r. & ir.* (sod, sod'den) ಕುದಿಸು, ಬೇಯಿಸು. *v. i.* ಕುದಿ, ಬೇಯು. Sēeth'ĕr, *n.* ಬೇಸುವ ಪಾತ್ರೆ. Sēeth'ing, *a. & n.* ಬೇಯುವ.

Seg'ment, *n.* ವರ್ತುಲಖಂಡ, ಅಂಶ, ಭಾಗ.

Seg're-gāte, *v. t. r.* ಬೇರೆ ಮಾಡು, ವಿಂಗಡಿಸು, ಪ್ರತ್ಯೇಕಿಸು. *v. i.* ಪ್ರತ್ಯೇಕವಾಗು. *a.* ಪ್ರತ್ಯೇಕವಾದ. Seg-re-gā'tion, *n.* ಅಗಲುವಿಕೆ, ವಿಂಗಡ, ವಿಯೋಗ.

Seid Say'yid, *n. etc.* ಮಹಮ್ಮದನ ವಂಶೋದ್ಭವ.

Sēign'ior (sēn'yor), *n.* ದೊರೆ, "ಸಾಹೇಬ", ಅಯ್ಯ. Sēign'ior-āge, *n.* ನಾಣ್ಯ ಮುದ್ರಿಸುವ "ದಸ್ತೂರಿ"; 2. ಗ್ರಂಥಕರ್ತನಿಗೆ ಕೊಡುವ ಹಣ. Sēign'ior-y (sēn'yor-i), *n.* ಪ್ರಭುತ್ವ, ದೊರೆತನ.

Sēine (sēn), *n.* ದೊಡ್ಡ ಬಲೆ, ಮಾರಿ ಬಲೆ.

Sēis'in, Sēiz'in, *n.* ಬಾಧ್ಯತೆ, ಸ್ವಾಧೀನತ್ವ.

Sēis'mal, Sēis'mic, *a.* ಭೂಕಂಪದ.

Sēize, *v. i. r.* ಹಿಡಿ; 2. ಹಿಡಿದುಕೊಳ್ಳು, ಬಲಕಾಯಿಸು; 3. ಬರು, ..ಡಿ *e. d.* (*as,* a disease); 4. (*law*) "ಜಪ್ತಿ" ಮಾಡು; s. on, s. upon ಹಿಡಿ, ಹಿಡಿದುಕೊಳ್ಳು, ಸ್ವಾಧೀನ ಮಾಡಿಕೊಳ್ಳು.

Sēiz'ure (sēzh'ur), *n.* ಹಿಡಿಯುವುದು; 2. ಹಿಡಿದುಕೊಳ್ಳೋಣ, ಸ್ವಾಧೀನ ಮಾಡಿಕೊಳ್ಳೋಣ; 3. "ಜಪ್ತಿ".

Sel'dŏm, *ad.* ಒಂದೊಂದು ಸಾರಿ, ಅಪರೂಪವಾಗಿ, ಕ್ವಚಿತ್ತು, ವಿರಳವಾಗಿ.

Se-lect', *v. t. r.* ಆರಿಸು, ಆದುಕೊಳ್ಳು. *a.* ಆರಿಸಿದ, ಉತ್ಕೃಷ್ಟ. Se-lec'tiŏn, *n.* ಆರಿಸುವಿಕೆ; 2. ಆರಿಸಿದ್ದು; 3. ಸಂಗ್ರಹ.

Sel-e-nog'ra-phy (-fi), *n.* ಚಂದ್ರನ ವರ್ಣನೆ.

Self, *pron.* (*pl.* selves, *pr.* selvz) ತಾನೇ, ಆತ್ಮ; 2. ತನ್ನದೇ, ಸ್ವಾರ್ಥ; *in composition with personal pronouns it is used emphatically, as,* I myself ನಾನೇ, I will examine for myself ನಾನೇ ವಿಚಾರ ಮಾಡಿಕೊಳ್ಳುತ್ತೇನೆ; he himself shall write ಅವನೇ ಬರೆಯಲಿ; *reflexively, as,* I hurt myself ತಾಗಿಸಿಕೊಂಡೆ, ಗಾಯಮಾಡಿಕೊಂಡೆ; she burnt herself ಸುಟ್ಟುಕೊಂಡಳು, ವೈ—; they praise themselves ಹೊಗ

ಳಿಕೊಳ್ಳುತ್ತಾರೆ; *in composition with other words the meaning is* ತಾನೇ, ತನ್ನನ್ನು ತಾನೇ, ತನ್ನಿಂದ—, ತನಗೆ—, ತನ್ನಲ್ಲಿ--, ತನ್ನಷ್ಟಕ್ಕೆ—, ಸ್ವ..., ಆತ್ಮ..., ಈ ಮೊದಲಾದ ಅರ್ಥಗಳು ಬರುತ್ತವೆ. **Self-a-bāse′-ment,** *n.* ತಗ್ಗಿಸಿಕೊಳ್ಳೋಣ. **Self-a-būse′,** *n.* ಬಯ್ದುಕೊಳ್ಳುವದು, ಆತ್ಮನಿಂದೆ. **Self-act′ing,** *a.* ತನ್ನಷ್ಟಕ್ಕೆ ತಾನೇ ತಿರುಗುವ, ತಾನೇ ನಡೆಯುವ. **Self-ad-mi-rā′tiŏn,** *n.* ತನಗೆ ತಾನೇ ಮೆಚ್ಚಿಕೊಳ್ಳೋಣ, ಬಿಂಕ, ದುರಹಂಭಾವ. **Self-as-sĕr′tive,** *a.* ಛಲವಾದಿ, ತನ್ನ ಮಾತನ್ನೇ ಸಾಧಿಸುವ. **Self-command′,** *n.* ಸಮಾಧಾನ, ಶಮೆ, ದಮೆ. **Self-com-plā′cen-cy,** *n.* ತನಗೆ ತಾನೇ ಮೆಚ್ಚಿಕೊಳ್ಳೋಣ, ಅಹಂಭಾವ. **Self-con-cēit′,** *n.* ಸೊಕ್ಕು, ಸ್ವಾಭಿಮಾನ, ಹೆಮ್ಮೆ, ಹಮ್ಮಿಕೆ. **Self-con-cēit′ed,** *a.* ಸೊಕ್ಕಿನ, ಸ್ವಾಭಿಮಾನಿಯಾದ. **Self-con′fi-dence,** *n.* ದಿಟ್ಟತನ, ಅಹಂಭಾವ, ತನ್ನನ್ನು ನಂಬಿಕೊಳ್ಳೋಣ. **Self-con′sciŏus** (-kon′shus), *a.* ಎಚ್ಚರಿಕೆಯುಳ್ಳ, ಅಹಂಭಾವವುಳ್ಳ; 2. ಅಹಂಕಾರದ, ಸೊಕ್ಕಿನ. **Self-con′scious-ness,** *n.* ಎಚ್ಚರ, ಅಹಂಭಾವ. **Self-con-tra-dic′tion,** *n.* ಸ್ವೋಕ್ತಿವಿಘಾತ. **Self-con-trōl′,** *n.* ದಮೆ. **Self-ded-i-eā′tiŏn,** *n.* ಆತ್ಮಾರ್ಪಣ. **Self-de-cep′tiŏn, Self-de-lū′ṣiŏn,** *n.* ಮಾಯೆ, ಭ್ರಮೆ. **Self-de-nī′al,** *n.* ತನ್ನನ್ನು ಅಲ್ಲಗಳೆಯುವದು, ದಮ, ಆತ್ಮಸಂಯಮನ. **Self-de-nȳ′iṅg-ly,** *ad.* ತನ್ನ ಹಿತವನ್ನು ನೋಡಿಕೊಳ್ಳದೆ, ಸ್ವಾರ್ಥ ಸಾಧಿಸದೆ; 2. ದಮೆಯಿಂದ. **Self-ed′ū-eā-ted,** *a.* ಸ್ವಂತ ಪ್ರಯತ್ನದಿಂದ ಶಿಕ್ಷಿತ, ತನ್ನಷ್ಟಕ್ಕೆ ತಾನೇ ವಿದ್ಯಾಭ್ಯಾಸ ಮಾಡಿಕೊಂಡ. **Self-es-tēem′,** *n.* ಸ್ವಪ್ರತಿಷ್ಠೆ, ಸ್ವಮಾಹಾತ್ಮ್ಯ. **Self-ev′i-dent,** *a.* ಮೇಲೇ ತೇಲುವ; 2. ಸ್ವತಸ್ಸಿದ್ಧವಾದ. **Self-ex̱-am-i-nā′tiŏn,** *n.* ತನ್ನನ್ನು ವಿಚಾರಿಸಿಕೊಳ್ಳೋಣ, ಆತ್ಮವಿಚಾರಣೆ, ಆತ್ಮಪರೀಕ್ಷೆ. **Self-ex̱-is′tence,** *n.* ತನ್ನಿಂದ ತಾನೇ ಇರುವದು, ಸ್ವಯಂಭವ. **Self-ex̱-is′tent,** *a.* ತನ್ನಿಂದ ತಾನೇ ಇರುವ, ಸ್ವಯಂಭು. **Self-glō′ri-ŏus,** *a.* ಹೊಗಳಿಕೊಳ್ಳುವ, ಬಡಿವಾರದ; a s. person "ಬಡಾಯಿಖೋರ". **Self-gŏv′ērn-ment,** *n.* ದಮ, ದಮೆ; 2. ಸ್ವತಂತ್ರ, ಪ್ರಜಾಧಿಪತ್ಯ, ಸ್ವರಾಜ್ಯ. **Self-help′,** *n.* ಸ್ವಂತ ಪ್ರಯತ್ನ, ಸ್ವೋದ್ಯಮ. **Self-im-mō-lā′tiŏn,** *n.* ಆತ್ಮಹತ್ಯ; s. of a widow after her husband's death ಸಹಗಮನ, ಅನುಗಮನ. **Self-im-por′tance,** *n.* ಸೊಕ್ಕು, ಅಹಂಕಾರ. **Self-in-dul′ġence,** *n.* ಮನಸ್ಸಿಗೆ ಬಂದ ಹಾಗೆ ಮಾಡೋಣ. **Self-in-dul′ġent,** *a.* ಮನಸ್ಸಿಗೆ ಬಂದ ಹಾಗೆ ನಡೆಯುವ. **Self-in′tĕr-est,** *n.* ಸ್ವಾರ್ಥ, ತನ್ನ ಹಿತ. **Self-in′tĕr-est-ed,** *a.* ತನ್ನ ಲಾಭವನ್ನೇ ನೋಡಿಕೊಳ್ಳುವ, ಸ್ವಕಾರ್ಯಧುರಂಧರ. **Self′ish,** *a.* ಸ್ವಾರ್ಥಪರ, ಆಪಸ್ವಾರ್ಥಿ. **Self-ish-ly,** *ad.* ತನ್ನ ಹಿತವನ್ನೇ ನೋಡಿಕೊಳ್ಳುತ್ತಾ, ಸ್ವಾರ್ಥವಾಗಿ. **Self′ish-ness,** *n.* ಸ್ವಾರ್ಥ, ಸ್ವಾರ್ಥಬುದ್ಧಿ. **Self-knŏw′ledġe,** *n.* ಆತ್ಮಜ್ಞಾನ. **Self′less,** *a.* ಸ್ವಾರ್ಥವಿಲ್ಲದ. **Self-lŏve′,** *n.* ಸ್ವಪ್ರೀತಿ, ಸ್ವಾಭಿಮಾನ. **Self-māde′,** *a.* ತಾನೇ ಮಾಡಿದ, ಸ್ವಯಂಕೃತ; a s. man ತಾನಾಗಿ ತಲೆ ಎತ್ತಿದವ, ಸ್ವಂತ ಪ್ರಯತ್ನದಿಂದ ದೊಡ್ಡಸ್ತಿಕೆ ಹೊಂದಿದವನು. **Self-mor-ti-fi-eā′tiŏn,** *n.* ತಪಸ್ಸು. **Self-mur′-dĕr,** *n.*, *see* Suicide. **Self-o-pin′iŏn** (-pin′yun), *n.* ಅಹಂಭಾವ, ಸೊಕ್ಕು. **Self-o-pin′iŏned** (-pin′yund), *a.* ಸೊಕ್ಕಿನ, ಬಿಂಕದ, ಸ್ವಾಭಿಮಾನಿ. **Self-pol-lū′tiŏn,** *n.* ಕೈಗಾಣ, ಕೈಗಿಚ್ಚಿ, ಮುಷ್ಟಿಮೈಥುನ; to practise s. ಕೈಗಾಣ ಹಾಕು, ಕೈಗಿಚ್ಚಿ ಹಾಕು. **Self-poṣ-ṣessed′** (-zest′), *a.* ಸ್ವಸ್ಥಚಿತ್ತವುಳ್ಳ, ಸಮಾಧಾನವುಳ್ಳ. **Self-pŏṣ-ṣes′siŏn** (-zesh′un), *n.* ಸಮಾಧಾನ. **Self-prāiṣe′** (-prāz′), *n.* ಹೊಗಳಿಕೊಳ್ಳೋಣ, ಬಡಿವಾರ, ಆತ್ಮಸ್ತುತಿ. **Self-pre-sĕr-vā′tiŏn,** *n.* ತನ್ನನ್ನು ತಾನೇ ಕಾಪಾಡಿಕೊಳ್ಳೋಣ. **Self-re-lī′ance,** *n.* ಸ್ವಾವಲಂಬನ, ಆತ್ಮನಿಷ್ಠೆ. **Self-re-lī′ant,** *a.* ಆತ್ಮಾವಲಂಬಿ. **Self-re-prōach′,** *n.* ಆತ್ಮದೂಷಣೆ. **Self-re-speet′,** *n.* ಮಾನ ಕಾಪಾಡಿಕೊಳ್ಳೋಣ, ಸ್ವಾಭಿಮಾನ, ಅಭಿಮಾನ, ಹ್ಯಾವ, ಹೇವ. **Self-re-strāint′,** *n.* ಇಂದ್ರಿಯಗಳನ್ನು ಅಂಕೆಯಲ್ಲಿಟ್ಟುಕೊಳ್ಳೋಣ, ಶಮೆ, ದಮೆ. **Self-rīght′eŏus** (-rīt′yus *or* -rī′chus), *a.* ಸ್ವನೀತಿಯುಳ್ಳ. **Self-sae′-ri-fīce,** *n.* ಆತ್ಮನೈವೇದ್ಯ, ಆತ್ಮನಿವೇದನ, ಆತ್ಮಾರ್ಪಣ. **Self′-same,** *a.* ಅದೇ. **Self′-sēek-ĕr,** *n.* ತನ್ನದೇ ಸಾಧಿಸಿಕೊಳ್ಳುವವ, ಸ್ವಾರ್ಥದವ, ಸ್ವಕಾರ್ಯಧುರಂಧರ. **Self′-sēek-iṅg,** *a.* ಸ್ವಾರ್ಥದ. *n.* ಸ್ವಾರ್ಥ, ತನ್ನದೇ ಸಾಧಿಸಿಕೊಳ್ಳೋಣ. **Self-suf-fi′-cien-cy** (-fish′en-ci), *n.* ತಾನೇ ಸಕಲಸಂಪನ್ನನೆಂದು ನಂಬಿಕೊಂಡಿರೋಣ, ಕೊಬ್ಬು,

ಸೊಕ್ಕು, ದುರಹಂಭಾವ. Self-suf-fi'cient (-fish'ent), *a.* ತಾನೇ ಸಕಲ ಸಂಪನ್ನನೆಂದು ನಂಬಿಕೊಂಡ, ಕೊಬ್ಬಿನ, ಸೊಕ್ಕಿನ, ದುರಹಂಭಾವದ. Self'-will, *n.* ಸ್ವೇಚ್ಛೆ, ತನ್ನಿಷ್ಟ, ಹಟ, ಸ್ವಚ್ಛಂದ. Self' willed (-wild), *a.* ಹಟಮಾರಿಯಾದ, ಮೊಂಡ, ಸ್ವಚ್ಛಂದ.

Sell, *v.t.ir.* (sōld, sōld) ಮಾರು, ಮಾರಲಿಕ್ಕೆ ಕೊಡು, ವಿಕ್ರಯಿಸು; 2. ವಿಶ್ವಾಸಘಾತಕ ಮಾಡು; 3. ವಂಚಿಸು; to s. out ಮಾರಿಬಿಡು. *v. i.* ಮಾರು, ಮಾರಾಟವಾಗು, ಕರಗು *(My.)*. Sel'lĕr, *n.* ಮಾರುವವ, ಮಾರಿದವ.

Sel'vāġe *or* Sel'vedġe (-vej), *n.* ವಸ್ತ್ರದ ಅಂಚು, ಕರೆ.

Sem'a-phōre (-fōr), *n.* ಸಂಜ್ಞೆಗಳನ್ನು ಸೂಚಿಸುವ ಒಂದು ಹಂಚಿಕೆ; 2. ಸಂಜ್ಞಾಸ್ತಂಭ.

Se-ma-tŏl'o-ġy, *n.* ಸಂಜ್ಞಾಶಾಸ್ತ್ರ.

Sem'blance, *n.* ಹೋಲಿಕೆ, ತೋರಿಕೆ; 2. ರೂಪ, ಆಕಾರ, ಆಕೃತಿ.

Sē'men, *n.* ಬೀಜ, ಶುಕ್ಲ, ಇಂದ್ರಿಯ, ಧಾತು.

Se-mes'tĕr, *n.* ಅರ್ಧ ವರ್ಷದ ಅಭ್ಯಾಸ.

Sem'i, *a.* ಅರೆ, ಅರ್ಧ. Sem'i-cĭr-cle, *n.* ಅರ್ಧ ವೃತ್ತ. Sem-i-cĭr'cū-lar (-lĕr), *a.* ಅರ್ಧ ಚಂದ್ರಾಕೃತಿಯ. Sem'i-cō-lon, *n.* ಅರ್ಧ ವಿರಾಮಚಿಹ್ನೆ (;). Sem-i-dī-am'-e-tĕr, *n.* ವ್ಯಾಸಾರ್ಧ, ತ್ರಿಜ್ಯ. Sem'i-tōne, *n.* ಸ್ವರಾಂಶ. Sem'i-vow-el, *n.* ಅರ್ಧ ಸ್ವರ.

Sem'i-nal, *a.* ಬೀಜದ, ಬೀಜದೊಳಗಣ, ಮೂಲ. Sem-i-nā'tiŏn, *n.* ಬಿತ್ತುವಿಕೆ. Sem-i-nif'ĕr-ŏus, *a.* ಬೀಜ ಉತ್ಪತ್ತಿ ಮಾಡುವ.

Sem'i-nar-y, *n.* ವಿದ್ಯಾಶಾಲೆ. Sem'i-nar-ist, *n.* ವಿದ್ಯಾರ್ಥಿ.

Sem-it'ic, *a.* "ಶೇಮನ" ವಂಶಸ್ಥರ ("ಹಿಬ್ರೂ, ಸಿರ್ರ, ಅರಬಿ" ಮೊದಲಾದ ಜನರ).

Sem-pi-tĕr'nal, *a.* ಅಂತ್ಯವಿಲ್ಲದ.

Semp'stĕr, *n.*, *see* Seamster.

Semp'stress, *n.*, *see* Seamstress.

Sen'a-ry, *a.* ಆರರ, ಆರಕ್ಕೆ ಸಂಬಂಧಪಟ್ಟ.

Sen'āte, *n.* ಮಂತ್ರಿಸಭೆ, ರಾಜಸಭೆ. Sen'āte-house, *n.* ರಾಜಸಭಾಮಂದಿರ, ಸರ್ವಕಲಾಶಾಲೆಯ ಮಂದಿರ. Sen'a-tór, *n.* ಮಂತ್ರಿ. Sen-a-tō'ri-al, *a.* ರಾಜಸಭೆಯ, ಮಂತ್ರಿಯ.

Send, *v. t. ir.* (sent, sent) ಕಳುಹು, ಕಳುಹಿಸು, ಕಳುಹಿಸಿಕೊಡು, "ರವಾನೆ" ಮಾಡು; 2. (emit, throw) ಹೊಡೆ, ಒಗೆ; 3. cause to happen (inflict) ಬರಮಾಡು; s. rain ಮಳೆ ಸುರಿಸು. —ಗರಿಸು. 4. (grant) ದಯಮಾಡು; s. away ಹೋಗನ್ನು *c. d.*, ಕಳುಹಿಸಿಬಿಡು; s. forth, s. out ಬಿಡು; s. (a boy) to school ಶಾಲೆಗೆ ಹಾಕು, ಶಾಲೆಯಲ್ಲಿ ಹಾಕು; s. word ಹೇಳಿ ಕಳುಹಿಸು, ಸುದ್ದಿ ಮುಟ್ಟಿಸು. *v. i.* ಆಳು ಕಳುಹಿಸು, ಸುದ್ದಿ ಮುಟ್ಟಿಸು; s. down ವಜಾಮಾಡು; s. for ಕರೇಕಳುಹಿಸು, ಕರತರಿಸು. Send'ĕr, *n.* ಕಳುಹಿಸುವವ, ಕಳುಹಿಸಿದವ, ಕಳುಹಿಸಿಕೊಟ್ಟವ. Send'-off, *n.* ಕಳುಹಿಸಿಕೊಡುವಿಕೆ. *v. t.* ಕಳುಹಿಸಿಕೊಡು.

Sen'e-schal (-shal), *n.* ಉಗ್ರಾಣಿ, ಪಾರುಪತ್ಯಗಾರ.

Sē'nīle, *a.* ಮುದಿ, ವೃದ್ಧ. Se-nil'i-ty, *n.* ಮುಪ್ಪು, ವೃದ್ಧಾಪ್ಯ.

Sē'ni-ŏr, *a.* ಹಿರಿ, ಹಿರಿಯ, ಜ್ಯೇಷ್ಠ. *n.* ಹಿರಿಯ. Sē-ni-or'i-ty, *n.* ಹಿರಿಯತನ, ಜ್ಯೇಷ್ಠತ್ವ.

Sen'na, *n.* *(Cassia angustifolia, Vahl.)* ನೆಲಾವರಿಕೆ, "ಸೋನಾಮುಖಿ".

Sen'nīght (sen'nīt), *n.* ಏಳು ದಿವಸ, ವಾರ; on Tuesday s. ಆಚೇ ಮಂಗಳವಾರ.

Sen-sā'tiŏn, *n.* ತಿಳಿಯುವಿಕೆ, ಇಂದ್ರಿಯಜನ್ಯ ಜ್ಞಾನ; 2. ವೇದನೆ; 3. ಆಶ್ಚರ್ಯ, ಕೌತುಕ, ಕ್ಷೋಭೆ, ಬೆಗಡು. Sen'sāte, *v. t. r.* ನೋಡು, ಕೇಳು, ತಿಳುಕೊಳ್ಳು. Sen-sā'tiŏn-al, *a.* ತಿಳಿಯುವಿಕೆಯ; 2. ಆಶ್ಚರ್ಯಕರ, ಕೌತುಕದ. Sen-sā'tiŏn-al-ism, *n.* ಆಶ್ಚರ್ಯ, ಕೌತುಕ.

Sense, *n.* (perception) ಅರುವು, ತಿಳಿಯುವಿಕೆ, ಜ್ಞಾನ; 2. (faculty of s.) ಇಂದ್ರಿಯ, ಜ್ಞಾನೇಂದ್ರಿಯ; the five senses ಪಂಚೇಂದ್ರಿಯ; 3. (understanding) ಬುದ್ಧಿ; 4. (opinion) ಅಭಿಪ್ರಾಯ; 5. (meaning) ಅರ್ಥ; common s. ಬುದ್ಧಿ, ಮತಿ; good s. ಬುದ್ಧಿ, ಸ್ವಸ್ಥ ಬುದ್ಧಿ; a man of s. ಬುದ್ಧಿವಂತ; out of one's senses ಹುಚ್ಚ; he is out of his senses ಅವನು ಹುಚ್ಚನು; he has lost his senses ಅವನ ಬುದ್ಧಿ ಕೆಟ್ಟುಹೋಯಿತು, ಅವನು ಬುದ್ಧಿಗೇಡ; to recover one's senses ಚೇತರಿಸಿಕೊಳ್ಳು. Sense'less, *a.* ಅರುವಿಲ್ಲದ; 2. ಬುದ್ಧಿ ಇಲ್ಲದ, ಬುದ್ಧಿಗೆಟ್ಟ, ಮತಿಹೀನ. Sense'less-ness, *n.* ಅರುವು ತಪ್ಪಿರುವುದು; 2. ಬುದ್ಧಿಗೇಡಿತನ, ಅವಿವೇಕತ್ವ.

Sen-si-bil'i-ty, *n.* ತಿಳಿವಿಕೆ, ಅರುವು; 2. ಸೂಕ್ಷ್ಮ ಅರುವು, "ನಾಜೂಕುತನ". Sen'si-ble, *a.* ಕಾಣುವ, ಕೇಳುವ, ತಿಳಿಯುವ; air is not s. to the eye, but to the touch ಗಾಳಿ

ಯು ಕಣ್ಣಿಗೆ ಕಾಣುವುದಿಲ್ಲ ಸ್ಪರ್ಶಕ್ಕೆ ತಿಳಿಯುವುದು, ಗಾಳಿ ಕಣ್ಣಿಗೆ ಕಾಣುವಂಥಾದ್ದಲ್ಲ ಸ್ಪರ್ಶಕ್ಕೆ ತಿಳಿಯುವಂಥಾದ್ದು; the ear is s. of sound ಕಿವಿಯು ಧ್ವನಿಯನ್ನು ಕೇಳುವುದು; I was not s. of his anger ಅವನ ಸಿಟ್ಟು ನನಗೆ ಕಾಣಲಿಲ್ಲ; 2. ಸೂಕ್ಷ್ಮ, "ನಾಜೂಕಿನ"; 3. ಬುದ್ಧಿಯ; a s. man ಬುದ್ಧಿವಂತ, ವಿವೇಕಶಾಲಿ, ಪ್ರಾಜ್ಞ. **Sen'si-ble-ness**, *n.* ತಿಳಿಯುವಿಕೆ, ಅರುವು; 2. ಬುದ್ಧಿ, ವಿವೇಕ. **Sen'si-bly**, *ad.* ತಿಳಿಯುವಂತೆ, ಕಾಣುವ ಹಾಗೆ; 2. ಬುದ್ಧಿಯಿಂದ, ವಿವೇಕವಾಗಿ. **Sen'si-tive**, *a.* ಅರುವುಳ್ಳ, ತಿಳುಕೊಳ್ಳುವ; 2. ಸೂಕ್ಷ್ಮ; 3. ಮೃದು ಮನಸ್ಸಿನ; 4. (plant) ಮುಟ್ಟಿದರೆ ಮುನಿವ, ಮುಟ್ಟಲು ಮುರಕಿ, ಒಳಮುಚ್ಚಕ, ಹೊರಮುಚ್ಚಕ. **Sen'si-tive-ly**, *ad.* ಅರಿದು; 2. ಸೂಕ್ಷ್ಮ ಮನಸ್ಸಾಗಿ. **Sen'si-tive-ness**, *n.* ಸೂಕ್ಷ್ಮತೆ, "ನಾಜೂಕು"; s. of the eye, ear, *etc.* ಸೂಕ್ಷ್ಮ ಕಣ್ಣು, ಸೂಕ್ಷ್ಮ ಕಿವಿ ಇ.; s. of perception ಸೂಕ್ಷ್ಮ ಬುದ್ಧಿ; s. of the mind ಸೂಕ್ಷ್ಮ ಮನಸ್ಸು. **Sen'si-tive plant**, *n.* (*Mimosa pudica, L.*), *see* Humble plant. **Sen-sō'ri-um, Sen'sŏr-y**, *n.* ಇಂದ್ರಿಯ, ಜ್ಞಾನೇಂದ್ರಿಯ. **Sen'sụ-al (-shụ-)**, *a.* ಇಂದ್ರಿಯದ; 2. ಕಾಮದ, ವಿಷಯಾಸಕ್ತಿಯುಳ್ಳ, ಭೋಗಿಯಾದ, ಭೋಗದ. **Sen'sụ-al-ist (-shụ-)**, *n.* ಭೋಗಿ, ಕಾಮಿ, ಕಾಮಾತುರ, ವಿಷಯಾಸಕ್ತ, ಇಂದ್ರಿಯಾರಾಮ. **Sen-sụ-al'i-ty (-shụ-)**, *n.* ವಿಷಯಲಾಂಪಟ್ಯ, ವಿಷಯಾಸಕ್ತಿ, ಅಗಭೋಗ. **Sen'sụ-al-ly (-shụ-)**, *ad.* ವಿಷಯಾಸಕ್ತವಾಗಿ, ಕಾಮಾತುರವಾಗಿ. **Sen'sụ-ous**, *a.* ಇಂದ್ರಿಯದ.

Sent, *pt. & pp. of* Send.

Sen'tence, *n.* ಮಾತು, ಅಭಿಪ್ರಾಯ; 2. (*law*) ತೀರ್ಪು; to pronounce s. ದಂಡನವಿಧಿಯನ್ನು ನುಡಿ; 3. (*gram.*) ವಾಕ್ಯ; order of words in a s. ಸಮನ್ವಯ. *v. t. r.* (*pr.* -tenst) ತೀರ್ಪು ಕೊಡು, "ಠರಾವು" ಮಾಡು. **Sen-ten'tiŏus**, *a.* ಸೂತ್ರಮಯ, ಗುಂಬಾರ್ಥದ, ಅರ್ಥಪುಷ್ಟ. **Sen-ten'tiŏus-ly**, *ad.* ಸೂತ್ರಮಯವಾಗಿ, ಗುಂಬಾರ್ಥವಾಗಿ, ಸಂಕ್ಷೇಪವಾಗಿ. **Sen-ten'tiŏus-ness**, *n.* ಗುಂಬಾರ್ಥ, ಸಂಕ್ಷೇಪ, ಅರ್ಥಪುಷ್ಟಿ.

Sen'ti-ent (-shi-ent), *a.* ಅರುವುಳ್ಳ, ಜ್ಞಾನವುಳ್ಳ, ಪ್ರಜ್ಞಾವಂತ. *n.* ಜ್ಞಾನವುಳ್ಳ ಪ್ರಾಣಿ. **Sen'ti-ent-ly (-shi-ent-)**, *ad.* ಅರುವಾಗಿ, ಅರುವಿನಿಂದ, ತಿಳುಕೊಳ್ಳುತ್ತಾ.

Sen'ti-ment, *n.* ಮನಸ್ಸು, ಭಾವ; 2. ಅಭಿಪ್ರಾಯ, ತಾತ್ಪರ್ಯ; 3. ರಸ. **Sen-ti-ment'al**, *a.* ಶೃಂಗಾರ, ಕರುಣ ಈ ಎರಡು ರಸಗಳು ಹೆಚ್ಚಿರುವ, ರಸಿಕ. **Sen-ti-ment'al-ist**, *n.* ರಸಿಕ. **Sen-ti-men-tal'i-ty**, *n.* ಶೃಂಗಾರಭಾವ. **Sen-ti-ment'al-ly**, *ad.* ಶೃಂಗಾರಭಾವವಾಗಿ.

Sen'ti-nel, Sen'try, *n.* ಕಾವಲಿಯುವ, ಪಹರೆಯುವ, ಪಹರೆಕಾರ. **Sen'try-go**, *n.* ಪಹರೆಕಾರನ ಚಲನೆ.

Se'pal, *n.* ಹೂವಿನ ತುಂಬಿನ ದಳ.

Sep'ar-āte, *v. t. r.* ಬೇರೆ ಬೇರೆ ಮಾಡು, ವಿಂಗಡಿಸು, ಪ್ರತ್ಯೇಕಿಸು. *v. i.* ಅಗಲು, ಬೇರೆಯಾಗು. *a.* ವಿಂಗಡ, ಪ್ರತ್ಯೇಕ, ಬೇರೆ, ವಿಭಿನ್ನ, ಪೃಥಕ್ಕಾಗಿರುವ, ವಿವಿಕ್ತ. **Sep'ar-a-ble**, *a.* ಪ್ರತ್ಯೇಕಿಸಲಾಗುವಂಥ. **Sep'ar-āte-ly**, *ad.* ಬೇರೆಯಾಗಿ, ಪ್ರತ್ಯೇಕವಾಗಿ; 2. ಬೇರೆಬೇರೆಯಾಗಿ, ಒಂದೊಂದಾಗಿ, ಒಬ್ಬೊಬ್ಬನಾಗಿ, ಪೃಥಕ್ಕಾಗಿ. **Sep-ar-ā'tiŏn**, *n.* ಅಗಲುವಿಕೆ, ವಿಂಗಡ, ವಿಯೋಗ, ವಿರಹ. **Sep'ar-a-tist**, *n.* ಮತಭೇದದವ, ಹಟವಾದಿ.

Sep'i-a, *n.* ಮೀಳ; 2. ಕಪ್ಪು ಕಂದು ಬಣ್ಣ.

Sep'i-ment, *n.* ಬೇಲಿ, ಆವರಣ.

Se-pis'tan, s.-plum, *n.* (*Cordia myxa. L.*) ಚಳ್ಳೆ ಮರ, ಚಳ್ಳ—, ಮಣ್ಣಡಿಕೆ ಮರ.

Sē'poy, *n.* "ಸಿಪಾಯಿ".

Seps, *n.* ಓತಿಯ ಜಾತಿ, ಹಾವುರಾಣಿ.

Sept, *n.* ಕುಲ, ವಂಶ; *pref.* ಸಪ್ತ.

Sept-aṅ'gū-lar, *a.* ಸಪ್ತಕೋಣದ.

Sep-tem'bĕr, *n.* ಪಾಶ್ಚಾತ್ಯಕಾಲಗಣನೆಯಲ್ಲಿ ಒಂಬತ್ತನೇ ತಿಂಗಳು.

Sep-ten'ni-al, *a.* ಏಳು ವರ್ಷವಿರುವ, ಏಳೇಳು ವರ್ಷಕ್ಕೊಮ್ಮೆ ಬರುವ. **Sep-ten'ni-al-ly**. *ad.* ಏಳೇಳು ವರ್ಷಕ್ಕೊಮ್ಮೆ.

Sep'tic, -'ti-cal, *a.* ಕೊಳೆಸುವ.

Sep-ti-lat'ĕr-al, *a.* ಸಪ್ತಭುಜ.

Sep-tū-a-ġen-ā'ri-an, -aġ'en-ar-y. *n.* ಎಪ್ಪತ್ತು ವರ್ಷದವ.

Sep'tū-a-ġint, *n.* ಹಳೆ ಒಡಂಬಡಿಕೆ ಎಂಬ ಗ್ರಂಥಸಂಗ್ರಹದ ಗ್ರೀಕ ಭಾಷಾಂತರ (*abbr.* LXX).

Sep'ul-chre, -chĕr (-kĕr), *n.* "ಗೋರಿ", ಸಮಾಧಿ; whited s. ಸುಣ್ಣಾ ಬಳಿದ ಗೋರಿ. *v. t. r.* ಹೂಣಿಡು, ಸಮಾಧಿಯಲ್ಲಿಡು. **Se-pul'chral (-kral)**, *a.* ಸಮಾಧಿಯ, ಸತ್ತವರ.

Sep'ul-tūre, *n.* ಪ್ರೇತಕರ್ಮ, ಉತ್ತರಕ್ರಿಯೆ. ಹೂಳಿಡುವುದು.

Se-quā'ciŏus, *a.* ದಾಸಭಾವದ, ಅನುಗಾಮಿ.

Sē'quel, *n.* ಶೇಷ ಭಾಗ, ಉತ್ತರಾರ್ಧ; 2. ಅಂತ್ಯ, ಮುಗಿವು, ಸಮಾಪ್ತಿ; in the s. ಕಡೆಗೆ.

Sē'quence, *n.* ತರುವಾಯ ಬರೋಣ; 2. ಫಲ, ಅಂತ್ಯ, ಮುಗಿವು. **Sē-quent'**, **Se-quen'-tial** (-kwen'shal), *a.* ಕ್ರಮೇಣವಾದ, ಒಂದರಿಂದೊಂದು ಬರುವ. **Sē-quen'tial-ly** (-kwen'shal-), *ad.* ಒಂದರಿಂದೊಂದು.

Se-ques'tĕr, **-ques'trāte** (-kwes-), *v. t. r.* ಕಟ್ಟಿಹಾಕು, "ಜಪ್ತಿ" ಮಾಡು; 2. ಒತ್ತಟ್ಟಿಗಿಡು, ಬೇರೆ ಇಡು; s. one's self ಬೇರೆ ಇರು. **Seq-ues-trā'tiŏn** (sek-wes-), *n.* ಕಟ್ಟಿ ಹಾಕೋಣ, "ಜಪ್ತಿ", ಮುಟ್ಟುಗೋಲು.

Sē'quin, *n.* ಇತಲಿ ದೇಶದ ಚಿನ್ನದ ನಾಣ್ಯ (ಸುಮಾರು ಐದು ರೂಪಾಯಿದ್ದು).

Se-ragl'iō (-ral'yō), *n.* "ತುರ್ಕಿ" ಮಹಾರಾಜನ ಅರಮನೆ; 2. ಅಂತಃಪುರ, "ಜನಾನಾಖಾನೆ"; 3. ಸೂಳೇ ಮನೆ; guard of a s. ಕಂಚುಕಿ.

Se-rā'ī, *n.* ಛತ್ರ, ಧರ್ಮಶಾಲೆ.

Ser'aph (-af), *n.* ಶ್ರೇಷ್ಠ ದೇವದೂತನೊಬ್ಬ, "ಸೆರಫಿಯನು". **Se-raph'ic**, **-i-cal** (-raf-), *a.* "ಸೆರಫಿಯನ", ದಿವ್ಯ, ಸ್ವರ್ಗೀಯ. **Se-raph'i-cal-ly**, *ad.* "ಸೆರಫಿಯ"ನಂತೆ, ದಿವ್ಯವಾಗಿ.

Sēre, *a.* ಒಣಗಿದ, ಬಾಡಿದ.

Ser-e-nāde', *n.* ರಾತ್ರಿಯಲ್ಲಿ ಒಬ್ಬರ ಮನೆಯ ಮುಂದೆ ಆಗುವ ಗಾಯನ; 2. ಒಬ್ಬ ಸ್ತ್ರೀಗೆ ಪ್ರೇಮ ಸೂಚಿಸುವ ಸಂಧ್ಯಾಗಾಯನ.

Se-rēne', *a.* ನಿರ್ಮಲ, ಸ್ವಚ್ಛ; 2. ಶಾಂತ. *v. t. r.* ಶಾಂತಮಾಡು. **Se-rēne'ly**, *ad.* ಶಾಂತವಾಗಿ. **Se-rēne'ness**, **Se-ren'i-ty**, *n.* ನಿರ್ಮಲತೆ; 2. ಶಾಂತಿ, ಸ್ವಾಸ್ಥ್ಯ.

Sĕrf, *n.* ದಾಸ, ಹೊಲೆಯಾಳು; s. attached to the soil ಮೂಲಿ ಹೊಲೆಯ, ಕೊಂಡಾಳು, ಅಡಿಯಾಳು *(S. C.)*, ಜಮೆದಾಳು *c. g.*, ಮಣ್ಣಾಳು, ಜೀತದಾಳು. **Sĕrf'dŏm**, *n.* ದಾಸತ್ವ.

Sĕrge, *n.* ಒಂದು ಬಗೆಯ "ಸಕಲಾತಿ".

Ser'geant (sär'jent), *n.*, *see* Serjeant.

Sē'ri-al, *n.* ಅಂಶ ಅಂಶವಾಗಿ ಹೊರಡುವ ಪುಸ್ತಕ. *a.* ಸಾಲಾಗಿರುವ. **Sē'ri-al-ly**, *ad.* ಒಂದೊಂದಾಗಿ, ಅಂಶ ಅಂಶವಾಗಿ. **Sē'ri-āte**, *v. t. r.* ಸಾಲ್ಗೊಳಿಸು, ಪಾಂಕ್ತಗೊಳಿಸು. **Sē'ri-ā-tim**, *ad.* ಒಂದು ವಿಷಯಾನಂತರ ಒಂದು, ಪಾಂಕ್ತ.

Sē'ri-ēs, *n.* ಸಾಲು, ವರಿಸೆ, ಒಟ್ಟು.

Sē'ri-ŏus, *a.* ಗಂಭೀರ; 2. ಖಂಡಿತ, ಖರೆ; 3. ಭಾರವಾದ; 4. ಭಯದ, ಮೋಸದ; s. illness "ಕಸ್ತು" ಸಂಕಟ, ಗಡುಸು ಸಂಕಟ. **Sē'ri-ŏus-ly**, *ad.* ಗಂಭೀರವಾಗಿ; 2. ಖಂಡಿತವಾಗಿ, ಖರೆಯಾಗಿ; 3. ಬಹಳವಾಗಿ. **Sē'ri-ŏus-ness**, *n.* ಗಾಂಭೀರ್ಯ, ಮುಖ್ಯತೆ.

Sĕr'jeant (sär'jent), *n.* "ಹವಾಲದಾರ".

Sĕr'mon, *n.* ಭಾಷಣ, ಪ್ರಸಂಗ, ಜ್ಞಾನೋಪದೇಶ; 2. ಬುದ್ಧಿವಾದ. **Sĕr'mon-īze**, *v. t. & i. r.* ಭಾಷಣ ಮಾಡು, ಪ್ರಸಂಗಿಸು; 2. ಬುದ್ಧಿ ಹೇಳು.

Sē'rŏus, *a.* ತಿಳುವಾದ, ನೀರಿನಂಥಾ, ರಕ್ತಸಾರದಂಥಾ.

Sĕr'pent, *n.* ಹಾವು, ಸರ್ಪ; s.'s skin ಕಂಚುಕ, ಪೊರೆ; 2. ಕಪಟಿ, ಮೋಸಗಾರ; 3. ಆಕಾಶ ಬಾಣ; 4. ತುತೂರಿ. **Sĕr'pen-tīne**, *a.* ಸರ್ಪಾಕಾರದ, ಡೊಂಕಾದ.

Ser'rāte, **Ser'rāt-ed**, *a.* ಗರಗಸದ ಹಾಗಿರುವ, ಕರಗಸದ—.

Ser'ried (-rid), *a.* ದಟ್ಟ, ಗುಂಪುಕಟ್ಟಿದ.

Sē'rum, *n.* ನೆಣ, ರಕ್ತಸಾರ, ವಸೆ, ರಸ, ಮೊಸರಿನಲ್ಲಿ ಒಡೆದ ನೀರು; the s. on a wound ರಸಿಕೆ, ಕೀವು.

Ser'val, *n.* ಕಾಡುಬೆಕ್ಕು.

Sĕr'vant, *n.* ಆಳು, ಜೀತದಾಳು, ಸೇವಕ, ಊಳಿಗದವ, ಚಾಕರಿಯವ, "ನೌಕರ", ಪರಿಚಾರಕ; s.-girl, s.-maid ತೊತ್ತು, ದಾಸಿ, ಚಾಕರಿಯವಳು; domestic servants ಆಳುಮಕ್ಕಳು; your humble s. ವಿನಯ ವಿಧೇಯ ಸೇವಕ.

Sĕrve, *v. t. r.* ಸೇವಿಸು, ಊಳಿಗ ಮಾಡು *c. g.*, ಚಾಕರಿ ಮಾಡು; 2. (s. at meals) ನೀಡು, ಬಡಿಸು; s. up, s. out ನೀಡು, ಬಡಿಸು; 3. (satisfy, promote) ಸಾಕಾಗು *c. d.*, ಅಕ್ಕರೆಯಾಗು *c. d.;* that will not s. my turn ಇದು ನನಗೆ ಸಾಕಾಗದು, —ನನಗೆ ಅಕ್ಕರೆಯಾಗದು, —ನನ್ನ ಕೆಲಸಕ್ಕೆ ಬರುವುದಿಲ್ಲ; 4. (do duty for) ಬರು, ಆಗು, *as*, a sofa may s. one for a seat and for a couch ಮಂಚವು ಕೂತ್ರಲಿಕ್ಕೂ ಮಲಗಲಿಕ್ಕೂ ಬರುವುದು, —ಆಸನವೂ ಶಾಯಿಗೆಯೂ ಆಗುವುದು; this will s. for medicine ಇದು ಔಷಧಕ್ಕೆ ಬರುವುದು; 5. (treat) ನಡಿಸು, ಮಾಡು, *as*, he served me very ill ನನಗೆ ಬಹಳ ಅನ್ಯಾಯ ಮಾಡಿದನು, ನನ್ನನ್ನು ಕ್ರೂರವಾಗಿ ನಡಿಸಿದ, ನನಗೆ ಬಹಳ ಕಷ್ಟ ಕೊಟ್ಟ; I will not s. him in his kind ನಾನವನಿಗೆ ಮುಯ್ಯಿಗೆ ಮುಯ್ಯಿ ಮಾಡುವುದಿಲ್ಲ, ನಾನವನಿಗೆ ಬದಲಿಗೆ ಬದಲು ಕೊಡುವುದಿಲ್ಲ; it served him right ಅದು

ಅವನಿಗೆ ತಕ್ಕ ಶಿಕ್ಷೆಯಾಯಿತು, —ಅವನಿಗೆ ಪ್ರತಿ ಪ್ರಾಯಶ್ಚಿತ್ತವಾಯಿತು; s. an attachment, s. an execution "ಜಪ್ತಿ" ಮಾಡು; s. a warrant on one ಒಬ್ಬನನ್ನು "ಪರವಾನಿ"ಯಿಂದ ಹಿಡತರು; s. a writ upon one ಒಬ್ಬನಿಗೆ "ಪರವಾನಿ" ಓದಿ ಕೊಡು; s. an office ಉದ್ಯೋಗ ನಡಿಸು; s. one out ಮುಯ್ಯಿಗೆ ಮುಯ್ಯಿ ಕೊಡು; s. one's self of ಉಪಯೋಗಿಸು, ಬಳಿಸಿಕೊಳ್ಳು; s. the time ಹೊತ್ತು ಬಂದ ಹಾಗೆ ಕೊಡೆ ಹಿಡಿ. *v. i.* ಸೇವೆಮಾಡು, ಊಳಿಗ—, ಚಾಕರಿ—; 2. "ಸಿಪಾಯಿ" ಕೆಲಸ ಮಾಡು, ದಂಡಿನಲ್ಲಿರು; 3. ಕೆಲಸಕ್ಕೆ ಬರು. Sĕr'vĕr, *n.* ಸೇವೆ ಮಾಡುವವ; 2. "ತಬಕು".

Sĕr'vice, *n.* ಸೇವೆ, ಚಾಕರಿ, ಕೆಲಸ, ಉದ್ಯೋಗ; 2. ಉಪಕಾರ, ಹಿತ; 3. ದಂಡಿನ ಕೆಲಸ, "ಸಿಪಾಯಿ"—; 4. ಉಪಯೋಗ, *as*, this will be of s. to me ಇದು ನನಗೆ ಉಪಯೋಗವಾದೀತು; 5. ಭಜನೆ, ಆರಾಧನೆ; burial s. ಪ್ರೇತಕ್ರಿಯೆ, ಉತ್ತರ—; divine s. ದೇವಾರಾಧನೆ; s. of song ಸಂಗೀತಸೇವೆ; s. book ಪ್ರಾರ್ಥನೇ ಪುಸ್ತಕ; 6. (profession of respect) ವಂದನೆ, ನಮಸ್ಕಾರ; 7. ಎಡೆ; 8. ಊಟದ ಪಾತ್ರೆಗಳು; s. of an attachment, a writ, *etc.*, *see* Serve; personal s. ಹುಕುಂ ಕೈಯಲ್ಲಿ ಕೊಟ್ಟುಬಿಡುವುದು. Sĕr'vice-a-ble, *a.* ಕೆಲಸಕ್ಕೆ ಬರುವ, ಉಪಯೋಗವಾದ; 2. ಜಾಗ್ರತೆಯುಳ್ಳ. Sĕr'vice-a-ble-ness, *n.* ಉಪಯುಕ್ತತ್ವ, ಪ್ರಯೋಜನ. Sĕr'vice-a-bly, *ad.* ಉಪಯೋಗವಾಗಿ; 2. ಜಾಗ್ರತೆಯಾಗಿ.

Sĕr'vīle, *a.* ಅಡಿಮೆಯ, ದಾಸನಾದ; 2. ನೀಚ. Sĕr-vil'i-ty, Sĕr'vīle-ness, *n.* "ಗುಲಾಮತನ", ದಾಸತ್ವ, ಬಂಟತನ; 2. ನೀಚತ್ವ. Sĕr'vi-tūde, *n.* ದಾಸತ್ವ, ಅಡಿಮೆ, ಸೇವೆ; penal s. ಕಠಿಣ "ಕಾಮಗಾರಿ", "ಟಾಪು".

Ses'a-me, Ses'a-mum, *n.* *(Sesamum indicum, Dec.)* ಎಳ್ಳು; open s. ಒಂದಾನೊಂದು ಸ್ಥಾನವನ್ನು ಸೇರುವ ಸದರ ಮಾರ್ಗ.

Ses'siŏn (se'shun), *n.* ಕೂಡ್ರುವುದು, ಕೂತಿರುವುದು; 2. ಸಭೆ, ಕೂಟ; 3. ಸಭೆ ಕೂಡಿರುವ ಕಾಲ; s. court (in India) ಅಪರಾಧ ವಿಚಾರಿಸುವ ಜಿಲ್ಲೆಯ ಮುಖ್ಯ ನಾಯಸ್ಥಾನ.

Sess'pool, *n.* ಬಚ್ಚಲಗುಂಡಿ, "ಪಾಯಿಖಾನೆಯ"—, ರಾಡಿ ಹೊಂಡ.

Set. *v. t. ir.* (set, set) ಇಡು, ಇಕ್ಕು, ಇರಿಸು, ಹಾಕು, ನಿಲ್ಲಿಸು; 2. (put in a condition) ಮಾಡು, ಹಚ್ಚು, ಆಗಮಾಡು; *see the phrases;* 3. (make fast) ಸಿಕ್ಕಿಸು; *pass.* ಸಿಕ್ಕಿಕೊಳ್ಳು; (fix the mind) ಮನಸ್ಸಿಡು, ಮನಸ್ಸು ಬಿಗಿಮಾಡಿಕೊಳ್ಳು, ನಿರ್ಧಾರ ಮಾಡು; (fix in the ground) ನೆಡು, ನೆಡಿಸು, ನಾಟು, ಹಚ್ಚು; (*as*, a precious stone in gold) ಕೆತ್ತು, ಕೆತ್ತಿಡು, ಕೆತ್ತಿಹಾಕು, ಕಟ್ಟು, ಖಚಿಸು; 4. (determine) ಕಟ್ಟು (the price), ನೇಮಿಸು, ಗೊತ್ತುಮಾಡು (the times); 5. (adjust, regulate) ಮೊನೆ ಮಾಡು, ಹದ—(a razor), ಸಮ ಮಾಡು (a clock), ಏರಿಸು (sails), ಕೂಡಿಸು, ಎಲುಬು ಕೂಡಿಸು (a fractured limb); 6. (stake at play) ಪಂತ ಹಾಕು; 7. (fit with music) ಹಾಡು, ಕಟ್ಟು; 8. (adorn, stud) ಕೆತ್ತು, ಖಚಿತ ಮಾಡು, ಖಚಿಸು; 2. (set *as*, a dog) ತೋರಿಸು; —set about ಕೈಹಚ್ಚು *c. d.*, ಆರಂಭಿಸು, ತೊಡಗು; set against ಈಡಿಗೆ ಹಾಕು, ಎದುರಿಗಿಡು; set agoing ನಡಿಸು, ಹಚ್ಚು, ಮೊದಲುಮಾಡು; set apart ಕಡೆಗಿಡು, ಸಿವಡಿಸು, ಇಟ್ಟುಕೊಳ್ಳು, ಪ್ರತ್ಯೇಕಿಸಿಡು; set a saw ಹಲ್ಲು ಕೊಡು, "ಚಪರಾಸ್" ಹಾಕು *c. d.;* the saw is set ಕರಗಸು "ಚಪರಾಸ್" ಇರುತ್ತದೆ; set the watch ಕಾವಲಿಡು; set aside ಬಿಡು, ಮೂಲೆಗೆ ಹಾಕಿಬಿಡು, ಅಲಕ್ಷ್ಯ ಮಾಡು; set at defiance... ಎದುರಿಗೆ ಮೀಸೆ ತಿರುವು, —ಕಾಲು ಕೆದರು, —ಭುಜವಪ್ಪಳಿಸು, ಸಡ್ಡುಹೊಡೆ, ಅಲಕ್ಷ್ಯ ಮಾಡು; set at ease ಸಮಾಧಾನ ಮಾಡು *c. d.*, —ಪಡಿಸು; set the heart at ease ಸಮಾಧಾನ ಮಾಡಿಕೊಳ್ಳು; set at naught ಹಾರಿಸಿಬಿಡು, ಅಸಡ್ಡೆ ಮಾಡು, ತಾತ್ಸಾರ—, ತಿರಸ್ಕರಿಸು; set a trap, set a snare ಬಲೆ ಒಡ್ಡು, —ಹಾಕು, ಮರುಳುಗೊಳಿಸ ನೋಡು; set at work ಕೆಲಸಕ್ಕೆ ಹಚ್ಚು; set before ...ಮುಂದಿಡು, ಎದುರಿಗಿಡು, ತೋರಿಸು; set by ಕಡೆಗಿಡು, ತಾತ್ಸಾರ ಮಾಡು, ತಿರಸ್ಕರಿಸಿಬಿಡು, ಬೆಲೆ ಕಟ್ಟು, "ಕಿಮ್ಮತ್ತು"—, ಕ್ರಯ—, ಲಕ್ಷ್ಯ ಮಾಡು; *as*, he set much by it, he set great store by it ಅದಕ್ಕೆ ಬಹಳ ಬೆಲೆ ಕಟ್ಟಿದ; he set great store by him ಅವನಿಗೆ ಬಹಳ ಲಕ್ಷ್ಯಮಾಡಿದ, ಅವನನ್ನು ಬಹಳ ಅಭಿಮಾನಿಸಿದ; set down ಬರೆದು ಹಚ್ಚು, ನೇಮಿಸು, ಜರಿದುಬಿಡು, ಸಿಟ್ಟುಮಾಡು *c. d.;* set eyes on (behold) ಕಾಣು, ಕಣ್ಣಿಡು; (look at) ನೋಡು; (fix one's eyes on)

...ಮೇಲೆ ಕಣ್ಣಿಡು; set foot ಹೆಜ್ಜೆ ಇಡು; set forth ತೋರಿಸು, ಪ್ರಸಿದ್ಧ ಮಾಡು, ಪ್ರಕಟಿಸು, "ಛಾಪಿಸು"; set forward ಮುಂದಕ್ಕೆ ನಡಿಸು, ಸಾಗಿಸು; s. free ಬಿಡಿಸು, ಬಿಡು ಗಡೆ ಮಾಡು; set in ಹಚ್ಚು; set in order ಸಮ ಮಾಡು, ಸರಿಯಾಗಿಡು, ಹೊಂದಿಕೆಯಾಗಿಡು, ಕ್ರಮಪಡಿಸು, ನೇಮಿಸು; set milk ಹಾಲು ಕೆನೆ ಕಟ್ಟಲಿಕ್ಕಿಡು, ಹಾಲಿಗೆ ಹೆಪ್ಪು ಹಾಕು; set off ಕಡೆಗಿಡು, ನಿವಡಿಸು, ಶೃಂಗರಿಸು, ಅಲಂಕರಿಸು, ಹೊಗಳು, ಸರಿನೋಡು; set on, set upon (incite) ಹಚ್ಚು, ಎಬ್ಬಿಸು; (employ) ಹಚ್ಚು; (fix the mind) ಮನಸ್ಸಿಡು; set one's self against ವಿರೋಧಿಸು, ವಿರೋಧವಾಗಿರು; set one's hand and seal ಸಹಿ ಹಾಕಿ ಮೊಹರು ಒತ್ತು; set one's hand to ಪ್ರಾರಂಭಿಸು; set one's wits to ಆಲೋಚನಾಪರನಾಗು; set on fire ಬೆಂಕೀ ಹಚ್ಚು c. d., ಸಿಟ್ಟಿಗೆಬ್ಬಿಸು; set on foot ನಡಿಸು; set out ಹಂಚಿ ಕೊಡು, ಪಾಲು ಹಂಚು, ನಿವಡಿಸು, ಪ್ರತ್ಯೇಕಿಸು, ಶೃಂಗರಿಸು, ತೋರಿಸು, ಹೊಗಳು; set over ...ಮೇಲಿಡು c. g.; set right ಸಮಮಾಡು, ತಿದ್ದು, ಸುಧಾರಿಸು; set sail ಹಡಗು ಶೇವನ್ನು ಬಿಟ್ಟು ಪ್ರಯಾಣ ಹೊರಡು; set price on ಬೆಲೆಯನ್ನು ಪ್ರಕಟಿಸು; set one's face against ಎದುರಿಸು; set one's house in order ವ್ಯವಸ್ಥೆಗೊಳಿಸು; set one at ease ಸಮಾಧಾಯಿಸು; set the teeth on edge ಹಲ್ಲು ಚುಳಿಸು, —ಚಳಿಸು, —ಕೂಸಿಸು; set to ಹಚ್ಚು; set up ಕಟ್ಟು (a building), ನೆಡು, ನಡಿಸು (a post); (put in power) ಸ್ಥಾಪಿಸು; (begin) ಸ್ಥಾಪಿಸು, ಹಾಕು; (enable to begin business) ಹಚ್ಚು; ಹಚ್ಚು (a mark); (raise) ಹಾಕು, ಮಾಡು (a cry), ಹಿಡಿಸು, ಹಚ್ಚು (a new doctrine); (raise from depression) ಎಬ್ಬಿಸು, ಏಳಿಗೇ ಸ್ಥಿತಿಗೆ ತರು.

Set, *v. i. ir.* (set, set) (go down, *as*, the sun) ಮುಣುಗು, ಅಸ್ತಮಿಸು, ಅಸ್ತಮಯವಾಗು; 2. (plant) ಗಿಡಾ ಹಚ್ಚು, —ನೆಡು, —ನೆಡಿಸು, —ನಾಟು; 3. (strike root, germinate) ಬೇರೂರು, ಚಿಗುರು; 4. (become fixed) ಸ್ಥಿರವಾಗು, ಬಿಗಿಯಾಗು; 5. (congeal) ಹೆರು, ಹೆಪ್ಪುಗಟ್ಟು; 6. (tend towards) ದಾರೀ ಹಿಡಿ, ತಿರುಗು; 7. (*as*, a dog) ಬೇಟೀ ತೋರಿಸು; 8. (apply one's self) ಕೈ ಹಚ್ಚು, ಆರಂಭಿಸು, ತೊಡಗು; set about ಹತ್ತು, ಆರಂಭಿಸು, ತೊಡಗು; set back ಮುಗ್ಗರಿಸು, ತಡೆ ಹಾಕು, ಹಿಂದೆ ಸರಿಸು; set down ಬರಹ ಮೂಲಕ ತೋರಿಸು, ವಿವರಿಸು; set forward ಹೊರಡು, ಮುಂದರಿ; set in ಬರು, ಆರಂಭವಾಗು, ನೆಲೆಗೊಳ್ಳು; set off ಹೊರಡು; set on, set upon ಕೈಹಚ್ಚು, ಮುಂಗೊಳ್ಳು, ಆರಂಭಿಸು; (assault) ...ಮೇಲೆ ಬೀಳು, ಕಮ್ಮು; set out ಹೊರಡು, ಆರಂಭ ಮಾಡು; set to ಕೈಹಚ್ಚು; set up ಗೃಹಸ್ಥನಾಗು, ಉದ್ಯೋಗ ಮಾಡಲಿಕ್ಕೆ ಹತ್ತು, ಉದ್ಯೋಗಕ್ಕೆ ಪ್ರಾರಂಭಿಸು. ನೆವ ತೋರು, ತೋರಿಕೆಗೆ ಮಾಡು. Set'-off, *n.* ಜೋಡಿಗಿಟ್ಟದ್ದು; 2. ಶೃಂಗಾರ; 3. *(law)* ಪ್ರತಿಯಾಗಿ ಕೇಳಿದ್ದು.

Set, *pp. a.* ಗಟ್ಟಿ, ಸ್ಥಿರ; 2. (regular) ಕ್ರಮವಾದ, ಅಚ್ಚುಕಟ್ಟಾದ; 3. (established, prescribed) ಗೊತ್ತಿನ, ನಿಯಮದ, ಸ್ಥಾಪಿತ. *n.* ಅಸ್ತಮಾನ (of the sun, *etc.*); 2. (a young plant) ಅಗೆ, ಸಸಿ; 3. (an assortment) of two ಜೋಡು, of clothes "ದುಸ್ತು", of other things ರಾಶಿ, ಕಟ್ಟು; 4. (group, clique) ಕಟ್ಟು, ಬಣಿಕಟ್ಟು, ಕುಲ, ತಂಡ.

Sē-tā'ceous, *a.* ಮುಳ್ಳುಮೈಯ.

Sē'ton (sē'tn), *n.* ಬಾರದ ಬತ್ತಿ.

Set-tēe', *n.* ಮಂಚ.

Set'tĕr, *n.* ಇಡುವವ; 2. ಬೇಟೆನಾಯಿ.

Set'ting, *n.* ಇಡೋಣ, ಇರಿಸುವುದು; 2. ಸ್ಥಾಪನೆ; 3. ಅಸ್ತಮಾನ; s. gem ರತ್ನವನ್ನು ಕಟ್ಟಿರುವ ಚಿನ್ನದ ಚೌಕಟ್ಟು.

Set'tle (set'l), *v. t. r.* ನೆಲೆಗೊಳಿಸು, ತಳವೂರಿಸು, ಸ್ಥಿರ ಪಡಿಸು; 2. (to still) ಶಾಂತಿ ಪಡಿಸು; 3. (to clear) ತಿಳಿಗಟ್ಟಿಸು, ತೇರಿಸು, ತೇರಿಕ್ಕು; 4. ಕೂಡ್ರಿಸು, ಗಟ್ಟಿ ಮಾಡು (*as*, roads); 5. (determine) ನಿರ್ಣಯಿಸು, ನಿಶ್ಚಯಿಸು; 6. (adjust, *as*, accounts) ಬಗೆಹರಿಸು; *pass.* ಬಗೆಹರಿ; 7. (colonise) ವಸಾಹತ ಮಾಡು;— s. on, s, upon ಬರಕೊಡು. *v. i.* ಸ್ಥಿರವಾಗು; 2. (fix one's place) ನೆಲೆಗೊಳ್ಳು, ತಳವೂರು; 3. (enter into the married state) ಗೃಹಸ್ಥನಾಗು, ಸಂಸಾರವಮಾಡಲಿಕ್ಕೆ ಪ್ರಾರಂಭಿಸು; 4. (become clear, *as*, a liquid) ತಿಳಿಗಟ್ಟು, ತೇರಗಟ್ಟು; 5. (become hard, *as*, a road) ಕೂಡ್ರು, ಗಟ್ಟಿಯಾಗು; 6. (sink) ಕುಸಿಬೀಳು; 7. (become calm) ಶಾಂತವಾಗು, ಸಮಾಧಾನವಾಗು; 8. (adjust accounts, *etc.*) ಲೆಕ್ಕಾ ಬಗೆಹರಿಸು: *n.* ಆಸನ, ಕೂಡ್ರುವ ಪೀಠ; ship settles ಹಡಗು ಮುಳುಗಲಿಕ್ಕಾಗಿದೆ, —ಅಡಿಗೆ ಹೋಗುತ್ತದೆ. **Set'tled** (set'ld), *a.* ಬಗೆ ಹರಿದ, ನಿಶ್ಚಿತ, ಸ್ಥಿರವಾದ. **Set'tle-ment** (set'l-), *n.* ವ್ಯವಸ್ಥೆ; 2. ಸಂಸಾರ ಮಾಡಲಿಕ್ಕೆ ಹತ್ತೋಣ; 3. ತಳವೂರುವುದು, ವಸಾಹತ ಮಾಡುವುದು; 4. ಬಗೆಹರಿಯುವುದು, ತೀರ್ಗಡೆ, "ಕರಾರು"; paper of s. between disputants ಕಟ್ಟುತ್ತರ, ಖಂಡಪತ್ರ *(S. M.)*; 5. ಬರಕೊಡೋಣ; 6. (dregs) ಗಸಿ, ಮಡ್ಡಿ; 7. (jointure, *etc.*) ಸ್ತ್ರೀಧನ, ಬರಕೊಟ್ಟದ್ದು. **Set'tlĕr** (set'lĕr), *n.* ಸ್ಥಿರವಡಿಸುವವ; 2. ವಸಾಹತ ಮಾಡುವವ. **Set'tlings** (set'lingz), *n. pl.* ಮಡ್ಡಿ, ಕೆಸರು, ಗಸಿ.

Sev'en (sev'n), *a.* ಏಳು, ಸಪ್ತ; s. persons ಏಳ್ವರು, ಏಳು ಮಂದಿ. **Sev'en-fōld** (sev'n-), *a.* ಏಳಷ್ಟು. **Sev'en-nīght** (sen'nīt), *n.* ವಾರ, ಏಳು ದಿವಸ, ಸಪ್ತಾಹ. **Sev'en-tēen** (sev'n-tēn), *a.* ಹದಿನೇಳು. **Sev'en-tēenth** (sev'n-tēnth), *a.* ಹದಿನೇಳನೇ. **Sev'enth** (sev'nth), *a.* ಏಳನೇ. **Sev'enth-ly** (sev'nth-), *ad.* ಏಳನೇದಾಗಿ. **Sev'en-ti-eth**, *a.* ಎಪ್ಪತ್ತನೇ. **Sev'en-ty**, *a.* ಎಪ್ಪತ್ತು.

Sev'ĕr, *v. t. r.* ಬೇರೆ ಮಾಡು, ವಿಂಗಡಿಸು, ಪ್ರತ್ಯೇಕಿಸು, ಕೊಯ್ಯು, ಕತ್ತರಿಸು, ಕಡಿ, ಹರಿ. *v. i.* ಪ್ರತ್ಯೇಕವಾಗು, ಹರಿದುಹೋಗು. **Sev'ĕr-ance**, *n.* ಬೇರೆ ಮಾಡುವುದು, ವಿಂಗಡ.

Sev'ĕr-al, *a.* ಬೇರೆಬೇರೆ, ಒಂದೊಂದು, ತನ್ನತನ್ನ; 2. ಕೆಲವು. *n.* ಕೆಲವರು. **Sev'ĕr-al-ly**, *ad.* ಬೇರೆಬೇರೆಯಾಗಿ, ಒಂದೊಂದಾಗಿ, ಪ್ರತ್ಯೇಕವಾಗಿ. **Sev'eral-ty**, *n.* ಅವಿಭಕ್ತ ಭೂಸ್ವಾಸ್ಥ್ಯ.

Se-vēre', *a.* (strict, harsh, rigid) ಕಠಿಣ, ನಿಷ್ಠುರ, ಗಡುಸಾದ, ಖಂಡತುಂಡ, "ಖಡಾಖಡಿ" (speech); 2. (sharp, violent) ಕಡು, ಜೋರು, ನಿಬಿಡ (cold). **Se-vēre'ly**, *ad.* ನಿಷ್ಠುರವಾಗಿ, ಕಠಿಣವಾಗಿ, ಗಡುಸಾಗಿ, ಜಡಿದು. **Se-vĕr'i-ty**, *n.* ನಿಷ್ಠುರತ್ವ, ಕಠಿಣತ್ವ, ಗಡುಸು, ಬಿಗು, ಜೋರು.

Sew (sō), *v. t. r.* or *ir.* (sewed, sewn, *pr.* sōd, sōn) ಹೊಲಿ. *v. i.* ಹೊಲಿಗೇ ಕೆಲಸಾ ಮಾಡು; s. up ಹೊಲಿದುಬಿಡು. **Sew'ĕr** (sō'ĕr), *n.* ಹೊಲಿಯುವವ. **Sew'ing** (sō'ing), *n.* ಹೊಲಿಗೆ, ಹೊಲಿಯುವ ಕೆಲಸ.

Sew'ĕr (su'ĕr), ಗೊಜ್ಜಲುಕಾಲಿವೆ, ಗ್ರಾಮಸಂಕರ, ಗ್ರಾಮಸಾರದ ಬಚ್ಚಲು. **Sew'aġe** (su'ej), *n.* ಬಚ್ಚಲದ ನೀರು, "ಪಾಯಿಖಾನೆಯ" ನೀರು, ರೊಚ್ಚು ಮುಂ., ಗೊಜ್ಜಲು.

Sex, *n.* ಸ್ತ್ರೀಪುರುಷಭೇದ, ಜಾತಿ; the s., the fair s. ಸ್ತ್ರೀಜಾತಿ; the sterner s. ಪುರುಷಜಾತಿ. **Sex'ū-al**, *a.* ಸ್ತ್ರೀಪುರುಷಧರ್ಮದ, ಸ್ತ್ರೀಪುರುಷರ ಗೊಡವೆಯ; s. pleasure ಇಂದ್ರಿಯಸುಖಭೋಗ; to indulge in s. pl. ತೃತೀಯ ಪುರುಷಾರ್ಥದಲ್ಲಿ ಳಿ; s. intercourse ಸ್ತ್ರೀಪುರುಷ ಸಂಭೋಗ.

Sex-a-ġe-nā'ri-an, *a.* ಅರುವತ್ತು ವರ್ಷ ಪ್ರಾಯದ. *n.* ಅರುವತ್ತು ವರ್ಷ ಪ್ರಾಯದವ. **Sex-a-ġen'a-ry**, *a.* ಅರುವತ್ತರುವತ್ತು ವರ್ಷಕ್ಕೊಮ್ಮೆ ಸಂಭವಿಸುವ, ಅರುವತ್ತು ವರ್ಷ ಬಾಳುವ.

Sex'angle, *n.* ಷಟ್ಕೋಣ. **Sex'an'gū-lar**, *a.* ಷಟ್ಕೋಣದ.

Sex-en'ni-al, *a.* ಆರಾರು ವರ್ಷಕ್ಕೊಮ್ಮೆ ಸಂಭವಿಸುವ.

Sex'tant, *n.* ವೃತ್ತದ ಷಡಂಶ, ಸೂರ್ಯಯಂತ್ರ.

Sex'tŏn, *n.* (ಕ್ರೈಸ್ತ) ದೇವಾಲಯದ ಪರಿಚಾರಕ.

Shab'by, *a.* ಹರಕ, "ಚಿಂದಿಯಾದ", ನೀಚ, "ಭಿಕಾರಿಯಾದ". **Shab'bi-ly**, *ad.* ಹರಕಪರಕವಾಗಿ, ನೀಚವಾಗಿ. **Shab'bi-ness**, *n.* ಬಡತನ, ಹರಕುತನ.

Shab'rack, *n.* "ಜೀನಿನ" ಕೆಳಗಿನ ಕಂಬಳಿ.

Shack, *n.* ಹಕ್ಕಲ; 2. ಹೊಲದಲ್ಲಿ ದನ ಕಾಯುವುದು.

Shack'le, *n.* *(usually in the pl.)* ಸಂಕೋಲೆ, ಬೇಡಿ. *v. t. r.* ಸಂಕೋಲೆ ಹಾಕು *c. d.*, ಕಟ್ಟು.

Shad'dock, *n.* *(Citrus decumana, L.)* ಸಕ್ಕರೆಗಂಚಿ, ಚಕ್ಕೋತನ ಹಣ್ಣು.

Shāde, *n.* ನೆರಳು, ಛಾಯೆ, ಕತ್ತಲೆ; 2. ಮರೆ, ಆಶ್ರಯ; 3. ಭೂತ, ಪ್ರೇತ; 4. ಸೂಕ್ಷ್ಮಭೇದ; put into the s. ಒಬ್ಬನನ್ನು ಹಿಂದೆ ಹಾಕು. *v. t. r.* ...ಮೇಲೆ ನೆರಳು ಹಾಕು, —ಕೆಡವು; 2. ಕತ್ತಲೆ ಮಾಡು, ಮುಚ್ಚು—; 3. ಮರೆ ಮಾಡು *c.d.* **Shā'ded**, *a.* ಛಾಯಾಕ್ರಾಂತ. **Shāde'less**, *a.* ನೆರಳಿಲ್ಲದ. **Shā'di-ly**, *ad.* ನೆರಳಾಗಿ. **Shā'di-ness**, *n.* ನೆರಳು, ಮುಚ್ಚು. **Shā'dy**, *a.* ನೆರಳಿನ, ನೆರಳಾಗಿರುವ, ಛಾಯಾಚ್ಛಾದಿತ, ತಣ್ಣೆರಳಿರುವ.

Shad'ow (shad'ō), *n.* ನೆರಳು, ಛಾಯೆ; 2. ಕತ್ತಲೆ; 3. ಮರೆ, ಆಶ್ರಯ; 4. ಜತೆಗಾರ; 5. (indistinct image) ಬಿಂಬ, ಸುಳುವು; 6. (phantom) ಮಾಯ; s. of death ಪ್ರಾಣಸಂಕಟ, ಭಯಂಕರ ಕತ್ತಲೆ. *v. t. r.* ನೆರಳು ಕೊಡು *c. d.*; 2. ಆಶ್ರಯ ಕೊಡು. **Shad'ow-**

less, *a.* ನೆರಳಿಲ್ಲದ. Shad'ōw-y (shad'ō-i), *a.* ನೆರಳಿನ; 2. ಮಬ್ಬು; 3. ನೆರಳಿನಂಥ; 4. ಕನಸಿನಂಥ, ಮಾಯದ.

Shaft, *n.* ಕಾವು; 2. ಬಾಣ; 3. ಕಂಬ; 4. ಶಿಖರ (of a tower); 5. ಈಸು, ಈಚು (of a plough or cart). Shaft'-horse, *n.* ಬಂಡಿ ಕುದುರೆ.

Shag, *a.* ದೊರಗು ಕೂದಲು, —ರೋಮ, ಜೊಂಡು. Shag'ged, Shag'gy, *a.* ದೊರಗು ರೋಮವುಳ್ಳ, ದೊರಗಾದ, ಜೊಂಡಿನ.

Shag, *n.* ನೀರುಕಾಗೆ.

Sha-grēen', *n.* ಗುಳ್ಳೆಗುಳ್ಳೆಯಿರುವ ತೊಗಲು.

Shäh (shạ), *n.* "ಪಾರ್ಸಿಯರ" ರಾಜ, —"ಪಾದಶಹ".

Shāke, *v. t. ir.* (shọọk, shā'ken, *pr.* shụk, shā'kn) ಅಲ್ಲಾಡಿಸು, ಅಗಲಾಡಿಸು, ಕದಲಿಸು; s. off ಝಾಡಿಸು; s. hands with ಕೈಕೊಡು; *pass.* & *v. i.* ಅಲ್ಲಾಡು, ಅಗಲಾಡು, ಅದರು, ಕಂಪಿಸು, ನಡುಗು; s. *as*, a drunken or weak man ತತ್ತರಿಸು, ತತ್ತರಿಸ್ಯಾಡು; 2. (water) ತುಳುಕು, ತೋಕ್ಯಾಡು. *n.* ಅದರು, ಕಂಪ, ನಡುಗು; 2. (in timber) ಬಿರುಕು. Shāk'en, *pp. a.* ಕದಲಿಸಿದ, ಶಿಥಿಲವಾದ. Shā'ky, *a.* ಅಲ್ಲಾಡುವ, ಅದ್ರ.

Shak'ō, *n.* "ಸಿಪಾಯಿಗಳ" ಟೊಪ್ಪಿ.

Shāle, *n.* ಸಿಪ್ಪೆ, ಉಮ್ಮಿ; 2. ಪದರುಕಲ್ಲು.

Shall, *aux. v. ir.* (*pt.* shọuld, *pr.* shụd; *infinitive, imperative, and participles are wanting*), 1. (necessity *or* duty): *a) in the 2nd and 3rd persons, as,* you s. go ನೀನು ಹೋಗಬೇಕು; he s. go ಅವನು ಹೋಗತಕ್ಕದ್ದು; you *shall* go ನೀವು ಹೋಗಲೇ ಬೇಕು, —ಹೋಗೇ ಹೋಗಬೇಕು, —ಅಗತ್ಯವಾಗಿ ಹೋಗಬೇಕು; *b) in the* 1st *and* 3rd *p. in a question, as,* s. I go? ನಾನು ಹೋಗಲೋ? —ಹೋಗಬೇಕೇನು? s. he go? ಅವನು ಹೋಗಬೇಕೋ? *c)* should *expresses duty in the 2nd and 3rd p., as,* he *should* do it whether he will or not ಮನಸ್ಸಿದ್ದರೂ ಇಲ್ಲದಿದ್ದರೂ ಅವನದನ್ನು ಮಾಡತಕ್ಕದ್ದು; 2. *future tense: a) in the 1st p., as,* I shall go ನಾನು ಹೋಗುವೆನು, ನಾನು ಹೋಗುತ್ತೇನೆ; *b) in the 2nd p. in a question, as,* s. you go? ನೀನು ಹೋಗುವಿಯೋ? —ಹೋಗುತ್ತೀಯೋ? ಹೋಗುತ್ತೀಯೇನು? *c) in the 2nd and 3rd p. after* think, say, *etc., in such phrases as,* you say you s. go ಹೋಗುತ್ತೇನನ್ನುತ್ತೀ; he thinks he s. go ಹೋಗುತ್ತೇನನ್ನುತ್ತಾನೆ; *d) in all three persons after* if, whether, *as,* if you s. say they are thieves ಅವರು ಕಳ್ಳರೆಂತ ನೀನು ಹೇಳುವಿಯೆಂದರೆ, —ಕಳ್ಳರೆಂದು ನೀನು ಹೇಳುವದಾದರೆ, —ಕಳ್ಳರೆಂದು ನೀನು ಹೇಳಿದರೆ; if he should lose his book ಅವನು ತನ್ನ ಪುಸ್ತಕ ಕಳಕೊಂಡರೆ, —ತನ್ನ ಪುಸ್ತಕವನ್ನು ಕಳಕೊಳ್ಳುವದಾದರೆ; 3. *(present tense) in all three persons after* if *understood in the phrases* I should like, I should think, *as,* I should like to go ನನಗೆ ಹೋಗುವ ಮನಸ್ಸದೆ; I should think ನೆನಸುತ್ತೇನೆ, ನನಗೆ ಕಾಣುತ್ತದೆ, ತೋರುತ್ತದೆ.

Shal'lop, *n.* ಸಣ್ಣ ದೋಣಿ.

Shal'lōw (-lō), *a.* ಆಳವಿಲ್ಲದ, ಕಿರಿ (water); 2. ಅಲ್ಪ ಬುದ್ಧಿಯ (mind). *n.* ಆಳವಿಲ್ಲದ ಸ್ಥಳ, ಕಿರಿ ನೀರು. Shal'low-ness, *n.* ಆಳವಿಲ್ಲದಿರೋಣ; 2. ಅಲ್ಪಮತಿ, ಮೂಢತೆ.

Shalt, *2nd p. sing. pres. of* Shall, *q. v.*

Sham, *a.* ಆಟದ, ಸುಳ್ಳು; 2. ಕಪಟದ. *v. t. r.* (shammed, *pr.* shamd) ಮೋಸ ಮಾಡು *c. d.*, ಠಕ್ಕಿಸು; 2. ನಟಿಸು, ವೇಷ ಹಾಕು *c. g.*; s. Abraham ಬೇನೆಯುವನೆಂತ ಠಕ್ಕಿಸು. *v. i.* ಮೋಸ ಮಾಡು. *n.* ಮೋಸ, ವೇಷ. Sham'mĕr, *n.* ಮೋಸಗಾರ.

Sham'an, *n.* ಸೈಬೀರಿಯದ ಕೆಲವು ಬಣಗಳ ಜನರ ಪೂಜಾರಿ. Sham'an-iṣm, *n.* ಸೈಬೀರಿಯದ ಕೆಲವು ಬಣಗಳ ಜನರ ಮತ.

Sham'ble, *v. i. r.* ಎಳೆದು ನಡೆ. Sham'bling, *n.* ವಿಕಾರವಾಗಿ ನಡೆಯುವುದು.

Sham'bleṣ (-blz), *n. pl.* ಕಟಿಕನ ಅಂಗಡಿ.

Shāme, *n.* ನಾಚಿಕೆ, ಲಜ್ಜೆ, ಹೇವ; 2. ಅವಮಾನ; for s. ಛೀ; expose one to s. ಸ್ವರೂಪಭಂಗ ಮಾಡು; lost to s. ಲಜ್ಜಾಹೀನ; put to s. ನಾಚಿಸು, ನಾಚಿಕೆ ಪಡಿಸು; *v. t. r.* ನಾಚಿಕೆಪಡಿಸು, ನಾಚಿಸು. *v. i.* ನಾಚು, ನಾಚಿಕೊಳ್ಳು. Shāme'fāced (-fāst), *a.* ನಾಚಿಕೆಯುಳ್ಳ, ಭೀಡೆಯುಳ್ಳ, ಲಜ್ಜೆಯುಳ್ಳ. Shāme'fụl, *a.* ನಾಚಿಕೆಯ, ಲಜ್ಜೆ ಹುಟ್ಟಿಸುವ, ಅಪಕೀರ್ತಿಯ. Shāme'fụl-ly, *ad.* ಅಪಮಾನವಾಗಿ, ಅಪಕೀರ್ತಿಯಾಗಿ, ಹೇಸಿಕೆಯಾಗಿ. Shāme'fụl-ness, *n.* ಅಪಕೀರ್ತಿ, ಹೇಸಿಗೆ. Shāme'less, *a.* ನಾಚಿಕೆಗೆಟ್ಟ, ಲಜ್ಜಾಹೀನ, ಬಂಡ. Shāme'less-ly, *ad.* ನಾಚಿಕೆಯಿಲ್ಲದೆ,

ನಾಚಿಕೆಗೇಡಿಯಾಗಿ. Shāme'less-ness, *n.* ನಾಚಿಕೆಗೇಡಿತನ.

Sham-poo', *v. t. r.* ಮರ್ದಿಸು, ಹಿಸಕು. Sham-poo'iṅg, *n.* ಅಂಗಮರ್ದನ, ಮೈ ಹಿಸುಕುವುದು.

Sham'rock, *n.* ಹುರುಳೀ ತರದ ಒಂದು ಸೊಪ್ಪು, ಬಿಳೀ "ವಿಲಾಯತಿ" ಹುರುಳಿ; ಅದರ ಎಲೆ ಹುರುಳೀ ಎಲೆಯಂತೆ ಮೂರು ಭಾಗದ್ದು, ಅದು "ಐರ್ಲಾಂಡ್"ದ ರಾಜ್ಯಚಿಹ್ನೆ.

Shaṅk, *n.* ಕಣಕಾಲು, ಕಾಲು; the shanks of the anchor ಲಂಗರು ಕೈಗಳು.

Shaṅk'ĕr, *n.* "ಫರಂಗಿ" ಹುಣ್ಣು.

Shant'y, *n.* ಚಪ್ಪರ, ಗುಡಿಸಲು.

Shāpe, *v. t. r.* (*pr.* shāpt) ಮಾಡು, ರೂಪಿಸು. *n.* ಆಕಾರ, ರೂಪ. Shāpe'less, *a.* ರೂಪವಿಲ್ಲದ, ಆಕಾರವಿಲ್ಲದ. Shāpe'li-ness, *n.* ರೂಪ, ಸೌಂದರ್ಯ, ಚೆಲುವುತನ, ಸುರೂಪತ್ವ. Shāpe'ly, *a.* ಚೆಲುವಾದ, ಚೆಲೋ, ರೂಪವುಳ್ಳ.

Shärd, *n.* ಸಿಪ್ಪೆ, ಚಿಪ್ಪು.

Shāre, *n.* ಪಾಲು, ಹಸುಗೆ, ಪಸುಗೆ, ಭಾಗ, "ಹಿಸ್ಸೆ"; that will fall to your s. ಇದು ನಿಮ್ಮ ಪದರಿಗೆ ಬೀಳುವುದು, ಇದು ನಿಮ್ಮನ್ನು ತಟ್ಟುವುದು. *v. t. r.* ಹುಂಚು, ಹಂಚಿಸು; 2. ಹಂಚಿಕೊಳ್ಳು; s. a thing with one ಒಬ್ಬಸಿಗೆ ಕೊಟ್ಟು ತಾನೂ ಉಣ್ಣುವುದು. *v. i.* ಪಾಲು ತಕ್ಕೊಳ್ಳು, ಅಂಶಸ್ಥನಾಗು. Shāre'-hōld-ĕr, *n.* ಪಾಲುಗಾರ, "ಹಿಸ್ಸೆದಾರ". Shār'iṅg, *n.* ಹಂಚಿಕೆ.

Shāre, *n.* (plough-s.) ನೇಗಲಿನ ಗುಳ.

Shärk, *n.* ಸೊರ, ದೊಡ್ಡ ಸೊರ, ಮೊಗರ, ಸಮುದ್ರವ್ಯಾಘ್ರ.

Shärk, *v. i.* ಕುತಂತ್ರ ನಡಿಸು, ಸುಲಿಗೆ ಮಾಡು. *n.* ತಂತ್ರದಿಂದ ಸುಲಿಗೆ ಮಾಡುವವ. Shärk'-ĕr, *n.* ತಂತ್ರಗಾರ. Shärk'iṅg, *n.* ತಂತ್ರ, "ದಗೆ", ಕುಟಿಲ; 2. ಠಕ್ಕಿನಿಂದ ಸುಲಿಯೋಣ.

Shärp, *a.* ಹದನ, ಹದವಾದ, ಕೂರಿತ, ಹರತ, ಮೊನೆಯುಳ್ಳ, ಮೊಣಚು; 2. (pungent in taste or smell) ಕಟು, ಖಾರ; 3. (shrilly ಕೀರು, ಕೀಚುವ, ಕೀರುವ; 4. (*mus.*) ತೀವ್ರ; 5. ಕಡು, ಜೋರು (pain); 6. ತೀಕ್ಷ್ಣ (sight); 7. ಚುರುಕು, ತೀಕ್ಷ್ಣ (wit); 8. ಕಠಿಣ, "ಖಡಾಖಡೀ"ಯಾದ (words); 9. (close in dealing) ಜಾಣ, ಕಪಿಮುಷ್ಟಿಯ; s. sound ಕೀರುವ ಧ್ವನಿ. Shärp'en, *v. t. r.* ಹದ ಮಾಡು, ಮಸೆ. Shärp'ĕr, *n.* "ತಗಲುಬೋರ", ಮೋಸಗಾರ, ಠಕ್ಕ. Shärp'ly, *ad.* ಹದವಾಗಿ, ಮೊನೆಯಾಗಿ, *etc.*, *see* Sharp. Shärp'ness, *n.* ಹದ; 2. ಚುರುಕು, ತೀಕ್ಷ್ಣತೆ. Shärp'-nōsed, *a.* ಮೊನೆ ಮೂಗು; Shärp'-sīght-ed (-sīt-ed), *a.* ತೀಕ್ಷ್ಣ ಕಣ್ಣಿನ, ತೀಕ್ಷ್ಣ ದೃಷ್ಟಿಯುಳ್ಳ. Shärp'wit-ted, *a.* ಸೂಕ್ಷ್ಮ ಬುದ್ಧಿಯುಳ್ಳ, ತೀಕ್ಷ್ಣ.

Shat'tĕr, *v. t. r.* ಚೂರುಚೂರು ಮಾಡು; 2. ಬುದ್ಧೀ ಸ್ಥಿರತಪ್ಪಿಸು, ಬುದ್ಧಿಭ್ರಷ್ಟ ಮಾಡು; *pass.* & *v. i.* ಒಡಿ, ಚೂರುಚೂರಾಗು. *n.* ಚೂರು.

Shāve, *v. t.* & *ir.* (shāved, shāv'en) ಬೋಳಿಸು, ಕ್ಷೌರಮಾಡು, ಕಷ್ಟ ಮಾಡು; 2. ಸುಲಿ; get the head shaved ತಲೆ ಬೋಳಿಸಿಕೊಳ್ಳು, ಕಷ್ಟ.... *n.* ಕ್ಷೌರ; 2. ಕೆತ್ತೆ, ಚಕ್ಕೆ. Shāv'er, *n.* ಕ್ಷೌರ; 2. ಕ್ಷೌರ ಮಾಡುವವ. Shāve'liṅg, *n.* ಬೈರಾಗಿ. Shā'viṅg, *n.* ಸುಲಿಯೋಣ; 2. ಕ್ಷೌರ.

Shaw (sha), *n.* ತೋಪು; 2. ಸೊಪ್ಪು.

Shawl (shal), *n.* "ಶಾಲು".

Shē, *pron.* ಅವಳು, ಆಕೆ; *hon.* ಆಕೆಯವರು; 2. ಹೆಣ್ಣು...; s.-bear ಹೆಣ್ಣುಕರಡಿ; s.-goat ಹೆಣ್ಣು ಆಡು.

Shēaf (shēf), *n.* ಸಿವುಡು, ಸೂಡು, ಕಟ್ಟು. *v. i. r.* ಸೂಡು ಕಟ್ಟು.

Shēar (shēr), *v. t. r.* & *ir.* (shēared *or* shōre, shōrn) ಕತ್ತರಿಸು, ಉಣ್ಣೇ ಕತ್ತರಿಸು. Shear'ĕr, *n.* ಉಣ್ಣೇ ಕತ್ತರಿಸುವವ. Shēar'-iṅg (shēr-), *n.* ಕತ್ತರಿಸೋಣ; 2. ಕತ್ತರಿಸಿದ್ದು. Shēars (shērz), *n. pl.* ದೊಡ್ಡ ಕತ್ತರಿ.

Shēath (shēth), *n.* ಒರೆ, ಗವಸಣಿಗೆ. Shēathe (shēth), *v. t. r.* ಒರೆಗಾಣಿಸು, ಒರೆಯಲ್ಲಿ ಹಾಕು; 2. ಹೊದ್ದಿಸು, ವೇಷ್ಟಿಸು. Shēath'-iṅg, *n.* ಹಡಗಿನ ತಳದ ಹೊದಿಕೆ.

Shēave (shēv), *n.* ಗಡೆ, ಕಪ್ಪಿಯಲ್ಲಿಯ ಚಕ್ರ.

Shēave, *v. t. r.* ಸೂಡು ಕಟ್ಟು.

Shed, *v. t. ir.* (shed, shed) ಚಲ್ಲು (*as*, water, blood); 2. ಉದುರಿಸು, ಬಿಡು (*as*, tears); 3. ಕಳೆ, ಉಚ್ಚು, *as*, serpents s. their skins ಹಾವುಗಳು ತಮ್ಮ ಪರೆಗಳನ್ನು ಕಳೆಯುತ್ತವೆ, —ತಮ್ಮ ಪರೆಗಳನ್ನು ಉಚ್ಚಿಬಿಡುತ್ತವೆ; trees s. their leaves ಗಿಡಗಳು ಎಲೆ ಉದುರಿಸುತ್ತವೆ.

Shed, *n.* ಚಪ್ಪರ, ಹಂದರ.

Shēen, *a.* ಥಳಥಳಿಸುವ, ಪ್ರಕಾಶಿಸುವ. *n.* ಪ್ರಕಾಶ. *v. i. r.* ಪ್ರಕಾಶಿಸು, ಥಳಿಥಳಿಸು.

Shēep, *n. sing.* & *pl.* ಕುರಿ, ಕುರಿಗಳು. Shēep'-cōte, -fōld, *n.* ಕುರಿಗಳ ದೊಡ್ಡಿ,

ಹಟ್ಟಿ, ರೊಪ್ಪ (*My.*). **Shēep'-hook**, *n*. ದೋಟಿ, ಕೊಕ್ಕೆ. **Shēep'ish**, *a*. ಕುರಿಯಂಥ, ಪುಕ್ಕ, ಹೆಡ್ಡ, "ಭೋಳೆ"; a s. man ಕುರಿ ಗುಣದವ. **Shēep'ish-ly**, *ad*. ಪುಕ್ಕವಾಗಿ, "ಭೋಳೆ" ಯಾಗಿ. **Shēep'ish-ness**, *n*. ಕುರಿಯ ಗುಣ, ಪುಕ್ಕತನ, ಹೆಡ್ಡುತನ, "ಭೋಳೆ"ತನ. **Shēep's-eȳe**, *n*. ವಿನಯದೃಷ್ಟಿ. **Shēep'wạlk** (-wạk), *n*. ಹಸುರುಗಾವಲು, "ಚರಾಯಿ".

Shēer, *a*. ಬರೀ, ಕೇವಲ; 2. ನೀಟು, ನೆಟ್ಟಗಾದ. *v. t. r.* ಒಲಿ, ವಾರೆಯಾಗು.

Shēet, *n*. ಹಚ್ಚಡ, ದುಪ್ಪಟಿ; s. of paper ಹಾಳೆ, "ತಾವು", ಕಾಗದ; s. of metal ತಗಡು; a s.-anchor ನಾವೆಯ ಮುಖ್ಯ ಲಂಗರು; ಮುಖ್ಯಾಧಾರ; s. of water ನೀರಿನ ವಿಶಾಲ, ಕೆರೆ, ಜಲಾಶಯ. *v. t. r.* ದುಪ್ಪಟಿಯಲ್ಲಿ ವೇಷ್ಟಿಸು. **Shēet'ing**, *n*. ಹಚ್ಚಡ, "ಥಾನು", ದುಪ್ಪಟಿಯ ವಸ್ತ್ರ.

Shēik (shēk *or* shāk), *n*. ಅರಬಿಯರ [ಹಿರಿಯ, ಮುಖ್ಯಸ್ಥ.

Shek'el (shek'l), *n*. ಪೂರ್ವಿಕ ಯೆಹೂದ್ಯರ ಒಂದೂ ಒಂದು ಮೂರನೇ ತೊಲೆ ಭಾರದ ಒಂದು ತೂಕ; 2. ಒಂದೂ ಕಾಲು ರೂಪಾಯಿ ಬಾಳುವ ಒಂದು ನಾಣ್ಯ.

Shel'drāke, *n*. (*Casarca rutila*) ಜಡ್ಡುವಕ್ಕಿ.

Shelf, *n*. ಪುಸ್ತಕಚೌಕ, ಸಾಮಾನಿಡುವ ಹಲಿಗೆ, ನಾಗೊಂದಿಗೆ.

Shell, *n*. ಸಿಪ್ಪೆ, ಚಿಪ್ಪು, ಸಿಂಪು; 2. (pod of fruits) ಬುಡ್ಡೆ, ತಪಟೆ; 3. (bombs) ಗರ್ಭಸಾಟಿ; conch-s. ಶಂಖ. *v. t. r.* ಸುಲಿ, ಒಡಿ, ಚಲಕಿಸು (almonds, *etc.*), ಹೊಟ್ಟು ತೆಗೆ; 2. ...ಮೇಲೆ ಗರ್ಭಸಾಟಿ ಹೊಡೆ *c. g.* *v. i.* ಸಿಪ್ಪೆ ಎದ್ದುಹೋಗು, ತೊಗಟೆ ಬಿಚ್ಚು. **Shel'lac**, *n*. ಲಾಕ್ಷೆ, ಅರಗು. **Shell'fish**, *n*. ಚಿಪ್ಪುಳ್ಳ ಜಲಜಂತು (ಕಪ್ಪೆಚಿಪ್ಪು, ಶಂಖ, ಏಡಿ ಮುಂ.), ಶುಕ್ತಿಮೀನು. **Shell'-proof**, *a*. ಗರ್ಭಸಾಟಿ ಮುರಿಯಲಾರದ. **Shel'ly**, *a*. ಚಿಪ್ಪುಚಿಪ್ಪಿರುವ, ಚಿಪ್ಪಿನ.

Shel'tĕr, *n*. ಮರೆ, ಅಂಡೆ, ಆಶ್ರಯ, ಆಸರ. *v. t. r.* ಅಂಡಿಸು, ಆಶ್ರಯ ಕೊಡು; s. one's self ಆಶ್ರಯ ಮಾಡಿಕೊಳ್ಳು, ಮರೆ ಹೊಗು *c. g.* **Shel'tĕr-less**, *a*. ಮರೆಯಿಲ್ಲದ, ನಿರಾಶ್ರಯವಾದ, ದಿಕ್ಕಿಲ್ಲದ.

Shelve, *v. t. r.* ಪುಸ್ತಕಚೌಕದಲ್ಲಿಡು, ನಾಗವಂದಿಗೆಯ ಮೇಲಿಡು; 2. ಕಡೆಗಿಡು, ತೆಗೆದಿಡು; 3. ವಿಚಾರಕ್ಕೆ ತೆಗೆದುಕೊಳ್ಳದೆ ತೆಗೆದಿಟ್ಟುಬಿಡು. *v. i.* ಇಳಿಜಾರಾಗು, ಇಳುಕಲಾಗು, ವಾರೆಯಾಗು; shelving roof ವಾರೆಚಪ್ಪರ.

Shem-it'ic, *a*., *see* Semitic.

Shē'ol, *n*. ಇಬ್ರೀಯ ಜನರ ಯಮಲೋಕ, ನರಕ, ಸಮಾಧಿ.

Shep'herd (shep'ĕrd), *n*. ಕುರುಬ, ಕುರಿ ಕಾಯುವವ, ಕುರಿಗಾವ; 2. (ಕ್ರೈಸ್ತ) ಸಭಾಪಾಲಕ. *a*. (ಹಳ್ಳಿಯ) ಪ್ರಿಯ, ವಿರಹಕಾವವುಳ್ಳ. **Shep'hĕrd-ess** (shep'ĕrd-es), *n*. ಕುರುಬತಿ; 2. ಹಳ್ಳಿಯ ಹುಡುಗಿ. **Shep'hĕrd-ish**, *a*. ಕುರುಬನಂಥ; 2. ಪಾಲನೆಯ.

Shĕr'bet, *n*. "ಶರ್ಬತು".

Shĕrd, *n*. ಹಂಚು, ಬೋಕಿ.

She-reef', She-rif', *n*. ಮುಹಮ್ಮದೀಯ ಅರಸು, ಮಕ್ಕದ ಮುಖ್ಯಾಧಿಕಾರಿ.

Sher'iff, *n*. ನಾಡಿನ ಅಧಿಕಾರಿ, ನಾಡುಗೌಡ; 2. "ನಾಜರು", "ಶೆರಿಫನು". **Sher'iff-al-ty**. **-dŏm, -ship**, *n*. ನಾಡಿನ ಅಧಿಕಾರ, ನಾಡುಗೌಡಿಕೆ.

Sher'ry, *n*. "ಸ್ಪೇನ್" ದೇಶದ "ಶೆರೆಸ್" (Xeres) ಎಂಬ ಊರಿನ ದ್ರಾಕ್ಷಾರಸ.

Shew (shŏ), *v. t. ir.*, *see* Show.

Shib'bō-leth, *n*. ಪುರಾಣದ ಬದನೆಕಾಯಿ; 2. ಧಾನ್ಯದ ತೆನೆ.

Shiēld, *n*. ಡಾಲು, ಖೇಡ್ಯ, ಗುರಾಣಿ; 2. ಮರೆ, ಆಶ್ರಯ. *v. t. r.* ಮರೆ ಮಾಡು *c. d.*, ಕಾಪಾಡು, ರಕ್ಷಿಸು; to s. off ಅಡ್ಡಗಿಸು.

Shiēl'drāke, *n*., *see* Sheldrake.

Shift, *v. t. r.* ಬದಲಿಸು; 2. ಸರಿಸು, ಸ್ಥಳ ಬದಲಿಸು; 3. ಜರಗಿಸು; 4. ಬದಲು ತೊಟ್ಟುಕೊಳ್ಳು. *v. i* ಸ್ಥಳ ಬದಲಾಗು, ಜರಗು, ಜರಗ್ಯಾಡು; 2. (change clothes) ಬದಲು ತೊಟ್ಟುಕೊಳ್ಳು; 3. ನಿರ್ವಾಹ ಮಾಡು, ಸಂಭಾಳಿಸಿಕೊಂಡು ಹೋಗು; s. with ಸುಧಾರಿಸಿಕೊಂಡು ಹೋಗು; 4. ವಂಚಿಸು. *n*. ಉಪಾಯ, ಹಂಚಿಕೆ; 2. ಯುಕ್ತಿ; 3. "ಕಮೀಸು"; 4. (make s.) ಹೀಗೂ ಹಾಗೂ ಕೂಡುವುದು, ನಿರ್ವಹಿಸುವುದು, ಸಂಭಾಳಿಸುವುದು. **Shift'i-ness**, *n*. ಚಂಚಲತ್ವ, ಚಪಲತೆ. **Shift'less**, *a*. ಫಲಗೇಡಿ, ಏನೂ ಕೈಗೂಡದ. **Shift'y**, *a*. ಯುಕ್ತಿವಂತ, ಠಕ್ಕ.

Shī'īte, *n*. ಮುಸಲ್ಮಾನರ ಮತಭೇದದವ, "ಶೀಯಾ" ಪಕ್ಷದವನು.

Shi-kär'ry, *n*. ಶಿಕಾರಿ, ಬೇಟೆ ಮಾಡುವವ.

Shil'ling, *n*. ಮುಕ್ಕಾಲು ರೂಪಾಯಿ ಬಾಳುವ ಬೆಳ್ಳಿನಾಣ್ಯ; take king's s. ಸಿಪಾಯಿಯಾಗು.

Shil'ly-shal'ly, *v. i.* ಮನಸ್ಸಿನಲ್ಲಿ ಉಯ್ಯ

ಲಾಡು; 2. ಏನು ಮಾಡಬೇಕೆಂದು ತೋರದೆ ಮನಸ್ಸು ತೂಗು.

Shim'mĕr, *v. i. r.* ಮಿನುಕು, ಮಂದವಾಗಿ ಪ್ರಕಾಶಿಸು. *n.* ಮಂದ ಬೆಳಕು.

Shin, *n.* ಕುಂದುರೆಲುಬು, ಕಾಲೆಲುಬು.

Shīne, *v. i. r.* & *ir.* (shōne, shōne, *pr.* shōn) ಹೊಳೆ, ಪ್ರಕಾಶಿಸು, ಶೋಭಿಸು. *n.* ಬೆಳಕು, ಕಾಂತಿ, ಪ್ರಕಾಶ. **Shī'nĕr**, *n.* *(sl.)* ನಾಣ್ಯ. **Shī'niṅg**, *n.* ಬೆಳಕು, ಹೊಳಪು, ಪ್ರಕಾಶ. **Shī'ny**, *a.* ಪ್ರಕಾಶಿಸುವ, ನಿರ್ಮಲ.

Shiṅ'gle, *n.* ಮಾಡಿನ ಹಲಿಗೆ, ಚಪ್ಪರದ—; 2. ಹರಳು, ಬಿಡಿಗಲ್ಲು.

Shiṅ'gle tree, *n.* *(Acrocarpus fraxinifolius, Wight.)* ಹೌಲಿಗೇ ಮರ.

Shiṅ'gles (-glz), *n. pl.* ದದ್ದು ಹುಣ್ಣು.

Shin'tō, *n.* ಜಪಾನಿಯವರ ಒಂದು ಮತ.

Ship, *n.* ದೊಡ್ಡ ಹಡಗು, —ನಾವೆ; 2. ಮೂರು ಕೂವೆಮರದ ಹಡಗು. *v. t. r.* (shipped, *pr.* shipt) ಹಡಗಿನಿಂದ ಕಳುಹಿಸು, ಹಡಗೇರಿಸು; 2. ಹಡಗಿನಲ್ಲಿ ಚಾಕರಿಗಿಡು; 3. ಹಡಗಿನಲ್ಲಿ ತಕ್ಕೊಳ್ಳು; s. off ಹಡಗಿನಲ್ಲಿ ಕಳುಹಿಸಿಬಿಡು. **Ship'bōard** (-bōrd), *ad.* on s. ಹಡಗದ ಮೇಲೆ, ಹಡಗದಲ್ಲಿ. **Ship'-chan-dlĕr**, *n.* ಹಗ್ಗ ಮೊದಲಾದ ಹಡಗಿನ ಜೋಡನೆಯ ಅಂಗಡಿ, ಹಡಗಿನಂಗಡಿ. **Ship'-hold-ĕr**, *n.* ಹಡಗಿನ ಧನಿ, —"ಮಾಲಿಕನು". **Ship'māte**, *n.* ಜತೆ, "ಕಲಾಶಿ", —ನಾವಿಕ. **Ship'ment**, *n.* ಹಡಗಿನ ಸರಕು; 2. ಹಡಗೇರಿಸುವುದು. **Ship'na-pieh**, *n.* ಹಡಗಿನ ಅಧಿಕಾರಿ. **Ship'-pĕr**, *n.* ಹಡಗಿನಲ್ಲಿ ಸರಕು ಕಳುಹಿಸುವವ. **Ship'piṅg**, *a.* ಹಡಗಿನ. *n.* ಹಡಗಗಳು. **Ship'wreek** (-rek), *n.* ಹಡಗು ಒಡೆದು ನಷ್ಟ. *v. t. r.* *(pr.* -reet) ಹಡಗ ಮುಣುಗಿಸು; ship-wrecked ಹಡಗು ಒಡೆದು ನಷ್ಟಪಟ್ಟ. **Ship'wrīght** (-rīt), *n.* ಹಡಗಗಿಡಗ ಮಾಡುವ ಬಡಿಗೆಯವ. **Ship'yärd**, *n.* ಹಡಗಾ ಮಾಡುವ "ಕಾರಖಾನೆ".

Shīre *(in comp.* shir *or* shur), *n.* "ಜಿಲ್ಲೆ", ನಾಡು.

Shĭrk, *v. t. r.* *(pr.* shĭrkt) (ಕೆಲಸ) ತಪ್ಪಿಸು, ತಪ್ಪಿಸಿಕೊಳ್ಳು, ಜರಗಿಸು, ಜಾರಿಕೊಳ್ಳು. *n.* ಕೆಲಸದಿಂದ ತಪ್ಪಿಸಿಕೊಳ್ಳುವಿಕೆ.

Shĭrt, *n.* "ಕಮೀಸು". **Shĭrt'iṅg**, *n.* "ಕಮೀಸು" ಬಟ್ಟೆ.

Shit'tim, *n.* ಜಾಲೀ ಗಿಡದಂಥ ತರದ ಕಟ್ಟಿಗೆ.

Shīve, *n.* ಚಿಕ್ಕ ತುಂಡು, "ತುಕ್ಕಡಿ".

Shiv'ĕr, *v. i. r.* ಹೂಕರಿಸು, ನಡುಗು, ಕಂಪಿಸು; 2. ಚೂರುಚೂರಾಗು, ಪುಡಿಪುಡಿಯಾಗು. *v. t.* ಚೂರುಚೂರು ಮಾಡು. *n.* ನಡುಗು, ಹೂಕರಿಕೆ, ಕಂಪ; 2. ಚೂರು, ಚಿಬಕಿ, ಸಿಬರು. **Shiv'ĕr-iṅg**, *n.* ಹೂಕರಿಕೆ, ನಡುಗು, ಕಂಪನೆ. **Shiv'ĕr-iṅg-ly**, *ad.* ನಡುಗುತ್ತಾ, ಹೂಕರಿಸುತ್ತಾ.

Shōal (shōl), *n.* ಗುಂಪು, ಒಡ್ಡು. *v. i. r.* ಗುಂಪುಕಟ್ಟು; 2. ನೀರಿನ ಆಳ ಕಮ್ಮಿಯಾಗು. —ಆಳ ಉದ್ಧವಾಗು.

Shoek, *n.* ತಾಗೋಣ, ಗಾಯಿಕೆ, ಪೆಟ್ಟು, ಧಕ್ಕಾಮುಕ್ಕಿ; s. of an earthquake ಧಕ್ಕೆ; s. of sheaves ಗೂಡು. *v. t. r.* *(pr.* shokt) ತಗಲು, ಹೊಡೆ; 2. ತಲ್ಲಣಿಸು, ಅಸಹ್ಯಪಡಿಸು, ಭಯ—, ಆಶ್ಚರ್ಯ—; 3. ಗೂಡು ಹಾಕು. *v. i.* ತಾಗು, ತಗಲು. **Shoek'iṅg**, *a.* ಅಸಹ್ಯಕರ, ಘೋರ. **Shoek'iṅg-ly**, *ad.* ಘೋರವಾಗಿ, ಅಸಹ್ಯವಾಗಿ.

Shoek, *n.* ಪೈರುಕಟ್ಟುಗಳ ಕುಪ್ಪೆ. *v. t. r.* ಕುಪ್ಪೆಮಾಡು.

Shod, *pp.* & *pt. of* Shoe.

Shod'dy, *n.* ಹಳೆ ಕಂಬಳಿಬಟ್ಟೆಯ ಎಳೆ ಹೊಸ ಬಟ್ಟೆ ನೆಯ್ಯುವುದಕ್ಕೆ ತೆಗೆದದ್ದು.

Shöe (shu̥), *n.* ಮೊಚ್ಚೆ, ಮೆಟ್ಟು, ಜೋಡು, ಪಾದರಕ್ಷೆ; horse-s. "ನಾಲು", ಲಾಳ. *v. t. ir.* (shod, shod) ಲಾಳಾ ಕಟ್ಟು *c. d.*, "ನಾಲ"—; put the s. on the right foot ನ್ಯಾಯವಾಗಿ ದೂರಬೇಕಾದವರನ್ನು ದೂರು; step into dead man's shoes ಒಂದು ಸ್ಥಾನ ತನಗೆ ಸಿಗುವಂತೆ ಆ ಸ್ಥಾನದಲ್ಲಿರುವವನ ಮರಣ ಹಾರೈಸು; where the s. pinches ಎಲ್ಲಿ ಎಡರುಗಳಿವೆ ಎಂದು. **Shöe'blaek**, **Shöe'boy**, *n.* ಜೋಡು "ಸಾಫು" ಮಾಡುವವ. **Shöe'-horn**, *n.* ಮೊಚ್ಚೆಗಳಲ್ಲಿ ಪಾದಗಳನ್ನು ಸೇರಿಸಲಿಕ್ಕೆ ಉಪಯೋಗಿಸುವ ಕೊಂಬಿನ ದಂಟೆ. **Shöe'mā-kĕr**, *n.* ಮಾದಿಗ, ಮೊಚ್ಚೆಗಾರ, ಸಮಗಾರ. **Shöe'-striṅg**, **Shöe'tīe**, *n.* ಜೋಡುಕಟ್ಟುವ ಲಾಡಿ.

Shöe'-flow-er, *n.* *(Hibiscus rosa sinensis, L.)* ದಾಸಾಳದ ಹೂ, ದಾಸಣ, ದಾಸರಿ, ರಾಜಗಿರಿ, ಜಪಾರುದ್ರ, ಓಡ್ರಪುಷ್ಪ.

Shōne, *pt. of* Shine.

Shoo, *int.* (ಹಕ್ಕಿಗೆ) "ಶು" ಅನ್ನು.

Shọọk, *pt. of* Shake.

Shoot, *v. t. ir.* (shot, shot) ಹೊಡೆ, ಎಸೆ; 2. ಚಿಗುರು ಬಿಡು (buds, *etc.)*; 3. ಒಗೆ;

he shot himself ಗುಂಡು ಹಾಕಿಕೊಂಡು ಸತ್ತ. *v. i.* ಬಾಣಾ ಹೊಡೆ, ಗುಂಡುಹೊಡೆ; 2. ಹಾರು; 3. ಚಿಗುರು, ಅಂಕುರಿಸು; 4. ಬೆಳೆ; 5. ಚುಚುಕ್ಕು (as pains); 6. ಹಬ್ಬು; 7. ಚಾಚು. *n.* ಚಿಗುರು, ಮೊಳಕೆ, ಅಂಕುರ. Shoot'ing, *n.* ಗುಂಡು ಹೊಡೆಯೋಣ, ಬಾಣಾ—; 2. ಚುಚ್ಚೋಣ; 3. ಬೇಟೇ ಆಡುವುದು.

Shop, *n.* ಅಂಗಡಿ, ಮಳಿಗೆ, "ಕಾರಖಾನೆ". *v. i.* & *r.* (shopped, *pr.* shopt) ಅಂಗಡಿಗೆ ಹೋಗಿ ಸಾಮಾನು, ವೆಚ್ಚಾ ತರು. Shop'bill, *n.* "ಉಜ್ಞಾಪತ್ರಿ" ಲೆಕ್ಕ. Shop'keep-ĕr, *n.* ಅಂಗಡಿಯವ, ಅಂಗಡಿಗಾರ. Shop'-lift-ĕr, *n.* ಅಂಗಡಿಗಳ್ಳ. Shop'man, *n.* ಅಂಗಡಿಗಾರ. Shop'piṅg, *n.* ಅಂಗಡಿಗೆ ಹೋಗಿ ವ್ಯಾಪಾರ ಮಾಡುವುದು. Shop'-soiled, *a.* ಮಳಿಗೆಯಲ್ಲೇ ಮಲಿನವಾದ. Shop'-wạlk-ĕr (-wạk-), *n.* ಮಳಿಗೆಯಲ್ಲಿ ಗಿರಾಕಿಗಳಿಗೆ ಬೇಕಾದ ಒಡವೆ ತೋರಿಸುವವ.

Shōre, *n.* ದಂಡೆ, ತೀರ, ದಡ, ಕರ, ಕರಾವಳಿ; along the s. ದಂಡೆಗುಂಟ. Shōre'less, *a.* ಅಪಾರ, ಅಪರಂಪಾರ.

Shōre, *n.* ಆಧಾರಕಟ್ಟಿಗೆ, ಪುಸ್ತಿ. *v. t. r.* ಆಧಾರ ಕೊಡು.

Shorn, *pp. of* Shear.

Short, *a.* (not long) ಕಿರಿ, ಕಿರಿದು; 2. (not tall) ಗಿಡ್ಡ; 3. (not far) ಸಮೀಪ, ಹತ್ತಿರ; at a s. distance from Bombay ಮುಂಬಯಿಗೆ ಸಮೀಪದಲ್ಲಿ; 4. (not of long duration) ಸ್ವಲ್ಪ ಹೊತ್ತಿನ, —ದಿವಸದ, —ಕಾಲದ, *as,* in a s. time, within a s. time ಸ್ವಲ್ಪ ಹೊತ್ತಿನಲ್ಲಿ, ತುಸ ದಿವಸದಲ್ಲಿ; 5. (scanty, insufficient in quantity) ಕಡಿಮೆಯ, ಕೊರತೆಯ, ಸಾಲದ, *as,* a s. supply of provisions ಕಡಿಮೆ ಆಹಾರ, ಕೊರತೆ; we are s. of bread ನಮಗೆ ರೊಟ್ಟಿ ಕಡಿಮೆ, —ರೊಟ್ಟಿ ಸಾಲುವುದಿಲ್ಲ; 6. (imperfect), *as,* his achievement fell s. of his design ಅವನು ಮಾಡಿದ್ದು ಅವನು ನೆನಸಿದ ಹಾಗಾಗಲಿಲ್ಲ, ಅವನ ಉದ್ದೇಶ ತಪ್ಪಿತು; his account was s. of the truth ಅವನ ವರದಿ ಪೂರ್ಣ ಖರೆಯಾಗಿದ್ದಿಲ್ಲ; 7. (of limited intellect) ಕಡಿಮೆ ಬುದ್ಧಿ, ಸಾಲದ ಯೋಗ್ಯತೆ, *as,* he is of s. capacity ಅವನ ಯೋಗ್ಯತೆ ಸಾಲದು, —ಬುದ್ಧಿ ಕಡಿಮೆ, ಅವನು ಕಡಿಮೆ ಬುದ್ಧಿಯವ; 8. (of few words) I will be s. ಸ್ವಲ್ಪದರಲ್ಲಿ ಹೇಳುತ್ತೇನೆ, —ತೀರಿಸುತ್ತೇನೆ; 9. (abrupt, severe), he was very s. with me ಅವನು ನನಗೆ ಸಿಟ್ಟು ಮಾಡಿದ, —ನನಗೆ "ಖಡಾಖಡಿ"ಯಾಗಿ ಹೇಳಿದ; to take one up s. ಒಬ್ಬನಿಗೆ ಸಿಟ್ಟು ಮಾಡು; 10. (except) ಅಲ್ಲದೆ, ಹೊರತು, *as,* nothing s. of a sound beating would subdue him ಒಳ್ಳೇ ಬಡತಕ್ಕಲ್ಲದೆ ಮತ್ತ್ಯಾವುದಕ್ಕೂ ಅವನು ಮಣಿಯಲಿಲ್ಲ; 11. (crisp, brittle) ಪೆಡಸು; 12. *(gram.)* ಹ್ರಸ್ವ, *as,* a s. vowel ಹ್ರಸ್ವ ಸ್ವರ; —at s. notice ಬೇಗನೆ, ತಡ ಮಾಡದೆ; fall s. ಕಡಿಮೆಯಾಗು; come s. of ತಪ್ಪು, *see above under* 6; cut s. ಬಾಯಿಕಟ್ಟು, ಬಾಯಿಬಡಿ *e. g.,* ಕಡಿಮೆ ಮಾಡು; stop s. ನಡುವೆ ನಿಲ್ಲು, ಫಕ್ಕನೆ—; s. of breath "ದಮ್ಮಿನ"; he is s. of breath ಅವನಿಗೆ "ದಮ್ಮಾಗಿದೆ", —ಉಬ್ಬಸ ಬರುತ್ತದೆ. *n.* ಸಾರಾಂಶ, ಸಂಕ್ಷೇಪ; in s. ಸಾರಾಂಶವೇನಂದರೆ: the long and s. ಅಭಿಪ್ರಾಯವೆಲ್ಲ. Short'āġe, *n.* ಕೊರತೆ; a s. of 100 Rupees ನೂರು ರೂಪಾಯಿ ಕಡಿಮೆ. Short'cŏm-iṅg, *n.* ಕೊರತೆ; ತಪ್ಪು. Short'-dā-ted, *a.* ಕೊಂಚ ದಿನಗಳ ಗಡುವಿದ್ದ (ಹುಂಡಿ ಇತ್ಯಾದಿ). Short'en (short'n), *v. t. r.* ಕಡಿಮೆ ಮಾಡು, ಕಿರಿದು—; 2. ಕೊಯಿದು ಬಿಡು, ಕತ್ತರಿಸಿಬಿಡು; s. sail ಪಟ ಇಳಿಸು, ಸಾಯಿ—. *v. t.* ಕಿರಿದಾಗಿಸು. Short'hand, *n.* ಸಂಕ್ಷೇಪವಾಗಿ ಬರೆಯುವ ರೀತಿ, ಲಾಘವ ಲಿಪಿ. Short'-lived (-livd), *a.* ತುಸ ದಿನ ಬದುಕುವ, —ದಿನ ಇರುವ, ಅಲ್ಪಾಯುಸ್ಸುಳ್ಳ. Short'-ly, *ad.* ಸ್ವಲ್ಪ ಹೊತ್ತಿನಲ್ಲಿ, ಬೇಗನೆ; 2. ಸಂಕ್ಷೇಪವಾಗಿ, ಸ್ವಲ್ಪದರಲ್ಲಿ. Short'ness, *n.* ಕಿರಿದಿರುವುದು; 2. ಗಿಡ್ಡತನ; 3. ಸಮೀಪ, ಸ್ವಲ್ಪ ದಾರಿ; 4. ತುಸ ಹೊತ್ತು, ಸ್ವಲ್ಪ ದಿನ, —ಕಾಲ; 5. ಕಡಿಮೆ, ಕೊರತೆ; 6. ಅಯೋಗ್ಯತೆ, ಅಲ್ಪ ಬುದ್ಧಿ; 7. ಸಂಕ್ಷೇಪ; 8. "ಖಡಾಖಡಿ", ಸಿಟ್ಟು; 9. ಪೆಡಸು, ಪೆಳಸು; *see* Short. Short'-sīght-ed (-sīt-ed), *a.* "ಚಾಳೀಸಿನ", ಸಮೀಪದೃಷ್ಟಿಯುಳ್ಳ; 2. ಎಚ್ಚರಗೇಡಿ, ಅಲ್ಪಬುದ್ಧಿಯ, ಹಿಂದುಮುಂದು ನೋಡದ. Short'-spō-ken (-spō-kn), *a.* ಮಾತಿನಲ್ಲಿ "ಖಡಾಖಡಿ"ಯಾದ, "ಖಡಾಖಡಿ" ಮಾತಿನ. Short'-wind-ed, *a.* "ದಮ್ಮು" ಹತ್ತಿದ, ಉಬ್ಬಸದ, ಶ್ವಾಸಕಾಸವುಳ್ಳ.

Shot, *pt.* & *pp. of* Shoot.

Shot, *n.* ಎಸೆಗೆ, ಏಟು, ಗುಂಡು ಹೊಡೆಯುವುದು; 2. ಗುಂಡು; 3. ರವೆ, "ಚರೆ"; 4. ಗುಂಡಿನಳತೆ; within cannon s. "ಫಿರಂಗಿ" ಗುಂಡಿನಳತೆಯಲ್ಲಿ; 5. ಗುರಿಗಾರ; a good s. ಒಳ್ಳೇ ಗುರಿಗಾರ; snap s. ತಾತ್ಕಾಲಿಕವಾಗಿ ಫಕ್ಕನೆ

ಗುರಿ ಇಡುವುದು; made a bad s. ತಪ್ಪಾಗಿ ಊಹಿಸಿದನು.

Should (shụd), *pt. of* Shall.

Shōul'dĕr (shōl'dĕr), *n.* ಹೆಗಲು, ಭುಜ. *v. t. r.* ಹೆಗಲ ಮೇಲೆ ತಕ್ಕೊಳ್ಳು; 2. ನೂಕು, ನೂಕಿಸು; give one the cold s. ಒಬ್ಬನನ್ನು ಮೇಗರೆಯ ಮಾತಿನಿಂದ ಸ್ವಾಗತ ಮಾಡು; has broad shoulders ಹೆಚ್ಚಿನ ಜವಾಬ್ದಾರಿಯನ್ನು ವಹಿಸುವ ಸಾಮರ್ಥ್ಯವುಳ್ಳವನು; put s. to the wheel ಪ್ರಯತ್ನಮಾಡು. Shōul'dĕr-blāde (shōl'dĕr-), *n.* ಹೆಗಲೆಲುಬು, ದುಬ್ಬದೆಲುಬು, ಚಪ್ಪೆ, ಅಂಸಫಲಕ. Shōul'dĕr-knot, *n.* ಭುಜಕೀರ್ತಿ. Shōul'dĕr-strap, *n.* ಸಿಪಾಯರು ಹೆಗಲಿಗೆ ತೂಗಿಸಿಕೊಳ್ಳುವ ಪಟ್ಟಿ.

Shout, *n.* ಕೇಕೆ, ಜಯಧ್ವನಿ, ಅರ್ಭಟ, ಬೊಬ್ಬಾಟ. *v. i. r.* ಕೇಕೇಹಾಕು, —ಹೊಡೆ, ಕೂಗು, ಒದರು, ಅರ್ಭಟಿಸು; to s. at the top of one's voice ಒತ್ತಿಕೂಗು; to break into shouts ಅರ್ಭಟ ಮಾಡು.

Shŏve, *v. t. & i. r.* ಸರಿಸು, ದೂಡು, ನೂಕು; s. back ತಳ್ಳು, ತಳ್ಳಿಬಿಡು. *n.* ದೂಡುವಿಕೆ.

Shŏv'el, *n.* ಸಲಿಕೆ, ಹಿಡಿಕೇ ಮೊರ. *v. t. r.* (shŏv'elled, *pr.* shuv'eld) ಸಲಿಕೆಯಿಂದ ಒಗಿ, ಹಿಡಿಕೇ ಮೊರದಿಂದ ಒಗಿ.

Shōw (shō), *n.* ತೋರುವಿಕೆ, ಪ್ರದರ್ಶನ; 2. "ತಮಾಷೆ"; 3. ಸೋಂಗು, ಡಂಭ, ಆಡಂಬರ; 4. ಆಕಾರ; 5. ನೆವನ; cattle s. ಪಶುಗಳ ಪ್ರದರ್ಶನ; s. of hands ಕೈ ಎತ್ತುವುದು. *v. t. ir.* (shōwed, shōwn, *pr.* shōd, shōn) ತೋರಿಸು; 2. ತಿಳಿಸು, ತೋರಿಸಿ ಕೊಡು, ಕಲಿಸು. *v. i.* ಕಾಣಿಸು, ತೋರು; s. off ತೋರಿಸಿಕೊಳ್ಳು, ಮೆರೆ; s. one's colours, s. one's hand ತನ್ನ ಸ್ವಭಾವವನ್ನು, ತನ್ನ ಉಪಾಯವನ್ನು ಬಹಿರಂಗ ಪಡಿಸು; s. the cloven hoof ದುಷ್ಟ ಸ್ವಭಾವವನ್ನು ತೋರ್ಪಡಿಸು; s. white feather, s. clean pair of heels ಕಾಲಿಗೆ ಬುದ್ಧಿ ಹೇಳು, ಪುಕ್ಕನಾಗಿ ಓಡಿಹೋಗು. Shōw'-bread (shō'bred), *n.* ಸಮ್ಮುಖದ ರೊಟ್ಟಿ, ನೈವೇದ್ಯಾಪೂಪ. Shōw'-cāse, *n.* ಪ್ರದರ್ಶನಕ್ಕೆ ವಸ್ತುಗಳನ್ನು ಇಡುವ ಗಾಜಿನ ತಗಡುಗಳನ್ನು ಹೊದಿಸಿದ ಪೆಟ್ಟಿಗೆ. Shōw'man (shō-), *n.* ಆಟದವ.

Show'ĕr, *n.* ಮಳೆ, ವೃಷ್ಟಿ, ಹನಿ, ಸೆಳಕು; there was a s. ಒಂದು ಸೆಳಕು ಹಾಯಿತು; an unexpected s. ಹೊಂಚು ಮಳೆ. *v. i. r.* ಸುರಿಸು, ಸುರಿ. Show'ĕr-bāth, *n.* ಮೇಲಿನಿಂದ ಹನಿಹನಿಯಾಗಿ ಸುರಿಯುವ ನೀರಿನ ಸ್ನಾನ. Show'ĕr-y, *a.* ಸುರಿಯುವ, ಹನಿಯ.

Shōw'y (shō'i), *a.* ಸೊಗಸಾದ, ಮೆರೆಯುವ, ಅಟ್ಟಹಾಸದ, ಆಡಂಬರದ. Shōw'i-ly (shō'-i-li), *ad.* ಮೆರೆಯುವಂತೆ. Shōw'i-ness, *n.* ಆಡಂಬರ, ಅಟ್ಟಹಾಸ, "ಡೌಲು", ಹೊರಮಿಂಚು.

Shrap'nel, *n.* ಚರೆಗಳನ್ನು ತುಂಬಿಸಿದ ಒಂದು ಸೀಸೆ.

Shred, *n.* "ಚಿಂದಿ", ತುಂಡು, ಚೂರು. *v. t. ir.* (shred, shred) ಚೂರುಚೂರುಮಾಡು, ತುಂಡುತುಂಡಾಗಿ ಕತ್ತರಿಸು.

Shrew (shrụ), *n.* ಜಗಳಗಂಟಿ, ಗಯ್ಯಾಳಿ; 2. ಸೊಂಡಿಲಿ, ಮೂಗಿಲಿ. Shrew'ish, *a.* ಗಯ್ಯಾಳಿಯಾಗಿರುವ. Shrew'ish-ly, *ad.* ಗಯ್ಯಾಳಿಯಾಗಿ, ಬಾಯಿಮಾಡಿ. Shrew'-mouse, *n.* ಸೊಂಡಿಲಿ, ಚುಂಡಿಲಿ.

Shrewd (shrụd), *a.* ಚುರುಕು ಬುದ್ಧಿಯ, ವಿವೇಕಿಯಾದ, ಸುಟಿಯಾದ, ವಿದಗ್ಧ. Shrewd'ly, *ad.* ಜಾಣತನದಿಂದ, ಸುಟಿಯಿಂದ. Shrewd'-ness, *n.* ಚುರುಕುಬುದ್ಧಿ, ಜಾಣತನ, ವಿದಗ್ಧತನ.

Shriēk, *n.* ಚೀರ್ಲೋಣ, ಕಿಳ್ಳಿಕೊಳ್ಳುವುದು. *v. i. r.* (*pr.* shrēkt) ಕಿಳ್ಳಿಕೊಳ್ಳು, ಚೀರು.

Shriev'al-ty, *n.* "ಶೆರಿಫನ ಹುದ್ದೆ".

Shrift, *n.* "ಪಾದ್ರಿಗೆ" ಮಾಡಿದ ಕಿವೀ ಅರಿಕೆ; make short s. ಶಿಕ್ಷೆಯ ತೀರ್ಪಿಗೂ ಅದರ ಜಾರಿಗೂ ನಡುವೆ ಅತಿ ಕೊಂಚ ಸಮಯ ಕೊಡುವುದು.

Shrill, *a.* ಕೀಚ, ಕರ್ಕಶ, ಕೀ ಅನ್ನುವ. *v. i. r.* ಕೀ ಅನ್ನು. Shril'ly, *ad.* ಕೀಯನೆ, ಕೀಚನೆ, ಜಿಣಿಲೆನೆ.

Shrimp, *n.* ಸಿಗಡಿ, ಜಿಂಗಿ; 2. ಕುಳ್ಳ, ಗುಜ್ಜ.

Shrīne, *n.* ಪೆಟ್ಟಿಗೆ, ದೇವರ ಪೆಟ್ಟಿಗೆ, ಹಡ್ಲಿಗೆ, ಜಗ, ಪ್ರಭಾವಳಿ; 2. ಗುಡಿ, ದೇವಸ್ಥಾನ; 3. ಪುಣ್ಯಕ್ಷೇತ್ರ.

Shrińk, *v. i. ir.* (shrańk, shruńk) ಸುಕ್ಕು, ಅಳುಕು, ಮುದುರು (ಮುದುಡು), ಮುದುರಿಕೊಳ್ಳು; 2. ಹಿಂಜರಿ; s. back from modesty ಗುಣುಗು. Shrińk'ińg-ly, *ad.* ಸುಕ್ಕುತ್ತಾ; 2. ಹಿಂಜರಿಯುತ್ತಾ, ಗುಣುಗಾಗಿ.

Shrīve, *v. t. r.* ಪಾಪದ ಅರಿಕೆ ಕೇಳು, ಕಿವೀ ಅರಿಕೆ ಮಾಡಿಸಿಕೊಳ್ಳು, ಶ್ರವೋನಿವೇದನೆ ಕೇಳು. Shriv'en, *p. p. a,* ಗುರು ಮನ್ನಿಸಿದ.

Shriv'el, *v. i. r.* (shriv'elled, *pr.* shriv'eld) ಸುಕ್ಕು, ಮುದುರಿಕೊಳ್ಳು, ನಿರಿಗೆಗಟ್ಟು; s. with heat ಚುರಚುರ ಸುಕ್ಕು.

Shroff, *n.* "ಸರಾಫ", ಚಿನಿವಾರ. *v. t. r.* ಪರ ಖಾವಣಿ ಮಾಡು.

Shroud, *n.* ಮುಸುಕು; 2. ಪ್ರೇತವಸ್ತ್ರ; 3. ಮರೆ, ಆಶ್ರಯ. *v. t. r.* ವಸ್ತ್ರ ಸುತ್ತು, ಮುಸುಕು, ಮರೆ ಮಾಡು. **Shrouds**, *n. pl.* ಹಡಗಿನ ಸ್ತಂಭದ ಹಗ್ಗಗಳು.

Shrōve'-tīde, Shrōve'-Tūes-dāy (-tūz-dā), *n.* "ಲೆಂಟ್" ಎಂಬ ಕಾಲಕ್ಕೆ ಮುಂಚಿನ ಮಂಗಳವಾರ (*see* Lent); ಪೂರ್ವದಲ್ಲಿ ಇಂಗ್ಲಾಂಡ ದೇಶದವರು ಈ ದಿನ ತಮ್ಮ ತಮ್ಮ ಪಾಪವನ್ನು "ಪಾದ್ರಿಗೆ" ಅರಿಕೆ ಮಾಡಿಕೊಂಡು ಕ್ಷಮೆ ಪಡಕೊಂಡು ಹಿಂದಗಡೆ ಹೋಳಿಗೆ ಉಣ್ಣುವರು, ಹೀಗೆ ಪಾಮರ ಜನರಲ್ಲಿ ಈ ದಿನ ಹೋಳಿ ಹುಣ್ಣಿಮೆಯಂತ ಉತ್ಸವದ ದಿನವಾಯಿತು.

Shrub, *n.* ಹೊದರು, ಪೊದೆ, ಕಂಟಿ. **Shrub'-bĕr-y**, *n.* ಪೊದೆಪೊದೆಯಿರುವ ಸ್ಥಳ, ಕಂಟಿಗಿಂಟಿ ಇರುವ—. **Shrub'by**, *a.* ಪೊದೆಪೊದೆಯುಳ್ಳ, ಕಂಟಿಗಿಂಟಿ ಇರುವ.

Shrug, *v. t. r.* (shrugged, *pr.* shrugd) ಸಂಶಯ ಭಯ ಬೇಸರ ತೋರಿಸಲಿಕ್ಕೆ ಭುಜ ಕುಕ್ಕರಿಸು, ಭುಜ ಹಾರಿಸು. *n.* ಭುಜ ಹಾರಿಸೋಣ.

Shrunk, *pp.* of Shrink.

Shuck, *n.* ಹೊಟ್ಟು, ಸಿಂಬಿ, ತಿಂಬೆ.

Shud'dĕr, *v. i. r.* ಹೆದರಿ ನಡುಗು; 2. ಛೀ ಎಂತ ನಡುಗು; 3. ಗದಗದ ನಡುಗು. *n.* ನಡುಗುವಿಕೆ, ಕಂಪ. **Shud'dĕr-ing**, *a.* ನಡುಗುವ, ಕಂಪದ.

Shuf'fle, *v. t. r.* ದೂಡಿಕೊಡು; 2. ಕದಲು ಬದಲು ಮಾಡು, "ಟಿಪಾಯಿಸು" (cards); s. off ತಳ್ಳು, ತಳ್ಳಿಬಿಡು. *v. i. r.* ಕದಲುಬದಲು ಮಾಡು; 2. ತಪ್ಪಿಸಿಕೊಳ್ಳು; 3. ತಕ್ಕಿಸು, ಕುಯುಕ್ತಿ ಪ್ರಯೋಗಿಸು; 4. ಎಳದೆಳದು ನಡೆ. *n.* ಗೊಂದಲ; 2. ಯುಕ್ತಿ, ತಂತ್ರ, ನೆವನ. **Shuf'flĕr**, *n.* ಮೋಸಗಾರ. **Shuf'fling-ly**, *ad.* ನೆವದಿಂದ, ತಂತ್ರದಿಂದ; 2. ಎಳದೆಳದು.

Shun, *v. t. r.* (shunned, *pr.* shund) ತಪ್ಪಿಸಿಕೊಳ್ಳು, ಬಿಟ್ಟುಬಿಡು; 2. ದೂರವಾಗು.

Shunt, *v. t. r.* ರೇಲ್ವೆಗಾಡಿಯನ್ನು ಒಂದು ಕಂಬಿಯಿಂದ ಇನ್ನೊಂದು ಕಂಬಿಗೆ ಬದಲಾಯಿಸು.

Shut, *v. t. ir.* (shut, shut) ಮುಗಿ (as the hand); 2. ಮುಚ್ಚು; s. in ಮುಚ್ಚಿಡು, ಮುಚ್ಚಿಬಿಡು; s. out ಹೊರಗೆ ಹಾಕಿ ಮುಚ್ಚು, ಒಳಗೆ ಬರಗೊಡಿಸದಿರು; s. up ಮುಚ್ಚಿಬಿಡು, ಕಟ್ಟು, ಅಡ್ಡಗಟ್ಟು, ಮುಗಿಸು, ಹಟಕಾಸು, ಬಾಯಿಬಡಿ. *v. i.* ಮುಚ್ಚಿಕೊಳ್ಳು; s. up (*coll.*) ಬಾಯಿಮುಚ್ಚು; s. eyes and ears ಲಕ್ಷ್ಯಕೊಡದಿರು; s. the door upon ಆಲೋಚನೆಗೆ ತಕ್ಕೊಳ್ಳಲು ತಿರಸ್ಕರಿಸು; s. up shop ವ್ಯಾಪಾರವನ್ನು ನಿಲ್ಲಿಸು. **Shut'tĕr**, *n.* ಕಿಟಿಕಿಯ "ಪಡಕು".

Shut'tle, *n.* ನೇಯಿಕಾರನ ಲಾಳಿ. **Shut'tle-cock, -cork**, *n.* ಚಂಡು.

Shȳ, *a.* ಅರೆಮರೆಯಾದ, ಗುಜುಗುವ, ಅಂಜಿಕೆಯುಳ್ಳ, ನಾಚಿಕೊಳ್ಳುವ, ಭಿಡೆಯ. *v. i. r.* (shīed, *pr.* shīd) ಹೆದರಿಬೀಳು, ಬೆದರಿ—. *n.* ಹೆದರಿಬೀಳೋಣ. **Shȳ'ly**, *ad.* ಅರೆಮರೆಯಾಗಿ, ಗುಜುಗಾಗಿ, ನಾಚಿಕೆಯಾಗಿ, ಹೆದರಿಕೊಂಡು. **Shȳ'ness**, *n.* ಗುಜುಗುವ ತರ, ನಾಚಿಕೆ, ಸಂಕೋಚ, ಅರೆಮರೆ, ಮೈಚಳಿ, ಸಿಗ್ಗು.

Shȳ'lock, *n.* ಕರ್ಕಶ ಸಾವಕಾರ, ಜೀನ.

Si, *n.* (ಸರಳೆಯಲ್ಲಿ) ನಿಷಧ, "ನಿ".

Sī-a-mēse', *a.* "ಸೀಯಾಮು" ದೇಶದ. *n.* "ಸಿಯಾಮು" ದೇಶಸ್ಥ.

Sī-bē'ri-an, *a.* "ಸೈಬೀರ್ಯ" ದೇಶದ. *n.* "ಸೈಬೀರ್ಯದವ".

Sib'i-lant, *a.* ಸಕಾರದ ಸಪ್ಪಳದ, ಊಷ್ಮೀಯ. *n.* ಊಷ್ಮ. **Sib'i-lāte**, *v. t. r.* ಸಕಾರಧ್ವನಿಯಿಂದ ಉಚ್ಚರಿಸು.

Sib'yl, *n.* ಶಕುನಗಾರ್ತಿ, ಕಣಿಗಾರ್ತಿ. **Sib'yl-line**, *a.* ಶಕುನಗಾರ್ತಿಯ.

Sic, *ad.* ಹೀಗೆ, ಈ ಪ್ರಕಾರ.

Sic'ca-tive, *a.* ಒಣಗಿಸುವ.

Sick, *a.* (inclined to vomit) ವಾಕರಿಕೆ ಬರುವ; I feel s. ನನಗೆ ವಾಕರಿಕೆ ಬರುತ್ತದೆ, ನನಗೆ ವಾಂತಿ ಬರುವ ಹಾಗದೆ, ನನ್ನ ಹೊಟ್ಟೆ ದುಂಡರಿಸುತ್ತದೆ; 2. (disgusted) ಬೇಸರಾಗುವ, ಸಾಕನ್ನುವ, *as*, I am s. of his flattery ಅವನ ಮುಖಸ್ತುತಿಗೆ ನನಗೆ ಬೇಸರಿಕೆಯಾಯಿತು, —ಮುಖಸ್ತುತಿಗೆ ನಾನು ಬೇಸರಾದೆನು, ಅವನ ಮುಖಸ್ತುತಿ ಕೇಳಿ ಕೇಳಿ ಸಾಕಾಯಿತು; 3. (ill) ಬೇನೆಬಿದ್ದ, ರೋಗದ, ಅಸ್ವಸ್ಥದ, *as*, a s. man ಬೇನೆಯವ, ಬೇನೇಬಿದ್ದವ, ಅಸ್ವಸ್ಥದವ, ರೋಗಿಷ್ಟ; he is s. ಅವನ ಮೈಯಲ್ಲಿ ನೆಟ್ಟಗಿಲ್ಲ, ಅವನು ಬೇನೇಬಿದ್ದಿದ್ದಾನೆ, ಅವನಿಗೆ ಅಸ್ವಸ್ಥ; he is s. with fever ಜ್ವರ ಬಂದು ಬಿದ್ದಿದ್ದಾನೆ, ಜ್ವರ ಬಂದು ಮಲಗಿದ್ದಾನೆ; a s.-room ಸಂಕಟಸ್ಥ ಮಲಗಿದ ಕೋಣೆ. **Sick'en** (sik'n), *v. t. r.* ವಾಂತಿ ಬರುವ ಹಾಗೆ ಮಾಡು *c. d.*, ಅಸಹ್ಯ ಹುಟ್ಟಿಸು *c. d.*, ರೋಷಿಸು. *v. i.* ಬೇಸರಾಗು, ಅಸಹ್ಯಪಡು; 2. ಸಾಕನ್ನಿಸು, ಬೇಸರಿಕೆ ಹುಟ್ಟಿಸುವಂಥಾದ್ದಾಗು; 3. ಬೇನೇ

ಬೀಳು, ಅಸ್ವಸ್ಥವಾಗು, ರೋಗಿಯಾಗು; 4. ಕಳೆಗುಂದು, ಕೆಡು, ಹುಳಿ. Sick'ish, *a.* ಜಡ್ಡಾದ, ಸ್ವಲ್ಪ ಅಸ್ವಸ್ಥವುಳ್ಳ, ವಾಕರಿಸುವ. Sick'ish-ly, *ad.* ಜಡ್ಡಾಗಿ; 2. ವಾಕರಿಕೆಯಾಗಿ. Sick'li-ness, *n.* ಜಡ್ಡು, ಜಾಡ್ಯ, ದೌರ್ಬಲ್ಯ, ಬೇನೆ. Sick'ly, *a.* ಜಡ್ಡಾದ, ವ್ಯಾಧಿಯುಳ್ಳ, ರೋಗಕರ, ದುರ್ಬಲವಾದ. Sick'ness, *n.* ಬೇನೆ, ರೋಗ, ಅಸ್ವಸ್ಥ; 2. ವಾಕರಿಕೆ; falling-s. ಅಪಸ್ಮಾರ, ಮಲನಾಗರು.

Sic'kle, *n.* ಕುಡುಗೋಲು.

Sīde, *n.* (margin, edge) "ಬಾಜು"; 2. (one surface of a solid) ಮೈ, "ಬಾಜು"; 3. (direction) ಕಡೆ, ದಿಕ್ಕು; from all sides ಎಲ್ಲಾ ಕಡೆಯಿಂದ, ನಾಲ್ಕೂ ದಿಕ್ಕಿನಿಂದ; on the one s... on the other s... ಇತ್ತಗಡೆ... ಅತ್ತಗಡೆ...; 4. (one half of the body) ಮಗ್ಗಲು, ಪಕ್ಕೆ, ಪಾರ್ಶ್ವ; 5. (hill-s.) ಮಗ್ಗಲು, ತಪ್ಪಲು; 6. (party) ಕಡೆ, ಪಕ್ಷ; take the s. of ...ಪಕ್ಷ ಹಿಡಿ *c.g.*, ...ಕಡೆಯವನಾಗು *c.g.*;—s. by s. ಹತ್ತರ, ಬಳಿಯಲ್ಲಿ, ಬದಿಯಲ್ಲಿ; they went s. by s. ಜೋಡೀಲಿ ಹೋದರು, ಕೂಡಾ—. *a.* ಒಂದು ಕಡೆಯ, ಮಗ್ಗಲಿನ, ಪಾರ್ಶ್ವದ; 2. ವಾರೆಯಾದ; 3. ಶಾಖೆಯ; shake one's sides ಹೊಟ್ಟೆ ಹುಣ್ಣಾಗುವಂತೆ ನಗು; on the right s. of 40 ೪೦ ವರ್ಷ ಪ್ರಾಯಕ್ಕಿಂತ ಕಡಿಮೆ; wrong s. of ...ಕ್ಕೆ ಮೀರಿದ. *v. i. r.* ಪಕ್ಷ ಹಿಡಿ, ಮೇಲ್ಗಟ್ಟು; s. with ...ಪಕ್ಷ ಹಿಡಿ *c.g.*, ...ಕಡೆಯವನಾಗು *c.g.* Sīde'bōard (-bōrd), *n.* ಒಂದು ತರದ "ಮೇಜು", —"ಅಲಮಾರಿ", —ಕಪಾಟು. Sī'ded, *a. (in comp.)* ಮೈಯ, ಭುಜದ; 2. ಪಕ್ಷಪಾತದ; one-s. ಒಂದು ಮೈಯ, —ಮಗ್ಗಲಿನ; two-s. ದ್ವಿಭುಜ, ಎರಡು ಮೈಯುಳ್ಳ; three-s. ತ್ರಿಭುಜ, ಮೂರು ಮೈಯುಳ್ಳ; many-s. ಬಹುಭುಜ, ಅನೇಕ ಮೈಯುಳ್ಳ. Sīde'-dish, *n.* ಊಟದಲ್ಲಿ ಮಿಶ್ರಪದಾರ್ಥ. Sīde'-līght, *n.* ಪಾರ್ಶ್ವದ ಬೆಳಕು, ಉದಾಹರಣೆ. Sīde'ling, *a.* ಒಂದು ಕಡೆಗೆ ಬಾಗಿರುವ, ಇಳಿಜಾರಾದ. Sīde'long, *a.* ವಾರೆ. *ad.* ವಾರೆಯಾಗಿ, ಒತ್ತಟ್ಟಾಗಿ. Sīde'-sad-dle, *n.* ಒತ್ತಟ್ಟು ಕೂಡ್ರುವ "ಜೀನು". Sīde'-split-ting, *a.* ಬದಿಗಳನ್ನು ಬಿರಿಯುವ. Sīde'-view (-vū), *n.* ಒತ್ತಟ್ಟಿನ ನೋಟ. Sīde'ways, -'wīse, *ad.* ವಾರೆಯಾಗಿ, ಒತ್ತಟ್ಟಿಗೆ. Sīde'-wind, *n.* ಒತ್ತಟ್ಟಿನಿಂದ ಬೀಸುವ ಗಾಳಿ; 2. ಕುಯುಕ್ತಿ.

Sī-dē're-al, *a.* ನಕ್ಷತ್ರವಿಷಯಕ, ನಕ್ಷತ್ರಮಾನ.

Sī'dle, *v. i. r.* ಹೋಳು, ಮಗ್ಗಲು ನಡೆ. —ಮಲಗು.

Siēge (sēj), *n.* ಆಸನ, ಸಿಂಹಾಸನ; 2. ಮುತ್ತಿಗೆ, ಮುಟ್ಟಡಿ, ಸೈನ್ಯವೇಷ್ಟನ; lay s. ಮುತ್ತಿಗೆ ಹಾಕು; raise s. ಮುತ್ತಿಗೆಯನ್ನು ತೆಗೆ.

Si-er'ra, *n.* ಉದ್ದವಾಗಿ ಚಾಚಿ ತುಂಡುತುಂಡಾದ ಪರ್ವತಶ್ರೇಣಿ, ಸಾಲುಗುಡ್ಡ.

Si-es'ta, *n.* ಮಧ್ಯಾಹ್ನದ ನಿದ್ರೆ.

Sieve (siv), *n.* ಜಲ್ಲಡೆ, ಜರಡಿ, ಸಾಣಿಗೆ, ಚಾಲನಿ; s. with large holes ದೊಡ್ಡ ಕಣ್ಣಿನ ಸಾಣಿಗೆ.

Sift, *v. t. r.* ಗಾಳಿಸು, ಸಾಣಿಸು, ಸೋಸು; 2. ಪರಿಶೋಧಿಸು. Sift'ing, *n. & a.* ಗಾಳಿಸುವ, ಸಾಣಿಸುವ.

Sīgh (sī), *n.* ನಿಟ್ಟುಸುರು. *v. i. r.* ಉಸುರುಗಳೆ, ನಿಟ್ಟುಸುರು ಬಿಡು, ಸುಯ್ಯು; 2. ಅಳು, ದುಃಖಮಾಡು.

Sīght (sīt), *n.* (act of seeing) ಕಾಣುವುದು; gains s. of ಕಾಣು; at my s. ನನ್ನನ್ನು ಕಂಡಾಗ; disappear from s. ಕಾಣದೆ ಹೋಗು, ಕಣ್ಣಿಗೆ ಮರೆಯಾಗು; 2. (faculty of vision) ಕಣ್ಣು, ದೃಷ್ಟಿ, ದೃಷ್ಟೀಂದ್ರಿಯ; he lost his s. ಅವನ ಕಣ್ಣು ಹೋಯಿತು; long s. ದೂರದೃಷ್ಟಿ; short s. ಸಮೀಪದೃಷ್ಟಿ; 3. (visibility) in s., within s. ಕಣ್ಣಿನ ಮುಂದೆ, ಕಾಣುವ, ಕಾಣುವ ಹಾಗೆ, ಗೋಚರ; it is in s. ಕಾಣುತ್ತದೆ; it is within s. ಕಾಣುವ ಹಾಗದೆ; it is out of s. ಕಣ್ಣು ಮರೆಯಾಗಿದೆ; it came in s. ಕಂಡಿತು, ದೃಷ್ಟಿಗೆ ಬಿತ್ತು; I have it always in s. ಯಾವಾಗಲೂ ನನ್ನ ಕಣ್ಣಿನ ಮುಂದೆ ಅದೆ; 4. (view, spectacle) ನೋಟ, "ತಮಾಷೆ"; 5. (inspection) ನೋಡುವುದು; this is for your s. only ಇದನ್ನು ನೀನೇ ಮಾತ್ರ ನೋಡತಕ್ಕದ್ದು; 6. (a great quantity) ಕಂಡಾಬಟ್ಟೆ *(coll.)*; —after s. *(com.)* ನೋಡಿದ ಮೇಲೆ; three months after s. ನೋಡಿದ ಮೂರು ತಿಂಗಳಿನ ಮೇಲೆ; at first s. ಕಂಡ ಕೂಡಲೇ, ಕಂಡಾಕ್ಷಣ; at s. *(com.)* ನೋಡಿದಾಗ, ನೋಡಿದ ಕೂಡಲೇ; a bill payable at s. ದರ್ಶನ "ಹುಂಡಿ", "ಖಡಾ—"; take s. ಗುರಿಯಿಡು. *v. t. r.* ಕಾಣು; 2. ನೋಡು, ದೃಷ್ಟಿಯಿಡು; 3. ಗುರಿಯಿಡು. Sīght'ed (sīt'ed), *a.* ದೃಷ್ಟಿಯ. Sīght'less (sīt'-les). *a.* ಕುರುಡು. Sīght'ly (sīt'li), *a.* ನೋಡತಕ್ಕ, ಚಂದನಾದ, ಆಲೋಕ್ಯ, ದರ್ಶನೀಯ.

Sīght'-sēe-ing (sīt'sē-ing), *n.* "ತಮಾಷೆ" ನೋಡುವುದು.

Sig'il, *n.* ಮುದ್ರೆ, "ಮೊಹರು".

Sīgn (sīn), *n.* (omen) ಶಕುನ; 2. (miracle) ಅದ್ಭುತ; 3. (token, trace, symbol) ಗುರುತು, ಕುರುಹು, ಲಕ್ಷಣ, ಸೂಚನೆ; 4. (gesture) ಸನ್ನೆ, ಸಂಜ್ಞೆ; 5. s. of the zodiac *(astr.)* ರಾಶಿ, *as*, Aries ಮೇಷ (♈); Taurus ವೃಷಭ (♉); Gemini ಮಿಥುನ (♊); Cancer ಕರ್ಕಾಟಕ (♋); Leo ಸಿಂಹ (♌); Virgo ಕನ್ಯೆ (♍); Libra ತುಲಾ (♎); Scorpio ವೃಶ್ಚಿಕ (♏); Sagittarius ಧನು (♐); Capricornus ಮಕರ (♑); Aquarius ಕುಂಭ (♒); Pisces ಮೀನ (♓); s.-manual ರಾಜಹಸ್ತಾಕ್ಷರ, ಅರಸನ "ರುಜು", "ರುಜು". *v. t. r. & i.* ಒಪ್ಪು ಹಾಕು, ಒಪ್ಪಿತ—, "ರುಜು"—; 2. ಸನ್ನೆ ಮಾಡು, ಸಂಜ್ಞೆ—. Sig'net, *n.* ಮುದ್ರೆ; 2. ರಾಜಮುದ್ರೆ. Sīgn'pōst (sīn-), *n.* ಗುರುತಿನ ಸ್ತಂಭ.

Sig'nal, *n.* ಗುರುತು, ಸೂಚನೆ. *a.* ವಿಶೇಷ, ದೊಡ್ಡ, ಲಕ್ಷ್ಯಸತಕ್ಕ. Sig'nal-īse, *v. t. r.* ಗುರುತಿನಿಂದ ತಿಳಿಸು, ಗುರುತು ಮಾಡು; s. one's self ಪ್ರಖ್ಯಾತಿ ಹೊಂದು. Sig'nal-lĕr, *n.* ಸಂಜ್ಞಾಕಾರಕ. Sig'nal-ly, *ad.* ವಿಶೇಷವಾಗಿ.

Sig'na-tūre, *n.* ಕೈಯೊಪ್ಪಿತ, ಒಪ್ಪು, "ರುಜು", ಹಸ್ತಾಕ್ಷರ, "ದಸ್ಕತು". Sig'na-tŏry, *n* ಒಪ್ಪಿತ ಹಾಕಿದವ, —ಹಾಕುವವ.

Sig'ni-fȳ, *v. t. r.* (-fīed, *pr.* -fīd) ತೋರಿಸು, ತಿಳಿಸು, ಸೂಚಿಸು, ಅರ್ಥ ತೋರಿಸು; it signifies nothing, it does not s. ಅದು ಚಿಂತಿಲ್ಲ, ಅದೇನಿಲ್ಲ. Sig-nif'i-cance, *n.* ಅರ್ಥ, ಅಭಿಪ್ರಾಯ; 2. ವಿಶೇಷತ್ವ. Sig-nif'i-cant, *a.* ಅರ್ಥಯುಕ್ತ, ಭಾವವುಳ್ಳ, ಸೂಚಿಸುವ; 2. ವಿಶೇಷ. Sig-nif'i-cant-ly, *ad.* ಅರ್ಥವುಳ್ಳದ್ದಾಗಿ, ಸಾರ್ಥವಾಗಿ. Sig-nif-i-cā'tiŏn, *n.* ತಿಳಿಸೋಣ, ಅರ್ಥ, ಅಭಿಪ್ರಾಯ. Sig-nif'i-ca-tive, *a.* ಸೂಚಿಸುವ, ತೋರಿಸುವ, ಅರ್ಥಸೂಚಕ. Sig-nif'i-cā-tŏr-y, *a.* ತಿಳಿಸುವಂಥ, ತೋರಿಸುವಂಥ, ಸೂಚನೆಯ.

Sīgn'ior, Sīgn'or, *n.*, *see* Seignior. Sīgn-ō'ra (sēn-yō'ra), *n.* ಅಮ್ಮ, ದೊರೆಸಾನಿ, ಅಚ್ಚೆ, ಅವ್ವೆ.

Sī'lence, *n.* ಸುಮ್ಮಗಿರುವುದು, ಮೌನ, ನಿಶ್ಶಬ್ದ, ಮೂಗುವಟ್ಟಿಗೆ; 2. ಗುಪ್ತ. *v. t. r.* (*pr.* -lenst) ಸುಮ್ಮನಿರಿಸು. *int.* ಸಮ್ಮನಿರಿ.

Sī'lent, *a.* (noiseless) ನಿಶ್ಶಬ್ದವಾದ, ಶಾಂತ, ನೀರವ; 2. (speechless) ಸುಮ್ಮಗಿರುವ, ಸುಮ್ಮನಾದ, ಮೌನ; be s. ಸುಮ್ಮಗಿರು, ಬಾಯಿ ಮುಚ್ಚು, ಮಾತಾಡಬೇಡ; to be s. ಬಾಯಿ ಹೊಲಕೊಳ್ಳು; 3. (calm, *as*, the wind) ಶಾಂತ. Sī'lent-ly, *ad.* ಸುಮ್ಮಗೆ, ಸುಮ್ಮನೆ, ಮೌನವಾಗಿ, ನೀರವವಾಗಿ.

Sil-hou-ette' (silu-et'), *n.* ಛಾಯೆ.

Si-li'ceōus, -li'ciōus, *a.* ಬೆಣಚು ಕಲ್ಲಿನಂಥ.

Sil'i-cūle, *n. (bot.)* ಶಮಿ. Si-lic'ū-lōse, *a.* ಶಮಿಯಂಥ, ಶಮಿಯುಕ್ತ.

Silk, *n.* "ರೇಶ್ಮೆ", ಪಟ್ಟೆ. *a.* ಪಟ್ಟೆಯ. Silk'-cot-ton tree, *n.*, *see* Cotton tree. Silk'en (silk'n), Silk'y, *a.* "ರೇಶ್ಮೆಯ", ಮೃದುವಾದ. Silk'wŏrm, *n.* "ರೇಶ್ಮೆ" ಹುಳ. Silk'y, *a.* "ರೇಶ್ಮೆಯ"; 2. "ರೇಶ್ಮೆಯಂಥ".

Sill, *n.* ಹೊಸ್ತಲು, ಕಿಟಿಕಿಯ ಕಟ್ಟೆ.

Sil'ly, *a.* ಬುದ್ಧಿ ಇಲ್ಲದ, ತಿಳಿಗೇಡಿ, ಎಬಡ. Sil'li-ly, *ad.* ತಿಳಿಗೇಡಿಯಾಗಿ, ಅವಿವೇಕದಿಂದ. Sil'li-ness, *n.* ತಿಳಿಗೇಡಿತನ, ಅವಿವೇಕ, ಎಬಡತನ, ಮಂಕು.

Sī'lō, *n.* ಧಾನ್ಯಗಳ ಹಸುರು ಪೈರು ಕಿತ್ತು ಗಾಳಿ ತಗಲದಂತೆ ಒತ್ತಿ ಜಾನುವಾರುಗಳಿಗೆ ಆಹಾರಕ್ಕಾಗಿ ಸಂಗ್ರಹಿಸಿಡುವ ಹೊಂಡ.

Silt, *n.* ಬುರುಡೆ, ಕೆಸರು, ಸೂಸುಮಣ್ಣು, ರ‍್ಯಾವಿ.

Sil'van, *a.* ಕಾಡಾಡಿಯಾದ, ಹಳ್ಳಿಗಾಡಿನ.

Sil'vĕr, *n.* ಬೆಳ್ಳಿ, ಬೆಳ್ಳಿಯ ನಾಣ್ಯ; pure s. ಊದಿದ ಬೆಳ್ಳಿ; impure s. ಕಂದುಬೆಳ್ಳಿ. *a.* ಬೆಳ್ಳಿಯ; 2. ಶುಭ್ರ; 3. ಇಂಪಾದ (ಸ್ವರ). *v. t. r.* ಬೆಳ್ಳೀ "ಮುಲಾಮು" (ಮಲಾಮು) ಹಾಕು; 2. ಬೆಳ್ಳಗೆ ಮಾಡು; every cloud has a s. lining ದುರದೃಷ್ಟದಲ್ಲಿ ಸುಖದ ಛಾಯೆ ಇದೆ. Sil'vĕr-smith, *n.* ಅಕ್ಕಸಾಲೆ. Sil'vĕr-tŏngued (-tungd), *a.* ನುಣ್ಣ ಮಾತಾಡುವ, ಮಾತಿನ ಚಪಲ. Sil'vĕr-y, *a.* ಬೆಳ್ಳಿಯಂಥ; 2. ಬಿಳೀ.

Si-mär', Si-märre' (-mär'), *n.* ಸ್ತ್ರೀಯರ ನಿಲುವಂಗಿ, ಸೀರೆ.

Sim'i-lar, *a.* ಅಂಥ; 2. ಸಮಾನ, ಸಮ. Sim-i-lar'i-ty, *n.* ಹೋಲ್ಪಿಕೆ, ಸಮಾನತ್ವ. Sim'i-lar-ly, *ad.* ಅದರಂತೆ, ಹಾಗೆಯೇ, ಅದೇ ಪ್ರಕಾರ. Si-mil'i-tūde, *n.* ಸಮಾನತ್ವ, ಹೋಲಿಕೆ; 2. ಸಾಮ್ಯ, ಸಾದೃಶ್ಯ.

Sim'i-le, *n.* ಸಾಮ್ಯ, ಉಪಮೆ.

Sim'i-ōus, *a.* ಮಂಗನಂಥ, ಮರ್ಕಟಪ್ರಾಯ.

Sim'mĕr, *v. i. r.* ಕುದಿ, ಎಸರು ಬರು.

Sim'o-ny, *n.* (*from* Simon, *see Acts* VIII.) ಬೋಧಕೋದ್ಯೋಗ ಮಾರುವ ಮತ್ತು ಕೊಂಡುಕೊಳ್ಳುವ ದೋಷಕರ್ಮ. Si-mō'ni-ac, *n.* ಬೋಧಕೋದ್ಯೋಗವನ್ನು ಕ್ರಯವಿಕ್ರಯ ಮಾಡುವವ.

Si-moom', -moon', *n.* ಅರಬಿಯದ ಮರಳು ಕಾಡಿನಲ್ಲಿ ಬೀಸುವ ಬಿಸೀ ಗಾಳಿ.

Si'mōus, *a.* ಗಿಡ್ಡ ಹಲಚ ಮೂಗಿನ, ಗುಣಿ—.

Sim'pĕr, *v. i. r.* ಹಲ್ಲು ಕಿಸಿ, ಹಲ್ಲುಗಿಸಿ. *n.* ಹಲ್ಲುಗಿಸಿಕೆ, ಮಂಗನಗೆ. Sim'pĕr-iṅg-ly, *ad.* ಹಲ್ಲುಗಿಸಿದು, ಮಂಗನಗೆಯಿಂದ.

Sim'ple, *a.* (single) ಒಂಟಿ, ಶುದ್ಧ; 2. (plain) ಸಾಧಾರಣ, ಸಾಮಾನ್ಯ; 3. (sincere) ಯಥಾರ್ಥ, ನಿಷ್ಕಪಟ, ಸರಳ; 4. (intelligible) ಸ್ಪಷ್ಟ, ಸುಲಲಿತ; 5. (silly) ಭೋಳೆ, ದಡ್ಡ; 6. (*bot.*) ಅಖಂಡ;—s. interest ಸರಳ ಬಡ್ಡಿ; s. machines ಮೂಲ ಯಂತ್ರಗಳು; s. microscope ಒಂಟಿಗನ್ನಡಿಯ ಭೂತಗನ್ನಡಿ; s. style ಸರಳ ರೀತಿ. Sim'ple-heärt-ed (-härt-), -mīnd-ed, *a.* ಕಪಟವಿಲ್ಲದ, ನಿಷ್ಕಪಟ, ಭೋಳೇ, ಸರಳ. Sim'ple-ness, *n.* ಸರಳತೆ, ಸಾಧಾರಣ ತರ, ಭೋಳೇತನ. Sim'ple-tŏn, *n.* ಕಿಸವಾಯ, ತಿಳಿಗೇಡಿ, ಹುಚ್ಚ. Sim-plic'i-ty, *n.* ನಿಷ್ಕಪಟ, ಸರಳತೆ; 2. ಸಾಧಾರಣ ತರ; 3. ಪರಮಾರ್ಥತೆ. Sim-pli-fi-cā'tiŏn, *n.* ಸ್ಪಷ್ಟಮಾಡುವಿಕೆ, ಸುಲಭ—. Sim'pli-fȳ, *v. t. r.* (-fīed) ಸ್ಪಷ್ಟ ಮಾಡು, ಸುಲಭ—. Sim'ply, *ad.* ನಿಷ್ಕಪಟವಾಗಿ; 2. ಕೇವಲ, ಮಾತ್ರ, ಅಷ್ಟೆ.

Sim'ple, *n.* ಮೂಲಿಕೆ, ಗಿಡಮೂಲಿಕೆ, ಔಷಧ. *v. t. r.* ಗಿಡಮೂಲಿಕೆಗಳನ್ನು ಸಂಗ್ರಹಿಸು. Sim'plĕr, *n.* ಔಷಧ ಮೂಲಿಕೆಗಳನ್ನು ಸಂಗ್ರಹಿಸುವವ.

Sim'ū-lāte, *v. t. r.* ಕಪಟದಿಂದ ತೋರಿಸು, ಸುಳ್ಳಾಗಿ ತೋರಿಸು. Sim-ū-lā'tiŏn, *n.* ಕಪಟ, ವಂಚನೆ, ಠಕ್ಕು.

Sim-ul-tā'ne-ōus, *a.* ಅದೇ ಸಮಯದ, ಏಕಕಾಲಿಕ; those two events were s. ಆ ಎರಡು ಕಾರ್ಯಗಳು ಅದೇ ಸಮಯದಲ್ಲಿ ಆದವು, ಆವೆರಡು ಕಾರ್ಯಗಳು ಒಂದೇ ಸಮಯದಲ್ಲಿ ಆದಂಥವು. Sim-ul-tā'ne-ōus-ly, *ad.* ಅದೇ ಸಮಯದಲ್ಲಿ, —ಹೊತ್ತಿನಲ್ಲಿ. Sim-ul-tā'ne-ōus-ness, *n.* ಏಕಕಾಲದಲ್ಲಾಗುವುದು.

Sin, *n.* ಪಾಪ, ಪಾತಕ, ದುರಿತ, ದೋಷಕರ್ಮ; s. of commission ಅಕೃತ್ಯಕರಣ, ನಿಷಿದ್ಧಕರಣ; s. of omission ಕೃತ್ಯಾಕರಣ, ವಿಹಿತತ್ಯಾಗ. *v. i. r.* (sinned, *pr.* sind) ಪಾಪಮಾಡು, ಅಪರಾಧಮಾಡು. Sin'fụl, *a.* ಪಾಪವುಳ್ಳ, ಪಾಪಿಯಾದ, ದುಷ್ಟ. Sin'fụl-ly, *ad.* ದುರುಳವಾಗಿ, ದುಷ್ಟವಾಗಿ. Sin'fụl-ness, *n.* ದುಷ್ಟತನ, ಪಾಪಿತ್ವ. Sin'less, *a.* ಪಾಪವಿಲ್ಲದ, ನಿರ್ದೋಷವಾದ, ನಿಷ್ಕಳಂಕವಾದ, ನಿಷ್ಪಾಪ, ಅನಘ. Sin'less-ness, *n.* ಪಾಪರಾಹಿತ್ಯ, ನಿರ್ದೋಷತ್ವ. Sin'nĕr, *n.* ಪಾಪಿ, ಪಾಪಿಷ್ಠ, ದುಷ್ಟ, ಪಾಪಾತ್ಮ; a miserable s. ಕಷ್ಟಪಾಪಿ. Sin'-of-fĕr-iṅg, *n.* ಪಾಪಪ್ರಾಯಶ್ಚಿತ್ತಾರ್ಥಕ ಯಜ್ಞ, —ಬಲಿ.

Sin'a-pis̱m, *n.* ಸಾಸಿವೆ ಪಿಷ್ಟದ ಪಟ್ಟು.

Since, *ad.* ಅಂದಿನಿಂದ, ಹಿಂದೆ, *as,* long s. ಬಹಳ ದಿವಸದ ಹಿಂದೆ; how long s.? ಎಷ್ಟು ದಿವಸದ ಹಿಂದೆ? ಎಷ್ಟು ದಿವಸವಾಯಿತು? four years s. ನಾಲ್ಕು ವರುಷದ ಹಿಂದೆ; I have not seen him s. ಅಂದಿನಿಂದ ಅವನನ್ನು ನೋಡಲಿಲ್ಲ, ಅಂದಿನ ಸುತ್ತ—. *prep.* ...ಇಂದ, ಸುತ್ತ, ಈಚೆ, *as,* s. three days ಮೂರು ದಿವಸದಿಂದ; s. then ಅಂದಿನಿಂದ, ಅಂದಿನ ಸುತ್ತ; s. last year ಹೋದ ವರುಷದ ಈಚೆ; s. my coming ನಾನು ಬಂದಂದಿನಿಂದ, —ಬಂದ ದಿವಸದಿಂದ. *conj.* ಅಂದಿನಿಂದ, ಅಂದಿನ ಸುತ್ತ, *as,* s. the world began ಲೋಕ ಹುಟ್ಟಿದಂದಿನಿಂದ; *a)* ಕಾರಣ, ..ಇಂದ, ..ಎಂತ, *as,* s. it is so ಹೀಗಿರುವುದರಿಂದ, ಹೀಗಿರಲಾಗಿ, ಹೀಗಿರಲಿಕ್ಕಾಗಿ, ಹೀಗಿರುವ ಕಾರಣ; ಹೀಗಿರುತ್ತದೆಂತ.

Sin-cēre' (-sēr), *a.* ಶುದ್ಧ; 2. ಯಥಾರ್ಥ, ನಿಷ್ಕಪಟ, ಹೋಕೆಯಿಲ್ಲದ, ಖರೆ. Sin-cēre'ly (-sēr'li), *ad.* ನಿಜವಾಗಿ, ಖರೆಯಾಗಿ, ಯಥಾರ್ಥವಾಗಿ. Sin-cēre'ness, Sin-cer'i-ty, *n.* ನಿಷ್ಕಪಟ, ಯಥಾರ್ಥ, ಶುದ್ಧ ಭಾವ, ತ್ರಿಕರಣ ಶುದ್ಧಿ.

Sin'ci̱-put, *n.* ಮುಂದಲೆ.

Sīne, *n.* (*geom.*) ವೃತ್ತಭಾಗದ ಭುಜ.

Sī'ne, *pref.* ಇಲ್ಲದೆ.

Sine qua non ಅತಿ ಮುಖ್ಯವಾದದ್ದು.

Sī'ne-cūre, *n.* ಚಾಕರಿ ಇಲ್ಲದ ಸಂಬಳ, ಕೆಲಸವಿಲ್ಲದ ಚಾಕರಿ.

Sin'ew (sin'ū), *n.* ಸ್ನಾಯು, ನರ, ಬಲ; s. of war ಹಣ. Sin'ewed (sin'ūd), Sin'ew-y (-ū-i), *a.* ಸ್ನಾಯುವಿನ, ಕಸುವುಳ್ಳ, ಬಲವುಳ್ಳ. Sin'ew-less (sin'ū-), *a.* ಬಲವಿಲ್ಲದ, ಕಸುವಿಲ್ಲದ.

Siṅg, *v. t. & i. ir.* (suṅg *or* saṅg, suṅg)

ಹಾಡು, ಗಾಯನ ಮಾಡು; 2. (as birds) ಕಿಲಿಕಿಲಿಯನ್ನು, ಕಿಲಿಬಿಲಿ ಎಂತ ಧ್ವನಿ ಮಾಡು; 3. ಕವನದಲ್ಲಿ ವರ್ಣಿಸು, ಹೊಗಳು, ಕೊಂಡಾಡು, ಹಾಡಿ ಹರಸು. Siṅg'ĕr, *n.* ಹಾಡುವವ, ಹಾಡುಗಾರ, ಗಾಯಕ, "ಗವಯಿ", ಸಂಗೀತಗಾರ. Siṅg'iṅg, *n.* ಹಾಡುವುದು, ಗಾಯನ. Siṅg'iṅg master "ಗವಯಿ", ಭಾಗವತ.

Siṅġe, *v. t. r.* ಕಮರಿಸು; s. one's feathers or wings ಒಂದು ಕೆಲಸದಲ್ಲಿ ಕೈ ಹಾಕಿ ಕೈ ಸುಟ್ಟುಕೊಳ್ಳುವುದು. *n.* ಸುಡುವುದು. Siṅġed, *a.* ಸುಟ್ಟ, ಕಮರಿದ. Siṅġe'iṅg, *n.* ಸುಡುವುದು.

Siṅ-gha-lēse', *n. sing.* & *pl.* ಸಿಂಹಳ ದ್ವೀಪದವ, ಲಂಕಾದ್ವೀಪದವ (—ರು).

Siṅ'gle, *a.* ಒಂದೆ, ಒಂದೇ ಒಂದು, ಒಬ್ಬನೇ; 2. (without a companion) ಒಂಟಿಗ, ಒಂಟಿಗಿತ್ತಿ, ಏಕಾಂಗಿ; 3. (unmarried) ಮದುವೆ ಆಗದ; 4. (upright) ನಿಷ್ಕಪಟ; 5. (one out of a series *or* collection) ಬಿಡಿ. *v. t. r.* ಆರಿಸು, ಆಯು, ಪ್ರತ್ಯೇಕಿಸು. Siṅ'gle-hand-ed, *a.* ಒಬ್ಬನೇ, ಸಹಾಯವಿಲ್ಲದ, ಒಂದು ಕೈಯುಳ್ಳ. Siṅ'gle-heärt-ed, (-härt-), -mīnd-ed, *a.* ಏಕಚಿತ್ತವುಳ್ಳ, ಪರಮಾರ್ಥದ, ಕಪಟವಿಲ್ಲದ. Siṅ'gle-ness, *n.* ಒಂಟಿಗತನ; 2. ನಿಷ್ಕಪಟ, ಯಥಾರ್ಥ. Siṅ'gle-stick, *n.* ಡಾಣೀ ಕೋಲು; 2. ಡಾಣೀ ಕೋಲಿನ ಆಟ. Siṅ'gly, *ad.* ಒಬ್ಬೊಬ್ಬನಾಗಿ, ಒಂದೊಂದಾಗಿ; 2. ಮಾತ್ರ.

Siṅg'soṅg, *a.* ಕೆಟ್ಟಹಾಡಿಕೆಯ.

Siṅ'gū-lar, *a.* ಅಪೂರ್ವ; 2. ಸಮಾನವಿಲ್ಲದ, ವಿಶೇಷ; 3. ವಿಪರೀತ. *a.* & *n.* ಏಕವಚನ *(gram.)*. Siṅ-gū-lar'i-ty, *n.* ಅದ್ವಿತೀಯತೆ, ಅಸಾಧಾರಣತೆ, ವಿಲಕ್ಷಣತೆ; 2. ಅಪೂರ್ವವಾದದ್ದು. Siṅ'gū-lar-ly, *ad.* ಅಪೂರ್ವವಾಗಿ, ವಿಪರೀತವಾಗಿ, ವಿಶೇಷವಾಗಿ.

Sin'is-tĕr, *a.* ಎಡ; 2. ಅಶುಭ, ಕೆಡಕ; 3. ಕುಟಿಲ. Sin'is-tĕr-ly, *ad.* ಅಶುಭವಾಗಿ, ಕೆಡಕಾಗಿ; 2. ವಿಪರೀತವಾಗಿ.

Siṅk, *v. i. ir.* (saṅk, suṅk) ಮುಣುಗು; 2. ಕುಸಿ; 3. ಬೀಳು, ಕುಂಗು, ಕುಗ್ಗು; 4. ಕಡಿಮೆಯಾಗು. *v. t.* ಮುಣುಗಿಸು; 2. ಕುಂಗಿಸು, ಕುಗ್ಗಿಸು, ತಗ್ಗಿಸು; 3. (a well) ಅಗಿ; 4. ಕಡಿಮೆಮಾಡು; 5. ಹಾಳು ಮಾಡು; 6. ಅಡಗಿಸಿಕೊಳ್ಳು, ಬಚ್ಚಿಡು; s. money ಹಣವನ್ನು ಒಂದು ವ್ಯಾಪಾರ ಅಥವಾ ಕೈಗಾರಿಕೆಯಲ್ಲಿ ಹಚ್ಚಿಬಿಡು; the sick man is sinking ಬೇನೆಬಿದ್ದ ಮನುಷ್ಯನು ಸಾಯಲಿಕ್ಕಾಗಿದ್ದಾನೆ; sank in one's estimation ಒಬ್ಬನ ಅಭಿಪ್ರಾಯದಲ್ಲಿ ಗೌರವದಲ್ಲಿ ತಗ್ಗಿಹೋಗು; sink in one's mind ಮನಸ್ಸಿನಲ್ಲಿ ನಾಟಿಕೊಳ್ಳು; sink or swim ಬಂದ ಅಡಚಣಿಗಳಿಗೆ ಎದೆಗೊಡು; sinking fund ನಷ್ಟಭರ್ತಿಗೆ ಪ್ರತ್ಯೇಕಿಸುವ ನಿಧಿ. *n.* ಹರಿ, ಗೊಜ್ಜಲು ಕಾಲಿವೆ, ಜಲದಾರಿ; 2. ಬಚ್ಚಲಕುಣಿ, —ಗುಂಡಿ. Siṅk'ĕr, *n.* ಬಲೆಯ ಗುಂಡು, ಗಾಳದ ಗುಂಡು.

Sin-o'lo-ġy, *n.* "ಚೀನ" ದೇಶದವರ ಭಾಷೆ ಚರಿತ್ರ ಪದ್ಧತಿಗಳ ವಿದ್ಯೆ.

Sin'ū-āte, *v. t. r.* ಸೊಟ್ಟಾಗಿರು, ಡೊಂಕಾಗಿರು. *a.* ಡೊಂಕಾಗಿರುವ. Sin-ū-os'i-ty, *n.* ಸೊಟ್ಟು, ಸುತ್ತು. Sin'ū-ŏus, -ōse, *a.* ಸೊಟ್ಟಾದ, ಡೊಂಕ.

Sī'nus, *n.* ದಾರಿ, ಕೊಲ್ಲಿ; 2. ಸಂದು, ರಂಧ್ರ.

Sip, *n.* ಗುಟುಕು. *v. t. r.* (sipped, *pr.* sipt), ನಂಜ ಕುಡಿ, ಗುಟುಗುಟುಕಾಗಿ ಕುಡಿ, ಹೀರು, ಹೀರಿಕೊಳ್ಳು. *n.* ಗುಟುಕು, ಹೀರಿಕೊಳ್ಳುವುದು. Sip'piṅg, *n.* ಗುಟುಕುಗುಟುಕಾಗಿ ಕುಡಿಯುವುದು.

Siph'i-lis, Siph-i-lit'ic, *a.*, *see* Syphilis *etc.*

Sī'phon (-fon), *n.* ನೀರು ಹೀರಿ ತಗ್ಗಿಗೆ ಇಳಿಸುವ ಬಾಗಿದ ಕೊಳವಿ.

Sĭr, *n.* ಅಪ್ಪಾ, ಅಯ್ಯ, "ಸಾಹೇಬ", ದೊರೆ; 2. "ಬಹದೂರ", *as*, Sir John "ಝಾನ ಸಾಹೇಬ ಬಹದೂರ" (ಇಂಗ್ಲೆಂಡದಲ್ಲಿ ಒಂದು ಬಿರುದಿನ ಪದವಿ).

Sĭr'cär, *n.* "ಸರಕಾರ"; 2. ಲೆಕ್ಕ ಬರೆಯುವವನು.

Sīre, *n.* ತಂದೆ; 2. ಮಹಾರಾಜ; 3. ಮಾಡಿದವ, ರಚಿಸಿದವ.

Sī'ren, *n.* ಜಲಕನ್ಯೆ (ಇಂಥಾ ಮೂವರು ಜಲಕನ್ಯೆಯರು ಇಟಲಿ ದೇಶದ ಪಶ್ಚಿಮಕ್ಕೆ ಒಂದು ನಡುಗಡ್ಡೆಯಲ್ಲಿ ಇದ್ದು, ಹಾದುಹೋಗುವ ನಾವಿಕರನ್ನು ಮೋಹಿನೀಮಂತ್ರ ಹಾಡಿ ಮರುಳುಗೊಳಿಸಿ, ಹತ್ತರ ಬಂದವರನ್ನು ಕೊಂದುಹಾಕುವರು ಎಂತ ಪ್ರಾಚೀನ ಕಲ್ಪನಾಕಥೆ ಉಂಟು); 2. ಮೋಹಕ ಸ್ತ್ರೀ.

Si'ris-sa tree, *n.* *(Albizzia Lebbek, Benth.)* ಸಿರ್ಸಲ ಗಿಡ, ಶಿರೀಷ ಮರ, ಬಾಗೇ ಮರ *(My.)*, ಕಡಚೇ ಮರ; *(A. stipulata, Bom.)* ಹೊಟ್ಟೇಬಾಗೇ ಮರ *(My.)*; *(A. odoratissima, Benth.)* ಬಿಲ್ವಾರದ ಮರ.

Sir'i-us, *n.* ಲುಬ್ಧಕ ತಾರೆ, ಅಗ್ನಿನಕ್ಷತ್ರ, ತ್ರಿಶಂಕು.

Sĭr'loin, *n.* ದನದ ಪಕ್ಕೆಯ ಬಾಡು.

Si-roc'cō, *n.* ಇಟಲಿ ದೇಶದಲ್ಲಿ ಆಗಾಗ್ಗೆ ಬೀಸುವ ಬಿಸೀ ಗಾಳಿ.

Sir'rah, *n.* ಎಲೇ, ಎಲೋ ಅಪ್ಪಾ! (ತಾತ್ಸಾರದ ಮಾತು).

Sir'up, *n.*, *see* Syrup.

Sis'sọọ-wọọd, *n.* (*Dalbergia Sissoo, Roxb.*) ಶಿಷ್ಟಬಾಗೆ, ಅಗುರು ಮರ, ಇಬಡೀ—.

Sis'tĕr, *n.* younger s. ತಂಗಿ; elder s. ಅಕ್ಕ; 2. ಸಹೋದರಿ; sisters of mercy ದೀನ ಜನರ ಆರೈಕೆಯನ್ನು ಕೈಕೊಂಡ ಹೆಂಗಸರು. **Sis'tĕr-họọd**, *n.* ಸ್ತ್ರೀಮಂಡಲಿ. **Sis'tĕr-in-lạw** (-lạ), *n.* ಬೀಗತಿ. ಬೀಗಿತಿ; elder brother's wife, husband's elder sister, wife's elder sister ಅತ್ತಿಗೆ; younger brother's wife, wife's younger sister, husband's younger sister ನಾದಿನಿ; husband's brother's wife ನೆಗೆಹೆಣ್ಣು, ನೆಗೆಣ್ಣೆ, ಯಾತೃ. **Sis'tĕr-ly**, *a.* ಅಕ್ಕತಂಗಿಯರ, ಸಹೋದರಿಯರ, ಸಹೋದರಿಗೆ ತಕ್ಕ; 2. ವಾತ್ಸಲ್ಯವುಳ್ಳ.

Sit, *v.i.ir.* (sat, sat) ಕೂತಿರು, ಕುಳಿತಿರು, ಕೂತುಕೊಂಡಿರು, ಕುಳಿತು—; s. cross-legged ಚಕ್ಕಳಮುಕಳಿಹಾಕಿಕೊಂಡು ಕೂಡ್ರು, ಚೌಕಮುಕಳಿಹಾಕಿಕೊಂಡು, ಚಕ್ಕಳಪುಕಳಿ ಹಾಕಿಕೊಂಡು, ಪದ್ಮಾಸನಹಾಕಿ—; s. with the knees sticking up ತುದಿಕಾಲ ಮೇಲೆ ಕೂತಿರು; 2. (lie on, rest on) ಇರು, ಬಿದ್ದಿರು; 3. (to fit, *as*, a coat) ಹಾಳಿತವಾಗಿರು, "ಬರಾಬರಿ" ಇರು, ಸಮವಾಗಿರು, ಒಪ್ಪು; 4. (incubate) ಹೊದಗು, ಕಾವಿಗೆ ಕೂತಿರು; 5. (hold a session) ಸಭಾ ಕೂಡ್ರು; where does the wind s.? ಗಾಳಿ ಯಾವ ಕಡೆಯಿಂದ ಬೀಸುತ್ತದೆ? s. at meat ಊಟಕ್ಕೆ ಕೂತಿರು; s. down ಕೂಡ್ರು, ಕೂತುಕೊಳ್ಳು; ಮುತ್ತಿಗೆ ಹಾಕು; s. up ಎದ್ದು ಕೂಡ್ರು, ಕಾದುಕೊಂಡು ಕೂತಿರು. *v.t.* (*refl.*) ಕೂತುಕೊಳ್ಳು; ಸವಾರಿ ಮಾಡು. **Sit'ting**, *n.* ಕೂತುಕೊಂಡಿರುವುದು; 2. ಆಸನ; 3. ಸಭೆ ಕೂಡುವುದು, ಸಭೆ; 4. ಕಾವಿಗೆ ಕೂತಿರುವುದು; a s. down ಕೂತುಕೊಳ್ಳೋಣ; his s. down ಅವನು ಕೂತುಕೊಳ್ಳೋಣ.

Sīte, *n.* ಸ್ಥಳ, ಜಾಗ.

Sit'ū-āte, **Sit'ū-ā-ted**, *a.* ಇರುವ, ಇದ್ದ, ಸ್ಥಿತ. **Sit-ū-ā'tiŏn**, *n.* ಸ್ಥಳ; ಸ್ಥಿತಿ, ಅವಸ್ಥೆ; 3. ಉದ್ಯೋಗ.

Six, *a.* ಆರು, ಷಟ್; s. persons ಆರು ಮಂದಿ. **Six'fōld**, *a.* ಆರರಷ್ಟು, ಆರು ಪಾಲು. **Six'-pence**, *n.* ಸುಮಾರು ನಾಲ್ಕಾಣೆ ಬಾಳುವ ಇಂಗ್ಲಿಷ್ ನಾಣ್ಯ, ಚಕ್ರ, ಪಾವಲಿ, ಅರ್ಧ ಶಿಲ್ಲಿಂಗ್. **Six'pen-ny**, *a.* ಪಾವಲಿಯ, ಪಾವಲಿ ಬಾಳುವ. **Six'tēen**, *a.* ಹದಿನಾರು. **Six'tēenth**, *a.* ಹದಿನಾರನೇ; one-s. ಹದಿನಾರನೇ ಅಂಶ. **Sixth**, *a.* ಆರನೇ; 2. ಆರನೇ ಅಂಶ. **Sixth'ly**, *ad.* ಆರನೇದಾಗಿ. **Six'ti-eth**, *a.* ಅರುವತ್ತನೇ. **Six'ty**, *a.* ಅರುವತ್ತು.

Sīze, *n.* ಉದ್ದಗಲ, ಅಳತೆ, ಪರಿಮಾಣ. *v.t.r.* ನಿವಡಿಸು, ಹೊಂದಿಸಿಡು. **Sī'za-ble**, **Sī'ze-able**, *a.* ತಕ್ಕಷ್ಟು ದೊಡ್ಡ; 2. ಗಾತ್ರವಾದ.

Sīze, *n.* ಅಂಟು, ಜಿಗಟು, ವಜ್ರಸರಿ. *v.t.r.* ಸರಿ ಹಚ್ಚು. **Sīz'y**, *a.* ಬಂಕೆಯಾದ.

Skāte, *n.* ನೀರಗಡ್ಡೆಯ ಮೇಲೆ ಜಾರಾಡತಕ್ಕ ಹಾವಿಗೆ, ಜಾರಾವಿಗೆ.

Skāte, *n.* ನೀರುಮಂದಿ ಮೀನು.

Skēan, *n.* ಸ್ಕೊಟ್ಲಂಡದವರು ಧರಿಸುವ ದೊಡ್ಡ ಕತ್ತಿ.

Skẹin (skān), *n.* ಲಡಿ, ಬಳೆ, ಚಿಟಕು.

Skel'e-tŏn, *n.* ಎಲುಬಿನ ಗೂಡು, ಅಸ್ಥಿಪಂಜರ, ಕಂಕಾಲ: a s. key ಬೀಗದ ಕೈ ಇಲ್ಲದೆ ಬೀಗ ತೆಗೆಯುವ ಕಂಬಿ; a s. of a grammar ವ್ಯಾಕರಣಸಂಕ್ಷೇಪ.

Skep'tic, *n.*, *see* Sceptic.

Sketch (skech), *n.* ಸುಳುವು, "ಖರಡು", "ಮಸೂದೆ"; *v.t.r.* (*pr.* skecht) ಸುಳುವು ಬರೆ, "ಮಸೂದೆ" ಬರೆ, "ಖರಡು" ಮಾಡು. **Sketch'y** (skech'i), *a.* ಅಪೂರ್ಣ, ಅರ್ಧದ.

Skew (skū), *a.* ಸೊಟ್ಟ, ವಾರೆ. *ad.* ಸೊಟ್ಟಾಗಿ, ವಾರೆಯಾಗಿ. *v.i.* ಸೊಟ್ಟಾಗಿ ನಡೆ.

Skew'ĕr (skū'ĕr), *n.* ಮುಳ್ಳು ಆಣಿ, "ಮೇಕು".

Skiff, *n.* ಸಣ್ಣ ದೋಣಿ, ಹರಗೋಲು.

Skill, *n.* ಜಾಣತನ, ಪ್ರವೀಣತೆ, ಚಮತ್ಕಾರ. **Skil'fụl**, **Skill'fụl**, *a.* ಕೈತಿದ್ದಿದ, ಕೈತೇರಿದ; 2. (workman, writer). ಜಾಣ, ನಿಪುಣ, ಕುಶಲ, ಪ್ರವೀಣ, ಚಮತ್ಕಾರಿಕ **Skil'fụl-ly**, *ad.* ಚಮತ್ಕಾರವಾಗಿ, ಜಾಣತನದಿಂದ, ಕುಶಲವಾಗಿ. **Skil'fụl-ness**, *n.* ಜಾಣತನ, ಕುಶಲತೆ, ನಿಪುಣತೆ. **Skilled** (skild) in, *a.* ಪ್ರವೀಣ, ಜಾಣ, ನಿಪುಣ.

Skil'let, *n.* ಹಿಡಿಕೆ ಬೋಗಣಿ, ನೀರು ಬಿಸಿಮಾಡುವ ಪಾತ್ರೆ.

Skil'ly, *n.* ಗಂಜಿ, ಸಾರು, "ಸೂಪು".

Skim, *v.t.r.* (skimmed, *pr.* skimd) ನೊರೆ ತೆಗೆ, ಕೆನೆ ತೆಗೆ; 2. ಬರಸು. *v.i.* ಹತ್ತೀ ಹತ್ತದ ಹಾಗೆ ಮೇಲೆಮೇಲೆ ಹಾರಿಹೋಗು,

---

Ꞓ *as* k; c *as* s; ch *as* sh; g *as in* get; ġ *as* j; ṅ *nasal, as in* anger; ṣ *as* z; ṭh *as in* thou; ẋ *as* gz; ce, ci, si *and* ti *before a vowel as* sh: ocean, action.

ಮೇಲೆಮೇಲೆ ಹಾದುಹೋಗು; 2. ಮೇಲೆಮೇಲೆ ನೋಡು. Skim'mĕr. *n.* ನೊರೆ ತೆಗೆಯುವ ಸೌಟು. Skim'-milk, *n.* ಕೆನೆ ತೆಗೆದ ಹಾಲು. Skim'mings, *n. pl.* ನೊರೆ, ಕಸರು.

Skimp, *v. t.* & *i.* ಕಮ್ಮಿಯಾಗಿ ಕೊಡು; 2. ಅಪೂರ್ಣವಾಗಿ ಒಂದು ಕೆಲಸ ಮಾಡು.

Skin, *n.* ತೊಗಲು, ಚರ್ಮ; 2. ತೊಗಟೆ; s. to lie *or* sit upon ಕಡವಸ, ಕಡಾಸು; a gold-beater's skin ಚಂಚ; to strip one to the s. ಪೂರಾ ದೋಚಿಕೊಳ್ಳು. *v. t. r.* (skinned, *pr.* skind) ತೊಗಲು ಸುಲಿ, ಸಿಪ್ಪೇ ತೆಗೆ. *v. i.* ತೊಗಲು ಬರು *c. d.*, ಮಾಯು. Skin'-dēep, *a.* ಮೇಗರೆಯ, ಮೇಲಿನ, ಅಲ್ಪ. Skin'flint, *n.* ಜೀನ, ಕಪಿ ಮುಷ್ಟಿಯವ, ಕಲ್ಲಿನಲ್ಲಿ ನಾರು ತೆಗೆಯುವವ, ಲೋಭಿ. Skin'ful, *a.* ಹೊಟ್ಟೇಹಿಡಿಯುವಷ್ಟು. Skinned (skind), *a.* ಚರ್ಮವುಳ್ಳ. Skin'-nĕr, *n.* ತೊಗಲುವರ್ತಕ, "ಡೋರ". Skin'-ny, *a.* ಬರೇ ತೊಗಲಿದ್ದ, ಬಹು ಬಡವಾದ.

Skink, *n.* ಓತಿ, ಹಾವುರಾಣಿ.

Skip, *n.* ನೆಗೆಯುವುದು, ಹಾರುವುದು, *v. i. r.* (skipped, *pr.* skipt) ನೆಗೆ, ಚಿಗಿ, ಚಿಗಿದಾಡು, ಹಾರ್‍ಯಾಡು; s. along ಟಣ್‌ಟಣ್ ಜಕ್ಕೋತ ನಡೆ; s. over ಬಿಡು, ಹಾರಿಸು. *v. t.* ಬಿಡು, ಹಾರಿಸು.

Skip'pĕr, *n.* ಹಡಗಿನ ಯಜಮಾನ.

Skĭr'mish, *n.* ಕದನ, ಹಾಸು ಯುದ್ಧ, "ಲಡಾಯಿ". *v. i. r.* ಕದನ ಮಾಡು, ಚದರಿ ಯುದ್ಧ—. Skĭr'mish-ĕr, *n.* ಹಾಸು ಯುದ್ಧ ಮಾಡುವವ.

Skĭrt, *n.* ಸೆರಗು, ಕಂಬಿ; skirts of a country ಸೀಮೆಯ ಎಲ್ಲೆಗಳು. *v. t.* & *i. r.* ಅಂಚಿಗೆ ಹೊಂದಿರು *c. g.*; ಅಂಚು ಹಿಡಿ *c. d.*, ಅಂಚಿನಲ್ಲಿರು *c. g.*

Skit, *n.* ನಿಂದಾಗೋಷ್ಠಿ, ಎಗತಾಳಿ.

Skit'tish, *a.* ಬೇಗ ಹೆದರುವ, ಬೆದರುವ; 2. ಕ್ಷುಲ್ಲಕ, ಚಂಚಲ.

Skit'tles (-tlz), *n. pl.* ಒಂಬತ್ತು ಮೆಳೆಗಳು ನಾಟಿ ಆಡುವ ಚೆಂಡಿನ ಆಟ.

Skī'vĕrs, *n. pl.* ಪದರು ಬಿಚ್ಚಿ ಹದಮಾಡಿದ ಕುರೀ ತೊಗಲು.

Skulk, *v. i. r.* (*pr.* skulkt) ಜಾರಿಕೊಳ್ಳು, ತಪ್ಪಿಸಿಕೊಳ್ಳು, ಜರಗು. Skulk'ĕr, *n.* ಮೈಗಳ್ಳ, ಜಾರಿಕೊಳ್ಳುವವ.

Skull, *n.* ತಲೇಬುರುಡೆ, ಡವಿಗೆ, ಕಪಾಲ.

Skunk, *n.* "ಅಮೇರಿಕದ" ಪುಣುಗುಬೆಕ್ಕು.

Skȳ, *n.* ಆಕಾಶ, ಅಂತರಿಕ್ಷ, ಮುಗಿಲು, ಬಾನು, ಗಗನ. *a.* ಆಕಾಶದ, ನೀಲವರ್ಣದ. Skȳ'-blūe, *a.* "ಆಸ್ಮಾನಿ", ಮೇಘ ನೀಲ. Skȳ'col-ŏur, *n.* ನೀಲವರ್ಣ. Skȳ'lärk, *n.* ಟಿಟ್ಟಿಭ, ಭಾರದ್ವಾಜ. Skȳ'līght (-līt), *n.* ಮೇಲಿನ ಬೆಳಕಂಡಿ. Skȳ'-rock-et, *n.* ಆಕಾಶಬಾಣ.

Slab, *n.* ಹಾಸಿಗೆಕಲ್ಲು, ಹಾಸಿಗ್ಗಲ್ಲು, ನುಣುಪು ಕಲ್ಲಿನ ಹಲಿಗೆ.

Slab'bĕr, *n.* ಜೊಲ್ಲು. *v. t. r.* ಜೊಲ್ಲು ಸುರಿ. Slab'bĕr-ĕr, *n.* ಜೊಲ್ಲುಬುರುಕ.

Slack, *a.* ಸಡಿಲಾದ; 2. ಉದಾಸೀನದ, ಜಾಗ್ರತೆಯಿಲ್ಲದ; 3. ಮೆಲ್ಲಗಾದ. *ad.* ಸಡಿಲಾಗಿ, ಸಾಲದ್ವಾಗಿ, ಅರ್ಧ. Slack, Slack'en (slak'n), *v. i. r.* (*pr.* slakt, slak'nd) ಸಡಿಲಾಗು, ಉದಾಸವಾಗಿರು; 2. ಅರಳು (lime); 3. ಇಳಿ, ಕಡಿಮೆಯಾಗು, ಕುಗ್ಗು. *v. t.* ಸಡಿಲು ಮಾಡು, ಸಡಿಲಿಸು; 2. ಕಡಿಮೆ ಮಾಡು; 3. ಅರಳಿಸು (lime); 4. ಇಳಿಸು, ತಗ್ಗಿಸು, ಕುಗ್ಗಿಸು. Slack'ly, *ad.* ಸಡಿಲಾಗಿ; 2. ಉದಾಸೀನವಾಗಿ. Slack'ness, *n.* ಸಡಿಲು; 2. "ಸುಸ್ತಿ", ಆಲಸ್ಯ, ಉಪೇಕ್ಷೆ.

Slag, *n.* ಕಿಟ್ಟ. Slag'gy, *a.* ಕಿಟ್ಟದ, ಕಿಟ್ಟದಂಥ.

Slāin, *pp. of* Slay.

Slāke, *v. t. r.* (*pr.* slākt) ಆರಿಸು; 2. ಅರಳಿಸು (lime). *v. i.* ಆರು, ಇಳಿ, ಕಮ್ಮಿಯಾಗು. Slāke'less, *a.* ಆರಿಸಕೂಡದ.

Slam, *v. t. r.* (slammed, *pr.* slamd), (a door) ದಬಾಲೆಂದು ಮುಚ್ಚು, ಧಪ್ಪನೆ—; 2. ಹೊಡೆ, ಬಡಿ. *n.* ದಬಾಲೆಂದು ಮುಚ್ಚುವುದು.

Slan'dĕr, *n.* ದೂರು, ಚಾಡಿ, ಕ್ಷುದ್ರ, ಕೊಂಡೆಯ, ಹಿಂದಾಡಿಕೆ. *v. t. r.* ದೂರು, ಚಾಡಿ ಹೇಳು, ಕ್ಷುದ್ರ—. Slan'dĕr-ĕr, *n.* ಚಾಡಿಗಾರ, ದೂರು ಹೇಳುವವ, ಕ್ಷುದ್ರಿ. Slan'dĕr-ŏus, *a.* ಚಾಡಿಯ, ಅಪವಾದಕ. Slan'dĕr-ŏus-ly, *ad.* ಚಾಡಿಯಾಗಿ, ಚಾಡಿ ಹೇಳುತ್ತಾ.

Slang, *n.* ಕಾಡು ಭಾಷೆ, ಗ್ರಾಮ್ಯ ಶಬ್ದ; 2. *pt. of* Sling.

Slant, *a.* ಇಳಿಜಾರಾದ, ವಾರೆ. *v. i. r.* ಇಳಿಜಾರಾಗು, ವಾರೆಯಾಗು. *v. t.* ವಾರೆ ಮಾಡು. Slant'ing-ly, *ad.* ವಾರೆಯಾಗಿ, ಇಳಿಜಾರಾಗಿ.

Slap, *n.* ಚಪ್ಪಟೆ, ತಟ್ಟು, "ತಪರಾಖು". *v. t. r.* (slapped, *pr.* slapt) ತಟ್ಟು, ಪೆಟ್ಟು ಹೊಡೆ, ಚಪ್ಪರಿಸಿಬಿಡು, ಅಪ್ಪಳಿಸು. Slap'dash, *ad.* ಧಡಾಲೆಂದು, ಒಮ್ಮಿಂದೊಮ್ಮೆ.

Slash, *v.t.r.* (*pr.* slasht) ಕೊಚ್ಚು, ಕಂಡಾಬಟ್ಟೆ ಕಡಿ. *n.* ಕಡತ, ಗಾಯ.

Slat, *n.* ತೆಳು ಮತ್ತು ಅಗಲಕಿರಿದಾದ ಹಲಿಗೆ ತುಂಡು.

Slāte, *n.* ಪದರುಕಲ್ಲು; 2. ಪಾಟೀ, "ಸ್ಲೇಟು". Slā'tĕr, *n.* ಮಾಳಿಗೆ ಮೇಲೆ ಪದರುಕಲ್ಲು ಹಾಸುವವ. Slā'ty, *a.* ಪದರುಕಲ್ಲಿನಂಥಾ, ಪದರುಪದರಿರುವ.

Slat'tĕrn, *n.* ಮುಗ್ಗಲಗೇಡಿ ಹೆಂಗಸು, ಮಲಿನ ಹೆಂಗಸು, ಹೊಲಸಿನವಳು. Slat'tĕr, *v.i.r.* (ವಸ್ತ್ರಾದಿಗಳಲ್ಲಿ) ಮೈಲಿಗೆಯಾಗಿರು, ಮುಗ್ಗಲಾಗಿರು. Slat'tĕrn-ly, *a.* & *ad.* ಮುಗ್ಗಲಾಗಿ, ಮುಗ್ಗಲುಗೆಟ್ಟು.

Slaugh'tĕr (sla'tĕr), *n.* ಕೊಲೆ, ಸಂಹಾರ; 2. (ಪಶು) ಕೊಯ್ಯುವುದು. *v.t.r.* ಕೊಲ್ಲು, ಸಂಹಾರ ಮಾಡು; 2. ಕಡಿ. Slaugh'tĕr-house (sla'tĕr-), *n.* "ಕಸಾಯಿ" ಅಂಗಡಿ, ಕಟುಕರ—.

Slāve, *n.* ಆಳು, ಸೆರೆಯಾಳು, ಹೊನ್ನಾಳು, "ಗುಲಾಮು", ಅಡಿಮೆ, ದಾಸ; a s. to passion ಪಂಚೇಂದ್ರಿಯಬದ್ಧನು; female s. ತೊತ್ತು, ದಾಸಿ, ಚೇಟಿ. *v.i.r.* ಸೆರೆಯಾಳಿನಂತೆ ಕೆಲಸ ಮಾಡು, ಊಳಿಗ—, ಎದೆಮುರಿ. Slā'vĕr, *n.* "ಗುಲಾಮು"ವ್ಯಾಪಾರದ ಹಡಗು; 2. "ಗುಲಾಮು" ವ್ಯಾಪಾರಸ್ಥ. Slā'vĕr-y, *n.* "ಗುಲಾಮುತನ", ಅಡಿಮೆ, ದಾಸತ್ವ. Slāve'-trāde, *n.* "ಗುಲಾಮು"ವ್ಯಾಪಾರ. Slā'vish, *a.* "ಗುಲಾಮನ", ದಾಸನಿಗೆ ತಕ್ಕ, ಕಷ್ಟದ. Slā'vish-ly, *ad.* "ಗುಲಾಮನಾಗಿ"; 2. ನೀಚವಾಗಿ. Slā'vish-ness, *n.* ದಾಸರ ಗುಣ; 2. ನೀಚತ್ವ.

Slav'ĕr, *n.* ಜೊಲ್ಲು. *v.i.r.* ಜೊಲ್ಲು ಸುರಿಸು. *v.t.* ಜೊಲ್ಲಿನಿಂದ ಹೊಲಸು ಮಾಡು.

Sla-von'ic, Sla-vo'ni-an, *a.*, *see* Sclavonian.

Slāy (slā), *v. t. ir.* (slew, slāin, *pr.* slu, slān) ಕೊಲ್ಲು, ಸಂಹರಿಸು. Slāy'ĕr, *n.* ಕೊಲ್ಲುವವ, ಕೊಲೆಪಾತಕಿ, ಸಂಹಾರಕ.

Slēa'zy (slē'zi), *a.* ಜನಗು, ಪುಸುಕು, ಹುರುಳಿಲ್ಲದ.

Sled, Sledġe, Sleigh (slā), *n.* ಎಳೆಹೂಟ, ಜಾರುಬಂಡಿ.

Sledġe, Sledġe'-ham-mĕr, *n.* ಚಮ್ಮಟಿಗೆ.

Slēek, *a.* ನುಣ್ಣಗಾದ, ಮೆರುಗಾದ. Slēek'ly, *ad.* ನುಣ್ಣಗೆ. Slēek'ness, *n.* ನುಣುಪು, ಮೆರುಗು.

Slēep, *n.* ನಿದ್ರೆ, ಶಯನ; disturbance of s. ನಿದ್ರಾಭಂಗ, drop off to s. ಮೈಮರೆತು ಮಲಗು; loss of s. ನಿದ್ರಾನಾಶ, ನಿದ್ದೆಗೇಡು; talking in s. ಕನವರಿಕೆ, ನಿದ್ದೆಯಲ್ಲಿ ಬಡಬಡಿಸೋಣ; s. of death, last s., long s. ಮರಣ. *v. i. ir.* (slept, slept) ಮಲಗು, ಮಲಕೊಳ್ಳು, ನಿದ್ರೆಮಾಡು; 2. ಸತ್ತಿರು; 3. ಶಾಂತವಾಗಿರು, ಸುಮ್ಮಗಿರು; s. that knows not breaking ಮರಣ; let sleeping dogs lie ಗಲಭೆ ಉಂಟು ಮಾಡಬೇಡ; sleep on a question ಪ್ರಶ್ನೆಯನ್ನು ಮರುದಿನಕ್ಕೆ ವಿಚಾರಕ್ಕೆ ಬಾಕಿಯಿಡು; slept off his vexation ಸಿಟ್ಟನ್ನು ನಿದ್ರೆಯಿಂದ ಮರೆಯು. Slēep'ĕr, *n.* ಮಲಗಿದವ, ನಿದ್ರೆಗಾರ; 2. ಭೂಮಿಯಲ್ಲಿ ಹಾಸಿದ ತೊಲೆ. Slēep'i-ly, *ad.* ನಿದ್ರೆಯಾಗಿ, ತೂಕಡಿಸುತ್ತಾ. Slēep'i-ness, *n.* ತೂಕಡಿಕೆ, ನಿದ್ರೆಯ ಮಬ್ಬು, ನಿದ್ರೆಯ ಜಂಭ. Slēep'iṅg, *a.* ನಿದ್ರೆ ಹೋಗುವ. *n.* ಸುಮ್ಮನಿರುವುದು; s. partner ಹಣ ಮಾತ್ರ ತೆತ್ತು ವಹಿವಾಟದಲ್ಲಿ ಕೈ ಹಾಕದ ಪಾಲುಗಾರ. Slēep'less, *a.* ನಿದ್ರೆಯಿಲ್ಲದ, ನಿದ್ರೆ ಹತ್ತದ; 2. ಸಮಾಧಾನವಿಲ್ಲದ, ಶಾಂತಿಯಿಲ್ಲದ. Slēep'y, *a.* ತೂಕಡಿಸುವ, ನಿದ್ರಾಳು, ನಿದ್ರಾಭಾರವುಳ್ಳ.

Slēet, *n.* ಹಿಮ ಮಳೆ ಸುರಿಯುವುದು, ಹಿಮಕ. Slēet'y, *a.* ಹಿಮ ಮಳೆ ಕೂಡ ಸುರಿಯುವ, ಹಿಮಕದ.

Slēetch, *n*, ಬುರುದೆ.

Slēeve, *n.* ಅಂಗಿಯ ತೋಳು; 2. ದಾರದ ಉಂಡೆ; laugh in the s. ಬಾಯಿ ಮುಚ್ಚಿಕೊಂಡು ನಗು. Slēeved (slēvd), *a.* ತೋಳಿನ. Slēeve'less, *a.* ಮೊಂಡ; 2. ಹುರುಳಿಲ್ಲದ, ವ್ಯರ್ಥ.

Sleigh (slā), *n.*, *see* Sledge.

Sleīght (slīt), *n.* ಚಮತ್ಕಾರ, ಕಣ್ಣುಕಟ್ಟು; s. of hand ಹಸ್ತಲಾಘವ, ಬಂಗಾಳಿವಿದ್ಯೆ, ಕೈಚಪ್ಪಟಿ.

Slen'dĕr, *a.* ತೆಳ್ಳನ, ತೆಳ್ಳಗಾದ; 2. ಅಶಕ್ತ; 3. ಅಲ್ಪ, ಸ್ವಲ್ಪ; s. means ಕೊಂಚ ಹಣ; s. waist ಬಡನಡು. Slen'dĕr-ly, *ad.* ಅಲ್ಪವಾಗಿ; 2. ತೆಳ್ಳಗೆ; 3. ಬಲಹೀನವಾಗಿ. Slen'dĕr-ness, *n.* ತೆಳ್ಳಗಿರೋಣ; 2. ಬಲಹೀನತ್ವ, ಅಲ್ಪತ್ವ, ಸಾಲದಿರೋಣ.

Slept, *pt.* & *pp.* *of* Sleep.

Slew (slu), *pt. of* Slay.

Slew (slu), *v. i. r.* ತಿರುಗು.

Ꞓ *as* k; c *as* s; ch *as* sh; g *as in* get; ġ *as* j; ṅ *nasal, as in* anger; ş *as* z; th *as in* thou; x̱ *as* gz; ce, ci, si *and* ti *before a vowel as* sh: ocean, action.

Sley (slā), *n.* ನೇಯಿಕಾರನ ಅಣಿಗೆ, ಹಣಿಗೆ.

Slīce, *n.* ಹೋಳು, ತೆಳ್ಳನ ತುಂಡು, ಪಟ್ಟೆ, ಖಂಡ; s. of bread ರೊಟ್ಟಿತುಂಡು; s. of an orange, jackfruit, *etc.* ತೊಳೆ. *v. t. r.* (*pr.* slīst) ತೆಳ್ಳಗೆ ಕೊಯ್ಯು, ಹೋಳು ಹೋಳಾಗಿ—. **Slī′cĕr**, *n.* ಚೂರಿ.

Slick, *a.*, *see* Sleek.

Slīde, *v. i. ir.* (slid, slid *or* slid′den, *pr.* slid′n) ಜಾರು, ಜಾರಿಬೀಳು. **Slī′dĕr**, *n.* ಜಾರುವವ, ಜಾರುವಂಥಾದ್ದು; a s. in the telescope ದೂರದೃಷ್ಟಿ ಯಂತ್ರದಲ್ಲಿ ಮುಂದಕ್ಕೂ ಹಿಂದಕ್ಕೂ ಎಳೆಯುವಂಥಾದ್ದು.

Slīght (slīt), *a.* ತುಸ, ಸ್ವಲ್ಪ (effort, rain); 2. ಅದ್ರ (structure); 3. ತೆಳ್ಳನ, ದುರ್ಬಲ (body, frame); 4. ಮಂದ (impression, glimpse, view); 5. ಲಘು, ಅಲ್ಪ (fault, argument); 6. ನಸು (wind, smile); 7. ಸೂಕ್ಷ್ಮ, ತೆಳುವಾದ (covering). *n.* ಅಲಕ್ಷ್ಯ, ಉಪೇಕ್ಷೆ. *v. t. r.* ಹಾರಿಸಿಬಿಡು, ಉಪೇಕ್ಷೆ ಮಾಡು, ತಾತ್ಸಾರ ಮಾಡು. **Slīght′ing-ly** (slīt′ing-), *ad.* ತಾತ್ಸಾರವಾಗಿ, ಜರಿದು. **Slīght′ly** (slīt′li), *ad.* ಸ್ವಲ್ಪವಾಗಿ; 2. ಅಲ್ಪವಾಗಿ; 3. ಮಂದವಾಗಿ; 4. ಸೂಕ್ಷ್ಮವಾಗಿ; 5. ತೆಳ್ಳಗೆ. **Slīght′ness** (slīt′nes), *n.* ದೌರ್ಬಲ್ಯ, ಅಲ್ಪತೆ, ಅಜಾಗ್ರತೆ.

Slī′ly, *ad.*, *see* Slyly.

Slim, *a.* ತೆಳ್ಳನ, ಗಾತ್ರವಿಲ್ಲದ; 2. ಹುರುಳಿಲ್ಲದ, ಕ್ಷುಲ್ಲಕ. **Slim′ness**, *n.* ತೆಳ್ಳಗಿರುವುದು.

Slīme, *n.* ಜಿಗಟು ಮಣ್ಣು. **Slī′mi-ness**, *n.* ಜಿಗಟು. **Slī′my**, *a.* ಜಿಗಟಾದ, ಅಂಟಾದ.

Slī′ness, *n.*, *see* Slyness.

Sling, *n.* ಕವಣೆ; 2. ಹೊಡತ; 3. ಗಾಯದ ಕಟ್ಟು. *v. t. ir.* (slang, slung) ಕವಣೆಯಿಂದ ಎಸೆ; 2. ಒಗಿ, ಬಿಸಾಡು; 3. ತೂಗ ಕಟ್ಟು. **Sling′ĕr**, *n.* ಕವಣೆ ಎಸೆಯುವವ.

Sling, *n.* ನೀರೂ ಮದ್ಯವೂ ಬೆರಸಿದ ಪಾನಕ.

Slink, *v. i. ir.* (slank, slunk) ಜರಗಿಹೋಗು, ಜಾರಿಕೊಳ್ಳು, ಕದ್ದು ಹೋಗು; 2. ಕಂದನ್ನ ಹಾಕು.

Slip, *n.* ಜಾರುವಿಕೆ; 2. ತಪ್ಪು; 3. ಕಸಿ ರೆಂಬೆ; 4. ನಾಯಿಯ ಹಗ್ಗ; 5. ಪಟ್ಟೆ; s. of land ಜರಕಲು; s. of memory ಮರವು, ನೆಪ್ಪು ಹಾರುವುದು; s. of the pen ಕೈತಪ್ಪು; s. of the tongue ಬಾಯಿತಪ್ಪು, ನುಡಿತಪ್ಪು, ತುಟಿಮೀರಿದ ಮಾತು, ವಾಗ್ದೋಷ; give one the s. ತಪ್ಪಿಸಿಕೊಳ್ಳು, ಜರಗಿಕೊಳ್ಳು. *v. i. r.* (slipped, *pr.* slipt) ಜಾರು; 2. ಜಾರಿ ಹೋಗು, ಜರಗು; 3. ತಪ್ಪು; 4. ತುಸಕಿ ಹೋಗು, ನುಣುಚು; 5. ಕದ್ದು ಸೇರು. *v. t.* ಕದ್ದು ಕೊಡು, — ಹಾಕು, — ಸೇರಿಸು; 2. ಜಾರಿಸಿಬಿಡು; 3. ಕಡಿ, ಕಸಿ ಮಾಡು, ಜಗಿದು ತೆಗೆ; 4. ತಪ್ಪಿಸಿಕೊಳ್ಳು; 5. ಬಿಚ್ಚಿಬಿಡು; 6. ಕಳೆದುಕೊಳ್ಳು; 7. ಕಂದನ್ನ ಹಾಕು; there is many a slip between the cup and the lip ಫಲಿತಾಂಶವು ಇಂಥದ್ದೆಂದು ನಿಶ್ಚಯವಿಲ್ಲ; ಕೈಗೆ ಬಂದ ತುತ್ತು ಬಾಯಿಗೆ ಬರಲಿಲ್ಲ; ದೇವರು ಕೊಟ್ಟರೂ ಪೂಜಾರಿ ಬಿಡ. **Slip′-knot** (-not), *n.* ಸರಗುಣಿಕೆ ಗಂಟು, ಮಲಕು; make a s. ಮಲಕುಹಾಕು. **Slip′pĕr**, *n.* ಮೊಚ್ಚೆ, "ಪಾಪೋಸಿ". **Slip′pĕred** (-′pĕrd), *a.* ಮೊಚ್ಚೆ ಮೆಟ್ಟಿದ. **Slip′pĕr-y**, *a.* ನುಣುಪಾದ, ಜಾರುವ; 2. ಚಂಚಲ. **Slip′shod**, *a.* ಜಾಗ್ರತೆಯಿಲ್ಲದ, ಮುಗ್ಗಲ, ಮುಗ್ಗಲಗೇಡಿ.

Slip′slop, *a.* ಬಲಹೀನ. *n.* ಕೆಟ್ಟ ಸಾರಾಯಿ.

Slit, *n.* ಸೀಳು. *v. t. ir.* (slit, slit *or* slit-ted) ಸೀಳು, ಹರಿ.

Slī′vĕr (*or* sliv′ĕr), *v. t. r.* ಸೀಳು, ಹರಿ. *n.* ಹೋಳು, ಉದ್ದ ತುಂಡು, ಪಟ್ಟೆ; 2. ಹಂಜಿ.

Slob′bĕr, *n.*, *see* Slabber.

Slōe (slō), *n.* ಕವಳೀಕಾಯಿಯಂಥ ಕಾಯಿ; s. black ಕಪ್ಪಗಿರುವ.

Slog, *v. t.* ಹೊಡೆ.

Slō′gan, *n.* ಸ್ಕೊಟ್ಲಾಂಡಿನ ನಿವಾಸಿಗಳ ಯುದ್ಧದ ಆರ್ಭಟ.

Sloid, *n.* ಪಾಠಶಾಲೆಗಳಲ್ಲಿ ಹಸ್ತಕೌಶಲ ಕಲಿಸುವುದು.

Sloop, *n.* ಒಂದೇ ಕೂವೆಮರದ ಹಡಗು, "ಪತ್ತೆಮಾರಿ".

Slop, *n.* ಚೆಲ್ಲಾಡಿದ ನೀರು; 2. ಹೇಸಿ ಪಾನ, ಅಂಬಲಿ; *pl.* ಮುಸರೆ ನೀರು. *v. t. r.* ಮೇಲೆ ನೀರು ಚೆಲ್ಲಿ ಒದ್ದೆ ಮಾಡು. **Slop′pi-ness**, *n.* ಕೆಸರು. **Slop′py**, *a.* ಬಸಿಯುವಂಥ, ಕೆಸರುಳ್ಳ.

Slōpe, Slō′ping, *a.* ಇಳಿಜಾರಾದ, ಬೋಸನಾದ. *v. i. r.* (*pr.* slōpt) ಇಳಿಜಾರಾಗಿರು. *n.* ಇಳಿಜಾರು, ಇಳುಕಲ; a slight s. ಬಳದ ಇಳುಕಲ; steep s. ಕಡದ ಇಳುಕಲ. *n.* ಇಳುಕಲ, ಇಳಿಜಾರು. **Slōp′ing-ly**, *ad.* ಇಳಿಜಾರಾಗಿ.

Slops, *n. pl.* "ಇಜಾರು"; 2. ಹೊಲಿದಿಟ್ಟ ಅರಿವೆ ಅಂಚಡಿ, ಹೊಲಿದಿಟ್ಟ ವಸ್ತ್ರಾದಿಗಳು. **Slop′-sel-lĕr**, *n.* ಹೊಲಿದ ಉಡುಪನ್ನು ಮಾರುವವ, ಚಿಂಪಿಗ. **Slop′-shop**, *n.* ಹೊಲಿದ ಉಡುಪುಗಳನ್ನು ಮಾರುವ ಅಂಗಡಿ.

Slŏsh, *n.*, *see* Slush.

Slōth, *n.* ಆಲಸ್ಯ, ಮೈಗಳ್ಳತನ, "ಸುಸ್ತಿ"; 2. ಸೋಮಾರಿ ಮೃಗ, ವರ್ಣ—. Slōth'fụl, *a.* ಮೈಗಳ್ಳ, ಸೋಮಾರಿಯಾದ. Slōth'fụl-ly, *ad.* ಮೈಗಳ್ಳನಾಗಿ, ಸೋಮಾರಿಯಾಗಿ. Slōth'-fụl-ness, *n.* ಮೈಗಳ್ಳತನ, ಆಲಸ್ಯ, ಸೋಮಾರಿ ತನ.

Slouch, *n.* ಜೋಲುಬಿದ್ದಿರುವುದು, —ಬಿದ್ದು ನಡೆ ಯೋಣ; 2. ಅಧೋದೃಷ್ಟಿ; 3. ಹೆಡ್ಡನು. *v. i. r.* (*pr.* sloucht) ಜೋಲು ಬಿದ್ದಿರು, ಜೋಲು ಬಿದ್ದು ನಡೆ. *v. t.* ಜೋಲಮಾಡು, ಇಳಿಸು.

Slough (slou), *n.* ಕೆಸರಿನ ಕುಣಿ, ಹುದಿಲು. Slough'y (slou'y), *a.* ಕೆಸರಿನ.

Slough (sluf), *n.* ಹಾವಿನ ಪೊರೆ (ಪರೆ), ಹೆರೆ, —ಕುಪ್ಪಸ; a serpent that has shed its s. ಹೆರೆಗಳೆದ ಹಾವು; 2. (*med.*) ಕೋಚು, ಗೋಚು; a sloughing sore ಕೊಳೆಯುವ ಹುಣ್ಣು.

Slŏv'en (sluv'n), *n.* ಮುಗ್ಗಲಗೇಡಿ, ಹೊಲಸಿನವ. Slŏv'en-li-ness (sluv'n-), *n.* ಮುಗ್ಗಲ ತನ, ಮುಗ್ಗಲಗೇಡಿತನ, ಮೈಲಿಗೆ, ಅಶುದ್ಧ. Slŏv'en-ly (sluv'n-), *a.* ಮುಗ್ಗಲ, ರೋತೆ ಯಾದ, ಹೊಲಸು. *ad.* ರೋತೆಯಾಗಿ.

Slōw (slō), *a.* ಮೆಲ್ಲಗಾದ, ಸಾವಕಾಶದ, ಮಂದ; 2. (*mus.*) ವಿಲಂಬಿತ; 3. ತಡವಾದ, ತಡ ಮಾಡಿ ಬಂದ; 4. ಆಲಸ್ಯವುಳ್ಳ; 5. ನಿಧಾನ; 6. ಮಂದ ಬುದ್ಧಿಯ. Slōw'ly, *ad.* ಮೆಲ್ಲಗೆ, ಸಾವಕಾಶವಾಗಿ, ಮಂದವಾಗಿ; 2. ತಡವಾಗಿ; 3. ನಿಧಾನವಾಗಿ; 4. ಆಲಸ್ಯವಾಗಿ. Slōw'ness, *n.* ಮಂದತೆ, ಮಂದ ಗತಿ; 2. ಆಲಸ್ಯ; 3. ನಿಧಾನ; 4. ಮಂದ ಬುದ್ಧಿ. Slōw'-wŏrm, *n.* ಮಣ್ಣುಮುಕ್ಕ ಹಾವು.

Slub'bĕr, *v. t. r.* ಅಡ್ಡಾದಿಡ್ಡಿ ಮಾಡು; 2. ಬಳಿ, ಸಾರಿಸು.

Sludġe (sluj), *n.* ರಾಡಿ, ಕೆಸರು.

Slụe, *v. t. r.* ತಿರುಗು, ತಿರಿಗಿಸು.

Slug, *n.* ಮೈಗಳ್ಳ; 2. ತುಪಾಕಿಗುಂಡು; 3. ಸುಂಬಳ ಹುಳ. Slug'gard (-gĕrd), *n.* ಮೈಗಳ್ಳ, ಆಲಸ್ಯಗಾರ, ಸೋಮಾರಿ. *a.* ಆಲಸ್ಯ ವುಳ್ಳ. Slug'gish, *a.* ಮೈಗಳ್ಳ, "ಸುಸ್ತಿ ಯಾದ", ಸೋಮಾರಿಯಾದ; 2. ಜಡ; 3. ಮಂದ. Slug'gish-ness, *n.* ಮೈಗಳ್ಳತನ; 2. ಮಾಂದ್ಯ.

Slụice (slụs), *n.* ತೂಂಬು (ತೂಬು), ಮೋರಿ, ಪ್ರಣಾಲಿ, ಕೋಳವಾಯಿ (*My.*), ಮುದಗ; 2. ಸೆಳವು. *v. t. r.* (*pr.* slụst) ಹರಿಯಬಿಡು.

Slum, *n.* ಕಾಕಪೋಕರ ಕೇರಿ, ಹೊಲಿಗೇರಿ.

Slum'bĕr, *n.* ನಿದ್ರೆ, ತೂಕಡಿಕೆ; light s. ಕಾಕ ನಿದ್ರೆ. *v. t. r.* ತೂಕಡಿಸು, ನಿದ್ರೆಮಾಡು. Slum'bĕr-ĕr, *n.* ನಿದ್ರೆಮಾಡುವವ, ನಿದ್ರೆಗಾರ. Slum'bĕr-iṅg-ly, *ad.* ತೂಕಡಿಸುತ್ತಾ, ನಿದ್ದೆ ಗಣ್ಣಿನಿಂದ. Slum'bĕr-ŏus, Slum'brŏus, *a.* ನಿದ್ರೆ ಬರಮಾಡುವ.

Slump, *v. t. r.* (*pr.* slumpt) ಒಟ್ಟು ರಾಶಿ ಮಾಡು. *v. i.* ಕುಸಿಬೀಳು. *n.* ಒಟ್ಟು, ಒಟ್ಟು ರಾಶಿ.

Sluṅg, *pt.* & *pp.* *of* Sling.

Slur (slĕr), *v. t. r.* (slurred, *pr.* slĕrd) ಮಾಸು, ಕುಂದು ತರು; 2. ಠಕ್ಕಿಸು, ಅಡಗಿಸು. *n.* ಅಪವಾದ, ಕುಂದು; 2. ಮೋಸ, ಕ್ಷುದ್ರ, "ದಗೆ". 3. (*mus.*) ಸಂಗೀತದಲ್ಲಿ ಒಂದು ಗುರ್ತು.

Slush, *n.* ರಾಡಿ, ಕೆಸರು; 2. ಮುಸರೇ ನೀರು.

Slut, *n.* ರೋತೆಯಾಗಿರುವ ಹೆಂಗಸು, ಮುಗ್ಗಲ ಗೇಡಿ—; 2. ಹೆಣ್ಣು ನಾಯಿ. Slut'tish, *a.* ಮುಗ್ಗಲ, ರೋತೆಯಾಗಿರುವ, ಶುಚಿಯಿಲ್ಲದ. Slut'tish-ness, *n.* ರೋತೆ, ಅಶುಚಿ.

Slȳ, *a.* ಜಾಣ; 2. ಠಕ್ಕುಳ್ಳ, ತಂತ್ರವುಳ್ಳ, ಕಪಟದ, ಕೃತ್ರಿಮದ; a s. fellow ತಂತ್ರಗಾರ; on the s. ಠಕ್ಕಾಗಿ, ಕಳ್ಳತನ ಮಾಡಿ. Slȳ'boots, *n.* ತಂತ್ರಗಾರ, ಠಕ್ಕ. Slȳ'ly, *ad.* ಜಾಣವಾಗಿ; 2. ಠಕ್ಕಾಗಿ, ಕಳ್ಳತನವಾಗಿ. Slȳ'ness, *n.* ಠಕ್ಕು ತನ, ತಂತ್ರ, ಕೃತ್ರಿಮ.

Smaek, *v. i. r.* (*pr.* smakt) ಲಟ್ಟೆಂತ ಮುದ್ದು ಕೊಡು, ಸಪ್ಪಳವಾಗು, ರುಚಿಯಾಗಿರು. *v. t.* ಲಟ್ಟೆಂತ ಮುದ್ದು ಕೊಡು; 2. (ಬಾಯಿ) ಚಪ್ಪ ರಿಸು, ಬಿಗ್ಗು, ಬಿಗ್ಗುರಿಸು; s. the lips ಬಾಯಿ ಚಪ್ಪರಿಸು, ಬಿಗ್ಗು, ಬಿಗ್ಗುರಿಸು; 3. ಕಟಿ (a whip). *n.* ಮುದ್ದು; 2. ರುಚಿ; 3. ಪೆಟ್ಟು; 4. ಲಟ್ಟೆಂಬ ಸಪ್ಪಳ. Smaek'ĕr, *n.* ಪೆಟ್ಟು; ವಸ್ತುವಿನ ನಮೂನೆ; 3. ಲಟ್ಟೆಂತ ಮುದ್ದು ಕೊ ಡುವುದು.

Smaek, *n.* ಬೆಸ್ತರ "ಪತ್ತೆಮಾರಿ", ದೋಣಿ.

Smạll, *a.* ಸಣ್ಣ, ಚಿಕ್ಕ; 2. ಅಲ್ಪ; 3. "ಹಲಕಿ", ನೀಚ; s. cause court ಚಿಲ್ಲರೆ ವ್ಯಾಜ್ಯಗಳನ್ನು ವಿಚಾರಿಸುವ "ಕೋರ್ಟು". *n.* ಸಣ್ಣ ಭಾಗ; still s. voice ಮನಸ್ಸಾಕ್ಷಿ; s. man ಅಲ್ಪ ಮನುಷ್ಯ; s. minded ಕ್ಷುಲ್ಲಕ ವಿಚಾರಗಳುಳ್ಳ. Smạll'-ärms, *n. pl.* ಕೋವಿ "ಪಿಸ್ತೂಲು" ಇತ್ಯಾದಿ. Smạll'-eraft, *n.* ಸಣ್ಣ ಹಡಗ, —ಹಡಗಗಿಡಗ. Smạll'-hours, *n. pl.* ಮುಂಜಾವದ ತಾಸು. Smạll'ness, *n.* ಚಿಕ್ಕ ತನ, ಅಲ್ಪತೆ, ಸಪೂರ. Smạll'pox, *n.* ಸಿಡುಬು,

ಅಮ್ಮ, ಮೈಲಿ, ಮೈಲಿಬೇನೆ, ಮಸೂರಿಕೆ. **Smalls**, *n. pl.* ಚಲ್ಲಣ (ಚಣ್ಣ), "ಇಜಾರು". **Small'-talk**, *n.* ಹರಟೆ, ಪಟ್ಟಂಗ. **Small'-wāres**, *n. pl.* ನಾಡೆಗೋಟು ಮುಂತಾದ ಚಿಲ್ಲರೆ ಸರಕು.

Smalt, *n.* ಒಂದು ತರದ ನೀಲ ಬಣ್ಣ.

Sma-rag'dine (-din), *a.* ಪಚ್ಚೆಕಲ್ಲಿನ, ಮರಕತದ. **Sma-rag'dīte**, *n.* ಪಚ್ಚೆಕಲ್ಲು, ಮರಕತ.

Smärt, *n.* ಉರಿ, ನೋವು, ವೇದನೆ. *a.* ತೀವ್ರ, ಚುರುಕು, ಚಟುವಟಿಕೆಯ; 2. ಸುಟಿಯಾದ, "ಹುಷಾರಾದ"; a s. pace ತೀವ್ರವಾದ ನಡಿಗೆ. *v. i. r.* ನೋಯು, ಉರಿ, ಉರಿ ಏಳು; 2. ಶಿಕ್ಷೆ ಅನುಭವಿಸು. **Smärt'en**, *v. t. r.* ಚುರುಕು ಮಾಡು. **Smärt'ly**, *ad.* ತೀಕ್ಷ್ಣವಾಗಿ, ಚುರುಕಾಗಿ; 2. ಸುಟಿಯಾಗಿ, ಜಾಣನಾಗಿ, ಚಟುವಟಿಕೆಯುಳ್ಳವನಾಗಿ. **Smärt'ness**, *n.* ತೀಕ್ಷ್ಣತೆ, ಚುರುಕು; 2. ಸುಟಿತನ, "ಹುಷಾರಿ".

Smash, *v. t. r.* (*pr.* smasht) ಅಪ್ಪಳಿಸಿ ಒಡಿ, ಪುಡಿಪುಡಿ ಮಾಡು. *n.* ಛಳ್ಳನೆ ಒಡಿಯೋಣ; 2. ನಾಶನ. **Smashed**, *p. p. a.* ಒಡೆದ.

Smat'tĕr, *v. i. r.* ತಿಳಿಯದೆ ಮಾತಾಡು, ಯದ್ವಾತದ್ವವಾಗಿ—; 2. ಸ್ವಲ್ಪ ಸ್ವಲ್ಪ ತಿಳಿದಿರು, ಅರ್ಧ ಕಲಿತಿರು. *n.* ಅಲ್ಪವಿದ್ಯೆ. **Smat'tĕr-ĕr**, *n.* ಅಲ್ಪಜ್ಞಾನಿ. **Smat'tĕr-ing**, *n.* ಅಲ್ಪವಿದ್ಯೆ, ಖಂಡಪಾಂಡಿತ್ಯ.

Smēar (smēr), *v. t. r.* ಬಳಿ, ಸಾರಿಸು, ಮೂಸು, ಪೂಸು. *n.* ಬಳಿಯುವಿಕೆ, ಲೇಪನ, ಕಳಂಕ.

Smell, *n.* ನಾತ, ವಾಸನೆ, ಗಂಧ; 2. ಮೂಗು, ಘ್ರಾಣೇಂದ್ರಿಯ. *v. t. r.* & *ir.* (smelt, smelt) ಮೂಸು, ಮೂಸಿನೋಡು, ಆಘ್ರಾಣಿಸು; s. a rat ವಾಸನೆ ಬಡಿ, ಸಂಶಯಪಡು. *v. i.* ವಾಸನೆಬಡಿ, ವಾಸನೆ ಬರು. **Smel'ling**, *n.* ಮೂಸಿ ನೋಡೋಣ; 2. ಘ್ರಾಣೇಂದ್ರಿಯ. **Smel'ling-bot'tle**, *n.* ಆಘ್ರಾಣಿಸುವ ಉಪ್ಪಿನ ಬುಡ್ಡಿ. **Smel'ling-salts**, *n. pl.* ಆಘ್ರಾಣಿಸುವ ಉಪ್ಪು.

Smelt, *v. t. r.* ಕರಗಿಸು, "ಭಟ್ಟೀ" ಹಾಕು. **Smelt'ĕr**, *n.* ಪುಟವಿಡುವವ, ಪುಟಗಾರ. **Smelt'ĕr-y**, *n.* ಪುಟವಿಡುವ ಸಾಲೆ. **Smelt'-ing**, *imp. n.* ಪುಟವಿಟ್ಟು ಲೋಹ ವಿಂಗಡಿಸುವುದು.

Smīle, *n.* ಮುಗುಳುನಗೆ, ನಸುನಗೆ, ಕಿರುನಗೆ. *v. i. r.* ಮುಗುಳುನಗೆ ನಗು; 2. ರಮ್ಯವಾಗಿರು; 3. ಒಲಿ. **Smī'ling-ly**, *ad.* ಮುಗುಳುನಗೆಯಾಗಿ; 2. ಸೊಗಸಾಗಿ.

Smīrch, *n.* ಕಲೆ. *v. t. r.* ಮಾಸಿಹೋಗುವ ಹಾಗೆ ಮಾಡು. **Smīrch'ed**, *pp.* *a.* ಮಾಸಿದ.

Smīrk, *n.* ಒಯ್ಯಾರದ ಮುಗುಳುನಗೆ. *v. i. r.* (*pr.* smirkt) ಒಯ್ಯಾರವಾಗಿ ನಗು, ಒಯ್ಯಾರ ಮಾಡು.

Smīte, *v. t. ir.* (smōte, smit'ten *or* smit) ಬಡಿ, ಹೊಡೆ; 2. ಕೊಲ್ಲು; 3. ಶಿಕ್ಷೆ ಕೊಡು; 4. ಮೋಹಪಡಿಸು, ಭಯಪಡಿಸು. **Smīt'-ĕr**, *n.* ಹೊಡೆಯುವವನು. **Smit'ten**, *pp. of* Smite ಹೊಡೆಯಲ್ಪಟ್ಟ.

Smith, *n.* ಲೋಹಕೆಲಸದವ; iron-s., black-s. ಕಮ್ಮಾರ; gold-s. ಅಕ್ಕಸಾಲೆ, ಸೊನಗಾರ. **Smith'ĕr-y**, **Smith'y**, *n.* ಕಮ್ಮಾರಸಾಲೆ.

Smock, *n.* ಸ್ತ್ರೀಯರ "ಕಮೀಸು". **Smock'-fāced** (-fāst), *a.* ಹೆಣ್ಣುಮೋರೆಯ, ಸ್ತ್ರೀಮುಖವುಳ್ಳ. **Smock'-frock**, *n.* ದಕ್ಷಿಣ ಇಂಗ್ಲಂಡಿನಲ್ಲಿ ಕೂಲಿಯವರು ಹಾಕಿಕೊಳ್ಳುವ ಜೊಗೆ. **Smock'ing**, *n.* ಕಸೂದಿ ಕೆಲಸ.

Smōke, *n.* ಹೊಗೆ, ಧೂಮ; to end in s. ನಿರರ್ಥಕವಾಗು, ಅತಂತ್ರವಾಗು; no smoke without fire ಉರಿಯಿಲ್ಲದೆ ಹೊಗೆ ಏಳದು; from smoke into smother ಹಳ್ಳಕ್ಕೆ ಹೆದರಿ ಹೊಳೆಯಲ್ಲಿ ಬೀಳು. *v. i. r.* (*pr.* smōkt) ಹೊಗೆ, ಹೊಗೆ ಏಳು, —ಹಾಯು; 2. (s. tobacco) "ತಂಬಾಕು" ಸೇದು, ಹೊಗೆಸೊಪ್ಪು—, ಬತ್ತಿ—, ಚುಟ್ಟ—, ಹೊಗೆಸುತ್ತುತೆಗೆ. *v. t.* ಹೊಗೆ ಹಾಕು, ಹೊಗೆಗೆ ಆರಗಟ್ಟು; 2. ಸೇದು; smoking flax (*Matth.* 12, 20) ಮೊಕ್ಕಬತ್ತಿ; smoking blade ರಕ್ತದ ಉಗಿ ಹೊರಡುವ ಕತ್ತಿ; smoking steed ಓಡಿ ಓಡಿ ನೊರೆಯ ಉಗಿ ಹೊರಡಿಸುವ ಕುದುರೆ. **Smōk'ĕr**, *n.* ಹೊಗೆಸೊಪ್ಪು ಸೇದುವವ, "ತಂಬಾಕು"—, ಚುರುಟು—, ಚುಟ್ಟ—, ಬತ್ತಿ ತೆಗೆಯುವವ; s.'s. heart ತಂಬಾಕಿನ ಶೋಕು. **Smō'ky**, *a.* ಹೊಗೆಯ; 2. ಹೊಗೆ ತುಂಬಿದ; 3. ಹೊಗೆ ನೆಟ್ಟ, —ಸೂರಿದ, —ಹಿಡಿದ.

Smōl'dĕr, *v. i. r.*, *see* Smoulder.

Smooth, *a.* ನುಣುಪಾದ, ಮೃದುವಾದ; 2. ಮೆಲ್ಲಗೆ ಹರಿಯುವ; 3. ಸರಳವಾದ; it is s. ನುಣುಪಾಗಿದೆ, ನುಣುನುಣು ಅನ್ನುತ್ತದೆ. *v. t. r.* ನುಣುಪು ಮಾಡು; 2. ಸುಲಭ ಮಾಡು; 3. ಕಡಿಮೆ ಮಾಡು; 4. ಉಪಶಮಿಸು. **Smooth'-chinned** (-chind), *a.* ಬೋಳು ಮುಖವುಳ್ಳ, ಗಡ್ಡವಿಲ್ಲದ. **Smooth'-fāced** (-fāst), *a.* ಶಾಂತ ಮುಖವುಳ್ಳ. **Smooth'-hand-ed**, *a.* ಮೃದುಕೈಯುಳ್ಳ. **Smooth'-**

iṅg-ī'ron, *n.* ಇಸ್ತ್ರಿ. Smooth'ly, *ad.* ನುಣ್ಣಗೆ, ನುಣುಪಾಗಿ, ಮೃದುವಾಗಿ, ಮೆತ್ತಗೆ. Smooth'ness, *n.* ನುಣುಪು, ಮೃದುತ್ವ. Smooth'-tŏṅgued (-tuṅgd), *a.* ಬೆಲ್ಲ ದಂಥಾ ಮಾತುಳ್ಳ (ಬಾಳೆ ಎಲೆಯ ಮೇಲೆ ತುಪ್ಪ ತೊಡೆದ ಹಾಗೆ).

Smōte, *pt. of* Smite.

Smŏth'ĕr, *v. t. r.* ಉಸುರುಕಟ್ಟಿ ಕೊಲ್ಲು; 2. ಅಣಗಿಸು, ಆರಿಸು, ಒತ್ತಿಕೊಳ್ಳು. *v. i.* ಉಸುರು ಕಟ್ಟು; 2. ಅಡಗು; 3. ಮೆಲ್ಲಗೆ ಉರಿ; to s. evidence ಸಾಕ್ಷ್ಯವನ್ನು ಅಡಗಿಸಿಬಿಡು. Smŏth'ĕr-iṅg-ly, *ad.* ಅಣಗಿಸುತ್ತಾ, ಆರಿಸುತ್ತಾ. Smŏth'ĕry, *n.* ಸದ್ದಡಗಿಸುವಿಕೆ. *a.* ಮೂಗುಬ್ಬಸದ.

Smōul'dĕr (smōl-), *v. i. r.* ಹೊತ್ತಿಕೊಂಡು ಹೋಗು, ಮೆಲ್ಲಗೆ ಉರಿ. Smōul'dĕr-iṅg, *a.* ಒಳಗೆ ಹೊಗೆಯುವ.

Smudġe (smuj), *v. t. r.* ಹೊಲಸುಮಾಡು, ಮಾಸು. *n.* ಕ್ರಿಮಿಕೀಟಗಳನ್ನು ಓಡಿಸಲಿಕ್ಕೆ ಮಾಡಿದ ಉರಿಯ ಉಸುರು ಕಟ್ಟುವ ಹೊಗೆ; 2. ಕಲೆ.

Smug, *a.* ಸೊಗಸಾದ. Smug'-fāced, *a.* ಬೆಡಗು ಮಾಡುವ.

Smug'gle, *v. t. r.* ಸುಂಕಾ ತಪ್ಪಿಸಿ ಕಳ್ಳತನವಾಗಿ ಸರಕು ತರು, ಕಳ್ಳ ವ್ಯಾಪಾರ ಮಾಡು. Smug'glĕr, *n.* ಕಳ್ಳ ವ್ಯಾಪಾರ ಮಾಡುವವ. Smug'gliṅg, *n.* ಕಳ್ಳ ವ್ಯಾಪಾರ.

Smut, *n.* ಇಲ್ಲಣ, "ಮಸಿ", ಕಾಡಿಗೆ; 2. ಬಂಡು ಮಾತು; 3. ರೋಗ ಹಿಡಿದು ಕರಿಕಟ್ಟಿದ ತೆನೆ. *v. t. r.* (smut'ted) "ಮಸೀ" ಹಚ್ಚು, ಕಾಡಿಗೇ ಹಚ್ಚು, —ಹಾಸು, ಕಳಂಕ ಹಚ್ಚು. *v. i.* ಕಾಡಿಗೆ ಹಾಯು, "ಮಸಿ"—. Smut'ti-ly, *ad.* ಮಾಸಿದ್ದಾಗಿ, ಮಾಸಾಗಿ; 2. ಬಂಡುತನವಾಗಿ. Smut'ti-ness, *n.* ಮಾಸು, ಕೊಳೆ; 2. ಬಂಡುತನ. Smut'ty, *a.* ಮಾಸಿದ, ಕಾಡಿಗೆ ಹಾದ, ಕೊಳೆಯಾದ; 2. ಬಂಡು.

Smutch (smuch), *v. t. r.* (*pr.* smucht) "ಮಸೀ" ಬಡಿ, ಕಪ್ಪು ಮಾಡು. *n.* ಕರೇ ಕಲೆ.

Snack, *n.* ಉಪಹಾರ. 2. ಪಾಲು, ಭಾಗ; go snacks ಸಮಪಾಲು ಮಾಡು.

Snaf'fle, *n.* ನೀರು "ಲಗಾಮು", ಕಡಿವಾಣ. *v. t. r.* ಕಡಿವಾಣ ಹಾಕು.

Snag, *n.* ಉದ್ದ ಹಲ್ಲು, ಕೋರೆ—; 2. ಮುರಿದು ಹೋದ ರೆಂಬೆಯ ಮೋಟು.

Snāil, *n.* ಬಸವನ ಹುಳ; 2. ಬಸವನ ಹುಳದಂತೆ ನಡೆಯುವವ; 3. ಸೋಮಾರಿ.

Snāke, *n.* ಹಾವು, ಸರ್ಪ; a s. in the grass ಹಿತಶತ್ರು; s. in the bosom ಕೃತಘ್ನತೆ. Snāke'-chär-mĕr, *n.* ಹಾವಾಡಿಗ. Snāke'-ġem, *n.* ಸರ್ಪಮಣಿ. Snāke'-pīpe, *n.* ಹಾವಿನ ನಾಗಸರ. Snā'ky, *a.* ಹಾವಿನ, ಹಾವಿನಂಥ; 2. ತಂತ್ರವುಳ್ಳ, ಧೂರ್ತ.

Snāke'-gōurd (-gōrd), *n.* (*Trichosanthes anguina, L.*) ಪಡವಲಕಾಯಿ, ಪಟ್ಲ—.

Snap, *v. t. r.* (snapped, *pr.* snapt) ಲಟಕ್ಕನೆ ಮುರಿ, ಲಟ್ಟನೆ— (*as*, a stick), —ಒಡಿ, ಚಟ್ಟನೆ ಹರಿ (a rope); 2. ಚಟಕ್ಕನೆ ಬಡಿ, —ಹೊಡೆ; 3. ಫಕ್ಕನೆ ಕಚ್ಚು; 4. ...ಮೇಲೆ ಹಾರಿಹಾರಿ ಬೀಳು, ಘುರಕಾಯಿಸು; —s. the fingers ಚಟ್ಟಿಗೆ ಹೊಡೆ, ಚಟಿಕೆ—, ಚುಟಕಿ ಹಾಕು. *n.* ಚಟ್ಟನೆ ಮುರಿಯೋಣ ಇತ್ಯಾದಿ; s.-division ಸಭೆಗಳಲ್ಲಿ ಫಕ್ಕನೆ ಸಂಗ್ರಹಿಸುವ ವೋಟು. Snap'piṅg, *n.* ಚಟಿಕೆ ಹೊಡೆಯುವಿಕೆ. Snap'pish, *a.* ಕಚ್ಚುವ; 2. ಸಿಟ್ಟು ಮೋರೆಯ, ನಿಷ್ಠುರ. Snap'pish-ly, *ad.* ಸಿಡುಮೋರೆಯಾಗಿ, ನಿಷ್ಠುರವಾಗಿ. Snap'pish-ness, *n.* ಉರಿ, ಸಿಟ್ಟು. Snap'shot, *n.* ನಿಮಿಷ ಮಾತ್ರದಲ್ಲಿ ತೆಗೆದ ಛಾಯಾಲೇಖ ("ಫೋಟೊಗ್ರಾಫ್").

Snāre, *n.* ಬಲೆ, ಬೋನು, ಉರ್ಲು; be a s. to ಗಂಟಲಗಾಳವಾಗು, ಕಂಠಪಾಶವಾಗು; fall into a s. ಬಲೆಯಲ್ಲಿ ಬೀಳು. *v. t. r.* ಬಲೆಯಲ್ಲಿ ಹಿಡಿ, ಸಿಕ್ಕಿಬೀಳಿಸು, ಮರುಳುಗೊಳಿಸು. Snāred, *a.* ಬಲೆಯಲ್ಲಿ ಸಿಕ್ಕಿಕೊಂಡ.

Snärl, *v. i. r.* ಗುರುಗುಟ್ಟು, ಗುರ್ರೆನ್ನು. Snär'lĕr, *n.* ಗುರುಗುಟ್ಟುವವ, ಉರಿದುಬೀಳುವವ. Snärl'iṅg, *a.* ಉರಿದುಬೀಳುವ.

Snärl, *n.* ಗಂಟು; *v. t. & i.* ಸಿಕ್ಕು ಬೀಳು.

Snatch (snach), *v. t. r.* (*pr.* snacht) ಕಸುಕೊಳ್ಳು, ಭರಕ್ಕನೆ ತೆಗೆದುಕೊಳ್ಳು. *n.* ಕಸುಕೊಳ್ಳುವುದು; 2. ಚೂರು, ತುಸ. Snatch'ĕr (snach'ĕr), *n.* ಕಸುಕೊಳ್ಳುವವ. Snatch'iṅg, *n.* ಲೋಭಿ.

Snēak (snēk), *v. i. r.* (*pr.* snēkt) ತಪ್ಪಿಕೊಳ್ಳು, ಜಾರಿಕೊಂಡು ಹೋಗು, ಜರಗು, ಜರಗಿಕೊಳ್ಳು; 2. ಕುಕ್ಕರಿಕೊಳ್ಳು, ನೀಚತನ ಮಾಡು. *n.* ನೀಚ. "ಪಾಜಿ". Snēak'iṅg, *a.* ನೀಚ. Snēak'iṅg-ly, *ad.* ಕುಕ್ಕರಿಕೊಳ್ಳುತ್ತಾ, ನೀಚವಾಗಿ.

Snēer, *v. i. r.* ಮೋರೆ ಮುರುಕಿಸು; 2. ಚಾಳಿಸು, ಪರಿಹಾಸ್ಯ ಮಾಡು. *n.* ಪರಿಹಾಸ್ಯ, ತಾತ್ಸಾರ.

Snēer'ĕr, *n.* ಹಾಸ್ಯ ಮಾಡುವವ. **Snēer'-iṅg-ly**, *ad.* ಹಾಸ್ಯವಾಗಿ.

Snēeze, *v. i. r.* ಸೀನು, ಸೀನುಬರು. *n.* ಸೀನುಕೆ; not to be sneezed at ತುಚ್ಛೀಕರಿಸಬಾರದ. **Snēez'iṅg**, *n.* ಸೀನುವಿಕೆ.

Sniff, *v.i.r.* (*pr.* snift) ಮೂಗೇರಿಸು, ಮೂಸಿನೋಡು. *n.* ಆಘ್ರಾಣಿಸುವುದು. **Snif'-fy**, *a.* ಹೀನ.

Snig'ger, *n.* ಆರೆನಗೆ.

Snip, *v.t.r.* (snipped, *pr.* snipt) ಒತ್ತೊತ್ತಾಗಿ ಕತ್ತರಿಸು, ಕತ್ತರಿಸಿ ತೆಗೆ; 2. ಕದ್ದುಕೊಳ್ಳು, ಎಬ್ಬಿಸು. *n.* ಕತ್ತರಿಸುವಿಕೆ; 2. ಚೂರು. **Snip'-snap**, *n.* ಬೈಗಳು.

Snīpe, *v. t. r.* ಯುದ್ಧದಲ್ಲಿ ಒಬ್ಬನನ್ನು ಗುರಿಯಿಟ್ಟು ಗುಂಡು ಹೊಡೆ.

Snīpe, *n.* ಉಲ್ಲಂಗಿ ಪಕ್ಷಿ; 2. ಹುಚ್ಚ, ಬುದ್ಧಿಹೀನ.

Sniv'el (sniv'l), *v. i. r.* (sniv'elled, *pr.* sniv'ld) ಸಿಂಬಳ ಇಳಿ, —ಹರಿ; 2. (ಮಕ್ಕಳಂತೆ) ಅಳು. *n.* ಸಿಂಬಳ. **Sniv'el-lĕr**, *n.* ಸಿಂಬಳಬುರುಕ; 2. ಅಳುಬರುಕ. **Snivel'-liṅg**, *a.* ಅಳುವ. *n.* ಅಳುವುದು.

Snob, *n.* "ಢೋಂಗಿ", ಜಂಭಗಾರ. **Snob'bĕry**, *n.* ಒಣ ಹಮ್ಮು.

Snooze, *v. i. r.* ನಿದ್ರೆ ಮಾಡು, ತೂಕಡಿಸು. *n.* ಸುಖನಿದ್ರೆ.

Snōre, *v. i. r.* ಗುರುಗುಟ್ಟು, ಗುರುಕಾಯಿಸು, ಕುರ್ಕಿಡು, ಗೊರೆಯು. *n.* ಗುರಿಕೆ, ಗೊರಕೆ, ಕೂರ್ಕೆ. **Snōr'ĕr**, *n.* ಗುರುಗುಟ್ಟುವವ.

Snort, *v. i. r.* (ಕುದುರೆಯಂತೆ) ಬುಸಗುಡು, ಮುಸಗರಿ. **Snort'iṅg**, *n.* ಬುಸಗುಟ್ಟುವಿಕೆ, ಅಹಂಕಾರ.

Snot, *n.* ಸಿಂಬಳ. *v. t. r.* ಸಿಂಬಳ ತೆಗೆ. **Snot'-tĕr**, *v. i. r.*, *see* Snivel. **Snot'ti-ness**, *n.* ಸಿಂಬಳಬುರುಕತನ. **Snot'ty**, *a.* ಸಿಂಬಳ ತುಂಬಿದ; 2. ಹೊಲಸು, ಮಲಿನ.

Snout, *n.* ಮೋತಿ, ಮುಸುಡು, ಮೊಸಡಿ. **Snout'-ed**, *a.* ಮೂಗುಳ್ಳ, ಮುಸುಡುಳ್ಳ. **Snout'y**, *a.* ಮುಸುಡಿನಂಥ.

Snōw (snō), *n.* ಹಿಮ, "ಬರ್ಫ". *v. t. r.* ಹಿಮ ಬೀಳು; it snows ಹಿಮ ಬೀಳುತ್ತದೆ. **Snōw'-ball**, *n.* ಮಂಜುಗಡ್ಡೆ. **Snōw'-broth**, *n.* ಹಿಮ ಬೆರಸಿದ ನೀರು. **Snōw'drop**, *n.* ಒಂದು ತರದ ಬಿಳೀ ಹೂವು. **Snōw'-flake**, *n.* ಹಿಮದ ಸ್ಫಟಿಕ. **Snōw'-līne**, *n.* ಹಿಮರೇಖೆ. **Snōw-stōrm**, *n.* ಹಿಮವರ್ಷ. **Snōw'-whīte** (-'hwīt), *a.* ಹಿಮದಂತೆ ಬಿಳುಪಾದ, ಬಹು ಬೆಳ್ಳಗಿರುವ. **Snōw'y** (snō'i), *a.* ಹಿಮದಂಥ, ತುಂಬ ಹಿಮವಿರುವ, ಹಿಮಮಯ.

Snōw, *n.* ಎರಡು ಪಟಸ್ತಂಭಗಳ ಹಡಗು.

Snub, *v. t. r.* (snubbed, *pr.* snubd) ಕುಡೀ ಕತ್ತರಿಸು, ಮಕ್ಕು ತೆಗೆ; 2. ಗದರಿಸು, ಜಬರಿಸು; 3. ತಿರಸ್ಕರಿಸು. *n.* ಗದರಿಕೆ. **Snub'-nōsed** (-nōzd), *a.* ಚಟ್ಟೆ ಮೂಗಿನ.

Snuff, *n.* ನಸೆಪುಡಿ; 2. ದೀಪದ ಕುಡಿ; up to s. ಠಕ್ಕಿಸಕೂಡದ, ಜಾಣ. *v. t. r.* (*pr.* snuft) ಕುಡೀ ಕತ್ತರಿಸು; 2. ಮೂಗೇರಿಸು, ಉಚ್ಛ್ವಾಸಿಸು; 3. ನಸೆ ಏರಿಸು. *v. i.* ಮುಸುಗರಿ. **Snuff'-box**, *n.* ನಸೆಪುಡೀ ಡಬ್ಬಿ, —ಭರಣಿ. **Snuf'fĕrs.** *n. pl.* ದೀಪದ ಕುಡಿ ಕತ್ತರಿಸುವ ಕತ್ತರಿ.

Snu'fle, *v. i. r.* ಮೂಗಿನಲ್ಲಿ ಮಾತಾಡು, ಮುಸುಗರಿ. *n. pl.* ಮೂಗುಕಟ್ಟುವುದು.

Snug, *v. t. r.* (snugged, *pr.* snugd) ಕುಕ್ಕರಿಸಿಕೊಳ್ಳು, ಒಬ್ಬರ ಮಗ್ಗುಲಲ್ಲಿ ಸೇರಿಕೊಳ್ಳು. *a.* ಕುಕ್ಕರಿಸಿಕೊಂಡ, ಮರೆಯಾದ; 2. ಅಚ್ಚುಕಟ್ಟಿನ. **Snug'ly**, *ad.* ಸುಖವಾಗಿ. **Snug'-ness**, *n.* ಅಚ್ಚುಕಟ್ಟು.

Snug'gle, *v. t. r.* ಹತ್ತರ ತಬ್ಬಿಕೊಳ್ಳು.

Sō, *ad.* (in that manner *or* degree) ಅಷ್ಟು, *as*, I am not so strong ನಾನಷ್ಟು ಬಲಿಷ್ಠನಲ್ಲ; why are you coming so late? ಯಾಕಷ್ಟು ಹೊತ್ತು ಮಾಡಿ ಬಂದಿ? 2. (in like manner or degree) ಹಾಗೆ ಅಂತೆ, ಪ್ರಕಾರ; *as*, as the earth travels round the sun so the moon does round the earth ಭೂಮಿಯು ಸೂರ್ಯನ ಸುತ್ತಲು ಪ್ರದಕ್ಷಿಣ ಮಾಡುವ ಹಾಗೆ ಚಂದ್ರನು ಭೂಮಿಯ ಸುತ್ತಲು ಪ್ರದಕ್ಷಿಣಮಾಡುತ್ತಾನೆ; 3. (in such a manner, to such a degree as *or* that) ಅಷ್ಟು, ಹಾಗೆ, *as*, so far as I know ನನಗೆ ತಿಳಿದಷ್ಟು, ನಾನು ಬಲ್ಲಷ್ಟು; so long as I live ನನಗೆ ಜೀವವಿರುವಷ್ಟು ದಿನ, ನನ್ನ ಜೀವಮಾನದ ಪರ್ಯಂತ, ನಾ ಸಾಯುವ ತನಕ; be so good as to lend me your book ದಯಮಾಡಿ ನಿನ್ನ ಪುಸ್ತಕ ಸ್ವಲ್ಪ ಕೊಡು, ನಿನ್ನ ಪುಸ್ತಕ ಒಂದಿಷ್ಟು ಕೊಡಪ್ಪಾ; he is so old that he cannot walk ಅವನು ನಡೆಯಲಾರದಷ್ಟು ಮುಪ್ಪಿನವನು, —ನಡೆಯಕೂಡದಷ್ಟು ಮುದುಕನು; it was so dark that I could not see ನನಗೆ ಏನೂ ಕಾಣದಷ್ಟು ಕತ್ತಲಿತ್ತು, ಬಹಳ ಕತ್ತಲಿತ್ತು. ನನಗೆ ಏನೂ ಕಾಣಲಿಲ್ಲ; 4. (very) ಬಹಳ,

ಎಂಥಾ, ಎಷ್ಟೋ, *as*, he is so good ಅವನು ಬಹಳ ಒಳ್ಳೆಯವ, ಅವನು ಎಂಥಾ ಒಳ್ಳೆಯವ; I do so love him ಅವನಿಗೆ ಬಹಳ ಪ್ರೀತಿ ಮಾಡುತ್ತೇನೆ, ಅವನ ಮೇಲೆ ನನಗೆ ಎಂಥಾ ಪ್ರೀತಿ! 5. (in the same manner, in this or that condition) ಹಾಗೆಯೇ, ಅದರಂತೆ, ಆ ಪ್ರಕಾರ, ಈ ಪ್ರಕಾರ, *as*, he was very kind to me and you are so too ಅವನು ನನಗೆ ಬಹಳ ಪ್ರೀತಿ ಮಾಡಿದನು ಮತ್ತು ನೀವೂ ಅವನ ಹಾಗೆ ನನಗೆ ಪ್ರೀತಿ ಮಾಡುತ್ತೀರಿ; if you are satisfied, so am I ನಿನಗೆ ತೃಪ್ತಿಯಾದರೆ ನನಗೂ ತೃಪ್ತಿ; is it so? ಹಾಗಿರುತ್ತದೋ? ಹಾಗಿರುತ್ತದೇನು? it is even so ಹಾಗೆಯೇ ಸರಿ; you cannot live so ನೀವೀ ಪ್ರಕಾರ ಇರಲಾರಿರಿ, —ಪ್ರಕಾರ ಬದುಕಲಾರಿರಿ; 6. (therefore) ಆದ್ದರಿಂದ, ಎಂದು, *as*, he is a liar and so he cannot be trusted ಅವನು ಸುಳ್ಳುಗಾರ, ಆದ್ದರಿಂದ ಅವನನ್ನು ನಂಬಕೂಡದು, —ಸುಳ್ಳುಗಾರನಿರುವುದರಿಂದ ಅವನನ್ನು ನಂಬಲಿಕ್ಕಾಗದು; 7. (well, the fact being so) ಹಾಗಾದರೆ, ಒಳ್ಳೇದು, *as*, so he is gone, is he? ಹಾಗಾದರೆ ಹೋದನು, ಹೌದಲ್ಲ? ಒಳ್ಳೇದು, ಹೋದನು ಅಲ್ಲವೋ? 8. so? (raising the voice) ಹೌದೋ?—so and so ಹೀಗೆ ಹೀಗೆ, ಹಾಗೆ ಹಾಗೆ; so-called ಅನ್ನಿಸಿಕೊಳ್ಳುವ, *as*, a so-called king ಅರಸನನ್ನಿಸಿಕೊಳ್ಳುವವ, —ಕೊಂಡವ; so forth, so on ಮುಂತಾದದ್ದು, ಮುಂತಾದುವುಗಳು, ಇತ್ಯಾದಿ; so much as ಎಷ್ಟಾದರೂ; so much the better ಹಾಗಾದರೆ ಮತ್ತಷ್ಟು ಚಲೋದಾಯಿತು, —ಮತ್ತಷ್ಟು ಒಳ್ಳೇದಾಯಿತು; so or so ಹೀಗಾಗಲಿ ಹಾಗಾಗಲಿ; so so ಒಳ್ಳೇದು, ಒಳ್ಳೇದಿರಲಿ; "ಸುಮಾರು", "ಸುಮಾರಾಗಿ"; so that ಹಾಗೆ, ಎಂತ; the door is closed so that no one can enter ಯಾರೂ ಒಳಗೆ ಬರಲಾರದ ಹಾಗೆ ಬಾಗಲು ಮುಚ್ಚಿದೆ, *or* ಬಾಗಲು ಮುಚ್ಚಿಯದೆ ಒಳಗೆ ಬರಕೂಡದು; so then ಹಾಗಾದರೆ, ಆದಕಾರಣ.

So, *conj.* ...ರೆ.

Sōak (sōk), *v. t. r.* (*pr.* sōkt) ನೆನೆಹಾಕು, ಉನಿಸು, ನೆನೆಸು, ತೋಯಿಸು. *v. i.* ನೆನೆ, ತೋಯು, ಇಂಗು, ಇಮರು.

Sōap (sōp), *n.* ಸಬ್ಬು, ಸಬಕಾರ, ಸಾಬೂನು, ಚಬಕಾರ. Sōap'-ber-ry, *n.* ಅಂಟವಾಳದ ಕಾಯಿ, ಕೂಗಟೆ ಕಾಯಿ. Sōap'-boil-ĕr, *n.* ಸಾಬೂನು ಮಾಡುವವ. Sōap'stōne, *n.* (steatite *or* talc) ಬಳಪದ ಕಲ್ಲು, ಗಡಿಗೆ—. Sōap'sud̤s, *n. pl.* ಸಾಬೂನು ನೀರು. Sōap'y, *a.* ಸಬ್ಬಿನ ಹಾಗೆ ಇರುವ; 2. ನುಣುಪಾದ, ನುಣ್ಣ (ಎಲೆಯ ಮೇಲೆ ತುಪ್ಪ ತೊಡೆದ ಹಾಗೆ).

Sōap'nut, *n.* (fruit of *Sapindus trifoliatus, L.*) ಅಂಟವಾಳದ ಕಾಯಿ, ಕೂಗಟೇ—.

Sōar (sōr), *v. i. r.* ಗಗನಕ್ಕೆ ಹಾರು, ಮೇಲಕ್ಕೆ ಹಾರು. Sōar'iṅg, *a.* ಮೇಲೇರುವ.

Sob, *n.* ಅಳುವ ಬಿಕ್ಕು. *v. i. r.* (sobbed, *pr.* sobd) ಬಿಕ್ಕಿ ಬಿಕ್ಕಿ ಅಳು, ಕಿಸುಗುಟ್ಟು. Sob'biṅg, *n.* ಕುದಿಯುವ ಸುಯಿಲು; 2. ಬಿಕ್ಕಿಬಿಕ್ಕಿ ಅಳುವುದು.

Sō'bĕr, *a.* ಅಮಲಿಲ್ಲದ; 2. ಮಿತಿಯ; 3. ಸ್ವಸ್ಥಚಿತ್ತವುಳ್ಳ; 4. ವಿಚಾರಶೀಲನಾದ, ನಿಧಾನ; 5. ಗಂಭೀರ. *v. t. r.* ಅಮಲಿಳಿಸು. *v. i.* ಅಮಲಿಳಿ, ಅಮಲು ಹಿರಿ. Sō'bĕr-ly, *ad.* ಅಮಲಿಲ್ಲದೆ; 2. ಮಿತಿಯಾಗಿ; 3. ಸ್ವಸ್ಥಚಿತ್ತವಾಗಿ; 4. ನಿಧಾನವಾಗಿ, ಶಾಂತವಾಗಿ; 5. ಗಂಭೀರವಾಗಿ. Sōbĕr'-mīnd-ed, *a.* ಸ್ವಸ್ಥಬುದ್ಧಿಯುಳ್ಳ, ಶಾಂತ. Sō'bĕr-ness, Sō-brī'e-ty, *n.* ಅಮಲಿಲ್ಲದಿರುವುದು, ಮಿತಿ; 2. ಸ್ಥಿರಬುದ್ಧಿ, ಚಿತ್ತಸ್ವಾಸ್ಥ್ಯ; 3. ಗಾಂಭೀರ್ಯ.

Sōbrān'je (Sōbrān'ye), *n.* ಬಲ್ಗಾರ್ಯದ ರಾಜಸಭೆ.

Sō-brī-quet' (-brē-kā'), *n.* ಹಾಸ್ಯದ ಉಪನಾಮ.

Sō'ci-ā-ble (*or* sō'sha-bl), *a.* ಸಲಿಗೆಯ, ಮಂದೀ ಹಚ್ಚಿಕೊಳ್ಳುವ, ಸಂಗತಿ ಮಾಡುವ. Sō'ci-ā-ble-ness, Sō-ci-a-bil'i-ty (*or* -sha-), *n.* ಸ್ನೇಹಬುದ್ಧಿ, ಸಲಿಗೆ, ಸಂಸರ್ಗಪ್ರೀತಿ. Sō'ci-a-bly (*or* -sha-), *ad.* ಸಲಿಗೆಯಾಗಿ, ಸ್ನೇಹಬುದ್ಧಿಯಿಂದ. Sō'cial (sō'shal), *a.* ನಾಲ್ಕು ಮಂದಿಗೆ ಹತ್ತುವ, ಮಂಡಲಿಯ; 2. ಪರಸ್ಪರ, ತಮ್ಮತಮ್ಮೊಳಗೆ ಆದ; 3. ಸ್ನೇಹದ; s. interest ಸಮಾಜಹಿತ; s. intercourse ಅನ್ಯೋನ್ಯ ವ್ಯವಹಾರ; s. problems ಸಮಾಜ ಕಲ್ಯಾಣದ ವಿಷಯಗಳು. Sō'cial-is̤m (-shal-), *n.* ಸಕಲಕ್ಕೂ ಸರ್ವರೂ "ಹಕ್ಕುದಾರ" ರೆಂಬುವ ಮತ; ಸಮತಾವಾದ. Sō'cial-ist (-shal-), *n.* ಸಕಲಕ್ಕೂ ಸರ್ವರೂ ಬಾಧ್ಯರೆಂದು ವಾದಿಸುವವ, ಸಮತಾವಾದಿ. Sō'cial'i-ty, *n.*, *see* Sociableness. Sō'cial-ly (-shal-), *ad.* ನಾಲ್ಕು ಮಂದಿಯೊಳಗೆ; 2. ತಮ್ಮತಮ್ಮೊಳಗೆ; 3. ಸ್ನೇಹವಾಗಿ.

Sō-ci'e-ty, *n.* ಕೂಟ, ಸಭೆ, ಸಂಘ, ಮಂಡಲಿ; a literary s. ವಿದ್ವತ್ಸಭೆ; 2. ನಾಲ್ಕು ಮಂದಿ; 3. ದೈವ, ದೈವದವರು; 4. (company) ಒಡನಾಟ, ಸಂಗತಿ, ಪರವಾಸ.

Sō-ci-ol'o-ġy, *n.* ಪ್ರಜಾಕ್ಷೇಮದ ಶಾಸ್ತ್ರ.

Sock, *n.* ಕಾಲುಚೀಲ, "ಮೇಜೋಡು".

Soc'ket, *n.* ಗೂಡು, ಎಜ್ಜ; s. of the eye-ball ಕಣ್ಣುಕುದುರು, ಕಂಕುಣಿ, ಕಂಕುಳಿ, ಕಣ್ಣುಕುಣಿಕೆ; s. of a swivel ತಿರುಗಣಿ ಕೊಳವಿ; 2. ದೀಪಸ್ತಂಭದ ನಳಿಗೆ.

Sō-crat'ic, *a.* ಸಾಕ್ರೇಟೀಸನ; 2. ಪ್ರಶ್ನೋತ್ತರರೂಪವಾದ.

Sod, *n.* ಮಣ್ಣುಗಡ್ಡೆ, ಹೆಂಟೆ, ಹುಲ್ಲಿನ ನೆಲ. Sod'dy, *a.* ಹೆಂಟೆಹೆಂಟೆಯಾದ.

So'da, *n.* ಸೌಳುಕಾರ, ಹಪ್ಪಳಕಾರ; crystallised s. ಗಾಜುಲವಣ; s. water ಸೋಡಾಕ್ಷಾರ ಬೆರಸಿದ ನೀರು.

Sō-dal'i-ty; *n.* ಒಗ್ಗಟ್ಟು, ಬಂಧುವರ್ಗ.

Sod'den (sod'n), *p. p. of* Seethe ಚೆನ್ನಾಗಿ ಬೇಯದ.

Sod'ĕr, *n.*, *see* Solder.

Sō'di-um cār'bo-nāte, *n.* ಸಜ್ಜೀಕಾರ.

Sod'o-my, *n.* ಗುದಮೈಥುನ, ಮುಕುಳಿಹಡಕತನ, ಪುರುಷಸಂಗಮು. Sod'o-mīte, *n.* "ಸೋದೋಮ" ಊರಿನವ; 2. ಗುದಮೈಥುನ ಮಾಡುವ ದೋಷಕರ್ಮಿ, ಮುಕುಳಿಹಡಕ.

Sō-ev'ĕr, *ad.* ಆದರೂ; whatsoever ಯಾವದಾದರೂ; whosoever ಯಾರಾದರೂ.

Sō'fa, *n.* ಮಂಚ, ಪಲ್ಲಂಗು.

Soft, *a.* (not hard, harsh or offensive to touch, ear or sight) ಮೆತ್ತನ್ನ, ಮೆತ್ತಗಾದ, ಕೋಮಲ, ಜಬಿಜಬಿ (*as*, a fruit); 2. (delicate, fine) ನುಣುಪಾದ, ನಯವಾದ; 3. (gentle, kind) ಮೆತ್ತನ್ನ, ಮೃದು, ಸೌಖ್ಯ; 4. (effeminate) ಹೆಣ್ಣಿಗ, ದುರ್ಬಲ, ಪುಕ್ಕ; 5. (quiet) ಶಾಂತ (*as*, sleep); 6. ಸಾಧು, ವಿಧೇಯವಾದ. *ad.* ಮೆತ್ತಗೆ, ಮೆಲ್ಲಗೆ, ಸಾವಕಾಶವಾಗಿ. Soft'en (sof'n), *v. t. r.* ಮೆತ್ತಗೆ ಮಾಡು, ಮೃದು—. *v. i.* ಮೆತ್ತಗಾಗು, ಮೃದುವಾಗು, ಕರಗು. Soft'en-ĕr, *n.* ಮೆತ್ತಗೆ ಮಾಡುವಂಥಾದ್ದು. Soft'-head-ed (-hed-), *a.* ದಡ್ಡ, ಹೆಡ್ಡ ಅಲ್ಪಬುದ್ಧಿಯ. Soft'-heart-ed, *a.* ಅಂತಃಕರಣವುಳ್ಳ, ಸೌಮ್ಯ. Soft'ly, *ad.* ಮೆತ್ತಗೆ, ಮೃದುವಾಗಿ, ಸೌಮ್ಯವಾಗಿ, ಶಾಂತವಾಗಿ. Soft'ness, *n.* ಮೆತ್ತನತನ, ಮಾರ್ದವ, ಮೃದುತ್ವ; 2. ಇಂಪು; 3. ಸೌಮ್ಯತೆ, ಸಾಧು ಗುಣ; 4. ಹೆಣ್ಣಿಗತನ.

Sō-hō', *int.* ಎಲೋ, ಹೇ.

Soi'di-sant (swa'di-zoṅ), *a.* ಅನ್ನಿಸಿಕೊಳ್ಳುವ.

Soil, *v. i. r.* ಮಾಸು, ಹೊಲಸು ಮಾಡು; soiled cloth ಮಾಸಲು ಬಟ್ಟೆ. *n.* ಮೈಲಿಗೆ, ಹೊಲಸು, ಕೊಳೆ.

Soil, *n.* ನೆಲ, ಮಣ್ಣು, ಮೃತ್ತಿಕೆ; 2. ಗೊಬ್ಬರ; black cotton-s. ಎರೆ, ಎರೆಭೂಮಿ, ಎರೆಮಣ್ಣು, ಕರಿನೆಲ; red s. ಕೆನ್ನೆಲ, ಮಸಾರೆ, ಮಸಾರೆ ಭೂಮಿ *(S. M.)*; good s. ಕಟ್ಟಾಣಿ ನೆಲ to till the s. ಭೂಮಿ ಉಳು.

Soir'ee (swar'ā), *n.* ಸಾಯಂಕಾಲದ ಮಂಡಲಿ, ಸಂಧ್ಯಾಸಭೆ.

Sō'jŏurn (sō'jĕrn), *v. i. r.* ಕೆಲವು ದಿವಸವಿರು, ವಸ್ತಿಮಾಡು, ಬಿಡಾರವಿರು. *n.* ವಸ್ತಿ, ದೇಶಾಂತರವಾಸ. Sō'jŏurn-ĕr, *n.* ವಸ್ತಿಕಾರ, ಪರದೇಶಿ, ಪ್ರವಾಸಿ. Sō'jŏurn-ment *n.* ವಿದೇಶವಾಸ.

Sol, *n. (mus.)*, (ಸರಳೆಯಲ್ಲಿ) ಪಂಚಮ, "ಪ".

Sol'āce, *n.* ಸಮಾಧಾನ, ಸುಖ, ಆದರಣೆ. *v. t. r. (pr.* -āst) ಸಮಾಧಾನಪಡಿಸು, ಆದರಿಸು.

Sō'lar, *a.* ಸೂರ್ಯನ, ಸೂರ್ಯಸಂಬಂಧವಾದ, ಸೌರ, ಸೌರಮಾನ; s. day ಸಾವನ; s. ray ಸೂರ್ಯಕಿರಣ; s. system ಸೂರ್ಯಮಾಲೆ, ಗ್ರಹ—. *n.* ಮಾಳಿಗೇ ಮೇಲಿನ ಕೊಠಡಿ.

Sōld, *pt. & pp. of* Sell.

Sol'dĕr *(or* sa'dĕr), *a.* ಟಂಕ, ಕಸ್ತ. *v. t. r.* ಬೆಸಿ. *n.* ಬೆಸುಗೆ.

Sōl'diĕr (sōl'jĕr), *n.* "ಸೋಜರು", "ಸಿಪಾಯಿ"; 2. ಬಂಟ, ವೀರ, ಸೈನಿಕ. Sōl'diĕr-līke, Sōl'diĕr-ly (sōl'jĕr-), *a.* "ಸಿಪಾಯಿಗಿರಿಯ", ಶೌರ್ಯವುಳ್ಳ. Sōl'diĕr-y (sōl'jĕr-), *n.* "ಸಿಪಾಯಿಗಳು", ಸಿಪಾಯಿಗಿರಿ ಜನರು.

Sōle, *n.* ಅಂಗಾಲು, ಅಡಿ; s. of a shoe ಜೋಡಿನ ತಳಬಟ್ಟೆ, ಅಟ್ಟೆ. *v. t. r.* ಅಟ್ಟೇಹಾಕು.

Sōle, *a.* ಒಂದೇ, ಏಕವಾದ, ಒಬ್ಬನೇ. Sōle'-ly, *ad.* ಮಾತ್ರ, ಒಂದೇ.

Sol'e-cism, *n.* ವ್ಯಾಕರಣವಿರೋಧ, ಅಕಟವಿಕಟ.

Sol'emn (sol'em), *a.* ವಿಧಾನಪೂರ್ವಕ, ಗಂಭೀರ, ಭಯಭಕ್ತಿಯುಳ್ಳ; in s. truth ಪರಮಾರ್ಥವಾಗಿ; s. feast ಉತ್ಸವ; s. oath ಯಥಾವಿಧಿಯಾದ ಪ್ರಮಾಣ; s. place ಮಹಾಸ್ಥಳ; s. promise ದೃಢಪ್ರತಿಜ್ಞೆ; s. rite ಶಾಸ್ತ್ರೋಕ್ತವಾದ ಆಚಾರ; s. sound ಗಂಭೀರಧ್ವನಿ. Sol'emn-ness (sol'em-nes), *n.* ಗಾಂಭೀರ್ಯ. Sol-em-nī-sā'tiŏn, *n.* ಆಚರಣೆ, ಅನುಷ್ಠಾನ. Sol'em-nīse, *v. t. r.* ಆಚರಿಸು. So-lem'ni-ty, *n.* ಗಾಂಭೀರ್ಯ;

2. ದೇವಕಾರ್ಯ, ಉತ್ಸವ; 3. ನಿಶ್ಶಬ್ದತೆ. Sol'-emnly (-emli), *ad.* ಗಂಭೀರವಾಗಿ; 2. ಆಚಾರಪೂರ್ವಕವಾಗಿ, ಶಪಥಪೂರ್ವಕವಾಗಿ; 3. ಖಂಡಿತವಾಗಿ, ನಿಜವಾಗಿ.

Sōl-fa', *v. i. r.* ಸಪ್ತಸ್ವರಗಳನ್ನು ಹಾಡು.

Sō-lic'it, *v. t. r.* ಬೇಡಿಕೊಳ್ಳು, ಬೆಸಗೊಳ್ಳು, ಪ್ರಾರ್ಥಿಸು; 2. ಎಬ್ಬಿಸು. Sō-lic-i-tā'tiŏn, *n.* ಬೇಡಿಕೊಳ್ಳುವುದು, ಪ್ರಾರ್ಥನೆ; 2. ಎಬ್ಬಿಸೋಣ. Sō-lic'i-tŏr, *n.* ಬೇಡಿಕೊಳ್ಳುವವ; 2. "ವಕೀಲ"; s.-general ರಾಜ"ವಕೀಲ" Sōl-ic'i-tŏus, about *or* for, *a.* ...ಸಲುವಾಗಿ ಚಿಂತೆಯುಳ್ಳ, —ಹಲುಬುವ, —ಹಂಬಲಿಸುವ; to be s. ಹಲುಬು, ಹಂಬಲಿಸು. So-lic'i-tŏus-ly, *ad.* ಹಂಬಲದಿಂದ, ಚಿಂತೆಯಾಗಿ. Sō-lic'i-tūde, *n.* ಚಿಂತೆ, ಹಲುಬು, ಹಂಬಲ.

Sol'id, *a.* ಗಟ್ಟಿ, ಬಲವುಳ್ಳ; 2. ಘನವಾದ, ಭಾರಿ; 3. (cubic) ಉದ್ದ ಅಗಲ ದಪ್ಪವುಳ್ಳ. *n.* ಘನಪದಾರ್ಥ; 2. *(geom.)* ಘನ ಪಿಂಡ. Sol'i-da-ri-ly, *ad.* ಒಬ್ಬರಿಗೊಬ್ಬರು ಓಲಾಗಿ, ಹುದುವಾಗಿ. Sol-i-dar'i-ty, *n.* ಹುದುವು. So-lid'i-fȳ, *v. t. r.* (-fīed) ಗಟ್ಟಿ ಮಾಡು. *v. i.* ಗಟ್ಟಿಯಾಗು. So-lid'i-ty, Sol'id-ness, *n.* ದಟ್ಟವು, ಗಟ್ಟಿತನ, ಗಟ್ಟಿಮೈ, ದಾರ್ಢ್ಯ; 2. ಸ್ಥಿರತ್ವ, ಬಲ, ನಿಜವು; s. of wit ದೃಢಬುದ್ಧಿ. Sol'id-ly, *ad.* ಗಟ್ಟಿಯಾಗಿ; 2. ಘನವಾಗಿ; 3. ಸ್ಥಿರವಾಗಿ; 4. ನಿಜವಾಗಿ.

Sol-i-fid'i-an, *n.* ವಿಮುಕ್ತಿಗೆ ವಿಶ್ವಾಸವೇ ಸಾಕೆನ್ನುವವನು.

So-lil'ō-quy (-kwi), *n.* ತನ್ನಲ್ಲಿ ಮಾತಾಡಿಕೊಳ್ಳುವುದು, ಆತ್ಮಸಂಭಾಷಣೆ. So-lil'ō-quīse (-kwīz), *v. i. r.* ತನ್ನಲ್ಲಿ ಮಾತಾಡಿಕೊಳ್ಳು, ಅಂದುಕೊಳ್ಳು.

Sol'i-ped, *n.* ಅಖಂಡ ಕೊಳಗದ ಕಾಲಿನ ಜಂತು.

Sol'i-tar-y, *a.* ಒಂಟಿಗ, ಒಂಟಿಗನಾದ; 2. ಏಕಾಂತ, ಜನರಿಲ್ಲದ; 3. ಅಡವಿಯ, ಅಘೋರ; 4. ಒಂದೇ; s. life ಒಂಟಿಬಾಳು. *n.* ಒಂಟಿಗ, ವನವಾಸಿ, ಮುನಿ, ಸನ್ಯಾಸಿ. Sol'i-tar-i-ness, *n.* ಒಂಟಿಗತನ, ಏಕಾಂತ.

Sol'i-tūde, *n.* ಒಂಟಿಗತನ, ಏಕಾಂತವಾಸ, ಅರಣ್ಯ.

Sō'lō, *n.* ಒಂಟಿ ರಾಗ, ಒಂಟಿಯಾಗಿ ಬಾರಿಸಿದ್ದು.

Sol'stice (-stis), *n.* ಸಂಕ್ರಾಂತಿ; summer s. ಕರ್ಕಾಟಕಸಂಕ್ರಾಂತಿ; winter s. ಮಕರಸಂಕ್ರಾಂತಿ. Sol-sti'tial (-stish'al), *a.* ಸಂಕ್ರಾಂತಿದಿನದ; s. point *(astr.)* ಅಯನಾಂತ, ಅಯನಸಂಧಿ.

Sol'ū-ble, *a.* ಕರಗುವ, ದ್ರಾವ್ಯ. Sol'ū-bil'i-ty, Sol'ū-ble-ness, *n.* ಕರಗುವ ಗುಣ, ದ್ರಾವ್ಯತೆ.

Sō lus, *a.* ಒಬ್ಬನೇ, *e. g.* enter king S.

Sō-lū'tiŏn, *n.* ಕರಗೋಣ, ಕರಗಿಸೋಣ; 2. ಒಡಿಯೋಣ, ಬಿಡಿಸೋಣ, (riddle, problem) ಒಗಟು ಬಿಡಿಸೋಣ, —ಬಿಚ್ಚೋಣ; 3. ಪರಿಹಾರ (of a doubt); 4. ಏನಾದರೂ ಕರಗಿದ್ದು.

Solve, *v. t. r.* ಕರಗಿಸು (a substance); 2. ಒಡೆದು ಹೇಳು, ಒಡಿ, ಬಿಚ್ಚು (a riddle); 3. ಪರಿಹರಿಸು (doubts). Sol-va-bil'i-ty, *n.* ಸಾಲ ಸಲ್ಲಿಸಿಕೊಳ್ಳುವ ಶಕ್ತಿ. Sol'va-ble, *a.* ಬಿಡಿಸತಕ್ಕ; 2. ವಿವರಿಸತಕ್ಕ; 3. ಸಲ್ಲಿಸತಕ್ಕ. Sol'ven-cy, *n.* ಸಾಲ ತೀರಿಸಿಕೊಳ್ಳುವ ಶಕ್ತಿ. Sol'vent, *a.* ಕರಗಿಸುವ; 2. ಸಾಲ ತೀರಿಸತಕ್ಕ. *n.* ಲೋಹವನ್ನು ಕರಗಿಸುವ ದ್ರಾವಕ.

Sō-mat'ic, *a.* ದೇಹದ, ದೈಹಿಕ.

Som'bre (-bĕr), *a.* ಮಬ್ಬು; 2. ದುಃಖದ, ವ್ಯಾಕುಲವುಳ್ಳ. *v. t. r.* ಮೊಬ್ಬುಮಾಡು.

Sŏme, *a.* (an indefinite quantity) ತುಸ, ಸ್ವಲ್ಪ, ಒಂದಿಷ್ಟು; (an indefinite number) ಕೆಲವು; s. persons ಕೆಲವರು; 2. (a certain thing) ಒಂದು, ಕೆಲವೊಂದು; (a certain person) ಒಬ್ಬ, ಕೆಲವೊಬ್ಬ; s. or other ಒಂದಿಲ್ಲ ಒಂದು; s. day or other ಒಮ್ಮೆಯಿಲ್ಲ ಒಮ್ಮೆ; 3. (about) ಹೆಚ್ಚುಕಡಿಮೆ; *but oftener expressed by a combination of numeral adjectives, as,* s. twelve ಹತ್ತುಹನ್ನೆರಡು. *pron.* ಕೆಲವು, ಕೆಲವರು; some... others ಕೆಲವರು... ಕೆಲವರು. Sŏme'-bod-y, *n.* ಯಾವನೊಬ್ಬನು, ಒಬ್ಬಾನೊಬ್ಬನು; 2. ದೊಡ್ಡವನು. Sŏme'how, *ad.* ಹ್ಯಾಗೋ ಏನೋ; 2. ಹ್ಯಾಗಾದರೂ, ಹ್ಯಾಗೂ ಮಾಡಿ; s. or other ಹ್ಯಾಗಾದರೂ, ಹೀಗಾಗಲಿ ಹಾಗಾಗಲಿ, ಒಂದಿಲ್ಲ ಒಂದು ರೀತಿಯಲ್ಲಿ. Sŏme'-thing, *ad.* ಒಂದಿಷ್ಟು, ತುಸ, ಸ್ವಲ್ಪ. *n.* ಏನಾದರೂ; 2. ಸ್ವಲ್ಪ, ಒಂದಿಷ್ಟು. Sŏme'-tīme, *ad.* ಎಂದಾದರೂ, ಯಾವಾಗಾದರೂ; 2. ಮುಂಚೆ. Sŏme'tīmes, *ad.* ಆಗಾಗ್ಗೆ. Sŏme'what (-howt), *n.* & *ad.* ಸ್ವಲ್ಪ, ಒಂದಿಷ್ಟು, ತುಸು. Sŏme'where (-hwār), *ad.* ಎಲ್ಲ್ಯಾದರೂ, ಎಲ್ಲಿಯೋ.

Sŏm'ĕr-sault (-salt), -set, *n.* ತಲೆ ಕೆಳಗಾಗಿ ಲಾಗ; turn a s., cut a s. ಲಾಗ ಹೊಡೆ, —ಹಾಕು.

Som-nam'bū-lism, *n.* ನಿದ್ರೆಯಲ್ಲಿ ತಿರುಗಾಡುವುದು, ನಿದ್ರಾಭ್ರಮಣೆ, ನಿದ್ರಾಚಾರ. Som-nam'bū-list, *n.* ನಿದ್ರೆಯಲ್ಲಿ ತಿರುಗಾಡುವವ, ನಿದ್ರಾಚಾರಿ.

Som-nif'ĕr-ŏus, *a.* ನಿದ್ರೆ ಹತ್ತಿಸುವ, ನಿದ್ರಾಕರ.

Som'nil'ŏ-quist, *n.* ನಿದ್ರೆಯಲ್ಲಿ ಮಾತಾಡುವವ, ಬಡಬಡಿಸುವವ, ನಿದ್ರಾಲಾಪಿ.

Som'nō-lence, -len-cy, *n.* ತೂಕಡಿಕೆ, ನಿದ್ರೆ, ನಿದ್ರಾಳುತ್ವ. Som'nō-lent, *a.* ತೂಕಡಿಸುವ, ನಿದ್ರಾಳು.

Som'nus, *n.* ನಿದ್ರಾಧಿದೇವತೆ.

Sŏn, *n.* ಮಗ, ಪುತ್ರ, ಸುತ, ಕುಮಾರ; 2. ...ಅವ, *as,* the sons of England ಇಂಗ್ಲಾಂಡದವರು; an adopted s. ಸಾಕುಮಗ, ದತ್ತಪುತ್ರ; a first-born s., eldest s. ಚೊಚ್ಚಲುಮಗ; a second s. ಮರುಚಲ (ಮಚ್ಚಲು) ಮಗ; S. of man, S. of God ಯೇಸುಕ್ರಿಸ್ತನು. Sŏn'-in-law (-lą), *n.* ಅಳಿಯ, ಜಾಮಾತ. Sŏn'less, *a.* ಗಂಡುಮಕ್ಕಳಿಲ್ಲದ, ಅಪುತ್ರ, ನಿಷ್ಪುತ್ರ. Son'ny, *n.* ಮಗನನ್ನು ಮುದ್ದಾಗಿ ಕರೆಯುವ ಮಾತು. Sŏn'ship, *n.* ಪುತ್ರತ್ವ.

Sô'nant, *a.* ಧ್ವನಿಯಿಂದ ಉಚ್ಚರಿಸಿದ.

Sońg, *n.* ಹಾಡು, ಗೀತ, ಗಾಯನ; 2. ಪದ, ಕವಿತೆ; 3. ಅಲ್ಪ ವಸ್ತು, ಕಾಸು. Sońg-ennobled, *a.* ಹಾಡಿಹರಸುವ. Sońg'stĕr, *n.* ಹಾಡುವವ, ಸಂಗೀತಗಾರ, ಗಾಯಕ. Sońg'stress, *n.* ಹಾಡುವವಳು, ಸಂಗೀತಗಾತಿ, ಗಾಯಕಿ.

Son'net, *n.* ಸಣ್ಣ ಕವಿತ್ವ, ಪದ. Son-netēer', *n.* ಅಲ್ಪ ಕವಿ.

So-nō'rŏus, *a.* ಧ್ವನಿಯುಳ್ಳ, ನಾದವುಳ್ಳ; 2. ಗಟ್ಟಿ. Sō-nō'rŏus-ly, *ad.* ಗಟ್ಟಿಯಾಗಿ, ಧ್ವನಿಯಾಗಿ. Sō-nō'rŏus-ness, *n.* ಗಂಭೀರ ಧ್ವನಿ, ಗಟ್ಟಿ ಧ್ವನಿ.

Soon, *ad.* ಗಡ, ವೇಗ, ತ್ವರೆಯಾಗಿ; 2. *e. g.* I would as s. bring up a tiger as this boy ಹುಲಿಯನ್ನು ಸಾಕುವುದೂ ಈ ಹುಡುಗನನ್ನು ಸಾಕುವುದೂ ನನಗೆ ಒಂದೇ ಆದೀತು; I would sooner bring up a tiger, *etc.* ಈ ಹುಡುಗನನ್ನು ಸಾಕುವುದಕ್ಕಿಂತ ಹುಲಿಯನ್ನು ಸಾಕುವುದು ನನಗೆ ಲೇಸು, *or* ಹುಲಿಯನ್ನು ಸಾಕೇನು, ಈ ಹುಡುಗನನ್ನು ಸಾಕೆನು; sooner or later ಹಿಂಚುಮುಂಚಾಗಿ; as s. as, so s. as ಸಂಗಡಲೇ, ಕೂಡಲೇ; *as,* as s. as he arrived ಅವನು ಬಂದ ಕೂಡಲೇ; s. after my arrival ನಾನು ಬಂದ ಕೂಡಲೆ.

Sọọt, *n.* ಇಲ್ಲಣ, ಹೊಗೆಮಸಿ; 2. (lamp-black) ಕಾಡಿಗೆ; to cover with s. ಮಸಿಬಳಿ. Sọọt'y, *a.* ಇಲ್ಲಣ ಹಿಡಿದ, ಹೊಗೆನೆಟ್ಟಿ.

Sooth, *n.* ಖರೆ, ನಿಜ, ಸತ್ಯ; in s. ನಿಜವಾಗಿ.

Soothe, *v. t. r.* ಸಮಾಧಾನಪಡಿಸು, ಉಪಶಮನ ಮಾಡು; 2. ಮೆಚ್ಚಿಸು. Sooth'ińg-ly, *ad.* ಮೆಚ್ಚಿಗೆಯಾಗಿ; 2. ಉಪಶಮನವಾಗಿ.

Sooth'sāy (-sā), *v. i.* ಕಣಿ ಹೇಳು, ದೇವರು ಹೇಳು. Sooth'sāy-ĕr, *n.* ಕಣಿ ಹೇಳುವವ, ದೇವರು—, ಶಾಸ್ತ್ರ—, ನೋಟಗಾರ. Sooth'sāy-ińg, *n.* ದೈವಪ್ರಶ್ನೆ.

Sop, *n.* ನೆನೆದ ತುಂಡು (ರೊಟ್ಟಿ ಇತ್ಯಾದಿ); 2. (bribe) ಲಂಚ, ಬಹುಮಾನ. *v. t. r.* (sopped, *pr.* sopt) ನೆನೆಹಾಕು.

Soph'ịsm, Soph'is-try (sof-), *n.* ಕುತರ್ಕ, ಒಣತರ್ಕ, ಸಿದ್ಧಾಂತಾಭಾಸ. Soph'ist (sof-), *n.* ಕುತರ್ಕಿ, ಸಿದ್ಧಾಂತಾಭಾಸವಾದಿ, ಚಾರ್ವಾಕ. So-phis'tic (-fis-), -ti-cal, *a.* ಸಿದ್ಧಾಂತಾಭಾಸಿಕ. Ṣo-phiṣ'ti-cāte (-fis-), *v. t. r.* ಬೆರಿಕೆ ಮಾಡು, ಕೆಡಿಸು. So-phis-ti-cā'-tiŏn, *n.* ಬೆರಿಕೆ ಮಾಡೋಣ, ಕೆಡಿಸುವಿಕೆ. Soph'is-try, *n.* ಕುತರ್ಕ, ಸಿದ್ಧಾಂತಾಭಾಸ, ಮೋಟುವಾದ.

Sō-pō-rif'ic, -rif'ĕr-ŏus, *a., see* Somnifĕr-ŏus. *n.* ನಿದ್ರೆ ಹತ್ತಿಸುವ ಮದ್ದು.

Sō-prä'nō, *n.* ತಾರಸ್ವರ, ತಾರಕ—.

Sor'cĕr-y, *n.* ಯಕ್ಷಣಿವಿದ್ಯೆ, ಶೂನ್ಯ, ವಂಪು, ಮಾಟ. Sor'cĕr-ĕr, *n.* ಮಂತ್ರಗಾರ, ಮಾಟಗಾರ, ಶೂನ್ಯಗಾರ, ಮಾಂತ್ರಿಕ. Sor'cĕr-ess, *n.* ಮಂತ್ರಗಾತಿ, ಮಾಟಗಾತಿ.

Sor'did, *a.* ನೀಚ, ಹೊಲಸ, ಅಧಮ; 2. ಕೃಪಣ, ಜೀನ, ಜಪುಣ. Sor'did-ly, *ad.* ನೀಚವಾಗಿ, ಕ್ಷುದ್ರವಾಗಿ; 2. ಜೀನವಾಗಿ. Sor'did-ness, *n.* ಹೊಲಸು, ನೀಚತ್ವ, ಹೀನತ್ವ; 2. ಜೀನತನ, ಕಾರ್ಪಣ್ಯ.

Sōre, *n.* ಹುಣ್ಣು, ವ್ರಣ, ಕುರ. *a.* ಉರಿಯುವ, ನೋವುಳ್ಳ, ಹುಣ್ಣುಣ್ಣಾದ, ಹಸಿ, 2. ಲಘು ನೊಂದುಕೊಳ್ಳುವ, "ನಾಜೂಕು"; 3. ಜೇರು, ಕಡು; s. eyes ಕಣ್ಣುಬೇನೆ; s. mouth ಹುಗಳು; s. throat *(vet.)* ನರಡಿ. *ad.* ಬಹಳವಾಗಿ, ಜೇರಾಗಿ. Sōre'ly, *ad.* ದುಃಖಕರವಾಗಿ; 2. ಬಹಳವಾಗಿ. Sōre'ness, *n.* ನೋವು, ಬೇನೆ, ಉರಿ; 2. ಬೇಗ ವಿಕಲ್ಪಗೊಳ್ಳುವ ಗುಣ.

Sor'ghum, *n.* ನವಣೆ ಜಾತಿಯ ಹುಲ್ಲು.

Sō-rī'tēs, *n.* ತರ್ಕದಲ್ಲಿ ಒಂದು ಯುಕ್ತಿ.

Sō-rōr'i-cīde, *n.* ಅಕ್ಕನನ್ನು ಕೊಂದವ, ತಂಗಿ

ಯನ್ನು—; 2. ಸಹೋದರಿಯನ್ನು ಕೊಂದ ಪಾಪ, ಭಗಿನೀಹತ್ಯ.

Sor'rel, *n.* wood s. *(Oxalis corniculata, L.)* ಹುಳಿಚಿಕ್ಕನ ಸೊಪ್ಪು, ಹುಣಿಚಿಕ್ಕನ— *(S. C.)*, ಪುಲ್ಲಂಪೊರಸಿ ಸೊಪ್ಪು *(My.)*, ಮಜ್ಜಿಗೇ ಪಲ್ಯ *(S.M.)*; red s., *see* Rōselle.

Sor'rel, *a.* ಎಣ್ಣೇ ಬಣ್ಣದ (horse).

Sor'rōw (-rō), *n.* ಕರಕರೆ, ದುಃಖ, ಶೋಕ, ವ್ಯಸನ. *v. i. r.* ಮರಗು, ಮರಮರಗು, ಚಿಂತೆ ಪಡು, ವ್ಯಸನ ಪಡು. **Sor'rōw-ful**, *a.* ಕರಕರೆಯ, ದುಃಖದ, ದುಃಖವುಳ್ಳ, ಆರ್ತ; 2. ದುಃಖಕರ.

Sor'ry, *a.* ದುಃಖದ, ವ್ಯಸನವುಳ್ಳ, ಖಿನ್ನ; I am s. for you ನಿಮ್ಮ ಸಲುವಾಗಿ ನನಗೆ ಚಿಂತೆಯದೆ; 2. ನೀಚ, ಬಡ. **Sor'ri-ly**, *ad.* ನೀಚವಾಗಿ, ಹೀನವಾಗಿ. **Sor'ri-ness**, *n.* ಹೀನತೆ, ಬಡತನ.

Sort, *n.* ತರ, ಬಗೆ, ಜಾತಿ, ವಿಧ; 2. ರೀತಿ, ಪ್ರಕಾರ; out of sorts ನೆಟ್ಟಗಿಲ್ಲ, ಅಸ್ವಸ್ಥ. *v. t. r.* ತರತರವಾಗಿ ವಿಂಗಡಿಸು, ನಿವಡಿಸು; 2. ಕ್ರಮಪಡಿಸು; 3. ಆದುಕೊಳ್ಳು; 4. ವರ್ಗೀಕರಣ ಮಾಡು, ಜಾತಿವಾರು ಮಾಡು. *v. i.* ಸರಿ ಬೀಳು, ಒಪ್ಪು; 2. ಕೂಡು; 3. ಕೈಗೂಡು;

Sor'tie, *n.* ಮುತ್ತಿಗೆ ಹಾಕಿದವರ ಮೇಲೆ ಕೋಟೆಯಿಂದ ಹೊರಬೀಳುವುದು.

Sor'ti-lege, *n.* ಚೀಟು ಹಾಕುವುದು, ದೇವರ ನಿರೂಪ ನೋಡುವುದು.

Sō'-sō, *a.* ಮಧ್ಯಮ ತರದ.

Sot, *n.* ಸಾರಾಯಿಬಡಕ, ಹೆಂಡಕುಡುಕ. **Sot'-tish**, *a.* ಮೂರ್ಖ, ಸುಂಡು, ಹುಚ್ಚ. **Sot'-tish-ly**, *ad.* ದಡ್ಡನಾಗಿ, ಮೂರ್ಖನಾಗಿ, ಬುದ್ಧಿಗೇಡಿಯಾಗಿ. **Sot'tish-ness**, *n.* ಕುಡುಕತನ, ಮೂರ್ಖತನ.

Sōu (sü), ನಾಲ್ಕು ಪೈ ಬಾಳುವ ಒಂದು ಫ್ರೆಂಚ ನಾಣ್ಯ.

Sough (suf *or* sow), *n.* ಹರಿ, ತೂಬು; 2. ಭರಗುಡುವುದು.

Sough, *v. i. r.* ಗಾಳಿಯಂತೆ ಶಬ್ದ ಮಾಡು. *n.* ಗಾಳಿಯಂಥ ಶಬ್ದ.

Sought (sat), *pt.* & *pp. of* Seek.

Sōul (sōl), *n.* ಆತ್ಮ, ಪ್ರಾಣ, ಜೀವಾತ್ಮ; 2. (seat of life) ಜೀವ, ಚೈತನ್ಯ; 3. (leader) ಮುಖ್ಯಸ್ಥ, ಪ್ರಮುಖ; 4. (energy, courage) ಧೈರ್ಯ, ಆಸಕ್ತಿ; 5. (person) ಪ್ರಾಣಿ, ಮನುಷ್ಯ; poor s. ಬಡ ಪ್ರಾಣಿ, ಪಾಪ; ten souls ಹತ್ತುಮಂದಿ. **Sōul'less**, *a.* ಪ್ರಾಣವಿಲ್ಲದ; 2. ನೀಚ, ಪುಕ್ಕ.

Sound, *n.* ಸಪ್ಪಳ, ಶಬ್ದ, ಧ್ವನಿ, ಅಬ್ಬರ *(see* Noise); dull s. ಪ್ರತಿಧ್ವನಿಸದ ಶಬ್ದ. *v. i. r.* ಸಪ್ಪಳವಾಗು, ಶಬ್ದವಾಗು, ಧ್ವನಿಯಾಗು; 2. ಹುಲುಬು, ಹಬ್ಬು. *v. t.* ಬಾರಿಸು, ನುಡಿಸು; 2. ನುಡಿ; 3. ಸಾರು; s. a note of alarm ಹುಯಿಲಿಡು; s. one's praises ಕೀರ್ತಿ ಹಬ್ಬಿಸು. **Sound'less**, *a.* ಸಪ್ಪಳಿಲ್ಲದ, ನಿಶ್ಶಬ್ದವಾದ; 2. ನೆಲೆಗಾಣದ.

Sound, *a.* ಪೂರ್ಣ, ಕುಂದಿಲ್ಲದ; 2. ಸ್ವಸ್ಥ: 3. ಗಟ್ಟಿ, ಗಟ್ಟಿಮುಟ್ಟು; 4. ವಿಹಿತ, "ವಾಜಬಿ"; 5. ನ್ಯಾಯವಾದ; s. sleep ಗಾಢ ನಿದ್ರೆ. **Sound'ly**, *ad.* ಪೂರ್ಣವಾಗಿ, ಕುಂದಿಲ್ಲದೆ; 2. ಸ್ವಸ್ಥವಾಗಿ: 3. ಗಟ್ಟಿಯಾಗಿ; 4. ಬಹಳವಾಗಿ, ಕಂಡಾಬಟ್ಟೆ (ಹೊಡೆ); 5. ವಿಹಿತವಾಗಿ. **Sound'ness**, *n.* ಪೂರ್ಣತೆ; 2. ಬಲ; 3. ಗಟ್ಟಿ; 4. ಸ್ವಸ್ಥ; 5. ನ್ಯಾಯ, ವಿಹಿತತ್ವ.

Sound, *n.* ಜಲಸಂಧಿ, ಸಂಯೋಗಜಲ; ಶಲಾಕೆ. s. of a fish ಮೀನಿನ ಈಸಗಾಯಿ.

Sound, *v. t. r.* ಆಳ ನೋಡು, ನೀರಳೆ; 2. ಶೋಧಿಸು, ಭೇದಿಸಿ ತಿಳಿ; to s. a person ಒಬ್ಬನ ಮನಸ್ಸಿನ ನೆಲೆ ನೋಡು.

Sōup (sup), *n.* ಮಾಂಸದ ಸಾರು, ಸಾರು, ಸೂಪ.

Sour, *a.* ಹುಳಿ; the sweets and sours of life ಮನುಷ್ಯನ ಸುಖದುಃಖಗಳು; 2. ಉರಿಮಾರಿಯ, ಸೇರಿಕೆಯಿಲ್ಲದ. *v. t. r.* ಹುಳಿಸು, ಹುಳಿಮಾಡು. *v. i.* ಹುಳಿಯಾಗು. **Sōur'ish**, *a.* ತುಸ ಹುಳಿ. **Sour'ly**, *ad.* ಹುಳಿಯಾಗಿ; 2. ಉರಿಮಾರಿಯಾಗಿ, ಸಿಡುಕಾಗಿ. **Sour'ness**, *n.* ಹುಳಿ; 2. ಉರಿಮಾರಿತನ, ಸಿಡುಕುತನ.

Sōurce (sōrs), *n.* ಉಗಮ, ಊಟೆ, ಬುಗ್ಗೆ, (home) ತವರುಮನೆ; 2. ಬುಡ, ಮೂಲ, ಕಾರಣ.

Sour'sop, *n.* (fruit of *Anona muricata, L.)* ಮುಳ್ಳುರಾಮಫಲ.

Souse, *v. t. r.* *(pr.* soust) ನೀರಿನಲ್ಲಿ ಕೆಡವು, —ಮುಣುಗಿಸು; 2. ಉಪ್ಪಿನಕಾಯಿ ಹಾಕು. *v. i.* ಎರಗು, ಹಾರಿಬೀಳು. *n.* ಘುಮುಕೋಣ; 2. ಉಪ್ಪಿನಕಾಯಿ. *ad.* ಘಡಲ್ಲೆಂದು, ಲಟಕ್ಕೆಂದು.

South, *n.* ದಕ್ಷಿಣ, ತೆಂಕಲು. *a.* ತೆಂಕಣ, ದಕ್ಷಿಣದಿಕ್ಕಿನ. *v. i. r.* ದಕ್ಷಿಣ ಕಡೆಗೆ ತಿರುಗು; 2. ಮಧ್ಯಾಹ್ನರೇಖೆಗೆ ಬರು *(as,* the moon). **South-ēast'** (-ēst'), *n.* ತೆಮ್ಮೂಡಲು,

ಆಗ್ನೇಯ ದಿಕ್ಕು. South-ēast', -ēast'ērn, -ēas'tēr-ly (-ēs'tēr-), *a.* ಆಗ್ನೇಯ ದಿಕ್ಕಿನ. Sŏuth'ēr-ly, Sŏuth'ērn (suth-), *a.* ದಕ್ಷಿಣದ, ತೆಂಕಣ, ದಕ್ಷಿಣಾದಿ. Sŏuth'ērn-mōst, South'mōst, *a.* ಎಲ್ಲಾದಕ್ಕಿಂತ ದಕ್ಷಿಣದ, ಅತಿ—. South'ward (*or* suth'ērd), *n.* ದಕ್ಷಿಣ ಕಡೆ. *ad.* ದಕ್ಷಿಣ ಕಡೆಗೆ. South-west', *n.* ತೆಂಪಡುವಲು, ನೈರುತಿ ದಿಕ್ಕು. South-west', -west'ēr-ly, *a.* ನೈರುತಿ ಮೂಲೆಯ. South-west'ēr, *n.* ತೆಂಪಡುವಣ ಬಿರುಗಾಳಿ; 2. ಒಂದು ತರದ ಟೊಪ್ಪಿಗೆ.

Sŏuth'ērn-wọọd, *n.* (*Artemisia abrotanum, L.*) ದವನಗಿಡ (*My.*).

Sŏuve'nīr (*or* sụ-venēr), *n.* ಪ್ರೀತಿಯ ಉಡುಗರೆ, ಜ್ಞಾಪಕಾರ್ಥಕ್ಕೆ ಕೊಟ್ಟದ್ದು, ಗುರುತಿಗೆ—, ಗುರುತು, ಸ್ಮಾರಕಚಿಹ್ನೆ.

Sov'ēr-eign (-in), *a.* ಶ್ರೇಷ್ಠ, ಮುಖ್ಯ, ಪರಮ. *n.* ಅರಸು, ರಾಣಿ, ರಾಜ; 2. ಪವನು ಎಂಬ ಬಂಗಾರದ ನಾಣ್ಯ. Sov'ēr-eign-ty (-in-), *n.* ಶ್ರೇಷ್ಠಾಧಿಕಾರ, ದೊರೆತನ.

Sow, *n.* ಹೆಣ್ಣು ಹಂದಿ.

Sōw (sō), *v. t. r.* & *ir.* (sōwed, sōwn, *pr.* sōd, sōn) ಬಿತ್ತು; s. with the hand ಚಲ್ಲಿಕೆ ಒಗಿ; 2. ಚಲ್ಲು, ಹರವು; must reap what you have sown ಕರ್ಮದ ಫಲ ತಿನ್ನಲೇ ಬೇಕು. Sōw'ēr, *n.* ಬಿತ್ತುವವ. Sōw'ing-machīne, *n.* ಕೂರಿಗೆ.

Sō'wa, *n.* (*Peucedanum graveolens, Benth.*) ಸಬ್ಬಸಿಗೆ.

Spā, *n.* ಚಿಲ್ಮಿಯಮದಲ್ಲಿ ಆರೋಗ್ಯಕರವಾದ ನೀರಿನ ಬಾವಿ.

Spāce, *n.* ಸ್ಥಳ, ಜಾಗ, ಇಂಬು, ಬಿಡತೆ; 2. ಎಡೆ, ಅಂತರ; 3. ಕಾಲ; 4. ಆಕಾಶ. Spā'ciŏus (-shus), *a.* ಇಂಬುಳ್ಳ, ವಿಶಾಲವಾದ, ವಿಸ್ತಾರವಾದ. Spā'ciŏus-ly (-shus-), *ad.* ಇಂಬಾಗಿ, ವಿಶಾಲವಾಗಿ. Spā'ciŏus-ness (-shus-), *n.* ಇಂಬಾಗಿರುವುದು, ವಿಶಾಲತೆ.

Spāde, *n.* ಸಲಿಕೆ; s. of a grass-cutter ಚಕ್ಕಾರಿ; to call a s. a s. ಕಂಡದ್ದು ಕಂಡ ಹಾಗೆ ಹೇಳು, ಇದ್ದದ್ದು ಇದ್ದ ಹಾಗೆ ಹೇಳು.

Spā'dix, *n.* (*bot.*) ಗದೆ, ಪುಷ್ಪಗುಚ್ಛ.

Span, *v. t. ir. pt. of* Spin.

Span, *n.* ಗೇಣು, (from the tip of the thumb to that of the forefinger) ಚೋಟು; 2. ಅಲ್ಪ ಕಾಲ, ಕ್ಷಣ; 3. "ಕಮಾನಿನ" ಅಂತರ, ಅಂತರ್"ಕಮಾನ್". *v. t. r.* (spanned, *pr.* spand) ಗೇಣು ಹಾಕು, ನಿಲುಕು.

Spań'gle, *n.* ಮಿಂಚುವ ತಗಡಿನ ರವೆ, ಹೊಳೆಯುವ ರವೆ. *n.* ತಳುಕು.

Span'iard (-yĕrd), *n.* "ಸ್ಪೇನ್" ದೇಶದವ.

Span'iel (-yel), *n.* ಉದ್ದ ಕಿವಿ ಉದ್ದ ರೋಮವಿರುವ ಒಂದು ಜಾತಿಯ ನಾಯಿ.

Span'ish, *a.* "ಸ್ಪೇನದ". *n.* "ಸ್ಪೇನ" ಭಾಷೆ.

Spańk, *v. t. r.* (*pr.* spańkt) ಚಪ್ಪಳಿಸು.

Spańk, *v. i. r.* ಬಡಬಡ ಓಡು. Spańk'ēr, *n.* ಬಡಬಡ ಓಡುವವನು; 2. ವೇಗದಿಂದ ಓಡುವ ಕುದುರೆ.

Spańk'ēr, *n.* ಕಾಸು; 2. ಹಡಗಿನ ಒಂದು ಪಟ.

Spańk'ing, *a.* ಗಾತ್ರದ, ಗರ್ವವುಳ್ಳ, ಚುರುಕಾದ.

Span'nēr, *n.* ಬಿಲ್ಲುಮುಡಿಕೆ, ಬಿರಡೆಗಳನ್ನು ಬಿಗಿಯುವ ಉಪಕರಣ.

Spăr, *n.* ಸ್ಫಟಿಕ; calcareous s. ರಂಗೋಲಿಯ ಹರಳು; 2. ಜಂತೆ, ತೊಲೆ.

Spär, *v. i. r.* (spärrd, *pr.* spärd) "ಕುಸ್ತಿ" ಯಾಡು; 2. ಕಡಿದಾಡು, ವಾಗ್ವಾದ ಮಾಡು.

Spāre, *v. t. r.* (use sparingly) ಮಿತಿಯಾಗಿ ಬಳಸಿಕೊಳ್ಳು, —"ಖರ್ಚು"ಮಾಡು, ಕಡಿಮೆ "ಖರ್ಚು"—; he did not s. his money ಹಣದ ಖರ್ಚು ಏನು ಕಡಿಮೆ ಮಾಡಲಿಲ್ಲ, ಬಹಳ ಹಣ ಖರ್ಚುಮಾಡಿದ; he did not s. his words ಬಹಳ ಮಾತಾಡಿದ, ಕಂಡಾಬಟ್ಟೆ—; 2. (omit) ಬಿಡು, *as,* s. your words ನಿನ್ನ ಮಾತು ಬಿಡು, ಹೆಚ್ಚಿಗೆ ಮಾತಾಡಬೇಡ, ನಿನ್ನ ಮಾತು ಬೇಡ; 3. (give up, dispense with) ಕೊಡು, ಬಿಡು, ಬಿಟ್ಟುಕೊಡು, *as,* I cannot s. him ಅವನನ್ನು ಬಿಟ್ಟುಕೊಡಲಾರೆ, ಅವನು ನನಗೆ ಬೇಕಾಗುತ್ತಾನೆ; 4. (save from punishment) ಉಳಿಸು, ತಲೆಗಾಯು, ಮನ್ನಿಸು; he spared my life ನನ್ನ ತಲೆಗಾದ, 5. (withhold from) ಕೊಡದಿರು, *as,* s. me this pain ಈ ದುಃಖ ನನಗೆ ಕೊಡಬೇಡ, ಇಂಥಾ ದುಃಖ ನನಗೆ—; 6. (save *or* gain) ಉಳಿಸಿಕೊಳ್ಳು; to s. one's self ಮೈ ಉಳಿಸಿಕೊಳ್ಳು. *v. i.* ಅಳತೆ ತಿಳಿದು "ಖರ್ಚು" ಮಾಡು; 2. ಬಿಡು; 3. ಮನ್ನಿಸು, ದಯ ತೋರಿಸು. *a.* (scanty) ತುಸ, ಸ್ವಲ್ಪ, ಸಾಲದ; 2. (not used) ಹೆಚ್ಚುಳಿದ; 3. (held in reserve) ಹೆಚ್ಚಿಗಿರುವ; 4. (lean) ಬಡ, ಸೊರಗಿದ. Spāre'ly, *ad.* ಸ್ವಲ್ಪವಾಗಿ, ಜೀನವಾಗಿ; 2. ಬಡವಾಗಿ, ತೆಳ್ಳಗೆ. Spāre'ness, *n.* ಬಡಕತನ, ಕೃಶತ್ವ. Spā'ring, *a.* ಮಿತಿಯಿಂದ

"ಖರ್ಚು" ಮಾಡುವ; 2. ಸ್ವಲ್ಪ, ತುಸ. Spā-riṅg-ly, *ad.* ತುಸತುಸ, ಸ್ವಲ್ಪಸ್ವಲ್ಪ, ಮಿತಿಯಾಗಿ, ರೊಟ್ಟಿ ತೊಳೆದು ನೀರು ಕುಡಿದಂತೆ; 2. ಅಪರೂಪವಾಗಿ, ಕ್ವಚಿತ್ತು; 3. ಜಾಗ್ರತೆಯಾಗಿ, ಎಚ್ಚರಿಕೆಯಾಗಿ; 4. ಮಮತೆಯಾಗಿ. Spā'-riṅg-ness, *n.* ಸಣ್ಣ ಮನಸ್ಸು, ಮಿತಿ, ಎಚ್ಚರಿಕೆ, ಹತೋಟಿ.

Spärk, *n.* ಕಿಡಿ; 2. ಕಣ, ಲೇಶಾಂಶ, ಚೂರು; 3. ಬೆಡಗಿನವ; 4. ಮಿಂಡ. *v, i. r. (pt.* spärkt) ಬಡಿವಾರ ಮಾಡು Spärk'ish, *a.* ಸೊಗಸಿನ.

Spär'kle, *n.* ಸಣ್ಣ ಕಿಡಿ. *v. i. r.* ಕಿಡಿ ಹಾರು, ಥಳಥಳ ಹೊಡೆ, ನಿಗಿನಿಗಿ ಮಿಂಚು. *v. t.* (ಸುದ್ದಿ) ಹಬ್ಬಿಸು, ಹುಲುಬಿಸು. Spär'kliṅg, *a.* ಥಳಥಳಿಸುವ, ನಿಗಿನಿಗಿಯಾದ. Spär'kliṅg-ly, *ad.* ನಿಗಿನಿಗಿ, ಥಳಥಳ, ಝಳಝಳ. Spär'-kliṅg-ness, *n.* ಥಾಳಥಳ್ಯ.

Spar'rōw (-rō), *n.* ಊರುಗುಬ್ಬಿ, ಗುಬಚಿ. Spar'rōw-hawk, *n.* ಗಿಡಗ.

Spär'ry, *a.* ಸ್ಫಟಿಕದಂಥ.

Spärse, *a.* ಅಂಗಲ, ಅಂಗಲಂಗಲಾಗಿರುವ; 2. ಚದರಿದ.

Spaṣm, *n.* ಸುಳುಕು, ಪಟ್ಟೆ ಹಿಡಿಯೋಣ, ಸಟಿಬೇನೆ, ಸೆಳವುರೋಗ. Spaṣ-mod'ie, -'i-eal, *a.* ಸುಳುಕಿನ, ವಟ್ಟೆ ಹಿಡಿಯುವ, ಸಟಿಬೇನೆಯ; 2. ಕ್ಷಣವತ್ತಿನ; s. pain ಶೂಲೆ.

Spat, *pt. of* Spit, *n.* ಶುಕ್ತಿ ಮೀನಿನ ಗುಡ್ಡು.

Spāte, *n.* ನೆಗ್ಗಸ, ನೆರೆ; river is in s. ಹೊಳೆ ತುಂಬಿಯದೆ.

Spāthe, *n. (bot.)* ಹಾಳೆ, ಪಟಲ.

Spā'tial, *a.* ವಿಶಾಲ, ಇಂಬ.

Spat'tĕr, *v. t. r.* ಚಿಮಿಕಿಸು, ಸಿಡಿ; 2. ಹಳಿ, ಹೆಸರು ಕೆಡಿಸು. Spat'tĕr-dash-es, *n. pl.* ಕಾಲು ಬುರುದೆ ಆಗದ ಹಾಗೆ ಕಟ್ಟಿಕೊಳ್ಳುವ ವಸ್ತ್ರ.

Spāt'tle, Spat'ū-la, *n.* ಮಲಾಮು (ಮುಲಾಮು) ಹಚ್ಚುವ ಅಲುಗು.

Spav'in, *n.* ಕುದುರೆಯ ಮೊಣಕಾಲಿನ ಬಾವು, ಕೀಲುಮಂಡಿ.

Spa̤wl (spa̤l), *n.* ಎಂಜಲು, ಜೊಲ್ಲು. *v. t. r.* ಜೊಲ್ಲು ಸುರಿಸು.

Spa̤wn (spa̤n), *n.* ಮೀನಿನ ಗುಡ್ಡು, —ತತ್ತಿ. *v. i. r.* ಮೊಟ್ಟೆ ಇಕ್ಕು, ತತ್ತಿ—.

Spāy, *v. t. r.* ಹೆಣ್ಣುಪ್ರಾಣಿಗಳ ಗರ್ಭಕೋಶ ತೆಗೆದುಹಾಕು.

Spēak (spēk), *v. t. & i. ir.* (spōke, spō'-ken) ಮಾತಾಡು; 2. ಪ್ರಸಂಗ ಮಾಡು, ಭಾಷಣೆ—; 3. ನುಡಿ; s. for ಆಧರಿಸಿ ಮಾತಾಡು; s. out ಭಿಡೆ ಬಿಟ್ಟು ಮಾತಾಡು; s. with ಮಾತಾಡಿಸು; s. well for "ಶಿಫಾರಸು" ಮಾಡು, ಒಳ್ಳೆ ಲಕ್ಷಣವಾಗಿರು *e. g.;* to s. ill of ...ಬಿಟ್ಟಾಡು, ಜಾಡಿಹೇಳು. Spēak'a-ble (spēk'a-), *a.* ನುಡಿಯಲಿಕ್ಕಾಗುವ, ನುಡಿಯತಕ್ಕ, ವಾಚ್ಯ. Spēak'ĕr (spēk-), *n.* ಮಾತಾಡುವವ, ಭಾಷಕ; 2. ಸಭಾನಾಯಕ, ಸಭೆಯ ಅಗ್ರಸ್ಥ. Spēak'iṅg, *a.* ಮಾತಾಡುವ.

Spēar (spēr), *n.* ಈಟಿ, ಭಲ್ಲೆ, "ಬರ್ಚಿ". *v.t.r.* ತಿವಿ, ತಿವಿದು ಕೊಲ್ಲು. Spēar'man, *n.* ಈಟಿಯವ, ಭಲ್ಲೆಯವ.

Spēar-grass, *n. (Andropogon contortus, L.)* ಊಬುಹುಲ್ಲು.

Spe'cial (spesh'al), *a.* ವಿಶೇಷವಾದ, ಪ್ರತ್ಯೇಕತರದ. Spec'ial-ist, *n.* ತಜ್ಞ; 2. ಯಾವುದೊಂದು ಶಾಸ್ತ್ರದ ವಿಶೇಷ ಅನುಭವವುಳ್ಳವ. Spec-i-al'i-ty, *n.* ವಿಶೇಷತ್ವ, ವಿಶೇಷ ಲಕ್ಷಣ, —ಕೆಲಸ, ವಿಶೇಷ. Spe'cial-ly (spesh'al-), *ad.* ವಿಶೇಷವಾಗಿ, ಮುಖ್ಯವಾಗಿ; 2. ಪ್ರತ್ಯೇಕವಾಗಿ. Spe'cial-ty (spesh'al-), *n.* ವಿಶೇಷತ್ವ; 2. ವಿಶೇಷಮಾತು; 3. "ಕರಾರು", "ಕತಿಬಿ"; 4. ವಿಶೇಷ. Spē'ciēs (spē'shēz), *n.* ಬಗೆ, ಜಾತಿ, ವಿಧ, ತರ. Spe-cif'ie, -'i-eal, *a.* ವಿಶೇಷವಾದ, ವ್ಯಕ್ತ; s. gravity ವಿಶಿಷ್ಟ ಗುರುತ್ವ; s. heat ವಿಶಿಷ್ಟೋಷ್ಣತೆ, ಉಷ್ಣತಾಗ್ರಾಹಕಶಕ್ತಿ. *n.* ಮನಗಂಡ ಔಷಧ. Spe-cif'i-eal-ly, *ad.* ವಿಶೇಷವಾಗಿ, ವ್ಯಕ್ತವಾಗಿ.

Spē'cie (spē'shi), *n.* ನಾಣ್ಯ, "ನಗದಿ ಐವಜು".

Spec'i-fȳ, *v. t. r.* (-fied) ವಿವರವಾಗಿ ಹೇಳು, "ನಮೂದಿಸು", ವಿಶೇಷಿಸು. Spec-i-fi-eā'-tiŏn, *n.* ವಿಶೇಷತೆ, ವಿವರಣೆ.

Spec'i-men, *n.* ಮಾದರಿ, ಮುಚ್ಚು, ಬಣತಿ, "ನಮೂನೆ".

Spē'ciŏus (-shus), *a.* ಚೆನ್ನಾಗಿ ತೋರುವ, ಚೂಪಾಕಾರದ; 2. ಬಣ್ಣದ, ಬೂಟಕದ, ಡಂಭಾಚಾರದ. Spē'ciŏus-ly, *ad.* ತೋರಿಕೆಯಾಗಿ, ಡಂಭವಾಗಿ. Spē'ciŏus-ness, *n.* ತೋರಿಕೆ, ಚೆನ್ನಾಗಿ ತೋರುವುದು; 2. ಡಂಭಾಚಾರ.

Speck, *n.* ಮಚ್ಚೆ, ಕಲೆ, ಚುಕ್ಕೆ; s. in the eye ಕಣ್ಣಿನಲ್ಲಿ ಹೂವು. *v. t. r.* ಮಚ್ಚೆ ಹಾಕು.

Spec'kle, *n.* ಕಲೆ, ಮಚ್ಚೆ. *v. t. r.* ಚಿತ್ರವಿಚಿತ್ರ ಮಾಡು, ಚಿಕ್ಕಿಚಿಕ್ಕಿ—.

Spec'ta-cle, *n.* ನೋಟ, "ತಮಾಷೆ"; *pl.* ಕನ್ನಡಿ, ಸುಲೋಚನ, "ಚಾಳೀಸು", ಉಪನೇತ್ರ, ವೇಡಿಗೆ. **Spec'ta-cled**, *a.* ಕಣ್ಣಿಗೆ ಕನ್ನಡಿ ಇಟ್ಟುಕೊಂಡ. **Spec-tac'u-lar**, *a.* ನೋಟದ, ವೇಡಿಗೆಯ.

Spec-tā'tŏr, *n.* ನೋಡುವವ, ಪ್ರೇಕ್ಷಕ. **Spec-tā'tress**, *n.* ನೋಟಕಳು.

Spec'tre (-tĕr), *n.* ಭೂತ, ದೆವ್ವ. **Spec'tral**, *a.* ಆತ್ಮದ, ಅದ್ಭುತ ಸಂಬಂಧದ.

Spec'trum, *n.* ರೂಪು, ಸುಳಿವು; 2. ವಕ್ರೀಭವನದ ಮೂಲವಾಗಿ ಕಾಚಿನ ಲೋಲಕದ ಆಚೆ ಕಾಣುವ ವರ್ಣಪಂಕ್ತಿ.

Spec'ū-lar, *a.* ಪ್ರತಿಬಿಂಬಿಸುವ.

Spec'ū-lāte, *v. t. r.* ಧ್ಯಾನಿಸು, ಯೋಚಿಸು; 2. ವಿಚಾರಗೊಟ್ಟು ಲಾಭದ ಆಶೆಯಿಂದ ವ್ಯಾಪಾರ ಮಾಡು. **Spec-ū-lā'tiŏn**, *n.* ಧ್ಯಾನ, ಯೋಚನೆ, ಕಲ್ಪನೆ; 2. ವಿಚಾರಗೆಟ್ಟ ವ್ಯಾಪಾರ. **Spec'ū-lā-tive**, *a.* ಧ್ಯಾನಿಸುವ, ಊಹೆಯ, ಕಾಲ್ಪನಿಕ, ಮಾನಸಿಕ; 2. ವಿಚಾರಗೆಟ್ಟ ವ್ಯಾಪಾರದ; s. arts ವಿವೇಕದರ್ಶನ. **Spec'ū-lā-tŏr**, *n.* ಧ್ಯಾನಿ, ಕಲ್ಪಕ; 2. ವಿಚಾರಗೆಟ್ಟ ವ್ಯಾಪಾರಿ, ದುಡುಕುವ್ಯಾಪಾರಿ.

Spec'ū-lum, *n.* ಕನ್ನಡಿ, ದರ್ಪಣ.

Spēech, *n.* ಮಾತು, ಮಾತುಗೀತು, ಭಾಷೆ, ಪ್ರಸಂಗ, ಭಾಷಣ; part of s. ಪದ, ಶಬ್ದ; fluency of s. ವಾಗ್ಝರಿ. **Spēech'i-fȳ**, *v. i. r.* (-fīed) ಭಾಷಣೆಮಾಡು *(used in contempt)*. **Spēech'less**, *a.* ಮೂಕ, ಸುಮ್ಮಗಿರುವ, ನಿರುತ್ತರವಾದ, ವಾಕ್‌ಶೂನ್ಯನಾದ.

Spēed, *n.* ತ್ವರೆ, ವೇಗ; 2. ಫಲಸಿದ್ಧಿ, ಶುಭ; check of s. ವೇಗಾಘಾತ. *v. i. r. & ir.* (sped, sped) ತ್ವರೆ ಮಾಡು; 2. ಶುಭವಾಗು. *v. t.* ತೀವ್ರವಾಗಿ ಕಳುಹಿಸು, ತ್ವರೆ ಪಡಿಸು; 2. ಮುಗಿಸು; 3. ಹಾಳು ಮಾಡು, ಕೊಲ್ಲು; good-s., God-s. ಕಾರ್ಯಸಿದ್ಧಿ, ಶುಭ; I bid you God-s., I wish you God-s. ನಿಮಗೆ ಶುಭವಾಗಲಿ. **Spēed'i-ly**, *ad.* ಗಡಗಡ, ಶೀಘ್ರವಾಗಿ, ತೀವ್ರವಾಗಿ. **Spēed'i-ness**, *n.* ತೀವ್ರತೆ. **Spēed'y**, *a.* ತ್ವರೆಯಾದ, ಶೀಘ್ರ, ತೀವ್ರ.

Spell, *n.* ಸರ್ತಿ, ಸರದಿ; 2. ತುಸ ಹೊತ್ತು, ಸ್ವಲ್ಪ ಕಾಲ. *v. t.* ಸಹಾಯ ಮಾಡು *c. d.*, ಆಸುವಾಗು *c. d.*

Spell, *n.* ಮಂತ್ರ. *v. t. r.* ಮರುಳುಗೊಳಿಸು, ಮಂತ್ರಿಸು. **Spell'bound**, *a.* ಕಟ್ಟುಮಾಡಿದ, ಮಾಟದಿಂದ "ಬಂದು" ಮಾಡಿದ.

Spell, *v. t. r.* or *ir.* (spelt, spelt) ಅಕ್ಷರ ಕೂಡಿಸಿ ಹೇಳು, ಓದು; 2. ಶುದ್ಧ ಬರೆ. **Spel'ling**, *n.* ಕಾಗುಣಿತ, ಅಕ್ಷರ ಕೂಡಿಸುವುದು.

Spelt, *n.* ಜೋಡು ಗೋಧಿ.

Spel'tĕr, *n.* ಸತು, ತುತ್ತಿನಾಗ.

Spen'cĕr, *n.* ಗಿಡ್ಡಂಗಿ.

Spend, *v. t. ir.* (spent, spent) ವೆಚ್ಚ ಮಾಡು, "ಖರ್ಚು"—; 2. ಕಳೆ (time).

Spend'thrift, *n.* "ದುಂದುಗಾರ", ಪೋಲಾ ಭಾಯಿ, ಉಡಾಳ, ದುರ್ವ್ಯಯಸ್ಥ.

Spĕrm, *n.* ಬೀಜ; 2. ಮೀನಿನ ಮೊಟ್ಟೆ, ಮೀನಿನ ತತ್ತಿ. **Spĕr'ma-ry**, *n.* ಗಂಡಿನ ಬೀಜಕೋಶ. **Spĕr-mat'ic**, *a.* ಬೀಜದ, ಬೀಜರೂಪದ. **Spĕr-ma-tor-rhē'a** (-rē'a), *n.* ಇಂದ್ರಿಯಸ್ಖಲನ, —ಸ್ರಾವ, ಸ್ವಪ್ನೇಂದ್ರಿಯ, ನಷ್ಟೇಂದ್ರಿಯ.

Spĕr-ma-cē'ti, *n.* ತಿಮಿಂಗಿಲದ ತಲೆಯಲ್ಲಿ ಸಿಕ್ಕುವ ನೆಣ, —ತಲೆಯಲ್ಲಿ ಸಿಕ್ಕುವ "ಚರಬಿ".

Spew (spū), *v. t. & i. r.* ವಾಂತಿ ಮಾಡು, ಕಾರು, ಕಕ್ಕು, ಹಿಂದಕ್ಕೆ ಮಾಡು. **Spew'ing**, *n.* ವಾಂತಿ.

Sphēre (sfēr), *n.* ಗೋಳ, ಖಗೋಳ; 2. "ಇಲಾಖೆ", ಕೆಲಸ; 3. ತರಗತಿ. **Spher'i-cal** (sfer'i-), *a.* ಗುಂಡು, ದುಂಡು, ಗೋಳಾಕಾರದ; 2. ಗೋಳದ; 3. ಖಗೋಳದ, ಗ್ರಹದ. **Spher'i-cal-ly**. *ad.* ಗೋಳಾಕಾರವಾಗಿ. **Sphe-ric'i-ty** (sferis'-), *n.* ಗುಂಡಾಕಾರ. **Spher'ics** (sfer-), *n. pl.* ಗೋಳಶಾಸ್ತ್ರ. **Sper'oid** (sfer-), *n.* ಅಂಡಾಕಾರ. **Spher'ūle** (sfer'ūl), *n.* ಸೂಕ್ಷ್ಮಗೋಳ.

Sphinc'tĕr (sfink'tĕr), *n.* ಯಾವುದೋಂದು ನಾಳದ ಬಾಯಿಯ ಸುತ್ತಲೂ ಇರುವ ಸ್ನಾಯು ಅಥವಾ ಮಾಂಸಖಂಡ.

Sphinx (sfinks), *n.* ಸಿಂಹದ ಶರೀರವೂ ಸ್ತ್ರೀಯ ಮುಖವೂ ಎರಡು ರೆಕ್ಕೆಗಳೂ ಉಳ್ಳ ಒಬ್ಬ ರಾಕ್ಷಸಿ, ಸಿಂಹನಾರಿ, ನರಸಿಂಹ.

Spī'cate, *a.* ಧಾನ್ಯದ ತೆನೆ ಆಕಾರವುಳ್ಳ.

Spī-ca-vĭr'gin-is, *n. (astr.)* ಚಿತ್ರಾನಕ್ಷತ್ರ.

Spīce, *n.* ಸಂಬಾರ, "ಮಸಾಲೆ", ಗಂಧಸರಕು. *v. t. r.* *(pr.* spīst) "ಮಸಾಲೆ"ಹಾಕು. **Spī'cĕr**, *n.* ಮಸಾಲೆ ಮಾರುವವ. **Spī'cĕr-y**, *n.* ಸಂಬಾರ, "ಮಸಾಲೆ".

Spī'cy, *a.* ಸುವಾಸನೆಯುಳ್ಳ, ಸಂಬಾರದ; 2. ಕಟು, ಚುಚ್ಚುವ. **Spī'ci-ly**, *ad.* ಸುಗಂಧವಾಗಿ; 2. ಖಾರವಾಗಿ, ಕಟುವಾಗಿ. **Spī'ci-ness**, *n.* ಸುಗಂಧವಾಗಿರುವುದು; 2. ಖಾರ.

Spī'cūle, *n.* (ಕೆಲವು ಜಲಜಂತುಗಳ ಹೊರಮೈ ಯಲ್ಲಿ) ಸಣ್ಣ ಮೊನಚಾದ ಮುಳ್ಳು.

Spī'dĕr, *n.* ಜೇಡರಹುಳ, ಜಾಡಹುಳ, ಜಾತ ಬುಡ. **Spī'dĕr-crāb,** *n.* ಉದ್ದ ಸಪೂರ ಕಾಲಿರುವ ನಳ್ಳಿ.

Spig'ot, *n.* ಬಿರಡೆ.

Spīke, *n.* ದೊಡ್ಡ ಮೊಳೆ, ಸಲಾಕಿ, "ಮೇಕು"; 2. ತೆನೆ, ಹೊಡೆ. *v. t. r. (pr.* spīkt) ಮೊಳೆ ಹೊಡೆ, —ಜಡಿ; 2. ಮೊಳೆ ಹೊಡೆದು ತೂತು ಮುಚ್ಚು (a cannon) *e. g.*

Spīke'nārd, *n. (Nardostachys Jatamansi, Dec.)* ಜಟಾಮಾಂಸಿ, ಸುಗಂಧ ಮುಸ್ತೆ.

Spill, *n.* ಕಡ್ಡಿ; 2. ಬಿರಡೆ, ಬೆಣೆ; 3. ಸಲಾಕಿ.

Spill, *v. t. r. or ir.* (spilt, spilt) ಚಲ್ಲು, ಚಲ್ಲಿಬಿಡು. *v. i.* ಚಲ್ಲು, ಸೂಸು.

Spin, *v. t. ir.* (spun *or* span, spun) ನೂಲು, ನೂಲು ತೆಗೆ; 2. ಉದ್ದ ಮಾಡು; 3. ಕಾಲಹರಣ ಮಾಡು; s. a top ಬೊಗರೀ ಆಡಿಸು. s. a yarn ಬೆಳೆಸಿ ಹೇಳು. *v. i.* ಗಿರಗಿರ ತಿರಿಗಿಸು. **Spin'nĕr,** *n.* ನೂಲುವವ, ನೂಲಿಗ. **Spin'-niṅg top,** *n., see* Top. **Spin'niṅg-whēel,** *n.* ನೂಲುವ ರಾಟೆ, —ರಾಟ್ನ.

Spin'ach *or* **Spin'āġe,** *n.* common s. *(Spinacia oleracea, L.)* ಬಸಳೆ ಸೊಪ್ಪು ಬಸಳೆ; s. of New Zealand *(Tetragonia expansa, Ait.)* ಮುಳ್ಳುಬಸಳೆ ಸೊಪ್ಪು.

Spī'nal, *a.* ಬೆನ್ನೆಲುವಿನ; s. column ಪೃಷ್ಠವಂಶ; s. marrow ಕಶೇರುಕಾರಜ್ಜು.

Spin'dle, *n.* ಕದುರು, ಕದರುಣಿಗೆ; s.-holder ಕದುರುಚೀಲ.

Spin'drift, *n.* ಸಮುದ್ರಜಲದ ಸೀರ್ಹನಿ.

Spīne, *n.* (blackbone) ಬೆನ್ನೆಲುಬು, ಬೆನ್ನಹುರಿ, ಕಶೇರುಕೆ; 2. (a thorn) ಮುಳ್ಳು. **Spī'-nŏus, Spī'ny,** *a.* ಮುಳ್ಳಿನ, ಮುಳ್ಳು ತುಂಬಿದ, ಮುಳ್ಳುಮುಳ್ಳಾದ; 2. ಮುಳ್ಳಿನಂಥ.

Spī'nel *or* **Spin'el,** *n.* ಒಂದು ತರದ ರತ್ನ; s. ruby ಕೆಂಪು.

Spin'et, *n.* ಒಂದು ತರದ ವೀಣೆ.

Spin'stĕr, *n.* ಕನ್ಯೆ, ಕನ್ನಿಕೆ; 2. ನೂಲುವವಳು.

Spī'ra-cle, *n.* ಶ್ವಾಸರಂಧ್ರ.

Spī'ral, *a.* ನಾಗಮುರಿಯ, ಮುರಸುತ್ತಿನ ದಾರದಂಥ, ಸಿಂಬಿ ಸುತ್ತಿದಂಥ. **Spī'ral-ly,** *ad.* ನಾಗಮುರಿಯಾಗಿ, ಮುರಸುತ್ತಿನಂತೆ.

Spīre, *n.* ಗೋಪುರ, ಶಿಖರ; 2. (of grass) ಕಡ್ಡಿ. **Spī'ry,** *a.* ಕೂಚಾಗಿರುವ, ಗೋಪುರದಂಥ, ಶಿಖರ ಶಿಖರವಿರುವ.

Spir'it, *n.* ಶ್ವಾಸ; 2. ಜೀವ; 3. ಆತ್ಮ; 4. ಭೂತ, ಯಕ್ಷ, ಯಕ್ಷಿಣಿ, ಜಕ್ಕಿಣಿ, ದೆವ್ವ; 5. ಎದೆ, ಧೈರ್ಯ; 6. ಸ್ವಭಾವ; 7. ಸಾರಾಯಿ (ಸೆರೆ); 8. ಭಾವಾರ್ಥ; a gifted s. ಅಂತಃಪುರುಷನು; a noble s. ಧೀರನು; in good spirits "ಖುಶಾಲಾಗಿ"; in low s. ಸಣ್ಣ ಮೋರೆಯಾಗಿ, ಖಿನ್ನವಾಗಿ; s. of wine ಮದ್ಯಾರ್ಕ; God is a s. ದೇವರು ಆತ್ಮಸ್ವರೂಪನು. *v. t. r.* ಧೈರ್ಯಪಡಿಸು, ಹುರಿದುಂಬಿಸು, ಪ್ರೇರೇಪಿಸು; 2. ಕದ್ದುಕೊಂಡು ಹೋಗು. **Spir'it-ed,** *a.* ಧೈರ್ಯವುಳ್ಳ, ಚುರುಕು; 2. *(in cpds.)* ಸ್ವಭಾವದ, ಮನಸ್ಸಿನ; mean s. ನೀಚಸ್ವಭಾವದ. **Spir'it-ed-ly,** *ad.* ಧೈರ್ಯವಾಗಿ, ಚೇತನವಾಗಿ. **Spir'it-ed-ness,** *n.* ಚೇತನ, ಜೀವಾಳ. **Spir'it-less,** *a.* ಧೈರ್ಯವಿಲ್ಲದ, ಕುಂಗಿದ, ಮಂದ, ಸತ್ತ. **Spir'it-less-ly,** *ad.* ಧೈರ್ಯವಿಲ್ಲದೆ, ಚೇತನವಿಲ್ಲದೆ. **Spir'it-ū-al,** *a.* ಆತ್ಮಿಕ, ಅಧ್ಯಾತ್ಮಿಕ, ಆತ್ಮಭಾವದ, ನಿರಾಕಾರ; 2. ಮನಸ್ಸಿನ; 3. ಪಾರಮಾರ್ಥಿಕ; 4. ವೈದಿಕ. **Spir-it-ū-al-i-s̱ā'tiŏn,** *n.* ಮನಸ್ಸನ್ನು ಪರಮಾರ್ಥದ ಕಡೆಗೆ ತಿರುಗಿಸೋಣ, ವೈರಾಗ್ಯ ಹುಟ್ಟಿಸೋಣ. **Spir'it-ū-al-īs̱e,** *v. t. r.* ಪಾರಮಾರ್ಥಿಕ ಮಾಡು, ವೈರಾಗ್ಯ ಹುಟ್ಟಿಸು. **Spir-it-ū-al'i-ty,** *n.* ನಿರಾಕಾರತೆ, ಆತ್ಮಸ್ವರೂಪ; 2. ಪಾರಮಾರ್ಥಿಕತೆ, ವೈರಾಗ್ಯ. **Spir'it-ū-al-ly,** *ad.* ನಿರಾಕಾರವಾಗಿ, ಆತ್ಮಿಕವಾಗಿ; 2. ಪರಮಾರ್ಥವಾಗಿ; 3. ಸುಮನಸ್ಸಾಗಿ. **Spir'it-ū-ŏus,** *a.* "ಬಟ್ಟಿ" ಇಳಿಸಿದ, ಮಾದಕ.

Spīrt, *v. t. & ir., see* Spurt.

Spis'si-tūde, *n,* ಸಾಂದ್ರತೆ

Spit, *n.* ಉಗುಳು. *v. t. ir.* (spit, spit, *or* spat, spat) ಉಗುಳು, ಉಗಿಯು; s. out with force ತುಬುಕ್ಕನೆ ಉಗುಳು. **Spit'tle** (spit'l), *n.* ಎಂಜಲು, ಜೊಲ್ಲು. **Spit-toon',** *n.* ಕಲಾಚಿ, "ಪೀಕದಾನಿ", ಉಗುಳುವ ಪಡಗ, ಉಗಿಯುವ ಬಟ್ಲು.

Spit, *n.* ಮಾಂಸ ಬೇಯಿಸುವ ಸಲಾಕಿ; 2. ಮರಳು ದಿನ್ನೆ. *v. t.* ಸಲಾಕಿ ತಿವಿ. *e. d.* **Spit'-fīre,** *n.* ಉರಿಮಾರಿ, ಕೋಪಿಷ್ಠ.

Spīte, *n.* ಹಗೆ, ಡಾವೆ, ಮತ್ಸರ; in s. of me ನಾನು ಇದ್ದರೂ, ನಾನು ಏನು ಹೇಳಿದರೂ; in s. of all the medicine used the patient died ಏನೇನು ಔಷಧ ಕೊಟ್ಟರೂ ರೋಗಿ ಸತ್ತನು; he owed me a s. ಅವನಿಗೆ ನನ್ನ ಮೇಲೆ ಹೊಟ್ಟೇಕಿಚ್ಚು ಇತ್ತು. *v. t. r.* ಹಗೆ

ಮಾಡು; 2. ಕೇಡು ಮಾಡು, ಅಡಹಾಯ್ದು.
Spīte'fụl, *a.* ಹೊಟ್ಟೇಕಿಚ್ಚಿನ, ಹಗೆಯುಳ್ಳ, ಮತ್ಸರವುಳ್ಳ. Spīte'fụl-ly, *ad.* ಮತ್ಸರವಾಗಿ. Spīte'fụl-ness, *n.* ಹೊಟ್ಟೇಕಿಚ್ಚು, ಹಗೆ, "ಜಿದ್ದು", ವೈರಭಾವ.

Splash, *n.* ಚಲ್ಲಿದ ನೀರು, ಸಿಡಿದ ರಾಡಿ; 2. ಧುಮುಕ್ಕನ್ನುವ ಸಪ್ಪಳ. *v. t. r.* (*pr.* splasht) ಉಗ್ಗು, ಸಿಡಿಸು. *v. i.* ನೀರೊಳಗೆ ದಡಬಡ ಬಡದಾಡು; make a s. ಗಲಭೆ ಎಬ್ಬಿಸಿ ಜನರನ್ನು ತನ್ನ ಕಡೆಗೆ ಆಕರ್ಷಿಸು. *n.* ಮುಖಕ್ಕೆ ಚಿಮಿಕಿಸುವ ನಯವಾದ ಅಕ್ಕಿಹುಡಿ. Splash'-bōard, *n.* ಬಂಡಿಯಲ್ಲಿರುವವರ ಮೇಲೆ ಕೆಸರು ಹಾರದಂತೆ ಅಡ್ಡಯಿಸುವ ತಗಡು. Splash'y, *a.* ರಾಡಿಯಾದ, ತುಂಬ ನೀರಿರುವ.

Splat'tĕr, *v. i. r.*, *see* Splash.

Splāy (splā), *v. t. r.* ಕೀಲು ತಪ್ಪಿಸು; 2. ವಾಟೆ ಮಾಡು. *a.* ಸೊಟ್ಟ.

Splēen, *n.* ನತ್ತಿ, ಜ್ವರದ ಗಡ್ಡೆ, ನೀರಗಂಟು, ಗುಲ್ಮ, ಪ್ಲೀಹ; 2. ಗುಲ್ಮರೋಗ, ಗುಲ್ಮವ್ಯಾಧಿ; 3. ವಿಷಾದ, ಚಿಂತೆ, ವ್ಯಾಕುಲ; 4. ಹೊಟ್ಟೇಕಿಚ್ಚು, ಸಿಟ್ಟು. Splēen'ish, Splēen'y, *a.* ಸಿಟ್ಟಿನ, ಉರಿಮೋರೆಯ; 2. ವ್ಯಾಕುಲವುಳ್ಳ. Sple-net'ic, *a.* ಉರಿದು ಬೀಳುವ, ಸಿಟ್ಟಿನ, ಹಗೆಯುಳ್ಳ.

Splen'did, *a.* ಥಳಥಳ ಹೊಳೆಯುವ, ಶೋಭಾಯಮಾನ, ಪ್ರಕಾಶವಾದ; 2. ವೈಭವವುಳ್ಳ, ಶೃಂಗಾರದ; 3. ಪ್ರಖ್ಯಾತ, ಪ್ರಸಿದ್ಧ. Splen'dent, *a.* ಹೊಳೆಯುವ, ಥಳಥಳಿಸುವ, ತೇಜೋಮಯ, ಪ್ರಕಾಶಮಾನ. Splen'did-ly, *ad.* ಚಂದವಾಗಿ, ಶೋಭೆಯಾಗಿ, ಶೃಂಗಾರವಾಗಿ, ಮಹಿಮೆಯಾಗಿ. Splen'dōur, *n.* ಹೊಳಪು, ತೇಜ, ಪ್ರಭೆ, ಪ್ರಕಾಶ; 2. ಶೋಭೆ, ವೈಭವ, ಆಡಂಬರ.

Splent, *n.*, *see* Splint.

Splīce, *v. t. r.* (*pr.* splīst) ಮುಲಕುಹಾಕು, ಮುಲವು—; 2. ಪಡಿವದರು, ಜೋಡಿಸು. *n.* ಮುಲಕುಹಾಕೋಣ.

Splint, Splint'ĕr, *n.* ತುಂಡು, ಸಿಬುರು, ಚಬ್ಬೆ. *v. t.* & *i. r.* ಸೀಳು, ಒಡೆದುಹೋಗು.

Split, *v. t.* & *i. ir.* (split, split) ಸೀಳು, ಒಡಿ; to s. hairs ಬಹುಸೂಕ್ಷ್ಮಭೇದ ಮಾಡು; to s. the difference ಸರಿಯಾಗಿ ವಿಭಾಗಿಸು, ಹೆಚ್ಚುಕಡಿಮೆ ನೀಗು; s. pulse ಬೇಳೆ. *n.* ಸೀಳು, ಸೀಳಕ, ಬಿರುಕು. Split'-pease, *n.* ತೊಗರಿಬೇಳೆ.

Splut'tĕr, *n.* "ಗಡಿಬಿಡಿ", ಸಂದಡಿ. *v. i. r.* "ಗಡಿಬಿಡಿ" ಮಾತಾಡು; 2. ಮುಸಿ ಸಿಡಿಸಿ ಬರೆ.

Spoil, *v. t. r.* ಸುಲುಕೊಳ್ಳು; 2. ಕಸುಕೊಳ್ಳು; 3. ಕೆಡಿಸು, ಹಾಳುಮಾಡು. *v. i.* ಸುಲಿಗೆ ಮಾಡು, "ಲೂಟಿ"—: 2. ಕೆಡು, ಹಾಳಾಗು. *n.* ಕೊಳ್ಳೆ; 2. ಸುಲಿಗೆ; 3. ಕೇಡು, ಮುಳುವು; 4. ಹಾವಿನ ಪೊರೆ (ಪರೆ), —ಕುಪ್ಪಸ. Spoil'ĕr, *n.* ಸುಲುಕೊಳ್ಳುವವ; 2. ಕೆಡಕ.

Spōke, *n.* ಚಕ್ರದ ಕೀಲು,—ಎಲೆ, ಗಾಲಿಯ ಹಲ್ಲು.

Spōke, Spō'ken (spō'kn), *pt. & pp. of* Speak.

Spōkes'man (spōks-), *n.* ಒಬ್ಬನಿಗೆ ಬದಲಾಗಿ ಮಾತಾಡುವವ, ಮುಖನಾಯಕ.

Spō'li-āte, *v. t. & i. r.* ಸುಲುಕೊಳ್ಳು, ಕೊಳ್ಳೆ ಮಾಡು, ಸೂರೆ—. Spō-li-ā'tiōn, *n.* ಕೊಳ್ಳೆ, ಸುಲಿಗೆ, ಸೂರೆ, ನಾಶನ.

Spon'dēe, *n.* ಛಂದಸ್ಸಿನಲ್ಲಿ ಎರಡು ಗುರು.

Spŏnġe, *n.* ಸಮುದ್ರಪಾಚಿ, "ಸ್ಪಂಜು". *v. t. & i. r.* ಪಾಚಿಯಿಂದ ಒರಸು; throw up the s. ಜಗಳದಲ್ಲಿ ಸೋತೆನೆಂದು ಹುಲ್ಲುಕಚ್ಚು. Spŏn'ġĕr, *n.* ಬೆನ್ನು ಬಿದ್ದವ, ಪರಾನ್ನಕ್ಕೆ ಬಿದ್ದವ. Spŏn'ġy, *a.* ಪೊಳ್ಳುಪೊಳ್ಳಾದ, ಮೆತ್ತನ; 2. ನೀರು ಹೀರಿಕೊಳ್ಳುವ; 3. ನೆನೆದ.

Spon'sŏr, *n.* ಹೊಣೆಗಾರ, "ಜಾಮೀನು"; 2. (ಕ್ರೈಸ್ತಸ್ನಾನದಲ್ಲಿ ತಂದೆತಾಯಿಗಳ ಸ್ಥಳದಲ್ಲಿ ನಿಲ್ಲುವ) ಧರ್ಮಪಿತ, ಧರ್ಮಮಾತೆ. Spon'sŏr-ship, *n.* ಧರ್ಮಪಿತನಾಗಿರುವುದು.

Spon-tā'ne-ōus, *a.* ಆತ್ಮಸಂತೋಷದ, ತನ್ನಷ್ಟಕ್ಕೆ ತಾನೇ ಆದ, —ಬೆಳದ; 2. ಸ್ವಾಭಾವಿಕ. Spon-tā-nē'i-ty, *n.* ಸ್ವೇಚ್ಛೆ, ಆತ್ಮಸಂತೋಷ. Spon-tā'ne-ōus-ly, *ad.* ತನ್ನಿಂದ ತಾನೇ, ತನ್ನಷ್ಟಕ್ಕೆ ತಾನೇ, ಸ್ವೇಚ್ಛೆಯಿಂದ. Spon-tān'e-ōus-ness, *n.* ಸ್ವೇಚ್ಛೆ, ಆತ್ಮಸಂತೋಷ.

Spon-toon', *n.* ಕತ್ತಿಯಂಥಾ ಆಯುಧ.

Spook, *n.* ದೆವ್ವ.

Spool, *n.* ನೂಲು ಸುತ್ತುವ ಗಣೆ, ಗಣಿಕೆ; (when full) ಕಂಡಿಕೆ.

Spoon, *v. i. r.* ನೊರೆ ಕಾರು; 2. ತೀವ್ರವಾಗಿ ಹೋಗು.

Spoon, *n.* ಸವುಟು, "ಚಮ್ಚ"; born with silver s. in mouth ದೊಡ್ಡವರಲ್ಲಿ ಹುಟ್ಟಿದ. Spoon'fụl, *a.* ಸವುಟು ತುಂಬ, ತುಸ. Spoon'mēat, *n.* ಸವುಟಿನಿಂದ ಸೇವಿಸತಕ್ಕ ಆಹಾರ.

Spoon, *n.* ಪೆದ್ದ, ಪ್ರಣಯ ಭ್ರಮಿತ. Spoon'y, -'ey (-i), *n.* ಬುದ್ಧಿಗೇಡಿ, ದಡ್ಡ.

Spoon'bill, *n.* ಬೆಳ್ಳಕ್ಕಿ ತರದ ಒಂದು ಪಕ್ಷಿ.

Spoor, *n.* ಬೇಟೇ ಮೃಗದ ಹೆಜ್ಜೆ.

Spŏ-răd'ic, *a.* ಪ್ರಬಲವಲ್ಲದ, ಅಲ್ಲಲ್ಲಿರುವ, ಒಂದೊಂದು, ಒಂದೊಂದಾದ, ಪ್ರತ್ಯೇಕ.

Spōre, *n.* ಬೀಜ, ಅಂಕುರ. **Spō-ran'ġium.** *n.* ಬೀಜಕೋಶ. **Spo-rā'tion**, *n.* ಬೀಜಗಳು ಹುಟ್ಟುವುದು.

Spōrt, *n.* ಆಟ, ಚಲ್ಲಾಟ, ವಿನೋದ, ಲೀಲೆ, ಕ್ರೀಡೆ; 2. ಪರಿಹಾಸ್ಯ; 3. ಬೇಟೆ. *v. i. r.* ಆಡು, ಸರಸವಾಡು, ಚಲ್ಲಾಟ ಮಾಡು; 2. ಬೇಟೆಯಾಡು. **Spōrt'ĕr**, *n.* ಆಡುವವ; 2. ಬೇಟೆಗಾರ. **Spōrt'ful**, *a.* ಆಟದ, ಸರಸವಾದ, ಕ್ರೀಡೆಯ, ಆಟಕ್ಕಾಗಿ ಮಾಡಿದ. **Spōrt'ful-ness**, *n.* ಉಲ್ಲಾಸ, ಲೀಲೆ, ಸರಸ. **Spōrt'ive**, *a.* ಆಟದ, ಆಟಗಾರನಾದ, ಸರಸವಾದ, ವಿನೋದವುಳ್ಳ. **Spōrt'ive-ly**, *ad.* ಆಟಕ್ಕಾಗಿ, ವಿನೋದವಾಗಿ, ಸರಸವಾಗಿ. **Spōrt'ive-ness**, *n.* ಪರಿಹಾಸ್ಯ, ಲೀಲೆ. **Spōrts'man**, *n.* ಬೇಟೆಗಾರ. **Spōrts'man-ship**, *n.* ಬೇಟೆಗಾರಿಕೆ, ಬೇಟೆ.

Spor'ule, *n.* ಸಣ್ಣ ರಂಧ್ರ.

Spot, *n.* ಚಿಕ್ಕೆ, ಕಲೆ; 2. ಕುಂದು, ಕಲಂಕ; 3. ಜಾಗ, ಸ್ಥಳ; upon the s. ಆ ಸ್ಥಳದಲ್ಲೇ, ಆಗಲೇ, ಕೂಡಲೇ, ಆ ಕ್ಷಣದಲ್ಲಿ. *v. t. r.* (spotted) ಕಲೆ ಮಾಡು, ಚಿಕ್ಕೆಚಿಕ್ಕೆ—; 2. ಕುಂದು ತರು, ಮಾನಹಾನಿ ಪಡಿಸು. **Spot'less**, *a.* ಕುಂದುಕೊರತೆಯಿಲ್ಲದ, ನಿಷ್ಕಳಂಕವಾದ, ನಿರ್ದೋಷ. **Spot'ted, Spot'ty**, *a.* ಹಂಡಬಂಡ, ಕಲೆಯುಳ್ಳ, ಚಿಕ್ಕೆಚಿಕ್ಕೆಯಾದ, ಚಿತ್ರವಿಚಿತ್ರವಾದ; the s. deer ಸಾರಂಗ, ಚಿಕ್ಕೆಮಿಗ.

Spouṣe, *n.* ಗಂಡ, ಹೆಂಡತಿ. **Spou'ṣal**, *a.* ಮದುವೆಯ, ವಿವಾಹಸಂಬಂಧವಾದ. *n. pl.* ಮದುವೆ. **Spouṣe'less**, *a.* ಮದುವೆಯಾಗದ.

Spout, *n.* ಹರ್ನಾಳಿಗೆ (ಹರಿನಳಿಗೆ), ನಳಿಗೆ; 2. ಬಾಯಿ, ಮುಸಡಿ; 3. ಜಲಧಾರೆ. *v. t. r.* ಸುರಿಸು, ಪುಟಿಸು. *v. i.* ಸುರಿ, ಪುಟಿ.

Sprag, *n.* ಬಂಡಿಚಕ್ರ ಉರುಳದಂತೆ ಅಡಿಗೆ ಇಡುವ ಮರದ ತುಂಡು; ತಿರು.

Sprāin, *n.* ಇಲುಕು, ಉಲುಕು, ಉಳುಕು, ನರ ತೊಡಕುವುದು. *v. t. r.* ಉಳುಕಿಸು, ಉಳುಕು ಹಿಡಿಸು; *pass.* ಉಳುಕಿಸಿಕೊಳ್ಳು, ಉಳುಕುಹಿಡಿ.

Sprawl (spral), *v. i. r.* ಬೋರ್ಲ ಬಿದ್ದಿರು; 2. ದೇಕಿಕೊಂಡು ಹೋಗು, ಜಾಡಿಸು, ಎಳೆಕೊಂಡು ಹೋಗು; 3. (ಬಳ್ಳಿ) ಹಬ್ಬು. *n. pl.* ಚಿಕ್ಕ ಕೊಂಬೆಗಳು, —ಟೊಂಗಿಗಳು.

Sprāy (sprā), *n.* ತುಂತುರು, ತುಷಾರ; 2. ಚಿಕ್ಕ ಕೊಂಬೆ, ಸಣ್ಣ ಟೊಂಗಿ.

Spread (spred), *v. t. ir.* (spread, spread) ಹಾಸು (*as*, a mat); 2. ಹಬ್ಬಿಸು, ವಿಸ್ತರಿಸು, ಪಸರಿಸು, ಹರವು (*as*, branches, a report, disease); s. out as corn ನೆರವು, ಹರಡು; *pass.* ಹಬ್ಬು, ಹಬ್ಬಿಸಿಕೊಳ್ಳು, ವಿಸ್ತಾರವಾಗು; 3. (scatter) ಹರವು; *pass.* ಹರವಿಕೊಳ್ಳು; s. a table "ಮೇಜು" ಹಾಕು; s. out wares for sale ಅಂಗಡಿ ಮುಂಡಿಸಿಕೊಳ್ಳು. *v. i.* ಹಬ್ಬು, ವ್ಯಾಪಿಸು; 2. ಬೆಳಿಸಿಕೊಳ್ಳು (*as*, metals by beating). *n.* ಹಬ್ಬುವುದು, ವಿಸ್ತಾರ. *a.* ವಿಸ್ತರಿಸಿದ, ವ್ಯಾಪಿಸಿದ.

Sprēe, *n.* ಕುಡಿಕನ ಮಂಗಾಟ.

Sprig, *n.* ಕೊಂಬೆ, ಸಣ್ಣ ಟೊಂಗಿ; 2. ಪೋರ. **Sprig'gy**, *a.* ಸಣ್ಣಸಣ್ಣ ಟೊಂಗಿಗಳುಳ್ಳ.

Sprīght (sprīt), *n.* ದೆವ್ವ, ಭೂತ. **Sprīght'li-ness** (sprīt-), *n.* ಚೈತನ್ಯ, ಉಲ್ಲಾಸ, ಚುರುಕು, ಜೀವಾಳ. **Sprīght'ly** (sprīt-), ಜೀವಾಳದ, "ಹುಷಾರ", ಉಲ್ಲಾಸವುಳ್ಳ.

Spriṅg, *v. i. ir.* (spraṅg *or* spruṅg) (jump) ಹಾರು, ಜಗಿ; 2. (rise suddenly, *as*, game) ಎದ್ದು ಹಾರು; 3. (fly back, *as*, a ball) ಪುಟಿ, ಚಟ್ಟನೆ ಹಾರು; 4. (bend, warp, *as*, wood) ಕೊಂಕು; 5. (shoot up) ಚಿಗುರು, ತಲೆದೋರು; 6. (issue, result) ಹುಟ್ಟು; —s. at ...ಕಡೆಗೆ ಹಾರು *e. g.*; s. forth ಹೊರಡು, ಹೊರಬೀಳು; s. in ಹೊಗಬೀಳು; s. on, s. upon ...ಮೇಲೆ ಹಾರಿಬೀಳು. *v. t.* ಹಾರಿಸು; s. a mine ಸುರಂಗ ಹಾರಿಸು; 2. (s. a leak) ತೂತು ಕೆಡವಿಕೊಳ್ಳು, ಒಡಕು—; 3. (break, *as*, a mast) ಮುರಕೊಳ್ಳು; 4. (contrive, start) ಹುಟ್ಟಿಸು. *n.* ಹಾರಿಕೆ, ಪುಟಿಯುವುದು; 2. ವಸಂತಕಾಲ; 3. ಮೂಲ; 4. ಊಟೆ, ಬುಗ್ಗೆ; s. of a machine, coach, *etc.* ಬಿಲ್ಲು, "ಕಮಾನು", ಸೂತ್ರ. **Spriṅg'i-ness**, *n.* ಹಾರುವ ಶಕ್ತಿ, ಪುಟಿಯುವ—, ಸ್ಥಿತಿಸ್ಥಾಪಕ ಧರ್ಮ. **Spriṅg'iṅg**, *n.* ಹಾರಿಕೆ; 2. ಹುಟ್ಟುವಿಕೆ, ಬೆಳೆ. **Spriṅg'-tīde**, *n.* ಪರ್ವಕಾಲದಲ್ಲಿ ಅಂದರೆ ಅಮಾವಾಸ್ಯೆ ಮತ್ತು ಹುಣ್ಣಿಮೆ ಕಾಲದಲ್ಲಾಗುವ ಸಮುದ್ರದ ಹೆಚ್ಚಿನ ಭರತ. **Spriṅg'y**, *a.* ಉಡುಗುವ, ಸೆಟೆಯುವ, ಹಾರುವ; 2. ಬುಗ್ಗೆಬುಗ್ಗೆಯುಳ್ಳ, ಊಟೆಗಳುಳ್ಳ, ಜವಳು.

Spriṅġe, *n.* ಉರುಲು, ಬೋನು, ಬಲೆ. *v. t. r.* ಬಲೆಯಲ್ಲಿ ಹಿಡಿ.

Spriṅ'kle, *v. t. r.* ಚಿಮುಕಿಸು, ಪ್ರೋಕ್ಷಿಸು, ಚಿಮುಕು. *n.* ಚಿಮುಕಿಸುವಿಕೆ, ಪ್ರೋಕ್ಷಣೆ. **Spriṅ'kliṅg**, *n.* ಚಿಮುಕಿಸುವಿಕೆ, ಪ್ರೋಕ್ಷಣೆ; 2. ತುಸತುಸ.

C *as* k; c *as* s; ch *as* sh; g *as in* get; ġ *as* j; ṅ *nasal, as in* aṅger; ṣ *as* z; th *as in* thou; x̱ *as* gz; ce, ci, si *and* ti *before a vowel as* sh: ocean, action.

Sprint, *v. i.* ಓಡು.

Sprit, *n.* ದೂಲ, ತೊಲೆ, ಅಡ್ಡಗಣೆ; bow- s. ಹಡಗಿನ ಮೂಗುದೂಲ.

Sprīte, *n.*, *see* Spright. **Sprīte'ly**, *a.*, *see* Sprightly.

Sprout, *n.* ಮೊಳಕೆ, ಚಿಗುರು, ಅಂಕುರ. *v. t. r.* ಮೊಳೆ, ಚಿಗುರು, ಅಂಕುರಿಸು.

Spruce, *a.* ಸೊಗಸಿನ. **Spruce'ly**, *ad.* ಸೊಗಸಾಗಿ. **Spruce'ness**, *n.* ಸೊಗಸು.

Spr̤ue, *n.* ಲೋಹದ ಅಚ್ಚಿನಲ್ಲಿ ಎರೆಯುವ ಕೊಳವೆ.

Sprung, *pt. & pp. of* Spring.

Sprȳ, *a.* ಚುರುಕು, ಲಘು ಮೈಯುಳ್ಳ.

Spud, *n.* ಕುರ್ಚಿಗೆ, ಚಿಕ್ಕ ಸನಿಕೆ.

Spūme, *n.* ನೊರೆ, ನುರುಗು, ಬುರುಗು. *v. t. r.* ನೊರೆ ಬರು, ಬುರುಗೇಳು, ನುರುಗು ಕಾರು. **Spū'mŏus**, **Spū'my**, *a.* ನೊರೆಯುಳ್ಳ, ನೊರೆಯಂಥ.

Spun, *pt. & pp. of.* Spin.

Spunk, *n.* ದೂದಿ; 2. ಚುರುಕು, ಧೈರ್ಯ; 3. ಅಗ್ನಿಕಣ.

Spur, *n.* ಹಿಮ್ಮಡಿ ಮುಳ್ಳು, "ಮಮ್ರೋಜು"; 2. ಹುಂಜದ ದಾರಿ; 3. ಹುರಿದುಂಬಿಸುವಂಥಾದ್ದು, ಪ್ರೋತ್ಸಾಹ. *v. t. r.* (spurred, *pr.* spĕrd) ಮುಳ್ಳಿನಿಂದ ಚುಚ್ಚು; 2. ಹುರಿದುಂಬಿಸು, ಪ್ರೋತ್ಸಾಹಿಸು. *v. i.* ಬಡಬಡ ಹೋಗು, ಓಡಿಯೋಡಿ ಹೋಗು, —ಬರು. **Spur'-galled**, *a.* ರೇಗಿದ.

Spurge (spĕrj), *n.* triangular s. *(Euphorbia antiquorum, L.)* ಚದರಕಳ್ಳಿ, ಬೋಂತೆಕಳ್ಳಿ, ಜೆಡೆಕಳ್ಳಿ; Indian tree-s. *(Euphorbia tirucalli, L.)* ಕಳ್ಳಿ.

Spū'ri-ŏus, *a.* ಸುಳ್ಳು, ಕಳವಿ; 2. ಅಡ್ಡ ಜಾತಿಯ; a s. son ಸೂಳೇ ಮಗ. **Spū'ri-ŏus-ly**, *ad.* ಸುಳ್ಳಾಗಿ, ಕಳವಿಯಾಗಿ.

Spurn, *v. t. r.* ಜರಿದುಬಿಡು, ಧಿಕ್ಕರಿಸು, ಒದಿ. *n.* ಧಿಕ್ಕಾರ, ಒದೆ.

Spurt, *v. i. r.* ಚಿಮ್ಮು, ನೀರು ಪಿಚಕ್ಕನೆ ಬರು, ಪುಟಿ. *v. t.* ಚಿಮ್ಮು, ಚಿಮುಕಿ ಹೊಡೆ, ಪಿಚಕ್ಕನೆ ಹೊಡೆ. *n.* ಪಿಚಕ್ಕನೆ ಬರುವ ನೀರು; 2. ಪುಟಿಯೋಣ.

Sput'tĕr, *v. t. & i. r.* ಉಗುಳು ಸಿಡಿಸು; 2. ಚಟಚಟನೆ ಸಿಡಿ; 3. ಗಡಿಬಿಡಿ ಮಾತಾಡು. *n.* ಹನಿ, ತುಂಪರೆ; ಮಾತಾಡುವಾಗ ಬೀಳುವ ಎಂಜಲು.

Spū'tum, *n.* ಲೊಡಕೆ, ಉಗುಳು, ಎಂಜಲು.

Spȳ, *n.* ಬೇಗುಗಾರ, ಬೇಹುಗಾರ, ಪಾಳತಿಗಾರ, ಚಾರ, ಪಿಶುನ. *v. t. r.* (spīed) ಕಾಣು; 2. ನೋಡು, ವಿಚಾರಿಸು; 3. ಬೇಗು ನೋಡು, ಪಾಳತಿ ನೋಡು. **Spȳ'glass**, *n.* ಸಣ್ಣ "ದುರ್ಬೀನು".

Squab, *a.* ಡೊಳ್ಳು, ಗಡತರ, ಗಾತ್ರ, ತೋರ. *n.* ಗಿಡ್ಡ ಮನುಷ್ಯ, ಡೊಳ್ಳಿನವ; 2. ಲೋಡು; 3. ಪಾರಿವಾಳದ ಮರಿ.

Squab'ble, *n.* ವಾಕ್ಯಾಟ, ವಾಗ್ವಾದ, "ತಕರಾರು". *v. i. r.* ಜಗಳ ಮಾಡು, ವಾಕ್ಯಾಡು, ಕಡದಾಡು.

Squad, *n.* ಚಿಕ್ಕ ಗುಂಪು, ಸಣ್ಣ ತಂಡ. **Squad'-ron**, *n.* (ಒಂದೆರಡು ನೂರು) "ಸವಾರರ" ತಂಡ, "ರಿಸಾಲು"; 2. ನೌಕ ಸೇನೆಯ ಅಂಶ.

Squal'id, *a.* ಹೊಲಸ, ಮಲಿನ, ರೋತೆಯಾದ. **Squal-id'i-ty**, **Squal'id-ness**, *n.* ಹೊಲಸು, ಮೈಲಿಗೆ, ಮಲಿನತ್ವ. **Squal'id-ly**, *ad.* ಹೊಲಸಾಗಿ, ಮೈಲಿಗೆಯಾಗಿ, ಮಲಿನವಾಗಿ.

Squall, *n.* ಚೀರುವುದು, ಕೂಗು; 2. ಸೊಂಟರ ಗಾಳಿ, ಬಿರುಗಾಳಿ. *v. i. r.* ಚೀರು, ಕೂಗು, ಅರಚು, ಒದರು. **Squall'ly**, *a.* ಬಿರುಗಾಳಿಯ.

Squal'ŏr, *n.*, *see* Squalidity.

Squā'mŏus, *a.* ಸಿಪ್ಪೆಯಂಥ.

Squan'dĕr, *v. t. r.* "ದುಂದು" ಮಾಡು, ಹಾಳು ಮಾಡು, ಪೋಲು ವೆಚ್ಚ —, ಕರಡು —. **Squan'-dĕr-ĕr**, *n.* "ದುಂದುಗಾರ".

Squāre, *a.* ಚೌಕ, ಚಚ್ಚೌಕ, ಚೌರಸ; 2. (true) ಖರೆ, "ಬರಾಬರಿ"; 3. (honest, even) ಸರಿ, ಸಮ, "ವಾಜಬಿ"; s. dealing ಸತ್ಯ, ನಿರ್ವಂಚನೆ; all s. ಎಲ್ಲಾ ಸರಿ, —ಸಮ. *n. (geom.)* ಚಚ್ಚೌಕ, ಚೌರಸ, ಸಮಚತುಷ್ಕೋಣ; 2. (a pane of glass) ಕನ್ನಡಿ; 3. ಅಂಗಳ, ಊರಂಗಳ; 4. *(arith.)* ವರ್ಗ; 5. (a carpenter's s.) ಮಟ್ಟಿಗೆ; 6. (harmony) ಒಕ್ಕಟ್ಟು. *v. t. r.* ಚೌಕ ಮಾಡು, ಚಚ್ಚೌಕ—; (s. a log) ತಚ್ಚುಮಾಡು; (s. stones) ಹೊಳಪು ಮಾಡು; 2. (turn) ತಿರುಗು, ಅಣಿಗೆ ; 3. (compare with) ಸರಿ ನೋಡು *c. d.*; 4. (regulate) ಸರಿ ಮಾಡು *c. d.*, ಹೊಂದಿಸು *c. d.*; 5. (s. accounts) ಬಗೆಹರಿಸು; ತಾಳೆಹಾಕು, ಸರಿಗೊಳಿಸು; 6. *(math.)* ವರ್ಗ ಮಾಡು; s. the circle ವರ್ತುಲದ ಕ್ಷೇತ್ರಫಲ ಹೇಳು. *v. i.* ಸರಿಯಾಗು, ಹೊಂದಿಕೆಯಾಗು. **Squāre'-measure**, *n.* ಕ್ಷೇತ್ರಫಲ. **Squāre'-root**, *n.* ವರ್ಗಮೂಲ.

Squash, *v. t. r*, (*pr.* squasht) ನಜ್ಜುಗುಜ್ಜು ಮಾಡು, ಜಬಿಜಬಿ—. *n.* ಬುಡ್ಡೆ; 2. ದುಪ್ಪೆಂತ ಬೀಳುವುದು.

Squash'gōurd (-gōrd), *n. (Cucurbita*

maxima, Duches.) ಕುಂಬಳಕಾಯಿ, ಸಕ್ಕರೆ ಕುಂಬಳ.

Squạt, *v. t. r.* (squạt'ted) ತುದಿಗುಂಡೀಲೆ ಕೂಡ್ರು, ಪದ್ಮಾಸನ ಹಾಕಿಕೊಂಡು—, ತುದಿಕಾಲ ಮೇಲೆ ಕೂತಿರು; 2. ಹಕ್ಕಿಲ್ಲದೆ ಭೂಮಿಯನ್ನು ಆಕ್ರಮಿಸಿಕೊ. *a.* ತುದಿಗುಂಡೀ ಮೇಲೆ ಕೂತಿರುವ; 2. ಮೊಂಡ. **Squạt'tĕr**, *n.* ಹಕ್ಕಿಲ್ಲದ ಅಡವಿಯಲ್ಲಿ ನೆಲೆಗೊಂಡವ.

Squạw (skwạ), *n.* "ಅಮೇರಿಕದ ಇಂದಿಯಾನರ" ಹೆಂಗಸು.

Squēak (skwēk), *n.* ಕಿಳ್ಳಿಕೊಳ್ಳುವಿಕೆ, ಚಿವುಚಿವು ಅನ್ನುವದು, ಕೀಚು ಧ್ವನಿ. *v. i. r. (pr.* skwēkt) ಚೀರು, ಕೀಚನ್ನು, ಕಿಳ್ಳಿಕೊಳ್ಳು, ಕಿರ್ರೆನ್ನು.

Squēal (skwēl), *v. t. r.* ಅರಚು, ಚಿರಗುಡು.

Squēam'ish (skwēm-), *a.* ವಾಕರಿಸುವ, ಅರೋಚಿಕೆ ಪಡುವ; 2. "ನಾಜೂಕು". **Squēam'-ish-ly** (skwēm'ish-), *ad.* "ನಾಜೂಕಾಗಿ". **Squēam'ish-ness** (skwēm-), *n.* ವಾಕರಿಕೆ; 2. "ನಾಜೂಕು".

Squēeze, *n.* ಹಿಸಕುವಿಕೆ. *v. t. r.* ಹಿಸಕು, ಕಿವಚು, ಹಿಂಡು.

Squelch (skwelch), *v. t. r.* ನಜ್ಜುಗುಜ್ಜು ಮಾಡು. *v. i.* ನಜ್ಜುಗುಜ್ಜಾಗು.

Squib, *n.* ಪಟಾಕಿ; 2. ಬಿಸಿ ಮಾತು, ಚುಚ್ಚುವ [ಮಾತು.

Squill, *n.* Indian s. *(Scilla indica, Roxb.)* ಕಾಡಬೆಳ್ಳುಳ್ಳಿ, ಕಾಡೀರುಳ್ಳಿ.

Squint, *n.* ಮೆಳ್ಳೆಗಣ್ಣು. *a.* ವಾರೆನೋಡುವ. *v. i. r.* ವಾರೆಯಾಗಿ ನೋಡು. **Squint'-ēyed** (-īd), *a.* ಮೆಳ್ಳೆಗಣ್ಣಿನ.

Squīre, *n., see* Esquire.

Squir'rel, *n. (Sciurus palmarum)* ಅಳಿಲು, ಅಳಲಿ, ಅಣಿಲು, ಚನಿಲು, ಇಣಿಚಿ, ಉರುತಿ; Malabar s. *or* red s. *(Sciurus elphinstonei)* ಕೇಸಳಲೆ, ಕ್ಯಾಸಳಲೆ.

Squīrt, *n.* ಚಿಮಿಣಿ; 2. ಜೀಕಳಿ, ಪಿಚಕಾರಿ. *v. t. r.* ಚಿಮ್ಮು, ಪಿಚಕಾರಿ ಹೊಡೆ, ಜೀಕಳಿ—.

St. (sent), *n., see* Saint.

Stab, *v. t. r.* (stabbed, *pr.* stabd) ಇರಿ, ತಿವಿ, ಕಡಿ. *n.* ತಿವಿಯುವಿಕೆ, ತಿವಿದ ಗಾಯ, ಕಡತ. **Stab'bĕr**, *n.* ತಿವಿಯುವವ, ಅಂತರಂಗವಾಗಿ ಕೊಲ್ಲುವವ, —ಕೊಂದವ.

Stā'ble, *a.* ಸ್ಥಿರ, ಶಾಶ್ವತ, ಗಟ್ಟಿ; 2. ಸ್ಥಿರ ಮನಸ್ಸಿನ. **Sta-bil'i-ty**, *n.* ಗಟ್ಟಿತನ, ಸ್ಥಿರತೆ; 2. ಅಚಂಚಲ, ಸ್ಥಿರ ಮನಸ್ಸು.

Stā'ble, *n.* ಕೊಟ್ಟಿಗೆ, ಕುದುರೆಲಾಯ. *v. t.* ಲಾಯದಲ್ಲಿ ಕಟ್ಟು. *v. i.* ಲಾಯದಲ್ಲಿ ವಾಸಿಸು. **Stā'ble-boy, -man**, *n.* ಕುದುರೆಗಾರ, ಕುದುರೆ "ಕಾಸ್ತಾರ". **Stā'bliṅg**, *n.* ಲಾಯ; 2. ಲಾಯದ ಬಾಡಿಗೆ.

Stab'lish, *v. t. r., see* Establish.

Stack, *n.* ಬಣಬೆ, ಬಣವೆ, ಕುಪ್ಪೆ; s. of corn ಮೆದೆ. *v. t.* ಬಣವೆ ಒಟ್ಟು, ಕುಪ್ಪೆ ಹಾಕು.

Stad'i-um, *n.* "ಗ್ರೀಕರ" ಒಂದು ಅಳತೆ, ಅಂದರೆ ೨೦೨ ಯಾರ್ಡುಗಳ ಅಳತೆ, ಮಜಲು.

Staff, *n. pl.* stāveṣ: ಕೋಲು, ಕಟ್ಟಿಗೆ, ಗಣೆ, ದಂಡಕಾಷ್ಠ; 2. ಆಧಾರ; *pl.* staffs: ಸೈನ್ಯಾಧಿಪತಿಯ "ಕಚೇರಿಯವರು"; 3. ಉದ್ಯೋಗಸ್ಥರ ಮಂಡಲಿ, "ಕಚೇರಿಯವರು".

Stag, *n.* ಗಂಡು ಸಾರಂಗ; Indian s. *(Rusa aristotelis)* ಕಡವೆ.

Stāġe, *n.* ಅಟ್ಟ, ಜಗಲಿ; 2. ರಂಗಸ್ಥಳ; 3. ನಾಟಕ; 4. "ಮಜಲು"; 5. "ಟಪ್ಪಾಲುಕಟ್ಟೆ"; 6. ಮೆಟ್ಟು. **Stāġe'-coach** (-kōch), *n.* "ಟಪ್ಪಾಲ" ಬಂಡಿ. **Stāġ'ĕr**, *n.* ಕಪಟಿ, ವೇಷಗಾರ. **Stāġe'-plāy-ĕr**, *n.* ನಟ. **Stāġe-trick**, *n.* ವೇಷಗಾರನು ಮಾಡುವ ಚಮತ್ಕಾರ. **Stā'ġiṅg**, *n.* ಅಟ್ಟಳಿಗೆ.

Stāġ'ĕr, *n.* (old) ಹಳಬನು.

Stag'gĕr, *v. i. r.* ಜೋಲುತ್ತಾ ನಡೆ; 2. ತತ್ತರಿಸು, ಹೋಯಿದಾಡು; 3. ಅನುಮಾನಪಡು. *v. t.* ಹೋಯಿದಾಡಿಸು, ಅನುಮಾನ ಹುಟ್ಟಿಸು. *n.* ಅನುಮಾನ; 2. ಹೋಯಿದಾಟ. **Stag'-gĕrṣ**, *n. pl.* (ಪಶ್ವಾದಿಗಳ) ಮೂರ್ಛೆರೋಗ, ಮಲರೋಗ.

Stag'nant, *a.* ಹರಿಯದೆ ನಿಂತಿರುವ, ಕೊಳಚಿ; 2. ಮಂದ; s. water ಗೊಜ್ಜಲು, ಕೊಳಕು ನೀರು. **Stag'nan-cy, Stag-nā'tiŏn**, *n.* ಹರಿಯದೆ ನಿಂತಿರುವುದು, ಕೊಳೆ; 2. ಮಂದತ್ವ. **Stag'nāte**, *v. i. r.* ಹರಿಯದೆ ನಿಂತಿರು, ಮಲೆ, ಕೊಳೆ; 2. ಮಂದವಾಗು *(as,* commerce).

Stāid, *a.* ನಿಧಾನ, ಚಂಚಲವಿಲ್ಲದ, ಸ್ಥಿರ ಮನಸ್ಸಿನ, ಕ್ರಮವಾದ. **Stāid'ly**, *ad.* ನಿಧಾನವಾಗಿ, ಸ್ಥಿರ ಮನಸ್ಸಾಗಿ. **Stāid'ness**, *n.* ನಿಧಾನ, ಘನ ಮನಸ್ಸು, ಸ್ಥಿರ—, ಸಾಧುತ್ವ.

Stāin, *n.* ಕರೆ, "ಡಾಗು", ಕಲೆ; 2. ಚಿಕ್ಕ; 3. ಕುಂದು, ಕಲಂಕ; 4. ನಾಚಿಕೇ ಕಾರಣ. *v. t. r.* ಕರೆ ಮಾಡು, ಕಲೆ—, ಮಾಸು; 2. ಅಪಕೀರ್ತಿ ತರು; 3. ಬಣ್ಣಾ ಹಚ್ಚು. **Stāin'less**, *a.* ಕುಂದಿಲ್ಲದ, ದೋಷವಿಲ್ಲದ, ಕಳಂಕವಿಲ್ಲದ, ನಿರ್ಮಲ; she is s. ಆಕೆಗೆ ಏನೂ ದೋಷವಿಲ್ಲ.

Stāir, *n.* ಪಾವಟಿಗೆ, ಸೋಪಾನ, ಮೆಟ್ಲು; *pl.* ಸೋಪಾನಸಾಲು; down-s. ಮಾಳಿಗೇ ಕೆಳಗೆ; up-s. ಮಾಳಿಗೇ ಮೇಲೆ. **Stāir'cāse,** *n.* ಪಾವಟಿಗೆ, ಸೋಪಾನ.

Stāke, *n.* ದಸಿ, ಗೂಟ; 2. ವಧಸ್ತಂಭ, ಯೂಪ; 3. ಸಂಬಂಧ; he has a s. in the country ದೇಶದ ಕ್ಷೇಮದಲ್ಲಿ ಅವನಿಗೂ ಸಂಬಂಧ ಇದೆ; his life is at s. ಅವನ ಜೀವವೇ ಮೋಸಲಾಗಿಟ್ಟಿದ್ದಾನೆ; 4. ಜೂಜು, ಪಂತ. *v. t. r.* (*pr.* stākt) ಹಂದರ ಹಾಕು, ಆಧಾರ ಕೊಡು; 2. ಗೂಟಾ ನೆಡಿಸಿ ಮೇರೆ ಮಾಡು; 3. ಪಂತ ಹಾಕು.

Sta-lac'tīte, *n.* ಗುಹೆಗಳ ಒಳಮಾಳಿಗೆಯಲ್ಲಿ ಹುಟ್ಟಿದ ಚಿತ್ರವಿಚಿತ್ರದ ಆಕಾರಗಳ ವಿಶೇಷ.

Sta-lag'mīte, *n.* ಗುಹೆಗಳ ನೆಲದಲ್ಲಿ ಉಂಟಾಗುವ ಸುಣ್ಣದ ಆಕಾರಗಳು.

Stāle, *a.* ತಂಗಳ, ಹಳೇ; s. news ಹಳೇಸುದ್ದಿ. *v. t. r.* ಹಳಸು, ಮುಗ್ಗಿಸು. **Stāle'ness** *n.* ತಂಗಳಾಗಿರೋಣ; 2. ಕೈಪಿಡಿ.

Stāle, *v. i. r.* ಉಚ್ಚೇ ಹೊಯ್ಯು (said of cattle, *etc.*). *n.* ಉಚ್ಚೆ, ಮೂತ್ರ.

Stāle'-māte, *n.* (ಚತುರಂಗ) ಕಟ್ಟರಸಾಗುವುದು.

Stalk (stak), *n.* (stem of a plant) ದಂಟು; 2. (pedicle of a leaf, flower or fruit) ತೊಟ್ಟು, ತುಂಬು, ವೃಂತ.

Stalk (stak), *v. i. r.* (*pr.* stakt) ಸಟಿಗೊಂಡು ನಡೆ. *n.* ಸಟೆದ ನಡಿಗೆ.

Stall, *n.* (apartment for an ox or a horse) ಕೊಟ್ಟಿಗೆ, ಹಟ್ಟಿ; 2. (stable) ಲಾಯ, ಹಟ್ಟಿ; 3. (shed for merchandise) ಚಪ್ಪರ, ಅಂಗಡಿ, ಬೈಲಂಗಡಿ, ಮಂಡಿ, ಮಳಿಗೆ; 4. ಪುರೋಹಿತನ ಆಸನ; 5. ನಾಟಕಶಾಲೆಯಲ್ಲಿ ಕೂಡ್ರುವ ಸ್ಥಳ; 6. ಕಿಸೆಕಳವು ಮಾಡುವವನ ಜತೆಗಾರ; a book-stall ಪುಸ್ತಕ ಮಾರುವ ಸ್ಥಳ. *v. t. r.* ಹಟ್ಟಿಯಲ್ಲಿ ಕಟ್ಟು; 2. ಕೆಸರಿನಲ್ಲಿ ಸಿಗಬೀಳಿಸು. **Stall'-fēed,** *v. t. r.* ಹಟ್ಟಿಯಲ್ಲೇ ಮೇವು ಹಾಕಿ ಚೆನ್ನಾಗಿ ಸಾಕು.

Stal'liŏn (stal'yun), *n.* ಬೀಜದ ಕುದುರೆ.

Stal'wart, Stal'wŏrth, *a.* ಗಟ್ಟಿ, ಬಲಿಷ್ಠ, ಧೀರ.

Stā'men, *n.* (*pl.* stam'i-na) ಎಳೆ; 2. ಆಧಾರ, ಮೂಲತತ್ತ್ವ, **Stā'mens,** *n. pl.* (*bot.*) ಹೂವಿನ ಕೇಸರ, ಪರಾಗಕೇಸರ.

Stam'mĕr, *v. i. r.* ಉಗ್ಗಿ ಮಾತಾಡು, ತೊದಲು ಮಾತಾಡು, ತಿಕ್ಕಲು—, ನತ್ತಿ—, ಗುಕ್ಕಿ—, ಗದ್ಗದಿಸು. *n.* ನತ್ತಿ. **Stam'mĕr-ĕr,** *n.* ತೊದಲನವ, ತಿಕ್ಕಲುಗಾರ.

Stamp, *n.* (ನೆಲ) ಒದಿಯೋಣ; 2. ಅಚ್ಚು, ಮುದ್ರೆಕೋಲು; 3. ಮುದ್ರೆ, "ಠಸ್ಸೆ"; s. -duty "ಠಸ್ಸೆ ಹಾಸಲು" (*S. C.*); s. paper ಠಸ್ಸೆ ಕಾಗದ; custom-house s. "ಚಪ್ಪೆ"; 4. "ಟಪ್ಪಾಲಚೀಟು", "ಟಿಕೇಟು"; 5. ಲಕ್ಷಣ, ತರ. *v. t. r.* (*pr.* stampt) (ನೆಲ) ಒದಿ; 2. ಮುದ್ರಿಸು, ಮುದ್ರೆಹಾಕು, "ಛಾಪಿಸು". *v. i.* (ನೆಲ) ಒದಿ.

Stam-pēde', *v. i. r.* ಕಾಲಕಿತ್ತೋಡು.

Stănch, *a.* ಗಟ್ಟಿ; 2. ಧೀರ, ಸ್ಥಿರ. *v. t. r.* (*pr.* stänsht) ರಕ್ತ ನಿಲ್ಲಿಸು. *v. i.* ಪ್ರವಾಹ ನಿಲ್ಲು. **Stănch'ly,** *ad.* ಗಟ್ಟಿಯಾಗಿ, ಸ್ಥಿರವಾಗಿ. **Stănch'ness,** *n.* ಗಟ್ಟಿತನ, ದೃಢಮನಸ್ಸು, ಸ್ಥಿರತ್ವ.

Stan'chel, Stan'chiŏn (-shun), *n.* ಆಧಾರದ ಕಟ್ಟಿಗೆ, ಕಂಬ.

Stand, *v. i. ir.* (stood, stood) ನಿಲ್ಲು, ಇರು, ತಾಳು, ಸ್ಥಿರವಾಗಿರು; s. up ಏಳು, ಎದ್ದುನಿಲ್ಲು. *v. t.* ತಾಳು, ತಡೆ; 2. ಗಟ್ಟಿಯಾಗಿ ನಿಲ್ಲು; 3. ಒಳಗಾಗು, *as,* I'll s. your judgment ನಿಮ್ಮ ತೀರ್ಪಿನ ಹಾಗೆ ಒಪ್ಪಿಕೊಳ್ಳುತ್ತೇನೆ, ನೀವು ಹೇಳಿದ ಹಾಗೆ ಮಾಡುತ್ತೇನೆ; s. one's ground ಎದೆಗೊಟ್ಟು ನಿಲ್ಲು.

Stand, *v. i. ir.* (stood, stood) (be in an erect position, stop, endure, be firm) ನಿಲ್ಲು, ನಿಂತಿರು; 2. (be situated) ಇರು; 3. (have rank) ಇರು; *the verb is often omitted, as,* he stands first ಅವನು ಮೊದಲಿನವನಾಗಿದ್ದಾನೆ, ಅವನು ಮೊದಲಿನವನೇ; 4. (be in some particular state) ಇರುವುದು, *etc., as,* s. in fear ಭಯದಲ್ಲಿರು, ಭಯಪಡು, ಅಂಜು; s. in doubt of ಅನುಮಾನಪಡು *c. d.,* ಸಂಶಯ ಮಾಡು *c. d.;* s. in need of ಬೇಕು, *as,* what do you s. in need of ನಿನಗೆ ಏನು ಬೇಕಾಗಿದೆ? how does it s. with him? ಅವನು ಹ್ಯಾಗಿದ್ದಾನೆ? ಅವನ ಮಾತು ಹ್ಯಾಗೆ? 5. (consist, agree) ಕೂಡು *c. d.,* ಒಪ್ಪು *c. d.,* ಸರಿ ಬೀಳು *c. d.,* 6. (*naut.*) ನಡೆ, ಬರು, ಹೋಗು, *as,* s. for the shore ದಂಡೆಯ ಕಡೆಗೆ ಹೋಗು, —ಕಡೆಗೆ ಬರು; s. from the harbour ಬಂದರದಿಂದ ಅತ್ತತ್ತ ಹೋಗು; s. by ಹತ್ತರ ನಿಂತಿರು, ಕಡೆಯಾಗಿರು, ಚೆನ್ನಾ ಸರೆಯಾಗಿರು *c. g.,* ಆದರಿಸು, ಸಹಾಯ ಕೊಡು, ಮೇಲ್ಕಟ್ಟು; s. fast ಗಟ್ಟಿಯಾಗಿ ನಿಲ್ಲು, ಸ್ಥಿರವಾಗಿರು; s. for "ಉಮೇದ್ವಾರಿಗೆ" ಕಾದುಕೊಳ್ಳು, ಉದ್ಯೋಗಕ್ಕೆ

ಕಾದುಕೊಳ್ಳು, ...ಪಕ್ಷ ಹಿಡಿ *c. g.*, ಬೆನ್ನಾಸರೆಯಾಗಿರು *c. g.*, ಬದಲಾಗಿರು *c. g.*, ಪ್ರತಿಯಾಗಿರು *c. g.* *(naut.) see above under* 6. I shall not s. for a trifle ದುಡ್ಡಿನ ಸಲುವಾಗಿ ಹಿಡಿದಾಡಲಿಕ್ಕಿಲ್ಲ, ಸಣ್ಣ ಮಾತಿಗೆ ಕಟಿಪಿಟಿ ಮಾಡಲಿಕ್ಕಿಲ್ಲ; s. from *(naut.) see above under* 6; s. in ಹಿಡಿ, *as*, it stands me in five rupees ಅದಕ್ಕೆ ಐದು ರೂಪಾಯಿ ಹಿಡಿಯಿತು, ಅದಕ್ಕೆ ಐದು ರೂಪಾಯಿ ಕೊಟ್ಟೆ; s. in hand ಉಪಯೋಗವಾಗು; s. in one's light ಒಬ್ಬನಿಗೆ ಮರೆಯಾಗಿ ನಿಲ್ಲು, ಒಬ್ಬನಿಗೆ ಕತ್ತಲು ಕಟ್ಟು; s. out of the light ಕತ್ತಲು ಬಿಡು; s. off ದೂರ ನಿಲ್ಲು, ಒಪ್ಪದಿರು, ಒಲ್ಲೆನೆಂತ ನಿಲ್ಲು, ಸಲಿಗೆಯಾಗದಿರು, ಉಬ್ಬಾಗಿರು, ಉಬ್ಬಿದ ಹಾಗೆ ಕಾಣು; s. off! ಅತ್ತತ್ತ ನಿಲ್ಲು! s. on ಬಿಗಿಹಿಡಿ, ಬಿಡದಿರು; s. out ಉಬ್ಬಿರು, ಹೊಟ್ಟೆ ಹೊರಡು, ಗೂನು—; s. to ಕೈಹಚ್ಚು *c. d.*; ...ಮೇಲೆ ಗಟ್ಟಿಯಾಗಿ ನಿಲ್ಲು *c. g.*; s. to one's promise ಮಾತು ಕೊನೆಗಾಣಿಸು, —ಈಡೇರಿಸು, ಒಪ್ಪು *c. d.*, ಸರಿಬೀಳು *c. d.*; s. to trial ವಿಚಾರಕ್ಕೆ ನಿಲ್ಲು; s. to sea ಸಮುದ್ರಕ್ಕೆ ಹೊರಡು; s. under ತಾಳು, ಸೈರಿಸು; s. up ಎದ್ದು ನಿಲ್ಲು, ಏಳು; s. up for ಮೇಲ್ಕಟ್ಟು, ಬೆನ್ನಾಸರೆಯಾಗಿ ನಿಲ್ಲು *c. g.*; s. upon ಬೇಕೆಂತ ಗಟ್ಟಿಯಾಗಿ ನಿಲ್ಲು, ಬಿಡದೆ ಕೇಳು; s. upon one's guard ಎಚ್ಚರಿಕೆಯಾಗಿರು; he stands upon his reputation ಅವನು ತನ್ನ ಅಭಿಮಾನಕ್ಕೆ ಬಿದ್ದು ಸಾಯುವವನು; he stands upon trifles ಅವನು ಅಲ್ಪಕ್ಕೆ ಆಶೆ ಮಾಡುವವನು; s. with ಸರಿಬೀಳು *c. d.*, ಕೂಡು *c. d.*, ಒಪ್ಪು *c. d.* *n.* ನಿಲ್ಲುವಿಕೆ, ನಿಂತಿರೋಣ; make a s. ನಿಲ್ಲು, ನಿಂತಿರು; 2. ನಿಲ್ಲುವ ಸ್ಥಳ; to take one's s. ನಿಂತಿರು; 3. (raised station for spectators) ಅಟ್ಟ; 4. (frame to lay things on) ಅಡ್ಡಣಿಗೆ "ಮೇಜು", ಆಧಾರ; come to a s. ಮುಗ್ಗು, ಮುಗ್ಗೆಡು, ನಿಂತುಹೋಗು, "ಬಂದಾಗು"; there is a s. in trade ವ್ಯಾಪಾರ ಮಂದವಾಗಿದೆ, ವ್ಯಾಪಾರ ನಿಂತದೆ; he is at a s. "ಗಾಬರಿ" ಆಗಿದ್ದಾನೆ, ಭ್ರಮಣೆಯಾಗಿದ್ದಾನೆ. **Stand'ĕr-bȳ**, *n.* ಹತ್ತರ ನಿಂತವ. **Stand'ing**, *a.* ಗೊತ್ತಿನ, ಸ್ಥಿರ; 2. ನಿಲ್ಲುವ; s. colour "ಪಕ್ಕಾ" ಬಣ್ಣ. *n.* ನಿಲ್ಲೋಣ; 2. ಇರೋಣ; 3. ಸ್ಥಾನ; 4. ಸ್ಥಿತಿ, ಪದವಿ; of long s. ಬಹು ದಿವಸದ, —"ಕದೀಮ". **Stand'ish**, *n.* ದೌತಿ ಲೇಖನಿ ಇಡುವ "ಕಲಮ್ದಾನಿ". **Stand'-point**, *n.* ನೆಲೆ, ಸ್ಥಾನ, ಹದ್ದು. **Stand'still**, *n.* ನಿಲ್ಲೋಣ, ಮುಗ್ಗೇಡು.

Stand'ard, *n.* "ನಿಶಾನಿ", ಧ್ವಜ; 2. ಮರ್ಯಾದೆ, ಮಾದರಿ, ಪ್ರಮಾಣ, ಸೂತ್ರ, ತೂಕ, ಅಳತೆಯ ಮಾನ; 3. "ಇಯತ್ತೆ". *a.* ಶಾಶ್ವತ, ಮಾದರಿಯಾಗಿರುವ; a s. work ಲಕ್ಷಣ ಗ್ರಂಥ. **Stand'ard-bear-ĕr**, *n.* ಧ್ವಜಧಾರಿ, ನಿಶಾನಿಯವ. **Stan'dard-ize**, *v. t. r.* ಒಂದು ಪರಿಮಾಣಕ್ಕೆ ಹೋಲಿಕೆ ಮಾಡು.

Stank, *n.* ಖನಿ, ಗುಂಡಿ; 2. ಒಡ್ಡು.

Stan'nar-y, *a.* ತವರದ ಖನಿಯ, —ಕೆಲಸದ. *n.* ತವರದ ಖನಿ.

Stan'za, *n.* ಶ್ಲೋಕ, ಪದ.

Stā'ple, *n.* (loop of iron) ನಾಗವಾಸ, ನಾಗೋಸ.

Stā'ple, *n.* ಒಂದು ಪ್ರದೇಶದ ಮುಖ್ಯ ಉತ್ಪನ್ನ, ಮುಖ್ಯ ವ್ಯಾಪಾರ; 2. (raw material) "ಕಚ್ಚಾ" ಜಿನಸು; 3. (thread of wool, cotton, *etc.*) ಎಳೆ. *a.* ಸ್ಥಾಪಿತ; 2. ವ್ಯಾಪಾರದ; 3. ಮುಖ್ಯ. **Stā'plĕr**, *n.* ವರ್ತಕ, ವ್ಯಾಪಾರಸ್ಥ.

Stär, *n.* ನಕ್ಷತ್ರ, ತಾರೆ, ಚಿಕ್ಕಿ, ಚುಕ್ಕೆ; fixed s. ಸ್ಥಿರನಕ್ಷತ್ರ; shooting s. ಉಲ್ಕೆ, ಉಲ್ಕಾಪಾತ; S. of India ಮಹಾರಾಜರು ಕೊಡುವ ಒಂದು ಬಿರುದು; stars on a peacock's tail ನವಿಲುಗರಿ ಕಣ್ಣು. **Stär'blīnd**, *a.* ಕಣ್ಣಪರೆಯ ಸಲುವಾಗಿ ಮಂದವಾಗಿ ಕಾಣುವ, ಮಂದಾಕ್ಷ, ಮಬ್ಬುಗಣ್ಣಿನ. **Stär'-gā-zĕr**, *n.* ಜೋಯಿಸನು. **Stär'less**, *a.* ನಕ್ಷತ್ರ ಕಾಣದ. **Stär'līght (līt)**, *n.* ನಕ್ಷತ್ರಪ್ರಕಾಶ, ಚುಕ್ಕಿ ಬೆಳಕು. **Stär'lit**, *a.* ನಕ್ಷತ್ರಗಳಿಂದ ಬೆಳಕಾದ, ನಕ್ಷತ್ರ ಕಾಣುವ. **Stär'-moṅ-gĕr**, *n.* ಜೋಯಿಸ, ಗಣಕ. **Stärred (stärd)**, *a.* ನಕ್ಷತ್ರಾಲಂಕೃತ; evil-starred ನಿರ್ಭಾಗ್ಯ. **Stär'ry**, *a.* ನಕ್ಷತ್ರಗಳ, ನಕ್ಷತ್ರಮಯ, ನಕ್ಷತ್ರದಂಥಾ.

Stär'bōard (-bōrd), *n.* ಹಡಗದ ಬಲಗಡೆ.

Stärch, *n.* ಗಂಡು ಹಿಟ್ಟು, ವಸ್ತ್ರಕ್ಕೆ ಹಾಕುವ ಗಂಜಿ. *v. t. r.* (*pr.* stärcht) ಗಂಜೀ ಹಚ್ಚು, —ಇಕ್ಕು.

Stāre, *v. i. r.* ಹುಳುಹುಳು ನೋಡು, ಕಣ್ಣುಕಿಸಿ, ಬಿರಿಗಣ್ಣು ಬಿಡು, ಕಣ್ಣಾಬು, ಕಣ್ಣಾಬಿಕೊಳ್ಳು, ಪಿಳಿಪಿಳಿ ಕಣ್ಣುಬಿಡು. *n.* ಮಿಕ್ಕಿಮಿಕ್ಕಿ ನೋಡೋಣ, ಕಣ್ಣು ಕಿಸಿಯೋಣ.

Stärk, *a.* ಸಟೆದ; 2. ಬರೇ, ಶುದ್ಧ, ಕೇವಲ. *ad.* ತೀರಾ, ಅಗದಿ, ಕೇವಲ; s.-naked ಬರೇ ಬತ್ತಲೆ.

Stär'liṅg, Stāre, *n.* ಮೈನ ಪಕ್ಷಿ.

Stärt, *v. i. r.* ಚಟ್ಟನೇ ಏಳು, ತುಳ್ಳಿಬೀಳು, ಮಿಟ್ಟಿ—, ಹಾರಿ—, ಕುಲುಕಿ—, ಅದರು, ಬೆಚ್ಚು; 2. ಹಿಂಜರಿ; 3. ತೊಡಗು, ಹೊರಡು; s. after ಬೆನ್ನಟ್ಟಲಿಕ್ಕೆ ಹೊರಡು; s. up ಚಟ್ಟನೆ ಏಳು; the starting point ಪಂತದವರು ಓಟವನ್ನಾರಂಭಿಸುವ ಸ್ಥಳ. *v. t. r.* ಬೆದರಿಸು; 2. ಆರಂಭಿಸು. *n.* ಚಟ್ಟನೆ ಏಳೋಣ, ಹಾರಿಬೀಳೋಣ; 2. ಹೊರಡೋಣ, ತೊಡಗೋಣ, ಆರಂಭ; 3. ಕ್ಷಣ ಹೊತ್ತಿನ ಪ್ರಯತ್ನ, ಹುರುಪು. **Stärt'ĕr,** *n.* ಹೊರಡುವವ, ಉಪಕ್ರಮಿಸುವವ. **Stärt'ing-point,** *n.* ಹೊರಡುವ ಸ್ಥಳ.

Stär'tle, *v. i. r.* ಮಿಟ್ಟಿಬೀಳು, ಹೆದರು, "ಗಾಬರಿ" ಯಾಗು, ಬೆಚ್ಚಿಬೀಳು, ಬೆಚ್ಚಿಬೆದರು. *v. t.* ಬೆದರಿಸು, ಮಿಟ್ಟಿಬೀಳಿಸು, "ಗಾಬರಿ" ಮಾಡು. *n.* ಬೆಚ್ಚುವಿಕೆ, "ಗಾಬರಿ". **Stär'tled,** *a.* ಬೆದರಿದ. **Stär'tliṅg-ly,** *ad.* ಬೆದರಿಸುವಂತೆ, ಹೆದರುವಂತೆ.

Stärve, *v. i. r.* ಹೊಟ್ಟೆಗಿಲ್ಲದೆ ಸಾಯು, ಕೂಳಿಲ್ಲದೆ—, ಬರಗೆಡು, ಕೊರತೆ ಪಡು. *v. t.* ಹೊಟ್ಟೆಗೆ ಕೊಡದೆ ಕೊಲ್ಲು, ಅಶನ ಕೊಡದೆ ಸಾಯ ಮಾಡು; 2. ಕೂಳಿಗೆ ಅಡ್ಡಿ ಮಾಡಿ ಜಯಿಸು; 3. ಬಲಹೀನ ಮಾಡು. **Stär-vā'tiŏn,** *n.* ಬರಗೇಡು, ಕೂಳಿಲ್ಲದೆ ಸಾಯೋಣ, ಹೊಟ್ಟೆಗಿಲ್ಲದೆ—. **Stärve'liṅg,** *a.* ಬರಗೆಟ್ಟ, ಅನ್ನವಿಲ್ಲದೆ ಸಾಯುವ. **Stärv'iṅg,** *n.* ಹಸಿವು, ಕ್ಷುತ್ತು.

Stāte, *n.* ಸ್ಥಿತಿ, ಅವಸ್ಥೆ; 2. ರಾಜಸಭೆ; 3. ರಾಜ್ಯ, ಸಂಸ್ಥಾನ; 4. ವೈಭವ, ಪ್ರತಾಪ, ದೊಡ್ಡಸ್ತಿಕೆ; in s. ರಾಜಠೀವಿಯಲ್ಲಿ; 5. ಡಂಭಾಚಾರ; s. affairs ರಾಜಕಾರ್ಯ. *v. t. r.* ಹೇಳು, ವಿವರಿಸು, ತಿಳಿಸು, ವಾಙ್ಮೂಲ ಕೊಡು. **Stā'ted,** *a.* ಗೊತ್ತುಮಾಡಿದ, ನೇಮಿಸಿದ, ಕ್ಲೃಪ್ತ. **Stā'ted-ly,** *ad.* ಗೊತ್ತಿನ ವೇಳೆವೇಳೆಗೆ, ನೇಮಿಸಿದ ಕಾಲದಲ್ಲಿ. **Stāte'li-ness,** *n.* ವೈಭವ, ಪ್ರತಾಪ, "ದೌಲತ್ತು". **Stāte'ly,** *a.* ಪ್ರತಾಪವುಳ್ಳ, ಗಂಭೀರ, ದೊಡ್ಡ. **Stāte'ment,** *n.* ಮಾತು, ಹೇಳಿಕೆ, ವಿವರ, ವಾಙ್ಮೂಲ. **Stāte'pris-on-ĕr,** *n.* ರಾಜದ್ರೋಹ ಮಾಡಿದ "ಬಂದಿವಾನ". **Stāte'room,** *n.* ಪಡಸಾಲೆ, "ಹಜಾರ", "ದಿವಾನಖಾನೆ". **Stā'tes'man,** *n.* ರಾಜನೀತಿಕುಶಲ, ಮಂತ್ರಿ. **Stātes'man-līke,** *a.* ರಾಜನೀತಿಯ ಪ್ರಕಾರವಾದ, ರಾಜನೀತಿಪ್ರೌಢತ್ವವುಳ್ಳ. **Stātes'man-ship, State'-craft,** *n.* ರಾಜನೀತಿಪ್ರೌಢತ್ವ.

Stat'ics, *n. pl.* ಪದಾರ್ಥಗಳ ಗುರುತ್ವವಿದ್ಯೆ, ಸ್ಥಿತಿಶಾಸ್ತ್ರ.

Stā'tiŏn, *n.* ಸ್ಥಳ, "ಠಾಣೆ", "ಮೊಕ್ಕಾಮು", ನಿಲ್ಮನೆ; 2. ಸ್ಥಿತಿ, ಪದವಿ; 3. ಉದ್ಯೋಗ. *v. t. r.* ನಿಲ್ಲಿಸು, ನೇಮಿಸು, ಇರಿಸು. **Stā'tiŏn-ar-y,** *a.* ನಿಲ್ಲುವ, ಸ್ಥಿರ, ನೆಲೆಯಾದ; 2. ಸಾಗದಂಥ, ವರ್ಧಿಸದ. **Stā'tiŏn-ĕr,** *n.* ಕಾಗದ ಲೇಖಣಿ "ಶಾಯಿ" ಮೊದಲಾದ್ದನ್ನು ಮಾರುವವ. **Stā'tiŏn-ĕr-y,** *n.* ಕಾಗದ ಲೇಖಣಿ "ಶಾಯಿ" ಮೊದಲಾದ ಸಾಮಾನು, ಬರೆಯುವ ಸಾಧನಗಳು. **Stā'tiŏn-līne,** *n.* ಸರ್ವಣಿ ರೇಖೆ. **Stā'tiŏn-mas-tĕr,** *n.* (ಲೋಹಮಾರ್ಗದ) ಠಾಣೆದಾರ.

Sta-tis'tics, *n. pl.* ದೇಶದ ಅವಸ್ಥಾವಿಶೇಷಗಳ ಅಂಕೆಸಂಖ್ಯೆಗಳ ವಿವರ,ಟಿಪ್ಪಣಿ, ಮರಣದ ಟಿಪ್ಪಣಿ. **Sta-tis'tic, -'ti-cal,** *a.* ದೇಶದ ಸ್ಥಿತಿಗತಿ ಸಂಬಂಧವಾದ; 2. ಅಂಕೆಸಂಖ್ಯೆಗಳ. **Stat-is-ti'cian,** *n.* ರಾಜ್ಯದ ಸ್ಥಿತಿಯ ಅಂಕೆಸಂಖ್ಯೆಗಳ ಅನುಭವ ಬಲ್ಲವ.

Sta-toc'ra-cy, *n.* ಕೇವಲ ಲೌಕಿಕ ರಾಜ್ಯಭಾರ.

Stat'ūe, *n.* ಶಿಲಾಮೂರ್ತಿ, ಬೊಂಬೆ (ಗೊಂಬೆ), ಪ್ರತಿಮೆ. *v. t. r.* ವಿಗ್ರಹವನ್ನಿರಿಸು; 2. ಪ್ರತಿಮೆ ಮಾಡು. **Stat'ū-ar-y,** *n.* ಶಿಲಾಮೂರ್ತಿಗಳನ್ನು ಕೆತ್ತುವ ವಿದ್ಯೆ; 2. ಮೂರ್ತಿಕಾರ; 3. ಮೂರ್ತಿಸಂಗ್ರಹ. **Stat-ū-ette',** *n.* ಪ್ರತಿಮೆ.

Stat'ūre, *n.* ಶರೀರದ ಉದ್ದ, ನೀಳ, ನಿಲುವಿಕೆ, ಮೈಕಟ್ಟು, ಅಂಗೋನ್ನತಿ.

Stā'tus, *n.* ಇರುವಿಕೆ, ಅವಸ್ಥೆ, ಸ್ಥಿತಿ. **Stā'tus quō,** *n.* ಯಥಾಪ್ರಕಾರ, ಮುಂಚಿನ ಸ್ಥಿತಿ; in statu quo ಮುಂಚಿನ ಹಾಗೆ, ಯಥಾರೀತಿ, ಯಥಾಪ್ರಕಾರ.

Stat'ūte, *n.* ಕಟ್ಟು, ಕಟ್ಟಳೆ, "ಕಾನೂನು", "ಕಾಯಿದೆ"; s. of limitation ಅವಧೀ "ಕಾನೂನು", —ನಿಬಂಧನೆ. **Stat'ū-ta-ble,** *a.* ಕಟ್ಟಿನ ಪ್ರಕಾರವಾದ, "ಕಾಯಿದೆಯ". **Stat'ū-ta-bly,** *ad.* ಕಟ್ಟಿಗನುಸಾರವಾಗಿ, "ಕಾಯಿದೆಯ" ಪ್ರಕಾರ. **Stat'ū-tŏr-y,** *a.* "ಕಾಯಿದೆಯ", "ಕಾಯಿದೆ"ಯಿಂದ ಸ್ಥಾಪಿಸಿದ.

Staunch, *a.*, *see* Stanch.

Stāve, *n.* ಪೀಪಾಯಿಯ ಹಲಿಗೆ; 2. ಕೋಲು. *v. t. r.* ಒಡೆದು ತೂತು ಮಾಡು, ಒಡಿ; s. off ತಳ್ಳು, ಮುಂದೆ ಹಾಕು, ಬಾಧಕವನ್ನು ಮುಂದರಿಸಿ ಹಾಕು.

Stāve, *n.* ಶ್ಲೋಕ, ಕೀರ್ತನೆಯ ಅಂಶ.

Stāy (stā), *v. i. r.* (stāid *or* stāyed, *pr.* stād) ನಿಲ್ಲು, ಇರು, ವಸ್ತಿಮಾಡು; 2.

ವಿಶ್ವಾಸವಿಡು; 3. ಕಾದುಕೊಳ್ಳು, ದಾರಿ ನೋಡು. *v. t.* ತರಬು, ನಿಲ್ಲಿಸು; 2. ಆಧಾರ ಕೊಡು; 3. ತೃಪ್ತಿಪಡಿಸು. *n.* ವಸ್ತಿ, ನಿಲ್ಲೋಣ; make s. with one ಒಬ್ಬರಲ್ಲಿ ಉಳಿತ ಮಾಡು, ತಂಗಿರು, 2. ಆಧಾರ, ಊರು; main s. ಮುಖ್ಯ ಆಧಾರ; 3. ಕೂವೆಮರ ಬಿಗಿಸುವ ಹಗ್ಗ. Stāys, *n. pl.* ಕವಚ (bodice).

Stead (sted), *n.* ಸ್ಥಳ; in s. of ಬದಲಾಗಿ, ಸ್ಥಳದಲ್ಲಿ; stand in s., do s. ಕೆಲಸಕ್ಕೆ ಬೀಳು, —ಬರು. *v. t. r.* ಪ್ರಯೋಜನವಾಗು.

Stead'fast (sted-), *a.* ಸ್ಥಿರ, ಗಟ್ಟಿ, ನಿಶ್ಚಲ. Stead'fast-ness, Stead'i-ness, *n.* ಅಚಲತೆ, ಸ್ಥಿರತೆ, ನಿಶ್ಚಾಪಲ್ಯ, ದೃಢ ಬುದ್ಧಿ.

Stead'y (sted'i), *a.* ಅಲ್ಲಾಡದ, ಸ್ಥಿರ, ಏಕಪ್ರಕಾರವಾದ. *v. t. r.* (stead'ied, *pr.* sted'id) ಆಧಾರಕೊಡು, ಬಿಗಿಸು, ಸ್ಥಿರಮಾಡು. *v. i.* ಸ್ಥಿರವಾಗು.

Steāk (stāk), *n.* ಮಾಂಸಖಂಡ.

Stēal (stēl), *v. t. ir.* (stōle, stōl'en) ಕದಿ, ಕದ್ದುಕೊಳ್ಳು, ಅಪಹರಿಸು, ಕಳವು ಮಾಡು, ತುಡುಗು—, ಗುಟ್ಟಾಗಿ ತೆಗೆ; 2. (to s. the mind from a thing) ಆಟಮರಿಸು; —s. a march upon one ಒಬ್ಬನಿಗಿಂತಲೂ ಗುಟ್ಟಾಗಿ ಮುಂದರಿಸಿ ಹೋಗು; s. out of the room ಕೋಣೆಯಿಂದ ಯಾರಿಗೂ ತಿಳಿಯದಂತೆ ಹೋಗಿಬಿಡು. *v. refl.* & *i.* ತಿಳಿಯದ ಹಾಗೆ ಹೋಗು, ಕದ್ದಲೆ—; to s. away ಜರಿದು ಹೋಗು, ಕದ್ದಲೆ—; to s. upon one ಅರಿಯದೆ ಬರು; to s. into one's favour ಉಪಾಯದಿಂದ ಒಬ್ಬನ ಸ್ನೇಹ ಸಂಪಾದಿಸಿಕೊಳ್ಳು, ಒಬ್ಬನನ್ನು ವಶಮಾಡಿಕೊಳ್ಳು. Stēal'ĕr, *n.* ಕಳ್ಳ, ತುಡುಗ, ಚೋರ. Stēal'iṅg, *n.* ಕಳ್ಳತನ, ತುಡುಗು, ಚೌರ್ಯ. Stealth (stelth), *n.* ಕಳ್ಳತನ, ತುಡುಗು; by s. ಕದ್ದು, ಕಳ್ಳತನವಾಗಿ, ತುಡುಗಿನಿಂದ, ಗುಪ್ತವಾಗಿ. Stealth'i-ly (stelth'i-), *ad.* ಕದ್ದು, ಕಳ್ಳತನವಾಗಿ, ಗುಪ್ತವಾಗಿ, ಕಣ್ಣುತಪ್ಪಿಸಿ. Stealth'y (stelth'i), *a.* ತಿಳಿಯದ ಹಾಗೆ ಬರುವ, ಕಳ್ಳತನದ, ಕದ್ದು ಮಾಡಿದ; s. pace ಕಳ್ಳನಡಿಗೆ.

Stēam (stēm), *n.* ಉಗಿ, ಆವಿ, ಹಬೆ, ಬಾಷ್ಪ, ಆವರಿ. *v. i. r.* ಉಗಿಯಾಗು, ಉಗಿಯ ಬಲದಿಂದ ನಡೆ, ಹಬೆಯಿಂದ ಚಲಿಸು; get up s. ಅತಿರೇಕ ಸಾಹಸ ಮಾಡು; s.-colour ಉಗಿಯ ಸಹಾಯದಿಂದ ಬಟ್ಟೆಗೆ ಬಣ್ಣಕೊಡು; give out s. ಬಿಸಿಯಾಗಿ ಉಗಿ ಹೊರಡು; s. ahead ಪ್ರಯತ್ನ ಪಟ್ಟು ಮುಂದರಿಸು. Stēam'bōat, Stēam'ĕr (stēm-), *n.* ಹೊಗೆಹಡಗು, "ಆಗಬೋಟು". Stēam'-en-ġine (stēm'en-ġin), *n.* ಉಗಿಯ ಯಂತ್ರ, ಬಾಷ್ಪಯಂತ್ರ.

Stē'a-rin, *n.* ಮೋಂಬತ್ತಿಯ ಚರಬಿ.

Stē'a-tīte, *n.*, *see* Potstone.

Stēed, *n.* ಕುದುರೆ, ಕಾಳಗದ ಕುದುರೆ, ಜಾತ್ಯಶ್ವ, ತೇಜಿ.

Stēel, *n.* ಉಕ್ಕು; 2. ಕತ್ತಿ, ಕಠಾರಿ; 3. ಕಾಠಿಣ್ಯ. *v. t. r.* ಉಕ್ಕು ಹಚ್ಚು *c. d.*, —ಹೇರು *c. d.*; 2. ಗಟ್ಟಿ ಮಾಡು, ಕಠಿಣ—. Stēel'-pen, *n.* "ಟಾಕು" *(S. M.)*. Stēel'-trap, *n.* ಕತ್ತರಿ ಬಲೆ. Stēel'y, *a.* ಉಕ್ಕಿನ, ಉಕ್ಕಿನಂಥಾ. Stēel'yärd, *n.* ತೂಕದ ಕೋಲು.

Stēep, *v. t. r.* (*pr.* stēpt), ನೆನೆಹಾಕು, ತೋಯಿಸು. *n.* ನೆನೆಹಾಕಿದ ನೀರು; steeped in misery ಸಂಕಟದಲ್ಲಿ ಮುಳುಗಿರುವ.

Stēep, *a.* ಕಡುದು, ಕೂಚಾದ, ಪ್ರಪಾತವಾದ. *n.* ಕಡುದು, ಕೂಚಾದ ಬಂಡೆ, —ಗುಡ್ಡ, ಕಡುವಂಡಿ, ಕೋಡಗಲ್ಲು. Stēep'en (stēp'n), *v. i. r.* ಕಡುದಾಗು, ಪ್ರಪಾತವಾಗು. Stēep'ly, *ad.* ಕಡುದಾಗಿ, ಪ್ರಪಾತವಾಗಿ Stēep'ness, *n.* ಕಡುದು, ಇಳಿಜಾರು.

Stēe'ple, *n.* ಗೋಪುರ, ಶಿಖರ.

Stēe'ple-chāse, *n.* ಏರು ತಗ್ಗುಳ್ಳ ಪ್ರದೇಶಗಳಲ್ಲಿ ಕುದುರೇ ಓಟದ ಪಂತ.

Stēer, *n.* ಹೋರಿ.

Stēer, *v. t. r.* ನಡಿಸು, ಹಡಗ ನಡಿಸು. Stēer'-āġe, *n.* ಹಡಗ ನಡಿಸುವುದು. Stēers'man, *n.* ಚುಕ್ಕಾಣಿಗಾರ.

Steg-a-nog'ra-phy, *n.* ಗುಪ್ತಲಿಪಿ.

Stel'lar, -lar-y, *a.* ನಕ್ಷತ್ರದ, ನಕ್ಷತ್ರಗಳು ತುಂಬಿದ, ನಕ್ಷತ್ರನಕ್ಷತ್ರವುಳ್ಳ. Stel'lāte, *a.* ನಕ್ಷತ್ರದಂತೆ ಕೇಂದ್ರದಿಂದ ಮುಳ್ಳುಗಳು ಹೊರಡುವ.

Stem, *n.* (of a tree) ಬಡ್ಡಿ (ಬೊಡ್ಡಿ), (of a plant) ದಂಟು; 2. (race) ವಂಶ, ಸಂತತಿ. Stem'less, *a.* ದಂಟಿಲ್ಲದ, ಬೊಡ್ಡಿಯಿಲ್ಲದ.

Stem, *v. t. r.* (stemmed, *pr*, stemd) (pass through) ಎದುರಾಗಿ ಹಾಯಿ, ದಾಟು; 2. (stop, resist) ನಿಲ್ಲಿಸು. ಅಡ್ಡಗಟ್ಟು, ವಿರೋಧಿಸು, ಆಟಕಾಯಿಸು. *n.* ಹಡಗದ ಮುಂಭಾಗ.

Stench, *n.* ಹಡಿಕೆ, ಹಡುಕು, ಹಡಿಕೆನಾತ, ಹಡುಕೆಟ್ಟನಾತ, ನಾತ, ಗಬ್ಬುನಾತ, ದುರ್ಗಂಧ.

Sten'cil, *n.* ಅಚ್ಚುಹಾಕುವ ತಗಡು.

Sten-og'ra-phy (-fi), *n.* ಸಂಕ್ಷೇಪ ಲಿಪಿ. Sten'ō-graph, *v. t. r.* ಸಂಕ್ಷೇಪ ಲಿಪಿ ಬರೆ.

n. ಸಂಕ್ಷೇಪ ಲಿಪಿ. Sten-og'ra-phĕr (-fĕr) Sten-og'ra-phist, *n.* ಸಂಕ್ಷೇಪ ಲಿಪಿ ಬರೆಯುವವ. Sten-ō-graph'ic, -'i-cal (-grā-if-), *a.* ಸಂಕ್ಷೇಪ ಲಿಪಿಯ.

Sten'tō-ri-an, *a.* ಬಹು ಗಟ್ಟಿಯಾದ (ಸ್ವರ), ಸಿಂಹನಾದ.

Step, *n.* ಹೆಜ್ಜೆ, ಅಡಿ; 2. (s. of a stair) ಮೆಟ್ಲು, ಮೆಟ್ಟಿಗೆ; 3. (s. of a ladder) ಏಣಿ ಹಲ್ಲು; 4 (degree), *as*, s. by s. ಒಂದರಿಂದೊಂದು, ಅಡಿಗಡಿಗೆ; 5. (footprint) ಹೆಜ್ಜೆ, ಜಾಡೆ; 6. (gait) ನಡಿಗೆ, ನಡೆ; 7. (proceeding, action) ನಡತೆ. *v. i. r.* (stepped, *pr.* stept) ಹೆಜ್ಜೆ ಇಡು, ನಡೆ; s. in ಪ್ರವೇಶಿಸು. Step'ping-stōne, *n.* ಮೆಟ್ಟುಕಲ್ಲು.

Step'brŏth-ĕr, *n.* ಮಲತಮ್ಮ.

Step'-daught-ĕr (-dat'ĕr), *n.* ಮಲಮಗಳು.

Step'-fāth-ĕr, *n.* ಮಲತಂದೆ.

Step'-mŏth-ĕr, *n.* ಮಲತಾಯಿ, ವಿಮಾತೆ; a s.-son ವೈಮಾತ್ರೇಯ, ಭಿನ್ನೋದರ.

Steppe (step), *n.* ("ಯುರೋಪ ಆಸ್ಯ" ಇವುಗಳ) ವಿಶಾಲ ಬೈಲು, ಹುಲ್ಲುಗಾಡು.

Stĕr-cō-rā'ceŏus, *a.* ಮಲದ.

Stēr'e-ō-scōpe, *n.* ಚಿತ್ರ ನೋಡುವ "ದುರ್ಬೀನು"; 2. ಎರಡು ಚಿತ್ರಗಳು ಒಂದಾಗಿಯೂ ದೊಡ್ಡದಾಗಿಯೂ ಕಾಣುವ ಸೂಕ್ಷ್ಮದರ್ಶಕ.

Stēr'e-ō-tȳpe, *n.* ಸ್ಥಿರಾಕ್ಷರದ ಅಚ್ಚು. *v. t. r.* (*pr.* tīpt) ಸ್ಥಿರಾಕ್ಷರದ ಅಚ್ಚಿನಿಂದ ಛಾಪಿಸು. Stēr'e-ō-tȳped-opinion, *n.* ಸ್ಥಿರವಾದ ಅಭಿಪ್ರಾಯ.

Stĕr'ile (-il), *a.* ಗೊಡ್ಡು, ಬಂಜೆ. Stĕr-il'i-ty, *n.* ಗೊಡ್ಡುತನ, ಬಂಜೆತನ.

Stĕr'ling, *a.* ಇಂಗ್ಲಿಷ ನಾಣ್ಯದ, ರೊಕ್ಕದ; 2. ಚೊಕ್ಕ, ಅಚ್ಚು, ಉತ್ತಮ ತರದ.

Stĕrn, *n.* ಹಡಗಿನ ಹಿಂಭಾಗ, "ಅಮರ" (*S. C.*).

Stĕrn, *a.* ನಿಷ್ಠುರ, ಕಠಿಣ; 2. ಗಂಟುಮೋರೆಯ; 3. ಅಚಂಚಲ, ಸ್ಥಿರ; the sterner sex ಗಂಡಸರು, ಗಂಡುವಿಷ. Stĕrn'ly, *ad.* ಹುಬ್ಬುಗಂಟು ಹಾಕಿಕೊಂಡು, ನಿಷ್ಠುರವಾಗಿ. Stĕrn'-ness, *n.* ಗಂಟುಮೋರೆ; 2. ನಿಷ್ಠುರತ್ವ, ಕಠಿಣತ್ವ, ಬಿರುಸು.

Stĕr'num, *n.* ಎದೆಯ ಎಲುಬು, —ಹುರಿ.

Stĕr'tō-rŏus, *a.* ಗುರುಗುಟ್ಟುವ, ಕುಕ್ಕರಿಸುವ.

Steth'ō-scōpe, *n.* ಎದೆಗುಂಡಿಗೆ ಬಡಿದಾಟ ಪರೀಕ್ಷಿಸುವ ಕೊಳವೆ.

Stēv'e-dōre, *n.* ನಗಗಳಲ್ಲಿ ಸರಕು ಹತ್ತಿಸುವ ಇಳಿಸುವ ಜನ.

Stew (stū), *n.* ಮೀನು ಸಾಕುವ ಕೊಳ.

Stew (stū), *v. t. r.* ಮಂದಾಗ್ನಿಯಿಂದ ಬೇಯಿಸು, ಕುದಿಸು. *v. i.* ಮಲ್ಲಗೆ ಬೇಯು, —ಕುದಿ. *n.* ಬೇಯಿಸಿದ್ದು, ಕುದಿಸಿದ್ದು; let one s. in his own juice ಸಹಾಯ ಮಾಡದೆ ತಟಸ್ಥನಾಗಿರು; 2. ಗಡಿಬಿಡಿ. *pl.* ವೇಶ್ಯೆ, ಸೂಳೇಮನೆ. Stew'-pan, *n.* ಹುರಿಹೆಂಚು.

Stew'ard (stū'ĕrd), *n.* ಉಗ್ರಾಣಿಕ, ಪಾರುಪತ್ಯಗಾರ. Stew'ard-ess (stū'ĕrd-es) *n.* ಉಗ್ರಾಣಿಕಳು. Stew'ard-ship, *n.* ಉಗ್ರಾಣಿಕತನ, ಪಾರುಪತ್ಯ.

Stib'ic sul'phīde (-fīd), *n.* ರಕ್ತಮೇಣ ಶಿಲೆ.

Stich (stik), *n.* ಒಂದು ಶ್ಲೋಕ, ಹನಸು; 2. ಮರಗಳ ಸಾಲು.

Stick, *n.* ಕೋಲು, ಕಟ್ಟಿಗೆ, ಕಾಷ್ಠ; a small s. ಕಡ್ಡಿ; a s. of sealing wax ಅರಗಿನ ಗಣಿಕೆ; 2. (a stab) ತಿವಿತ. 3. (*print.*) ಮೊಳೆಗಳನ್ನು ಜೋಡಿಸುವ ಸಾಹಿತ್ಯ. *v. t. ir.* (stuck, stuck) ತಿವಿ; 2. ನೆಡು, ನೆಡಿಸು; 3. (fix) ಸಿಕ್ಕಿಸು; 4. (make adhere) ಹಚ್ಚು. *v. i.* ಅಂಟಿಕೊಳ್ಳು, ಹಿಡಕೊಳ್ಳು, ಜಗಿಕೊಳ್ಳು; 2. ಸಿಕ್ಕಿಕೊಂಡಿರು; s. at ಅನುಮಾನ ಮಾಡು; s. by ಹತ್ತಿಕೊಳ್ಳು *c. d.*, s. out ಚಾಚು; s. to ಹತ್ತಿಕೊಳ್ಳು *c. d.*, ಹಿಡಕೊಂಡಿರು; if you throw mud enough some of it will s. ಒಬ್ಬನ ಮೇಲೆ ಸುಳ್ಳು ಆರೋಪಗಳು ಹಲವನ್ನು ತಂದರೆ ಅವುಗಳಲ್ಲಿ ಒಂದೆರಡಾದರೂ ಅವನನ್ನು ಅಂಟಿಕೊಳ್ಳುವುವು; s. like a bur ಹೋದಲ್ಲೆಲ್ಲಾ ಬೆಂಬತ್ತಿ ಬರು; s.-in-the-mud ನಿಧಾನ ಮತ್ತು ಅಭಿವೃದ್ಧಿ ತೋರಿಸದಿರುವ; s. at nothing ಯಾವುದಕ್ಕೂ ಹೇಸದ; wants the s. ದಂಡಿಸಬೇಕಾಗಿದೆ.

Stick'-lac, *n.* ಕಡ್ಡಿ ಅರಗು.

Stick'le, *v. i. r.* ಹಟಹಿಡಿ, ಕಟಿಪಿಟಿ ಮಾಡು; 2. ಪಕ್ಷಹಿಡಿ. Stick'lĕr, *n.* ಕಟಿಪಿಟಿಯವ.

Stick'y, *a.* ಜಗಟು, ಅಂಟುಳ್ಳ. Stick'i-ness, *n.* ಜಗಟು.

Stiff, *a.* ಬಿರುಸು, ಸಟೆದ, ಸಟೆದಂಥಾ; 2. ಮಂದ (paste), ಜಗಟು (clay); 3. ಬಿರು (wind); 4. (obstinate) ಮೊಂಡ, ಹಟಮಾರಿ; 5. (constrained, affected) ಸಟೆಗೊಳ್ಳುವ, ಸಲಿಗೆಯಾಗದ. Stif'fen (stif'n), *v. t. r.* ಬಿರುಸು ಮಾಡು, ಗಟ್ಟಿ—. *v. i.* ಸಟೆದು ನಿಲ್ಲು, ಬಿರುಸಾಗು; 2. ಮಂದವಾಗು, ಗಟ್ಟಿಯಾಗು (paste); 3. ಕಠಿಣವಾಗು, ಮೊಂಡವಾಗು. Stiff'-heärt-ed (stif'härt-), Stiff'-

necked (stif'nekt), *a.* ಒರಟು ಗುಣವುಳ್ಳ, ಹಟಮಾರಿಯಾದ, "ಕೊಟ್ಟ". Stiff'ly, *ad.* ಬಿರುಸಾಗಿ, ಬಗ್ಗದೆ. Stiff'ness, *n.* ಬಿರುಸು, ಸೆಡವು; 2. ಮಾಂದ್ಯ, ಜಗಟು; 3. ಮೊಂಡತನ, ಒರಟು, ಹಟಮಾರಿತನ; 4. ಸಟಗೊಳ್ಳುವ ಗುಣ.

Stī'fle, *v. t. r.* ಉಸುರು ಕಟ್ಟಿಸು; 2. ಆರಿಸು; 3. ಮುಚ್ಚು, ಮುಚ್ಚಿಕೊಳ್ಳು; 4. ಕುಂದಿಸು.

Stig'ma, *n.* ಗುಲ್ಲು, ಬರೆ; 2. ಅಪವಾದ, ಕಳಂಕ; 3. *(bot.)* ಶಲಾಕಾಗ್ರ. Stig'mat-ic, -cal, *a.* ಬರೆಹಾಕಿದ, ಅಪವಾದ ಪಟ್ಟ. Stig'ma-tīse, *v. t. r.* ಗುಲ್ಲು ಕೊಡು; 2. ಕಳಂಕ ಹಚ್ಚು, ಹೆಸರು ಕೆಡಿಸು.

Stīle, *n.* ಬೇಲಿಯ ಪಾವಟಿಗೆ, ಏಣಿ, ತಡಮೆ; 2. ಛಾಯಾಯಂತ್ರದ ಶಂಕು.

Sti-let'tō, *n.* "ಕಠಾರಿ".

Still, *n.* ಮದ್ಯ ತೆಗೆಯುವ ಬಟ್ಟಿ, —ಇಳಿಸುವ ಬಟ್ಟಿ. Still'-room, *n.* ಬಟ್ಟಿ ಹಾಕುವ ಕೋಣೆ.

Still, *v. t. r.* ನಿಲ್ಲಿಸು; 2. ಸುಮ್ಮನಿರಿಸು; 3. ಶಾಂತಪಡಿಸು. *a.* ಸುಮ್ಮಗಿರುವ, ನಿಶ್ಶಬ್ದವಾದ; 2. ಶಾಂತ; be s. ಸುಮ್ಮನಿರು. *ad.* ಇನ್ನೂ; 2. ಯಾವಾಗಲೂ; 3. ಆದಾಗ್ಯೂ, *as*, for even though vanquished he could argue s. ಅವನು ತರ್ಕದಲ್ಲಿ ಸೋತರೂ ತರ್ಕ ಮಾಡುವನು; 4. ಅನಂತರ; s. and anon ಆಗಾಗ್ಗೆ, ತಿರಿಗಿತಿರಿಗಿ. Still'-born (-ba̤rn), *a.* ಗರ್ಭದಲ್ಲಿ ಸತ್ತ. Still'ness, *n.* ಮೌನ, ನಿಶ್ಶಬ್ದ; 2. ಶಾಂತತೆ. Stil'ly, *a.* ನಿಶ್ಶಬ್ದವಾದ, ನೀರವ.

Stilt, *n.* ಮರಗಾಲು; walk on stilts ಮರಕಾಲು ಕಟ್ಟಿ ನಡೆ. Stilted, *a.* ವಾಚಾಡಂಬರದ; 2. ಎತ್ತರವಾದ.

Stim'ūlant, *a.* ಚೈತನ್ಯ ಕೊಡುವ, ಉತ್ತೇಜನಪಡಿಸುವ, ಸೇಕ ಕೊಡುವ; 2. ಹುರಿದುಂಬಿಸುವ, ಪ್ರೇರೇಪಕ. *n.* ಚೈತನ್ಯ ಕೊಡುವಂಥಾದ್ದು. Stim'ū-lāte, *v. t. r.* ಹುರಿದುಂಬಿಸು, ಪ್ರೇರೇಪಿಸು. Stim-ū-lā'tiŏn, *n.* ಹುರಿದುಂಬಿಸೋಣ, ಎಬ್ಬಿಸೋಣ, ಪ್ರೇರೇಪಣೆ. Stim'ū-lus, *n.* ಎಬ್ಬಿಸುವಂಥಾದ್ದು, ಪ್ರೇರೇಪಕ, ಪ್ರೋತ್ಸಾಹ; 2. ಅಂಕುಶ.

Stińg, *n.* (of a scorpion) ಕೊಂಡಿ; 2. (of a bee) ಮುಳ್ಳು; 3. (of conscience) ಮನಸ್ಸಾಕ್ಷಿ ಕಟಿಯುವುದು, ಮನಸ್ಸು—; 4. (s. of reproach) ಚುಚ್ಚುವ ಮಾತು. *v. t. ir.* (stuńg, stuńg) ಕಡಿ, ಚುಚ್ಚು; 2. ನೋಯಿಸು. Stińg'less, *a.* ಕೊಂಡಿ ಇಲ್ಲದ, ಮುಳ್ಳಿಲ್ಲದ.

Stin'ġy, *a.* ಜೀನ, ಜಿಪುಣ, ಕವಡಿಗೆ ಕವಡಿ ಗಂಟು ಹಾಕುವ, ಲೋಭಿಯಾದ. Stiń'ġi-ly, *ad.* ಲೋಭತ್ವವಾಗಿ, ಜಿಪುಣದಿಂದ. Stin'ġi-ness. *n.* ಜೀನತನ, ಲೋಭ, ಜಿಪುಣತನ.

Stińk, *n.* ಗಬ್ಬುನಾತ, ದುರ್ಗಂಧ. *v. t. ir.* (stańk *or* stuńk) ಗಬ್ಬುನಾರು, ಹೊಲಸು ನಾರು, ನಾತ ಹೊಡೆ. Stińk'ard, *n.* ಮುಗ್ಗಲಗೇಡಿ.

Stint, *n.* ಮಿತಿ, ಮೇರೆ, ಮಟ್ಟು. *v. t. r.* ಮಟ್ಟು ಮಾಡು, ಮಿತಿಯಲ್ಲಿಡು, ಕೊರತೆ ಮಾಡು. *v. refl. or i.* ಅಳದುಣ್ಣು, ಕಡಿಮೆ ಮಾಡು. Stint'ed, *a.* ಮಟ್ಟಾದ, ಮಿತವಾದ; 2. ಕೊರತೆಯಾದ.

Stī'pend, *n.* ಸಂಬಳ, ಕೂಲಿ, ವಿದ್ಯಾರ್ಥಿವೇತನ, —ಜೀವಿತ. Stī'pen-di-ar-y, *a.* ಸಂಬಳಕ್ಕೆ "ಚಾಕರಿ"ಮಾಡುವ, ಕೂಲಿ ಹೊಂದುವ. *n.* ಸಂಬಳದವ, ಕೂಲಿಯಾಳು, ವೇತನದಾರ. Stī-pen'di-āte, *v. t. r.* ಸಂಬಳಕೊಡು, ಕೂಲಿ—.

Stip'ple, *v. i.* "ಟಿಮ್ಮು"ಗಳನ್ನು ಮಾಡಿ "ನಕ್ಷೆ" ಬರೆ

Stip'ū-lāte, *v. t. r.* ಗೊತ್ತು ಮಾಡು, "ಕರಾರು" ಮಾಡು, "ನಿಗದಿ"—, ಒಪ್ಪಂದ—. Stip-ū-lā'tiŏn, *n.* ಗೊತ್ತು. "ಕರಾರು", "ನಿಗದಿ", ಒಪ್ಪಂದ.

Stip'ūle, *n.* *(bot.)* ಉಪಪತ್ರ. Stip'ū-lāte. *a.* *(bot.)*. ಉಪಪತ್ರವುಳ್ಳ.

Stĭr, *v. t. r.* (stirred, *pr.* stĕrd) ಕದಲಿಸು, ಸರಿದಾಡಿಸು; 2. ಎಬ್ಬಿಸು, ಹುರಿದುಂಬಿಸು; s. up (as water) ಕಲುಕು ಮಾಡು, ಕಲಕಿಸು, ಎಬ್ಬಿಸು, ಹುರಿದುಂಬಿಸು. *v. i.* ಉಲುಕು, ಅಲ್ಲಾಡು, ಮಿಸಿಕ್ಯಾಡು, ಕದಲು; 2. ಏಳು. *n.* "ಗಡಿಬಿಡಿ", ಸಂದಣಿ; 2. ಕಲಹ, ಗುದಾರು. Stĭr'rińg, *a.* ಚುರುಕಾದ, ಕೆಲಸ ಮಾಡುತ್ತಿರುವ, "ಚಟುವಟಿಕೆಯ", ಚೈತನ್ಯದ. *n.* ಚಲನೆ. ಚುರುಕು.

Stir'rup, *n.* ಅಂಕೋಲೆ, "ರಿಕಾಬು".

Stitch (stich). *n.* ಒಂದು ಹೊಲಿಗೆ, "ಟಾಕ", "ತಿಬ್ಬಿ"; 2. ಸೂಲೆ. *v. t. r.* *(pr.* sticht) ಹೊಲಿ; 2. "ಟಾಕೀ" ಹಾಕು, "ತಿಬ್ಬಿ" ಹಾಕು; 3. ಹೊಲಿಗೆ ಕೊಡು *e. d.* (as to leaves of paper).

Stith'y, *n.* ಅಡಿಗಲ್ಲು; 2. ಕಮ್ಮಾರಸಾಲೆ.

Stī'vĕr, *n.* "ಡಚ್ಚರ" ದುಡ್ಡು (ಸುಮಾರು ಎಂಟು ಪೈ); he has not a s. ಆತನಲ್ಲಿ ಚಿಕ್ಕಾಸೂ ಇಲ್ಲ.

St. John's wort, *n.* *(Hyperieum mysorense, Heyne)* ಚಿನ್ನದಾವರೆ ಗಿಡ.

C *as* k; c *as* s; ch *as* sh; g *as in* get; ġ *as* j; ń *nasal, as in* anger; s *as* z; th *as in* thou; x *as* gz; ce, ci, si *and* ti *before a vowel as* sh: ocean, action.

Stōat (stōt), *n.* ಕೆಂಪು ಲೋಮಶ.

Stock, *n.* (trunk) ಬುಡ, ಬಡ್ಡಿ, ಮೋಂಡ, ಮೋಟು; 2. (post) ಕಂಬ; 3. (a dull person) ದಡ್ಡ, ಮಾಲಕಂಬದ ಹಾಗಿರುವವ; 4. (s. of a musket) "ತುಪಾಕಿ" ಕುಂದೆ, —"ದಸ್ತ"; 5. (bit-stock) ಹಿಡಿ, ಹಿಡಿಕೆ; stock of anchor ಲಂಗರದ ಅಡ್ಡಕೋಲು; 6. (plane-stock) ಕೊರಡ, ಕೊಡ್ಡ; 7. (lineage) ವಂಶ, ಸಂತಾನ; 8. *pl.* (government obligations) ಋಣಸಂಚಯ; 9. (capital) ಬಂಡವಾಳ, ಮೂಲದ್ರವ್ಯ, ಸೀವಿ; 10. (store) "ಸಿಲುಕು", ಕೈಯಲ್ಲಿರುವ ಸರಕು, —"ಮಾಲು"; 11. (live-s.) ದನಕರ; 12. *pl.* (instrument of punishment) ಕೋಳ; hand-s. ಕೈಕೋಳ; leg-s. ಕಾಲುಕೋಳ. *v. t. r.* (*pr.* stokt) ಕೂಡಿಸಿಡು, ಸಂಗ್ರಹಿಸಿಡು; 2. ತುಂಬಿಸು, ತುಂಬು; (a warehouse) ಸರಕು ತುಂಬು, ಜನಸು— *c. l.;* (a farm) ದನಕರ ಹಾಕು *c. l.;* (land) ಹುಲ್ಲು ಬೆಳಸು; s. up ಕಿತ್ತುಹಾಕು. **Stock'-brō-kĕr, -jobbĕr,** *n.* ಸರಕಾರಿ ಪತ್ರಗಳ ಕ್ರಯ ವಿಕ್ರಯದ ವ್ಯಾಪಾರಿ. **Stock'-dōve,** *n.* ಒಂದು ವಿಧದ ವಿಲಾಯತಿ ಪಾರಿವಾಳ. **Stock'-hold-ĕr,** *n.* ಸರಕಾರಿ ಪತ್ರಗಳನ್ನು ಇಟ್ಟುಕೊಂಡಿರುವವನು. **Stock'-still,** *a.* ಕಂಬದಂತೆ ಕದಲದಿರುವ; he stood s. ಮಾಲಕಂಬದಂತೆ ನಿಂತುಕೊಂಡಿದ್ದ. **Stock'-yärd,** *n.* ದನಕರುಗಳನ್ನು ಪ್ರತ್ಯೆ ಪ್ರತ್ಯೇಕ ವಿಂಗಡಿಸಿ ಇಡುವ ಹಟ್ಟಿಗಳಿರುವ ಮತ್ತು ಬೇಲಿಹಾಕಿದ ನೆಲ.

Stock-āde', *n.* ಕಟ್ಟಿಗೇ ಬೇಲಿ, ಮೋರುವೆ.

Stock'ing, *n.* ಕಾಲುಚೀಲ, "ಮೋಜೋಡು".

Stodġ'y, *a.* ಅಜೀರ್ಣಕರ, ಹೆಚ್ಚು ತುಂಬಿದ. **Stodġe,** *n.* ಹದತಪ್ಪಿದ ಊಟ.

Stō'ic, *n.* "ಜೀನೊ" ಎಂಬ ತತ್ವಶಾಸ್ತ್ರಿಯ ಶಿಷ್ಯ; 2. ವಿರಕ್ತನು; 3. ಉದಾಸೀನನಾಗಿರುವವ. **Stō'ic, -'i-cal,** *a.* ವಿರಕ್ತನಾಗಿರುವ. **Stō'i-cal-ly,** *ad.* ರಾಗದ್ವೇಷವಿಲ್ಲದೆ, ಉದಾಸೀನವಾಗಿ. **Stō'i-cal-ness, Stō'i-cism,** *n.* ವಿರಕ್ತಿ; 2. ಔದಾಸೀನ್ಯ.

Stōke, *v. t. r.* ಒಲೆ ಹೊತ್ತಿಸು. **Stō'kĕr,** *n.* ಒಲೆ ಹೊತ್ತಿಸುವವ.

Stōle, *n.* ಉದ್ದಂಗಿ.

Stōle, Stōl'en (stōl'n), *pt. & pp. of* Steal.

Stōle, Stō'lon, *n.* ಚಿಗುರು, ಹಬ್ಬುವ ಕೊಂಬೆ, —ಟೊಂಗಿ.

Stol'id, *a.* ಹೆಡ್ಡ, ಮೂರ್ಖ, ಮುಟ್ಠಾಳು. **Stō-lid'i-ty,** *a.* ಹೆಡ್ಡತನ, ಮೂರ್ಖತನ, ಮುಟ್ಠಾಳುತನ.

Stŏm'ach (stum'ak), *n.* ಅನ್ನಕೋಶ, ಅನ್ನಾಶಯ, ಪಕ್ವಾಶಯ, ಒಳಹೊಟ್ಟೆ, ಹೊಟ್ಟೆ; 2. ಹಸಿವೆ; 3. ಇಚ್ಛೆ, ಮನಸ್ಸು; empty s. ಹಸಿದ ಹೊಟ್ಟೆ; pain in the s. ಹೊಟ್ಟೆ ಬೇನೆ, ಶೂಲೆ; a s. sunk in from hunger ಬೆನ್ನಿಗೆ ಹತ್ತಿದ ಹೊಟ್ಟೆ; pit of the s. ಎದೆಮುಗುಳು. *v. t. r.* (*pr.* stum'akt) ತಾಳು; 2. ಹೊಟ್ಟೆಯಲ್ಲಿಟ್ಟುಕೊಳ್ಳು. **Stŏm'a-chĕr,** *n.* ಪದಕ. **Stō-mach'ic, -'i-cal,** *a.* ಹೊಟ್ಟೆಯ, ಹೊಟ್ಟೆಗೆ ಬಲ ಕೊಡುವ.

Stōne, *n.* ಕಲ್ಲು, ಪಾಷಾಣ, ಶಿಲೆ; 2. (precious s.) ರತ್ನ; (philosopher's s.) ಸ್ವರ್ಣಸಿದ್ಧಿ; 3. (s. in the bladder) ಅಶ್ಮರ, ಅಶ್ಮರೀ; 4. (of a fruit) ಬೀಜ, ಗೊರಟು (ಗೊಟ್ಟ), ಓಟೆ (*My.*); 5. ಹದಿನಾಲ್ಕು ರಾತ್ತಲ ತೂಕ;— a heart of s. ಕಲ್ಲಿನಂಥಾ ಮನಸ್ಸು, ಕಠಿಣ—, ಕಲ್ಲೆದೆ; cast stones ಹೆರವರ ಮೇಲೆ ದೂಷಣೆ ಹೊರಿಸು; give a s. for bread ಸಹಾಯ ಮಾಡುತ್ತೇನೆಂದು ನಂಬಿಸಿ ಮೋಸ ಮಾಡು; leave no s. unturned ಶತಪ್ರಯತ್ನ ಮಾಡು, ಹರಣಭರಣಶಕ್ತಿ ಮಾಡು; rolling s. ಸ್ಥಿರಬುದ್ಧಿಯಿಲ್ಲದೆ ಸ್ಥಾನದಿಂದ ಸ್ಥಾನಕ್ಕೆ ಚಲಿಸುವವ; stones will cry out ನಿರ್ಜೀವ ವಸ್ತುಗಳಿಗೂ ಕನಿಕರ ಹುಟ್ಟುವುದು. *a.* ಕಲ್ಲು, ಕಲ್ಲಿನ, ಗಟ್ಟಿಯಾದ. *v. t. r.* ಕಲ್ಲೆಸೆ; 2. ಗೊರಟುತೆಗೆ; 3. ಕಲ್ಲು ಹಾಸು; **Stōne'-blīnd,** *a.* ಗಜುಗಕಣ್ಣಿನ. **Stōne'-cut-tĕr,** *n.* ಕಲ್ಲುಕುಟ್ಟಿಗ, ಕಾಸೀ ಕೆಲಸದವ. **Stōne'-deaf,** *a.* ತೀರಾ ಕಿವುಡ. **Stōne'-fruit,** *n.* ಓಟೆಯುಳ್ಳ ಹಣ್ಣು. **Stō'ni-ness,** *n.* ಕಲ್ಲುಕಲ್ಲಿರುವುದು, ಕಲ್ಲು ತುಂಬಿರುವುದು. **Stō'ny,** *a.* ಕಲ್ಲಿನ; 2. ಕಲ್ಲಿನಂಥ, ಕಠಿಣ.

Stood, *pt. & pp. of* Stand.

Stool, *n.* ಮಣೆ; 2. ಆಸನ; foot s. ಪಾದಪೀಠ; three-legged s. ತಿವಟಣಿಗೆ, ತಿವಟಿಗೆ, ಅಡ್ಡಣಿಗೆ; 3. ಶೌಚ, ಹೊರಕಡೆ; go to s. ಬಹಿರ್ದೇಶಕ್ಕೆ ಹೋಗು; between two stools ಎರಡು ದೋಣಿಯಲ್ಲಿ ಕಾಲಿಟ್ಟು.

Stoop, *v. i. r.* (*pr.* stupt) ಡೊಗ್ಗು, ಬೊಗ್ಗು; 2. ವಶವಾಗು; 3. ತಗ್ಗಿಕೊಳ್ಳು, ತನ್ನನ್ನು ತಗ್ಗಿಸಿಕೊಳ್ಳು; 4. ಎರಗು, ಕೆಳಗಿಳಿ. *v. t.* ಬೊಗ್ಗಿಸು. *n.* ಬೊಗ್ಗೋಣ; 2. ನಮ್ರತೆ; 3. ಸೀಸೆ, ಕುಪ್ಪಿ. **Stoop'ing-ly,** *ad.* ಬೊಗ್ಗಿಕೊಂಡು.

Stop, *v. t. r.* (stopped, *pr.* stopt) ಮುಚ್ಚು;

2. ತರಬು; 3. ತಡವು, ಅಡ್ಡಕಟ್ಟು, ನಿಲ್ಲಿಸು, ಸಾಕು ಮಾಡು; s. wages ಸಂಬಳ ಹಿಡಿ. *v. i.* ನಿಲ್ಲು, ನಿಂದಿರು; 2. ಇರು, ಇಳುಕೊಳ್ಳು; stop, stop! ತಾಳು ತಾಳು! *n.* ನಿಲ್ಲೋಣ; 2. ಅಡ್ಡಕಟ್ಟೋಣ, ಪ್ರತಿಬಂಧ; 3. ಅಡ್ಡಿ; 4. ವಿರಾಮಚಿಹ್ನೆ (.); 5. (s. of musical instrument) ಮೆಟ್ಟು, ಬಿರಡೆ. Stop'-cock, *n.* ಜೂಳಿ, ತಿರಿಗಣೆಯ ನಾಳಿ. Stop'-gap, *v. i.* ಹಂಗಾಮಿ ಬದಲಿ ಆಳು. Stop'pāġe, *n.* ಕಟ್ಟು, ಅಡ್ಡಕಟ್ಟೋಣ, ಪ್ರತಿಬಂಧ, ಅಡ್ಡಿ; s. of urine ಮೂತ್ರಕೃಚ್ಛ್ರ. Stop'-press, *n.* ಪತ್ರಿಕೆಯ ಮುದ್ರಣಕಾರ್ಯವನ್ನು ಪ್ರಾರಂಭಿಸುವಾಗ ಸೇರಿಸುವ ಸಮಾಚಾರ. Stop'-valve, *n.* ನಳಿಗೆಯಿಂದ ಹರಿಯುವ ನೀರನ್ನು ಫಕ್ಕನೆ ತಡಿಸುವ ಕಳ್ಳಬಾಗಿಲು. Stop'-watch, *n.* ಬೇಕಾದಾಗ ನಿಲ್ಲಿಸಿ ಅನಂತರ ಚಲಿಸಲಾಗುವ ಗಡಿಯಾರ.

Stop'ple, Stop'pĕr, *n.* ಬಿರಿಡೆ, ಮೆಂಡು, ಸೀಸೆಯ ಬೆಣೆ, ಗುಡದಿ. *v. t. r.* ಗುಡವಿ ಹೊಡೆ, ಬೆಣೆ ಹಾಕು.

Stō'rax, *n.* ಗುಗ್ಗುಲ, ಶಿಲಾರಸ.

Stōre, *n.* ಸಂಗ್ರಹ, ಉಗ್ರಾಣ; in s. "ಸಿಲುಕಾಗಿ", "ದಾಸ್ತಾನು", ಸಂಗ್ರಹವಾಗಿ. *v. t. r.* ಕೂಡಿಸಿಡು, ಸಂಗ್ರಹಿಸಿಡು. Stō'rāġe, *n.* ಕೂಡಿಡುವಿಕೆ, ಸಂಗ್ರಹ; 2. ಬಾಡಿಗೆ; set s. by ಅಮೌಲ್ಯವಾದ್ದೆಂದು ಎಣಿಸು. Stōre'-house, *n.* ಉಗ್ರಾಣ, "ಕೋಠಿ", ಭಂಡಸಾಲೆ. Stōre'-kēep-ĕr, *n.* ಉಗ್ರಾಣಿಕ.

Stork, *n.* ಕೊಕ್ಕರೆ, ಬಕಪಕ್ಷಿ.

Storm, *n.* ಬಿರುಗಾಳಿ, ಗಾಳಿಮಳೆ, "ತುಫಾನು"; 2. ಗಲಗಲ ಬಾಯಿಮಾಡುವುದು, ಗುಬಾರ, ಚಳವಳ, ಗಲಭೆ; 3. (on a fort) ಲಗ್ಗೆ, "ಹಲ್ಲಾ". *v. t. r.* "ಹಲ್ಲಾ" ಏರು, —ಮಾಡಿ ಹಿಡಿ, ಲಗ್ಗೆ ಹತ್ತು. *v. i.* ಗಾಳಿಬೀಸು, ಮಳೆ ಸುರಿ; it storms ಗಾಳಿ ಬೀಸುತ್ತದೆ, ಗಾಳಿ ಮಳೆ ಹತ್ತಿಯದೆ; 2. ಸಿಟ್ಟಾಗು, ಜಂಕಿಯಾಗು, ಕೋಪೋದ್ರೇಕನಾಗು. Storm'y, *a.* ಬಿರುಗಾಳಿಯ; 2. ಸಿಟ್ಟಿನ; 3. ಬಲವಾದ; s. day ಗಾಳಿ ಮಳೆಯಾಗಿರುವ ದಿನ; 2. ಕೋಪೋದ್ರೇಕವಾದ ದಿನ.

Stōr'thing, *n.* ನೋರ್ವೇದೇಶದ ರಾಜಸಭೆ.

Stō'ry, *n.* ಕಥೆ, "ಗೋಷ್ಟಿ" ವೃತ್ತಾಂತ; 2. ಸುಳ್ಳು, "ಡಬ್ಬು". Stō'ry-tel-lĕr, *n.* ಕಥೆ ಹೇಳುವವ; 2. "ಡಬ್ಬು" ಮಾತಾಡುವವ.

Stō'ry, Storey, *n.* ಅಂತಸ್ತು; upper s. ಮಾಳಿಗೆ, ಉಪ್ಪರಿಗೆ; of one s. ಒಂದು ಅಂತಸ್ತಿನ; he is a little wrong in the upper s. ಅವನಿಗೆ ಸ್ವಲ್ಪ ಅಪಾಢ. Stō'ried (stō'rid), *a.* ಅಂತಸ್ತಿನ; 2. ಕಥೆಗಳಲ್ಲಿ ಪ್ರಸಿದ್ಧವಾದ.

Stōup (stụp), *n.* ಚೆಂಬು; 2. ತೀರ್ಥಕಲಶ.

Stout, *a.* ಒಡ್ಡು, ದಪ್ಪ, ಗಡತರ, ಗಾತ್ರ, ಉರೆ, ಜೇರು, ಕಾಯಪುಷ್ಟಿ; 2. ಧೈರ್ಯದ; 3. ಮೊಂಡ, ಹಟವುಳ್ಳ. *n.* ಒಂದು ತರದ ಮದ್ಯ, ಕರೇ ಹೆಂಡ. Stout'ly, *ad.* ಪುಷ್ಟಿಯಾಗಿ, ಧೈರ್ಯವಾಗಿ. Stout'ness, *n.* ಗಡತರ, ಸ್ಥೂಲತ್ವ, ಕಾಯಪುಷ್ಟಿ.

Stōve, *n.* ಅಗ್ಗಿಷ್ಟಿಕೆ.

Stō'vĕr, *n.* ಮೇವು; 2. ಕೂಳೆ.

Stōw (stō), *v. t. r.* ತುರುಕು, ತುಂಬು, ಇಡು; 2. ತುಂಬಿಸು. Stōw'āġe, *n.* ತುಂಬಿಸೋಣ, ಒತ್ತಿ ಇಡುವುದು; 2. ಜಾಗ, ಇಂಬು.

Strad'dle, *v. i. r.* ಕಿಸಿಗಾಲಿಟ್ಟು ನಡೆ, ಪಂಗಟಿಸು; 2. ಎರಡರಲ್ಲಿ ಯಾವ ದಾರಿ ಹಿಡಿಯಬೇಕೆಂದು ತಿಳಿಯದೆ ಪಿಳಿಪಿಳಿ ನೋಡು. *n.* ಕಿಸಿಗಾಲು.

Strag'gle, *v. i. r.* ತಿರುಗಾಡು, ಅತ್ತಿತ್ತ ತಿರುಗು; 2. ಚದರಿಹೋಗು; 3. ಪಬ್ಬು. Strag'glĕr, *n.* ಕೂಟ ಬಿಟ್ಟು ತಿರುಗಾಡುವವ, ತಿರಕ.

Strāight (strāt), *a.* ನೆಟ್ಟಗೆ, ಸರಳ, ಸದರ, ನೀಟು. *ad.* ಆಗಲೇ, ಸಂಗಡಲೇ, ಕೂಡಲೇ, ತತ್‌ಕ್ಷಣವೇ. Strāight'en (strāt'n), *v.t.r.* ನೆಟ್ಟಗೆ ಮಾಡು; 2. ಬಿಗಿಸು, ಬಿಗಿಮಾಡು; 3. ಆತಚಣೆಯಲ್ಲಿ ಹಾಕು. Strāight'for-ward (strāt'for-wĕrd), *a.* ನೆಟ್ಟನ, ಸರಳ, ಯಥಾರ್ಥ. Strāight'for-ward-ly (strāt'for-wĕrd-), *ad.* ನೀಟಾಗಿ; 2. ಯಥಾರ್ಥವಾಗಿ; 3. "ಖಡಾಖಡಿಯಾಗಿ". Strāight'for-ward-ness (strāt'for-wĕrd-), *n.* "ಖಡಾಖಡಿ", ಸರಳತನ. Strāight'ness (strāt'nes), *n.* ನೀಟಾಗಿರೋಣ; 2. ಪ್ರಾಮಾಣಿಕತನ, ಸತ್ಯ. Strāight'wāy, -wāys (strāt'wāz), *ad.* ಸಂಗಡಲೇ, ತತ್‌ಕ್ಷಣವೇ.

Strāin, *v. t. r.* (exert to the utmost) ಹೆಣಗು, ಸಾಹಸ ಮಾಡು, ಕೈಯಿಂದಾದಷ್ಟು ಪ್ರಯಾಸಪಡು; s. one's voice ಗಟ್ಟಿಸಿ ಮಾತಾಡು, ಕಿರ್ರನ್ನು, ಕೀಚನ್ನು; s. one's eyes ಕಣ್ಣು ದಣಿಯುವಷ್ಟು ನೋಡು; s. a point ಪಕ್ಕರುವುದಕ್ಕಿಂತ ಮುಂದರಿಸಿ ಕೇಳು; strained manner ಬಿಗಡ ನಡತೆ; strained relations ವೈಮನಸ್ಸು; s. every nerve ಅತ್ಯಂತ ಪರಿಶ್ರಮ ಮಾಡು; 2. (sprain) ಉಳುಕು, ಹಿಡಿಸು, ಉಳುಕಿಸಿಕೊಳ್ಳು; 3. (s. at stool) ತಿಣುಕು, ತಿಣುಕಾಡು; 4. (filter) ಬಸಿ, ಸೋಸು. *v. i.* ಹೆಣಗು, ಸಾಹಸ ಮಾಡು. *n.*

ಮಹಾ ಪ್ರಯತ್ನ; 2. ತಿಣುಕೋಣ; 3. ಉಳು—ಕು; 4. ಚರಣ, ಧಾಟಿ, ಗಾಯನ; 5. ಮುಖ್ಯ್ಯಾಭಿಪ್ರಾಯ, ತರ, "ಭರತೀ"; 6. ಸಹಜಗು—ಣ. Strāin'ĕr, *n.* ಶೋಧಿಸುವ ಬಟ್ಟೆ, ಚಟ್ಟುಗುಳಿ, ಜಾಲನಿ, ಜಲ್ಲಡೆ.

Strāit, *a.* ಇಕ್ಕಟ್ಟಾದ, ಹರವಿಲ್ಲದ; 2. ಅಡಚಣಿಯ. *n.* ಸಮುದ್ರದ ಒತ್ತು, ಜಲಸಂದು, ಸಂಯೋಗಜಲ; 2. ಅಡಚಣೆ, ಕಷ್ಟ. Strāit'en (strāt'n), *v. t. r.* ಇಕ್ಕಟ್ಟುಪಡಿಸು; 2. ಅಡಚಣೆಯಲ್ಲಿ ಹಾಕು, ಕಷ್ಟಪಡಿಸು; straitened circumstances ಬಡತನ. Strāit'-lāced (-lāst), *a.* ಕಠಿಣ, ಬಿಗಿದ, ಬಿಗಿ. Strāit'ly, *ad.* ಇಕ್ಕಟ್ಟಾಗಿ; 2. ಬಿಗಿಯಾಗಿ; 3. ಕಠಿಣವಾಗಿ; 4. ಸಲಿಗೆಯಾಗಿ. Strāit'ness, *n.* ಇಕ್ಕಟ್ಟು; 2. ಸಂಕಟ; 3. ಅಡಚಣೆ; 4. ಕಠೋರತೆ.

Stra-mō'ni-um, Stram'o-ny, *n.* *(Datura stramonium, L.)* ಉಮ್ಮತ್ತಗಿಡ, ಬಿಳೀಮದ್ದುಗುಣಿಕೆ; *(D. stram. var. Tatula)* ಕರಿ ಉಮ್ಮತ್ತ ಗಿಡ, ಕರಿ ಮದ್ದುಗುಣಿಕೆ.

Strand, *n.* ದಂಡೆ, ದಡ, ತೀರ; 2. ಸರಿಗೆಗಳನ್ನು ತಿರುವಿ ಮಾಡುವ ಹಗ್ಗದ ಒಂದು ಎಳೆ. *v. t. r.* ದಡಕ್ಕೆ ತಗಲಿಸು. *v. i.* ದಡಕ್ಕೆ ತಾಗು; 2. ಕಷ್ಟಕ್ಕೊಳಗಾಗು.

Strānġe, *a.* ಪರದೇಶದ; 2. ಅರಿದು, ಸೋಜಿಗ, ಅಪರೂಪ, ಹೊಸ, ನೂತನ; 3. ವಿಚಿತ್ರ, ಚಮತ್ಕಾರದ; this news is passing s. ಈ ವಾರ್ತೆ ಅಪೂರ್ವವೆಂದರೆ ಸಾಲದು. Strānġe'-ness, *n.* ವಿಚಿತ್ರ, ಅಪೂರ್ವತೆ, ಚಮತ್ಕಾರ; 2. ವೈಮನಸ್ಯ. Strān'ġĕr, *n.* ಗುರುತಿಲ್ಲದವ, ಅಪರಿಚಿತ, ಪರಕೀಯ; 2. ಪರದೇಶಿ; 3. ಅತಿಥಿ.

Strañ'gle, *v. t. r.* ಹಿಸುಕು, ಕುತ್ತಿಗೆ ಹಿಸುಕಿ ಕೊಲ್ಲು; 2. ಅಣಗಿಸು. Strañ'glĕr, *n.* ಕೊರಳು ಹಿಸುಕುವವ. Strañ'gles (-glz), *n. pl.* ಕುದುರೆಯ ಗಂಟಲು ಬಾವು, "ಕೇರಿಗೆ". Strañ'gū-lā-ted, *a.* ಕೊರಳು ಹಿಸುಕಿದ, ಉಸುರು ಕಟ್ಟಿಸಿ ಕೊಲೆಯಾದ; 2. ರಕ್ತಚಲನೆಗೆ ತೊಡಕಾದ. Strañ-gū-lā'tion, *n.* ಉಸುರುಕಟ್ಟಿಸಿ ಕೊಲ್ಲುವುದು, ಕೊರಳು ಹಿಸುಕಿ—; 2. ರಕ್ತಚಲನೆಯ ತೊಡಕು.

Strañ'gū-ry, *n.* ಮೂತ್ರಕೃಚ್ಛ್ರ, ಉರಿಮೂತ್ರ, ಮೂತ್ರಕಟ್ಟುವುದು. Strañ-gū'ri-ŏus, *a.* ಮೂತ್ರಗಟ್ಟಿದ, ಉರಿಮೂತ್ರದ.

Strap, *n.* ತೊಗಲಿನ ವಾರು, "ಬಾರು", 2. (for sharpening a razor) ಮಸೆದೊಗಲು, ಮಸೆಯುವ ಚರ್ಮ, ಕತ್ತೀ ಅಡಿಸುವ ತೊಗಲು. *v. t. r.* (strapped, *pr.* strapt) ವಾರಿನಲ್ಲಿ ಬಿಗಿದು ಕಟ್ಟು. Strap'ping, *a.* ಉದ್ದ, ಮೈಕಟ್ಟಿನ, ಪುಷ್ಟಿಯುಳ್ಳ.

Strapp-ā'do, *n.* ಹಗ್ಗಗಳಿಂದ ಬಟ್ಟುಸಿಗೆ ಬಿಗಿದು ಮೇಲೇರಿಸಿ ನೆಲಕ್ಕೆ ಒಗೆದುಬಿಡುವ ಶಿಕ್ಷೆ.

Strat'a-ġem, *n.* ಯುದ್ಧದಲ್ಲಿ ಮಾಡುವ ಸಂಚು, ಯುಕ್ತಿ, ಉಪಾಯ. Stra-teġ'ic, -'i-cal. *a.* ಯುದ್ಧಕುಶಲ; 2. ಯುಕ್ತಿಯ. Strat'e-ġist, *n.* ಯುದ್ಧದ ವಿದ್ಯೆ ಬಲ್ಲವ, ವ್ಯೂಹರಚನೆ ಬಲ್ಲವ. Strat'e-ġy, *n.* ಯುದ್ಧವಿದ್ಯೆ, ವ್ಯೂಹ ಕಟ್ಟುವುದು, ಯುದ್ಧ ಕೌಶಲ್ಯ.

Strath, *n.* ಕಣಿವೆ; 2. ದೊಡ್ಡ ಬೆಟ್ಟಗಳಲ್ಲಿರುವ ವಿಶಾಲ ಸಮಪ್ರದೇಶ.

Strat'i-fȳ, *v. i. r.* (-fīed) (ಕಲ್ಲು ಮಣ್ಣು ಮುಂ.) ಪಾಸಿಗೆ ಮಾಡು, ತರತರ ಹಾಸು: stratified rocks ಪ್ರಸ್ತರೀಭೂತ ಶಿಲೆಗಳು, ತರತರವಾದ—.

Strā-toc'ra-cy, *n.* ರಾಣುವೆಯವರ ದೊರೆತನ, ಸೇನಾಧಿಪನು ರಾಜನಾಗಿರುವ "ಸರಕಾರ".

Strā'tum, *n.* *(pl.* strā'ta) (ಕಲ್ಲಿನ) ಪಾಸಿಗೆ, ತರ, ಪದರು, ಸಾಲು.

Straw (stra), *n.* ಕಡ್ಡಿ; 2. ಒಣಹುಲ್ಲು: a heap of s. ಹುಲ್ಲುಬಣಿವೆ; a woman in the s. ಬಾಣಂತಿ; a man of s. ತೃಣಪುರುಷ. Straw'ber-ry (stra-), *n.* ನೆಲಮುಳ್ಳೆ ಎಂಬ ಹಣ್ಣು. Straw'y (stra'i), *a.* ಹುಲ್ಲಿನ, ಹುಲ್ಲಿನಂಥ.

Strāy (strā), *v. i. r.* ತುದುಗು ತಿರುಗು, ದಾರಿ ತಪ್ಪಿ ಹೋಗು, ಅಡ್ಡಾಡು; 2. ಸನ್ಮಾರ್ಗ ತಪ್ಪು. *a.* ಅನಾಥ, ತಪ್ಪಿಹೋದ, ತಪ್ಪಿಸಿಕೊಂಡ; s. cattle ತುದುಗದನ, ಪೋಲಿದನ.

Strēak (strēk), *n.* ಪಟ್ಟೆ, ಗೆರೆ. *v. t. r.* *(pr.* strēkt) ಪಟ್ಟೆಎಳೆ, ಪಟ್ಟೆಪಟ್ಟೆ ಹಚ್ಚು. Strēak-ed (strēkt), *a.* ಪಟ್ಟೆಪಟ್ಟೆಯಾದ.

Strēam (strēm), *n.* ಪ್ರವಾಹ; 2. ಹೊಳೆ, ಹಳ್ಳ, ಹರಿಯುವ ನೀರು; 3. ಧಾರೆ; a s. of light ಕಿರಣ; the s. of time ಕಾಲಕ್ರಮ; to go with the s. ಹತ್ತು ಮಂದಿ ನಡೆದ ಮಾರ್ಗದಲ್ಲಿ ನಡೆ. *v. i. r.* ಹರಿ, ಪ್ರವಹಿಸು, ಹೊಳೆ. Strēam'ĕr, *n.* ಧ್ವಜ, "ನಿಶಾನಿ". Strēam'let, *n.* ಕಾಲುವೆ, ಹಳ್ಳ, ಸಣ್ಣ ಹೊಳೆ. Strēam'y, *a.* ಹಳ್ಳಹಳ್ಳವುಳ್ಳ; 2. ಹರಿಯುವ.

Strēet, *n.* ಬೀದಿ, ಓಣಿ, "ರಸ್ತೆ"; s.-Arabs ದಿಕ್ಕುದಾತರಿಲ್ಲದೆ ಅಲೆಯುವ ಮಕ್ಕಳು; a s.-quarrel ಬೀದಿಜಗಳ; be on the streets ಸೂಳೆಗಾರಿಕೆಯಿಂದ ಜೀವಿಸು. Strēet'-walk-ĕr, *n.* ಸೂಳೆ, ವೇಶ್ಯೆ; 2. ಕಳ್ಳ.

Strength, *n.* (bodily s.) ಕಸುವು, ಪುಷ್ಟಿ, ತ್ರಾಣ, ಶಕ್ತಿ; 2. (mental, moral) ಶಕ್ತಿ, ಬಲ, ಅಳವು, ಸತ್ವ; 3. (solidity) ಬಲ, ಗಟ್ಟಿಯಾಗಿರೋಣ; 4. ಬಲ, "ಬಂದೋಬಸ್ತು" (of a fort); 5. (support) ಆಧಾರ; 6. (intensity) ಬಲಿಕೆ, ಒತ್ತರ; 7. ಕಟು, "ಗಾಟು" (of pepper, acids, liquors, *etc.*). Streṅgth'en, *v.t.r.* ಬಲಪಡಿಸು, ಹುರಿಗೊಳಿಸು; 2. ದೃಢಪಡಿಸು, ಧೈರ್ಯ ಕೊಡು *c.d.* *v.i.* ಬಲಿ, ಬಲವಾಗು, ದೃಢಪಡು. Streṅgth'-en-iṅg, *imp. a.* ಬಲಕರವಾದ. Streṅgth'-fu̥l, *a.* ಬಲವುಳ್ಳ, ಬಲಶಾಲಿ. Streṅgth'-less, *a.* ಬಲಹೀನ, ನಿತ್ರಾಣ.

Stren'ū-ŏus, *a.* ಸಾಹಸದ, ಚುರುಕು, ಪರಿಶ್ರಮದ. Stren'ū-ŏus-ly, *ad.* ಸಾಹಸವಾಗಿ, ಆಸಕ್ತಿಯಾಗಿ. Stren'ū-ŏus-ness, *n.* ಬಲವಾದ ಪ್ರಯತ್ನ, ಆಸಕ್ತಿ.

Stress, *n.* ಒತ್ತರ, "ಜೋರು"; 2. (on a word) ಒತ್ತೋಣ, ಅವಧಾರಣೆ, ಗುರುತು; to lay s. on a word ಒತ್ತಿ ಓದು, —ಮಾತಾಡು.

Stretch (strech), *v.t.r.* (*pr.* strecht) ಹಿಗ್ಗಿಸು; 2. ಚಾಚು, ನೀಡು; 3. ಬಿಗಿ; 4. ಮೀರು (the truth, *etc.*). *v.i.* ಹಿಗ್ಗು; 2. ಹಬ್ಬಿರು, ಮುಟ್ಟಿರು; 3. ಇದ್ದದ್ದಕ್ಕಿಂತ ಹೆಚ್ಚು ಹೇಳು, ಜಲ್ಲಿಕೊಚ್ಚು. *n.* ಚಾಚುವುದು; 2. ಸಾಹಸ; 3. ವಿಸ್ತಾರ; 4. ದಿಕ್ಕು; at a s. ಬಿಡುವಿಲ್ಲದೆ. Stretched, *pp. a.* ಚಾಚಿದ, ವಿಸ್ತರಿಸಿದ. Stretch'ĕr (strech-), *n.* ಅಸ್ವಸ್ಥದವರನ್ನು ಸಾಗಿಸುವ "ಡೋಲಿ"; 2. ಕೊಡೆಯ ಕಡ್ಡಿ. Stretch'iṅg, *n.* ಚಾಚುವುದು, ಸಾಗುವುದು.

Strew (stru̥), *v.t.r.* ಹರವು, ಚೆಲ್ಲು, ಹಬ್ಬಿಸು.

Strī'a-ted, *a.* ಬಣ್ಣದ ಪಟ್ಟೆಗಳುಳ್ಳ.

Strick'en (strik'n), *pp.* & *a.* ಆದ, ಪಟ್ಟ; love-s. ಮೋಹಪಟ್ಟ; poverty-s. ಬಡವನಾದ; s. in age ಮುದುಕನಾದ; a s. hour ಕಳೆದು ಹೋದ ಘಂಟೆ (ತಾಸು).

Strict, *a.* (tight) ಬಿಗಿ; 2. (severe) ಗಡುಸಾದ, ಖಂಡಿತ; 3. (exact) ಸೂಕ್ಷ್ಮ, "ನಾಜೂಕು", ಎಳ್ಳಷ್ಟು ಬಿಡದ, ಖಡಾಖಂಡಿತ, "ಖಡಾಖಡಿ". Strict'ly, *ad.* ಬಿಗಿಯಾಗಿ; 2. ಗಡುಸಾಗಿ, ಖಂಡಿತವಾಗಿ, ಎಳ್ಳಷ್ಟು ಬಿಡದೆ. Strict'ness, *n.* ಬಿಗಿ; 2. ಖಂಡಿತ, ಗಡುಸು, ಕಾಠಿಣ್ಯ; 3. ಸೂಕ್ಷ್ಮತ್ವ. Stric'tūre (*or* -chu̥r), *n.* ಖಂಡನೆ.

Strīde, *v.i.ir.* (strōde, strid'den *or* strid) ಮೊರುಗಾಲಿಟ್ಟು ನಡೆ, ಜೀಪು ಇಟ್ಟು ನಡೆ, ಜೀಟಿಗಾಲು ಹಾಕಿ—.

Strī'dent, *a.* ಚೀರುವ, ಕಿರಚುವ.

Strīfe, *n.* ಹಾಕ್ಯಾಟ, ವಾಗ್ವಾದ; 2. ಜಗಳ, ಕಡಿದಾಟ, ಕಚ್ಚಾಟ, ಒದ್ದಾಟ. Strīfe'fu̥l, *a.* ಜಗಳಗಂಟಿ.

Strīke, *v.t.ir.* (struck, struck *or* stric'k-en) ಹೊಡೆ, ಬಡಿ, (with the fist) ಗುದ್ದು, (with something flat) ಅಪ್ಪಳಿಸು, (with the horns) ತಿವಿ, ಇರಿ; 2. ಮುದ್ರಿಸು (coin); 3. ಊರು, ಕೊಳ್ಳು (root); 4. (to sound) ಹೊಡೆ, ಬಡಿ; 5. (to lower, *as*, a flag) ಇಳಿಸು; 6. (to impress strongly) ತಾಗು, ಹತ್ತು *c.d.*; s. with awe, s. terror into ಭಯಪಡಿಸು, ಎದೆಬೀಳಿಸು; s. with dismay ಚಿಂತೆಪಡಿಸು; s. with wonder ಆಶ್ಚರ್ಯಪಡಿಸು; s. dumb ಸುಮ್ಮನಿರಿಸು, ಬಾಯಿ ಬಡಿ, ಬಾಯಿ ಇಲ್ಲದ ಹಾಗೆ ಮಾಡು *c. d.;* s. favourably ಮನಸ್ಸಿಗೆ ಬರು; it strikes me ನನಗೆ ತೋರುತ್ತದೆ; I was struck by his remark ಅವನ ಮಾತು ನನ್ನ ಮನಸ್ಸಿಗೆ ಹತ್ತಿತು, —ಮಾತು ನನ್ನ ಮನಸ್ಸಿಗೆ ತಾಗಿತು, ನಾಟಿತು; 7. (s. a bargain) ಒಪ್ಪಂದ ಮಾಡು, "ಕರಾರು"—; 8 (to level, *as*, a measure of grain) ತಲೆ ಹೊಡೆ, —ಸವರಿಸು; 9. (to ground upon) ತಾಗು, ತಗಲು *c. d.;* —s. down ಸದೆಬಡಿ; s. hands with ಕೂಡ ಒಪ್ಪಂದ ಮಾಡು *c. g.;* s. off (deduct) ಬಿಡು, ಸಲೆ ಹಾಕು; ಛಾಪಿಸು; ಹೊಡೆ, ಕಡಿ; s. out (erase) ಒರಸು, ತೆಗೆದುಹಾಕು, ಚಿತ್ತು—, ಕಾಟು—, ಅಳಿಸು, (invent) ತೆಗೆ; s. sail ಹಾಯಿ ಇಳಿಸು, ಪಟ—; s. up ಬಾರಿಸಲಿಕ್ಕೆ ಹತ್ತು, ಹಾಡಲಿಕ್ಕೆ ಹತ್ತು, —ಆರಂಭಿಸು. *v.i.* ಹೊಡೆ, ಬಡಿ, ಪೆಟ್ಟುಹೊಡೆ *c.d.;* 2. (to sound as a clock) ಬಡೆ, ಹೊಡೆ; 3. (to run aground) ನೆಲಕ್ಕೆ ತಾಗು; 4. (to dart) ಹಾಯು; 5. ಕೂಲಿ ಹೆಚ್ಚು ಕೊಡಬೇಕೆಂತ ಕೆಲಸ ನಿಲ್ಲಿಸು; 6. "ಬಾವಟೆ" ಇಳಿಸು, "ನಿಶಾನಿ"—; 7. ಹಾರಿಬೀಳು; s. for ...ಕ್ಕೆ ಹೊರಡು; s. in ಫಕ್ಕನೆ ಒಳಹೊಗು, ಅಡ್ಡಹಾಯು; s. in with ಒಪ್ಪಿಕೊಳ್ಳು *c. d.*, ಕೂಡು *c. d.;* s. out ಹೊರಡು; s. up ಬಾರಿಸಲಿಕ್ಕೆ ಹತ್ತು, —ಆರಂಭಿಸು. s. iron while it is hot ಗಾಳಿ ಬರುವಾಗ ತೂರಿಕೊಳ್ಳಬೇಕು, ಹಾಲಿರುವಾಗ ಹಬ್ಬ ಮಾಡಬೇಕು. s. work ಮುಷ್ಕರ ಹಿಡಿದು ಕೆಲಸ ನಿಲ್ಲಿಸು; s. a rock (ಹಡಗು) ಕಲ್ಲಿಗೆ ತಗಲಿ

ಒಡೆಯು; stricken in years ಪ್ರಾಯ ದಾಟಿ ಜಪ್ಪಾದವ; struck home ಗುರಿಗೆ ಸರಿಯಾಗಿ ತಗಲಿತು; struck all of a heap ಏನು ಮಾಡ ಬೇಕೆಂದು ತಿಳಿಯದೆ ತಟಸ್ಥವಾಗಿರು; s. a match ಬೆಂಕಿಕಡ್ಡಿ ಉರಿಸು; s. his head off ತಲೆ ಕಡಿಯು; s. out a plan ಒಂದು ಉಪಾಯವನ್ನು ಕಂಡುಹಿಡಿ; s. item ಒಂದು ಕಲಮನ್ನು ವಜಾ ಮಾಡು; s. off ಮುದ್ರಿಸು; it strikes me that ಎಂದು ನನಗೆ ಬೋಧೆಯಾಗುತ್ತದೆ. *n.* ತಲೆ ಸವರಿಸುವ ಕಟ್ಟಿಗೆ; 2. ಸಂಪೂರ್ಣತೆ, ಮೇಲುತರ; 3. ಹೊಟ್ಟೆ ತುಂಬುವದಿಲ್ಲೆಂತ ಕೂಲಿಯಾಳುಗಳು ಕೆಲಸ ಬಿಡೋಣ, ಕೂಟ. Strī'kĕr, *n.* ಹೊಡೆಯು ವವ, ಹೊಡೆಯುವಂಥಾದ್ದು. Strī'king, *a.* ಆಶ್ಚರ್ಯಕರ, ಚಮತ್ಕಾರಿಕ, ಅದ್ಭುತವಾದ; striking force ಫಕ್ಕನೆ ಶತ್ರುಗಳ ಮೇಲೆ ಬೀಳ ಲಿಕ್ಕೆ ಸಿದ್ಧಪಡಿಸಿಟ್ಟ ಸೈನ್ಯ. Strī'king-ly, *ad.* ಆಶ್ಚರ್ಯಕರವಾಗಿ, ಚಮತ್ಕಾರವಾಗಿ.

String, *n.* ಹುರಿ, ಹಗ್ಗ, ದಾರ, ನುಲಿ; (for cattle) ಕಣ್ಣಿ; 2. (of pearls, beads, *etc.*) ಸರ, ದಾರ, ಮಾಲೆ; 3. (cord of a musical instrument) ತಂತಿ; 4. (fibre) ಎಳೆ, ನಾರು; 5. (nerve, tendon) ನರ; 6. (bow-s.) ಬಿಲ್ಲಿನ ಹಗ್ಗ, —ನರ, ಹೆದೆ; 7. (series) ಸಾಲು; he has two strings to his bow ಅವನಿಗೆ ಒಂದು ಉಪಾಯ (ಯುಕ್ತಿ, ಹಂಚಿಕೆ) ಮಾತ್ರವಲ್ಲ ಎರಡು ಗೊತ್ತಿರುತ್ತವೆ; touch a s. ಮನಸ್ಸನ್ನು ಉದ್ರೇಕಿಸು; pull the strings ಹಿಂದಿನಿಂದ ಸೂತ್ರವಾಡಿಸು; harp on the same s. ಹಾಡಿದ್ದೆ ಹಾಡು. *v. t. ir.* (strung, strung) ಪೋಣಿಸು (beads, *etc.*); 2. (furnish with strings) ತಂತಿ ಹಾಕು. ದಾರ—. Stringed (stringd), *a.* ತಂತಿಯುಳ್ಳ; s. instrument ತಂತಿವಾದ್ಯ. String'y, *a.* ದಾರಗಳುಳ್ಳ, ನಾರು ನಾರುಳ್ಳ.

Strin'gent, *a.* ಬಿಗಿ, ಖಂಡಿತ, "ಖಡಾಖಿಡಿ". Strin'gen-cy, *n.* ಬಿಗಿ, ಖಂಡಿತ. Strin'gent-ly, *ad.* ಖಂಡಿತವಾಗಿ, ಬಿಗಿಯಾಗಿ.

Strip, *v. t. r.* (stripped, *pr.* stript) ತೆಗೆದು ಬಿಡು, ಸುಲಿ, ಸುಲಿದು ತೆಗೆ; 2. ಕಸಕೊಳ್ಳು; he was stripped of all his possessions ಅವನ ಎಲ್ಲಾ ಆಸ್ತಿ ಅವನಿಂದ ಕಸಕೊಂಡರು; he stripped himself ದಿಗಂಬರನಾದನು. *n.* ಪಟ್ಟಿ, ತುಂಡು, ಅರಿವೆಚೂರು.

Strīpe, *n.* ಗೆರೆ, "ಜೋರು", ಪಟ್ಟಿ; 2. ದೆಪ್ಪೆ; 3. ಬಾಸುಂಡೆ, ಬಾಸಳ, ಬಾಸಳಿಕೆ. *v. t. r.* (*pr.* strīpt) ಪಟ್ಟೆಪಟ್ಟೆ ಹಚ್ಚು, —ತೆಗೆ. Strīped (strīpt), *a.* ನಾನಾ ಬಣ್ಣದ ಪಟ್ಟೆಗಳುಳ್ಳ, ಪಟ್ಟೆಪಟ್ಟೆಯಾದ.

Strip'ling, *n.* ಹುಡುಗ, ಹರೇದವ, ಪ್ರಾಯಸ್ಥ.

Strīve, *v. i. ir.* (strōve, striv'en) ಹೆಣಗು, ಪ್ರಯತ್ನ ಮಾಡು, ಎತ್ತುಗಡೆ—, ಪೇಚಾಡು; 2. ಹೋರಾಡು, ಕಡಿದಾಡು; 3. ಹುರುಡು ಮಾಡು, ಸ್ಪರ್ಧೆ—. Strī'ving, *imp. a.* ಪ್ರಯತ್ನ ಮಾಡುವ; 2. ಜಗಳವಾಡುವ. *n.* ಹೋರಾಟ, ಹೆಣಗಾಟ.

Strōke, *n.* ಗಡಿಯಾರದ ಹೊಡತ, ದೆಪ್ಪೆ, ಪೆಟ್ಟು, "ಧಕ್ಕೆ"; 2. ಗೀಟು, ಗೆರೆ; 3. ಪ್ರಯತ್ನ; 4. ಹುಟ್ಟುಹಾಕಿ ದೋಣಿ ನಡಿಸುವುದು. *v. t. r.* (*pr.* strōkt).. ಮೇಲೆ ಕೈಯಾಡಿಸು *e. g.*, ನೇವರಿಸು, ಸವರು, ತಡವು.

Strōll, *v. t. r.* ಅಡ್ಡಾಡು, ತಿರುಗಾಡು, ವಿಹರಿಸು. *n.* ವಿಹಾರ; 2. ಸೋಮಾರಿಯಾಗಿ ತಿರುಗುವುದು. Strōl'lĕr, *n.* ತಿರುಗಾಡುವವ.

Strō'ma, *n.* ಅಂಗದ ಅಣುಗಳ ಬಾಹ್ಯರಚನೆ.

Strong, *a.* (physically) ಕಸುವಿನ, ತ್ರಾಣವುಳ್ಳ, ಬಲವುಳ್ಳ; he is very s. ಅವನು ಬಹಳ ಕಸುವಿನವ, —ಬಹು ತ್ರಾಣವುಳ್ಳವನು; —ಮಹಾ ಬಲವಂತ, *or* ಅವನಿಗೆ ಬಹಳ ಕಸುವು, —ಬಹುತ್ರಾಣ, *etc.*, ಮಹಾ ಬಲಿಷ್ಠ; he became s. ಹುರಿಯಾದನು; 2. (firm, solid) ಗಟ್ಟಿ; 3. (well fortified) ಬಲದ, "ಬಂದೋಬಸ್ತಾದ"; 4. (powerful) ಬಲವುಳ್ಳ; how s. is the enemy's army? ವೈರಿಯ ಬಲವೆಷ್ಟು? —ಸೈನ್ಯವೆಷ್ಟು? it is 2000 strong ಅವರ ಸೈನ್ಯ ಎರಡು ಸಾವಿರ; 5. (violent) ಒತ್ತರದ, ಬೆಸೆಯ, ಬಲವುಳ್ಳ; 6. (cogent, impressive, *as*, argument) ಬಲವತ್ತರ, ಒಳ್ಳೇ; 7. (liquor) ಅಮಲಿನ; 8. "ಗಾಟಿನ", ತೀವ್ರ, ತೀಕ್ಷ್ಣ (*as*, pepper, tobacco, *etc.*); 9. (well established) ಸ್ಥಿರ. Strong'-hand, *n.* ಬಲಹಂತ, ಬಲಾತ್ಕಾರ. Strong'hōld, *n.* ಕೋಟೆ, ದುರ್ಗ, "ಕಿಲ್ಲೆ"; 2. ನಿರ್ಭಯಸ್ಥಾನ. Strong'ly, *ad.* ಬಲವಾಗಿ; 2. ಗಟ್ಟಿಯಾಗಿ; 3. ಜೋರಾಗಿ; 4. ಒತ್ತರವಾಗಿ, ಬೆಸೆಯಾಗಿ; 5. "ಗಾಟಾಗಿ".

Strop, *n.* ಮಸೆಯುವ ಚಾರು.

Stroph'ē (strof'ē), *n.* ಚರಣ, ಶ್ಲೋಕ.

Strōve, *pt. of* Strive.

Struck, *pt.* & *pp. of* Strike; horror-s. ಹೆಚ್ಚು ಭಯಪಟ್ಟ.

Struc'tūre (*or*-chur), *n.* ಕಟ್ಟುವಿಕೆ, ರಚನೆ, 2. ಮನೆ; 3. ದೇಹ.

Strug'gle, *v. i. r.* ಒದ್ದಾಡು; 2. ಪೇಚಾಡು, ಹೋರಾಡು. *n.* ಒದ್ದಾಟ; 2. ಹೊಡದಾಟ, ಕಡದಾಟ, ಹೋರಾಟ; 2. ಪೇಚಾಟ. **Strug'glĕr,** *n.* ಪ್ರಯಾಸ ಪಡುವವ, ಹೋರಾಡುವವ.

Strum, *n.* ಠೇಂಕಾರ. *v. t.* ಅಡ್ಡಾತಿಡ್ಡಿ ವೀಣೆ ಬಾರಿಸು.

Strum'pet, *n.* ಸೂಳೆ, ಕಸಬಿ, ಬಿದಿಗಾತಿ, ಬಜಗಾತಿ.

Strung, *pt. & pp. of* String.

Strut, *v. i. r.* (strut'ted) ಸೆಟೆಕೊಂಡು ನಡೆ, ಜಗ್ಗುತ್ತ ಜಗ್ಗುತ್ತ ನಡೆ, ಸಿಗರಿಕೊಂಡು—. *n.* ಸೆಟೆದ ನಡಿಗೆ; 2. *(arch.)* ಗುಜ್ಜು, "ಸಿಪಾಯಿ" *(S. C.)*.

Strych'nine (strik'nin), **-ni-a,** *n.* ಕಾಸರ್ಕನ ಬೀಜದ ಸತ್ವ, ಹೆಮ್ಮುಷ್ಟಿ ಬೀಜದ—.

Strych'nine tree, *n.* *(Strychnos nux-romica, L.)* ನಂಜಿನಕೊರಡು ಮರ *(My.)*, ಕಾಸರ್ಕನ ಮರ *(S. C.)*, ಕಾಸರಕಾಯಿ ಗಿಡ *(S. M.)*.

Stub, *n.* ಮೋಟ, ಮೋಟು ಬುಡ್ಡಿ, ಮೊಂಡ. *v. t. r.* (stubbed, *pr.* stubd) ಬೇರೊಂದಿಗೆ ಕೀಳು, ಅಗಿದು ತೆಗೆ. **Stubbed** (stubd), *a.* ಮೊಂಡ. **Stub'by,** *a.* ಕೂಳೆಕೂಳೆಯಿರುವ; 2. ಮೊಂಡ.

Stub'ble, *n.* ಕೂಳೆ, ಕೊಯಿಲು (ಕೋಲಿ).

Stub'bŏrn, *a.* ಮೊಂಡ, ಮೂರ್ಖ, ಹಟವುಳ್ಳ, ದುರಾಗ್ರಹವುಳ್ಳ; 2. ಸ್ಥಿರ. **Stub'bŏrn-ly,** *ad.* ಮೊಂಡತನದಿಂದ, ಹಟದಿಂದ; 2. ಸ್ಥಿರ ಮನಸ್ಸಾಗಿ. **Stub'bŏrn-ness,** *n.* ಹಟ, ಮೊಂಡತನ, ಮೂರ್ಖತ್ವ, ದುರಾಗ್ರಹ.

Stuc'cō, *n.* ನಯವಾದ ಗಾರೆ, ತಿಳಿಗಚ್ಚು. *v. t. r.* ನಯಗಾರೆ ಮಾಡು.

Stuck, *pt. of* Stick; s. up collar ಕೆಳಮೊಗವಾದ ಕುತ್ತಿಗೆ ಪಟ್ಟಿ; s. up to ಧೈರ್ಯಭಾವ ತಳೆಯದಿರು; s. up ಗರ್ವಿಷ್ಟ; some of the money s. in his fingers ಕೆಲವು ಹಣ ಅವನು ದುರುಪಯೋಗ ಮಾಡಿದನು.

Stud, *n.* ಕುದುರೆಗಳ ಹಿಂಡು; 2. ಕುದುರೆಗಳನ್ನು ಬೆಳೆಸುವ ಜಾಗ, ಲಾಯ.

Stud, *n.* ಚೆಂಡು ಮೊಳೆ; 2. ಅಂಗಿಯ ಗುಂಡಿ, ಬಿರಡೆ, ಬಿಡ್ಡಿ. *v. t. r.* (stud'ded) ಗುಂಡಿಗಳಿಂದ ಶೃಂಗರಿಸು, ಕೆತ್ತು, ಖಚಿತ ಮಾಡು. studded with gems ರತ್ನ ಖಚಿತ.

Stū'dent, *n.* ವಿದ್ಯಾರ್ಥಿ, ಅಭ್ಯಾಸಿ, ಜಿಜ್ಞಾಸು; fellow-s. ಸಹಪಾಠಿ. **Stū'dent-ship.** *n.* ವಿದ್ಯಾರ್ಥಿಯ ಸ್ಥಿತಿ.

Stū'di-o, *n.* ಚಿತ್ರಿಕನ ಸಾಲೆ, ಶಿಲ್ಪಿಯ—.

Stū'di-ŏus, *a.* ವಿದ್ಯಾತುರ, ವಿದ್ಯಾಭ್ಯಾಸಿಯಾದ; 2. ಆತುರ, ಜಾಗ್ರತೆಯುಳ್ಳ. **Stū'di-ŏus-ly.** *ad.* ವಿದ್ಯಾತುರವಾಗಿ; 2. ಏಕಾಗ್ರವಾಗಿ, ಜಾಗ್ರತೆಯಾಗಿ; 3. ಬೇಕಾಗಿ. **Stū'di-ŏus-ness.** *n.* ವಿದ್ಯಾಸಕ್ತಿ, ಜಾಗ್ರತೆ, ಶ್ರದ್ಧೆ.

Stud'y, *n.* ವಿದ್ಯಾಭ್ಯಾಸ; 2. ಧ್ಯಾನ; 3. ವಿದ್ಯಾಭ್ಯಾಸದ ಕೋಣೆ; 4. ಶ್ರೇಷ್ಠವಾದ ಮಾದರಿ; s. of the Vedas ಬ್ರಹ್ಮಯಜ್ಞ. *v. i. r.* (stud'ied, *pr.* stud'id) ವಿದ್ಯಾಭ್ಯಾಸ ಮಾಡು; 2. ಧ್ಯಾನ ಮಾಡು. *v. t.* ಕಲಿ, ಅಭ್ಯಾಸ ಮಾಡು; 2. ವಿಚಾರ ಮಾಡಿಸು; 3. ಪಾಠ ಮಾಡು, ಧ್ಯಾನ—. **Stud'ied** (stud'id), *a.* ಅಭ್ಯಾಸಿಸಿದ, ಶಿಕ್ಷಿತ; 2. ಬೇಕೆಂತ ಮಾಡಿದ. **Stud'ied-ly,** *ad.* ಆಲೋಚನಾಪೂರ್ವಕವಾಗಿ.

Stuff, *n.* ಜಿನಸು, ವಸ್ತು; 2. ಬಟ್ಟೆ, ವಸ್ತ್ರ; 3. ಮದ್ದು, ಔಷಧ; 4. ಹುರುಳಿಲ್ಲದ ಬದುಕು, —ವಸ್ತು; 5. ಹುರುಳಿಲ್ಲದ ಮಾತು, ಹರಟೇಹರಟೆ. *v. t r.* (*pr.* stuft) ಅದಚಿ ತುಂಬಿಸು, ತುರುಕು; 2. ಮಸಾಲೆ ತುಂಬಿಸಿಸು; 3. ಆರಳೇ ತುಂಬು. *v. i.* ಹೊಟ್ಟೆ ತುಂಬ ಉಣ್ಣು, ಕುತ್ತಿಗೆ ಮಟ್ಟ ತಿನ್ನು, ಕಕ್ಕಸಬಡುವಷ್ಟು—. **Stuf'fing.** *n.* ತುಂಬಿಸುವ ಜಿನಸು; 2. ಮಸಾಲೆ.

Stuf'fy, *a.* ಗಾಳಿಬಾರದ, ಮುಚ್ಚಿಕಟ್ಟಿ.

Stul-ti-fy̆, *v. t. r.* (-fīed) ಹುಚ್ಚು ಹಿಡಿಸು, "ಗಾಬರಿ" ಮಾಡು, ನಿರರ್ಥಕಮಾಡು. **Stul-ti-fi-cā'tiŏn.** *n.* ವ್ಯರ್ಥ ಮಾಡುವುದು. **Stul-til'o-quence,** *n.* ಹುಚ್ಚು ಹರಟೆ.

Stum, *n.* ಹೊಸ ದ್ರಾಕ್ಷಾರಸ.

Stum'ble, *n.* ಎಡವೋಣ; 2. ತಪ್ಪು. *v. i. r.* ಮುಗ್ಗರಿಸು, ಎಡರು, ಎಡವು; 2. ತಪ್ಪು; s. on, s. upon ಥಕ್ಕನೇ ಕಾಣು, —ಭೇಟಿಯಾಗು *c. d.* *v. t.* ಎಡವ ಮಾಡು; 2. "ಗಾಬರಿ" ಮಾಡು. **Stum'bling-block, -stōne.** *n.* ಎಡರುಕಲ್ಲು; 2. ಅಡ್ಡಿ, ಅಭ್ಯಂತರ, ಆತಂಕ, ಎಡತಡೆ. **Stum'bling-ly,** *ad.* ಎಡವುತ್ತ, ಮುಗ್ಗರಿಸುತ್ತ; 2. ತಪ್ಪುತ್ತ.

Stump, *n.* ಮೋಟು, ಮೊಂಡ, ಬುಡ, ಕೊರಡು. **Stump'y,** *a.* ಮೋಟಾದ, ಗಿಡ್ಡಾದ.

Stun, *v. t. r.* (stunned, *pr.* stund) ಮೂರ್ಛೆ ಬೀಳುವಂತೆ ಹೊಡೆ, ಮರಗಟ್ಟುವ ಹಾಗೆ—, ಮರಗಟ್ಟಿಸು; 2. ಕಿವಿಗಡದುಹಾಕು, "ಗಾಬರಿ" ಮಾಡು. **Stun'ning,** *a.* ಮೂರ್ಛೆಗೊಳಿಸುವ; 2. ಶ್ರೇಷ್ಠವಾದ.

C *as* k; c *as* s; ch *as* sh; g *as in* get; ġ *as* j; ṅ *nasal, as in* anger; ş *as* z; th *as in* thou; x̱ *as* gz; ce, ci, si *and* ti *before a vowel as* sh: ocean, action.

Stunt, *v. t. r.* ಬೆಳೆಯದ ಹಾಗೆ ಮಾಡು, ಕಟರು ಬೀಳಿಸು. *n.* ಕಟರುಬೀಳುವುದು, ಕಟರುಬಿದ್ದ ದುಷ್ಟ. Stunt'ed, *pp. a.* ಬೆಳೆಯದ, ಕಟರು ಬಿದ್ದ.

Stū'pa, *n.* ಸ್ಥೂಪ, ಬುದ್ಧ ದೇವಾಲಯದ ಶಿಖರ.

Stūpe, *n.* ಹುಚ್ಚ.

Stū'pe-fȳ, *v. t. r.* (-fīed) ಮೊಬ್ಬು ಹಿಡಿಸು, ಸುಂದು; 2. ಮಂದ ಮಾಡು; *pass.* ದಿಗ್ಭ್ರಾಂತಿ ನಿಲ್ಲು. Stū-pe-fā'cient, Stū-pe-fāc'tive, *a.* ಮಂದ ಮಾಡುವ, ಸುಂದು ಹಿಡಿಸುವ. Stū-pe-fac'tiŏn, *n.* ಮಂದುಕ, ಮಂದತೆ, ಮೊಬ್ಬು, ಸುಂದು.

Stū-pen'dŏus, *a.* ಆಶ್ಚರ್ಯಕರ, ಬಹು ದೊಡ್ಡ, ಬ್ರಹ್ಮಾಂಡದಂಥ. Stū-pen'dŏus-ly, *ad.* ಆಶ್ಚರ್ಯಕರವಾಗಿ, ಅಘೋರವಾಗಿ. Stū-pen'-dŏus-ness, *n.* ಆಶ್ಚರ್ಯಕರವಾಗಿರುವಿಕೆ.

Stū'pid, *a.* ದಡ್ಡ, ಮಂಕು, ಮಂದಮತಿಯಾದ, ಮಡ್ಡ. Stū-pid'i-ty, Stū'pid-ness, *n.* ದಡ್ಡತನ, ಮಡ್ಡತನ, ಮದಡು, ಮಂದಮತಿ, ಮಂಕು. Stū'pid-ly, *ad.* ದಡ್ಡನಾಗಿ, ದಡ್ಡನಾಗಿ.

Stū'pi-fȳ, *v. t. r.*, *see* Stupefy.

Stū'por, *n.* ಜುಮುಜುಮು; 2. ಮೊಬ್ಬು, ಸುಂದು, ಜಡಬುದ್ಧಿ, ಜೋಲುವೆ.

Stur'dy, *a.* ಹಟಮಾರಿ, ಗಟ್ಟಿಮೈಕಟ್ಟಿನ, ಬಲಿಷ್ಠ. Stur'di-ly, *ad.* ಪುಷ್ಟಿಯಾಗಿ, ಸ್ಥೂಲವಾಗಿ, ಕಟ್ಟುಮಸ್ತಿಯಾಗಿ. Stur'di-ness, *n.* ಪುಷ್ಟಿ, ಸ್ಥೂಲತೆ, ಕಟ್ಟುಮಸ್ತಿ.

Stur'geon, *n.* ಒಂದು ತರದ ದೊಡ್ಡ ಮೀನು.

Stut'tĕr, *v. i. r.*, *see* Stammer. Stut'-tĕr-ĕr, *n.* ತೊದಲು ಮಾತಾಡುವವನು. Stut'tĕr-iṅg-ly, *ad.* ತೊದಲು ಮಾತಾಡಿ.

St. Vī'tus's dance (sent-), *n.*, *see* Chorea.

Stȳ, *n.* ಕಣ್ಣಜಟ್ಟಿ, ಕಂಚಟ್ಟ, ಕಣ್ಣುಕುಟಿಕೆ.

Stȳ, *n.* ಹಂದಿಗೂಡು; 2. ಹೊಲೆಗೇರಿ. *v. i. r.* ಗೂಡಿನಲ್ಲಿ ಹಾಕು.

Styġ'i-an, *a.* ಪಾತಾಳದ.

Stȳle, *n.* ಲೇಖನಿ, ಲೇಖಣಿ, ಲೆಕ್ಕಣಿಕೆ, ಕಂಠ; 2. ಲೇಖನಪದ್ಧತಿ, ಒಕ್ಕಣೆ, ಶೈಲಿ *(My., S. C.)*, ಧೋರಣೆ; 3. ರೀತಿ, ವಿಧ; s. of building ಆಯ; 4. *(bot.)* ಶಲಾಕೆ. *v. t. r.* ಹೆಸರಿಡು *c. d.*, ಅನ್ನು *c. d.* Stȳ'-lish, *a.* ಸೊಗಸಿನ, ಚೂಪಾದ, ಶೃಂಗಾರದ. Stȳ'lish-ly, *ad.* ಸೊಗಸಾಗಿ. Stȳ'lish-ness, *n.* ಸೊಗಸು, ಡಂಭ; 2. ಚೂಪಾಕಾರ.

Stȳl'ograph, *n.* ಒಳಗಿನಿಂದ ತನ್ನಷ್ಟಕ್ಕೆ ಶಾಯಿ ಇಳಿದು ಬರುವ ಲೇಖನಿ.

Styp'tic, -al, *a.* ರಕ್ತಸ್ರಾವವನ್ನು ನಿಲ್ಲಿಸುವ. *n.* ರಕ್ತನಿಲ್ಲಿಸುವ ಔಷಧ.

Styx, *n.* (ನರಕದಲ್ಲಿಯ) ವೈತರಣಿ ನದಿ.

Sū'a-ble, *a.* "ದಾವೆ" ತರತಕ್ಕ; you are s. for it ಇದಕ್ಕಾಗಿ ನಿನ್ನ ಮೇಲೆ "ದಾವೆ" ತರ ತಕ್ಕದ್ದು.

Sụā'ṣiŏn (swā'zhun), *n.* ಒಲಿಸಿಕೊಳ್ಳುವುದು, ಒಡಂಬಡಿಸುವುದು. Sụā'ṣive, *a.* ಪ್ರೇರಿಸುವ, ಒಡಂಬಡಿಸುವ.

Suā've, *a.* ಮನೋಹರ, ಇಂಪು. Suāv'i-ty (swav'i-ti), *n.* ಇಂಪು, ಮಾಧುರ್ಯ, ಸವಿ; s. of speech ಮಧುರ ಮಾತು, ಸವಿ—; s. of manner ಮನೋಹರವಾದ ನಡತೆ.

Sub-, *pref.* ಕೆಳಗೆ, ಒಳಗೆ, ತರುವಾಯ, ತುಸ, ಕೆಳಗಿನ, ಎರಡನೇ, ಅಧೀನ, ಅಪೂರ್ಣ ಎಂಬೀ ಅರ್ಥಗಳ ಉಪಸರ್ಗ.

Sub-ac'e-tāte of lead, *n.* ಜಂಗಾಲಪಚ್ಚೆ.

Sub-ac'id, *a.* ಸ್ವಲ್ಪ ಹುಳಿ.

Ssb'al-tĕrn, *n.* ಕೆಳಗಿನ ಉದ್ಯೋಗಸ್ಥ. *a.* ಕೆಳಗಿನ, ಅಧೀನ.

Sub-ā'que-ŏus, -a-quat'ic, *a.* ನೀರಿನೊಳಗಿರುವ, ನೀರಿನ ಕೆಳಗೆ ಹುಟ್ಟಿದ.

Sub-com-mit'tēe, *n.* ಒಳಸಭೆ, ಒಳಪಂಚಾಯತ ಸಭೆ.

Sub-di-vīde, *v. t. r.* ಒಳಭಾಗ ಮಾಡು. Sub-di-vi'ṣiŏn (-vizh'un), *n.* ಒಳಭಾಗ.

Sub-dūce, Sub-duct', *v. t.* ಕಳೆ, ಹಿಂದಕ್ಕೆ ತೆಗೆ, ವಜಾಮಾಡು.

Sub-dūe' *v. t. r.* ಸೋಲಿಸು, ಜಯಿಸು; 2. ಅಂಕೆಗೆ ತರು; 3. ಕುಗ್ಗಿಸು, ತಗ್ಗಿಸು, ಮುರಿ; 4. ಒಡಂಬಡಿಸು; 5. ಕರಗಿಸು, ಮೆತ್ತಗೆ ಮಾಡು, ಮೃದು—; 6. ಸಾಧುಮಾಡು. Sub-dūed', *a.* ಜಯಿಸಲ್ಪಟ್ಟ. Sub-dū'al, *n.* ಜಯಿಸುವಿಕೆ, ತಗ್ಗಿಸುವಿಕೆ. Sub-dū'ĕr, *n.* ಜಯಿಸುವವನು.

Sub-jā'cent, *a.* ಕೆಳಗಿರುವ.

Sub'ject, *a.* ಕೈಕೆಳಗಿರುವ, ಒಳಗಾದ, ಅಧೀನ, ವಶ; 2. ಗುರಿಯಾದ, *as*, all human things are s. to decay ಮನುಷ್ಯರು ಮಾಡಿದ್ದೆಲ್ಲಾ ನಾಶನಕ್ಕೆ ಗುರಿಯಾದದ್ದು, ಮಾನುಷಕಾರ್ಯವೆಲ್ಲಾ ನಾಶನವಾಗುವಂಥಾದ್ದು. *n.* ಜನ, ಪ್ರಜೆ; 2. ಕೈಕೆಳಗಿರುವವ; 3. ವಿಷಯ; 4. *(gram.)* ಕರ್ತೃ, ಆಖ್ಯೆ. Sub-ject', *v. t. r.* ಕೈಕೆಳಗೆ ತರು, ವಶ ಮಾಡು, ಒಳಗಾಗು, ಒಳಪಡು; 2. (expose) ಗುರಿ ಮಾಡು; 3. (cause to undergo) *as*, s. to a red heat ಕೆಂಪು ಕಾಸು; s. to a severe test ಚೆನ್ನಾಗಿ ವಿಚಾ

ಿಸು. **Sub-jec'tiŏn,** *n.* ಒಳಪಡಿಸೋಣ; 2. ಅಧೀನತೆ, ವಶ. **Sub'jec-tive,** *a.* ಕರ್ತೃಸಂಬಂಧವಾದ; 2. ಮನಸ್ಸಂಬಂಧವಾದ; 3. ಸ್ವಂತ; s. genitive ಕರ್ತರಿಷಷ್ಠಿ. **Sub'jec-tive-ly,** *ad.* ಮನಸ್ಸಂಬಂಧವಾಗಿ. **Sub-jec'ti-vism,** *n.* ಜ್ಞಾನವು ಬಾಹ್ಯವಸ್ತುವಿನ ರೂಪದಿಂದಲ್ಲ ಮನಸ್ಸಿನ ಮೇಲೆ ಅದರಿಂದುಂಟಾಗುವ ಪರಿಣಾಮದ ಮೇಲೆ ಹೋದಿದೆ ಎಂಬ ತತ್ವ. **Sub'ject-mat-tĕr,** *n.* ಪ್ರಸ್ತಾಪ, ಮುಖ್ಯ ವಿಷಯ.

Sub-join', *v. t. r.* ಮತ್ತೂ ಅನ್ನು, ಮತ್ತೂ ಕೂಡಿಸಿ ಬರೆ, — ಕೂಟಿಸಿ ಹೇಳು.

Sub judice, ವಿಚಾರಣೆಯಲ್ಲಿರುವುದಾಗಿ, ಇತ್ಯರ್ಥಕ್ಕೆ ಬಾಕಿ ಇರುವುದಾಗಿ.

Sub'ju-gāte, *v. t. r.* ಜಯಿಸು, ಗೆಲ್ಲು, ವಶಮಾಡು. **Sub-ju-gā'tiŏn,** *n.* ಜಯಿಸೋಣ, ಅಧೀನ ಮಾಡೋಣ; s. to one's self ಸ್ವಾಧೀನ ಮಾಡಿಕೊಳ್ಳುವುದು.

Sub-junc'tive, *a.* ಕೂಡಿಸಿದ, ಕೆಳಗೆ ಬರೆದ; s. mood *(gram.)* ಸಂಶಯಾರ್ಥಕ ರೂಪ.

Sub-let', *v. t. ir.* (-let', -let') ಒಳಗೇಣಿಗೆ ಕೊಡು, ಪ್ರತಿಲಾವಣಿ—, ಒಳ ಒಕ್ಕಲಿಗೆ—.

Sub'li-māte, *n.* ಎರಡು ದ್ರವಪದಾರ್ಥಗಳನ್ನು ಮಿಶ್ರಮಾಡಿದ ಅಡಿಯಲ್ಲಿ ಇಳಿದು ನಿಲ್ಲುವ ಘನ ಪದಾರ್ಥ, "ಬಟ್ಟೀ" ಇಳಿಸಿದ ವಸ್ತು, ಭಸ್ಮ. *v. t. r.* "ಬಟ್ಟೀ" ಇಳಿಸು, ಭಸ್ಮಮಾಡು; corrosive s. ಸವೀರ.

Sub-lime', *a.* ಎತ್ತರವಾದ; 2. ದೊಡ್ಡ, ಉತ್ತಮ, ಮಹತ್ತಿನ, ಘನವಾದ; 3. ಹಿಗ್ಗಿಕೊಂಡ. *v. t. r.* "ಬಟ್ಟೀ" ಇಳಿಸು; 2. ಉತ್ಕೃಷ್ಟ ಮಾಡು, ಶುದ್ಧ—. *n.* ಮಹನೀಯವಾದದ್ದು; a s. style ಘನವಾದ ಕಾವ್ಯಧೋರಣೆ. **Sub-lime'ly,** *ad.* ಉತ್ಕೃಷ್ಟವಾಗಿ, ಉತ್ತಮವಾಗಿ. **Sub-lim'i-ty, Sub-lime'ness,** *n.* ಎತ್ತರ; 2. ಘನತೆ, ಮಹತ್ವ, ಗಾಂಭೀರ್ಯ.

Sub'lu-nar-y, -nar, *a.* ಚಂದ್ರನ ಕೆಳಗಣ; 2. ಲೌಕಿಕ, ಐಹಿಕ, ಪ್ರಪಂಚದ.

Sub-ma-rine', *a.* ಸಮುದ್ರದೊಳಗಣ; s. fire ಬಡಬಾಗ್ನಿ. *n.* ಜಲಾಂತರ್ನಾವೆ.

Sub-mĕrge', *v. t. r.* ಮುಣುಗಿಸು. *v. i.* ಮುಣುಗು. **Sub-mĕr'gence,** *n.* ಮುಣುಗೋಣ, ಮುಣುಗಿರೋಣ. **Sub-mĕr'siŏn,** *n.* ಮುಣುಗಿಸುವಿಕೆ, ಮುಣುಗೋಣ.

Sub-mit', *v. t. r.* (-mit'ted) ಒಪ್ಪಿಸು; 2. s. one's self ಒಳಗಾಗು, ವಶವಾಗು. *v. i.* ಒಳಗಾಗು, ಒಪ್ಪಿಕೊಳ್ಳು, ಅಧೀನವಾಗು, ಬಗ್ಗು.

Sub'miss, *a.* ವಿನಯವಾದ, ಸಾಧು. **Sub-mis'siŏn (-mish'un),** *n.* ಒಳಗಾಗೋಣ, ವಶ; 2. ವಿನಯ. **Sub-mis'sive,** *a.* ಆಜ್ಞಾಧಾರಕ, ವಿನಯವುಳ್ಳ. **Sub-mis'sive-ly,** *ad.* ವಿನಯವಾಗಿ, ವಿನಯಪೂರ್ವಕವಾಗಿ. **Sub-mis'sive-ness,** *n.* ಅಧೀನತೆ, ವಿನಯ, ನಮ್ರತೆ.

Sub-mul'ti-ple, *n.* ಗುಣಕ ಪದ.

Sub-or'di-nāte, *a.* ಕೆಳಗಿನ, ಅಧೀನ; 2. ಕೀಳು ತರದ, ಗೌಣ. *n.* ಎರಡನೆಯವ; 2. ಕೆಳಗಿನ ಉದ್ಯೋಗಸ್ಥ. *v. t. r.* ಕೀಳುತರ ಮಾಡು. **Sub-or-di-nā'tiŏn,** *n.* ಕೈಕೆಳಗಿರುವುದು, ಅಧೀನತ್ವ.

Sub-orn', *v. t. r.* ಸುಳ್ಳಾಣೆ ಇಡುವುದಕ್ಕೆ ಹಚ್ಚು; 2. ಲಂಚಾ ಕೊಡು *c. d.;* 3. ದುರ್ಬೋಧನೆ ಹೇಳು *c. d.;* 4. ಕದ್ದುಕೊಳ್ಳು. **Sub-or-nā'tiŏn,** *n.* ಕೆಟ್ಟ ಕೆಲಸಕ್ಕೆ ಹಚ್ಚೋಣ; 2. ಲಂಚಾ ಕೊಡೋಣ. **Sub-or'nĕr,** *n.* ಕೆಟ್ಟ ಕೆಲಸ ಮಾಡಿಸುವವ, ಕೆಟ್ಟ ಕೆಲಸಕ್ಕೆ ಹಚ್ಚಿದವ; 2. ಲಂಚಾ ಕೊಡುವವ.

Sub-pœ'na (sup-pē'na), *n.* "ಸರಕಾರದ" ಆಜ್ಞಾಪತ್ರಿಕೆ, "ಕೋರ್ಟಿನ ಸಮ್ಮನು". *v. t. r.* ಸಾಕ್ಷಿ "ಸಮ್ಮನು" ಜಾರೀಮಾಡು.

Sub-scrībe', *v. t. r.* ಸಹಿ ಹಾಕು *c. d.* "ರುಜು"—, ಒಪ್ಪಿತ—; 2. ಪಟ್ಟೀ ಕೊಡು, ವಂತಿಗೆ ಕೊಡು. *v. i.* ಒಪ್ಪಿಕೊಳ್ಳು; 3. (to a newspaper) "ಚಂದಾದಾರ"ನಾಗು. **Sub-scrī'bĕr,** *n.* ಒಪ್ಪಿತ ಹಾಕಿದವ; 2. (for any public purpose) ಪಟ್ಟೀ ಕೊಡುವವ; 3. (to a newspaper) "ಚಂದಾದಾರ". **Sub'script letter,** *n. (gram.)* ಒತ್ತಕ್ಷರ. **Sub-scrip'tiŏn,** *n.* ಒಪ್ಪಿತ ಹಾಕುವುದು, "ರುಜು"; 2. (for any public purpose) ಪಟ್ಟಿ, ವಂತಿಗೆ ಪಟ್ಟಿ, ವಂತಿಗೆ ಕೊಡುತ್ತೇನೆಂದು ಸಹಿ, ಕುಳವಾರು ಪಟ್ಟಿ; 3. (money to be given for a newspaper) "ಚಂದಾ"ಹಣ.

Sub'se-quent, *a.* ಈಚೆಗಾದ, ತರುವಾಯದ, ತರುವಾಯ ಬಂದ, ಅನಂತರದ. **Sub'se-quence, -quency,** *n.* ತರುವಾಯ ಬರುವುದು, ಹಿಂದೆ—. **Sub'se-quent-ly,** *ad.* ಹಿಂದುಗಡೆ, ತರುವಾಯ, ಬಳಿಕ.

Sub-sĕrve', *v. t. & i. r.* ಸಾಗಿಸು, ಉಪಯೋಗಕ್ಕೆ ಬೀಳು *c. d.*, ನೆರವಾಗು *c. d.*, ಕೆಲಸಕ್ಕೆ ಬರು **Sub-sĕr'vi-ence, -en-cy,** *n.* ಸಹಾಯ, ಒತ್ತಾಸೆ, ಉಪಯೋಗ, ಅನುಕೂಲ. **Sub-sĕr'vi-ent,** *a.* ಕೆಲಸಕ್ಕೆ ಬರುವ, ನೆರವಾಗುವ, ಅನುಕೂಲ, ಉಪಯುಕ್ತ.

Sub-sīde', *v. i. r.* ತಳಕ್ಕೆ ಹೋಗು, ತೇರಾಗು, ತೇರು (*as*, lees); 2. ಹಿಮ್ಮೆಟ್ಟು, ತೇರು, ಶಾಂತವಾಗು (*as*, illness, a tumult); 3. ಕುಸಿ, ಕುಸಿಬೀಳು (*as*, the ground). Sub-sī'dence, -sī'den-cy, *n.* (sinking) ಕುಸಿಯೋಣ; 2. (abatement) ಇಳಿತರ, ಇಳಿಮುಖ, ಉಪಶಮನ; 3. (settling) ತಳಕ್ಕೆ ಹೋಗೋಣ, ತೇರುಗಟ್ಟೋಣ.

Sub'si-dy, *n.* ಸಹಾಯ, ಸಹಾಯದ ಹಣ. Sub-sid'i-ar-y, *a.* ಒತ್ತಾಸೆಯಾಗಿರುವ, ಸಹಾಯಕ, "ಕುಮಕಿನ", ಉಪ. Sub'si-dīse, *v. t. r.* ಒತ್ತಾಸೆಯ ಹಣ ಕೊಡು, ಸಹಾಯದ ಹಣ ಕೊಡು.

Sub-sist', *v. i. r.* ಇರು; 2. ನೆಲೆಯಾಗಿರು; 3. ಬದುಕು, ಹೊಟ್ಟೆಹೊರಕೊಳ್ಳು, ಜೀವನ ಮಾಡು. *v. t.* ಸಲಹು, ಪೋಷಿಸು. Sub-sist'ence, *n.* ಇರುವಿಕೆ; 2. ಬದುಕು, ಜೀವನ, ಜೀವನೋಪಾಯ, ಗ್ರಾಸೋಪಾಯ. Sub-sist'ent, *a.* ಇರುವ; 2. ನೆಲೆಯಾಗಿರುವ; a s. quality ಸಹಜಗುಣ.

Sub'stance, *a.* ಸತ್ವ, ವಸ್ತು, ದ್ರವ್ಯ; 2. ಪದಾರ್ಥ; 3. ಮೂರ್ತಿ; 4. ಸಾರ, ಸಾರಾಂಶ; 5. ಬದುಕು, ಆಸ್ತಿ.

Sub-stan'tial, *a.* (real) ವಾಸ್ತವಿಕ; 2. (true) ನಿಜ; 3. (material) ಮೂರ್ತಿಮತ್; 4. (strong) ಗಟ್ಟಿ, "ಮಜಬೂತಾದ"; 5. (possessed of goods) "ಮಾತುಬರಿ", ಸಂಪತ್ತಿನ; a s. man ಆಧಾರಸ್ಥ *(S.C.)*, ಸಂಪತ್ತಿನವ. Sub-stan'tial-ly, *ad.* ಮೂರ್ತಿಮತ್ತಾಗಿ, ವಾಸ್ತವಿಕವಾಗಿ; 2. (truly) ನಿಜವಾಗಿ, ಸತ್ಯವಾಗಿ. Sub-stan'tials, *n. pl.* ಮುಖ್ಯಾಂಶಗಳು. Sub-stan'ti-āte, *v. t. r.* ಖರೆ ಮಾಡು, ಸತ್ಯವೆಂತ ಸ್ಥಾಪಿಸು. Sub-stan-ti-ā'tiŏn, *n.* ಖರೆ ಮಾಡುವುದು, ರುಜು. Sub'stan-tive, *a.* ಇರುವಿಕೆಯನ್ನು ಸೂಚಿಸುವ; 2. ನಾಮಪದದಂಥ. *n.* ನಾಮಪದ.

Sub'sti-tūte, *v. t. r.* ಪ್ರತಿಯಾಗಿಡು, "ಬದಲಿಗೆ" ಇಡು, "ಬದಲು" ಕೊಡು. *n.* "ಬದಲಿ", "ಐವಜ", ಮುಯ್ಯಾಳು. Sub-sti-tū'tiŏn, *n.* ಈಡು, "ಬದಲಿಡುವುದು", ಹೊಣೆ, ಪ್ರತೀಕಾರ. Sub-sti-tū'tiŏn-al, -ar-y, *a.* "ಬದಲಿಯ", ಪ್ರತಿನಿಧಿಯ. Sub-sti-tū'tiŏn-ary, *a.* ಬದಲಿಯ, ಪ್ರತಿನಿಧಿಯ.

Sub-strā'tum, *n.* ಕೆಳಗಿನ ಹಾಸಿಗೆ, —ಮಣ್ಣು, [ಕೆಳಪದರು.

Sub-struc'tiŏn, -struc'ture (*or* -chur), *n.* ಕೆಳಗಿನ ಕಟ್ಟೆ, ಅಸ್ತಿವಾರ.

Sub-tend', *v. t. r.* ಎದುರಾಗಿರು *c. d.*

Sub'tĕr, *pref.* ಕೆಳಗೆ, ಕೆಳಗಿನ.

Sub-tĕr-fūge', *n.* ನೆವನ, ಯುಕ್ತಿ.

Sub-tĕr-rā'ne-an, -rā'ne-ŏus, *a.* ನೆಲದೊಳಗಣ, ಭೂಮಿಯ ಕೆಳಗಿರುವ; s. passage ಸುರಂಗ, ಸುರಂಗದ್ವಾರ; s. river ಅಂತರ್ವಾಹಿನಿ, ಗುಪ್ತಗಾಮಿನಿ.

Sub'tile (*or* sut'l), *a.* ತೆಳುವಾದ, ಸೂಕ್ಷ್ಮ; 2. ತೀಕ್ಷ್ಣ; 3. ತಂತ್ರವುಳ್ಳ, ಕುಯುಕ್ತಿಯ. Sub'tile-ly, *ad.* ಸೂಕ್ಷ್ಮವಾಗಿ; 2. ಜಾಣನಾಗಿ, ತಂತ್ರವಾಗಿ. Sub't'le-ness, Sub'til-ty, *n.* ಸೂಕ್ಷ್ಮತೆ, "ನಾಜೂಕು"; 2. ತಂತ್ರ, ಕುಯುಕ್ತಿ.

Subt'le (sut'l), *a.* ತಂತ್ರವುಳ್ಳ, ಕುಶಾಗ್ರಮತಿಯ, ಸೂಕ್ಷ್ಮ. Subt'le-ness, Subt'le-ty, (sut'l-), *n.* ತಂತ್ರ, ಸೂಕ್ಷ್ಮತೆ. Subt'ly (sut'li), *ad.* ತಂತ್ರವಾಗಿ, ಕುಶಾಗ್ರಮತಿಯಾಗಿ.

Sub-tract', *v. t. r.* ಕಳೆ, "ವಜಾ" ಮಾಡು. Sub-trac'tiŏn, *n.* ಕಳೆಯುವಿಕೆ, "ವಜಾಬಾಕಿ", ವ್ಯವಕಲನ. Sub'tra-hend, *n.* ಕಳೆಯತಕ್ಕ ಸಂಖ್ಯೆ, ಲಘು ಸಂಖ್ಯೆ.

Sub'urb, *n.* ಪಟ್ಟಣದ ಹೊರಗಿನ ಕೇರಿ, ಕೊಪ್ಪಲು, ಉಪನಗರ. Sub-ur'ban, *a.* ಉಪನಗರದ, ಉಪನಗರದಲ್ಲಿರುವ, ನಗರದ ಸಮೀಪ, ಸುತ್ತಮುತ್ತಲಿನ.

Sub-ven'tiŏn, *n.* "ಸರಕಾರದವರು" ಕೊಟ್ಟ ದ್ರವ್ಯಸಹಾಯ.

Sub-vĕrt', *v. t. r.* ಬುಡ ಮೇಲೆ ಮಾಡು; 2. ನಾಶನ ಮಾಡು, ಕೆಡಿಸು. Sub-vĕr'siŏn, *n.* ಬುಡ ಮೇಲೆ ಮಾಡೋಣ; 2. ನಾಶನ. Sub-vĕr'sive, *a.* ಬುಡ ಮೇಲೆ ಮಾಡುವ; 2. ನಾಶಕರ.

Suc-cē-dā'neum, *n.* ಪ್ರತ್ಯಾಮ್ನಾಯವಾದದ್ದು, ಬದಲು.

Suc-cēed', *v. t. r.* ಬೆನ್ನಿನ ಹಿಂದೆ ಬರು *c. g.*; 2. ಸ್ಥಳಕ್ಕೆ ಬರು *c.g.*, ಉತ್ತರಾಧಿಕಾರಿಯಾಗು *c. g. v. i.* ಹಿಂದೆ ಬರು *c. g.*; 2. ತರುವಾಯ ಪಟ್ಟಕ್ಕೆ ಕೂಡ್ರು; 3. ಬಾಯಿಗೊಳ್ಳು, ಕೈಗೂಡು, ಕೃತಾರ್ಥನಾಗು, ಕೊನೆ ಸಾಗು; I did not s. ನನ್ನ ಕೊನೇ ಸಾಗಲಿಲ್ಲ, ಕೈಕಲೆತು ಬರಲಿಲ್ಲ. Suc-cēed'ing, *a.* ಹಿಂದಿನ. Suc-cess', *n.* ಕೈಗೂಡುವುದು, ಕೈಸಾರುವುದು, ಏಳಗತಿ, ಜಯ, ಕಾರ್ಯಸಿದ್ಧಿ, ಇಷ್ಟಾರ್ಥ, ಸಫಲ, ತೇಗರ್ಡೆ, ಕ್ರಮವರ್ತಿತ್ವ *(My.)*. Suc-cess'ful, *a.* ಕೈಗೂಡುವ, ಕೃತಾರ್ಥ, ಸಾರ್ಥಕ, ಶುಭ

ವಾದ, ಸಫಲವಾದ. **Suc-cess'ful-ly**, *ad.* ಕೈಗೂಡಿಬರುವಂತೆ, ಕೃತಾರ್ಥವಾಗಿ, ಸಾರ್ಥಕ ವಾಗಿ, ಸಫಲವಾಗಿ. **Suc-ces'siŏn** (-sesh'-un), *n.* ತರುವಾಯ ಬರುವುದು, ಪರಂಪರೆ, ವಂಶಾವಳಿ; 2. ಉತ್ತರಾಧಿಕಾರಿಯಾಗೋಣ; s. in the female line ಪೆಣ್ಣುಮೂಲ, ಅಳಿಯಸಂತಾನ, ಮರುಮಕ್ಕತ್ತಾಯ; s. in the male line ಮಕ್ಕಳಸಂತಾನ, ಮಕ್ಕತ್ತಾಯ; apostolical s. "ಅಪೊಸ್ತೊಲಿಕ" ಕ್ರಮಾಗಮ. **Suc-ces'siŏn-al** (-sesh'un-), *a.* ಒಂದರ ಹಿಂದೊಂದು ಬರುವ, ಪರಂಪರೆಯ. **Suc-ces'sive**, *a.* ಒಬ್ಬರ ಹಿಂದೊಬ್ಬರು ಬರುವ, ಒಂದರ ಹಿಂದೊಂದು ಬರುವ. **Suc-ces-sive-ly**, *ad.* ಒಂದರ ಹಿಂದೊಂದು. **Suc-ces'sŏr**, *n.* ಬೆನ್ನಿನವ, ಹಿಂದಿನವ, ಉತ್ತರಾಧಿಕಾರಿ, ಅನಂತರೀಯ.

Suc-cinct', *a.* ಸಂಕ್ಷೇಪ, ಅಡಕವಾದ. **Suc-cinct'ly**, *ad.* ಸಂಕ್ಷೇಪವಾಗಿ. **Suc-cinct'-ness**, *n.* ಸಂಕ್ಷೇಪ, ಅಡಕ.

Suc'cŏur, *n.* ಸಹಾಯ, ಒತ್ತಾಸೆ; s. of an army ಬೆಂಬಲ. *v. t. r.* ನೆರವಾಗು, ಸಹಾಯ ಮಾಡು *c. d.*, ಕೈಕೊಡು *c. d.*, ಬೆನ್ನಾಸರೆಯಾಗು *c. d.* **Suc'cŏur-less**, *a.* ಸಹಾಯವಿಲ್ಲದ, ಬೆಂಬಲವಿಲ್ಲದ.

Suc'cū-lent, *a.* ಸಾರವುಳ್ಳ, ರಸ ತುಂಬಿದ. **Suc'cū-lence, -len-cy**, *n.* ರಸಭರಿತತ್ವ. **Suc'cū-lent-ly**, *ad.* ಸಾರವುಳ್ಳದ್ದಾಗಿ.

Suc-cumb' (-kum'), *v. t. r.* ಒಳಗಾಗು, ಒಳಪಡು; 2. ಸೋಲು, ಸೋತುಹೋಗು.

Such, *n.* ಅಂಥ, ಇಂಥ, *as*, s. a man as that ಅವನಂಥ ಮನುಷ್ಯ, ಅಂಥವನು; I never saw s. a thing as this ಇಂಥಾದ್ದನ್ನು ನಾನೆಂದೂ ನೋಡಿದ್ದಿಲ್ಲ; they made s. a noise that I could not sleep ನಾನು ನಿದ್ರೆ ಮಾಡಕೂಡದಂಥ ಗದ್ದಲ ಮಾಡಿದರು; s. and s. ಇಂಥಿಂಥಾ, "ಫಲಾನಿ"; s. and s. like ಈ ಮೊದಲಾದ. **Such'wīse**, *ad.* ಹಾಗೆ, ಆ ರೀತಿ.

Suck, *v. t. & i. r.* (*pr.* sukt) ಚೀಪು, ಸೀಪು, ಚಿವುಕು, ಹೀರು, ಹೀರಿಕೊಳ್ಳು; s. the breast ಮೊಲೆ ಕುಡಿ, —ಉಣ್ಣು, —ತಿನ್ನು. *n.* ಚೀಪುವಿಕೆ; 2. ಮೊಲೆಪಾಲು; to give s. ಮೊಲೆ ಕುಡಿಸು, —ಉಣ್ಣಿಸು. **Suck'ĕr**, *n.* ಹೀರುವ ನಳಿಗೆ; 2. ಚಿಗುರು, ಮೊಳಕೆ.

Suck'le, *v. t. r.* ಮೊಲೆ ಕೊಡು, —ತಿನ್ನಿಸು. **Suck'ling**, *n.* ಮೊಲೇ ಕೂಸು, ಮರಿ.

Sū'crōse, *n.* ಸಕ್ಕರೆ.

Suc'tiŏn, *n.* ಚೀಪುವಿಕೆ, ಹೀರುವಿಕೆ.

Sū'da-tor-y, *a.* ಬೆವರುವ, ಸ್ವೇದಜನಕ. *n.* ಉಗಿ ಕಾಸಿಕೊಳ್ಳೋಣ, ಉಗಿಕೊಳ್ಳೋಣ. **Sū-dā'tiŏn**, *n.* ಬೆವರುವಿಕೆ.

Sud'den (sud'n), *a.* ಫಕ್ಕನೆ ಬಂದ, ಆದ, ಛಳ್ಳನೆ ಬಂದ, ಅಕಸ್ಮಾತ್ತಾದ. *n.* ಫಕ್ಕನೆ ಆದದ್ದು; on a s., all of a s., **Sud'den-ly**, *ad.* ಒಮ್ಮಿಂದೊಮ್ಮೆ, ಫಕ್ಕನೆ, ಸರಕ್ಕನೆ, ಹಪ್ಪನೆ, ತಟ್ಟನೆ, ತಟಕ್ಕನೆ, ಪುಸಕ್ಕನೆ, ಕಿಸಕ್ಕನೆ. **Sud'-den-ness** (sud'n-nes), *n.* ಫಕ್ಕನೆ ಬರುವುದು, ಆಕಸ್ಮಿಕತೆ.

Sū-dor-if'ic, *a.* ಬೆವರು ಹುಟ್ಟಿಸುವ, ಸ್ವೇದೋತ್ಪಾದಕ. *n.* ಸ್ವೇದೋತ್ಪಾದಕ ಔಷಧ.

Sū'dra, *n.* ಶೂದ್ರನು.

Suds, *n. pl.* ಸಾಬೂನಿನ ನೀರು, ಸಬಕಾರದ—; to be in the s. ಕಷ್ಟದಲ್ಲಿರು.

Süe, *v. t. & i. r.* ಬೇಡಿಕೊಳ್ಳು; 2. ವ್ಯಾಜ್ಯ ನಡಿಸು, "ಫಿರ್ಯಾದಿ" ಮಾಡು; 3. ಮೋಹಿಸು, ವರಿಸು. **Sū'ĕr**, *n.* ಫಿರ್ಯಾದಿ ಮಾಡುವವನು; 2. ಸ್ತ್ರೀಯನ್ನು ವರಿಸುವವನು.

Sū'et, *n.* ನೆಣ, "ಚರಬಿ", ಕೊಬ್ಬು. **Sū'et-y**, *a.* ನೆಣದಂಥ, ಕೊಬ್ಬಿನ.

Suf'fĕr, *v. t. r.* (feel, undergo) ಅನುಭವಿಸು, ಪಡು, ಸಹಿಸು, ಆಗು, *as*, he suffered great hardship ಅವನು ಬಹು ಕಷ್ಟಪಟ್ಟ, ಅವನಿಗೆ ಬಹಳ ಕಷ್ಟವಾಯಿತು; to s. change ಬದಲಾಗು, ಮಾರ್ಪಡು; 2. (sustain) ತಾಳು, ಸೈರಿಸು; 3. (permit) ಕೊಡು, ಗೊಡಿಸು, *as*, s. him to come ಅವನನ್ನು ಬರಗೊಡು, —ಬರಗೊಡಿಸು. *v. i.* (feel pain) ದುಃಖ ಅನುಭವಿಸು, ಕಷ್ಟಪಡು, ತಾಳಿಕೊಳ್ಳು; 2. (undergo punishment) ತಕ್ಕದ್ದು ಹೊಂದು, *as*, you will s. for this ಇದಕ್ಕೆ ನಿನಗೆ ತಕ್ಕದ್ದಾಗುವುದು, ಇದಕ್ಕೆ ನಿನಗೆ ತಕ್ಕ ಪ್ರಾಯಶ್ಚಿತ್ತವಾಗುವುದು; 3. (be injured) ನಷ್ಟಪಡು, ನಷ್ಟವಾಗು *c.d.*, *as*, the people suffered much by the king's illness ಅರಸನ ಅಸ್ವಸ್ಥದಿಂದ ಜನರಿಗೆ ಬಹಳ ಕಷ್ಟವಾಯಿತು. **Suf'-fĕr-a-ble**, *a.* ತಾಳತಕ್ಕ, ಸಹಿಸುವಂಥ, ಸಹ್ಯ. **Suf'fĕr-a-bly**, *ad.* ತಾಳುವಂತೆ. **Suf'fĕr-ance**, *n.* ಶ್ರಮ, ದುಃಖಾನುಭವ; 2. ಸಹನ, ತಾಳ್ಮೆ; 3. ಸಮ್ಮತಿ. **Suf'fĕr-ĕr**, *n.* ದುಃಖಭೋಗಿ, ಕಷ್ಟಪಡುವವ; 2. ಆಗಗೊಡಿಸುವವ. **Suf'fĕr-ing**, *n.* ಕಷ್ಟ, ಶ್ರಮ, ಪಾಡು, ಪಡಿಪಾಟು, ಕಸವಿಸಿ, ದುಃಖಾನುಭವ. **Suf'fĕr-ing-ly**, *ad.* ಕಷ್ಟದಿಂದ, ಕಷ್ಟವಾಗಿ, ದುಃಖವಾಗಿ.

Suf'fīce, *v. i. r.* ಸಾಲು, ಸಾಕಾಗು. *v. i.* ಸಾಕಾಗು *c. d.*, ತೃಪ್ತಿಪಡಿಸು. Suf-fi'cien-cy (-fish'en-), *n.* ಸಾಕಾಗಿರುವುದು; 2. ಯೋಗ್ಯತೆ; 3. ತಕ್ಕಷ್ಟು ಆಸ್ತಿ; 4. ಸಾಕಷ್ಟುತ್ರ; 5. ಅಹಂಭಾವ, ದರ್ಪ. Suf-fi'cient (-fish'ent), *a.* ಸಾಕಾದ, ಸಾಕಷ್ಟು, ಸಾಕೆಂಬುವಷ್ಟು; 2. ತಕ್ಕ, ಯೋಗ್ಯ. Suf-fi'cient-ly, *ad.* ಸಾಕಷ್ಟು, ತಕ್ಕಷ್ಟು.

Suf'fix, *n.* ಅಂತ್ಯ ಪ್ರತ್ಯಯ. *v. t. r.* ಅಂತ್ಯ ಪ್ರತ್ಯಯ ಸೇರಿಸು.

Suf'fō-cāte, *v. t. r.* ಉಸುರುಕಟ್ಟಿಸು, ಶ್ವಾಸ ಕಟ್ಟಿಸಿ ಕೊಲ್ಲು; 2. ನೊಂದಿಸು. *a.* ಉಸುರು ಕಟ್ಟಿಸಿದ. Suf'fō-cā-ting-ly, *ad.* ಉಸು ರುಕಟ್ಟುವಂತೆ. Suf-fō-cā'tion, *n.* ಉಸು ರುಕಟ್ಟಿಸೋಣ; 2. ಉಸುರುಕಟ್ಟುವುದು. Suf'fō-ca-tive, *a.* ಉಸುರುಕಟ್ಟುವಂಥ.

Suf'fra-gan, *a.* ಸಹಾಯಕನಾದ. *n.* ಸಹಾಯಕ, "ಬಿಷೋಪ".

Suf'frāge, *n.* ಮತ, ಸಮ್ಮತಿ, ಅನುಮತಿ.

Suf-fra-gette', *n.* ಸ್ತ್ರೀಗಳಿಗೆ ರಾಜಕೀಯ ಕಾರ್ಯಗಳಲ್ಲಿ ಸಮ್ಮತಿ ಬೇಕೆಂದು ವಾದಿಸುವವಳು.

Suf-fūse', *v. t. r.* ಹರವು, ಹಬ್ಬಿಸು, ತುಂಬಿಸು. Suf-fū'sion, *n.* ಹರವಿಕೆ, ವ್ಯಾಪಿಸುವಿಕೆ.

Sug'ar (shug'ėr), *n.* ಸಕ್ಕರೆ. *v. t. r.* ಸಕ್ಕರೆ ಹಾಕು, ಸಿಹಿಮಾಡು. Sug-ar-can-dy, *n.* ಕಲ್ಲುಸಕ್ಕರೆ. Sug'ar-cāne, *n.* (*Saccharum officinarum, L.*) ಕಬ್ಬು, ಇಕ್ಷು; a stick of s. ಕಬ್ಬಿನ ಕೋಲು, —ಗಣೆ, ಇಕ್ಷು ದಂಡ. Sug'ared (shug'ėrd), *a.* ಸಕ್ಕರೆ ಹಾಕಿದ, ಸಿಹಿ ಮಾಡಿದ. Sug'ar-less, *a.* ಸಕ್ಕರೆ ಇಲ್ಲದ. Sug'ar-lōaf (-lōf), *n.* ಅಚ್ಚು ಸಕ್ಕರೆ. Sug'ar-mill, *n.* ಕಬ್ಬಿನ ಗಾಣ, —ಆಲೆ; 2. ಸಿಹಿ ಮಾತು, ಇಚ್ಛಕ. Sug'ar-y, *a.* ಸಕ್ಕರೆಯ, ಸಿಹಿಯಾದ.

Sug-gest' (*or* sud-jest), *v. t. r.* ಸೂಚಿಸು, ತಿಳಿಸು. Sug-gest'ėr, *n.* ಸೂಚಿಸುವವ. Sug-ges'tion, *n.* ಸೂಚನೆ. Sug-gest'ive, *a.* ಸೂಚಿಸುವ, ಸೂಚಕ. Sug-gest'ive-ly, *ad.* ಸೂಚಿಸುವಂತೆ. Sug-gest'ive-ness, *n.* ಸೂಚಕವಾಗಿರುವಿಕೆ.

Sū'i-cīde, *n.* ಆತ್ಮಘಾತ, ಆತ್ಮಹತ್ಯೆ, ಸ್ವಹತ್ಯೆ; 2. ಆತ್ಮಘಾತಕಿ. Sū-i-cī'dal, *a.* ಸ್ವಘಾತಕದ, ಆತ್ಮಹತ್ಯದ. Sū-i-cī'dal-ly, *ad.* ಸ್ವಘಾತಕವಾಗಿ.

Sūit (sūt), *n.* ಸಾಧನೆ, ಪ್ರಯತ್ನ; 2. ಮದುವೆಗಾಗಿ ಸ್ತ್ರೀ ಮೆಚ್ಚಿಸೋಣ, ಸ್ತ್ರೀ ವರಿಸೋಣ; 3. ವ್ಯವಹಾರ, ವ್ಯಾಜ್ಯ; 4. ಪರಿವಾರ; 5. ಮನವಿ, ಅರ್ಜಿ; s. of clothes. *etc.* "ದುಸ್ತು", ಜತೆ; to follow s. ಒಬ್ಬರ ಹಿಂದೆಯೇ ಹೋಗು. *v. t. r.* ಸರಿ ಮಾಡು, ಒಪ್ಪ—; 2. ಒಪ್ಪು *c. d.*, ಸರಿಬೀಳು *c. d.*; s. the action to the word ಅಭಿನಯಿಸು. *v. i.* ಸರಿಬೀಳು, ಒಪ್ಪು, ತಕ್ಕದ್ದಾಗಿರು. Sūit'ŏr, *n.* ಬೇಡುವವ, "ಅರ್ಜಿದಾರ"; 2. ಲಗ್ನಕ್ಕಾಗಿ ಹೆಣ್ಣು ಬೇಡುವವ, ವರಿಸುವವ.

Sūit'a-ble, *a.* ತಕ್ಕ, ಒಪ್ಪುವ, ಸರಿಯಾದ. Sūit'a-ble-ness, Sūit'a-bil'i-ty, *n.* ಯೋಗ್ಯತೆ, ಒಪ್ಪುವಿಕೆ. Sūit'a-bly, *ad.* ತಕ್ಕದ್ದಾಗಿ, ಯೋಗ್ಯವಾಗಿ.

Suite (swēt), *n.* ಪರಿವಾರ; 2. ಸಾಲು.

Sulk, *v. i. r.* ಬಿಕ್ಕೊಂಡಿರು, ಸಿಟಿಕೊಳ್ಳು, ಮುನಿಸುಗುಟ್ಟು. Sul'ki-ly, *ad.* ಸಿಟುಕೊಳ್ಳುತ್ತ, ಮುನಿಸುಗುಟ್ಟುತ್ತ. Sul'ki-ness, *n.* ಸಿಡವು, ಕಪ್ಪು ಮೋರೆ, ಉರಿಮೋರೆ. Sulks, *n. pl.* ಕರ್ಕಶ ಸ್ವಭಾವ, ಸಿಡುಮೋರೆ, ಸುಡು—, ಮುನಿಸು. Sul'ky, *a.* ಸಿಡುಮೋರೆಯ, ಸಿಟುಕೊಳ್ಳುವ, ಮುನಿಸುಗುಟ್ಟುವ.

Sul'len, *n.* ಮಬ್ಬು; 2. ಕೆಡಕ, ಅಶುಭ; 3. ಉರಿಮೋರೆಯ, ಸಿಡುಕುಮೋರೆಯ, ಕಪ್ಪು—; 4. ಮಂದ; look s. ಮೋರೆಗಂಟಿಡು. Sul'len-ly, *ad.* ಮಬ್ಬಾಗಿ; 2. ಅಶುಭವಾಗಿ, ಕೆಡಕಾಗಿ; 3. ಮೊಂಡವಾಗಿ; 4. ಸಿಡುಮೋರೆಯಾಗಿ. Sul'len-ness, *n.* ಉರಿಮೋರೆತನ, ದುರ್ಮುಖ, ದುರ್ಗುಣ; 2. ಮಬ್ಬು. Sul'lens, *n. pl.* ಸಿಡುಕು.

Sul'ly, *v. t. r.* (-lied) ಮಲಿನಮಾಡು, ಮಾಸು, ಕಳಂಕ ಮಾಡು. Sul'lied, *pp. a.* ಮಲಿನವಾದ.

Sul'phāte (-fāt), *n.* ಗಂಧಕದ್ರಾವಕಯುಕ್ತ ಪದಾರ್ಥ; s. of copper ತುತ್ಥ, ಮೈಲುತುತ್ತು, ತುತ್ತೆ; s. of iron ಹಿರೇಕಸ, ಅನ್ನಭೇದಿ; s. of magnesia ಭೇದಿ ಉಪ್ಪು; s. of zinc ಪಾಲ್ತುತ್ತು.

Sul'phur (-fėr), *n.* ಗಂಧಕ. Sul-phū're-ous, Sul'phū-rous, Sul'phū-ry (-fū-), *a.* ಗಂಧಕದ, ಗಂಧಕದಂಥ. Sul'phū're-ous-ly, *ad.* ಗಂಧಕವಾಗಿ. Sul'phū-ret (-fū-), *n.* ಗಂಧಕಮಿಶ್ರ; s. of mercury ಇಂಗಲೀಕ; yellow s. of arsenic ಅರಿದಳ. Sul-phū-ric ac'id, *n.* ಗಂಧಕದ್ರಾವಕ. —ಘೃತಿ, ಗಂಧಕದ ಎಣ್ಣೆ, ರಾಮಬಾಣದ ಎಣ್ಣೆ.

Sul'tan, *n.* "ಪಾಚ್ಛಾ", "ಸುಲ್ತಾನ". Sul-tā'-

na, Sul'ta-ness, *n.* "ಪಾಚ್ಛಾಯನ" ಪಟ್ಟದ ಹೆಂಡತಿ.

Sul'try, *a.* ಗಮ್ಮದ, ಗಮ್ಮುಕುಚ್ಚುವ, ಉಮರಿನ, ಸೆಕೆಯಾಗಿರುವ; s. heat ಉರಿ, ಸೆಕೆ; to be s. ಗಮ್ಮುಕುಚ್ಚು. Sul'tri-ness, *n.* ಉಮರು, ಸೆಕೆ, ಗಮ್ಮು, "ಕಾಂಕೆ".

Sum, *n.* ಒಟ್ಟು, "ಮೊಬಲಗು", ಲೆಕ್ಕ, ಸಾರಾಂಶ. *v. t. r.* (summed, *pr.* sumd) ಒಟ್ಟು ಮಾಡು; the s. and substance ಮುಖ್ಯ ಉದ್ದೇಶ, ತಾತ್ಪರ್ಯ; the s. total ಒಟ್ಟು ಜುಮಲ, —"ತೆರೀಜು". Sum-mā'tiŏn, *n.* ಒಟ್ಟುಮಾಡುವಿಕೆ, ಒಟ್ಟು.

Sum'mar-y, *n.* ಸಾರಾಂಶ, ಆಡಕ, ಸಮಾಹಾರ. *a.* ಸಂಕ್ಷೇಪವಾದ; 2. ಅವಸರದ. Sum'mar-i-ly, *ad.* ಸಂಕ್ಷೇಪವಾಗಿ, ಸಾರಾಂಶವಾಗಿ; 2. ಅವಸರವಾಗಿ. Sum-ma'rīse, *v. t. r.* ಸಾರಾಂಶ ಹೇಳು, ಸಂಗ್ರಹವಾಗಿ—.

Sum'mĕr, *n.* ಬೇಸಿಗೆಕಾಲ, ಗ್ರೀಷ್ಮಕಾಲ; s. house "ಮಹಲು", "ಬಂಗಲೆ". *v. t. r.* ಬೇಸಿಗೆ ಕಳೆ.

Sum'mĕr-set, *n., see* Somersault ಲಾಗ.

Sum'mit, *n.* ತುದಿ, ಶಿಖರ, ಶೃಂಗ; s. of a hill ಗುಡ್ಡದ ನೆತ್ತಿ.

Sum'mŏn, *v. t. r.* ಕರೆ, ಕರಿಸು; 2. ಅಧಿಕಾರದಿಂದ ಕರಿಸು, "ಪರವಾನಗಿಯಿಂದ"—; 3. *(mil.)* ಶರಣುಹೋಗಬೇಕೆಂತ ಕರೆ. Sum'-mŏns, *n.* "ಸರಕಾರಿ" ಆಜ್ಞಾಪತ್ರಿಕೆ, "ದುರಾಯಿ", "ಸಮ್ಮನು"; *pl.* Summonses.

Sum'mum bō'num, *n.* ಪರಮ ಪುರುಷಾರ್ಥ, ಪರಮ ಪ್ರಯೋಜನ, ಧ್ಯೇಯ.

Sump'tĕr (sum'tĕr), *n.* ಹೇರುವ ಕುದುರೆ, ಕಂಟ್ಲೆ—.

Sump'tū-ar-y, *a.* ವೆಚ್ಚವನ್ನು ಕುರಿತ.

Sump'tū-ŏus, *a.* "ಖರ್ಚಿನ", ಬಹು ಕ್ರಯದ, ಆಡಂಬರದ. Sump'tū-ŏus-ly, *ad.* "ದುಂದಾಗಿ", ಆಡಂಬರವಾಗಿ.

Sun, *n.* ಹೊತ್ತು, ಸೂರ್ಯ, ನೇಸರು, ಆದಿತ್ಯ, ರವಿ, ಆಗಸವಣಿ; 2. ಬಿಸಲು. *v. t. r.* (sunned, *pr.* sund) ಬಿಸಲಿಗೆ ಇಡು; s. is set ಸಂಪತ್ತು ಕ್ಷೀಣ ಗತಿಗೆ ಇಳಿಯಿತು; rising s. ಅಭ್ಯುದಯಕ್ಕೆ ಏರುವವ; mock s. ಸೂರ್ಯಾಭಾಸ, ಮಿಥ್ಯಾಸೂರ್ಯ; see the s. ಜೀವಂತವಾಗಿರು; a place in the s. ಅನುಕೂಲಸ್ಥಾನ; Sun'-bäth, *n.* ಸೂರ್ಯಕಿರಣಗಳಿಗೆ ಮೈಯೊಡ್ಡಿರುವುದು. Sun'bēam (-bēm). *n.* ಸೂರ್ಯಕಿರಣ, ರಶ್ಮಿ. Sun'-bĭrd, *n.* ಕದರಗಿಣಿ. Sun'burnt, *a.* ಬಿಸಲು ತಾಕಿದ, ಬಿಸಲಲ್ಲಿ ಒಣಗಿದ, ಕಂದಿದ Sun'-dī-al, *n.* ಛಾಯಾಯಂತ್ರ. Sun'down, *n.* ಹೊತ್ತು ಮುಣುಗೋಣ, ಅಸ್ತಮಾನ. Sun'-helmet, *n.* ಬಿಸಿಲು ಧಾವತಿ ತಗಲದಂತೆ ಮಾಡಿಕೊಳ್ಳುವ ಟೊಪ್ಪಿ. Sun'less, *a.* ಬಿಸಲಿಲ್ಲದ. Sun'-līght, *n.* ಸೂರ್ಯನ ಬೆಳಕು. Sun'ny, *a.* ಬಿಸಲು ಬೀಳುವ, ಬಿಸಿಲಿನ, ತಪ್ತವಾದ. Sun'-rīse, *n.* ಹೊತ್ತು ಮೂಡುವುದು, ಸೂರ್ಯೋದಯ; 2. ಮೂಡಲು, ಪೂರ್ವದಿಕ್ಕು. Sun'set, *n.* ಹೊತ್ತು ಮುಣುಗುವುದು, ಸೂರ್ಯಾಸ್ತಮಾನ; 2. ಪಶ್ಚಿಮ ದಿಕ್ಕು, ಪಡುವಲು; time of s. ಸಂಜೀ ಹೊತ್ತು, ಗುಜರಿ. Sun'shīne, *n.* ಬಿಸಲು, ಸೂರ್ಯಾತಪ, ಪ್ರಕಾಶ. Sun'strōke, *n.* ಬಿಸಲಿನಿಂದುಂಟಾಗುವ ನಂಜುಜ್ವರ. Sun'-spot, *n.* ಸೂರ್ಯನಲ್ಲಿಯ ಕಲೆ.

Sun'dāy (-dā), *n.* ಆದಿತ್ಯವಾರ, ರವಿವಾರ.

Sun'dĕr, *v. t. r.* ಬೇರೆಬೇರೆ ಮಾಡು, ವಿಂಗಡಿಸು, ಹರಿ. *n.* ಪ್ರತ್ಯೇಕಿಸುವಿಕೆ, ಛೇದನೆ, ವಿಯೋಗ.

Sun'dry, *a.* ಬಗೆಬಗೆಯ, ವಿವಿಧವಾದ, ನಾನಾ, ಅನೇಕ. Sun'dries, *n. pl.* "ಚಿಲ್ಲರೆ" ವಸ್ತುಗಳು, "ಚಿಲ್ಲರೆ ಖರ್ಚು", ಕಿರುಕುಳ.

Sun'flow-er, *n.* *(Helianthus annuus, L.)* ಸೂರ್ಯಪಾನದ ಹೂ, ಸೂರ್ಯಮುಖಿ, ಅರ್ಕಪುಷ್ಪ, ಹೊತ್ತುತಿರುಗಣ ಗಿಡ *(My.)*.

Sun'hemp, Sun'-fī-bre-plant, *n.* *(Crotalaria junceu, L.)* ಸಣಬು ಗಿಡ.

Suṅk, *pt.* & *pp. of* Sink.

Suṅk'en (suṅk'n), *a.* ಮುಣಿಗಿದ, ಕುಸಿದ; s. eye ಗುದ್ದುಗಣ್ಣು, ಗುಣಿಗಣ್ಣು.

Sunn, *n.* ಸಣಬು ನಾರು.

Sụ'nni, *n.* ಮುಸಲ್ಮಾನರಲ್ಲಿ ಸುನ್ನಿಪಕ್ಷದವ.

Sup, *v. i. r.* (supped, *pr.* supt) ರಾತ್ರಿ ಊಟಾ ಮಾಡು. *v. t.* ನಂಜ ಕುಡಿ, ಗುಟುಕು ಗುಟುಕಾಗಿ ಕುಡಿ; he that sups with the devil must have a long spoon ನೀಚ ಜನರೊಡನೆ ಸಂಧಾನ ಮಾಡುವುದು ಅಪಾಯಕರ. *n.* ಗುಟುಕು. [ಉಪಸರ್ಗ.

Sū'pĕr-, *pref.* ಮೇಲೆ, ಹೆಚ್ಚಾಗಿ, ಅತಿ ಎಂಬರ್ಥದ

Sū'pĕr-a-ble, *a.* ಸಾಧ್ಯವಾದ, ಸಾಧಿಸತಕ್ಕ.

Sū-pĕr-a-bound', *v. i. r.* ತುಂಬಿರು, ಮಿಕ್ಕಿರು, ಯಥೇಷ್ಟವಿರು. Sū-pĕr-a-bun'dance, *n.* ಹೆಚ್ಚಿಗೆ, ಬಾಹುಲ್ಯ, ಅತ್ಯಾಧಿಕ್ಯ, ಪುಷ್ಕಳತೆ. Sū-pĕr-a-bun'dant, *a.* ಹೆಚ್ಚು, ಅತ್ಯಧಿಕ. Sū-pĕr-a-bun'dant-ly, *ad.* ಹೆಚ್ಚೆಚ್ಚಾಗಿ, ಅತ್ಯಧಿಕವಾಗಿ, ಒಗುಮಿಗಿಲಾಗಿ.

Ͼ *as* k; c *as* s; ċh *as* sh; g *as in* get; ġ *as* j; ṅ *nasal, as in* aṅger; s̱ *as* z; ŧh *as in* ŧhou; x̱ *as* gz; ce, ci, si *and* ti *before a vowel as* sh: ocean, action.

Sū-pĕr-add', *v. t. r.* ಹೆಚ್ಚೆಚ್ಚು ಕೂಡಿಸು.

Sū-pĕr-an'nū-ā-ted, *a.* ಮುಪ್ಪಿನಿಂದ ಸೋಕಿತ, ಅತಿ ವೃದ್ಧನಾದ, ಬಹಳ ಹಳೇ. Sū-pĕr-an-nū-ā'tiŏn, *n.* ಬಹಳ ಮುಪ್ಪು, ವೃದ್ಧಾಪ್ಯ.

Sū-pĕrb', *a.* ಶೋಭೆಯುಳ್ಳ, ದಿವ್ಯ, ದೊಡ್ಡ, ಆಡಂಬರದ. Sū-pĕrb'ly, *ad.* ಮಹತ್ವದಿಂದ, ಶೋಭೆಯಾಗಿ, ವೈಭವವಾಗಿ.

Sū-pĕr-cār'gō, *n.* ವ್ಯಾಪಾರದ ಹಡಗಿನ "ಗುಮಾಸ್ತ".

Sū-pĕr-cil'i-ŏus, *a.* ಸೊಕ್ಕಿನ, ಕೊಬ್ಬಿದ, ಗರ್ವವುಳ್ಳ, ದರ್ಪದ, ಹುಬ್ಬುಗಂಟಿಕ್ಕುವ, ಹಮ್ಮುಬಿಮ್ಮಿನ. Sū-pĕr-cil'i-ary, *a.* ಕಣ್ಣುರೆಪ್ಪೆ ಮೇಲಿರುವ. Sū-pĕr-cil'i-ŏus-ly, *ad.* ಸೊಕ್ಕಿನಿಂದ, ಕೊಬ್ಬಿನಿಂದ, ಗರ್ವದಿಂದ, ದರ್ಪದಿಂದ. Sū-pĕr-cil'i-ŏus-ness, *n.* ಸೊಕ್ಕು, ಕೊಬ್ಬು, ದುರಹಂಕಾರ, ಗರ್ವ, ಹಮ್ಮುಬಿಮ್ಮು.

Sū-pĕr-em'i-nent, *a.* ಉತ್ತಮೋತ್ತಮ, ಅತಿ ಶ್ರೇಷ್ಠ, ಸರ್ವೋತ್ಕೃಷ್ಟ. Sū-pĕr-em'i-nence, -em'i-nen-cy, *n.* ಶ್ರೇಷ್ಠತೆ, ಸರ್ವೋತ್ಕೃಷ್ಟತೆ. Sū-pĕr-em'i-nent-ly, *ad.* ಉತ್ತಮೋತ್ತಮವಾಗಿ, ಸರ್ವೋತ್ಕೃಷ್ಟವಾಗಿ.

Sū-pĕr-er-ō-gā'tiŏn, *n.* ಬೇಕಾದ್ದಕ್ಕಿಂತ ಹೆಚ್ಚು ಮಾಡೋಣ, ಅತ್ಯಾಚಾರ. Sū-pĕr-ĕr-og'a-tŏr-y, *a.* ಬೇಕಾದ್ದಕ್ಕಿಂತ ಹೆಚ್ಚಿನ, ಅತ್ಯಾಚಾರದ.

Sū-pĕr-fi'ciēs (-fish'yēz), *n.* ಮೇಲ್ಮೈ, ಮೇಲ್ಭಾಗ, ಹೊರಮಗ್ಗಲು; 2. *(math.)* ಕ್ಷೇತ್ರ. Sū-pĕr-fi'cial (-fish'al), *a.* ಮೇಲ್ಮೇಲಿನ, ಹೊರಹೊರಗಿನ, ಬಹಿರ್ಭಾಗದ; 2. ಹುರುಳಿಲ್ಲದ, ಪೊಳ್ಳು, ಜೊಳ್ಳು; a s. observer ಆಳವಾಗಿ ನೋಡಿ ಪರೀಕ್ಷಿಸದವನು. Sū-pĕr-fi'cial-ly, *ad.* ಮೇಲೆಮೇಲೆ, ಹೊರಹೊರಗೆ. Sū-pĕr-fi-cial'i-ty, *n.* ಆಳವಿಲ್ಲದಿರುವಿಕೆ.

Sū-pĕr-fīne, *a.* ಅತಿ ನಯವಾದ, ಉಚಿತ, ಅತಿ ಸೂಕ್ಷ್ಮವಾದ, ನಾಜೂಕಾದ. Sū'pĕr-fīne-ness, *n.* ಅತಿ ನಯ.

Sū-pĕr'flu-ŏus, *a.* ಹೆಚ್ಚಾದ, ಅಧಿಕವಾದ, ಬೇಕಿಲ್ಲದ. Sū-per-flu'i-ty, *n.* ಬೇಕಾದ್ದಕ್ಕಿಂತ ಹೆಚ್ಚು, ಆಧಿಕ್ಯ. Sū-pĕr'flu-ŏus-ly, *ad.* ಹೆಚ್ಚಾಗಿ, ಅಧಿಕವಾಗಿ.

Sū-pĕr-fœ-tā'tiŏn (-fē-), *n.* ಉಪಭ್ರೂಣ.

Sū-pĕr-hū'man, *a.* ಮಾನುಷಶಕ್ತಿ ಮೀರಿದ, ದಿವ್ಯ.

Sū-pĕr-im-pōse', *v. t. r.* ಮೇಲೆ ಇಡು *c. g.*

Sū-pĕr-in-cum'bent, *a.* ಮೇಲೆ ಬಿದ್ದಿರುವ, ಮೇಲಿರುವ.

Sū-pĕr-in-dūce', *v. t. r. (pr.* -dūst') ಹೆಚ್ಚಿಗೆ ತರು, ಕೂಡಿಸು.

Sū-pĕr-in-tend', *v. t. r.* ನೋಡು *c. d.*. ಮೇಲ್ವಿಚಾರಣೆ ಮಾಡು, "ಕಾರಭಾರ"—. Sū-pĕr-in-ten'dence, -ten'den-cy, *n.* ಮೇಲ್ವಿಚಾರಣೆ, "ಕಾರಭಾರ", ಪಾರುಪತ್ಯ. Sū-pĕr-in-ten'dent, *n.* ನೋಡುವವ, ಅಧ್ಯಕ್ಷ, ವಲ್ಲಭ, ಪಾರುಪತ್ಯಗಾರ, ಮೇಲ್ವಿಚಾರಕ. *a.* ಮೇಲ್ವಿಚಾರಣೆ ಮಾಡುವ.

Sū-pē'ri-ŏr, *a.* (higher) ಮೇಲಿನ; 2. (higher in rank) ಮೇಲಿನ, ಶ್ರೇಷ್ಠ, ಹಿರಿಯ; 3. (more excellent) ಮೇಲುತರದ, ಉಚಿತ, ಉತ್ಕೃಷ್ಟ; s. to (beyond the power of) ಒಳಗಾಗದ *c. d.;* a man s. to his sufferings ಕಷ್ಟಗಳಿಗೆ ಬಗ್ಗದವನು. *n.* ಹಿರಿಯ, ಶ್ರೇಷ್ಠ; 2. ಮಠಾಧಿಪತಿ. Sū-pē-ri-or'i-ty, *n.* ಮೇಲು, ಶ್ರೇಷ್ಠತೆ, ಮೇಲಿನ ಪದವಿ, ಉತ್ಕೃಷ್ಟತೆ.

Sū-pĕr'la-tive, *a.* ಉತ್ತಮೋತ್ತಮ, ಸರ್ವೋತ್ಕೃಷ್ಟ, ಅತ್ಯಂತ; 2. *(gram.)* s. degree ತಮಪ್ಸ್ಥಿತಿ. *n.* ತಮಪ್ರತ್ಯಯ. Sū-pĕr'la-tive-ly, *ad.* ಹೆಚ್ಚೆಚ್ಚಾಗಿ, ಅತ್ಯಧಿಕವಾಗಿ.

Sū-pĕr'nal, *a.* ಮೇಲಿನ; 2. ದಿವ್ಯ.

Sū-pĕr-nā'tant, *a.* ಮೇಲೆ ತೇಲುವ.

Sū-pĕr-nat'ū-ral, *a.* ಅದ್ಭುತವಾದ, ಮನುಷ್ಯರ ಕೈ ಮೀರಿದ, ಪ್ರಕೃತಿ—, ಲೋಕೋತ್ತರ. Sū-per-nat'ū-ral-ly, *ad.* ಅದ್ಭುತವಾಗಿ, ದೈವಿಕವಾಗಿ.

Sū-pĕr-nū'mĕr-ar-y, *a.* ಹೆಚ್ಚಿನ, ಬೇಕಾದ್ದಕ್ಕಿಂತ ಹೆಚ್ಚಾದ. *n.* ಬೇಕಾದ್ದಕ್ಕಿಂತ ಹೆಚ್ಚು.

Sū-pĕr-pōse', *v. t.* ಒಂದರ ಮೇಲೆ ಒಂದನ್ನು ಇಡು.

Sū-pĕr-scrībe', *v. t. r.* ಮೇಲ್ವಿಳಾಸ ಬರೆ. Sū-pĕr-scrip'tiŏn, *n.* ಮೇಲ್ವಿಳಾಸ, ಮೇಲ್ಬರಹ.

Sū-pĕr-sēde', *v. t. r.* ... ಸ್ಥಳದಲ್ಲಿ ಬೇರೊಂದಿಡು *c. g.*, ತೆಗೆದುಹಾಕು, "ರದ್ದು" ಮಾಡು; 2. ಕೆಲಸದಿಂದ ತೆಗೆ, ...ಸ್ಥಳದಲ್ಲಿ ಬರು *c. g.* Sū-pĕr-ses'siŏn (-sesh'un), *n.* ತೆಗೆದುಹಾಕುವುದು, ಕೆಲಸದಿಂದ ತೆಗೆಯೋಣ, "ರದ್ದು" ಮಾಡುವುದು.

Sū-pĕr-sti'tiŏn (-stish'un), *n.* ಮೂಢಭಕ್ತಿ, ಅಜ್ಞಾನಭಕ್ತಿ; 2. ಪಾಮರತನ, ಶಕುನಾದಿಗಳ ವಿಶ್ವಾಸ. Sū-pĕr-sti'tiŏus (-stish'us). *a.* ಮೂಢಭಕ್ತಿಯುಳ್ಳ, ಶಕುನಾದಿಗಳನ್ನು ನಂಬುವ, ಮೂಢ.

Sū-pĕr-struct', *v. t. r.* ಮೇಲೆ ಕಟ್ಟು. Sū-pĕr-struc'tūre, *n.* ಪಾಯದ ಮೇಲೆ ಕಟ್ಟಿದ್ದು, ಮೇಲಿನ ಕಟ್ಟಣ.

Sū-pĕr-vēne', *v. i. r.* ಮತ್ತೂ ಬರು, ಸಂಭವಿಸು, Sū-pĕr-vē'ni-ent, *a.* ಮೇಲೆ ಬಂದ, ಹೊಸದಾಗಿ ಬಂದ. Sū-pĕr-ven'tiŏn, *n.* ಸಂಭವಿಸುವುದು.

Sū-pĕr-vīṣe', *v. t. r.* ಮೇಲಾಗಿ ನೋಡು, ಮೇಲ್ವಿಚಾರಣೆ ಮಾಡು. Sū-pĕr-vi'ṣiŏn (-vizh'un), *n.* ನೋಡುವಿಕೆ, ಮೇಲ್ವಿಚಾರಣೆ. Sū-pĕr-vī'ṣŏr, *n.* ಮೇಲ್ವಿಚಾರಕ, ಮೇಲಾಳು, ಕಾರ್ಯದರ್ಶಿ.

Sū-pīne', *a.* ಅಂಗಾತ ಮಲಗಿರುವ, —ಬಿದ್ದಿರುವ; 2. ಎಚ್ಚರಗೇಡಿ, ಆಲಸ್ಯತುಂಬಿದ, ಉದಾಸೀನದ. Sū-pīne'ly, *ad.* ಎಚ್ಚರಿಕೆಯಿಲ್ಲದೆ, ಉದಾಸೀನವಾಗಿ. Sū-pīne'ness, *n.* ಎಚ್ಚರಗೇಡಿತನ, ಆಲಸ್ಯ, ಔದಾಸೀನ್ಯ.

Sū'pīne, *n. (gram.)* ಕ್ರಿಯಾವಾಚಕನಾಮ.

Sup'pĕr, *n.* ರಾತ್ರೀ ಊಟ; the Lord's s. ಕರ್ತನ ಭೋಜನ, ರಾತ್ರಿಭೋಜನ. Sup'pĕr-less, *a.* ರಾತ್ರೀ ಊಟ ಮಾಡದ, —ಊಟ ಮಾಡದೆ.

Sup-plant', *v. t. r.* ಯುಕ್ತಿಯಿಂದ ಕೆಡವು, ಸ್ಥಾನಭ್ರಷ್ಟ ಮಾಡು, ಹೊಟ್ಟೇ ಮೇಲೆ ಕಾಲು ಕೊಡು.

Sup'ple, *a.* ಮೆತ್ತನ, ಮಣಿಯುವ, ಬೇಗ ಬೊಗ್ಗುವ; 2. ನಮ್ರ; 3. ಮುಖಸ್ತುತಿ ಮಾಡುವ, ಇಚ್ಚಕದ. Sup'ple-ness, *n.* ಮೆತ್ತಗಿರೋಣ, ನಮ್ರತೆ.

Sup'ple-ment, *n.* ಪುರವಣಿ, ಪೂರ್ಣ ಮಾಡುವಂಥಾದ್ದು; s. to a book ಗ್ರಂಥದ ಉಪಭಾಗ; 2. *(math.)* ಉಪಕೋನ. *v. t. r.* ಕೂಡಿಸು, ಸೇರಿಸು. Sup-ple-ment'ar-y, *a.* ಕೂಡಿಸಿದ, ಪುರವಣಿಯ, ಪೂರ್ಣ ಮಾಡುವ.

Sup'pli-ant, Sup'pli-cant, *a.* ಸೆರಗೊಡ್ಡಿ ಬೇಡಿಕೊಳ್ಳುವ, ವಿನಯವಾಗಿ ಪ್ರಾರ್ಥಿಸುವ. *n.* ಸೆರಗೊಡ್ಡಿ ಬೇಡಿಕೊಳ್ಳುವವ, ವಿನಯದಿಂದ—. Sup'pli-cant-ly, *ad.* ಸೆರಗೊಡ್ಡಿ ಬೇಡಿಕೊಂಡು.

Sup'pli-cāte, *v. t. r.* ಬೇಡಿಕೊಳ್ಳು, ಪ್ರಾರ್ಥಿಸು. Sup'pli-cā-ting-ly, *ad.* ಬೇಡಿಕೊಳ್ಳುತ್ತಾ, ಬೇಡಿಕೊಳ್ಳುವವನಾಗಿ. Sup-pli-cā'tiŏn, *n.* ಬೇಡಿಕೊಳ್ಳೋಣ, ಬಿನ್ನಹ, ವಿಜ್ಞಾಪನೆ, ಪ್ರಾರ್ಥನೆ.

Sup-plȳ', *v. t. r.* (-plīed') ತುಂಬಿಸಿ ಕೊಡು, ಒದಗಿಸಿ—, ತಂದು—, ಪೂರಯಿಸಿ—, "ಸರಬರಾಯಿ" ಮಾಡು, *as,* he supplied me with food and clothing ಅವನು ನನಗೆ ಅನ್ನ ಅರಿವೆ ಒದಗಿಸಿ ಕೊಟ್ಟ; 2. ಬದಲಾಗಿರು, ಪ್ರತಿಯಾಗಿರು. *n.* ಪುರವಣೆ, ಬೇಕಾದಷ್ಟು. Sup-plīeṣ, *n. pl.* ಸಾಹಿತ್ಯ. Sup-plī'ĕr, *n.* ಒದಗಿಸಿ ಕೊಡುವವನು.

Sup-pōrt', *v. t. r.* (uphold) ಆಧಾರವಾಗಿರು *c. d.,* ಆಧಾರ ಕೊಡು *c. d.;* 2. (endure) ತಾಳು, ಸಹಿಸು; 3. (assist, defend) ಒತ್ತಾಸೆ ಮಾಡು, ಸಹಾಯ—, ಆಸ್ಪದ ಕೊಡು *c. d.,* ಆಧರಿಸು; 4. (maintain) ಅನ್ನ ವಸ್ತ್ರ ಕೊಡು *c. d.,* ಸಂರಕ್ಷಿಸು; to s. one's self ಹೊಟ್ಟೇ ಹೊರಕೊಳ್ಳು, ನಿರ್ವಾಹ ಸಾಗಿಸಿಕೊಳ್ಳು, ಕಾಲಕ್ಷೇಪ ಮಾಡು; 5. (carry on) ಸಾಗಿಸು; 6. (make good) ಖರೆ ಮಾಡು. *n.* ಪೋಟಿ, "ಪುಷ್ಟಿ", ಆಧಾರ; 2. ಬೆಂಬಲ, ಆಧಾರ, ಆಸ್ಪದ; 3. ಸಂರಕ್ಷಣೆ, ಉಪಜೀವನ; 4. (fulcrum of a lever) ಆಸಿಕೆ. Sup-pōrt'a-ble, *a.* ತಾಳತಕ್ಕ, ಸಹಿಸಕೂಡುವ; 2. ಆಸ್ಪದ ಕೊಡತಕ್ಕ, ಪ್ರಮಾಣದ, ಪ್ರತಿಪಾದ್ಯ. Sup-port'a-bly, *ad.* ತಾಳುವಂತೆ. Sup-pōrt'ĕr, *n.* ಆಧಾರ ಕೊಡುವವ, —ಕೊಡುವಂಥಾದ್ದು; 2. ಪಾಲಕ, ಸಹಾಯ ಕೊಡುವವ, ಧಾತೀಕ, ಧಾತ; 3. ಪಕ್ಷದವ, ಬೆಂಬಲದವ. Sup-pōrt'less, *a.* ನಿರಾಧಾರವಾದ.

Sup-pōṣe', *v. t. r.* ಅಂದುಕೊಳ್ಳು, ನೆನಸು, ಬಗೆ, ಊಹಿಸು, ಯೋಚಿಸು; supposing it true ಅದು ನಿಜವಾಗಿದ್ದರೆ. Sup-pō'ṣa-ble, *a.* ಊಹ್ಯ, ಉಂಟೆಂತ ಭಾವಿಸತಕ್ಕ. Sup-pō-ṣi'tiŏn (-zish'un), *n.* ಅಂದುಕೊಳ್ಳೋಣ; 2. ಊಹೆ, ಭಾವನೆ, ಕಲ್ಪಿತ ಮಾತು; 3. ಸಂಶಯ; on that s. ಆ ಪಕ್ಷದಲ್ಲಿ.

Sup-poṣ-i-ti'tiŏus (-tish'us), *a.* ಕಳ್ಳ, "ಕಳವೀ", ಸುಳ್ಳು. Sup-poṣ-i-ti'tiŏus-ly (-tish'us-), *ad.* "ಕಳವೀಯಾಗಿ, ಕಳ್ಳತನವಾಗಿ, ಸುಳ್ಳಾಗಿ.

Sup-press', *v. t. r.* (*pr.* -prest') ಅಣಗಿಸು, ಕುಕ್ಕು, ಕುಗ್ಗಿಸು; 2. ಅಡಗಿಸು, ಬಚ್ಚಿಡು; 3. ನಿಲ್ಲಿಸಿಬಿಡು. Sup-pres'siŏn (-presh'-un), *n.* ಕುಕ್ಕೋಣ, ಅಣಗಿಸುವಿಕೆ; 2. ಅಡಗಿಸೋಣ, ಬಚ್ಚಿಡುವಿಕೆ; 3. ನಿಲ್ಲಿಸೋಣ; s. of a document ಪತ್ರವನ್ನು ಬಚ್ಚಿಡುವುದು; s. of urine ಮೂತ್ರಕೃಚ್ಛ್ರ, ಉರಿಮೂತ್ರ.

Sup'pū-rāte, *v. i. r.* ಕೀವುಗಟ್ಟು, ಹಣ್ಣಾಗು. Sup-pū-rā'tiŏn, *n.* ಕೀವುಗಟ್ಟುವುದು, ಕೀವು.

Sū'pra-, *pref.* ಮೇಲೆ, ಮೇಲ್ಗಡೆ; 2. ಅತಿ ಎಂಬ ಅರ್ಥವಾಗುವ ಪೂರ್ವ ಪ್ರತ್ಯಯ.

Sū-prēme', *a.* ಶ್ರೇಷ್ಠ, ಮುಖ್ಯ; 2. ಸರ್ವೋತ್ಕೃಷ್ಟ; 3. ಅತ್ಯಂತ, ಕೇವಲ; the Supreme

Being ಪರಮಾತ್ಮ, ಪರಾತ್ಪರ, ಪರಮ ವಿಷಯ.
Sū-prem'a-cy, *n.* ಶ್ರೇಷ್ಠತ್ವ, ಮುಖ್ಯಾಧಿಕಾರ. **Sū-prēme'ly**, *ad.* ಶ್ರೇಷ್ಠವಾಗಿ, ಉತ್ಕೃಷ್ಟವಾಗಿ, ಅತ್ಯಧಿಕವಾಗಿ.

Sū'ra, *n.* ತುರ್ಕರ ಖುರಾನಿನಲ್ಲಿ ಒಂದು ಅಧ್ಯಾಯ.

Sur-chārġe', *v. t. r.* ಅಳತೆಗೆಟ್ಟು ಹೇರು, —ಹೊರಿಸು; 2. ಅಳತೆಗೆಟ್ಟು ಬಾರುಮಾಡು. *n.* ಹೆಚ್ಚಿನ ಭಾರ; 2. ಹೆಚ್ಚಿನ ಬಾರು.

Sur-ciṅ'gle, *n.* ತಂಗುವಾರು.

Sur'coat (-'kōt), *n.* ಮೇಲಂಗಿ.

Surd, *n.* *(math.)* ಕರಣಿ; 2. *(gram.)* ಪರುಷಾಕ್ಷರ.

Sūre (shūr), *a.* (certainly knowing) ನಿಶ್ಚಯ, ಮನಗಂಡ; I am s. of it ಇದು ನನಗೆ ನಿಶ್ಚಯವಾಗಿದೆ, —ನನಗೆ ಮನಗಂಡ ಮಾತು; 2. (certain to find or retain) ತಪ್ಪದ, ತಿರ(ಸ್ಥಿರ)ಗಂಟಾದ; you are s. to get it ಇದು ನಿನಗೆ ತಪ್ಪದು, —ನಿನಗೆ ತಿರಗಂಟೆಯು, —ನಿನಗೆ ನಿಶ್ಚಯ; 3. (unfailing, strong) ಗಟ್ಟಿ, ಸ್ಥಿರ, ನಂಬಿಕೆಯ; to be s., be s. ನಿಶ್ಚಯವಾಗಿ, ಅನುಮಾನವಿಲ್ಲದೆ, *as,* shall you go? to be s. I shall ಹೋಗುತ್ತೀಯೋ? ಹೋಗುವುದು ನಿಶ್ಚಯ *or* ಹೋಗದೆ ಏನು ಮಾಡಲಿ? to make s. ನಿಶ್ಚಯ ಮಾಡಿಕೊಳ್ಳು; (to betroth) ಗೊತ್ತುಮಾಡು *c. d.*, ನಿಶ್ಚಯ ಮಾಡು *c. d.* **Sūre, Sūre'ly**, *ad.* ಸಿದ್ಧವಾಗಿ, ನಿಶ್ಚಯವಾಗಿ; to walk s. ಕಾಲು ಜಾರದೆ ನಡೆ. **Sūre'fo̤o̤t-ed**, *a.* ಕಾಲು ಜಾರದ.

Sūre'ty (shūr'ti), *n.* ನಿಶ್ಚಯ; 2. ಉತ್ತರವಾದಿ, "ಜಾಮೀನು", ಹೊಣೆ, ಹೊಣೆಗಾರ. **Sūre'ty-ship**, *n.* "ಜವಾಬುದಾರಿಕೆ", ಹೊಣೆಗಾರಿಕೆ.

Surf, *n.* ದಡಕ್ಕೆ ಹೊಡೆಯುವ ಅಲೆ, —ಹೊಡೆಯುವ ತೆರೆ, ಲಹರಿ.

Sur'fāce, *n.* ಮೇಲ್ಮೈ, ಮೇಲ್ಭಾಗ, ಪೃಷ್ಠಭಾಗ; 2. (measure of the s.) ಪೃಷ್ಠಫಲ; 3. (outward appearance) ಹೊರಗಿನದು, ಬಾಹ್ಯರೂಪ; *(geom.)* ಕ್ಷೇತ್ರ. *v. t. r.* ಮೇಲ್ಮಟ್ಟ ಸಮಮಾಡು.

Sur'feit (sĕr'fit), *n.* ಕುತ್ತಿಗೆ ಮಟ್ಟ ತಿಂಬುವುದು, ಕಕ್ಕಸಪಡುವಷ್ಟು ತಿಂಬುವುದು, ಹೊಟ್ಟೆಬಾಕತನ, ನಿಬ್ಬರ, ಅತಿತೃಪ್ತಿ. *v. i. r.* ಬಾಕರಿಕೆ ಬರುವಂತೆ ಉಣ್ಣು, ಕಕ್ಕಸಪಡುವಷ್ಟು ತಿನ್ನು. *v. t.* ಅಳತೆಗೆಟ್ಟು ಉಣ್ಣಿಸು; 2. ಬೇಸರಪಡಿಸು, —ಗೊಳಿಸು.

Surġe, *n.* ದೊಡ್ಡ ತೆರೆ, ತರಂಗ. *v. i. r.* ಉಕ್ಕು, ಅಲ್ಲೋಲಕಲ್ಲೋಲವಾಗು.

Sur'ġeŏn (sĕr'jun), *n.* ಶಸ್ತ್ರವೈದ್ಯ. **Sur'ġĕry**, *n.* ಶಸ್ತ್ರವೈದ್ಯಶಾಸ್ತ್ರ; 2. ಶಸ್ತ್ರವೈದ್ಯಶಾಲೆ. **Sur'ġi-cal**, *a.* ಶಸ್ತ್ರವೈದ್ಯದ.

Sur'ly, *a.* ಸಿಡುಮೋರೆಯ, ಸುಡುಮೋರೆಯ, ಸೇರಿಕೆಯಿಲ್ಲದ, ದುರ್ಮುಖವುಳ್ಳ. **Sur'li-ly**, *ad.* ಸಿಡುಮೋರೆಯಾಗಿ, ಉರಿಮೋರೆಯಾಗಿ. **Sur'li-ness**, *n.* ಸಿಡುಕು, ಕೋಪ, ದುರ್ಮುಖ, ಆಗ್ರಹ.

Sur-mīs̤e', *n.* ಸಂಶಯ, ಅನುಮಾನ, ಊಹೆ. *v. t. r.* ಸಂಶಯ ಮಾಡು, ಅನುಮಾನಪಡು.

Sur-mount', *v. t. r.* ಪಾರಾಗು, ಜಯಿಸು; 2. ಮಿಗು, ಮೀರು, ಹೆಚ್ಚಾಗು. **Sur-mount'a-ble**, *a.* ಜಯಿಸತಕ್ಕ, ನಿಭಾಯಿಸ—.

Sur'nāme, *n.* ಅಡ್ಡಹೆಸರು, ಉಪನಾಮ. *v. t. r.* ಅಡ್ಡಹೆಸರಿಡು.

Sur-pass', *v. t. r.* (*pr.* -past') ಮಿಗು, ಮೀರು, ಮಿಂಚು, ಅತಿಕ್ರಮಿಸು. **Sur-pas'siṅg**, *a.* ಉತ್ಕೃಷ್ಟ, ಅಧಿಕವಾದ, ನಿರತಿಶಯ. **Sur-pas'siṅg-ly**, *ad.* ಬಹಳ ಹೆಚ್ಚಾಗಿ, ಅತ್ಯಧಿಕವಾಗಿ, ಅತಿಶಯವಾಗಿ.

Sur'plice, *n.* ಕ್ರೈಸ್ತಬೋಧಕರ ಬಿಳೀ "ಗಲೀಫ", ಬಿಳೀ "ಕಪಣಿ".

Sur'plus, *n.* ಹೆಚ್ಚಿನದು, ಮಿಕ್ಕಿದ್ದು, "ಕಸರು", ಶೇಷ.

Sur-prīs̤e', *n.* ತಿಳಿಯದೆ ಬರೋಣ, ಅಕಸ್ಮಾತ್ತಾಗಿ—, ಫಕ್ಕನೆ ಹಿಡಿಯೋಣ; 2. ಆಶ್ಚರ್ಯ, ಬೆರಗು, ಬೆಕ್ಕಸ, ಚೋದ್ಯ. *v. t. r.* ಫಕ್ಕನೆ ...ಮೇಲೆ ಬರು *e. g.*, ತಿಳಿಯದೆ ಬರು, ಫಕ್ಕನೆ ಹಿಡಿ; 2. ವಿಸ್ಮಯಪಡಿಸು, ಆಶ್ಚರ್ಯ—, "ಗಾಬರಿ" ಮಾಡು. **Sur-prī's̤al**, *n.* ಫಕ್ಕನೆ ಬರೋಣ, ಅಕಸ್ಮಾತ್ತಾಗಿ ಹಿಡಿಯುವುದು. **Sur-prī's̤iṅg**, *a.* ಆಶ್ಚರ್ಯಕರ. **Sur-prī's̤iṅg-ly**, *ad.* ಆಶ್ಚರ್ಯಕರವಾಗಿ.

Sur-ren'dĕr, *n.* ಪರರ ಕೈಗೆ ಒಪ್ಪಿಸೋಣ, ವಶಮಾಡುವುದು; 2. ಶರಣು ಬರೋಣ. *v. t. r.* ಒಪ್ಪಿಸಿ ಕೊಡು, ಬಿಡು; s. one's self ಒಳಗಾಗು. *v. i.* ಅಧೀನವಾಗು, ವಶವಾಗು, ಶರಣು ಹೋಗು.

Sur-rep-ti'tiŏus (-tish'us), *a.* ಕಳ್ಳತನವಾಗಿ ಮಾಡಿದ, ಮೋಸದ. **Sur-rep-ti'tiŏus-ly**, *ad.* ಕಳ್ಳತನವಾಗಿ, ಮೋಸದಿಂದ.

Sur'rō-gāte, *n.* ಪ್ರತಿನಿಧಿ, "ಬದಲಿ".

Sur-round', *v. t. r.* (environ) ಸುತ್ತಿಕೊಳ್ಳು, ಮುಸರು, ಸುತ್ತುಮುತ್ತು, ಸುತ್ತುಗಟ್ಟು, ಪರಿವರಿಸು; s. with ಸುತ್ತುಹಾಕು *c. d. & ac.*; 2. (to inclose, *as,* a body of troops)

ಮುಕ್ಕುರಿ ಬರು; 3. (invest) ಸುತ್ತುಗಟ್ಟು, ಮುತ್ತಿಗೆಹಾಕು *c. d.* **Sur-round'ing**, *a.* ಸುತ್ತಿಕೊಂಡಿರುವ, ಸುತ್ತಲಿನ, "ಆಸಪಾಸಿನ". *n.* ಸುತ್ತು ಇರುವಂಥಾದ್ದು.

Sur'tax, *n.* ಹೆಚ್ಚು ತೀರ್ವೆ.

Sur-tout' (sĕr-tų'), *n.* ಮೇಲಂಗಿ, ಗೋಟು.

Sur-vẹil'lance (sĕr-vāl'yans), *n.* ಕಾವಲಿ, ಮೇಲ್ವಿಚಾರ; under s. ಕಾವಲಲ್ಲಿ.

Sur'vẹy (sĕr'vā), *n.* ನೋಡುವಿಕೆ, ವಿಚಾರಣೆ; 2. ಭೂಮಿಯ ಅಳತೆ, "ಪೈಮಾಷಿ", "ಮೋಜಣೀ". *v.t.r.* ನೋಡು, ವಿಚಾರಿಸು; 2. ಭೂಮಿ ಅಳೆ, "ಪೈಮಾಷಿ" ಮಾಡು, "ಮೋಜಣೀ"—. **Sur-vẹy'ing**, *n.* ಭೂಮಿಯನ್ನು ಅಳೆಯುವ ವಿದ್ಯೆ, "ಪೈಮಾಷಿ", "ಮೋಜಣೀ". **Sur-vẹy'ŏr**, *n.* ನೋಡುವವ, ವಿಚಾರಿಸುವವ; 2. "ಪೈಮಾಷಿದಾರ", "ಮೋಜಣೀದಾರ". **Sur'vĕy-ŏr-ship**, *n.* "ಮೋಜಣೀ" ಉದ್ಯೋಗ.

Sur-vīve', *v.t.r.* ಒಬ್ಬನ ತರುವಾಯ ಉಳಿ; she survived her husband ಗಂಡನು ಸತ್ತ ಮೇಲೆ ಬದುಕಿದಳು. *v.i.* ಉಳಿ, ಬದುಕು. **Sur-vī'val**, *n.* ಉಳಿಯುವಿಕೆ. **Sur-vī'ving**, *a.* ಬದುಕಿರುವ. **Sur-vī'vŏr**, *n.* ಉಳಿಯುವವ, ಉಳಿದವ, ಮೃತಶೇಷ, ಹತಶೇಷ. **Sur-vī'vŏr-ship**, *n.* ಉಳಿದಿರುವುದು.

Sus-cep'ti-ble, *a.* ಹಿಡಿಯುವ, ಲಘು ಹತ್ತುವ, ಮೆತ್ತನ. **Sus-cep-ti-bil'i-ty**, *n.* ಗ್ರಹಣ ಶಕ್ತಿ, ಹಚ್ಚಿಕೊಳ್ಳುವ ಗುಣ, "ನಾಜೂಕು" ಗುಣ; 2. ಕಾಮ.

Sus-pect', *v.t.&i.r.* ಊಹಿಸು, ...ಮೇಲೆ ಸಂಶಯ ಮಾಡು, ಸಂಶಯಗೊಳ್ಳು; I s. this is not true ಇದು ಸುಳ್ಳೆಂದು ತೋರುತ್ತದೆ.

Sus-pend', *v.t.r.* ತೂಗಹಾಕು; s. lantern ಲಾಂದ್ರವನ್ನು ತೂಗಹಾಕು; 2. ಅನಕ ನಿಲ್ಲಿಸು, "ಮೋಖೂಪು" ಮಾಡು; 3. ಚಾಕರಿಯಿಂದ ತೆಗೆ; 4. "ಅಮಾನತು" ಇಡು. **Sus-pend'ĕrṣ**. *n. pl.* ಉಡಿದಾರ, ಕಟ್ಟಿದ ಲಾಡಿ; 2. ಕಾಲುಚೀಲಗಳನ್ನು ಕಾಲಿಗೆ ತೂಗಿ ಬಿಗಿಯುವ ಪಟ್ಟಿ. **Sus-pense'**, *n.* ಸಂದೇಹ, ಅನುಮಾನ; 2. "ಮೋಖೂಪು"; 3. ಅನಕ ನಿಲ್ಲಿಸೋಣ. **Sus-pen'siŏn**, *n.* ತೂಗುವುದು; 2. ಚಾಕರಿ ಬಿಡಿಸೋಣ; 3. "ಅಮಾನತು" ಮಾಡುವುದು; 4. ಅನಕ ನಿಲ್ಲಿಸೋಣ, "ಮೋಖೂಪು" ಮಾಡೋಣ. **Sus-pen'sŏr-y**, *a.* ಜೋತಾಡುವ; 2. ಸಂದೇಹಕರವಾದ.

Sus-pi'ciŏn (-pish'un), *n.* ಸಂಶಯ, ಸಂದೇಹ, ಭ್ರಾಂತಿ, ಗುಮಾನಿ. **Sus-pi'ciŏus**, *a.* ಸಂಶಯಪಡುವ, ಸಂಶಯದ. **Sus-pi'ciŏus-ly**, *ad.* ಸಂಶಯವಾಗಿ, ಸಂಶಯಕರವಾಗಿ. **Sus-pi'ciŏus-ness**, *n.* ಸಂಶಯದ ಗುಣ; 2. ಸಂದೇಹಯುಕ್ತವಾಗಿರೋಣ.

Sus-pīre', *v.i.* ನಿಟ್ಟುಸುರುಗಳೆ. **Sus-pī-rā'tiŏn**, *n.* ನಿಟ್ಟುಸುರು.

Sus-tāin', *v.t.r.* ಹಿಡಿ, ಆಧಾರವಾಗಿರು, ವಹಿಸು; 2. ಸಂರಕ್ಷಿಸು; 3. ಬೆಂಬಲವಾಗು *c. d.*, ಸಹಾಯ ಮಾಡು *c. d.*; 4. ತಾಳು; 5. ಖರೆ ಮಾಡು. **Sus-tain'a-ble**, *a.* ಹೊರುವಂಥಾ, ಹೊರತಕ್ಕ, ಧರಿಸತಕ್ಕ; 2. ಖರೆ ಮಾಡತಕ್ಕ. **Sus-tāin'ĕr**. *n.* ನಿರ್ವಾಹಕ, ಸಂರಕ್ಷಕ. **Sus-tain'ment**, *n.* ನಿರ್ವಹಣೆ. **Sus'te-nance**. *n.* ಸಂರಕ್ಷಣೆ; 2. ಜೀವನ, ಬದುಕು. **Sus-ten-tā'tiŏn**, *n.* ಹೊರೋಣ, ಆಧಾರ; 2. ಸಂರಕ್ಷಣೆ.

Sut'lĕr, *n.* ದಂಡಿನ ಅಂಗಡಿಗಾರ.

Sut-tēe', *n.* ಸಹಗಮನ, ಸಹಮರಣ.

Sut'tle, *n.* ನಿಕ್ಕಿ ತೂಕ.

Sū'tūre, *n.* ಹೊಲಿಗೆ, ಸಂದು; s. of a wound ಗಾಯದ ಹೊಲಿಗೆ.

Sų'ze-rāin, *n.* ಶ್ರೇಷ್ಠಾಧಿಪ, ಚಕ್ರವರ್ತಿ. **Sų'ze-rāin-ty**, *n.* ಮೇಲಧಿಕಾರ.

Swạb, *n.* ಜೋರಿಗೆ, ಕಸಬರಿಗೆ. *v.t.r.* (swạbbed, *pr.* swobd) ಕಸಬರಿಗೆಯಿಂದ ಹಸನ ಮಾಡು, ತೊಳೆ, ಒರಸು. **Swạb'bĕr**. *n.* ಗುಡಿಸುವವನು.

Swạd'dle. *v.t.r.* (ಕೂಸನ್ನು) ಬಟ್ಟೆಗಳಿಂದ ಸುತ್ತು, ಅರಿವೆಯಿಂದ—. **Swạd'dling-cloth**, *n.* ಕೂಸಿನ ಬಟ್ಟೆ; *(fig.)* ಸ್ವಾತಂತ್ರ್ಯಕ್ಕೆ ಪ್ರತಿಬಂಧಕವಾಗುವ ಏರ್ಪಾಡುಗಳು.

Swag, *n.* ಕಳ್ಳರು ದೋಚಿಕೊಂಡು ಹೋದ ಕೊಳ್ಳೆ. *v.t.r.* (swagged, *pr.* swagd) ಭಾರದಿಂದ ಜೊಗ್ಗು, ಬಲಿ, ಜೋಲುಬೀಳು.

Swag'gĕr. *v.i.r.* ಜಂಭ ಕೊಚ್ಚು, ಜಲ್ಲಿ—. **Swag'gĕr-ĕr**, *n.* ಜಂಭ ಕೊಚ್ಚುವವ. **Swag'gĕr-ing**. *imp. a.* ಜಂಭ ಕೊಚ್ಚುವ. *n.* ಜಂಭ, ಜಲ್ಲಿ.

Swāin. *n.* ಹರೆಯದವ, ಹರೆದವ; 2. ಹಳ್ಳಿಯವ; 3. ಹಳ್ಳಿಯ ಕುರುಬ, ಹಳ್ಳೀ ಕೆಂಚ, ಕೆಂಚ; 4. (ಹಳ್ಳಿಯ) ವಲ್ಲಭ, ಪ್ರಿಯ.

Swạl'lōw (-lō), *n.* ಬಾನಕ್ಕಿ.

Swạl'lōw, *v.t.r.* ನುಂಗು, ನುಂಗಿಕೊಳ್ಳು, ತಿನ್ನು; s. up ನುಂಗಿಬಿಡು; 2. (believe implicitly) ನಂಬು; 3. (occupy) ಹಿಡಿ; 4. (consume) ತಿನ್ನು, "ಖರ್ಚು" ಮಾಡು; 5.

(retract) ಅಲ್ಲಗಳೆ; 6. ಒಳಗಿಂದೊಳಗೆ ನುಂಗಿಕೊಳ್ಳು (as grief, *etc.*). *n.* ತಿಂಡಿಬಾಕತನ.

Swal'lōw-wŏrt, *n.* gigantic *(Calotropis gigantea, Br.)* ಎಕ್ಕೇ ಗಿಡ, ಎಕ್ಕದ ಗಿಡ *(My.)*.

Swam, *v. i. ir. pt. of* Swim.

Swamp, *n.* ಜವುಗು ನೆಲ, ಜವಳು—, ಕೊಳಚಿ ಭೂಮಿ, ಜಬ್ಬುಲು. *v. t. r.* ಮುಣುಗಿಸು. Swamp'y, *a.* ಕೊಳಚಭೂಮಿಯಾಗಿರುವ, ಜವಳು—.

Swan, *n.* ರಾಜಹಂಸ, ಅಂಚೆ; the ruddy s. ಚಕ್ರವಾಕ. Swan'-song, *n.* ಮರಣವೇಳೆಯ ಸೊಲ್ಲು.

Swap, *v. t. r.* ಪರಿವರ್ತನೆ ಮಾಡು. *n.* ಪರಿವರ್ತನೆ, ಸಾಟಿ.

Swāpe, *n.* ಯಾತ.

Sward, *n.* ಹುಲ್ಲಿನ ನೆಲ. ಹುಲ್ಲುಬನ್ನಿ.

Swarm, *n.* ಗುಂಪು, ಹಿಂಡು. *v. i.* ಗುಂಪುಕೂಡು, ಹಿಂಡುಗಟ್ಟಿ ಹೋಗು; s. with ಮುಕ್ಕುರು.

Swart, Swarth, *a.* ಕಪ್ಪಾದ, ಕರೀ, ಕರ್ರನ. Swarth'i-ly, *ad.* ಕರ್ರಗೆ, ಕಪ್ಪಾಗಿ. Swarth'i-ness, *n.* ಕಪ್ಪು ಬಣ್ಣ, ಕಾಗೇ—. Swarth'y, *a., see* Swart.

Swash, *v. i. r. (pr.* swasht) "ಬಡಾಯಿ" ಮಾಡು; 2. ದಳದಳ ಬೀಳು, ಜಳಜಳ ಹರಿ. *n.* ಜಳಜಳ ಹರಿಯೋಣ.

Swath (swāth *or* swath), *n.* ತೃಣ ಧಾನ್ಯಗಳ ಉದ್ದ ಸಾಲು; 2. ಸುತ್ತಿದ ಬಟ್ಟೆ.

Swāthe, *v. t. r.* ಕಟ್ಟು ಕಟ್ಟು, ಪಟ್ಟೀ ಸುತ್ತು, ವೇಷ್ಟಿಸು. *n.* ಸುತ್ತುವ ಪಟ್ಟಿ; swathing clothes ಕೂಸಿನ ಬಟ್ಟೆಗಳು.

Sway (swā), *n.* ಆಳಿಕೆ, ಅಧಿಕಾರ, ದೊರೆತನ; 2. ಮುಂಜೋಲು. *v. t. r.* ಹಿಡಿದು ಆಡು; 2. ಆಳು; 3. ಬಗ್ಗಿಸು, ಮನಸ್ಸು ತಿರುಗಿಸು. *v. i.* ಆಳು; 2. ಬಾಗು, ಜೋಲು; swayed by passion ಪಂಚೇಂದ್ರಿಯಬದ್ಧವಾಗಿ.

Swear (swār), *v. i. ir.* (swore, swōrn) ಆಣೆ ಇಟ್ಟುಕೊಳ್ಳು, ಪ್ರಮಾಣ ಮಾಡು; I swear by God... ದೇವರಾಣೆ, ದೇವರ ಸಾಕ್ಷಿಗೂ...; 2. ದೂಷಣೆ ಹೇಳು, ದೂಷಿಸು. *v. t.* ಆಣೆ ಇಡು; 2. ಆಣೆ ಇಟ್ಟು ಹೇಳು; 3. ಪ್ರಮಾಣ ಮಾಡಿಸು, ಕೈಮುಟ್ಟಿಸು; sworn foes ಬದ್ಧ ವೈರಿಗಳು. Swear'ĕr, *n.* ಆಣೆ ಇಟ್ಟುಕೊಳ್ಳುವವ; 2. ದೂಷಕ.

Sweat (swet), *n.* ಬೆವರು; 2. ಕಷ್ಟಕೆಲಸ. *v. i. r. or ir.* (sweat, sweat) ಬೆವರು; 2. ಕಷ್ಟ ಮಾಡು, ಎದೆಮುರಿ. *v. t.* ಬೆವರಿಸು. Sweat'ĕr, *n.* ಕಡಿಮೆ ಜೀತದವರು; 2. ಉಣ್ಣೆ ಚೊಗೆ. Sweat'i-ness, *n.* ಬೆವರು ಬಂದಿರುವುದು. Sweat'ing-system, *n.* ಹೊಲಿಗೆಯವರಿಗೆ ಕೂಲಿ ಕಡಿಮೆ ಮಾಡಿ ವಸ್ತ್ರ ಹೊಲಿಸುವುದು. Sweat'y, *a.* ಬೆವರು ಬಂದ, —ಹತ್ತಿದ; 2. ಬಹು ಕಷ್ಟವಾದ, ಎದೆಮುರಿಸುವ.

Swēde, *n.* "ಸ್ವೀಡೆನ್" ದೇಶದವ. Swē'dish, *a.* "ಸ್ವೇಡೆನ್" ದೇಶದ.

Swēep, *v. t. ir.* (swept, swept) ಗುಡಿಸು, ಉಡುಗು, ಕಸಹೊಡೆ; 2. ಬಡುಕೊಂಡು ಹೋಗು; 3. ನಾಶನ ಮಾಡು; 4. ...ಮೇಲೆ ಗಸಬೆಸನೆ ನಡೆ; 5. ಬಾರಿಸು. *v. i.* ಸೆಳಕೊಂಡು ಹೋಗು; 2. ಬೀಸು (as the wind); 3. (to pass with pomp) ಜಗ್ಗುನಿಗ್ಗಾಗಿ ನಡೆ, "ಡೌಲಿನಿಂದ"—, ಮೆರೆ; 4. ಜಾಡಿಸು. *n.* ಗುಡಿಸುವಿಕೆ; 2. ಬೀಸು; 3. ವಿನಾಶ. Swēep, Swēep'ĕr, *n.* ಗುಡಿಸುವವ, ಕಸಹೊಡೆಯುವವ, "ಹಲಾಲಖೋರ". Swēep'ing, *a.* ಗುಡಿಸಿಕೊಂಡು ಹೋಗುವ. Swēep'ings, *n. pl.* ಕಸ. Swēep'y, *a.* ಬೀಸುವ; 2. ಹೊಯಿದಾಡುವ.

Swēet, *a.* ಸಿಹಿ, ಸವಿ, ಮಧುರ; 2. (s. smell) ಸುವಾಸನೆ; 3. (voice) ಇಂಪಾದ, ಮಧುರ; 4. (face) ರಮ್ಯ; 5. (milk) ಹಸಿ; 6. (temper) ಮೆತ್ತಾನ, ನಿಧಾನ, ಸೌಮ್ಯ. *n.* ಸಿಹಿ ಪದಾರ್ಥ, "ಮಿಠಾಯಿ"; 2. ಮಧುರವಾದದ್ದು; 3. (darling) ಪ್ರಾಣ, ಜೀವ, ಪ್ರಾಣಪದಕ. Swēet'en (swēt'n), *v. i. r.* ಸಿಹಿ ಮಾಡು, ಸವಿ—; 2. ಇಂಪು ಮಾಡು. *v. i.* ಸಿಹಿಯಾಗು. Swēet'enĕr (swēt'nĕr), *n.* ಸಿಹಿ ಮಾಡುವಂಥಾದ್ದು. Swēet'heārt (-hārt), *n.* ಪ್ರಿಯನು, ಪ್ರಿಯಳು, ವಲ್ಲಭ, ವಲ್ಲಭೆ, ಕಾಂತ, ಕಾಂತೆ. Swēet'ish, *a.* ಸ್ವಲ್ಪ ಸಿಹಿಯಾದ. Swēet'ly, *ad.* (of taste) ಸಿಹಿಯಾಗಿ, ಸವಿಯಾಗಿ; 2. (of sound) ಮಧುರವಾಗಿ, ಇಂಪಾಗಿ; 3. (of appearance) ರಮ್ಯವಾಗಿ; 4. (of smell) ಸುವಾಸನೆಯಾಗಿ, ಪರಿಮಳವಾಗಿ; 5. (of temper) ಮೆತ್ತಾನವಾಗಿ, ಸಿಧಾನವಾಗಿ, ಪ್ರೀತಿಕರವಾಗಿ. Swēet'mēats (swēt'mēts), *n. pl.* ಸಿಹಿ ಪದಾರ್ಥ, "ಮಿಠಾಯಿ", "ಹಲುವೆ". Swēet'ness, *n.* ಸವಿ, ಮಾಧುರ್ಯ, ರುಚಿ; 2. ಇಂಪು; 3. ಪರಿಮಳ; 4. ರಮ್ಯತೆ; 5. ನಿಧಾನ.

Swēet'oil, *n.* ಇಪ್ಪೇ ಎಣ್ಣೆ, ಸಿಹಿ ಎಣ್ಣೆ. **Swēet'-scent-ed,** *a.* ಸುವಾಸನೆಯುಳ್ಳ, ಪರಿಮಳದ.

Swēet'-brī-ĕr, *n.* ಒಂದು ಬಗೆಯ ಕಾಡು ಗುಲಾಬಿ ಹೂ.

Swēet'flag, *n.* *(Acorus calamus. L.)* ಬಜೆ, ನಾರುಬೇರು.

Swēet'-pō-tā'tō, *n.* *(Ipomaa Batatas. Lamk.)* ಗೆಣಸುಗಡ್ಡೆ, ಸಿಹಿಗೆಣಸು.

Swēet'-root, *n.* ಜ್ಯೇಷ್ಠಮಧು (liquorice).

Swēet'-rush, *n.* *(Andropogon citratum, Dec.)* ಕಾವಂಚಿ ಹುಲ್ಲು, ಕಾಮಂಚಿ—, ಕಾಚಿ—, ಮಜ್ಜಿಗೆ—.

Swēet'-sop, *n.* (fruit of *Anona squamosa L.)* ಸೀತಾಫಲ, ಅಮೃತ—*(S. C.)*, ದುರಂಜಿ ಹಣ್ಣು *(My.)*.

Swell, *v. i. r. or ir.* (swelled, swōl'len. *pr.* swōl'n), (as a limb) ಬಾಯು, ಬಾವೇರು; 2. (as a bladder, a river, *etc.*) ಉಬ್ಬು; 3. (as the sea in a storm) ಉಕ್ಕು, ಉಕ್ಕೇರು; 4. (s. with pride) ಉಬ್ಬಿಕೊಳ್ಳು, ಕೊಬ್ಬು, ಗರ್ವಪಡು; 5. (be elated) ಹಿಗ್ಗಿಕೊಳ್ಳು; 6. (be enlarged) ಹಿಗ್ಗು, ಹೆಚ್ಚು, ಹೆಚ್ಚಾಗು. *v. t.* ಉಬ್ಬಿಸು; 2. ಉಕ್ಕಿಸು, ಉಕ್ಕೇರಿಸು; 3. ಹಿಗ್ಗಿಸು, ಹೆಚ್ಚಿಸು. *n.* ಬಾವು, ಬೀಗು; 2. ಉಬ್ಬುವಿಕೆ; 3. ದಿನ್ನೆ; 4. ತೆರೆ; 5. "ಮೋಜುಗಾರ", ಸೊಗಸುಗಾರ. **Swel'liṅg,** *n.* (protuberance) ಉಬ್ಬು; 2. *(med.)* ಬಾವು, ಬುಗ, ಬುಗು, ಬೀಗು; 3. (rising of passion) ಉದ್ರೇಕ, ಏರೋಣ. *a.* ಹೆಚ್ಚುವ.

Swel'tĕr, *v. i. r.* ಉರಿ ಬೆವರು, ಉರಿ ಸೆಕೆಯಾಗು *c. d.*, ಗಮ್ಮಾಗು *c. d.*; 2. ಬೇಯು.

Swĕrve, *v. i. r.* ಒಲಿ, ತಪ್ಪು, ಬಗ್ಗು, ದಾರೀ ತಪ್ಪಿ ಹೋಗು.

Swift, *a.* ತೀವ್ರ, ವೇಗವುಳ್ಳ, ಚುರುಕುಳ್ಳ. **Swift'-ly,** *ad.* ಬೇಗನೇ, ಲಘು, ಬಡಬಡ, ಸರಕ್ಕನೆ. **Swift'ness.** *n.* ತೀವ್ರತೆ, ತ್ವರೆ, ವೇಗ.

Swift, *n.* ಬಾನಕ್ಕಿ.

Swill, *v. t. r.* ಗಳಗಳನೆ ಕುಡಿ. **Swill. Swil'-liṅgs,** *n. pl.* ಮುಸುರೀ ನೀರು, ಗಚ್ಚಿ, ಕಲ್ಗಚ್ಚಿ.

Swim, *v. i. ir.* (swam, swum) ಈಜಾಡು, ಈಸು; 2. ತೇಲು; 3. (the head) ತಿರುಗು; 4. ಮುಣುಗು. *v. t.* ಈಸೀಸಿ ದಾಟು; 2. ತೇಲಿಸು; 3. ಈಜಾಡಿಸು. **Swim'mĕr,** *n.* ಈಜುವವ. **Swim'miṅg,** *a.* ತೇಲುವ. *n.* ಈಜಾಡುವುದು. **Swim'miṅg-ly,** *ad.* ಸುಲಗೆ, ಹಗುರಾಗಿ, ಸುಲಭವಾಗಿ; 2. ಸಾಫಲ್ಯವಾಗಿ.

Swin'dle, *v. t. r.* ಮೋಸ ಮಾಡು *c. d.*, "ತಗಲು" ಮಾಡು *c. d.*, ವಂಚಿಸು. *n.* ದಗೆ. **Swin'dlĕr,** *n.* ವಂಚಕ, "ತಗಲುಬೋರ", ಕೋಮಟಿಗ. **Swin'dliṅg,** *n.* ವಂಚನೆ, "ತಗಲು". *a.* ವಂಚಿಸುವ.

Swīne, *n. sing.* & *pl.* ಹಂದಿ, ಹಂದಿಗಳು. **Swīne'hĕrd,** *n.* ಹಂದೀ ಕಾಯುವವ.

Swiṅg, *n.* ತೂಗುಮಣೆ, ಜೋಕಾಲಿ, ಉಯ್ಯಾಲೆ: full s. ಅತಿ ತ್ವರೆಯಾಗಿ. *v. i. ir.* (swaṅg *or* swuṅg, swuṅg) ತೂಗಾಡು, ಜೋತಾಡು. ಜೋಕಾಲಿ ಆಡು. *v. t.* ತೂಗಾಡಿಸು; 2. ಬೀಸು. ಅಲ್ಲಾಡಿಸು.

Swiṅġe, *v. t. r.* ಚೆನ್ನಾಗಿ ಹೊಡೆ, ಕಂಡಾಬಟ್ಟೆ—. ಚಬುಕಿನಿಂದ—.

Swī'nish, *a.* ಹಂದಿಯಂಥಾ, ದೊಡ್ಡ ಹೊಟ್ಟೆಯ. **Swī'nish-ly,** *ad.* ಹಂದಿಯ ಹಾಗೆ, ಆಸಬುಡಿಗೆಯಾಗಿ, ಹೇಸಿಗೆಯಾಗಿ. **Swī'nish-ness.** *n.* ಆಸಬುಡಿಗೆ, ದೊಡ್ಡಹೊಟ್ಟೆ, ಪಶುಭಾವ, ಹೇಸಿಗೆತನ.

Swiss, *n.* "ಸ್ವಿಜರ್ಲಾಂಡಿನವ"; 2. "ಸ್ವಿಸ್ಸ" ಭಾಷೆ. *a.* "ಸ್ವಿಜರ್ಲಾಂಡ" ದೇಶದ, —ಜನರ.

Switch (swich), *n.* ಚಿತ್ತ, ಸೆಳೆ; ಚುಳಿಕೆ; 2. ವಿದ್ಯುಚ್ಛಕ್ತಿಯ ಪ್ರವಾಹವನ್ನು ಸಂಧಿಸುವ ಅಥವಾ ಕಳಚುವ ಚಿಲುಕ. *v. t. r.* (*pr.* swicht) ಚುಳಿಕೆಯಿಂದ ಹೊಡೆ, ಲತ್ತೇ ಹಾಕು.

Switch'-sor'rel, *n.* *(Dodonea viscosa, L.)* ಬನದುರುಬೀ ಗಿಡ.

Swiv'el (swiv'l), *n.* ತಿರುಗಣೆ; s.-gun ಜಂಜಾಲಿ, ಗುಂಡು ಕೋವಿ.

Swōl'len, *pp. of* Swell.

Swoon, *v. i. r.* ಬವಳಿ ಬರು *c. d.*, ಕವಳಿ ಹತ್ತು *c. d.*, ಮೂರ್ಛೆ ಬೀಳು. *n.* ಕವಳು, ಕವಳಿ. ಮೂರ್ಛೆ.

Swoop, *v. i. r.* (*pr.* swoopt) ಎರಗಿ ಹಿಡಿ. ಹಾರಿ ಬಂದು ಹಿಡಿ; 2. ಕಸಕೊಳ್ಳು. *n.* ಎರಗೋಣ.

Swōrd (sōrd), *n.* ಕತ್ತಿ, ಖಡ್ಗ: put to the s. ಕೊಲ್ಲು; 2. (emblem of authority) ಅಧಿಕಾರದ ಚಿಹ್ನೆ; 3. ಯುದ್ಧ. **Swōrd'blāde.** *n.* ಕತ್ತಿ ಅಲಗು. **Swōrd'-ċut-lĕr,** *n.* ಕತ್ತಿ ಮಾಡುವವ. **Swōrd'ed,** *a.* ಕತ್ತಿ ಕಟ್ಟಿಕೊಂಡ. ಖಡ್ಗ—. **Swōrd'fīght,** *n.* ಕತ್ತೀಕಾಳಗ. **Swōrd'fish.** *n.* ಖಡ್ಗಮೀನು. **Swōrd'-law** (-la), *n.* ಬಲಾತ್ಕಾರ. **Swōrd'plāy.** *n.* ಕತ್ತೀಸಾಧಕ. **Swōrd'plāy-ĕr.** *n.* ಕತ್ತೀಸಾ

ಧಕ ಮಾಡುವವ. Swōrdṣ'man, *n.* ಕತ್ತೀ ಸಾಧಕದಲ್ಲಿ ಗಟ್ಟಿಗ, ಕತ್ತಿಗಾರ. **Swōrdṣ'-man-ship**, *n.* ಕತ್ತೀಸಾಧಕ, —"ಕಸರತು". Swōrd'-stick, *n.* ಗುಪ್ತಿ, ಕತ್ತಿಯನ್ನು ಅಡಗಿಸಿಕೊಂಡ ಬೆತ್ತ.

Swōrd'bēan (sōrd'bēn), *n. (Canavalia ensiformis, Dec.)* ಸೆಂಬೇ ಬಳ್ಳಿ, ತಮಟೇ ಬಳ್ಳಿ *(My.)*; *(C. ensiformis, var. virosa, W. & A.)* ಕಾಡತಮ್ಮೇ ಬಳ್ಳಿ *(My.)*, ಹುಚ್ಚು ಸೆಂಬೇ ಬಳ್ಳಿ *(S. M.)*.

Syb'a-rīte, *n.* ಅತಿ ಭೋಗಿ.

Syc'a-mōre, Syc'ō-, *n.* ಅತ್ತೀ ಮರದಂಥಾ ಒಂದು ಮರ, "ಮಿಸ್ರದ" ಅತ್ತೀ ಮರ.

Sȳce, *n.* ಕುದುರೆ ಚಾಕರ, "ಕಾಸದಾರ".

Syc'ō-phant (-fant), *n.* ಮುಖಸ್ತುತಿ ಮಾಡುವವ, ಕ್ಷುದ್ರಕ. Syc'ō-phan-cy (-fan-), *n.* ಮಾತು, ಮುಖಸ್ತುತಿ. Syc'ō-phant-ic, -ish, *a.* ಮುಖಸ್ತುತಿ ಮಾಡುವ.

Sȳ-cō'sis, *n.* ಗಡ್ಡ ಅಥವಾ ರೋಮವಿರುವ ಚರ್ಮದ ಮೇಲೆ ಹರಿದಾಡುವ ಕಜ್ಜೀಹುಳ, ಕ್ಷೌರ ಕತ್ತಿ ಹುಳ.

Sȳ'e-nīte, *n.* ವಜ್ರದುಂಡೀ ಕಲ್ಲು.

Syl-, *see* Sym-.

Syl'la-ble, *n.* ಅಕ್ಷರ; short s. ಹ್ರಸ್ವ; long s. ದೀರ್ಘ, ಗುರು. Syl-lab'ic, -lab'i-cal, *a.* ಅಕ್ಷರದ, ಅಕ್ಷರಗಳ. Syl-lab-i-cā'tiōn, *n.* ಅಕ್ಷರಗಳನ್ನು ವಿಂಗಡಿಸೋಣ.

Syl'la-bub, *n.* ದ್ರಾಕ್ಷಾರಸ ಹಾಲು ಇತ್ಯಾದಿ ಬೆರಸಿದ ಪಾನಕ; *also* **Sillabub, Sillibub.**

Syl'la-bus, *n.* ಪಾಠವಿಷಯಗಳ ಸಂಕ್ಷೇಪ ಟಿಪ್ಪಣಿ, ಸಾರಾಂಶ, ಸಂಗ್ರಹ.

Syl'lō-ġiṣm, *n. (log.)* ಅವಯವಘಟಿತ ವಾಕ್ಯ, ಮೂರು ನ್ಯಾಯಗಳುಳ್ಳ ತರ್ಕ. Syl'lo-ġīṣe, *v. t. r.* ಅವಯವಘಟಿತ ವಾಕ್ಯರೀತಿಯಿಂದ ತರ್ಕಿಸು. Syl-lō-ġis'tic, -ġis'ti-cal, *a.* ಅವಯವಘಟಿತ ವಾಕ್ಯದ, ಯುಕ್ತಿಯುಳ್ಳ.

Sylph (silf), *n.* ಮೋಹಿನಿ, ಗಂಧರ್ವಸ್ತ್ರೀ; 2. ಚಿಕ್ಕ ಸೊಗಸಾದ ಹುಡುಗಿ.

Syl'van, *a.* ಅಡವಿಯ, ಕಾಡಿನ, ವನಸಂಬಂಧವಾದ; 2. ಕಾಡುಕಾಡುಳ್ಳ. *n.* ವನದೇವತೆ.

Sym-, Syn-. Syl-. *pref.* ಒಟ್ಟಿಗೆ, ಸಂಗಡ, ಸಮವಾಗಿ ಎಂಬರ್ಥದ ಉಪಸರ್ಗ *(cf. Sans.* ಸಂ, ಸಮ್).

Sym'bol, *n.* ಗುರುತು, ಉಪಮೆ, ಚಿಹ್ನೆ; 2. ಅರ್ಥಸೂಚಕ ಅಕ್ಷರ; 3. ವಿಶ್ವಾಸಪ್ರಮಾಣ, ವಿಶ್ವಾಸವಿಧಿ. Sym'bol'ic, -bol'i-cal, *a.* ಸೂಚಿಸುವ ಚಿಹ್ನೆಯ, ಉಪಮಾನದ, ಸಾಂಕೇತಿಕ. Sym-bol'i-cal-ly, *ad.* ಸಾದೃಶ್ಯವಾಗಿ, ಉಪಮಾನವಾಗಿ. Sym'bol-īṣe, *v. i. r.* ಹೋಲು, ಹೋಲಿಗೆ ಹೋಲು, ಸಮಾನವಾಗು. *v. t. r.* ಗುರುತಿನಿಂದ ತೋರಿಸು, ಉಪಮಾನದಿಂದ ಸೂಚಿಸು; 2. ಪ್ರತಿ ಗುರುತಾಗಿರು *c. d.*

Sym'me-try, *n.* ಅಂಗಸಂಯೋಗ, ಹೊಂದಿಕೆ, ಒಪ್ಪು. Sym-met'ri-cal, *a.* ಅಂಗಸಂಯೋಗವುಳ್ಳ, ಹೊಂದಿಕೆಯಾದ, ಸರಿಯಾದ, ಒಪ್ಪಾದ. Sym-met'ri-cal-ly, *ad.* ಹಾಳತವಾಗಿ, ಸರಿಯಾಗಿ, ಹೊಂದಿಕೆಯಾಗಿ, ಒಪ್ಪಾಗಿ.

Sym'pa-thy, *n.* ಸ್ವಭಾವದ ಸಮಾನತ್ವ, ಸಹಾನುಭವ, ಪರರ ಸುಖದುಃಖ ತಿಳಿಯೋಣ, ಮಮತೆ. Sym-pa-thet'ic, -thet'i-cal, *a.* ಮಮತೆಯುಳ್ಳ, ಪರರ ಸುಖದುಃಖ ತಿಳಿಯುವ, ಪರಾನುಭವಾನುಭೂತ. Sym-pa-thet'i-cal-ly, *ad.* ಮಮತೆಯಾಗಿ. Sym'pa-thīṣe, *v. i. r.* ಪರರ ಸುಖದುಃಖ ತಿಳಿ, ಅಂತಃಕರಣಪಡು, ಕರುಣೆ ಹುಟ್ಟು.

Sym'phō-ny, *n.* ಸ್ವರಮೇಳ, ಮೇಳದ ಗಾಯನ. Sym-phon'ic, *a.* ಸ್ವರಮೇಳದ. Sym-phō'ni-ọus (-fō-), *a.* ಸ್ವರಮೇಳವುಳ್ಳ.

Sym-pō'ṣi-um, *n.* ವಿದ್ವಾಂಸರ ವಾದಾನುವಾದ.

Symp'tōm (sim'tum), *n.* ಗುರುತು, ಕುರುಹು, ಲಕ್ಷಣ; bad s. ದುರ್ಲಕ್ಷಣ; s. of disease ರೋಗದ ಲಕ್ಷಣ. Symp-tō-mat'ic, -mat'i-cal, *a.* ಗುರುತುಳ್ಳ, ತೋರಿಸುವ; 2. ಲಕ್ಷಣ ಸಂಬಂಧ. [—ಸಭೆಮನೆ.

Syn'a-gogue (-gog), *n.* "ಯೆಹೂದ್ಯರ" ಗುಡಿ

Syn-a-lē'pha, *n.* ಸ್ವರಲೋಪ, —ಸಂಧಿ.

Syn'chrō-nal, -chrōn'i-cal, -nous, *a.* ಒಂದೇ ಸಮಯದ, ಏಕಕಾಲದ. Syn'chron-īṣe, *v. i. r.* ಏಕಕಾಲದಲ್ಲಿ ಸಂಭವಿಸು. Syn'chron-iṣm, *n.* ಒಂದೇ ಕಾಲದಲ್ಲಿ ಸಂಭವಿಸುವುದು; 2. ಕಾಲಗಣನೆಯ ಪಟ್ಟಿ.

Syn'cō-pē, *n. (gram.)* ಮಧ್ಯಾಕ್ಷರ ಲೋಪ; 2. *(med.)* ಬವಳಿ, ಕವಳು, ಮೂರ್ಛೆ, ಜೋಂಗ್ಳು.

Syn'dic, *n.* ಮುಖ್ಯಸ್ಥ, ಅಧಿಕಾರಿ; 2. ವಿಶ್ವವಿದ್ಯಾಲಯದ ಆಡಳಿತ ಸಭೆಯ ಸಭಾಸದ. Syn'di-cāte, *n.* ಅಧಿಕಾರಸ್ಥರ ಮಂಡಲಿ; 2. ವಿಶ್ವವಿದ್ಯಾಲಯದ ಆಡಳಿತ ಸಭೆ.

Syn-ec'dō-chē (-kē), *n.* (a figure of speech by which the whole of a thing is put for a part, or a part for the whole and the like) ಉಪಲಕ್ಷಣ, *e. g.* ನಾಲ್ಕು ತಲೆ (ಅಂದರೆ ನಾಲ್ಕು ಜನರು).

Syn'od, *n.* ಧರ್ಮಾರ್ಥಸಂಘ, ಸಂಸದಸ್ಸು, ಧರ್ಮವ್ಯವಸ್ಥಾಪಕಸಭೆ. Syn'o-dal, Syn-od'ic, -al, *a.* ಧರ್ಮಸಭೆಯ, ಸದಸ್ಸಿನ.

Syn'ō-nym, -nyme, *n.* ಏಕಾರ್ಥಪದ, ಪರ್ಯಾಯಶಬ್ದ. Syn-on'y-mous, *a.* ಏಕಾರ್ಥದ, ಪರ್ಯಾಯ ಪದವಾದ. Syn-on'y-mous-ly, *ad.* ಏಕಾರ್ಥವಾಗಿ. Syn-on'y-my, *n.* ಏಕಾರ್ಥ, ಏಕಾರ್ಥವುಳ್ಳ ಶಬ್ದ ಹೇಳೋಣ.

Syn-op'sis, *n.* ಸಾರಾಂಶ, ಸಂಗ್ರಹ. Syn-op'ti-cal, *a.* ಸಾರಾಂಶವಾದ.

Syn'tax, Syn-tax'is, *n.* ವಾಕ್ಯರಚನೆ, ಪದಯೋಜನೆ, ವಾಕ್ಯಬಂಧ.

Syn-tex'is, *n.* ಸೊರಗುವುದು, ಕ್ಷಯರೋಗ.

Syn'the-sis, *n.* ಕೂಡಿಸುವಿಕೆ, ಸಂಯೋಜನ. Syn-thet'ic, -thet'i-cal, *a.* ಕೂಡಿಸುವಂಥ, ಸಂಯೋಜನದ.

Syph'i-lis (sif'i-), *n.* ಉಷ್ಣರೋಗ, ಮೇಹ, "ಫರಂಗಿ" ಹುಣ್ಣು. Syph-i-lit'ic (sif-), *a.* ಮೇಹದ; s. ulcer ಮೇಹವ್ರಣ.

Sȳ'phon, *n.*, *see* Siphon.

Sȳ'ren, *n.*, *see* Siren.

Syr'inge, *n.* ಚಿಮ್ಮುನಗೊಳವೆ, ಜೀಕೊಳವೆ (ಜೀಕಳಿ), "ಪಿಚಕಾರಿ". *v. t. r.* "ಪಿಚಕಾರಿ" ಹೊಡೆ, ಜೀಕೊಳವೆ—.

Syr'up, *n.* "ಶರಬತು", ಪಾನಕ.

Sys'tem, *n.* ಕಟ್ಟು, ಸಂಸ್ಥಾಪನ; solar s. ಸೂರ್ಯಮಾಲೆ, ಗ್ರಹಮಾಲೆ; s. of botany ಉದ್ಭಿಜ್ಜ ಸಂಸ್ಥಾನ; s. of logic ತರ್ಕಸಂಗ್ರಹ; s. of philosophy ದರ್ಶನ; 2. (method) ಕ್ರಮ, ಪದ್ಧತಿ, ರೀತಿ; 3. (the body) ಮೈಕಟ್ಟು, ದೇಹಪ್ರಕೃತಿ. Sys-tem-at'ic, -at'i-cal, *a.* ಹೊಂದಿಕೆಯಾದ, ಕ್ರಮವಾದ, ವ್ಯವಸ್ಥಿತ. Sys-tem-at'i-cal-ly, *ad.* ಕ್ರಮವಾಗಿ. Sys'tem-a-tist, *n.* ಹೊಂದಿಸುವವ, ವ್ಯವಸ್ಥೆ ಮಾಡುವವ. Sys'tem-a-tīse, *v.i.r.* ಹೊಂದಿಸು, ಕ್ರಮಕಟ್ಟು, ವ್ಯವಸ್ಥೆ ಮಾಡು.

Sys'tō-lē, *n.* ಎದೆಗುಂಡಿಯ ಒತ್ತಾಟ, ಮುದುಡಿಕೊಳ್ಳೋಣ; 2. *(gram.)* ದೀರ್ಘಾಕ್ಷರ ಹ್ರಸ್ವ ಮಾಡುವುದು, —ಹ್ರಸ್ವವಾಗುವುದು.

Syz'y-gy, *n.* ಗ್ರಹಯೋಗ.

T

T-shaped Tಯ ಆಕೃತಿಯ; it suits me to a T ಸರಿಯಾಗಿ ಹೊಂದುತ್ತದೆ; to cross the T's ಸೂಕ್ಷ್ಮವಾಗಿ ನೋಡಿದರೂ ತಪ್ಪಿಲ್ಲದಿರು. T-square (ನಕ್ಷೆ ಬರೆಯುವಲ್ಲಿ) ಮಟ್ಟ.

Ta, *n.* ಉಪಕಾರ (ಬಾಲಭಾಷಿತ).

Tab'ard, *n.* ಬಟ್ಟಂಗಿಯ ಅಂಗಿ.

Tab-a-shēer', *n.* ಬಿದುರು ಸುಣ್ಣ.

Tab'by, *n.* ಒಂದು ತರದ "ರೇಶಿಮೆ"; 2. ವಜ್ರಗಾರೆ; 3. ಬೆಕ್ಕು. *a.* ಹಂಪ, ಹಂಪಬಂಪ.

Tab'ĕr-nac-le (-nak-l), *n.* ಚಪ್ಪರ; 2. ಮಂಟಪ; 3. ಗುಡಾರ; 4. ಮಾನುಷ ಶರೀರ; 5. ದೇವಾಲಯ. *v. t. r.* ವಸ್ತಿ ಮಾಡು.

Ta-ber'næ-mon-tā-na, *n.* *(T. coronaria, Br.)* ನಂದಿಬಟ್ಟಲು ಗಿಡ *(My.)*, ನಂಜಾಪಟ್ಟಿ—, ಮದ್ದುರಸ *(S. C.)*.

Tā'bēs, *n.* ಕ್ಷಯರೋಗ.

Tab'i-net, *n.* ಒಂದು ತರದ ರೇಶ್ಮೆ ಬಟ್ಟೆ.

Tā'ble, *n.* ಮಣೆ, ಹಲಿಗೆ; 2. "ಪಟ್ಟಿ"; 3. ಕೋಷ್ಟಕ; 4. "ಮೇಜು"; 5. ಊಟ; 6. ಊಟಕ್ಕೆ ಕೂತವರು; the Lord's t. ಕರ್ತನ ಭೋಜನ; turn the tables ಬುಡ ಮೇಲೆ ಮಾಡು; *pass.* ಬುಡ ಮೇಲಾಗು, ಊಚುನೀಚವಾಗು, ವಿಪರ್ಯಾಸವಾಗು. Tā'ble-cloth, *n.* "ಮೇಜಿನ" ದುಪ್ಪಟಿ. Tā'ble-cut, *n.* ರತ್ನಾದಿಗಳಿಗೆ ಮೇಲ್ಬದಿ ಚಪ್ಪಟೆಯಾಗಿರುವಂತೆ ಜೇಣ ಹೊಡೆಯುವುದು. Tā'ble-knīfe, *n.* ಊಟದ ಕಾಲದಲ್ಲಿ ಮಾಂಸ ರೊಟ್ಟಿ ತುಂಡುಮಾಡುವ ಚೂರಿ. Tā'ble-land, *n.* ಸಾನುಭೂಮಿ, ಪ್ರಸ್ಥಭೂಮಿ, ತಪ್ಪಲು; t. on the top of a hill ಗುಡ್ಡದ ಗಟ್ಟು; t. round the foot of a hill ಗುಡ್ಡದ ತಪ್ಪಲು. Tā'ble-mon-ey, *n.* ಸೈನ್ಯದ ಮತ್ತು ನೌಕಾಸೈನ್ಯದ ಅಧಿಕಾರಿಗಳಿಗೆ ಸರಕಾರದ ಪರವಾಗಿ ಆತಿಥ್ಯಕ್ಕೆ ತಗಲುವ ಹಣ.

Tāb'leau (tab'lō), *n.* ಕಥಕಳಿ (ಮಲೆಯಾಳ), ಮೌನನಾಟ್ಯ ಪ್ರದರ್ಶನ.

Tāb'let, *n.* ಸಣ್ಣ ಹಲಿಗೆ; 2. ಟಿಪ್ಪಣಿ ಪುಸ್ತಕ, ಕಡತ; 3. ಔಷಧದ "ಬಿಲ್ಲೆ".

Ta-boo′, *n.* ನಿಷೇಧ. *v. i. r.* ನಿಷೇಧ ಮಾಡು, ಸಮೀಪಿಸಗೊಡದಿರು, ಬಹಿಷ್ಕರಿಸು.

Tā′bŏr, Tā′bŏur, *n.* ತಬಟೆ, ಹಲಿಗೆ, ಮೃದಂಗ. *n. i. r.* ಮೃದಂಗ ಬಾರಿಸು.

Tab′ū-lar, *a.* ಹಲಿಗೆಯಂಥ; 2. "ಪಟ್ಟೀ" ರೂಪವಾದ. Tab′ū-lar-īse, Tab′ū-lāte, *v. t. r.* "ಪಟ್ಟೀ"ರೂಪವಾಗಿ ಬರೆ. Tab-ū-lā′tiŏn, *n.* "ಪಟ್ಟೀ"ರೂಪವಾಗಿ ಬರೆಯುವುದು.

Ta-cho′me-ter (-k-), *n.* ತೀವ್ರಮಾಪಕಯಂತ್ರ.

Ta-chy′gra-phy (-k-), *n.* ಲಘುಲಿಪಿ.

Tac′it, *a.* ಮಾತಾಡದ, ಗುಪ್ತ, ಮೌನವಾದ. Tac′it-ly, *ad.* ಸುಮ್ಮಗೆ, ಏನೂ ಹೇಳದೆ. Tac′i-turn, *a.* ಮಿತಭಾಷಿಯಾದ, ಬಹಳ ಮಾತಾಡದ, ಗುಮ್ಮನಗುಸಕ. Tac-i-turn′i-ty, *n.* ಮೌನತ್ವ, ಮಿತಭಾಷಿತ್ವ, ಗುಮ್ಮನಗುಸಕತನ.

Tack, *n.* ಚಿಕ್ಕ ಮೊಳೆ; 2. ಗಾಳಿಗೆ ಹಡಗ ತಿರುಗುವುದು; 3. ಭೂಮಿಯ ಗೇಣಿ. *v. t. r.* (*pr.* takt) ಹಚ್ಚು, ಟಾಕಾ, (ಟಾಕ) ಹಾಕು, ಎಳೆ—. *v. t. or i. r.* ಗಾಳಿಗೆ ಹಡಗ ತಿರುಗಿಸು.

Tac′kle, *n.* ಭಾರವಾದ "ಸಾಮಾನು" ಏರಿಸಿಳಿಸುವ "ಕಪ್ಪಿ", "ಸಾಮಾನು" ಏರಿಸಿಳಿಸುವ ಗಡಗಡೆ; 2. ಹಡಗಿನ ಹಗ್ಗಗಿಗ್ಗ. *v. t.* ಸಾಹಸದಿಂದ ಕೆಲಸ ಮಾಡು. Tac′kling, *n.* ಹಡಗಿನ ಹಗ್ಗಗಿಗ್ಗ; 2. ಮುಟ್ಟು, "ಸಾಮಾನು", "ಸರಂಜಾಮು".

Tacks′man, *n.* ಒಕ್ಕಲು, ಗೇಣಿ ಒಕ್ಕಲು.

Tact, *n.* ವಿವೇಕ, ಉಚಿತಜ್ಞತೆ, ವಿಮೋಚನೆ.

Tac′tics, *n. pl.* ವ್ಯೂಹಕಟ್ಟುವ ವಿದ್ಯೆ, ವ್ಯೂಹ ನಿದಾನ. Tac′tic, -ti-cal, *a.* ವ್ಯೂಹದ, ವ್ಯೂಹಕಟ್ಟುವ ವಿಷಯವಾದ. Tac′ti-cal-ly, *ad.* ವ್ಯೂಹ ಕಟ್ಟುವುದರಲ್ಲಿ. Tac-ti′cian (-tish′un), *n.* ವ್ಯೂಹ ಕಟ್ಟುವುದರಲ್ಲಿ ಜಾಣ.

Tac′tile (-til), *a.* ಮುಟ್ಟತಕ್ಕ, ಸ್ಪರ್ಶನೀಯ.

Tad′pōle, *n.* ಕಪ್ಪೇಮರಿ, ಮಂಡೂಕ ಮರಿ.

Tael (tāl), *n.* ಚೀನಿ ನಾಣ್ಯ.

Taf′fe-ta, Taf′fe-ty, *n.* ಪಟ್ಟೆನೂಲಿನ "ತಾಪ್ತಾ", "ತಾಪ್ತಿ".

Tag, *n.* ನಾಡೆಯ ತುದಿಗೆ ಹಚ್ಚಿದ ಮುಳ್ಳು. *v. t.* (tagged, *pr.* tagd) ನಾಡೆಯ ಕೊನೆಗೆ ಮುಳ್ಳು ಹಚ್ಚು; 2. ಜೋಡಿಸು, ಹೊಂದಿಸು; 3. ಕಟ್ಟು. Tag′rag, *n.* ನೀಚರ ಗುಂಪು. Tag′-tāil, *n.* ಒಂದು ಬಗೆಯ ಹುಳು; 2. ಮುಖಸ್ತುತಿ ಮಾಡುವವ.

Tāil, *n.* ಬಾಲ, ತೋಕೆ, ಪುಚ್ಛ; turn t. ಬೆನ್ನಿಕ್ಕು; ಪಲಾಯನ ಮಾಡು; docked t. ಮೊಂಡತೋಕೆ; pig-t. ಜುಟ್ಟು, ಹೆರಳು; t. between legs ದಿಗಿಲಾಗು. Tāiled (tāld), *p. a.* ಬಾಲವುಳ್ಳ.

Tail, *n.* (*law*) ಸಂತಾನ ಪಾರಂಪರ್ಯವಾಗಿಲ್ಲದೆ ಮಿತಪಡಿಸಿದ ಹಕ್ಕು; 2. ಪರಿಮಿತ, ಮೇರೆಪಾಕೋಣ.

Tāil′ŏr, *n.* ಚಿಪ್ಪಿಗ, ಚಿಂಪಿಗ, "ದರ್ಜಿ". Tāil′ŏr-bĭrd, *n.* ಒಂದು ಜಾತಿಯ ಪಕ್ಷಿ. Tāil′ŏr-ess, *n.* ಹೊಲಿಗೆಯವಳು. Tāil′ŏr-ing, *n.* ಹೊಲಿಗೆ ಕೆಲಸ. *a.* "ದರ್ಜಿ" ಕೆಲಸ ಮಾಡುವ.

Taint, *n.* ಕಲೆ, ಕರೆ, ಕಳಂಕ, ದೋಷ. *v. t. r.* ಕಳಂಕ ಹಚ್ಚು *c. d.*, ಕೆಡಿಸು. *v. i.* ಕೆಡು, ಹುಳುತುಹೋಗು.

Tāke, *v. t. ir.* (to͝ok, tā′ken) (a) *In a more active sense:*—(seize with the hands) ತೆಗೆದುಕೊಳ್ಳು, ತಕ್ಕೊಳ್ಳು, ಹಿಡಿ, ಹಿಡಿದುಕೊಳ್ಳು, ಪರಿಗ್ರಹಿಸು; 2. (to eat or drink) ತಿನ್ನು, ಉಣ್ಣು, ಕುಡಿ; 3. (capture) ಹಿಡಿ, ಕಾವಲಲ್ಲಿಡು (a person), ತಕ್ಕೊಳ್ಳು, ವಶಮಾಡಿಕೊಳ್ಳು (a town), ಸಾಧಿಸು (a fort); 4. (befall, *as*, a disease) ಹಿಡಿ, ಬರು, *as*, he was taken with sickness, he was taken ill ಅವನಿಗೆ ಬೇನೆ ಬಂತು, ಅವನು ಬೇನೆ ಬಿದ್ದ, ಅವನಿಗೆ ಅಸ್ವಸ್ಥವಾಯಿತು; 5. (captivate, interest) ಒಲಿಸು, ಮನರಂಜಿಸು; 6. (select) ಆರಿಸಿಕೊಳ್ಳು; 7. (turn to, have recourse to)...ಕ್ಕೆ ಹೋಗು, ಆಶ್ರಯಿಸಿಕೊಳ್ಳು, he took the woods ಅಡವಿಗೆ ಹೋದ; he took ship ಹಡಗಾ ಏರಿದ; t. horse ಕುದುರೇ ಹತ್ತು, -ಏರು; 8. (employ, require) ಹಿಡಿ; this work takes much time) ಈ ಕೆಲಸಕ್ಕೆ ಬಹಳ ಹೊತ್ತು ಹಿಡಿಯುತ್ತದೆ; it takes three yards to make a coat ಒಂದು ಅಂಗೀ ಮಾಡಲಿಕ್ಕೆ ಮೂರು ಗಜ ಹಿಡಿಯುತ್ತದೆ; he takes much time ಅವನು ಬಹಳ ಹೊತ್ತು ಮಾಡುತ್ತಾನೆ, —ಬಹಳ ಸಮಯ ಕಳೆಯುತ್ತಾನೆ; 9. (picture) ತೆಗೆ; 10. (assume, *as*, a form) ತೆಗೆದುಕೊಳ್ಳು, ಧರಿಸಿ—, ಹಾಕು—; 11. (indulge in), *as*, t. rest ವಿಶ್ರಮಿಸಿಕೊಳ್ಳು, ದಣುವು ಆರಿಸಿಕೊಳ್ಳು, ಕೂಡ್ರು; t. revenge ಸಿಟ್ಟು ತೀರಿಸಿಕೊಳ್ಳು, ಡಾವು—, ಮತ್ಸರ ತೀರಿಸಿಕೊಳ್ಳು, ಸೇಡುತಕ್ಕೊಳ್ಳು; t. delight ಸಂತೋಷಪಡು *c. d. or l.*, ಪ್ರೀತಿಮಾಡು *c. a.*; t. pride ಹಿಗ್ಗಿಕೊಳ್ಳು. ಅಹಂಕಾರಪಡು; t. pity ಕರುಣಪಡು; t. offence, t. affront ಸಿಟ್ಟಾಗು, ಕೋಪಗೊಳ್ಳು; t. a walk ಅಡ್ಡಾಡು, "ಹವಾ"ತಕ್ಕೊಳ್ಳು; 12.

(form, adopt) ಮಾಡಿಕೊಳ್ಳು; t. a resolution ನಿಶ್ಚಯ ಮಾಡಿಕೊಳ್ಳು, ನಿರ್ಧಾರ ಮಾಡಿಕೊಳ್ಳು; t. the liberty ಧೈರ್ಯಮಾಡಿಕೊಳ್ಳು. (b) *In a more passive sense.*— 13. (accept, *as*, a thing offered) ಅಂಗೀಕರಿಸು, ಹಿಡಿ; they would not t. his petition ಅವನ "ಅರ್ಜಿ" ಹಿಡಿಯಲಿಲ್ಲ; 14. (eat *or* drink) ತಕ್ಕೊಳ್ಳು; 15. (surmount *or* leap) ಹಾರಿಬಿಡು, ದಾಟು; 16. (bear, tolerate, *as*, a joke, an affront) ತಾಳಿಕೊಳ್ಳು, ಸಹಿಸು; 17. (admit, receive in thought) ಗ್ರಹಿಸು, ತಿಳುಕೊಳ್ಳು, ಮಾಡಿಕೊಳ್ಳು; you may t. it for granted ಇದನ್ನು ನಂಬಬಹುದು, ಇದು ನಿಶ್ಚಯವೆಂತ ತಿಳುಕೋ; I took it for a fox ನರಿ ಎಂತ ಮಾಡಿಕೊಂಡೆ, —ಎಂತ ತಿಳುಕೊಂಡೆ, —ಎಂತ ಅಂದುಕೊಂಡೆ; t. ill ಸಿಟ್ಟಾಗು *c. d.;* 18. (admit, receive) ಆಗು, ಹಿಡಿ, *as*, water may t. three different forms ನೀರಿಗೆ ಮೂರು ತರದ ಸ್ಥಿತಿಗಳಾಗಬಹುದು; this cloth does not t. colour ಈ ಅರಿವೆಗೆ ಬಣ್ಣ ಹಿಡಿಯುವುದಿಲ್ಲ, ಈ ಬಟ್ಟೆಗೆ ಬಣ್ಣ ಹತ್ತುವುದಿಲ್ಲ; I t. you at your word ನಿನ್ನ ಮಾತು ಹಿಡಿಯುತ್ತೇನೆ, ನಿನ್ನ ಮಾತಿಗೆ ಒಪ್ಪಿಕೊಳ್ಳುತ್ತೇನೆ, ನೀನು ಹೇಳಿದ ಹಾಗೆ ಆಗಲಿ. (c) *With prepositions and nouns in current phrases:*—t. advantage of ಉಪಯೋಗಿಸು, ಲಾಭ ಸಾಧಿಸಿಕೊಳ್ಳು; ಮೋಸ ಮಾಡು, *as*, they took advantage of his ignorance ಮೂಢನೆಂತ ಅವನನ್ನು ಮೋಸಗೊಳಿಸಿದರು; t. aim ಗುರಿಯಿಡು; t. air ಬೈಲಿಗೆ ಬೀಳು, ಹುಲುಬು; t. along ಒಯ್ಯು, ತೆಗೆದುಕೊಂಡು ಹೋಗು (a thing), ಹಿಡಿದುಕೊಂಡು ಹೋಗು (a horse *or* a person forcibly), ಕರಕೊಂಡು ಹೋಗು (a person); t. arms ಯುದ್ಧಕ್ಕೆ ಏಳು; t. away ತೆಗೆ, ತೆಗೆದಿಡು, ಕರಕೊಂಡು ಹೋಗು (a person), ತೆಗೆದುಕೊಂಡು ಹೋಗು (a thing); t. breath ನಿಂದಿರು, ದಣುವಾರಿಸು; t. care ಎಚ್ಚರಾ ಹಿಡಿ, ಎಚ್ಚರಾಗು, ಜಾಗ್ರತೆಯಾಗಿರು; *imp.* ಎಚ್ಚರಿಕೆ, ಎಚ್ಚರಿಕೆ! ಜೋಕೆ, ಜೋಕೆ! ಹಾದಿ, ಹಾದಿ! t. care of t. care for ಜೋಪಾನ ಮಾಡು, ಜೋಕೆ—, ಆರೈಕೆ—, ಪರಾಮ್ಬರಿಸು; t. down ಇಳಿಸಿಕೊಳ್ಳು, ಕೆಳಗೆ ತರು, ಕುಗ್ಗಿಸು, ತಗ್ಗಿಸು, ನುಂಗಿಬಿಡು; (pull down) ತೆಗೆ, ತುಂಡುತುಂಡುಮಾಡು; (write down) ಬರೆದುಕೊಳ್ಳು, ಬರೆವಿಡು; (attack) ಮೇಲೆ ಬೀಳು *c. g.*, ಜುಂಬಿಸು; t. effect ಹಿಡಿ, ಹತ್ತು, "ಲಾಗು" ಆಗು; t. fire ಬೆಂಕಿ ಹಿಡಿ, —ಹತ್ತು; *as*, his clothes took fire ಅವನ ಅರಿವೆಗೆ ಬೆಂಕಿ ಹತ್ತಿತು, —ಬಟ್ಟೆಗೆ ಬೆಂಕಿ ಹಿಡಿಯಿತು, t. from ತೆಗೆ *c. i.*, ತೆಗೆದುಕೊಳ್ಳು *c. i.*, ಕಸಕೊಳ್ಳು *c. i.;* (deduct) ಕಳೆ, "ವಜಾ" ಮಾಡು; ಮಾನ ಕಡಿಮೆ ಮಾಡು *c. g.;* t. heart ಎದೆಗೊಳ್ಳು, ಧೈರ್ಯ—; t. heed ಎಚ್ಚರಾ ಹಿಡಿ, ಎಚ್ಚರಿಕೆಯಿಂದಿರು, ಜಾಗ್ರತೆಯಾಗಿರು; t. hold of ಹಿಡುಕೊಳ್ಳು; t. in ಸುತ್ತುಗಟ್ಟು; (comprise) ಹಿಡಿ; ಅಡಗು, ಒಳಕೊಳ್ಳು; (furl) ಇಳಿಸು (sail); (cheat) ಠಕ್ಕಿಸು, ವಂಚಿಸು, ಮೋಸ ಮಾಡು, ಮುಂಕುಬೂದಿ ತಳಿ *c. d.:* (understand) ಗ್ರಹಿಸು; ತಕ್ಕೊಳ್ಳು, ಕೈಕೊಳ್ಳು (a newspaper); t. in hand ತೊಡಗು, ಕೈಗೊಳ್ಳು, ಮುಂಗೊಳ್ಳು; t. in vain ಸುಮ್ಮನೆ ತೆಗೆ, ವ್ಯರ್ಥವಾಗಿ ಎತ್ತು (God's name); t. leave ಅಪ್ಪಣೆ ತೆಗೆದುಕೊಳ್ಳು, "ರಜಾ"—; t. notice ನೋಡು, ಲಕ್ಷ್ಯಕ್ಕೆ ತಕ್ಕೊಳ್ಳು; t. oath ಆಣೆ ಇಡು, ಪ್ರಮಾಣ ಮಾಡು; t. off ತೆಗೆ, ತೆಗೆದಿಡು, ತೆಗೆದುಹಾಕು, ಕಡಿ, ಕಡಿದುಹಾಕು, ಕೊಯ್ಯು (the head, a limb); ಕೊಲ್ಲು (life); (remove) ನೀಗು; (withdraw) ತಿರುಗಿಸು (the mind); (purchase) ಕೊಂಡುಕೊಳ್ಳು, ಕ್ರಯಕ್ಕೆ ತಕ್ಕೊಳ್ಳು; (copy) ಪ್ರತಿ ಮಾಡು, "ನಕಲು"—, ಪ್ರತಿ ತೆಗೆ; (mimic) ಅಣಕಿಸು; t. on ತಕ್ಕೊಳ್ಳು, ಧರಿಸು, ವಹಿಸು; t. one's own course ಮನಸ್ಸು ಬಂದ ಹಾಗೆ ಮಾಡು; t. out ಒಳಗಿನಿಂದ ತೆಗೆದುಕೊಳ್ಳು; ತೆಗೆ, ಪರಿಹರಿಸು; t. part ಪಾಲು ತಕ್ಕೊಳ್ಳು; t. part with ಕೂಡು *c. d.:* t. place ಆಗು, ಸಂಭವಿಸು; t. root ಬೇರುಗೊಳ್ಳು, ಬೇರೂರು, ಬೆಳೆ, ಸ್ಥಳಗೊಳ್ಳು; t. sides ಪಕ್ಷ ಹಿಡಿ; t. the air "ಹವಾ" ತಕ್ಕೊಳ್ಳು; t. the field ಯುದ್ಧಕ್ಕೆ ಹೊರಡು, "ಲಡಾಯಿಗೆ" ಹೊರಡು; t. to ಒಯ್ಯು, ಒಯಿದು ಸಿಲ್ಲಿಸು *c. d.;* t. to heart ಮನಸ್ಸಿಗೆ ಹಚ್ಚಿಕೊಳ್ಳು; t. up ಎತ್ತಿಕೊಳ್ಳು; (buy) ಕೊಂಡುಕೊಳ್ಳು; (borrow) ಸಾಲಾ ತಕ್ಕೊಳ್ಳು; (engross, employ) ಹಿಡಿ; (seize) ಹಿಡುಕೊಳ್ಳು; (reprimand) ಗದರಿಸು, ಬೆದರಿಸು; (adopt) ಅಂಗೀಕರಿಸು; (pay and receive) ಹಿಡಿ (a note); t. up arms ಯುದ್ಧಕ್ಕೆ ಏಳು, "ಲಡಾಯಿಗೆ"—; t. upon one's self ಮುಂಗೊಳ್ಳು, ಮೈ

ಮೇಲೆ ತಕ್ಕೊಳ್ಳು; t. one through ಮನಸ್ಸನ್ನು ಆಕರ್ಷಿಸು; t. stock ಸಿಲುಕು ಎಷ್ಟೆಂದು ನೋಡು; t. to task ತಪ್ಪು ಕಂಡುಹಿಡಿದು ಗದರಿಸು; t. one's life in one's hand ಅಪಾಯದ ಸಂದೇಹವಿದ್ದು ಕಾರ್ಯಾಸಕ್ತನಾಗು; t. off ತೆಗೆದಿಡು; t. over ಒಬ್ಬನಿಂದ ವಹಿಸಿಕೊಳ್ಳು.

Tāke, *v. i. ir.* ಹಿಡಿ, ಹತ್ತು, "ಲಾಗು" ಆಗು; 2. (please) ಮೆಚ್ಚು, ತಲೆದೂಗು *c. d.*, *as*, his poem would not t. ಅವನ ಕವಿತೆಗೆ ಯಾರೂ ಮೆಚ್ಚಲಿಲ್ಲ, —ಕವಿತೆಗೆ ಯಾರೂ ತಲೆ ದೂಗಲಿಲ್ಲ; 3. (move, go to) ಬಿಟ್ಟು ಹೋಗು, ಹೋಗು *c. d.;* t. after ಹಾಗೆ ಮಾಡು *c. g.*, ಅನುಸರಿಸು, ಹಾಗೆ ಆಗು *c. g.*, ಹೋಲು; t. on ಅಳು, ಅತ್ತುಕೊಳ್ಳು, ಗೋಳಾಡು; t. to ಪ್ರೀತಿ ಮಾಡು, ಮನಸ್ಸು ಕೊಡು; t. to books ಓದುವುದರಲ್ಲಿ ಸಂತೋಷ ಪಡು, ಅಭ್ಯಾಸ ಪ್ರೀತಿ ಮಾಡು; t. to evil ways ಕೆಟ್ಟ ಮಾರ್ಗ ಹಿಡಿ; t. to (resort to) ಹೋಗು *c. d.*, ಹೊಗು, ಮರೆಹೊಗು; he took to his heels ಓಡಿಹೋದ; t. up with ಸಂತುಷ್ಟಪಡು, ಸಾಕನ್ನು. Tā'kĕr, *n.* ತಕ್ಕೊಳ್ಳುವವ. Tā'king, *n.* ಹಿಡಿಯೋಣ; 2. ಕಳವಳ. *a.*, ಮನೋಹರ.

Tāke, *n.* ಒಂದು ಹಿಡಿತಕ್ಕೆ ಹಿಡಿದ ಮೀನಿನ ಬೇಟೆ.

Talc, *n.* (steatite or potstone) ಬಳಪ; 2. (mica) ಅಭ್ರಕ, ಬಿಂಗಾರ *(My.);* ಬಿಂಗ *(S. M.).* ಅಭ್ರಕಕ್ಕೆ ವ್ಯವಹಾರದಲ್ಲಿ talc ಎಂಬ ಹೆಸರು ರೂಢಿಯಾಗಿದ್ದರೂ ಅದು ತಪ್ಪಾಗಿದೆ, ಅದಕ್ಕೆ mica ಅನ್ನತಕ್ಕದ್ದು, ಅಥವಾ muscovite ಅನ್ನತಕ್ಕದ್ದು.

Tāle, *n.* ಹೇಳೋಣ; 2. ಕಥೆ, ದಂತಕಥೆ; 3. ಲೆಕ್ಕ, ಎಣಿಕೆ. Tāle'-beār-ĕr (-bār-), *n.* ಚಾಡಿಗಾರ, ತರಳೆಗಾರ, ಹಚ್ಚಕ, ಪಿಶುನ. Tāle'-beār-ing, *n.* ಚಾಡಿಮಾತು, ಪೈಶುನ್ಯ.

Tal'ent, *n.* (ಗ್ರೀಕರಲ್ಲಿ) ಅಜಮಾಸು ಎರಡು ಮಣ ತೂಕ; ೨೪೩.೭ ರುಪಾಯಿ; 2. (ಯೆಹೂದ್ಯರಲ್ಲಿ) ೩½ ಮಣ ತೂಕ; ೪೦೦೦ ರೂ. (ಹಳೇ ಒಡಂಬಡಿಕೆಯಲ್ಲಿ), ಅಥವಾ ೨೦೦೦ ರೂ. (ಹೊಸ ಒ.); 3. ಸಾಮರ್ಥ್ಯ, ಬುದ್ಧಿ. Tal'ent-ed, *a.* ಬುದ್ಧಿವಂತನಾದ, ಚತುರ.

Tāles'man (tālz'man), *n.* ಪಂಚಾಯತಿ ಜನರ ಲೆಕ್ಕ "ಭರ್ತಿ" ಮಾಡುವುದಕ್ಕೆ ಆಯಲ್ಪಟ್ಟವ.

Tal'i-pot, *n. (Corypha umbraculifera, L.)* ಶ್ರೀತಾಳೀ ಮರ.

Tal'is-man, *n.* ಚಿಂತಾಮಣಿ, ಚಿಂತಾಮಣಿ ಯಂತ್ರ, ರಕ್ಷೆ, ರಕ್ಷಾಮಣಿ, ತಾಯಿತ, ತಾತಿ.

Talk (tạk), *v. t. r. (pr.* tạkt) ಮಾತಾಡು; 2. ವಾದಿಸು; 3. ಹರಟೇಬಡಿ; t. to ಬುದ್ಧಿ ಹೇಳು; t. in sleep ಕನವರಿಸು, ಬಡಬಡಿಸು. *v. i.* ಆಡು, ಮಾತಾಡು, *as*, he talks French ಫ್ರೆಂಚರ ಮಾತು ಆಡುತ್ತಾನೆ; 2. ನುಡಿ; 3. ಮಾತಾಡುವದರಲ್ಲಿ ಕಳೆ; he talks away his time ಹರಟೆಬಡಿದುಬಡಿದು ತನ್ನ ಹೊತ್ತು ಕಳೆಯುತ್ತಾನೆ. *n.* ಮಾತು, ಅನ್ನುವುದು, ಸುದ್ದಿ, ಸೊಲ್ಲು; tall t. ಜಂಬಿನ ಮಾತು; small t. ಹಾಳು ಹರಟೆ. Tạlk'a-tive (tạk'a-), *a.* ಬಗ್ಗರಿ, ವಾಚಾಲನಾದ; t. person ಮಾತುಬಡಕ, ಮಾತಾಳಿ, ಬಗ್ಗರಿ. Tạlk'a-tive-ness, *n.* ಮಾತುಗಾರಿಕೆ, ಮಾತುಬಡಕತನ, ವಾಚಾಲತನ. Tạlk'ĕr (tạk-). *n.* ಮಾತುಗಾರ, ವಾಚಾಲ, ಬಾಯಿಬಡಕ.

Tạll, *a.* ಉದ್ದ, ಎತ್ತರ. Tạll'ness, *n.* ಎತ್ತರ, ಉದ್ದ.

Tal'lōw (-lō), *n.* ದನದ ಕೊಬ್ಬು, "ಚರಬಿ", ನೆಣ. Tal'lōw can-dle, *n.* "ಚರಬಿಯ" ಬತ್ತಿ. Tal'lōw-chand-lĕr, *n.* "ಚರಬಿಯ" ಬತ್ತೀ ಮಾರುವವ.

Tal'ly, *v. i. r.* (-lied) ಸರಿಯಾಗಿರು, ತಕ್ಕದ್ದಾಗಿರು, ಒಪ್ಪು. *v. t.* ಸರಿಮಾಡು, ಹೊಂದಿಸು. *n.* ಲೆಕ್ಕದ ಗುರ್ತಿನ ಕೋಲು; 2. ಸರಿಯಾದ ಜತೆ. Tal'ly-shop, *n.* ಉಚ್ಚಾಪತಿ ಅಂಗಡಿ. Tal'ly-trāde, *n.* ಉಚ್ಚಾಪತಿ ವ್ಯಾಪಾರ.

Tal'ly-ho, *int.* ಬೇಟೆನಾಯಿ ಕರೆಯುವುದು.

Tal'mi-gold, *n.* ಬಂಗಾರದ "ಮುಲಾಮು" ಹಚ್ಚಿದ ಹಿತ್ತಾಳಿ.

Tal'mud, *n.* "ಯೆಹೂದ್ಯರ" ಸಂಪ್ರದಾಯ ಸಂಗ್ರಹ. Tal'mud'ic, -al, *a.* "ಯೆಹೂದ್ಯರ" ಸಂಪ್ರದಾಯ ಸಂಬಂಧ.

Tal'on, *n.* ಹಕ್ಕಿಯುಗುರು, ಪಕ್ಷಿನಖ.

Tam'a-rind, *n. (Tamarindus indica, L.)* ಹುಣಿಸೆ; Manilla t. *(Pithecolobium dulce, Benth.)* ಚಕ್ಲೀಮರ, ಕೊರಕಪುಳ್ಳೀ ಮರ.

Tam'bŏur (-bĕr), Tam-bŏur-ine' (-bĕr-ēn'), *n.* ಹಲಿಗೆ, ತಪ್ಪಟೆ, ತಬಟೆ, ತಮಟೆ, ಟಮಕು, ದಮ್ಮಡಿ, ಡಬ್ಬು, ಮೃದಂಗ.

Tāme, *a.* ಸಾಧು, ಪಳಗಿದ, ಈಲಾಗಿರುವ; the bird is very t. ಈ ಹಕ್ಕಿ ಬಹಳ ಈಲಾಗಿದೆ, ಈ ಹಕ್ಕಿ ಬಹಳ ಸಾಧು; a t. (domestic) beast ಗ್ರಾಮ್ಯಪಶು; 2. ಧೈರ್ಯವಿಲ್ಲದ, ಮನಗುಂದಿದ; he is very t. ಅವನು ಮನಗುಂದಿದವ, ಅವನಿಗೆ ಧೈರ್ಯವಿಲ್ಲ; t. fowl

ಊರುಕೋಳಿ, ಸಾಕಿದ—. *v. i. r.* ಸಾಧು ಮಾಡು, ಪಳಗಿಸು, ವಶ ಮಾಡು. Tā'ma-ble, *a.* ಸಾಧು ಮಾಡತಕ್ಕ, ಸಾಧುವಾಗುವ, ಈಲಾಗುವ. Tāme'less, *a.* ಸಾಧು ಆಗದ, ಕಾಡ, "ಹರಾಮಿ". Tāme'ly, *ad.* ಸಾಧುವಾಗಿ; 2. ನೀಚವಾಗಿ. Tāme'ness, *n.* ಈಲು, ಸಾಧುಗುಣ, ಸಾಧುತ್ವ.

Tam'il, *n.* ಅರವ, ದ್ರಾವಿಡಭಾಷೆ, ತಮಿಳು.

Tamp, *v. t.* ಮಣ್ಣುಕಲ್ಲುಗಳನ್ನು ಅಗಲವಾದ ಬಡಿಗೆಯಿಂದ ಬಡಿದು ಸಮನೆಲ ಮಾಡು.

Tam'pĕr, *v. i. r.* ಗೋಜಿಗೆ ಹೋಗು *c. g.*, ಗೊಡವೆಗೆ ಬಾಯು *c. g.*, ಕೈಹಾಕು *c. l.*; 2. ಲಂಚಾ ಕೊಡು *c. d.*; 3. ಪತ್ರವನ್ನು ಕೆಡಿಸು.

Tamp'on, *n.* ರಕ್ತವು ಸುರಿದುಹೋಗದಂತೆ ತಡೆ ಕಟ್ಟುವ ಬಿರಡೆ.

Tam'-tam, *n.* "ನಗಾರಿ".

Tan, *v. t. r.* (tanned, *pr.* tand) ತೊಗಲು ಹದ ಮಾಡು, ಕರೀಹಾಸು; 2. ಕಪ್ಪು ಮಾಡು, ಕರ್ರಗೆ—. *v. i.* ಕಪ್ಪಾಗು, ಹದವಾಗು. *a.* ಕಂದುಬಣ್ಣದ. Tan'na-ble, *a.* ಹದ ಮಾಡತಕ್ಕ. Tan'nĕr, *n.* ತೊಗಲು ಹದ ಮಾಡುವವ, ಚರ್ಮಗಾರ, ಸಮಗಾರ, "ಡೋರ". Tan'nĕr-y, *n.* ತೊಗಲು ಹದ ಮಾಡುವ ಸ್ಥಳ.

Tan'dem, *ad.* ಮುಂದುಹಿಂದಾಗಿ ಎರಡು ಕುದುರೆ ಕಟ್ಟಿದ. *n.* ಮುಂದುಹಿಂದಾಗಿ ಎರಡು ಕುದುರೆ ಕಟ್ಟಿದ ಬಂಡಿ.

Tand'stickŏr, *n.* ಸ್ವೀಡನ್ ದೇಶದ ಬೆಂಕಿಪೆಟ್ಟಿಗೆ.

Taṅg, *n.* ವಾಸನೆ; 2. ರುಚಿ; 3. ಹಿಡಿಯೊಳಗೆ ಸೇರಿಸುವ ಉಳಿಯ ಭಾಗ; 4. ಶೈವಾಲ, ಸಮುದ್ರ ಪಾಚಿ.

Taṅg, *v. t. r.* ಝಣಂಕರಿಸು.

Tan'ġent, *n.* *(geom.)* ಸ್ಪರ್ಶರೇಖೆ, ಸ್ಪೃಗ್, ಸ್ಪೃಗ್ಜ. Tan-ġen'tial, *a.* ಸ್ಪರ್ಶರೇಖೆಯ.

Tan'ġi-ble, *a.* ಮುಟ್ಟತಕ್ಕ, ಹಿಡಿಯತಕ್ಕ, ಸ್ಪೃಶ್ಯ; 2. ಸ್ಪಷ್ಟ, ಕೈಗಂಟಿನಂಥ. Tan-ġi-bil'i-ty, *n.* ಮುಟ್ಟಲಿಕ್ಕಾಗುವಂಥಾದ್ದು, ಸ್ಪರ್ಶನೀಯತೆ. Tan'ġi-bly, *ad.* ಮುಟ್ಟಲಿಕ್ಕಾಗುವಂತೆ; 2. ಸ್ಪಷ್ಟವಾಗಿ.

Taṅ'gle, *v. t. r.*, *see* Entangle. *n.* ಕಳವಳ, ಗಾಬರಿ. Taṅ'gled (-gld), Taṅ'gly, *a.* ತೊಡಕಾದ.

Taṅk. *n.* ಕೆರೆ, ಗುಂಡಿ, ಹೊಂಡ, ಕೊಳ; 2. ಹೌಜ, ಹೌದ; 3. ಯುದ್ಧದ ಫಿರಂಗಿಗಳನ್ನು ಒಳಕೊಂಡು ಚಲಿಸುವ ದೋಣಿಯಾಕಾರದ ಗೂಡು; a sacred t. ಪುಷ್ಕರಿಣಿ; t. diggers ಒಡ್ಡರು, ಉಪ್ಪಾರರು.

Taṅ'kard (-kĕrd), *n.* ಕುಡಿಯುವ ಪಾತ್ರೆ.

Tan'ta-līṣe, *v. t. r.* ಆಶೆ ತೋರಿಸಿ ನಿರಾಶೆ ಮಾಡು, ಚಾಳಿಸು. Tan-ta-li-ṣā'tiŏn, *n.* ಆಶೆ ತೋರಿಸಿ ನಿರಾಶೆ ಮಾಡುವುದು, ಚಾಳಿಸುವಿಕೆ. Tan'ta-līṣ-iṅg, *a.* ಆಶೆ ತೋರಿಸಿ ನಿರಾಶೆ ಮಾಡುವ. Tan'ta-līṣ-iṅg-ly, *ad.* ಚಾಳಿಸುತ್ತಾ, ವ್ಯರ್ಥ ಆಶೆ ಹುಟ್ಟಿಸುವಂತೆ. Tan'ta-liṣm, *n.* ಆಶಾಭಂಗ ಮಾಡಿ ವೇಧಿಸೋಣ.

Tan'ta-mount, *a.* ಸರಿ, ಸಮ, ತುಲ್ಯ, *as*, delay at such a time is t. to ruin ಅಂಥ ಸಮಯದಲ್ಲಿ ತಡ ಮಾಡುವುದು ಹಾಳೀ ಸರಿ.

Tan'ti-vy, *ad.* ವೇಗವಾಗಿ.

Tap, *v. t. r.* (tapped, *pr.* tapt) ತಟ್ಟು; 2. ಪೀಪಕ್ಕೆ ತೂತು ತೆಗೆ. *n.* ತಟ್ಟುವಿಕೆ; 2. ಪೀಪದ ತೂತು; 3. ಬೆಣೆ. Tap'house, *n.* ಛತ್ರ; 2. ಹೆಂಡದ ಅಂಗಡಿ. Tap'room, *n.* ಹೆಂಡದ ಅಂಗಡಿ, ಸೆರೆಯಂಗಡಿ. Tap'root, *n.* ನೆಲ ಬೇರು, ತಾಯಿಬೇರು.

Tāpe, *n.* ಲಾಡಿ, ನಾಡೆ.

Tā'pĕr, *n.* ತೆಳ್ಳನ ಮೇಣದ ಬತ್ತಿ; 2. ಗೋಪುಚ್ಛಾಕಾರ. *a.* ಕೂಚಾಗಿರುವ, ತುದೀ ಕಡೆಗೆ ತೆಳ್ಳಗಾಗುತ್ತಾ ಹೋಗುವ. *v. i. r.* ಕೂಚಾಗು, ತುದೀ ಕಡೆಗೆ ತೆಳ್ಳಗಾಗುತ್ತಾ ಹೋಗು. *v. t. r.* ಶಂಖಾಕಾರವಾಗಿ ಮಾಡು. Tā'pĕr-iṅg-ly, *ad.* ತೆಳ್ಳತೆಳ್ಳಗಾಗುತ್ತಾ, ಗೋಪುಚ್ಛಾಕಾರವಾಗಿ.

Tap'es-try, *n.* "ಪರದೆ", "ಬುಟೇದಾರಿ" ವಸ್ತ್ರ.

Tāpe'wŏrm, *n.* (ಮನುಷ್ಯರ ಹೊಟ್ಟೆಯಲ್ಲಾಗುವ) ಲಾಡಿಯಂತೆ ಇರುವ ಕೀಟ, ಲಾಡೀಹುಳ, ನಾಡಿಕೀಟ.

Tap-i-ō'ca, *n.* ಕಣಗಲ ಹಿಟ್ಟು, —ದಾಣೆ; t. plant *(Manihot utilissima, Pohl.)* ಕಣಗಲ ಗಿಡ; *see* Cassava.

Tā'pĭr, *n.* "ತೇಪಿರ"ವೆಂಬ ಆನೇಜಾತಿಯ ಮೃಗ.

Tā'pis (*or* tā'pē), *n.* ರತ್ನಕಂಬಳಿ, "ಜಮಖಾನು"; subject on the t. ಚರ್ಚೆಯ ವಿಷಯ.

Tap'stĕr, *n.* ಮದ್ಯ ಮಾರುವ ಹುಡುಗ.

Tär, *n.* ಕೀಲೆಣ್ಣೆ, "ಡಾಂಬರ" ಎಣ್ಣೆ, "ಟಾರು"; 2. ನಾವಿಕ. *v. t. r.* (tärred, *pr.* tärd) "ಡಾಂಬರ" ಎಣ್ಣೆ ಹಚ್ಚು. Tär'ry, *a.* ಕೀಲೆಣ್ಣೆಯ; 2. "ಟಾರು" ಬಳಿದ.

Ta-ran'tū-la, *n.* ದೊಡ್ಡ ಜೇಡರ ಹುಳ.

Tar-boosh' Tär-bouch, *n.* ತುರ್ಕರ "ಟೊಪ್ಪಿ".

Tär'dy, *a.* ಮಂದ, "ಸುಸ್ತಿ"ಯಾದ, ತಾಮಸವುಳ್ಳ, ತಡವಾದ. Tär'di-ly, *ad.* ಮೆಲ್ಲಮೆಲ್ಲಗೆ, ಮಂದವಾಗಿ ತಾಮಸವಾಗಿ. Tär'di-ness, *n.* ತಾಮಸ, ಮಂದ, "ಸುಸ್ತಿ".

Tāre, *n.* ಊದರೆ, ಹಣಜೀ ಹುಲ್ಲು, ಹಗಿಜಿ, ಕಳೆ, "ನಲ್ಲೆ".

Tāre, *n.* "ಬಾರದಾನು" *v. t. r.* "ಬಾರದಾನು" ನಿಶ್ಚಯಿಸು.

Tärge, Tär'get, *n.* ಡಾಲು, ಗುರಾಣಿ; 2. ಗುರಿ ಹಲಿಗೆ. Tär'get-ēer, *n.* ಗುರಾಣಿ ಹೊರುವವ.

Tar'iff, *n.* ಸರಕುಗಳಿಗೆ ಕೊಡತಕ್ಕ ಸುಂಕಗಳ "ನಿರಖುನಾಮೆ".

Tärn, *n.* ಗುಡ್ಡದಲ್ಲಿಯ ಸರೋವರ; 2. ಜವುಗು ನೆಲ, ಕೊಳಚಿ.

Tär'nish, *v. t. r.* (*pr.* -nisht) ಮಾಸು, ಮಲಿನ ಮಾಡು, ಕಳಂಕ ಹಚ್ಚು. *p. a.* ಕಿಲುಬಿದ. *pass.* or *v. i.* ಮಾಸಿಹೋಗು, ಮಲಿನವಾಗು. *n.* ಕಳಂಕ, ಕುಂದು, ಮಲಿನ.

Tä'rō, *n.* (*Colocasia antiquorum, Schott, or Arum colocasia, L.*) ಕೆಸು, ಸಾಮೀಗಡ್ಡೆ.

Tär-pau'lin (-pa'lin), *n.* "ಡಾಂಬರ" ಎಣ್ಣೆ ಹಚ್ಚಿದ ಬಟ್ಟೆ, ಮೇಣಗಮಟು; 2. ನಾವಿಕ.

Tar'ry, *v. i. r.* (-ried) ನಿಲ್ಲು, ಹಿಂದುಳಿ; 2. ತಡ ಮಾಡು; 3. ಇಳಕೊಳ್ಳು, ವಸ್ತಿಮಾಡು. *v. t.* ಕಾದುಕೊಳ್ಳು. Tar'ri-ēr, *n.* ತಡ ಮಾಡುವವ.

Tär'sus, *n.* ಮುಂಗಾಲು ಮತ್ತು ಪಾದಗಳ ನಡುವಿನ ಎಲುಬು. *pl.* Tär'sī.

Tärt, *a.* ಹುಳಿ; 2. ಕಡದು, ಖಡಾಖಡಿ (reply). Tärt'ly, *ad.* ಹುಳಿಯಾಗಿ; 2. ಕ್ರೂರವಾಗಿ. Tärt'ness, *n.* ಹುಳಿ; 2. ಚುರುಕು, ಕಡದು, ಖಡಾಖಡಿ.

Tärt, *n.* ಹಣ್ಣು ಕಡಬು.

Tär'tan, *n.* ಪಟ್ಟೆ, ಕಂಬಳಿ; 2. ಭೂಮಧ್ಯ ಸಮುದ್ರದಲ್ಲಿ ಓಡಾಡುವ ಒಂದೇ ಕೂವೆಮರದ ಚಿಕ್ಕ ಹಡಗು.

Tär'tar, *n.* ದ್ರಾಕ್ಷಾರಸದ ಪೀಪದೊಳಗಿಂದ ಒರಕೊಂಡ ಕರಣೆ (ಕಲ್ಲ); t. of the teeth ಹಲ್ಲುಗಾರೆ, ರೌಚಸಿಕ.

Tär'ta-rus, *n.* ಯಮಲೋಕ, ನರಕ.

Task, *n.* ಗೊತ್ತುಮಾಡಿ ಹಚ್ಚಿದ ಕೆಲಸ; 2. ಜಾಡ; take to t. ತಪ್ಪುಹಿಡಿದು ಬುದ್ಧೀಹೇಳು *c. d.* *v. t. r.* (*pr.* taskt) ಕೆಲಸಾ ಹಚ್ಚು, ತೊಂದರೆ ಪಡಿಸು, ಹಂಗಿಸು. Task'ēr, Task'mas-tēr. *n.* ಕೆಲಸಾ ಹಚ್ಚುವವ, ಮೇಲಾಳು. Task'-wörk, *n.* "ಕರಾರಿ"ನಿಂದ ವಹಿಸಿಕೊಂಡ ಕೆಲಸ.

Tas'sel (tas'l), *n.* ಗೊಂಡೆ, ಕುಚ್ಚು, ಕೂರ್ಚ.

Tāste, *n.* ರುಚಿ, ರಸ; 2. (nice perception) ರಸ, ರಸಿಕತೆ; 3. (manner, style) ರೀತಿ; bad t. ರಸಾಭಾಸ; 4. ರುಚಿ ನೋಡಕೊಟ್ಟದ್ದು, ತುಸ, ಸ್ವಲ್ಪ. *v. t. r.* ರುಚಿನೋಡು, ನಂಜಿಕೊಳ್ಳು; 2. ಅನುಭವಿಸು. *v. i.* ನಂಜಿಕೊಳ್ಳು, ಸವಿದು ನೋಡ; t. of ರುಚಿಹತ್ತು, —ಇರು; it tastes of garlic ಬೆಳ್ಳುಳ್ಳಿಯ ರುಚಿ ಹತ್ತುತ್ತದೆ, —ರುಚಿ ಇರುತ್ತದೆ. Tāste'ful, *a.* ರುಚಿಕರವಾದ, ಸವಿ; 2. ರಸಿಕ. Tāste'ful-ly, *ad.* ರುಚಿಕರವಾಗಿ; 2. ರಸಿಕವಾಗಿ, ಸರಸವಾಗಿ. Tāste'ful-ness, *n.* ರುಚಿ; 2. ರಸಿಕತೆ, ಸರಸತೆ. Tāste'less, *a.* ನಿಸ್ಸಾರವಾದ, ರುಚಿ ಇಲ್ಲದ, ಸಪ್ಪೆ, ಸಪ್ಪಗಾದ. Tāste'less-ly, *ad.* ಸಪ್ಪಗೆ. Tāste'less-ness, *n.* ಸಪ್ಪಗಿರುವುದು. Tāst'i-ly, *ad.* ಸರಸವಾಗಿ, ರಸಿಕವಾಗಿ. Tāst'ing, *n.* ರುಚಿ ನೋಡೋಣ. Tāst'y, *a.* ಸರಸ, ಚಂದವಾದ, ಚೆಲೋ.

Tā-tā, *int.* ಹೋಗಿ ಬರುತ್ತೇನೆಂದು ಹೇಳು, ಬೀಳ್ಕೊಳ್ಳು.

Tat'tēr, *n.* ಚಿಂದಿ, ಹರಕ, ಪೇಲಿಕೆ. Tat'ter-de-mā-lion, *n.* ಗತಿಯಿಲ್ಲದವನು, ನೀಚ. Tat'tēred (tatērd), *pp. & a.* ಹರಕು, ಜರ್ಜರಿತ; t. cloth ಕಪ್ಪಡಿ. Tat'tērs, *n. pl.* ಪಡಿಕೆ, ಪೇಲಿಕೆ, ಹರಕ, ಚಿಂದಿ, ಚಿಂಪು.

Tat'tle, *n.* ಹರಟೆ, ಪಟ್ಟಂಗ. *v. i. r.* ಪಟ್ಟಂಗ ಹೊಡೆ, ಹರಟೇಬಡಿ. Tat'tlēr, *n.* ಹರಟೆಯವ, ಹರಟೆಮಲ್ಲ, ಬಡಬಡಿಸುವವ, ಬಾಯಿಬಡಕ.

Tat-too', *n.* ಸಿಪಾಯಿಗಳು ನಿವಾಸಸ್ಥಳಕ್ಕೆ ಬರಬೇಕೆಂತ "ತಂಬೂರಿ" ಹೊಡೆಯುವುದು.

Tat-too', *v. t. r.* ಹಚ್ಚೇ ಚುಚ್ಚು. *n.* ಹಚ್ಚೆ.

Tat'ty, *n.* ತಟ್ಟಿ.

Taunt (tant), *v. t. r.* ಹಂಗಿಸು, ಮೂದಲಿಸು; 2. ನಿಂದಿಸು, ಬಯ್ಯು. *n.* ಮೂದಲೆ, ಹಂಗಿಸೋಣ, ಹಂಗಣೆ, ನಿಂದೆ. Taunt'ēr, *n.* ಹಂಗಿಸುವವ. Taunt'ing, *n.* ಹಂಗಿಸೋಣ, ಎಗತಾಳಿ. Taunt'ing-ly (tant-), *ad.* ಹಂಗಿಸುತ್ತಾ, ಮೂದಲಿಸುತ್ತಾ; 2. ಬಯ್ಯುತ್ತಾ.

Tau'rus (ta'rus), *n.* ವೃಷಭರಾಶಿ. Tau'rine (ta'rin), *a.* ಗೂಳಿಯ, ಹೋರಿಯ, ದನಜಾತಿಯ.

Taut, *a.* ಬಿಗಿ.

Tau-tol'ō-gy (ta-), *n.* ಪುನರುಕ್ತಿ, ಆಡಿದ್ದೇ ಆಡೋಣ, ಚರ್ವಿತಚರ್ವಣ. Tau-to-log'i-cal (ta-), *a.* ಹೇಳಿದ್ದೇ ಹೇಳುವ, ಪುನರುಕ್ತಿಯ, ಏಕಾರ್ಥದ. Tau-toph'o-ny, *n.* ಒಂದೇ ಧ್ವನಿಯನ್ನು ಪುನಃ ಮಾಡೋಣ.

Tav'ērn, *n.* ಛತ್ರ, ಹೆಂಡದಂಗಡಿ, ಸಾರಾಯಿ ಅಂಗಡಿ.

Taw (tạ), *n.* ಗುಂಡು, ಗೋಲಿ, ಗೋಲಿಕಲ್; 2. ಗುಂಡಿನಾಟ, ಗೋಲೀಯಾಟ.

Taw'dry (tạ'dri), *a.* ಸೋಗಿನ, ಒಯ್ಯಾರದ. Taw'dri-ly (tạ'dri-), *ad.* ಅಂದವಿಕಾರವಾಗಿ. Taw'dri-ness (tạ'dri-), *n.* ಅಂದಗೇಡಿತನ, ಸೋಗು.

Tawn'y (tạn'i), *a.* ಕಪಿಲ ವರ್ಣದ, ಕಪಿಲಿ—, ಕಂದು ಬಣ್ಣದ, ಪಿಂಗಳ—.

Tax, *n.* ತೆರಿಗೆ, "ಪಟ್ಟಿ", ಕಂದಾಯ, ವರಿ; pay taxes ವರೀ ತೆರು; impose a t. ವರಿ ಹಾಕು. *v. t. r. (pr.* taxt) ತೆರಿಗೆಕಟ್ಟು; 2. (t. with) ಹಂಗಿಸು, ದೋಷಹಚ್ಚು. Tax'a-ble, *a.* ತೆರಿಗೆ ಕಟ್ಟತಕ್ಕ. Tax-ā'tiŏn, *n.* ತೆರಿಗೆ ಕಟ್ಟುವುದು, "ಜಮಾಬಂದಿ". Tax'gath-ĕr-ĕr, *n.* ತೆರಿಗೆ ಎತ್ತುವವ, ಸುಂಕಿಗ. Tax'-pāy-ĕr, *n.* ಕುಳ.

Tax'i, Tax'i-cab, *n.* ಒಂದು ವಿಧದ ಸಾರಟು.

Tax'i-dĕr-my, *n.* ಸತ್ತ ಪ್ರಾಣಿಗಳ ಚರ್ಮವನ್ನು ಉಪಾಯದಿಂದ ಸುಲಿದು ಅದರೊಳಗೆ ಬೇರೆ ವಸ್ತು ತುಂಬಿಸಿ ಹೊಲಿದು ಪುನಃ ಜೀವಂತ ಪ್ರಾಣಿಯ ಆಕಾರ ಮಾಡಿ ಇಡುವ ವಿದ್ಯೆ.

Tax'i-mē-tĕr, *n.* ಪ್ರಯಾಣ ಮಾಡಿದ ದಾರಿಯ ಉದ್ದವನ್ನು ಸೂಚಿಸುವ ಅಳತೆಯಂತ್ರ.

Tchick, *v. i. r.* ಚಪ್ಪರಿಸು. *n.* ಚಪ್ಪರಿಸುವ ಶಬ್ದ.

Tēa (tē), *n.* "ತೇ" ಎಲೆ, ಚಾ ಸೊಪ್ಪು; 2. ಸಂಜೇ ಊಟ; t. service ಚಾ "ಸಾಮಾನು". Tēa'-pot, *n.* ಚಾ ನೀರಿನ ಪಾತ್ರೆ.

Tēach (tēch), *v. t. & i. ir.* (taught, taught, *pr.* tạt) ಕಲಿಸು, ಬೋಧಿಸು, ಅಭ್ಯಾಸ ಮಾಡಿಸು. Tēach'a-ble (tēch'a-), *a.* ಕಲಿಸಿಕೊಳ್ಳತಕ್ಕ, ಸಾಧು. Tēach'a-ble-ness (tēch-), *n.* ಕಲಿಯುವ ಮನಸ್ಸು, ಸಾಧು ಗುಣ. Tēach'ĕr, *n.* ಕಲಿಸುವವ, ಉಪಾಧ್ಯಾಯ, ಬೋಧಕ, ಶಿಕ್ಷಕ, ಆಚಾರ್ಯ, ಗುರು. Tēach'iṅg (tēch-), *n.* ಕಲಿಸುವಿಕೆ, ಶಿಕ್ಷೆ, ಬೋಧನೆ.

Tēak (tēk), *n.* (*Tectona grandis, L.*) ತೇಗು, "ಸಾಗುವಾನಿ", ತೇಗದ ಮರ (*My.*), ತ್ಯಾಗದ ಮರ.

Tēam (tēm), *n.* ಹೂಡಿದ ಎತ್ತಿನ ಜೋಡು, —ಕುದುರೇ ಜೋಡು, ಜತೆಯಲ್ಲಿ ಕೆಲಸ ಮಾಡುವ ಜನರ ತಂಡ. Tēam'stĕr, *n.* ಎತ್ತು ಹೊಡೆಯುವವ, ಕುದುರೆ—.

Tēa'poy, *n.* (*Hindust.* teenpai=3 *feet*) ಮೂರು ಕಾಲುಗಳುಳ್ಳ ಸಣ್ಣ "ಮೇಜು".

Tēar (tēr), *n.* ಕಣ್ಣೀರು, ಅಶ್ರು, ಕಂಬನಿ; tears to flow ಕಂಬನಿಗಳುದುರು; flood of tears ಅಶ್ರುಧಾರೆ; crocodile tears ಕಳ್ಳ ಅಳು. Tēar'fụl, *a.* ಕಣ್ಣೀರು ಸುರಿಸುವ, ಅಶ್ರುಪೂರ್ಣ. Tēar'fụl-ly, *ad.* ಕಣ್ಣೀರು ಹಾಕಿ, ಕಣ್ಣಿಗೆ ನೀರು ತಂದು. Tēar'less, *a.* ಕಣ್ಣೀರಿಲ್ಲದ.

Teār (tār), *v. t. ir.* (tōre, tōrn) ಹರಿ, ಹರಕೊಳ್ಳು; 2. ತರಿ, ತರಕೊಳ್ಳು; 3. ತುಂಡು ತುಂಡು ಮಾಡು, ಚೂರು ಚೂರು—; 4. (pull, *as*, the hair) ಜಗ್ಗು; — t. from ಕಸಕೊಳ್ಳು; t. off ಹರಕೊಳ್ಳು; t. out ಕೀಳು, ಕಿತ್ತು ಹಾಕು; t. up ಕಿತ್ತುಹಾಕು. *v. i.* ಹರದಾಡು, ಜಾಡನೆ ಹೊಡೆ; 2. ಕೋಪಿಸು. *n.* ಹರಕು, ಬಿರಕು.

Tēase (tēz), *v. t. r.* ಬಾಚು; 2. ಪೀಡಿಸು, ಕಾಡು, ಕಟಿಪಿಟಿ ಮಾಡು. Tēas'ĕr, *n.* ಪ್ರಯಾಸದ ಕಾರ್ಯ.

Tēa'sel, Tēa'sle (tē'zl), *n.* ಬ್ರಹ್ಮದಂಡಿಯ ಹಾಗಿರುವ ಒಂದು ಮುಳ್ಳುಗಿಡ; 2. ಗುಂಜು ಎಬ್ಬಿಸುವ "ಸಾಮಾನು". *v. t. r.* ಗುಂಜು ಎಬ್ಬಿಸು.

Tēat (tēt), *n.* ಮೊಲೆ, ಮೊಲೆಯ ತೊಟ್ಟು, —ಮೂಗು.

Tech'nic, -ni-cal (tek-), *a.* ಪಾರಿಭಾಷಿಕ, ಆಯಾ ವಿದ್ಯಾಸಂಬಂಧವಾದ (term); t. meaning ಸಾಂಕೇತಿಕಾರ್ಥ. Tech'ni-cal-ly, *ad.* ಪರಿಭಾಷೆಯಾಗಿ; 2. ಆಯಾ ವಿದ್ಯೆಗನುಸಾರವಾಗಿ. Tech-ni-cal'i-ty, *n.* ಪರಿಭಾಷೆ, ಪಾರಿಭಾಷಿಕತ್ವ. Tech'ni-cals, *n. pl.* ಆಯಾ ವಿದ್ಯೆಗೆ ವಿಶೇಷವಾದ್ದು. Tech'-nics, *n. pl.* ಶಿಲ್ಪಶಾಸ್ತ್ರ; 2. ಆಯಾ ವಿದ್ಯೆಗೆ ವಿಶೇಷವಾದದ್ದು. Tech-no-log'ic, -al, *a.* ಶಿಲ್ಪಶಾಸ್ತ್ರದ. Tech'nol'ō-gy. *n.* ಶಿಲ್ಪಶಾಸ್ತ್ರ; 2. ಪರಿಭಾಷೆಯ ಶಬ್ದಕೋಶ.

Techy, *a.* ಸಿಡುಮೋರೆಯ, ಗುಣುಗುಟ್ಟುವ ಉರಿದುಬೀಳುವ; *same as* Tetchy.

Ted, *v. t. r.* ಹಸಿಹುಲ್ಲು ಒಣಗಲಿಕ್ಕೆ ಹರವು.

Tē dē'um, *n.* ದೇವರ ಕೀರ್ತನೆ.

Tē'di-ŏus, *a.* ಬೇಸರಿಕೆಯ, ಬೇಸರಿಕೆ ಹುಟ್ಟಿಸುವ, ದೀರ್ಘಸೂತ್ರಿಯಾದ. Tē'di-ŏus-ly, *ad.* ಬೇಸರಿಕೆಯಾಗಿ, ದೀರ್ಘಸೂತ್ರವಾಗಿ; t. long ಹನುಮಂತನ ಬಾಲ. Tē'di-ŏus-ness, *n.* ಬೇಸರ ಹುಟ್ಟಿಸುವಂಥಾದ್ದು, ದೀರ್ಘಸೂತ್ರತೆ.

Tēel'-sēed, *n.* (the seed of *Sesamum indicum, Dec.*) ಎಳ್ಳು, ತಿಲ.

Tēem, *v. i. r.* ಕರಗಿದ ಉಕ್ಕನ್ನು ಕುಲಿಮೆಯಿಂದ ಸುರಿಸು; 2. ಹೆರು, ಈಯು, ಫಲ ಫಲಿಸು; 3. ಬಸುರಾಗು; t. with ತುಂಬಿರು, ತೀವು; ಮುಕ್ಕಿರು. **Tēem'ing,** *a.* ತುಂಬಿದ.

Tēens, *n. pl.* ಹದಿಮೂರರಿಂದ ಹತ್ತೊಂಬತ್ತರೊಳಗಿನ ಪ್ರಾಯ; a girl in her t. ಹಸುಂ ಹುಡುಗಿ.

Tēeth, *n. (pl. of* Tooth) ಹಲ್ಲುಗಳು; milk-t. ಹಾಲಹಲ್ಲು; rubbing the t. ಹಲ್ಲು ಉಜ್ಜುವುದು, —ತಿಕ್ಕುವುದು, ದಂತಧಾವನೆ; cutting t. ಮುಂದಿನ ಹಲ್ಲು, ಛೇದಕ ಹಲ್ಲು; canine t. ಕೋಲದ ಹಲ್ಲು, ವಿದಾರಕ ಹಲ್ಲು; grinders ದವಡೇ ಹಲ್ಲು, ಪೇಷಕ ಹಲ್ಲು; in the t. of the wind ಗಾಳಿಗೆ ಎದುರಾಗಿ; show one's t. ಹಲ್ಲುಕಿಸಿ, ಬೆದರಿಸು; cast in one's t. ಹಂಗಿಸು; speak between t. ಬಾಯಿ ತೆರೆಯದೆ ಮಾತನಾಡು; set one's t. on edge ಗಾಬರಿ ಅಥವಾ ಭೀತಿಯಿಂದ ಹಲ್ಲು ಕಚ್ಚಿಕೊಳ್ಳು; throw one's words into one's t. ಒಬ್ಬನನ್ನು ಹಂಗಿಸು, ಒಬ್ಬನ ಮೋರೇ ಮೇಲೆ ಬಡಿ. **Tēethe,** *v. i. r.* ಹಲ್ಲು ಬರು. **Tēeth'ing,** *n.* ಹಲ್ಲು ಬರುವುದು.

Tēe-tō'ta-lēr, *n.* ಮದ್ಯಪಾನ ಮಾಡದವ, —ಬಿಟ್ಟವ, —ತ್ಯಜಿಸುವವ. **Tee-tō'tal,** *a.* ಮದ್ಯಪಾನ ಸಂಪೂರ್ಣ ವಿಸರ್ಜನೆ ಮಾಡಿದ. **Tēe-tō'tal-ism,** *n.* ಮದ್ಯಪಾನ ಮಾಡದಿರೋಣ, —ವಿಸರ್ಜನೆ, ನಿಷೇಧ.

Teg, *n.* ಹೆಣ್ಣುಜಿಂಕೆ.

Teg'ū-ment, *n.* ಮುಚ್ಚುವಂಥಾದ್ದು, ತೊಗಲು.

Tē-hee', *n.* ತಾತ್ಸಾರ ಸೂಚಕವಾದ ಅರೆ ನಗೆ.

Tel'a-ry, *a.* ಜಾಡರ ಹುಳುವಿನ ಪೋರೆಯ; 2. ನೆಯಿದ.

Tel'e-gram, *n.* ತಂತಿಟಪ್ಪಾಲಿನ ವರ್ತಮಾನ, ತಂತಿವಾರ್ತೆ.

Tel'e-graph (-graf), *n.* ತಂತಿಟಪ್ಪಾಲು, ತಾರಾಯಂತ್ರ, ವಿದ್ಯುದ್ಯಂತ್ರ. *v. t. r. (pr.* graft) ತಂತಿವರ್ತಮಾನ ಮುಟ್ಟಿಸು. **Tel-e-graph'-ic, -'i-cal** (-graf-), *a.* ತಂತಿಟಪ್ಪಾಲಿನ, ತಾರಾಯಂತ್ರದ. **Tel-e-graph'i-cal-ly** (-graf'i-). *ad.* ತಂತಿಟಪ್ಪಾಲಿನ ಮುಖಾಂತರ, ತಾರಾಯಂತ್ರದ—. **Te-leg'raph-ist,** *n.* ತಂತಿಟಪ್ಪಾಲಿನವ, ತಾರಾಯಂತ್ರದವ. **Te-leg'ra-phy,** *n.* ತಂತಿಟಪ್ಪಾಲು, ತಾರಾಯಂತ್ರದ ವಿದ್ಯೆ.

Tel-e-ol'ō-gy, *n.* ವಿಶ್ವೋತ್ಪತ್ತಿಯ ಮೂಲಕಾರಣ ತಿಳಿಯುವ ವಿದ್ಯೆ.

Te-lep'a-thy, *n.* ದೂರದಿಂದಲೆ ಇತರರ ಮನಸ್ಸಿನ ಇಂಗಿತವನ್ನು ಗೊತ್ತುಹಚ್ಚುವ ವಿದ್ಯೆ.

Tel'e-phōne, *n.* ದೂರಕ್ಕೆ ಮಾತಾಡುವಂಥ ಯಂತ್ರ. **Tel-e-phōn'ic** (-fon'ik), *a.* ದೂರಕ್ಕೆ ಮಾತಾಡುವ.

Tel'e-scōpe, *n.* "ದುರ್ಬೀನ", "ದುರ್ಬೀನು"; 2. ರೈಲುಬಂಡಿಗಳು ಒಂದಕ್ಕೊಂದು ರಭಸದಿಂದ ಬಡೆದು ಒಂದು ಇನ್ನೊಂದರ ಒಳಗೆ ಸೇರಿಕೊಂಡಂತೆ ಮುರಿದು ಕಾಣುವುದು. **Tel-e-scop'ic, -'i-cal,** *a.* "ದುರ್ಬೀನಿ"ನಿಂದ ಕಾಣುವ, ದೂರ ದೃಷ್ಟಿಯ. **Tel-e-scop'i-cal-ly,** *ad.* "ದುರ್ಬೀನಿನ" ಮುಖಾಂತರವಾಗಿ. **Te-les'co-py,** *n.* "ದುರ್ಬೀನಿನ" ಮೂಲಕ ನೋಡುವ ವಿದ್ಯೆ.

Tell, *v. t. ir.* (tōld, tōld), (count) ಎಣಿಸು, ಲೆಕ್ಕ ಹೇಳು; 2. (narrate) ವಿವರಿಸು, ವಿವರವಾಗಿ ಹೇಳು; 3. (make known) ಹೇಳು, ತಿಳಿಸು, *as,* t. the truth ಸತ್ಯ ಹೇಳು; t. me all you know ನಿನಗೆ ತಿಳಿದಷ್ಟು ನನಗೆ ಹೇಳು; t. me how far it is ಎಷ್ಟು ದೂರವೆಂದು ನನಗೆ ಹೇಳು; he told me that my brother was dead ನಮ್ಮಣ್ಣ ತೀರಿಕೊಂಡದ್ದನ್ನು ನನಗೆ ತಿಳಿಸಿದ; 4. (find out, know) ತಿಳಿ, ಗೊತ್ತಿರು, ಹೇಳು, *as,* I cannot t. ನನಗೆ ತಿಳಿಯುವುದಿಲ್ಲ, —ಗೊತ್ತಿಲ್ಲ, ನಾ ಹೇಳಲಾರೆ; I cannot t. if he is at home ಅವನು ಮನೆಯಲ್ಲಿರುತ್ತಾನೋ ಏನೋ ನನಗೆ ಗೊತ್ತಿಲ್ಲ, —ಮನೆಯಲ್ಲಿರುತ್ತಾನೋ ಏನೋ ನಾ ಹೇಳಲಾರೆ; I can t. you that he is at home ಅವನು ಮನೆಯಲ್ಲಿರುತ್ತಾನೆಂಬುದು ನನಗೆ ಗೊತ್ತದೆ; 5. (make excuses) ನೆವನ ಹೇಳು, *as,* never t. me excuses ನನಗೆ ನೆವನ ಹೇಳಬೇಡ; —t. abroad ಹುಲುಬಿಸು, ಪ್ರಸಿದ್ಧ ಮಾಡು; t. apart ವಿಂಗಡಿಸು; t. off ಎಣಿಸು; t. over ಎಣಿಸಿ ಹೇಳು; t. to one's face ಒಬ್ಬನ ಮೋರೆಗೆ ಹೇಳಿಬಿಡು; strain begins to t. upon him ಪ್ರಯಾಸದ ಚಿಹ್ನೆಗಳು ಅವನ ದೇಹದ ಮೇಲೆ ಕಾಣಿಸಿಕೊಳ್ಳುತ್ತವೆ; told off ಎಣಿಸಿ ಪ್ರತ್ಯೇಕಿಸಿ ಒಂದು ಕೆಲಸಕ್ಕೆ ನೇಮಿಸು. **Tel'ler,** *n.* ಹೇಳುವವ, ಎಣಿಸುವವ. **Tel'ling,** *a.* ಮನಸ್ಸಿಗೆ ಹತ್ತುವ.

Tell'-tāle, *n.* ಚಾಡಿ ಹೇಳುವವ, ಕ್ಷುದ್ರಕ, ಬಾಯಿಬಡಕ, ಬಡಕುಬಾಯಿ, ಇಲ್ಲಾಮಲ್ಲಿ. *a.* ಗುಟ್ಟೊಡೆಯುವ.

Tel-lū'ri-an, *a.* ಪೃಥ್ವಿಯ ಮೇಲೆ ವಾಸಿಸುವ.

Tel-lūr'ion, *n.* ಅಹೋರಾತ್ರಿ ಋತುಭೇದಾದಿ ತೋರಿಸುವ ಯಂತ್ರ.

Te-mer'i-ty, *n.* ವಿಚಾರಗೆಟ್ಟ ಧೈರ್ಯ, ಅವಿಚಾರ.

Tem'pĕr, *n.* (due mixture) ಹದ; 2. (constitution of mind) ಪ್ರಕೃತಿ, ಭಾಷ; 3. (disposition) ಗುಣ; 4. (calmness) ಶಾಂತಿ; 5. (passion) ಸಿಟ್ಟು; good t. ಸಾಧು ಗುಣ; bad t. ಸಿಟ್ಟಿನ ಗುಣ; even t. ಸಮಾಧಾನದ ಗುಣ, ಶಾಂತ ಗುಣ; to be out of t. ಸಿಟ್ಟಿನಲ್ಲಿರು. *v. t. r.* ಕಲಸು, ಕಲಬೆರಿಕೆ ಮಾಡು, ಹಾಳತ—; 2. ಸಾಧು ಮಾಡು; 3. ಹದ ಮಾಡು (metal). Tem'pĕred (-pĕrd), *pp.* & *a.* ಗುಣವುಳ್ಳ, ಹದವುಳ್ಳ; good-t. ಶಾಂತ, ಸಾಧು; bad-t., ill-t. ಸಿಟ್ಟಿನ; well-t. ಹಾಳತ; t. steel ಹದ ಮಾಡಿದ ಉಕ್ಕು.

Tem'pĕr-a-ment, *n.* ಪ್ರಭಾವ, ಪ್ರಕೃತಿ.

Tem'pĕr-ance, *n.* ಮಿತಿ, ಮಟ್ಟು, ಮಿತಾಹಾರ, ಮಿತಪಾನ.

Tem'pĕr-āte, *a.* ಮಟ್ಟಾದ, ಮಿತಿಯಾದ, ಹಾಳತ; 2. ಅಳತೆ ತಿಳಿದುಣ್ಣುವ, —ತಿಳಿದು ಕುಡಿಯುವ, —ತಿಳಿದು ಭೋಗ ಮಾಡುವ, ಮಿತಾನುಭವಿ; 3. ಶಾಂತ, ಸೌಮ್ಯ; 4. ಸಮಧಾತುವಿನ (zone), ಸಮಶೀತೋಷ್ಣವುಳ್ಳ. Tem'pĕr-āte-ly, *ad.* ಮಟ್ಟಾಗಿ, ಮಿತಿಯಾಗಿ; 2. ಶಾಂತವಾಗಿ. Tem'pĕr-āte-ness, *n.* ಮಟ್ಟು, ಮಿತಿ; 2. ಮಿತಾನುಭವ; 3. ಶಾಂತಿ, ಸಮಾಧಾನ. Tem'pĕr-a-tūre, *n.* ಶೀತೋಷ್ಣಗಳು; 2. ಪ್ರಕೃತಿ.

Tem'pest, *n.* ಬಿರುಗಾಳಿ, "ತುಫಾನು"; a political t. ರಾಜ್ಯದ ಗಲಭೆ. Tem-pes'tū-ŏus, *a.* ಬಿರುಗಾಳಿಯ, "ತುಫಾನಿನ"; 2. ಉಗ್ರಸ್ವಭಾವದ. Tem-pes'tū-ŏus-ly, *ad.* ಬಿರ್ರನೆ; 2. ಪ್ರಚಂಡವಾಗಿ, ಉಗ್ರವಾಗಿ.

Tem'plar, *n.* "ಟೆಂಪ್ಲರ್" ಎಂಬ ಪ್ರಾಚೀನ ಧರ್ಮಾರ್ಥ ಯುದ್ಧಸ್ಥಗ ಮಂಡಲಿಯವ; 2. ಧರ್ಮಶಾಸ್ತ್ರದ ವಿದ್ಯಾರ್ಥಿ.

Tem'ple, *n.* ಗುಡಿ, ದೇವಾಲಯ, ದೇವಸ್ಥಾನ.

Tem'ple, *n.* *(usually in the pl.)* ಕಣತಲೆ, ಮೆಲ್ಕು, ಮೆಲಕು. Tem'pō-ral, *a.* ಕಣತಲೆಯ.

Tem'pō-ral, *a.* ಲೌಕಿಕ; 2. ತಾತ್ಕಾಲಿಕ; 3. ರಾಜ್ಯದ. Tem-pō-ral'i-ty, *n.* ಧರ್ಮಸಂಸ್ಥೆಯ ಆಸ್ತಿಪಾಸ್ತಿಗಳ ವಿಚಾರವು ಲೌಕಿಕರ ಕೈಯಲ್ಲಿ ಇರುವುದು; 2. ಧನ, ಆಸ್ತಿ. Tem'pō-ral-ly, *ad.* ಲೌಕಿಕ ರೀತಿಯಾಗಿ. Tem'pō-ra-ri-ly, *ad.* ಈಗಿನ ಪೂರ್ತಿಗೆ, ಆಗಿನ—, ಮೂರು ದಿವಸಕ್ಕಾಗಿ. Tem'pō-rar-y, *a.* ಆಗಿನ ಪೂರ್ತಿಗಿರುವ, ಅನಿತ್ಯ, ಮೂರು ದಿನದ, "ಹಂಗಾಮಿ". Tem'pō-rīse, *v. i. r.* ಸಮಯ ನೋಡು, ಹೊತ್ತು ಬಂದ ಹಾಗೆ ಕೊಡೆ ಹಿಡಿ; 2. ಸಂದರ್ಭಾನುಸಾರವಾಗಿ ಲಗುಬಗಿ ಮಾಡು. Tem'pō-rīs-ĕr, *n.* ಕಾಲಾನುಸಾರವಾಗಿ ನಡೆಯುವವ. Tem'pō-rī-sing, *a.* ಕಾಲಾನುಸಾರವಾಗಿ ನಡೆಯುವ. Tem'pō-rī-sing-ly, *ad.* ಹೊತ್ತು ಬಂದ ಹಾಗೆ ಕೊಡೆ ಹಿಡಿದು. Tem-pō-rī-sā'tiŏn, *n.* ಹೊತ್ತು ಬಂದ ಹಾಗೆ ನಡೆಯುವಿಕೆ.

Tempt (temt), *v. t. r.* ಯತ್ನ ಮಾಡು; 2. ಪರೀಕ್ಷೆ ಮಾಡು, ಶೋಧಿಸು; 3. ಮರುಳು ಮಾಡು, ವಿಲೋಭಿಸು; 4. ದುರ್ಬೋಧನೆ ಮಾಡು. Temp-tā'tiŏn, *n.* ಶೋಧನೆ, ದುಷ್ಪ್ರೇರಣೆ, ಪಾಪಮೋಹ, ವಿಲೋಭನೆ. Temp'tĕr, *n.* ಶೋಧಕ, ವಿಲೋಭಕ; 2. ಪಿಶಾಚ.

Ten, *a.* ಹತ್ತು, ದಶ. Ten'fōld, *a.* ಹತ್ತರಷ್ಟು, ಹತ್ತುಪಾಲು.

Ten'a-ble, *a.* ಕಾಪಾಡತಕ್ಕ; 2. ಹಿಡಿಯತಕ್ಕ, ಸ್ಥಾಪಿಸತಕ್ಕ, ಪ್ರತಿಪಾದ್ಯ.

Te-nā'ciŏus (-nā'shus), *a.* ಜಿಗಿ, ಜಿಗಟು; 2. ಬಿಗಿ ಹಿಡಿಯುವ, ಹಟಮಾರಿ. Te-nā'ciŏus-ly (-nā'shus-), *ad.* ಜಿಗಿ, ಜಿಗಟಾಗಿ; 2. ಬಿಗಿಯಾಗಿ, ಸ್ಥಿರವಾಗಿ. Te-nā'ciŏus-ness (-nā'shus-ness), Te-nac'i-ty, *n.* ಜಿಗಿ, ಜಿಗಟು; 2. ಹಟ.

Ten'ant, *n.* ಒಕ್ಕಲು, "ರೈತ," ಗೇಣಿಗಾರ; t. by mortgage ಭೋಗ್ಯದಾರ; an under t. ಒಳಒಕ್ಕಲು; tenants of the deep ಜಲಚರಗಳು; the tenants of the air ಖೇಚರಗಳು *v. t. r.* ಬಾಡಿಗೆಗೆ ಹಿಡಿದಿರು, ಗೇಣಿಗೆ ಅನುಭವಿಸು, ಒಕ್ಕಲಿರು. Ten'an-cy, *n.* ಒಕ್ಕಲು, ಭೋಗವಟಿ, ಬಾಡಿಗೆ, ಗೇಣಿ; permanent t. ನಟ್ಟಿಮೂಲ, ಮೂಲಗೇಣಿ *(S. C.)*; t. at will ಚಾಲಗೇಣಿ *(S. C.)*; 2. ಬಾಡಿಗೆ ಮನೆ. Ten'ant-a-ble, *a.* ಒಕ್ಕಲಿರತಕ್ಕ. Ten'ant-less, *a.* ಒಕ್ಕಲಿಲ್ಲದ. Ten'an-try, *n.* ಒಕ್ಕಲುಗಳು, ರೈತರು.

Tend, *v. t. r.* ಜೋಪಾನಮಾಡು *c. d.*, ಕಾಪಾಡು, ಪಾಲಿಸು, ನೋಡು *c. d.* Tend'ance, *n.* ಕಾದಿರುವುದು. Ten'dĕr, *n.* ಹೊಗೆಬಂಡಿಯ ಜೋಡನೆ ಬಂಡಿ; 2. ಜೋಡನೆ ಹಡಗ.

Tend, *v. i.*....ಕಡೆಗೆ ಹೋಗು *c. g.*, ಹವಣಿಸು, ಸಹಾಯ ಕೊಡು *c. d.*, ನೆರವಾಗು *c. d.* Tend'ency, *n.* ಗುರಿ, ಪ್ರವೃತ್ತಿ, ತಾತ್ಪರ್ಯ, ಭಾವ.

Ten'dĕr, *v. t. r.* ತರು, ಮುಂದಿಡು, ಕೊಡುತ್ತೇನೆನ್ನು. *n.* ಸಲ್ಲಿಸುವಂಥಾದ್ದು; 2. "ದರ ಖಾಸ್ತು".

Ten'dĕr, *a.* ಮೆತ್ತನ, ಮೃದು, ಕೋಮಲ; 2. ಅಶಕ್ತ, ಎಳೆ; 3. ಮಮತೆಯ, ಕನಿಕರವುಳ್ಳ. a t. mother ಮಮತೆಯುಳ್ಳ ತಾಯಿ; a t. plant ಎಳೇಗಿಡ; t. eyed ಸೌಮ್ಯ ಕಣ್ಣುಳ್ಳ. Ten'dĕr-heärt-ed, *a.* ಮೆತ್ತನ ಮನಸ್ಸಿನ, ಕನಿಕರವುಳ್ಳ. Ten'dĕr-ly. *ad.* ಮಮತೆಯಾಗಿ, ಮಮತೆಯಿಂದ, ಕನಿಕರವಾಗಿ. Ten'dĕr-ness, *n.* ಕೋಮಲತೆ, ಮೃದುತ್ವ; 2. ಕರುಣೆ, ವಾತ್ಸಲ್ಯ.

Ten'dŏn, *n.* ಸ್ನಾಯು; a t. to contract ಸ್ನಾಯು ಸೇದು. Ten'di-nŏus, *a.* ನರದ, ನರದಂಥ; 2. ನರಗಳುಳ್ಳ.

Ten'dril, *n.* ಬಳ್ಳಿಯ ನರ, —ಕುಡಿ, ಹಂಬು.

Ten'e-brous, *a.* ಕತ್ತಲಿನ, ಅಂಧಕಾರದ.

Ten'e-ment, *n.* ಮನೆ, ಬಾಡಿಗೇ ಮನೆ.

Te-nes'mus, *n.* ಬಟ್ಟೆಬೇನೆ, ಶೀತಭೇದಿ.

Ten'et, *n.* ಒಪ್ಪಿಸು ಹಿಡುಕೊಂಡ ಮತ, ಸಿದ್ಧಾಂತ.

Ten'nis, *n.* ನಡುವೆ ಬಲೆಕಟ್ಟಿ ಕರುಳುಬಲೆಯ ದೋಣ್ಣೆಯಿಂದ ಹೊಡೆಯುವ ಚೆಂಡಾಟ.

Ten'on, *n.* ಕೂಲು, ಕೂರು, ಸ್ಯಂಬು; to take out a t. ಸ್ಯಂಬು ಕಳಚು. *v. t. r.* ಸ್ಯಂಬು ಬಿಗಿಸು.

Ten'ŏr, *n.* ತಾತ್ಪರ್ಯ, ಅಭಿಪ್ರಾಯ, ಅರ್ಥ; 2. ಗುಣ; 3. *(mus.)* ಪುರುಷರ ಉಚ್ಚ ಸ್ವರ.

Tense, *n. (gram.)* ಕಾಲ; present t. ವರ್ತಮಾನಕಾಲ; past t. ಭೂತಕಾಲ; future t. ಭವಿಷ್ಯತ್ಕಾಲ.

Tense, *a.* ಬಿಗಿ, ಬಿಗುವಾದ, ಬಿಗಿದ. Tense'ly, *ad.* ಬಿಗಿ, ಬಿಗಿಯಾಗಿ. Tense'ness. Ten'-siŏn, *n.* ಬಿಗುವು. Ten'sile (-sil). *a.* ಕಡುಪು ಮಾಡತಕ್ಕ. Ten'siŏn, *n.* ಬಿಗಿತ. Ten'sŏr, *n.* ಯಾವುದೊಂದು ಅಂಗಭಾಗವನ್ನು ಬೇಕಾದಾಗ ಸಂಕೋಚ ಮಾಡುವ ಅಥವಾ ವಿಸ್ತರಿಸುವ ಮಾಂಸಪೇಶಿ.

Tent, *n.* ಗುಡಾರ, "ತಂಬು", "ಡೇರೆ"; t. for a wound ಬತ್ತಿ. *v. i.* ಗುಡಾರದಲ್ಲಿ ವಾಸಿಸು. *v. t.* ಗುಡಾರಗಳನ್ನು ಹಾಕು. Tent'ed, *a.* ಗುಡಾರಗಳುಳ್ಳ, ಗುಡಾರಗುಡಾರವಿರುವ.

Tent, *v. t. r.* ಹುಣ್ಣಿಗೆ ಶಸ್ತ್ರಹಾಕಿ ನೋಡು. *n.* ಕಾರದ ಬತ್ತಿ.

Ten'ta-cle, *n.* ಕ್ರಿಮಿಕೀಟಗಳ ಮೀಸೆ.

Ten'ta-tive, *n.* ಮಾಡಿ ನೋಡುವ, ಕಂಡು—, ಪರೀಕ್ಷಿಸುವ. *n.* ಪರೀಕ್ಷೆ.

Ten'th, *a.* ಹತ್ತನೇ. *n.* ಹತ್ತನೇ ಭಾಗ, ದಶಮಾಂಶ. Tenth'ly, *ad.* ಹತ್ತನೇದಾಗಿ.

Te-nū'i-ty, *n.* ತೆಳುವು, ಸೂಕ್ಷ್ಮತೆ. Ten'ū-ŏus, *a.* ತೆಳ್ಳಗಾದ, ಸಪೂರ, ಸೂಕ್ಷ್ಮ.

Ten'ūre, *n.* (ಭೂಮಿ) ಹಿಡಿದಿರೋಣ, ಹಿಡಿಯುವ ರೀತಿ, ಗೇಣಿ *(S. C.)*; permanent t. ಮೂಲ ಗೇಣಿ, ನಟ್ಟಿಮೂಲ; rent free t. ಸರ್ವಮಾನ್ಯ (ಗೇಣಿಮಾಫಿ); t. of office ಅಧಿಕಾರದಲ್ಲಿರುವ ಕಾಲ.

Tep'e-fy̆, *v. t. r.* (-fīed) ಉಗುರುಬೆಚ್ಚಗೆ ಕಾಸು.

Tep'id, *a.* ಉಗುರುಬೆಚ್ಚಗೆ, ಕವೋಷ್ಣ. Tep-id'i-ty, Tep'id-ness, *n.* ಉಗುರುಬೆಚ್ಚಗೆ, ಮಂದೋಷ್ಣತೆ.

Ter-cen'te-na-ry, *a.* ಮುನ್ನೂರು ವರ್ಷಗಳನ್ನು ಕುರಿತಿರುವ; *n.* ಮುನ್ನೂರನೇ ವರ್ಷೋತ್ಸವ.

Ter'ē-bra, *n.* ಹುಳಗಳು ತೂತುಕೊರೆದು ಮೊಟ್ಟೆ ಇಡುವ ಸಳಿಗೆ.

Tē-rē'do, *n.* ಹಡಗುಗಳಿಗೆ ಅಂಟಿಕೊಂಡು ತೂತು ಕೊರೆಯುವ ಕಲ್ಲ, ಚಿಪ್ಪ ಮೀನು.

Ter-ġi-vèr-sā'tiŏn, *n.* ತಪ್ಪಿಸಿಕೊಳ್ಳುವುದು, ಓಡಿಹೋಗುವುದು; 2. ದ್ವ್ಯರ್ಥದಿಂದ ಮಾತನಾಡುವುದು.

Tèrm, *n.* ಮೇರೆ; 2. ಅವಧಿ, "ವಾಯಿದೆ", ಗಡು; 3. ವಿದ್ಯಾಶಾಲೆಯ ಅಭ್ಯಾಸ ನಡೆಯುವ ಕಾಲ; 4. *(law)* ನ್ಯಾಯಾಧಿಪತಿಗಳು ಸಭಾ ಮಾಡುವ ಕಾಲ; 5. ಮಾತು, ಶಬ್ದ, ನಾಮ; 6. *(math.)* ಪದ; first t. ಆದಿಪದ; last t. ಅಂತ್ಯಪದ. *pl.* "ಶರ್ತ", "ಕರಾರು"; bring to terms ಒಡಂಬಡಿಸು; make terms, come to terms ಒಡಂಬಡು, "ರಾಜಿಯಾಗು"; they are on good terms ಅವರಲ್ಲಿ ನೆಟ್ಟಗಿದೆ. ಅವರಿಗೆ ಸ್ನೇಹವದೆ; they are on bad terms ಅವರಲ್ಲಿ ನೆಟ್ಟಗಿಲ್ಲ, ಅವರಿಗೆ ವೈಮನಸ್ಯ. *v. t. r.* ...ಎಂತ ಹೇಳು *e. d.*, ... ಅಂತ ಹೆಸರಿಡು *e. d.*, ಅನ್ನು *e. d.*, *as*, the science of numbers is termed arithmetic ಅಂಕೆಗಳ ವಿದ್ಯೆಗೆ ಗಣಿತವೆಂದು ಹೇಳುತ್ತಾರೆ, —ವಿದ್ಯೆಗೆ ಗಣಿತವೆಂತ ಹೆಸರಿಡುತ್ತಾರೆ, —ವಿದ್ಯೆಗೆ ಗಣಿತ ಅನ್ನುತ್ತಾರೆ. Tèr-mi-nol'ō-gy, *n.* ಆಯಾ ವಿದ್ಯೆಗೆ ವಿಶೇಷವಾದ ಶಬ್ದಗಳು, ಪರಿಭಾಷೆ.

Tèr'ma-gant, *n.* ರಾಕ್ಷಸಿ, ಜಗಳಗಂಟಿ. *a.* ಜಗಳಗಂಟಿಯಾದ, ಗಯ್ಯಾಳಿಯಾದ.

Tèr'mi-nāte, *v. t. r.* ಮೇರೆ ಹಾಕು *e. d.*; 2. ಮುಗಿಸು. *v. i.* ಮುಗಿ, ತೀರು. Ter'min-able, *a.* ಮುಗಿಯುವಂಥ, ಅಂತ್ಯವಾಗುವ.

Fāte, fat, fär, fall, what; mē, met, prey, hėr; pīne, pin, marīne, bird; rōte, not, möve, dove; tūne, tub, rude, pull; dry, body; fool, book; oil; boy; pound; now.

Tèr'mi-nal, *a.* ಕಡೆಯ, ತುದಿಯ, ಅಂತ್ಯದ. Tĕr'mi-nā-ted, *p. a.* ಮುಗಿದ. Tĕr-mi-nā'tiŏn, *n.* ಮುಗಿಯುವಿಕೆ, ಅಂತ್ಯ, ಸಮಾಪ್ತಿ; 2. *(gram.)* ಪ್ರತ್ಯಯ. Tĕr'mi-nā-tive, Tĕr'mi-nā-tory, *a.* ಅಂತ್ಯವಾಗುವ.

Tèr'mi-nus, *n.* ಗಡಿಕಲ್ಲು; 2. ಲೋಹಮಾರ್ಗದ ಮೊದಲನೇ ಠಾಣ್ಯ, ಲೋಹಮಾರ್ಗದ ಕಡೇ ಠಾಣ್ಯ, ಲೋಹಮಾರ್ಗದ ಅಂತ್ಯ.

Tèr'mīte, *n.* ಗೆದ್ದಲಿ, ಗೆದಲೆ, ಗೆದಲು, ಗೊರಲೆ.

Tèrn, *a.* ಮೂರು ಜನಸುಳ್ಳ, ಮೂರುಮೂರಾದ, ಮುಮ್ಮಡಿ. Tèr'nar-y, *a.* ಮೂರೆಂಬ, ಮೂರುಮೂರಾದ. *n.* ಮೂರು.

Ter'ra, *n.* ನೆಲ, ಭೂಮಿ; 2. ಮಣ್ಣು. Ter'ra-cot'ta, *n.* ಕಲ್ಲಿನಂತೆ ಕಡುಪಾದ ಅರಲುಮಣ್ಣು. Ter'ra-fīr'ma, *n.* ತೀರ, ನೆಲ; Ter'ra-in-cog'ni-ta, *n.* ಅಜ್ಞಾತದೇಶ.

Ter'rāce, *n.* ಜಗಲಿಕಟ್ಟೆ; 2. ಮಾಳಿಗೆ; 3. ಎತ್ತರವಾದ ಕಡಲುದಂಡೆ; 4. ಗುಡ್ಡದ ಹೊಡೆಯಲ್ಲಾಗಲಿ ತುದಿಯಲ್ಲಾಗಲಿ ಕಟ್ಟಿದ ಮನೆಗಳ ಸಾಲು. *v. t. r.* ಕಟ್ಟೆಹಾಕು. Ter'rāced (-rāst), *pp. & a.* ಕಟ್ಟೆಯುಳ್ಳ; 2. ಮಾಳಿಗೆಯಿರುವ; a t. house ಮಾಳಿಗೇ ಮನೆ.

Ter'rāin, *n.* ಪ್ರದೇಶ, ಸೀಮೆ, ನೆಲ.

Ter'ra-pin, *n.* ಒಂದು ಜಾತಿ ಆಮೆ.

Ter'ra-que-ŏus, *a.* ಜಲಸ್ಥಳಮಯವಾದ.

Ter'rēen', *n.* ಸಾರು ಇಡುವ ಮಣ್ಣಿನ ಪಾತ್ರೆ, ಗಡಿಗೆ; *also* Tureen.

Ter'rēne' (-rēn'), *a.* ನೆಲದ, ಭೂಮಿಯ.

Ter-res'tri-al, *a.* ಭೂ, ಭೂಮಿಯ; 2. ಇಹಲೋಕದ, ಲೌಕಿಕ; the t. globe ಭೂವಲಯ, ಭೂಮಂಡಲ. Ter-res'tri-al-ly, *ad.* ಪೃಥ್ವಿಯಲ್ಲಿ ಆಗುವಂತೆ; 2. ಲೌಕಿಕ ರೀತಿಯಾಗಿ.

Ter'ri-ble, *a.* ಭಯಂಕರ, ಭಯಾನಕ, ಘೋರ. Ter'ri-bly, *ad.* ಭಯಂಕರವಾಗಿ, ಉಗ್ರವಾಗಿ.

Te-rric'ō-lŏus, *a.* ಎರೆಹುಳದಂತೆ ಮಣ್ಣಿನೊಳಗೆ ಜೀವಿಸುವ.

Ter'ri-ĕr, *n.* ಮೆಕ್ಕೇನಾಯಿ.

Ter'ri-fȳ, *v. t. r.* (-fīed, *pr.* -fīd) ಹೆದರಿಸು, ಬೆದರಿಸು, ಭಯಪಡಿಸು. Ter-rif'ic, *a.* ಭಯಂಕರ, ಭೀಕರ.

Ter-rig'e-nŏus, *a.* ಭೂಮಿಜ.

Ter-rine', *n.*, *see* Terrene.

Ter'ri-tor-y, *n.* ರಾಜ್ಯ, ಅಧಿಕಾರದೊಳಗಣ ದೇಶ. Ter-ri-tō'ri-al, *a.* ರಾಜ್ಯದ.

Ter'rŏr, *n.* ಹೆದರಿಕೆ, ಭಯ, ದಿಗಿಲು, ಸಾಧ್ವಸ; 2. ಭಯಂಕರವಾದದ್ದು. Ter'rŏr-iṣm, *n.* ಬೆದರಿಸಿ ಆಳುವುದು, ಉಗ್ರ ಆಳಿಕೆ, ಬಲವಂತ, "ಜಬರದಸ್ತು". Ter'rŏr-īṣe, *v. t. r.* ಹೆದರಿಸಿ ಬೆದರಿಸಿ ಆಳು. Tèr'rŏr-ist, *n.* ಬೆದರಿಸಿ ಆಳುವವ.

Tèrse, *a.* ಹಸ, ಹಸನ, ಅಚ್ಚುಕಟ್ಟಾದ (style). Tĕrse'ly, *ad.* ಹಸನವಾಗಿ, ಅಚ್ಚುಕಟ್ಟಾಗಿ. Tĕrse'ness, *a.* ಅಚ್ಚುಕಟ್ಟು, ಹಸನಾಗಿರುವುದು.

Tĕr'tian (-shan), *a.* ಮೂರು ದಿವಸಕ್ಕೊಮ್ಮೆ ಬರುವ. *n.* ಮೂರರ ಜ್ವರ, ತ್ರ್ಯಾಹಿಕ ಜ್ವರ.

Tes'sel-lā-ted, *p. a.* ಮನೆಮನೆಯಾದ, ಕಣ್ಣುಕಣ್ಣಾದ.

Test, *n.* ಶೋಧನೆ, ಪರೀಕ್ಷೆ; 2. ಪರೀಕ್ಷಾಸಾಧನ; 3. ಒರೆಗಲ್ಲು; 4. ಕೆಲವು ಪ್ರಾಣಿಗಳ ಗಟ್ಟಿಯಾಗಿ ಒರಟಾದ ಹೊರಕವಚ; put to the t. ಪರೀಕ್ಷಿಸಿ ನೋಡು. *v. t. r.* ಕಂಡುನೋಡು, ಶೋಧಿಸು, ಪರೀಕ್ಷಿಸು; t. case ಪರೀಕ್ಷಾರ್ಥವಾಗಿ ನಡೆಸಿದ ವ್ಯವಹರಣೆ, — ವ್ಯಾಜ್ಯ. Test'-tūbe, *n.* ದ್ರವ ಪದಾರ್ಥಗಳ ಪರೀಕ್ಷೆಗೆ ಉಪಯೋಗಿಸುವ ಗಾಜಿನ ನಳಿಗೆ.

Tes-tā'ceŏus, *a.* ಚಿಪ್ಪುಳ್ಳ.

Tes'ta-ment, *n.* ಮೃತಿಪತ್ರ, ಮರಣಶಾಸನ; Old T. ಹಳೆ ಒಡಂಬಡಿಕೆ ಎಂಬ ಗ್ರಂಥಸಂಗ್ರಹ; New T. ಹೊಸ ಒಡಂಬಡಿಕೆ ಎಂಬ—. Tes-ta-ment'ar-y, *a.* ಮರಣಶಾಸನದ; 2. ಮೃತಿಪತ್ರದಲ್ಲಿ ಬರಕೊಟ್ಟ.

Tes'tāte, *a.* ಮರಣಶಾಸನ ಬರೆದ, ಮೃತಿಪತ್ರ—; *as*, he died t. ಮೃತಿಪತ್ರ ಬರೆದು ಸತ್ತ. Tes-tā'tŏr, *n.* ಮರಣಶಾಸನ ಮಾಡಿದವ. Tes-tā'trix, *n.* ಮರಣಶಾಸನ ಮಾಡಿದವಳು.

Tes'tĕr, *n.* ಛತ್ರ, ಚಪ್ಪರ, ಮಂಚದ "ಜಾಲರು"; 2. ಸುಮಾರು ಕಾಲು ರೂಪಾಯಿ ಬಾಳುವ ನಾಣ್ಯ.

Tes'ti-cle, *n.* ಅಂಡ, ವೃಷಣ, ತರಡು.

Tes'ti-fȳ, *v. t. & i. r.* (-fīed, *pr.* fīd) ಸಾಕ್ಷಿ ಹೇಳು, ಪ್ರಮಾಣದ ಮೇಲೆ—.

Tes'ti-mŏn-y, *n.* ಸಾಕ್ಷಿ; 2. ದೇವೋಕ್ತಶಾಸ್ತ್ರ. Tes-ti-mō'ni-al, *n.* ಯೋಗ್ಯತಾಪತ್ರಿಕೆ, ಸಾಕ್ಷಿಪತ್ರಿಕೆ.

Tes'ty, *a.* ಉರಿಮೋರೆಯಾದ, ಬೇಗ ಸಿಟ್ಟು ಮಾಡುವ, ಸಿಡುಕಿನ. Tes'ti-ly, *ad.* ಸಿಟ್ಟಾಗಿ, ಸಿಡುಕಾಗಿ. Tes'ti-ness, *n.* ಉರಿಮೋರೆತನ, ಸಿಡುಕು, ಮುಂಗೋಪ.

Tet'a-nus, *n.* ಸಟೆಬೇನೆ, ಧನುರ್ವಾತ; *see* [Lockjaw.

Tetchy, *a. see* Techy.

Tete'-a-tete', *a.* ರಹಸ್ಯದ, ಗುಟ್ಟಿನಲ್ಲಿ ಮಾತಾಡುವ. *ad.* ಗುಟ್ಟಿನಲ್ಲಿ, ರಹಸ್ಯವಾಗಿ.

Teth'ĕr, *n.* ಮೇಯಲಿಕ್ಕೆ ಕಟ್ಟುವ ಹಗ್ಗ, ಸರಹಗ್ಗ. *v. t. r.* ಸರಹಗ್ಗ ಕಟ್ಟು.

Tet'ra-gon, *n.* ಚತುಷ್ಕೋಣ.

Tet-ra-hē'dron, *n.* ನಾಲ್ಕು ಮೈಗಳುಳ್ಳ ಘನ ಪದಾರ್ಥ.

Te-tram'e-tĕr, *n.* ನಾಲ್ಕು ಗಣಗಳ ಚರಣ.

Tet'rärch (-rärk), *n.* ದೇಶದ ನಾಲ್ಕನೇ ಭಾಗವನ್ನು ಆಳುವವ, ಚತುರಧಿಪತಿ, ಒಳ ಅರಸು. Tet'rär-chy, *n.* ಚತುರಾಧಿಪತ್ಯ.

Tet-ras'tich (-tik), *n.* ನಾಲ್ಕು ಚರಣದ ಶ್ಲೋಕ, ವೃತ್ತ.

Tet'tĕr, *n.* ದದ್ದು, ಹುಣ್ಣು.

Teū'ton (tū-), *n.* ಪ್ರಾಚೀನ "ಜರ್ಮನ" ದೇಶದವ. Teū-ton'ic, *a.* "ತ್ಯೂತೋನಿಕ", ಪ್ರಾಚೀನ "ಜರ್ಮನ" ದೇಶದವರ, "ಜರ್ಮಾನಿಕ".

Tew (tū), *v. t. r.* ಚರ್ಮ "ತಯಾರು" ಮಾಡು; 2. ಬಡಿ; 3. ದಣಿಸು.

Tew'el (tū'el), *n. see* Tuyere.

Text, *n.* ಮೂಲ, ಮೂಲಗ್ರಂಥ; 2. ಶಾಸ್ತ್ರವಾಕ್ಯ, ವಚನ. Text'-bo͝ok, *n.* ಮೂಲಗ್ರಂಥ, ಪಾಠದ ಪುಸ್ತಕ, ಶಾಲಾಪುಸ್ತಕ. Text'-hand, *n.* ದೊಡ್ಡ ಅಕ್ಷರ. Tex'tū-al, *a.* ಮೂಲದ, ಮೂಲಗ್ರಂಥದ. Tex'tū-ar-y, *n.* ಸತ್ಯವೇದಾಭ್ಯಾಸ ಮಾಡಿದವ. *a.* ಮೂಲಗ್ರಂಥದ.

Tex'tile (-til), *a.* ನೇಯಿದ. Tex-tō'ri-al, *a.* ನೇಯಿಗೆಕೆಲಸದ.

Tex'tūre, *n.* ನೇಯಿಗೆ; 2. (double-thread t.) ಗಿಂಟೆ; 3. ಜೋಡಿಸುವಿಕೆ, ರಚನೆ.

Thä'lĕr, *n.* ಸುಮಾರು 2 ರೂಪಾಯಿ ಬೆಲೆ ಬಾಳುವ ಜರ್ಮನ ನಾಣ್ಯ.

Thā-lī'a, *n.* ಹಾಸ್ಯರಸ ನಾಟಕದ ಅಧಿದೇವತೆ.

Than, *conj.* ... ಇಂತ, *as,* this is bigger t. that ಅದಕ್ಕಿಂತ ಇದು ದೊಡ್ಡದು.

Than, *prep.* ಇಂತ, *as,* which when Beelzebub perceived t. whom none higher sat ಬಿಯೆಲ್ಜಿಬಬನಿಗಿಂತ ಅಲ್ಲಿ ದೊಡ್ಡವನು ಯಾರಿದ್ದಿಲ್ಲ, ಇವನು ಅದನ್ನು ಕಂಡಾಗ.

Thāne, *n.* ಪಾಳೆಯಗಾರ.

Thank, *n.* ಉಪಕಾರ ನೆನಸುವುದು, ದಯ—; *(generally in pl.)* ಉಪಕಾರಸ್ತುತಿ; thanks be to God ದೇವರಿಗೆ ಸ್ತೋತ್ರವಾಗಲಿ. *v. t. r.* give thanks, return thanks, to thank ಕೃತಜ್ಞತೆ ತೋರಿಸು, ಉಪಕಾರ ನೆನಸು, ಕೊಂಡಾಡು, ಅಭಿವಂದಿಸು. Thank'fu̇l, *a.* ಉಪಕಾರ ನೆನಸುವ, ಕೃತಜ್ಞ; I am t. ಸ್ತೋತ್ರಸಲ್ಲಿಸುತ್ತೇನೆ. Thank'fu̇l-ly, *ad.* ಉಪಕಾರ ನೆನಸುತ್ತಾ, ದಯ—, ಕೃತಜ್ಞತೆಯಿಂದ. Thank'fu̇l-ness, *n.* ದಯ ನೆನಸುವುದು, ಕೃತಜ್ಞತೆ, ಉಪಕಾರಸ್ಮರಣೆ. Thank'less, *a.* ದಯ ನೆನಸದ, ಕೃತಘ್ನ. Thank'less-ly, *ad.* ದಯ ನೆನಸದೆ, ಉಪಕಾರಗೇಡಿಯಾಗಿ. Thank'less-ness, *n.* ಕೃತಘ್ನತೆ. Thank'-of-fĕr-ing, *n.* ಸ್ತೋತ್ರಾರ್ಪಣೆ. Thanks'-giv-ing, *n.* ಕೊಂಡಾಡುವಿಕೆ, ಸ್ತೋತ್ರ, ಕೃತಜ್ಞಾಪನೆ, ಕೃತಜ್ಞತಾಸ್ತುತಿ. Thank'-wŏr-thy, *a.* ದಯ ನೆನಸತಕ್ಕ, ಸ್ತೋತ್ರಕ್ಕೆ ಯೋಗ್ಯ.

That, *pl.* thōse, *pron. (used as an adjective)* ಆ, *as,* that town ಆ ಊರು; those towns ಆ ಊರುಗಳು; that far, *coll.* ಅಷ್ಟು ದೂರ; 2. *(as a demonstrative pron.)* ಅದು, *as,* do you want this or that? ಇದು ಬೇಕೋ? ಅದು ಬೇಕೋ? I do not want this, give me that ಇದು ನನಗೆ ಬೇಡ ಅದನ್ನು ಕೊಡು; give me those ಅವನ್ನು ಕೊಡು, ಅವುಗಳನ್ನು —; that is ಅದೇನಂದರೆ, ಅಂದರೆ; what of that ಅದಕ್ಕೇನು? ಅದೇನು ಚಿಂತೆ? that very thing ಅದೇ, ಅದೇವೆ, ಅದೀಗ; 3. *(as a relative pron. having as such no plural), as,* the boy that tells lies ಸುಳ್ಳಾಡುವ ಹುಡುಗ; the women that came yesterday ನಿನ್ನೆ ಬಂದ ಹೆಂಗಸರು; *or, but rarely* ಯಾವ ಹೆಂಗಸರು ನಿನ್ನೆ ಬಂದರೋ ಅವರೇ. *conj. (introducing a noun clause is expressed by a verbal noun or the words)* ಎಂದು, ಎಂಬುದು, ಎಂಬುದಾಗಿ, *as,* is it true that the king is dead? ಅರಸನು ಸತ್ತದ್ದು ಖರೆಯೋ? ಅರಸನು ಸತ್ತನೆಂಬುದು ಖರೆಯೋ? yes, I heard that he died yesterday ಹೌದು, ನಿನ್ನೆ ತೀರಿಕೊಂಡನೆಂತ ಕೇಳಿದೆ, — ನಿನ್ನೆ ತೀರಿಕೊಂಡನೆಂದು ಕೇಳಿದೆ, — ನಿನ್ನೆ ತೀರಿಕೊಂಡನೆಂಬುದಾಗಿ ಕೇಳಿದೆ; 2. *(introducing an adjective clause)* ಎಂಬ, *as,* the maxim that 'men should not covet other men's goods' is in every one's mouth, but few act upon it, for the desire that what belongs to others should be their own is great, and few are afraid that they will be ruined by it ಪರದ್ರವ್ಯವನ್ನು ಆಶಿಸಬಾರದೆಂಬ ನೀತಿವಾಕ್ಯ ಎಲ್ಲರ ಬಾಯಿಯಲ್ಲಿ ಅದೆ, ಆದರೆ ಅದರಂತೆ ನಡೆಯುವವರು ಸ್ವಲ್ಪ ಜನ, ಯಾಕಂದರೆ

ಎರಡನೆಯವರದು ತಮ್ಮದಾಗಬೇಕೆಂಬ ಭ್ರಮೆ ದೊಡ್ಡದು. ಆದರಿಂದ ಕೆಡುತ್ತೇವೆಂಬ ಭಯ ಕೆಲವರಿಗೆ ಮಾತ್ರ; 3. *(introducing an adverbial clause expressing purpose or result)* ಹಾಗೆ, ಎಂದು, *as*, these things I say that you may be saved ನಿಮಗೆ ರಕ್ಷಣೆಯಾಗುವ ಹಾಗೆ ಇದನ್ನು ನಿಮಗೆ ಹೇಳುತ್ತೇನೆ, ನೀವು ಉಳಿಯಬೇಕೆಂದು ನಿಮಗೆ—.

Thatch (thach). *n.* ಹುಲ್ಲುಹೊದ್ದಿಕೆ, ಹುಲ್ಲಿನ ಚಪ್ಪರ. *v. t. r.* (*pr.* thacht) ಮನೆ ಹೊದ್ದಿಸು, ಹುಲ್ಲುಹೊಚ್ಚು, "ಛಾವಣಿ" ಮಾಡು. Thatch'ĕr (thach-), *n.* ಮನೆ ಹೊದ್ದಿಸುವವ. Thatch'ing (thach-). *n.* ಹುಲ್ಲುಹೊಚ್ಚೋಣ; 2. ಹೊಚ್ಚುವ ಹುಲ್ಲು.

Thau'ma-tur-ġy, *n.* ಅದ್ಭುತ ಮಾಡುವ ವಿದ್ಯೆ, ಇಂದ್ರಜಾಲ. Thau'ma-tûrġe. *n.* ಅದ್ಭುತ ಕೃತ್ಯ ಮಾಡುವವ.

Thaw (tha). *v. i. r.* ಕರಗು; 2. ಹಿಮ ಕರಗು. *n.* ಹಿಮ ಕರಗಿ ನೀರಾಗೋಣ.

The. *definite article; when it stands alone or is emphasised, it is pronounced* thē, *but in connection with other words it is pronounced like* thi *before a word beginning with a vowel, and like* thu *before a word beginning with a consonant.* 1. *When used to specify a general conception or denote that a meaning is limited by some adjective or adjective clause, it is not expressed in Kanarese, as,* the sun ಸೂರ್ಯನು; I bought the big house not the small one ದೊಡ್ಡ ಮನೆಯನ್ನು ಕೊಂಡುಕೊಂಡೆನು ಸಣ್ಣದನ್ನಲ್ಲ; 2. *when used to denote some particular thing, pointed at or known otherwise but not defined by another adjective or clause, it is often translated by* ಆ, ಈ, *as*, give me the book ಆ ಪುಸ್ತಕ ಕೊಡು; 3. *when used to indicate a whole species, it is not expressed in Kanarese, but the singular noun, in such cases, is translated by the plural, as,* the lion is found in Africa ಸಿಂಹಗಳು ಆಫ್ರಿಕ ಖಂಡದಲ್ಲಿ ದೊರೆಯುತ್ತವೆ.

The, *conj. & ad. as*, the more you eat the stouter you will grow ಉಂಡುಂಡಷ್ಟು ಪುಷ್ಟಿಯಾಗುವಿ; the longer we continue in sin the more difficult it is to reform ನಾವು ಪಾಪ ಮಾಡುತ್ತಾ ಮಾಡುತ್ತಾ ಹೋದಂತೆ ಪಾಪವನ್ನು ಬಿಡುವುದು ಹೆಚ್ಚೆಚ್ಚು ಕಷ್ಟವಾಗುವುದು.

Thē'a-tre (-tĕr). *n.* ನಾಟಕಶಾಲೆ, ರಂಗಸ್ಥಳ. Thē-at'ric. -at'ri-cal. *a.* ನಾಟಕ ಸಂಬಂಧವಾದ. Thē-at'ri-cal-ly. *ad.* ಆಟಗಾರನಂತೆ, ವೇಷ ಹಾಕಿಕೊಂಡವನಂತೆ.

Thēe. *pron.* ನಿನ್ನನ್ನು.

Theft, *n.* ಕಳವು, ಕಳ್ಳತನ.

Their. *pron. pl.* ಅವರ, ಅವುಗಳ, *as.* t. house ಅವರ ಮನೆ; t. leaves (*i. e.* the leaves of the trees) ಅವುಗಳ ಎಲೆಗಳು; this house is theirs ಈ ಮನೆ ಅವರದು.

Thē'ism. *n.* ಆಸ್ತಿಕ್ಯ, ಏಕದೇವಮತ, ಈಶ್ವರವಾದ. Thē'ist. *n.* ಈಶ್ವರವಾದಿ, ಆಸ್ತಿಕ. Thē-is'tic. -'ti-cal. *a.* ಆಸ್ತಿಕ್ಯ ಸಂಬಂಧವಾದ, ಈಶ್ವರವಾದದ.

Them. *pron. pl.* ಅವರನ್ನು ಅವುಗಳನ್ನು; 2. ಅವರಿಗೆ, ಅವುಗಳಿಗೆ. *as*, tell t. ಅವರಿಗೆ ಹೇಳು; give it t. ಇದನ್ನು ಅವುಗಳಿಗೆ ಕೊಡು.

Thēme. *n.* ವಿಷಯ, ಪ್ರಸ್ತಾಪ; 2. ಪ್ರಬಂಧ; 3. *(gram.)* ಧಾತು.

Thē'mis. *n.* ನ್ಯಾಯಾಧಿದೇವತೆ.

Them-selvẹs' (-selvz'). *pron.* (*pl. of* himself *and* herself) ಅವರೇ, ತಾವೇ, ತಮ್ಮನ್ನು: *see* Himself *and* Herself.

Then. *ad.* ಆಗ, ಆವಾಗ; 2. ಅನಂತರ; 3. ಹೀಗಿರಲಾಗಿ; 4. ಆ ವರೆಗೆ, ಅಲ್ಲಿ ತನಕ; now and t. ಆಗಾಗ್ಗೆ; the t. administration ಆಗಿನ ಸರಕಾರ. *conj.* ಅಂದರೆ, *as*, if he should not have arrived t. I could not come ಅವನು ಬರಲಿಲ್ಲವಂದರೆ ನಾನು ಬರಲಾರೆ.

Thence. *ad.* (from that place) ಅಲ್ಲಿಂದ; 2. (from that time) ಅಂದಿನಿಂದ; 3. (for that reason) ಆದರಿಂದ, ಅದ್ದರಿಂದ. Thence'fōrth. -for'ward (-wĕrd). *ad.* ಅಂದಿನಿಂದ, ಅಂದು ಮೊದಲ್ಗೊಂಡು.

Thē-oc'ra-cy, *n.* ದೇವರಾಳುವಿಕೆ, ದೇವಾಧಿಪತ್ಯ. Thē-ō-crat'ic. -crat'i-cal. *a.* ದೇವರಾಳುವ.

Thē-od'o-līte, *n.* ಭೈಮಾಪಿಯಲ್ಲಿ ಕೋನಗಳನ್ನು ಅಳೆಯುವ ಯಂತ್ರ.

Thē-og'ō-ny. *n.* ದೇವೋತ್ಪತ್ತಿ, ದೇವಸಂತತಿ.

Thē-ol'ō-ġy. *n.* ದೇವತತ್ವಜ್ಞಾನಶಾಸ್ತ್ರ, ಪರಮಾರ್ಥ-

ವಿದ್ಯೆ. ದೇವಪರಿಜ್ಞಾನದರ್ಶನ. Thē-o-lō'gi-an. *n.* ದೇವಜ್ಞಾನಶಾಸ್ತ್ರಿ, ಪರಮಾರ್ಥಜ್ಞಾನಿ. Thē-ō-log'i-cal, *a.* ದೇವಜ್ಞಾನಶಾಸ್ತ್ರದ, ಪರಮಾರ್ಥವಿದ್ಯಾವಿಷಯಕ.

Thē-om'an-cy, *n.* ದೇವಪ್ರೇರಣೆಯಿಂದ ಕಾಲಜ್ಞಾನ ಹೇಳುವುದು.

Thē-oph'a-cy, *n.* ಮನುಷ್ಯನಿಗೆ ದೇವರು ಪ್ರತ್ಯಕ್ಷವಾಗುವುದು.

Thē'ō-rem, *n.* ಸೂತ್ರ; 2. *(math.)* ಸಿದ್ಧಾಂತ, ಗುಣಬೋಧಕ. Thē-ō-rem'ic, *a.* ಸಿದ್ಧಾಂತದ. Thē-ō-ret'ic, -ret'i-cal, *a.* ಕಾಲ್ಪನಿಕ, ಕಪೋಲಕಲ್ಪಿತ; 2. ತಿಳುವಳಿಕೆಯ, ಶಾಸ್ತ್ರದ, ವಿದ್ಯೆಯ. Thē'ō-rist, *n.* ಊಹಿಸುವವ, ಕಲ್ಪನಾಪಟುತ್ವವುಳ್ಳವ, ವಿದ್ವಾಂಸ. Thē'-ō-ry, *n.* ಊಹೆ, ಕಲ್ಪನೆ; 2. ಶಾಸ್ತ್ರ, ವಿದ್ಯೆ, ತಿಳುವಳಿಕೆ; 3. ಮತ, ತರ್ಕ.

Thē-os'ō-phy (-fi), *n.* ಬ್ರಹ್ಮಜ್ಞಾನ. Thē-o-soph'ic, -al, *a.* ದೇವಜ್ಞಾನ ವಿಷಯಕವಾದ.

Ther-a-peū'tics (-pū'tiks), *n. pl.* ವೈದ್ಯ, ವೈದ್ಯಶಾಸ್ತ್ರ. Ther-a-peū'tist. *n.* ವೈದ್ಯನು.

There (thâr), *ad.* ಅಲ್ಲಿ; here and t. ಇಲ್ಲಿ ಅಲ್ಲಿ, ಇಲ್ಲ್ಯಲ್ಲಿ; t. is no one here ಇಲ್ಲಿ ಯಾರಿಲ್ಲ; in France t. are many atheists ಫ್ರಾನ್ಸ್ ದೇಶದಲ್ಲಿ ಬಹು ಮಂದಿ ನಾಸ್ತಿಕರು ಇರುತ್ತಾರೆ. There'a-bout, -bouts, *ad.* (near that place) ಅಷ್ಟರಲ್ಲಿ, ಅಷ್ಟರೊಳಗೆ, ಹೆಚ್ಚು ಕಡಿಮೆಯಾಗಿ ಅಲ್ಲಿ; 2. (near that number *or* quantity) ಹೆಚ್ಚು ಕಡಿಮೆ, ಸುಮಾರು, *as*, ten men or t. ಹೆಚ್ಚು ಕಡಿಮೆ ಹತ್ತು ಮಂದಿ, ಸುಮಾರು ಹತ್ತು—, "ಅಜಮಾಸು" ಹತ್ತು—; 3. (concerning that) ಅದರ ಸಲುವಾಗಿ. There-af'tėr, *ad.* ಆ ಮೇಲೆ; 2. ಆ ಪ್ರಕಾರ. There-at', *ad.* ಅಲ್ಲಿ, ಅದರಲ್ಲಿ; 2. ಅದಕ್ಕೆ, ಅದನ್ನು ಕುರಿತು. There'bȳ, *ad.* ಅದರಿಂದ. There'for, *ad.* ಅದಕ್ಕೆ, ಅದಕ್ಕಾಗಿ. There'fōre (*or* -'fōr), *conj.* & *ad.* ಅದ್ದರಿಂದ, ಅದಕಾರಣ, ಅದಕ್ಕೆ. There'from, *ad.* ಅಲ್ಲಿಂದ, ಅದರಿಂದ. There'in, *ad.* ಅದರಲ್ಲಿ. There-in-tō'. *ad.* ಅದರಲ್ಲಿ, ಆ ಸ್ಥಳದಲ್ಲಿ, ಅದಕ್ಕೆ. There'of, *ad.* ಅದರ, ಅದರಿಂದ. There'-on, *ad.* ಆ ಮೇಲೆ, ಅದರ ಮೇಲೆ. There'-out, *ad.* ಅದರೊಳಗಿಂದ. There'tō, *ad.* ಅದಕ್ಕೆ. There-un'tō, *ad.* ಅದಕ್ಕೆ. There-up-on', *ad.* ಅದರ ಮೇಲೆ; 2. ಅದು ಕಾರಣ; 3. ಅದ ಕೂಡಲೇ. There-with', *ad.* ಅದರಿಂದ, ಅದರ ಸಂಗಡ. There-with-al', *ad.* ಅದಲ್ಲದೆ; 2. ಅದರ ಸಂಗಡ.

Therm, *n.* ಒಂದು ಗ್ರೇಮು ತೂಕದ ನೀರನ್ನು ಒಂದು ಡಿಗ್ರಿ ಶಾಖ ಹೆಚ್ಚಿಸುವ ಉಷ್ಣದ ಮಾನ. Thĕr'mal, -mic, *a.* ಬಿಸಿ ಕಾವಿನ, ಉಷ್ಣದ. Thĕr'mæ (-mē), *n. pl.* ಬಿಸಿ ನೀರಿನ ತೀರ್ಥ. Thĕr'mo-scope, *n.* ಶೀತೋಷ್ಣಮಾಪಕ.

Thĕr-mom'e-tėr, *n.* ಶೀತೋಷ್ಣಮಾಪಕ. Thĕr-mō-met'ric, -met'ri-cal, *a.* ಶೀತೋಷ್ಣಮಾಪಕದ, ಶೀತೋಷ್ಣಮಾಪಕದಿಂದ ನಿಶ್ಚಯಿಸಿದ.

The-sau'rus (-sa'rus), *n.* ಕೋಶ, ನಿಕ್ಷೇಪ.

These, *pron.* (*pl. of* this) ಇವರು, ಇವು, ಇವುಗಳು.

Thē'sis (*pl.* thē'sēs), *n.* ಪಕ್ಷ, ಪ್ರತಿಜ್ಞೆ, ಸಿದ್ಧಾಂತ, ವಿಷಯ.

The'ur-gy, *n.* ಇಂದ್ರಜಾಲ, ಅದ್ಭುತಕಾರ್ಯ.

Thews (thūz), *n. pl.* ಮಾಂಸಖಂಡಗಳು; 2. ಬಲ.

They, *pron.* (*pl. of* he, she, *or* it) ಅವರು, ಅವು; t. say ಅಂತೆ, ಹೇಳುತ್ತಾರೆ, ಅನ್ನುತ್ತಾರೆ, *as*, he came yesterday they say ನಿನ್ನೆ ಬಂದನಂತೆ, —ಬಂದನೆನ್ನುತ್ತಾರೆ, —ಬಂದನೆಂದು ಹೇಳುತ್ತಾರೆ.

Thick, *a.* ದಟ್ಟ, ನಿಬಿಡ, ಜೀರು (vapour, mist); 2. (dense, inspissated) ದಪ್ಪ, ಮಂದ, ಗಟ್ಟಿ (gruel, conjee); 3. (turbid, muddy) ಕಲಕ, ಬಂದ; 4. (abundant, (close) ಒತ್ತಾದ, ದಟ್ಟ, ನಿಬಿಡ, ಅಪವು; 5. (close, *as*, the foliage of a tree) ಗುಮುರು, ಜಮುಪು, ಜುಮುಪು; 6. (frequent) ಪದೇ ಪದೆಯ, ಎಡೆಬಿಡದ; 7. (measuring in thickness) ಪಿಂಡ, ದಪ್ಪ; the board is two inches t. ಈ ಹಲಿಗೆಯ ದಪ್ಪ ಎರಡು ಇಂಚು; 8. (stout) ದಪ್ಪ, ದಳ, ಗಮುತರ; t. paper ದಪ್ಪನ್ನ ಕಾಗದ; the board is very t. ಈ ಹಲಿಗೆ ಬಹಳ ಗಮುತರ, ಈ ಹಲಿಗೆ ಬಹಳ ದಪ್ಪ; 9. (indistinct in utterance) ತೊದಲು, ಗೊಗ್ಗರಿ; 10. (somewhat deaf) ಕಿವುಡ, ಮಂದ ಕಿವಿಯ, *as*, he is rather t. of hearing ಅವನ ಕಿವಿ ಮಂದ, —ಸ್ವಲ್ಪದೂರ, ಅವನು ಸ್ವಲ್ಪ ಕಿವುಡ; 11. (intimate) ಪ್ರಾಣಸ್ನೇಹದ, *as*, a t. friendship ಪ್ರಾಣದ ಸ್ನೇಹ, ಜೀವದ ಗೆಳೆತನ; they are very t. ಜೋಡಗಲದ ಹಾಗಿರುತ್ತಾರೆ. through t. and thin ಎಲ್ಲಾ ಸಂದರ್ಭಗಳ

ಲ್ಲಿಯೂ, ಎಡೆಬಿಡದೆ. Thick'en (thik'n), *v. t. r.* ದಪ್ಪ ಮಾಡು, ದಟ್ಟ—. *v. i.* ಬಲಿ, ದಪ್ಪವಾಗು, ದಟ್ಟಾಗು; 2. ಮಂದವಾಗು, ಗಟ್ಟಿಗಟ್ಟು (as fluids). Thick'et, *a.* ಪೊದೆ, ಹೊದರು, ಜಿಡುಪು, ಉಡುವೆ. Thick'-head-ed, *a.* ಮಂದಬುದ್ಧಿಯ, ಮಡದ. Thick'ly, *ad.* ದಟ್ಟಾಗಿ, ಜೀರಾಗಿ; 2. ಮಂದವಾಗಿ, ಗಟ್ಟಿಯಾಗಿ; 3. ಕಲಕವಾಗಿ; 4. ಒತ್ತಾಗಿ, ಅಡವಾಗಿ; 5. ಪದೇಪದೇ, ಎಡೆಬಿಡದೆ; 6. ದಳವಾಗಿ, ಗಡುತರವಾಗಿ; 7. ತೊದಲಾಗಿ, ಗೊಗ್ಗರಿಯಾಗಿ, *etc.; see* Thick. Thick'ness, *n.* ಪಿಂಡ, ದಪ್ಪ; 2. ದಟ್ಟ, ದಳ; 3. ಮಾಂದ್ಯ, ಮಂದತನ. Thick'set, *a.* ಒತ್ತಾದ, ದಪ್ಪ, ಗಡುತರ. Thick'skin, *n.* ಜಡನು. Thick'-skulled (-skuld), *a.* ಮಂದ ಬುದ್ಧಿಯುಳ್ಳ, ಆನೆದಡ್ಡ.

Thiēf, *n.* ಕಳ್ಳ, ಚೋರ. Thiēf'-catch-ĕr, *n.* ಕಳ್ಳರನ್ನು ಹಿಡಿಯುವವನು.

Thiēve, *v. i. r.* ಕಳವು ಮಾಡು, ಕಪಿ. Thiēv'-ĕr-y, *n.* ಕಳ್ಳತನ, ಕಳ್ಳಾಟಿಕೆ. Thiēv'ish, *a.* ಕಳ್ಳ, ಕಳ್ಳನಂಥ, ಕಳ್ಳತನದ. Thiēv'ish-ly, *ad.* ಕಳವಾಗಿ, ಕಳ್ಳತನವಾಗಿ. Thiēv'ish-ness, *n.* ಕಳ್ಳತನ, ಕಳ್ಳಬುದ್ಧಿ.

Thīgh (thī), *n.* ತೊಡೆ.

Thill, *n.* ಬಂಡೀ ಕಾಡಿ, ಉದ್ದಿಗೆ, ಈಚು (ಈಸು).

Thim'ble, *n.* ಹೊಲಿಗೆಯುಂಗುರ, "ಅಂಗುಸ್ತಾನಿ", ಸೂಜೊತ್ತು. Thim'ble-rig, *n.* ಕೈಚಪ್ಪಿಡಿ.

Thin, *a.* ತೆಳ್ಳನ, ತೆಳುವಾದ; 2. ತೆಳುವಾದ, ಅಳ್ಳಕ (*as*, fluids); 3. ಅಂಗಲ (*as*, corn, trees); 4. ವಿರಳ (*as*, air, clouds); 5. ಬಡ, ಬಡಕ, ಕ್ಷೀಣ (*as*, the body); 6. ಸೂಕ್ಷ್ಮ. *v. t. r.* (thinned, *pr.* thind) ತೆಳ್ಳಗೆ ಮಾಡು, ವಿರಳ—. Thin'ly, *ad.* ತೆಳ್ಳಗೆ; 2. ತೆಳುವಾಗಿ; 3. ಅಂಗಲಾಗಿ, *etc.* Thin'ness, *n.* ತೆಳುವು, ಸೂಕ್ಷ್ಮತೆ. Thin'-nish, *a.* ಸ್ವಲ್ಪ ತೆಳ್ಳಗೆ.

Thīne, *pron.* ನಿನ್ನ (ಈ ಅರ್ಥ ಪೂರ್ವ ಪ್ರಯೋಗದ್ದು), 2. ನಿನ್ನದು, *as*, is it t.? ಇದು ನಿನ್ನದೋ? ಇದು ನಿನ್ನದೇನು?

Thiṅg, *n.* ವಸ್ತು, ಬದುಕು, ಜಿನಸು, ಪದಾರ್ಥ; 2. (event, occurrence) ಮಾತು, ಕೆಲಸ, ಕಾರ್ಯ, ಇದು, ಅದು; it is a bad t. ಇದು ಕೆಟ್ಟ ಕೆಲಸ; do not believe all these things ಇದನ್ನೆಲ್ಲಾ ನಂಬಬೇಡ; 3. (a diminutive *or* slighted object) ಪ್ರಾಣಿ, ಪಾಪ, ವ್ಯಕ್ತಿ, *as*, poor t. ಬಡ ಪ್ರಾಣಿ; do not scold your daughter-in-law, poor t. ಪಾಪ, ನಿಮ್ಮ ಸೊಸೆಯನ್ನು ಬಯ್ಯಬೇಡಿರಿ; see sons, what things you are ನೋಡಿರಿ ಮಕ್ಕಳೇ, ನೀವೆಂಥಾ ವ್ಯಕ್ತಿಗಳು! 4. *pl.* ಸಾಮಾನು.

Thiṅk, *v. i. ir.* (thought, thought, *pr.* that) (call to mind, remember) ನೆನಸು, ನೆನಪು ಮಾಡಿಕೊಳ್ಳು, ನೆನಪಿಗೆ ಬರು, ನೆನಪಾಗು, *as*, I would have sent the books, but I did not t. of it ಪುಸ್ತಕಗಳನ್ನು ಕಳುಹಿಸುತ್ತಿದ್ದೆ ಆದರೆ ನೆನಪಾಗಲಿಲ್ಲ, —ಕಳುಹಿಸುತ್ತಿದ್ದೆ ಆದರೆ ನೆನಪಿಗೆ ಬರಲಿಲ್ಲ; 2. (reflect, consider) ಆಲೋಚನೆ ಮಾಡಿಕೊಳ್ಳು, ಆಲೋಚಿಸು, ತೂಕ ಮಾಡು, ವಿಚಾರಮಾಡಿಕೊಳ್ಳು; 3. (believe) ತೋರು, ತೋಚು, ಕಾಣು, ನೆನಸು (only in some districts), *as*, I t. it will rain to-morrow ನಾಳೆ ಮಳೆ ಬಂದೀತೆಂತ ನನಗೆ ತೋರುತ್ತದೆ, —ಮಳೆ ಬಂದೀತೆಂತ ನನಗೆ ಕಾಣುತ್ತದೆ, —ಮಳೆ ಬಂದೀತೆಂತ ನನಗೆ ತೋಚುತ್ತದೆ, —ಮಳೆ ಬಂದೀತೆಂತ ನೆನಸುತ್ತೇನೆ; 4. (intend) ಮನಸ್ಸಿರು, ಅನ್ನು, ಎಂದು ಹೇಳಿಕೊಳ್ಳು, *as,* I thought to honour him ಇವನಿಗೆ ಬಹುಮಾನ ಮಾಡುತ್ತೇನೆಂದು ಹೇಳಿಕೊಂಡೆನು; I t. I shall go to Bombay next year ಬರುವ ವರುಷ ಮುಂಬಯಿಗೆ ಹೋಗುತ್ತೇನೆನ್ನುತ್ತೇನೆ; —methinks ನನಗೆ ತೋರುತ್ತದೆ; t. much of, t. well of ಲಕ್ಷ್ಯ ಮಾಡು, ಲಕ್ಷೀಕರಿಸು, ಎಣಿಸು. *v. t.* ಬಗೆ, ನೆನಸು, ನಂಬು. Thiṅk'ĕr, *n.* ಆಲೋಚಿಸುವವ, ವಿಚಾರಶೀಲ. Thiṅk'iṅg, *a.* ವಿಚಾರ ಮಾಡುವ, ಬುದ್ಧಿಯುಳ್ಳ. *n.* ವಿಚಾರ; 2. ತೋರಿಕೆ, ಚಿಂತನೆ; to my t. ನನಗೆ ತೋರುವಂತೆ, ನನ್ನ ಯೋಚನೆಯ ಪ್ರಕಾರ.

Thĭrd, *a.* ಮೂರನೇ. *n.* ಮೂರನೇ ಅಂಶ. Thĭrd'ly, *ad.* ಮೂರನೇದಾಗಿ.

Thĭrst, *n.* ನೀರಡಿಕೆ, ಬಾಯಾರಿಕೆ, ತೃಷೆ, ದಾಹ; 2. ಆಶೆ, ಲವಲವಿಕೆ. *v. i. r.* ನೀರಡಿಕೆಯಾಗು, ನೀರಡಿಸು; 2. ಆಶೆ ಮಾಡು, ಲವಲವಿಸು. Thĭrst'i-ly, *ad.* ನೀರಡಿಕೆಯಾಗಿ, ಬಾಯಾರಿಕೆಯಾಗಿ, ದಾಹಗೊಂಡು, ದಾಹಪಟ್ಟು. Thĭst'i-ness, *n.* ನೀರಡಿಕೆ, ಬಾಯಾರಿಕೆ, ದಾಹ. Thĭrst'y, *a.* ನೀರಡಿಕೆಯಾದ, ಬಾಯಾರಿದ, ತೃಷಿತ; 2. ಒಣಗಿದ.

Thĭr'tēen, *a.* ಹದಿಮೂರು. Thĭr'tēenth, *a.* ಹದಿಮೂರನೇ. *n.* ಹದಿಮೂರನೇ ಅಂಶ.

Ċ *as* k; c *as* s; ċh *as* sh; ġ *as in* get; ġ *as* j; ṅ *nasal, as in* aṅger; ș *as* z; th *as in* thou; ẋ *as* gz; ce, ci, si *and* ti *before a vowel as* sh: ocean, action.

Thĭr'ty, *a.* ಮೂವತ್ತು. Thĭr'ti-eth, *a.* ಮೂವತ್ತನೇ.

Ŧhis, *pron.* (*pl.* ŧhēse) (*used as an adjective*) ಈ, *as*, this house ಈ ಮನೆ, these houses ಈ ಮನೆಗಳು; this man ಈ ಮನುಷ್ಯನು, ಇವನು, ಈತನು; this girl ಈ ಹುಡುಗಿ, ಇವಳು, ಈಕೆ; this thing ಈ ವಸ್ತು, ಇದು; 2. (*as a demonstrative pronoun*) ಇವನು, ಈತನು, ಇವಳು, ಈಕೆ, ಇದು, *as*, this is my brother, my sister ಈತನು ನಮ್ಮ ತಮ್ಮ, ಈಕೆ ನಮ್ಮ ತಂಗಿ; I do not want this ಇದು ನನಗೆ ಬೇಡ; 3. (*denoting a period of time just past*), *as*, I have not seen him these four months ನಾಲ್ಕು ತಿಂಗಳಿಂದ ಅವನನ್ನು ನೋಡಲಿಲ್ಲ, ಅವನನ್ನು ನೋಡದೆ ನಾಲ್ಕು ತಿಂಗಳಾಯಿತು; by this (*i.e.* by this time) ಇಷ್ಟರೊಳಗೆ, ಈಗ, *as*, by this the mail must have arrived ಇಷ್ಟರೊಳಗೆ "ಟಪ್ಪಾಲು" ಬಂದಿರಬೇಕು, ಈಗ "ಟಪ್ಪಾಲು" ಬಂದಿರಬೇಕು.

This'tle (this'l), *n.* ದತ್ತೂರಿ, ಬ್ರಹ್ಮದಂಡಿ; yellow t. (*Argemone mexicana, L.*) ಗೊಳಗೊಳಿಕೆ (*S. M.*), ಅರಸಿನ ಉಮ್ಮತ್ತಿ (*S. C.*), ದತ್ತೂರಿ (*My.*); t. in Matth. vii, 16. (*Tribulus terrestris, L.*) ನೆಗ್ಗಿಲುಮುಳ್ಳು. Thist'ly, *a.* ಮುಳ್ಳುಗಿಡವುಳ್ಳ ವಾದ.

Thiŧh'ẽr, *ad.* ಅಲ್ಲಿಗೆ, ಆ ಸ್ಥಳಕ್ಕೆ. Thiŧh'ẽr-ward, -wards (-wẽrdz), *ad.* ಅತ್ತಕಡೆಗೆ, ಅತ್ತಲಾಗಿ.

Ŧhō', *abbr. of* Though ಆದಾಗ್ಯೂ.

Thoṅg, *n.* ತೊಗಲಿನ ಬಾರು.

Thor, *n.* ಪ್ರಾಚೀನ "ಟ್ಯೂತೊನರ" ಗುಡುಗುಡಿನ ಅಧಿದೇವತೆ.

Thō'rax, *n.* ಎದೆ, ಎದೆಗೂಡು (*My.*), ಬಗ್ಗರಿ (*My.*), ವಕ್ಷ. Thō-rac'ic, *a.* ಎದೆಯ.

Thorn, *n.* ಮುಳ್ಳು. Thorn'y, *a.* ಮುಳ್ಳಿನ, ಮುಳ್ಳುಮುಳ್ಳುಳ್ಳ; 2. ಕಷ್ಟವಾದ.

Thorn'-ap-ple, *n.*, *see* Stramonium.

Thŏr'ough (thur'ō), *a.* ನೆರೆ, ಪೂರ್ಣ, ಪಾರಂಗತ, ಸಾದ್ಯಂತ. Thŏr'ough-bred, *a.* ಒಳ್ಳೆ ಜಾತಿಯ, ಸತ್ಕುಲದ, ಘನತೆಯುಳ್ಳ, ತೇಜಸ್ಸುಳ್ಳ, ಚಟುವಟಿಕೆಯುಳ್ಳ. Thŏr'ough-fāre (thur'ō-fār), *n.* ಓಣಿ, ಬೀದಿ, ಸಂದು. Thŏr'ough-gō'iṅg (thur'ō-), *a.* ಸಂಪೂರ್ಣವಾದ, ತಳತನಕ ಹೋಗುವ. Thŏr'ough-ly (thur'ō-), *ad.* ಸಂಪೂರ್ಣವಾಗಿ, ಪಾರಾಗಿ, ತಳಮಟ್ಟ. Thŏr'ough-ness (thur'ō-nes). *n.* ಸಂಪೂರ್ಣತೆ, ನೆಲಗಾರಿಕೆ.

Thorp, *n.* ಸಣ್ಣ ಹಳ್ಳಿ.

Ŧhōse, *pron. pl. of* That.

Ŧhou, *pron.* ನೀ, ನೀನು. *v. t. r.* ಒಬ್ಬನಿಗೆ ನೀನೆನ್ನು.

Ŧhough (ŧhō), *conj.* ...ರೂ, *as*, t. he come ಅವನು ಬಂದರೂ; 2. ಆದಾಗ್ಯೂ, ಆದರೂ, *as*, he will not come t. ಆದರೂ ಅವನು ಬರುವುದಿಲ್ಲ, —ಅವನು ಬರಲಿಕ್ಕಿಲ್ಲ; as t. ಎಂಬಂತೆ, ಹಾಗೆ, *as*, it was as t. it budded (Gen. XL, 10) ಅದು ಮೊಗ್ಗೆ ಬಿಟ್ಟಿತು ಎಂಬಂತೆ ಇತ್ತು, ಅದು ಮೊಳೆತ ಹಾಗೆ ತೋರಿತು.

Thought (thąt), *pt.* & *pp. of* Think.

Thought (thąt), *n.* ವಿಚಾರ, ಧ್ಯಾನ; 2. ಆಲೋಚನೆ, ಭಾವ; 3. ಚಿಂತೆ; anxious t. ಹಂಬಲಿಕೆ, ಚಿಂತಾಕ್ಲೇಶ, ಚಿಂತಾಕುಲತ್ವ. Thought'-fụl (thąt-), *a.* ವಿಚಾರವುಳ್ಳ, ಧ್ಯಾನಸ್ಥನಾದ, ಜಾಗ್ರತೆಯುಳ್ಳ; he is very t. ಅವನು ಬಹು ವಿಚಾರವುಳ್ಳವನು, ವಿಚಾರಸ್ಥನು, —ಬಹು ವಿಚಾರಶೀಲನು, *etc.* Thought'fụl-ly (thąt-), *ad.* ವಿಚಾರದಿಂದ, ಜಾಗ್ರತೆಯಾಗಿ. Thought'-fụl-ness (thąt-), *n.* ವಿಚಾರಶೀಲತೆ, ಧ್ಯಾನನಿಷ್ಠೆ, ಜಾಗ್ರತೆ. Thought'less (thąt-), *a.* ಅವಿಚಾರಿ, ಎಚ್ಚರಗೇಡಿ, ಮೂರ್ಖ. Thought'-less-ly (thąt-), *ad.* ಹುದುಹುದು, ಅವಿಚಾರದಿಂದ, ಎಚ್ಚರಿಕೆಯಿಲ್ಲದೆ; to do t. ಹುದುಹುದು ಹೋಗಿ ....ಮಾಡು. Thought'less-ness (thąt-), *n.* ಎಚ್ಚರಗೇಡಿತನ, ಅವಿಚಾರ, ಮೂರ್ಖತನ.

Thou'ṣand, *n.* ಸಾವಿರ, ಸಹಸ್ರ; 2. ಸಾವಿರಾರು; by thousands ಸಾವಿರಗಟ್ಲೆಯಾಗಿ; thousands of ...ಸಾವಿರಾರು.... Thou'ṣand-fōld, *a.* ಸಾವಿರಷ್ಟು, ಸಾವಿರ ಪಾಲು. Thou'ṣandth, *a.* ಸಾವಿರನೇ. *n.* ಸಾವಿರ ಪಾಲಿನಲ್ಲಿ ಒಂದು ಪಾಲು.

Thrąll, *n.* ದಾಸತ್ವ; 2. ದಾಸನು. *v. t. r.* ದಾಸನಾಗಮಾಡು, ದಾಸನ್ನ ಮಾಡಿಕೊಳ್ಳು. Thrąl'dom, *n.* ದಾಸತ್ವ, "ಗುಲಾಮಗಿರಿ".

Thrash, *v. t. r.* (*pr.* thrasht) ತೆನೆ ಬಡಿ. —ಒಕ್ಕು, ಹೊಡೆ; 2. ಚಟಪಟ ಹೊಡೆ, ಚೆನ್ನಾಗಿ ಬಡಿ, ತಳಿಸು. Thrash'ẽr, *n.* ತೆನೆ ಬಡಿಯುವವ, ಒಕ್ಕುವವ. Thrash'iṅg-flōor, *n.* ಕಣ.

Thra-son'ic, -al, *a.* ಬಡಿವಾರದ.

Thread (thred), *n.* ನೂಲು, ದಾರ, ಎಳೆ; a double t. ಜೋಡೆಳೆ; to hang by a t. ಒಂದು ಕಾರ್ಯ ಮೋಂದಂಡವಾಗಿರು. *v. t. r.* ಪೋಣಿಸು; 2. ತೂರು, ನುಸುಳಿ ಹೋಗು; **Thread'bāre** (thred'bār), *a.* ಹಳೇ, ಜೀರ್ಣ, ಜರ್ಜರ, ಚೂರುಚೂರಾಗುವಂಥ. **Thread'y**, *a.* ದಾರದ ಹಾಗಿರುವ.

Threat (thret), *n.* ಬೆದರಿಕೆ, ಹೆದರಿಸುವಿಕೆ; 2. ಗದರಿಸುವ ಮಾತು, ಬೆದರಿಸುವ—. *v. t. r.* ಬೆದರಿಸು. **Threat'en** (thret'n), *v. t. r.* ಹೆದರಿಸು, ಬೆದರಿಸು, ಗದರಿಸು; 2. (ಕೇಡು) ಬರುವ ಹಾಗೆ ಕಾಣು, ಭಯ ತೋರಿಸು. **Threat'en-ing-ly** (thret'n-), *ad.* ಬೆದರಿಸುತ್ತಾ, ಭಯ ತೋರಿಸುತ್ತಾ.

Thrēe, *a.* ಮೂರು, ತ್ರಿ; t. persons ಮೂವರು. **Thrēe'fōld**, *a.* ಮೂರರಷ್ಟು, ಮುಮ್ಮಡಿ. **Three'pence** (thrip'ens), *n.* ಮೂರು "ಪೆನ್ನಿ" (2 ಆಣೆ) ಬಾಳುವ ಇಂಗ್ಲಿಷ ನಾಣ್ಯ. **Three'pen-ny** (thrip'en-), *a.* ಮೂರು ಕಾಸಿನ. **Thrēe'scōre**, *a.* ಮೂರಿಪ್ಪತ್ತು, ಅರವತ್ತು.

Thresh, *v. t. r.* (*pr.* thresht), *see* Thrash.

Thresh'ōld, *n.* ಹೊಸ್ತಲು, ಮೆಟ್ಲ (*S. C.*); 2. ಬಾಗಲು; 3. ಆರಂಭ.

Threw, *pt. of* Throw.

Thrīce, *a.* ಮೂರು ಸಾರಿ, ಮೂರಾವರ್ತಿ; 2. ಪದೇಪದೇ, ಬಹಳವಾಗಿ.

Thrift, *n.* ಮಿತವ್ಯಯ, ಮನೆವಾರ್ತೆ ಸುಸೂತ್ರವಾಗಿ ನಡಿಸುವುದು. **Thrift'i-ly**, *ad.* ಮಟ್ಟಾಗಿ; 2. ಸಾರ್ಥಕವಾಗಿ, ಮಿತವ್ಯಯದಿಂದ, ಹದ್ದಾಗಿ. **Thrift'i-ness**, *n.* ಮಟ್ಟು, ಮಿತವ್ಯಯ, ಮನೆವಾರ್ತೆ ಸುಸೂತ್ರವಾಗಿ ನಡಿಸೋಣ. **Thrift'less**, *a.* ದುಂದು, ಧಾಮುಧೂಮು "ಖರ್ಚಿನ". **Thrift'y**, *a.* ಅಳತೆ ತಿಳಿದು ಖರ್ಚು ಮಾಡುವ, ಕೈಕಾಯುವ, ಜಾಗರೂಕ, ಮನೆವಾರ್ತೆ ಸುಸೂತ್ರವಾಗಿ ನಡಿಸುವ.

Thrill, *v. t. & i. r.* ಎದೆ ಜಲ್ಲೆನ್ನು, —ಜುಮ್ಮೆನ್ನು; 2. ಎದೆ ಜಲ್ಲೆನ್ನಿಸು, ತಳಮಳಿಸು. *n.* ಜಲ್ಲನೆ. **Thril'ling**, *a.* ಎದೆ ಜುಮ್ಮೆನ್ನುವ, ಜಲ್ಲೆನ್ನಿಸುವ. **Thril'ling-ly**, *ad.* ಎದೆ ಜಲ್ಲೆನ್ನಿಸುವ ಹಾಗೆ.

Thrips, *n.* ದ್ರಾಕ್ಷೆಬಳ್ಳಿ ಮುಂತಾದುವುಗಳಿಗೆ ಹಿಡಿಯುವ ಹುಳು.

Thrīve, *v. t. & ir.* (thrīved *or* thrōve, thriv'en) ಸಫಲ ಹೊಂದು, ಶುಭವಾಗು, ವೃದ್ಧಿಹೊಂದು, ಫಲಮಲ ಆನ್ನು, ಬೆಳೆ. **Thrī'ving**, *a.* ಸಫಲವಾದ, ವೃದ್ಧಿಯಾದ. **Thrī'ving-ly**, ಸಫಲವಾಗಿ, ವೃದ್ಧಿಯಾಗಿ.

Thrö', *abbr. of* Through.

Thrōat (thrōt), *n.* ಗಂಟ್ಲು, ಕೊರಳು, ಕುತ್ತಿಗೆ; words stuck in my t. ಮಾತಾಡಲು ಬಾಯಿ ಬರಲಿಲ್ಲ; sore t. ಶೀತದಿಂದ ಗಂಟ್ಲುಬೇಗು; cut one's t. ಆತ್ಮಘಾತ ಮಾಡಿಕೊಳ್ಳು; at one another's t. ಒಬ್ಬರು ಇನ್ನೊಬ್ಬರನ್ನು ತೀರಾ ಮುರಿಯುವ ಪ್ರಯತ್ನ; lie in one's t. ಹಸೀ ಸುಳ್ಳಾಡು; give person the lie in his t. ಸುಳ್ಳಾಡಿದ್ದನ್ನು ಎದುರಿಗೆ ತಂದು ನ್ಯಾಯ ಮೆಚ್ಚಿಸು.

Throb, *v. i. r.* (throbbed, *pr.* throbd) ಎದೆ ಹಾರು, ಗುಂಡಿಗೆ ಬಡಕೊಳ್ಳು; 2. (of pain) ತಟತಟ ನೋಯಿಸು, ಚಟಿಚಟಿ ಹೊಡೆ; 3. ಅಳುಕು, ಅಳುಕಳುಕು (*as* pain). *n.* ಎದೆ ಹಾರುವುದು; 2. ಅಳುಕುವುದು.

Thrōe (thrō), *n.* ಬೇನೆ, ಅತಿವೇದನೆ; 2. ಹಡೆಯುವ ಬೇನೆ, ಹೆರುವ—, ಪ್ರಸವವೇದನೆ. *v. i.* ವೇದನೆ ಪಡು, ಬೇನೆ ತಿನ್ನು.

Thrōne, *n.* ಸಿಂಹಾಸನ, ಗದ್ದಿಗೆ; 2. ರಾಜ್ಯಾಧಿಕಾರ. *v. t. r.* ಗದ್ದಿಗೇ ಮೇಲೆ ಕೂಡ್ರಿಸು, ಪಟ್ಟಾಕಟ್ಟು *c. d.* *v. i.* ಸಿಂಹಾಸನದ ಮೇಲೆ ಕೂಡ್ರು, ಆಳು.

Throng, *n.* ಗುಂಪು, ದಟ್ಟಣೆ, ಸಂದಣಿ. *v. i. r.* ಗುಂಪುಕೂಡು, ಮುಗಿಬೀಳು; the thronging crowd ತಿಮುಕುವ ಜನರ ಸಂದಣಿ.

Thros'tle (thros'l), *n.* ಉಣ್ಣೆ ಹತ್ತಿ ಇತ್ಯಾದಿ ನೂಲುವ ಯಂತ್ರ. *see* Thrush.

Throt'tle (throt'tl), *n.* ಗಂಟಲು. *v. t. r.* ಕುತ್ತಿಗೆಹಿಸುಕು. *v. i.* ಉಸುರು ಕಟ್ಟು.

Thröugh (thru), *prep.* ಪಾರ, ಕಡೇ ವರೆಗೆ; go t., pass t. ಪಾರಾಗು, ಪಾರಕಾಣು; dig t. a wall ಕನ್ನಾ ಕೊರೆ; bore t. a board ಹಲಿಗೆಯಲ್ಲಿ ತೂತು ಸರಿ; 2. (between) ...ಇಂದ; *as*, pass t. a door ಬಾಗಲಿಂದ ಹಾಯು; 3. (by means of) ಕಡೆಯಿಂದ, ಮುಖದಿಂದ, ಮುಖಾಂತರ, ...ಇಂದ *e. g.*; 4. (over the whole surface of) ಹಾದು; t. a river ನದಿ ದಾಟಿ; 5. (from beginning to end) ಇಡೀ, ಎಲ್ಲಾ, *as*, t. the year ಇಡೀ ವರುಷ. *ad.* ಪಾರಾಗಿ, ಕಡೇ ವರೆಗೆ, ಪೂರಾಗಿ; to carry t. ಕಡೆಗಾಣಿಸು, ಪೂರಯಿಸು; drop t. ಹಾಳಾಗು, ಕೆಡು; fall t. ಹುಸಿಯಾಗು, ವ್ಯರ್ಥವಾಗು; run t. ತಿವಿ; t. and t.

ಪೂರ್ಣವಾಗಿ, ಸಾಂಗೋಪಾಂಗವಾಗಿ. Thröugh-out′ (thru̥-), *prep.* ಕಡೇ ವರೆಗೆ, ಎಲ್ಲಾ; t. the year ವರುಷವೆಲ್ಲಾ, ಇಡೀ ವರುಷ; t. the country ದೇಶದಲ್ಲೆಲ್ಲಾ. *ad.* ಪೂರ್ಣವಾಗಿ, ಎಲ್ಲೆಲ್ಲೂ. Thröugh′-trāin, *n.* ಲೋಹ ಮಾರ್ಗದ ಕೊನೆಯ ವರೆಗೂ ಹೋಗುವ ಹೊಗೆ ಬಂಡಿ.

Thrōw (thrō), *v. t. ir.* (threw, thrown, *pr.* thru̥. thrōn) ಒಗಿ, ಹೊಡೆ, ಹಾಕು, ಉಗಿ, ಎಸೆ; 2. (twist) ಹುರಿಮಾಡು, ಹೊಸೆ; 3. (put off, *as*, the snake his skin) ಕಳೆ, ಬಿಡು; 4. (put on) ಹಾಕಿಕೊಳ್ಳು, ಮುಸುಕು ಹಾಕಿ—; 5. (overthrow in wrestling) ಕೆಡವು, ನೆಲಕ್ಕೆ ಕೆಡವು; 6. (bring forth young) ಈ, ಈನು;—t. away ಒಕ್ಕೊಡು, ಬಿಸಾಡು, ಬಿಸಾಡಿಬಿಡು, ಚಲ್ಲಿ—; (lose by neglect) ಕಳೆ, ಕಳಕೊಳ್ಳು, ಹಾಳು ಮಾಡು; t. back (retort) ಪ್ರತ್ಯುತ್ತರ ಕೊಡು; (reject) ಬೇಡನ್ನು, ವಿಸರ್ಜಿಸು; t. by ಅತ್ತತ್ತಿಡು, ಒಕ್ಕೊಡು; t. down ಕೆಡವು. ನೆಲಕ್ಕೆ—, ಕೆಳಗೆ ಹಾಕು; 2. ಹಾಳು ಮಾಡು; (degrade) ತಗ್ಗಿಸು, ಕುಗ್ಗಿಸು; t. in ಜೀಕಳಿ ಹೊಡೆ, "ಪಿಚಕಾರಿ" —, ಒಳಗೆ ಹಾಕು, ಬಿಟ್ಟುಕೊಡು; t. off ಕಳೆ, ಕಳಕೊಳ್ಳು; t. on ಮೇಲೆ ಹಾಕು *c. g.*; t. one's self down ಬೀಳು, ಒರಗಿಕೊಳ್ಳು; t. one's self on one's face ಅಡ್ಡಬೀಳು; t, one's self on ಶರಣಹೋಗು *c. g.*, ಮರೆಹೊಗು *c. g.*, ಬೆನ್ನುಬೀಳು *c. g.* t. cold water on ಉತ್ಸಾಹಭಂಗ ಮಾಡು; thrown on his resources ತನ್ನ ಮೇಲೆಯೇ ಹೊಂದಿಕೊಂಡಿರಬೇಕಾಯಿತು; t. light on the matter ವಿವರಿಸು; t. down the glove ಜಗಳಕ್ಕೆ ಕರೆ; t. dust in one's eyes ಮಂಕು ತಳೆದುಬಿಡು; threw oneself into ಪ್ರಯತ್ನಪೂರ್ವಕ ಕೆಲಸ ಮಾಡು; t. open the door to ದಾರಿ ಮಾಡಿಕೊಡು; t. cut ಸೂಚಿಸು; t. overboard ಕೈ ಬಿಟ್ಟುಬಿಡು; t. up ರಾಜಿನಾಮೆ ಕೊಡು; 2. ಕಾರು; t. up the sponge ಜಗಳ ನಿಲ್ಲಿಸು. *n.* ಹೊಡತ, ಒಗತ; 2. (the distance a thing is thrown) ಅಳತೆ, *as*, a stone's t. ಕೈಗಲ್ಲಳತೆ *or* ಕವಣೆಗಲ್ಲಳತೆ, ಕಲ್ಲೆಸುಗೆಯಷ್ಟು ದೂರ.

Thrōw, *n. (geo.)* ನೆಲದ ಅಡಿಯ ಪದರುಗಳು ಮುರಿದು ಒಂದು ಭಾಗವು ಇನ್ನೊಂದಕ್ಕಿಂತ ಭೂಕಂಪದ ನಿಮಿತ್ತ ಆಳಕ್ಕೆ ಇಳಿಯುವುದು.

Thrum, *n.* ವಸ್ತ್ರದ ಒಪ್ಪಿಗೆ, ಕರೆ.

Thrum, *v.t.r.* (thrummed, *pr.* thrumd) ಅಡನಾಡಿಯಾಗಿ ವೀಣೆ ಬಾರಿಸು, ಅಡ್ಡಾತಿಡ್ಡ ಬಾರಿಸು. Thrum′miṅg, *a.* & *n.* ಅಡನಾಡಿ.

Thrush, *n.* ಒಂದು ತರದ ಹಕ್ಕಿ; 2. *(med.)* ಅಗ್ರ, ವಾತಗ್ರಂಥಿ.

Thrust, *v.t.ir.* (thrust, thrust) ನೂಕು, ದೂಡು; 2. ಇರಿ; 3. ಜಡಿ;—t. away ನೂಕಿಬಿಡು, ದೂಡಿಬಿಡು, ತಳ್ಳಿಹಾಕು; t. in ತೂರಿಸು, ತುರುಕು, ಜಡಿ, ತಿವಿ; t. off ದೂಡಿಬಿಡು, ನೂಕಿ—; t. on ಮುನ್ನೂಕಿಸು, ಹುರಿದುಂಬಿಸು; t. out ಹೊರಗೆ ಹಾಕು; t. through ತಿವಿ, ಇರಿ; t. together ಒತ್ತಿಹಾಕು, ತುರುಕು. *n.* ಇರಿತ, ತಿವಿತ; 2. ನೂಕುವಿಕೆ, ತಳ್ಳುವಿಕೆ.

Thud, *n.* ಒಡತ, ಪೆಟ್ಟು, ದಬ್ಬಂತ ಬಡಿಯೋಣ.

Thug, *n.* ಠಕ್ಕ, "ಫಾಶಿಂಗ". Thug-gēe′, Thug′gĕr-y, -′gisṃ, *n.* ಠಕ್ಕರ ಕೆಲಸ, "ಫಾಶಿಂಗತನ".

Thumb (thum), *n.* ಹೆಬ್ಬೆಟ್ಟು; under one's t. ಒಬ್ಬನ ವಶದಲ್ಲಿ. *v. t. r.* ಬೆರಳಿನಿಂದ ಮೂಸು; 2. ಬೆರಳಿನಿಂದ ಬಾರಿಸು. Thumb′screw (thum′scru̥), *n.* ಕಿಟ್ಟಿ. *v. t. r.* ಕಿಟ್ಟಿ ಹಾಕು *c. d.* Thumb′stall, *n.* ಹೆಬ್ಬೆರಳಿಗೆ ಹಾಕುವ "ಅಂಗುಸ್ತಾನಿ".

Thump, *n.* ಗುದ್ದು, ಪೆಟ್ಟು. *v. t. r.* (*pr.* thumpt) ಗುದ್ದು, ದಮ್ಮೆಂತ ಹೊಡೆ; t. on the head ತಲೆ ಮೊಟ್ಟು. Thump′iṅg, *a.* ಭಾರವಾದ, ದೊಡ್ಡ. Thump′ĕr, *n.* ಗುದ್ದುವವ.

Thun′dĕr, *n.* ಗುಡುಗು, ಮೇಘಗರ್ಜನೆ, ಮೇಘನಾದ; 2. ಫಿರಂಗಿ ಶಬ್ದ. *v. i. r.* ಗುಡುಗು, ಗರ್ಜಿಸು, ಅಬ್ಬರಿಸು. *v. t.* ಬಡಾಬಡಿಯಾಗಿ ನುಡಿ. Thun′dĕr-bōlt, *n.* ಸಿಡಿಲು. Thun′dĕr-clap, *n.* ಸಿಡಿಲಬ್ಬರಣೆ. Thun′dĕr-ĕr, *n.* ಗುಡುಗಿಸುವವನು. Thun′dĕr-storm, *n.* ಗುಡುಗು ಮಿಂಚು ಕೂಡಿದ ಬಿರುಗಾಳಿ. Thun′dĕr-struck, *a.* "ಗಾಬರಿ", ಭಯಭ್ರಾಂತ, ಚಕಿತ.

Thurṣ′dāy (thĕrz′dā), *n.* ಗುರುವಾರ, ಬೃಹಸ್ಪತಿವಾರ.

Thus, *ad.* ಹೀಗೆ, ಹಾಗೆ, ಈ ಪ್ರಕಾರ; 2. ಇಷ್ಟು.

Thwack, *v. t. r.* (*pr.* thwakt) ದಪ್ಪಂತ ಹೊಡೆ, ಗುದ್ದು. *n.* ದೆಬ್ಬೆ, ಪೆಟ್ಟು.

Thwa̤rt, *a.* ಅಡ್ಡವಾದ. *n.* ಅಡ್ಡದೂಲ. *v. t. r.* ಅಡ್ಡಬರು *c. d.*, ಅಡಹಾಯು. Thwa̤rt′iṅg, *n.* ವಿಘಾತ, ವಿಘ್ನ. *a.* ಅಡ್ಡಬರುವ. Thwa̤rt′iṅg-ly, *ad.* ಅಡ್ಡವಾಗಿ, ಅಡಹಾದು.

Thȳ, *pron.* ನಿನ್ನ.

Thȳ'ine-wọọd (thī'in-), *n.* ಅಗರು ಚಕ್ಕೆ.

Thȳme (tīm), *n.* ಮರುಗ ಜಾತಿಯ ಒಂದು ಚಿಕ್ಕ ಗಿಡ. [ನೀನೆ.

Thȳ-self', *pron.* ನೀನೆ, ನಿನ್ನಷ್ಟಕ್ಕೆ ನೀನೆ, ನಿನ್ನನ್ನು

Tī-ā'ra, *n.* ಕಿರೀಟ, ಮುಡಿ, ಮಕುಟ.

Ti'bia, *n.* ಕಾಲೆಲುಬು.

Tick, *n.* ಉಣ್ಣೆ; 2. ತಡಿಯ ಚೀಲ.

Tick, *v. i.r.* (*pr.* tikt) ಟಿಕ್‌ಟಿಕ್ ಅನ್ನು, ತಟ್ಟು. *n.* (ಘಡಿಯಾರ) ಟಿಕ್‌ಟಿಕ್ಕನ್ನುವ ಶಬ್ದ. **Tick'-tack**, *n.* ಎದೆಗುಂಡಿಗೆಯ ಬಡಿದಾಟದ ಶಬ್ದ.

Tick, *n.* ಉಚಾಪತಿ, ಉದ್ಧರಿ; buy upon t. ಉದ್ಧರಿ ತಕ್ಕೊಳ್ಳು. *v. i.* ಉಚಾಪತಿ ತಕ್ಕೊಳ್ಳು, ಉದ್ಧರಿ—.

Tick, *n.* ಲೆಕ್ಕ ಮುಕಾಬಿಲೆ ಮಾಡುವಾಗ ಹಾಕುವ ಗುರುತು. *v. t.* ಮುಕಾಬಿಲೆ ಗುರುತು ಹಾಕು.

Tick'et, *n.* ಚೀಟು, "ಟಿಕೆಟು", ಒಳಪ್ರವೇಶಕ್ಕೆ ಅಥವಾ ಪ್ರಯಾಣ ಮಾಡುವುದಕ್ಕೆ ಹಕ್ಕು ಕೊಡುವ ಛಾಪಾಚೀಟು. *v. t. r.* ಚೀಟುಹಚ್ಚು *c. d.*

Tic'kle, *v. t. r.* ಚಕ್ಕಲಗುಳಿ ಮಾಡು, ಕಟ್ಟಾಡಿಸು, ಕಟ್ಟಡಿಸು, ಸಂತೋಷಪಡಿಸು. **Tic'-klish**, *a.* ಚಕ್ಕಲಗುಳಿಯಾಗುವ; a t. affair ಸೂಕ್ಷ್ಮ ಕೆಲಸ; t. times ವಿಷಮ ಸಂಧಿಕಾಲ.

Tick'lĕr, *n.* ಚಿತ್ತ ಚಾಂಚಲ್ಯ ಮಾಡುವ ಪ್ರಶ್ನೆ ಅಥವಾ ವಿಚಾರ.

Tic-polo'ṅga, *n.* ಇಂಡಿಯಾದಲ್ಲಿಯೂ ಸಿಂಹಳದಲ್ಲಿಯೂ ಕಾಣಸಿಗುವ ಒಂದು ಬಗೆಯ ವಿಷದ ಹಾವು.

Tid'bit, *n.*, *see* Titbit.

Tīde, *n.* ವೇಳೆ, ಕಾಲ; 2. ಸಮುದ್ರದ ಏರಿಳಿತ, —ಇಳಿತಭರತ, —"ಭರ್ತಿ ಉತರ್ತಿ"; ebb-t. ಇಳಿತ; flood-t. ಏರ್ತ, ಭರತ; 3. ಸೆಳವು, ಪ್ರವಾಹ; 4. (mining) ಹನ್ನೆರಡು ತಾಸಿನ ವೇಳೆ; t. over difficulties ಕಷ್ಟಗಳನ್ನು ಸುಧಾರಿಸಿಕೊಳ್ಳು. **Tī'dal**, *a.* ಏರಿಳಿತಗಳ; 2. ಏರಿಳಿಯುತ್ತಿರುವ. **Tīde'less**, *a.* ಏರಿಳಿತವಿಲ್ಲದ. **Tīde'wāitĕr**, *n.* ಸುಂಕಾ ತೆಗೆದುಕೊಳ್ಳುವವನು.

Tī'diṅgs, *n. pl.* ಸುದ್ದಿ, ಸಮಾಚಾರ, ವರ್ತಮಾನ.

Tī'dy, *a.* ಹಸನ, ಶುಚಿ, ಅಚ್ಚುಕಟ್ಟಾದ. *v. t. r.* ಅಚ್ಚುಕಟ್ಟು ಮಾಡು. **Tī'di-ly**, *ad.* ಶುಚಿಯಾಗಿ, ಹಸನಾಗಿ. **Tī'di-ness**, *n.* ಹಸನಿರುವುದು, ಶುಚಿ, ಪರಿಷ್ಕಾರ.

Tīe (tī), *v. t. r.* (tīed, *pr.* tīd) ಕಟ್ಟು; t. hand and foot ಮುಸಿಕಟ್ಟು; t. one's hands behind his back ಹೆಡಮುಡಿ ಕಟ್ಟು, ಹೆಡಮುರಿ ಬಿಗಿ, ಹೆಡಮುರಿಗಿ ಕಟ್ಟು. *n.* ಗಂಟು, ಕಟ್ಟು; 2. ಬಂಧ, ಸಂಬಂಧ, ಬಿಗಿಯುವ ಹಗ್ಗ; t. down to conditions ಶರ್ತಗಳಿಂದ ತಪ್ಪಿಸಿಕೊಳ್ಳದಂತೆ ನೋಡು; tongue-tied ಮೌನಸ್ಥನಾಗಿ; neck-tie ಕಂಠವಸ್ತ್ರ; the marriage t. ವಿವಾಹವೆಂಬ ಸಂಬಂಧ; the game ended in a t. ಇಕ್ಕಡೆಯವರಿಗೂ ಸಮಬಲವಾಗಿ ಸೋಲುಗೇಲು ಬರಲಿಲ್ಲ. **Tīe'-bēam**, *n.* ಅಡ್ಡ ತೊಲೆ, ಅಡ್ಡದೋಲು (*S. C.*).

Tiēr, *n.* ಸಾಲು, ಅಂತಸ್ತು.

Tīerce (tērs), *n.* ಸಣ್ಣ ಪೀಪಾಯಿ.

Tiff, *n.* ಒಂದು ಗುಟುಕು ಮದ್ಯ; 2. ಸಿಟ್ಟು, ಸೆಡವು. *v. t.* ಕುಡಿಯು.

Tiff'a-ny, *n.* ನಾಣ್ಯವಾದ ರೇಶ್ಮೆ.

Tif'fin, *n.* ಮಧ್ಯಾಹ್ನದ ಫಲಾಹಾರ.

Tī'gĕr, *n.* ಹುಲಿ, ವ್ಯಾಘ್ರ; a royal t. ಹೆಬ್ಬುಲಿ; 2. ಸೇವಕನು. **Tī'gĕr-ish**, *a.* ಹುಲಿಯಂಥ. **Tī'gress**, *n.* ಹೆಣ್ಣು ಹುಲಿ, ವ್ಯಾಘ್ರಿ.

Tīght (tīt), *a.* ಬಿಗಿ, ಬಿಗುವಾದ, "ಬಂದೋಬಸ್ತಾದ"; air t. ಗಾಳಿ ತೂರದಂತೆ ಬಿಗಿಯಾದ; water-t. ನೀರು ಸೋರದ ಹಾಗಿರುವ, (ಖಾಸಗಿ ಸಲ್ಲಾಪದಲ್ಲಿ) ಅಮಲೇರುವ. **Tīght'en** (tīt'n), *v. t. r.* ಬಿಗಿ, ಬಿಗಿಸು. **Tīght'ly** (tīt'li), *ad.* ಬಿಗಿಯಾಗಿ. **Tīght'ness** (tīt'nes), *n.* ಬಿಗುವು, "ಬಂದೋಬಸ್ತಿ".

Tīle, *n.* ಹಂಚು. *v. t. r.* ಹಂಚು ಹಾಕು, —ಹೊಚ್ಚು, —ಹೊದ್ದಿಸು. **Tī'lĕr**, *n.* ಹಂಚು ಹಾಕುವವ, —ಹೊಚ್ಚುವವ. **Tī'liṅg**, *n.* ಹಂಚುಗಿಂಚು; repair t. ಹಂಚು ಕೈಯಾಡಿಸುವುದು, —ಮಗುಚುವುದು.

Til'ka, *n.* ತಿಲಕ, ಬೊಟ್ಟು.

Till, *n.* ಕಾನಿ; 2. ರೊಕ್ಕದ ಡಬ್ಬಿ.

Till, *prep.* ಮಟ್ಟಿಗೂ, ವರೆಗೆ, ತನಕ, ಪರ್ಯಂತ; t. now ಈ ವರೆಗೆ; t. then ಆ ವರೆಗೆ; t. I come ನಾನು ಬರುವ ತನಕ.

Till, *v. t. r.* ಆರಂಬಾ ಮಾಡು, ಸಾಗುವಳಿ—, ಬೇಸಾಯ—. **Til'la-ble**, *a.* ಸಾಗುವಳಿ ಮಾಡತಕ್ಕ, ಆರಂಬಾ ಮಾಡತಕ್ಕ. **Til'lāge**, *n.* ಸಾಗುವಳಿ, ವ್ಯವಸಾಯ, ಆರಂಬ. **Til'ler**, *n.* ಒಕ್ಕಲಿಗ, ಸಾಗುವಳಿದಾರ.

Til'lĕr, *n.* ಚುಕ್ಕಾಣಿಯ ಹಿಡಿಕೆ; 2. ಮೂಲ ಕಾಂಡದಲ್ಲಿ ಹೊರಡುವ ಚಿಗುರು.

Tilt, *n.* ಗುಡಾರ; 2. ಛತ್ರ, ಚಪ್ಪರ. *v. t. r.* ಚಪ್ಪರ ಕಟ್ಟು.

Ȼ *as* k; c *as* s; ch *as* sh; g *as in* get; ġ *as* j; ṅ *nasal, as in* aṅger; ş *as* z; ŧh *as in* ŧhou; x̱ *as* gz; ce, ci, si *and* ti *before a vowel as* sh: ocean, action.

Tilt, *v. t. r.* ನೆಗಿ, ಬಾಗು, ಬಗ್ಗಿಸು; 2. ಭಲ್ಲೇ (ಬರ್ಚೀ) ಸಾಧಕ ಮಾಡು; 3. ಚಮ್ಮಟಿಕೆ ಯಿಂದ ಬಡಿ. *n.* ಇರಿತ, ತಿವಿತ; 2. "ಸವಾರರ" ಬರ್ಚೀ ಸಾಧಕ; 3. ಬೊಗ್ಗುವಿಕೆ. **Tilt'ĕr**, *n.* ಬರ್ಚೀಸಾಧಕ ಮಾಡುವ "ಸವಾರ".

Tilth, *n.* ಸಾಗುವಳಿ, ವ್ಯವಸಾಯ; 2. ಸಾಗು ವಳಿ ಭೂಮಿ.

Tim'bĕr, *n.* ತೊಲೆ, ಮರ, ಮರಮುಟ್ಟು; t. of a roof ಮಡಿಗೆ. *v. t. r.* ಮರ ಒದಗಿಸಿ ಕೊಡು.

Tim'bre (-bĕr), *n.* ಸ್ವರಭೇದ.

Tim'brel, *n.* ದಂಬಡಿ, ಹಲಿಗೆ.

Tīme, *n.* ಕಾಲ, ವೇಳೆ, ವಾಯಿದೆ, ಸರ್ತಿ, ಸಲ; 2. (of the day) ಹೊತ್ತು; it is t. ಹೊತ್ತಾಯಿತು, ವೇಳೆಯಾಯಿತು; 3. (convenient t., opportunity) ಸಮಯ; 4. (leisure) ವೇಳೆ, ತೀರಿಕೆ, ಸಾವಕಾಶ, "ಪುರಸತ್ತು"; 5. (*mus.*) ತಾಳ, ಲಯ; 6. (delivery) ದಿವಸ, *as.* her time is come ಆಕೆಗೆ ದಿವಸ ತುಂಬಿಯದೆ; 7. (repetition) ಸರ್ತಿ, ಸಾರಿ, ಬಾರಿ; *pl. as.* three times a day ದಿವಸಕ್ಕೆ ಮೂರು ಸಾರಿ; three times ಮೂರು ಪಾಲಷ್ಟು, ಮೂರು ಮಡಿ, —ಪಟ್ಟು; beat t. ತಾಳ ಹಾಕು; mark t. ಮುಂದರಿಸದೆ ಇದ್ದಲ್ಲಿಯೆ ಇರು; —at times ಆಗಾಗ್ಗೆ; in t. ತಕ್ಕ ಹೊತ್ತಿಗೆ, ಹೊತ್ತಿಗೆ, ಬರಬರುತ್ತಾ; t. enough ತಕ್ಕ ಹೊತ್ತಿಗೆ, ಹೊತ್ತುಂಟಲ್ಲೆ; t. out of memory ಪೂರ್ವಕಾಲದಿಂದ; kill t. ಹೊತ್ತು (ವ್ಯರ್ಥವಾಗಿ) ಕಳೆ, ಗಳಿಗೆಗೊಲ್ಲು; lose t. ತಡಮಾಡು, ಹೊತ್ತುಕಳೆ, ಕಾಲಹರಣೆ ಮಾಡು, ಹಿಂದುಳಿ, ಮೆಲ್ಲಗೆ ನಡೆ (*as.* a clock); a long t. ಬಹಳ ಹೊತ್ತು, —ದಿವಸ; he came a long time ago ಅವನು ಬಂದು ಬಹಳ ಹೊತ್ತಾಯಿತು —ಬಂದು ಬಹಳ ದಿವಸವಾಯಿತು. *v. t. r.* ಹೊತ್ತು ನೋಡು, ಸಮಯ—; 2. ಕಾಲ ನೇಮಿಸು. **Tīme'-hon-ŏured** (-on-ĕrd), *a.* ಪೂರ್ವಕಾಲದ್ದೆಂತ ಪ್ರತಿಷ್ಠೆಗೊಂಡ. **Tīme'keep-ĕr**, *n.* ಗಡಿಯಾರ; 2. ಕಾರ್ಖಾನೆಗಳಲ್ಲಿ ಕೂಲಿಯವರು ಬರುವ ಹೋಗುವ ಹೊತ್ತನ್ನು ಬರೆದಿಡುವವ. **Tīme'less**, *a.* ಅಕಾಲವಾದ. **Tīme'ly**, *a.* ಹೊತ್ತಿಗೆ ಬಂದ, ತಕ್ಕ ಹೊತ್ತಿನ, —ಸಮಯದ, ಸಮಯೋಚಿತವಾದ, ಸುಕಾಲದ. *ad.* ಹೊತ್ತಿಗೆ, ಬೇಗ, ತಕ್ಕ ಕಾಲದಲ್ಲಿ. **Tīme'ŏus**, *a.* ಸಕಾಲವಾದ. **Tīme'piēce**, *n.* ಗಡಿಯಾರ. **Tīme'-sĕr-vĕr**, *n.* ಹೊತ್ತು ಬಂದ ಹಾಗೆ ಕೊಡೆ ಹಿಡಿಯುವವ. **Tīme'-sĕr-vińg**, *n.* ಹೊತ್ತು ಬಂದ ಹಾಗೆ ಕೊಡೆ ಹಿಡಿಯುವುದು, ಕಾಲಾನುಸರಣೆ. *a.* ಕಾಲಕ್ಕೆ ತಕ್ಕ ಹಾಗೆ ನಡೆಯುವ. **Tīme'-sheet**, *n.* ಕೆಲಸದ ಹೊತ್ತನ್ನು ತೋರಿಸುವ ತಖ್ತೆ. **Tīme'-tā-ble**, *n.* ಪಾಠಗಳ ಪಟ್ಟಿ, ವೇಳಾಪತ್ರಿಕೆ, ಕಾಲದ ಪಟ್ಟಿ.

Tim'id, *a.* ಅಂಜುಬುರುಕ, ಹೇಡಿಯಾದ, ಪುಕ್ಕ, ಕಾತರ, ಚಕಿತ. **Ti-mid'i-ty**, **Timi'd-ness**, *n.* ಭಯ, ಹೇಡಿತನ, ಪುಕ್ಕತನ. **Tim'-id-ly**, *ad.* ಅಂಜುತ್ತಾ, ಹೇಡಿಯಾಗಿ, ಚಕಿತವಾಗಿ.

Tī'mon, *n.* ಚುಕ್ಕಾಣಿ.

Tim'ŏr-ŏus, *a.* ಹೇಡಿಯಾದ, ಪುಕ್ಕತನದ. **Tim'ŏr-ŏus-ly**, *ad.* ಹೇಡಿಯಾಗಿ, ಪುಕ್ಕತನದಿಂದ. **Tim'ŏr-ŏus-ness**, *n.*, *see* Timid, Timidly, Timidity.

Tin, *n.* ತವರ, ವಂಗ; 2. "ಕಲಾಯಿ" ಮಾಡಿದ ತಗಡು. *v. t. r.* (tinned, *pr.* tind) "ಕಲಾಯಿ" ಮಾಡು. **Tin'nĕr**, *n.* ತವರದ ಕೆಲಸದವ. **Tin'nińg**, *n.* "ಕಲಾಯಿ" ಮಾಡುವುದು.

Tiń'cal *or* **Tiń'kal**, *n.* ಎಣ್ಣೆ ಬೆಳಗಾರ.

Tińc'tūre, *n.* ಬಣ್ಣ; 2. ರಸ, ದ್ರಾವಕ, ಘೃತಿ; 3. ರುಚಿ. *v. t. r.* ಮುಸಕು ಮಾಡು; 2. ಮನಸ್ಸನ್ನು ತುಂಬಿಸು.

Tin'dĕr, *n.* ದೂಬಿ.

Tīne, *n.* ಮುಳ್ಳು, ಮೊಳೆ.

Tin'foil, *n.* ತವರಿನ "ಬೇಗಡೆ".

Tińge, *v. t. r.* ಬಣ್ಣ ಹಾಕು *c. d.*, ಛಾಯೆ ಕೊಡು *c. d.* *n.* ನಸುಬಣ್ಣ, ಛಾಯೆ.

Tiń'gle, *v. i. r.* ಘಣಘಣಿಸು, ಜಿರ್ರನ್ನು; 2. ಜುಮ್ಮನ್ನು. **Tińg'lińg**, *n.* ಘಣಘಣಿಸುವಿಕೆ.

Tin'i-an pīne, *n.* (*Casuarina equisetifolia, Forst.*) ಕೇಸರಿಕೆ ಮರ (*My.*), ಚುಬುಕು— (*S. C.*), ಸರವಿನ ಗಿಡ (*S. M.*).

Tiń'kĕr, *n.* "ಕಲಾಯಿಗಾರ", ತಗಡಿನ ಕೆಲಸದವ. *v. t. r.* ಬೆಸಿ, "ಕಲಾಯಿ" ಮಾಡು, ನೆಟ್ಟಗೆ—. **Tiń'ker-ińg**, *n.* ಬೆಸಿಯುವುದು, "ಕಲಾಯಿ" ಮಾಡುವುದು.

Tiń'kle, *v. t. r.* ಗಣಗಣ ಅನ್ನು, ಗಿಲಿಗುಡು. **Tiń'klińg**, *n.* ಗಣಗಣ ಶಬ್ದ.

Tin'sel, *n.* ಕಾಗಿಬಂಗಾರ, "ಬೇಗಡೆ", ಜರ್ತಿರೇಗು. *a.* ಬೆಡಗಿನ, ಡಂಭದ.

Tint, *n.* ಬಣ್ಣ, ಛಾಯೆ, ರಂಗು. *v. t. r.* ಬಣ್ಣ ಕೊಡು *c. d.*, ಛಾಯೆ—, ರಂಗಾಯಿಸು.

Tī'ny, *n.* ಕಿರಿ, ಕಿರಿದು, ಚಿಣ್ಣ, ಚಿಕ್ಕಚಿಕ್ಕ, ಬಹಳ ಚಿಕ್ಕ.

Fāte, fat, fär, fąll, whąt; mē, met, prey, hėr; pīne, pin, marine, bird; nōte, not, mo̤ve, dôve; tūne, tub, ru̥de, pu̦ll; drȳ, body; fool, bo͝ok; oil; boy; pound; now.

Tip, *n.* ಕೊನೆ, ತುದಿ; 2. ತುದಿಗೆ ಬಿಗಿದ ಲೋಹದ ಕಟ್ಟು, ಅಥವಾ ಹೊದಿಕೆ; 3. ಚಿಲ್ಲರೆ ಸೇವೆಗಾಗಿ ಕೊಡುವ ಇನಾಮು; 4. ಗುಟ್ಟಿನ ಸಮಾಚಾರ; t. of the finger ಬೆರಳಿನ ಕೊನೆ. *v.t.r.* (tipped, *pr.* tipt) ಕೊನೆಗೆ ಹಾಕು; 2. ತಟ್ಟು, ಉಚಿತ ಕೊಡು *c.d.;* 3. ಒರಗಿರು; 4. ಮೇಲಿನಿಂದ ಕುಸಿದು ಬೀಳು; 5. ತಲೆ ಕೆಳಗಾಗಿ ಬೀಳು; t. off ಸುರಿಸು, ಚೆಲ್ಲು; t. over ಮಗುಚಿಹಾಕು; t. the wink ಕಣ್ಣು ಮಾಡು, ಸಂಜ್ಞೆ—; t. up ನೆಗ, ಬಾಗು. **Tip'-cat**, *n.* ಚಿಣ್ಣಿಕೋಲಾಟ.

Tip'pet, *n.* ಸ್ತ್ರೀಯರ ಕಂಠವಸ್ತ್ರ.

Tip'ple, *v.t.r.* ಹೆಂಡ ಕುಡಿ, ಮದ್ಯಪಾನ ಮಾಡು. **Tip'plĕr**, *n.* ಕುಡುಕ, ಪಾನಧಾರಿ.

Tip'staff, *n.* ಲೋಹದ ಕಟ್ಟು ಹಾಕಿದ ಕೋಲು; 2. ಜಂಟಿ, ತಳವಾರ.

Tip'sy, *a.* ಅಮಲೇರಿದ, ಅಮಲು ಹತ್ತಿದ, "ಲಹರಿ"ಯಾದ. **Tip'si-ly**, *ad.* ಅಮಲೇರಿ, ತಲೆಗೇರಿ, "ಲಹರಿ"ಯಾಗಿ. **Tip'si-ness**, *n.* ಅಮಲು, "ಲಹರಿ".

Tip'tōe (-tō), *n.* ಮಿಡಿಗಾಲು. ತುದಿಗಾಲು; to stand (*or* be) on t. ಉತ್ಸುಕನಾಗಿರು.

Tip'top, *a.* ಊಚು, ಉತ್ತಮ. *n.* ಅತ್ಯಂತ ಶ್ರೇಷ್ಠವಾದದ್ದು.

Tī'rāde, *n.* ಆಕ್ಷೇಪಗಳನ್ನು ಎತ್ತಿ ತೋರಿಸುವ ಭಾಷಣ; 2. ದೂಷಣೆ.

Ti-rail-leur (tē-rā-lyĕr), *n.* ಗುರಿಗಾರ, ಸೋ[ಟಗಾರ.

Tīre, *n.* ಶಿರೋಭೂಷಣ, ಮಕುಟ; 2. "ದುಸ್ತು"; cart-t. ಹಲಿ; 2. ಚಕ್ರದ ಸುತ್ತು ಹಾಕಿದ ಕಬ್ಬಿಣದ ಪಟ್ಟಿ; **Tīre'-wo-man**, *n.* ಶ್ರೀಮಂತರ ಸ್ತ್ರೀಯರಲ್ಲಿ ಉಡಿಗೆ ಉಡಿಸುವ ದಾಸಿ.

Tīre, *v.t.r.* ದಣಿಸು, ಆಯಾಸ ಪಡಿಸು. *v.i.* ದಣಿ, ದಣಕೊಳ್ಳು, ಆಯಾಸ ಪಡು; to be tired ಬೇಸತ್ತಿರು, ದಣಿದಿರು; to become tired ಬೇಸರಾಗು, ದಣಿ; he is tired of seeing ನೋಡಿನೋಡಿ ದಣಿದಿದ್ದಾನೆ. **Tīre'-sŏme**, *a.* ಶ್ರಮದ, ಕಷ್ಟದ, ಬೇಸರಗೊಳಿಸುವ, —ಹುಟ್ಟಿಸುವ. **Tīre'sŏme-ly**, *ad.* ಶ್ರಮವಾಗಿ, ಬೇಸರವಾಗಿ. **Tīre'sŏme-ness**, *n.* ಬೇಸರಪಡಿಸುವಂಥಾದ್ದು, ದಣಿಸುವಂಥಾದ್ದು, ತಲೆಬೇಸರ.

Tī'rō, *n.*, *see* Tyro.

Tis'sūe (tish'ū), *n.* "ಜರತಾರಿ" ಬಟ್ಟೆ; t. of lies ಬರೀ ಸುಳ್ಳು; 2. *(anat.)* ಅಂಗಭಾಗದ ಅಣುಗಳ ರಚನೆ. *v.t.r.* ರಚಿಸು, ಹೆಣೆ. **Tis'sūe-pā-pĕr**, *n.* ತೆಳುಕಾಗದ.

Tit, *n.* ತಟ್ಟು; 2. ಜೋಡಿ, ಬೋಳಿ; 3. ಒಂದು ಚಿಕ್ಕ ಪಕ್ಷಿ; t. for a tat ಪ್ರತಿಗೆ ಪ್ರತಿ, ಮುಯ್ಯಿಗೆ ಮುಯ್ಯಿ.

Tī'tan, *n.* ರಾಕ್ಷಸ, ದಾನವ, ದೈತ್ಯ.

Tī'tan, Tī-tan'ic. *a.* ಬಹು ದೊಡ್ಡ.

Tit'bit, *n.* ಸುಭೋಜ್ಯ, ಮೃಷ್ಟಾನ್ನ, ರಸಿಕ ವಿಷಯ.

Tīthe (tīth), *n.* ಹತ್ತರಲ್ಲೊಂದು, ದಶಮಾಂಶ. *v.t.r.* ಉತ್ಪನ್ನದ ದಶಮಾಂಶ ಎತ್ತು *v.i.* **Tī'tha-ble**, *a.* ದಶಮಾಂಶ ಕೊಡತಕ್ಕ. **Tī'thing**, *n.* ಹತ್ತು ಮನೆಗಳ ಒಂದು ತುಕಡಿ. **Tī'thing-man**, *n.* ಮುಖ್ಯಸ್ಥ; 2. ಓಲೆಕಾರ, "ಜವಾನ".

Tit'il-lāte, *v.t.r.* ಚಕ್ಕುಲಗುಲಿ ಮಾಡು, ಕಚ್ಚಾಡಿಸು. **Tit-il-lā'tiŏn**, *n.* ಚಕ್ಕುಲಗುಲಿ.

Tī'tle, *n.* ಹೆಸರು; 2. ಬಿರುದು, ಬಿರುದಾವಳಿ, "ಕಿತಾಬು"; 3. *(law)* ಹಕ್ಕು; t. at the top of a letter ಒಕ್ಕಣೆ, ಒಕ್ಕಣಿಕೆ; t.-deed *(S.C.)* ಭೂಮಿಯ ಆಧಾರಪತ್ರ, ಮೂಲ "ದಸ್ತಾವೇಜು". *v.t.r.* ಹೆಸರಿಡು, "ಕಿತಾಬು" ಕೊಡು. **Tī'tle-pāge**, *n.* ಪುಸ್ತಕದ ಮುಖಪತ್ರ.

Tit'tĕr (tit'ĕr), *v.i.r.* ಕಿಶಿಕಿಶಿ ನಗು, ಚಿರುಚು. *n.* ಕಿಶಿಕಿಶಿ ನಗುವುದು.

Tit'tle (tit'l), *n.* ಗುಡುಸು, ಬಿಂದು; 2. ಅಲ್ಪಾಂಶ. **Tit-tle-tat'tle** (tit-l-tat'l), *n.* ಬಣಹರಟೆ, ಗಜರಗಳೆ.

Tit'ū-lar, -lar-y, *a.* ಹೆಸರಿಗೆ ಮಾತ್ರವಿರುವ.

Tŏ, *prep.* *(motion towards and arrival at a place or condition)* ...ಗೆ. ...ಕ್ಕೆ; he went to Bombay ಮುಂಬಯಿಗೆ ಹೋದ; he goes to school ಶಾಲೆಗೆ ಹೋಗುತ್ತಾನೆ; 2. (motion to a person) ಬಳಿಗೆ, ಹತ್ತರ; come to me ನನ್ನ ಬಳಿಗೆ ಬಾ, ನನ್ನ ಹತ್ತರ ಬಾ; 3. *(direction towards)* ಕಡೆಗೆ; he stretched his arms to heaven ಕೈ ಆಕಾಶದ ಕಡೆಗೆ ಚಾಚಿದ; 4. *(dative case after a verb, noun or adjective)* ...ಗೆ, ...ಕ್ಕೆ, ...ಕಡೆಗೆ; give it to him ಅವನಿಗೆ ಕೊಡು; he said to him ಅವನಿಗಂದ; sweet to the taste ಬಾಯಿಗೆ ಸವಿ; our duty to God ದೇವರ ಕಡೆಗೆ ನಮಗಿರುವ ಧರ್ಮ; what is this to you? ಇದು ನಿನಗೇನು? it is nothing to me ಇದು ನನಗೆ ಏನೂ ಬೇಂತಿಲ್ಲ; 5. *(sign of the infinitive)* ...ಅ, ...ಅಲು, ...ಅಲಿಕೆ,

...ಉವುದು, ...ಉವುದಕ್ಕೆ, *etc. as.* come to see ನೋಡಬಾ, ನೋಡಲಿಕ್ಕೆ—, ನೋಡುವುದಕ್ಕೆ —; this book is easy to read ಈ ಪುಸ್ತಕ ವನ್ನು ಓದುವುದು ಹಗುರ (ಸುಲಭ); she loves to sing ಹಾಡುವುದನ್ನು ಪ್ರೀತಿ ಮಾಡುತ್ತಾಳೆ; 6. (*used elliptically, signifying: a)* (extent, limit) ತನಕ, ವರೆಗೆ, ಮಟ್ಟಿಗೆ; he has kept his strength to a great age ಬಹಳ ಮುಪ್ಪಿನ ತನಕ ಅವನ ತ್ರಾಣ ಉಳಿದದೆ; to the best of my power ನನ್ನ ಕೈಲಾದ (ಕೈಲಾಗುವ) ಮಟ್ಟಿಗೆ; from morning to evening ಮುಂಜಾನೆ ಹಿಡಿದು ಸಂಜೇ ವರೆಗೆ; he lived there to his death ಸಾಯುವ ತನಕ ಅಲ್ಲೇ ಇದ್ದನು; to excess ಅಳತೆ ಮೀರಿ, ಅಳತೆಗೆಟ್ಟು, ಕೈಮೀರಿ; *b)* (advantage, profit)...ಗಾಗಿ,...ಕ್ಕಾಗಿ,...ಗೆಂತ,...ಕ್ಕೆಂತ, *i. e. dative case with* ಆಗಿ or ಎಂತ (ಎಂದು); he kept the money to himself ಹಣ ವನ್ನು ತನಗಾಗಿ (ತನಗೆಂತ) ಇಟ್ಟುಕೊಂಡನು; *c)* (effect), he engaged in war to his cost (to his ruin) ಲಡಾಯಿಗೆ ಹೋಗಿ ನಷ್ಟ ಪಟ್ಟ (ಕೆಟ್ಟ); he found to his sorrow that he had been deceived ಮೋಸವಾ ಯಿತೆಂತ ಪಶ್ಚಾತ್ತಾಪ ಪಟ್ಟ; it was to no purpose ಆದರಿಂದ ಏನೂ ಪ್ರಯೋಜನವಾಗ ಲಿಲ್ಲ; *d)* (apposition, connection, opposition) face to face ಮುಖಾಮುಖಿಯಾಗಿ, ಎದುರುಬದುರು; a hand-to-hand fight ಕೈಗಲತ ಯುದ್ಧ; *e)* (accord, adaptation) an occupation to my taste ನನ್ನ ಮನಸ್ಸಿಗೆ ಬಂದ ಕೆಲಸ, ನನಗೆ ಸೇರುವ—; to his heart's content ಬೇಕಾದಷ್ಟು, ಬೇಕಾಗುವಷ್ಟು, ಇಷ್ಟಾಪೂರ್ತಿಯಾಗಿ; *f)* (comparison) you are a child to him ಅವನ ಮುಂದೆ ನೀನು ಕೂಸೇ; that is nothing to this ಇದಕ್ಕದು ಎಂದೂ ಸರಿಬೀಳಲಿಕ್ಕಿಲ್ಲ. ಇದಕ್ಕೂ ಅದಕ್ಕೂ ಯುಗಾಂತರ, ಇದರ ಮುಂದೆ ಅದು ಲೆಕ್ಕಕ್ಕೆ ಬರುವುದಿಲ್ಲ; *g)* (addition) ಅಲ್ಲದೆ, *as.* he has wisdom and to his wisdom courage ಅವನಿಗೆ ಬುದ್ಧಿ ಇರುವುದಲ್ಲದೆ ಧೈರ್ಯವೂ ಅದೆ; —to-day ಈ ಹೊತ್ತು; ಇಂದು; to-night ಈ ಹೊತ್ತು ರಾತ್ರಿ; to-morrow ನಾಳೆ; to and fro ಇತ್ತತ್ತ; to the face ಎದುರಿಗೆ *e. g.*, ಮುಖದ ಮುಂದೆ *e. g.;* to wit ಅಂದರೆ; as to ಆದರೆ, ವಿಷಯದಲ್ಲಂದರೆ; as to him ಅವನಾದರೆ, ಅವನಂತೂ, ಅವನ ವಿಷಯ ದಲ್ಲಂದರೆ; from day to day ದಿನದಿನ, ದಿನ ದಿನಕ್ಕೆ; here is to you ನಿನಗೆಂತ ಕುಡಿಯುತ್ತೇನೆ, ಅಂದರೆ, ನಿನಗೆ ಶುಭವಾಗಲಿ ಎಂತ ಈ ಮದ್ಯ ಕುಡಿಯುತ್ತೇನೆ, ನಿನ್ನ ಸನ್ಮಾನಾರ್ಥಕವಾಗಿ ಕುಡಿಯುತ್ತೇನೆ (*see* Health); I am to go ನಾನು ಹೋಗತಕ್ಕವನು, ನಾನು ಹೋಗುವುದಕ್ಕಿದ್ದೇನೆ.

Tōad (tōd), *n.* ಕಪ್ಪೆ. **Tōad'-eātĕr**, *n.* ಮುಖಸ್ತುತಿ ಮಾಡುವವ. **Tōad'stool** (tōd'-stụl), *n.* ಅಣಬೆ, ಆಳಂಬೆ, ನಾಯಿಕೊಡೆ. **Tōad'y**, *n.* ಇಚ್ಛಕವಾಡುವವ. *v. t. r.* ಮುಖಸ್ತುತಿ ಮಾಡು. **Tōad'y-ism**, *n.* ಇಚ್ಛಕವಾಡುವುದು.

Tōast (tōst), *n.* ಹುರಿದ ರೊಟ್ಟಿಯ ತುಂಡು. ಸುಟ್ಟ ರೊಟ್ಟಿಯು—. *v. t. r.* ಹುರಿ, ಸುಡು; 2. ಕಾಸು, ಸೇಕ ಕೊಡು *e. d.*

Tōast (tōst), *v. t. r.* ...ಗೆ ಶುಭವಾಗಲಿ ಎಂದು ಹೇಳಿ ಅವನ ಸನ್ಮಾನಾರ್ಥವಾಗಿ ಮದ್ಯ ಕುಡಿ. *n.* ಸನ್ಮಾನಾರ್ಥಪಾನ. **Tōast'ĕr**, *n.* ಸನ್ಮಾನಾರ್ಥಪಾನ ಮಾಡುವವ.

Tō-bac'cō, *n.* (*Nicotiana Tabacum, L.*) ಹೊಗೇಸೊಪ್ಪು, "ತಂಬಾಕು". **Tō-bac'cō-nist**, *n.* ಹೊಗೇಸೊಪ್ಪು ಮಾರುವವ. **Tō-bac'cō-pīpe**, *n.* "ಚಿಲಿಮೆ", ಚೊಂಗೆ, ಚುಂಗಾಣಿ, ತಪ್ಪಲ.

Toc'sin, *n.* ಅಪಾಯವನ್ನು ಸೂಚಿಸುವ ಗಂಟೆ.

Tō-dāy' (tụ-dā'), *n.* ಇಂದಿನ ದಿನ. *ad.* ಈ ಹೊತ್ತು, ಇಂದು.

Tod'dle (tod'l), *v. i. r.* ತಪ್ಪು ಹೆಜ್ಜೆ ಹಾಕಿ ನಡೆ. *n.* ನಿಧಾನವಾದ ನಡಿಗೆ, ತಪ್ಪು ಹೆಜ್ಜೆಯ ನಡಿಗೆ. **Tod'dlér**, *n.* ತಪ್ಪು ಹೆಜ್ಜೆ ಹಾಕಿ ನಡೆಯುವವನು. ಮಗು.

Tod'dy (tod'y), *n.* ಹೆಂಡ, ಕಳ್ಳು, ಮದ್ಯ. **Tod'dy-cat** (*Paradoxurus niger.*) ಮರಬೆಕ್ಕು.

To-do, *n.* ಗಲಾಟೆ, ಚಳವಳ.

Tōe (tō), *n.* ಕಾಲ್ಬೆರಳು; great t. ಕಾಲಿನ ಹೆಬ್ಬೆಟ್ಟು, ಹೆಬ್ಬೆಟ್ಟು, ಅಂಗುಷ್ಟ. a t. ring ಪಿಲ್ಲಿ; from top to t. ಆಪಾದಮಸ್ತಕ.

Tof'fēe, *n.* ಸಿಹಿ ಪದಾರ್ಥ.

Tō'ga, *n.* ಪ್ರಾಚೀನ ರೋಮಿಯರು ಮೈಮೇಲೆ ಹೊದ್ದುಕೊಳ್ಳುವ ವಸ್ತ್ರ.

To-geth'ĕr (tụ-), *ad.* (in the same place) ಕೂಡ, ಕೂಡಾ, ಒಡಗೂಡಿ; 2. (at the same time) ಅದೇ ಹೊತ್ತಿಗೆ, ಅದೇ ಕಾಲದಲ್ಲಿ, ಕೂಡ; 3. (in company) ಕೂಡ, ಸಮೇತವಾಗಿ, ಕೂಡಿಕೊಂಡು, ಒಂದಾಗಿ, *as.* go t. ಕೂಡ

ಹೋಗು; work t. ಕೂಡಿಕೊಂಡು ಕೆಲಸ ಮಾಡು; 4. (into union, into junction) *as*, come t., collect t. *(v.i.)* ಕೂಡಿಕೊಳ್ಳು, ಒಟ್ಟುಗೂಡು, ಕೂಡು; collect t. *v. t.* ಒಟ್ಟು ಗೂಡಿಸು; join t. ಕೂಡಿಸು, ಹೊಂದಿಸು, ಜೋಡಿಸು; mix t. ಕಲೆಸಿರಿಸು; sew t. ಕೂಡಿಸಿ ಹೊಲಿ, ಜೋಡಿಸಿ—; fasten t., tie t., ಕೂಡ ಕಟ್ಟು; 5. (mutually) *as*, fight t. ಗುದ್ದಾಡು, ಬಡಿದಾಡು; 6. (without intermission) ಎಡೆಬಿಡದೆ, *as*, three days t. ಎಡೆಬಿಡದೆ ಮೂರು ದಿವಸ; by the month t. ತಿಂಗಳ ದಿನ; t. with ಕೂಡಿಕೊಂಡು *c.a.*; ಕೂಡಾ *c. g.*

Toil, *n.* ಕಷ್ಟ, ಶ್ರಮ; t. and moil ಕಷ್ಟನಷ್ಟ. *v. i. r.* ಕಷ್ಟಪಡು, ಪ್ರಯಾಸ ಪಡು. Toil'sōme, *a.* ಕಷ್ಟವಾದ, ಶ್ರಮವುಳ್ಳ. Toil'sōme-ly, *ad.* ಕಷ್ಟದಿಂದ, ಪ್ರಯಾಸವಾಗಿ. Toil'sōme-ness, *n.* ಕಷ್ಟ, ಶ್ರಮ, ಪ್ರಯಾಸ.

Toil'et. *n.* ಉಡುಪಿನ ವಿಧಾನ; 2. ಉಡುಪು; make one's t. ಉಡಿಗೆತೊಡಿಗೆ ಧರಿಸು, "ಪೋಷಾಕು"—, ತಲೆ ಬಾಚಿಕೊಳ್ಳು.

Toils, *n. pl.* ಬಲೆ.

Tō'ken (tōk'n), *n.* ಗುರುತು, ಗೊತ್ತು; 2. ಗುರುತಿಗೆ ಕೊಟ್ಟದ್ದು.

Tō'la, *n.* ಒಂದು ರೂಪಾಯಿಯ ತೂಕ, ತೊಲೆ.

Tōld, *pt.* & *pp. of* Tell.

Tol'ĕr-a-ble, *a.* ಸಹಿಸಕೂಡುವ, ಸಹ್ಯವಾದ; 2. ತಕ್ಕಷ್ಟು ಸಲ್ಲುವ; it is t. ಇದು ಸಲ್ಲಬಹುದು, ಆದೀತು. Tol'ĕr-a-bly. *ad.* ತಾಳುವಂತೆ, ಸೈರಿಸುವಂತೆ; 2. ತಕ್ಕಷ್ಟು ಸಲ್ಲುವಂತೆ. Tol'er-ance, *n.*, *see* Toleration. Tol'ĕr-ant, *a.* ಸಹಿಸುವ; 2. ಪರಮತದ್ವೇಷವಿಲ್ಲದ. Tol'ĕr-āte, *v. t. r.* ತಾಳು, ಸಹಿಸು, ಸೈರಿಸು. Tol-ĕr-ā'tiŏn, *n.* ತಾಳ್ಮೆ, ಸೈರಣೆ, ಸಹನ; 2. ಪರಮತದ್ವೇಷರಹಿತತ್ವ.

Toll. *n.* ಸುಂಕ, ವರಿ. Toll'bär, Toll'gāte, *n.* ಸುಂಕದ ಕಟ್ಟೆ. Tōll'-booth, *or* Tōl-, *n.* ಸೆರೆಮನೆ; 2. "ಎಡಿನ್‌ಬರೋ" ಪಟ್ಟಣದ ಒಂದು ಸೆರೆಮನೆ. Tōll'-gath-ĕr-ĕr, *n.* ಸುಂಕ ಎತ್ತುವವ, ಸುಂಕದವ.

Tōll, *v. t. r.* ಘಂಟೆ ಬಾರಿಸು, —ಹೊಡೆ. *n.* ನಿಧಾನವಾದ ಘಂಟಾನಾದ.

Tom, *n.* ಥೋಮಸ್ ಎಂಬ ಹೆಸರಿನ ಸಂಕ್ಷೇಪರೂಪ. Tom, Dick and Harry ಕಂಡಾಬಟ್ಟೆ ಸೇರಿದ ಜನರು, ಜನಸಾಮಾನ್ಯರು; long tom ಹಡಗಿನ ಮಧ್ಯಭಾಗದಲ್ಲಿ ಇರುವ ದೊಡ್ಡ ಫಿರಂಗಿ.

Tom'a-hawk (-hak), *n.* ಇಂಡಿಯಾನರ ಕೊಡ್ಲಿ.

Tō-mā'tō, *n.* *(Lycopersicum esculentum, Mill.)* ತಪ್ಪರಬುದನೇಕಾಯಿ, ತಕ್ಕಾಳಿಹಣ್ಣು, ಕಡಗೋಲುಮಂಡೆ ಕಾಯಿ, ಗೂದೆ ಹಣ್ಣು.

Tōmb (tōm), *n.* "ಗೋರಿ", ಸಮಾಧಿ. Tomb'-stōne, *n.* "ಗೋರಿ"ಕಲ್ಲು.

Tom'bac, *n.* ಬಿಳೀ ಹಿತ್ತಾಳೆ.

Tom'boy, *n.* ತುಂಟ ಹುಡುಗಿ.

Tom'cat, *n.* ಗಂಡುಬೆಕ್ಕು, ಬಾವುಗ.

Tōme, *n.* ದೊಡ್ಡ ಪುಸ್ತಕ, ಗ್ರಂಥ.

Tom'fool, *n.* ಬುದ್ಧಿಗೇಡಿ, ಹುಚ್ಚಾಟದವ. Tom-fool'ĕr-y, *n.* ಹುಚ್ಚಾಟಿಕೆ.

Tō-mor'rōw (tu̧-mor'rō), *ad.* ನಾಳೆ. *n.* ನಾಳೆಯ ದಿವಸ.

Tōm-tit', *n.* ಚಿಕ್ಕ ತರದ ಗುಬ್ಬಿ.

Tom'-tom, *n.* "ನಗಾರಿ". *v. i.* "ನಗಾರಿ" ಹೊಡೆ.

Tŏn, *n.* ನಾಲ್ಕು ಖಂಡಿಯ ತೂಕ (೨೨೪೦ ರಾತಲು); a vessel of 100 tons ೬೦೦೦ ಘನಫೀಟ್ ಸ್ಥಳ ಇರುವ ಹಡಗ (೬೦ ಘ. ಫೀಟು ಸ್ಥಳದಲ್ಲಿ ಹಿಡಿಯುವ ನೀರಿನ ಭಾರವು ಸುಮಾರು ೧ ಟನ್ ಆಗುತ್ತದೆ).

Ton, *n.* ವಾಡಿಕೆ ನಾಗರಿಕ.

Tōne, *n.* ಶಬ್ದ, ನಾದ, ಸ್ವರ; 2. *(mus.)* ಮೂರ್ಛನೆ; semi-t. ಸ್ವರಾಂಶ; quarter-t. ಶ್ರುತಿ; 3. ರೀತಿ, ಭಾವ; 4. ದೇಹಾರೋಗ್ಯ.

Tōne *v. t.* & *i.* ಒಪ್ಪಕೊಡು, ನಾಜೂಕುಮಾಡು. t. down ಸೌಮ್ಯವಾಗು; t. up ಉದ್ರೇಕವಾಗು.

Tongs, *n. pl.* ಇಕ್ಕಳ, "ತಿಂಡಸು".

Tŏngue (tuṅg), *n.* ನಾಲಿಗೆ; 2. ಭಾಷೆ, ಮಾತು; double-tongued ಕಪಟಿಯಾದ; mother-t. ಹುಟ್ಟುಭಾಷೆ; find one's t. ಬಾಯಿಬಿಡು; hold one's t. ಮೌನವಾಗಿರು; hold your t. ಬಾಯಿಮುಚ್ಚು. Tŏngue'less (tuṅg'les), *a.* ನಾಲಿಗೆಯಿಲ್ಲದ; 2. ಮೂಕ. Tŏngue'stĕr (tŏng'ster), *n.* ಮಾತಾಳಿ. Tŏngue'-tīed (tuṅg'tīd), *a.* ಬಾಯಿಕಟ್ಟಿದ.

Ton'ic, *a.* ಸ್ವರದ; 2. ಶಕ್ತಿವರ್ಧಕ, ಅಗ್ನಿವರ್ಧಕ. *n.* ಅಗ್ನಿವರ್ಧಕ ಔಷಧ; t. solfa ಗಾಯನ ಶಿಕ್ಷಣೆಯ ವಿಧಾನ.

Tō-nīght' (tu̧-nīt'), *ad.* ಈ ರಾತ್ರಿ.

Ton'jon, *n.* "ಟಾನ್ಜಾನ್".

Tŏn'nāge, *n.* ಒಂದು ಹಡಗದಲ್ಲಿ ಹಿಡಿಯುವ ಭಾರ, "ಭರಾವಣೆ"; 2. ಹಡಗದ ಕೂಲಿ.

To-nŏ'mē-tĕr, *n.* ಸ್ವರಮಾಪಕ.

Ton'sil, *n.* ಜಿಹ್ವಾಮೂಲಸ್ಥ ಮಾಂಸಗ್ರಂಥಿ.

Ton-silī'tis, *n.* ಜಿಹ್ವಾಮೂಲಸ್ಥ ವ್ರಾಣಸ, ಗ್ರಂಥಿಯು ಶೀತದಿಂದ ಊದಿಬಿಡುವುದು.

Ton'sor, *n.* ನಾದಿಗ, ಕೆಲಸಿಗ, ಕ್ಷೌರಕ, "ಹ ಜಾಮು", ನಾವಾಲಿಗ.

Ton'sụre (-shụr), *n.* ಬೋಳಿಸುವಿಕೆ, ಕ್ಷೌರ; 2. ತಲೆಗೆ ಪಟ್ಟಿ ತೆಗೆದದ್ದು.

Too, *ad.* ಹೆಚ್ಚು, ಬೇಕಾದ್ದಕ್ಕಿಂತ ಹೆಚ್ಚು; too late ಹೊತ್ತು ವಿಾರಿ, ವೇಳೆ—; this is too difficult for me ಇದು ನನ್ನ ಕೈವಿಾರಿ ಅದೆ, —ನನ್ನ ಬುದ್ಧಿ ವಿಾರಿ ಅದೆ; too high to reach ಎತ್ತಗ್ಗೆ ವಿಾರಿ; he is too old to learn ವಿದ್ಯಾಭ್ಯಾಸ ಮಾಡಲಿಕ್ಕೆ ಅವನ ವಯಸ್ಸು ವಿಾರಿಹೋಯಿತು. *conj.* ...ಊ, ಸಹ, ಕೂಡ.

Took, *pt. of* Take.

Tool, *n.* ಮುಟ್ಟು, ಜಾತಿಮುಟ್ಟು, ಕೋರೆ—, ಕೆಲಸ—, ಸಾಮಾನು, "ಆಯುಧ", ಉಪಕರಣ; 2. (a person used as an instrument by another person) ಆಳು.

Tooth, *n. (pl.* tēeth) ಹಲ್ಲು, ದಂತ; 2. ರುಚಿ; t. and nail ಸರ್ವಪ್ರಯತ್ನದಿಂದ. Tooth'-āche (-āk), *n.* ಹಲ್ಲುನೋವು, ದಂತಶೂಲೆ. Tooth'drạ-wĕr, *n.* ದಂತವೈದ್ಯನು. Tooth'-fụl, *n.* ಸಣ್ಣ ಗುಟಕು. Tooth'less, *a.* ಹಲ್ಲಿಲ್ಲದ, ಬೊಕ್ಕಬಾಯಿ, ಬೊಚ್ಚ; a t. man ಬೋಡ; a t. woman ಬೋಡಿ; a t. mouth ಬೋಡುಬಾಯಿ. Tooth'pick, *n.* ಹಲ್ಲುಕಡ್ಡಿ, ಬಾಯಿ—. Tooth'pow-dĕr, *n.* ಹಲ್ಲಿಟ್ಟು, ದಂತಚೂರ್ಣ. Tooth'sŏrne, *a.* ಸವಿ, ರುಚಿಯ.

Top, *n.* ತುದಿ, ತಲೆ, ಶಿಖರ; 2. ಮುಖ್ಯ ಸ್ಥಾನ; t. of a carriage "ಬುರಕಿ"; t. of the head ನಡುತಲೆ. *v. t. r.* (topped, *pr.* topt) ತುದೀ ಮೇಲಿರು, ತುದಿ ಮುಟ್ಟು; 2. ತುದಿಗೇರು; 3. ಮಿಗು, ಹಿಂದೆಹಾಕು, ವಿಾರು. *v. i.* ಎತ್ತರವಾಗಿರು; 2. ಪ್ರಬಲವಾಗಿರು, ವಿಾರು, ಮಿಂಚು. Top'-dress-ing, *n.* ಗಿಡದ ಬುಡದಲ್ಲಿ ಮಣ್ಣಿನ ಮೇಲೆ ಗೊಬ್ಬರವಿಡುವುದು. Top'fụl, *a.* ತುಸಿ ತುಂಬಿದ. Top'-heav-y (-hev-i), *a.* ತಲೆಭಾರವಾದ, ಅಮಲೇರಿದ. Top'knot (-not), *n.* ತುರುಬು, ಧಮ್ಮಿಲ್ಲ, ವೇಣಿ. Top'mast, *n.* ಹಡಗದ ಎರಡನೇ ಸ್ತಂಭ. Top'mōst, *a.* ಎಲ್ಲಾದಕ್ಕಿಂತ ಮೇಲಿನ, —ಎತ್ತರವಾದ. Top'pĕr, *n.* ಊಚು ಒಡವೆ. Top'-pińg, *a.* ದೊಡ್ಡ, ಶ್ರೇಷ್ಠ; 2. ಸೊಕ್ಕಿನ; 3. ಸೊಗಸಿನ, ಸರಸ. Top'sāil, *n.* ಹಡಗಿನ ಸ್ತಂಭದ ಎರಡನೇ ಹಾಯಿ. Top'sạw-yĕr, *n.* ಮರ ಸಿಗಿಯುವವರಲ್ಲಿ ರಂಪವನ್ನು ಮೇಲಕ್ಕೆ ಎಳೆಯುವವ; 2. ನಿಪುಣನು, ಮೇಸ್ತ್ರಿ. Top'-sīdes, *n. pl.* ಹಡಗದ ಬದಿಗಳಲ್ಲಿ ನೀರಿನಲ್ಲಿ ಮುಳುಗದೆ ಮೇಲಿರುವ ಭಾಗ.

Top, spinning t., *n.* (toy) ಬೊಗರಿ, ಬುಗರಿ; humming t. ಬೋರ್ಬೊಗರಿ.

Tō'paz, *n.* ಪುಷ್ಪರಾಗ, ಪುಷ್ಯರಾಗ, ಗೋಮೇಧಿಕ.

Tōpe, *v. i. r.* ಸುರಾಪಾನ ಮಾಡು, ಮಿತಿ ವಿಾರಿ ಕುಡಿ. Tō'pĕr, *n.* ಕುಡುಕ.

Tope, *n.* ಸ್ತೂಪ, ಬೌದ್ಧಸ್ಮಾರಕ.

Tō'phĕt (-fĕt), -'pheth (-feth), *n.* ಸುಡುಗಾಡು; 2. ನರಕ.

Top'ic, *n.* ಸಂಗತಿ, ವಿಷಯ, ಪ್ರಕರಣ. Top'i-cal, *a.* ಸ್ಥಳದ; 2. ಸಂಗತಿಗಳ.

Top-ŏg'ra-phĕr (-fĕr), *n.* ಸ್ಥಳವರ್ಣಕ. Top-ō-graph'ic, -i-cal (-graf-), *a.* ಸ್ಥಳ ವರ್ಣಿಸುವ. Top-ō-graph'i-cal-ly, *ad.* ಸ್ಥಳವರ್ಣನೆಯಾಗಿ. Tō-pog'ra-phy, *n.* ಸ್ಥಳವರ್ಣನೆ.

Top-on'o-my, *n.* ಒಂದು ಪ್ರದೇಶದ ಸ್ಥಳಗಳ ಹೆಸರುಗಳನ್ನು ಬರೆದಿಡುವ ರಿಜಿಸ್ತ್ರಿ.

Top'ple, *v. i. r.* ಮುಗ್ಗರಿಸಿ ಬೀಳು, ಕಡಕೊಂಡು ಬೀಳು, ಧಪ್ಪನೆ—.

Top'sy-tur'vy (-tĕr-vi), *ad.* ತಲೆ ಕೆಳಗಾಗಿ, ಮೊಕಮಡಿಯಾಗಿ, ಬುಡಮೇಲಾಗಿ, ಅಕಟ ವಿಕಟ.

Torch, *n.* ದೀವಟಿಗೆ, ಪಂಜು, "ಮಶಾಲು", ಕಕ್ಕಡ; a large t. fixed on an iron vessel "ಹಿಲಾಲು". Torch'-beār-ĕr (-bār-), *n.* ದೀವಟಿಗೆಯವ, ದೀವಟಿಗ, "ಮಶಾಲ್ಜಿ".

Torch'-trēe, *n. (Ixora parviflora, Vahl.)* ಗೊರವಿಮರ.

Tor'ment, *n.* ಕಾಟ, ಪೀಡೆ, ಯಾತನೆ, ಬಾಧೆ. Tor'ment', *v. t. r.* ಕಾಡು, ಪೀಡಿಸು, ಯಾತನೆ ಪಡಿಸು, ಬಾಧಿಸು. Tor-ment'ĕr, -ŏr, *n.* ಕಾಡುವವ, ಯಾತನೆ ಪಡಿಸುವವ, ಪೀಡಿಸುವವ. Tor-ment'ińg, *a.* ಬಾಧಿಸುವ, ಪೀಡಿಸುವ, ಹಿಂಸಿಸುವ Tor-ment'ińg-ly, *ad.* ಕಾಡುತ್ತಾ, ಪೀಡಿಸುತ್ತಾ.

Tor'mi-na, *n.* ಉದರಶೂಲೆ.

Tōrn, *pp. of* Tear, ಹರದ, ಹರಕ; a person *or* animal with a torn nose or ear ಮೂಗುಹರಕ, ಕಿವಿಹರಕ.

Tor-nā'dō, *n.* ಸೊಂಟರ ಗಾಳಿ, ಹುಚ್ಚು—, "ತುಫಾನು", ಪ್ರಚಂಡ ವಾಯು. *pl.* Tornadoes.

Tor-pē'dō, *n.* ಸಿಡುಮಿಾನು; 2. ಹಡಗಗಳನ್ನು ಹಾರಿಸಿ ನಾಶ ಮಾಡುವುದಕ್ಕೆ ನೀರೊಳಗಿಟ್ಟ ಗರ್ಭ ನಾಟಿ.

Tor-pes'cent, *a.* ಅಚೇತನ. Tor-pes'cense, *n.* ಮರ ಕಟ್ಟುವಿಕೆ.

Tor'pid, *a.* ಜುಮ್ಮಿಡಿದ; 2. ಅಚೇತನವಾದ, ಮಂದವಾದ, ತಾಮಸ. Tor-pid'i-ty, Tor'-pid ness. Tŏr'pi tūde, Tor'por, *n.* ತಿಮರು; 2. ಅಚೈತನ್ಯ, ಮಾಂದ್ಯ, ಮಬ್ಬು, ತಾಮಸ.

Tor'quāte, *a.* ಕುತ್ತಿಗೆಯ ಸುತ್ತಲೂ ಉಂಗುರಾಕಾರದ ವಿಚಿತ್ರ ಬಣ್ಣದ ಕೂದಲು ಅಥವಾ ತುಪ್ಪಳು ಇರುವ.

Tor're-fȳ, *v. t.* (-fīed) ಒಣಗಿಸು, ಬತ್ತಿಸು.

Tor'rent,' *n.* ತೋಡು, ಸೆಳವು, ಪ್ರವಾಹ; it rained in torrents ಕುಂಭವರ್ಷವಾಗಿ ಸುರಿಯಿತು.

Tor'rid, *a.* ಬಿಸಿಯಿಂದ ಕರಿದ, ಸೆಕೆಯಿಂದ ಒಣಗಿದ; 2. ಸುಡುವ; t. zone ಉಷ್ಣವಲಯ.

Tor'siōn, *n.* ತಿರುಗಿಸೋಣ, ಮುರಿಗೆ ತಿರುಗಿಸೋಣ. Tor'siōn-balance, *n.* ಸೂಕ್ಷ್ಮ ಶಕ್ತಿಯನ್ನು ಕೂಡಾ ತಿರುಪಿದ ಸರಿಗೆಯ ಮೂಲಕ ಅಳೆಯುವ ತ್ರಾಸು.

Tor'sō, *n.* ಶಿಲೆಯ ಅಥವಾ ಮಣ್ಣಿನ ಪ್ರತಿಮೆಯಲ್ಲಿ ತಲೆ ಮತ್ತು ಕೈಕಾಲುಗಳು ವಿರಹಿತವಾದ ಮುಂಡ.

Tort, *n.* *(law)* ದಂಡನಾರ್ಹವಾದ ಅನ್ಯಾಯ.

Tor'tile (-til), Tor'tive, *a.* ಹೊಸೆದ.

Tor-ti-col'lis, *n.* ಕುತ್ತಿಗೆಯ ಮಾಂಸಪೇಶಿಗಳ ವಾತ, ಬೀಗು.

Tor'toise (tor'tiz *or* tois), *n.* ಆಮೆ, ಆವೆ, ಕೂರ್ಮ, ಕಚ್ಛಪ. Tor'toise-shell, *n.* ಕಚ್ಚುಕಡ, ಆಮೆಚಿಪ್ಪು, —ಎಲುಬು.

Tor'tū-ous, *a.* ಹೊಸೆದ, ಸೊಟ್ಟಾದ, ಡೊಂಕದ ವಕ, ಕುಟಿಲ. Tor-tū-os'i-ty, *n.* ಸೊಟ್ಟು, ವಕ್ರತೆ.

Tor'tūre (*or* -chur), *n.* ಕಾಟ, ಯಾತನೆ, ಬಾಧೆ, ಪೀಡೆ. *v. t. r.* ಕಾಡು, ಯಾತನೆಪಡಿಸು, ಬಾಧಿಸು, ಪೀಡಿಸು; 2. (put to the rack) ಮುರು ತಿರುವು; 2. ಹಿಂಸಿಸು.

Tō'ry, *n.* (ಇಂಗ್ಲಂಡಿನಲ್ಲಿಯ) ಹಿರಿಯರ ಸಂಪ್ರದಾಯವಾದಿ.

Toss, *v. t. r.* *(pr.* tost) ಹಾರಬಿಡಿ (*as,* a ball), ತೀಲು (*as,* marbles), ಹಾರಿಸು (*as,* the head); 2. ಅಲ್ಲಾಡಿಸು, ಹೊಯಿದಾಡಿಸು. *v. i.* ಚಡಪಡಿಸು, ಹೊರಳಾಡು. *n.* ಮೇಲಕ್ಕೆ ಎಸೆಯುವುದು; t. one's head ತಾತ್ಸಾರದಿಂದ ತಲೆಯನ್ನು ಹಿಂದಕ್ಕೆ ತೂಗುವುದು; t. off ಒಂದೇ ಗುಟುಕಿಗೆ ಕುಡಿ. Toss'-pot, *n.* ಕುಡುಕ.

Tot, *n.* ಚಿಕ್ಕಕೂಸು; 2. ಒಂದು ಪ್ರಮ ಸರಾಯಿ; 3. ಕೂಡಿಸುವ ಸಂಖ್ಯೆಗಳ ಸಾಲು.

Tot up, *v. t.* *(coll.)* ಠವಣೆಹಾಕು.

Tō'tal, *a.* ಅಪೂಟ, ಪೂರ್ಣ, ಪರಿಪೂರ್ಣ, ಅಖಂಡ. *n.* ಒಟ್ಟು, "ಠೇರೀಜು", "ಜುಮಲ", ಇತ್ತಣೆ *v. t. r.* ಕೂಡಿಸು; ಇತ್ತಣೆ ಬರೆ, "ಜುಮಲ" ಮಾಡು. Tō-tal'i-ty, *n.* ಒಟ್ಟು, "ಜಮೆ", ಪರಿಪೂರ್ಣತೆ. Tō'tal-ly, *ad.* ಸಂಪೂರ್ಣವಾಗಿ.

Tō'tem, *n.* ಉತ್ತರ ಅಮೇರಿಕದ ಜನರು ತಮ್ಮ ಕುಲಚಿಹ್ನವಾಗಿ ಇಟ್ಟುಕೊಳ್ಳುವ ಪ್ರಾಣಿ ಅಥವಾ ವಸ್ತು. Tō'tem-ism, *n.* ಕುಲಚಿಹ್ನ.

Tot'tẽr, *v. i. r.* ಅಗಲಾಡು, ಅಲ್ಲಾಡು, ಅದರು, ಹೊಯಿದಾಡು, ಜೋಲು, ಒಲಿ; ಜೋಳಲಿಕ್ಕಾಗು.

Tōu-can', *n.* ಅತಿ ಉದ್ದವೂ ಮೋಟಾಗದಲ್ಲಿ ಅಗಲವೂ ಇರುವ ಕೊಕ್ಕಿನ ಪಕ್ಷಿ.

Tŏuch (tuch), *v. t. r.* *(pr.* tucht) ಮುಟ್ಟು, ಸ್ಪರ್ಶಿಸು; 2. (reach) ಮುಟ್ಟು; 3. (relate to) ಕುರಿ, ಸಂಬಂಧಿಸು *e. d.*, ಸಂಬಂಧವಾಗಿರು *e. d.*; 4. (speak of) ಸೂಚಿಸು; 5. (meddle with) ಮುಟ್ಟು, ಗೊಡವೆಗೆ ಹಾಯು *e. g.*; 6. (move, melt, *as,* the mind) ಮನಸ್ಸಿಗೆ ತಾಗು, —ತಟ್ಟು, —ಹತ್ತು, ಮನಕರಗಿಸು; 7. (infect, *as,* a disease) ಸೋಕು; 8. (play on) ಬಾರಿಸು; 9. (effect with insanity), *as,* his head is a little touched ಅವನ ಬುದ್ಧಿ ಸ್ವಲ್ಪ ಅಸ್ಥಿರವಾಯಿತು; —t. up ನೆಟ್ಟಗೆ ಮಾಡು, "ದುರುಸ್ತು" ಮಾಡು. *v. i.* ತಾಕು, ತಾಗು, ಹತ್ತಿರು; t. on, t. upon ಸೂಚಿಸು, ಪ್ರಸ್ತಾಪಿಸು; t. at ತಟ್ಟಿಹೋಗು. *n.* ಮುಟ್ಟೋಣ, ತಾಕಿರೋಣ, ಸ್ಪರ್ಶ; 2. ಸ್ಪರ್ಶೇಂದ್ರಿಯ, ಕೈ, *as,* silk is soft to the t. "ರೇಶ್ಮೆ" ಕೈಗೆ ಮೆತ್ತಗೆ ಹತ್ತುತ್ತದೆ; 3. (stroke) ತಟ್ಟೋಣ; 4. (feature) ಮುಖಮುದ್ರೆ; 5. (music) ಗಾಯನ; 6. (a little) ಒಂದಿಷ್ಟು, ಸ್ವಲ್ಪ; 7. (hint) ಸೂಚನೆ; 8. (touchstone, trail) ಒರೆಗಲ್ಲು; be in t. with ಹೊಕ್ಕುಬಳಿಕೆ ಮಾಡುತ್ತಿರು; t. one's hat ಸಲಾಂ ಮಾಡು; he never touches liquor ಅವನು ಮದ್ಯಪಾನ ಒಂದಿಷ್ಟೂ ಮಾಡುವುದಿಲ್ಲ; ship touches at ಹಡಗು ಬಂದರದಲ್ಲಿ ತಳುಪಿ ಹೋಗುತ್ತದೆ; finishing touches ಸಂಪೂರ್ಣ

ಗೊಳಿಸಲಿಕ್ಕೆ ಬಾಕಿ ಉಳಿದ ಕೆಲಸ್ಸು ಕೆಲಸಗಳು; keep in t. ಸಂಬಂಧವಿಡು; t. and go ಫಲ ನಿರ್ಧರಿಸಲಾರದ, ಅನಿಶ್ಚಯವಾದ. Touch'a-ble, *a.* ಸ್ಪರ್ಶ್ಯ, ಮುಟ್ಟತಕ್ಕ. Touch'-hōle, *n.* ತುಪಾಕಿಯ ಕಿವಿ. Touch'i-ly, *ad.* ಸಿಡುಕಾಗಿ, ಮುಂಗೋಪಿಯಾಗಿ. Touch'i-ness, *n.* ಸಿಡುಕು, ಮುಂಗೋಪ. Touch'ing, *a.* ಮನಸ್ಸಿಗೆ ತಾಗುವ, —ಹತ್ತುವ, ಮನಸ್ಸು ಕರಗಿಸುವ. *prep.* ಕುರಿತು *c. a.*, ವಿಷಯ *c. g.* Touch'wood, *n.* ಉದ್ದಾಗಾದ ಕಟ್ಟಿಗೆ, ದದುಮರ, "ಕುಂಬು"— *(S. C.)*, ದಹ ವಿ. Touch'y, *a.* ಸಿಡುಕಿನ, ಮುಂಗೋಪವುಳ್ಳ, ಸುಡುಮೋರೆಯ.

Tough (tuf), *a.* (not brittle) ಜಿಗಿ, ಜಿಗಿಜಿಗಿ; 2. (firm, strong) ಗಟ್ಟಿ; 3. (viscous) ಜಿಗಿ, ಜಬ್ಬು, ಜಿಗಟು; 4. (stiff) ಬೊಗ್ಗದ, ಕಠಿಣ; 5. (violent) ಜೋರು, ಬಲವಾದ. Tough'en (tuf'n), *v. t. r.* ಗಟ್ಟಿ ಮಾಡು, ಜಿಗಿ ಮಾಡು. *v. i.* ಗಟ್ಟಿಯಾಗು, ಜಿಗಿಯಾಗು. Tough'ness (tuf'ness), *n.* ಜಿಗಿ, ಗಟ್ಟಿ, ಜಿಗಿ, ಜಿಗಟು, ಬಲ.

Tour (tur), *n.* ತಿರುಗಾಟ, ಪ್ರಯಾಣ, ಪರ್ಯಟನ. Tour'ist, *n.* ಪ್ರಯಾಣಿಕ, ಪರ್ಯಟನ ಮಾಡುವವ.

Tour'na-ment (tur-), *n.* "ಸವಾರರ" ಯುದ್ಧ ಸಾಧಕ. Tour'ney, *v. i.* ಭಲ್ಲೆಸಾಧಕ ಮಾಡು.

Tour'ni-quet (-ket), *n.* ಶುದ್ಧ ರಕ್ತನಾಳದ ರಕ್ತವು ಸುರಿದುಹೋಗದ ಹಾಗೆ ಉಪಯೋಗಿಸುವ ಸಾಧನ.

Touse, *v. t. r.* ಕುರಿ ತುಪ್ಪಟ ಕೀಳು. Tousle, *v. t. r.* ಎಳೆ, ಕೆದರಿಸು. Tou'sy, *a.* ಕೆದರಿದ, ದೊರಗಾದ.

Tout, *n.* ಕುಹಕನು; 2. ಗಿರಾಕಿ ಹುಡುಕುವವ, "ದಲಾಲಿ". *v. t. r.* ಗಿರಾಕಿ ಹುಡುಕು.

Tow (tō), *n.* ಹಡಗವನ್ನು ಹಗ್ಗದಿಂದ ಎಳಕೊಂಡು ಹೋಗುವುದು.

Tow, *v. t. r.* (ಹಡಗ) ಹಗ್ಗಕಟ್ಟಿ ಎಳೆ, —ಜಗ್ಗು. *n.* ದೊರಗಾದ ಮತ್ತು ತುಂಡುತುಂಡಾದ ಸೆಣಬು ಅಥವಾ ಕಿತ್ತಾನಾರು. Tow'age (tō'āj). *n.* ಹಗ್ಗ ಕಟ್ಟಿ ಎಳೆಯುವುದು.

Tow'ard, -ards (tō'ērdz), *a.* ಕೈಲಾಗುವ, ಸಾಧು. *prep.* ಕಡೆಗೆ; 2. ಹೆಚ್ಚುಕಡಿಮೆ, "ಸುಮಾರು", "ಅಜಮಾಸ್". *ad.* ಹತ್ತರ, ಸಮೀಪ.

Tō'ward-li-ness, Tō'ward-ness (tō'ērd-), *n.* ವಿಧೇಯತೆ, ನಮ್ರತೆ.

Tow'el, *n.* ಅಂಗವಸ್ತ್ರ, ಮೈಯೊರಸಿಕೊಳ್ಳುವ ವಂಚೆ, ಹಸ್ತಪಾವಡ. *v. t. r.* ಕಟ್ಟಿಗೆಯಿಂದ ಹೊಡೆ. Tow'el-ling, *n.* ಹಸ್ತಪಾವಡ ಬಟ್ಟೆ.

Tow'er (tow'r), *n.* ಗೋಪುರ; 2. (of a fort) ಬುರುಜು, ಹೂಡೆ. *v. i. r.* ಎತ್ತರವಾಗಿರು. Tow'er-ing, *p. a.* ಎತ್ತರವಾದ; 2. ಹೆಚ್ಚಾದ, ಮಿತಿಮೀರುವ; he is in a t. passion ಬೆಂಕಿಯಾಗಿದ್ದಾನೆ; t. rage ಅತ್ಯಾಗ್ರಹ. Tow'ery (tow'ri). *a.* ಬುರುಜುಬುರುಜುಳ್ಳ, ಗೋಪುರಗೋಪುರವಿರುವ.

Town, *n.* ಊರು, ಪಟ್ಟಣ, ನಗರ, ಪುರ; 2. ರಾಜಧಾನಿ; a woman of the t. ಸೂಳೆ. Town'-clĕrk, *n.* ಕುಳಕರಣಿ, ಶಾನಭೋಗ. Town'-hall, *n.* "ಚಾವಡಿ", "ಪಜಾರ". Towns'fōlk (-fōk), *n.* ಪಟ್ಟಣಿಗರು, ನಾಗರಿಕರು, ಊರಿನವರು. Town'ship, *n.* ಒಂದೂರಿನ ಸೀಮಾಂತರ. Towns'man, *n.* ಪಟ್ಟಣಿಗ, ಗೃಹಸ್ಥ. Town'-talk (-tak), *n.* "ಶಹರ"ಸುದ್ದಿ, "ಬಾಜಾರಿ" ವರ್ತಮಾನ, ಜನಜನಿತವಾರ್ತೆ, ಜನರು ಆಡಿಕೊಳ್ಳುವ ಮಾತು.

Tox'ic, *a.* ವಿಷವುಳ್ಳ. Tox-i-col'ō-gy, *n.* ವಿಷಶಾಸ್ತ್ರ. Tox'in, *n.* ವಿಷ.

Tox-oph'i-līte, *n.* ಧನುರ್ವಿದ್ಯಾವಂತ.

Toy, *n.* ಆಟದ ಸಾಮಾನು; 2. ಅಲ್ಪ ವಸ್ತು. *v. i. r.* ಹುಡುಗಾಟ ಆಡು. Toy'ĕr, *n.* ಹುಡುಗಾಟದವ.

Trāce, *v. t. r.* (*pr.* trāst) ಬರೆ, ತಗೆ, "ನಕಲು" ತೆಗೆ; 2. ಜಾಡೆ ಹಿಡಿದು ಹೋಗು, ಗುರುತು ಹಿಡುಕೊಂಡು ಬರು, "ಪತ್ತೆ" ಹಚ್ಚಿಸು; t. a thief ಕಳ್ಳನ ಜಾಡಾ ತೆಗೆ, —"ಪತ್ತೆ" ಹಚ್ಚು *(My.)*. *n.* ಹೆಜ್ಜೆಯ ಗುರುತು, ಜಾಡೆ, "ಪತ್ತೆ", ಗುರುತು, ಕುರುಹು. Trā'cĕr, *n.* "ಪತ್ತೇದಾರ". Trā'cĕr-y, *n.* ಕಿಟಿಕಿಯ ಮೇಲ್ಗಡೆ ಇರುವ ಜಾಲರ ಕೆಲಸ.

Trā'chē-a (-kē-a), *n.* ಗಂಟ್ಲುನಾಳ.

Track, *n.* ಹೆಜ್ಜೇ ಗುರುತು, ಜಾಡು, ಜಾಡೆ, ಗೆರೆ; 2. ದಾರಿ, ಹಾದಿ. *v. t. r.* (*pr.* trakt) ಜಾಡಾ ತೆಗೆ, "ಪತ್ತೆ" ಹಚ್ಚಿಸು, ಗುರುತಿಸು. Track'-less, *a.* ಜಾಡೆಯಿಲ್ಲದ, ದಾರಿಯಿಲ್ಲದ.

Tract, *n.* ಪ್ರದೇಶ, ವಿಸ್ತಾರ, ಬೈಲು; 2. ಚಿಕ್ಕ ಪುಸ್ತಕ, ವಹಿ (ಮುಖ್ಯವಾಗಿ ಧರ್ಮಸಂಬಂಧವಾದುದು).

Trac-ta-bil'i-ty, Trāc'ta-ble-ness, *n.* ವಿಧೇಯತೆ, ಸಾಧು ಗುಣ, ಸಾಧ್ಯತೆ. Trac'ta-ble, *a.* ವಿಧೇಯ, ಸಾಧು, ಸಾಧ್ಯ. Trac'ta-bly, *ad.* ವಿಧೇಯವಾಗಿ, ಸಾಧುವಾಗಿ. Tractate, *n.* ಪ್ರಬಂಧ. Trac'tile, *a.* ಮೆತ್ತಾನ. Trac'tiŏn, *n.* ಎಳವು, ಎಳತ.

Trāde, *n.* (commerce) ವ್ಯಾಪಾರ, ಉದ್ದಿಮೆ, "ಧಂದೆ"; 2. (business) "ಕಸಬು", ಕಾಯಕ, ಉದ್ಯೋಗ; to work at one's t. ತನ್ನ "ಕಸಬು" ಮಾಡಿಕೊಂಡಿರು. jack of all trades ಸಕಲವೂ ಬಲ್ಲವ; trick of the t. ವ್ಯಾಪಾರ ಚಮತ್ಕಾರ, ಚಾಲಕ; foreign t. ಪರದೇಶಗಳೊಡನೆ ವ್ಯಾಪಾರ; carrying t. ಸಾಮಾನು ಒಂದೂರಿಂದ ಒಂದೂರಿಗೆ ಸಾಗಿಸುವ ಧಂದೆ. *v. t. r.* ವ್ಯಾಪಾರ ಮಾಡು. Trāde'-märk, *n.* ಆಯಾ "ಕಸಬಿನವರು" ತಮ್ಮ ತಮ್ಮ ಸರಕಿಗೆ ಹಾಕುವ ಗುರುತು, ಮುದ್ರೆ. Trāde'-sē-cret, *n.* ಅಣಿಪಾಡು, ವಾಣಿಜ್ಯ ರಹಸ್ಯ. Trādes'man (trādz-), Trā'dĕr, *n.* ವ್ಯಾಪಾರಿ, ವರ್ತಕ, ಬಣಜಗ. Trāde'-wind, *n.* ವಾಣಿಜ್ಯಪವನ.

Tra-di'tiŏn (-dish'un), *n.* ಐತಿಹ್ಯ, ಸಂಪ್ರದಾಯ, ಉಪದೇಶಪರಂಪರೆ. Tra-di'tiŏn-al, -ar-y (-dish'un-), *a.* ಹಿರಿಯರಿಂದ ಬಂದ, ಸಾಂಪ್ರದಾಯಿಕ; t. instruction ಗುರುಕ್ರಮ. Tra-di'tiŏn-al-ly (-dish'un-), *ad.* ಸಂಪ್ರದಾಯದ ಪ್ರಕಾರ, ಪರಂಪರೆಯಾಗಿ. Tra-di'tiŏn-ar-y, -di'tiŏn-ist (-dish'un-), *n.* ಸಾಂಪ್ರದಾಯಿಕತ್ವ.

Tra-dūce', *v. t. r.* (*pr.* -dūst) ದೂರು, ದೂಷಿಸು, ಇಲ್ಲಲ್ಲದ ಚಾಡಿ ಹೇಳು. Tra-dū'cĕr, *n.* ಚಾಡಿಗಾರ, ಅಪವಾದ ಹೊರಿಸುವವ, ಕುನಿಂದಕ. Tra-dū'ciṅg-ly, *ad.* ಚಾಡಿ ಹೇಳುತ್ತಾ.

Traf'fic, *n.* ವ್ಯಾಪಾರ, ಕ್ರಯವಿಕ್ರಯ. *v. i. r.* (*pr.* -fikt) ವ್ಯಾಪಾರ ಮಾಡು. Traf'fick-ĕr, *n.* ವ್ಯಾಪಾರಿ, ವರ್ತಕ. Traf'fic-man-āġĕr, *n.* ರೇಲ್ವೆಯಲ್ಲಿ ವ್ಯಾಪಾರ ಸರಕುಗಳ ಆಮದುರಫ್ತನ್ನು ನೋಡಿಕೊಳ್ಳುವ ಅಧಿಕಾರಿ.

Traġ'e-dy, *n.* ಶೋಕರಸದ ನಾಟಕ; 2. ದುಃಖಕರವಾದ ಸಂಗತಿ. Tra-ġē'di-an, *n.* ಶೋಕರಸದ ನಾಟಕಕರ್ತ. Traġ'ic, -'i-cal, *a.* ಶೋಕರಸದ; 2. ದುಃಖಕರವಾದ. Traġ'i-cal-ly, *ad.* ದುಃಖಕರವಾಗಿ; 2. ಶೋಕರಸವಾಗಿ. Traġ'i-com-e-dy, *n.* ಶೋಕರಸ-ಹಾಸ್ಯರಸಗಳುಳ್ಳ ನಾಟಕ. Traġ'i-com-ic, -al, *a.* ಶೋಕರಸ-ಶೃಂಗಾರರಸಗಳುಳ್ಳ.

Trāil, *v. t. r.* ಎಳಕೊಂಡು ಹೋಗು; 2. ತುಳಿ. *v. i.* ಎಳೆದುಹೋಗು, ಡಬ್ಬು. *n.* ಜಾಡೆ, ಗೆರೆ, ಮೃಗದ ವಾಸನೆ.

Trāin, *v. t. r.* ಎಳೆ; 2. ಮನಸ್ಸೊಲಿಸು, ಮರುಳು ಮಾಡು; 3. ಕಲಿಸು, ಅಭ್ಯಾಸ ಮಾಡಿಸು; 4. ಸಾಧು ಮಾಡು. Trāin, *n.* ಒಲಿಸೋಣ; 2. ನೆಲಕ್ಕೆ ಎಳಕೊಂಡು ಹೋಗುವ ಸೆರಗು; 3. ಪರಿವಾರ, ಗುಂಪು; 4. ಸಾಲು; 5. ಸಾಗೋಣ, ಗತಿ; 6. ದಾರಗಟ್ಟಿದ ಮದ್ದು; 7. (railway-t.) ಹೊಗೇಬಂಡಿಗಳ ಸಾಲು. Trāin'-band, *n.* ಕಟ್ಟುಬಡಿ ಜನರ ಗುಂಪು, "ಸಿಬಂದಿ" ಜನರ—, ತಳವಾರರ—. Trāin'-beār-ĕr (-bâr-), *n.* ಪರಿಚಾರಕ, ದೊಡ್ಡವರ ಸೆರಗು ಹಿಡಿಯುವವ. Trāined (trānd), *p. a.* ಶಿಕ್ಷಿತ, ತಿದ್ದಿದ, ತರಬೇತಾದ; 2. ಸಾಧು ಮಾಡಿದ. Trāin'ĕr, *n.* ಶಿಕ್ಷಿಸುವವ, "ತಯಾರು" ಮಾಡುವವ, ಪಳಗಿಸುವವ. Trāin'iṅg, *n.* ಸುಶಿಕ್ಷೆ, ಶಿಕ್ಷಣ, ಅಭ್ಯಾಸ ಮಾಡಿಸುವುದು, "ತರಬೇತು"; 2. ಬೆಳೆಸೋಣ.

Trāin'-oil, *n.* ತಿಮಿಂಗಿಲದ ಎಣ್ಣೆ.

Trāit (*or* trā), *n.* ಲಕ್ಷಣ.

Trāi'tŏr, *n.* ರಾಜದ್ರೋಹಿ, ವಿಶ್ವಾಸಘಾತಕಿ. Trāi'tŏr-ous, *a.* ರಾಜದ್ರೋಹಿಯಾದ, ವಿಶ್ವಾಸಘಾತಕಿಯಾದ. Trāi'tŏr-ous-ly, *ad.* ವಿಶ್ವಾಸಘಾತಕವಾಗಿ, ರಾಜದ್ರೋಹಿಯಾಗಿ. Trāi'tress, *n.* ದ್ರೋಹಿಣಿ.

Tral-a-ti'tious, *a.* ಗೌಣಾರ್ಥದ.

Tram, *n.* ಕಬ್ಬಿಣ ಹಳಿಗಳ ಮೇಲೆ ಓಡಾಡುವ ಬಂಡಿ. Tram'-rōad (-rōd), -wāy (-wā), *n.* ಕಬ್ಬಿಣ ಹಳಿಗಳು (ಅಥವಾ ಜಂತೆಗಳು) ಹಾಸಿದ ಮಾರ್ಗ, ಹಾಸಿಗೆ ಮಾರ್ಗ.

Tram'mel (tram'el), *n.* ಬಲೆ, ಬಂಧ, ಪಾಶ. *v. t. r.* (-melled, *pr.* -meld) ಅಡ್ಡ ಕಟ್ಟು, ಕೈಕಾಲು ಕಟ್ಟು.

Tra-mon'tāne, *a.* ಪರದೇಶೀಯ.

Tramp, *v. t. r.* (*pr.* trampt) ತುಳಿ. *v. i.* ತಿರುಗಾಡು, ಕಾಲನಡಿಗೆಯಿಂದ ಹೋಗು. *n.* ನಡೆಯುವ ಶಬ್ದ; 2. ತಿರುಕನು.

Tram'ple, *v. t. r.* ತುಳಿ, ತುಳಿದುಬಿಡು; 2. ತಿರಸ್ಕರಿಸು. Tram'plĕr, *n.* ತುಳಿಯುವವ. Tram'pliṅg, *n.* ತುಳುಕಲ.

Trance *or* Transe, *n.* ಪರವಶತೆ, ತನ್ಮಯಾವಸ್ಥೆ; 2. (*med.*) ಎಚ್ಚರ ತಪ್ಪಿರುವುದು, ಅಪಸ್ಮಾರ.

Trań'quil, *a.* ಶಾಂತ, ಸ್ವಸ್ಥ, ನಿಃಶಬ್ದವಾದ. Trań'quil-līẕe (-kwil-īz), *v. t. r.* ಸಮಾಧಾನ ಪಡಿಸು, ಶಾಂತಮಾಡು. Trań'quil-lī-ẕiṅg-ly, *ad.* ಶಾಂತಕರವಾಗಿ. Tran-quil'li-ty, Trań'quil-ness, *n.* ಶಾಂತಿ, ಸ್ವಸ್ಥತೆ, ಸಮಾಧಾನ. Trań'quil-ly, *ad.* ಶಾಂತವಾಗಿ, ಸಮಾಧಾನವಾಗಿ.

Trans-, *pref.* ಆಚೆಗೆ, ದಾಟಿ, ಒಂದರಿಂದ ಮ ತ್ತೊಂದಕ್ಕೆ ಮಾರಿ ಎಂಬರ್ಥದ್ದು.

Trans-ăct', *v. t. r.* ಮಾಡು, ನಡಿಸು. **Trans-ac'tiŏn**, *n.* ಕೆಲಸ, ಕಾರ್ಯ; 2. "ರಾಜಿ"; money-t. "ಲೇವಾದೇವಿ" *(My.)*.

Trans-al'pine (-pin), *a.* (ರೋಮ ಪಟ್ಟಣದ ಕಡೆಯಿಂದ ನೋಡಲಾಗಿ) "ಆಲ್ಪ" ಪರ್ವತಾವಳಿಯ ಅತ್ತಣ, ಅಂದರೆ ಉತ್ತರ ಅಥವಾ ಪಶ್ಚಿಮ ದಿಕ್ಕಿನ.

Trans-at-lan'tic, *a.* "ಅಟ್ಲಾಂಟಿಕ" ಸಮುದ್ರದ ಆಚೆಯ; our T. cousins ನಮ್ಮ... ದಾಯಾದರು (ಇಂಗ್ಲಿಷರು ಅಮೇರಿಕದವರನ್ನು ಕರೆಯುವುದು).

Tran-scend', *v. i. r.* ದಾಟು; 2. ಅಧಿಕವಾಗಿರು, ಮಿಗು, ಹಿಂದೆ ಹಾಕು. **Tran-scend'-ence, -en-cy**, *n.* ಅತಿಶ್ರೇಷ್ಠತೆ, ವಿಶೇಷತೆ, ಅತಿಶಯ. **Tran-scend'ent**, *a.* ಉತ್ಕೃಷ್ಟ, ಅತಿಶ್ರೇಷ್ಠ; 2. ಮನುಷ್ಯನ ಬುದ್ಧಿಗೆ ಮೀರುವ, ಅತೀಂದ್ರಿಯ. **Tran-scen-dent'al**, *a.* ಶ್ರೇಷ್ಠ, ಉತ್ಕೃಷ್ಟ.

Tran-scrībe', *v. t. r.* ಪ್ರತಿ ಎತ್ತು, "ನಕಲು" ತೆಗೆ. **Tran-scrīb'ĕr**, *n.* "ನಕಲು" ತೆಗೆಯುವವನು. **Tran'script**, *n.* ಪ್ರತಿ, "ನಕಲು", ಪುತ್ರಿಕೆ. **Tran-scrip'tiŏn**, *n.* ಪ್ರತಿ ಎತ್ತೋಣ.

Trans'fĕr, *n.* ಒಯ್ಯೋಣ, ಕೊಡೋಣ, "ಪರಭಾರಿ"; 2. ವರ್ಗ ಮಾಡೋಣ; deed of t. ಮೇಲ್ಚೀಟು, "ಪರಭಾರಚೀಟು". **Trans-fĕr'**, *v. t.* (-fĕrred, *pr.* fĕred) ಒಯ್ಯು, ಕೊಡು, ಒಪ್ಪಿಸಿಕೊಡು, ಮಾರು; 2. ವರ್ಗ ಮಾಡು. **Trans-fĕr'a-ble, -fĕr'ri-ble**, *a.* ಸ್ಥಳಾಂತರವಾಗುವಂಥ, ಒಯ್ಯಲಿಕ್ಕಾಗುವಂಥ, ಕೊಡತಕ್ಕ, ಮಾರತಕ್ಕ.

Trans-fig-ū-rā'tiŏn, *n.* ರೂಪಾಂತರ. **Trans-fig'ūre** *(or* -fig'ur), *v. t. r.* ರೂಪಾಂತರ ಮಾಡು, ರೂಪ ಬದಲಿಸು.

Trans-fix', *v. t. r. (pr.* -fikst') ತಿವಿ, ಇರಿ.

Trans-form', *v. t. r.* ರೂಪ ಬದಲಿಸು, ರೂಪಾಂತರ ಮಾಡು; 2. ದ್ರವ್ಯಾಂತರ ಮಾಡು. **Trans-for-mā'tiŏn**, *n.* ರೂಪಾಂತರ; 2. ದ್ರವ್ಯಾಂತರ, ಸ್ವಭಾವಾಂತರ.

Trans-fūse', *v. i. r.* ತೋಡು; 2. ಒಂದು ಪ್ರಾಣಿಯ ರಕ್ತವನ್ನು ಮತ್ತೊಂದು ಪ್ರಾಣಿಯ ನರಕ್ಕೆ ಸುರಿಸು. **Trans-fū'siŏn** (-zhun), *n.* ಒಂದು ಪ್ರಾಣಿಯ ರಕ್ತ ಮತ್ತೊಂದರ ನರಕ್ಕೆ ಸುರಿಸೋಣ.

Trans-gress', *v. t. r. (pr.* -grest') ಮೀರು, ಮಿಕ್ಕುನಡೆ, ಅತಿಕ್ರಮಿಸು. *v. i.* ಅಪ್ಪಣೆ ಮೀರು, ಅಪರಾಧಿಯಾಗು. **Trans-gres'siŏn** (-gresh'un), *n.* ತಪ್ಪು, ಮೀರುವಿಕೆ, ಅತಿಕ್ರಮ, ಉಲ್ಲಂಘನೆ, ಆಜ್ಞೋಲ್ಲಂಘನೆ. **Trans-gres'-sŏr**, *n.* ಮೀರುವವ, ತಪ್ಪುಗಾರ, ಅಪರಾಧಿ.

Tran-ship', *v. t., see* Trans-ship.

Tran'si-ent *(or* -shent), *a.* ನಿಲ್ಲದಂಥ, ಅಸ್ಥಿರ, ಕ್ಷಣಿಕ.

Trans'it, *n.* ದಾಟುವಿಕೆ, ಒಯ್ಯುವಿಕೆ; 2. *(astr.)* ಸಮತಿಕ್ರಮಣ, ಸಂಕ್ರಮಣ. **Trans'-it-dū-ty**, *n.* ದಾರಿಸುಂಕ, "ಜಕಾತಿ". **Tran-si'tiŏn** (-sizh'un), *n.* ದಾಟುವುದು, ಬದಲಾಗುವುದು. **Trans'i-tive**, *a.* ಸಕರ್ಮಕ *(gram.)*. **Trans'i-tive-ly**, *ad.* ಸಕರ್ಮಕವಾಗಿ. **Trans'i-tŏr-i-ly**, *ad.* ನಿಲ್ಲದೆ, ಅಸ್ಥಿರವಾಗಿ. **Trans'i-tŏr-y**, *a.* ನಿಲ್ಲದಂಥ, ಕ್ಷಣಿಕ, ಕ್ಷಣಭಂಗುರವಾದ.

Trans-lāte', *v. t. r.* ಒಯ್ಯು; 2. ವರ್ಗಮಾಡು; 3. ಭಾಷಾಂತರ ಮಾಡು, "ತರ್ಜುಮೆ"—. *v. i.* ಭಾಷಾಂತರಿಸು. **Trans-lā'ta-ble**, *a.* ಭಾಷಾಂತರ ಮಾಡಲಿಕ್ಕೆ ಕೂಡುವ. **Trans-lā'tiŏn**, *n.* ಭಾಷಾಂತರ, "ತರ್ಜುಮೆ". **Trans-lā'tŏr**, *n.* ಭಾಷಾಂತರ ಮಾಡುವವ, "ತರ್ಜುಮೆಗಾರ"; 2. ಭಾಷಾಂತರಪುಸ್ತಕ.

Trans-lit'ĕr-āte, *v. t. r.* ಒಂದು ಭಾಷೆಯನ್ನು ಬೇರೆ ಭಾಷೆಯ ಲಿಪಿಯಲ್ಲಿ ಬರೆ. **Trans-lit-ĕr-ā'tiŏn**, *n.* ಒಂದು ಭಾಷೆಯನ್ನು ಬೇರೆ ಭಾಷೆಯ ಲಿಪಿಯಲ್ಲಿ ಬರೆಯುವುದು.

Trans-lō-ca'tiŏn, *n.* ಸ್ಥಳಾಂತರ.

Trans-lu̧'cent, *(or* -lū-), *a.* ತಿಳಿ, ಸ್ವಚ್ಛ, ಪ್ರಸನ್ನ. **Trans-lu̧'cence, -lu̧'cen-cy** *(or* -lū-), *n.* ತಿಳಿವು, ಸ್ವಚ್ಛತೆ, ಪ್ರಸನ್ನತೆ. **Trans-lu̧'cent-ly** *(or* -lū-), *ad.* ತಿಳಿಯಾಗಿ, ಪ್ರಸನ್ನವಾಗಿ.

Tran̡s-mā-rīne', *a.* ಸಮುದ್ರದ ಆಚೆಯಲ್ಲಿರುವ.

Trans'mi-grāte, *v. i. r.* ಪರದೇಶಕ್ಕೆ ಹೋಗು; 2. ಪರಕಾಯಪ್ರವೇಶಮಾಡು, ಜನ್ಮಾಂತರವಾಗು. **Trans'mi-grā'tiŏn**, *n.* ದೇಶಾಂತರ; 2. ಜನ್ಮಾಂತರ, ಭವಾಂತರ; voluntary t. (a science) ಪರಕಾಯಪ್ರವೇಶ. **Trans'mi-grā-tor**, *n.* ದೇಶಾಂತರಕ್ಕೆ ಹೋಗುವವನು. **Trans'mi-grā-to-ry**, *a.* ಪರದೇಶಕ್ಕೆ ಹೋಗುವ.

Trans-mit', *v. t. r.* (-mit'ted) ಕಳುಹಿಸು, ಕಳುಹಿಸಿಕೊಡು; 2. ಹರಿಸು, ವಹಿಸು. **Trans-**

mis'si-ble, -mis'sive, -mit'ti-ble. *a.* ಕಳುಹಿಸುವ, ಒಂದರಿಂದ ಮತ್ತೊಂದಕ್ಕೆ ಹೋಗುವ, ಹರಿಯುವ. Trans-mis'siŏn (-mish'un, *n.* ಅತ್ತತ್ತ ಕಳುಹಿಸೋಣ; 2. ಅತ್ತತ್ತ ಒಯ್ಯೋಣ.

Trans-mūte', *v. t. r.* ಗುಣ ಬದಲಿಸು, ದ್ರವ್ಯಾಂತರ ಮಾಡು. Trans-mū'ta-ble, *a.* ಬದಲಾಗುವಂಥ, ದ್ರವ್ಯಾಂತರ ಮಾಡಲಿಕ್ಕೆ ಕೂಡುವ. Trans-mū-tā'tiŏn, *n.* ಬದಲಿಸೋಣ, ದ್ರವ್ಯಾಂತರಕರಣ.

Tran'som, *n.* ಅಡ್ಡ ತೊಲೆ.

Trans-pa'rence, -pā'ren-cy, *n.* ತಿಳಿವು, ಸ್ಪಷ್ಟತೆ, ಪ್ರಸನ್ನತೆ. Trans-pā'rent, *a.* ಪಾರಗಾಣುವ, ಪಾರದರ್ಶಕ, ಸ್ವಚ್ಛ, ಪ್ರಸನ್ನ.

Trans-piērce', *v. t. r. (pr.* -pērst') ತಿವಿ.

Tran-spīre', *v. i. r.* ಆರು, ಬೆವರು; 2. ಹೊರಬೀಳು, ಹುಲುಬು, ಪ್ರಕಟವಾಗು; 3. ಆಗು, ಸಂಭವಿಸು.

Trans-plant', *v. t. r.* ಕಿತ್ತು ಬೇರೆ ಸ್ಥಳದಲ್ಲಿ ನಾಟು, ಕಿತ್ತು ಹಚ್ಚು; to t. seedlings ನೇಜಿ ನೆಡು; 2. ಪರಸ್ಥಳಕ್ಕೆ ಒಯ್ದು ವಾಸ ಮಾಡಿಸು. Trans-plan-tā'tiŏn, *n.* ಕಿತ್ತು ಹಚ್ಚೋಣ; 2. ಸ್ಥಳಾಂತರ.

Trans-pōrt', *v. t. r.* ಒಯ್ಯು; 2. ಗಡೀಪಾರು ಮಾಡು; 3. ಮೈಮರಿಸು. Trans'port, *n.* ಒಯ್ಯುವಿಕೆ; 2. ಸರಕು ತುಂಬಿಸುವ ಹಡಗು; 3. ಪರಮಾನಂದ, ಮೈಮರವು; 4. ಕೋಪೋದ್ರೇಕ. Trans-pōr-tā'tiŏn, *n.* ಒಯ್ಯುವಿಕೆ; 2. ಗಡೀಪಾರು, "ಟಾಪು"; t. for life ಜನ್ಮಟಾಪು.

Trans-pōse', *v. t. r.* ಸ್ಥಳಬದಲಿಸು, ಸ್ಥಳಾಂತರ ಮಾಡು, ಕ್ರಮ ಬದಲಿಸು. Trans-pō'sal, *n.* ಸ್ಥಳಾಂತರ. Trans-pō-si'tiŏn (-zish'un), *n.* ಸ್ಥಳಾಂತರ, ಕ್ರಮ ಬದಲಾಯಿಸುವುದು; 2. *(gram.)* ವರ್ಣವ್ಯತ್ಯಯ *(e. g.* ಅಸಗ= ಅಗಸ).

Trans-ship', Tran-ship', *v.t.r.* (-shipped. *pr.*-shipt') ಒಂದು ಹಡಗದಿಂದ ಮತ್ತೊಂದಕ್ಕೆ ಒಯ್ಯು.

Tran-sub-stan'ti-āte (-stan'shi-āt), *v.t.r.* ದ್ರವ್ಯಾಂತರ ಮಾಡು. Tran-sub-stan-ti-ā'tiŏn (-shi-ā'shun), *n.* ದ್ರವ್ಯಾಂತರ, ವಸ್ತು ಪರಿಣಾಮ.

Tran-sūde', *v. i. r.* ಬೆವರು ಬರು. Tran-sū-dā'tiŏn, *n.* ಬೆವರು ಬರುವಿಕೆ.

Trans-vĕrse', *a.* ಅಡ್ಡವಾದ. Trans-vĕrse'ly. *ad.* ಅಡ್ಡವಾಗಿ.

Trap, *n.* ಬೋನು, ಬಲೆ, ಉರುಲು. *v. t. r.* (trapped, *pr.* trapt) ಬೋನಿನಲ್ಲಿ ಹಿಡಿ. *v. i.* ಉರುಲೊಡ್ಡು. Trap'-dōor, *n.* ನೆಲಬಾಗಲು, ಕಳ್ಳಬಾಗಲು.

Trap. *n.* ಜ್ವಾಲಾಮುಖಿಯಿಂದ ಬಂದ ಒಂದು ಜಾತಿಯ ಕಲ್ಲು.

Trap, *v. t. r.* ಅಲಂಕರಿಸು. Trap'pings, *n. pl.* ಅಲಂಕಾರದ ಉಡಿಗೆ; 2. (ಕುದುರೆ ಆನೆಗಳ) ಮೆರವಣಿಗೆ "ಪೋಷಾಕು", "ಜೂಲ", ಗುಳ, ರಂಚೆ, ಪಕ್ಕರಕ್ಕೆ, ಪಕ್ಕರಿಕ್ಕೆ.

Tra-pēze', -pē'zi-um, *n.* ವಿಷಮಚತುಷ್ಕೋಣ, ವಿಷಮಭುಜಚೌಕೋಣ.

Trāpes, *n.* ಸೋಮಾರಿ ತೊತ್ತು.

Trapp'ist. *n.* ಮೌನವ್ರತಸ್ಥ.

Trash, *n.* ಕಸಕಡ್ಡಿ, ಹುರುಳಿಲ್ಲದ್ದು, ಕೆಲಸಕ್ಕೆ ಬಾರದ್ದು. Trash'y, *a.* ಕೆಲಸಕ್ಕೆ ಬಾರದ, ಹುರುಳಿಲ್ಲದ.

Trav'ail (trav'el), *n.* ಶ್ರಮ; 2. ಹೆರುವುದು, ಪ್ರಸವ, ಬೆಸಲು. *v. i. r.* ಕಷ್ಟಪಡು; 2. ಬೇನೆ ತಿನ್ನು, ಪ್ರಸವವೇದನೆ ಪಡು.

Trav'el, *v. t. & i. r.* (trav'elled, *pr.* -'eld) ನಡೆ, ಪ್ರಯಾಣ ಮಾಡು, ಸಂಚಾರ—; a travelled man ಹಲವು ಊರುಗಳನ್ನು ಕಂಡವನು. *n.* ಪಯಣ, ದೇಶಸಂಚಾರ. *pl.* ದೇಶಸಂಚಾರದ ಚರಿತ್ರ. Trav'el-lĕr, *n.* ಹಾದಿಗಾರ, ಪ್ರಯಾಣಿಕ, ಮಾರ್ಗಸ್ಥ, ಯಾತ್ರಸ್ಥ.

Trav'ĕrse, *a.* ಅಡ್ಡವಾದ. *ad.* ಅಡ್ಡವಾಗಿ. *v. t. r. (pr.* trav'ĕrst) ತಿರುಗಾಡು; 2. ಅಡ್ಡಬರು, ಅಡ್ಡಹಾಯು; 3. ವಿಹಾರಿಸು. *n.* ಅಡ್ಡವಾಗಿ ಕಟ್ಟಿದ್ದು; *(law)* ಎದುರು ಕಕ್ಷಿಗಾರನು ಹೇಳಿದ್ದು ಸುಳ್ಳೆನ್ನುವಿಕೆ.

Trav'es-ty, *n.* ಹಾಸ್ಯದ ಪ್ರತಿ, ವಿಕಟ ಕವಿತೆ.

Trawl, *v. t. & i. r.* ಎಳೆ, ಬಲೆ ಎಳೆ, ಬಲೆಯಲ್ಲಿ ಮೀನು ಹಿಡಿ. *n.* ದೊಡ್ಡ ಬಲೆ. Trawl'er. *n.* ಮೀನು ಹಿಡಿಯುವವ; 2. ಮೀನು ಹಿಡಿಯುವ ಕೆಲಸಕ್ಕೆ ಪ್ರಯೋಗಿಸುವ ಚಿಕ್ಕ ಹಡಗು.

Trāy (trā), *n.* "ಪರಾತ", "ತಬಕು", ತಟ್ಟೆ.

Treach'ĕr-y (trech-). Treach'ĕr-ŏus-ness. *n.* ದ್ರೋಹ, ವಿಶ್ವಾಸಘಾತ, ವಿಶ್ವಾಸಘಾತಕತನ. Treach'ĕr-ŏus (trech'ĕr-us). *a.* ದ್ರೋಹ ಚಿಂತಿಸುವ, ಎರಡು ಬಗೆಯುವ, ವಿಶ್ವಾಸಘಾತಕಿಯಾದ. Treach'ĕr-ŏus-ly, *ad.* ದ್ರೋಹಿಯಾಗಿ, ವಿಶ್ವಾಸಗೇಡಿಯಾಗಿ.

Trēā'cle (trē'kl), *n.* "ಕಾಕಂಬಿ", ಗುಡ, "ಗುಳ".

Tread (tred), *v. i. ir.* (trod, trod *or* trod'den) ಹೆಜ್ಜೆಯಿಡು, ನಡೆ, ತುಳಿ; t. upon the heels of ...ಬೆನ್ನುಹತ್ತು. *v. t.* ...ಮೇರೆ

ನಡೆ, ತುಳಿ; 2. ಜಜ್ಜು; t. to a jelly ಕಚಕಚಾಗಿ ತುಳಿ; t. lightly *(fig.)* ಎಚ್ಚರದಿಂದ ಕೆಲಸ ಮಾಡು; t. in the footsteps ಅನುಸರಿಸು; t. on a person's corns or toes ಸಿಟ್ಟೆಬ್ಬಿಸು; t. on the heels ಹಿಂಬಾಲಿಸು; t. down ತುಳಿದು ನಾಶ ಮಾಡು; t. under foot ನಾಶ ಮಾಡು, ತಾತ್ಸಾರದಿಂದ ನೋಡು. *n.* ಹೆಜ್ಜೆ, ತುಳಿಯುವಿಕೆ; 2. ನಡೆ. Tread'le (tred'l), *n.* ಕಾಲು ತುಳಿತದಿಂದ ನಡಿಸುವ ಯಂತ್ರ. Tread'mill, *n.* ಕೈದಿಗಳು ತುಳಿಯುವ ಯಾತನಾಚಕ್ರ.

Trēa'ṣon (trē'zn), *n.* ಸಂಚುಒಂಚು, ರಾಜದ್ರೋಹ, "ಫಿತೂರಿ". Trēa'ṣon-a-ble (trē'zn-), *a.* ರಾಜದ್ರೋಹದ (act); 2. ರಾಜದ್ರೋಹಿಯಾದ (person). Trēa'ṣon-a-bly (trē'zn-), *ad.* ರಾಜದ್ರೋಹಿಯಾಗಿ.

Treaṣ'ụre (trezh'ụr), *n.* ಗಂಟು, ದ್ರವ್ಯ; hidden t. ಶೇವಧಿ, ನಿಕ್ಷೇಪ; 2. ಅಮೂಲ್ಯವಸ್ತು. *v. t. r.* ಕೂಡಿಸಿಡು, ಗಳಿಸಿಡು. Treaṣ'ụr-ēr (trezh'ụr-), *n.* ಬೊಕ್ಕಸದವ, ಭಂಡಾರಿ, "ಖಜಾನೆದಾರ". Treaṣ'ụr-y (trezh'ụr-), *n.* ಬೊಕ್ಕಸ, ಭಂಡಾರ, "ಖಜಾನೆ".

Trēat (trēt), *n.* ಔತಣ, "ಮೇಜವಾನಿ". *v. t. r.* (handle, manage, use) ನಡಿಸು, ಇಟ್ಟುಕೊಂಡಿರು; t. well ಚೆನ್ನಾಗಿ ನಡಿಸು, ಪ್ರೀತಿಯಿಂದ ಇಟ್ಟುಕೊಂಡಿರು; t. ill ಪೀಡಿಸು, ಕರಕರೆ ಕೊಡು *c. d.;* t. two persons differently ಒಬ್ಬನಿಗೊಂದು ಒಬ್ಬನಿಗೊಂದು ಮಾಡು; 2. (discourse on) ಹಿಡಿದು ಮಾತಾಡು, ಎತ್ತಿ—, ಪ್ರಸ್ತಾಪ ತರು *c. g.;* 3. (entertain) ಊಟಕ್ಕೆ ಕರೆ, "ಮೇಜವಾನಿ" ಮಾಡು *c. d.;* ಮಾನಕ್ಕಾಗಿ ಮದ್ಯ ಕುಡಿಯ ಕೊಡು *c. d.;* 4. ಔಷಧೋಪಚಾರ ಮಾಡು, ಚಿಕಿತ್ಸೆ—. *v. i.* t. of ...ವಿಷಯ ಮಾತಾಡು *c. g.*, ಚರ್ಚಿಸು, ವಿವರಿಸು *c. a.;* 2. t. with ...ಕೂಡಾ ಒಪ್ಪಂದ ಮಾಡು *c. g.*, —"ಕರಾರು" ಮಾಡು, "ರಾಜಿ" ಆಗು *c. d.* Trēat'iṣe (trēt'iz), *n.* ಒಂದೇ ವಿಷಯದಲ್ಲಿ ಬರೆದ ಸಿಬಂಧ, ಗ್ರಂಥ, ಪಠಿ. Trēat'ment (trēt'-), *n.* ನಡಿಸುವಿಕೆ, ನಡಿಸಿಕೊಳ್ಳುವ ರೀತಿ; 2. (medical) ಔಷಧೋಪಚಾರ, ಚಿಕಿತ್ಸೆ. Trēat'y (trēt'i), *n.* ಒಡಂಬಡಿಕೆ, ಒಪ್ಪಂದ, ಸಂಧಿ.

Treb'le, *a.* ಮುಮ್ಮಡಿ; 2. ಉಚ್ಚ (sound). *n.* ಉಚ್ಚಸ್ವರ, ತಾರ—, ತಾರಕ—. *v. t. r.* ಮುಮ್ಮಡಿ ಮಾಡು. *v. i.* ಮುಮ್ಮಡಿಯಾಗು. Tre'bly, *ad.* ಮುಮ್ಮಡಿಯಾಗಿ.

Trēe, *n.* ಗಿಡ, ಮರ, ವೃಕ್ಷ, ದ್ರುಮ.

Trēe'-cat, *n.* *(Paradoxurus musanga)* ಮಂಟಬೆಕ್ಕು, ಮರಬೆಕ್ಕು.

Trē'foil, *n.* ಹುರುಳಿ ತರದ ಒಂದು ಗಿಡ.

Trek, *v. i. r.* ಗಾಡಿ ಎಳೆ; 2. ಎತ್ತಿನ ಗಾಡಿಯಲ್ಲಿ ಸಂಚಾರವಮಾಡು, ಗುಳೆ ತೆಗೆದುಕೊಂಡು ಹೋಗು. *n.* ದೇಶಸಂಚಾರ, ದೇಶಾಂತರ.

Trel'lis, *n.* ದಪ್ಪೆಯ ಹಣಿಕೆ, ಚಪ್ಪರ.

Trem'ble, *v. i. r.* ನಡುಗು, ಅದರು, ಕಂಪಿಸು, ತರತರಿಸು, ತರಗುಟ್ಟು. Trem'bling-ly, *ad.* ನಡುಗುತ್ತಾ.

Tre-men'dŏus, *a.* ಭಯಂಕರ, ಘೋರ, ಪ್ರಚಂಡ. Tre-men'dŏus-ly, *ad.* ಭಯಂಕರವಾಗಿ, ಘೋರವಾಗಿ. Tre-men'dŏus-ness, *n.* ಭಯಂಕರವಾಗಿರುವಿಕೆ.

Trem'or, *n.* ನಡುಗು, ಕಂಪ, ವೇಪಥು.

Trem'ū-lŏus, *a.* ನಡುಗುವ, ಅದರುವ, ಕಂಪಿಸುವ. Trem'ū-lŏus-ness, *n.* ನಡುಗು, ಕಂಪನೆ.

Trench, *n.* ಕಾಲುವೆ; 2. ಅಗಳತೆ, ಕಂದಕ. *v. t. r.* *(pr.* trensht) ಅಗಳತೆ ಅಗಿ, ಕಾಲುವೆ ತೋಡು. Trench'ant, *a.* ಹದವಾದ; 2. ಚುಚ್ಚುವ, ಕಠಿಣ. Trench'ant-ly, *ad.* ಚುಚ್ಚುವಂತೆ, ಅಳ್ಳಿಗೆ ನೆಟ್ಟಂತೆ.

Trench'ĕr, *n.* ಕೊಣಬಿಗೆ; 2. ಊಟ. Trench'ĕr-man, *n.* ತಿಂಡಿಬಾಕ.

Trend, *v. i. r.* ಹೋಗು, ಚಾಚು. *n.* ಪ್ರವಣತ್ವ, ಎರಕ.

Trē-pan', *n.* ತಲೆಬುರುಡೆಯಲ್ಲಿ ತೂತು ಕೊರೆಯುವ ಗರಗಸ. *v. t. r.* (-panned', *pr.* -pand) ತಲೆಬುರುಡೆಯಲ್ಲಿ ತೂತು ಕೊರೆ.

Trē-pan', *v. t. r.* (-panned', *pr.* -pand') ಉರುಲಿಟ್ಟು ಹಿಡಿ, ಯುಕ್ತಿಯಿಂದ ಹಿಡುಕೊಳ್ಳು.

Trep-i-dā'tiŏn, *n.* ನಡುಗು, ಭಯ, ಕಂಪ. Trep'id, *a.* ಭಯದಿಂದ ನಡುಗುವ. Tre-pid'ity, *n.* ಅದರುವ ಸ್ಥಿತಿ.

Tres'pass, *n.* ತಪ್ಪು, ಅನ್ಯಾಯ, ಅಪರಾಧ, ಭ್ರೇಷ; criminal t. ಅತಿಕ್ರಮಪ್ರವೇಶ. *v. i. r.* *(pr.* -'past) ಅಪ್ಪಣೆ ಇಲ್ಲದೆ ಪರರ ಸ್ಥಳಕ್ಕೆ ಹೋಗು, ಅಪ್ಪಣೆ ಮೀರು, ಅಪರಾಧ ಮಾಡು. Tres'pas-sĕr, *n.* ತಪ್ಪುಗಾರ, ಅಪರಾಧಿ, ಅತಿಕ್ರಮಪ್ರವೇಶ ಮಾಡುವವ.

Tress, *n.* ಕುರುಳು, ಜಡೆ; *pl.* ಕೂದಲು, ಕೇಶಪಾಶ. Tressed, *a.* ಉಂಗುರಕೂದಲುಳ್ಳ.

Tress'el, Tres'tle (tres'sl), *n.* "ಗಡಂಚೆ", ಕಾಲಟ್ಟೆ.

Tret, *n.* ಸೂಟುಬಿಟ್ಟದ್ದು, ತರುಗು, ಕುಸುರಿ.

Trev'et, *n.* ಮುಕ್ಕಾಲು ಮಣೆ, ಅಡ್ಡಣಿಗೆ.
Trey, *n.* "ಇಸ್ಪೀಟಿ"ನಲ್ಲಿ ಮೂರು.
Trī-, *pref.* ಮೂರು, ತ್ರಿ.
Trī'a-ble, *a.* ಕಂಡು ನೋಡತಕ್ಕ, ವಿಚಾರಿಸ—, ಪರೀಕ್ಷಿಸ—, "ತನಿಖಿಯಾಗ"—.
Trī'ad, *n.* ಮೂರು ಕೂಡಿದ್ದು, ತ್ರಯ; 2. ತ್ರಿಮೂರ್ತಿ.
Trī'al, *n.* ಮಾಡಿ ನೋಡೋಣ, ಕಂಡು—, ಪರೀಕ್ಷೆ, ಶೋಧನೆ, ವಿಚಾರಣೆ; I will make a t. ಕಂಡು ನೋಡುತ್ತೇನೆ, ಒಂದು ಕೈ ನೋಡುತ್ತೇನೆ; 2. ಶ್ರಮ, ಇಕ್ಕಟ್ಟು, ಪಡಿಪಾಟು, ಹೊಡಕುಳಿ.
Trī'a-logue, *n.* ಮೂವರ ಸಂಭಾಷಣೆ.
Trī-aṅ'gle, *n.* ಮುಮ್ಮೂಲೆ, ತ್ರಿಕೋಣ, ತ್ರಿಭುಜ. **Trī-aṅ'gū-lar**, *a.* ಮುಮ್ಮೂಲೆಯಾದ, ತ್ರಿಕೋಣದ. **Trī-aṅ'gū-lar-ly**, *ad.* ಮುಮ್ಮೂಲೆಯಾಗಿ, ತ್ರಿಕೋಣವಾಗಿ.
Trī'ar-chy, *n.* ತ್ರಿನಾಯಕರಾಜ್ಯ.
Trībe, *n.* ವಂಶ, ಗೋತ್ರ, ವರ್ಗ, ಬಣ. **Trī'bal**, *a.* ಕುಲದ, ಗೋತ್ರದ. **Trībes'man**, *n.* ಒಂದು ಬಣದವನು.
Trib-ū-lā'tiŏn, *n.* ಉಪದ್ರವ, ಕಷ್ಟ, ಶ್ರಮ, ಸಂಕಟ, ಜಾವಳಿ.
Trib-ū'lus, *n.* *(Tribulus terrestris, L.)* ನೆಗ್ಗಿಲುಮುಳ್ಳು, ನೆರಿಗಿಲು—.
Trī-bū'nal, *n.* ನ್ಯಾಯಾಸನ, ನ್ಯಾಯಸಭೆ, ನ್ಯಾಯಸ್ಥಾನ.
Trib'ūne, *n.* (ಪೂರ್ವಿಕ ರೋಮಾಯರಲ್ಲಿ) ಸಾಧಾರಣ ಜನರನ್ನು ಪರಾಮ್ಮರಿಸುವ ಒಬ್ಬ ಅಧಿಕಾರಿ; 2. ಪೀಠ.
Trib'ūte, *n.* ಪಗದಿ, ಕಪ್ಪ; 2. ದಾನ. **Trib'ū-tar-y**, *a.* ಕಪ್ಪ ಕೊಡುವ, ಕೈಕೆಳಗಣ, ಅಧೀನವಾದ; 2. ಉಪ(ನದಿ). *n.* ಕಪ್ಪ ಕೊಡುವವ; 3. ಉಪನದಿ.
Trīce, *n.* ಕ್ಷಣ, ನಿಮಿಷ.
Trī-cen'ni-al, *a.* ಮೂವತ್ತು ವರ್ಷದ.
Trī-chī'na (-k-), *n.* ಕೂದಲಿನಂಥ ಕ್ರಿಮಿ (ನರದೇಹದಲ್ಲಿ ಹೊಕ್ಕು ಪ್ರಾಣಾಂತಕರವಾಗುವುದು).
Trick, *n.* ಯುಕ್ತಿ, ತಂತ್ರ, ಕೃತ್ರಿಮ, ಚಪ್ಪಡಿ; 2. ಕೈಚಮತ್ಕಾರ; 3. ಚೇಷ್ಟೆ. *v. t. r. (pr.* trikt) ವಂಚಿಸು, ಮೋಸ ಮಾಡು *c. d.* **Trick'ĕr**, *n.* ಮೋಸಗಾರ, ವಂಚಕ. **Trick'ĕr-y**, *n.* ಕುಯುಕ್ತಿ, ತಂತ್ರ, ತಟವಟ. **Trick'ish**, *a.* ಮೋಸದ, ವಂಚನೆಯ, "ದಗೆಯ". **Trick'ish-ly**, *ad.* ತಂತ್ರವಾಗಿ, ಮೋಸವಾಗಿ. **Trick'stĕr**, *n.* ವಂಚಕ. **Trick'y**, *a.* ಕುಟಿಲ, ತಂತ್ರವುಳ್ಳ.
Trick, *v. t. r. (pr.* trikt) ಅಲಂಕರಿಸು, ಶೋಭಿತ ಮಾಡು. **Trick'ĕr-y**, *n.* ಅಲಂಕರಿಸುವಿಕೆ. **Trick'iṅg**, *n.* ಅಲಂಕಾರ.
Tric'kle, *v. i. r.* ಹನಿಹನಿಯಾಗಿ. ಸುರಿ, ಸೋರು.
Trī'dent, *n.* ತ್ರಿಶೂಲ.
Trīed, *pt. & pp. of* Try ಪರೀಕ್ಷಿತ.
Trī-en'ni-al, *a.* ಮೂರು ವರ್ಷದ; 2. ಮೂರು ಮೂರು ವರ್ಷಕ್ಕೊಮ್ಮೆ ಆಗುವ.
Trī'ĕr, *n.* ಕಂಡು ನೋಡುವವ, ಪರೀಕ್ಷಕ, ಶೋಧಿಸುವವ; 2. ವಿಚಾರಣೆ ಮಾಡುವವ.
Trī'fle, *n.* ಇಷ್ಟಷ್ಟು, ಅಲ್ಪ ವಸ್ತು, ಸಣ್ಣ ಮಾತು, ಅಲ್ಪಕಾರ್ಯ; 2. ಕಡುಬು. *v. i. r.* ಸುಮ್ಮನೆ ಹೊತ್ತು ಕಳೆ, ಹುಡುಗಾಟಿಕೆ ಮಾಡು, ಚೇಷ್ಟೆ—. **Trī'flĕr**, *n.* ಲಘು ಮನಸ್ಸಿನವ, ವ್ಯರ್ಥವಾಗಿ ಹೊತ್ತು ಕಳೆಯುವವ, ಹುಡುಗಾಟಿಕೆ ಮಾಡುವವ. **Trī'fliṅg**, *a.* ಸಣ್ಣ, "ಹಲಕಿ", ಲಘು, ಅಲ್ಪ. **Trī'fliṅg-ly**, *ad.* ಲಘುವಾಗಿ, ಅಲ್ಪವಾಗಿ, ಹುಡುಗಾಟಿಕೆ ಮಾಡಿ.
Trī-fō'li-āte, -fō'li-ō-lāte, *a.* ಮೂರೆಲೆಯ, ತ್ರಿಪರ್ಣ.
Trī'form, *a.* ತ್ರಿವಿಧದ, ತ್ರೈರೂಪ್ಯ.
Trig'a-my, *n.* ಮೂವರು ಗಂಡರನ್ನು ಅಥವಾ ಹೆಂಡರನ್ನು ಏಕಕಾಲದಲ್ಲಿ ಮಾಡಿಕೊಳ್ಳೋಣ.
Trig'gĕr *or* **Trick'ĕr**, *n.* "ತುಪಾಕೀ ಚಾಪಿನ" ಕೀಲು.
Trī'glot, *n.* ತ್ರಿಭಾಷಾಗ್ರಂಥ.
Trī'gon, *n.* ತ್ರಿಕೋಣ.
Trig-ō-nom'e-try, *n.* ತ್ರಿಕೋಣಮಿತಿ. **Trig-ō-nom-et'ri-cal**, *a.* ತ್ರಿಕೋಣಮಿತಿಯ. **Trig-ō-nom-et'ri-cal-ly**, *ad.* ತ್ರಿಕೋಣಮಿತಿ ವಿದ್ಯೆಯ ಪ್ರಕಾರವಾಗಿ.
Trī-graph (-graf), *n.* ತ್ರಿಸ್ವರ.
Trī-lat'ĕr-al, *a.* ತ್ರಿಭುಜ, ಮೂರು ಪಕ್ಕವಾಗಿ.
Trill, *n.* ಅಲಗು, ಗಿರಿಡಿ, ಸ್ವರಕಂಪನೆ. *v. t. r.* ಅಲಗಿನಿಂದ ಹಾಡು. *v. i.* ಸುರಿ.
Tril'liŏn (tril'yun), *n.* ಪ್ರಯುತಧನ, ಸಾವಿರ ಪದ್ಮಗಳು.
Trim, *a.* ಅಚ್ಚುಕಟ್ಟಾದ, ಒಪ್ಪಾದ, ಹೊಂದಿಕೆಯಾದ, ಹಸನ. *v. t. r.* (trimmed, *pr.* trimd) ಸರಿ ಮಾಡು, ಸಿದ್ಧ—, ಸವರಿಸು; 2. ಅಲಂಕರಿಸು; 3. ಕತ್ತರಿಸು. *n.* ಉಡುಗೆರೆ, "ಪೋಷಾಕು"; 2. ಅವಸ್ಥೆ. **Trim'ly**, *ad.* ಹಸನಾಗಿ, ಒಪ್ಪಾಗಿ, ಅಚ್ಚುಕಟ್ಟಾಗಿ. **Trim'mĕr**, *n.* ನೆಟ್ಟಗೆ ಮಾಡುವವ; 2. ಹೊತ್ತು ಬಂದಹಾಗೆ ಕೊಡೆ ಹಿಡಿಯುವವ. **Trim'miṅg**, *n.*

(*usually in pl.*) ಬಟ್ಟೆಗೆ ಹಚ್ಚಿದ ಗೋಟು, ಭೂಷಣ. Trim'ness, *n.* ಚಂದ, ಸೊಗಸು.

Trim'e-tĕr, *n.* ತ್ರಿಗಣ.

Trī'nal, Trīne, *a.* ಮೂರರ, ಮೂರರಷ್ಟು.

Trin'i-ty, *n.* ತ್ರಯೈಕತ್ವ. Trin-i-tā'ri-an, *n.* ತ್ರಯೈಕ ದೇವರಲ್ಲಿ ನಂಬುವವ.

Trin'ket, *n.* ಒಡವೆ, ನಗ, ಆಭರಣ, "ದಾಗೀನು", ಚೀಟಿಪಾಟಿ; 2. ಕಿರಮುಟ್ಟು.

Trī-nō'mi-al, *a.* & *n.* (*Math.*) ತ್ರಿಪದ.

Trī'ō, *n.* ಮೂವರು, ಮೂವರ ಕೂಟ.

Trip, *n.* ಹಾರುಹೆಜ್ಜೆ, ಶೀಘ್ರ—; 2. ಕಾಲು ತಪ್ಪುವುದು; 3. ತಪ್ಪು; 4. ಚಿಕ್ಕ ಪ್ರಯಾಣ. *v. i. r.* (tripped, *pr.* tript) ಬೇಗ ನಡೆ, ಹಾರುಗಾಲಲ್ಲಿ—; 2. ಚಿಕ್ಕ ಪ್ರಯಾಣ ಮಾಡು; 3. ಮುಗ್ಗರಿಸು, ಮುಗ್ಗರಿಸಿ ಬೀಳು; 4. ತಪ್ಪು. *v. t.* ಕಾಲುತಪ್ಪಿಸು; 2. ಹಿಡಿ; t. up the heels ಕಾಲು ತೊಡರುಹಾಕಿ ಕೆಡವು.

Tri-pär'tīte, *a.* ಮೂರು ಭಾಗಗಳುಳ್ಳ; 2. ಮೂವರ. Tri-pär-ti'tiŏn, *n* ಮೂರು ಭಾಗಗಳಾಗಿ ಭಾಗಿಸುವಿಕೆ.

Trīpe, *n.* ಕರುಳು.

Triph'thong (*or* trip-), *n.* ತ್ರಿಸ್ವರ.

Trip'le, *a.* ಮುಮ್ಮಡಿಯಾದ; 2. ಮೂರು ಹುರಿಯ (ಹಗ್ಗ). *v. t. r.* ಮುಮ್ಮಡಿ ಮಾಡು. Trip'let, *n.* ತ್ರಿಪದಿ. Trip'li-cāte, *a.* ಮೂರರಷ್ಟಾದ, ಮುಮ್ಮಡಿಯಾದ, ಮೂರು ಪ್ರತಿಗಳ. *n.* ಮೂರನೇ ಪ್ರತಿ. Trip-lic'i-ty, *n.* ಮುಮ್ಮಡಿಯಾಗಿರುವಿಕೆ. Trip'ly, *ad.* ಮುಮ್ಮಡಿಯಾಗಿ.

Trī'pod, *n.* ಮುಕ್ಕಾಲು ಮಣೆ, ಅಷ್ಟಣಿಗೆ (*see* Teapoy).

Trī'pos, *n.* ಕಲಾಶಾಲೆಯಲ್ಲಿ ವಿದ್ಯಾಪಾಂಡಿತ್ಯದ ಪರೀಕ್ಷೆ.

Trip'ping, *a.* ತ್ವರಿತವಾದ, ಬೇಗ ನಡೆಯುವ, ಲಘು. Trip'ping-ly, *ad.* ಬಡಬಡ, ಲಘುವಾಗಿ, ಬೇಗನೆ.

Trī'rēme, *n.* ಮೂರು ಸಾಲು ಹುಟ್ಟುಗಳಿರುವ ಹಡಗ.

Trī-sect', *v. t. r.* ಮೂರು ಸಮಭಾಗ ಮಾಡು, ತ್ರಿಭಾಗಿಸು. Trī-sec'tiŏn, *n.* ಮೂರು ಭಾಗ ಮಾಡುವುದು.

Tri-syl'la-ble (tris-sil'la-bl), *n.* ಮೂರಕ್ಷರಗಳುಳ್ಳ ಶಬ್ದ. Tri-syl-lab'ic, *a.* ಮೂರಕ್ಷರದ.

Trīte, *a.* ಬಳಕೆಯ, ಹಳೆಯ, ಕಾಲಕಸ. Trīte'ly, *ad.* ಕಾಲಕಸವಾಗಿ, ಸಾಧಾರಣವಾಗಿ. Trīte'ness, *n.* ಬಳಕೆ, ಹಳೇದಾಗಿರುವುದು, ಕಾಲಕಸದಂತಿರುವುದು.

Trī'tŏn, *n.* ಸಮುದ್ರದೇವತೆ.

Trit'ū-rāte, *v. t. r.* ಜಜ್ಜು, ಅರೆ, ಕುಟ್ಟು. Trit-ū-rā'tiŏn, *n.* ಅರೆಯುವಿಕೆ, ಚೂರ್ಣ.

Trī'umph (trī'umf), *n.* ಜಯೋತ್ಸವ, ಜಯ; the general returned in t. ಸೇನಾಧಿಪತಿಯು ಜಯಘೋಷದೊಡನೆ ತಿರುಗಿ ಬಂದನು. ...ಜಯೋತ್ಸವದಿಂದ ತಿರುಗಿ ಬಂದನು. *v. i. r.* (*pr.* trī'umft) ಜಯ ಹೊಂದು; 2. ಜಯೋತ್ಸವ ಮಾಡು; 3. ಶುಭವಾಗು, ಸಿದ್ಧಿ ಹೊಂದು, ಸಾರ್ಥಕವಾಗು. Trī-um'phal (-fal), *a.* ಜಯದ; 2. ಜಯೋತ್ಸವದ. Trī-um'phant (-fant), *a.* ಜಯೋತ್ಸವ ಮಾಡುವ; 2. ಜಯಗೊಂಡ, ಜಯಶಾಲಿಯ. Trī-um'phant-ly, *ad.* ಜಯೋತ್ಸವವಾಗಿ, ಸಂತೋಷದಿಂದ.

Trī-um'vi-rāte, *n.* ಮೂವರು ಕೂಡಿ ನಡಿಸುವ ಅಧಿಕಾರ, ರಾಜತ್ರಯ.

Trī'ūne, *a.* ತ್ರಯೈಕ, ತ್ರೈರೂಪ್ಯನಾದ. Trī-ū'nity, *n.* ತ್ರಯೈಕತ್ವ.

Triv'et, *n.*, *see* Trevet.

Triv'i-al, *a.* ಚಿಕ್ಕ, ಅಲ್ಪ, ಕ್ಷುಲ್ಲಕ, ಬಿನುಗು. Triv-i-al'i-ty, *n.* ಅಲ್ಪತೆ, ಅಲ್ಪ ವಸ್ತು, ಹುರುಳಿಲ್ಲದ್ದು. Triv'i-al-ism, *n.* ಅಲ್ಪ ವಿಷಯ. Triv'i-al-ly, *ad.* ಅಲ್ಪವಾಗಿ, ಕ್ಷುಲ್ಲಕವಾಗಿ, ಕಾಲಕಸವಾಗಿ.

Trō'chēe (trō'kē), *n.* ಒಂದು ಗುರು ಒಂದು ಲಘುವುಳ್ಳ ಗಣ, ಧಾತೃಗಣ.

Trod, Trod'den (trod'n), *pt.* & *pp. of* Tread.

Trog'lō-dȳte, *n.* ಗುಹಾವಾಸಿ.

Trōll, *v. t. r.* ಹೊರಳಿಸು, ಉರುಳಿಸು; 2. ತಿರುಗಾಡಿಸು; 3. ಬೋಳೈಸು/ಹಾಳಿಸು; 4. ಮೀನು ಹಿಡಿ. *v. i.* ಹೊರಳಾಡು, ತಿರುಗಾಡು. *n.* ಸುತ್ತು ತಿರುಗುವಿಕೆ; 2. ಹಾಡು, ಗೀತ.

Trol'ley, -ly, *n.* ಗಾಡಿ.

Trol'lop, *n.* ಪುಶ್ಚಲಿ; 2. ಮುಗ್ಗಲಗೇಡಿ ಹೆಂಗಸು, ಕಸಮಾಳಿ.

Trom'bōne, *n.* ದೊಡ್ಡ ತುತೂರಿ.

Troop, *n.* ಗುಂಪು, ಸಮೂಹ; a t. of horse "ರಿಸಾಲು"; 2. ಮೇಳ; *pl.* ದಂಡು, ಸೈನ್ಯ. *v. i.* (*pr.* trupt) ಗುಂಪುಗುಂಪಾಗಿ ಬರು, ಗುಂಪುಗಟ್ಟು; 2. ಮುಂದರಿ. Troop'ĕr, *n.* ರಾಹುತ, ಕುದುರೆ "ಸವಾರ".

Trōpe, *n.* ರೂಪಕಾಲಂಕಾರ, ಲಕ್ಷಣೆ.

Troph'ic, *a.* ಆಹಾರದ.

Trō'phy (trō'fi), *n.* ಜಯದ ಗುರುತು, ಜಯ ಚಿಹ್ನೆ. Trō'phied (-fid), *a.* ಜಯದ ಗುರುತುಗಳಿಂದ ಅಲಂಕೃತವಾದ.

Trop'ic, *n.* ಸಂಕ್ರಾಂತಿವೃತ್ತ; t. of Cancer ಕರ್ಕಾಟಕಸಂಕ್ರಾಂತಿವೃತ್ತ; t. of Capricorn ಮಕರಸಂಕ್ರಾಂತಿವೃತ್ತ; *pl.* ವಿಷುವತ್‌ಪ್ರದೇಶ, ಉಷ್ಣವಲಯ. Trop'i-cal, *a.* ಸಂಕ್ರಾಂತಿವೃತ್ತದೊಳಗಣ, ಉಷ್ಣವಲಯದ; 2. *(rhet.)* ಲಕ್ಷಣಾರ್ಥದ. Trop'i-cal-ly, *ad.* ಲಕ್ಷಣಾರ್ಥವಾಗಿ, ಸಾಮ್ಯವಾಗಿ.

Trō-pol'ō-ġy, *n.* ಸಾಮ್ಯವಾಗಿ ಮಾತಾಡುವುದು, ಲಕ್ಷಣೆ.

Trot, *n.* ಕುಕ್ಕೋಟ. *v. t. r.* (trot'ted) ಕುಕ್ಕೋಟ ಓಡು. Trot'tĕr, *n.* ಕುಕ್ಕೋಟ ಓಡುವ ಪಶು; *pl.* ಕುರಿಯ ಪಾದ.

Troth, *n.* ನಂಬಿಕೆ, ವಿಶ್ವಾಸ, ಸತ್ಯತ್ವ; he plighted his t. ನಂಬಿಕೆ ಕೊಟ್ಟ; in t. ನಿಜವಾಗಿ.

Trōu'ba-dōur, *n.* ಕವೀಶ್ವರ ("ಟ್ರುಬಡೂರ್" ಅನ್ನಿಸಿಕೊಳ್ಳುವ ಕವೀಶ್ವರರು ಏಳೆಂಟು ನೂರು ವರ್ಷದ ಹಿಂದೆ ಫ್ರೆಂಚ ದೇಶದ ದಕ್ಷಿಣಭಾಗದಲ್ಲಿ ಪ್ರಸಿದ್ಧಿ ಹೊಂದಿದ್ದರು.

Trŏub'le (trub'l), *n.* (affliction, distress) ಕಳವಳ, ಪೇಚಾಟ, ಚಿಂತೆ, "ಜೊಂಜಾಟ"; 2. (annoyance, calamity, molestation) ಕಷ್ಟ, ಎಡರು, ಕಾಟ, ಶ್ರಮ, ಉಪದ್ರವ, ತೊಂದರೆ, ಕಸಾಕುಳಿ, "ಕಟಕಟಿ", ಕಟಿಪಿಟಿ; take the t. ಕಷ್ಟಪಡು, "ಧಾವತಿ" ಮಾಡು; he did not take the t. to read my letter ನನ್ನ ಕಾಗದ ಸಹ ಓದಲಿಲ್ಲ *or* ನನ್ನ ಕಾಗದ ಓದಲಿಕ್ಕೆ ಮನಸ್ಸಿನ ಮೇಲೆ ತಕ್ಕೊಳ್ಳಲಿಲ್ಲ. *v. t. r.* "ಗೋದಲ" ಮಾಡು, ತೊಂದರೆಪಡಿಸು, ಶ್ರಮ—; 2. ಕರಕರೆಪಡಿಸು, ಕಳವಳ—; t. one's self ಚಿಂತೆ ಮಾಡು, ಮನಸ್ಸಿನ ಮೇಲೆ ತಕ್ಕೊಳ್ಳು. Trŏub'lĕr, *n.* ತೊಂದರೆ ಮಾಡುವವ, ಕಟಕಟಿಯವ, ಕಟಿಪಿಟಿಯವ. Trŏub'le-sōme, *a.* ಕಾಡುವ; 2. ತೊಂದರೆಯ, ಕಟಕಟಿ, ಕಟಿಪಿಟಿಯ, ಶ್ರಮದ. Trŏub'lous, *a.* ಕಲಹದ; 2. ಅಲ್ಲಕಲ್ಲೋಲವಾದ.

Trough (trof), *n.* ಮರದ ತೊಟ್ಟಿ, ದೋಣಿ, ಮರಿಗೆ, "ಟಾಂಕಿ", ರಂಜಣಿಗೆ.

Trounce, *v. t. r.* *(pr.* trounst) ಚೆನ್ನಾಗಿ ಹೊಡೆ, ಕಂಡಾಬಟ್ಟೆ—, ತಳಿಸು.

Troupe, *n.* ಆಟಗಾರರ ಗುಂಪು.

Trou'sĕrs, *n. pl.* loose t. "ಇಜಾರು"; long and full t. "ಪಾಯಿಜಾಮ"; tight t. "ಷರಾಯಿ".

Trōus'seau (tru̱'sō), *n.* ಮದುಮಗಳ ಉಡಿಗೆ.

Trout, *n.* ಗುಡ್ಡದಲ್ಲಿರುವ ಸಿಹಿ ನೀರಿನ ಹಳ್ಳಗಳಲ್ಲಿರುವ ಒಂದು ಜಾತಿಯ ಮೀನು.

Trōw (trō), *v. i.* ನೆಚ್ಚು, ನಂಬು; 2. ನೆನಸು, ಆಲೋಚಿಸು.

Trow'el, *n.* ಕರಣೆ, ಕರಣಿಗೆ, ತಾಪಿ, ತೇಪೆ.

Troy'-wēight (-wāt), *n.* ಚಿನ್ನ ಬೆಳ್ಳಿ ಇತ್ಯಾದಿಗಳ ತೂಕ (1 lb. troy=32 tolas).

Tru̱'ant, *a.* ಕೆಲಸ ತಪ್ಪಿಸುವ, ಆಲಸ್ಯ ಮಾಡುವ. *n.* ಮೈಗಳ್ಳ; 2. ಶಾಲೆಗೆ ಹೋಗದೆ ತಪ್ಪಿಸುವ ಹುಡುಗ. *a.* ಮೈಗಳ್ಳನಾದ. Tru̱'ant-ly, *ad.* ಸೋಮಾರಿಯಾಗಿ.

Tru̱ce, *n.* ಕೊಂಚ ಕಾಲದ ವರೆಗೆ ಯುದ್ಧ ನಿಲ್ಲಿಸುವುದು, "ಕೌಲು", ಸಂಧಾನ. Tru̱ce-brēak-ĕr, *n.* ಒಡಂಬಡಿಕೆಗೆ ತಪ್ಪಿದವ.

Truck, *n.* ಚಿಕ್ಕ ಗಾಲಿಯ ಬಂಡಿ.

Truck, *v. t. r.* *(pr.* trukt) ಅದಲುಬದಲು ಮಾಡು, "ಸಾಟಿ"—. *n.* "ಸಾಟೆಬೇರ", ಕಸಕಡ್ಡಿ; Truck'-sys-tem, *n.* ಆಳುಗಳಿಗೆ ಪಡಿ ಜೀತ ಕೊಡುವುದು.

Truck'le, *v. i. r.* ಒಳಗಾಗು, ಅಧೀನವಾಗು. *v. t.* ಉರುಳಿಸು. *n.* ಚಿಕ್ಕ ಚಕ್ರ. Truck'-le-bed, *n.* ಉರುಳುವ ಮಂಚ. Truck'-lĕr, *n.* ಒಳಗಾಗುವವ.

Truc'ū-lent (*or* tru̱k'ū-), *a.* ಕಾಡ ಗುಣದ, ಕ್ರೂರ, ಕ್ರೂರ ರೂಪವುಳ್ಳ; 2. ನಾಶನಕರವಾದ. Truc'ū-lence, -len-cy (*or* tru̱k-), *n.* ಕ್ರೂರಸ್ವಭಾವ, ನಿಷ್ಠುರತ್ವ.

Trudġe (truj), *v. t. r.* ನಡೆ, ಕಾಲುನಡೆಯಾಗಿ—; 2. ಬೇಸತ್ತು ನಡೆ.

Tru̱e, *a.* ನಿಜ, ಸತ್ಯ, ಖರೆ; 2. (precise, as a copy) ಸರಿಯಾದ, "ತಾಜಾ", ಯಥಾ; 2. (faithful) ಸತ್ಯ, ನಂಬಿಕೆಯ; 4. (genuine, pure) ಅಚ್ಚ, ಚೊಕ್ಕ, "ಪಕ್ಕಾ". Tru̱e'-born, *a.* ಕುಲೀನ. Tru̱e'-bred, *a.* ಒಳ್ಳೇ ಜಾತಿಯ, ಜಾತಿ...; 2. ಅಚ್ಚವಳಿಯ, ಕುಲಜ, ಕುಲೀನ. Tru̱e'-heärt-ed (-härt-), *a.* ನಂಬಿಕೆಯಾದ, ನಿಷ್ಕಪಟ, ಎರಡು ಮನಸ್ಸಿಲ್ಲದ. Tru̱e'-lŏve, *n.* ಪ್ರಿಯನು (-ಳು). Tru̱e'-lŏve-knot (-not), *n.* ಪ್ರೀತಿಯ ಗುರುತಿನ ಗಂಟು. Tru̱e'ness, *n.* ಸತ್ಯ, ನಿಜ; 2. ಸರಿಯಾಗಿರೋಣ; 3. ನಂಬಿಕೆ, ವಿಶ್ವಾಸ; 4. ಅಚ್ಚವಳಿ; 5. ಅಚ್ಚಾಗಿರೋಣ. Tru̱e'-penny, *n.* ಸತ್ಯವಂತ. Tru̱'ly, *ad.* ಇದ್ದ ಹಾಗೆ, ನಿಜ

ನಾಗಿ; 2. ಸರಿಯಾಗಿ; 3. ಸತ್ಯವಾಗಿ, ನಂಬಿಕೆಯಾಗಿ.

Truf'fle, n. ನೆಲದೊಳಗೆ ಹುಟ್ಟುವ ಬುತ್ತಿಯಾಳಂಬೆ.

Tru'ism, n. ಮೇಲೆ ತೇಲುವ ಮಾತು, ಸ್ವತ ಏವ ಸ್ಪಷ್ಟವಾದ ಸತ್ಯಾರ್ಥ.

Trull, n. ಸೂಳೆ, ಬಸವಿ.

Trump, n. "ಇಸ್ಪೇಟಿ"ನಲ್ಲಿ ತುರುಪು ಎಂಬ ಕಾಗದ. Trump cärd, n. *(fig.)* ಜಯ ಹೊಂದುವಂತೆ ಕೊನೆಯ ಉಪಾಯ.

Trump, Trum'pet, n. ತುತೂರಿ, ಕಹಳೆ. v.t.r. ತುತೂರಿ ಊದು, ತುತೂರಿ ಊದಿ ಪ್ರಕಟಿಸು; 2. (t. up) ವಂಚಿಸು, ಠಕ್ಕಿಸು. Trump'ĕr-y, n. ಮೋಸ, ದಬಾದುಬಿ, ತಗಲತನ; 2. ಹುರುಳಿಲ್ಲದ ಬದುಕು, "ಉಣಾಕಿ ಮಾಲು". Trum'pet-ĕr, n. ತುತೂರಿ ಊದುವವ.

Trum'pet-flow-ĕr (-flow'r), n. ಪಾಟಲೀ ಪುಷ್ಪ.

Trun'cāte, v.t.r. ಸವರು, ತುದಿಕಡಿ, ಊನ ಮಾಡು. a. ಭಿನ್ನವಾದ, ಮುರಿದ.

Trun'cheŏn (-shun), n. ಡೊಣ್ಣೆ, ಟೊಣಪೆ, ಆಜ್ಞಾದಂಡ.

Trun'dle, n. ಸಣ್ಣ ಚಕ್ರ. v.t.r. ಉರುಳಿಸು, ಹೊರಳಿಸು. v.i. ಉರುಳಾಡು. Trun'dle-bed, n. ಉರುಳು ಮಂಚ.

Trunk, n. (of a tree) ಮೋಟು; 2. ಆನೆಯ ಸೊಂಡಿಲು; 3. (headless body) ಮುಂಡ, ಕಬಂಧ; 4. ಪೆಟ್ಟಿಗೆ; 5. ಹರಿ. Trunk'-rōad, n. ಹೆದ್ದಾರಿ.

Trun'nion, n. ಫಿರಂಗಿಯ ಎರಡು ಪಕ್ಕದಲ್ಲಿ ಇರುವ ದಿಂಡುಗಳು.

Truss, n. ಹುಲ್ಲಿನ ಹೊರೆ, ಕಟ್ಟು; 2. *(surg.)* ಬುಡ್ಡೇ ಚಿಕ್ಕ, —ವಸ್ತ್ರ; 3. *(arch.)* ಕೈಚಿ, "ತ್ರಾಸು"; 4. ಕತ್ತರಿ ಪಕ್ಕಾಸುಗಳಿಗೆ ಬಿಗಿಯುವ ತೊಲೆ. v.t.r. (pr. trust) ಕಟ್ಟು; 2. "ಗಲ್ಲಿಗೆ" ಹಾಕು; t. up ಬಿಗಿ, ಬಿಗಿಸು, ಬಿಗಿ ಮಾಡು.

Trust, n. ನಂಬಿಕೆ, ನೆಚ್ಚಿಕೆ; 2. (hope) ಭರವಸ; 3. (credit) ಉದ್ದರಿ, "ಉಚ್ಚಾಪತಿ"; 4. ಒಂದು ಉದ್ದೇಶಕ್ಕಾಗಿ ಪ್ರತ್ಯೇಕಿಸಿ ಒಪ್ಪಿಸಿಕೊಟ್ಟ ಧನ; 5. (charge) "ಹವಾಲೆ", ವಶಕ್ಕೆ ಒಪ್ಪಿಸಿದ್ದು, ಉಪನಿಧಿ; breach of t. ವಿಶ್ವಾಸಘಾತಕ. v.t.r. (rely on) ನಂಬು, ...ಮೇಲೆ ಭರವಸವಿಡು *c.g.;* 2. (commit) ವಶಕ್ಕೆ ಕೊಡು, "ಹವಾಲೆ"—; 3. (sell upon credit) ಉದ್ದರಿ ಕೊಡು. v.i. ನಂಬು, ಭರವಸ ಮಾಡಿಕೊಳ್ಳು; 2. ಉದ್ದರಿ ಕೊಡು; t. in ನಂಬು *c.a.*, ...ಲ್ಲಿ ಭರವಸವಿಡು. Trus-tēe', n. ಎರಡನೆಯವರ ಆಸ್ತಿಯನ್ನು ಒಪ್ಪಿಸಿಕೊಂಡವನು, ನಿಕ್ಷೇಪಧಾರಿ, ಪಾರುಪತ್ಯಗಾರ. Trust'ĕr, n. ನಂಬುವವ, ನಂಬಿದವ. Trust'fụl, a. ನಂಬುವ, ನೆಚ್ಚುವ, ನಂಬಿಕೆಯಾದ. Trus'ti-ness, n. ನಂಬಿಕೆ, ಪ್ರಾಮಾಣಿಕತನ. Trus'ting-ly, ad. ನಂಬಿಕೆಯಿಂದ. Trust'less, a. ನಂಬಿಕೆಯಿಲ್ಲದ, ವಿಶ್ವಾಸಗೇಡಿ. Trust'wŏr-thi-ness, n. ವಿಶ್ವಾಸಾರ್ಹತೆ, ಪ್ರಾಮಾಣಿಕತೆ. Trust'-wŏr-thy, a. ನಂಬಿಕೆಯಾದ, ಭರವಸಯೋಗ್ಯ, ವಿಶ್ವಾಸಭೂಮಿ, "ಇತಬಾರಿ". Trus'ty, a. ನಂಬಿಕೆಯ, ನಂಬತಕ್ಕ, ದೃಢವಾದ.

Truth, n. ನಿಜ, ಸತ್ಯ, ಯಥಾರ್ಥ, ವಾಸ್ತವ್ಯ; a profound t. ಪರಮಸತ್ಯಾರ್ಥ; in t., of a t. ನಿಶ್ಚಯವಾಗಿ. Truth'fụl, a. ಸತ್ಯ, ಸತ್ಯವಂತ, ಯಥಾರ್ಥವಾದಿ, ಏಕವಚನಿ. Truth'-fụl-ly, ad. ಸತ್ಯವಾಗಿ. Truth'fụl-ness, n. ಸತ್ಯವಂತಿಕೆ, ಸತ್ಯಸಂಧತ್ವ, ಪ್ರಾಮಾಣಿಕತನ.

Trȳ, v.t.r. (trīed) ಕಂಡು ನೋಡು, ಪರೀಕ್ಷೆ ಮಾಡು; 2. ಶೋಧಿಸು (metals, fat, *etc.*), 3. *(law)* ವಿಚಾರ ಮಾಡು; 4. ನೋಡು, ಮಾಡಿ ನೋಡು; 5. (the eyes) ಧಕ್ಕಿಕೊಡು *c.d.;* t. on ಹಾಕಿಕೊಂಡು ನೋಡು, ತೊಟ್ಟುಕೊಂಡು—, ಮೆಟ್ಟಿಕೊಂಡು—, *etc.* v.i. ಹವಣಿಸು, ಪ್ರಯತ್ನ ಮಾಡು, ನೋಡು, t. one's hand at ಚಾತುರ್ಯವನ್ನು ಉಪಯೋಗಿಸು; t. conclusions ತೀರ್ಮಾನಕ್ಕೆ ಒಪ್ಪಿಸು, ಇತ್ಯರ್ಥಿಸು. n. ಯತ್ನ; have a t. at it ಮಾಡಿ ನೋಡು. Trȳ'ing, a. ಕಷ್ಟದ, ಶ್ರಮದ, ಕಠಿಣ. Trȳ'ing'-squāre, n. ಬಡಗಿ ಮಟ್ಟ.

Tryst, n. ಮದಿಪು ಮಾಡಿದ ಭೇಟಿ, ಸಂಕೇತಸ್ಥಾನ.

Tsar, n., *see* Czar.

Tset'sē, n. ಆಫ್ರಿಕದ ಒಂದು ಜಾತಿಯ ನೊಣ.

Tub, n. ಮರದ ತೊಟ್ಟಿ, ದೋಣಿ. Tub'by, a. ತೋರ, ಕೊಬ್ಬಿದ, ದುಂಡಗಾದ. Tub'-thump-ĕr, n. ಗುಲ್ಲು ಮಾಡಿ ಹರಟೆಯಾಡುವ ಭಾಷಣಕಾರ.

Tūbe, n. ಕೊಳವಿ, ನಳಿಗೆ, ಅಳಿಗೆ, ನಾಡಿ. Tūb'ū-lar, a. ಕೊಳವಿಯಾಕಾರದ, ಕೊಳವಿಯ. Tū'-bū-lŏus, a. ಕೊಳವಿಯಂಥಾ, ಕೊಳವಿಗಳುಳ್ಳ.

Tū'bĕr, n. ಗಡ್ಡೆ, ಕಂದ; 2. ಗಂಟು. Tū'bĕr-ōse, a. ಗಡ್ಡೆಗಳು ಹೊರಟ.

Tū'bĕr-cle, n. ಕುರ, ಗುಳ್ಳೆ. Tū-bĕr'cū-lar, a. ಗುಳ್ಳೆಗುಳ್ಳೆಯಾದ. Tū-bĕr-cū-lō'sis, n. ಕ್ಷಯರೋಗ.

Tuck, *n.* ಉದ್ದವಾದ ಕತ್ತಿ; 2. ನಿರಿಗೆ, ಮಡಿಪು. *v. t. r.* (*pr.* tukt) ಮಡಿಸು, ತುರುಕು; 2. ವಸ್ತ್ರಸುತ್ತು, ತುರುಕಿ ಮುಚ್ಚು. Tuck'ĕr, *n.* (ಸ್ತ್ರೀಯರ) ಕುಪ್ಪಸ, ಕಂಚುಕ.

Tūeṣ'dāy (tūz'dā), *n.* ಮಂಗಳವಾರ, ಕುಜವಾರ.

Tuft, *n.* ಚಂಡಿಕೆ, ಜುಟ್ಟು, ಜುಟ್ಟು; 2. ತುರಾಯಿ, ಗೊಂಡೆ; 3. (of grass) ಗಡ್ಡೆ. *v. t. r.* ಗೊಂಡೆಯಿಂದ ಶೃಂಗರಿಸು, ಗೊಂಡೆ ಗೊಂಡೆ ಹಾಕಿ—, ತುರಾಯಿಯಿಂದ—. Tuft'ed, *a.* ಜುಟ್ಟುಜುಟ್ಟಾಗಿರುವ; 2. ಗಡ್ಡೆಗಡ್ಡೆಯಾಗಿರುವ.

Tug, *n.* ಜೋರಿನಿಂದ ಎಳೆಯೋಣ, ಎದೆಮುರಿದು ಜಗ್ಗುವುದು; the tug of war ಹಗ್ಗ ಎಳೆಯುವಲ್ಲಿ ಶಕ್ತಿಪರೀಕ್ಷೆ. *v. t. r.* (tugged, *pr.* tugd) ಎದೆಮುರಿದು ಎಳೆ, —ಜಗ್ಗು. *v. i.* ಎದೆಮುರಿದು ಕಷ್ಟಮಾಡು, ಪೇಚಾಡು.

Tū-i'tiōn (-ish'un), *n.* ಪರಾಮ್ಮರಿಕೆ; 2. ಕಲಿಸುವಿಕೆ, ಶಿಕ್ಷಣ; 3. ಶಿಕ್ಷಕನ ಕೂಲಿ, —ಸಂಬಳ, ಗುರುದಕ್ಷಿಣೆ.

Tū'lip, *n.* ನಾನಾ ಬಣ್ಣದ ಗಂಟೆಯಾಕಾರದ ಒಂದು ಹೂ; Tū'lip-tree, *see* Portia tree.

Tul'war, *n.* ಡೊಂಕು ಕತ್ತಿ, ತಳವಾರು.

Tum, *n.* ವೀಣಾದಿಗಳ ನಾದ.

Tum'ble, *n.* ಹೊರಳಿಬೀಳೋಣ, ಬೀಳುವಿಕೆ. *v. i. r.* ಹೊರಳಾಡು; 2. ಹೊರಳಿಬೀಳು, ಬೀಳು; 3. ದೊಂಬರಾಟ (ದೊ—) ಆಡು. *v. t.* ಹೊರಳಿಸು; 2. ದೂಡಿ ಕೆಡವು, ತಲೆಹಿಡಿದು ಕೆಡವು; 3. ಕಡರಬಡರ ಮಾಡು. Tumb'lĕr, *n.* ದೊಂಬ (ದೊ—), ಕೊಲ್ಲಟಿಗ, ಜಾದುಕಾರ; *fem.* ದೊಂಬತಿ; a tumbler's pole ದೊಂಬರಗಣೆ. Tumb'liṅg, *n.* ದೊಂಬರ ಆಟ.

Tumb'lĕr, *n.* ಪಂಚಪಾತ್ರೆ, ಗಾಜಿನ ಚಾಲಿ. Tumb'lĕr-fụl, *a.* ಪಂಚಪಾತ್ರೆ ತುಂಬ.

Tum'brel, -'bril, *n.* ಬಂಡಿ, ಚಕ್ಕಡಿ, ಸೈನ್ಯದ ಸಾಮಾನು ಗಾಡಿ; 2. ದಬ್ಬಿಡಿ.

Tū'me-fȳ, *v. i. r.* (-fīed) ಉಬ್ಬು, ಬಾಯು. Tū-me-fac'tiōn, *n.* ಬಾವು.

Tū'mid, *a.* ಬಾತ, ಉಬ್ಬಿದ, ತೊರೆದ (breast, udder); 2. "ಡೌಲಿನ", ಅಭಿಮಾನದ (style). Tū-mid'i-ty, *n.* ಬಾತಿರುವುದು, ಉಬ್ಬಿರೋಣ. Tū'mid-ly, *ad.* ಬಾತು, ಉಬ್ಬಿ.

Tum'my, *n.* ಹೊಟ್ಟೆ (ಮಕ್ಕಳ ಮಾತು).

Tū'mŏur, *n.* ಬಾವು, ಬುಗ, ಬುಗು.

Tump, *n.* ದಿನ್ನೆ, ತೆಂಬ, ಗುಪ್ಪೆ. *v. t. r.* (*pr.* tumt) (ಗಿಡದ ಸುತ್ತಲು) ಮಣ್ಣೇರಿಸು.

Tū'mult, *n.* ಗಲಿಬಿಲಿ, ಗದ್ದಲ, ಗುಬಾರು, "ಹಂಗಾಮು"; 2. ಕ್ಷೋಭೆ, ಕಳವಳ; 3. ಕಲಹ, ತುಮುಲು; 4. ಅಲ್ಲೋಲಕಲ್ಲೋಲ. Tū-mul'tū-ar-y, -mul'tū-ŏus, *a.* ಗಲಿಬಿಲಿಯ, ಗದ್ದಲದ, ಗೊಂದಲದ, ಕಲಹದ. Tū-mul'tū-ŏus-ly, *ad.* ಗಲಿಬಿಲಿಯಾಗಿ, ಗುಬಾರದಿಂದ, ಗದ್ದಲದಿಂದ. Tū-mul'tū-ŏus-ness, *n.* "ಗೊಂದಲ", ಗದ್ದಲ, ಗುಬಾರು, ಕಲಹ.

Tū'mū-lus, *n.* ಸಮಾಧಿಯ ಗುಡ್ಡ.

Tun, *n.* ದೊಡ್ಡ ಪೀಪಾಯಿ; 2. *see* Ton.

Tūne, *n.* ರಾಗ, ಧಾಟಿ; 2. ಏಕತಾಳ; 3. "ಖುಷಿ", ಸಂತೋಷ. *v. t. r.* ಸ್ವರ ಕೂಡಿಸು, (ವಾದ್ಯ) ತಿದ್ದಿಕೊಳ್ಳು, ಶ್ರುತಿ ಮಾಡು; out of t. ನಾದ ಕೂಡದ; sing in t. ಒಬ್ಬ ಆಡಿದ ಹಾಗೆ ಆಡು; sing another t. ನಾಲಿಗೆ ತಿರುಗಿಸು. Tū'-nable, *a.* ಇಂಪಿನ, ಇಂಪಾದ. Tū'nably, *ad.* ಇಂಪಾಗಿ, ಮೇಳವಾಗಿ. Tūne'fụl, *a.* ಇಂಪಾದ, ಸುಸ್ವರವುಳ್ಳ. Tūne'fụl-ly, *ad.* ಇಂಪಾಗಿ, ಮೇಳವಾಗಿ. Tūne'less, *a.* ಇಂಪಿಲ್ಲದ, ಅಪಸ್ವರದ. Tū'nĕr, *n.* ಸ್ವರ ಕೂಡಿಸುವವ, ವಾದ್ಯ ತಿದ್ದಿಕೊಡುವವ.

Tuṅg'sten, *n.* ಒಂದು ಭಾರವಾದ ಲೋಹಕಲ್ಲು.

Tū'nic, *n.* ಅಂಗಿ.

Tū'ni-cle, *n.* ಪೊರೆ.

Tun'nel, *n.* ಸುರಂಗಮಾರ್ಗ; 2. ಹೊಗೆ ಹೋಗುವ ನಳಿಗೆ, ಗವಾಕ್ಷ. *v. t. r.* ಸುರಂಗಮಾರ್ಗ ಮಾಡು.

Tup, *n.* ತಗರು, ಕೊಟಕಿ.

Tur'ban, *n.* (square) ರುಮಾಲು, ಪಾವಡ; long narrow t. ಪಾಗು, "ಮುಂಡಾಸು"; a round and wheel-like t. ಚಕ್ರ "ಮುಂಡಾಸು".

Tur'bid, *a.* ಕಲಕಾದ, ರಾಡಿಯಾದ, ಮಡ್ಡಿಯಾದ. Tur'bid-ly, *ad.* ಕಲಕಾಗಿ, ಒಂಡಾಗಿ. Tur'-bid-ness, Tur-bid'i-ty, *n.* ಕಲಕಾಗಿರೋಣ, ನೀರೊಂಡು.

Tur'bi-nāte, Tur'bi-nā-ted, *a.* ಬೋಗರಿಯಾಕಾರದ.

Tur'bū-lent, *a.* ಗದ್ದಲದ, ಅಲ್ಲಕಲ್ಲೋಲವಾದ; 2. ಕಲಹಪ್ರಿಯ, ತುಂಟ. Tur'bū-lence, -len-cy, *n.* ಗುಬಾರು, ಗದ್ದಲ, ಕಲಹ, ಕ್ಷೋಭೆ. Tur'bū-lent-ly, *ad.* ಗದ್ದಲವಾಗಿ, ಅಲ್ಲಕಲ್ಲೋಲವಾಗಿ; 2. ತುಂಟಾಗಿ.

Tur'co, *n.* "ಅಲ್ಜೀರಿಯದ" ಸಿಪಾಯಿ.

Tū-rēen', *n.* ದೊಡ್ಡ ಪಾತ್ರೆ, ಮಡಿಕೆ.

Turf, *n.* ಹುಲ್ಲಿದ್ದ ನೆಲ, ಹುಲ್ಲುಗಡ್ಡೆ ಮಣ್ಣು; 2. ಓಟದ ರಂಗ; 3. ಕುದುರೆಪಂತ. Turf'y, *a.* ಹುಲ್ಲು ಬೆಳೆದ, ಹುಲ್ಲಿನ.

C *as* k; c *as* s; ch *as* sh; g *as in* get; ġ *as* j; ṅ *nasal, as in* anger; ṣ *as* z; th *as in* thou; x *as* gz; ce, ci si *and* ti *before a vowel as* sh: ocean, action.

Tur-ġes′cent, *a.* ಬಾಯುವ, ಉಬ್ಬುವ, ತೊರೆದ (udder, breast). **Tur-ġes′cense**, *n.* ಬಾವು; 2. ಒಣ ಡಂಭ.

Tur′ġid, *a.*, *see* Tumid. **Tur′ġid′i-ty**, *n.*, *see* Tumidity. **Tur′ġid-ly**, *ad.*, *see* Tumidly.

Turk, *n.* ತುರುಕ. **Tur′kish**, *a.* ತುರ್ಕಿ ದೇಶದ.

Tur′key, *n.* "ಶಾಬತ್" ಕೋಳಿ, ಸೀಮೆಕೋಳಿ; 2. ತುರ್ಕ್ಯ, "ತುರ್ಕಿಯ ಸಾಮ್ರಾಜ್ಯ".

Tur-kois′, *n.*, *see* Turquoise.

Tur′ma-line, *n.* "ತೋರ್ಮಲ್ಲಿ" ಎಂಬ ರತ್ನ.

Tur-mĕr-ic, *n. (Curcuma longa, L.)* ಅರಸಿನ; wild t. *(Curcuma aromatica, Salisb.)* ಕಸ್ತೂರಿ ಅರಸಿನ, ಕಾಡರಸಿನ.

Tur′moil, *n.* ಗದ್ದಲ, ಗಡಿಬಿಡಿ, ಕಟಕಟೆ, ತೊಂದರೆ. *v. t. r.* ಗಡಿಬಿಡಿಯಿಂದ ಆಯಾಸಪಡಿಸು. *v. i.* ಗಡಿಬಿಡಿಯಾಗಿರು.

Turn, *v. t. r.* (form in a lathe) ಗಾಡಕ್ಕೆ ಹಚ್ಚು, ತರಣಿ ಹಿಡಿ, ಕಡಚಲು—; 2. (shape) ರೂಪಿಸು; 3. (cause to revolve) ತಿರುಗಿಸು, ತಿರುವು; 4. (t. upside down) ತಿರುವಿಡು, ತಿರುವಿಹಾಕು, ಡಬ್ಬುಹಾಕು (a vessel); 5. (deflect) ತಿರುವು, ತಿರುಗಿಸು, ಬಾಗಿಸು; 6. (t. the attention to) ಮನಸ್ಸು ಕೊಡು *c. d.;* 7. (change, alter) with *to* or *into* ಬದಲಾಯಿಸು, ಮಾಡು, *as*, t. green to blue ಹಸುರನ್ನು ನೀಲ ಮಾಡು, —ನೀಲಕ್ಕೆ ಬದಲಾಯಿಸು; 8. (translate) ಟೀಕು ಮಾಡು, ಭಾಷಾಂತರಿಸು; —to be turned of, *as*, he is turned of twenty ಅವನಿಗೆ ಇಪ್ಪತ್ತು ಹೋಗಿ ಇಪ್ಪತ್ತೊಂದನೇ ವರುಷ ನಡೆಯುತ್ತದೆ; t. an army ಸುತ್ತು ಬರು *c. g.*, —ಹೋಗು *c. g.*, t. aside ತಪ್ಪಿಸು; t. milk, wine, *etc.* ಹುಳಿ ಮಾಡು, *pass.* ಹುಳಿಯಾಗು, ಹಳಸು; t. away ಚಾಕರಿ ತೆಗೆ *c. d.*, ಅಪ್ಪಣೆ ಕೊಡು *c. d.*, ತಪ್ಪಿಸು; t. down ಮಡಚು, ಪದರ ಮಾಡು; t. in ಒಳಗಡೆ ಮಡಚು, ಒಳ ಪದರ ಮಾಡು; t. in the mind ಮನಸ್ಸಿನಲ್ಲಿ ತೂಗಿ ನೋಡು; t. loose ಬಿಚ್ಚಿಬಿಡು, ಬಿಟ್ಟು—; t. off ಹೊರಗೆ ಹಾಕು, ಹಿಂದಕ್ಕೆ ದೊಬ್ಬು, (divert) ತಿರುವು, ತಿರುಗಿಸು; t. one's coat ಮತ್ತೊಂದು ಪಕ್ಷಕ್ಕೆ ಹೋಗು, ಬಿಸಿಲು ಬಂದ ಕಡೆಗೆ ಕೊಡೆ ಹಿಡಿ; t. one's money or goods ವ್ಯಾಪಾರಕ್ಕೆ ಹಚ್ಚು; t. a penny ಪ್ರಾಪ್ತಿ ಆಗು *c.d.*, *as*, he turned a good penny ಅವನಿಗೆ ಒಳ್ಳೇ ಪ್ರಾಪ್ತಿ ಆಯಿತು, ಅವನಿಗೆ ಬಹಳ ಪ್ರಾಪ್ತಿಯಾಯಿತು; t. out ಹೊರಡಿಸಿಬಿಡು, ಹೊರಗೆ ಹಾಕು, ಅಡವಿಗೆ ಕಳುಹಿಸು (cattle), ಪೂರೈಸು; t. out of doors ಮನೆಯಿಂದ ಹೊರಗೆ ಹಾಕು; t. over ಹೊರಳಿಸು, ಒಪ್ಪಿಸಿಕೊಡು, ಹಾಳೆಹಾಳೆ ತಿರುವಿ ನೋಡು (a book); t. over a new leaf ಗುಣವಾಗು, ಮಾರ್ಗಕ್ಕೆ ಬರು; t. tail, t. the back ಬೆನ್ನಿಕ್ಕು, ಬೆನ್ನುಹಾಕು; t. the back on (upon) ತಾತ್ಸಾರಮಾಡು, ತಿರಸ್ಕರಿಸು; t. the die *or* dice ದೈವಬದಲಿಸು; t. the edge of ಮೊಂಡಮಾಡು, ಮಂದ—*c. a.*, t. the head (brain) of ಮರುಳುಮಾಡು, "ಗಾಬರಿ"— *c. a.*; t. the scales ಕೈಗೂಡಿಸು, *as*, his arrival turned the scales in my favour ಅವನು ಬಂದದ್ದರಿಂದ ನನ್ನ ಕೆಲಸ ಕೈಗೂಡಿತು; t. the stomach of ವಾಕರಿಕೆ ಹುಟ್ಟಿಸು *c. d.; pass.* ವಾಕರಿಸು, ವಾಕರಿಕೆ ಬರು; t. the tables ಸ್ಥಿತಿ ಬದಲಿಸು; t. the tables upon ಮುಯ್ಯಿಗೆ ಮುಯ್ಯಿಕೊಡು; t. to profit, advantage ಕೆಲಸಕ್ಕೆ ಹಚ್ಚಿಕೊಳ್ಳು, ಲಾಭವಮಾಡಿಕೊಳ್ಳು. *v. i. r.* (move round) ತಿರುಗು, ಹಿಂದಿರುಗು, ತಿರುಗಿಕೊಳ್ಳು, ಹೊಡಮಳ್ಳು (ಹೊರಟು ಮರಳು); 2. (depend on) ...ಮೇಲೆ ತಿರುಗು; 3. (result, issue) ಆಗು, ಬರು, *as*, this matter will turn to your advantage ಈ ಮಾತು ನಿನ್ನ ಉಪಯೋಗಕ್ಕೆ ಬರುವುದು, ಇದರಿಂದ ನಿನಗೆ ಒಳ್ಳೇದಾಗುವದು; 4. (to be deflected) ತಿರುಗು, ಒಲಿ, ಬಾಗು; 5. (be changed) ಆಗು, ಒಂದು ಹೋಗಿ ಒಂದಾಗು, *as*, the wood turned to stone ಕಟ್ಟಿಗೆ ಹೋಗಿ ಕಲ್ಲಾಯಿತು; he turned physician ಅವನು ವೈದ್ಯನಾದನು; she turned pale ಆಕೆಯ ಮೋರೆ ನಿಸ್ತೇಜವಾಯಿತು, ಮೋರೆಯ ಕಳೆ ಹೋಯಿತು; 6. (become sour) ಹುಳಿಯಾಗು, ಹಳಸು (*as* milk); 7. (the head *or* brain to turn) ತಲೆತಿರುಗು; 8. (be nauseated) ವಾಕರಿಸು (the stomach); 9. (the tide to t.) ಭರತ ಹೋಗಿ ಇಳತವಾಗು, *or* ಇಳತ ಹೋಗಿ ಭರತವಾಗು; — t. about ತಿರುಗು, ಈ ಆ ಕಡೆ ತಿರುಗು; t. away ಒಲಿ, ತಿರುಗು, ಬಿಟ್ಟುಹೋಗು; t. in ಒಳಗಡೆಗೆ ಬಾಗು, ಒಳಗೆ ಹೋಗು, ಮಲಗಿಕೊಳ್ಳು; t. off ಒಲಿ, ಬಾಗು; t. on, t. upon ಪ್ರತ್ಯುತ್ತರ ಕೊಡು, ಬಾಯಿಬಡಿ; (depend on) ...ಮೇಲೆ ತಿರುಗು; t. out ಕೀಲುತಪ್ಪು (a bone); (rise from bed) ಏಳು; (result) ಆಗು, ತೋರು; t. over ಹೊರಳು; t. over and over ಹೊರಳಾಡು; t. to ಹೋಗು *c. d.*, ...ಹತ್ತಿರ ಹೋಗು, ...ಕಡೆಗೆ ತಿರುಗು; t. to account, advantage, profit ಕೆಲಸಕ್ಕೆ ಬರು, ಪ್ರಯೋಜನವಾಗು; t. under ಕೆಳಗಡೆ ಬಾಗು, ಮಡಚು; t. up ಮೇಲಕ್ಕೆ ಬಾಗು, ಪದರಾಗು, ಬೈಲಿಗೆ ಬೀಳು, ಕಂಡುಬರು, ಹುಲುಬು; t. turtle ಅಂಗಾತ ಬೀಳು; t. over a new leaf ಸದ್ವರ್ತನವನ್ನು ಅವಲಂಬಿಸು; t. person's flank ಸೋಲಿಸು; t. inside out ಒಳಗಿರುವುದನ್ನು ಬಹಿರಂಗಮಾಡು. Turn, *n.* ತಿರುಗುವಿಕೆ, ತಿರುಗಾಟ; 2. (change) ಬದಲಾಗುವುದು; the disease has taken a t. ರೋಗ ತಿರುಗು ಮುಖವಾಗಿದೆ (ತಿರುಮೊಗವಾಗಿದೆ); 3. (due chance) ಸಮಯ, ಸರದಿ, ಸರ್ತಿ, ಒಂತು; 4. a good t. ಉಪಕಾರ; a bad t. ಅಪಕಾರ; 5. (serve one's t.) ಅನುಕೂಲವಾಗು; 6. (form, manner) ತರ, ರೀತಿ; t. over ಉತ್ಪತ್ತಿ; by turns ಸರದೀ ಮೇಲೆ, ಸರ್ತೀ—, ಒಂತಿನ—; in t. ಸರದಿ ಬಂದಾಗ, ಸರ್ತೀ—, ಒಂತಿನ ಮೇಲೆ; to a t. ಎಳ್ಳಷ್ಟು ಬಿಡದೆ, ಸಂಪೂರ್ಣವಾಗಿ; take turns ಒಂತು ಮಾಡು, ಸರದಿ—, ಸರ್ತಿ—. Turn'cōat (-kōt), *n.* ಸ್ವಪಕ್ಷ ಬಿಡುವವ, —ಬಿಟ್ಟವ. Turn'ĕr, *n.* ಗಾಡದ ಕೆಲಸ ಮಾಡುವವ, ಕಡತ ಹಿಡಿಯುವವ, ತರಣಿ—, ಗುಡಿಗಾರ. Turn'ing, *n.* ಗಾಡದ ಕೆಲಸ, ಕಡತ ತಿರುಗುವುದು; 2. ಅಡ್ನಾಡಿತನ. Turn'key (turn'kē), *n.* "ಬಂದೀಖಾನೆಯ" ಬೀಗದ ("ಕೀಲಿ") ಕೈಗಳನ್ನು ಇಟ್ಟುಕೊಂಡವ. Turn'pīke, *n.* ದಾರಿ ಕಟ್ಟುವ ಅಡ್ಡಮರ. Turn'pīke-rōad (-rōd), *n.* ಸುಂಕ ಕೊಡತಕ್ಕ ಮಾರ್ಗ. Turn'screw (-skru), *n.* ತಿರುಗಣಿ. Turn'stīle, *n.* ತಿರುಗಣಿ ಬಾಗಲು.

Tur'nip, *n.* ಸವಿ ಮೂಲಂಗಿ.

Tur'pen-tīne, *n.* ದಾರುಮರದ ಎಣ್ಣೆ, "ತರ್ಪಂತೈನ" ಎಣ್ಣೆ.

Tur'pi-tūde, *n.* ನೀಚತ್ವ, ಕೆಟ್ಟತನ, ದುಷ್ಟತ್ವ.

Tur-quoise', -kois', *n.* ಹಸರಿನ ಮೇಲಿರುವ ನೀಲ ರತ್ನ, "ಪೆಡೇಜು" ಕಲ್ಲು.

Tur'ret, *n.* ಹೂಡೆ, ಬುರುಜು.

Tur'tle, *n.* ಆಮೆ, ಆವೆ, ಕೂರ್ಮ.

Tur'tle-dōve, *n.* ಬೆಳವ, ಬೂದಿಬೆಳವ.

Tus'can, *a.* "ತಸ್ಕನಿ" ದೇಶದ. *n.* "ತಸ್ಕನಿ" ದೇಶದವ.

Tush, *int.* ಛೀ, ಛೀ.

Tusk, *n.* ಕೋರೆಹಲ್ಲು, ದಂತ, ದಾಡೆ. Tusk'ĕr, *n.* ದಂತ ಬಂದ ಆನೆ.

Tus'ser, *n.* ಸಾಧಾರಣ ತರದ "ರೇಶ್ಮೆ".

Tus'sle, Tus'tle (tus'sl), *n.* ಜಗಳ, ಕಡದಾಟ, ಹೋರಾಟ.

Tus'sock. Tus'sack, *n.* ಹುಲ್ಲು ದಿನ್ನೆ; 2. ಜುಟ್ಟು.

Tus-sore', *n.*, *see* Tusser.

Tut, *int.* ಸುಮ್ಮಗಿರು.

Tut, *n.* ಊಳಿಗ.

Tū'te-lāġe, *n.* ಪಾಲನೆ, ಪರಾಮ್ಮರಿಕೆ. Tū'te-lar, -lar-y, *a.* ಕಾಯುವ, ರಕ್ಷಿಸುವ; t. deity ಇಷ್ಟದೇವತೆ, ಕುಲದೇವತೆ.

Tu'te-ńag, *n.* ಸತು.

Tū'tŏr, *n.* ಕಲಿಸುವವ, ಶಿಕ್ಷಕ, ಐಗಳ. *v. t. r.* ಪಾಲಿಸು, ಕಲಿಸು. Tū'tŏr-āge, -ship, *n.* ಪಾಲನೆ, ಪರಾಮ್ಮರಿಕೆ. Tū-tō'ri-al, *a.* ಶಿಕ್ಷಕನ.

Twad'dle (twod'l), *n.* ಒಣಹರಟೆ. *v. i. r.* ಹರಟೆ ಬಡಿ.

Twāin, *a.* or *n.* ಎರಡು, ಜತೆ.

Twańg, *v. i. r.* ರೊಂಯಿಗುಡು, ಝೇಂಕರಿಸು. *v. t.* ರೊಂಯಿಗುಡಿಸು, ಝೇಂಕಾರ ಮಾಡು. *n.* ಝೇಂಕಾರ; ಮೂಗಿನ ಧ್ವನಿ; t. of a bow ಟೇಂಕಾರ.

Twat'tle. *n.*, *see* Twaddle.

Twēak (twēk), *n.* ಚಿವಿಟೋಣ, ಹಿಂಡೋಣ. *v. t. r.* (*pr.* twēkt) ಚಿವಿಟು, ಹಿಂಡು.

Twēed, *n.* ಒಂದು ತರದ ಉಣ್ಣೇ ಬಟ್ಟೆ.

Twēed'le-dee, *n.* ಹೆಸರು ಬೇರೆಯಿರುವ ಒಂದೇ ವಸ್ತು.

Twēe'ny, *n.* ಜತೆಯಾಳು.

Twēe'zĕrs, *n. pl.* ಚಿಮುಟಿ, ಚಿಮುಟಿಗೆ.

Twelfth, *a.* ಹನ್ನೆರಡನೇ. *n.* ಹನ್ನೆರಡನೇ ಅಂಶ.

Twelve, *a.* ಹನ್ನೆರಡು; t. persons ಹನ್ನೆರ್ವರು. Twelve'mo, 12mo, *n.* ಹನ್ನೆರಡು ಪತ್ರಗಳ ಹಾಳೆ ಕಾಗದ. Twelve'mŏnth, *n.* ಹನ್ನೆರಡು ತಿಂಗಳು, ವರ್ಷ. Twelve'scōre, *a.* ಇನ್ನೂರ ನಾಲ್ವತ್ತು.

Twen'ty, *a.* ಇಪ್ಪತ್ತು. Twen'ti-eth, *a.* ಇಪ್ಪತ್ತನೇ, ಇಪ್ಪತ್ತನೇದು.

Twīce, *ad.* ಎರಡು ಸಾರಿ, ಎರಡಾವರ್ತಿ; t. born ದ್ವಿಜ.

Twid'dle (twid'l), *v. t.* & *i. r.* ಕೈಯಿಂದಾಡಿಸು, ಕೈಯಿಂದಾಡು.

Twig, *n.* ಚಿಕ್ಕ ಕೊಂಬೆ, ಟೊಂಗಿ, ಚಿಗುರು.

C as k; c *as* s, ch *as* sh; g *as in* get; ġ *as* j; ṅ *nasal, as in* anger; ş *as* z; th *as in* thou; x *as* gz: ce, ci, si *and* ti *before a vowel as* sh: ocean, action.

Twig, *v. t.* ಅರ್ಥ ತಿಳಿ.

Twi'light (-līt), *n.* ಮುಚ್ಚಂಜೆ, ಮೂರುಸಂಜೆ, ಪಿತೃಪ್ರಸುವು; morning t. ಮುಂಬೆಳಕು; evening t. ಮುಂಗತ್ತಲು.

Twill, *n.* ಒಂದು ತರದ ಬಟ್ಟೆ.

Twin, *n.* ಅವಳಿಜವಳಿ ಮಕ್ಕಳಲ್ಲಿ ಒಂದು. *v.i.r.* ಅವಳಿಜವಳಿಯಾಗಿ ಹುಟ್ಟು. **Twin'-born**, *a.* ಅವಳಿಯಾಗಿ ಹುಟ್ಟಿದ, ಅವಳಿಜವಳಿಯಾಗಿ—. **Twins**, *n. pl.* ಅವಳಿಜವಳಿ ಮಕ್ಕಳು.

Twīne, *n.* ಹುರಿ, ದಾರ, "ಸುತ್ಲಿ". *v. t. r.* ಹೊಸೆ, ಹುರಿಮಾಡು, ಸುತ್ತು. *v. i.* ಕೂಡಿಕೊಳ್ಳು, ಸುತ್ತಿಕೊಳ್ಳು.

Twinġe, *n.* ಹಿಂಡುವಿಕೆ, ಚುರುಕು ನೋವು, ಚುಚ್ಚುವಿಕೆ. *v.i.r.* ಚುರುಕೆನ್ನಿಸು, ಚುಚ್ಚು, ಪ್ರೋಚಾಗು.

Twin'kle, *n.* ನಿಮಿಷ, ರೆಪ್ಪೆಬಡಿತ. *v. i. r.* ಕಣ್ಣು ಚಿಮುಟು; 2. ಮಿನುಗು, ಹೊಳೆ.

Twīrl, *v. t. r.* ಗರಗರನೆ ತಿರುಗಿಸು. *v. i.* ಗರಗರನೆ ತಿರುಗು. *n.* ಗರಗರನೆ ತಿರುಗುವುದು.

Twist, *n.* ಮುರಿಗೆ, ಹೊಸೆಯುವುದು, ನುಲಿಯುವುದು; 2. ಹುರಿ, ನುಲಿ, ನೂಲು, ಹಗ್ಗ. *v. t. r.* ಹೊಸೆ, ನುಲಿ, ಮುರಿಗೆ ತಿರುವು; 2. (pervert) ಅರ್ಥ ಕೆಡಿಸು, ಸುಳ್ಳರ್ಥ ಮಾಡು; 3. ಸುತ್ತು; 4. ಹೆಣೆ; 5. ಕಲ್ಪಿಸು; 6. ನೂಲು, ಹುರಿ ಮಾಡು. *v. i.* ಮುರಿಗೆಯಾಗು, ಹುರಿಯಾಗು.

Twit, *v. t. r.* (twit'ted) ಹಂಗಿಸು, ಮೂದಲಿಸು, ಜರೆ, ಧಿಕ್ಕರಿಸು. **Twit'tĕr**, *n.* ಹಂಗಿಸುವವ.

Twitch (twich), *n.* ಚಟ್ಟನೆ ಹರಕೊಳ್ಳೋಣ, ಕಿತ್ತುಕೊಳ್ಳುವುದು; 2. ಕಿವುಚಿಕೊಳ್ಳುವುದು. a t. of gout ನರಗಳ ಎಳತ, ವಾಯು ನೋವು. *v. t. r.* (*pr.* twicht) ಕಸುಕೊಳ್ಳು, ಚಟ್ಟನೆ ಹರಕೊಳ್ಳು.

Twit'tĕr (twit'ĕr), *v. t. r.* ಕೀಚುಕೀಚೆನ್ನು; 2. ಆತುರಪಡು, ಪದರು; 3. ಕಿಸಿಕಿಸಿ ನಗು. *n.* ಕೀಚುಕೀಚೆನ್ನುವುದು.

'Twixt, *abbr. of* Betwixt.

Twö (tu), *a.* ಎರಡು, ಇಬ್ಬರು; in t. ಎರಡಾಗಿ, ತುಂಡುತುಂಡಾಗಿ; put t. and t. together ಅನುಮಿತಿ ಮಾಡು, ಸಂಗ್ರಹಿಸು. **Twö'-edġed (-ejd)**, *a.* ಇಬ್ಬಾಯಿಯ. **Twö'fōld**, *a.* ಎರಡಷ್ಟು, ಇಮ್ಮಡಿ, ಎರಡು ವಿಧದ. *ad.* ಎರಡಷ್ಟು. **Twö'pence** (*or* tup'ens), *n.* ಐದು ಗಟ್ಟಿ ದುಡ್ಡು. **Twö'-pen-ny (tup'en-i)**, *a.* ಅಗ್ಗದ. **Twö'-tŏngued**, *a.* ಮೋಸ ಮಾಡುವ.

Tȳ-coon', *n.* ಜಪಾನದೇಶದ ರಾಜನು.

Tȳe, *v. t. r.*, *see* Tīe. **Tȳ'ing**, *pp. of* Tie.

Tȳke, Tīke, *n.* ನಾಯಿ; 2. ನೀಚನು.

Tym'bal, *n.* ತಮಟೆ, ಡಂಕೆ.

Tym'pan, Tym'pa-num, *n.* ಕಿವಿಯ ಆನಕ, ಕಿವಿಯೊಳಗಣ ಪಟಲ, ಗರ್ಭಶ್ರವಣ. **Tym-pa-nī'tēs, Tym'pa-ny**, *n.* ಉಬ್ಬರ, ವಾತೋದರ. [ಜೌಕಟ್ಟು.

Tym'pan, *n.* ಅಚ್ಚಿನ ಕಾಗದದ ಮೇಲೆ ಒತ್ತುವ

Tȳpe, *n.* "ಛಾಪೆ", ಮುದ್ರೆ; 2. ಲಕ್ಷಣ; 3. ಮುಂಗುರುತು, ಪ್ರತಿರೂಪ; 4. ಮುದ್ರಾಕ್ಷರ, ಅಚ್ಚಕ್ಷರ, ಅಚ್ಚು. *v. t. r.* ಮುಂಗುರುತಾಗಿ ತೋರಿಸು. **Tȳpe'-found-ĕr**, *n.* ಮುದ್ರಾಕ್ಷರ ಮಾಡುವವನು. **Tȳpe'-met-al**, *n.* ಅಚ್ಚಕ್ಷರಗಳನ್ನು ಮಾಡುವುದಕ್ಕಾಗಿ ಪ್ರಯೋಗಿಸುವ ಲೋಹ. **Tȳpe'-wrī-tĕr**, *n.* ಅಚ್ಚಕ್ಷರಗಳನ್ನು ಬರೆಯುವ ಯಂತ್ರ. **Typ'ic, -i-cal**, *a.* ಮುಂಗುರುತಾಗಿರುವ, ಸೂಚಕ. **Typ'i-cal-ly**, *ad.* ಮುಂಗುರುತಾಗಿ. **Typ'i-fȳ**, *v. t. r.* (-fīed) ಮುಂಗುರುತಾಗಿ ತೋರಿಸು, ಸೂಚಿಸು. **Typ-i-fi-ca'tiŏn**, *n.* ಮುಂಗುರುತಾಗಿ ತೋರಿಸುವಿಕೆ. **Tȳp'ist**, *n.* ಅಚ್ಚಕ್ಷರ ಯಂತ್ರವನ್ನು ಉಪಯೋಗಿಸುವವ. **Typ-og'ra-phĕr** *or* **Tȳ-pog'ra-phĕr (-fĕr)**, *n.* "ಛಾಪಿಸುವವ". **Typ-ō-graph'ic, -i-cal (-graf-)**, *a.* "ಛಾಪಿಸುವ" ವಿದ್ಯಾಸಂಬಂಧವಾದ. **Tȳp-ō-graph'i-cal-ly**, *ad.* "ಛಾಪಿಸೋಣ"ದರಿಂದ, "ಛಾಪಿಸುವ", ಸಂಬಂಧವಾಗಿ. **Typ-og'ra-phy**, *or* **Tȳ-pog'ra-phy (-fi)**, *n.* "ಛಾಪಿಸುವ" ವಿದ್ಯೆ.

Tȳ'phoid (-foid), *a.* ವಿಷಮ ಶೀತಜ್ವರದಂಥ. t. fever ವಿಷಮಜ್ವರ. ["ತುಫಾನು".

Tȳ-phoon' (-fųn'), *n.* ಹುಚ್ಚುಗಾಳಿ, ಪ್ರಚಂಡ—,

Tȳ'phus (-fus), *n.* ಮುಚ್ಚುಜ್ವರ, ವಿಷಮ ಶೀತಜ್ವರ, ವಿಷಮ ಸತತಜ್ವರ.

Tȳ'rant, *n.* ಆಶಾಧಿಪತಿ, "ಪ್ರಜಾಹಿಂಸಕ", ಪ್ರಜಾಪೀಡಕ; 2. ಕ್ರೂರಾಧಿಕಾರಿ, ಕಠಿಣ ಯಜಮಾನ, ತಿಪ್ಪಲುಗಾರ. **Tȳ-ran'nic, -ni-cal**, *a.* ಕ್ರೂರ, ಬಲಾತ್ಕಾರ ಮಾಡುವ, ಕಠೋರ. **Tȳ-ran'ni-cal-ly**, *ad.* ಕ್ರೂರವಾಗಿ, ಬಲಾತ್ಕಾರದಿಂದ. **Tyr'an-nīse**, *v. t. r.* ಬಲಾತ್ಕಾರ ಮಾಡು, ಪೀಡಿಸು, ಕ್ರೂರವಾಗಿ ನಡಿಸು. **Tyr'-an-ny**, *n.* ಆಶಾಧಿಪತ್ಯ; 2. ನಿರಂಕುಶ ಪ್ರಭುತ್ವ, ಬಲಾತ್ಕಾರ, ತಿಪ್ಪಲು, ಪೀಡಿಸುವಿಕೆ.

Tȳ'rō, *n.* ಹೊಸಬ, ಹೊಸ ವಿದ್ಯಾರ್ಥಿ; 2. ಸಿಪಾಯಿ.

U

Ū'bĕr-ŏus, *a.* ಫಲವತ್ತಾದ, ಸಮೃದ್ಧಿಯಾದ.

Ū-biq'ui-ty (-bik'wi-), *n.* ಎಲ್ಲೆಲ್ಲಿಯೂ ಇರುವುದು, ಸರ್ವವ್ಯಾಪಕತ್ವ. Ū-biq'ui-tŏus (-bik'wi-), *a.* ಎಲ್ಲೆಲ್ಲಿಯೂ ಇರುವ, ಸರ್ವ ವ್ಯಾಪಕ.

Ud'dĕr, *n.* ಕೆಚ್ಚಲು.

Ū-dom'et-ĕr, *n.* ಮಳೆಯನ್ನಳೆಯುವ ಯಂತ್ರ.

Ugh (uh), *int.* ಅಯ್ಯೋ! ಉಃ! ಛೀ!

Ug'ly, *a.* ಹಸಿಗೆಟ್ಟ, ಅಂದಗೆಟ್ಟ, ಹೇಸಿ, ಕುರೂಪ; 2. ಕೆಟ್ಟ, ದುರುಳ. Ug'li-ness, *n.* ಹಸಿಗೇಡಿತನ, ಅಂದಗೇಡಿತನ, ಕುರೂಪತೆ; 2. ದುರುಳತನ.

Ūh'lan (ū-), *n.* "ಸವಾರನು" (ಜರ್ಮನಿ).

Ū-kāse', *n.* "ರುಸ್ಯ" ದೇಶದ ರಾಜಾಜ್ಞೆ, "ಹುಕುಂ".

Ul'cĕr, *n.* ಹುಣ್ಣು, ವ್ರಣ. Ul'cĕr-āte, *v. i. r.* ಹುಣ್ಣಾಗು. Ul-cĕr-ā'tiŏn, *n.* ಹುಣ್ಣಾಗೋಣ; u. of the mouth ಆಸ್ಯಪಾಕ. Ul'cĕr-ŏus, *a.* ಹುಣ್ಣಾದ, ವ್ರಣವಾಗಿರುವ, ಕೀವುಗಟ್ಟಿದ.

U'lem-a (ụ-), *n.* "ಮುಸಲ್ಮಾನ" ಪಂಡಿತರು.

Ul'na, *n.* ಮುಂಗೈಯ ಒಳ ಎಲುಬು.

Ul'stĕr, *n.* ಉದ್ದಂಗಿ.

Ul-tē'ri-ŏr, *a.* ಅತ್ತಣ, ಆಚೆಯ, ದೂರದ; 2. ಮುಂದಿನ, ಹಿಂದಗಡೆಯ.

Ul'ti-māte, *a.* ಕಟ್ಟಕಡೇ, ಅಂತ್ಯದ. Ul-ti-māte-ly, *ad.* ಕಡೆಗೆ, ಕಟ್ಟಕಡೆಗೆ. Ul-ti-mā'tum, *n.* ಕಡೇ ಮಾತು, ಕೊನೆಯ ಶರ್ತ, ತೀರ್ಪಿನ ಮಾತು. Ul'ti-mō, *n.* ಹೋದ ತಿಂಗಳು; *abbr.* ult.

Ul'tra-, *pref.* ಆಚೆ, ಅತ್ತಕಡೆ, ಅತಿಶಯ, ಮಿತಿಮೀರಿದ. Ul'tra-ist, *n.* ತನ್ನ ಪಕ್ಷವನ್ನು ಮಿತಿಮೀರಿ ವಾದಿಸುವವನು.

Ul-tra-ma-rīne', *a.* ಸಮುದ್ರದ ಆಚೆಯ. *n.* ಅಚ್ಚ ನೀಲ ವರ್ಣ.

Ul-tra-mon'tāne, *a.* ಪರ್ವತದ ಆಚೆಯ; 2. "ಪೋಪನ" ಅಧಿಕಾರ ಹೆಚ್ಚಿಸಬೇಕೆಂದಿರುವ. *n.* ಪರ್ವತದ ಆಚೆ ವಾಸಿಸುವವ; 2. "ಪೋಪನ" ಅಧಿಕಾರಾಭಿಮಾನಿ.

Ul-tra-mun'dāne, *a.* ಲೋಕೋತ್ತರ.

Um'bĕr, *n.* ಕರೀಕ್ಯಾವ ಮಣ್ಣು.

Um-bil'ic, -bil'i-cal, *a.* ಹೊಕ್ಕಳಿನ, ನಾಭಿಯ; u. cord ಹೊಕ್ಕಳು ಹುರಿ, ನಾಭಿಸೂತ್ರ, —ನಾಳ.

Um'bleṣ (um'blz), *n. pl.* ಜಿಂಕೆಯ ಕರುಳುಗಳು. Um'ble-pīe, *n.* ಕರುಳುಗಳಿಂದ ಮಾಡಿದ ಕಡುಬು.

Um'bō, *n.* ಗುರಾಣಿಯ ಚಂಡಮುಳಿ.

Um'bra, *n.* ಛಾಯೆ, ನೆರಳು.

Um'brāġe, *n.* ನೆರಳು, ಚಾಟು; 2. ಸಂಶಯ, ಸಿಟ್ಟು; take u. ಸಂಶಯ ಮಾಡು, ಮನಸ್ಸಿಗೆ ಹಚ್ಚಿಕೊಳ್ಳು; give u. ಸಂಶಯ ಹುಟ್ಟಿಸು, ಸಿಟ್ಟೆಬ್ಬಿಸು. Um-brā'ġe-ŏus, *a.* ನೆರಳುಳ್ಳ, ಮರೆಯಾದ.

Um-brel'la, *n.* ಕೊಡೆ, ಛತ್ರಿ; have an u. held over one ಕೊಡೆ ಹಿಡಿಸಿಕೊಳ್ಳು.

Um'pīre, *n.* ಮಧ್ಯಸ್ಥ, ಮಧ್ಯವರ್ತಿ, ಪಂಚಾಯತ. Um'pī-rāġe, Um'pīre-ship, *n.* ಮಧ್ಯಸ್ಥಗಾರನ ಅಧಿಕಾರ.

Un-, *pref.* ನಿಷೇಧಾರ್ಥಕ ಪ್ರತ್ಯಯ (*prefixed to adjectives, verbs, present and past participles*). Un ಎಂಬಾದಿಯಕ್ಷರಗಳಿರುವ ಯಾವುದೊಂದು ಶಬ್ದವು ಈ ನಿಘಂಟಿನಲ್ಲಿ ಸಿಕ್ಕದಿದ್ದರೆ, ಆ ಶಬ್ದದ ಮೂಲಾರ್ಥ ನೋಡಿ ಅದಕ್ಕೆ ನಿಷೇಧಾರ್ಥ ಕೊಡಬೇಕು.

Un-a-bāshed', *a.* ಮಾನಹೀನವಲ್ಲದ.

Un-a-bā'ted, -bā'tiṅg, *a.* ಹಿಮ್ಮೆಟ್ಟದ, ಕಡಿಮೆಯಾಗದ, ತೀರದ.

Un-ab-brē'vi-ā-ted, *a.* ಸಂಕ್ಷೇಪವಾಗದ.

Un-ā'ble, *a.* ಅಶಕ್ತ, ಅಸಮರ್ಥ: I am u. to go ನನ್ನಿಂದ ಹೋಗಲಿಕ್ಕಾಗದು, ನಾನು ಹೋಗಲಾರೆ.

Un-a-bol'ished (-isht), *a.* ತೆಗೆದುಹಾಕದ.

Un-a-bridġed' (-brijd'), *a.* ಸಂಕ್ಷೇಪವಾಗದ.

Un-ac-cent'ed, *a.* ಸ್ವರಭಾರವಿಲ್ಲದ, ಒತ್ತಿ ಓದದ.

Un-ac-cept'a-ble, *a.* ಮೆಚ್ಚದಂಥ, ಅಸಮರ್ಪಕ, ಅಂಗೀಕರಿಸಕೂಡದ, ಅಪ್ರಿಯ.

Un-ac-com'plished (-plisht), *a.* ತುದಿ ಮುಟ್ಟದ, ತೀರದ, ಅಪೂರ್ಣ; 2. ಸುಶಿಕ್ಷೆಯಿಲ್ಲದ.

Un-ac-count'a-ble, *a.* ತಿಳಿಯದ, ಕಾರಣ ತಿಳಿಯದ, ಗೂಢ, ಅಗಾಧ. Un-ac-count'a-bly, *ad.* ಯಾಕೋ ಏನೋ? 2. ಅಗಾಧವಾಗಿ.

Un-ac-cus'tŏmed (-tumd), *a.* ರೂಢಿಯಿಲ್ಲದ, ಅಭ್ಯಾಸವಿಲ್ಲದ; I am u. to this ಇದು ನನಗೆ ರೂಢಿಯಿಲ್ಲ.

Un-ac-quāint'ed, *a.* ಗುರುತಿಲ್ಲದ, ಪರಿಚಿತಿ ಇಲ್ಲದ, ಗೊತ್ತಿಲ್ಲದ; I am u. with him ಅವನ ಗುರುತು ನನಗಿಲ್ಲ.

Un-ad-vīṣed' (-vīzd'); *a.* ಅವಿಚಾರದ, ತಿಳಿಗೇಡಿಯ. Un-ad-vī'ṣa-ble, *a.* ಅಯೋಗ್ಯ, ಅನುಚಿತ. Un-ad-vī'ṣa-bly, *ad.* ಅಯೋಗ್ಯವಾಗಿ, ಅನುಚಿತವಾಗಿ. Un-ad-vī'ṣed-ly, *ad.* ಹಿಂದುಮುಂದು ನೋಡದೆ, ಅವಿಚಾರದಿಂದ, ಉತಾವಳಿಯಿಂದ.

Un-af-fect'ed, *a.* ನಿಷ್ಕಪಟ, ಮನಃಪೂರ್ವಕ.

Un-al-loyed' (-loyd'), *a.* ಕಲಬೆರಿಕೆಯಿಲ್ಲದ, ಚೊಕ್ಕ, ಅಪ್ಪಟ.

Un-ạl'tẽr-a-ble, *a.* ಮಾರ್ಪಾಟವಾಗದ, ಬದಲಾಗದ, ಸ್ಥಿರ. Un-ạl'tẽr-a-bly, *ad.* ಬದಲಾಗದ ಹಾಗೆ, ಸ್ಥಿರವಾಗಿ. Un-ạl'tẽred (-ạl'tẽrd), *a.* ಇದ್ದ ಹಾಗಿರುವ, ಬದಲಾಗದ.

Un-am-big'ū-ŏus, *a.* ಎರಡರ್ಥವಿಲ್ಲದ, ಸ್ಪಷ್ಟ.

Un-ā'mi-a-ble, *a.* ಪ್ರೀತಿ ಹಚ್ಚಿಕೊಳ್ಳದ, ಸೇರಿಕೆಯಿಲ್ಲದ, ಪ್ರೀತಿ ಸಂಪಾದಿಸದ, ದುಃಸ್ವಭಾವವುಳ್ಳ. Un-ā'mi-a-ble-ness, *n.* ಸೇರಿಕೆಯಿಲ್ಲದ ಸ್ವಭಾವ, ದುಃಸ್ವಭಾವ.

Ū-na-nim'i-ty, *n.* ಒಕ್ಕಟ್ಟು, ಏಕಮನಸ್ಸು. U-nan'i-mŏus, *a.* ಒಕ್ಕಟ್ಟಾದ, ಏಕಮನಸ್ಸಿನ. Ū-nan'i-mŏus-ly, *ad.* ಒಕ್ಕಟ್ಟಾಗಿ, ಏಕಮನಸ್ಸಾಗಿ.

Un-an'swẽr-a-ble (-an'sẽr-), *a.* ಪ್ರತ್ಯುತ್ತರವಿಲ್ಲದ, ನಿರುತ್ತರವಾದ, ಖಂಡಿಸಕೂಡದ. Un-an'swẽr-a-bly, *ad.* ಯಾರೂ ಪ್ರತ್ಯುತ್ತರ ಕೊಡಲಾರದಂತೆ, ನಿರುತ್ತರವಾಗಿ.

Un-ap-pạlled' (-pạld'), *a.* ಹೆದರದ, ಅಂಜದ.

Un-apt', *a.* ತಕ್ಕದ್ದಲ್ಲದ; 2. ಮಂದ ಬುದ್ಧಿಯ.

Un-ärmed' (-ärmd'), *a.* ನಿರಾಯುಧ, "ಹತ್ಯಾರು" ಇಲ್ಲದ.

Un-äsked' (-äskt'), *a.* ಕೇಳದ, ಬೇಡಿಕೊಳ್ಳದ; he came u. ಯಾರೂ ಕರೆಯದೆ ಬಂದ.

Un-as-pī'riṅg, *a.* ಮಹತ್ವಾಕಾಂಕ್ಷೆಯಿಲ್ಲದ.

Un-as-sāil'a-ble, *a.* ಯಾರೂ ಮೇಲ್ಬೀಳಕೂಡದ, —ಆಕ್ರಮಿಸಕೂಡದ.

Un-as-sim'i-lā-ted, *a.* ಜೀರ್ಣವಾಗದ; 2. ಸಜಾತೀಯವಾಗದ.

Un-as-sist'ed, *a.* ಯಾರ ಸಹಾಯವೂ ಇಲ್ಲದ; he did it u. ಯಾರ ಸಹಾಯವೂ ಇಲ್ಲದೆ ಮಾಡಿದ.

Un-as-sū'miṅg, *a.* ಸೊಕ್ಕಿಲ್ಲದ, ಗರ್ವವಿಲ್ಲದ, ಅಭಿಮಾನವಿಲ್ಲದ, ಅಭಿಮಾನವಿಲ್ಲದೆ.

Un-as-sụred' (-shụrd'), *a.* ನಿಶ್ಚಯವಿಲ್ಲದ, ಭರವಸವಿಲ್ಲದ, ಭರವಸವಿಲ್ಲದೆ.

Un-at-tāin'a-ble, *a.* ಹೊಂದಲಾರದ, ಸಾಧಿಸಲಾರದ, ದುರ್ಲಭ್ಯ; it is u. ಅದನ್ನು ಯಾರೂ ಹೊಂದಲಾರರು, ಇದು ದುರ್ಲಭ್ಯ.

Un-at-tend'ed, *a.* ಜತೆಯಿಲ್ಲದ, ಸಂಗಡ ಯಾರೂ ಇಲ್ಲದ; 2. ಯಾರೂ ಜೋಪಾನ ಮಾಡದ.

Un-at-tes'ted, *a.* ಸಾಕ್ಷಿಯಿಲ್ಲದ, —ದೆ.

Un-at-tīred' (-tīrd'), *a.* ಉಡಿಗೆತೊಡಿಗೆಯಿಲ್ಲದ; 2. ಅಲಂಕಾರವಿಲ್ಲದ, —ದೆ.

Un-at-trac'tive, *a.* ಮನೋಹರವಲ್ಲದ, ಅಂದಗೆಟ್ಟ.

Un-ạu'thō-rīṣed (-ạ'thō-rīzd), *a.* ಅಧಿಕಾರವಿಲ್ಲದ, ಅಪ್ಪಣೆಯಿಲ್ಲದ.

Un-a-vāil'a-ble, Un-a-vāil'iṅg, *a.* ಉಪಯೋಗವಿಲ್ಲದ, ನಿಷ್ಫಲವಾದ, ವ್ಯರ್ಥ. Un-a-vāil'iṅg-ly, *ad.* ಸುಮ್ಮನೆ, ವ್ಯರ್ಥವಾಗಿ.

Un-a-void'a-ble, *a.* ತಪ್ಪಿಸಲಾರದ, ಅಗತ್ಯ, ಅವಶ್ಯ. Un-a-void'a-bly, *ad.* ಅಗತ್ಯವಾಗಿ, ನಿರ್ವಾಹವಿಲ್ಲದೆ.

Un-a-wāre', *a.* ಅರಿಯದ, ಲಕ್ಷ್ಯವಿಲ್ಲದ, ಎಚ್ಚರಿಕೆ ಇಲ್ಲದ; I was u. of it ಅದು ನನಗೆ ಗೊತ್ತಿದ್ದಿಲ್ಲ, ಅದನ್ನು ನಾನು ಲಕ್ಷ್ಯಕ್ಕೆ ತಕ್ಕೊಂಡಿದ್ದಿಲ್ಲ. Un-a-wāreṣ' (-wārz'), *ad.* ಅಪ್ಪಿತಪ್ಪಿ ಫಕ್ಕನೆ, ಅಕಸ್ಮಾತ್ತಾಗಿ, ಏಕಾಏಕೀ, ಅಟಮರಿಸಿ, ಕಿಸಕ್ಕನೆ. [—ದೆ.

Un-backed' (-bakt'), *a.* ಬೆನ್ನಾಸರೆಯಿಲ್ಲದ,

Un-bal'anced (-bal'anst), *a.* ಜೋಲಿಹೋದ; 2. ಬಗೆಹರಿಯದ.

Un-bär', *v. t. r.* (-bärred', *pr.* -bärd') ಅಗಳಿ ತೆಗೆ, ತೆರೆ.

Un-beãr'a-ble (-bãr'a-bl), *a.* ತಾಳಕೂಡದ, ಸಹಿಸಲಾರದ; . it is u. ಇದು ಸಹಿಸಕೂಡದ್ದು.

Un-be-cŏm'iṅg, *a.* ಒಪ್ಪದ, ಅಯೋಗ್ಯ, ಅನುಚಿತ, ತಕ್ಕದ್ದಲ್ಲದ. Un-be-cŏm'iṅg-ly, *ad.* ಒಪ್ಪದೆ, ಅಯೋಗ್ಯವಾಗಿ, ಅನುಚಿತವಾಗಿ.

Un-be-friend'ed (-frend'ed), *a.* ಸ್ನೇಹಿತನಿಲ್ಲದ.

Un-be-got'ten (-got'n), *a.* ಹುಟ್ಟದ.

Un-be-liēf', *n.* ಅಪನಂಬಿಕೆ, ಅವಿಶ್ವಾಸ. Un-be-liēv'ẽr, *n.* ನಂಬದವ, ಅವಿಶ್ವಾಸಿ. Un-be-liēv'iṅg, *a.* ನಂಬದ, ಅವಿಶ್ವಾಸದ. Un-be-liēv'iṅg-ly, *ad.* ನಂಬದೆ, ವಿಶ್ವಾಸವಿಲ್ಲದೆ.

Un-bend', *v. t. r.* ಸಡ್ಲಿಸು, ಸಡ್ಲುಬಿಡು. Un-bend'iṅg, *a.* ಬಗ್ಗದ, ಮಣಿಯದ, ಒಳಬೀಳದ, ದೃಢಸಂಕಲ್ಪದ.

Un-be-nīgn' (-nīn'), *a.* ಕೆಟ್ಟ, ಕೇಡಕ; 2. ಅಶುಭ.

Un-be-sēem'iṅg, *a.* -sēem'iṅg-ly, *ad.*, *see* Unbecoming, *etc.*

Un-bī'assed (-bī'ast), *a.* ಪಕ್ಷಪಾತವಿಲ್ಲದ, ಯಾವ ಕಡೆಗೂ ಒಲೆಯದ.

Un-bid'den (-bid'n), *a.* ಕರೆಯದ, ಅಪ್ಪಣೆಯಿಲ್ಲದ, ತನ್ನಿಂದ ತಾನೇ ಆಗುವ; he came u. ಅಪ್ಪಣೆಯಿಲ್ಲದೆ ಬಂದ, ಕರೆಯದೆ—; death comes u. ಮರಣವು ಹೇಳಿ ಕೇಳಿ ಬರುವುದಿಲ್ಲ.

Un-bīnd', *v. t. ir.* (-bound', -bound') ಸಡ್ಲಿಸು, ಬಿಚ್ಚು.

Un-blā'ma-ble, *a.* ತಪ್ಪಿಲ್ಲದ, ನಿರಪರಾಧ, ನಿರ್ದೋಷ.

Un-blem'ished (-blem'isht), *a.* ನಿರ್ದೋಷ, ನಿಷ್ಕಳಂಕ.

Un-blessed' (-blest'), Un-blest', *a.* ಆಶೀರ್ವಾದ ಹೊಂದದ, ದೌರ್ಭಾಗ್ಯದ.

Un-blōwn' (-blōn'), *a.* ಅರಳದ.

Un-blush'iṅg, *a.* ನಾಚಿಕೆ ಇಲ್ಲದ, ನಾಚಿಕೆಗೆಟ್ಟ, ನಿರ್ಲಜ್ಜೆಯ.

Un-bōlt', *v. t. r.*, *see* Unbar, Un-bōlt'-ed, *a.* ಅಗಳಿ ಇಲ್ಲದ; 2. ಕೇರದ, ತೌಡು ತೆಗೆಯದ.

Un-born' (-ba̤rn'), *a.* ಇನ್ನೂ ಹುಟ್ಟದ, ಮುಂದಿನ.

Un-bös̱'ŏm (-bṳz'um), *v. t. r.* ಮನಸ್ಸು ಬಿಚ್ಚಿ ಹಾಕು, ಅರಿಕೆ ಮಾಡು.

Un-bought' (-ba̤t'), *a.* ಕ್ರಯವಿಲ್ಲದೆ ಪಡಕೊಂಡ.

Un-bound', *a.* ಸಡ್ಲಾದ, ಕಟ್ಟದ, ಬಿಚ್ಚಿದ. Un-bound'ed, *a.* ಮಟ್ಟಿಲ್ಲದ, ಮಿತಿಯಿಲ್ಲದ; 2. ಅಂಕೆಯಿಲ್ಲದ. Un-bound'ed-ly, *ad.* ಮಟ್ಟಿಲ್ಲದೆ, ಮಿತಿ ಮೇರೆಯಿಲ್ಲದೆ.

Un-bowed' (-bowd'), *a.* ಬೊಗ್ಗದ, —ದೆ.

Un-bow'el, *v. t. r.* (-bow'elled, *pr.* -eld) ಕರುಳು ತೆಗೆ *c. g.*

Un-brāce', *v. t. r.* (*pr.* -brāst') ಸಡ್ಲಿಸು, ಉಚ್ಚು, ಬಿಚ್ಚು.

Un-bred', *a.* ಕಾಡ, ಅಶಿಕ್ಷಿತ.

Un-brī'dled (-brī'dld), *a.* "ಲಗಾಮಿಲ್ಲದ"; 2. ಅಂಕೆಯಿಲ್ಲದ.

Un-brō'ken (-brō'kn), *a.* ಒಳಗಾಗದ, ವಶವಾಗದ.

Un-brŏth'ĕr-ly, *a.* ಪ್ರೀತಿಯಿಲ್ಲದ, ಸಹೋದರರಿಗೆ ತಕ್ಕದ್ದಲ್ಲದ.

Un-buck'le (-buk'l), *v. t. r.* ಕೊಂಡಿ ಬಿಚ್ಚು, ಬಿಚ್ಚಿ, ಕಳಚು; *pass.* ಬಿಚ್ಚು, ಉಚ್ಚು, ಕಳಚು.

Un-build' (-bild'), *v. i. ir.* (-built', -built', *pr.* -bilt') ಕೆಡವಿಹಾಕು, ನೆಲಸಮಮಾಡು. Un-built' (-bilt'), *a.* ಇನ್ನೂ ಕಟ್ಟದ.

Un-bur'den (-bĕr'dn), -bur'then (-bĕr'-thn), *v. t. r.* ಭಾರವಿಳಿಸು, ಹೊರೆ ಇಳಿಸು.

Un-bur'y (-ber'i), *v. t. r.* (-bur'ied, *pr.* ber'id) ಹೂಳಿಟ್ಟದ್ದು ತೆಗೆ.

Un-but'ton (-but'n), *v. t. r.* ಕಸೆ ಬಿಚ್ಚು, ಗುಂಡಿ ತೆಗೆ, ಬಿರಡೆ ತೆಗೆ.

Un-ca̤lled (-ka̤ld'), *a.* ಕರೆಯದ; u.-for ಯಾರೂ ಬೇಡದ, ಬೇಡಾದ.

Un-can'did, *a.* ಕಪಟದ, ಸರಳವಲ್ಲದ.

Un-can'ny (-kan'i), *a.* ದಡ್ಡ; 2. ಅಶುಭ; 3. ಕೆಡಕು; 4. ಅಕಾಲ.

Un-cap', *v. t. r.* "ಟೊಪ್ಪಿಗೆ" ತೆಗೆ *c.g.;* 2. ತೆರೆ, ಬಿಚ್ಚು.

Un-cāse', *v. t. r.* (*pr.* -cāst') ಗವಸಣಿಗೆಯಿಂದ ಹೊರಗೆ ತೆಗೆ, ಪೆಟ್ಟಿಗೆಯಿಂದ—.

Un-ca̤u'tiŏus (-ka̤'shus), *a.* *see* Incau-tiŏus.

Un-cēas'iṅg (-sēs'iṅg), *a.* ಎಡೆಬಿಡದ, ತೆರಪಿಲ್ಲದ, ತೀರದ, ನಿತ್ಯ. Un-cēas'iṅg-ly, *ad.* ಎಡೆಬಿಡದೆ, ತೆರಪಿಲ್ಲದೆ.

Un-cer-e-mō'ni-ŏus, *a.* ಉಪಚಾರದ ಮಾತಿಲ್ಲದ, ಸಲಿಗೆಯ. Un-cer-e-mō'ni-ŏus-ly, *ad.* ಉಪಚಾರ ಮಾಡದೆ, ಮರ್ಯಾದೆಯಿಲ್ಲದೆ, ಸಿಕ್ಕಸಿಕ್ಕ ಹಾಗೆ.

Un-cĕr'tāin, *a.* ಗೊತ್ತಿಲ್ಲದ, ನಿಶ್ಚಯವಿಲ್ಲದ, ಭರವಸವಿಲ್ಲದ, ಅಭದ್ರ, ಕನಸಿನ ಗಂಟಿನಂಥ. Un-cĕr'tāin-ly, *ad.* ಅನಿಶ್ಚಯವಾಗಿ, ಸಂಶಯವಾಗಿ, ಮೋದಂಡವಾಗಿ. Un-cĕr'tāin-ty, *n.* ಅನಿಶ್ಚಯ, ಅನುಮಾನ, ಸಂಶಯ, ಮೋದಂಡ.

Un-chāin', *v. t. r.* ಸಂಕೋಲೆ ಬಿಚ್ಚು.

Un-chānġe'a-ble, *a.* ಬೇರೆಯಾಗದ, ಬದಲಾಗದ, ಬದಲಿಸಲಾರದ, ನಿರ್ವಿಕಾರವಾದ. Un-chānġe'a-ble-ness, *n.* ಸ್ಥಿರತ್ವ, ನಿರ್ವಿಕಾರತೆ, ಅವಿಕೃತಿ. Un-chānġ'ed' (-chānjd'), *a.* ಬದಲಾಗದ, ಅವಿಕೃತ. Un-chānġ'iṅg, *a.* ಬದಲಾಗದ, ಸ್ಥಿರ, ಶಾಶ್ವತ.

Un-char'i-ta-ble, *a.* ಪ್ರೀತಿಯಿಲ್ಲದ, ದೋಷವನ್ನೇ ನೋಡುವ, ನಿಷ್ಠುರ, ಅದಾನಿ. Un-char'i-ta-ble-ness, *n.* ಪ್ರೀತಿಯಿಲ್ಲದಿರೋಣ, ನಿಷ್ಠುರತೆ. Un-char'i-ta-bly, *ad.* ಪ್ರೀತಿಯಿಲ್ಲದೆ, ತಪ್ಪು ಹಿಡಿಯುವ ಭಾವದಿಂದ.

Un-chāste', *a.* ಜಾರ, ಕಾಮಭಾವದ, ವ್ಯಭಿಚಾರಕ್ಕಾಸ್ಪದ ಕೊಡುವ; u. woman ವ್ಯಭಿಚಾರಿಣಿ.

Un-chāste'ly, *ad.* ಕಾಮುಕವಾಗಿ, ಕಚ್ಚೆ ಶುದ್ಧಿಯಿಲ್ಲದೆ. Un-chās'ti-ty, *n.* ಜಾರತ್ವ, ಹಾದರ, ಪುಂಶ್ಚಲಿತ್ವ, ಕಾಮವಿಕಾರ.

Un-chiv'al-rōus (-shiv'al-rus), *a.* ಪರಾಕ್ರಮವಿಲ್ಲದ, ಸುಮರ್ಯಾದೆಯಿಲ್ಲದ.

Un-christ'ian (-krist'yan), *a.* ಕ್ರೈಸ್ತನಲ್ಲದ, ಕ್ರೈಸ್ತಧರ್ಮವಿರುದ್ಧವಾದ. Un-christ'ian-ly (-krist'yan-), *ad.* ಕ್ರಿಸ್ತನ ಭಕ್ತರಿಗೆ ಒಪ್ಪದಂಥ ರೀತಿಯಿಂದ.

Un'cial (-shl), *n.* ದುಂಡುಬರಹ.

Un-cĭr'cum-cī̱sed (-sīzd), *a.* "ಸುನ್ನತಿ" ಹೊಂದದ, ಅಪರಿಚ್ಛೇದನೆಯ.

Un-civ'il, *a.* ಮರ್ಯಾದೆಯಿಲ್ಲದ, ಮರ್ಯಾದೆಗೆಟ್ಟ, ಅಸಭ್ಯ. Un-civ'il-ī̱sed (-izd), *a.* ನಾಗರಿಕತನವಿಲ್ಲದ, ಸುಧಾರಿಸದ, ಅಡ್ನಾಡಿ. Un-civ'il-ly, *ad.* ಮರ್ಯಾದೆಯಿಲ್ಲದ, ಅಸಭ್ಯವಾಗಿ, ಮಾನಹೀನವಾಗಿ.

Un-clāimed' (-klāmd'), *ad.* ಯಾರೂ ಬೇಡದ, "ಬೇನಾರಸು", ಹಕ್ಕುದಾರರಿಲ್ಲದ.

Un-clasp', *v. t. r.* (*pr.* -klaspt') ಕೊಂಡಿ ಬಿಚ್ಚು.

Un'cle, *n.* (father's elder brother) ದೊಡ್ಡಪ್ಪ; (father's younger brother) ಚಿಕ್ಕಪ್ಪ, ಕಕ್ಕ, ಕಾಕ; (mother's brother) ಮಾವ, ಸೋದರಮಾವ.

Un-clēan', -clēan'ly (-klēn'), *a.* ಹೊಲಸ, ಮಾಸಿದ, ಅಶುಚಿ, ಅಶುದ್ಧ. Un-clēan'ness, Un-clēan'li-ness, *n.* ಹೊಲಸು, ಅಶುಚಿ, ಮಲಿನತ್ವ, ಅಶುದ್ಧತ್ವ. Un-cleanse̱d' (-klenzd'), *a.* ಶುಚಿ ಮಾಡದ.

Un-clench', -clinch', *v. t. r.* ಹಿಡಿ ಬಿಡಿಸು, ಮುಟ್ಟಿಗೆ ಬಿಚ್ಚು, ಮುಷ್ಟಿ ತೆರೆ.

Un-clōak', *v. t. r.* (*pr.* -klōkt') ಹೊದಿಕೆ ತೆಗೆ *e. g.*

Un clog', *v. t. r.* (-clogged', *pr.* -klogd') ಅಡ್ಡಿ ತೆಗೆದುಹಾಕು, ತೊಡರುಬಿಡಿಸು, ವಿಘ್ನ ಪರಿಹಾರಮಾಡು.

Un-clo̱se', *v. t. r.* ತೆರೆ, ಮುದ್ರೆ ಬಿಚ್ಚು; 2. ಬೈಲಿಗೆ ಹಾಕು, ಹುಲುಬಿಸು.

Un-clōthe' (-klōth'), *v. t. r.* ಅರಿವೆ ತೆಗೆ, ಉಡಿಗೆ—, ಬರೇದು ಮಾಡು.

Un-cloud'ed, *p. a.* ಮೋಡವಿಲ್ಲದ, ನಿರ್ಮೇಘ, ಮಬ್ಬಿಲ್ಲದ, ನಿಚ್ಚಳ.

Un-clutch', *v. t. r.* (*pr.* -klucht') ಬಿಡಿಸು.

Un'cō, *a.* ಅಸಾಧಾರಣ, ವಿಶೇಷವಾದ, ಬಹು (Uncouth).

Un-cock', *v. t. r.* (*pr.* -kokt) "ಚಾಪು" ಸಡ್ಲಿಸು; 2. ಹುಲ್ಲುಗುಪ್ಪೆ ಹರವು.

Un-coil', *v. t. r.* ಸುರಿ ಬಿಚ್ಚು, ಸಿಂಬಿಕೆ—, ಮುರಿಗೆ—.

Un-coined' (-koind'), *a.* ನಾಣ್ಯವಾಡದ, ಮುದ್ರೆಹಾಕದ.

Un-col-lec'ted, *a.* ಕೂಡಿಸದ, "ವಸೂಲಾಗದ"; 2. ಸಮಾಧಾನವಾಗದ.

Un-cōmbed' (-komd'), *a.* ಬಾಚದ; her hair is u. ಅವಳು ತಲೆ ಬಾಚಿಕೊಳ್ಳಲಿಲ್ಲ.

Un-cŏme'ly, *a.* ಚಂದಗೆಟ್ಟ, ಶೋಭೆಯಿಲ್ಲದ. Un-cŏme'li-ness, *n.* ಅಂದಗೇಡಿತನ.

Un-cŏm'fōrt-a-ble, *a.* ಸುಖವಿಲ್ಲದ, "ಅಡಚಣೆಯ". Un-cŏm'fōrt-a-bly, *ad.* ಸುಖವಿಲ್ಲದೆ, ಅಪ್ರಶಸ್ತವಾಗಿ.

Un-com'mon, *a.* ಅಪರೂಪ, ಅಸಾಧಾರಣ. Un-com'mon-ly, *ad.* ಅಪರೂಪವಾಗಿ, ಅಸಾಧಾರಣವಾಗಿ.

Un-com-mū'ni-ca-ble, *a.*, *see* Incommunicable.

Un-com-mū'ni-ca-tive, *a.*, *see* Incommunicative.

Un-com-plāin'ing, *n.* ಗುಣುಗುಟ್ಟದ.

Un-com-plē'ted, *a.* ಮುಗಿಯದ, ತೀರದ, ಅಪೂರ್ಣ.

Un-com-pli-men'tar-y, *a.* ಆದರವಿಲ್ಲದ, ಉಪಚಾರ ಮಾಡದ.

Un-com-plȳ'ing, *a.* ಸಮ್ಮತಿಸದ, ಜೊಗ್ಗದ, ಮಣಿಯದ.

Un-com'prō-mī-si̱ng, *a.* ಸಮಾಧಾನಕ್ಕೆ ಬಾರದ, "ರಾಜಿ"ಯಾಗದ, ಒಪ್ಪದ, ಹಟದ. Un-com'prō-mī-si̱ng-ly, *ad.* ಸೇರಿಕೆ ಇಲ್ಲದೆ, ಮಣಿಯದೆ, ಜೊಗ್ಗದೆ.

Un-con-cēaled' (-sēld'), *a.* ಮರೆಯಾಗದ, ಮುಚ್ಚದ, ಅವಗಿಕೊಳ್ಳದ.

Un'con-cĕrn, *n.* ಉಪೇಕ್ಷೆ, ನಿಶ್ಚಿಂತೆ. Un-con-cĕrned' (-sĕrnd'), *a.* ಚಿಂತೆಯಿಲ್ಲದ. Un-con-cĕrn'ed-ly, *ad.* ಚಿಂತೆಯಿಲ್ಲದೆ. Un-con-cĕrn'ed-ness, *n.* ನಿಶ್ಚಿಂತೆ.

Un-con-cil'i-ā-ting, -cil'i-ā-tōr-y, *a.* ಹೊಂದಿಕೆಯಾಗದ, ಅನ್ಯೋನ್ಯವಾಗದ, "ರಾಜಿ"ಯಾಗದ.

Un-con-densed' (-denst'), *a.* ಹೆಪ್ಪಾಗದ, ಘನವಾಗದ; 2. ನೀರಾಗದ (ಉಗಿ).

Un-con-di'tiōn-al (-dish'un-), *a.* ನಿಯಮವಿಲ್ಲದ, ನಿರುಪಾಧಿಕ, "ಶರ್ತ"ವಿಲ್ಲದ, ಗೊತ್ತು

ಮಾಡದ, "ಕರಾರಿಲ್ಲದ". Un-eon-di'tiŏn-al-ly (-dish'un-), *ad.* ನಿಯಮವಿಲ್ಲದೆ, ನಿರುಪಾಧಿಕವಾಗಿ, "ಶರ್ತ"ವಿಲ್ಲದೆ.

Un-eon-fīned' (-fīnd'), *a.* ಪ್ರತಿಬಂಧವಿಲ್ಲದ, ಅಂಕೆಯಿಲ್ಲದ.

Un-eon-fĭrmed' (-fĕrmd), *a.* ನಿಶ್ಚಯಿಸದ; 2. "ಕಾಯಮಾಗದ"; 3. ಅಸ್ಥಿರ.

Un-eon-form'a-ble, *a.* ಸರಿಯಾಗದ, ಒಪ್ಪದ, ಹೊಂದದ. Un-eon-form'a-bly, *ad.* ಸರಿಯಾಗದೆ, ಒಪ್ಪದೆ, ಹೊಂದಿಕೆಯಾಗದೆ.

Un-eon-ġēaled' (-jēld'), *a.* ಹೆಪ್ಪಾಗದ, ಗಟ್ಟಿಯಾಗದ.

Un-eon-ġe'ni-al, *a.* ಹಿತಕರವಲ್ಲದ, ಅಸಮಾನವಾದ, ಸೇರಿಕೆಯಿಲ್ಲದ.

Un-eon-nee'ted, *a.* ಹೊಂದಿಕೆಯಿಲ್ಲದ, ಗೊತ್ತುಗೆಟ್ಟ, ಸಂಬಂಧವಿಲ್ಲದ.

Un-eoṅ'quĕr-a-ble (-koṅ'kĕr-), *a.* ಜಯಿಸಕೂಡದ; 2. ಅಂಕೆಯಿಲ್ಲದ.

Un-eon'sciŏn-a-ble (-kon'shun-), *a.* ಬುದ್ಧಿಗೊಪ್ಪದ, ಅನ್ಯಾಯದ; 2. ಕ್ರಮವಿಲ್ಲದ. Un-eon'sciŏn-a-bly (-kon'shun-), *ad.* ಬುದ್ಧಿಗೆಟ್ಟು, ಅನ್ಯಾಯವಾಗಿ; 2. ಕಂಡಾಬಟ್ಟೆ.

Un-eon'sciŏus (-kon'shus), *a.* ಅರುವಿಲ್ಲದ, ತಿಳುವಿಕೆ ಇಲ್ಲದ, ತಿಳಿಯದ, ದೇಹಭಾವವಿಲ್ಲದ, ಸ್ವಯವಿಲ್ಲದ, ಮೈಮರೆತ. Un-eon'sciŏus-ly (-kon'shus-), *ad.* ತಿಳಿಯದೆ, ಅರಿಯದೆ, ಅರುವಿಲ್ಲದೆ. Un-eon'sciŏus-ness (-kon'-shus-), *n.* ಎಚ್ಚರತಪ್ಪಿರೋಣ, ಅರುವಿಲ್ಲದಿರುವುದು.

Un-eon'se-erā-ted, *a.* ಪ್ರತಿಷ್ಠೆಯಾಗದ, ದೀಕ್ಷೆಯಾಗದ.

Un-eon-sol'i-dā-ted, *a.* ಗಟ್ಟಿಯಾಗದ.

Un-eon-sti-tū'tiŏn-al, *a.* ರಾಜಶಾಸನಕ್ಕೆ ವಿರುದ್ಧವಾದ. Un-eon-sti-tū'tiŏn-al-ly, *ad.* ರಾಜಶಾಸನಕ್ಕೆ ವಿರುದ್ಧವಾಗಿ.

Un-eon-strāined' (-strānd'), *a.* ಪ್ರತಿಬಂಧವಿಲ್ಲದ.

Un-eon-sūmed' (-sūmd'), *a.* ಖರ್ಚಾಗದ; 2. ಸುಟ್ಟುಹೋಗದ.

Un-eon-tam'i-nā-ted, *a.* ಮಾಸದ, ಮೈಲಿಗೆಯಾಗದ; 2. ಹೊಲೆಯಾಗದ, ಕಲಂಕವಾಗದ.

Un-eon-test'ed, *a.* ನಿರ್ವಿವಾದದ, ಎದುರಾಡದ.

Un-eon-trōl'la-ble, *a.* ಅಂಕೆಯಿಲ್ಲದ ಅಂಕೆಯಲ್ಲಿಡಕೂಡದ, ಅಟೋಪಿಗೆ ಬಾರದ. Un-eon-trōl'la-bly, *ad.* ಅಂಕೆಯಿಲ್ಲದೆ, ಅಟೋಪವಿಲ್ಲದೆ.

Un-eon-trō-vĕrt'ed, -vĕr'ti-ble, *a.* ಎದುರುಮಾತಾಡಲಾರದ, ತರ್ಕವಿಲ್ಲದ, ಅಪ್ರತರ್ಕ್ಯ.

Un-eon-vĕrt'ed, *a.* ಮನಸ್ಸು ಬೇರೆಯಾಗದ; 2. ಅನ್ಯಮತಕ್ಕೆ ಸೇರದ; 3. ಕ್ರೈಸ್ತನಾಗಿರದ.

Un-eon-vinced' (-vinst'), *a.* ಒಡಂಬಡದ.

Un-eọọked' (-kụkt), *a.* ಅಡಿಗೆಯಾಗದ, ಅಡದ.

Un-eord', *v. t. r.* ಹಗ್ಗ ಬಿಚ್ಚು.

Un-eork', *v. t. r.* (*pr.* -korkt') "ಬೂಚಿ" ತೆಗೆ, ಬಿರಡೆ—.

Un-eor-ree'ted, *a.* ತಿದ್ದಿಸಿಕೊಳ್ಳದ, ಸುಧಾರಿಸಿಕೊಳ್ಳದ, ಅಶಿಕ್ಷಿತ.

Un-eor-rupt', *a.*, *see* Incorrupt.

Un-eŏup'le (-kup'l), *v. t. r.* ಜೊತೆ ಬಿಡಿಸು, ಬಿಚ್ಚಿಬಿಡು.

Un-eŏurt'eŏus (-kōrt'yus), *a.* ಮರ್ಯಾದೆ ಇಲ್ಲದ, ಮರ್ಯಾದೆಗೆಟ್ಟ, ಉಪಚಾರವಿಲ್ಲದ, ಅಸಭ್ಯ. Un-eŏurt'eŏus-ly (-kōrt'yus-), *ad.* ಅಸಭ್ಯವಾಗಿ, ಉಪಚಾರವಿಲ್ಲದೆ. Un-eŏurt'eŏus-ness (-kōrt'yus-nes), *n.* ಮರ್ಯಾದೆಗೇಡಿತನ, ಅಮರ್ಯಾದೆ, ಅಸಭ್ಯತೆ.

Un-eŏuth' (-kụth'), *a.* ಲಟ್ಟ, ದಾಂಡಿಗ, ವಿಪರೀತ. Un-eŏuth'ly, *ad.* ಲಟ್ಟಾಗಿ, ಯದ್ವಾತದ್ವವಾಗಿ, ವಿಪರೀತವಾಗಿ.

Un-eŏv'e-nant-ed, *a.* ಒಡಂಬಡಿಕೆ ಮಾಡದ, "ಮುಚ್ಚಳಿಕೆ" ಕೊಡದ.

Un-eŏv'ĕr, *v. t. r.* ಮುಚ್ಚಳ ತೆಗೆ, ತೆರೆ, ಬೈಲಿಗೆ ಹಾಕು; 2. (u. the head) "ಟೋಪಿ" ತೆಗೆ. *v. i.* "ಟೊಪ್ಪಿಗೆ" ತೆಗೆ, ವಂದನೆ ಮಾಡು.

Un-erē-ā'ted, *a.* ಅನುತ್ಪನ್ನ, ಅಸೃಷ್ಟ, ಸೃಷ್ಟಿಸಲ್ಪಡದ; 2. ಇನ್ನೂ ಹುಟ್ಟದ.

Un-erown', *v. t. r.* ರಾಜಭ್ರಷ್ಟ ಮಾಡು. Un-erowned' (-kround'), *a.* ಪಟ್ಟಾಕಟ್ಟಿಸಿಕೊಳ್ಳದ.

Uṅe'tiŏn, *n.* ಲೇಪನ, ಅಭಿಷೇಕ; 2. ಆಸಕ್ತಿ; 3. ಮನಸ್ಸನ್ನು ಶಾಂತಿಗೊಳಿಸುವ ಅಥವಾ ಧರ್ಮಾಸಕ್ತಿಯನ್ನು ಉದ್ರೇಕಿಸುವ ಮಾತುಗಳು; 4. ಕಥನದಲ್ಲಿ ಉತ್ಸಾಹ; extreme u. (*Rom. Cath.*) ಅವಧಿ ಅಭ್ಯಂಗ, ಅಂತ್ಯತೈಲಾಭಿಷೇಕ. Uṅe-tū-os'i-ty, *n.* ಜಿಡ್ಡಾಗಿರುವುದು. Uṅe'tū-ŏus, *a.* ಎಣ್ಣೆಯ, ಜಿಡ್ಡಿನ, ಸ್ನಿಗ್ಧ; Uṅe'tū-ŏus-ly, *ad.* ಜಿಡ್ಡಾಗಿ, ಸ್ನಿಗ್ಧವಾಗಿ.

Un-eul'ti-vā-ted, *a.* ಹಸನಾಗದ, ಸಾಗುವಳಿ ಮಾಡದ; 2. ಅಶಿಕ್ಷಿತ, ಕಾಡ.

Un-eul'tūre, *n.* ಕಾಡಸ್ಥಿತಿ.

Un-eum'bĕred (-kum'bĕrd), *a.* ತೊಂದರೆಯಿಲ್ಲದ.

Un-eurbed' (-kĕrbd), *a.* ಅಂಕೆಯಿಲ್ಲದ. "ಹರಾಮಿ".

Un-cūred', *a.* ಗುಣವಾಗದ, ನೆಟ್ಟಗಾಗದ, ಸ್ವಸ್ಥವಾಗದ.

Un-cur'rent, *a.* ಸಲ್ಲದ.

Un-cut', *a.* ಕೊಯ್ಯದ, ಕತ್ತರಿಸದ.

Un-dā'ted, *a.* "ತಾರೀಕು" ಹಾಕದ.

Un-dam'āged (-ājd), *a.* ನಷ್ಟವಾಗದ, ಕೇಡು ಬಾರದ.

Un-daunt'ed (-dant-), *a.* ಹೆದರದ, ಭಯವಿಲ್ಲದ, ಧೈರ್ಯವುಳ್ಳ. Un-daunt'ed-ly (-dant-), *ad.* ಹೆದರದೆ, ಭಯವಿಲ್ಲದೆ. Un-daunt'ed-ness (-dant-), *n.* ಎದೆ, ಧೈರ್ಯ, ನಿರ್ಭಯ.

Un-daz'zled (-daz'ld), *a.* ಕಣ್ಣು ಕುಕ್ಕದ.

Un-de-cāyed' (-kād'), *a.* ಹಾಳಾಗದ, ಹುಳು ಹೋಗದ, ಕ್ಷಯವಾಗದ. Un-de-cāy'ing, *a.* ಎಂದಿಗೂ ಹಾಳಾಗದ, —ಕ್ಷಯವಾಗದ.

Un-de-cēive', *v. t. r.* ಭ್ರಮೆಬಿಡಿಸು.

Un-de-cī'ded, *a.* ನಿಶ್ಚಯಿಸದ, ತೀರ್ಪುಮಾಡದ, ಅನಿಶ್ಚಿತ.

Un-de-fāced' (-fāst'), *a.* ರೂಪ ಕೆಡದ, ಮಾಜಿಹೋಗದ, ಅಳಿಯದ.

Un-de-fend'ed, *a.* ಕಾಯದ, "ಬಂದೋಬಸ್ತಿ" ಯಿಲ್ಲದ, ಅರಕ್ಷಿತ.

Un-de-fīled' (-fīld'), *a.* ಭ್ರಷ್ಟವಾಗದ, ನಿರ್ಮಲ.

Un-de-fīned' (-fīnd'), *a.* ಗೊತ್ತಿಲ್ಲದ, ಅಸ್ಪಷ್ಟ, ಸಂಶಯದ, ಮೋದಂಡವಾದ. Un-de-fī'na-ble, *a.* ವಿವರಿಸಕೂಡದ, ನಿಶ್ಚಯಿಸಲಾಗದ.

Un-de-nī'a-ble, *a.* ಅಲ್ಲವೆನ್ನಲಾರದ. Un-de-nī'a-bly, *ad.* ಅಲ್ಲವೆನ್ನಲಾರದ ಹಾಗೆ.

Un'dĕr, *prep.* (beneath, below) ಕೆಳಗೆ, *as,* u. the tree ಮರದ ಕೆಳಗೆ; 2. (within) ಒಳಗೆ, *as,* u. the water ನೀರೊಳಗೆ; 3. (less than) ಕಡಿಮೆ, ಒಳಗೆ, *as,* u. twenty years ಇಪ್ಪತ್ತು ವರ್ಷದೊಳಗೆ; he gets u. ten rupees ಅವನಿಗೆ ಹತ್ತು ರೂಪಾಯಿಯೊಳಗೆ ಸಿಕ್ಕುತ್ತದೆ; he sold it u. its cost ಅದನ್ನು ಕೊಂಡ ಬೆಲೆಗಿಂತ ಕಡಿಮೆ ಬೆಲೆಗೆ ಮಾರಿದ; 4. (in, surrounded with) ...ಲ್ಲಿ, *as,* u. the evils of life ಪ್ರಪಂಚದ ಕಷ್ಟಗಳಲ್ಲಿ; u. your protection ನಿಮ್ಮ ಆಶ್ರಯದಲ್ಲಿ; u. this head ಈ ಪ್ರಕರಣದಲ್ಲಿ; 5. *(several other relations are expressed by means of verbal participles, as)* travel u. a load ಹೊರೆ ಹೊತ್ತುಕೊಂಡು ಪ್ರಯಾಣ ಮಾಡು; u. lock and key ಬೀಗಹಾಕಿ, "ಕೀಲಿ"—; he remained firm u. the reproaches of his friends ಅವನ ಆಪ್ತರು ಬೈದರೂ ಅವನು ಹಿಂಜರಿಯಲಿಲ್ಲ; u. your favour ನೀವು ಅಪ್ಪಣೆ ಕೊಟ್ಟರೆ, —ಅಪ್ಪಣೆ ಕೊಟ್ಟಾಗ; u. pain of death ಮರಣದ ಆಜ್ಞೆಗೆ ಒಳಗಾಗದ ಹಾಗೆ; u. the name (pretence) of friendship ಸ್ನೇಹದ ನೆವಕ್ಕಾಗಿ, —ನೆವದಿಂದ; u. arms "ಹತ್ಯಾರ" ಹಿಡುಕೊಂಡು; u. fire ತುಪಾಕಿಯ ಗುಂಡಿಗೆ ಗುರಿಯಾಗಿ; u. ground ನೆಲದೊಳಗೆ, ಭೂಮಿಯೊಳಗೆ; u. my own hand *or* signature ನನ್ನ ಕೈಗುರುತಾಗಿ, —"ದಸ್ತೂರಿ"ಯಾಗಿ; u. sail ಪಟ ಏರಿಸಿಕೊಂಡು, ಹಾಯಿ—, *as,* a vessel u. sail ಪಟ ಏರಿಸಿಕೊಂಡು ನಡೆಯುವ ಹಡಗ; u. sentence ತೀರ್ಪಾಗಿ; u. the breath ಮೆಲ್ಲಗೆ; u. the lee ಮರೆಯಾಗಿ, *as,* u. the lee of the coast ದಂಡೆಯ ಮರೆಯಾಗಿ.

Un'dĕr, *ad.* ವಶ, ಕೆಳಗೆ, *as,* to bring u. ವಶಮಾಡಿಕೊಳ್ಳು; keep u. ವಶಮಾಡಿ ಇಟ್ಟುಕೊಳ್ಳು, ಕೈಕೆಳಗೆ—. *a.* ಕೆಳಗಿನ, ಕೈಕೆಳಗಣ.

Un-dĕr-bid', *v. t. ir.* (-bid', -bid') ಕಡಿಮೆ ಕ್ರಯಕ್ಕೆ ಬೇಡು, ಊಣಾಕ ಕ್ರಯಕ್ಕೆ ಕೇಳು; 2. ಕಡಿಮೆ ಕೂಲಿಗೆ ಮಾಡುತ್ತೇನನ್ನು.

Un'dĕr-clothes (-klōz), Un'dĕr-clōth-ing, *n.* ಒಳಂಗಿ, ಒಳಗಿನ ಅರಿವೆ.

Un'dĕr-coat, *n.* ಒಳಂಗಿ, ಒಳಗಿನ ಅಂಗಿ.

Un'dĕr-cur-rent, *n.* ಒಳಸೆಳವು, ಅಂತಃಪ್ರವಾಹ.

Un-dĕr-dō', *v. t. ir.* (-did', -dōne') ಬೇಕಾದ್ದಕ್ಕಿಂತ ಕಡಿಮೆ ಮಾಡು; 2. ಅರ್ಧ ಬೇಯಿಸು.

Un-dĕr-fēed', *v. t. ir.* (-fed', -fed') ಬರಗೆಡಿಸು, ಅತಿ ಸ್ವಲ್ಪ ಆಹಾರ ಹಾಕು.

Un'dĕr-foot, *ad.* ಪಾದದ ಕೆಳಗೆ.

Un-dĕr-gird', *v. t. r.* ಕೆಳಗಿನಿಂದ ಕಟ್ಟು.

Un-dĕr-gō', *v. t. ir.* (-went', -gone') ಅನುಭವಿಸು, ತಿನ್ನು, ತಾಳು, ಹೊರು.

Un'dĕr-god, *n.* ದೇವತೆ, ಸುರ, ಭೂಸುರನು.

Un'dĕr-gown, *n.* ಒಳಂಗಿ, ಒಳಗಿನ ಅಂಗಿ.

Un-dĕr-grad'ū-āte, *n.* ಮೇಲಿನ ಪದವಿ ಹೊಂದದ ವಿದ್ಯಾರ್ಥಿ.

Un'dĕr-ground, *a.* ನೆಲದೊಳಗಣ, ಭೂಮಿಯೊಳಗಣ. *ad.* ನೆಲದಲ್ಲಿ, ಭೂಮಿಯೊಳಗೆ. *n.* ನೆಲದೊಳಗಣ ಸ್ಥಳ; 2. ಅಂತರ್ಭೌಮ.

Un'dĕr-grōwth (-grōth), *n.* ಮರಗಳ ಕೆಳಗೆ ಬೆಳೆಯುವ ಸಣ್ಣ ಸಣ್ಣ ಗಿಡಗಂಟಿ ಮೊದಲಾದುವುಗಳು.

Un'dĕr-hand, *a.* ರಹಸ್ಯ, ಗುಪ್ತ; 2. ಕಳ್ಳಾಟಿ

Fāte, fat, fär, fall, what; mē, met, prey, hĕr; pīne, pin, marīne, bird; nōte, not, möve, dŏve; tūne, tub, rude, pull; drȳ, body; fool, book; oil; boy; pound; now.

ಕೆಯ. *ad.* ಮೋಸಕರವಾಗಿ, ರೆಹಸ್ಯವಾಗಿ. Un'dĕr-hand-ed-ly. *ad.* ಕಳ್ಳಾಟಿಕೆಯಿಂದ, ಕಳ್ಳತನದಿಂದ.

Un-dĕr-huṅg', *a.* ಕೆಳಗೆ ತಗಲಿಸಿದ.

Un-dĕr-lāy', *v. t. r.* (-lāid', -lāid') ...ಕೆಳಗಿಡು *c. g.*, ಆಧಾರ ಕೊಡು *c. d.* ಜೋಡಿಸು *c. d.* [ವಣಿ.

Un'dĕr-lēase (-lēs), *n.* ಒಳಗೇಣಿ, ಪ್ರತಿಲಾ

Un-dĕr-let', *v. t. ir.* (-let', -let') ಒಳಗೇಣಿಗೆ ಕೊಡು, ಒಳ ಒಕ್ಕಲಿಗೆ—.

Un-dĕr-līe', *v. t. ir.* (-lāy', -lāin') ಕೆಳಗಿರು, ಬುಡದಲ್ಲಿರು; 2. ಆಧಾರವಾಗಿರು.

Un-dĕr-līne', *v. t. r.* ಮಾತಿನ ಕೆಳಗೆ ಗೀಟು ಎಳೆ *c. g.*

Un'dĕr-liṅg, *n.* ಕೈಕೆಳಗಿನವ; 2. ಕೀಳನು.

Un'dĕr-lip, *n.* ಕೆಳಗಿನ ತುಟಿ.

Un-dĕr-mas'ted, *a.* ಸಾಕಷ್ಟು ಕೂವೆಮರಗಳಿಲ್ಲದ.

Un-dĕr-mīne', *v. t. r.* ಪಾಯ ಅಗಿದುಕೆಡವು, ಸುರಂಗ ಮಾಡು; 2. ತಿಳಿಯದ ಹಾಗೆ ಹಾಳು ಮಾಡು, ಕೆಡಿಸು.

Un'dĕr-mōst, *a.* ಎಲ್ಲಾದಕ್ಕಿಂತ ಕೆಳಗಿನ.

Un-dĕr-nēath' (-nēth'), *ad.* & *prep.* ಕೆಳಗೆ.

Un-dĕr-pāy', *v. t. r.* (-pāid', -pāid') ಕಡಿಮೆ ಬೆಲೆ ಕೊಡು *c. d.*, ಕಡಿಮೆ ಕೂಲಿ—, ಕಡಿಮೆ ಸಂಬಳ—; *pass.* ಕಡಿಮೆ ಬೆಲೆ ಸಿಕ್ಕು, —ಕೂಲಿ ಸಿಕ್ಕು, *etc.*

Un-dĕr-pin', *v. t. r.* (-pinned', *pr.* -pind') ಕಲ್ಲಾಧಾರ ಕೊಡು *c. d.*, ಅಡವು—.

Un'dĕr-plot, *n.* ಒಳಸಂಚು.

Un-dĕr-prīze', *v. t. r.* ಕಡಿಮೆ ಕ್ರಯ ಕಟ್ಟು.

Un-dĕr-rāte', *v. t. r.* ಕಡಿಮೆ ದರ ಕಟ್ಟು.

Un-dĕr-scōre', *v. t.* ...ಕೆಳಗೆ ಗೆರೆ ಮಾಡು *c. g.*

Un-dĕr-sell', *v. t. ir.* (-sōld', -sōld') ಕಡಿಮೆ ಕ್ರಯಕ್ಕೆ ಮಾರು, ಅಗ್ಗವಾಗಿ ಮಾರು, ಅಗ್ಗ ಕೊಡು.

Un-dĕr-sīgn' (-sīn'), *v. t. r.* (ಪತ್ರದ) ಅಂತ್ಯದಲ್ಲಿ "ರುಜು" ಹಾಕು; the undersigned ಕೆಳಗೆ "ದಸ್ಕತು" ಮಾಡಿದವ (—ರು), ಕೆಳಗೆ "ರುಜು" ಹಾಕಿದವ (—ರು).

Un-dĕr-stand', *v. t. ir.* (-stood', -stood') (comprehend, know) ತಿಳಿ *c. d.*, ತಿಳುಕೊಳ್ಳು, ಗ್ರಹಿಸಿಕೊಳ್ಳು (the last two expressions referring chiefly to the import of one's words), *as*, did you u. him? ಅವನ ಮಾತು ತಿಳಿಯಿತೋ? —ಮಾತು ತಿಳಿಯಿತೇನು? —ಮಾತನ್ನು ತಿಳುಕೊಂಡಿಯೋ? —ಗ್ರಹಿಸಿಕೊಂಡಿಯೋ? do you u. what I say? yes, I do (meaning what has just been said) ನಾನು ಹೇಳಿದ್ದು ತಿಳಿಯಿತೋ? —ಹೇಳಿದ್ದು ತಿಳಿಯಿತೇನು? ಹೌದು ತಿಳಿಯಿತು; (meaning generally) ನಾನು ಹೇಳುವ ಮಾತು ತಿಳಿಯುತ್ತದೋ? ಹೌದು ತಿಳಿಯುತ್ತದೆ; do you u. English? ಇಂಗ್ಲಿಷ್ ಮಾತು ತಿಳಿಯುತ್ತದೋ? I u. a little ಸ್ವಲ್ಪ ಸ್ವಲ್ಪ ತಿಳಿಯುತ್ತದೆ; 2. (have information) ಕೇಳಿರು, *as*, I u. that he came yesterday ನಿನ್ನೆ ಬಂದನೆಂತ ಕೇಳಿದ್ದೇನೆ; 3. (suppose to mean) ಅರ್ಥ ಮಾಡು; how do you u. this verse? ಈ ಶ್ಲೋಕದ ಅರ್ಥ ಏನೆಂತ ಮಾಡುತ್ತೀರಿ? 4. (imply) ಗುಪ್ತವಾಗಿರು, *as*, the subject of this sentence is understood ಈ ವಾಕ್ಯದ ಕರ್ತೃ ಗುಪ್ತವಾಗಿದೆ;—give one to u. ಸೂಚನೆ ಕೊಡು, ಸೂಚಿಸು, ತಿಳಿಸು *c.d.*, *as*, I have been given to u. ನನಗೆ ಸೂಚನೆ ಕೊಟ್ಟರು, —ಸೂಚನೆ ಆಯಿತು; that is understood ಅದು ಮೇಲೆ ತೇಲುತ್ತದೆ; it is understood that ಅದಕ್ಕೆ ಒಪ್ಪಿಗೆಯದೆ. *v. i.* ಬುದ್ಧಿಯಿರು *c. d.;* 2. ವರ್ತಮಾನ ಕೇಳಿರು, ತಿಳುಕೊಳ್ಳು. Un-dĕr-stand'iṅg, *n.* ಬುದ್ಧಿ, ಜ್ಞಾನ, ತಿಳುವಿಕೆ; 2. ಒಡಂಬಡಿಕೆ, "ರಾಜಿ". *a.* ಜಾಣತನವುಳ್ಳ, ಕುಶಲತೆಯುಳ್ಳ.

Un-dĕr-stāte', *v. t.* ಇದ್ದದ್ದಕ್ಕಿಂತ ಕಡಿಮೆ ಮಾಡಿ ಹೇಳು.

Un-dĕr-stood', *pt.* & *pp. of* Understand.

Un'dĕr-strap-pĕr, *n.* ಕೀಳನು; 2. "ದಲ್ಲಾಳಿ".

Un-dĕr-tāke', *v. t. ir.* (-took', -tā'ken) (take upon one's self) ಮೈಮೇಲೆ ತಕ್ಕೊಳ್ಳು; 2. (engage in) ಕೈಕೊಳ್ಳು, ಕೈಹಾಕು *c.d.;* 3. (begin) ಆರಂಭಿಸು, ತೊಡಗು, ಎಸಗು; 4. (attempt) ಯತ್ನ ಮಾಡು, ನೋಡು, ತಲೆ ಕೊಡು; 5. (enter into a contract to do) ಗುತ್ತಿಗೆ ಹಿಡಿ. *v. t.* ಮೈಮೇಲೆ ತಕ್ಕೊಳ್ಳು, ಕೈಕೊಳ್ಳು, ನಡಿಸು; 2. ಮಾತು ಕೊಡು; u. for "ಜಾಮೀನಾಗು". Un-dĕr-tā'kĕr, *n.* ಮಾಡುವವ, ಕೆಲಸ ನಡಿಸುವವ, ತೊಡಗುವವ; 2. ಗುತ್ತಿಗೆದಾರ; 3. ಪ್ರೇತಸಂಸ್ಕಾರಕ್ರಿಯೆ ಗುತ್ತಿಗೆ ಹಿಡಿಯುವವ. Un-dĕr-tā'kiṅg, *n.* ಕೆಲಸ, ಕಾರ್ಯ; 2. ಪ್ರೇತಸಂಸ್ಕಾರಕ್ರಿಯೆ ಗುತ್ತಿಗೆ ಹಿಡಿಯುವ ಉದ್ಯೋಗ.

Un'dĕr-ten-ant, *n.* ಒಳ ಒಕ್ಕಲು, ರೈತ.

Un'dĕr-tōne, *n.* ಮೆಲ್ಲನ ಶಬ್ದ, — ನುಡಿ.

Un'dėr-took', *pt. of* Undertake.

Un-dĕr-val'ūe, *v. t. r.* ಕಡಿಮೆ ಬೆಲೆ ಕಟ್ಟು, ತಕ್ಕಷ್ಟು ಎಣಿಸದಿರು. Un-dĕr-val-ū-ā'tion, *n.* ಕಡಿಮೆ ಕ್ರಯ ಕಟ್ಟುವುದು; 2. ತುಚ್ಛವೆಂದೆಣಿಸುವುದು.

Un'dĕr-wood, *n.* ಚಿಕ್ಕ ಗಿಡಗಳು, ಪೊದೆಗಳು, ಮುಳ್ಳುಕಂಟಿ.

Un-dĕr-wrīte' (-rīt'), *v. t. ir.* (-wrōte', -writ'ten, *pr.* -rōt', -rit'n) ಕೆಳಗೆ ಬರೆ; 2. "ವಿಮೆ"ಪತ್ರಕ್ಕೆ ಬರೆಸು. Un-dĕr-wrī'tĕr (-rī'tĕr), *n.* "ವಿಮೆ"ಪತ್ರ ಬರೆಸುವವ.

Un-de-sĕrved' (-zĕrvd'), *a.* ತಕ್ಕದ್ದಲ್ಲದ, ಅಯೋಗ್ಯ; this punishment is u. ಈ ಶಿಕ್ಷೆ ತಕ್ಕದ್ದಲ್ಲ. Un-de-sĕr'ving, *a.* ಅಪಾತ್ರ, ಅಯೋಗ್ಯ.

Un-de-sīgned' (-zīn-), *a.* ಬೇಕೆಂತ ಮಾಡದ, ಭಾವಿಸದ. Un-de-sīgn'ed-ly (-zīn-), *ad.* ಬೇಕೆಂದಲ್ಲದೆ. Un-de-sīgn'ing (-zīn-), *a.* ನಿಷ್ಕಪಟವಾದ, ಯಥಾರ್ಥ.

Un-de-sī'ra-ble, *a.* ಆಶೆ ಮಾಡಕೂಡದ, ಬೇಡಾದ, ಅಪ್ರಿಯ; that was an u. event ಅದು ಬೇಕಾದದ್ದಲ್ಲ.

Un-de-tėr'mined (-mind), *a.* ಗೊತ್ತಿಲ್ಲದ, ನಿಷ್ಕರ್ಷೆಯಾಗದ, ನಿಶ್ಚಯಿಸದ; 2. ಮೇರೆ ಹಾಕದ.

Un-dē'vi-ā-ting, *a.* ಮಾರ್ಗ ಬಿಟ್ಟುಹೋಗದ, ಸ್ಥಿರ, ಕ್ರಮವಾದ, ನೆಟ್ಟನ. Un-dē'vi-ā-ting-ly, *ad.* ಇತ್ತತ್ತ ಒಲಿಯದೆ, ಸ್ಥಿರವಾಗಿ, ಏಕನಿಷ್ಠೆಯಿಂದ.

Un-did', *pt. of* Undo.

Un-di-ġes'ted, *a.* ಜೀರ್ಣವಾಗದ.

Un-dig'ni-fīed (-fīd), *a.* ಮಾನಗೆಟ್ಟ, ನೀಚ.

Un-di-lū'ted, *a.* ಅಳ್ಳಕಮಾಡದ, ತೆಳಪ್ಪು—; 2. ನಿಸ್ಸತ್ವ ಮಾಡದ.

Un-di-min'ished (-isht), *a.* ಕಡಿಮೆಯಾಗದ, ಇದ್ದ ಹಾಗಿರುವ.

Un-dimmed' (-dimd'), *a.* ಮೊಬ್ಬಾಗದ, ಮಂದವಾಗದ.

Un-di-rec'ted, *a.* ಆಜ್ಞಾಪಿಸದ; 2. ಮೇಲು ವಿಳಾಸವಿಲ್ಲದ; 3. ನಡಿಸಲ್ಪಡದ.

Un-dis-cĕrned' (-di-zĕrnd'), *a.* ಕಾಣದ. Un-dis-cĕrn'i-ble (-zĕrn'i-), *a.* ಕಾಣದ, ಕಂಡು ಕಾಣದ, ಅಸ್ಪಷ್ಟ. Un-dis-cĕrn'ing (-zĕrn'ing), *a.* ವಿವೇಕವಿಲ್ಲದ.

Un-dis'ci-plined (-splind), *a.* ಕಾಡ, ಅಶಿಕ್ಷಿತ; 2. "ಕವಾಯಿತು" ಕಲಿಯದ, "ತರಬೇತಾಗದ".

Un-dis-clōsed' (-klōzd), *a.* ಬೈಲಿಗೆ ಬೀಳದ, ಹುಲುಬದ, ಪ್ರಕಟವಾಗದ.

Un-dis-coŭr'āġed (-kur'ājd), *a.* ಎದೆಗುಂದದ, ಧೈರ್ಯಗುಂದದ.

Un-dis-cŏv'ĕred (-kuv'ĕrd), *a.* ಕಂಡುಕೊಳ್ಳದ, ಬೈಲಿಗೆ ಬೀಳದ, ನೋಡದ.

Un-dis-guīsed' (-gīzd'), *a.* ವೇಷವಿಲ್ಲದ; 2. ನಿಷ್ಕಪಟವಾದ, ಕೃತ್ರಿಮವಿಲ್ಲದ.

Un-dis-māyed' (-mād'), *a.* ಎದೆಗುಂದದ, ಧೈರ್ಯಗುಂದದ.

Un-dis-pū'ted, *a.* ಎದುರಾಡದ, ಅತರ್ಕ್ಯವಾದ.

Un-dis-tin'guished (-tin'gwished), *a.* ಭೇದ ಕಾಣಿಸದ; 2. ಪ್ರಖ್ಯಾತಿ ಇಲ್ಲದ. Un-dis-tin'guish-a-ble (-tin'gwish-), *a.* ಕಂಡು ಕಾಣದ, ಅಸ್ಪಷ್ಟ, ಅವ್ಯಕ್ತ.

Un-dis-turbed' (-tĕrbd'), *a.* ಉಪದ್ರವವಿಲ್ಲದ, ಶಾಂತ, ಸ್ವಸ್ಥ.

Un-di-vī'ded, *a.* ಇಡೀ, ಅಭಿನ್ನ, ಅಖಂಡ.

Un-di-vī'na-ble, *a.* ಅದೀತೆಂತ ಹೇಳಕೂಡದ.

Un-dō', *v. t. ir.* (-did', -dōne') ಮಾಡಿದ್ದನ್ನು ಇಲ್ಲದ ಹಾಗೆ ಮಾಡು, ಸುಳ್ಳು—, "ರದ್ದು"—; 2. ಬಿಚ್ಚು; 3. ಹಾಳು ಮಾಡು, ಮುಣುಗಿಸು; I am undone ಕೆಟ್ಟೆನು, ಹಾಳಾದೆನು. Un-dō'ing, *n.* ನಾಶನ ಮಾಡೋಣ; 2. ನಾಶನ, ಹಾಳು.

Un-doubt'ed (-dout'ed), *a.* ಸಂಶಯವಿಲ್ಲದ, ಅನುಮಾನವಿಲ್ಲದ; that is u. ಅದಕ್ಕೆ ಸಂಶಯವಿಲ್ಲ. Un-doubt'ed-ly (-dout'ed-), *ad.* ಸಂಶಯವಿಲ್ಲದೆ, ನಿಶ್ಚಯವಾಗಿ.

Un-drēamed' (-drēmd'), -dreamt', *a.* ಕನಸಿನಲ್ಲಾದರೂ ಮನಸ್ಸಿಗೆ ಬಾರದ.

Un-dress', *v. t. r.* (*pr.* -drest') ವಸ್ತ್ರ ತೆಗೆ, —ಕಳೆ; 2. ಅಲಂಕಾರ ತೆಗೆ; 3. ಗಾಯದ ಕಟ್ಟು ಬಿಚ್ಚಿ ತೆಗೆ. *n.* ಜಾಗ್ರತೆಯಿಲ್ಲದ ತೊಡಿಗೆ. Un-dressed' (-drest'), *p. a.* ವಸ್ತ್ರ ತೆಗೆದ; 2. ಅಲಂಕಾರವಿಲ್ಲದ; 3. "ತಯಾರಾಗದ".

Un-drīed, *a.* ಒಣಗದ, ಹಸಿ.

Un-dūe', *a.* ಇನ್ನೂ "ವಾಯಿದೆ" ತೀರದ; 2. ತಕ್ಕದ್ದಲ್ಲದ, ನ್ಯಾಯವಲ್ಲದ; 3. ಅಳತೆಗೆಟ್ಟ, ಮಿತಿಮೀರಿದ. Un-dū'ly, *ad.* ಅಯೋಗ್ಯವಾಗಿ; 2. ಮಿತಿಮೀರಿ.

Un'dū-lāte, *v. i. r.* ಹೊಯಿದಾಡು; 2. ಅದರು, ಕದಲು. Un'dū-lāte, -lā-ted, -lā-ting, *a.* ತೆರೆಗಳಂತಿರುವ, ಬಂಧುರ, ತಗ್ಗುತೆವರಾಗಿರುವ;

2. ಹೊಯಿದಾಡುವ. Un-dū-lā'tiṅg-ly, *ad.* ಹೊಯಿದಾಡುತ್ತಾ, ಅದರುತ್ತಾ. Un-dū-lā'tiŏn, *n.* ಹೊಯಿದಾಟ; 2. ಅದರೋಣ; 3. ಅಲೆ, ತೆರೆ.

Un-dū'ti-ful, *a.* ಅವಿಧೇಯ, ಆಜ್ಞೇತರ. Un-dū'ti-ful-ly, *ad.* ಅವಿಧೇಯವಾಗಿ.

Un-dȳ'iṅg, *a.* ಸಾಯದ, ಅಮರ್ತ್ಯ, ಅಜರಾಮರ, ಹುಟ್ಟುಹೊಂದು ಇಲ್ಲದ.

Un-ĕarned' (-ĕrnd'), *a.* ದುಡಿದುಕೊಳ್ಳದ.

Un-ĕarth' (-ĕrth'), *v. t. r. (pr.* -ĕrthd') ಗುದ್ದಿನಿಂದ ಹೊರಗೆ ಓಡಿಸು, —ತೆಗೆ; 2. ಬೈಲಿಗೆ ತರು. Un-ĕarth'ly (-ĕrth'li), *a.* ಅಭೌಮಿಕ, ಅದ್ಭುತ.

Un-ēa'ṣy (-ē'zi), *a.* ಚಡಪಡಿಸುವ, ಸುಖವಿಲ್ಲದ, ಸಮಾಧಾನವಿಲ್ಲದ, ಕರಕರೆಯ, ಕಿರಿಕಿರಿ ಮಾಡುವ. Un-ēa'ṣi-ly (-ē'zi-), *ad.* ಚಡಪಡಿಸುತ್ತಾ, ಅಸುಖವಾಗಿ, ಅಸಮಾಧಾನವಾಗಿ. Un-ēa'ṣi-ness (-ē'zi-nes), *n.* ಚಡಪಡಿಸೋಣ, ಅಸುಖ, ಅಸಮಾಧಾನ.

Un-ed'ū-eā-ted, *a.* ಅಶಿಕ್ಷಿತ, ವಿದ್ಯೆಯಿಲ್ಲದ, ಕಾಡ.

Un-ef-fāced' (-fāst'), *a.* ಅಳಿಯದ; 2. ಮರೆಯದ.

Un-em-bar'rassed (-bar'rast), *a.* "ಗಾಬರಿ" ಯಾಗದ, "ಗಲಿಬಿಲಿ"ಯಾಗದ; 2. ಅಡಚಣೆಯಿಲ್ಲದ; ನಿರಾಭಾರ.

Um-em-bod'ied (-bod'id), *a.* ದೇಹವಿಲ್ಲದ; 2. ದಂಡುಗಟ್ಟದ.

Un-em-ployed' (-ployd'), *a.* ಕೆಲಸವಿಲ್ಲದ, ನಿರುದ್ಯೋಗಿಯಾದ.

Un-en-eum'bĕred (-kum'bĕrd), *a.* ತೊಂದರೆಯಿಲ್ಲದ.

Un-end'iṅg, *a.* ತೀರದ, ಅಂತ್ಯವಿಲ್ಲದ, ನಿತ್ಯ.

Un-en-dowed' (-dowd), *a.* ಮಾನ್ಯವಿಲ್ಲದ, "ಇನಾಮು" ಹೊಂದದ; 2. ...ಹೊಂದದ.

Un-en-dū'ra-ble, *a.* ತಾಳಲಾರದ. Un-en-dū'ra-bly, *ad.* ತಾಳಲಾರದಂತೆ.

Un-en-gāġed' (-gājd'), *a.* ಕೆಲಸವಿಲ್ಲದ; I am u. ನನಗೆ ಕೆಲಸವಿಲ್ಲ.

Un-eṅ'glish (-iṅ'glish), *a.* "ಇಂಗ್ಲಿಷ್" ವ್ಯಾಕರಣಕ್ಕೆ ಒಪ್ಪದ, —ರೀತಿಗೆ ಸರಿಬೀಳದ.

Un-en-līght'ened (-līt'nd), *a.* ಕಾಡ, ಅಜ್ಞಾನಾಂಧಕಾರದಲ್ಲಿರುವ.

Un-en-tĕr-tāin'iṅg, *a.* ಇಂಪಿಲ್ಲದ, ವಿರಸ, ವಿನೋದಕೊಡದ.

Un-en-tīt'led (-tīt'ld), *a.* ಅಧಿಕಾರವಿಲ್ಲದ.

Un-en'vi-a-ble, *a.* ಹೊಟ್ಟೇಕಿಚ್ಚಿಗೆ ಗುರಿಯಾಗದ, ಯಾರಿಗೂ ಬೇಡಾದ.

Un-ē'qụal (-ē'qwol), *a.* ಸರಿಬೀಳದ, ಸಮಾನವಲ್ಲದ, ವಿಷಮ; 2. ಸಾಲದ. Un-ē'qụall-ed (-kwold), *a.* ಸರಿಯಿಲ್ಲದ, ಈಡಿಲ್ಲದ, ಅಪ್ರತಿಮ, ಅಪೂರ್ವ. Un-ē'qụal-ly, *ad.* ಸರಿ ಬೀಳದೆ, ಈಡಾಗದೆ.

Un-e-quiv'ō-eal (-i-kwiv'ō-), *a.* ಸಂಶಯವಿಲ್ಲದ, ದ್ವಿಯಾರ್ಥವಿಲ್ಲದ, ಸ್ಪಷ್ಟ, ವ್ಯಕ್ತ. Un-e-quiv'ō-eal-ly (-i-kwi'vō-), *ad.* ಸಂಶಯವಿಲ್ಲದೆ, ಸ್ಪಷ್ಟವಾಗಿ.

Un-er'riṅg, *a.* ತಪ್ಪುಮಾಡದ, ತಪ್ಪದ, ನಿಶ್ಚಯವಾದ. Un-ĕr'riṅg-ly, *ad.* ತಪ್ಪಿಲ್ಲದೆ, ತಪ್ಪದೆ.

Un-es-sen'tial (-sen'shal), *a.* ಬೇಕಿಲ್ಲದ, ಅನವಶ್ಯ, ವಿಶೇಷವಲ್ಲದ. Un-es-sen'tial-ly (-shal-), *ad.* ಅನವಶ್ಯವಾಗಿ, ವಿಶೇಷವಲ್ಲದ ರೀತಿಯಾಗಿ.

Un-ē'ven (-ē'vn), *a.* ಹುರುಬರಕು; 2. ತಗ್ಗುತೆವರಾಗಿರುವ, ಸಮವಲ್ಲದ; 3. ವಿಷಮ, ಬೆಸ (number); be u. *as*, scales ಓಸರಿಸು, ಓಸರವಾಗು. Un-ē'ven-ly (-ē'vn-), *ad.* ಹುರುಬರಕಾಗಿ; 2. ತಗ್ಗುತೆವರಾಗಿ; 3. ಹೆಚ್ಚುಕಡಿಮೆಯಾಗಿ; 4. ವಿಷಮವಾಗಿ. Un-ē'ven-ness (-ē'vn-nes), *n.* ತಗ್ಗುತೆವರು, ಹುರುಬರಕು; 2. (of scales) ಕಾಣಿ.

Un-ex̱-aet'ed, *a.* ನಿರ್ಬಂಧಿಸಿ ತಕ್ಕೊಳ್ಳದ, ದಂಡಕ್ಕೆ ಕೊಳ್ಳದ.

Un-ex̱-am'ined (-am'ind), *a.* ಪರೀಕ್ಷೆ ಕೊಡದ; 2. ವಿಚಾರವಾಗದ.

Un-ex̱-am'pled (-am'pld), *a.* ಸರಿಯಿಲ್ಲದ. ಅಸಮಾನ, ಅಪ್ರತಿಮ, ಅಪೂರ್ವ.

Un-ex-cep'tiŏn-a-ble (-ek-sep'shun-), *a.* ತಪ್ಪಿಲ್ಲದೆ, ನಿರ್ದೋಷವಾದ, ಉತ್ತಮ, ಚೊಕ್ಕ. Un-ex-cep'tiŏn-a-bly (-ek-cep'shun-) *ad.* ತಪ್ಪಿಲ್ಲದೆ, ನಿರ್ದೋಷವಾಗಿ.

Un-ex-hạust'ed (-hạst'ed), *a.* "ಖರ್ಚಾಗದ".

Un-ex-pand'ed, *a.* ಹಿಗ್ಗದ; 2. ವಿಸ್ತಾರವಾಗದ; 3. ಅರಳದ (ಹೂ).

Un-ex-pec'ted, *a.* ಫಕ್ಕನೆ ಬಂದ, ಆಕಸ್ಮಿಕ, ಅಯಾಚಿತ, ಅನಿರೀಕ್ಷಿತ. Un-ex-pec'ted-ly, *ad.* ಅರಿಯದೆ, ಫಕ್ಕನೆ, ಅಕಸ್ಮಾತ್ತಾಗಿ, ಇದ್ದಕ್ಕಿದ್ದ ಹಾಗೆ, ಅನಿರೀಕ್ಷಿತವಾಗಿ.

Un-ex-pē'ri-enced (-enst), *v.*, *see* Inexperienced.

Un-ex-pīred' (-pīrd'), *a.* ತೀರದ, ಮುಗಿಯದ.

C *as* k; c *as* s; ch *as* sh; g *as in* get; ġ *as* j; ṅ *nasal, as in* aṅger; ṣ *as* z; th *as in* thou; x̱ *as* gz; ce, ci, si *and* ti *before a vowel as* sh: ocean, action.

Un-ex-plāined′ (-plānd′), *a.* ವಿವರಿಸದ, ತಿಳಿಸದ.

Un-ex-plōred′ (-plōrd′), *a.* ಶೋಧನೆ ಮಾಡದ, ತಿಳಿಯದ.

Un-ex-tin′guish-a-ble, *a., see* Inextinguishable.

Un-fā′ded, *a.* ಬಾಡದ. Un-fā′ding, *a.* ಎಂದಿಗೂ ಬಾಡದ, ಅವಿಶೀರ್ಣ.

Un-fāil′ing, *a.* ತಪ್ಪದ, ತಪ್ಪಕೂಡದ, ಅಮೋಘ; 2. ಆರುಬಾಗದ; 3. ನಿಶ್ಚಯವಾದ. Un-fāil′ing-ly, *ad.* ತಪ್ಪದೆ; 2. ಆರುಬಾಗದೆ; 3. ನಿಶ್ಚಯವಾಗಿ.

Un-fāint′ing, *a.* ಕವಳಿಹತ್ತದ, ಮೈಮರೆಯದ, ಮೂರ್ಛೆಹೋಗದ.

Un-fāir′, *a.* ಅನ್ಯಾಯದ, ಅನುಚಿತ, "ವಾಜಬಿ" ಯಲ್ಲದ, ಸಮವಲ್ಲದ, ಅಪ್ರಮಾಣಿಕ; 2. ಕಪಟದ; u. dealings "ದಬಾದುಬಿ" *(My.)*, ತಾರತಿಗಡಿ, ತಿತ್ತಿರಿಬಿತ್ತಿರಿ. Un-fāir′ly, *ad.* ಅನ್ಯಾಯವಾಗಿ; 2. ಅಪ್ರಮಾಣಿಕವಾಗಿ. Un-fāir′ness, *n.* ಅನ್ಯಾಯ, ಅಪ್ರಮಾಣಿಕ; 2. ಕಪಟ.

Un-fāith′ful, *a.* ನಂಬಿಕೆಯಿಲ್ಲದ, ನಂಬಿಕೆಗೆಟ್ಟ. Un-fāith′ful-ly, *ad.* ನಂಬಿಕೆಯಿಲ್ಲದೆ, ವಿಶ್ವಾಸಗೇಡಿಯಾಗಿ. Un-fāith′ful-ness, *n.* ಅಪನಂಬಿಕೆ, ಅವಿಶ್ವಸ್ತತ್ವ.

Un-falt′ĕr-ing, *a.* ತಪ್ಪದ, ಅನುಮಾನ ಮಾಡದ. Un-falt′ĕr-ing-ly, *ad.* ತಪ್ಪದೆ, ಅನುಮಾನ ಮಾಡದೆ.

Un-fa-mil′iar (-mil′yĕr), *a.* ಸಲಿಗೆ ಇಲ್ಲದ, ಪರಿಚಿತಿ—; 2. ರೂಢಿ ಇಲ್ಲದ.

Un-fash′iŏn-a-ble, *a.* ಲೋಕಾಚಾರಕ್ಕೆ ವಿರುದ್ಧವಾದ, ಲೋಕಸಂಪ್ರದಾಯಕ್ಕೆ ವಿಪರೀತವಾದ (dress, language).

Un-fast′en (-fas′n), *v. t. r.* ಸಡಿಲಿಸು, ಬಿಚ್ಚು.

Un-fāth′ĕr-ly, *a.* ತಂದೆ ಮಾಡಬಾರದಂತಹ, ಪುತ್ರವಾತ್ಸಲ್ಯವಿಲ್ಲದ.

Un-fath′ŏm-a-ble, *a.* ನೆಲೆಗಾಣದ, ನೆಲ ಸಿಕ್ಕದ, ಅಗಾಧ. Un-fath′ŏm-a-bly, *ad.* ನೆಲೆಗಾಣದಂತೆ, ಅಗಾಧವಾಗಿ.

Un-fā′vŏur-a-ble (-fā′vĕr-), *a.* ಎದುರಾದ, ಅಶುಭ, ಅನನುಕೂಲವಾದ, ಪ್ರತಿಕೂಲ. Un-fā′vŏur-a-bly, *ad.* ಪ್ರತಿಕೂಲವಾಗಿ, ಅಶುಭವಾಗಿ; 2. ದಯವಿಲ್ಲದೆ.

Un-feath′ĕred (-feth′ĕrd), *a.* ಗರಿಗಳಿಲ್ಲದ, ಪುಚ್ಛವಿಲ್ಲದ.

Un-fēa′tūred (-fē′tūrd), *a.* ಹಸಿಗೆಟ್ಟ, ಕುರೂಪ.

Un-fed′, *a.* ಬರಗೆಟ್ಟ, ತಿಂಡಿಯಿಲ್ಲದ.

Un-fēel′ing, *a.* ಕನಿಕರವಿಲ್ಲದ, ನಿರ್ದಯವಾದ. Un-fēel′ing-ly, *ad.* ಪ್ರೀತಿಯಿಲ್ಲದೆ, ಅಂತಃಕರಣವಿಲ್ಲದೆ. Un-fēel′ing-ness, *n.* ಅಂತಃಕರಣಹೀನತೆ, ಕಠಿಣ ಮನಸ್ಸು.

Un-feigned′ (-fānd′), *a.* ನಿಷ್ಕಪಟ, ವಾಸ್ತವಿಕ. Un-feign′ed-ly (-fān′ed-) *ad.* ಕಪಟವಿಲ್ಲದೆ, ನಿಷ್ಕಪಟವಾಗಿ, ಯಥಾರ್ಥವಾಗಿ.

Un-fem′i-nine (-nin), *a.* ರಕ್ಕಸಿಯಂಥ; 2. ಮರ್ಯಾದೆಗೆಟ್ಟ.

Un-fenced′ (-fenst′), *a.* ಬೇಲಿಯಿಲ್ಲದ.

Un-fĕr-ment′ed, *a.* ಹಳಸದ, ಉಕ್ಕದ.

Un-fet′tĕr, *v. t. r.* ಸಂಕೋಲೆ ಬಿಚ್ಚು, ಬಿಡುಗಡೆ ಮಾಡು.

Un-fil′i-al, *a.* ಮಕ್ಕಳಿಗೆ ಸಲ್ಲದ, ಮೂರ್ಖ. Un-fil′i-al-ly, *ad.* ಮಕ್ಕಳು ಮಾಡಬಾರದಂತೆ, ಮೂರ್ಖನಾಗಿ.

Un-filled′, *a.* ತುಂಬದ, ತುಂಬಿಸದ.

Un-fin′ished (-isht), *a.* ಮುಗಿಸದ, ಅಪೂರ್ಣ.

Un-fit′, *a.* ತಕ್ಕವನಲ್ಲದ, ತಕ್ಕುದ್ದಲ್ಲದ, ಅಯೋಗ್ಯ, ಒಪ್ಪಿಲ್ಲದ. *v. t. r.* (-fit′ted) ಅಯೋಗ್ಯ ಮಾಡು. Un-fit′ly, *ad.* ಅಯೋಗ್ಯವಾಗಿ. Un-fit′ness, *n.* ಅಯೋಗ್ಯತೆ, ಒಪ್ಪಿಲ್ಲವಿರೋಣ.

Un-fixed′ (-fixt′), *a.* ಗೊತ್ತುಮಾಡದ, ಅನಿಶ್ಚಿತ, ನೇಮಕವಾಗದ.

Un-flag′ging, *a.* ಎದೆಗುಂದದ, ದಣಿಯದ.

Un-fledged′ (-flejd′), *a.* ಗರಿಗಳಿನ್ನೂ ಬಾರದ, ಪುಚ್ಛ—.

Un-flinch′ing, *a.* ಹಿಂಜರಿಯದ.

Un-fōld′, *v. t. r.* ಬಿಚ್ಚು, ತೆರೆ, ಪ್ರಕಟಿಸು; 2. ಹಟ್ಟಿಯಿಂದ ಹೊರಗೆ ಬಿಡು.

Un-fōre-sēen′, *a.* ಮುಂಚೆ ನೋಡದ.

Un for giv′en (-giv′n), *a.* ಕ್ಷಮಿಯಿಲ್ಲದ. Un-for-giv′ing, *a.* ಕ್ಷಮಿಸದ, ಹಗೆ ಇಟ್ಟುಕೊಳ್ಳುವ.

Un-for-got′ten (-got′n), *a.* ಮರೆಯದ.

Un-formed′ (-fạrmd′), *a.* ರೂಪವಿಲ್ಲದ, ಆಕಾರಕ್ಕೆ ಬಾರದ.

Un-for′ti-fīed, *a.* ಗಟ್ಟಿಯಾಗದ; 2. ದಿಟ್ಟವಿಲ್ಲದ; 3. "ಬಂದೋಬಸ್ತು" ಆಗದ.

Un-for′tū-nāte, *a.* ದೆಸೆಗೆಟ್ಟ, ನಿರ್ಭಾಗ್ಯ, ಅರಿಷ್ಟದ, ದುರದೃಷ್ಟದ, ಒಡಕು ಹಣೆಬರಹದ. Un-for′tū-nāte-ly, *ad.* ದುರ್ದಶೆಯಾಗಿ, ನಿರ್ಭಾಗ್ಯವಾಗಿ.

Un-found′ed, *a.* ಸ್ಥಾಪಿಸದ, ವ್ಯರ್ಥ, ಆಧಾರ

ವಿಲ್ಲದ, ಸುಳ್ಳು. Un-found'ed-ly, *ad.* ಸುಮ್ಮನೆ, ಆಧಾರವಿಲ್ಲದೆ.

Un-frē'quent, *a.* ಅಪರೂಪ. **Un-frē-quent'ed,** *a.* ಏಕಾಂತ, ಮನುಷ್ಯಸಂಚಾರವಿಲ್ಲದ. **Un-frē'quent-ly,** *ad.* ಒಂದೊಂದು ಸಾರಿ, ಅಪರೂಪವಾಗಿ.

Un-friend'ed (-frend'ed), *a.* ಗೆಳೆಯರಿಲ್ಲದ, ಸ್ನೇಹಿತರಿಲ್ಲದ, ದಿಕ್ಕಿಲ್ಲದ. **Un-friend'li-ness** (-frend'li-), *n.* ಸ್ನೇಹವಿಲ್ಲದಿರುವುದು, ಶತ್ರುಭಾವ. **Un-friend'ly,** *a.* ಸ್ನೇಹವಿಲ್ಲದ, ಶತ್ರುಭಾವದ.

Un-fruit'ful, *a.* ಫಲವಿಲ್ಲದ, ಗೊಡ್ಡು, "ಬಂಜರಾದ"; 2. ಸತ್ಕ್ರಿಯೆಗಳಿಲ್ಲದ.

Un-fūel'ed, Un-fūel'led (-fū'eld), *a.* ಉರುವಲ ಹಾಕದ, —ಒದಗಿಸದ.

Un-ful-filled' (-fild'), *a.* ಈಡೇರದ, ಕೊನೆಗಾಣದ; an u. vow ಈಡೇರದ ವ್ರತ.

Un-furl' (-fěrl'), *v. t. r.* ಸುರುಳಿ ಬಿಚ್ಚು.

Un-fur'nished (-nisht), *p. a.* "ಸಾಮಾನು" ಇಲ್ಲದ; 2. "ತಯಾರಾಗದ".

Un-gāin'ly, *a.* ಒಟ್ಟಿ, ದೇಬೆ, ವಿಕಾರ, ಯದ್ವಾತದ್ವಾ. **Un-gāin'li-ness,** *n.* ಒಟ್ಟತನ.

Un-ġen'ér-ous, *a.* ಕೃಪಣ, ಸಣ್ಣ ಮನಸ್ಸಿನ, ದಯವಿಲ್ಲದ, ನೀಚ. **Un-ġen'ěr-ous-ly,** *ad.* ಸಣ್ಣ ಮನಸ್ಸಾಗಿ, ಕೃಪಣವಾಗಿ; 2. ನಿರ್ದಯವಾಗಿ.

Un-ġē'ni-al, *a.* ಅಹಿತ, ಒಂಟಿ ಬಾರದ.

Un-ġen'tle-man-ly, *ad.* ಮರ್ಯಾದೆಗೆಟ್ಟ.

Un-gird', *v. t. ir.* (-gird'ed, -girt') ನಡು ಕಟ್ಟು ಬಿಚ್ಚು.

Un-glūe', *v. t. r.* ಬೆಂಕಿಯಿಂದ ಅಂಟಿಸಿದ್ದನ್ನು ಕಿತ್ತುಹಾಕು.

Un-god'ly, *a.* ಭಕ್ತಿ ಇಲ್ಲದ, ದುರುಳ, ದುಷ್ಟ, ಭ್ರಷ್ಟ. **Un-god'li-ness,** *n.* ಭಕ್ತಿಹೀನತ್ವ, ದುರುಳತನ, ದುಷ್ಟತ್ವ, ದುರ್ಮಾರ್ಗತನ.

Un-gŏv'ĕrn-a-ble, *a.* ಆಳಕೂಡದ, ಅಂಕೆಯಿಲ್ಲದ, ಕಾಡ. **Un-gŏv'ĕrn-a-bly,** *ad.* ಅಂಕೆಯಿಲ್ಲದೆ, ಮೊಂಡವಾಗಿ.

Un-grāce'ful, *a.* ಚಂದಗೆಟ್ಟ, ಸೌಂದರ್ಯವಿಲ್ಲದ, ಶೋಭೆಯಿಲ್ಲದ. **Un-grāce'ful-ly,** *ad.* ಅಂದಗೇಡಿಯಾಗಿ, ಶೋಭೆ ಇಲ್ಲದೆ. **Un-grāce'ful-ness,** *n.* ಅಂದಗೇಡಿತನ, ಸೌಂದರ್ಯಹೀನತೆ.

Un-grā'cious (-shus), *a.* ದಯೆಯಿಲ್ಲದ, ಸೇರಿಕೆಯಿಲ್ಲದ. **Un-grā'cious-ly** (-shus-), *ad.* ನಿರ್ದಯವಾಗಿ. ಸೇರಿಕೆಯಿಲ್ಲದೆ.

Un-gram-mat'i-cal, *a.* ವ್ಯಾಕರಣವಿರುದ್ಧ, ಗ್ರಾಮ್ಯ.

Un-grāte'ful, *a.* ದಯೆ ನೆನಸದ, ಉಪಕಾರ ಸ್ಮರಿಸದ, ಕೃತಘ್ನ, ಪಥ್ಯಹೊಯಿದವನ ಬೆರಳು ಕಚ್ಚುವ, ಉಂಡ ಮನೆಗೆರಡು ಬಗೆಯುವ; 2. ಇಂಪಿಲ್ಲದ, ಕರ್ಕಶ. **Un-grāte'ful-ly,** *ad.* ದಯೆ ನೆನಸದೆ; 2. ಇಂಪಿಲ್ಲದೆ.

Un-ground'ed, *a.* "ಪಾಯವಿಲ್ಲದ"; 2. ಆಧಾರವಿಲ್ಲದ.

Un-grudġ'ing (-gruj'ing), *a.* ಉದಾರ, ದೊಡ್ಡ ಮನಸ್ಸಿನ. **Un-grudġed'** (-grujd'), *a.* ದೊಡ್ಡ ಮನಸ್ಸಿನಿಂದ ಕೊಟ್ಟ, ಗುಣುಗುಟ್ಟದ—. **Un-grudġ'ing-ly** (-gruj'ing-), *ad.* ಗುಣುಗುಟ್ಟದೆ, ದೊಡ್ಡ ಮನಸ್ಸಿನಿಂದ, ಉದಾರವಾಗಿ.

Un-guärd'ed (-gärd'ed), *a.* ಎಚ್ಚರಿಕೆಯಿಲ್ಲದ, ಜಾಗ್ರತೆಯಿಲ್ಲದ; 2. ಯಾರೂ ಕಾಯದ. **Un-guärd'ed-ly** (-gärd'ed), *ad.* ಎಚ್ಚರಿಕೆಯಿಲ್ಲದೆ, ಜಾಗ್ರತೆಯಿಲ್ಲದೆ.

Un'guent (-gwent), *n.* "ಮುಲಾಮು", ಲೇಪನ.

Un'gū-lāte, -lā-ted, *a.* ಗೊರಿಸೆಯಾಕಾರದ; 2. ಗೊರಿಸೆಯುಳ್ಳ.

Un-hal'lowed (-lōd), *a.* ಅಪವಿತ್ರ, ದುಷ್ಟ, ಭ್ರಷ್ಟ.

Un-han'di-ly, *ad.* ಬೆಂಗಾಟಪೆಂಗಾಟವಾಗಿ, ಯದ್ವಾತದ್ವಾ. **Un-hand'y,** *a.* ಬೆಂಗಾಟಪೆಂಗಾಟದ, ಯದ್ವಾತದ್ವಾ, ಹಸ್ತಕೌಶಲ್ಯವಿಲ್ಲದ; 2. ದುರುಪಯುಕ್ತ, ಅನುಕೂಲವಿಲ್ಲದ.

Un-hand'some, *a.* ಅಂದಗೆಟ್ಟ, ಸೌಂದರ್ಯವಿಲ್ಲದ, ಒಪ್ಪದ; 2. ಸಣ್ಣ ಮನಸ್ಸಿನ; 3. ಮರ್ಯಾದೆಗೆಟ್ಟ. **Un-hand'sŏme-ly,** *ad.* ಅಂದಗೆಟ್ಟು, ಒಪ್ಪಿಲ್ಲದೆ; 2. ಸಣ್ಣ ಮನಸ್ಸಿನಿಂದ, ಔದಾರ್ಯವಿಲ್ಲದೆ; 3. ಮರ್ಯಾದೆಯಿಲ್ಲದೆ.

Un-hap'py, *a.* ಸುಖವಿಲ್ಲದ, ದೌರ್ಭಾಗ್ಯದ, ದುಃಖದ, ಅಶುಭ. **Un-hap'pi-ly,** *ad.* ದುಃಖಕರವಾಗಿ, ದೌರ್ಭಾಗ್ಯವಾಗಿ, ದುರ್ದಶೆಯಾಗಿ. **Un-hap'pi-ness,** *n.* ದೌರ್ಭಾಗ್ಯ, ದುಃಖ, ದುರ್ದೈವ.

Un-härmed' (-härmd'), *a.* ನಷ್ಟವಾಗದ, "ಧಕ್ಕಿ"ಯಾಗದ, ಪೆಟ್ಟು ತಾಗದ; he is u. ಅವನಿಗೆ ನಷ್ಟವಾಗಲಿಲ್ಲ, —ಪೆಟ್ಟು ತಾಗಲಿಲ್ಲ.

Un-här-mō'ni-ous, *a.*, *see* Inharmonious.

Un-här-mō'ni-ous-ly, *ad.*, *see* Inharmoniously.

Un-här'ness, *v. t. r.* "ಜೀನು" ತೆಗೆ, ಕವಚ ಶಸ್ತ್ರಾದಿಗಳನ್ನು ತೆಗೆದುಬಿಡು.

Un-heal'thy (-hel'thi), *a.* ಕ್ಷೇಮವಿಲ್ಲದ, ಕ್ಷೇಮಕ್ಕೆ ಅಹಿತವಾದ, ರೋಗಿಯಾದ, ರೋಗಕರ, ಅನಾರೋಗ್ಯದ. Un-health'i-ly (-helth'i-), *ad.* ಅಹಿತವಾಗಿ, ಕ್ಷೇಮವಿಲ್ಲದೆ, ಜಡ್ಡಾಗಿ. Un-health'i-ness (-helth'i-), *n.* ಅಹಿತ; 2. ಜಡ್ಡು, ಜಾಡ್ಯ.

Un-hĕard' (-hĕrd'), *a.* ಕೇಳದ, ಕೇಳಿಕೆಗೆ ಬಾರದ, ಕೀರ್ತಿಗೊಳ್ಳದ; u. of ಹೊಸ, ಅಪರೂಪ.

Un-hēed'ed, *a.* ಲಕ್ಷ್ಯ ಮಾಡದ, ಉಪೇಕ್ಷೆ ಮಾಡಿದ.

Un-hes'i-tā-ting, *a.* ಹಿಂದುಮುಂದು ನೋಡದ, ಸಂದೇಹಿಸದ, "ಹುಷಾರಾದ", ಸಿದ್ಧವಾಗಿರುವ. Un-hes'i-tā-ting-ly, *ad.* ಹಿಂದುಮುಂದು ನೋಡದೆ, ಅನುಮಾನವಿಲ್ಲದೆ, ಸಂದೇಹವಿಲ್ಲದೆ.

Un-hinge', *v. t. r.* ತಿರುಗಣಿ ತಪ್ಪಿಸು, "ಬಿಜಾಗರಿ" ತೆಗೆ; 2. ಕಿತ್ತುತೆಗೆ; 3. ಅಸ್ಥಿರ ಮಾಡು.

Un-hō'ly, *a.* ಅಪವಿತ್ರ, ದುರುಳ, ದುಷ್ಟ. Un-hō'li-ly, *ad.* ಅಪವಿತ್ರವಾಗಿ, ಅಶುದ್ಧವಾಗಿ, ದುಷ್ಟವಾಗಿ. Un-hō'li-ness, *n.* ಅಪವಿತ್ರತೆ, ದುಷ್ಟತನ.

Un-hon'oured (-on'ĕrd), *a.* ಮಾನವಿಲ್ಲದ, ಅಪ್ರಸಿದ್ಧ, ಮನ್ನಿಸಿಕೊಳ್ಳದ.

Un-ho̤o̤k', *v. t. r.* (*pr.* -hu̇kt') ಕೊಕ್ಕೆ ತೆಗೆ, ಕೊಂಡಿಯಿಂದ—.

Un-hōped' (-hōpt'), *a.* ಎದುರು ನೋಡದ, ಕೋರದ, ಆಶಿಸದ.

Un-hörse', *v. t. r.* (*pr.* -hörst') ಕುದುರೆಯಿಂದ ಕೆಳಗೆ ಕೆಡವು, ಕುದುರೆಯಿಂದಿಳಿಸು.

Un-house', *v. t. r.* ಮನೆಯಿಂದ ಹೊರಗೆ ಹಾಕು, ಆಸ್ರಯವಿಲ್ಲದಂತೆ ಮಾಡು.

Un-hurt', *a.* ಗಾಯವಾಗದ, ನಷ್ಟವಾಗದ, ಸುರಕ್ಷಿತವಾದ.

Ū'ni-corn, *n.* ಒಂದೇ ಕೋಡಿನ ಒಂದು ಕಲ್ಪಿತ ಮೃಗ, ಏಕಶೃಂಗ ಮೃಗ (ಇಂಗ್ಲಿಷ ರಾಜರ ವಂಶ ಚಿಹ್ನೆಯಲ್ಲಿ ಅದರ ಚಿತ್ರ ಕಾಣುತ್ತದೆ).

Un-id-i-o-mat'ic, -mat'i-cal, *a.* ಭಾಷಣ ಸಂಪ್ರದಾಯವಿರುದ್ಧ.

Ū-ni-flo'rous, *a.* (*bot.*) ಒಂದೇ ಹೂವಿನ, ಏಕಪುಷ್ಪದ. [ಪತ್ರಿ.

Ū-ni-fō'li-āte, *a.* (*bot.*) ಒಂದೇ ಎಲೆಯ, ಏಕ

Ū'ni-form, *a.* ಒಂದೇ ತರದ, ಸಮಾನ; 2. ಒಂದೇ ಸಮವಾದ. *n.* ಸಿಪಾಯಿಗಳು ಮುಂತಾದವರ ಜತೆಗಟ್ಟಿನ ವಸ್ತ್ರ. Ū-ni-for'mi-ty, *n.* ಒಂದೇ ಸಮವಾಗಿರುವುದು, ಸಮಾನತೆ, ಏಕರೂಪತೆ. Ū'ni-form-ly, *ad.* ಒಂದೇ ಪ್ರಕಾರವಾಗಿ, ಒಂದೇ ಸಮವಾಗಿ.

Ū'ni-fȳ, *v. t. r.* (-fīed) ಒಂದೇ ಮಾಡು.

Un-im-pāired' (-pārd'), *a.* ಕೆಟ್ಟುಹೋಗದ, ಕಡಿಮೆಯಾಗದ, ನಿತ್ರಾಣವಾಗದ.

Un-im-pas'siŏned (-shund), *a.* ಶಾಂತವಾದ, ರಾಗಾನ್ವಿತವಾಗದ.

Un-im-pēach'a-ble (-pēch'a-), *a.* ತಪ್ಪು ಹೊರಿಸಲಾಗದ, ನಿರಪರಾಧವಾದ.

Un-im-pē'ded, *a.* ತೊಡಕಿಲ್ಲದ.

Un-im-pōrt'ant, *a.* ಸಣ್ಣ, ಅಲ್ಪ, ಕ್ಷುಲ್ಲಕ.

Un-im-prö'va-ble, *ad.* ತಿದ್ದಲಾರದ, ಸುಧಾರಿಸಕೂಡದ; 2. ಬಳಸಿಕೊಳ್ಳಕೂಡದ.

Un-im-pröved' (-pru̇vd'), *a.* ಸುಧಾರಿಸದ, ವೃದ್ಧಿಯಾಗದ; 2. ಉಪಯೋಗಿಸದ, ಹಸನು ಮಾಡದ.

Un-in-cum'bĕred, *a.* *see* Unencumbered.

Un-in-formed' (-formd), *a.* ತಿಳಿಸದ, "ಮಾಹಿತಿಲ್ಲದ"; 2. ಅಜ್ಞಾನಿಯಾದ.

Un-in-hab'i-ta-ble, *a.* ವಾಸಮಾಡಕೂಡದ. Un-in-hab'i-ted, *a.* ಹಾಳಾದ, ಜನವಿಲ್ಲದ.

Un-in-i'ti-ā-ted (-ish'i-), *a.* ಮೂಲ ಪಾಠ ಕಲಿತುಕೊಳ್ಳದ.

Un-in'ju̇red (-in'ju̇rd), *a.* "ಧಕ್ಕಿ"ಯಾಗದ, ನಷ್ಟ ಹೊಂದದ.

Un-in-spīred' (-spīrd'), *a.* ದೇವಪ್ರೇರಿತವಲ್ಲದ.

Un-in-struct'ed, *a.* ಉಪದೇಶ ಹೊಂದದ; 2. ಅಕ್ಷರವರಿಯದ.

Un-in-tel'li-ġent, *a.* ತಿಳಿಗೇಡಿ, ಬುದ್ಧಿಯಿಲ್ಲದ, ವಿವೇಕವಿಲ್ಲದ. Un-in-tel'li-ġi-ble, *a.* ತಿಳಿಯಲಿಕ್ಕಾಗದಂಥ.

Un-in-ten'tiŏn-al, *a.* ಬೇಕೆಂದು ಮಾಡದ. Un-in-ten'tiŏn-al-ly, *ad.* ಬೇಕೆಂದಲ್ಲದೆ, ಬೇಕಾಗಿ ಮಾಡದೆ; I did it u. ಬೇಕೆಂದು ಮಾಡಲಿಲ್ಲ, ಬೇಕಾಗಿ—.

Un-in'tĕr-est-ed, *a.* ಪಾಲಿಲ್ಲದ, ಗೊಡವೆಯಿಲ್ಲದ; 2. ಮನಸ್ಸು ಕೊಡದ. Un-in'tĕr-est-ing, *a.* ನೀರಸವಾದ, ಸ್ವಾರಸ್ಯವಿಲ್ಲದ.

Un-in-tĕr-rup'ted, *a.* ಎಡೆಬಿಡದ, ತೆರಪಿಲ್ಲದ, ನಿರಂತರವಾದ. Un-in-tĕr-rup'ted-ly, *ad.* ಎಡೆಬಿಡದೆ, ತೆರಪಿಲ್ಲದೆ, ನಿರಂತರವಾಗಿ.

Un-in-vī'ted, *a.* ಯಾರೂ ಕರೆಯದ. Un-in-vī'ting, *a.* ಮನಸ್ಸು ಎಳಕೊಳ್ಳದ.

Ū'ni-ŏn (*or* ūn'yun), *n.* ಕೂಡುವುದು, ಕೂಟ; 2. ಒಕ್ಕಟ್ಟು, ಅನ್ಯೋನ್ಯ, ಐಕ್ಯ; 3. ಸಂಯುಕ್ತ ಸಂಸ್ಥಾನಗಳು; u. jack ಬ್ರಿಟಿಷರ ಧ್ವಜಪಟ.

Ū-nip'a-rŏus, *a.* ಸರ್ತಿಗೆ ಒಂದೇ ಈಯುವ, ಏಕ ಪ್ರಸುವಾದ.

Ū-nïque' (-nēk'), *a.* ಸರಿಯಿಲ್ಲದ, ಒಂದೇ ಇರುವ; 2. ಅಪೂರ್ವದ, ಅಸಾಧಾರಣ, ವಿಚಿತ್ರ.

Ū'ni-sŏn, *n.* ಒಪ್ಪಿಕೆ, ಐಕ್ಯ; 2. ಏಕತಾಳ, ಸ್ವರ ಮೇಳ.

Ū'nit, *n.* ಒಂದು, ಏಕ. Ū-ni-tā'ri-an, *n.* ದಿವ್ಯ ತ್ರಯೈಕತ್ವವನ್ನು ನಿರಾಕರಿಸುವವ.

Ū-nīte', *v.t.r.* ಕೂಡಿಸು, ಜೋಡಿಸು, ಒಂದೇ ಮಾಡು, ಏಕೀಕರಿಸು. *v. i.* ಕೂಡಿಕೊಳ್ಳು, ಏಕೀಭವಿಸು, ಒಂದಾಗು, ಒಡಂಬಡು. Ū-nī'ted, *a.* ಕೂಡಿದ, ಸಂಯುಕ್ತ, ಒಂದಾದ. Ū-nī'ted-ly, *ad.* ಕೂಡಾ, ಮೇಳನವಾಗಿ, ಒಕ್ಕಟ್ಟಾಗಿ. Ū-nī'ted States, *n.* ಸಂಯುಕ್ತ ರಾಜ್ಯ, —ಸಂಸ್ಥಾನ. Ū'ni-ty, *n.* ಒಂದಾಗಿರುವುದು, ಒಕ್ಕಟ್ಟು, ಏಕೀಭಾವ, ಐಕ್ಯ.

Ū'ni-valve, *a.* ಒಂದೇ ಚಿಪ್ಪುಳ್ಳ.

Ū-ni-vĕr'sal, *a.* ಎಲ್ಲರ, ಎಲ್ಲಾ ಕಡೆಯ, ಸರ್ವ, ಸಾರ್ವತ್ರಿಕ, ಸಾರ್ವಭೌಮಿಕ; 2. ಇಡೀ; 3. ಸಾಧಾರಣ. *n.* ಸರ್ವಸಾಧಾರಣವಾದ ವಾಕ್ಯ. Ū-ni-vĕr'sal-i§m, *n.* ಕಟ್ಟಕಡೆಗೆ ಸರ್ವರೂ ವಿಮುಕ್ತರಾಗುವರೆಂಬ ತರ್ಕ. Ū-ni-vĕr'sal-ist, *n.* ಕಟ್ಟಕಡೆಗೆ ಸರ್ವರೂ ವಿಮುಕ್ತರಾಗುವರೆಂಬ ತರ್ಕಕ್ಕೆ ಒಪ್ಪಿಕೊಂಡಿರುವವ. Ū-ni-vĕr-sal'i-ty, *n.* ಎಲ್ಲಾ ಕಡೆಯಲ್ಲಿರುವುದು, ಸರ್ವವ್ಯಾಪಕತ್ವ; 2. ಸರ್ವಸಾಧಾರಣತೆ. Ū-ni-vĕr'sal-ly, *ad.* ಸಾಧಾರಣವಾಗಿ, ಎಲ್ಲಾ ಕಡೆಯಲ್ಲಿ.

Ū'ni-vĕrse, *n.* ವಿಶ್ವ, ಜಗತ್ತು, ಸಕಲ ಸೃಷ್ಟಿ, ಅಖಿಲಾಂಡ, ಬ್ರಹ್ಮಾಂಡ, ತ್ರಿಭುವನ.

Ū-ni-vĕr'si-ty, *n.* ಸರ್ವವಿದ್ಯಾಶಾಲೆ.

Un-joint'ed, *a.* ಕೀಲಿಲ್ಲದ.

Un-just', *a.* ಅನ್ಯಾಯದ. Un-jus-ti-fī'a-ble, *a.* ನ್ಯಾಯವೆಂತ ಯಾರೂ ತೀರಿಸಿಕೊಳ್ಳಕೂಡದ, ನೆವ ಹೇಳಕೂಡದ. Un-jus-ti-fī'a-bly, *ad.* ನೆವ ಹೇಳಕೂಡದ ಹಾಗೆ. Un-jus'ti-fīed, *a.* ಕ್ಷಮಿಸಲ್ಪಡದ. Un-just'ly, *ad.* ಅನ್ಯಾಯವಾಗಿ.

Un'ked, *a.* ಅಪರೂಪವಾದ.

Un'kempt, *a.* ತಲೆ ಬಾಚಿಕೊಳ್ಳದ, ಬಾಚಿಕೊಳ್ಳದ.

Un-ken'nel, *v. t. r.* ಗುಡ್ಡಿನೊಳಗಿಂದ ಓಡಿಸು.

Un-kīnd', *a.* ದಯವಿಲ್ಲದ, ಪ್ರೀತಿಯಿಲ್ಲದ, ಕಠಿಣ ಮನಸ್ಸಿನ. Un-kīnd'li-ness, *n.* ನಿರ್ದಯ; 2. ಅಹಿತವಾದದ್ದು. Un-kīnd'ly, *a.* ದಯವಿಲ್ಲದ, ವಿಪರೀತ, ಹಿತವಲ್ಲದ. Un-kīnd'ness, *n.* ನಿರ್ದಯ.

Un-kiṅg'ly, *a.* ಅರಸನಿಗೆ ಒಪ್ಪದ, —ಸಲ್ಲದ.

Un-knit' (-nit'), *v. t. r.* (*pr.* -nit'ed) *or ir.* (-knit') ಹೆಣೆದದ್ದನ್ನು ಬಿಚ್ಚು.

Un-knōw'a-ble *a.* ಅವೇದ್ಯ, ಅಬೋಧ್ಯ. Un-knōw'iṅg, *a.* ತಿಳಿಯದ, ಅಜ್ಞಾನ. Un-knōwn' (-nōn'), *a.* ತಿಳಿಯದ, ಅಜ್ಞಾತ; u. quantity (*math.*) ಅವ್ಯಕ್ತರಾಶಿ.

Un-lāce', *v. t. r.* (*pr.* -lāst') "ಲಾಡಿ" ಬಿಚ್ಚು.

Un-lāde', *v. t. r.* ಹೊರೆ ಇಳಿಸು, ಬರಿದು ಮಾಡು.

Un-lā'dy-līke, *a.* ಸತಿಗೆ ತಕ್ಕದ್ದಲ್ಲದ, ಸ್ತ್ರೀಮರ್ಯಾದೆಗೆ ಅಯೋಗ್ಯ.

Un-la̤w'fu̥l (-la̤'fu̥l), *a.* "ಕಾಯಿದೆಗೆ" ವಿರುದ್ಧ, ಅನ್ಯಾಯದ, ಅಧರ್ಮದ. Un-la̤w'fu̥l-ly (-la̤'fu̥l-), *ad.* ಅನ್ಯಾಯವಾಗಿ, "ಕಾಯಿದೆಗೆ" ವಿರುದ್ಧವಾಗಿ. Un-la̤w'fu̥l-ness (-la̤'fu̥l-), *n.* ಅನ್ಯಾಯ.

Un-lĕarn' (-lĕrn'), *v. t. r.* ಕಲಿತದ್ದು ಮರೆ. Un-lĕarn'ed (-lĕrn-), *a.* ಕಲಿಯದ, ವಿದ್ಯೆಯಿಲ್ಲದ, ನಿರಕ್ಷರ. Un-lĕarn'ed-ly (-lĕrn-) *ad.* ವಿದ್ಯೆಯಿಲ್ಲದೆ.

Un-leav'ened (-lev'nd), *a.* ಹುಳಿ ಇಲ್ಲದ, ಹೆಪ್ಪು ಹಾಕದ.

Un-less', *conj.* ಹೊರತು, ವಿನಾ, *as,* u. you come I shall not go ನೀನು ಬಂದ ಹೊರತು ನಾ ಹೋಗುವುದಿಲ್ಲ, ನೀನು ಬಾರದೆ ನಾ ಹೋಗೆನು, —ಬಂದ ವಿನಾ ನಾನು— (*S. M.*), ನೀನು ಬಾರದ ಹೊರತು ನಾನು—.

Un-let'tĕred (-let'ĕrd), *a.* ಬರಹವಿಲ್ಲದ, ನಿರಕ್ಷರಕುಕ್ಷಿ.

Un-lī'censed (-līs'enst), *a.* ಅಪ್ಪಣೆ ಇಲ್ಲದ, "ಸನ್ನದು" ಪಡಕೊಂಡಿರದ.

Un-līght'ed, *a.* ದೀಪವಿಡದ. Un-līght'sŏme (-līt'sum), *a.* ಬೆಳಕಿಲ್ಲದ, ಕತ್ತಲಾದ.

Un-līke', *a.* ಸಮಾನವಲ್ಲದ, ಹೆಚ್ಚುಕಡಿಮೆಯಾದ. Un-līke'li-ho̤od, *n.* ಅಸಂಭಾವ್ಯತೆ. Un-līke'ly, *a.* ಬಹಳ ಮಾಡಿ ಆಗದ, ಅಸಂಭವನೀಯ, *as,* his coming is very unlikely ಅವನು ಬಂದರೆ ಬರಬಹುದು ಆದರೂ ಬರಲಿಕ್ಕಿಲ್ಲ. *ad.* ಅಸಂಭಾವ್ಯವಾಗಿ.

Un-lim'i-ted, *a.* ಮಿತಿಯಿಲ್ಲದ, ಮೇರೆಯಿಲ್ಲದ.

Un-liṅk', *v. t. r.* (*pr.* -liṅkt') ಸರಪಣೀಕೊಂಡಿ ತೆಗೆ.

Un-liq'ui-dā-ted (-lik'wi-), *a.* ತೀರಿಸದ, ಸಲ್ಲಿಸದ.

Un-lōad' (-lōd'), *v. t. r.* ಹೊರೆ ಇಳಿಸು, ಸರಕು—.

Un-lock′, *v. t. r. (pr.* -lokt′) ಬೀಗ ತೆಗೆ, "ಕೀಲಿ"—, ತೆರೆ. **Un-locked′**, *a.* ಬೀಗ ಹಾಕದ, ತೆರೆಯದ.

Un-lo̤o̤ked′-for (-lu̇kt′), *a.* ಮುಂಚೆ ನೆನಸದ, ಮುನ್ನೋಡದ, ನಿರೀಕ್ಷಿಸದ, ಆಶಿಸದ, ಅನಿರೀಕ್ಷಿತ.

Un-loose′, **-loo′sen** (-lu̇′sn), *v. t. r.* ಬಿಚ್ಚು, ಸಡ್ಲಿಸು; to u. one's tongue ಬಾಯಿತೆರೆದು ಮಾತಾಡು; to u. a knot ಗಂಟುಬಿಚ್ಚು.

Un-lŏve′li-ness, *n.* ಮನೋಹರವಲ್ಲದಿರುವುದು. **Un-lŏve′ly**, *a.* ಮನೋಹರವಲ್ಲದ, ರಮ್ಯವಲ್ಲದ, ಬೇಸರದ. **Un-lov′iṅg**, *a.* ವಿಶ್ವಾಸವಿಲ್ಲದ, ಪ್ರೀತಿಸದ.

Un-luck′y, *a.* ದೆಸೆಗೆಟ್ಟ, ದುರ್ದೈವದ, ದೌರ್ಭಾಗ್ಯದ, ಅಶುಭ. **Un-luck′i-ly**, *ad.* ದುರ್ದೈವವಾಗಿ, ದುರ್ದಶೆಯಾಗಿ, ಅಶುಭವಾಗಿ. **Un-luck′i-ness**, *n.* ದುರ್ದೈವ, ದುರ್ದಶೆ, ದೌರ್ಭಾಗ್ಯ, ದುರದೃಷ್ಟ.

Un-māke′, *v. t. ir.* (-māde′, -māde′) ಕೆಡಿಸು.

Un-mal′le-a-ble, *a.* ಸಾಗಬಡಿಯಲಿಕ್ಕೆ ಬಾರದ.

Un-man′, *v. t. r.* (-manned′, *pr.* -mand′) ಮನುಷ್ಯತ್ವ ಹೋಗಲಾಡಿಸು; ೨. ಎದೆ ಒಡಿಸು, ಧೈರ್ಯ ಕಳೆ; 3. ಜನರಿಲ್ಲದಾಗ ಮಾಡು. **Un-man′li-ness**, *n.* ಹೇಡಿತನ; ೨. ಹೆಂಗಸುತನ; 3. ನೀಚತನ. **Un-man′ly**, *a.* ಪುರುಷನಿಗೆ ಅಯೋಗ್ಯ, ನೀಚ, ಪುಕ್ಕ.

Un-man′āġe-a-ble, *a.* ಅಂಕೆಯಿಲ್ಲದ, ಮಾತು ಕೇಳದ, ಮೊಂಡ.

Un-man′nĕr-ly, *a.* ಮರ್ಯಾದೆಗೆಟ್ಟ, ಮರ್ಯಾದೆ ಇಲ್ಲದ, ಅಸಭ್ಯ.

Un-mar′ried (-mar′id), *a.* ಮದುವೆಯಾಗದ, ಅವಿವಾಹಿತ. **Un-mar′riaġe-a-ble** (-mar′ij-), *a.* ಇನ್ನೂ ಪ್ರಾಯ ಬಾರದ; ೨. ಮದುವೆಯಾಗಲಾರದ, —ಕೂಡದ.

Un-mask′, *v. t. r. (pr.* -maskt′) ವೇಷ ತೆಗೆ, ಬೈಲಿಗೆ ಹಾಕು.

Un-matched′ (-macht′), *a.* ಈಡಿಲ್ಲದ, ಅಪೂರ್ವ.

Un-mēan′iṅg (-mēn-), *a.* ಅರ್ಥವಿಲ್ಲದ, ಬುದ್ಧಿಹೀನ. **Un-mēan′iṅg-ly** (-mēn-), *ad.* ಅರ್ಥವಿಲ್ಲದೆ, ಹುರುಳಿಲ್ಲದೆ.

Un-mēet′, *a.* ತಕ್ಕದ್ದಲ್ಲದ, ಅಯೋಗ್ಯ; it is u. ತಕ್ಕದ್ದಲ್ಲ, ಯೋಗ್ಯವಲ್ಲ.

Un-me-lō′di-ŏus, *a.* ಇಂಪಿಲ್ಲದ.

Un-mel′ted, *a.* ಕರಗದ.

Un-men′tiŏn-a-ble, *a.* ಹೇಳಬಾರದ, ಅವಾಚ್ಯ. **Un-men′tiŏn-ed**, *a.* ಹೇಳಲ್ಪಡದ.

Un-mer′chant-a-ble, *a.* ಮಾರಕೂಡದ, ವಿಕ್ರಯಕ್ಕೆ ಅಯೋಗ್ಯವಾದ.

Un-mĕr′ci-fu̇l, *a.* ನಿರ್ದಯದ, ಕ್ರೂರ, ಕಠಿಣ.

Un-mĕr′i-ted, *a.* ಅಯೋಗ್ಯ, ತಕ್ಕದ್ದಲ್ಲದ; this praise is u. ಈ ಹೊಗಳಿಕೆ ತಕ್ಕದ್ದಲ್ಲ, ನೀವು ಈ ಪ್ರಕಾರ ನನ್ನನ್ನು ಹೊಗಳುವುದಕ್ಕೆ ನಾನು ಯೋಗ್ಯನಲ್ಲ.

Un-mīnd′fu̇l, *a.* ಮನಸ್ಸಿಡದ, ಚಿಂತೆ ಇಲ್ಲದ.

Un-miṅ′gled (-gld), *a.* ಕಲಸದ, ಬೆರಿಕೆಯಿಲ್ಲದ, ಶುದ್ಧ.

Un-mis-tā′ka-ble, *a.* ಸ್ಪಷ್ಟ, ವ್ಯಕ್ತ.

Un-mit′i-ga-ble, *a.* ಕಡಿಮೆಯಾಗಕೂಡದ, ಶಾಂತವಾಗಲಾರದ, ಉಪಶಮನವಾಗದ; ೨. ಕಠಿಣ, ನಿಷ್ಠುರ. **Un-mit′i-gā-ted**, *a.* ಕಡಿಮೆಯಾಗದ, ಶಾಂತವಾಗದ; 2. ಕಠಿಣ, ನಿಷ್ಠುರ.

Un-mixed′ (-mixt′), *a.* ಕಲಬೆರಿಕೆಯಾಗದ, ಚೊಕ್ಕ, ಅಚ್ಚ, ಶುದ್ಧ.

Un-mō-les′ted, *a.* ಉಪದ್ರವವಿಲ್ಲದ, ತೊಂದರೆ ಇಲ್ಲದ.

Un-moor′, *v. t. r.* ಲಂಗರು ತೆಗೆ.

Un-mort′gā-ġed, *a.* ಒತ್ತೆ ಇಡದ, ಭೋಗ್ಯ ಮಾಡದ.

Un-mŏth′ĕr-ly, *a.* ಮಾತೃವಾತ್ಸಲ್ಯವಿಲ್ಲದ, ತಾಯಿಗೆ ಒಪ್ಪದ.

Un-mö̈ved′ (-mövd′), *a.* ಮಿಸಿಕ್ಯಾಡದ, ಸರಿಯದ; ೨. ಸಿಟ್ಟಾಗದ, ಶಾಂತ; 3. ಮನಕರಗದ.

Un-muf′fle, *v. t. r.* ಮುಸುಕು ತೆಗೆ.

Un-muz′zle (-muz′l), *v. t. r.* ಬಾಯಿಗಲ್ಲಿ ತೆಗೆ *c. g.*

Un-nāmed′, *a.* ಹೆಸರು ಹೇಳದ, —ಗೊತ್ತಿಲ್ಲದ.

Un-nat′ū-ral, *a.* ಸ್ವಭಾವವಿರುದ್ಧ, ವಿಪರೀತ, ಮಮತಾಹೀನ.

Un-nec′es-sar-y, *a.* ಬೇಕಾಗದ, ಅಗತ್ಯವಿಲ್ಲದ, ಕಾರಣವಿಲ್ಲದ. **Un-nec′es-sar-i-ly**, *a.* ಬೇಕಾಗದೆ, ಕಾರಣವಿಲ್ಲದೆ, ಸುಮ್ಮನೆ.

Un-ne̱igh′bŏur-ly (-nā′bĕr-), *a.* ನೆರೆಹೊರೆಯವರ ಪರಸ್ಪರ ಹೊಕ್ಕುಬಳಿಕೆಗೆ ಒಪ್ಪದ, ನೆರೆಹೊರೆಯವರಿಗೆ ಒಪ್ಪದ; ೨. ಪ್ರೀತಿಯಿಲ್ಲದ. *ad.* ನೆರೆಹೊರೆಯವರಿಗೆ ಒಪ್ಪದ ಹಾಗೆ, ಪರರ ಸೇರಿಕೆಯಿಲ್ಲದೆ.

Un-nĕrve′, *v. t. r.* ಬಲಹೀನ ಮಾಡು, ಬಲ ಕಳೆ, —ಮುರಿ. **Un-nĕrved′**, *a.* ಬಲಹೀನ.

Un-nō′ticed (-nō′tist), *a.* ಲಕ್ಷ್ಯಕ್ಕೆ ಬಾರದ, ಕಾಣದ, ಕಂಡು ಕಾಣದ; it remained u.

ಅದು ಯಾರಿಗೂ ಕಾಣಲಿಲ್ಲ, ಅದು ಲಕ್ಷ್ಯಕ್ಕೆ ಬಾರದೆ ಹೋಯಿತು.

Un-num'bĕred (-bĕrd), *a.* ಅಸಂಖ್ಯ, ಲೆಕ್ಕವಿಲ್ಲದ.

Un-ob-jec'tion-a-ble, *a.* ಆಕ್ಷೇಪಣೆ ಇಲ್ಲದ, ನಿರ್ದೋಷವಾದ.

Un-ob-sẹrved' (-zervd'), *a.* ಕಾಣದ, ನೋಡದ, ಲಕ್ಷಿಸದ.

Un-ob-struc'ted, *a.* ಅಡ್ಡಿಯಾಗದ.

Un-ob-tāin'a-ble, *a.* ದೊರಕದಂಥ, ಸಿಕ್ಕದಂಥ.

Un-ob-trụ'sive, *a.* ವಿನಯದ. Un-ob-trụ'sive-ly, *ad.* ವಿನಯವಾಗಿ.

Un-oc'cū-pīed, *a.* ಬರಿದಾದ, "ಖಾಲಿಯಾದ"; 2. ಕೆಲಸವಿಲ್ಲದ.

Un-of-fend'iṅg, *a.* ಕೋಪವೆಬ್ಬಿಸದ, ಸಾಧು.

Un-of-fi'cial (-fish'al), *a.* "ಸರಕಾರದ್ದಲ್ಲದ", "ಖಾಸಗಿ".

Un-op-pōsed' (-pōzd'), *a.* ಯಾರೂ ಅಡ್ಡಿ ಮಾಡದ, ಅಡ್ಡಿ ಇಲ್ಲದ.

Un-or'gan-īsed (-īzd), *a.* ನಿರಿಂದ್ರಿಯವಾದ, ನಿರ್ಜೀವ; 2. ಕ್ರಮ ಪಡಿಸದ.

Un-or'tho-dox, *a.* ಶಾಸ್ತ್ರಕ್ಕೆ ವಿರುದ್ಧ.

Un-os-ten-tā'tious, *a.* ಆಟ್ಟಹಾಸವಿಲ್ಲದೆ, "ಡೌಲಿಲ್ಲದ". Un-os-ten-tā'tious-ly, *ad.* ಆಟ್ಟಹಾಸವಿಲ್ಲದೆ, "ಡೌಲಿಲ್ಲದೆ".

Un-pack', *v. t. r.* (*pr.* -pakt') ಕಟ್ಟು ಬಿಚ್ಚು. Un-packed' (-pakt'), *a.* ಕಟ್ಟಿನಿಂದ ತೆಗೆದ, ನ್ಯಾಯವಾಗಿ ಕೂಡಿಸಿಕೊಂಡ.

Un-pāid', *a.* ಬೆಲೆ ಕೊಡದ, "ಹಾಸಲು" ಕೊಡದ (letter); u. for ಕಡವಾಗಿ ತಕ್ಕೊಂಡ, ಉದ್ದರಿ—.

Un-pāint'ed, *a.* ಬಣ್ಣ ಹಾಕದ.

Un-pal'a-ta-ble, *a.* ರುಚಿಗೆ ಹತ್ತದ, ಅಸಹ್ಯ.

Un-par'al-leled (-a-leld), *a.* ಈಡಿಲ್ಲದ, ಸಮಾನವಿಲ್ಲದ, ಅದ್ವಿತೀಯ.

Un-pär'don-a-ble, *a.* ಅಕ್ಷಮ್ಯ, ಮನ್ನಿಸಕೂಡದ.

Un-pāved' (-pāvd'), *a.* ಕಲ್ಲುಹಾಸಿಗೆಯಿಲ್ಲದ, "ಪರಸ್ಪಂದಿ" ಮಾಡದ.

Un-pēered' (-pērd'), *a.* ಸರಿಸಮಾನರಿಲ್ಲದ.

Un-pēo'ple (-pē'pl), *v. t. r.* ನಿರ್ಜನ ಮಾಡು, ನಿವಾಸಿಗಳಿಲ್ಲದ ಹಾಗೆ ಮಾಡು.

Un-per-cēiv'a-ble, *a.* ಕಾಣಲಿಕ್ಕಾಗದ. Un-per-cēived' (-sēvd'), *a.* ಕಾಣದ, ಲಕ್ಷ್ಯಕ್ಕೆ ಬಾರದ.

Un-per-formed' (-fạrmd'), *a.* ಮಾಡದ, ತೀರಿಸದ.

Un-phil-ō-soph'i-cal (-fil-ō-sof'-), *a.* ತತ್ತ್ವಜ್ಞಾನವಿಲ್ಲದ, ವಿಜ್ಞಾನವಿರೋಧವಾದ.

Un-pin', *v. t. r.* (-pinned', *pr.* -pind') ಗುಂಡುಸೂಜಿಗಳನ್ನು ತೆಗೆ, ಬಿಚ್ಚು.

Un-pit'ied (-pit'id), *a.* ಅಂತಃಕರಣಪಡದ.

Un-pleas̱'ant (-plez'ant), *a.* ಇಂಪಿಲ್ಲದ, ರಮ್ಯವಲ್ಲದ, ಅಪ್ರಿಯ, ಹೇಸಿಕೆಯ. Un-pleas̱'ant-ly, *ad.* ಅಮಂಗಲವಾಗಿ, ಇಂಪಿಲ್ಲದೆ. Un-pleas̱'ant-ness, *n.* ಅಪ್ರಿಯತೆ, ಹೇಸಿಗೆತನ.

Un-pledged' (-plejd'), *a.* ವಚನ ಕೊಡದ; he is u. ಅವನು ವಚನ ಕೊಟ್ಟಿಲ್ಲ, — ವಚನ ಕೊಡಲಿಲ್ಲ.

Un-plī'ant, *a.* ಬೊಗ್ಗದ, ಮಣಿಯದ.

Un-ploughed' (-ploud), *a.* ನೇಗಿಲು ಹೊಡೆಯದ, ರಂಟೆ—, ಉಳದ.

Un-pō-et'ic, -et'i-cal, *a.* ಗದ್ಯರೂಪದ; 2. ಕಾವ್ಯರಸವಿಲ್ಲದ; 3. ಸಪ್ಪನ.

Un-point'ed, *a.* ವಿರಾಮಚಿಹ್ನೆ ಹಾಕದ.

Un-pol'ished (-isht), *a.* ಮರ್ಯಾದೆ ಇಲ್ಲದ, ಅಸಭ್ಯ; 2. ಒಪ್ಪಿಲ್ಲದ.

Un-pol-lụ'ted, *a.* ಮಾಸದ, ಮಲಿನ ಮಾಡದ, ಹೊಲೆ—, ಶುದ್ಧ; 2. ಕೆಡದ.

Un-pop'ū-lar, *a.* ನಾಲ್ಕು ಮಂದಿಗೆ ಸೇರದಂಥ, ಜನರಿಗೆ ಅಪ್ರಿಯವಾದ, ರೂಢಿಯಿಲ್ಲದ. Un-pop-ū-lar'i-ty, *n.* ನಾಲ್ಕು ಮಂದಿ ಮೆಚ್ಚದಿರುವುದು, ಲೋಕವಿರೋಧ. Un-pop'ū-lar-ly, *ad.* ನಾಲ್ಕು ಮಂದಿಗೆ ಸೇರದ ಹಾಗೆ, ಜನರಿಗೆ ಅಪ್ರಿಯವಾಗಿ.

Un-prac'tised (-tist), *a.* ಅಭ್ಯಾಸವಿಲ್ಲದ, ರೂಢಿಯಿಲ್ಲದ.

Un-prec-e-dent'ed, *a.* ಎಂದೂ ಆಗದ, ಅಪೂರ್ವ, ಹಿಂದಿನ ಆಧಾರವಿಲ್ಲದ, ಅಶ್ರುತಪೂರ್ವ.

Un-prej'ụ-diced (-dist), *a.* ಪಕ್ಷಪಾತವಿಲ್ಲದ, ದುರಭಿಪ್ರಾಯವಿಲ್ಲದ, ವಿಚಾರವಿಲ್ಲದೆ ನಿರ್ಣಯಿಸದ.

Un-pre-med'i-tā-ted, *a.* ಮುಂಚೆ ಯೋಚಿಸದ.

Un-pre-pāred' (-pārd'), *a.* ಸಿದ್ಧವಾಗದ, "ತಯಾರಾಗದ".

Un-pre-tend'iṅg, *a.* ಸೊಕ್ಕಿಲ್ಲದ, ಅಭಿಮಾನವಿಲ್ಲದ. Un-pre-tend'iṅg-ly, *ad.* ಸೊಕ್ಕಿಲ್ಲದೆ, ಅಭಿಮಾನವಿಲ್ಲದೆ.

Un-prin'ci-pled (-pld), *a.* ಕೆಟ್ಟ, ದುರುಳ, ದುಷ್ಟ, ಪ್ರಮಾಣವಿಲ್ಲದೆ ನಡಕೊಳ್ಳುವ.

Un-prō-cū'ra-ble, *a.* ದೊರೆಯದ, ಸಿಕ್ಕದ.

Un-prō-duc'tive, *a.* ಫಲ ಕೊಡದ, ಗೊಡ್ಡು,

ನಿರರ್ಥಕ, ಆದಾಯವಿಲ್ಲದ. Un-pro-duc'-tive-ly, *ad.* ಫಲವಿಲ್ಲದೆ, ಗೊಡ್ಡಾಗಿ, ವ್ಯರ್ಥವಾಗಿ.

Un-pro-fes'sion-al (-fesh'un-). *a.* ಉದ್ಯೋಗಕ್ಕೆ ಒಪ್ಪದಂಥ. Un-pro-fes'sion-al-ly. *ad.* ಉದ್ಯೋಗಕ್ಕೆ ಒಪ್ಪದಂತೆ.

Un-prof'it-a-ble, *a.* ಲಾಭವಿಲ್ಲದ, ಫಲವಿಲ್ಲದ, ವ್ಯರ್ಥ. Un-prof'it-a-ble-ness. *n.* ಅನರ್ಥ, ನಿರುಪಯೋಗ. Un-prof'it-a-bly. *ad.* ಫಲವಿಲ್ಲದೆ, ವ್ಯರ್ಥವಾಗಿ.

Un-prom'is-ing. *a.* ಮುಂದಕ್ಕೆ ಒಳ್ಳೇದಾದೀತೆಂಬ ಆಶೆ ತೋರಿಸದ.

Un-pro-nounce'a-ble (-nouns'a-). *a.* ಉಚ್ಚರಿಸಲಿಕ್ಕಾಗದ.

Un-prop', *v.t.r.* (-propped'. *pr.* -propt') ಆಧಾರತೆಗೆ, ನಿರಾಧಾರ ಮಾಡು. Un-propped', *a.* ನಿರಾಧಾರವಾದ.

Un-pro-pi'tious (-pish'us). *a.* ಒಲಿಂದುದ, ಅಶುಭ.

Un-pro-por'tioned (-shund). *a.* ತಕ್ಕದ್ದಲ್ಲದ, ಹೊಂದಿಕೆ ಇಲ್ಲದ.

Un-pros'per-ous. *a.* ಅಪ್ರಸನ್ನ, ಅಶುಭ. ಫಲವಿಲ್ಲದ, ದೆಸೆಗೆಟ್ಟ.

Un-pro-tect'ed. *a.* ಮರೆಯಿಲ್ಲದ, ಆಶ್ರಯವಿಲ್ಲದ, "ಬಿಂದೋಬಸ್ತು" ಇಲ್ಲದ.

Un-pro-voked' (-vokt'). *a.* ಕಾರಣವಿಲ್ಲದೆ, ನಿರ್ನಿಮಿತ್ತದ.

Un-pruned' (-prund'). *a.* ಕುಡಿ ಕತ್ತರಿಸದ. ಕಸಿ ಮಾಡದ.

Un-pub'lished (-lisht). *a.* "ಛಾಪಿಸದ", ಪ್ರಕಟವಾಗದ; 2. ಗುಪ್ತ.

Un-punc'tu-al. *a.* ಹೊತ್ತು ಮೀರುವ, ಹೊತ್ತಿಗೆ ಮಾಡದ, —ಬಾರದ, ಕಾಲಕ್ಲೃಪ್ತತೆಯಿಲ್ಲದ.

Un-qual'i-fied (-fid). *a.* ಯೋಗ್ಯತೆಗೆ ಬಾರದ, ಅಯೋಗ್ಯ, 2. ಅನಿಮುಖ್ಯ.

Un-quelled' (-kweld'). *a.* ಕುಗ್ಗದ; 2. ಶಾಂತವಾಗದ.

Un-quench'a-ble. *a.* ಆರಿಸಕೂಡದ; 2. ಶಮನ ಮಾಡಕೂಡದ.

Un-quest'ion-a-ble (-kwest'yun-). *a.* ಸಂಶಯವಿಲ್ಲದ. Un-quest'ion-a-bly. *ad.* ಸಂಶಯವಿಲ್ಲದೆ.

Un-quick'. *a.* ಚುರುಕಿಲ್ಲದ.

Un-qui'et, *a.* ಸಮಾಧಾನವಿಲ್ಲದ, ಕರಕರೆಯುಳ್ಳ. Un-qui'et-ly, *ad.* ಕರಕರೆಯಾಗಿ, ಕಿರಿಕಿರಿ ಮಾಡುತ್ತಾ, ಅಸಮಾಧಾನವಾಗಿ. Un-qui'et-ness, *n.* ಕರಕರೆ, ಕಿರಿಕಿರಿ, ಅಸಮಾಧಾನ, ಹಳವಂಡ.

Un-rav'el (-rav'l), *v.t.r.* (-rav'elled, *pr.* -rav'ld) ಸಿಕ್ಕುಬಿಡಿಸು, ತೊಡಕು—, ಸ್ಪಷ್ಟ ಮಾಡು; 2. ಗಲಿಬಿಲಿ ಮಾಡು.

Un-read' (-red'). *a.* ಇನ್ನೂ ಓದದ. Un-read'a-ble (-red'a-), *a.* ಓದಲಿಕ್ಕಾಗದ; it is u. ಇದನ್ನು ಓದಲಿಕ್ಕಾಗದು.

Un-read'y (-red-), *a.* "ತಯಾರಿಲ್ಲದ", ಸಿದ್ಧವಾಗಿರದ; 2. ಚುರುಕಿಲ್ಲದ, ಮಂದ.

Un-re'al, *a.* ನಿಜವಲ್ಲದ, ಹುಸಿಯಾದ, ಮಾಯಿಯ. Un-re'al-ized (-izd), *a.* ಸಿದ್ಧಿಗೆ ಬಾರದ, ಅನುಭವಿಸದ. Un-re-al'i-ty, *n.* ಸುಳ್ಳು, ಮಾಯೆ.

Un-rea'son-a-ble (-re'zn-), *a.* ಬುದ್ಧಿಗೆಟ್ಟ, ಅವಿವೇಕದ, "ವಾಜಿಬಿ" ಅಲ್ಲದ, ಕಂಡಾಬಟ್ಟೆಯ. Un-rea'son-a-ble-ness (-re'zn-), *n.* ಬುದ್ಧಿಗೇಡಿತನ, ಅವಿವೇಕ, ಅನುಚಿತತೆ, ಕಂಡಾಬಟ್ಟೆಯಾಗಿರುವುದು. Un-rea'son-a-bly, *ad.* ಅವಿವೇಕವಾಗಿ, ಬುದ್ಧಿಗೆಟ್ಟು, ಅನುಚಿತವಾಗಿ; 2. ಕಂಡಾಬಟ್ಟೆ.

Un-re-claimed' (-klamd'). *a.* ಕಾಡ, ಸನ್ಮಾರ್ಗಕ್ಕೆ ಬಾರದ.

Un-rec-on-ci'la-ble, *a.*, *see* Irreconcilable.

Un-re-cov'er-a-ble, *a.* ತಿರಿಗಿ ಸಿಕ್ಕದ.

Un-re-deem'a-ble, *a.* ಬಿಡುಗಡೆಯಾಗದ.

Un-re-fined' (-find'). *a.* ತೇರಾಗದ, ಚೊಕ್ಕಾಗದ, ಶುದ್ಧವಾಗದ.

Un-re-flect'ing, *a.* ವಿಚಾರಗೆಟ್ಟ, ಅವಿಚಾರದ.

Un-re-freshed', *a.* ವಿಶ್ರಾಂತಿ ಹೊಂದದ, ಆಯಾಸ ತೀರದ.

Un-re-fut'ed, *a.* ಖಂಡಿಸದ.

Un-re-gard'ed, *a.* ಕಾಣದ, ಲಕ್ಷ್ಯಮಾಡದ.

Un-re-gen'er-ate, *a.* ಪುನರ್ಜಾತವಲ್ಲದ, ಹೊಸ ಮನಸ್ಸಾಗದ; 2. ದೇವರಿಗೆ ಶತ್ರುಭಾವದಲ್ಲಿರುವ.

Un-reg'is-tered (-terd), *a.* ಬರೆದಿಡದ, "ದಾಖಲಾಗದ".

Un-re-gret'ted, *a.* ಯಾರೂ ದುಃಖ ಮಾಡದ; he died u. ಅವನು ಸತ್ತಾಗ ಯಾರಿಗೂ ದುಃಖವಿದ್ದಿಲ್ಲ.

Un-re-lent'ing, *a.* ನಿರ್ದಯಾತ್ಮಕ, ಕಠಿಣ, ಅತಿ ಕಠೋರ. Un-re-lent'ing-ly, *ad.* ಕಠಿಣವಾಗಿ, ಕಠೋರವಾಗಿ.

Un-re-li'a-ble, *a.* ನಂಬಲಾರದ, ಭರವಸವಿಲ್ಲದ

ಲಿಕ್ಕೆ ಆಗದ; he is u. ಅವನನ್ನು ನಂಬಲಿಕ್ಕಾಗದು.

Un-re-mit'ting, *a.* ಕಡಿಮೆಯಾಗದ, ಎಡೆಬಿಡದ, ತೆರಪಿಲ್ಲದ.

Un-re-pen'tant, -pent'ing, *a.* ಪಶ್ಚಾತ್ತಾಪಪಡದ, ಪಾಪಕ್ಕೆ ದುಃಖ ಪಡದ.

Un-rep-re-sent'ed, *a.* ಪ್ರತಿನಿಧಿಯಿಲ್ಲದ.

Un-re-sěrved' (-zěrvd'), *a.* ಏನೂ ಇಟ್ಟುಕೊಳ್ಳದ, ನಿಷ್ಕಪಟ, ಸಂಪೂರ್ಣ. Un-re-serv'ed-ly, *ad.* ಏನೂ ಇಟ್ಟುಕೊಳ್ಳದೆ, ಅರೆಮರೆ ಮಾಡದೆ. Un-re-sěrv'ed-ness, *n.* ನಿಷ್ಕಪಟ, ಸರಳತೆ, ಯಥಾರ್ಥ.

Un-re-sist'ed, *a.* ಎದುರಿಸದ, ನಿರಾತಂಕವಾದ. Un-re-sist'ing, *a.* ಅಡ್ಡಿ ಮಾಡದ, ಎದುರಿಸದ.

Un-rest', *n.* ಅಸಮಾಧಾನ, "ಹಳಾಹಳಿ, ಹಳವಂಡ".

Un-re-strāined' (-strānd'), *a.* ಅಂಕೆಯಿಲ್ಲದ, ಆತಂಕವಿಲ್ಲದ, ಕಟ್ಟುಬೆಟ್ಟಿಲ್ಲದ.

Un-re-strict'ed, *a.* ಮೇರೆಯಿಲ್ಲದ, ಅಡ್ಡಿಸಡ್ಡಿಯಿಲ್ಲದ.

Un-re-vēal'ed, *a.* ತಿಳಿಯದ, ಕಾಣಬಾರದ, ಪ್ರಕಟವಾಗದ.

Un-re-ward'ed, *n.* ಕೂಲಿ ಹೊಂದದ, ಪ್ರತಿಫಲವಾಗದ; his deed is yet u. ಅವನು ಮಾಡಿದ್ದಕ್ಕೆ ಇನ್ನೂ ಕೂಲಿ ಸಿಕ್ಕಲಿಲ್ಲ, —ಮಾಡಿದ್ದಕ್ಕೆ ಇನ್ನೂ ಪ್ರತಿಫಲವಾಗಲಿಲ್ಲ.

Un-rid'dle (-rid'l), *v. t. r.* ಒಗಟು ಬಿಚ್ಚು.

Un-rig', *v. t. r.* (-rigged', *pr.* -rigd') ಹಡಗದ ಹಗ್ಗಗಿಗ್ಗ ಬಿಚ್ಚಿಹಾಕು.

Un-rīght'eǒus *(or* -rī'chus), *a.* ಅನೀತಿಯ, ಅನ್ಯಾಯದ, ಕೆಟ್ಟ. Un-rīght'eǒus-ly *(or* -rī'chus-), *ad.* ಅನ್ಯಾಯವಾಗಿ, ದುಷ್ಟವಾಗಿ. Un-rīght'eǒus-ness *(or* -rī'chus-), *n.* ಅನೀತಿ, ಅನ್ಯಾಯ, ಅಧರ್ಮ.

Un-rīpe', *a.* ಮಾಗದ, ಹಣ್ಣಾಗದ, ಅಪಕ್ವ, ಕಸಕು, ಮಿಡಿ; an u. pod or fruit ಮಿಡಿಗಾಯಿ.

Un-rī'valled (-rī'vald), *a.* ಸಮಾನವಿಲ್ಲದ, ಈಡಿಲ್ಲದ, ಅಪ್ರತಿಮ, ಅನುಪಮ.

Un-riv'et, *v.t.r.* ಮೊಳೆ ಸಡಿಲಿಸಿ ಬಿಚ್ಚು, ಮಿಾಟು.

Un-rōbe', *v. t. r.* ಅರಿವೆ ತೆಗೆ *c. g.*, ಅಂಗಿ ತೆಗೆ *c. g.*

Un-rōll', *v. t. r.* ಸುರುಳಿ ಬಿಚ್ಚು, ತೆರೆದಿಡು.

Un-roof', *v. t. r.* *(pr.* -rooft') ಚಪ್ಪರ ತೆಗೆ *c. g.*, ಮಾಡು ತೆಗೆ *c. g.*

Un-root', *v. t. r.* ಬೇರೊಂದಿಗೆ ಕಿತ್ತುಹಾಕು, ಬೇರುದರಿಸಲೀ—.

Un-ruf'fled (-ruf'ld), *a.* ಕಲಕದ, ಶಾಂತ.

Un-ruled' (-ruld'), *a.* ಅಂಕೆಯಿಲ್ಲದ. Un-ru'li-ness, *a.* ಪೋಕರಿತನ, ತುಂಟತನ, "ಹರಾಮತನ". Un-ru'ly, *a.* ಒಳಗಾಗದ, ತುಂಟ, ಪೋಕರಿಯಾದ, ಪುಂಡ.

Un-sad'dle (-sad'l), *v. t. r.* ಜೀನು ತೆಗೆ *c. g.*; 2. ಕುದುರೆ ಮೇಲಿಂದ ಕೆಡವು.

Un-sāfe', *a.* "ಬಂದೋಬಸ್ತು" ಆಗಿರದ, ಭದ್ರವಲ್ಲದ, ಗಂಡಾಂತರದ, ಭಯದ. Un-sāfe'ly, *ad.* ಭದ್ರವಾಗದೆ; 2. ಗಂಡಾಂತರವಾಗಿ. Un-sāfe'ness, *n.* ಭದ್ರವಲ್ಲದಿರುವುದು, ಭಯ.

Un-said' (-sed'), *a.* ಹೇಳದ, ನುಡಿಯದ.

Un-sāle'a-ble (-sāl'a-), *a.* ಮಾರಾಟವಾಗದ.

Un-sanc'ti-fied (-fīd), *a.* ಶುದ್ಧವಾಗದ, ಅಪವಿತ್ರ.

Un-sanc'tiǒned (-sank'shund), *a.* ಸಮ್ಮತಿಸದ. "ಮಂಜೂರು" ಆಗದ.

Un-sat-is-fac'tǒr-y, *a.* ಸಾಕಾಗದ, ತೃಪ್ತಿಪಡಿಸದ, ಮೆಚ್ಚಿಕೆಯಾಗದ. Un-sat-is-fac'tǒr-i-ly, *ad.* ಸಾಕಾಗದ ಹಾಗೆ, ಮೆಚ್ಚಿಕೆಯಾಗದ ಹಾಗೆ, ಹೌದನ್ನದ ಹಾಗೆ. Un-sat'is-fīed (-fīd), *a.* ಸಾಕಾಗದ, ತೃಪ್ತಿಪಡದ, ಸಂತೋಷವಾಗದ.

Un-sā'vǒur-y, *a.* ರುಚಿಯಿಲ್ಲದ, ಅಸಹ್ಯ.

Un-sāy' (-sā'), *v. t. r.* (-said', -said', *pr.* -sed') ಮಾತು ತಿರುಗಿಸು, ಅಂದಿಲ್ಲವೆನ್ನು.

Un-scāthed' (-skātht'), *a.* ನಷ್ಟವಿಲ್ಲದ, ಸುರಕ್ಷಿತವಾದ.

Un-screw' (-skru'), *v. t. r.* ಮರಸುತ್ತು ತೆಗೆ *c. g.*

Un-scrip'tū-ral, *a.* ಸತ್ಯವೇದಕ್ಕೆ ವಿರೋಧವಾದ. Un-scrip'tū-ral-ly, *ad.* ಸತ್ಯವೇದಕ್ಕೆ ವಿರೋಧವಾಗಿ.

Un-scru'pū-lǒus, *a.* ಪ್ರತಿಬಂಧವಿಲ್ಲದ, ಅನ್ಯಾಯಕ್ಕೆ ಹಿಂಜರಿಯದ, ಯಾವುದಕ್ಕೂ ಹೇಸದ. Un-scru'pū-lǒus-ly, *ad.* ಅನ್ಯಾಯಕ್ಕೆ ಅಂಜದೆ.

Un-sēal' (-sēl'), *v. t. r.* ಮುದ್ರೆ ಒಡೆ *c. g.*

Un-sēam' (-sēm') *v.t.r.* ಹೊಲಿಗೆ ಬಿಚ್ಚು *c. g.*

Un-sěarch'a-ble (-sěrch'a-), *a.* ಶೋಧಿಸಿ ತೆಗೆಯಲಾರದ, ಅಶೋಧ್ಯ, ಅಗಾಧ, ಗೂಢ.

Un-sēa'son-a-ble (-sē'zn), *a.* ಅಕಾಲದ, ಕಾಲೋಚಿತವಲ್ಲದ.

Un-sēat (-sēt'), *v. t. r.* ಆಸನದಿಂದ ದೊಬ್ಬು; *pass.* ಆಸನ ಕಳಕೊಳ್ಳು, ಜಾಗ—.

Un-sēa'wǒr-thy (-sē'wěr-), *a.* ಸಮುದ್ರಕ್ಕೆ

ಹೋಗಕೂಡದ, ಕಡಲುಪಯಣಕ್ಕೆ ಯೋಗ್ಯವಲ್ಲದ.

Un-sec'ŏn-ded, *a.* ಬೆನ್ನಾಸರೆಯಿಲ್ಲದ, ಅನುಮೋದನೆಯಿಲ್ಲದ.

Un-sēem'ly, *a.* ಚಂದಗೆಟ್ಟ; 2. ಅಯೋಗ್ಯ, ನಿರ್ಲಜ್ಜೆಯ, ಅವಮರ್ಯಾದೆಯ. *ad.* ಅಯೋಗ್ಯವಾಗಿ, ಮರ್ಯಾದೆಗೆಟ್ಟು. Un-sēem'li-ness, *n.* ಚಂದಗೇಡಿತನ; 2. ಅಯೋಗ್ಯತೆ, ಅಮರ್ಯಾದೆ. [ಅದೃಶ್ಯ.

Un-sēen', *a.* ನೋಡದ; 2. ಕಣ್ಣಿಗೆ ಕಾಣದ,

Un-self'ish, *a.* ಸ್ವಾರ್ಥಸಾಧಿಸದ, ಅಸ್ವಾರ್ಥಪರ, ನಿಃಸ್ವಾರ್ಥ. Un-self'ish-ly, *ad.* ಸ್ವಾರ್ಥಸಾಧಿಸದೆ, ಅಸ್ವಾರ್ಥಪರವಾಗಿ.

Un-sep'ul-chred (-kĕrd), *a.* ಹೂಣಿಡದ.

Un-sĕr'vice-a-ble, *a.* ಕೆಲಸಕ್ಕೆ ಬಾರದ, ಉಪಯೋಗಕ್ಕೆ ಬೀಳದ.

Un-set'tle (-set'l), *v.t.r.* ಸರಿಸು; 2. ಹೋಯಿದಾಡಿಸು, ಅಸ್ಥಿರ ಮಾಡು; 3. (the mind) ಮಸಣಿಸು, ಚಂಚಲ ಪಡಿಸು. Un-set'tled (-set'ld), *a.* ಬಗೆ ಹರಿಯದ; 2. ತೀರ್ಪಾಗದ; 3. ಅಸ್ಥಿರ.

Un-shac'kle (-shak'l), *v. t. r.* ಬೇಡಿ ಬಿಡಿಸು *e. d.*, ಸಂಕೋಲೆ—, ಬಂಧ— *e. g.*

Un-shā'ken (-shā'kn), *a.* ಕದಲದ, ಅದರದ, ಸ್ಥಿರ.

Un-shāpe'ly, *a.* ಚೆನ್ನಾಗಿ ರೂಪಿಸದ, ವಿಕಾರವಾದ. Un-shā'pen (-shā'pn), *a.* ಕುರೂಪವಾದ, ವಿಕಾರ.

Un-shēathe' (-shēth'), *v. t. r.* ಹಿರಿ, ಒರೆಯಿಂದ ತೆಗೆ.

Un-shel'tĕred (-tĕrd), *a.* ಮರೆಯಿಲ್ಲದ, ನಿರಾಶ್ರಯವಾದ.

Un-ship', *v. t. r.* (-shipped', *pr.* -shipt') ಹಡಗದಿಂದ ಇಳಿಸು, ಹಡಗದೊಳಗಿಂದ ತೆಗೆ.

Un-shod', *a.* ಜೋಡು ಮೆಟ್ಟಿಕೊಳ್ಳದ; 2. "ಲಾಳ" ಹೊಡೆಯದ, "ನಾಳ"—.

Un-shrink'ing, *a.* ಹಿಂಜರಿಯದ, ಅಂಜದ. Un-shrink'ing-ly, *ad.* ಹಿಂಜರಿಯದೆ.

Un-sīght'ly (-sīt'li), *a.* ಹಸಿಗೆಟ್ಟ, ಚಂದಗೆಟ್ಟ, ಕುರೂಪವಾದ. Un-sīght'li-ness (-sīt'li-), *n.* ಹಸಿಗೇಡಿತನ, ಕುರೂಪ, ಅಶೋಭೆ.

Un-skil'ful, Un-skilled' (-skild'), *a.* ಜಾಣನಲ್ಲದ, ದಡ್ಡ. Un-skil'ful'ly, *ad.* ಹೆಂಗಾಟಪೆಂಗಾಟವಾಗಿ, ದಡ್ಡಾಗಿ, ಚಮತ್ಕಾರವಿಲ್ಲದೆ, ಕೈಚಾಲಕವಿಲ್ಲದೆ.

Un-slăked' (-slăkt'), *a.* ತಣ್ಣಗಾಗದ, ಆರದ.

Un-sō'ci-a-ble, *a.* ಸಮಾಜದಲ್ಲಿ ಕಲೆತುಕೊಳ್ಳದ; *see* Insociable. Un-sō'ci-a-ble-ness, *n.* ಸಮಾಜದಲ್ಲಿ ಕಲೆತುಕೊಳ್ಳದಿರುವಿಕೆ; 2. ಸಂಸರ್ಗದಲ್ಲಿ ಅನಭಿರುಚಿ.

Un-sōl'diĕr-ly (-sōl'jĕr-), *a.* ಸಿಪಾಯಿಗೆ ಒಪ್ಪದ; this is u. ಇದು ಸಿಪಾಯಿಗೆ ಒಪ್ಪದ್ದು, —ಸಿಪಾಯಿಗೆ ತಕ್ಕದ್ದಲ್ಲ.

Un-so-phis'ti-cā-ted (-fis'ti-), *a.* ಕಲಬೆರಿಕೆಯಾಗದ, ನಿಜ, ಅಚ್ಚ, ಚೊಕ್ಕ, ನಿರ್ವ್ಯಾಜ, ಸರಲ.

Un-sound', *a.* ಹುಳುಕು, ಕುಂದಿನ, ಕೊರತೆಯುಳ್ಳ; 2. ದುರ್ಬಲ (constitution); 3. ಪಾಷಂಡವಾದ (doctrine); 4. ನಂಬಿಕೆ ಇಲ್ಲದ, ತಪ್ಪಾದ; 5. ಅಸೌಖ್ಯದ (sleep). Un-sound'ly, *ad.* ಹುಳುಕಾಗಿ, ಕುಂದಾಗಿ, *etc.*, *see* Unsound.

Un-spā'ring, *a.* ಉದಾರ, ಧಾರಾಳದ; 2. ಯಥೇಚ್ಛ, ತುಂಬ; 3. ಕಠಿಣ. Un-spā'ring-ly, *ad.* ಉದಾರವಾಗಿ, ಧಾರಾಳವಾಗಿ; 2. ಯಥೇಚ್ಛವಾಗಿ, ಕಂಡಾಬಟ್ಟೆ; 3. ಕಠಿಣವಾಗಿ.

Un-spēak'a-ble (-spēk'a-), *a.* ಹೇಳಕೂಡದಂಥ, ಹೇಳಲಾರದಂಥ, ದುರ್ವಾಚ್ಯ. Un-spēak'a-bly (-spēk'a-), *ad.* ನುಡಿಯಲಾಗದೆ, ಹೇಳಲಾರದಷ್ಟು.

Un-spilt', *a.* ಚಲ್ಲದ, ತುಳುಕದ.

Un-spō'ken (-spō'kn), *a.* ಹೇಳದ, ನುಡಿಯದ.

Un-spot'ted, *a.* ಮಚ್ಚೆ ಇಲ್ಲದ, ಕಲೆ—, ನಿಷ್ಕಳಂಕ, ನಿರ್ದೋಷ.

Un-stā'ble, *a.* ಚುಲುಕ, ಚಂಚಲ, ಅಸ್ಥಿರ.

Un-stead'y (-sted'i-), *a.* ಚಂಚಲ, ಚಪಲ, ಅಸ್ಥಿರ, (ಕೆಸರಲ್ಲಿ ನೆಟ್ಟ ಕಂಬ). Un-stead'i-ly (-sted'i-), *ad.* ಚುಲುಕವಾಗಿ, ಚಂಚಲವಾಗಿ. Un-stead'i-ness (-sted'i-), *n.* ಚುಲುಕುತನ, ಚಂಚಲತ್ವ, ಅಸ್ಥಿರತೆ.

Un-stint'ed, *a.* ತುಂಬ, ಯಥೇಚ್ಛ.

Un-stitch' (-stitch'), *v.t.r.* (*pr.* -stitcht'), ಹೊಲಿಗೆ ಬಿಚ್ಚು *e. g.*

Un-stop', *v. t.r.* (-stopped', *pr.* -stopt') ಬಿರಡೆ ತೆಗೆ *e. g.*

Un-strāin', *v. t. r.* ಬಿಡಿಸು, ಸಡಿಲಿಸು. Un-strāined (-strānd'), *a.* ಹಗುರ, ಲಘು, ಸುಸೂತ್ರ.

Un-string', *v. t. ir.* (-strung', -strung') ತಂತಿ ತೆಗೆ *e. g.*; 2. ಸಡಿಲು ಮಾಡು, ಬಿಚ್ಚು; 3. ಹಿರಿದು ತೆಗೆ (beads).

Un-stud'ied (-stud'id), *a.* ಮುಂದಾಗಿ ಯೋಚಿಸದ; 2. ನಿಜ, ಯಥಾರ್ಥ.

Un-sub-dūed′ (-dūd′), *a.* ಒಳಗಾಗದ, ಅಂಕೆಯಿಲ್ಲದ; 2. ಕುಗ್ಗದ, ಸೋತುಹೋಗದ.

Un-sub-mis′sive, *a.* ಮಾತು ಕೇಳದ, ಮೊಂಡ, ಹಟದ, ತನ್ನಿಷ್ಟದ.

Un-sub-stan′tial (-stan′shal), *a.* ಸಿಜವಲ್ಲದ, ಹುರುಳಿಲ್ಲದ (ಕನಸಿನ ಗಂಟು).

Un-suc-cess′ful, *a.* ಕೈಗೂಡಿಬಾರದ, ನಿಷ್ಫಲ, ವ್ಯರ್ಥ, ವಿತಥ. Un-suc-cess′ful-ly, *ad.* ಕೈಗೂಡಿಬಾರದಂತೆ, ನಿಷ್ಫಲವಾಗಿ, ವ್ಯರ್ಥವಾಗಿ.

Un-sūit′a-ble, *a.* ತಕ್ಕದ್ದಲ್ಲದ, ಒಪ್ಪದ, ಅನುಚಿತ, ಅಯುಕ್ತ. Un-sūit′a-bly, *ad.* ಒಪ್ಪದಂತೆ, ಅಯೋಗ್ಯವಾಗಿ, ಅನುಚಿತವಾಗಿ.

Un-sul′lied (-lid), *a.* ಮಾಸದ, ಕಳಂಕವಾಗದ, ಕುಂದಿಲ್ಲದ.

Un-sup-pōrt′a-ble, *a., see* Insupportable.

Un-sur-passed′ (-past′), *a.* ಮಿಕ್ಕ ಕೂಡದ, ಹಿಂದೆ ಹಾಕಲಾರದ, ಅಪ್ರತಿಮ.

Un-sus-pect′ed, *a.* ಸಂಶಯಕ್ಕೆ ಗುರಿಯಾಗದಂಥ; he was u. ಅವನು ಸಂಶಯಕ್ಕೆ ಗುರಿಯಾಗಲಿಲ್ಲ. Un-sus-pect′ing, *a.* ಸಂಶಯ ಮಾಡದ, "ಗುಮಾನಿ" ಪಡದ, ನಂಬುವ, "ಭೋಳೆ". Un-sus-pect′ing-ly, *ad.* ಸಂಶಯ ಮಾಡದೆ, ಸಂದೇಹ—.

Un-sus-pi′ciōus (-pish′us), *a.* ಸಂಶಯವಿಲ್ಲದ, ಸಂದೇಹ—. Un-sus-pi′ciōus-ly (-pish′us-), *ad.* ಸಂಶಯವಿಲ್ಲದೆ.

Un-swāthe′ (-swāth′), *v. t. r.* ಸುತ್ತು ಬಿಚ್ಚು.

Un-sweār′ (-swār′), *v. t. ir.* (-swōre′, -sworn′) ಆಣೆ ಇಟ್ಟದ್ದು ಹಿಂತೆಗೆ.

Un-swĕrv′ing, *a.* ಬಾಗದ, ಬೊಗ್ಗದ, ಒಲಿಯದ; 2. ಸ್ಥಿರ, ತತ್ಪರ. Un-swĕrv′ing-ly, *ad.* ಒಲಿಯದೆ, ಬೊಗ್ಗದೆ; 2. ಸ್ಥಿರವಾಗಿ, ತತ್ಪರವಾಗಿ.

Un-sym-met′ri-cal, *a.* ಒಪ್ಪದ, ಸರಿಬೀಳದ, ಹೊಂದಿಕೆಯಿಲ್ಲದ, ಸಂಗತಾವಯವವಿಲ್ಲದ. Un-sym-met′ri-cal-ly, *ad.* ಹೊಂದಿಕೆಯಿಲ್ಲದೆ, ಒಪ್ಪದ ಹಾಗೆ, ಅಂಗ ಸೌಷ್ಟವವಿಲ್ಲದೆ.

Un-sym′pa-thī-sing, *a.* ಅಂತಃಕರಣವಿಲ್ಲದ, ಮಮತೆಯಿಲ್ಲದ.

Un-tāint′ed, *a.* ಸೋಕದ, ಸುಂಕದ, ಕಲಂಕ ಹತ್ತದ, ಕೆಡದ, ಅಕಳಂಕ.

Un-tāmed′, *a.* ಸಾಧುವಾಗದ, ಅದಮ್ಯ, ಪಳಗಿಸದ. Un-tām′a-ble, *a.* ಎಂದಿಗೂ ಸಾಧುವಾಗದ, ಪಳಗಿಸಲಾರದ.

Un-taught′ (-tat′), *a.* ಕಲಿಯದ, ಅಶಿಕ್ಷಿತ.

Un-tēach′ (-tēch′), *v. t. ir.* (-taught′, -taught′, *pr.* -tat′) (ಕಲಿಸಿದ್ದು) ಮರಿಸು.

Un-tem′pĕred (-tem′pĕrd), *a.* ಹಾಳತವಾಗದ, ಹದವಾಗದ, ಹದ ಕೊಡದ.

Un-tempt′ed, *a.* ಒಳಪಡದ.

Un-ten′a-ble, *a.* ಕಾಪಾಡಕೂಡದ, ಇಟ್ಟುಕೊಳ್ಳಲಿಕ್ಕಾಗದ; 2. ನಿರ್ವಹಿಸಕೂಡದ.

Un-thank′ful, *a.* ದಯ ನೆನಸದ, ಕೃತಘ್ನ.

Un-think′ing, *a.* ವಿಚಾರಗೆಟ್ಟ, ಅವಿವೇಕಿಯಾದ, ಅವಿಚಾರದ.

Un-thrift′y, *a.* "ಮುಂದು", ಅಳತೆಗೆಟ್ಟು ಖರ್ಚು ಮಾಡುವ.

Un-thrōne′, *v. t. r. see* Dethrone.

Un-tī′dy, *a.* ಮುಗ್ಗಲಗೇಡಿ, ಚಂದಗೆಟ್ಟ. Un-tī′di-ness, *n.* ಮುಗ್ಗಲಗೇಡಿತನ, ಮಲಿನತ್ವ.

Un-tīe′, *v. t. r.* ಬಿಚ್ಚು; 2. ಬಿಟ್ಟುಬಿಡು, ಬಿಡಿಸು.

Un-til′, *prep. & conj.* ಮಟ್ಟಿಗೆ, ವರೆಗೆ, ತನಕ, ಪರ್ಯಂತ; u. night ರಾತ್ರಿಯ ತನಕ; u. his death ಅವನು ಸಾಯುವ ತನಕ; u. I come ನಾನು ಬರುವ ಮಟ್ಟಿಗೆ, —ಬರುವ ಪರ್ಯಂತ; u. we came ನಾವು ಬರುವ ವರೆಗೆ, —ಬರುವ ತನಕ.

Un-tīle′, *v. t. r.* ಹಂಚು ತೆಗೆ *c. g.*

Un-tīme′ly, *a.* ಎಡೆಹೊತ್ತಿನ, ಅಕಾಲದ. *ad.* ಎಡೆಹೊತ್ತಿನಲ್ಲಿ, ಅಕಾಲವಾಗಿ.

Un-tī′ring, *a.* ದಣಿಯದ, ಬಳಲದ, ಬೇಸರಾಗದ, ಅವಿಶ್ರಾಂತ; he was u. in his endeavours ಅವನು ದಣಿಯದೆ ಪ್ರಯತ್ನ ಮಾಡುತ್ತಿದ್ದನು. Un-tī′ring-ly, *ad.* ದಣಿಯದೆ, ಬೇಸರಾಗದೆ.

Un-tī′tled (-tī′tld), *a.* ಮಾನದ ಬಿರುದಿಲ್ಲದ.

Un′tō (-tu), *prep.* ...ಗೆ, ...ಕ್ಕೆ; 2. ಬಳಿಗೆ; u. him ಅವನಿಗೆ, ಅವನ ಬಳಿಗೆ.

Un-tōld′, *a.* ಹೇಳದ, ತಿಳಿಯದ; 2. ಲೆಕ್ಕವಿಲ್ಲದ.

Un-tŏuched′ (-tucht′), *a.* ತಾಗದ; 2. ಮುಟ್ಟದ, ಕೈಹಾಕದ; 3. ಮನಸ್ಸಿಗೆ ಹತ್ತದ; he is u. ಅವನಿಗೆ ತಾಗಲಿಲ್ಲ, ಅವನ ಮನಸ್ಸಿಗೆ ಹತ್ತಲಿಲ್ಲ.

Un-tō′ward (-tō′ĕrd), *a.* ಮೂರ್ಖ, ಮೊಂಡ; 2. ಅನನುಕೂಲ, ಅಸಂದರ್ಭದ. Un-tō′ward-ly (-tō′ĕrd-), *ad.* ಮೊಂಡವಾಗಿ, "ಹರಾಮಿಯಾಗಿ".

Un-trāce′a-ble, *a.* ಜಾಡೆ ಹಿಡಿದು ಹೋಗಕೂಡದ, ಗುರುತು ಹಿಡಿದುಕೊಳ್ಳಬಾಗದ, ಗುರುತು ತಿಳಿಯದ.

Un-trāined′ (-trānd′), *a.* ಅಭ್ಯಾಸವಾಗದ, ಕಾಡ, ಅಶಿಕ್ಷಿತ; 2. ಸಾಧುವಾಗದ, ಪಳಗಿಸದ.

Un-tram′melled (-tram′eld), *a.* ಬಿಪುಗಡೆಯ, ಕೈಕಾಲು ಕಟ್ಟದಿರುವ.

Un-trav'elled (-trav'eld), *a.* ಪ್ರಯಾಣಿಕರು ಹೋಗದ (forest); 2. ತಿರುಗಾಡದ, ಪರದೇಶ ನೋಡದ (man).

Un-tread' (-tred'), *v. t. ir.* ಹೋದ ಮಾರ್ಗ ದಿಂದ ಹಿಂದೆ ಬರು. Un-trod'den, *a.* ಯಾರೂ ಕಾಲಿಡದ, ಹೆಜ್ಜೆ ಇಡದ.

Un-trīed' (-trīd'), *a.* ಕಂಡು ನೋಡದ, ಪರೀಕ್ಷಿಸದ *etc.*, *see* Try.

Un-trod', -trod'den (-trod'n), *a.* ಯಾರೂ ಹಾಯದ.

Un-trŏub'led (-trub'ld), *a.* ತೊಂದರೆಯಿಲ್ಲದ; 2. ಕರಕರೆಯಿಲ್ಲದ.

Un-true', *a.* ಸುಳ್ಳು, ಹುಸಿ, ಮಿಥ್ಯಾ, ಅಸತ್ಯ, ವಿತಥ. Un-tru'ly, *ad.* ಸುಳ್ಳಾಗಿ.

Un-trust'ful, *a.* ನಂಬದ. Un-trust'-worthy, *a.* ನಂಬಕೂಡದ, ನಂಬಿಕೆಗೆ ಅಯೋಗ್ಯವಾದ.

Un-truth', *n.* ಸುಳ್ಳು, ಹುಸಿ, ಅಸತ್ಯ ಮಾತು. Un-truth'ful, *a.* ಸುಳ್ಳಾಡುವ.

Un-tū'tŏred (-tĕrd), *a.* ಕಲಿಯದ, ಅಶಿಕ್ಷಿತ.

Un-twīne', Un-twist', *v. t. r.* ಹುರಿ ಬಿಚ್ಚು, —ಬಿಡಿಸು.

Un-ūsed' (-ūzd'), *a.* ಬಳಸದ, ರೂಢಿಯಿಲ್ಲದ; I am u. to it ಅದು ನನಗೆ ರೂಢಿಯಿಲ್ಲ.

Un-ū'su-al, *a.* ವಾಡಿಕೆಯಿಲ್ಲದ, ಅಸಾಧಾರಣ, ಅಪರೂಪ, ಅಭೂತಪೂರ್ವ. Un-ū'su-al-ly, *ad.* ಅಪರೂಪವಾಗಿ, ವಾಡಿಕೆಯಿಲ್ಲದೆ.

Un-ut'tĕr-a-ble, *a.* ಉಚ್ಚರಿಸಕೂಡದ, ನುಡಿಯಲಾರದ. Un-ut'tĕr-a-bly, *ad.* ಹೇಳಕೂಡದಷ್ಟು.

Un-val'ūed (-val'ūd), *a.* ಬೆಲೆಕಟ್ಟದ, ಕ್ರಯವಿಲ್ಲದ; 2. ತಿರಸ್ಕರಿಸಿದ.

Un-vā'ried (-vā'rid), *a.* ಒಂದೇ ಪ್ರಕಾರವಾದ, —ಸಮವಾದ.

Un-vär'nished (-nisht), *a.* "ರೋಗನದ" ಎಣ್ಣೆ ಹಚ್ಚದ; 2. ಇದ್ದ ಹಾಗೆ ಹೇಳಿದ, ಸುಳ್ಳು ಬೆರಸದ. [ತೋರಿಸು.

Un-veil', *v. t. r.* ಮುಸುಕು ತೆಗೆ *e. g.*,

Un-vĕrsed' (-vĕrst'), *a.* ಅಭ್ಯಾಸವಿಲ್ಲದ, ರೂಢಿಯಿಲ್ಲದ.

Un-vi'o-lā-ted, *a.* ಮೀರದ, ಕೆಡಿಸದ, ಭಂಗವಾಗಿರದ, ಭ್ರಷ್ಟವಾಗದ, ಶುದ್ಧ.

Un-walled' (-wald'), *a.* "ಆಲಂಗದ" ಗೋಡೆಯಿಲ್ಲದ.

Un-war'līke, *a.* ಯುದ್ಧಸಾಧಕವಿಲ್ಲದ; 2. ಸಮಾಧಾನದ.

Un-warned' (-warnd'), *a.* ಎಚ್ಚರಿಕೆ ಕೊಡದ.

Un-war'rant-a-ble, *a.* ಅಲ್ಲದ, ಅನ್ಯಾಯದ, ಅನುಚಿತವಾದ. Un-war'rant-ed, *a.* ಭರವಸವಿಲ್ಲದ.

Un-wā'ry, *a.* ಎಚ್ಚರವಿಲ್ಲದ, ಜಾಗ್ರತೆ ಇಲ್ಲದ, "ಉತಾವಳಿಯ". Un-wā'ri-ly, *ad.* ಎಚ್ಚರವಿಲ್ಲದೆ. Un-wā'ri-ness, *n.* ಎಚ್ಚರಗೇಡಿತನ, "ಉತಾವಳಿ".

Un-washed' (-washt'), *a.* ತೊಳಕೊಳ್ಳದ; u. face ಹಳಸಿದ ಮೋರೆ; with u. hands ತೊಳಕೊಳ್ಳದ ಕೈಯಿಂದ, ಕೈ ತೊಳಕೊಳ್ಳದೆ.

Un-wāst'ed, *a.* ಖರ್ಚಾಗದ, ಕ್ಷಯಿಸದ.

Un-wā'vĕr-ing, *a.* ಸ್ಥಿರವಾದ, ದೃಢ.

Un-wēa'ried (-wē'rid), *a.* ಬೇಸರಿಲ್ಲದ, ದಣಿಯದ, ಆಯಾಸಪಡದ. Un-wēa'ried-ly (-wē'rid-), *ad.* ದಣಿಯದೆ, ಬೇಸರಾಗದೆ.

Un-wel'cŏme, *a.* ಬೇಡಾದ, ಇಷ್ಟವಿಲ್ಲದ, ಸಂತೋಷವಿಲ್ಲದ.

Un-well', *a.* ಕ್ಷೇಮವಿಲ್ಲದ, ಜಡ್ಡು, ಅಸ್ವಸ್ಥವುಳ್ಳ. he is u. ಅವನ ಮೈಯಲ್ಲಿ ನೆಟ್ಟಗಿಲ್ಲ, ಅವನಿಗೆ ಜಡ್ಡು, —ಅಸ್ವಸ್ಥ, —ಕ್ಷೇಮವಿಲ್ಲ.

Un-whōle'sŏme (-hōl'sum), *a.* ಶರೀರಕ್ಕೆ ಅಹಿತ, ಅನಾರೋಗ್ಯ; 2. ಕೆಟ್ಟ. Un-whōle'sŏme-ly (-hōl'sum-), *ad.* ಅಹಿತವಾಗಿ. Un-whōle'sŏme-ness (-hōl'sum-), *n.* ಅಹಿತ.

Un-wiēl'dy, *a.* ಹಿಡಿವಾತಿಸಲಿಕ್ಕೆ ಆಗದ, ಅತಿಭಾರವಾದ, ಬಹು ದೊಡ್ಡ, ಅಲ್ಲಾಡಿಸಕೂಡದ. Un-wiēl'di-ness, *n.* ಬಜ್ಜೆ, ಅತಿಭಾರ.

Un-wil'ling, *a.* ಮನಸ್ಸಿಲ್ಲದ. Un-wil'ling-ly, *ad.* ಮನಸ್ಸಿಲ್ಲದೆ. Un-wil'ling-ness, *n.* ಮನಸ್ಸಿಲ್ಲದಿರುವುದು, "ನಾಖುಷಿ".

Un-wīnd', *v. t. ir.* (-wound', -wound') ಸುತ್ತಿದ್ದು ಬಿಚ್ಚು, ಬಿಡಿಸು.

Un-wīse', *a.* ತಿಳಿಗೇಡಿ, ತಿಳುವಳಿಕೆ ಇಲ್ಲದ, ಮೂರ್ಖ, ಅವಿವೇಕದ, ಮತಿಹೀನ. Un-wīse'-ly, *ad.* ತಿಳಿಗೇಡಿಯಾಗಿ, ಅವಿವೇಕದಿಂದ.

Un-wit'nessed (-wit'nest), *a.* ನೋಡದ, ಕೇಳದ, ಸಾಕ್ಷಿಯಿಲ್ಲದ.

Un-wit'ting-ly, *ad.* ತಿಳಿಯದೆ, ಅರಿಯದೆ, ಮೈಮರೆತು.

Un-wŏm'an-ly (-wum'an-), *a.* ಸ್ತ್ರೀಗೆ ಒಪ್ಪದಂಥ.

Un-wŏnt'ed, *a.* ವಾಡಿಕೆಯಿಲ್ಲದ, ಅಭ್ಯಾಸವಿಲ್ಲದ, ರೂಢಿಯಿಲ್ಲದ. Un-wŏnt'ed-ly, *ad.* ವಾಡಿಕೆಯಿಲ್ಲದೆ, ರೂಢಿಯಿಲ್ಲದೆ.

Un-wŏr'thy, *a.* ಅಯೋಗ್ಯ, ಅಪಾತ್ರ, ನೀಚ, ಹೀನ. Un-wŏr'thi-ly, *ad.* ಅಯೋಗ್ಯವಾಗಿ; 2. ನೀಚವಾಗಿ. Un-wŏr'thi-ness, *n.* ಅಯೋಗ್ಯತೆ, ಅಪಾತ್ರತೆ.

Un-wrap' (-rap'), *v. t. r.* (-wrapped', *pr.* -rapt') ಸುತ್ತಿದ್ದು ಬಿಚ್ಚು.

Un-writ'ten (-rit'n), *a.* ಬರೆದಿದದ, ಅಲಿಖಿತ, ಬಾಯಿಮಾತಿನಲ್ಲಿರುವ; its history is still u. ಅದರ ಚರಿತ್ರೆ ಇನ್ನೂ ಯಾರೂ ಬರೆದಿಡಲಿಲ್ಲ.

Un-yiēld'iṅg, *a.* ಬಗ್ಗದ, ಮಣಿಯದ, ಬಿರುಸು, ಹಟದ. Un-yiēld'iṅg-ly, *ad.* ಬೊಗ್ಗದೆ, ಮಣಿಯದೆ, ಮೊಂಡವಾಗಿ.

Un-yōke', *v. t. r.* (*pr.* -yōkt') ಕೊರಳು ಹರಿ, ನೊಗ ಬಿಚ್ಚು; 2. ವಿಂಗಡಿಸು.

Up, *ad.* (on high) ಮೇಲೆ; 2. (from a recumbent or sitting position) ಎದ್ದು *as*, get up ಏಳು, ಎದ್ದೇಳು; stand up ಎದ್ದುನಿಲ್ಲು, —ನೀತಿರು; be up ಎದ್ದಿರು; raise up ಎಬ್ಬಿಸು; up! ಏಳು, ಏಳಿರಿ; up, let us go ಎದ್ದು ಹೋಗೋಣ; 3. (from the bottom to the top) ಏರಿ, ಹತ್ತಿ, *as*, up hill ಗುಡ್ಡ ಏರಿ, —ಹತ್ತಿ; come up ಏರಿ ಬಾ, ಹತ್ತಿ —, ಹತ್ತರ —, ಸಮೀಪ —; 4. (from a younger age), *as*, from my youth up ಚಿಕ್ಕಂದಿನಿಂದ; bring up ಸಾಕು; grow up ಬೆಳೆ, ದೊಡ್ಡವನಾಗು, ದೊಡ್ಡಾಕೆಯಾಗು, ಪ್ರಾಯಕ್ಕೆ ಬರು; 5. (from concealment), *as*, the sun rose up ಸೂರ್ಯನು ಎದ್ದನು, ಹೊತ್ತು ಮೂಡಿತು, —ಉದಯಿಸಿತು; spring up (as a plant) ಮೊಳೆ, ಚಿಗುರು; tear up ಕಿತ್ತುಹಾಕು; 6. (from quietness), *as*, stir up ಎಬ್ಬಿಸು, ಹುರಿದುಂಬಿಸು; *pass.* ಏಳು, ಹುರಿದುಂಬು; his blood was up ಅವನು ಸಿಟ್ಟಿಗೆ ಎದ್ದ, —ಕೋಪಗೊಂಡ; 7. (to *or* in a position of equal advance) ಮಟ್ಟು, ಮಟ್ಟಿಗೆ, ಅನುಸಾರ, ವರೆಗೆ, *as*, up to the head ತಲೆಮಟ್ಟು; up to the rule ಆಜ್ಞಾನುಸಾರ; up to this time ಇಂದಿನ ವರೆಗೆ; come up with ಕೂಡು *c. d.*, ಕಲೆತುಕೊಳ್ಳು *c.a.*; 8. (completely) *this meaning is generally expressed with the help of a second verb, such as* ಬಿಡು, ಕೊಡು, *as*, eat up ತಿಂದುಬಿಡು; burn up ಸುಟ್ಟುಬಿಡು; give up ಕೊಟ್ಟುಬಿಡು; ಒಪ್ಪಿಸಿಕೊಡು; lock up ಬೀಗ ಹಾಕಿಬಿಡು, "ಕೀಲಿ" ಹಾಕಿ—; it is all up with him ಹಾಳಾಗಿಹೋದ, ಕೆಟ್ಟು—; the time is up ಹೊತ್ತಾಯಿತು, ಹೊತ್ತು ಹೋಯಿತು; blow up ಹಾರಿಸಿಬಿಡು, ಉಬ್ಬಿಸು; 9. (*coll.*) ಬಯ್ಯು, ಸಿಟ್ಟುಮಾಡು *c.d.*;—draw up ಕ್ರಮಪಡಿಸು, ಬರೆದಿಡು, ವ್ಯೂಹಕಟ್ಟು (an army); grow up ಬೆಳೆ, ದೊಡ್ಡವನಾಗು, ಪ್ರಾಯಕ್ಕೆ ಬರು; up to snuff, up to a trap, up to a thing or two ಬಲ್ಲವ, ಜಾಣ; up and down ಮೇಲೆ ಕೆಳಗೆ, ಇಲ್ಲಿ ಅಲ್ಲಿ; the ups and downs of life ಜೀವಮಾನದ ಕಾಳಬೆಳದಿಂಗಳು.

Up, *prep.* ಮೇಲೆ, ಮೇಲಕ್ಕೆ.

Ū'pas, *n.* ಒಂದು ವಿಷವೃಕ್ಷ.

Up-beār' (-bār'), *v.t.ir.* (-bōre', -bōrne') ಮೇಲಕ್ಕೆತ್ತು, ಹೊತ್ತುಕೊಳ್ಳು.

Up-brāid', *v. t. r.* ಎತ್ತಿ ಮಾತಾಡು, ಹಂಗಿಸು, ಗದರಿಸು, ಬಯ್ಯು, ದೋಷ ಹಚ್ಚು. Up-brāid'iṅg, *n.* ಹಂಗುದಲೆ, ಹಂಗಣೆ.

Up'cast, *a.* ಮೇಲಕ್ಕೆತ್ತಿದ.

Up-coun'try, *n.* ನಾಟುಪುರ, ಹಳ್ಳಿಗಾಡು.

Up-hēave' (-hēv'), *v. t. r.* ಮೇಲಕ್ಕೆತ್ತು.

Up-held', *pt.* & *pp. o,* Uphold.

Up'hill, *a.* ಏರುವ, ಪ್ರಯಾಸವಾದ.

Up-hōld', *v. t. ir.* (-held', -held') ಎತ್ತು; 2. ಕೈಹಿಡಿ, ಆಧಾರಕೊಡು, ಆಸ್ಪದ—, ಬೆನ್ನಾಸರೆ—. Up-hōld'ĕr, *n.* ಕೈಹಿಡಿಯುವವ, ಆಧಾರಕ, ಆಸ್ಪದ ಕೊಡುವವ. Up-hol'stĕr-ĕr, *n.* ಮನೇಮುಟ್ಟು ಪೂರಯಿಸಿ ಕೊಡುವವ, ಮನೇ "ಸಾಮಾನು" ಒದಗಿಸಿ—. Up-hōl'stĕr-y, *n.* ಮನೇ ಮುಟ್ಟು, —"ಸಾಮಾನುಗಳು".

Up'keep, *n.* ಕಾಪಾಡುವಿಕೆ.

Up'land, *a.* ಮೇಲ್ನಾಡಿನ, ಮೇಲ್ಸೀಮೆಯ. Up'-landṣ, *n. pl.* ಎತ್ತರವಾದ ಸೀಮೆ, ಮೇಲ್—, ಬೈಲು—.

Up-lift', *v. t. r.* ಮೇಲಕ್ಕೆತ್ತು.

Up'mōst, *a.*, *see* Uppermost.

Up-on', *prep.* ಮೇಲೆ, *see* On.

Up'pĕr, *a.* (*comparative degree of* Up) ಮೇಲಿನ, ಶ್ರೇಷ್ಠ; the u. ten thousand ಕುಲೀನರು, ಶ್ರೀಮಂತರು. Up'pĕr-hand, *n.* ಶ್ರೇಷ್ಠತ್ವ; get the u. ಸೋಲಿಸು, ಗೆಲ್ಲು, ಜಯಿಸು. Up'pĕr-mōst, *a.* ಎಲ್ಲಾದಕ್ಕಿಂತ ಮೇಲಿನ, ಮುಖ್ಯ. Up'pish, *a.* ಸೊಕ್ಕಿನ, ಗರ್ವವುಳ್ಳ.

Up-rāiṣe', *v. t. r.* ಮೇಲಕ್ಕೆತ್ತು, ಏರಿಸು.

Up-rēar' (-rēr'), *v.t.r.* ಮೇಲಕ್ಕೆತ್ತು, ಎಬ್ಬಿಸು; 2. ಕಟ್ಟು.

Up'rīght (-rīt), *a.* ನೀಟು; 2. ಸರಳ, ಸಚ್ಚೂಟಿ, ಪ್ರಾಮಾಣಿಕ, ನ್ಯಾಯವಾದ. **Up'rīght-ly** (-rīt-), *ad.* ನೀಟಾಗಿ; 2. ಸರಳವಾಗಿ, ಸತ್ಯವಾಗಿ. **Up'rīght'ness** (-rīt'nes), *n.* ಸತ್ಯತ್ವ, ಸರಳತೆ, ಸಚ್ಚೂಟಿ, ಪ್ರಮಾಣಿಕತೆ.

Up-rīṣe', *v. i. ir.* (-rōṣe', -riṣ'en, *pr.* -riz'n) ಏಳು, ಮೂಡು, ಉದಯಿಸು. **Up-rī'ṣiṅg**, *n.* ಏಳುವಿಕೆ, ಉದಯ, ಏರು.

Up'rōar (-rōr), *n.* ಗುಲ್ಲು, ಗುಜಾರು, ಕಲಹ, ಗದ್ದಲ. **Up-rōar'i-ŏus** (-rōr'i-us), *a.* ಗುಲ್ಲೆಬ್ಬಿಸುವ, ಗದ್ದಲದ, ಕಲಹಕರ, ಗುಜಾರು ಮಾಡುವ. **Up-rōar'i-ŏus-ly**, *ad.* ಗದ್ದಲ ಮಾಡಿ, ಗುಜಾರು—.

Up-root', *v. t. r.* ಬೇರೊಂದಿಗೆ ಕೀಳು, ಕಿತ್ತು ಹಾಕು.

Up-rouṣe', *v. t. r.* ಎಬ್ಬಿಸು.

Up-set', *v. t. ir.* (-set', -set') ನಿಲ್ಲಿಸು; 2. ಕೆಡವು. *n.* ಕೆಡವುವುದು, ಹೊರಳುವುದು. *a.* (*as*, u. price.)

Up'shot, *n.* ಫಲ, ಅಂತ್ಯ, ಪರಿಣಾಮ.

Up'sīde, *a.* ಮೇಲ್ಗಡೆ, ಮೇಲ್ಮೈ; u. down ಬುಡ ಮೇಲೆ, ಡೊಬ್ಬುಡಬ್ಬಾಗಿ.

Up-stāirṣ', *ad.* ಮಾಳಿಗೇ ಮೇಲೆ.

Up'stärt, *n.* ನಿನ್ನೆ ಮೊನ್ನಿನವ, ನಡುವಂತರ ತಲೆ ಎತ್ತಿದವ. *a.* ಕೀಳುಸ್ಥಿತಿಯಿಂದ ಫಕ್ಕನೆ ತಲೆ ಎತ್ತಿದ. *v. i. r.* ಚಟ್ಟನೆ ಏಳು, ಹಾರಿಬೀಳು, ಕುಲುಕಿ ಬೀಳು.

Up-turn', *v. t. r.* ಮೇಲಕ್ಕೆ ತಿರುಗಿಸು.

Up'ward (-wĕrd), *a.* ಮೇಲಕ್ಕೆತ್ತಿದ, ಮೇಲಕ್ಕೆ ಹೋಗುವ. **Up'wardṣ** (-wĕrdz). *ad.* ಮೇಲಕ್ಕೆ, ಮೇಲ್ಗಡೆಗೆ; 2. (u. of) ...ಮೇಲೆ, *as*, he is u. of twenty ಅವನಿಗೆ ಇಪ್ಪತ್ತರ ಮೇಲೆ ಇರುತ್ತದೆ, ಅವನ ಪ್ರಾಯ ಇಪ್ಪತ್ತು ವರುಷದ ಮೇಲೆ, ಅವನು ಇಪ್ಪತ್ತು ವರುಷ ದಾಟಿದ್ದಾನೆ.

Ū'ra-nus, *n.* "ಯುರನಸ್" ಎಂಬ ಗ್ರಹ.

Ur'ban, *a.* ಪಟ್ಟಣದ, ನಗರದ. **Ur-bāne'**, *a.* ಸಭ್ಯ, ಮರ್ಯಾದಾಶೀಲ. **Ur-ban'i-ty**, *n.* ಮರ್ಯಾದೆ, ವಿನಯ, ಸೌಜನ್ಯ, ನಾಗರಿಕತ್ವ.

Ur'chin, *n.* ಮುಳ್ಳುಹಂದಿ; 2. ತುಂಟ ಹುಡುಗ, ಪೋರ, "ಪುಂಡ".

Ū-rē'tĕr, *n.* ಮೂತ್ರನಾಳ, ವಸ್ತಿಯಿಂದ ಮೂತ್ರಕೋಶಕ್ಕೆ ಮೂತ್ರ ಒಯ್ಯುವಂಥಾ ನಾಳ.

Ū-rē'thra, *n.* ಮೂತ್ರದ್ವಾರ.

Urġe (ĕrj), *v. t. r.* ಮುನ್ನೂಕಿಸು, ಹುರಿದುಂಬಿಸು, ಒತ್ತಾಯ ಮಾಡು, ಪ್ರೇರೇಪಿಸು, ಕಟಕಟಿ ಮಾಡು, ಗಂಟುಬೀಳು; to u. upon one ಒತ್ತಿ ಹೇಳು. **Ur'ġen-cy**, *n.* ಅವಸರ, "ಜರೂರು". **Ur'ġent**, *a.* ಅವಸರದ, "ಜರೂರಿನ", ಬಹು ಅಗತ್ಯದ, ತುರ್ತಿನ. **Ur'ġent-ly**. *ad.* ಅವಸರವಾಗಿ, ಅಗತ್ಯವಾಗಿ.

Ū'ric, *a.* ಮೂತ್ರದ.

Ū'rine, *n.* ಉಚ್ಚೆ, ಕಾಲುಮಡಿ, ಮೂತ್ರ; u. of cattle ಗೋಜ್ಜಲು, ಗಂಜಳ. **Ū'ri-nal**, *n.* ಮೂತ್ರಪಾತ್ರೆ, "ಪಾಯಖಾನೆ". **Ū'ri-nar-y**. *a.* ಮೂತ್ರದ; 2. ಮೂತ್ರದಂಥ; u. impulse ಜಲಬಾಧೆ. **Ū'rin-āte**, *v. i. r.* ಮೂತ್ರಿಸು, ಕಾಲುಮಡಿ, ಜಲಶಂಕೆಗೆ ಹೋಗು.

Urn, *n.* ಕಲಶ; 2. ಚಿತಾಭಸ್ಮಪಾತ್ರೆ.

U-ros'co-py, *n.* ಮೂತ್ರಪರೀಕ್ಷೆ.

Ur'sine, *a.* ಕರಡಿಯ. **Ur'sa**, *n.* ಕರಡಿ; u. major ಸಪ್ತರ್ಷಿ ಅಥವಾ "ಹೊರಸೆಂಬ" ರಾಶಿ; ಬೃಹದೃಕ್ಷ; u. minor ಧ್ರುವಮಂಡಲ.

Us, *pron.* (*objective case of* We) ನಮ್ಮನ್ನು, ನಮಗೆ.

Ū'ṣāġe, *n.* ನಡಿಸೋಣ; 2. ವಾಡಿಕೆ, ಪದ್ಧತಿ, "ರಿವಾಜು", ರೂಢಿ, ಬಳಿಕೆ.

Ū'ṣance, *n.* ಗಡು, ಮುದ್ದತ್ತು.

Ūse, *n.* ಬಳಿಸೋಣ; 2. ವಾಡಿಕೆ, ಪದ್ಧತಿ; 3. ಉಪಯೋಗ, ಪ್ರಯೋಜನ; it is in u. ಇದನ್ನು ಬಳಿಸುತ್ತಾರೆ, ಇದನ್ನು ಉಪಯೋಗಿಸುತ್ತಾರೆ, ಇದು ರೂಢಿಯಾಗಿದೆ, —ವಾಡಿಕೆಯಾಗಿದೆ (as a word); it is of no u. ಇದರಿಂದ ಉಪಯೋಗವಿಲ್ಲ, —ಪ್ರಯೋಜನವಿಲ್ಲ, ಇದು ಕೆಲಸಕ್ಕೆ ಬರುವುದಿಲ್ಲ; it is of u. ಇದು ಉಪಯೋಗವುಳ್ಳದ್ದು, —ಕೆಲಸಕ್ಕೆ ಬರುತ್ತದೆ; it is out of u. ಇದನ್ನು ಉಪಯೋಗಿಸುವುದಿಲ್ಲ, ಇದು ವಾಡಿಕೆಯಿಲ್ಲ; make u. of, put to u. ಉಪಯೋಗಿಸು, ಬಳಿಸು. *v. t. r.* ಬಳಿಸು, ಪ್ರಯೋಗಿಸು, ಕೆಲಸಕ್ಕೆ ಹಚ್ಚು; 2. ನಡಿಸು. *v. i.* ಅಭ್ಯಾಸವಿಡು. he used to read every day ಅವನಿಗೆ ದಿನಾಲು ಓದುವ ರೂಢಿ ಇತ್ತು, ಅವನು ದಿನಾಲು ಓದುವ ಪದ್ಧತಿ ಇತ್ತು, ಅವನು ದಿನದಿನ ಓದುತ್ತಾ ಇರುವನು. **Ūse'-fųl**, *a.* ಕೆಲಸಕ್ಕೆ ಬರುವ, ಪ್ರಯೋಜನಕರ, ಕಾರ್ಯೋಚಿತ, ಉಪಯುಕ್ತ. **Ūse'fųl-ly**. *ad.* ಪ್ರಯೋಜನವಾಗಿ, ಲಾಭವಾಗಿ. **Ūse'fųl-ness**, *n.* ಉಪಯುಕ್ತತ್ವ, ಕೆಲಸಕ್ಕೆ ಬರೋಣ. **Ūse'less**, *a.* ಕೆಲಸಕ್ಕೆ ಬಾರದ, ನಿಷ್ಪ್ರಯೋಜನವಾದ; 2. ಹುರುಳಿಲ್ಲದ, ವ್ಯರ್ಥ; u. occupation ಜಲತಾಡನೆ. **Ūṣe'less-ly**. *ad.* ವ್ಯರ್ಥವಾಗಿ.

Fāte, fat, fär, fąll, whạt; mē, met, prẹy, hẽr; pīne, pin, marïne, bïrd; nōte, not, mọve, dóve; tūne, tub, ṛude, pụll; drȳ, body; fōōl, bo͝ok; oil; boy; pound; now.

Ush'ĕr, *n.* "ಭೇಟಿ" ಮಾಡಿಸುವವ, ದ್ವಾರಪಾಲಕ; 2. ಶಿಕ್ಷಕ. *v. t. r.* "ಭೇಟಿ" ಮಾಡಿಸು, ಒಳಗೆ ತರು, — ಕರತರು.

Ū'ṣụ-al (ū'zhụ-), *a.* ವಾಡಿಕೆಯ, ರೂಢಿಯ, ಸಾಧಾರಣ. Ū'ṣụ-al-ly, *ad.* ಸಾಧಾರಣವಾಗಿ, ವಾಡಿಕೆಯಾಗಿ.

Ū'ṣū-fruct, *n.* ಹುಟ್ಟುವಳಿ ಅನುಭವಿಸುವುದು. Ū'ṣū-fruc'tū-ar-y, *n.* ಹುಟ್ಟುವಳಿ ಅನುಭವಿಸುವವ.

Ū-ṣurp', *v. t. r.* ಕಸಕೊಳ್ಳು, ಅಪಹರಿಸು. Ū-ṣur-pā'tiŏn, *n.* ಕಸಕೊಳ್ಳೋಣ, ಅಪಹರಣ; 2. ರಾಜ್ಯಾಪಹಾರ. Ū-ṣurp'ĕr, *n.* ಕಸಕೊಳ್ಳುವವ; 2. ರಾಜ್ಯಾಪಹಾರಿ.

Ū'ṣụ-ry (ūzh-), *n.* ಬಡ್ಡಿ, ಹೆಚ್ಚಿನ ಬಡ್ಡಿ, ಮೀಾಬಡ್ಡಿ. Ū'ṣụ-rĕr (ūzh-), *n.* ಕಂಡಾಬಟ್ಟೆ ಬಡ್ಡಿ ತೆಗೆದುಕೊಳ್ಳುವವ. Ū-ṣụ'ri-ŏus, *a.* ಮಿತಿಮೀರಿ ಬಡ್ಡಿ ತೆಗೆದುಕೊಳ್ಳುವ. Ū-ṣụ'ri-ŏus-ly, *ad.* ಕಂಡಾಬಟ್ಟೆ ಬಡ್ಡಿ ತೆಗೆದುಕೊಳ್ಳುತ್ತಾ.

Ū-ten'sil, *n.* ಪಾತ್ರೆಮುಟ್ಟು, "ಸಾಮಾನು".

Ū'tĕr-ine, *a.* ಗರ್ಭದ; 2. ಒಡಹುಟ್ಟಿದ, (brother) ಏಕೋದರ, ಸಹೋದರ, ಸವಮಾತೋದಯಾ. [ಶಯ.

Ū'tĕr-us, *n.* ಹೊಟ್ಟೆ, ಬಸುರು, ಗರ್ಭ, ಗರ್ಭಾ

Ū'til-īṣe, *v. t. r.* ಕೆಲಸಕ್ಕೆ ಹಚ್ಚಿಕೊಳ್ಳು, ಉಪಯೋಗಕ್ಕೆ ತರು. Ū-til-i-ṣā'tiŏn, *n.* ಬಳಸೋಣ, ಕೆಲಸಕ್ಕೆ ಹಚ್ಚಿಕೊಳ್ಳೋಣ, ಉಪಯೋಗಿಸೋಣ. Ū-til'i-ty, *n.* ಉಪಯೋಗ, ಪ್ರಯೋಜನ.

Ūtil-i-tā'rian, *n.* ಸಾರ್ಥಕ್ಯದ ಮೇಲಿಂದ ಒಂದು ಕ್ರಿಯೆಯು ಸರಿಯಾದದ್ದೆಂದು ಸಾಧಿಸುವವ.

Ut'mōst, *a.* ಕಟ್ಟಕಡೆಯ; 2. ಆಗುವಷ್ಟು, ಅತ್ಯಂತ, ಪರಮ. *n.* ಆಗುವಷ್ಟು, ಕೈಲಾದಷ್ಟು, *as*, he did his u. ತನ್ನಿಂದಾದಷ್ಟು ಮಾಡಿದ.

Ū-tō'pi-a, *n.* ಕಲ್ಪಿತಸಾದೇಶ (ಅದರಲ್ಲಿ ಜನರ ಸ್ಥಿತಿ, "ಕಾಯಿದೆ" ಮುಂತಾದ್ದೆಲ್ಲ ಉತ್ತಮೋತ್ತಮವಿರುತ್ತದಂತೆ). Ū-tō'pi-an, *a.* ಕನಸಿನ ಗಂಟೆ ಸಂತಿರುವ, ಬಣ, ವ್ಯರ್ಥ. Ū-tō'pi-an-iṣm, *n.* ಕಲ್ಪನಾಸೃಷ್ಟಿ.

Ut'ra-sum-bēad trēe, *n.* (*Elæocarpus Ganitrus, Roxb.*) ರುದ್ರಾಕ್ಷ ಮರ.

Ut'tĕr, *v. t. r.* ಅನ್ನು, ನುಡಿ, ಉಚ್ಚರಿಸು; to utter money ನಾಣ್ಯಚಲಾವಣೆ ಮಾಡು. Ut'tĕr-a-ble, *a.* ನುಡಿಯತಕ್ಕ, ಉಚ್ಚರಿಸ—. Ut'tĕr-ance, *n.* ನುಡಿಯೋಣ, ಉಚ್ಚಾರಣೆ.

Ut'tĕr, *a.* ಹೊರಗಿನ; 2. ಕೇವಲ, ಸಂಪೂರ್ಣ, ಶುದ್ಧ. Ut'tĕr-ly, *ad.* ಸಂಪೂರ್ಣವಾಗಿ, ಆಗದಿ. ಕೇವಲ. Ut'tĕr-mōst, *a.* ಕಟ್ಟಕಡೆಯ. ಅತ್ಯಂತ. *n.* ಆಗುವಷ್ಟು, ಅದಷ್ಟು.

Ū've-ŏus, *a.* ದ್ರಾಕ್ಷೆಯಂತೆ.

Ū'vū-la, *n.* ಕಿರುನಾಲಿಗೆ, ಉಪಜಿಹ್ವೆ, ನಂಗಿಲು.

Uẋō'ri-ŏus (ug-zō'ri-us), *a.* ಹೆಂಡತಿಗೆ ಒಳಗಾದ, ಸ್ತ್ರೀವಶನಾದ. Uẋ-ō'ri-ŏus-ly (ug-zō'ri-us-), *ad.* ಹೆಂಡತಿಗೆ ಒಳಗಾಗಿ. Uẋ-ō'ri-ŏus-ness (ug-zō'ri-us-nes), *n.* ಹೆಂಡತಿಗೆ ಒಳಗಾಗಿರುವುದು, ಸ್ತ್ರೀವಶತೆ.

V

Vā'cant, *a.* ಕೆಲಸವಿಲ್ಲದ, ಸಾವಕಾಶದ; 2. ತೆರವಾದ, ಬರಿದಾದ, "ಖಾಲಿ"; 3. ವಿಚಾರವಿಲ್ಲದ; to become v., *as*, a place ತೆರವಾಗು, "ಖಾಲಿಯಾಗು". Vā'can-cy, *n.* ಕೆಲಸವಿಲ್ಲದಿರುವುದು; 2. "ಖಾಲಿ" ಸ್ಥಳ, ಎಡೆ; 3. ಸಾವಕಾಶ. Vā'cant-ly, *ad.* ಸ್ವಚ್ಛವಾಗಿ; 2. ದಡ್ಡನಾಗಿ.

Va-cāte', *v. t. r.* ಬರಿದು ಮಾಡು, "ಖಾಲಿ" ಮಾಡಿಕೊಡು; 2. "ರದ್ದು" ಮಾಡು. Va-cā'tiŏn, *n.* ತೆಗೆದುಹಾಕೋಣ, "ರದ್ದು" ಮಾಡುವುದು; 2. "ರಜಾ", "ಮೊಕೂಫು".

Vac'ci-nāte, *v. t. r.* "ಡಾಕು" ಹಾಕು, ಸಿಡುಬೆಚ್ಚಿಸು, ಮೈಲಿ ತೆಗಿಸು. Vac'ci-nā'tiŏn, *n.* ಸಿಡುಬೆಚ್ಚಿಸುವುದು, ಮೈಲಿ ತೆಗಿಸೋಣ, ಗೋಸ್ತನ ಕ್ರಿಯೆ. Vac'ci-nā-tŏr, *n.* ಮೈಲಿ ತೆಗೆಯುವವ, "ಡಾಕು" ಹಾಕುವವ, "ಡಾಕುದಾರ". Vac'cine, *a.* ಗೋವಿನ, ಗವ್ಯ, ಗೋಮೈಲಿಯ.

Vac'il-lāte, *v. i. r.* ಹೊಯಿದಾಡು, ಚಂಚಲವಾಗಿರು. Vac-il-lā'tiŏn, *n.* ಹೊಯಿದಾಟ, ಚಂಚಲತೆ, ಅಸ್ಥಿರತೆ.

Vac'ū-ŏus, *a.* ಬರಿದಾದ, "ಖಾಲಿ". Va-cū'i-ty, *n.* ಬರಿದಾಗಿರುವುದು, ಶೂನ್ಯತೆ; 2. ಬರೀ

ಸ್ಥಳ. Vac'ū-um, *n.* ಶೂನ್ಯ, ಬರೀ ಸ್ಥಳ, ನಿರ್ವಾತಪ್ರದೇಶ.

Vā'dē-mē'cum, *n.* (ನನ್ನ ಸಂಗಡ ಬಾ ಎಂಬ ಅರ್ಥದ "ಲಾಟೀನ" ಮಾತು) ಸಂಗತಿವಿಶೇಷಗಳ ವಿವರಸಂಗ್ರಹ, ಸಾರಾಂಶದ ಪುಸ್ತಕ, ಕೈಪಿಡಿ.

Vag'a-bond, *a.* ತಿರುಗಾಡುವ, ತಿರಿದುಂಬುವ. *n.* ತಿರಿದುಂಬುವವ, ತಿರುಕ. Vag'a-bond-āġe, Vag'a-bond-ism, *n.* ಪೋಕರಿಯಾಗಿ ತಿರುಗೋಣ.

Va-gā'ry, *n.* ಚಿತ್ತವಿಭ್ರಮೆ, ಗೊತ್ತುಗೆಟ್ಟ ಆಲೋಚನೆ.

Vā-ġī'na, *n.* ಸ್ತ್ರೀ ಇಂದ್ರಿಯನಾಳ, ಯೋನಿನಾಳ.

Vā'grant, *a.* ತಿರುಗಾಡುತ್ತಿರುವ, ಸ್ಥಿರವಿಲ್ಲದ. *n.* ತಿರುಕುಳಿ, ತಿರುಕ. Vā'gran-cy, *n.* ದೇಶೆಗೇಡಿತನ, ತಿರುಕತನ. Vā'grant-ly, *ad.* ತಿರುಕುಳಿಯಾಗಿ, ತಿರುಕನಾಗಿ.

Vāgue (vāg), *a.* ಗೊತ್ತುಗುರಿಯಿಲ್ಲದ, ಅಸಿಷ್ಟಯದ, ಪಾರ (ಸುದ್ದಿ). Vāgue'ly (vāg'li), *ad.* ಗೊತ್ತುಗುರಿಯಿಲ್ಲದೆ.

Vail, *v. t.* & *i. r.* ತನ್ನನ್ನು ತಗ್ಗಿಸು, ಒಳಗಾಗು.

Vāin, *a.* (of things) ಹುರುಳಿಲ್ಲದ, ವ್ಯರ್ಥ, ನಿಷ್ಫಲವಾದ, ಜೀಯ; 2. (of persons) ದುರಭಿಮಾನದ, ಎಕ್ಕಸ, ಬಿಯ್ಯಾರದ; in v. ಸುಮ್ಮನೆ, ವ್ಯರ್ಥವಾಗಿ, ಬರಿದೆ. Vāin'ly, *ad.* ಸುಮ್ಮನೆ, ವ್ಯರ್ಥವಾಗಿ; 2. ಎಕ್ಕಸವಾಗಿ, ಡಂಭವಾಗಿ.

Vāin-glō'ry, *n.* ಬೆಡಗು, "ಬಡಾಯಿ", ಬಡಿವಾರ. Vāin-glō'ri-ous, *a.* ಬಿಯ್ಯಾರದ, ಬೆಡಗಿನ; v. man "ಬಡಾಯಿಖೋರ". Vāin-glō'ri-ous-ly, *ad.* ಬಡಿವಾರತನದಿಂದ, ಎಕ್ಕಸವಾಗಿ.

Val'ance *or* Val'ence, *n.* "ಪರದೆ".

Vāle, *n.* ತಗ್ಗು, ಹಳ್ಳ, ಕಣಿವೆ, ಕಂದರ.

Val-e-dic'tiŏn, *n.* ಕ್ಷೇಮವಾಗಲಿ ಅನ್ನುವುದು, ಕಡೇ ವಂದನೆ, ಅಪ್ಪಣೆ ತಕ್ಕೊಳ್ಳುವುದು. Val-e-dic'tŏr-y, *a.* ಕ್ಷೇಮವಾಗಲಿ ಅನ್ನುವ, ಕಡೇ ವಂದನೆಯ, ಅಪ್ಪಣೆ ತಕ್ಕೊಳ್ಳುವ.

Val'en-tīne, *n.* "ವಲೆಂಟೈನನ" ದಿನ ಅನ್ನಿಸಿಕೊಳ್ಳುವ ಫೆಬ್ರುವರಿ ೧೪ನೇ ತಾರೀಖು; 2. ಮೋಹದ ಪತ್ರ.

Val'et, *n.* "ಚಾಕರಿಯವ", ಸೇವಕ, ಕೈಯಾಳು.

Val-e-tū-di nā'ri-an, *n.* ಬೇನೆಯವ, ನಿತ್ಯ, ರೋಗಿ, ಜನ್ಮರೋಗಿ. Val-e-tū-di-nar-y, *a.* ಜಡ್ಡಾದ, ರೋಗವುಳ್ಳ, ಕುತ್ತದ, ನಿತ್ರಾಣದ.

Val'iant (val'yant), *a.* ಎದೆಗಾರನಾದ, ಧೈರ್ಯಶಾಲಿಯಾದ, ವೀರನಾದ, ಧೈರ್ಯದ. Val'iant-ly (val'yant-), *ad.* ಎದೆಗೊಟ್ಟು, ಧೈರ್ಯವಾಗಿ, ಪರಾಕ್ರಮದಿಂದ. Val'iant-ness, *n.* ಗಂಡುಗತನ.

Val'id, *a.* ಬಲವುಳ್ಳ, ಕೆಲಸಕ್ಕೆ ಬರುವ; 2. "ಮಂಜೂರಾದ", ಸಿಂಧು. Valid'i-ty, *n.* ಕೆಲಸಕ್ಕೆ ಬರುವುದು, ಬಲ; 2. "ಮಂಜೂರು". Val'id-ly, *ad.* ಬಲವಾಗಿ, ದೃಢವಾಗಿ; 2. "ಮಂಜೂರಾಗಿ"

Va-līse', *n.* ಹಸುಬೆ, ಹಸಿಬೆ.

Val'ley (val'i), *n.* ತಗ್ಗು, ಕಂದರ, ಕಣಿವೆ, ಕೊನ್ನಾರ.

Val'ŏur, *n.* ಧೈರ್ಯ, ಪರಾಕ್ರಮ, ಶೌರ್ಯ. Val'ŏr-ous, *a.* ಎದೆಗಾರನಾದ, ಶೂರ, ಪರಾಕ್ರಮಿಯಾದ. Val'ŏr-ous-ly, *ad.* ಎದೆಗೊಟ್ಟು, ಧೈರ್ಯವಾಗಿ.

Val'ūe, *n.* ಕ್ರಯ, ಬೆಲೆ, "ಕಿಮ್ಮತು", ಮೌಲ್ಯ; 2. ಯೋಗ್ಯತೆ, ಅರ್ಥ. *v. t. r.* ಕ್ರಯ ಕಟ್ಟು; 2. ಲಕ್ಷ್ಯಮಾಡು, ಎಣಿಸು. Val'ū-a-ble, *a.* ಬಹು ಬೆಲೆಯುಳ್ಳ, ಅಮೂಲ್ಯ; 2. ಯೋಗ್ಯ. Val'ū-a-ble-ness, *n.* ಬಹು ಬೆಲೆ, ಅಮೂಲ್ಯತೆ; 2. ಯೋಗ್ಯತೆ. Val'ū-ā'tiŏn, Val'ūe-ness, *n.* ಕ್ರಯನಿರ್ಣಯ, ಬೆಲೆಕಟ್ಟುವುದು, ಮದಿಪು, ಮೌಲ್ಯಕಟ್ಟುವುದು. Val'ūe-less, *a.* ಹುರುಳಿಲ್ಲದ, ಕ್ರಯವಿಲ್ಲದ. Vāl'ū-ĕr, *n.* ಬೆಲೆಕಟ್ಟುವವ.

Valve, *n.* ಕದ, ಮಡುಪು ಕದ; 2. ಮುಚ್ಚಳ, ಪಟಲ. [ಮಾಡು.

Vamp, *v. t. r.* (*pr.* vamt) ತಿದ್ದು, "ದುರುಸ್ತು"

Vamp, *n.* ಜೋಡಿನ ಮೇಲಿನ ತೊಗಲು.

Vam'pīre, *n.* ಬೇತಾಳ; 2. ತೊಗಲುಬಾವಲಿ; 3. ಘಾತುಕನು.

Van, *n.* ದಂಡಿನ ಮುಂಭಾಗ, ಚೂಣಿ, ಮುಂದಳ, ದಳಮುಖ; be in the v. ಪ್ರಮುಖನಾಗಿರು.

Van, *n.* ದೊಡ್ಡ ಗಾಡಿ.

Van, *n.* ಜೀಸಣಿಗೆ, ಹಸನಗೊಳಿಸುವಿಕೆ.

Van'dal, *n.* ಕಿರಾತ; 2. ಕಾಡು ಮನುಷ್ಯ. Van'dal, -dal'ic, *a.* ಕಾಡ, ಕ್ರೂರ, ಕೆಡಕ. Van'dal-ism, *n.* ಕಾಡ ಗುಣ, ಕೆಡುಕತನ.

Vāne, *n.* ಗಾಳಿ "ನಿಶಾನಿ".

Van'guärd (-gärd), *n.* ದಳಮುಖ, ಮುಂದಿನ ಸೈನ್ಯ, ಮುಂದಳ.

Va-nil'la, *n.* ಒಂದು ಉತ್ತಮ ತರದ ಸಂಬಾರ.

Van'ish, *v. i. r.* (*pr.* -isht) ಕಾಣದೆ ಹೋಗು, ಅದೃಶ್ಯವಾಗು, ನಾಶವಾಗು.

Van'i-ty, *n.* ಮಾಯೆ, ವ್ಯರ್ಥತೆ, ಬಣ ಸುಖ; 2. ವ್ಯರ್ಥ ಡಂಭ, ದುರಭಿಮಾನ.

Van'quish, *v. t. r.* (*pr.* -kwisht) ಜಯಿಸು,

ಸೋಲಿಸು, ಬಂಡಿಸು. Van'quish-ĕr. *n.* ಜಯಿಸುವವ.

Van'tāġe. *n.* ಅನುಕೂಲತೆ, ಲಾಭ. Van'tāġe-ground. *n.* ಮೇಲಿನ ಸ್ಥಾನ, ಅನುಕೂಲ ಸ್ಥಳ, ಶ್ರೇಷ್ಠತ್ವ.

Vap'id. *a.* ಸಪ್ಪನ, ಸಪ್ಪೆ, ರುಚಿಯಿಲ್ಲದ. Vap'-id-ly. *ad.* ಸಪ್ಪಗೆ. Vap'id-ness. *n.* ಸಪ್ಪಗಿರುವುದು, ನಿಸ್ಸಾರ.

Vā'pŏur (-pĕr), *n.* ಉಗೆ, ಹವೆ, ಹೊಗೆ, ಬಾಷ್ಪ; v.-bath of steam ಕುಂಭಸ್ನಾನ. Va'pŏurs. *n. pl.* ಮನೋವಿಕಾರ, ಚಿತ್ತವಿಭ್ರಮ. *v. t. r.* ಉಗೆ ಬಾಯು, ಹವೆಯಾಗು; 2. "ಬಡಾಯಿ" ಕೊಚ್ಚು. Vā'pour-īse. *v. t.* ಹವೆ ಮಾಡು, ಆಟ್ಟಿಸು. Vā'pour-ŏus. *a.* ಉಗೆಯ, ಹವೆಯ; 2. ಹುರುಳಿಲ್ಲದ. [ವುದು.

Vap-ū-lā'tiŏn. *n.* ಬಾರುಕೋಲಿನಿಂದ ಹೊಡೆಯು

Vā'ri-a-ble. *a.* ಬೇರೆಯಾಗುವ, ಮಾರ್ಪಡುವ, ಭೇದವಾಗುವ; 2. ಅಸ್ಥಿರ, ಚಂಚಲ. Vā-ri-a-bil'i-ty, Vā'ri-a-ble-ness. *n.* ಬೇರೆಯಾಗುವುದು; 2. ಅಸ್ಥಿರತೆ, ಚಾಂಚಲ್ಯ. Vā'ri-a-bly. *ad.* ಬಗೆಬಗೆಯಾಗಿ; 2. ಚಂಚಲವಾಗಿ. Vā'ri-āte. *v. t. r.* ಮಾರ್ಪಡಿಸು, ಬದಲಿಸು. Vā-ri-ā'tiŏn. *n.* ಹೆಚ್ಚುಕಡಿಮೆ. ಭೇದ, ವ್ಯತ್ಯಾಸ; v. of the ecliptic ವಲನ; rectified v. ಸ್ಪಷ್ಟ ವಲನ.

Vā'ri-ance. *n.* ಹೆಚ್ಚುಕಡಿಮೆ; 2. ವೈಮನಸ್ಯ, ದ್ವೇಷ; be at v. ವೈರಭಾವದಲ್ಲಿರು.

Vā'ri-e-gāte. *v. t. r.* ನಾನಾ ಬಣ್ಣದ್ದು ಮಾಡು, ಚಿತ್ರವಿಚಿತ್ರ ಮಾಡು. Vā-ri-e-gā'tiŏn. *n.* ನಾನಾ ಬಣ್ಣ.

Va-rī'e-ty. *n.* ಹೆಚ್ಚುಕಡಿಮೆ, ಭೇದ; 2. ಬಗೆಬಗೆ, ವಿಚಿತ್ರತೆ; 3. ತರ, ಜಾತಿ.

Vā'ri-ŏus. *a.* ತರತರದ, ಬಗೆಬಗೆಯ, ನಾನಾ, ವಿವಿಧವಾದ. Vā'ri-ŏus-ly. *ad.* ಬಗೆಬಗೆಯಾಗಿ, ತರತರವಾಗಿ.

Vā'rix. *n.* (*pl.* var'i-cēs) ನರಗಂಟು, ನರಕುಗ್ಗುವಿಕೆ.

Vär'let. *n.* ನೀಚ, ತುಚ್ಛ, ತುಂಟ, ಚಂಡಾಲ.

Vär'nish. *n.* ಮೆರಗು ಎಣ್ಣೆ, ಗಟ್ಟಿಯೆಣ್ಣೆ, "ರೋಗನ". *v. t. r.* (*pr.* -nisht) ಗಟ್ಟಿಯೆಣ್ಣೆ ಹಚ್ಚು, "ರೋಗನ"—, ಮೆರಗು ಮಾಡು.

Vā'ry. *v. t. r.* (-ried. *pr.* -rid) ಬೇರೆ ಮಾಡು, ಮಾರ್ಪಡಿಸು, ರೂಪಾಂತರ ಮಾಡು. *v. i.* ಬೇರೆಯಾಗು, ಮಾರ್ಪಡು; 2. ಹೆಚ್ಚುಕಡಿಮೆಯಾಗಿರು, ಭೇದವಾಗಿರು.

Vas'cū-lar. *a.* ನರವುಳ್ಳ; 2. ನಾಡಿಯ; v. plants ವಾನಸ್ಪತ್ಯವರ್ಗದ ಗಿಡಗಳು; v. system ರಕ್ತವಾಹಿನಾಡಿಗಳ ಸಂಸ್ಥಾನ್ಯಯ.

Vāṣe *or* Väṣe. *n.* ಕಲಶ, ಪಾತ್ರೆ.

Vas'sal. *n.* "ಜಹಗೀರುದಾರ", "ರೈತ"; 2. ಬಂಟ, ಆಳು. *a.* ಕೈಕೆಳಗಿನ, ದಾಸನಾದ. Vas'sal-āġe (vas'al-āj). *n.* "ಜಹಗೀರುದಾರಿಕೆ", "ರೈತತನ"; 2. ಬಂಟತನ, ದಾಸತ್ವ.

Vast. *a.* ಮಹಾ, ವಿಸ್ತಾರ, ದೊಡ್ಡ; 2. ಹೇರಳ; 3. ವಿಶೇಷ, ಮುಖ್ಯ. Vast'ly. *ad.* ವಿಸ್ತಾರವಾಗಿ, ಬಹಳವಾಗಿ. Vast'ness. *n.* ವಿಸ್ತೀರ್ಣತೆ, ಮಹಾ ವಿಶಾಲತೆ.

Vat. *n.* ದೊಡ್ಡ ತೊಟ್ಟಿ, ಕೊಪ್ಪರಿಗೆ.

Vat'i-can. *n.* "ಪೋಪರ" ಅರಮನೆ.

Va-tic'i-nāte. *v. t. & i. r.* ಕಾಲಜ್ಞಾನ ಹೇಳು, ಭವಿಷ್ಯ ತಿಳಿಸು. Va-tic-i-nā'tiŏn. *n.* ಭವಿಷ್ಯ ಹೇಳುವಿಕೆ, ಕಾಲಜ್ಞಾನ.

Vault (vạlt). *n.* ಗವಿ, ನೆಲಮಾಳಿಗೆ; 2. ಪ್ರೇತಾಲಯ; 3. (v. of heaven) ಖಗೋಳ; 4. ಹಾರಿಕೆ. *v. t. r.* ಗವಿಯಂತೆ ಮಾಡು; 2. ಹಾರು. Vạult'ĕr. *n.* ಸಾಹಸದವ, ಡೊಂಬರವ.

Vạunt (vạnt). *v. t. r.* ಬಡಿವಾರ ಮಾಡು, ಗಚ್ಚು ಹೇಳು, "ಬಡಾಯಿ" ಮಾತಾಡು, ಜಲ್ಲಿಕೊಚ್ಚು. *n.* ಜಂಭ, ಜಲ್ಲಿ, ಬಡಿವಾರ, ಗಚ್ಚುಲು. Vạunt'-ĕr. *n.* "ಬಡಾಯಿ"ಗಾರ, ಗಚ್ಚಾಳು. Vạunt'i-ly. *ad.* ಬಡಿವಾರದಿಂದ.

Vēal (vēl). *n.* ಕರುವಿನ ಮಾಂಸ.

Vēda. *n.* ಹಿಂದುಗಳ ಮತಗ್ರಂಥ. *pl.* ಋಗ್ವೇದ, ಯಜುರ್ವೇದ, ಸಾಮವೇದ, ಅಥರ್ವವೇದಗಳೆಂಬ ನಾಲ್ಕು ವೇದಗಳು. [ಕಾವಲಿಯವ.

Ve-dette' (-det'). *n.* ಸೈನ್ಯದಲ್ಲಿ ಉಕ್ಕಡದವ.

Vēer. *v. i. r.* ತಿರುಗು. *v. t.* ತಿರುಗಿಸು, ದಿಕ್ಕು ಬದಲಾಯಿಸು.

Vē'ga. *n.* (*astr.*) ಅಭಿಜಿತಾನಕ್ಷತ್ರ.

Veġ'e-ta-ble. *n.* ಸಸ್ಯ, ವನಸ್ಪತಿ; 2. ಕಾಯಿಪಲ್ಯ. *a.* ಸಸ್ಯಾದಿಗಳ, ವನಸ್ಪತಿಯ; v. kingdom ಉದ್ಭಿಜ್ಜಕೋಟಿ. Veġ-e-tā'ri-an. *n.* ದವಸ ಕಾಯಿಪಲ್ಯ ಮಾತ್ರವೇ ಉಣ್ಣುವವ, ಮಾಂಸ ತಿನ್ನದವ. Veġ'e-tāte. *v. i. r.* ಬೆಳೆ, ಚಿಗುರು, ಮೊಳೆ; 2. ಸೋಮಾರಿಯಾಗಿ ಕಾಲಕ್ಷೇಪ ಮಾಡು. Veġ-e-tā'tiŏn. *n.* ಬೆಳೆ; 2. ಬೆಳೆಯುವಂಥಾದ್ದು, ಸಸ್ಯಾದಿಗಳು. Veġ'e-tā-tive. *a.* ಬೆಳೆಯುವ.

Vē'he-ment. *a.* ಒತ್ತರದ, ಪ್ರಚಂಡ, ಉಗ್ರವಾದ, ಬಲವಾದ. Vē'he-mence. *n.* ಒತ್ತರ, "ಜೋರು", ಬಲ, ರಭಸ, ಉಗ್ರ, ಬೆಸೆ. Vē'he-ment-ly. *ad.* ಒತ್ತರವಾಗಿ, ಉಗ್ರವಾಗಿ, ಬೆಸೆಯಾಗಿ.

Vē'hi-cle, *n.* ವಾಹನ, ಯಾನ, ಬಂಡಿ; 2. ಸಾಧನ; 3. ಅನುಪಾನ.

Veil, *n.* ಮುಸುಕು, "ಬುರಕಿ", "ಪರದೆ". *v. t. r.* ಮುಸುಕು ಹಾಕು, ಮುಚ್ಚು, ಮರೆಮಾಡು.

Vein, *n.* ನರ, ಶಿರೆ, ರಕ್ತನಾಡಿ, ಮಲಿನರಕ್ತನಾಡಿ; 2. (v. of metal) ಶಿರೆ; 3. ಬಿರುಕು; 4. ಗೆರೆ; 5. ಲಕ್ಷಣ, ಗುಣ; she has royal blood in her veins ಆಕೆ ರಾಜವಂಶದಲ್ಲಿ ಹುಟ್ಟಿದವಳು. Vein'less, *a.* ನರಗಳಿಲ್ಲದ.

Vel-lē'i-ty, *n.* ಆಶೆ, ಇಚ್ಛೆ.

Vel'lum, *n.* ಚರ್ಮದ ಕಾಗದ.

Ve-loc'i-pēde, *n.* ಕಾಲಿನಿಂದ ತುಳಿದಾಡಿ ಓಡಿಸಿಕೊಂಡು ಹೋಗುವ ಗಾಡಿ; 2. ಶೀಘ್ರಪದ.

Ve-loc'i-ty, *n.* ತ್ವರೆ, ವೇಗ, ಶೀಘ್ರತೆ.

Vel'vet, *n.* "ಮಖಮಲು", "ಸುರೆಪ್ಪಟ". Vel'vet-y, *a.* "ಮಖಮಲ್ಲಿನ"; 2. "ಮಖಮಲ್ಲು" ಸಂಘ, ನುಣ್ಣಗಾದ, ಮೆತ್ತನೆ.

Vē'nal, *a.* ಹಣಕ್ಕೆ ಒರುವ, ಹಣಕ್ಕೆ ಸಿಕ್ಕುವ, ಲಂಚಕೂಳಿಯಾದ. Vē-nal'i-ty, *n.* ಲಂಚ ಬುರುಕತನ. Vē'nal-ly, *ad.* ಲಂಚಕೂಳಿಯಾಗಿ.

Ve-nā'tiŏn, *n.* ಎಲೆಗಳ ಮೇಲೆಯೂ, ಪಾತೆಹುಳು ಮುಂತಾದ ಹುಳುಗಳ ರೆಕ್ಕೆಗಳ ಮೇಲೆಯೂ, ನರಗಳ ರಚನೆ.

Vend, *v. t. r.* ಮಾರು. Ven-dēe', *n.* ಕೊಂಡುಕೊಳ್ಳುವವ, —ಕೊಂಡವ. Ven'dĕr, *or* Ven'dŏr, *n.* ಮಾರುವವ, ಮಾರಿದವ. Ven'di-ble, *a.* ಮಾರುವಂಥ, ಮಾರಾಟವಾಗುವ. Ven-dūe', *n.* ಬಹಿರಂಗವಾದ ಮಾರಾಟ, ಹರಾಜು.

Ven-det'ta, *n.* ಮುಯ್ಯಿಗೆ ಮುಯ್ಯಿ, ಸೇಡು, ಹೊರಕವಚ, *(fig.)* ಸೋಗು, ಮುಸುಕು.

Ve-nēer', *v. t. r.* ಕಟ್ಟಿಗೇ ತೇಪೆ ಹೊದಿಸು. *n.* ತೆಳ್ಳನ್ನ ಹೊದಿಕೆ, ಲೇಪನ.

Ven'ĕr-a-ble, *a.* ಘನವಾದ, ಪೂಜ್ಯ, ಮಾನ್ಯ, ಆರ್ಯ, ಅರ್ಘ್ಯ, ಶ್ಲಾಘ್ಯ. Ven'ĕr-a-ble-ness, *n.* ಘನತೆ, ಗೌರವ. Ven'ĕr-a-bly. *ad.* ಘನವಾಗಿ. Ven'ĕr-āte, *v. t. r.* ಸನ್ಮಾನಿಸು, ಘನಪಡಿಸು, ಪೂಜಿಸು. Ven-ĕr-ā'tiŏn, *n.* ಸನ್ಮಾನ, ಪೂಜೆ. Ven'ĕr-ā-tŏr, *n.* ಪೂಜಿಸುವವನು.

Ve-nē're-al, *a.* ರತಿಯ; v. disease ಪರಂಗಿಗರ ರೋಗ, "ಫರಂಗಿ" ರೋಗ, ಉಪದಂಶ, ಉಷ್ಣವ್ರಣ; v. congest ಸ್ತ್ರೀಸಂಭೋಗ. Ven'ĕr-y, *n.* ರತಿ, ಸ್ತ್ರೀಸಂಗಮ.

Ven'ĕr-y, *n.* ಬೇಟೆ.

Vē-ne-sec'tiŏn, *n.* ರಕ್ತ ತೆಗೆಯುವುದು.

Ve-nē'tian (-nē'shan), *a.*, v. door ಎಲೆಕದ.

Venge'ance, *n.* ಮುಯ್ಯಿಗೆ ಮುಯ್ಯಿ ಕೊಡುವುದು, ಪ್ರತೀಕಾರ. Venge'ful, *a.* ಹಗೆಯಿಟ್ಟುಕೊಳ್ಳುವ, ಸೇಡು ತಕ್ಕೊಳ್ಳುವ, ಪ್ರತೀಕಾರ ಮಾಡುವ.

Vē'ni-al, *a.* (pardonable) ಮನ್ನಿಸತಕ್ಕ, ಕ್ಷಮ್ಯ; 2. (permitted) ಬೇಡವೆನ್ನದ, ನಿಷೇಧಿಸದ. Vē'ni-al-ly, *ad.* ಕ್ಷಮ್ಯವಾಗಿ; 2. ಬೇಡವೆನ್ನದ ಹಾಗೆ.

Ven'i-son (ven'i-zn *or* ven'zn). *n.* ಬೇಟೆ. ಜಿಂಕೆ ಮಾಂಸ.

Ven'ŏm, *n.* ವಿಷ, ನಂಜು; 2. ಮತ್ಸರ. Ven'ŏ-mŏus, *a.* ವಿಷವುಳ್ಳ, ನಂಜಿನ; 2. ಮತ್ಸರವುಳ್ಳ. Ven'ŏ-mŏus-ly, *ad.* ವಿಷವಾಗಿ; 2. ಮತ್ಸರವಾಗಿ. Ven'ŏ-mŏus-ness, *n.* ವಿಷವುಳ್ಳದ್ದಾಗಿರುವುದು, ವಿಷ; 2. ಮತ್ಸರ.

Vē'nŏus, *a.* ನಾಡಿಯುಳ್ಳ, ನಾಡಿಯ.

Vent, *n.* ತೂತು, ಬಾಯಿ, ದ್ವಾರ; 2. ಹೊರಬೀಳುವುದು, ತಪ್ಪಿಸಿಕೊಳ್ಳುವುದು. ಪ್ರಸಿದ್ಧಿ: give v. ಹೊರಗೆ ಬಿಡು, —ಹಾಕು, ದಾರಿಕೊಡು; give v. to one's feelings ಒಬ್ಬನ ಮನಸ್ಸಿನ ಉದ್ರೇಕಗಳನ್ನು ತೋರಿಸಿಕೊಳ್ಳು, ಹೊರಗೆ ತೋರಿಸು; take v. ತಪ್ಪಿಸಿಕೊಳ್ಳು, ಹೊರಬೀಳು, ಹುಟ್ಟು. *v. t. r.* ಹೊರಗೆ ಬಿಡು. —ಹಾಕು.

Ven'ti-lāte, *v. t. r.* ಗಾಳಿ ಆಡುವಂತೆ ಮಾಡು, ಬೀಸು, ಗಾಳಿಗೆ ತೂರು; 2. ತೆಗೆ, ತೂಕಮಾಡು; 3. ಹೊರಗೆಡವು, ತೋರಿಸು. Ven-ti-lā'tiŏn, *n.* ಗಾಳೀ ಆಟ, ವಾಯುಸಂಚರಣೆ, *(fig.)* ಹೊರಗೆಡವುವಿಕೆ. Ven'ti-lā-tŏr, *n.* ಗಾಳಿ ಆಡಿಸುವ ಸಾಧನ, ಬೀಸಣಿಗೆ.

Ven-tos'i-ty, *n.* ವಾತ; 2. ಬಡಾಯಿ, ಗರ್ವ.

Ven'tral, *a.* ಹೊಟ್ಟೆಯ.

Ven'tri-cle, *n.* ಶರೀರದೊಳಗಣ ಪೊಳ್ಳು ಭಾಗ; 2. ಹೃದಯದ ಕೋಶ, ಹೃತ್ಕುಕ್ಷಿ.

Ven-tril'ō-quism, -quy, *n.* ಹೊಟ್ಟೆಯೊಳಗೆ ಎಂಬಂತೆ ಮಾತಾಡುವುದು, ಗಾರುಡವಾಣಿ. Ven-tril'ō-quist, *n.* ಹೊಟ್ಟೆಯೊಳಗಿಂದ ಎಂಬಂತೆ ಮಾತಾಡುವವ, ಗಾರುಡವಾದಿ, ದಶಾವಧಾನಿ.

Ven-tros'i-ty, *n.* ಕಾಯಪುಷ್ಟಿ, ಪಿಚಂಡಿಲತ್ವ, ಡೊಳ್ಳುಹೊಟ್ಟೆ.

Ven'tūre (*or* -chur), *n.* ದುಡುಕು, ಧೈರ್ಯಗೊಳ್ಳುವುದು, ಸಾಹಸ; 2. ಗಂಡಾಂತರ; 3. ಅದೃಷ್ಟ. *v. t. r.* ಅಪಾಯದೊಳಗೆ ಹಾಕು. ಸಾಹಸಕಾರ್ಯಕ್ಕೆ ಕಳುಹಿಸು; he ventured his life ಜೀವದ ಆಶೆ ಬಿಟ್ಟು. *v. i.* ಧೈರ್ಯಗೊಡು, ಧೈರ್ಯಹಿಡಿ, ಗಂಡಾಂತರ ಪಡು. Ven'tūre-sōme, *a.* ಸಾಹಸವುಳ್ಳ, ಗಂಡಾಂತರಕ್ಕೆ ಹೆದರದ, ಧೈರ್ಯಶಾಲಿಯಾದ. Ven'tū-rōus, *a.* ಎದೆಗಾರನಾದ, ಧೈರ್ಯವುಳ್ಳ. Ven'tū-rōus-ly, *ad.* ಸಾಹಸವಾಗಿ, ಧೈರ್ಯವಾಗಿ.

Vē'nus, *n.* ಶುಕ್ರ; 2. ಪ್ರಾಚೀನ "ಗ್ರೀಕ ರೋಮಾಯರ" ಮೋಹಿನೀದೇವಿ, ಮೋಹಿನಿ, ರತಿ.

Ve-rā'ciōus (-rā'shus), *a.* ಸತ್ಯವನ್ನಾಡುವ, ಸತ್ಯಶೀಲ. Ve-rā'ciōus-ly, *ad.* ಸತ್ಯವಾಗಿ, ಖರೆಯಾಗಿ. Ve-rac'i-ty, *n.* ಸತ್ಯತೆ, ಸತ್ಯಶೀಲತೆ.

Ve-ran'da *or* -ran'dah, *n.* ಪಡಸಾಲೆ, ಜಗಲಿ, ಕಟ್ಟೆ, ಕೊಟ್ಟಿಗೆ, ಅಂಬಲ, "ವರಂಡ"; the lower v. of a temple ಪಾತಾಳ ಅಂಕಣ.

Vĕrb, *n.* ಕ್ರಿಯಾಪದ, ಕ್ರಿಯೆ. Vĕrb'al, *a.* ಬಾಯಿಯ..., ಬಾಯಿಮಾತಿನ, ಬಾಯಿದೆರೆ; 2. ಕ್ರಿಯಾಪದದ; 3. ಶಬ್ದಾರ್ಥಕ್ಕೆ ಸರಿಯಾದ (translation); v. translation ಯಥಾಪ್ರತಿ. Vĕrb'al-ly, *ad.* ಬಾಯಿಮಾತಿನಿಂದ; 2. ಯಥಾಪ್ರಕಾರ. Vĕr-bā'tim, *ad.* ಮಾತಿಗೆ ಮಾತಾಗಿ, ಅಕ್ಷರದ ಪ್ರಕಾರ, ಅಕ್ಷರಶಃ. Vĕr'bi-āġe, *n.* ಬಣ ಮಾತು, ಹರಟೆ, ಅತ್ಯುಕ್ತಿ, ಅಧಿಕ ಪ್ರಸಂಗ. Vĕr-bōse', *a.* ಬಹಳ ಮಾತಿನ, ಅಧಿಕ ಪ್ರಸಂಗಿಯಾದ. Vĕr-bos'i-ty, *n.* ಅಧಿಕ ಪ್ರಸಂಗ, ಅತ್ಯುಕ್ತಿ, ಬಹಳ ಮಾತು.

Vĕr'dant, *a.* ಹಸುರಿನ, ಹಚ್ಚಗಿರುವ. Vĕr'-dan-cy, *n.* ಹಸುರು, ಹಸುರಾಗಿರುವುದು. Vĕr'dant-ly, *ad.* ಹಚ್ಚಗೆ, ಹಸುರಾಗಿ.

Vĕr'dict, *n.* ಪಂಚಾಯತರ ತೀರ್ಪು, ಅಭಿಪ್ರಾಯ, ತೀರ್ಮಾನ.

Vĕr'di-gris, *n.* ಚಲುಮು, ಕಿಲುಬು, ತುತ್ಥ.

Vĕr'dūre, *n.* ಗಿಡಗಳ ಹಸುರು.

Vĕrġe, *n.* ಅಂಚು, ದಂಡೆ, ಬದಿ, "ಕಿನಾರೆ". *v. i. r.* ಒಲಿ, ಬಗ್ಗಿರು, ಸಮೀಪಿಸು, ಹತ್ತರಿರು.

Vĕrġe, *n.* ಅಧಿಕಾರದ ಕೋಲು, ಕೋಲು. Vĕr'-ġĕr, *n.* ಅಧಿಕಾರದ ಕೋಲು ಹಿಡಿಯುವವ.

Ver'i-fy, *v. t. r.* (-fīed) ಖರೆ ಮಾಡು, ಸತ್ಯವೆಂತ ಸ್ಥಾಪಿಸು. Ver-i fi-cā'tiŏn, *n.* ಖರೆ ಮಾಡೋಣ, ಸತ್ಯವೆಂತ ಸ್ಥಾಪಿಸುವುದು, ಸತ್ಯಾಪನೆ.

Ver'i-ty, *n.* ನಿಜ, ಸತ್ಯ, ಸತ್ಯವಾದ ಮಾತು. Ver'i-ta-ble, *a.* ನಿಜ, ಸತ್ಯವಾದ.

Vĕr'jụice, *n.* ಹಣ್ಣಾಗದ ಕಾಯಿಯ ಹುಳಿ ರಸ.

Vĕr-mi-cel'li (*or* -chel'li), *n.* ಶಾವಿಗೆ.

Vĕr-mic'ū-lāte, -lar, *a.* ಹುಳದಂಥ, ಹುಳದಂತೆ ಹರಿಯುವ. Vĕr-mic'ū-lōus, *a.* ಹುಳ ತುಂಬಿದ, ಹುಳಗಳಂಥಾ. Vĕr'mi-form, *a.* ಹುಳದಂಥ, ಕ್ರಿಮಿ ರೂಪದ. Vĕr'mi-fūġe, *n.* ಕ್ರಿಮಿನಾಶಕ ಔಷಧ.

Vĕr-mil'iŏn (-mil'yun), *n.* ಇಂಗಲೀಕ; 2. "ಕಿರಮಂಜಿ" ಬಣ್ಣ; 3. ಅಚ್ಚಗೆಂಪು.

Vĕr'min, *n.* ಕ್ರಿಮಿ, ಹುಳ, ಕೀಟಕ ಪ್ರಾಣಿ.

Vĕr'nac'ū-lar, *a.* ದೇಶೀಯ, ಸ್ವದೇಶದ. *n.* ದೇಶ ಭಾಷೆ, ದೇಶೀಯ ಭಾಷೆ.

Vĕr'nal, *a.* ವಸಂತದ; 2. ತಾರುಣ್ಯದ, ಹರೆಯದ.

Ver'sant, *n.* ನೆಲದ ಇಳಿಜಾರು.

Ver'sant, *a.* ಬಲ್ಲಂಥಾ, ಪರಿಚತಿಯುಳ್ಳ.

Vĕr'sa-tile (-til), *a.* ಚಪಲ, ಅಸ್ಥಿರ, ಚಂಚಲ ಬುದ್ಧಿಯ. Vĕr-sa-til'i-ty, *n.* ಚಾಪಲ್ಯ, ಚಪಲಬುದ್ಧಿ, ಚಾತುರ್ಯ. ಚಂಚಲತ್ವ.

Vĕrse, *n.* ಚರಣ; 2. ಕವಿತೆ, ಪದ್ಯ; 3. ಶ್ಲೋಕ; blank v. ಮುಕ್ತಪ್ರಾಸ. Vĕrsed (vĕrst), *a.* ಜಾಣ, ಬಲ್ಲ, ನಿಪುಣನಾದ. Vĕr'si-cle, *n.* ಸಣ್ಣ ಶ್ಲೋಕ. Vĕr-si-fi-cā'tiŏn, *n.* ಕವಿತ್ವ, ಶ್ಲೋಕರಚನೆ. Vĕr'si-fī-er, *n.* ಶ್ಲೋಕರಚಕ, ಕಾವ್ಯರೂಪವಾಗಿ ಬರೆಯುವವ. Vĕr'si-fȳ, *v. t. r.* (-fīed) ಪದ ಕಟ್ಟು, ಕವಿತೆ—, ಶ್ಲೋಕ ಕಟ್ಟು.

Vĕr'siŏn, *n.* ಟೀಕು, ಭಾಷಾಂತರ.

Vĕr'so, *n.* ಪುಸ್ತಕದ ಎಡಪುಟ.

Vĕrst, *n.* "ರುಶ್ಯರ ಮೈಲು" = ೩೫೦೦ "ಫೀಟ್" ಅಥವಾ ಹೆಚ್ಚುಕಡಿಮೆ ⅔ "ಇಂಗ್ಲಿಷ್ ಮೈಲು".

Vĕr'sus, *prep.* ವಿರೋಧವಾಗಿ, ಮೇಲೆ, ಎದುರುಕಕ್ಷಿ.

Vĕr'te-bra, *n.* (*pl.* -bræ) ಬೆನ್ನೆಲುಬಿನ ಕೀಲು. ಬೆನ್ನಹುರಿಯ ಮಣಿ; 2. ವಂಶಗ್ರಂಥಿ. Vĕr'-te-bral, *a.* ಬೆನ್ನೆಲುಬಿನ ಕೀಲಿನ; 2. ಬೆನ್ನೆಲುಬುಳ್ಳ. Vĕr'te-brate, *n.* ಬೆನ್ನೆಲುಬುಳ್ಳ ಪ್ರಾಣಿ, ಪೃಷ್ಠಾಸ್ಥಿಯುಳ್ಳ—, ವಂಶವುಳ್ಳ—. *a.* ಬೆನ್ನೆಲುಬುಳ್ಳ.

Vĕr'tex, *n.* ತುದಿ, ಕೊನೆ; 2. (crown of the head) ನಡುನೆತ್ತಿ; 3. (zenith) ಖಮಧ್ಯ, ಉಚ್ಚಸ್ಥಾನ; 4. (*math.*) ಶಿರಃಕೋಣ. Vĕr'-ti-cal, *a.* ತಲೆಮೇಲಿನ; 2. ನೀಟು, ಉಂಚು. Vĕr'ti-cal-ly, *ad.* ನೀಟಾಗಿ, ಉಂಚವಾಗಿ, ನೇರಾಗಿ.

Vĕr-tī'gō (*or* vĕr'ti-gō), *n.* ತಲೆ ತಿರುಗುವುದು, —ದಿಪ್ಪಟೆ, ಶಿರೋಭ್ರಮಣ. Vĕr-tiġ'-i-nōus, *a.* ಸುತ್ತು ತಿರುಗುವ, ತಲೆ—.

Vĕr'vāin, *n.* Bastard v. (*Stachytarpheta indica, Vahl.*) ಕರಿ ಉತ್ತರಾಣಿ ಗಿಡ (*S. M.*).

Ͼ *as* k; c *as* s; ćh *as* sh; g *as in* get; ġ *as* j; ṅ *nasal, as in* aṅger; ş *as* z; ŧh *as in* ŧhou; x̧ *as* gz; ce, ci, si *and* ti *before a vowel as* sh: ocean, action.

Verve (vārv), *n.* ಚುರುಕು, ಬಲ, ಅಭಿಮಾನಾವೇಶ.

Ver'y, *a.* ಅತಿ, ನಿಜ, ಸಾಕ್ಷಾತ್ತು, ಮಟ್ಟ, ...ವು, ಆದರೂ; his v. son ಅವನ ಮಗನೇ, ಅವನ ಮಗನಾದರೂ; at the v. first ಮೊಟ್ಟಮೊದಲು; this v. room ಇದೇ ಕೋಣೆ. *ad.* ಬಹಳ, ಬಹು, ಮಹಾ, ಅತಿ. **Ver'i-est,** *a.* ನಿಜವಾದ, ಶುದ್ಧ. **Ver'i-ly,** *ad.* ನಿಜವಾಗಿ, ನಿಶ್ಚಯವಾಗಿ.

Ves'i-cāte, *v. t. r.* ಗುಳ್ಳೆ ಎಬ್ಬಿಸು. **Ves'i-cle,** *n.* ಗುಳ್ಳೆ, ಬೊಕ್ಕೆ. **Ve-sic'ū-lar,** *a.* ಗುಳ್ಳೆಗುಳ್ಳೆಯಾದ, ಬೊಕ್ಕೆಬೊಕ್ಕೆಯುಳ್ಳ; 2. ಟೊಳ್ಳಾದ.

Ves'pĕr, *n.* ಶುಕ್ರನಕ್ಷತ್ರ; 2. ಸಾಯಂಕಾಲ, ಸಂಜೆ. *pl.* "ರೋಮನ್ ಕಥೋಲಿಕರ" ಸಾಯಂಕಾಲದ ಪ್ರಾರ್ಥನೆ. *a.* ಸಂಜೇ.

Ves'sel, *n.* ಪಾತ್ರೆ; (a) metallic vessel ತಂಬಿಗೆ, ತಪ್ಪಲೆ (ತಪಲೆ, ತಪೇಲೆ): — large m. v. ಹಂಡೆ, ಹಂಡೇವು; 2nd size ತಪ್ಪಲೆ (for cooking), ಕೊಡಪಾನ, ಬಿಂದಿಗೆ (to hold water); 3rd size ತಂಬಿಗೆ, ಚೆಂಬು, ಚರಿಗೆ; 4th size ಗಿಂಡಿ; 5th size ಮಿಳ್ಳೆ; (b) earthen vessel ಗಡಿಗೆ, ಮಡಿಕೆ: — largest size ಒಡೆ (for corn); 2nd size ಗುಡಾಣ; 3rd size ಕೀಲು; 4th size ಹರಿವೆ, ಹರಿಬಿ; 5th size ಕೊಡ, ಗಡಿಗೆ; 6th size ಚಟ್ಟಿಗೆ, ಮಡಿಕೆ (for cooking); 7th size ಸೋರೆ; 8th size ಮೊಗೆ (for scooping out); 9th size ಕುಡಿಕೆ; 2. (sailing v.) ಹಡಗ, ಹಡಗು, ನಗ *(My.)*; 3. (blood-v.) ನಾಡಿ, ನರ, ಶಿರೆ; 4. *(bot.)* ರಸವಾಹಿನಿ.

Vest, *n.* ಅರಿವೆ, ಅಂಗಿ, ಕಬುಚ. *v. t. r.* ಅಂಗಿ ತೊಡಿಸು, ಹೊದಿಸು; v. in ಇಡು; v. with ಕೊಡು; vested rights ಸ್ಥಾಪನೆಯಾದ ಹಕ್ಕು.

Ves'ta, *n.* ಪೂರ್ವಿಕ "ರೋಮಾಯರ" ಮನೆತನದ ದೇವಿ; 2. ಒಂದು ಸಣ್ಣ ಗ್ರಹ. **Ves'tal,** *a.* ಕನ್ಯಾಭಾವದ, ಶುದ್ಧ. *n.* "ವೆಸ್ತಾ"ದೇವಿಯ ಪೂಜಾರಿತಿ (ಅಂಥವರು "ರೋಮು" ಪಟ್ಣದಲ್ಲಿ ನಾಲ್ಕು ಅಥವಾ ಆರು ಮಂದಿ ಇದ್ದರು, ಅವರು ಕನ್ಯೆಯರೇ); 2. ಶುದ್ಧ ಕನ್ನಿಕೆ.

Ves'ti-būle, *n.* ಪಡಸಾಲೆ, ಮುಖಮಂಟಪ.

Ves'tige, *n* ಹೆಜ್ಜೆ, ಗುರುತು, ಜಾಡೆ, ಕುರುಹು.

Ves'ti-tūre, *n.* ಹೊದಿಕೆ, ಕವಚ.

Vest'ment, Ves'tūre (*or* -chur), *n.* ವಸ್ತ್ರ, ಅರಿವೆ, ಹೊದಿಕೆ, "ದುಸ್ತು".

Vest'ry, *n.* ದೇವಾಲಯದ ಚಿಕ್ಕ "ಕೊಠಡಿ"; 2. [ಗ್ರಾಮ ಸಭೆ.

Vetch (vech), *n.* ಹುರುಳಿ ತರದ ಒಂದು ಸೊಪ್ಪು, ಹುರುಳಿ ತರದ ಕಾಳು.

Vet'er-an, *a.* ಹಳಬನಾದ, ಬಹು ವರ್ಷ ಚಾಕರಿ ಮಾಡಿದ; 2. ಯುದ್ಧಪರಿಚಯವುಳ್ಳ. *n.* ಹಳಬ "ಸಿಪಾಯಿ".

Vet'er-i-nar-y, *a.* ಪಶುವೈದ್ಯಸಂಬಂಧವಾದ. **Vet-er-i-nā'ri-an,** *n.* ಪಶುವೈದ್ಯ.

Vē'tō, *n.* *(pl.* vē'tōes) ಬೇಡವೆನ್ನುವುದು, ನಿಷೇಧಾಜ್ಞೆ. *v.t.r.* ಬೇಡವೆನ್ನು, ಸಮ್ಮತಿ ಕೊಡದಿರು.

Vex, *v. t. r.* *(pr.* vekst) ಸಿಟ್ಟಿಗೆಬ್ಬಿಸು, ಪೀಡಿಸು, ಕಾಡು, ಘೋರಿಸು. **Vex-ā'tiŏn,** *n.* ಪೀಡೆ, ಉಪದ್ರವ, ಕಾಟ, "ತಂಟೆ". **Vex-ā'tiŏus** (-ā'shus), *a.* ಕಾಡುವ, ಪೀಡಿಸುವ, ಉಪದ್ರವ ಕೊಡುವ. **Vex-ā'tiŏus-ness,** *n.* ಕಾಟ, ಪೀಡೆ, ಉಪದ್ರವ, ತೊಂದರೆ.

Vī'a, *n.* ಮಾರ್ಗ. *prep.* ಮಾರ್ಗವಾಗಿ, ಮಾರ್ಗನಿಂದ; v. Bombay ಮುಂಬಯಿಯ ಮಾರ್ಗದಿಂದ. *Via Lactea* ಆಕಾಶಗಂಗೆ. *Via Media* ಮಧ್ಯ ಮಾರ್ಗ (ಪ್ರೊತೆಸ್ತಂತ ಮತಕ್ಕೂ ಕಾಥೊಲಿಕ ಮತಕ್ಕೂ ಮಧ್ಯ ಮಾರ್ಗ).

Vī'a-ble, *a.* ಬದುಕುವ ಹಾಗಿರುವ.

Vī'a-duct, *n.* ಸೇತು, ಸಂಕ.

Vī'al, *n.* ಸಣ್ಣ ಸೀಸೆ. *v. t. r.* ಸೀಸೆಯಲ್ಲಿ ಹಾಕು.

Vī'and, *or mostly* **Vīands,** *n.* ಆಹಾರ, ಪಕ್ವಾನ್ನ, ಮೃಷ್ಟಾನ್ನ.

Vī-at'i-cum, *n.* ಬುತ್ತಿ, "ಹಾದಿ"ಖರ್ಚು, ಅತ್ಯಾಸನ್ನರಿಗೆ ಕೊಡುವ ರಾತ್ರಿಭೋಜನ *(R. C.)*.

Vī'brāte, *v. i. r.* ಅಲ್ಲಾಡು, ಅದುರು, ಹೊಯಿದಾಡು. **Vī-brā'tiŏn,** *n.* ಅದುರೋಣ, ಅಲ್ಲಾಟ. **Vī'brā-tŏr-y,** *a.* ಅದುರುವ, ಅಲ್ಲಾಡುವ.

Vic'ar, *n.* ಪ್ರತಿನಿಧಿ; 2. ಬೋಧಕನೊಬ್ಬನ "ಬದಲಿ"; 3. ಬೋಧಕ. **Vic'ar-āge,** *n.* ಬೋಧಕನ ಮನೆ, — ಮಾನ್ಯ. **Vī-cā'ri-ŏus,** *a.* ಪ್ರತಿನಿಧಿಯ, "ಬದಲಿಯ", "ಬದಲಿಗೆ" ಬಂದ. **Vī-cā'ri-ŏus-ly,** *ad.* ಪ್ರತಿನಿಧಿಯಾಗಿ.

Vīce, *n.* "ತಿರುಪಿ", "ಶಿಟ್ಟಿಗಾ", "ಪಿಡಿಚಿರಾಂಬು". *v. t. r.* "ತಿರುಪಿ"ಯಲ್ಲಿಟ್ಟು ಬಿಗಿಸು.

Vīce, *n.* ವ್ಯಸನ, ದುರಾಚಾರ, ದುರ್ಮಾರ್ಗ. **Vi'ciŏus** (vish'us), *a.* ಆಗಡು, ಕೆಟ್ಟ, ದುಷ್ಟ; 2. "ಹರಾಮು". **Vi'ciŏus-ly** (vish'us-), *ad.* ದುಷ್ಟವಾಗಿ, ದುರುಳವಾಗಿ; 2. "ಹರಾಮಿಯಾಗಿ". **Vi'ciŏus-ness** (vish'us-nes), *n.* ಆಗಡುತನ, ಕೆಟ್ಟತನ, ದುರುಳತನ, ದುಷ್ಟತನ; 2. "ಹರಾಮಿತನ".

Vīce, *prep.* ಬದಲಾಗಿ, ಸ್ಥಳದಲ್ಲಿ.

Vī'cē, *n.* ಎರಡನೇ, "ಬದಲು", ಪ್ರತಿ; v. věr'sa ಬದಲಾಗಿ. Vīce-ad'mi-ral, *n.* ನೌಕಾಸೇನೆಯ ಎರಡನೇ ಅಧಿಕಾರಿ. Vīce-ġe'rent, *n.* ಪ್ರತಿನಿಧಿ. Vīce-pres'i-dent, *n.* ಪ್ರತ್ಯಧಿಪತಿ, ಅಗ್ರಸ್ಥನ "ಬದಲಿ", ಉಪಾಧ್ಯಕ್ಷ. Vīce-rē'gal, *a.* ರಾಜಪ್ರತಿನಿಧಿಯ, "ನವಾಬನ". Vīce'roy, *n.* ರಾಜಪ್ರತಿನಿಧಿ, "ನವಾಬ". Vīce-roy'al-ty, *n.* ರಾಜಪ್ರತಿನಿಧಿತ್ವ.

Vic'i-nāġe, Vi-cin'i-ty, *n.* ನೆರೆಹೊರೆ, ಸಮೀಪ; 2. ಸಮೀಪ ಪ್ರದೇಶ.

Vi-cis'si-tūde, *n.* ಮಾರ್ಪಾಟು, ಹೆಚ್ಚುಕಡಿಮೆ; 2. ಕಾಲಚಕ್ರ.

Vic'tim, *n.* ಯಜ್ಞಪಶು, ಬಲಿ, ಆಹುತಿ, ಕೊಲ್ಲಲ್ಪಟ್ಟದ್ದು; be a v. to ...ಇಂದ ಕೆಡು, —ಪಾಲಾಗು, *as,* he was a v. to his greed ಅತ್ಯಾಶೆಯಿಂದ ಕೆಟ್ಟ. Vic'tim-īṣe, *v. t. r.* ಅರ್ಪಿಸು, ಹಾಳು ಮಾಡು, ವಂಚಿಸು.

Vic'tō-ry, *n.* ಗೆಲವು, ಜಯ, ವಿಜಯ. Vic'tŏr, *n.* ಗೆದ್ದವನು, ಜಯಶಾಲಿ. Vic'tō'ri-ōus, *a.* ಗೆದ್ದ, ಜಯಗೊಂಡ (army), ಜಯದ. Vic-tō'ri-ous-ly, *ad.* ಜಯಶಾಲಿಯಾಗಿ.

Vict'ual (vit'l), *v. t. r.* ಕಾಳುಕಡಿ ಕೂಡಿಸಿಡು *c. l.,* ಆಹಾರಸಂಗ್ರಹ ಮಾಡಿಕೊಡು *c. d.,* ಭೋಜನಸಾಹಿತ್ಯ ಒದಗಿಸು *c. d.* Vict'ual-lěr (vit'l-ěr), *n.* ಭೋಜನಸಾಹಿತ್ಯ ಒದಗಿಸುವವ; 2. ಛತ್ರದವ. Vict'ualṣ (vit'lz), *n. pl.* ತಿನ್ನುವ ಪದಾರ್ಥ, ಕೂಳು, ಆಹಾರ, ಭಕ್ಷ್ಯ, ತೀನಿ.

Vī'dē, *v. imp.* ನೋಡು; v. infra ಕೆಳಗೆ ನೋಡು; v. supra ಮೇಲೆ ನೋಡು.

Vi-del'i-cet, *ad.* ಏನಂದರೆ, ಯಾವದಂದರೆ (*abbr.* viz.).

Vīe, *v. i. r.* ಸ್ಪರ್ಧೆ ಮಾಡು, ಮೇಲಾಡು, ಮೇಲೊಡ್ಡು; v. one with another ತಾನು ಮೇಲು ನಾನು ಮೇಲು ಅನ್ನು.

View (vū), *n.* (sight) ನೋಟ, ದೃಷ್ಟಿ, ಕಣ್ಣು; at first v. ಕಂಡ ಕೂಡಲೇ, ಮೊದಲು ಕಂಡಾಗ; 2. (mental survey) ವಿಚಾರ; 3. (reach of sight) to be in v. ಕಾಣು, ಕಾಣಿಸು; full in my v. ನನ್ನ ಕಣ್ಣಿನ ಮುಂದೆ, ನನ್ನೆದುರಿಗೆ; keep in v. ಲಕ್ಷ್ಯದಲ್ಲಿಟ್ಟುಕೊಳ್ಳು; 4. (that which is seen) ಕಾಣುವಂಥಾದ್ದು; give a v. of ತೋರಿಸು; I have a v. of ನನಗೆ ಕಾಣಿಸುತ್ತದೆ, —ಕಾಣುತ್ತದೆ *c. d.;* 5. (sketch) ಚಿತ್ರ, "ನಕಾಶೆ"; 6. (opinion) ತೋರಿಕೆ, ಅಭಿಪ್ರಾಯ, ಆಲೋಚನೆ; what are your views of it? ಅದು ನಿನಗೆ ಹ್ಯಾಗೆ ತೋರುತ್ತದೆ? ಅದರ ವಿಷಯ ನಿನ್ನ ಅಭಿಪ್ರಾಯವೇನು? 7. (object) ಉದ್ದೇಶ, ಮನಸ್ಸು; he has in v. ಅವನ ಉದ್ದೇಶ ಇರುತ್ತದೆ, ಅವನ ಮನಸ್ಸು—; with that v. ಅದಕ್ಕಾಗಿ, ಅದರ ದೆಸೆಯಿಂದ, ಆ ಉದ್ದೇಶದಿಂದ; field of v. ಕಾಣುವ ಪ್ರದೇಶ; point of v., v.-point ನೋಡುವ ಸ್ಥಳ (ಯಾವ ಸ್ಥಳದಿಂದ ಏನಾದರು ನೋಡುತ್ತೇವೋ ಆ ಸ್ಥಳ), ಲೆಕ್ಕ, ಪ್ರಕಾರ; in this point of v. ಈ ಲೆಕ್ಕದಲ್ಲಿ, ಈ ಪ್ರಕಾರ ನೋಡಿದರೆ, ಈ ವಿಷಯದಲ್ಲಿ. *v. t. r.* ನೋಡು, ಈಕ್ಷಿಸು, ಪರೀಕ್ಷಿಸು. View'ěr (vū-), *n.* ನೋಡುವವ. View'less (vū'les), *a.* ಕಣ್ಣಿಗೆ ಕಾಣದ.

Viġ'il, *n.* ಎಚ್ಚರಿಕೆ; 2. ಭಕ್ತಿಸಾಧನೆಗಾಗಿ ಜಾಗರವಾಗಿರುವುದು. Viġ'i-lance, *n.* ಎಚ್ಚರಿಕೆ, ಜಾಗ್ರತೆ, "ಹುಷಾರಿ". Viġ'i-lant, *a.* ಎಚ್ಚರಾಗಿರುವ, ಜಾಗ್ರತ ಇರುವ. Viġ'i-lant-ly, *ad.* ಎಚ್ಚರವಾಗಿ, ಜಾಗ್ರತೆಯಾಗಿ.

Vign-ette' (vin-yet') *n.* ಪತ್ರಪುಷ್ಪಗಳ ಚಿತ್ರ.

Vig'our (viġ'ěr), *n.* ಕಸುವು, ಬಲ, ಶಕ್ತಿ, ಚುರುಕು; v. of life ಅಂಗದಾರ್ಢ್ಯ. Vig'ŏr-ōus, *a.* ಬಲವುಳ್ಳ, ಶಕ್ತಿಯುಳ್ಳ, ಸಾಹಸದ; 2. ಚುರುಕಾದ. Vig'ŏr-ōus-ly, *ad.* ಸಾಹಸವಾಗಿ. Vig'ŏr-ōus-ness, *n.* ಬಲ, ಶಕ್ತಿ, ಸಾಹಸ.

Vī'kiṅg, *n.* ಸಮುದ್ರಕಳ್ಳ.

Vīle, *a.* ಕೆಟ್ಟ, ನೀಚ, ದುಷ್ಟ. Vīle'ly, *ad.* ನೀಚವಾಗಿ, ದುಷ್ಟವಾಗಿ. Vīle'ness, *n.* ಕೆಟ್ಟತನ, ನೀಚತ್ವ, ದುಷ್ಟತ್ವ. Vil-if-i-cā'tiŏn, *n.* ನಿಂದೆ, ದೂರು, ಅಪಮಾನ. Vil'i-fī-ěr, *n.* ನಿಂದಕ, ದೂಷಕ, ಚಾಡಿಗಾರ. Vil'i-fȳ, *v. t. r.* (-fīed) ಅಪಮಾನಿಸು, ದೂರು, ಹಳಿ, ನಿಂದಿಸು.

Vil'la, *n.* ಗಾಳಿಮಂಟಪ, ವಿನೋದಗೃಹ, "ಮಹಲು", "ಬಂಗಲೆ".

Vil'lāġe (vil'aj), *n.* ಗ್ರಾಮ, ಹಳ್ಳಿ. *a.* ಹಳ್ಳಿಯ. Vil'lā-ġěr, *n.* ಗ್ರಾಮಸ್ಥ, ಹಳ್ಳಿಯವ.

Vil'lāin (*or* vil'in), *n.* ಖಳ, "ಲುಚ್ಚ", ಲಂಪ, ಕೆಟ್ಟವ, ಸಟಿಗಾರ. Vil'lāin-ōus, *a.* ಕೆಟ್ಟ, ನೀಚ, "ಲುಚ್ಚ". Vil'lāin-y, *n.* ಕೆಟ್ಟತನ, ದುಷ್ಟತ್ವ, "ಲುಚ್ಚತನ", ಸಟೇಪಟೇ ಕೆಲಸ.

Vil'lōse *or* Vil'lōus, *a.* ಜೊಚ್ಚಿನ, ರೋಮದ.

Vin-āi-grette' (-ā-gret'), *n.* ಪರಿಮಳದ ಭರಣಿ.

Vin'ci-ble, *a.* ಸೋಲುವಂಥ, ಅಪಜಯ ಪಡುವಂಥ.

Vin'di-cāte, *v. t. r.* ಸ್ಥಾಪಿಸು, ಸತ್ಯವನ್ನು ಮಾಡಿಕೊಡು, ಖರೆ—; 2. ತಪ್ಪಿಲ್ಲೆಂತ ತೋರಿಸು *c. l.* **Vin-di-cā'tion**, *n.* ಸ್ಥಾಪನೆ, ಖರೆಮಾಡಿಕೊಡುವುದು; 2. ದೋಷನಿವಾರಣೆ. **Vin'di-cā-tōr**, *n.* ಸ್ಥಾಪಿಸುವವ, ಖರೆಮಾಡಿ ಕೊಡುವವ; 2. ಸೇಡು ತಕ್ಕೊಳ್ಳುವವ. **Vin'di-cā-tōr-y**, *a.* ದೋಷ ನಿವಾರಿಸುವ; 2. ಶಿಕ್ಷಿಸುವ. **Vin-dic'tive**, *a.* ಹಗೆ ಇಟ್ಟುಕೊಳ್ಳುವ, ವರ್ಮದ, ಪ್ರತೀಕಾರ ಮಾಡುವ. **Vin-dic'tive-ly**, *ad.* ಮುಯ್ಯಾಗಿ. **Vin-dic'tive-ness**, *n.* ವರ್ಮ, ಸಿಟ್ಟು ಇಟ್ಟುಕೊಳ್ಳುವ ಗುಣ, ಸೇಡು.

Vīne, *n.* (*Vitis vinifera, L.*) ದ್ರಾಕ್ಷೀಬಳ್ಳಿ. **Vīne-fret'tĕr**, *n.* ದ್ರಾಕ್ಷೀಗಿಡಕ್ಕೆ ಹತ್ತುವ ಹುಳ. **Vī'nĕr-y**, *n.* ದ್ರಾಕ್ಷೀ ತೋಟ. **Vīne'-yārd (vin'yārd)**, *n.* ದ್ರಾಕ್ಷೀ ತೋಟ. **Vī'nōus**, *a.* ದ್ರಾಕ್ಷೀ ರಸದಂಥ, —ಮದ್ಯದ.

Vin'e-gar, *n.* ಹುಳಿರಸ, ಸಿರ್ಕ.

Vin'tāge, *n.* ದ್ರಾಕ್ಷೀ ಹಣ್ಣಿನ ಸುಗ್ಗಿ.

Vint'nĕr, *n.* ದ್ರಾಕ್ಷೀ ಮದ್ಯ ಮಾರುವವ.

Vī'ō-lāte, *v. t. r.* ಬಲಾತ್ಕಾರ ಮಾಡು; 2. ಭಂಗ ಮಾಡು, ಮೀರು; 3. ಹಟಸಂಭೋಗ ಮಾಡು. **Vī'ō-la-ble**, *a.* ಭಂಗವಾಗುವಂಥ, ಮೀರಲಿಕ್ಕೆ ಕೂಡುವ. **Vī-ō-lā'tion**, *n.* ಬಲಾತ್ಕಾರ; 2. ಭಂಗ, ಮೀರುವಿಕೆ; 3. ಹಟಸಂಭೋಗ. **Vī'ō-lā-tōr**, *n.* ಕೆಡಿಸುವವ, ಭಂಗ ಮಾಡುವವ.

Vī'ō-lent, *a.* ಒತ್ತರದ, ಬಲವುಳ್ಳ, ಉಗ್ರದ, ಪ್ರಚಂಡ, ಬಲಾತ್ಕಾರದಿಂದಾದ. **Vī'ō-lence**, *n.* ಬಲಾತ್ಕಾರ, ಉದ್ದಂಡ, "ಜುಲುಮೆ"; 2. ಒತ್ತರ, ಉಗ್ರ; 3. ಹಟಸಂಭೋಗ. **Vī'ō-lent-ly**, *ad.* ಒತ್ತರವಾಗಿ, ಉಗ್ರವಾಗಿ, ಪ್ರಚಂಡವಾಗಿ, ಕಡ್ಡಾಯವಾಗಿ.

Vī'ō-let, *n.* ನೇರಳೆ ಬಣ್ಣದ ಒಂದು ಪರಿಮಳವುಳ್ಳ ಪುಷ್ಪ. *a.* ನೇರಳೆ ಬಣ್ಣದ, ರಕ್ತನೀಲವರ್ಣದ, "ಊದಿ" ಬಣ್ಣದ, "ಊದಾ".

Vī'ō-lin, *n.* "ಸಾರಂಗಿ", ಕಾಮಾಕ್ಷಿ, "ಫಿಟೀಲು". **Vī'ō-lin-ist**, *n.* "ಸಾರಂಗಿಯವ".

Vī-ō-lon-cel'lō (*or* -chel'lō), *n.* ದೊಡ್ಡ ಸಾರಂಗಿ.

Vī'pĕr, *n.* ಕೃಷ್ಣಸರ್ಪ; 2. ದುಷ್ಟ. **Vī'pĕr-ōus**, *a.* ವಿಷವುಳ್ಳ, ಮತ್ಸರವುಳ್ಳ. [ಸ್ತ್ರೀ.

Vi-rā'gō, *a.* "ಗಂಡರಾಮಿ", ಗಂಡು ಗುಣವುಳ್ಳ

Vĭr'ġin, *n.* ಕನ್ಯೆ, ಕನ್ನಿಕೆ. *a.* ಕನ್ನಿಕೆಗೆ ತಕ್ಕ; 2. ಮರ್ಯಾದೆಯುಳ್ಳ; 3. ಶುದ್ಧ; 4. ಹೊಸ. **Vĭr-ġin'i-ty**, *n.* ಕನ್ಯಾಭಾವ; a vow of v. ಕನ್ಯಾವ್ರತ. **Vĭr'go**, *n.* ಕನ್ಯಾರಾಶಿ.

Vĭr'ġin-al, *n.* ವೀಣಾಭೇದ.

Vir'īle (*or* -il), *a.* ಗಂಡು, ಪುರುಷನ. **Vi-ril'i-ty**, *n.* ಗಂಡಸುತನ, ಪೌರುಷ, ಪುರುಷತ್ವ.

Vĭr'tu, Ver'tu, *n.* ಚಿತ್ರಕಲಾ ಇತ್ಯಾದಿ ಕುಶಲ ವಿದ್ಯೆಗಳ ಮೇಲೆ ಇಷ್ಟ. **Vĭr-tū-ō'sō**, *n.* ಚಿತ್ರ ಸಂಗೀತ ಮುಂತಾದ ಕುಶಲವಿದ್ಯೆಗಳಲ್ಲಿ ಸಮರ್ಥನು.

Vĭr'tūe, *n.* ಬಲ, ಶಕ್ತಿ; 2. ಗುಣ, ಸುಗುಣ, ಸದ್ಗುಣ, ಸೌಶೀಲ್ಯ. **Vĭr'tū-al**, *a.* ಮುಖ್ಯಾರ್ಥವಾದ, ವಸ್ತು ತೋರಿಸುವಂಥಾ, ವಸ್ತುಸಾದೃಶ್ಯ. **Vĭr'tū-al-ly**, *ad.* ಫಲ ನೋಡಿದರೆ, ವಸ್ತುತಃ. **Vĭr'tūe-less**, *a.* ಸುಗುಣವಿಲ್ಲದ. **Vĭr'tū-ōus**, *a.* ಸದ್ಗುಣವುಳ್ಳ, ಸುಕೃತ; 2. ಸತ್; v. action ಸತ್ಕಾರ್ಯ; v. wife ಸತಿ, ಸುಶೀಲೆ, ಧರ್ಮಚಾರಿಣಿ. **Vĭr'tū-ōus-ly**, *ad.* ಸದ್ಗುಣವಾಗಿ, ಸತ್ಯವಾಗಿ.

Vir'u-lent, *a.* ಬಹು ಕೆಟ್ಟ, ವಿಷವುಳ್ಳ, ಉಗ್ರ, ಮಹಾ ಮತ್ಸರವುಳ್ಳ. **Vir'u-lence**, *n.* ಕಡು ಪು; 2. ಉಗ್ರ, ವರ್ಮ. **Vir'u-lent-ly**, *ad.* ವಿಷವಾಗಿ, ಉಗ್ರವಾಗಿ.

Vī'rus, *n.* ನಂಜು.

Vis, *n.* ಬಲ, ಶಕ್ತಿ. *Vis inertiæ* ಅಚೈತನ್ಯ ಪ್ರಭಾವ; *Vis mortua* ಜಡಪ್ರಭಾವ; *Vis viva* ಚೈತನ್ಯಪ್ರಭಾವ.

Vis'āġe, *n.* ಮೋರೆ, ಮುಖ.

Vis'ard, *n.*, *see* Visor.

Vis-à-vis (visz-a-vi), *ad.* ಸಮ್ಮುಖವಾಗಿ. *n.* ಇನ್ನೊಬ್ಬನಿಗೆ ಎದುರುಬದುರಾಗಿರುವವನು; 2. ಇಬ್ಬರು ಎದುರುಬದುರಾಗಿ ಕೂತುಕೊಳ್ಳುವ ಬಂಡಿ.

Vis'cĕr-a, *n. pl.* ಕರುಳುಗಳು. **Vis'cĕr-āte**, *v. t. r.* ಕರುಳು ಕಿತ್ತು ಹೊರಗೆ ತೆಗೆ.

Vis'cid, *a.* ಜಗುಟಾದ, ಅಂಟಾಗಿರುವ. **Vis-cid'i-ty, Vis-cos'i-ty**, *n.* ಜಗುಟು, ಅಂಟಾಗಿರುವುದು. **Vis'cōus**, *a.*, *see* Viscid.

Vīs'count (vī'kount), *n.* ಇಂಗ್ಲಾಂಡ ಶ್ರೀಮಂತರಲ್ಲಿ ನಾಲ್ಕನೇ ತರದವ. **Vīs'count-ess (vī'kount-es)**, *n.* ಶ್ರೀಮಂತನ ಪತ್ನಿ.

Vis'i-ble, *a.* ಕಣ್ಣಿಗೆ ಕಾಣುವ, ದೃಶ್ಯ, ಸ್ಪಷ್ಟ, ಪ್ರತ್ಯಕ್ಷ. **Vis-i-bil'i-ty, Vis'i-ble-ness**, *n.* ಕಣ್ಣಿಗೆ ಕಾಣುವಂಥಾದ್ದು, ದೃಶ್ಯತೆ. **Vis'i-bly**, *ad.* ಕಣ್ಣಿಗೆ ಕಾಣುವಂತೆ, ಕಣ್ಣಾರೆ.

Vis'iōn (vizh'un), *n.* ನೋಟ, ದೃಷ್ಟಿ; 2. ಕಣ್ಣು; 3. ದರ್ಶನ, ಮಾಯೆ. **Vis'iōn-ar-y (vizh'un-)**, *a.* ಭ್ರಮೆಯ, ಮನಃಕಲ್ಪಿತ, ಮಾಯೆಯಾದ. *n.* ಭ್ರಾಂತಿಯವ, ಮಾಯವನ್ನು

ನೋಡುವವ. Vis'ion-less (vizh'un-), *a.* ದೃಷ್ಟಿ ಇಲ್ಲದ.

Vis'it, *n.* ನೋಡಲಿಕ್ಕೆ ಹೋಗೋಣ, ದರ್ಶನ, "ಭೇಟಿ". *v.t.* & *i. r.* "ಭೇಟಿಗೆ" ಹೋಗು *c.g.*, ದರ್ಶನ ತಕ್ಕೊಳ್ಳು *c.g.*; 2. ನೋಡಲಿಕ್ಕೆ ಹೋಗು, ದರ್ಶಿಸು; 3. ಶಿಕ್ಷಿಸು; 4. ಪ್ರಸನ್ನನಾಗು. Vis'it-ant, *n.* ದರ್ಶನಕ್ಕೆ ಬರುವವ; 2. ಮೇಲ್ವಿಚಾರಕ. Vis-i-tā'tion, *n.* "ಭೇಟಿ", ದರ್ಶನ; 2. ವಿಚಾರಣೆ; 3. ಶಿಕ್ಷೆ. Vis'i-tor *or* -tĕr, *n.* "ಭೇಟಿ" ಮಾಡುವವ, ದರ್ಶನಕ್ಕೆ ಬಂದವ; 2. ಮೇಲ್ವಿಚಾರಕ.

Vis'or, *n.* ಮುಖಕವಚ.

Vis'ta, *n.* ಸಾಲುಮರ; 2. ನೋಟ; 3. ಒಂದು ಸಂದಿನೊಳಗಿಂದ ಕಾಣುವ ಪ್ರದೇಶ.

Vis'ū-al, *a.* ನೋಡುವ, ಕಣ್ಣಿನ, ದೃಷ್ಟಿಸಂಬಂಧವಾದ. Vis'ū-al-i-ty, *n.* ದೃಷ್ಟಿಗೋಚರತ್ವ.

Vī'tal, *a.* ಜೀವದ; 2. ಪ್ರಾಣ ರಕ್ಷಿಸುವ; 3. ಸಜೀವ; 4. ಪ್ರಾಣವಿರುವ, ಪ್ರಾಣಕ್ಕೆ ತಾಗುವ; 5. ಅಗತ್ಯ. *n. pl.* ಪ್ರಾಣಸ್ಥಾನಗಳು. Vī'tal-ise, *v.t.r.* ಸಜೀವ ಮಾಡು, ಚೈತನ್ಯ ಕೊಡು *c.d.* Vī-tal-i-sā'tion, *n.* ಜೀವಮಾಡುವಿಕೆ. Vī'tal-ly, *ad.* ಚೈತನ್ಯವಾಗಿ; 2. ಅಗತ್ಯವಾಗಿ. Vī-tal'i-ty, *n.* ಜೀವಶಕ್ತಿ, ಚೈತನ್ಯ, ಸತ್ವ.

Vi'ti-āte (vish'i-āt), *v.t.r.* ಕೆಡಿಸು, ಭ್ರಷ್ಟಮಾಡು, ಭಂಗಪಡಿಸು. Vi-ti-ā'tion (vish-i-ā'shun), *n.* ಕೆಡಿಸೋಣ, ಭ್ರಷ್ಟ ಮಾಡುವುದು; 2. ಕೆಟ್ಟಿರುವುದು.

Vit're-ous, *a.* ಗಾಜಿನ, ಗಾಜಿನಂಥ. Vi-tres'-cent, *a.* ಗಾಜಾಗುವ. Vit-ri-fac'tion, Vit-rif-i-cā'tion, *n.* ಗಾಜಿನಂತೆ ಮಾಡುವುದು; 2. ಗಾಜಿನಂತೆ ಆಗುವುದು. Vit'ri-fȳ, *v.t.r.* (-fīed) ಕರಗಿಸಿ ಗಾಜು ಮಾಡು. *v. i.* ಗಾಜು ಆಗು.

Vit'ri-ol, *n.* ಗಂಧಕಾಮ್ಲ; blue v. ತುತ್ಥ, ತುತ್ತ, ಮೈಲತುತ್ತು, ಮಯೂರಕ; green v. ಹಿರೇಕಸು; vitriolic acid ಮೈಲತುತ್ತು ದ್ರಾವಕ.

Vit'u-line, *a.* ಕರುವಿನ, ಕರುವಿನ ಮಾಂಸದ.

Vi-tū'pèr-āte, *v.t.r.* ಬಯ್ಯು, ನಿಂದಿಸು. Vi-tū-pĕr-ā'tion, *n.* ಬಯ್ಯೋಣ, ನಿಂದೆ. Vi-tū'pĕr-a-tive, *a.* ಬಯ್ಯುವ, ನಿಂದೆಯ, ನಿಂದಿಸುವ. Vi-tū'pĕr-a-tive-ly, *ad.* ನಿಂದೆಯಾಗಿ, ಬೈದು.

Vī-vā'cious (*or* vi-vā'-), *a.* ಚುರುಕುಳ್ಳ, ಉಲ್ಲಾಸವುಳ್ಳ, "ಹುಷಾರ". Vī-vā'cious-ly, *ad.* ಚುರುಕಾಗಿ, ಉಲ್ಲಾಸವಾಗಿ, "ಹುಷಾರಾಗಿ". Vī-vā'cious-ness, -vac'i-ty, *n.* ಚುರುಕು, "ಹುಷಾರಿ", ಉಲ್ಲಾಸ.

Vī'va vō'cē, *ad.* ಬಾಯಿಮಾತಿನಿಂದ.

Vīve, *int.* ದೀರ್ಘಾಯುಷ್ಮಂತನಾಗಿರಲಿ!

Viv'id, *a.* ಚುರುಕಾದ, ಜೀವವುಳ್ಳ, ಚೈತನ್ಯವುಳ್ಳ; 2. ಥಳಥಳಿಸುವ, ಶೋಭೆಯುಳ್ಳ. Viv'id-ness, *n.* ಚುರುಕು; 2. ಥಳಥಳಿಸೋಣ, ಶೋಭೆ, ಪ್ರಕಾಶ. Viv'i-fȳ, *v.t.r.* (-fīed) ಬದುಕಿಸು, ಜೀವಕೊಡು *c.d.* Viv-i-fi-cā'tion. *n.* ಬದುಕಿಸೋಣ, ಜೀವಪ್ರದಾನ.

Vī-vip'a-rous, *a.* ಮರಿ ಈಯುವ, ಜರಾಯುಜ.

Viv'i-sec-tion, *n.* ಸಜೀವ ಪ್ರಾಣಿಯ ಅಂಗಚ್ಛೇದಕರಣ.

Vix'en (vik'sn), *n.* ಹೆಣ್ಣುನರಿ; 2. ಜಗಳಗಂಟಿ. ತಾಟಕಿ, ತೋಣ್ಣೂರು ರಾಕ್ಷಸಿ.

Viz., *ad.*, *see* Videlicet.

Viz'ard, *n.*, *see* Visor.

Vi-zir, Vi-ziēr' (*or* viz'yĕr), *n.* ಮಂತ್ರಿ. "ವಜೀರ".

Viz'ŏr, *n.* *see* Visor.

Vō'ca-ble, *n.* ಶಬ್ದ, ಮಾತು. Vō-cab'ū-lar-y. *n.* ಶಬ್ದಕೋಶ, ಶಬ್ದಾವಳಿ, ಚಿಕ್ಕ ನಿಘಂಟು. Vō'cal, *a.* ಸ್ವರವುಳ್ಳ, ನುಡಿದಂಥ. Vō'cal-ly, *ad.* ಬಾಯಿಮಾತಿನಿಂದ. Vō'cal-ist, *n.* ಹಾಡುವವ, ಗಾಯಕ.

Vō-cā'tiŏn, *n.* ಕರೆಯುವಿಕೆ; 2. ಕೆಲಸ, ಉದ್ಯೋಗ, ವೃತ್ತಿ, ಕಾಯಕ.

Vōc'a-tive, *n. (gram.)* ಸಂಬೋಧನೆ. *a.* ಕರೆಯುವ.

Vō-cif'ĕr-āte, *v.t.* & *i. r.* ಗಟ್ಟಿಯಾಗಿ ಕೂಗು, ಒದರು, ರವಳಿಸು, ಬೊಬ್ಬಿಡು. Vō-cif-er-ā'-tiŏn, *n.* ಕೂಗುವಿಕೆ, ಒದರುವಿಕೆ, ರವಳಿ, "ಕೂಚೀಪಚಾರ". Vō-cif'ĕr-ŏus, *a.* ಕೂಗುವ. ಒದರುವ.

Vōgue (vōg), *n.* ವಾಡಿಕೆ, ರೂಢಿ, ಪದ್ಧತಿ.

Voice, *n.* ಸ್ವರ, ಧ್ವನಿ, ಶಬ್ದ; 2. ಮಾತು; 3. (vote) ಮತ, ಸಮ್ಮತಿ; 4. *(gram.)* ಪ್ರಯೋಗ; active v. ಕರ್ತರಿಪ್ರಯೋಗ; passive v. ಕರ್ಮಣಿಪ್ರಯೋಗ. Voiced (voist), *a.* ಸ್ವರವುಳ್ಳ. Voice'less, *a.* ಮಾತಿಲ್ಲದ.

Void. *n.* ಬರಿದು, ಶೂನ್ಯತೆ. *a.* ಬರಿದಾದ; v. of ಇಲ್ಲದ, ರಹಿತ; 2. "ರದ್ದು", ಸುಳ್ಳು. *v. t. r.* ಬರಿದು ಮಾಡು, ವಿಸರ್ಜಿಸು; 2. ಸುಳ್ಳು ಮಾಡು, "ರದ್ದು"—. Void'a-ble, *a.* "ರದ್ದು"ಮಾಡಬಹುದಾದ, ಅಸಿದ್ಧ. Void'-ance, *n.* ಬರಿದು ಮಾಡೋಣ, "ಖಾಲಿ"—.

Vol'ant, *a.* ಹಾರುವ, ಲಘು. Vol'a-tile (-til). *a.* ಹಾರಿಹೋಗುವ, ಆರುವ; 2. ಚಪಲ, ತುರುಕಾದ. Vol'a-til-īse, *v. t. r.* ಆರಿಸು. Vol'a-tile-ness, Vol-a-til'i-ty, *n.* ಆರುವ ಗುಣ; 2. ಚಪಲಚಿತ್ತ.

Vol-cā'nō, *n.* ಜ್ವಾಲಾಮುಖಿ, ಜ್ವಲಿತ್ಪರ್ವತ. Vol-can'ic, *a.* ಅಗ್ನಿಪರ್ವತದ.

Vō-li'tiōn (-lish'un), *n.* ಚಿತ್ತ, ಇಚ್ಛೆ, ಸಂಕಲ್ಪ. Vō-li-tiōn'al, *a.* ಇಚ್ಛೆಯ.

Vol'ley (vol'i), *n.* ಗುಂಡಿನ ಮಳೆ, ಬಾಣವೃಷ್ಟಿ; v. of words ಮಾತಿನ ಮಳೆ. *v. t. r.* ಗುಂಡಿನ ಮಳೆ ಸುರಿಸು.

Vol-tā'ic, *a.* "ವೋಲ್ಟಾ" ಎಂಬ ವಿದ್ವಾಂಸನ. Vol'ta-ism, *n.* "ವೋಲ್ಟಾ" ಎಂಬ ವಿದ್ವಾಂಸನು ಕಂಡುಹಿಡಿದ ವಿದ್ಯುಲ್ಲತೆ.

Vol'ū-ble, *a.* ಬಡಬಡಿಸುವ, ವಾಕ್ಚಪಲನಾದ, ವಾಚಾಳ, ವಾಗ್ಮಿ. Vol-ū-bil'i-ty, *n.* ವಾಚಾಳತೆ, ವಾಕ್ಚಾಪಲ್ಯ. Vol'ū-bly, *ad.* ವಾಕ್ಚಪಲನಾಗಿ.

Vol'ūme, *n.* ಪುಸ್ತಕ, ಪುಸ್ತಕದ ಭಾಗ, ಕಾಂಡ; 2. ಸುರುಳಿ; 3. ಪರಿಮಾಣ. Vo-lū'mi-no us. *a.* ಸುರುಳಿಸುರುಳಿಯಾದ, ಪದರುಪದರಾದ; 2. ಬಹುಗ್ರಂಥದ. Vo-lū'mi-nous-ly, *ad.* ದೊಡ್ಡದಾಗಿ, ವಿಸ್ತಾರವಾಗಿ, ಬಾಹುಳ್ಯವಾಗಿ.

Vol'un-tar-y, *a.* ಬೇಕೆಂತ ಮಾಡಿದ, ಸ್ವೇಚ್ಛೆಯಿಂದಾದ (action); 2. ಸಂತೋಷದ. Vol-un-tar-i-ly. *ad.* ಬೇಕೆಂತ, ಸಂತೋಷದಿಂದ. Vol'un-ta-ri-ness, *n.* ಸ್ವಬುದ್ಧಿ, ಸ್ವೇಚ್ಛೆ. Vol-un-tēer', *n.* ತನ್ನಿಚ್ಛೆಯಿಂದ ಕೆಲಸ ಮಾಡುವವ, "ಉಮೇದ್ವಾರ". *v. t. r.* ತಾನಾಗಿ ಕೊಡು, — ಮಾಡು. *v. i.* ಇಚ್ಛೆಯಿಂದ ಕೆಲಸಕ್ಕೆ ಬರು, "ಉಮೇದ್ವಾರಿ" ಮಾಡು.

Vo-lup'tū-ar-y, *n.* ಪಟಿಂಗ, ಸಂಭೋಗಿ, ವಿಷಯಾಸಕ್ತ, ವಿಟ. Vo-lup'tū-ŏus, *a.* ಪಟಿಂಗ, ಕಾಮುಕನಾದ, ಕ್ರೀಡಾಸಕ್ತನಾದ. Vo-lup'-tū-ŏus-ly, *ad.* ಕಾಮುಕನಾಗಿ, ಕ್ರೀಡಾಸಕ್ತನಾಗಿ. Vo-lup'tū-ŏus-ness, *n.* ಪಟಿಂಗತನ, ಲಾಂಪಟ್ಯ, ವಿಷಯಾಸಕ್ತಿ.

Vo-lūte', *n.* ಗಾರೆ ಕೆಲಸದಲ್ಲಿ ಸುರುಳಿ ಮಾಡಿದ ಅಲಂಕಾರ.

Vom'ic nut, *n.* *(Strychnos Nux-vomica)* ಕಾಸರ್ಕನ ಬೀಜ, ಹೆಮ್ಮುಷ್ಟಿ ಬೀಜ.

Vom'it, *v. t. & i. r.* ಕಾರು, ವಾಂತಿ ಮಾಡು, ಹಿಂದಕ್ಕೆ —, ಕಕ್ಕು. *n.* ವಾಂತಿ; 2. ವಾಂತಿ ಔಷಧ. Vom'i-tive, -tŏr-y, *a.* ವಾಂತಿಯ.

Vō-rā'ciōus (-rā'shus), *a.* ಗಬಗಬನೆ ತಿನ್ನುವ, ತಿಂಡಿಬಾಕ, ಹೊಟ್ಟೆಬಾಕ; v. appetite ರಾವಣ ಹೊಟ್ಟೆ. Vō-rā'ciōus-ly (-rā shus-), *ad.* ಗಬಗಬ, ಗಬಾತಿಸಿ, ಬುಭುಕ್ಷುವಾಗಿ. Vō-rā'-ciōus-ness (-rā'shus-), -rac'i-ty, *n.* ಭೀಮನ ಹೊಟ್ಟೆ, ತಿನ್ನುವ ಆತುರ, ಬುಭುಕ್ಷೆ, ತಿಂಡಿಬಾಕತನ, ತೋಳನ ಹೊಟ್ಟೆ.

Vor'tex, *n.* ತಿರುಗಣೆ ಮಡು, ನೀರಿನೊಳಗಣ ಸುಳಿ. Vor'ti-cal, Vor-tig'in-ous, *a.* ಸುಳಿಯಂಥ, ಚಕ್ರಾಕಾರವಾದ (motion).

Vō'tar-ist, Vō'tar-y, *n.* ಭಕ್ತ, ದಾಸ, ಜೋಗಿ. Vō'ta-ress, *n.* ಭಕ್ತಳು, ದಾಸಿ, ಜೋಗಿತಿ.

Vōte, *n.* ಸಮ್ಮತಿ, ಒಪ್ಪಿಗೆ, ಮತ; put to v. ಸಭೆಯ ಸಮ್ಮತಿಗೆ ಒಪ್ಪಿಸು. *v. i. r.* ಸಮ್ಮತಿ ಕೊಡು, ಮತ—. *v. t.* ಸಮ್ಮತಿಯಿಂದ ಆರಿಸಿಕೊಳ್ಳು, —ಗೊತ್ತುಮಾಡು, ನಿಶ್ಚಯಿಸು; cast-ing v. ಸಭಾನಾಯಕನು ಕೊಡುವ ಸಮ್ಮತಿ, ಕೊನೆಯ ನಿಷ್ಕರ್ಷೆ, —ಮತ. Vō'ter, *n.* ಸಮ್ಮತಿ ಕೊಡುವವ, —ಕೊಡತಕ್ಕವ. Vō'tive. *a.* ಹರಿಕೆಯ, ಸಮರ್ಪಿತ.

Vouch, *v. t. & i. r.* *(pr.* voucht) ಸಾಕ್ಷಿ ಹೇಳು, ಪ್ರಮಾಣವಿಂದ—, ಸ್ಥಾಪಿಸು. Vouch'-er, *n.* ಆಧಾರಪತ್ರ, "ದಸ್ತಾವೇಜು", "ಪುರಾವೆ"; 2. ಸಾಕ್ಷಿಗಾರ.

Vouch-sāfe', *v. t. r.* *(pr.* -sāft') ದಯಪಾಲಿಸು, —ಮಾಡು. Vouch-sāfe'ment, *n.* ದಯೆಪಾಲಿಸುವಿಕೆ.

Voūs'soir (vōs'war), *n.* ಕಮಾನಿನ ಕಲ್ಲು.

Vow, *n.* ಹರಕೆ, ವ್ರತ, ದೀಕ್ಷೆ, ನೋಂಪು; the thing vowed ಮುಡುಪು, ಹರಿಕೆ. *v. t. r.* ಹರಕೆ ಹೊರು, ಹರಕೆ ಮಾಡು; 2. ಪ್ರಮಾಣಪೂರ್ವಕವಾಗಿ ಹೇಳು. *v. i.* ಹರಕೆ ಹೊರು, ಹರಕೆ ಮಾಡು, ನೋನು.

Vow'el, *n.* ಜೀವಾಕ್ಷರ, ಸ್ವರ.

Voy'āge, *n.* ಸಮುದ್ರಸಂಚಾರ; v. of life ಜೀವಿಸಿರುವ ಕಾಲ. *v. i. r.* ಸಮುದ್ರಸಂಚಾರ ಮಾಡು. Voy'ā-gēr, *n.* ಸಮುದ್ರಸಂಚಾರಿ.

Vul'ca-ni-an, *a.* ಲೋಹ ಕೆಲಸದ. Vul'-ca-nīse, *v. t. r.* ರಬ್ಬರೂ ಗಂಧಕವೂ ಒಂದು ಪ್ರಯೋಜನಕರವಾದ ವಸ್ತುವಾಗುವಂತೆ ಸಂಯೋಗಹೊಂದು.

Vul'gar, *a.* ಸಾಮಾನ್ಯ ಜನರ; 2. ಒಕ್ಕಲಿಗರ; 3. ತುಂಟ, ನೀಚ. *n.* ಸಾಮಾನ್ಯರು; 2. ಠಾಕಪೋಕರು; v. fraction ಸಾಮಾನ್ಯ ಅಪೂರ್ಣಾಂಕ. Vul'gar-ism, *n.* ಗ್ರಾಮ್ಯೋಕ್ತಿ, ಅಪಭ್ರಂಶ. Vol-gar'i-ty, *n.* ನೀಚತ್ವ, ಅಸಭ್ಯತೆ, ಅಶಿಷ್ಟಾಚಾರ. Vul'gar-ly, *ad.* ಸಾಧಾ

ರಣವಾಗಿ, ಪಾಡಿಕೆಯಾಗಿ; 2. ತುಂಡರಿಗೆಯಾಗಿ, ನೀಚವಾಗಿ.

Vul'gāte, *n.* ಸತ್ಯವೇದದ "ಲಾಟೀನ" ಭಾಷಾಂತರ.

Vul'nĕr-a-ble, *a.* ಗಾಯವಾಗುವಂಥ, ಗಾಯ ತಾಗುವ, ಘಕ್ಕಿಯಾಗುವಂಥ. **Vul'nĕr-ar-y**, *a.* ಗಾಯ ನೆಟ್ಟಗೆ ಮಾಡುವ, ಪಾಕಿ—.

Vul'pine (-pin), *a.* ನರಿಯಂತೆ ಕುಹಕ, ಕುತಂತ್ರವುಳ್ಳ, ಯುಕ್ತಿಯುಳ್ಳ.

Vul'tūre (or -chur), *n.* ಹದ್ದು, ರಣಹದ್ದು, ಹಾಳೆಹದ್ದು. **Vul'tūr-ish**, *a.* ರಣಹದ್ದಿನಂಥ.

Vul'va, *n.* ಯೋನಿ.

W

Wab'ble (wob'l), Wob'ble, *v. i. r.* ಹಿಂದೆ ಮುಂದೆ ಹೋಯಿದಾಡು, ಒಮ್ಮೆ ಒಂದು ದಿಕ್ಕಿಗೂ ಇನ್ನೊಮ್ಮೆ ಅದರ ಎದುರು ಕಡೆಗೂ ಮಾಲಿ ತಿರುಗು.

Wad, Wad'ding, *n.* ಬಿರೆ, ಸಿಂಬಿ; 2. ತುಪಾಕಿಯ ದಿಮ್ಮಿ.

Wad'ding, *n.* "ಅಸ್ತಾರು" ಬಟ್ಟೆ.

Wad'dle (wod'l), *v. i. r.* ದಟ್ಟಡಿ ಇಡು, — ಇಡುತ್ತಾ ನಡೆ, ಒಲೆದಾಡಿ ನಡೆ, ಕೊಟ್ಟಬಟ್ಟನೆ—.

Wāde, *v. i. r.* ನೀರಿನಲ್ಲಿ ನಡೆ, ಕೆಸರಿನಲ್ಲಿ—, ಜಗ್ಗಿ—. **Wā'dĕr**, *n.* ನೀರಿನಲ್ಲಿ ನಡೆಯುವ ಪಕ್ಷಿ ವರ್ಗ.

Wā'fĕr, *n.* ಅಂಟಿನ ಬಿಲ್ಲೆ, ತೆಳುವಾದ ಗೋದಿಯ [ಬಿಲ್ಲೆ.

Wäft, *v. t. r.* ಹಾರ್ಯಾಡಿಸು, ತೇಲಾಡಿಸು. *n.* ತೇಲಾಡುವ ವಸ್ತು.

Wag, *n.* ಚೇಷ್ಟೆಖೋರ, ಹಾಸ್ಯಗಾರ. **Wag'gĕr-y**, *n.* ಕುಚೋದ್ಯ, ಹಾಸ್ಯ. **Wag'gish**, *a.* ಕುಚೋದ್ಯದ, ಚೇಷ್ಟೆಯ. **Wag'gish-ly**, *ad.* ಚೇಷ್ಟೆಯಾಗಿ. **Wag'gish-ness**, *n.* ಕುಚೋದ್ಯ, ಚುನ್ನ, ಪರಿಹಾಸ್ಯ, "ಮಸ್ಕರಿ".

Wag, *v. t. r.* (wagged, *pr.* wagd) ಅಗಲಾಡಿಸು, ಅಲ್ಲಾಡಿಸು; w. the tail ಗುಂಡಾಡಿಸು; w. the head ತಲೆದೂಗು. *v. i.* ಅಲ್ಲಾಡು.

Wāġe, *v. t. r.* ಜೂಜು ಹಾಕು, ಪಂತ ಕಟ್ಟು, ಗಂಡಾಂತರಕ್ಕೆ ಗುರಿ ಮಾಡು; 2. (ಯುದ್ಧ) ನಡಿಸು. **Wā'ġĕr**, *n.* ಪಂತ, ಜೂಜು. *v. t. & i. r.* ಪಂತ ಕಟ್ಟು, ಜೂಜು ಹಾಕು.

Wā'ġe§, *n. pl.* ಕೂಲಿ, ಸಂಬಳ, ಜೀತ, ಭೃತಿ.

Wag'gle (wag'l), *v. t. r.* ಅಲ್ಲಾಡಿಸು, ಅಗಲಾಡಿಸು. *v. i.* ಅಲ್ಲಾಡು, ಅಗಲಾಡು, ಹೊಯಿದಾಡು.

Wag'gŏn, Wag'ŏn, *n.* ನಾಲ್ಕು ಚಕ್ರದ ಬಂಡಿ. **Wag'gŏn-ĕr, Wag'ŏn-ĕr**, *n.* ಬಂಡಿಯವ. **Wag-on-ette' (-et')**, *n.* ಒಂದು ತರದ ಗಾಡಿ.

Wag'tāil, *n.* ಕಳ್ಳಿಪಿಟಕ, ದಾಸರಿಹಕ್ಕಿ.

Wā-hā'bi, *n.* ಮುಸಲ್ಮಾನರಲ್ಲಿ ಖುರಾನನ್ನು ಅಕ್ಷರಶಃ ಅನುಸರಿಸುವ ವರ್ಗ.

Wāif, *n.* ಒಡೆಯನಿಲ್ಲದ ವಸ್ತು, ಅಕಸ್ಮಾತ್ತಾಗಿ ಸಿಕ್ಕಿದ್ದು, "ಬೇವಾರಿಸು ಜಂದಿಗೆ".

Wāil, *n.* ಗೋಳಾಟ, ವಿಲಾಪ. *v. i. r.* ಬಡಬಡಕೊಂಡು ಅಳು, ಗೋಳಾಡು, ಪ್ರಲಾಪಿಸು. *v. t.* ...ಸಲುವಾಗಿ ಅಂಗಲಾಚು *c. g.*, ಮರುಗು *c. g.*, ...ಹಲುಬು *c. g.*

Wāin, *n.* ದೊಡ್ಡ ಬಂಡಿ; Charles's w. ಸಪ್ತರ್ಷಿ. **Wāin'wrīght (wān'rīt)**, *n.* ಬಂಡಿ ಮಾಡುವವ.

Wāin'scot, *n.* ಗೋಡೆಗೆ ಹೊದ್ದಿಸಿದ ಹಲಿಗೆ, "ತಟ್ಟಿಬಂದಿ".

Wāist, *n.* ನಡುವು, ಸೊಂಟ, ಉಡಿ, ಕಟಿ; slender w. ಅಸಿನಡು; a woman with a slender w. ಶಾತೋದರಿ, ತನುಮಧ್ಯೆ. **Wāist'bānd**, *n.* ನಡುಕಟ್ಟು. **Wāist'cōat (or wes'kŏt)**, *n.* ಸಣ್ಣ ಅಂಗಿ, ಕವಚ; a woman's w. ಕುಪ್ಪಸ.

Wāit, *v. i. r.* ತಡೆ, ನಿಲ್ಲು, ದಾರಿ ನೋಡು, ಕಾದುಕೊಂಡಿರು; w. upon, w. on ಸೇವೆ ಮಾಡು; 2. ದರ್ಶನ ತಕ್ಕೊಳ್ಳು *c. g.*, "ಭೇಟಿ" ತಕ್ಕೊಳ್ಳು *c. g.* *v. t.* ದಾರಿ ನೋಡು, ಆಶೆ ಮಾಡು. *n.* ಹೊಂಚಿಕೆ; lay w., lie in w. ಹೊಂಚಿಕೊಳ್ಳು, —ಕೊಂಡಿರು. **Wāit'ĕr**, *n.* ಆಳು, ಸೇವಕ; 2. "ತಬಕು". **Wāi'ting-māid**, *n.* ಹೆಣ್ಣಾಳು, ಸೇವಕಳು.

Wāive, *v. t. r.* ಬಿಟ್ಟುಬಿಡು; 2. ಒಕ್ಕೊಡು, ಚಲ್ಲಿಬಿಡು, ಬಿಸಾಡಿಬಿಡು, ವಿಸರ್ಜಿಸು. **Wāiv'ĕr**, *n.* ಹಕ್ಕು ಬಿಟ್ಟುಬಿಡುವುದು.

Wāke, *v. i. r.* (*pr.* wākt) or *ir.* (wōke, wāked) ಎಚ್ಚರವಾಗಿರು; 2. ಎಚ್ಚರವಾಗು, ಏಳು. *v. t. r.* ಎಬ್ಬಿಸು; 2. ಎಚ್ಚರಿಸು, ಪ್ರೇ

ಲೀಪಿಸು. *n.* ಎಚ್ಚರಿಕೆ; 2. ಪ್ರತಿಷ್ಠೆಯ ತಾಬ್ಬು; 3. ಹಣ ಕಾಯುವುದು; 4. ಹಡಗು ಹೋದ ಮಾರ್ಗ; in the w. of ಬೆನ್ನು ಹತ್ತಿ *c. g.* Wāke'fụl, *a.* ಎಚ್ಚರಿಕೆಯಾಗಿರುವ, ಜಾಗರೂಕ, "ಹುಷಾರು". Wāke'fụl-ly, *ad.* ಎಚ್ಚರವಾಗಿ. Wāke'fụl-ness, *n.* ಎಚ್ಚರಿಕೆ, ಜಾಗರ. Wā'ken (wā'kn), *v. t. r.* ಎಚ್ಚಿಸು. *v. i.* ಎಚ್ಚರಾಗು, ಏಳು. Wā'king, *n.* ಎಚ್ಚರಿಕೆ, ಜಾಗರ. 2. ನಿದ್ದೆಯಿಂದ ಏಳುವಿಕೆ.

Wāle, *n.* ಗೆರೆ, ಬಾಸುಂಡೆ, ಬಾಸುಳು; w. ales to rise, w. to appear ಬಾಸುಂಡೆ ಮೂಡು, ಪೆಟ್ಟು—.

Wạlk (wạk), *n.* ನಡಿಗೆ, ವಿಹಾರ, ಕಾಲಾಟ; 2. ದಾರಿ; 3. ಕಾವಲು; 4. ನಡತೆ; take a w. ಕಾಲಾಟವಾಡು, ವಿಹಾರ ಮಾಡು, ವಿಹರಿಸು, ಅಡ್ಡಾಡು, ಶತಪದ ತಿರುಗು, ತಿರುಗಾಡು. *v. i. r.* (*pr.* wạkt) ಕಾಲ್ನಡಿಗೆಯಿಂದ ಹೋಗು, ನಡೆ; 2. ತಿರುಗಾಡು, ಅಡ್ಡಾಡು; 3. ನಡಕೊಳ್ಳು. *v. t.* ...ಲ್ಲಿ ನಡೆ, ...ಲ್ಲಿ ಅಡ್ಡಾಡು; 2. ನಡಿಸು, ಹಿಡುಕೊಂಡು ಹೋಗು (*as* a horse), ಕರಕೊಂಡು ಹೋಗು (a person), ಅಡ್ಡಾಡಿಸು; w. the boards ನಟನಾಗು; w. the hospitals ವೈದ್ಯಶಾಸ್ತ್ರ ವಿದ್ಯಾರ್ಥಿಯಾಗು; w. away with ಅಪಹರಿಸಿ ಪಲಾಯನ ಮಾಡು; walking papers ಕೆಲಸದಿಂದ ವಜಾಮಾಡುವ ಹುಕುಂ. Wạlk'ĕr, *n.* ನಡೆಯುವವನು, ಪಾದಚಾರಿ; 2. ಸೂಳೆ. Wạlk'ing, *n.* ಸಂಚಾರ. *a.* ನಡೆಯುವ, ಸಂಚರಿಸುವ. Wạlk'ing-fish, *n.*, *see* Murrel. Wạlk'ing-leaf, *n.* ಮಿಳ್ಳಿ, ಮಳ್ಳಿ. Wạlk'ing-stick, *n.* ಕೋಲು, ಬೆತ್ತ, ನಡೆಗೋಲು, ದಂಡಕಾಷ್ಠ.

Wạll, *n.* ಗೋಡೆ; *pl.* ಅಲಂಗದ ಗೋಡೆ. wooden walls of England ಇಂಗ್ಲಾಂಡಿನ ಯುದ್ಧನಾವೆಗಳು. to go to the w. ಹಾಳಾಗಿ ಹೋಗು. *v. t. r.* ...ಸುತ್ತಲು ಗೋಡೆ ಹಾಕು *c. g.*, ...ಸುತ್ತಲು ಗೋಡೆ ಕಟ್ಟು *c. g.* Wạll'-piēce, *n.* ಗೋಡೇ ಮೇಲಿಟ್ಟ "ಫಿರಂಗಿ." Wall'-plāte, *n.* ಗೋಡೇ ಮೇಲಿನ ತೊಲೆ, ಬೆಲಗ, ದಾಶೆ (*perhaps* ದಾಸಿ), ಸುಣ್ಣ (*S.C.*), ಉತ್ತರ, ಉತ್ರೆ (*Cg.*).

Wạl'let, *n.* ಹಸಿಬೆಚೀಲ, ಜೋಳಿಗೆ.

Wạll'eȳe (wạl'ī), *n.* ಹೂಬಿದ್ದ ಕಣ್ಣು; 2. ಬೆಕ್ಕಿನ ಕಣ್ಣು, ಬೆಕ್ಕಣ್ಣು.

Wạl'lop, *v. i. r.* (*pr.* wol'opt) ಉಕ್ಕು, ಕುದಿ; 2. ವಿಕಾರವಾಗಿ ನಡೆ. *v. t.* ಹೊಡೆ, ತಳಿಸು.

Wạl'lōw (wol'o), *v. i. r.* ಹೊರಳಾಡು,

Wạl'nut, *n.* (fruit of *Juglans regia, L.*) ಅಕ್ರೋಡು.

Wạl'rus, *n.* ಕಡಲ್ಗುದುರೆ.

Wạltz (wạlts), *n.* ತಾಂಡವ, ಕುಣಿತ. *v. i. r.* ನಾಟ್ಯವಾಡು, ತಾಂಡವವಾಡು. Wạltz'ĕr, *n.* ಕುಣಿಯುವವ, ನಾಟ್ಯವಾಡುವವ.

Wạm'ble, *v. i. r.* ಹೊಟ್ಟೆಕಳವಳಿಸು, ಕಟುಕುಟು ಅನ್ನು.

Wạm'pum (wom'pum), *n.* ಶಂಖಮಣಿ, ಇಂಡಿಯಾನರು ಇದನ್ನು ಅಲಂಕಾರಕ್ಕಾಗಿಯೂ ನಾಣ್ಯವಾಗಿಯೂ ಉಪಯೋಗಿಸುತ್ತಾರೆ.

Wạn, *a.* ಕಳೆಗುಂದಿದ, ಸಪ್ಪನ, ಪಾಂಡುವರ್ಣದ. Wạn'ly, *ad.* ಕಳೆಗುಂದಿ, ಸಪ್ಪಗೆ. Wạn'-ness, *n.* ಕಳೆಗುಂದಿರುವುದು, ಪಾಂಡುವರ್ಣ.

Wạnd, *n.* ಕೋಲು, ಶಲಾಕೆ, ಮುದ್ರೆಕೋಲು.

Wạn'dĕr, *v. i. r.* ಅಲೆ, ತಿರುಗಾಡು, ಸಂಚರಿಸು, ತಿರಿಯು; 2. ದಾರಿ ತಪ್ಪಿಹೋಗು; 3. ಬಡಬಡಿಸು, ಭ್ರಮಿಸು. Wạn'dĕr-ĕr, *n.* ಅಲೆಯುವವ, ತಿರುಗಾಡುವವ, ಸಂಚಾರಿ. Wạn'dĕr-ing, *a.* ಅಲೆಯುವ, ತಿರುಗುವ. *n.* ಅಲೆಯುವುದು, ಸಂಚಾರ. Wạn'dĕr-ing-ly, *ad.* ತಿರುಗಾಡುತ್ತಾ; 2. ಬಡಬಡಿಸುತ್ತಾ.

Wāne, *n.* ಕಲಾಕ್ಷಯ, ಕಾಂತಿಕ್ಷಯ, ಕಳೆಗುಂದು; 2. ಇಳಿತರ, ಕಡಿಮೆಯಾಗುವುದು. *v. i. r.* ಚಿಕ್ಕದಾಗು, ಕಡಿಮೆಯಾಗು, ಕುಂದು; 2. (w. as the moon) ಕಲಾಕ್ಷಯವಾಗು; a waning moon ನಷ್ಟಚಂದ್ರ. Wāned, *a.* ಕಳೆಗುಂದಿದ.

Wạnt, *n.* ಕೊರತೆ, ಕಡಿಮೆ; 2. ಬಡತನ; 3. ಬೇಕಾದ್ದು, ಅಗತ್ಯ. *v. i. r.* ಇಲ್ಲದಿರು, ಬೇಕಾಗಿರು, ಇಚ್ಛಿಸು; he wants knowledge ಅವನಿಗೆ ವಿದ್ಯೆಯಿಲ್ಲ; what do you w.? ನಿನಗೇನು ಕಡಿಮೆ? ನಿನಗೇನು ಬೇಕು? I w. nothing ನನಗೊಂದೂ ಬೇಕಿಲ್ಲ, —ಬೇಡ. *v. i.* ಕಡಿಮೆಯಾಗು, ತಪ್ಪು; 2. ಇಲ್ಲದಿರು; 3. ಋಷು. Wạnt'ing, *a.* ಇಲ್ಲ, ಕಡಿಮೆ; one boy is w. ಒಬ್ಬ ಹುಡುಗನಿಲ್ಲ, —ಹುಡುಗ ಬಂದಿಲ್ಲ; you are w. in exertion ನಿನ್ನ ಸಾಹಸ ಕಡಿಮೆ, ನೀನು ಕಷ್ಟ ಪಡುವುದಿಲ್ಲ.

Wạn'ton, *a.* ಸ್ವೈರವೃತ್ತಿಯ; 2. ಆಟಕ್ಕಾಗಿ ಮಾಡಿದ; 3. ಅಂಕೆಯಿಲ್ಲದ; 4. ಸೊಕ್ಕಿ ಬೆಳೆದ, ಬೆದೆಗೊಂಡ; 5. (lustful) ಕಾಮಾತುರದ, ವಿಷಯಲಂಪಟನಾದ; 6. ಬೇಜವಾಬದಾರ; 7. ವಿಲಾಸಪ್ರಿಯ. *n.* ಬೆದೆಗಡಕ, ಬೆದೆಗೊಂಡವ, ಬೆದೆಗಾತಿ, ವಿಷಯಲಂಪಟ, ಕಾಮುಕಿ; w. caresses ಕ್ರೀಡೆ, ಕಾಮಪ್ರದರ್ಶನ, ಆಲಿಂಗನ. *v. t. r.*

ಹಾರ್ಯಾಡು; 2 ಅಂಕೆಯಿಲ್ಲದಿರು, ಕಾತರಿಸು; 3. ಕಾಮವಿಲಾಸಪಡು. Wan'ton-ly, *ad.* ಆಟಕ್ಕಾಗಿ; 2. ಸೊಕ್ಕಿ, ಸೊಕ್ಕಿನಿಂದ, ಮದದಿಂದ; 3. ದುರ್ವಿನೋದದಿಂದ. Wan'ton-ness, *n.* ಪೋಕರಿತನ, ಕಾತರ, ಕ್ರೀಡೆ, "ಉಚ್ಛತನ".

Wap'en-tāke, *n.* ತುಕಡಿ, ಗ್ರಾಮಾಂಶ.

War, *n.* ಯುದ್ಧ, ಕಾಳಗ; civil w. ಒಳಗಣ ಯುದ್ಧ, ಸ್ವಜನಯುದ್ಧ, ಅಂತಃಕಲಹ, ಪಾಳ್ಯದೊಳಗಣ ಕಾದಾಟ; formidable w. ರಾಮರಾವಣಯುದ್ಧ. *v.i.r.* (warred, *pr.* ward) ಎದುರಾಡು, ಕಾದಾಡು; 2. ಯುದ್ಧ ಮಾಡು. War'-crȳ, *n.* ಸಮರಘೋಷಣೆ. War'fāre, *n.* ಯುದ್ಧ, ಕಾಳಗ, ಯುದ್ಧೋದ್ಯಮ. War'-horse, *n.* ತೇಜಿ, ಸಮರಾಶ್ವ. War'līke, *a.* ಯುದ್ಧದ, ಯುದ್ಧಕ್ಕೆ ತಕ್ಕ, ರಣಧೀರನಾದ. War'-ship, *n.* ಸಮರನಾವೆ. War'-song, *n.* ಸಮರಗಾನ.

War'ble, *n.* ಕಿಲಿಕಿಲಿ ಹಾಡುವುದು. *v. i. r.* ಕಿಲಿಕಿಲಿ ಹಾಡು, ಉಲಿಯು. War'blĕr, *n.* ಹಾಡುವ ಹಕ್ಕಿ. War'bling-ly, *ad.* ಕಿಲಿಕಿಲಿಯನ್ನುತ್ತಾ.

Ward, *n.* ಕಾವಲಿ; 2. ಪಾಲನೆಯಲ್ಲಿರುವವ; 3. "ಆಸ್ಪತ್ರಿಯ" ಕೋಣೆ; 4. ಪಟ್ಣದ ಭಾಗ, ಪೇಟೆ. *v. t. r.* ಕಾಯು, ಕಾಪಾಡು, ರಕ್ಷಿಸು; w. off ತಪ್ಪಿಸು, ತಡೆ, ನಿವಾರಿಸು. Ward'en, *n.* ಕಾಯುವವ, ಪಾಲಕ; church w. ದೇವಾಲಯದ ಕೆಲಸ ಮಾಡುವವ. Ward'ĕr, *n.* ಕಾವಲಿಯವ; 2. ಮುದ್ರೆಕೋಲು. Ward'-rōbe, *n.* ವಸ್ತ್ರವಿಟ್ಟುಕೊಳ್ಳುವ ಕೋಣೆ; 2. ಅರಿವೆಯಂಚಡಿ, ಉಡಿಗೆತೊಡಿಗೆ, "ದುಸ್ತು". Ward'ship, *n.* ಕಾವಲಿ; 2. ಪಾಲನೆ.

Wāre, *pt. of* Wear, *obsolete.*

Wāre, *n.* ಸರಕು, ಜಿನಸು, "ಮಾಲು", "ಸಾಮಾನು"; china w. ಪಿಂಗಾಣಿ ಪಾತ್ರೆ; earthen w. ಮಣ್ಣಿನ ಪಾತ್ರೆ; glass-w. ಗಾಜಿನ ಪಾತ್ರೆ; hardware ಲೋಹದ ಸಾಮಾನು. Wāre'-house, *n.* ಮಳಿಗೆ, ಭಂಡಸಾಲೆ, "ವಖಾರು". *v. t. r.* ಮಳಿಗೆಯಲ್ಲಿಟ್ಟು ಭದ್ರಮಾಡು.

Wāre, *v.i.* ಜಾಗರೂಕನಾಗಿರು.

War'lock, *n.* ಮಾಟಗಾರ, ಮಂತ್ರಗಾರ.

Warm, *a.* ಬೆಚ್ಚನ್ನ, ಬಿಸಿ; 2. ಉಷ್ಣ (climate); 3. ಕೋಪದ, ಸಿಟ್ಟಿನ (contest); 4. ಬಹಳ (love, attachment, *etc.*). *v. t. r.* ಬಿಸಿಮಾಡು, ಕಾಸು; w. one's self ಚಳಿ ಕಾಸಿಕೊಳ್ಳು. *v. i.* ಬಿಸಿಯಾಗು, ಬೆಚ್ಚಗಾಗು. Warm'-heärt-ed (-härt-), *a.* ಮಮತೆಯ, ಸ್ನೇಹದ; 2. ಮನಃಪೂರ್ವಕ. Warm'-iṅg, *a.* ಬೆಚ್ಚಗೆ ಮಾಡುವ. Warm'ly, *ad.* ಬಿಸಿಯಾಗಿ, ಬೆಚ್ಚಗೆ; 2. (earnestly) ಆತುರದಿಂದ, ಚುರುಕಿನಿಂದ, ಬಹಳವಾಗಿ. Warmth. *n.* ಕಾವು, ಬಿಸಿ, ಉಷ್ಣ, ಸೆಕೆ; 2. (fervour, ardour) ಆಸಕ್ತಿ, ಅತಿಶಯ; 3. (intensity) ಬಿಸೆ, ಕಡುಪು, ಉರಿ, ಆಸಕ್ತಿ; 4. (a glowing effect) ಥಳಥಳಿಸುವುದು.

Warn, *v. t. r.* ಎಚ್ಚರಿಸು, ಎಚ್ಚರಿಕೆಕೊಡು *c. d.*, ಬುದ್ಧಿ ಹೇಳು *c. d.*; 2. ಮುಂಪಾಗಿ ಸೂಚಿಸು, ಸೂಚನೆ ಕೊಡು *c. d.* Warn'iṅg, *n.* ಎಚ್ಚರಿಕೆ, ಮುಂತಿಳಿಸುವಿಕೆ, "ಇಶಾರತು".

Warp, *n.* ನೇಯಿಗೆಯ ನಿಡದು ಹಾಸು, ಉಂಕಿ.

Warp, *v. i. r.* (*pr.* warpt) ಕೊಂಕು (*as* wood); 2. ಬಲಿ, ಬಾಗು. *v. t.* ಸೊಟ್ಟು ಮಾಡು, ತಿರುಗಿಸು; *pass.* ಕೊಂಕು, ಸೊಟ್ಟಾಗು.

War'rant (wor'ant), *v. t. r.* ಭರವಸ ಕೊಡು. ಆಸ್ಪದ ಕೊಡು; 2. ದೃಢವಾಗಿ ಹೇಳು. *n.* ಆಧಾರ, ಪ್ರಮಾಣ; 2. ಆಜ್ಞಾಪತ್ರಿಕೆ, "ಹುಕುಮನಾಮೆ", "ಪರವಾನಗಿ"; death-w. ಪಾಶಿ "ಹುಕುಮ್". War'rant-a-ble, *a.* ನ್ಯಾಯವಾದ, ಯೋಗ್ಯ, "ವಾಜಬಿ". War'rant-a-bly, *ad.* ನ್ಯಾಯವಾಗಿ, ಯೋಗ್ಯವಾಗಿ. War'rant-y, *n.* ಹೊಣೆ, "ಜಾಮೀನು"; 2. ಭರವಸ.

War'ren, *n.* ಮೊಲ ಸಾಕುವ "ವಖಾರು".

War'ri-ŏr, *n.* ಬಂಟ, ವೀರ, ರಣಧೀರ, ಭಟ, ಕಾದಾಳು.

Wart, *n.* ನರಹುಲಿ, ನರೂಲಿ, ಪುರಿ. Wart'y, *a.* ಗಂಟುಗಂಟುಳ್ಳ, ಬೊಕ್ಕೆಬೊಕ್ಕೆಯುಳ್ಳ; 2. ತುಂಬ ನರೂಲಿಯುಳ್ಳ.

Wā'ry, *a.* ಎಚ್ಚರಿಕೆಯುಳ್ಳ, ಜಾಗ್ರತೆಯುಳ್ಳ, "ಹುಷಾರ". Wā'ri-ly, *ad.* ಎಚ್ಚರದಿಂದ, ಜಾಗ್ರತೆಯಿಂದ. Wā'ri-ness, *n.* ಎಚ್ಚರಿಕೆ. ಜಾಗ್ರತೆ.

Was, *pt. of* Be.

Wash, *n.* ತೊಳೆಯೋಣ, ತೊಳಕೊಳ್ಳೋಣ, ಒಗೆಯೋಣ; 2. ಒಗೆದ ಅರಿವೆ, —ವಸ್ತ್ರ; 3. ಕಾಲುಹೊಳೆ, ಹಳ್ಳ, ಜವಳು ನೆಲ; 4. ಬಂಡು. ರೇವೆ; 5. ಮುಸುರೆ ನೀರು; 6. ಔಷಧದ ನೀರು. ಮೋರೆಗೆ ಅಲಂಕಾರಕ್ಕಾಗಿ ಹಚ್ಚಿಕೊಳ್ಳುವ ಅಂಗರಾಗ, — ಹಚ್ಚಿಕೊಳ್ಳುವ ಲೇಪ, ಲೆಪ; 7. ಬಣ್ಣ, "ರಂಗು"; 8. "ಮುಲಾಮು". *v. t. r.* (*pr.* washt) ತೊಳೆ, ತೊಳಕೊಳ್ಳು (one's own body); 2. ಒಗೆ (clothes); 3. ಮುಸುರೆ ತಿಕ್ಕು (kitchen vessels); 4. ನೆನಸು.

ತೋಯಿಸು; 5. (waste by the action of water) ಕೆಡಿಸು, ಕೆತ್ತು, ಕೊರೆ; 6. (remove) ಬಿಡಕೊಂಡು ಹೋಗು, ತೇಲಿಸಿಕೊಂಡು—; 7. ಬಣ್ಣ ಕೊಡು, —ಹಚ್ಚು; 8. "ಮುಲಾಮು" ಮಾಡು. *v. i.* ಮೈ ತೊಳಕೊಳ್ಳು; 2. ಅರಿವೆ ಒಗೆ, ವಸ್ತ್ರ ಒಗೆ; 3. ಹಾಮು ಸುರೆ ತಿಕ್ಕು. Wash'ĕr, *n.* ತೊಳೆಯುವವನು, ಒಗೆಯುವವ, ತೊಳೆಯುವಂಥಾದ್ದು; 2. ಅಣಿಸು, ಪಿರಿಕಿ. Wash'ĕr-man, *n.* ಅಗಸ, ಮಡಿವಾಳ, "ಧೋಬಿ". Wash'ĕr-wŏm-an, *n.* ಅಗಸಗಿತ್ತಿ, ಮಡಿವಳ್ತಿ. Wash'pot. *n.* ತೊಳೆಯುವ ಪಾತ್ರೆ. Wash'stand, *n.* ಕೈತೊಳಕೊಳ್ಳುವ ಪಾತ್ರೆಯ ಅಡ್ಡಣಿಗೆ. Wash'y, *a.* ನೀರಿನ, ಒದ್ದೆ; 2. ಅಳ್ಳಕ, ನೀರಿನ ಹಾಗಿರುವ.

Wasp, *n.* ಕಣಜದ ಹುಳ, ಕಡಜರಿಗೆ—, ಕಣಜರಿಗೆ—, ಗಂಧೋಲಿ. Wasp'ish, *a.* ಕಣಜದ ಹುಳದಂಥ; 2. ಸಿಟ್ಟಿನ, ಉರಿಮೋರೆಯ. Wasp'-ish-ly, *ad.* ಸಿಡುಕಾಗಿ, ಉರಿಮೋರೆಯಾಗಿ.

Wąs'sāil (*or* wos'sāl), *n.* ಉತ್ಸವಕಾಲದ ಮದ್ಯಪಾನ. *v. i. r.* ಮದ್ಯಪಾನ ಮಾಡು. Wąs'sāil-ĕr (*or* wos'sāl-), *n.* ಕುಡಿಕ.

Wāste, *n.* ಹಾಳು, "ಖರ್ಚು", ಕ್ಷಯ; 2. (w. land) ಬೀಳು, ಬೀಡು, "ಬಿಕಾರಿ", ಹಾಳು ಭೂಮಿ, "ಬಂಜರು"—. *v. t. r.* ಹಾಳುಮಾಡು, ಸುಮ್ಮನೆ ಕಳೆ (time). *v. i.* ಸವೆ, "ಖರ್ಚಾಗು", ಬಡವಾಗು. *a.* ಹಾಳಾದ, "ಬಂಜರಾದ" (land); 2. ಕೆಲಸಕ್ಕೆ ಬಾರದ (paper, *etc.*). Wās'tāge, *n.* ಸವಕಳ, ಕಸರು, ನಷ್ಟ, "ತೇಮಾನ". Wāste'-bo͝ok. *n.* ಟಿಪ್ಪಣಿ ಪುಸ್ತಕ, "ಖರಡೆ". Wāste'fụl, *a.* ಹಾಳು ಮಾಡುವ, "ಖರಡು" ಮಾಡುವ, ನಾಶನಕರವಾದ, "ದುಂದು". Wāste'fụl-ly, *ad.* "ದುಂದಾಗಿ". Wāste'fụl-ness, *n.* "ದುಂದುಗಾರಿಕೆ". Wās'tẽr, *n.* "ದುಂದುಗಾರ". Wāst'ing, *a.* ಹಾಳು ಮಾಡುವ, ಕ್ಷಯಕರ (disease). Wās'trel, *n.* ಉಡಾಳ, ಪೋಲಾಧಾಯಿ; 2. ನಿರುಪಯುಕ್ತವೆಂದು ಬಿಟ್ಟ ವಸ್ತು.

Wątch (woch), *n.* (vigil) ಎಚ್ಚರಿಕೆಯಾಗಿರೋಣ, ಜಾಗರ; 2. (guard, vigilance) ಕಾವಲಿ, "ಪಹರೆ"; 3. (watchman) ಕಾವಲಿಯವ, ಕಾವಲುಗಾರ, "ಪಹರೆಯವ"; 4. (time of watching) ಜಾವು ಕಾಯುವ ವೇಳೆ, ಜಾವು; 5. (pocket timepiece) ಘಡಿಯಾರ; be on the w. ಕಾದುಕೊಳ್ಳು, ದಾರಿನೋಡು *e. g.* *v. i. r.* ಎಚ್ಚರವಾಗಿರು; 2. ಕಾವಲಿರು, ಕಾಪಾಡು, 3. ನಿರೀಕ್ಷಿಸಿಕೊಂಡಿರು. *v. t.* ಕಾಪಾಡು, ಕಾಯು. Wątch'-dog, *n.* (*fig.*) ಕಾವಲು ನಾಯಿ, ಪಹರೆಯವ. Wątch'ẽr, *n.* ಕಾವಲುಗಾರ. Wątch'fụl, *a.* ಜಾಗ್ರತೆಯಾಗಿರುವ, ಎಚ್ಚರಿಕೆಯುಳ್ಳ. Wątch'fụl-ly, *ad.* ಎಚ್ಚರಿಕೆಯಾಗಿ. Wątch'fụl-ness, *n.* ಎಚ್ಚರಿಕೆ, ಜಾಗರ. Wątch'house, *n.* ಕಾವಲುಗಾರರ "ಚೌಕಿ", "ಪಹರೇ" ಕೋಣೆ; 2. ಕಾವಲಿಮನೆ. Wątch'ing, *n.* ನಿದ್ರೆ ಬಾರದಿರುವುದು. Wątch-glass, *n.* ಘಡಿಯಾರದ ಹೊರಮುಖದ ಗಾಜಿನ ಬಿಲ್ಲೆ. Wątch'-mā-kẽr, *n.* ಘಡಿಯಾರ ಮಾಡುವವ. Wątch'man, *n.* ಕಾವಲಿಗಾರ, "ಗಸ್ತಿಯವ". Wątch'tow-er (-tow'r), *n.* ಕೋವರ. Wątch'wŏrd, *n.* ಗುರುತು, ಗಂಟು ಮಾತು, ಸಾಂಕೇತಿಕ ಚಿಹ್ನೆ.

Wątch'et, *a.* ನೀಲವರ್ಣದ.

Wą'tẽr, *n.* ನೀರು, ಜಲ, ಉದಕ, ಅಗ್ಗಿಜ, ಅಪ; 2. ಕೆರೆ, ಹೊಳೆ; 3. ಉಚ್ಚೆ, ಮೂತ್ರ, ಮೈನೀರು; make w. ಉಚ್ಚೆಹೊಯ್ಯು, ಕಾಲುಮಡಿಗೆ ಕೊಡ್ರು, ನೀರುಮುಟ್ಟು; 4. (lustre of a diamond) ಛಾಯೆ, ಪ್ರಭೆ, ರತಿ; a diamond of the first w. ಝಗಝಗಿಸುವ ವಜ್ರ; high w. ಭರತ; low w. ಇಳಿತ; soft w. ಶುದ್ಧೋದಕ; hard w. ಚವುಳು ನೀರು; strong w., distilled w. ದ್ರಾವಕ; still waters run deep "ಪ್ಯಾಳದಂಗದ ನಯ"; ಹೊರಶಾಂತತೆಯಿದ್ದರೂ ಒಳಗೆ ಕಠಿಣ ಆಲೋಚನೆಗಳು ಇರಬಹುದು; get into hot waters, in deep waters ಕಷ್ಟಕ್ಕೊಳಗಾಗು; be cast one's bread upon the waters ನಿಷ್ಕಾಮ ಕರ್ಮ ಮಾಡು; keep one's head above w. ನಷ್ಟವಾಗದಂತೆ ನೋಡಿಕೊಳ್ಳು; fish out of w. ಸಹಾಯಶೂನ್ಯನಾಗು; w. of life ಆಧ್ಯಾತ್ಮಿಕ ಜ್ಞಾನ; of the first w. ಅತ್ಯುಚ್ಚ ತರದ. *v. t. r.* (to wet) ತೋಯಿಸು; 2. (turn w. on land) ನೀರು ಕಟ್ಟು; 3. ನೀರು ತೋರಿಸು, ನೀರು ಕುಡಿಸು (to cattle). ನೀರು ಬೆರಸು. *v. i.* ನೀರು ಸುರಿ; 2. ನೀರು ತುಂಬು. Wą'tẽr-āge, *n.* ಹಡಗದ ಬಾಡಿಗೆ. Wą'tẽr-bag, *n.* ನೀರುಗಲ್ಲಿ, ನೀರಿನ ಚೀಲ. Wą'tẽr-borne, *a.* ನೀರಿನ ಮೇಲೆ ಸಾಗಿಸಲ್ಪಡುವ. Wą'tẽr-brash, *n.*, *see* Pyrosis, ಅಜೀರ್ಣಶ. Wą'tẽr-butt, *n.* ದೊಡ್ಡ "ಪೀಪಾಯಿ". Wą'tẽr-clos-et, *n.* "ಪಾಯಖಾನೆ". Wą'tẽr-cock, *n.* ನೀರಿಳಿಸುವ "ಜೂಲಿ". Wą'tẽr-col-ŏur, *n.* ನೀರಲ್ಲಿ ಅರೆದ ಬಣ್ಣ. Wą'tẽr-cōurse (-kōrs), *n.* ಸರವು, ಜಲ

ಮಾರ್ಗ, ನೀರಿನ ಕಾಲಿವೆ, ನೀರುದಾರಿ, ತೂರೆ. Wa'tĕr-craft, *n.* ಹಡಗ ದೋಣಿ ಮುಂತಾದ ಜಲಯಾನ, ನಗ. Wa'tĕr-crāne, *n.* ಮೇಲಿನಿಂದ ನೀರು ತರುವ ಕಾರಂಜ. Wa'tĕr-cress, *n.* ಒಂದು ಜಾತಿ ಹರಿವೆಸೊಪ್ಪು, ಅಂತರಗಂಗೆ. Wa'tĕr-fall, *n.* ಜಲಪ್ರಪಾತ, ದಬದಬೆ, ಜೋಗು, ತಡಸಲು. Wa'tĕr-fowl, *n.* ನೀರುಕೋಳಿ, ಪ್ಲವ, ಮುಂಡುಮುಳುಕ. Wa'tĕr-gru-el, *n.* ಅಂಬಲಿ. Wa'tĕr-i-ness, *n.* ನೀರುಮಯವಾಗಿರುವಿಕೆ. Wa'tĕr-iṅg, *n.* ನೀರು ಚೆಲ್ಲುವುದು. Wa'tĕr-iṅg-can, *n.* ಜರಿಜರಿ, ಜರಿಜರಿ. Wa'tĕr-iṅg-place, *n.* ಪ್ರಾಣಿಗಳು ನೀರು ಕುಡಿಯಲಿಕ್ಕೆ ಬರುವ ಸ್ಥಳ; 2. ವಿಲಾಯತಿಯಲ್ಲಿ ಆರೋಗ್ಯಕ್ಕಾಗಿ ಹೋಗಿ ನಿಲ್ಲುವ ನೀರಿನಸ್ಥಳ. Wa'tĕr-lev-el, *n.* ನೀರಿನ ಮಟ್ಟ, ಜಲಮಟ್ಟ. Wa'tĕr-lift, *n.* "ಕಪಲಿ", "ಬಾರಿ", ಯಾತ. Wa'tĕr-man, *n.* ನೀರಿನವ, ಅಂಬಿಗ, "ಪಾನಿವಾಲ". Wa'tĕr-märk, *n.* ಕಾಗದ ಮಾಡುವಾಗಲೇ ಛಾಕಿದ ಮುದ್ರೆ; 2. "ಭರ್ತಿ" ನೀರಿನ ಗುರುತು. Wa'tĕr-mill, *n.* ನೀರಿನ ಸೆಳವಿನಿಂದ ತಿರುಗುವ ಯಂತ್ರ. Wa'tĕr-pot, *n.* ತಂಬಿಗೆ, ಬಿಂದಿಗೆ, ಕೊಡ. Wa'tĕr-proof, *a.* ನೀರು ಸೇರದ, —ಹೀರಿಕೊಳ್ಳದ, ದಪ್ಪ. *n.* ನೀರುಗಪ್ಪಟೆ. Wa'tĕr-shed, *n.* ಎರಡು ನದಿಗಳ ಸೀಮಾಂತ, ನದೀಮಾತೃಕಾಂತ, ನೀರನೆತ್ತಿ, ನೆತ್ತಿಕಟ್ಟು, ಜಲ ಶಿರಸ್ಸು. Wa'tĕr-spout, *n.* ನೀರಿನ ತಿರುಗಣಿ ಕಂಬ, ಜಲವ್ರಜ, ಜಲಸ್ತಂಭ. Wa'tĕr-tax, *n.* ನೀರುಕಂದಾಯ, —ಸುಂಕ. Wa'tĕr-tīght (-tīt), *a.* ನೀರು ಹಿಡಿಯುವಂಥ, ಸೋರದ; 2. ನೀರನ್ನು ಸೇರಗೊಡದ. Wa'tĕr-wāy, *n.* ಹಡಗು ಚಲಾವಣೆಯ ಕಾಲುವೆ. Wa'tĕr-wheel (-hwēl), *n.* ನೀರಿನ ಸೆಳವಿನಿಂದ ತಿರುಗುವ ರಾಟೆ, ಹೊಗೆ ಹಡಗಿನ ಚಕ್ರ. Wa'tĕr-wörks, *n.* ಜಲಯಂತ್ರ. Wa'tĕr-y, *a.* ನೀರಿನ; 2. ನೀರಿನಂಥ, ಅಳ್ಳಕ; 3. ನೀರು ತುಂಬಿದ, ಜಲಮಯ; 4. ಸಪ್ಪೆ, ಸಪ್ಪಗೆ, ನೀರಿನ ಹಾಗೆ.

Wa'tĕr-lil-y, *n.* ನೈದಿಲೆ, ತಾವರೆ; white w. *(Nymphæa lotus, L., var. pubescens)* ಬಿಳಿದಾವರೆ, ಬಿಳಿ ನೈದಿಲೆ; red w. *(Nymph. lotus, L., var. rubra.)* ಕೆಂದಾವರೆ, ಕೆನ್ನೈದಿಲೆ.

Wa'tĕr-mel-on, *n.* *(Cucurbita citrullus, L.)* ಕಲ್ಲಂಗಡಿ ಹಣ್ಣು, "ಕರಬೂಜು".

Wa'tĕr-sōl-dier (-sōl-jĕr), *n.* *(Pistia stratiotes, L.)* ಅಂತರಗಂಗೆ ಗಿಡ.

Wat'tle (wŏt'l), *v. t. r.* ಬಳ್ಳಿಗಳಿಂದ ಕಟ್ಟು, ಹಮ್ಮು, ತಟ್ಟಿಕಟ್ಟು, ಬಲುಸ ಹೆಣೆ, ಬರಿಗೆ—. *n.* ಕೊಂಬೆ, ಶಲಾಕೆ; 2. ತಟ್ಟಿ, ತಡಿಕೆ. Wat'-tled, *pp. a.* ಹೆಣೆದ, ತಡಿಕೆ ಕಟ್ಟಿದ.

Waul, *v. i.* ಬೆಕ್ಕಿನಂತೆ ಕೂಗು.

Wāve, *n.* ತೆರೆ, ಅಲೆ; 2. *(phys.)* ತರಂಗ, ಕಂಪನೆ; 3. ನೀರು; 4. ಬೀಸೋಣ, ಕೈಸನ್ನೆ, ಮನೋವಿಕಾರದ ಉದ್ರೇಕ. *v. t. r.* ಬೀಸು, ಝಳಪಿಸು; 2. ಆರತಿ ಮಾಡು; 3. ಕೈಸನ್ನೆ ಮಾಡು. *v. i.* ಜೋಲು, ಜೋಲಾಡು; a waving branch ಜೋಲುಗೊಂಬೆ, ಜೋಲಾಡುವ ಕೊಂಬೆ; a waving beard ಜೋಲುಬಿದ್ದ ಗಡ್ಡ; w. offering ಮಂಗಳಾರತಿ. *see also* Waive. Wāve'less, *a.* ಅಲೆ ಇಲ್ಲದ. Wāve'let, *n.* ಚಿಕ್ಕ ಅಲೆ. Wā'vĕr, *v. i. r.* ಅಲ್ಲಾಡು, ಹೊಯಿದಾಡು; 2. ಚಂಚಲವಾಗು. Wā'vĕr-ĕr, *n.* ಅನುಮಾನದವ. Wā'vĕr-iṅg, *a.* ಅಲ್ಲಾಡುವ, ಅನುಮಾನದ. Wā'viṅg, *a.* ಅಲ್ಲಾಡುವ. *n.* ಅಲ್ಲಾಡುವುದು. Wā'vy, *a.* ತೆರೆತೆರೆಯುಳ್ಳ, ಅಲೆಗಳುಳ್ಳ, ಹೊಯಿದಾಡುವ.

Wax, *n.* ಮೇಣ; w. of the ear, *see* Ear-wax ಕುಗ್ಗೆ. *v. t. r. (pr.* wakst) ಮೇಣ ಹಚ್ಚು. Wax'-can-dle, *n.* ಮೇಣದ ಬತ್ತಿ. Wax'-cloth, *n.* ಮೇಣದ ವಸ್ತ್ರ, ಮೇಣಗಮಟು. Waxed, *pp. a.* ಮೇಣ ಹಚ್ಚಿದ. Wax'en (waks'n), *a.* ಮೇಣದ; 2. ಮೇಣದಂಥ, ಮೆತ್ತನ. Wax'flow-ĕr, *n.* ಮೇಣದಿಂದ ಮಾಡಿದ ಹೂವು. Wax'y, *a.* ಮೇಣದಂಥ, ಮೆತ್ತಗಾದ.

Wax, *v.i.r. (pr.* wakst) ಹೆಚ್ಚಾಗು; 2. ಆಗು; waxing moon ವೃದ್ಧಿಚಂದ್ರ. Waxed, *pp. a.* ಬೆಳೆದ, ವೃದ್ಧಿಯಾದ.

Wāy (wā), *n.* (moving, passage, journey) ನಡೆಯೋಣ, ಪ್ರಯಾಣ; lead the w. ದಾರಿ ನಡಿಸು, ಕರಕೊಂಡು ಹೋಗು; 2. (path, road) ದಾರಿ, ಹಾದಿ, ಮಾರ್ಗ; 3. (distance) ದೂರ; a great w. off, a long w. ಬಹು ದೂರ; 4. (course, direction) ಕಡೆ; which w. ಯಾವ ಕಡೆ? each w. ಹೋಗೋಣ ಬರೋಣ; 5. (means) ಉಪಾಯ; 6. (manner) ಬಗೆ, ರೀತಿ, ಪ್ರಕಾರ; every w. ಹ್ಯಾಗಾದರೂ; no ways ಹಾಗೂ ಇಲ್ಲ; 7. (conduct) ಮಾರ್ಗ, ಚಾಳಿ, ನಡತೆ; 8. (determined course) ಮನಸ್ಸು, ಹಟ; let him have his w. ಅವನ ಮನಸ್ಸಿನಂತಾಗಲಿ; — a good w.

ಬಹಳ ದಿವಸ, *as*, this will go a good w. ಇದು ಬಹಳ ದಿವಸಕ್ಕೆ ಬರುವುದು; by the w. ಹಾದಿಯಲ್ಲಿ, ದಾರಿಯಲ್ಲಿ; ಅಡ್ಡಮಾತು, ಅಡ್ಡ ಕಥೆ; by w. of ...ಆಗಿ, ...ಎಂತ, ಅರ್ಥವಾಗಿ; by w. of charity ಧರ್ಮಕ್ಕಾಗಿ, ಧರ್ಮಕ್ಕೆಂತ, ಧರ್ಮಾರ್ಥವಾಗಿ; half w. ಅರ್ಧದಾರಿ, ನಡುವೆ; in the family w. ಬಸುರಾಗಿ, ಗರ್ಭಿಣಿಯಾಗಿ; in the w. ದಾರಿಯಲ್ಲಿ; 2. ಅಡ್ಡಿ, ಅಭ್ಯಂತರ; he is in my w. ಅವನು ನನಗೆ ಅಡ್ಡಿ, —ನನಗೆ ಅಭ್ಯಂತರ; lose the w. ದಾರಿ ತಪ್ಪು; out of the w. ಅತ್ತತ್ತ, ದಾರಿ ತಪ್ಪಿ, ದೂರ; ಅಪರೂಪದ, ವಿಲಕ್ಷಣವಾದ, ಅಗದ್ದು; an out-of-the-w. place ಸಂದಿಮೂಲೆಯಲ್ಲಿರುವ ಊರು; that is quite out of my w. ಅದು ನನ್ನಿಂದಾಗದು; put that out of the w. ಅದನ್ನು ತೆಗೆದಿಡು; get out of the w. ದಾರಿ ಬಿಡು, ಹೋಗು ಮಾಡು; be under w., have w. *(naut.)* ನಡೆಯುತ್ತಿರು; gather w. ಮುಂದೆ ಮುಂದೆ ನಡೆ; lose w. ಹಿಂದುಳಿ; give w. ದಾರಿ ಬಿಡು, ಇಂಬು ಕೊಡು, ಹಿಂಜರಿ, ಒಪ್ಪಿಕೊಳ್ಳು, ಕುಸಿ, ಕುಸಿಬೀಳು, ಒಡೆ, ಮುರಿ; go the w. of all the earth ಸಾಯು, ತೀರಿಕೊಳ್ಳು; make one's w. ಸಾಗು, ಕೊನೆ ಸಾಗು, ಸಾಗಿಸಿಕೊಂಡು ಹೋಗು; over the w. ಆಚೇ ಕಡೆ; he lives over the w. ಅವನ ಮನೆ ಆಚೇ ಕಡೆ ಇರುತ್ತದೆ; that w., *as*, he has a great gift that w. ಆ ಕೆಲಸದಲ್ಲಿ (ಅದರಲ್ಲಿ) ಅವನು ಬಹಳ ಜಾಣ; milky-w. ಆಕಾಶಗಂಗೆ; pave the w. for ದಾರಿ ಮಾಡಿಕೊಡು, ಮನಸ್ಸನ್ನು ತಿದ್ದಿಕೊಡು; ಸಿದ್ಧಗೊಳಿಸು; furthest w. about is the nearest w. home ಅಡ್ಡದಾರಿಗಿಂತಲೂ ನ್ಯಾಯವಾದ ಮಾರ್ಗವೆ ನಿಶ್ಚಿತ ಫಲ ಕೊಡುತ್ತದೆ; go one's w. ತನ್ನ ದಾರಿ ಹಿಡಿದು ಹೋಗು; lead the w. ದಾರಿಗಾಣಿಸು; put oneself out of the w. ಇತರರಿಗೆ ಸಹಾಯ ಮಾಡುವುದಕ್ಕಾಗಿ ತಾನು ಕಷ್ಟಪಡು; parting of the ways ಏನು ಮಾಡಬೇಕೆಂದು ಖಂಡಿತ ನಿರ್ಧಾರ ಮಾಡುವ ಕಾಲ; nothing out of the w. ಅಸಾಧಾರಣವಾದದ್ದು ಏನೂ ಅಲ್ಲ; ways and means ಹಣ ಒದಗಿಸುವ ಉಪಾಯ; have one's own w. ತನ್ನಿಚ್ಛೆಯಿದ್ದಂತಾಗು; be in the w. ಅಡ್ಡಬರು; put person out of the w. ನಿರ್ಬಂಧಿಸು, ಅಥವಾ ಕೊಂದುಬಿಡು; clear the w. ಅಡಚಣೆಗಳನ್ನು ಪರಿಹಾರ ಮಾಡು; the w. of the world ಸರ್ವಮಾನ್ಯವಾಗಿದ್ದ ನಡವಳಿಕೆ; ship is under w. ಹಡಗು ನೀರಿನಲ್ಲಿ ಮುಂದೆ ಹೋಗುತ್ತಿದೆ; **Wāy'-bill**, *n.* ಪ್ರಯಾಣಸ್ಥರ ಪಟ್ಟಿ, ಕಟ್ಟುಗಳ—. **Wāy'fā-rĕr**, *n.* ಪ್ರಯಾಣಿಕ, ಹಾದಿಗಾರ, ಮಾರ್ಗಸ್ಥ, ಹಾದಿಹೋಕ. **Wāy'fā-ring**, *a.* ಪ್ರಯಾಣದ, ಮಾರ್ಗ ನಡೆಯುವ. **Wāy'lāy** (wā'lā), *v. t. r.* (-lāid) ಹಾದಿ ಕಟ್ಟು, ಸುಲಿಯುವುದಕ್ಕೆ ದಾರಿಯಲ್ಲಿ ಹೊಂಚಿರು. **Wāy'-märk**, *n.* ದಾರಿ ತೋರಿಸುವ ಗುರುತು. **Wāy'-ward** (wā'wĕrd), *a.* ಮೊಂಡ, ಚಂಡಿ, ಹಟಮಾರಿಯಾದ. **Wāy'ward-ly**, *ad.* ಮೊಂಡವಾಗಿ, ಚಂಡಿಯಾಗಿ. **Wāy'ward-ness** (wā'-wĕrd-nes), *n.* ಹಟ, ಮೊಂಡತನ, ಚಂಡಿ. **Wāy'worn**, *a.* ದಾರಿ ನಡೆದು ಆಯಾಸ ಪಟ್ಟ.

Wē, *pron. pl.* ನಾವು.

Wēak (wēk), *a.* ಬಲಹೀನ, ಬಲವಿಲ್ಲದ, ನಿತ್ರಾಣ, ದುರ್ಬಲ; 2. ಅದರು, (*as*, timber a structure, *etc.*); 3. (not stiff) ಮೆತ್ತಗೆ, ಮೆತ್ತನ; 4. (easily overcome, *as*, a fort) ಗಟ್ಟಿಯಲ್ಲದ, "ಬಂದೋಬಸ್ತಲ್ಲದ"; 5. (feeble, *as*, the voice) ಸಣ್ಣ; 6. ಅಳ್ಳಕ, ನೀರಿನಂತಿರುವ (*as*, tea, medicine, *etc.*); 7. ಎಳೇ, ಕರಿ (*as*, colour); 8. (feeble in discernment) ಬುದ್ಧಿಹೀನ, ಕಡಿಮೆ ಬುದ್ಧಿಯ; 9. (feeble in purpose, will) ದೃಢವಲ್ಲದ, ದೃಢಸಂಕಲ್ಪವಿಲ್ಲದ; 10. ನಿಸ್ಸಾರ (*as*, a speech, argument); 11. (w. in knowledge) ತಿಳುವಳಿಕೆ ಕಡಿಮೆ, ವಿದ್ಯ—; he is w. in English ಇಂಗ್ಲಿಷ ಭಾಷೆಯ ತಿಳುವಳಿಕೆ ಅವನಿಗೆ ಇಲ್ಲ. *v. i.* ಬಲಹೀನವಾಗು. **Wēak'en** (wēk'n), *v. t. r.* ಬಲಹೀನ ಮಾಡು, ಅದರು—, ಅಳ್ಳಕ—, *etc.*; *see* Weak. **Wēak'-knēed**, *a.* ಮೊಣಕಾಲು ಗಟ್ಟಿ ಇಲ್ಲದ, ಚಂಚಲ. **Wēak'ling**, *n.* ನಿತ್ರಾಣಿ. **Wēak'ly**, *a.* ಬಲಹೀನ, ನಿತ್ರಾಣವಾದ. **Wēak'mīnd-ed**, *a.* ಬುದ್ಧಿಹೀನ. **Wēak'ness**, *n.* ಬಲಹೀನತ್ವ, ಕೊರತೆ, ಅಬಲತ್ವ. **Wēak'-sīght-ed**, *a.* ಮಬ್ಬುಗಣ್ಣಿನ.

Wēal (wēl), *n.* ಸುಖ, ಕ್ಷೇಮ.

Wealth (wĕlth), *n.* ಐಶ್ವರ್ಯ, ಸಂಪತ್ತು, ಭಾಗ್ಯ; immense w. ಗಜಾಂತೈಶ್ವರ್ಯ; a man of w. ದ್ರವ್ಯಸ್ಥ, "ರೊಕ್ಕವಾಳ"; every kind of w. ಅಂಗಾಂಗವೈಭವ. **Wealth'y** (welth'i), *a.* ಐಶ್ವರ್ಯವುಳ್ಳ, ಧನವಂತ, ಸಂಪನ್ನ.

Wēan (wēn), *v. t. r.* ಮೊಲೆ ಬಿಡಿಸು *e. d.*;

2. ಮನಸ್ಸು ತಿರುಗಿಸು, ಚಾಳಿ ತಪ್ಪಿಸು *e. g.* Wēan'liṅg, *n.* ಮೊಲೆ ಬಿಡಿಸಿದ ಕೂಸು.

Weap'on (wep'on), *n.* ಆಯುಧ, ಅಸ್ತ್ರ, ಶಸ್ತ್ರ. Weap'oned, *pp. a.* ಆಯುಧವುಳ್ಳ.

Weār (wār), *v. t. ir.* (wōre, wōre) ಹೊದ್ದುಕೊಂಡಿರು, ತೊಟ್ಟು—, ಧರಿಸು (a coat, *etc.*); 2. ...ಲ್ಲಿರು, ...ಮೇಲಿರು, *as*, she wears a smile on her face ಆಕೆಯ ಮೋರೆಯಲ್ಲಿ ಮುಗುಳುನಗೆ ಇರುತ್ತದೆ, —ಮುಖದಲ್ಲಿ ಮುಗುಳುನಗೆ ಕಾಣುತ್ತದೆ; 2. (use up by wearing) ಜೀರ್ಣ ಮಾಡು, ಶಿಥಿಲ—; *pass.* ಜೀರ್ಣವಾಗು; 3. (waste by friction) ಸವಿಸು, ಕೊಚ್ಚಿಕೊಂಡು ಹೋಗು, ತಿನ್ನು; *pass.* ಸವೆದುಹೋಗು; 4. (to cause by wasting) ಕೊರೆದುಕೊಂಡು ಹೋಗು; w. away, w. off ಸವಿಸು; *pass.* ಸವೆದುಹೋಗು, ಕೊಚ್ಚಿಕೊಂಡು ಹೋಗು; (*act. & pass.*) w. out ಸವಿಸು, ಬೇಸರಗೊಳಿಸು (*pass.* ಬೇಸರಾಗು), ದಣಿಸು (*pass.* ದಣಿದುಹೋಗು, ದಣಕೊಳ್ಳು, ಸೋತುಹೋಗು). *v. i.* ಬಾಳು; 2. ಸವೆ, ಸವೆದುಹೋಗು, ಕ್ಷೀಣವಾಗು; 3. ಕಳೆ, ಕಳೆದುಹೋಗು (*as*, time); w. off ಸವೆದುಹೋಗು, ಕಳೆದು—; w. weary ಬೇಸರಾಗು. *n.* ಸವೆಯುವುದು, ಸವಕಳಿ; 2. ಉಡಿಗೆ ತೊಡಿಗೆ; a garment in w. ಉಟ್ಟಬಟ್ಟೆ; w. and tear ಸವಕಳಿ. Weār'ĕr, *n.* ಧರಿಸಿಕೊಂಡವ, ಹೊದ್ದು—, ತೊಟ್ಟು—.

Wēar (wēr), *n.* (of a tank) ಕೋಡಿ, ಉಬ್ಬುಕೋಡಿ, ಅಡ್ಡಕಟ್ಟು, ಆಣೆ—; 2. ಮೀನು ಹಿಡಿಯುವ ಕೂಸಿ.

Wēar'y (wēr'i), *a.* ದಣಕೊಂಡ, ಆಯಾಸಪಟ್ಟ, ಬಳಲಿದ, ಬೇಸರಾದ; I am very w. ನಾನು ಬಹಳ ದಣಕೊಂಡೆ, ನನಗೆ ಬಹಳ ಆಯಾಸವಾಗಿದೆ; I am w. of it ಇದರಿಂದ ನನಗೆ ಬೇಸರಾಯಿತು, —ನನಗೆ ಬೇಸರಿಕೆ ಆಯಿತು; 2. ಬೇಸರದ, ಆಯಾಸದ. *v. t. r.* (wēar'ied) ದಣಿಸು, ಆಯಾಸ ಪಡಿಸು, ಬೇಸರ—; *pass. & v. i.* ದಣೆ, ಬೇಸರಗೊಳ್ಳು; to be wearied in application ತಲೆ ಬಡಕೊಳ್ಳು. Wēar'i-ness (wēr'i-ness), *n.* ಬೇಸರ, ದಣುವು, ಆಯಾಸ, ಬಳಲಿಕೆ. Wēar'i-sōme, *a.* ಬೇಸರದ, ಆಯಾಸದ, ಶ್ರಮ ಕೊಡುವ, ಕಷ್ಟದ.

Wēa'ṣand (wē'zand), *n.* ಗಂಟ್ಲು, ಕಂಠನಾಳ.

Wēa'ṣel (wē'zl), *n.* ಒಂದು ಜಾತಿಯ ಮುಂಗುಲಿ, —ಜಾತಿಯ ಮುಂಗುಸಿ; catch a w. asleep ನೋಡನೋಡುತ್ತಾ ಕದ್ದುಕೋ.

Weath'ĕr (weth'ĕr), *n.* ಗಾಳಿ, ವಾಯುಗುಣ, ಕಾಲ; fine w. ನಿರ್ಮಲ ಆಕಾಶ; the wet w. ವರ್ಷಋತು; the w. is fine ಗಾಳಿಯಿಲ್ಲ ಮಳೆಯಿಲ್ಲ ಆಕಾಶ ನಿರ್ಮಲವಾಗಿದೆ. *v. t. r.* ಗಾಳಿಗಿಡು; 2. ತಾಳು, ನಿಭಾಯಿಸು, ಪಾರಾಗು. Weath'ĕr-bēat-en (-bēt'n), *a.* ಗಾಳಿ ಮಳೆ ಬಡಿದ. Weath'ĕr-bound, *a.* ಕೆಟ್ಟ ಗಾಳಿಯಿಂದ ಅಟಂಕಪಟ್ಟ. Weath'ĕr-cock, *n.* ಗಾಳಿಯ ಗತಿ ತೋರಿಸುವ "ನಿಶಾನಿ"; 2. ಚಂಚಲನು, ಚಪಲನು. Weath'ĕr-glass, *n.* ವಾಯುಮಾಪಕ. Weath'ĕr-prōof, *a.* ಗಾಳಿಮಳೆಯ ಭಯವಿಲ್ಲದ. Weath'ĕr-wīṣe, *a.* ಕಾಲಸ್ಥಿತಿಯನ್ನು ಮುಂದಾಗಿ ತಿಳಿದು ಹೇಳುವ, ಕಾಲಜ್ಞಾನಿಯಾದ.

Wēave (wēv), *v. t. & i. ir.* (wōve, wō'ven *or* wōve) ನೇಯು, ನೆಯ್ಯು, ಹೆಣೆ; w. of a spider ಜಾಡನ ಪರೆ. Wēav'ĕr, *n.* ನೆಯಿಗೆಗಾರ, ನೆಯಿಗಾರ, ಜಾಡ. Wēav'iṅg, *n.* ನೆಯ್ಗೆ, ಹೆಣಿಗೆ.

Web, *n.* ನೇದದ್ದು, ನೆಯಿಗೆ; 2. (w. of a spider) ಪರೆ, ಪೊರೆ; w. at the bottom of the leaves of a palm tree ಪನ್ನಾಡೆ. Webb'ed (webd), *a.* ಕಪ್ಪೆಗಾಲಿನ, ಹಾಸಡಿಯ, ಜಾಲಪಾದದ, *as*, the duck has w. feet ಬಾತುಕೋಳಿಗೆ ಕಪ್ಪೆಗಾಲದೆ. Web'-biṅg, *n.* ದಪ್ಪ ಬಟ್ಟೆ. Web'-fo̤ot-ed, *a.* ಕಪ್ಪೆಗಾಲಿನ, ಜಾಲಪಾದದ, ಹಾಸಡಿಯ.

Wed, *v. t. r.* (wed'ded) ಮದುವೆ ಮಾಡಿಕೊಳ್ಳು; 2. ಮದುವೆ ಮಾಡಿಕೊಡು; 3. *pass.* ಹತ್ತಿಕೊಂಡಿರು. *v. i.* ಲಗ್ನವಾಗು, ಮದುವೆಯಾಗು. Wed'ded, *a.* ಮದುವೆಯಾದ; 2. ಹತ್ತಿಕೊಂಡಿರುವ, ಆಸಕ್ತಿಯಾಗಿರುವ. Wed'-diṅg, *n.* ಮದುವೆ, ವಿವಾಹ; a silver w. ವಿವಾಹಾನಂತರದ ಇಪ್ಪತ್ತೈದನೇ ವರ್ಷೋತ್ಸವ; a golden w. —ಐವತ್ತನೇ ವರ್ಧಂತಿ; a diamond w. —ಅರುವತ್ತನೇ ವರ್ಧಂತಿ.

Wed'dĕr, *n.*, *see* Wether.

Wedġe (wej), *n.* ಚೀಪು, ಬೆಣೆ, ಕೀಲು, ದಿಮ್ಮಿ. *v. t. r.* ಕೀಲು; 2. ಜಡಿ, ತುರುಕು; 3. ಕೀಲು ಹೊಡೆ.

Wed'lock, *n.* ಮದುವೆ, ವಿವಾಹ.

Wedneṣ'dāy (wenz'dā), *n.* ಬುಧವಾರ, ಸೌಮ್ಯ—.

Wēe, *a.* ಸಣ್ಣ, ಚಿಕ್ಕ, ಕಿರಿ, ಅಲ್ಪ, ಸ್ವಲ್ಪ.

Wēed, *n.* ಕಳೆ, ಅಲುಬು (*S.C.*). *v. t. r.* ಕಳೆ ತೆಗೆ *e. g.*; 2. (with a plough) ಹರಗು;

to w. a book ಪುಸ್ತಕದಲ್ಲಿ ತಪ್ಪುಗಳನ್ನು ತಿದ್ದು. Wēed'iṅg-hook, *n.* ಕಳೆಕುಡುಗೋಲು, ಕುರ್ಚಿಗೆ, ಗುಂಜಿಗೆ. Wēed'y, *a.* ಕಳೆ ಹಬ್ಬಿರುವ.

Wēed, *n.* ಅರಿವೆ, ವಸ್ತ್ರ, ಉತ್ತರೀಯ; 2. ದುಃಖದ ವಸ್ತ್ರ. Wēeds, *n.* ವಿಧವೆಯ ದುಃಖದ ವಸ್ತ್ರ.

Wēek, *n.* ವಾರ, "ಹಪ್ತೆ". Wēek'dāy, *a.* ಆದಿತ್ಯವಾರವಲ್ಲದ ದಿನ, ಅಡ್ಡವಾರ, ಅಡವಾರ. Wēek'-end, *n.* ಆದಿತ್ಯವಾರ (ಶನಿ ಸೋಮವಾರಗಳ ಅಂಶ ಕೂಡಿ). Wēek'ly, *a.* ವಾರದ; 2. ವಾರವಾರಕ್ಕೆ ಆಗುವ, —"ಛಾಪೆ"ಯಾಗುವ. *ad.* ವಾರವಾರಕ್ಕೆ, ವಾರಕ್ಕೊಮ್ಮೆ. *n.* ವಾರಕ್ಕೊಮ್ಮೆ ಪ್ರಸಿದ್ಧವಾಗುವ ಪತ್ರ.

Wēen, *v. i. r.* ಯೋಚಿಸು, ಊಹಿಸು.

Wēep, *v. i. ir.* (wept, wept) ಅಳು, ಕಣ್ಣೀರಿಡು, ಗೋಳಾಡು. *v. t.* ...ಕ್ಕೆ ಅಳು, ...ಕ್ಕೆ ಮರುಗು. Wēep'ĕr, *n.* ಅಳುವವ. Wēep'iṅg, *n.* ಅಳುವಿಕೆ, ಗೋಳಾಟ.

Wēet, *v. i. ir.* (*pt.* wot) ತಿಳಿ, ತಿಳುಕೊಳ್ಳು.

Wēe'vil (wē'vl), *n.* (*Calandra oryzæ*) ನುಸಿ.

Weft, *n.* ನೆಯಿಗೆಯ ಹೊಕ್ಕು, ನೆಯಿದದ್ದು.

Weigh (wā), *v. t. r.* ಎತ್ತು, ಏರಿಸು, ಮೇಲಕ್ಕೆ ಎಳೆ; w. anchor ಲಂಗರು ಎತ್ತು; 2. ತೂಕ ಮಾಡು; 3. ತೂಗಿ ಕೊಡು; 4. (consider) ತೂಗಿ ನೋಡು, ತೂಕ ಮಾಡು; it weighs three maunds ಇದರ ತೂಕ ಮೂರು ಮಣ. *v. i.* ಭಾರವಾಗಿರು, ಒತ್ತು; w. down ನಿಲಬೀಳಿಸು, ಕೂಡ್ರಗೆಡವು, ಕುಗ್ಗಿಸು; ನಿಳಬೀಳು, ಕೂಡ್ರಬೀಳು, ಕುಸಿ, ಕುಗ್ಗು; under w. ಚಲನೆಯಲ್ಲಿರು. Weigh'a-ble, *a.* ತೂಕ ಮಾಡತಕ್ಕ. Weigh'ĕr, *n.* ತೂಗುವವನು. Weight (wāt), *n.* ಭಾರ, "ಒಜ್ಜೆ", ತೂಕ; 2. ತೂಕದ ಕಲ್ಲು, ತಕ್ಕಡಿಕಟ್ಟೆ (*S. C.*); 3. ವಿಶೇಷತ್ವ, ಗೌರವ; to ascertain the w. ತೂಕ ನೋಡು. Weight'i-ly, *ad.* ಭಾರವಾಗಿ, ಘನವಾಗಿ. Weight'i-ness (wāt'i-nes), *n.* "ಒಜ್ಜೆ", ಭಾರ; 2. ಘನ, ವಿಶೇಷತ್ವ, ಗೌರವ. Weight'y (wāt'i), *a.* ಭಾರದ, "ಒಜ್ಜೆಯ", ವಿಶೇಷ, ಮುಖ್ಯ.

Wēir, *n.* ಕೋಡಿ, ಉಬ್ಬುಕೋಡಿ; *see* Wēar.

Wēird, *n.* ಮಂತ್ರ; 2. ದೈವ; 3. ಭವಿಷ್ಯವಾದ. *a.* ಮಂತ್ರಗಾರನಾದ, ಮಂತ್ರಗಾರ್ತಿಯಾದ; 2. ವಿಕಾರ, ರಾಪು.

Wel'cŏme, *n.* ಉಪಚಾರ, ಸ್ವಾಗತ. *v. t. r.* ಕರಕೊಳ್ಳು, ಆದರದಿಂದ ಸ್ವೀಕರಿಸು, ಬನ್ನಿರಿ ಅನ್ನು, ಬಂದದ್ದು ಒಳ್ಳೇದಾಯಿತು ಅನ್ನು. *a.* ಬೇಕಾದ; 2. ಮೆಚ್ಚಿಕೆಯ; you are w. ಬನ್ನಿರಿ, ಬಂದದ್ದು ಒಳ್ಳೇದಾಯಿತು, ನನ್ನ ಮನೆಯಲ್ಲಿರ ಅರಿಮರ ಹಚ್ಚಿಕೊಳ್ಳಬೇಡ; you are w. to it ಇದು ನಿನಗೆ ಬೇಕಾದರೆ ತಕ್ಕೋ; you are w. to the use of my library ಬೇಕಾದರೆ ನನ್ನ ಪುಸ್ತಕಗಿಸ್ತಕ ಬಳಸಿಕೊಳ್ಳಿರಿ. *int.* ಬಾ, ಬನ್ನಿರಿ; bid w. ಕರಕೊಳ್ಳು, ಉಪಚಾರ ಮಾಡು *c. d.*, ಆದರ ಸತ್ಕಾರ ಮಾಡು *c. d.* Wel'cŏm-ĕr, *n.* ಬಂದವರಿಗೆ ಉಪಚಾರ ಮಾಡುವವ, ಉಪಚಾರಕ.

Weld, *v. t. r.* (ಕಬ್ಬಿಣ) ಹತ್ತಕಾಸು. Weld'iṅg, *n.* ಕಾಸಿ ಅತುಕುವುದು.

Wel'fāre, *n.* ಸುಖ, ಕ್ಷೇಮ, ಕ್ಷೇಮಲಾಭ, ಯೋಗಕ್ಷೇಮ, ಪರಿಣಾಮ.

Wel'kin, *n.* ಮುಗಿಲು, ಆಕಾಶ, ಬಾನ.

Well, *n.* ಒರತೆ, ಬುಗ್ಗೆ, ಬಾವಿ. *v. t. r.* ನೀರು ಊರು. Well'-siṅk-ĕr, *n.* ಬಾವಿ ಅಗೆಯುವವ. Well'-spriṅg, *n.* ಬುಗ್ಗೆ, ಸೆಲೆ, ಜರಿ.

Well, *a.* ಒಳ್ಳೇದು; 2. ಕ್ಷೇಮದ, ಸ್ವಸ್ಥವುಳ್ಳ, ಸುಖವುಳ್ಳ; are you w.? ನಿನಗೆ ಕ್ಷೇಮವಿರುತ್ತದೋ? ನಿನಗೆ ನೆಟ್ಟಗಿರುತ್ತದೋ? ಕ್ಷೇಮವೋ? I am w. ನನಗೆ ಕ್ಷೇಮ, ನನಗೆ ನೆಟ್ಟಗಿರುತ್ತದೆ, ಕ್ಷೇಮ ಸರಿ. *ad.* ಚೆನ್ನಾಗಿ, ನೆಟ್ಟಗೆ, "ಠೀಕಾಗಿ", ಯಥೇಚ್ಛೆ, ಪುಷ್ಕಳವಾಗಿ; — as well as ಹಾಗೂ, *as*, a sickness long as w. as severe ಬಹಳ ದಿವಸದ ರೋಗ ಹಾಗೂ ಕಠಿಣವಾದದ್ದು; w. enough ತಕ್ಕಷ್ಟು; w. off, w.-to-do ಉಂಡು ತಿಂದು ಚೆನ್ನಾಗಿರುವ, ಬಾಳುವ. *int.* ಒಳ್ಳೇದು. Well'bē-iṅg, *n.* ಸುಖ, ಕ್ಷೇಮ, ಕಲ್ಯಾಣ. Well'-born, *a.* ದೊಡ್ಡ ಗೋತ್ರದ, ಕುಲೀನ, ಮನೆತನಸ್ಥ. Well'-bred, *a.* ಸುಶಿಕ್ಷಿತ, ಸಂಭಾವಿತ. Well'-dō-ĕr, *n.* ಉಪಕಾರಿ. Well'-dō-iṅg, *n.* ಒಳ್ಳೇದು, ಪರೋಪಕಾರ. Well'-dŏne, *int.* "ಶಾಬಾಸು", ಚೆನ್ನಾಯಿತು, ಪೂತುರೇ, ಭಲರೆ. Well'-fā-vŏured (-vĕrd), *a.* ಚಲೋ, ಸುಂದರ, ರೂಪವುಳ್ಳ. Well'in-formed (-fårmd), *a.* ಬಲ್ಲಂಥ, ತಿಳುವಿಕೆಯುಳ್ಳ. Well'knōwn (-nōn), *a.* ಎಲ್ಲರಿಗೂ ಗೊತ್ತಿರುವ, ಪ್ರಸಿದ್ಧ, ಶ್ರುತಪಟ್ಟ. Well'-look-iṅg, *a.* ಸುಂದರ. Well'māde, *a.* ಸುಕೃತ. Well'-mēan-iṅg (-mēn-), *a.* ಒಳ್ಳೇ ಸದ್ಭಾವವುಳ್ಳ. Well'-met, *int.* ಬಂದಿರಾ! ನಿಮ್ಮನ್ನು ನೋಡಿ ಸಂತೋಷವಾಯಿತು. Well'-nīgh (-nī), *ad.* ಸ್ವಲ್ಪ ಕಡಿಮೆ. Well'pleased, *a.* ಸುಪ್ರಸನ್ನ. Well'-read (-red), *a.* ಬಹಳ ಓದಿಕೊಂಡ, ಪಂಡಿತನಾದ,

ಬಹುಶ್ರುತ. Well'-sped, *a.* ಶುಭ, ಸಾರ್ಥಕ. Well'-spō-ken (-spō-kn), *a.* ಸವಿ ಮಾತಿನ, ಸುಭಾಷಿತ. Well'-tīmed (-tīmd), *a.* ತಕ್ಕ ಸಮಯದ, ಸುಕಾಲದಲ್ಲಿ ಹೇಳಿದ, —ಮಾಡಿದ, ಕಾಲೋಚಿತ. Well'-wish-ĕr, *n.* ಸ್ನೇಹಿತ, ಹಿತಚಿಂತಕ.

Well-a-day', *int.* ಅಕಟಾ.

Welsh, *a.* "ವೇಲ್ಸ್" ದೇಶದ. *n.* "ವೇಲ್ಸ್" ಭಾಷೆ; the W. "ವೇಲ್ಸ್" ದೇಶದವರು. Welsh'man, *n.* "ವೇಲ್ಸ್" ದೇಶದವ.

Welt, *n.* ಗೋಟು. *v. t. r.* ಗೋಟು ಹೊಲಿ.

Wel'tĕr, *v. i. r.* ಹೊರಳು, ಹೊರಳಾಡು.

Wen, *n.* ವಾಳ, ಗ್ರಂಥಿ.

Wench, *n.* ಹುಡುಗಿ; 2. ಮಿಂಡಿ, ಸೂಳೆ. *v. i. r.* ಸೂಳೆ ಮನೆ ತಿರುಗು. Wench'ĕr, *n.* ವ್ಯಭಿಚಾರಿ. Wench-pillow, *n.* ತೊಡೆದಿಂಬು.

Wend, *v. i. r.* ಹೋಗು, ಹೋಗಿಬಿಡು.

Wept, *pt. of* Weep.

Wĕre (wĕr), *pt. pl. of* Be.

West, *n.* ಪಡುವಲು, ಪಶ್ಚಿಮ ದಿಕ್ಕು. *a.* ಪಶ್ಚಿಮ, ಪಶ್ಚಿಮದ. West-er'ing, *a.* ಪಶ್ಚಿಮ ಕಡೆ ಹೋಗುವ. West'ĕr-ly, *a.* ಪಶ್ಚಿಮದ, ಪಶ್ಚಿಮ ಕಡೆಗಿರುವ. West'ĕrn, *a.* ಪಶ್ಚಿಮದ, ಪಶ್ಚಿಮಕ್ಕೆ ಹೋಗುವ. West'ward, West'-ward-ly (-wĕrd-), *ad.* ಪಶ್ಚಿಮಕ್ಕೆ, ಪಡುವಲಾಗಿ.

Wet, *a.* ನೆನೆದ, ತೊಯಿದ, ಒದ್ದೆ, ಚಂಡಿ; get w. ನೆನೆದುಹೋಗು, ತೋಯು; 2. ಮಳೆಯ;— w. land ಬೈಲು ಗದ್ದೆ; w. season ಮಳೆಗಾಲ. *n.* ನೀರು, ಒದ್ದೆ, ಮಳೆ. *v. t. r.* (wet-ted) ನೆನಸು, ನೆನೆಹಾಕು, ತೋಯಿಸು, ಒದ್ದೆ ಮಾಡು; w. to the skin ಚಂಡಿಮುದ್ದೆ; w. one's whistle ಕುಡಿದುಬಿಡು. Wet'-ness, *n.* ಒದ್ದೆ, ತ್ಯಾವ, ತಂಡಿ. Wet'-nurse (-nĕrs), *n.* ಮೊಲೆಕೊಡುವ ದಾದಿ. Wet'-ting, *n.* ತೋಯುವಿಕೆ.

Weth'ĕr, *n.* ಕಸಿ ಮಾಡಿದ ಕುರಿ.

Whack (hwak), *n.* ಚಟ್ಟನೆ ಬಡಿಯೋಣ, ದೆಬ್ಬೆ. *v. t. r.* (*pr.* hwakt) ಚಟ್ಟನೆ ಬಡಿ.

Whāle (hwāl), *n.* ಹೊಗೆಮೀನು, ದೊಡ್ಡ—, ಹೆಮ್ಮೀನು, ದೇವರ—, ತಿಮಿಂಗಿಲ, ಮತ್ಸ್ಯೇಂದ್ರ. Whāl'ĕr, *n.* ಹೆಮ್ಮೀನ ಹಿಡಿಯುವವ, ತಿಮಿಂಗಿಲ ಬೆಸದ; 2. ಹೆಮ್ಮೀನ ಹಿಡಿಯುವವರ ಹಡಗ. Whāl'ing, *n.* ತಿಮಿಂಗಿಲ ಹಿಡಿಯುವುದು.

Whang, *v. t.* ಗಟ್ಟಿಯಾಗಿ ಹೊಡೆದು ಶಬ್ದ ಮಾಡು. *n.* ದೊಡ್ಡ ಶಬ್ದ.

Wharf (hworf), ಬಂದರದ ಕಟ್ಟೆ, ಗಟ್ಟ, "ಧಕ್ಕೆ". Wharf'āge, *n.* ಬಂದರಸುಂಕ, "ಧಕ್ಕೆಯ ಜಕಾತಿ". Wharf'in-gĕr, *n.* "ಧಕ್ಕೆಯ" ಯಜಮಾನ.

What (hwot) *pron.* (*used substantively*) ಏನು? *as*, w. is this? ಇದೇನು? w. did he say? ಅವನು ಏನಂದ? —ಏನೆಂತ ಹೇಳಿದ? w. do you call this? ಇದಕ್ಕೇನನ್ನುತ್ತೀ? ಇದರ ಹೆಸರೇನು? w. for? ಯಾವುದಕ್ಕೆ? ಯಾತಕ್ಕೆ? w. remedy (=w. is the r.)? ಏನು ಪಾಯ? w. use? ಏನು ಪ್ರಯೋಜನ? 2. (*used adjectively*) ಯಾವ? ಎಷ್ಟನೇ? *as*, w. case is this? ಇದು ಯಾವ ವಿಭಕ್ತಿ? w. man? ಯಾವ ಮನುಷ್ಯ? w. time? ಯಾವ ಕಾಲ? —ಹೊತ್ತು? ಯಾವಾಗ? w. hour? ಎಷ್ಟು ಘಂಟೆ? w. place? ಯಾವಲ್ಲಿ? ಎಲ್ಲಿ? w. manner? ಯಾವ ಬಗೆ? —ರೀತಿ? ಹ್ಯಾಗೆ? to w. end? ಯಾತಕ್ಕೆ? 3. (*used as an exclamatory adjective*) ಎಂಥಾ! *as*, w. folly! ಎಂಥಾ ಹುಚ್ಚುತನ! what a strange thing! ಎಂಥಾ ಚಮತ್ಕಾರ! 4. (*used as a compound relative*=that which, the ...which). *as*, it is true w. he said ಅವನು ಹೇಳಿದ್ದು ಖರೆ; I do not know w. you mean ನಿನ್ನ ಅಭಿಪ್ರಾಯ ನನಗೆ ತಿಳಿಯುವುದಿಲ್ಲ, ನಿನ್ನ ಅಂಬೋಣವೇನು ನನಗೆ ತಿಳಿಯುವುದಿಲ್ಲ; tell me w. you saw there ಅಲ್ಲಿ ನೋಡಿದ್ದನ್ನು ನನಗೆ ತಿಳಿಸು, ಅಲ್ಲಿ ಏನು ನೋಡಿದಿ ನನಗೆ ಹೇಳು; I do not know w. time it was ಯಾವ ಹೊತ್ತಿತ್ತು ನನಗೆ ಗೊತ್ತಿಲ್ಲ; 5. (in part, partly) ಆಗಲಿ, *as*, w. by force, w. by policy, he took about thirty forts ಬಲದಿಂದಾಗಲಿ ಯುಕ್ತಿಯಿಂದಾಗಲಿ ಮುಂ.;— I tell you w. ನಾನು ಹೇಳುವುದು ಕೇಳಪ್ಪಾ, ನಾನು ಹೇಳುತ್ತೇನೆ ಕೇಳಿರಿ; w. if, w. though ... ರೇನು? *as*, w. if he be angry, w. though he be angry ಅವನು ಸಿಟ್ಟು ಮಾಡಿದರೇನು? ಅವನು ಸಿಟ್ಟು ಮಾಡಿದರೆ ಮಾಡಲಿ; w. not ಏನೋ? *as*, some dead puppy or log or w. not ಸತ್ತ ನಾಯಿಗುನ್ನಿಯೋ ಕೊರಡೋ ಏನೋ; w. not ಮುಂತಾದುವುಗಳು, *as*, swords, daggers and w. not ಕತ್ತಿ "ಕಠಾರಿ" ಮುಂತಾದುವುಗಳು; he knows what's what ಅವನು ದಡ್ಡನಲ್ಲ ಬಲ್ಲವ. What-ev'ĕr, *pron.* ಏನೇನು, ಎಲ್ಲಾ, *as*, take w. you like ಏನೇನು ಬೇಕೋ ಅದನ್ನು

ತಕೊಳ್ಳು; ಬೇಕಾದದ್ದನ್ನು ತಕೊಳ್ಳು; bring me w. you have ಇದ್ದದ್ದೆಲ್ಲಾ ತಕೊಂಡು ಬಾ; w. the earth yields ಭೂಮಿಯ ಉತ್ಪನ್ನವೆಲ್ಲಾ. What-sō-ev'ĕr, *a.* ಯಾವ... ಆದರೂ, ಯಾವದಾದರೂ ಒಂದು; w. shape ಯಾವ ರೂಪವಾದರೂ, ಯಾವುದಾದರೂ ಒಂದು ರೂಪ.

What'not, *n.* ಅಟ್ಟ, ಅಡ್ಡಣಿಗೆ, ಎಲ್ಲಾ ತರದ ಸಾಮಾನು ಇಡಲಿಕ್ಕೆ ಒಂದು ಅಡ್ಡಣಿಗೆ.

Whēal (hwēl), *n.* ಗುಳ್ಳೆ; 2. ಬಾಸುಂಡೆ, ಬಾಸುಳು, *see* Wale.

Whēat (hwēt), *n.* (*Triticum vulgare, L.*) ಗೋದಿ. Whēat'en (hwē't'n), *a.* ಗೋದಿಯ. Whēat'eār, *n.* ಗೋದಿ ತೆನೆ.

Whēe'dle (hwē'dl), *v. t. r.* ಪುಸಲಾಯಿಸು, ಒಲಿಸಿಕೊಳ್ಳು, ಇಚ್ಛೆಕವಾಡು. Whēe'dling. *n.* ಪುಸಲಾಯಿಸುವಿಕೆ, ಪಿತ್ತಲಾಟ.

Whēel (hwēl), *n.* (cart-w.) ಗಾಲಿ, ಚಕ್ರ; 2. (spinning w. *etc.*) ರಾಟೆ, ರಾಟ್ನ; (potter's w.) ತಿಗುರಿ, ತಿಗರಿ; break on the w. ದೇಹಾಂತ ಶಿಕ್ಷೆ ಕೊಡು; ದೇಹವನ್ನು ತುಂಡುತುಂಡಾಗಿ ಕತ್ತರಿಸುವಂತೆ ಮಾಡು; fortune's w. ಜೀವನ ಸ್ಥಿತಿಯ ಏರುತಗ್ಗುಗಳು; fifth w. ಅನಾವಶ್ಯಕವಾದ ವಸ್ತು; put shoulder to the w. ಸಾಹಸಕ್ಕೆ ಕೈಕೊಡು; put spoke in one's w. ಅಡ್ಡಗಟ್ಟು; steering w. ಚುಕ್ಕಾಣಿಯ ಚಕ್ರ. *v. t. r.* ಬಂಡೀ ಮೇಲೆ ಒಯ್ಯು; 2. ತಿರುಗಿಸು. *v. i.* ತಿರುಗು, ಸುತ್ತು; 2. ಒಲಿ; 3. ಹೊರಳುತ್ತಾ ಹೋಗು. Whēel'bar-rōw (hwēl'bar-rō), *n.* ಒಂಟಿಗಾಲಿಯ ಕೈಬಂಡಿ. Whēel'ĕr, *n.* ಬಂಡಿಗೆ ಕಟ್ಟಿದ ಕುದುರೆಗಳಲ್ಲಿ ಚಕ್ರದ ಹತ್ತಿರವಿರುವ ಕುದುರೆ. Whēel'wrīght (-rīt), *n.* ಬಂಡಿ ಮಾಡುವವ, ಗಾಲಿ—.

Whēeze (hwēz), *v. i. r.* ಉಬ್ಬಸದ ಉಸುರು ಬಿಡು, ಕಷ್ಟಶ್ವಾಸ ಬಿಡು, ಗೊರಗುಡು. Whēez'y, *a.* ಉಬ್ಬಸದ, "ದಮ್ಮಿನ", ಕಫಶ್ವಾಸ ಬಿಡುವ.

Whelk (hwelk), *n.* ಒಂದು ಜಾತಿ ಚಿಪ್ಪು ಮೀನು.

Whelk, *n.* ಬಾಸುಂಡೆ; 2. ಮೊಡವೆ.

Whelm, *v. t. r.*, *see* Overwhelm.

Whelp (hwelp), *n.* ಕುನ್ನಿ, ಪಿಳ್ಳೆ, ನಾಯಿ ಮರಿ; 2. ದುಷ್ಟ ಹುಡುಗ. *v. t.* & *i. r.* (*pr.* hwelpt) ಈಯು, ಮರಿ ಹಾಕು.

When (hwen), *ad.* (at what time?) ಯಾವಾಗ? ಎಂದು? 2. (at the time that) ಆಗ, *as*, w. he arrived we left the town ಅವನು ಬಂದಾಗ ನಾವು ಊರು ಬಿಟ್ಟೆವು. When-ev'ĕr, When-sō-ev'ĕr, *ad.* or *conj.* ಯಾವಾಗಲಾದರೂ; w. it rains ಮಳೆ ಯಾವಾಗ ಬರುತ್ತದೋ ಆಗ, ಮಳೆ ಬರುವಷ್ಟು ಸಾರಿ.

Whence (hwens), *ad.* (*used interrogatively*) ಎಲ್ಲಿಂದ? 2. (*used relatively*) ಆದುಕಾರಣ;—the town w. he came ಯಾವ ಊರಿನಿಂದ ಬಂದನೋ ಆ ಊರು, ಅವನು ಬಿಟ್ಟು ಬಂದ ಊರು. Whence-sō-ev'ĕr, *ad.* ಎಲ್ಲಿಂದಾದರೂ.

Whēre (hwār), *ad.* (at what place?) ಎಲ್ಲಿ? ಯಾವಲ್ಲಿ? 2. (at the place in which) *as*, the town w. I was born ನಾನು ಹುಟ್ಟಿದ ಊರು; 3. (to what place?) ಎಲ್ಲಿಗೆ? ಎಲ್ಲಿ? Whēre'a-bout, -bouts, *ad.* (*inter.*) ಎಲ್ಲಿ? ಯಾವ ವಿಷಯದಲ್ಲಿ? 2. (*rel.*) the object w. they dispute ಅವರು ತರ್ಕಿಸುವ ಮಾತು. Whēre'a-bouts. *n.* ಸ್ಥಳ, ತಾವು. Whēre-as' (hwār-), *conj.* ...ಇಂದ, ...ಕಾರಣ; 2. ಆದರೆ. Whēre-at'. *ad.* (*inter.*) ಯಾವುದಕ್ಕೆ? 2. (*rel.*) ಆದಕ್ಕೆ. Whēre-bȳ', *ad.* (*inter.*) ಯಾವುದರಿಂದ? 2. (*rel.*) the means w. I live ನಾನು ಜೀವನ ಮಾಡುವ ಆಸ್ತಿ. Whēre'fōre (hwār'fōr), *ad.* (*inter.*) ಯಾಕೆ? ಏನು ಕಾರಣ? 2. (*rel.*) ಆದ್ದರಿಂದ, ಆದಕಾರಣ. Whēre-in', *ad.* (*inter.*) ಯಾವುದರಲ್ಲಿ? 2. (*rel.*) the condition w. I am ನಾನಿರುವ ಸ್ಥಿತಿ, ನನ್ನವಸ್ಥೆ. Whēre'in-tö, *ad.* ಆದರೊಳಕ್ಕೆ. Whēre-of', *ad.* (*inter.*) ಯಾವುದರಿಂದ? ಯಾವುದನ್ನು ಕುರಿತು? 2. (*rel.*) the matter w. I told you ನಾನು ನಿನಗೆ ಹೇಳಿದ ಸಂಗತಿ. Whēre-on', *ad.* (*inter.*) ಯಾವುದರ ಮೇಲೆ? 2. (*rel.*) ಆದರ ಮೇಲೆ. Whēr-ev'ĕr, Whēre-sō-e'vĕr, *ad.* ಎಲ್ಲಾದರೂ, ಎಲ್ಲೆಲ್ಲಿಯೂ; w. he is ಎಲ್ಲೆಲ್ಲಿ ಅವನಿರುತ್ತಾನೋ; w. he went ಅವನು ಹೋದ ಹೋದಲ್ಲಿ. Whēre-up-on', *ad.* (*inter.*) ಯಾವುದರ ಮೇಲೆ? 2. (*rel.*) ಆದರ ಮೇಲೆ. Whēre-tö', Whēre-un-tö', *ad.* ಯಾವುದಕ್ಕೆ? ಯಾತಕ್ಕೆ? Whēre-with', Whēre-with-al', *ad.* (*inter.*) ಯಾವುದರಿಂದ? ಯಾತರಿಂದ? 2. (*rel.*) the love w. you have loved me ನೀವು ನನಗೆ ಮಾಡಿದ ಪ್ರೀತಿ.

Wher'ry (hwer'i), *n.* ಹರಗೋಲು, ದೋಣಿ.

Whet (hwet), *v. t. r.* (whet'ted) ಮಸೆ, ಸಾಣೆ

ಹಿಡಿ; 2. ಎಬ್ಬಿಸು; 3. ತೀಕ್ಷ್ಣ ಮಾಡು, ಚುರುಕು—; w. the appetite ಅಗ್ನಿ ವರ್ಧಿಸು. Whet'stōne, *n.* ಸಾಣೆಕಲ್ಲು.

Wheth'ĕr (hweth-), *pron.* (ಇಬ್ಬರಲ್ಲಿ) ಯಾವನು? (ಎರಡರಲ್ಲಿ) ಯಾವುದು? *ad.* ...ಓ, ಇದೋ; ಅದೋ; w. true or false ನಿಜವೋ ಸುಳ್ಳೋ, ನಿಜವಾದರೂ ಸುಳ್ಳಾದರೂ; see w. he is there or not ಅಲ್ಲಿದ್ದಾನೋ ಇಲ್ಲವೋ ನೋಡು; ಅಲ್ಲಿರುತ್ತಾನೋ ಏನೋ—; w. one will or no ಮನಸ್ಸಿದ್ದರೂ ಇಲ್ಲದಿದ್ದರೂ.

Whew, Wheugh (hwū), *int.* ಭಯದ ಭಾವ ಪ್ರದರ್ಶಕ ಶಬ್ದ.

Whey (hwā), *n.* ಮೊಸರಿನಿಂದ ಬರುವ ಕಟ್ಟಿ ನೀರು, ಮೊಸರಿನ ನೀರು. Whey'ish, *a.* ಮೊಸರಿನ ನೀರಿನಂಥ.

Which (hwich), *pron. (used as an a.)* ಯಾವ? *as,* w. boy, ಯಾವ ಹುಡುಗ? w. house ಯಾವ ಮನೆ? 2. *(used as an inter. pron.)* ಯಾವನು? ಯಾವಾಕೆ? ಯಾವುದು? *as,* w. of you called? ನಿಮ್ಮಲ್ಲಿ ಯಾವನು ಕರೆದ? w. is the house? ಆ ಮನೆ ಯಾವುದು? 3. *(used as a rel. pron.)* for persons, *as,* Our Father w. art in heaven ಪರಲೋಕದಲ್ಲಿರುವ ನಮ್ಮ ತಂದೆಯೇ! (ಈ ಪ್ರಯೋಗವು ಈಗ ರೂಢಿಯಿಲ್ಲ); for things, *as,* the book w. I bought ನಾನು ಕೊಂಡುಕೊಂಡ ಪುಸ್ತಕ; 4. *(used as a compound rel.*=that w., those w.) *as,* take w. you will ಬೇಕಾದದ್ದನ್ನು ತಕ್ಕೋ. Which-ev'ĕr, -sō-ev'ĕr, *pron.* ಯಾವುದು ...ರೂ. *a.* ಯಾವ...ರೂ, *as,* w. you take ಯಾವದು ತಕ್ಕೊಂಡರೂ; w. road you take ಯಾವ ದಾರಿ ಹಿಡಿದರೂ.

Whiff (hwif), *n.* ಊಪೆಂತ ಊದುವುದು. *v.t.r.* (*pr.* hwift) ಬುಸುಗುಟ್ಟು; 2. ಊದಿಬಿಡು.

Whif'fle (hwif'fl), *v.i.r.* ಚಂಚಲವಾಗಿರು, ಜರಗು. Whif'flĕr, *n.* ಚಂಚಲವಾಗಿರುವವ; 2. ಕೊಂಬು ಊದುವವ.

Whig (hwig), *n.* ಇಂಗ್ಲಾಂಡ ರಾಜ್ಯದ ಉದಾರ ಪಕ್ಷದವ. Whig'gĕr-y, Whig'gism, *n.* ಉದಾರಪಕ್ಷದವರ ರಾಜನೀತಿ. Whig'gish, *a.* ಉದಾರಪಕ್ಷದ.

While (hwīl), *n.* ಹೊತ್ತು, ವೇಳೆ, ಕಾಲ; for a w. ತುಸ ಹೊತ್ತು, —ಹೊತ್ತಿಗೆ, ಸ್ವಲ್ಪ ಕಾಲ, —ವೇಳೆಗೆ; all this w. ಈ ವರೆಗೆ; a good w. ಬಹಳ ಹೊತ್ತು, —ದಿವಸ, a little w. ago ಸ್ವಲ್ಪ ಹೊತ್ತಾಗಿ, ಕೆಲವು ದಿವಸದ ಹಿಂದೆ; it is not worth w. to go ಹೋದರೆ ಸುಮ್ಮನೆ ಹೊತ್ತು ಕಳೆದ ಹಾಗಿರುವುದು, ಹೋಗುವುದರಿಂದ ಪ್ರಯೋಜನವಿಲ್ಲ. While, *v.t.r.* w. away ಕಳೆ. While, Whilst, *ad.* ಅಷ್ಟರೊಳಗೆ, *as,* w. I was writing ನಾನು ಬರೆಯುವಷ್ಟರೊಳಗೆ.

Whil'om, *ad.* ಪೂರ್ವಕಾಲದಲ್ಲಿ, ಒಮ್ಮೆ.

Whim (hwim), Whim'sey, -sy (hwim'-zi), *n.* ಭ್ರಮೆ, ಭ್ರಾಂತಿ, ಚಿತ್ತಚಂಚಲ. Whim'-si-cal, *a.* ಭ್ರಮೆಯ, ಭ್ರಾಂತಿಯ. Whim-si-cal'i-ty, Whim'si-cal-ness, *n.* ಭ್ರಾಂತಿ.

Whim'pĕr (hwim-), *v.i.r.* ಕೀಯಂತ ಅಳು.

Whīne (hwīn), *v.i.r.* ಕೀಯಂತ ಅಳು. *n.* ಅಳುವಿಕೆ. Whīn'ing, *a.* ಅಳುವ, ಗುಣುಗುಟ್ಟುವ.

Whinge, *n.* ಮೂಗಿನಲ್ಲಿ ಅಳುವಿಕೆ. *a.* ಮೂಗಿನಲ್ಲಿ ಅಳುವ. Whinge'ness, *n.* ಭ್ರಾಂತಿ.

Whin'ny (hwin'i), *v.i.r.* (whin'nied *pr.* hwin'id) ಕಿಹಿಕಿಹಿಯನ್ನು, ಹೂಂಕರಿಸು. *n.* ಕುದುರೆಯ ಹೇಷಾರವ, ಹೂಂಕಾರ.

Whin'stōne (hwin-), *n.* ಕರಿಕಲ್ಲು.

Whip (hwip), *v.t.r.* (*pr.* hwipt) "ಚಬುಕಿ"ನಿಂದ ಹೊಡೆ, ಕೊರಡೆ—, ಹೊಡೆ; to w. hard ಚಳಿಚಳಿ ಬಡಿಯು; 2. ಸುತ್ತು; 3. ಭರಕ್ಕನೆ ತೆಗೆದುಕೊಳ್ಳು; w. up the child ಮಗುವನ್ನು ತಟ್ಟನೆ ಎತ್ತಿಕೊಂಡು ಹೋಗು. *v.i.* ಫಕ್ಕನೆ ಸರದು ಹೋಗು, ಫಕ್ಕನೆ ಹೋಗಿಬಿಡು. *n.* ಬಾರಕೋಲು, "ಚಬುಕು"; 2. ಪಾರ್ಲಿಮೆಂಟ ಸಭೆಯ ತಂಡಗಳಲ್ಲಿ ಆಯಾ ತಂಡದವರು ತಮ್ಮ ನಾಯಕನಿಗೆ ವಿಧೇಯರಾಗಿರುವಂತೆ ನೋಡಿಕೊಳ್ಳುವವ; ಅಂಥವನು ಕಳುಹಿಸಿದ ಸೂಚನಾಪತ್ರ; w. and spur ಬಡಬಡ, ಬಹು ತ್ವರೆಯಾಗಿ; a good w. ಒಳ್ಳೇ ಸಾರಥಿ; w. out ಹೊರ ಸೆಳೆ, ಬರ ಸೆಳೆ. Whip'cord, *n.* ಮುಪ್ಪುರಿ ಸಣಬಿನ ದಾರ. Whip'lash, *n.* "ಚಬುಕಿನ" ಬಾರು, ಉಕ್ಕಡ. Whip'pĕr *n.* ಕೊರಡೆಯಿಂದ ಹೊಡೆಯುವವ. Whip'pĕr-in, *n.* ಬೇಟೆ ನಾಯಿಗಳ ನಾಯಕ. Whip'ping, *n.* ಚಾಟಿ ದೆಬ್ಬೆಯ ಶಿಕ್ಷೆ. *a.* ಕೊರಡೆಯಿಂದ ಹೊಡೆಯುವ. Whip'ping-boy, *n.* ರಾಜಪುತ್ರನ ಜತೆಯಲ್ಲಿ ಪಾಠ ಕಲಿತು ಅವನ ಬಗ್ಗೆ ದೆಬ್ಬೆ ತಿನ್ನುವ ಹುಡುಗ. Whip'ing-pōst, *n.* ಕಟ್ಟಿ ಹೊಡೆಯುವ

ಕಂಬಿ. Whip'-staff, *n.* "ಚುಕ್ಕಾಣೀಯ" ಹಿಡಿಕೆ. Whip'stĕr, *n.* ತುಂಟ ಹುಡುಗಿ.

Whĭr (hwĕr), *v. i. r.* (whĭrred) ಗರ್ರನೆ ತಿರುಗು, ಬುರ್ರನೆ ಹಾರು. *n.* ಗರ್ರನೆ ತಿರುಗುವ ಶಬ್ದ.

Whĭrl, *v. t. r.* ಗರಗರನೆ ತಿರುಗಿಸು, —ಬೀಸು. *v. i.* ಗರಗರನೆ ತಿರುಗು. *n.* ತಿರುಗುವಿಕೆ, ಸುಳಿ, ಚಕ್ರವರ್ತನೆ. Whĭrl'-a-bout, *n.* ಕಿರಿಕಿರಿ; ಬೋಳಜೀಕ. Whĭrl'-bōne, *n.* ಮೊಣಕಾಲಿನ ಚಿಪ್ಪು. Whĭr'li-gig, *n.* ಕಿರಿಕಿರಿ; 2. ಬೋಳಜೀಕ; 3. ತಿಳಿಮಡ ಹುಳ; w. of time ಕಾಲಚಕ್ರದ ಪರಿಭ್ರಮಣ. Whĭrl'-pool, *n.* ತಿರುಗಣಿ ಮಡ, ಸುಳಿ, ಸುಳಿಗುಂಡಿ. Whĭrl'wind, *n.* ಸುಳಿಗಾಳಿ, ಸೊಂಟರ—, ಸುಂಟರ—; sow wind and reap whirlwind ಕೆಡುಕನ್ನು ಬಿತ್ತಿ ಅದರಿಂದ ಇನ್ನೂ ದುಷ್ಫಲ ಅನುಭವಿಸು.

Whisk (hwisk), *n.* ವರಾಹಕೇಶ, ಕಸಬರಿಕೆ; 2. ತಟ್ಟನೆ ತಿರುಗುವಿಕೆ; 3. ಚಾಮರ, ಕುಂಚ. *v. t. & i. r.* (*pr.* hwiskt) ಕಸ ಗುಡಿಸು, ಹೊಡೆ, ಝಾಡಿಸು; 2. ಆಡು, ಅಲ್ಲಾಡು; 3. ಸುಸುಳು. Whis'kĕrs (hwis'kĕrz), *n. pl.* (ಮೋರೆಯ) ಕಲ್ಲಿ, ಕಲ್ಲೀ ಕೂದಲು, —ಮೀಸೆ; to let w. grow ಕಲ್ಲೀ ಬಿಡು.

Whis'key *or* -'ky (hwis'ki), *n.* ಗೋದಿಯಿಂದ ಮಾಡಿದ ಸಾರಾಯಿ (ಸೆರೆ).

Whis'pĕr (hwis-), *n.* ಕಿವಿಮಾತು, ಕುಸುಕುಸು—, ಗುಜುಗುಜು—, ಪಿಸುಗುಟ್ಟು. *v. t. & i. r.* ಕುಸಕುಸು ಮಾತಾಡು; 2. ಭಸಗುಡು (*as*, the wind in the leaves). Whis'-pĕr-ĕr, *n.* ಪಿಸು ಮಾತಾಡುವವ; 2. ಹಿಂದೆ ದೂಷಿಸುವವ. Whis'pĕr-ing-gal-lĕr-y, *n.* ಪ್ರತಿಧ್ವನಿ ಕೊಡುವ ಕೋಣೆ.

Whist (hwist), *a.* ಸುಮ್ಮನೆ, ಮೌನ. *int.* ಸದ್ದು! ಸುಮ್ಮನಿರು! *v. i. r.* ಮೌನವಾಗಿರು.

Whist, *n.* "ಇಸ್ಪೇಟಿನ" ಆಟ.

Whis'tle (hwis'l), *n.* (sound) ಸಿಳ್ಳು; 2. (instrument) ಸಿಳ್ಳುಹಾಕುವ ಕೊಳವಿ. *v. i. r.* ಸಿಳ್ಳುಹಾಕು; may w. for it ನಿರರ್ಥಕವಾಗಿ ಪ್ರಯತ್ನ ಮಾಡು; let one go w. ಒಬ್ಬನ ಆಶೆಗಳ ಕಡೆಗೆ ಅಲಕ್ಷ್ಯಮಾಡು. Whis'tlĕr (hwis'lĕr), *n.* ಸಿಳ್ಳುಹಾಕುವವ.

Whit (hwit), *n.* ಎಳ್ಳಷ್ಟು, ಲೇಶ, ಸ್ವಲ್ಪ.

Whīte' (hwīt'), *a.* ಬಿಳೀ, ಬೆಳ್ಳಗೆ, ಶುಭ್ರ; 2. ಕಳೆಗುಂದಿದ, ನಿಸ್ತೇಜ; 3. (gray, *as*, hair) ನರೆ; w. of an egg ತತ್ತಿಯ ತಿಳಲು, ಮೊಟ್ಟೆಯ—, ಲೋಳೆ; w. of the eye ಬಿಳೀ ಗುಡ್ಡೆ; to become w. ಬಿಳುಪೇರು. Whī'ted, *a.* ಬೆಳ್ಳಗೆ ಮಾಡಿದ. Whīte-feath'ĕr (-feth'ĕr), *n.* ಭಯದ ಗುರುತು; to show the w. f. ಹೇಡಿಯಾಗು. Whīte'-horses, *n.* ಬಿಳಿ ನೊರೆಯಿಂದ ಕೂಡಿದ ತೆರೆಗಳು. Whīte-house, *n.* ಸಂಯುಕ್ತರಾಜ್ಯದ ರಾಜ್ಯಾಧ್ಯಕ್ಷನ ಅರಮನೆ. Whīte'lead (-led), *n.* ವಂಗಭಸ್ಮ, "ಸಫೇದು". Whīte'-liv-ĕred (-liv-ĕrd), *a.* ಸಣ್ಣ ಮೋರೆಯ, ಬಲಹೀನ; 2. ಪುಕ್ಕ, ಹೇಡಿ, ಭೀರು. Whī'ten (hwī'tn), *v. t. r.* ಬೆಳ್ಳಗೆ ಮಾಡು. *v. i.* ಬಿಳುಪಾಗು. Whīte'ness, *n.* ಬಿಳುಪು, ಶುಭ್ರತೆ. Whītes (hwīts), *n.* ಅಸ್ಥಿಸ್ರಾವ, ಬಿಳುಪು. Whīte'-wash, *n.* ಸುಣ್ಣದ ನೀರು, "ವಟವಾಸು". *v. t. r.* (*pr.* -wosht) ಸುಣ್ಣ ಬಳಿ, ಸುಣ್ಣ ಸಾರಿಸು. Whī'ting, *n.* "ವಿಲಾಯತಿ" ಸುಣ್ಣದ ಪುಡಿ. Whī'tish, *a.* ಬಿಳೀ ಬಣ್ಣದ ಮೇಲಿರುವ. Whī'tish-ness, *n.* ಸ್ವಲ್ಪ ಬಿಳುಪು.

Whith'ĕr (hwith'ĕr), *ad.* (*inter.*) ಎಲ್ಲಿಗೆ? ಎತ್ತಗೆ? 2. (*rel.*) *as*, the place w. he went ಅವನು ಹೋದ ಸ್ಥಳ. Whith-ĕr-sō-ev'ĕr, *ad.* ಯಾವ ಕಡೆಗೆ ...ರೂ ಆ ಕಡೆಗೆ, ಎಲ್ಲಿಗೆ ...ರೂ ಅಲ್ಲಿಗೆ, *as*, I will go w. you lead ಎಲ್ಲಿ ಕರಕೊಂಡು ಹೋಗುತ್ತೀರೋ ಅಲ್ಲಿಗೆ ಹೋಗುತ್ತೇನೆ. Whith'ĕr-ward (-wĕrd), *ad.* ಯಾವ ಕಡೆಗೆ, ಯಾವ ಸ್ಥಳಕ್ಕೆ.

Whit'leath-ĕr (hwit'leth-), *n.* ಬಿಳೀ ತೊಗಲು.

Whit'lōw (hwit'lō), *n.* ಉಗುರುಸುತ್ತು.

Whit'sun-tīde, Whit'sun-dāy, *n.* ಕ್ರಿಸ್ತನ ಪುನರುತ್ಥಾನದ ಮೇಲಣ ಏಳನೇ ಆದಿತ್ಯವಾರ, ಪಂಚಾಶತ್ತಮ ಹಬ್ಬ.

Whit'tle (hwit'l), *n.* "ಚಾಕು", ಚೂರಿ. *v. t. r.* ಕೆತ್ತು; 2. ಲೆಕ್ಕ ಹಾಕಿ ಮೊಬಲಗನ್ನು ತಗ್ಗಿಸು.

Whiz (hwiz), *v. i. r.* ಭರಗುಡು, ಝೇಂಕರಿಸು. Whiz'zing, *a.* ಝೇಂಕರಿಸುವ.

Whö (hö), *pron.* (*inter.*) ಯಾರು? (*properly followed by a verb in the plural*) *as*, who is come ಯಾರು ಬಂದರು? 2. (*rel.*) the boy w. came yesterday ನಿನ್ನೆ ಬಂದ ಹುಡುಗ, (*rarely*): ಯಾವ ಹುಡುಗ ನಿನ್ನೆ ಬಂದನೋ ಅವನೇ; 3. (*compound rel.*) *as*, I do not know of whom you speak ಯಾರ ವಿಷಯ ಮಾತಾಡುತ್ತೀ ನನಗೆ ಗೊತ್ತಿಲ್ಲ. Whö-ev'ĕr, *pron.*

ಯಾರು ...ರೂ, ಯಾರು ...ರೋ ಅವರು, *as*, he shall be punished w. he be ಅವನು ಯಾರಿದ್ದರೂ ಸರಿ, ಅವನಿಗೆ ಶಿಕ್ಷೆಯಾಗುವುದು, ಯಾರಿರಲಿ ಅವನಿಗೆ—; w. came late was excluded ಹೊತ್ತು ಮಾಡಿ ಬಂದವರನ್ನು ಒಳಗೆ ಬರಗೊಡಲಿಲ್ಲ, ಯಾರು ಹೊತ್ತು ಮಾಡಿ ಬಂದರೋ ಅವರನ್ನು ಒಳಗೆ—.

Whōle (hōl), *a.* ಎಲ್ಲಾ, ಇಡೀ; 2. ಸಂಪೂರ್ಣ; 3. ಕ್ಷೇಮವುಳ್ಳ, *as*, they that are w. ಕ್ಷೇಮವುಳ್ಳವರು, ಕ್ಷೇಮ ಇದ್ದವರು; he is w. ಅವನಿಗೆ ಕ್ಷೇಮವದೆ. *n.* ಎಲ್ಲಾ, ಒಟ್ಟು, "ಜುಮಲ"; 2. ಪೂರ್ಣಾಂಕ; —on the w., upon the w. ಒಟ್ಟಿಗೆ, ಎಲ್ಲಾ ನೋಡಿದರೆ; get off with a w. skin ಗಾಯಹೊಂದದೆ, ನಷ್ಟಹೊಂದದೆ ಕ್ಷೇಮದಿಂದ; w. numbers ಪೂರ್ಣಾಂಕಗಳು. **Whōle'-heärt-ed**, *a.* ಮನಃಪೂರ್ವಕ. **Whōle'ness**, *n.* ಸಂಪೂರ್ಣತೆ. **Whōle'sāle** (hōl'sāl), *a.* ಒಟ್ಟಿಗೆ ಮಾರುವ, "ರಕಮಾಗಿ" ಮಾರುವ. *n.* "ರಕಮು" ವ್ಯಾಪಾರ, "ತೋಕು"—, "ಪಡಾವು"; a w. shop "ರಕಮು" ವ್ಯಾಪಾರದ ಮಳಿಗೆ; a w. merchant "ಪಡಾವುದಾರ". **Whōle'sŏme** (hōl'sum), *a.* ಆರೋಗ್ಯಕರ, ಹಿತಕರ, ಶರೀರಕ್ಕೆ ಒಳ್ಳೇದಾದ, — ಒಗ್ಗುವ. **Whōle'sŏme-ly** (hōl'sum-), *ad.* ಒಳ್ಳೆತಾಗಿ, ಹಿತವಾಗಿ. **Whōle'sŏme-ness** (hōl'-sumnes), *n.* ಆರೋಗ್ಯ, ಹಿತ, ಪಥ್ಯ. **Whōl'ly**, *ad.* ತೀರ, ಸಂಪೂರ್ಣವಾಗಿ.

Whŏm (hum), *pron. objective case of* Who. **Whŏm-sō-ev'ĕr**, *pron. objective case of* Whosoever.

Whoop (hup), *n.* ಗೂ ಅನ್ನುವುದು; 2. ಬೊಬ್ಬೆ, ಆರ್ಭಟ. *v. t. r.* (*pr.* höpt) ಗುರ್ರೆಂತ ಬೆನ್ನು ಹತ್ತು. *v. i.* ಗುರ್ರನ್ನು, ಬೊಬ್ಬೆ ಹಾಕು, ಆರ್ಭಟಿಸು. **Whoop'ing-cough**, *n.*, *see* Hooping-cough.

Whōre (hōr), *n.* ಹಾದರಗಿತ್ತಿ, ಸೂಳೆ, ವಾರನಾರಿ. *v. i. r.* ಹಾದರ ಮಾಡು. **Whōre'-dom**, *n.* ಹಾದರ, ಸೂಳೆಗಾರಿಕೆ. **Whōre'-mŏn-gĕr, -mas-tĕr**, *n.* ಜಾರ, ಕಚ್ಚೆ ಹರಕ; 2. ಕುಂಟಣಿಗ, ವಿಟ. **Whōre'son**, *n.* ಸೂಳೇಮಗ. **Whō'rish**, *a.* ಹಾದರ ಮಾಡುವ, "ಲುಚ್ಚಾ". **Whōr'ish-ly**, *ad.* ಕಚ್ಚೆ ಹರಕನಾಗಿ. **Whō'rish-ness**, *n.* ಹಾದರ, ಸೂಳೆಗಾರಿಕೆ.

Whorl (hworl), *n.* ಹೂವುಗಳ ಮಂಡಲ, ಎಲೆಗಳ—.

Whōse (hụz), *pron.* (*inter.*) ಯಾರ? ಯಾರದು? ಯಾರವು? *as*, w. son is he? ಅವನು ಯಾರ ಮಗ? w. is this? ಇದು ಯಾರದು? 2. (*rel.*) *as*, the boy w. book was lost ಯಾವನ ಪುಸ್ತಕ ಹೋಯಿತೋ ಆ ಹುಡುಗ, ತನ್ನ ಪುಸ್ತಕ ಕಳಕೊಂಡ—. **Whō'sō**, **Whō-sō-ev'ĕr**, *pron.* ಯಾರಾದರೂ, *as*, w. shrinks now ಯಾರಾದರೂ ಈಗ ಹಿಂಜರಿದರೆ, *or* ಯಾರು ಈಗ ಹಿಂಜರಿಯುತ್ತಾರೋ ಅವರು, *or simply* ಈಗ ಹಿಂಜರಿಯುವವರು.

Whȳ (hwī), *ad.* (*inter.*) ಯಾಕೆ? ಯಾತಕ್ಕೆ? 2. (*rel.*) *as*, I do not know the reason w. he hates me ಅವನು ನನಗೆ ದ್ವೇಷ ಮಾಡುವ ಕಾರಣ ನನಗೆ ಗೊತ್ತಿಲ್ಲ; 3. (*compound rel.*) I do not know w. he hates me ಅವನು ಯಾಕೆ ನನಗೆ ದ್ವೇಷ ಮಾಡುತ್ತಾನೆಂದು ನನಗೆ ಗೊತ್ತಿಲ್ಲ; the w. and wherefore ಒಂದು ಕಾರ್ಯದ ಪ್ರಧಾನ ಕಾರಣವು.

Wick, *n.* ದೀಪದ ಬತ್ತಿ.

Wick'ed, *a.* ಕೆಟ್ಟ, ದುಷ್ಟ, ದುರುಳ; the w. ದುಷ್ಟರು, ಪಾಪಿಗಳು. **Wick'ed-ly**, *ad.* ದುಷ್ಟತನವಾಗಿ, ಪಾಪವಾಗಿ, ಕೆಟ್ಟ ಮನಸ್ಸಿನಿಂದ. ದುರುಳತನದಿಂದ. **Wick'ed-ness**, *n.* ಕೆಟ್ಟತನ, ದುರುಳತನ, ದುಷ್ಕರ್ಮ, ಪಾಪ.

Wick'ĕr, *a.* ಬೆತ್ತದಿಂದ ಹೆಣೆದ, ಬರಲು ಹೆಣೆದ. ದಾಗಡಿ ಬಳ್ಳಿಯ; w. work ಬೆತ್ತದಿಂದ ಹೆಣೆದದ್ದು.

Wick'et, *n.* ದಿಡ್ಡಿಬಾಗಲು, ಜಡ್ಡಿ—; 2. (cricket) ಗುರಿಕೋಲು.

Wīde, *a.* ಇಂಬಾದ, ವಿಶಾಲವಾದ, ಹರವಾದ; 2. ಅತ್ತವಾದ. ಅಡ್ಡಗಲದ; 3. ದೂರದ. *ad.* ದೂರವಾಗಿ; give w. berth to ದೂರವಿಡು; w. of the mark ಉದ್ದೇಶ ಅಥವಾ ಗುರಿಯಿಂದ ದೂರವಾದ; **Wīde'-a-wāke**, *a.* ಎಚ್ಚರಿಕೆಯಾದ, ಜಾಗ್ರತೆಯುಳ್ಳ, "ಹುಷಾರಿರುವ". *n.* ದೊಡ್ಡ ಅಂಚಿನ ಟೊಪ್ಪಿಗೆ. **Wīde'ly**, *ad.* ದೂರವಾಗಿ. ವಿಸ್ತಾರವಾಗಿ; 2. ಬಹಳ, ಬಹಳವಾಗಿ. **Wī'den** (wī'dn), *v. t. r.* ಅಗಲ ಮಾಡು. *v. i.* ಅಗಲವಾಗು. **Wīde'ness**, *n.* ಅಗಲ, ಹರ. **Width**, *n.* ಅಗಲ, ಅಡ್ಡಗಲ.

Wid'geŏn, Wig'eŏn, *n.* ಒಂದು ವಿಧದ ಬಾತು.

Wid'ōw (wid'ō), *n.* ಗಂಡ ಸತ್ತವಳು, ಮುಂಡೆ, ರಂಡೆ, ರಂಡೆಮುಂಡೆ, ವಿಧವೆ; to marry a w. ಉಡಿಕೆ ಮಾಡಿಕೊಳ್ಳು; she became a w. ಅವಳು ಮೂಲೆಯಲ್ಲಿ ಕೂತುಕೊಂಡಳು

(*slang* ಮುಂಡೆಮೋಚದಳು). **Wid′ōwed** (wid′ōd), *a.* ವಿಧವೆಯಾದ, ಮುಂಡೆಯಾದ. **Wid′ōw-ĕr**, *n.* ಹೆಂಡತಿ ಸತ್ತವ, ವಿಧುರ. **Wid′ōw-hood**, *n.* ಮುಂಡೆತನ, ವೈಧವ್ಯ.

Wiēld, *v.t.r.* ಹಿಡಿದಾಡಿಸು, ತಿರಿವ್ಯಾಡು, ತಿರಿಗಿಸು, ಬಳಸು; w. the sceptre ಆಳು. **Wiēl′da-ble**, *a.* ಹಿಡಿದಾಡಿಸತಕ್ಕ. **Wiēl′dy**, *a.* ಹತೋಟಿಗೆ ಬರುವ.

Wīfe, *n.* ಹೆಂಡತಿ, ಪತ್ನಿ, ಭಾರ್ಯೆ, ಕಳತ್ರ, ಅರ್ಧಾಂಗಿ; a fellow w. ಸವತಿ; wedded w. ಧರ್ಮಪತ್ನಿ, ಪುಣ್ಯಗೇಹಿನಿ; a w. not loved by her husband ದುರ್ಭಗೆ; w. and children ಹೆಂಡರುಮಕ್ಕಳು; take a w. ಮದುವೆ ಮಾಡಿಕೊಳ್ಳು; he took her to w. ಆಕೆಯನ್ನು ಮದುವೆಯಾದ. **Wīfe′hood**, *n.* ಪತ್ನಿತ್ವ. **Wīfe′less**, *a.* ಹೆಂಡತಿಯಿಲ್ಲದ, ಮದುವೆಯಾಗದ. **Wīfe′ly**, *a.* ಹೆಂಡತಿಯ.

Wig, *n.* ಕೂದಲಿನ "ಕುಲಾಯಿ"; big-wigs ಹಣದ ಕೊಬ್ಬಿನವರು.

Wig′ging, *n.* ಛೀಮಾರಿ. *v.t.* ವಾಗ್ದಂಡನೆ ಮಾಡು.

Wīght (wīt), *n.* ಪ್ರಾಣಿ, ಮನುಷ್ಯ.

Wig′wam, *n.* "ಇಂಡಿಯಾನರ" ಗುಡಿಸಲು.

Wīld, *a.* ಕಾಡ, ವನ್ಯ; 2. ಅಂಕೆಯಿಲ್ಲದ, "ಹರಾಮ"; 3. ಕ್ರೂರ. *n.* ಅಡವಿ, ಕಾಡು; he grew w. ಕೋಪಗೊಂಡನು; sowing w. oats ಹುಡುಗಾಟಿಕೆ ಮಾಡುವುದು, ಪೋಕರಿತನ. **Wīld′ed**, *a.* "ಗಾಬರಿ"ಪಟ್ಟ. **Wil′dĕr**, *v.t.r.* "ಗಾಬರಿ" ಮಾಡು, ಕಂಗೆಡಿಸು. **Wil′dĕr-ness**, *n.* ಅಡವಿ, ಕಾಡು, ಅರಣ್ಯ. **Wīld′fīre**, *n.* ಆರದ ಬೆಂಕಿ, ನೀರುಬಾಣ; 2. ಬೇಗೆ, ಕಾಡಗಿಚ್ಚು. **Wīld′goose**, *n.* ಅಡವಿ ಬಾತು. **Wīld-goose-chase**, *n.* ವ್ಯರ್ಥ ಪ್ರಯತ್ನ. **Wīld′ing**, *n.* ಕಾಡ ಗಿಡ. **Wīld′ly**, *ad.* ಕಾಡಾಗಿ, ವಿಕಾರವಾಗಿ, ಉಗ್ರದಿಂದ; 2. ಗೊತ್ತು ಗುರಿಯಿಲ್ಲದೆ. **Wīld′ness**, *n.* ಕಾಡ ಸ್ಥಿತಿ, ಕಾಡಾಗಿರುವುದು, 2. "ಹರಾಮುತನ", ಕ್ರೂರತನ.

Wīle, *n.* ಮೋಸ, ತಂತ್ರ, ಕೃತ್ರಿಮ. *v.t.r.* ಮೋಸಮಾಡು, ವಂಚಿಸು.

Wil′ful *or* **Will′ful**, *a.* ಹಟವುಳ್ಳ, ಮೊಂಡು, ಚಂಡಿ, ಛಲವುಳ್ಳ, ಸ್ವಚ್ಛಂದಿ. **Wil′ful-ly** or **Will′ful-ly**, *ad.* ಹಟಹಿಡಿದು, ಬೇಕೆಂದು. **Wil′ful-ness** *or* **Will′ful-ness**, *n.* ಹಟ, ಚಂಡಿ, ಛಲ, ಸ್ವಚ್ಛಂದ.

Will, *n.* ಚಿತ್ತ, ಮನಸ್ಸು, ಸಂಕಲ್ಪ; 2. ಇಚ್ಛೆ; 3. ಆಜ್ಞೆ; 4. *(law)* ಮೃತಿಪತ್ರ, ಮರಣಶಾಸನ; at w. ಮನಸ್ಸು ಬಂದ ಹಾಗೆ; a tenant at w. "ಚಾಲಗೇಣಿ" ಹಿಡಿದವ; good-w. ದಯ, ಅನುಗ್ರಹ; good w. of a firm ಒಂದು ಕಾರ್ಖಾನೆಯ ಹೆಸರಿನ ಆಶ್ರಯ; ill-w. ಹೊಟ್ಟೆಕಿಚ್ಚು, ದ್ವೇಷ; let him have his w. ಅವನ ಮನಸ್ಸಿನಂತಾಗಲಿ.

Will, *v.t. & i.r.* (I will, thou willest, he wills; *pt. & pp.* willed) *or ir.* (I will, thou wilt, he will; *pt.* would, *pp. wanting*). **a)** *v.t.ir.* (expressing a wish *or* desire for something) ಆಶಿಸು, ಅಪೇಕ್ಷಿಸು; 2. *(used as an auxiliary and expressing* willingness *or* determination); *in the 1st person, as,* I w. go ಹೋಗಲಿಕ್ಕೆ ಮನಸ್ಸದೆ, ಹೋಗುವೆ—; I *will* go (emphatically) ಹ್ಯಾಗೂ ಹೋಗುತ್ತೇನೆ; *in the 2nd person in a question, as,* w. you go? ನಿನಗೆ ಹೋಗಲಿಕ್ಕೆ ಮನಸ್ಸಿರುತ್ತದೋ? —ಹೋಗಲಿಕ್ಕೆ ಮನಸ್ಸಿರುತ್ತದೇನು? *in the 2nd and 3rd persons after* think, say, *etc., as,* he says he w. go ಹೋಗಲಿಕ್ಕೆ ಮನಸ್ಸಿರುತ್ತದೆನ್ನುತ್ತಾನೆ; 3. *(used as an auxiliary and expressing future tense): in the 2nd and 3rd persons, as,* he w. go ಅವನು ಹೋದಾನು (somewhat doubtful); ಅವನು ಹೋಗುವನು (simple future); ಅವನು ಹೋಗುತ್ತಾನೆ (quite certain); *in the 3rd person in a question, as,* w. he go? ಹೋದಾನೋ? ಹೋಗುವನೋ? ಹೋಗುತ್ತಾನೋ? **b)** *v.t.r.* (to ordain, decree) ಇಚ್ಛೈಸು, ನಿಶ್ಚೈಸಿಕೊಳ್ಳು, ಅಪ್ಪಣೆ ಮಾಡು; 2. ಮೃತಿಪತ್ರದಿಂದ ಬರಕೊಡು. **c)** *v.i.ir.* ಮನಸ್ಸಿರು, *as,* do as you w. ನಿನಗೆ ಮನಸಿದ್ದ ಹಾಗೆ ಮಾಡು; 2. ಚಿತ್ತೈಸು, ನಿಶ್ಚಯಿಸಿಕೊಳ್ಳು. **d)** *v.i.r.* ಇಚ್ಛಿಸು, ನಿಶ್ಚಯ ಮಾಡಿಕೊಳ್ಳು; 2. ಮೃತಿಪತ್ರದಿಂದ ನಿಶ್ಚಯಿಸು. **Wil′ling**, *a.* ಮನಸ್ಸುಳ್ಳ, ಸಮ್ಮತಿಯುಳ್ಳ, ಇಚ್ಛೆಯುಳ್ಳ; he is w. ಅವನಿಗೆ ಮನಸ್ಸದೆ, —ಸಮ್ಮತಿಯದೆ, *etc.* **Wil′ling-ly**, *ad.* ಸಂತೋಷದಿಂದ. **Wil′ling-ness**, *n.* ಸಂತೋಷ, ಇಷ್ಟ, "ಖುಷಿ".

Will-o′-the-wisp, *n.*, *see* Ignis fatuus.

Wil′lōw (-lō), *n.* ಉದ್ದ ಮತ್ತು ತೆಳ್ಳನ ಟೊಂಗೆಗಳುಳ್ಳ ಒಂದು ಮರ (ಅದರ ಒಂದು ಜಾತಿಯದರ ಹೂಸರವನ್ನು ದುಃಖದ ಗುರುತಾಗಿಯೂ ವಿರಹ

ತಾಪದ ಗುರುತಾಗಿಯೂ ಉಪಯೋಗಿಸುತ್ತಾರೆ); he wears the w. ವಿರಹತಾಪಗೊಂಡಿದ್ದಾನೆ; Indian w. (*Salix tetrasperma, Roxb.*) ನೀರವಂಜಿ ಮರ.

Wī'ly, *a.* ತಂತ್ರವುಳ್ಳ, "ಠಕ್ಕಿನ", ಕುಯುಕ್ತಿಯ. **Wī'li-ly**, *ad.* ಕುಯುಕ್ತಿಯಿಂದ, ಮೋಸದಿಂದ. **Wī'li-ness**, *n.* ಕುಯುಕ್ತಿ, ಮೋಸ, ತಂತ್ರ.

Wim'ble, *n.* ಬೈರಿಗೆ, ಹಿಟಿಸರಳು. *v. t. r.* ಬೈರಿಗೆ ಹಿಡಿ.

Wim'ple, *n.* ಮುಸುಕು; 2. "ನಿಶಾನಿ".

Win, *v. t. ir.* (wŏn, wŏn) ಗೆದ್ದುಕೊಳ್ಳು, ಜಯಿಸಿಕೊಳ್ಳು; 2. ಮನಸ್ಸೊಲಿಸಿಕೊಳ್ಳು. *v. i.* ಗೆಲ್ಲು, ಜಯಗೊಳ್ಳು. **Win'nĕr**, *n.* ಗೆದ್ದವ, ಗೆಲ್ಲುವವ. **Win'niṅg**, *a.* ಮನೋಹರವಾದ; ಮನಸ್ಸೊಲಿಸುವ; the w. post ಪಂತದಲ್ಲಿ ಓಡುವವ ಮುಟ್ಟತಕ್ಕ ಸ್ತಂಭ. *n.* ಗೆದ್ದುಕೊಂಡ ಹಣ.

Wince, *v. i. r.* (*pr.* winst) ಹಿಂಜರಿ, ಅಳುಕು; 2. ಒದಿ. *n.* ಹಾರಿಬೀಳೋಣ.

Winċh, *n.* ಭಾರ ಎತ್ತುವ ಯಂತ್ರ.

Wind (*in poetry* wīnd), *n.* ಗಾಳಿ; 2. (in the bowels) ವಾಯು; 3. ಉಸುರು; 4. ದಿಕ್ಕು; contrary w. ಎದುರುಗಾಳಿ; high w. ಹೆಗ್ಗಾಳಿ; land-w. ಕರೆಗಾಳಿ; side w. ಅಡ್ಡಗಾಳಿ; whirl-w. ಸುಳಿಗಾಳಿ; before the w., down the w. ಗಾಳೀ ಸಂಗಡ; in the wind's eye ಗಾಳಿಗೆದುರಾಗಿ; to be in the w. ಸಂಶಯವಿರು; break w. upwards ತೇಗು; break w. downwards ಹೂಸು ಬಿಡು, ವಾಯು ಸಡಲು; take w., get w. ಬೈಲಿಗೆ ಬೀಳು, ಹುಲುಬು. *v. i. r.* ಗಾಳಿಗಿಡು; 2. ತೂರು; 3. ವಾಸನೆ ಹಿಡಿದು ಹಿಂದಟ್ಟು; there is something in the w. ಗುಟ್ಟಿನಲ್ಲಿ ಏನೋ ನಡೆಯುತ್ತದೆಂಬ ಚಿಹ್ನೆಗಳು ಕಾಣುತ್ತವೆ; find out how the w. blows ಜನರ ಅಭಿಮತವೇನೆಂದು ಗುಟ್ಟಿನಿಂದ ತಿಳಿ; take the w. out of one's sails ಒಬ್ಬನ ಸಾಹಿತ್ಯ ಸಾಮುಗ್ರಿಗಳಿಂದಲೇ ಅವನ ಪ್ರಯತ್ನಗಳಿಗೆ ಭಂಗ ತರು; raise the w. (*fig.*) ಅಗತ್ಯವಿರುವ ಹಣವನ್ನು ಸಂಗ್ರಹಿಸು. **Wind'bag**, *n.* ಪಟ್ಟಂಗಿ, "ಬಾತಾಬಾಸಿ", ಹರಟೆಮಲ್ಲ. **Wind'bound**, *a.* ಗಾಳಿಯಿಂದ ತಡದ. **Wind'fa̤ll**, *n.* ಗಾಳಿಯಿಂದ ಉದುರಿದ ಹಣ್ಣು, —ಮುರಿದ ಟೊಂಗೆ; 2. ಅಕಸ್ಮಾತ್ತಾಗಿ ಬಂದ ಲಾಭ, ದುಡಿಯದ ಭಾಗ್ಯ, ಅನಿರೀಕ್ಷಿತ ಸಹಾಯ **Wind'ga̤ll**, *n.* ಕುದುರೆಗಳ ಕೀಲುಗಳಿಗೆ ಬರುವ ಹುಣ್ಣು. **Wind'-gāuġe** (-gāj), *n.* ವಾಯುವೇಗಮಾಪಕ. **Wind'gun**, *n.* ಗಾಳೀ "ತುಪಾಕಿ". **Wind'i-ness**, *n.* ಬಹಳ ಗಾಳಿಯಿರುವುದು; 2. ಅಜೀರ್ಣವಾಯು; 3. ಉಬ್ಬು, ಉಬ್ಬಿಕೆ. **Wind'-in-strụ-ment**, *n.* ಮುಖವಾದ್ಯ. **Wind'less**, *a.* ಗಾಳಿ ಬೀಸದ; 2. ಉಸುರುಗಟ್ಟಿದ. **Wind'mill**, *n.* ಗಾಳಿಯಿಂದ ತಿರುಗುವ ಯಂತ್ರ. **Wind'pīpe**, *n.* ಗಂಟ್ಲು, ಕಂಠನಾಳ, ಗಳನಾಳ. **Wind'ward** (-wĕrd), *a.* ಗಾಳಿಗೆದುರಾದ. *ad.* ಗಾಳಿಗೆದುರಾಗಿ. **Wind'y**, *a.* ಗಾಳಿಯ; 2. ಬಹಳ ಗಾಳಿಯಿರುವ; 3. ವಾಯುವಿನ; 4. ಹುರುಳಿಲ್ಲದ, ಬರಿಮಾತಿನ, ಬರಿಗುಲ್ಲಿನ.

Wīnd, *v. t. ir.* (wound, wound) ಊದು (a horn); 2. ಸುತ್ತು, ತೋಡು; 3. ಆಳು; w. up ತೋಡು, ಸುತ್ತು, ಬಗೆಹರಿಸು, (a watch) "ಕೀಲಿ" ಕೊಡು *c. d.*; w. up the company ಕಂಪೆನಿಯ ವ್ಯವಹಾರವನ್ನು ನಿಲ್ಲಿಸಿಬಿಡು. *v. i.* ಸುತ್ತಿಕೊಳ್ಳು; 2. ಡೊಂಕು ಡೊಂಕಾಗಿರು. **Wīnd'iṅg**, *a.* ಸುತ್ತಿಹೋಗುವ, ಸುತ್ತಾಗಿರುವ; 2. ಸುತ್ತು. *n.* ಸುತ್ತು, ಸುತ್ತುವಿಕೆ. **Wīnd'iṅg-shēet**, *n.* ಪ್ರೇತವಸ್ತ್ರ.

Wind'lass, *n.* ಭಾರವನ್ನು ಮೇಲಕ್ಕೆ ಎತ್ತುವ ಯಂತ್ರ, ರಾಟೆ, ರಾಟಣ.

Win'dōw (-dō), *n.* ಕಿಟಿಕಿ, ಕಂಡಿ.

Wind'ṣor-chāir, *n.* ಬೆತ್ತದ ಹೆಣಿತವಿಲ್ಲದ ಮರದ ಕುರ್ಚಿ.

Wīne, *n.* ದ್ರಾಕ್ಷಾರಸ, —ಮದ್ಯ, ಮದ್ಯ. **Wīne'-bib-bĕr**, *n.* ಮದ್ಯಪಾನಿ. **Wīne'-glass**, *n.* ಮದ್ಯಕುಡಿಯುವ ಪಾತ್ರ. **Wī'ny**, *a.* ಮದ್ಯದಂಥ.

Wiṅg, *n.* ರೆಕ್ಕೆ, ಪಕ್ಕೆ; 2. ಹಾರುವುದು; 3. ಬೀಸಣಿಗೆ; 4. ಸೈನ್ಯದ ಭಾಗ; 5. (of a building) ಸಾಲು. *v. t. r.* ರೆಕ್ಕೆ ಕೊಡು; 2. ಹಾರಿಸು; 3. ಹಾರು; 4. ರೆಕ್ಕೆ ಕತ್ತರಿಸು. **Wiṅged** (wiṅgd), *a.* ರೆಕ್ಕೆಯುಳ್ಳ; 2. ತೀವ್ರ. **Wiṅg'less**, *a.* ರೆಕ್ಕೆಯಿಲ್ಲದ.

Wiṅk, *v. i. r.* (*pr.* wiṅkt) ಕಣ್ಣು ಮುಚ್ಚು; 2. ರೆಪ್ಪೆ ಬಡಿ; 3. ಕಣ್ಣುಸನ್ನೆ ಮಾಡು; 4. ಕಂಡು ಕಾಣದ ಹಾಗೆ ಮಾಡು. *n.* ಕಣ್ಣು ಮುಚ್ಚುವಿಕೆ; 2. ಕಣ್ಣುಸನ್ನೆ. **Wiṅk'ĕrṣ**, *n.* ಕುದುರೆ ಕಣ್ಣುಗಳಿಗೆ ಕಟ್ಟುವ ಮರೆ.

Win'nōw (-nō), *v. t. r.* (fanning with a winnowing basket) ಕೇರು; 2. (pouring out to the wind) ತೂರು; 3. (examine) ಶೋಧಿಸು; 4. ಒವಿ.

Win'sōme, *a.* ಗೆಲವಿನ, ಉಲ್ಲಾಸವುಳ್ಳ, "ಖುಷಾಲಿನ".

Win'tĕr, *n.* ಹಿಮಕಾಲ, ಚಳಿಗಾಲ, ಮಾಗಿಕಾಲ. *v. i. r.* ಚಳಿಗಾಲ ಕಳೆ. *v. t. r.* ಚಳಿಗಾಲದಲ್ಲಿ ಸಾಕು, —ಉಳಿಸು. Win'tĕr-y, Win'try, *a.* ಚಳಿಗಾಲದ.

Wīpe, *v. t. r.* (*pr.* wīpt) ಒರಸು, ಒರಸಿಕೊಳ್ಳು, ಒರಸಿ ತೆಗೆ. *n.* ಒರಸುವಿಕೆ; 2. ಪರಿಹಾಸ್ಯ. Wī'pĕr, *n.* ಒರಸುವವ; 2. ಒರಸುವ ಅರಿವೆ.

Wīre, *n.* "ಸರಿಗೆ", ತಂತಿ. *v. t. r.* ತಂತಿ ಕಟ್ಟು; 2. ತಂತಿಗೆ ಪೋಣಿಸು. Wīre'draw (-dra), *v. t. r.* (-drew, -drawn, *pr.* -dru, -dran) ತಂತಿ ಎಳೆ, "ಸರಿಗೆ" ಮಾಡು. Wīre'-draw-ĕr, *n.* ತಂತೀ ಮಾಡುವವ. Wīre'-draw'ing, *n.* ಉದ್ದವಾಗಿ ಬೆಳಿಸುವುದು; ಗ್ರಂಥವಿಸ್ತರ. Wīre'-pul-lĕr, *n.* ಮೆಲ್ಲಗೆ ಕಿವಿ ಊದುವವ; 2. ತಂತಿ ಎಳೆಯುವವ, ಸಂಚುಕಾರ. Wī'ry, *a.* ತಂತಿಯ, ತಂತಿಯಿಂದ ಮಾಡಿದ; 2. ತಂತಿಯಂಥ; 3. ಗಟ್ಟಿ.

Wis, *v. t. ir.* (wist, wist) ತಿಳಿ, ತಿಳುಕೊಳ್ಳು; 2. ನೆನಸು; 3. ಕಾಣು, ತೋರು, ಅನ್ನು, *about the use of these verbs see the verb* Know *and* Think.

Wis'dom, *n* ಜ್ಞಾನ, ಬುದ್ಧಿ, ತಿಳುವಳಿಕೆ.

Wīse, *a.* ಬುದ್ಧಿಯುಳ್ಳ, ತಿಳುವಳಿಕೆಯುಳ್ಳ; a w. man ಜ್ಞಾನಿ, ಬುದ್ಧಿವಂತ, ಪ್ರಾಜ್ಞ, ಸುಜ್ಞ. Wīse'ly, *ad.* ವಿವೇಕದಿಂದ.

Wīse, *n.* ಬಗೆ, ಪ್ರಕಾರ, ರೀತಿ; in any w. ಹ್ಯಾಗಾದರೂ; in nowise ಹ್ಯಾಗಾದರೂ. ...ಇಲ್ಲ; on this w. ಈ ಬಗ್ಗೆ, ಈ ಪ್ರಕಾರ.

Wīse'ā-cre (-kĕr), *n.* ಸೋಗಿನ ಜಾಣ; 2. ದಡ್ಡ, ಮಂದ ಬುದ್ಧಿ.

Wish, *n.* ಇಚ್ಛೆ, ಆಶೆ, ಮನೋರಥ, ಅಪೇಕ್ಷೆ, ಎಳಸು; 2. ಬೇಡಿಕೊಳ್ಳುವುದು, ಅಪ್ಪಣೆ, ವಿನಂತಿ; 3. ಆಶಿಸಿದ್ದು; 4. ಆಶೀರ್ವಾದ; w. well ಸ್ವಸ್ತಿಹೇಳು. *v. i. r.* (*pr.* wisht) ಇಚ್ಛೆಯಿರು, ಆಶೆಯಿರು. *v. t.* ಇಚ್ಛೈಸು; 2. ಆಶೆ ತೋರಿಸು; 3. ಆಗಲಿ ಅನ್ನು. Wish'ĕr, *n.* ಇಚ್ಛಿಸುವವ Wish'ful, *a.* ಇಚ್ಛೆಯುಳ್ಳ, ಆಶೆಯುಳ್ಳ.

Wish'-wash, *n.* ಪಾನಕ. Wish'y-wash-y, *a.* ಹುರುಳಿಲ್ಲದ, ನಿಸ್ಸಾರ.

Wisp, *n.* ಹಿಡಿ ಹುಲ್ಲು; 2. ಸಣ್ಣ ಕಸಬರಿಕೆ.

Wist, *pt. & pp. of* Wis. *and pt. of* Wit.

Wist'ful, *a.* ಧ್ಯಾನಪರ; 2. ಎಚ್ಚರಿಕೆಯಾದ; 3. ಆಶೆಯುಳ್ಳ, ಶ್ರದ್ಧೆಯುಳ್ಳ.

Wit, *v.i.* (*now used only in the infinitive*) ತಿಳಿ; to wit ಏನಂದರೆ, ಹ್ಯಾಗಂದರೆ.

Wit, *n.* ಬುದ್ಧಿ, ವಿದಗ್ಧತ್ವ; 2. ಬುದ್ಧಿಚಾತುರ್ಯ; 3. ಮಾತಿನ ಚಮತ್ಕಾರ; 4. ರಸಿಕನು; he has lost his wits, he is out of his wits ಅವನ ಬುದ್ಧಿ ಹೋಯಿತು, ಅವನು ಬುದ್ಧಿಗೇಡಿ; he is at his wit's end ಅವನು ಕಂಗೆಟ್ಟ, ಅವನು "ಗಾಬರಿ"ಯಾಗಿದ್ದಾನೆ, ಅವನಿಗೆ ಹುಚ್ಚು ಹಿಡಿದ ಹಾಗಾಯಿತು; to wit ಅಂದರೆ; has his wits about him ಅವನು ಜಾಗರೂಕನಾಗಿದ್ದಾನೆ; live by one's wits ತನ್ನ ಕುಶಲೋಪಾಯದಿಂದ ಜೀವನ ಮಾಡು. Wit'less, *a.* ಬುದ್ಧಿಯಿಲ್ಲದ, ವಿವೇಕವಿಲ್ಲದ. Wit'ling, *n.* ಅಲ್ಪಬುದ್ಧಿಯವ. Wit'ted, *a.* (*in comp.*) ತಿಳುವಳಿಕೆಯುಳ್ಳ, ಬುದ್ಧಿಯುಳ್ಳ. Wit'ticism, *n.* ನಗಿಸುವ ಮಾತು, ಸರಸ—. Wit'ti-ly, *ad.* ಸರಸವಾಗಿ, ವಿನೋದವಾಗಿ. Wit'ti-ness, *n.* ಚಮತ್ಕಾರದ ಬುದ್ಧಿ, ಬುದ್ಧಿ ಕುಶಲತೆ. Wit'ting-ly. *ad.* ತಿಳಿದು, ಅರಿತು, ಬೇಕಾಗಿ. Wit'ty, *a.* ಚಮತ್ಕಾರದ ಬುದ್ಧಿಯುಳ್ಳ, ವಿದಗ್ಧ, ನಗಿಸುವ, ರಸಿಕನಾದ; to be w. ವಿನೋದ ಮಾತಾಡು.

Witch (wich), *n.* ಮಾಟಗಾತಿ, ಕುಟಿಲಗಿತ್ತಿ, ಮಂತ್ರಗಾತಿ, ಶೂನ್ಯಗಾತಿ. *v. t. r.* (*pr.* wicht) ಮಾಟಮಾಡು *c.d.*, ಮರುಳುಗೊಳಿಸು. Witch'craft, Witch'ĕr-y (wich-), *n.* ಮಾಟ, ಪಂಪು, ಕುಟಿಲ.

With, *prep.* (nearness, connection. intercourse) ಕೂಡ, ಒಡನೆ, ಸಂಗಡ, ಜಂವಿಗೆ, *as,* come w. me ನನ್ನ ಕೂಡ ಬಾ, ನನ್ನ ಸಂಗಡ ಬಾ; 2. (among)...ಲ್ಲಿ, *as,* w. the ancients the planets were considered as gods ಪೂರ್ವಿಕರಲ್ಲಿ ನವಗ್ರಹಗಳು ದೇವತೆಗಳನ್ನಿಸಿಕೊಂಡವು; 3. (cause, means) ...ಇಂದ, ...ಲ್ಲಿ, *as,* elated w. joy ಸಂತೋಷದಿಂದ ಹಿಗ್ಗಿಕೊಂಡು; write w. a pen ಲೇಖನಿಯಿಂದ ಬರೆ, ಲೇಖನಿಯಲ್ಲಿ—; 4. (comparison)...ಗೆ, ...ಕ್ಕೆ, *as,* what will compare w. this? ಇದಕ್ಕೇನು ಸರಿಬೀಳುವುದು? 5. (close succession), *as,* w. these words he died ಇದನ್ನು ಹೇಳಿ ಸತ್ತನು. With-al', *ad.* ಕೂಡಾ; 2. ಅದೇ ಪ್ರಕಾರ, ಹಾಗೆಯೇ. *prep.* ...ಇಂದ.

With-drạw′ (-drạ′), *v. t. ir.* (-drew′, -drạwn′, *pr.* -drụ′, -drạn′) ಹಿಂದಕ್ಕೆ ತೆಗೆ. *v. i.* ಹಿಂಜರಿ, ಎದ್ದುಹೋಗು, ಬಿಟ್ಟುಹೋಗು. With-drạw′al, -drạw′ment, *n.* ಹಿಂದಕ್ಕೆ ತೆಗೆದುಕೊಳ್ಳುವುದು; 2. ಹಿಂಜರಿಯುವುದು.

Wīthe *(or* with), *n.* ಬಳ್ಳಿಕಟ್ಟು, ಸೆಳಿಕೆ. *v. t. r.* ಬಳ್ಳಿಯಿಂದ ಕಟ್ಟು.

With′ĕr, *v. i. r.* ಬಾಡು, ಕಮರು, ಒಣಗು *(as,* grass, *etc.)*; 2. ಕಳೆಗುಂದು, ಒಣಗಿ ಹೋಗು *(as,* the animal body); 3. ಕೆಡು. *v. t.* ಬಾಡಿಸು, ಕಮರಿಸು; 2. ಕೆಡಿಸು.

With′ĕrs, *n. pl.* ಕುದುರೆಯ ಅಡ್ಡ ಚಿಪ್ಪೆ; my withers are unwrung ನನ್ನ ಮೇಲಣ ಅರೋಪಗಳು ನನ್ನನ್ನು ಬಾಧಿಸಲಾರವು.

With-hōld′, *v. t. ir.* (-held′, -held′ *or* -hōld′en) ನಿಲ್ಲಿಸು, ಅಡ್ಡಿ ಮಾಡು, ಬಿಗಿ ಹಿಡಿ; 2. ಕೊಡದಿರು, ಇಟ್ಟುಕೊಳ್ಳು, *as,* he withheld his consent ಅವನು ಸಮ್ಮತಿ ಕೊಡಲಿಲ್ಲ.

With-in′, *prep. & ad.* ಒಳಗೆ.

With-out′, *prep.* (not within) ಹೊರಗೆ, ಹೊರಬಳಿ; 2. (not with) ಇಲ್ಲದೆ, *as,* w. labour ಕಷ್ಟವಿಲ್ಲದೆ; w. you ನೀನಿಲ್ಲದೆ, ನೀವಿಲ್ಲದೆ; 3. ಅಲ್ಲದೆ, ಹೊರತು. *ad.* ಹೊರಗೆ.

With-stand′, *v. t. ir.* (-stọọd′, -stọọd′) ಎದುರು ನಿಲ್ಲು, ಎದುರಿಸು, ಎದುರಾಯಿಸು, ವಿರೋಧಿಸು.

Wit′ness, *n.* ಸಾಕ್ಷಿ, ಪ್ರಮಾಣ, "ಶಾಯಿದಿ" *(S. C.)*; 2. ಸಾಕ್ಷಿಗಾರ; I call God to w. ದೇವರು ಸಾಕ್ಷಿ. *v. t. r.* *(pr.* -nest) ಕಣ್ಣಾರೆ ನೋಡು; 2. ಸಾಕ್ಷಿಕೊಡು, — ಹೇಳು, — ಹಾಕು. *v. i.* ಸಾಕ್ಷಿಯಾಗಿರು.

Wit′tol, *n.* ಹಾದರಗಿತ್ತಿ ಗಂಡ.

Wīve, *v. t. r.* ಹೆಣ್ಣು ಮದುವೆಮಾಡಿಕೊಳ್ಳು. Wīves, *n. pl. of* Wife.

Wiz′ard (-ĕrd), *n.* ಮಂತ್ರಗಾರ, ಮಾಟಗಾರ, ಕಣ್ಣುಗಾರ.

Wiz′en, Wiz′ened (wiz′nd), *pp. & a.* ಒಣಗಿದ, ಬಾಡಿದ, ಶುಷ್ಕ. Wiz′en-fāced (wiz′-en-fāst), *a.* ಬಾಡಿದ ಮೋರೆಯ.

Wōad, *n.* ನೀಲಿಬಣ್ಣದ ಗಿಡ.

Wob′ble, *v. i. r.* ಅಲ್ಲಾಡು, ತೂಗಾಡು, ಜೋಲುತ್ತಾ ನಡೆ, ಚಂಚಲವಾಗಿರು.

Wō′den, *n.* ಪ್ರಾಚೀನ "ಜರ್ಮನಿ" ದೇಶದವರ ಯುದ್ಧ ದೇವತೆಯ ಹೆಸರು (ಇದರಿಂದ Wednesday ಎಂಬ ಶಬ್ದ ಬಂದದೆ).

Wōe, Wō, *int.* ಅಯ್ಯೋ; w. is me ಅಯ್ಯೋ, ನನ್ನ ಕಷ್ಟವೇ; w. worth the day ಅಯ್ಯೋ, ಆ ದುರ್ದಿನವೇ! *n.* ದುಃಖ, ವಿಪತ್ತು, ಶಾಪ. Wōe′-be-gone, *a.* ದುಃಖಾಕ್ರಾಂತ. Wōe′-fụl, *a.* ದುಃಖವುಳ್ಳ, ಅರಿಷ್ಟದ. Wōe′fụl-ly, *ad.* ದುಃಖಾಕ್ರಾಂತವಾಗಿ; 2. ದುಃಖಕರವಾಗಿ. Wōe′fụl-ness, *n.* ವಿಪತ್ತು, ಕಷ್ಟ.

Wōld, *n.* ಬೈಲುದೇಶ.

Wŏlf (wụlf), *n.* Indian w. *(Canis pallipes)* ತೋಳ, ವೃಕ; a w. in sheep's clothing ಗೋಮುಖದ ವ್ಯಾಘ್ರ, ಕುತಂತ್ರಗಾರ; to cry w. ತೋಳ ಬಂತೋ ಎಂದು ಕೂಗು, ಬರಿದೇ ಗುಲ್ಲೆಬ್ಬಿಸು; hold w. by the ears ಹಿಂದೂ ಮುಂದೂ ಚಲಿಸಲಾರದ ಸಂಕಷ್ಟದಲ್ಲಿ ಸಿಲುಕಿಕೊಳ್ಳು; keep w. from door ಉಪವಾಸದಲ್ಲಿ ಬೀಳದಂತೆ ನೋಡಿಕೊಳ್ಳು. Wŏlf′-dog, *n.* ಜಾವಳ ನಾಯಿ. Wŏlf′ish, *a.* ತೋಳದಂಥ, ತೋಳದ ಗುಣದ. Wŏlf′ish-ly, *ad.* ತೋಳದಂತೆ.

Wŏlf, *v. i.* ಹೊಟ್ಟೆಬಾಕನಾಗು.

Wŏm′an (wụm′an), *n.* ಹೆಣ್ಣು, ಹೆಂಗಸು (low), ಹೆಣ್ಣುಮಗಳು *(S. M.)*, ಸ್ತ್ರೀ; married w. ಸುವಾಸಿನಿ, ಮುತ್ತೈದೆ; a w. who has borne children ಮಕ್ಕಳ ತಾಯಿ, ಕುಟುಂಬಿನಿ; w. with a past ದುರ್ನಡತೆಯ ಲೇಪನವಿರುವ ಸ್ತ್ರೀ; w. of the world ಲೋಕಾನುಭವವುಳ್ಳವಳು; play the w. ಹೇಡಿಯಾಗು, ಹೆಂಗಸಿನಂತೆ ಅಳತೊಡಗು; tied to a woman's apron strings ಹೆಂಡತಿಯ ಗುಲಾಮನಾಗಿರು; single w. ಅವಿವಾಹಿತೆ. Wŏm′an-họọd, *n.* ಹೆಂಗಸುತನ, ಸ್ತ್ರೀತ್ವ. Wŏm′an-ish, *a.* ಸ್ತ್ರೀಜಾತಿಯ, ಹೆಣ್ಣಿನ; 2. ಪುಕ್ಕ. Wŏm′an-kīnd, *n.* ಹೆಂಗಸರು, ಸ್ತ್ರೀಜಾತಿ. Wŏm′an-ly, *a.* ಸ್ತ್ರೀಯಂಥ, ಸ್ತ್ರೀಗೆ ಒಪ್ಪುವಂಥ, —ಯೋಗ್ಯವಾದ.

Wōmb (wụm), *n.* ಹೊಟ್ಟೆ, ಬಸುರು, ಗರ್ಭ, ಗರ್ಭಾಶಯ, ಗರ್ಭಸ್ಥಾನ.

Wŏn, *pt. & pp. of* Win.

Wŏn′dĕr, *n.* (astonishment) ಬೆರಗು, ಆಶ್ಚರ್ಯ; 2. (a strange thing) ಕೌತುಕ, ಸೋಜಿಗ, ಅದ್ಭುತ; a nine days' w. ಮೂರು ದಿನದ ವಿನೋದ. *v. i. r.* ಆಶ್ಚರ್ಯಪಡು; 2. ನೋಡಬೇಕೆಂದಿರು. Wŏn′dĕr-fụl, *a.* ಸೋಜಿಗ, ಆಶ್ಚರ್ಯಕರವಾದ, ಚಮತ್ಕಾರಿಕ. Wŏn′-dĕr-fụl-ly, *ad.* ಸೋಜಿಗವಾಗಿ, ಆಶ್ಚರ್ಯಕರವಾಗಿ, ಚಮತ್ಕಾರವಾಗಿ. Wŏn′dĕr-iṅg-ly, *ad.* ಬೆರಗಾಗಿ, ಆಶ್ಚರ್ಯದಿಂದ, ಸೋಜಿಗ ದಿಂದ. Wŏn'dĕr-ment, *n.* ಬೆರಗು, ಆಶ್ಚರ್ಯ. Wŏn'dĕr-struck, *a.* ಆಶ್ಚರ್ಯ ಪಟ್ಟ, ಚಕಿತ. Wŏn'dĕr-wŏrk, *n.* ಆಶ್ಚರ್ಯ ಕೃತ್ಯ. Wŏn'drŏus, *a., see* Wonderful. Wŏn'drŏus-ly, *ad., see* Wonderfully; w. wise ಮಹಾ ಜಾಣ, ಅತಿನಿಪುಣ.

Wŏn't, *contr. of* Will not.

Wŏnt, *n.* ವಾಡಿಕೆ, ರೂಢಿ. *a.* ವಾಡಿಕೆಯಾದ, ರೂಢಿಯಾದ; I am w. ನನಗೆ ರೂಢಿಯಿದೆ. Wŏnt'ed, *a.* ವಾಡಿಕೆಯಾದ, "ರಿವಾಜಿನ", ರೂಢಿಯ.

Woo (wụ), *v. t. & i. r.* ಲಗ್ನಕ್ಕೋಸ್ಕರ ಸ್ತ್ರೀಯನ್ನು ಮೆಚ್ಚಿಸು, —ಸ್ತ್ರೀಯನ್ನು ಮೆಚ್ಚು ಮಾತು, ವರಿಸು, ಮೋಹಿಸು. Woo'ĕr, *n.* ಸ್ತ್ರೀಯನ್ನು ಮೆಚ್ಚಿಸುವವ, ಸ್ತ್ರೀವರಿಸುವವ. Woo'ing-ly, *ad.* ಉಪಸರ್ಪತೆಯಾಗಿ.

Wọọd, *n.* ಹಳುವು, ಅಡವಿ; *pl.* ಗಿಡ *(My.)*; 2. ಕಟ್ಟಿಗೆ, ಕಟ್ಟಿಗೆಗಿಟ್ಟಿಗೆ, ಮರ, ಸೌದೆ. *v. t. r.* ಮರ ತಂದುಕೊಡು, ಕಟ್ಟಿಗೆ ಒದಗಿಸಿಕೊಡು; don't halloo till you are out of the w. ಕಷ್ಟಗಳನ್ನು ಕಡೆಹಾಯುವ ಮುಂಚೆ ಹಿಗ್ಗಬೇಡ. Wọọd'-ash-til-lāge, *n.* ಕುಮ್ರಿ, ಕುಮರಿ. Wọọd'bīne, *n.* ಪರಿಮಳದ ಹೂವಿನ ಒಂದು ಬಳ್ಳಿ. Wọọd'cock, *n.* ಕಾಡಕೋಳಿ. Wọọd'cut, *n.* ಮರದ ಮೇಲೆ ಕೆತ್ತಿದ ಚಿತ್ರ, ಪಡಿಯಚ್ಚಿನ ಚಿತ್ರ, ಪಡೇಚ್ಚಿನ—. Wọọd'-cut-tĕr, *n.* ಕಟ್ಟಿಗೆ ಕಡಿಯುವವ, ಗುಡಿಗಾರ. Wọọd'ed, *a.* ಹಳುವಿನ, ಕಾಡಿನ. Wọọd'-en (wụd'n), *a.* ಮರದ, ಕಟ್ಟಿಗೆಯಿಂದ ಮಾಡಿದ, ಕಟ್ಟಿಗೆಯ. Wọọd'-en-grā-vịng, *n.* ಮರಕೆತ್ತುವ ಕೆಲಸ; 2. ಮರದ ಮೇಲೆ ಕೆತ್ತಿದ ಚಿತ್ರ. Wọọd'land, *n.* ಮಲನಾಡು, ವನಭೂಮಿ. Wọọd'less, *a.* ಕಟ್ಟಿಗೆಯಿಲ್ಲದ; 2. ಮರಗಳಿಲ್ಲದ. Wọọd'man, *n.* ಬೇಟೆಗಾರ; 2. ಕಟ್ಟಿಗೆ ಕಡಿಯುವವ. Wọọd'-nymph (-nimf), *n.* ವನದೇವತೆ. Wọọd'-oil, *n.* (oil of *Dipterocarpus turbinatus, Roxb.*) ಮರಡೆಣ್ಣೆ ಮರ. Wọọd'peck-ĕr, *n.* ಮರಕುಟಿಗನ ಹಕ್ಕಿ, ಕಲ್ಲುಕುಟಿಗನ—, ಬಡಗಿ—. Wọọd'-pịge-ŏn (-pij-un), *n.* ಹಾರವಾಣದ ಹಕ್ಕಿ. Wọọd'-pulp, *n.* ಕಾಗದವನ್ನು ತಯಾರಿಸುವುದಕ್ಕೆ ಮರದ ಅಂಬಲಿ. Wọọd'wŏrk, *n.* ಮರಕೆಲಸ, ಬಡಿಗೆ—. Wọọd'y, *n.* ಕಾಡಾದ, ಕಾಡಿನ; 2. ಬಲಿತ, ಬಲ್ತ.

Wọọd'-ap-ple, *n.* *(Feronia elephantum Corr.)* ಬೇಲದ ಮರ, ಕಪಿತ್ಥ.

Wọọf, *n.* ಹೊಕ್ಕು, ನೇಯಿಗೆ.

Wọọl, *n.* ಉಣ್ಣೆ; much cry and little w. ಬರಿಗುಲ್ಲು ನಿದ್ದೆಗೇಡು; w.-gathering ಅರೆಮರವೆಯಲ್ಲಿರು. Wọọl'len (wụl'n), *a.* ಉಣ್ಣೆಯ. *n.* ಉಣ್ಣೆಯ ವಸ್ತ್ರ, —ಅರಿವೆ, "ಸಕಲಾತಿ". Wọọl'ly, *a.* ಉಣ್ಣೆಯ, ಉಣ್ಣೆಯಂಥ. Wọọl'-pack, *n.* ಉಣ್ಣೇಚೀಲ. Wọọl'sack, *n.* ಬೊಚ್ಚು ತೂರಿದ ಚೀಲ; 2. ಉಣ್ಣೆ ಗದ್ದಿಗೆ; 3. ಇಂಗ್ಲಾಂಡದ ಶ್ರೇಷ್ಠ ನ್ಯಾಯಾಧಿಪತಿಯ ಗದ್ದಿಗೆ. Wọọl'-stā-ple, *n.* ಉಣ್ಣೇಪಡಮೂಲೆ ಜಾಗ. Wọọl'-stā-plĕr, *n.* ಉಣ್ಣೇ ಮಾಡುವವ.

Wŏrd (wĕrd), *n.* ಶಬ್ದ, ಪದ; 2. (talk, discourse) ಮಾತು; 3. (message) ಸುದ್ದಿ, ವರ್ತಮಾನ; 4. (order) ಅಪ್ಪಣೆ; 5. (promise) ಮಾತು, ವಚನ; 6. *pl.* (dispute) ಹಾಕ್ಯಾಟ, ವಾಗ್ವಾದ; 7. (phrase, sentence) ಮಾತು; 8. (the Word of God) ದೇವರ ವಾಕ್ಯ, ಸತ್ಯವೇದ; by w. of mouth ಬಾಯಿಮಾತಿನಿಂದ; a bye-w. ಸಾಮತಿ; compound w. ಸಮಾಸಪದ; good w. ಹೊಗಳುವ ಮಾತು, "ಶಿಫಾರಸ್ಸು"—; in a w. ಒಟ್ಟಾರೆ ಹೇಳಿದರೆ, ಒಂದು ಮಾತಿನಲ್ಲಿ—, ...—ಅಪ್ಪ; in w. ಹೆಸರಿಗೆ; leave w. ಹೇಳಿ ಬರು; send w. ಹೇಳಿ ಕಳುಹಿಸು; to get w. ವರದಿ ಪಡಕೊಳ್ಳು; upon my w. ಸತ್ಯವಾಗಿ; w. for w. ಮಾತಿಗೆ ಮಾತು; to eat one's w.s ಹೇಳಿದ ಮಾತು ಅಲ್ಲವೆನ್ನು; a w. and a blow ಬಾಯಿಮಾತೂ ಪೆಟ್ಟೂ. *v. t. r.* ಶಬ್ದಗಳನ್ನು ಕೂಡಿಸು, ರಚಿಸು; take one at his w. ಒಬ್ಬನ ಮಾತು ನಿಜವೆಂದು ನಂಬಿ ವರ್ತಿಸು. high, hard, warm, hot, sharp words ಸಿಟ್ಟಿನ ಮಾತು; big words ಒಣಡಂಭದ ಮಾತು; burning words ಉದ್ರೇಕಿಸುವ ಮಾತು; household w. ಎಲ್ಲರ ಬಾಯಿಯಲ್ಲಿಯೂ ಕೇಳಿಸುವ ಮಾತು; they had words ಅವರು ಜಗಳವಾಡಿದರು; have a w. with ಒಂದು ಮಾತಿದೆ; have a w. to say ಕೇಳಲಿಕ್ಕೆ ಅರ್ಹವಾದ ಮಾತು; give one's w. ಮಾತುಕೊಡು; break one's w. ಆಡಿದ ಮಾತನ್ನು ತಪ್ಪು; one's w. ಕೊಟ್ಟ ಭಾಷೆ; w. of honour ಸತ್ಯಪ್ರಮಾಣದ ಮಾತು; w. for w. play ತರ್ಕವಿತರ್ಕ, ದ್ವಯಾರ್ಥ, ಶ್ಲೇಷಾರ್ಥ. Wŏrd'-bọọk, *n.* ನಿಘಂಟು, ಶಬ್ದಮಂಜರಿ.

Wŏrd'i-ly, *ad.* ಹರಟೆಯಾಗಿ, ಬಹಳ ಮಾತಿನಿಂದ. **Wŏrd'i-ness**, *n.* ಶಬ್ದಪುಷ್ಟಿ, ಶಬ್ದವಿಸ್ತಾರ. **Wŏrd'iṅg**, *n.* ವಾಕ್ಯರಚನೆಯ ವಿಧ. **Wŏrd'y**, *a.* ಬಹು ಶಬ್ದಗಳ, ಹರಟೆಯ, ಶಬ್ದಪ್ರಚುರ.

Wōre, *pt. of* **Wear.**

Wŏrk (wĕrk), *n.* ಕೆಲಸ, ಉದ್ಯೋಗ, ಕಾರ್ಯ; 2. (book) ಪುಸ್ತಕ, ಗ್ರಂಥ, ಕೃತಿ; 3. (embroidery) "ಕಸೂತಿ"; 4. (fortification) ಅಗಳತೆ, ಅಬಂಗ, ಮುಂ.; 5. (factory) "ಕಾರಖಾನೆ"; 6. *pl. (theol.)* ಕ್ರಿಯೆ, ಸತ್ಕ್ರಿಯೆ, ಪುಣ್ಯದ ಕೆಲಸ. *v. i. r. or ir.* (wrought, wrought, *pr.* rạt) ಕೆಲಸ ಮಾಡು, ದುಡಿ, ಗೇಯು; 2. (operate, *as*, a machine) ನಡೆ; 3. (have effect) ಹತ್ತು, ಕೈಗೂಡಿ ಬರು, ಸಾಧನೆ ಮಾಡು; (w., *as*, a medicine) ಹತ್ತು, "ಲಾಗು" ಆಗು, (*as*, a purgative) ಭೇದಿಸು, ಪ್ರವೃತ್ತಿಸು; 4. (be agitated, *as*, a ship) ಹೊಯಿದಾಡು, (*as*, a liquid) ಉಕ್ಕು. *v. t.* ಮಾಡು, ನಡಿಸು, ಸಾಧಿಸು; 2. ಮಾಡಿಕೊಳ್ಳು, ಮಾಡಿಕೊಡು, ಹುಟ್ಟಿಸು; 3. (embroider) "ಕಸೂತಿ" ತೆಗೆ; 4. w. one's ways ಪ್ರಯಾಸದಿಂದ ನಡಕೊಂಡು ಹೋಗು; 5. (set in motion, manage) ನಡಿಸು, ಕೆಲಸಕ್ಕೆ ಹಚ್ಚು, ಹಚ್ಚು; w. a passage ಹಡಗದ ಬಾಡಿಗೆಗಾಗಿ ಕಷ್ಟ ಮಾಡು; w. in, w. into ...ಲ್ಲಿ ಹೆಣೆ, ...ನೇಯು; w. one's self into favour "ಮರ್ಜಿ" ಕಾಯು, ಇಚ್ಛಕವಾಡು; w. out ಸಾಧಿಸಿಕೊಳ್ಳು, ಉಂಟುಮಾಡಿಕೊಳ್ಳು; ಮಾಡು (a problem); ಲೆಕ್ಕಹಾಕು; w. up ಎಬ್ಬಿಸು, "ಖರ್ಚು" ಮಾಡು. **Wŏrk'a-ble**, *a.* ಕೆಲಸಮಾಡತಕ್ಕ. **Wŏrk'ĕr**, *n.* ಮಾಡುವವ, ಕೆಲಸಮಾಡುವವ. **Wŏrk'-fel-lōw** (-lō), *n.* ಜತೆಕೆಲಸದವ. **Wŏrk'house**, *n.* ಸಾಲೆ, "ಕಾರಖಾನೆ", *see* Workshop; 2. ದರಿದ್ರರ ಸಾಲೆ, ಅನಾಥಗೃಹ. **Wŏrk'iṅg-dāy** (-dā), *n.* ಕೆಲಸ ಮಾಡುವ ದಿನ, ಅಷ್ಟವಾರ. **Wŏrk'-iṅg-house**, *n.*, *see* Workhouse. **Wŏrk'man**, *n.* ಕೂಲಿಯವ, "ಕಸಬು"ಗಾರ. **Wŏrk'man-līke, -man-ly**, *a.* ಬಲ್ಲವನು ಮಾಡಿದ, ಚಮತ್ಕಾರದ, ಕುಶಲ. **Wŏrk'man-ṣhip**, *n.* ಕೆಲಸ, "ಕಸಬು", ಕೈಚಾಲಕ. **Wŏrk'shop**, *n.* ಸಾಲೆ, "ಕಾರಖಾನೆ"; w. of a sculptor ಶಿಲ್ಪಶಾಲೆ; w. of a carpenter ಬಡಿಗಿಯರ ಸಾಲೆ; w. of a blacksmith ಕಮ್ಮಾರಸಾಲೆ. **Wŏrk'-wōm-an**, *n.* ಕೆಲಸದವಳು; 2. ಹೊಲಿಗೆ ಬಲ್ಲವಳು.

Wŏrld, *n.* ಲೋಕ; 2. ಜಗತ್ತು, ವಿಶ್ವ; the three w.s. ತ್ರಿಭುವನ, ತ್ರೈಲೋಕ್ಯ; 3. ಜನರು; 4. ಸಂಸಾರ, ಪ್ರಪಂಚ, ಲೋಕಾಚಾರ; 5. ದೊಡ್ಡ ಸಮೂಹ; for all the w. ಏನು ಕೊಟ್ಟರೂ; w. without end ಎಂದೆಂದಿಗೂ, ನಿರಂತರವಾಗಿ, ಸರ್ವದಾ; the world's end ಅತ್ಯಂತ ದೂರ ಪ್ರದೇಶ; carry the w. before one ಸಂಪೂರ್ಣ ಜಯಶೀಲನಾಗು; old w. ಯುರೋಪ, ಏಶ್ಯ, ಆಫ್ರಿಕ ಖಂಡಗಳು (ಜನರಿಗೆ ಮೊದಲು ಗೊತ್ತಿದ್ದವುಗಳು); new w. ಹೊಸ ಲೋಕ, ಅಮೇರಿಕ (ನವೀನವಾಗಿ ಕಂಡುಹಿಡಿದ ಭಾಗಗಳು); see the w. ಲೋಕಾನುಭವಮಾಡಿಕೊಳ್ಳು; begin the w. ಜೀವನಕ್ರಮವನ್ನು ಪ್ರಾರಂಭಿಸು. **Wŏrld'li-ness**, *n.* ಲೌಕಿಕ ಮನಸ್ಸು, ಪ್ರಪಂಚದ ಮನಸ್ಸು, ಸುಖಭೋಗ, ದ್ರವ್ಯಾಶೆ. **Wŏrld'liṅg**, *n.* ಲೌಕಿಕನು, ಪ್ರಪಂಚಾಸಕ್ತನು. **Wŏrld'ly, Wŏrld'ly-mīnd-ed**, *a.* ಲೌಕಿಕ, ಸಂಸಾರದ, ಪ್ರಪಂಚದಲ್ಲಿ ಮುಣುಗಿದ; 2. ಜನರ. ***Wŏrld'ly-mīnd-ed-ness**, *n.* ಲೌಕಿಕಮನಸ್ಸು, ಪ್ರಪಂಚಬುದ್ಧಿ, ವಿಷಯಾಸಕ್ತಿ. **Wŏrld'-wīde**, *a.* ಲೋಕಪ್ರಸಿದ್ಧವಾದ.

Wŏrm, *n.* ಹುಳ, ಕ್ರಿಮಿ; 2. *pl.* (in the intestines) ಜಂತು, ಶೀರೆ, ಹೊಟ್ಟೆಹುಳ; a book w. ಪುಸ್ತಕಗಳನ್ನು ಕಡಿಯುವ ಹುಳ; 2. ಪುಸ್ತಕಗಳ ಮೇಲೆ ಪ್ರಾಣ ಬಿಡುವವ. *v. t. r.* ಗುಪ್ತದಲ್ಲಿ ಮೆಲ್ಲಮೆಲ್ಲಗೆ ಕೆಲಸ ಮಾಡು; 2. ಹೊರಗೆ ಹಾಕು; to w. out ಮರ್ಮ ಹೊರಗೆ ಹಾಕು; even a w. will turn round ಬಲಹೀನನೂ ಕೂಡಾ ಬಹಳ ಪೀಡಿಸಿದರೆ ಎದುರುನಿಲ್ಲುತ್ತಾನೆ; food for worms ಸತ್ತು ಮಣ್ಣುಪಾಲಾಗು. **Wŏrm'-cast**, *n.* ತೂಪುರು ಮಣ್ಣು. **Wŏrm'-ēat-en** (-ēt'n), *a.* ಹುಳ ತಿಂದ, ಹುಳಕ. **Wŏrm'-fē-vĕr**, *n.* ಶಿಶುಗಳಿಗೆ ಬರುವ ಸತತಜ್ವರ. **Wŏrm'y**, *a.* ಹುಳಹುಳವಿರುವ; 2. ಹುಳದಂಥ.

Wŏrm'wọọd, *n.*, Indian w. *(Artemisia maderaspatana, L.)* ಮಾಚಿಪತ್ರೆ *(My.)*.

Worn, *pp. of* **Wear.**

Worn, Worn out, *a.* ಸವೆದ, ಜೀರ್ಣವಾದ, ಜರ್ಜರವಾದ, ಹಳೇ; he is w. out ಅವನು ಬಳಲಿದ್ದಾನೆ.

Wŏr'ry (wur'i), *v. t. r.* (wŏr'ried, *pr.* wur'id) ಕಾಡು, ಪೀಡಿಸು, ತೊಂದರೆ ಕೊಡು

c. d. v. i. ಹಲುಬು, ಚಡಪಡಿಸು. *n.* ಕಾಟ, ತೊಂದರೆ, ಉಪದ್ರವ; 2. ಹಲುಬಿಕೆ. **Wŏr'ry-ing-ly**, *ad.* ಹಿಂಸಕರವಾಗಿ, ಉಪದ್ರ ಪಡಿಸಿ.

Wŏrse, *a.* ...ಗಿಂತ ಕೆಟ್ಟ, ಹೆಚ್ಚು ಕೆಟ್ಟ, ...ಗಿಂತ ಜಡ್ಡಾದ, ಹೆಚ್ಚು ರೋಗಿಯಾದ; he is w. than his brother ಅವನು ಅಣ್ಣನಿಗಿಂತ ಕೆಟ್ಟವನು, —ಅಣ್ಣನಿಗಿಂತ ಕಡೆ; he is w. than yesterday ನಿನ್ನೆಗಿಂತ ಜಡ್ಡಾಗಿದ್ದಾನೆ, —ರೋಗ ಹೆಚ್ಚಾಯಿತು. *ad.* ಇನ್ನೂ ಕೆಟ್ಟ ರೀತಿಯಿಂದ, ಅದಕ್ಕಿಂತ ಕೆಟ್ಟ—.

Wŏr'ship, *n.* ಪೂಜೆ, ಆರಾಧನೆ, ಭಕ್ತಿ. *v. t. r.* (*pr.* wĕr'shipt) ಸನ್ಮಾನಿಸು, ಪೂಜಿಸು, ಆರಾಧಿಸು, ಭಜಿಸು. **Wŏr'ship-ful**, *a.* ಘನವಾದ, ಪೂಜ್ಯ, ಆರಾಧ್ಯ, ಸನ್ಮಾನ್ಯ. **Wŏr'ship-ful-ly**, *ad.* ಮರ್ಯಾದೆಯಿಂದ, ವಿನಯವಾಗಿ. **Wŏr'ship-pĕr**, *n.* ಭಕ್ತ, ಆರಾಧಕ, ಅರ್ಚಕ.

Wŏrst, *a.* ಎಲ್ಲರಿಗಿಂತ ಕೆಟ್ಟ, ಎಲ್ಲಾದಕ್ಕಿಂತ ಕೆಟ್ಟ, ಕನಿಷ್ಠ, ಅಧಮಾಧಮ.

Wŏrst, *v. t. r.* ಮೇಲ್ಗೊಳ್ಳು, ಜಯಿಸು, ಸೋಲಿಸು. **Wŏrst'ed**, *a.* ಸೋತ.

Wŏrs'ted (*or* wụs'ted), *n.* ಉಣ್ಣೇ ದಾರ.

Wŏrt, *n.* ಗಿಡ, ಪಲ್ಯ, ಸೊಪ್ಪು.

Wŏrth, *v. i.* ಇರು, ಆಗು (*now used only in the phrases*) woe w. the day ಆ ದಿವಸಕ್ಕೆ ಕೇಡಾಗಲಿ; woe w. the man ಆ ಮನುಷ್ಯನು ಹಾಳಾಗಲಿ.

Wŏrth, *n.* ಕ್ರಯ, ಬೆಲೆ; 2. ಯೋಗ್ಯತೆ, ಗುಣ. *a.* (equal in value to) ಬೆಲೆಯುಳ್ಳ; this ring is w. 30 rupees ಈ ಉಂಗುರದ ಬೆಲೆ ("ಕಿಮ್ಮತ್ತು") ೩೦ ರೂಪಾಯಿ, ಈ ಉಂಗುರಕ್ಕೆ ೩೦ ರೂ. ಕೊಡಬಹುದು; a book w. 30 rupees ೩೦ ರೂ. ಬೆಲೆ ಬಾಳುವ ಪುಸ್ತಕ; 2. (deserving of) ತಕ್ಕ, ಯೋಗ್ಯ, *as,* life is w. preserving ಜೀವವು ಉಳಿಸಿಕೊಳ್ಳತಕ್ಕಂಥಾದ್ದು, ಜೀವವನ್ನು ಉಳಿಸಿಕೊಳ್ಳತಕ್ಕದ್ದು; 3. (equal in possession to), he may be w. a lakh of rupees ಅವನ ಸಂಪತ್ತು ಒಂದು ಲಕ್ಷ ರೂಪಾಯಿ ಆಗಿದ್ದೀತು;—it is w. while to read this book ಈ ಪುಸ್ತಕ ಓದಿದರೆ ಸುಮ್ಮನೆ ಹೊತ್ತು ಕಳೆದ ಹಾಗಾಗಲಿಕ್ಕಿಲ್ಲ, ಈ ಪುಸ್ತಕ ಓದುವುದರಿಂದ ಉಪಯೋಗವಾದೀತು. **Wŏr'thi-ly**, *ad.* ಯೋಗ್ಯವಾಗಿ, ನ್ಯಾಯವಾಗಿ. **Wŏr'thi-ness**, *n.* ಯೋಗ್ಯತೆ. **Wŏrth'less**, *a.* ಕೆಲಸಕ್ಕೆ ಬಾರದ, ನೀಚ, ಹುಡುಗಾಟಿನ. **Wŏrth'less-ness**, *n.* ಕೆಲಸಕ್ಕೆ ಬಾರದಿರುವುದು, ನಿಷ್ಪ್ರಯೋಜಕತ್ವ, ನೀಚತ್ವ.

Wŏr'thy, *a.* ಒಳ್ಳೇ, ಯೋಗ್ಯ; w. of, w. to ಯೋಗ್ಯ, ತಕ್ಕ, ಪಾತ್ರ. *n.* ಸಂಭಾವಿತನು, ಯೋಗ್ಯನು, ಸಜ್ಜನನು.

Wot, *v. pres. of* Wit, *as,* I wot not ನನಗೆ ಗೊತ್ತಿಲ್ಲ, —ತಿಳಿಯುವುದಿಲ್ಲ.

Wöuld (wụd), *pt. of* Will, *used chiefly in conditional, subjunctive and optative senses, to express* (desire, volition) ಮನಸ್ಸಿರು, ಅಪೇಕ್ಷೆಯಿರು, *viz.* a) *in the 1st person always, as,* I w. fain go but I cannot ಹೋಗುವ ಮನಸ್ಸದೆ ಆದರೆ ಆಗುವದಿಲ್ಲ; I could go if I. w. ಮನಸ್ಸಿದ್ದರೆ ನಾನು ಹೋಗಬಹುದು; I w. that I were young again, *or* w. that, *etc.* ನನ್ನ ಯೌವನದ ದಿವಸ ತಿರಿಗಿ ಬರಲಿಯೆಂತ ನನಗೆ ಎಂಥಾ ಅಪೇಕ್ಷೆ! ನಾನು ತಿರಿಗಿ ಯೌವನಸ್ಥನಾದರೆ ಎಂಥಾ ಚಲೋದು! b) *in the 2nd and 3rd persons after the words* if, though, say, think, *etc. as,* he could go if he w. ಅವನಿಗೆ ಮನಸ್ಸಿದ್ದರೆ ಹೋಗಬಹುದು. *or* ಅವನಿಗೆ ಮನಸ್ಸಿತ್ತಂದರೆ ಹೋಗಬಹುದಿತ್ತು: you said you w. go ಹೋಗುವ ಮನಸ್ಸದೆ ಅಂದಿರಿ; 2. (*simple futurity*): a) *in the 2nd and 3rd persons, as,* you w. go if you could ಹೋಗುವ ಹಾಗಿದ್ದರೆ ನೀವು ಹೋದೀರಿ; he w. go if he could ಹೋಗಕೂಡುವದಾದರೆ ಹೋದಾನು; b) *in the 3rd person in a question, as,* w. they go if they could? ಹೋಗುವ ಹಾಗಿದ್ದರೆ ಹೋದಾರೇನು? **Wöuld'-bē**, *a.* ಆಗಬೇಕೆಂದಿದ್ದ, ನಟಿಸಿದ; a w. philosopher ತತ್ವಜ್ಞಾನಿ ಎಂದು ನಟಿಸಿದವ, ಠಕ್ಕು ವೈದ್ಯ.

Wöund (wụnd), *n.* ಗಾಯ, ಕ್ಷತ, "ಧಕ್ಕಿ", ಕಚ್ಚು, ಕೇಡು. *v. t. r.* ಗಾಯ ಮಾಡು *c.d.;* 2. ಮನನೋಯಿಸು, ಮನಸ್ಸಿಗೆ ನೋವು ಕೊಡು.

Wound, *pt. of* Wind.

Wōve, Wōv'en (wōv'n), *pt. & pp. of* Weave.

Wrack, *n.* ಸಮುದ್ರಪಾಚಿ; 2. ನಾಶನ, ಕೇಡು.

Wrāith (rāth), *n.* ದೆವ್ವ, ಪ್ರೇತ.

Wrañ'gle (rañ'gl), *v. i. r.* ಕಚ್ಚಾಡು, ಕದಡಾಡು. *n.* ಕಚ್ಚಾಟ, ಕದದಾಟ. **Wrañ'glĕr**, *n.* ಕದಡಾಡುವವ; 2. senior w. (Cambridge University ಯಲ್ಲಿ) ಗಣಿತದಲ್ಲಿ ಉತ್ತಮ ಪರೀಕ್ಷೆ ಕೊಟ್ಟವ.

Wrap (rap), *v. t. r.* (wrapped, *pr.* rapt)

ಸುತ್ತು, ಮುಚ್ಚು, ಮುಸುಕು, ವೇಷ್ಟಿಸು. **Wrap'pĕr** (răp'ĕr), *n.* ಹೊದ್ದುಕೊಳ್ಳುವ ಅರಿವೆ, "ಶಾಲು"; 2. (envelope) ಪತ್ರದ ಚೀಲ, "ಮಲಫೂಪ"; 3. ಸುತ್ತುವವ.

Wrath (rath), *n.* ಉರಿ, ಕೋಪ, ರೌದ್ರ. **Wrath'ful** (rath'ful), *a.* ಮೈ ಉರಿದ, ಟೆಂಕಿಯಾದ, ರಂಗು ತುಂಬಿದ, ಉಗ್ರವುಳ್ಳ, ಕೋಪಾಯಮಾನನಾದ. **Wrath'ful-ly** (rath'-ful-), *ad.* ಉರಿಯಾಗಿ, ಉಗ್ರವಾಗಿ.

Wrēak (rēk), *v. t. r.* (*pr.* rēkt) ಹಗೆ ತೀರಿಸು.

Wrēath (rēth), *n.* ಸರ, ಹಾರ, ಮಾಲೆ, ದಂಡೆ. **Wrēathe** (rēth), *v. t. r.* ಮುರಿಗೆ ತಿರುವು; 2. ಹೆಣೆ, ಹೊಸೆ, ಸುತ್ತು.

Wreck (rek), *n.* ಹಾಳು, ನಾಶನ; 2. ಹಡಗಿನ ನಷ್ಟ; 3. ಒಡೆದ ಹಡಗ. *v. t. r.* (*pr.* rekt) ಹಡಗ ಒಡೆ; 2. ಹಾಳು ಮಾಡು. **Wrecked**, *a.* ಹಾಳಾದ.

Wren (ren), *n.* ಗುಬ್ಬಿಯಂಥ ಒಂದು ಸಣ್ಣ ಪಕ್ಷಿ.

Wrench (rensh), *v. t. r.* (*pr.* rensht) ಒಡಮುರಿದು ಕಸಕೊಳ್ಳು; 2. ನಡೆದ ಸಂಗತಿಗಳ ರೂಪು ಅಥವಾ ಮಾತುಗಳ ಅರ್ಥ ಬದಲಾಯಿಸು; 3. ಒಲಿ, ಉಳುಕು. *n.* ಕಸಕೊಳ್ಳುವಿಕೆ; 2. ಉಳುಕು; 3. ಒಲ್ಮುರಿ, ಬಿಲ್ಮುರಿ (*S. C.*), ಶ್ಲೇಷೆ.

Wrest (rest), *v.t.r.* ಕಸಕೊಳ್ಳು, ಒಡಮುರಿದು ಕಸಕೊಳ್ಳು, ಹಿಂಡು; 2. ತಪ್ಪಿಸು, ತಿರುಗಿಸು (the truth, the law, *etc.*); w. the meaning ಅಪಾರ್ಥ ಮಾಡು. *n.* ಬಲಾತ್ಕಾರ.

Wres'tle (res'l), *v. i. r.* ಮಲ್ಲಯುದ್ಧ ಮಾಡು, ಕುಸ್ತಿ ಆಡು; 2. ಹೋರಾಡು, ಜಗಳಾಡು, ಮಲ್ಲಾಡು, ಗುದ್ದ್ಯಾಡು. *n.* ಕುಸ್ತಿ, ಬಾಹುಯುದ್ಧ, ಮಲ್ಲಯುದ್ಧ. **Wrest'lĕr** (res'lĕr), *n.* ಹೋರಾಡುವವ; 2. ಜಟ್ಟಿ, "ಪೈಲವಾನ".

Wretch (rech), *n.* ಬಡವ, ನಿರ್ಭಾಗ್ಯನು; 2. ಪಾಪಿ, ನೀಚನು, ಲಂಡ. **Wretch'ed** (rech'-ed), *a.* ಬಡ, ಅರಿಷ್ಟ, ನಿರ್ಭಾಗ್ಯ, ಹಾಳು; a w. life ಹಾಳು ಬಾಳು; this w. belly ಈ ಸುಟ್ಟ ಹೊಟ್ಟೆ; 2. (mean) ನೀಚ, ಕೀಳು ತರದ. **Wretch'ed-ness** (rech'ed-nes), *n.* ಹಾಳು, ಬಡಸ್ಥಿತಿ, ದುರ್ದಶೆ, ಕಷ್ಟ, ದಾರಿದ್ರ್ಯ; 2. ನೀಚತನ, ಕೀಳು ತರ.

Wrig'gle (rig'l), *v. t. r.* ಚಡಪಡಿಸು, ಒಡಮುರಿ. *v. i.* ಹರಿದಾಡು. **Wrig'glĕr**. *n.* ಅಲ್ಲಾಡುವವ.

Wrīght (rīt), *n.* ಶಿಲ್ಪಿ, ಬಡಿಗೆಯವ; ship-w. ಹಡಗು ಕಟ್ಟುವವ.

Wriṅg (riṅg), *v. t. ir.* (wruṅg, *pr.* ruṅg) ಹಿಂಡು (clothes); 2. ಮುರಿತಿರುವು, ಒಡಮುರಿ (the hands, *etc.*); 3. ಕಾಡು, ಬಾಧಿಸು; 4. (extort from) ಕಡ್ಡಾಯ ಮಾಡು.

Wriṅ'kle (riṅ'kl), *n.* ಸಿರಿಗೆ (ಸೀರಿಗೆ), ಮಡಿಕೆ, ಮಡತೆ. *v. t. r.* ಮಡಿಸು, ಸುಕ್ಕು, ಸುಕ್ಕು ಮಾಡು; *pass. & v. i.* ಸುಕ್ಕಾಗು, ಸಿರಿಗೆಗಟ್ಟು; a wrinkled skin ಜೋಲುದೊಗಲು.

Wrist (rist), *n.* ಮಣಿಕಟ್ಟು, ಕೈಹರಡು. **Wrist'band**, *n.* ಅಂಗಿಯ ಕೈ, ಮಣಿಕಟ್ಟಿನ ಮೇಲಿನ ಪಟ್ಟಿ. **Wrist'let**, *n.* ಬಳೆ, ಕಡಗ.

Writ (rit), *n.* ಬರಹ, ಆಜ್ಞಾಪತ್ರ; Holy W. ದೇವರ ವಾಕ್ಯ, ಸತ್ಯವೇದ; w. large ವಿಸ್ತರಿಸಿ ಬರೆದಿದೆ, ಅತಿಶಯಿಸಿ ಕಾಣುತ್ತದೆ.

Wrīte (rīt), *v.t. & i. ir.* (wrōte, writ'ten, *pr.* rōt, rit'n) ಬರೆ; 2. (ಗ್ರಂಥ) ರಚಿಸು; w. down ಬರೆದಿಡು; w. off ಕಳೆಯಲಾಯಿತೆಂದು ಲೆಕ್ಕದಲ್ಲಿ ಕಾಣಿಸು, ವಜಾಮಾಡು. **Wrī'tĕr** (rī'tĕr), *n.* ಬರೆಯುವವ; 2. "ಗುಮಾಸ್ತ", "ಕಾರಕೂನ", ಗ್ರಂಥಕರ್ತ. **Wrī'tĕr-ship** (rī'tĕr-), *n.* ಬರೆಯುವ ಉದ್ಯೋಗ, "ಕಾರಕೂನನ" ಕೆಲಸ, "ಗುಮಾಸ್ತನ" —. **Wrī'tiṅg** (rī'tiṅg), *n.* ಬರೆಯೋಣ, ಬರಹ, ಬರವಣಿಗೆ; 2. "ಕತ್ತು", "ಕತಚೆ"; 3. ಗ್ರಂಥ, ಕೃತಿ; 4. ಲಿಪಿ. **Wrī'tiṅg-mäs-tĕr**, *n.* ಬರಹ ಕಲಿಸುವವ.

Wrīthe (rīth), *v. t. r.* ಮುರುಕಿಸು, ಹಿಂಡು; ನೋವಿನಿಂದ ಮೈಮುರಿಯು; 2. ಬಲಾತ್ಕರಿಸು, ಕೆಡಿಸು. *v. i.* ಚಡಪಡಿಸು.

Writ'ten, *pp. of* Write.

Wroṅg (roṅg), *a.* ಸರಿಯಲ್ಲದ; the w. side of cloth ಒಳ ಮಗ್ಗಲು, —ಮೈ; to hold a book with the w. side uppermost ಪುಸ್ತಕವನ್ನು ತಿರಿವಿಹಾಕಿ ಹಿಡಿ, —ಬುಡ ಮೇಲೆ ಮಾಡಿ ಹಿಡಿ; to put on one's coat with the w. side outward ತನ್ನ ಅಂಗಿಯನ್ನು ತಿರುವಿ (ತಿರುಗಿ) ಹಾಕಿ ತೊಟ್ಟುಕೊಳ್ಳು; 2. (not morally right) ಅಯೋಗ್ಯ, ಅನ್ಯಾಯ, ಪಾಪ; 3. (erroneous) ತಪ್ಪಾದ, *as,* you are w. in this ತಪ್ಪಾಗಿ ಹೇಳಿದಿ. *n.* ಅನ್ಯಾಯ, ಅಪರಾಧ; in the w. ತಪ್ಪಾಗಿ. *ad.* ತಪ್ಪಾಗಿ, ಅನ್ಯಾಯವಾಗಿ. *v. t. r.* ಅನ್ಯಾಯ ಮಾಡು *c. d.*, ಕೇಡು ಮಾಡು *c. d.*

my liver has gone w. ಪಿತ್ತಕೋಶವು ಸರಿಯಾಗಿ ಕೆಲಸಮಾಡುವುದಿಲ್ಲ; on the w. side of 40 ೪೦ ವರ್ಷ ಪ್ರಾಯ ಮೀರಿದೆ. Wrong'-dö-ĕr (rong-), *n.* ಅನ್ಯಾಯಗಾರ, ಅಪರಾಧಸ್ಥ. Wrong'ful (rong'ful), *a.* ಅನ್ಯಾಯದ, "ತಕ್ಕೀರುಕರ"; Wrong'ful-ly (rong'-ful-), *ad.* ಅನ್ಯಾಯವಾಗಿ. Wrong'head-ed (rong'hed-), *a.* ಕೆಟ್ಟ, ಮೂರ್ಖ, ಹಟಮಾರಿ, ಒರಟು. Wrong'head-ed-ly (rong'-hed-), *ad.* ಮೂರ್ಖನಾಗಿ, ಮೊಂಡವಾಗಿ. Wrong'ly, *ad.* ಅನ್ಯಾಯವಾಗಿ.

Wrōte, *pt. of* Write.

Wroth (roth), *a.* ಸಿಟ್ಟಾದ, ಕೋಪವುಳ್ಳ.

Wrought (rat), *pt. or pp. of* Work; w. iron ಹದಮಾಡಿದ ಕಬ್ಬಿಣ.

Wrung (rung), *pt. or pp. of* Wring.

Wrȳ (rī), *a.* ಸೊಟ್ಟ, ಡೊಂಕ, ವಕ್ರ. Wry'-ness, *n.* ವಕ್ರತೆ. Wrȳ-mouthed, *a.* ನಿಂದಾಸ್ತುತಿ ಮಾಡುವ. Wrȳ'-neck, *n.* ಮರಕುಟಿಕನ ಜಾತಿಗೆ ಸೇರಿದ ಮತ್ತು ತಲೆಯನ್ನು ಬೇಕಾದ ಕಡೆಗೆ ತಿರುಗಿಸಲುಳ್ಳ ಪಕ್ಷಿ.

X

X=10, IX=9, LX=60.

Xan'thin, *n.* ಹಳದೀ ಬಣ್ಣ. Xan'thic, *a.* ಹಳದಿ ಬಣ್ಣದ.

Xan'tho-phyll (z-), *n. (bot.)* ಗಿಡಗಳ ಎಲೆಗಳಲ್ಲಿ ಹಳದೀ ರಂಗಿಗಾಗುವ ಭಾಗ.

Xē'bec (zē'bek), *n.* (ಭೂಮಧ್ಯಸಮುದ್ರದಲ್ಲಿ ಸಂಚರಿಸುವ) ಅಲ್ಜೀರಿಯದ ಕಡಲುಗಳ್ಳರ ತೀವ್ರವಾದ ಸಣ್ಣ ಹಡಗು.

Xe-roph'a-gy (ze-), *n.* ಒಣ ಆಹಾರ ತಿನ್ನುವುದು.

Xe-ro'phil-ous, *a. (bot.)* ಉಷ್ಣ ಶುಷ್ಕಪ್ರದೇಶಾನುಗುಣವಾದ, ಶುಷ್ಕಪ್ರಿಯವಾದ.

Xȳ'lem (zī'-), *n.* ದಾರು (ಮರದೊಳಗಣ ಗಟ್ಟಿ ಪದಾರ್ಥ).

Xȳ-log'ra-phy (zī-log'ra-fi), *n.* ಕಟ್ಟಿಗೆಯ ಮೇಲೆ ಚಿತ್ರ ಕೆತ್ತುವುದು.

Xȳ'lō-phōne (zī'lō-fōn), *n.* ಒಂದು ಸಂಗೀತ ವಾದ್ಯ.

Y

Ya'boo, *n.* ಕಾಬೂಲ್ ದೇಶದ ಕುದುರೆ.

Yacht (yot), *n.* ವಿನೋದದ ಹಡಗ. Yach'-ting (yot'ing), *n.* ವಿನೋದಕ್ಕಾಗಿ ಹಡಗದ ಸಂಚಾರ ಮಾಡುವುದು.

Yah, *int.* ತಿರಸ್ಕಾರದ ಘೋಷ.

Ya'hoo, *n.* ಪಶುಪ್ರಾಯನಾದವನು, ಅಜ್ಞಾನಿ.

Yak, *n. (Poephagus grunniens)* ಚಮರ ಎಂಬ ಮೃಗ.

Yam, *n. (Dioscorea alata, L.)* ಮುಡಿಗೆಣಸು, ದಂಡಾಲು, ತೂನಗೆಣಸು; *(Dioscorea sativa)* ಕುಂಟಗೆಣಸು.

Yan'kēe, *n.* "ಅಮೆರಿಕ" ಖಂಡದಲ್ಲಿರುವ ಸಂಯುಕ್ತಸಂಸ್ಥಾನವೆಂಬ ದೇಶದವ (a nickname).

Yap, *v. t. r.* (yapped, *pr.* yapt) ಬೊಗಳು.

Yärd, *n.* front y. ಅಂಗಳ; back y. ಹಿತ್ತಲು; 2. ಕೊಟ್ಟಿಗೆ. *v. t. r.* (ದನ) ಕೊಟ್ಟಿಗೆಯಲ್ಲಿ ಕೂಡಿಸು.

Yärd, *n.* ಗಜ, ವಾರು; 2. (of a ship) ಅಡ್ಡಗಣೆ, ಅಡ್ಡಮರ, ಪರಬನ್ನ.

Yärn, *n.* ಕಂಬಳಿದಾರ, ಎಳೆ; 2. ಕಥೆ.

Yash'mak, *n.* "ಬುರಕಾ", ಮುಸಲ್ಮಾನ ಸ್ತ್ರೀಯರ ಮುಖವಸ್ತ್ರ.

Yat'a-ghan (-gan), *n.* "ತುರ್ಕರ" ಉದ್ದ "ಕಠಾರಿ".

Yawl (yal), *n.* ಹಡಗಿನ ದೋಣಿ.

Yawn (yan), *n.* ಆಕಳಿಕೆ. *v. i. r.* ಆಕಳಿಸು;

2. ಬಾಯಿ ತೆರೆ; 3. ಲವಲವಿಸು; yawning grave ಸಮೀಪಿಸಿರುವ ಮರಣ.

Yaws (yaz), *n. pl.* ಬೊಕ್ಕೆ ರೋಗ.

Y-clad′ (ē-klad), *pp. a. of* clad ಬಟ್ಟೆ ತೊಟ್ಟು ಕೊಂಡ.

Y-cleped′ *or* -clept′ (ē-klept′), *p. a.* ಅನ್ನಿಸಿಕೊಳ್ಳುವ, —ಕೊಂಡ.

Yē, *pron. the nominative case pl. of the 2nd person* ನೀವು.

Yēa (yā), *ad.* ಹೌದು; 2. ಸರಿ, ನಿಶ್ಚಯ; 3. ತುತ್ತು.

Yēan (yēn), *v. t. r.* ಈಯು, ಮರಿ ಹಾಕು. Yēan′liṅg (yēn′liṅg), *n.* ಕುರಿಮರಿ.

Yēar (yēr), *n.* ಸಂವತ್ಸರ, ವರ್ಷ, ಅಬ್ದ; the revenue y. "ಫಸಲಿ"; 2. *pl.* ಮುಪ್ಪು, *as,* a man in years ಮುಪ್ಪಿನವ, ಮುದುಕ; lunar y. ಚಾಂದ್ರಮಾನ ವರ್ಷ; solar y. ಸೌರಮಾನ ವರ್ಷ; leap-y. ಅಧಿಕ ಸಂವತ್ಸರ. Yēar′liṅg, *n.* ಒಂದು ವರ್ಷದ ಮರಿ. Yēar′ly, *a.* ವರ್ಷದ, ವಾರ್ಷಿಕ, ಸಾಂವತ್ಸರಿಕ. ವರ್ಷಗಟ್ಟಲೆಯ. *ad.* ವರ್ಷ ವರ್ಷಕ್ಕೆ.

Yĕarn (yĕrn), *v. i. r.* ಹಲುಬು, ಮರುಗು, ಕರುಳು ಮರುಗು, ಕಳವಳ ಪಡು. Yĕarn′iṅg, *n.* ಆಶೆ, ವಾತ್ಸಲ್ಯ.

Yēast (yēst), *n.* ಹೆಂಡದ ನೊರೆ, ಹೆಪ್ಪು. Yēast′i-ness (yēst′i-), *n.* ನೊರೆ ಉಕ್ಕುವುದು. Yēast′y (yēst′i), *a.* ನೊರೆಗಟ್ಟಿದ, ನೊರೆಯುಕ್ಕುವ; y. talk ಮೇಗರೆಯ ಮಾತು.

Yelk, *n.* ಮೊಟ್ಟೆಯ ಹಳದಿ ಬಿಂದು, ತತ್ತಿಯ ಹಳದಿ—, ಜನೆ, ಕೆಂಪು, ಚಂದ್ರ; *also spelt* Yolk.

Yell, *n.* ಕೂಗು, ಚಿಟ್ಟನೆ ಚೀರುವುದು. *v. i. r.* ಒದರು, ಚಿಟ್ಟನೆ ಚೀರು, ಕೂಗು.

Yel′lōw (-lō), *a.* ಹಳದೀ, ಅರಸಿನ ಬಣ್ಣದ, ಪೀತ; pale y. ಪಾಂಡುರ, ಕಾಮಲೆ ರೋಗ. *n.* ಹಳದಿ ಬಣ್ಣ. *v. t. r.* ಹಳದಿ ಬಣ್ಣ ಮಾಡು. *v. i.* ಹಳದಿ ಬಣ್ಣವಾಗು; y. peril ಅರಸಿನ ಮೈಬಣ್ಣದ ಜನರು ತುಂಬಿಹೋದಾರೆಂಬ ಭಯ; y. spot ಮತ್ಸರದ. Yel′lōw-ish, *a.* ಎಳೇ ಹಳದಿ ಬಣ್ಣದ. Yel′lōw-ness, *n.* ಹಳದಿ.

Yel′lōw-this′tle, *n. (Argemone mexicana, L.)* ಗೋಳಗೋಳಿಕೆ, ಅರಸಿನ ಉಮ್ಮತ್ತದ ಗಿಡ.

Yelp, *v. t. r.* (*pr.* yelpt) ಬೊಗಳು.

Yeō′man (yō′man), *n.* ಬಂಟ, ಒಕ್ಕಲಿಗ, "ರೈತ". Yeō′man-ry, *n.* ಒಕ್ಕಲಿಗರು.

Yes, *ad.* ಹೌದು; 2. ಹಾಂ, ಹುಂ, ಸರಿ; *in Kanarese the verb of the question is generally repeated in the answer, as,* will he come? yes ಬರುತ್ತಾನೋ? *or* ಬಂದಾನೇನು? ಹೌದು ಬರುತ್ತಾನೆ, —ಬಂದಾನು, (*or without* ಹೌದು) ಬರುತ್ತಾನೆ, ಬಂದಾನು.

Yes′tĕr, *a.* ನಿನ್ನಿನ. Yes′tĕr-dāy (-dā), *n.* ನಿನ್ನಿನ ದಿವಸ. *ad.* ನಿನ್ನೆ. Yes′tĕr-nīght (-nīt), *n. & ad.* ನಿನ್ನೆ ರಾತ್ರಿ.

Yest′y, *a., see* Yeasty.

Yet, *ad.* ಇನ್ನು, ಇನ್ನೂ. *conj.* ಆದರೂ.

Yew (yu̱), *n.* ದೇವದಾರು ಜಾತಿಯ ಒಂದು ವೃಕ್ಷ.

Yiēld, *v. t. r.* ಕೊಡು, ಫಲ ಕೊಡು; 2. ಒಪ್ಪಿಸು, ಒಪ್ಪಿಸಿಕೊಡು; y. the breath, y. the ghost, y. the life ಸಾಯು, ತೀರಿಕೊಳ್ಳು. *v. i.* ಒಲಿ, ಒಳಗಾಗು; 2. ಒಪ್ಪಿಕೊಳ್ಳು; 3. ಕೀಳಾಗಿರು, ಕೀಳಸಾಗಿರು, ಕನಿಷ್ಠವಾಗಿರು. *n.* ಹುಟ್ಟುವಳಿ, ಉತ್ಪತ್ತಿ, ಫಸಲು. Yiēld′iṅg, *p. a.* ಒಲಿದ, ಒಲಿತ, ಒಪ್ಪುವ; 2. ಮೃದುವಾದ, ಬಗ್ಗುವ. *n.* ಒಪ್ಪಿಕೊಳ್ಳುವುದು, ವಿಧೇಯತೆ.

Yōke, *n.* ನೊಗ; 2. ದಾಸತ್ವ, ಅಧಿಕಾರದ ಪೀಡನ; 3. ಜೋಡು; 4. ಒಪ್ಪತ್ತು. *v. t. r.* (*pr.* yōkt) ಕೊರಳು ಕಟ್ಟು, ನೊಗ—, ಹೂಡು; 2. ಜೊತೆ ಮಾಡು; 3. ದಾಸನಾಗ ಮಾಡು, ಬಂಧ—. *pass. & v. i.* ಜೊತೆಯಾಗು, ಜೋಡಾಗು; under the y. ಅಧಿಕಾರದ ಕೈಕೆಳಗೆ. Yōke′-fel-lōw *or* Yōke′māte, *n.* ಜೊತೆಗಾರ, ಸಯುಜನು.

Yolk (yok), *n.* ಮೊಟ್ಟೆಯ ಹಳದಿ ಬಿಂದು, ತತ್ತಿಯ ಹಳದಿ—, ಜನೆ, ಕೆಂಪು, ಚಂದ್ರ; *also spelt* Yelk.

Yon, Yond, Yon′dĕr, *a.* ಆ, ಅತ್ತಲಾಗಿನ. *ad.* ಅಲ್ಲಿ, ಅತ್ತಲಾಗಿ.

Yōre, *ad.* of y. ಪೂರ್ವದಲ್ಲಿ.

Yōu (yu̱), *pron. pl. (nominative or objective case of the 2nd person. also used for the singular number)* ನೀವು, ನೀನು; 2. ನಿಮ್ಮನ್ನು ನಿನ್ನನ್ನು; 3. (to you) ನಿಮಗೆ, ನಿನಗೆ.

Yōuṅg, *a.* ಎಳೆ, ಚಿಕ್ಕ, ಹರೇದ, ಕಿರಿ, *as,* a y. child ಎಳೇ ಕೂಸು; a y. boy ಎಳೇ ಹುಡುಗ, ಚಿಕ್ಕ—; a y. man ಹರೇದವ, ಯೌವನಸ್ಥ, ತರುಣ; a y. woman, ಹರೇದಾಕೆ, ಹರೇದವಳು, ಯೌವನಸ್ಥಳು, ತರುಣಿ; a y. calf ಎಳೇ ಕರ, ಸಣ್ಣ—; a younger son ಕಿರೀ ಮಗ; old and y. ಹಿರಿಕಿರಿಯರು; y. and old ಆಬಾಲ ವೃದ್ಧರು, ಸಣ್ಣವರು ದೊಡ್ಡವರು; 2. (inexperienced) ಹೊಸಬು. *n.* ಪಿಳ್ಳೆ, ಮರಿ, ಮರಿಗಳು. Yoŭn'gish, *a.* ಸ್ವಲ್ಪ ಚಿಕ್ಕ, ಕಿರಿ. Yoŭn'gling, *n.* ಚಿಕ್ಕವ; 2. ಮರಿ. Yoŭng'stĕr, *n.* ಹುಡುಗ, ಪೋರ, ಹರೇದವ.

Yöur (yur), *pron. pl.* ನಿಮ್ಮ. Yöurs, *pron. pl.* ನಿಮ್ಮವ, ನಿಮ್ಮದು. Yöur-self', *pron.* (*pl.* -selves') ನೀವೇ, ತಾವೇ, *as,* go y. ನೀವೇ ಹೋಗಿರಿ; you y. should go ತಾವೇ ಹೋಗತಕ್ಕದ್ದು; 2. (*refl.*) ನಿಮ್ಮನ್ನು ನೀವೇ, ನಿನ್ನನ್ನು ನೀನೇ, *but generally expressed with the help of the verb* ಕೊಳ್ಳು, *as,* you will injure y. ನಿಮಗೆ ನೀವೇ ಗಾಯಮಾಡಿಕೊಳ್ಳುವಿರಿ, ತಾಗಿಸಿಕೊಂಡೀರಿ; do not burn y. ಕೈ ಸುಟ್ಟುಕೊಳ್ಳಬೇಡ.

Yöuth (yuth), *n.* ಚಿಕ್ಕ ಪ್ರಾಯ, ಹರೇ, ಹರೇವು; 2. (age of puberty) ಯೌವನ, ತಾರುಣ್ಯ, ಕೌಮಾರ; blooming y. ಉಕ್ಕುವ ಪ್ರಾಯ; 3. ಹರೇದವ, ಯೌವನಸ್ಥ; 4. ಹರೇದವರು, ಯೌವನಸ್ಥರು. Yöuth'ful, *a.* ಚಿಕ್ಕ, ಹರೇದ, ಥುರದ, ಯೌವನದ, ತಾರುಣ್ಯಾವಸ್ಥೆಯ; 2. ಹೊಸ. Yöuth'ful-ly, *ad.* ಚಿಕ್ಕವನಾಗಿ; 2. ಹೊಸಬನಾಗಿ. Yöuth'ful-ness, *n.* ಚಿಕ್ಕ ಪ್ರಾಯ, ಹರೇ, ಹರೇವು, ತಾರುಣ್ಯಾವಸ್ಥೆ, ಯೌವನ ದಶೆ.

Yūle, *n.* ಕ್ರಿಸ್ತನ ಜನನದ ಹಬ್ಬ, ಅಂದರೆ ದಶಂಬರ ೨೫ನೇ ತಾರೀಕು. Yūle'tīde, *n.* ಕ್ರಿಸ್‌ಮಸ್ ಹಬ್ಬದ (ಜನನದ ಹಬ್ಬದ) ಸಮಯ.

Z

Zam'bo, *n.* ನೀಗ್ರೋ ಎಂಬ ಸಿದ್ದಿಯ ಸಂತತಿ.

Zam-o'rin, *n.* ಮಲಬಾರದ ಸಾಮುರ್ಯೈ ಎಂಬ ರಾಜಕುಲದವನು.

Zā'ny, *n.* ಹಾಸ್ಯಗಾರ, "ನಕಲಿಯವ".

Zēal (zēl), *n.* "ಚಟುವಟಿಕೆ", ಚುರುಕು, ಆಸಕ್ತಿ, ಉತ್ಸುಕತೆ; 2. ದೃಢಭಕ್ತಿ, ಶ್ರದ್ಧೆ. Zeal'ot (zel'ot), *n.* ಅತ್ಯಾಸಕ್ತ, ಮತಾಭಿಮಾನಿ, ಭಕ್ತಿ ವೈರಾಗ್ಯವುಳ್ಳವ. Zeal'ot-ry, *n.* ಅತ್ಯಾಸಕ್ತಿ, ವೀರಭಕ್ತಿ. Zeal'ŏus (zel'us), *a.* ಚುರುಕಾದ, ಆಸಕ್ತಿಯುಳ್ಳ, ಉತ್ಸುಕ, ಶ್ರದ್ಧೆಯುಳ್ಳ. Zeal'ŏus-ly (zel'us-), *ad.* ಚುರುಕಾಗಿ, ಆಸಕ್ತಿಯಾಗಿ. Zeal'ŏus-ness, *n.* ಆಸಕ್ತಿ.

Zē'bra, *n.* "ಜೀಬ್ರ"ವೆಂಬ ಅಶ್ವಜಾತಿಯ ಮೃಗ.

Zē'chin, *n.*, *see* Sequin.

Zem-in-dar', *n.* ಜಮೀನುದಾರ.

Zems'tvō, *n.* ರುಶ್ಯದಲ್ಲಿ ಒಂದು ಜಿಲ್ಲೆಯ ಪ್ರಜಾ ಪ್ರತಿನಿಧಿಕೂಟ.

Ze-nā'na, *n.* ಅಂತಃಪುರ, ಅವರೋಧ, "ಜನಾನ".

Zend, *n.* ಪೂರ್ವ "ಪಾರ್ಶಿ" ಜನರ ಭಾಷೆ.

Zen'ith, *n.* ಖಮಧ್ಯ, ಉಚ್ಚಸ್ಥಾನ, ಊರ್ಧ್ವದಶೆ, ತುದಿ; z. distance ನತ, ನತಾಂಶ; in the z. of power ಉಚ್ಛ್ರಾಯ ದಶೆಯಲ್ಲಿ.

Zeph'yr, -us (zef'ĕr-), *n.* ಪಶ್ಚಿಮಗಾಳಿ, ತಂಗಾಳಿ, ಮಂದಮಾರುತ, ಮಂದಾನಿಲ.

Zē'rō, *n.* ಶೂನ್ಯ, ಸೊನ್ನೆ, ಬಿಂದು, ಪೂಜ್ಯ.

Zest, *n.* ರುಚಿ, ಸವಿ, ಮಾಧುರ್ಯ, ಉತ್ಸಾಹ.

Zig'zag, *a.* ಅಸಡೊಂಕ, ಡೊಂಕುಡೊಂಕಾಗಿರುವ, ವಕ್ರ. *v. t. r.* ಡೊಂಕು ಡೊಂಕುಮಾಡು.

Zinc, Zink, *n.* ಸತುವು, ಲೋಹಭಸ್ಮ; sulphate of z. ಲೋಹದ್ರುತಿ.

Zō'di-ac, *n.* ರಾಶಿಚಕ್ರ, ರಾಶಿಮಂಡಲ; the twelve signs of the z. ಹನ್ನೆರಡು ರಾಶಿಗಳು; *see* Sign. Zō-dī'a-cal, *a.* ರಾಶಿಚಕ್ರಸಂಬಂಧವಾದ, ರಾಶಿಚಕ್ರದೊಳಗಣ.

Zōne, *n.* ನಡುಕಟ್ಟು, ಮೇಖಲೆ, ಡಾಬು; 2. ಭೂವಲಯ, ಕಟಿಬಂಧ; frigid z. ಶೀತವಲಯ; temperate z. ಮಧ್ಯಮವಲಯ, ಸಮಶೀತೋಷ್ಣವಲಯ; torrid z. ಉಷ್ಣವಲಯ.

Zoo, *n.* ಪ್ರಾಣಿಪ್ರದರ್ಶನದ ತೋಟ.

Zoo-og'ra-phy, *n.* ಮೃಗಶಾಸ್ತ್ರ.

Zō-ol'a-try, *n.* ಪಶ್ವಾರಾಧನೆ.

Zo-ol'o-gy, *n.* ಪ್ರಾಣಿವಿದ್ಯೆ, ಜೀವಜಂತುವಿದ್ಯೆ, ಪಶ್ವಾದಿಶಾಸ್ತ್ರ. Zō-ō-log'i-cal, *a.* ಪಶ್ವಾದಿಶಾಸ್ತ್ರಸಂಬಂಧ. Zō-ō-log'i-cal-ly, *ad.* ಪಶ್ವಾದಿಶಾಸ್ತ್ರದ ಪ್ರಕಾರ. Zō-ŏl'ō-gist, *n.* ಪಶ್ವಾದಿಶಾಸ್ತ್ರಜ್ಞ.

Zō-o-mag'net-ism, *n.* ಯೋಗಶಾಸ್ತ್ರಭೇದ.

Zō'ō-phīte, -phȳte (-fīt), *n.* ಉದ್ಭಿಜ್ಜಪ್ರಾಣಿ, ಪ್ರವಾಳ.

Zo-ro-as'tri-an, *n.* ಅಗ್ನಿಪೂಜಕ.

Zou-äve' (zwäv'), *n.* ಫ್ರೆಂಚರ ಸೈನ್ಯದ ಹೆಸರು.

Zounds, *int.* ಆಶ್ಚರ್ಯ ಮತ್ತು ಸಿಟ್ಟು ತೋರಿಸುವ ಭಾವಬೋಧಕನಿಪಾತ—ಓಹೋಹೋ! ಅಮಮಾ! ಅಬ್ಬಾ! 2. ಅಯ್ಯೊ! ಅಯ್ಯಯ್ಯೋ! ಛೀ ಛೀ!

Zū'lū (zoo'loo), *n.* ತೆಂಕಣ ಆಫ್ರಿಕದ ಒಂದು ಜನಾಂಗ.

Zȳ-mo'sis, *n.* ಉಕ್ಕುವಿಕೆ. ಸೋಂಕುವ ರೋಗ, ಅಂಟುರೋಗ.

Zȳ'thum, *n.* (ಪುರಾತನ ಈಜಿಪ್ತದವರ) ಒಂದು ಪಾನಕ.

C *as* k; c *as* s; ch *as* sh; g *as in* get; ġ *as* j; ṅ *nasal, as in* aṅger; s̱ *as* z; th *as in* thou; x̱ *as* gz; ce, ci, si *and* ti *before a vowel as* sh: ocean, action.